போரின்றி அமையாது உலகு-4

நேர்காணல் 100 (பாகம் 2)

AF743293

தமிழ்த்தேசன் இமயக்காப்பியன்

Made with ♥ on the Notion Press Platform
www.notionpress.com

பொருளடக்கம்

1

காப்பியா வாசிப்பகம்

உயிரைக் காக்க ஓடாத நாள் வேண்டும்

83 - இனப்படுகொலைக்கு முன் அறவழிப் போராட்டமும், ஆயுதப் போராட்டமும் கலந்திருந்த காலத்திலேயே தலைமறைவு வாழ்க்கைக்கு தயார் என ஒவ்வொருவரும் தனக்குத் தானே கட்டளை இட்டுக் கொண்டனர். உலகின் விடுதலைக்காக போராடும் இயக்கங்களுக்கெல்லாம் மிகச் சிறந்த காத்திரமான கட்டுப்பாட்டுடனும், ஒழுக்கத்துடனான வாழ்வுப் போருக்கும் முன்னுதாரணமாக திகழும் எல்டிடிஇ வருகை, வளர்ச்சி 83 இல் மக்களோடு இரண்டறக் கலந்து மக்கள்தான் எல்டிடிஇ எல்டிடிஇ தான் மக்கள் என்கிற விடுதலைப் போராட்டத்திற்கு பெருவாரியான மக்கள் *மண்ணுக்காக மரணிப்போம் என கிளர்ந்தெழுந்தார்கள்.

எல்லாவற்றையும் இழந்துவிட்ட நானும் எனது 11வது அகவையில் நண்பர்களுடன் சேர்ந்து சாவதற்கு சத்தியம் செய்தேன். பாலர் வகுப்பு முதல் பல்கலைக்கழகம் வரை என்னோடு நெருங்கிய நண்பர்கள் யாரும் உயிரோடு இல்லை. இராணுவ மொழியில் சொல்வதென்றால் அவர்கள் காணாமல் போனார்கள். கடந்த 33 ஆண்டுகளாக இடப்பெயர்வான சுற்றோடி வாழ்வும் - புலம் பெயர்ந்த வாழ்வும் என் பின்னால் தொடர்ந்த வண்ணம் இருக்கின்றன. வாழ்வின் நீள் பாதையில் எல்லாவற்றுக்கும் முகம் கொடுத்து வாழப் பழகிக் கொண்டேன்.

மறைந்து வாழவும், இழந்து வாழவும், இறந்து வாழவும், பழகிக் கொண்ட நான், இந்த இகழ் வாழ்வில் இன்று பதுங்கி வாழவோ, நிமிர்ந்து வாழவோ பலமும் இல்லை பயமமுமில்லை என்ற நிலையில் உள்ளேன். உடலும் உள்ளமும் தளர்ந்து போனாலும் ஏதோ ஒரு நம்பிக்கையில் வாழவும் தமிழ் சமூகத்துக்கு ஒன்றைச் செய்ய முடியும் என்ற விருப்பவியல் குருதித் தொனியில் தோணியில் வந்த காலம் கரைகிறது.

85 முதல் இன்று வரை ஓடித்திரியும் வாழ்வில் பல கவிதைகளும் கட்டுரைகளும் காணாமல் போனது. இதழ்களை தேடுவதும் சாத்தியமில்லை. இதழ் நடத்தியவர்களும் சேகரிப்பாளர்களும் உயிரோடு இருந்தால்தானே தேடுவதற்கு. வாழ்வதற்கே போராடும் மனிதர்களிடத்தில் எதைத் தேடி அலைவது. நான் சேகரித்த நூலகமும் எழுதியவைகளும் காலப்போக்கில் அனலிலும் புனலிலும் கரைந்தது ஒரு பக்கம் என்றால், பேரினவாத அரசால் பத்திரிகை சுதந்திரமும் எழுத்தாளர்களும் தடை செய்யப்படுவதும், கொல்லப்படுவதும், நூல்கள் எரியூட்டப்படுவதும் இன்று வரை தொடர்ந்த வண்ணம் இருக்கையில், நானும் என் கவிதைகளும் தப்புவது எம்மாத்திரம்?நானும் எல்லாவற்றுக்கும் ஆளானேன். எல்லாவற்றையும் ஞாபகப்படுத்தி எழுதி விடலாம் என்ற நம்பிக்கை மட்டும் இன்னும் முகிலாய் இருக்கிறது.

தமிழக மக்களுக்கு ஈழப் போர் குறித்த வாழ்வையும் பேரினவாத அரசால் நாளாந்தம் மக்கள் படும் பேரவலத்தையும் ஒரு நூறு கவிதைகளாகவும் கதைகளாகவும் சொல்லியிருக்கிறேன். புலம்பெயர் வாழ்வில் தமிழகப் பார்வையை உரை நடையாகவும், காதல் கவிதைகளாகவும், நாட்டுப்புறவியல் களச் சேகரிப்புகளாகவும், பத்திகளாகவும், இலக்கண இலக்கிய அகராதிக் காப்பியமாகவும், நாடகக்கலையாகவும், நுண்கலைப் பிரதிகளாகவும், நாடோடிப் பயணங்களாகவும், கலா சாலை போதகனாகவும், முற்போக்கில்லா கற்போக்கு விருந்தாளனாகவும், தொகுப்பதிகாரமாகவும் பதிவு செய்திருக்கிறேன்.

மேலும் ஆங்கிலத்தில் மூத்தகுடி கலாச்சாரப் பயணங்கள் மற்றும் கல்விப் புலக்கலைப் பேரதிகார நுட்பவியல் குறித்தும் மனைவி தமிழ் இனியா சொற்களை விதைத்து வருகிறார். புகார்க் காண்டத்திலிருந்து மதுரைக் காண்டம் வந்துள்ள கொடை மகன் இமயக்காப்பியன்(6) படைப்பாக்கப் பணியில் முந்நீர் போல் எமக்கு பேருதவியாக இருக்கிறான். துயரங்களின் சாட்சிகள் மரணிப்பதில்லை என்கிற காத்திரச் சொல்லின் சாட்சிகளாய் நாங்கள். கீழடி / உலகின் / மூத்த காலடி

எனக்கான உதவிகளை செய்யும் குழந்தைகள் விடுதலைப் வெண்பா, இலக்கியப் புரட்சியாளன், நிழலினி களமழகி, தமிழ் ஆதிரன் என்கிற தமிழ்ச்செல்வன் மற்றும் பாரா முகமாகவே போய்விட்ட ஜேர்மனியில் வாழும் குழந்தைகளான

இதழினி, எளிஞன் ஆகியோருக்கும் நன்றி சொல்ல தேவையில்லை. எக்காலத்திலும் நன்றிக்குரியவர்களாக இருக்கும் என் சின்னத்தாய் செல்வி கிருஷ்ணமூர்த்தி குடும்பத்தாருக்கும் மற்றும் எனது அக்கா பத்மாவதிக்கும் நன்றிகள் பல.

இன்று நாளை நான் கொல்லப்படலாம் என்ற நம்பிக்கையுடனேயே வாழ்கிறேன்.

-தமிழ்த்தேசன் இமயக்காப்பியன்

சுயசரிதைகளின் ஒரு துளியாய் :நேர்காணல்கள்

நேர்காணல் (Interview) என்பது கேள்விகள் கேட்டு பதில்களைப் பெறும் ஒரு உரையாடல் ஆகும்.நேர்காணல் என்பது பொதுவாக கேள்விகள் கேட்கும் ஒருவரும் பதில்கள் தருபவர் ஒருவருமாக ஒன்றுக்கு ஒன்று உரையாடலா-கவே இருக்கும். நேர்காணல் பல்வேறு துறையில் பல்வேறு வகையில் காணப்படுகின்றன.

நவீன காணொளிக்காட்சி மூலம் நடைபெறுகிற நேர்காணல்

செய்திக்கு மூலமாக இருப்பவரை அல்லது தானே செய்தியாகும் ஒருவரை நேர்காணல் கொள்வது செய்தி திரட்-டுவதில் முக்கியமான ஒன்றாகும். செய்தியாளராக இருப்பவர் நேர்காணல் கொள்வதில் திறனுடையவராக இருக்க வேண்டும். நேர்காணல்கள் இல்லாமல் செய்திகள் இல்லை எனுமளவிற்கு செய்திகளில் நேர்காணல்கள் முக்கியத்துவம் பெறுகிறது.

விளக்கம்: நேர்காணல் என்பது ஒருவரோடு தொடர்பு கொண்டு அவர் மூலமாக விவரங்களைக் கேட்டுப் பெறு-வதாகும். இது நேரிலோ அல்லது தொலைபேசி வழியாகவோ அல்லது கடிதம் வழியாகவோ அல்லது புதிய தகவல் தொடர்பு சாதன வழியாகவோ இருக்கலாம். ஆக்ஸ்போர்டு ஆங்கில அகராதி நேர்காணல் (Interview) என்பதற்கு "மனிதர்கள் நேருக்கு நேராகச் சந்தித்தல்; அதாவது கூட்டம் நடத்தக் காணுதல், செய்தித்தாளில் பணியாற்றுகின்ற ஒருவரும் வெளியிடுவதற்காகத் தகவல்களைத் தர அவர் தேடும் ஒருவரும் கூடிப் பேசுதல்" என்று பொருள் தருகிறது.

நோக்கம்: நேர்காணல் ஒவ்வொன்றும் ஏதாவது ஒரு நோக்கத்துடன் நடத்தப் பெறும். நோக்கமற்ற நேர்காணல் பொழுது போக்குப் பேச்சு போலாகிவிடும். நேர்காணல் செய்பவர் நேர்காணலின் நோக்கம் குறித்துத் தெளிவாக இருக்க வேண்டும். பொதுவாக நேர்காணல் நடத்துவதற்கான நோக்கங்கள் சில உள்ளன. அவை;

1. நடப்பு அறிதல் - நடந்து கொண்டிருக்கும் சில சுவையான நிகழ்வுகள் குறித்த விபரம், கருத்தறிய அதனுடன் தொடர்புடையவரிடம் நேர்காணல் செய்தல்.

2. நிகழ்வு விவரம் அறிதல் - நடைபெறப் போகும் முக்கிய நிகழ்வு குறித்த விபரம், கருத்தறிய அதனுடன் தொடர்-புடையவரிடம் நேர்காணல் செய்தல்.

3. கருத்து வெளிப்படுத்தல் - தலைவர்கள், கலைஞர்கள், சிந்தனையாளர்கள் போன்றவர்களின் ஆளுமைத் திறன், தனித்தன்மை ஆகியவற்றை வெளிப்படுத்த நேர்காணல் செய்தல்.

நேர்காணல் வகைகள்

1. நேர்காணல்கள் எப்படி வேண்டுமானாலும் அமையலாம். இருப்பினும் பொதுவாக நேர்காணல்கள் கீழ்காணும் தலைப்புகளின் கீழ் வகைப்படுத்தப்படுகிறது.

2. தெருவில் காண்போர் நேர்காணல் - தெருவில் காணும் ஒருவரிடம் ஏதாவது ஒன்றைப் பற்றி கருத்தறிய நேர்-காணல் செய்தல்.

3. தற்செயல் நேர்காணல் - திட்டம் எதுவுமில்லாத நிலையில் குறிப்பிடத் தகுந்தவர்களை எதிர்பாராமல் சந்திக்கும் நிலையில் நேர்காணல் செய்தல்

4. ஆளுமை விளக்க நேர்காணல் - புகழ் பெற்ற ஒருவரையோ அல்லது சோதனை முயற்சியில் சாதனையாளராக உள்ளவரையோ அவரது ஆளுமைத் திறனை வெளிக்கொணர நேர்காணல் செய்தல்

5. செய்தி நேர்காணல் - செய்தியைப் பெறும் நோக்கில் செய்தி தரும் ஒருவரிடம் நேர்காணல் செய்தல்

6. செய்திக் கூட்ட நேர்காணல் - செய்தி அளிப்பதற்காக அழைக்கப்பட்ட செய்தியாளர் கூட்டத்தில் அந்த செய்தி தொடர்பாக நேர்காணல் செய்தல்

7. செய்திச் சுருக்க நேர்காணல் - அரசு அல்லது அமைப்பு தான் வெளியிட விரும்பும் செய்திக் குறிப்பை அளிக்-கும் போது அது குறித்த நேர்காணல் செய்தல் (இம்முறையில் அதிகமாக கேள்விகள் கேட்கப்படுவதில்லை)

8. சிற்றுண்டிக் கூட்ட நேர்காணல் - முக்கிய நகரங்களில் செய்திச் சுருக்கம் அளிக்க சிற்றுண்டி அளித்து அது குறித்த செய்தியையும் நெருக்கமான முறையில் பரிமாறிக் கொள்ளும் நேர்காணல்.

9. தொலைபேசி நேர்காணல் - ஒரு இடத்திலிருந்து கொண்டு குறிப்பிட்ட நபரிடம் தொலைபேசி வழியாக நேர்காணல் செய்தல்

10. அடைகாத்தல் நேர்காணல் - சில வேளைகளில், கொள்கைகளை/ தங்கள் கருத்துக்களை எப்படியாவது திணிக்கும் சூழலை உருவாக்குகிறார்கள். இவற்றிற்கான நேர்காணல் அடைகாத்தல் நேர்காணல் என்று ஒதுக்கப்படுகிறது

11. பட்டம் பறக்கவிடும் நேர்காணல் - செய்தியாளர் ஏற்பாடு செய்து நடத்தும் நேர்காணலில் சில முக்கியமானவர்கள் தங்களுக்குச் சாதகமாகப் பயன்படுத்திக் கொண்டு அவர்களது கருத்துக்களை செய்தியாளர் கருத்து போல் வெளியிடச் செய்துவிடுவதுண்டு. இவ்வகை நேர்காணல்கள் “பட்டம் பறக்கவிடும் நேர்காணல்” எனப்படுகிறது.

12. மின்னஞ்சல் நேர்காணல் - நவீன ஊடகமான இணையத்தில் மின்னஞ்சல் வழியாக சில குறிப்பிட்ட கேள்விகளை அனுப்பி பதில் பெறும் நேர்காணல்.

13. நிகழ்பட உரையாடல் நேர்காணல் - இணையத்தில் நிகழ்பட உரையாடல் (Video Conference) மூலம் செய்யப்படும் நேர்காணல்.

நேர்காணல் செய்தல் -நேர்காணல் கொள்ளப்படுபவரிடமிருந்து நேர்காணல் செய்பவர் பல தகவல்களை வெளிக் கொண்டு வரும் தனித்திறனுடையவராக இருக்க வேண்டும். அவரிடம் நம்பிக்கையை ஏற்படுத்த வேண்டும். அவர் தனிப்பட்டு “இதனை வெளியிட வேண்டாம்” (Off the record) என்று கூறும் செய்திகளை வெளியிட்டு விடக் கூடாது.பொதுவாக நேர்காணலுக்கு திட்டமிடுதல், இணங்க வைத்தல், தெளிவாக அறிதல், தொடர் முயற்சி எனும் நான்கு முக்கிய பங்குகள் இருக்க வேண்டும்.

பயன்கள்

1. நேர்காணலினால் பல நன்மைகள் கிடைத்தாலும் அவை கீழ்காணும் முக்கியப் பயனைக்கொண்டுள்ளது.
2. செய்திகளை உருவாக்குதல்
3. வேறுபாடுகளை வெளிக்கொணர்தல்
4. பொதுமக்கள் கருத்து உருவாக்குதல்
5. அதிகாரப்பூர்வமான விளக்கங்கள் அறிய துணை செய்தல்
6. கண்டுபிடிப்புகள், திட்டங்கள் விளக்குதல்
7. சமுதாயத்தில் புகழ் பெற்றவர்கள் - வாசகர்கள் ஆகியோர்க்கு இணைப்பாக இருத்தல்
8. பல்வேறு கருத்துக்கள் வெளிவர வாய்ப்பாயிருத்தல்
9. சுவையான கட்டுரை கிடைத்தல்
10. செய்யக் கூடியதும்- செய்யக் கூடாததும்
11. நேர்காணலில் செய்யக் கூடியதும், செய்யக் கூடாததும் என்பதைச் செய்தியாளர் கவனத்தில் கொள்ள வேண்டும்.
12. செய்யக் கூடியது
13. நேர்காணல் தருபவருடன் தொடர்பு கொண்டு ஒப்புதல் பெற்று இடம், நேரம் போன்றவற்றைக் குறித்துக் கொள்ள வேண்டும்.
14. நேர்காணல் குறித்து திட்டம் தீட்டிக் கொள்ள வேண்டும். கேட்க வேண்டிய கேள்விகளையும் வரையறுத்துக் கொள்ள வேண்டும்.
15. நேர்காணல் கொள்பவர் குறித்தும், நேர்காணலுக்கான பொருள் குறித்தும் நன்கு தெரிந்து கொள்ள வேண்டும்.
16. நேர்காணலை ஆவலுடன் நடத்துவதுடன், சொல்வதைப் பொறுமையாகக் கேட்க வேண்டும்.
17. நல்ல உடையணிந்து செல்ல வேண்டும்.
18. கேள்விகளுக்கு அளிக்கப்படும் பதில் போதாத நிலையில் அது குறித்த கூடுதல் கேள்விகள் கேட்க வேண்டும்.
19. குறிப்பிட்ட நேரத்திற்குச் செல்ல வேண்டும்.
20. நேர்காணலின் நோக்கத்தைத் தெளிவுபடுத்த வேண்டும்.
21. குறிப்புகள் சரியான முறையில் எடுக்க வேண்டும்.
22. எவற்றை வெளியிடுவது? எவற்றை வெளியிடக் கூடாது? என்பதில் தெளிவு வேண்டும்.
23. முடிந்தால் வெளியீட்டிற்கு முன்பு எழுதிய நேர்காணலைக் கொடுத்து, நேர்காணல் அளித்தவரிடம் ஒப்புதல் பெறலாம்.
24. செய்யக் கூடாதது
25. நேர்காணல் தருபவரை விட தனக்கு எல்லாம் தெரியும் என்று நினைக்கக் கூடாது.
26. நேர்காணல் தருபவரிடம் அடிமை போல் நடக்கக் கூடாது; அதே சமயம் ஆட்டிப்படைக்க நினைக்கவும் கூடாது.
27. நேர்காணலின் போது அடிக்கடி இடையில் குறுக்கிடவோ, கூறும் கருத்துக்களை அலட்சியப்படுத்தவோ கூடாது.
28. கருத்து முரண்பாடுகளையோ, உணர்வுகளையோ வேறுபடுத்தக் கூடாது.

29. *தேவையற்ற பேச்சுக்களில் நேரத்தை வீணடிக்கக் கூடாது.*
30. *விவாதத்தைத் தவிர்க்க வேண்டும்.*
31. *தாமாக நேர்காணலை முடித்துக் கொள்ளக் கூடாது.*

நேர்காணல் கட்டுரை எழுதுதல் -நேர்காணல் கட்டுரையை இப்படித்தான் எழுத வேண்டும் என்கிற நிலை இல்லை. இருப்பினும் கட்டுரை சுவையாக அமைவது செய்தியாளரின் எழுத்துத் திறமையில்தான் உள்ளது. பொதுவாக நேர்காணல் கட்டுரை எழுதுவதில் இரண்டு முறைகள் பின்பற்றப்படுகின்றன.

கேள்வி பதில் வடிவம்-நேர்காணல் குறித்த ஒரு சிறிய முன்னுரை கொடுத்துவிட்டு, நேர்காணல் நடந்தது நடந்தபடியே கேள்வி, பதில்களாக சொற்களைக் கூட மாற்றாமல் அப்படியே எழுதுவிடுவது.

கட்டுரை வடிவம்-நேர்காணலை கட்டுரை வடிவில் எழுதுவதில் எழுதுகின்ற பொழுது, எழுதுபவர் மிகவும் சுதந்திரமாகக் கட்டுரையை அமைத்துக் கொண்டு நேர்காணல் தந்தவர், சூழ்நிலை போன்றவைகள் பற்றி விவரித்து, இடையிடையே நேர்காணல் தந்தவர் சொன்ன மேற்கோள்கள் கொடுத்து கட்டுரை அமைக்கலாம். செய்தியாளர் கவனித்தவற்றுடன் கருதுபவைகளையும் எழுதலாம். இருப்பினும் கட்டுரை எழுதுவதில் சில வழிகாட்டல்களையும் கடைப்பிடிக்க வேண்டும்.அவற்றில்,

அறிமுக உரை/நேர்காணலின் கருதுகோள்/பதில்கள்/தொடர்/மேற்கோள்கள்/நேர்காணல் விவரங்கள்/புகைப்படங்கள் ஆகியவை அவசியம் இருக்க வேண்டும்.

1. சுந்தர ராமசாமி

நீங்கள் எழுத்தாளனாய் வாழ்வைத் தொடங்கி, இத்தனை காலம் எழுத்து வாழ்வில் பயணம் செய்து நிறைய அனுபவங்களைப் பெற்ற பின்பும் இன்று உங்கள் எழுதது வாழ்வை எப்படிப் பார்க்கிறீர்கள்?

நான் எழுதத் தொடங்கிய பின் ஐம்பது வருடங்கள் ஓடிவிட்டன. கனவுபோல் நழுவி விட்டிருக்கிறது காலம். எப்போதும் என் எழுத்து வாழ்க்கை சீராகவோ ஒழுங்காகவோ இருந்தது என்று சொல்ல முடியாது. நிறைய மேடு பள்ளங்கள். தத்தளிப்புகள். அவதூறுகளை மௌனத்தைக் கடைப்பிடித்து எதிர்கொள்ள வேண்டிய நிர்ப்பந்தம். அவமானம். இவையெல்லாம் இருந்திருக்கின்றன. சூழல் கழுத்தை நெரித்தபோது ஒருசில வருடங்கள் எழுதாமலும் இருந்திருக்கிறேன். எழுத்தை விட்டு விடுவோமா என்றும் யோசித்திருக்கிறேன். பிழைப்புக்கான வேலை நிர்ப்பந்தங்கள் எழுத்துக்கான நேரத்தை ஒழித்துக் கட்டிவிட்ட காலமும் உண்டு. எழுத்தைக் குறைந்த பட்ச வாசகர்களிடம்கூடக் கொண்டு போக முடியாத திணறல் தொடர்ந்து இருந்து வந்திருக்கிறது. என் எழுத்துகள் பலவும் ஐநூறு அல்லது ஆயிரம் பிரதிகள் அச்சேற்றப்படும் சிற்றிதழ்களில்தான் வெளிவந்தன.

இப்போது நிலைமையில் சில மாற்றங்கள். முழு நேரமும் எழுத்து அல்லது வாசிப்புத்தான். வேறு பொறுப்புகள் இல்லை. மன ஆரோக்கியம், உடல் ஆரோக்கியம் முன்னைவிடவும் எவ்வளவோ மேல். வயது ஆக ஆக ஆரோக்கியம் கூடிக்கொண்டே போகிறது. ஆகச் சிறிய வயதில்தான் ஆக மோசமான நோயாளியாக இருந்தேன். எதிர்மறையான விமர்சனங்களையும் அவற்றின் சூட்சுமம் பார்த்துத் தரம் பிரிக்கக் கற்றுக் கொண்டு விட்டேன். எழுத்தாளர்களின் தலைநகரமான சென்னையிலிருந்து வெகு தொலைவில் ஒரு வித்தியாசமான பின்னணியில் வாழ்ந்து வருவதால் இலக்கிய அரசியலின் சூட்சுமங்களை வெகுவாகப் பிந்தித்தான் புரிந்துகொண்டேன். ஒவ்வொன்றையும் அதனதன் இடத்தில் வைத்துப் பார்க்க இப்போது கற்றுக்கொண்டு விட்டேன். மிகுந்த நம்பிக்கையுடன், நிறையச் செய்ய வேண்டும் என்ற ஆசையுடன் இருக்கிறேன். ஆசைகள் நிறைவேற சூழலின் ஒத்துழைப்பும் வேண்டும்.

நீங்கள் எழுத ஆரம்பித்த காலத்தில் இருந்த தமிழ்ச் சூழலுக்கும் பின்வந்த காலங்களில், தமிழ்ச் சூழல் அதை எதிர்கொண்ட சவால்களையும் முகம் கொடுத்து முன் சென்றிருக்கிறது என்று நம்புகிறீர்களா?

மாற்றங்கள் சிறுகச் சிறுக நிகழ்ந்துகொண்டிருக்கின்றன. பெரிய பாய்ச்சல் என்று சொல்ல முடியாது. தமிழ் இனி 2000 இலக்கிய அரங்கில்கூட நீங்கள் கவனித்திருக்கலாம். யுவன் சந்திரசேகர் என்ற கவிஞர் கவிதை பற்றிய அவரது 'விசேஷத் தத்துவத்தைப்' பேசும்போதுகூட இருநூறு, முன்னூறு பேர் அதைக் கேட்கிறார்கள். என் சிறுவயதில் ம. பொ. சி., ஜீவா, அண்ணா போன்றவர்கள் இலக்கியத்தை அரசியலுடன் கலந்து பேசும்போதுதான் இவ்வளவு கூட்டத்தைப் பார்த்திருக்கிறேன். ஆழமான, கடினமான இலக்கியக் கட்டுரைகளின் ஜெராக்ஸ் பிரதிகளைப் பெறத்தான் ஒரே கூட்டம். எதற்கெடுத்தாலும் புரியவில்லை என்ற பேச்சு குறைந்து கடினமான விஷயங்களையும் அதிக உழைப்பைச் செலுத்திப் புரிந்துகொள்ள வேண்டும் என்ற ஆவல் தலைதூக்கி இருக்கிறது.

நவீனத்துவத்திற்குப் பிந்திய இலக்கியப் போக்குகளைப் பற்றிய பேச்சு - அமைப்பியல், பின்னமைப்பியல், பின்-நவீனத்துவம், தலித்தியம், பெண்ணியம் போன்றவை - இந்திய மொழிகளிலேயே தமிழில் அதிகமாக இருக்கலாம். அல்லது அதிகமாக இருக்கும் மொழிகளில் தமிழும் ஒன்றாக இருக்கலாம்.

'பிச்சமூர்த்தியின் கலை - மரபும் மனித நேயமும்' என்ற படைப்பு, படைப்பாளியின் ஆளுமை பற்றிய மிகவும் குறிப்பி-டத்தக்க ஆய்வு ஒன்றைத் தந்தவர் நீங்கள். இப்போது புதுமைப்பித்தனின் சிறுகதைகளைத் தொகுத்து மிகவும் கனதி-யான தொகுப்பொன்றை வெளிக்கொண்டு வந்துள்ளீர்கள். தமிழ்ச் சூழலில் இவ்விரு ஆளுமைகளின் தேர்வுக்கான காரணம் என்ன?

புதுமைப்பித்தனின் படைப்புகளைச் சிறப்பாகப் பதிப்பித்திருப்பவர் ஆ. இரா. வேங்கடாசலபதி. நான் அதற்கு முன்னுரை மட்டுமே எழுதியிருக்கிறேன். புதுமைப்பித்தன் சிறுவயதிலேயே என்னை ஆட்கொண்டவர். இதைப் பற்றிப் பல பேட்டிக-ளிலும் கட்டுரைகளிலும் குறிப்பிட்டிருக்கிறேன். அவரது கதையான மகாமசானத்தைப் படித்தபோது அது தந்த எதார்த்த உணர்வு மன ரீதியாகவும் உடல் ரீதியாகவும் என்னைப் பாதித்தது. மிகுந்த கிளர்ச்சி அடைந்தேன். எதார்த்தத்திற்கும் மொழிக்குமான உறவில் கூடிவந்த அழகியல் தந்த கிளர்ச்சி அது. ரொமான்டிசிஸத்துக்கு எதிரான ஒரு மனோபாவம் சிறுவயதிலிருந்து தொடர்ந்து எனக்கு இருந்து வருகிறது.

தமிழ்ச் சூழலின் வகைமாதிரிகளைப் புதுமைப்பித்தன்போல் பதிவு செய்தவர் எவரும் இல்லை. இந்த வகைமாதிரி-களின் வீச்சும் விரிவும் எனக்கு மிக முக்கியமானவை. மேலேயிருந்து கீழே இருப்பவர்கள் வரையிலும் மேன்மைகளி-லிருந்து தாழ்வுகள் வரையிலும் இலக்கியப் படைப்புக்கு உகந்த விஷயம் என்பதை அவர்தான் நிரூபித்தார். பகுதிகள் என்றில்லாமல் மொத்த வாழ்க்கையையும் முக்கியத்துவப்படுத்தினார். அவர் படைப்புகளில், 'வாழ்க்கையை நேரடியாக-கப் பார்' என்ற செய்தி இருக்கிறது. இந்தச் செய்தியும் எனக்கு முக்கியமானது. தமிழ்ச் சமூகத்தின் தாழ்வு கனவும் கற்பனையும் சார்ந்த பார்வை. நீண்ட கவிதை மரபின் பின்விளைவு இது. சமயம், புராணம் ஆகியவையும் இவற்-றில் கலந்து கிடக்கின்றன. தமிழர்களின் ரொமான்டிக் மனோபாவத்தைத்தான் சகல வணிகச் சக்திகளும் - இதழ்கள், திரைப்படங்கள், அரசியல்வாதிகள், சமயத் தலைவர்கள், தொலைக்காட்சி - சுரண்டிக்கொண்டிருக்கின்றன. மொழி உருவாக்கும் ரொமான்டிசிஸம்தான் எல்லாவற்றிற்கும் அடிப்படை. புதுமைப்பித்தனின் பார்வை இன்றையத் தேவை என்று நான் நம்புகிறேன்.

எழுத்தாளர்கள் தங்கள் அறச் சாரங்களை இழந்துகொண்டிருக்கிறார்கள். குறுக்கு வழியில் வெற்றி என்பதுதான் இன்றைய ஸ்லோகம். புகழ் ஒளியில் சதா இருந்துகொண்டிருக்க வேண்டும். பரிசுகள் வந்து சேருபவை அல்ல; வாங்-கப்படுபவை. அரசியல் சமரசங்களின் மூலம்தான் எழுத்தாளன் நிகழ்கால வெற்றிகளைப் பெற முடியும். இவ்வகையான சிந்தனைகள் தலைவிரித்தாடுகின்றன. இவற்றிற்கு நேர் எதிரான மன நிலையில் வாழ்ந்தவர் ந. பிச்சமூர்த்தி. அவரி-டமிருந்த கல்ச்சர் ஒரு தமிழ் எழுத்தாளனுக்கு இன்று அவசரத் தேவையாக இருக்கிறது. தாழ்ந்து போவது அல்ல; தன்மானத்தை விட்டுக் கொடுக்காத பிடிவாதம்தான் எழுத்தாளனுக்குத் தேவை. போராட்டம்தான் அவன் வழியே தவிர சமரசம் அல்ல. கனமான புத்தகங்களைத் தொடர்ந்து படித்துக்கொண்டிருந்தவர் பிச்சமூர்த்தி. ஆனால் அவர் தன் வாசிப்பை விளம்பரப்படுத்திக் கொள்ளவேயில்லை. தான் எழுதியுள்ள படைப்புகளை முன்னிலைப்படுத்த தானே உழைப்பது எழுத்தாளனுக்கு அவமானம் என்று அவர் நம்பினார். நாளிதழ்களில் பணியாற்றிக் கொண்டிருந்தபோது உடன் பணிபுரிபவர்களுக்குக்கூட அவர் ஒரு கவிஞர் என்பது தெரியாது.

இன்றையச் சூழலைக் கணக்கிலெடுத்துப் பார்க்கும்போது பிச்சமூர்த்தியைப் போன்ற ஒரு கலைஞர் வெகு சமீபத்தில் தமிழகத்தில் வாழ்ந்திருந்தார் என்பதை நம்பவே கஷ்டமாக இருக்கிறது. அவருடன் உறவு கொண்டிருந்தவர்கள் எல்லோ-ரும் மிகவும் சாதாரணமானவர்கள். பண்டாரங்கள், பைராகிகள், கைரேகை பார்ப்பவர்கள், ஜோசியர்கள், அரைகுறை வைத்தியர்கள், பிச்சையெடுப்பதற்காகத் துறவறம் பூண்டவர்கள், கோயில், குளம், மண்டபங்களில் உட்கார்ந்து தங்கள் வாழ்நாளைக் கழித்தவர்கள், சிறு பொருட்களை விற்பனை செய்யும் வியாபாரிகள். மரபுக் கவிதைக்கும் புதுக்கவிதைக்-குமான பாலத்தை நிர்மாணித்தவர் அவர்தான். அலட்டிக்கொள்ளாமல் அதை லெகுவாகச் செய்தார். இன்று எனக்கு அவர் கவிதைகளில் பெரிய ஈடுபாடு இல்லை. ஆனால் குறிப்பிட்ட காலத்தில் அவர் ஆற்றிய பங்கு முக்கியமானது. சிறுகதை ஆசிரியர்களில் இன்றும் அவருக்கு மிக முக்கியமான இடம் உண்டு.

உங்கள் படைப்பு வாழ்வில் நீங்கள் கவிதை, சிறுகதை, நாவல், உரைநடை, மொழிபெயர்ப்பு போன்றவைகளில் காலூன்றி நின்றிருக்கிறீர்கள். இவற்றில் உங்கள் சிந்தனையை மிகத் தெளிவாக வெளிப்படுத்த ஏற்ற உலகமாக எதை அதிகமாகக் கருதுகிறீர்கள்?

முதலில் சிறுகதைகளை எழுதத் தொடங்கினேன். அப்போது வேறு இலக்கிய உருவம் எதுவும் சாத்தியம் என்ற நம்-பிக்கை இருக்கவில்லை. அப்பா என்னை உதவாக்கரை என்று நினைத்தார். அதை நியாயமான மதிப்பீடு என்றுதான்

சொல்வேன். இலக்கியத்தில் ஒன்றைச் சாதித்து, வெளி உலகத்தில் என்னை ஏற்றுக்கொள்ளும்படி செய்து, அப்பாவைத் தோற்கடிக்க வேண்டும் என்று ந—னைத்துத்தான் சிறுகதைகள் எழுத ஆரம்பித்தேன். இடதுசாரி இயக்கத் தொடர்பும் அவர்களுடைய தத்துவங்களில் நான் கொண்டிருந்த நம்பிக்கையும் படைப்புக்கு ஒரு சமூக நியாயத்தை உருவாக்கித் தந்திருந்தன.

அதன் பின் 'ஒரு புளியமரத்தின் கதை' நாவலை எழுதினேன். க. நா. சு. வின் தூண்டுதலால்தான் கட்டுரைகளும் கவிதைகளும் எழுதத் தொடங்கினேன். இலக்கிய உருவங்கள் சார்ந்த நம்பிக்கைகள் எனக்கு முக்கியமானவை. ஒரு உருவத்தை மற்றொரு உருவத்துடன் பொறுப்பின்றிக் குழப்பியடிப் பதில் விருப்பமில்லை. ஒவ்வொரு உருவத்திற்கும் ஒரு நோக்கம் இருக்கிறது. அழுத்தம் இருக்கிறது. ஒரு முன்னுரிமை இருக்கிறது. ஆனால் எந்த உருவத்தில் அதிக நம்பிக்கை என்று கேட்டால் என் குறிக்கோள் சார்ந்து எல்லா உருவங்களிலும் என்றுதான் சொல்வேன். தெரிந்தோ தெரியாமலோ நோக்கம் அல்லது விஷயம்தான் உருவத்தைத் தேர்ந்தெடுக்கிறது. இருப்பினும் வாழ்வின் புதிர்களை ஆராய நாவல் தரும் வசதியைப் பிற உருவங்கள் தராததால் நாவல்மீது தனியான மரியாதை வைத்திருக்கிறேன்.

தமிழில் நீண்டகாலமாக ஒரு எதார்த்தவாதப் பண்பு இருந்து வந்திருக்கிறது. ஆனால் இப்போது இந்த எதார்த்தவாதப் பண்பு தொடர்பான கேள்விகள் எழுப்பப்படுகின்றன. தமிழில் ஒரு எழுத்தாளன் தான் நினைத்ததை முற்று முழுதாக எழுதவுமில்லை, சொல்லவுமில்லை என்கிறார்கள். இந்த எதார்த்தவாதம் என்பது ஒரு தேர்வுக்கு உட்பட்ட அல்லது சமூக மனோபாவத்தை ஏற்று சுத்திகரிக்கப்பட்ட இலக்கிய முயற்சிகள்தானா?

படைப்பில் புறத்தைப் பற்றிய பேச்சு எல்லாம் அகத்தை ஊடுருவத்தான். தோற்றம் சாரத்துக்கு இட்டுச் செல்ல வேண்டும். எதார்த்தவாதம் என்பது ஒரு தளத்தின் பொதுப்பெயரே தவிர ஒரு படைப்பின் குணத்தைத் தீர்மான—க்கக்கூடியது அல்ல. ஒரு எதார்த்தத்தளத்தைச் சேர்ந்த ஒரு எழுத்து நம்மை ஆட்கொள்ளும்போது அதே தளத்தைச் சேர்ந்த மற்றொன்று மிகுந்த சலிப்பைத் தருகிறது. ஊடுருவல்தான் முக்கியம். எதார்த்தத்தளம் சார்ந்த ஊடுருவல் தமிழ் வாழ்வின் ஸ்திதிக்கு இன்று பொருந்தி வருகிறது. அதன்மீதான என் விருப்பம் தமிழ் வாழ்வைக் கடுமையாகப் பாதிக்க வேண்டும் என்ற குறிக்கோள் சார்ந்தது.

தமிழில் எதார்த்தவாதிகள் எவரும் அதையே பிடித்துத் தொங்கிக்கொண்டிருக்கவும் இல்லை. 'ஆறில் ஒரு பங்கு', 'சின்னச் சங்கரன்' போன்ற கதைகளை எழுதிய பாரதிதான் 'ஞானரத'த்தையும் எழுதியிருக்கிறான். 'பொன்னகரம்', 'கவந்தனும் காமனும்' போன்ற கதைகளை எழுதிய புதுமைப்பித்தன் தான் 'ஞானக்குகை', 'பிரம்மராக்ஷஸ்' போன்றவற்றையும் படைத்திருக்கிறான். கு. ப. ரா., ந. பிச்சமூர்த்தி போன்றவர்களும் எதார்த்தவாதத்தைத் தாண்டிப் பல கதைகளை எழுதியிருக்கிறார்கள். மௌனி எதார்த்தவாதத்துக்குள் நுழையவே இல்லை. எதார்த்தம் தாண்டிய படைப்பு நம்பிக்கைகளைப் புதிய கண்டுபிடிப்புகள்போல் இப்போது சிலர் பேசுவது உண்மை அல்ல.

என் 'பல்லக்குத் தூக்கிகள்' தொகுப்புகூட எதார்த்தவாதக் கதைகளைச் சேர்ந்தது அல்ல. இப்போதைய என் கதைத் தொகுப்பின் தலைப்பான 'காகங்கள்' கதையையும் ஒரு எதார்த்தவாதக் கதை என்று சொல்ல முடியாது. இவையெல்லாம் மேல்நாட்டுத் தத்துவங்களைப் படித்துவிட்டுப் போலி செய்தவையும் அல்ல. இந்திய மரபில் இல்லாத மாந்த்ரீக எதார்த்தம் வேறு எந்தத் தேசத்திலும் இருப்பதாக எனக்குத் தெரியவில்லை.

எதார்த்தவாதத்தின் பாதிப்பைப் பெற்ற ஒரு மூளையால்தான் அமைப்பியல்வாதம், பின்னமைப்பியல் வாதம், பின்நவீனத்துவம் போன்ற தத்துவங்களைச் சரிவரப் புரிந்துகொள்ள முடியும் என்று நான் நம்புகிறேன். எதார்த்தவாதம் வழியாகத்தான் நீங்கள் அவற்றைத் தாண்டிச் செல்லும் தத்துவங்களுக்கும் போக வேண்டும். நம் வாழ்வின் ஸ்திதியைக் கணக்கில் எடுத்துக்கொள்ளாத, மிகச் சிக்கலான தத்துவங்களைப் பேசுவதன் மூலம் பேசுபவர்களுக்கு உபயோகப்படும் அதிகார மையங்களை உருவாக்கலாம். தமிழ் வாழ்க்கையில் எந்தப் பாதிப்பையும் நிகழ்த்த முடியாது. தமிழ்ச் சூழலில் அரசியல் சார்ந்த இன்டெலச்சுவல் வர்க்கத்தின் அதிகபட்ச எல்லை பாரதிதாசன். புதுமைப் பித்தன் இன்றும் அவர்களுக்கு ஒரு புதிர். இவையெல்லாம் தமிழ் எதார்த்தங்கள்.

புதிய சிந்தனை களின் அறிமுகங்களை நான் வரவேற்கிறேன். அந்தச் சிந்தனைகளை நாம் அறிந்துகொள்ள வேண்டும். அவற்றின் பாதிப்பையும் பெற வேண்டும். அந்தச் சிந்தனைகளுக்கு முற்பட்டவை யெல்லாம் காலாவதியாகிவிட்டன என்ற பாவனை உண்மையில்லை. ஆசிரியர் 'இறந்துவிட்டார்' என்று கூறுகிறவர்கள் ஆசிரியருக்கு மட்டுமே முக்கியத்துவம் தரும் விமர்சனங்களைத்தான் இப்போதும் உருவாக்கிக்கொண்டிருக்கிறார்கள். படைப்பாளி அதீத முக்கியத்துவம் பெற்று வருகிறான் என்றுகூடச் சொல்லலாம். எல்லாப் பிரதியும் ஒன்று என்று சொன்னவர்கள் பாரதியைப் பற்றியும் புதுமைப்பித்தனைப் பற்றியும் இன்றையப் படைப்பாளிகளில் பொருட்படுத்தத் தகுந்தவர்களைப் பற்றியுமே பேசுகிறார்கள்.

தமிழ் நாவல் வெளிப்பாட்டு முறையில் உங்கள் 'ஜே. ஜே : சில குறிப்புகள்' ஒரு முக்கியமான திருப்பம். இது இயல்-

பாக நடந்ததா அல்லது முற்கற்பிதத்துடனான எழுத்துச் செயல்பாடா?

பெருமளவு இயல்பாக நடந்தது என்றுதான் சொல்ல வேண்டும். அதை எழுதி முடித்த நிலையில் தமிழ் நாவல் மரபில் அது வித்தியாசமானது என்ற உணர்வு மட்டும்தான் எனக்கு இருந்தது. நண்பர்களும் முன் பின் தெரியாத வாசகர்களும் சாதகமான அபிப்பிராயங்களைக் கூறத் தொடங்கிய போது நான் எதிர்பாராத காரியம் நடந்திருப்பதாக உணர்ந்தேன். விமர்சகர்கள் அதைக் கடுமையாகக் கண்டிக்க ஆரம்பித்தார்கள். வாசகர்களின் வரவேற்பு வழக்கத்திற்கு மாறாக இருந்தது. அபிப்பிராயங்களை விமர்சனம் சிறிய அளவில்கூடப் பிரதிபலிக்கவில்லை என்பது என் அனுபவம்.

மொழியையோ சிந்தனையையோ தமிழில் யாரும் இப்படி கைகொண்டு வெளிப்படுத்தவில்லை. நாம் இதனைத் தமிழில் செய்வோம் என்றாவது நினைக்கவில்லையா அல்லது தமிழ் நாவல் வெளிப்பாட்டு முறையில் இது ஒரு புதுக் காலடி என்றாவது எண்ணவில்லையா?

பிறர் செய்து வைத்திருக்கும் காரியங்களையோ நான் செய்து முடித்துவிட்ட காரியங்களையோ திரும்பச் செய்யக்கூடாது என்பதில் எப்போதும் உறுதியாக இருந்திருக்கிறேன். படைப்பு என்பது புதிது. இதற்கு முன் இல்லாதது. கோடிக்கணக்கான குழந்தைகள் பிறந்திருக்கின்றன. ஆனால் இப்போது பிறந்திருக்கும் குழந்தை இதற்கு முன் பிறந்ததே இல்லை. இயற்கையிலேயே படைப்பு இப்படி. நிகழ்த்தியதை மீண்டும் நிகழ்த்திக் காட்டுவது பழக்கம் அல்லது சகஜம்.

'ஒரு புளியமரத்தின் கதை' வெளிவந்தபோது குடும்பங்களுக்கு வெளியே உருவாக்கப்பட்ட நாவல் என்று எதுவும் இருக்கவில்லை. மனிதனுக்கும் கருத்துகளுக்குமான உறவு வலுமையானது. உணர்ச்சித் தளங்களில் வேர் விட்டு நிற்பது. அதனால்தான் கருத்துகள் சார்ந்த முறிவு மனிதனை மிக மோசமாகப் பாதிக்கிறது. 'ஜே. ஜே : சில குறிப்புகள்' மனிதனுக்கும் கருத்துகளுக்குமான உறவைப் பற்றிச் சொல்கிறது. 'குழந்தைகள் பெண்கள் ஆண்கள்' நாவல் குடும்பத்துக்கும் மனிதனுக்குமான உறவைச் சொல்கிறது என்று வைத்துக்கொள்ளலாம். குடும்பம் ஒரு நிறைவான அமைப்புதானா? அதன் தோற்றத்திற்கும் உள்ளார்ந்த செயல்பாடுகளுக்கும் இசைவு உண்டா? குறையுணர்ச்சியுடன்தான் மனிதன் குடும்பத்துக்குள் தத்தளித்துக் கொண்டிருக்கிறானா? இதுபோன்ற பல கேள்விகள் இருக்கின்றன. உள்ளூர இருந்த ஆவேசம்தான் புதிய படைப்புகளைப் பார்க்கத் தூண்டிக்கொண்டே போயிருக்கிறது. பெரிய திட்டங்கள் என்று இல்லை. புதுமைக்காகப் புதுமை என்பதும் இல்லை. சிறிய அளவிலான யோசனைகள்தான்.

படைப்புத் தொடர்பான தீவிர ஆவேசம் தெரிகிறதே உங்களிடம். . .

அந்த ஆவேசம் எப்போதும் இருந்து இப்போதும் இருப்பதுதான். ஒரு மாற்றத்தை நிகழ்த்த வேண்டும் என்ற ஆசையிலிருந்து பிரிக்க முடியாத ஆவேசம் அது. உலக இலக்கியப் படத்தில் சிறிய நாடுகள், சிறிய மொழிகள்கூட அவற்றுக்குரிய இடத்தைப் பிடித்துக்கொண்டிருக்கின்றன. தமிழ் மரபும் செழுமையும் கொண்ட மொழி. இங்கும் பெரிய காரியங்கள் நடக்க வேண்டும். அதற்கான சூழல் உருவாக வேண்டும். எழுத்தாளன் சமூக மதிப்பைப் பெற வேண்டும். எழுதுவது மட்டுமே படைப்பு என்று நான் நினைக்கவில்லை. படைப்புக்கு வெளியே சக மனிதனிடம் நாம் வெளிப்படுத்தும் சிந்தனைகள், வாசிப்பில் நாம் கொண்டிருக்கும் ஆர்வம், சுயப்பரிசோதனை, சொல்லையும் செயலையும் இயன்ற அளவு இணைப்பதற்கான முயற்சி, ஜீவராசிகள் அனைத்தின்மீதும் கொள்ளும் பரிவு எல்லாமே படைப்பு மனத்திலிருந்து தோன்றுபவைதான்.

உங்கள் எழுத்தை வாசிக்கும்போது முரண்பாடுகள்மீதான உணர்வுகளையே காண முடிகிறது. தனிமனிதர்கள்மீதான முரண்பாடு, தத்துவங்கள்மீதான முரண்பாடு. உங்களுக்குத் தனி மனிதன், சமூகம், சமூக நிறுவனங்கள், தத்துவங்கள் எதுவுமே திருப்தியைத் தரவில்லையா?

சமூக வாழ்க்கையில் எனக்குத் திருப்தி இல்லை. தத்துவங்கள் சார்ந்தும் சமூக ஒழுக்கங்கள் சார்ந்தும் மனிதன் போடுகிற வேஷம் மிகப் பெரிய சீரழிவை உருவாக்குகிறது. உயர்வானவையும் மனித ஸ்பரிசம் படும்போது கீழிறக்கம் கொள்கின்றன. பதவியைப் பிடிக்கத் தத்துவங்களைப் பயன்படுத்தும்போது உபயோக மதிப்பு உள்ளார்ந்த சாரத்தை அரித்து விடுகிறது. பார்வையற்றோர் பள்ளிக்கு வெளிநாட்டிலிருந்து வரும் உணவை ஆசிரியர்கள் திட்டமிட்டுத் திருடுகிறார்கள். மனிதன் மேலானவன் என்பதை ஒரு ஸ்லோகமாக்க நான் விரும்பவில்லை. மனிதநேயம் படைப்பாளி நம்பித் தீர வேண்டிய ஒரு நிர்ப்பந்தம் அல்ல.

படைப்பாளியிடம் அனுபவம் சார்ந்த பார்வைதான் வலிமையாக இருக்க வேண்டும். சகல பாதிப்புகளும் அந்த அனுபவத்துக்குள் இருக்கின்றன. மனித ஸ்திதியை அது எவ்வளவு கேவலமாக இருக்கும் நிலையிலும் புரிதல் சார்ந்து மேலெடுத்துச் சென்றுவிட முடியும். பிரக்ஞைபூர்வமான வேஷதாரிகளைத் திருத்துவது மிகக் கடினம். வேஷதாரி களால் அழிக்கப்பட்டுக் கொண்டிருக்கும் சமூகம் தமிழ்ச் சமூகம். கபடமற்ற ஜனங்களின் சரிவு அல்ல பிரச்சினை. திட்டமிட்டு ஏமாற்றும் சக்திகளின் கூட்டு ஒப்பந்தம்தான் பெரிய பிரச்சினை.

நீங்கள் உணர்ச்சிபூர்வமாக இருந்தாலும் உங்கள் மொழி ஆளுகையில் அறிவின் மொழியினூடாக உங்கள் சிந்தனை

வெளிப்படுவது எப்படி சாத்தியமாகிறது?

தமிழ்ச் சூழலில் உணர்ச்சியின் பீறிடல்களைச் சிறுவயதிலிருந்தே கவனித்துக் கொண்டிருக்கிறேன். புகழும் பணமும் பதவியும் தேடித் தர ஏற்ற விற்பனைப் பண்டமாகவே உணர்ச்சியின் பீறிடல் தமிழ்ச் சமூகத்தில் பயன்படுத்தப்பட்டு வருகிறது. அரசியல் மேடைக் கத்தல்கள், தமிழ்த் திரைப்படங்களில் கண்ணீரின் பிரவாகம், வணிக எழுத்தாளர்களின் நெகிழ்ச்சிகள் எல்லாவற்றிற்கும் எதிராக நான் என் உணர்ச்சியைச் செம்மை செய்துகொள்ள விரும்பினேன். வாசகர்களைச் சிந்திக்கச் செய்ய வேண்டும். அப்போதுதான் அவர்களிடம் சுயமான விமர்சனம் உருவாகும். இந்த விழிப்புநிலையிலிருந்துதான் ஜனநாயகத்தை வலிமைப்படுத்தும் செயல்பாடுகள் தோன்றுகின்றன. அறிவு சார்ந்த மொழி உருவாகும்போது இன்னும் ஆரோக்கியமான விவாதங்களை நடத்த முடியும். இப்படியெல்லாம் யோசிக்கிறேன்.

மதங்களில், தத்துவங்களில் நம்பிக்கை இழந்துவிட்டோம் என்பது உங்கள் குரலாக உள்ளது. மனிதர்கள் பற்றிப் பிடிப்பதற்கு ஏதாவது ஒரு ஆதாரம் தேவையில்லையா? உங்கள் அனுபவம் சார்ந்து இதனை எப்படிப் பார்க்கிறீர்கள்?

மனிதர்களின் சமய நம்பிக்கைகளுக்கு எதிராக நான் எதுவும் சொல்ல விரும்புவதில்லை. அவன் விரும்பும் சமயத்தில் அல்லது தத்துவத்தில் அல்லது சிந்தனைகளில் நம்பிக்கை கொள்ளட்டும். எவற்றினூடாகவும் மனித வாழ்க்கை சார்ந்த விமர்சனமும் கனவும் ஒருவனுக்கு இருக்குமென்றால் அவனுடன் விவாதம் செய்ய எனக்கு ஒரு சந்தர்ப்பம் இருக்கிறது. ஆனால் எந்தத் துறையைச் சேர்ந்த போலிகளுடனும் நான் விவாதத்தில் ஈடுபட முடியாது. அது என்னையே அழித்துக் கொள்வதாகும். முற்போக்கு, பிற்போக்கு சார்ந்த பழைய இலக்கணங்கள் எல்லாம் சுக்கு நூறாகத் தெறித்துவிட்டன. சங்கராச்சாரி ஜாதி புத்தி கொண்ட பிற்போக்குவாதி என்பது என் எண்ணம். ஜெயலலிதா பக்தி கொண்ட வீரமணி எந்த விதத்தில் முற்போக்குவாதி? பொதுவுடைமைவாதிகள் - இவர்களில் பலர் முக்கியமான தமிழ் எழுத்தாளர்கள் - கால் நூற்றாண்டேனும் சகல மனித ஒடுக்கல்களையும் அறிந்த நிலையில் சோவியத் சர்வாதிகாரத்துக்குத் துணை போனவர்கள். தங்கள் கடந்த கால வாழ்க்கையைப் பற்றிய விளக்கம் எதுவும் அளிக்காமலே அவ்வாழ்க்கை புதைந்துபோய்விட்ட திருப்தியில் இப்போதும் ஜனநாயகம் பற்றியும் சமூக முன்னேற்றம் பறஞறியும் பேசிக் கொண்டிருக்கிறார்கள்.

ஒரு தனிமனிதன் எந்த அளவுக்குச் சமூக மனிதனாகவும் இருக்கிறான் என்பது எனக்கு முக்கியம். எந்த அளவுக்கு வெளிப்படையாகவும் பகிர்ந்துகொள்கிறவனாகவும் இருக்கிறான்? சமூகப் பிரக்ஞையுடன் செயல்படுகிறானா அல்லது ஏமாற்றுவதற்காகச் செயல்படுகிறானா? படைப்பாளியின் எழுத்து எந்தவிதமான வாழ்க்கையைச் சென்றடைய அவன் கனவு காண்கிறான் என்பதைக் காட்டுகிறது. மனித சாரத்தைப் பேண முற்படுகிறவர்களுடன் நான் மானசீக உறவு வைத்துக்கொண்டிருக்கிறேன். என் ஊரையும் உலகத்தையும் தழுவிய உறவு இது.

நீங்கள் முதல் எழுதத் தொடங்கிய நாவல் ‘குழந்தைகள் பெண்கள் ஆண்கள்’. 38, 40களில் அக்கதை நடக்கிறது. ஆனால் இடையில் உங்களுடைய இரு நாவல்கள் வெளிவந்தன. மூன்றாவது நாவலாகத்தான் ‘குழந்தைகள் பெண்கள் ஆண்கள்’ வெளிவந்தது. தமிழ்ச் சூழலில் ஏன் அந்த நாவல் அதிகக் கவனம் பெறாது போய்விட்டது. இதுவே உங்கள் முதல் வெளிவந்த நாவலாக இருந்தால் நீங்கள் தமிழில் அதிகக் கவனத்துக்குரிய படைப்பாளியாக ஏற்கப்பட்டிருப்பீர்களா?

நான் 1978, 79 காலங்களில்தான் ‘குழந்தைகள் பெண்கள் ஆண்கள்’ நாவலை எழுதத் தொடங்கி னேன். (இப்போது வெளிவந்திருப்பது அதிலிருந்து வெகுவாக விலகிவந்த ஒரு எழுத்துருவம்.) ஆகவே இது என் முதல் நாவல் அல்ல. முதல் நாவலாக வந்திருந்தால் அதிகக் கவனம் பெற்றிருக்கும், மூன்றாவது நாவலாக வந்ததால்தான் கவனம் பெறாது போய்விட்டது என்பது உண்மை என்றால் அது கவனம் பெறாமல் போனது நல்லதுதான். ஏனென்றால் அதன் உயிர்ப்பு சார்ந்து அது வாழ வேண்டும் என்ற எதிர்பார்ப்புதான் எனக்கு இருக்கிறதே தவிர அதன் வரிசை சார்ந்து அது வாழ வேண்டும் என்ற எண்ணம் எனக்கு இல்லை.

என் மூன்று நாவல்களில் மிக முக்கியமான நாவலாக நான் கருதுவது ‘குழந்தைகள் பெண்கள் ஆண்கள்’தான். அதுதான் வாழ்க்கையை அதன் முழுமையான தளத்திற்கு விரித்துப் பார்க்க முயல்கிறது. அது காட்சியளிக்கும் வகையிலேயே எடுத்துக்கொள்ளப்பட்டுவிட்டால் அது எனக்கு ஒரு இழப்புத்தான். அந்த நாவலில் வரிகளுக்குப் பின்னால் இருக்கும் வரிகள் மிக முக்கியமானவை என்று நம்புகிறேன். அவற்றைத் தொகுத்துப் பார்க்க வேண்டும். அவ்வாறு தொகுத்துப் பார்க்க சிரத்தையான, ஆழமான வாசிப்புத் தேவை. அதை ஊடுருவி வாசித்த பின்பும் ஏற்கவில்லையென்றால் அதை நான் மதிக்கிறேன். இதற்கு மேல் செய்ய எதுவும் இல்லை. மோஸ்தர் சார்ந்த புறக்கோலங்கள் இல்லை என்ற காரணத்திற்காக அது உதாசீனப்படுத்தப்பட்டால் வாசகனுக்கு அது ஒரு இழப்பு என்றே சொல்வேன்.

உங்கள் எழுத்துக்களின் பின்னால் ஒரு தொனி இருக்கிறது. இப்போது இருப்பவன் புரிந்துகொள்ளா விட்டாலும் எதிர்-

காலத்தில் என்னைப் புரிந்துகொள்ளும் ஒரு வாசகன் வருவான். அவனுக்காகவே நான் எழுதுகிறேன் என்கிறீர்கள். அப்படியான வாசகன் வந்துவிட்டானா?

திட்டவட்டமாக அப்படி சொல்ல முடியாது.வாழும் காலத்தில் அங்கீகாரம் பெற முடியாத எழுத்தாளன் தன் உயிர்ப்பைத் தக்கவைத்துக்கொள்ள எவ்வளவோ வாக்கியங்களை உருவாக்க வேண்டியிருக்கிறது. அதில் ஒன்றுதான் 'இன்று இல்லையென்றாலும் நாளை ஒளி வரும்' என்பது. சமூக ஸ்திதி¯யும் எழுத்தாளனின் ஆதங்கத்தையும்தான் இவ்வரிகள் வெளிப்படுத்துகின்றன. பலருக்கு ஒளி வராமல் போயிருக்கிறது. புல் முளைத்து மண்டியிருக்கிறது. எதிர்மறையான சூழலில் நம்பிக்கை கொண்டு செயல்பட பல மந்திரங்கள் தேவையாக இருக்கின்றன. போன நூற்றாண்டு முழுக்கப் பல படைப்பாளிகள் வெவ்வேறு வகைகளில் இந்த மந்திரங்களை உருவாக்கியிருக்கிறார்கள். சிலருக்குக் காலம் துணை நின்றும் இருக்கிறது.

உங்கள் 'காற்றில் கலந்த பேரோசை'யில் ஜீவாவைப் பற்றி எழுதியுள்ளீர்கள். பெரியார் உங்களைப் பாதிக்கவில்லையா? இத்தேர்வுக்கு அரசியலும் ஒரு காரணமாக இருக்குமோ?

ஜீவா எங்கள் ஊரைச் சேர்ந்தவர். பத்து வயது வாக்கில் நான் அவரைப் பார்த்தாயிற்று. பின்பு அவரது மறைவு வரையிலும் அந்தத் தொடர்பு நீடித்தது. எங்கள் ஊருக்குப் பெரியார் வந்துபோகக் கூடியவர் என்றாலும் என் குடும்பப் பின்னணியில் அவர் பெயர் அடிபடவே இல்லை. சிறுவயதில் நான் மலையாள எழுத்தாளர்களைத்தான் அதிகம் படித்தேன். எம். கோவிந்தன், சி. ஜே. தாமஸ், தகழி, பஷீர் போன்றவர்களை. எங்கள் பகுதி தமிழகத்துடன் இணைந்த பின்புதான் எனக்குப் பெரியார்மீது கவனம் வந்தது. அவருடைய உண்மை உணர்ச்சியை நான் ஏற்றுக்கொண்டேன். அந்த உண்மைகளை அவர் முன்வைக்கும் முறைகளை என்னால் ஏற்றுக்கொள்ள முடியவில்லை. அதில் ஈரமோ, அழகியலோ, அரவணைப்போ இல்லை.

பெரியாரை நீங்கள் நிராகரிப்பது அரசியலுக்கு அப்பாற்பட்ட மொழி சம்பந்தமாக மட்டும்தானா?

பெரியாரை நான் நிராகரிக்கவில்லை. அவருடைய கருத்துகளில் பெரும்பான்மையானவை நான் ஏற்றுக்கொள்ளக்கூடியவைதான். சொல்முறை பற்றிச் சொன்னேன். மொழிக்கும் கருத்துக்குமான உறவு எனக்கு மிக முக்கியம். அவரது இயக்கத்தில் அவர் ஒருவர்தான் சொல்லோடு செயலை இணைத்திருந்தவர். பின்னால் வந்தவர்கள் எவரையுமே அப்படி சொல்ல முடியாது. அரசியல் தளத்தில் ஆகப் பெரிய அநாகரீகங்களை உருவாக்கியவர்கள் அவர்கள். அந்த இயக்கத்தின் இன்றையச் சரிவு கொடுமையானது.

நீங்கள் மார்க்ஸிய சித்தாந்தத்தில் ஈடுபாடு உள்ளவராக இருந்திருக்கிறீர்கள். பின்னால் ஒரு இடைவெளி ஏற்படுகிறது. இவ் இடைவெளி மார்க்ஸியத்தின் போதாமை காரணமாக ஏற்பட்டதா அல்லது மார்க்ஸிய நிறுவனங்களின் பலவீனங்களின் அடிப்படையில் ஏற்பட்டதா?

மார்க்ஸியம் ஒரு தத்துவம்தான். சமய நெறி அல்ல. தத்துவங்கள் காலத்தின் போக்குக்கு ஏற்ப மறுபரிசீலனை செய்ய இடம் தருபவை. அந்த வாசலை இங்கு சாத்திவிட்டார்கள். குறுகிய நோக்கங்களுக்காக தத்துவங்கள் பயன்படுத்தப்படும்போது அவை இறுகி அதன் சாராம்சத்தை இழந்து அடையாளங்களாக மாறிவிடுகின்றன. அடையாளங்கள் சார்ந்து நம்பிக்கை மதிப்பிடப்படுகிறது. இந்த விஷயங்களைத்தான் நான் 'ஜே. ஜே : சில குற—ப்புக'ளில் சொல்ல முயல்கிறேன். தத்துவத்துடன் நான் நேரடியாக மோதவில்லை. மிகப் பெரிய நாகரீகத்தை உருவாக்க முற்படுகிறவர்கள் கருத்துச் சுதந்திரம், ஜனநாயகப் பண்பு ஆகியவற்றில்கூட நம்பிக்கையற்ற அதிகாரிகளாக மாறுவதுதான் என் பிரச்சினை. எல்லா அரசியல் கட்சிகளிலும், சமய அமைப்புகளிலும் இந்த நிலை இருக்கிறது.

சுந்தர ராமசாமி என்ற படைப்பாளியை, ஆளுமையை உருவாக்குவதில் மலையாளச் சூழலுக்கு எந்தவிதமான பங்களிப்பு உள்ளது?

பெரிய அளவில் பங்களிப்பு இருக்கிறது என்று சொல்ல முடியாது. இடதுசாரிச் சிந்தனைகளில் கவனம்கொள்ள என்னைத் தூண்டியவை மலையாள எழுத்துகள்தான். மார்க்ஸிய பார்வை கொண்ட சிறுகதைகளை நான் ஆரம்பகாலத்தில் எழுதத் தூண்டுதல் பெற்றதும் மலையாளப் படைப்பிலக்கியத்தின் பாதிப்பாக இருக்கலாம். ஈழத்து தமிழ்ச் சூழலில் மேற்கு நாடுகளுக்கான தமிழ் புலம் பெயர்வு அதிகமாக நடந்திருக்கிறது. அங்கு போய் தமிழில் எழுதுகிறார்கள்.

தமிழில் புலம் பெயர்இலக்கியம் என்ற ஒரு அம்சம் ஏற்பட்டுள்ளது. இதனை எப்படிப் பார்க்கிறீர்கள்?

என்னை மிகவும் பாதித்த விஷயம் இது. இருபத்தைந்து வருடங்களாகவே எனக்கு ஈழத்து எழுத்தாளர்கள் பலர் நெருக்கமான நண்பர்களாக இருக்கிறார்கள். அங்கு நிகழ்ந்த எல்லாப் பிரச்சினைகளையும் இவர்களைப் பற்றிய என் ஞாபகங்கள் வழியாகத்தான் பார்க்கிறேன். புலம் பெயர்ந்த தமிழர்களையும் அவர்கள் வசிக்கும் இடங்களையும் ஓரளவுக்குப் பார்க்க முடிந்தது. கசப்பான பல உண்மைகள் இருக்கின்றன. அவர்களுடைய வாழ்க்கை அங்கு நீடிக்கும் என்றால் அவர்கள் குடும்பங்களிலிருந்து தமிழ் வெளியே போய்ச் சூழலில் இருக்கும் மொழி உள்ளே வந்து விடும்.

குழந்தைகளால் தமிழைக் காப்பாற்ற முடியாது. இது வரலாற்றின் கட்டாயம். இந்தத் தலைமுறையில் ஏதேனும் தமிழ் எழுத்துகள் வந்தால்தான் உண்டு. படைப்பு உருவாவதற்கு மொழியறிவு மட்டும் போதாது. மொழி சார்ந்த வாழ்க்கையும் வேண்டும்.

பின் நவீனத்துவக் கோட்பாட்டைத் தமிழ்ச் சூழலுடன் எப்படி பொருத்திப் பார்க்கிறீர்கள்?
பின் நவீனத்துவக் கோட்பாடும் தமிழ்ச் சூழலும் இன்றுவரையிலும் பொருந்தாமல்தான் இருக்கிறது என்று நினைக்கிறேன். படைப்புகள் வழியாக அதன் பாதிப்பு குறிப்பிடும்படி நிகழ்ந்ததாகவும் தெரியவில்லை. சகல முனைகளிலும் சுதந்திரத்தின் எல்லைகளை விரிக்க வேண்டும் என்றாலும் கூட நடைமுறையில் பாலியல் விவரணைகளில் மட்டும்தான் விரிக்கப்படுகிறது. இது அதிர்ச்சி மதிப்புக்குத் தரும் முகஞுகியத்துவம் தவிர வேறு அல்ல. பின் நவீனத்துவக் கோட்பாட்டைத் தமிழ்ச் சூழலுடன் இணைத்துக் காட்டும் படைப்புச் சிந்தனை தோன்றும் என்றால் அந்தச் சிந்தனை இன்னும் அதிகக் கௌரவத்தைப் பெறும். படைப்பிலக்கியத்தையும் பாதிக்கும்.
தமிழ் சிற்றிதழ் வரவில் காலச்சுவடு மிக முக்கியமானது. அச்சிற்றிதழ் வருகைக்கான குறிக்கோள்கள் எட்டப்பட்டு விட்டனவா? இப்போது எங்கே நிற்கிறது?
இப்போது காலச்சுவடை உருவாக்குவதில் எனக்கு எந்தப் பங்களிப்பும் இல்லை. கண்ணனும் மனுஷ்ய புத்திரனும் அவர்களது நண்பர்களின் உதவியுடன் செய்து வரும் காரியம். நான் நடத்தி வந்த காலச்சுவடின் எல்லைகள் இப்போது பெரிய அளவுக்கு விரிந்திருக்கின்றன. குறிக்கோளைச் சென்றடைந்துவிட்டோம் என்ற பேச்சுக்கே இடம் இல்லை. தமிழ் வாசகர்களிடையே மிகப் பெரிய விழிப்புநிலையையும் சுதந்திர உணர்வையும் உருவாக்க வேண்டும். வாழ்க்கையை மதிப்பிடவும் மறுபரிசீலனை செய்யவும் புதியவற்றை ஏற்கவும் பழையவற்றைக் கழிக்கவும் அவர்களால் சாத்தியப்பட வேண்டும்.
தமிழ் இனி 2000 சந்திப்பில் எதைச் சாதிக்க வேண்டுமென விரும்பினீர்கள்?
தமிழ் இனியை உருவாக்கியவர்களின் நோக்கம் எல்லோரும் கூடி கடந்து வந்த பாதையைப் பற்றியும் இனி நடக்க வேண்டிய பாதையைப் பற்றியும் ஆழமாகச் சிந்திப்பது என்பதுதான். அதன் நோக்கம் ஓரளவு நிறைவேறிற்று என்று ந—னைக்கிறேன். இதன் மூலம் பல நல்ல விளைவுகள் கூடி வரவேண்டும்.

அண்மைக்காலமாக ஈழத்துடன் உங்களுக்கான தொடர்பு அதிகரித்திருக்கிறது. இன்றைய ஈழத்துத் தமிழ் இலக்கியம் தொடர்பாக உங்கள் மனநிலை என்ன?
ஈழத்து இலக்கியம் பற்றிச் சொல்வதென்றால் கவிதைப் படைப்புகளிலும் விமர்சனச் சிந்தனைகளிலும் அவர்கள் கொண்டிருக்கும் அக்கறையைத்தான் முன்னிலைப்படுத்த வேண்டியிருக்கிறது. சமீப காலங்களில் ஈழத் தமிழர்களுக்கு நிகழ்ந்த வாழ்க்கை நெருக்கடிகள் மிகப் பெரிய நாவலுக்கான களத்தை விரிப்பவை. அவ்வகையான முயற்சிகள் தோன்றாமல் இருப்பது புரிந்து கொள்ள முடியாத கேள்வியாகவே இருக்கிறது. தங்களைப் பற்றித் தாங்களே உருவாக்கிக்கொள்ளும் மிகையான அபிப்பிராயங்களையும் பிறர் உருவாக்கும் மிகையான அபிப்பிராயங்களையும் மறுபரிசீலனை செய்ய அவர்களுக்குத் தெரிந்திருக்க வேண்டும் என்று எதிர்பார்க்கிறேன்.
எதிர்காலத்தில் படைப்புகளைத் தரும் உத்தேசங்களில் உங்களை ஈடுபடுத்தியிருக்கிறீர்களா?
நிச்சயமாக. ஒருசிலவேனும் கூடி வரும் என்று நம்புகிறேன்.

2. செ. கணேசலிங்கன்

எழுத்தாளர்கள் பெருகி இருக்கின்றார்கள்;
எழுத்து வளரவில்லை!

ஈழத்தமிழ் எழுத்தாளர்களுள் மூத்த முன்னோடிகளுள் ஒருவரான செ. கணேசலிங்கன் அவர்கள், சென்னை வடபழநியில் வசித்து வருகின்றார். இப்போது அவருக்கு வயது 89. 2011 ஆம் ஆண்டு 'ஈழத்தமிழ் எழுத்தாளர்கள்' என்ற தலைப்பில் நான் எழுதி விகடன் பிரசுரம் வெளியிட்ட நூலுக்கு, இந்து ஆங்கில ஏட்டில் விமர்சனம் வெளியாகி இருந்தது. அதை எழுதியவர் ஐயா கணேசலிங்கன் அவர்கள். அப்போதே அவரைச் சந்தித்து நேர்காணல் செய்ய விழைந்தேன். இப்போதுதான் வாய்ப்பு அமைந்தது. 27.4.2017 அன்று சென்னையில் அவரது இல்லத்தில் சந்தித்தேன். சன்னமான குரலில்தான் பேசினார். கூர்ந்து கவனித்து உரையாடலைப் பதிவு செய்தேன். அதைத் தட்டச்சு செய்து கொண்டு போய் அவரிடம் கொடுத்தபோது வியந்தார். நீங்கள் ஏதோ சும்மா கேட்டுக் கொண்டு இருக்கின்றீர்கள் என்று நினைத்தேன். வரி பிறழாமல் அப்படியே எழுதி இருக்கின்றீர்களே. You are a brilliant என்று பாராட்டினார்.

அவரைப்பற்றிய ஓர் அறிமுகம்

ஈரோடு தமிழ் இலக்கியப் பேரவை அறக்கட்டளையின் 45 ஆம் ஆண்டு விழாவின்போது (15.3.2008), இவருக்கு எஸ்கேஎம் இலக்கிய விருது அளித்துச் சிறப்பித்துள்ளனர். அவ்விருதில் வழங்கிய தகுதிப்பட்டயத்தில்

இவரைப் பற்றி எழுதப்பட்டுள்ள குறிப்புகள்....

1942 இல் சிறுகதை எழுத்தாளராக ஈழத்து இலக்கிய வானில் உதயமாகி,

1965 இல் நீண்ட பயணம் என்ற புதினத்தின் மூலம் முழு நிலவாகப் பரிணமித்தார். ஈழத்தின் வடபகுதியில் நிலவிய சாதியக் கொடுமைகளுக்கு எதிராக இவரது தூரிகை நர்த்தனமாடியது.

பகவத் கீதையும்/திருக்குறளும், மாக்கியவல்லியும், வள்ளுவரும் - அர்த்தசாஸ்திரமும், திருக்குறளும் - என்ற மூன்று ஒப்பீட்டுத் திறனாய்வு நூல்களில் வள்ளுவம் மற்றவற்றோடு உடன்படும், முரண்படும் இடங்களைத் தெள்ளிதின் விளக்கியுள்ளார்.

அன்போடு இயைந்த வாழ்வும், அறத்துடன் நடத்தும் அரசியலும் வள்ளுவரின் உயர்தனிச் சிந்தனைத் துளிகள் என்ற கருத்தினை நிறுவிய பாங்கு இவரது நுண்மான் நுழைபுலத்திற்கு ஓர் எடுத்துக்காட்டு. மார்க்சியச் சிந்தனையாளரான இவர், தமிழகச் சித்தர்களையும் இஸ்லாமிய சூபிகளையும் ஒப்பிட்டு இவர்களின் ஒரே சிந்தனை ஓட்டத்தைத் தெள்ளிதின் விளக்கிய மாண்பு போற்றுதலுக்குரியது. ஏனெனில் இவரது தந்தையாரே ஒரு சித்தராக வாழ்ந்தவர். நீண்ட பயணம், செவ்வானம், சடங்கு ஆகிய புதினங்கள் மக்களிடையே விளங்கி வந்த சாதிய ஏற்றத்தாழ்வுக் கொடுமைகளுக்கு மரண அடி கொடுக்கும் மூன்று தலைமுறைக் கதைகளாய்ப் பரிணமித்து, ஆங்கில முத்தொகுதி இலக்கியத்தினை ஈழத்திற்கு அறிமுகப்படுத்திய சிறப்பு அறிஞர் செ.கணேசலிங்கன் அவர்களையே சாரும். ஈழத்து இலக்கிய வரலாற்றில் தனிச்சிறப்புடன் வைத்து எண்ணத்தகுந்த திறன் உடையவராய் விளங்கி வருகிறார்.

கடித இலக்கியம், திறனாய்வு, புதினம், சிறுகதை, ஒப்பீட்டு, இலக்கியம் என அனைத்துத் துறைகளிலும் இவர் தனித் தன்மை பெற்ற பன்முகப் படைப்பாளி இவர். இதுகாறும் 41 புதினங்கள், 10 சிறுகதைத் தொகுதிகள், 20 கட்டுரைத் தொகுப்புகள், இவர் தமிழுக்கு அளித்த அறிவுக்கொடை ஆகும். ஈழத்து இலக்கிய வரலாற்றில் தனக்கென அழியாத முத்திரை பதித்தவர். ஈழக்கலவரத்திற்குப் பின் புலம் பெயர்ந்து, இதுபோது சென்னை வடபழநியில் வாழ்ந்து வருகின்றார். மரணத்தின் நிழலில் என்ற அரிய படைப்புக்கு, 1996 இல் தமிழக அரசு விருது நல்கியுள்ளது. சென்னையில் இவர் நடத்திவரும் குமரன் புத்தக இல்லம் இதுவரை 200 நூல்களுக்கும் மேல் வெளியிட்டுள்ளது.

ஈழத்து எழுத்தாளர்களின் அரிய நூல்களை வெளியிட்டு வருவதனால், தீவிர வாசகர்களுக்கும், ஆய்வு மாணவர்களுக்கும், வேண்டும் ஆதாரங்களைத் தருவதன் மூலம், அவ்வரிய நூல்கள் எல்லாம் மறைந்துவிடும் நிலையில் இருந்து மீட்டுள்ளார். தமிழனாய்ப் பிறந்ததன் பயனாய் தமிழ் இலக்கியத்திற்கு அரை நூற்றாண்டாய் அரும்பணி ஆற்றித் தன் நன்றிக்கடனைச் செலுத்திக் குடத்தில் இட்ட விளக்காய் ஒளிர்ந்து வரும் இவரது பேரொளி, குன்றில் இட்ட விளக்காய் விளங்கப் பேரவா கொண்ட இப்பேரவை இவ்வாண்டிற்கான எஸ்கேஎம் விருதினை வழங்குவதன் மூலம் தன் கடமையைச் செய்கிறது.

அறிஞர் செ.கணேசலிங்கன் அவர்களின் பணி தொடரட்டும்.

இனி அவருடன் எனது நேர்காணல்......

ஐயா, உங்கள் இளமைப் பருவம் குறித்துச் சொல்லுங்கள்.

என் சொந்த ஊர் யாழ்ப்பாணத்தில் உரும்பிராய் என்ற கிராமம். 1928 ல் பிறந்தேன். அப்பா செல்லையா. தாய் ராசம்மாள். தந்தை மலேசியாவில் வேலை செய்தவர். பிறகு இலங்கைக்கு வந்து தோட்டத்தில் வேலை பார்த்தார். பிறகு யாழ்ப்பாணத்தில் சொந்த விவசாயம். காய்கறிகள்தான் அதிமாகப் பயிரிட்டோம். கத்தரி, வெண்டை, புகையிலை விளைவித்தோம். யாழ்ப்பாணம் சந்தையில்தான் விற்பனை. ஒருகாலம் வரையிலும் புகையிலையைக் கேரளத்திற்கு ஏற்றுமதி செய்து வந்தோம். பிறகு அதற்கு இந்தியா தடை விதித்தது. அத்தோடு நின்று போய்விட்டது.

நாங்கள் ஐந்து ஆண் பிள்ளைகள்தான். பெண்கள் ஒருவரும் இல்லை. மூத்தவர் சுப்பிரமணியம். அடுத்தது நான். எனக்கு இளையவர்கள் சோமசுந்தரம் கனடாவிலும், தெட்சிணாமூர்த்தி, சத்தியமூர்த்தி ஆகிய இருவரும் இங்கிலாந்திலும் வசிக்கின்றார்கள். இப்போது இருக்கின்ற பரமேஸ்வரா பல்கலைக்கழகம் கல்லூரியாக (மேனிலைப்பள்ளி) இருந்தபோது அங்கே இன்டர் சயின்ஸ் படித்தேன். ‘அட்வான்ஸ் லெவல்’ என்று இப்போது சொல்கிறார்களே அதற்குத்தான் அப்போது இன்டர் சயின்ஸ் என்று பெயர். அப்போது இலங்கையில் தேர்வு அமைப்புகள் கிடையாது. மெட்ரிகுலேசன் சான்றிதழ் கூட லண்டனில் இருந்துதான் வந்தது. பி.ஏ. பைனல் படிக்க முடியாமல் பிரச்சினைகள் ஆகிவிட்டன. பிறகு அக்கவுண்டன்சி செய்தேன். 1950 இல் அரசாங்க சேவையில் சேர்ந்து விட்டேன். ஆரம்பப் பணிதான். பிறகு, முதலாவது ஸ்டேண்டர்டுக்கு வந்தேன். ஐஏஎஸ் போல அங்கே இருக்கின்ற தேர்வு எழுதுகின்ற வேளையில் ஒரு பிரச்சினை வந்தது. இந்தியாவுக்கு வந்து விட்டேன். மூன்று ஆண்டுகள் கழித்து மீண்டும் அங்கே போய்ப் பணியில்

சேர்ந்தேன். பிறகு சில ஆண்டுகளில் விலகல் கடிதம் கொடுத்து வெளியே வந்து விட்டேன்.

உங்களுடைய வாசிப்பு எப்படித் தொடங்கிற்று?

மாணவனாக இருந்தபோதே பத்திரிகைகள் வாசித்துப் பழக்கம். 40களில் ஆனந்த விகடன் நடத்திய சிறுகதைப் போட்டிக்கு ஒரு கதை எழுதி அனுப்பினேன். அதற்கு முதல் பரிசு கொடுத்தார்கள்.

130 ரூபாய்க்கு மணி ஆர்டர் வந்தது.

அன்றைக்கு அது பெரிய காசு. அதன்பிறகு கொழும்பில் இருந்து வருகின்ற பல ஏடுகளுக்கு எழுதிக் கொண்டே இருந்தேன்.

எல்லாமே கதைகளும், நாவல்களும்தானா? அரசியல் கட்டுரைகள் எழுதினீர்களா?

அரசியல் கட்டுரைகள் எழுதவில்லை. செல்வநாயகம் நடத்திய சுதந்திரன் ஏட்டிலும் கூட சிறுகதைகள்தான் எழுதினேன். ஈழத்தமிழர்களுக்கு ஒரு பெரிய தலைவர் அவர்தான். அடுத்து பாரி நிலையத்திற்கு நாவல்கள் எழுதினேன். அதன் உரிமையாளர் செல்லப்பா நல்ல நண்பர் ஆனார்.

உங்கள் எழுத்துப்பணி எப்படித் தொடங்கியது?

1958 இல் இருந்து சிறுகதைகள் எழுதத் தொடங்கினேன். முதல் சிறுகதை 'அறிவு' 1965 முதல் நாவல்கள் எழுதத் தொடங்கினேன். ஓராண்டுக்கு இரண்டு நாவல்கள்தான் எழுதுகிறேன். ஒவ்வொன்றும் சராசரியாக 176 பக்கங்கள். பெரும்பாலும், சென்னையில் உள்ள பாரி நிலையம்தான் வெளியிட்டது.

முதலாவது சிறுகதைத் தொகுப்பு சங்கமம்.

நீங்கள் எழுதிய முதல் நாவல் எது?

நீண்ட பயணம். சிறுகதைத் தொகுப்புகள் ஐந்து வெளியிட்டு இருக்கின்றேன். அதில் 200 க்கு மேல் சிறுகதைகள் உள்ளன. எழுதிய நாவல்கள் 65. என்னுடைய புத்தகங்களின் பின் பகுதியில் அந்தப் பட்டியல் உள்ளது. இப்போதும் எழுதிக்கொண்டுதான் இருக்கின்றேன்.

அந்தக் காலத்தில் என்னென்ன நாளிதழ்கள்,வார இதழ்கள் வெளிவந்தன?

'தினகரன்' அதில் ஒவ்வொரு வாரமும் சிறுகதைகள் எழுதிக்கொண்டு இருந்தேன்.

சுதந்திரன் என்று ஒரு பத்திரிகை வந்தது.

அதிலும் கட்டுரைகள், சிறுகதைகள் எழுதினேன்.

அங்கேயே அச்சிட்டீர்களா?

இல்லை. எல்லாமே சென்னையில்தான் அச்சிட்டோம். பாரி நிலையத்துக்காரர்கள்தான் வெளியிட்டார்கள். பிறகு அவர் என்னிடம் நீங்களே சொந்தமாக ஒரு பதிப்பகம் தொடங்குங்கள் என்று சொன்னார். அதனால் 'குமரன் பப்ளிஷர்ஸ்' என்ற புத்தக நிலையத்தைத் தொடங்கினேன். அதை இப்போது என் இரண்டாவது மகள் நடத்திக் கொண்டு இருக்கின்றாள்.

என்னுடைய மூத்த மகள் குந்தவி அமெரிக்காவில் பாஸ்டனில் வசிக்கின்றார். அவருக்கு இரண்டு பிள்ளைகள்.

அடுத்தது மகன் குமரன். தற்போது கொழும்பில் 'குமரன் பப்ளிஷிங் ஹவுஸ்' என்ற பெயரில் புத்தக வணிகத்தை நடத்திக் கொண்டு இருக்கின்றார்.

எத்தனை புத்தகங்கள் வெளியிட்டு இருக்கின்றீர்கள்?

ஏறக்குறைய 100 புத்தகங்கள் வெளியிட்டு இருக்கின்றோம். தமிழக அரசின் நூலக ஆணையத்தின் கொள்முதலை நம்பித்தான் தொழில் நடத்திக்கொண்டு இருந்தோம். ஒவ்வொரு ஆண்டும் பத்துப் பதினைந்து தலைப்புகள் கொடுப்போம். நான்கைந்து புத்தகங்கள் வாங்குவார்கள். அதை வைத்து எப்படியோ சமாளித்துக் கொண்டு வந்தோம்.

ஜெயலலிதா வந்தபிறகு அந்தக் கொள்முதல் அப்படியே நின்று போய்விட்டது. ஆனால் நான் எப்படியும் ஆண்டுக்கு இரண்டு நாவல்கள் எழுதிக்கொண்டுதான் இருக்கின்றேன். பாடப்புத்தகங்கள் அச்சிட்டதில் நல்ல வருமானம் கிடைத்தது. அந்த லாபத்தில்தான் கொழும்பில் ஒரு பெரிய அச்சகத்தையும் அமைத்தோம். இப்போது அந்தத் தொழிலும் கொஞ்சம் கொஞ்சமாகத் தேக்கம் அடைந்து வருகின்றது. இங்கே புத்தக விற்பனை வெகுவாகக் குறைந்து விட்டது. அச்சகம் இப்போது இல்லை.

இப்போதும் எழுதிக்கொண்டுதான் இருக்கின்றீர்களா?

ஆமாம். கருப்பும் வெள்ளையும் என்ற எனது அடுத்த நாவல் அடுத்த மாதம் வெளியாகிறது.

கைலாசபதி, சிவத்தம்பி எழுத்து உலகில் உங்களுடைய நண்பர்கள் யார்?

கைலாசபதி, சிவத்தம்பி இருவரும்தான் என்னுடைய நெருங்கிய தோழர்கள். இருவருமே பர்மிங்ஹாம் பல்கலைக்கழகத்தில் படித்தவர்கள். கைலாசபதி ஜார்ஜ் தாம்சனிடம் படித்து முனைவர் பட்டம் பெற்று வந்தார். தாம்சன் ஒரு பெரிய மார்க்சிஸ்ட். கைலாசபதி எழுதிய 'Tamil Heroic Poetry' என்ற சங்க இலக்கிய ஆராய்சி மிக அருமையானது. சமூகவியல் குறித்து நிறைய எழுதி இருக்கின்றார். அதற்கு நிகர் சொல்ல முடியாது. அவர் எழுதிய 'பண்டைத்தமிழர் தமிழர் வாழ்வும் வழிபாடும்' என்ற நூலை நான் கொண்டு வந்து பாரி நிலையம் வழியாக வெளியிட்டபிறகுதான், இந்தியாவில் அவருக்கு நல்ல பெயர் கிடைத்தது. கல்லூரிகளில் எல்லாம் அந்த நூலைத் தேடிப் படிக்கத் தொடங்கினார்கள். ஒரு சினிமாவை, ஒரு கதையை, ஒரு நாவலை எப்படி ஆராய்வது என்பது குறித்து கைலாசபதி மட்டும்தான் எழுதி இருக்கின்றார். அவருடைய தரத்திற்கு எழுதுபவர்கள் யாரும் இன்றைக்கு இல்லை. கொஞ்சம் கடினமாக இருக்கும்.

'செவ்வானம்' என்ற என்னுடைய முதலாவது நாவலுக்குக் கைலாசபதிதான் முன்னுரை எழுதினார். அவருடைய முதல் நான்கு புத்தகங்களை பாரி நிலையம் வெளியிட்டது. அதன்பிறகு மற்ற எல்லாப் புத்தகங்களையும் நான்தான் வெளியிட்டேன். நாடகத்துறை என்றால் சிவத்தம்பிதான். கொழும்பில் என்னுடைய வீட்டுக்கு எதிர் வீடுதான். அவருடைய புத்தகங்களை என் மகன் குமரன் வெளியிட்டு இருக்கின்றார்.

மார்க்சியத்தைப் புரிய வேண்டுமானால் Historical Material, Diabolical Material இரண்டும் தெரிய வேண்டும். இவை இரண்டும்தான் அடிப்படை.(Base Materials) இதில் நான் எழுதியவை சிறப்பாக இருப்பதாகச் சொல்லுவார்கள். சில நாள்களுக்கு முன்பு காலமான கண்ணன் என்பவர் மார்க்சிய நூலகம் ஒன்று வைத்து இருந்தார். நல்ல தமிழ் அறிஞர். மார்க்சியம் படிப்பதற்காதக அவரிடம் வருகின்ற மாணவர்கள், 'என்ன சார் எவ்வளவுதான் படித்தாலும் ஒன்றும் புரியவில்லையே?' என்று சொல்லுவார்களாம்.

அப்போது அவர், 'நீங்கள் முதலில் கணேசலிங்கம் எழுதிய குந்தவைக்குக் கடிதங்கள், குமரனுக்குக் கடிதங்கள் ஆகிய புத்தகங்களைப் படித்து விட்டு வாருங்கள். பிறகு நான் சொல்லித் தருகிறேன்' என்று சொல்லுவாராம். இதை அவரே என்னிடம் சொன்னார். அந்த அளவுக்குப் பிரபலமான புத்தகங்கள் அவை. பத்திரிகை எழுத்து என்றால் நாங்கள்தான். ஒரு வலுவான குழுவாக இருந்தோம். வேறு அணிக்கு மாற முடியாது. அவர்களும் எங்களை ஏற்றுக்கொள்ள மாட்டார்கள். கைலாசபதி, சிவத்தம்பி இருவருமே தவறி விட்டார்கள். பழைய ஆள்களுள் நான் ஒருவன்தான் இருக்கின்றேன்.

கைலாசபதி இறந்தபிறகு அவருடைய மனைவியிடம்தான் உரிமைகள் இருந்தன. அவருடைய 13 புத்தகங்களையும் வெளியிடும் உரிமையை அவர் எனக்குக் கொடுத்தார். நான் அதை என் மகளுக்கு எழுதிக் கொடுத்தேன். இப்போது என்னுடைய இரண்டாவது மகள்தான் புத்தக விற்பனையைக் கவனித்துக் கொள்கின்றார். கைலாசபதியின் மூத்த மகளும், என்னுடைய மகளும் சேர்ந்துதான் அந்தப் புத்தக விற்பனையைக் கவனித்துக் கொள்கின்றார்கள். அண்ணாமலைப் பல்கலைக்கழத்தில் ஒரு பேராசிரியரை இந்து ராம் அறிமுகம் செய்து வைத்தார். அவருக்கு எங்கள் மூவரைப் பற்றியும் நன்கு தெரிந்து இருந்தது. அப்படி இங்கே குறிப்பிட்ட சிலருக்கு எங்களைப் பற்றி நன்றாகத் தெரியும். கடந்த மூன்று நான்கு ஆண்டுகளாக என்னுடைய நினைவு ஆற்றல் வெகுவாகக் குறைந்து விட்டது. வேறு பெயர்கள் நினைவுக்கு வரவில்லை.

இந்து ராம் உங்களுக்கு எப்படிப் பழக்கம்?

'மண்ணும் மக்களும்' என்று ஒரு நாவல் எழுதினேன். அது ஒரு புரட்சிகர நாவல் என்று சொல்லித்தான் கரைச்சல் வந்தது. எனவே, இலங்கையில் அதைத் தடை செய்தார்கள்.

அப்போது ராம் அமெரிக்காதவில் படித்துக் கொண்டு இருந்தார். நான் எழுதிய சில நாவல்களை அவர் படித்திருந்தார். இங்கே வந்தபிறகு என்னை சந்திக்க விழைந்தார். அப்படித்தான் தொடர்புகள் ஏற்பட்டன. அப்போது ஏற்பட்ட பழக்கம் இன்றுவரையிலும் தொடர்கின்றது. இந்து அலுவலகத்தில் அவரது அறைக்குப் பக்கத்திலேயே எனக்குத் தனியாக ஒரு இடம் ஒதுக்கிக் கொடுத்து நான் தொடர்ந்து எழுதுவதற்கு வசதி செய்து கொடுத்து இருக்கின்றார். அங்கேதான் உட்கார்ந்து எழுதுகிறேன். 36 ஆண்டுகளாக எங்கள் நட்பு தொடர்கின்றது.

இந்த வயதிலும் அங்கே போகின்றீர்களா?

ஆமாம். வீட்டில் இருந்து வடபழநி வரை நடந்து போய், பேருந்தில் ஏறினால், அண்ணா சாலையில் இந்து அலுவலக வாசலிலேயே இறக்கி விட்டு விடுவார்கள். அதுதான் எனக்கு நாள்தோறும் நடைப்பயிற்சி. அங்கே நான் காகிதத்தில் எழுதுவதை இந்து தமிழ் ஏட்டில் வேலை பார்க்கின்ற கண்ணன் என்ற தம்பி தட்டச்சு செய்து தருகின்றார்.

1991 ஆம் ஆண்டு மனைவி இறந்து விட்டார். மகன் குமரன் அவ்வப்போது சென்னைக்கு வந்துபோவார். புத்தகக் காட்சிக்கு வருவார். அவருக்கு ஒரு மகன். அமெரிக்காவில் என் மூத்த மகள் இருக்கின்றாள். அவரைப் பார்ப்பதற்காகப் பாஸ்போர்ட் எடுக்க வேண்டி இருந்தது. எனவே, இலங்கைக்குச் சென்று பாஸ்போர்ட் எடுத்தேன். அமெரிக்கா-

வுக்குப் போய்ப் பார்த்தேன். மூன்று மாதங்கள் அங்கே தங்கி இருந்தேன். என்னுடன் பிறந்த ஒரு தம்பி கனடாவிலும் மற்றும் இரு தம்பிகள் இங்கிலாந்திலும் இருக்கின்றார்கள். இங்கிலாந்துக்குச் சென்று அவர்களுடன் ஒரு மாதம் தங்கி இருந்தேன். மு.வ. நூற்றாண்டு விழாவுக்காக மலேசியாவுக்கு ஒருமுறை சென்று வந்தேன். வேறு எந்த வெளிநாட்டுக்கும் போனது இல்லை.

அயல்நாடுகளில் உங்கள் புத்தக விற்பனை எப்படி இருக்கிறது?

அந்தக் காலத்தில் கொஞ்சம் கனடா, ஆஸ்திரேலியா மற்றும் சில நாடுகளுக்கு அனுப்பிக் கொண்டு இருந்தோம். அதெல்லாம் இப்போது நின்று போய்விட்டது. அஞ்சல் செலவுகள் அதிகமாகி விட்டபடியால் அனுப்ப முடியவில்லை.

உங்களுடைய நாவல்களின் கரு என்ன?

சமூக அரசியல் முற்போக்கு நாவல்கள்தான். என்னுடைய நடை தனியானது. ஒவ்வொரு ஆண்டும் மே மாதம் கொடைக்கானல் சென்று ஒரு வாரம் அல்லது பத்து நாள்கள் தங்குவேன். ஒரு நாவல் எழுதி முடித்து விடுவேன். அப்படி 25 ஆண்டுகளாகக் கொடைக்கானல் சென்று வந்தேன். கொடைக்கானலில் தேவதாஸ் என்ற ஒரு சர்ச் பாதர் நண்பர் ஆனார். அவருடைய வீட்டிலேயே நான் தங்குவதற்கு ஏற்பாடு செய்து தந்தார். அது எனக்கு எளிதாகப் போயிற்று. அங்கேயே தங்கி எழுதுவேன். கடந்த இரண்டு மூன்று ஆண்டுகளாக அங்கே போக முடியவில்லை.

தந்தை செல்வா அவர்களோடு தொடர்புகள் உண்டா? ஈழப்பிரச்சினையில் உங்கள் கருத்து என்ன?

ஆதரவுதான். ‘ஓபராய் தேவன்’ என்று ஒருவர் இருந்தார். ஓபராய் ஓட்டலில் வேலை செய்ததால் அவருக்கு அந்தப் பெயர். எழுபதுகளில் அவர் ‘தமிழ் ஈழ ஆர்மி’ என்று வைத்து இருந்தார். என்னைத் தேடி வந்து ஆதரவு கேட்டார். அவருக்கு நான் உதவிகள் செய்தேன். அதேபோல அப்போது இருந்த மற்ற பல இயக்கங்களுக்கும் நான் இந்து ராமைக் கொண்டு சிலபல உதவிகள் செய்தேன். சில சின்ன குழுக்களை எல்லாம் அவர்களை எல்லாம் உமா மகேசுவரனோடு சேர்த்து விட்டேன். அதற்குப் பிறகு பிரபாகரன் வந்தார். எல்லோருக்கும் இங்கே பயிற்சிகளும் கொடுத்தார்கள். எதிர்பாராத சில விபத்துகளாலே எல்லாமே மாறிப் போச்சு.

பிரபாகரனைச் சந்தித்து இருக்கின்றீர்களா?

யாழ்ப்பாணத்தில் பார்த்து இருக்கின்றேன். ஆனால் பழக்கம் இல்லை.

அரசாங்கத்திடம் இருந்து உங்களுக்கு மிரட்டல்கள், சிறைவாசம் ஏதும் உண்டா?

அந்த நாவலால்தான் பிரச்சினை உண்டானது. அதனால்தான் இந்தியாவுக்கு வந்தேன்.

நீங்கள் எந்தக் கட்சியிலாவது உறுப்பினராக இருந்தீர்களா?

உறுப்பினராக இல்லை. தந்தை செல்வா, அமிர்தலிங்கம், யோகேஸ்வரன் உள்ளிட்ட பல நாடாளுமன்ற உறுப்பினர்களையும் நன்றாகத் தெரியும்.

ஈழத்தமிழர் பிரச்சினை

ஈழப்பிரச்சினை குறித்து உங்கள் கருத்து என்ன?

அது ஒரு தேசியப் பிரச்சினை. தமிழ் ஈழம் தனியாகப் பிரிந்தாக வேண்டும்.

ஒரு தேசியப் பிரச்சினையைக் கையில் எடுக்க வேண்டும் என்றால், அதற்கு மூன்று நான்கு கூறுகள் மிக முக்கியமாகத் தேவை.

ஒன்று மொழி. அடுத்தது சமயம். அடுத்தது நிலம். சைகாலஜிகல் பேக்டர். இலங்கையில் என்ன நடந்தது என்றால், 56 இல் சிங்களவர்தான் தேசியப் பிரச்சினையை முதலில் எடுத்தார்கள். அந்த எழுச்சியில்தான் பண்டாரநாயகா ஆட்சிக்கு வந்தார்.

இனப்பிரச்சினை குறித்து ஸ்டாலின் சொல்லி இருக்கின்றார். ஒரு நாட்டில் மூன்று நான்கு மொழிகள், சமயங்கள் இருந்தால், அதில் ஒருவர் தேசியப் பிரச்சினையைக் கையில் எடுக்கும்போதுதான் மற்றவர்களும் அதைக் கையில் எடுப்பார்கள்.

இலங்கையில் முதலில் சிங்களவர்கள்தான் பிரச்சினையைத் தொடங்கினார்கள். சிங்கள மொழியைக் கையில் எடுத்தார்கள். அதனால்தான் தமிழன் இனப்பிரச்சினையைப் பேச வேண்டியதாயிற்று.

அது ஒரு பெரிய போராட்டமாக ஆனது.

ஒரு தேசிய இனப் பிரச்சினை என்பது நெருப்பு மாதிரி. எளிதில் பற்றிக்கொள்ளும். இப்போது நாம் ஒன்றும் செய்ய முடியாமல் இருக்கின்றோம். ஏன் என்றால், ஆயுதப் போராட்டத்தைக் கையில் எடுத்து அது முடிந்து போயிற்று. அதற்குக் காரணம் இந்தியா போன்ற வேறு நாடுகளின் உதவி இல்லை. ராஜீவ் காந்தி படுகொலை எல்லாவற்றையும் மாற்றிப்போட்டு விட்டது. கடைசியாக நடைபெற்ற தேர்தலில் தமிழரை ஓட்டுப் போடாதீர்கள் என்று சொன்னதாலே ராஜபக்சே வெற்றி பெற்று விட்டான். அதுவும் ஒரு பெரிய கேடாக அமைந்து விட்டது.

முதலில் சிங்களவர்கள் சிங்கள மொழியைக் கையில் எடுத்தாலும், சமயத்தை அவ்வளவாக எடுக்கவில்லை. ஏன் என்றால், பௌத்த சமயத்திற்கும், சைவ சமயத்திற்கும் ஓரளவுக்கு இணக்கமான போக்குகள் உண்டு. இப்போது அவர்கள் நிலத்தை எடுத்து இருக்கின்றார்கள்.

வடக்கு கிழக்கு எங்கட நாடு. இனி எதிர்காலத்தில் இதுதான் பெரிய பிரச்சினையாக முன்னுக்கு நிற்கப் போகின்றது. இப்போது பேச்சுவார்த்தைகள் என்று சொல்லிக்கொண்டு இருக்கின்றார்கள். ஆனால், விக்னேசுவரன் பிரபாகரன் வழியைத்தான் பின்பற்றுகிறார். இன்றைக்கோ நாளைக்கோ பிரச்சிினைகள் ஏற்படாது.

ஆனால் ஐந்து பத்து ஆண்டுகள் கழிந்தபிறகு, அப்போதைய மாணவர்கள் தேசிய இனப்பிரச்சினையைக் கையில் எடுப்பார்கள். அப்போது பெரிய போராட்டம் வரும். பேச்சுவார்த்தைகளில் ஒன்றும் நடக்காது. அவன் ஏமாற்றிக்கொண்டேதான் இருப்பான். 1987 இந்திய இலங்கை ஒப்பந்தத்தில் ஒப்புக்கொண்டபடி 13 ஆவது அரசியல் சட்டத் திருத்தத்தையே அவர்கள் இன்னமும் செய்து தரவில்லையே?

அப்போது ராஜீவ் காதந்தி சென்னை மெரினா கடற்கரைக்கு வந்து பேசினார். எம்.ஜி.ஆரும் கலந்துகொண்டார். பெரிய கூட்டம். நானும் அந்தக் கூட்டத்துக்குப் போயிருந்தேன். 'இலங்கைத் தமிழருக்கு நான் மூன்றில் ஒரு பங்கு நாடு வாங்கிக் கொடுத்து விட்டேன்' என்று ராஜீவ்காந்தி பேசினார். அதில் மேலும் இரண்டு முக்கியமான அம்சங்கள் உண்டு. ஒன்று, தமிழ் போலீஸ் இருக்க வேண்டும். இரண்டாவது நாடு. நிலம் தனியாக இருக்க வேண்டும். இந்த இரண்டையும் அவர்கள் தரவே இல்லை.

கடைசிக்கட்டப் போர் முடிந்து ஏழெட்டு ஆண்டுகள் ஆகிவிட்டன. இன்று வரையிலும் எந்த முன்னேற்றமும் இல்லை. சொல்லிக்கொண்டே இருப்பார்களே ஒழிய கொடுக்க மாட்டார்கள். ஏன் என்றால், இலங்கையில் தேசிய இனப்பிரச்சினை என்பது தமிழருக்கு மட்டும் அல்ல; சிங்களவர்கள் இடையேயும் இருக்கின்றது. இவர்கள் சட்டப்படியாகத் தமிழருக்கு ஏதும் கொடுக்க முனைந்தால், உடனே சிங்களவர்களுள் யாரேனும் ஒருவர் அதைப் பெரிய பிரச்சினையாக ஆக்குவார். அல்லது யாரேனும் ஒரு பிக்குவே தொடங்குவார். அதற்கு ஒரு ஆயிரம் பேர் சேருவார்கள்.

அது பெரிய பிரச்சினையாக ஆகி விடும். இந்தியாவில் காஷ்மீர் பிரச்சினையும் அப்படித்தான். அதற்காக அவர்கள் பலவிதமான தியாகங்களைச் செய்து கொண்டே இருப்பார்கள். ஒரு நல்லது நடந்தது. ராஜபக்சே தோற்றுப் போய்விட்டான். அது நல்லது. அவன் பெரிய காததகன். ரணில் மேற்கத்திய ஜனநாயகத்தைப் பின்பற்றிப் பேசுவார். ஆனால் அவராலும் ஒன்றும் செய்ய முடியாது. மைத்ரி ரணிலோடு இருக்கின்றார்.

எழுபதுகளுக்கு முன்பு அங்கே இடதுசாரி அரசியலை முன்னெடுத்தார்கள். கைலாசபதி, சிவத்தம்பி நாங்கள் எல்லோருமே சிங்கள இடதுசாரிகளோடு சேர்ந்து செயல்பட்டோம். அதன்பிறகுதான் அது தேசிய இனங்களுக்கு இடையிலான பிரச்சினையாக மாறிவிட்டது.

தேசிய இனப்பிரச்சினை குறித்து நீங்கள் அறிய வேண்டுமானால், பெனடிக்ட் ஆண்டர்சன் எழுதிய புத்தகத்தைத்தான் நீங்கள் படிக்க வேண்டும். ஏதோ கம்யுனிட்டி என்று பெயர் வரும். தேசிய இனப்பிரச்சினை என்றால் என்ன என்பதை நாங்கள் இலங்கையில் நேரடியாகப் பார்த்துவிட்டோம்.

இனப்பிரச்சினையால் உங்களுக்கு ஏதேனும் பாதிப்புகள் இருந்ததா?

இங்கே உள்ள மவுண்ட் ரோடு போல கொழும்பில் காலே ரோடு உண்டு. அங்கே வெள்ளவத்தையில் என்னுடைய புத்தகக் கடையில் சனிக்கிழமை இரவு கணக்கு முடித்துவிட்டு வீட்டுக்கு வந்து விட்டேன். திங்கட்கிழமை காலையில் கடையை முழுமையாக எரித்துச் சாம்பலாக்கி விட்டார்கள்.

என் கடையைச் சிங்களவர்கள் எரிக்கும்போது போலீஸ் வேடிக்கை பார்த்துக்கொண்டுதான் இருந்தார்கள். சிங்களவர்களோடு இராணுவமும் சேர்ந்து கொண்டு தமிழர்களின் உடைமைகளை எல்லாம் கொள்ளை அடித்தார்கள். அரிசி மூட்டை, மாவு மூட்டைகளை எல்லாம் அள்ளிப் போட்டுக் கொண்டு போனார்கள். அப்படி ஒன்றல்ல நூறு சம்பவங்கள்.

இப்போது எங்கள் கிராமத்திற்கு நாங்கள் போக முடியாது. அங்கே எங்களுடைய வீட்டில் வேறு யாரோ குடியிருக்கின்றார்கள். எங்களுடைய நிலத்தையும் வேறு யாரோ பயன்படுத்திக் கொண்டு இருக்கின்றார்கள். எங்கள் நிலத்திற்குப் பக்கத்தில் இராணுவ முகாம் அமைத்தார்கள். அதனால் எங்கள் நிலம் மதிப்பு இழந்து போய்விட்டது. எங்கள் சொத்துகளுக்காதன பத்திரங்கள்,

ஆவணங்கள் எல்லாம் எங்களிடம் உள்ளன. ஆனால் யார் அங்கே போய்க் கேட்பது? 15 கிரவுண்டு நிலம் இருக்கும். ஐந்தாறு ஆண்டுகளுக்கு ஒரு கையெழுத்துப் போடுவதற்காக யாழ்ப்பாணத்திற்குப் போய் நான்கு நாட்கள் எங்கள் அண்ணா வீட்டில் தங்கி இருந்தேன். ஆனால் ஆறு மாதங்களுக்கு ஒருமுறை கொழும்புக்குப் போய் வருகிறேன். அண்ணாவும் இறந்து போய்விட்டார். நாங்கள் ஓடி விளையாடிய இடங்களை எல்லாம் பார்க்கையில் வேதனையாக

இருக்கின்றது. அதை அனுபவிக்க முடியாது. ஆட்கள், சொந்தம், நிலம், வீடு எல்லாவற்றையும் பறி கொடுத்தாயிற்று. அதை விளக்க முடியாது.

அனுபவித்தால்தான் உணர முடியும். நினைத்தாலே நெஞ்சம் பதறும். போலீசும், நிலமும்தான் பெரிய பிரச்சினைகள். அதைத் தருவதாக ஒப்புக்கொண்டவர்கள் தரவில்லை. இலங்கையில் உள்ள 9 மாகாணங்களுள் தமிருடைய நாடு என்பது வடக்கும், கிழக்கும்தான். மற்ற ஏழு மாகாணங்களிலும் சிங்களவர்கள்தான் பெரும்பான்மை. புத்த பிக்குகள் கொடுக்க விட மாட்டார்கள். இன்றைக்குத் தமிழர் பகுதிகளில் எல்லாம் சிங்கள ஆர்மிதான் நிற்கின்றது. பேச்சுவார்த்-தையில் தீர்வு என்பது நடக்காது.

கல்வி, வேலை வாய்ப்புகளில்தான் பிரச்சினைகள் தொடங்கியது அல்லவா?

ஐம்பது ஆண்டுகளுக்கு முன்பு இலங்கையில் போதிய கல்வி நிறுவனங்கள் இல்லை. வெள்ளைக்காரன் காலத்தில் ஒரேயொரு பல்கலைக்கழகம்தான். அதுதான் பிரச்சினைக்குக் காரணம் ஆயிற்று. அப்போது ஆங்கிலத்தில் நடைபெற்ற தேர்வுகளில் தமிழ் மாணவர்கள்தான் கூடுதலாக வெற்றி பெற்றார்கள். பிறகு அவர்கள் சிங்களத்தைக் கட்டாயமாக்கி-னார்கள். அதுதான் பிரச்சினை.

இப்போது ஒவ்வொரு பகுதிக்கும் இவ்வளவுதான் என்று ஒதுக்கீடு கொடுத்து விட்டார்கள். மேனிலைக் கல்வி வரைக்கும் படிக்க முடிகின்றது. அதற்கு மேல் படிப்பதற்குத் தமிழருர்கர்குப் போதிய இடங்கள் இல்லை. செல்வநாயகம், அமிர்தலிங்கம், யோகேஸ்வரன் காலத்தில் நன்றாகப் படிக்க முடிந்தது. அவர்களுக்குப் பிறகு வாய்ப்பு கிடைக்காத இளைஞர்கள்தான் ஆயுதப் போராட்டத்தைத் தொடங்கினார்கள்.

அவர்கள் ஒவ்வொரு கல்லூரி (மேனிலைப்பள்ளி) வாசலிலும் வேன்களைக் கொண்டு போய் நிறுத்தி, நாங்கள் ஆயுதப் பயிற்சி பெறத் தமிழ்நாட்டுக்குப் போகிறோம்; யாரெல்லாம் வருகிறீர்கள்? என்று கேட்பார்கள். வீட்டுக்குப் போகாமல் பெற்றோரிடம் சொல்லாமல் அங்கிருந்து அப்படியே அந்த வேன்களில் ஏறிக்கொண்டுதான் இந்தியாவுக்குப் பயிற்சி பெற வந்தார்கள்.

அப்போது இந்தியாவில் நிறைய இடங்களில் பயிற்சி கொடுத்துக் கொண்டு இருந்தார்கள். நான் பல முகாம்களைப் பார்த்து இருக்கின்றேன். ஒவ்வொரு குழுவுக்கும் ஒவ்வொரு இடத்தில் பயிற்சி. பிரபாகரன் குழுவினர் மதுரை, மற்-றொரு குழு தேனி, சபாரத்தினம் குழு வேறு ஒரு இடத்தில் எனப் பயிற்சி பெற்றுக் கொண்டு இருந்தார்கள். அதற்கு இந்திய அரசு முழுமையாக உதவிகள் செய்தது.

பிறகு

இந்தியக் கடற்படைதான் புலிகளுக்கு வருகின்ற ஆயுதக் கப்பல்களைக் காட்டிக் கொடுத்தது. அதன்பிறகுதான் சிங்கள ஆர்மி அதன் மேல் குண்டுகள் போட்டு அழித்தது. அப்போதே புலிகளுக்கு நாம் தோற்கப் போகிறோம் என்பது தெரியும். அதற்கு ஏற்ற வகையில் கடைசிக்கட்டத்தில் அவர்கள் தங்கள் நடவடிக்கைகளை மாற்றிக்கொண்டு இருக்க வேண்டும். அவர் கே.பி.யை நம்பினார். அவன் சிங்களவர்களோடு சேர்ந்து ஏமாற்றி விட்டான். அதனால்தான் அழிவு ஏற்பட்டது. இந்தியாவிடம் இருந்து எந்த உதவிகளையும் பெற முடியவில்லை.

ராஜினி என்ற பெண் கடைசிக்கட்டப் போர் குறித்து ஒருபுத்தகம் எழுதி இருக்கின்றார். ஒரு கூர்வாளின் கதை. அதில் எல்லா விவரங்களையும் சொல்லி இருக்கின்றார். அந்தப் பெண் இறந்தபிறகுதான் அந்தப் புத்தகத்தை வெளி-யிட்டார்கள். அதில் சொல்லப்பட்டவை எல்லாம் உண்மை.

உங்கள் நூல்களைப் பற்றி யாரும் ஆய்வு செய்து இருக்கின்றார்களா?

பலர் செய்து இருக்கின்றார்கள். பெயர்கள் நினைவு இல்லை. எழுத்தை ஓரங்கட்டிய திரைப்படங்கள்

உங்களுடைய வாழ்க்கை வரலாறை எழுதி இருக்கின்றீர்களா?

‘திரும்பிப் பார்க்கிறேன்’ என்ற நூலில் 1956 வரை எழுதி விட்டேன். அதற்குப்பிறகும் எழுதி வைத்து இருக்கின்றேன். ஆனால் வெளியிடவில்லை. என்னுடைய காலத்திற்குப் பிறகு அதை வெளியிடுமாறு சொல்லி விட்டேன். பெரிதாக இல்லை. சுருக்கமாகத்தான் எழுதி வைத்து இருக்கின்றேன்.

நான் புத்தக வெளியீட்டு விழாக்கள் நடத்துவது இல்லை. அண்மையில் கூட ஒரு நண்பர் ராமைக் கொண்டு ஒரு புத்தகம் வெளியிட வேண்டும் என்றார். எனக்கு அதில் விருப்பம் இல்லை. இங்கே எவ்வளவோ எழுத்தாளர்கள் இருக்கின்றார்கள். ஆனால் எழுத்து அவ்வளவாக வளரவில்லை. ஏன் என்றால், சினிமா உச்சகட்டத்திற்கு வளர்ந்து விட்டது.

தொலைக்காட்சிகளில் 24 மணி நேரமும் சினிமா ஓடிக்கொண்டே இருக்கின்றது. இப்போது பிள்ளைகள் சினிமா-தான் பார்க்கின்றார்கள்;

படிக்கின்ற ஆர்வம் இல்லை.

1942 ஆம் ஆண்டு இலங்கையில் 'வனராணி' என்று ஒரு படம் தயாரித்தார்கள். அதில் கதாநாயகியாக நடித்த பிள்ளை தமிழ்ப்பெண்தான். தோட்டத்துப் பெண்ணாகத்தான் இருக்க வேண்டும். சேலையை மார்புக்கு மேலே கட்டி இருப்பார். அதற்கு மேல் ஜாக்கெட் கிடையாது. அந்தப் படத்தை இங்கே தமிழ்நாட்டிலும் வெளியிட்டார்கள்.

அப்போது 'ஆனந்த விகடன்' உள்ளிட்ட அனைத்து ஏடுகளும் அதைக் கண்டித்து எழுதினார்கள். தமிழ்நாட்டின் மானம் மரியாதை எல்லாமே போய்விட்டது என்று சொன்னார்கள். நாங்கள் கெடுத்துவிட்டோம் என்று சொன்னார்கள். ஆனால் இன்றைக்குத் தொலைக்காட்சிகளில் முழுநேரமும் சினிமா போடுகிறார்களே, அதைப் பாருங்கள். எப்படி-யெல்லாம் காட்டுகிறார்கள்.

ஆனால் இலக்கியத்தை அந்த அளவுக்கு யாரும் தொடுவதாக இல்லை.

நான் எழுதுவதை யார் படிக்கின்றார்கள்?

ஐம்பது, அறுபதுகளில் ஒரு நாவல் வெளியாகிறது என்றால், எங்கும் அதைப்பற்றித்தான் பேசுவார்கள். அன்றைக்கு 1000 புத்தகங்கள் அச்சிட்டோம். இன்றைக்கு 500 ஆகிவிட்டது. பெண்களுக்குத் தேவையான எல்லாமே தொலைக்-காட்சிகளில் இருக்கின்றது. புத்தகம் வாங்கிப் படிக்கத் தேவையே இல்லை.

நாவல் யார் வெளியிடுகின்றார்கள்? எதையோ எழுதிக்கொண்டு போகிறார்கள்.

என்னுடைய காலத்திற்குப் பிறகு யாராவது படிப்பார்கள் என்ற நம்பிக்கையோடுதான் நான் எழுதிக்கொண்டு இருக்-கின்றேன். எல்லாமே 40000 சொற்களுக்குள், 176 பக்கங்கள் என்ற அளவில்தான் எழுதுகிறேன். இந்து ஏட்டில் கட்டுரைகள் எல்லாமே சொல் கணக்குதான். இவ்வளவுதான் இருக்க வேண்டும் என்று சொல்லி விடுவார்கள்.

பழகியவர்களுக்கு அது மிக எளிது.

3. 'புரோ வேரா' சரவணன்'

'புரோ வேரா' (Pro Vera) எனும் நிறுவனத்தின் உரிமையாளர் சரவணன். 30 வயது இளைஞர். லாபமே வணிகத்தின் குறிக்கோள் என சென்றுக்கொண்டிருக்கும் சூழலில் இயற்கை குறித்தும் சுகாதாரம் குறித்தும் அக்கறைக்கொண்ட-வர். இவரது தயாரிப்புகளை நன்கு ஆராய்ந்த பின்னர் ஒரு கலந்துரையாடல் செய்ய முடிவெடுத்தேன். பயனீட்டாளர் விழிப்புணர்வு குறித்து எங்கள் உரையாடல் இருந்தது

கேள்வி: உங்களைப் பற்றி சொல்லுங்கள்?

சரவணன்: நான் அறிவியல் பல்கலைக்கழக மாணவன். கெடா மாநிலத்தில் லுனாஸ்தான் என் பிறப்பிடம். எல்லா பெற்றோர்கள் போலவும் என் பெற்றோரும் ஒரு வயதில் நான் வேலைக்குச் செல்ல வேண்டும் என விரும்ப, அதை நிறைவேற்ற மனமில்லாமல் மனம் போனபடி திரிந்தவன். எனது விருப்பங்கள் எல்லைக்குட்பட்டவை அல்ல. காலை-யில் வேலைக்குச் சென்று யாரோ ஒருவருக்காக உழைத்துக்கொடுத்து ஐந்து மணிக்கெல்லாம் வீட்டில் புகுந்துவிடும் மனம் என்னிடம் இல்லை. நான் சின்ன வயதிலிருந்தே இந்த உலகில் எதையாவது விட்டுச்செல்ல விரும்புபவன்.

கேள்வி: பொருளைத் தயாரிப்பதும் விற்பதும்தான் இந்த உலகில் நீங்கள் விட்டுச் செல்வது என நினைக்கிறீர்களா?

சரவணன்: நான் வணிகன் இல்லை. அல்லது இப்படிச் சொல்லலாம். கெட்டிக்கார வணிகன் இல்லை. நான் பயன்ப-டுத்த விரும்பும் தரமான ஒன்றையே மற்றவர்களும் பயன்படுத்த வேண்டும் என விரும்புபவன்.

கேள்வி: நீங்கள் ஒரு வணிகர் இல்லை என்கிறீர்கள். உங்களின் இந்தத் தயாரிப்புகளின் நோக்கம்தான் என்ன?

சரவணன்: நாம் சாப்பிடும் உணவு குறித்து இன்று நாம் சிந்தித்துப் பார்த்துள்ளோமா? வயிற்றில் இறங்கி பசியைப் போக்கினால் அதுதான் உணவு என்ற பரபரப்பான நிலையில்தான் நம் வாழ்க்கை நகர்கிறது. மருந்திடப்பட்ட உணவு, மருந்திடப்பட்ட மாமிசம் என மருந்துகளைத்தான் நாம் உணவு என உட்கொள்கிறோம். என்னைப் பொருத்தவரை அவை மருந்தல்ல; விஷம். நான் வாயில் வைக்கும் ஒவ்வொரு பிடி உணவிலும் என்னை மடியவைக்கும் விஷம் இருப்பதை உணர்ந்தே உண்கிறேன். இது என்னை பல சமயங்களில் மன உளைச்சலுக்கு உள்ளாக்கியிருக்கிறது.

கேள்வி: இது ஒருவகையில் உலகம் முழுதும் உள்ள நிலைதானே?

சரவணன்: நாம் அவ்வாறு நம்பவைக்கப் பட்டிருக்கிறோம். அவசர உணவுகளை உண்பது 'பேசன்' போன்றதொரு மனநிலையை இளம் தலைமுறையினரிடம் ஏற்படுத்த ஊடகங்கள் மும்முறம் காட்டுகின்றன. எல்லாமே இன்று எல்-லாருக்கும் அவசரமாகத் தேவைப்படுகிறது. பழங்கள் செயற்கையாகப் பழுக்கவைப்படுகின்றன, அதிக உற்பத்திக்கா-கத் தானியங்களில் இரசாயனங்கள் தெளிக்கப்படுகின்றன, கொழுத்த சதையைக் கொண்டிருக்க கோழி,ஆடு, பன்றி போன்றவைக்கும் மருந்திடப்படுகிறது. மலட்டு உணவுகளை மட்டுமே உண்ணும் ஒரு தலைமுறை இன்று உருவாகி வருகிறது.

கேள்வி: விலகி செல்ல முடியாமலும் ஏற்றுக்கொள்ள முடியாமலும் இருக்கும் நவீன கால அவலம் என இதை சொல்-

லலாம். இந்த நிலைக்கும் உங்கள் தயாரிப்புகளுக்கும் என்ன சம்பந்தம்?

பதில்: என் வாழ்வின் ஒரு சம்பவம் நடந்தது. தோல் நோயினால் பாதிக்கப்பட்ட ஒரு நண்பனைப் பார்க்க பெரிய மருத்துவமனைக்குச் சென்றிருந்தேன். அங்கு பல்வேறு தோல் நோயாளிகளைக் கண்டேன். நோய் என்பது எல்லோ-ருக்கும் வருவதுதான். ஆனால், அந்நோய் கொண்ட ஒருவன் சமூகத்தோடு ஒட்டி வாழ முடியாமல் விலக்கப் படு-கிறான். தொடர்ந்து சில நாட்கள் அங்குச் சென்றதில் சில தோல் நோயாளிகளிடம் பேசும் வாய்ப்பு கிடைத்தது. அவர்களின் பதிலிலிருந்து , பலரும் அவர்கள் பயன்படுத்தும் முக அழகு கிரீம், கை கழுவும் சவர்க்காரம் எனத் தொடங்கி பல்வேறு இராசயணம் கலந்த தூய்மைப் படுத்தும் மருந்துகளால் ஏற்பட்ட விளைவு அது என்பதனை அறிந்-தேன். ஆனால், அதோடு அதை மறந்துவிட்டேன் எனச் சொல்லலாம். ஆழ் மனதில் பதிந்த எதுவும் அவ்வளவு சீக்கிரம் நம்மை விட்டு அகலாதல்லவா? அன்று முதல் நான் பயன்படுத்தும் ஒவ்வொரு சாதனங்களையும் ஆராய ஆரம்பித்தேன். அறிவியல் பெயர் கொண்ட இரசாயணங்கள் குறித்து அறிந்து கொள்ளத் தொடங்கினேன். ஒவ்வொரு நிறுவனங்களும் தயாரிக்கும் பொருளை ஆராய்ந்த போது அதிர்ச்சியே மிஞ்சியது.

கேள்வி: அது குறித்து கொஞ்சம் சொல்லுங்கள்.

பதில்: உதாரணங்களுக்குச் சில பொருட்கள் குறித்து கூறுகிறேன். நாம் பேரங்காடிகளுக்குச் சென்றால் பல வகையான சவர்க்காரங்கள் அடுக்கிவைப்பட்டிருப்பதைப் பார்ப்போம். நாம் அவற்றில் விலைகளை ஒப்பிட்டு ஆராய்கிறோமே தவிர அதில் எழுதப்பட்டுள்ளதை கவனிப்பதில்லை. சில சவர்க்காரங்களில் 'இதில் மிருகக் கொழுப்பு சேர்க்கப்படவில்லை' என்ற அறிவிப்பு இருக்கும். அது போன்ற சவர்க்காரங்கள் சற்று விலை அதிகமாகவும் இருக்கும். இதன் அர்த்தம் எளிமையானது. விலை குறைவான சவர்க்காரங்களில் மலிவாகக் கிடைக்கும் மிருகங்களின் கொழுப்பு சேர்க்கப்பட்-டுள்ளது என்பதுதானே அதன் பொருள் . செம்பனை எண்ணைக்குப் பதிலாக மிருகங்களின் கொழுப்பு சேர்க்கப்படுவது வியாபாரிகளின் கூடுதல் லாபத்துக்காகத்தான்.

மற்றது முக வெளுப்பு கிரீம். நாம் இன்னமும் ஆங்கிலேயர்களுக்கு மனதளவில் அடிமைகளாக இருக்கிறோம் என்பதற்குப் பரபரப்பாக விற்பனையாகும் இந்த கிரீம்களே சாட்சி. வெள்ளை என்பதே உயர்ந்தது என நாம் நம்ப-வைப்பட்டிருக்கிறோம். இந்த மன நிலையே வியாபாரிகளுக்கு உகந்ததாகிறது. முக வெளுப்புக்காக சேர்க்கப்படும் 'நிறம் நீக்கி' (bleaching)மேல் தோலை தின்கிறது. மேல் தோல் நீக்கப்பட்டால் முகம் வெள்ளையாகத் தெரிவது ஒரு நோய். ஆனால், இந்த நோயைதான் நமது இளைஞர்கள் கொண்டாடுகிறார்கள். இது தவிர்த்து நமது மரபான மனநிலையைத் திருப்தி படுத்தி அதை பணமாக்கவும் பல வியாபாரிகள் மும்முறம் காட்டுவதுண்டு. 'நுரை' வந்தால் அழுக்கு வெளி-யேறுகின்றது என நாம் நம்பிக்கொண்டிருக்கிறோம். ஆனால், 'நுரை' என்பது 'Formboster' எனும் இரசாயனத்தால் உருவாகின்றது என்பதை எத்தனை பேர் அறிந்து வைத்துள்ளோம்? குளிக்கும் போது நுரை வரவேண்டும், வீடு கழு-வினால் நுரைவரவேண்டும், மங்கு கழுவினால் நுரைவரவேண்டும். நுரை என்பதே அழுக்கு என நாம் நம்பும் ஒன்றே வியாபாரிகளின் லாபத்தின் ஆதாரம். உண்மையில் அது இரசாயணம் சேர்க்கப்பட வேண்டிய அவசியமே இல்லை. பச்சையான ஏமாற்றுத்தனம் இது.

நாள் முழுதும் உங்களை பிரஷாக வைத்திருக்கும்' என்ற விளம்பரத்தோடு உங்கள் கையில் கிடைக்கும் ஒரு பொருளில் என்ன இரசாயனம் சேர்க்கப்பட்டுள்ளது என உங்களுக்குத் தெரியுமா? நமது வேர்வையைத் தடுத்து, தோலின் துவாரங்களை அடைத்து, அழுக்கு வெளியேற முடியாமல் வாசனையை மட்டுமே பரப்பும் நோயாளிகளாக அலைவதைதான் இன்றைய முதலாளி வர்க்கம் விரும்புகிறது. ஒரு சவர்க்காரத்தின் நோக்கம் உடல் அழுக்கை நீக்-குவதுதானே... ஆனால் போட்டி மிகுந்த இந்த வியாபார உலகில் ஒன்றுக்கும் மேற்பட்ட தேவைகளைத் தீர்ப்பதாகக் கூறி எதை எதையோ தருவிக்கின்றனர். நாமும் கேள்விகள் இல்லாமல் வாங்கி பூசிக்கொள்கிறோம்.

கேள்வி: சரி, இந்த நிலையில் உங்கள் பொருட்களை எவ்வாறு வெளியிடுகிறீர்கள்?

சரவணன்: முதலில் என் நோக்கம் பொருட்களை வெளியிடுவதில் இல்லை. ஏற்கனவே சந்தையில் உள்ள பொருட்க-ளின் விலையையும் அதன் தரத்தையும் ஆராய்வதுதான் என் நோக்கம். அந்த வகையில் ஆட்டுப்பால் சவர்க்காரம், பப்பாளி சவர்க்காரம் என விற்பனைக்கு இருக்கும் சவர்க்காரங்கள் போல நான் முதலில் செய்துப்பார்க்கத் தொடங்கி-னேன். இணையம் மூலமும் புத்தகம் மூலமும் கற்று 50 முறைக்கு மேல் ஆய்வு செய்து சவர்க்காரம் செய்யும் உக்-தியை அறிந்தேன். மிகத்தரமான ஓர் ஆட்டுப்பால் சவர்க்காரம் செய்துப்பார்க்க முடிவெடுத்தேன். 1 லிட்டர் எண்ணை, ஆட்டுப்பால் 300 மில்லி லிட்டர் (தண்ணீர் சேர்க்காதது), sodium hydroxide... இவைதான் என் கலவைகள். இவை இல்லாமல் சவர்க்காரம் செய்ய முடியாது. சுமார் 7.00 வெள்ளிக்கு 100 கிராம் எடைக்கொண்ட 15 சவர்க்-காரங்களைச் செய்ய முடிந்தது. அப்படியானால் ஒன்றின் விலை ஏறக்குறைய 0.50 சென். இது மிகக் குறைந்த எண்ணிக்கையில் நான் தயாரித்த சவர்க்காரம். பெரிய நிறுவனங்கள் பெரிய அளவில் இதையே உற்பத்தி செய்கின்றன.

அப்படியானால் அதன் தயாரிப்பு செலவு இன்னும் குறையும் அல்லவா. ஆனால் விலை... கொஞ்சம் ஆராய்ந்து பார்த்தால் நீங்கள் அதிர்ச்சி அடைவீர்கள்; நான் அதிர்ச்சி அடைந்தது போன்று.

அந்த நிமிடம் என் மனதில் சில கேள்விகள் எழுந்தன. முழுக்க முழுக்க தரமான பொருட்களை குறைந்த விலை-யில் நம்மால் தயாரிக்க முடிகின்ற போது ஏன் தேவையற்ற இராசயனங்களைக் கலந்த பொருட்களை அதிக விலை கொடுத்து வாங்குகிறோம். எங்குப் பிரச்னை? முதலில் பயனீட்டாளர்கள் விழிப்படைய வேண்டும் என விரும்பினேன். இது குறித்து பலரிடமும் பேசினேன். சரி இரசாயனங்களை சுமந்துள்ள பொருட்களுக்கு மத்தியில் வாடிக்கையாளர்கள் எதைதான் தேர்வு செய்வது என்ற கேள்வி முன் வந்து நின்றது. அது என்னை மேலும் சில பொருட்களைத் தயாரிக்-கத் தூண்டியது.

கேள்வி: எவ்வகையான பொருட்கள் நோக்கி உங்கள் கவனம் திரும்பியது?

சரவணன்: முதலில் கை கழுவும் திரவம். நாம் அதிகமாகக் கை கழுவுவது சாப்பிடும் முன் அல்லது சாப்பிட்டப் பின். கையைச் சுத்தப்படுத்துவதுதான் நமது நோக்கம். ஆனால், அந்தக் கை கழுவும் திரவத்தில் உண்ணக்கூடாத வர்ண-மும் உண்ணக்கூடாத வாசனையும் (non for food) சேர்க்கப்பட்டுள்ளது. இவை கேன்சர் நோயினை உருவாக்கக் கூடியவை. ஆனால், இந்தப் பாதிப்பு உடனே நிகழாததால் மருத்துவர்களால் ‘இதனால்தான் ஏற்பட்டது’ என நிரூ-பிக்க முடியாமல் போகிறது. இது உற்பத்தியாளர்களுக்குத் தெரிந்தும் மலிவாக அந்த வர்ணம் கிடைக்கும் காரணத்தால் தயக்கமின்றி உபயோகிக்கின்றனர். நான் தயாரிக்கும் திரவத்தில் வர்ணம் மற்றும் வாசனையை உண்ணக்கூடிய தன்-மையைக் கொண்டது. பின் விளைவுகளை ஏற்படுத்தாது என உறுதியளிக்க முடியும். அதே போலத்தான் பாத்திரங்கள் கழுவும் திரவமும். ஆனால், தரையை கழுவும் திரவத்துக்கு நான் ‘நிறம் நீக்கி’ (bleaching) பயன்படுத்துகிறேன். கிருமி நாசினிகளில் அதிக தரமான மற்றும் விலை கொண்ட ‘phenochem’ வகையைச் சேர்க்கிறேன். இயற்கை-யான முறையில் உருவாக்கப்படும் இந்த ரக கிருமி நாசினியால் தோலுக்கு பாதிப்பு ஏற்படாது.

கேள்வி: ஒரு எளிய வாடிக்கையாளன் தான் பயன்படுத்துவது தரமான பொருள்தானா என எவ்வாறு கணிப்பது?

சரவணன்: முதலில் நீங்கள் வாங்கும் பொருளில் என்னென்ன கலவைகள் உள்ளன என்று படித்து புரிந்துகொள்-ளுங்கள். அதை கொண்டே அரசு பொருள் தயாரிக்க அனுமதி வழங்குகிறது. நமது பயனீட்டாளர்கள் முதலில் ஒரு பொருளைத் தயாரிக்க அடிப்படையான கலவைகள் என்னென்ன தேவை என அறிந்துகொள்ள வேண்டும். அந்தக் கலவையைத் தவிர்த்து வேறு பொருள்கள் சேர்க்கப்பட்டிருந்தால் அவ்வாறு சேர்க்கப்பட்ட அக்கலவையின் தேவை என்ன என்பதை ஆராய வேண்டும். வாசனைக்காகவும் வர்ணத்துக்காகவும் சேர்க்கப்படும் கலவைகள் எத்த-கைய தன்மை கொண்டவை என அறிந்த பின்பே அதை வாங்க வேண்டும். கற்றத்தலைமுறையினரிடம் நான் பேசும் போதே அத்தகைய விழிப்புணர்வு அவர்களிடம் இல்லாததை எண்ணி வருந்தியுள்ளேன். உலகத்தில் உள்ள அனைத்து அரசியலையும் பேசுபவர்கள் தாங்கள் உடலை ஒட்டும் திரவத்தின் தன்மை குறித்து அக்கறைப் படுவதே இல்லை. சவர்க்காரத்தின் தரத்தைச் சோதிக்க எளிய முறையில் ஒன்றைச் செய்துப்பார்க்கலாம். கத்தியைக் கொண்டு அதை வெட்டும்போது உடைந்தால் அது தரமற்ற சவர்க்காரம். தக்காளிப்பழத்தை வெட்டுவதுபோது இலகுவாக வெட்டினால் தரமானது. அதில் இரசாயனங்களும் குறைவு என்று பொருள். விழிப்புணர்வு என்பது ஏட்டில் மட்டும் இருந்தால் போதுமா? தினசரி வாழ்வில் நாம் அக்கறை பட வேண்டிய விடயங்கள் எவ்வளவோ உண்டு.

கேள்வி: விழிப்புணர் என எதை நீங்கள் சொல்கிறீர்கள்?

சரவணன்: சில ஆண்டுகளுக்கு முன் கேமரன் மலையில் நம் மண்ணுக்கு ஒவ்வாத சில கீரைகள் பயிரிடப்படுவதாகச் செய்திகள் வெளிவந்தன. அத்தகைய பயிர்கள் அதிக விலை எனும் காரணத்தினாலேயே அவற்றை பயிரிட்டுள்ளனர். அதற்குப் பின் அம்மண்ணில் வேறு பயிர்களைப் பயிரிட சாத்தியம் இல்லை. மண் மலடானதே மிச்சம். இந்த இயற்-கையை நாம் எப்படி மீட்கப் போகிறோம்? அடுத்த தலைமுறைக்கு எதைதான் விட்டுச்செல்லப் போகிறோம்? நாக-ரீகம் என்றும் பணம்தான் எல்லாம் என்றும் நான் செய்யும் செயல்களை; நம்மைச் சுற்றி நடக்கும் செயல்களையும் அவதானிப்பதையே விழிப்புணர்வு என்கிறேன். நாம் அனைவருமே பயனீட்டாளர்கள்தான். ஆனால் கண்மூடித்தனமான அணுகுமுறைகளால் நாம் நம்மையும் அழித்துக்கொண்டு மற்றவர்களையும் அழிப்பது நியாயம் இல்லை. தற்கொலைக-ளும் கொலைகளும் குற்றமாக்கப்பட்ட உலகில் ஒவ்வொரு நாளும் கண்களின் மறைவில் கொண்டாட்டமாகவே அவை நடந்தேருகின்றன. மேலை நாடுகளின் ஓரளவு அது குறித்த பிரக்ஞை உருவாகி வருகிறது. நமது நாட்டு பள்ளிக்-கூடங்களில் வழங்கும் இலவச உணவுகளில் ‘பர்க்கர்’ இறைச்சியைப் போட அரசே அனுமது தரும்போது எப்படி உருவாகும் பயனீட்டாளர் விழிப்புணர்வு.

கேள்வி: நீங்கள் தயாரிக்கும் பொருள்களை எவ்வாறு விற்பனைக்கு விடுகிறீர்கள்?
சரவணன்: முதலில் என் மனதை ஒரு சராசரி வியாபாரியின் மன நிலையிலிருந்து விலக்கியே வைத்துள்ளேன். லாபத்தை மட்டுமே குறிக்கோளாகக் கொண்ட ஒரு வியாபாரியிடம் தரத்தை எதிர்ப்பார்க்க முடியாது. அவர்களுக்கு இயற்கையின் பால் எவ்வகையான அக்கறையும் இருக்காது. சக உயிர்களின் சேதம் குறித்த கலக்கம் இருக்காது. உண்மையில் இந்த உலகின் அழகும் வனப்பும் வியாபாரிகளின் மனநிலையாலேயே அழிகிறது என நான் சொல்வேன். அதே போல நான் ஒரு சேவையாளனும் அல்ல. நான் இலவசமாக எதையும் வழங்கவில்லை. நான் உண்மையைச் சொல்ல விளைகிறேன். சீனர்கள் ஆதிக்கத்தில் மாட்டிக்கொண்டு வெளிவராமல் இருக்கும் உண்மைகளை மக்கள் முன் வைக்க எத்தனிக்கிறேன். இதன் மதிப்பு இவ்வளவுதான் எனச் சொல்கிறேன். அதை என் தயாரிப்புகள் மூலம் நிரூபித்துக்காட்டுகிறேன். விளம்பரத்தால் எதையும் விற்கலாம் என கூவிக்கொண்டிருக்கும் வியாபார உலகில் 'விற்பது சக மனிதனுக்கு தீங்கு விளைவிக்காமல் இருக்கட்டும்' என்கிறேன்.

கேள்வி: சரி உங்கள் பொருட்களைப் பெற என்ன செய்யலாம்?
சரவணன்: இது தொடர்பாக நான் பல மொத்த விநியோகிப்பாளர்களையும் சந்தித்து வருகிறேன். பலரும் என் பொருட்களின் விலை அதிகம் கொஞ்சம் தரத்தை குறைத்து விலையை குறைக்கலாம் என்கின்றனர். வணிகத்தை விரிவாக்க ஆலோசனை தருகின்றனர். மகிழ்ச்சிதான். ஆனால், இங்கு அதைவிட நான் கொடுக்கும் தரத்திலேயே பொருட்களை விநியோகிக்க யாரேனும் முன் வந்தால் மகிழ்வேன். வணிகத்துக்காக விலையைக் குறைத்து; விலைக்காகத் தரத்தைக் குறைக்க சம்மதம் இல்லை. இன்னும் நான் விரிவாக என் பொருட்களை கொண்டு செல்லவில்லை. கெடா, பினாங்கில் மட்டுமே சில இடங்களில் விற்பனையாகின்றன. எனது நோக்கம் பொருளை மட்டுமே கொண்டுச் செல்வதென்றால் துரிதம் காட்டியிருப்பேன். ஆனால், பயனீட்டாளர்களிடம் விழிப்புணர்வை ஏற்படுத்த வேண்டும் என்பதே என் தலையாய நோக்கம். யாரும் நான் கலக்கும் பொருள்களை சோதித்துப்பார்க்கலாம். இந்த விழிப்புணர்வுடன்தான் வாடிக்கையாளர்கள் என் பொருட்களை வாங்க வேண்டும் என விரும்புகிறேன். ஆர்வம் கொண்ட மொத்த விநியோகிப்பாளர்கள் இருந்தால் என்னைத் தொடர்புகொள்ளலாம்.

4. அழகிய பெரியவன்

இங்கு நல்ல விமர்சகர்களே இல்லை: அழகிய பெரியவன்
நேர்காணல்: மினர்வா & நந்தன்
தமிழ் இலக்கிய உலகின் முக்கியமான படைப்பாளிகளில் ஒருவர் அழகிய பெரியவன். நாவல், சிறுகதை, கவிதை, கட்டுரை என இவரது படைப்புலகின் எல்லை பரந்துபட்டது. தெளிந்த அரசியலோடு, தலித் மக்களின் பிரச்சினைகளை நுட்பமாக எழுதும் படைப்பாளிகளில் முக்கியமானவராக விளங்கும் அழகிய பெரியவன் சிறந்த மேடைப் பேச்சாளரும் கூட. 'தகப்பன் கொடி' நாவலுக்காக 2003ம் ஆண்டில் தமிழக அரசின் விருது பெற்றவர். அரசுப் பள்ளி ஒன்றில் தற்காலிக பட்டதாரி ஆசிரியராக வேலை பார்த்துவந்த இவர் தற்போது முழுநேர எழுத்தாளராக இயங்கி வருகிறார். நிகழ்ச்சி ஒன்றில் கலந்து கொள்வதற்காக சென்னை வந்திருந்த அவரை, தலித் முரசு அலுவலகத்தில் கீற்று நேர்காணல் பகுதிக்காக சந்தித்தோம். பேட்டியிலிருந்து...

படைப்புகளின் வாயிலாக ஆதிக்க சாதிகளை தொடர்ந்து எதிர்த்து வருகிறீர்கள். ஆனால் எதார்த்தத்தில் அவர்களோடு இணைந்து வாழ வேண்டிய கட்டாயம் இருக்கிறது. எதார்த்தத்திலும் ஆதிக்கத்தை எதிர்க்க முடிகிறதா, அவர்களை நீங்கள் எப்படி எதிர்கொள்கிறீர்கள்?
நுட்பமான கேள்வி இது. படைப்பு நிலையிலேயே ஒரு படைப்பாளி இயங்கக்கூடிய சூழல் நம் சமூகத்தில் இல்லை. ஒரு படைப்பில் தலித் அல்லாத ஒருவரை அதாவது எதிர்மறையை கேள்வி கேட்கும்போது எழுப்புகிற கோபமான வார்த்தைகளை நிஜத்தில் வெளிக்காட்ட முடியாத நிலைதான் இருக்கிறது. பணியிடங்களில், அன்றாட வாழ்க்கையில் சாதிய ரீதியான ஒடுக்குமுறைகளை எதிர்கொள்ளும்போது கோபத்தை உடனடியாக வெளிப்படுத்த முடியவில்லை. பலதரப்பட்ட மக்களோடு பழக வேண்டிய சமூகச் சூழலில் தான் நாம் இருந்து கொண்டிருக்கிறோம்.
இங்கே சாதி ரீதியாக நுட்பமான பிரச்சனைகள் இருந்தாலும் நீ வேறு நான் வேறு என்கிற மனநிலையில் நாம் இல்லை. வேலை, கொடுக்கல் வாங்கல், நட்பு போன்றவற்றில் ஒருவருக்கொருவர் உறவுமுறையோடு தான் வாழ்ந்து கொண்டிருக்கிறோம். மேலதிகாரியிடம், சக ஊழியர்களிடம், நண்பர்களிடம் இந்த நுட்பமான சாதிய ஒடுக்குதலை பார்க்கும்போது உடனடியாக அவர்களுடன் முரண்பட முடிவதில்லை. மனதிற்குள் ஆத்திரம் வரத்தான் செய்கிறது. ஆனால் அதை வெளிப்படுத்த முடிவதில்லை.காலங்காலமாக ஒடுக்கப்பட்ட மக்களாகவே தலித் மக்கள் வாழ்ந்து வரு-

வதால் ஆதிக்கத்திற்கு பணிந்துபோதல், நெகிழ்ந்து கொடுத்தல் போன்றவை தலித் மக்களின் இயல்பாகி விட்டதையும் மறுக்க முடியவில்லை. அதைத்தாண்டி சிந்திக்கும் படைப்பாளிகளிடம் ஆதிக்கத்தை எதிர்க்கும் கலகமனம் இருக்கத்தான் செய்கிறது. எதையும் கேள்வி கேட்கிற படைப்பு மனம் காரணமாக பெரும்பாலான இடங்களில் நேரடியாகவும் என்னுடைய எதிர்ப்பை நான் தெரிவித்திருக்கிறேன்.

எழுத்தாளர்கள் சமூகக் கொடுமைகளுக்கு எதிராக இறுக்கமான மனநிலையை கடைப்பிடிப்பதாக சமீபத்தில் உங்களுடைய கட்டுரை ஒன்றில் குறிப்பிட்டிருந்தீர்கள். எந்த மாதிரியாக இருக்கிறது அந்த மௌனம்?

சர்வதேச அளவிலோ, இந்திய அளவிலோ நடக்கும் பிரச்சனைகளை நாம் எடுத்துக்கொள்ள வேண்டாம். அதற்காக அதைப் புறந்தள்ளவும் நான் சொல்லவில்லை. தமிழகத்தில், நாம் வாழும் பகுதியில் நம்மைச் சுற்றி தினமும் எண்ணற்ற சமூக ஒடுக்குமுறைகள் நடந்துகொண்டு தான் இருக்கிறது. தினசரி செய்தித்தாளில் வரும் பாலியல் வல்லுறவு, சிறுவர்களுக்கு எதிரான கொடுமை, தலித்களுக்கு எதிரான கொடுமை போன்ற செய்திகளை படிக்காமல் செய்தித்தாளை மடித்து வைக்க முடியாது. இதை எதிர்த்து எந்தப் படைப்பாளியாவது குரல் எழுப்புகிறாரா என்றால் இல்லை என்றுதான் சொல்ல வேண்டியிருக்கிறது. காரணமாக ஒரு சாக்கு சொல்லிக் கொள்ளாலாம், 'அவன் எழுதுவதே ஒரு கலகச் செயல்பாடு தான்' என்று. அன்றாட வாழ்க்கையில் சமூகப்பிரச்சனையில் அவனை ஈடுபடுத்தும்போது அவனது படைப்பு மனோபாவம் சிதைக்கப்படுகிறது, திசைமாறிவிடுகிறது போன்ற சாக்குகளும் சொல்லப்படுகிறது. அல்லது கருத்தியல் ரீதியாக பிரச்சனைகளை விமர்சனங்களுக்கு உட்படுத்தி இந்தப் பிரச்சனையை அமைப்புகள் பார்த்துக்கொள்ளும், நாம் படைப்பில் மட்டும் சுட்டிக் காட்டினால் போதும் என்ற மனநிலையில் படைப்பாளிகள் இருக்கிறார்கள். இந்த இறுக்கமான மௌனத்தைத் தான் ஓவியர் சந்திரமோகன் பற்றிய அந்தக் கட்டுரையில் குறிப்பிட்டிருந்தேன்.

இதைப் படித்து விட்டு ஒரு படைப்பாளி என்னைத் தொடர்பு கொண்டு, இப்படி ஒன்று நடந்திருப்பதே தனக்குத் தெரியாது என்றும், தமிழ்ப் பத்திரிகைகளில் இந்தச் செய்தி வரவில்லையென்றும் குறிப்பிட்டார். எனக்கு அது ஆச்சரியமாக இருந்தது. தொடர்ந்து அந்தச் செய்தி அவரது ஓவியங்களுடன் ஆங்கிலப் பத்திரிகைகளில் வந்தது. சில தமிழ்ப் பத்திரிகைகளும் அதை வெளியிட்டன. தமிழ்ப்பத்திரிகைகளில் வந்தால் தான் தமிழ்ப் படைப்பாளிகளுக்கு அதுப் பிரச்சனையா என்ற கேள்வி தான் இந்த இடத்தில் எனக்கு எழுகிறது. எவ்வளவு innocent ஆக இருக்கிறார்கள்? அறிவு சாராத, எண்ணம் சார்ந்த இந்த innocent அலட்சியமாகத் தான் எனக்குத் தெரிகிறது. இப்படித் தான் நிறைய பேர் இருக்கிறார்கள்.

கவிதையோ கதையோ எழுதி விட்டு காசு வாங்கிக் கொள்வது, காசுக்காக சினிமாவில் எழுதுவது போன்ற மனநிலைதான் பலபேரிடம் இருக்கிறது. இந்த commercialized mentality நிறைய பேரிடம் இருக்கிறது. மேலவளவு படுகொலை, தலித் ஊராட்சி மன்றத் தலைவர்கள் தாக்கப்படுவது, நிலமில்லாத தலித்களின் எண்ணிக்கை அதிகரித்து வருவதைப் பற்றிய புள்ளி விவரங்கள் இப்படி நம்மைச் சுற்றி பிரச்சனைகள் நடந்து கொண்டுதான் இருக்கிறது. ஆனால் யாரும் அதுகுறித்து வலுவாக குரல் எழுப்புவதில்லை.

பல எழுத்தாளர்கள் சமூக கொடுமைகளுக்கு எதிராக குரல் கொடுக்காமல் இருப்பது போலவே, சில எழுத்தாளர்கள் குறிப்பிட்ட சில விஷயங்களுக்கு எதிராக மட்டுமே குரல் எழுப்புகின்றனர். இதை எப்படி பார்க்கிறீர்கள்?

இந்த சுயநலப்போக்கு இருக்கத்தான் செய்கிறது. இப்படி சிந்திப்பவர்களுக்கு என்று ஒரு கருத்தியல் இருக்கிறது. இந்தக் கருத்தைத் தாண்டி அவர்கள் சிந்திப்பதோ, பிரச்சனைகளை பார்ப்பதோ இல்லை. அதன் அடிப்படையில் தான் இத்தனைக் குளறுபடிகள் வருவதாக நான் நினைக்கிறேன். ஒரு படைப்பாளியை படைப்பின் மேன்மைக்காக தூக்கிப் பிடிக்கலாம், ஆராதிக்கலாம். அதே நேரத்தில் அந்தப் படைப்பாளியின் குறைகளையும் நாம் கணக்கில் எடுத்துக் கொள்ள வேண்டும்.

அதுதான் ஒரு விமர்சகருடைய, ஒரு வாசகனுடைய அடிப்படை செயல்பாடாக இருக்க முடியும். திரைப்பட ரசிகர்களுக்கு எப்படி ஒரு ரசிக மனோபாவம் இருக்கிறதோ அதே தான் எழுத்தாளர்கள் மேல் இவர்களுக்கும் இருக்கிறது. அதனால் தான் அவர்களின் எழுத்துக்களை குற்றம் காணமுடியாத ஒரு நிலைக்கு கொண்டு சென்று விடுகிறார்கள். அதை நியாயப்படுத்த படைப்பாளியே சொல்லாத காரணங்களை வேறு சொல்கிறார்கள். தவிரவும் தமிழில் குழுவாதம் அதிகமாக காணப்படுகிறது. ஒரு எழுத்தாளர் இலக்கிய இதழ் ஆரம்பிக்கிறார் என்றால் அவரைச் சுற்றி ஒரு வட்டம். அந்த வட்டத்திற்கு அவர்களைத் தாண்டி மற்றவர்களை எழுத்தாளர்களாகவோ, விமர்சகர்களாகவோ அங்கீகரிக்கக் கூடிய மனோபாவம் கிடையாது. மற்ற படைப்புகள் மீது குறைந்தபட்ச நியாயமான மதிப்பீட்டு எண்ணமும் கிடையாது. இந்தக் குழு மனோபாவம் தான் ஒருவரை அப்பழுக்கற்றவராக சித்தரிக்க முயல்கிறது.

அப்பழுக்கற்றவராக யாரும் இருக்க முடியாது. ஒவ்வொரு மனிதனும் தனக்குரிய குறை நிறைகளோடு கசடுகளோடு தான் வாழ்ந்து கொண்டிருக்கிறான். படைப்பாளியும் இதில் சேர்த்திதான். இந்தக் குறைகளையும் சேர்த்துத்தான் ஒரு-

வரை விமர்சிக்க வேண்டும். குறைகளை விமர்சித்தால் படைப்பாளிக்கு அது அவமரியாதை என்ற எண்ணம் இவர்களுக்கு இருக்கலாம். பாரதியின் படைப்புகளை விமர்சித்தால் அது பாரதிக்கு செய்யும் அவமரியாதை என்ற எண்ணம் கூட அவர்களுக்கு ஏற்பட்டிருக்கலாம். பாரதியின் குறைபாடுகளோடு பாரதியின் நிறைகளையும் சேர்த்து விமர்சிப்பதில் எந்தத் தவறும் இருப்பதாக எனக்குத் தெரியவில்லை.

எல்லாவற்றையும் தாண்டி தமிழில் சரியான விமர்சகர்களே கிடையாது என்பது முக்கியமான விஷயம். தமிழில் விமர்சகர்கள் என்று சொல்லிக்கொள்ளும் எல்லாருமே பம்மாத்து வேலை செய்பவர்கள். அவர்கள் தங்களுக்கு என்று ஒரு அளவுகோலை வைத்துள்ளார்கள். அந்த அளவுகோலுக்கு உட்படாதவர்களை அவர்கள் படைப்பாளிகளாக அங்கீகரிப்பதில்லை. விமர்சகர்கள் என்பவர்கள் ஆழமான புரிதலோடு, பரவலான வாசிப்போடு இருக்க வேண்டியது அவசியம். அப்படி தமிழில் யாரும் இல்லாதது பெரிய குறைதான்.

வெகுஜன பத்திரிகைகளிலும் சரி, பொது இடங்களிலும் சரி தலித் எழுத்தாளர்களுக்கு முக்கியத்துவம் தரப்படுவது போன்ற தோன்றம் அண்மைக்காலமாகத் தென்படுகிறது. தலித் எழுத்துக்கு தரப்படும் இந்த முக்கியத்துவம் தலித் பிரச்சனைகளுக்கு தரப்படுவதில்லை. இதை நீங்கள் எப்படி உணர்கிறீர்கள்?

வெகுஜனப் பத்திரிகைகள் தமிழில் அதிகரித்து விட்டன. பத்திரிகைகள் அதிகரித்த அளவுக்கு தலித் எழுத்தாளர்களின் கவிதைகள், அனுபவம் சார்ந்த படைப்புகள் இடம்பெறவில்லை என்பதுதான் உண்மை. தலித் எழுத்தாளர்களின் அதிகம் அறியப்பட்ட, மிகவும் பிரபலமான படைப்பாளிக்குத் தான் அந்த முக்கியத்துவம் அளிக்கப்படுகிறது. படைப்புகளுக்கு இருக்கும் இந்த குறைந்த முக்கியத்துவம் கூட தலித் பிரச்சனைகளுக்கு இல்லை என்பதும் உண்மைதான்.

வெகுஜன பத்திரிகைகள் சினிமா, பரபரப்பு போன்ற செய்திகளுக்கு முக்கியத்துவம் தருவதால் சமூக மாற்றம் தொடர்பான விஷயங்களுக்கு அதிக கவனம் தருவதில்லை. ஒரு சில நேரங்களில் தலித் பிரச்சனைகளுக்கு எதிராகவே வெகுஜனப் பத்திரிகைகள் செயல்படுகின்றன. உதாரணமாக மதுரை நல்லக்காமன் பிரச்சனையை எடுத்துக் கொள்ளலாம். மதுரையைச் சேர்ந்த நல்லக்காமன் என்பவர் மீது காவல்துறை ஆய்வாளர் ஒருவர் மனித உரிமை மீறல் செய்ததாக சில ஆண்டுகளுக்கு முன் வழக்குப்பதிவு செய்யப்பட்டது. சட்டம் ஒழுங்கின் பெயரால் மனித உரிமைகளை மீறுவதைத் தான் அவர் தொடர்ந்து செய்து வந்தார். பல பதவி உயர்வுகள் பெற்று பல முக்கியமான வழக்குகளையும் விசாரித்து வந்தார்.

இந்நிலையில் தொடர் புகார்களுக்குப் பிறகு சில மாதங்களுக்கு முன் அவர் பணிநீக்கம் செய்யப்பட்டார். அடுத்த வாரமே ஆனந்த விகடனில் அவரைக் கதாநாயகன் போல் சித்தரித்து கட்டுரை வெளியானது. அவரது சொந்த ஊருக்கே போய் புகைப்படம் எடுத்து அதை வெளியிட்டிருந்தார்கள். இது எவ்வளவு அநியாயமான ஒரு விஷயம். அடிவாங்கியவனை கண்டுகொள்ளாமல் விடுவதும், அடித்தவனை தூக்கிப் பிடிப்பதும் போன்ற இயல்பு வெகுஜனப் பத்திரிகைகளில் தொடர்ந்து நடைபெற்று வருகிறது.

பத்துக் கொலை செய்தவனின் வாழ்க்கையை தொடராக வெளியிடுவதில் தான் பத்திரிகைகள் ஆர்வம் காட்டுகின்றன. வெட்டுப்பட்டவனின் வாழ்க்கை, அவனது குடும்பம் பற்றி யோசிக்க இங்கு யாரும் தயாராக இல்லை. வெகுஜனப் பத்திரிகைகள் தலித் பிரச்சனைக்கு தரும் முக்கியத்துவம் இவ்வளவு தான். தீவிர இலக்கியப் பத்திரிகைகளில் தலித் பிரச்சனைகளை சொல்வதற்கு இடம் இருக்கிறது. அதிலும் சில பத்திரிகைகள் தலித் பிரச்சனைகளை பிரச்சாரம் சார்ந்த இலக்கியம் என்று சொல்லி நிராகரித்து விடுகின்றன. இடம் தரும் பத்திரிகைகளும் சில படைப்பாளிகளுக்கே இடம் தருகின்றன. அதனால் புதிய சிந்தனைகள், புது எழுத்துக்கள், புது படைப்பாளிகளுக்கு இங்கு வாய்ப்பே இல்லாமல் போய்விட்டது.

பத்திரிகைகள் தவிர இதர ஊடகங்களான திரைப்படம், தொலைக்காட்சி போன்றவைகளில் தலித் மக்கள் பிரச்சினைகளுக்கு எந்தளவுக்கு இடமளிப்பதாகக் கருதுகிறீர்கள்?

திரைப்படம், தொலைக்காட்சி போன்றவற்றுடன் எனக்கு நெருங்கிய தொடர்பு இல்லை. அதில் நண்பர்கள் அதிகம் இருக்கிறார்கள். அவர்கள் மூலமும், பார்வையாளர் என்ற முறையிலும் பார்க்கும்போது தொலைக்காட்சிகளில் தலித் பிரச்சனைகளுக்கு எந்த முக்கியத்துவமும் இருப்பதாக எனக்குத் தெரியவில்லை. இங்கு ஊடகங்கள் கட்சி அரசியல் சார்ந்து இயங்குகின்றன. அரசியலைத் தாண்டி நிஜமான சமூக அக்கறையோடு இயங்கும் ஊடகங்கள் மக்களால் கண்டுகொள்ளப்படுவதில்லை.

ஊடகங்களில் பணியாற்றுபவர்கள் பார்ப்பனர்களாகவும், ஆதிக்க இடைநிலைச் சாதியினராகவும் தான் இருக்கின்றனர். பரம்பரை பரம்பரையாக இவர்களே ஆதிக்கம் செலுத்துகின்றனர். திரைப்படத்தில் வாய்ப்பு இழந்தவர்கள் தொலைக்காட்சிகளுக்கு வர ஆரம்பித்து விட்டனர். இதனால் கீழ்த்தரமான மனித உணர்வுகளுக்கு தீனி போடும் வகையில் தான் நிகழ்ச்சிகளை நடத்துகின்றனர். திரைப்படத்தை எடுத்துக்கொண்டால் இடைத்தட்டுச் சாதியினரின்

முகமாக இன்று சினிமா மாறிவிட்டது. அதாவது குறிப்பிட்ட சாதியினரின் பெருமையைப் பேசுவதாகத் தான் அது கட்டமைக்கப்பட்டிருக்கிறது. சமீப காலமாக வந்த திரைப்படங்களில் தேவர் சமூகத்தின் பெருமையை பேசுவதாக வந்த படங்கள் அதிகம். அந்த சமூகத்தைச் சேர்ந்தவர்கள் முரட்டுக் குணம் உடையவர்களாக, எந்த சட்டதிட்டங்களுக்கும் கட்டுப்படாதவர்களாக, யாரையும் கொலை செய்பவர்களாக இருப்பது பெருமையாக கொண்டாடப்படுகிறது.
இந்தச் சூழ்நிலையில் ஒரு தலித் சினிமாவுக்கான வாய்ப்பு என்பது தமிழில் இதுவரை இல்லை. ஆனால் அண்டை மாநிலமான கேரளாவில் தலித் பிரச்சனைகளை முன்னிறுத்தி பல திரைப்படங்கள் வெளிவந்துள்ளன. தலித் இயக்குனர்களால் மட்டுமே இது சாத்தியப்பட்டிருக்கிறது. ஆனால் தமிழில் நல்ல இயக்குனர்கள் என்று பெயர் பெற்றவர்களால் கூட இதுபோன்ற திரைப்படங்களை தர முடிந்ததில்லை. தயாரிப்பாளர்கள் இதுபோன்ற படங்களை விரும்புவதில்லை என்பதுதான் இதற்கு இவர்கள் கூறும் காரணம். என்னுடைய கேள்வி இவர்கள் சொந்தமாக தயாரிக்கும் படங்களை-யாவது சமூக நோக்கோடு எடுக்கலாமே என்பது தான். அது ஏன் சராசரிக்கும் கீழாக இருக்கிறது? அப்படியானால் இவர்களுக்கு கொள்கைப்பிடிப்பு இல்லை என்பதுதானே சரி. இந்தச் சூழ்நிலையில் ஊடகங்களில் தலித் பிரச்சனைக-ளுக்கு இடம் இன்னும் ஏற்படவில்லை என்று தான் சொல்ல வேண்டியிருக்கிறது.

பெண் எழுத்தாளர்கள் உடல் எழுத்துக்கு அதிக முக்கியத்துவம் தருவதாக, ஆசிரியர் குழுவில் ஒருவராக இருக்கும் தலித் முரசுவில் ஒரு விமர்சனம் வெளிவந்தது. கவிஞராக, சக படைப்பாளியாக நீங்கள் இதை எப்படி பார்க்கிறீர்கள்?
இந்தப் பிரச்சனையில் பெண் எழுத்தாளர்களுக்கு ஆதரவானது தான் என்னுடைய குரல். பெண் எழுத்தாளர்கள் வெளிப்படையாக எழுதுவதாக ஒரு குற்றச்சாட்டு வைக்கப்படுகிறது. வெளிப்படையாக எழுதுவது அவ்வளவு தவறா, ஆண் எழுத்தாளர்கள் வெளிப்படையாக பேசுவதில்லையா? போன்ற கேள்விகள் இந்த இடத்தில் எனக்குத் தோன்று-கிறது.
காலங்காலமாக ஊறிக்கிடக்கும் ஆணாதிக்கச் சிந்தனையின் வெளிப்பாடாகத் தான் நான் இதை பார்க்கிறேன். பெண்-கள் உரத்துப் பேசக்கூடாது, வீட்டை விட்டு வெளியே வந்து பேசக்கூடாது, பஞ்சாயத்திலோ, பொதுவிடங்களிலோ பேசக்கூடாது போன்ற கட்டுப்பாடுகள் இருந்த சமுதாயம் தானே இது. அதன் எச்சங்கள் இன்னமும் இருந்து கொண்-டிருக்கிறது என்பதற்கான அடையாளம் தான் பெண்கவிஞர்கள் மீது வைக்கப்படுகிற குற்றச்சாட்டு.

இந்த ஆணாதிக்க மனநிலை தான் பெண் கவிஞர்களின் வெளிப்படையான எழுத்தை கொச்சையானதாக, அரு-வருப்பாக பார்க்கிறது. பெண் எழுத்தாளர்கள் எந்த மாதிரியான விஷயங்களை பார்க்கிறார்கள், எதன் அடிப்படையில் எழுதுகிறார்கள் என்றுதான் பார்க்க வேண்டும். ஆரம்பத்தில் தலித் எழுத்துக்கு இருந்த எதிர்ப்பை இந்த இடத்தில் பொருத்திப் பார்த்துக் கொள்வது சரியாக இருக்கும் என்றே தோன்றுகிறது.

தலித் எழுத்துக்கள் வெளிப்படையாக இருக்கிறது, அதிகம் வசவுச்சொற்களை பயன்படுத்துகிறார்கள் போன்று மிகக்-கடுமையாக விமர்சித்தார்கள். தலித்களின் மொழியை அப்படியே பயன்படுத்திய காரணத்திற்காக என்னுடைய சில கதைகள் கூட தொகுப்புகளில் இடம்பெறாமல் போயிருக்கிறது. இந்த வார்த்தைகளை வேண்டுமென்றோ, சுவாரஸ்யத்-திற்காகவோ பயன்படுத்துவதில்லை. கதையில் வரும் தலித் கதாபாத்திரங்களின் கோபம், ஆத்திரம் வெளிப்பட வேண்-டுமானால் உக்கிரமான வார்த்தைகளைத் தான் பயன்படுத்தியாக வேண்டும். இதேபோன்று தான் பெண் படைப்பாளி-களும் உடல்சார்ந்த மொழியை பயன்படுத்துகிறார்கள். அந்த வார்த்தைகள் வைத்திருக்கக் கூடிய அரசியல் என்ன, அந்தக் கவிதை என்ன மாதிரியான அரசியலில் இயங்குகிறது என்பதைப் புரிந்து கொண்டால் இப்படியான கேள்விகள் எழாது என்று நினைக்கிறேன்.

ஆதிக்க சாதிகளுக்கு எதிரான தலித் தலைவர்கள் என்றால் அது அயோத்திதாசரில் இருந்துதான் நமக்குத் தெரிய வருகிறது. அவருக்கு முன்னால் தலித் தலைவர்கள், தலித் இயக்கங்கள் இருந்தனவா? இல்லாமல் இருந்திருந்தால் அதற்கு என்ன காரணம்?
தலித் இயக்கங்கள் இருந்தனவா என்று உறுதியாகச் சொல்ல முடியவில்லை. அதற்கான தரவுகள் எதுவும் இல்லை. ஆனால் சாதியக் கொடுமைகள், ஒடுக்குமுறைகள் பலகாலமாகவே இருந்து வருகின்றன. எட்டாம் நூற்றாண்டு அல்லது ஏழாம் நூற்றாண்டு தொடங்கி பன்னிரண்டாம் நூற்றாண்டு வரை இருந்த பிற்கால சோழர்கள் ஆட்சிக் காலத்தில் சாதியக் கொடுமைகள் இருந்ததாக வரலாற்று ஆய்வாளர்கள் குறிப்பிடுகின்றனர். அதற்கு பிறகு பல நூற்றாண்டுகள் முகலாயர்களும், ஆங்கிலேயர்களும் ஆட்சி செய்தனர். இதில் சமூக மாற்றங்கள் அதிகம் ஏற்பட்டது. இஸ்லாமிய மதமும், கிறித்தவ மதமும் சமத்துவத்தை வலியுறுத்தின. இந்த மதத்தை பின்பற்றிய ஆட்சியாளர்கள், மக்கள் அந்த மதங்களின் சமத்துவத்தை இந்தியாவில் கொண்டுவந்தார்களா என்று கேட்டால் இல்லை.
இங்கு சீர்திருத்தத்தை மேற்கொண்டார்களே ஒழிய, அடிப்படை சமூக கட்டமைப்பை மாற்ற முயற்சி செய்யவில்லை. ஆனால் வெள்ளையர்கள் வந்தபிறகு தலித்களின் வாழ்க்கையில் மாற்றம் ஏற்பட்டது. படிப்பது, மனித நேய அடிப்ப-

டையிலான உரிமைகள் போன்றவை தலித்களுக்கு கிடைத்தன. அதைப் பயன்படுத்தி சமூக மாற்றத்திற்கான இயக்கமாக அவர்கள் தங்களை அணி திரட்டவில்லை. தலித்கள் மதத்தை மாற்றிக் கொண்டார்கள். அதன்மூலம் பல பயன்களை அடைந்தனர். அதைத் தவிர சமூக இயக்கமாக தலித் இயக்கங்கள் இயங்கியதாகத் தெரியவில்லை.

அயோத்திதாசர், இரட்டைமலை சீனிவாசன் ஆகியோர் இணைந்து நீலகிரியில் ஒரு மாநாட்டை நடத்தியிருக்கிறார்கள். பொதுவிடங்களில் நடப்பதற்கு தலித்களுக்கு இருக்கும் தடையை நீக்க வேண்டும், அவர்களுக்கு தனிப்பள்ளிகள் அமைக்க வேண்டும் போன்ற தீர்மானங்களை நிறைவேற்றியிருக்கிறார்கள். 1800களில் தலித்களின் பிரச்சனைகளை வெள்ளையர்களிடம் மனுவாக தரும் முறை இருந்ததாக இரட்டைமலை சீனிவாசன் குறிப்பிட்டுள்ளார். தலித் இனத்திற்கும், வெள்ளையர்களுக்கும் நேரடியான கடிதத் தொடர்பு இருந்ததாக அதில் அவர் குறிப்பிடுகிறார். அதைத்தவிர வேறு இயக்கங்கள் எதுவும் இருந்ததாக எனக்குத் தெரியவில்லை.

தமிழ்நாடு தவிர இந்திய அளவில் இருக்கிற வரலாற்று ஆய்வுகளை எடுத்துக் கொண்டால் தலித் அமைப்புகள் இயங்கியிருப்பதாகவே தெரிகிறது. குறிப்பாக ஜோதிபாபு புலேவை குறிப்பிடலாம். 1830களில் தொடங்கி தலித்களுக்காக பல்வேறு விதங்களில் போராடியிருக்கிறார். 1848ல் தலித்களுக்காகவும், பெண்களுக்காகவும் பள்ளி ஒன்றைத் தொடங்கியிருக்கிறார். அவருடைய பாதிப்பில் தலித் தலைவர்கள் நிறைய உருவாகியிருக்கிறார்கள். அம்பேத்கரும் தன்னுடைய வழிகாட்டியாக புலேவைத் தான் குறிப்பிடுகிறார். 1800களுக்குப் பிறகு தான் இந்த மாற்றங்கள் ஆரம்பமாயிருக்கிறது. தலித் பிரச்சனைகளைத் தாண்டி பெண்ணிய உரிமைகள், மே தினக் கொண்டாட்டங்கள் போன்ற உலகளாவிய மாற்றங்களும் இந்தக் காலக்கட்டங்களில் தான் நடைபெற்றிருக்கிறது.

அம்பேத்கர் காலத்தில், தலித் இயக்கங்களின் செயல்பாடுகளில் இருந்த தீவிரம் இப்போது இருப்பதாகக் கருதுகிறீர்களா?

இன்றைக்கு இயங்கக்கூடிய தலித் அமைப்புகள் ஒரு சில விஷயங்களில் மட்டும்தான் கவனம் செலுத்துகிறார்கள். மற்றொரு விஷயங்களில் பாராமுகமாக இருக்கிறார்கள். நம் சமூகத்தில் ஒரு அதிகார அரசியல் இருக்கிறது. இந்த அதிகார அரசியலை நோக்கித் தான் தலித் அமைப்புகளின் செயல்பாடுகளும் இருந்து கொண்டிருக்கிறது. அதற்காக அவர்கள் எந்தவிதமான சமரசங்களுக்கும் தயாராகவே இருக்கிறார்கள்.

தேர்தல் சமயத்தில் 'சீட்'களுக்காக சமரசம் செய்வது, முக்கியக் கட்சிகளால் புறக்கணிக்கப்படும்போது முந்தைய நிலையில் இருந்து முற்றிலும் மாறுபடுவது போன்ற நிலையில் தான் தலித் அமைப்புகள் இயங்கி வருகின்றன. தலித்களுக்கு எதிரான சிந்தனை கொண்டவர்களோடு கூட்டணி வைத்துக் கொள்கிறார்கள். இது எல்லாமே கேலிக்கூத்தான விஷயங்கள் தான். அடிப்படையில் சமூக மாற்றத்திற்கான பண்பாட்டுத் தளத்தில் இருக்கிற அரசியலில் இவர்கள் கவனம் செலுத்தாத வரையில் இந்தப் போக்குதான் இருக்கும். விடுதலைச் சிறுத்தைகள் சமீபத்தில் திருநெல்வேலியில் நடத்திய மண்ணுரிமை மாநாட்டில், மதுரை மீனாட்சி அம்மன் கோவிலில் தலித்துக்கள் நுழைவதற்காக போராட்டம் நடத்திய பசும்பொன் முத்துராமலிங்கத் தேவரின் பிறந்தநாளை அரசு விழாவாக நடத்த வேண்டும் என்று கோரிக்கை வைத்திருக்கிறார்கள்.

மற்றொரு தீர்மானமாக இம்மானுவேல் சேகரனுக்கு மணிமண்டபம் கட்ட வேண்டும் என்று கூறியிருக்கிறார்கள். தேவர்களையும் திருப்திப்படுத்தியாக வேண்டும், தலித்களையும் திருப்திப்படுத்தியாக வேண்டிய நிலையில் வெகுஜன அரசியலுக்காக எடுத்த முடிவு இது. இன்னும் மேலே போய் மாயாவதியின் ஆட்சியை தமிழகத்தில் அமைப்போம் என்றும் தங்களுடைய கனவுகளை தலித் அமைப்புகள் கூறி வருகின்றன. இது எப்படி சாத்தியம் என்றும் தெரியவில்லை.

இது முழுக்க முழுக்க அதிகார அரசியல் சார்ந்த செயல்பாடாகத் தான் இருந்து கொண்டிருக்கிறது. பண்பாட்டு அடிப்படையில் தலித்களுக்கான கருத்தியலை உருவாக்குவதில், அரசுத் திட்டங்களை உருவாக்குவதில், அதைக் கேட்டுப் பெறுவதில், முழுமையாக பயன்படுத்திக் கொள்வதில் தலித் அமைப்புகள் கவனம் செலுத்துவதில்லை.

எந்த தலித் இயக்கங்களும் கருத்தியல் ரீதியான தெளிவோடு போராடக் கூடிய தொண்டர்களை உருவாக்கவில்லை என்பது என்னுடைய வெளிப்படையான குற்றச்சாட்டு. இருக்கிற தொண்டர்கள் அம்பேத்கர், தலித் உணர்வு போன்றவற்றால் வந்து சேர்ந்தவர்கள் தான். இவர்களிடம் கருத்தியல் ரீதியான தெளிவு இல்லை. இந்த அமைப்புகள் அரசியல் வகுப்புகளோ, பயிற்சிப் பட்டறைகளோ நடத்துவது கிடையாது. கிராமங்களில் இவர்களுக்கு கிளைகளும் கிடையாது. இங்கும் ரசிக மனோபாவத்தோடும், தலைமை மனோபாவத்தோடும் இயங்கும் போக்கும் தான் காணப்படுகிறது.

தலித் சிந்தனையாளர்கள் சிலர் பெரியாரைப் புறக்கணித்து விட்டு சாதியை ஒழித்து விடலாம் என்று சொல்லிக் கொண்டிருக்கிறார்கள். பெரியாரைப் புறக்கணித்து விட்டு சாதி ஒழிப்பு என்பது சாத்தியமா?

நான் திராவிடக் குடும்பத்தில் இருந்து வந்தவன். திராவிடச் சிந்தனைகள் எனக்குள் ஊறிப்போன விஷயம். பெரியாரின்

பங்களிப்பை நாம் சரியாக மதிப்பிடவும் புரிந்து கொள்ளவும் இல்லை என்றே எனக்குத் தோன்றுகிறது. தற்போது ஏற்பட்டுள்ள இந்த சமூக மாற்றத்திற்கு பெரியாரின் தீண்டாமை ஒழிப்பு, சாதி ஒழிப்பு, மூடநம்பிக்கை ஒழிப்பு போன்றவை தான் காரணம். பெரியாரை முன்னிறுத்துவதால் தனக்கான இடம் இல்லாமல் போய்விடுமோ என்று இவர்கள் நினைக்கிறார்கள். தலித் தலைவர்களைத் தான் அந்த இடத்தில் வைக்க வேண்டும் என்றும் அவர்கள் சொல்கிறார்கள்.

பெரியாரின் பங்களிப்பை மறுத்து விட்டு சாதி ஒழிப்பு பேசுவது என்பது ஒருவகையான துரோகம் தான். பெரியாரின் பங்களிப்பு தான் நம் சமூகத்தில் பரவலான, வலுவான அடித்தளத்தை உருவாக்கித் தந்திருக்கிறது. சாதிய ஒழிப்பை நீங்கள் கடுமையாக இன்று பேச முடியும் என்றால் அதற்கு பெரியார் ஏற்படுத்திக் கொடுத்த அடித்தளம் தான் காரணம். தலித் அறிவுஜீவிகளைத் தான் பெரியார் இடத்தில் நிறுவ வேண்டும், பெரியாருக்கு பிறகு பிற்படுத்தப்பட்ட சமூகம் ஒன்று திரண்டிருக்கிறது அதனால் தலித்களுக்கான இடம் பறிபோய்விட்டது போன்ற விமர்சனங்களை, தவறான அனுமானங்களால் எழக்கூடிய விமர்சனங்களாகத் தான் நான் பார்க்கிறேன். இந்திய அளவிலேயே தலித்துகளுக்கான போராட்டத்தில் தலித்கள் அல்லாத இடைச்சாதியினரும் தீவிரமான பங்களிப்பைச் செய்திருக்கிறார்கள். அதன் அடிப்படையில் தான் பகுஜன் போன்ற கருத்தோட்டங்கள் வடமாநிலங்களில் உருவானது. அந்தச் சிந்தனை ஏன் தமிழ்நாட்டில் வரவில்லை என்று எனக்குத் தெரியவில்லை. பெரியாரை நிராகரித்து விட்டு தலித்துகளின் முன்னேற்றம் சாத்தியமே இல்லை. அவரை வைத்துக்கொண்டே நாம் அந்தப் பாதையில் பயணிப்பதுதான் நம்முடைய பலம்.

பெரியார், அம்பேத்கரின் போராட்டங்களுக்கு பிறகு இன்றைக்கு தலித் மக்களின் வாழ்க்கையில் எந்த மாதிரியான மாற்றம் ஏற்பட்டுள்ளது?

நிறைய மாற்றம் ஏற்பட்டுள்ளது. ஆனாலும் முழுமையான சமூக மாற்றம் ஏற்படவில்லை. சாதி ஒடுக்குமுறைகளும் தீண்டாமைக் கொடுமைகளும் பகுதி வாரியாக தொடர்ந்து கொண்டுதான் இருக்கிறது. தமிழகத்தில் தென்பகுதிகளில் சாதியக் கொடுமைகள் அதிகமாக இருக்கிறது. வடபகுதிகளில் ஒப்பீட்டளவில் குறைந்துள்ளது. இந்தியாவே சாதியின் பெயரால் தான் கூறுபோடப்பட்டிருக்கிறது. பண்பாடு, கலாச்சாரம், கல்வி, வியாபாரம், திருமணம், வேளாண்மை போன்ற அனைத்தும் இங்கு சாதியின் பெயரால் தான் கட்டமைக்கப்பட்டுள்ளது. சட்டரீதியாகவும், கருத்தியல் ரீதியாகவும், சரியான தலைவர்களாலும் ஓரளவு மாற்றங்கள் ஏற்பட்டுள்ளது. ஒரு அலுவலகத்தில் தீண்டாமைக் கொடுமை நடைபெறுவதற்கான வாய்ப்புகள் இன்று இல்லை. பொதுவிடங்களில் நுழைய தடை செய்ய முடியாது. இவை நல்ல மாற்றங்கள் தான். ஆனால் சில இடங்களில் இன்னமும் கோவிலில் நுழையத் தடை, தேர் வடம் பிடித்து இழுப்பதற்குத் தடை போன்ற விஷயங்கள் தொடரத்தான் செய்கிறது. இரட்டை டம்ளர் முறையும் சில இடங்களில் தொடர்ந்து கொண்டுதான் இருக்கிறது. தேர்தலில் நிற்பதற்கான சமூகத்தடையும் தொடர்ந்து கொண்டுதான் இருக்கிறது. சாதிய ஒதுக்கீட்டின் எச்சங்கள் தொடர்ந்தாலும் மாற்றங்கள் ஏற்பட்டிருப்பதை மறுக்க முடியாது.

தலித் அமைப்புகள் தவிர முற்போக்கு இயக்கங்களும் சமூக மாற்றத்திற்காக தொடர்ந்து போராடி வருகின்றன. இவர்களின் பங்களிப்பு எப்படியிருக்கிறது?

வேறு இயக்கங்கள் சாதி ஒழிப்புக்காக போராடுவது என்பது நடந்துகொண்டு தான் இருக்கிறது. ஜனநாயகம் வந்தபிறகு வாக்கு சேகரிப்பதற்காக தலித்துக்களை கறிவேப்பிலையை போல் பயன்படுத்துவது எல்லா அரசியல் கட்சிகளிடமும் இருக்கிறது. அ.தி.மு.க.வின் வாக்கு வங்கி எம்.ஜி.ஆர். தொடங்கி இன்று வரை தலித்துக்களிடம் தான் இருக்கிறது. தலித்துக்களுக்காக பாடுபடுவதாக ஒரு மாயத்தோற்றத்தை அவர்கள் உருவாக்கியிருக்கிறார்கள். தி.மு.க. மற்றும் அதைச் சார்ந்த திராவிட இயக்கங்களை பார்த்தால் தமிழ், தமிழர் போன்ற விஷயங்களில் தான் அவர்கள் அதிகம் ஆர்வம் செலுத்துகிறார்கள். காங்கிரஸ் இயக்கத்துக்கு தீண்டாமை எதிர்ப்பு என்கிற முகம் இருக்கிறது. ஆனால் ஒழிக்க வேண்டியது தீண்டாமையையா, சாதியையா என்று கேட்டால் சாதியக் கொடுமையைத்தான். சாதிய ஒடுக்குமுறையின் வெளிப்பாடு தான் தீண்டாமைக் கொடுமை.

பொதுவுடைமை இயக்கங்களை எடுத்துக்கொண்டால் அவர்கள் ஆரம்பத்தில் இருந்தே தலித்துக்களுக்காக வேலை செய்திருக்கிறார்கள். ஆனாலும் சாதியை ஏற்றுக்கொள்ளும் மனோபாவம் அவர்களுக்கு சமீபத்தில் தான் வந்திருக்கிறது. அவர்களிடம் வர்க்கப்பார்வை தான் இருக்கிறது. சாதியையும் வர்க்கமாகத் தான் அவர்கள் நீண்டகாலமாக கருதி வந்தார்கள். இந்தியாவில் வர்க்கத்தை மட்டும் வைத்துக்கொண்டு சமூக மாற்றத்தை ஏற்படுத்த முடியாது என்பதை சமீபத்தில் தான் புரிந்து கொண்டிருக்கிறார்கள்.

ஒப்பீட்டளவில் பார்த்தால் ஒடுக்கப்பட்டவர்களுக்காக பொதுவுடைமைக் கட்சிகள் தான் அதிகம் பாடுபடுகிறார்கள். தஞ்சைப் பகுதியில் இருந்த சாணிப்பால், சவுக்கடி போன்ற சாதீயக் கொடுமைகளை கம்யூனிஸ்டுகள் தான் எதிர்த்தார்கள். உழைக்கும் வர்க்கம் என்ற அடிப்படையில் தான் அவர்கள் ஆதரித்தார்கள். உழைக்கும் மக்கள் பெரும்பாலும் தலித்துக்களாகத் தானே இருக்கிறார்கள். பொதுவுடைமை இயக்கங்களைப் போலவே வேறு சில இயக்கங்களும் தலித்-

களுக்காக உண்மையான அக்கறையுடன் போராடத்தான் செய்கின்றன. இதிலும் ஒரு முக்கியமான விஷயம் என்னவென்றால் தலித்துகளுக்காக போராடக்கூடிய இயக்கங்களை வழிநடத்துபவர்கள் பெரும்பாலும் ஆதிக்கசாதியினராக இருப்பது தான். தலித்துக்கள் அங்கும் தொண்டர்களாகவும், அடிநிலை ஊழியர்களாகவும் தான் இருக்கின்றனர்.

தலித் இலக்கியங்களில் பள்ளர், பறையர், அருந்ததியர் போன்ற சில பிரிவு மக்களின் வாழ்க்கை மட்டும்தான் பதிவு செய்யப்பட்டுள்ளது. இவர்கள் அல்லாத மற்ற உட்சாதி மக்களின் வாழ்க்கை முறை பதிவு செய்யப்படாமல் இருப்பதற்கு என்ன காரணம்?

தலித் படைப்பாளிகள் எல்லாப் படைப்பாளிகளைப் போலவும் தங்களுக்கு நேர்ந்த அனுபவங்களை பதிவு செய்கிறார்கள். மற்ற உட்பிரிவுகளில் இருந்து படைப்பாளிகள் வெளிவரும்போது தான் படைப்புகளும் வெளிவரும். உட்பிரிவுகள் சார்ந்த கவனம் தேவையா என்றால் தேவைதான். எழுதுகின்ற தலித் படைப்பாளிகளே அதைச் செய்யலாம் தான். ஆனால் அந்த உட்பிரிவுகளில் இருந்து வருகின்ற படைப்பாளிகள் தங்களுடைய சொந்த அனுபவங்களை ஆக்ரோஷமாக பதிவு செய்யும்போதுதான் அது கவனம் பெறும். அந்த நிலை விரைவில் வந்துவிடும். அப்படி ஒரு நிலை வந்தால் தான் இன்னும் புதிய விஷயங்கள் தெரிய வரும். மகாராஷ்டிராவை எடுத்துக் கொண்டால் நீங்கள் குறிப்பிட்டபடி உட்சாதிப் பிரிவில் இருந்து நிறைய சுயசரிதைகள் வெளிவந்துள்ளன. அதைப் படிக்கும்போது பல புதிய விஷயங்கள் நமக்குத் தெரிய வருகின்றன. தமிழ்நாட்டில் சுயசரிதைகளும் இல்லை. அரசியல் ரீதியான கவனமும் அந்த மக்களின் மேல் இல்லை. அரசியல் ரீதியான கவனம் கிடைக்கும்போது தான் அவர்கள் விழிப்படைந்து எழுத வருவார்கள். தலித் சாதிகளிலேயே 76 பிரிவுகள் இருக்கின்றன. இந்த விஷயமே இங்கு பலருக்குத் தெரியாது.

தலித் இலக்கியத்தின் ஆரம்பம் மராட்டியத்தில் தான் ஏற்பட்டிருக்கிறது. அதற்குப் பிறகு தான் தமிழகத்தில் தலித் இலக்கியம் ஆரம்பமானது. நம்முடைய தலித் இலக்கியம் முழுக்க தமிழ் சமூகப் பின்னணியோடு தான் இயங்குகிறதா அல்லது மராட்டிய இலக்கியத்தின் பாதிப்பு இங்கும் இருக்கிறதா?

நிச்சயமாக இல்லை. இங்கிருந்து வெளிவரக்கூடிய இலக்கியங்கள் தங்களுடைய சொந்த அனுபவங்களை அடிப்படையாகக் கொண்டு வெளிவந்த அசலான தலித் இலக்கியங்கள் தான். உத்வேகம், கோபம், இப்படியும் சொல்ல முடியும் என்கிற பார்வை போன்ற விஷயங்களைத் தான் பிறமொழிகளில் இருந்து பெற முடியும். இன்னொரு மொழியின் மாதிரியை எடுத்துக் கொண்டு படைப்புலகில் இயங்க முடியாது. அது சொந்த அனுபவத்தில் இருந்து வெளிவர வேண்டும். சிவகாமியின் 'பழையன கழிதலும்', பூமணியின் 'பிறகு' போன்ற எழுத்துக்கள் தலித் இலக்கியம் என்ற சொற்பிரயோகம் தமிழுக்கு பரவலாக அறிமுகமாமும் முன்பே வந்தவை தான்.

தலித் எழுத்துக்களில் தீண்டாமைக்கு எதிரான குரல்கள் ஒலித்தாலும், நுட்பமான சாதியப் பார்வை, சாதி மறுப்பு, இந்துமத எதிர்ப்பு போன்ற விஷயங்கள் அதிகம் தென்படுவதில்லை. இதற்கு என்ன காரணம்?

இதுபோன்ற விஷயங்கள் மிகக் குறைவாகத்தான் இருக்கிறது. மராட்டியத்தை எடுத்துக்கொண்டால் அங்கு படைப்பாளிகள் அம்பேத்கரிய பார்வையோடும் ஒருவித கறாரர்த் தன்மையோடும் இயங்குகிறார்கள். பார்ப்பனீய எதிர்ப்பு, இந்துமத எதிர்ப்பு, சாதி எதிர்ப்பு, பௌத்த சமயச்சார்பு போன்றவற்றை அடிப்படையாகக் கொண்டு எழுதப்படுபவை தான் தலித் இலக்கியங்கள். இதற்கு மாறாக கலையை அடிப்படையாகக் கொண்டு, வெகுஜனப் பார்வையோடு தலித் படைப்பாளியால் எழுதப்பட்டாலும் அதை தலித் இலக்கியமாகக் கருத முடியாது என்ற அடிப்படையில் மராட்டியத்தில் இயங்கி வருகிறார்கள்.

இந்தக் கறார்த்தன்மை தமிழில் இல்லை. இங்கு தலித்துகள் எழுதுவது தலித் இலக்கியம். பௌத்தம் சார்ந்தோ, மதமாற்றத்தில் சந்திக்கக்கூடிய பிரச்சனைகள் குறித்தோ, வேறு சில நுட்பமான சிக்கல்கள் குறித்தோ இங்கே தலித் இலக்கியம் எழுதப்படவில்லை. தலித்துகள் சந்திக்கக்கூடிய பல்வேறு பிரச்சனைகள் குறித்து பேசும் அளவுக்கு தலித் இலக்கியம் இன்னமும் வளரவில்லை. இதற்கு காரணம் தலித் படைப்பாளிகளுக்கு இருக்கக் கூடிய தெளிவின்மை. தலித்தாக பிறந்ததாலேயே ஒருவர் தலித் எழுத்தாளர் ஆகிவிட முடியாது. குறைந்தபட்சம் சமூகம் குறித்தான ஒரு பார்வை, தெளிவு, சாதி எதை அடிப்படையாகக் கொண்டு இயங்குகிறது, சாதி ஒழிப்பு என்றால் என்ன, பௌத்தம் தொடர்பான விஷயங்கள், பொருளாதாரம் அரசியல் சார்ந்த தலித்துக்கள் எப்படி இருக்கிறார்கள் போன்ற விஷயங்களை தலித் படைப்பாளிகள் முதலில் உள்வாங்கிக் கொள்ள வேண்டும். அப்போது தான் சரியான தலித் இலக்கியம் இங்கு வளர முடியும்.

தலித் மக்கள் மீது ஆதிக்கம் செலுத்தும் இடைநிலை சாதியினர் பற்றிய பதிவுகள் தலித் படைப்புகளில் காணக் கிடைக்கின்றன. அதே நேரத்தில் அதே இடைநிலை சாதிகளில் இருந்து தலித் மக்களுக்கு ஆதரவாகப் போராடுப-

வர்களைப் (திராவிட மற்றும் பொதுவுடமை இயக்கத்தினர்) பற்றிய எந்த பதிவும் இருப்பதில்லையே, ஏன்?
தலித்களின் பல்வேறு பிரச்சனைகள் சார்ந்த பரிணாமங்கள் எப்படி தலித் படைப்புகளில் இல்லையோ அப்படித்தான் அரசியல் சார்ந்து இவர்களின் பிரச்சனைகளுக்காக இயங்கிய நபர்களின் பதிவுகளும் இல்லை. வெண்மணி பற்றி கூட தலித் எழுத்தாளர்கள் யாரும் பதிவு செய்யவில்லை. முற்போக்கு இயக்கத்தில் இருந்து வந்த இடதுசாரித் தோழர்கள் தான் அதைப் பதிவு செய்திருக்கிறார்கள். இந்திரா பார்த்தசாரதி, சோலை சுந்தரபெருமாள் ஆகியோரின் நாவல்களைக் குறிப்பிடலாம். ஞானக்கூத்தனும் ஒரு கவிதை எழுதியிருக்கிறார். இதைத் தவிர்த்து வேறு பதிவுகள் இல்லை. பரவலாக தலித் அரசியல் சார்ந்த எழுத்துக்கள் அதிகமாகும்போது தான் இது சாத்தியமாகும்.

தலித் அல்லாத எழுத்தாளர்கள் தலித் மக்களின் பிரச்சினைகள் தொடர்பாக எழுதும்போது, அந்த படைப்புகளை நீங்கள் எப்படி வகைப்படுத்துகிறீர்கள்?
தலித் சார்பு எழுத்துக்கள் அல்லது தலித் ஆதரவு எழுத்துக்கள் என்று அவற்றை நாம் வகைப்படுத்தலாம். தலித் இலக்கியம் என்பது தலித்துகளின் சொந்த அனுபவங்களில் இருந்து எழக்கூடிய விஷயம். அதில் தான் உண்மைத் தன்மை, தலித் எழுத்துக்கே உரிய அழகியல், பூரணத்துவம் போன்றவை நிரம்பியிருக்கும். தலித் அல்லாதவர்கள் எழுதும்போது அதில் தலித்களுக்கான ஆதரவுக் குரல் ஓங்கி ஒலிக்கத்தான் செய்கிறது. அதை தலித் சார்பு அல்லது ஆதரவு இலக்கியம் என்று அழைப்பதில் எந்தத் தடையும் இல்லை.

ஆதியில் வளமுடன் இருந்ததாகச் சொல்லப்படும் தலித் சமூகம் வீழ்ச்சியடைந்ததற்கு பார்ப்பன ஆதிக்கம் மட்டும்தான் காரணமா? இல்லை வேறு ஏதாவது காரணம் இருப்பதாக நினைக்கிறீர்களா?
தலித்துக்கள் நிலவுடைமையாளர்களாக இருந்ததற்கான சாத்தியக்கூறுகள் மிகக் குறைவாகத்தான் இருக்கிறது. அதற்காக அவர்கள் நிலமற்றவர்களாகவும் இல்லை. ஒரு ஏக்கர் இரண்டு ஏக்கர் முதல் நூறு ஏக்கர் வரை வைத்திருந்தவர்களும் உண்டு. அந்தப் பகுதியில் தலித்துகளுக்கான வாய்ப்பு வசதிகள், அவர்களின் கை மேலோங்கியிருக்கிறதா, அரசியல் பொருளாதார ரீதியாக அவர்கள் வலுவானவர்களாக இருக்கிறார்களா, எதிர்க்கிற சமூகம் அவர்களை விட பலவீனமாக இருக்கிறதா இப்படி எதார்த்த ரீதியில் சில கூறுகளின் அடிப்படையில் தான் இந்த விஷயங்கள் இருந்திருக்கிறது. இந்தியா முழுக்கவோ, தமிழகம் முழுக்கவோ பெரும்பாலும் பெரு நில உடைமையாளர்களாக தலித்துக்கள் இருந்ததில்லை.

நிலம் வைத்திருந்தவர்களும் ஆற்றுப் புறம்போக்கு, பயிர்செய்ய முடியாத வானம்பார்த்த பூமி போன்றவற்றிற்குத் தான் உடைமையாளர்களாக இருந்துள்ளனர். நல்ல பாசனவசதி கொண்ட வளம் கொழிக்கும் நிலங்களுக்கு சொந்தக்காரர்களாக தலித்துக்கள் இல்லை. அப்படி இருந்த நிலங்களையும் இஸ்லாமிய, நாயக்க மன்னர்களின் படையெடுப்புகளின் போது தலித்துக்கள் இழந்திருக்கிறார்கள். அவர்கள் இந்த மக்களின் நிலங்களை ஆக்கிரமித்து தங்கள் சமூக மக்களுக்கு பிரித்துக் கொடுத்துள்ளனர். நான் வசிக்கும் வட ஆற்காடு மாவட்டத்தில் நிலமில்லாத நாயுடுகளையும், ரெட்டிகளையும் பார்ப்பது அரிது. எங்கள் பகுதி தெலுங்கு மன்னர்களின் ஆட்சிக்கு கீழிருந்த பகுதி. வேலூர்க் கோட்டையைக் கட்டியதும் பொம்மநாயக்கன், திம்மநாயக்கன் என்கிற இரண்டு நாயக்க மன்னர்கள் தான். இந்த மன்னர்களின் ஆட்சிக்காலத்தில் செல்வாக்கு பெற்றிருந்தவர்கள் சுற்றியுள்ள நிலங்களை தங்கள் சமூகத்திற்கு சொந்தமாக்கி கொண்டுள்ளனர்.

இதேபோல் எங்கள் பகுதி நவாப்பின் ஆட்சியின் கீழும் இருந்துள்ளது. இப்போதும் அங்குள்ள ஒரு மலை நவாப்பின் கீழ் வேலை செய்த ஒரு இஸ்லாமியருக்கு சொந்தமாக உள்ளது. ஒரு தனி நபருக்கு ஒரு மலையே சொந்தம். அந்த மலை, மலையைச் சுற்றியுள்ள பகுதிகளை அந்த தனிநபரின் குடும்பம் தான் அனுபவித்து வருகிறது. ஆக நிலம் என்பது ஆதிக்க வர்க்கத்தின் ஒரு உடைமையாக எப்போதுமே இருந்திருக்கிறது. அதன்பிறகு வெள்ளையர்கள் ஆட்சி வந்தது. அதன்பிறகு நாம் ஆட்சி செய்யத் தொடங்கிய பின்பு நிலம் அரசுக்கு சொந்தமானது என்ற சட்டம் வந்தது. அதன்பிறகும் நிலம் ஆக்கிரமிப்பாளர்கள் வசம் தான் இருந்தது. பயிர் செய்யப்படாமல், பாத்தியதை இல்லாமல் இருந்த நிலங்கள் புறம்போக்காக அறிவிக்கப்பட்டது. அந்த நிலங்களும் தலித்களுக்கு பகிர்ந்தளிக்கப்படவில்லை.

நீங்கள் எழுத்தாளர் மற்றும் ஆசிரியர். எழுத்து எப்படி ஒரு வலிமையான ஆயுதமோ அதைப் போன்றது தான் வகுப்பறையும். ஓர் ஆசிரியராக அதை நீங்கள் எப்படி கையாள்கிறீர்கள்?
எனக்கு மிகப் பிடித்தமான பணி ஆசிரியர் பணி. பி.எட். முடித்து பதின்மூன்று ஆண்டுகள் ஆகியும் வேறு எந்தப் பணிகளுக்கும் செல்லாமல் ஆசிரியப் பணி கிடைத்து விடும் என்று காத்துக் கொண்டிருக்கிறேன். இடைப்பட்ட காலத்தில் மாலை நேரப் பயிற்சியாளராக, ஆங்கிலப் பள்ளிகளில் ஆசிரியராக வேலை செய்து வருகிறேன். என்னுடைய வகுப்பறைகளை பாடம் நடத்துவதற்காக மட்டும் நான் பயன்படுத்தியதே கிடையாது. ஏனெனில் இங்கிருக்கிற பாடத்திட்டமுறை மாணவர்களை மனப்பாடம் செய்யும் கருவிகளாக, குமாஸ்தாக்களாக மட்டுமே உருவாக்குகிறது. மாணவர்-

களை சுயமாக சிந்திக்க வைப்பது, சமூகம் சார்ந்த விஷயங்களில் அவர்களை ஆர்வம் கொள்ள வைப்பது போன்றவற்றிற்கு வகுப்பறைகளில் இடம் இல்லை. ஒரு திறமையான ஆசிரியரால் அதை உருவாக்க முடியும்.

என்னுடைய வகுப்பறைகளில் பெண்ணியம், தலித்தியம், ஏகாதிபத்தியம் தொடர்பாக பேசுகிறேன். அதற்காக எதையும் தனியாக திணிப்பது இல்லை. பாடத்திட்டம் மூலமாகவே சமூகம் சார்ந்த கல்வியையும் கற்றுக் கொடுக்கிறேன். சமூக மாற்றத்திற்காக பாடுபட்ட அறிஞர்களின் பிறந்தநாளை மாணவர்களுடன் சேர்ந்து வகுப்பறைகளிலேயே கொண்டாடுகிறோம். எழுத்தாளராக இருப்பதால் பள்ளியில் எனக்கு மரியாதை அதிகம் கிடைக்கிறது. பள்ளிகளில் நடைபெறும் விழாக்களில் என்னைப் பேச அழைக்கும்போது நான் பெரும்பாலும் சமூகம் சார்ந்த விஷயங்களில் தான் அதிக ஆர்வம் காட்டுவேன்.

அதைத் தவிர மாணவர்களை நான் அடிப்பதில்லை. இதனால் அவர்களுக்கு என்னை ஆசிரியராக நெருங்குவதில் சிக்கல் எதுவும் இல்லை. வறுமை, உறவுகள் இல்லாத நிலை போன்ற பல பிரச்சனைகளுக்கு இடையே தான் மாணவர்கள் வகுப்பறைகளுக்கு வருகிறார்கள். அவர்களை திட்டுவது, அடிப்பது என்பது மன்னிக்க முடியாத செயல். சரியாக படிப்பு வராத மாணவர்களைப் பார்த்து, 'நீ தெருப்பொறுக்கத் தான் லாயக்கு, மாடு மேய்க்கத் தான் லாயக்கு' போன்ற வசைச் சொற்களையும் ஆசிரியர்கள் பயன்படுத்துகிறார்கள். இந்த மாணவர்கள் அதுபோன்ற தொழில்களைச் செய்யும் வீடுகளில் இருந்து தான் படிக்க வருகிறார்கள். மறுபடியும் அங்கேயே போகச் சொல்லி சுட்டிக்காட்டுவது ஒரு ஆசிரியரின் வேலை அல்ல. அதனால் தான் என்னுடைய கருத்துக்களை சொல்லக்கூடிய ஒரு களமாக வகுப்பறைகளை மாற்றிக் கொண்டு விட்டேன். என்னுடைய படைப்பு சார்ந்த முகம் அதற்கு பெருவாரியாக உதவி செய்கிறது.

உங்களை, உங்கள் படைப்புகளை எப்படி வரையறுக்க விரும்புகிறீர்கள்?

மனித உணர்வுகளை, அவலங்களை மிகவும் வெளிப்படையாக பதிவு செய்யும் படைப்புகளாகத் தான் என்னுடைய படைப்புகள் இருக்க வேண்டும் என்று நினைக்கிறேன். மனிதனின் துன்பங்களுக்கு அவலங்களுக்கு அடிப்படையாக இங்குள்ள சமூகக் காரணிகள் இருக்கின்றன. என் படைப்புகளின் வாயிலாக ஒரு வாசகனால் அதைக் கட்டாயமாக உணர்ந்து கொள்ள முடியும். மனித வாழ்வின் அவலங்களை படைப்பின் மூலமாக வெளிப்படுத்துவதைத் தான் என்னுடைய இயங்குசக்தியாகவும் நான் கருதுகிறேன்.

கவிஞர், சிறுகதை எழுத்தாளர், நாவலாசிரியர், கட்டுரையாளர், சிறந்த மேடைப் பேச்சாளர் என பல பரிமாணங்கள் உடையவர் நீங்கள். வேறு எந்த மாதிரியான தளங்களில் உங்களை விரிவுபடுத்தப் போகிறீர்கள்?

திரைப்படம், தொலைக்காட்சி போன்ற காட்சி ஊடகம் சார்ந்து என்னுடைய அடுத்த நகர்வு இருக்க வேண்டும் என்று ஆசைப்படுகிறேன். தலித்துகளின் இயங்குவெளி இங்கு கவனமாக வேலியிடப்பட்டிருக்கிறது. அதைத் தாண்டி தனக்குக் கிடைக்கக்கூடிய விஷயங்கள் மூலமாக கருத்தியலை நிலைநாட்டக்கூடிய ஒன்றாக தனது இயங்குவெளியை பயன்படுத்த வேண்டியது ஓர் அடிப்படையான விஷயம். அந்த அடிப்படையில் காட்சி ஊடகம் தான் என்னுடைய அடுத்தக்கட்ட நகர்வாக இருக்கும். என்னுடைய சிறுகதை, நாவல் தளத்திலேயே நான் தொடாத பகுதிகள் நிறைய இருக்கிறது. நான்கைந்து நாவல்களுக்கான விஷயங்கள் என்னுள் இருக்கிறது. தன்வரலாறை பதிவுசெய்ய வேண்டும், என்னுடைய மூதாதையர்களின் வரலாற்றை பதிவு செய்ய வேண்டும் என ஆசைப்படுகிறேன். இப்படி எழுத்து சார்ந்த வேலைகளும் நிறைய இருந்துகொண்டு தான் இருக்கிறது. தலித் சினிமா என்கிற வெற்றிடத்தை நிரப்ப முடியுமா என்றும் யோசித்து அதற்கான வேலைகளில் ஈடுபட்டுக் கொண்டிருக்கிறேன்.

5. ஆதவன் தீட்சண்யா

நேர்காணல்: மினர்வா & நந்தன்

தன்னுடைய எழுத்து, இயக்கம் எல்லாம் மக்களுக்காகவே' என்று இயங்கும் தமிழ் படைப்பாளிகளில் மிக முக்கியமானவர் ஆதவன் தீட்சண்யா. புறத்திருந்து, பூஜ்ஜியத்திலிருந்து துவங்கும் ஆட்டம், தந்துகி எனும் மூன்று கவிதை நூல்களையும், எழுத வேண்டிய நாட்குறிப்பின் கடைசி பக்கங்கள் எனும் சிறுகதை தொகுப்பையும் வெளியிட்டுள்ளார். கட்டுரையாக எழுத வேண்டிய ஒரு செய்தியை சிறுகதையாக எழுதுவதும், ஒரு நாவலுக்கான கருப்பொருளை ஒரு கவிதையில் பொருத்திச் செல்வதும், எழுத்தில் புதுப்புது வடிவங்களை பழகுவதும் ஆதவனுக்குக் கைவந்த கலை. 'புதுவிசை' இதழின் ஆசிரியராகவும், தமிழ்நாடு முற்போக்கு எழுத்தாளர் சங்கத்தின் மாநிலத் துணைச் செயலாளராகவும் செயல்படுகிறார்.

ஒடுக்குமுறை எந்த வடிவில் இருந்தாலும் அதை உக்கிரமான மொழியில் எதிர்கொள்ளும் ஆதவன், எழுதுவதோடு தன்னுடைய வேலை முடிந்தது என்றில்லாமல், போராட்டங்கள், பொதுக்கூட்டங்கள், கருத்தரங்குகள் என மாநிலம் முழுவதும் பிரயாணம் செய்தபடி இருக்கிறார். ஒரு நூல் வெளியீட்டு விழாவிற்காக சென்னை வந்தவரை, BEFI

அலுவலகத்தில் சந்தித்து உரையாடினோம்

ஒரு படைப்பாளி தனது படைப்பில் என்ன சொல்கிறாரோ, அதற்கு நேர்மையாக வாழ முடிகிறதா? அதற்கான சூழல் இங்கு இருக்கிறதா?

எதை எழுதுகிறார்கள் என்பதைப் பொறுத்தது அது. ஒருவரது மனக்கிளர்ச்சிகள், அனுபவங்கள் தான் எழுத்தாகிறது. இந்த அனுபவங்கள் ஒவ்வொருவருக்கும் ஒவ்வொரு வகையாக கிடைப்பதற்கு காரணமாக இந்தியச் சமூகத்தில் சாதியும் பாலினமுமே இருக்கிறது. எனவே எழுதும்போது அவர் தனக்கான அடையாளங்களை நிராகரித்துவிட்டு எழுதுகிறாரா அல்லது புது அடையாளங்களை உருவாக்கிக் கொண்டு எழுதுகிறாரா, பிறப்பின் அடிப்படையில் தன்மீது சுமத்தப்பட்டிருக்கிற அடையாளங்கள் பற்றி அவருக்கு என்ன மதிப்பீடு இருக்கிறது என்பதெல்லாம் படைப்புக்குள் வந்துவிடுகிறது. அதை அவரால் மறைக்க முடியாது. அதனால் 'தான்' என்று எழுதும்போது, அவர் தன்னை மட்டும் குறிப்பிடுகிறாரா, அல்லது தான் சார்ந்த சமூகப் பிரிவையும் குறிக்கிறாரா என்பதைப் பார்க்க வேண்டியுள்ளது.

ஒரு குறிப்பிட்ட சமூகப்பிரிவை முன்னிறுத்தி 'தான்' என்று எழுதுகிற எழுத்தாளர்களும் இருக்கிறார்கள். சாகும்வரை தனிநபராகிய தன்னை மட்டுமே முன்னிறுத்தி எழுதுகிறவர்களும் இருக்கிறார்கள். சொந்த அடையாளங்களைக் கொண்டாடுவது அல்லது மறைப்பது/துறப்பது என்ற எதிரெதிர் நிலைகளில் ஒன்றைத் தேர்ந்தெடுத்து வாழ்வதற்கு விதிக்கப்பட்ட ஒரு சமூகத்தில் கலை இலக்கியவாதி மட்டும் அதிலிருந்து தப்பித்துக் கொள்ள முடியாது.

இரண்டு விஷயங்களை இந்த இடத்தில் குறிப்பிடலாம் என்று நினைக்கிறேன். சமீபத்திய தீராநதி இதழில் நாகார்ஜூனனின் நேர்காணல் வெளியாகியிருந்தது. அதில் அவர் 'என் அம்மா ஜெயகாந்தன் எழுத்தை விரும்பி படிப்பவர், என் தாத்தா வள்ளலாரை கரைத்துக் குடித்தவர், என் மாமா இன்னின்னாரோடு தொடர்புடையவர்' என்பதாகவெல்லாம் குறிப்பிட்டிருந்தார். அவரது வாசிப்பு, சிந்தனை, எழுத்து முயற்சிகளுக்கு ஒரு பாரம்பரிய வேர் இருப்பதை நிறுவியிருந்தார். ஒருவகையில் கருவிலே திருவுடையோனாக காட்டிக்கொள்ளும் முயற்சியும் இயல்பாக வந்துவிடுகிறது. அதாவது நாகார்ஜூனன் தன் அம்மா, தாத்தா, மாமாவின் தோள் மீது ஏறி நின்று பேசிக் கொண்டிருக்கிறார். நாங்கள் இப்பேர்ப்பட்ட பரம்பரையாக்கும் என்கிற கித்தாப்பு அவரையறியாமலே வெளிப்படுகிறது.

அதே இதழில், ஜீவசுந்தரி எழுதி பரிசல் வெளியீடாக வந்திருக்கும் மூவலூர் ராமாமிர்தத்தின் வாழ்க்கை வரலாறு நூலுக்கான விமர்சனமும் வெளியாகியிருக்கிறது. தன் காலத்தின் கலகக்காரராக வாழ்ந்த அவரது வாழ்க்கை இன்றைக்கும் பெரும் படிப்பினைகளைத் தரும் விதத்தில் ஜீவசுந்தரி எழுதியிருக்கிறார். ஆனால், 'தமது முன்னோர்கள் தேவதாசிகளாக இருந்தனர், தங்களது குலப்பெருமை கொண்டாடத்தக்கதாக இல்லை' என்பதால், வெளியான புத்தகப்பிரதிகள் மொத்தத்தையும் ராமாமிர்தம் அம்மையாரின் தற்போதைய வம்சாவளியினர் வாங்கி விட்டதாக சொல்லப்படுகிறது. இப்போ விற்பனைக்கு கிடைப்பது அவர்களால் திருத்தித் தரப்பட்ட பதிப்புதான். அவலமான தங்களது முன்னோரின் வாழ்க்கை இந்த சமூகத்தோடு பகிர்ந்து கொள்ளத்தக்கதல்ல என்கிற ஒரு அவமானவுணர்வு அவர்களை இந்த முடிவுக்கு இட்டுச் சென்றிருக்கிறது.

இதில் அவர்களின் தனிப்பட்ட அவமானம் எதுவுமில்லை. இந்த சமூகம் அவமானப்பட வேண்டிய விஷயம் அது. புத்தகத்தை மொத்தமாக விலைகொடுத்து வாங்கியதன் மூலம் இந்தத் தலைமுறை தன்னுடைய வேர்களை மறைத்துக் கொள்ள விரும்புகிறது. அதேசமயம் நாகார்ஜூனன் தன்னுடைய வேர்களின் பிரபல்யத்தை குறித்து பேசிக் கொண்டிருக்கிறார். அதை அகங்காரமாக அல்ல, வெகு இயல்பாக சொல்கிறார். அவர் பேசுவதிலிருந்து நாங்கள் கல்வி கற்ற தலைமுறையைச் சேர்ந்தவர்கள் என்று சொல்கிறார். அவர் சொல்லாமல் விட்ட விஷயம், என் அம்மாவும், தாத்தாவும் கல்வி கற்ற அதேநேரத்தில் யாரெல்லாம் கல்வி கற்கவில்லை என்பதைத் தான். இவர்களுக்கு கல்வி கிடைக்கக் காரணமாயிருந்த அதே சாதிதான் மற்றவர்களுக்கு கல்வி கிடைக்காமல் போவதற்கும் காரணமாய் இருந்திருக்கிறது. மூவலூர் ராமாமிருதத்தின் வாழ்க்கை உள்ளது உள்ளபடியே புத்தகமாக வெளிவருவதை அவரது இன்றைய தலைமுறை அவமானமாக கருதுவதற்கும், அவர்களுடைய முன்னோர்கள் பட்ட கஷ்டங்கள் அனைத்திற்கும் சாதிதான் காரணமாக இருந்திருக்கிறது.

நாகார்ஜூனன் உலக அரசியல் விஷயங்கள் குறித்துப் பேசினாலும் அவர் சாதியின் தோள்மீது நின்றுதான் பேசிக்கொண்டிருக்கிறார். அவர் 'தான்' என்றும், தன் அனுபவம் என்றும் பேசியது தன்னுடைய சாதி கொடுத்த அறிவைத்தான். நாகார்ஜூனன் தான் எழுதியதற்கு நேர்மையாக இருக்கிறார் என்றால் இந்த இடத்தில் எது நேர்மை என்ற கேள்வி வருகிறது. அதேபோல் ராமாமிருதம் அம்மையாரின் வாழ்க்கை வரலாறு வெளிவருவதைக் கூட மறைக்க விரும்புவதால் அவரது சந்ததியினரின் செயல் நேர்மையற்றதாகி விடாது.

பொதுவாகவே தலித் எழுத்தாளர்களின் எழுத்துக்களில் வலியும் வேதனையும் கழிவிரக்கமுமே நிரம்பியிருப்பதாக சொல்லப்படுவதுண்டு. இதிலிருந்து மாறுபட்டு மிகுந்த கோபத்தோடு தனித்து ஒலிக்கிற குரல் உங்களுடையது. மற்ற-

வர்கள் வலியை மட்டுமே கூறும்போது, வலிப்பதற்கான காரணத்தைக் கூறுவது உங்களது எழுத்து. பிற தலித் எழுத்தாளர்களில் இருந்து நீங்கள் வேறுபட ஆரம்பித்தது எப்போது?

தலித் இலக்கியம் என்று ஒன்று தனியாக தோன்றுவதற்குக் காரணமே, ‘இதுவரை நீ எழுதிய எந்த இலக்கியத்திலும் என்னைப் பற்றி எதுவும் எழுதவில்லை’ என்பதுதானே. இதில் அனைவருமே கோபத்தோடு தான் எதிர்ப்புக்குரல் எழுப்பியிருக்கிறார்கள். ‘என்னுடைய சேரிக்கு நீ வந்தது கிடையாது, உன் தெருவுக்குள் என்னை நுழையவிட்டதில்லை. நான் உன் தொழுவத்தில், உன் பண்ணையில் வேலை செய்த நேரம் போக என்னுடைய வாழ்க்கை என்ன, என்னுடைய கஷ்டங்கள் என்ன, என்னுடைய கொண்டாட்டங்கள், நம்பிக்கைகள் என்னென்ன என்று எதுவும் உனக்குத் தெரியாது. அப்படியிருக்கும்போது என்னைப் பற்றி நீ எழுதுவதாகச் சொல்வது வெறும் பம்மாத்து. அதில் எந்த நேர்மையும் கிடையாது. உனக்குத் தெரிந்ததை நீ எழுதிக்கொள். என் வாழ்க்கையை நான் எழுதிக் கொள்கிறேன்’ என்ற மீறலில் தான் தலித் இலக்கியமே வருகிறது.

தலித் எழுத்துக்கள் எல்லாமே இப்படியிப்படித்தான் இருக்கும் என்று பொத்தாம்பொதுவாக வகைப்படுத்திவிட முடியாது. நிலவும் சமூக அமைப்பு எல்லா மட்டத்திலும் ஏற்றத்தாழ்வை கடைபிடிக்கிறது. சகமனிதனை ஒருபோதும் சமமாய் பார்க்க அனுமதிக்காத அதன் அடிப்படை சாதியத்திற்குள் புதைந்து கிடக்கிறது. சமத்துவமின்மையை நியாயப்படுத்துவதாக சாதியடுக்கு அமைந்திருக்கிறது. இதை அம்பேத்கர் பன்மப் படிநிலை அடுக்கு என்கிறார்.

இந்த அடுக்கு குலையாமல் நீடிக்க ஒடுக்குமுறை கையாளப்படுகிறது. ஒரு தளத்திலோ ஒரு முனையிலோ இல்லாமல் ஒடுக்குமுறைங்கறது அரசியல், பண்பாடு, பொருளாதாரம், கலை, இலக்கியம்னு வாழ்க்கையோட எல்லா மட்டத்திலும் நிலவுது. நுட்பமாகவும் வெளிப்படையாகவும் பல்வேறு வடிவங்களில் நிலவுகிற சாதியடுக்குமுறையைப் புரிந்துகொள்வது, அதிலிருந்து விடுபடுறதுக்கு எத்தனிப்பது, அதை கலைஇலக்கியப் படைப்பாக மாற்றி சமூகத்தின் மனசாட்சியோடு உரையாட வைப்பது- இதுதான் இப்ப தலித் படைப்பாளிகளோட முன்னுரிமைக் களம். இதுபற்றி ஒருவருக்கு என்ன புரிதல் இருக்கிறதோ அதைப் பொறுத்து அவரோட படைப்புகள் வரும். அதுவுமில்லாம, ஒருத்தர் என்னவாக இருக்கிறாரோ அதுவாகத்தானே வெளிப்பட முடியும்?

போன தலைமுறைவரைக்கும் இந்த வாழ்க்கையை சகித்துக் கொண்டுதானே வாழ்ந்தது? தங்களைத் துன்புறுத்தவும் அவமதிக்கவும் அவனுக்கு சலுகை இருக்கிறது என்றுதானே நினைத்திருந்தது? ஆனால் எல்லாக் கொடுமைகளையும் ஏத்துக்கிட்டதா அதுக்கு அர்த்தமில்ல. தனக்கு வலிப்பதை வெளியே சொல்வதற்கே இன்னொருத்தர்கிட்ட அனுமதி வாங்க வேண்டியிருந்த ஒரு சூழ்நிலையில் தன்னோட வலியை வெளியே சொல்வதே ஒரு மீறல்தானே? என்னை யார் அடித்தது, அதற்கு யார் அவர்களுக்கு அதிகாரம் கொடுத்தது, என்னை அடித்தால் நானும் திருப்பி அடிப்பேன் என்பதெல்லாம் அதற்கு அடுத்த குரல்தான்.

‘யார் என் முகத்தின் மீது சிறுநீர் கழித்தது, யார் நான் வாழ்வதற்கான நிலத்தைப் பறித்தது, யார் நான் இறந்த பின்னரும் என் சுடுகாட்டை மறித்தது, யார் என் வீட்டுப் பெண்களை வன்புணர்ச்சிக்கு உள்ளாக்கியது’ என எல்லாமே தெரிந்திருக்கும் தான். ஆனால் அதை எழுதுவதற்கு அக எழுச்சி மட்டும் போதாது, புறச்சூழ்நிலையும் சாதகமாக இருக்க வேண்டும். அதற்கு என் அகச்சூழலை புறச்சூழலோடு பொருத்திக் கொள்ள வேண்டும் அல்லது என் புறச்சூழலை அக எழுச்சியோடு இணைத்துக் கொள்ள வேண்டும். இடையறாத ஒரு processல் தான் இது நடைபெறும்.

உதாரணத்துக்கு திண்ணியம் கொடுமை. ‘எப்பேர்ப்பட்ட மாண்பும் நாகரீகமும் நிறைந்த சமூகமாயிருக்கிறது இது’ங்கிறதை வெட்டவெளிச்சமாய் அம்பலப்படுத்திய கொடுமை அது. இப்படிப்பட்ட கொடுமைகளை நிகழ்த்துறது மூலமா தன்னோட கீழ்மைகளை இந்த சமூகம் வெளிப்படுத்திக்கிட்டே இருக்கு. எனவே ‘எனக்கு இந்தக் கொடுமைகள் நடைபெறுகிறது’ என்பதை வெளியே சொல்வதும் புலம்புவதும் எனக்கு அவமானம் கிடையாது. அது இந்த சமூகத்திற்கான அவமானம்.

‘மலத்தைத் தின்கிற நாயும் பன்றியும்கூட ஒருநாளும் தன்னோட மலத்தைத் தின்னாது. ஆனால் திண்ணியத்தில் ஒரு தலித் வாயில் மலத்தை திணிச்சிட்டீங்களே’ என்று புலம்பி ஒருத்தர் கதையோ கவிதையோ எழுதினால் அது வெறும் புலம்பல் அல்ல. இந்த சமூகத்தின் மீது வாசிக்கப்படும் குற்றப்பத்திரிகை. இதனால் இந்த வகைமை எழுத்துக்களும் தேவைதான்.

அதேநேரத்தில் இப்ப திண்ணியம் வழக்கில் தீர்ப்பு வந்திருக்கு. ஆயிரத்தெட்டு வியாக்கியானங்கள் சொல்லப்பட்டாலும் தீர்ப்போட சாரம் சாதிவெறியர்களுக்கு சாதகமானதுதான். அப்ப, இனிமேல் யார் வேண்டுமானாலும் எவன் வாயிலும் எதை வேண்டுமானாலும் திணிக்கலாமா? அப்போதும் கோர்ட் இதேமாதிரி தீர்ப்பு வழங்குமா? ஒருத்தன் வாயில மலத்தைத் திணிச்சதை உங்களால சகஜமா எடுத்துக்க முடியும்னா, ஊறுகாய் மாதிரி கொஞ்சூண்டு மலத்தையும் உங்க சாப்பாட்டுத் தட்டுல வச்சிக்குவீங்களா? என்று கேட்கிற எழுத்தும் தேவை.

அப்படி எழுதுவதற்கு உங்களுக்கு இந்த சமூகத்தின்மீது எந்த பிரமைகளும் இருக்கக்கூடாது. ‘நான் தலைமுறை தலைமுறையாக அடிவாங்கிக் கொண்டிருக்கிறேன். இதற்கு பார்ப்பனீய ஆதிக்கமும், சாதீய அடுக்குமுறையும் தான் கார-

ணம்' என்பது போன்ற வரலாற்று, அரசியல் காரணங்களைப் பயிலும்போது பிரமைகளை உதிர்த்துவிட்டு வாழ்வின் மூர்க்கத்தை எதிர்கொள்கிற - அதை அப்படியே எழுத்தில் முன்வைக்கிற ஒருவராக எவரொருவரும் வெளிப்படக்கூடும்.

இடதுசாரி இயக்கத்தோடு எனக்குக் கிடைத்த தொடர்புகள், போராட்ட அனுபவம் ஆகியவற்றிலிருந்து உருவான விமர்சனப்பார்வையும் புரிதலும் எனது எழுத்துக்களை வேறொரு வகைமையாக மாற்றியிருக்கலாம். எப்படியாயினும் எனக்கு முன்பு சாதியடுக்குமுறைக்கு எதிராக இயங்கிய - எழுதிய எல்லோரது தோள்மீதும் ஏறி நிற்பதால். நான் ஒருவேளை உங்களுக்கு உயரமாகத் தெரியலாம்.

பார்ப்பன எதிர்ப்பை உங்கள் படைப்புகளில் உக்கிரமாக வெளிப்படுத்தி வருகிறீர்கள். நீங்கள் சார்ந்துள்ள இயக்கங்களில், சக எழுத்தாளர்கள் வட்டாரத்தில் நீங்கள் எப்படி பார்க்கப்படுகிறீர்கள்?

இங்கு உடலுழைப்பில் ஈடுபடுபவர்கள் எல்லோருமே பார்ப்பனரல்லாதார்தான். (அதையும் வடிகட்டிப் பார்த்தால் தலித்கள்தான்.) தலைமுறை தலைமுறையாக இயற்கையோடு இயைந்தும் மல்லுக்கட்டியும் பெற்ற பாரம்பர்ய அறிவைக் கொண்டு நிகழ்த்தப்படுகிற அவர்களது உழைப்பினாலேதான் சமூகத்தின் தேவைகள் முழுவதும் நிறைவேற்றப்படுகிறது. உடலுக்கு வெளியே மூளையை வைத்தால் எவ்வளவு விகாரமா இருக்குமோ அந்தளவுக்கு விகாரமானதுதான் உடலுழைப்பையும் மூளையுழைப்பையும் பிரிக்கிறதும்கூட. பார்ப்பனர்கள் மொத்த சமூகத்தையும் இப்படி விகாரப்படுத்திவிட்டார்கள்.

உடலுழைப்பை அறிவிலிருந்து பிரித்ததோடு உடலுழைப்பு அனைத்தையும் தீட்டுக்குரியதாகவும் அறிவித்தார்கள். விவசாயம் செய்த பார்ப்பன அண்ணன் தம்பி இருவரும் கொடுத்த காணிக்கையை- சாஸ்திரவிரோதமாய் சம்பாதித்தப் பணம் என்று கூறி கும்பகோணம் சங்கர மடத்துக்காரர் (சிருங்கேரி மடத்தோட கிளை. கும்கோணத்தைத் தவிர அதற்கு தமிழ்நாட்டில் வேறெங்கும் கிளைகள் கிடையாது. காஞ்சி மடம் லிஸ்டிலியே கிடையாது) ஏற்க மறுத்த விவகாரத்தை காந்தியே அம்பலப்படுத்தி கண்டித்தது உங்களுக்குத் தெரியும்.

விளைகிற தானியம் தவசமெல்லாம் புனிதம், அதை விளைவிக்கிற விவசாயமும் விவசாயியும் தீட்டுன்னா அதை எப்படி ஏத்துக்க முடியும்? அப்பதான், புனிதம்னு நீ கொண்டாடுகிற உன் அறிவும் உன் தொழிலும் உன் வயிற்றை மட்டுமே வளர்க்கிறதுக்கு உதவுற குப்பை... எங்ககிட்ட இருக்கிற அறிவுதான் இந்த உலகத்தையே வாழவைக்கிறதுன்னு பிரகடனம் செய்ய வேண்டியிருக்கு. அவங்களோட மந்திரத்துல மாங்காய்கூட வராதுங்கிறது எல்லாருக்கும் தெரிந்த உண்மை.

பார்ப்பனர்களோட பிழைப்புக்கூடமாய் இருக்கிற கோயிலைக் கட்டினதும், அதுக்குள் இருக்கிற சாமி சிலைகளை செதுக்கினதும், பூசைக்கான தேங்காய் பழங்களை விளைவிக்கிறதும், அவர்கள் கையிலே பிடித்தாட்டுகிற மணியை செய்வதும்கூட பார்ப்பரல்லாதார்தான். இந்த சமூகத்தோட அடிப்படைச் செயல்பாடாய் இருக்கிற உழவும் தொழிலும் இவர்களால்தான் வளர்த்தெடுக்கப்பட்டிருக்கிறது. கரத்தாலும் கருத்தாலும் உழைப்பவர்கள் இவர்கள்தான். எனவே உழைக்கும் மக்களோட இயக்கம்கிறது இவங்களுக்கானது தான்.

நான் கல்வி கற்க ஆசைப்படும்போது, 'நீ படிக்கப் போய்விட்டால் எனக்கு அடிமை வேலை செய்வது யார், என் பிணத்தை யார் தூக்குவது, என் துணியை யார் துவைப்பது, என் கழிவறையை யார் சுத்தம் செய்வது' என்று அவர்கள் கேட்கிறார்கள். இதையெல்லாம் நான் ஏன் செய்ய வேண்டும் என்று கேள்வி கேட்டால் அவர்கள் சாதி என்கிற விஷயத்தை தான் மறுபடியும் பேசுகிறார்கள். இந்தக் கேள்வியின் ஆதாரமூலமாக பார்ப்பனர்களாக இருக்கிறார்கள். அதனால் அவர்களை எதிர்த்துப் பேச வேண்டிய சூழலையும் அவர்கள் தான் உருவாக்குகிறார்கள்.

என்னைப் பார்த்து ஒருவன் உனக்கு அறிவில்லை என்று சொன்னால் அதற்கு உடனடியாக நான் பதில் சொல்லியாக வேண்டியிருக்கிறது. மற்றவர்கள் என்ன நினைப்பார்களோ என்று நான் யோசித்துக்கொண்டிருக்க முடியாது. நான் ஒடுக்கப்படுகிறேன் என்று கருதும்போது என்னை ஒடுக்குபவனைப் பார்த்து நான் கேள்வி கேட்க வேண்டியிருக்கிறது. அந்தக் கேள்வி ஒரு குறிப்பிட்ட சாதிக்கு எதிரான கேள்வியாக இருப்பதற்கு நான் எந்தவிதத்திலும் பொறுப்பாளியல்ல. நான் கேள்வி எழுப்புவதை சகித்துக்கொள்ள முடியாமலும் கேள்விகளை எதிர்கொள்ள முடியாததாலும் என்மீது ஒடுக்குமுறையை கட்டவிழ்த்து விடுகிறார்கள். ஒடுக்கப்பட்ட மக்களுக்கானது என்ற வகையில் இடதுசாரி இயக்கம் என் பாடுகளுக்கு செவிமடுக்கும், எனக்காகப் போராடும், போராட வேண்டும் என்று கருதுகிறேன்.

தமிழ்நாட்டில், இந்தியாவில் இடதுசாரி இயக்கங்கள்தான் ஒடுக்கப்பட்டவர்களைப் பார்த்து நீங்கள் ஒடுக்கப்படுகிறீர்கள் என்று முதலில் புரியவைத்தன. தலித் அமைப்புகள் என்று தனியாக உருவாவதற்கு முன்பிருந்தே இடதுசாரி இயக்கங்கள் ஒடுக்கப்பட்டவர்களுக்காகப் பணியாற்றி வருகின்றன. அடிப்படை பாட்டாளி வர்க்கமாக இருக்கிற தலித்துகளுக்காக போராடுவதைத் தவிர அவற்றுக்கு வேறு வழியுமில்லை.

நிலவும் அசமத்துவமான சமூக அமைப்பை மாற்றியமைக்கப் போராடுவதுதான் இடதுசாரி மனோபாவம் என்றால் மற்-

றெவரைக் காட்டிலும் இந்த சமூகத்தை உடனடியாய் மாற்றியமைக்க வேண்டிய தேவை தலித்துகளுக்குத்தான் இருக்கிறது. அதனால்தான் அம்பேத்கரை இந்தியாவின் மிகச்சிறந்த இடதுசாரித் தலைவராக நான் கருதுகிறேன். அவர் உருவாக்கித் தந்திருக்கும் சாதி ஒழிப்பிற்கான பாதையில் இடதுசாரி இயக்கங்கள் மட்டுமே மக்களைத் திரட்ட முடியும் என்று நம்புகிறேன்.

இப்படி இருக்கும்போது பார்ப்பனர்களுக்கு எதிராக நான் எழுதுவதை இயக்கம் எப்படி தவறாக எடுத்துக்கொள்ளும்? இதைத்தான் எழுத வேண்டும் என்று தனிப்பட்ட முறையில் யாரும் என்னிடம் கூறுவது கிடையாது. படைப்பு என்பது தனிநபர் செயல்பாடு. இடதுசாரித் தோழர் ஒருவர் ஓட்டல் வைத்திருந்தால், அவர் தினமும் 'சாம்பார் நல்லா இருக்குதா' என்று கட்சி அலுவலகத்தில் போய்க் கேட்டுவிட்டு தொழில் நடத்துவதில்லை. அதேபோல் நானும் என்னுடைய கவிதையை யாரிடமும் கொண்டு போய் கருத்துக் கேட்டுவிட்டு வெளியிடுவதில்லை.

இயக்கத்தைப் பற்றி தெரியாதவர்களும் அதற்குள்ளிருந்து இயங்காதவர்களும் அவர்களாகவே அனுமானத்தில் எதையாவது சொல்வது இங்கொன்றும் புதுசல்ல. கட்சி அலுவலகத்திலிருந்து ஒவ்வொரு எழுத்தாளனையும் ஒரு கமிஸார் கண்காணித்துக் கொண்டிருப்பதாய் குற்றம்சாட்டுவதெல்லாம் ரசமான கற்பனைதான். எழுத்து என்பது தனியொருவனின் அனுபவம், அவன் மீதான வன்முறைகள், அவனுக்குக் கிடைக்கிற சுதந்திரம் சார்ந்த விஷயம். இதில் எந்த இயக்கமும் தலையிடுவதில்லை. இந்த சுதந்திரமும், இயக்கம் மானசீகமாய்த் தருகிற தைரியமும்தான் என் எழுத்தின் காத்திரத்திற்குக் காரணமாக இருக்கிறது.

ஆரியத்துக்கு மாற்றாக திராவிட இயக்கங்கள் தமிழக வரலாற்றை உயர்வாக முன்வைக்கின்றன. ஆனால் தமிழ் மன்னர்களின் வாழ்க்கையை, தமிழ் வரலாற்றை உங்களது படைப்புகள் பகடி செய்கின்றன. ஆரிய வரலாற்றுக்கு மாற்றாக தமிழக வரலாறு முன்னிறுத்தப்படுவதை நீங்கள் ஆதரிக்கவில்லையா?

ஆரியர்கள் வெளியில் இருந்து வந்தவர்கள் என்று ஆயிரம் சான்றுகளை நிறுவிய பிறகும், சங் பரிவாரத்தினர் 'இல்லையில்லை, ஆரியர்கள் இந்த மண்ணின் பூர்வகுடிகள்' என்று சொல்லிக் கொண்டே இருக்கிறார்கள். என்.எஸ்.ராஜாராம் போன்ற போலி ஆய்வாளர்களோட சப்பைக்கட்டும் இதற்கு உண்டு. அவர் மித் ஆப் ஆரியன் இன்வேஷன் என்று ஒரு புத்தகமே எழுதியிருக்கிறார். இன்னும் இவரைப்போலவே பல டகால்டிகளும் உண்டு. எனவே ஆரியர்கள் வெளியில் இருந்து வந்தவர்கள் என்று சொல்வதற்கு உங்களுக்கு ஒரு அரசியல் நிலைப்பாடு தேவைப்படுகிறது. அதாவது உண்மையான வரலாற்றை தேடி அயறிவது என்பதுதான் அது.

ஐதராபாத்தை மையமாகக் கொண்டு செயல்படுகிற ஒரு ஆய்வமைப்பு, இந்திய உயர்சாதி ஆண்களுக்கும் ஐரோப்பியர்களுக்கும் டி.என்.ஏ மூலக்கூறுகளில் ஒற்றுமை இருக்கிறதாக அறிவிச்சிருக்கு. ஆனால் இப்படியான ஒற்றுமை பெரும்பாலான உயர்சாதிப் பெண்களுக்கில்லை. புதுதில்லி அறிவியல் இயக்கத் தலைவர் பிரபிர் புர்கயஸ்தா இதுபற்றி மார்க்சிஸ்ட் கட்சியோட பத்திரிகையான பீப்பிள்ஸ் டெமாக்ரசியில் இரண்டு கட்டுரைகள் எழுதியிருக்கிறார். ஆரியர்கள் குறைந்த அளவிலான பெண்களுடன்தான் இங்கு வந்தார்கள், அவர்கள் இந்தியப் பரப்பிலிருந்த பூர்வக்குடிப் பெண்களை பலவந்தமாய் சிறைபிடித்துக் கொண்டார்கள் என்றும் அதனாலேயே பிற்காலத்தில் ஆரியர்கள் தங்கள் வீட்டுப் பெண்கள் உட்பட எல்லாப் பெண்களையும் தீட்டுக்குரியவர்களாகவே அறிவித்தார்கள் என்றும் ஏற்கனவே வெளியான ஆய்வுகளுக்கு வலு சேர்ப்பதாய் இருக்கிறது இந்த டிஎன்ஏ ஆய்வு.

திராவிடர்களும் வெளியில் இருந்து வந்தவர்கள் என்றுதான் ஆய்வுகள் தெரிவிக்கின்றன. வந்த காலம்தான் வேறுபடுகிறது. இவர்கள் ஆரியர்களுக்கு முன்பே வந்தவர்கள். திராவிடர்களை தமிழர்களின் மூதாதைகளாகக் கொள்ள முடியமா என்கிற ரீதியில் ஆய்வுகள் தொடர்ந்து கொண்டுதானிருக்கிறது. அம்பேத்கரும் இந்த மண்ணின் பூர்வகுடிகளாக நாகர்களைத் தான் குறிப்பிடுகிறார்.

உலகம் முழுவதுமே சமூகக் காரணங்களால் மக்கள் இடம்பெயர்வது நடந்துகொண்டுதான் இருக்கிறது. ஆரியர்களும் அப்படித்தான் ஒரு நெடும்பயணத்தின் வழியாக இங்கு வருகிறார்கள். இங்கிருக்கிற பூர்வகுடிகளை அவர்களது தோற்றத்தைக் கொண்டு கருப்பர்கள், சப்பை மூக்கர்கள், ஆண்குறி வழிபாட்டாளர்கள்னு இழித்தொதுக்குகிற வேலை அப்போதே தொடங்கிருச்சு. பூர்வ குடிகளிடமிருந்து தங்களை தனித்துக் காட்டிக்கொள்ளவும் தங்களது இனத்தூய்மையைப் பாதுகாத்துக் கொள்ளவும் ஆர்யவர்த்தம் மாதிரியான தனித்த குடியிருப்புகளை உருவாக்குறாங்க. பூர்வகுடிகளோடு புழங்குவது தீட்டுக்குரியதா அறிவிக்கப்படுது. முதன்முதலில் இந்தியாவை ஒரு மூடுண்ட சமூகமாக மாற்றியவர்கள் ஆரியர்கள்தான் என்ற முத்துமோகனின் குற்றச்சாட்டு முற்றிலும் உண்மை.

'ஒதுக்குவதும் ஒதுங்குவதும்' என்கிற பார்ப்பனியத்தின் ஆணிவேர் ஆரியத்திற்குள் பதுங்கி இருக்கிறது. ஆனாலும் இனக்கலப்பு தவிர்க்க முடியாததாகிறது. வருணம் வருகிறது. இப்போது வருணத்தூய்மை என்கிற ஒரு புதுவகை மூடாக்கு அறிமுகமாகிறது. வருணக்கலப்பையும் தடுக்க முடியாதபோது சாதி வருகிறது. சாதிக்கலப்பைத் தடுக்க தீண்டாமை வருகிறது. இப்படி தொடர்ந்து சமூகத்தை இணக்கம் காண முடியாத கூறுகளாக பிளக்கிற ஏற்பாடுகளுக்குப்

பின்னே ஆரிய மனநிலைதான் இயங்குது.
இந்த வருணத்தையும் சாதியையும் தமிழ் மண்ணுக்கு கூட்டி வந்து கட்டிக் காப்பாற்றும் வேலையில் தமிழ் மன்னர்களும் ஈடுபட்டிருந்தார்கள் என்ற உண்மையை நாம் எப்படி நிராகரிக்க முடியும்? வர்ண அமைப்பை ஏற்றுக்கொள்ள மாட்டோம் என்று சொன்ன மன்னர்கள் யாரையாவது தமிழ் மரபிலிருந்து நீங்கள் காட்ட முடியுமா? வருண அமைப்பை ஒப்புக்கொண்டவர்களை என்னுடைய மன்னன் என்று நான் ஏன் கொண்டாட வேண்டும்? வடக்கேயிருந்து பார்ப்பனர்களை அழைத்துவந்து வளமான பகுதிகளில் குடியமர்த்தி வைத்தவர்கள் தமிழ்மன்னர்கள்தானே? அந்த பார்ப்பனர்களின் பேச்சைக் கேட்டுத்தானே தலித்துகளை ஊருக்கு வெளியே ஒதுக்கி வைத்தார்கள்? சாதியைத் தாங்கிப் பிடிக்கிற, பெண்களை இரண்டாம்பட்சமாக போகப்பொருளாக நடத்துகிற ஒரு மன்னனை அவன் தமிழன் என்பதாலேயே நான் ஏன் தாங்கிப் பிடிக்க வேண்டும்?
தமிழன் என்ற பொது அடையாளத்தோடு ஒன்றுபடுவது, பேசுவதற்கு உவப்பானதாக இருக்கலாம். தமிழன் என்ற பொது அடையாளத்தை வைத்துக்கொண்டு சாலையில் ஒரு தலித் சுதந்திரமாக நடந்துவிடவோ, மற்றவர்களுடன் சேர்ந்து சாப்பிடவோ, மற்ற சாதிகளில் திருமணம் செய்து கொள்ளவோ முடியுமா? ஹரியானாவில் கொல்கிறார்கள். ஆந்திராவில் சுண்டூரில் கொல்கிறார்கள். பீகாரில் தலித்துகளைக் கொல்ல தனிப்படையே இருக்குது. கயர்லாஞ்சியில் நடந்த கொடுமை நாடறியும். இதிலிருந்து தமிழ்நாடு எந்தவிதத்தில் மாறுபட்டிருக்கு? தமிழன் எந்தளவிற்கு சாதி வித்தியாசம் பாராமல் தீண்டாமையை கைக்கொள்ளாமல் சமத்துவம் பாராட்டுகிறவனாய் இருக்கிறான்? இந்த நாட்டில் எங்கேயிருந்தாலும் எங்கள் உயிரும் உடைமையும் மசுருக்கு சமானமாகக்கூட மதிக்கப்படலேன்னா தமிழன் அல்லது இந்தியன் என்கிற வெட்டிப் பெருமையை நானெதெற்கு சுமந்து திரியவேண்டும்?
தமிழ்நாட்டில் நூற்றுக்கும் மேற்பட்ட வடிவங்கள்ல தீண்டாமை கடைபிடிக்கப்படுது. ஒரு அரசியல் விருப்புறுதியோட அரசாங்கம் செயல்பட்டா இதையெல்லாம் முடிவுக்கு கொண்டுவர முடியும். ஒரு தலித்தைக் கூட்டிப் போய் உன் வீட்டில் விருந்து வை அல்லது ஒரு தலித் வீட்டுக்குப் போய் நீ சாப்பிடுன்னு ஒரு அரசாங்கம் உத்தரவு போட வேண்டியதில்லை. ஆனால் பொது இடத்தில் நடமாடவும், சைக்கிளேறிப் போகவும், செருப்பு போட்டுக் கொள்ளவும், தோள்ல துண்டு போட்டுக் கொள்ளவும்கூட ஒரு தலித்தை அனுமதிக்கமாட்டேன்னு அட்டூழியம் பண்ணுகிற சாதி வெறியன்களை சுளுக்கெடுக்கிறது அரசாங்கத்தோட வேலைதானே? ஆனால், அரசு நிர்வாகத்துல இருக்கிற அதிகாரிகள், காவல்துறையினர், நீதிபதிகள் என்று இவங்களெல்லாம் சாதியைக்கூட தாண்டாதவங்களா இருக்கிறப்ப ஒரு தலித்தின் உயிர் எந்த நேரத்திலும் பறிபோகக் கூடியதாயிருக்கிறது.
நடப்பிலிருக்கிற வன்கொடுமைத் தடுப்புச்சட்டங்களை அமல்படுத்துகிற பொறுப்பு சாதிவெறியர்களிடமே ஒப்படைக்கப்பட்டிருக்கிறது. அவர்கள் அந்த சட்டங்களைக் குற்றுயிராக்கி குடலறுத்து கிடத்தியிருக்கிறார்கள். தமிழ்நாட்டில் மட்டுமல்ல, ஆந்திராவிலோ, பீகாரிலோ எங்கே பிறந்திருந்தாலும் தலித்தாக இருப்பதால்தான் கொடுமைக்கும் அவமானத்துக்கும் ஆளாகிறேன் எனும்போது, மொழியினால் எனக்கு என்ன நன்மை கிடைக்கிறது? குறிப்பிட்ட பூகோள எல்லைக்குள் பிறப்பதால் என்னை சுதந்திரமான மனிதனாக இந்த சமூகம் ஒப்புக்கொள்ளுமா? நான் குறிப்பிட்ட மாநிலத்தை சேர்ந்தவன், குறிப்பிட்ட மாவட்டத்தை சேர்ந்தவன், குறிப்பிட்ட மொழியைப் பேசக்கூடியவன் என்பதால் எனக்கு எந்த சமூக அந்தஸ்தும் கிடைப்பதில்லையே.
காஷ்மீரிலிருந்து கன்னியாகுமரி வரை மொழி, உணவு, உடை, மதம், நம்பிக்கைகள் என எல்லாமே வேறுபடுகிறது. எனக்கு கீழே இன்னொரு சாதி என்ற உணர்வு மட்டும்தான் எல்லோரையும் ஒன்றுபடுத்துகிறது. இந்த வேற்றுமையில் ஒற்றுமை தான் இந்தியா என்றால், இந்தியன் என்கிற தேசியக் கோட்பாட்டையும் என்னால் ஏற்றுக்கொள்ள முடியாது. தமிழன் என்கிற பொது அடையாளத்தையும் ஏற்றுக்கொள்ள முடியாது.
தமிழன் என்கிற பொது அடையாளத்தை வைத்துக்கொண்டு நான் என்ன செய்வது? தமிழன் என்கிற பொது அடையாளத்தை மட்டும் முன்னிறுத்தி மற்ற அடையாளங்களைத் துறப்பதில் எனக்கு எந்த மனத்தடையும் கிடையாது. ஏனெனில் எனக்கு ‘தீண்டத்தகாத சாதி’ என்ற அடையாளத்தைத் தவிர வேறு எதுவும் இல்லை. இதைத் துறப்பதில் எனக்கு எந்த சிரமமும் இல்லை. ‘நீங்களும் அதே மாதிரி துறக்கத் தயாராக இருக்கிறீர்களா’ என்பதுதான் எனது கேள்வி. உங்களுக்கு ‘தமிழன்’ என்ற அடையாளத்தைத் தவிர தொடத்தக்க ஜாதி, ஆண் போன்ற மீதி அடையாளங்கள் தான் முக்கியமாக இருக்கின்றன. அதிகாரமிக்க உனது அடையாளங்களை நீ துறக்கத் தயாராக இருந்தால், தமிழன் என்கிற பொதுக்குடையின் கீழ் ஒன்றுபடுவதற்கு எனக்கு எந்த மனத்தடையும் இல்லை.

சாதி உணர்வோடு இருந்ததால் தமிழ் மன்னர்களின் வரலாற்றை நிராகரிப்பதாகக் கூறுகிறீர்கள். நால்வருணத்தை முன்னிறுத்துவது தான் கம்பராமாயணம். பெரியார் அதை எரித்தபோது, கம்யூனிஸ்ட் தலைவர் ஜீவா ஊர்தோறும் அதை எடுத்துச் சென்று அதற்கு ஆதரவாகப் பேசினார். இதை நீங்கள் எப்படிப் பார்க்கிறீர்கள்?
60 வகையான ராமாயணம் இருக்கிறது. வால்மீகி ராமாயணம்தான் ஆதி. வால்மீகியும்கூட அப்பகுதி மக்களிடம் வாய்-

மொழியாக புழக்கத்திலிருந்த ஒரு கதையை தன் மொழியில் எழுதியிருக்கக்கூடும். பத்தாயிரம் பாடல்களைக் கொண்ட வால்மீகி ராமாயணம் பின் வந்தவர்களின் இடைச்செருகல்களால் உப்பி வீங்கி இன்று 24 ஆயிரம் பாடல்களைக் கொண்டதாக இருக்கிறது. கம்பரும் தன் பங்குக்கு கொஞ்சம் அரைத்து ஊற்றியிருக்கிறார்.

இவர்களெல்லாம் சேர்ந்துதான் வடக்கே அயோத்தியைச் சுற்றி நடந்ததாகக் கூறப்படும் ஒரு கதையை நகர்த்தியும் புஷ்பக விமானத்தில் ஏற்றியும் தென்னாட்டுக்குக் கூட்டிவந்தார்கள். போதாக்குறைக்கு கடலிலும் நீந்தவிட்டு கரையேறத் தோதாக பாலமும் கட்ட வைத்தார்கள். வேலைவெட்டி இல்லாத பண்டிதர்களும் புலவர்களும் கம்பராமாயணத்தின் எல்லாக் கதாபாத்திரங்களையும் தெருத்தெருவாய் இழுத்துவந்து பட்டிமன்றங்கள் நடத்தி நாறடித்து ராமாயணம் ஏதோ நம்மூர் கதை என்பதைப் போலவே மாற்றிக் கொண்டிருந்தார்கள். இன்னொரு பக்கம் ஆய்வாளர் எஸ்.ராமச்சந்திரன் சொல்வதைப்போல, ராமன் ஒரு கற்பனைப் பாத்திரம் என்று வாதாடப் புகுந்தவர்கள் ராவணனை திராவிடன் என்றும் ஆரியத்தை எதிர்த்த உண்மையான மாவீரன் என்றும் கொண்டாடத் தொடங்கிய அபத்தமும் இங்கு நிகழ்ந்தது. ராமன் கற்பனை என்றால் ராவணனும் கற்பனைதான் என்கிற குறைந்தபட்சப் புரிதலையும் கைவிட்டிருந்தனர்.

இன்னும், கம்பராமாயண வரிகளைப் பிழிந்து, சோறு - குழம்பு - சொர்க்கம் - நரகம் - சோசலிசம் - சூயஸ் கால்வாய் எல்லாவற்றையும் கொண்டு வருகிறதொரு ஏற்பாட்டில், பூதக்கண்ணாடி வைத்தலையும் கூட்டமொன்றும் இருக்கிறது. ராமாயணம் முன்வைக்கிற சமூகவியல் கருத்துக்களை உள்வாங்காமல் கம்பனின் மொழி ஆளுமைக்காகவும், கற்பனைக்காகவும் ராமாயணத்துக்குள் புகுந்த ஜீவா கடைசியில் கம்பனை விட்டுவிட்டு ராமனைப் பற்றிக் கொண்டாரென்ற குற்றச்சாட்டு உண்டு. 13வது ஆழ்வார் என்ற கேலிக்கும்கூட ஆளாகினார். ராமாயணத்தை எரித்ததற்காக பெரியாரோடு ஜீவாவுக்கு எந்தளவுக்கு முரண்பாடு இருந்ததோ அந்தளவுக்கு இவ்விசயத்தில் ஜீவா மீது எனக்கிருக்கிறது.

எழுத்தாளர்கள் சாதிய மனோபாவத்தோடு இயங்குவதாக குட்டி ரேவதி சமீபத்தில் ஒரு கட்டுரையில் எழுதியிருந்தார். நீங்கள் இந்த கருத்தோடு எந்தளவிற்கு உடன்படுகிறீர்கள்?

நமக்கு சாதியைத் தவிர வேறு எதுவும் தெரியாது என்பதுதான் உண்மை. ஆனால் நாம் அதை மறைக்கப் பார்க்கிறோம். பெரிய பெரிய விசயங்களாகப் பேசி நமக்குள் இருக்கும் சின்னத்தனங்களை மறைத்துக்கொண்டு தப்பியோடும் எத்தனிப்பிலேயே முனைப்பு காட்டுகிறோம். குட்டிரேவதி அதை வெளிப்படையாக எழுதியிருந்தார். ‘தமிழன்’ என்கிற பொது அடையாளத்தோடு எல்லோரும் ஒன்றுபட வேண்டும் என்று சொல்லப்படுவதைப் போல், பெண் விடுதலை குறித்துப் பேசும்போது, அனைத்துப் பெண்களும் ஒரே குடையின் கீழ் ஒன்றுபட வேண்டும் என்ற கருத்து கூறப்படுகிறது.

எல்லாப் பெண்களும் ஒரே பிரச்சனைகளைத் தான் சந்திக்கிறார்களா, ஒரு பார்ப்பனப் பெண்ணுக்கு உள்ள பிரச்சனைகளும், தலித் பெண்ணுக்கு உள்ள பிரச்சனைகளும் ஒன்றா என்ற கேள்வி இந்த இடத்தில் வருகிறது. சில பொதுத்தன்மைகள் இருக்கலாம். மற்றபடி ஒப்பிட முடியாத வித்தியாசங்கள் நிறைய உண்டு.

கிராமத்தைச் சேர்ந்த பெண்ணுக்கும், நகரத்தைச் சேர்ந்த பெண்ணுக்கும் ஒரே மாதிரியான பிரச்சனைகள் இருப்பதில்லை. கிராமத்தில் ஒரு பெண்ணை அவளது கணவன் அடிப்பானானால் அவளால் திருப்பி அடிக்க முடிகிற அளவுக்கு மனரீதியாக காத்திரமாகத்தான் இருக்கிறாள். அப்படி திருப்பியடிக்க முடியாவிட்டால் அவனை நிலைகுலைய வைக்கிற அளவுக்கு அவளால் கடுமையாக ஏச முடிகிறது. கிராமப்புற வாழ்க்கையில் ஆணின் உழைப்பையும் அவனது வருமானத்தையும் மட்டுமே சார்ந்திராமல் பெண் அடிப்படையிலேயே தன் சுயஉழைப்பில் வாழ்கிறவளாகவும் இருக்கிறாள். இன்னும் சொல்வதானால் அவளது உழைப்பை நம்பியே முழு குடும்பமும் வாழ்கிற நிலைமையும்கூட உண்டு. எனவே அவள் வாழ்க்கையை எதிர்கொள்வதற்கான தன்னம்பிக்கையும் தன்மதிப்பும் உடையவளாயிருப்பதும் இயல்பானதுதான்.

படித்த நடுத்தர வர்க்கத்து ஆண் இன்று தன்னை வெகு நாகரீகமாக காட்டிக் கொள்வதற்கு அதிகம் மெனக்கெடுகிறான். ஒரு கண்ணியவான் போன்ற தோற்றத்தில் தனது கொடுக்குகளையும் கோரைப்பற்களையும் மறைத்துக்கொள்ள விரும்புகிறான். அதனால் அவனால் பெண்ணை அடிக்கவோ, நேரடியாக ஆதிக்கம் செலுத்தவோ முடியவில்லை. என்ன சார் படிச்சவங்களா இருக்கீங்க, இப்படி இன்டீசன்ட்டா நடந்துக்கிறீங்களேன்னு தன்னை யாரும் சொல்லிவிடக் கூடாதுங்கறதுல கவனமா இருக்கிறான்.

ஆனால் அதுக்காக ஆண் என்கிற அகங்காரத்தையோ பெண் தனக்குக் கீழ் என்கிற இளக்காரத்தையோ கைவிடவும் அவன் தயாராயில்லை. எனவே பெண்ணை அடிமைப்படுத்தவும், தான் அவளை விட மேல் என்று உணர்த்துவதற்கும் மொழியின் துணையோடு பல நுட்பமான வழிமுறைகளைக் கையாள்கிறான். அந்த நுட்பங்களை புரிந்துகொண்டு அதை மொழிரீதியாகவே பெண்கள் எதிர்கொள்கிறார்கள். ஊமைக்குத்து விட்டு உள்காயம் ஏற்படுத்துகிற ஒரு தாக்குதல் முறையை பெண்கள் மொழிக்குள்ளிருந்து கண்டெடுத்திருக்கிறார்கள். ஆண்களின் நுட்பமான பின்னல்களுக்குள் சென்று பெண்கள் பேசுகிறார்கள் என்றுதான் கருதுகிறேன். ஆனாலும் இவர்கள் எழுதும் பிரச்சனை உலகம் முழுக்க

உள்ள பெண்களின் பிரச்சனை அல்ல என்று சொல்லத் தோன்றுகிறது.
யோனி என்கிற வார்த்தையை எழுதிவிட்டால் அது ஏதோ பெரிய புரட்சி என்று இங்கு மதிப்பிடப்படுகிறது. இது நகரம் சார்ந்த நடுத்தரவர்க்க மனோநிலை. அவளுடைய படிப்பும், நாசூக்கும் யோனி என்கிற வார்த்தையை தன் சகமனிதர்களுடனான உரையாடலில் பேசுவதற்கு அவளுக்கு பெரிய மனத்தடையை உருவாக்கியுள்ளது. அதனால் அந்த ஒரு வார்த்தை ஒரு பெரிய கலகக்குரலாக நமக்குத் தெரிகிறது. ஆனால் கிராமத்திலோ நகரத்திலோ ஒரு அடித்தட்டு பெண் ஒரு நாளைக்கு நூறுமுறை அந்த வார்த்தையைப் பயன்படுத்துகிறாள். இதற்காக 'நானும் கலகக்காரி' என்று அவள் தோள் தட்டிக் கொள்வதில்லை. 'இதையெல்லாம் சாராம்சப்படுத்தித்தான், பெண் விடுதலை, பாலின சமத்துவம் என்பவற்றைப் புரிந்து கொள்ள வேண்டும்' என்று குட்டி ரேவதி சொல்வதாக நான் புரிந்து கொள்கிறேன். பெண் விடுதலை என்ற குடையின் கீழ் ஒரு பார்ப்பனப் பெண்ணை ஒரு தலித் பெண் உரசிக் கொண்டு நிற்க முடியமா என்ற அவரது கேள்வி இன்னும் யாராலும் எதிர்கொள்ளப்படாமல்தான் இருக்கிறது.

பெண்ணடிமைத்தனம், சாதி அடக்குமுறைகளைத் தக்க வைப்பதில் நமது சமூக, குடும்ப அமைப்பு எவ்வாறு செயல்படுகிறது?

நம் சமூக அமைப்பில் நாம் என்னவாக வளர்க்கப்படுகிறோம்? 'இந்தியன் என்ற உணர்வோடு' என்றால் அது மிகவும் செயற்கையானது. வேறு ஏதாவது நாட்டுக்குச் சென்றால் ஒருவேளை இந்தியன் என்ற உணர்வு நமக்கு வரலாம். அதுவும் தங்கியுள்ள அந்த நாட்டை சேர்ந்தவர் அல்ல என்பதால் இந்தியன் என்று சொல்லிக்கொள்ள வேண்டியிருக்கிறது. இது தேவையை ஒட்டி உருவானது.
ஆனால் பிறப்பிலிருந்தே குறிப்பிட்ட சாதியின் நம்பிக்கைகளுக்கும், வளமைக்கும் ஏற்றவாறு தான் வளர்க்கப்படுகிறோம். இதிலும் பெண் கூடுதல் கவனத்தோடு வளர்க்கப்படுகிறாள். ஒவ்வொரு கணமும் சாதியாக வளர்க்கப்பட்டு சாதியாகத் தான் வாழ்கிறோம். முதலில் நான் இந்தியன் பிறகு தமிழன் என்பதெல்லாம் மிகமிக அயோக்கியத்தனமான வார்த்தைகள்.
நான் சைவம், நான் அசைவம் என்று உணவில் வேறுபடுவதில் தொடங்கி உடை, உணர்வுகள் அனைத்தையும் சாதிதான் தீர்மானிக்கிறது. நல்ல குடும்பம் என்கிற நம் வரையறையே அப்படித்தானே இருக்கிறது. 'அப்பா, அம்மாவிற்கு பிடித்த பையனாக, அல்லது அவர்கள் சொல்கிறவனை திருமணம் செய்துகொண்டு குனிந்த தலை நிமிராத பெண்கள் இருந்தால் அது நல்ல குடும்பம். ஆச்சாரம் கெடாத குடும்பம். நல்லதொரு குடும்பம் பல்கலைக்கழகம்.' அதாவது பல்கலைக்கழகம் எப்படி ஒரு மோசமான தயாரிப்பை வெளியே அனுப்புகிறதோ அப்படித்தான் குடும்பமும் அனுப்புகிறது. சாதியை வலுவாக, மிக நுட்பமாக பாதுகாக்கக்கூடிய இடம்தான் குடும்பம். என் பையன் அமெரிக்கா போனாலும் இங்க வந்து நான் பார்க்கிற பெண்ணைத்தான் கல்யாணம் பண்ணுவான் என்று உறுதியாக சொல்ல முடிவது சாதியால் தானே? உண்பது, வாழ்வது, உணர்வது தொடங்கி நான் இன்று உண்டதை நாளை ஒருவன் அள்ளுவான் என்பது வரைக்கும் சாதிதானே தீர்மானிக்கிறது? 'இறந்தபிறகு எரிப்பதா, புதைப்பதா? எந்த சாதிக்காரன் குழிவெட்டுவது?' என்பதையும் அதே சாதிதான் தீர்மானிக்கிறது.
'நான் ஒடுக்குகிற சாதியில் பிறந்திருக்கிறேன், நான் பெண்ணை ஒடுக்குகிற ஆணாக இருக்கிறேன். இதுகுறித்து நான் குற்றவுணர்ச்சி கொள்கிறேன்' என்பது மாதிரியான எந்த எழுத்தும் இதுவரை வரவில்லை. சுஜாதா 'சிவாஜி' திரைப்படத்தில், 'அங்கவை, சங்கவை இருவரும் கறுப்பு' என்று எழுதுகிறார். அவர் பார்த்த பெண்கள் வெள்ளைத்தோல் உடையவர்கள். எனவே கறுப்பாக இருப்பவர்களை அவரால் எளிதாக அவமானப்படுத்த முடிகிறது. இதைச் சொல்கிற அதிகாரத்தை சுஜாதாவிற்கு அவரது ஜாதிதானே தந்தது? எங்கள் ஜாதிப்பெண்கள் வெள்ளைத்தோல் உடையவர்கள் என்று அவர் சொன்னால் அதுவும் ஜாதித்திமிர் தானே? அவர் பார்வையில் பெண்கள் வெறும் தோல் சம்பந்தப்பட்டவர்கள் என்றுதானே அர்த்தம்? இந்த பார்ப்பனக் கிழடின் வக்கிரத்தை, துவேஷத்தை எதிர்த்துப் பேச எந்த வெள்ளைத்தோலிகளும்/தோழிகளும் முன்வராமல் இருப்பதற்கும் சாதிதானே காரணமாயிருக்கிறது? அவர்களுக்கும் சாதியைவிட்டால் வேறு எதுவும் தெரியாது.
திப்புசுல்தான் மலபார் கவர்னருக்கு எழுதிய கடிதம் ஒன்றை சமீபத்தில் வாசித்தேன். "உங்கள் பிரதேசத்தைச் சேர்ந்த பெண்கள் சிலர் மேலாடை அணியாமல் இருக்கிறார்கள் என்று படித்தேன். அதற்குக் காரணம் வறுமையா, வேறு ஏதாவதா? வறுமை எனில் அதைக் களைய வேண்டியது உங்கள் பொறுப்பு. மத நம்பிக்கை தான் காரணம் எனில் அந்த நம்பிக்கையின் வேர் பாதிக்காமல் பக்குவமாக எடுத்துச் சொல்லி ஆடை அணிய வைக்க வேண்டும்."
மேலாடை அணியும் உரிமை மறுக்கப்பட்டிருந்தது நாடார், பறையர் போன்ற தாழ்த்தப்பட்ட பெண்களுக்குத் தான். ஒருவேளை தங்கள் மதப்பெண்களைப் போல இவர்களும் குப்பாயம் அணிய வேண்டும் என்றுகூட திப்புசுல்தான் விரும்பியிருக்கலாம். அது எல்லாமே இரண்டாம்பட்சம். ஆனால் இங்குள்ளவர்கள் வேறு ஒருவன் சுட்டிக்காட்டியும் திருந்தாதவர்களாய்த் தானே இருந்திருக்கிறார்கள் என்பதே முக்கியம்.

நூறு வருடங்களுக்கு முன்பு நாடார் பெண்ணுக்கு மேலாடை அணியும் உரிமை தேவைப்பட்டது. இன்றைக்கு அவளுக்கு வேறு உரிமைகள் தேவைப்படுகின்றன. கேரளாவில் ஈ.கே.நாயனார் முதல்வராயிருந்தபோது, நிதியை கிராமங்களுக்கு ஒதுக்கி அந்தந்த கிராம மக்களே தங்கள் தேவைகளை முடிவுசெய்து நிறைவேற்றிக் கொள்ளலாம் என்ற திட்டம் கொண்டு வரப்பட்டது. மாநில அளவிலான இந்த திட்டத்துக்கு வழிகாட்டியவர் தோழர் இ.எம்.எஸ். ஒரு கிராமத்தில் ஆண்கள் அனைவரும் கூடிப்பேசி தெருவிளக்குகள் அமைத்தார்கள். அன்றிரவே அந்தக் கிராமத்து பெண்கள் அந்த விளக்குகளை உடைத்தெறிந்தார்கள்.

அவர்களிடம் நடத்திய விசாரணையில் இரவில் வெளிச்சம் அதிகம் இருந்தால் பெண்களால் தங்களின் இயற்கைத் தேவைகளுக்காக வெளியில் செல்ல முடியாதென்பதால்தான் தெருவிளக்குகளை உடைத்துவிட்டதாக தெரிவித்தார்கள். இதைத் தெரிந்து கொண்ட இ.எம்.எஸ். அந்தக் கிராம சபைக்கு ஒரு கடிதம் எழுதினார். அதில், ‘உங்கள் கிராமத்தில் முதலில் கட்டப்பட வேண்டியது கழிப்பிடம்தான். சபையில் ஆண்கள் மட்டுமே எல்லா முடிவுகளையும் எடுப்பதால் நம்மால் பெண்களின் பிரச்சனைகளை புரிந்துகொள்ள முடியவில்லை. நாம் ஆண்களின் சபையாக சமூகத்தை வைத்திருக்கிறோம். எனவே அடுத்தக் கூட்டத்தில் இருந்து பெண்களையும் கலந்து பேசுங்கள். அவளால் தான் அவளது தேவைகளைப் பேச முடியும்’ என்று எழுதினார்.

குடும்பத்தை எடுத்துக்கொண்டால் அங்கும் கணவன் தான் முடிவெடுக்கிறான். பெண்ணுக்குப் பங்கில்லாத அந்த முடிவை குடும்பத்தின் முடிவாக எடுத்துக்கொள்ள முடியாது. இந்தப் பெண்களின் நிலையைப்போல் தான் தலித்துகளின் நிலையும். இந்தியச் சமூகத்தில் இதுவரை முடிவெடுக்கும் இடத்தில் தலித்துகள் இருந்ததில்லை. அதிகாரத்திலும் அவர்கள் இல்லை. அப்படியானால் ஆதிக்க சக்திகள் எடுக்கும் முடிவுகள் தங்கள் ஆதிக்கத்தை தக்கவைத்துக் கொள்வதாகத் தானே இருக்கும்? நம் சமூகம் சாதியால் மட்டுமே பின்னடைப்பட்டிருக்கிறது என்பதைத் தான் மீண்டும் மீண்டும் சொல்ல வேண்டியிருக்கிறது.

தோள்சீலைப் போராட்டம் பற்றிப் பேசுவதால் இந்தக் கேள்வி. அந்த மாதிரி ஒடுக்கப்பட்ட ஒரு பெண்ணை சிறுமைப்படுத்தி சுந்தரராமசாமி எழுதிய ‘பிள்ளை கெடுத்தாள் விளை’ சிறுகதை பெரும் சர்ச்சையைக் கிளப்பியது. அந்த சிறுகதைக்கு எதிராக நீங்கள் கடுமையான எதிர்வினை ஆற்றினீர்கள். ஆனால் இப்போதும் அந்த சிறுகதையை நியாயப்படுத்தும் வேலைகளை அவர்கள் செய்து வருகிறார்களே?

அவர்கள் மாறுவார்கள் என்று எதிர்பார்ப்பது ஒரு மூடநம்பிக்கைதான். அவர்களைத் தொடர்ந்து எதிர்ப்பதற்கு நமக்கு நேரமில்லாததாலும், வேறு வேலைகள் இருப்பதாலும் நாம் போய்விட்டோம். ஆனால் அவர்கள் தொடர்ந்து அந்தக் கதையை நியாயப்படுத்தும் வேலையை செய்துகொண்டே இருக்கிறார்கள். கதையை ஆதரித்து வந்த கடிதங்கள், கட்டுரைகளைத் தொகுத்து சமீபத்தில் ஒரு புத்தகமாகப் போட்டிருக்கிறார்களாம். ஏ.பி.வள்ளிநாயகம் மறைவிற்கு அஞ்சலி தெரிவித்து கொடிக்கால் ஷேக் அப்துல்லா காலச்சுவடு பத்திரிகையில் ஒரு கட்டுரை எழுதியிருந்தார். அதில், ‘பிள்ளை கெடுத்தாள் விளை மிகச்சரியான கதை’ என்று வள்ளிநாயகத்திற்கு ஒரு கருத்து இருந்ததாக ஓர் இடத்தில் குறிப்பிடுகிறார்.

செத்துப்போன ஒருவரின் படைப்பை செத்துப்போன ஒருத்தர் ஆதரித்ததாக உயிருடன் இருக்கிற ஒருவரை வைத்து எழுத வைத்துள்ளார்கள். ‘சுந்தரராமசாமி மிக நல்லவர், எந்த ஒரு காலத்திலும் சொற்குற்றமோ, பொருட்குற்றமோ செய்யாதவர்’ என்று நிறுவ வேண்டிய அவசியம் அவர்களுக்கு இருக்கிறது. ‘சுந்தரராமசாமியின் எழுத்துக்கள் தேவ வார்த்தைகள். அதை குறை காணும் தகுதி மனிதப்பிறவிகளுக்கு கிடையாது. நம் புலன்களுக்கு அது எட்டாது. இது உடன் இருந்தவர்களுக்குத் தெரியும், அவரை உற்றுப் பார்த்தவர்களுக்குப் புரியும். ஆதவன் போன்றவர்களுக்கு அது தெரியாது’ என்பதை உறுதிப்படுத்தும் முயற்சிகளில் தொடர்ந்து ஈடுபட்டு வருகிறார்கள். அந்த முயற்சிகளின் மூலம் தான் அவர் தவறு செய்தார் என்பதை நாம் மறுபடியும் உறுதிப்படுத்திக் கொள்ள வேண்டியுள்ளது.

படித்தவர்களிடம் சாதிய உணர்வு இருக்கிறதா, அதை அவர்கள் எப்படி வெளிப்படுத்துகிறார்கள்?

இப்போதெல்லாம் யாரைப் பார்த்தாலும் ‘இப்பல்லாம் யார் சார் சாதி பார்க்கிறா’ என்றும், பெண்விடுதலை குறித்து பேச்சு வரும்போது, இப்பல்லாம் எந்தப் பொம்பிளை கஷ்டப்படறா ஆம்பிளைங்க தான் கஷ்டப்படறாங்க என்றும் சொல்லும் ஒரு மேம்போக்கான போக்கு தென்படுகிறது. வெகுஜனப் பத்திரிகைகள் இந்தக் கேவலத்தை தொடர்ந்து செய்துவருகின்றன.

‘நானெல்லாம் ரொம்ப சோஷியல் சார், சாதியெல்லாம் பார்க்கிறதில்லை’ என்று சொல்பவர்களுக்கும் சாதியைத் தவிர வேறு எதுவும் தெரியாது என்பதுதான் உண்மை. பிறப்பிலிருந்து இறப்பு வரைக்கும் அவனால் எந்த இடத்திலும் சாதியை கைவிடமுடியவில்லை. பொது இடங்களில் அதை வெளிப்படையாக கொண்டாட முடியவில்லை அவ்வளவுதான். ‘நான் உயர்ந்தவன். நீ என் அருகில் உட்காரவோ, என் எதிரே நிற்கவோ கூடாது’ என்று பேச வைத்தது

தான் தீண்டாமை. அந்தத் தீண்டாமையை வெளிப்படையாக கடைப்பிடிக்க முடியவில்லையே தவிர சாதியை எந்த இடத்திலும் யாரும் கைவிடவில்லை.

'சாதி என்பது ஒருவன் திருமணம் செய்து கொள்வதற்கான எல்லை' என்று முத்துமோகன் குறிப்பிடுவார். தன் அல்லது தன் குடும்பத்தாரின் திருமணத்தை இந்த சாதிய எல்லையைக் கடந்து செய்யாதவரைக்கும் அவன் சாதியைக் கடந்து விட்டதாக கூறுவதை ஏற்க முடியாது. சொந்த சாதிக்குள்ளேயே மறுபடியும் மறுபடியும் திருமணம் செய்து கொள்வதால் சொந்த சாதியைத் தக்கவைத்துக் கொள்கிறார்கள். அதில் ஒரு செங்கல் கூட விழுந்துவிடக்கூடாது என்பதில் கவனமாக இருக்கிறார்கள். சாதியைக் கைவிடாமலேயே நாள் முழுவதும் வெளியே சமதர்மவாதியாக உலவுவதற்கான எல்லா வாய்ப்புகளும் நமக்கு இப்போது இருக்கிறது. பள்ளியில் எல்லா சாதி மாணவர்களும் அருகருகே அமர்ந்திருப்பதாலேயே சாதியை இழந்துவிட்டதாக சொல்ல முடியாது. ஒரே அலுவலகத்தில் வேலை பார்ப்பதாலோ, ஒரே மேசையில் சாப்பிடுவதாலோ ஒருவர் சாதியைக் கைவிட வேண்டிய எந்த அவசியமும் இல்லை. தீண்டாமையை வெளிப்படையாக கடைப்பிடிக்கப்பட முடியவில்லையே என்ற ஆதங்கத்தோடு தான் இதுவும் நடக்கிறது.

சொந்த சாதி ஆளாகவே வீட்டிலிருந்து கிளம்பி, சொந்த சாதி ஆளாகவே வேலைசெய்து, சொந்த சாதி ஆளாகவே கொண்டு சென்ற உணவை உண்டு, கையில் இருக்கும் பாட்டிலில் தண்ணீர் குடித்து சொந்த சாதி ஆளாகவே மாலையில் வீடு திரும்பி விடலாம். கண்டம் விட்டு கண்டம் சென்றவன் மட்டுமல்ல, கோள் விட்டு கோள் செல்பவனும் சொந்த ஊருக்குத் திரும்பி வந்து, அதே சாதியைச் சேர்ந்த, படித்த, அழகான, சிவந்த நிறமும், நீண்ட கூந்தலும் உடைய பெண்ணைத் தானே திருமணம் செய்து கொள்கிறான்?

தீண்டாமையைப் பழைய வடிவங்களில் பார்க்க முடியவில்லையே தவிர அதை முழுமையாக அவன் கைவிட்டுவிடவில்லை. 'உயிரே போனாலும் நான் கடையில் சாப்பிடுவதில்லை' என்பார்கள் சிலர். 'கடையில் சாப்பிடுவேன் ஆனா நான்-வெஜ் சாப்பிடுறதில்லை' என்பார்கள் சிலர். இதெல்லாம் என்ன? ஆட்டுகறி கேட்டால் மாட்டுக்கறியைக் கொடுத்து தன்னுடைய சாதிப் புனிதத்தை கெடுத்து விடுவார்கள் என்ற பயம்தானே? இப்படி மிக நுட்பமாக பல உத்திகளை வகுத்து தன்னுடைய சாதிப்புனிதத்தை காப்பாற்றும் பணி தொடரத்தான் செய்கிறது.

வெண்டைக்காயில் எத்தனை விதையிருக்கிறது என்றோ, எட்டுக்கால் பூச்சிக்கு எத்தனைக் கால் என்றோ ஆய்வு செய்து ஆய்வாளர் பட்டம் பெறுகிற படிப்பாளிகளும் அறிவாளிகளும் இன்றும் அம்பேத்கர் குறித்து ஆய்வு செய்ய முன்வருவதில்லை. அவர் ஒரு பொருளாதார ஆய்வறிஞர். அவரது முதல் ஆய்வே பொருளாதாரம் பற்றியதுதான். பார்ப்பனீயத்தை அம்பலப்படுத்துவதற்காக சமஸ்கிருதத்தைப் பயின்று பல மூலநுல்களை வாசித்தவர். இந்தியாவிலிருக்கும் எல்லா மதங்களின் கோட்பாடுகளையும் நுணுகிக் கற்றவர். பௌத்தத்தில் கரை கண்டவர். பத்திரிகையாளர். மிகச்சிறந்த நாடாளுமன்றவாதி.

அவரது கட்டுரைகளில் ஒரு பத்தியில் குறிப்பிடும் மேற்கோள்களையும் அடிக்குறிப்புகளையும் புரிந்துகொள்ள நீங்கள் இன்னும் பத்து நூல்களைப் படிக்க வேண்யிருக்கும். ஆனாலும் அவரது பன்முகப்பட்ட ஆளுமையையும் மேதமையையும் அறிவுலகத்திற்கு வழங்கிய கொடைகளையும் தொட்டுப்பார்க்கவும் அருவருப்பு கொண்டுள்ளனர். அவரது ஆய்வுமுறைமைகளைத் தொடர்ந்து சென்று ஒரு புதிய சிந்தனைப்பள்ளியை வளர்த்தெடுக்காமல் போனதற்குக் காரணம் இந்திய படிப்பாளிகளும் ஆய்வாளர்களும் கடைபிடிக்கிற தீண்டாமை தானே? இதேகதி தான் புலேவுக்கும் அயோத்திதாசருக்கும் நேர்ந்திருக்கிறது. அவர்களை முன்வைத்து நடந்த ஆய்வுகளெல்லாம் தலித்கள் மேற்கொண்டதுதானேயன்றி தலித்தல்லாதவர்களால் அல்ல.

நீங்கள் தொடர்ந்து பெரியாரை முன்னிறுத்தி எழுதுகிறீர்கள். சாதி ஒழிப்பில் அவரின் பங்களிப்பு மிக முக்கியம் என்பது தான் காரணமா அல்லது அவர் கொண்டாடப்பட வேண்டிய மிக முக்கியமான ஆளுமை என்று நீங்கள் கருதுகிறீர்களா?

இட ஒதுக்கீடு, நாத்திகம் போன்றவற்றுக்காக பெரியாரைக் கொண்டாடுபவர்களும் இருக்கிறார்கள், அவரை விமர்சிப்பவர்களும் இருக்கிறார்கள். பெரியார் கடவுளை மறுத்ததால் மட்டும் தான் ஆதிக்க சாதிக்காரர்கள் அவரை விமர்சிக்கிறார்களா என்றால் இல்லை. அவர்களிலும் கடவுள் மறுப்பாளர்கள் இருக்கிறார்கள். 'இந்திய சமூகம் சமத்துவமின்மையின் மீது கட்டப்பட்டிருக்கிறது' என்று அம்பேத்கர் குறிப்பிட்டார். அதே அலைவரிசையில் தான் பெரியாரும் செயல்பட்டார். அதுதான் ஆதிக்க சாதியினரின் விமர்சனத்திற்குக் காரணம். ஒடுக்கப்பட்ட மக்களுக்காக பாடுபட்ட தலைவர்கள், இயக்கங்கள் எல்லாமே ஒடுக்கப்பட்டவர்களிடம் மட்டும்தான் பேசின. ஆனால் ஒடுக்குகிறவர்களிடமே தாக்குதல் நடத்தியவர் பெரியார் ஒருவர்தான். கஷ்டப்படுபவனை பார்த்து நீ கஷ்டப்படுகிறாய் என்பதும், அதை அவன் ஏற்றுக்கொள்வதும் மிக இயல்பானது. ஆனால் ஒடுக்குகிறவனைப் பார்த்து, 'நீ அவனை ஒடுக்குகிறாய்' என்று சொல்லும் தைரியம் பெரியாருக்கு மட்டும்தான் இருந்தது.

ஒடுக்குமுறைகளின் அடிப்படைகளைக் கண்டறிந்து அதை நீக்குவது தான் மார்க்சிய தத்துவம். இந்தியாவில் ஒடுக்-

குமுறையின் அடிப்படையாக சாதியம் இருக்கிறது. அந்த அடிப்படைகளின் மீது கைவைக்கிற நிகழ்வாக பெரியாரின் பேச்சும் செயல்பாடும் இருந்தது. சாதி ஒழிப்பு என்பதிலும், வருணாசிரம எதிர்ப்பு என்பதிலும் பெரியார் அம்பேத்கரோடு ஒன்றுபட்டார். இந்த விஷயங்கள் தான் அவர்களுக்குள் தொடர்பு ஏற்படக் காரணமாக இருந்தது.
பெரியாரை ஆதரிப்பதற்கும், அவரை முன்னோடியாக நிறுத்துவதற்கும் பல்வேறு காரணங்களை சொல்லலாம். அதில் சிலவற்றையாவது வாசிப்பின் வழியாகத் தெரிந்து கொண்டதால் அவரை முழுவதுமாக ஆதரித்துப் பேசுகிறேன். அதனால் அவரை நான் என் முன்னோடியாகவும் கருதுகிறேன். பெரியார் மீது சில இடங்களில் இடதுசாரிகளுக்கு விமர்சனம் உண்டு. அதற்காக அவர்கள் பெரியாரை எந்த இடத்திலும் நிராகரிக்கவேயில்லை. வகுப்புவாதப் பிரச்சனைகள் தலைதூக்கும்போது நாம் போராட்டங்களை முதலில் இருந்து ஆரம்பிக்க வேண்டிய அவசியமில்லை. ஒரு கட்டம் வரைக்கும் பெரியார் நடத்தியிருக்கிறார். அதன் தொடர்ச்சியைத்தான் நாம் மேற்கொண்டாக வேண்டும். கேரளாவில் நாராயணகுருவை உள்வாங்கிக் கொண்டு இடதுசாரிகள் செயல்படுவதுபோல் தமிழ்நாட்டிலும் பெரியாரை உள்வாங்கிக் கொண்டு செயல்படலாம்.

பெரியார் பேசியது வறட்டுத்தனமான நாத்திகம் என்றும், பெரியார் ஒரு பிள்ளையார் சிலையை உடைக்கப்போய் தெருவுக்குத் தெரு பிள்ளையார் கோவில்கள் வந்துவிட்டதாகவும் சிலர் கூறுகிறார்களே, உண்மையா?

பிள்ளையார் சிலையை பெரியார் உடைத்ததை அந்தக் காலத்தோடு ஒப்பிட்டுப் பார்த்து, சிலையை பெரியார் உடைத்ததற்கான சமூகக் காரணத்தைத்தான் விளக்கவேண்டுமே தவிர பெரியாரை அல்ல. மூடநம்பிக்கை கரைபுரண்டோடி, மொத்த சமூகத்தையும் அடித்துப் புரட்டுகிறபோது, அதைத் தடுத்த நிறுத்த, கைக்கு கிடைத்ததையெல்லாம் பயன்படுத்துகிற பதற்றம் பெரியாருக்கிருந்தது.
மக்களிடம் மூடநம்பிக்கை எந்த மட்டத்தில் இருக்கிறதோ அந்த மட்டத்தில் போய் பெரியார் அதை மறுத்துக் காட்டினார். ‘கடவுளுக்கு எல்லாவற்றையும் காப்பாற்றும் சக்தி இருக்கிறதென்றால், நான் கடவுளை உடைக்கிறேன், முடிந்தால் அவர் அவரையாவது காப்பாற்றிக்கொள்ளட்டும்’ என்று சொல்லும் விதமாகத் தான் பிள்ளையார் சிலையை உடைத்தார். ‘என்னை கடவுள் படைத்தார், அவர் தான் என் தலையெழுத்தை எழுதி என்னைக் காப்பாற்றுகிறார்’ என்ற மக்களின் நம்பிக்கையை உடைப்பதற்காகத் தான் அவர் அதைச் செய்தார்.
எந்த ஒரு தத்துவமும் மக்களைக் காப்பாற்ற வேண்டும். ஆனால் கடவுள் என்கிற தத்துவம் மட்டும் மக்களை பயமுறுத்தி மூடனாக மாற்றுகிறது. எனவே அதிலிருந்து மக்களை மீட்பதற்கு தன்னாலான வழிகளை அவர் செய்தார். அதை வறட்டு நாத்திகவாதம் என்று ஒதுக்கிவிட முடியாது. தெருவுக்குத்தெரு பிள்ளையார் வைத்தவர்கள் யார்? ஏற்கனவே பிள்ளையாரை வைத்து பிழைப்பு நடத்தியவர்கள்தானே? பெரியார் செயல்பாட்டில் கடுப்பாகிப் போய் எந்த நாத்திகனும் ஆத்திகனாகிவிடவில்லையே? பெரியாரே சொல்வதுபோல், வேறெவரும் இந்தக் காரியங்களை செய்வதற்கு முன்வராததால்தானே அவர் செய்ய வேண்டியதாயிருந்தது?
பெரியார் பேசியது வறட்டுத்தனமான நாத்திகம் என்றே வைத்துக்கொள்வோம். அதை நிராகரித்துவிட்டு விஞ்ஞானப்பூர்வமான நாத்திகத்தை மக்களிடம் பரப்புவதை யார் தடுத்தார்கள்? ஒவ்வொரு அரசாங்க அலுவலகமும் இந்துமதத்தினருக்கு மட்டுமேயானது மாதிரி பூசை, புனஸ்காரங்கள் அங்கே நடக்கிறது. இந்துக்கடவுள்களின் விக்கிரகங்களும் சிலைகளும் இல்லாத அலுவலகமே கிடையாது. ஆயுத பூஜை சரஸ்வதி பூஜை நடக்கிறது. அங்கிருக்கிற தொழிற்சங்கங்கள் உணர்வுமட்டம் தாழ்ந்துபோய் இதிலெல்லாம் பங்கெடுப்பதாய் மாறிவரும் கொடுமை நடக்கிறது. மத உணர்வுகள் பாதிக்கப்படும்னு சொல்லி எந்த இடத்திலும் நாம் நாத்திகம் பேசுவதில்லை, பகுத்தறிவு பற்றியும் பேசுவதில்லை, விஞ்ஞானக் கண்ணோட்டத்தை வலியுறுத்துவதில்லை. இப்போது யோசித்துப் பாருங்கள், பெரியார் செய்தளவுக்கு நாம் ஏதாவது செய்திருக்கிறோமா என்று?

சமூக நீதிக்கு எதிரான உச்சநீதிமன்றத்தின் செயல்பாடுகளை நீங்கள் தொடர்ந்து விமர்சித்து வருகிறீர்கள். நீதித்துறையின் இந்தப் போக்கிற்கு என்ன காரணம்?

நம்முடைய நீதித்துறை என்பது மக்களுக்கு நீதி வழங்குவதற்காக ஏற்படுத்தப்பட்டது அல்ல. ஆங்கிலேயர்கள் இங்கு வியாபாரம் செய்யும்போது அதை எதிர்ப்பவர்களை அடக்குவதற்காகத்தான் இந்திய நீதித்துறை உருவாக்கப்பட்டது. சுதந்திரத்திற்குப் பிறகு நீதிமன்றங்கள் வேறுமாதிரியாக செயல்பட ஆரம்பித்தன. மக்கள் இந்த ஜனநாயகத்தின்மீது நம்பிக்கை இழக்கும்போது நீதிமன்றம் திடீரென்று சுறுசுறுப்படைந்து மக்களுக்காக பேசுவதுபோல் செயல்படும். மக்கள் செயலற்றுப் போய் அரசு அவர்களை அடக்கும்போது நீதிமன்றம் அரசோடு தன்னை இணைத்துக் கொள்ளும்.
அரசு சார்பில் வேலைக்கு ஆட்களை எடுப்பதில்லை. கருணை அடிப்படையில் வாரிசுகளுக்கு வேலை கொடுக்கப்படுவது இல்லை. அரசு வேலைக்கு சமூக பாதுகாப்பு இல்லை. ஆனால் அதற்கு ஆதரவாக நீதிமன்றம் செயல்படுகிறது. அரசு ஊழியர்கள் இறந்துபோனால் அவர்களது வாரிசுக்கு வேலை தரவேண்டியதில்லை என்று ஒரு வழக்கில்

இடைக்காலத் தீர்ப்பு வழங்கியிருக்கிறது. பலமுறை எச்சரித்தும் மனைவியின் நடத்தையில் மாற்றமில்லை என்பதற்காக அவளைக் கொன்றுவிட்ட கணவனை நிரபராதி என்று தீர்ப்பளிக்கிறது ஒரு நீதிமன்றம்.

நீதிமன்றங்கள் குறிப்பிட்ட சட்டதிட்டங்களுக்கு உட்பட்டு இயங்கவில்லை. தனிநபரைச் சார்ந்து தான் தீர்ப்புகள் எழுதப்படுகின்றன. நீதி வழங்கும் இடத்தில் இருப்பவர் ஒரு குறிப்பிட்ட சாதியைச் சேர்ந்தவராகவோ, ஆணாகவோ பெண்ணாகவோ, ஒரு மதத்தைச் சேர்ந்தவராகவோ இருக்கிறார். பொருளாதார ஏற்றத்தாழ்வுகளில் ஏதோ ஒரு பிரிவில் வருகிறார். உலக விஷயங்களில் அவருக்குத் தனித்த கருத்து இருக்கிறது. அந்த கருத்துக்களுக்கு ஆதரவாக சட்டப்புத்தகத்தில் இருப்பவற்றை சொல்வதற்குத்தான் அவர் முயற்சி செய்கிறார்.

நம்முடைய சமத்துவமற்ற சமூகத்தை கட்டிக்காப்பாற்றும் வேலையைத் தான் எல்லா அரசு அலுவலகங்களும் செய்து வருகின்றன. அதே வேலையைத்தான் சட்டப்புத்தகத்தை கையில் வைத்துக்கொண்டு நீதிபதிகளும் செய்கிறார்கள். வளமான நிலங்களை ஆக்கிரமித்து பன்னாட்டு நிறுவனங்கள் கட்டுவது பற்றியோ, விவசாயிகளின் அடிப்படைப் பிரச்சனைகள் பற்றியோ அவர்கள் வாயே திறப்பதில்லை. எய்ட்ஸ் சாவுகள் பற்றியும் ஹெல்மட் பற்றியும் குதிக்கிறவர்கள் தினமும் பட்டினியால் சாகிறவர்களைப் பற்றியோ சாதி வெறியர்களால் பாலியல் வன்முறைக்கு ஆட்பட்டு இறக்கிற தலித் பெண்களைப் பற்றியோ சுண்டுவிரலைக்கூட அசைப்பதில்லை.

நெய்வேலி லிக்னைட் நிறுவனம் ஆரம்பித்து முப்பது வருடங்கள் ஆகிவிட்டன. அதற்கு நிலம் கொடுத்தவர்களுக்கு இன்னமும் நஷ்ட ஈடு கிடைக்கவில்லை. பத்திரிகைச் செய்தியைப் பார்த்து அதையே ஆதாரமாகக் கொண்டு பல வழக்குகளை தானே முன்வந்து நடத்துகிற நீதிமன்றங்கள் இம்மாதிரியான பிரச்னைகளில் வழக்கு தொடுத்தாலும் தீர்ப்புகளை வேறுமாதிரியாகத் தருகின்றன. உலகமயமாக்கல் நடவடிக்கை முழுவதையும் கொள்கைப் பிரச்னை என்று சொல்லி தலையிட மறுக்கிறது நீதித்துறை. ஆனால் இடஒதுக்கீடு, ஆதம் பாலம் மாதிரியான விவகாரங்கள் வந்துவிட்டால் தேவையில்லாமல் நீளநீளமாக பேசத் தொடங்குகிறது. இதற்கெல்லாம் நீதிமன்றத்தின் ஒற்றைச்சாதி அமைப்பு முறை தான் காரணம். அந்த ஒற்றைச்சாதி அமைப்பும் அவர்களின் வளர்ப்பு முறையும் அதன் வழியாக அவர்கள் உலகைப் பார்ப்பதற்கு கிடைக்கும் கண்ணோட்டமும் தான் இதற்கெல்லாம் காரணம். இது நம் சமூகத்தின் சமத்துவமற்ற நிலையைப் பாதுகாக்கத் தான் பயன்படுகிறது. சட்டத்துக்கு எல்லோரும் கட்டுப்பட்டவர்கள் என்று சொல்கிறோம். அந்த சட்டம் நீதிபதிக்கு கட்டுப்பட்டது. நீதிபதி அவரது சாதிக்கும், வளர்ப்பு முறைக்கும் கட்டுப்பட்டவராயிருக்கிறார்.

சாதியொழிப்பு, உலகமயமாக்க எதிர்ப்பு உள்ளிட்ட பிரச்சினைக்களுக்கான போராட்ட வடிவங்களில் காணப்படும் போதாமையை நீங்கள் உங்கள் படைப்புகளில் சுட்டிக்காட்டி வருகிறீர்கள். போராட்ட வடிவங்களில் என்ன மாறுதல்களை எதிர்பார்க்கிறீர்கள்?

மறியல், தர்ணா, உண்ணாவிரதம் போன்ற எல்லாப் போராட்டங்களுமே அடிமைப்பட்டிருந்த நாட்டில் சுதந்திரத்தை மீட்டெடுக்க கண்டறியப்பட்ட வழிகள். சுதந்திரம் கிடைத்து அறுபது ஆண்டுகளாகியும் அந்த போராட்ட வடிவங்களை நாம் இன்னமும் மாற்றிகொள்ளவில்லை. புதிய சூழலை உள்வாங்கிக் கொண்டு ஏட்டளவில் இருக்கக்கூடிய சுதந்திரத்தைப் புரிந்துகொண்டு புதிய போராட்டங்களை நடத்தவேண்டும். நம்மிடையே போர்க்குணம் இல்லாததால்தான் போராட்ட வடிவங்கள் மழுங்கியிருப்பதாகக் கூட கொள்ளலாம்.

சுதந்திரத்திற்கு முன்பு நான்குபேர் ஒரு இடத்தில் நோக்கமின்றி கூடுவதும்கூட தடை செய்யப்பட்டிருந்தது. அந்த நேரத்தில் தடையை எதிர்த்து பொதுமக்கள் ஒரு இடத்தில் கூடுவது புரட்சி என்று கருதப்பட்டது. இன்றைக்கு நிலைமை அப்படியில்லை. போராட்டம், ஆர்ப்பாட்டம், மறியல் அனைத்திற்கும் காவல்துறை அனுமதி அளிக்கிறது. அவர்களின் அனுமதியோடு நடத்தப்படுவது எந்தவகை போராட்டம்?

அன்று பிரிட்டிஷ் அரசாங்கத்திற்கு சேவை செய்யும் அரசு அலுவலகத்தை மறியல் செய்தோம். இன்று நம் மக்களுக்கு சேவை செய்யும் ஒரு அலுவலகத்தை மறிக்கிறோம். மறியல் தொடங்கியவுடனேயே காவல்துறை மறியல் செய்பவர்களைக் கைது செய்து பாதுகாப்பான இடத்தில் தங்க வைக்கிறது. மறியல் என்பது காவல்துறைக்கும் மறியல் நடத்துபவர்களுக்குமான பிரச்சனையாக மாறிவிடுகிறது.

அன்றைக்கு உண்ணாவிரதம் என்று தன்னைத்தானே வருத்திக்கொண்ட போராட்டத்தில் மக்கள் ஈடுபட்டபோது பிரிட்டிஷ்காரர்களே பயந்தார்கள். இன்றைக்கு நிலைமை அப்படியில்லை. ஒரு லட்சம் விவசாயிகள் பட்டினியால் தற்கொலை செய்து கொண்டதாக ‘சாய்நாத் அறிக்கை’ சொல்கிறது. ஒரு லட்சம் விவசாயிகளின் மரணத்தைப் பார்த்தும் மனமிரங்காத அரசும், அதிகாரிகளுமா, ஒருவேளை பட்டினிப் போராட்டத்தைப் பார்த்து மனமிரங்கப் போகிறார்கள்? அந்தளவிற்கு நேர்மையானவர்களையும் இரக்கவான்களையுமா நாம் ஆட்சியில் அமர்த்தியிருக்கிறோம்? இன்றைக்கு இருக்கிற ஆட்சியாளர்களை நெருக்கடிக்கு உள்ளாக்குகிற போராட்ட வடிவங்களை நாம் கண்டெடுக்க வேண்டும்.

மேலும் நம் போராட்டங்கள் முழுவதும் ஆண்களை முன்னிறுத்தியே இருக்கின்றது. பெண்களைப் பற்றி யோசிக்காமலேயே எல்லா முடிவுகளையும் எடுத்து வருகிறோம். காந்தி ஏற்றுக்கொண்ட அரை நிர்வாண முடிவை ஏன் கஸ்தூரிபா-

யால் எடுக்க முடியவில்லை? காந்திக்குள் இருக்கிற ஆண்தான் அந்த முடிவை நோக்கி அவரை நகர்த்தியிருக்கிறது. இந்த நிலை மாற வேண்டும். இயக்கங்களில் இருக்கிற பெண்களை கலந்தாலோசிக்க வேண்டும்.

பொது வேலை நிறுத்தம் என்று சொல்கிறோம். ஆனால் இதில் விவசாயிகள் எப்படி இதில் கலந்து கொள்ள முடியும்?
அந்தந்த வேலைகளுக்கு ஏற்ப போராட்ட வடிவங்களும் நம்மிடம் இல்லை. எல்லாவற்றையும் மாற்ற வேண்டிய நேரமிது. சில நூதன வடிவங்கள் உடனடி கவனத்தைப் பெறுகின்றன. ஆனால் அதன் செயல்பாட்டெல்லை குறுகியது. தேசிய பிரச்னைகளில் குறுக்கிடக்கூடிய வெகுமக்களை ஈர்த்துக்கொள்ளக்கூடிய வடிவங்களை கண்டடைய வேண்டும். இடஒதுக்கீட்டுக்கு எதிராக ரகளை பண்ணுகிறவனும் சமத்துவம்கிறான். நேற்று கட்சி ஆரம்பித்த சரத்குமார் அகில இந்திய சமத்துவ மக்கள் கட்சி என்று பெயர் வைத்திருக்கிறார். வரவேற்கனும். ஆனால் சமத்துவம் என்றால் யாருக்கும் யாருக்கும் சமத்துவம்? அந்த சமத்துவத்தைக் கொண்டு வர உங்களிடம் என்ன செயல்திட்டம் இருக்கிறது? இல்லையென்றால் எதுக்கு இந்த வார்த்தை ஜாலம் என்ற கேள்விக்குப் பதில் சொல்லும் நிலையை நாம் உருவாக்க வேண்டும்.

போராட்ட முடிவுகளைக் கூட ஆண்களே எடுப்பதாகப் பேசினீர்கள். சமூகம் சார்ந்த விஷயங்களில் பெண்களின் பங்கு அதிகரிக்க என்ன செய்ய வேண்டும்?
அவர்கள் படிப்பு, வேலை என்று வெளியில் வரத் தொடங்கிவிட்டார்கள். சமூக நிகழ்வுகளில் அவர்கள் அதிகம் பங்கு பெறுவது இன்னும் நடைபெறவில்லை. 123 ஒப்பந்தம் மாதிரியான பிரச்சினை தொடர்பான கருத்தரங்குகளில் ஆண்கள் அதிகம் கலந்து கொள்கிறார்கள். அந்த ஆண் வீட்டுக்குப் போகும்போது இந்த ஒப்பந்தம் குறித்து என் குடும்பத்தில் எனக்கு மட்டுமே தெரியும் என்ற அகங்காரத்தில் செல்கிறான். அதனால் அவன் தன் மனைவியை இரண்டாம் பட்சமாகக் கருதுகிறான். ஆண்களின் தகவல் அறிவை நாம் அதிகரிப்பது அவனுடைய அதிகாரத்தை உறுதிப்படுத்துவதாக அமைந்து விடுகிறது. ஆண்களின் சபையாக சமூகத்தை மாற்றிக் கொண்டிருப்பதை அனுமதிக்கக் கூடாது. தலித்துகளுக்கு என்று கட்சி உருவாக்கப்பட்டு எங்களது ஓட்டுகளை நாங்களே வாங்கிக் கொள்கிறோம் என்ற நிலை வந்தபோது, மற்ற கட்சியினர் தலித் பிரச்சினைகளைப் பேச முன்வந்தார்கள். அதுபோல பெண்களுக்கென்று தனிக்கட்சி வரும்போது பிற கட்சிகளும் பெண்களின் பிரச்சனைகள் குறித்து பேச முன்வருவார்கள்.

ஒரு நாவலுக்கான விஷயத்தை ஒரு கவிதையாக எழுதுகிறீர்கள். மற்றவர்கள் கட்டுரையாக எழுதிக் கொண்டிருக்கும் உலகமயமாக்கல், சதாம் கொலை போன்ற சமகாலப் பிரச்சினைகளை, செய்திகளை நீங்கள் சிறுகதையாக எழுதுகிறீர்கள். ஒன்றை எழுத ஆரம்பிக்கும்போது, இது கதைக்கானது, இது கவிதைக்கானது என்பதை எப்படி தீர்மானிக்கிறீர்கள்?
இப்படித்தான் எழுதவேண்டும் என்று எதையும் திட்டமிட்டு எழுதுவதில்லை. நாம் பார்க்கிற, நமக்குள் தோன்றுகிற விஷயங்கள் ஒரு கட்டத்தில் எழுத்தாக வெளிவருகிறது. அது எந்த வடிவத்தில் வரவேண்டும் என்பதை அதுதான் தீர்மானிப்பதாக நான் நினைக்கிறேன். நான் எந்த மாதிரியான எழுத்தாளன், என்னுடைய பாடுபொருள் என்ன, கதைமாந்தர்கள் யார் என்று ஏற்கனவே ஒரு தீர்மானம் இருக்கிறது. அந்த நோக்கத்திற்கு இசைவாகத்தான் நமது மனம் இயங்கிக் கொண்டிருக்கும். முடிவற்ற அந்த இயக்கத்தின் ஒரு கட்டமாகத்தான் எழுதத் தொடங்குகிறோம்.
சமகால பிரச்சனைகளை கதைக்குள் கொண்டு வருவதாகக் குறிப்பிட்டீர்கள். சங்க இலக்கியத்தை வைத்துக்கொண்டு அந்த காலகட்டத்தில் வாழ்ந்தவர்களின் வாழ்க்கை முறைகள், இயற்கை, அரசு அமைப்பு, ஆண் பெண் உறவு என எல்லாவற்றையும் தெரிந்து கொள்ள முடியும். அவற்றைப் படிக்கும்போது, 'இன்னும் ஐம்பது ஆண்டுகள் கழித்து, நாம் வாழ்ந்து கொண்டிருக்கும் இந்த 2007ம் வருடத்தை பற்றித் தெரிந்து கொள்ள விரும்புவார்களே, இதை நாம் பதிவு செய்திருக்கிறோமா' என்ற கேள்வி எனக்குள் வருகிறது.
வாழும் காலத்தை என்னவாக எதிர்கொண்டோம் என்ற கேள்வி மிக முக்கியமானது. சதாம் உசேன் கொல்லப்பட்டார் என்பது எல்லாருக்கும் தெரியும். ஏன் கொல்லப்பட்டார் என்ற கேள்விக்கான பதிலை நான் நம் சந்ததியினருக்கு சொல்லிச் செல்ல வேண்டியிருக்கிறது. சதாம் உசேன் கொலை குறித்து இங்கு என்ன பதிவு இருக்கிறது? அஞ்சலிக் கவிதை, 'வருந்துகிறோம்' என்ற தலைப்பில் ஒரு கட்டுரை போன்றவற்றை எழுதுவதில் எனக்கிருந்த அலுப்புதான் என்னை சதாம் உசேன் குறித்து சிறுகதை எழுதத் தூண்டியது. அதேபோல் தான் உலகமயமாக்கலும். உலகமயமாக்கல் ஏதோ நேற்று தோன்றிய ஒரு விஷயமல்ல. 'திரைகடல் ஓடியும் திரவியம் தேடு' என்பதே உலகமயமாக்கல்தானே. தமிழ்நாட்டில் ரோமானிய நாணயங்கள் கண்டெடுக்கப்படுவது முந்தைய உலகமயமாக்கலின் அடையாளம் தானே. உலகம் தனக்குள் பரிவர்த்தனைகளை நிகழ்த்திக் கொண்டு ஒரு சமூகமாய் இணங்கி வாழ கடந்த காலத்தில் செய்த இப்படியான முயற்சிகளுக்கு மாறானது இப்போது நாம் பேசுகிற உலகமயம்.

நான் வாழும் காலத்தில் இந்த உலகமயமாக்கலின் ஒரு புதிய வடிவத்தைப் பார்க்கிறேன். இரண்டாவது பத்தாண்டு சீர்த்திருத்தம் நடந்து கொண்டிருக்கிறது. அது சீர்திருத்தமா, சீரழிவா என்ற கேள்வி எனக்குள் எழுகிறது. அது சீர்-திருத்தம் கிடையாது என்று எனக்குத் தெரிகிறது. மூன்றாம் உலகநாடுகளின் வளங்களை கொள்ளையடிக்க அந்தந்த நாட்டு அரசாங்கங்களையே உறிஞ்சுகுழல்களாகப் பயன்படுத்தும் இந்த ஏற்பாடு வெறும் அணா பைசா விசயம் அல்ல என்பது புரிகிறது. ஆனால் இந்தக் கொடுமையை தனிநபராக எதிர்க்கும் வல்லமை எனக்குக் கிடையாது. எனவே எனக்குத் தெரிந்த எழுத்தின் வழியாக என்னுடைய எதிர்ப்பை நான் பதிவு செய்யகிறேன்.

எழுத்தைத்தவிர இடதுசாரி இளைஞர்களுக்கான பயிற்சிப் பட்டறைகள், மேடைப்பேச்சு என்று பல தளங்களில் இயங்கி வருகிறீர்கள். சாதியத்துக்கு எதிரான உங்களது செயல்பாட்டுக்கு எழுத்து மட்டுமே போதாது என்று கருதுகிறீர்களா?
தனது துயரங்களைப் புரிந்துகொள்கிற ஒரு சமூகச்சூழலை உருவாக்குவதும் ஒடுக்கப்பட்டவர் சார்பாக எழுதுகிறவர்க-ளின் வேலையாகிறது. எனவே எழுதிக் கிழித்ததோடு என் வேலை முடிந்துவிட்டது என்று நான் தூங்கப் போய்விட முடியாது. என் எழுத்துக்களோடு மக்கள் சமூகத்தின் வெவ்வேறு அடுக்குகளோடு ஊடாட்டம் கொள்ள வேண்டியி-ருக்கிறது. எழுத்து எப்படி தனிநபர் செயல்பாடோ அதைப்போன்றது தான் பேச்சும். பேச்சு என்பது அர்த்தமுள்ளதாய் இருக்க வேண்டியிருக்கிறது. எனவே சொற்பொழிவாக அல்லாமல் உரையாடலாகத் தான் அமைத்துக்கொள்கிறேன். சமூகத்தை மொன்னையாகப் பார்ப்பதிலிருந்து விலகுகிற, அதன்மீது கேள்விகளை எழுப்புகிற, பிரச்சனைகளை எப்படி அணுக வேண்டும் என்ற விமர்சனப்பார்வையை உருவாக்குவது தான் இந்த உரையாடலின் நோக்கம்.

ஆரம்பத்தில் கவியரங்க மேடைகளில் கவிதை வாசித்திருக்கிறீர்கள். கவியரங்கக் கவிதைகள் மிகவும் எளிமையா-னவை. தற்போதைய உங்களது கவிதைகள் சற்று சிக்கலான மொழிநடையில் அமைந்திருக்கின்றன. அடுத்தகட்டமாக இசைப்பாடல்களும் எழுதுகிறீர்கள். அவை மிக எளிய நடையில் இருக்கின்றன. மூன்றையும் எப்படி பார்க்கிறீர்கள்?
கவியரங்கத்தில் வாசிப்பது தான் கவிதை என்ற காலகட்டத்தில் நானும் கவியரங்கக் கவிதைகள் வாசித்திருக்கிறேன். பின்னர் அதில் நிறைய கேள்விகள் வந்தது. உலகின் மிகப்பெரிய தத்துவங்கள் கூட ஒருமுறை தான் சொல்லப்ப-டுகின்றன. கவியரங்கக் கவிதைகள் அதையும் மீறியதா, எதற்காக இரண்டிரண்டு தடவை வாசிக்கவேண்டும் என்ற கேள்வி வந்தது. பார்வையாளர்களின் கைத்தட்டலுக்காக கவிதையை நிறுத்தி நிறுத்திப் படிப்பது, குரலில் ஏற்றஇறக்க மாற்றங்களைக் காண்பிப்பது போன்றவை சலிப்பைத் தந்தது.
ஒரு கவியரங்கக் கவிதையை பத்துநாட்களுக்குப் பின்னர் படித்தால் அதன் தேவையை அது இழந்திருக்கும். ஒரு பத்திரிகை செய்தி அளவுக்குத்தான் அதன் ஆயுளும் இருக்கும். எதிரில் அமர்ந்திருப்பவர்கள் வாசகர்களோ, இலக்-கியவாதிகளோ அல்ல. கேட்பதற்காக வந்திருப்பார்கள். அவர்களுக்காகப் படிக்கும்போது அர்த்தமற்ற வார்த்தைகளின் தொகுப்பாகக்கூட கவிதைகள் அமைந்திருக்கும். பாடல் என்று வரும்போது அதைக் கேட்பவர்கள் இலக்கியவாதி-கள் அல்ல, வெகுஜன மக்கள். அவர்களுக்கு என்னுடைய கருத்தை சொல்வதற்காக என்னுடைய மொழி நடையை தளர்த்திக் கொள்கிறேனே தவிர கருத்தில் எந்த சமரசமும் செய்து கொள்ளவில்லை. பாடல் என்பது ஒரு கருத்தை சொல்வதற்கான திட்டமிட்ட வேலை. கவிதை என்பது அப்படியல்ல. வேறுவேறு அனுபவங்களை எழுத வரும்போது முன்னில் இருந்து இறுக்கமான செறிவான மொழி கிடைத்தது. தொடர்ந்த வாசிப்பும் எழுத்துப்பயிற்சியும் உள்ளவர்க-ளுக்கு இது வாய்க்கக்கூடியதுதான்.

எழுத்தாளர்களில் சிலர் எழுதுவதையே பெரிய புரட்சி என்றும், 'நான் உங்களுக்காக எழுதுகிறேன், உங்களுக்காக நான் என்னையே தியாகம் செய்து கொண்டிருக்கிறேன். ஆனால் என்னைப்பற்றி இந்த சமூகத்திற்கு எந்த அக்கறையும் இல்லை. குடிப்பதற்குக் கூட காசில்லை. வேறுநாட்டில் எழுத்தாளர்களை எப்படியெல்லாம் மதிக்கிறார்கள். தமிழ்நாட்-டில் தான் இந்த நிலைமை' என்றும் தொடர்ந்து புலம்பி வருகிறார்களே?
புலம்புபவர்கள் தங்கள் எழுத்தையே இலக்கியச் சேவையாக கருதினால் நான் ஒன்றும் செய்ய முடியாது. இந்த சமூ-கத்தில் எந்த ஒரு விஷயம் என்னை சுலபமாக கடந்து செல்ல அனுமதிக்கவில்லையோ அதைத்தான் அந்த இடத்தில் நின்று எதிர்கொண்டு ஒரு எழுத்தாளனாக நான் எழுதுகிறேன். தெருவில் ஒரு சண்டை நடக்கிறது. அந்தப் பக்கமாக செல்லும் ஒருவர் அதை விலக்கி விட்டு விட்டு செல்கிறார். அதை அவர் பிரகடனப்படுத்திக் கொண்டிருப்பதில்லை. அதே வேலையை ஒரு எழுத்தாளன் செய்தால் அதை அவன் எழுத வேறு செய்கிறான். அதற்காக எழுத்தாளனை கொண்டாட வேண்டும் என்றும் அவன் நினைத்தால் அது அவனுடைய தவறு தான். தங்களுக்கு ஏற்படும் மனக்-கிளர்ச்சியை, அனுபவங்களை மற்றவர்களோடு பகிர்ந்து கொள்வதற்காகத் தான் எல்லோரும் எழுதுகிறார்கள். அப்படி எழுதுவதை எழுத்தாளன் தியாகம் என்று நினைத்தால், அதைப் படிக்கிற நானும் தியாகி தான் என்று வாசகர்களும் சொல்லலாமே. எழுதுவது என்பது தியாகம் சம்பந்தப்பட்ட விஷயமே கிடையாது.

சமூகத்தோடு தொடர்ந்து இணைவதும், முரண்படுவதுமாகத் தான் நாம் வாழ்க்கையை நடத்திக் கொண்டிருக்கிறோம். இதை நாம் எழுத்து வழியாகத் தெரிவிக்கிறோம். மற்றவர்கள் ஏதோ ஒரு மீடியம் வழியாகத் தெரிவிக்கிறார்கள். தன்னைப் பற்றிய பெருமையிலோ, கழிவிரக்கத்திலோ தம்பட்டம் அடிக்கும் செயல்தான் இது. ஒரு புத்தகத்தையோ, நாடகத்தையோ படிக்கும் அல்லது பார்க்கும் வாசகனோ, நேயரோ அதனால் பாதிப்பு அடைந்தால் அவனது மனதில் சிறு கீறலோ, அசைவோ ஏற்பட்டால் அவன் வேண்டுமானால் எழுதியவனைப் பாராட்டலாம். அதை விடுத்து தன்னைத் தானே பாராட்டிக் கொள்வதற்காக, ஷீல்டு வாங்கி ஜோல்னாப் பையில் வைத்துக்கொண்டு அலைவது தேவையற்ற விஷயம். சமூக அக்கறையுள்ள படைப்பாளி இந்த சமூகத்தோடு உரையாடுவதற்காக எழுதுகிறான். அதைப் படித்துவிட்டுத்தான் உலகம் விடிகிறது என்று சொல்வதோ, தன்னைக் கொண்டாட வேண்டும் என்று எதிர்பார்ப்பதோ அபத்தமான காரியம்.

வேதம் படிப்பதற்கு குறிப்பிட்ட சாதியில் பிறக்கவேண்டும் என்பதைப் போலவே இலக்கியம் படைப்பதற்கு தனி ஆளுமை வேண்டும், அறிவு வேண்டும், தேஜஸ் வேண்டும், இன்னும் என்னென்னமோ வேண்டும் என்று கூறுகிறார்கள். இதன்மூலம் எழுத்தாளர்களைப் புனிதப்படுத்தும் வேலை நடந்துகொண்டிருக்கிறது. இதனால் எழுத்தாளனை இந்த சமூகம் கொண்டாடுவதற்குப் பதிலாக தன் எழுத்தின்மீது அதீத நம்பிக்கை கொண்டு எழுத்தாளன் தன்னைத் தானே கொண்டாடிக் கொண்டிருக்கிறான்.

கலைஞனைக் கொண்டாடாத சமூகம் உருப்படாது என்று சொன்னால் உழவனையோ, தொழிலாளியையோ கொண்டாடாத சமூகம் மட்டும் உருப்பட்டு விடுமா? நீ எழுதும் கவிதைகளைத் தூக்கி வைத்து கொஞ்சிக் கொண்டிருக்கும் எந்த அவசியமும் இந்த சமூகத்துக்குக் கிடையாது. இந்த சமூகத்தைப் பதிவு செய்கிறவனாக, உன் கருத்தைத் தெரிவிப்பவனாக இருக்கும் பட்சத்தில் உனக்கான அளவில் இந்த சமூகம் உன்னை கொண்டாடத் தான் செய்கிறது. உனக்கு குடிப்பதற்குக் காசில்லை என்பதெல்லாம் இந்த சமூகத்தின் பிரச்சனையும் கிடையாது.

இவர்களைப் பற்றி நாம் பேச வேண்டிய அவசியமில்லை என்றே கருதுகிறேன்.

எழுத்தாளர்கள் அரசியலுக்கு வரும்போது, இலக்கியவாதியாக யாரையெல்லாம் விமர்சித்தார்களோ, அவர்களையெல்லாம் அரசியல்வாதியாக கொண்டாடிக் கொண்டிருக்கிறார்களே?

அரசியலுக்கு யார் வேண்டுமானாலும் வரலாம். அதுபற்றி எனக்கு ஒன்றும் பிரச்சனை இல்லை. ஆனால் பார்வையற்றவர்களின் விழியாக, குரலற்றவனின் குரலாக என்னுடைய எழுத்து ஒலிக்கும் என்று இலக்கியவாதியாக இருக்கும்போது இவர்கள் தங்கள் படைப்புக்கு பல பீடிகைகளை வைத்திருந்தார்கள். அதற்கு இசைவான அரசியலை தேர்ந்தெடுக்கிறார்களா என்பதுதான் எனது கேள்வி. பதவி, அதிகாரம் என்ற இரண்டு வழிகளில் பொருளாதார ஆதாயத்தை தேடிக் கொள்கிறார்கள். இதைத்தான் எல்லா அரசியல்வாதிகளும் செய்து கொண்டிருக்கிறார்கள். இதை அடைவதற்கு கூடுதல் தகுதியாக எழுத்தாளர்கள் தாங்கள் எழுதிய கவிதைகளையும் கட்டுரைகளையும் பயன்படுத்திக் கொள்கிறார்கள்.

இலக்கியவாதியாக இருப்பது என்பது ஒரு எதிர்க்குரல் தான். ஆனால் அதன் மூலம் வாசகனுக்கு அறிவுரைகள் கூறிவிட்டு எழுத்தாளன் மட்டும் மறுபடியும் ஆதாயத்தையும், பணத்தையும், சொகுசு வாழ்க்கையையும் தேடிப் போகிறார்கள். இதே எழுத்தாளர்கள் இடதுசாரி அமைப்பிலுள்ள எழுத்தாளர்களை கேவலமாகப் பேசிய காலங்கள் உண்டு. அவர்களால் இடதுசாரி இயக்கங்களில் செயல்படுவது தான் சிரமமான வேலையாக இருக்குமே தவிர கழிசடை அரசியல் செய்வதில் வெட்கம் எதுவுமில்லை. இதை யாரும் கேள்வி கேட்டுவிடக்கூடாது என்பதால் தான் நவீன இலக்கியம் குறித்தும் அடிக்கடி கருத்து தெரிவிக்கிறார்கள்.

சிற்றிதழ்கள் விசிட்டிங் கார்டு போல் பயன்படுத்தப்படுவதாக சமீபத்தில் மனுஷ்யபுத்திரன் கூறியிருந்தார். இந்த விமர்சனத்தை சிற்றிதழ் ஆசிரியரான நீங்கள் எப்படி எதிர்கொள்கிறீர்கள்?

இலக்கிய பீடம் என்று ஒருவரை முடிவு செய்வது, அவர்கள் சொல்வதுதான் சிற்றிதழ், அவர்கள் சொல்பவர்கள் தான் படைப்பாளி என்று முடிவு செய்வது இதெல்லாமே அபத்தமான விஷயங்கள். இந்தியாடுடேயின் சிற்றிதழ் குறித்த பேட்டியில் மனுஷ்யபுத்திரன், சிற்றிதழ்களை விசிட்டிங் கார்டு போல் பயன்படுத்துவதாக குறிப்பிட்டிருந்ததை நானும் படித்தேன். சிற்றிதழை விசிட்டிங் கார்டு போல் பயன்படுத்தும் வேலையை அவர்தான் சரியாகச் செய்தார். நக்சல்பாரி பத்திரிகைகளின் மூலமாக மனுஷ்யபுத்திரன் அறிமுகமானார். காலச்சுவடு தீவிரமான சிற்றிதழாக இயங்கிக் கொண்டிருந்தபோது அங்கு சென்றார். அந்த அனுபவத்தை வைத்துக்கொண்டு செந்திலோடு உயிர்மைக்குப் போனார். அந்த சிற்றிதழைத் தவிர அவருக்கு வேறு என்ன அடையாளம் இருக்கிறது? உயிர்மை என்கிற விசிட்டிங் கார்டை சரியான நபர்களிடம் காட்டி அதன்மூலம் ஆதாயம் பெற்று அதை தக்கவைத்துக் கொண்டது ஒரு தனிவகை சாமர்த்தியம்தான். வரக்கூடிய பத்திரிகைகள் தரமாக இல்லை என்று வருத்தப்பட்டால் அது வேறு விஷயம். அதை எப்படி சரியாக

வெளியிட வேண்டும் என்று அவர்களுக்கு சொல்லித்தரலாம். முன்னோடி என்பவர் செய்யவேண்டிய வேலை அது-தானே. அதைவிட்டு விட்டு எல்லோரும் பத்திரிகை ஆரம்பித்து விட்டார்கள் என்று சொல்லி வருத்தப்படுவது, 'எல்லோரும் படிக்க வந்துட்டாங்க, வேலைக்கு வந்துட்டாங்க' என்று பதறக்கூடிய ஆதிக்கசாதி மனநிலைதானே. அந்த மனோபாவம் மனுஷ்யபுத்திரனுக்கு எதற்கு?

தங்களின் படைப்புகளை தாங்களே பாராட்டிக் கொள்வது, அதை ஆதரித்துப் பேசுவதற்காகவே ஒரு குழுவை ஏற்படுத்திக் கொள்வது, தங்களுக்குள்ளேயே அடித்துக் கொள்வது - இவையெல்லாம் தமிழ்ச்சூழலில் அதிகரித்து வருகிறதே?

படைப்பு மனோபாவம், சொல்லாட்சி என்று விவாதங்கள் தொடர்ச்சியாக நடைபெற்றுக் கொண்டிருக்கிறது. ஒரு கவிதை எழுதிவிட்டு அதை யாரும் பாராட்டாத பட்சத்தில் தன்னைத்தானே பாராட்டிக் கொள்வதற்காக கூடுகின்ற கூட்டம்தான் இது. ஒரு இலக்கிய முகாம் நடந்து முடிந்தவுடன் அங்கு நடந்த அடிதடியைப் பற்றி கிசுகிசு வருவது தவறாமல் நடக்கிறது. இந்த விவாதங்களுக்கு மையப்புள்ளியே தங்களைத் தாண்டி வெளியே ஒரு உலகம் இருக்கிறது என்பதை அறியாமல் இருப்பதுதான். ஆனால் இடதுசாரி படைப்பாளிகளுக்கோ, பெண்ணிய படைப்பாளிகளுக்கோ, தலித் படைப்பாளிகளுக்கோ எழுதியதைப் பற்றியே பேசுவது, அதையே சிலாகிப்பது மட்டுமே வேலை அல்ல. எந்த சமத்துவத்தை கனவு காண்கிறார்களோ அதற்கான மக்கள் இயக்கங்களில் பங்கெடுப்பது, அந்தப் பாதையில் செல்வது போன்றவற்றில் கவனம் செலுத்துகிறார்கள். களத்திற்கு போக வேண்டியிருப்பவர்களால் தன் கவிதையை உட்கார்ந்து சிலாகித்துக் கொண்டிருக்க முடியாது.

எழுதுவதைத் தவிர எனக்கு வேறு வேலையில்லை என்பதும் எழுத்தின் மூலமே மாற்றத்தைக் கொண்டுவர முடியும் என்பதும் முட்டாள்தனம். அதையாவது பொறுத்துக் கொள்ளலாம். தான் எழுதுவதைத் தவிர வேறு வேலை செய்யாமல் இருப்பதற்காக போலியான தத்துவங்களை அவர்கள் உருவாக்க முயல்வதைத் தான் சகிக்க முடியவில்லை. படைப்புகளைப் பற்றி தொடர்ந்து நடைபெறும் விவாதங்களில் வாசகனுக்கு இடம் உண்டா? ஒரு புத்தகம் 1200 பிரதிகள் அச்சிடப்பட்டால் அதைப் பற்றி 1200 பேர் பேசலாம். ஆனால் தமிழ்ச் சமூகம் ஏழு கோடி மக்களை கொண்டது. இந்த இலக்கியம் குறித்து தெரியாமலே பெரும்பகுதி சமூகம் இயங்கிக் கொண்டிருக்கிறது. அவர்களோடு எப்படிப் பொருந்துவது என்று தான் யோசிக்க வேண்டும். அதைவிட்டு விட்டு நான் மேதாவி, அறிவுஜீவி என்று தனியாக உட்கார்ந்து விட்டால் எந்த மாற்றமும் நடக்காது.

தலித் இலக்கியத்தை தலித்கள் தான் எழுத வேண்டும் என்ற கருத்தும், அதற்கு எதிராக 'அவர்கள் மேல் அக்கறை கொண்ட யார் வேண்டுமானாலும் எழுதலாம்' என்ற கருத்தும் தொடர்ந்து கூறப்பட்டு வருகிறது. இதில் உங்களது நிலைப்பாடு என்ன?

தீண்டாமையின் கொடுமையை அனுபவிக்காதவர்களால் தீண்டாமை குறித்து எழுத முடியாது. ஒரு பெண்ணின் துயரங்களை எப்படி ஆணால் உணர முடியாதோ, அதேபோல் ஒரு தீண்டத்தகாதவனின் பிரச்சனைகளை தீண்டத்தக்க சாதியை சேர்ந்தவனால் ஒருபோதும் உணர முடியாது. சமீபத்தில் ஒரு பத்திரிகையில் கோபிச்செட்டிபாளையத்தின் முன்னாள் நகராட்சித் தலைவர் லட்சுமண ஐயரின் பேட்டி வெளியானது. இந்தியாவில் கையால் மலம் அள்ளும் முறையை முதன்முதலில் கோபி நகராட்சியில் ஒழித்தவர் இவர்தான்.

அந்த முறையை ஒழித்ததற்கான காரணம் குறித்து கேட்டபோது, சுதந்திர போராட்டத்தில் கலந்துகொண்டு சிறை சென்றபோது அங்கே நாங்கள் கையால் மலம் அள்ள வேண்டியிருந்தது. அந்த ஒன்று போதாதா இதை ஒழிப்பதற்கு என்று குறிப்பிட்டிருந்தார். அப்படியானால் உன்னை அள்ள வைத்தால் தான், இந்த வேலை எவ்வளவு துயரமானது, அவமானகரமானது என்று புரிகிறது. அந்த அவமானங்களை சந்திக்காத ஒருவனால் அது குறித்து எப்படி எழுத முடியும். மற்றவர்கள் எழுதுவதை சாதி ஒழிப்பு எழுத்து, தலித் ஆதரவு எழுத்து என்றுதான் பார்க்க முடியும்.

வேடிக்கை பார்த்து எழுதுவது என்பது வேறு. அனுபவித்து எழுதுவது என்பது வேறு. அதாவது பாவனைக்கும் உண்மைக்குமான இடைவெளி அதில் இருக்கும்.

(ஒவ்வொரு கேள்விக்கான பதிலும் அடுத்தடுத்த விவாதத்திற்கு இட்டுச் செல்வதாய் இருந்ததால், நேர்காணலை எங்கே முடிப்பது என்ற கேள்விக்கான பதில் சற்று எட்டியே இருந்தது. மேலும் சில கேள்விகளுடன் வேறொரு பொழுதில் நேர்காணலைத் தொடரலாம் என்ற எண்ணத்துடன் இத்துடன் நிறுத்திக் கொண்டோம்)

6. இமையம்

இமையம். தொண்ணூறுகளில் தொடங்கி இன்று வரை தனி அடையாளத்துடனும் வீரியத்துடனும் எழுதிவருபவர். பின்நவீனத்துவம், கட்டுடைப்பு முதலான கோட்பாட்டு விவாதங்களும் தலித் இலக்கியம் முதலான இயக்கங்களும் முனைப்புப் பெற்றிருந்த காலகட்டத்தில் எழுதத் தொடங்கிய இவர், இவை எதிலும் பட்டுக்கொள்ளாமல் தன் படைப்புகளை எளிமையாக முன்வைக்கத் தொடங்கினார். இவரது கதைகளில் பிரதிபலிக்கும் யதார்த்தத்தின் வலிமையும், அனுபவங்களின் வீரியமும் புனைவின் செழுமையும் இவரைத் தமிழின் முக்கியமான எழுத்தாளர்களில் ஒருவராக அடையாளம் காட்டுகின்றன. நான்கு நாவல்கள், நான்கு சிறுகதைத் தொகுப்புகள் ஆகியவற்றை வெளியிட்டிருக்கும் இவர் இலக்கியம், மொழி ஆகியவை குறித்த அலாதியான, அழுத்தமான கண்ணோட்டங்களைக் கொண்டிருக்கிறார்.

உங்கள் தனிப்பட்ட வாழ்க்கையின் பின்னணி பற்றிச் சொல்லுங்கள்.

விவசாயக் குடும்பம். அப்பாவுக்குப் படிக்கத் தெரியும். அந்தக் காலத்தில் எட்டாவதுவரை படித்தவர். அம்மாவுக்குத் தன் பெயரைக்கூட எழுதத் தெரியாது 'தனிப்பட்ட வாழ்க்கைப் பின்னணி' என்பது எனக்கு மட்டுமல்ல எந்த மனிதனுக்குமே சாத்தியமில்லை. என்னுடைய குடும்பத்தார்கள், தெருக்காரர்கள், ஊர்க்காரர்கள் எப்படி வாழ்ந்தார்களோ அதுதான் என் பின்னணி. 'பத்து விரலால் பாடுபட்டு ஐந்து விரலால் அள்ளித் தின்ன வேண்டும்' என்பது என்னுடைய குடும்பத்தினுடைய, தெருக்காரர்களுடைய, ஊர்க்காரர்களுடைய வாழ்க்கை நோக்கமாக இருந்தது. அந்த நோக்கம்தான் என்னுடைய வாழ்க்கைப் பின்னணி.

எழுத்துக்கு அறிமுகமானது எப்போது? எப்படி?

பிளஸ் டூ படிக்கும்வரை நான் செய்தித்தாள்களைக்கூடப் படித்ததில்லை. படிக்க வேண்டும் என்று தோன்றியதுமில்லை. செய்தித்தாளைப் படிக்க வேண்டும் என்று யாரும் எனக்குச் சொன்னதுமில்லை. பிளஸ் டூ முடிக்கிற சமயத்தில் ஒன்றிரண்டு செம்மலர் இதழ்களைப் பார்த்திருக்கிறேன். பெயருக்கு விலங்குப் பண்ணை (Animal Form) நாவலைப் படித்தேன். நான் படித்த முதல் கதைப் புத்தகம் தாய் நாவல். திருச்சியிலிருந்த NCBH புத்தகக் கடை மூலம் நிறைய ரஷ்ய நாவல்களைப் படித்தேன். திருச்சியிலிருந்த 'நவீனம்' புத்தகக் கடையின் மூலம் சிற்றிதழ்களைப் படிக்க ஆரம்பித்தேன்.

எழுத வேண்டும் எனத் தோன்றியது எப்போது? ஏன்?

கொடைக்கானலில் கல்லூரி மாணவர்களுக்கான எழுத்தாளர் பயிற்சி முகாமில் 1985-ல் கலந்துகொண்டதன் விளைவாக எழுத வேண்டும் என்ற ஆசை வந்தது. அந்தப் பயிற்சி முகாம்தான் இலக்கிய உலகத்தை எனக்குக் காட்டியது. அப்போதுதான் தமிழ் எழுத்தாளர்களின் பெயர்களையும், அவர்களுடைய புத்தகங்களின் பெயர்களையும் அறிந்துகொண்டேன். இந்திய, உலக எழுத்தாளர்களையும், அவர்களுடைய நூல்களையும் அறிந்துகொண்டேன்.

எடுத்த எடுப்பில் நாவல் எழுதுகிறீர்கள். இதற்கான உத்வேகம் எப்படி வந்தது?

நாவல் எழுதுவதற்கு முன் கொஞ்சம் கவிதைகள் எழுதினேன். ஒன்றுகூடக் காதல் கவிதை இல்லை. எல்லாம் புரட்சிக் கவிதைகள். மார்க்சிய ஈடுபட்டால், படிப்பால் புரட்சி சார்ந்த பிரமாண்டமான கனவு அப்போது எனக்கும் இருந்தது. எடுத்த எடுப்பிலேயே நாவல் எழுத வேண்டுமென்ற ஆசையோ, திட்டமோ இல்லை. 'கோவேறு கழுதைகள்' நாவலின் மைய பாத்திரமான ஆரோக்கியம், ஒரு நள்ளிரவில் அழுதுகொண்டிருந்ததைக் கேட்க நேர்ந்தது. அந்த அழுகுரல்தான் கோவேறு கழுதைகள் நாவலை எழுதத் தூண்டியது. அன்றிரவே நாவலை எழுத ஆரம்பித்தேன்.

நாவல் வடிவத்திற்கு எதை முன்னோடியாகக் கொண்டீர்கள்?

எதுவுமில்லை. உண்மையைச் சொன்னால் அப்போது நாவல் வடிவம் குறித்து, நாவல் கலை குறித்து எனக்கு எதுவுமே தெரியாது. அப்போது நான் நிறைய நாவல்களைப் படித்திருக்கவுமில்லை. நாவல் எழுதுவதுப் பற்றி எனக்கு எந்தப் புரிதலும் இல்லை. எழுத வேண்டும் என்ற மன வேகம். அவ்வளவுதான். எழுதிவிட்டேன். அறிவின் பலத்தில், கற்பனையின் பலத்தில் எழுதப்பட்டதல்ல. நிஜமான வாழ்க்கை அனுபவத்திலிருந்து எழுதப்பட்டது. எழுதி முடித்தபோது எனக்கு வயது 23.

முதல் நாவலுக்கான வரவேற்பு / எதிர்ப்பு எப்படி இருந்தது? அதை எப்படி எதிர்கொண்டீர்கள்?

1994-ல் வெளியிடப்பட்டதிலிருந்து இன்றுவரை கோவேறு கழுதைகள் நாவலுக்கான வரவேற்பு நல்ல விதமாகத்தான் இருக்கிறது. 22 ஆண்டுகள் கழிந்த பிறகும் அந்த நாவல் விற்பனையில் சோடை போகாமல் இருப்பது ஆச்சரியம்தான். க்ரியா பதிப்பகம் வெளியிட்டது, முதல் விமர்சனத்தை சுந்தர ராமசாமி எழுதியது பெரிய சர்ச்சையை உண்டாக்கியது. தலித் இலக்கியம் குறித்த உரையாடல் உச்சத்தில் இருந்த காலம். தலித்களின் உள்சாதி முரண்களைப் பேசுவ-

தற்கான நேரம் இதுவல்ல என்றார்கள் சிலர். 'கோவேறு கழுதைகள்' நாவலும், நானும் 'தலித்' இலக்கியப் போக்கிற்கு எதிராகச் செயல்படுவதாகவும் பார்ப்பனர்களின் அடிவருடி என்றும் பேசப்பட்டது. நாவல் மீது வைக்கப்பட்ட விமர்சனங்களைவிட க்ரியா ராமகிருஷ்ணின் மீதும், வெங்கட் சாமிநாதன் மீதும், சுந்தர ராமசாமி மீதும்தான் அதிக விமர்சனங்களை வைத்தார்கள். அவையும் அவர்களுடைய சாதியின் மீது வைக்கப்பட்ட விமர்சனங்களாகவே இருந்தன.

சுந்தர ராமசாமி, "மனிதர்கள் தங்களுக்குள் உருவாக்கி வைத்திருக்கும் பிரிவுகளின் சகல கீழ்மைகளையும் மனந்திறந்து கலைபூர்வமாக முன் வைத்து மனித துக்கத்தை இந்த அளவுக்குத் தேக்கியதிலும் சரி, அதன் அனுபவப் பரிமாற்றத்தில் பெற்ற வெற்றியிலும் சரி, இதற்கு இணையாகச் சொல்லத் தமிழில் மற்றொரு நாவல் இல்லை..." (காலச்சுவடு - அக்டோபர் - 94) என்று எழுதியதற்காகவும், இதற்கு சாகித்ய அகாடமி விருது கொடுக்க வேண்டும் என்று 'அசைட்' என்னும் இதழுக்கு அளித்த பேட்டியில் சொன்னதற்காகவும் அதிகமான விமர்சனங்கள், கண்டனங்கள் எழுந்தன. அந்த விமர்சனங்கள், கண்டனங்கள் என்னை பாதிக்கவே இல்லை. அந்த விமர்சனங்கள் செத்துவிட்டன. நாவல் உயிரோடிருக்கிறது.

ஆதிக்கச் சாதியினருக்குச் சாதகமான அரசியலை முன்வைத்த நாவல் என்று சொல்லப்பட்டதுகுறித்து?

நாவல் எழுதும்போது, ஒரு கதையை, வாழ்க்கையை எழுத வேண்டும் என்ற ஆசை மட்டும்தான் எனக்கு இருந்தது. அப்போது எனக்கு மார்க்சியம், தி.க., தி.மு.க. சார்ந்த அரசியல் பார்வைதான் இருந்தது. அதுவும் கொஞ்சம்தான். சாதி சார்ந்த அரசியல் பார்வை அப்போது மட்டுமல்ல, இப்போதும் இல்லை. சாதி உள்முரண்களை, சாதி சார்ந்த அரசியலைப் பேசுவதற்காக நான் நாவல் எழுதவில்லை. அது ஒரு நாவலாசிரியனின் வேலையும் அல்ல. நிஜ வாழ்விலிருக்கும் உண்மையை எழுத வேண்டும் என்ற திட்டம், ஆசை இருந்தது.

தலித்களின் உள்முரண்களைச் சொன்னதன் மூலம் ஆதிக்கச் சாதியினருக்குச் சாதகமான அரசியலைநாவலில் வெளிப்படுகிறது என்ற விமர்சனத்துக்கு உங்கள் பதில் என்ன?

என்னுடைய ஊரிலிருந்த சாதிய உள்முரண்கள்தான் தமிழ்ச் சமூகத்தின் முரணாகவும் இருந்திருக்கிறது. உள்முரண்கள் பிராமணர்கள் உள்பட எல்லாச் சாதிகளிலும் உள்ளன. ஒரு படைப்பாளி தன் அனுபவத்துக்கு உட்பட்ட யதார்த்தத்தைத் தன்னுடைய கலைத் திறனுக்கு ஏற்பப் படைப்பாக்குகிறான். படைப்பு எழுத்தாளனின் திட்டமிடலையும் தாண்டிப் பல பரிமாணங்கள் கொண்டு வெளிப்படும். பல விதமாக வாசிக்கப்படும். எல்லா வாசிப்புகளுக்கும் படைப்பாளி பதில் சொல்ல முடியாது. என்னைப் பொறுத்தவரை நான் என் அனுபவத்துக்கு நேர்மையாக இருக்கிறேன். அவ்வளவுதான்.

உங்கள் முதல் நாவலை 'க்ரியா' வெளியிட்டதால் ஏற்பட்ட சாதக, பாதக அம்சங்கள்?

பாதகமான அம்சம் என்று எதுவுமில்லை. க்ரியா நேர்த்தியாக வெளியிட்டதால் பல எழுத்தாளர்களுக்கு எரிச்சல் ஏற்பட்டது. தங்களுடைய புத்தகங்கள் இவ்வளவு நேர்த்தியாக வரவில்லையே என்ற ஆதங்கம் ஏற்பட்டது. க்ரியா வெளியிட்டதால் உடனடியாக நாவலுக்கு கவனம் கிடைத்தது. என்னுடைய மற்ற நூல்களுமே வெளியான உடனேயே கவனம் பெறுவதற்கும் 'க்ரியா'தான் காரணம். க்ரியா வெளியிட்டாலே எந்த நூலையும் வாங்குவதற்கென்று சில வாசகர்கள் எப்போதும் இருக்கிறார்கள். இது வேறு எந்த புத்தக வெளியிட்டு நிறுவனத்திற்கும் இல்லாத பெருமை.

செடல் எழுதப்பட்ட பின்னணி என்ன?

கோவேறு கழுதைகள் நாவலின் மையப் பாத்திரமான ஆரோக்கியம், எங்களுடைய வீடு இருந்த தெருவின் கடைசியில் இருந்தவர். செடல் இரண்டு தெரு தள்ளி இருந்தவர். செடல் தெருக்கூத்து ஆடக்கூடியவர். பொட்டுக்கட்டிவிடப்பட்டவர். நினைவு தெரிந்த நாளிலிருந்து நான் செடலினுடைய ஆட்டத்தைப் பார்த்தவன். அழகான பெண். பெரும்பாலும் கிருஷ்ணன் வேஷம்தான் போடுவார். திருவிழா நிகழ்வில் மட்டுமல்ல சாவு விழுந்த வீடுகளிலும் 'கர்ண மோட்சம்' நாடகம் நடக்கும். அதிலும் அவர் ஆடுவார்.

அவர் மட்டுமல்ல, அவருடைய அண்ணன், தம்பிகள், மாமா, மச்சான்கள், சித்தப்பா, பெரியப்பாக்களுடன் ஆடுவார். அவர்களுடைய குடும்பத் தொழில் அதுதான். ஒரு கரிநாள் அன்று பொங்கல் காசு கேட்பதற்காக வந்த செடல் "மாமன் மகனே பொங்க காசு தாங்க சாமி" என்று கேட்டு காலில் விழுந்து கும்பிட்டு, "பால் பொங்கிடிச்சா?" என்று கேட்டார். அவர் என் காலின் முன் விழுந்து கிடந்த அந்த கணத்தில்தான் தமிழ் நாவல் இலக்கியத்தின் மாபெரும் கதாநாயகி செடல் என்று தோன்றியது. பொங்கல் காசு கொடுத்த மறுகணத்திலிருந்து செடல் என்மனதிற்குள் வாழ ஆரம்பித்தார். என் நாவல்களிலேயே மிகவும் முக்கியமான நாவல் 'செடல்'.

உங்கள் கதைகளில் அனுபவங்களுக்கும் புனைவுக்கும் இருக்கும் இடம் எது?

அனுபவத்தை அப்படியே எழுதுவது படைப்பல்ல, வெறும் புனைவு மட்டுமே முழு படைப்பாகாது. அனுபவத்தையும் புனைவையும் தேவை அறிந்து, எந்த அளவிற்கு இணைப்பது என்பது ஒரு திறன். அது கைகூடி வரப்பெற்ற படைப்-

புகளே மேம்பட்ட படைப்புகளாக இருக்கும். அனுபவம் இல்லாமல் படைப்பு இல்லை. புனைவு இல்லாமலும் படைப்பு இல்லை.

பேச்சு வழக்கை உயிர்த் துடிப்புடன் கொண்டுவருவது எப்படிச் சாத்தியமாகிறது? அப்படிக்கொண்டுவந்தால்தான் ஒரு புனைவைப் படைப்பு என்று சொல்ல முடியுமா?

அதை நான் முடிவு செய்வதில்லை. கதையும், கதைக்குரிய மனிதர்களும்தான் முடிவு செய்கிறார்கள். உயிர்ப்பற்ற, செத்துப்போன சொற்களை நான் பயன்படுத்துவதில்லை. சத்தற்ற, எழுதி எழுதித் தேய்ந்துபோன சொற்களை மீண்டும் எழுதுவதற்கு ஒரு எழுத்தாளன் தேவை இல்லை. பேச்சு வழக்குக்கென்று ஒரு அழகு, வளம், பெரிய வீச்சு இருக்கிறது. அதனுடைய அழகை, வளத்தை, வீச்சைக் குலைக்காமல் பயன்படுத்த வேண்டும். நானே செயற்கையான ஒரு பேச்சு வழக்கை உருவாக்கக் கூடாது. ஒரு எழுத்தாளனுக்கு ஒவ்வொரு சொல்லும் முக்கியம். பணத்தைவிட, தங்கத்தைவிட முக்கியமானது, மதிப்பானது. அழியாத சொற்களை உருவாக்குபவன்தானே எழுத்தாளன். ஏற்கனவே செத்துப்போன சொற்களை நிஜமான எழுத்தாளன் பயன்படுத்த மாட்டான்.

நான் பேச்சு வழக்குக்கு மெனெக்கெட்டு முன்னுரிமை கொடுப்பதில்லை. எந்தப் பாசாங்கும் இல்லாமல், எழுத்தாளன் என்ற திமிர் இல்லாமல் மக்கள் பேசுவதைக் கேட்க வேண்டும். கேட்டுக்கொண்டே இருக்க வேண்டும். எழுதுவதைவிடவும் கேட்பதுதான், பார்ப்பதுதான் முக்கியமான வேலை. அதை ஒரு எழுத்தாளன் செய்ய வேண்டும். கதையும், கதாபாத்திரமும் எந்தச் சூழலில் இருக்கிறதோ அதற்கான மொழியை உருவாக்க வேண்டும். அதுதான் நம்பகமானது. உண்மையானதும்கூட. பேச்சு வழக்கின் பலம் மட்டுமே ஒரு படைப்பின் பலமல்ல. பல கூறுகளில் அது ஒன்று. அவ்வளவுதான். என்னுடைய பல பாத்திரங்களுக்குப் பேச்சுதான், சோறு, தண்ணீர். பேச்சின் வழியாகத்தான் அன்பையும், கோபத்தையும், ஆற்றாமையையும் தங்களையும் வெளிப்படுத்துகிறார்கள். பேச்சுதான் அவர்களை வாழ வைக்கிறது. சிலருடைய வாழ்க்கையே பேச்சின் வழியாகத்தான் நடக்கிறது.

பொதுவாக உங்கள் கதைகளில் புறவயமான கதைமாந்தர்கள்தான் அதிகம். உதாரணம், ஆரோக்கியம், செடல். ஆனால் 'எங்கதெ' நாவலில் அகவயமான பயணம் ஒன்று உள்ளது. இந்த மாற்றம் எப்படிஏற்பட்டது?

'எங்கதெ' நாவல் முந்தைய மூன்று நாவல்களிலிருந்தும் வேறுபட்ட ஒன்று. மற்ற நாவல்களுக்குக் கொடுத்த உழைப்பைவிட, கவனத்தைவிட அதிக உழைப்பையும், கவனத்தையும் 'எங்கதெ' நாவலுக்குக் கொடுத்தேன். ஒவ்வொரு சொல்லையும் அவ்வளவு ஆசையுடன் எழுதினேன். 'எங்கதெ' மனித மனதின் விசித்திரங்களில் ஒன்று. நாம் பலரைப் பார்க்கும்போது, அவர்களுடைய செயல்களைப் பார்க்கும்போது முட்டாள்கள், சோம்பேறிகள் என்று நாம் நம்முடைய கருத்தைத்தான், எண்ணத்தைத்தான் சொல்கிறோம். இது மற்றொரு மனதின் ரகசியத்தை அறியாமல் உளறுவது. ஒவ்வொருவருக்கு ஒரு நியாயம் இருக்கிறது. நம்முடைய நியாயம் மட்டுமே சரியானதல்ல.

பணத்திற்காக முன்பின் தெரியாத மனிதர்களைக் கொலைசெய்கிற மனம் கொண்ட மனிதர்கள் இருக்கும்போது, தான் விரும்பிய, ஆசைப்பட்ட, சொத்தாக, பொக்கிஷமாகக் கருதிய ஒரு பெண்ணுக்காக ஒரு மனம் ஏங்குவதில், தவிப்பதில், துடித்துபோவதில், செத்துப்போவதில் குற்றம் இருப்பதாக நான் கருதவில்லை. 'எங்கதெ' நாவலில் ஒவ்வொரு சொல்லிலும், ஒவ்வொரு வாக்கியத்திலும் ஒரு சாகசத்தை நிகழ்த்த வேண்டும் என்று ஆசைப்பட்டேன். என் ஆசை எந்த அளவுக்கு நிறைவேறியது எனக்குத் தெரியாது. நாமும் சரி, நம்முடைய இலக்கியங்களும் சரி மனதின் வலியைப் பற்றி, மனதின் வாழ்க்கையைப் பற்றி அதிகம் பேசுவதில்லை. உடலுக்கென்று ஒரு வாழ்க்கை இருப்பதுபோல மனதிற்கென்று ஒரு வாழ்க்கை இருக்கிறது. அதைத்தான் 'எங்கதெ' பேசுகிறது. அந்த நாவலுக்கும் அதன் வாக்கிய அமைப்பிற்கும் அகப்பாடல்கள்தான் முன்னுதாரணம்.

மனதின் வலி பற்றி இவ்வளவு பேசும் நீங்கள் நாவலில் கமலாவின் வலியைப் பற்றி எதுவுமேபேசவில்லை. கமலாக்களின் கதையை ஏன் நீங்கள் எழுதுவதில்லை?

நான் பெண்ணியவாதி அல்ல. ஆணாதிக்கவாதியுமல்ல. எழுத்தாளன் எந்தச் சுழலுக்குள்ளும் சிக்காதவன். வாழ்வை முதன்மைப்படுத்தி எழுதுவதுதான் இலக்கியப் படைப்பு. பெண்ணியம், தலித்தியம், மார்க்சியம் என்ற அடையாளங்களை முன்னிறுத்தி எழுதுவது இலக்கியமல்ல. என்னுடைய நான்கு நாவல்களிலும் பெண்தான் மையப் பாத்திரம். என்னுடைய எல்லாச் சிறுகதைகளிலும் பெண்களின் அக, புற நெருக்கடிகள்தான் பதிவு செய்யப்பட்டிருக்கின்றன. குடும்பம் என்ற நிறுவனமும், சமூகம் என்ற நிறுவனமும் பெண்களுக்கென்றே உருவாக்கி வைத்திருக்கிற ஒழுக்க விதிகள், மதிப்பீடுகள்மீது கருணையற்ற விதத்தில் கேள்விகளை எழுப்புதற்காகத்தான் நான் எழுதுகிறேன். கமலாக்களின் கதையை எழுதவில்லை என்பதை ஏற்க முடியாது. 'எங்கதெ' விநாயகத்தின் மூலம் சொல்லப்பட்ட கமலாவின் கதைதான். இதை விநாயகமே நாவலில் ஒரு இடத்தில் கூறுகிறான். விநாயகம் பேச்சாளி. கமலா செயல்பாட்டாளர்.

கமலாவின் மௌனம்தான் விநாயகத்தை ஏங்கவும், புலம்பவும், தவிக்கவும், அழவும், துடிக்கவும், பித்தாகி அலையவும் வைக்கிறது. கமலா பழைய தமிழ்ச் சமூகத்தின் கட்டுப்பெட்டியான பெண்ணல்ல. காதலுக்காக ஏங்குவது, கண்ணீர் விடுவது, காத்திருப்பது, புனிதம் பேசுவது, தற்கொலை செய்துகொள்வது என்ற மரபார்ந்த தன்மைக்கு, இயல்புக்கு எதிரானவள். வாழ்க்கை என்றால், உலகம் என்றால், மனிதர்கள் என்றால் இப்படித்தான் இருப்பார்கள் என்ற புரிதல் கொண்ட பெண் கமலா. காதலிக்கிற காலத்தில் ஆண்கள்தான் அதிகம் பேசுகிறார்கள். பெண்கள் பேசுவதில்லை. மௌனம்தான் அவர்களுடைய மொழி. நாவல் முழுவதும் கமலா பேசுகிறாள். மௌனத்தால்.

உங்கள் புனைவுகளில் பெண் கதாபாத்திரச் சித்தரிப்பில் அபாரமான நுட்பமும் யதார்த்தமும் உள்ளன. ஆனால், பெண்களைப் பற்றிய உங்கள் கருத்துக்களில் பிற்போக்கான தன்மை தென்படுகிறது. பொதுவெளிகளில் அவர்கள் புழங்குவது, தங்களை வெளிப்படுத்திக்கொள்ளும் விதம் பற்றியெல்லாம்ஒவ்வாமையைப் பல விதங்களிலும் வெளிப்படுத்தியிருக்கிறீர்கள். பெண்களுக்கென்று இந்தச் சமூகம்வரையறுத்து வைத்திருக்கும் எல்லைகள் அப்படியே இருக்க வேண்டும் என்று நினைக்கிறீர்களா?

இந்த கேள்வியில் ஒரு சீண்டல் இருக்கிறது. தாறுமாறான வார்த்தைகளைச் சொல்லி மலினமான முறையில் பரபரப்பை உண்டாக்கி அதனால் பெரிய எழுத்தாளனாக என்னை நிரூபிக்க வேண்டிய அவசியமில்லை. பெண்கள் குறித்த ஒவ்வாமையெல்லாம் என்னிடம் இல்லை. சமூகம் வரையறுத்துவைத்திருக்கும் எல்லைகள் பிற்போக்கானவை என்பதைச் சொல்வதற்காகத்தான் கதை எழுதுகிறேன். என்னுடைய ஒவ்வொரு சிறுகதையிலும், ஒவ்வொரு நாவலிலும் அது மிகவும் வெளிப்படையாகவே வெளிப்பட்டிருக்கிறது. போலி, பகட்டு, அகங்காரம் என்னை எரிச்சலடைய வைக்கிறது. பெண்ணியம், தலித்தியம் போன்ற அடையாளங்கள் சில எழுத்தாளர்களுக்கு உயிர் கொடுத்திருக்கின்றன. இந்த அடையாளங்களை நீக்கிவிட்டால் பல எழுத்தாளர்களின் எழுத்துக்கு எந்த மதிப்பும் இருக்காது. செத்த பிணம்தான்.

நவீன தொழில்நுட்பமும், நவீன வாழ்க்கையும் உங்கள் புனைவுகளில் எதிர்மறையாகவேசித்தரிக்கப்படுகின்றன. இதே நவீன வாழ்க்கைதானே விளிம்பு நிலையில் உள்ள பிரிவினருக்குஓரளவேனும் கண்ணியமான வாழ்க்கையையும் பொது வெளியில் அவர்களுக்கான இடத்தையும்சமூக, பொருளாதார அளவிலான வளர்ச்சியையும் தந்திருக்கிறது? நவீன வாழ்க்கையைஒட்டுமொத்தமாக எதிர்மறையாகப் பார்ப்பது சரியா?

உங்களுடைய கேள்வி, உங்களுடைய கற்பனையில் உருவானது. என்னுடைய படைப்புகளின் வழியாக அல்ல. கோவேறு கழுதைகள் நாவலில் ஆறுமுகம் சென்னைக்கு எதற்காக ஓடுகிறான்? ஜோசப்பின் மனைவி சகாயம் கணவனை இழுத்துக்கொண்டு சின்னசேலத்தில் லாண்டரிக் கடை வைக்கப் போகிறாள். ஆறுமுகத்தை ஆங்கில வழியில் படிக்க வைப்பதற்காகத்தான் தனபாக்கியம் பாண்டிச்சேரியில் குடியேறுகிறாள். செடல் நாவலில், செடலின் அக்கா மகன் சர்ச் பாதரிடம் போய்ச் சேர்ந்துவிடுகிறான். 'எங் கதெ' நாவலில் வரும் கமலா பழமைவாதப் பெண்ணா? என்னுடைய நாவல்களின் மையமே பழைய வாழ்க்கைக்கும், நவீன வாழ்க்கைக்குமான மோதல்கள்தான்.

இந்த மோதல்கள் எப்படி நிகழ்கின்றன என்பதையும், மோதல்களின் சாதக பாதக அம்சங்களையும் வாழ்க்கைச் சம்பவங்களின் வழியே நிகழ்த்திக்காட்டுவதுதான் ஒரு படைப்பின் நோக்கம், அதைத்தான் என்னுடைய நாவல்களிலும், சிறுகதைகளிலும் செய்திருக்கிறேன். பழமை பெருமை வாய்ந்தது, நவீனத்துவ வாழ்க்கை சீரழிவைக் கொண்டு வந்தது என்று சொல்வது என் நோக்கமல்ல. இரண்டையும் எழுதுவது, இரண்டுக்குமான உறவையும், முரணையும் எழுதுவது. நவீனத்துவத்துக்கு நானோ, என்னுடைய படைப்புகளோ எதிரி அல்ல. நேற்று என்பதற்குள் நாம் திரும்ப போக முடியாது என்பதை நான் அறிவேன்.

உங்களை தலித் எழுத்தாளர் என்று சொல்வதை ஏற்கிறீர்களா?

நிச்சயமாக இல்லை. என்னை மட்டுமல்ல, எந்த எழுத்தாளனையும் சாதி சார்ந்த, மதம் சார்ந்த அடையாளத்துடன் பார்க்கக் கூடாது. அப்படி செய்வது எழுத்தாளனை அவமதிக்கிற செயல். படைப்பை இழிவு செய்கிற செயல்.

தலித் இலக்கியம் பற்றி என்ன நினைக்கிறீர்கள்?

இந்தக் கேள்வியை என்னிடம் கேட்பதுக்கூட தீண்டாமையின் ஒரு வடிவம்தான். இதே கேள்வியை வேறு எழுத்தாளர்களிடம் ஏன் நீங்கள் கேட்பதில்லை. மற்றவர்கள் எல்லாம் எழுத்தாளர்கள். அவர்கள் எழுதுவதெல்லாம் இலக்கியம். நான் தலித் எழுத்தாளன். நான் எழுதுவது தலித் இலக்கியம். அப்படித்தானே? ஒரு ஐயர் இனத்தைச் சேர்ந்த எழுத்தாளரிடம் இதுவரை யாராவது ஒரு ஆள் ஐயர் இலக்கியத்தைப் பற்றி என்ன நினைக்கிறீர்கள் என்று கேட்டதுண்டா? பிள்ளைமார், முதலியார், நாடார் என்று நாட்டில் என்னென்ன சாதிகளெல்லாம் உண்டோ. அந்தந்த சாதி எழுத்தாளர்களிடம் எல்லாம் சென்று அந்தந்த சாதி இலக்கியத்தைப் பற்றி ஏன் கேட்பதில்லை? சாதி கூடாது, சாதிய மனோபாவம் கூடாது, சாதி சார்ந்த ஏற்றத்தாழ்வுகள் கூடாது, சாதிய மேலாதிக்கம் கூடாது என்பதற்காகத்தானே எழு-

துகிறோம். நானே எப்படி ஒரு சாதி அடையாளத்தைப் போற்றுவது? சாதிய அடையாளத்துடன் எழுதப்படுவது இலக்கியப் படைப்பே அல்ல. சாதி சார்ந்த மனோபாவத்திற்கு எதிரானது படைப்புச் செயல்பாடு.

நீங்கள் உங்கள் எழுத்தைத் தலித் எழுத்து என அடையாளப்படுத்திக்கொள்ளாமல் இருக்கலாம். ஆனால், தலித் உள்ளிட்ட ஒடுக்கப்பட்ட பிரிவினருக்கு இலக்கியத்திலும் அவர்களுக்கான இடம் கிடைக்காமல் இருந்தது. பெரும்பாலும் மறுக்கப்பட்டுவந்தது. இந்தப் பின்னணியில் தலித் என்னும் அடையாளத்தை முன்னிறுத்துவதும் அதைப் படைப்பில் அழுத்தமாகப் பதிவுசெய்வதும் முக்கியமானவை. உலகம் முழுவதிலும் ஒடுக்கப்பட்டவர்களின் குரல் இலக்கியத்தில் தங்கள் அடையாளம் சார்ந்த பிரக்ஞையுடன் உரக்க ஒலித்திருக்கிறது. இத்தகைய செயல்பாடுகளுக்கான வரலாற்றுத் தேவையை நீங்கள் கணக்கில் எடுத்துக்கொள்ள மறுக்கிறீர்கள் என்று தோன்றுகிறது.

தலித்திய, பெண்ணிய, ஒடுக்கப்பட்ட, விளிம்பு நிலை, கறுப்பின இலக்கியங்களை எழுதக் கூடாது என்று நான் சொல்லவில்லை. கட்டாயம் எழுத வேண்டும். இதுநாள்வரை எழுதாமல் இருந்ததே, அதற்கான சூழல் அமையாமல் இருந்ததே பெரும் தவறு. ஆனால், இந்த அடையாளம் கவனம் பெறுகிறது, இதற்கான அங்கீகாரம் கிடைக்கிறது என்னும் சூழலைப் பயன்படுத்திக்கொண்டு குறிப்பிட்ட அடையாளத்துடன் வரும் எழுத்தைத்தான் கூடாது என்கிறேன். இலக்கியப் படைப்பு எழுதப்பட்ட பிறகு அதற்கு யார் வேண்டுமானாலும் எந்த அடையாளம் வேண்டுமானாலும் கொடுக்கலாம். விவாதிக்கலாம். அப்படிப் பல விதமாகவும் அடையாளப்படுத்தவும் விவாதிக்கவும் இடமளிப்பதே நல்ல படைப்பு. அடையாளம் பெரிதாகவும் படைப்பு சாரமற்றும் இருக்கும் எழுத்தைப் பற்றி என்ன சொல்ல முடியும்? அடையாளத்தை முன்னிறுத்தாதீர்கள், படைப்பை முன்னிறுத்துங்கள் என்பதுதான் படைப்பாளிகளிடம் என் வேண்டுகோள்.

சமகால இலக்கியப் போக்குகள் குறித்த உங்கள் மனப்பதிவு என்ன?

நிறையப் பேர் எழுதுகிறார்கள். நிறைய எழுதுகிறார்கள். புதுப்புது விஷயங்கள் குறித்தெல்லாம் எழுதுகிறார்கள். வேகவேகமாக, அவசரஅவசரமாக எழுதுகிறார்கள். நிறையப் பேர், நிறையநிறைய எழுதுவது நல்ல விஷயம். வேகவேமாக, அவசர அவசரமாக எழுதுவதும், நூலாக்கி வெளியிடுவதும் நல்ல விஷயமல்ல. 'இலக்கியப் போக்கு' என்று எதுவும் இப்போது இல்லை. மார்க்சியம், பெண்ணியம், தலித்யம், நவீனத்துவம், பின்நவீனத்துவம், விளிம்பு நிலை இலக்கியம் - என்ற பேச்செல்லாம், இப்போது இல்லை. எந்த இசமும் இல்லாத - வெற்று மைதானமாக இருக்கிறது தமிழ் இலக்கியச் சூழல்.

முகநூலில் ஒரு நாளைக்கு பத்துக்கும் மேற்பட்ட பதிவிடுவது, 'லைக்' போடுவது, கமெண்ட் போடுவதுதான் தற்போதைய தமிழ் இலக்கியப் போக்கு. பலருக்கும் பரிந்துரைக்க வேண்டிய புத்தகங்கள் என்று சொல்லத்தக்க புத்தகங்களின் வருகை மிகவும் குறைவாகவே இருக்கிறது. படைப்புகளைவிட, படைப்பாளிகளைப் பற்றி மட்டுமே அதிகம் பேசுகிற காலம் இது. ஒன்றுமே செய்யாதபோதும், நிறைய சாதித்துவிட்டதாகக் கற்பனை கொள்கிற காலம். படைப்பாளிகளின் கண் முன்னாலேயே படைப்புகள் செத்துப்போகிற காலம். இதுகுறித்து எந்த அக்கறையும் இல்லாமல் படைப்பாளிகள இருப்பதுதான் கவலையாக இருக்கிறது.

மொழி விஷயத்தில் நீங்கள் அதிக கவனம் செலுத்துகிறீர்கள். கட்டுரைகளில் வெளிப்படும்நேர்த்தியான, பிழைகள் அற்ற மொழி என்பதற்கும் படைப்பில் அந்த மொழி தொழிற்படும்விதத்துக்கும் இருக்கும் வித்தியாசம் என்ன?

ஒரு கட்டுரையை நீங்கள் தீர்மானிக்க முடியும். படைப்பை ஒரு அளவுக்கு மேல் நீங்கள் தீர்மானிக்க முடியாது. அது தன்னளவில் செயல்பட ஆரம்பித்துவிடும். ஒரு படைப்புக்கான மொழியைப் படைப்பாளன் தீர்மானிக்கிறான் என்பது ஓரளவுதான் உண்மை. ஒரு படைப்பு தனக்கான மொழியைத் தானாகவே உருவாக்கிக்கொள்ளும். கட்டுரைக்கான மொழி வேறு. படைப்புக்கான மொழி வேறு. இரண்டுக்குமான இயங்கு தளங்கள் வேறு. கட்டுரையில் கற்பனைக்கு இடமே இல்லை. கட்டுரைக்கான மொழி என்பது மிகவும் ஒழுங்கு செய்யப்பட்ட ஒன்று. விஷயம் சார்ந்து மட்டுமே சிந்திப்பதற்கானது. கூடுதலாகச் சிந்திப்பதற்கு அதில் எதுவுமே இல்லை. படைப்பு மொழி அப்படிப்பட்டதல்ல. மொழியைப் புரிந்துகொள்வது, அணுகுவது, எப்படி பயன்படுத்துவது, எந்த அளவுக்கு பயன்படுத்துவது என்பதை க்ரியா ராமகிருஷ்ணன் மூலமாகத்தான் கற்றுக்கொண்டேன்.

படைப்பு மொழி என்பது ஒரு வகையில் கட்டுகள் அற்றது என்பதால் அதில் பிசிறுகளும் மீறல்களும்இருக்கத்தான் செய்யும் அல்லவா?

நீங்கள் சொல்வது விநோதமாக இருக்கிறது. கட்டுகள் அற்றது என்றாலும், ஒரு கட்டமைப்புக்கு உட்பட்டதுதான். பேச்சுமொழியில் பிசிறுகள், மீறல்கள் இருக்கலாம். மொழியின் வழியாகத்தான் ஒரு காட்சியை, ஒரு சம்பவத்தை, ஒரு வாழ்க்கையை உருவாக்கி அல்ல, நிகழ்த்திக் காட்டுகிறீர்கள். எழுத்துக்கு அடிப்படை ஆதாரமான மொழியே பிசிறுகள்

நிறைந்திருந்தால் நீங்கள் உருவாக்கிகாட்ட விரும்புகிற, நிகழ்த்திகாட்ட விரும்புகிற ஒரு காட்சி, ஒரு நிகழ்வு, ஒரு வாழ்க்கை எப்படி முழுமைபெற்றதாக இருக்க முடியும்? மொழிதான் ஒரு சமூகத்தினுடைய அடையாளம்.

அந்த அடையாளத்தை உருவாக்குகிறவன், ஸ்திரப்படுத்துகிறவன் எழுத்தாளன். ஒரு சமூகத்தினுடைய அடையாளத்தை உருவாக்குகிற எழுத்தாளனுடைய ஆயுதம் குறைபாடு உடையதாக இருந்தால் அவன் உருவாக்குகிற அடையாளமும் குறைபாடு உடையதாகத்தானே இருக்க முடியும்? யாரையும்விடவும் ஒரு சமூகத்தில் எழுத்தாளன்தான் முக்கியமானவன். காரணம் அவன் மொழியை உருவாக்குவதால், புதுப்பிப்பதால், செழுமைப்படுத்துவதால். படைப்பில் மொழி எந்த அளவுக்குப் பிசிறற்று இருக்கிறதோ அந்த அளவுக்கு அது ஊனமற்ற படைப்பாகத்தான் இருக்கும். என்னுடைய ஆயுதம் கூர்மையாக இருக்க வேண்டும் என்று விரும்புகிறேன்.

சிறு வயதிலிருந்தே அரசியல் ஈடுபாடு கொண்டிருக்கிறீர்கள். அதை வெளிப்படையாகவும்காட்டிக்கொள்கிறீர்கள். படைப்பாளியால் ஒரு இயக்கத்தில், கட்சியில் எப்படிச் செயல்பட முடிகிறது? படைப்பாளிக்கான தார்மிக உணர்வும் உங்கள் அரசியல் ஈடுபாடும் ஒருபோதும் முரண்பட்டதேஇல்லையா?

இந்தக் கேள்வியை இடதுசாரி இயக்க எழுத்தாளர்களிடம் கேட்பீர்களா? கேட்க மாட்டீர்கள். ஏனென்றால் இடதுசாரி இயக்கம் புனிதமானது. அந்த இயக்கத்தைச் சேர்ந்த எழுத்தாளர்கள் புனிதமானவர்கள். அவர்களுடைய எழுத்தும் புனிதமானது. படைப்பாளிக்கான தார்மீக உணர்வும், அரசியல் ஈடுபாடும் ஒருபோதும் அவர்களுக்கு முரண்படுவதே இல்லை. தி.மு.க.வை ஆதரிக்கிற ஒரு எழுத்தாளனுக்குத்தான் முரண்படும். என்னுடைய அரசியல் ஈடுபாடு நான் எட்டாம் வகுப்பு படிக்கும்போதே ஏற்பட்டது. அதை மறைக்க வேண்டிய அவசியம் இல்லை. என் கட்சி சார்ந்த ஈடுபாடும், என் எழுத்து சார்ந்த செயல்பாடும் ஒருபோதும் முரண்பட்டதே இல்லை.

கட்சி சார்ந்த செயல்பாட்டை நான் அனுபவமாகவே பார்க்கிறேன். மார்க்ஸியப் படைப்பாளிகள் விமர்சிக்கப்படாமல் இல்லை. முற்போக்கு எழுத்து என்று சொல்லப்படும்எழுத்தின் இலக்கியப் பெறுமானம் குறித்த விமர்சனங்கள் தமிழ்ச் சூழலில் நிறையவே உள்ளன. அந்த விமர்சனங்கள் 1980, 90களோடு முடிந்துவிட்டன. திராவிட இயக்க அரசியல் சார்புடைய எழுத்தாளர்கள் மீது வைக்கிற அளவுக்கு மார்க்சிய அரசியல் சார்புடைய எழுத்தாளர்கள் மீது காட்டமான விமர்சனம் வைப்பதில்லை. பாரதிதாசனுடைய திராவிட இயக்க அரசியல் சார்புதான் அவருடைய எழுத்தின்மீது போதிய வெளிச்சம் விழாததற்குக் காரணம். திராவிட இயக்க அரசியல் சார்பால்தான் பாரதி அளவுக்கு பாரதிதாசனை தமிழ்ச் சமூகம் கொண்டாடவில்லை.

திராவிட இயக்க எழுத்துதான் தீவிர இலக்கியவாதிகளால் விமர்சிக்கப்படுகிறது. அந்த வரையறைக்குள் உங்கள் எழுத்து வராது. நீங்கள் நவீன தமிழ் இலக்கியத்தின் தீவிரமான படைப்பு மரபில் வருபவர். நான் கேட்க வருவது, அரசியல் இயக்கத்தில் இருந்துகொண்டு படைப்புச் செயல்பாட்டில் ஈடுபடுவதில் எதிர்கொள்ளக்கூடிய முரண்களைப் பற்றி.

இதுவரை எந்த முரணும் ஏற்படவில்லை. எழுத்தையும், எனது அரசியல் சார்ந்த ஈடுபாட்டையும் நான் குழப்பிக்கொள்வதில்லை.

உங்களுக்குப் பிடித்த எழுத்தாளர்கள், எழுத்து?

பட்டியலிடுவது சிரமம். ஒரு சிலரை, ஒரு சில படைப்புகளைச் சொல்வதன் மூலமாக மற்றவர்களை மறைமுகமாக உதாசீனப்படுத்துவதுபோல ஆகிவிடும். நான் படித்த எல்லா எழுத்தாளர்களுமே நேரிடையாகவும், மறைமுகமாகவும் என்னுடைய எழுத்துக்குள் இருக்கிறார்கள். ஒரே ஒரு புத்தகம் மட்டுமே எழுதிய எழுத்தாளர் முதல், வாழ்நாள் முழுவதும் எழுதிய எழுத்தாளர்வரை பலரும் என் எழுத்தைப் பாதித்திருக்கிறார்கள். என்னுடைய எழுத்துக்குள் ஒளிந்துகொண்டிருக்கிறார்கள். தமிழ்ப் படைப்புகளைத் தவிர்த்து நான் அதிகம் படித்தது. ரஷ்யா, பிரஞ்சு மொழி இலக்கியங்களைத்தான். இந்திய மொழிகளில் அதிகம் படித்தது. மலையாள மொழி இலக்கியங்களைத்தான். அந்த எழுத்துக்கள் எல்லாம் எனக்குள், என்னுடைய எழுத்துக்குள், நேரிடையாகவும், மறைமுகமாகவும் தாக்கம் செய்கின்றன. நான் படித்த எழுத்துக்களின் வழியாகத்தான் என்னுடைய எழுத்தும் உருவாகிறது.

இலக்கியத்தில் சாதிக்க வேண்டும் என்ற இலக்கு, ஆசை ஏதாவது உள்ளதா?

எதுவுமே இல்லை. தொல்காப்பியர், திருவள்ளுவர், கம்பர், திருமூலர், இளங்கோவடிகள், ஆண்டாள், அப்பர், சம்பந்தர், திருநாவுக்கரசர், சங்க காலப் புலவர்கள், சித்தர்கள், இராமலிங்க அடிகள், பாரதி, பாரதிதாசன் போன்றவர்கள் சாதிக்காததையா நான் சாதிக்கப்போகிறேன்? இந்தப் பட்டியலில் உள்ளவர்களும், விடுபட்டவர்களும், ஒவ்வொருவரும் ஒரு பெரும் கடல். நான் ஒவ்வொரு கடற்கரையிலும் நின்று வேடிக்கை பார்க்க மட்டுமே செய்கிறவன்.

2

7. இராம. கண்ணபிரான்

ஓய்வுபெற்ற ஆசிரியரான இராம. கண்ணபிரான் 1943ஆம் ஆண்டில் பிறந்தவர். தம் பள்ளிப் பருவத்திலேயே எழுதத் தொடங்கிய இவர், சிறுகதைகள், குறுநாவல்கள், கட்டுரைகள் என மூவகை இலக்கியங்களையும் தொடர்ந்து படைத்துவருகிறார். தாய்லாந்தின் தென்கிழக்காசிய எழுத்தாளர் விருதும் (1990), சிங்கப்பூர்த் தேசியப் பல்கலைக்கழகக் கலை மையத்தின் 'மாண்ட் பிளாங்க்' இலக்கிய விருதும் (1997), சிங்கப்பூர்த் தேசியக் கலை மன்றத்தின் இலக்கியத்திற்கான கலாச்சாரப் பதக்கமும் (1998) பெற்றுள்ளார்.

மண்ணில் விரவிக் கிடக்கும் தானியங்களை மட்டும் எடுத்துக்கொள்ளும் பறவையைப் போல இலக்கியத்திலும் சரி, வாழ்விலும் சரி தன் முன் தென்படும் அனைத்தையும் உள்வாங்கி, அவற்றுள் நேர்மறையானவற்றை மட்டும் கொத்தி எடுத்துச் சேகரித்துக்கொள்ளும் மனிதர். பரந்துபட்ட வாசிப்பு, அனுபவம், அறிவுத் தாகம் — அவரது வீட்டில் திரும்பிய பக்கமெல்லாம் பலதரப்பட்ட புத்தகங்கள், பத்திரிக்கைகள் உட்பட கிட்டத்தட்ட 5000 புத்தகங்கள்! "காலணிகள் வைக்கும் அலமாரி தவிர எல்லா இடங்களிலும் புத்தங்கள்தான்," என்றார் அவர் மனைவி ஜானகி. "அது என்ன கதை ஜானகி?" என்று கேட்டு முடிப்பதற்குள் சமையல்கட்டில் இருந்து அந்தக் கதையின் தலைப்பு, கதைக்கரு, எப்போது, எங்கே அந்த எழுத்தாளரைச் சந்தித்து உரையாடியிருக்கிறார்கள் என்று அடுக்கிக்கொண்டே போவார் அவர். அவர்களைச் சந்திப்பது எப்போதுமே பெரும் மகிழ்ச்சியையும் உத்வேகத்தையும் தரும். நேர்காணலுக்கான கேள்விகளைக் கொடுத்த ஒரு வாரத்திலேயே பதில்களைத் தன் கைப்பட எழுதி அனுப்பி ஆச்சரியத்தில் ஆழ்த்திய கண்ணபிரான் ஐயா அவர்களுக்கு எங்கள் நன்றி. நேரில் சந்தித்தபோது, உரையாடலில் உற்சாகமாகக் கலந்துகொண்டு பல அனுபவங்களைப் பகிர்ந்ததோடு மட்டுமல்லாமல், நேர்காணலுக்குத் தேவையான புகைப்படங்களைத் தேர்ந்தெடுத்தும் தந்த திருமதி ஜானகி அம்மாவிற்கும் எங்களது மனமார்ந்த நன்றி. பரந்துபட்ட ஆங்கில வாசிப்பும் கொண்ட எழுத்தாளர் கண்ணபிரான் அவர்களுடன், அறிவியல் மற்றும் மிகு புனைவுகள் குறித்தும் அவரது சில இலக்கிய அனுபவங்கள் குறித்தும் உரையாடியபோது...

உங்கள் வாசிப்பில் மனதிற்கு நெருங்கிய அறிவியல் புனைவு எது? ஏன்?

என் வாசிப்பில் மனத்திற்கு நெருங்கிய புனைவு, H.G.Wells எழுதிய The First Men in the Moon என்ற நாவலாகும். இந்த science fiction நாவல் 1901 இல் பரிசுரமானது. இந்நூல் 1961ஆம் ஆண்டு எனக்கு Senior Cambridge O-Level பரிட்சைக்குப் பாடநூலாக வைக்கப்பட்டிருந்தது. இந்நாவல் என் மனத்திற்கு நெருக்கமானதற்கு இரண்டு காரணங்கள் உள்ளன. ஒரு காரணம், என் சிறுவயதிலிருந்தே celestial objects இல் எனக்குப் பிடித்தமானது நிலா. இரண்டாவது காரணம், என் ராபிள்ஸ் பள்ளியின் இலக்கிய ஆசான் திரு.சுப்பையா அவர்கள் இந்நூலை எனக்குக் கற்பித்த அருமையான முறை.

H.G.Wells எழுதிய The Door in the Wall சிறுகதை உங்களைப் பாதித்த கதைகளில் ஒன்றாக ஒரு முறை குறிப்பிட்டீர்கள். அவரின் படைப்புகளைப் பற்றி?

H.G.Wells தம் கதைகளுக்கு அறிவியல் உண்மைகளை அச்சாணியாகப் பயன்படுத்தியிருந்தாலும் மனித உணர்களையே முக்கியப்படுத்திப் போராட்டமாக மோதவிடுவார். The First Men in the Moon என்ற நாவலைத் தவிர, அவர் எழுதிய The Time Machine (1895), The Invisible Man (1897), The War of the Worlds (1898) போன்ற நவீனங்களும் எனக்குப் பிடிக்கும்.

H.G.Wells எழுதியிருக்கும் எண்பதுக்கும் மேற்பட்ட சிறுகதைகளைப்பற்றி (இவற்றுள் அறிவியல் புனைவுகளும் அடங்கும்) My View of H.G. Wells' Short Stories என்ற தலைப்பில் ஒரு நீண்ட கட்டுரையை எழுதத் திட்டமிட்டிருக்கிறேன். நீங்கள் எழுதிய 'மனக்குகை' என்கிற அறிவியல் சிறுகதை ஜூன் 1972இல் தமிழ் நேசன்

பத்திரிக்கையில் வெளியானது. அறிவியல் புனைவு எழுத முயன்று பார்க்கும் ஆர்வம் எப்படி வந்தது? அந்தக் காலகட்டத்தைப் பற்றிச் சொல்லுங்கள்.

H.G.Wells எழுதிய எழுத்துகளே என்னை அறிவியல் புனைவில் செலுத்தியது. அக்காலத்தில், அதாவது அறுபது எழுபதுகளில், என்னைக் கவர்ந்த விஞ்ஞானக் கதையாளர்கள் மேலும் இருவர் இருந்தனர் — ராபர்ட் லூயி ஸ்டீவன்சன் (Robert Louis Stevenson) மற்றும் ஜூல்ஸ் வெர்ன் (Jules Verne). ஸ்டீவன்சன் எழுதிய Dr. Jekyll and Mr. Hyde (1886), வெர்ன் எழுதிய A Journey to the Centre of the Earth (1864), Around the World in Eighty Days (1872), Twenty Thousand Leagues under the Sea (1872) முதலிய நாவல்கள் என்னால் மறக்க முடியாதவை.

நான் அறிவியல் புனைவு எழுதத் தொடங்கிய எழுபதுகளில், சிங்கை மலேசிய நாடுகளில் அவ்வகைப் பிரிவில் எழுதியவர்கள் வெகுக்குறைவே. தமிழ்நாட்டில் சுஜாதா எழுதிக்கொண்டிருந்தார். இலங்கையில் ஓரிருவர் முயன்றதாக எனக்கு நினைவு.

நீங்கள் எழுதியவற்றில், உங்களுக்கு அதிக திருப்தி அளித்த மிகைபுனைவு (fantasy) எது?

நான் எழுதியவற்றுள் எனக்கு அதிக நிறைவைத் தந்த ஒரு மிகைப் புனைவு (fantasy) 'கனவினிலே...' என்ற சிறுகதை. மூலிகை மருத்துவம், நிறக்கனவுகள், அன்றைய மலாயாவில் போர்த்துகீசியக் காலனியாட்சிக்குப் பிற்பட்ட சுல்தான்கள் முதலியவற்றை fancy imagination பிரிவில் associate செய்து, fantasy imagination பிரிவில் கதைப்பின்னலுக்கு unification-ம், shapes-ம் அமைத்து உருவான புனைவு அது. வழக்கம்போல் அந்தக் கதைக்கும் செய்தி இருந்தது. 'கனவினிலே...' கதையின் message மனிதனின் பேராசை.

1988 இல் சிங்கப்பூரைப் பிரதிநிதித்து, அயோவா அனைத்துலக இலக்கியப் படைப்பாக்கத் திட்டத்தின் கீழ், அமெரிக்கா சென்று அங்கு மூன்று மாதங்கள் தங்கி 'பீடம்' என்னும் குறுநாவலை எழுதிமுடித்தீர்கள். இப்பணிக்காக அயோவா பல்கலைக்கழகம் உங்களுக்கு 'Honourary Writing Fellow' விருது அளித்தது. அந்த அனுபவம் குறித்துச் சொல்லுங்கள். அங்குப் பல இலக்கிய விஷயங்களைக் கற்றேன். அவற்றுள் முக்கியமானவை, மேல்நாட்டு இஸங்கள் என்ற இலக்கியக் கோட்பாடுகள். பல்கலைக்கழகச் சிறப்பு வகுப்புகளில் The Theories and Principles of Morden Literature குறித்து, ஆங்கிலத்தில் நேரடியாகப் பயின்றேன். தொண்ணூறுகளில் தமிழகச் சிற்றிதழ்களில் மேலைக் கோட்பாடுகளான structuralism, post-structuralism, post-mordernism முதலியன அறிமுகமானபோது, வாசிப்பில் அவை எளிதாகப் புரிந்தன. அமெரிக்காவில் என்னுடைய நூறு நாள் இலக்கியத் தங்கலும் கற்கையுமே அதற்குக் காரணமாகும். அயோவா அனைத்துலகப் படைப்பாக்கத் திட்ட சந்திப்பில் இராம. கண்ணபிரான் (வலதுபக்கத்தில் முதல் ஆள்)

நீங்கள் பல எழுத்தாளர்களைச் சந்தித்துள்ளீர்கள். அவர்களில் ஒரு சிலருடனான அனுபவங்களைப் பகிர்ந்துகொள்கிறீர்களா? நீங்களும் அகிலனும்?

மலேசியத் தமிழ் எழுத்தாளர்ச் சங்கத்தின் சிறப்பு விருந்தினராக அழைக்கப்பெற்ற அகிலன், 1975இல் சிங்கப்பூருக்கும் ஒரு வாரம் வந்தார். அவரைப் பற்றி இரு கட்டுரைகள் எழுதினேன் — அகிலனுடன் சில நாள்கள், அகிலன் வருகை. ஒரு கட்டுரையின் தலைப்பையே என் நூல் ஒன்றுக்குச் சூட்டிப் பெருமையடைந்தேன். நான் தோபாயோ வட்டாரத்தில் குடியிருந்தபோது, ஒரு பகலுணவுக்கு அவர் என் வீட்டுக்கு வருகை புரிந்தார். சிறு பிள்ளைகளாக இருந்த என் மகள் செந்தில் பூங்கொடி, மகன் பால்வண்ணன் ஆகியோரோடு அவர் படம் எடுத்துக்கொண்டார். அப்படம் என் வீட்டு வரவேற்பறையின் சுவரை இன்றைக்கும் அலங்கரிக்கிறது.

சென்னைத் தமிழ்ப் புத்தகாலயம் என் ஐந்து புனைவு நூல்களை வெளியிடப் பரிந்துரைத்தவர் அகிலன். நூல் புகழும், சிங்கைத் தமிழ்ச் சிறுகதை உலகில் நான் ஓர் அடையாளத்தைப் பெறவும் வழிசமைத்த அவரை என் நெஞ்சம் மறவாது. அக்காலப்பகுதியில், தமிழ் நேசன் தமிழக எழுத்தாளர்களுக்குச் சன்மானம் அளித்து, அவர்களுடைய நாவல்களைத் தன் ஞாயிறுப் பதிப்பில் தொடராக வெளியிட்டுக்கொண்டிருந்தது. அன்றைய தமிழ் நேசன் ஆசிரியர் முருகு சுப்பிரமணியன் அகிலனிடம் ஒரு தொடர்கதையைக் கேட்டபோது, "முதலில் உங்கள் நாட்டு எழுத்தாளர்களின் தொடர்களை வெளியிடுங்கள். பின்னர், நான் எழுதுவேன்," என்றார்.

அவர் இங்கு வருவதற்கு முன், அவருக்கு அனுப்பப்பெற்ற இம்மண்ணின் படைப்பிலக்கிய நூல்களை எல்லாம் படித்து, அவை குறித்து ஓர் ஆரோக்கியமான கட்டுரையை எழுதி, தமிழ்நாட்டு இதழ் ஒன்றில் அதைப் பிரசுரித்துவிட்டே, அவர் இங்கு வந்தார். கலைமகள் நாராயணஸ்வாமி நினைவு நாவல் போட்டிக்கு அனுப்பப்பெற்றிருந்த ப.சிங்காரத்தின் நாவலைப் பரிசுக்குச் சிபாரிசு செய்தவர், போட்டி நீதிபதிகளில் ஒருவராக இருந்த அகிலன். அந்நாவல் கலைமகளில் தொடராக வந்தது. சிங்கப்பூர் சாங்கி விமான நிலையத்தில் எழுத்தாளர்கள் இராம். கண்ணபிரான் மற்றும்

நீல பத்மநாபன்

தி. ஜானகிராமனைச் சந்தித்தது எப்போது?

எழுபதுகளின் மத்தியில் தில்லி வானொலித் தமிழ்ப் பகுதியில் பணிபுரிந்த சமயம், அலுவலநிமித்தம் ஆஸ்திரேலியா-விற்குச் சென்ற தி.ஜானகிராமன், இந்திய தலைநகர் திரும்பும் வழியில் இரு நாள்கள் சிங்கப்பூர் வந்தார். நா.கோவிந்-தசாமியும் நானும் ஒரு பகல் பொழுதை அவருடன் கழித்தோம். கம்பி வண்டியில் செந்தோசா தீவுக்குச் சென்றுவந்-தோம். கையில் வெற்றிலைச் செல்லத்தை வைத்துக்கொண்டே, இடையிடையே வெற்றிலையை ருசித்தபடி, கர்நாடகப் பாடல்களைத் தம் உதடுகளுக்குள் பாடிக்கொண்டு, தி.ஜானகிராமன் உல்லாச இடங்களைப் பார்வையிட்டார். இசை-யும் உயிருமாக உலாவந்த 'மோகமுள்' பாத்திரங்கள் என் நினைவில் கிளர்ந்தன. ஒரு தடவை பாடலின் இராகத்தை அவரிடம் கேட்டறிந்தேன். அவர் எங்களுக்கு எழுதிய கடிதத்தில், "குடியேறிய உங்கள் நாட்டைச் சுவீகரித்துக்கொண்டு, அம்மண்சார்ந்த புனைவுகளை எழுதுங்கள். எழுத்து ஒரு தவம்; திடுமெனப் புஷ்பிப்பது இல்லை; காத்திருந்து காத்தி-ருந்தே உதிக்கும்," என்று குறிப்பிட்டிருந்தார்.

தங்கமுனைப் போட்டித் தேர்வுக்காகவும் எழுத்தாளர் வாரத்திற்கும் சிங்கைக்கு வருகை புரிந்த எழுத்தாளர்கள் சுந்தர ராமசாமி, சா.கந்தசாமி மற்றும் ஜெயகாந்தனுடன் உங்களது அனுபவங்கள்?

சிங்கப்பூர்த் தேசியக் கலை மன்றம் நடத்திய முதல் தங்கமுனை விருதுச் சிறுகதைப் போட்டிக்கு, வெளிநாட்டுத் தமிழ் நடுவராக, சுந்தர ராமசாமி அழைக்கப்பட்டார். அவர் ஊடகத்துறையினருக்குக் கொடுத்த நேர்காணல்கள் என்னை மிகவும் கவர்ந்தன. அவை குறித்து பேச்சு எழுந்தபோது, "என்னிடம் உள்ள சிந்தனைக் கருத்துகளை, அவர்கள் தொடுக்கும் பேட்டி வினாக்களுக்கு ஏற்பத் தகவமைத்துக்கொண்டு பதில்களைக் கூறுவேன். என் பாணியில், சூட்சமம் எதுவும் இல்லை," என்றார்.

அவரைக் காண அன்றைய இலக்கிய இளைஞர்கள் திரண்டனர். தரமான எழுத்துகளை வாசிப்பதற்கு, அவர் அவர்களிடம் தன் நினைவிலிருந்து படைப்பாளர்களின் பெயர்களைச் சொன்னார். இன்னொரு வருடம் சிறுகதைக்கு நீதிபதியாகச் சா.கந்தசாமி வருகை மேற்கொண்டார். அவர் எங்களிடம் கூறிய ஒரு கருத்து: "கதைகளில் இரு மாதி-ரிகள் உண்டு. ஒரு மாதிரி — கதை அம்சம் மிகுந்த கதைகள். இன்னொரு மாதிரி — கதை அம்சம் குறைந்த கதைகள். கதை அம்சத்தை நீக்கியே நான் என் கதைகளை எழுதுகிறேன்."

இப்போதுபோல் அந்நாளில் ஆண்டுதோறும் சிங்கப்பூர் எழுத்தாளர் விழா நடைபெறுவதில்லை. ஈராண்டுக்கு ஒரு முறையே எழுத்தாளர் வாரம் நடைபெறும். அந்நிகழ்வுகளில் பங்குபெறத் தமிழக எழுத்தாளர்கள் வந்துபோனார்கள். ஜெயகாந்தன் விஜயம் புரிந்தபோது அவருடைய வாசகர்கள் அலைமோதினர். ஓட்டல் அறையில் நண்பர்களும் நானும் அவரோடு நேரத்தைக் கழித்தோம். ஒரு முன்னிரவில் தலையில் முண்டாசு கட்டிக்கொண்டு, நாட்டார்ப் பாடல்களை உற்சாகமாகப் பாடியபடி, தம் மெத்தைமீது ஏறி நின்று, அவர் ஆடிய நாட்டியக் காட்சி மறக்கவொண்ணாதது. சுதந்திர ஜீவியான ஜெயகாந்தனை எழுத்தாளர் வாரப் பணியாளர்கள் அரசுக் கட்டுத்திட்டத்திற்குள் கொண்டுவர அரும்பாடு-பட்டனர்.

நீங்கள் தமிழகம் சென்றபோது எழுத்தாளர்கள் ராஜம் கிருஷ்ணனையும் சூடாமணியையும் சந்தித்த அனுபவம் குறித்து?

1983இல் நான் என் குடும்பத்தோடு தமிழ்நாடு சென்றேன். தமிழ்ப் புத்தகாலய உரிமையாளர் திரு.கண முத்தையா அவர்களின் உதவியில் திருமதி ராஜம் கிருஷ்ணனையும், ஆர்.சூடாமணியையும் சந்தித்தேன். என் சகலை தட்சி-ணாமூர்த்தியும், 'தீபம்' துணை ஆசிரியர் எஸ்.திருமாலையும் என்னுடன் வந்தனர். ராஜம் கிருஷ்ணன் அத்தருணம் சென்னைப் போரூர் பகுதியில் வசித்தார். நாவல்கள் எழுதுவதற்குமுன் அவர் மேற்கொள்ளும் களப்பணிகள், தகவல்க-ளைத் திரட்டும் முறைமை குறித்து பேச்சு அமைந்தது. ஐம்பதுகளில் கலைமகள் நடத்திய கிழமைப்போட்டியில் ராஜம் கிருஷ்ணன் பரிசு பெற்றதை அவரிடம் நினைவுகூர்ந்தேன்.

அவர் மிகவும் குழந்தைத்தன்மையுடன் மகிழ்ச்சியாகப் பேசினார். அவர் தம் கைகளால் போட்டுத்தந்த டிகாஷன் காபி அருமையாக இருந்தது. போரூர் மின் நிலையம்வரை வந்து, திரு.கிருஷ்ணன் எங்களை வழியனுப்பினார். ஆர்.சூடாமணி அவர்களின் இல்லம் சென்றோம். அவர் தம் படைப்புகளில் குறிக்கும் நாகலிங்க மரம் அவர் வீட்டுவா-சல் முன்னே நின்றிருந்தது. ஒரு மணி நேரமே அவர் எங்களுக்கு ஒதுக்கியிருந்தார். ஆனந்த விகடன் அறுபதுகளில் நடத்திய நாடகம் எழுதும் போட்டியில் அவர் பரிசு வென்றதை அவரிடம் ஞாபகப்படுத்தினேன். அவர் எழுதியிருக்கும் உளவியல் கதைகளைப் பற்றிப் பேச்சு கிளைவிட்டது. குறித்த நேரத்தையும் தாண்டி எங்கள் உரையாடல் நீண்டது.

2003இல் மீண்டும் நான் மனைவி மக்களோடு தமிழ் மாநிலம் சென்றேன். முன்பழக்கம் இருந்ததால், நான் நேர-டியாகவே ராஜம் கிருஷ்ணனையும், ஆர்.சூடாமணியையும் எளிதாகச் சந்திக்க முடிந்தது. அம்முறை சென்னையில்

வசிக்கும் என் மைத்துனர் ஞானசம்மந்தான் என்னுடன் வந்தார். ராஜம் கிருஷ்ணனின் நிலைமை இரக்கத்தக்கதாய் இருந்தது. தம் கணவரை இழந்து, தன்னிடம் எஞ்சியிருந்த சொத்தையும் அநியாயமாகப் பறிகொடுத்து, ஒரு சின்ன வீட்டில் ஓர் ஆயாள் துணையுடன் வசித்துவந்தார். அவருடைய பேச்சாடல் தெளிவற்று இருந்தது. ஆர்.சூடாமணி அவர்கள் முன்பு நான் பார்த்தபடியே, அதே உள்ளத்திடத்துடன், காத்திரமான பேச்சும் கொண்டு காணப்பட்டார். அவரோடு மகிழ்வுடன் உரையாடிப் பிரிந்தோம். ஆர்.சூடாமணி தம் இறுதி வாழ்வில், தம் தந்தை தமக்கு விட்டுச்-சென்ற சொத்து அனைத்தையும் ஸ்ரீ ராமகிருஷ்ண மிஷன் உள்ளிட்ட பல அற நிறுவனங்களுக்குத் தானமாக வழங்கினார் என்பதை நான் சிங்கைக்குத் திரும்பியிருந்த காலத்தில் ஊடகம்வழி அறிந்து, மிகவும் நெகிழ்ந்துபோனேன்.

இருமொழிக் கவிஞர் மற்றும் நாடகாசிரியர் இளங்கோவனின் எழுத்துகள் குறித்து உங்கள் பார்வை?

அதிகார மேல்மட்டத்தினரால் ஒடுக்கப்பட்ட subalterns எனப்படும் விளிம்புநிலை மானுடர்களுக்குத் தம் எழுத்துக்களில் குரல்கொடுப்பவர், நவீனப் படைப்பாளி இளங்கோவன். எவருக்கும் அஞ்சாத, நிதர்சன ஆக்கங்கள் அவருடையவை. Fearless, bold and authentic expressions. அவருடைய முக்கிய நூல்கள் மௌனவதம் (1984) மற்றும் I, Bose (2009).

தொடர்ந்து பல தமிழ் இதழ்களை வாசிப்பவர் என்கிற முறையில், தற்காலத்தில் பலரும் மறந்துபோன முக்கியமான இதழ் என எதைக் குறிப்பிடுவீர்கள்? ஏன்?

தற்காலத்தில் அநேகரால் மறந்துபோன முக்கியமான இதழ் ஒன்றல்ல, மூன்று எனக் குறிப்பிடுவேன். அவையாவன: கந்தாடை நாராயணஸ்வாமி சுப்ரமணியம் என்ற க.நா.சு. நடத்திய 'இலக்கிய வட்டம்' (1963-65) என்ற சிற்றிதழ். சி.மணி எம்.ஏ. நடத்திய 'நடை' (1968-70) என்ற காலாண்டு இதழ். ச.செந்தில்நாதன் நடத்திய 'சிகரம்' (1975-82) என்ற இதழ். இம்மூன்றும் தீவிர வாசிப்பில் புதிய போக்கை உருவாக்கின.

அறிவியல் புனைவு குறித்து நீங்கள் வாசித்த இதழ்களில் நினைவில் நிற்கும் வகையில் ஏதேனும் படைப்புகள், கட்டுரைகள் அல்லது நேர்காணல்கள்?

அறிவியல் புனைவு குறித்து நான் வாசித்த நேர்காணல்கள் Writers at Work: The Paris Review, First Series edited by Malcolm Cowley என்ற நூலில் உள்ளன.

ஆங்கிலம், தமிழ் இரு மொழிகளிலும் தொடர்ந்து வாசிப்பவர் என்கிற முறையில், ஒரு படைப்பாளிக்கு இரு மொழி வாசிப்பின் அவசியம் என்னவென்று நினைக்கிறீர்கள்?

தமிழ் வாசிப்பும் ஆங்கில வாசிப்பும் படைப்பாளிக்கு அவசியம் தேவை. என் ஆங்கில வாசிப்பு, என் தாய் மொழி வாசிப்பைப் பல சமயங்களில் சிந்தனையில், பார்வையில் மிகவும் கூர்மைப்படுத்தி இருக்கிறது. In thinking and perspectives, my English reading has greatly sharpened and shaped my Tamil literary reading.

தமிழ் இலக்கியத்தில் இன்னும் ஆய்வுகள் செய்யப்பட வேண்டியவைகளாக எவற்றைச் சொல்வீர்கள்?

பல ஆண்டுகளாய் வளர்ந்துகொண்டிருக்கும் உலகத் தமிழ் இலக்கியங்கள், அதாவது தாயகம் கடந்த தமிழ் இலக்கியங்கள் (Global tamil literatures or Diaspora Tamil writings) இன்னும் ஒழுங்குபட ஆராயப்படாத நிலையில் இருக்கின்றன. இந்த niche பகுதி விரைவில் கவனிக்கப்பட வேண்டும்.

அறிவியல் புனைவை இலக்கியத்தில் இருந்து விலக்கி வைக்கும் பழக்கம் தற்போது உலகளவில் மாறிவருகிறது என்று நினைக்கிறீர்களா?

அறிவியல் புனைவு விலக்கம் என்பது ஒவ்வொரு மொழி இலக்கியத்திற்கும் வெவ்வேறு காலகட்டங்களில் நடந்திருக்கிறது. ஆனால் இன்றைய நாளில் அப்படி இல்லை. சூழ்நிலைகள் மாறி அறிவியல் புனைவுகளை ஏற்கும் நல்ல காலம் திகைந்திருக்கிறது. இப்போதைய உலகளாவிய அறிவியல் வளர்ச்சியும் தொழில்நுட்பப் பெருக்கமும் அதற்குக் காரணங்கள் ஆகும்.

உங்கள் வாசிப்பில் மேற்கத்திய நாடுகளின் அறிவியல் புனைவுக்கும் தமிழ் அறிவியல் புனைவுக்கும் ஏதேனும் வேறுபாடுகள் உள்ளனவா?

மேலை உலகில் பத்தொன்பதாம் நூற்றாண்டின் இறுதிக் கால பகுதியிலேயே ஸ்டீவன்சன், வெர்ன், எச்.ஜி.வெல்ஸ் போன்ற முன்னோடி அறிவியல் புனையாளர்கள் உதித்துவிட்டனர். இருபதாம் நூற்றாண்டின் இருபதுகளில் SF அதாவது science fiction என்று ஒரு தனிவகை genre உருவாகிவிட்டது. இந்தப் பரிணாமம் தமிழில் இல்லை. கருப்பொருளைப் பொறுத்த வரையில் இரு உலகப் புனைவுகளும் ஒத்துப்போகின்றன. சொல்முறையில் மேற்கு எழுத்தாளர்கள் research செய்து உழைத்து எழுதுவதால் அவர்களுடைய எழுத்துகள் நம்பகமாக இருக்கின்றன. மேலைத் தேசங்களில் அறிவியல் புனைவு வாசகர்களும் viewers-ம் அதிகம். 'அவதார்' புனைவு பெற்ற வரவேற்பை இயக்கு-

னர் செல்வராகவனின் 'இரண்டாம் உலகம்' பெறாதது ஓர் எடுத்துக்காட்டு.

இன்று கனவுருப்புனைவு (fantasy & science fiction) எழுதத் துவங்குபவர்களுக்கு உங்கள் ஆலோசனை என்ன?

இன்று எழுதத் தொடங்குவோர் ஒன்றை நெஞ்சில் இருத்திக்கொள்ள வேண்டும். இலக்கியத்திற்குத் தேவைப்படும் படைப்புக் கற்பனை (creative imagination), நனவு மனமும் (conscious mind) நினைவிலி மனமும் (unconscious mind) சார்ந்தது. அது எல்லைகள் (limits, boundaries) அற்றது. புதியவர்கள் தங்கள் புனைவுகளில் அந்த எல்லையற்ற சாத்தியங்களை (endless possibilities) கண்டடைய வேண்டும்.

உங்கள் பார்வையில், இலக்கியமும் அரூபமும்?

இலக்கியமும் அரூபமும் என்று எண்ணுவதைவிட, நுண்கலைகளும் அரூபமும் என்றே எண்ணுகிறேன். இசைக்கலை ரூபமும், அரூபமும் உடையது. நவீன ஓவியக்கலை தன்னகத்தே அரூப அம்சங்களை உட்பொதிந்துள்ளது. தமிழில் பக்தி இலக்கியப் பாடல்கள் மெய்ப்பொருளை ரூபனாகவும் அரூபனாகவும் கொண்டாடுகின்றன. நம் தலையில் உள்ள மூளை, அறிவு சார்ந்த மூளை-மனத்தையும், உணர்ச்சி சார்ந்த இதய-மனத்தையும் கொண்டதாக இருக்கிறது. அதிலுள்ள பில்லியன் கணக்கான neurons இயங்கும்போது நம் விழிப்பிலும் உறக்கத்திலும் உருவ அரூப images-களையே காண்கிறோம்.

எனவே, புனைவில் நாம் அறிதுயில் மேற்கொள்வோம்.

8. யுவன் சந்திரசேகர்

(ஒற்றைக் கையின்) விரல் விட்டு எண்ணுமவு செறிவான சமகாலத் தமிழ் எழுத்தாளர்களுள் ஒருவர் யுவன் சந்திரசேகர். புனைவு, கவிதை, மொழிபெயர்ப்பு எனப் பரந்துபட்ட தளத்தில் அமைந்தது அவரது படைப்புலகம். விமர்சனம், கருத்துரை என இன்று பரபரப்பை இழுத்து வரும் எதிலும் அதிகம் இவர் பங்களித்ததில்லை. அதனாலேயே அதிகம் கவனிக்கப்படாத, விவாதிக்கப்படாதவராக இருக்கிறாரோ எனத் தோன்றுகிறது. தமிழ் இதழுக்காக அவரை ஒரு ஞாயிறுக்கிழமை சென்னையில் அவரது இல்லத்தில் சந்தித்தேன். மிக இயல்பாக நீண்ட அவருடனான சுமார் ஆறு மணி நேர உரையாடலில் தேர்ந்தெடுக்கப்பட்ட விஷயங்களின் தொகுப்பு இது.

1. இந்நேர்காணலை மின்னஞ்சல்வழி பல சுற்றுக்களில் முழுமையான மின்காணலாகத் திட்டமிட்டேன். முதல் இதழில் வெளியான ஜெயமோகனின் நேர்காணல் அப்படி எடுக்கப்பட்டதுதான். ஏற்கனவே சொன்னது போல் அப்படி எழுதச் செய்வது எழுத்தாளன் மனதில் இருப்பதை உகந்த நெருக்கமான சொற்களில் வெளிப்படுத்த, தேவைப்பப்பட்டால் திருத்தங்கள் சேர்க்க ஏதுவாய் இருக்கும் என்பதால். ஹெமிங்வே தன் நொபேல் ஏற்புரையில் இப்படிச் சொல்கிறார்: A writer should write what he has to say and not speak it. ஆனால் உங்கள் நேரமின்மை பொருட்டு நாம் சந்தித்திருக்கிறோம். இதுதான் என் முதல் நேர்காணல். நேர்காணல் வடிவில் ஒரு நாவலையே (நினைவுதிர் காலம்) எழுதி இருக்கிறீர்கள். அப்படிப்பட்டவரை நேர்காணல் செய்யும் ஓர் கற்றுக்குட்டி எழுத்தாளனுக்கு / இதழாசிரியனுக்குப் பதற்றம் இருக்கவே செய்யும். எனக்கு இருக்கிறது.

கேட்பதும் ஒரே ஆள், பதில் சொல்வதும் ஒரே ஆள் என்றால் நேர்காணலை பிரமாதமாகச் செய்து விடலாம்!

2. எதற்கு எழுதுகிறீர்கள்? சிலர் புகழ் என்பர். சிலருக்கு ஈகோ. சிலருக்கு சுயதேடல். உங்களுக்கு எது?

ரொம்ப நேரடியான பதில். எனக்கு வாசிக்கப் பிடித்திருந்தது, வாசித்துக் கொண்டிருந்தேன். எழுதப் பிடித்திருக்கிறது, எழுதிக் கொண்டிருக்கிறேன். எதெல்லாம் எழுத வேண்டும் எனத் தோன்றுகிறதோ அவற்றை எல்லாம் எழுதுகிறேன். இதில் குறிப்பாக ஒரு விஷயம் சொல்ல வேண்டுமென்றால் பெரும்பாலும் எனக்குள்ளே என்ன தோன்றுகிறதோ அதைத் தணிக்கை செய்யாமல் அப்படியே எழுத வேண்டும் என்ற ஆசை உண்டு. அதைச் செய்து கொண்டிருக்கிறேன்.

3. உங்களின் உங்கள் பூர்வீகம், பெற்றோர், இளமைக் காலம், இலக்கிய ஆர்வம் பற்றிச் சொல்லுங்கள்?

இது ஒரு பெரிய vistas-ஐ என்னிடம் கோருகிறது. அவ்வளவு எல்லாம் குடும்பம் பற்றிப் பேச வேண்டும் என நான் நினைக்கவில்லை. என் அப்பா எனக்குப் பெரிய inspiration. மூன்றாம் வகுப்பு வரைதான் படித்தவர். அவருக்குப் பல மொழிகள் தெரியும். கிராமத்தில் ஒரு சிறிய உணவகம் நடத்திக் கொண்டிருந்தார் - one man hotel. அதில் இருந்துகொண்டே அவருக்குப் பெரிய இலக்கிய ஆர்வம் இருந்தது. கம்பராமாயாத்தில் அவர் ஒரு authority. பின்னாட்களில் கிருபானந்த வாரியார் போன்றவர்களின் உபன்யாசங்களைக் கேட்கும் போது இவர்களை எல்லாம் விட என் அப்பா நன்றாகக் கதை சொல்வார் எனத் தோன்றி இருக்கிறது.

கம்பராமாயணத்தை மனப்பாடமாகச் சொல்வார். அதிலிருக்கும் அத்தனை செய்யுள்களும் அவருக்குப் பாட பேதங்களோடு மனப்பாடம். சில இடங்களில் பாடியும் காட்டுவார். ராமாயணம், மகாபாரதம் போன்ற structured கதைக-

ளுக்கு வெளியே இருக்கக்கூடிய உதிரிக்கதைகள் பலவற்றை எனக்குச்சொல்லி இருக்கிறார். கதை கேட்பதும், கதை சொல்வதைப் பார்ப்பதுமான இரட்டை அனுபவம் அப்பாவுடன் எனக்கு இருந்தது. என்னுடைய பதினொன்றரை வயதில் அவர் தவறிப் போனார். அதன் பிறகு இன்று வரை அவர் எனக்குத் தினமும் கதை சொல்லிக் கொண்டிருப்பதாகத்தான் நினைக்கிறேன். அதனால் அவர் தான் major inspiration.

அவருக்கு உருதுகூட எழுதப்படிக்கத் தெரியும். கிராமத்துச் சூழலில், வீட்டில் சொந்தமாக ரேடியோ கூட வைத்துக்கொள்ள முடியாத பொருளாதார நிலையில், அவருக்கு பிஸ்மில்லா கான் தெரிந்திருந்தது. நிலப்பரப்பு ரீதியாக அந்த கிராமம் வரை பிஸ்மில்லா கான் வருவதற்குரிய எந்த நியாயமும் கிடையாது. எதிர்ப்புறம் இருந்த மிலிட்டரி ஹோட்டலில் போய் அமர்ந்து இரவு ஒன்பதரை மணிக்கு மேல் அகில பாரத சங்கீத சம்மேளனக் கச்சேரி கேட்டு முடித்து விட்டுத்தான் வீட்டுக்குத் திரும்புவார். என் அம்மா, அக்கா எல்லோரும் கேலி செய்வார்கள், ‘‘ஷெனாய் கேட்கப் போயிருக்கார்’’. அவரிடம் இருந்துதான் கதை சொல்லும் ஆசை எனக்கு வந்தது என நான் நினைக்கிறேன். ஆனால் அப்படி ஒரு ஆசை என்னுள்ளே இருக்கிறது என்பதைக் கண்டுகொள்ள அவர் இறந்து பத்து, பன்னிரண்டு ஆண்டுகள் காத்திருக்க வேண்டி இருந்தது. புதுமைப்பித்தன், கி.ராஜநாராயணன், கல்கி போன்றவர்களை வாசிக்க ஆரம்பித்த பின் அந்த ஆசை வெளிப்படையாக மலர்ந்தது.

4. ஜெயமோகன், சாரு நிவேதிதா இருவரும் தீவிரமாய் இணையத்தில் இயங்குகிறார்கள். இவர்கள் அளவு இல்லை என்றாலும் எஸ்.ராமகிருஷ்ணனும் சொல்லிக் கொள்ளுமளவு இணையத்தில் எழுதுகிறார். ஒருவகையில் பரவலான, புதிய, ஓரளவு நல்ல வாசகர்களை அடைய இன்று இணையம் தேவையாய் இருக்கிறது என்பதே என் அபிப்பிராயம் (தமிழ் மின்னிதழாய் வருவதன் கிளைக் காரணங்களுள் அதுவும் ஒன்று). நீங்கள் ஏன் இணையத்தில் எழுதுவதே இல்லை? இணையத்தில் எழுதத் தொடங்கினால் உங்கள் எழுத்தில் தெறிக்கும் வாசிப்பின்பத்துக்கு தமிழ்ச் சூழலில் நீங்கள் ஸ்டார் எழுத்தாளர் ஆகி விடக்கூடும்.

புனைகதைகளை, கவிதைகளை நான் எழுதும் முறை பற்றி முதலில் சொல்லவேண்டும். இன்று எழுதியதை நாளை திருத்தி எழுதி, அதை அடுத்தநாள் திருத்தி, அப்புறம் ஆறுமாதம் போல ஆறப்போட்டு, மீண்டும் தோண்டியெடுத்துத் திருத்தி எழுதி என்கிற மாதிரி ஒருவித இடியாப்ப முறை அது. அதன் காரணமாகவே, இன்றுவரை உருப்படியான back-up எதையும் என் எழுத்துக்குப் பேண முடிவதில்லை. ஆக, அவற்றை எழுத எழுதத் தரவேற்றுவது என்பது - என்னளவில் - சாத்தியமான வேலை அல்ல. அ-புனைவுகளைப் பொறுத்தவரை, இயல்பாகவே எனக்கு ஆர்வம் குறைவு.

கருத்துக்கள் இன்று இருக்கும் - இன்றே கூட மாறிவிடும் என்கிற மாதிரி நிரந்தர நிலையாமை கொண்டவை என்று கருதுகிறேன். அவற்றைப் பதிவு செய்வதும், அடுத்த சந்தர்ப்பத்தில் எனது முரண்பாடு விமர்சனத்துக்குள்ளாவதுமான கோமாளித்தனங்களைத் தவிர்த்துவிடலாமே என்றுதான் எப்போதும் தோன்றும். தவிர, நான் முழுநேர எழுத்தாளன் அல்ல. கிடைக்கும் அவகாசம் மிகமிகக் குறைவு. இணையத்தில் ஏற்கனவே கொட்டிக்கிடக்கும் அக்கப்போர்களில் எனது பங்காகக் கொஞ்சம் சேர்க்க விருப்பமில்லை. ஆனால், இவ்வளவும், இன்றைய மனோநிலை. நாளையோ, அடுத்த வருடமோ என்ன வேண்டுமானாலும் நடக்கலாம்!

ஸ்டார் எழுத்தாளன் ஆவதற்கான விழைவு ஆரம்ப காலத்திலிருந்தே எனக்குக் கிடையாது. ஆரம்பித்த காலத்தில் எனது கனவுகள் இரண்டேதான். ஒன்று, நான் விரும்பி வாசிக்கும் எழுத்தாளர்களுக்கு என்னுடைய எழுத்து பொருட்படுத்தத் தக்கதாக இருக்க வேண்டும். முந்தைய தலைமுறையைச் சேர்ந்தவர்களும், என் சமகாலப் படைப்பாளிகளும் அவ்வப்போது சொல்லும் அபிப்பிராயங்களைக் கேட்கும்போது, அந்த எல்லையைக் கிட்டத்தட்ட நெருங்கிவிட்டேன் என்றே தோன்றுகிறது! இரண்டாவது, ஒரு சீரிய வாசகன், எனது பெயரைப் பத்திரிகையில் காணும்போது அதைத் தாண்டிப் போகக் கூடாது என்னும் ஆசை. இது நியாயமானது என்றே இப்போதும் படுகிறது. இதை எட்டிவிட்டேனா என்பதை அறிவது அவ்வளவு சுலபமான விஷயம் இல்லை - புத்தக விற்பனை எண்ணிக்கையை வைத்து அளவிடக் கூடியதும் இல்லை. அடுத்த முறை மத்திய அரசாங்கம் மக்கள்தொகையைக் கணக்கெடுக்கும் போது வேண்டுமானால், தமிழ்நாட்டுக்கு மட்டுமாக, இந்த ஒரு கேள்வியையும் ஒரு ஷரத்தாகச் சேர்த்துக்கொள்ள விண்ணப்பிக்கலாம்!

5. உங்கள் மகன் கெட்டுப் போய் விடுவான் என இணையம் பயன்படுத்துவதில்லை என நேர்ப்பேச்சில் நீங்கள் குறிப்பிட்டதாக சாரு நிவேதிதா ஓரிடத்தில் எழுதி இருக்கிறார். இப்போதும் உங்கள் நிலைப்பாடு அதே தானா? இணையம் அப்படி புதிய தலைமுறையைக் காவு வாங்குமளவு மோசமானதென எண்ணுகிறீர்களா?

திரு. சாரு நிவேதிதாவுக்கு நான் மிகவும் நன்றிக்கடன் பட்டிருக்கிறேன். மரியா வர்காஸ் லோஸா, ரொஆல்ட் டால், ஜெர்ஸி கொஸின்ஸ்கி, அலெஜோ கார்ப்பெந்தியர் போன்று தமிழ்ச்சூழலில் அவ்வளவாக அறியப்படாத மிகப் பல பெயர்களை எனக்கு அறிமுகப்படுத்தியவர் அவர். என்னுடைய ஆரம்பநாள் கதைகளை நான் எழுத எழுத வாசித்து,

எனக்கு அளப்பரிய உற்சாகம் தந்தவர். மரபான சிறுகதை வடிவத்தைக் கலைத்துப் பார்க்கும் தைரியம் எனக்குக் கிடைத்ததற்கு அவருடைய நட்பு ஒரு முக்கியமான காரணம். நண்பர்களுடனான விளையாட்டுப் பேச்சுக்களுக்கு வரையறை உண்டு என்ற ஞானம் சித்தித்ததற்கும்தான்!

உறவில் விரிசல் என்று ஏற்பட்ட பிறகு, சற்றுக் குறைத்தோ திரித்தோ பேசுவது சகஜம்தானே. ஆனால், ஒரு நட்பு முறியும்போது எனக்குள் உருவாகும் வெற்றிடம் நிரந்தரமானது என்றே உணர்ந்து வந்திருக்கிறேன். இன்னொரு புதிய நண்பர் வந்து நிரப்பிவிடக் கூடியதல்ல அது. பழைய நாட்களை அவற்றின் இனிமைக்காக மட்டுமே நினைவுகூர விரும்புகிறேன். இன்றைய எதிர்நிலை போன்றே, முந்தைய பிரியமும் நிஜமானது என்றே நம்ப ஆசை! தவிர, எனக்கும் எனது குழந்தைகளுக்கும் ஏன், மனைவிக்குமான உறவுநிலை என்பது பொதுவெளியின் விவாதப் பொருள் அல்ல. எனது படைப்புகள் மட்டுமே வாசகத்தரப்பு பொருட்படுத்த வேண்டியவை.

மிக அதிகமான பார்வைக் குறைபாட்டை முன்னிட்டு, தடித்த கண்ணாடி அணிந்திருந்தவன் நான். பின்னர் அறுவை சிகிச்சை மூலம் அதை ஓரளவு சரிசெய்துகொண்டேன். ஆனாலும், அதிகாலையில் கண்விழித்த மாத்திரத்தில் பார்வை துலக்கமாய் இருக்காது. அது மெல்ல இயல்புநிலைக்கு மீளும்வரை, கிட்டத்தட்ட முக்கால் மணிநேரம், ஒளிரும் திரையைப் பார்ப்பது தவிர வேறு வழியில்லை. அந்த நேரத்தில் இணையத்தை ஆர்வமாய் மேய்ந்துகொண்டிருப்பேன். அபூர்வமான சாஸ்திரீய இசைத் தொகுப்புகளும், மின் நூல்களும் அகப்படும். அந்த நாளை உற்சாகமானதாக ஆரம்பிக்க வகை செய்யும். எனவே, நான் இணையவிரோதி அல்ல!

6. எழுத்தாளர்கள் பொதுவாய் இலக்கியம் தாண்டி அரசியல், சமூகம் குறித்த தங்கள் கருத்துக்களைத் தொடர்ந்து பதிவு செய்வது தமிழ் சிற்றிதழ் வழக்கம். அசோகமித்திரன், சுந்தர ராமசாமி தொடங்கி தற்போது ஜெயமோகன் வரை இது தொடர்கிறது. ஆனால் நீங்கள் உங்கள் புனைவுலகம் தாண்டி வேறு பேசியோ எழுதியோ அறிந்ததில்லை. ஏன் அப்படி ஒரு மௌனம்? அது திட்டமிட்டு மேற்கொண்ட முடிவா?

சிற்றிதழ் வழக்கம் என்று நீங்கள் குறிப்பிட்டதால், இலக்கியம் தவிர வேறு எதுவுமே எழுத்தில் பதிவுசெய்யாத எனது முன்னோடிகளின் பெரும் பட்டியல் நினைவுக்கு வருகிறது! மணிக்கொடி எழுத்தாளர்களில் பெரும்பாலானவர்கள் அன்றைய அதிதீவிர சமூக நெருக்கடியான சுதந்திரப் போராட்டம் பற்றி எதையுமே எழுதவில்லை என்பதுவும்தான். எழுத்தாளனின் படைப்புச் செயல்பாட்டுக்கும், இதுபோன்ற நிலைப்பாட்டுக்கும் நேரடித் தொடர்பு இருக்கிறது என்றே நினைக்கிறேன். அவனுடைய கவனம் குவியும் பிரதேசம் எது என்பதைப் பொறுத்தது அது.

7. சமூகம், அரசியல் போன்ற விஷயங்களை விடுங்கள். இசை, நடனம், சினிமா உள்ளிட்ட நிகழ்த்து கலைகள் தனிநபர் அனுபவம் சார்ந்தவை, அதனால் அவை குறித்து எழுதுவதில்லை என ஒருமுறை குறிப்பிட்டிருக்கிறீர்கள். இலக்கிய உலகம் பற்றிக் கூட நீங்கள் மூச்சு விடுவதில்லையே? சமகாலப் படைப்புகளை வாசிக்கிறீர்களா? அது பற்றிய உங்கள் அபிப்பிராயம் என்ன? உங்களைக் கவர்ந்த இளம் எழுத்தாளர்கள் யார்? இலக்கிய விமர்சனம் எழுதினாலே குழு அரசியல் முத்திரை விழுகிறதா?

கடைசிக் கேள்விக்குத் தான் முதலில் பதில் சொல்ல வேண்டும். ஆமாம் விழுகிறது. அப்புறம் இன்னொரு விஷயம் - இலக்கிய விமர்சனம் எழுதாவிட்டாலும் குழு முத்திரை விழத்தான் செய்கிறது. அது தமிழ்ச் சூழலில் தவிர்க்க முடியாத ஒன்று. அதனால் அப்படி முத்திரை விழுவதைப் பற்றி சீரிய எழுத்தாளன் பொருட்படுத்த மாட்டான். அவனுக்குச் சொல்ல ஒரு விஷயம் இருக்கிறது, சொல்லும் ஒரு விதம் இருக்கிறது. இரண்டிலும் அவன் பிடிவாதமாக இருப்பான் என நினைக்கிறேன். வாசிப்பு updation பற்றிக் கேட்டீர்கள். இன்று அப்படி இருப்பது சாத்தியமே இல்லை. நான் எழுத வந்தபோது இரண்டு அல்லது மூன்று பதிப்பகங்களே இருந்தன. க்ரியா, அன்னம் போல். வருடத்துக்கு மூன்று அல்லது நான்கு புத்தகங்கள் போடுவார்கள். பல தடைகளை, பல சல்லடைகளைத் தாண்டித் தான் ஒரு புத்தகம் அச்சுக்கு வரும்.

அவற்றை உடனடியாகப் படித்து விடுவோம். 'பிறகு' வந்ததென்றால் அதற்கு அடுத்த மாதம் படித்திருப்பேன். 'ஜேஜே - சில குறிப்புகள்' வந்ததென்றால் அதற்கு அடுத்த மாதம் படித்திருப்பேன். அசோகமித்திரன் தொகுப்பு வந்ததென்றால் அதற்கு அடுத்த மாதம் படித்திருப்பேன். இந்த மாதிரி உடனடியாக ஒரு updation சாத்தியமாய் இருந்தது. அந்தக் காலகட்டத்தில் கி.ராஜநாராயணன், அசோகமித்திரன் எழுதிய அத்தனையுமே வாசித்திருக்கிறேன். தி.ஜானகிராமன், ஜி.நாகராஜன் என update செய்து கொள்ள முடியும். இப்படி ஓர் எழுத்தாளரையோ, அந்த ஆண்டு வெளியான புத்தகங்களையோ update செய்து கொள்ள முடியும்.

இன்று அப்படி இல்லை. நூற்றுக்கணக்கான புத்தகங்கள் வெளியாகின்றன. அதனால் இதில் தேர்வு என்பது பிரச்சனையாக இருக்கிறது. புதிதாக ஒரு பெயர் வந்ததென்றால் முதல் பத்து பக்கங்களில் அது எனக்கு நம்பகமானதாக இருக்க வேண்டும். நான் அப்படி வாங்கி, பத்து பக்கம் படித்து, இருபது பக்கம் படித்து, இருநூறு பக்கம் படித்து,

நேரம் விரயம் ஆகிறது, வேண்டாமென கீழே வைத்த புத்தகங்கள் நிறைய உண்டு. பெயர்கள் சொல்லலாம். ஆனால் அதனால் வேண்டாத அசௌகர்யங்கள் கேட்பவர்களுக்கு வரும். மற்றபடி, இளம் படைப்பாளிகளைத் தொடர்ந்து வாசித்துக் கொண்டுதான் இருக்கிறேன்.

பல பேர் சம்மந்தமாக அதில் ஏமாற்றங்களைச் சந்தித்துக் கொண்டுதான் இருக்கிறேன். ஏமாற்றம் எதனால் வருகிறதெனில் ஒன்று ஒரு புத்தகத்துக்குள் consistency இருக்க வேண்டும் அல்லது அவரது படைப்புலகத்துக்குள் consistency இருக்க வேண்டும் - சீர்மை என்ற வார்த்தையை இங்கே உபயோகிக்கலாம். அல்லது அந்த வடிவம் சம்மந்தமாக அவருக்கு முழுப் பிரக்ஞை இருப்பதாக அப்புத்தகத்திலிருந்து தெரிய வர வேண்டும். இந்த மாதிரியான நம்பகத்தன்மை கொண்ட இளம் எழுத்தாளர்கள் மிகக் குறைவாகவே இருக்கிறார்கள்.

இப்போது இரண்டு, மூன்று பெயர் குறிப்பிட முடியும். ஆனால் அடுத்தடுத்த படைப்புகளில் அவர்களே அந்த நம்பிக்கையை முழுக்க உடைத்து விடும் அபாயம் இருக்கிறது. அடுத்த விஷயம் ஒரிஜினல் குரல் கேட்பது மிக அபூர்வமாக இருக்கிறது. ஜெயமோகன் சாயல் இருக்கிறது, கோணங்கி சாயல் இருக்கிறது. சாரு நிவேதிதா சாயல் இருக்கிறது, எஸ்.ராமகிருஷ்ணன் சாயல் மிக நிறைய இருக்கிறது. இதுபோல நிழல்கள்தாம் நிறைய நடமாடுகின்றன.

இதில் ஒரிஜினலாக ஒரு குரலைக் கேட்டு விட மாட்டோமா என மிக ஆசையாக இருக்கிறது. சில நேரம் எனக்கு ஒரு தயக்கம் வருகிறது. எனக்கு வயதாகிக் கொண்டிருக்கிறதோ? இக்குரல்களில் புதிதாக ஏதும் எனக்குக் கேட்கத் தெரியலையோ எனத் தோன்றுகிறது. ஆனால் வருடத்திற்கு மூன்று, நான்கு ஆங்கில எழுத்தாளர்கள் புதிய குரல்களாக எனக்கு அறிமுகம் ஆகிறார்கள். 3 வருடங்கள் முன்பு தான் இஸ்மாயில் காதர் என்ற பெயரே எனக்கு அறிமுகம். ஆனால் அவர் மீது சொக்கிக் கிடக்கிறேன். அவரை முழுக்கப் படித்து விட வேண்டும் என ஆசைப்படுகிறேன். அப்படி ஒன்று இங்கே கிடைக்க மாட்டேன் என்கிறது. இத்தனைக்கும் அவர்கள் எல்லோரும் ஆங்கிலம் வழியாகக் கிடைக்கிறார்கள். வெவ்வேறு மொழியில் எழுதுபவர்கள். சிலேவிலிருந்து ஒருவர், பெருவிலிருந்து ஒருவர், அர்ஜென்டினாவிலிருந்து ஒருவர். இவர்கள் எல்லோரிடமும் ஒரிஜினலாக ஏதோ ஒன்று எனக்குக் கேட்கக் கிடைக்கிறது.

இது ஆங்கிலம் மீதான மயக்கம் அல்ல. இன்னும் சொல்லப் போனால் ஒரு மொழிபெயர்ப்பை விட இன்னொரு மொழிபெயர்ப்பு மோசமாக இருப்பதை அடையாளம் காண முடிகிறது. உதாரணமாய் போர்ஹேஸுக்கே ஜியோவானி கலெக்‌ஷன்ஸ்தான் தரமான மொழிபெயர்ப்பு என்ற பிரமை எனக்கு உண்டு. அதனால் ஆங்கிலம் என்று இதைக் குறுக்கிப் பார்த்து விட முடியாது. அப்படி ஒரு அகலமான, பரந்துபட்ட அசல் குரல்களைத் தமிழில் கேட்பதற்குக் காத்திருக்கிறேன்.

சமீபத்தில் கவிதைகளில் இசையின் குரல் எனக்கு மிகப் பிடித்திருக்கிறது. அக்குரல் மிக வித்தியாசமாய் இருக்கிறது. முதிரா மனத்தின் முதிர்வு ஒன்று அதில் தொடர்ந்து ஒலித்துக் கொண்டே இருக்கிறது. ஆனால் இன்னும் பத்து வருடம் கழித்தும் இசை தொடர்ந்து இப்படியே எழுதிக்கொண்டே இருப்பார் என்றால் அவர் எனக்கு என்ன மாதிரியான திருப்தியைக் கொடுப்பார் என இப்போது சொல்ல முடியவில்லை. அதுபோலவே எஸ்.செந்தில்குமாரின் கதைகளில் மிக அபூர்வமான தருணங்களும், கதைக்கள வேறுபாடுகளும் காணக் கிடைக்கின்றன. ஆனால் அவர் எஸ்.ராமகிருஷ்ணனின் மொழிக்குள் சிக்கிக் கொண்டிருக்கிறார். அவருடைய ஒரிஜினல் வாக்கியம் ஒன்றை எழுதி, படித்துப்பார்க்க வேண்டும் என ஆசையாய் இருக்கிறது.

இலக்கிய விமர்சனம் ஏன் செய்வதில்லை என்பது பற்றி. நான் விமர்சகன் அல்ல. எனக்கு எல்லாவற்றின் மீதும் விமர்சனம் உண்டு. ஆனால் விமர்சகனாய்ச் செயல்பட விமர்சன அறிவு மட்டும் போதாது, அதைப் பதிவு செய்வதற்கான ஒரு மொழி நடையும் ஒரு conviction-ம் வேண்டும். என் கருத்துக்கள் மீது எனக்குத் தீவிரமான பற்று கிடையாது. இப்போது ஒன்று நினைத்து, அடுத்த நிமிடம் அதை மாற்றிக் கொள்ளத் தயாராய் இருக்கும் volatile-ஆன மனம் என்னுடையது. இந்த அளவில் இருந்து விமர்சனம் செய்யக்கூடாது. சில மதிப்புரைகள் எழுதி இருக்கிறேன். நானே அவற்றைப் பெரிதாக எடுத்துக் கொள்வதில்லை.

8. உங்கள் எழுத்து எப்படி நிகழ்கிறது? திட்டமிட்டு ப்ரக்ஞைப்பூர்வமாகவா அல்லது உங்களை மீறிய ஒரு பெருவெடிப்பாகவா? ஜெயமோகன் இரண்டாவது வகையிலேயே எழுதுவதாகச் சொல்கிறார். நினைவுதிர் காலம் நாவலில் ஸ்ரீ ஹரிசங்கர் தீட்சித் ஒரு கட்டத்துக்கு மேல் உங்களை மீறி/விடுத்து தானாகவே பேச ஆரம்பித்தார் என்று குறிப்பிட்டிருக்கிறீர்கள். பொதுவாய் வாசித்ததை வைத்து எனக்கு உங்கள் எழுத்து ரஹ்மானின் இசை போல் ஒரு craft-ஆகப் படுகிறது. வெளிக்கொணர்வதற்கும் வெளிப்படுவதற்கும் இலக்கிய அந்தஸ்தில் ஏதேனும் வித்தியாசம் இருப்பதாக நினைக்கிறீர்களா?

நல்ல கேள்வி. Spontaneity என்ற சொல்லும் craft என்ற சொல்லும் ஒன்றுக்கொன்று எதிரானது என்பது போல் நாம் புரிந்து வைத்திருக்கிறோம். எந்தவொரு spontaneity-க்குப் பின்னாலும் ஒரு craft இருக்கும். எந்தவொரு craft-க்கும் பின்னால் ஒரு spontaneity இருக்கும். அவை இரண்டும் நாணயத்தின் இரு பக்கங்கள் போல. முது-

கொட்டி இருக்கும் சயாமீஸ் இரட்டையர் போல. Spontaneity எனக்குள் தன்னிச்சையாக இயல்பாக ஒரு கருத்து உருவாகும் போக்கை அனுமதிக்கும். ஆனால் எங்கே ஆரம்பித்து எங்கே முடிக்கப் போகிறேன் என்பதை நான் தான் பிரக்ஞைப்பூர்வமாக முடிவு செய்கிறேன் - கவிதை, சிறுகதை, நாவல் எதுவாய் இருந்தாலும்.

ஒரு நாவலின் கடைசி வரியை நான் அறிந்தே தீர்மானம் செய்கிறேன். என்னை அறியாமல் என் பேனா தானாக-வெல்லாம் நிற்காது. 80களின் முடிவில், 90களின் துவக்கத்தில் automatic writing என்ற விஷயம் ஒரு concept-ஆகத் தமிழுக்கு வந்தது. Automatic writing எனில் சரஸ்வதி நாக்கில் எச்சிற் தம்பலம் துப்பி, அதிலிருந்து கலகலவென எழுத்து கொட்டும் என்பதாக நான் புரிந்து கொள்ளவில்லை. ஒரு thread ஆரம்பிக்கையில் மனத்-தின் வேகம் அபரிமிதமாய்ப் பொங்கி, பல வரிகள், பல பக்கங்கள் மனத்தடை இன்றி தொடர்ந்து எழுதிக் கொண்டே போனால் அதை நான் automatic writing என்பேன். நகுலனின் பல படைப்புகள் atomatic writing போலத் தோன்றும். அப்படி அல்ல. Automatic writing-ல் உரிய இடத்தில் ஓர் உரிய வார்த்தைப் பிரயோகம் வந்து விழுமென நான் நினைக்கவில்லை. மனம் அதற்கான பத நிலையில் இருக்கிறது, அதற்கான பயிற்சியில் தொடர்ந்து காலங்காலமாக இருக்கிறது. இந்தச் சந்தர்ப்பத்தில் அது கட்டற்றுத் தன்னைத் திறந்து கொள்கிறது.

இப்போது உங்களுக்குச் சொல்லிக் கொண்டிருக்கும் பதில்கள் எதுவும் ஒத்திகை பார்க்கப்பட்டது அல்ல; உங்களிட-மிருந்து இந்தக் கேள்விகள் வரும் என்று எனக்குத் தெரியாது. ஆனால் நீங்கள் கேட்ட மாத்திரத்தில் தடையில்லாமல் பேசிக் கொண்டே போகிறேன் அல்லவா, இது போன்றதுதான் Automatic writing என நினைக்கிறேன். அதே போல் Autofiction. இந்த auto என்ற முன்னொட்டு சேரும் எல்லாவற்றிலும் குழப்பம். Autofiction என்றால் டைரி எழுதுவது என நினைத்துக் கொண்டிருக்கிறார்கள். அப்படி இருக்கும் எழுத்தாளர்களே உண்டு. அது அப்படி இல்லை. நாட்குறிப்பு போல, சுயகுறிப்பு போலத் தென்படக்கூடிய புனைகதைகள்.

என்னுடைய எழுத்துக்கள் பலவற்றை வாசித்து விட்டு கிருஷ்ணனும் வங்கியில் வேலை செய்கிறான், அப்படியா-னால் அவனது கதைகள் எல்லாம் உன்னுடைய அனுபவங்களா? எனக் கேட்கிறார்கள். இதுவரை எழுதிய கிருஷ்ணன் கதைகள் அனைத்தையும் நான் வாழ வேண்டும் என்றால் நான் மூன்று ஜென்மங்கள் வாழ்ந்தாக வேண்டும், குறைந்-தது பத்து முறை தற்கொலை செய்து கொள்ள வேண்டும். அவ்வளவு எளிமையாகத் தமிழ் வாசக மனம் யோசிக்கிறது என்பது சில சமயங்களில் சலிப்பாக இருக்கிறது. ஒரு சொற்றொடரைத் தவறாகப் புரிந்துகொண்டு எழுத்தாளன் மேல் போட்டுப் பார்ப்பது பொறுப்பற்ற செயல். அந்த சொற்றொடரைத் தன்னளவில் புரிந்துகொள்ள முயல வேண்டும். அப்-படி அல்லாமல் abuse-ஆன வார்த்தைகள் தமிழ் படைப்புச் சூழலில் கொட்டிக் கிடக்கின்றன. உதாரணமாக படிமம், ப்ரக்ஞை, வெளி. இப்படியான சொற்கள் எல்லாம் கவனமின்றி உதிர்க்கப்படும் வார்த்தைகளாக இருக்கின்றன.

ஒரு படைப்பின் கரு உருவாகும் விதம் இன்னமும் மர்மமானதாய்த்தான் இருக்கிறது. ஆனால், அது சற்றுத் தெளி-வுறும்விதமாகத் திரண்ட பிறகு, அதற்கு ஓர் உருவம் அளிப்பதில் பிரக்ஞைபூர்வமான செயல்பாட்டின் பங்கு அதிகம். ஆனாலும், ஒரு குறிப்பிட்ட விகிதம் ஆழ்மனச் செயல்பாடும் அதில் கலந்திருக்கிறது. உதாரணமாக, ஒரு தரிசனம் போல வாய்க்கும் கருவுக்குக் கதாபாத்திரங்களையும், கதைச் சூழலையும் கோக்கும் பணியில் மனத்தின் இரண்டு தளங்-களுமே ஈடுபடுகின்றன. எதிர்ப்புறத்தில், ஒரு கதாபாத்திரத்தை, அல்லது கதைக்கான சூழல் தன்னிச்சையாக உதித்து, அதன் ஆதாரப் புள்ளியைத் தேடும் வாக்கியங்களின் வழி பயணம் தொடரும்போதும் இதுவேதான் நிகழ்கிறது.

முழுவதும் எழுதி முடிக்கப்பட்ட பிறகு, நான் உத்தேசிக்கும் இலக்குக்கு மிக நெருக்கமாக அதை நகர்த்திக்கொண்டு போவதில்தான் படைப்பின் வெற்றி என்று நான் கருதும் அம்சம் உறைந்திருக்கிறது. ஆக, கருவைத் தரித்த அதே ஆளுமையை வாசகர் சந்திப்பதற்கான வாய்ப்பு மிகவும் குறைவுதான். உருவம் கொடுக்கும்போது செயல்படுகிற தொகுப்பாளனுடன்தான் வாசகனுக்குப் புழங்கக் கிடைக்கிறது. மிகமோசமான எழுத்து நடைகொண்ட நல்ல கருக்க-ளுக்கும், மிக நல்ல நடை கொண்ட சராசரி எழுத்துக்களுக்கும் தமிழில் பஞ்சமே இல்லை. எல்லா எழுத்தாளர்களுக்-குமான ஒரு பொது எழுத்து உத்தியைக் கண்டுபிடித்துவிட/ வரையறுத்துவிட முடியும் என்று தோன்றவில்லை!

என்னுடைய எழுத்தைப் பொறுத்தவரை நான் எப்படி எழுதுகிறேன் என்பதைத் தீர்மானமாகச் சொல்ல முடியாது. எம்எஸ் விஸ்வநாதன் போன்ற இசையமைப்பாளர்கள் சொல்கிறார்கள் - சில சமயம் மெட்டுக்குப் பாடல் எழுதுகி-றார்கள், சில சமயம் பாடலுக்கு மெட்டு அமைக்கிறேன் என. அது போல் சில சமயம் ஒரு ourline தயார் ஆகி-விடும். அதனுள் colouring மட்டும் செய்து கொண்டே போவேன். இது ஒரு process, சில சமயம் வேறொரு process இருக்கிறது. இஷ்டம் போல் தீட்ட ஆரம்பித்து அது தானாய் ஒரு வடிவத்தை வந்தடைவது. அப்போது அந்த வடிவத்தைச் சிதைக்காதபடி அதன் மேலே ஒரு frame-ஐப் பொருத்திப்பார்ப்பது. குறுநாவல் அளவிலான 60 - 70 சிறுகதைகள், ஐந்தாறு நாவல்கள் என நான் எழுதியிருக்கும் அனைத்துக்குமே ஒரே மாதிரியான படைப்பூக்கம், படைப்புப் பாணி இருக்கும் என எதிர்பார்ப்பதே சரியில்லை. ஒவ்வொன்றுமே ஒவ்வொன்றை demand செய்யும்.

அந்தக் கதை அல்லது நாவல் என்ன கோருகிறதோ அதைக் கொடுக்கத் தயாராகவே இருக்கிறேன். ஒருவேளை தயார் நிலையில் இல்லை எனில் தயார்படுத்திக் கொள்வேன். உதாரணமாக என் கதையில் வரும் ஒரு பேராசிரியர்

பாத்திரம் புறநானூற்றுப் பாடலை மேற்கோள் காட்டினால் நன்றாய் இருக்கும், பழந்தன்மை சேரும் என நினைத்தால் அதற்குத் தேவையான அளவு மட்டும் புறநானூற்றை வாசிப்பேன். சமீபத்தில் ஒரு கதையில் திரிகடுகத்திலிருந்து ஒரு பாடலை மேற்கோள் காட்டி இருந்தேன். இதற்காகத் தேடி திரிகடுகத்தைப் படித்ததுதான் - என் அப்பா திரிகடுகம் சொல்லிக் கொடுத்து, அது என் ஞாபகத்தில் இருந்து கதையில் நுழைந்தது என்பதல்ல. ஆனால் அது போல் தொனிக்க வைப்பதுதான் எனக்கான சவால். வாசிப்பவருக்கு அப்படித் தோன்றினால் அதில் நான் ஜெயித்ததாக அர்த்தம்.

9. ஒரு நல்ல எழுத்தாளனால் காமத்தை எழுதாமல் இருக்க முடியாது என்பது என் அபிப்பிராயம். காமம் தாண்டி சமூக விதி மீறிய உறவுகள் தொடர்ந்து உங்கள் புனைவுகளில் பேசப்படுகிறது. சமூகத்தை ஊடுருவிப் பார்க்கும்போது நம்மைச் சுற்றி இதெல்லாம் நடந்து கொண்டிருக்கிறது என்பது புலப்படும். அவ்வளவு ஏன், தினத்தந்தியை ஒரு வாரம் வாசித்தாலே போதும். நாமே கள்ளக்காதலில் இருப்பதான பிரமை தட்டும். உங்கள் எழுத்தின் முக்கியக்கூறாக இந்த விதி மீறல் குறித்த விஷயங்களைப் பார்க்கிறேன்.

சுவாரஸ்யமான கேள்வி. என் எந்தப் படைப்பையும் வாசிக்காமல், இந்த நேர்காணலின் மற்ற கேள்விகளையும் வாசிக்காமல் இதை மட்டும் படிக்கும் ஒரு வாசகருக்கு நான் முழுக்க முழுக்க கொக்கோகம் எழுதும் ஒருவன் என்பதாய்த் தோன்றும். உண்மையில் நான் அவ்வளவு எழுதி இருப்பதாகத் தோன்றவில்லை. நான் எழுத வேண்டும் என ஆசைப்படுளமவு கூட இன்னும் எழுதவில்லை. இன்னும் நிறைய எழுதுவேன். ஒருவேளை வயது கூடக்கூடக் காமம் பற்றிய இன்னும் வேறு பார்வைப் புள்ளிகள் கிட்டுமோ என்னவோ. அப்போது அவற்றையும் எழுதிப் பார்ப்பேன்.

எழுத்தாளனால் காமத்தை எழுதாமல் இருக்க முடியாது என ஒப்புக் கொள்கிறேன். அதே போல் எழுத்தாளனால் உறவுகளைக் குறித்தும் எழுதாமல் இருக்க முடியாது. உறவு என்றால் என்ன? ஒன்று சக ஆணுடனான உறவு அல்லது சக பெண்ணுடனான உறவு. இதில் நான் முதலாவதைத்தான் நிறைய எழுதி இருக்கிறேன். பாலுறவு சார்ந்த உறவைச் சொல்லவில்லை. ஆணுக்கு ஆணோடு இருக்கும் நட்பையும், நட்பு சிதைதலையும் திரும்பத் திரும்ப எழுதி இருக்கிறேன். அதேபோல ஆணுக்குப் பெண்ணோடு இருக்கும் நட்பையும், நட்பு சிதைதலையும் எழுதி இருக்கிறேன். ஒரே வித்தியாசம் பெண்ணுடனான நட்பு இயல்பாகவே அடுத்த நிலைக்கு நகர்வதற்கான வாய்ப்பு இருக்கிறது.

நான் காமத்தைப் பாலுணர்வுச் சித்திரமாக மட்டும் என் கதைகளில் பதிவு செய்யவில்லை. எந்த அளவில் காமம் எழுதப்பட வேண்டியதாக இருக்கிறதோ, அந்த அளவுக்கு மட்டும்தான் எழுதி இருக்கிறேன். அதைத் தாண்டி, கிளுகிளுப்பு ஊட்டுவது போல் ஓரிடத்தில் கூட போகவில்லை என உறுதியாகச் சொல்ல முடியும். காமம் தொடர்பான விசாரணையை உருவாக்கும் விதமாகவே நான் சில பாத்திரங்களை, சந்தர்ப்பங்களை கதைகளில் உருவாக்கி இருக்கிறேன். உதாரணமாக காளை மாட்டுக்குப் பசுவின் மீது உண்டாகக்கூடிய காதல் என்பது அதன் மடுவைப் பார்த்து அல்ல என ஓரிடத்தில் எழுதி இருக்கிறேன். பாலுணர்வு என்பது மற்ற உயிரினங்களுக்கு எல்லாம் உடல் சார்ந்ததாக மட்டும் இருக்கும்போது.

மனிதனுக்கு மட்டும் மனம் சார்ந்ததாகவும் மாறுவது தொடர்பான ஆச்சர்யம் எப்போதும் இருந்து கொண்டே இருக்கிறது. பருவம் தவறி ஒரு நான்கு கால் பிராணி இன்னொரு நான்கு பிராணியை இணையாகத் தேடி ஓடாது. ஆனால் மனிதனுக்கு வருடத்தின் எல்லா நாளுமே காமத்துக்கு இசைந்த நாளாக இருக்கிறது. இது ஓர் ஆச்சரியம். இது எப்படி நடந்தது? ஏன் நடந்தது? அப்படியானால் அது உடலின் தேவையால் மட்டுமல்ல, மனதில் பதிந்திருக்கும் பிம்பங்களின் காரணமாகவும்தான். காமம் தொடர்பான ஒரு மாறாத பிம்பம் நம் மனதில் இருக்கிறது, அப்பசியைத் தீர்ப்பதற்கான இடத்தை நோக்கி போய்க்கொண்டே இருக்கிறது மனித குலம். இதைப் பற்றித்தான் பேச நினைக்கிறேன்.

10. சென்ற கேள்வியின் தொடர்ச்சியாக ஒரு விஷயம். காமத்தை, விதிமீறல்களைப் பற்றியதாக இருந்தாலும் ஜி. நாகராஜன் போல விளிம்புநிலை மனிதர்களைப் பற்றியதாக அல்லாமல் நாம் தினசரி சந்திக்கக்கூடிய மனிதர்கள் குறித்ததாக உங்கள் புனைவுகள் அமைகின்றன. ஓர் ஆரம்ப நிலை வாசகனுக்கு உங்கள் எழுத்து தரும் அதிர்ச்சியே அதுதான். ஒருவகையில் அதுவே அவனுக்கான வசீகரமும் கூட. மிக மிக மேலோட்டமாக ஒப்பிட்டால் கே.பாலசந்தர் சினிமாவில் இதைத்தான் செய்தார். இதைக் கனமான கூறாக் கருதுகிறீர்களா?

இதில் இரண்டு பெயர்கள் பயன்பட்டிருக்கிறது. ஒன்று ஜி. நாகராஜன், இன்னொன்று கே. பாலசந்தர். இவர்கள் இருவரும் ஒரே கேள்வியில் இடம்பெறும் சந்தர்ப்பம் பத்து வருடங்கள் முன் சிற்றிதழ்ச் சூழலில் இருந்திருக்குமா எனக் கேள்வி எழுகிறது எனக்குள்!

ஜி.நாகராஜன் எழுத்திலிருக்கும் சரளத்தன்மை, so-called பிறழ்வுகள், கே.பாலச்சந்தர் படங்களிலிருக்கும் சரளத்தன்மை, பிறழ்வுகளைக் காட்டும் தைரியம் - இந்த இரண்டு தவிர இவர்களுக்குள்ளேயே எந்த ஒற்றுமையும் இல்லை. என்னிடம் இக்கேள்வி வருவதையும் அப்படியேதான் பார்க்கிறேன். என் எழுத்தில் இருக்கும் சரளத்தன்மையும் பிறழ்-

வுகளை நான் காட்டிய தொனியும் காரணமாக இருக்கலாமோ என்று தோன்றுகிறது. இரண்டு பகுதியாக பதில் சொல்லலாம் என நினைக்கிறேன். ஜிநாகராஜன் எனக்கு மிக அபிமானமான எழுத்தாளர். மதுரையைப் பற்றி மிக அழகாகச் சித்தரித்த எழுத்தாளர்களுள் ஒருவர். மதுரை வட்டாரத்தைக் களமாக வைத்து எழுதும் தைரியத்தை எனக்கு அளித்தவரும் அவர்தான்.

ஜி.நாகராஜன் விளிம்பு நிலை மனிதர்களைப் பற்றி எழுதி இருந்தாலும் அவரிடம் ஒரு wishful thinking இருந்தது - இதெல்லாம் இப்படி இல்லாமல் இருந்திருந்தால் நன்றாக இருந்திருக்குமே! என்கிற மாதிரி. குறத்தி முடுக்கில் தங்கம் சொல்வாள் - "நடந்ததெல்லாம் நடக்காம இருந்திருக்கணுங்க". இதுதான் நாகராஜனின் மொத்தக் கதையுலகத்தின் அடியோட்டம். அதன் மேல் அவருக்குப் புகார் இல்லை. ஆனால் அனுதாபம் உண்டு. அந்த அனுதாபம் எங்கிருந்து வருகிறதென்றால், அது அல்லாத மாற்று உலகத்தில் எல்லாமே சுபிட்சமாகவும், நேர்மையாவும், நேர்மறையாவும், நன்றாகவும் இருக்கும்போது இது மட்டும் இப்படிக் கழிசடையாக இருக்கிறதே, ஐயோ பாவம் என்ற பச்சாதாபம்தான் நாகராஜனின் அடியோட்டம்.

கே.பாலசந்தரிடம் இதெல்லாம் காட்டி இன்னும் கொஞ்சம் கிளுகிளுப்பு ஏற்றலாம் என்ற நம்பிக்கைதான் இருக்கிறது. அதைத் தாண்டி அது தொடர்பான அக்கறையும், சரி செய்ய வேண்டும் என்ற ஆசையும், குறைந்தபட்சம் பச்சாதாபமும் இருப்பதாய் நான் நினைக்கவில்லை. என்னுடைய படைப்புலகத்தை இவர்கள் இருவரையும் ஒப்பிட்டுக்கேட்கும்போது நான் எங்கே வித்தியாசப் படுகிறேன் என்றால், என்னுடைய உலகம் amoral ஆனது. நான் அறத்தையும் பேசவில்லை, அறப்பிறழ்வையும் பேசவில்லை. அறத்தையும் முன்வைக்கவில்லை, அதற்கு எதிராக நடந்து கொண்டிருக்கிறதே என்ற ஆதங்கத்தையும் முன்வைக்கவில்லை. இப்படி இரண்டாகப் பார்க்க வேண்டியதே இல்லை என்ற ஒரு தளம் உண்டு, ஒரு neutrality உன்டு. நான் அங்கிருந்துதான் பேச முயல்கிறேன்.

அங்கிருந்து பேசுகையில் நான் அறத்தின் ஆளாகவும் இல்லாமல் அறமின்மையின் ஆளாகவும் இல்லாமல் இருப்பதுதான் நீங்கள் சொல்லும் அந்தப் புது வாசகர்களை அதிர்ச்சிக்கு உள்ளாக்குகிறது. இவன் என்னதான் சொல்லவருகிறான் என்ற குழப்பத்தைத் தருகிறது. இந்த amorality புதிய வாசகனுக்கு வசீகரமாய்ப் படுகிறது என்றால் சந்தோஷமே. ஏனெனில் அறத்தின் சார்பாகப் பேச ஆரம்பித்தால் அதற்குத் தகுந்தாற் போல் சம்பவங்களை, அவற்றினுள் ஓடும் உணர்வோட்டங்களைத் திருக ஆரம்பிப்பேன். இந்த நிகழ்வுக்கு எதிரான ஒரு மனப்போக்கை நிறுவும் ஆளாக இருப்பேன். ஒருவேளை அறமின்மை - அதுதான் பின்நவீனத்துவம் என நம்புகிறேன் எனில் இதை ஒரு பெரிய celebration-ஆக "பார்த்தியா! அவன் தப்பு பண்ணிட்டான், இவன் தப்பு பண்ணிட்டான், வா நாமும் தப்பு பண்ணுவோம், தப்புதானே, யார் செய்தால் என்ன?" என்பது மாதிரியான கிளுகிளுப்பை, பரபரப்பை உருவாக்கும் ஆளாக இருந்திருப்பேன். நான் இரண்டையுமே செய்யவில்லை.

இந்த amorality யில் பார்ப்பவன் கண்களிலிருந்து ஒரு நிறம் நிகழ்வின் மீது பீய்ச்சி அடிக்கப்பட்டு அந்த நிறம் தனக்குத் தெரிவது போன்றதான ஒரு பாவனை இருக்கிறது. அதை நோக்கித்தான் பேசுகிறேன். உண்மையில், புற உலகின், உறவுகளின் சகல அலகுகளுமே நிறமற்றுத்தான் இருக்கின்றன - பார்க்கும் கண்கள் வழங்கும் வண்ணத்தையும் பெறுமானத்தையும் ஏற்கும் விதமாக. மட்ஸுவோ பாஷோவின் கவிதை ஒன்று, எனக்கு மிகவும் பிடித்தது: நேற்றிரவும் அல்ல / இன்று காலையும் அல்ல - / பூசணிப் பூக்கள் மலர்ந்தது.

11. உங்கள் எழுத்தில் பிடித்ததற்கு பிறகு வருகிறேன். முதலில் பிடிக்காதது. உங்கள் முதல் நாவலான குள்ளச்சித்தன் சரித்திரம். மாற்றுமெய்மை அதன் மையச்சரடு என்பது ஒரு நாத்திகனான எனக்கு அத்தனை உவப்பானதல்ல என்பதை ஒரு காரணமாகக் கொண்டாலும், அதையும் தாண்டி கலாப்பூர்வமாகவும் அதன் மீது விமர்சனங்கள் உண்டு. ஜெயமோகன் சொல்வது போல் மாய யதார்த்தப் படைப்பாக அதை என்னால் பாவிக்க இயலவில்லை. அதன் சில யுவன் சந்திரசேகர் பாணிச் சம்பவங்கள் மற்றும் நடை தவிர அது ஒரு மாய மந்திரப் புனைவாகவே எனக்குத் தோன்றுகிறது. உங்களுக்கு அது திருப்தியளித்த படைப்பா? முதல் நாவலாக எழுத ஏன் அதைத் தேர்ந்தெடுத்தீர்கள்? இன்று அதன் இடம் என்ன என நினைக்கிறீர்கள்?

ஒரு கேள்விக்குள் பன்னிரண்டு கேள்வி இருக்கிறது!

நாத்திகம் என்பது பற்றி முதலில் பேசுவோமா? நீங்கள் உங்களை நாத்திகர் எனப் பிரகடப்படுத்திக் கொள்கிறீர்கள். வைதீகப் பழமாகத் துலங்கும் இன்னொருவர் தன்னை ஆத்திகர் எனச் சொல்லிக் கொள்கிறார். இரண்டு எல்லைகளுமே பாக்கியவான்களுக்கு உரியவை. இரண்டு பேரையும் பார்த்தால் பொறாமையாக இருக்கிறது. எல்லாவற்றிலுமே இரண்டுங்கெட்டான்களாக இருக்கும் தீனர்களின் பெருந்தொகுப்பில் இருக்கும் கடைசி ஆள் என்றே என்னைக் கருதிக்கொள்கிறேன்.

இப்படி ஒரு determination, ஒரு தீர்மானத்திற்கு வந்து விட்டோம் எனில் காரியங்களை அதற்குத் தக்கவாறு

நடத்திக் கொண்டே போகலாம். இரண்டின் மேலேயும் அவநம்பிக்கை இருக்கக்கூடிய ஆளை எங்கே பொருத்துவது? சார்ந்திருக்க எதுவுமே இல்லாதிருக்கும் ஒரு தனியன் - அவனை எங்கே பொருத்துவது?

அறிவியல், ஆன்மீகம் - எதன் மீதும் சாய்ந்து நிற்காத ஓர் ஆள்தான் என் எழுத்தில் பதிவாகிக்கொண்டே இருக்கிறான். இப்படி ஒரு மனநிலைதான் அந்தக் கதாபாத்திரங்களையும், அவர்களுடைய கிலேசங்களையும், பீதிகளையும், சந்தோஷங்களையும், நிறைவுகளையும் உற்பத்தி செய்கிறது. அதைக் கேள்விக்குட்படுத்த முடியாது என்றுதான் தோன்றுகிறது. இந்தியாவின் பிரதம மந்திரி ஒருவர் தன்னை agnostic என்று சொல்லிக் கொண்டார். ஆனால் ஓர் சாதாரண எழுத்தாளனுக்கு அந்தச் சலுகை இல்லை என்பது பயமாக இருக்கிறது. நாம் என்ன செய்து கொண்டிருக்கிறோம்?

ஒரு விஷயத்தை அழுத்திச் சொல்லவேண்டும். நான் எதையும் சாராதவன். நடைமுறைத் தேவைகள், நிர்ப்பந்தங்களின் பொருட்டு வேறு வேறு அமைப்புகளுக்குள் சிக்கியிருக்கிறேன். மற்றபடி, அந்தரத்தில் இருக்கும் தனியன் என்ற உணர்வே எனக்குள் எந்நேரமும் மேலோங்கியிருப்பது. அடுத்து, குள்ளச்சித்தன் சரித்திரம் பற்றிச் சொல்கையில் அதில் யுவன் சந்திரசேகர் பாணிச் சம்பவங்கள் என்ற phrase-ஐப் பயன்படுத்தினீர்கள். அப்படி ஒரு பாணிச் சம்பவங்களை தமிழ் எழுத்துலகத்தில் நான் புழங்க விட்டிருக்கிறேன் எனக் கேட்கவே உற்சாகமாக இருக்கிறது, ஆச்சரியமாகவும் இருக்கிறது.

நல்லவேளை, நீங்கள் அப்படிச் சொன்னீர்கள். சிலர் அதை சேஷாத்ரி சுவாமிகள் பாணி சம்பவங்கள், ஜே.கிருஷ்ணமூர்த்தி பாணி சம்பவங்கள் என்றெல்லாம் சொல்கிறார்கள். அவை நடைமுறை அறிவியல் மனோபாபாவத்திற்கு மாற்றாய் இருக்கும் சம்பவங்கள் என்பதே என் கருத்து. இது போல் மாற்றாய் இருக்கும் சம்பவங்களைப் பற்றிப் பேச இரண்டு துறைகளுக்குத்தான் அருகதை உண்டு. ஒன்று அறிவியல். அது தான் கட்டமைத்த நம்பிக்கைப் புலத்தைத் தானே மீறிப் பார்க்கும் தைரியமும், ஆர்வமும் கொண்டது. அதன் விசாரணை முறையின் தன்மையே அதுதான்.

அடுத்தது ஆன்மீகம். அறிவியல் ஒரு கால, வெளிச் சட்டகத்தை எனக்கு நிறுவிக் கொடுத்திருக்கிறது. அதை நான் நம்புகிறேன். உதாரணமாக இன்று ஞாயிற்றுக்கிழமை. இதற்குப் பிறகு திங்கட்கிழமைதான் வரும். ஒருபோதும் செவ்வாய்க்கிழமையோ சனிக்கிழமையோ வராது என்பது இந்த அறிவியல் மனோபாவம் வடிவமைத்துக் கொடுத்த தர்க்கப்பூர்வமான கிரம சட்டக முறை. இதை மீற ஓர் அறிவியலாளன் முயற்சி செய்யலாம். Time travel. எதிர்காலத்திற்கோ பழங்காலத்துக்கோ போவதற்காக ஓர் எந்திரத்தை வடிவமைப்பது. அங்கே போகும் போது இருக்கும் மனோநிலை, அச்சங்கள், கிளர்ச்சிகள் பற்றி அவன் பேச முயற்சிக்கலாம்.

ஆன்மீகமும் இதை முயற்சி செய்யலாம். ஆன்மீகம், தத்துவம் போன்றவைதாம் மனத்தின் இண்டு இடுக்குகள் பற்றிப் பேசுகின்றன. உளவியல் என்ற சட்டகத்தின் வழி அறிவியல் மனம் பற்றி பேச ஆரம்பிக்கும் போது கடந்த காலம், நிகழ்காலம், எதிர்காலம் என்ற முப்பட்டை அமைப்பு; அங்கே x இங்கே என்ற வெளித் தொலைவு - இவை இரண்டையும் மாறாமல் வைத்துக்கொண்டு அதை ஆராய முனைகிறது. இதெல்லாமே இல்லை என்று சொல்ல ஆன்மீகத்துக்கும் தத்துவத்திற்கும் தைரியம் உண்டு. ஏனெனில் அவை தர்க்கப்பூர்வமாய் எதையும் நிறுவிக்காட்டும், அல்லது செய்துகாட்டும் நிர்ப்பந்தத்துக்குள் சிக்கிக் கொள்ளவில்லை.

புனைவுப் பீறல்களை நிஜம் போலவே சொல்லிக் காட்டலாம். அப்படி நடந்தால் உள்ளே நிலைப்பட்டிருக்கும் கால அமைப்பு, இட அமைப்பு என்னவாகத் தென்படும்? ரிச்சர்ட் பாக்கின் Illussions நாவல் படித்த போது எனக்குக் கிடைத்த ஓர் அனுபவம்: ஒரு கதாபாத்திரம் சுவரை அப்படியே துளைத்துச் செல்லும். பௌதீக அறிவுப்படி சுவர் என்பது திடப்பொருள். அப்படியான அறிணைப் பொருளை ஓர் உயிர்ப்பொருள் ஊடுருவிச் செல்ல முடியாது. பாறையை இளக்கி செடி நீள்கிறதுதான் - ஆனால் அதற்கு எடுக்கும் காலம் எவ்வளவு! Illuusions ஸிலோ, ஒருவன் சுவரை ஊடுருவிப் போய்விட்டான். எழுத்தாளன் சொல்லி விட்டான் என்றால் நம்பித்தான் ஆக வேண்டும். அந்நம்பிக்கையின் பேரில் எனக்குள் ஸ்திரப்பட்டிருக்கும் என்னுடைய இட, கால அமைப்பு என்னவாகிறது என்கிற கேள்வி மிக முக்கியமானது. இந்தக் கேள்வியை முன் வைக்க மாயாதீத சம்பவங்களின் வழியே பயணப்பட வேண்டி இருக்கிறது.

மாயமந்திரப் புனைவுகளின் ஒரு குறிப்பான, சிறப்பான அம்சம் - பொதுவான, நிறுவப்பட்ட கால - வெளிக் கட்டமைப்பை அவை அசைத்துப் பார்க்கின்றன என்பது. தமிழ்ச் சூழலைப் பொறுத்தவரை ஒரு விசித்திரமான வயிற்றெரிச்சல் என்னவெனில் ஆன்மீகம் என்ற சொல் விழுந்தவுடனே அது ஒரு மதத்துடன் போய் ஒட்டிக் கொள்கிறது. உலகில் வேறு எங்குமே அப்படிப் பார்ப்பதாகத் தெரியவில்லை. கார்லோஸ் காஸ்டநெடா, கென் வில்பர், ரிச்சர்ட் பாக் போல் ஆட்கள் ஆன்மீக விவாதங்களில் இறங்கும் போது அவர்கள் மீது கிறிஸ்துவத்தைப் போட்டுப் பார்ப்பதில்லை. ஒரு சூபி ஞானியின் சொற்கள் காதில் விழுகையில் அதன்மீது இஸ்லாமியத்தைப் போட்டுப் பார்ப்பதில்லை.

ஜென், தாவோ தொடர்பாகப் பேசும் போது அதை பௌத்தத்துடன் நேரடியாக இணைத்துப் பார்ப்பதே இல்லை. ஜென்னில் உள்ள புதிர்த்தன்மையை மட்டும் தமிழ் மனம் ஆசையாய்ப் பேசுகிறது. ஆனால் ஆன்மீகம் என்ற சொல்லுக்கு தமிழில் இப்படியொரு connotation வந்திருக்கிறது. இதன் காரணமாக இதற்குள் மட்டும்தான் நீ பேச வேண்-

டும், இந்தச் சட்டகத்துக்கு மட்டும்தான் நீ விசுவாசமாகப் பேச வேண்டும் என ஓர் எழுத்தாளனை நிர்ப்பந்திப்பது தான் நடக்கிறது.

'பிரம்மாண்டமான சிறகுகள் கொண்ட கிழவன்' என மார்க்கேஸ் கதை எழுதி விட முடிகிறது. பிரேதத்தின் உடலில் ரோமம் வளரும் கால அலகு பற்றிப் பேச முடிகிறது. அவற்றை கிறித்தவ நம்பிக்கைகளோடு யாரும் உழப்பிக் கொள்வ-தில்லை. கிறித்துவத்தில் இருக்கும் தேவதைகள் போல இந்தக் கிழவன் என்ற interpretation இருப்பதாக எனக்குத் தெரியவில்லை. ஆனால் தமிழ்ச்சூழலில் மட்டும் இதெல்லாம் நடக்கும். இதை எல்லாம் பொருட்படுத்தினால் காலம் தொடர்பாகவும், இடம் தொடர்பாகவும் நமக்கு இருக்கக்கூடிய குழப்பங்கள், நடைமுறை விசாரணைகள் இவற்றை எப்படித்தான் எழுத்தில் செய்து பார்ப்பது? இதைப் பொருட்படுத்த வேண்டிய அவசியம் இல்லை என்ற முடிவுக்கு பத்தாண்டுகள் முன்பே நான் வந்தாயிற்று, இன்று வரை செய்து கொண்டிருக்கிறேன்.

குள்ளச்சித்தன் சரித்திரம் பற்றி நீங்கள் கேட்கிறீர்கள். 'சித்தர் மரபு இப்படி எல்லாம் செய்யாதே, இது சித்தர் மரபு சார்ந்த புத்தகம் அல்ல' என ஒரு நண்பர் கோபமாக என்னிடம் வாதிட்டார். சித்தர் மரபு சார்ந்த புத்தகம் என எந்த இடத்திலாவது சொல்லப்பட்டிருக்கிறதா? சில சித்தர்கள் வந்து போனார்கள் என்பதால் அது சித்தர் மரபு சார்ந்த புத்தகம் ஆகாது. அப்படிப் பார்த்தால் நகரத்தார்தான் இதன் பிரதானமான கதைமாந்தர். அதற்காக இது நகரத்தார் பற்றிய நாவல் என ஒருவர் எடுத்துப் பேச முடியுமா என்ன? அபத்தமாக இருக்கிறது. நாவல் என்பது ஒரு totality. அந்த முழுமைக்குள் உங்களுக்கு வாகான ஒரு பகுதியை மட்டும் எடுத்துக்கொண்டு இப்படி இல்லையே, அப்படி இருக்கிறதே என்று பேசுவது எனக்கு நியாயமாகப் படவில்லை. அது ஒரு விமர்சனம் என்றும் தோன்றவில்லை.

கடைசியாக, நீங்கள் கேட்டது. இதை ஏன் முதல் நாவலாகத் தேர்ந்தெடுத்தீர்கள். நான் ஆரம்பத்திலிலேயே சொன்-னேனே, தோன்றுவதை, தோன்றும்போது, தோன்றும் விதமாக எழுதுவது என்னுடைய சுதந்திரம் என்று நம்புகிறேன். அதற்காகத்தான் பாப்புலர் மீடியாவின் பக்கம் போகாமல் இருக்கிறேன். அங்கே போனால் இந்த சுதந்திரம் குன்றும் என்று தோன்றுகிறது. அதற்கான அவசியம் இல்லை. அதற்கான புறத்தேவையோ அகத்தேவையோ இல்லை என்ப-தால் இவ்விதமாக செயல்பட்டுக்கொண்டிருக்கிரேன். குள்ளச் சித்தன் சரித்திரம் முதல் நாவலாக வந்தது எதேச்சையான விஷயம். அதைத்தான் முதல் நாவலாக எழுத வேண்டும் என்று திட்டமிட்டெல்லாம் நடக்கவில்லை.

12. இந்தக் கேள்வி கேட்டதன் காரணம் நான் என்னுடைய முதல் கவிதைத் தொகுப்பு எதுவெனத் தீர்மானிக்க வேண்டி வந்த போது என் முன் மூன்று முழுமையான வெவ்வேறு தொகுப்புகள் இருந்தன. முதல் கவிதைத் தொகுப்பு என்பது என் அடையாளத்தைத் தீர்மானிப்பதாக அமையும். நான் பரத்தை கூற்றை அதன் சமூக ப்ரக்ஞைக்காகவும், அதிர்ச்சி மதிப்புக்காகவும் தேர்ந்தெடுத்தேன். அதை வைத்துக் கேட்கிறேன்.

அதிர்ச்சி மதிப்பீடு, அல்லது ஒன்றின் மூலமாக அறியப்படுவது இவை குறித்து ஒன்று சொல்ல நினைக்கிறேன். என்-னுடைய மிக நல்ல கவிதை என நான் நினைக்கும் ஒன்று ஒரு சின்னப் பத்திரிகையில் பிரசுரம் கண்டது. புதுக்-கோட்டையிலிருந்து 'ஒரு' என்ற பத்திரிகை. அப்போது நான் மதிக்கும் ஒரு தமிழ்க்கவிஞர் 'என்னய்யா "இந்தக் கவிதையைப் போய் அந்தப் பத்திரிக்கைக்குக் குடுத்துட்டே, காலச்சுவடுக்குக் கொடுத்திருக்கலாமே?" எனக் கேட்டார் (அப்போது சுந்தர ராமசாமியின் ஆசிரியத்துவத்தில் காலச்சுவடு வெளிவந்து கொண்டிருந்தது.).

எனக்கு அப்படித் தோன்றவே இல்லை. என் கையில் ஒரு கவிதை இருக்கிறது. யாரோ ஒரு நண்பர் கேட்கிறார், கையிலிருப்பதை அனுப்புகிறேன், அவ்வளவுதான். பிறகு சுந்தர ராமசாமி கேட்கும்போது, அல்லது அவருக்கு அனுப்-பத் தோன்றும்போது, அந்தச் சமயம் கையிலிருக்கும் ஒன்றை அனுப்புவேன். இதை இங்கே அனுப்பினால் க்ளிக் ஆகும் என்பது போன்ற கணக்குவழக்குகள் இன்று வரை என்னிடம் இல்லை. கடைசிவரை இருக்காது என்றே நம்-புகிறேன்.

என்னுடைய முதல் தொகுப்பை with a bang கொண்டு வர வேண்டும் என ஆசைப்பட்டிருந்தால் அந்தத் தொகுப்பைக் கொண்டு வந்திருக்கவே மாட்டேன். அது வரவில்லை என்றால் அடுத்த தொகுப்பும் வந்திருக்காது. முதல் கவிதைத் தொகுதி வந்த போது கையெழுத்துப் பிரதியில் 200 கவிதைகள் வரை எழுதி வைத்திருந்தேன். அப்போது கவிதை மட்டுமே எழுதிக் கொண்டிருந்தேன். அபரிமிதமான எண்ணிக்கையில். 200ல் 60 கவிதைகள் வரை பிர-சுரமாகி இருந்தன. அவற்றில் 30 - 35 கவிதைகள் தேர்ந்தெடுத்துத் தொகுப்பாகக் கொண்டு வந்தேன். காணாமல் போன 25 - 30 கவிதைகள் பிரசுரமானவை தான் ஆனாலும் தொகுப்பில் சேர்த்துக் கொள்ளவில்லை. ஏன் என இப்போது சொல்லத் தெரியவில்லை.

ஆனால் ஏதோவொரு தெளிவு அல்லது தீர்மானம் (அல்லது குழப்பம்!) காரணமாக அவற்றைச் சேர்க்கவில்லை. அதுபோலவே, இன்னும் தொகுப்பாக வெளிவராத ஆனால் பிரசுரமான சுமார் பத்து சிறுகதைகள் இருக்கிறது. அப்படி ஒரு கதை எழுதினோம் அல்லவா என்ற அளவில் ஞாபகம் இருப்பவை. யுவன் சந்திரசேகர் என்கிற ஆளுடைய எழுத்துப் பரப்பின்வெளி ஓரத்தில் ஒட்டி இருக்கக்கூடிய அல்லது இந்த எழுத்துப்பரப்புக்கு தூண்டுகோலாக இருக்கும்

ஒரு spring board எனும் அளவில்தான் அவற்றுக்கு முக்கியத்துவம். அவற்றைப் பெரிதுபடுத்த வேண்டியதில்லை.

13. சில சிறுகதைகளிலும் (உதா: நான்காவது கனவு) குள்ளச்சித்தன் சரித்திரம், வெளியேற்றம் போன்ற நாவல்களிலும் தொடர்ந்து மாற்று மெய்மை பற்றி எழுதி இருக்கிறீர்கள். ஜெயமோகன் நிழல்வெளிக் கதைகள் எழுதி இருக்கிறார் என்றாலும் அவர் அவற்றில் நம்பிக்கை கொண்டதான பிம்பம் வரவில்லை. தொடர்ந்து அவரது ஆன்மீக நிலைப்பாடுகள் பற்றி அவர் எழுதி வருவது காரணமாக இருக்கலாம். நீங்கள் அவற்றைத் தெளிவுபடுத்தலாம். வெளியேற்றம் நாவலின் பின்னுரையில் மாற்று மெய்மை போன்ற விஷயங்களை நம்புவதாகக் குறிப்பிட்டிருந்தீர்கள். அதைப் பற்றிய உங்கள் அனுபவங்களைச் சொல்லுங்கள்.

என் படைப்புகள் பற்றி விரிவாகப் பேசுவதில் எனக்கு அவ்வளவாக ஆர்வம் கிடையாது. ஆனால் வாகாக இருக்கும் என்பதால் ஓரிண்டு கதைகளை மேற்கோள் காட்டுவதில் தவறில்லை என நினைக்கிறேன். குறிப்பேடு என்ற கதையில் வெள்ளைக்கார துரையின் அறைக்கு ஒரு பெண் ஆவி ரூபத்தில் வந்து போவாள், மறுநாள் கொலுசு மட்டும் அங்கே கிடக்கும். இதுபோல் நடக்க சாத்தியம் உண்டா எனக் கேட்டால், 'இதற்கு அப்பனானதெல்லாம் எனக்கே நடந்திருக்கிறது' என்று உங்கள் பக்கத்து வீட்டுக்காரரே சாட்சியம் சொல்வார். இந்திய மண்ணில் ஊறியிருக்கும் நம்பிக்கைகள் மற்றும் குறளிகளின் தன்மையும் வீச்சும் அத்தகையது. கால - வெளி நிர்ணயம் தொடர்பாக எழும் ஐயங்களைப் பேசுவதற்கு வாகாக இருக்கக்கூடியவை.

இப்போதைய எழுத்துமுறையில், முதன்முதலாக நான் எழுதிப் பிரசுரமான புனைகதை 23 காதல் கதைகள். அதில் இது போன்ற மாற்று மெய்மை சமாசாரம் ஏதும் இருந்த நினைவில்லை. ஆனால் அதற்கு நிகரான, பேண்ட்டஸி போலவே தென்படுகிற அம்சம் கொண்ட கதை ஒன்று உண்டு. அதன் கடைசிக்கதை. கிருஷ்ணன் ஒரு பெண்ணிடம் நாம் திருமணம் செய்து கொள்ளலாமா' என்று கேட்டிருப்பான். அவள் 'வேண்டாம், நண்பர்களாகவே இருப்போம்' என அந்தக்கால ரொமான்டிக் நாயகியின் பாணியில் சொல்லி விடுவாள். இவனுக்குத் திருமணம் எல்லாம் ஆன பிறகு அவளை ஒரு பொருட்காட்சியில் சந்திக்கும் போது அவள் சொல்வாள்: "அன்று திருமணத்துக்கு ஒப்புதல் சொல்லக் கிளம்பி வந்தேன், ஆனால் இந்திரா காந்தியை சுட்டுக் கொன்று விட்டதால் கலவரம், கடையடைப்பு, திரும்பிப் போய்விட்டேன்".

இதில் உள்ள பேண்ட்டஸித்தனமான அம்சம் என்னவென்றால், கதைசொல்லியான கிருஷ்ணன் இருக்கிறான், அதே ஊரில் நான்கு பேருந்து நிறுத்தம் தள்ளி அவளும் இருக்கிறாள். தன் வாழ்க்கையின் மிக முக்கியமான முடிவைச் சொல்ல வந்து கொண்டிருக்கிறாள். எங்கோ டெல்லியில் பிரதம மந்திரி கொல்லப்பட்டதினால் இந்தியா முழுக்க ஒரு restlessness உருவாகிறது. அதன் ஒரு சொட்டு, ஒரு தனி மனிதனின் வாழ்க்கையில் வீழ்ந்து இப்படி ஒரு நிரந்தர மாறுபாட்டை உருவாக்கி விடுகிறது. மொத்தமாக மடை மாற்றி விட்டுவிடுகிறது. இதற்குப் பின்னால் இருக்கக்கூடிய வலைப்பின்னலை சாதாரணமாக ஒருவர் யூகிக்க முடியாது. ஆனால் இது நிஜமாகவே நடந்தபின் "அடேயப்பா!" என்று பிரமிக்கலாம்!

இன்னொரு விஷயமும் சொல்லலாம். இங்கிருந்து கோவில்பட்டிக்கு தேவதச்சனைச் சந்திக்கப் போகிறேன் என்றால் என்னென்ன அம்சங்களை எல்லாம் கணக்கில் எடுப்பேன்? அலுவலகத்தில் எத்தனை நாள் விடுமுறை எடுக்க முடியும்? என்ன விதமான சௌகர்யங்களுடன் நான் பயணித்தால் அடுத்த நாள் அவருடன் நிம்மதியாய் அமர்ந்து பேச முடியும்? என் பையில் எவ்வளவு பணம் இருக்கிறது? என் ஆரோக்கியம் எப்படி இருக்கிறது? அப்போதைய தட்பவெப்பம், இப்படி எத்தனையோ விஷயங்களை யோசித்து கணக்கில் கொண்டு ஒரு முடிவெடுத்து பயணச்சீட்டு எடுத்து வண்டி ஏறி விடுகிறேன். ஆனால் திருச்சி பக்கம் என் ரயில் தடம் புரண்டு விடுகிறது. மறுநாள் மதியம்தான் கோவில்பட்டி போய்ச் சேருகிறேன். இதன் பின்னாலேயும் ஒரு statistics செயல்பட்டிருக்கிறது, இந்தியாவில் இத்தனை ஆயிரம் ரயில்களுக்கு ஒரு ரயில் தடம் புரள்கிறது என்று துல்லியமான புள்ளி விவரம் இருக்கிறது. எடுத்துப் பார்த்தால் அதற்கான due date அது. அந்த ரயிலில்தான் நான் போயிருக்கிறேன். ஆனால் அது எனக்குத் தெரியாது.

இது போல் அறிவியல்பூர்வமான, புள்ளிவிவரப்பூர்வமான ஒரு தற்செயல் நிகழ்வு நடக்கும் போது அதற்குப் பின்னாலிருக்கும் வலைப்பின்னல் தெரிய ஆரம்பிக்கிறது. அது பற்றிய யோசனை ஆரம்பிக்கிறது. அதன் மூலம் அந்த வலைப்பின்னலை நான் சார்ந்திருப்பவன், முழுக்க நம்புபவன் என அர்த்தம் ஆகி விடுகிறது. நடைமுறையான சம்பவங்களுக்குக் கூட குறி கேட்கப்போகும் நண்பர்கள் இருக்கிறார்கள். நான் அது போல் ஏதும் செய்வதில்லை. அப்படிச் செய்வதுதான் இதற்கான நிரூபணம் என்றால் நான் அதைச் சார்ந்தவன் இல்லை என்றாகி விடுகிறது. ஆனால் அவற்றைக் கதையாக எழுதுகிறேனே, நம்பாமல் அதை எழுதுவேனா எனக் கேட்டால் முழுக்க அதில் நம்பிக்கை உள்ளவன் ஆகி விடுகிறேன்.

நான் இதில் நம்பிக்கை இருப்பவனாகவோ இல்லாதவனாகவோ இருப்பது வாசகனுக்கு ஒரு பொருட்டே கிடையாது என்றுதான் நினைக்கிறேன். மிஞ்சிப் போனால், இன்னும் 20 - 30 வருடம் இருப்பேனா? ஆனால் என் புத்தகம் அதற்குப் பின்னும் இருக்க வாய்ப்பிருக்கிறது என்றே நினைக்கிறேன். அந்தத் தலைமுறை வாசகன் அன்று நிலவும் ஆன்மீக அறிவியல் நம்பிக்கைகள் சார்ந்து அப்புத்தகத்தை அணுகும்போது சில திறப்புகள் அவனுக்குக் கிடைக்குமா அல்லது அதை நிராகரிக்கக்கூடிய நிலை வருமா என்பதுதான் கேள்வி. இது முழுக்க முழுக்க வேறொரு விசாரணை-யின் பயணம். தமிழகத்தின் ஓர் ஓரத்தில் இருந்து எழுதிக் கொண்டிருப்பதால் நான் மட்டும் தனியாக இதைச் செய்து கொண்டிருப்பதாக நினைக்க வேண்டாம். உலகம் பூராவும் இது மாதிரியான சிந்தனைகள் இருக்கிறது. போர்ஹேஸிடம் இருக்கிறது. மார்க்கேஸிடம் இருக்கிறது.

போர்ஹேஸின் ஒரு கதையில் ஒரு நாடக ஆசிரியனை கலகக்காரன் எனக் குற்றம்சாட்டிக் கொல்வார்கள். அப்-போது துப்பாக்கியின் குதிரை அழுக்கப்பட்டு, தோட்டா விடுபட்டு, அவன் நெற்றியை அடையும் அந்த fraction of a second-ல் அவன் ஒரு முழு நாடகத்தை எழுதி, ஒத்திகை பார்த்து, அரங்கேற்றி இறந்தான் என எழுதுகி-றார். அதை நம்பினாரா அவர்? அந்த நாடகத்தைப் பார்த்தாரா? மின்னலின் தசம பாகத்திலான வேகத்தில், அந்த அவகாசத்தில் இது நடந்தது என போர்ஹேஸ் எங்கே இருந்து conceive செய்தார்? பேண்டஸி பற்றி இன்னும் ஒன்று சொல்லலாம் எனத் தோன்றுகிறது. ஆலிவர் சாக்ஸ் என்று ஒரு சமகால உளவியல் மருத்துவர். நிறைய புத்தகங்கள் எழுதி இருக்கிறார். The man who mistook his wife for a hat என்ற அவரது புத்தகத்தில் ஒருவருக்கு குறிப்பிட்ட நிகழ்வுடன் உள்ளுக்குள் காலம் நின்று போகிறது. இந்த இடத்தில் அவர் இருக்கிறார். எல்லாமே அதற்கு முன்பு உள்ளதுதான். இதை எப்படி உள்வாங்கிக் கொள்வது எனத் தெரியவில்லை. இன்னொருவருக்கு விழித்திரையில் ஏற்பட்ட பிரச்சனையால் செம்பாதி உலகம் தான் தெரியும். அதன் கீழே உள்ளது தெரியாது. கீழே பார்த்தால் மேல் பாதி காணாமல் போய்விடும்.

பரம்ஹம்ஸ யோகாநந்தாவின் Autobiography of a yogi-யில் ஒரு குருநாதர் தன் சீடனை நெஞ்சில் தட்டுகி-றார் - ஒலிகளே கேட்பது சடாரென்று நின்றுவிடுகிறது. இதை ஒரு neurotic effect என உளவியல் சொல்லலாம்.. அது ஏற்கனவே ஒரு சட்டகம் தயார் செய்து வைத்திருக்கிறது. எல்லாவற்றையும் அதில் போட்டுப் போட்டு, அந்த pigeon hole-ஐ நிரப்பினால் நிம்மதி ஆகிவிடும். ஆன்மீகம் இதைச் செய்யாது. இந்நிகழ்வை இதன் அற்புதத்தோடு தக்க வைத்துக்கொள்ள முயற்சி செய்யும். அதை விசாரணைக்குரியதாக, ஆராய்ச்சிக்குரியதாக ஆக்காது. இப்படி ஒன்று இருக்கிறது பார் என்று சொல்லி விட்டு விடும். ஒருபோதும் காரண காரியங்கள் கற்பிக்காது. காரண காரியங்-கள் கற்பிப்பதோ அதை நிவர்த்திப்பதற்கான சடங்குகளை முன்வைப்பதோ மதம். ஆன்மீகம் அல்ல. இந்தப் பிரிக்கும் கோட்டை நாம் தெளிவாகத் தெரிந்துகொள்வது நல்லது என நினைக்கிறேன்.

இந்த பேண்டஸி எல்லாவற்றுக்கும் பின்னால் வேறு ஏதோ இருக்கிறது. அது காலத்தை, இட அமைப்பை விசா-ரிக்கும் ஒன்றாக இருக்கிறது. காலம், இடம் என்றதும் ஏதோ பெரிய விஷயங்கள் பேசுவதான பிரமை வந்து விடுகிறது. அது பெரிய ஆட்கள் பேசுவது நாம் எல்லாம் பேசலாமா என. அப்படி எல்லாம் இல்லை. நான் உங்களிடம் உட்-கார்ந்து பேசிக் கொண்டிருக்கிறேன். சம மட்டத்தில் பேசிக் கொண்டிருக்கிறேன். மாடியில் இருந்தேன் எனில் நீங்கள் எனக்கு ஆழத்தில் இருக்கிறீர்கள். நீங்கள் மாடிக்குப் போனால் எனக்கு உயரத்தில் இருக்கிறீர்கள். எனக்கு இடப்பக்கம் உள்ளது, நான் 180 கிடிரி திரும்பின உடனே வலப்பக்கம் இருப்பதாக மாறி விடுகிறது. அவ்வளவு தன்னியல்பாக, சுலபமாக, சரளமாக நடக்கும் ஒன்றுதான் இது.

அதன்பேரில் நமக்கிருக்கும் மனத்தடையின் காரணமாக அது வேறு என ஒத்திப் போடுகிறோம். நான் உங்களிடம் பேசிக் கொண்டிருக்கும்போது என் அப்பாவைப் பற்றி refer செய்தேன். அப்போது நான் என் மனக்கண்ணில் என் அப்பாவைப் பார்த்துக் கொண்டுதானே இருந்தேன். அவரது தாட்டியமான உருவம், அவரது நிறம், ஒரு வார முட்-தாடி - இவை எல்லாமே எனக்குத் தெரியத்தான் செய்தது. நான் பார்த்த அந்தக் காட்சியை நீங்கள் ஒருபோதும் பார்க்கவில்லை. அப்படி என்றால் நம் இருவருக்கான இடைவெளி என்பது கிட்டத்தட்ட அரை நூற்றாண்டு. இந்த அறைக்குள் ஓர் அரை நூற்றாண்டு இடைவெளி இப்போதே இருந்தது - ஒரு ஆள் பார்த்தார், இன்னொருவர் பார்க்-கவில்லை என்ற பேதத்தின் வழியாக. அது ஒரு தனிநபர் அனுபவமாக இருந்ததே, அதை நான் எப்படிப் பகிர்ந்து கொள்ள முடியும்? என்ற நியாயமான கேள்வி எழத்தான் செய்யும். ஆனால், அதை நான் சொல்ல ஆரம்பித்ததுமே அது பொது அனுபவம் ஆகி விடுகிறது.

நான் என் அப்பாவைப் பற்றிச் சொல்லிக் கொண்டிருக்கும் போது உங்களுக்குள் ஓர் மனித உருவம் வந்திருக்கும். இந்த உருவத்திற்கிருந்த இதே குணாம்சங்கள் அந்த உருவத்திற்கு இருந்திருக்க வாய்ப்பில்லை. நான் மரம் என்று சொனால் நீங்கள் பாறையை நினைத்துக் கொள்வதில்லை. நான் குதிரை என்று சொன்னால் நீங்கள் பூனைக்குட்டியை நினைத்துக் கொள்வதில்லை. இது எங்கிருந்து வந்தது? மொழி சார்ந்து நமக்குள் ஒரு பொது ஒப்பந்தம் உருவாகி இருக்கிறது. நான் குதிரை என்றதும் உங்கள் மனதில் ஒரு குதிரை பிம்பம் வந்து விடும். அந்த பிம்பத்துக்கு விசுவா-

சமாக தொடர்ந்து கேட்க ஆரம்பிப்பீர்கள். நானோ நான் பார்த்த குதிரைக்கு விசுவாசமாகப் பேச ஆரம்பிப்பேன். நாம் இருவரும் பேசுவது ஒரே குதிரையைப் பற்றி அல்ல; ஆனால் குதிரையைப் பற்றி. இந்தத் தெளிவு மொழி மட்டத்தில் நமக்கு உண்டு.

அதே போல் ஆன்மீக சமாச்சாரங்களுக்கு, தரவுகளுக்கு ஒப்பந்தம் இருக்குமானால் ஒரு குழப்பமும் கிடையாதே. ஒரு ஜோதிடர் பன்னிரண்டு கட்டங்களைப் பார்த்து என்னென்னமோ சொல்கிறார். அவரிடம் உட்கார்ந்து அதைக் கேட்பவருக்கு அதில் ஒரு குழப்பமும் இல்லை. ஒரு அவநம்பிக்கையும் இல்லை. ஏனென்றால் அவர்களுக்குள் பொது ஒப்பந்தம் இருக்கிறது. கட்டங்களுக்குள் ஏகப்பட்ட சூத்திரங்கள் ஒளிந்திருக்கிறது - அதைப் பார்க்கத் தெரிந்த ஒருவர் சொல்லிக் கொண்டிருக்கிறார், கேட்க ஆசைப்படும் ஒருவர் கேட்டுக்கொண்டிருக்கிறார். இந்த ஒப்பந்தத்தின் பேரில் அது சுமுகமாக நடந்து முடிகிறது. இந்த நிலையை எட்டுவதுதான் விஷயம். இந்தப் பொது ஒப்பந்தம் செயல்படாத ஏகப்பட்ட மாற்று மெய்மைகள் இருக்கின்றன. அவற்றில் ஒரு பிராந்தியத்தை நாம் புழங்கிப் பார்க்கிறோம்.

அடுத்தது இதையெல்லாம் நீ நம்புகிறாயா என்ற கேள்வி. நம்பிக்கை முக்கியமே இல்லை. ஏனெனில் நம்பிக்கை நிரந்தரமானது கிடையாது. நிரந்தரமானதாக ஒரு நம்பிக்கை இருக்குமானால் நாம் அந்த அளவுக்கு மூளைச்சலவை செய்யப்பட்டிருப்பதாக அர்த்தம். நாம் ஏன் ஒவ்வொரு கணத்துக்கும் நம் மனதை, நம் கருத்துப் புலத்தைத் திறந்து வைக்கக்கூடாது? அதீத சுதந்திரத்துடன் ஏன் எல்லாவற்றையும் சந்திக்கக்கூடாது? காலங்காலமாக சொல்லப்பட்டதின், நம்பப்பட்டதின் வழியாக மட்டுமே இந்நிமிடத்தின் வாழ்க்கையை நடத்த வேண்டுமா என்ற கேள்வி இருந்துகொண்டே இருக்கிறது. மணற்கேணி தொகுப்பில் ஒரு கதை இருக்கிறது.

கிருஷ்ணன் எக்மோர் மின் ரயிலில் ஒரு நண்பனைப் பார்ப்பான். ரயில் புறப்படும் நேரத்தில் கையசைப்பான். அக்கதையில் எல்லாமே பூடகமாக இருக்கும். அவன் கிருஷ்ணனைப் பார்த்துத்தான் கையாட்டினானா என்பது குழப்பமாக இருக்கும். அவன் கையாட்டிய திசையில் கிருஷ்ணன் நின்றான் என்பது மட்டுமே உண்மை. அந்த முகம் அவனுக்குத் தெரிந்த முகமாக இருக்கிறது என்பதும் உண்மை. ஆனால் அதே முகம்தானா அது என்பதற்கு எந்த நிரூபணமும் இல்லை. வீடு திரும்பியதும், அதே நண்பன் மதுரையில் இறந்து விட்டதாகத் தொலைபேசித் தகவல் வரும்.

இது சாத்தியமா என்ற கேள்வி பொருத்தமற்றது. நான் ஏற்கனவே சொன்னது போல், எல்லாமே நடைமுறை சாத்தியமாக நடந்துகொண்டிருக்கும் விஷயங்கள்தாம். இதற்குப் பின் ஏதோ இருக்கிறதோ, நடந்து கொண்டிருப்பது ஒரு திரையின் மீதான ஒளிப்படம்தானோ என்ற சந்தேகம் இருக்கிறது. அதை உருவாக்குவது மட்டும்தான் என் நோக்கம். அதற்கு இந்த உபகரணங்கள் வசதியாக இருக்கின்றன. என் குடும்பப் பின்புலம், வாசிப்புப் பின்புலம், இந்தியப் பின்புலம் சார்ந்து இதெல்லாம் வாகாக இருக்கிறது. இருக்கக்கூடிய கருவிகளை நான் பயன்படுத்துகிறேன். அவ்வளவுதான். ஒரு பட்டறையில் போய் உளி, சுத்தியல் எல்லாம் நானே தயார் செய்து தச்சுவேலை செய்வதற்குப் பதிலாக ஏற்கனவே இருக்கும் உளியையும் சுத்தியலையும் கொண்டு என் கைக்குக் கிடைத்த மரத்தில் வனைய ஆரம்பிக்கிறேன்.

14. சுமார் ஐந்நூறு பக்கங்கள் நீளும் வெளியேற்றம் நீங்கள் எழுதியதிலேயே பெரிய நாவலாக இருக்கும் என நினைக்கிறேன். இதிலும் மாற்று மெய்மை கணிசமாய் இடம் பெற்றாலும் என் வாசிப்பில் பிரதானமாய் வீட்டை விட்டு வெளியேறுபவர்கள் குறித்த கதை தான் இது. அதனாலேயே குள்ளச்சித்தன் சரித்திரம் போல் அல்லாமல் இது எனக்குப் பிடித்தமான நாவலாகவே இருக்கிறது. வெளியேற்றத்தில் மட்டும் அல்லாது பொதுவாகவே உங்கள் பாத்திரங்கள் தொடர்ந்து வெளியேறிக் கொண்டே இருக்கிறார்கள். வாழ்க்கையை விட்டு, வீட்டை விட்டு, பொறுப்புகளை விட்டு, உறவுகளை விட்டு. இயல்பு மீறிய அதன் அடர்த்தியை உங்கள் படைப்புகளில் காணும் போது அப்படி வெளியேறுதல் தொடர்பான ஒரு charm உங்களுக்கு இருப்பதாகப் படுகிறது. பிரச்சனைகளுக்கான தீர்வு என்ற கட்டம் தாண்டி வெளியேறுதலை ஒரு சாகஸமாகப் பார்ப்பது போல் தோன்றுகிறது. அது குறித்துச் சொல்லுங்கள். உங்களுக்கோ அல்லது நெருக்கமானவர்களுக்கோ நிகழ்ந்த அனுபவங்களின் வெளிப்பாடுதான் இந்த வெளியேற்றங்களா? வெளியேற விரும்புகிறீர்களா?

தேசாந்திரம் போவது என்பது சர்வசாதாரணமாக நடந்து கொண்டிருக்கிறது. அதற்கான வேட்கை என்பது தப்பித்து ஓடும் வேட்கையாகச் சிலருக்கும், தப்பித்தலாக அல்லாமல் - எனக்கு இதன்மேல் ஏதும் புகார் இல்லை, ஆனாலும் வெளியே போக வேண்டும் போல் இருக்கிறதே என்பதாக - வெளியே போகும் விழைவாக சிலருக்கும் என இரண்டும் தரப்பு இருக்கிறது. வெளியேற்றம் நாவலில் இரண்டுமே வருகிறது. ஒருவரது கையை வெட்டி விட்டு தப்பித்து ஓடும் ஒருவன், ஒருவரது மரணத்துக்குப் பிறகு அவ்வீட்டில் இருக்க முடியாமல் வெளியேறும் ஒருவன், அதே மரணத்தின் காரணமாக தன் தாய் வேறெங்கோ இருப்பதாக நம்பித் தேடிப் போகும் ஒருவன் - இப்படி வேறு வேறு மனிதர்கள்.

குள்ளச்சித்தன் சரித்திரம் படித்து விட்டு அது போன்ற விஷயங்களில் நம்பிக்கை இருக்கிறதா எனக் கேட்டீர்கள் அல்லவா, மிக வலுவான நம்பிக்கை தொனிக்கக்கூடிய ஒரு நாவலாக வெளியேற்றத்தைப் பார்க்கிறேன். மிக உறுதியாக நம்பிக்கை தொனிக்கிறது என நான் நம்பும் புத்தகம் உங்களுக்குப் பிடித்ததாகவும், அப்படி எல்லாம் இல்லை,

பாரதூரமாகத்தான் இருக்கிறது என நான் நினைக்கும் புத்தகத்தை இது எனக்கு வேண்டாம் என்றும் நீங்கள் சொல்வதும் எனக்கு சுவாரஸ்யமாக இருக்கிறது. அடுத்தது இதில் தேசாந்திரம் போனவர்கள் அனைவரும் தொலைத்தொடர்பு சௌகர்யங்கள் இவ்வளவு இல்லாத காலத்தில் போனவர்கள். இன்று ஒருவன் இமயமலைக்குப் போய் உட்கார்ந்து கொண்டால் எங்கே போனாலும் நான் வந்து பிடித்து விடுவேன் தம்பி, எங்கே போய்விடப் போகிறாய் என்ற குரல் கேட்கும்.

ஐந்நூறு பக்கங்கள் விரியும் ஒரு நாவலைத் தொகுத்து ஒரு synopsis எழுதிக் கொள்ள ஒரு வாசகருக்கு முடியும். இன்னொரு வாசகர் அதற்கு இன்னொரு synopsis எழுத முடியும். இதே நாவலை ஆன்மீகப் பிரயாணங்கள் சம்பந்தமானது என்று ஒரு நண்பர் சொன்னார். . எல்லா அத்தியாயங்களிலும் மரணத்தைப் பற்றிப் பேசப்பட்டுக் கொண்டே இருக்கிறது என்பதால் மரணம் பற்றிய நாவல் என்றார் இன்னொருவர். இது போலான இந்தியத்தன்மை உள்ள multiplicity (பன்முகத்தன்மை) என்னுடைய படைப்புகளில் உண்டாக வேண்டும் என்பது என் ஆசை. நடந்திருக்கிறதா எனச் சொல்லத் தெரியவில்லை.

மற்றபடி ஓரிடத்தில் ஆணியடித்து அதை மட்டுமே சுற்றி வருவதில் எனக்கு நம்பிக்கை இல்லை. பொதுவாக தமிழ் இலக்கியப்பரப்பில் புதுமைப்பித்தன், லா.ச.ராமாமிருதம், கு.ப.ராஜகோபாலன் எனப் பெரிய பட்டியலை எடுத்துப் பார்த்தால் இவர்கள் குடும்பக்கதைதான் எழுதி இருக்கிறார்கள். லா.ச.ரா. குடும்பத்தை விட்டு வெளியிலேயே போகவில்லை. தி.ஜானகிராமனாவது திண்ணை வரை வந்து தெருவையும் சேர்த்து தன் கதைகளைக் கட்டமைத்தார். லா.ச.ரா. அய்யர் வீட்டு அடுக்களையை விட்டு வெளியே வரவில்லை. இதை நான் ஒரு புகாராகச் சொல்ல மாட்டேன். அவர் தாம் நன்கு அறிந்த, தமக்குள் சதா உறுத்தலாக இருந்த ஒரு களத்தை முன்வைத்துத் தன் பிரயாணத்தை நிகழ்த்தினார்.

ஜி. நாகராஜன் கதைகளில் யாராவது குடும்பத்தில் சம்பந்தப்பட்டவர்கள் இருக்கிறார்களா? ஆனால் குடும்ப உறவுகளோடு ஒப்பிட்டுக் கொண்டேதான் அவர் கதைகள் நடக்கின்றன. ஒரு குலஸ்த்ரீக்கு இது நடக்குமா ஆதங்கம் அவர் உருவாக்கியுள்ள ஒவ்வொரு தாசிக்குப் பின்னாலும் திரையாகத் தொங்குகிறது. ஆனால் யாருமே அதிலிருந்து வெளியேறவில்லை. தொழில் செய்து கொண்டிருந்து அதிலிருந்து வெளியேறுவதாக நமக்குக் கிடைக்கும் ஒரே ஆள் தங்கம்தான். அவளும் தான் எந்த இடத்திலிருந்து வந்தாளோ அங்கே மீண்டும் போய்ச் சேர்கிறவளாக இருக்கிறாள். இது மாதிரியான குடும்பக்கதைகள் தான் திரும்பத் திரும்ப நாம் படித்துக் கொண்டிருக்கிறோம். அல்லது குடும்பத்தின் பகுதியாக இருந்தவாறே தெருவுக்குப் போனவர்களைப் பற்றி. முழுக்க முழுக்க வெளியே போக வேண்டும் என்றெண்ணும் கதாபாத்திரங்கள் தொகுக்கப்படும்போது அது எனக்கான charm-ஆகத் தெரிகிறது. இது எல்லோருக்கும் இருக்கும் charm தானே. இருக்கும் இடம் புளிப்பதென்பது எல்லோருக்கும் நடக்கும் விஷயம்தான். வெளியேறலாம் எனச் சிலர் முடிவெடுக்கிறார்கள்.

நீங்கள் பெங்களூரிலிருந்து என்னைப் பேட்டி எடுக்க வந்திருக்கிறீர்கள். இது வெளியேறுதல் இல்லையா? உங்களுக்கென ஓர் இடம் இருக்கிறது, விடுமுறை நாள் இருக்கிறது, வீட்டில் ஆனந்தமாகப் படுத்துக் கொண்டு world cup finals பார்த்திருக்கலாமே. You chose to come here to meet me. இதற்குப் பின்னாலிருப்பது என்ன? எழுத்தாளன், எழுத்து என வந்துவிட்டாலே நீர்மட்டத்துக்கு மேல் தலையை மட்டுமாவது மேலே வைத்துக் கொள்ள வேண்டும் என்ற தவிப்பு. இதன்பேரில் தான் இத்தனை வேலையும் நடக்கிறது. இவற்றைக் காத்திரமாக ஓரிடத்தில் பதிவு செய்கையில், அதன் மீது கவனம் குவிகையில் இதுபோல் கேள்விகள் வரும்.

மற்றபடி வெளியே போக வேண்டும் என்பது எனக்கு ஆசைதான். தொடர்ந்து போய்க் கொண்டும் இருக்கிறேன். ஆனால் இங்கே இருந்துகொண்டே வெளியே போய்க் கொண்டிருக்கிறேன் எனலாம். இதன் மேல் புகார் இருந்தால் இதையும் விட்டுவிட்டுப் போகலாம். எனக்கு இது புகார் தருவது மாதிரி இல்லை. ஏனெனில் பல நூற்றாண்டு காலமாக பரிசோதிக்கப்பட்டு, போதுமான அளவுக்கு வெற்றி கண்ட ஓர் அமைப்பு இது. இந்த அமைப்பு நன்றாக இருக்கிறதென்றே நினைக்கிறேன். இந்த அமைப்பில் இருக்கும் சில குறைகளை நிவர்த்திக்க முயற்சி செய்யலாம். அது அந்தந்தத் தனி மனிதன் அவனவன் அளவில் செய்ய வேண்டிய விஷயம். இதை ஒரு சமூக இயக்கமாக எல்லாம் ஆரம்பித்துச் செய்ய முடியாது.

15. உங்கள் நாவல்களுள் எனக்குப் மிகப் பிடித்தது பகடையாட்டம். குறிப்பாய் போதையூட்டும் மொழிநடையில் அமைந்த அதன் பூர்வ கிரந்தப் பகுதிகள். நாவல்களில் கவித்துவத்தின் சாயை சேர்ந்தால் சரிப்படாது என்பது என் அபிப்பிராயம். ஆனால் அதையும் மீறி பகடையாட்டம் சிறப்பான நாவல். உங்கள் நாவலில் நான் முதலில் வாசித்ததும் அதுவே என நினைவு. கல்லூரி காலத்தில் ஐந்நூறு ரூபாய் வைத்துக் கொண்டு புத்தகக்காட்சிக்கு வரும் புதிதாய் வாசிக்கத் தொடங்கும் நண்பர்களுக்கு தலா ரூ.100 விலையில் ஐந்து நூல்கள் சிபாரிசு செய்வது வழக்கம். அதில் பகடையாட்டமும் ஒன்று. தொடர்ந்து நீங்கள் வெவ்வேறு பின்புலங்களில் அடுத்தடுத்த நாவல்களை சிறப்பாக எழுதி விட்டாலும் இதுவரை பகடையாட்டத்தை முறியடிக்கும் வகையில் இன்னொரு நாவல் எழுதவில்லை என்பதே என்

அபிப்பிராயம். உங்கள் மற்ற நாவல்கள் அனைத்திலிருந்தும் இது முழுமையாக வேறுபட்ட வகைமை - Fantasy. அதன் சுவாரஸ்யமான திருப்பங்களைக் கொண்டு பார்க்கையில் ஒரு பிரம்மாண்ட சினிமாவாய் எடுக்கலாம் அதை. அது பற்றிச் சொல்லுங்கள்.

பொதுவாக என் எழுத்து தொடர்பாக விமர்சனப்பூர்வமாக, எதிர்மறையாக சொல்லப்படும் கருத்துக்கள் என்னை ஒருபோதும் உணர்ச்சிவசப்படுத்தாது. ஆனால் பாராட்டைத் தாங்கிக் கொள்வது கஷ்டமாக இருக்கிறது. அந்நேரத்தில் அப்படித் தோன்றியது, அப்படி எழுதினேன் என்று சொல்லலாம். பகடையாட்டத்தை முதலில் ஒரு சிறுகதையாகத்தான் எழுதினேன். என்னுடைய ஸ்டைலில் 10 - 12 பக்கங்கள். என் நண்பன் தண்டபாணி அதைப் படித்து விட்டு "ஏன் அவசரப்பட்டுட்டே? இதை ஒரு நாவலாக எழுதலாமே, ஒரு நாவலுக்கான potential இருக்கே!" என்றான். இப்போது நீங்கள் சொல்கிறீர்களே இதில் சினிமாவுக்கான potential இருக்கு என. அதேபோல். இருக்கலாம்.

அவன் இன்னொன்றும் சொன்னான். "ஜெயகாந்தன் அக்கினிப்பிரவேசம் என்ற சிறுகதை எழுதினார். பிறகு அதையே சில நேரங்களில் சில மனிதர்கள் என நாவலாக விரித்து எழுதினார். நீ அப்படி எல்லாம் செய்ய மாட்டாய். ரிபீட் செய்யக்கூடாது என்ற பிடிவாதம் இருக்கும். அதனால் சிறுகதையாகப் பிரசுரம் செய்யாதே" என்றான். நான் எழுதி முடித்து பிரசுரம் செய்யாத ஒரு முழுச் சிறுகதை அது. தெற்கில் ஒரு பயணம் சென்றிருந்தபோது மதுரையில் ஒரு நாள் அவனுடன் தங்கியிருக்கையில் மேற்படி உரையாடல் நடந்தது. பயணத்தின் தொடர்ச்சியாக திருநெல்வேலி சென்றேன். பழைய புத்தகக்கடை ஒன்றில் Auschwitz பற்றி, அதன் பொறுப்பாளராக இருந்த ஒருவர் (ரொம்ப வருடம் ஆயிற்று, பெயர் மறந்து விட்டது) எழுதிய புத்தகம் கிடைத்தது. அதே சமயத்தில் ஹெய்ன்றிக் ஹாரர் எழுதிய 7 years in Tibet புத்தகம் படிக்கக் கிடைத்தது. பின்னால் பிராட் பிட் நடித்து நல்ல திரைப்படமாக வெளிவந்தது அது.

தண்டபானி சொன்ன யோசனை தொடர்ந்து உள்ளே உருண்டுகொண்டே இருந்தது. பிறகு நாவலாக விரித்து எழுதினேன். ஏற்கனவே எழுதிய சிறுகதை ஓர் அவுட்லைனாக இருந்ததால் எழுதுவதற்குப் பெரிய பிரயாசை எல்லாம் இல்லை. குள்ளச்சித்தன் சரித்திரம் உங்களுக்கு அப்பீல் ஆகவில்லை என்றும் அதற்கு அடுத்து எழுதிய பகடையாட்டம் பிடித்திருக்கிறது என்றும் சொல்வது திரும்பவும் எனக்கு ஓர் ஆச்சரியம் தருகிறது. அதிலும் குறிப்பாக அந்த பூர்வ கிரந்தப் பகுதி பிடித்திருப்பதாகச் சொல்கிறீர்கள்.

அந்த பூர்வ கிரந்தத்தில் நான் எதெல்லாம் பேசி இருக்கிறேனோ அதையேதான் குள்ளச்சித்தன் சரித்திரத்திலும் பேசி இருக்கிறேன். பூர்வ கிரந்தத்தில் திரும்பத்திரும்ப காலம், வெளி பற்றிய வர்ணனையும், விசாரணையும் போய்க்கொண்டே இருக்கும். இது அப்படி எனில் அது இப்படி; அது இப்படி எனில் இது அப்படி என்று சூத்திரங்கள் உருவாகிக்கொண்டே இருக்கும். அவை யாவும் ஒருவித சுலோகச் சாயல் கொண்ட மொழியில் உள்ளவை. அதையே நடைமுறையாய் எழுதப்பட்ட குள்ளச்சித்தன் சரித்திரத்தின் மீது உங்களுக்கு resistance வருகிறது. காரணம் என்னவென்று எனக்குப் படுகிறதென்றால், சூத்திரமாய் இருக்கும்வரை அதைக் காலம், வெளி பற்றிய வாதமாக உங்களால் பார்க்க முடிகிறது. கதாபாத்திரங்கள் மீது ஏற்றிப் பார்க்கும்போது அவற்றை வாழ்வில் நடந்த சம்பவங்களாகப் பார்க்கத் தோன்றுகிறது. அப்போது ஒரு மனத்தடை வந்து விடுகிறது.

என்னுடைய நாவல்கள் ஒவ்வொன்றும் வெவ்வேறு களத்தில், வெவ்வேறு மாதிரி இருக்க வேண்டும் என்றுதான் நான் ஆசைப்பட்டிருக்கிறேன். பகடையாட்டத்திற்குப் பிறகு கானல் நதி எழுதினேன். அது முழுக்க வேறொரு களம், வேறுபட்ட புலம். பயணக்கதை சொல்லலாம், மணற்கேணி சொல்லலாம். நீண்ட படைப்பு ஒன்று உருவாகும்போது ஆரம்பத்தில் ஒரு உத்தேசம் இருக்கிறது, பிறகு அது கூட்டிப் போகும் விதத்தில் மனம் செல்கிறது. இன்று என்னைக் கேட்டால் பகடையாட்டம் போன்ற ஒரு நாவலை நான் இப்போது எழுத மாட்டேனோ என்றுதான் தோன்றுகிறது. ஏனெனில் அந்த நாவலில் ஒரு ஐரோப்பியத்தன்மை இருக்கிறது.

இன்று நான் வேறுவிதமாக எழுதிப் பார்க்கலாம், ஒருவேளை. அந்த வயதில் இருந்த ஒரு சாகஸ வேட்கை (எழுத்துக்குள்) அதுவும் சேர்ந்து தான் அந்த நாவல் உருவானதென நினைக்கிறேன். என்னுடைய நாவலில் முக்கியமானதென நான் பகடையாட்டத்தை நினைக்கவில்லை. அது மோசமானது எனச் சொல்ல வரவில்லை. அது தன்னளவில் முக்கியத்துவமும் செறிவும் கொண்ட நாவல்தான். ஆனால் அதில் இருக்கும் thriller அம்சத்தை இன்று எழுதி இருந்தால் mysterious-ஆக மாற்றி இருப்பேன். அதன் மர்மம் அல்ல விஷயம்; அதன் மாயத்தன்மைதான் விஷயம் என அழுத்தத்தை வேறொரு பக்கம் கொடுப்பேன்.

அப்புறம் இன்னொரு விஷயம். பொதுவாகப் பல பேட்டிகள் கொடுத்திருக்கிறேன். ஆனால் நீங்கள் எல்லாவற்றையும் படித்துவிட்டு வந்திருக்கிறீர்கள் என்பது சந்தோஷமாக இருக்கிறது.

16. ஜெயமோகன் உங்களை சிறிய விஷயங்களின் எழுத்தாளர் எனக் குறிப்பிடுகிறார். அதற்கான சிறப்பான உதாரணம் மணற்கேணி. ஒவ்வொருவரும் கடந்து போயிருக்கக்கூடிய பல்வேறு சுவாரஸ்ய கணங்களைக் கோர்த்திருக்கிறீர்கள்.

இவை இக்குறுங்கதைத் தொகுப்புக்கென எழுதப்பட்ட கதைகளா அல்லது சிறுகதையாய் நீளவியலாமல் மனதிலோ காகிதத்திலோ தேங்கி நின்றவற்றைத் தொகுத்து விட்டீர்களா?

என்னுடைய சிறுகதைகள் யாவும் குறுங்கதைகளின் தொகுப்புதான் என்றொரு பார்வை உண்டு. அதனாலேயே அவை சிறுகதை கிடையாது என்றும் சொல்கிறார்கள். கதைக் கொத்து என்பது நான் கண்டுபிடித்த விஷயம் அல்ல; இந்தியக் கதை மரபில் ஏற்கனவே இருக்கும் விஷயம்தான். மகாபாரதம், மதனகாமராஜன் கதைகள், விக்ரமாதித்தன் கதைகள் இவை யாவும் குறுங்கதைகளின் தொகுப்பாக இருக்கும் பெருங்கதைகள். இது இந்தியாவில் மட்டும்தான் இருக்கிறது என்றில்லை. பொதுவாக கீழை மனத்தின் விஷயம் என்று சொல்லலாம். உதாரணம் ஆயிரத்தோரு இரவுகள். இந்த உத்தியில் கதை சொல்லும்போது கதைசொல்லி ஒரு நிலைப்பாட்டினை எடுத்துக் கொள்ளும் நிர்ப்பந்தம் இல்லை. ஒற்றைச்சரடில் ஒரு கதையை எழுதும்போது சார்புத்தன்மை தொனிக்கத்தான் செய்யும். அதை முறிக்க அதற்கு நேர் எதிரான சம்பவத்தை juxtapose செய்கையில் இவ்விரண்டும் சேர்ந்து வேறொரு மனநிலையை, அறிதலை உருவாக்க வாய்ப்புண்டு. என் கதை எல்லாவற்றிலும் இது நடக்கிறது என சொல்லவில்லை. ஆனால் இதற்கான வாய்ப்பு உண்டு.

எனக்கும் அப்படிச் சொல்லத்தான் பிடித்திருக்கிறது. அதற்குக் காரணம் எனக்கு ஆரம்பத்தில் வாசிக்கக் கிடைத்த எழுத்தாளர்கள் நடைமுறைக் கணத்தின் மீது கவனத்தைச் செலுத்து என திரும்பத் திரும்பச் சொல்கிறார்கள். முந்தைய கணம் என்னாகிறது? நடைமுறைக் கணத்தின் வழியாக அதற்கு ஒரு மதிப்பீடு, பெறுமானம் கிடைக்கிறது. நடைமுறைக்கணம் அடுத்த கணத்தைத் தீர்மானிக்கிறது. முன்பின் இருக்கும் கணங்களை அறுத்து விட்டால் நடுவில் இருக்கக்கூடிய நிகழ்கணம் என்னவாக இருக்கும்? நிகழ்கணம், அடுத்த நிகழ்கணம், அதற்கடுத்த நிகழ்கணம். ஆக வந்து கொண்டிருப்பது எல்லாமே நிகழ்கணங்களாக மட்டுமே இருக்கும். அறுபட்ட இந்தத் துண்டுநிலை அமைப்பைக் கதைக்குள் செய்து பார்த்தால் என்ன?

கவிதைகளில் இதை முதலில் செய்து பார்த்திருக்கிறேன். ஒன்றுக்கும் மேற்பட்ட படிமங்கள். தமிழ்க் கவிதை ஒரு படிமத்தை அல்லது ஒரு உருவகத்தை எடுத்துக் கொண்டு, அதைப் பெரியதாக இழுத்து elasticize செய்து வந்திருக்கிறது - சமயங்களில் அது அறுந்து விடும்! ஒன்றுக்கும் மேற்பட்ட, ஒன்றுக்கொன்று சம்பந்தமற்ற படிமங்களை அருகருகே வைப்பதன் மூலமாக என்ன விதமான கிளர்ச்சி, என்ன விதமான வாசிப்பு முறை உருவாகிறது என்று செய்து பார்த்திருக்கிறேன். அதே மாதிரியான முயற்சியை பிற்பாடு சிறுகதைகளில் செய்து பார்த்தேன் என்று சொல்லலாம். ஜெயமோகன் சிறிய விஷயங்களின் கதைசொல்லி என்று என் எழுத்தைப் பற்றிச் சொல்லியதைப் பற்றிக் குறிப்பிட்டீர்கள். தமிழில் என் படைப்புகளைப் பொருட்படுத்தி மிக அதிகமாகப் பேசிய ஒருவர் ஜெயமோகன். நண்பன் என்பதற்காக அவன் அதைச் செய்ததாக நான் நினைக்கவில்லை. அவனுக்கு நிஜமாகவே பிடித்திருக்க வேண்டும். பொருட்படுத்த வேண்டியதாக எண்ணியிருக்க வேண்டும்.

ஜெயமோகன் இந்த மாதிரி சொன்னதால் புண்பட்ட நண்பர்கள் இருக்கிறார்கள். ஒருவர் மதிப்புரை எழுதி இருந்தார். ஆமாம், யுவன் சந்திரசேகர் சிறிய விஷயங்களைப் பேசக்கூடியவர்தான். காலம், பிரபஞ்சம் போன்ற சிறிய விஷயங்கள் என்று தன் கட்டுரையை முடித்திருந்தார். நான் அப்படி நினைக்கவில்லை. சிறிய விஷயங்கள் எனில் இதெல்லாம் மதிப்புக் குறைவானது என்ற அர்த்தத்தில் ஜெயமோகன் சொல்லவில்லை. வண்ணதாசனின் எழுத்தில் நீங்கள் பார்க்கலாம். ஒரு நுட்பமான விவரிப்பு இருந்து கொண்டே இருக்கும். சாதாரண பொதுப் பார்வைக்குத் தவறக்கூடிய விஷயங்கள் எல்லாமே முக்கியத்துவத்துடன் இருக்கும். அது எப்படி எனில் pixel அதிகமான கேமெராவில் புகைப்படம் எடுத்தால் அந்தப் புள்ளிகள் எல்லாம் இன்னும் திருத்தமாகத் தெரிவது மாதிரியான விஷயம். அப்படித்தான் ஜெயமோகன் சொல்ல வருகிறான் என நான் எடுத்துக் கொள்கிறேன். அடுத்து அனுபவத்தின் அடிப்படையில் சின்ன விஷயம், பெரிய விஷயம் என்றெல்லாம் ஏதும் இல்லை.

அனுபவத்தைத் தொகுத்துக் கொள்ளும்போது 'அடடா, நேற்றிருந்தோம் அந்த வீட்டினிலே' என்று சொல்லும் போது மனம் துக்கமாகி விடுகிறது. இதுவே நேற்று இருக்கும்போது அது ரொம்பப் பெரிய விஷயம் செத்திருப்போம் என்று ஒரு பயம் உள்ளே இருக்கிறது அந்தப் புயல் அடிக்கும்போது. இன்று ஞாபகப் பொருளாக அது மீண்டெழும்போது, வீரியத்தின் மாற்று குறைகிறது - அதற்காக, நேற்றைய அனுபவத்தை சிறியது என்று சொல்வோமா என்ன! மணற்கேணியையும் பகடையாட்டத்தையும் பக்கத்தில் பக்கத்தில் வைத்துப் பார்த்தாலே ஜெயமோகன் என்ன சொல்ல வருகிறான் என்பது புரிந்து விடும்.

17. கிருஷ்ணனுக்கும் உங்களுக்குமான இடைவெளி குறைந்த படைப்பும் மணற்கேணி. பிடித்திருப்பது தாண்டி ஒப்பீட்டளவில் உங்கள் நாவல்களில் நேரடித்தன்மை வாய்ந்த எளிமையான புனைவாகவும் மணற்கேணியையே பார்க்கிறேன். எல்லோருக்கும் இது பிடிக்கக்கூடியது. அறிந்தே செய்தீர்களா?

ஏற்கனவே சொன்னது போல் அறிந்து செய்தாயா அறியாமல் செய்தாயா என்ற கேள்வியையே எழுதியவனிடம் கேட்கக்கூடாது என நினைக்கிறேன். ஏனெனில் சந்தர்ப்பத்திற்கேற்றாற் போல் அவன் பொய் சொல்லவும் வாய்ப்புண்டு.

ரொம்ப நல்லா இருக்கு என்றால் மிகத் திட்டமிட்டுச் செய்தேன் என்றும் சரியா வரலயே என்றால் நான் நினைத்தேனா இப்படி வரும்னு என்றும் சொல்லி விடக் கூடும்! அதனால் அப்படிக் கேட்பது சரியில்லை. அந்த விஷயம் தான் அதை முடிவு செய்யும். உதாரணமாகப் பகடையாட்டத்தின் பூர்வ கிரந்தப் பகுதிகளை நடைமுறை மொழியில் எழுத முடியாதல்லவா? மொழி மிக முக்கியமான விஷயம். ஒரு செய்தித்தாள் மொழியில், ஒரு விமர்சகன் வாசிக்கும் கட்டுரை மொழியில் எழுதலாம். நான் அது போல் எல்லாம் செய்து பார்த்திருக்கிறேன். சோம்பேறியின் நாட்குறிப்பு என்பது சீனாவிலிருந்து ஒரு தத்துவ ஞானி பற்றிய வர்ணிப்பு உள்ள கதை. அது முழுக்க முழுக்க ஒரு யுனிவர்சிட்டி பேப்பர் போல் இருக்கும்.

மோசமான மொழியில் சொல்லப்பட்ட நல்ல கதை, நல்ல மொழியில் சொல்லப்பட்ட கேவலமான கதை என சிறுகதைகளில் இருக்க முடியும். கவிதைகளில் சாத்தியமில்லை. கவிதையைப் பொறுத்தவரை மொழியும் அதன் இறைச்சிப் பொருளும் ஒன்றுக்கொன்று பிரிக்க முடியாமல் பிணைந்திருக்கிறது. சிறுகதையில் அப்படி இல்லை. ஆகவே, சிறுகதையில் மொழி சம்பந்தமான கவனம் அதிகம் கொள்ள வேண்டி இருக்கிறது. கவிதை தன் மொழியைத் தானே முடிவு செய்துகொள்ளும். சிறுகதை மிக சுதந்திரம் அளிப்பதாகத் தோன்றும், அதனாலேயே அதில் கவனமாக இருக்க வேண்டி இருக்கிறது; மொழி தொடர்பாக மேலதிக ப்ரக்ஞை சிறுகதைக்குத் தேவைப்படுகிறது.

18. பயணக்கதையும் எனக்கு உவப்பான நாவலே. ஆனால் மூன்று பேர் சொல்லும் வெவ்வேறு கதைகளை (ஒரு மாதிரி குறுநாவல்கள் எனச் சொல்வேன்) வலுக்கட்டாயமாய்ச் சேர்த்து நாவலாக்கி இருப்பதாய்த்தான் என்னால் எடுத்துக் கொள்ள முடிகிறது. ஒரு கதைக்கும் மற்றொன்றுக்கும் ஆங்காங்கே மெல்லிய ஒற்றுமைகளை/வேறுபாடுகளைச் சுட்டும் அடிக்குறிப்புகளைச் சேர்த்திருந்தாலும் அடிப்படையில் அதை நாவலாக ஏற்கவில்லை. மாறாக நீங்களே வெளிப்படையாக மறுத்து விட்ட மணற்கேணியை குறுங்கதைத் தொகுப்பாக அல்லாமல் நாவலாகவே பார்க்கிறேன். படைப்பாளியிடம் படைப்புக்கு விளக்கம் கேட்பதை விட அசந்தர்ப்பம் வேறில்லை. ஆனாலும் கேட்கிறேன். நாவல் எனில் இது பேசும் மைய விஷயம் என்ன?

ஏற்கனவே சொன்னது போல் என்னுடைய படைப்புகளுக்கு நானே வியாக்கியானம் சொல்வதற்குக் கூச்சமாகவும், தயக்கமாகவும் இருக்கிறது. சில சமயம் இந்த வியாக்கியானத்தை விடவும் அதிகமாய் ஒருவருக்குப் பிடித்திருக்கலாம், அதை நாமாகப் போய் ஏன் கலைக்க வேண்டும்! ஆனால் நீங்கள் இரண்டு நூல்களை அருகருகில் வைத்துக் கேட்பதால் பதில் சொல்லத் தோன்றுகிறது. நூறு கண்டங்களாக நூறு துணுக்குகளாக சிதறி இருக்கும் ஒரு புத்தகத்தை உங்களால் ஒரு நாவலாகக் கோத்துப் பார்த்துக்கொள்ள முடிகிறது. ஆனால் மூன்றே மூன்று துண்டுகளாக இருக்கக்கூடிய புத்தகத்தை நாவலாகப் பார்க்க முடியவில்லையே, ஏன்? என்று நான்தான் உங்களிடம் கேட்க வேண்டும்!

19. ஒரு காரணம் கிருஷ்ணன் என்ற கதைசொல்லி மணற்கேணி முழுக்க வருகிறான். கிருஷ்ணன் என்கிற characterization இதில் வலுவாக உருவாகிறது. அவன் மட்டுமின்றி அவன் அப்பா உள்ளிட்ட சில பாத்திரங்களும் தொடர்ந்து இதில் வருகிறார்கள். அதனால் அதைக் கிருஷ்ணனின் வாழ்வில் நிகழ்ந்த சம்பவங்களின் தொகுப்பு என்பதாக ஒற்றைப்படையாக எடுக்க முடிகிறது. மாறாக பயணக்கதையில் அப்படி ஏதும் இல்லை. கிருஷ்ணன், இஸ்மாயில், சுகவனம் என்ற மூன்று வெவ்வேறு கதாபாத்திரங்கள் சொல்லும் மூன்று வெவ்வேறு கதைகள்தான் அந்நாவல். அந்தக் கதைகளுக்கு இடையே காலம், இடம், கதாபாத்திரங்கள் என எவ்வகையிலும் எந்த சம்பந்தமும் இல்லை. முற்றிலும் வேறுபட்ட கதைகள். அந்த மூன்று கதைகளுக்கான இணைப்புக்கண்ணி பிடிபடவில்லை. அவற்றைச் சுற்றி பயணக்கதை ஒரு wrapper போல் தென்படுகிறது.

அது போக, தர்க்கப்பூர்வமாகப் பிரித்து நிறுவாமல் படைப்பை படித்து முடிக்கையில் ஏற்படும் உணர்வு. மணற்கேணி படித்து முடித்த போது ஒரு நாவல் நிறைந்த திருப்தி. மாறாக பயணக்கதை படித்து முடித்த போது மூன்று வெவ்வேறு கதைகளை படித்த உணர்வு மட்டும்தான் ஏற்பட்டது. அதன் அடிப்படையிலும் எழுந்த ஒப்பீடுதான் இது. Infact, மணற்கேணி பின்னுரையில் அதை வாசித்தவர்கள் அதை நாவல் என்று சொல்வதகாவும் ஆனால் நீங்கள் நாவலுக்குரிய விஸ்தாரப் பார்வை அதில் இல்லை என்றும் மறுத்ததாகக் குறிப்பிட்டிருக்கிறீர்கள். அதைப் படித்த பின்புமே கூட மணற்கேணி நாவலாகவே படுகிறது. அவ்வளவு கறார் அளவுகோல் கொண்ட நீங்கள் பயணக்கதையை நாவல் என claim செய்கிறீர்கள். அதனால்தான் இக்கேள்வி.

ஏற்கனவே சொன்னது போல் எழுத்தாளனிடமே போய் அவன் எழுத்துக்கு கோனார் நோட்ஸ் கேட்பது சங்கடம் தான். இதை நான் சக வாசகர் ஒருவரிடம்தான் விவாதித்துத் தெளிய வேண்டும். ஆனால் யுவன் சந்திரசேகரே யுவன் சந்திரசேகரின் ஒரு வாசகராக இருப்பார் என்பதால் அந்த வாசகர் பயணக் கதையை எப்படி நாவலாகப் பாவிக்கிறார் என்ற அடிப்படையில் கூட இக்கேள்வியை அணுகலாம். ஆமாம். சந்தேகமே இல்லை. ரொம்ப அக்கறையான வாசகர்! முதலில் மணற்கேணி உங்களுக்கு ஏன் நாவலாகத் தோன்றுகிறது எனப் பார்க்கலாம்.

அதில் ஒரு தொடர்ச்சி இருக்கிறது. முதல் கதையில் வந்த அதே கதாபாத்திரம் நூறாவது கதையிலும் இருக்கிறது. அப்படி இல்லாமல் முதல் கதையில் யுவன் சந்திரசேகர், மூன்றாவது கதையில் சந்தானராஜ், எட்டாவது கதையில் ஹென்றி டேனியல், அறுபத்தெட்டாவது கதையில் அப்பாஸ் இப்ராஹிம் இப்படி வந்திருந்தால் அது உங்களுக்கு நாவலாகத் தெரிந்திருக்குமா? இதே சம்பவங்கள்தாம். இதே சூழல்தான். அப்போது அவை குறுங்கதைகளாக மட்டுமே உங்களுக்குத் தோன்றி இருக்கலாம் அல்லவா?

கிருஷ்ணனுக்கு ஒரு அப்பா இருந்தார். ஹென்றி டேனியலுக்கு அப்பாவாக ஒரு ஜோசப் செல்வராஜ் இருந்திருக்கலாம். ஆக, தன்மை ஒருமையில் சொல்லப்பட்டதினாலேயே இது ஒரு நாவல் என்ற தோற்றம் கிடைத்துவிடுகிறது. ஆனால் அக்குறுங்கதைகள் வழியாக ஒட்டுமொத்தமான வாழ்க்கைப்பார்வை, விசாரணை ஏதும் முன்வைக்கப்படவில்லை. அவை ஒரு நடுத்தர வாழ்க்கையின் சிறுசிறு சித்திரங்கள். கதாசிரியனின் சாயல் கொண்ட ஒரே பாத்திரத்தின்வழி சொல்லப்படுவதால் நாவல் என்ற பிம்பம் ஏற்படுகிறது. வாழ்க்கை என்பது ஒரு நீண்ட கோடு அல்ல; ஒன்றோடு ஒன்று இணைக்கப்பட்ட நூறு புள்ளிகளின் சரடு என்று பார்த்தால் அதற்கு ஒரு நாவலுக்கான தோரணை கிடைக்கும். ஆனால் கிருஷ்ணன் அதில் எதையாவது தேடிப் போகிறானா? ஏதையாவது அடைகிறானா? அப்படி எதுவுமே இல்லை. அப்படி ஒரு கண்டடைதலை நோக்கி ஒரு நாவல் பயணப்பட வேண்டும் என நினைக்கிறேன். அப்படி அதில் நடக்கவில்லை என்பதால் அதைக் குறுங்கதைத் தொகுப்பு என்று சொல்கிறேன்.

நீங்கள் சொல்லி விட்டதால் ஒரு வாசக சுதந்திரம் எடுத்துக்கொண்டு பயணக்கதை பற்றியும் பேசலாம்.
பயணக்கதையை நான் வாசித்தால், அந்த மூன்று குறுநாவல் அல்ல பயணக்கதை எனும் நாவல்; அதற்கு ஒரு முன்னுரை இருக்கிறது, மூன்று நண்பர்களையும் அறிமுகப்படுத்துவதில் தொடங்கி அடிக்குறிப்புகள் வழியாகப் போவதுதான் நாவல் என்றே புரிந்துகொள்வேன். . ஆக நாவல் மொத்தமே இருபது பக்கங்கள் தான். 98 அடிக்குறிப்புகள் இருக்கின்றன என ஒரு நண்பர் படித்து விட்டுச் சொன்னார். அந்த 98 அடிக்குறிப்புகளும் முன்னுரையும்தான் நாவல். அந்த நாவலுக்கு substantiate செய்யும் உபகதைகள்தாம் மேலே இருக்கும் மூன்று குறுநாவல்களும்.

இந்த போதத்தோடு படித்தால் அது வேறு ஒன்றாகத் தெரிய வாய்ப்பிருக்கிறது. அடுத்து பயணக்கதை என்ற பெயரில் நாம் பொதுவாகப் பார்ப்பவை. ஓரிடத்திற்குப் போனார்கள், அந்த இடத்தைப் பற்றிய reportage என்பதாகத் தான் பயணக்கதை என்ற சொற்றொடர் தமிழில் இதுவரை இருந்திருக்கிறது. ஆனால் இந்தப் பயணக்கதையில் ஏதேனும் reportage இருக்கிறதா? எங்கேயோ போய்ச் சேர்ந்தார்கள் அல்லவா, அந்தப் பயணத்தில்தானே எல்லாவற்றையும் பேசுகிறார்கள். சேரும் இடத்தைப் பற்றி ஏதேனும் சொல்லப்படுகிறதா? இல்லை. எனில் இதில் சொல்லப்படும் பயணம் எது?

வெளியேற்றத்தில் எல்லோரும் வீட்டை விட்டு வெளியேறுகிறார்கள் என்பது சுலபமாகப் பார்க்கக் கிடைக்கிறது அல்லவா? அதே போல் பயணக்கதையில் எல்லோருமே பயணத்தில் இருக்கிறார்கள் என்பது பார்க்கக் கிடைத்து விடுமானால் அதை என் வெற்றி எனச் சொல்லலாம். அப்படிக் கிடைக்கவில்லை எனில் அதை என் தோல்வியாகக் கொள்ள வேண்டும். நான் சரியாகக் காட்டவில்லை என்று அர்த்தம். அது தான் அதன் பின்புலம். எல்லோருமே அதில் பயணத்தில் இருப்பார்கள். ஒருவன் பத்திரிக்கையாளனாக இருப்பான், தொடர்ந்து பயணத்தில் இருப்பான். அவன் பெங்களூரிலிருந்து திருவனந்தபுரத்துக்கு ரயிலில் போகையில் ஒரு சம்பவம் நடக்கும். இப்படி தொடர்ந்து பெரும்பாலான சம்பவங்கள் நிஜப் பயணங்களும், virtual பயணங்களும், அகரீதியான பயணங்களுமாக இருந்து கொண்டே இருக்கும்.

கடைசிக்கதையில் ஒரு தாசி வருவாள். மூன்றாம் தலைமுறையிலிருந்து அவள் பயணம் தொடங்குகிறது. ஒரு குரு இருப்பார், அவருடைய குருவின் குருவிலிருந்து அவரது பயணம் தொடங்குகிறது. திவானுக்கு ஏதோ ஒரு பயணம் இருக்கிறது. வண்டியோட்டிக்கு ஒரு பயணம் இருக்கிறது. அவனது தந்தைக்கு ஒரு பயணம் இருக்கிறது. இப்படி எல்லாரும் இடம் மாறிக்கொண்டே இருக்கிறார்கள். எல்லாவற்றிலும் ஒரு பயணம் இருக்கிறது. Big Bang-ல் ஆரம்பித்து பிரபஞ்சம் ஒரு பெரும் பயணத்தில் இருக்கிறதல்லவா அது மாதிரியான ஒரு grandeur-க்கு நகர்த்த முடிந்தால் இதை வெற்றி பெற்றதாகக் கொள்ளலாம். எவ்வளவோ சிறுகதைகள் சிதறலாக எழுதி இருக்கிறேன். அவற்றைத் தொகுத்து உள்வாங்கி நன்றாக இருக்கிறதெனச் சொல்லிய நண்பர்கள் இருக்கிறார்கள். இதில் இன்னும் அதிகமாக சிதறி இருக்கிறேன் போலிருக்கிறது. கோத்துப் பார்க்க இன்னும் அதிகப் பிரயாசை தேவைப்படுகிறதென நினைக்கிறேன். அல்லது எனக்கு இன்னும் முறையாகக் கோத்துத் தரத் தெரியவில்லையோ என்னவோ!

20. தமிழில் இசையைக் கொண்டு புனைவெழுதியவர்கள் நானறிந்த வரை லா.ச.ரா.வும், தி.ஜா.வும் மட்டும் தான். பிறகு நீங்கள். கானல் நதி, நினைவுதிர் காலம் என்ற இரு நாவல்கள். அவர்கள் கூட இசையை மையமாய் வைத்துப் படைப்புகள் எழுதியதில்லை. அவர்களின் கதாபாத்திரம் இசை அறிந்தவர்களாக இருப்பார்கள். அல்லது சம்ப-

வத்திற்கு மேலும் வலுவேற்ற அவர்கள் அறிந்த இசையைப் பயன்படுத்தி இருப்பார்கள். அப்படி அல்லாது இசைக் கலைஞர்களை, அவர்களின் இசை வாழ்க்கையை நெருக்கமாக அணுகிப் புனைவு எழுதியது என்றால் நீங்கள் மட்டும்தான் மிஞ்சுகிறீர்கள். (இவ்வகையிலும் நீங்கள் கே. பாலச்சந்தரை நினைவு படுத்துகிறீர்கள்!) அந்நாவல்களைப் பற்றிக் கொஞ்சம் சொல்லுங்கள். இசைக் கலைஞர்கள் பற்றி எழுத மேலும் விஷயம் உள்ளது என நினைக்கிறீர்களா? இன்னொரு நாவல் வருமா?

கே.பாலச்சந்தர் ரொம்பத் தொந்தரவு செய்கிறார்! அவர் நாவல் எழுதவில்லை. நான் திரைப்படம் இயக்கவில்லை - பின் எதற்காக இந்த ஒப்பீடு. ஆரம்பத்தில் நான் எழுதிய கவிதை ஒன்று பற்றி நண்பர் ஒருவர் தெரிவித்த அபிப்பிராயம் நினைவு வருகிறது: 'இந்தக் கவிதை ஸ்ரீனிவாசன் எழுதிய கவிதையேதான்.' லேசான படபடப்போடு, ஏன் அப்படிச் சொல்கிறீர்கள் என்று கேட்டேன். இரண்டு கவிதைகளிலுமே ஒரு பன்றி சாகிறதாம்! இசையை அடிப்படையாகக் கொள்ளாத சொல்லத்தான் நினைக்கிறேன் படத்திற்கும் இசையை அடிப்படையாகக் கொண்ட அபூர்வ ராகங்கள் படத்துக்கும் ஏதேனும் வித்தியாசம் இருக்கிறதா என்ன?

இசையை மட்டுமே அடிப்படையாக வைத்து எடுத்த அபூர்வ ராகங்கள் படத்திற்கும் சிந்து பைரவி படத்துக்கும் ஏதேனும் சம்பந்தம் இருக்கிறதா என்ன? அப்படங்களில் களம் - setting - ஆக இசைக் கலைஞர்கள் இருக்கிறார்கள்., அவ்வளவுதான். இசை வாழ்க்கை சம்பந்தமான விவாதங்கள் அல்ல அல்ல அந்தப் படங்கள். அதனால் நமக்கு உடனடியாகத் தெரியக்கூடிய உதாரணங்களை மறுபரீசிலனை செய்வது நமது கடமை என நினைக்கிறேன். மேலோட்டமான ஒப்பீடுகள் வழி நாம் இலக்கியத் தரவுக்கு வந்து சேர்கிறோம் என்பது ஓர் அவசரம்தான். அல்லது அந்தரங்கமாக ஏதோ ஒரு புரியாமை இருக்கிறது.

ஓர் இசைக்கலைஞன், அவனது நிம்மதியின்மை, கடைசிவரை அதற்கு எந்தக் காரணமுமே கண்டுபிடிக்க முடியாமல் போவதுதான் கானல் நதியின் அடியோட்டம். இசையினால் தோல்வி அடையவில்லை, காதலினால் தோல்வி அடையவில்லை. எதனால் தோல்வி அடைந்தான் எனக் கடைசி வரை தெரியாததே அந்நாவலின் mystery. இதனால்தான் தோல்வி அடைந்தான் என்றால் அவன் இப்படிச் செய்து பார்த்திருக்கலாமே என்று ஆலோசனை சொல்ல ஆரம்பிப்போம். அப்படி இல்லை. அவனை எது துரத்தியதென்றே தெரியாது. மனுஷ்யபுத்திரன்தான் அந்த நாவலைப் பதிப்பித்தார். ஒருமுறை அவர் சொன்னார் - "அவனை எது துரத்துச்சுன்னே தெரியல சந்திரசேகர், அதுதான் சந்தோஷமா இருந்துச்சு படிக்கறதுக்கு." காரணம் தெரிந்து விட்டால் solution என்னிடம் இருக்கிறது. இல்லை. காரணமே இல்லை. அவனுடைய மன அமைப்பு அப்படி இருந்திருக்கிறது. அது ஏன் அப்படி இருந்தது? அதற்கு ஏதேனும் genetic காரணங்கள் இருந்திருக்குமா என்பதெல்லாம் நாவலின் வெளியே இருக்கும் விஷயங்கள்.

நினைவுதிர்காலத்தைப் பொறுத்தவரை ஒதுக்கப்பட்ட, நிராகரிக்கப்பட்ட ஓர் ஆளுக்குள் இயல்பாக இருக்கும் இசை வேட்கை. அது வெற்றியாகப் பரிணமிப்பது. ஆனால் கானல் நதி தான் உணர்ச்சிப்பூர்வமான நாவல். நினைவுதிர்காலம் இசை உலகம் பற்றிய ஒரு சித்திரத்தை உருவாக்க முயன்றது. அவரது தனி அனுபவம் தனிப் பிரயத்தனங்கள் பற்றி அதிகமாகச் சொல்லப்படவில்லை. இசை உலகம், அதில் இருக்கும் மனித மனங்கள் ஒன்றோடு ஒன்று தொடர்பு கொள்கையில் என்ன நிகழ்கிறது, அதிலிருக்கும் alchemy, openness, குழப்பங்கள், உள அரசியல் பற்றி.

என் நண்பர் ஓர் இசைக்கலைஞர். இந்நாவலைப் படித்து விட்டு மிகப் பிடித்திருக்கிறது, நிறைய இடங்களில் தன்னை ஞாபகப்படுத்துகிறது என்று சொன்னார். அதை ஒரு compliment-ஆக எடுத்துக் கொள்கிறேன். கானல் நதியைப் பொறுத்தவரை எனக்கு மிகத் திருப்தியான விமர்சனம் ஒன்றை ஒரு நண்பர் சொன்னார். அவர் பெரிய வாசகரும் அல்ல; பெரிய இசை ரசிகரும் இல்லை. ஆனால் வாசிப்பவர், வாசிப்பைப் பற்றி உருப்படியான அபிப்பிராயங்கள் சொல்பவர். ஏனெனில் அவருக்கு பிம்பம் உருவாக்க வேண்டிய அவசியம் இல்லை. மனத்தில் பட்டதைச் சொல்லலாம். அபிப்பிராயம் சொல்வதை செஸ் விளையாடுவது போல் செய்ய மாட்டார். இசையும் தோய்ந்து கேட்பார். தனக்கு என்ன தோன்றுகிறதோ சொல்வார். துருபத் சங்கீதம் கேட்டு அவர் சொன்னது நினைவு வருகிறது "என்னங்க, இந்த அரை எல்லாம் அரைச்சா தாங்க முடியாதுங்க".

கானல் நதி வாசிப்பது ஹிந்துஸ்தானியில் ஒரு பந்திஷ் (கீர்த்தனை) கேட்பது போல் இருக்கிறது என்றார். அது அப்படித்தான் மெதுவாகத் துவங்கும். அந்த நாவலில் பார்த்தால் துவக்கத்தில் ஒரு ஊருக்குப் போய்ச் சேருவது எப்படி என்ற வர்ணனை நீளமாக வரும். மிக மெதுவாக ஓர் ஆலாப் ஆரம்பித்து, மத்திய காலத்துக்கு வந்து பின் ரொம்பத் துரிதமாக நகரும். இதைத்தான் அந்த நண்பர் குறிப்பிட்டார். அதுதான் அந்த நாவலுக்குக் கிடைத்த best compliment எனக் கருதுகிறேன். இசை பற்றி மேலும் எழுதுவீர்களா எனக் கேட்டீர்கள். இன்னும் பத்து நாவல் எழுதலாம் இசையைப் பற்றி. அப்படி எழுதுகையில் தொடர்ந்து இசை கேட்பேன். அது இன்னும் என்னென்னவோ கொடுத்து விடும். இசையின் மூலமாக எனக்குக் கிடைப்பது வெறும் துய்ப்பு இன்பம் மட்டும் அல்ல என்று நினைக்கிறேன்.

அது வேறு என்ன என்னவோ உள்ளே கொடுக்கிறது. அதிகாலையில் ஹிந்துஸ்தானி குரல் சங்கீதத்தைக் கேட்டால் மிகப்பெரிய வெளியில் இறக்கை விரித்துக் கிளம்புவது போல் ஓர் உணர்வு கிடைக்கிறது. அந்த உணர்வில்தான் என்னுடைய பல படைப்புகளை எழுதி இருக்கிறேன். எந்நேரமும் அதனோடுதான் இருந்து கொண்டிருக்கிறேன். இப்போது நீங்கள் வரும்வரைக்கும்கூட புல்லாங்குழல் கேட்டுக்கொண்டிருந்தேன். அது என் பின்புலமாக இருந்து கொண்டே இருக்கிறது. அப்படி ஒரு ரீங்காரம் வேண்டி இருக்கிறது. ஒருவேளை அந்த அளவு நிம்மதியற்ற மனமோ என்னவோ தெரியவில்லை. அதனால் அதைச் சமனப்படுத்தும் ஓர் அம்சம் பின்னால் தேவையாய் இருந்துகொண்டே இருக்கிறதோ என்னவோ.

21. இரு நாவல்களுமே ஹிந்துஸ்தானி சங்கீதக்காரர்களைப் பற்றியது. அதற்கான காரணத்தை நாவல்களின் பின்னுரைகளில் மேலோட்டமாய்ச் சொல்லி இருந்தீர்கள். அதில் முக்கியமான ஒரு விஷயம் கர்நாடக இசையை விட ஹிந்துஸ்தானி இசை இலக்கணத்தை உடைத்து மேலே செல்ல இடம் அளிக்கிறது என்பது. அது இசை வகைமையின் குறைபாடா அல்லது இசைக்காரர்கள் அதைச் செய்வதில்லையா? அது பற்றிப் பேச முடியுமா? சஞ்சய் சுப்ரமணியன் உள்ளிட்ட உங்கள் கர்நாடக இசை நண்பர்களிடம் அதைச் சொல்லியதுண்டா?

இசை வகைமையின் தன்மை அது எனச் சொல்லலாம். குறைபாடு எனச் சொல்ல நமக்கு என்ன அருகதை இருக்கிறது? இது ஒரு வகைமை, அது இன்னொன்று. இங்கேயே கூட துக்கடா பாட்டுப் பாடுகையில் எழுந்து போகக்கூடிய அதிதீவிரமான இசை ரசிகர்கள் இருக்கிறார்கள். அவர்கள் ராகம், தானம், பல்லவி மட்டும்தான் பாட வேண்டும் என்பார்கள். ஹிந்துஸ்தானி சங்கீதத்திலுமே கயால் சங்கீதம் என்ற சாதாரணமாய், சரளமாய்ப் பாடும் முறை குறைவானது, துருபத் இசைதான் ஹிந்துஸ்தானி சங்கீதத்தின் நோக்கத்துக்கு மிக அருகில் இருக்கிறது என்பார்கள் சில ரசிகர்கள். நமக்குத்தான் ஒரு தடையும் கிடையாதே, பிடித்ததெல்லாம் கேட்கலாம். இதைத்தான் கேட்க வேண்டும் என வரையறுத்துக் கொள்ளவில்லை. ஹிந்துஸ்தானியில் சஞ்சாரம் அதிகம் இருக்கிறது என்று தோன்றுகிறது. இலக்கணத்தின் பிடிமானம் உடையும் இடங்கள் நிறைய இருக்கிறது என நினைக்கிறேன். எனக்கு அது பிடித்திருக்கிறது. பாடகர்களைப் பொறுத்தவரை அவர்களின் voice culture-ஐ வைத்துப் பார்க்கும் போது கர்நாடக சங்கீதம் அதன் பக்கத்திலேயே போக முடியாது என நினைக்கிறேன்.

சஞ்சய் சுப்ரமணியன் போன்ற நண்பர்களிடத்தில் இதுபற்றி மட்டுமல்ல எதைப் பற்றி வேண்டுமானாலும் பேசலாம். நிறையப்பேசி இருக்கிறேன். அவர் கிண்டலாகச் சொல்வார் “வருடாவருடம் பூனே போய் விடுவார் கச்சேரி கேட்க, இவர் ஹிந்துஸ்தானிதான் கேட்பார்” என்றேல்லாம். ஏதோ ஒரு பேட்டியில் கானல் நதி அவருக்குப் பிடித்திருந்ததாகச் சொல்லி இருந்தார். அப்போதுதான் எனக்கு அது தெரியும். அப்போது நான் நினைத்துக் கொண்டேன். இசை சம்பந்தமான அனுபவங்களை எழுத்தாக்கப் போகும்போது அதிகம் உளறவில்லை போலிருக்கிறது. அவர் பொறுத்துக்கொள்ளுமளவு உளறி இருக்கிறேன்!

எழுத்தாளனிடம் போய் அவனுடைய எழுத்தைப் பற்றிக் கேட்கத் தயக்கமாக இருக்கிறது எனச் சொன்னீர்கள். அதேபோல்தான் சஞ்சயிடம் அவருடைய இசையைப் பற்றி நான் அதிகமாகப் பேச மாட்டேன். பார்க்கப்போனால், இசை பற்றியே அதிகம் பேச மாட்டேன். எனக்கு அவ்வளவு தெரியாது. தெரியாத விஷயத்தை அவரிடம் ஓர் இமேஜ் create பண்ணுவதற்காகப் பேசுவது சரியில்லை. “இல்லை சஞ்சய், இது எனக்கு ஏனோ அப்பீல் ஆகலயே!” என்பதுபோல மேலோட்டமாகத்தான் அபிப்பிராயம் சொல்வேன். அவர் எனக்கு இசைக்கலைஞராக அறிமுகம் ஆனார். இன்றுவரை என் அபிமான இசைக்கலைஞர் அவர். ஆனால் அவரிடம் நேரில் பழகும்போது நான் ஒரு நண்பராகத்தான் உணர்கிறேன். அவர் அந்த மாதிரியான மனோபாவம் கொண்டவர்.

22. பொதுவாய் இரண்டு நாவல்களிலுமே கண்ட க்ளீஷேவான ஒரு விஷயம் எந்த ஓர் அபாரமான சங்கீத வாசிப்புக்கும் பின்பும் அதைக் கேட்கும் சங்கீதம் அறிந்த பாத்திரங்கள் “கண்கள் கசிகின்றன“. அதைக் கொண்டே அவ்விசையை உயர்த்திச் சொல்ல முற்படுகிறீர்கள். நல்ல இசைக்கு கண்கள் கசிவதுதான் அளவுகோலா? அல்லது உங்களை அறியாமல் மறுபடி மறுபடி நிகழ்ந்து விட்ட ஒன்றா!

கண் கசிவது என்ற அம்சத்தை உங்கள் சுயம் தன் பிடிமானத்தை விட்டு நெகிழ்கிறது என்றுதான் பார்க்கிறேன். துக்கம் பொங்குகிறது, ஆனந்தக் கண்ணீர் வருகிறது என்ற பொருளில் சொல்லவில்லை. அரியக்குடியோ அது போல் யாரோவோ சொன்னதாக சஞ்சய் தன் பேட்டியில் சொல்கிறார்: “கேட்கறவன் அழணும்டா, பாடறவன் அழப்படாது”. கேட்பவன் அழ வேண்டும் என்பது ஒரு scale போலிருக்கிறது. கதாபாத்திரங்களுக்கு மட்டுமல்ல, நிஜமான இசை ரசிகர்களுக்கும் இது இருக்கிறது. தி.ஜா.வும், லா.ச.ரா.வும் கூட இந்தக் கண் கசிவதைப் பேசி இருக்கிறார்கள். அது ஒரு state.

பார்க்கப்போனால் ஓரிடத்தில் இசை கேட்க நூறு பேர், ஆயிரம் பேர், பத்தாயிரம் பேர் கூடும்போது என்ன ஆகிறது என்று நினைக்கிறீர்கள்? கச்சேரி ஆரம்பிப்பதற்கு முன் ஒவ்வொருவருக்கும் இருந்த தனி அடையாளங்கள் எல்லாவற்றையும் மொத்தமாக ஓர் அண்டாவுக்குள் போட்டு கரைத்தாயிற்று. பிறகு உருவாகும் ஒற்றை அடையாளம்தான் உடம்பு முழுக்க காதாக ஆகி சங்கீதம் கேட்கிறது. அப்புறம் எல்லா ராகமும் கசிய வைக்கும் என நான் நம்பவில்லை. சில ராகங்களுக்கு கசிய வைக்கும் தன்மை இருக்கிறது. உதாரணமாக தேஷ், சிந்து பைரவி, ரஞ்சனி. இந்த ராகங்களை எல்லாம் ரொம்ப சுமாரான ஒரு பாடகர் பாடினாலும் ஆதார மையமான ஓர் இடத்தை அவர் பிடித்து விட்டாரெனில் 'மளுக்' என உள்ளே ஏதோ ஒன்று முறியத்தான் செய்யும்.

23. நீங்கள் இசை ரசிகர் மட்டும்தானா? அல்லது இசைக் கருவி அல்லது வாய்ப்பாட்டில் அறிமுகம் உண்டா? இசை குறித்த ஏதேனும் நிறைவேறாத கனவு உண்டா உங்களுக்கு? அப்படித் தோன்றுகிறது.

நான் இரு நாவல்களை இசையைக் கருப்பொருளாக வைத்து எழுதி இருக்கிறேன் என்பதைத் தவிர இசை தொடர்பான கேள்விகள் எதற்குமே பதில் சொல்ல மாட்டேன் என மிகப் பிடிவாதமாக இருக்கிறேன். யாராவது முக்கியமான இசைக்கலைஞர்கள் இறந்தால் என்னிடம் அஞ்சலிக் கட்டுரைகள் கேட்பதுண்டு. நான் மறுத்து விடுவேன். பீம்ஸென் ஜோஷி இறந்த போதுகூட நான் அவர் குறித்து ஏதும் எழுதவில்லை. அவ்வளவுதான். இந்த அளவுக்கு ஓர் உணர்வுப்பூர்வமான ரசிகன் என்ற இடத்திலிருந்து இசையைப் பற்றிப் பேசினால் போதும் என நினைக்கிறேன். எனக்குக் கருவிகள் ஏதும் வாசிக்கத் தெரியாது. பாத்ரூம் சிங்கர் தான். உல்லாசமான மனநிலையில் இருக்கும்போது பாடுவேன். இப்போது அதையும் குறைத்துக் கொண்டாயிற்று. நல்ல சங்கீதம் நிறையக் கேட்கக் கேட்க பாட வேண்டாம் என்று தோன்றிவிட்டது.

24. எழுத்தும் கூட அப்படித்தானே!

இல்லை, அப்படி இல்லை. அட, இதென்ன நாம் தொட முடியாத எல்லையா? தொட்டுப் பார்த்து விடலாமே எனத் தோன்றிவிடும். இசபெல் அலெண்டே ஒரு பேட்டியில் சொல்கிறார்: மார்க்கேஸின் One hundred years of solitude - படித்தவுடன், 'இவர் இதைச் செய்ய முடியுமென்றால் நானும் ஏன் செய்ய முடியாது' என்று அவருக்குத் தோன்றியதாம். என் துறை இது என்ற தீர்மானம், வரையறை இருந்ததென்றால் அதை ஒரு சவாலாக எடுத்துச் செய்து பார்க்கலாம். இசை என் துறை கிடையாது. அங்கே நான் ரசிகன் மட்டும்தான். உதாரணமாக தினசரி ரயிலில் போகிறேன். ஒருநாளாவது ரயில் ஓட்டிப் பார்க்க வேண்டும் என நினைப்பேனா! ஆனால், என் பால்யக் கனவுகளில் நான் ஒரு பெரிய பாடகனாக வேண்டும் என நினைத்திருக்கிறேன். எழுத்தாளனாக வேண்டும் என எண்ணியதே இல்லை. இப்படித்தான் நினைப்பது நடக்காது; நினைக்காதது நடக்கும்!

25. இசை பற்றி இத்தனை எழுதியதால் கேட்கிறேன். சாஸ்திரிய சங்கீதம் தாண்டி சினிமாப் பாடல்கள் கேட்பதுண்டா? இளையராஜாவின் தீவிர ரசிகன் நான். அவரது வாழ்க்கை வரலாற்றை எழுதுவதாக ஒரு பதிப்பகத்திடம் ஒப்புக்கொண்டு பல்வேறு காரணங்களால் தள்ளிப் போய்க் கொண்டிருக்கிறது. கானல் நதி வாசித்த போது இளையராஜாவின் வாழ்க்கையை அப்படி எழுதிப் பார்க்க வேண்டும் என்ற ஆசை வந்தது. நினைவுதிர்காலம் வாசித்தபோது இளையராஜாவை அப்படி ஒரு நேர்காணல் செய்ய வேண்டும் என ஆசை ஏற்பட்டிருக்கிறது. இப்படி தனிப்பட்ட முறையில் எனக்கு அளவுக்கு மீறிய பாதிப்பை ஏற்படுத்தி விட்டீர்கள்.

சினிமாப் பாடல்களில் நிறைய ஆசை உண்டு, நிறையக் கேட்டிருக்கிறேன். In fact. நான் சாஸ்திரிய சங்கீதம் கேட்க ஆரம்பித்தது வாலிபனான பிறகுதான். 26, 27 வயதில் தொடங்கினேன். அதற்கு முன் அப்பா அகில பாரத சங்கீத சம்மேளனம் கேட்க வைப்பார். சில பெயர்கள் மனத்தில் பதிந்ததே ஒழிய இசை ஏதும் பெரிதாக மனதில் பதியவில்லை. ஆனால் சினிமாப்பாடல் குழந்தையாக இருந்ததிலிருந்தே கேட்கிறேன். பழைய சினிமாப்பாடல்களின் அபூர்வமான தொகுப்பு என்னிடம் இருக்கிறது. ஆசையாகக் கேட்பேன்.

நான் இளையராஜாவின் பரமரசிகன். தமிழ் சினிமா சங்கீதத்தில் மிக முக்கியமான பல வேலைகள் பார்த்திருக்கிறார். குறிப்பாக எழுபதுகளின் தொடக்கம் முதல் இறுதிப்பகுதிவரை காணாமல் போயிருந்த melody-யை திரும்ப retintroduce செய்தது இளையராஜாதான் என்பதில் சந்தேகமே இல்லை. எனக்கு மிக அபிமானமான ஓர் இசையமைப்பாளர். அவரைப் பற்றி அப்படி ஒரு புத்தகம் எழுதலாம்தான். எழுதப்பட முழுத் தகுதி உள்ளவர். அவர் மேல் எனக்கு மிகப் பெரிய மரியாதையும் அபிமானமும் பிரியமும் இருக்கிறது.

நான் ரசிக்கக்கூடிய அவரது மிக நல்ல பாடல்கள் பலவும் பொதுத்தளத்தில் காணாமல் போய்விட்டது, அதிகம் பேர் கேட்காமல் ஹிட் ஆகாமல் போய் விட்டது என்ற வருத்தம் உண்டு. சமீபத்தில்கூட நண்பர்கள் பழைய பாடல்கள் பற்றிப் பேசிக் கொண்டிருக்கையில் கரும்பு வில் படத்தில் இளையராஜா மெட்டமைத்து மலேசியா வாசுதேவன் ஜானகி

பாடிய 'மலர்களிலே ஆராதனை' பாடல் பற்றி பேச்சு வந்தது. அப்போது உணர்ச்சிவசப்பட்டுச் சொன்னேன்: "முக்கியமான பாட்டு அது, கர்ணன் பாடல்களுக்குப் பக்கத்தில் வைக்க வேண்டிய பாடல்" என்றேன். அது மாதிரியான classical heights எல்லாம் அவர் சினிமாப் பாடல்களில் கொடுத்திருக்கிறார். ரொம்ப melodious பாடல்கள் தந்திருக்கிறார். நிழல்கள் படத்தில் 'தூரத்தில் நான் கண்ட உன் முகம்' என்ற பாடல் (படத்தில் இல்லை). அந்தப் பாடல் இப்போதுவரை கேட்கும்போதெல்லாம் ஒரு க்ளாஸிக்கல் ஹிந்துஸ்தானி கொடுக்கக்கூடிய அதே நிறைவைத் தரும். அதில் அந்தத் தந்திவாத்தியம் எப்படி இறைஞ்சும்!

26. உங்கள் பிரதான பலம், படைப்பு வாகனம் சிறுகதை என்பதாக அவதானிக்கிறேன். மணற்கேணி, வெளியேற்றம் போன்றவை கூட ஒருவகையில் சிறுகதைகளால் ஆன நாவல்களே. நேரடியாகவும், மறைமுகமாகவும் தமிழில் இத்தனை வளமாய் சிறுகதை எழுதித் தள்ளிய இன்னொருவரைத் தேட வேண்டும். ஏன் சிறுகதை? மற்ற வடிவங்களை விட அது உங்களுக்கு நெருக்கமானதாக ஆனதேன்?

நீங்கள் இவ்வளவு தூரம் நாவல்கள் பற்றிப் பேசியதை வைத்து நாவல்கள்தான் எனது பிரதான பலமோ என்பதான ஒரு பிரமை எனக்கே ஏற்பட்டிருந்தது! இப்போது இப்படிக் கேட்கிறீர்கள். சிறுகதை வடிவத்தை என்னுடைய பலம் என்று நீங்கள் கருதுவதே மிகவும் மகிழ்ச்சி தருகிறது. சமீபத்தில்தான் எனது மிக நெருங்கிய நண்பர், ஒரு செய்தி சொன்னார்: "அவனைப் பத்தி என்னய்யா விசேஷமாச் சொல்றீங்க? அவனுக்கு சிறுகதை வடிவமே பிடிபடல. ஒரு கதையையும் ஒழுங்கா ஆரமிக்கத் தெரியலெ. முடிக்கவும் தெரியலெ. வளவளன்னு எழுதுறான்." இப்படிச் சொன்னவர், நான் மிகவும் மதிக்கும், மூத்த தலைமுறை எழுத்தாளர். எனது கதைகள் பற்றி இப்படி ஒரு கருத்தும் நிலவுகிறது என்பதை நீங்கள் அறியவேண்டும் என்பதற்காகக் குறிப்பிட்டேன்!

என்னைப் பொறுத்தவரை, வடிவ விசுவாசம் முக்கியம் அல்ல. அந்த அக்கறையையும், கறார்த்தனத்தையும் கவிதையிடம் வைத்துக்கொள்வேன். எனது கதைகளை, சிறுகதைகள் என்று நான் குறிப்பிடுவதில்லை. அவை கதைகள். நவீனத்துவத்தின் எழுச்சி காரணமாக உலகமொழிகளில் எழுதப்பட்டிருக்கும் சிறுகதைகள் அனைத்துக்கும் ஓர் சமத்தன்மை இருக்கிறது. தற்போதைய தலைமுறை அதைக் குலைத்துப் பார்க்க முயல்கிறது. நேர்கோட்டை இஷ்டம்போல ஒடித்து, புதிய சொல்லல் வடிவங்களை உருவாக்குவது இந்திய மரபின் கதைசொல்லலுக்கு அந்நியமானதல்ல. எனக்கு இந்த பாணியில் கதைசொல்லப் பிடித்திருக்கிறது!

கல்லூரியில் எனது பேராசிரியராக இருந்தவர் சொல்வார் - 'சிறுகதை என்பது மூன்றே அம்சங்களினால் ஆனது, எடுப்பு, தொடுப்பு, முடிப்பு.' அப்படியான ஓர் அறிதல்தான் பரவலாக இருக்கிறது. 'உங்கள் கதைகள் எல்லாமே கதைக்கொத்துகளாகவே இருக்கின்றனவே?' என்று ஆதங்கப்பட்ட நண்பரிடம் சொன்னேன்: 'மரபான சிறுகதை வடிவத்தில் பல்லாயிரக்கணக்கான கதைகள் எழுதப்பட்டிருக்கின்றன - அந்த எழுத்தாளர்களிடம் ஏன் ஒரே மாதிரி எழுதுகிறீர்கள் என்று யாரும் கேட்பதில்லை! ஏதோ ஒரு மாற்று முறையில் ஆசைவைத்து முயற்சிக்கிறவனைப் போய் இப்படிக் கேட்கிறீர்களே!' ஆனால், முழுக்க முழுக்க, சிறுகதையின் சொல்லப்பட்ட இலக்கணத்துக்கு ஒத்த கதைகளும் ஒரு சில எழுதியிருக்கிறேன் - உடனடியாக நினைவு வரும் இரண்டு கதைகள், தபஸ்வினி, விருந்தாளி.

மற்றபடி, அவ்வப்போதைய மனநிலையின் பிரகாரம், தோன்றும் உந்துதலின் பிரகாரம், ஏதோவொரு வடிவத்தைத் தேர்கிறேன் - அல்லது பேச எடுத்துக்கொள்ளும் சமாசாரம், தனது வெளிப்பாட்டு வடிவத்தை முடிவுசெய்துகொள்கிறது. எனது பிற படைப்புகளைவிடவும் சிறுகதைகள் உங்களை வெகுவாகக் கவர்ந்திருக்கின்றன என்று புரிந்துகொள்கிறேன்.

27. ஒளி விலகல், ஏற்கனவே இரண்டும் மிகச் செறிவான சிறுகதைத் தொகுதிகள். வடிவ பரிசோதனை முயற்சிகளில் ஆகட்டும், உள்ளடக்கத்தின் புதுமையிலாகட்டும் அவை மிக முக்கியமான ஆக்கங்கள். அதிலும் ஆச்சரியகரமாய் அவைதாம் உங்கள் முதல் புனைவு முயற்சிகள். சுந்தர ராமசாமியே தன் ஆரம்ப காலக்கதைகள் சிலவற்றைப் பலவீனமானவை எனக் கருதி தன் முழுத் தொகுதியிலிருந்து நீக்கி இருக்கிறார். அப்படி அல்லாமல் உங்கள் ஆரம்பக் கதைகளே எப்படி தனித்துவம் கொண்டன?

நீங்கள் அப்படி நினைப்பது சந்தோஷமாக இருக்கிறது. ஆனால் நான் அப்படி நினைக்கவில்லை. இந்த இரு தொகுப்புகளுக்குப் பிறகு வந்த கடல் கொண்ட நிலம், நீர்ப்பறவைகளின் தியானம் தொகுப்புகளிலும் அதே மாதிரியான கதைகள் இடம் பெற்றிருப்பதாக நினைக்கிறேன். அதிலும், கடல் கொண்ட நிலம் எனது அபிமானத் தொகுப்பு. என்னுடைய ஆரம்பகாலக் கதைகள் சிலவற்றைத் தொகுப்புகளில் சேர்க்கவில்லை, இத்தனைக்கும் அவை பிரசுரமானவைதாம். சுந்தர ராமசாமி கதைகள் சம்பந்தமாகச் செய்ததை நான் என் கவிதைகளில் செய்தேன் என ஏற்கனவே சொல்லி இருக்கிறேன். நீங்கள் குறிப்பிடும் தொகுப்புகள் குறித்து பெரிய அதிப்ருதி ஏதும் எனக்கு இதுவரை வரவில்லை.

28. இருபத்து மூன்று காதல் கதைகளைப் பற்றிச் சொல்லாமல் விடுத்தால் இந்நேர்காணல் நிறையாது. ஒரு விஷயம் சொல்கிறேன். அப்போது 20 வயது இருக்கும். அந்தக் கதையின் பக்கங்களை மட்டும் ஒளிநகல் செய்து அப்போது காதலியாக இருந்த என் மனைவிக்கு வாசிக்கக் கொடுத்திருக்கிறேன். அந்தக் குறுநாவல் பற்றி ஏதேனும் சொல்ல விஷயமிருக்கிறதா? அப்போதே அது அளவில் அங்கீகாரம் பெற்ற கதை தானே?

அது பற்றிச் சொல்ல சுவாரஸ்யமான சில சம்பவங்கள் இருக்கின்றன.

சாரு நிவேதிதாவும் நானும் தினசரி சந்தித்துக் கொண்டிருந்த காலம். கரட்டுப்பட்டியில் நான் சிறுவனாக இருந்த சமயம் நடந்த ஏதோ ஒரு சம்பவம் பற்றி அவரிடம் சொல்லிக் கொண்டிருந்தேன். அப்போது ஏதோ ஒன்றை நான் அவருக்கு வார்த்தைகளில் சொல்லி விளங்க வைக்க முடியவில்லை என தரையில் காலால் கோடு போட்டு, இந்த இடத்தில் அவர் நின்றிருந்தார் அந்த இடத்தில் நான் நின்றிருந்தேன் என்பது போலச் சொல்லி முடித்தவுடன் சாரு சொன்னார்: "நீங்க பிக்ஷன் எழுதலாமே, ஏன் எழுதாம இருக்கீங்க?".

அதற்கு அடுத்த நாள் வசந்தகுமார், பஷீர், நான் மூவரும் நின்று பேசிக் கொண்டிருந்தோம். ஏதோ ஒன்றை விலாவாரியாகச் சொல்லிக் கொண்டிருந்தேன் வசந்தகுமாரிடம். அப்போது வசந்தகுமார் கேட்டார், "ஏன் சேகர், நீங்க கதை எழுத மாட்டேங்கறீங்க?". ஓ! நாம் கதை எழுதலாம் போலிருக்கிறது எனத் தோன்றியது. அதற்கு முன்னால் பத்து, பன்னிரண்டு சிறுகதைகள் எழுதி பிரசுரமும் கண்டிருந்தன. ஆனால் நான் மதிக்கும் இரண்டு பேர் என்னிடம் 'கதை எழுதலாமே' என்று முதலில் சொன்ன சந்தர்ப்பம் அது.

அந்த சமயத்தில் நண்பன் தண்டபாணி வந்திருந்தான். என் எழுத்துக்கள் எல்லாவற்றுக்கும் பின்னால் இருப்பவன். அவனை வழியனுப்பப் போனபோது, கையில் சில காதல் கதைகள் எழுதலாம் எனத் தோன்றுகிறது எனச் சொன்னேன். "அப்படியா! கதை எல்லாம் எழுதப் போறியா நீ?" என ஆச்சரியமாகக் கேட்டான். "ஆம், tentative-ஆக ஒரு தலைப்பு கூடத் தோன்றி இருக்கிறது" என்றேன். இருபத்தி மூன்று காதல் கதைகள். ஏன் 23 என்று அவனும் கேட்கவில்லை. நானும் சொல்லவில்லை. இப்போதுவரை எனக்கும் தெரியாது!

இப்படித்தான் அதை எழுத ஆரம்பித்தேன். முதல் இரு கதைகள் எழுதி முடித்ததும் சாரு நிவேதிதாவிடம் படிக்கக் கொடுத்தேன். "இதுதான் post-morden. தொடர்ந்து எழுதுங்க" என்றார். அப்புறம் இருபத்தி மூன்று காதல் கதைகள் எழுதி முடித்தவுடன் அவர் மிகவும் மதிக்கும் ஒரு போஸ்ட் மார்டனிஸ விமர்சகரிடம் கொடுக்கச் சொல்லி சிபாரிசு செய்தார். நான் கொடுத்தேன். அவர் வாசித்து விட்டு அது மொத்தமும் குப்பை என்று சொன்னார். அதைக் கேட்டு எனக்கு மிகவும் மகிழ்ச்சியாகிவிட்டது. உடனடியாக. அதைப் பிரசுரம் செய்தேன்! ஆரண்யம் இதழில் அது பிரசுரமானது. ஸ்ரீபதியும் சுதேசமித்திரனும் அதன் ஆசிரியர்கள். சாரு நிவேதிதா மூலமாக அவர்கள் அறிமுகம். அவர்கள் அதைப் பெரும் கொண்டாட்டத்துடன் பிரசுரம் செய்தார்கள். அதற்கு அடுத்த இதழில் அக்கதை பற்றிய லதா ராமகிருஷ்ணனின் 3 பக்கக் கட்டுரை ஒன்று வந்தது.

அக்கதையைப் பிரசுரம் செய்ததில் ஒரு விபத்து நேர்ந்து விட்டது. நண்பருக்கான ஒரு கடிதம் என்பதோடு அக்கதை முடியும். "நண்பரே, இருபத்தி மூன்று காதல் கதைகளை இத்துடன் இணைத்திருக்கிறேன், உங்கள் அபிப்பிராயத்துக்குப் பின்புதான் இதைப் பிரசுரம் செய்வேன்" என்று சொல்லும் கடிதம். அதாவது பிரசுரம் ஆன கதையில் இனிமேல்தான் இதைப் பிரசுரம் செய்யப் போகிறேன் என்று. அப்போதிருந்த ஒரு கேளிக்கை, வேடிக்கை, சாகச மனநிலையில் செய்தது. அந்தக் கடிதம் "இப்படிக்கு கிருஷ்ணன்" என்று முடியும். அவர்கள் கதைக்கு ஓர் ஓவியம் போட்டிருந்தார்கள். ஓவியத்தின் கோடு கிருஷ்ணன் மீது அழுத்தமாய்ப் படிந்து, பார்த்தால் "இப்படிக்கு" என்பதோடு நின்றுவிட்டது போல் தோற்றம் உண்டாக்கி விட்டது. அதை "இப்படிக்கு யுவன் சந்திரசேகர்" என்று எடுத்துக் கொண்டார் போல லதா ராமகிருஷ்ணன். அதாவது, ஆரண்யம் இதழ் ஆசிரியருக்கு யுவன் சந்திரசேகர் எழுதிய கடிதம் என்று.

அக்கட்டுரையில் என்னை வசவான வசவு. 'இது உங்களின் Literary Catharsis-ஸா யுவன்?' என்று முடிந்திருந்தது. அக்கட்டுரைக்குப் பக்கத்திலேயே அதே கதை பற்றி முருகேச பாண்டியனின் ஒன்றரைப் பக்கக் கட்டுரை ஒன்றையும் வெளியிட்டிருந்தார்கள். அவர் இதைக் கொண்டாடித் தள்ளி இருந்தார். எனக்கு இரண்டுமே புரியவில்லை. இவை ஒரே இதழில் அடுத்தடுத்து இருந்தது ஆச்சரியமாக இருந்தது. யதேச்சையாக, ஒரு கடிதத்தில் எழுப்பப்பட்ட கேள்விகளுக்கு, மற்றதில் பதில் இருந்ததும் சுவாரசியமாக இருந்தது. அதில் ஒரு குறிப்பிட்ட கதையை அம்பை படித்துவிட்டு ஓர் அதிகாலையில் தொலைபேசியில் அழைத்தார், "ரொம்பப் பிரமாதமான கதை. நான் எழுதி இருக்க வேண்டிய கதை அது" என்றார். அம்பைக்கும் எனக்குமான நட்பு மிக அபூர்வமானது. பல வருடங்கள் கழித்து சந்தித்துக்கொள்வோம்.

விட்ட இடத்திலிருந்து பேச ஆரம்பிப்போம். ஒரு நெருக்கமான, அபூர்வமான சிநேகிதியாகத்தான் அம்பையை நினைக்கிறேன். அச்சமயம் தமிழினி மாநாடுக்கு அம்பை வந்திருந்தார். இடையில் லதா ராமகிருஷ்ணனின் கட்டுரை பிரசுரமாகியிருந்தது. அம்பையிடம் கேட்டேன், "நீங்கள் பெண்ணியவாதி, உங்களுக்கு இந்தக் கதை பிடித்திருக்கி-

றது. லதா ராமகிருஷ்ணனும் பெண்ணியவாதி அவர் திட்டுகிறாரே!'' ''நீ சின்னப் பையன். பெண்ணியத்தில் நிறைய வெரைட்டி இருக்கு, உனக்குப் புரியாது'' என்று சொல்லிச் சிரித்தார் அவர்!

அப்புறம் அது என் டைரிக்குறிப்பு, அதில் 23 பெண்களுடன் நான் பழகி அவர்களை ஏமாற்றி விட்டேன் என்பது மாதிரியான ஓர் அறிதல் முறை அப்போது தமிழில் இருந்தது. அதில் ஒரு பாட்டி இருப்பார். பார்க்கின்ஸன்ஸ் வியாதியால் பீடிக்கப்பட்டவர். அவருக்குப் புடவை கட்ட முடியாது. அவர் கணவர் கட்டி விடுவார். 'அதுவும் கூட நான்தான் என நினைக்கிறார்கள் போலிருக்கிறது. அந்தக் கிழவியையும் நான்தான் கைவிட்டுவிட்டேனோ!' என்று நண்பர்களிடம் கேட்டுச் சிரித்தது நினைவு வருகிறது. எனக்கு மிகப் பிடித்த ஒரு குறுநாவல் அது. நான் எழுதிய முதல் குறுநாவல். ஆனால் அதைக் குறுநாவல் என இன்றுவரை நான் மட்டும்தான் சொல்லிக் கொண்டிருக்கிறேன்! அநேகம் பேர் அவற்றை உதிரிக்கதைகள் என்றே கருதுகிற மாதிரி இருக்கிறது. நாம் குறுநாவல், சிறுகதை பற்றியும் திரும்ப விவாதிக்கத்தான் வேண்டும்.

29. எந்த ஓர் எழுத்தாளரையும் போல் கவிதைகளில்தான் நீங்களும் துவங்கி இருக்கிறீர்கள். ஒரு படைப்பாளியாக கவிதைக்கும் புனைவுக்குமான வேற்றுமை என்ன? கவிதையிலிருந்து புனைவுக்கு நகர்ந்த பயணம் எப்படி இருந்தது? கவிஞன் - எழுத்தாளன் எந்த அடையாளத்தை விரும்புகிறீர்கள்?

ஒன்றுக்கும் மேற்பட்ட வடிவங்களில் புழங்கியவர்கள் என தமிழில் குறைந்தது பத்து, பதினைந்து பேர் இருந்திருக்கிறார்கள். அவர்களில் நானும் ஒருவன். நான் இத்தனை சிறுகதைகளும் நாவல்களும் எழுதிய பிறகும் இன்றுவரை பிடிவாதமாக என்னைக் கவிஞர் யுவன் என்று சொல்லிக் கொண்டிருப்பவர்கள் இருக்கிறார்கள். 'அடுத்து, கவிஞர் யுவன் பேசுவார்' என்பார்கள். நானும் எழுந்துபோய்ப் பேசிவிட்டு வருவேன்!

குறிப்பாக இந்த அடையாளம்தான் வேண்டும் என நான் நினைக்கவில்லை. என்னைப் பொறுத்தவரை இந்த இரு வடிவங்களுக்கு இடையில் நான் எதாவது காத்திரமான, பொருட்படுத்தத்தக்க வித்தியாசத்தை உருவாக்கிக் காட்டி இருக்கிறேனா என்பதுதான் கேள்வி. என்னுடைய கவிதைகள் எதுவுமே ஒரு நாவலில் ஒரு சிறுகதையில் - அதாவது உரைநடைப் புனைவில் இடம் பெறக்கூடியது என்று நான் கருதவில்லை. அந்த விதமாக மட்டுமே எழுதப்பட முடிந்த விஷயங்களை மட்டுமே நான் கவிதையாக எழுதி இருக்கிறேன்.

சிறுகதையில் அல்லது நாவலில் கவிதைக்கூறுகள் உள்ள இடங்கள் இருந்திருக்கலாம். கைப்பழக்கத்தில் வந்ததாக இருக்கும் அது. ஆனால் அதெல்லாம் கவிதை என நானே claim செய்ய மாட்டேன். கவிதைகளில் புனைகதை அளவுக்கு நான் சுதந்திரமாக உணரவில்லை. என் சிறுகதைத் தொகுப்பின் முன்னுரையில் அதைச் சொல்லி இருந்த ஞாபகம். புனைகதை கொடுக்கக்கூடிய சௌகர்யம், இட விஸ்தாரம் வேறு. ஒருவேளை கவிதை என்பதை மிகத் தீவிரமான விஷயமாக நான்தான் பார்த்துக்கொண்டிருக்கிறேனோ என்னவோ! கவிதை தொடர்பாக எனக்குள் இருக்கும் கோட்பாடு அத்தகைய தீவிரத்தன்மையைக் கோரக்கூடியதாக இருக்கிறதோ என்னவோ! இப்படி அது என் பிரச்சனையாகவும் இருக்கலாம்.

ஏனெனில் மிக சரளமான, நெகிழ்வான மிகப்பல கவிதைகள் இருக்கின்றன. உதாரணமாக கல்பற்றா நாராயணன் எழுதும் கவிதைகள். தமிழில் ஞானக்கூத்தன் எழுதும் மிகப்பல கவிதைகள் எனக்கு அத்தகைய கிளர்ச்சியைக் கொடுத்திருக்கின்றன. கவிதாம்சமும் ஓங்கியிருக்கும். பகடியும் நிறைந்திருக்கும். ஆனால் எனக்கு அப்படி எழுதத் தெரியவில்லை. நான் அப்படி எழுத யோசிக்கவும் இல்லை. மற்றபடி, இரண்டும் இரு வெவ்வேறு வடிவ ஒழுங்கு கொண்டவை என்பதில் சந்தேகம் இல்லை. கவிதை இன்னமும் நுட்பமானது என நினைக்கிறேன்.

30. நீங்கள் கடைசியாய்க் கவிதை எழுதி ஆறேழு ஆண்டுகள் இருக்கக்கூடும் அல்லவா! பிற்பாடு ஏன் கவிஞராகத் தொடரவில்லை? அல்லது முன்போலத் தீவிரமாக இயங்கவில்லை? அது ஏதும் மனநிலை தொடர்புடைய விஷயமா? புனைவே உங்கள் இயல்பான வெளிப்பாட்டு முறை என நினைக்கிறீர்களா? இன்றைய இலக்கிய உலகம் புனைவுக்கிணையாய் கவிதைக்கு முக்கியத்துவம் அளிக்கவில்லையா?

இந்தக் கடைசிக் கேள்வியை நான் நிராகரிக்கிறேன். இன்று உலகில் எது saleable-ஆக இருக்கிறது என்று பார்த்து எழுத்தாளன் செயல்பட மாட்டான். நான் அப்படிச் செயல்படவில்லை. நான் இப்போது கவிதை எழுதவில்லை என நீங்கள் நினைத்துக் கொள்கிறீர்கள். ஒரு தொகுப்பு போடுமளவு கவிதைகள் என்னிடம் இருக்கிறது. நான் பிரசுரம் செய்யவில்லை. இருநூற்றைம்பது வரிகள் கொண்ட ஒரு நீள்கவிதை கூட எழுதி வைத்திருக்கிறேன். அதை எழுதி மூன்று, நான்கு வருடங்களாகிறது.

கவிதைகளில் வேறொரு விதமான எழுத்துமுறைக்கு, உருவ முறைக்கு மாற வேண்டும் என நினைத்துக் கொண்டிருக்கிறேனோ என்றுகூடத் தோன்றி இருக்கிறது. புகைச்சுவருக்கு அப்பால் தொகுதியையும் தோற்றப்பிழை என்ற தொகுதியையும் ஒப்பிட்டாலே இந்த வித்தியாசம் புலப்படும். இன்னும் நெகிழ்வான, இன்னும் சரளமான ஒரு சொல்-

முறையை நோக்கி நகரும் விழைவு உள்ளே இருந்து கொண்டே இருக்கிறது. அது முழுக்க திருப்திப்பட்ட பிறகு அக்கவிதைகளை நான் பிரசுரம் செய்வேன். புனைகதை எழுதுவதற்கும் கவிதை எழுதுவதற்கும் என்னளவில் ஒரு வித்தியாசம் உண்டு. நான் கவிதை எழுதும் முறையில் எனக்கு ஒரு கவிதை முழுமையாய் உள்ளே தோன்றி விடும். அதைக் காகிதத்துக்கு நகர்த்தி விட்டு, அதன் வடிவச் செறிவு சம்பந்தமாகச் சில வேலைகள் செய்வேன். அப்படித்தான் நான் எழுதும் முறை இருக்கிறது.

எப்போதும் கவிதையை கனவுக்கு ஒப்பிட்டு நண்பர்களிடம் பேசுவது வழக்கம். கனவு முழுமையாகவே வரும். இன்று கொஞ்சம் வந்து, நாளை மீதி தொடராது. சிறுகதை அப்படி இல்லை. இன்று கொஞ்சம் தோன்றும். நாளை கொஞ்சம் வளர்க்கலாம், சில விஷயங்கள் சேர்க்கலாம், நீக்கலாம். இதுபோல் ஓர் எடிட்டிங்கிற்கு சாத்தியம் கொண்ட விஷயம் புனைகதை. ஆனால் கவிதை முழுமையாகி விட்டது என மனத்தில் தோன்றாத வரை அதைக் காகிதத்துக்கு நகர்த்துவதில்லை எனத் தீர்மானமாக இருக்கிறேன்.

கவிதை மேல் பெரும் ஆசை உண்டு. எப்போதுமே இவ்வளவுதான் எழுதி வந்திருக்கிறேன். வருடத்துக்குப் பத்து கவிதை. மூன்று அல்லது நான்கு வருஷத்துக்கு ஒரு தொகுப்பு. அதே விகிதத்தில் இன்னமும் எழுதிக் கொண்டிருக்கிரேன். இப்போது உபரியாக கவிதை பற்றிய கட்டுரைத்தொடர் ஒன்று காலச்சுவடில் எழுதிக் கொண்டிருக்கிறேன். இதைச் செய்வேன் என நான்கு வருடங்களுக்கு முன் தெரியாது. இப்போது தோன்றி இருக்கிறது. செய்கிறேன்.

31. தமிழில் ஜென் கவிதைகள் குறித்து யார் தொடக்கப் புள்ளி கேட்டாலும் பெயரற்ற யாத்ரீகன் நூலையே முதன்மையாகக் குறிப்பிடுவது என் வழக்கம். அந்த முயற்சி பற்றிச் சொல்லுங்கள்.

உயிர்மை பதிப்பகம் ஆரம்பித்திருந்த நேரம். அதற்குக் கொஞ்சம் நாட்கள் முன்னால் காலச்சுவடில் 10 - 12 ஜப்பானியக் கவிதைகள் - அதில் ஜென் கவிதைகளும் அடக்கம் - என் மொழிபெயர்ப்பில் வெளியாகின. மனுஷ்யபுத்திரன் உயிர்மைக்கு ஏதாவது புத்தகம் கொடுங்கள் எனக் கேட்டார். 'ஏற்கனவே' தொகுப்பின் அத்தனை கதைகளும் அப்போது தயாராக இருந்தன. அதைக் கொடுத்தேன்.

அவர் எனக்கு நண்பர். அதனால் ஒரு புத்தகத்தோடு நிறுத்தக்கூடாது எனத் தோன்றி, "ஜென் கவிதைகள் ஒரு தொகுப்பு போடலாமா ஹமீது?" என்று கேட்டேன். நாங்கள் இருவரும் சேர்ந்து அதற்கான வேலைகளைத் தொடங்கினோம். அவர் இணையத்தில் இருந்தும், புத்தகங்களில் இருந்தும் வண்டி வண்டியாக ஜென் கவிதைகள் எனக்கு எடுத்துத் தருவார் (இப்போதுகூட அது என்னிடம் சிடியாக இருக்கிறது). கிட்டத்தட்ட இரண்டாயிரம் கவிதைகள் அப்படி சேகரித்தோம். அதில் 250 கவிதைகளை shortlist செய்து மொழிபெயர்த்தேன். அதில் 175 மட்டும்தான் அப்புத்தகத்தில் இடம்பெற்றிருக்கிறது.

ஒவ்வொரு பக்கத்திலும் இணையத்திலிருந்து படங்கள் தேடிப் போடுவதில் தொடங்கி, அந்தப் புத்தகத்தின் ஆக்கத்தில் ஹமீது எல்லாவற்றையும் ரொம்ப ஆசையாகச் செய்தார். அழகான புத்தகமாக அது வெளியானது. அந்தப் புத்தகத்துக்கு மட்டும்தான் அவர் பதிப்பாளர் குறிப்பு என ஒன்று எழுதி இருக்கிறார். அப்போது சொன்னார், "இப்புத்தகத்தில் நானும் இருக்கணும்னு ஆசைப்படறேன் சந்திரசேகர், அதனால்தான்". மனுஷ்யபுத்திரனுடனான என் உறவு கடந்த சில வருடங்களாக அவ்வளவு சீராக இல்லை. அதனால் அப்புத்தகம் மறுபதிப்பு காண்பதற்கான வாய்ப்பும் இல்லை. நான் என்னுடைய ஒரிஜினல் படைப்புகளை விடவும் அதிக காலம் உயிருடன் இருக்கும் என்று நான் நினைத்த புத்தகம். ஆனால் அதற்கு இப்படி ஒரு அற்ப ஆயுள் வாய்த்தது என்பது சற்று வலிக்கத்தான் செய்கிறது. மனுஷ்யபுத்திரனுடனான் நட்பில் தேக்கம் உண்டானதும் வருத்தமான விஷயம்தான்.

ஆனால் இப்போது யோசிக்கும்போது இலக்கிய வாழ்க்கையில் இதுபோல நிறைய நண்பர்கள் வந்து தங்கி, என் காரணமாகவோ அவர்கள் காரணமாகவோ விலகிப்போய் இருக்கிறார்கள். அப்படிக் காணாமல் போன நண்பர்களில் நான் இன்றுவரை ஒரு வலியாக உணர்வது மனுஷ்யபுத்திரனைத்தான். அந்த அளவு அவரிடம் அபிமானமாக, நெருக்கமாக இருந்தேன். அவரோடு இருந்த நாட்களில் நான் மிக உற்சாகமாகவும் உல்லாசமாகவும் இதமாகவும் உணர்ந்தேன் என்பதையும் சொல்லத்தான் வேண்டும். என் ஞாபகத்தில் இருக்கும் ஹமீதுடன் எனக்கு இருக்கும் நட்பு கெடவே இல்லை. இன்றுவரை அதே நேசத்துடன் இருந்து கொண்டிருக்கிறது.

இன்றிருக்கும் ஹமீது நான் நெருங்க முடியாத தொலைவில் இருக்கிறார் என நினைக்கிறேன். ஓர் உறவு காணாமல் போனவுடன் ஒன்றாய் இருந்த அந்த காலகட்டமும் சேர்ந்து காணாமல் போகாது. ஆனந்தின் ஒரு கவிதை உண்டு. சற்றைக்கு முன் / ஜன்னல் சட்டமிட்ட வானில் / பறந்து கொண்டிருந்த / பறவை / எங்கே? / அது / சற்றைக்கு முன் / பறந்து கொண்டிருக்கிறது. நீங்கள் திரும்ப அந்தப் பறவையைப் பார்க்கப் போனீர்கள் என்றால் அந்தக் கணத்தோடு சேர்ந்துதான் இருக்கும். நான் ஹமீது சம்பந்தமாய் அப்படித்தான் உணர்கிறேன். அந்த நாட்கள் நிஜமாகவே அன்பு மிகுந்தவை.

32. அந்த மொழிபெயர்ப்பு ஒரு முக்கியமான பங்களிப்பு. ஜென் மீதான உங்கள் ஆர்வத்தைப் பற்றிப் பேசுங்கள். அது இலக்கியம் சார்ந்ததா அல்லது ஆன்மீகம் சார்ந்ததா இரண்டுமா?

ஜென் இலக்கியம் சார்ந்ததா எனக் கேட்டால் ஆம். ஒரு முக்கியமான கவிதை உருவம் அது. ஜென் கவிதை என்றதுமே பலரும் ஹைக்கூ என்று புரிந்து கொள்கிறார்கள். ஹைக்கூ மட்டுமில்லை, இன்னும் அநேக ஜென் கவிதை உருவங்கள் இருக்கின்றன. நீளக்கவிதைகள், குறுவடிவங்கள், ஹைக்கூவை விடவும் கூட குறுகலாக இருப்பவை எல்லாம் இருக்கின்றன. ஆன்மீகமானதா எனக் கேட்டால் ஆம். அதுவும்தான். ஜென் என்பது ஒரு பார்வைக் கோணம். விடுகதை போல், புதிர் போல் தோற்றம் தந்து நுட்பமான விஷயங்களைப் பேசும் ஒரு வடிவம் அது.

அதில் எனக்குப் பிடித்தது அதிலிருக்கும் ஓர் உடனடித்தன்மை. வாசகனைத் தயார் செய்து அக்கவிதைகள் அவனிடம் பேசுவதில்லை. ஓர் எரி நட்சத்திரம் போல அக்கணம் பேசி, அக்கணமே முடிந்து விடும். வாங்கினால் சரி, இல்லை எனில் வாங்கிக் கொள்ள முடியாது. அதற்காக அது எப்போதுமே புரியாமல் இருந்துவிடுமா? இல்லை. பத்து வருடம் கழித்து வேறொரு context-ல் திரும்ப அவ்வரிகள் ஞாபகம் வரும். உடனே முடிந்து விடும் என்ற ஒரு instantanity அதில் இருக்கிறது. நிகழ்கணத்தின் அந்தரங்கத்தை அது நிகழும்போதே பிடித்து விடுவது என்பதே ஜென்னின் சாரம். High-end photography மாதிரியான விஷயம் அது.

33. நீங்கள் செய்த இன்னொரு மொழிபெயர்ப்பு ஜிம் கார்பெட்டின் 'எனது இந்தியா'. ஏன் அந்நூல்?

நான் வேட்டை இலக்கியம் தொடர்பாய் இரண்டு நூல்கள் படித்திருந்தேன். ஒன்று ஜிம் கார்பெட்டின் குமாவும் புலிகள். தி.ஜ. ரங்கநாதன் மொழிபெயர்ப்பில். இன்னொன்று கென்னத் ஆன்டர்ஸனின் சீவனப்பள்ளியின் கருஞ்சிறுத்தை. மொழிபெயர்ப்பு எஸ்.சங்கரன். 1996-97ல் படித்தது. இவ்விரு புத்தகங்களுக்கும் இடையே மிகத் துலக்கமாக இரண்டு வித்தியாசங்கள் தெரிந்தன. ஒன்று; ஒரு நூலை மொழிபெயர்த்தவர் தி.ஜ. ரங்கநாதன் என்ற நவீனப் படைப்பிலக்கியவாதி. இன்னொரு நூலை மொழிபெயர்த்த எஸ்.சங்கரன் படைப்பிலக்கியம் சார்ந்தவரா என்று எனக்குத் தெரியாது. ஆனால், மொழிபெயர்ப்பில் வித்தியாசம் இருந்தது. ஒன்று ஒரு புனைகதை படிப்பதுபோல் இலகுவான, சுவாரஸ்யமான மொழிநடையில் இருந்தது. அடுத்தது விவரணைகள் நேர்த்தியாய் இருந்தாலும் ஒரு புனைகதைக்கான தோரணை இருக்கவில்லை.

இதை மொழிபெயர்ப்பாளர்கள் இடையேயான வித்தியாசம் மட்டும் என நான் நினைக்கவில்லை. எழுதிய ஜிம் கார்பெட்டின் ஆளுமைக்கும் கென்னத் ஆண்டர்சென் என்ற வேட்டைக்காரருக்குமான வித்தியாசம். காலச்சுவடு கண்ணன் என்னிடம் ஜிம்கார்பெட்டின் புத்தகம் மொழிபெயர்ப்பு செய்து தருகிறாயா? என்று கேட்டபோது எனக்கு குமாவும் புலிகள் ஞாபகத்தில் இருந்ததால் சந்தோஷமாய் ஒப்புக்கொண்டேன். அந்த மொழிபெயர்ப்பை மேற்கொண்டபோது ஜிம் கார்பெட் பற்றி நான் ஏற்கனவே கொண்டிருந்த அறிதல் செறிவடைந்தது. மனித உறவுகள், காட்டு வாழ்க்கை, பூர்வகுடிகள், விலங்குகள் தொடர்பாக ஜிம் கார்பெட்டுக்கு இருக்கும் பார்வை முக்கியமானது. அது பொதுவாய் ராஜாக்களும் ஜமீந்தார்களும் துப்பாக்கியுடன் காட்டுக்குப் போகும் வேட்டைக்கார மனநிலை அல்ல. அவரது கூடாரத்துக்கு வந்து தங்கிச் சென்ற மலைப்பாம்பு பற்றி அவர் எழுதி இருப்பதெல்லாம் வாசிக்கும் போதே நெகிழ்ச்சி தரும் சம்பவங்கள். அது கூடாரத்தில் தங்கி இருந்தபோது அங்கிருந்த மற்ற உயிரினங்களைத் தொந்தரவே செய்யவில்லை என்று எழுதியிருப்பார்.

அப்புத்தகத்தை மொழிபெயர்த்தது எனக்கு மிகுந்த திருப்தி அளித்தது. அந்த நூலின் வழியாக எனக்கு வேறொரு அவதானமும் கிடைத்தது. 50 வருடம் கழித்து ஜிம் கார்பெட்டின் ஒரு நூல் தமிழில் மொழிபெயர்க்கப்பட்டு வெளியாகிறது. தி.ஜ. ரங்கநாதன், யுவன் சந்திரசேகர் இருவரும் 50 வருட இடைவெளியில் ஒரே எழுத்தாளரின் நூலைத் தமிழாக்கும்போது தமிழ்ப் புனைவுமொழியில் எவ்வளவு பாரதூரமான வித்தியாசங்கள் உருவாகி இருக்கின்றன என்று ஒருவர் வேறுபடுத்திப் பார்க்க முடியும்.

இப்போது தஞ்சாவூர்க் கவிராயர் என்பவர் The man-eater of Rudraprayag என்ற நூலைத் தமிழுக்குக் கொண்டு வந்திருக்கிறார். இன்னும் படிக்கவில்லை. படித்தால் தி.ஜ. ரங்கநாதன், யுவன் சந்திரசேகர், தஞ்சாவூர்க் கவிராயர் இந்த மூன்று புள்ளிகளில் ஏதும் ஒற்றுமை இருக்கிறதா, எந்த இடத்தில் வேறுபடுகிறார்கள் என்று பார்த்தால் சுவாரஸ்யமாக இருக்கும் எனத் தோன்றுகிறது.

34. பிறமொழியிலிருந்து புனைகதைகள் கூட மொழிபெயர்த்திருக்கிறீர்கள் அல்லவா?

சென்ற வருடம் 'குதிரை வேட்டை' என்ற நார்வேஜியன் நாவலை மொழிபெயர்ப்பு செய்தேன். நனவோடை என்ற உத்தி தமிழில் செயல்படும்போதெல்லாம் சிடுக்கான, குழப்பமான மொழிப் பிரயோகம், வாக்கிய அமைப்புகள், சிந்தனை முறை வழியாகத்தான் நடந்திருக்கிறது. உதாரணமாக ஜி.நாகராஜனையோ, தி.ஜானகிராமனையோ சரளமாகப் படிப்பது போல் நகுலனைப் படித்து விட முடியாது. புதுமைப்பித்தனின் கடவுளும் கந்தசாமிப்பிள்ளையும் படிப்பதுபோல கயிற்-

றரவு படிக்க முடியாது. ஒரு கட்டத்தில் நனவோடை என்பதற்கு கயிற்றரவு என்ற பெயரே தமிழ் படைப்புச் சூழலில் புழங்கியது.

’குதிரை வேட்டை’யில் அப்படி அல்லாமல் அசோகமித்திரன் கதை சொல்வதுபோல் நேரடியான பாணியில் நனவோடை எழுதப்பட்டிருக்கிறது என்பது முதல் சுவாரஸ்யம். நான் கதை சொல்லும் முறைக்கும் அந்நாவலின் கதை சொல்லும் முறைக்குமான ஒப்புமை மனதில் ஓடிக்கொண்டே இருந்தது. அவரும் என்னைப்போலத்தான். பால்ய காலத்தில் ஒன்றைச் சொல்லி, நடைமுறைக் காலத்துக்கு வந்து, மீண்டும் பால்ய காலத்துக்குப் போய் என்று மாறி மாறி வருகிறது. என் கதைகளில் இருப்பதுபோலவே, தகப்பனாருடனான உறவு திரும்பத் திரும்ப அந்தக் கதையில் சொல்லப்பட்டிருக்கிறது. அதெல்லாம் சேர்ந்து அதை மொழிபெயர்த்தது ஒரு சுவாரஸ்யமான அனுபவமாக இருந்தது.

இந்தியக் கதைகள் படிப்பதற்கும் ஐரோப்பியக் கதைகள் படிப்பதற்கும் வாசகநிலையிலேயே நிறைய வித்தியாசங்கள் இருக்கின்றன. முழுக்க முழுக்க வேறான கலாசாரப் பின்னணி, சீதோஷ்ணப் பின்னணி, அதைச் சார்ந்த உணவு, உடை முறைகள், அங்கிருக்கும் வாழ்முறை, உறவுமுறை, இவை யாவும் கிளர்ச்சி தருவதாகவும், நூதனமானதாகவும், எளிதில் புரிந்துகொள்ள முடியாததாகவும் இருக்கிறது. குதிரை வேட்டையில் ஒரு நீளப் பத்தி, வாசிக்கும்போதும் மொழிபெயர்க்கும்போதும் மிகவும் சிரமப்பட்டேன்.

பிறகுதான் புரிந்தது அவர்கள் ஒரு வைக்கோல் போர் கட்டுகிறார்கள் என. நம்மூரில் தாள்களை முடிச்சிட்டு, மூட்டையளவு சேர்ந்த பின் ஒரு கட்டுப் போட்டு, ஒன்றில் மேல் ஒன்றாக அடுக்கி வைக்கோல் போர் அமைப்போம் அல்லவா. அவர்கள் அப்படிச் செய்வதில்லை. பலகைகள் அடித்து, வேலி அமைத்து, தொட்டிபோன்ற ஒரு சட்டகத்தை உருவாக்கி, அதற்குள் தாள்களை நிரப்பி, வைக்கோல் போர் அமைக்கிறார்கள். அந்தப் பத்தி வைக்கோல் போர் அமைப்பதைப் பற்றித்தான் பேசுகிறது என்பது பிடிபட கிட்டத்தட்ட ஒரு வாரம் பிடித்தது எனக்கு. அந்தக் குறிப்பிட்ட பத்தியை திரும்பத் திரும்பப் படிக்க வேண்டி இருந்தது.

பொதுவாய் மொழிபெயர்ப்பு நூல்களில் ஒரு படைப்பெழுத்தாளனுக்கு என்ன அனுகூலம் கிடைக்கிறது? அவன் ஏன் தன் நேரத்தை அதற்கு ஒதுக்க வேண்டும் என்பது எப்போதுமே கேட்கப்படும் கேள்வி.

தண்டபாணி கூட அடிக்கடி இதைச் சொல்வான். நான் அப்படி நினைக்கவில்லை. பயன்படுத்தப்படாமல் உள்ளுக்குள் சேகரமாகி இருக்கும் நிறையச் சொற்கள் ஆழ்மனக்கிடங்கில் இருக்கின்றன. அதைக் கிளறி விட இந்த மொழிபெயர்ப்பு முயற்சி பயன்படும். தெரியாத வார்த்தைகள் கற்கலாம், புது வாக்கியக் கோவைகள் சாத்தியப்படும். சில சமயம் புதிய வார்த்தைகளை உருவாக்க வேண்டி இருக்கும். காரணம் வேறு கலாசாரப் பின்னணியிலிருந்து வரும் ஏதோ ஒரு பொருளுக்குத் தமிழில் வார்த்தையே இருக்காது. இப்படி சவால்கள் இருக்கின்றன். அவற்றை எதிர்கொள்வதன்மூலம் எனக்குள் ஸ்திரப்பட்டிருக்கும் மொழிப்பரப்பை முழுக்கக் கிளறி fresh ஆக்கிவிட்ட மாதிரியான உணர்வு கிடைக்கும். இது என் அடுத்த படைப்புக்கு நகர்கையில் என் மொழியைக் கையாள்வதற்கு அனுகூலமாக இருக்கும். என் சொல் முறையில் நுட்பங்களை மாற்றங்களை உருவாக்குவதற்கு உதவியாக இருக்கும். அதனால் மொழிபெயர்ப்பு நான் ஆசையாகத்தான் செய்கிறேன்.

இப்போதுகூட ஸ்பானிய மொழித் தொகுப்பின் உட்பிரிவான கட்டலன் என்ற மொழியில் சுமார் அறுபது ஆண்டுகளுக்கு முன் வெளிவந்த ஒரு நாவலைப் பெரும் போராட்டத்திற்குப் பிறகு மொழிபெயர்த்து முடித்திருக்கிறேன். இதில் எனக்கு இருந்த சவால்கள் பலவிதமானவை. ஒன்று அதன் ப்ரெஞ்ச், ஸ்பானிய, ஜெர்மானிய கலாசாரப் பின்னணிகள், அவை ஒன்றோடொன்று ஊடாடும் விதமும் அந்த நாவலில் சரளமாக வெளிப்பட்டிருக்கிறது. அடுத்தது அது ஓர் இறையியல் நாவல். பைபிள் சம்பந்தமான தெளிவு இருக்கும் ஒருவர்தான் அதை வாசித்துப் புரிந்துகொள்ள முடியுமோ என்னுமளவு ஓர் அழுத்தத்தை உள்ளே உண்டு பண்ணக்கூடிய நாவல்.

35. சமீப ஆண்டுகளில் தொடர்ச்சியாய் கிட்டத்தட்ட வருடம் ஒரு நாவல் என்ற கணக்கில் எழுதிக் கொண்டிருக்கிறீர்கள் (மணற்கேணி, வெளியேற்றம், பயணக்கதை, நினைவுதிர் காலம்). அதற்கு முந்தைய ஆண்டுகளில் ஒப்பீட்டளவில் இத்தனை வேகம் இல்லை. இதைத் தற்போதைய காலகட்டத்தில் படைப்பூக்கத்தின் உச்சநிலையில் நீங்கள் இருப்பதாகக் கொள்ளலாமா அல்லது பதிப்பக ஊடகச் சூழல் தற்போது சாதகமாய் இருப்பதால் கிடைக்கும் தூண்டுதலாக எடுக்கலாமா?

பதிப்பக ஊடகச் சூழல் எல்லோருக்கும்தானே சாதகமாய் இருக்கிறது! எல்லோருமே எழுதிக் குவிக்க வேண்டுமே! அப்படி நடப்பதில்லையே!

36. பதிப்புச் சூழல் சாதகமாகவோ எதிர்மறையாகவோ இருப்பது ஒருவனின் படைப்பூக்கத்தை பாதிக்கும் வாய்ப்புண்டு அல்லவா! எழுதினாலும் வாசகனைப் போய்ச் சேருமா என்ற சந்தேகம் இருக்கும் சூழலில் சரக்கும் முயற்சியும்

கொண்டவன் கூட ஒரு கட்டத்தில் ஊக்கமிழக்கக்கூடும்.

நான் அப்படி நினைக்கவில்லை. நான் 90களின் ஆரம்பத்தில் எழுத வந்தபோதே பதிப்பகங்கள் ஓரளவு நிலைபெற்றுத்தான் இருந்தன. சீரியஸ் புத்தகங்கள் வரமுடியும் என்ற சூழல் வந்தாயிற்று. இப்போது இன்னும் பரவலாகியிருக்கிறது. நான் தினசரி எழுதுகிறேன். இது புனைகதை எழுதும் யாருமே செய்வதுதான். அப்படிச் செய்கையில் ஆறு மாதங்களில் ஒரு நாவல் தயாராகி விடும். ஒரு டிசம்பரில் எழுதி முடிக்கப்பட்ட ஒரு நாவல் அடுத்த டிசம்பரில்தான் வெளிவரும். அதாவது நான் எழுத ஆரம்பித்து இரண்டு வருடங்கள் கழித்துத்தான் ஒரு நாவல் வெளிவரும். இப்போது நீங்கள் பார்க்கும் நாவல் இரண்டு வருடங்களுக்கு முன் நான் எழுதியது.

என்னுடைய 36வது வயதில்தான் என் முதல் கவிதைத்தொகுப்பு வெளியானது. 38ல் அடுத்தது. அப்போது கவிதைகளை வாசகர்கள் அமோகமாக வாங்கிக் குவித்ததாக அர்த்தமா? அப்படி இல்லை. அந்த நேரத்தில் அது தோன்றியது, எழுதினேன். வேகத்துக்கும் சூழலுக்கும் சம்மந்தமில்லை. படைப்பூக்கத்தின் உச்சமா எனக் கேட்டால், திரும்பிப் பார்த்தால் 'ஒளி விலகல்' கதைகள் எழுதிய காலத்தில்தான் அப்படி இருந்தேன் என்பேன். அந்தத் தொகுப்பின் மொத்தக் கதைகளும் ஆறே மாதத்தில் எழுதப்பட்டவை. 'வேறொரு காலம்' கவிதைத்தொகுப்பு என் அபிமான நூல். அதை எழுதிய காலகட்டமும் உச்சமான ஒரு காலகட்டம்.

கவிதை மட்டுமே எழுதிக் கொண்டிருந்த நாட்களில் மிகுந்த சோம்பேறி நான். அவ்வளவு சோம்பல் இருந்தால்தான் அந்த மாதிரியான கவிதைகள் எழுத முடியுமோ என்னவோ! என்னுடைய உலகத்தில் என்னை மறந்து தனிமையில் இருக்கும்போது உருவாகும் வாக்கியங்கள் கவிதைக்கான ஸ்திதிக்கு வேகமாய் நகரும். மற்றபடி வெளியில் நிலவுகிற சூழல் அனுகூலமாய் இருக்கிறது என்பதில் சந்தேகமில்லை. ஆனால் அது தான் என்னை எழுத வைக்கிறது என்றில்லை. எனக்கு மிக அதிகமாக எழுதப் பிடித்திருக்கும் காலகட்டம் இது எனலாம்.

37. தமிழில் சமகாலத்தில் மிகப் பிரபலமான இலக்கிய/இதழ்களாக மற்றும் பதிப்பகங்களாகத் திகழும் காலச்சுவடு, உயிர்மை இரண்டிலுமே மாற்றி மாற்றி எழுதினீர்கள். பொதுவாய் குழுக்களாய் பிரிந்துநின்று எதிரெதிராய் இயங்கும் தமிழ் சிற்றிதழ்ச்சூழலில் இது அபூர்வம். எப்படி சாத்தியப்பட்டது? பொதுவாய் நீங்கள் சண்டைகளற்ற ஓர் (ஒரே?) எழுத்தாளனாய் இங்கே இருப்பதாய்த் தோன்றுகிறது.

அப்படி ஒரு தோற்றத்தை உண்டாக்கி இருக்கிறேன் என்பது கேட்க நன்றாய்த்தான் இருக்கிறது. ஆனால் இப்போது அதிகம் பத்திரிக்கைகளில் எழுதுவதில்லை அல்லவா! இப்போதிருக்கும் மனநிலையில் கேட்டால் கொடுக்கலாம் என்றுதான் இருக்கிறேன். உயிர்மையில் என்னை அழைத்து கதை கொடு என்று கேட்டால் கொடுப்பேன். உயிர்மையில் மசி கூட உதற மாட்டேன் என்பது போன்ற பிடிவாதமெல்லாம் ஏதுமில்லை!

தமிழில் முக்கியமாக எழுதும் எல்லா எழுத்தாளர்களும் ஒரே பத்திரிக்கையில் எழுதக்கூடாது என்று சொல்ல எந்தக் காரணமும் இல்லை. ஆளுமை உரசல்கள் தவிர அவர்கள் கோட்பாட்டு ரீதியாக ரொம்பவும் பிரிந்து கிடப்பதாக நான் நினைக்கவில்லை. பெரும்பாலான எழுத்தாளர்கள் ஒரே பத்திரிக்கையில் எழுத முடியும், ஒரே மேடையில் பேச முடியும், ஒரே விஷயம் சம்பந்தமாக இப்போது இருக்கும் தகராறுகள் இல்லாமல் விவாதிக்க முடியும், அப்படி எல்லாம் தமிழில் முன்பு இருந்தது. ஒருவேளை அப்படி எல்லோரும் இணைந்து செயல்பட்டிருந்தால் தமிழில் இருக்கும் வணிகப் பத்திரிக்கைச் சூழலுக்கு எதிராக காத்திரமான ஓர் இயக்கம் இங்கே உருவாகி இருக்கும். அப்படி நடக்காமல் போனதற்குக் காரணம் இந்த விலகல்களும் விரிசல்களும்தான்.

என்னைப் பொறுத்தவரை நபர்களுடனான உறவும், எழுத்துடனான உறவும் ஒன்றோடொன்று பிணைந்து இருப்பதாக நினைக்கவில்லை. இரண்டும் தனித்தனி. ஒருவேளை, முழுக்க இடதுசாரிச் சார்புள்ள ஒரு இதழில் என்னிடம் படைப்பு கேட்க மாட்டார்கள்.இங்கே தமிழ் இதழ் பற்றி ஒருவிஷயம் குறிப்பிட விரும்புகிறேன். எனக்கு ஒப்புதல் நிலைப்பாடு கொண்ட விஷயங்களை மட்டும் தமிழ் இதழில் எழுதப்பட வேண்டும் என நான் நினைக்கவில்லை. மாற்று அல்லது எதிர்ச் சிந்தனைகளுக்கும் களமாக இருக்க வேண்டும் என நினைக்கிறேன். அதன் வழி ஒரு நேர்மையான, நேர்மறையான பன்முகத்தன்மையை இவ்விதழ் தக்க வைத்துக் கொள்ளவேண்டும் என விரும்புகிறேன்.

38. பல்வேறு துறைகளில் பிராமணர்கள் புறக்கணிக்கப்படுகிறார்கள் அல்லது ஒதுக்கப்படுகிறார்கள் என்ற பொருளில் கிழக்கு பதிப்பக அதிபர் பத்ரி சேஷாத்ரி சமீபத்தில் எழுதிய சில கட்டுரைகள் விவாதத்துக்கும் சர்ச்சைக்கும் உள்ளானது. ஓர் எழுத்தாளராக நீங்கள் அப்படி ஒதுக்கப்படுவதாகக் கருதுகிறீர்களா?

நான் பிராமண எழுத்தாளன் என்பதால் புறக்கணிக்கப்படுகிறேன் என ஜெயமோகன் ஒரு கட்டுரை எழுதி இருந்தார். அதை மேற்கோள் காட்டி சுகுமாரன் ஒரு மேடையில் பேசினார். நான் அப்படி நினைக்கவில்லை. தமிழ் வாசக சமூகம் அப்படிச் செய்யும் என நான் கொஞ்சம்கூட நம்ப மாட்டேன். என் மாதிரியான எழுத்து முறைக்கு, என்போன்ற சுபாவம் உள்ள ஒருவனுக்கு, இவ்வளவுதான் அங்கீகாரம் கிடைக்கும். என் முந்தைய தலைமுறையில் அவ்வளவுதான்

கிடைத்தது, அதற்கு முந்தைய தலைமுறையிலும் அப்படித்தான்.

வாசகப்பரப்பு மிகப் பெரிதாகி விட்டதான ஒரு நினைப்பு இருக்கிறது. எஸ்.ராமகிருஷ்ணன் ஆனந்த விகடனின் எழுதிய விஷயங்கள் புத்தகமாக வரும் போது நிறைய விற்கலாம். ஆனால் உயிர்மையில் எழுதும் புத்தகங்கள் இதே அளவுதான் விற்கும். ஒருவேளை அதன் மூலம் கிடைத்த பிரபலத்தின் காரணமாக கூட ஐந்நூறு அல்லது ஆயிரம் பிரதிகள் விற்கலாம். விகிதாச்சாரம் அதேதான். இத்தனை கோடிப் பேரில் இத்தனை நூறு சீரிய வாசகர்கள் என்ற அடிப்படையிலான பெருக்கம்தான். இதைப் பெரிய முன்னேற்றம் என்றெல்லாம் நான் நினைக்கவில்லை. என் வகையான எழுத்துக்கு இவ்வளவுதான் அங்கீகாரம் கிடைக்கும். நான் புறக்கணிக்கப்பட்ட எழுத்தாளனாக ஒருபோதும் உணர்ந்ததில்லை. அப்படி உணர்ந்திருந்தால் நான் இவ்வளவு எழுதி இருக்க முடியாது. நான் எனக்குப் பிடித்ததை எழுதுகிறேன். வாசகன் அவனுக்குப் பிடித்ததை வாங்கி வாசிக்கிறான்.

39. இருவிஷயங்கள் இருக்கின்றன. ஒன்று புறக்கணிப்படாதிருத்தல், இன்னொன்று புறக்கணிக்கப்பட்டாலும் அதைக் கண்டுகொள்ளாது எழுதுதல். ஒருவேளை அதுவா?

இல்லை. நான் புறக்கணிக்கப்பட்டதாகவே நினைக்கவில்லை. கிழக்கு பதிப்பகத்தில் என் புத்தகம் ஒன்று சென்ற ஆண்டு 600 பிரதிகள் விற்றிருக்கிறது என்றார்கள். எனக்கு ஒரே ஆச்சரியம். அவ்வளவு பேரா வாங்கிப் படிக்கிறார்கள். எத்தனையோ தலைப்புகளில் எத்தனையோ நூல்கள் வெளியிட்டுக் கொண்டிருக்கும் கிழக்கு பதிப்பகத்தில், மறுபதிப்பு காணும் என் முந்தைய நூல்களுக்கு இத்தகைய வரவேற்பு இருப்பது ஆச்சரியமாகத்தான் இருக்கிறது. தெருமுனை பரோட்டாக்கடையில் இருக்கும் அதே அளவு கூட்டத்தை நட்சத்திர ஓட்டலில் எதிர்பார்க்க முடியாது அல்லவா! அதற்கான takers வேறு, செலவு வேறு. எல்லாம் சேர்ந்ததுதான்.

40. எனக்குப் பிடித்த உங்களுடைய ஒரே படைப்பை மட்டும் சொல்ல வேண்டுமெனில் உங்கள் முழு சிறுகதைத் தொகுப்பைச் சுட்டுவேன். உங்களுக்குப் பிடித்த உங்களுடைய படைப்பு எது? ஏன்?

நீங்களே மூன்று புத்தகங்களை அல்லவா சொல்லி இருக்கிறீர்கள். ஒளிவிலகல், ஏற்கனவே, கடல் கொண்ட நிலம் ஆகிய மூன்று நூல்களின் தொகுப்புதான் அந்த சிறுகதைத் தொகுப்பு. எனக்கு எல்லாப் படைப்புகளுமே பிடித்தவைதாம். பிடித்ததை மட்டும்தானே எழுதுகிறேன்! இப்போது ஒரு விஷயம் எழுதிக் கொண்டிருக்கிறேன் அல்லவா, இது தொடர்பான யோசனைகளும் பதற்றங்களுமே எப்போதும் மீறி இருக்கும். முன்பு வந்த நூல்கள் எல்லாம் எழுதி முடித்தாயிற்று. அது என் பால்ய காலத்தைப் பற்றி விசாரிப்பதைப் போன்றது. ஒரு புத்தகத்தை முடித்து அடுத்ததற்குள் போகும் போது நான் ஒரு பருவம் முடிந்து அடுத்த பிராயத்துக்குள் நுழைவதாய்த்தான் அர்த்தம். ஆக எனக்கு ரொம்பப் பிடித்த புத்தகம் என்றால் இப்போது எழுதிக் கொண்டிருப்பதுதான்!

41. உங்கள் முன்னோடிகள் என யாரைக் கருதுகிறீர்கள்? இரண்டு வகைமைகளில். ஒன்று உங்களை எழுதத் தூண்டியவர் என்ற அடிப்படையில். இன்னொன்று எழுத்து பாணியின் அடிப்படையில்.

ரொம்பப் பெரிய பட்டியல் அது. என் மீது செல்வாக்கு உள்ள, என்னை எழுதத் தூண்டியவர்கள் நிறையப் பேர். சுப்ரமணிய பாரதியில் தொடங்கி இன்று புதிதாய் வந்திருக்கும் இசை வரையில் நிறையப் பேரிடம் நிறைய விஷயங்கள் நான் வாங்கிக் கொள்கிறேன். ஆனால் நேரடியாக என் எழுத்து வாழ்க்கைக்கு உறுதுணையாக இருந்தவர்கள் என்றால் நாலைந்து பேரைச் சொல்லலாம். ஒன்று சுந்தர ராமசாமி. அவருடைய படைப்புக் களத்துக்கும் என்னுடையதற்கும் ஏகப்பட்ட வித்தியாசங்கள் உண்டு.

உதாரணமாக குள்ளச்சித்தன் சரித்திரம் மாதிரியான ஒரு நாவலை சுந்தர ராமசாமி எழுதவும் மாட்டார், அதை அங்கீகரிக்கவும் மாட்டார். ஆனால் அவர் எனக்கு அறிமுகமான நாளிலிருந்து அவரது இறுதி நாட்கள் வரை என்னிடம் மிகப் பிரியமாகவும் நெருக்கமாகவும் இருந்தார். என் எழுத்து, உடல்நிலை, மனநிலை பற்றி அக்கறை கொண்டவராக இருந்தார். சக எழுத்தாள நண்பர்களுடன் சுமுகமாக இருப்பது என்ற விஷயத்தை நான் அவரிடமிருந்துதான் கற்றுக் கொண்டேன். அப்படி இல்லை எனில் நான் வீண் சண்டை போடும் ஒருவனாகவே இருந்திருப்பேன் எனத் தோன்றுகிறது.

அடுத்தது தேவதச்சன். கோவில்பட்டியில் தேவதச்சனின் கைகளில் நான் போய்ச் சேர்ந்த பிறகுதான் நான் எழுத்தாளனாக உருவாதற்கான சேர்மானங்கள் காரணிகள் அத்தனையும் எனக்கு வந்தது என்று நினைக்கிறேன். அவருக்கு நான் முழுக்க நன்றிக்கடன் பட்டிருக்கிறேன். அடுத்தது ஆனந்த். அவரும் தேவதச்சனும் அக்காலகட்டத்தில் எனக்கு மிக உறுதுணையாக இருந்தவர்கள். அடுத்தது சாரு நிவேதிதா. அவர் கொடுத்த ஊக்கம் இல்லை எனில் நான் சிறுகதைத் துறையில் இவ்வளவு ஆர்வமாக ஈடுபட்டிருக்க மாட்டேன் என்று தான் நினைக்கிறேன். அவருக்கு நான் மிகவும் கடன்பட்டிருக்கிறேன். என் கவிதைகளை கைப்பிரதிகளிலேயே ஆசையாய் வாசித்தும், அபிப்பிராயம் சொல்லியும், தன் பத்திரிகையில் பிரசுரித்தும் ரொம்ப நெருக்கமாக இருந்தவர் மனுஷ்யபுத்திரன்.

ஜெயமோகன் சொல்லவே வேண்டியதில்லை. என் எல்லா எழுத்துக்களையும் படித்து தொடர்ந்து அபிப்பிராயங்கள் சொல்லிக் கொண்டே இருக்கும் ஒரு மிக முக்கியமான ஆளுமை அவன். கடந்த சில ஆண்டுகளாக சுகுமாரன். நினைவுதிர்காலம் எழுதிவந்தபோது, மனத்தடைக்கு ஆட்பட்டு அது பாதியில் நின்றிருந்தது. சுகுமாரன் அளித்த ஊக்கம் மட்டும் இல்லாவிட்டால், அந்த நாவல் ஒருவேளை வெளிவந்தே இருக்காது. இவர்களுக்கெல்லாம் மனப்பூர்வமான நன்றியைச் சொல்ல வேண்டும். இப்போது நீங்கள் பேட்டி எடுக்க வந்திருக்கிறீர்கள். உங்களையும் அந்தக் கணக்கில் வைக்கத்தான் வேண்டும்.

42. மேற்கு இலக்கியத்தில் உங்கள் பரிச்சயம் பற்றிச் சொல்லுங்கள். எழுத்தாளனுக்கு வாசிப்பு அவசியமே. ஆனால் உலக இலக்கியங்களின் அறிமுகம் எந்த அளவு முக்கியம் என நினைக்கிறீர்கள்? உங்கள் எழுத்தில் உங்கள் வாசிப்பின் பாதிப்பு இருக்கிறதா? குறிப்பாய் உலக இலக்கியங்கள்?

உலக இலக்கியம் என்ற சொற்றொடர் போட்டவுடன் நான் மிகப் பெரிய வாசகன் என்பது மாதிரியான ஒரு பிம்பம் உருவாகிறது. அப்படி எல்லாம் நான் claim பண்ண மாட்டேன். ஆனால் நீங்கள் முக்கியம் எனக் கருதும் உலக எழுத்தாளர்களில் பெரும்பான்மையானவர்களின் ஒரு புத்தகமாவது நான் வாசித்திருப்பேன். இலக்கியத்துக்கு வெளியேயும் எனக்குப் பிடித்த எழுத்தாளர்கள் இருந்திருக்கிறார்கள். உதாரணமாக, பாப்புலர் சயின்ஸ் எழுதும் மிகப்பல எழுத்தாளர்களிடம் நான் சொக்கிக் கிடந்திருக்கிறேன். Richard Feynman, Gary Zukav, Eric Berne, Oliver Sacks, Richard Dawkins போல. ஆனால், இதுபோலப் பெயர்கள் உதிர்ப்பதில் தயக்கம் இருக்கிறது.

இலக்கியத்துக்கு வெளியே என்றால் ஆன்மீகம், அறிவியல் ஆகிய வகைமைகளில் வாசித்திருக்கிறேன். நான் அறிவியல் மாணவன் அல்ல. அதைப் பற்றி எதுவுமே தெரியாது. ஆனாலும் இயற்பியல் பற்றிய சில கடினமாக புத்தகங்களைக் கூட வாசிக்க முயற்சி செய்திருக்கிறேன். அறிவியலை அறிந்து கொள்வதற்காக அல்ல. அந்த சொல்முறையில் ஒரு தர்க்கம் செயல்படுகிறது. அந்த தர்க்கத்தை அவர்கள் வளர்த்துக் கொண்டு போகும் விதம், தங்களின் வாதங்களை அவர்கள் அடுக்கிக்கொண்டு போகும் விதம் எனக்குப் பிடிக்கும். அதனால் தர்க்கப்பூர்வமான புத்தகங்களை வாசிக்க வேண்டுமெனில் அறிவியல் புத்தகங்களை வாசித்துத்தான் ஆக வேண்டும். அப்புறம் அதில் அவர்கள் போகிறபோக்கில் உதிர்த்து விட்டுப் போகும் வாக்கியத் தெறிப்புகள் எனக்கு கவிதைகளுக்கும் சிறுகதைகளுக்கும் மிக உபயோகமாக இருந்திருக்கிறது.

CG.Jung எழுதிய Memories, Dreams, and Reflections புத்தகத்தில் ஒரு வரியைப் படித்தபோதுதான் 'ஏற்கனவே' என்ற சிறுகதையை எழுதத் தோன்றியது. இத்தனைக்கும் அதில் நான் முன்வைத்திருக்கும் Déjà vu என்ற விஷயத்தை சுஜாதா உட்பட நிறையப்பேர் பேசி இருக்கிறார்கள். அந்த அனுபவம் எல்லோருக்குமான அனுபவம்தான். எனக்கும் பலமுறை நடந்திருக்கிறது. ஆனால் அதை ஒரு சிறுகதைக்குள் கொண்டு வர வேண்டும் என்ற எண்ணம் அந்த ஒரு வாசகத்தால்தான். எந்த வாசகமென இப்போது குறிப்பாய் நினைவிலில்லை.

இதுபோன்ற ஒரு வாசிப்பு எழுத்தாளனுக்கு அவசியம் என்றுதான் நினைக்கிறேன். சிரமப்பட்டாலும் அவர்களைக் கூடுமானவரை ஆங்கிலத்திலேயே வாசித்து விடுவது நல்லது. ஏனெனில், மொழிபெயர்ப்பில் அவர்கள் கிடைக்கும்போது மிகக் கொடூரமாக இருக்கிறார்கள் அநேக சந்தர்ப்பங்களில். அணுக முடியாதவர்களாக இருக்கிறார்கள். உதாரணமாய் மார்க்கேஸ் பற்றித் தமிழில் எழுதப்பட்ட எல்லா வரிகளையும்விட மார்க்கேஸின் ஒரிஜினல் படைப்புகள் நட்பானவை, நெருக்கமானவை. சரளமாக வாசிக்கலாம். ஆனால் அவர் பற்றி எழுதப்பட்டவை யாவும் அவ்வளவு சரளமானவையோ, நட்புரீதியானவையோ, வாசகன் மேல் கரிசனம் கொண்டவையோ அல்ல என்பதே என் அபிப்பிராயம்.

43. சுஜாதாவிடம் அவர் கணேஷா வசந்த்தா எனக் கேட்டதற்கு இரண்டின் தீற்றல்களும் தனக்குள் உண்டு என்றார். கிருஷ்ணன், இஸ்மாயில், சுகவனம் மூவரில் நீங்கள் யார்? என் புரிதல் சமனப்பட்ட கிருஷ்ணன் நீங்கள். உங்கள் ஆல்டர்ஈகோவின் இரு அதீத முனைகள் இஸ்மாயிலும் சுகவனமும். உங்கள் ஆதர்சமாகவும், நீங்கள் வெறுக்கும் ஒருவராகவும். மிடில்க்ளாஸுக்கு பணக்காரனையும் ஏழையையும் போல. இஸ்மாயிலும், சுகவனமும் கிருஷ்ணனை விட வெவ்வேறு கோணங்களில் நேர்த்தி எனச்சொல்லிக் கொண்டே கிருஷ்ணனே நடைமுறைக்கு உகந்தவன் எனத் தொடர்ந்து நிறுவ முயல்வது (உங்களுக்கு நீங்களே?) போல் தோன்றுகிறது.

இந்த மூவர் என்றில்லை, நான் உருவாக்கும் சகல பாத்திரங்களிலுமே, என் அந்தரங்கத்தின் நேரடியான அல்லது தொலைதூர விழைவின் துளி இருக்கத்தான் செய்யும். சிலவேளைகளில் நேர்மறையாக, சிலவேளைகளில் எதிர்மறையாக. கூடுவிட்டுக் கூடு பாயும் வித்தை கைவரப் பெறாதவன் எழுத்துக்காரனாக இயங்க முடியாது என்றே தோன்றுகிறது.

இல்லை, அது பொம்மலாட்டம் நிகழ்த்துவது போலத்தான் என்று சொல்பவர்களும் இருக்கிறார்கள். இரண்டுவகை எழுத்துக்கும் உள்ள அடிப்படை வித்தியாசம் வாசிக்கும்போதே விளங்கக் கூடியது. குள்ளச்சித்தன் சரித்திரம், வெளி-

யேற்றம் எழுதிய ஆள் பகடையாட்டத்தையும் எழுதப் போகும்போது இந்த மூன்றையும் எழுதும் ஒரே மனோபாவத்தை எப்படிப் புரிந்து கொள்வது? அதுபோல் தான் இது. அப்புறம் உங்களிடம் ஒரு கேள்வி. தீவிரமான எழுத்தில் ஈடுபட்ட எண்ணற்ற எழுத்தாளர்கள் இருக்கும் போது சுஜாதா வழியாக என்னை அளக்க முற்படுவதுபோல் தோன்றுகிறது. இதன் காரணம் என்ன?

44. நிச்சயம் இது எழுத்தின் வகைமை அல்லது தரம் குறித்த ஒப்புமை அல்ல. கதாபாத்திரத்துக்கும் எழுத்தாளனுக்குமான குண ஒற்றுமை குறித்த ஒப்புமை முயற்சி மட்டுமே. வாசகர் மனதில் இடம் பெற்ற கதாபாத்திரங்கள் என்றால் கணேஷ் - வசந்தைத் தான் சட்டெனச் சொல்ல முடியும்.

ஏன், தி.ஜானகிராமனின் பாபு - யமுனா இருக்கிறார்களே!

45. மோகமுள் எனக்கு அத்தனை உவப்பான நாவல் அல்ல. அதனால் அதை விட்டு விடலாம்.

ரொம்ப முக்கியமான நாவல் அது.

46. சுந்தராமசாமியின் ஜேஜேவைச் சொல்லலாம். அதை விடவா பிரபலமான பாத்திரம் இருக்க முடியும்! ஆனால் நான் சொல்வது தொடர்ச்சியாய் வெவ்வேறு கதைகளில் ஒரே கதாபாத்திரம் வருவது. அதை தன் துப்பறியும் புனைவுகளில் கணேஷ் - வசந்த் என சுஜாதா செய்திருக்கிறார். விஞ்ஞானப் புனைவுகளில் ஆத்மா - நித்யா எனச் செய்திருக்கிறார். கிருஷ்ணன் - பத்மினி - இஸ்மாயில் - சுகவனம் என நீங்கள் செய்கிறீர்கள். அந்த அடிப்படையில்தான் அக்கேள்வி எழுந்ததே ஒழிய சுஜாதாவுக்கும் உங்களுக்குமான ஒப்பீடாய் அல்ல.

அசோகமித்திரன் எழுதும் புனைவுகளில் வரும் ‘நான்’ ஒரே ஆள் எனத் தோன்றியதில்லையா? அதுபோலவே ஜி.நாகராஜன், லா.ச.ராமாமிர்தம், வண்ணதாசன் ஆகியோர் புனைவுகளில் வரும் ‘நான்’ என்பதும். ஓர் எழுத்தாளன் தன்மை ஒருமையில் எப்போதெல்லாம் கதைகள் எழுதுகிறானோ அப்போதெல்லாம் அக்கதைகளில் வரும் அந்த ‘நான்’ கிட்டத்தட்ட ஒன்றுதான். அவர்களிடம் எல்லாம் அந்தக் கேள்வியைக் கேட்கத் தோன்றவில்லையே உங்களுக்கு? என் கதைகளில் நான் கிருஷ்ணன் என்ற ஒரே பெயரைப் பயன்படுத்துவதால் அது வெளிப்படையாகத் தெரிகிறது. அவ்வளவுதான்.

47. நாவல்களுக்கு எப்போதும் முன்னுரை எழுதாமல் பின்னுரை எழுதுவதேன்? இதை திட்டமிட்டுச் செய்வதாகத் தெரிகிறது. முன்னுரையில் நாவலின் உள்ளடக்கம் குறித்துப் பேசினால் அதன் வசீகரம் குறையும் என்பதாக நினைத்துக் கொள்வேன். ஆனால் இன்னொருபுறம் நாவலை வாசித்தவனை மட்டுமே நான் சந்திப்பேன் என்ற அர்த்தமுள்ள புலமைச்செருக்காகவும் படுகிறது. அப்படித்தானா?

இரண்டாவது சொன்னது உங்கள் புரிதல். எப்படி வேண்டுமானாலும் இருக்கலாம். அதை விட்டு விடலாம். பின்னுரை ஏன் எழுதுகிறேன் என்றால், நாவலை இப்படி எல்லாம் வாசிக்க வேண்டும் என்று ஒரு ப்ளூப்ரிண்ட் போட்டுக் கொடுக்கக்கூடாது என நினைக்கிறேன். வாசகன் தன்னிச்சையாக, சுதந்திரமாக ஒரு படைப்பை படித்த பின் அது குறித்து அந்த ஆசிரியருக்கு ஏதேனும் சொல்ல இருந்தால் கேட்டுக் கொள்ளலாம் அல்லது கேட்காமலும் போகலாம். நான் மிக மதிக்கும் ஒரு நண்பர் வெளியேற்றம் பற்றிச் சொன்னார். “அந்தப் பின்னுரையை நீ எழுதாமல் இருந்திருக்கலாம். மிக நன்றாக இருந்திருக்கும் நாவல்”. அது அவர் அபிப்பிராயம். ஆனால் முன்கூட்டியே வாசகனை நாவலுக்குத் தயார்படுத்த வேண்டும் என்று நான் நினைக்கவில்லை. மாறாய் என் கவிதைத் தொகுதிகள் அனைத்துக்கும் நான் முன்னுரை எழுதியிருப்பதையும் நீங்கள் கவனத்தில் கொள்ள வேண்டும். ஆனால் பின்னுரையைப் படித்து விட்டுத்தான் நாவலையே படிப்பேன் என்பவர்கள் இருக்கிறார்கள். அது அவர்கள் இஷ்டம்.

48. இன்னொன்றும் தோன்றுகிறது. சில சமயம் நாவலையே ஒரு பாத்திரம் எழுதுவதாக இருக்கும் (உதா: கானல் நதி, நினைவுதிர் காலம்). அதனால் அங்கே அந்தப் பாத்திரம் எழுதும் முன்னுரைதான் வரும். அங்கே நிஜமாய் நாவலை எழுதும் யுவன் சந்திரசேகர் முன்னுரை எழுத முடியாது அல்லவா!

அப்படி எல்லாம் ஒரேயடியாய் நீங்கள் நிம்மதியாய் இருந்து விடக் கூடாதல்லவா, அதனால் இப்போது எழுதிக் கொண்டிருக்கும் நாவலில் பாத்திரத்தின் பின்னுரை, என்னுடைய பின்னுரை இரண்டும் இருக்கிறது!

49. உங்கள் எழுத்தின் புறவடிவத்தில் காணும் முக்கிய வித்தியாசம் பாத்திரங்களின் வசனங்களை மேற்கோள் குறிகளின்றி பத்திக்கு increased indent விடுவதுபோல் எழுதுகிறீர்கள். அதற்கு ஏதேனும் குறிப்பிட்ட காரணம் / பொருள் உண்டா? அல்லது மேலோட்டமான வித்தியாசத்துக்குச் செய்வதா?

யதேச்சையாக ஆரம்பித்த வழக்கம்தான் அது. ஆரம்பகாலத்தில் நான் பயன்படுத்திய Mylai-plain என்ற எழுத்துருவில் நிறுத்தற்குறிகளின் பயன்பாடு கொஞ்சம் சிரமம் தரக்கூடியது. சில கதைகளை இப்போதிருக்கிற விதமாக எழுதிய பிறகு, அதில் ஒரு தனித்துவம் இருக்கிற மாதிரி, எனது உத்தேசத்துக்கு அருகில் வந்துவிட்டது மாதிரி ஒரு பிரமை

ஏற்பட்டது. அதையே தொடர்கிறேன், இன்றுவரை. சொல்முறையில் ஒரு வித்தியாசம் புலப்பட வைக்கும் என்பதில் ஐயமில்லை. ஆனால், நீங்கள் கடைசியாய்க் குறிப்பிட்டிருப்பது போல, அது மேலோட்டமானதுதான்.

50. எதிர்கால எழுத்துத்திட்டங்கள் என்ன? ஏதேனும் பிரம்மாண்ட விஷயம் மனதில் இருக்கிறதா? மொழியின் உச்ச வடிவம் காவியம் என்கிறார் ஜெயமோகன். காவிய முயற்சி ஏதேனும் செய்வீர்களா?

நான் ஒரு சாதாரண எழுத்தாளன். காவியகர்த்தா அல்ல. அதனால் அந்த முயற்சி எல்லாம் செய்ய மாட்டேன். அதற்கான வலு, ஞானம், ஆசை, ஆர்வம் எதுவும் இல்லை. இப்போது நீங்கள் பேட்டியை முடித்து விட்டுப் போன பிறகு என்ன செய்யப் போகிறேன் என்பதே எனக்குத் தெரியாது. அதனால் நாளைக்கு, அடுத்த வருடம் என்ன செய்யப் போகிறேன் என்கிற மாதிரி நீண்ட காலத் திட்டம் எல்லாம் வைத்துக்கொண்டு செயல்படுவதில்லை. தோன்றினால் எழுதுவேன்.

என்றாவது ஒருநாள் எழுத வேண்டாம் என்று தோன்றினால் abrupt ஆக நிறுத்திவிட்டு வெளியேறி விடுவேன். அதற்கான சுதந்திரத்தையும் என்னிடம் தக்கவைத்துக் கொண்டிருக்கிறேன்.

51. இந்தக் கேள்வியின் பின்னணி பகடையாட்டம்தான். மேலோட்டமாய் அது ஒரு த்ரில்லர் என்றாலும் ஒரு காவியம் எழுதும் potential கொண்ட ஓர் ஆளின் எழுத்தாகத் தோன்றுகிறது. கிரந்தப் பகுதிகள் காவிய பாவனை தானே! அதனால் வலு இல்லை என்று நீங்கள் சொல்வதை மட்டும் நான் ஏற்கவில்லை.

ஆனால் அப்படி ஏதும் திட்டமில்லை.

52. ஜெயமோகனுடனான உங்கள் நட்பு குறித்து சொல்லுங்கள். அவரது எழுத்துக்கள் பற்றியும்.

ஜெயமோகனுடன் எனக்கு நட்பு ஏற்பட்டது 1989ல். குற்றாலம் இலக்கியப் பட்டறையில் சந்தித்தோம். சந்தித்த மூன்று நிமிடங்களில் நண்பர்களாகி விட்டோம். இன்றுவரை அந்த நட்பு ஆரோக்கியமாகத் தொடர்ந்து கொண்டிருக்கிறது. எல்லா நட்புகளையும் போல் இதிலும் ஏற்றத்தாழ்வுகள், சமரசங்கள், ஊடல்கள் இருக்கத்தான் செய்யும். அதெல்லாம் இல்லாமல் இரண்டு உருளைக்கிழங்குகள் ஒரு மூட்டைக்குள் இருப்பதுபோல் இரண்டு நண்பர்கள் இருக்க முடியாது. என் எழுத்து பற்றி ஜெயமோகனுக்கு அபிப்பிராய பேதங்களும், அவன் எழுத்து பற்றி எனக்கு அபிப்பிராய பேதங்களும் இருக்கவே செய்யும்.

ஜெயமோகன் தனக்குத் தோன்றும் எல்லாவற்றையும் பதிவு செய்பவன். நான் அப்படிப் பதிவு செய்பவன் இல்லை என்பதால் இந்த அபிப்பிராயங்களையும் பதிவு செய்ய மாட்டேன். அபிப்பிராயம் சொல்வதில் ஒரு முக்கியமான விஷயம் இருக்கிறது. எதிர்முகம் அதை எப்படி வாங்கிக்கொள்ளும் என்பது பற்றிய உங்கள் அனுமானம். இதன்பேரில் சிலவற்றைச் சொல்வோம், சிலவற்றைத் தவிர்ப்போம். இத்தலைமுறையின் முக்கியமான எழுத்தாளன் ஜெயமோகன். அதில் எனக்கு எந்தச் சந்தேகமும் இல்லை. அவனது வேகமும் வீச்சும் அப்படிப்பட்டது. ஆனால் இவ்வளவு வேகமும் அவசரமும் இருக்கும்போது கால் இடறுவதற்கான சந்தர்ப்பங்களும் நிறைய இருக்கும்.

உதாரணமாக அறம் சிறுகதைத் தொகுப்பை எல்லோரும் உற்சாகமாகக் கொண்டாடினார்கள். ஆனால் நான் அதில் பல கதைகள் கட்டுரைகளாக எழுதப்பட்டிருக்கின்றன என நினைக்கிறேன். அதில் எல்லாக் கதைகளுக்கும் ஒரே மாதிரியான உணர்ச்சிப் பிரவாகம் மட்டுமே பின்னணியாக இருக்கும். நீங்கள் ஏற்கனவே கேட்டீர்களே அதுபோல் craft அதிகமாகச் செயல்படுகிறது, எழுத்து தன்னிச்சையான ஒரு பாய்ச்சலுக்கு இடம் கொடுக்காமல் போகிறது என்பது என் அபிப்பிராயம். இதுபோல் ஜெயமோகனின் ஒவ்வொரு படைப்பு பற்றியும் சில அபிப்பிராய பேதங்களும், ஆதாரவான கருத்துக்களும் இருப்பது சகஜம்தானே.

53. விழாக்கள், இலக்கியச் சந்திப்புகள், சுற்றுப்பயணம் உள்ளிட்ட பல்வேறு விஷ்ணுபுரம் வாசகர் வட்ட நிகழ்வுகளில் உங்களைப் பார்க்க முடிகிறது. வட்டத்தின் செயல்பாடுகளில் உங்கள் பங்களிப்பு என்ன?

சமீபகாலமாக விஷ்ணுபுரம் வாசகர் வட்டத்தின் கூட்டங்களில் நான் அதிகமாகத் தென்படுகிறேன் என்றால், கூப்பிடுகிறார்கள், போகிறேன். எனக்கு மனதில் படுவதைப் பேசுகிறேன். இதேபோல் காலச்சுவடு கூட்டங்களில் நான் பேசிக்கொண்டுதான் இருக்கிறேன். உயிர்மையில் எஸ்.ராமகிருஷ்ணன் நூல் வெளியீட்டிற்கு அழைத்தார்கள் போய்ப் பேசினேன். ஒரு காலகட்டத்தில் உயிர்மை நடத்திய அத்தனை கூட்டங்களிலும் நான் பேசி இருக்கிறேன். இது தவிர அமைப்புகளுக்கு வெளியே பேச அழைத்தாலும் போகிறேன். உதாரணமாக அபிலாஷின் கால்கள் நாவல் பற்றிப் பேச அழைத்தார்கள், போனேன்.

நான் விஷ்ணுபுரம் வாசக வட்டத்தின் அங்கத்தினன் கிடையாது. அவர்களின் குழுச் செயல்பாடுகள் எதிலும் எனக்குப் பங்கு கிடையாது. அவர்கள் எல்லாம் சேர்ந்து ஒரு டூர் போனால் என்னையும் அழைத்தால் நானும் போவேன். அவர்கள் ஒரு கூட்டம் நடத்தி அதில் என் பங்களிப்பு அவசியப்படும் என நினைத்து அழைத்தால் பேசப் போவேன். என்னை அழைக்காமல் அவர்கள் நடத்திய மிகப்பல விவாத அரங்குகள் இருக்கின்றன. அது பற்றி எனக்-

குப் புகாரும் இல்லை. கூப்பிட்டால் போவேன். இல்லை என்றால் இல்லை. அந்த அழைப்பும் தன்னியல்பாக இருக்கிறது. என் ஏற்பும் தன்னியல்பாக இருக்கிறது. அமைப்பு நடத்தும் கூட்டங்களுத்தான் இப்படி. ஜெயமோகன் தனி நபராக இருந்து நடத்திய கூட்டங்கள் அனைத்திலுமே பங்கேற்றிருக்கிறேன் - அவற்றில் நான் பங்கேற்காமலிருந்தாலோ, பங்கேற்றவற்றில் ஊக்கமாகப் பேசாமல் இருந்தாலோ ஜெயமோகன் வருத்தமடைந்த சந்தர்ப்பங்களும் உண்டு.

54. உங்கள் எழுத்து பரவலான வாசகர்களை அடைய ஜெயமோகன் உதவி இருக்கிறார் என நான் நினைக்கிறேன். அது குறித்து?

நிச்சயமாக. என் எழுத்து பரவலாக வாசிக்கப்பட வேண்டும் என்ற அக்கறை கொண்ட மிக முக்கியமான ஆள் ஜெயமோகன். அனேகமாக எனது எல்லா நூல்கள் பற்றியுமே ஜெயமோகன் எழுதி இருக்கிறான். என் படைப்புலகம் பற்றிய பொதுவான கட்டுரைகளும் நிறைய எழுதி இருக்கிறான். ஆனால் அவனுக்கு நிஜமாகவே என் எழுத்துக்கள் பிடித்திருந்து, இதைப்பற்றி எல்லாம் பேச வேண்டும் என நினைத்தால் பேசுவதுதான் நியாயம் அல்லவா! அதனால் நட்பின் அடிப்படையில் நன்றி எல்லாம் சொல்லக்கூடாது.

55. சாரு நிவேதிதா ஆரம்ப காலத்தில் உங்களை எழுதத்தூண்டியவர் எனக் குறிப்பிட்டிருக்கிறீர்கள். அவருடனான உங்கள் நட்பு பற்றி? என் முதல் கவிதைத் தொகுதியை வெளியிட்டவர் அவர்.

பொதுவாகவே நான் நண்பர்கள் பிரிந்துபோன பின் அவர்களை ஜென்மவிரோதிகளாகக் கருதுவதில்லை. முன்பு சொன்ன ஆனந்தின் கவிதைதான் மறுபடி நினைவுக்கு வருகிறது. 2000 மற்றும் அதைச் சுற்றிய இரண்டு மூன்று வருடங்கள். நானும் சாரு நிவேதிதாவும் சேத்துப்பட்டு ரயில் நிலையத்திலோ, கோடம்பாக்கம் ரயில் நிலையத்திலோ ஓவர்ப்ரிட்ஜ் படிக்கட்டுகளில் உட்கார்ந்து மணிக்கணக்காகப் பேசி இருக்கிறோம்.

சில சமயம் சிலரை நான் சந்திக்க வேண்டும் என ஆசைப்பட்டு அவர் அழைத்துப் போயிருக்கிறார். சில இடங்களில் சௌகர்யமாகவும், சில இடங்களில் அசௌகர்யமாகவும் இருந்திருக்கிறேன். அவரோடு நான் நெருக்கமாக இருந்தது ஏற்கனவே என்னுடன் நெருக்கமாக இருந்த பல நண்பர்களுக்கு உறுத்தலாக இருந்தது. அதைப் பொருட்படுத்தாமல்தான் அவரோடு நட்புடன் இருந்தேன். அதேபோல, என்னோடு அவர் நெருக்கமாக இருந்தது ஏற்கனவே அவருடன் நெருக்கமாக இருந்த நண்பர்களுக்கு உறுத்தலாக இருந்திருக்கலாம். ஆனால் அவற்றை எல்லாம் மீறி நாங்கள் நல்ல நண்பர்களாக இருந்தோம். இப்போதும் நேரில் பார்க்கும் சந்தர்ப்பங்களில் நான் முகம் திருப்பிப் போவேன் என நினைக்கவில்லை. அப்படிச் செய்ய மாட்டேன். எப்போதெல்லாம் சிறுகதை தொடர்பாக யாரேனும் என்னைப் பாராட்டி ஒரு வார்த்தை சொல்லக் கேட்கிறேனோ அந்த வார்த்தைக்குப் பக்கத்தில் சாரு நிவேதிதா கட்டாயம் இருப்பார். அவருக்கு நன்றிக்கடன் பட்டிருக்கிறேன். சந்தேகமே கிடையாது.

56. உரையாடல் அமைப்பு நடத்திய சிறுகதைப் பட்டறை போன்ற நிகழ்வுகள் இளம் எழுத்தாளர்களை ஊக்குவிக்குமென நினைக்கிறீர்களா? மறுபடி அதுபோல் ஏதும் செய்யவில்லையே?

அதில் பங்கேற்றது எனக்கு மிக உற்சாகமான அனுபவமாக இருந்தது. நிறைய நண்பர்களை ஒரே இடத்தில் பார்த்த மாதிரியான சந்தோஷம். நானும் மனம் திறந்து அவர்களிடம் பேசிக் கொண்டிருந்தேன். என்னவெல்லாம் பேசினேன் என்பது நினைவில் இல்லை. ஆனால் அந்த செஷனில் எல்லோருமே சந்தோஷமாக சிரித்துக் கொண்டிருந்தது நினைவிருக்கிறது. அது இளம் எழுத்தாளர்களுக்கு உபயோகமாக இருக்குமா எனக் கேட்டால் அதை இளம் எழுத்தாளர்களிடம் தான் கேட்க வேண்டும். அதற்குப் பின் அப்படி ஒரு பட்டறை ஏன் நடத்தவில்லை என்பதையும் நீங்கள் சிவராமனிடமும் ஜ்யோவ்ராமிடமும்தான் கேட்க வேண்டும். அவர்கள் நடத்தினார்கள், என்னை அழைத்தார்கள், நான் போய்ப் பேசினேன். நான் நடத்தவில்லை.

57. அந்நிகழ்வில் நான் கலந்து கொள்ளவில்லை. அதில் எழுத்து, இலக்கணப்பிழைகள் மலிந்து எழுதுவதை ஆவேசமாகக் கண்டித்தீர்கள் எனக் கேள்விப்பட்டேன். இன்று இணையத்தில் எழுதும் பலருக்கும் உள்ளடக்கம் இருந்தும் இவற்றில் கோட்டை விடுகிறார்கள். அவர்களுக்கு உங்கள் செய்தி?

மிக மிக நல்ல கேள்வி. சந்திப்பிழைகள், எழுத்துப்பிழைகள் பரவலாக இருப்பது குறித்து தமிழ்மேல் நிஜமான ஆசை இருப்பவர்கள் துக்கப்பட வேண்டும். இலக்கண ஒழுங்கு என்பது ஓர் அதிகாரச்செயல்பாடு என்பதாக நினைத்துக் கொண்டிருக்கிறோம். அதை மீறுவதாக நினைத்து நம் சௌகர்யம்போல் பேசவும் எழுதவும் செய்கிறோம். அப்படி இல்லை. மொழி இன்னொரு மொழியுடன் உரசப்போகையில் அதிகாரத்தைக் கையில் எடுத்துக்கொள்ளுமாயிருக்கும். தன் பாரம்பரியம், வரலாறு சார்ந்து, தன்னைப் பேசக்கூடிய ஜனத்தொகை சார்ந்து ஒரு மொழி அதிகாரப் பரப்பாக ஆகலாம். ஆனால் தன்னளவில் ஒரு மொழி எப்படி ஒரு அதிகாரப்பரப்பாக இருக்க முடியும்? மொழி தனக்கே உரிய அழகுகளையும் பலவீனங்களையும் கொண்ட ஒரு நிலை. அதில்கூட கவனம் செலுத்த முடியவில்லை என்றால்

நாம் மொழியை உதாசீனம் செய்வதாகத்தான் அர்த்தம். உதாரணமாக ‘அவைகள்’, ‘அது எடுத்துச் செல்லப்பட்டன’ என்றெல்லாம் எழுதுகிறோம்.

குழந்தைக்கு அந்தச் சலுகை உண்டு. ‘நாளைக்கு வந்தேன்’ என்று சொல்லும். அது குழந்தைமையின் ஒரு வெளிப்பாடு. வாலிபனான பிறகு காமம், அரசியல், புரட்சி, சாதி, இன்னும் எதை எல்லாமோ பற்றி வீராவேசமான கருத்துக்கள் உதிர்ப்பேன், ஆனால் மோசமான மொழியில் உதிர்ப்பேன் என்பது வெகுளித்தனம் சார்ந்தது அல்ல; மொழி மீதான உதாசீனம்தான். இந்த மொழிதான் என் வெளிப்பாட்டு சாதனம், இதன் வழியாகத்தான் நான் சொல்லி ஆக வேண்டும் எனும் போது அதைச் சரியாகப் புழங்க வேண்டும் என்ற ஆசையும் ஒருவருக்கு இருக்க வேண்டும். எனது இந்தியா புத்தக வெளியீட்டு விழாவில் ம.இலெ. தங்கப்பா பேசினார். அவர் ஒரு தமிழ்ப் பேராசிரியர். தமிழ்க் கவிஞரும் கூட. மொழிபெயர்ப்பைப் பற்றிப் பேசி விட்டு, “ரொம்ப நாளைக்குப் பிறகு ஒற்றுப் பிழை இல்லாத நூல் வாசிக்கக் கிடைத்தது மிகவும் மகிழ்ச்சியாக இருந்தது” என்றார். அவை கை தட்டியது.

கடைசியாய் ஏற்புரை ஆற்ற வருகையில் நான் சொன்னேன்: “ஒற்றுப் பிழை இல்லாத நூல் வாசிக்கக் கிடைத்தது மகிழ்ச்சியாக இருந்தது என்று அவர் சொல்கிறார். நாமெல்லாம் கை தட்டுகிறோம். நாம் இதற்குத் தலைகுனிய வேண்டாமா? ஏனெனில் ஒரு புத்தகம் ஒற்றுப்பிழை இல்லாமல் வந்திருக்கிறது என்றால் அத்தனை புத்தகங்கள் ஒற்றுப்பிழையோடு வந்து கொண்டிருக்கின்றன என்று அர்த்தம். நாம் வெட்கப்பட வேண்டிய விஷயம் இது. இன்னும் கொஞ்சம் காலம் கழித்து இலக்கண ஒழுங்கு கெடாமல் ஒரு புத்தகம் வந்திருக்கிறது, அது மகிழ்ச்சியாக இருக்கிறது என ஒருவர் சொல்வார். அப்போதும் நாம் கைதட்டுவோம். கை மட்டுமே தட்டிக் கொண்டு இருப்போம்.” என்று ஆதங்கமாகச் சொன்னேன்.

தமிழின் சிறப்புகளில் ஒன்று சந்தி. ஒற்றுக்கு அவசியம் இருக்கிறது. ஒற்று இருப்பதால்தான் வர்க்க எழுத்துக்கள் இல்லாமலேயே தமிழ் இத்தனை காலம் உயிர் வாழ்ந்து கொன்டிருக்கிறது. பக்கத்திலிருக்கும் மலையாளம், தெலுங்கு, கன்னட மொழிகளில் வர்க்க எழுத்துக்கள் இருக்கின்றன. ஒரு ‘க’வையும் ஒரு ’ச’வையும் வைத்துக்கொண்டே நாம் இத்தனை நூற்றாண்டுகளை ஓட்டி விட்டோம் என்பது ஒற்று இருப்பதனால்தான். ஒறறு இருப்பதால் ‘க’வின் உச்சரிப்பு தன்னால் வித்தியாசப்படுகிறது. உச்சரித்துப் பார்த்து எழுதினால் போதும். இந்த ஒற்றுப்பிழைகள் எல்லாம் காணாமல் போகும்.

“என்றுச் சொன்னான்” என எழுதுகிறார்கள். வலிக்கிறது. “என்று சொன்னான்” தானே வரும்? உச்சரித்துப் பார்த்தாலே தெரியுமே! அவ்வளவு கிட்டே இருக்கும் விஷயம். அப்புறம் தமிழின் சிறப்பு ழகரம். அது கிட்டத்தட்டக் காணாமலே போய் விட்டது. ‘ழ’ என உச்சரிக்கக்கூடியவர்கள் அநேகமாய் இல்லை - பேராசிரியர்கள் உட்பட, மேடைப் பேச்சாளர்கள் உட்பட. நாமும் கேட்டுக் கொண்டிருக்கிறோம். சமஸ்கிருதச் சொற்களை எழுத மாட்டேன் என்று பிடிவாதமாகச் சொல்பவர்கள் கூட தமிழைச் சரியாக எழுதுவேன் என்று சொல்வதில்லை. அது என்னவிதமான மொழிப்பற்று என்று தெரியவில்லை.

58. சமீப காலமாய் தமிழ்நாட்டில் எழுத்தாளர்கள் படைப்புகளுக்காக பிற்போக்கு சக்திகளால் மிரட்டலுக்கு உள்ளாகும் போக்கு அதிகரித்து வருகிறது. அதைப் பற்றி என்ன நினைக்கிறீர்கள்? எழுத்தாளனுக்கான எல்லைகள் என்ன? சாதி, மதம், இனம், இடம் போன்றவற்றைக் குறிப்பிட்டு எழுதுவதைத் தவிர்த்து விட வேண்டுமா? இதை ஊக்குவித்தால் நாளை பச்சை சட்டை போட்டவன் கொலை செய்தான், மூக்கருகே மச்சம் கொண்டவள் சோரம் போனாள் என்று எழுதினால் கூட எதிர்ப்பு எழும் நிலை உருவாகக்கூடும். கருத்துச் சுதந்திரத்தில் படைப்புச் சுதந்திரமும் அடக்கம் தானே? சமகால தமிழ் எழுத்தாளன் இதை எப்படி எதிர்கொள்வது? இந்தச் சம்பவங்கள் உங்கள் எழுத்தில் ஏதும் மாற்றத்தைப் புகுத்தி இருக்கிறதா?

கு.ப.ராஜகோபலன் சிறுகதைகள் எழுதிக் கொண்டிருந்த போது அவருக்கும் இந்த மாதிரியான எதிர்ப்புகள் இருந்தன. ’என்னைப் பற்றியும் என் மனைவியைப் பற்றியும் நான் எழுதுவதாக நினைத்துக் கொள்கிறார்களா’ என மிக வேதனையாகக் கேட்டதாக எதோ ஒரு கட்டுரையில் படித்திருக்கிறேன். பாரதிக்கும் புதுமைப்பித்தனுக்கும் கூட இந்தப் பிரச்சனை இருந்தது.

இன்று இந்த சக்திகள் வேகமாக எழுந்திருக்கிறதென்றால், நான் எழுத்தாளனுக்குத் தான் ஆலோசனை சொல்வேன். அந்த சக்திகளைப் பார்த்துப் பேசும் திராணியும் வலிமையும் எனக்குக் கிடையாது. யதார்த்தவாத எழுத்து இம்மாதிரியான இடர்களைக் கொண்டு வருகிறது என்றால் நாம் ஏன் மேஜிகல் ரியலிசம் உள்ளிட்ட வேறு முறைகளை முயற்சித்துப் பார்க்கக்கூடாது? ஈசாப் நீதிக்கதைகள் எழுதப்பட்ட சூழல், காரணம் ஆகியற்றைத் தெரிந்துகொண்டால் ஒருவேளை உபயோகமாய் இருக்கக்கூடும். ஏன் மனிதர்களின் இயல்புகளை மிருகங்கள் மீதேற்றி அவற்றை வாதம் செய்ய வைத்தார்கள்?

நான் எழுதுபவை நேரடி சமூக விழைவுகள் குறித்து ஆராய்ச்சி செய்பவை அல்ல. இந்த எழுத்துக்களில் வேறொரு புலம் செயல்படுகிறது. அதனால் எனக்கு எழுத மனத்தடை ஏதும் ஏற்படும் எனக் கருதவில்லை. சுமார் முப்பது ஆண்டுகள் முன்புவரையில் தமிழில் யதார்த்தவாதப் படைப்புகளின் கதாபாத்திரங்களுக்கு இயல்பான அடையாளம் இருந்தது. அவர்களின் சமூகப் பின்னணியும் சேர்த்தே பேசப்படும். அந்தக் கதாபாத்திரங்களுக்கு வழங்கப்பட வேண்டிய சமூக நீதி பற்றிய விவரிப்பும் கோரிக்கையும் இருந்தது. இப்போது அதைத் தவிர்த்த எழுத்துக்கள் வருமானால் படைப்புகள் ஒரு மொஸைக் தன்மைக்குள் போய் விடும். குறிப்பான அடையாளம் இல்லாத கதாபாத்திரங்கள் வழியாகக் கதை நிகழ்த்துதல் நடக்கும். அது எழுத்திலக்கியம் இன்னும் சீக்கிரமாக மரணமடைவதற்கு வழி வகுக்கும் என்றுதான் நினைக்கிறேன்.

ஆனால் வேறு விதமான உத்திகளில் எழுத்தாளர்கள் எழுதிப் பார்க்கலாம். எழுத்துக்கு சாதிக்குறிப்புகள் ஒரு தடையாக இருக்க வேண்டிய அவசியமில்லை என்றுதான் நினைக்கிறேன். சமூகத்தின் எல்லா அலகுகளிலும் சாதியையும் அதன் அபத்தங்களையும் வைத்துப் பேணிக்கொண்டு, எழுத்திலக்கியத்தில் மட்டும் கழுவிச் சுத்தமாக்கிவிட்டால், இலக்கிய வாசனை இருக்காது. பினைல் நெடிதான் அடிக்கும்!

59. 20 வருடங்களாக எழுதிக் கொண்டிருக்கிறீர்கள். தமிழ் வாசக உலகம் உங்களின் சரியான இலக்கிய ஸ்தானத்தைக் கண்டறிந்து உரிய மரியாதை கொடுத்து அங்கீகரித்து விட்டதாகக் கருதுகிறீர்களா? இன்னும் உங்களுக்குக் காலமிருக்கிறது என்றாலும் சாகித்ய அகாதமி உள்ளிட்ட எந்த விருதையும் அரசோ அமைப்புகளோ அளிக்கவில்லை என்ற ஆதங்கம் எனக்குண்டு. என்ன நினைக்கிறீர்கள்?

என்னுடைய எழுத்துக்கள் மீது உங்களுக்கு இருக்கும் அபிமானத்திற்கு நான் நன்றி சொல்கிறேன்.

60. தமிழில் சீரியஸ் எழுத்தாளர்கள் சினிமாவில் பரவலாய்ப் பங்களிக்கும் காலம் இது. நீங்கள் ஏன் சினிமாவில் பங்கேற்கவில்லை? உங்கள் கதைகளில் வரும் நிறைய சம்பவங்கள் fresh ஆனவை, potential சினிமா காட்சிகள். உங்கள் எழுத்துக்களைப் படித்த இயக்குநர்கள் நிச்சயம் உங்களை அணுகி இருப்பர் என்றே நினைக்கிறேன். ஒருவேளை சினிமா உலகினுள் நுழைய விரும்பவில்லையா?

நீங்கள் சொல்வதுபோல் என் எழுத்தில் வரக்கூடிய சம்பவங்கள் fresh-ஆகவும் potential-ஆகவும் இருக்கிறது என்று அந்த எழுத்தை வாசித்து, ஆசைப்பட்டு என்னை ஓர் இயக்குநர் கூப்பிடுவார் என்றால் அவரோடு உட்கார்ந்து விவாதம் செய்யலாம். இதற்கு முன் சில அழைப்புகள் வந்திருக்கிறது. நான் மறுத்திருக்கிறேன். ஒன்று என்னை அழைத்தவர்கள் என் எழுத்துக்களைப் படித்திருந்தார்களா எனத் தெரியவில்லை. இந்த மாதிரியான ஆள் வேண்டும் என அவர்கள் நினைத்தார்களா எனத் தெரியாது. யார் மூலமாகவோ என் பெயர் சிபாரிசு செய்யப்பட்டு இப்படி ஒரு ஆள் எழுதிக் கொண்டிருக்கிறான், கூப்பிட்டுப் பார்க்கலாமே என அழைத்தால் அவருடன் போய் வேலை பார்க்க நான் தயாரில்லை.

அடுத்து இப்போதிருக்கும் தமிழ் சினிமாச் சூழலில் நான் போய் புதிதாக ஏதும் செய்து விட முடியும் என எனக்கு நம்பிக்கை இல்லை. ஏற்கனவே இருப்பதில் சிறுசிறு மாற்றங்களை ஏற்படுத்த என்னைப் பயன்படுத்திக் கொள்வார்கள் என்றுதான் தோன்றுகிறது. அதற்கு நான் தேவை இல்லை. ஒருவேளை என் படைப்புலகத்தை முழுக்க வாசித்து ஈடுபாடு கொண்டு என்னோடு இணைந்து வேலை செய்ய வேண்டும் என ஓர் இயக்குநர் - அவர் முதியவராகவோ இளைஞராகவோ புதியவராகவோ பழையவராகவோ இருக்கலாம் - யாராவது கூப்பிட்டால் அவர்களோடு உட்கார்ந்து பேசிப் பார்த்து அவர்களின் தேவைகள் என்ன, என்னிடம் இருக்கும் சரக்கு என்ன, இதை எல்லாவற்றையும் சேர்த்து வைத்து ஒரு முடிவுக்கு வரலாம். அப்படி எல்லாம் நடக்கும் என நினைக்கிறீர்களா என்ன!

61. நிஜமான பத்மினி பற்றிச் சொல்லுங்கள். உஷா என்பது அவரது பெயர் என நினைக்கிறேன். வெவ்வேறு இடங்களில் மனதிற்குகந்த இணை என அவர் குறித்து நீங்கள் எழுதியதை வாசித்த நினைவு. பொதுவாய் எழுத்தாளர்களுக்கு இத்தகைய விஷயம் கொடுப்பினை.

பத்மினியின் பெயர் உஷா என்றால் உஷா என்றே எழுதி இருப்பேனே! எதற்கு பத்மினி எனப் பெயர் வைக்க வேண்டும்!

62. பத்மினி 100% உஷா அல்ல; எப்படி கிருஷ்ணன் 100% யுவன் சந்திரசேகர் இல்லையோ அதே போல். ஒரு வலுவான பாதிப்பை யுவன் சந்திரசேகர் கிருஷ்ணனுக்குக் கொடுத்ததைப் போல் உஷா பத்மினிக்குக் கொடுத்திருக்கலாம் என்ற அடிப்படையில் கேட்கிறேன்.

யுவன் சந்திரசேகர் உஷாவைப் பற்றிப் பேசலாம். என்ன இருந்தாலும் பத்மினி அடுத்தவன் பெண்டாட்டி இல்லையா! (சிரிக்கிறார்) அவரைப் பற்றி அபிப்பிராயம் சொல்வது முறை இல்லை என நினைக்கிறேன்! எங்களுடையது பெற்றோர்கள் பார்த்துச் செய்து வைத்த திருமணம். ஆனால் இன்றுவரை நாங்கள் மனப்பூர்வமான காதலர்கள். என்

மணவாழ்க்கையின் ஒவ்வொரு கணத்தையும் மிக ஆனந்தமாகக் கொண்டாடிக் கொண்டுதான் இருக்கிறேன். அவருக்கும் அப்படித்தானா என நீங்கள் அவரை ஒரு ஐம்பது பக்க பேட்டி எடுத்துத்தான் தெரிந்து கொள்ள வேண்டும்!

63. அவர் உங்களை வாசிக்கிறாரா?

என்னுடைய சில சிறுகதைகளை வாசித்திருக்கிறார். ஆச்சரியகரமாக வெளியேற்றம் நாவலை முழுக்க வாசித்துவிட்டு உணர்ச்சிப் பரபரப்போடு பேசியது ஞாபகம் இருக்கிறது. ஆனால் அவரது அபிமான எழுத்தாளன் நான் இல்லை! அவர் வாசிக்கக்கூடியவர்தான். அவருடையது வேறுவிதமான வாசிப்பு.

64. உங்கள் தற்போதைய வாழ்க்கை, தொழில், குடும்பம் பற்றிச் சொல்லுங்கள். வீட்டில் - குறிப்பாக மனைவி, பிள்ளைகளிடம் - உங்கள் இலக்கியப் பணி பற்றிய புரிதலும் உதவியும் உண்டா?

இக்கேள்விகளுக்கு பதில் சொல்வதில் இயல்பாகவே தயக்கம் இருக்கிறது. நான் ஏதாவது சொல்லப் போக, பத்து வருடம் கழித்து ஒருவர் அதை வாசித்துவிட்டு வந்து உங்கள் குடும்பத்தைப் பற்றி இப்படிச் சொன்னீர்களே ஏன் இப்படி ஒரு முரட்டு ஆணாதிக்கவாதியாக, வெறியனாக, முட்டாளாக இருந்திருக்கிறீர்கள் எனக் கேட்டுவிடக்கூடாதே என்று கவலையாக இருக்கிறது.

என் குடும்பம் இணக்கமாக இல்லை என்றால் நான் இவ்வளவு எழுதி இருக்க முடியுமா என்ன? என் மகன் பெங்களூரில் ஒரு மென்பொருள் நிறுவனத்தில் வேலை பார்க்கிறார். என் மகள் மும்பையில் எம்டெக் படிக்கிறார். அவர்களுக்கும் எனக்குமான உறவு எப்போதுமே எனக்கு வாஞ்சை நிரம்பியதாக, திருப்திகரமாக இருந்திருக்கிறது. அவர்களுக்கு எப்படி என அவர்களிடம்தான் நீங்கள் கேட்க வேண்டும். அவர்கள் பொதுவாய் என் புத்தக வெளியீட்டு விழாக்களுக்குக் கூட வருவதில்லை. அவர்கள் அவர்களுடைய போக்கில் இருப்பார்கள். நானும் அவர்களின் போக்கில் தலையிடுவதில்லை. அது போன்றதான ஒரு நல்ல பரஸ்பரப் புரிந்துணர்வின் மீதுதான் இந்தக் குடும்ப வாழ்க்கை நடந்து கொண்டிருக்கிறது. நான் ஒரு தேசிய மய வங்கியில் வேலை பார்த்துக் கொண்டிருக்கிறேன்.

பொதுவாகவே எழுத்தாளனின் அந்தரங்க வாழ்க்கை, சொந்த விவகாரங்கள் பற்றி எல்லாம் வாசகர்கள் அதிகமாகத் தெரிந்து கொள்ள வேண்டாம் என்றுதான் நினைக்கிறேன். படைப்புகளின் மூலமாக உருவாகும் ஆளுமைதான் முக்கியம். அதை அறியும்போது எழுத்தாளன் பற்றிக் கிடைக்கும் சித்திரம் போதுமானது. இது reverse-ஆக நடக்கும் போது இதன் வலி தெரியவரும். பெருமாள் முருகன் என்ற பேராசிரியர் எந்தளவுக்கு மாணவர்களுக்கு உறுதுணையாக இருந்திருக்கிறார், எந்தளவு சமநிலையாக ஆராய்ச்சிக் கட்டுரைகள் எழுதி இருக்கிறார், எந்தளவு தமிழுக்காக உழைத்திருக்கிறார் என்று தெரிந்திருந்தால் ஒரு கும்பல் இப்படி வந்து தகராறு செய்திருக்காது.

எழுத்தாளன் பற்றித் தெரிந்து கொள்ள வேண்டிய சமாச்சாரங்கள் வேறாக இருக்கிறது. அதெல்லாம் தெரிந்து கொள்ள வேண்டும் என்பது முக்கியம். அவற்றை அவன் எழுத்துக்கள் மூலமாக தெரிந்து கொள்ள வேண்டும். அதுபற்றி எதுவுமே தெரியாமல் அவனது சொந்த வாழ்க்கை பற்றிய தகவல்கள் வருவது பிம்பத்தை உருவாக்குவதற்கும் பிம்பத்தை நிர்மூலம் செய்வதற்கும்தான் பயன்படும். அது வேண்டாம் என்றே நினைக்கிறேன்.

65. வங்கியில் பணிபுரிந்துகொண்டு வங்கிப் பின்புலத்தை வைத்து ஏன் நீங்கள் எழுதவில்லை? அப்படியே வந்தாலும் அந்தப் பாத்திரம் வங்கியில் பணிபுரிவதாக ஒரு செய்தி மட்டும் வரும். அவ்வளவுதான். அது தாண்டி வங்கி என்பதை மையமாக்கி புனைவுகள் அதிகம் எழுதவில்லை. இதழியல் அனுபவம் கொண்ட சுகுமாரன் அதைக் கொண்டு நிறைய நல்ல புனைவுஎழுதி இருக்க முடியும் என தனிப்பேச்சில் சொன்னீர்கள். அதே பாதையில் இக்கேள்வியை எடுத்துக் கொள்ளலாம்.

நல்ல கேள்வி. - ஒரு முதிய தலைமுறை எழுத்தாளரிடம் பேசிக்கொண்டிருந்தபோது சொன்னேன், ‘‘இலக்கியம் மட்டும் படித்து எழுத்தாளனாகிட வேண்டும் என நினைப்பவர்கள்தான் நிறையப் பேர். அது பிரயோஜனமில்லை. ஒரு கிணற்றிலிருக்கும் தண்ணீரைப் பம்ப் செய்து வெளியே எடுத்து, திரும்ப அந்தக் கிணற்றுக்குள்ளேயே விடுவதுபோன்றது. பொதுவாக எழுத்தாளனுக்கு வேறேதோ ஒரு துறை மீது ஆசை இருக்க வேண்டும். வரலாறு, அறிவியல், தத்துவம், உளவியல் என மற்றொரு துறை மீது ஆர்வம் இருந்து, அது தொடர்பாக வாசித்துக் கொண்டிருந்து, யோசித்தும் கொண்டிருந்து, அதில் கிடைக்கும் பெறுபொருட்களை இலக்கியத்துக்குள் பாய்ச்சலாம். அது இலக்கியம், வாசகன் இருவருக்கும் உபயோகமானது.’’

அப்போது அவர் கேட்டார், “இப்போது நீங்கள் வங்கியில் இருக்கிறீர்கள், இதை வைத்து எழுதக்கூடாதா?”.

நான் சொன்னேன். அறிவுத்துறை என்பது தொடர் செயல்பாடு. அது சில அடிப்படைக் கேள்விகளைக் கையில் வைத்திருக்கிறது. அவற்றுக்குப் பதில் தேடும் முயற்சியில் தொடர்ந்து போய்க் கொண்டிருக்கிறது. உதாரணமாக பொருள் என்றால் என்ன என்ற அடிப்படைக்கேள்வி இயற்பியலுக்கு இருக்கிறது. அது விதவிதமாகக் கண்டுபிடிக்கிறது. அணு

என்கிறது, அணுக்குள் இருக்கும் ப்ரோட்டான், எலக்ட்ரான், ந்யூட்ரான் என்கிறது, அதையும் பிரித்து க்வார்க் என்கிறது. விதவிதமாகப் போய்க் கொண்டே இருக்கிறது. கடைசிவரை அது கண்டுபிடிக்கப் போவதில்லை என்பது இப்போதே தெரிகிறது. ஆனால் ஏதோ ஒன்றைத் தேடிக்கொண்டே இருக்கும். அதன் கேள்வி ஒரிஜினல் என்பதால் அதன் தேடல் ஒருபோதும் நிற்காது.

தத்துவத்தை எடுத்துக் கொண்டால் நான் யார் என்ற கேள்வி. நான் அதில்லை இதில்லை அதில்லை இதில்லை... என்று போய்க்கொண்டே இருக்கிறது. கடைசிவரை நான் என்பது யார் என்று அது சொல்லப் போவதே இல்லை. இப்படி ஒரிஜினல் கேள்வியின் தகிப்பைக் கையில் சுமந்து கொண்டிருப்பது என்பது வேறு. வங்கி போன்ற அமைப்பு (சிஸ்டம்) என்பது வேறு.

அமைப்பு மாறுபடும். உதாரணமாக முன்பு எல்லாவற்றுக்கும் வங்கிக்குப் போக வேண்டியது இருந்தது. இடையில் காசோலைகள் இருந்தன. இப்போது ஓர் அட்டை இருந்தால் போதும். இன்னும் கொஞ்சம் நாள் போனால் பெருவிரல் இருந்தால் போதும் என வரக்கூடும். இப்படி எல்லாமே மாறி விடும். பணத்தைக் கையில் தொடாமலேயே வாழ்நாள் முழுக்கக் கழித்து விட முடியும் என்கிற மாதிரி, பண்டமாற்று காலத்தில் இருந்தது மாதிரியான ஓரிடத்தை நாம் நெருங்கிக் கொண்டிருக்கிறோம். இப்படி அந்த சிஸ்டம் மாறிக் கொண்டே இருக்கிறது. அதனால் இதை அறுதியானதாக எடுத்து, இதில் ஒரு தேடல் இருப்பதாகக் கருதி, ஓர் ஆள் இதிலிருந்து செயல்பட முடியாது.

ஆனால் மேற்கிலிருந்து வரும் நூல்களில் பொருளாதாரம், மருத்துவத் துறை, ஏரோனட்டிக்ஸ் இப்படி விதவிதமான பின்புலங்களை வைத்து எழுதுகிறார்கள் என்றால் அவற்றில் பெரும்பான்மை பல்ப் ரைட்டிங்தான்.

துறையைக் களமாக வைத்துக் கொண்டு அவர்கள் ஒரு பல்ப் எழுத்து எழுதுவார்கள். அதில் விசாரணை இருக்காது. மனித குலம் சம்பந்தமான பெரும் கரிசனம், அக்கறை இருக்காது. பார்க்கப் போனால் திரைத்துறையை வைத்து ஆங்கிலத்தில் வந்திருக்கும் மிக நல்ல புத்தகம் என்றால் சார்லி சாப்ளின் சுயசரிதையைத் தான் சொல்ல வேண்டும். அதில் சினிமா இருக்கும், சினிமாவில் இருக்கும் மனிதர்கள் பற்றியும் இருக்கும். அது போன்ற ஓர் உயரத்தில் எழுதப்பட்ட துறைசார் எழுத்துக்கள் ஆங்கிலத்திலேயே குறைவாகத்தான் இருக்கிறது. சார்லிசாப்ளினை முன்மாதிரியாக வைத்து ஸிட்னி ஷெல்டன் எழுதிய A Stranger in the Mirror படித்தால் தெரியும், மகத்தான நாயகன் ஒருவன் வணிக எழுத்தின் கதாநாயகனாக உருவாகும்போது எப்படிச் சக்கையாக மீந்துவிடுகிறான் என்பது.

66. உங்கள் புனைபெயர்களில் - யுவன் சந்திரசேகர்/எம். யுவன் - இருக்கும் யுவன் பற்றிச் சொல்லுங்கள்? நீங்கள் ஆர். சந்திரசேகரன்தானே? ஆனால் அதென்ன எம். யுவன்?

உங்களுக்கு இந்த இரண்டு பெயர்கள்தான் தெரியும் என்பதால் இக்கேள்வியைக் கேட்டுவிட்டீர்கள். இது போக நான் பல பெயர்களில் எழுதி இருக்கிறேன். அதையெல்லாம் யாருக்கும் ஒருபோதும் தெரியப்படுத்த மாட்டேன். அவை யாவும் சீரியஸ் பத்திரிகைகளில் சீரியஸ் கட்டுரைகளாக, சீரியஸ் மொழிபெயர்ப்புகளாக வந்திருக்கிறது என்பதை மட்டும் சொல்லிக்கொள்கிறேன்!

இளைஞனாக இருந்தபோது யுவன் என்ற பெயர் வைத்துக்கொண்டேன். (சிரிக்கிறார்). தொடர்ந்து இளைஞனாகத்தான் இருக்கிறேன்! சி. மணி என்ற கவிஞர் வே.மாலி என்றொரு பெயரில் எழுதி இருக்கிறார். அதுபோல ஆர். சந்திரசேகரன், எம்.யுவன் என்று வைத்துக்கொண்டேன்.

67. உங்களுக்குப் பிடித்த சங்கீதக்காரர்கள் யார்? கர்நாடக சங்கீதம், ஹிந்துஸ்தானி இரண்டிலும். மேற்கத்திய இசையைக் கேட்பதுண்டா? அதில் என்ன பிடிக்கும்?

மேற்கத்திய இசை கேட்பதற்கான காதுகள் எனக்கில்லை. இடைவெளி (ஸ்பேஸ்)யும் சேர்ந்ததுதான் அவர்களின் சங்கீத முறை என்று நினைக்கிறேன். அந்த இடங்கள் மௌனமாகவே இருப்பவை. இந்திய சாஸ்திரிய சங்கீதத்தில் இருப்பது போல் ஒரு தொடர் ஓட்டம் அதில் இல்லை. இங்கிருப்பதுபோல் தாள லயம் சார்ந்த சங்கீதம் இல்லை அது. அவர்களுடையது மாத்திரைக்கணக்கு சார்ந்த வேறொரு தாள முறை. அதோடு ஒன்றி ஓட எனக்குத் தெரியவில்லை. உரிய காலத்தில் கற்றுக் கொண்டிருந்திருக்கலாம். அப்படி ஓர் ஆசை இருந்ததில்லை.

ஆனால் ப்யூஷன் சங்கீதங்கள் நிறையக் கேட்டிருக்கிறேன். உதாரணமாக அரேபிய, பாரசீக இசையுடன் இந்திய சாஸ்திரிய இசை சேரும்போது என்னால் அதைக் கேட்க முடிகிறது. ஜார்ஜ் ப்ரூக்ஸ் போன்ற ஒருவர் ஜாஹீர் ஹுஸைன் போன்ற ஒருவருடன் சேர்ந்து ஒரு ப்யூஷன் கொடுக்கும்போது அதை என்னால் ரசிக்க முடியும். சௌராஸியாவோ சுல்தான் கானோ மேற்கத்திய, அரேபிய, ஆப்பிரிக்க இசைக் கலைஞர்களுடன் சேர்ந்து வாசிக்கும்போது கேட்க முடியும். இவர்களின் வழியாக அவர்களை என்னால் அணுக முடிகிறது.

அப்படி இல்லாமல், என்னுடைய வெளிநாட்டு நண்பர்கள் கொடுத்த தூய மேற்கத்திய சங்கீதத்தை நாளைக்கு நாளைக்கு என ஒத்திப் போட்டுக் கொண்டிருக்கிறேன். என்றாவது ஒருநாள் கேட்டாலும் கேட்டுவிடுவேன்! ஏற்கனவே

சொன்னது போல் இந்திய சாஸ்திரிய சங்கீதத்தில் எனக்கு கர்நாடக சங்கீதத்தை விட ஹிந்துஸ்தானி சங்கீதம் பிடிக்கும். ஹிந்துஸ்தானி சங்கீதம் எனக்குக் கொடுக்கக்கூடிய கிளர்ச்சிக்கு நிகரான பரவசத்தை எனக்குத் தரக்கூடிய மதுரை மணி ஐயர், டிகே பட்டம்மாள், எம்டி ராமநாதன், டிஆர் மஹாலிங்கம், இன்றைய தலைமுறையில் சஞ்சய் சுப்ரமணி-யன் ஆகியோர் என் மனத்துக்கு நெருக்கமான இசைக்கலைஞர்கள்.

இவர்களை நான் தொடர்ந்து கேட்கிறேன். டிஆர் மஹாலிங்கத்தை நிறையக் கேட்டிருக்கிறேன். அவரது வாசிப்பில் இருக்கும் தறிகெட்ட தன்மை எனக்கு மிக நெருக்கமானது. பொதுவாகவே குரல்களைப் பொறுத்தவரை வழுவழு-வென ஒரு மாதிரி round-off ஆகியிருக்கும் குரல்கள் கேட்கப் பிடிக்காது. கொஞ்சம் சொரசொரப்பாக, கரடுமுரடாக இருக்கும் குரல்கள்தான் பிடிக்கும். உதாரணமாக எம்டி ராமநாதனுடைய குரல். அக்குரல் பாட ஆரம்பிக்கும்போது இது எப்படி சங்கதி போடப் போகிறது, எப்படி ஜாலம் செய்யப் போகிறது என மலைப்பாக இருக்கும். ஆனால் போகப்போகத் தான் தெரியும். அப்படி ஒரு குரலிலும் ஜாலங்கள் செய்ய முடியும், கேட்கும் மனத்தில் ஒரு நூதனமான சாந்தத்தை ஏற்படுத்த முடியும் எனத் தெரிய வரும்.

ஹிந்துஸ்தானி சங்கீதத்தைப் பொறுத்தவரை கேள்வியே கிடையாது. பீம்சென் ஜோஷி, பீம்சென் ஜோஷி, பீம்சென் ஜோஷி ... என ஒரு நூறு தடவை சொல்லி விட்டு, அதன் பிறகு குமார் கந்தர்வாவை அப்பட்டியலில் சேர்ப்பேன். குமார் கந்தர்வாவின் மகன் முகுல் ஷிவ்புத்ராவும் எனக்கு அபிமானமான பாடகர். அவர் அதிகம் பாடியதில்லை. ஆனால் ரொம்ப முக்கியமான பாடகர். கிஷோரி அமோங்க்கர் பிடிக்கும். மாலினி ரஜுர்க்கரைக் கேட்கும்போதெல்லாம் எனக்கு டிகே பட்டம்மாளைக் கேட்பது போன்ற நிறைவு ஏற்படும். இன்றைய தலைமுறையில் தார்வாட் இசைக்கலை-ஞர் வெங்கடேஷ் குமாரைப் பிடிக்கும். ரஷீத் கான் பீம்சென் ஜோஷிக்குச் சமமான குரல்வளமும் கற்பனை வளமும் ஆறுதலும் கொண்ட இன்னொரு கலைஞர். ஜோஷிக்கு நிகராக நான் அடிக்கடி கேட்பது ஸி ஆர் வ்யாஸை. இத்-தனைக்கும் அவருடைய ஆல்பங்கள் நாலைந்து மட்டுமே என்னிடம் இருக்கின்றன. மனம் தொய்யும் சமயங்களில் வியாஸ் என் தகப்பனார் போலவே தென்படுவார்.

68. சினிமா பார்ப்பதுண்டா? தமிழ் சினிமாவைக் கவனிக்கிறீர்களா? எப்படி இருக்கிறது?

சினிமா அனேகமாகப் பார்ப்பதில்லை என்றுதான் சொல்லவேண்டும். அதற்கான அவகாசம் இருப்பதில்லை. எப்போ-தாவது அவகாசம் இருக்கையில் ஏகப்பட்ட சிபாரிசுகளோடு வந்து சேரும் ஏதோ ஒரு இரானியப் படத்தையோ ஜெர்-மானியப் படத்தையோ துருக்கியப் படத்தையோ பார்க்கப் பிடிக்கும். சமீபத்தில் அப்படித்தான் once up on a time in Anatolia என்ற படம் சமீபத்தில் பார்த்தேன். மிகவும் பிடித்திருந்தது. சினிமா என்பது தனிப்பட்டதோர் மொழி என்பதை இன்னொரு முறை எனக்குத் தெரிய வைத்த படம். அப்படத்தில் வெளிச்சத்தைப் பயன்படுத்தி இருக்கும் முறை மிகப் பிரமாதமாக இருக்கும்.

தமிழில் மிகப் பேசப்பட்ட படங்கள் பார்த்திருக்கிறேன். மொழி எனக்குப் பிடித்த படம். அப்படம் ஏன் பிடித்திருந்தது என்றால், ஊனமுற்றவர்களை கேலிப் பொருளாகவோ பரிதாபத்துக்கு உரியவர்களாகவோ மட்டுமே நாளதுவரை காட்டி வந்திருந்தது தமிழ் சினிமா. மொழி படம் அந்த மரபை உடைத்தது. அந்தப் பெண் மீது எனக்கு மிகப் பெரிய அபிமானம் உண்டாயிற்று. எவ்வளவு தைரியமாக, சுதந்திரமாக இருக்கிறாள். எவ்வளவு தன்னியல்பாக ஒரு காதலை நிராகரிக்கிறாள், பிறகு எவ்வளவு தன்னியல்பாக அதை உணர்ந்து ஏற்றுக்கொள்ளவும் செய்கிறாள்! எனக்கு மிகச் சந்தோஷமாக இருந்தது. அந்தப் படத்திற்காக ஜோதிகாவுக்கு மிகப் பெரிய அளவில் அங்கீகாரமும் விருதுகளும் கிடைக்க வேண்டும் என நான் ஆசைப்பட்டேன். Sterling Performance அது.

அப்புறம் ஆடுகளம் ரொம்ப திருப்தியான ஒரு படமாக இருந்தது. அப்படம் பற்றி நண்பர்களிடம் இப்போது வரை பேசிக்கொண்டே இருக்கிறேன். அந்த இயக்குநரின் இன்னொரு படம் பார்த்தேன். பொல்லாதவன். அந்தப்படம் எடுத்-தவரா இதை எடுத்தார் என ஆச்சரியமாக இருந்தது! அந்த அளவு ஆடுகளம் என்னை impress பண்ணியது. . ஜி.நாகராஜன் கதைகளைப் படிக்கும்போது ஏற்படும் திருப்தி அப்படத்தைப் பார்த்த போது இருந்தது. குறிப்பாக, நண்-பர்களாக இருந்து விரோதிகளாக மாறும் இருவரும் சேவல்களாக மாறி உயர்ந்து உறைந்து நிற்கும் இடம் நிஜமாகவே அந்த இயக்குநரின் vision-ஐக் காட்டக்கூடியதாக இருந்தது. சேவல்கள்போல உயரும் அந்தக் காட்சி கண்ணுக்குள்-ளேயே நிற்கிறது. வ.ஐ.ச.ஜெயபாலனின் நடிப்பையும் அதில் குறிப்பிட்டுச் சொல்ல வேண்டும்.

ரொம்ப ரொம்ப சந்தோஷமாக இருந்தது. அதன் பிறகு இப்போதுவரை ஒரு தமிழ்ப் படம் கூடப் பார்க்கவில்லை என்பது இப்போது சொல்லும்போதுதான் ஞாபகத்துக்கு வருகிறது!

69. ஒருவேளை மதுரைப் பின்புலம் என்பதால் உங்களுக்கு அப்படம் பிடித்திருக்கிறதா?

அப்படிச் சொல்ல முடியாது. மதுரைப் படங்கள் நிறைய வந்திருக்கின்றன. அளவுக்கு மீறி வந்திருக்கின்றன. திகட்டத் திகட்ட வந்திருக்கின்றன. சுப்ரமணியபுரத்தில் தொடங்கியது என நினைக்கிறேன்.

70. பருத்தி வீரன் என நினைக்கிறேன்.
ஆம். ஆடுகளத்தில் என்னைக் கவர்ந்த இன்னொரு அம்சத்தையும் சொல்ல வேண்டும். யாருமே கெட்டவர்கள் கிடையாது. சூழ்நிலையினால் ஒரு சிறுமனப்பிறழ்வு வருகிறது. உதாரணமாக பேட்டைக்காரனாக வரும் அந்தக் கிழவனாருக்கு வேறு யாரிடமும் விரோதமே கிடையாது. அவர் வில்லன் கிடையாது. இவர்கள் இருவருக்கிடையே ஒரு பிரச்சனை. அதில் அவர் ஒரு முடிவெடுக்கிறார். யாரிடமும் மோசமாகவும் நடந்து கொள்ளவில்லை. இவருக்கு ஆதரவாகப் பேசுவதால் தான் தன் மனைவியையும் துரத்தி விடுகிறார். அவர் மனித விரோதியாக மாறி விடுவதில்லை. இது மிக முக்கியம் என நினைக்கிறேன். சா. கந்தசாமியின் தக்கையின் மீது நான்கு கண்கள் கிட்டத்தட்ட இதே விஷயத்தைப் பேசும் கதை.
71. வழக்கமான விடைபெறல் கேள்வி. இளம் எழுத்தாளர்களுக்கான உங்கள் சொற்கள்?
எனக்கு வயதான பிறகு சொல்கிறேன்! சக எழுத்தாளர்கள் என்னை எப்படி நினைக்கிறார்கள் என்று தெரியாது; நான் அவர்கள் அனைவரையும் எனக்குச் சமமாகவே நினைக்கிறேன். அவர்களுக்கு புத்தி சொல்லுமளவு எனக்கு யோக்கியதை கிடையாது!

9. கதை - காகித அம்பு... - ஆர்னிகா நாசர்

மின்அடுப்பில் சுடப்படும் ஆட்டு மாமிச சப்பை போல சென்னை தகித்தது. மாநகரத்துக்குள் போர்ட்டபிள் சூரியப்புயல் சுழன்றடித்தது. ஒரு வார மழைக்குப்பின் காட்டில் பூக்கும் காளான்கள் போல நகரம் முழுக்க போலீஸ் தலைகள் முளைத்திருந்தன. சகல போக்குவரத்து மார்க்கங்களும் ஹைடெக் கண்காணிப்பில். சில அமைப்புகளைச் சேர்ந்த ரோபோ பிரமுகர்கள் முன்னெச்சரிக்கையாய் கைது செய்யப்பட்டிருந்தனர். சென்னையிலுள்ள அமெரிக்க தூதரகத்துக்கு பலத்த போலீஸ் பாதுகாப்பு போடப்பட்டிருந்தது. பூமி அரசாங்கத்தின் கட்டுப்பாட்டில் 250 நாடுகள் இருந்தன. அந்த நாடுகளில் 'ஐஸக் அஸிமோவ்' என்கிற ரோபோ தேசமும் இருந்தது. அமெரிக்கா தவிர பெரும்பாலான நாடுகள் ரோபோக்களுக்கு குடியுரிமை வழங்கியிருந்தன. அமெரிக்கா மட்டும் ரோபாட்களுக்கு எதிரான அடக்குமுறையை தொடர்ந்தது. கடந்த இருபது வருடங்களில் ஆறுமுறை ரோபோ தேசம் மீது வான்வெளி தாக்குதல் நடத்தி ஆயிரக்கணக்கான ரோபோக்களை அழித்தொழித்தது அமெரிக்கா. ரோபோக்கள் விஷயத்தில் அமெரிக்கா பூமி அரசாங்கத்திற்கு அடங்க மறுத்தது...
இந்திரா காந்தி சர்வதேச விமானநிலையம்.
வரும் மிக முக்கிய பிரமுகரை வரவேற்க... மத்திய, மாநில கட்சித் தலைகள், உளவுத்துறை, வெளியுறவு அமைச்சரக அதிகாரிகள், உள்நாட்டு, வெளிநாட்டு மீடியா மக்கள் குழுமியிருந்தனர்.அமெரிக்கா அலுமினியப் பறவை ரன்வேயில் அசுரமாய் ஓடி நின்றது, விமான வாசலுடன் படிக்கட்டு இணைக்கப்பட்டது. திறந்த வாசலிலிருந்து விமான நங்கைகளும் துணை அதிகாரிகளும் புடைசூழ ஆறேகால் அடி உயர புல்சூட் ஆசாமி வெளிப்பட்டார். மார்ஷியல் ஆர்ட்ஸும் டேக் வான் டோ கராத்தேயும் கற்ற விசாலமான தோள்கள். கைத் துப்பாக்கியிலிருந்து ராக்கட் லாஞ்சர் வரை இயக்கும் திறமைசாலி. அவரின் பெயர் ராபி ஜாகோப், அமெரிக்காவை தாயகமாக கொண்ட இஸ்ரேலி, அவரின் வயது 69. முப்பதாண்டு காலம் அமெரிக்க உளவுத்துறையில் பல உயர் பதவிகளை வகித்து விட்டு தற்சமயம் ரோபோ சர்வதேச பயங்கரவாத களைவு தலைமை ஆலோசகராக பணிபுரிகிறார். ஜாகோப் வாய் துடுக்கானவர். அடிக்கடி விரும்பி சர்ச்சைகளில் மாட்டிக் கொள்பவர். தன்னுடைய பல தனிப்பட்ட கருத்துகளை அமெரிக்க அரசாங்கத்தின் அதிகாரப்பூர்வ கருத்துகளாய் வெளியிடுவார். அமெரிக்க அரசாங்கமும் தன்னுடைய பல கருத்துகளை ஜாகோப்பின் தனிப்பட்ட கருத்துகளாய் வெளிப்படுத்தும்.

முந்தின மாதம் தான் ஜாகோப் இந்தியாவைப் பற்றி ஒரு அவதூறான கருத்தை ஆங்கில செயற்கைகோள் அலைவரிசை நேர்காணல் ஒன்றில் கக்கியிருந்தார்.

"ரோபோ பயங்கரவாதத்தை வீரியம் கெடாமல் பாதுகாத்து வருவது இந்தியாவும் இந்தியாவுக்கு ஜால்ரா அடிக்கும் சில நாடுகளும்தான். ரோபோ சார்ந்த சுயநலஅரசியல் மலைப்பாம்பாய் மாறி ஆசியாவின் அமைதியை விழுங்கி வருகிறது. ரோபோக்களுக்கு கொடுக்கப்படும் அதீத உரிமைகள் மிகமிக ஆபத்தானவை. இன்னும் அம்பது வருடங்களில் மனித இனம் முழுக்க ரோபோக்களுக்கு அடிமை ஆகிவிடும் என்கிற கசப்பான உண்மையை பூமி அரசாங்கம் சிறிதும் உணரவில்லை. ரோபோ - மனிதர் ஒற்றுமை ஒரு பாசாங்கே! ரோபோக்களுக்கு துணை போகும் இந்தியாவை அடித்து திருத்தவேண்டும்..."

ஜாகோப்பின் நேர்காணலுக்கு பின் இந்திய மீடியாக்கள் விழித்துக் கொண்டன. கும்பகர்ணனாய் தூங்கிக் கொண்டிருந்த மத்திய அரசாங்கத்தை கூவி எழுப்பின. மத்திய அரசு அதிகாரப்பூர்வமாய் தனது அதிருப்தியை வெள்ளை மாளிகையிடம் தெரிவித்தது. 48 மணி நேர இடைவெளியில் ஜாகோப் தனது பேச்சுக்கு வருத்தம் தெரிவித்து மன்-

னிப்பும் கோரினார்.

தற்சமயம் அதே ஜாகோப் கடித்துவிட்டு மருந்து போடும் தந்திரமாய் இந்தியாவுக்கு நல்லெண்ணப் பயணம் வந்திருக்கிறார்.

போலீஸ் கான்வாய் முன்பின் தொடர ஜாகோப் ஐந்து நட்சத்திர ஹோட்டலுக்கு ஓய்வெடுக்க அழைத்து செல்லப்பட்டார்.

எட்டு மாடிக் கட்டடமாய் நிமிர்ந்திருந்தது. அந்த பிரபல மின்னதழின் நிர்வாக அலுவலகம். இரண்டு சக்கர வாகனங்கள் நிறுத்துமிடத்தில் தனது வாகனத்தை நிறுத்தினான் யதார்த்தன். ஹெல்மெட்டை பில்லியனில் கோர்த்து பூட்டினான். குளிர் கண்ணாடியைக் கழற்றி சட்டைப்பைக்குள் பத்திரப்படுத்தினான். கிட் பேக்கை எடுத்துக் கொண்டு எடிட்டோரியல் நோக்கி நடக்க ஆரம்பித்தான்.

யதார்த்தன் சரித்திரத்திலும் அரசியல் விஞ்ஞானத்திலும் முதுகலை பட்டங்கள் பெற்றவன். பாஸ்பரஸ் பத்திரிகையாளன். வயது முப்பது. பிரம்மச்சாரி. அரசியல்வாதிகளுக்கு அவன் ஒரு சிம்ம சொப்பனம். அவனது அரசியல் கட்டுரைகளும் நேர்காணல்களும் ஆயிரம் டிகிரி சென்டிகிரேடு வெப்பமுள்ள அக்னிக் குஞ்சுகள். மிக மிக முக்கியமான விஷயம் யதார்த்தன் ஒரு ரோபோ. ரோபோக்களுக்கு சம உரிமைகள் கிடைப்பதை அமெரிக்கா தடுக்கிறதே என்கிற ஆற்றாமை அவனுக்குள் எப்போதும் உண்டு.

கறுப்பு பேன்ட்டும் கறுப்பு முழுக்கை சட்டையும் அணிந்திருந்தான் யதார்த்தன். தனக்குரிய மேஜைக்கு நடக்கும்போது பல வணக்கங்களை பெற்று பல வணக்கங்களை தெரிவித்தான். அவன் தன் இருக்கைக்கு போவதை சிசிடிவி பார்த்தது. அமர்ந்தான். சுவற்றிலிருக்கும் நர்த்தன பிள்ளையாரை இரு கை கூப்பி வணங்கி "பிள்ளையாரப்பா...ரோபோக்களை அமெரிக்காவிடமிருந்து காப்பாத்துப்பா!" ஆலாபித்தான்.

மாலை ஐந்து. நட்சத்திர ஹோட்டலில் ராபி ஜாகோப் தமிழக மீடியாமக்களை சந்தித்து அளவளாவ இருந்தார். பிரஸ்மீட்டுக்கு அடையாள அட்டையுடன் கூடிய 75 மீடியா மக்கள்தான் அனுமதிக்கப்பட இருந்தனர். எழுபத்தியைந்தில் ஐம்பது பேர் தொலைக்காட்சி செய்தியாளர்கள் மீதி 25 பேர் மின்னிதழ் செய்தியாளர்கள். இருபத்தியைந்து பேரில் ஒருவன் தான் யதார்த்தன். ஒரு நபருக்கு ஒரு கேள்விதான் அனுமதி. கேள்வியையும் பிரஸ்மீட்டுக்கு ஒருமணி நேரத்துக்கு முன், கமிஷனரிடம் கொடுத்து ஒப்புதல் பெற வேண்டும்.

கேட்க விரும்பும் கேள்விகளை தோராயமாக எழுதி பார்க்க ஆரம்பித்தான் யதார்த்தன்.

உள்இணைப்பு விடியோ தொலைபேசி சிணுங்கியது. எதிர்முனையில் பிரதம ஆசிரியர். "எனது அறைக்கு உடனே வா!" போனான் யதார்த்தன்.

பிரதம ஆசிரியர் நிமிர்ந்தார். "ஜாகோப்பை கேள்விகளால் திணறடிக்க ஹோம்வொர்க் அதிகம் பண்ணின போல. கண்ணெல்லாம் பருவப்பெண்ணின் கீழ்உதடு போல் சிவந்திருக்கு!"

மௌனித்தான்.

"ஜாகோப் பிரஸ்மீட்டுக்கு இன்னும் நாலு மணி நேர அவகாசமிருக்கு இல்ல? மீட்டிங் ஹாலுக்குள் ஷூவோ செருப்போ கனமான இரும்பு பெல்ட்டோ அணிந்து செல்லக்கூடாதுன்னு போலீஸ் கன்டிசன் போட்டிருக்கு. நீ முன்னெச்சரிக்கையா காலணி அணியாம பெல்ட் போடாம வந்திருக்க. உன்னுடைய எதிர்ப்பை காட்ட கறுப்பு பேன்ட் கறுப்பு சட்டை அணிந்து வந்திருக்ற!"

சிரித்தான் யதார்த்தன்.

"யதார்த்தன்! ஜாகோப்பின் மீது எதிர்ப்பை காட்ட வேற எதாவது வன்முறை உபாயங்கள் வைத்திருக்கிறாயா?"

"புரியல..."

"ஜாகோப்பை நீ நேரடியாக தாக்க முயற்சிக்கலாம் அல்லது எதனையாவது அவர் மீது குறிபார்த்து வீசிடலாம் அல்லது அமெரிக்காவுக்கு எதிராக கோஷங்களை நீ போட யத்தனிக்கலாம். ஜாகோப்பின் செயல்பாடுகளை எதிர்த்து சாத்வீக முறையில் எதிர்வினையாற்றுகிறோம் நாம். ஆனால் வன்முறையை நான் ஆதரிப்பதில்லை!"

"நான் வன்முறையாளனா?"

"நீ அடிப்படையில் ஒரு ரோபோவாக இருப்பதால் போலீஸ் கமிஷனரும் நமது பத்திரிகை நிர்வாகமும் உன் மீது சந்தேகப்படுகின்றனர். இதோடு கமிஷனர் என்னிடம் நாலு முறை பேசி விட்டார். பிரஸ் மீட்டுக்கு உன்னை அனுப்ப வேண்டாம் என இறைஞ்சுகிறார். அவர் தவிர பல்வேறு தரப்பிலிருந்தும் எனக்கு நெருக்கடி தரப்படுகிறது!"

"அவர்களுக்கு நீங்க பயப்படுகிறீர்களா?"

"இல்லை. ரோபோவாக இருந்தாலும் நீ வீரியமான இளைஞன் மின்னிதழில் நிறைய சாதிக்கப் போகிறாய். உன்னுடைய வளமான எதிர்காலத்தை ஏன் ஜாகோப் எதிர்ப்புக்காக காவு கொடுக்க வேண்டும் என நினைக்கிறேன், பொறுமையாக யோசித்து பதில் சொல்லு!"

“இன்று நான் போகாமல் இருந்தால் பிரஸ்மீட்டில் ஏதோ அசம்பாவிதம் செய்ய இருந்த நம்மை தடுத்து விட்டதாக போலீஸ் மார்தட்டும். அது நம் மின்னிதழ் இமேஜூக்கு நல்லதல்ல. கமிஷனரின் ஒப்புதல் பெற்ற கேள்வியை தான் கேட்பேன். ஒரு ஸ்கிரிப்ளிங் பேடு ஒரு பால்பாயின்ட் ரீபில் மட்டும்தான் ஹாலுக்குள் எடுத்துச் செல்லப் போகிறேன். எழுந்து கேள்வியை கேட்பதை தவிர மீட்டிங்கின் இரண்டு மணிநேரமும் வாயே திறக்கமாட்டேன் போதுமா? என்னைப் போலவே மீதி 74 மீடியா மக்களும் பொட்டன்ஸியல் திரட்ஸ்தான் என்பது கமிஷனருக்கு ஏன் புரியவில்லை?”

“நீ மட்டும் இந்த பிரஸ்மீட்டுக்கு சாதுவா போய்ட்டு வந்திட்டன்னா மூன்று வருடம் கழித்து உனக்கு வரவேண்டிய பதவி உயர்வை இன்றிரவே வழங்குவேன்!”

“லஞ்சமா?” சிரித்தான் யதார்த்தன்.

தாம்பரம் செல்லும் பிரதான சாலையில் அந்த ஐந்து நட்சத்திர ‘ஹோட்டல் அமைந்திருந்தது. சாலைகள் மறிக்கப்பட்டு மணல் மூட்டை அடுக்கப்பட்டு இயந்திரத் துப்பாக்கிகள் துருத்தின. ஹோட்டலின் உயர வானில் கண்காணிப்பு கேமிரா கூடிய பலூன். வின்டேஜ் பாயின்ட்களில் டெலஸ்கோபிக் இன்ப்ராரெட் ஹோமிங் டிவைஸ் துப்பாக்கிகள். ஹோட்டலின் உள்ளும் புறமும் இண்டு இடுக்குகளை பாம் டிடக்டர்களும் ஸ்னிப்பர் நாய்களும் மோப்பம் பிடித்துக் கொண்டிருந்தன. மீட்டிங் ஹால் நுழைவாயிலில் டோர் பிரேம் மெட்டல் டிடக்டர் பொருத்தியிருந்தனர்.

மீடியா மக்கள் பலத்த சோதனைக்குப் பிறகு உள்ளே அனுமதிக்கப் பட்டனர். யதார்த்தனை மட்டும் கமிஷனர் சோதித்தார். “என்ன எலி ரம்பப்பல் இல்லாம வந்திருக்கு?”

“பூனைகள் பைனாக்குலருடன் வந்திருக்கின்றனவே... அதுதான்...”

உள்ளே நடந்தான் யதார்த்தன். அவனுக்கான இருக்கை இரண்டாவது வரிசையில் இருந்தது. போய் அமர்ந்து கொண்டான். அவனுக்கு முன் விடியோ கேமிரா மக்கள். சிறுமேடையில் மூன்று இருக்கைகள் போடப்பட்டிருந்தன. நடு இருக்கை ஜாகோப்புக்கு செயற்கை கோள் அலைவரிசைகளின் இலச்சினை வரையப்பட்ட ஒலிபெருக்கிகள் ஜாகோப்பின் நடு இருக்கைக்கு முன்னே அரைவட்டம் போட்டிருந்தன.

ராபி ஜாகோப் கர்வமாய் கையாட்டியவாறே தனது இருக்கையில் வந்தமர்ந்தார். அவரின் இருபக்கமும் மத்திய அரசாங்கத்தின் செய்தி தொடர்பாளர்கள். மீடியாமக்கள் கேள்விகளை கேட்க ஆரம்பித்தனர். எல்லா கேள்விகளும் முனை மழுங்கிய நெஞ்சை நக்கக் கூடிய சம்பிரதாயக் கேள்விகள். கேள்வி கேட்பவர்களை பாராட்டி விட்டு பதில் கூற ஆரம்பித்தார் ஜாகோப். நடப்பதில் சுவாரசியம் காட்டாமல் குனிந்து ஸ்கிரிப்ளிங் பேடில் ஏதோ கிறுக்கிக் கொண்டிருந்தான் யதார்த்தன்.

பக்கத்து இருக்கை ஆசாமி “என்ன யதார்த்தன் பைத்தியக்காரன் போல ஏதோ கிறுக்குறியே?” என்றான். யதார்த்தன் கேள்வி கேட்கும் முறை வந்தது. எழுந்தான். “நான் எதுவும் கேள்வி கேட்க விரும்பவில்லை!” அமர்ந்து மீண்டும் கிறுக்க ஆரம்பித்தான். பத்து நிமிடங்கள் கரைந்திருக்கும். யதார்த்தன் கிறுக்கின காகிதத்தை கிழித்து காகித அம்பு செய்தான். பின் இருகைகளுக்குள் நாணேற்றி காகித அம்பை ஜாகோப் நோக்கி செலுத்தினான் யதார்த்தன். ஷிக்கும்! காற்றை கிழித்துக்கொண்டு அது பாய்ந்து ஜாகோப்பின் நடுநெற்றியில் மோதி அவரின் முன் மேஜையில் விழுந்தது. அந்த காகித அம்பை எடுத்தார் பிரித்தார் ஜாகோப்.

அதில் ஏதோ ஒரு ரசாயன சமன்பாடு வரையப்பட்டிருந்தது. சமன்பாட்டுkகு கீழே, “இந்த காகித அம்பு உன் பொறுப்பற்ற பேச்சுகளுக்கான பரிசு. சர்வதேச பயங்கரவாதத்தின் தந்தை எப்போதுமே அமெரிக்காதான். ரோபோ-மனிதர் ஒற்றுமையை பற்றி நீ பேசாதே. ரோபோக்களின் கடின உழைப்பால் இந்த பூமி மென்மேலும் வலுப்பெறும். அதனை நீ பார்க்காது செத்துப்போ ஜாகோப்!’

காகித அம்பிலிருந்த சமன்பாடுகள் உயிர்த்தன. ஒரு பிரளய வெடிப்பு பூத்தது. ஜாகோப்பின் தலை இலட்சம் திசை அமைத்து சிதறின. தலையற்ற முண்டம் கைகால்களை வெறித்தனமாய் ஆட்டி சரிந்தது.

“ரோபோக்களின் தன்மானத்தை இனி யார் காலில் இட்டு நசுக்கினாலும் ரோபோ தீவிரவாதம் கட்டாயம் விஸ்வரூபிக்கும்! கபர்தார்!” சூரியன் உதிரும் ஒலியனில் கூவினான் யதார்த்தன்.

10. ரா. கிரிதரன்

“கலையின் மாயத்தைப் பற்றி எழுதுகிறேன்”

ரா. கிரிதரனின் அம்மா ஊர் திண்டிவனம். அப்பாவுக்கு புதுச்சேரி. புதுச்சேரி பொறியியல் கல்லூரியில் மின்னணுவியல் மற்றும் தகவல் தொடர்பு பட்டப்படிப்பு. அதன்பின் தகவல் தொழில்நுட்பத்தில் எம்.டெக். படிப்பு. சென்னை, பெங்களூர், பூனா போன்ற நகரங்களில் வேலை செய்தபின் 2006 ஆண்டு முதல் இங்கிலாந்து வாசம். லண்டனில் வசித்து வருகிறார். கைப்பிரதியாக எழுதி வைத்திருந்த கதைகளையும் மொழிபெயர்ப்புகளையும் தட்டச்சு செய்து தன் வலைப்-

பக்கத்தில் பதிந்திருக்கிறார். புனைவு வாசிப்பிலும் எழுதுவதிலும் தொடர்ந்து ஈடுபட்டு இயங்கி வருகிறார். தமிழ்ச் சிறு-பத்திரிகையான 'வார்த்தை' இதழில் தொடங்கி வலைதளத்திலும், சொல்வனம், அரூ, பதாகை, ஆம்னிபஸ், வலசை, பண்புடன், திண்ணை, தமிழினி போன்ற மின்னிதழ்களிலும் தொடர்ந்து எழுதுகிறார்.

எழுத்தாளர் பாவண்ணனின் படைப்புகளைத் தாங்கிய பதாகை இணைய இதழின் சிறப்பிதழுக்குப் பொறுப்பாசிரியர். மரபிலக்கியத்திலும் நவீன இலக்கியத்திலும் உலகப் புனைவு இலக்கிய வாசிப்பிலும் விமர்சனங்களிலும் மிகுந்த ஆர்வ-முள்ளவர். நவீன அறிவியல் மற்றும் அறிவியல் புனைவுகளை விரும்பிப் படித்து வருகிறார். கர்னாடக சங்கீதம் - ஓர் எளிய அறிமுகம் எனும் நூலைத் தமிழாக்கம் செய்துள்ளார். ரா.கிரிதரனின் 'காலத்தின் முடிவுக்காக ஒலித்த இசை' தொகுப்பு தமிழினி வெளியீடாக இந்த ஆண்டின் துவக்கத்தில் வெளியானது. இசைக் கட்டுரைகளின் தொகுப்பாகக் ‘‘காற்றோவியம்’’ நூல் அழிசி வெளியீடாகக் கிண்டிலில் கிடைக்கிறது.

1. தற்போது நடக்கும் அமளி துமளிகளுக்கு நடுவே உங்களின் வாசிப்பு எவ்வாறு பாதிப்புக்கு உள்ளாக்கியிருக்கிறது? அன்றாடக் குழப்பங்களின் தாக்கத்தினால் படிப்பது மாறியிருக்கிறதா?

தீவிரமாக வாசித்துக்கொண்டிருந்த நாட்களில் அதற்கென குறிப்பிட்ட நேரத்தை ஒதுக்கிக்கொண்டிருந்தேன். இரவு நேரங்கள் உற்சாகமான வாசிப்புக்கு வழிவகுத்த காலங்கள் உண்டு. சில வருடங்களுக்கு முன்னர் தொடர்ச்சியாக இரவில் எழுதுவதும் படிப்பதும் அதிகமானபோது கண் மற்றும் தலைவலியால் பிற வேலைகள் தடைபட்டன. அலு-வலகம் செல்லும்போது ரயிலிலும் அதிகாலை நேரங்களிலும் படிப்பதை ஒதுக்கிக்கொண்டபின் பிற குழப்பங்களால் பாதிப்புக் குறைந்தது. முன்னர் அலுவலகம் செல்லும் ரயிலில் அதிகம் படிப்பதும் எழுதுவதும் நடக்கும். கொரோனா காலம் முழுவதும் வீட்டிலிருந்து வேலை செய்வதால் குடும்பத்துக்கு அதிகமான நேரம் ஒதுக்க வேண்டியதாக உள்ளது. வாசிப்பதும் எழுதுவதும் இரவு மற்றும் அதிகாலையில் மட்டுமே.

உயர்ந்த உள்ளம் - ரா.கிரிதரன் சிறுகதைத் தொகுப்பின் விமர்சனம்

2. தாங்கள் இசை குறித்துச் சொல்வனத்தில் நிறைய எழுதி இருக்கிறீர்கள். “காலத்தின் முடிவுக்காக ஒலித்த இசை” புத்தகம் சமீபத்தில் வெளியானது. இப்போது யாரெல்லாம் இசை குறித்து எழுதுகிறார்கள்? சங்கீதம் குறித்த எழுத்துக-ளிலும் இசை விமர்சகர்களிலும் எவருடைய பத்திகளை விரும்பி வாசிக்கிறீர்கள்?

இசை மட்டுமல்லாது பொதுவாக நுண்கலைகள் மீதும் புனைவு மீதும் சம அளவிலான ஆர்வம் இருப்பதால் இரண்-டைப்பற்றியும் அதிகமாக எழுதுகிறேன். இசை மற்றும் பிற கலைகளின் தகவல்கள், கலைஞர்களின் களஞ்சியம் எனத் தகவல் சார்ந்து எழுதாமல் கலையின் மாயத்தைப் பற்றி எழுதுவதில் அதிகம் ஆர்வம் உண்டு. ஏதோ ஓர் இடத்தில் கலை கலைஞனையும் மீறிப்போகிறது. அந்தக் கணங்களை அவரது வாழ்க்கை வழியாகவும் அவர் தேடிய கலை வழியாகவும் சென்றுசேர்ந்து, இட்டுநிரப்பி நெருங்கப் பார்க்கிறேன்.

பலரும் இசை பற்றி எழுதுகிறார்கள். எனக்கு முதன்மையானவர் லலிதா ராம். அவரது ரசனை மீதும் தேடல் மீதும் பெரும் மதிப்பும் பிரமிப்பும் உண்டு. இயல்பாகவே அவருக்குள் இருக்கும் மொழி மீதான கட்டுப்பாடும் என்னை ஆச்சர்யப்படுத்தும் ஒன்று. அவரது எழுத்திலிருந்தும் பரிவாதினி போன்ற தொடர் இயக்கங்கள் வழியும் நிறையக் கற்-றுக்கொள்கிறேன். சில வருடங்கள்முன் அவருடன் கழித்த சில நாட்கள் இன்றும் சந்தோஷமான நினைவுகள். ராகா சுரேஷ், அருண் நரசிம்மன், சுகா, நாஞ்சில் நாடன், தி.ஜா என பெரிய வரிசை உண்டு. கலைஞர்கள் வாழ்க்கை வரலாற்றை மட்டும் சொல்லிச்செல்லும் கட்டுரைகள்மீது எனக்கு அதிக ஆர்வமில்லை. சில வருடங்களுக்கு முன்னர் தமிழிசை வரலாறு பற்றி எழுதிய பக்கிரிசாமி பாரதி, நா.மும்மது, சிலப்பதிகாரத்தில இசைச் செல்வங்கள் எழுதிய சேலம் எஸ்.செயலட்சுமி போன்றவர்கள்மீது ஆர்வம் இருந்தது.

ஆங்கிலத்தில் இத்துறையின் ஜாம்பவான்கள் பலர் இருக்கின்றனர். அலெக்ஸ் ராஸ், வாக்னரின் ஆன்மா எனச் சொல்லக்கூடிய எர்னெஸ்ட் நியூமேன் (Wagner's night), ஐயன் போஸ்டிரிட்ஜ் (Schubert's winter journey), Unanswered Question - லியனார்ட் பெர்ன்ஸ்டைன் (Leonard Bernstein) போன்றோர் உடனடியாக நினை-வுக்கு வருகிறார்கள். இசை ஒருங்கிணைப்பாளராகவும் ஆசிரியராகவும் இருந்த அமெரிக்கக் கலைஞர் ஆரன் கோப்-லாண்ட் (What to listen to in Music, Music & Imagination - Aaron Copland) எழுத்துகள் மிகவும் பிடிக்கும்.

'காற்றோவியம்' - இசைக் கட்டுரைகள் தொகுப்புக் குறித்து

3. இசை குறித்த கட்டுரைத் தொகுப்புகளில் குறிப்பிடத் தகுந்தவையாக, தங்களைப் பாதித்தவையாக எந்த நூல்களைச் சொல்வீர்கள்?

தமிழில் லலிதா ராம் எழுதிய துருவ நட்சத்திரம், ஜி.என்.பி புத்தகங்கள், ஸ்ருதி இசை இதழ்கள், எர்னெஸ்ட் நியூமே-

னின் வாக்னரின் இரவுகள், அலெக்ஸ் ராஸ் எழுதிய The Rest is Noise போன்றவை உடனடியாக நினைவுக்கு வரக்கூடியவை. நுண்கலைகளைத் தகவல்களாக மட்டுமே சொல்லிச் செல்லும் எழுத்தைவிட என் கற்பனையைத் தூண்டிவிடக்கூடிய, மனிதர்களுக்குள் இருக்கும் உணர்ச்சிகளையும் இடைவெளிகளையும் காட்டக்கூடிய, வரலாற்றின்மீது வெளிச்சம் காட்டக்கூடிய எழுத்துமீது மிகப்பெரிய ஆர்வம் உண்டு.

4. சிறந்த கட்டுரையாளர்களாக, அபுனைவு எழுத்தாளர்களாக எவரை எல்லாம் பட்டியல் இடுவீர்கள்? தமிழுக்கு மட்டும் அல்லாமல் ஆங்கிலத்தையும் வைத்துக் கொள்ளுங்கள். வியாசம் என்றால் "ஒரு விஷயத்தைப்பற்றி யெழுதுங் கட்டுரை" என்கிறது அகராதி. உங்களின் வியாசர்கள் யார் யார்?

முதன்மையான கட்டுரையாளர் என்றால் பாரதியிடமிருந்து தொடங்கவேண்டும். அவருக்கு இருந்த சொற்ப வழிகள் அனைத்திலிருந்தும் செய்திகளைப் பெற்று தெளிவான கட்டுரைகளாக்கி இருப்பது இன்றும் பிரமிக்க வைக்கிறது.

அடுத்து வெங்கட் சாமிநாதன், சுந்தர ராமசாமி, ஜெயமோகன், அ. முத்துலிங்கம் போன்றோரைச் சொல்லத் தோன்றுகிறது. சமீப காலங்களில் நம்பி கிருஷ்ணன், கே.என்.செந்தில், சுனில் கிருஷ்ணன், சொல்வனத்தில் அறிவியல் கட்டுரைகள் எழுதும் ரவி நடராஜன் போன்றோரின் எழுத்துகளிலிருந்து தொடர்ந்து கற்றுக்கொள்கிறேன். பத்தி எழுத்தின் ஒரு முக்கியமான ஆரம்பம் எனச் சாரு நிவேதிதாவின் கோணல் பக்கங்களை நினைக்கிறேன். அதன் மிகத் தீவிரமான வடிவமாக கவிஞர் ராஜசுந்தரராஜனின் நாடோடித்தடம் தொகுப்பைப் பார்க்கிறேன். தொடர்ந்து அது போன்ற வடிவங்களை யாரும் முன்னெடுத்துச் செல்லாதது ஒரு குறைதான்.

ஜார்ஜ் ஆர்வெல், ரிஸாட் கபுஸ்கின் (Ryszard Kapuscin), பெர்னண்டோ பெஸாவோ (Fernando Pessao) போன்றோரின் எழுத்தில் இருக்கும் கற்பனை, புதுமை, தெளிவு ஆகியவற்றை மிகவும் ரசித்திருக்கிறேன்.

ஆகப் பெரிதின் அறிவிப்புகள் - ரா.கிரிதரனின் புனைவிசை

5. உங்களுக்குப் பிடித்த புனைவு எழுத்துக்கள் எவை? எவர்களின் நாவல்கள் உங்களைக் கவர்கிறது? யாரின் கதைகளை ரசித்து வாசித்திருக்கிறீர்கள்?

மாய (மயக்கு) மொழியில் கற்பனையையும் ரசனையையும் கூட்டும் புனைவுகளை நான் மிகவும் ரசித்துப் படிப்பேன். அதனாலேயே என்னால் மினிமலிஸ்டிக் எழுத்து முறையைக் கொண்டிருக்கும் பல நவீன அமெரிக்க எழுத்துகளை ரசிக்க முடியவில்லை. எதிர்காலத்தில் அது மாறலாம். இது கட்டாயம் என் போதாமையே. வில்லியம் பாக்னர் ஒரு சிறந்த உதாரணம். ஐரோப்பிய எழுத்துகளில் ஒரு தீவிரத்தன்மைகூடிய மாயம் இருப்பதாக நான் நினைப்பது என் வாசிப்பு எல்லையாகக்கூட இருக்கலாம். தஸ்தாவெய்ஸ்கி, ஸ்டீபான் ஜ்ஸ்வேய்க் (Stephan Zweig), செபால்ட் (W.G.Sebald), மர்செல் ப்ரூஸ்ட் (Marcel Proust), தாமஸ் மன் (Thomas Mann), Alejo Carpentier (The Lost steps, Explosion in a Cathedral), ஓரான் பாமுக், டெட் சியாங்(Ted Chiang) , நீல் ஸ்டீவன்சன்(Neal Stephenson) போன்றோர் எனக்கு விருப்பமானவர்கள்.

தமிழில் கு. அழகிரிசாமி, புதுமைப்பித்தன், அ. முத்துலிங்கம், தி. ஜா, ஜெயமோகன், கோபி கிருஷ்ணன், வண்ணதாசன், யுவன் சந்திரசேகர், சுரேஷ் பிரதீப் போன்றோரின் கதைகளில் அது போன்ற மொழி அனுபவம் எனக்குக் கிடைக்கிறது. பிரான்சிஸ் கிருபாவின் கன்னி, ஜெயமோகனின் காடு, பின் தொடரும் நிழலின் குரல், நீலம், சுந்தர ராமசாமியின் ஜே.ஜே. சில குறிப்புகள், கோபி கிருஷ்ணனின் உள்ளிருந்து சில குரல்கள், யூமா வாசுகியின் மஞ்சள் வெயில் போன்றவை மனதுக்கு நெருக்கமான நாவல்கள். முறுக்குக்கம்பிகளும் ஷாம்புக்களும் கோ ஸ்பான்ஸர்ட் பை தருணங்களும் - கவிஞர் இசையின் கவிதை குறித்து.

6. இந்த வருடத்தில் வாசித்த புத்தகங்களில் எது உங்களை ஈர்த்தது? எந்த நூலை (நூற்களை எல்லாம்) குறிப்பிடத் தகுந்ததாகச் சொல்வீர்கள்?

லீ சிக்ஸனின் Three body problem, ஸ்டான்ஸ்லா லெம் - Mortal Engines தொகுப்பு, கார்த்திகைப் பாண்டியன் மொழியாக்கம் செய்த 'கற்பனையான உயிரிகளின் புத்தகம்' (போர்ஹெஸ்), தீராப்பகல் - எம் யுவனின் கவிதைத் தொகுப்பு, கண்டராதித்தன் (திருச்சாழல்) மற்றும் நா. பெரியசாமி (மதுவாகினி) கவிதைகள், ஆனந்தரங்கப் பிள்ளையின் நாட்குறிப்பு - இவையெல்லாம் இந்த வருடம் படித்ததில் கவர்ந்தவை. கடந்த சில வருடங்களாக நண்பர்களுடன் தொடர் வாசிப்பில் இருக்கும் கம்ப ராமாயாணம் மற்றும் ஆழ்வார் பாசுரங்கள் என்றும் ஈர்க்கும் நூல்களாக இருக்கும் என நினைக்கிறேன்.

நந்தாதேவி

7. உங்களுக்கு இசையில் எவ்வாறு ஆர்வம் வந்தது? நீங்கள் முறையாகச் சங்கீதம் பயின்றீர்களா?

என் குடும்பத்தில் பலரும் இசையைக் கற்றுக்கொண்டு வந்துள்ளனர். அம்மா, பெரியம்மா, அக்காக்கள், என் அண்-

ணன் என கர்நாடக இசை பற்றிய பேச்சு எப்போதும் குடும்பத்தில் இருக்கும். பெரும்பாலும் கர்நாடக சங்கீதக்காரர்கள் பற்றியும் பாட்டுப் பற்றியுமாக இருந்த உரையாடல்கள் என் அண்ணன் வழியாக வாத்தியக்கருவி இசைமீது திரும்பியது. பள்ளி நாட்களில் வயலின் கற்றுக்கொண்டோம். பள்ளியில் சில மேடைக் கச்சேரிகளில் சினிமா பாடல்களைக் குழுவினரோடு இசைக்கும்போது ஆர்க்கெஸ்ட்ரா பற்றிய நேரடி அனுபவம் கிடைத்தது. பள்ளி இசையாசிரியர் புல்லாங்குழலில் முக்ச் சினிமாப் பாடல்களை வாசித்ததைக் கேட்டதும் இசைக்கருவிகள் மீதான ஆர்வத்தை அதிகரித்தது.

என் அண்ணனின் டேப் ரெக்கார்டரில் இளையராஜாவின் பாடல்கள், பின்னணி இசை, ஹிந்திப் படப் பாடல்களின் கருவி இசைப்பகுதிகள் கேட்பது எனத் தொடர்ந்து அதில் ஆர்வம் அதிகரித்தது. ஹிந்துஸ்தானி இசை அறிமுகம் மிகத் தாமதமாக வந்தது. கீபோர்ட், கிதார் என அவ்வப்போது கருவிகளை இசைக்கக் கற்றுக்கொண்டேன். லண்டன் வந்ததும் நேரடியாக இசைக்குழுக்களின் மேடை க்கச்சேரிகள்மீது முழுக் கவனம் செலுத்தினேன். வாரமொரு முறை ஆர்கெஸ்டிராக்களின் கச்சேரியைக் கேட்பதற்காகப் பல தேவாலயங்களுக்குச் சென்றுள்ளேன். (அந்த அனுபவக்கட்டுரைகள் 'காற்றோவியம்' எனும் நூலில் உள்ளது.) சங்கீதப் பயிற்சியை முழுமையாகத் தொடர முடியாமல் போய்விட்டது.

குட்டி ரேவதி சந்திப்பு - பிரிவினை கோஷங்களும் முற்போக்கு அரசியலும்

8. உங்களுக்கு வாசிப்பில் எப்போது ஆர்வம் வந்தது? வலைப்பதிவில் எழுதுவது எப்படித் துவங்கியது?

பலரைப் போலவே சிறு வயதில் பள்ளிப் புத்தகங்களைத் தவிரப் பிற காமிக்ஸ், பாக்கெட் நாவல்கள், பாரதி கவிதைகள் என வாசிப்பு தொடங்கியது. பள்ளியில் நடக்கும் கட்டுரைப் போட்டிகளுக்காகப் பாரதிதாசன், அரவிந்தர், காந்தி எனத் தனித்தனிப் புத்தகங்களாகப் புதுவை ரோமாண்ட் ரோலந்து நூலகத்திலிருந்து எடுத்து வாசித்தது நினைவுள்ளது. எல்லா வாரயிறுதிகளையும் அந்த நூலகத்தில் செலவு செய்வேன். பள்ளியில் படித்தது ஆங்கிலவழி என்றாலும் ஏனோ நூலகத்தில் எடுத்துப் படித்தவற்றில் பெரும்பாலும் தமிழ்ப் புத்தகங்களே. அறிவியல் துறையில் இருந்த ஆர்வத்தால் பல ஆய்வாளர்களின் வரலாறுகளைத் தேடிப்படித்தேன். விண்வெளித் துறையைப் பற்றித் தேவைக்கு அதிகமாகவே தெரிந்து வைத்திருந்தேன் என நினைக்கிறேன். குவாண்டம் இயற்பியல், ஐன்ஸ்டினின் சார்புக் கொள்கை (ரஷ்யத் தமிழாக்கம்) எனப் பலவற்றைக் கலவையாகக் கற்றேன். ஒருவிதத்தில் இவற்றைப் பற்றியெல்லாம் எழுதலாம் எனத் தோன்றியபோதே புனைவில் எழுதவேண்டும் என முடிவு செய்திருந்தேன்.

2009ஆம் ஆண்டு வலைப்பதிவு ஒன்று உருவாக்கி (வலைப்பூ!!) அதில் சிறுகதைகளும் கலை பற்றிய கட்டுரைகளும் (தமிழிசை, ஐரோப்பிய ஓவிய வரலாறு) எழுதத்தொடங்கினேன். வார்த்தை, திண்ணை என இசைக் கட்டுரைகள் எழுதியபோது சொல்வனம் இணைய இதழில் எழுதக்கேட்டு சேதுபதி அருணாச்சலம் மடல் அனுப்பியதிலிருந்து இணையப் பத்திரிக்கையில் எழுதத்தொடங்கினேன்.

'How to name it' - இருபதாண்டுகளாகத் தொடரும் மௌனப்புரட்சி

9. குடும்பச் சூழலில் உங்களிடம் கிடைத்த புத்தகங்கள் என்னென்ன? பள்ளிப் பருவத்தில் எதெல்லாம் வாசிக்கக் கிடைத்தது?

அதிகம் தமிழ் காமிக்ஸ் புத்தகங்களும் (இரும்புக்கை மாயாவி, லக்கிலுக்), டின்டின், ஆஸ்டெரிக்ஸ் போன்ற ஆங்கில காமிக்ஸ்களும் தொடக்கம். பின்னர் நடமாடும் நூலக வண்டி வந்தபோது பாக்கெட் நாவல்கள் அறிமுகமாயின. ஆவி உலகம் சந்தாதாரராக இருந்த என் பெரியம்மா மகள் தந்த மாத இதழ்கள் மூலம் தமிழ் பேசும் ஆவிகள் அறிமுகமாயின. ராஜேஷ்குமார், சுபா, பட்டுக்கோட்டை பிரபாகர், சுஜாதா எனத் தொடங்கியது பள்ளி நாட்களில். அறிவியலில் ஆர்வம் அதிகமாக இருந்ததால் விஞ்ஞானிகளின் வாழ்க்கை வரலாறு, அறிவியல் கட்டுரைகள் படிப்பதும் தொடர்ந்தது. வாசிப்பதற்கு வீட்டில் எப்போது தடை இருந்ததில்லை. பள்ளிப் புத்தகங்களை மட்டுமே படிக்க வேண்டும் என யாரும் கட்டாயப்படுத்தவில்லை. பத்தாம் வகுப்பு விடுமுறை நாட்களில் என் அப்பாவின் புத்தகச் சேகரிப்பில் காந்தியின் சத்தியசோதனை கிடைத்தது.

அப்பா வங்கி நிர்வாகம், வர்த்தகத் துறை போன்றவற்றைத் தமிழில் எழுதி வந்தவர். (கிராமிய வங்கியியல் என அவர் எழுதிய Agrarian Banking இன்றும் நினைவில் இருக்கும் புத்தகம்.) ஆங்கில வழிக்கல்வி படித்தாலும் தமிழில் எழுதுவதையும் படிப்பதையும் என்றும் தடையாக நினைக்காததற்கு என் அப்பாவின் தமிழார்வமும் ஒரு காரணம் என நினைக்கிறேன். ஆங்கில வாசிப்பு மட்டுமே சிறந்தது எனும் பொதுப்புத்தி சார்ந்த முன்முடிவுகள் எதுவும் இல்லாத இளமைக் காலம் நல்லதொரு அடித்தளமாக அமைந்தது என நினைக்கிறேன். என் மாமாவும் அத்தையும் தமிழ் சிறுகதைகள் பல எழுதி குமுதம், விகடன் போன்ற பத்திரிகைகளில் வெளியிட்டுள்ளார்கள்.

சிலிக்கான் கடவுள் - அறிவியல் எழுத்துக்கான திறவுகோல்

10. அலுவல்களும் குழந்தைகளும் உங்களின் நேரத்தை ஆக்கிரமித்துள்ள இன்றையச் சூழலில், உங்களின் வாசிப்பு எவ்வாறு மாறி இருக்கிறது? எப்பொழுது வாசிக்கிறீர்கள்? எதில் படிக்கிறோம் அல்லது கேட்கிறோம் என்று பழக்கங்கள் இருத்திருந்திருக்கிறதா?

கொரொனாவுக்குமுன் தினமும் சராசரியாக இரண்டரை மணி நேரம் ரயிலில் பயணம் செய்து அலுவலகம் சென்று வந்தவன். போன வருடம் வரை எழுதுவதும் படிப்பதும் ரயிலில் மட்டுமே இருந்தது. குறுநாவல்கள் எழுதுவது முதல் நாவல் முயற்சிகள் வரை எல்லாமே ரயிலில்தான். கொரானாவுக்குப்பின் குடும்பத்துடன் நேரம் செலவு செய்வது அதிகரித்திருந்தாலும் மேலும் மேலும் அது பஞ்சுபோல அத்தனையையும் உறிஞ்சிக்கொள்வதினால் பாதிப்பு இருக்கத்தான் செய்கிறது. அலுவலக வேலையும் ஒரு நாளில் 8 - 10 மணி நேரங்களுக்கு மேலாக எடுத்துக்கொள்கிறது. இதற்கிடையே எனக்கான நேரத்தை நான் இரவு நேரங்களிலும் அதிகாலையிலும் மட்டுமே எடுத்துக்கொள்ள முடியும். கவிதைகளும் சிற்றிலக்கியக் கட்டுரைகளும் வாசிப்பதினால் படைப்பு சார்ந்த மனநிலைக்குள் வேகமாக நுழையமுடிகிறது.

கனமான புத்தகங்களைக் கிண்டிலில் மட்டுமே படிக்க முயல்கிறேன். இன்னும் முழுமையாகக் கிண்டில் பழக்கம் வரவில்லை என்றாலும் புது புத்தகச் சேகரிப்புக்குக் கிண்டில் புத்தகங்களை மட்டுமே நாடுகிறேன். ஒலிப் புத்தகங்களில் என்னால் ஒன்ற முடியவில்லை. இதுவரை ஒரு புத்தகம்கூட ஒலிப் புத்தகமாகக் கேட்டதில்லை.

வாசிப்புப் பழக்கம் அதிகம் மாறவில்லை. ஆனால் பொது இடங்களில் எழுதிக்கொண்டிருந்தபோது மனம் கொள்ளும் குவியத்தை என்னால் என் அறைக்குள் அடைய முடியவில்லை எனும் விந்தையை உணர்கிறேன். பயணம் செய்யும்போது தடையில்லாமல் 4 அல்லது 5 பக்கங்கள் எழுத முடியும். சிறுகதைகளைக்கூட அப்படியே ஒரே அமர்வில் எழுதியுள்ளேன். வீட்டில் வந்து சில மாற்றங்களை மட்டும் செய்வேன். ஆனால் முழுவதாக என் அறைக்குள் இருந்தபடி எழுதும்போது வேகமும் மட்டுப்பட்டுள்ளது. அதற்கானத் தீர்வை இன்னும் அடையவில்லை.

நடந்தாய் வாழி காவேரி - காவேரியே ஒரு சங்கீதக் கச்சேரி

11. எதற்காக இலக்கியத்திலும் வாசிப்பிலும் நேரம் செலவிடுகிறீர்கள்? உங்களுக்கு அது எதை வழங்குகிறது?

எழுதும்போது நான் வேறெதையும் சிந்திப்பதில்லை. பல நேரங்களில் முற்றிலும் தொடர்பற்ற இரண்டு விஷயங்களைக்கொண்டு ஏதேனும் புதியதை என்னால் எழுதிவிட முடிகிறது. எழுதும்போது இருக்கும் சந்தோஷம் படைப்பு வெளியாகும்போதுகூடக் கிடைப்பதில்லை. தடையில்லாமல் ஒரு விஷயத்தைப் பற்றி எழுத முடியும்போது அதை மேலும் பல படிகள் அதிகமாகவும் ஆழமாகவும் புரிந்துகொள்கிறேன். கற்றது கைமண் அளவு என்பதற்கு ஒரு புது அர்த்தம் உருவாவதுபோலத் தோன்றும். அதனாலேயே வாசிப்பதைவிட எழுதுவது அதிக சந்தோஷத்தைத் தருவதாக இருக்கிறது.

மேலும்:

இசை மேதைகளின் வாழ்க்கை வரலாறு, இசையில் புரட்சி, இசை வெளியீடுகளின் விமர்சனம், நேரில் கண்ட கச்சேரிகளின் விமர்சனம், இசை பற்றிய புத்தகங்களின் விமர்சனம் என்று பலதரப்பட்ட கட்டுரைகளால் நிறைந்தது இந்த தொகுப்பு. மொழி மீது கிரிக்கு நல்ல ஆளுமை உள்ளதால் பல சிக்கலான இசை நுணுக்கங்களை அவரால் எளிய மொழியில் விளக்க முடிகிறது. இசை, மொழிக்கு அவ்வளவு எளிதில் வசப்படாது. இருப்பினும் இசை பற்றி எழுதுவது கிரிக்கு வசப்பட்டிருக்கிறது. இந்த தொகுப்பில் பல விஷயங்கள் பேசப்பட்டாலும், கிரி முக்கியமாக இரு விஷயங்களைப் பற்றிப் பேசுகிறார். ஒன்று, இசைக்கலைஞனுக்கும் வரலாற்றுக்குமான தொடர்பு. மற்றொன்று fusion வகை இசை பற்றி அவரது பார்வை.

''காற்றோவியம்'' நூலின் முன்னுரையில் ராகா சுரேஷ்

ஜெயமோகன்.இன் அறிமுகம் / பேட்டி: பத்து ஆசிரியர்கள்-9, கிரிதரன் ராஜகோபாலன்

திண்ணை தளத்தில் ரா கிரிதரனின் ஆக்கங்களும் படைப்புகளும்

பதாகை எழுத்துக்களும் ஆக்கங்களும்: ரா. கிரிதரன்

தமிழினி தளத்தில் கிரிதரன் ஆக்கங்கள்

அரூ அறிவியல் சிறுகதை

கிரிதரனின் அசைச்சொல் வலைப்பதிவு

வார்த்தைகளின் விளிம்பில் வலைப்பதிவு

சிறுகதைகள்.காம் தளத்தில் புனைவுகள்

பெர்லின் சுவர் - பின் தொடரும் நிழலின் குரல் புத்தகம்

சுநீல் கிருஷ்ணன் - அம்புப் படுக்கை விமர்சனம்

ரா. கிரிதரனின் காற்றோவியம் நூல் குறித்து பானுமதி

ரா.கிரிதரனின் காலத்தின் முடிவுக்காக ஒலித்த இசை சிறுகதைத் தொகுப்பு குறித்து வை.மணிகண்டன்

வளர்ப்பு நாயைப் போல நாளின் கடமைகள் விலகியதும் வாசல் வந்து வரவேற்று, சோம்பித் திரிந்த நேரத்தில் என் மீது கால்போட்டு, வாலாட்டி, உந்தித்தள்ளி வலுக்கட்டாயமாக எழுத வைத்த கதைகளும் கதைமாந்தர்களும் இத்தொகுப்பில் உள்ளனர். தொகுப்பில் சேர்ந்த கதைகள் அப்படி எழுதக் கோரியவையே என்பது என்னில் பெரும் ஆசுவாசத்தைத் தந்துள்ளது.

காலத்தின் முடிவுக்காக ஒலித்த இசை - கிரிதரன் ராஜகோபாலன் முன்னுரை

11. சுரேஷ்குமார இந்திரஜித்

மறைந்து திரியும் கலைஞன்-சந்திப்பு: அரவிந்தன்

அவரது எழுத்தைப் போலவே பேச்சும் இருக்கிறது. சுருக்கமாக, அளந்தெடுத்த வார்த்தைகள் கொண்டதாக, பதற்றம் சிறிதும் இல்லாததாக. மறைந்து திரியும் கிழவன் தொகுப்பின் மூலம் தீவிர எழுத்தாளர்கள் மற்றும் வாசகர்கள் மத்தியில் தனிக் கவனம் பெற்ற சுரேஷ்குமார இந்திரஜித்தை (53) சந்தித்துப் பேசக் கண்ணன், நெய்தல் கிருஷ்ணன் மற்றும் நான் ஆகியோர் ஆகஸ்ட் மாத நடுவில் மதுரைக்குச் சென்றோம். அப்போது மதுரையில் வசித்த கவிஞர் தேவேந்திர பூபதியும் எங்களுடன் இணைந்துகொண்டார்.

சுரேஷ்குமார் வீட்டில் ‘காபி’ சந்திப்பு முடிந்ததும் அனைவரும் கிளம்பி மதுரைக்கு வெளியே ஒரு மாபெரும் தோட்டத்துக்கு நடுவே அமைந்திருந்த தங்குமிடத்திற்குச் சென்றோம். மேற்கூரை மட்டும் அமைத்து நான்கு புறமும் திறந்திருந்த ஒரு கூடத்தில் உட்கார்ந்துகொண்டோ ம்.

மரங்களின் சலசலப்பும் பறவைகளின் குரலும் தந்த உற்சாகத்தோடு பூபதி சுரேஷ்குமாரின் கதை ஒன்றைப் பற்றிப் பேச ஆரம்பித்தார். அந்தக் கதை பற்றிய தன் எண்ணங்களை சுரேஷ்குமார் பகிர்ந்துகொண்டார். பேச்சு மெல்ல மெல்லப் பேட்டியாக வடிவம் பெற்றது. இடையில் அவசர வேலை காரணமாகப் பூபதி கிளம்ப வேண்டியிருந்தது. மதிய உணவுக்கும் குட்டித் தூக்கத்திற்கும் இடைவெளி எடுத்துக்கொண்டு தங்கும் விடுதியில் கூடி மீண்டும் பேசினோம். நேர்காணலின் சில பகுதிகள் இங்குத் தரப்படுகின்றன. - **அரவிந்தன்**

உங்கள் நூலின் பின் அட்டையில் ‘நவீனத் தமிழ்ச் சிறுகதைகளின் எல்லைகளை விரிவுபடுத்திய’ என்கிற வரி இடம்பெற்றிருக்கிறது. இதில் நவீனம் என்பதையும் எல்லைகளை விரிவுபடுத்துதல் என்பதையும் எப்படிப் புரிந்துகொள்கிறீர்கள்?

சுரேஷ்குமார இந்திரஜித்: நவீனம் என்பது புதியது. பழையது அல்லாதது. ஏற்கனவே சொல்லப்பட்ட கோணங் களிலிருந்தும் பார்வைகளிலிருந்தும் வடிவங்களிலிருந்தும் விஷயங்களைப் பார்க்காமல் அவை அல்லாத வேறு முறைகளிலிருந்து பார்க்கும்போது நவீனம் பிறக்கிறது. பிராந்தியத்திற்குப் பிராந்தியம், மொழிக்கு மொழி இந்த நவீனம் வேறுபட்டுக்கொண்டிருக்கிறது. இந்நவீனம் பழையதாக மாறும்போது அதனைத் துறக்கக்கூடிய சூழல் உருவாகும். எழுத்து, பார்வை, சிந்தனை, கோணம் இவையெல்லாம் புதியதாகும்போது பழையவற்றை அழித்துக்கொண்டு நவீனம் உயிர்க்கிறது.

இந்த நவீனத்தைப் புரிந்துகொள்கிற வகையில் ஒரு காலகட்டம் சார்ந்து அல்லது குறிப்பிட்ட எழுத்தாளர்கள் சார்ந்து வரையறுக்க முடியுமா?

என்னுடைய அனுபவம் சார்ந்து சொல்வதானால், வண்ணநிலவனின் ‘பாம்பும் பிடாரனு’மையும் சுந்தர ராமசாமியின் ‘பல்லக்குத் தூக்கிக’ளையும் நவீனத் துவத்தின் கதவுகளைத் திறக்கும் தொகுப்புகளாகக் கொள்ள முடியும். இவற்றோடு சில தனித்தனிக் கதை களையும் கவிதைகளையும் சேர்த்துக்கொள்ளலாம்.

அதுவரை இருந்த நவீனத்திலிருந்து இது மாறானது என்று பார்க்கிறீர்களா?

இந்தப் படைப்புகள் பழையவற்றை மறுக்கின்றன. பழையவற்றை மறுக்கும் காரியம் சிறிது சிறிதாக வெவ் வேறு ரூபங்களில் நடந்துகொண்டேதான் இருக்கிறது. மௌனியுடைய எழுத்துக்களை அந்தக் காலகட்டத்தில் நவீன எழுத்தாக நாம் பார்க்கலாம். புதுமைப் பித்தனுடைய எழுத்தை மொத்தமாக நவீனம் என்று சொல்ல முடியாது. ஆனால் புதுமைப்பித்தனுடைய படைப்புகள் மறுமலர்ச்சியைத் தந்தவை என்பது மறுக்க இயலாதது. முற்போக்கு இடதுசாரிகளிடம் அடையாளம் காணப்பட்ட எழுத்துக்களைப் புதுமைப்பித்தனிடமிருந் தும் அவரது முற்போக்குச் சிந்தனையிலிருந்தும் விமர் சனப் பண்பிலிருந்தும் எடுத்துக்கொள்ளப்பட்டவையாகப் பார்க்க முடியும்.

நவீனத்துவத்தின் இரண்டு துவக்கப் புள்ளிகள் என்று புதுமைப்பித்தனையும் மௌனியையும் எடுத்துக்கொள்ளலாமா?

சிறுகதை வளர்ச்சியின் ஆரம்பக் கட்டம் அவர்களிடம்தான் தொடங்குகிறது. தமிழ்ச் சிறுகதை வரலாறு என்று எடுத்துக்கொண்டால் முதலில் கு.ப.ரா., புதுமைப்பித்தன், மௌனி இவர்களிடமிருந்துதான் தொடங்குகிறது. சிறுகதைப் பரப்-

பில் இவர்கள்தான் புதுத் தரப்பு. இவர்களுக்கு முன்பு சிறுகதை அதிகம் பழக்கத்தில் இல்லாத வடிவமாகத்தான் இருந்தது.

'பல்லக்குத் தூக்கிகள்', 'பாம்பும் பிடாரனும்' ஆகிய இரண்டிலும் மௌனியின் பாதிப்பு இருக்கிறதல்லவா?

அப்படிச் சொல்ல முடியாது. நாத்திகம் பேசுபவர்கள் எல்லாம் சார்வாகனுடைய வாரிசுகள் என்று எப்படிச் சொல்ல முடியாதோ அதுபோலத்தான் இதுவும். எந்தக் காரணி சார்வாகனை நாத்திகனாக உருவாக்கியதோ அதே காரணி இவர்களையும் உருவாக்கியிருக்கலாம். மௌனியைப் பற்றி அறியாமலே, மௌனியைப் படைப்பாக்கத்திற்குத் தூண்டிய ஆதாரம் எதுவோ அந்த ஆதாரமே மற்றொருவரையும் படைப்பைச் செய்யத் தூண்டியிருக்கலாம். நான் கதை எழுதத் தொடங்கிய நாட்களில் மௌனியைப் படித்திருக்கவில்லை. மௌனியின் பாதிப்பு இருப்பதற்கு, மௌனியைப் படித்திருக்க வேண்டுமென்று இல்லை. . . மௌனியின் பாதிப்பில் எழுதியவர்களின் படைப்புகளின் மூலமாகவும் அந்த பாதிப்பு வரும் வாய்ப்பு இருக்கிறது அல்லவா. அப்படியொரு பாதிப்பு வரவில்லையே. மௌனி கதையில்லாமல் கதை எழுதியவர்.

நவீனம் என்பதற்கான வரையறையைக் கருத்தியல் தளத்தில் இன்னும் விரிவுபடுத்திக்கொள்ளலாமா?

எதையும் வரையறைக்கு உட்படுத்தினால் அது சரியாக அமையாது. எல்லாவற்றையும் வரையறுத்தலும் சாத்தியமில்லாதது. ஆனால் வரையறைக்கு உட்படுத்தினால் பலவற்றோடு பொருத்திப் பார்த்து இதுதான் நவீனம் என்று சொல்ல முடியும். இப்பொழுது உதாரணங்களைச் சொல்ல முடியுமே தவிர வரையறையைத் தர முடியாது. பண்டிதர்கள் எல்லாவற்றையும் வரையறுப்பார்கள். அழகியல் என்னவென்றும் நவீனத்துவம் என்னவென்றும் வரையறுக்க முடியாது. ஆனால் உணர முடியும்.

புலன்களால் அறியப்படும் புற உலகத்தின் பின்னணியில் அகவயமான உலகத்தை எழுதுதல், பௌதீக உலகத்தையும் அக உலகத்தையும் இணையான இரண்டு கோடுகள்போலக் கொண்டு படைப்புகளைப் புனைதல் என்கிற இந்தத் தளத்தில் நவீனத்துவத்தின் எல்லைகள் உங்கள் கதைகளில் நெகிழ்வதாகக் கொள்ளலாமா?

நான் எழுதும் கதைகள் பெரும்பாலும் அப்படிப்பட்டவைதான். ஒருவருக்காகக் காத்திருக்கும்போது, அவரைப் போலவே இரண்டு பேரைப் பார்ப்பதுபோலத்தான். இங்கே பேசிக்கொண்டிருக்கும்போது வேறொரு அக உலகத்திற்குள் நான் போய்த் திரும்ப முடியும். இது வழக்கமாக எல்லோருக்கும் நடக்கும் விஷயம்தான். என்னுடைய கதைகளில் இதற்கு முக்கியத்துவம் கொடுத்து எழுதுகிறேன். இது மனித சுபாவம்தான். மனம் ஓரிடத்திலிருந்து இன்னோர் இடத்திற்குப் போய் வருவது இயல்புதான். எனக்கு இந்த மன உலகம் முக்கியமாகப் படுகிறது. அதோடு அதிகம் சொல்லப்படாததாகவும் இருக்கிறது. அதனால் இந்த விஷயம் சொல்லப்பட வேண்டியதாக எனக்குத் தோன்றுகிறது.

உதாரணமாக, 'திரை' கதையில் திரைச் சீலைக்குப் பின் கணவனின் முகம் தோன்றுவது . . .

நான் இப்பொழுது பேசிக்கொண்டிருக்கும்போதே என்னுடைய காதலியைப் போய்க் கட்டிப்பிடித்துக்கொள்ளலாம். இது இயல்புதான். நிறையப் பேர் இந்தச் சுபாவத்தோடு இருப்பவர்கள்தான். என்னுடைய கதைகளில் இந்த விஷயம் அதிகமாகப் பதிவாகியிருக்கிறது. தண்ணியடித்துக்கொண்டிருக்கும்போதே கல்யாணம் செய்துகொண்டு குழந்தை பெற்றுக் குழந்தையைப் படிக்கவைப்பதுவரை நினைத்துவிட்டு மீண்டும் அடுத்த டம்ளரைக் குடிக்கத் தொடங்கும் கதாபாத்திரம் என் கதையில் இருக்கிறது.

'உலகத் தமிழ்' இணைய இதழுக்காக அய்யனாருக்கு அளித்த பேட்டியில் மேஜிக்கல் ரியலிசம் என்றால் என்னவென்று தெரியாது, அதை வைத்துக் கதைகள் எழுதவில்லையென்று சொல்லியிருக்கிறீர்கள்.

மேஜிக்கல் ரியலிசம் என்னவென்று தெரியாது என்ற அர்த்தத்தில் சொல்லவில்லை. மேஜிக்கல் ரியலிசம் என்னும் வரையறையை வைத்துக்கொண்டு படைப்பைச் செய்ய முடியாது என்பதாகச் சொன்னேன்.

தமிழ்ப் படைப்பாளிகள் பலர் வரையறைகளை வைத்துக்கொண்டு படைப்புகளைச் செய்திருக்கிறார்கள் . . .

வரையறைகளை வைத்துக்கொண்டு படைப்புகளை உருவாக்கினால் செயற்கையாக இருக்கும். எக்சிஸ்டென்ஷியலிசத்தை வைத்துக்கொண்டு தமிழவன் உருவாக்கிய 'ஏற்கனவே சொல்லப்பட்ட மனிதர்க'ளைப் போலத்தான் படைப்பு தோற்றுப்போகும். விமர்சகர் படைப்பாளியாகும்போது நிகழ்வதுதான் இது. எஸ்.வி.ஆர்., அ. மார்க்ஸ் போன்றவர்கள் எழுதினாலும் இப்படித்தான் இருக்கும். இவர்களது தளம் தத்துவங்களை எழுதுவதும் விவாதிப்பதும் முரண்படுவதுமாக இருக்கும்போது படைப்புகளில் இயல்பான தன்மையை எதிர்பார்க்க முடியாது. அதனால்தான் வரையறைகளை வைத்துக்கொண்டு படைக்கப்படும் படைப்புகள் இயற்கையான படைப்புகளாக உணரப்படுவதில்லை. படைப்பாளிகளும் சோபிப்பதில்லை.

உங்களுடைய படைப்புகளை வாசிக்கும்போது மேஜிக்கல் ரியலிசம் போன்ற வார்த்தைகள் எதுவும் குறுக்கிடக் கூடாது என்று நினைத்தே படித்தேன். ஆனால் இயல்பாகவே கதைகளுக்குள் அதைப் பார்க்க நேர்கிறது. படைப்பாளி மேஜிக்கல் ரியலிசம் இதுவென்று புரிந்துகொண்டு படைப்பதில்லை. அவர் எழுதியது அவ்வாறு புரிந்துகொள்ளப்படு-

கிறது என்றே சொல்ல வேண்டும். நான் எழுதியவற்றை ஒரு வெளிநாட்டவரிடம் கொடுத்தால் அதிலுள்ள பண்புக்கு அவர் ஒரு பெயர் சொல்லலாம். அதுவே பின்னாளில் ஓர் இசமாக மாறிப் போகலாம். படைப்பாளிக்கு இந்நிகழ்வு பெருமையைக் கூடத் தரலாம்.

உங்கள் கதைகளை படிக்கும்போது சலிப்பு ஏற்படாததற்குக் காரணம் அதில் இடம்பெறக் கூடிய மிகு யதார்த்தம், மிகு புனைவு என்ற கூறுகள் இயல்பாக இருப்பதாய் உணரச் செய்யும் தன்மைதான் என்று நினைக்கிறேன். இந்தத் தன்மையைப் பிரக்ஞைபூர்வமாகக் கையாள்கிறீர்களா அல்லது உறுத்தக் கூடாது என்பதற்காகச் செய்கிறீர்களா?
அது இயல்பாகத்தான் வருகிறது. வலிந்து செயற்கையாகக் கையாளும்போது இலக்கியம் அதைக் காட்டிக் கொடுத்துவிடும். இலக்கியம் இயல்பான வெளிப்பாடாக இருக்கும்போது அங்கு வலிந்த முயற்சிக்கு அவசியமிருக்காது. ஒரு காலகட்டத்தின் நவீனப் போக்குகளைத் தெரிந்துகொண்டு, அதைப் படைப்பில் கொண்டு வர முயன்றால் அது சாத்தியமில்லை. அது பிரச்சினைக்குரியது. அதனால் தான் தத்துவம் தெரிந்த ஆட்கள் இலக்கியத்திற்கு வரும்போது அவர்களால் பளிச்சிட முடிவதில்லை.
உங்கள் கதைகளில் தனி மனிதப் பிரக்ஞை சூழலுக்கு ஆற்றும் எதிர்வினை வலுவாக வெளிப்படுகிறது. அதோடு அரசியல், ராணுவம், போலீஸ், சினிமா, மதவாதிகள் என்று பல்வேறு கூறுகளும் சமூகச் சூழலை எவ்வாறு வெளிக் காட்டுகின்றன என்பதைப் பிரதிபலிக்கின்றன. இந்த வீச்சு எப்படிப்பட்ட பார்வை என்று நினைக்கிறீர்கள்?
ஒரே பாணியில் வந்துகொண்டிருக்கும் திரைப்படங்களைப் பார்க்கத் திரையரங்குகளில் கூட்டம் அலை மோதும். அதே நேரத்தில் இந்திய மக்களின் தலையெழுத்தையே நிர்ணயிக்கக்கூடிய பட்ஜெட் உருவாகிக்கொண்டிருக்கும். இந்த முரண்பாட்டின் இடுக்கிலிருந்து ஒரு கதை வரும். குப்பைத் தொட்டியிலிருந்து ஒரு சிறுவன் எடுக்கும் காகிதத்தில் இந்திய பட்ஜெட் இருக்கிறது. இந்தியாவிற்கு உலக நாடுகளிடம் இருக்கும் கடன், அதை உடனடியாக அடைக்க நேர்ந்தால் வரும் சிக்கல், வங்கியில் பணம் போட்டவர்கள் எல்லாம் ஒரே நேரத்தில் பணத்தைத் திரும்பக் கேட்டால் என்ன ஆகும் என்பதையெல்லாம் சொல்கிறது அந்தக் காகிதம். இப்படி இரண்டிற்கும் இடையிலிருக்கும் முரண்களின் இடுக்கில்தான் கதை பிறக்கிறது.

சில கதைகளில் கற்பனையான பிரதேசங்களைச் சித்தரித்து அங்கிருந்து சில விஷயங்கள் சொல்கிறீர்கள்.

நம் வீடு அலங்கோலமாயிருப்பது இன்னொருவர் வரும்போதுதான் தெரியும். இந்தத் தர்க்கத்தைத்தான் சு.ரா., 'ஜே.ஜே: சில குறிப்புகள்' பற்றிச் சொல்லும்போது 'தமிழ் வாழ்க்கையை விமர்சிக்க வேண்டியிருந்ததால் மலையாளப் பின்னணியை எடுத்துக்கொண்டேன்' என்றார்.

உங்கள் கதைகளில் மதவாதிகள், சாமியார்கள் வருகிறார்கள். வெளிப்படையாக இல்லாவிட்டாலும் விமர்சனத்துக்குள்ளாகிறார்கள். உங்களுக்கும் மதம், மதவாதிகளுக்கும் இடையேயான உறவு எப்படிப்பட்டது?
மத மரபுக்கும் எனக்கும் தொடர்பில்லை. அதிலிருந்து எடுத்துக்கொள்வதற்கு விஷயமில்லை என்றே நினைக்கிறேன். வியாசனிலிருந்து எடுத்துக்கொள்ள விஷயம் இருக்கிறது. ஏனென்றால் வியாசன் சிருஷ்டிக்கான ஜனன ஸ்தானம். ஒரு சிறு சதுரத்திற்குள்ளிருந்து காவேரி பிறந்ததுபோல. போர்ஹஸை, மார்க்கஸைப் படித்திருக்கலாம்; ஆனால் யாரும் வியாசனை மறுக்க முடியாது. அந்த ஜனன ஸ்தானத்திலிருந்து நான் அதிகம் எடுத்துக் கொள்ள முடியும். மதப் பார்வையில் வியாசனைப் பார்க்க முடியாது. கண்ணனாக இருந்தாலும் சிவபெருமானாக இருந்தாலும் வியாசனின் பார்வையிலிருந்துதான் பார்க்க முடியும்.
வியாசனுடைய பார்வையில் மதம் இல்லை என்கிறீர்களா?
வியாசன் ஒரு சிருஷ்டி கர்த்தா. அவனது படைப்பில் கடவுளான கண்ணனும்கூட வஞ்சகமானவன்தான். சொந்தங்கள் எல்லாம் இறந்துபோன பிறகு எங்கோ போய் அனாதையாக இறந்துபோகிறான். கடவுளே துரோணரைக் கொல்லச் சதி செய்தவன்தான். பீஷ்மரைக் கொல்லச் சிகண்டியை நிறுத்தியவன்தான். கர்ணனிடம் கவச குண்டலத்தைச் சூதாகப் பறித்தவன்தான். கடவுளான கண்ணனும் மனிதனைப் போலத் தவறுகள் செய்பவன்தான் என்பதை நமக்கு உணர்த்தும் ஆதாரங்களை வைக்கிறான் வியாசன். கடவுளைக் கொண்டாடும் ஒருவனால் எப்படிக் கடவுளை விமர்சிக்க முடியும்? எனவேதான் வியாசன் சிருஷ்டியின் ஜனன ஸ்தானம் என்கிறேன்.

மத மரபு என்பது முக்கியமான பிரச்சினை. உதாரணமாக, சுந்தர ராமசாமி பற்றி ஜெயமோகன் எழுதிய 'நினைவின் நதியில்' நூலைப் படிக்கையில் ஜெயமோகனுக்கும் சு.ரா.வுக்கும் இடையிலான பெரிய பிரச்சினை இந்த மத மரபுதான் என்பது தெரிகிறது. மத மரபிலிருந்து துண்டித்துக்கொள்வது ஜெயமோகனுக்குப் பெரிய பிரச்சினை. அதிலிருந்து எடுத்துக்கொள்ளப் பெரிதாக எதுவும் இல்லை என்று சொல்கிற சு.ரா.வுடன் தொடர்ந்து மோதல் நேர்கிறது. அந்தக் கட்டுரை முழுக்க இந்த மோதல்தான் பதற்றங்களைத் தரும் விஷயமாக இருக்கிறது. குறிப்பாக நித்ய சைதன்யரைப் பற்றிய இடங்கள். இவருடைய பார்வையில் அவர் பார்க்க வேண்டுமென்ற எதிர்பார்ப்பு அதில் தெரியும்.

ஜெயமோகன் ‘ஜே.ஜே: சில குறிப்புக’ளை பஸ்ஸில் போகும்போது படிப்பார். படித்துவிட்டு ஜே.ஜே.வுக்குக் கீழே மண்கூட இல்லை; சாமியாருக்குக் கீழே பிரபஞ்சம் இருக்கிறது என்று கடிதம் எழுதுவார். இதுதான் இங்கே பிரச்சினை. மரபு என்று எடுத்துக்கொண்டால் எனக்கு வியாசனிலிருந்து வருவதுதான். கடவுளை வணங்குவதொன்றும் புதிய பார்வை கிடையாது. கிருஷ்ணன் கடவுள்தான்; அயோக்கியன்தான்; அனாதைப் பிணமும்தான் என்பது பார்வை.

தற்போதைய மதவாதிகள் பற்றிய உங்கள் பார்வை என்ன? உங்கள் படைப்புகளில் வருகிற கோயில், சாமியார் போன்றவற்றோடு உங்களுக்குள்ள நடைமுறை உறவு என்ன?
மூளையை மழுங்கடிக்கக்கூடிய பல விஷயங்கள் மதத்தில் இருக்கின்றன. கிராமங்கள்தான் இந்தியாவில் சிக்கலான அமைப்பு முறை என்றால் அதற்குள்ளிருக்கும் கோயில்கள், கோயில் சார்ந்த உறவுகள், மேல்-கீழ் என்ற விஷயங்கள் மேலும் சிக்கலானவை. ஒரு சிறிய கோயில் இருக்கும். அதற்கொரு பூசாரி இருப்பார். சில வேலையாட்கள் இருப்பார்கள். சில மரியாதைகள் இருக்கும். இதிலிருந்து பிரச்சினைகள் கிளம்பும். அதனால்தான் பிரச்சினை கொண்டிருக்கும் இந்து மதத்தை விட்டு வெளியேற வேண்டுமென்று அம்பேத்கர் சொன்னார்.
ராணுவம், போலீஸ் போன்றோரை உங்கள் கதைகளில் விமர்சிக்கிறீர்கள் . . .
போலீஸ், ராணுவம் என்ற இரு துறைகளைச் சார்ந்தவர்களும் கட்டளைக்குக் கீழ்ப்படிபவர்கள். சுய விருப்பு வெறுப்பு எதையும் பொருட்படுத்த முடியாதவர்கள். பிரிட்டிஷ் இந்திய ராணுவத்தில் இருந்த முக்கால்வாசிப் பேர் இந்தியர்கள். கைதுசெய் என்றால் கைதுசெய்யவும் அடி என்றால் அடிக்கவும் மட்டுமே முடிந்தவர்கள் இவர்கள். எப்பொழுதும் கட்டளைக்குக் கீழ்ப்படிந்து சுயமாகச் செயல்பட இயலாதவர்களால் பிரச்சினைதான். இவர்களது இயல்பு, போக்கு என் கவனத்துக்குரியவையாக இருந்துவருகின்றன.
உங்கள் படைப்புகளில் யாருடைய தாக்கமோ பாதிப்போ இல்லை என்கிறீர்கள். மரபிலிருந்தும் எடுத்துக்கொள்ளப் பெரிதாக ஏதுமில்லை என்கிறீர்கள். அது எப்படிச் சாத்தியம்? நேரடியாக இல்லாவிட்டாலும் மரபிலிருந்து நீங்கள் எடுத்துக்கொண்டது கொஞ்சம்கூட இல்லை என்கிறீர்களா?
யார் யாரிடமிருந்து என் எழுத்துக்கான பாதிப்பு வந்ததென்று சொல்ல முடியாது. வியாசனிலிருந்து போர்ஹஸ் வரை யாருக்கு என்ன பாத்திரம் என்று சொல்ல முடியாது. யாரும் அதைக் கண்டறியவும் இயலாது.
ஒருவர் முழுக்க முழுக்க மரபிலிருந்து தன்னைத் துண்டித்துக்கொள்ள முடியுமா? பழக்க வழக்கங்களிலோ நடைமுறையிலோ மரபிலிருந்து சில விஷயங்கள் வரத்தானே செய்யும்?
அதில் ஈடுபாடில்லாமல் இருக்கலாமே தவிர முற்றிலுமாகத் தன்னைத் துண்டித்துக்கொள்ள முடியாது. நாளைக்கு என் உறவினர் வீட்டில் ‘காது குத்தல்’ என்றால் நான் போய்த்தானாக வேண்டும். இதுபோலத்தான் மரபுகளோடு கொண்டிருக்கும் உறவு.
உங்களுடைய கதைகளில் யாருடைய பாதிப்பும் இல்லை என்கிற கருத்தை ஏற்றுக்கொள்ள முடியவில்லை. ஒரு சில கதைகளில் உங்கள் விமர்சனமும் கிண்டலும் புதுமைப்பித்தனை ஞாபகப்படுத்துவதாக இருக்கின்றன. இதை நீங்கள் உணர்ந்திருக்கிறீர்களா?
இல்லை, அப்படி உணர்ந்ததில்லை.
நீங்கள் மிகக் குறைவாக எழுதுவதற்குக் காரணம் என்ன?
பிரக்ஞைதான்.

பிரக்ஞையா?
பிரக்ஞை இல்லாதவர்கள் நிறைய எழுதலாம்.
டால்ஸ்டாய் நிறைய எழுதியிருக்கிறாரே.
பிரக்ஞையில் சலிக்கும்போது நிறைய எழுத முடியாது. பிரக்ஞையோடு நிறைய எழுதுவது ஒரு வரம். இதை எழுதுவதா அல்லது அதை எழுதுவதா என்று பிரக்ஞை பூர்வமாகச் சலிக்கும்போது குறைவாகத்தான் எழுத இயலும். மௌனிக்கு இது போன்ற இயல்புதான். கட்டற்ற வார்த்தைகளை அள்ளிவிடாமல் அதிகமாக எழுதும் டால்ஸ்டாய் போன்றோர்களுக்கு அது வரம்தான். எதையும் திட்டமிட்டுச் செய்வதில்லை. தற்பொழுது பத்தி எழுதத் தொடங்கியிருக்கிறேன். சமீபத்தில் இட ஒதுக்கீடு குறித்து எழுதினேன். வழக்கமான பத்திக்குரிய தொனியிலிருந்து இது வித்தியாசமானதாக இருந்தது. இரண்டு மூன்று பத்திகளுக்குப் பின்பு ஆய்வுக் கட்டுரை போன்று ஒன்று எழுதுகிறேன். முன்யோசனைகளோடு எதையும் செய்வதில்லை. நினைப்பது வேறாகவும் எழுதுவது வேறாகவும்தான் இருக்கும்.
குறைவாக எழுதுவதற்குப் பிரக்ஞையைத் தாண்டி விதவிதமான வாழ்க்கை அனுபவங்களின் போதாமையும் காரணமாக இருக்கலாம் இல்லையா?
இந்தியாவில், குறிப்பாகத் தமிழ்நாட்டில் வாழ்க்கை பெரிய கிணற்றுக்குள் இருப்பதுபோலத்தான். ஏனென்றால் ஐரோப்-

பிய நாடுகள் போன்று உலகத்தையே உலுக்கும், சரித்திரத்தையே மாற்றும் காரியங்கள் எதுவும் இங்குக் கிடையாது. இரண்டு அரசியல் கட்சிகளுக்கு இடையே நடைபெறும் சண்டைகளைத் தவிர அந்நிய நாட்டுப் படையெடுப்போ பெரும் பஞ்சமோ எதுவும் கிடையாது. எதிர்பாராது நிகழும் சுனாமி போன்றவற்றைத் தவிர்த்துப் பார்த்தால் பெரிய பிரச்சினையென்று எதுவும் இல்லை. இந்தியா சுதந்திரமடைந்தபோதுகூட இந்திய மக்கள் பெரிய பிரச்சினைகளைத் தாண்டி வரவில்லை. இருந்தாலும் அறிவு சார்ந்த விஷயங்களைக் கிரகித்து எழுத முடியும். அப்படித்தான் எழுதிக்கொண்டிருக்கிறார்கள். மேல்நாட்டு எழுத்தாளர்களுடைய எழுத்துக்கு நிகராக எழுதக்கூடிய எழுத்தாளர்களும் இங்கே இருக்கிறார்கள்.

உலகத்தை மாற்றும் அளவுக்கோ சரித்திரத்தைப் புரட்டும் அளவுக்கோ பிரச்சினைகள் இல்லாவிட்டாலும் வாழ்க்கை இங்கே நெருக்கடியோடுதானே இருக்கிறது?

இலக்கியம் மனத்தோடு தொடர்புடையது. உறவுகள் சம்பந்தப்பட்டது. யுத்த நெருக்கடியில் இருக்கிறவனின் மனநிலை சாதாரணமாக இருக்கிற ஒரு மனிதனுக்கு இருக்கலாம். ஒருவரைக் கன்னத்தில் அடிப்பதனால்கூட நெருக்கடி நேரலாம். இதை யாரும் தீர்மானிக்க முடியாது. குண்டு வெடித்து மனிதர்கள் செத்துக்கொண்டிருக்கும்போது, இதெல்லாம் ஒரு நெருக்கடியா என்று சொல்ல முடியாது. இந்த நெருக்கடிகள் மனத்தின் சிக்கல்கள்தான்.

ஆனால் அந்த நெருக்கடியிலிருந்து இலக்கியம் பிறந்திருக்கிறதா?

நெருக்கடிகளிலிருந்து இலக்கியம் பிறக்கத்தான் செய்திருக்கிறது. கிணற்றுக்குள்ளிருந்து வந்து கடலில் நீந்துபவனுக்கு இணையாக எழுத முடிகிறது. மேல்நாட்டு எழுத்தாளர்களுக்கு வாய்க்கும் வாழ்பனுபவங்கள் வேறு. பிரான்சில் பிறந்தவன் ஜெர்மனியில் படிப்பான். ஹங்கேரியில் வேலை பார்ப்பான். ருமேனியாவில் திருமணம் செய்துகொள்வான். லண்டனில் போய்க் குடியமர்வான். ஆனால் இந்த அனுபவம் தமிழக எழுத்தாளர்களுக்கு நேர்வதில்லை. திருவனந்தபுரம் எல்லையைத் தாண்டுவதே நமக்குப் பெரிய விஷயம். இந்த அனுபவங்களைக் கொண்டே பெரிய கடலில் நீந்துபவனின் சிருஷ்டிக்கு இணையான சிருஷ்டியை இவர்களால் படைக்க முடியும். அதைச் செய்கிறார்கள்.

அது போன்று எழுதிக்கொண்டிருப்பவர்களுடைய நாவல், சிறுகதை எதையாவது சுட்டிக்காட்டலாமா?

சிலரைப் போல எனக்கு எல்லாம் தெரியுமென்று சொல்ல முடியாது. நான் உலகத் தரத்தோடு இந்தப் படைப்புகள் இருக்கின்றன என்று சொன்னால், உலகத் தரத்திலிருக்கிற நாவல்களைப் பற்றித் தெரிந்திருக்க வேண்டும். அப்படியில்லாதபோது நான் சொல்ல முடியாது.

நவீனத்துவச் சிறுகதைகளில் இறுதியில் வரக்கூடிய திருப்பங்கள்போல உங்கள் கதைகளில் ஏதாவது முயன்றிருக்கிறீர்களா?

அது தானாக அமைவதுதான். சிருஷ்டி எப்படி வந்ததென்று கண்டுபிடிக்க முடியாது. பெரிய மர்மக் குகை அது. இப்பொழுது நான் பேசுகிறேன். திட்டமிட்டுப் பேசுகிறேன் என்று சொல்ல முடியுமா? நீங்கள் ஒரு கடிதம் எழுதுகிறீர்கள். அக்கடிதம் திட்டமிட்டு எழுதப்பட்டது என்று சொல்ல முடியுமா? நீங்கள் ஒரு கருத் தோட்டத்தோடு வருகிறீர்கள். எழுதும்போது அது மாறும். உரையாடல் திட்டமிடப்படுவதில்லை. ஆனால் கருத்தும் கருத்தோட்டமும் இருக்கும்.

'புனைவின் உரையாடல்' என்கிற கதையில் கடைசியில் இதுவும் புனைவுதான் என்பது மொத்தமாகப் புரட்டிப்போடுகிற வார்த்தை. ஜிஹ்ஜீவீநீணீநீ சிறுகதைக்கான விஷயம் அதில் இருக்கிறது. ஆனால் அது இல்லாதபோதும் ஒரு வித உறுதிப்பாட்டுடன் எழுதுகிறீர்கள். சிலர் கதை முடிந்த பின் இரண்டு பக்கங்கள் எழுதுகிறார்கள். இந்த இரண்டு பக்கங்கள் இல்லாமலேயே கதை நன்றாக வருமென்று நமக்கே தெரியும். ஆனால் நீங்கள் அந்த இரண்டு பக்கத்தைப் பிரக்ஞைபூர்வமாக, கலை ரீதியாகத் தேவை என்று எழுதி யிருக்கிறீர்கள்.

ஏனென்றால் அந்தக் கதை அந்த இரண்டு பக்கங்கள் தேவையென்று சொல்கிறது. புனைவுகள் எல்லோரிடமும் ஒரு விதத்தில் வந்துகொண்டிருகின்றன. உதாரணத்துக்குச் சொன்னால் சர்க்கரை நோயாளிக்குக் குண்டூசி அளவு இருக்கும் காயம்கூட விரலை எடுக்குமளவுக்குச் சிக்கலானது. வெளியிலிருக்கும் ஆளுக்கு இந்த ஆபத்து புரியாது. நடக்கும்போது, எனக்கு விரலில் அடிபட்டு லேசான காயம் ஏற்பட்டது. ஆனால் நான் என்ன செய்கிறேன்? சொந்தக்காரர் ஒருவருக்குக் காலில் முள் குத்திக் காயம் பெரிதாகி விரலையே எடுக்க வேண்டியதாகிவிட்டது; அவரைப் பார்த்துவிட்டு வந்து வண்டியை எடுக்கும்போது, காலில் இடித்துவிட்டது என்று இந்த விஷயத்தை ஒரு புனைவுபோலச் சொல்வேன். இல்லையென்றால் சிறிய காயத்திற்கு இப்படி அலட்டுகிறான் என்று பிறர் நினைக்கக்கூடும். புனைவு, வாழ்க்கையில் ஒரு பகுதியாக எனக்கு மட்டும் இருக்கிறதா எல்லோருக்கும் இருக்கிறதா என்று தெரியாது. பொய்யையும் புனைவையும் பிரித்துப் பார்ப்பது பெரிய சிக்கல். நான் சொன்னதைப் புனைவென்கிறேன்.

'புனைவின் உரையாடல்' கதையில் எது புனைவு என்றே தெரியாது. மொராக்கோ, பிரான்சிலிருந்து வருவார்கள். மதுரை புறாத் தோப்பு, ஸ்டார் ஹோட்டலில் குடிப்பார்கள். இதில் எது பொய் என்று தெரியாது. அதுதான் புனைவின்

உரையாடல். 'பீகாரும் ஜாக்குலினும்' கதையும் அப்படித்தான். பிரான்சில் ஹீலியம் வாயுவைப் பற்றி ஒருவன் கட்டுரை வாசிப்பான். பீகாரில் நடக்கும் கலவரமொன்றில் வெள்ளைக்காரன் ஒருவன் இறந்துபோவான் . . . அந்த இடத்தில் புத்தரைக் கண்ட, மௌரியரைக் கண்ட, அசோகரைக் கண்ட, ஷெர்ஷாவைக் கண்ட, வங்காள நவாபுக்குச் சொந்த-மாகி அப்புறம் பக்ஸார் போரில் பிரிட்டிஷாருக்குக் கைமாறி, சுதந்திர இந்தியாவுக்குள் உள்ள இந்த பூமியில் கையைத் தூக்கிக் கொண்டு வந்தேன் என்று சொல்வேன். இந்த இடத்தில் creativity இருக்கிறது.

பீகார் இந்தியாவில் பிரச்சினையான மாநிலம். அந்த மாநிலம் அறிவுக் கேந்திரமாக இருந்திருக்கிறது. நாளந்தா பல்கலைக்கழகம் இருந்துள்ளது. அந்த இடத்தில் நடை பெறும் வன்முறையைப் பற்றிச் சொல்வதனால் எழுதுபவருக்கு இந்த விஷயங்கள் நினைவுக்கு வர வேண்டும். இதுதான் வரலாற்றைக் கொண்டாடுதல். வரலாற்றை வேறு மாதிரி எழுதுவதா படைப்பு? வரலாற்று நிகழ்வுகளைச் சூசகமாகக் கொண்டுவருவதுதான் இலக்கியம்.

'மாபெரும் சூதாட்டம்', 'காலத்தின் அலமாரி' போன்ற கதைகள் ஒரு நாவலாக விரிவதற்கான தன்மைகளோடு இருக்கின்றன. ஆனால் அவற்றைச் சிறுகதைகளாகவே நிறுத்திவிட்டீர்கள்.

எனக்கு இயல்பாகவே பெரியதாக எழுதுவதில் சிக்கல். பிரக்ஞை காரணமா என்று தெரியவில்லை. பாலைச் சுண்-டக் காய்ச்சியதுபோல இருக்க வேண்டும். எதையும் நீக்க நினைத்தால் அது கஷ்டமான காரியமாக இருக்க வேண்டும். ஒரு வரியை எடுப்பதற்குக்கூட அதிகமாக யோசிக்கக்கூடியதாக இருக்க வேண்டும் என்று நினைக்கிறேன். அதனால் எனக்கு நாவல் எழுதுவது கஷ்டமானதாக இருக்கும்.

எண்பதுகளின் இறுதியிலிருந்து தொண்ணூறுகளின் இறுதிவரை யதார்த்தம் செத்துப்போய்விட்டது என்றும் புது வகை எழுத்துகள் எழுதப்பட வேண்டும் என்றும் உருவான போக்கு உங்களது சமகாலத்தில் நடந்ததில்லையா? இந்தப் போக்கை நீங்கள் எப்படிப் பார்க்கிறீர்கள்?

எது யதார்த்தம் என்பதில் பிரச்சினை.

ஒரு பக்கம் நாகார்ஜூனன் போன்றோர்; மறுபுறம் கோணங்கி, ராமகிருஷ்ணன் முதலியோர் முன்வைத்த பிரகடனங்கள். கௌதம சித்தார்த்தனின் புது வகை எழுத்து என்ற பெயரிலான கதைகள். லத்தீன் அமெரிக்கச் சிறுகதைகளின் மொழி-பெயர்ப்புகள். இந்தப் போக்கை நீங்கள் எப்படிப் பிரதிபலிக்கிறீர்கள்?

இதை ஆர்வத்தோடுதான் பார்க்க முடியும். மார்க்கஸ் யதார்த்தமாக எழுதுகிறேன் என்று சொல்லிக்கொண்டிருக்கிறார் (மக்களும் ஏற்றுக்கொள்கிறார்கள்). யதார்த்தம் இல்லையென்று சொல்லும்போது எது யதார்த்தம் என்பது பிரச்சினை. ஒரு முறையில் எழுதிப் பழகி இதுதான் யதார்த்தம் என்று உருவாக்கிவிட்டார்கள். மனம் எப்போதும் 1, 2, 3 என்ற வரிசையிலேயே இயங்கிவிடாது. 5, 7, 3, 2, 8, 9, இப்படியும் இயங்கும். யதார்த்தமென்று நாம் பழகியிருக்கும் விஷயங்கள் வேறு. யதார்த்தம் இல்லாமல் எதையும் செய்ய முடியாது. யதார்த்தத்தைப் பார்த்துத்தான் எழுதுகிறோம். ஆனால் எழுதுகிற முறை வேறு. ஒரு கட்டத்தில் எழுதப்பட்ட முறையை மறுத்து யதார்த்தத்தை வேறு மாதிரியாக எழுதத் தொடங்கினார்கள். ஏற்கனவே எழுதப்பட்ட எழுத்துக்கு எதிரான குரல் அவசியமற்றது. ஏனென்றால் தானாக ஒரு ஜனனம் நிகழும்போது தானாக மரணமும் நிகழத்தான் செய்யும். அதைக் கத்திவைத்து ஏன் குத்திக் கொலை செய்ய வேண்டும்?

இது போன்ற விவாதங்களால் தமிழுக்குச் சாதகமான பங்களிப்பு கிடைத்திருக்கிறது என்று நினைக்கிறீர்களா?

விவாதம் நடந்ததுபோல் தெரியவில்லை. ஆனால் எழுத்து முறை மாறியதில் மகிழ்ச்சி. வித்தியாசமாகச் செய்ய வேண்-டும் என்பதற்காகப் படைப்பே இல்லாதவைகூட நிறைய வரத் தொடங்கின. புதிய கருத்தோட்டங்கள் இங்கு நுழை-யும்போது, அதைச் செரித்து ஒருவர் எழுதத் தொடங்கும்போது அதே போன்று நிறையப் பேருக்கு எழுதத் தோன்றும். எடுத்துக்காட்டாக, விரக்தியடைந்த மனநிலையைப் பற்றிய படைப்புகள் 'கணையாழி'யில் தொடர்ந்து வந்துகொண்டி-ருந்ததைச் சொல்லலாம். இதுவும் பிரச்சினைதான்.

யதார்த்தம் செத்துவிட்டது என்று சொன்னவர்களும் யதார்த்தக் கதைகள் எழுத ஆரம்பித்துவிட்டார்கள் . . .

எல்லார் சொல்வதும் யதார்த்தம்தான் என்றாலும் எழுத்து முறையில் ஏற்பட்ட வித்தியாசத்தால் புதிய முறையில் யதார்த்தம் எழுதப்படுகிறது. வித்தியாசமான எழுத்துகள் மகிழ்ச்சியைத் தருகின்றன. அதற்காக முன்பு எழுதப்பட்ட எழுத்துமுறை மோசம் என்று சொல்ல முடியாது. சா. கந்தசாமியின் 'தக்கையின் மீது நான்கு கண்கள்' முக்கியமான கதை. அதேபோல ராசேந்திர சோழனுடைய 'சாவி' எனும் கதை. அசோகமித்திரனின் 'பார்வை' எனும் கதை. இவை-யெல்லாம் முக்கியமான கதைகள். இந்த எழுத்து சிருஷ்டி சார்ந்து நிற்கும். பழையதை மறுப்பது என்றால் எல்லாவற்-றையும் சுட்டுப்போட்டுவிடுவது என்று அர்த்தமல்ல.

மூத்த எழுத்தாளர் ஒருவரிடம் பேசும்போது, மார்க்கஸ், போர்ஹஸ் இவர்களை ஆங்கிலத்தில் படிக்கும்போது அவர்-களது எழுத்துக்கள் புரிகின்றன; பிடிக்கிறது. ஆனால் அவர்களைப் போன்று எழுதுகிறேன் என்று சொல்லிவிட்டு எழு-

துவோரின் எழுத்துக்கள் புரிவதில்லை; படிப்பதற்கும் பிடிப்பதில்லையென்று கூறுகிறார். போர்ஹஸில் கதையே இருக்காது. கட்டுரை மாதிரி இருக்கும். கதை அதற்குள் எங்கோ ஒளிந்திருக்கும். அவருடைய எழுத்து முறை அது. இப்படித்தான் எழுத வேண்டுமென்று நினைத்துக்கொண்டு எழுதப்படும் எழுத்துக்களைப் படிக்க முடியாது. இயல்பாக இருந்தால்தான் மலரும். கார்பைடு போட்டுப் பழுக்கவைக்கப்படும் மாம்பழங்களைச் சாப்பிட முடியுமா? சுவைக்குமா? அதுபோலத்தான் இந்த எழுத்துக்களும். நீங்கள் கடவுள் நம்பிக்கை இல்லை என்பது, மத மரபுகளில் பெற்றுக்கொள்ள ஏதுமில்லை என்பது ••• இதெல்லாம் பகுத்தறிவுவாதத்தின் வெளிப்பாடுதானே? ஆனால் புலனறிவைப் பிரதானமாகக் கொள்ளும் பகுத்தறிவுவாதத்தின் எல்லைகளை உங்கள் கதைகள் மீறிவிடுகின்றன.

ஆத்திகத்துக்கு எதிரான நாத்திகனென்று என்னைச் சொல்ல முடியாது. எல்லா மதங்களிலும் பகுத்தறிவுவாதிகளால் ஏற்றுக்கொள்ளக்கூடிய, விரும்பத்தக்க ஆழமான விஷயங்கள் இருக்கத்தான் செய்கின்றன. ஆனால் அவற்றைக் கண்களுக்குப் புலப்படாதவாறு, தேடிக் கண்டடையும் சூழலை மதம் சார்ந்த மனிதர்கள் உருவாக்கிவிட்டார்கள். ஆத்திகத்தை எதிர்க்கிறவர்கள் நாத்திகர்களாகத்தான் இருக்க வேண்டும் என்பதில்லை. மக்கள் வாழ்க்கையிலிருந்து பிரித்துப் பார்க்க முடியாத அளவிற்கு மதம் அவர்களோடு பிறப்பிலிருந்து இறப்புவரை பிணைந்து கிடக்கிறது. ஏதோவொரு சடங்கு ரீதியாக இந்த மதம் மனிதர்களோடு தொடர்ந்து உறவு கொள்கிறது. தாய், தந்தை இறந்த பிறகு தர்ப்பணம் செய்வார்கள். மொழி புரியாது, ஆனால் மதத்தை மறந்துவிட்டுப் பார்க்கும்போது அந்தச் சடங்கு மேஜிக்கல் ரியலிசம்போல எனக்குத் தோன்றுகிறது. அதனால் நாத்திகத்தின் முழுப் பார்வையோடு ஆத்திகத்தைப் பார்க்கிற ஆள் அல்ல நான்.

புலன்களைத் தாண்டிய விஷயம் என்று எதுவும் இல்லை. ஓர் ஆளைப் பார்த்தவுடனே அவரைப் பற்றிய ஒரு கணிப்பு உருவாகிறது. அந்தக் கணிப்பு எங்கிருந்தோ வருவதில்லை. நமது அனுபவங்கள் சார்ந்து, நமது அறிவு சார்ந்து, நமது உள்ளுணர்வு தருவதுதான் அந்தக் கணிப்பு. ஆத்திகனாக இருப்பதிலும் நிறையப் பிரச்சினைகள் இருக்கின்றன. ஏனென்றால் எதிரில் வருகிற ஆளிலிருந்து நேரம் வரை எல்லாமே அவனுக்குப் பிரச்சினைதான். ஆனால் மற்றவர்களுக்கு அதெல்லாம் ஒரு பொருட்டு அல்ல. அதை வேடிக்கைக்குரியதாகப் பார்க்க முடியும். நீங்கள் சொல்வதுபோலப் புலன்கள் சாராத ஈடுபாடு என்னுடைய கதைகளில் எப்படி வெளிப்படுகிறது என்று தெரியவில்லை.

புலன்களால் அறியப்படும் உலகத்தையும் அதன் தர்க்கத்தையும் தாண்டி, காரண-காரிய அறிவால் விளங்கிக்கொள்ள இயலாத ஒரு மனோநிலை உங்களுடைய கதைகளில் வெளிப்படுகிறது. திடீரென்று திரைக்குள்ளிருந்து ஒரு கிழவன் எட்டிப் பார்க்கிறான். பகுத்தறிவுவாதி இது பிரமை, பொய் என்று சொல்கிறான். நாத்திகவாதிக்கு உண்டான வரையறைகளை வைத்துக்கொண்டு பார்த்தால் அப்படித்தான் தோன்றும். படைப்புப் பார்வையோடு பார்த்தால் இப்படித் தோன்றும் மனநிலை வராது. படைப்பென்றால் என்னவென்று தெரியாத, இலக்கியம் என்றால் எதுவென்று புரியாத ஒருவன் இதைப் படித்தால் அவன் ஆத்திகனாக இருந்தாலும் நாத்திகனாக இருந்தாலும் ஒரே மாதிரியாகத்தான் தோன்றும். இந்தச் சிக்கல் அவன் ஆத்திகனா நாத்திகனா என்பதில் இல்லை. இலக்கியத்தை எப்படிப் பார்ப்பது என்று தெரியாத நிலையிலிருந்து வருகிறது.

வாசகர்களிடம் வரவேற்பும் தகுந்த இடமும் உங்கள் கதைகளுக்குக் கிடைக்கின்றனவா?

பொதுவாக நான் மறைந்து திரியும் ஆள்தான். வெகு நாள்களுக்குப் பிறகு இப்பொழுதுதான் முகத்தைக் காட்டும் எண்ணமே வருகிறது. ரசிகர்களோ வாசகர்களோ என்னைத் தேடி வருவதாக இருந்தால் எனது முகவரியை, உத்தியோகத்தை மறைத்துக்கொள்வேன். இன்னும் பத்து வருடங்கள் இருப்போம்; அதற்குள் நான்கு பேரிடம் பேசிப் பழகியபடி இருக்கலாம் என்று இப்போது தோன்றுகிறது.

உங்கள் கதைகளுக்குப் போதுமான எதிர்வினைகள் கிடைக்கின்றனவா?

அப்படியெதுவும் இல்லை. அதுவும் சந்தோஷமாகத்தான் இருக்கிறது. யாரும் வாசகர் என்று சொல்லிக்கொண்டு வருவதில்லை. அதிகம் குழைந்தால் வருவார்களோ என்னவோ தெரியவில்லை. வராதது மகிழ்ச்சிதான். இல்லையென்றால் அவர்களிடம் பேசுவதற்கான உத்திகளோடு இருக்க வேண்டியிருக்கும். கதைகளுக்கான response ஏதோவொரு விதத்தில் இருந்துகொண்டுதான் இருக்கிறது. இந்தக் கதை நல்லாயிருக்கு, முக்கியமான சிறுகதை ஆசிரியர் என்பது போன்ற கருத்துகள், இருட்டில் மின்னும் விளக்கைப் போல் சந்தோஷமானவை. பெரிய எழுத்தாளர்களிடம்கூட இப்படியொரு சந்தோஷத்தைப் பார்த்திருக்கிறேன்.

தொகுப்பைப் படித்துவிட்டு அதைப் பற்றி உரையாடுவதும் விவாதிப்பதும் அதிகமாக நடக்கவில்லையே?

ஒரு விஷயத்தைப் பற்றிப் பேசுவதை வைத்தே அதைத் தீர்மானிக்க முடியாது. எதற்குக் கடிதம் வருகிறதோ அது மட்டுமே முக்கியமான விஷயம் என்று சொல்ல முடியுமா? கடிதம் எழுதுபவருடைய மனநிலையில் அந்த விஷயம் முக்கியமானதாகப் படுகிறது. அங்கீகாரம் இல்லை என்பதால் அது முக்கியமானதல்ல என்று ஆகிவிடாது. சில விஷயங்களுக்குத்தான் respond பண்ண முடியும். எளிதான விஷயங்களில் ஈடுபாடுள்ள ஆட்கள்தான் பெரும்பாலும்

கடிதம் எழுதுவார்கள்.

ஒரு படைப்பாளிக்கும் அவருடைய அடுத்த தலைமுறைப் படைப்பாளிக்குமான உறவு எப்படியிருக்கிறது? குறிப்பாகச் சொன்னால் இளம் தலைமுறை எழுத்தாளர்களோடு சு.ரா.வுக்கு இருந்த நட்பு. ஏதோவொரு வகையில் ஒரு சிலருக்கு இந்த நட்பு சிக்கலாக மாறுகிறது. எதனால் இப்படி நடக்கிறது?

நண்பர்களாக இல்லாத இலக்கியவாதிகளையும் படைப்பாளிகளையும் சந்திப்பது போன்ற துயரம் வேறு இருக்குமா என்று தெரியவில்லை. இலக்கியம் தெரியாத ஆட்களிடம் படைப்பாளி என்று நம்மை ஒருவர் அறி முகப்படுத்துவதும் படைப்பாளியிடமே நீங்கள் என்ன எழுதியிருக்கிறீர்கள் என்று அவர் கேட்கும் சூழலும் படைப்பாளிக்குப் பெரிய மனச் சோர்வைத் தரக்கூடிய விஷயங்கள்.

சு.ரா. புதிதாக எழுத வரும் படைப்பாளிகளை ஈர்த்தவர். 'ஜே.ஜே. சில குறிப்புக'ளுக்குப் பின் சு.ரா.வின் இடம் நவீனத்துவத்திலும் இளைய தலைமுறைப் படைப்பாளிகளிடமும் உறுதியானது. இடதுசாரி முற்போக்குச் சிந்தனையாளர்களுக்கு நிகராக சு.ரா., பிரமிள், சாமிநாதன் போன்ற படைப்பாளிகள் இருந்தார்கள். பிரமிளுடைய மனநிலை இவர்களிலிருந்து மாறுபட்டது. சாமிநாதனுடைய படைப்புகள் ஓர் இரைச்சலான குரலில் வெளிப்பட்டன. படைப்புத் தளத்தில் கவிதைகளைவிடச் சிறுகதைகளும் நாவல்களும் எளிதில் வாசகனை அடைபவையாக இருந்தன. இந்தச் சூழல் சு.ரா.வை நவீனத்துவத்தின் குறியீடாக உருவாக்க முக்கியக் காரணமாக இருந்தது.

உதாரணமாக, ஜெயமோகனையும் சு.ரா.வையும் எடுத்துக்கொண்டால், ஒருவர் வார்த்தைகளைப் பிரக்ஞையோடு எழுதுகிறார் என்பது மற்றொருவருக்குச் சிக்கலாகிறது. பேசும்போதும் எழுதும்போதும் பிரக்ஞைபூர்வமாகச் செயல்படும்போது கட்டற்ற வார்த்தைகளைத் தவிர்க்க முடியும். மத மரபிலிருந்து எடுத்துக்கொள்ள விஷயங்கள் இருக்கின்றன என்கிற ஜெயமோகனுக்கும் பிரக்ஞை சலித்த கண்காணிப்புக் கோபுரம் மாதிரி இருக்கிற சு.ரா.வுக்கும் அடிப்படையாகச் சில வேறுபாடுகள் இருக்கின்றன. தனிமனிதன் விரக்தியாக இருக்கிறான் என்றால் அந்த விரக்தியான சூழலும் மனநிலையும்கூடப் படைப்புக்கு முக்கியம்தான். அதனால்தான் சு.ரா. நிற்கும் தளமும் ஜெயமோகன் நிற்கும் தளமும் வெவ்வேறானவை என்பதைச் சொல்ல முடிகிறது.

இளைய தலைமுறையைச் சேர்ந்த சிலருக்கு சு.ரா.வுடன் ஏற்பட்டுள்ள சிக்கல் என்ன? இந்தச் சூழலைப் புரிந்துகொள்வதற்காகக் கேட்கிறேன். ஒரு சிலர் ஒழுங்கற்ற தன்மைமீது ஈர்ப்பு உடையவர்கள். சு.ரா. அக ஒழுங்குக்கும் புற ஒழுங்குக்கும் தொடர்பிருக்கிறது என்று நினைப்பவர். 'ஜே.ஜே.'யில் அரவிந்தாட்ச மேனன் தொடர்பான பாராட்டுதல்கள் எல்லாம் அந்தக் குணத்தோடு தொடர்புடையவைதான். அவர் பேனாவில் மை ஊற்றும்போது சிந்தாது. வேட்டி கட்டிக்கொள்வது அழகாக இருக்கும். இவையெல்லாம் குறியீடுகள்தான். இந்தக் குறியீடுகள் அக ஒழுங்கோடு தொடர்புடையவையாகும்போது இது போன்ற இமேஜ் உருவாகிறது. இந்து பேப்பரைப் படித்துவிட்டு அதே ஒழுங்கோடு மீண்டும் மடித்துவைப்பதை ஒருவர் ஆச்சரியமானதாகச் சொல்கிறார். அப்பொழுது பிரச்சினை வரத்தான் செய்யும். மணிவண்ணனுக்கு ஒழுங்கற்றுக் கலைத்துப்போடுகிற தன்மையில் ஈடுபாடு இருக்கிறது. ஆனால் சு.ரா.வுக்குப் பேனாவில் மை ஊற்றுவதிலும்கூட ஓர் ஒழுங்கு இருக்கிறது. இந்த அடிப்படை முரண்பாடே பிரச்சினை உருவாவதற்குக் காரணமாயிருக்க இயலும்.

கட்டற்று இருப்பது, மரபோடு இருப்பது – இப்படி ஒருவர் இருப்பதில் பிரச்சினையில்லை. ஆனால் படைப்பு இப்படி இருக்க வேண்டும் என்பதில்தான் சிக்கல் இல்லையா?

படைப்பு இப்படித்தான் இருக்க வேண்டுமென்று யாராலும் சொல்ல முடியாது. அதேபோல் படைப்பு யாரிடமிருந்து பிறக்கிறது என்றும் சொல்ல முடியாது. எந்த மண்ணிலும் எந்தப் பாறை இடுக்கிலும் முளைக்கும் பண்புடையதுதான் சிருஷ்டி. அது எப்படி உருவாகிறது என்கிற ரகசியம் தெரிந்தால்தான் யார் வேண்டுமானாலும் படைத்துவிடலாமே! உற்பத்தியாக இருந்தால் அதற்கான காரணிகளை வைத்துத் தீர்மானிக்கலாம். ஆனால் படைப்பை ஒருபோதும் தீர்மானிக்க முடியாது இல்லையா? ஒழுங்கு, ஒழுங்கற்ற தன்மையென்று எந்த இடத்திலிருந்தும் பிறக்கலாம் படைப்பு.

இந்திய இதிகாசங்களைப் பார்த்தால் அவையெல்லாம் படித்த மனிதர்களிடமிருந்தா உருவாயின? வியாசன் யார்? வால்மீகி யார்? இலக்கியப் பரப்பு முழுக்க இப்படிப்பட்டவர்களை அதிகம் காண முடிகிறது. காளிதாசன் மாடு மேய்த்துக்கொண்டிருந்தவன்தானே! சிருஷ்டி எல்லா தளங்களிலிருந்தும் உருவாகிறது. ஆடு மேய்ப்பவனிடம், தர்ப்பணம் செய்பவனிடம், கொலை செய்பவனிடம், கொலை செய்யப்படுபவனிடம் என்பதாக யாரிடமிருந்தும் உருவாகலாம் படைப்பு. சிருஷ்டிக்கு மண் வேறுபாடு கிடையாது.

வெவ்வேறு இடங்களிலிருந்து சு.ரா.வை நாடிப்போகிறார்கள். எந்த இடத்தில் முரண்படுகிறார்கள்? வெவ்வேறு இடங்களிலிருந்து இவர்களால் உரையாடல் நிகழ்த்த முடியும் இல்லையா?

சு.ரா. அளவிற்குப் புற ஒழுங்கு எனக்கில்லை என்றாலும் ஓரளவிற்குப் புற ஒழுங்கைக் கடைப்பிடிக்கிறேன் என்பதால் எங்களுக்கிடையில் பெரிய முரண்பாடு இருக்க வாய்ப்பு கிடையாது. இருவர் நிற்கும் தளங்கள் வெவ் வேறாக இருக்கும்போது ஒருவர் மற்றொருவருக்குப் பிரச்சினைக்குரியவராகிறார். ஒழுங்கில்லாத ஆளாக இவர் இருந்திருந்தால் இவரோடு யாரும் சண்டையிட மாட்டார்கள். வெளிப்படையாகத் தண்ணியடிப்பவராக, கெட்ட வார்த்தைகளைப் பயன்படுத்துபவராக, கூட்டங்களில் கலாட்டா செய்பவராக இருந்தால், இவர் யாருக்கும் பிரச்சினைக்குரியவராக இருக்கமாட்டார். பிரிந்துபோனவர்கள் இவருடனே இருந்திருப்பார்கள். ஒழுங்கானவர்களுக்கு எப்பொழுதும் ஒழுங்கற்றவர்கள் பிரச்சினையாய் இருப்பதில்லை. ஒழுங்கற்றவர்களுக்கு ஒழுங்கானவர்களோடு இருத்தல் தொடர்ந்து வலியைத் தரும் விஷயமாகத்தான் இருக்கிறது. தனியொரு ஆளைத் தாக்கும் இலக்கியவாதிகள், சரியாக நடந்துகொள்வதில் எந்தக் கிளர்ச்சியும் கிடையாது என்பதால் கிளர்ச்சியைத் தானே உருவாக்குகிற உத்திகளில் ஈடுபடுவது தற்போது சகஜமாகியிருக்கிறது.

சுந்தர ராமசாமி ஒழுங்கானவராக இருந்தாலும் பலரையும் தொடர்ந்து அவர் வசீகரித்துக்கொண்டேதானே இருக்கிறார்?
அவர் ஒரு முக்கியமான ஆளுமை. இதுதான் அவருடைய பிரச்சினையே. தன்னை மறந்து அவரிடம் கலக்க இயலாமைக்கு, எந்த நேரத்திலும் தனித்துத் தெரியும் அவரது இயல்பும் ஒரு காரணம்தான். தனித்துத் தெரிகிற unique ஆட்கள் எப்பொழுதும் மற்றவர்களுக்குப் பிரச்சினைக்குரியவர்கள்தான்.
அவரிடம் ஈர்ப்புக்கான விஷயமாக எது இருக்கிறதோ அதுதான் பிரச்சினைக்குரிய விஷயமாகவும் இருக்கிறதில்லையா?
அந்த ஈர்ப்பு அவரிடம் மற்றவர்களைக் கொண்டு சேர்க்கும். ஆனால் அவர் ஒரு தனித்துவமான ஆளாக இருக்கிறார் என்பதை உணரும்போது, சூசகமான ஈர்ப்பு உண்டானதுபோல மறைமுகமாக அவர்மீதான எதிர்ப்பும் உண்டாகிக்கொண்டுதான் இருக்கும்.
உங்களுடைய வேறு பரிமாணங்கள் குறித்துக் கொஞ்சம் பேசலாம். இளம் வயதில் 'சந்திப்பு' என்ற பெயரில் கூட்டங்கள் நடத்தியிருக்கிறீர்கள் அல்லவா?
1986இல் சந்திப்புக் கூட்டம் நடத்தினோம் என்று நினைக்கிறேன். எப்பொழுதும் என்னுடைய பழக்க வழக்கங்கள் எல்லாம் என் வயதிலிருந்து பத்து வயது குறைந்தவர்களுடைய மனநிலையில்தான் இருந்ததாக உணர்கிறேன். என்னுடைய வயதேயான நண்பர் சிவராமனுக்கு இருக்கிற பக்குவம் ஆச்சரியமாக இருக்கும். ஒரு சிறுவனைப் போல அவர்கூடச் செல்லலாம். டிக்கெட் எடுப்பதிலிருந்து, எங்கே உட்காருவது என்பதுவரை எல்லாவற்றையும் அவரே பார்த்துக்கொள்வார். அப்படியொரு பக்குவம் எனக்கு எப்போதும் கிடையாது. என் வயதையொத்தவர்களைவிடக் குறைந்த வயதுடையவர்களோடு பழகுவதுதான் எனக்கு என்றும் பிரியத்திற்குரியதாக இருக்கிறது.

சந்திப்புக் கூட்டம் எப்படித் தொடங்கியது? எவ்வாறு நடந்தது? ஆர்வம் எப்படி இயக்கமாக மாறியது?
ராஜமார்த்தாண்டன் மதுரைக்கு வேலைக்கு வந்திருந்தார். ஆர்வம் இயக்கமாக மாறியதா என்று தெரியவில்லை. ஆனால் முதலில் கூட்டங்களும், பின் அவை சார்ந்து சில காரியங்களும் நடந்தன. முதல் கூட்டத்தில் ராஜமார்த்தாண்டனும் இரண்டாவது கூட்டத்தில் நானும் பேசினோம். இருபது, இருபத்தைந்து பேர் கலந்துகொள்கிற கூட்டமாக இருந்தது. நடைபெற்ற கூட்டங்களிலேயே சு.ரா. கலந்துகொண்ட கூட்டம்தான் பெரியது. மாதத்தில் இரண்டாம் ஞாயிற்றுக்கிழமைகளில் கூட்டம் நடந்தது. செல்வராஜ் எங்களோடு இருந்தார். Sponsorship வாங்கித் தந்தார். சைக்ளோஸ்டைல் முறையில் கூட்டங்களைப் பற்றியும் பேசுவது குறித்தும் தெரியப்படுத்தினோம்.

ஒரு கட்டத்தில் கூட்டத்திற்கு வருபவர்களின் எண்ணிக்கை குறைந்தபோது, அதை நடத்துவதில் அர்த்தமில்லையென்று தோன்றியது. நிறுத்திவிட்டோம். நமது இலக்கியக் கூட்டங்களில் விவாதங்களை விடச் சண்டைகள் நடக்கும். ஆனால் இந்தக் கூட்டங்களில் சொல்லும்படியாகச் சண்டைகளோ விவாதங்களோ நடைபெறவில்லை. சந்திப்புக் கூட்டத்தில் சு.ரா. ஒரு முறை தேசிக விநாயகம் பிள்ளையைப் பற்றிப் பேசினார். அது எனக்கு மிகவும் பிடித்தது. கூட்டங்களில் பேசுவதற்கு அவர் தயங்கிய காலகட்டம் அது. கோயம்புத்தூரில் 'ஜே.ஜே: சில குறிப்புக'ளைப் பற்றி நடந்த கூட்டம். அதிலும் சு.ரா. மிகவும் நன்றாகப் பேசினார். 'ஜே.ஜே.'வைப் பற்றி எல்லோரும் பேசி முடித்த பிறகு, அந்நாவலுடைய ஆசிரியராக இல்லாமல், ஜே.ஜே.வின் பிறப்பு, அவன் செயல்பாடு இவை குறித்துப் பேசினார். அந்நாவல் எப்படிப் புனைவோ அதுபோலவே அவர் பேச்சும் புனைவாக, ரசிக்கும்படி இருந்தது. ஜே.ஜே. உயிரோடிருந்தால் எப்படிப் பேசுவாரோ அதே போன்றே பேசினார். பேச்சு முடிந்ததும் எதிர்த்துப் பேசியவர்கள் எல்லாம் ஆர்வத்தோடு அது பற்றிப் பேசினார்கள். அதே போன்று சிவகங்கையில் புதுமைப்பித்தன் பற்றியும் திருக்குறள் பற்றியும் சு.ரா. பேசிய கூட்டமும் எனக்குப் பிடித்த முக்கியமான கூட்டம்.

திருக்குறளைப் பற்றி சு.ரா. என்ன பேசினார்?
கூட்டங்களில் மேற்கோள் காட்டுவதற்கும், நன்னெறி போன்று ஒப்புவிப்பதற்குமே திருக்குறளைக் கையாள்கிறார்கள். சாராம்சம் சார்ந்து அதைப் பற்றி சிந்திப்பதில்லை. பாரதியிலும் பாரதிதாசனிலும் பத்துப் பாடல்களை மனப்பாடம் செய்துகொண்டு மேற்கோளாகப் பயன்படுத்துவதுபோலத் திருக்குறளையும் பயன்படுத்துகிறார்கள். ஆனால் அது குறித்துச் சிந்திப்பதில்லை என்ற ரீதியில் அந்தப் பேச்சு இருந்தது.
உங்களுக்கும் சு.ரா.வுக்கும் நட்பு எப்படி ஏற்பட்டது?
'ஜே.ஜே: சில குறிப்புகள்' வருவதற்கு முன் (1979-80) நாகர்கோயிலுக்கு ஒரு அலுவலக வேலை விஷயமாகப் போனபோது சு.ரா.வைக் கடையில் வைத்துப் பார்த்துக் கொஞ்ச நேரம் பேசினேன். அது முக்கியமான சந்திப்பு கிடையாது. எங்களுக்கிடையில் நட்பு எப்படி உருவானதென்று ஞாபகத்திற்குக் கொண்டுவர முடியவில்லை. ஆனால் அவர் மதுரைக்கு வரும்போதெல்லாம் சந்தித்தோம். அவருடைய கவிதைத் தொகுப்பு வெளியிடுவதற்கான முயற்சி 'வர்ஷா'வில் நடந்துகொண்டிருந்தது. அதற்காக மதுரையில் தங்கினார். ஆனால் 'வர்ஷா', 'குறத்தி முடுக்கு', 'இலத்தீன் அமெரிக்க சிறுகதைகள்' வெளியிட்டதோடு நின்றுபோனது.

சு.ரா.வைச் சந்திப்பதற்கு நிறையப் பேர் போவார்கள். தங்களது பிரச்சினைகளை (குடும்பம், பிணி, எதுவாக இருந்தாலும்) பற்றிப் பேசுவார்கள். ஒரு பாதிரியாரைப் போல எல்லாவற்றையும் கேட்டுக்கொண்டிருப்பார். தங்களது சுமையை இறக்க எல்லோரும் இவரையே தேர்ந்தெடுக்கிறார்களே என்று ஆச்சரியமாக இருக்கும். எல்லாருடைய சொந்தப் பிரச்சினைகளும் அவருக்குத் தெரிந்திருக்கும். ஆனால் அவருடைய பிரச்சினையென்று எதுவும் யாருக்கும் தெரியாது. ஒருவேளை அவரது பால்ய கால நண்பர்களுக்கு வேண்டுமானால் தெரிந்திருக்கலாம். தனது உளைச்சல்களை அவர் யாரிடமும் காட்டிக்கொண்டதில்லை. இவர்கள் கொண்டுபோய்க் கொட்டும் விஷயங்களை அவர் தாங்கிக்கொள்பவராக இருந்தார். எல்லோருடைய மனங்களையும் படிக்கத் தெரிந்த அறிவாளி அவர்.

தன்னுடன் மட்டும்தான் சு.ரா. இவ்வளவு நட்போடு இருக்கிறார் என்று அவரிடம் பேசும் ஒவ்வொருவரும் நினைத்துக்கொள்ளும்படி சு.ரா. இருந்தார். இலக்கிய ஆளுமை அவருக்கு இருந்தது. அறிவாளியாக இருந்தார். எந்தக் கேள்வி கேட்டாலும் அக்கறையோடு பதில் சொல்வார். இராமானுஜன் என்ற ஒரு நண்பர் இருந்தார். ஆங்கிலத் துறை விரிவுரையாளர். நீச்சல் தெரியுமா என்று தொடங்கிக் குடியரசுத் தலைவர் வெங்கட்ராமனைத் தெரியுமா என்பதுவரை இடைவெளியில்லாமல் கேள்வி கேட்டுக்கொண்டேயிருப்பார். சு.ரா.வும் பொறுப்பாக எல்லாக் கேள்விகளுக்கும் பொறுமையாகப் பதில் சொல்வார். ஜி.ஆர். பாலகிருஷ்ணன், ஐ.சி. பாலசுந்தரம் போன்றோர் 'ஜே.ஜே.' வெளிவந்த காலகட்டத்தில் குறிப்பிடத்தக்க வாசகர்களாக இருந்தார்கள். 'ஜே.ஜே.' வெளி வருவதற்கு முன்பு சு.ரா. கையெழுத்துப் பிரதியாகவே வாசித்துக் காண்பித்திருந்தார். ராமகிருஷ்ணன், சிவராமன், சு.ரா. மூவருக்கும் அந்தரங்கமான நட்பு இருந்தது.

சு.ரா.வின் மரணத்திற்குப் பின் வந்த பதிவுகளில் ஜெயமோகன் போன்றவர்களுடைய பதிவுகள் குறித்து. . .
பெரிய பதிவு என்று ஜெயமோகனுடையதுதான் வந்திருக்கிறது. அதில் சு.ரா.வின் இயல்பு, அவருடன் ஏற்பட்ட உரையாடல் எல்லாம் நன்றாக வந்திருக்கின்றன. ஆனால் இருவருக்குமான மோதலில் சில பிரச்சினைகள் இருப்பதாகத் தெரிகிறது. பல இடங்களில் ஜெயமோகன் சு.ரா.வை insult செய்கிறார். இவர் சொல்வதை வைத்துப் பார்த்தால்கூட அவர் எந்த இடத்திலும் இவரை அப்படிப் பேசியதாகத் தெரியவில்லை. இவரே பல இடங்களில் அதை ஒத்துக்கொள்கிறார். அதேபோலக் குறிப்பிட்ட சூழலில் சொல்லப்படுகிற சிறு விஷயத்தை வைத்துக்கொண்டு முழுமையான ஒரு அபிப்ராயத்தை முன்வைக்கிற செயலை அதில் பார்க்க முடிகிறது. உதாரணதத்திற்கு, ஒரு சந்தர்ப்பத்தில் சரிதா நடித்த படத்தில் ஒரு காட்சியைப் பாராட்டினார் என்பதற்காகச் சரிதாதான் அவருக்குப் பிடித்த நடிகை என்று தீர்மானிப்பதுபோல் கணிப்புப் பிழைகள் அதில் நிறைய இருப்பதாகத் தோன்றுகிறது.

ஒரு எழுத்தாளனாக, ஒரு மனிதனாக இசையோடு எப்படி உறவுகொள்கிறீர்கள்?
இயற்கையைப் பார்ப்பதுபோல இசையை அனுபவிப்பது ஆனந்தத்தைத் தருகிறது. பாடல்களோ வார்த்தைகளோ மொட்டையாக இருக்கக் கூடாது. பாடும்போதே தெரியும், இந்த இடம் எப்படிப் பிரமாதமாக வந்திருக்கிறது என்று. இந்தோள ராகத்தில் அருணா சாய்ராம் பாடிய பாடலொன்று கேட்டேன். ஸ்வரமே மிகவும் வித்தியாசமாக இருந்தது. பாடுவதில் வெளிப்படும் சிருஷ்டி இதுதான். இசையைப் பொறுத்தவரை எனக்கு மணி அய்யர் மிக முக்கியமானவர். காபி நாராயணி, கௌட மாலா, உமாபரணம் ஆகிய மூன்றில் அமைந்த அவரது பாடல்கள் மிக அருமையானவை. டி.என். கிருஷ்ணன் வயலின், பாலக்காடு மணி அய்யர் மிருதங்கம் - இதில் ஒரு முறை கிருஷ்ணனின் வயலின் பிரதானமாகத் தெரியும். மற்றொரு முறை மணி அய்யரின் மிருதங்கம் பிரதானமாகக் கேட்கும். சில நேரங்களில் மணி அய்யரின் பாடல் ஒருவாறு ஆக்கிரமிப்புச் செய்யும்.

பாடகர் பக்தியில் உருகும்போது நீங்கள் எப்படி எதிர்வினை புரிகிறீர்கள்?
பக்தி பாவத்தோடு சுப்ரபாதத்தைக் கேட்க என்னால் முடியாது. சங்கீதத்தை ரசிப்பவர்களுக்கு எந்தப் பக்தி பாவமும் முக்கியம் இல்லை. இசையை ரசித்தல் பக்தி பாவத்தால் நேர்வதல்ல. அந்தப் பாடல்களுக்குள்ளாக சங்கீதத்தை எவ்வாறு கையாள்கிறார்கள் என்பதையே கவனிக்கிறேன். கடவுள் பக்தி இல்லாவிட்டாலும் கர் நாடக சங்கீதம் வரும், அருணா சாய்ராம் சொன்னதுபோல. இங்குப் பாரம்பரியச் சங்கீதம் பக்தியில் மாட்டிக்கொண்டது. பக்தியிலிருந்து கர்நாடக சங்கீதம் என்று விடுபடுகிறதோ அன்று பெரிய மறுமலர்ச்சியும் எதிர்காலமும் அதற்கு இருக்கிறது.
வேறு சாகித்யங்கள் எழுதப்படுமா?
மீண்டும் பக்தியோடு தொடர்புபடுத்திச் சாகித்யங்களைத் தேட வேண்டுமென்ற அவசியம் கிடையாது. கர்நாடக சங்கீதம் என்றால் தியாகராசர் கீர்த்தனை பாடுவார்கள். அடுத்ததாகப் பாபநாசம் சிவன் என்று தொடர்வார்கள். மேம்போக்காகக் கேட்கும்போது அது தமிழ்ப் பாடலா என்று யோசிக்குமளவிற்குச் சமஸ்கிருத வார்த்தைகள் இருக்கும். இப்பொழுது பாடிக்கொண்டிருக்கும் சஞ்சய் சுப்பிரமணியம், பாம்பே ஜெயஸ்ரீ, அருணா சாய்ராம், சௌம்யா இவர்களெல்லாம் பக்தி சாகித்யங்களைப் பாடுவதில்லை என்று சொல்லிக் கண்ணதாசன் போன்றோர் எழுதிய பாடல்களைப் பாட வேண்டும். அப்படிப் பாடும்போது இது போன்ற பாடல்களை எழுதும் படைப்பாளிகளும் பிறப்பார்கள்.
புறநானூறு, அகநானூறு என்று பக்திக்கு அப்பாற்பட்ட பழைய பாடல்கள் இருக்கத்தானே செய்கின்றன?
அந்தப் பாடல்களில் பெரும்பாலும் நமக்குப் பரிச்சயம் இல்லாத வார்த்தைகளே இருக்கின்றன. சிலப்பதிகாரத்தில்கூடப் பல இடங்களை அகராதியில்லாமல் படிக்க முடியாது. அதனால்தான் நமக்குப் பரிச்சயமான தமிழாக இருக்க வேண்டுமென்று சொல்கிறேன். மொழி தெரியாததால் தெலுங்கில் என்ன சொன்னார்கள் என்பது நமக்குப் பிரச்சினையாயிருக்க முடியாது. வார்த்தைகளை நன்றாக உச்சரிக்கிறார், நன்றாகப் பாடுகிறார், சங்கீதத்தை நன்றாகக் கையாளுகிறார் என்றுதான் பார்க்க முடியும்.

பக்தியை அடுத்து தேசபக்திப் பாடல்களைப் பாடுவதைச் சொல்லலாமில்லையா? பாரதியார் போன்றோரின் பாடல்களையும் பாடுகிறார்கள்தானே?
பாரதியார் பாடல்களிலும் திரும்பத் திரும்பச் சின்னஞ்சிறு கிளியே, தீராத விளையாட்டுப் பிள்ளை, தீர்த்தக் கரைதனிலே, ஆடுவோமே பள்ளுப் பாடுவோமே இப்படிப் பாடிய பாடல்களையேதான் பாடுவார்கள். எதைப் பற்றி வேண்டுமானாலும் பாடலாம். கண்ணதாசன் மாதிரியான பாடலாசிரியர்களின் பாடல்களைப் பாடலாம். பாடல் என்பது பக்தியாக மட்டும் ஏன் இருக்க வேண்டும்? ஏன் இயற்கையையோ வேறு எதைப் பற்றியோ இருக்கக் கூடாது? கச்சேரிக்கு வருபவர்கள் பக்தி பாவத்திற்காக வருகிறார்களா, இல்லை பக்தியை மறந்துவிட்டுச் சங்கீதத்தை ரசிக்க வருகிறார்களா என்பது தெரியாது. ஆனால் பக்தியைக் கடந்து வேறு விஷயங்களைப் பரிச்சயமான வார்த்தைகளில் பாடலாக்கி அதில் சங்கீதத்தைக் கையாளும்போது இந்தப் பாரம்பரிய சங்கீதத்தில் பெரிய மறுமலர்ச்சி ஏற்படும்.
திரை இசை உங்களுக்குப் பிடிக்கிறதா?
ஆரம்ப காலத்தில் திரை இசையெல்லாம் கர்நாடக சங்கீதமாகத்தான் இருந்தது. குறிப்பாகத் தியாகராஜ பாகவதர் போன்றோரின் காலகட்டம். இலக்கியத்தில் நவீன இலக்கியம் என்று சொல்வதுபோலத் திரை இசையில் நவீன இசை என்று சொன்னால் அது ஏ.ஆர். ரஹ்மானிடமிருந்து தொடங்குவதாகச் சொல்வேன். விஸ்வநாதன் ராமமூர்த்தி இசையில் இது இருக்கிறதா என்று தெரியவில்லை. திரையிசையில் இளைய ராஜா எனக்குப் பிடித்தமானவர் அல்ல.

தமிழ்த் திரை இசைக்கு இளையராஜாவின் பங்களிப்பு எதுவும் இல்லையென்கிறீர்களா?
பங்களிப்பு இல்லையென்று சொல்ல முடியாது. ஆனால் அவருடைய இசையில் நவீனம் என்றும் மலர்ச்சி என்றும் எதையும் அடையாளப்படுத்த முடியாது. ஆயிரம் பாடல்களுக்கு அவர் இசையமைத்திருந்தால் அதில் பத்துப் பதினைந்து பாடல்களைச் சிறப்பானவை என்று சொல்ல முடியும். ஆனால் முக்கியமானவர் என்று சொல்ல முடியாது.
தொடர்ந்து இருபது இருபத்தைந்து வருடங்களாகச் சிற்றிதழ் தளத்தில் வாசகனாகவும் எழுத்தாளனாகவும் உறவு கொண்டிருக்கிறீர்கள். அதனுடைய வளர்ச்சியும் போக்கும் எப்படி இருக்கின்றன?
முன்பைவிடச் சிறுபத்திரிகைகளை நிறையப் பேர் வாசிக்கிறார்கள். அவை சார்ந்த மனிதர்கள் பல்வேறு இடங்களிலும் இருக்கிறார்கள். அவர்கள் அறிவாளிகளாக இந்தத் தளத்திற்கு வெளியில் இருப்போரால் கருதப்படுவதால் இவர்களை யாரும் பயன்படுத்தாமல் விட்டுவிடுவதில்லை. ‘காலச்சுவடு’, ‘உயிர்மை’ தொடர்ந்து வந்துகொண்டிருக்கின்றன. வேறு சில பத்திரிகைகள் சில தடங்கல்களோடு வெளிவந்துகொண்டிருக்கின்றன. இன்றைய சூழல் பத்திரிகைகள் தன்னை வளர்த்துக்கொள்ள, நிலைநிறுத்திக்கொள்ள உதவக்கூடிய சூழலாக இருக்கிறது. முந்தைய இலக்கியச் சூழல் இன்று போன்றதல்ல.

பெண் படைப்பாளிகளின் எழுத்துக்கள் குறித்து?

பெண் எழுத்துக்களில் சல்மாவினுடையதை முக்கியமானதாகச் சொல்ல முடியும். ஆனால் பெண் படைப்பாளிகளுடைய எழுத்துக்கள் எல்லாம் ஒரே தரப்பு எழுத்துக்களாக வெளிப்படுவதுதான் சிக்கலானது. சல்மாவைப் போன்றே உமாவும் எழுதினால் சல்மாவை மட்டுமே வாசித்தால் போதுமே. ஒரே மாதிரியாக எல்லோருடைய எழுத்துக்களும் இருந்தால் தனித்தனியாக எந்தப் படைப்பாளியையும் வாசிக்க வேண்டிய அவசியம் இருக்காது. மாலதி மைத்ரியின் கவிதைகள் வேறு மாதிரியானவை. அவருடைய வாழ்க்கை முறை, பழக்க வழக்கங்கள் இவற்றைத் தாண்டிக் கற்பனை செய்கிற விஷயம் வேறு. தாய்மையைப் பற்றி உமாவாலும் சல்மாவாலும் சிறப்பாக எழுத முடியாததை மாலதியால் எழுதிவிட முடியும். வாழ்க்கை வேறாகவும் படைப்பு வேறாகவும் வெளிப்படுகிற விஷயம் அசாதாரணமானது. இதுதான் படைப்பின் விசித்திரம். சுகிர்தராணி வலிந்து சில பிம்பங்களை ஏற்றுக்கொண்டு எழுதுவதாலோ என்னவோ, எதிர்பார்த்த அளவிற்கு மிகச் சிறந்த வளர்ச்சியை அடையவில்லை. பெண்ணால் இதுவரை சொல்ல முடியாது என்று கருதப்பட்ட விஷயங்கள் இன்று துணிச்சலாகச் சொல்லப்படுகின்றன.

ஒரு பெண் சொல்ல முடியாத துணிச்சலான விஷயம் என்று எதைக் குறிப்பிடுகிறீர்கள்?

“மயிர்கள் சிரைக்கப்படாத எனது நிர்வாணம் அழிக்கப்படாத காடுகள் போல கம்பீரம் வீசுகிறது” - இந்த மாதிரியான குரல் வருவதற்கான ஆதார மூலம் மிக முக்கியமானது. இந்த மூலத்திலிருந்து, இந்த மண்ணிலிருந்து சொல்லப்படுகிற விஷயம் நிறைய இருக்கும் என்று நினைத்தேன். மனநிலையைத்தான் மண் என்கிறேன். ஆனால் அது வளர்ச்சியடையவில்லை.

பெண்கள் பாலியல் சார்ந்துள்ள விஷயங்களை எழுதுவது குறித்த புகார்கள் மீண்டும் மீண்டும் முன்வைக்கப்படுவது பற்றி...

இங்கே கடவுள் சார்ந்து பாலியல் விஷயங்களைப் பயமின்றிப் பேசலாம். கடவுள் இல்லாமல் பாலியல் பற்றிப் பேச முடியாது. ஆண்டாளைப் படித்துப் பார்க்க வேண்டும். சாமியைச் சாட்சியாக வைத்துப் பாலியல் கவிதைகளை நீங்களும் எழுதலாம். தீவிர இலக்கியப் பரப்பில் இருப்பவர்கள்கூடப் பாலியல் குறித்துப் பெண்கள் எழுதுவது அதிர்ச்சி மதிப்பீட்டிற்காக என்றும் திரும்பத் திரும்ப உடல் பற்றியே எழுதுகிறார்கள் என்றும் விமர்சிக்கிறார்களே. ஆண்டாள் கடவுளோடு தன் காதலை, வேட்கையை, உடலைப் பற்றிப் பேசினார். கடவுளை விட்டுவிட்டுத் தன் காதலைப் பேசியிருந்தால் என்ன செய்வீர்கள்? அதைத்தான் இன்றைய பெண்கள் செய்கிறார்கள். கடவுளை விட்டுவிட்டு எழுதுகிறார்கள். கடவுள் சாராமல் இருப்பதுதான் இவர்களுக்குப் பிரச்சினை.

இந்தப் பத்தாண்டுகளில் பெண் எழுத்துக்களைப் போல தலித் எழுத்துக்களை எப்படிப் பார்க்கிறீர்கள்? அந்த எழுத்துக்களின் வலு, அவற்றின் வெளிப்பாடு எப்படி இருக்கின்றன?

இமையம், சிவகாமி படித்திருக்கிறேன். அவை எல்லாம் தலித் சமூகத்துக்குள் இருக்கின்ற மனநிலையைப் பற்றித்தான் பேசுகின்றன. தலித்துகளுக்கும் பிற சாதியினருக்கும் இருக்கக்கூடிய பிரச்சினைகளை, இவை சார்ந்த மனநிலைகளை தலித் இலக்கியம் கொண்டு வரவில்லை. இந்தச் சூழலில் வாழும் ஒருவன், தன்னை ஒரு தலித்தாக காட்டிக்கொள்வதில் பிரச்சினை உள்ளது. இதுதான் சூழல். தலித்துகளின் உளவியல் ரீதியான சிக்கல்கள் இலக்கியத்தில் பதிவாகவில்லை என்றே தோன்றுகிறது. பொதுச் சூழலில் இருக்கும்போது அண்டை வீட்டார், பணியிடத்திலிருப்போர் என்று எல்லோரோடும் பழக வேண்டியிருக்கிறது. கிராமங்களில் இன்றும் சூழல் மோசமாக இருக்கிறது. இவர்களது உளவியல் ரீதியான சிக்கல் தலித் இலக்கியத்தில் வடிவம் கொள்ளும்போது விசித்திரமான படிமங்களையும் விசித்திரமான பிம்பங்களையும் கொண்டதாக அமையும். இந்த எழுத்துக்கள் தமிழில் மிக முக்கியமான பாய்ச்சலாக இருக்கும். ஆனால் எழுதக்கூடிய எழுத்தாளர் வர வேண்டும்.

எழுத்து, இசை தவிர உங்களுக்கு வேறு எதில் ஆர்வம் இருக்கிறது?

நண்பர்களோடு ஆனந்தமாக இருப்பதுதான். மனிதன் தனியாளாக உணர்ந்தால் துக்கம்தான். எவ்வளவு பெரிய கூட்டத்தோடு இருந்தாலும் மனிதன் தனியாள்தான். தனியே அவரவர்க்கென்று சில துயரங்கள் இருந்துகொண்டிருக்கின்றன. எம்.ஜி.ஆர். போல லட்சம் பேருடன் இருந்தாலும்கூடத் தனிமை இருக்கத்தான் செய்யும். ஆட்களோடு கொண்டாடும்போது தனிமையை மறுத்தல் நிகழ்கிறது. நான் எப்போதும் வாழ்க்கையைக் கொண்டாடிக்கொண்டுதான் இருக்கிறேன். அது ஒரு மன இயல்பு. வாழ்க்கையைக் கொண்டாடத்தான் வேண்டும்.

12. மா. அரங்கநாதன்

உங்கள் கதைகளில் முத்துக்கருப்பன் என்ற பாத்திரம் தொடர;ந்து வருகிறது. உண்மையில் முத்துக்கருப்பன் யார்?
''என்னால் விளக்கிச் சொல்ல முழயாத சில உணர்வுகளை எழுத்தில் கொண்டு வருவதற்கு உதவி செய்கிறவன் முத்துக்கருப்பன். கதை என்றால் என்ன - கவிதை என்றால் என்ன என்று கேட்டால் சரியான பதில் சொல்ல முடியாத நிலை ஏற்படுகிறது. அது என்னவென்று தொpந்தால் அது இனிமேல் இருக்காது இல்லையா? கடவுள் சமாச்சாரம்கூட அப்படித்தானே!''
பிராமண எதிர்ப்பு என்பது உங்களது படைப்புகளில் அதிகமாக இருக்கிறது. சைவப் பின்னணி கொண்ட நீங்கள், பிராமண எதிர்ப்பைக் கையில் எடுத்தது ஏன்? நீங்கள் எதிர்ப்பது பிராமண வைதீகம் என்றால் இன்றைய உலகமய, பின்நவீனத்துவகாலகட்டத்திலும் அது தன்னைத் தகவமைத்துக் கொள்கிறதா?எந்தெந்த வகையில்? அதை எப்படி எதிர்கொள்வது?
''வைதீக எதிர்ப்பு என்பதுதான் சரி - பிராமண எதிர்ப்பு அல்ல. பூரணத்திலிருந்து பூரணத்தை எடுத்தாலும் அது பூரணமாகவே இருக்கும் என்று சொல்லும் உபநிடதம் எப்படி வைதீகமாகும்? அது சமஸ்கிருதத்தில் எழுதப்பட்டிருப்பதால் அதை ஏற்றுக்கொள்ளலாம்; அதையே மற்றவர்கள் சொன்னால் ஏற்க வேண்டியதில்லை என்பது வைதீகம். உண்மையில் சமஸ்கிருதத்தில் எழுதப்பட்டது எல்லாம் வைதீக மதத்திற்கோ வைதீகவாதிகளுக்கோ சொந்தமானவை அல்ல. ஓர் அரசன் வைதீகவாதிகள் பக்கம் என்றால் எல்லாமே வடமொழியில் எழுதப்பட்டுவிடும். ஆங்கிலேயர் காலத்தில் அரசு மொழியான ஆங்கிலத்தில் தான் எல்லாம் எழுதப்பட்டன. பரதநாட்டியம், கர்நாடக இசை போன்ற தென்னாட்டுக் கலைகளும் வடமொழியில்தான் எழுதப்பட்டன.

தில்லை நடராசனின் ஊழிக்வுத்து, இட்லி என்ற பலகாரம் - இவைபற்றிகூட ஆங்கிலத்தில்தான் முதலில் கட்டுரைகள் எழுதப்பட்டன. இட்லியும் தில்லை நடராசனும் ஆங்கிலேயர் சமாச்சாரங்களா? இன்னொன்று, வடமொழியின்மீது எந்த வெறுப்பும் அப்போது இருக்க வேண்டிய அவசியமும் இல்லை. வைதீக எதிர்ப்பு இருந்தது. காஞ்சிப் பெரியவர் உரைகளைப் படியுங்கள். எந்தக் காலத்திலும் சமஸ்கிருதம் தாய்மொழியாகப் பேசப்படவில்லை என்பது அவர்கூற்று.

சைவப் பின்னணி என்று எதைக் குறிப்பிடுகிறீர்கள்? மொத்தமாக பக்தி இயக்கமே தென்னாட்ழல், தமிழ்நாட்ழல்தான் தோன்றியது. அதுவும் வைதீக எதிர்பிற்கான முயற்சியே. வேதங்களில் பூர்வ குடிமக்களின் சிவலிங்கம் நிந்திக்கப்படுகிறது. விஷ்ணு, உபேந்திரன் என்ற பெயரில் - இந்திரனின் வேலைக்காரனாகச் சொல்லப்படுகிறார். இவைபோன்ற கீழ்த்தரங்களை எதிர்த்துக் கிளம்பியது தான் பக்தி இயக்கம் வேதகாலத்திற்கு முன்னரே கருப்பண்ணசாமி, சுடலைமாடன் என்று பின்னர் அறியப்படுகிற பூர்வகால கடவுளரைத் திரும்பவும் தக்க இடத்திற்குக் கொண்டுவரச் செய்த முயற்சியே இது. இந்தக் கடவுளரையும், வேதநாயகன் என்று பட்டம் சூட்டி அந்த பக்தி இயக்கத்தையும் வைதீகம் தன்னோடு சோ;த்துக் கொண்டு விட்டது.

பெண் தெய்வ வணக்கம் வேதகால ஆரியர்க்கு இல்லை. ஆனால் இங்கே கருமாரி அம்மனைக்கூட கிருஷ்ணமாரி என்று பெயர்மாற்றி வேத மந்திரங்களால் அர்ச்சனை செய்து, எந்த விஷயத்தில் ஆதாயம் இருக்கிறதோ அங்கே ஒரு சமஸ்கிருதப் பெயர் சூட்டப்பட்டு, அதைத் தங்களுடையதாக ஆக்கிக் கொதண்டுவிடுவதில் வைதீகம் கைதெர்ந்த ஆதிக்க சக்தி. ரஸ்ஸல், பெர்னாட்ஷா, பொpயார் ஆகியோரின் கொள்கைகள் சீரும் சிறப்பஜம் அடைந்தால், சார்வாகன், ஜாபலி ஆகியோர் பெயர்களைக் கூறி பொpயார் போன்றவர்களையும் தங்கள் பக்கம் இழுத்துவிடும். இதுதான் வைதீகம்.

இப்படிப்பட்ட வைதீகம் சிக்மன் ப்ராய்டின் மனோதத்துவம் மற்றும் அமைப்பியல், பின்நவீனத்துவக் கோட்பாடு ஆகியவற்றில் தன்னை தகவமைத்துக் கொள்வதா கஷ்டம்?
சைவ சித்தாந்தம் என்பது பக்தி இயக்க காலத்து சைவ சமயம் அல்ல. அதுவும் சொல்லப்பட்ழருக்கலாமே ஒழிய, பக்தி இயக்க காலத்திற்கு முன்பே தொன்றுதொட்டு தென்னாட்ழல் இருந்து வந்தது - சங்க காலத்திலும் சில கவிதைகளில் தொடுவது - இதையே கொள்ள வேண்டும். நமக்குத் தெரிந்தவரையில் பூங்குன்றன் போன்றோரிலிருந்து வள்ளலார் ஈறாக நம் சித்தர் பெருமக்கள் தந்தது. இதில் திருமூலரின் கொடை மிக அரிது என்று சொல்ல வேண்டும்.''
இதை எப்படி எதிர்கொள்ள வேண்டும்? இதற்கு எதிரிடையாக ஓர் இலக்கியவாதி என்ன செய்ய வேண்டும்?
''எதையும் செய்ய வேண்டாம். இதுதான் வைதீகம் என்று அதை அறிந்து கொள்வது மட்டுமே உண்மையான வைதீக எதிர்ப்பு ஆகும். ஜே. கிருஷ்ணமூர்த்தி சொல்வதும் கிட்டத்தட்ட இதுவேதான்.

ஒளி வருவதும், இருள் அகலுவதும் வேறு வேறல்ல இதுதான் இருள் என்று அறிந்து கொள்வதுதான் ஒளி அப்போதே இருள் அகன்று விடுகிறது. கோபம் என்ற ஒன்றாக நாம் மாறும் போது அல்லது கோபம் அடைகிறபோது, கோபமடைந்த நம்மை நாமே பார்த்துக் கொள்ள முடியுமானால் அது சாந்தம். சிவம் - சிவன் இதுபற்றி

வேறொன்றையும் சொல்ல வேண்டும். தமிழ்கூறும் சிவனும் ஒரு சித்தன்தான் அவன் நிலந்தரு திருவிற்பாண்டியன் என்று அறியப்படுபவன் ஏதோ ஒரு கடல் அ ப்பின்போது, நில மிழந்த மக்களுக்கு நிலத்தைப் பங்கிட்டு அளித்த வேடர் தலைவனாக இருக்க வேண்டும். நெருப்பின் பயனைப் புதிதாகத் தொPந்து சொன்னவனாகவும் இருக்கக்கூடும் வைதீகவாதியான ஆதிசங்கரர்கூட இந்த உண்மையைப் புறக்கணிக்க முடியாது சிவனுக்கு இந்த உருவத்தையே அளிக்கிறார். நப்பின்னையின் காதலன் - மாட்டுச் சண்டை வீரன் கண்ணனை காசியபக்கொத்திரத்து விஷ்ணு என்று ஆக்கிவிட்டாலும்கூட, தமிழ்ச் சித்தனாகிய சிவனை ஒன்றும் செய்ய முடியவில்லை.

மாணிக்கவாசகரே இதைப் பற்றிக் கூறுகிறார்:

‘காட்டகத்து வேடன் வலைவாணன்/நாட்டிற் பரிப்பாகன்....’

அவரின் இந்த வரிகளோடு பட்டினத்தாருக்கு மருதப்பன் அளித்த மண்ணையும் சாணி வரட்டியையும் சேர்த்துக் கொண்டால் சிவனது சித்தமும் சித்தரின் சிவமும் தெரிந்துவிடும். பழந்தமிழர் கூறும் நாநில மக்கள் அவர்கள்.’’

போரற்ற - அமைதியான - சக மனித நேயத்தைக் கட்டமைக்கும் கலை, இலக்கியச் செயல்பாட்டினை உங்கள் படைப்புகிள்ன வழியே நான் புரிந்துகொள்கிறேன். உண்மையில் நீங்கள் படைப்புகளின் வழியே எதைக் கட்டமைக்க விரும்புகிறீர்கள்? நீஙகள் படைப்புகளின் வழியே எதைக் கட்டமைக்க விரும்புகிறீர்கள்?நீங்கள் விரும்பியது கை கூடியதா?

‘‘கட்டமைப்பு என்று கூறும்போது ஒன்று சொல்ல வேண்டும். கட்டமைப்புடன் வெகு காலத்திற்கு இருந்து வந்த ஒன்றுகூட, ஏற்கெனவே வேறுபட்ட கட்டமைப்பு ஒன்றின் சிதறடிக்கப்பட்ட மாற்றங்கள்தான். இப்போது இருக்கிற கட்டமைப்பு சிதறடிக்கப்படுவதும் காலநியதிதான். ஏற்கெனவே பல கூறுகளாக வெடித்த பகுதிகள்தான், இப்போது ஒரு கட்டமைப்புடன், இருந்து வருகிற நம்முடைய நிலவுலகு என்பதை நாம் ஒப்புக் கொள்கிறோம் அல்லவா? புதிதாக கட்டமைத்துத் தருவதற்கு நாம் அறிவுலகவாதிகள் அல்ல. பார்;வையின் வழியே உணர்ந்து கொள்வதை புரிந்து கொள்ளாவிட்டாலும், மாற்றம் என்று அதை அறிந்து கொண்டு அல்லது உணர்ந்து கொண்டு சொல்வதோடு அல்லது சொல்ல முய்றசிப்பதோடு பணி முடிகிறது.’’

ஐம்பதுகளில் எழுதத் தொடங்கிவிட்டுழர்கள். அந்த காலகட்டத்தில் தொடங்கி இன்றுவரை நீங்கள் எழுதிய எல்லா சிறுகதைகளின் வடிவ நேர்த்தி என்பது ஆச்சரிய மூட்டக்கூடியதாகஇருக்கிறது. கதைகளின் வடிவம் என்பது நீங்களே திட்டமிடுவதா?இல்லை, கதையின் உள்ளடக்கம் அதைத் தீர்மானித்துக் கொள்கிறதா?

‘‘ஏற்கெனவே திட்டமிட்ட பயணங்கள் எல்லாம் கட்டுரை எழுதப் பயன்படலாமே ஒழிய படைப்பாகிவிடா. கதையின் வடிவம் ஒரு சொல்லிலோ ஒரு சொற்றொடரிலோ காற்புள்ளி, அரைப்புள்ளியிலோ தோன்றி நிற்கும். தோன்றிய பின்னர் அதுவே தானாக எல்லாவற்றையும் சேர்த்து முழுமையாக்கும் நகுலன் சொன்னது போல, ‘நான் எழுதி முடித்த பின்னரே என்ன எழுதினேன் என்பது தெரியவருகிறது’ என்பது உண்மை. கவிதையானது படைப்பிலக்கியத்தின் தலைச்சன் குழந்தை என்றால் மற்றவை அதன்பின் வந்தவை.’’

எளிமையும் பாPசோதனையும் கைகோர்த்துக் கொண்ட நவீனத் தன்மையில் புதுமைப்பித்தனுக்கு இணையாக உங்கள் கதைகள் மதிக்கப்படுகின்றன. இத்தகைய படைப்பாளுமை தொடக்ககாலத்திலேயே உங்களுக்கு எவ்வாறு சாத்தியப்பட்டது? மற்றொரு ஆச்சாPயமான கூறு, நவீனத் தன்மையோடு மரபு சார்ந்த விஷயங்களைத் திட்டமிட்டு முன்வைக்கிறீர்கள்?

‘‘கம்பனும் அதைத்தானே செய்தான்.

‘கருப்பெந்திரம் முதலாயன் கண்டாள் இடர் காணாள்
பொருப்பெந்திய தோளானொடு விளையாடினள் போனாள்.’

கரும்புச்சாறு பிழியும் இயந்திரம் பார்த்து விளையாடிக் கொண்டே சீதை போனாள் என்று எப்படிக் கூறுகிறான் பாருங்கள் திரேதா யுகத்து ராமன் கதையில் கருப்பேந்திரம் வருகிறது. கம்பனுக்கும் அது தெரியும். அவன் அதைப் பொருட்படுத்தவில்லை - நாமும் அப்படித்தான். உண்மையான படைப்பு அனுபவத்தில் காலம் என்பது இல்லை.’’

ஒரு தேசிய இனம் சார்ந்த வாழ்வியலைப் படைக்கும் போது,மரபுகளையும் இன வரை வியல் கூறுகளையும் தவிர்த்து விட்டு அல்லது முக்கியத்துவம் தராமல் தொட்டுக் கொண்டு எழுதுவது படைப்பாதுமா? எது உங்களை எழுத வைத்தது?

‘‘ஒரு காக்கையை இன்னொரு காக்கை பார்ப்பதுபோல நம்மால் பார்க்க முடியாது நம்முடைய பார்வை வேறு காக்கை சிறகினிலே என்று சொல்லிவிட்டு கண்ணபிரானிடம்தான் வந்து சேரமுடிகிறது. பார்வை படைப்பைப் பொறுத்த விஷயம். ஒரு கருத்தைச் சார்ந்ததாக இருக்காது. ஒரு விலங்கியல்வாத நாய் ஒன்றைப் பார்க்கும் முறையில் படைப்பாளி

பார்ப்பதில்லை. ஒரு எஜமானன் தனது நாயைப் பார்ப்பது போன்றும் அவன் நோக்குவதில்லை. ஒரு குழந்தை முதன்முறையாக நாயைப் பார்ப்பது போன்று அவன் பார்வை இருக்கும். சொல்லப்போனால் அவன் பார்க்கவில்லை - பார்த்தல் என்ற நிகழ்ச்சி அங்கு நடைபெறுகிறது. அதற்கு முன்னால் நாயை அவன் பார்த்திருக்க மாட்டானோ என்று நாம் எண்ணும் வகையில் அது இருக்கும். நாயை நம்மால் விளக்கிச் சொல்ல முடியாது. ‘கண்டறியாதனக் கண்டே;ன’ என்று கவிதை பாடிய நாவுக்கரசர், அதற்கு முன்னால் யானையைப் பார்த்ததில்லை என்று யாரும் சொல்ல மாட்டார்கள்.

அதை ஏன் சொல்ல வேண்டும் - இது மிகவும் அடிப்படையான கேள்வி தத்துவஞானி சார்த்தர் மூன்று கேள்விகளை எழுப்புகிறார். ஏன் எழுதுகிறான், என்ன எழுதுகிறான், யாருக்காக எழுதுகிறான் என்பன. இவற்றில் கடைசி கேள்வியான யாருக்காக எழுதுகிறான் என்பது கொஞ்சம் விவாதத்திற்குரியது. ஏன் எழுதுகிறான் என்பதைத்தான் இப்போது நீங்கள் கேட்கிறீர்கள். தன்னைப் பற்றிய நினைவோ, படைக்கிற படைப்பின் கதி பற்றிய நினைவோ இல்லாமல் தோன்றுவதுதான் உண்மையான படைப்பு இலக்கியம். எண்ணங்கள் சார்பாக இல்லாதபோதுதான் - ஏற்கெனவே தான்கொண்ட சிந்தனைகள் மேல் ஏற்றப்படாதபோதுதான், ஆபாசங்கள் அற்ற புனிதம் ஏற்படுகிறது. சாக்கடைகளும் காவிரிகளும் ஏற்றுக் கொள்ளப்படுகின்றன. ஆதவனும் நிலவும் அன்று வந்த அதிசயங்களாகத் தோன்றுகின்றன. உலகம் சோதிமயமாகத் தொடகிறது மங்கிக் கிடக்கிறது - மனிதன் மாறவே இல்லை - இத்தகைய கூற்றுகள் வெளிவர படைப்பாளி பெற்ற உணர்வுதான் காரணம்.’’

சமகாலத்தின் முக்கியமான சிறுகதை ஆசிரியர் என்று உங்களை ‘இந்தியா டுடே’ கட்டுரையில்பிரபஞ்சன் குறிப்பிட்டுள்ளார். ஆனால் உங்கள் முதல் நூல் என்பது கட்டுரைத் தொகுப்பாக வெளிவந்திருக்கிறது. அதுவும் கவிதை இயல்சார்ந்த மிக முக்கிய தரிசனமாக ‘பொருளின் பொருள்’ கட்டுரை அமைந்திருக்கிறது. முதலில் கட்டுரைத் தொகுப்பு வெளியானது ஏன்? கவிஞர்கள் நிறைந்த இலக்கிய உலகில் உங்கள் கட்டுரைத் தொகுப்புக்கு வரவேற்பு எப்படி இருந்தது?

‘‘என்னுடைய முதல் நூலாக பொருளின் பொருள்தான் வரவேண்டும் என்று விரும்பினேன். 1952-ல் முதல் கதை வெளிவந்தபோதும்கூட கவிதை பற்றிய நூலுக்கு முக்கியத்துவம் தர ஒரே ஒரு கார ணம் மட்டுமே உள்ளது. என்னைப் பொறுத்த வரை படைப்பிலக்கியம் சம்பந்தப்பட்ட பல ஐயப்பர்டுகளுக்கு கவிதை அம்சமே நல்ல ஒருபதிலைத் தந்தது. ஒன்றை எதனால் கவிதை என்று சொல்கிறோமோ அதைப்பற்றி எண்ண ஆரம்பித்து விட்டால் மற்றவை பற்றிய - அதாவது சிறுகதை, நாவல், நாடகம் போன்றவற்றிற்கும் பதில் கிடைத்துவிடும். அந்தக் கட்டுரை நூலிற்கு சிறுபத்திரிகை வாசகரிடையே மிகுந்த வரவேற்பு இருக்கிறது. மூன்று பதிப்புகள் வெளியாகி உள்ளன.’’

நீங்கள் முன்னிறுத்தும் கவிதைக் கோட்பாடு என்பது எதனடிப்படையில் அமைந்தது? கவிதையியல் சார்ந்த நூல்கள் இங்கே அதிகம் எழுதப்படாததற்கு என்ன காரணம் என்று நினைக்கிறீர்கள்? கவிதை குறித்து இத்தனை புரிதலும் சிலாகிப்பும்கொண்ட நீங்கள் கவிதைகள் எழுதியிருக்கிறீர்களா?

‘‘உண்மையோடு உறவுவைத்துக் கொள்ளாத எதுவும் படைப்பு ஆவதில்லை. கவிஞனின் படைப்பு உண்மையைத் தவிர வேறு எதையும் கொண்டதில்லை. கவிதையில் நோக்கம் என்ற ஒன்று இருந்திருந்தால் அது நிறைவேறியவுடன் அது இல்லாமல் போய்விடும். எடுத்துக்காட்டாக உலகில் பசிப்பிணி இல்லாத நிலை ஒன்று ஏற்பட்டு விட்டால், பொருளாதார சம்பந்தமான நூல்கள் அனைத்தும் வேண்டாதவை ஆகிவிடலாம். அந்த நிலையிலும்கூட, ‘இரந்தும் உயிர் வாழ்தல் வெண்டின் பரந்து கெடுக’ என்ற வள்ளுவனின் கவிதை ஒரு - கணம் நம்மை மவுனமாக்கிவிடும். இத்தனைக்கும் பசிப்பிணியைப் போக்க எந்த வழியையும் அந்தக் கவிதை சொல்லவில்லை. காரண காரியங்களோடு இருக்கும் எந்தப் பொருளும் நிலைப்பது கிடையாது. அன்பு என்று நாம் உணர்வதிலே நோக்கமோ எந்த வித காரண கார்pயங்களோ இல்லை.

கவிதையியல் சார்ந்த நூல்கள் இங்கே அதிகம் எழுதப்படவில்லை செய்யுள் மூலமாக எல்லாவற்றையும் எழுதிப் பர்க்கப்பட்ட ஆதிகால மொழிகளில் பின்நவீனத்துவ - மாந்திரீக எதார்த்தப் படைப்புகள் தமிழில் மட்டுமே இருக்கின்றன. நான் கவிதை எழுதியது கிடையாது எழுதும் உத்தேசமும் இல்லை என்னால் எழுத முடியாது என்று சொன்னால் அதையும் ஒப்புக் கொள்ளலாம் கவிதை பற்றி எழுதுவற்கு கவிஞனாக இருக்க வேண்டும் மென்று சொல்லுவது வேடிக்கையாகிவிடும்.’’

உங்கள் படைப்புலகை முன்வைத்து ரவிசுப்ரமணியம் இயக்கியிருக்கும் டாக்குமென்டாpயில், ஆங்கிலப் படங்களை விரும்பிப் பார்ப்பதாகக் குறிப்பிட்டு இருக்கிறீர்கள். உங்கள் படைப்பாளுமைக்கு ஆங்கிலப் படங்கள் எந்த வகையிலாவதுஉதவி இருக்கிறதா? சினிமா பற்றி எழுதியிருக்கிறீர்களா?

‘‘சிறு வயது முதற்கொண்டே ஆங்கிலப் படங்களை முடிந்த வரை பார்த்து வந்தேன். சொந்த கிராமத்திலிருந்து பத்து

மைல் நடக்க வேண்டியிருக்கும் உலக இலக்கியம் பற்றி அறிந்து கொள்ள இப்படங்கள். பெருமளவில் உதவி இருக்கின்றன. கிராமங்களில் புத்தகங்கள் கிடைப்பது அரிது. சிலசமயம் படங்கள் பார்த்த பின்னரே அந்தப் புத்தகங்களைப் படிக்கும் நிலை ஏற்படும். டிக்கன் ‘இரு நகரக் கதை’, பெர்ல்பக் ‘நல்ல நிலம்’ போன்றவை அப்படித்தான் பார்க்கப்பட்டன. படிப்பதற்கும் பார்ப்பதற்கும் ஆங்கிலப் படங்களைப் பொறுத்தவரை சிறிதளவு வித்தியாசமே தொடந்தது. எல்லாவற்றாலும் பாதிக்கப்பட்டுத்தான் நாம் இருக்கிறோம். பிறகு சொன்னை வந்து புத்தகங்கள் படிப்பதும் படங்கள் பார்ப்பதும் எளிதான பின்னர், அவைபற்றி ‘சினிமா கதிர்’ பத்திரிகையில் எழுதி உள்ளேன். சில குறிப்பிட்ட இயக்குனர்கள் (வில்லியம் வைலர், ஸ்டான்லி கிராமர் போன்றோர்), சில குறிப்பிட்ட நடிகர்கள் (பிராண்டோ, ஜேம்ஸ்டின்), சில இலக்கிய கர்;தாக்களின் படங்கள் (‘ஹெமிங்வே’, ‘டிக்கன்ஸ், ‘டென்னஸி வில்லியம்ஸ்’) பற்றியும் எழுதி இருந்தேன். ஆனால் அதைத் தொடரவில்லை.’’

அதே டாக்குமென்டரியில் நவீனப் பெண் கவிஞர்களில் பலர் ஆபாசமாக எழுதுவதை ஆதரித்துக் கருத்து தெரிவித்துள்ளீர்களே?

‘‘பெண் கவிஞர்கள் என்று சொல்வதுகூட தவறு. ஆபாசம் எது என்பது பற்றித்தான் பேசினேன். எழுத்தில் அல்லது படைப்பிலக்கியத்தில் ஆபாசம் தேவையா, தேவையில்லையா என்று அல்ல. உலக எழுத்துக்களில் தொண்ணூறு சதவிகிதம் ஆபாசம்தான். அவற்றைக் கொளுத்தலாம். ஆனால் எது ஆபாசம்?

டால்ஸ்டாய் மகாத்மா காந்தியின் கரு போன்றவர் அவருடைய ‘அன்னா கரினீனா’ நாவலில் அந்த அன்னாவும், விரான்சியும் நடந்து கொள்வது பாலியல் நெறிமுறைக்கு எதிரானது என்பதை எல்லாரும் அறிவர். ஆனால் அந்த அன்னாவை நினைத்தால் வருத்தமல்லவா ஏற்படுகிறது? டால்ஸ்டாய் துஸரத்தில் வாழ்ந்தவர். நம்மிடையே இருக்கும் அசோகமித்திரனின் ‘மணல்’ என்கிற கதையை எடுத்துக்கொள்ளுங்கள். அதிலே அந்தப் பெண்மிகுந்த மனப் போராட்டத்திற்குப் பின்னர் அந்தப் பூங்காவை நோக்கி நடக்கத் தொடங்குகிறாள் என்று கதையை முடிக்கிறார். எதற்காகப் போகிறாள் என்று அவர் சொல்லவில்லை. கதையின் தொனி தெளிவுபடுத்துகிறது. அது பாலியல் நெறிமுறைக்கு இழுக்கு தரும்’ விஷயம்தான். ஆனால் அந்தப் பெண்ணை நினைத்தால் கண்ணீரல்லவா வருகிறது. ஆபாசத்தில் கண்ணீர் வருமா?

கவிதையில் நவீனம், சங்க காலம் என்றெல்லாம் பார்க்க வேண்டிய அவசியமில்லை. கவிதை அம்சம்தான் அதன் தலையாய விதி. பின்நவீனத்துவம் என்றும்; மாந்திரிக எதார்த்தம் என்றும் வேறு பல பெயர்களாலும் அழைக்கப்படுகிற படைப்பில் கவிதை அம்சம் இருந்தால் அது கவிதை தான். பாரதத்தில் பாஞ்சாலி, சபை முன்னிலையில் துகில் உரியப்பட்டபோது, அது துச்சாதனன் மீது கோபத்தைக் கிளறிற்றே தவிர ஆபாசம் தொனிக்கவில்லை. நளாயினி என்ற பத்தினிப் பெண் தனது கற்பினால் சூரியனையே உதிக்காமல் செய்துவிட்டு, வரம்வாங்கி, கணவன் குஷ்டரோகம் நீங்கிய பின்னர் ஐந்து மிருகங்களாக உருமாறி தம்பதிகளாக வாழ்ந்து, அடுத்த ஜென்மத்தில் பாஞ்சாலியாகப் பிறந்து ஐந்து கணவர்களை அடைந்தது பற்றிக் கூற வேண்டுமானால், முன்னதுஅதாவது சூரியனையே உதிக்காமல் செய்தது ஒரு வைதீக நோக்கு இரண்டாவது ஐந்து மிருகங்களாக மாறியது பற்றிச் சொல்வது, அந்தக் காலத்தின் அந்த படைப்பாளி மறைமுகமாக வெளிப்படுத்திய ஒரு பெண்ணின் மவுனமான எதிர்ப்புக் குரல் என்று சொல்ல வேண்டும். பெண்ணின் எதிர்ப்புக் குரல் ஆபாசமா? நால் வருணம் அவசியம் என்பதை நேரடியாகவும் மறைமுகமாகவும் தோன்றச் செய்யும் எழுத்துக்கள் ஆபாசமா இல்லையா? ஆபாசம் என்றால் என்ன? உண்மை அல்லாதது எல்லாமே ஆபாசம். இதுதான் சரி என்று நான் நம்புகிறேன்.’’

தமிழ்க்கவிதைப் பரப்பில் பாரதிக்குப் பிறகு, எழுத்து பாணிக் கவிதைகள், எழுத்துக்குப் பிறகானநவீனபாணிக் கவிதைகள்,இப்போது பெண்மொழிக் கவிதைகள், ஈழ மற்றும் புகலிடக் கவிதைகள் என்று பகுக்கப்பட்டிருக்கின்றன. இந்தக் கவிதைகளில் எதை நீங்கள் முன் நிறுத்துகிறீர்கள்?

‘‘கவிதைகள் எழுதப்பட்ட பிற்பாடு ஒரு வசதிக்காக இதுபோல பகுத்துக் கொள்ளலாம். கவிதை அம்சம் கொண்ட எல்லாவற்றையும் ஏற்றுக் கொள்ளத்தான் வேண்டும்.’’

இனி உங்கள் கதைகளுக்கு வருவோம்... நீங்கள் குறிப்பிடும் வைதீக எதிர்ப்பு என்பது உங்கள் படைப்பில் அதிகமிருக்கும் அதே நேரம், சைவ சமயத்தை முன்னிறுத்தும் ஒரு தன்மையும் இருக்கிறது. ஒரு படைப்பாளிக்கு மதம் சார்ந்த பற்று அவசியமா?

‘‘ஒரு சித்தாந்தம் பின்னர் சைவ சமயம் என்ற பெயரால் தன்னை முன்னிறுத்தி இருக்கலாம். பின்னர் அதில் வைதீகமும் கலந்து இருக்கலாம். ஆனால் நான் குறிப்பிடும் அந்த சித்தாந்தம் வைதீக மதம் சார்ந்தது அல்ல. ஒரு குளிப்பிட்ட நிகழ்ச்சி பற்றி எழுதும்போது பின்புலமாக இருக்கும் சிலவற்றைச் சொல்லத்தான் வேண்டும். இந்த தென்னாட்டிற்கே உரிய சிலவற்றிலும் வைதீக சாயல், தொடகிறது. அதையும் சொல்லித்தான் ஆக வேண்டும்.’’

உங்கள் மொத்த கதை உலகமும் முது;துக்கருப்பன் என்ற பாத்திரம் வழியே அடையாளப்படுத்தப்பட்டிருக்கிறது. இத்தகைய குறியீட்டுத் தன்மை தரும்தாக்கம் ஆழமானதாக இருக்கிறது. இன்றைய காலகட்டத்திற்கு முத்துக்கருப்பனைக் குறியீடாகக் கொள்ள முடியுமா? தமிழன் தனது எல்லா அடையாளங்களையும் துறந்து வரும் நிலையில், முத்துக்கருப்பனும் கட்டுடைந்து போகிறான் இல்லையா?

''கட்டுடைந்து போதல் எப்போதும் இருந்து கொண்டுதான் இருக்கும். மனிதனின் வீழ்ச்சியை முத்துக்கருப்பனின் வீழ்ச்சியாகவும் எடுத்துக்கொள்ளலாம். எழுத வேண்டும் என்ற எண்ணம் தோன்றியதே முத்துக்கருப்பனை இன்றைய காலகட்டத்திற்குக் குறியீடாகக் கொள்ள முடியும் என்பதால்தான்.''

சமீபத்தில் வெளிவந்திருக்கும் 'காளியூட்டு' நாவல் சுதந்திரப் போராட்டத்தைப் பின்னணியாகக் கொண்டு எழுதப்பட்டிருக்கிறது... இத்தனை தாமதமாக அச்சுக்கு வந்தது ஏன்?

''குறிப்பிட்ட எந்த காரணமும் இல்லை. பாதி எழுதி, பின்னர் சில ஆண்டுகள் கழித்து தொடர்ந்து எழுதி முடித்தேன்.''

தமிழில் விமர்சகர்கள் குறைவாக இருப்பதன் பின்னணி என்ன?

''பூர்வகால மொழிகள் எல்லாவற்றிற்குமே இம்மாதிரிப்பட்ட குறைகள் உண்டு. நவீனத்தில் சீக்கிரமாக உள்புகுந்துவிட முடியாது.''

'முன்றில்' சிற்றிதழை நீங்கள் ஆரம்பித்த பின்னணி என்ன? அதன் பங்களிப்பாக நீங்கள் கருதியது என்ன? உங்களது இலக்கிய நண்பர்கள் என்று யாரையெல்லாம் சொல்வீர்கள்?

''ஐம்பதுகளின் ஆரம்பத்திலேயே நான் சென்னை வந்து விட்டபோதிலும் இலக்கிய நண்பர்கள் என்று யாரும் இல்லை. புதுமைப்பித்தன், கு.ப.ரா. போன்றோரின் படைப்புகளைப் பதினைந்து வயதிலேயே படித்துக் கொண்டிருந்த போதிலும், சென்னை வந்த பின்னர் க.நா.சு.வைக்கூட சந்திக்கவில்லை. பள்ளியில் படிக்கும்போது நம்பி என்கிற கிருஷ்ண நம்பி ஒருவனைத்தான் சொல்ல முடியும். சென்னையில் பெரிய நூல் நிலையங்கள் எல்லாவற்றையும் பயன்படுத்திக் கொள்ள முடிந்தது. அப்போது 'பிரசண்ட விகடன்', 'பொன்னி', 'கலைமன்றம்', 'சினிமா கதிர்', 'புதுமை ஆகிய பத்திரிகைகளில் முடிந்த வரை எழுதிவந்தேன். அலுவலக நண்பர்கள் அதிகமில்லை. திரு பக்தவத்சலம் என்னும் நண்பர் ஒய்.எம்.சி.ஏ. பட்டிமன்றச் செயலாளராக இருந்தார்.

என் அலுவலக நண்பரும் கூட கவிதை பற்றி நான் சொன்ன சில விஷயங்களைப் பட்டிமன்றத்தில் பேசலாமே என்று கூறினார். நான் தயங்க, முதலில் கட்டுரையாக எழுதிப் படிக்கலாம் என்று வற்புறுத்தினார். என்னுடைய முதல் மேடைப்பேச்சு அங்கேதான். அந்தக் கட்டுரைக்கு எதிர்ப்பு ஒன்றும் இல்லை. எனவே தொடர்ந்து இலக்கியக் கட்டுரைகளை அங்கே படித்தேன். அந்தக் கட்டுரைகளையே சிறிது விரிவாக எழுதி 'பொருளின் பொருள் என்ற நூலாக நண்பர்களின் உதவியோடு வெளியிட்டேன் அதற்கு சிறுபத்திரிகை வாசகர்களிடம் வரவேற்பு இருந்தது. இந்தப் புத்தகத்தைப் ற்றி ஒரு விமர்சனக் கூட்டமும் நடந்தது. அதிலே அசோகமித்திரன், ஞானக்கூத்தன், சா.கந்தசாமி, ஆத்மநாம், இராசகோபால், கலைஞன் மாசிலாமணி போன்றோர் கலந்து கொண்டனர். இதில் ஒரு விசேஷம் என்னவென்றால் இவர்களில் யாருக்குமே என்னைப் பற்றித் தொpயாது. பின்னர் க.நா.சு. அவர்களும் சென்னைவந்து அந்த புத்தகத்தைப்பற்றி பேசினார்.

அந்த சமயத்தில் என்னுடைய சிறுகதைகள் நிறைய வெளிவந்து 'வீடுபேறு' என்ற தலைப்பில் தொகுதியாகவும் வெளிவந்தது. க.நா.சு. சென்னையிலேயே நிரந்தரமாகத் தங்க ஆரம்பித்தபடியால், சிறுபத்திரிக்கை ஒன்று ஆரம்பிக்கலாம் என்று அப்போது நண்பர்கள் ஆர்வமூட்ட, 'முன்றில்' ஆரம்பிக்கப்பட்டது. சிறப்பாசிரியராக க.நா.சு. இருந்தார். அசோகமித்திரன், சா. கந்தசாமி, ஞானக்கூத்தன் ஆகியோரும் நகுலன், வல்லிக்கண்ணன் போன்றோரும் தொடர்ந்து எழுதினர். இருபது இதழ்கள் வரை வந்தது. எதையும் எதிர்பார்க்காதபடியால் எந்த ஏமாற்றமும் இல்லை. 'முன்றில்' சிறுபத்திரிகையோடு 'முன்றில்' பதிப்பகத்தையும் தொடங்கி சில புத்தகங்களை வெளியிட்டோம். புதிய எழுத்தாளர்கள், கவிஞர்கள் என்று 'முன்றில்' அறிமுகப்படுத்தி இருக்கிறது.

தொண்ணூறுகளில் 'முன்றில்' கருத்தரங்கு சென்னையில் மூன்று நாட்கள் நடந்தது. கிட்டத்தட்ட எல்லா எழுத்தாளர்களும் கலந்து கொண்டனர். பக்கத்து மாநிலங்களிலிருந்தும் வந்திருந்தனர். கவிஞர் பழமலய், நாகார்ஜுனன், சாரு நிவேதிதா, பன்னீர் செல்வம், எஸ் இராமகிருஷ்ணன், கோணங்கி, கோவை ஞானி ஆகியோருடன் காசியபன், லாச.ரா. போன்றோரும் வந்து உரையாற்றினர். இந்த கருத்தரங்கு பற்றி ஒரு தொகுப்பு நூலும் வந்தது. இதை முக்கியமாகச் சொல்ல வேண்டும். தருமு சிவராமு என்னும் பிரமிள் தனது கடைசி காலத்தில் 'முன்றி'லில் எழுதினார். அவருக்கு வேண்டாதவர் யாரோ, அவர்கள் கட்டுரைகளைப் பிரசுரித்து விட்டால் போதும் - மன்னன் கொபத்தில் நிலை கொள்ளாமல் தவிப்பார். ஆனால் மிகச் சிறந்த கவிஞர்.

'முன்றி'வில் புதிதாக எழுதத் தொடங்கிய சிலர் பின்னால் தீவிர எழுத்தாளர்களாக ஆயினர். அவர்களில் பா. வெங்கடேசன் ஒருவர். இன்னொரு விஷயம் 'முன்றி'லில் எழுதியவர்கள் எதையும் - அதாவது பணம் எதையும் எதிர்பார்த்தது கிடையாது. 'முன்றில்' வெளியீடுகளான சில புத்தகங்களைத் தந்ததுண்டு.

வல்லிக்கண்ணன், நகுலன், மீரா ஆகியோர் வருவதுண்டு. தி.க.சி. அடிக்கடி வருவார் கருத்தரங்கு தவிர இலக்கிய கூட்டங்களையும் மாதம்தோறும் பல்வேறு இடங்களில் 'முன்றில்' நடத்;தியது. க.நா.சு. இருக்கும்போதும் உலக இலக்கியங்கள் பற்றிக் கூட்டங்கள் நடந்தன. அவர் மறைவிற்குப் பின்னும் பல கூட்டங்கள் அசோகமித்திரன், இராஜதுரை, பேராசிரியர். பஞ்சாஙகம் போன்றோருடன் நடந்தன. இதையெல்லாம் 'முன்றில்' பங்களிப்பாகச் சொல்லலாம். சிறந்த எழுத்தாளர் கோபி கிருஷ்ணன் பக்கத்திலேயே இருந்தபடியால் அவருடைய உதவிகள் - அவர் காலமாவது வரை கிடைத்தது. ஆதிமூலத்தின் பங்கை குறிப்பாகச் சொல்ல வேண்டும். எழுத்தாளர்கள் லதா இராம கிருஷ்ணன், அமரந்தா, க்ருஷா;கினி, பெருந்தேவி ஆகியோரும் உதவினர். இஞ்சி காய்ந்து சுக்கான ஒரு கவிஞன் வந்து பெற வேண்டியதைப் பெற்றுச் சென்றது உண்டு.''

இன்றைய இலக்கிய உலகம் என்பது, பெரும்பான்மையானவர்கள்,தங்களுடைய படைப்புகளை அல்லது புத்தகங்களை வியாபார ரீதியாக வெற்றிபெறச் செய்யும் விற்பனைப் பிரதிநிதிகளாகச் செயல்படும் அவலநிலையில் கவிழ்ந்து கிடக்கிறது. ஆனால்தகுதியும் எழுத்தில் சாதனையும் இருந்தும், குறைந்த பட்சமாக உங்களை முன்னிறுத்திக் கொள்வதில் கூட எத்தனம் எதுவும் இல்லாமல் அதைp காக்கிறீர்கள். ஆரவாரமான இலக்கிய உலகில் உங்களின் இந்தக் குணம் ஆச்சரியமூட்டுகிறது... உங்களின் கூச்ச சுபாவம்தான் இதற்குக் காரணமா?

''மேடைக் கூச்சம் இருந்தது. இப்போது இல்லை. எழுபது வயதிற்குமேல் என்ன கூச்சம் வேண்டிக் கிடக்கிறது. என்னைவிட சிறந்தவர்கள் என்னளவு வசதிகூட இல்லாமல் இருப்பதை நினைக்கும்போது வேறு எந்த எதிர்பார்ப்பும் வேண்டியதில்லை; ஏமாற்றமும் இல்லை.''

எந்தப் படைப்பாளியிடமும் காணப்படாத - கேள்விப்படாத ஒரு விஷயம் உங்களைப் பற்றிக் கேள்விப்பட்டேன்... உங்களுக்கு ஜோதிடத்தில் ஈடுபாடு உண்டாமே... நிஜம்தானா? இப்போது என்ன எழுதிக் கொண்டிருக்கிறீர்கள்?

''கன்னிமாராவில் வேண்டிய புத்தகங்கள் கிடைக்காதபோது, கிடைத்த சிலவகைப்பட்ட புத்தகங்களில் ஒன்று ஜோதிடம் அங்கே இருக்கிற ஜோதிடப் புத்தகங்கள் முழுவதும் ஆங்கிலம் படித்து முடிக்கப் பெற்றன. உடனடியாக ஒன்று தொpந்தது. வேண்டுமென்றே தமிழில் அவசியமில்லாத வார்த்தைகளைப் போட்டு நம்மைக் குழப்பியிருக்கிறார்கள். ஆங்கிலம் எளிமையாக இருந்தது. காலண்டர் இல்லாத காலத்தில் பஞ்சாங்கம்தான் அந்த வேலையைச் செய்தது. ஜோதிடத்தில் தொண்ணூறு சதவிகிதம் வானசாஸ்திரமும், மனோதத்துவ ரீதியில் மனித மனம் போகிற போக்கில் ஒவ்டிவாரு கிரகத்தின் பலன்களையும் எழுதி வைத்துள்ளனர். இதைப் பற்றி விரிவாக எழுதினால் ஒரு புத்தக அளவிற்கு வரும். கலைஞன் மாசிலாமணி அவர்கள் பட்டண வாழ்க்கையை விரிவான அளவில் ஒரு நாவல் உருவத்தில் கொண்டுவர முடியுமா என்று கேட்டிருக்கிறார். முடியுமா என்று பார்க்க வேண்டும்.''

13. நகுலன்

திருவனந்தபுரத்தில் ரோட்டோரத்தில் இருக்கும் புதர் ஒன்றில் இறங்கிப் போனால் பி.கே.துரைசாமியார் வீடு. அந்த பகுதி மக்களுக்கு டி.கே.துரைசாமி, ஆங்கிலப் பேராசிரியர். தமிழ் மக்களுக்கு கும்பகோணத்தைச் சேர்ந்த நகுலன் - எழுத்தாளர். நனவோடை உத்தியில் நாவல்கள், சிறுகதை, கவிதை என்று படைப்புலகில் வரிந்து கட்டி வாழ்ந்தவர். 80 வயதில் கோணங்கி கொடுத்த ''பாழி'' நாவலை படித்துக் கொண்டிருக்கும் நகுலன், அம்பலம் இணைய இதழுக்காக அளித்த பிரத்யேக பேட்டியிலிருந்து......

திருவனந்தபுரத்தில் எவ்வளவு காலமாக வசித்து வருகிறீர்கள்?

என்னோட சிறு வயதில் கும்பகோணத்திலிருந்து திருவனந்தபுரம் வந்தேன். அப்பாவுக்கு திருவனந்தபுரம் சொந்த ஊர் என்பதால் அம்மா, அவருடைய கும்பகோணத்தை விட்டுக் கொடுக்க வேண்டியதாகிவிட்டது. நான் சிறுவயதில் கும்பகோணத்தில் பயின்ற தமிழை மறக்காமல் என் எழுத்தில் கொண்டு வந்தேன். இன்றுவரை எனக்கு மலையாளம் எழுதத் தெரியாது. ஆங்கிலம் தனியாகக் கற்றுக் கொண்டேன். எனக்குத் தெரிந்த தமிழில்தான் எழுதினேன். இன்று எனக்கு 80 வயது. என் 15 வயதில் அறிமுகமானது திருவனந்தபுரம். அதற்கப்புறம் எனக்கும், திருவனந்தபுரத்திற்கும் நெருக்கம் அதிகமாகி விட்டது. அதனால்தான் இந்த வீட்டில் அடைந்து கிடக்கிறேன்.

ஏன் வெளியில் போவதில்லையா?

நான் கொஞ்சம் உற்சாகப் பேர்வழி. இலேசாக தண்ணி போட்டவுடன், இலக்கியம் பேச யார் இருக்கிறார்கள் என்று தெரிந்து கொண்டு, சைக்கிளில் ஊர் சுற்றுவேன். கா.நா.சு. இங்கு வந்தபோதெல்லாம் நானும், அவரும் சேர்ந்து ஊர் சுற்றியிருக்கிறோம். இப்போது வயதாகிவிட்டது. ஆனால் அது உடம்புக்குத்தான் என்று தெரிகிறது. மனது எப்பவும் கும்பகோணத்தை விட்டு வந்த 15 வயதில்தான் இருக்கிறது. ஒரு நாள் வாக்கிங் போனபோது விழுந்து விட்டேன். ரோட்டில் விழுந்து கிடந்த என்னை யாரும் கண்டு கொள்ளவில்லை. அன்றிலிருந்து வெளியில் போவதை நிறுத்திக் கொண்டேன்.

நீங்கள் 65 வருடமாக வாழ்ந்து வரும் இந்த பகுதி மக்கள் கண்டு கொள்ளவில்லையா?
இங்குள்ள மக்கள் இப்போது ரொம்பவும் வேகமாக இருக்கிறார்கள். ஊர்தான் கிராமம் போல இருக்கிறது. மக்கள் வேலையை நோக்கி பரபரப்பாக செயல்பட்டுக் கொண்டிருக்கிறார்கள். அவர்களுக்கு நகுலனைத் தெரியாது. டி.கே.துரைசாமி என்ற ஆங்கிலப் பேராசிரியரைத்தான் தெரியும். நீங்கள் வரும்போது நகுலன் என்று கேட்டிருந்தால், விலாசம் தெரிந்திருக்காது. துரைசாமிதான் தெரியும். அதனால் என்னை இப்பகுதி மக்கள் பெரிதாக எடுத்துக் கொள்வதில்லை. தமிழ் நாட்டு (மக்களே) இலக்கியவாதிகளுக்கே நகுலன் இருக்கிறானா? என்று தெரியாது. படைப்பாளி இறக்கும்வரை இயங்கிக் கொண்டிருக்க வேண்டும். அப்போதுதான் மக்கள் மனதில் இருக்க முடியும்.
இப்போது தமிழ் இலக்கிய உலகிற்கு பொற்காலம் எனலாம். நிறைய படைப்புகள் வருகின்றன. உங்கள் படைப்புகள் எதுவும் மறுபதிப்பாக வரவில்லையே?
பலர் இதே கேள்வியைக் கேட்கிறார்கள். அதற்கு நான் காரணம் இல்லை. அந்நாளிலேயே என் எழுத்துக்களை நான் பணம் கொடுத்துத்தான் புத்தகமாக வெளியிட்டேன். ஆனாலும் என் படைப்புகளின் பதிப்புரிமை இப்போது என்னிடம் இல்லை. காவ்யா சண்முகசுந்தரம் என் நாவல்களை மறுபதிப்பு செய்வதற்காக கேட்டார். அவைகள் என்னிடம் இல்லாததனால், என் கவிதைகளை வெளியிட்டுள்ளார். முன்பு புத்தகம் வெளியிட்டவர்கள் சரியாக ராயல்டி கூடத் தருவதில்லை. எழுத்தாளன், எழுத்தை நம்பி வாழ்க்கையை நடத்துவது முடியாததாக இருக்கிறது.

உங்கள் எழுத்துக்கள் தமிழ் இலக்கியத்திற்குள் வரையறுக்க முடியாமல், - நனவோடை உத்தி என்ற புதியபாணியை எடுத்துக் கொண்டது ஏன்?
கதை இப்படியான பாணியை எடுத்துக் கொள்ளவில்லை. நான்தான் அப்படி எழுதினேன்.
இலக்கியத்திற்குள் வரையறுக்க முடியாமல் என்றால் என்ன...? யார் இலக்கியத்தை வரையறுப்பது?
எனக்கு இரவில் தூக்கம் வருவது குறைவு. அப்போதெல்லாம் நான் Valium மாத்திரை பாவிப்பேன். அப்போது எனக்கு வித்தியாசமான கதைகளும், எதார்த்தமும் கலந்த உணர்வு நிலைப்பாடுகள் வெளிப்படும். ஆனாலும் அதிலிருந்து நான் அறிவை உணரக் கூடிய உணர்வுகளை மட்டும் எடுத்துக் கொள்வேன். உணர்ச்சிகளும், சென்டிமெண்டுகளும் நிறைந்த தமிழ் நாவல் இலக்கியம் எனக்குத் தேவையில்லை. நான் படித்த ஆங்கில நாவல்கள் எனக்கு அதைச் சொல்லவில்லை.
நீங்கள் ஆங்கில நாவல் வழியாக தமிழ் சமூகத்தைப் பார்ப்பதாக சொல்லலாமா?
என்னங்க ஆங்கில சமூகம்? தமிழ் சமூகம்? எதில் நல்லது இருந்தாலும் எடுத்துக் கொள்ள வேண்டியதுதானே! நான் கும்பகோணத்துக்காரன். எனக்குத் தெரியாத சாஸ்திரம், சம்பிரதாயம் இல்லை. ஆனால் எது நமக்குத் தேவை என்பதை நாம் தேர்ந்தெடுக்க உரிமை கொடுக்க வேண்டும். அத்தகைய உரிமை பெற்ற சமூகம்தான் வளரும்.

இப்போது சமபந்தி போஜனம் என்கிறார்கள். நான் பிராமணன். என்னால் மாமிசம் சாப்பிடுபவன் பக்கத்தில் இருந்து சாப்பிட முடியாது. இது வெறுப்பினால் வந்தது இல்லை. உடல் ரீதியாகவே என்னால் முடியாதது. அதே போல் நமக்கு எது தேவை என்பதை நாமே தேர்வு செய்ய வேண்டும். சமூகம் நமக்கு என்ன செய்தது? திருவனந்தபுரத்தில் நாட்களை எண்ணிக் கொண்டிருக்கிறேன். என் காலத்திற்கு பின்னால் இந்த சமூகம் என்ன செய்யப் போகிறது?

உங்கள் நாவல்களில் 'சுசீலா' என்ற பெயர் தொடர்ந்து வருகிறதே?
'தென்பாண்டிச்சிங்கம்' என்றதும் யார் ஞாபகம் வருகிறது உங்களுக்கு? (என்னைத் திரும்பக் கேட்டார்) ''கருணாநிதி...?'' என்றதும், ''அதைப்போலத்தான், என் நாவல்களில் 'சுசீலா'. தென்பாண்டிச் சிங்கம் நாவல் கருணாநிதியால் எழுதப்பட்டது என்று எனக்கு எப்பவோ பதிவான விஷயம். இப்போதும் மனதில் இருக்கிறது. பேசும்போது வெளிவருகிறது. 'சுசீலா' என் வாழ்வில் எப்போதோ வந்துவிட்டுப் போன பெண்ணாக இருக்கலாம். அசோகமித்திரன், ஆ.மாதவன் கூட என் சுசீலாவைப் பற்றி அதிகம் பேசி இருக்கிறார்கள். இந்த 80 வயதில் நீங்களும் சுசீலாவைப் பற்றி கேட்கிறீர்கள். (இதைச் சொன்னபிறகு நகுலன் பேசாமல், அவர் எழுத்துப் போலவே ஆழ்ந்த சிந்தனையில் மூழ்கி விட்டார்.)

திரும்பவும் ஆரம்பிக்கும்போது, 'நீங்கள் Madras (சென்னை)- ல் இருந்து வந்திருக்கிற பத்திரிகையாளர். எந்தப் பத்திரிகைக்கு பேட்டி?' என்று தொடங்கினார். 'ambalam.com' என்ற இணைய இதழுக்காக!' என்று திரும்பவும் அவரை ரீ-சார்ஜ் செய்து கொண்டு வரவேண்டிய நிலை வந்தது.

உங்களது கவிதைகளை அவை வெளிவந்த நேரத்தில் ஏற்றுக் கொண்டார்களா?

ஒரு எழுத்தாளன் முதலில் பெயர் எடுத்துவிட்டால், தொடர்ந்து அவன் எழுதுவதெல்லாம் எழுத்துதான். நம்ம ஊரில் கதை எழுதுபவன் கவிதை எழுத முடியாது. கவிதை எழுதுபவன் கதை எழுத முடியாது. நான் இரண்டிலும் முயற்சி செய்து பார்த்தேன். விமர்சனம் வந்தாலும்கூட இரண்டிலும் நான் செயல்படுவதை மக்கள் ஏற்றுக் கொண்டார்கள். தாஸ்தோவஸ்கி புத்தகம் படித்து விட்டுக் கூட கவிதை எழுதி இருக்கிறேன். 'கோட் ஸ்டாண்ட் கவிதைகள்' எனக்குப் பிடித்தமான கவிதைத் தொகுதி. என் கவிதை, கதைகளை மலையாளத்தில் ஒரு மாணவன் ஆராய்ச்சி செய்துள்ளார். என் கவிதைகள் பற்றி எனக்கே புரிய வைத்தது அவன்¢தான். எல்லாவற்றையும் இப்போது காவ்யா சண்முகசுந்தரம் தொகுப்பாகக் கொண்டு வந்துள்ளார்.

உங்கள் தங்கை திரிசடை நல்ல கவிஞராக அறியப்பட்டவர்தானே?

என் தங்கை திரிசடை இறந்து போய் விட்டார். இன்னொரு சகோதரன் பெங்களூரில் இருக்கிறார். நான் அம்மாவின் பிள்ளை... லா.சா.ரா. கதைகளில் வருவது போல், எனக்கு தாய்தான் தெய்வம், அம்மா, நட்பு எல்லாமாக இருந்தாள். நான் அப்போது நிறையப் படிப்பேன். அவைகளை திரிசடையும் படிப்பாள். அந்த ஆர்வத்தில் M.A. ஆங்கில இலக்கியம் படித்தாள். அவள் எழுதி உருவாக்கிய ''பனியால் பட்ட பத்து மரங்கள்'' தொகுப்பை பார்த்தவுடன் வியந்து போய் விட்டேன். ஆச்சரியம். திரிசடை எழுதி உதிரியாக இருக்கும் கவிதைகளை அவளின் கணவன் கலெக்ட் பண்ணினார். அப்புறம் எனக்கு விவரம் எதுவும் தெரியாது.

இப்போது வெளிவரும் இலக்கியங்களைப் படிப்பதுண்டா?

என்ன அப்படி கேட்டு விட்டீர்கள். நான் தொடர்ந்த வாசகன். (அப்படிச் சொல்லி அவர் படுத்திருக்கும் கட்டிலுக்கடியில் காட்டினார். ஏராளமான புத்தகங்கள்) கோணங்கி இங்கு வந்திருந்தபோது பாழி நாவல் கொடுத்திருந்தார். முதல் அத்தியாயத்துடன் அப்படியே நிற்கிறது. நீங்கள் பாழி படித்திருக்கிறீர்களா... அதை எப்படிப் படிப்பதென்று சொல்லுங்கள் என்று கேட்டார். நாஞ்சில் நாடன் இங்கு வருவார். இப்போது உடம்பு சரியில்லாமல் இருக்கிறார். அவரின் நாவல்கள் நன்றாக இருக்கிறது. ராமகிருஷ்ணன், ஜெயமோகன் இருவரையும் எனக்குத் தெரியும். இதில் ராமகிருஷ்ணன் விஷயமுள்ளவராகத் தெரிகிறார். அவரின் உபபாண்டவம் படித்தேன்.

''குருக்ஷேத்திரம்'' தொகுப்பு கொண்டு வருவதற்கு முன்நின்றவர்களில் நீங்களும் ஒருவர். அதைப்பற்றி?

அந்தத் தொகுப்பு வந்தபோது பலர் எதிர்ப்பு தெரிவித்தார்கள். அந்தத் தொகுப்பை படித்தபின் அதன் முக்கியத்துவத்தை புரிந்து கொண்டார்கள். தாமு சிவராம், ஹெப்சிபா ஜேசுதாசன், சார்வாகன், சுஜாதா மேலும் மலையாள எழுத்தாளர்கள் பி.கே.பாலகிருஷ்ணன், ஐயப்பபணிக்கர், விஜயன்கரோடு என்று திருவனந்தபுரத்து இலக்கியவாதிகள் ரசித்த இலக்கியங்களை, எழுத்துக்களை தொகுத்து வெளியிட்டோம். அதை ரசிகனாக இருந்துதான் வெளியிட்டோம். இப்போது வெளிவரும் தொகுப்புகளுக்கெல்லாம் அதை முன்னோடி எனச் சொல்லலாம்.

உங்களுக்கும், க.நா.சு.விற்கும் இருந்த நட்பைப்பற்றி சொல்ல முடியுமா?

க.நா.சு. என்னைவிட சீனியர். ஆனால் நாங்கள் ஒன்றாகச் சேர்ந்து 'ஜாலி'யாய் மனம் விட்டு பேசிப் பழகுவோம். கா.நா.சு. நல்ல சாப்பாடு, காப்பி இவையிரண்டிலும் அற்புதமாக சுவை பார்ப்பவர். அதனால் நாங்கள் நல்ல இலக்கியம், நல்ல சாப்பாடு இவையிரண்டிலும் ஆர்வமாக இருப்போம். கா.நா.சு.வின் பாத்திரம் போல் என் நாவலில் நான் படைத்ததுண்டு. அவர் 'அனுபவத்திலிருந்து தொடங்கப்படுவதே தரமான எழுத்து' என்பார். நான் 'அனுபவமும், கற்பனையும் கலைப்படைப்புக்கு முக்கியம்' என்பேன். அதைத்தான் நனவோடை உத்தியாக நான் கொடுப்பது. மௌனி இரங்கல் கூட்டத்தில் க.நா.சு.விற்கும் எனக்கும் சின்ன மனத்தாங்கல் ஏற்பட்டது. அது பின்னர் சரியாகி விட்டது.

விருதுகளைப் பற்றி உங்கள் கருத்து?

தமிழ்நாட்டில் விருதுகள் படும் பாட்டை நினைத்தால் கவலையளிக்கிறது. ஒரு எழுத்தாளர் அவருக்கு பரிசு கிடைக்கவில்லை என்பதனால், அவர்தான் பரிசுக்குரியவர் என்று பத்திரிகையில் எழுதுகிறார். ஏற்கெனவே பரிசு வாங்கியவர்களெல்லாம் - அவர்களுக்கு தெரிந்தவர்கள் தேர்வுக் குழுவில் இருந்ததினால்தான் வாங்கினார்கள். அல்லது பணம் கொடுத்து வாங்கினார்கள்.

இந்த வருடம் எழுத்து பத்திரிகை நடத்திய சி.சு.செல்லப்பாவிற்கு கிடைத்து இருக்கிறது. இதில் யாருக்கும் விமர்சனம் இருக்க முடியாது. என் எழுத்தை யாரும் வெளியிடாதபோது என் எழுத்தை அங்கீகரித்து 'எழுத்து' பத்திரிகை-

யில் வெளியிட்டவர் சி.சு.செல்லப்பா. அவர் பத்திரிகை தமிழ் இலக்கியத்திற்கு பெரிய ஊன்றுகோலாக இருந்தது.

'நகுலன்' – 'எழுத்து', 'இலக்கியவட்டம்' போன்ற பத்திரிகையில் எழுதியிருக்கிறார். ஆனந்தவிகடன், குமுதம் போன்ற வணிகப் பத்திரிகைகளில் எழுதவில்லையா?

எனக்கென்று எந்த வட்டமும் இல்லை. கதையை எந்தப் பத்திரிகை பிரசுரம் பண்ணினாலும் அனுப்பி இருப்பேன். ஆனால் ஆனந்தவிகடன் என் கதையைப் போடவே இல்லை. சி.சு.செல்லப்பா எழுத்தில் பிரசுரம் பண்ணினார். க.நா.சு.வால் இலக்கியவட்டத்தில் எழுதினேன். எழுத்து பத்திரிகைகளைப் பொறுத்தவரையில் எல்லாம் சி.சு.செல்லப்பாதான். எதைப் போடுவது எப்படி எழுதுவது என்பதையெல்லாம் எங்களுக்கு சொல்லி விடுவார். க.நா.சு. கொஞ்சம் விட்டேத்தியாக இருப்பார். கதையைக் கொடுத்தால் வெளியிடுவார்.

தமிழ் இலக்கியத்தில் உங்களுக்கு அங்கீகாரம் கிடைத்ததாக நினைக்கிறீர்களா?

எனக்கு தமிழ் இலக்கிய உலகில் நியாயமான அங்கீகாரம் கிடைக்கவில்லை. இன்னொன்று அங்கீகாரம் என்பது என்ன.. நான் எழுதுகிறேன் வாசகர்கள் படிக்கிறார்கள். படித்தல் நல்லது இல்லையென்றால் நகுலன் என்ன செய்வது? துரைசாமிக்கு வரும் பென்சன் பணத்தை வைத்து வாழ்ந்து வருகிறேன். போனவர்களை வழியனுப்பி விட்டு போகப் போவதற்கு நானும் காத்துக் கொண்டிருக்கிறேன்.

நீங்கள் ஏன் திருமணம் செய்து கொள்ளவில்லை?

எதையும் நான் திட்டம் போட்டுச் செய்வதில்லை. அம்மாவுடன் இருந்தவரைக்கும் அம்மாதான் எனக்கு வேண்டி இருந்தது. அப்படி இருந்தும் ஒரு பொண்ணைப் போய்ப் பார்த்தேன். என் வாத்தியார் வேலையும், எழுத்தும் அவளுக்கு சம்பாதித்துக் கொட்டும் வழிகள் இல்லை என்று தெரிந்தபடியால் மறுத்து விட்டாள். கல்யாணத்துக்கு பேசி அத்துடனே முடிந்து போன பெண்கள் நிறைய இருந்தார்கள். பிறகு 'கல்யாணம் வேண்டாம்' என்று ஒதுங்கிக் கொண்டேன். 80 வயதிலும் நான் 'பேச்சலர்'தான்.

14. எம்.வி.வெங்கட்ராம்

'மணிக்கொடி' இலக்கியக் கொடியைச் சேர்ந்த எம்.வி. வெங்கட்ராம், எம்.வி.வி. என புதுமைப்பித்தன் முதல் இன்றைய இளைய தலைமுறை எழுத்தாளர் வரை அழைக்கப்படுபவர். அவரது 'வேள்வித் தீ ', 'அரும்பு' , 'நித்திய கன்னி' முதல் சமீபத்திய 'காதுகள்' நாவல் வரை நாவல்களுக்காக தமிழ் இலக்கிய உலகம் முழுமையாலும் அங்கீகரிக்கப்பட்டிருக்கிறார். இருந்தாலும் இவரது சிறுகதைகள், கவிதைகள் உலகம் பற்றி தமிழ் உலகம் அவ்வளவாக அறியாதது. மிகச் சமீபத்தில் இவரது சிறுகதைகள் தொகுக்கப்பட்டு 'எம்.வி.வெங்கட்ராம் கதைகள்' என்ற பெயரில் நூல் வடிவம் பெற்றுள்ளது.

இன்று எண்பதுகளைக் கடந்து கொண்டிருக்கும் எம்.வி.வி. யைக் கும்பகோணத்தில் அவரது இல்லத்தில் சந்தித்தோம். கண்பார்வை மிகவும் குறைந்துள்ளது. கேட்கும் திறனும் அரிதாக உள்ளது. அன்னியக் குரல்களை அடையாளம் காணுவது சிரமமாக உள்ளது. அதனையே பழகிய குரல் திரும்பவும், உரத்த குரலில் பேசும்போது, இரண்டு முறை திரும்பக் கேட்டு உணர்ந்து கொள்கிறார். இன்னொருவர் உதவியுடனேயே நடமாடுகிறார். இருந்தாலும், தினமும் சவரம் செய்து, இஸ்திரி செய்யப்பட்ட உடைகளை அணிந்து, நெற்றியில் விபூதி, குங்குமம் அழியாமல் 'பளிச்' என்று அதே எம்.வி. வி.யாகவே இருக்கிறார்.

கேள்விகளுக்கு ஓரிரு வார்த்தைகளில் சுருக்கமாக பதிலளிக்கிறார். பல விஷயங்கள் நினைவில் இல்லை என்கிறார். முரண்பாடான விஷயங்களில் கருத்துச் சொல்ல மறுக்கிறார். இவ்வளவு காலத்துக்குப் பிறகும் யாருடைய மனதையும் புண்படுத்துவானேன் என்ற எண்ணம் அவரிடம் இருக்கிறது.

தொடர்ந்து பத்து நிமிடம் பேசினால் சிரமமாக இருக்கிறது. சில ஆண்டுகள் முன் சந்தித்தபோது, மணிக்கணக்காக அவர் பேசிக் கொண்டிருந்தது நினைவில் மோதுகிறது.......

நீங்கள் படைப்பிலக்கியத்திற்குள் எப்படி வந்து சேர்ந்தீர்கள்? அதைப் பற்றி சொல்லுங்களேன்?

"எங்கள் குடும்பத்தில் படித்தவர்கள் யாரும் கிடையாது. நான் ஒருவன்தான் படித்தேன். பி.ஏ. பொருளாதாரம் கல்லூரியில் படித்தேன். வரலாறு எனக்கு விருப்பப்பாடமாக இருந்ததால் வரலாற்றில் சற்று ஆர்வம் வந்தது உண்மை. கதைகள் படிக்கிற ஆர்வம் முதலில் இருந்தது. அப்பொழுது பத்திரிகைகள் எல்லாம் ரொம்பக் குறைவு. ஆனந்தவிகடன், கலைமகள், வினோதன் என்று எல்லாப் பத்திரிகைகளையும் நான் நிறையப் படிப்பேன். துப்பறியும் நாவல்கள் எல்லாம் படிப்பேன். படித்துப் படித்து 13, 14 வயதிலேயே நானும் இதைப்போல் எழுத வேண்டும் என்று ஆர்வம் தோன்றிற்று. அப்பதான் எழுதிப் பார்த்தேன். எழுதியதை எல்லாம் தெரிந்த பத்திரிகைகளுக்கு அனுப்புவேன். அவர்கள்

திருப்பி அனுப்புவார்கள். சமயத்தில் அனுப்ப மாட்டார்கள். இதுதான் நான் எழுத்தாளன் ஆன விதம்.''

உங்கள் முதல் சிறுகதை எந்தப் பத்திரிகையில் பிரசுரம் ஆயிற்று?

'' என் முதல் கதை 'மணிக்கொடி' யில்தான் பிரசுரமாயிற்று. அக் கதைக்கு 'சிட்டுக்குருவி' எனப் பெயர் சூட்டியிருந்தேன்.''

எப்படி 'மணிக்கொடி'யில் பிரசுரம் ஆயிற்று? மணிக்கொடி எழுத்தாளர்களுக்கும் உங்களுக்கும் அறிமுகம் உண்டா?

''பழக்கம் எல்லாம் ஒன்றும் கிடையாது. 'மணிக்கொடி' என்று ஒரு பத்திரிகை வருவது கூட தெரியாது எனக்கு. அப்பொழுது நான் இந்தி படித்துக் கொண்டிருந்தேன். என்னுடைய இந்தி வாத்தியார் வீட்டில்தான் 'மணிக்கொடி' பத்திரிகையை முதலில் பார்த்தேன். பார்த்த உடனேயே எனக்கு என்ன தோன்றிற்று என்றால், 'என் எழுத்து 'மணிக்கொடி' போன்ற பத்திரிகையில்தான் வரும்' என்ற எண்ணம் உண்டாயிற்று. உடனே ஒரு கதை எழுதி என் இந்தி வாத்தியாரிடம் கொடுத்தேன். தெய்வாதீனமா அப்ப கு.ப.ராவும், நா. பிச்சமூர்த்தியும் கும்பகோணத்தில் இருந்தார்கள். அவர்களிடம் கொடுத்து, 'இதை 'மணிக்கொடி'க்கு அனுப்ப முடியுமா என்று பாருங்கள்' என்று கொடுத்தார். இரண்டு பேரும் அந்தக் கதையைப் படித்துப் பார்த்து விட்டு, 'மிக உயர்ந்த கதை இல்லையென்றாலும் 'மணிக்கொடி'யில் வருவதற்கான தகுதி இருக்கிறது' என்று என் வாத்தியாரிடம் கூறினார்கள். பின்னர் அவர்களே 'மணிக்கொடி'க்குக் கதையை அனுப்பி வைத்தார்கள். அந்த ஒரு கதையைத்தான் அவர்களிடம் காண்பித்தேனே தவிர, மற்ற கதைகளையெல்லாம் நானாகவே அனுப்ப ஆரம்பித்து விட்டேன் பின்னர் அந்தக் கதைகள் 'மணிக்கொடி'யில் பிரசுரமாயிற்று.''

'மணிக்கொடி' எழுத்தாளர்கள், பி.எஸ். ராமையா, புதுமைப்பித்தன் இவர்களோடு எப்படி பழக்கம் ஏற்பட்டது?

''அப்ப எனக்கு 16, 17 வயதுதான் ஆகிறது. ரொம்ப சங்கோஜ புத்தி. கு.ப.ரா, ந.பிச்சமூர்த்தி இவர்களையெல்லாம் ஒரு சில முறைதான் பார்த்திருக்கிறேன். அப்புறம் பார்த்ததே கிடையாது. இவர்களையாவது ஒருமுறை பார்த்திருக்கிறேன். புதுமைப்பித்தனைப் பார்த்ததேயில்லை. மற்ற எல்லோரையும் பார்த்திருக்கிறேன். லா.ச.ரா, மௌனி பற்றி எல்லாம் எழுதியுள்ளேன்''.

லா.ச.ரா உங்களுக்குப் பின்தான் எழுதினாரா?

''எனக்குப் பிறகுதான் எழுதினார். சென்னையில் நான் இருக்கும்போது என்னைப் பார்க்க அவர் வருவார். நானும் அவரைப் பார்க்கச் சென்றிருக்கிறேன்.''

'மணிக்கொடி'யில் எத்தனை கதை எழுதியுள்ளீர்கள்?

''கிட்டத்தட்ட 18 கதைகள் எழுதியிருக்கிறேன்''.

சிறுகதை வரலாற்றைப் பற்றி நவீன எழுத்தாளர்கள் கூறும்போது 'மணிக்கொடி' எழுத்தாளர்களில் புதுமைப்பித்தன், ந.பிச்சமூர்த்தி, மௌனி, பி.எஸ். ராமையா பற்றி குறிப்பிடுகிறார்கள். ஏன் தங்களைக் குறிப்பிடுவதில்லை?

''அதற்கு முக்கியமான காரணம் என்னவென்றால் என் கதைகள் தொகுப்பாக வரவில்லை''.

ஆனால் 'மணிக்கொடி' எழுத்துகளை வாசிக்கும்போது உங்களையும் வாசித்திருப்பார்கள் அல்லவா ?

''அப்ப அதைப் பற்றிய பேச்சு இருந்தது. அதாவது ஒரு பதிப்பு வந்து 30 வருடங்களுக்கு பிறகே மறுபதிப்பு வருகிறது. ஒரு தலைமுறைக்கே, இப்படி ஒரு கதை இருப்பது மறந்து போகிறது. அதனால் இப்படி ஆயிற்று''.

'தேனீ' சிற்றிதழை எப்பொழுது ஆரம்பித்தீர்கள்? எப்படி நடத்தினீர்கள்? ஏன் 'தேனீ' நின்று போனது? கரிச்சான் குஞ்சு 'குபேர தரிசனம்' சிறுகதையில், நீங்கள் ரொம்ப வசதியாக அந்த காலகட்டத்தில் இருந்தீர்கள் என்று எழுதியுள்ளாரே ?

''அந்தக் காலத்தில் நான் கொஞ்சம் வசதியாகத்தான் இருந்தேன். நாலு பேர் ஒன்று சேர்ந்து நடத்திய பத்திரிகை அது. நாலு பேரின் வசதியையும் நான் ஒருத்தனே சந்திக்க வேண்டியிருந்தது. அதில் இரண்டு நண்பர்களால்தான் அப்பொழுது கொஞ்சம் உதவி செய்ய முடிந்தது.''

யார் யார் என்று கூற முடியுமா?

''பெயரெல்லாம் வேணுமா. அது ரொம்ப டிடெய்லா போய்டுமே. இரண்டு நண்பர்களால்தான் அப்பொழுது உதவ முடிந்தது. நான் எல்லாவற்றையும் கவனிக்க வேண்டியதாயிற்று. நிதி முதற் கொண்டு. அதனால் சில சொத்துகளை விற்க வேண்டிய நிர்ப்பந்தம் உண்டாயிற்று. அந்த சமயத்தில் நான் சற்று வசதியாகத்தான் இருந்தேன். சரிகைத் தொழில் செய்து கொண்டிருந்தேன். வியாபாரம் நன்றாக இருந்தது. அந்த வியாபாரத்தை நலியச் செய்து விட்டது இந்தத் 'தேனீ' பத்திரிகை. அதனால் வியாபாரத்தில் வீழ்ச்சியைச் சந்திக்க வேண்டியதாயிற்று.''

மௌனியின் கதைகளைத் 'தேனீ' பத்திரிகையில் வெளியிட்டிருக்கிறீர்கள் இல்லையா ?

''மௌனியின் கதைகள் இரண்டை மட்டும் 'தேனீ' யில் நான் வெளியிட்டுள்ளேன். அவர் தலைப்பு இல்லாமல்தான் கதைகளை அனுப்பி வைப்பார். படித்துப் பார்த்து நான்தான் தலைப்பு வைத்திருக்கிறேன்.''

'எழுத்து' பத்திரிகையில் கூட நீங்கள் சிலவற்றை எடிட் செய்திருக்கிறீர்கள் இல்லையா?

''ஆம். எடிட் செய்துள்ளேன். தமிழே சரியாக எழுத வராது அவருக்கு. அதையெல்லாம் எடிட் பண்ணி வெளியிட்டுள்ளேன். கொஞ்சம் கஷ்டமாகத்தான் இருந்தது. அதைப் பற்றியெல்லாம் நான் நிறைய எழுதியிருக்கிறேனே.''

மௌனியின் கதைகளைத் திருத்தியிருக்கிறீர்கள். தலைப்பு எல்லாம் கூட வைத்திருக்கிறீர்கள்? மௌனி உங்கள் பார்வையில் சிறந்த எழுத்தாளரா?

''மௌனி இலக்கணமே இல்லாமல் எழுதுவார். மௌனியின் கதைகளை எல்லாம் நான் திருத்தியிருக்கிறேன். தலைப்பு கொடுத்திருக்கிறேன் என்பதெல்லாம் உண்மைதான். ஆனால், இவை எல்லாவற்றையும் மீறி அவர் ஒரு நல்ல கலைஞர்''.

மௌனியைப் புதுமைப்பித்தனே 'சிறுகதையின் திருமூலர்' எனப் பாராட்டி உள்ளார். எல்லாருமே மௌனியை அளவுக்கு மீறிப் புகழ்வதாகத் தோன்றுகிறது. அந்தப் பாராட்டுக்கெல்லாம் அவர் தகுதியுடையவர்தானா?

''மௌனி சிறந்த சிறுகதை எழுத்தாளர்தான். ஆனால், நான் அவருக்குத் தமிழ் தெரியாது என்பதை வெளிக் கொண்டு வந்த போது, அவருடைய பாராட்டுகளெல்லாம் விடுபட்டுப் போச்சு. சிறுகதையின் திருமூலர் என்ற பேச்சு கூட நின்னு போச்சு.''

ரஜினி பாமிதத்தின் படைப்புகளை எப்பொழுது மொழிபெயர்த்தீர்கள் ?

''வித்யாப்பியாசம் முடிந்த பிறகு (பி.ஏ. பொருளாதாரம்) வேலைக்கு முயற்சி செய்து கொண்டிருந்தேன். வேலைக்காக சென்னைக்கு வந்த பிறகுதான் மொழி பெயர்த்தேன்.''

படைப்பிலக்கியவாதியான நீங்கள் எப்படி ரஜினி பாமிதத்தின் வரலாற்று நூலான 'இந்தியா டுடே'யை மொழி பெயர்க்க வேண்டும் என்று நினைத்தீர்கள்?

''நானாகச் செய்யவில்லை. India Historical Research என்ற ஓர் அமைப்பு இருக்கிறது. அவர்கள் என்னை அழைத்துச் செய்யச் சொன்னார்கள். 'நேஷனல் புக் டிரஸ்ட்' நிறுவனத்துக்காகவும் பல நூல்கள், கிட்டத்தட்ட 10 நூல்களை மொழி பெயர்த்துள்ளேன்.''

'காதுகள்' என்கிற உங்க நாவலை மாஜிக்கல் ரியலிசம் என்று சொல்கிறார்களே? அதைப் பற்றி உங்கள் அபிப்பிராயம் என்ன?

''ஏதாவது ஒரு பெயர் வைக்கணும், என்ன உத்தி என்று சொல்வதற்காக. அதனால் மாஜிக்கல் ரியலிசம் என்று வைத்திருக்கிறார்கள்''.

நீங்கள் எழுதும்போதே மாஜிக்கல் ரியலிசம் என்ற உத்தியைப் பயன்படுத்த வேண்டும் என்று நினைத்து எழுதினீர்களா அல்லது பிற்பாடு எழுத்தை வகைப்படுத்துவதற்காக மாஜிக்கல் ரியலிசம் என்ற வார்த்தையை விமர்சகர்கள் பயன்படுத்துகிறார்களா?

''அப்படியெல்லாம் ஒன்றும் எழுதவில்லை. அதைப் பற்றியெல்லாம் நான் நினைத்துப் பார்த்ததும் கிடையாது. ரியலிசம் என்ற பெயர்களெல்லாம் தெரியுமே தவிர, இதையெல்லாம் நான் நினைத்துப் பார்த்ததே கிடையாது.''

'காதுகள்' நாவல் எனது சொந்த வாழ்க்கையைப் பற்றியது என்று குறிப்பிட்டுள்ளீர்கள்? நாவலில் குறிப்பிட்டுள்ள பிரச்சினைகளை உங்கள் சுய வாழ்க்கையில் எதிர் கொண்டுள்ளீர்களா? எவ்வாறு எதிர்க்கொண்டீர்கள். ஏன் எழுத வேண்டும் என்று நினைத்தீர்கள்?

''பிரச்சினைகள் இருந்தது. அதை நான் குறிப்பிட்டிருக்கிறேன். பிரச்சினையை எதிர்கொண்டபோது இருந்த தீவிரம், சற்று குறைந்தபோது நாவலாக எழுத வேண்டும் என்று தோன்றிற்று .அதனால் நாவலாக எழுதினேன்''.

நாவலில் பிரச்சினையைத் தத்துவார்த்தமாக அணுகி உள்ளீர்கள்? ஆனால் நீங்கள் எதிர்கொண்ட பிரச்சினை மனம் சம்பந்தப்பட்டது. அதை எவ்வாறு தத்துவார்த்தமாக நாவலில் மாற்றினீர்கள் ?

'' நானே பின்னர் நார்மலாகிவிட்டேன். நடந்தவை எல்லாம் நன்றாக ஞாபகத்தில் இருந்தது. அதனால் அதை சுலபமாக எழுத்தாக மாற்ற முடிந்தது''.

பிரச்சினையின் அதீத எல்லைக்குள் சென்று மீண்டவர் நீங்கள். அந்தப் பிரச்சினை உங்களுக்கு எவ்வளவு காலம் நீடித்தது? எப்பொழுது முதல் தொடங்கிற்று? பால்ய காலம் முதலா?

''ரொம்ப வருஷம் இருந்தது. கிட்டத்தட்ட 20 வருஷங்கள் அதிகமாகவோ, குறைவாகவோ தொடர்ந்தபடி இருந்தது.''

அப்பிரச்சினை இருந்த காலத்தில் உங்களுக்கு எவ்விதமான மன உணர்வுகள் இருந்தன?
'' நான் ஏற்கனவே எழுதியிருக்கிறேனே அதைப் பற்றி''.
'காதுகள்' நாவலில் தத்துவார்த்தமாக அகம், பிரம்மம் என்று எழுதியுள்ளீர்களே?
'' தத்துவார்த்தமாகத்தானே நடந்தது.''

அதாவது உங்கள் நிஜவாழ்வில் நடந்த ஓர் விஷயம் எப்படி தத்துவார்த்தமாக உருமாற்றம் அடைந்தது?
''நினைப்பே எனக்கு முதலில் அப்படித்தான் வித்தியாசமாகத்தான் இருந்தது. தத்துவார்த்தமாக நடந்தது எப்படி என்று நான் சொல்ல முடியும்? அது ஆரம்பிச்சது அப்படித்தான். கெட்ட சக்திகள் என்னைத் தாக்கியது. நல்ல சக்திகள் என்னைக் காப்பாற்றியது என்று அதை நான் எழுதல்ல, இன்னும் ஆழமாக ஆராய்ந்து எழுதல்ல. ஏனென்றால் நான் அப்படி எழுதினால் நாவல் ஒரு முடிவுக்கு வந்துவிடும். அப்படி வரக்கூடாது என்பதற்காக நான் அந்த கெட்ட சக்திகள் பற்றி மட்டுமே எழுதினேன். நல்ல சக்தி என்னைக் காப்பாற்றியது பற்றி நான் எழுதவில்லை. அதனால்தான் அந்த நாவல் தத்துவார்த்தமாக முடிந்தது. அந்த நாவலில் ஓர் இடத்தில் மட்டுமே நல்ல சக்தி என்னை இயக்குகிறது என்பதைக் காண்பிப்பதற்காக முருகன் கோயிலில் சென்று முறையிடுவதைப் போல சில வரிகள் எழுதியுள்ளேன். அந்த மாதிரி நான் வேறு எந்த இடத்திலும் எழுதவில்லை.''
இரண்டு சக்திகளும் அதாவது அந்த நல்ல சக்தியும், கெட்ட சக்தியும் உங்களுக்கு உள்ளேயே இருந்தது என்று சொல்ல வருகிறீர்களா?
''இரண்டும் நடந்தது. அது பரிசுத்தமான விஷயம். அதைத்தான் 'காதுகள்' நாவலில் நான் சொல்லி இருக்கிறேனே''.

'காதுகள்' நாவலில் ஒரு தனி மனிதனின் துயரமான வாழ்க்கை பற்றி சொல்லுகிறீர்கள். ஆனால் அதைப் படிக்கும்போது அது நகைச்சுவையும் அதே நேரம் அதிர்ச்சியும் கலந்த ஒரு உணர்வைத் தருகிறதே. எப்படி? எவ்வாறு அந்த மொழியைக் கண்டடைந்தீர்கள்? அந்த நாவலில் ஒரு அழுத்தமான தன்மை உள்ளதே அது எப்படி?
''சில பேர் என்னிடமும் நகைச்சுவையாக எழுதியுள்ளீர்கள் என்று கூறியிருக்கிறார்கள்'' .
பல பேர் ஹாஸ்ய நாவல் என்று சொல்லியிருக்கிறார்கள். பல பேர் பாதிக்கு மேல் படிக்க முடியாமல் பயந்துபோய்க் கொடுத்திருக்கிறார்கள். படித்தவர்கள் பல பேர் இப்படியெல்லாம் கூட நடக்குமா என்று கேட்டிருக்கிறார்கள். எழுதும் போதே நாவல் கொஞ்சம் ஹாஸ்யமாக இருக்க வேண்டுமென்று நினைத்தீர்களா, ஒரு அதிர்ச்சியைக் கொடுக்க வேண்டும் என்று திட்டமிட்டு எழுதப்பட்டதா?
''ஒரு திட்டம் இல்லாமல் எப்படி எழுத முடியும்.''
சிலர் படித்து முடித்த பிறகு ஹாஸ்யமாக இருப்பதாகவும், சிலர் பயமாக இருக்கிறது என்றும் உணர்ந்துள்ளனர். இது வாசகர்கள் தாங்களாகவே அடைந்த உணர்ச்சியா அல்லது அவர்கள் இந்த உணர்ச்சியை உணர வேண்டும் என்று நீங்கள் திட்டமிட்டீர்களா?
''இல்லை, இல்லை. இது திட்டமிடப்பட்டதில்லை. வாசகர்கள் தாங்களாகவே அடைந்த உணர்ச்சிதான்.''
'காதுகள்' நாவல் தொலைக்காட்சித் தொடராக வருகிறதே பார்த்தீர்களா?
''இல்லை. என்னால் தற்போது பார்க்க முடியவில்லை. கேட்டுக் கொண்டுதான் இருக்கிறேன். அவ்வளவாகக் காது கேட்காது, இருந்தாலும் கேட்டுக் கொண்டிருக்கிறேன்.''

கேட்ட அளவில் உங்களுக்கு என்ன தோணுகிறது?
''ஓரளவு செய்திருக்கிறார்கள். ஒண்ணும் சொல்வதற்கு இல்லை''.
பொதுவாக யதார்த்தக் கதைகள் தமிழில் பெரும்பான்மையானவர்களின் கவனிப்பைப் பெறுவதில்லையே!
''தற்பொழுது கவனிக்கிறார்களே. இப்போது Bulk edition - வந்தவுடனே கவனிக்கிறார்கள் அல்லவா. அதைப் போல் பிற்பாடு பேசுவார்கள்.''
உங்கள் எழுத்து, ஆர். சண்முக சுந்தரத்தின் எழுத்துகளெல்லாம் காலம் கடந்து இப்பொழுதுதான் கவனிக்கப்படுகிறதே? ஏன்?
''நான் முன்பே குறிப்பிட்டது போல் புத்தகம் கிடைக்கவில்லை, தொகுப்பாக வரவில்லை என்பதுதான் காரணம்.''
உங்கள் நாவல்கள் ஒவ்வொன்றும் ஒவ்வொரு விதமாக உள்ளதே ஏன்?
''It was so planned. ஒரு நாவல் மாதிரி மற்றொன்று இருக்கக் கூடாது என்று திட்டமிட்டே எழுதினேன். 'நித்திய கன்னி' போல் 'வேள்வித் தீ' இருக்காது. 'வேள்வித்தீ' போல் 'அரும்பு' இருக்காது. இப்படி ஒவ்வொன்றும் ஒவ்வொரு விதம்.''

உங்கள் 'நித்யகன்னி' நாவல் பரவலாகப் பேசப்பட்டதைப் போல், 'வேள்வித் தீ'யோ, 'அரும்போ' பேசப்பட்டதில்லையே ஏன்? உங்கள் படைப்புகளில் உங்களுக்குப் பிடித்தது எது?

''எல்லாமே எனக்குப் பிடித்த படைப்புகள்தான். எல்லாவற்றையுமே நன்றாகச் செய்திருக்கிறேன் என்ற நம்பிக்கை இருக்கிறது. 'அரும்பு' நாவல் பேசப்பட வேண்டிய அளவுக்குப் பேசப்படவில்லை. அதற்குக் காரணம் நாவலின் பிரதி கிடைப்பதில்லை. கடந்த 2 ஆண்டுகளாக சுத்தமாகக் கிடைக்கவில்லை. இப்படி ஆண்டுக்கணக்கில் கிடைக்காமல் இருப்பதன் மூலம் அதைப் பற்றி மதீப்பீடு செய்வதற்கு வழி இல்லாமல் போகிறது. 700 பக்கங்கள் கொண்ட நாவலாக இருப்பதால் மறு பதிப்பும் கூட போடாமல் இருக்கிறார்களா?''

நீங்கள் எழுதிய 'வேள்வித்தீ' , 'அரும்பு' நாவல்கள் பற்றி, தற்போதைய மனநிலையில் சரியாகச் செய்திருப்பதாக நினைக்கிறீர்களா? சற்றுத் திருத்தி வேறு மாதிரி எழுதியிருக்கலாம் என்று நினைக்கிறீர்களா?

''வாசகர்கள் என்ன நினைக்கிறார்கள் என்று எனக்குத் தெரியவில்லை. ஆனால் நான் என்ன நினைக்கிறேன் என்றால் எல்லாம் சரியாகச் செய்திருக்கிறேன் என்றுதான் நம்புகிறேன்.''

போஸ்ட் மாடர்னிசம், ஸ்ட்ரக்சுரலிசம், மாஜிகல் ரியலிசம் - இப்படிப்பட்ட இலக்கிய இசங்கள் பற்றி என்ன நினைக்கிறீர்கள்?

''எழுதும்போது இந்த விஷயங்களை எல்லாம் நினைத்துக் கொண்டு எழுதுவதில்லை. மணிக்கொடி எழுத்தாளர்கள் எல்லோருமே இந்த இசங்கள் பற்றிய சிந்தையோடு எழுதவில்லை. பின்னால் வந்தவர்கள்தான் இந்த இசங்களை நினைத்துக்கொண்டு எழுதுகிறார்கள். நாங்கள் இதையெல்லாம் நினைத்துக் கொண்டு எழுதவில்லை.''

ஆனால் நீங்கள் எழுதிய காலத்திலேயே இந்த இசங்கள் எல்லாம் இருந்திருக்கிறதே? குறிப்பாக நேச்சுரலிசம், ரியலிசம், எல்லாம் இருந்திருக்கிறதே?

''இந்த இசங்களை எல்லாம் யோசித்துக்கொண்டு தமிழ்நாட்டில் அவ்வளவு டீப்பாக யாரும் எழுதவில்லை.''

புதுமைப்பித்தனின் எழுத்தில் •பிராய்டிசத்தின் பாதிப்புத் தெரிவதாக எல்லோரும் சொல்கிறார்களே?

''அவர் இசங்கள் பற்றியெல்லாம் ஒன்றும் எழுதவே இல்லை''.

ஜேம்ஸ் ஜாய்ஸ் உத்திகளெல்லாம் உங்களுக்குத் தெரிகிறது. அந்த உத்திகளை எல்லாம் பயன்படுத்தி இருக்கிறீர்கள்? அப்படியென்றால் அப்பொழுதே அந்த இசங்கள் எல்லாம் இருந்திருக்கிறது அல்லவா?

''இருந்திருக்கிறது. ஆனால் அதைப் பெரிய அளவில் பயன்படுத்தி எழுதவில்லை.''

சி.சு. செல்லப்பா நிறைய இசங்கள் பற்றி பேசியிருக்கிறாரே? ஆனால் நீங்கள் இந்த நினைப்போடு படைப்பில் ஈடுபடவில்லை என்று கூறுகிறீர்களா?

''நான் மாத்திரம் அல்ல ; சி.சு.செல்லப்பாவே அப்படி எழுதவில்லை.''

ஆனால் புதுமைப்பித்தனின் முன்னுரையாகட்டும், மௌனி கதைகளின் முன்னுரையாகட்டும் மேற்கத்திய எழுத்தாளர்களின் பாதிப்பில்தான் எழுதப்பட்டது என்று அவர்களே குறிப்பிட்டுள்ளார்களே? உங்கள் நாவலை மாஜிகல் ரியலிசம் நாவல் என்று சொல்கிறார்கள்? ஆனால் நீங்கள் அதை ஒரேயடியாக சுய வரலாறு என்று கூறுகிறீர்களே? எல்லோரும் மார்க்யூஸின் நாவலுக்குப் பிறகு, தமிழில் வந்துள்ள மாஜிகல் ரியலிச நாவல் 'காதுகள்' தான் என்கிறார்களே?

''நாங்கள் யாரும் இந்த இசங்களின் நினைப்போடு எழுதவில்லை. யாராவது அதற்கு மதிப்புரை எழுதும்போதுதான், இது மாஜிகல் ரியலிசம், இது சர்-ரியலிசம் என்று முத்திரை குத்தி விடுகிறார்கள்.''

''இசங்கள் பற்றிய பிரக்ஞை உங்கள் காலத்தில் இல்லை என்று கூறுகிறீர்கள். அது எந்த காலத்தில் ஆரம்பித்தது ? தற்பொழுது இசங்கள்தான் இருக்கிறது, நாவல்கள் இல்லை. நாவல் கூட முக்கியம் இல்லை அதனுடைய விமர்சனம்தான் முக்கியமாகி வருகிறது! இசங்கள் ஆதிக்கம் செலுத்தி வருகிறது. அதைப் பற்றி ஆழமாகப் பேசுகிறார்கள். உங்கள் காலத்தில் எப்படி?

''இசங்கள் எல்லாம் எங்கள் காலத்தில் கிடையாது''.

சி.சு. செல்லப்பா படைப்புகளை விட, விமர்சனம் சார்ந்த புத்தகங்களையே விரும்பிப் படிப்பார், எழுதுவார் என நீங்கள் குறிப்பிட்டுள்ளீர்களே, அப்படி என்றால் அப்பொழுதே அந்தப் பிரக்ஞை இருந்திருக்கிறது அல்லவா?

''யாராவது ஒருவர் இந்த இசங்களைக் கண்டுபிடிப்பார்கள். ஆனால் அவர்களே இதைப் பற்றி அதிகம் எழுதுவதில்லை. அந்த மாதிரிதான் இருந்தது. இதை வைத்து எழுதுவது மிகக் குறைவாகத்தான் இருந்தது. நீங்கள் சொல்வது எனக்குப் புதிதாகத் தான் இருக்கிறது.''

உங்களுக்குப் பிடித்த எழுத்தாளர்கள் யார்? பிடித்த படைப்புகள் எவை?

''தி. ஜானகிராமன், ந. பிச்சமூர்த்தியின் படைப்புகள் எல்லாம் எனக்கு பிடிக்கும். அசோகமித்திரன், ஜெயகாந்தன் படைப்புகள் எல்லாம் பிடிக்கும். ஆனால் ஜெயகாந்தனுடைய நூல்கள் எல்லாவற்றையும் படித்ததில்லை. மேற்கில் கா•ப்கா, தாஸ்தயெவ்ஸ்கி, ஆல்பர்காம்யூ ரொம்பப் பிடிக்கும். கிளாசிகல் நாவல்கள் எல்லாம் பிடிக்கும். டால்ஸ்டாய் எழுதிய அன்னா கரீனா ரொம்பப் பிடிக்கும். சாமர்செட் மாம் எழுத்துகள் பிடிக்கும் என்றாலும், அதிகமாகப் பிடிக்கும் என்று சொல்ல முடியாது.''

'மணிக்கொடி' காலம் மாதிரி இல்லாமல் இப்போது கதைகள் எல்லாம் வியாபாரப் பொருளாக மாறி வருகிறதே, அதைப் பற்றி உங்கள் எண்ணம் என்ன?

''அது வேற. வியாபார எழுத்துகளைத்தான் நீங்கள் அதிகம் பார்க்கிறீங்க. ஏனென்றால் அதிகமாகத் தெரிவது அது-தான். ஆனால் உண்மையில் சின்னச் சின்னப் பத்திரிகைகள் வருகிறது பாருங்கள். அதில்தான் உண்மையான இலக்-கியம் இருக்கிறது. அவையெல்லாம் நிறைய வந்து கொண்டுதான் இருக்கிறது.''

சிறு பத்திரிக்கை நடத்தி நீங்கள் மிகவும் கஷ்டடப்பட்டு இருக்கிறீர்கள்? தற்போதும் நிறைய சிறு பத்திரிகைகளை இளை-ஞர்கள் கொண்டு வருகிறார்கள்? இது பற்றி உங்கள் அபிப்பிராயம் என்ன ?

''சரியோ, தப்போ இளைஞர்கள் முன் வருவதும், தியாக மனப்பான்மையோட செய்வதும், நல்ல கதைகள், நாவல்கள் வெளிவருவதும் சந்தோஷமான விஷயம்தான்.''

சிறு பத்திரிகைகளில்தான் நல்ல படைப்புகள் வருகிறதா?

''நல்ல படைப்புகள் சிறு பத்திரிகையில் தான் இதுவரை வந்துள்ளது. வர முடிந்திருக்கிறது''.

1960, 70 களுக்குப் பிறகு எழுதத் தொடங்கியவர்கள் எவ்வாறு எழுதுகிறார்கள்? அவர்களைப் பற்றிய உங்களது அபிப்பிராயம் என்ன?

''கடந்த 7, 8 வருஷமா எனக்கு சரியாக் கண் தெரியல. ஆனால் அதற்கு முன் உள்ளவர்களைப் படிக்கும் போது நன்றாகத்தான் எழுதுகிறார்கள். மோசம் என்று சொல்ல முடியாது. புதிய எழுத்துகளெல்லாம் வரத்தானே செய்யும்''.

நீங்கள் சென்னையில் இருந்தீர்களே, உங்கள் சென்னை வாழ்க்கை எப்படி இருந்தது?

'''தேனீ' நடத்துவதற்கு முன்னால் ஒருமுறை சென்னை சென்றிருந்தேன். ஆனால் இரண்டாவது முறை 'தேனீ' நடத்தி, நஷ்டப்பட்ட பின்தான் சென்றேன். சில காலம் வசதியாகத்தான் இருந்தேன். வீட்டிற்கும் வசதி செய்து கொடுத்தேன்.''

நீங்கள் எப்போதும் உங்கள் தோற்றத்தில் அதிக கவனம் செலுத்துகிறீர்களே எப்படி? ஆடை அணிந்து கொள்வதிலும், மற்றவர் முன் வெளிப்படும் போதும் நீங்கள் உங்களை அதிகம் கவனித்துக் கொள்கிறீர்களே?

''இது சிறுவயது முதலே என் சுபாவமாக இருந்து வருகிறது. முழுக்கைச் சட்டை, அரைக்கைச்சட்டை போடுவது ; எட்டு முழ வேஷ்டி, துண்டு போட்டுக் கொள்வது இது சென்னையில் இருக்கும்போது விடுபட்டுப் போய்விட்டது.''

இதைப் போல் மற்றவர்களிடமும் எதிர் பார்க்கிறீர்களா?

''ஆம். அருகில் இருப்பவர் 'நீட்' டாக இருக்க வேண்டும் என்று நினைக்கிறேன். குறிப்பாக வெள்ளை எனக்கு ரொம்-பப் பிடிக்கும்.''

வெற்றிலை போடுகிறீர்களே ரொம்பப் பிடிக்குமா? சென்னைக்குச் செல்லும்போது எப்படி?

''கும்பகோணம் வெத்திலை போடாமல் இருக்க முடிவதில்லை. சென்னைக்குச் சென்றாலும் எப்படியாவது வெத்திலை வாங்கிப் போட்டுவிடுவேன். சென்னையில் கிடைக்கும். இப்பவும் கிடைக்கிறது.''

15. சித்துராஜ் பொன்ராஜ்

சித்துராஜ் பொன்ராஜ் சிங்கப்பூரை சேர்ந்த தமிழ் எழுத்தாளர். இள வயது முதல் தமிழிலும், ஆங்கிலத்திலும் கவி-தைகள் எழுதி வருபவர். இதுவரை மூன்று நாவல்கள், இரண்டு சிறுகதை தொகுப்புகள், இரண்டு கவிதை தொகுப்-புக்கள் வெளியிட்டு தமிழ் இலக்கியச் சூழலில் தொடர்ந்து இயங்கும் குறிப்பிடத்தக்க இளம் எழுத்தாளர். சிங்கப்பூர் அரசாங்கத்தில் இணைய பாதுகாப்பில் இயக்குநராக பணியாற்றுகிறார். வாசகசாலை இணையதளத்திற்காக நண்பர் க.விக்னேஷ்வரன் கண்ட நேர்காணல் இது.

சிங்கப்பூர் நவீன தமிழ் இலக்கியச் சூழல் பற்றி இங்கு தமிழகத்தில் பெரிய அறிதல் இல்லை! சிங்கப்பூர் நவீன தமிழ் இலக்கியச் சூழல் எங்கு தொடங்கியது? எப்படி பயணம் செய்தது? உண்மையில் இப்போது எப்படி இருக்கிறது?

சிங்கப்பூர் தமிழ் இலக்கியத்தைப் பற்றிய பரவலான அறிதல் இல்லாதது என்னைப் பொருத்தவரையில் துரதிர்ஷ்டமான

நிலைமைதான். இந்த அறியாமையினால் வெளிநாட்டிலுள்ள வாசகர்கள் புலம்பெயர்ந்த தமிழ்களின் வாழ்வியலைப் பற்றிய பல முக்கியமான பார்வைகளை இழக்கிறார்கள். சிங்கப்பூர் தமிழ் இலக்கியம் ஒரே தன்மையுடையது அல்ல. சிங்கப்பூர் தமிழ் இலக்கியத்தில் மூன்று முக்கிய பகுப்புக்கள் உள்ளன. முதலாவதாக சிங்கப்பூரில் பிறந்து வளர்ந்தவர்கள் எழுதுவது. இரண்டாவதாக இங்கு நிரந்தரமாக வெளிநாடுகளிலிருந்து புலம் பெயர்ந்து வாழ்பவர்கள் எழுதுவது. மூன்றாவது இந்த ஊருக்குக் குறுகிய கால அடிப்படையில் தொழில் செய்ய வந்து செல்பவர்கள் எழுதுவது.

இம்மூன்றும் மூன்று வகையான பார்வைகளைக் கொண்டவை. அவை பேசும் பிரச்சனைகளிலும் அவற்றின் மொழியிலும் நுணுக்கமான பல வேறுபாடுகள் உண்டு. இவை மூன்றையும் ஒரே இலக்கியமாகக் கருத முடியுமா என்ற சந்தேகம் எனக்கு நிறையவே உண்டு. ஆனால் அது முக்கியமல்ல. சிங்கப்பூரிலிருந்து பிறக்கும் இந்த மூன்று வகையான இலக்கியங்களும் நான் முன்னால் சொன்னது போல் வித்தியாசமான பார்வைகளை வழங்கக் கூடியவை. ஒரு சில எழுத்தாளர்களைப் படித்துவிட்டுச் சிங்கப்பூர் தமிழ் இலக்கியத்தைப் பற்றிப் பேசுவது முழுமையான ஆய்வாகாது.

கதை எழுதுபவர்களில் எம்.கே. குமார், ரமா சுரேஷ், பிரேமா மகாலிங்கம், மணிமாலா மதியழகன், சித்ரா ரமேஷ், ஷா நவாஸ் என்று பலர் சிறப்பாக செயல்படுகிறார்கள். கவிதையில் சுபா செந்தில்குமார், மதிகுமார் தாயுமானவன் ஆகியோரைச் சொல்லலாம். கனகலதா இரண்டிலும் சிறப்பாகச் செயல்படுகிறார். இன்னும் பல பேர் உள்ளனர். தேடிக் கண்டு கொள்ள வேண்டும். இதற்காக சிங்கப்பூர் தமிழ் இலக்கியம் உன்னத நிலையில் இருக்கிறது என்றும் சொல்லி விட முடியாது. தீவிரம் போதவில்லை என்பதுதான் என் எண்ணம்.

தீவிர வாசிப்புக்குள் நீங்கள் வந்ததைப் பற்றியும் அதிலிருந்து தீவிர இலக்கியத்தில் எழுத வந்தது பற்றியும் இந்த இரண்டு கட்டங்களிலும் உங்களுக்கு ஆதரவாக இருந்த மனிதர்கள் மற்றும் இலக்கிய ஆசான்கள் பற்றியும் சொல்ல முடியுமா?

தீவிர வாசிப்புக்குள் தத்துவவியல் சார்ந்த படிப்பினால் வந்தேன். முதுகலைப் பட்டங்களில் பல பாடங்கள் படித்திருந்தாலும் என் அடிப்படைக் கல்வி தத்துவமும் அரசியலும் சார்ந்தது. குறிப்பாக இருத்தலியல். ஆழந்த தத்துவ சித்தாந்த அடிப்படைகளைக் கொண்ட நாவல்களை எழுதிய டால்ஸ்டாய், தஸ்தவ்யஸ்கி, துர்காபேவ், சார்த்தர், காமூ, போலானியோ, ஜெயமோகன் போன்றவர்கள் என்னைத் தீவிர வாசிப்புக்கு அழைத்து வந்தார்கள். இவர்களில் சிற்சிலரோடு பின்னாளில் ஊடல் கொண்டேன் என்பது வேறு விஷயம்.

ஜெயமோகனுக்கு நீங்கள் எழுதிய கடிதம் ஒன்று படிக்க நேர்ந்தது (உங்களுக்கு தமிழ் தெரியாது என்று அவர் எழுதியதற்கு நீங்கள் மறுப்பு தெரிவித்து எழுதிய கடிதம் என்று நினைக்கிறேன்) அதில் உங்கள் தந்தையார் கன்னடம் என்றும், தாயார் மலையாளம் என்றும் இந்த சூழ்நிலையில் தமிழ் எப்படி உங்கள் தந்தையால் உங்களுக்கு கற்றுத் தரப்பட்டது என்றும் எழுதி இருந்தீர்கள். இன்று உலகம் முழுவதும் பயணம் போகிறீர்கள். கிட்டத்தட்ட மலாய், ஸ்பானிஷ் இப்படி நிறைய மொழிகள் உங்களுக்கு தெரியும் என்று நினைக்கிறேன். இதையெல்லாம் தாண்டி தமிழில் எழுத வந்தது ஏன்?

என் குடும்பச் சூழலுக்கு உகந்தபடி நாலாயிர திவ்ய பிரபந்தம் கற்க தமிழையும் வேதம் கற்க வடமொழியும் கற்க வேண்டும் என்று அப்பா சொன்னார். மற்ற மொழிகள் பல்கலைக் கழகப் படிப்புகளுக்காகவும் தொழிலுக்காகவும் கற்றுக் கொண்டது. இந்த மொழிகளை ஒப்பிட்டுப் பார்க்கத் தமிழில்தான் என் எண்ணங்களைச் சரியாகச் சொல்ல முடியும் என்றும் தமிழ்தான் எனக்கு ஓரளவுக்குக் கைவருகிறது என்றும் தோன்றியது. அதனால் தமிழைச் சிக்கெனப் பிடித்துக் கொண்டேன். அது என் முன்வினைப் பயன் என்று சொல்லலாமா என்று சார்த்தர்தான் சொல்ல வேண்டும்! ஆனால் ஒன்று சொல்வேன். மொழி என்ற வகையில் தமிழ் கிரேக்கம் போல் அழகானது. தத்துவ விசாரத்துக்கு இடம் தருவது. அதே சமயம் பல மொழிகள் கற்றது பல வகையான மக்களைச் சந்திக்கவும் அவர்களோடு உரையாடவும் அவர்கள் கதைகளை அறிந்து கொள்ளவும் உதவியது. இவர்களது கதைகள் என் எழுத்தில் வந்திருக்கின்றன. இனியும் வரும். பலதரப்பட்ட மக்களோடு நடத்திய உரையாடல்கள் என் எழுத்தையும் கற்பனையையும் வளப்படுத்தியுள்ளன.

தீவிர இலக்கிய வாசகராக சிறுகதை வடிவத்தை எப்படிப் பார்க்கிறீர்கள்? ஒரு நவீன எழுத்தாளராக சிறுகதை வடிவத்தை எப்படி பார்க்கிறீர்கள்? (இரண்டுக்கும் இடையே சில நுண்ணிய வேறுபாடுகள் இருப்பதாக நினைக்கிறேன்.உங்களது சில சிறுகதைகள் இப்படி எழுதப்பட்டு இருக்கிறன.)

பாரம்பரிய சிறுகதை வடிவம் காலாவதியாகி பல நாளாகி விட்டது. சிறுகதை மன்னன் என்று நாமெல்லோரும் கொண்டாடும் செக்காவின் சிறுகதை வடிவம் வேறு. இன்று பரவலாகக் காணப்படும் வடிவம் வேறு. இன்று பல சிறுகதைகள் நெடுங்கவிதைக்கும் பாவ அறிக்கைக்கும் குறுநாவலுக்கும் இடைப்பட்டவையாக இருக்கின்றனவோ என்று கருதவும் இடமுண்டு. இலக்கிய வடிவங்களை அச்சில் வரும் உருவத்தைக் கொண்டு அளவிடுவதைத் தவிர்த்து அவை ஏற்படும் விளைவால் அளவிட வேண்டியது அவசியம். அப்படி இல்லை என்றால் மேற்கூறிய குழப்பங்கள் தோன்றும்.

நாவல் என்பது பன்முகத்தன்மையோடு ஒரு சமூகத்தின் மொத்த வாழ்வை மதிப்பீடுகளை அள்ளித் தர வேண்டும். சிறுகதைக்கு கதைச்சம்ப ஒருமை அவசியம்.

மாறிலிகள் மற்றும் ரெமோன் என்னும் தேவதை என்ற இரண்டு சிறுகதைத் தொகுப்புகளை எழுதியுள்ளீர்கள். இரண்டில் சிறுகதை வடிவங்களின் எல்லா முயற்சிகளையும் பரிசோதனை செய்து பார்த்திருக்கிறீர்கள் !! ஜெயமோகன் உங்களின் மாறிலிகள் சிறுகதைத் தொகுப்பை இலக்கியத்தின் வெற்றி எனப் பாராட்டி எழுதியுள்ளார். நான் வாசித்துவரை இரண்டு தொகுப்புகளிலும் நவீன மனம் ஒன்று இருக்கிறது. அது வாழ்வியல் சிக்கல்கள், பாலியல் நெருக்கடிகள் முக்கியமாக மாற்று பாலின நெருக்கடிகள், இயந்திரமாகி விட்ட தனி மனித வாழ்வுகள், மனித மனதின் ஆழத்தில் இருக்கும் உணர்ச்சிப் பிழம்புகள் வெளிப்படும் தருணங்கள் இப்படி எல்லாமே வெளிப்படும் தொகுப்புகளாக அவை இருக்கிறது. இவற்றை மீறி தள்ளி நின்று ஒரு இலக்கிய விமர்சகராக இப்போது அந்தத் தொகுப்புகளை எப்படி அணுகுவீர்கள்?

மாறிலிகள் மற்றும் ரெமோன் என்னும் தேவதை என்ற இரண்டு சிறுகதைத் தொகுப்புகளை எழுதியுள்ளீர்கள். இரண்டில் சிறுகதை வடிவங்களின் எல்லா முயற்சிகளையும் பரிசோதனை செய்து பார்த்திருக்கிறீர்கள் !! ஜெயமோகன் உங்களின் மாறிலிகள் சிறுகதைத் தொகுப்பை இலக்கியத்தின் வெற்றி எனப் பாராட்டி எழுதியுள்ளார். நான் வாசித்துவரை இரண்டு தொகுப்புகளிலும் நவீன மனம் ஒன்று இருக்கிறது. அது வாழ்வியல் சிக்கல்கள், பாலியல் நெருக்கடிகள் முக்கியமாக மாற்று பாலின நெருக்கடிகள், இயந்திரமாகி விட்ட தனி மனித வாழ்வுகள், மனித மனதின் ஆழத்தில் இருக்கும் உணர்ச்சிப் பிழம்புகள் வெளிப்படும் தருணங்கள் இப்படி எல்லாமே வெளிப்படும் தொகுப்புகளாக அவை இருக்கிறது. இவற்றை மீறி தள்ளி நின்று ஒரு இலக்கிய விமர்சகராக இப்போது அந்தத் தொகுப்புகளை எப்படி அணுகுவீர்கள்?

சிறுகதைகள் பொருந்தவரை உங்களின் ஆசான் யார், தமிழ் இலக்கியச்சூழலில் சேர்த்து?

அமி, அம்பை, ஜெமோ. ஆங்கிலத்தில் லோரி மூர்,.ட்ரூமென் கபோட், ஜேம்ஸ்.ஜாய்ஸ்.

உங்களது மூன்று நாவல்கள் கௌண்டில்யன் சதுரம், பெர்னுய்லியின் பேய்கள், விளம்பர நீளத்தில் ஒரு மரணம் ஆகிய மூன்றும் பொதுவாக முன் வைப்பது மர்மம், புதிர்கள், அமானுஷ்யம், துப்பறிதல், அப்புறம் கொஞ்சமாக அறிவியல்•••••••ஒருபுறம் சிறுகதைகளை ரொம்ப சீரியஸாக எழுதிக் கொண்டு மறுபுறம் வித்தியாசமான நாவல் முயற்சிகளை முன் எடுப்பது ஏன்? விமர்சன ரீதியாகவும் இந்த நாவல்கள் எந்த வகை இலக்கியத்தில் சேரும் என்பதில் பெரும் குழப்பம் இருக்கும் சூழ்நிலையில் ஏன் இத்தகைய முயற்சிகள்?

எம்.ஜி.ஆர் சொன்னதுபோல் 'கலகத்தில் பிறப்பதுதான் நீதி'. ஆனால் 2019 இறுதியில் வெளிவரும் என் அடுத்த நாவல் நீங்கள் விரும்புவது போல் படு சிரியஸாக இருக்கும் சாத்தியங்கள் தென்படுகிறது.

இரண்டு விதமான எழுத்து முறை இங்கிருக்கிறது. தீவிரமாக எழுதுவது, முக்கியமாக கோட்பாடுகளை சார்ந்து••• இரண்டாவது சற்று பொது வாசகர்களுக்காக ஜனரஞ்சகமாக தனது எழுத்தை மாற்றிக் கொள்வது இதில் எதை நோக்கி உங்கள் எதிர்காலப் பயணம் அமையும்?

தீவிர இலக்கியம் பொது வாசகர்களுக்கான "ஜனரஞ்சகமான" இலக்கியம் என்ற இருமையின் அடிப்படையில் அமைந்த பாகுபாடே சந்தேகத்துக்குரியது என்பது என் எண்ணம். ஜனரஞ்சக இலக்கியத்துக்கு எதிரான சிலரின் மேட்டிமைத்தனமான எதிர்ப்பை வெளிப்படுத்தவே இத்தகைய பாகுபாடு எழுந்துள்ளதா என்று எண்ணுவதற்குக் கூட இடமிருக்கலாம். தெரியவில்லை. ஆனால் ஒன்று சொல்லவேண்டும். இன்று தீவிர இலக்கியங்கள் என்று கருதப்படும் தஸ்தவ்யஸ்கியின் குற்றமும் தண்டனையும், துர்கனேவ்வின் தந்தையும் தனயரும் உட்பட பல நாவல்கள் நீங்கள் சொல்லும் ஜனரஞ்சகமான இதழ்களில் முதலில் வெளிவந்து நீங்கள் சொல்லும் பொது வாசகர்களிடையே பெரும் சர்ச்சையையும் பரபரப்பையும் ஏற்படுத்தியவைதான்.

இந்தத் தீவிர நாவல்களை ஆராய்ந்தால் பொது வாசகர்களை ஈர்க்கக் கூடிய ஜனரஞ்சகமான கதையம்சக் கூறுகள், வாசகர்களைக் கவரக்கூடிய கதைத் திருப்பங்கள், எழுத்து நடை இவற்றோடு அன்றைக்கிருந்த சமூக அரசியல் பிரச்சனைகளைப் பற்றிய ஆழ்ந்த தத்துவார்த்த அடிப்படையிலான அலசலும் இருப்பதைக் காணலாம். இந்தக் காரணங்களால்தான் இந்த நாவல்கள் இன்றும் தொடர்ந்து வாசிக்கப்பட்டு வருகின்றன. காலம் தாண்டி நிலைக்கக்கூடிய நாவல்கள் ஜனரஞ்சகக் கூறுகளோடு ஆழமான தத்துவார்த்த அடிப்படைகளும் அலசல்களாகவும் இருந்து வந்திருக்கின்றன என்பதைக் காணாலாம். பின்னாளில் மேற்கிலும் தமிழிலும் வெற்றிப்பட்ட நாவல்கள் இந்த இருவகையான கூறுகளைக் கொண்டுள்ளவையாகவே அமைந்துள்ளன.

ஆக, இந்த அடிப்படையில் பார்த்தால் வாசகர்களை ஈர்க்கும் கதையம்சமும் அவர்களுடைய சமூகப் பிரக்ஞையை வளர்க்கும் வகையிலான வெற்றிகரமான நாவல்களை எழுதுவதுதான் குறிக்கோளே தவிர தீவிர இலக்கியம் என்பதோ

ஜன ரஞ்சகமான இலக்கியம் என்பதோ பயனுள்ள பாகுபாடுகளாகுமா என்ற கேள்வி எனக்குண்டு. அத்தகைய நாவல்களை எழுதுவதுதான் என்னைப் போன்ற எழுத்தாளர்களின் குறிக்கோளாக இருக்கும். இத்தகைய நாவல்களை தற்காலத்தில் தமிழில் எழுதுகிறவர் ஜெயமோகன் என்பது என் கணிப்பு.

நிலம் சார்ந்த எழுத்து என்ற வகையில் சிங்கப்பூர் என்ற நிலம் பற்றி உங்கள் நிறைய படைப்புகளில் வருகிறது. உண்மையில் இன்றைய நவீன சிங்கப்பூர் வாழ்க்கை எப்படி இருக்கிறது. பல்வேறு மொழிகளையும், பல்வேறு இன மக்களைப் பார்த்து பேசிப் பழகுவது எப்படி உங்கள் படைப்புகளுக்கு உதவியாக இருக்கிறது? தன் கனவு நிலத்தைப் பற்றி எப்போதும் ஒரு எழுத்தாளனுக்கு நிறைய ஏக்கங்கள் இருக்கும். அதைத் தனது படைப்புகளில் கொண்டு வரும் ஆசை இருக்கும். உங்களுக்கு அப்படி எதாவது ஒரு கனவு நிலம் இருக்கிறதா?

நீங்கள் சொல்வதுபோல் சிங்கப்பூர் பல இனங்கள், மொழிகள், கலாச்சரங்கள், மத நம்பிக்கைகள் சந்தித்து நல்லிணக்கத்தோடு வாழ முயலும் நிலம். இந்த முயற்சி இதுவரை சிறப்பாகவே நடந்து வருகிறது. ஆனால் இத்தகைய கட்டமைப்பு மொழிகள், இனங்கள், கலாசாரங்கள் முதலானவை தனித்தனியாய் இருக்கும் வரை உள்ள சவால்கள் இவை அனைத்தும் ஒன்றோடொன்று உரையாடி புதிய வடிவங்களை ஏற்கும்போது வேறு சவால்களாக மாறிவிடுகின்றன. உதாரணத்துக்கு ஒரு தமிழ்ப் பெண் சீன ஆடவனை மணக்கிறாள். அவள் குழந்தைகள் தமிழர்களா? சீனர்களா? அவர்களது பெயர்கள் எப்படி இருக்கும்? அவர்கள் எந்தக் கலாச்சாரத்தைப் பின்பற்றுவார்கள்? என்ன மதம்? சிங்கப்பூரில் என்ன நடக்கிறது என்றால் இப்படிக் கல்யாணம் செய்து கொள்பவர்கள் குழந்தைகளுக்கு சீனப்பெயர்களையும் தமிழ்ப் பெயர்களையும் சேர்த்து வைக்கிறார்கள்.

இரண்டு சாராரின் பண்டிகைகளையும் கொண்டாடுகிறார்கள். ஆனால் முழுமையாக அல்ல. தமிழ்க் கலாச்சாரத்திலிருந்து எந்த வழக்கங்கள் நகர வாழ்க்கைக்குச் சுலபமாக இருக்கின்றனவோ அவற்றை. சீனக் கலாச்சாரத்திலிருந்து சிலவற்றை. இப்போது பரவாயில்லை. ஆனால் ஐம்பது வருடங்களுக்குப் பிறகு இத்தகைய தம்பதிகளுக்குப் பிறந்த குழந்தைகள் வளர்ந்து தமிழ் நாவல்கள் எழுத ஆரம்பித்தால் அத்தகைய தமிழ் நாவல் பேசும் சமூகப் பிரச்சனைகள் எப்படி இருக்கும், அது காட்டும் சமூக வாழ்வு எப்படி இருக்கும், இதையெல்லாம் விடுங்கள். அந்த எழுத்தாளர் பயன்படுத்தும் தமிழ் எப்படி இருக்கும்? உலகமயமாதலால் ஏற்படக்கூடிய இந்த அடையாள மயக்கத்தை நான் முக்கியமானதாகக் கருதுகிறேன்.

2018ல் வெளிவந்த என் 'விளம்பர நீளத்தில் ஒரு மரணம்' நாவலில் சீன ஆடவனை மணக்கும் தமிழ்ப் பெண் சந்திக்கும் பிரச்சனைகளைச் சொல்லி இருக்கிறேன். இந்த எனது அலசல் சிங்கப்பூரில் தமிழ் பேசாத சீன, மலாய் வாசகர்களிடமும் வரவேற்புப்.பெற்றுள்ளது. அவர்களுக்கும் இந்த கேள்விகளும் குழப்பங்களும் உண்டு.மற்றபடி கனவு நிலம் என்பதைவிட தற்கால நகரங்களில் ஏற்படும் மாற்றங்கள், நகரங்களால் ஏற்படும் மாற்றங்கள் ஆகியவற்றை அலசுவதில் எனக்குத் தீராத ஆர்வம் உண்டு. நகரம் என்பதேகூட ஒரு உயிருள்ள கதாபாத்திரம் என்பது என் எண்ணம். கனவுகளை விட யதார்த்தமே எப்போதும் சுவாரஸ்யமானது.

இரண்டு கவிதைத் தொகுப்புகள்... இரண்டிலுமே புதிய கவிதை வடிவங்களை உருவாக்கி இருக்கிறீர்கள்? கிட்டத்தட்ட ஆங்கிலக் கவிதை வடிவங்களின் மாதிரியாகவே அவை இருக்கின்றன? சங்க இலக்கியங்களில் தீவிர ஈடுபாடு கொண்ட நீங்கள் தமிழ்க் கவிதை வடிவங்களை பின்பற்றாமல் இதிலும் புதிய முயற்சிகளைக் கையாள்வது ஏன்?

அலங்காரமில்லாத சொற்செட்டு, கூர்மையான படிமங்கள், சமூக அரசியல் விழிப்புணர்வு, ஆடம்பரமான கூச்சலின்றி அதிர வைக்கும் சொல்லாடல் எல்லாம் சங்கக் கவிதைகள் மூலம் தமிழன் உலகத்துக்குச் சொல்லித் தந்ததுதானே. இவற்றை ஆங்கிலக் கவிதை சாயல் கொண்டது என்று சொல்வது சங்கக் கவிதைகளை நாம் எவ்வளவு அந்நியமாகி வருகிறோம் என்பதையே காட்டுகிறது. சங்கக் கவிதைகள் எல்லோரும் கட்டாயமாக வாசிக்க வேண்டும். வாசிக்காததால்தான் இப்போது நிறைய கவிதைகள் சலிப்பைத் தருபவையாகவும் மீமிகையானவையாகவும் வெளி வருகின்றன.

பெர்னுய்லியின் பேய்கள்' நாவல் நல்ல சுவாரசியமான பேய்கள் கதை... பேய்கள் பற்றி இவ்வளவு நுட்பமான தகவல்களை எப்படி சேகரித்து எழுதினீர்கள்? முக்கியமாக சீனப் பேய்கள் பற்றியும் அதைச் சார்ந்து அவர்களின் நம்பிக்கை பற்றியும்? இதில் பெர்னுய்லியின் தத்துவத்தை பேய்களுடன் இணைக்கும் சிந்தனை உருவானது எப்படி?

சின்ன வயது முதலே கோட்டயம் புஷ்பநாத் போன்றவர்களின் பிரதான வாசகன் நான். ஒன்று கவனித்தீர்கள் என்றால் பேய்க்கதைகள் மற்ற எல்லா வகையான கதைகளைவிட ஜனநாயகத் தன்மை கொண்டவை. எல்லா வயதினருக்கும், அவர்கள் பணக்காரர்களோ ஏழைகளோ படித்தவர்களோ படிக்காதவர்களோ பேய்க் கதைகள் பிடிக்கும். பிற நாட்டுப் பேய்க்கதைகள் என்று யாரும் விலக்குவதில்லை. சுடுகாட்டைத் தவிர்த்துச் சமரசம் உலாவும் இடங்கள் என்றால் அவை பேய்க்கதைகள்தான்! சிங்கப்பூரில் பிறந்த ஒருவர் சீனம், மலாய், தமிழ், மேற்கத்திய பேய்கள் என்று எல்லா-

வற்றுக்கும் சொந்தமாகிவிடுகிறார். பல்லின நாட்டில் வாழும் மக்கள் தத்தமது பேய்க்கதைகளை ஒருவருக்கொருவர் உரையாடும்போது சொல்லிக் கொள்கிறார்கள்.

இது எல்லோருக்கும் பொதுவான நியதியாகிவிடுகிறது. சிங்கப்பரில் வாழ்ந்து அன்றாடம் சீனர் மலாய்க்காரர்கள் என்று பலதரப்பட்ட மக்களுடன் பேசிப் பழகுவதால் சீனப் பேய்களைப் பற்றி எழுதுவது சிரமமாக இல்லை. அதிலும் நாவலில் நான் பேய்களைப் பற்றிச் சொன்னது கொஞ்சம்தான். பேய்களைப் பற்றி நிறைய சொல்ல இருக்கிறது. அதையும் தாண்டி பேயோ தேவதையோ நியதிகள் தெளிவாகாதவரை நம்மைப் பயமுறுத்தும் என்பது என் நம்பிக்கை. பேய்களும் தேவதைகளும் நியதிகளுக்கு உட்பட்டவை என்ற என் நியாயத்தைக் காட்ட பேய்கள் பெர்னுய்லியின் தத்துவத்துக்குக் கட்டுப்படுவதைக் காட்டும் வகையில் இந்த நாவலை எழுதினேன். பேய்களும்.தேவதைகளும் வித்தை தெரிந்தவர்கள். தங்கள் விருப்பத்துக்கு ஆட்டிவைக்கும் தொழில்நுட்பங்கள். எப்படி ஆட்டிவைப்பது என்று காட்டத்தான் நமது ஊரில் மலையாள மாந்திரீகம் மந்திர சாஸ்திரம் எல்லாம்.இருக்கிறது.

நவீன வாழ்வு சிக்கல்கள் நிறைந்தாகவே இருக்கிறது. முழு நேர எழுத்தாளர் என்பது வேறு... பணியில் இருந்து கொண்டு எழுதுவது என்பது வேறு இந்த சிக்கலை எப்படி சரி செய்கிறீர்கள்?

எழுத்துக்குத் தன்னை அர்ப்பணித்துக் கொள்ளும் முழு நேர எழுத்தாளர்தான் பெரிய வெற்றிகளைப்.பெற முடியும் என்பது என் எண்ணம். பகுதி நேரமாக எழுதுபவர்கள் மாபெரும் வெற்றிகளை ஈட்ட முடியாது. இது நிதர்சனம். பல எழுத்தாளர்களின் வாழ்க்கை இதை நிரூபித்துள்ளது. என்னைப் பொருத்தவரை உத்தியோகத்துக்குப் போனாலும் எப்படி முழுநேரக் கணவனாகவும் அப்பாவாகவும் தொடர முயல்கிறதோ அதுபோலவே முழுநேர எழுத்தாளானாய் மனதளிவிலாவது தொடர முயல்கிறேன். ஆனால் இது தீர்வல்ல. ஒரு நாள் இடதா வலதா என்று முடிவெடுக்க வேண்டும். இல்லையென்றால் என் எழுத்தின் தரம் இவ்வளவுதான் என்று சமரசம் செய்து கொள்ள வேண்டும்.

தொடர்ந்து உலக இலக்கியங்கள் பற்றிப் பேசுகிறீர்கள், எழுதுகிறீர்கள் அதில் யாரைவது தமிழில் மொழிபெயர்ப்பு செய்ய ஆசைப்பட்டால் யாரை செய்வீர்கள்? ஏன் செய்வீர்கள்?

இவான் துர்கனேவ். அவர் நாவலைக் கட்டமைக்கும் விதமும் பாத்திரச் சித்தரிப்பும் வருணனைகளும் அப்படிப்பட்டது. அடுத்தது சீசர் அயிரா என்ற அர்ஜெண்டினிய எழுத்தாளர். இப்போதும் எழுதிக் கொண்டிருக்கிறார். போர்ஹெஸ், போலானியோவால் புகழப்பட்டவர். எழுத்தாளர் புத்தாக்கப் பார்வையோடு எவ்வளவு தீவிரமாகச் சிந்திக்கக் கற்றுக் கொள்ள வேண்டும் என்று இவரிடம் தெரிந்து கொள்ளலாம்.

உண்மையில் எதற்கு எழுதுகிறீர்கள்? யாருக்காக எழுதுகிறீர்கள்? இலக்கியம் தனிபட்ட வாழ்வை மாற்றியமைக்கும் என்று நம்புகிறீர்களா?

தனி மனிதர்களின் அன்றாட வாழ்க்கையில் அறம் என்று கொண்டாடப்படும் சின்னச் சின்ன அபத்தங்களையும் அபத்தம் என்ற பெயரில் மாபெரிய அன்பையும் வீரத்தையும் பதிவு செய்ய. மாற்றியமைப்பது என் வேலை இல்லை. பதிவு செய்வது மட்டும்தான்.

ஒரு குறிப்பிட்ட மொழியை உருவாக்கிக் கொள்வது ஒவ்வொரு படைப்பாளியின் கனவு. உங்களுக்கான மொழியை உருவாக்கி விட்டீர்களா இல்லை அதற்கான தேடல்கள் இன்னும் இருக்கிறதா.? இதைக் கேட்பதற்கு காரணம் நீங்கள் நிறைய மொழிகளை அறிந்தவர். அது இங்கு உங்களுக்கு எவ்வளவு உதவுகிறது என்பதை அறிய!

மனதிலிருந்து உண்மையான உணர்வோடு வரும் வார்த்தைகள் தமக்கான லயத்தைத் தாமே அமைத்துக் கொள்கின்றன. இது ராமாயண காலத்து உண்மை. வேடன் காதலில் திளைத்திருக்கும் இரண்டு பறவைகளில் ஒன்றை அம்பு விட்டுக் கொல்கிறான். அதைப் பார்த்த வால்மீகி கோபத்தால் சாபம் கொடுக்கிறார். பின்னர் யோசிக்கும்போது அவர் சோகமே சுலோகமாக இருந்ததைக் கண்டு அந்தச் சுலோகத்தின் யாப்பிலேயே ராமாயணச் செய்யுள்களை எழுதுகிறார். நான் உண்மையாக இருக்கிறேன்.மொழி தன்னைத்தானே சரிபடுத்திக் கொள்ளும்.

தற்போதைய தமிழ் இலக்கியச் சூழல் பற்றி எதாவது சொல்ல முடியுமா?

மிக அற்புதமான எழுத்தாளர்கள் எழுதி வருகிறார்கள். சிறந்த முயற்சிகள் நடக்கின்றன. சினிமா தாக்கத்தைக் குறைத்துக் கொண்டால் ஒருவேளை தத்துவார்த்த தேடல் இன்னும் வீரியமுடையதாக ஆகலாம்

கடைசிக் கேள்வி. தற்போது இருக்கும் இளம் வாசகர்களுக்கு கட்டாயம் நீங்கள் வாசிக்க வேண்டிய பட்டியல் ஒன்றை நீங்கள் தயார் செய்தால் அதில் எத்தனை பெயர்களை எழுதித் தருவீர்கள்.? (சங்க இலக்கியத்திலிருந்து உலக இலக்கியம் வரை)

பட்டியல் தயாரித்துத் தருவதெல்லாம் சர்வாதிகாரப் போக்கு. அந்த விளையாட்டெல்லாம் வேண்டாமே! கண்டதைக் கற்கப் பண்டிதன் ஆவான். இதுதான் என் சார்பில் ஒரே அறிவுரை. ஆனால் உங்கள் ஆசையைக் கெடுப்பானேன்.

இதோ என் பட்டியல் (எனக்குப் பிடித்த படைப்புகள், படைப்பாளர்கள் மட்டும்) தமிழ் இலக்கியத்தில்: அகநானூறு, புறநானூறு, கலித்தொகை குறுந்தொகை, சிலப்பதிகாரம், மணிமேகலை, மூவர் தேவாரம், பெரியாழ்வார், ஆண்டாள், நம்மாழ்வார் இவர்களின் அருளிச்செயல்கள், திருவாசகம், கம்பனின் இராம காதை, நளவெண்பா, கலிங்கத்துப் பரணி, குற்றாலக் குறவஞ்சி, திருப்புகழ், சிறாப்புராணம், கந்தர் கலிவெண்பா, கோபாலகிருஷ்ண பாரதியாரின் நந்தனார் சரித்-திரம், பாரதி, பாரதிதாசன் - கவிதைகள் தவிர்த்து அழகின் சிரிப்பு, பாண்டியன் பரிசு, இருண்ட வீடு, குடும்ப விளக்கு, புலவர் குழந்தையின் இராவண காவியம்.

தமிழ்ப் புனைவில்: அசோகமித்திரன், தி.ஜா, க.நா.சு, நகுலன், கரிச்சான் குஞ்சு, ஜி நாகராஜன், கி.ரா, சுநதர ராமசாமி, தஞ்சை பிரகாஷ், ஜெயகாந்தன், சுஜாதா, மாலன், பாலகுமாரன் (ஆரம்ப கதைகள் நாவல்கள்), ஜோ டி குரூஸ், எம், ஜி. சுரேஷ், ஜெயமோகன், எஸ். ராமகிருஷ்ணன், சாரு, அம்பை, நாஞ்சில் நாடன், வண்ணதா-சன், இமையம், பெருமாள் முருகன். நாவல் வடிவத்தை அறிந்து கொள்ள: துர்கனேவ், டால்ஸ்டாய், தஸ்தவ்யஸ்கி, தாமஸ் ஹார்டி, ப்ராண்டே சகோதரிகள், மிலான் குண்டேரா, உம்பர்ட்டோ எகோ, இத்தாலோ கால்வினோ. எந்தெந்த புத்தகங்கள் என்றால் - மொத்தமும். ஆனால் இப்போதே மூச்சு முட்டுகிறது. தற்காலத்தில் எழுதிக்கொண்டிருக்கிற-வர்களைப் பற்றிச் சொல்ல நிறைய இருக்கிறது. அதற்கு நீங்கள் அடுத்த நேர்காணல் நடத்த வேண்டும்.

16. சயந்தன்

ஈழத்திலிருந்து புலம்பெயர்ந்து சுவிற்சர்லாந்தில் வாழும் சயந்தன் தமிழில் எழுதும் முக்கிய படைப்பாளி. ‘‘ஆறாவடு‘‘ நாவலின் மூலமாக தமிழ்ப்பரப்பில் கூடுதல் கவனத்தைப் பெற்றவர். ‘‘பெயரற்றது‘‘ இவருடைய சிறுகதைகளின் தொகுதி. இப்பொழுது வந்திருப்பது ‘‘ஆதிரை‘‘. வந்த சில வாரங்களிலேயே அதிகமான உரையாடல்களை ‘‘ஆதிரை‘‘ உண்டாக்கியுள்ளது. ஈழப்போர் மற்றும் ஈழப்போராட்டம் என்ற தளத்தில் கட்டமைந்திருக்கும் ஆதிரை எழுப்புகின்ற கேள்விகள் பல கோணங்களில் ஆயிரமாயிரம்.

‘‘யுத்தத்தின் முடிவில் எஞ்சிய கள யதார்த்தமும், பாதிக்கப்பட்ட இந்தச் சனங்கள் யார் என்ற கேள்வியும் ஏற்படுத்திய குற்ற உணர்ச்சியின் கொந்தளிப்பிலிருந்து ஆறிக்கொள்வதற்கான ஒரு வடிகாலாக இந்த எழுத்து இருக்குமென்பதை ஒரு கட்டத்தில் உணரத்தொடங்கினேன்‘‘ என்று கூறும் சயந்தன் யாழ்ப்பாணம், சுழிபுரம் என்ற இடத்தில் பிறந்து போர்க்கால வாழ்வின் வழியே இடப்பெயர்வுகளைச் சந்தித்தவர். பின்னர், வன்னியிலிருந்து மீண்டு புலம்பெயர்ந்தவர் - கருணாகரன்

ஆறாவடுவுக்குப் பிறகு ஆதிரை. எப்படி உணர்கிறீர்கள்?

ஆறாவடு எழுதிமுடித்தபோதிருந்த நிறைவு இப்போது ஆதிரையிலும் இருக்கிறது. ஆனால் ஆறாவடு மீது இப்போது நிறைவில்லை. இதுவே ஆதிரைக்கும் நிகழக்கூடும்.

ஆதிரை கொண்டிருக்கும் கலையும் அரசியலும் திட்டமிட்டு உருவாக்கப்பட்டதா? மனதில் உருவாகிய வெளிப்பாடா?

2009இல் யுத்தம் முடிந்து 4 வருடங்களிற்குப் பின்னர் வன்னியில் என்னோடு கூடப்படித்த ஒருவனைச் சந்திக்கச் சென்றேன். படிக்கின்ற காலத்தில் அவனுடைய அம்மா அப்பம், போண்டா, சூசியம் முதலான உணவுப் பண்டகளைத் தயாரித்து பள்ளிக்குட வாசலில் வைத்து விற்பதற்காக எடுத்துவருவார். பாட இடைவேளைகளின் போது அம்மாவிற்கு உதவியாக அவன் நிற்பான். போர் அந்த நண்பனுடைய ஒரு காலைக் கவ்விக் கொண்டுபோயிருந்தது. இப்பொழுது அவன் ஒரு பலசரக்குக் கடை வைத்திருந்தான். வெறுமையாகக் கழிந்த நமக்கிடையிலான உரையாடலின் ஏதோ ஒரு கட்டத்தில் வெளிநாடுகளில் எப்படி வதிவிட உரிமைகளைப் பெறமுடியும் என்பதைப் போன்ற அவனுடைய இயல்பான ஒரு கேள்விக்கு யுத்தத்தைக் காரணம்காட்டித்தான் என்று சட்டென்று சொல்லிவிட்ட அடுத்த நொடியிலேயே அவனு-டைய கண்களை எதிர்கொள்ளும் தைரியத்தை நான் இழந்துவிட்டிருந்தேன். ஆதிரைக்கான முதற்புள்ளி அப்பொழுதே உருவாகியிருக்க வேண்டும்.

அப்படியென்றால் உள்ளுணர்வில் எழுந்த கேள்விகளின் அலைக்கழிப்பிலிருந்து ஆதிரை உருக்கொண்டுள்ளது எனலாம்?

ஓம். அதிலிருந்து தொடங்கி பின்னர் நேரிற் கண்ட மனிதர்களும், காதில் விழுந்த செய்திகளும் உருவாக்கிய கொதி-நிலையின் அலைகழிப்புத்தான் ஆதிரை.

தேவகாந்தன், ஷோபாசக்தி, விமல் குழந்தைவேல் எனப் புலம்பெயர்ந்திருக்கும் எழுத்தாளர்களில் பெரும்பாலானவர்கள் இன்னும் தாய்நிலத்தின் அரசியலையே - வாழ்க்கையையே எழுதுகிறார்கள். நீங்களும் அப்படித்தான். இது ஏன்?

எனது புலம்பெயர் வாழ்வு ஒப்பீட்டளவில் குறுகலானது. எப்படியென்றால் 2006 இல் புலிகள் மாவிலாறு அணையைப்

பூட்டியபோது நான் இலங்கையிற்தான் இருந்தேன். ஆக இன்னமும் நிலத்தின் கதைகளே மூளைக்குள் சுற்றிக்கொண்டிருக்கின்றன. புலம்பெயர்ந்து சென்ற நாட்டுடனான சமூக இணைவு இன்னமும் எனக்குச் சாத்தியமாகவில்லை. இந்த ஜென்மத்தில் அப்படியொரு அதிசயம் நடக்குமென்றும் தோன்றவில்லை. எனக்கு மட்டுமென்றல்ல. நம்மிற் பலரும் மனதால் ஈழத்திற்தான் வாழ்ந்துகொண்டிருக்கிறோம். அப்படியானால் ஈழத்திற்கு வரலாமே என்ற உங்களுடைய 'மைண்ட் வொய்ஸ்' இங்கேவரையும் கேட்கிறது. நீங்கள் அடுத்த கேள்வியைக் கேளுங்கள்..

ஆதிரை புனைவு நாவலாகக் கட்டமைக்கப்பட்டதா? வரலாற்று நிகழ்ச்சிகளின் பதிவாக உருவாக்கப்பட்டதா?

சில உண்மை நிகழ்வுகளைப் பின்னிறக்கி முன்னால், முழுக்கப் புனைவால் வரைந்த சித்திரம் ஆதிரை. புனைவினைத் தேர்வு செய்யும் அரசியலில் நேர்மையாயிருந்தேன். அதற்குப் பொறுப்புக் கூறுபவனாயும் இருக்கின்றேன். புலிகளின் வீழ்ச்சிக்குப் பிறகு அல்லது ஈழப்போராட்டத்தின் போர் ஓய்ந்த பிறகு வந்த பெரும்பாலான நாவல்கள் வன்னிக்களத்தையும் அந்த நிகழ்ச்சிகளையும் பின்புலமாகக் கொண்டிருக்கின்றன. அல்லது நீங்கள் சொல்வதைப்போல சில உண்மைச் சம்பவங்களை பின்னனணியில் கொண்டிருக்கின்றன. இது புலிகளைப் பேசுவதன் மூலமாக அல்லது அந்த இறுதி யுத்தத்தைப் பேசுவதன் மூலமாக வாசகக் கவனத்தை ஈர்க்கலாம் என்ற எண்ணத்தின் வெளிப்பாடா? அல்லது துயரிலுறைந்த சனங்களைப் பற்றிச் சிந்தித்ததன் விளைவா? உதாரணம், தமிழ்க்கவியின் ஊழிக்காலம், ஷோபாசக்தியின் Box, குணா கவியழகனின் விடமேறிய கனவு...

குழந்தைப் போராளிகள் புத்தகத்தை எழுதிய சைனா கிறைற்சி, அவருடைய டொக்டரின் ஆலோசனையின் பேரில் மன அழுத்தத்தைக் குறைப்பதற்காக எழுதிய பதிவுகளே அந்தப் புத்தகம் என்கிறார். இந்த யுத்தத்தின் முடிவில் எஞ்சிய கள யதார்த்தமும், பாதிக்கப்பட்ட இந்தச் சனங்கள் யார் என்ற கேள்வியும் ஏற்படுத்திய குற்ற உணர்ச்சியின் கொந்தளிப்பிலிருந்து ஆறிக்கொள்வதற்கான ஒரு வடிகாலாக இந்த எழுத்து இருக்குமென்பதை ஒரு கட்டத்தில் உணரத்தொடங்கினேன். மற்றும்படி பெருமளவான வாசகர் பாராட்டைப் பெறுவதே நோக்கமாயிருந்திருக்குமெனில் ஆதிரை ஒரு "போர்ப் பரணி"யாகவல்லவா இருந்திருக்க வேண்டும்.

இருந்தாலும் இதே காலத்தில் வெளியான ஏனைய லெனின் சின்னத்தம்பி, அனந்தியின் டயறி, அசோகனின் வைத்தியசாலை, கசகறணம், அத்தாங்கு போன்ற நாவல்களுக்குக் கிடைத்த வரவேற்பையும் கவனத்தையும் விட இந்த மாதிரி சமகால அரசியலைப் பேசும் Box, நஞ்சுண்டகாடு, ஆயுத எழுத்து, ஊழிக்காலம், , விடமேறிய கனவு, ஆதிரை போன்ற நவல்களுக்குக்குக் கிடைத்துள்ள வரவேற்பும் கவனமும் அப்படித்தானே உணரவைக்கின்றன? இது ஒருவகையான உளவியல் ஈடுபாடு எனலாமா?

பிரதிகளில் தங்களைக் காண விரும்புகிற, அவற்றோடு தாம் வாழ்ந்த காலத்தை நனவிடை தோய முற்படுகின்ற அதில் சுகித்திருக்கின்ற வாசக மனதின் உளவியலா என்று யோசிக்கின்றேன். அப்படியானால் தமிழ்நாட்டில் உருவாகும் வரவேற்பினை எவ்வாறு இந்த உளவியலில் பொருத்திப் பார்ப்பது என்ற கேள்வியும் எழுகிறது. ஒருவேளை என் நண்பர் ஒருவர் கேட்டதுபோல தமிழ்நாட்டில் ஈழத்தமிழர்களுடைய யுத்தகால எழுத்துக்கள் த்ரில்லான, திகிலான ஒருவகைச் சாகச எழுத்துக்களாகக் கருதி விரும்பிப் படிக்கப்படுகின்றனவா என்ற கேள்வியும் எழுகிறது.. இவை பற்றி மேலும் உரையாடவேண்டும்.

நீங்கள் எப்படி எழுதத் தொடங்கினீர்கள்? ஆரம்பத்தில் யாரைப் பிடிக்கும்? இப்பொழுது தமிழில் யார் உங்களுடைய ஆதர்சம்?

இது சற்று ஆச்சரியம்தான். வீட்டில் பெரியளவிலான வாசிப்பாளர்கள் இல்லை. நான் எழுதியிருந்த புத்தகங்களைக் கூட வீட்டில் யாரும் படித்ததில்லை. அவை புத்தகமாகின்றபோது இவன் ஏதோ எழுதியிருக்கிறான் என்று நினைத்துக்கொள்வார்கள் போல. பெரியப்பாவிற்கு சற்று வாசிப்பிருந்தது. என்னுடைய அப்பாவின் அக்கா என் சிறுபராயக் காலத்தில் உள்ளூர் நூலகத்தில் ஒரு நூலகராகப் பணியாற்றினார். பெரும்பாலும் எனது மாலை நேரங்கள் அங்குதான் கழிந்தன. புத்தகங்கள் மீதான நெருக்கம் அப்படித்தான் உருவாகியிருக்க வேண்டும். ஏனென்று தெரியவில்லை இயல்பிலேயே இலங்கை எழுத்தாளர்களுடைய எழுத்து மீது பெரிய ஈடுபாடிருந்தது.

அந்த நூலகத்தில் யாரும் சீண்டாதிருந்த இறாக்கையிலிருந்த இலங்கை எழுத்தாளர்களின் புத்தகங்களை எடுத்துச் சென்று வாசிக்கத் தொடங்கினேன். வீரகேசரிப் பிரசுரம், மீரா பிரசுரம், தமிழ்த்தாய் வெளியீடு, கமலம் பதிப்பகம் என்று பதினான்கு வயதிற்குள்ளாகவே பலவற்றைப் படித்திருக்கிறேன். தவிர சரித்திரைப் புனைவுகளிலும் ஆர்வம் இருந்தது. குறிப்பாக சாண்டில்யனின் புத்தகங்கள் பலவற்றையும் அக்காலத்தில் படித்து முடித்திருக்கிறேன். யவன ராணி என்ற மூன்றோ நான்கு தொகுதிகள் அடங்கிய புத்தகத்தை யாழ்ப்பாணத்தில் ஆரம்பித்து சாவகச்சேரி, கொடிகாமம், எழுதுமட்டுவாள் ஊடாக வன்னியில் தேவிபுரத்தில் சென்று முடித்த நினைவிருக்கிறது.

அக்காலத்தையை என் ஆதர்சமென்றால் செங்கை ஆழியானைத்தான் சொல்ல முடியும். அவரைப்போல எழுதவேண்டுமென்றெல்லாம் நினைத்திருக்கிறேன். இப்போது ஆதர்சமென்று சொல்வதற்கு யாருமில்லையென்றாலும் காத்திருந்து படிக்கின்ற எழுத்தாளர் என ஷோபா சக்தியைச் சொல்லலாம்.

எழுத்து ஒரு தொழில்நுட்பத்தின் பாற்பட்டதா? இலக்கியச் செயல் என்று அதைச் சொல்லலாமா?

எழுத்திற்கு உத்திநுட்பமேயிருக்கும். தொழில்நுட்பம் இருக்காது. அது தொழில்நுட்பமெனில் அதில் அகவயமான கரிசனைகள் இருக்காத வெறும் இயந்திரத்தனமானதாயிருக்கும். அதுபோலத்தான், இலக்கியம் ஒரு செயல் அல்ல. அது ஆக்கம். செயல் என்ற சொல்லாட்சி 'போலச் செய்தல்' என்பதை அர்த்தப்படுத்தி அதற்குப் போலித்தனத்தை வழங்கிவிடுகிறது. எனக்குத் தெரிந்தவகையில் எழுத்தென்பது சொற்களுக்கு அனுபவத்தைக் கொடுத்து சொற்களின் அழகியலைக் கட்டுவது. இது இந்தப் பதிலை எழுதிக்கொண்டிருக்கிற தருணத்தில் என் நிலைப்பாடாகவிருக்கிறது.

பெரும்பாலானவர்களின் எழுத்துகள் அவர்களுடைய இளமைக்காலத்தின் பிரதிமைகளாகவே வெவ்வேறு விதங்களில தொடர்ந்திருக்கும். முதல்கால் வாழ்க்கையின் ஆதிக்கத்தையே பலரும் திரும்பத்திரும்ப எழுதுகிறார்கள் என்று கானாவைச் சேர்ந்த மொகமட் நஸீகு அலி (Mohammed Naseehu Ali)) சொல்கிறார். உங்களுடைய அனுபவம் எப்படி?

ஆறாவடுவும் சரி, ஆதிரையும் சரி அக்கதைகளின் பிரதான இழைகளின் கதைகளை நான் ஒருபோதும் அனுவித்திருக்கவில்லை. ஆக, அவற்றில் முழுமையாக என்னைக் கொண்டுபோய் இருத்தவும் முடிவதில்லை. இருப்பினும் குணாம்சங்களாக, சிறு சம்பவங்களாக, ஓர் உதிரியாக ஆங்காங்கே நான் வந்துபோவதைத் தவிர்க்கவும் இயலவில்லை.

மலையக மக்களின் துயரம் தொடக்கம் அடிநிலை மக்களின் பிரச்சினைகளையும் வாழ்வையும் ஆதிரை பேசுகிறது. மறுவளத்தில் யாழ்ப்பாணச் சமூகத்தின் மீது விமர்சனத்தை வைக்கிறது. இது ஒருவகையான சமனிலைக்குலைவை உண்டாக்கும் என்றும் அரசியல் சாய்வைக் கொண்டிருக்கிறது எனவும் படுகிறது என்ற அபிப்பிராயங்கள் வாசக மட்டத்தில் காணப்படுகிறது. உங்களுடைய கரிசனையின் மையம் எதனால் உண்டானது?

இரண்டொரு ஆண்டுகளுக்கு முன்னர் ஜெர்மனியில் உள்ள ஒரு நண்பர், ஈழத்தமிழர்கள், மலையகத் தமிழர்களுக்காக எதுவும் செய்யவில்லை என்கிறீர்களே.. மலையகத் தமிழர்கள் எங்களுடைய விடுதலைப் போருக்கு ஏதேனும் செய்தார்களா என்று ஒரு கேள்வியை முகநூலில் தூக்கிப்போட எனக்குத் தூக்கிவாரிப்போட்டுவிட்டது. ஈழத் தமிழர்களுடைய ஆயுதப்போராட்டத்தில் மலையக மக்களின் பங்கு பற்றி விரிவாகப் பேசினால், அவர்களும் வன்னிக்குவந்து நீண்டகாலமாக இருந்தவர்கள்தானே எனச் சொல்கிறார்கள்.

ஆனால் அப்படிமட்டுமல்ல அம்பாறையின் ஓர் எல்லையாகவிருந்த பதுளைப் பக்கங்களிலிருந்து நேரடியாகப் புறப்பட்டு பல இளையவர்கள் புலிகள் இயக்கத்தில் இணைந்து போராடி வீழ்ந்திருக்கிறார்கள். அதேவேளை யாழ்ப்பாணம் என்ற பிரதேசத்திலிருந்து போராளிகள் எவரும் உருவாகவில்லை என்று நான் ஒருபோதும் கூற மாட்டேன். யாழ்ப்பாணத்து நடுத்தர வர்க்கக் குடும்பங்களும் பல பிள்ளைகளைப் போராட்டத்தில் இழந்தேயிருக்கின்றன.

நான் சமநிலை குலைந்த இடமாகப் பார்ப்பது, இந்த யுத்தத்தை தம்முடைய வாழ்வுக்கான ஒரு வாய்ப்பாக மடைமாற்றிப் பயன்படுத்தியவர்கள் ஒரு குறித்த ஒரு பிரதேசத்தைச் சார்ந்தவர்களாயே இருந்தார்கள் என்பதைத்தான். அந்த விச்சுழித்தனம் அவர்களுக்கு அதிகமாக வாய்த்தது எப்படி..? அத் தந்திரத்தின் மூலம் என்ன.. ? அந்த விவேகம் எந்தச் சமூகப் பின்னணியில் உருவாகிறது..? இம்மாதிரியான தீராக் கேள்விகள் ஆதிரை முழுவதும் உள்ளூரப் பரவியிருக்கிறது..

மலையக மக்களுக்கு இடமளித்திருப்பதைப்போல ஒடுக்கப்பட்ட மக்களுக்கும் உரிய இடத்தை - அவர்கள் மீதான கரிசனையை ஆதிரையில் உணர முடிகிறது. இந்த நாவல் ஒரு பரந்த தளத்தைக் கொண்டிருக்க வேண்டும் என்று முன்கூட்டியே திட்டமிடப்பட்டதா? அல்லது இயல்பான ஓட்டத்தில் இத்தகைய ஒரு பரப்பு விரிந்ததா?

தொடக்கம், முடிவு என்ற புள்ளிகள் மனதில் இருந்தன. ஒரு பொதுவான பரப்பாக போர் நிலத்தில் ஏழ்மையும் அதன் இயல்பும் பற்றியே பேச விளைந்தேன். நாவல் நீள நீள அது இயல்பாகவே நீங்கள் குறிப்பட்டதுபோல ஒடுக்கப்பட்டவர்கள் மீதான கரிசனையைத் தனக்குள் எடுத்துக்கொண்டுவிட்டது என எண்ணுகிறேன். இனம் சார்ந்த ஒடுக்குமுறைக்கு எதிராக தன்னை முன்னிறுத்தியிருக்கும் 'தமிழ்த்தேசியம்' என்ற கருத்தியல் தன்னுடைய சொந்தப் பரப்பிற்குள் நிகழும், பால், சமூகம், வர்க்கம் சார்ந்த ஒடுக்குமுறைகளின்போது அவ்வாறு ஒடுக்கப்பட்டவர்களின் பக்கம் நின்றே செயற்படவேண்டும் என்று நான் அக்கறைப்படுகிறேன். தமிழ்த்தேசியத்தின் கட்டமைவு உண்மையில் அவ்வாறே இருந்திருக்கவேண்டும். ஆனால் நடைமுறையில் ஈழத்திலும் சரி தமிழ்நாட்டிலும் சரி, தனக்குள் நிகழும் ஒடுக்குமுறைகளின் போது அது கள்ள மௌனம் சாதிக்கின்றது. முடிந்தவரை அதை ஒளித்துவைக்க முற்படுகிறது. இது மிகவும் கசப்பா-

னது. அதன்மீது நியாயமான சந்தேகங்களை ஏற்படுத்தக்கூடியது.

இன்னொரு புறத்தில், - தமிழகத்தில் எப்படியென்று தெரியவில்லை - ஆனால் ஈழத்தில் சமூக, பால், வர்க்க ரீதி-களாக ஒடுக்கப்பட்டவர்களுடைய வியர்வையும் அவர்களுடைய இரத்தமும் தமிழ்த்தேசியத்தில் நிறையவே இறைக்கப்-பட்டிருக்கிறது. என்றேனும் தமிழ்த்தேசியம் சுகிக்கவிருக்கிற உரிமைகளில் அவர்களும் உரித்துடையவர்கள். நேரடியான உரிமையுடையவர்கள். இந்நிலையில் அவர்களைத் தமிழ்த்தேசியத்திலிருந்து வெளியேற்றுவது, தமிழ்த்தேசியத்திலிருக்-கிற ஆதிக்கத்தரப்பினருக்கு உவப்பானதாயே அமைந்துமுடிந்துவிடும் அபாயமும் இருக்கிறது.

ஆறாவடுவிலும் ஆதிரையிலும் மனிதத் துயரமே மையம். துயரத்தை அனுபவிக்கும் சமூகத்துக்கு மீண்டும் துயரத்தைப் பரிசளிப்பதா? அல்லது அதனைக் கொண்டாட்டமான நிலைக்குக் கொண்டு செல்வதா நல்லது?

ஈழத் தமிழர்களுடைய போராட்டத்தின் துயர முடிவின் காரணமாக அவர்களுடைய வாழ்வில் இனி உய்வு ஏதுமில்லை என ஆதிரை நிறுவ முற்படவில்லை. போராட்டம் அழிந்துவிட்டது. ஆகையால் இனி உங்கள் எல்லோருக்கும் சவக்-குழிதான் மிச்சம் என்ற இருண்மையை அவர்களுக்கு வழங்க நான் முற்படவில்லை. மனித வாழ்வு எந்தப் பாதா-ளத்திலிருந்தும் மேலெழும் வேட்கையை பிறப்பிலிருந்தே கொண்டிருக்கிறது என்பதை நம்புபவன் நான். ஆதிரையின் மாந்தர்கள் தம் வாழ்நாள் முழுவதும் நம்பிக்கைகளைச் சேகரித்துக் கொண்டே வருகிறார்கள். அவை அழிய அழிய சற்றும் மனம் தளராது மீளக் கட்டுகிறார்கள். முள்ளிவாய்க்கால் பேரழிவின் பின்னரும் கூட, முகத்தில் அறையும் காலத்தின் யதார்த்தத்தைப் பொறுத்துக்கொண்டு அவர்கள் தம் வாழ்வை நகர்த்தவே முற்படுகிறார்கள். அவர்கள் தமக்-கான குழந்தைகளைப் பெற்றெடுப்பார்கள். அவர்கள் தம் குழந்தைகளைப் பள்ளிக்கு அனுப்புவார்கள். அவர்கள் தம் குழந்தைகளுக்கு ஊஞ்சல் கட்டுவார்கள், கிலுகிலுப்பைகளை வாங்கிக்கொடுப்பார்கள். ஆம், அவர்கள் வாழ்வார்கள்.

கடந்தகால நிகழ்வுகளையும் வரலாற்றையும் ஆதாரமாகக் கொண்டு எழுதும்போது ஏற்படுகின்ற வாசக அதிர்ச்சி அண்-மைய ஈழம் சார்ந்த படைப்புகளில் முதன்மையடைந்திருக்கிறது. இந்த மாதிரியான வாசகக்கவர்ச்சி என்பது ஒரு கால-கட்டத்துடன் திசைமாறிச் செல்லும் அபாயத்தையும் தணிந்து விடும் நிலையையும் கொண்டது. பத்திரிகை வாசிப்ப-தைப்போல, சமகால நிலைமைகள் மாறிச் செல்ல இந்த வாசக நிலையும் மாறிவிடும் அபாயம் உள்ளது. இதைக்கடந்து நிலைப்படக்கூடிய படைப்புத்தளத்தை நிர்மாணிப்பதைப்பற்றி ஏன் பலரும் சிந்திப்பதாகவில்லை?

ஆறாவடு பத்திரிகைச் செய்திகளின் தொகுப்பாயிருந்ததென்று ஒரு விமர்சனம் இருந்தது. ஆதிரையைப் பொறுத்தவரை இவ் வரலாற்றுச் சம்பவங்களுக்குப் புறம்பாக அதிலொரு வாழ்வை நான் கட்டியமைக்க முயன்றிருக்கிறேன். மனித வாழ்வின் உறவுகள், உறவுகளின் சிக்கல்கள், மனதின் அலைச்சல்கள், அந்த மனத்தின் முன்னுக்குப் பின்னான முரண்கள், தாய்மையின் விழுமியங்கள் இவ்வாறாக.. முட்டி மோதுகின்ற மாந்தர்களை உருவாக்கி அதுநீளத்திற்கும் அலையவிட்டேன். ஆதிரை என்ற இந்த நாவலிலிருந்து யுத்தத்தையும் அது ஏற்படுத்திய அழிவையும் நீக்கிவிட்டாலும் கூட ஒரு வாழ்வுச் சுழி அதற்குள் எஞ்சியிருக்க வேண்டுமென்று முயற்சித்திருக்கிறேன். இனி நீங்களே சொல்லவேண்-டும்.

ஆதிரையின் பாத்திரங்கள் தொடர்பாக.. உங்களுக்கு மிக ஈர்ப்பான - நெருக்கமான பாத்திரம்?

நாமகள் !

இந்த நாமகள் நிஜயத்திலும் புனைவிலும் கலந்திருப்பதாகக் கொள்ளமுடியும் என்று படுகிறது. பெயர் மாறிய நிஜம் என்கிறார் ஒரு வாசகர்?

அந்த வாசகர் சந்தேகத்தின் பலனை அனுபவிக்கட்டும். சில நேரங்களில் நாம் முழுக்கப் புனைந்த பாத்திரங்கள் நிஜத்-தில் உருவாகி வந்துவிடுகிற அதிசயங்களும் நடந்துவிடுகின்றன. ஆறாவடுவில் நேரு அய்யா என்றொரு வயதான பாத்திரத்தை புனைவாக உருவாக்கியிருந்தேன். அவர் ஒரு மொழி பெயர்ப்பாளர். அப்பாத்திரம் புலிகள் மீது தொடர்ச்-சியாகச் சில விமர்சனங்களை வைத்துக்கொண்டிருக்கும். இது பற்றிப் பேசிய ஒரு வாசகர், நேரு அய்யாவைப் பற்றி-யும் அவர் புலிகளை விமர்சிப்பது பற்றியும் எழுதிய நீங்கள் அவருடைய இரண்டு பிள்ளைகள் புலிகள் இயக்கத்தில் இருந்ததை இருட்டடிப்புச் செய்து விட்டீர்களே என்று விசனப்பட்டிருந்தார்.

முழுமையான வாழ்கள அனுபவங்கள் இல்லாதபோதும் வரலாற்று நிகழ்ச்சிகளும் களச்சூழலும் மெய்யென நிகழும் வகையில் ஆதிரை படைக்கப்பட்டுள்ளது. அண்மையில் வெளியாகியிருக்கும் ஷோபாசக்தியின் Box இலும் இந்தத் தன்மை உண்டு.. தகவல் மூலங்களைப் படைப்பாக்கும்போது நீங்கள் எதிர்கொண்ட சவால்கள் என்ன? அவை எப்ப-டியிருந்தன? இந்தத் தகவல் மூலங்களை எப்படிப் பெற்றுக்கொண்டீர்கள்?

தகவல்களை எப்படிப் பெற்றேனென்று ஆதிரையிலேயே சொல்லிவிட்டிருந்தேன். அப்படிக்குறிப்பிட்டதுபோல மனிதர்க-ளைச் சந்தித்த போதெல்லாம் பெருமளவுக்கு முதியவர்களைத்தான் சந்தித்தேன். குறிப்பான கேள்விகள் என்று இல்லா-

மல் இயல்பான ஓர் உரையாடலைத் தொடங்கி, ஒரு கட்டத்தில் மடை திறந்த வெள்ளம்போல அவர்கள் பேசிக்கொண்டேயிருந்ததை ஒலிப்பதிவுகள் செய்திருந்தேன். பின்னர் நாவல் அவ் ஒலித்துண்டுகளிலிருந்து தனக்கு வேண்டியதை மட்டும் எடுத்துக்கொண்டது. நேரடி அனுபவும் இன்றி, மேற்சொன்ன தகவல் மூலங்களுமின்றிய இடங்களைப் புனைவாலேயே கடந்தேன். அவ்வாறு தொன்னூறுக்கு முன்பான காலத்தைப் படைப்பாக்கும் போது சவாலாகவிருந்தது. தமிழ்க்கவி அம்மா, தற்போதைய பாராளுமன்ற உறுப்பினர் மல்லிகைப்புசந்தி திலகர், மறைந்த தமிழினி அக்கா முதலானோர் தகவல் மூலங்களைத் தந்தவர்களில் முக்கியமானவர்கள்.

தொடக்கத்தில் சிறுகதைகளை எழுதிய நீங்கள் வந்தடைந்திருக்கிற வடிவம் நாவல். உங்களுடைய அடையாளமும் நாவல் எழுத்தாளர் என்றே ஆகியுள்ளது. அடுத்த நாவல் என்ன? புலம்பெயர் வாழ்க்கையை எழுத வேண்டும் என்று தோன்றவில்லையா?

நான் குறைவாகவே எழுதுகிறேன். இன்று எப்படியாவது ஒரு கதை எழுதிவிடவேண்டுமென்று நான் உட்காருவதில்லை. ஏதாவது செய்தியில் அல்லது யோசனையில் அதுவொரு புள்ளியாகத் தோன்றுகிறது. தோன்றினால் எழுதமுடிகிறது. புலம்பெயர்ந்த தமிழர்களின் இரண்டாம் தலைமுறை பற்றி, இரட்டைக் கலாச்சார சுழலுக்குள் அங்கும் இங்குமாகத் தம்மைப் பொருத்தி உழலும் அவர்களுடைய வாழ்வுபற்றி ஒரு நாவல் எழுதவேண்டுமென்று ஆசையிருக்கிறது. சில காலங்களுக்கு முன்னர் இங்கு பிறந்து வளர்ந்த ஒரு தமிழ் இளைஞன் தன்னுடைய அம்மாவும் அப்பாவும் ஒருபோதும் தன்னோடு உட்கார்ந்திருந்து தேநீர் அருந்துவதில்லை என்பது தனக்கு மன அழுத்தத்தைத் தருவதாகச் சொன்னபோது அவர்களுடைய மனதின் இன்னொரு பரிமாணத்தை என்னால் உணரக்கூடியதாகவிருந்தது. இவ்வாறான ஒரு சம்பவத்திற்கு ஒரு பெறுமதி இருக்குமென்று நாம் யோசித்திருக்கவே இல்லையல்லவா..?

ஒரு எழுத்தாளர் சொந்த அனுபவங்களை எழுதும்போதும் அனுபவங்களுக்கு அப்பால் உள்ளதை எழுதும்போதும் கிடைக்கின்ற வசதிகள், சிரமங்கள் என்ன?

அனுபவங்களுக்கு அப்பால் எழுதுவதில் உள்ள சிரமமென்பது தகவல்கள்தான். மற்றும்படி அனுபவமல்லாதவற்றை எழுதுவதே மிகச் சிறப்பாக உருவாகும் என்பது எனது கணிப்பு. எனது அனுபவத்தையோ எனக்கு நன்றாகத் தெரிந்த ஒரு நபரையோ எழுத்தில் முன் வைக்கும்போது அங்கே ஒருவித அலட்சியம் ஒட்டியிருக்க வாய்ப்பிருக்கிறது. ஆனால் அனுபவத்தில் இல்லாத ஒன்றை எழுதும்போது அதை முதலில் எனக்கு நானே காட்சியாகக் கொள்ளவேண்டிய தேவை இருக்கிறது. அப்பொழுது நுணுக்கமான பதிவுகளை அது கொண்டிருக்கும். முழுமையான ஒரு சித்திரத்தை உள்ளடக்கியிருக்கும். என்னுடைய கிராமத்தைவிட நான் வாழ்ந்தேயிருக்காத தனிக்கல்லடி என்ற கிராமத்தைச் செதுக்கியது எனக்கு இலகுவாயிருந்தது. இவ்வேளையில் அனுபவங்களை எழுதுவதே அறம் என்றொரு பேச்சும் ஓடித்திரிவதை நினைவூட்டுகிறேன்.

தகவல்களைச் சேகரிக்கும்போதும் கதை உருக்கொள்ளும்போதும் குறித்து வைத்துக்கொள்ளும் வழக்கம் ஏதாவது உண்டா? அல்லது கதையின் போக்கிலேயே எல்லாவற்றையும் இணைத்துக் கொண்டு போவீர்களா?

ஆறாவடு தொடக்கத்தை மட்டும் முடிவு செய்துகொண்டு எழுதத்தொடங்கிய நாவல். ஆதிரை பெரிய பரப்பென்பதால் அது நிகழும் நிலங்களையும் காலங்களையும் முன்னரே வகைப்படுத்திவிட்டுத் தொடங்கியிருந்தேன். பல கதைப்போக்குகள் தமக்கான முடிவை நோக்கித் தம்பாட்டிலேயே சென்றன. ஒன்றைச் சொல்லவேண்டுமென்றால் சாரகனுக்கும், நாமகளுக்கும் ஒரு கல்யாணத்தைக் கட்டிப் பார்க்கவேண்டுமென்று ஆரம்பத்தில் ஆசையிருந்தது. ஆனால் நாவலில் அது வேறு திசையில் சென்று முடிந்துவிட்டது.

ஆறாவடு தந்த விமர்சனங்களை எப்படி எதிர்கொண்டீர்கள்? சரியான - முறையான விமர்சனங்களை எதிர்கொண்டதாக உணர்கிறீர்களா?

விமர்சனங்களை ஏற்றுக்கொள்ளுங்கள் என்ற அறிவுரையின் நேரடி அர்த்தத்தின் அடிப்படையே குழப்பமானது. அப்படி விமர்சனங்கள் அனைத்தையும் ஏற்றுக்கொள்ளத் தொடங்கினால் “அதுவும் சரி.. இதுவும் சரி” என்று ஆமாம் சாமிதான் போடவேண்டியிருக்கும். ஒரு விமர்சனம் என்பது அதைச் செய்கிற ஒரு தனி நபரின் அழகியல் தொடர்பான பார்வை, இலக்கிய ரசனை, அரசியல் சார்பு என்பவற்றின் அளவுகோல்களில் அவர் தனக்குள் நிகழ்த்துவது. அந்த அளவுகோல்களின்படி நான் கருதியதற்கு முற்றிலும் மாற்றான இன்னொரு பார்வையை அவரால் முன்வைக்க முடியும் என்பதையும் அதற்கான உரிமையை அவர் கொண்டிருக்கிறார் என்ற உண்மையையும் நான் ஏற்றுக்கொள்வதோடு விமர்சனத்திற்கும் எனக்குமான உறவு முடிந்துவிடுகிறது. அதற்குமப்பால் எனது கருத்தமைவிற்கு மாற்றான கூறுகளைக் கொண்ட சில விமர்சனங்கள் புதிய ஜன்னல்களைத் திறந்த சந்தர்ப்பங்களும் உள்ளன. அந்த ஜன்னல்களினால் விழுந்த ஒளியை ஆதிரை ஏந்திக்கொண்டது.

நீங்கள் புலிகளின் ஆதரவாளரா? எதிராளியா? இந்தக் கேள்வி எதற்காக எழுகிறது என்றால் உங்களுடைய எழுத்து-களில் இரண்டும் கலநத நிலை உண்டு. ஆதரவு எதிர் என்பதற்கு அப்பால் இன்னொரு நியாயப் புள்ளியில் நிற்கிறீர்-களா?

நான் புலிகள் மீது சாய்வும் சார்புமுள்ள ஓர் உயிரியே. ஆதிரையில் மீனாட்சி என்ற தாய்க்கும் அவருடைய மகனான வெள்ளையன் என்ற புலி உறுப்பினருக்கும் இடையிலான உறவு எத்தகையதோ, அதே மாதிரியான நெருக்கமும் உறவும்தான் ஈழத்தில் தொண்ணூறுகளில் நினைவு தெரியத் தொடங்கிய தலைமுறைக்கும் புலிகளுக்குமிருக்கிறது. இதனை மூளையைக் கழட்டி வைத்துவிட்டு இதயத்தால் சிந்திக்கிற நடைமுறையென்றும் நீங்கள் பரிகாசம் செய்யலாம்.

இதேவேளை புலிகள் சரிகளை மட்டுமே செய்தார்கள், அவர்களுடைய தவறுகளுக்கும் ஒரு வரலாற்றுச் சரி இருக்-கிறது என வாதிடுகிற 'ஜனவசியப்பட்ட' குரலும் என்னிடம் இல்லை. புலிகள் என்ற இயக்கத்தை அதன் தலைமைக்கு ஊடாக அணுகுகிற ஒரு பார்வை நிலத்திற்கு வெளியே இருப்பவர்களுக்கும் (தமிழ்நாட்டுக்காரர்கள் உட்பட) அல்லது நீண்டகாலத்தின் முன் நிலத்தை விலகிச் சென்றவர்களுக்கும் இருக்கிறது. அதாவது மேலிருந்து கீழாக அணுகுதல். என்றேனும் ஒருநாள் அவர்களுக்குத் தலைமை மீதான பிம்பம் அழியுமாயின் புலிகள் மீதான பிம்பமும் நொருங்கிச் சரிந்துவிடும்.

ஆனால் நாம், கீழிருந்து மேலாக அந்த இயக்கத்தைப் பார்த்து வளர்ந்தவர்கள். ஊரின் தெருக்களில் நம் கண்-முன்னால் திரிந்தவர்கள், விளையாட்டுப் போட்டிகளில் விளையாடியவர்கள், வகுப்பறைகளில் அழி இறப்பருக்காக அடிபட்டவர்கள்... இவர்கள் இயக்கத்தில் சேர்ந்தபோது அவர்களுக்கு ஊடாகவே இயக்கமும் நம் எண்ணங்களில் உள் நுழைகிறது. அதாவது கீழிருந்து மேலாக. உண்மையில் நம்மால் விட்டுக்கொடுக்க முடியாமலிருப்பது இந்த மனி-தர்களைத்தான். (இந்த நிலைப்பாட்டை 80களில் வெளியேறி ஐரோப்பாவிற்கு வந்த ஒருவரிடம் சொன்னேன். அவர் சொன்னார்.. இப்படி கண்முன்னால் திரிந்தவர்கள், விளையாட்டுப் போட்டிகளில் விளையாடியவர்கள், வகுப்பறைகளில் அழிறப்பருக்காக அடிபட்ட நண்பர்களின் ஊடாகவே தாங்களும் புலிகள் இயக்கத்தைப் பார்ப்பதாக.. அப்படி அவர் குறிப்பிட்ட அவருடைய நண்பர்கள் சென்று சேர்ந்த இடம் புலிகள் அல்லாத வேறு இயக்கங்களாயிருந்தன)

ஆதிரைக்கு வருவோம். அது எனது அரசியல் நிலைப்பாட்டைப் பிரச்சாரப்படுத்தும், ஒரு நோட்டீஸ் அல்ல. புனை-வுக்கூடாக எனது அரசியல் நிலைப்பாட்டிற்கு 'ஆட்பிடிக்க' என்னால் ஒருபோதும் இயலாது. நான் வாசகர்களுக்கு வழங்க முற்படுவது ஓர் அனுபவமே. எனக்கு ஒவ்வாத கருத்தென்றாலும், ஒரு பொதுத்தளத்தில் அது நிலவுகிறதெனில், அது பிரதிக்குள் நுழையும்போது நான் இடையில் நின்று கத்தரிப்பதில்லை. ஒரு மூன்றாம் மனிதனாக மௌனமாக ஒதுங்கி நிற்கிறேன். அல்ல, நிற்கப் பழகுகிறேன் என்பதே சரி.

இலங்கை இனப்பிரச்சினையைப் பற்றி, தமிழகத்தின் புரிதல் எப்படி உள்ளது? தமிழகத்தில் முன்னெடுக்கப்பட்டு வரும் ஈழஆதரவு எந்த அளவுக்கு நன்மைகளைத் தந்துள்ளது? இந்த ஆதரவினால் எதிர்காலத்தில் ஏதாவது நன்மைகள் கிட்டுமா? ஏனென்றால், சென்னை கொடுக்கின்ற அழுத்தத்தினால் டில்லியின் கதவுகள் திறக்கப்படும் என்ற வகையில் சிலர் நம்பிக்கை கொண்டிருக்கின்றனர். இது எந்த அளவுக்குச் சாத்தியமானது?

தமிழகத்தை நம்பியிருந்த ஒரு காலம் உண்டு. முள்ளிவாய்க்காலில் எஞ்சியிருந்த ஒவ்வொருவருக்கும் அக்காலத்தில் அந்த நம்பிக்கையிருந்தது. ஆனால் காலம் வெகு சீக்கிரத்திலேயே உண்மையை முகத்தில் அறைந்துவிட்டது. ஈழத்தை விடுங்கள், இன்று தமிழகத்திற்கான ஒரு ஜன்னலைக்கூட டெல்லியில் அழுத்தம் கொடுத்து திறக்க முடியாத யதார்த்-தத்தை நாம் அறிவோம். அதனால் எனக்கு எதிர்பார்ப்புகளும் நம்பிக்கையும் இல்லை.

ஈழத்தமிழர்கள் ஒரு சிறுபான்மை இனமென்பதனாலேயோ என்னவோ, அவர்களில் பலர் தாம் பிரமிப்பாக நோக்-குகிற வெள்ளைக்காரர்களோ அல்லது இந்தியர்களோ தமக்கு ஆதரவாக பேசுகிறார்கள் என்றால் புளகாங்கிதமடைகி-றார்கள். (நம் இலக்கியவாதிகளுக்குக் கூட தம்மை யாரேனும் ஒரு தமிழக எழுத்தாளர் பாராட்டினால் வானத்திற்கும் பூமிக்கும் குதிக்கின்ற ஒரு பழக்கமிருக்கிறது. "நான் என்னைச் சொன்னேன்' என்பதை வடிவேலுவைப்போல படிக்க-வும்) தம்மை அனாதைகளாக யாருமற்றவர்களாக உணர்கிற ஒருவித மனநிலையின் வெளிப்பாடு இது. இன்னொரு புறத்தில் தமிழக ஓட்டுக் கட்சிகளைப் புறம்தள்ளிவிட்டு மாணவர்கள், இயக்கங்கள் தனி நபர்களின் உணர்வுகளை நான் புரிந்துகொள்கிறேன். ஒரு மானுடத் துயரம் தமக்கருகில் நடந்துமுடிந்தபோது தம்மால் எதுவும் செய்யமுடியவில்லையே என்ற குற்ற உணர்ச்சியை நான் உள்வாங்கிக்கொள்கிறேன். சமயங்களில் அந்தக் குற்ற உணர்ச்சியே இலக்கில்லாமல் வெடித்து வடிகாலைத் தேடிக்கொள்கிறது.

அன்றைய நாட்களில் ஒரு வளரிளம்பருவ இளைஞனாக இருந்த நீங்கள் தமிழீழ விடுதலைப்போராட்டத்திலும் புலிகள் அமைப்பிலும் இணைந்து செயற்பட வேண்டும் என எண்ணவில்லையா?

என்னுடைய மூன்றாவது வயதிலேயே புலிகளுடைய ஜனநாயக விரோத செயற்பாடுகளையும், பாசிச நடவடிக்கைகளையும், வலதுசாரி அரசியலையும் நான் புரிந்து கொண்டதனால்... என்றெழுதிப்போக எனக்கும் ஆசையாகத்தான் இருக்கிறது. படிப்பவர்கள் சிரிப்பார்கள் என்பதனால் உண்மையைச் சொல்லிவிடுகிறேன். புலிகளுடைய நிழல் அரசின் கீழ், இயக்கப்பாடல்களை முணுமுணுத்துகொண்டும், புலிகள் வெல்லவேண்டும் என விரும்பிக்கொண்டும், அதேவேளை அதற்கு என்னை ஒப்புக்கொடுப்பதைப்பற்றிய எண்ணம், சிந்தனை எதுவுமில்லாமலும் அப்பா வெளிநாட்டில் இருக்கும், மத்தியதரவர்க்க குடும்பப் பிள்ளைகளின் பிரதிநிதியாக ஒரு லௌவீக வாழ்க்கையையே வாழ்ந்துகொண்டிருந்தேன் என்பதை ஒப்புக்கொள்வதில் எனக்கு எதுவித 'கூச்ச நாச்சமும் இல்லை.

17. அ. இரவி

இதற்குமிஞ்சி நான் சொல்ல வேறேதுமில்லை - அ.இரவி

நேர்கண்டவர் : அகர முதல்வன்

அ. இரவி ஈழத்து எழுத்தாளர்களில் குறிப்பிடத்தகுந்தவர்.இவருடைய "ஆயுதவரி", "பாலை நூறு" ஆகிய இரண்டு சிறுகதைத் தொகுப்புக்கள் வெளியாகியுள்ளன.யாழ்ப்பாண பாஷையில் அமைந்திருக்கும் இவரின் எழுத்து மொழிக்கு ஒரு தனித்துவ இடமுண்டு. இவரின் புகழ்பெற்ற "காலம் ஆகி வந்த கதை" தொகுப்பும், "வீடு நெடும் தூரம்" தொகுப்பும் ஈழர் இலக்கியத்தின் முக்கிய பிரதிகள்.

"காலம் ஆகி வந்த கதை" - என்ற உங்களின் தன் வரலாற்றுப் புனைவுப் பிரதி சாத்வீக - வன்முறை ஆகிய இரண்டு போராட்ட வரலாற்றுக் காலங்களைப் பேசுகிறது. இந்த நூலிற்கு கிடைத்த வரவேற்பைக் கூற முடியுமா?

தமிழீழ தேசியத் தலைவர் பிரபாகரன் அவர்கள் இதனை வாசித்து விட்டு, க.வே.பாலகுமாரன், கவிஞர் புதுவை இரத்தின துரை, பரப்புரைப் பொறுப்பாளர் ரமேஷ்/இளங்கோ ஆகியோரிடம் விதந்து கூறியதை அவ்வளவு பேரும் எனக்குச் சொன்னார்கள். அந்த நூலிற்கு கிடைத்த பெரிய பெறுமதியான ஒரு அங்கீகாரமாக அதனையே பார்க்கிறேன்.

இலக்கியத்தில் நான் மிகவும் மதிக்கின்ற படைப்பாளி அசோகமித்திரன், இந்நூலை வாசித்துவிட்டு அரைமணித் தியாலமாகத் தொலைபேசியில் என்னுடன் உரையாடினார். அவர் தனது '18வது அட்சக்கோடு' நாவலுடன் ஒப்பிட்டார். வார்த்தைகளில் மகிழ்ச்சி மின்னியது. என் சந்தோசத்தினை சொல்ல வார்த்தை இல்லை. எழுத்தாளர் ஜெயமோகன் இந்நூலை வாசித்த பின்னர் இலங்கையில் தனக்குப் பிடித்த படைப்பாளிகள் வரிசையில் என் பெயரையும் குறிப்பிட்டு இணைத்துக் கொண்டார். அப்போது "சன்" தொலைக்காட்சியின் செய்திப் பொறுப்பாசிரியராக இருந்த மாலன் அவர்கள் இந்நூலை வாசித்துவிட்டு நீண்டதொரு செவ்வி எடுத்திருந்தார். "சன்" தொலைக்காட்சியில் அந்த செவ்வி ஒளிபரப்பாகியிருந்தது.

சக ஈழப்படைப்பாளிகளில் அ.முத்துலிங்கம், 'ஊருக்குப் போய்வந்த சுகம் இருந்தது' என்று புளகித்தார். ரஞ்சகுமார், தான் வாசித்த சிறந்த பத்து நூல்களில் இது ஒன்று என்றார். 'இப்படி எழுத வாய்ப்பே இல்லை' என்றவர் தமிழ்நதி. மேலாக, கிளிநொச்சி வட்டாரக்கல்வித் திணைக்களம் சுமார் ஐம்பது பிரதிகள் வாங்கி தமது வட்டாரக் கல்விக்கூடங்களின் ஆசிரியர்களுக்கு விநியோகித்தது. (காரணம்: 'ஓர் ஆசிரியர் எப்படி இருக்கக்கூடாது என்று இந்நூல் விபரிக்கின்றது') பின்னர் வடமாகாணக் கல்வியமைச்சராக இருந்த குருகுலராஜா அவர்களே அப்போது கல்வி பணிப்பாளராக பணியில் இருந்தபோது செய்தார். இன்னும் சொல்ல நிறைய இருக்கிறது. என்னைக் கூச்சப்பட வைக்கும் இக்கேள்வியை ஏன்தான் கேட்டீர்கள்?

உங்களின் சிறுகதைகளில் யாழ்ப்பாணத்து புழங்கு தமிழ் அதிகமாக இருக்கும். உங்களின் கதைகள் மீது எனக்கொரு காதலுண்டு. உங்களின் மொழியை நீங்கள் புனைவில் எவ்வாறு தரிசிக்க விரும்புகிறீர்கள்?

மொழி வசப்பட வேண்டும் என்று விரும்புகிறேன் நான். எழுத்து அப்படியே வழுக்கிக்கொண்டு போகவேண்டும். வாசிக்கும் யாருக்கும் இடர் தரக்கூடாது. எழுத்து, காட்சியை விரித்தால் சந்தோசம். ஆரம்பத்தில் நான் ஜெயகாந்தனின் ரசிகனாக இருந்தேன். பிறகுதான் தெரிந்தது, அவர் எழுத்தில் காட்சியை விரிக்கவில்லை; நிறையச் 'சொல்கிறார்' என்பது. ஜெயகாந்தனின் கருத்துக்களை மாத்திரமே கேட்டுக் கொண்டிருக்கிறோம் என உணர்ந்தபோது மிகுந்த சலிப்பு ஏற்பட்டது. பிறகு நான் கண்டடைந்தவர் லா.ச.ரா. அவரது 'அபிதா'வை வாசியுங்கள். அங்கு கதையும் தத்துவமும் கிடையாது, காட்சிதான் விரியும். "அந்த மலை தடுத்த மேகங்கள், மழை கொட்டுமோ கொட்டாதோ தெரியாது.. கொட்டலாமோ வேண்டாமோ எனத் தம்முள் குமைகின்றன"-அபிதா'வில் வரும் வரிகள் என்பது ஓர் உதாரணம். உங்களுக்குக் காட்சி தெரியவில்லையா? எனக்கு அது முக்கியம் என பட்டது.

பிறகு நான் கண்டடைந்தவர் வண்ணநிலவன். அவரது 'கடல்புரத்தில்' நாவலை கதையாகவே நான் வாசிக்கவில்லை, காட்சியாகப் பார்த்தேன். பாத்திரங்கள் யாவரும் என்னுள் உருக்கொண்டு விட்டனர். வண்ணநிலவன் என்னுள் இறங்கியது அவ்வாறே. என்ன கேட்டீர்கள், 'உங்களின் மொழியை நீங்கள் புனைவில் எவ்வாறு தரிசிக்க விரும்புகிறீர்கள்' என்றா? என் பதில் இதுதான்: என் புனைவை வாசித்து காட்சியாக விரிந்த ஒரு சினிமாவாகப் பார்த்ததாக நீங்கள் உணர்ந்தீர்கள் ஆயின், வண்ணங்கள் அதில் தெரிந்ததாயின் அது எனக்குப் போதும். இலக்கியத்தில் தத்துவங்கள் பேசுவதிலும் 'இசங்கள்' பேசுவதிலும் எனக்கு அவ்வளவு உவப்பில்லை.

நீங்கள் ஒரு தமிழ் இயக்கமொன்றில் உறுப்பினராக இருந்து, பின்னர் இன்னொரு இயக்கத்தினால் ஏற்பட்ட உயிர் அச்சுறுத்தல் காரணமாக புலம்பெயர்ந்தவர். உள்ளொடுங்கிய ஆயுத அமைப்புக்களின் இப்படியான வன்முறைகள் ஏராளம். அன்றைய நாட்களின் நினைவுகள் உங்களுக்குள் எழுந்து தொந்தரவு தருவதில்லையா?

அப்போது நான் NLFT எனும் இயக்கத்தின் உறுப்பினர் அல்ல; ஆதரவாளர் மட்டும்தான். NLFT இயக்கத்தைத் தோற்றுவித்த அல்லது கட்டியமைத்த தோழர் விசுவானந்த தேவன் அவர்கள் இன்றைய என் அரசியலையும் தீர்மானித்தபடியே இருக்கிறார். அவர் காணாமல் போய் முப்பது வருசங்களுக்கு மேலாகி விட்டன. ஆயினும் இப்போதும் என்னை அவர் தீர்மானிக்கிறார் என்றால் அவரது ஆளுமையை யோசித்துப் பாருங்கள். உயிர் அச்சுறுத்தல் என்று சொல்ல முடியாவிடினும் அங்கத்தில் ஏதேனும் ஊறுபாடு அல்லது ஆன்மாவைச் சிதைக்கும் செயற்பாடு, விடுதலைப்புலிகளால் எனக்கு நிகழும் என சுமார் ஐந்து வருடங்களாக(1987 - 1992) அச்சம் கொண்டிருந்தேன்.

அதற்கான ஏதுக்களும் இருந்தன. ஆனால் நான் பட்ட பாடுகளை இப்போது சொல்வது தேவையில்லாதது. ஒன்றைத்தான் அப்போது யோசித்தேன், என்னை நான்தான் காப்பாற்றவேண்டும், வேறு யாருமல்ல. அவ்வாறு உணர்ந்த கணத்தில் தமிழீழத்தை விட்டு மே 22, 1992 அன்று நான் களவாக வெளியேறினேன். அன்றைய நாட்களின் நினைவுகள் எழுந்து தொந்தரவு தராமல் விடுமா?

இந்த காலகட்டத்தின் விளைவுகளால் நீங்கள் தமிழீழ விடுதலைப்புலிகளையும் அதன் தலைமையையும் கடுமையாக எதிர்த்து எழுதினீர்கள். பிறகு அந்த நிலையில் இருந்து தீவிர புலி ஆதரவு நிலைக்கு திரும்புவதற்கு காரணம் என்ன?

தமிழீழ விடுதலைப்புலிகளையும் அதன் தலைமையையும் கடுமையாக எதிர்த்து நான் எழுதுவதற்கு என் 'அகம்' மாத்திரம் காரணமல்ல; 'புறத்தையும்' உணருங்கள். அப்போது விடுதலைப்புலிகள் கடும் அரராஜக(வாத)த்தைக் கொண்டிருந்ததனை நான் உணர்ந்தேன், அனுபவித்தேன். என் தோழர்கள் காணாமல் போகிறார்கள். (தோழர்கள் என்பது NLFT உறுப்பினர்கள்) என் நண்பர்கள் இல்லாமல் போகிறார்கள். (நண்பர்கள் என்பது செல்வி, தில்லை, தர்மலிங்கம் என இன்னோரன்னோர்) பின்னேரம் ஆறுமணிக்கு எங்களைச் சந்திக்க வருகிறேன் என்று சொன்ன நெருங்கிய நண்பன்(தோழர் விமலேஸ்வரன்) மாலை நான்கு மணிக்கே கொல்லப்படுகிறான். "எங்களை எதிர்த்த இவர் என்னவென்று இங்கிருக்க முடியும்" என்று விடுதலைப்புலிகளின் பிரதித்தலைவர் மாத்தையா கேட்டபோது எனக்கு இரட்டைப்பிள்ளைகள் பிறந்து ஒரு மாதமாகி விட்டது. எனது 'மரண தண்டனை'யை ஒத்திப் போடுவதற்கு நான் பட்டபாடு யாருக்கும் தெரியாது. நேரம் வந்தால் சொல்கிறேன். நீண்ட கதை உண்டு. நிறுத்துகிறேன்.

1992 மே 23-க்கு பிறகு என் வாசம் கொழும்பில். சும்மா இல்லை, நான்கு முழு வருடங்கள். 'கொழும்பு' என்னை மிகவும் படிப்பித்து விட்டது. 'தமிழன் என்றால் நீ புலி' என்று அது தெளிவாகச் சொல்லிற்று. நிறைய அனுபவப்பட்டேன். சிறைவாசம், காறித்துப்பல், விறகு கட்டையால் அடி, சொல்லக்கூசும் இன்னும் பல. என்னுடன் சேர்ந்தவர்கூட அனுபவித்தார். மனம் அந்தளவு வெதும்பிக் கிடந்தது. அப்போது பூநகரியில் 'தவளைப் பாய்ச்சல்' என்று விடுதலைப்புலிகளின் தாக்குதல். இரத்மலானை இந்துக்கல்லூரியில் என் ஆசிரியப்பணி. அருகில் விமான நிலையம். விமானங்கள் வந்திறங்குகின்றன. 'ஆம்புலன்ஸ்கள்' காயம்பட்ட சிங்கள ஆர்மியை ஏற்றிக்கொண்டு ஓடுகின்றன. ஒரு சைரன் சத்தம் கேட்குமல்லவா? எனக்கு அது வெற்றிச்சங்கு ஊதியதைப்போல இருந்தது. விடுதலைப்புலிகளின் வெற்றி என்று நான் நினைக்கவில்லை; ஈழத்தமிழரின் வெற்றி. தத்துவமாக இதனை நான் யோசிக்கவில்லை; உணர்விலிருந்து நான் யோசித்தேன்.

இருவர்தாம் எனக்கு அதனை உணர்த்தினார். ஒருவன், 'தராகி' சிவராம். அவன் போகிறபோக்கில்தான் சொன்னான்: "மைச்சான், நீ எவ்வளவுதான் புலியை எதிர்த்தாலும் சிங்களவங்களுக்கு நீ புலிதான்.. தமிழனென்டால் புலி! புலி குடுக்கிற அடிதான் இவையளை யோசிக்க வைக்கும்...' மற்றவன்: எஸ்.கே.விக்கினேஸ்வரன். 'சரிநிகர்'-ன் முழுப்பொறுப்பும் அவனிடம் இருந்தது. எனக்குப் பிரேமதாஸாவிடம் ஒரு கவர்ச்சி இருந்தது. பிறகு சந்திரிகாவிடம் ஓர் அபிமானம் இருந்தது. சந்திரிக்கா, நான் கற்பிப்பதை என் வகுப்பிலிருந்து பார்த்தவர்.(அப்போது அவர் மேல்மாகாண முதலமைச்சர்) இணக்கமான உரையாடல் அவரிடம் இருந்தது. ஜனாதிபதித் தேர்தலில் அவர் போட்டியிட்டபோது எனது வாக்கு மாத்திரமல்ல, எனது குடும்ப வாக்கும்(ஆறு வாக்குகள்) அவருக்கே. சந்திரிகாவுக்காக என் வாதங்கள்

இருந்தபோது விக்கி அதனை முற்றாக நிராகரித்தான். கொழும்பும் நண்பர்கள் சிலரும்தாம் என்னை மாற்றியமைத்தது.

ஈழத்தமிழர் இலக்கியங்கள் இன்னும் உச்சபட்சமான உன்னத இடங்களைத் தொடவில்லை என நீங்கள் முகநூலில் எழுதியிருந்தீர்கள். நீங்கள் வைக்கும் மதிப்பீட்டை கொஞ்சம் விளக்கிக் கூறமுடியுமா?

இலங்கை என்பது மிகச்சிறிய தீவு. அதற்குள்ளும் ஈழத்தமிழர் சொற்ப தொகையினரே. 'சிறிய தீவு' என்பதும் 'சொற்ப தொகையினர்' என்பதும் ஈழத்தமிழ் படைப்பாளிகளுக்கு அதிக, வித்தியாசமான, நுட்பமான, வரையறைக்கு அப்பாற்பட்ட அனுபவங்களைக் கொடுக்கவில்லை. அதுமாத்திரமன்றி, ஈழத்தமிழருக்கு கிடைத்த கல்வியென்பது விரிந்த அனுபவங்களைத் தாங்குவதற்குத் தயாராக இருக்கவில்லை. கல்வி, அறிவால் மாத்திரமே யாவற்றையும் பார்க்க வைத்தது; உணர்வால் அல்ல. அதனால் பெரும்பாலும் வறட்டுத்தனமான படைப்புகளே வெளியாகின.

சிறுகதைகளில் ஓரளவுக்கு வளம் இருந்தாலும் சினிமா, நாவல் முதலான படைப்பாக்கங்களில் வளம் பெறவில்லை. கவிதை, அரங்கு என்று சிறுசிறு படைப்பாக்கங்களிலேயே ஈழத்தமிழ் தன்னைத் திருப்திப்படுத்திக் கொண்டது. ஈழத்தமிழர்களுக்கு கிடைத்த கல்வி என்பது பதிப்பு, ஆய்வு முதலான துறைகளில் அதிகம் உந்தித் தள்ளியது. நிலத்தையும் காலத்தையும் சூழலையும்தாம் இதற்குக் குறை கூறலாம். வேறு சிலரிலும் எனக்குக் குறை உண்டு. 'ஆனா ஆவன்னா' என்று மாத்திரம் எழுதத் தெரிந்தோரின் படைப்பை 'ஆகா இதுவல்லவோ படைப்பு' என்று ஆய்வு செய்து மலடாக்கி விட்டார்கள், நமது சில ஆய்வாளர்களும் சில பேராசிரியப் பெருந்தகைகளும். ஆயினும் இப்போது ஒன்றைச் சொல்ல வேண்டும் ஈழத்தமிழர், தமிழ்நாடு உட்பட வேறுபல நாடுகளுக்குப் புலம்பெயர்ந்த பின்னர் அவர்களது படைப்பில் வளம் சேர்கிறது. ஈழநிலத்தைத்தான் அவர்கள் பாடுபொருளாகக் கொண்டாலும் அவை கலாபூர்வமான வெளிப்பாடாக வருவதனை அவதானிக்க முடிகிறது.

ஈழத்து இலக்கியங்கள் இன்றைக்கு ஒரு புதியதோர் பாய்ச்சலை வெளிப்படுத்தியபடி இருக்கின்றன. ஆனால் அதன் மீது "கழிவிரக்கம் கோருகின்றன" என்ற குற்றச்சாட்டும் எழாமல் இல்லை. நீங்கள் இந்த குற்றச்சாட்டை எவ்வாறு புரிந்து கொள்கிறீர்கள்?

தஞ்சாவூர் மாவட்ட கீழ்வெண்மணிக் கிராமத்தில் சுமார் நாற்பது தலித்(இச்சொல்லில் அவ்வளவு உடன்பாடு கொள்ளாதவன்) மக்கள் உயிருடன் எரித்துக் கொல்லப்பட்ட காலத்தில் அதே தஞ்சாவூர் மாவட்டத்தைக் களமாகக்கொண்டு தி.ஜானகிராமன், 'மோகமுள்' நாவலை எழுதினார். அது எதைப்பற்றி பேசியது என்பது உங்களுக்குத் தெரியும். அது அப்போது சிலரால் கடும் கண்டனத்துக்கு உள்ளாக்கப்பட்டது. ஆனால் ஈழத்தமிழர்களுக்கு ஏற்பட்ட மகத்தான துயர் என்பது அத்தனை ஈழத்தமிழர்களையும் ஏதோ விதத்தில் பாதித்திருக்கிறது. அங்கு தோன்றிய படைப்பாளிகள் தமக்குப் புரிந்த அரசியலினூடாக அதைத் தமது படைப்புகளில் வெளிப்படுத்தத்தான் செய்வார்கள். வெளிப்படுத்தா விட்டால்தான் அவர்கள் 'வேறேதோ' அரசியல் செய்கிறார்கள் என்று அர்த்தம். 'கழிவிரக்கம்' கோரும் படைப்பு என்று சொல்பவர்கள் சொல்லிவிட்டுப் போகட்டும். காலம் எப்போதும் நேரானது; காழ்ப்பு இல்லாதது. அது யாவற்றையும் எவ்வாறு பதிவு செய்கின்றது என்பதனை நாம் இப்போது சொல்ல முடியாது.

சமகாலத்தில் வெளியான ஈழப்படைப்புக்களில் உங்கள் இலக்கிய மதிப்பீட்டின்படி கலாபூர்வமான படைப்புக்களைக் கூற முடியுமா?

உண்மையில் இதற்குப் பதில் சொல்ல நான் பஞ்சிப்படுகிறேன். யாவற்றையும் முழுமையாக வாசித்தவனல்லன். வாசித்தவற்றிலிருந்து சில குறிப்புக்களைக் கூறலாம். காலத்தையும் சூழலையும் பதிவையும் கலாபூர்வத்தையும் கவனத்தில் கொண்டு மாத்திரமே என் பதிவு அமைகிறது. புனைவிலக்கியம்(அதுவும் நாவல்) ஒன்றை இங்கு கவனம் கொள்கிறேன். விமர்சனம் எதுவும் இங்கில்லை; வெறும் அவதானம், அவ்வளவே. 'யுத்தத்தின் முதலாம் அதிகாரம்', 'கனவுச்சிறை'(தேவகாந்தன்); 'ஆறாவடு', 'ஆதிரை'(சயந்தன்); 'நஞ்சுண்டகாடு', 'அப்பால் ஒரு நிலம்'(குணா கவியழகன்), 'பார்த்தீனியம்'(தமிழ்நதி), "கலாதீபம் லொட்ஜ்" (வாசு முருகவேல்) ஆகியனவற்றைக் கலாபூர்வமான படைப்புகளாக நான் கருதுகிறேன். அதேசமயம், 'புள்ளிகள் கரைந்த பொழுது'(ஆதிலட்சுமி சிவகுமார்), 'நடுகல்'(தீபச்செல்வன்) ஆகிய படைப்புகளையும் இங்கு பதிவதில் எனக்குத் தயக்கமேதும் இல்லை. ஒன்றேயொன்றுதான், அவை இன்னமும் கலாபூர்வமாக வந்திருக்கலாம்.

யாழ்ப்பாணம் பற்றிய நினைவுகளில் உங்களால் மறக்க முடியாதது என்ன?

எதைச் சொல்ல, எதை விட? யாழ்ப்பாணத்தில் என் குழந்தைமை; யாழ்ப்பாணத்தில் என் சிறுவமை; யாழ்ப்பாணத்தில் என் இளமை! யாழ்ப்பாணச்சாப்பாடு, திருவிழாக்கள், கூத்து, தவில்-நாயனம், நாடக அரங்கு, தியேட்டர்களில் சினிமா, பள்ளிக்கூடம், படிப்பு, மாம்பழம், பிலாப்பழம், வாழைப்பழம் ஆகியவற்றின் இனிமை, பற்றை வழிய திரிந்து அணிஞ்சில் பழம், காரைப்பழம், சூரைப்பழம், வீரைப்பழம், புல்லாந்திப்பழம், இலந்தைப்பழம், பீநாறிப்பழம், தண்ணீர்ப்பழம், பிடுங்கி

உண்ணுதல், வேள்வி, பங்கிறைச்சி, யாழ்ப்பாணத்துப் பரவைக்கடல் மீன், பனங்கள்ளு, ஒடியல்கூழ், முட்டைக்கோப்பி, தோட்டம், வயல்வெளி, கடற்கரை, பனங்கூடல், தென்னந்தோப்பு, பற்றைக்காணி, ஆடு மாடுகளுக்கு குழை ஒடித்தல், புல்லுச்செதுக்கல், வெள்ளெலி முயல் உடும்பு என்று வேட்டையாடல், வீட்டுத் தோட்டம் செய்தல்... எதைச்சொல்ல, எதை விட?

உங்களுடைய நாவல்களில் இருக்கிற "நினைவிடை தோயும்" தன்மை எனக்கு பிடித்தமானது தான். ஆனால் தொடர்ச்சியாக அந்தப் பாணியில் புனைவுகளை கட்டி எழுப்புவது சலிப்பான காரியமாக தோன்றவில்லையா?

கொஞ்சம் பொறுங்கள், கிட்டத்தட்ட 'தன்மை'யில் நான் எழுதும் புனைவு(நாவல்) உங்களை சலிப்பூட்டியிருக்கலாம். அவற்றிலும் 'புனைவு' இருப்பதனைக் கண்டுகொண்டால் சந்தோசம். நான் அரங்கை(theatre) அதிகம் விரும்புபவன். அது எப்போதும் பாத்திரங்களைச் சிருஷ்டிப்பவை. நானும் சிருஷ்டிப்பதன் நாயகன். என்னால் நீங்கள் சொல்லும் பாணியிலிருந்து வேகமாக வெளியேற முடியும். வருவேன், அவகாசம் வேண்டும். சாதாரணமாக 'உப்புக்கு' உழைக்க வேண்டியிருப்பதால் மினக்கெட வேண்டியிருக்கிறது.

1958 நாவல் ஒரு முக்கியமான வருகை. ஆனால் அதற்கு வாசகக்கவனம் கிடைக்கவில்லை என்கிற கவலையோடு இந்தக் கேள்வியைத் தொடருகிறேன். அந்த நாவல் தமிழ் - சிங்கள பொதுசனங்களின் மனவோட்டத்தை சரியாக பதிவு பண்ணியது என கருதுகிறேன். இந்த நாவல் குறித்து நீங்கள் சொல்ல விரும்பும் செய்தி என்ன?

நீங்கள் சொல்வது சரிதான். ஒரு பதிப்பாளர் என்னிடம் சொன்னார்: "உங்களை யாரென்று யாருக்கும் தெரியவில்லை" என்று. அதில் இருக்கக்கூடிய உண்மை ஒன்றுதான். நான் யாரிடமும் சென்றிருக்க முடியாத படைப்பாளி. அதற்கு என் எழுத்து காரணம். என் இயல்பு காரணம். வேறு எவரும் காரணமல்ல. என் படைப்புகளை வெளிக்கொணர்ந்த கவிஞர் கருணாகரன், 'விடியல்' சிவா, 'காலச்சுவடு' கண்ணன், 'தமிழினி' வசந்தகுமார் யாவரும் கவனமாக உழைத்திருக்கிறார்கள். எனக்கு இடப்பட்ட அரிசி. இவ்வளவுதான் என் பெயர். இதற்கு மிஞ்சி நான் சொல்ல வேறேதுமில்லை.

புலி எதிர்ப்பு அரசியல் - புலி எதிர்ப்பு இலக்கியம் - புலி எதிர்ப்பு நிறுவனங்கள் என நீளும் இந்த கூட்டுச்சதிகளின் பின்னால் இருக்கிற சூழ்ச்சி அரசியல் பற்றி?

'அவர்கள்' என்பதைக்கூட 'ஒருமைத்தன்மையில்' அடையாளம் காண விரும்பவில்லை. அதற்கு பன்முகத்தன்மை இருக்கிறது. ஆனால் 'புலி எதிர்ப்பு' என்பதனூடாக ஒரு தேசிய விடுதலைப் போராட்டத்தை அவர்கள் நிராகரிக்கிறார்கள். "தேசியவிடுதலை என்பதுதான் வர்க்க விடுதலையின் முதற்படி" என்கிறார் தோழர் கார்ல் மார்க்ஸ். 'தேசிய இனங்களின் விடுதலை' குறித்து நிறையவே எழுதியிருக்கிறார், தோழர் லெனின். 'தேசிய இனம்' என்றால், என வரைவிலக்கணம் தந்தவர் தோழர் ஸ்ராலின். தோழர் மாவோ தந்த புதிய ஜனநாயகப் புரட்சி என்பதே தேசிய இனம்/ இனங்கள் பற்றிய கறாரான பார்வை. இத்தோழர்கள் சொல்கிறார்கள் என்பதனால் அல்ல; 'தேசிய இன விடுதலை' பற்றிய உணர்வை நமக்கு அனுபவங்கள் தந்திருக்கின்றன.

அரசியல் கருத்துக்கள் மாத்திரமல்ல; அனுபவங்களும் எனக்கு ஆசார்.('ஆசான்' என்பதன் பொதுப்பால்) விடுதலைப்புலிகளின் சில/பல தவறுகள் விமர்சனத்திற்குரியவைதாம். ஆனால் அவர்களின் இலட்சிய உறுதியை, நேர்மையை நான் சந்தேகிக்க மாட்டேன். அவர்கள் ஒரு தேசிய அரசை அமைத்தும்தான் இருக்கிறார்கள். நடைமுறையில் அது மிகச்சிறந்த அரசாகவும் இருந்தது. உண்மையில் ஒடுக்குமுறையை எதிர்கொள்ளும் சக்திகள் எப்போதும் ஏதோ ஒரு பெயரால் ஒடுக்கும் அதிகாரத்தால் நிராகரிக்கப்படுவதுண்டு. 'புலி எதிர்ப்பு' என்பது அதுதான். அதனூடாக ஒடுக்குமுறை அதிகாரத்துக்குத் துணை போகிற ஒன்றை நான் 'சூழ்ச்சி அரசியல்' என்று பெயரிட்டு அழைக்கிறேன்.

தமிழீழ விடுதலைப்புலிகளை "பாசிஸ்டுகள்" என்று தொடர்ச்சியாக எழுதிவரும் ஈழ இலக்கியவாதிகள் பற்றி?

'ஜோர்ஜ் ஓவெல்' என்ற ஒரு படைப்பாளி இருந்தார். அவர் எழுதிய இரண்டு படைப்புகள் உலகப் புகழ் பெற்றவை. 'விலங்குப்பண்ணை', '1984' என்ற நாவல்கள் அவை. தமிழில் அதன் மொழிபெயர்ப்பு வந்தது. மொழிபெயர்ப்பாளரைப் பார்த்தாலே அதன் அரசியலைப் புரிந்து கொள்ள முடியும். அவற்றைப் பலர் வாசித்திருக்கிறார்கள். விடுதலைப் போராட்டத்தை ஆதரிக்கும் சிலர்கூடச் சிலாகித்திருக்கிறார்கள். 'விலங்குப்பண்ணை', மகத்தான ரஷ்யப்புரட்சியை கிண்டலித்து எழுதப்பட்டது. இந்நாவலில் 'புதிய இங்கிலாந்தின் பாடல்' என்று ஒன்று வரும். அது குறிப்பது 'மார்க்சீயம்' எனும் பெரும் தத்துவத்தையே. அவ்வாறுதான், '1984'எனும் நாவல். தோழர் ஸ்ராலின் காலத்து சோவியத் யூனியனை அது காட்சிப்படுத்துகிறது. ஆனால் இப்போது '1984' நாவலை வாசித்துப் பாருங்கள், அது அமெரிக்கா, இங்கிலாந்து போன்ற முதலாளித்துவ நாடுகளைத்தான் காட்சிப்படுத்துகிறது.

ஈழ இலக்கிய உலகிலும் பல 'ஜோர்ஜ் ஓவெல்'கள் இருக்கின்றனர். மகத்தான ரஷ்யப்புரட்சி, மகத்தான சீனப்புரட்சி, சேகுவேராவின் எழுச்சி.. என்று பலவற்றிலும் 'ஜோர்ஜ் ஓவெல்'கள் இருந்திருக்கின்றனர். 'பாசிசம்' என்று இவற்றை-

யெல்லாம் சொல்லாமல் விட்டிருப்பார்களா? இவர்களெல்லாம் எழுதுவதனால் காகிதச்சருகுகள்! அவற்றையெல்லாம் கவனத்தில் கொண்டால் புரட்சியின் மகத்துவம் என்னாவது? நாய்கள் குரைத்துச் சூரியன் அழுவதில்லை; சந்திரனும் வருந்துவதில்லை.

ஈழத்தமிழர் வாழ்வியலில் கோவில்கள் - திருவிழாக்களுக்கு இருக்கும் முக்கியத்துவம் உண்டு. அதன் முக்கிய அம்சமாக தவில் - நாதஸ்வர இசைக்கு தனிச்சிறப்பிருக்கும். நீங்கள் அதுபோன்ற காணொலிகளை தொடர்ச்சியாக பகிர்ந்து எழுதிய வண்ணம் உள்ளீர்கள். யாழ்ப்பாணத்து தவில்-நாதஸ்வர வித்துவான்கள் பற்றி கூறுங்களேன்?

எனது கிராமத்தின் பெயர் அளவெட்டி. அற்புதமான, அழகான கிராமம். கலைகள் செழித்து வளர்ந்த ஊர். கலையும் கல்வியும் அக்கிராமத்தின் இரு கண்கள்! தோட்டமும் வயலும் இருக்கின்ற ஒரே ஊர் அது. இருக்க, தவில் நாதஸ்வரக் கலைஞர்களால் நிறைந்த ஊர் அளவெட்டி. தவில் கலைஞரில் மிகச்சிறந்த தட்சிணாமூர்த்தியும் நாதஸ்வரத்தில் விற்பன்னரான என்.கே.பத்மநாதனும் வாழ்ந்த ஊர் அது. என் வீட்டிலிருந்து அவர்களது வீடு, முன்னூறு யாருக்குமேல் இருக்காது. என் வீட்டிற்கு அவர்கள் அடிக்கடி வந்திருக்கிறார்கள். தவில் நாதஸ்வரக் கலைஞர்கள் நிறைந்த கிராமம் அளவெட்டி என்றால் யாழ்ப்பாணத்தில் இன்னொரு கிராமமும் இருக்கிறது, இணுவில்! தவிலும் நாதஸ்வரமும் கர்நாடக சங்கீதத்தை அடிநாதமாகக் கொண்டு எழுந்தாலும் என் இரத்தத்தில் எப்படியோ ஊறிவிட்டது.

பங்குனி, சித்திரையில் ஊர்க்கோயில்களில் திருவிழாத் தொடங்குகிறது. திருவிழா முடியும் மாதம் ஆவணி. அளவெட்டி, அந்த ஆறுமாதங்களில் களைகட்டிக் கிடக்கிறது. தவில் நாதஸ்வரக் கலைஞர்களுக்கு முதற்சேவகம் வரும்நாள் அன்று எனது குலதெய்வமான அம்மாள் கோயிலில்(அவர்களுக்கும் குலதெய்வம்) பத்து நிமிசத்திற்காவது ஒரு கச்சேரி வாசிப்பார்கள். வாசித்துவிட்டுத்தான் முதற்சேவகத்துக்குப் போவார்கள். உருகிப்போய்க் கிடப்போம் நாங்கள். தவில் கடகடத்தோடினதும், நாதஸ்வரத்தில் உருகினோரினதும் கண்களில் கசிவு. அவர்கள் நெஞ்சால், மனசால் வாசித்ததில் பார்த்த எங்கள் கண்களிலும் கசிவு... சொல்லிக்கொண்டு போனால் அழுது விடுவேன்.

உங்களது கேள்விக்கு என் நேரடிப்பதில்: தவில் என்றால் முதலில் தட்சிணாமூர்த்தி(அளவெட்டி). பிறகு இணுவில் சின்னராசா. இவரது தவில் வாசிப்பைப் பார்த்தால், 'தில்லானா மோகனாம்பாள்' பாலையா இவரைப்(இணுவில் சின்னராசா) பார்த்துத்தான் தவில் வாசித்தாரோ என்று தோன்றும். இணுவில் புண்ணியமூர்த்தி எங்களது அம்மாள் கோயிலில் வந்து தவில் முழக்கினால் மயங்கிக் கிடப்போம். கைதடிப் பழநியைச் சொல்லாமல் விடமுடியாது. நாச்சிமார் கோயிலடியிலும் சின்னப்பழனி என்றொருவர் இருக்கிறார். நாச்சிமார் கோயிலடி கணேசுவைச் சொல்லாது விட்டால் அநியாயம். தட்சிணாமூர்த்திக்கு ஈடு கொடுக்கிற ஒருசிலரில் இவரும் ஒருவர்! அளவெட்டிக் குமரகுரு, அளவெட்டிப் பெரிய கணேசு(இவர்தாம் தட்சிணாமூர்த்திக்குத் தவில் பழக்கியவர்), அளவெட்டிச் சின்னக்கணேசு, அளவெட்டி ராஜகோபால்(பாவம் இவர், தவில் வாசிப்பதில் விண்ணர்தான். ஆனால் கீர்த்தி பெறவில்லை. அதற்கு அவரது நடத்தையும் காரணம்) என்று தவிலுக்கு நீண்ட வரிசை இருக்கிறது.

அவ்வாறே நாயனத்திலும் யாழ்ப்பாணம் மிளிர்ந்தது. மாவிட்டபுரம் ராசா பற்றி அப்பா அடிக்கடி சொல்வார். நான் பார்த்ததில்லை. என் ஞாபகத்தில் நாச்சிமார் கோயிலடி ஆறுமுகம் பிள்ளை, சாவகச்சேரி பஞ்சாபிகேசன் ஆகியோர் நாயனத்தில் விண்ணர். பிறகு வந்தவர்தான் அளவெட்டி என்.கே.பத்மநாதன். இறுதிவரை அவர்தான் உச்சத்தில் நின்றார். ஆயினும் நாயனத்தில், அளவெட்டி எம்.பி.பாலகிருஷ்ணனை பலரும் வியப்பர். தோடி ராகம் என்றால் அளவெட்டி எஸ்.சிதம்பரநாதனை கர்நாடக சங்கீதம் தெரிந்தோர் சொல்லிக் கேள்விப்பட்டிருக்கிறேன். அளவெட்டி ராஜதுரையும் நாயனத்தில் அற்புதமான கலைஞர். ஆனால் 'காலம்' என்ற ஒன்று இருக்கிறதுபோல. அவர் இளமையில் காலமாகியும் விட்டார். அளவெட்டி எஸ்.சுதந்திரனையும் கூறுவது முக்கியம்.

இணுவில் கிராமத்தில் நாயனக்கலைஞர் அவ்வளவு எழுந்ததாகத் தெரியவில்லை. இருந்தால், யாரும் சொன்னால் மகிழ்வேன். இணுவிலின் அயல் கிராமமான கோண்டாவிலில் பாலகிருஷ்ணன் என்ற அற்புதமான நாயனக்கலைஞர் இருந்தார். அவர் இளமையில் அகாலமாக மரணமடைந்து விட்டார் எனும் துரதிர்ஷ்டம் இருக்கையில் என்ன செய்வது? கோண்டாவிலில் கானமூர்த்தி-பஞ்சமூர்த்தி என்ற சகோதரர்கள் 'ஜனரஞ்சக' நாயனக்கலைஞர்களாக விளங்கினார்கள் என்பதும் குறிப்பிடத்தக்கது. அவர்களில் ஒருவரது மகன்தான் இப்போது நாயனத்தில் 'கலக்குகின்ற' குமரன் என்பவர் ஆவார்.

தவில்-நாயனக் கலையின் மேன்மை குறித்து மஹாகவியின்(அவரும் அளவெட்டிதான்) 'கோடை' எனும் பாநாடகம் இருக்கிறது. வாசித்துப் பாருங்கள்; உருகிப் போவீர்கள். மிகச்சிறந்த நாயனக் கச்சேரி கேட்டது போன்ற கிறக்கம் அது! எனது 'காலம் ஆகிவந்த கதை'யில் ஒரு கதை, வடக்கு வீதியில் வரும் மேளச்சமா பற்றியது. உங்கள் கேள்விக்கு இந்தப் பதில் பெருத்துவிட்டது போல. இடையில் வெட்டுவதற்கு உரிமை தருகிறேன்.

மரியாதைக்குரிய கா.சிவத்தம்பி, கைலாசபதி போன்ற விமர்சகர்கள் முன்னுதாரணமற்றவர்கள். இன்றைக்கிருக்கும் சூழ-

லில் அவர்கள் போன்ற தீவிரத்தன்மையோடு கூடிய விமர்சனங்கள் வருவதில்லையே, அதற்கான காரணம் என்ன-வாக இருக்கும்? 'காலம்'தான் காரணம். இன்னும் கொஞ்சம் விரிவாகப் பேசுவோமே. நான் யாழ் பல்கலைக்கழகத்தில் 'தமிழ்-சிறப்பு' பாடம் கற்ற ஒருவன். எனது ஆசிரியர்களாக இருந்தவர்கள், (அப்போது)பேராசிரியர்களான சு.வித்தியா-னந்தன், க.கைலாசபதி, கா.சிவத்தம்பி, ஆ.வேலுப்பிள்ளை, அ.சண்முகதாஸ் மற்றும் கலாநிதிகளான நா.சுப்பிரமணிய ஐயர், இ.பாலசுந்தரம், சித்திரலேகா மௌனகுரு, சிவலிங்கராஜா ஆகியோர். 'தமிழ்'-ஐ ஆழமாகத்தான் கற்றோம்.

'தமிழியலுக்கான' ஈழத்தமிழர்களின் பங்கு மிகப் பெரிது. பேராசிரியர்களான க.கணபதிப்பிள்ளை, வி.செல்வநாயகம், பொன்.பூலோகசிங்கம்.. என்று அது நிரம்பியது. பல்கலைக்கழகப் பட்டம் இல்லையெனினும் புன்னாலைக்கட்டுவன் சி.கணேசையர், அளவெட்டி த.கைலாசபிள்ளை, மட்டுவில் பண்டிதமணி சி. கணபதிப்பிள்ளை போன்றோர் ஒரு பல்கலைக்கழகம் போன்று செயலாற்றியவர்கள். இவற்றுக்கும் மேலாக ஆறுமுக நாவலர், சுவாமி ஞானப்பிரகாசம், சி.வை.தாமோதரம்பிள்ளை, விபுலானந்த அடிகளார், ஆனந்த குமாரசாமி, வண.பிதா.தனிநாயகம் அடிகளார் போன்-றோர் தனித்துக் குறிப்பிடப்பட வேண்டியவர்கள்.

இவை பற்றி ஏன் குறிப்பிடுகிறேன் என்றால், 'முன்னுதாரணமற்றவர்கள்' என்கிறீர்களே, அதற்காக. ஈழத்துப் பாரம்ப-ரியம், 'பேரா.க.கைலாசபதி, பேரா.கா.சிவத்தம்பி போன்றோருக்கு' முன்னுதாரணமாக இருக்கிறது. அவர்கள் சடாரெனப் பூச்சியத்திலிருந்து தொடங்கவில்லை; பாரம்பரியத்திலிருந்து தொடங்குகிறார்கள். அவர்களை மற்றவர்களிடமிருந்து எது வேறுபடுத்துகிறது என்றால், சமூக விஞ்ஞான அணுகுமுறைதான். அதனை இன்னும் தெளிவாகச் சொல்ல வேண்-டுமென்றால் மார்க்சீய அணுகுமுறை என்று சொல்லலாம். 'மனித சமூக சாரம்' எனும் மார்க்சீயம் சார்ந்த மானுட ஆய்வுநூலை எழுதிய ஜோர்ஜ் தோம்சன் எனும் மார்க்சீய அறிஞரிடம் பேர்மிங்காம்(இங்கிலாந்து) பல்கலைக்கழகத்தில் கலாநிதிப்பட்ட ஆய்வை இவர்கள் இருவரும் மேற்கொண்டிருந்தனர். 'முன்னுதாரணமற்று' இவர்கள் ஆய்வெதனையும் மேற்கொள்ளவில்லை என்பதற்காகவே இவை யாவற்றையும் கூறுகிறேன். அதே சமயம் அவர்களது மகத்தான ஆளு-மையையும் இங்கு குறிப்பிடாமல் விடமுடியாது. அவர்களிடம் கற்றவன் என்பதனால் அதனை நான் அதிகமாகவே உணர்ந்திருக்கிறேன்.

அதே தீவிரத்தன்மையுடன் தமிழ்நாட்டில் மிகச்சிறந்த ஆய்வாளர்கள் இருந்திருக்கின்றனர். நா.வானமாமலை, கோ.கேசவன், ஐராவதம் மகாதேவன், வீ.அரசு போன்றோரைக் குறிப்பிட வேண்டும். இலங்கையில் பேரா.எம்.ஏ.நுஹ்-மான் அவர்களைக் குறிப்பிடலாம். ஆனாலும் போதாமை இருக்கிறது. இலங்கையில் ஆய்வாளர்கள், தீவிர ஆய்வுக்-குச் செல்லாமல் தீவிர அரசியலுக்குச் சென்று விட்டார்கள். மேலும் சொல்ல என்ன இருக்கிறது? பேரா.கைலாசபதி, பேரா.சிவத்தம்பி போன்ற அன்றைய ஆய்வாளர்களை அவர்களது அரசியலுக்கு அப்பால் ஆய்வுக்காக மதித்தோம். இன்றையவர்கள் மக்களின் மரணத்தையே கவித்துவமாக வர்ணனை செய்து எள்ளி நகையாடும்போது அவர்களது ஆய்வில் தீவிரத்தன்மையை எங்கனம் எதிர்பார்ப்பது?

ஈழ அறிவுலகப்பரப்புக்கு ஒரு நீண்ட வரிசை இருக்கிறது. ஆறுமுக நாவலர், சுவாமி ஞானப்பிரகாசம், சுவாமி விபு-லானந்தர்,சித்திலெப்பை என நீளும் அந்த வரிசையை நீங்கள் அறிவீர்கள். இவர்களின் ஆய்வுகள் பற்றிய உங்களின் மதிப்பீடுகள் என்ன?

"ஆறுமுக நாவலர், சுவாமி ஞானப்பிரகாசர், சுவாமி விபுலானந்தர், அறிஞர் சித்திலெப்பை" என நால்வர் பெயரைக் கூறி, பிறகு 'நீளும் அந்த வரிசை' என்கிறீர்கள். இவ்வாறு கேள்வி கேட்டதையிட்டு எனக்கு மகிழ்ச்சிதான். ஏனென்-றால் தமிழ் அல்லது தமிழர் என்பது மதத்தால் அடையாளப்படுத்தப்படுபவர்கள் அல்லர். ஆறுமுகநாவலர்-சைவம்; சுவாமி ஞானப்பிரகாசர்-கிறிஸ்தவம்; அறிஞர் சித்திலெப்பை-இஸ்லாம்.

உண்மையில் இக்கேள்விக்கு என்னால் விரிவாக பதில் சொல்ல இயலாது என்பதை மனவருத்தத்துடன் குறிப்பிட்டு ஏதோ எனக்குத் தெரிந்ததைக் கூறுகிறேன். கொம்மியூனிஸ்ற் கட்சியைச் சேர்ந்தவர்களும் தமிழியல் ஆய்வாளர்களு-மான பேராசிரியர்கள் கைலாசபதி, சிவத்தம்பி ஆகியோரின் முன்னெடுப்பில் ஆறுமுக நாவலரின் நூற்றாண்டு விழா யாழ்ப்பாணத்தில் மிகச்சிறப்பாகக் கொண்டாடப்பட்டது. காரணம், அவர் தமிழுக்கு வழங்கிய சிறப்புப் பங்களிப்பே.(நாவ-லர் பேணிய சாதியமைப்பு முறைக்காகவல்ல) தமிழில் முதன்முதலாக பதிப்பு முயற்சியை மேற்கொண்டவர் ஆறுமுக நாவலர்.

பிறகுதான் சி.வை.தாமோதரம்பிள்ளை, உ.வே.சாமிநாதையர், சி.வையாபுரிப்பிள்ளை முதலானோர் வருகின்றனர். இன்னும் சொன்னால் சி.வை.தாமோதரம்பிள்ளை அவர்களுக்கு, பதிப்பு முயற்சியில் வழிகாட்டியவரும் ஊக்கம் ஊட்-டியவரும் ஆறுமுக நாவலர் அவர்களே. சி.வை.தாமோதரம்பிள்ளை, விஞ்ஞான பூர்வமான அணுகுமுறையில் பதிப்பு முயற்சியை மேற்கொண்ட முதலாமவர். அவர் வழியையொட்டியே உ.வே.சா, வையாபுரிப்பிள்ளை முதலானோர் பதிப்பு முயற்சியை மேற்கொள்கின்றனர். ஈழத்தமிழர் இருவருமே பதிப்பு முயற்சியில் முன்னோடி என்பதுவும் எமக்குப் பெரு-மையே.

ஆறுமுக நாவலரின் முக்கிய பங்களிப்பு என அச்சியந்திர சாலைகளை நிறுவியமையைக் குறிப்பிடுவேன். அவர் யாழ்ப்பாணத்தில் மாத்திரம் அச்சியந்திர சாலையை நிறுவவில்லை. ஒரே சமயத்தில் சிதம்பரத்திலும் நிறுவுகிறார். இரண்டு இடங்களிலும் ஒரே பெயர்தான்: சைவப்பிரகாச அச்சியந்திரசாலை. அச்சேறுவதற்கு அவர் வைத்த பெயர்: 'அச்சுவாகனமேறல்' யாழ்ப்பாண வழக்கில் 'வாகனமேறல்' என்பது இறைவன் தமது 'வாகனம்'களில் ஏறுவதனைத்தான் குறிப்பிடும். ஓலைச்சுவடிகளிலிருந்து நீங்கி, அச்சில் ஏறுவதென்பது இறைவன் வாகனத்தில் ஏறுவதற்கு ஒப்பானதென நாவலர் உணர்ந்தாற்போலத்தான் எனக்குப்படுகிறது.

நாவலரின் இன்னொரு பெரும் பங்களிப்பு என நான் கருதுவது, விவிலிய வேதத்தைத்(பைபிள்) தமிழ் மொழியில் பெயர்த்தது. அது தமிழுக்கு புதுமொழியைத் தந்தது என்பதனையும் நாம் ஒப்புக்கொள்ள வேண்டும். 'சத்தனே திடங்கொள்', 'பாவி, செபதபம் செய்' என்பனவெல்லாம் தமிழுக்குப் புதுமொழியாக எனக்குப்படுகிறது. 'வசனநடை கைவந்த வல்லாளர்' என்று ஆறுமுக நாவலரை அதனால்தான் சொல்கிறார்கள் போலும். உண்மையில் இவ்வளவுக்கு நீங்கள் குறிப்பிட்ட ஏனைய அறிஞர்களை நான் படித்ததில்லை. எனவே அதற்குப் பதில் சொல்லப் பஞ்சிப்படுகிறேன். 'சளாப்ப'க் கூடாதல்லவா? இவ்வாறு நான் பதில் சொல்லாததினால் கேள்வி கேட்ட உங்களையும் பதில் சொல்லப் புறப்பட்ட என்னையும் 'இந்துத்துவவாதிகள்' என்று யாரும் குறிப்பிட, நக்கலடிக்க, விமர்சிக்கக் கூடும். அதற்கு நான் அஞ்சவில்லை. மடியில் கனமில்லை; வழியில் பயமுமில்லை.

புலம்பெயர்வில் அலைந்துழலும் வாழ்க்கையை எப்படி சகித்துக்கொள்கிறீர்கள்?

இது சகித்துக்கொள்வதென்றல்ல; வாழ்ந்தே தீரவேண்டும். எந்த உயிர்களுக்கும் இரண்டு வாழ்க்கை நெறிமுறைகள்தாம் உண்டு. ஒன்று, சந்ததிப்பெருக்கல். இரண்டு, உயிர்வாழ்வைத் தக்க வைத்தல். அதனால்தான் தற்கொலையாளிகளையிட்டு (தற்கொடையாளிகள் அல்லர்) நான் எப்போதும் கோபம் கொள்வது. "வீறிட்டு அழுது விழுந்து புலம்புவதோ/ பார் எட்டுத்திக்கும் உலகம் பரந்து கிடக்கிறது" என்பது மஹாகவியின் வரி. அது தரும் நம்பிக்கை வரி என்னை வாழவைக்கிறது. அலைந்துழலும் வாழ்க்கை உண்மையில் தாங்க முடியாதது. ஆனால் எனது வாழ்க்கையை நான்தானே வாழ்ந்து தீரவேண்டும். எனக்காக இன்னொருவர் அழலாம்; எனக்காக இன்னொருவர் சோறுண்ண முடியாது. ஒவ்வொரு நாளும் வேலைக்கு வெளிக்கிடும்போது தயக்கம் வந்து கால்களை நகர விடாது. ஒரு வாக்கியம் என் மனசில் தோன்றும்: 'அழுதாலும் பிள்ளை அவளே பெறவேண்டும்' மேலாக ஒன்றைத்தான் நான் ஒவ்வொரு நாளும் யோசிப்பேன்: முள்ளிவாய்க்காலில் இரண்டு, மூன்று மாதங்களாவது மனிதர்கள்(தமிழர்கள்) வாழ்ந்தார்கள் தானே. அதைவிட எம் வாழ்வு அலைந்துழலும் வாழ்வென்றா நீங்கள் கருதுகிறீர்கள்?

18. தேவபாரதி

எழுபத்து மூன்று வயதில் கம்பீரமான இளைஞனைப்போல பேசியும், குறும்படங்களுக்கு எழுதியும் வரும் தேவபாரதி மூத்த படைப்பாளி. திருவொற்றியூரை அடுத்த காலடிப் பேட்டையில் ஒரு தொழிலாளியின் மகனாகப் பிறந்து, பொதுவுடைமை இயக்கத்தின் தாக்கத்தால் வளர்ந்து, தானும் ஒரு தொழிலாளியாக வாழ்க்கையைத் தொடங்கிய இவர், எழுத்தின் மீதிருந்த ஈடுபாடு காரணமாக தொழிலாளியாக இருக்கும் போதே இருபது வயதில் "ஆனந்தவிகட'னில் முத்திரைக் கதைகளை எழுதியவர். எழுதியது குறைவு என்றாலும், ஒவ்வொரு கதையையும் கனமான பாத்திரங்களுடன் - உணர்வு ததும்பும் மொழியுடன்-நேர்த்தியான கட்டுமானத்துடன் எழுதிய வர். ஜெயகாந்தனை நேசித்து அவருடன் இன்றுவரை நெருங்கிய நட்பு பாராட்டி வருவது மட்டுமின்றி, ஜெயகாந்தன் சொல்லச் சொல்ல, தேவபாரதி கை வலிக்க எழுதி தனது நண்பரை நிறைய எழுத வைத்த நேயர்.

தென்னிந்திய மொழிகள் தவிர, ஆங்கிலம், இந்தி, வங்காளம், பிரெஞ்சு ஆகிய மொழிகளில் இவரது கதைகள் மொழிபெயர்க்கப்பட்டு வெளியிடப் பட்டுள்ளன. இன்று தேவபாரதியின் நூல்களை கலைஞன் பதிப்பகம், சந்தியா பதிப்பகம், செண்பகா பதிப்பகம் போன்றவை வெளியிட்டுள்ளன. தொழிலாளர்களோடும் தொழிற்சங்கங்களோடும் நெருக்கமாக இருந்த இவர், அகில இந்திய அளவிலான இந்திய முற்போக்கு எழுத்தாளர் தேசிய சம்மேளனத்தின் தமிழகக் கிளைக்குச் செயலாளராகப் பொறுப்பு வகித்தவர். ஒரு மாலை வேளையில் "இனிய உதயம்' இதழுக்காக அவரைச் சந்தித்தோம்...

வடசென்னையில் பிறந்து வளர்ந்திருக்கிறீர்கள். நீங்கள் எழுத ஆரம்பித்தது 1959-ஆம் ஆண்டு. அறுபதுகளில் எழுச்சியின் உச்சத்தில் இருந்த திராவிட இயக்கத்தின் பாதிப்பு உங்களது தொடக்க காலக் கதைகளில் இல்லை. மாறாக பொதுவுடைமை சார்ந்த மனிதநேயமே கதையின் மையமாக இருக்கிறது. திராவிட இயக்கத்தின் பாதிப்பில் சிக்காமல் உங்களை இடதுசாரிச் சிந்தனைகளின்பால் இட்டுச் சென்றது எது?

""எனது வாழ்விடச் சூழல்தான் இதற்குக் காரணம். எனது தந்தை ஒரு தொழிலாளியாக இருந்தது இன்னொரு காரணம். அப்போது எங்கள் குடும்பம் திருவொற்றியூரை அடுத்த காலடிப்பேட்டை யில் வசித்தது. திராவிட இயக்கம் ஆட்சிக் கட்டிலில் இருந்தாலும் வடசென்னை என்பது இன்று போல அன்றும் கம்யூனிஸ்ட்டு களின் செல்வாக்கு பெற்ற பகுதி யாகவே இருந்தது. அதற்குக் காரணம் தொழிலாளர்கள் அதிகம் குடியிருக்கும் பகுதியாக அது இருந்தது. எனது தந்தை "வெஸ்டர்ன்' நிறுவனத்தில் ஒரு தொழிலாளியாக இருந்தார். திடீரென்று அதை மூடிவிட்டார் கள். அதன்பிறகு குடும்பத்தை நடத்திச் செல்ல எனது தந்தை காலடிப்பேட்டையில் ஒரு "விறகு தொட்டி' வைத்து வியாபாரம் செய்தார். மாலை நேரத்தில் கம்யூனிஸ்ட் தோழர்கள் கூடி விவாதிக்கும் இடமாக அது இருந்தது. பதினைந்து வயதுகூட நிறைவடையாத அந்த வயதில், கம்யூனிஸ்ட் கட்சி அறிக்கையின் தமிழ் மொழிபெயர்ப்பை விறகு தொட்டிக்கு வந்த ஒரு தோழர் எனக்குக் கொடுத்தார். அதைப் படித்து பாதிக்கப்பட்டேன். அது மட்டுமல்லாமல், திராவிட முன்னேற்றக் கழகத்தைக் கடுமையாக விமர்சிப்பவர்களாகவும் எதிர்ப்பவர்களாகவும் காம்ரேடுகள் இருந்ததால், எனக்கு திராவிட இயக்கத்தின் மீது ஈர்ப்பும் இருந்ததில்லை; மரியாதையும் இருந்ததில்லை.

எனக்கு இருபது வயதானபோது இணைப்புப் பெட்டி தொழிற்சாலையில் பெயிண்டிங் தொழிலாளியாக வேலைக்குச் சேர்ந்தேன். தொழிலாளர் வர்க்கம்தான் இந்த சமூகத்தின் முதுகெலும்பு என்று நம்பினேன். தொழிலாளிகள் இந்திய அரசியலை பொதுவுடைமைப் பாதைக்குத் திருப்புவார்கள் என்று ஆழமாக நம்பினேன். புரட்சி வரும் என்று நம்பிய அப்பாவி காம்ரேடாக இருந் தேன். அந்த நம்பிக்கை என்னையொரு கம்யூனிஸ்டாகவும் மாற்றியது!''

அடிப்படையான கம்யூனிஸ்ட் கொள்கைகளை அந்த இளம் வயதில் விளங்கிக் கொள்ள முடிந்ததா?

""என்ன இப்படிக் கேட்டு விட்டீர்கள்? எந்தக் கட்சிக்கும் இல்லாத கொள்கையாக, சமதர்மம் எனும் அற்புதத்தை இதயமாக அல்லவா கம்யூனிஸம் இன்றளவும் நேசிக்கிறது. ஏழ்மையை ஒழிப்போம் என்று முதலில் சொன்னதும், எல்லாருக்கும் வேலை கொடுக்க வேண்டும் என்று சொன்னதும் கம்யூனிஸ்ட் இயக்கம்தான். உற்பத்திச் சாதனங் களும் வளங்களும் மக்களின் சொத்தாக அரசின் கட்டுப்பாட் டில் இருக்க வேண்டும் என்று சொன்னதும்- இன்றும் சொல்லி வருவதும் கம்யூனிஸம் மட்டும் தானே! இதைவிட சிறந்ததொரு அரசியல் மீட்புக் கொள்கையை இன்னும் இரு பதாயிரம் ஆண்டு களுக்கு யாரும் சிந்திக்க முடியாது என்பது என் கருத்து. இதனால் கம்யூனிஸத்தின் பால் நான் இயல்பாக ஈர்க்கப்பட் டேன். நான் சிறுவனாக இருந்தா லும் வயது வித்தியாசம் பார்க் காமல் தோழர்கள் என்னை ஆகர்ஷித்துக் கொண்டார்கள். என்னை சமமாகவே நடத்தி னார்கள்.''

வடசென்னை என்பது இன்று அழுக்கடைந்த நெருக்க டியான ஒரு பகுதியாக- குற் றங்கள் மலிந்த ஒரு பகுதியாக இருக்கிறது. அன்று வட சென்னை வாழ்வு என்பது எப்படியிருந்தது?

""வடசென்னை இன்றுதான் நெருக்கடியான ஒரு பகுதியாக இருக்கிறது. அன்று கடற்கரை முழுவதும் கீரைத் தோட்டங்கள் இருந்தன. சவுக்குத் தோப்புகள் இருந்தன. நெருக்கடி என்பதே கிடையாது. குற்றங்களும் மிக அபூர்வமாகவே நடக்கும். "சவுக்குத் தோப்பில் கொலை' என்று இரண்டு, மூன்று வருடங்களுக்கு ஒருமுறை பத்திரிகையில் செய்தி வரும். அப்படி சவுக்குத் தோப் பில் கொலை நடந்தால் வட சென்னை முழுக்க மக்கள் பரபரப் பாகப் பேசுவார் கள். கொலை நடந்த சமயத்தில் அடுத்து வரும் நாட்களில் ஏழு மணிக்கெல்லாம் பயந்து கொண்டு வீட்டில் அடங்கிவிடுவார்கள். பின்னர் தொழிற்சாலைகள் கொஞ்சம் கொஞ்சமாகப் படை யெடுத்த போது வடசென்னை யின் ஆன்மா அழிக்கப்பட்டது.

பிறகு மார்வாடிகள் உள்ளிட்ட வடமாநில வந்தேறிகளும் கணிசமாக வடசென்னையில் குடியேறினார்கள். கடலும் அன்று கரையிலிருந்து வெகு தூரத்தில் இருந்தது. காலப் போக்கில் கடலரிப்பு ஏற்பட்டு ஊருக்குள் வந்துவிட்டது- வந்தேறிகளைப்போல. ஆனா லும் தொழிலாளர்கள் அதிகம் வசிக்கும் பகுதியாகவே வட சென்னை அன்றும் இன்றும் இருக்கிறது. ஐம்பதுகளின் வட சென்னை வாழ்க்கையை "இன்று முதல்' என்ற நாவல் வழியே சித்தரித்திருக்கிறேன். அதில் திரு வொற்றியூரும் காலடிப்பேட்டை யும் தொழிலாளர்களின் வாழ்வும் தான் கதைக்களம்.''

சென்னை என்றல்ல; இன்று தேசம் முழுவதுமே தொழிலாளர் களின் எழுச்சி யும் போராட் டங்களும் தீவிரத் தன்மை கொண்ட தாக இல்லை. முனை மழுங்கின போராட்டங்க ளும் வெறும் ஊதிய உயர்வு சலுகைகளுக் காகப் போராடுகிறவர்களாக வும், சமூகத்தின்மீது அக்கறையற்ற மந்தை மனோபாவத்தில் ஓடிக் கொண்டிருப்பவர்களா கவும் தொழிலாளர்கள் மாறி விட்டார்களோ என்று எண்ணத் தோன்றுகிறது...

""மாபெரும் அரசியல் சக்தி யாகவும் மக்கள் சக்தியாகவும் இருக்கும் தொழிலாளர்கள் இப்படி மாறிப்போனதற்குக் காரணம், இங்கே மடைதிறந்து விடப்பட்ட சந்தைப் பொருளா தாரம், தாராளமயம், உலக மயம், அதன் வழியே பெருகிக் கிடக்கும் நுகர்வுக் கலாச்சாரமும்தான். ஐயாயிரம் ரூபாய் ஊதியம் வாங்குகிற ஒரு தொழிலாளி யைக்கூட நுகர்வுக் கலாச்சாரம் துரத்திக் கொண்டிருக்கிறது. அவன் பக்கத்து வீட்டுக்காரனைப் பார்த்துவிட்டு, மனைவியின் பொருமலைத்

தாங்க முடியாமல் தொலைக்காட்சி ப் பெட்டி, குளிர் சாதனப் பெட்டி உள்ளிட்ட வீட்டு உபயோகப் பொருட்களை கடனுக்கு வாங்கி விட்டு, வாங்கிய கடனை அடைக்க ஓடிக் கொண்டிருக்கிறான்.

விலைவாசியும் வீட்டு வாடகையும் அவன் கழுத்தை நெறிக்க, போராட்ட குணத்தை வீசியெறிந்து விட்டு பணத்துக் காக ஓடவேண்டிய கட்டாயத்தில் வாழ்ந்து கொண்டிருக்கிறான். இன்னொரு பக்கம் நன்கு முன்னேறிவிட்ட தொழிலா-ளர் கள் தமிழ்நாட்டின் ஆசிரியர் களைப்போல வட்டிக்கு விடுகி றார்கள். உபரி வருவாயை எப்ப டிப் பெருக்குவது என்பதில் கவனமாக இருக்கிறார்கள். இன்று தொழிற்சங்கவாதி களும் முதலாளிகளும் சமரசம் செய்து கொள்கிறவர்க-ளாக மாறிவிட்டார் கள். இதனால் ஒட்டுமொத்த தொழிலாளர்களையும் ஓரணியில் திரட்டுவது இன்று இயலாத ஒன்று. மற்றபடி ஒவ்வொரு கட்சி யும் வைத்திருக்கிற தொழிற்சங்கங் கள் அரசியல் பலவீனத்தோடு நடத்தப்பட்டு வரும் முனை மழுங்கின தொழிற்சங்கங்களே! இடதுசாரித் தொழிற்சங்கங்கள் அந்த வகையில் பரவாயில்லை என்று சொல்லத் தோன்றுகிறது!‘‘

போகட்டும்! அன்று உங்களை பாதித்த கம்யூனிஸ்ட் தலைவர் யார்?

""சந்தேகமில்லாமல் "ஜீவா' என்று உரக்கச் சொல்வேன். அன்று கம்யூனிஸ்ட் கட்சியின் அலுவலகம் பாரீஸில் இருந்-தது. பாலன் இல்லமெல்லாம் எழுபது களுக்குப் பிறகு வந்தது. பாரி முனை கம்யூனிஸ்ட் கட்சி அலு வலகத்துக்கு பதினேழு வயதி லேயே போக ஆரம்பித்தேன்.

அங்கேதான் ஜீவா, மாயாண்டி பாரதி, முத்தையா, மணலி கந்தசாமி போன்ற அற்புத மனிதர்களைப் பார்த்தேன்; பழகினேன். அதிலும் ஜீவா எனும் தலைமை குறித்து தோழர்கள் அப்போதே சொல்லக் கேட்டு, அவர் மேடையில் ஒரு புயல்போல் சீறிப் பிரசங்கித்த ஆளுமை யைப் பார்த்து, இப்படியும் ஒரு பேச்சாளன் இருக்க முடியுமா- பேச முடியுமா என வியந்து போனேன். திரு வொற்றியூர் தேரடியில் அரசியல் கூட்டம் என்றால், அண்ணா, ம.பொ.சி. போன்றவர்கள் காரில் தான் வந்து இறங்குவார்கள். ஆனால் ஜீவா 56-ஆம் எண் பேருந்தில் வந்து இறங்குவார். மக்களை மட்டுமே நினைப் பவன்- மக்கள் நலனே தன் நலன் என நினைப்பவன் மக்களைப் போல பேருந்திலேயே வந்து இறங்குகிறாரே என்று ஆச்சரியப் பட்டுப் போனேன்.

ஜீவாவுடன் எனக்குப் பழக்கம் ஏற்பட்ட காலத்தில், நான் பாரீஸ் பச்சையப்பன் மேல்நிலைப் பள்ளியில் படித்துக் கொண்டிருந்தேன். பள்ளிக்கு வரும்போதும் சரி; மதிய உணவு இடைவேளையின்போதும் சரி- கிடைக்கிற கொஞ்ச நேர இடை வெளியென்றாலும் ஜீவாவைத் தேடி கம்யூனிஸ்ட் கட்சி அலு வலகத்திற்கு ஓடுவேன். அப்போது அவர் தாம்பரத்தில் தங்கியிருந்தார். எனது வயது பற்றியெல்லாம் அவருக்கு எவ்வித தன்முனைப்பும் இருந்தது கிடையாது. வயது வித்தியாசம் பார்க்கிற அவலக்குணம் ஜீவாவிடம் மட்டுமல்ல; எந்தவொரு காம்ரேடு களிடமும் அன்று கிடை-யாது. என் தோள்மீது கை போட்டு அழைத்துக் கொண்டு, அப்படியே கடற்கரை ரயில் நிலையத்துக்கு வந்து ரயிலேறி தாம்பரம் செல்வார்.

கடற்கரை ரயில் நிலையத்தில் நான் வாங்கித் தரும் தேநீரை அன்போடு பருகு வார். கம்யூனிஸ்ட் காரியாலயத்தி லிருந்து கடற்கரை ரயில் நிலையம் வருகிற வரை பொதுவுடைமை பற்றி ஒரு பள்ளி மாணவனுக்கு எத்தனை எளி-மையாகச் சொல்ல வேண்டுமோ அத்தனை எளிமை யாகச் சொல்வார். எனக்கான வழிகாட்டி, தலைவன் எப்படி இருக்க வேண்டுமென நான் நினைத்தேனோ அப்படி இருந் தார் ஜீவா. இதனால் எனது பள்ளியின் ஆண்டு விழா-வுக்கு அவரை அழைத்து வந்துவிட வேண்டும் என்பதில் குறியாக இருந்தேன். அவரிடம் எனது விருப்பத்தைச் சொன்னேன். "உன் விருப்பப்படியே வருகிறேன் சுப்பு‘ என்றார். எனக்கு தலைகால் புரியவில்லை. அப்போது நான் பள்ளியில் மாணவர் தலைவ னாக இருந்தேன்.

ஓடோடிச் சென்று விழாக் கமிட்டியிலிருந்த ஆசிரியர்களிடம் "ஜீவா வர சம்மதித்து விட்டார்' என்றேன். அவர்கள் அதற்காக சந்தோஷப்படவில்லை. "ஜீவாவை அழைத்துவர வேண்டாம்‘ என்றார்கள். நான் நொந்து போனேன். பள்ளி இறுதி வகுப்பு வரை மூன்றாண்டுகள் இப்படியே "ஜீவாவை அழைத்துவர வேண் டாம்' என்றார்கள். அப்போது தான் புரிந்தது- காரில் வந்து இறங் குகிறவன்தான் தலைவன் என்று! பகட்டுக்கு வழிபாடு நடத்துகிற எச்சில் தமிழர்கள் எல்லா இடங் களிலும் இருக்கிறார்கள் என்று! காந்தியைப்போல ஜீவா எளிமை யின் மறு உருவம்.

தொழிலாளர் வர்க்கமும் ஒடுக்கப்பட்ட மக்களும் விடுதலை பெற வேண்டும் என்றால் அதற் கான ஒரே விடுதலைப் பாதை பொதுவுடைமை தவிர வேறில்லை என்று உறுதியாக நம்பிய அவர், தொழிலாளியைப்போல அரைக் கால் சட்டை அணிந்திருப்பார். இதற்காகவே அவரைப் பலர் விமர்சித்தார்கள். ஜீவாவின் இந்த ஆடை அடையாளத்துக் கும், அரை நிர்வாணியாக இருந்த காந்தியின் ஆடை அடையாளத் துக்கும் எந்த வேறுபாடும் இல்லை என்பதை பெரும் பான்மையானவர்கள் புரிந்து கொண்டாலும், என் பள்ளியில் இருந்த புல்லர்களைப் போன்ற பலர் புரிந்து கொள்ளவில்லை.

ஜீவாவைப் போன்ற தன்னலமற்ற தலைவனாக அவருடைய காலத்திலேயே நான் பார்த்த ஒரே ஆளுமை காம-ராசர்தான். ஈ.வே.ராவை நான் சமூகவாதி யாகத்தான் பார்க்கிறேன். ஜீவா தன்னை சமூகத்துக்கு அர்ப் பணித்து விட்டதால் தாய்மாமன் வீட்டில் வளர்ந்த தனது மூத்த மகள் குமுதாவை பதினேழு ஆண்டுகளுக்குப் பிறகு அவள் வளர்ந்து குமரியான பிறகுதான் சந்தித்தார். சமூகத்துக்காக தனது குடும்பத்தையே மறந்துபோன ஒரே தலைவன் ஜீவா-தான். தனது கொள்கையைக் காற்றில் பறக்க விட்டுவிடக் கூடாது என்பதற் காகவே தாயாரின் மரணத்தின் போது அவருக்கு இறுதிச் சடங்கு செய்யக்கூட மறுத்தவர். ஜீவா என்று பெயர் சொன்னாலே நம் இதயம் கரையும். ஜீவா தியா கத்தின் சொரூபம்- உழைப்பவர் களின் உந்து சக்தி- கம்யூனிஸத் தின் கௌரவம்!''

இலக்கியம், எழுத்தின்மீது உங்களுக்கு எப்படி காதல் பிறந்தது?

""நான் பள்ளி இறுதி பயின்ற காலகட்டத்தில் காலடிப் பேட்டையில் கம்யூனிஸ்ட் கட்சியின் செல்வாக்கு பெற்ற அநேக அமைப்புகள் இருந்தன. உதாரணமாக திருவொற்றியூரில் "புதுமைக் கலா மன்றம்', "மக்கள் மறுமலர்ச்சி மன்றம்', "கல்-விக் கழகம்' என்று பல அமைப்புகள். இதில் 1958-ஆம் ஆண்டு "புதுமை கலா மன்ற'த்துக்கு கவிஞர் தமிழ் ஒளி வந்திருந்தார். அவரோடு எனக்குப் பரிச்சயம் ஏற்பட்டது. எனக்கும் அவருக்கும் பன்னி ரண்டு வயது வித்தியாசம். இருந்தாலும் என்பால் அன்பும் சமத்துவமும் கொண்டு என்னைச் சமமாக நடத்தினார். அவரால்தான் எனக்கு இலக்கி யப் பரிச்சயம் ஏற் பட்டது.

தமிழின் தலைசிறந்த இலக் கியங்கள், தமிழ்நாட்டின் சிறந்த எழுத்தாளர்கள், உலக இலக்கியங் கள், ரஷ்ய இலக்-கியங்கள் போன் றவை அவரால் எனக்கு அடையா ளம் காட்டப்பட்டன. அவருட னான ஒவ்வொரு சந்திப்பிலும் ஒரு வாசிப்பைப் பற்றி பேசுவோம். இதற்காகவே- அவரைச் சந்திக்க வேண்டும் என்பதற்காகவே பல புத்தகங்களை இரவு முழுவதும் கண்விழித்துப் படித்து முடித்து அவரோடு விவாதித்திருக்கிறேன். இப்படி அவருடனான சந்திப்பும் வாசிப்பும்தான் என்னை கவிதை கள் எழுத வைத்தன. முக்கியமாக அவர் எங்கள் வீட்டில் சிலகாலம் தங்கியிருந்-தபோது கவிதைகள் எழுதியிருக்கிறார். அவற்றை எனக்கு வாசித்தும் காட்டுவார். அந்த பாதிப்பு என்னைத் தூண்டி யதும் ஒரு காரணம்.''

கவிதைகளை விட்டுவிட்டு சட்டென்று சிறுகதைகள் பக்கம் உடனடியாக மடை மாறிய ஒரே எழுத்தாளர் அநேகமாய் நீங்கள்தான் என்று நினைக்கிறேன்...

""உண்மை தான். நேரடியாக சிறுகதை முயற்சித்தவர்கள் இருக்கிறார்கள். ஆனால் கவிதை வழியே சிறுகதை, நாவல், கட்டுரை என்று பயணப் பட்டவர்கள், கவிதையில் ஆழமான பதிவுகளை ஏற்படுத்திக் கொண்ட பிறகு, இனி சிறுகதை வடிவமே எனது கருப் பொருளுக் குச் சேதம் விளைவிக்காத ஊடகம் என்று அடுத்த கட்டத்தை நோக்கி நகர்ந்துவி-டுவதுதான் வாடிக்கை.

ஆனால் எனக்கு நேர்ந்தது வேறு. அன்று கவிஞன், எழுத்தா ளன் யாராயினும் சமூகத்தில் கிடைக்கிற அங்கீகா-ரத்தைவிட, "ஆனந்த விகடன்', "மஞ்சரி' போன்ற வெகுஜன இதழ்களில் பிரசுரமாகும் சிறுகதை, கட்டு ரைக்குத் தரப்படும் சன்மானத் தொகை பெரிய கௌரவமாக இருந்தது. அதிலும் என்னைப் போன்ற எளியவனுக்கு சன்மானம் ஒரு பொருட்டாகவே இருந்தது. அக்காலத்தில் பத்திரிகைகளில் கவிதைகளுக்குத் தரும் சன்மானம் பத்து ரூபாயிலி-ருந்து இருபத் தைந்து ரூபாய் வரைதான் இருந் தது. ஆதலால் ஒரு கவியாக வாழ்வது என்பது கடினமாக இருந் தது. மாறாக "ஆனந்த விகட' னில் ஒரு முத்தி ரைக் கதை பிரசுர மானால் 101 ரூபாய் கொடுப்பார்கள். அக்காலத்தில் நூறு ரூபாய் என்பது என்னைப் போன்றவர்களுக்கு மிகப் பெரிய தொகை.

தவிரவும் தமிழ்நாட்டின் மிகச்சிறந்த எழுத்தாளர்கள் எல்லாம் எழுதினார்கள். முத்தி ரைக் கதை இந்த வாரம் யார் எழுதியிருக்கிறார்கள் என்ற எதிர்பார்ப்பும் ஆவலும் வாசகர் கள் மத்தியில் இருந்தது. ஆகவே நாமும் ஏன் சிறுகதை எழுதக் கூடாது என்று "ஆனந்த விகட'னுக்கு "தர்க்கம்' என்ற சிறுகதையை எழுதி அனுப்பி வைத்தேன். அனுப்பிய ஆண்டு 1961, நவம்பர் மாதம். அந்தக் கதை அடுத்த மாதமே முத்திரைக் கதையாகப் பிரசுரமானது. வாச கர்கள் என்னைக் கொண்டாடி விட்டார்கள். மாபெரும் படைப் பாளிகள் பலர் எனக்கு நண்பர் களாகக் கிடைத்தார்கள். அப் போது "ஆனந்த விகட'னுக்கு நிர்வாக ஆசிரியராக இருந்த மணியன் அவர்கள் என்னைப் பார்க்க விரும்புவதாக தமிழ்ஒளி சொன்னார். அவரைப் போய்ப் பார்த்தேன்.

மிகுந்த மரியாதை யோடு என்னை வரவேற்று தேநீர் தந்த அவர், "இனிமேல் நீங்கள் எழுதுகிற கதைகளை முதலில் விகடனுக்கு அனுப்புங் கள்' என்று கேட்டுக் கொண்டார். நல்ல கதையா என்பதை மட்டுமே பார்த்து, இன்னார்- இனி-யார் என்று பாராமல் "விகடன்' பிர சுரித்ததால் அந்த இதழின்மீது எனக்கு மரியாதை ஏற்பட்டது மட்டுமல்ல; நல்ல கதைகளை மட்டும் எழுத வேண்டும் எனத் தூண்டியதும்கூட ஒருவகையில் "ஆனந்த விகடன்'தான். இப்படித் தான் கவிதைகளைத் துறந்து, சிறுகதையாளனாக என்னை நானே மடைமாற்றிக் கொண்டேன். என்றாலும் இடையிடையே

சில கவிதைகளையும் எழுதினேன். அவையெல்லாம் என்னை கவிதையாக எழுது என நச்சரித்த கருப்பொருட்கள்.''

இன்று எந்தவொரு இலக்கிய வடிவம் என்றா லும் சப்-டெக்ஸ்ட் என்று குறிப்பிடப்படும்- எழுதியதைவிட எழுதாமல் அப்படியே வாசகனின் மனவாசிப்புக்கு விட்டுவிடும்- சொல்லப்படாத வார்த்தை களும் உணர்வுகளும்தான் வாசகனுக்கு அதிக அழுத்தம் தருவதாக இருக்கிறது! உங்கள் சில கதைகளில் இந்த உத்தி இயல்பாக அமைந்திருக்கிறது. என்றாலும், பெரும்பான்மை கதைகள் பளிச்சென்று வாச கனுக்குத் திறந்து வைக்கப் பட்ட வாசலோடு, ஜனநாயகத் தன்மை கொண்ட இலக்கிய லட்சியத்தை தூக்கிப் பிடிக்கும் கதைகளாக இருக்கின்றன. இந்தத் தன்மை உங்கள் இடது சாரிச் சிந்தனை கொடுத்த ஒன்றா?

""லட்சியத்தை வரையறுத்துக் கொண்டு யாரும் எழுத முன் வருவது இல்லை. என்னை பாதித்த இயக்கமும் பொதுவுடைமைச் சிந்தனையுமே அதற்குக் காரண மாக அமைந்தன. நான் எழுதிய காலகட்டத்தில் எழுதிய எழுத் தாளர்கள் என்றாலும் சரி; எனக்கு முந்தைய தலைமுறை என்றா லும் சரி- எழுத்தை, மனித மனதை பண்படுத்தும் உழவுக்கருவியாகப் பயன் படுத்தினார்கள். உதாரணத் துக்கு பாரதியைச் சொல்ல வேண்டும். பாரதி "தனிமை இரக்கம்' என்றுதான் முதல் கவிதை எழுதியிருக்கிறார். பிற்காலத்தில் தனது கவிதையின் சிறப்பைப் பற்றிப் பேசவந்த அவர், "சொல் புதிது, பொருள் புதிது, வளம் புதிது; சேராதிருக்க நவகவிதை; காலத்தால் அழியாத மகா கவிதை' என்று எழுதினார். வேறொரு கவிதையில் தன் கவிதையின் சாரமாக, தன் எழுத் தின் அடிப்படையை- லட்சி யத்தை, "தீயன புரிதல்; முறைதவிர் உடமை; செம்மை தீர் அரசியல் ஆகியவற்றின்மீது எழும் என் அரும்பகை; அதன் மிசை ஆணை' என்று சொல்கி றார். சுதந்திர வேட்கை கொண்டு தேசமே இருந்தபோது, மக்களுக் குப் போதிப்பவர்களாக, எழுத்தை வெறும் பிழைப்பாகக் கருதாமல் உயர்ந்த லட்சியத்தின் வெளிப் பாடாகக் கருதி எழுதினார்கள்.

சமூக அரங்கில் உயர்ந்த இடத்தில் இருந்தாலும் மக்களின் நலம், மக்களின் மனம் நன்றாக இருக்க வேண்டும் என்று நினைத் தார்கள். தமிழின் முதல் புதினத் தைப் படைத்த வேதநாயகம் பிள்ளை நீதிபதியாக இருந்தார். முதல் சிறுகதைக் கோவை யைக் கொண்டு வந்த வ.வே.சு. ஐயர் கல்விக் கட லாக இருந்தார். புதுமைப் பித்தன் செல்வந்தரோ, உயர்பதவியோ வகிக்க வில்லை என்றாலும், தமிழ் இலக்கியத்திலும் ஆங்கில இலக்கியத்திலும் மிகப் பெரிய செல்வந்தராக இருந்தார். இப்படி என் முதல் தலைமுறையினர் பங்களிப்பு என்னை மக்களுக்கான எழுத்தை எழுத வைத்தது. பாரதி சொல்வதுபோல, "ஊருக்கு நல்லது சொல்வேன்; எனக்கு உண்மை தெரிந்தது சொல்வேன்' என்பதுதான் எனது எழுத்தின் லட்சியமாக இருந் தது என்பதால், இயல்பாக அமைந்த- கதையே அமைத்துக் கொண்ட இலக்கிய உத்திகளைத் தவிர, நான் தீவிர கதைத் தொழில் நுட்பவாதியாக, எனது கதை யைச் சிதைக்கவும் சென்று சேர் வதில் தடை செய்யவும் விரும்ப வில்லை. என்றாலும் சொல்ல வேண்டிய எல்லாவற்றையும் நாமே சொல்லிவிடுவது என்ற பாடப்புத்தகத் தன்மையிலான கதைகளையும் நான் எழுத வில்லை. நல்ல கதைகளைத் தர வேண்டும் என்பதற்காக என்னை எழுதத் துரத்திய சொற்ப கதை களை மட்டுமே எழுதியிருக்கிறேன்.

அதேபோல பிரச்சார தொனியோடு நான் ஒருபோதும் எழுதவில்லை. எனினும் எழுத்து என்பதே ஒரு மறைமுகப் பிரச்சாரம்தான் என்பதில் எனக்கு அசைக்க முடியாத நம்பிக்கை உண்டு.''

உங்களது கதைகளின் கதை பற்றிச் சொல்ல முடியுமா?

""நிச்சயமாக! தமிழில் ஒரு வேடிக்கையான பாடல் உண்டு- "கதை கதையாம் காரணமாம்; காரணத்துக்கு ஒரு தோரண மாம்' என்று. நம் ஒவ்வொருவரு டைய ஒவ்வொரு செயலுக்கும் காரணம் உண்டு. கதைகள் எல்லாம் நூறுசதவிகித புனைவுகளாக இருக்க முடியாது. வாசகர்கள் கேட் கிறார்கள் என்று குப்பைகளை எழுதிய தமிழ்வாணன்கூட ஒரு சதவிகிதமாவது உண்மைகளை அவரது துப்பறியும் குப்பைக் கதைகளில் சேர்த்திருந்தால் மட்டுமே அவரால் எழுதியிருக்க முடியும். எனினும் தொன்மமோ ஒரு சமூகத்தின் வரலாறோ அரசியலோ இல்லாத புனைவு கள் அற்ப ஆயுளோடு மாண்டு போகும். இன்று குழந்தைகள் ரசிக்கும் ஹாரிபாட்டர் போன்ற மிகைப் புனைவுகளில் கதா நாயகன் புறக்கணிக்கப்பட்ட வனாகச் சித்தரிக்கப்பட்ட காரணத்தால் மட்டுமே அதன் முதுகெலும்பு உறுதியாக இருக்கிறது. புறக்கணிப்பிலிருந்து எழுந்து நின்று வெற்றி பெறுவது தானே மனித வாழ்வு. அதுதான் ஹாரிபாட்டரின் வெற்றிக்குக் காரணம்.

எனது கதைகளின் பின்னணி யைப் பற்றிச் சொல்லும்போது, புதுமைப்பித்தன் மொழிபெயர்த்த "பலிபீடம்' கதை யைப் பற்றிச் சொல்ல வேண்டி யிருக்கிறது. அந் தக் கதை ருஷ்யா வின் பிரசித்தி பெற்ற எழுத்தா ளர் அலெக்ஸாண்டர் குப்ரின் எழுதி யது. அது விபச்சாரத்தைப் பற்றிய- விபச்சாரிகளைப் பற்றிய கதை. மன்னிக்க வேண்டும்! இதை பாலியல் தொழிலாளி என்று போட்டுக் கொள்ளுங்கள். அதில் அவர் எழுதியிருந்தார்- "ஏழ்மையும் அறிவின்மையும் பாலியல் தொழிலாளர்களை உற்பத்தி செய்கிறது' என்று. இத்தகு இழிவான- மோசமான வாழ்க்கைக்கு மனிதர்கள் எவ்விதம் தள்ளப்படுகிறார்கள் என்ற சித்தாந்தம் அது.

அதை நான் மறுக்கவில்லை. இதனடிப்படையில் புதுமைப் பித்தன் "பொன்னகரம்‘ என்ற சிறுகதையை எழுதியிருந்தார். "விபத்துக்கு உள்ளான புருஷனைக் காப்பாற்றுவதற்காக அம்மாளு என்ற பெண்மணி ஒருவனது இச்சைக்கு உட்பட்டு பாலியல் தொழிலாளியாகிறாள் என்பது தான் கதை. அக்கதையை முடிக் கும்போது, "கற்பு கற்பு என்று கதைக்கி-நீர்களே! இதுதானய்யா பொன்னகரம்' என்று எழுதியிருந் தார். இக்கதை யைப் படித்தபோது பண்பாடு, நம் வாழ்வு சார்ந்து எனக்கு மாற்றுக் கருத்து தோன்றி யது! ஏழ்மையாக இருப்பதால் மட் டுமே ஒருத்தி இக் காரியத்துக்கு உட்பட்டுவிடுவாளா என்ன? தமிழனின் வாழ்வு என்பது வறுமையிலும் பண்பாட்டை இழக்க விரும்பாத போராட்ட வாழ்வாகத்தான் இருக்கிறது. இதைச் சொல்ல நினைத்து "தத்துவ தரிசனம்‘ என்ற சிறு கதையை எழுதினேன்.
பஸ் நிலையத்தில் பிச்சை எடுத்து வாழ்கிற ஒருத்தியிடம் காசு கொடுத்து அவள் பெண்மை யைத் திருட நினைக்கிறான் ஒருவன். அவன் முகத்தில் அவன் கொடுத்த காசைத் தூக்கி எறிந்து விட்டுப் போகிறாள். மனதுக்குள் கடல்போல் கொந்தளிப்புடன் சொல்லிக் கொள்கிறாள்: "த்தூ... பிச்சைக்காரின்னா அவிசாரின்னு நினைச்சிக்கிறான்.' - இப்படித் தான் முடித்தேன் அந்தக் கதையை. ஆக காரணம் என்பது திட்டமிட் டதாக- நிகழ்வதாக மட்டுமே இருக்க வேண்டும் என்பது அவசியமில்லை. நம் வாழ்வும் வாழ்வியலும் படைப்புகளின் காரணமாகவே செயலாற்றுகின் றன.''

உங்கள் சிறு கதைகளைப் பற்றிச் சொல்லும் போது நீங்கள் "விகட’னில் எழுதி வந்த காலகட்டத்தில், ஜெயகாந்தன் தான் தேவபாரதி என்ற பெயரில் எழுதுவதாக பேச்சு கிளம்பிய தாமே? இப்படியொரு பேச்சு எழ என்ன காரணம்? அவரது எழுத்துகளை பிரதியெடுத் ததுபோல நிச்சயமாக உங்கள் எழுத்துகள் இல்லை அல்லவா? மற்றொன்று ஜெய-காந்தனின் நெருங்கிய நண்பர்களில் நீங்களும் ஒருவர். அவரோடு உங்களுக்கு இருந்த உறவு பற்றியும் சொல்லுங்க-ளேன்...

""அப்போதே இதை நான் மறுத்திருக்கிறேன். ஏன் இப்படியொரு பேச்சு எழுந்தது என்றால், எனது கதைகள் "ஆனந்த விகட‘ னில் பிரசுரமாவதற்கு முன்பே ஜெயகாந்தன் "விகடன்' வழியே ஒரு மாபெரும் வட்டத்தை சம்பாதித்து வைத்தி ருந்தார். அவரைப்போல் நான் எழுதவில்லை என்றாலும், எனது இலக்கிய நோக்கமும் எனது கவிதைக-ளின் ஆன்மாவும் ஜெயகாந்தன் படைப்புகளோடு ஒத்துப்போனது காரணமாக இருக்கலாம். குறிப்பாக ஜெய காந்-தனோடு 1961-லேயே எனக்கு நட்பு ஏற்பட்டு விட்டது. என்றா லும் இருவருக்கும் ஒத்த சுபாவம் கிடையாது. ஆனால் ஆழமான நண்பர்களாகி விட்டோம். என் னையும் அவரையும் இணைத்து வைத்தது அவர் எழுதிய ஒரு கட்டுரை என்றால் உங்களுக்கு ஆச்சரியமாக இருக்கும்.

ஜெயகாந்தனைச் சந்திப்ப தற்குமுன் "சரஸ்வதி‘ பத்திரிகை யில் "சென்னைக்கு வந்தேன்' என்ற கட்டுரையை எழுதியிருந் தார். அதில் "பேனாவின் மூலமாக என்னை நானே கழுவேற்றிக் கொள்ள வரவில்லை‘ என்று எழுதி-யிருந்தார். தங்களை சமர சம் செய்து கொண்டு எழுதிய பலரையும் பார்த்து வந்த எனக்கு, ஜெயகாந்தனின் இந்தப் பிரகடனம் அவர்மீதான அபிமானத்தை அதிகப்படுத் தியது. தமிழ்ஒளிதான் என்னை ஜெயகாந்தனிடம் கன்னிமாரா நூலகத்தில் ஒருமுறை அறிமுகப்படுத்தி னார். மறுநாளே நான் ஜெயகாந்தன் வீட்டுக்குச் சென் றேன். எனக்கு இரண்-டாவது சந்திப் பிலேயே சாப்பாடு போட்டார். நெகிழ்ந்து போனேன். அப்போது நான் பெரம்பூர் ரயில்பெட்டி இணைப்புத் தொழிற்சாலையில் வேலை செய்து கொண்டிருந்தேன். ஜெயகாந்தனைச் சந்திப்ப தற்காக அடிக்கடி விடுப்பு எடுக் கத் தொடங்கினேன். ஒரு கட்டத் தில் சக ஊழியர் தொழிற்சாலை கண்காணிப்பாளரைத் தாக்கிய வழக்கில் நான் நேரடி சாட்சியாக இருந்தேன்.

ஆனால் விசாரணைக் கமிட்டியின் முன்பு தொழிலாளியைக் காட்டிக் கொடுக்க விருப்பமில் லாமல் வேலையை விட்டு வெளி யேறினேன். வேலையை விட்டது ஜெயகாந்தனைச் சந்திக்க இன்னும் வசதியாக அமைந்து விட்டது. இதனால் எங்கள் நட்பு அதிகரிக்க ஆரம்பித்து விட்டது. இருவரும் அவரது வீட்டுத் திண்ணையில் அமர்ந்து பேசிக் கொண்டே இருப்போம். இப்படி 25 ஆண்டுகள் பேசிக் கொண்டி ருந்தோம். என்றாலும் பேசிக் கொண்டிருந்தால் மட்டும் வாழ்க்கை நகராது என்பதால், ஜெயகாந்தன் சினிமா தயாரித்து இயக்கியபோது, அவரது படங்களின் தயாரிப்பு நிர்வாகியாக, பணப் பையை நிர்வகிப்பவ னாக இருந்தேன். இதனால் நிறைய சினிமா புரொடக் ஷன் மேனேஜர் வேலைகள் என்னைத் தேடி வந்தன. ஆனால் நான் ஏற்றுக் கொள்ளவில்லை. ஜெயகாந்தன் நண்பர் என்பத னால் தயாரிப்பு வேலை செய் தேனே தவிர அது எனது வேலை இல்லை என்பதை உணர்ந்தே இருந்தேன். அதை ஜெய-காந்த னும் அறிவார்.

ஒருமுறை கண்ணதாசன் "முன்னணி' என்ற பத்திரிகையைத் தொடங்கினார். ஜெயகாந்த னிடம் கதை கேட்டு அவரது வீட்டுக்கு நண்பர்களோடு வந்தார் கண்ணதாசன். நான் அருகில் இருந்தேன். கண்ண தாசன், "கதை எழுதிக் கொடுங்கள்‘ என்று கேட்டார். ஜெயகாந்தனோ, "எவ்வளவு சன்மானம் தருவீர் கள்?' என்று கேட்டார். "நாங்கள் தொடங்குவது சின்ன பத்திரிகை‘ என்றார் கவிஞர். "நான் பெரிய எழுத்தாளன் அல்லவா' என்றார் ஜெயகாந்தன் நகைச்சுவையாக. கையோடு என்னை கண்ணதாச னிடம் சுட்டிக்காட்டி, "இவர் எழுத்தாளர் தேவபாரதி. இவருக்கும்

வாய்ப்புக் கொடுக்க லாமே' என்றார். அவர் செய்த சிபாரிசில் நானும் "முன் னணி'யில் எழுதினேன். இதுதான் ஜெய-காந்தன். ஜெயகாந்தனோடு இணைந்து பல பணிகளைச் செய்தேன். அவரோடு கூடவே இருந்த தால், அவர் எழுதிய பாதி படைப்புகளை அவர் டிக்டேட் செய்ய நான் கைப்பட எழுதியிருக் கிறேன். இது எழுத்தைக் கற்றுக் கொள்ள உதவியாக இருந்தது.''

அது என்ன ஜெயகாந்தன் நட்பு வட்டத்தில் கம்பீரமான மீசையோடு எல்லாரும் வலம் வருகிறீர்கள்?
""நாம் என்ன பிராமணனா? சூத்திரன்தானே? சூத்திரன் என்பவன் இழிவானவன் என்று வருணாசிரமம் சொல்வதெல் லாம் பழங்கணக்கு. சூத்திரனுக்கு மீசைதான் கம்பீரம். அர்த்த முள்ள வாழ்வை வாழ சூத்திரம் வகுத்தவன்- இந்த உலகத்துக்கே பல வாழ்வியல் சூத்திரங்களைச் சொல்லிக் கொடுத்திருப்பவன் தமிழ்ச் சூத்திரன்தான். இதில் நல்ல பல தமிழ் பிராமணர்களை யும் நான் தமிழ்ச் சூத்திரனாகவே பார்க்கிறேன். பாரதிபோல மீசை வைத்துக் கொள்ள முடி-யவில் லையே என ஏங்கியிருக்கிறேன். ஜீவாவின் மீசை, ம.பொ.சி. மீசை, சேகுவேராவின் மீசை என்று என்னை வசீகரித்த மீசைகள் பல. தோழர் ஜெயகாந்தனின் மீசை ஆளுமையின் அடையாளம். கம்பீரத்தின் முக"வரி.' அவரது மீசையின் நீட்சியாக நட்பு வட்டத்தின் மீசைகளை எடுத்துக் கொள்ளலாம்; தவறில்லை.''

குழந்தைகளுக்கான சிறுகதைகளைப் படைப்பதில் ஆர்வம் காட்டியிருக்கிறீர்கள். இன்று குழந்தை இலக்கியம் என்ற ஒன்று இருக்கிறதா?
""முன்பைவிட தீவிரமாக, காட்சி வடிவில் கணிப்பொறி குறுவட்டுகளா கக் கிடைப்பது காலத்தின் மாற்றம். இன்று கதை சொல்கிற தலை முறை இல்லை. ஒவ்வொரு வீட் டிலும் வெற்றிகர மான கதை சொல்லிகளாக தாத்தா, பாட்டி இருவருமே இருந் தார்கள். இன்று அவர்களும் தொலைக்காட்சிப் பெட்டியின் முன்னால் முடங்கிக் கிடக்கிறார் கள். குழந்தைகளும் தொலைக் காட்சியில் வருகிற சிறுவர் கதைகளில் தங்கள் கதை சொல்லிகளைக் கண்டுபிடித்து விட்-டார் கள். குழந்தைகளுக்கு என்று பிரத்தியேக தொலைக்காட்சிகள் வந்துவிட்டன. எனது பேரப் பிள்ளைகள் உட்பட சுட்டி டி.வி., ஜெட்டிக்ஸ், போகோ என்று மாய்ந்து மாய்ந்து பார்க் கிறார்கள். உலகத்து சிறுவர் இலக்கியங்களை கார்ட்டூன் ஓவியக்காட்சிப் படங்களாகப் பார்ப்பது புதிய அனுபவமாக இருக்கிறது.

நானும் அவர் களோடு பார்க்கிறேன். ஆனால் சில தொடர்கள் பிள்ளைகளின் பிஞ்சு நெஞ்சில் நஞ்சைப் பாய்ச்சு கின்றன. உதாரணமாக, சுட்டி டி.வி.யில் வரும் "செட்ரிக்' என்ற தொடர், பெரிய மனிதர்களின் உணர்வெழுச்சி களைக் குழந்தை கள்மீது திணித்து, அவர்களை பிஞ்சிலேயே பழுக்க வைக்க முனைகிறது! இப்படி பல குழந்தைகள் தொலைக்காட்சிகளில் தடை செய்ய வேண்டிய பல தொடர் கள் இருக்கின்றன. ஆசியாவி லேயே பணக்கார குடும்ப-மாகி விட்ட கலாநிதிமாறன் குடும்பம் மேலும் வளர வாழ்த்துகிறேன். ஆனால் தமிழ்ப் பிஞ்சுகளை நஞ் சாக்கித் தங்கள் பணப் பையை நிரப்பிக் கொள்ள வேண்டிய அவசியமில்லை. சிறுவர் இலக்கி யத்தில் சற்று ஆர்வம் காட்டியதற் குக் காரணம் லியோ டால்ஸ்டாய். அவர் எழுதிய சிறுவர் கதைகளை வாசித்து வியந்தே நானும் முயற் சித்தேன். அது சிறிய முயற்சி; அவ்வளவே.''

இப்போதும் வாசிக்கிறீர் களா? வாசிப்பு தவிர வேறு எதில் நாட்டம் உண்டு?
""எப்போதுமே நான் தீவிர வாசகனாக இருந்தது இல்லை. தீவிர வாசகன் என்றால் பட்டியல் போட்டு வாசிப்பவன் கிடையாது. தேர்ந்தெடுத்து வாசித்தவன். இப்போதும் புதி யவர்கள் சிலரை நண்பர்கள் சொல்ல அல்லது புத்தகம் வீடு தேடி வந்தால் வாசிப்பதுண்டு. தமிழ்ச் சிறுகதை தரமுயர்ந்து நிற் கிறது என்பதை என்னால் உணர முடிகிறது. எனினும் நவீன தமிழ்ச் சிறுகதைகள் எனக்குச் சோர்வை ஏற்படுத்துகின்றன. மலிவான ரசனையை வளர்த்த வெகுஜன எழுத்தாளர்கள் இப் போது குறைந்து போய்விட்டது எனக்கு மாபெரும் மாற்றமாகத் தெரிகிறது. கேரளம், வங்காளத் தைப்போல தரமாக எழுதுகிற இலக்கியப் படைப்பாளிகளுக்கு வெகுஜன பத்திரிகைகள் வழக் கத்துக்கு மாறாக அதிக இடம் தருவதும் மகிழ்ச்சியான மாற்றமாகப்படுகிறது. இந்த மாற்றத் தைப் பார்க்கும்போது நானும் இப்போது எழுத வேண்டும் என்று துடிக்கிறேன்.

வேறு நாட்டங்கள் என் றால் "திருப்பாவை'யைப் பாடு வதில் காதலே உண்டு. இது சிறு வயது முதலே ஏற்பட்ட நாட்டம் என்றுகூடச் சொல்லலாம். என் தாயார் சிறுவயதில் மார்கழி முழுவதும் என்னை அருகில் இருத்தி வைத்து "திருப்பாவை' படிக்க வைப்பார். இப்போது எழு பது வயது ஆகப் போகிறது. ஒவ் வொரு ஆண்டும் மார்கழி மாதம் முழுவதும் புலர் காலைப் பொழு தில் இப்போதும் நான் "திருப்பாவை' வாசிக்கிறேன். அது ஆண்டாளின் அழகுத் தமிழா? அவள் கொண்ட பக்தியா என்பதெல்லாம் என்னால் விவரிக்க இயலாது. அது ஒரு இனிய அனுபவம்.''

ஒரு மூத்த படைப்பாளி என்பதால் உங்களிடம் இந்தக் கேள்வி! சிறுகதை, நாவல் இரண்டுக்குமான முக்கிய வேறு-

பாடுகள் என்று எதைச் சொல்வீர்கள்? இன்று பலர் குறுநாவல்களை எழுதிவிட்டு சிறுகதை என்கிறார்கள்...
""புதுமைப்பித்தனே இதுபற்றிச் சொல்லியிருக் கிறார். "வீட்டுக்குள்ளே இருந்து கொண்டு சாளரத் தின் வழியே வெளியே பார்ப் பது போன்றதுதான் சிறுகதை. நாவல் என்பதோ வீட்டைவிட்டு வெளியே வந்து உலகத்தைப் பார்ப்பதற்கு ஒப்பாகும்' என்கி றார். இன்னும் விரிவாகச் சொல்வ தென்றால் சிறுகதை என்பது முக்கிய பாத்திரத்தின் வாழ்க்கை யில் ஒரு நிகழ்ச்சியை மட்டும் எடுத்துக் கொண்டு, அதன்மூலம் மனித மனங்களில் அதிர்வுகளை உண்டு பண்ண விழைகிறது. நாவலோ பிரதான பாத்திரங்க ளின் மொத்த வாழ்க்கை நெடுகி லும் விரிந்து சென்று காலத்தோடு விளையாடும் எழுத்து. சிறுகதை யானது வாசகர் மனதில் உடனடி விளைவுகளை உருவாக்குகிறது. நாவலானது காலப்போக்கில் மனித மனங்களில் ரசாயனம் செய்கிறது.
சிறுகதைக்கு உதாரணமாக, கங்கா என்கிற இளம் பெண் ணுக்கு நேர்கிற எதிர்பாராத நிகழ்ச்சியைச் சித்தரிக்கும் கதை தான் "அக்னிப் பிரவேசம்'. இந்தக் கதையைத் தொடர்ந்து ஜெ.கே. எழுதிய "சில நேரங்களில் சில மனிதர்கள்', "கங்கா எங்கே போகி றாள்?' என்று அடுத்தடுத்து எழுதப்பட்ட இரண்டு நாவல்கள், கங்காவின் முழு வாழ்க்கையையும் சித்தரிக்கிறது. அவள் கங்கையில் கலந்து மறைகிற வரை அந்த நாவல் சித்தரிக் கிறது. நவீன தமிழ் இலக்கியத் துக்கு இலக்கணம் வகுப்பது போல தலைசிறந்த சிறுகதை களையும் நாவல்களையும் ஜெய காந்தன் படைத்திருக்கிறார். காலம் கடந்தும் உதாரணங் களாகத் திகழும் படைப்புகள் அவருடையவை.''
ஆனால் தமிழ்ச் சிறுகதையில் சிறந்த சாதனையாளராக புதுமைப்பித்தனைச் சொல்லியிருக்கிறீர்கள் இல்லையா?
""இப்போதும் சொல்கிறேன். சிறுகதை இலக்கியத்தில் புது மைப்பித்தனின் சாதனை வேறு; ஜெயகாந்தனின் சாதனையும் வீச்சும் வேறு. புதுமைப்பித்தன் என்று வைத்துக் கொண்ட புனைப் பெயருக்குப் பெருமை சேர்த்த ஒரே தமிழ்ப் படைப்பாளி புது மைப்பித்தன் மட்டும்தான்.''

நீங்கள் திரை எழுத்திலும் ஒரு கை பார்த்திருக்கிறீர்கள் போலிருக்கிறதே?
""எனக்கு வேலையில்லா நிலையில் என்னைத் திரைத் துறையில் கால் பதிக்க வைத்தவர் ஜெயகாந்தன்தான். 1964-ல் "உன்னைப்போல் ஒருவ'னில் தொடங்கி, அவரால் எழுதப் பட்ட "யாருக்காக அழுதான்', "சில நேரங்களில் சில மனிதர்கள்', "ஒரு நடிகை நாடகம் பார்க்கிறாள்', "கருணை உள்ளம்' போன்ற படங்களில் தயாரிப்பு நிர்வாகி யாகப் பங்களிப்பு செய்தேன். பிறகு 1971-ல் "இனி ஒரு ஜன்மம் தரு' என்ற மலையாளப் படத் தைத் தயாரித்து வெளியிட்டேன். அந்தப் படத்தின் கதாசிரியரும் நான்தான். அதன்பிறகு பீம்சிங் கின் புதல்வரும் என் ஆத்ம நண்பர்களில் ஒருவருமான எடிட்டர் பீ.லெனின் இயக்கிய "நாக்அவுட்', "குற்றவாளி', "காவலை மீறி', "ஊருக்கு நூறுபேர்', "செடியும் சிறுமியும்' ஆகிய குறும்படங் களுக்கு கதை, திரைக்கதை, வசனம் என்று அநேக பங்களிப்பு களைச் செய்திருக்கிறேன்.
இவற் றில் "நாக்அவுட்', "ஊருக்கு நூறு பேர்' ஆகிய படங்கள் குடியரசுத் தலைவரின் விருது பெற்ற படங் கள் என்பது குறிப்பிடத் தக்கது. தவிர மல்லியம் ராஜகோபால் இயக்கிய பல படங்களுக்கு திரைக்கதை, வசனம் எழுதி இருக்கிறேன். திரைத் துறையில் எனக்கொரு மனக்குறையும் உண்டு. ச.எ.உ.ஈ - யால் அங்கீகரிக் கப்பட்ட எனது "நாளை வரும்' என்கிற திரைக்கதை இன்னும் எடுக்கப்படாமலேயே இருக்கி றது. என்றாலும் அவ்வகையில் இயங்கிக் கொண்டிருப்பது எனக்கு உற்சாகத்தைத் தருகிறது.''

19. பி.ஏ.கிருஷ்ணன்

வரலாறு மற்றும் சமகாலப் பிரச்சனைகளின் பின்னணியில் புலிநகக்கொன்றை மற்றும் கலங்கிய நதி ஆகிய நாவல்கள் எழுதியிருக்கும் பி.ஏ.கிருஷ்ணன், சமூகம் பற்றிய ஆழமான பார்வை கொண்டவர். மேற்கத்திய ஓவியங்கள், சினிமா, பயண அனுபவங்கள் என்று பலதரப்பட்ட தளங்களில் எழுதி வரும் அவர் தசஇ-க்காக அளித்த நேர்காணல்...
உங்கள் இளமைப் பருவம், கல்வி பற்றி சொல்லுங்கள்..
நான் படித்தது திருநெல்வேலியில் தான். அங்குள்ள இந்து உயர்நிலைப் பள்ளியில் படித்தேன். பின்னர் பாளையங்கோட்டை செயின்ட் ஜான்ஸ் கல்லூரியில் இயற்பியலில் இளங்கலையும் சென்னை பிரெசிடென்சி கல்லூரியில் முதுகலையும் பயின்றேன்.

எந்த வயதில் இலக்கியத்துடன் பரிச்சயம் ஏற்பட்டது? தங்களைக் கவர்ந்த எழுத்தாளர்கள் யார்?
நான் பிறந்தது இலக்கியத்தோடு என்று சொல்வேன். என் தந்தை பட்சிராஜன் ஒரு புகழ்பெற்ற தமிழ் அறிஞர். கம்பன் புகழ் பாடியே தன் வாழ்நாள் முழுவதும் கழித்தவர். அவர் மூலம் இலக்கியத்துடன் இயல்பாகவே பரிச்சயம் ஏற்பட்டு விட்டது. எனக்கு ஏழெட்டு வயது இருக்கும்போது என் தந்தை மகாபாரதத்தின் சுருக்கமான மகாபாரத வசன சங்கி-

ரகம் என்ற புத்தகத்தை எனக்குப் பரிசளித்தார். அதன் விலை ஐந்து ரூபாய் என்று நினைக்கிறேன். தமிழில் நான் படித்த முதற் பெரிய புத்தகம் அதுவாகத்தான் இருக்க வேண்டும். சைவ சித்தாந்த நூற்பதிப்புக் கழகம் சிறுவர்களுக்கான புத்தகங்களைக் பதிப்பித்துக் கொண்டிருந்த காலம் அது. கழகக் கதைக் கொத்து, கழகக் கதைப் பூங்கா போன்ற புத்தகங்கள். எனது அறுபத்தைந்தாவது வயதிலும் என்னால் அந்தக் கதைகளை நினைவுகூர முடிகிறது. மிக அருமையான புத்தகங்கள் அவை.

மீசை முளைக்கும் முன் நான் விரும்பிய எழுத்தாளர்கள், கல்கி, தேவன், பகீரதன், லக்ஷ்மி. முளைத்த பின் என்னை ஈர்த்த எழுத்தாளர்கள் புதுமைப் பித்தன், சுந்தரராமசாமி, ஜெயகாந்தன், அசோகமித்திரன் அப்புறம் ஜானகிராமன். ஜானகிராமனை இப்போது படிக்கும்போது சற்று ஏமாற்றமளிக்கிறது என்றாலும் அந்த வயதில் அவர் எழுத்து மிகவும் பிரமிப்பூட்டியது. அவரது சிறுகதைகளில் இன்னும் உயிர்ப்பு இருப்பதாக உணர்கிறேன். ஜெயகாந்தனுடைய சிறுகதைகளும் இப்போது ஆகச் சிறந்த படைப்புகளாகத் தோன்றவில்லை. ஆங்கிலத்தில் எனக்கு ஷேக்ஸ்பியர் பிடித்தமானவர். எனது ஆசான் . ஈவ்லின் வா, எலிசபெத் போவன், பிஜி உட் ஹவ்ஸ் போன்ற எழுத்தாளர்கள் பிடித்தமானவர்கள்.

இளம் வயதிலேயே ஆங்கிலத்தில் படிக்கும்படியான சூழல் இருந்ததா?

இல்லை. நான் எஸ்.எஸ்.எல்.சி வரை தமிழ் மீடியத்தில் பயின்றவன். எனக்கு ஆங்கிலத்தில் அப்போது பெரிய ஆர்வம் இல்லை. பி.யூ.சி படிக்கும்போது ஒரு சம்பவம். எனது முதல் ஆங்கில ஆசிரியர் வில்லியம் வேர்ட்ஸ்வொர்த்தின் சானட் ஒன்றை பாடமாக எடுத்தார். ஒரு மூன்று மணிநேரம் பாடம் நடத்திவிட்டு கடைசியில் எங்களைப் பார்த்து ’புரிகிறதா?‘ என்று கேட்டார். எனக்கு என்னடா இது ஆங்கிலம் இதன் பக்கத்திலேயே செல்லக் கூடாது என்று தோன்றியது. ஆங்கில இலக்கியத்தின் பால் எனக்கு நாட்டம் ஏற்பட ஊக்கம் அளித்தவர் எனது தந்தையின் நண்பர் திரு கோபால பிள்ளை அவர்கள். அவர் படிக்கத் தந்த புத்தகங்கள் காட்டிய உலகத்தில்தான் நான் இன்று வரை பயணம் செய்து கொண்டிருக்கிறேன்.

ஒரு அரசு அதிகாரியாகவும் பின்னர் தனியார் துறையில் உயர்ந்த பொறுப்பிலும் இருந்து வரும் நீங்கள் எழுத வேண்டும் என்று நினைக்க எது காரணமாக இருந்தது?

முன்பே சொன்னபடி இலக்கியம் என் வாழ்க்கை சூழலிலேயே இருந்தது. என்றாலும் வாழ்க்கையின் பல அனுபவங்கள், தருணங்கள் என்னை பிற்பாடு எழுதத் தூண்டியது எனலாம்.

உல்பாவால் கடத்தப்பட்ட அதிகாரியை மீட்க நீங்கள் எடுத்த முயற்சிகள் பற்றி கலங்கிய நதி சொல்கிறது என்று அது தொடர்பான மற்றப் பதிவுகளில் சொல்லியிருக்கிறீர்கள். அந்த சம்பவங்கள் நடக்கும்போதே இதை ஒரு கட்டத்தில் படைப்பாக வெளியிடலாம் என்று நினைத்திருந்தீர்களா? அல்லது பின்னர் அது பற்றிய எண்ணம் வந்ததா?

இல்லை. அந்த நாட்களில் எனக்கு கடத்தல் விவகாரம் எப்படி முடியும் எங்கு என்னைக் கொண்டு செல்லும்..என்பவைப் பற்றிய பதட்டம் தான் இருந்தது. சொல்லப்போனால் நான் திரும்பிவருவேனா என்றெல்லாம் யோசிக்க வைத்த சம்பவம் அது. எல்லாம் முடிந்த பின்னால் அசாமில் இருந்து வரும் சென்டினல் என்ற ஆங்கிலப் பத்திரிக்கையில் அந்த மீட்புப் பணியில் எனக்கு உதவிய அசாம் மாநில முன்னாள் முதல்வர் சரத் சந்திர சின்ஹா பற்றி ஒரு கட்டுரை எழுதி இருந்தேன். இக்கட்டுரையின் மற்றொரு வடிவம் தமிழில் ஒரு கிழவருடன் இரண்டு நாட்கள் என்று வந்தது. அதற்குப் பிறகு தான் இந்தச் சம்பவத்தை ஒரு நாவலாக்கலாம் என்ற எண்ணம் எழுந்தது. 2002 ஆம் ஆண்டில் நாவலை எழுதி முடித்தேன். ஆனால் படித்துப் பார்த்தில் மிகவும் தட்டையாக இருந்தது போல் தோன்றியது. சில வருடங்கள் கழித்து பல மாற்றங்கள் செய்து நாவலுக்கு புது வடிவம் கொடுத்தேன..

அசாமில் சமீபத்தில் ஏற்பட்ட கலவரங்கள் உங்களிடம் ஏற்படுத்திய பாதிப்புகள் என்ன?

எனது நாவலின் களமான கோக்ரஜார் மாவட்டத்தில் தான் சமீபத்தில் கலவரம் நடந்தது. இது போன்ற கலவரங்களுக்கு நிலம் தான் முக்கியக் காரணம் என்று சொல்வேன்.கலவரங்களுக்கு எந்த வண்ணமும் பூசப்படலாம். வங்காளக் வண்ணம், முஸ்லிம் வண்ணம், போடோ வண்ணம்என்று எது வேண்டுமானாலும் பூசலாம். ஆனால்அடிப்படை காரணம் மனிதனுக்கு நிலத்தின் மீது இருக்கும் ஆசை தான். அது அவனுக்கு மிக முக்கியத் தேவை என்பதில் சந்தேகமில்லை. இதற்கு தீர்வு என்ன என்று கேட்டால்..தீர்வு இல்லை என்றே சொல்வேன். இந்தியாவில் நிலத்தை சார்ந்து மனிதன் இருக்கும் வரை இது போன்ற கலவரங்கள் முடிவுக்கு வருவது கடினம் தான்.

பங்களாதேஷில் இருந்து குடிபெயரும் முஸ்லீம்கள் இதற்கு காரணமா?

அது நிச்சயமாக ஒரு காரணம். அது தான் முக்கியக் காரணம் என்று சொல்ல முடியாது. அசாமில் களத்தில் இறங்கி கடுமையாக உழைத்தவர்கள் வங்க முஸ்லீம்கள் . அசாமியர்கள் அவ்வளவு கடுமையாக உழைக்காத காலம் இருந்தது. அவர்களுக்கு தேவையும் இருந்திருக்கவில்லை. நதியில் வெள்ளம் வரும் சமயங்களில் அந்த நீரைப் பயன்படுத்தி குறுகிய காலத்தில் விவசாயம் செய்வதில் வங்க முஸ்லீம்கள் தேர்ந்தவர்கள். எஅவர்கள் உழைத்து கொஞ்சம் பணம்

சேர்த்தவுடன் மற்றவர்களுக்கு பொறாமை வந்து விட்டது என்று சரத் சந்திர சின்ஹா என்னிடம் கூறியது நினைவிற்கு வருகிறது. அவர் சிரித்துக் கொண்டே அப்படிச் சொன்னாலும் அதன் பின்னால் ஓர் உண்மை இருக்கிறது.

தீவிரவாதத்துக்குத் தள்ளப்படும் மக்களுக்கு மாற்று வழிகள் உள்ளனவா? அரசு இதுபற்றி எடுக்க வேண்டிய நடவடிக்-கைகள் எப்படி இருக்க வேண்டும் என்று நினைக்கிறீர்கள்?

அரசால் இதற்குத் தீர்வு தர முடியும் என்று எனக்குத் தோன்றவில்ல. அரசுக்கு காது இல்லை, கண் இல்லை. அதற்கு வாய் பேசவும் தெரியாது. பேசினாலும் என்ன இழவு சொல்கிறது என்பது புரியாது பெரும்பாலும்.எல்லா நாடுகளி-லும் அரசு இவ்வாறுதான் இயங்குகிறது. இந்த நிலைமையில் தீவிரவாதம் பற்றி அரசு எடுக்கும் எந்த நிலைப்பாடும் மக்களுக்கு நம்பிக்கை தராது. . அப்படியே அரசு தவறி சில சரியான முடிவுகளை எடுத்தாலும் அவற்றின் மீது குறைகள் சொல்வது மிகவும் எளிதாக இருக்கும். இது இருந்தால் அது இல்லை என்று எதைப் பற்றியும் சொல்ல முடியும். அசாமை எடுத்துக்கொண்டால் பிரச்சனைகள் முற்றும் வரை குறட்டை விட்டுக் கொண்டிருந்து விட்டு உல்பா அடித்து எழுப்பிய பின் விழித்துக்கொண்டால் என்ன பயன்? ஆனாலும் தீவிர வாதம் வலுவாக இருக்கும் இடங்களில் அதன் பிடியிலிருந்து வெளியே வருவதற்கான வழிமுறைகளை அங்கிருக்கும் மக்கள்தான் தேர்வு செய்ய வேண்டும். வழிமுறை வன்முறை சார்ந்து இருந்தால் ஏழை மக்கள் ஆயிரக் கணக்கில் பலி கொடுக்கப் படுவார்கள். வன்முறை காய்ச்சலைக் குறைக்கும் மாத்திரை மாதிரி. எல்லாம் சரியாகி விட்டது என்ற மாயையை ஏற்படுத்தும். இந்த மாயை-யிலிருந்து விடுபடுவது கடினம். காந்தி மருந்து உடனே குணம் தராத மருந்து. குணம் தருமா என்ற சந்தேகத்தையும் பலரிடம் ஏற்படுத்துவது.

ஒரு படைப்பை ஆங்கிலத்தில் வெளியிட்டு அதை அந்த எழுத்தாளரே மொழிபெயர்ப்பது என்பது வழக்கமில்லாத ஒன்று. உங்கள் படைப்பை நீங்களே மொழிபெயர்க்க வேண்டும் என்று நினைக்க காரணம் என்ன?

நான் தமிழ் மாணவன். தமிழில் ஓரளவு நன்றாக எழுதக் கூடியவன். . I need not to be modest about it. அதனால் எனக்கு என்னுடைய நாவலைத் தமிழில் மற்றொருவரைக் கொண்டு மொழிபெயர்ப்பு செய்யலாம் என்ற எண்ணமே தோன்றவில்லை.

இந்திய ஆங்கில எழுத்துக்கும், இந்திய பிராந்திய எழுத்துக்கும் உள்ள வித்தியாசம் எப்படியானது?

ஆங்கிலத்தில் இந்தியன் எழுதும்போது சில தடுமாற்றங்கள் ஏற்படலாம். ஆங்கிலத்தில் ஆங்கிலேயன் எழுதினாலும் பல தடுமாற்றங்கள் ஏற்படும். உதாரணமாக பதினேழாம் நூற்றாண்டு பற்றிய ஆங்கில நாவலை இன்று எழுதும் போது எந்த ஆங்கிலத்தைக் கையாளுவது? இன்றைய மொழியையா அல்லது அன்று புழக்கத்தில் இருந்த மொழியையா?
இந்திய ஆங்கிலம் என்று ஒன்று இருப்பதாக நான் நினைக்கவில்லை. I don't like the word 'Indian English'. எழுதுபவர்கள் ஆங்கிலத்தை வெவ்வேறு விதமாக பயன்படுத்துகிறார்கள். என் ஆங்கிலம் பிரிட்டிஷ் மற்றும் அமெரிக்க ஆங்கிலங்களின் கலவையாக இருக்கலாம். எனக்குத் தெரியாது.

என்றாலும் ஒரு முக்கியமான வித்தியாசம் இருக்கிறது. ஆங்கிலேயன் ஆங்கிலம் எழுதும் போது ஏற்படும் தடுமாற்றமும் அதிலிருந்து மீள்வதும் இயற்கையாக நிகழும். எனக்கும் அந்த மீட்சி இயற்கையாக நிகழ்கிறது என்று கூற தயக்கமாக இருக்கிறது. என்னுடைய ஆங்கிலம் ஏர் கண்டிஷன் அறையில் வளரும் ஒரு potted plant மாதிரி என்று எனக்கே சில சமயம் தோன்றுகிறது. தமிழில் எழுதுவது அவ்வாறு அல்ல. அது என்னுடைய மொழி. என்னுள்ளேயே இருக்கும் மொழி. அது எனக்கு பல உரிமைகளைத் தயக்கமின்றித் தருகிறது.

இளமையில் மார்க்சிஸ்ட்டுகளாக இருந்த பலர் ஒரு கட்டத்தில் ஆன்மிகம் பக்கம் நெருங்கி வருவதைப் பார்த்திருக்-கிறோம். உங்கள் எழுத்தில் இன்னும் மார்க்சியம் மீதான ஆதரவு இருந்தாலும் ஆன்மீகத் தரப்புகளின் உரிமைகளை மதிக்க வேண்டும் என்ற பார்வை உங்களிடம் தற்போது இருப்பதாகப்படுகிறது. தற்போதைய உங்கள் நிலை என்ன?

ஆன்மீகத் தரப்பின் உரிமைகளை மதிக்கக் கூடாது என்று நான் ஒருபோதும் நினைத்ததில்லை. என் தந்தை மிகப் பெரிய ஆன்மீகவாதி. அவரது தரப்பு நியாயங்களை என்றும் நான் மதித்து வந்தேன். என்னைக் கேட்டால் ஆன்மீ-கவாதிகளை மலினமான முறையில் கிண்டல் செய்வது மிகவும் எளிதானது. மக்களின் நம்பிக்கைகளை கேலி செய்து புகழ் பெறுவது அதைவிட எளிதானது. இதனாலேயே பல மூன்றாம் தரப் எழுத்தாளர்கள் இவற்றைத் தொடர்ந்து செய்து கொண்டிருக்கிறார்கள். படைப்பின் மீது மதிப்புக் கொண்ட எந்த எழுத்தாளனும் இதைச் செய்யச் சிறிது கூச்-சப்படுவான். நான் ஆன்மீகவாதியாக மாறிவிடவில்லை. மார்க்சியத்தின் மீதான மதிப்பு இன்றும் மாறவில்லை. ஆனால் விமரிசனங்கள் இல்லாமல் இல்லை.

புலிநகக் கொன்றையில் மார்க்சிய புத்தகங்களை உடலுறவு சமயத்தில் பயன்படுத்துவது போல் ஒரு காட்சி உண்டே..

அந்த சம்பவத்திற்கும் மார்க்சியத்திற்கும் என்ன சம்பந்தம்? அது எந்தப் புத்தகமாகவும் இருக்கலாம் அல்லவா? அந்த நேரத்தில் கிடைத்து லெனின் எழுதிய புத்தகம் . அங்கு வில்லி பாரதப் புத்தகம் இருந்திருந்தால் அது கூட பயன்-

பட்டிருக்கலாம்...

கல்லூரி ஆசிரியராக இருந்தபோது இயற்பியலை சொல்லிக்கொடுக்கவும் மாணவர்களிடம் நெருங்கவும் தமிழ் தான் உதவியாக இருந்தது என்று சொல்லி இருக்கிறீர்கள். அறிவியல் பிரிவில் மொழி மிகவும் முக்கியமான ஒன்றா?

நிச்சயமாக. அதில் சந்தேகமே இல்லை. .தாய் மொழியில் மாணவர்களுக்குப் பாடம் நடத்துவது தான் நல்லது. ஆங்கிலமும் தமிழும் கலந்து அவர்களுக்குப் புரியும்படி சொல்லிக்கொடுத்தால் அவர்களுக்கு பாடம் நிச்சயம் புரியவரும். என்னைப் போல பலர் அவ்வாறு சொல்லிக் கொடுத்திருக்கிறார்கள். இது நானாக நினைத்து செயல்படுத்திய விஷயம் அல்ல. என் துறைத்தலைவர் ஒருவர் -அவரைப் போர்வை என்று அழைப்பார்கள் - ரொம்பக் கண்டிப்பானவர். அவர் நான் புத்தகங்கள் வாசிக்கும்போது சொல்வார். 'நீங்களெல்லாம் பிராடு பசங்கள். உன் தொழில் என்ன? மாணவர்களுக்குப் புரியும்படிச் சொல்லிக் கொடுக்க வேண்டியது. இங்கே உட்கார்ந்து மார்க்சியம் படித்துக்கொண்டிருந்தால் மாணவர்களுக்கு என்ன பயன்?' என்றார். கடுமையாகச் சொல்லவில்லை. உறைக்கும்படியாக சொன்னார்.அது எனக்கு பெரிய தூண்டுதலாக இருந்தது.

பயணம் சார்ந்த உங்கள் கட்டுரைகள் மற்ற எவரையும் விட மிக வித்தியாசமாக உள்ளன. அந்த அனுபவங்கள் வாழ்வின் சட்டகத்தில் பொருந்தும் விதமனான எழுத்து உங்களுடையது. தன்முனைப்பு இல்லாதது. இப்படித் தான் இருக்க வேண்டும் அல்லது சிலவற்றைப் போல் இருக்கக் கூடாது என்ற தீர்மானம் உங்களிடம் இருந்ததா?

எனக்கு ஆங்கிலத்திலேயே travel writing ரொம்பப் பிடிக்கும். ......பால் தோரோ, காலின் தப்ரான், பில் ப்ரைஸன் போன்ற எழுத்தாளர்கள் பிடித்தமானவர்கள்.அவர்களைப் போல, ஒரு நாட்டைப் பற்றி எழுதும்போது அதன் சில பரிமாணங்களையாவது தமிழர்களுக்குக் காட்ட வேண்டும் என்று தோன்றியது. இந்த வகையில் சில கட்டுரைகள் எழுதியிருக்கிறேன். இன்னும் நிறைய எழுத வேண்டும்.

காந்தியம் பற்றிய அப்போதைய சிந்தனைக்கும் தற்போதைய சிந்தனைக்கும் என்ன மாற்றம் காண்கிறீர்கள்?

காந்தியம் முன்பை விட வலுப் பெற்றிருக்கிறது என்று சொல்வேன். எழுபதுகளில் மார்க்சியவாதிகள் தீவிரமாக இயங்கிக் கொண்டிருந்தார்கள். அவர்கள் காந்தி என்றாலே கெட்ட வார்த்தை என்று நினைத்தார்கள். இப்போது உலகம் மாறிவிட்டது. காந்தி சொன்னது சரியாக இருக்குமோ என்று மக்கள் நினைக்கத் தொடங்கி இருக்கிறார்கள் என்று நினைக்கிறேன்.

இளமையில் காந்தியின் மேல் கோபமாக இருந்ததாக கூறியிருக்கிறீர்கள்..

பகத்சிங் விஷயத்தில் காந்தி நடந்து கொண்டது தவறானது என்று அப்போது நினைத்தேன்.

அப்புறம் ஆர்.பி தத் .பிரிட்டிஷ் கம்யூனிஸ்ட் பார்ட்டியில் ஜெனெரல் செகரட்டரியாக இருந்தவர். இந்தியா டுடே என்ற புத்தகம் எழுதியவர். அவர், எம்.என். ராய் போன்றவர்கள் காந்தியை கடுமையாக விமர்சனம் செய்தார்கள். போராட்டத்துக்கு மக்களைத் தயார்படுத்தி விட்டு பிறகு ஒரு கட்டத்தில் விலகியவர். போராட்டத்தை முழுமையாக முன்னெடுத்து செல்லாதவர் என்றெல்லாம் சொன்னார்கள். அவர் பணக்காரர்களின் கைக்கூலி என்று ஒரு குற்றச்சாட்டு இருந்தது. இக்குற்றச்சாட்டுகள் உண்மைகளைக் கணக்கில் எடுத்துக் கொள்ளாதவை என்பது புரிய எனக்கு அதிக நாட்கள் எடுக்கவில்லை.

ஜெகந்நாதன்-கிருஷ்ணம்மாள் தம்பதியினரின் பூதான இயக்கங்கள் பற்றி மார்க்சியர்கள் விமர்சித்தார்கள் என்று கூறியிருக்கிறீர்கள்..ஒரு மார்க்சிய ஆதரவாளராக நீங்கள் எவ்வாறு இதை பார்க்கிறீர்கள்?

அப்போது கூர்மையாகிக் கொண்டிருந்த வர்க்கப் போராட்டத்தை இவர்கள் மழுங்கடித்து விடுவார்கள் என்று மார்க்ஸிஸ்டுகள் நினைத்தார்கள். அவர்கள் பார்வையில் அது சரியாக இருக்கலாம். என்றாலும் இந்த காந்தியவாதிகள் முயற்சியால் மக்களுக்கு நிலம் கிடைத்தது மறைக்க முடியாத உண்மை. சர்வோதயா இயக்கங்களால் மக்கள் பிரச்சினைகளுக்கு முழுத் தீர்வு கொடுக்க முடியாது என்று மார்க்சிஸ்டுகள் சொன்னார்கள். அது உண்மையாக இருக்கலாம்.ஆனால் மக்களின் வாழ்வாதாரத்துக்கு கிருஷ்ணம்மாள் ஜெகன்னாதன் உதவினார்கள் என்பது உண்மை. இத்தகைய நிகழ்வுகள் நாடு முழுவதும் பரவலாக நடக்காமல் இருக்கலாம். ஒரு இடத்தில் நடந்தாலும் அது நல்ல விஷயம்தான்..

ஆரம்பத்தில் திராவிட இயக்கங்களால் ஈர்க்கப்பட்டதாக சொல்லி இருக்கிறீர்கள். அதன் பாதிப்பில் வெண்பாக்கள் எழுதிப் பழகியதாகவும் சொல்லி இருக்கிறீர்கள். திராவிட இயக்கம் உங்களை ஈர்க்க சமூக அடுக்குகள் காரணமாக இருந்தனவா?

இல்லை..நான் திராவிட இயக்கங்களால் ஈர்க்கப்படவே இல்லை. விடலைப் பருவத்தில் சில விஷயங்கள் நடந்தன. பதினைந்து வயதில் எம்.ஜி.ஆர் படம் பார்ப்பதும், வெண்பா எழுத முயற்சிப்பதும், ஆசிரியைகளின் மேல் காதல்வயப்-

படுவதும் அந்தக் காலத்தில் பலருக்கு இயல்பாக நடந்தவை. இதை ஈர்ப்பு என்று நீங்கள் நினைத்தால் அதற்கு நான் பொறுப்பு அல்ல!

திராவிட இயக்கங்கள் அரசாட்சிக்கு வந்த பின்னர் நடந்த விஷயங்களைப் பற்றி..

எல்லோருக்கும் தெரிந்த. வெட்ட வெளிச்சமான விஷயத்தைப் பற்றி நான் என்ன சொல்ல? இருந்தாலும் தமிழ் நாட்டின் பிற்படுத்தப்பட்ட மக்கள் இட ஒதுக்கீடு மூலம் அரசாங்க வேலை கிடைத்து முன்னேறியது என்பது அவர்கள் ஆட்சியில் நடந்தது. அவர்களுக்கு முன்பே காங்கிரஸ் அரசு இதை செய்யத் துவங்கி விட்டது. என்றாலும் அதை செயல்படுத்தியது திராவிட இயக்கங்களின் ஆட்சி தான் என்பதில் சந்தேகமில்லை....தமிழ் சினிமாவின் இன்றைய நிலைமைக்கு எம்ஜியார் ஒரு முக்கியமான காரணம் என்ற எண்ணம் உறுத்திக் கொண்டிருந்தாலும் மதிய உணவு திட்டத்தைக் கொண்டு வந்தவர் அவர் என்பதை என்னால் மறக்க முடியாது.

உலக சினிமா பற்றி எழுதி வருகிறீர்கள்..அந்த அளவீட்டில் இந்திய சினிமாவின் தரம் எவ்வாறு உள்ளதாக நினைக்கிறீர்கள்?

இந்திய சினிமாவில் சத்யஜித் ரே, ரித்விக் கட்டக் போன்றவர்கள் இல்லையா? அடுத்த தளத்தில் ம்ருளால் சென், ஷ்யாம் பெனகல் அடூர் கோபாலகிருஷ்ணன் போன்றவர்கள். தமிழில் எண்பது ஆண்டுகளாக திரைப்படங்கள் வந்து கொண்டிருக்கின்றன. ஆனால் இந்த ஊடகத்தைப் பற்றிய எந்த ஒரு மதிப்பீடும் இங்கு இருப்பதாகத் தெரியவில்லை. தொழில்நுட்பம் என்ற வகையில் .நல்ல முன்னேற்றம் இருக்கிறது. தமிழில் வெற்றி பெற்ற நடிகர்கள், இயக்குனர்கள் இருக்கிறார்கள். ஆனால் அவர்களில் யாரும் உலகத்தரத்தைத் தொட்டவர்கள் என்று என்னால் கூற முடியாது. (திரை இசையமைப்பாளர்கள் சிலர் இதற்கு விதி விலக்கு.

அவர்களைப் பற்றி இன்னொரு நாள் விரிவாகப் பேசலாம்.) பொழுதுபோக்குப் படங்கள், நகைச்சுவைப் படங்கள் என்ற விதத்தில் தமிழில் நல்ல படங்கள் வந்திருக்கின்றன. ஆனால் தமிழ்த் திரைப்படங்கள் இந்த எல்லைகளைத் தாண்டி வெகுதூரம் சென்றிருக்க வேண்டும். செல்லவில்லை என்பதுதான் உண்மை. இதற்கு முக்கியமான ஒரு காரணம் நமது நாயகர்கள். மற்றொரு காரணம் எதையும் மலினப்படுத்தி விடலாம்- வரலாறு, இலக்கியம், புராணம், கலாச்சரம் போன்றவைகளைக் கூட - என்ற உறுதி - தடித்தனம் என்றும் சொல்லலாம் - தமிழர்களிடம் மற்றவர்களை விட கொஞ்சம் அதிகம் இருப்பது. உதாரணமாக கட்டபொம்மன், மருது பாண்டியர் வரலாறு சிறிது சிக்கலானது. சுதந்திர போராட்ட்த்திற்கு பல அடுக்குகள் இருக்கின்றன.

சென்ற நூற்றாண்டின் ஐம்பதுகளில் கட்டபொம்மன் பக்கிங்ஹாம் அரண்மனை போன்ற ஒரு இடத்திலிருந்து கோலோச்சுவது போலவும், ஜாக்ஸனை மஞ்சள் அரைக்க அழைப்பு விடுவது போலவும் படம் எடுத்ததை நாம் மன்னித்து விடலாம். தூக்கு மேடையில் நின்று பெருக்கல் வாய்ப்பாட்டை ஒப்பிப்பது போல மருது பாண்டியர் வசனம் பேசுவதையும் மன்னித்து விடலாம். சிதம்பரம் பிள்ளை Ministry of Defence என்ற பட்டை எழுத்துக்கள் பொறிக்கப் பட்டிருக்கும் கப்பலில் நின்று கொண்டு சுதேசிக் கப்பல் விடுவதைப் பற்றிப் பாட்டுப் பாடுவதையும் மன்னித்து விடலாம். ஆனாலும் அறுபது வருடங்கள் கழித்தும் நமது வரலாறு, கலாச்சாரம் சார்ந்த ஒரு நல்ல படம் இது வரை ஏன் வரவில்லை? நான் உளியின் ஓசை, எலியின் மீசை போன்ற படங்களைப் பற்றிப் பேசவில்லை என்பது உங்களுக்குத் தெரியும் என்று நம்புகிறேன். காரணம் நமக்கு சரித்திரம் பற்றிய பிரக்ஞையே இல்லை.

1908ல் திருநெல்வேலி கலவரம் நடந்தது. சுதந்திரப் போராட்டத்தின் மிக முக்கியமான சம்பவம் அது. வ.உ.சிக்கு நாற்பது ஆண்டுகள் சிறைத்தண்டனை கிடைத்தது. தமிழன் சுரணையுடன் இருந்தால் 2008 இல் அந்த நிகழ்வின் நூற்றாண்டு விழாவை பெரிதளவில் கொண்டாடியிருக்க வேண்டாமா?

மருதுபாண்டியர்கள் பற்றிய உங்கள் கட்டுரை நல்ல வரவேற்பு பெற்றது..

ஆமாம். மருதுபாண்டியர்கள் பற்றி கோர்லே என்ற ஆங்கில எழுத்தாளர் எழுதிய புத்தகம் தொடர்பான கட்டுரை அது. காலச்சுவட்டில் வெளியானது . வரவேற்பிற்கு பல காரணங்கள் சொல்லப்பட்டன. அது தேவர் சமூகத்தை உயர்த்தும் விதமாக தொனித்ததால் அக்கட்டுரைக்கு வரவேற்பு கிடைத்தது என்றும் சொல்கிறார்கள். தமிழர்களுக்கு சரித்திரத்தில் மீது திடீரென்று ஏற்பட்ட ஈடுபாட்டால் இந்த வரவேற்புக் கிடைத்த்து என்று சொல்லத் தயக்கமாக இருக்கிறது.

1857 சிப்பாய் கலகத்தில் தென்னகத்தை சேர்ந்தவர்கள் ஏன் பங்கேற்கவில்லை என்பது பற்றிய கட்டுரையும் அந்த வகையில் வரும்..

ஆமாம். அது சம்பந்தமான ஆவணங்களைப் பார்த்தாலே எளிதாகத் தெரியும். அன்றைய மெட்ராஸ் ஆர்மியில் தலித்துகள் நிறைய இருந்தார்கள். படை செல்லும் இடங்களுக்கு எல்லாம் குடும்பத்தோடு சென்றார்கள்.. ஆங்கிலேயர்கள் அவர்களை ஓரளவு நன்றாக வைத்திருந்தார்கள்... ஆங்கிலேயர் வீட்டுக்குள் அவர்கள் போக முடியும். சமையல் செய்ய முடியும். பின்னர் எதற்காக அவர்கள் போராடவேண்டும்? வடக்கில் கதை வேறு மாதிரி. நிலம் இருந்த உயர்-

சாதிக்காரர்கள் அங்கு பெருமளவில் ராணுவத்தில் சேர்ந்திருந்தனர். இவையெல்லாம் என்னுடைய புரிதல்கள். இவை சரியா இல்லையா என்று சரித்திர ஆசிரியர்கள் தான் சொல்ல வேண்டும்.

தனியார் துறையில் எங்கு வேலை பார்க்கிறீர்கள்? அரசுத் துறைக்கும் தனியார் துறைக்கும் வேறுபாடுகள் எந்த அளவில் உள்ளன?நீங்கள் எழுதிய The Muddy River நாவலில் வரும் சந்திரன் ட விஷயத்தில் அவரது மேலதிகாரியின் விரோதத்தை சம்பாதிக்கும் நிலைக்குத் தள்ளப்படுவான். உங்களுக்கு இதுபோன்ற அனுபவங்கள் உண்டா?

Intellectual Ventures என்ற பன்னாட்டு நிறுவனத்தில் பணி செய்கிறேன். அரசுத் துறையில் இந்தியா முழுவதிலும் ஏற்படக் கூடிய பல பிரச்சினைகளக் கையாளக் கூடிய பதவிகளில் இருந்தேன். அதனால் எனக்கு ஓர் அகன்றப் பார்வை கிடைத்தது என்று சொல்லலாம். தனியார் துறையில் இந்த அனுபவம் கிடைக்க சாத்தியம் இல்லை. எனக்கு அரசுத் துறையில் வேலை பார்த்தது பிடித்திருந்தது. தனியார் துறை தரும் பணம் மிகவும் பிடித்திருக்கிறது. தனியார் துறையில் நீங்கள் நன்றாக வேலை பார்த்தீர்கள் என்றால் அதன் பலன் உங்களுக்கு உடனடியாக தெரியவரும். குறிப்பாக பன்னாட்டு நிறுவனங்களில். அதே சமயம் உங்களைப் பிடிக்கவில்லையென்றால் உடனே வெளியேத் தள்ள தயங்கவும் மாட்டார்கள். ஆனால் அங்கேயும் முட்டாள்கள் உண்டு. முட்டாள்கள் உலகெங்கிலும் பரவி விரிந்திருக்கிறார்கள். அவர்களைச் சலித்து ஒதுக்கும் வலை இன்று வரை கண்டுபிடிக்கப் படவில்லை. என்னைப் பொறுத்தவரையில் எனக்கு அரசுத் துறையிலும் சரி, தனியார் துறையிலும் நல்ல சுதந்திரம் கிடைத்தது கிடைத்து வருகிறது. சந்திரனுக்கு நடந்த்து போன்ற மோசமான சம்பவங்கள் என் வாழ்வில் நடக்கவில்லை.

பல்வேறு நகரங்களில் பணி, பயணம் என்று தங்கி இருப்பீர்கள். மனதுக்கு நிறைவு தந்த நகரம் எது?

இந்திய நகரங்களில் எனக்குப் பிடித்தது, கொல்கத்தா தான். அதன் கவர்ச்சி வார்த்தைகளுக்கும், அந்த நகரத்தின் அழுக்குகளுக்கும் அப்பாற்பட்டது. தமிழகத்தில் எனக்குப் பிடித்த ஊர் காரைக்குடி. பழைய அழகுகள் சிறிது மிஞ்சியிருக்கும் ஊர். காரைக்குடியைச் சுற்றி மிக அருமையான இடங்கள் உண்டு. திருமயம், ராமேஸ்வரம் போன்ற இடங்கள். நாங்குநேரிக்கு அருகில் உள்ள திருக்குறுங்குடி கிராமம் மிக அழகியது. உலக அளவில் என்று பார்த்தால் எனக்கு மிகவும் படித்த நகரம் லண்டன் . நகரம் முழுவதும் உலகப் புகழ் பெற்றஅருங்காட்சியகங்கள்,ஓவியக் காட்சியகங்கள். . முக்கியமான விஷயம எல்லா இடங்களுக்கும் அனுமதி இலவசம். எனக்குப் பிடித்த மற்றொரு நகரம் சான்பிரான்ஸிஸ்கொ.

எழுத்தாளர்களை நேரில் காண்பதில் விருப்பமில்லை என்று சொல்லி இருக்கிறீர்கள். டெல்லியில் பல எழுத்தாளர்கள் இருந்தார்கள்.அவர்களுடன் நட்பு இருந்ததா?

ஆமாம். எனக்கு எழுத்தாளர்களை சென்று சந்திக்க வேண்டும் என்று எண்ணம் இருந்த்தில்லை. என்றாலும் டெல்லியில் சில நண்பர்கள் இருந்தார்கள். இருக்கிறார்கள்.வெங்கட் சாமிநாதன் எனக்கு நண்பரானது Tiger Claw Tree வெளியான பின்னர் தான். அதற்குப் பின்னர் தான் பல எழுத்தாளர்கள் எனக்கு நண்பர்களானார்கள்.. இந்திரா பார்த்தசாரதியை வாசந்தி எனக்கு அறிமுகம் செய்து வைத்தார். இந்திரா பார்த்தசாரதி இன்று எனக்கு தந்தை ஸ்தானத்தில் இருப்பவர். வெங்கட் சாமிநாதன் எனது கடுமையான விமர்சகர். அவர் என்ன சொன்னாலும் அதை நான் மதிப்பேன். முன்பு டெல்லியில் இருந்த பாரதிமணி, டெல்லியில் வசிக்கும் யதார்த்தா பென்னேஸ்வரன் போன்றோர் நல்ல நண்பர்கள். தி.ஜானகிராமனை ஒரு முறை பார்த்திருக்கிறேன். டெல்லியில் க.நா.சு வை பார்த்திருக்கிறேன்என்றாலும் அவரிடம் பழக்கம் கிடையாது. அவர் டெல்லியில் இருக்கும்போது நானும் இருந்தேன்.

டெல்லியில் தமிழ் இலக்கிய வாசிப்பு, நூலகங்கள் பற்றி சொல்லுங்கள்..

டெல்லியில் இருக்கும் வாசகர்களை விட நூலகங்கள் அதிகம் என்று நினைக்கிறேன். இங்கு புத்தகங்கள் எளிதாகக் கிடைக்கின்றன. தமிழ் இலக்கிய வாசிப்பு என்பது மிக அரிதாக நடக்கக் கூடிய ஒரு விஷயம். தில்லிகை என்ற அமைப்பு கடந்த சில மாதங்களாக மாதம் ஓர் இலக்கியச் சந்திப்பை தவறாமல் நடத்தி வருகிறது. இதுவரை இலக்கிய பரமார்த்த குருக்கள் அங்கு பேச அழைக்கப்படாதது நல்லதொடக்கத்தின் அறிகுறி என்று சொல்ல வேண்டும். தில்லியில் சமீபத்தில் நடந்த ஒரு பெரிய இலக்கிய இழப்பு வடக்கு வாசல் பத்திரிகை நின்று போனதுதான். பென்னேஸ்வரனின் நண்பர்களாகிய நாங்கள் பிடிவாதமாக பத்திரிகையை நிறுத்தச் சொன்னோம். சொந்தப் பணத்தைப் போட்டு அவர் பத்திரிகை நடத்துவது எங்களுக்குச் சரியாகப் படவில்லை. தில்லியிலிருந்து வடக்கு வாசல் மீண்டும் வரும் சூழ்நிலையை இலக்கியத்தில் நம்பிக்கை கொண்ட தமிழர்கள் சீக்கிரம் உருவாக வேண்டும்.

தற்போது எழுதி வரும் படைப்புகள் பற்றி சொல்லுங்களேன்..

பதினெட்டாம் நூற்றாண்டின் பிற்பகுதி மற்றும் பத்தொன்பதாம் நூற்றாண்டின் தொடக்க ஆண்டுகளில் நடந்த நிகழ்வுகளைச் சார்ந்த நாவல் ஒன்றிற்கான வரைவைத் தயாரித்திக்கிறேன். தமிழ், ஆங்கிலம் இரண்டிலும் வரும். இந்த முறை

மூலம் தமிழில் இருக்கும் என்று தோன்றுகிறது. இதைத் தவிர 'மேற்கத்திய ஓவியங்கள் - ஓர் எளிய அறிமுகம்' என்ற தலைப்பில் புத்தகம் ஒன்று எழுதி வருகிறேன்..

உங்களுக்குப் பல முகங்கள் உண்டு. இவற்றில் எந்த முகம் மக்களுக்கு அறியப்பட வேண்டும் என்று நினைக்கிறீர்கள்?

ஓர் எழுத்தாளனாக, அதுவும் தமிழ் எழுத்தாளனாக அறியப்படவேண்டும் என்பது தான் என் ஆசை.

20. சுதாராஜ்

நூற்றுக்கு மேற்பட்ட சிறுகதைகளை எழுதிய இவரின் தொகுப்பு நூல்களில் ஒன்று மேற்கண்டவாறு சுதாராஜ் பற்றிய அறிமுகத்தைத் தருகிறது. உண்மையில் சுதாராஜின் வாழ்வும் எழுத்தும் சமகோட்டில்தான். அதை நான் திரும்பிப் பார்க்க விரும்பியபோது, இந்தக் களத்தை அவரின் வாழ்வைவிட எழுத்துக்குப் பகிர்ந்து கொள்ளவே விரும்பினார். சுருக்கமாக சுய வாழ்வையும் விரிவாக இந்தப் பந்தியில் அடங்கக் கூடிய அளவிற்கு எழுத்துலக வாழ்வை பற்றி-யும் மனம் திறந்தார். பொறியியலாளரான இவர் பத்திற்கு மேற்பட்ட நாடுகளில் பணி புரிந்திருக்கிறார். அங்கெல்லாம் சந்தித்த சில விந்தையான மனிதர்களுடனான அனுபவங்களை மிகை குறைப்படுத்தாமல் நூலுருவாக்கியிருக்கிறார். இலக்கிய நூல், நாவல், மொழிபெயர்ப்பு நூல்கள் என பட்டியல் மிக நீளமானது. திரை கடலோடி தேடிய திரவியம் எல்லாம் எழுத்துக்காகவே அர்ப்பணித்தவர். எழுத்துலகிற்கு அவர் போட்ட பிள்ளையார் சுழியைப்பற்றி அவரிடமே பேசுவோம். மூன்று தடவைகள் இலங்கை அரசின் சாகித்திய விருதினைப் பெற்று பெருமைக்குரிய இவர் மின்னாமல் முழங்காமல் தன் எழுத்துப்பணியைப் பற்றி பேசத் தொடங்கினார்.

உங்களது பிறந்த இடம், கல்லூரிப் பற்றிக் கூறுங்கள்?

நான் யாழ்ப்பாணம் கந்தர் மடத்தைச் சேர்ந்தவன். கந்தர்மடம் சைவப்பிரகாச வித்தியாசாலையில் ஆரம்ப வகுப்புகளி-லும் ஐந்தாம் ஆண்டின் பின்னர் யாழ். இந்துக் கல்லூரியிலும் கல்வி பயின்றேன். பின்னர் மொரட்டுவ பல்கலைக்கழ-கத்தில் பொறியியற்துறையில் கற்றேன். தொழில் நிமித்தம் வந்து சேர்ந்தது புத்தளத்திற்கு.

எழுதத் தொடங்கிய காலம் பற்றிய நினைவுகள்

அப்போது நான் யாழ் இந்துக் கல்லூரியில் படித்துக் கொண்டிருந்தேன். ஆறாம், ஏழாம் வகுப்புகளிலேயே சக மாணவ நண்பனொருவன், அம்புலிமாமா, கண்ணன் போன்ற சிறுவர் சஞ்சிகைகளைக் கொண்டு வருவான். இடைவேளைகளில் அந்தக் கதைகளை வாசித்து ஒருவர்க்கொருவர் பகிர்ந்து கொள்வோம். சிரித்திரன் சஞ்சிகையும் அதிலுள்ள தரமான நகைச்சுவைத் துணுக்குகள் காரணமாக மாணவர்களிடையே அறிமுகமாகியிருந்தது. சிரித்திரனில் பிரசுரமாகும் நல்ல சிறுகதைகள் என்னைக் கவர்ந்திழுத்திருக்கின்றன. உயர்தர வகுப்பிற் கற்றுக்கொண்டிருந்த போது, உயர்தர மாணவர் ஒன்றியம் எனும் அமைப்பை ஒருங்கமைத்து வாசிப்புப் பழக்கத்தை நண்பர்களிடையே வளர்த்துக் கொண்டோம்.

கல்லூரி நூல் நிலையத்திலிருந்தும், நண்பர்களின் பங்களிப்பினூடாகவும் பலவித புத்தகங்களை வாசிக்கும் வாய்ப்-புக்கிட்டியது. வாராந்தர பத்திரிகைகளில் வரும் ஈழத்து எழுத்தாளர்களது சிறுகதைகளைப் படிக்கும் ஆர்வமும் ஏற்-பட்டிருந்தது. உயர்தர ஒன்றியத்தின் ஊடாக 'விஞ்ஞான தீபம்' எனும் ஒரு சஞ்சிகையையும் வெளியிட்டோம். அதன் ஆசிரியராகவிருந்து, விடயதானங்களை சக மாணவர்களிடமிருந்து பெற்றுத் தொகுத்து கல்லூரியிலேயே வெளியிட்ட அனுபவம் எனது எழுத்துப் பணியின், ஆரம்பம்.

கல்லூரி நாட்களில் பெற்ற அனுபவங்கள்தான் உங்களை ஓர் எழுத்தாளனாக்கியதா?

அப்படியும் கொள்ளலாம். சிறு பராயத்தில் படித்த நீதி போதனைக் கதைகள், அவை எவ்வளவு தூரம் சரியோ, பிழையோ என்ற ஆராய்ச்சிக்கும் அப்பால் மனதை செம்மைப்படுத்தி உண்மையாகவும் நேர்மையாகவும் வாழ்வை எதிர்கொள்ளும் பக்குவத்தைத் தந்திருக்கின்றன. கார்த்திகேசன் மாஸ்டர், தேவன், யாழ்ப்பாணம், சொக்கன் போன்ற ஆசிரியர்களிடம் இந்துக் கல்லூரியில் பாடம் படிக்கும் வாய்ப்புக் கிடைத்தது. கார்த்திகேசன் மாஸ்டர் ஒரு கம்யூ-னிஸ்ட்வாதி என்பது வெளியில் எல்லோருக்கும் தெரியும். தனது கலகலப்பான நகைச்சுவையூட்டல்கள் மூலம் சமூக நோக்குகள் சிந்தனைகளை போதித்து மாணவர்களின் மனங்களைக் கொள்ளை கொண்டிருந்தவர் கார்த்திகேசன் மாஸ்-டர், இவையெல்லாம் ஒரு சமூக நோக்குள்ள மனிதனாகவோ எழுத்தாளனாகவோ ஆவதற்கு உதவியிருக்கின்றன.

முதற் கதை பற்றி...

முதலில் எழுதிய இரு கதைகளைக் குறிப்பிடலாம். ஒன்று 'இனி வருமோ உறக்கம்?' எனும் சிறுகதை மொரட்டுவ பல்கலைக்கழகத்தில் தமிழ்ச் சங்கம் நடத்திய சிறுகதைப் போட்டிக்கு இக்கதையை அனுப்பினேன். பரிசு கிடைத்தது இளம் பராயத்தில் எதிர்பாலினரிடையே தோன்றும் மன உணர்வுகளையும் அல்லது மனப் பதட்டங்களையும் பற்றிய

கற்பனை கலந்து எழுதப்பட்ட கதை இரண்டாவதாக எழுதியது. 'பலாத்காரம்' எனும் சிறுகதை. அதாவது நண்பனொ-ருவனின் குடும்பத்துக்கு நேர்ந்த கதை. சிறுபராயத்திலேயே தந்தையை இழந்தவன். வசதி குறைந்த குடும்பம் சிறுகச் சிறுக சேர்த்து ஒரு காணித்துண்டு வாங்குவதற்காகப் பணம் கொடுத்த ஏமாற்றப்பட்டுவிட்டார்கள்.

அந்தக் கதையை நண்பன் கூறிய விதம், அவனது சோகமும் என்னைப் பாதித்தது. அந்தப் பிரச்சினையை எப்படித் தீர்ப்பது, என்ற குழப்பத்தில் ஆழ்ந்து போய் பின்னர் இன்னொரு நண்பனின் உதவியுடன் அந்த இளம் வயதில் அதைத் தீர்த்துக்கொண்ட விதம் ஆச்சரியத்தை ஏற்படுத்தியது. அக்கிராமங்கள் தலைதூக்கும் போது அவற்றை அழிப்பதற்குப் பயன்படுத்த வேண்டிய ஆயுதம்தான் பலாத்காரம் எனும் கருத்துப்பட அக்கதையை எழுதினேன். அந்தக் கதைதான் சிரித்திரன் ஆசிரியரின் அறிமுகத்தை எனக்கு ஏற்படுத்தியது.

உங்கள் எழுத்தாக்கங்களுக்கு ஊக்கமளித்தவர்கள் பற்றி...

சிரித்திரன் சுந்தரையும் மல்லிகை ஆசிரியர் டொமினிக் ஜீவா அவர்களையும் முக்கியமாகக் குறிப்பிடலாம். நான் இலக்கியத்துறையைச் சேர்ந்தவனல்ல. எனது கல்வித்துறை வேறு. அப்போது எனக்கு எந்த இலக்கியவாதிகளையோ எழுத்தாளர்களையோ சஞ்சிகை ஆசிரியர்களையோ அறிமுகம் இல்லை. எனது கதைகளின் தரம் எப்படியிருக்கும் என்ற கேள்விகள் எனக்குள் இருந்தது. அதனால்தான் ஆரம்பத்தில் சிறுகதைப் போட்டிகளுக்கு சில சிறுகதைகள் அனுப்பிப் பார்த்ததுண்டு. போட்டிக்கு அனுப்பப்பட்ட கதையைப் பார்த்து, என்னைத் தொடர்புகொண்டு அறிமுகமான சிரித்திரன் சுந்தரின் உறவு அவரது இறுதிக்காலம் வரை தொடர்ந்தது.

சிரித்திரனைத் தொடர்ந்து வெளிவந்த எனது கதைகளைப் பார்த்து எனது வீடு தேடி வந்து சந்தித்து கதைகளைச் சிலாகித்துக் கூறி மல்லிகையிலும் எழுதுமாறு கேட்டுக்கொண்டவர் டொமினிக் ஜீவா அவர்கள். இதை ஏன் குறிப்-பிடுகிறேனென்றால் அப்போது பொடிப்பயலாக இருந்த என்னை அவர் வீடு தேடிவரவேண்டிய அவசியமே இல்லை. ஆனால் அது அவரது பெருந் தன்மையான சுபாவம். இளம் எழுத்தாளர்களின் தரமறிந்து அவர்களை ஊக்குவித்து, தட்டிக்கொடுத்து மல்லிகை மூலம் வளர்த்தெடுத்திருக்கிறார். அன்று தொட்ட நட்பு இன்றுவரை தொடர்கிறது. நேர நெருக்கடி காரணமாமாக எழுதுவது தள்ளிப் போய்க் கொண்டிருந்தாலும் தனது சலிக்காத வற்புறுத்தல்களினால் எழு-தவைத்திடுவார். அப்படி மல்லிகையில் பிரசுரமான கதைகளே அதிகம்.

உங்கள் குடும்பம் மனைவி பிள்ளைகள் பற்றி...

நான் எழுதுவதுபோலவே நல்ல சிநதனைகளுடன் வாழ்பவன். அவ்வாறுதான் எனது காதற் திருமணமும் நடந்தேறியது. நான் சிரித்திரனில் எழுத்தாளனாக இருந்த காலத்தில் அவள் சிரித்திரனின் அபிமான வாசகி, எங்களைச் சேர்த்து வைத்ததற்கு அந்தத் தொடர்பும் ஒரு காரணம் பிள்ளைகள் இப்போது வளர்ந்துவிட்டார்கள். மூத்தவர்கள் இருவரும் பெண்கள். அடுத்த ஆண்பிள்ளைகள் றோயல் கல்லூரியிற் படிக்கிறார்கள். சில சிறுவர் இலக்கிய நூல்களை பிள்ளை-கள் எழுதியிருக்கிறார்கள். கடைசி மகன் அனுஷியன் றோயல் கல்லூரி நாடகவிழாவிற் பங்கு பற்றி சிறந்த பிரதிக்கான பரிசும் பெற்றிருக்கிறான். குடும்பத்தைப் பற்றி குறிப்பாகக் கேட்ட படியால் இந்தத் தகவல்களைக் கூறியிருக்கிறேன்.

'மனைவி மகாத்மியம்'' எனும் நூலுக்கு சென்ற ஆண்டின் (2009) சாகித்திய விருதும் கிடைத்திருக்கிறது. அதுபற்றிக் கூறுங்கள்.

அவ்வப்போது வெளிவரும் எனது சிறுகதைத் தொகுதிகளுள் ஒன்றுதான் 'மனைவி மகாத்மியம்' பன்னிரண்டு சிறுக-தைகளைக் கொண்ட தொகுதி, ஒவ்வொரு குடும்பத்திலுமுள்ள 'மனைவி' எனும் ஒரு மகத்துவமான பாத்திரத்துக்கு இலக்கிய அந்தஸ்து கொடுப்பதற்காகவே புத்தகத்துக்கு அந்தப் பெயரை தெரிவு செய்தேன். ஒவ்வொரு குடும்பங்க-ளிலும் ஆணாதிக்கம், பெண்ணுரிமை என்ற பேச்சுக்களுக்கே இடமிருக்கக் கூடாது. அங்கு குடும்பம் மட்டும்தான் இருக்கவேண்டும். ஆண்கள் தங்கள் மனைவியரை கௌரவமாக மதிக்க வேண்டும். ஒருவருக்கொருவர் தன்னலமற்ற அன்புடனும் புரிந்துணர்வுடனும் விட்டுக்கொடுத்தலுடன் இருந்தால் இதையெல்லாம் சாத்தியப்படுத்தலாம். இந்த விட-யங்கள் மனைவி மகாத்மியம் தொட்டுக்காட்டுகிறது.

இந்திய கலைஞர்களின் படைப்பு இங்கே ஆக்கிரமித்து இருப்பதால் எங்களின் எதிர்காலம் சூனியமாகிவிட்டது என்று இலங்கை கலைஞர்கள் நாற்பதாண்டுகளாக கூறி வருகிறார்கள். இந்நிலையில் இருபத்துக்கு மேற்பட்ட நூல்களை வெளியிட்டிருக்கும் உங்களின் அனுபவம் எப்படி? அதுவும் இந்திய சஞ்சிகைகளுக்கிடையே இது ஒரு சாதனையாக நீங்கள் நினைக்கிறீர்களா?

வாசகர்கள், ரசிகர்கள் சுவை வித்தியாசமானது. எதையும் நாம் திணிக்க முடியாது. சாதாரணமாக 1992ம் ஆண்டு ஆனந்த விகடன் வைர விழா போட்டியில் நான் எழுதிய 'அடைக்கலம்' சிறுகதை முதற் பரிசை பெற்றது. அந்-தக் கதையின் கருவை தமிழகத்தின் பிரபல டைரக்டர் அதை சினிமாவாக்கினார். அத்திரைப்படம் இலங்கையிலும்

தமிழகத்திலும் மகோன்னத வெற்றியைப் பெற்றது. அதே கருவை நான் இலங்கையில் தயாரித்திருந்தால் என் நிலை என்னவாகியிருக்கும். இலங்கை ரசிகர்கள் அப்படியொரு ரசனையில் ஊறிவிட்டார்கள்.

எழுத்துத்துறையிலும் நம்மவர்கள் பின் நிற்கவில்லை. வாசகனும்- விநியோகஸ்தரும் கைகொடுக்க வேண்டும். எனது முதலாவது நூலாக பலாத்காரம் சிறு கதைத் தொகுப்பு வெளிவந்தது. நூலுருப் பெற்ற கலாநிலையப் பதிப்பகத்திலேயே அவர்களது அச்சக ஊழியர்களுக்கு வடை பாயச விருந்தளித்து நூல் வெளியீட்டு நிகழ்வு இடம்பெற்றது. முதற் பிரதி பெறவேண்டிய எனது ஆசிரியரும், அந்த நூலுக்கு முன்னுரை எழுதியவருமாகிய தேவன்- யாழ்ப்பாணம் அவர்கள் கல்லூரியில் அந்த வேளை பாடம் நடத்திக் கொண்டிருந்த காரணத்தால் வரமுடியவிலலை. புத்தகத்தை எடுத்துக்கொண்டு சைக்கிளில் கல்லூரிக்குச் சென்று முதற்பிரதியை அவரிடம் கையளித்து மனத் திருப்தியடைந்தேன். இரண்டாவதாக 'இளமைக்காலங்கள்' நாவல் வீரகேசரிப் பிரசுரமாக வந்தது. பொதுவாக எனது நூல்கள் வெளியீட்டு விழாக்கள் இல்லாமலே வெளிவந்தன.

சிரித்திரன் பிரசுரமாக வெளிவந்த 'கொடுத்தல்' சிறுகதைத் தொகுப்புக்கு திக்குவயல் தர்மகுலசிங்கம் சில அறிமுக விழாக்களை செய்திருக்கிறார். பின்னர் மல்லிகைப் பந்தல் வெளியிட்ட எனது நூல்களுக்கு ஆசிரியர் டொமினிக் ஜீவா வெளியீட்டு விழாக்களை ஏற்பாட செய்து பிரபல்யப்படுத்தினார். இறுதியாக வந்த மனைவி மகாத்தியம், உயிர்க்கசிவு ஆகிய நூல்களுக்கு தேசிய கலை இலக்கிய பேரவையைச் சேர்ந்த நண்பர் சோ. தேவராஜா கைலாசபதி கேட்போர் கூடத்தார் வெளியீட்டு விழாக்களில் ஒழுங்கு செய்து நடத்தினர். ஆனால் எழுத்தாளர்கள் புத்தக விற்பனை கருதியே வெளியீட்டு விழாக்களை ஏற்பாடு செய்கிறார்கள் என்ற கருத்துத் தவறானது.

யாரின் கையையும் நம்பி உருவாவதல்ல எழுத்து. மூலதனமில்லா கரு. கலையுலகு வித்தியாசமானது இலங்கை தமிழ் எழுத்தாளர்களின் புத்தக விற்பனை என்பது இன்றும் கேள்விக்குரியதாகவே உள்ளது. இயக்க ரீதியாகவோ அல்லது தனியார் புத்தக நிறுவனங்களோ உண்மையான ஈடுபாட்டுடன் செயற்பட்டால் புத்தக விற்பனை கஷ்டமான காரியமல்ல. ஆயிரம் புத்தகங்களாவது விற்கக் கூடிய விநியோக வலையமைப்பை ஏற்படுத்த வேண்டும். எனது முதற் புத்தகம் பலாத்காரம் ஆயிரம் பிரதிகள் அடிக்கப்பட்டது. ஆர்வமேலீட்டால் இலங்கையின் பல பாகங்களிலுமுள்ள புத்தக கடைகளுடன் தொடர்பு கொண்டு விநியோகம் செய்தேன். நம்புங்கள்... மிக விரைவிலேயே கையிருப்பி லிருந்து புத்தகங்களெல்லாம் கொடுத்துத் தீர்ந்துவிட்டன.

விந்தை என்னவென்றால் பின்னர் பணத்தைச் சேகரிப்பதற்காக கடைகளைத் தேடிச்சென்று படிகளில் ஏறி இறங்கி அலுத்துபோய்விட்டதால் சீச்சீ.. அந்தப் பழம் புளிக்கும் எனக் கைவிட்டேன். இந்த நிலைமைதான் ஈழத்துத் தமிழ் எழுத்தாளர்களைப் பொறுத்தவரையில் இன்றைக்கும் ...

21. சத்யானந்தன்

சமகால எழுத்துக்களை அலுக்காமல், சளைக்காமல், அமைதியாகத்தன் போக்கில் தொடர்ந்து அறிமுகப்படுத்தி, விமர்சித்து, கவனப்படுத்தி வருபவர் கவிஞர், எழுத்தாளர் சத்யானந்தன் (முரளிதரன் பார்த்தசாரதி). பதினைந்து ஆண்டுகளுக்கும் மேலாக சதங்கை, கணையாழி, நவீனவிருட்சம், சங்கு, உயிர்மை, மணிமுத்தாறு, சங்கு, புதியகோடாங்கி, இலக்கியச் சிறகு, கனவு உள்ளிட்ட சிறு பத்திரிகைகளிலும், திண்ணை, சொல்வனம் உள்ளிட்ட இணையத்தளங்களிலும் தீவிரமாகத் தனதுபடைப்புகளைப்பிரசுரித்துள்ளார். இவரது சமீபத்திய கவிதைகள், கட்டுரைகள் பெரும்பாலும் திண்ணையில் வெளிவந்தவை.

தொடராக 'ஜென் ஒரு புரிதல்', முள்வெளி- சமூகநாவல், போதிமரம்- சரித்திர நாவல், ராமாயணம் தொடங்கி வைத்த ஒரேகேள்வி என்னும் ஆராய்ச்சிக் கட்டுரை ஆகியவை திண்ணையில் பிரசுரங்கண்டன. இவை அச்சு வடிவில் வராதவை. புனைகதைகள், நாவல்கள், கட்டுரைகளை வித்தியாசமாகப் படைப்பவர். வாசிப்பையும் எழுத்தையும் இருகரைகளாகக் கொண்டு ஆரவாரம் இல்லாத மிக அமைதியான ஆறாக தொடர்ந்து ஓடிக் கொண்டிருக்கிறார் சத்யானந்தன். வாசகர்களும் படைப்பாளிகளும் அவரைக் குறித்து மேலும் அறிய வேண்டும் என்ற நோக்கில் எழுத்தாளர் ஜெயந்தி சங்கர் அவரிடம் மின்னஞ்சல்வழி உரையாடி பதில்களைத் தொகுத்துள்ளார்.

உங்கள் புனைபெயர் குறித்த பின்னணியைச் சொல்லுங்கள்.

அம்மா பெயர் சத்தியபாமா. எனது ஆதர்ச எழுத்தாளர் ஜெயகாந்தன் பெயர் போல என் பெயர் முடிய வேண்டும் என்ற ஆசை பதின்ம வயதிலேயே இருந்தது.

அண்மையில்எழுதிய, உங்களுக்கு திருப்தியளித்த உங்களுடைய விமர்சனம் எது?

நவம்பர் 2015 உயிர்மையில் வந்த இமையத்தின் 'ஈசனருள்' என்ற நீள்கதைக்கு எழுதிய விமர்சனம்.

ஒரு தேர்ந்த வாசகனின் அடிப்படை அடையாளமாக எதைச்சொல்வீர்கள்?

புத்தகத்தின் மீது (மின்னூலையும் சேர்த்து) உள்ள மாறாத காதல். தீராத வாசிப்பும் பகிர்வும். வேறென்ன?

நல்ல வாசகனின் குறைந்தபட்ச கடமையாக நீங்கள் கருதுவது எதை?

'நன்றாயிருக்கிறது' என்ற ஒற்றை வார்த்தையில் சொல்வதைக் கண்டிப்பாகத் தவிர்க்க வேண்டும். ஏன் பிடித்தது அல்லது பிடிக்கவில்லை என்பதை சுருக்கமாகவேனும் சமூகத் தளங்களில் பகிர வேண்டும். தனக்குப் பிடித்த படைப்பு பற்றிய விமர்சனம் வந்தால் அதை இயன்ற அளவு பகிர வேண்டும். வாசிப்புத் தளத்தில் இது உதவும். **விமர்சனக்கலை வளர என்னென்ன செய்யலாம்?**

இலக்கிய அமர்வுகளில் விமர்சனக் கட்டுரைகள் வாசிக்கப்பட வேண்டும். எழுத்தாளர்களும் விமர்சனத்தை அப்படியே ஏற்காமல் தன் கருத்துக்களைக் கூறினால் படைப்பைப்பற்றி விமர்சகன் தவற விட்டவையும் வாசகனுடைய கவனத்துக்கு வரும். அது போன்ற விவாதங்கள் அவசியம் என்று நினைக்கிறேன்.

ஒரு படைப்பாளி விமர்சனம் செய்வதற்கும் ஒரு கல்வியாளர் விமர்சனம் செய்வதற்கும் உள்ள முக்கிய வேறுபாடாக நீங்கள் கருதுவது எதை?

பெரிய கட்டுரைக்கு உரிய பொறி இந்தக் கேள்வியில் உள்ளது. கல்வியாளர்களின் ஆய்வு பெரும்பாலும் படைப்புத் தளத்தில் நடப்பதில்லை. அத்துடன், கல்வியாளர்கள் சுளுவாகத் தமக்கு விளக்கி உரித்த வாழைப்பழமாகத் தரப்பட்டவற்றை மட்டுமே பாடத்திட்டத்தில் சேர்த்துக் கொள்கிறார்கள். அதை நியாயப் படுத்தும் விதமான விமர்சனங்கள் அவர்கள் வாயிலாக வருவதில் வியப்பில்லை. ஒரு படைப்பாளிதான் தன் சக படைப்பாளியை படைப்பின் அடிப்படையில் விமர்சித்து வாசகன் கவனத்தை ஈர்க்கிறான்.

காண்பியக் கலைகள், திரைப்படங்களில் உங்கள் ரசனை வளரக் காரணமென்று எவற்றைச் சொல்வீர்கள்?

கிராமப் பின்னணி உண்டு என்பதால் தெருக்கூத்து, நாடகங்களை ரசிப்பது குழந்தைப் பருவத்திலேயே நிகழ்ந்தது. பரத நாட்டியம், கதக் என்னைக் கவர்ந்தது பெரிதும் தொலைக்காட்சி வழி பார்த்ததில். இசையும் அவ்வாறே. திரைப்படம் என்னும் ஊடகம் மீது எனக்கு மனத்தடை இருந்தது. அவதார் படம் அதை முழுமையாகவே உடைத்தெரிந்தது.

சத்யஜித் ரேயின் 'சத்கதி' அதிகம் பேசப்படாத படம். ஆனால் முன்ஷி பிரேம் சந்தின் சிறுகதையின் அற்புதத் திரை வடிவம் அது. தன் மகனின் திதிக்காகக் கோரப்படும் தட்சிணைக்காக மரம் வெட்டி அப்பாவான கூலியின் உயிரே போய் விடும். ஒளிப்பதிவு மற்றும் நுட்பமான காட்சிப்படுத்துதலுக்கான சிறந்ததோர் உதாரணம் இந்தப் படம்.

உங்கள் அவதானிப்பில் தமிழில் கலை, இலக்கிய விமர்சனத் துறை எப்படியிருக்கிறது? முன்னோடியாக நீங்கள் கருதுபவர்கள் யார்?

முன்னோடி காநாசு தான். உலக இலக்கியங்கள் என்ற அவரது ஓர் அரிய நூல். உலகின் முக்கிய இலக்கியங்களின் சுருக்கத்தை அவரது நூலில் வாசித்ததே எனது துவக்கம். பின்னாளில் சாமிநாதன், அ. மார்க்ஸ், தமிழவன், அசோகமித்திரன் விமர்சனத்தில் தீவிரமாக இயங்கியவர்கள். பிரேம் ரமேஷ் எனக்கு பின்நவீனத்துவம் பற்றிய பரிச்சயம் தந்தவர்கள். விமர்சனம் ஆளுமைகள் அடிப்படையில் சமகாலத்தில் இருக்கிறது. நட்பு அடிப்படையில், எழுத்தாளர் தானே முயன்று வருபவை இருக்கின்றன. சிந்தனைத் தட அடிப்படையிலும் வருகின்றன. வேறு ஒரு சரடான விமர்சனம் தமிழ் இலக்கியத்தின் வெவ்வேறு காலகட்டங்கள், உலக இலக்கியம் பற்றிய தன் பார்வையை வெளிப்படுத்துபவை.

ஆனால் சமகால இலக்கியம் பற்றிய விமர்சனம் அவ்வளவாக வருவதில்லை. அதிக பட்சம் அடுத்த இதழில், அனேகமாக எழுத்தாளரான வாசகர் இந்தக் கதை அருமை அல்லது சுமார் என்று எழுதுவார். சமகால இலக்கியங்கள் இவ்வாறாக கண்டுகொள்ளப்படுவதே இல்லை. நான் அதிகமாக சமகால கவிதை, கதைகளை வாசிக்கிறேன். என்னை பாதிப்பவை குறித்து விமர்சனம் எழுதுகிறேன்.

ஆங்கில, பிற மொழிகளை ஒப்புநோக்க தமிழில் படைப்பிலக்கியம், விமர்சனத் துறை எப்படியிருக்கிறது?

ஆளுமைகள் சார்ந்தே தமிழில் ஒரு படைப்பு கவனம் பெறும். இதன் மறுபக்கம் தன்னை பிரம்மாண்டமான ஒரு ஆளுமையாக ஒருவர் தன்னைத் தானே நிலை நாட்டிக் கொள்ள வேண்டும். செலவு செய்து வெளியீட்டு விழா வைக்க வேண்டும். ஒரு விமர்சகன் தான் எடுத்துக் கொண்ட படைப்பாளரின் ஆளுமையை ஒட்டி பத்திரிக்கையைத் தேர்ந்தெடுத்து அனுப்ப வேண்டும். சிறுபத்திரிக்கைகளையும் சேர்த்தே குறிப்பிடுகிறேன். சிறுபத்திரிக்கை ஆசிரியர்கள் எந்தக் குழு என்று தெரிந்தே அனுப்ப வேண்டும். இல்லையேல் அது என்றுமே வெளிச்சத்துக்கு வராது. ஆனால் ஆங்கிலத்தில் ஒரு தினசரி, வாரப் பத்திரிக்கையில் விமர்சனம் வெளி வர முடியும். ஹிந்தியில் நிறையவே பத்திரிக்கைகள் இருக்கின்றன. விமர்சனங்களும் வெளியாகின்றன. பிற மொழிகள் பற்றித் தெரியாது. மலையாளச் சூழல் ஆரோக்கியமாக இருக்கிறதென்று நிறையவே கேள்விப் படுகிறோம்.

தமிழ்ச்சூழலில் படைப்பிலக்கிய விமர்சகர்களின் பங்கு எந்த அளவிற்கு இருந்து வருகிறது?
அனேகமாக இல்லை என்பதே உண்மை. இது மிகவும் சோர்வளிப்பது. இலக்கியத்தை அடுத்த கட்டத்துக்கு நகர்த்தும் படைப்பாளிகளுக்கு எதிரானது. மூத்த எழுத்தாளர்களுக்கு வளரும் எழுத்தை பத்து நிமிடம் வாசித்து விமர்சிக்க நேரமில்லை என்பது மனதுக்கு வருத்தமளிப்பது.
இலக்கிய விமர்சனத்துறையின் முக்கியக் குறைபாடு என்று நீங்கள் கருதுவது எதை?
விமர்சனத்துக்கு எடுத்துக் கொள்வது, விடுப்பது படைப்பின் தரத்தின் அடிப்படையில் மட்டுமே இருக்க வேண்டும். ஆளுமையின் பிரம்மாண்டம், இஸத்தின் அடிப்படையில் அல்ல. புது எழுத்துக்களில் நம்பிக்கை அளிப்பவற்றை கூர்-விமர்சனம் செய்து கவனப்படுத்த வேண்டும். இது இல்லை என்பதே குறைபாடு.
விமர்சனத்தைப் படைப்பாளிகள் பெரும்பாலும் எவ்வாறு எடுத்துக் கொள்கிறார்கள்?
மிகவும் நேர்மறையாக. எஸ்.ராமகிருஷ்ணன், போகன், பத்மப்ரியா இவர்கள் என் விமர்சனத்தைப் பகிர்ந்தார்கள். ஜெயந்தி சங்கர் பகிரவில்லை. இதில் இருவர் மூத்தவர் இருவர் இளையவர். எனவே விமர்சனமும் கவனமும் பெரிய, சிறிய எழுத்தாளர் இருவருக்குமே ஊக்கமளிப்பதே.
அது சார்ந்து உங்களுக்கு ஏற்பட்ட நேர்மறையான, எதிர்மறையான அனுபவங்களைப் பகிர்ந்து கொள்ளுங்கள்.
கோசின்ரா என்ற கவிஞுரை நான் ஏற்கனவே சந்தித்திருக்கிறேன். அவர் தொலைபேசியில் கூப்பிட்டு, ‘அது எப்பிடி தலைப்பு எழுதிட்டு கவிதை எழுதினேன்னு கண்டிபிடிச்சீங்க?’ என்று கேட்டது எனக்கு உற்சாகமளித்தது. ஜெயமோகனின் வாசகர் ஒருவர் ஒரு சமயம், உனக்குப் பொறாமை என்றார். புன்னகைத்தேன்.
முகம் தெரியாத, ஆனால் படைப்பு உங்களில் ஏற்படுத்தும் தாக்கத்தைப் பொறுத்து விமர்சனம் எழுதும் நீங்கள் சந்தித்த சவால்கள் எவ்வாறானவை?
.மிகவும் உற்சாகம் தருகிறது. முகம் தெரியாத ஒரு படைப்பாளி என்னுடன் உரையாடுகிறார். எனது வாழ்க்கையின் முக்கிய தருணமாக அது அமைகிறது. இது தாக்கம். சவால் ஒன்று மட்டுமே. விமர்சனம் இருட்டுக்குள் இருக்கிறது. இருட்டடிக்கப் படுகிறது.

முழுநேரப் பணிக்கு நடுவில் வாசிக்க எழுத நேரம் ஒதுக்குவதில் நீங்கள் எதிர்கொள்ளும் நெருக்கடிகள் எவ்வாறானவை?
அலுவலகம் எழுத்து என்பதை முழுநேரம் என்று குறிப்பிடுகிறீர்கள். எழுத நேரம் ஒதுக்க முடியாது என்பதே உண்மை. ஆனால் எழுதி ஆக வேண்டும். இமையத்தின் சிறுகதை ஈசனருள் நவம்பர் 2015 இதழில் வாசித்து ஒருவாரமானது விமர்சனம் எழுத. அதற்குள் நிறைய எரிச்சல் ஏன் இப்படித் தொடர் வேலைகள் என. வாசிப்பு நமக்கு மிகவும் முக்கியமானது. எப்படியும் நேரம் கொடுப்போம் இல்லையா? ஆனால் உன்னதமான ஒரு நாவல் என்னை மிகவும் பாதிக்கும் என் எழுத்தின் மீது தாக்கம் உண்டாக்கலாம் என்றே நாவல் எழுதும் போது மற்றொரு நாவல் வாசிக்க மாட்டேன். ஆனால் கவிதை, சிறுகதை இவை என்னை எழுத ஊக்கப் படுத்துபவை.
திண்ணை இணைய இதழைத்தளமாகக்கொண்டு எழுதி வளர்ந்தவர்கள் பலருண்டு. உங்களுக்குத்திண்ணை எவ்வாறு உதவியுள்ளது?
2007 2009 நான் மனச் சோர்வில் எழுதுவதை நிறுத்தி மேற்படிப்பு- இதழியல் மற்றும் மேலாண்மைக் கல்வியில் முடித்த நேரம். சிறு பத்திரிகைகள் என்னை மறந்திருந்த காலம். திண்ணை இணையத்தில் ஓர் இலக்கிய இதழாக பலருக்கும் இடமளித்தது உற்சாகமளித்தது. நான் மிகுந்த தயக்கத்துடன் 2010ல் துவங்கினேன். அவர்கள் ஆதரவில் முள்வெளி, போதிமரம் நாவல்கள், ராமாயணம் தொடங்கி வைத்த ஒரே கேள்வி ஆய்வுக் கட்டுரை, ஜென் ஒரு புரிதல் என்னும் மொழிபெயர்ப்பும் ஆன்மீக விவாதமுமான தொடர் இவை வெளிவந்ததும் எனது பல கவிதைகள் வந்ததும் திண்ணை இணைய இதழில். தான். இன்று வரை அதன் குழுவில் யாரிடமும் பரிச்சயமில்லை. மாற்றுக் கருத்துக்கு இடம், இலக்கியவாதிகளுக்கு ஆதரவு என்னும் ஆரோக்கியமான இதழ் தர்மம் உள்ள மற்றோர் இதழ் அரிதாகவே இருக்க முடியும். சொல்வனம் இதழிலும் சமீபத்தில் என் கவிதைகளை வெளியிட்டு உற்சாகமளித்தார்கள்.

உங்களுடைய போதிமரம் நாவல் இயங்கும் தளம் குறித்துச்சொல்லுங்கள்.
யசோதரா என்னும் காவியத்தை மைதிலி ஷரன் குப்த எழுத்தில் நான் ஹிந்திப் பாடமாகப் படித்தேன். புத்தரை விடுத்து அவர் சித்தார்த்தனின் மனைவியை அவர் காவிய நாயகி ஆக்கினார். நான் அதைத் தாண்டிச் செல்ல எண்ணினேன். சித்தார்த்தன் புத்தன் இருவரையும் என் கற்பனையில் ஒரு நாவலின் பாத்திரங்களாக்கினேன். அது என்ன கற்பனை? புத்தர் இறந்தது ஒரு ஏழை கொடுத்த கெட்டுப்போன உணவால் அல்ல என்பதில் தொடங்கி அவரது வாழ்வின் பல நிகழ்வுகளை நான் கற்பனையில் வார்த்தேன். புத்தர் ஞானம் பெறும் முன் நிஷ்டையில் ஆழும் முன் அவர் மனநிலை என்னவாக இருந்தது என்பதைக் கற்பனை செய்யும் சவாலை நான் ஏற்றேன். முதல் குகை ஓவியத்தை

அவரே வரைந்தார் என்றேன். அது கற்பனை மிகுந்த புத்தரின் வாழ்க்கைக் கதை. என் ஆகச் சிறந்த படைப்பாக நான் அதையே கருதுகிறேன். குருமார்களின் அரைவேக்காட்டுத்தனத்தை உணர்ந்து, தானே ஞானம் தேடிய அவர் காலத்துக்குப் பின்னும் குருசிஷ்ய பாரம்பரியம் பேசும் இந்த நாட்டைக் கண்டு பரிதாபப்படுகிறேன்.

புனைவெழுத்தில் ஆன்மிகச்சிந்தனையை மையச்சரடாகக்கொண்டு எழுதும்போது ஏற்படும் சவால்கள் என்னவாக இருக்கின்றன?

நான் அதை என் முதல் நாவலான புருஷார்த்தம் என்னும் நாவலில் மட்டுமே முயன்றேன். ஆன்மிக வாழ்க்கையின் பரவசம் பற்றியது புனைவு. வாழ்க்கையின் நிலையாமையில் தொடங்குவது ஆன்மிகம். இரண்டும் படைப்பாளியின் மனதை ஆள இயலாது என்பது பலகாலமாக நிலவும் ஒரு கருத்து. விதிவிலக்குகள் இருக்கலாம். ஆன்மிகம் நேர்-கோடுகளாலானது. இலக்கியம் முரண்களை உள்வாங்கி மனித வாழ்க்கையை வியப்பது. பதின்ம வயதில் நான் காலில் அடிபட்டு படுத்த படுக்கையாயிருந்தேன். என் சமவயது தலித் பெண் அடிக்கடி எங்கள் வீட்டுக்கு வருபவள். அவள் கண்களில் கண்ணீரைப் பார்த்தேன். அவளிடம் நான் ஒரு முறை கூடப் பேசியதில்லை. இன்று வரை அந்தக் கண்-ணீர் எனக்குப் புதிராகவே இருக்கிறது. மனித உறவுகள் பற்று, பாசம் இவை எனக்கு மிகவும் உவப்பானவை. இயந்திர வாழ்க்கை, வணிகரீதியான தற்காலிகத் தொடர்புகள் ஒருபக்கம், பற்றே இல்லாத ஆன்மிகம் மறுபக்கம். இடைப்பட்ட இலக்கியம் பேசுவதெல்லாம் மனித உறவுகள் மலரும் அபூர்வ தருணங்கள். அந்தப் பதிவுகள் எனக்கு மிகவும் பிரிய-மானவை. ஆன்மிகமா இலக்கியமா என்று கேட்டால் நான் கண்டிப்பாக இலக்கியவாதியாக நூறு ஜென்மம் எடுப்பேன். எனக்கு முக்தியே வேண்டாம்.

அச்சூடகத்தில் முழுவதும் நம்பிக்கை போகக்காரணமான அனுபவங்களைப்பகிர்ந்து கொள்ளுங்கள்.

எழுத்தாளன் மற்றும் எழுத்து கோயம்பேட்டில் விற்கப் பட்டால் கூட இன்னும் சகிக்கக் கூடியதாக இருக்கும். மும்-மூர்த்திகளே விழா செலவு ஆராவாரம் என்று கிளம்பி விட்டார்கள். சினிமாக்காரர்கள் வேடிக்கையின் நகைமுரணாக. விரிவாகச் சொல்ல விருப்பமில்லை. அது பலருக்கும் மன வருத்தத்தை ஏற்படுத்தும்.

சிற்றிதழ்களிலும் வணிகமனப்பான்மை உள்நோக்கங்களை ஆராயும் போக்குகள் மலிந்துள்ள நிலைபடைப்பாளிகள், விமர்சகர்களின் படைப்பூக்கத்தைப்பொதுவாக எவ்வாறு பாதிக்கிறது?

என்னை வளர்த்தவர்கள் சதங்கை வானமாமலை முதல் உயிர்மை மனுஷ்யபுத்திரன் வரை. இன்று மனுஷ்ய புத்திரன் இலக்கிய இதழை அரசியல் இதழாக ஏன் நடத்துகிறார்? இஸம், ஜாதி அடிப்படையில் சிறுபத்திரிகைகள் ஏன் திசை இழந்தன? சினிமாவுக்கு முக்கியத்துவம் தரும் வணிக மனப்பான்மை ஏன் தொற்றியது? நீளும் கேள்விகள். இலக்கில்-லாத ஊடகம் பலவேளைகளில் ஆபத்தானது. ஒற்றை இஸத்தைக் கொண்டாடும் ஊடகம் நீர்த்துப் போவது.

ஒருபிரதியை வாசித்ததும் ஏற்படும் தாக்கத்தின் அடிப்படையில் உடனே எழுத விரும்புவீர்களா?

கண்டிப்பாக. சில மணி நேரம் கூட என்னைப்பொறுத்தவரையில் தாமதமே. பலசமயங்களில் அது முடிவதில்லைதான். மீண்டும் வாசிப்பேன். வருத்தமில்லை. எனக்குப்பிடித்ததுதான் அதுவும்.

எழுதிய விமர்சனத்தைப்படைப்பாளிக்கு அனுப்புவதோ அவர் அறியவேண்டும் என்று நினைப்பதோ உண்டா?

இல்லை.

ஏன் இல்லை?

உள்நோக்கம் கற்பிப்பார்கள். எனக்கு அது பற்றிக் கூடக் கவலையில்லை. அதற்கு பதில் சொல்லும்போது மோசமாகக் காயப்படுத்தும் வல்லமை எனக்கு உண்டு. அதனால் தயங்குவேன்.

உங்கள் விமர்சனங்களால் நண்பர்களானவர்கள் உண்டா?

இருக்கிறார்கள். அவர்கள் சொல்வது நானே சொல்வதை விட பார்க்க இன்னும் அழகாக இருக்கும் இல்லையா?

விமர்சங்களால் விலகிய நட்புகள்?

இல்லை.

விமர்சனத்துறையில் உங்களுடைய எதிர்காலத்திட்டங்கள் என்ன?

என் நலனில் அக்கறை உள்ள ஒரு சக படைப்பாளி நீங்கள் வாசிப்பு, விமர்சனம் சார்ந்து இளைஞர்களை வழிநடத்தி உற்சாகப்படுத்தி அவர்கள் வளர்ச்சியுடன் நீங்களும் நிறையவே வளர முடியும் என்று ஊக்கப்படுத்தினார். அவர் மீது எனக்கும் மிகுந்த மதிப்பு உண்டு. அதற்காகவே அதைச் செயற்படுத்த எண்ணம் இருக்கிறது.

படைப்புக்கும் படைப்பாளிக்கும் இடையே நிலவிய இடைவெளி மிரட்டிய அனுபவமுண்டா?

பெண் கதாபாத்திரங்களைப்பற்றி எழுதும்போது அது ஓர் ஆணின் கண்ணோட்டதில் மட்டுமே எழுதப்படுவது எனும் வருத்தம் எனக்கு உண்டு. என் பெண் கதாபாத்திரங்கள் பற்றிப் பிறர்தான் சொல்ல வேண்டும்.. ஆனால் நான் யசோ-தராவை மைதிலி ஷரன் குப்த காட்டிய பரிதாபக் கண்ணோட்டதில் காட்டவில்லை. சித்தார்த்தன் இல்லாமல் குழந்-

தையை வளர்ப்பதில் அவர் வெற்றி காண்கிறார்.

ஒரு படைப்புக்கும் தனிமனிதரான அந்தப்படைப்பாளிக்கும்இடையில் நிலவும் இடைவெளி, முரண்சார்ந்த அனுபவம் ஏதுமுண்டா?

விக்கிரகம் என்னும் நாவல் தலித் மற்றும் பிராமணர் இரு பூசாரிகள் ஒரே கோயிலில் பூஜை செய்யும் சூழல் பற்றியது. அந்த நாவலுக்குள் உருவ வழிபாடு குறித்த எனது விமர்சனங்கள் எதுவுமே வரவில்லை. உருவ வழிபாடு சார்ந்த சமூகத்தை மட்டுமே நான் காட்டியிருக்கிறேன். இது ஒரு முரண். ஆனால் ஒரு படைப்பு முன் வைப்பவை ஒரு படைப்பாளியின் மொத்த ஆளுமையின் சாரம்சமாக இருக்க வேண்டிய அவசியமில்லை. ஒரு புனைகதை படைப்பாளிக்கு உள்ளே அவனுக்கு வெளியே உள்ள உலகத்தின் தாக்கத்தால் உருவாகிறது என்பதே காரணம்.

நீங்கள் விமர்சித்த வேறொரு படைப்பாளியின் இயல்புக்கும் அவரது படைப்பிற்கும் இடையில் நிலவும் இடைவெளி, முரண் சார்ந்த அனுபவம் ஏதுமுண்டா?

கண்டிப்பாக உண்டு. உதாரணமாக கவிஞர் மனுஷ்ய புத்திரன் நான் மிகவும் மதிக்கும் சமகாலத்தில் தீவிரமாக இயங்கும் ஒரு கவிஞர். மனித வாழ்க்கையின் நெருக்கடிகள், முரண்கள், எந்த ஒன்றின் மறுபக்கமும் இவை யாவுமான கவிதைகள் அவருடையவை. அதே படைப்பாளி அரசியல் சார்புடையவராக இயங்குவது எனக்கு மிகப் பெரிய முரணாகப் படும்.

பிரதிக்கு உள்ளேயும் பிரதிக்கு வெளியேயும் படைப்பாளியின் குரல் எந்தளவிற்கு ஒலிக்கவேண்டும் என்று ஒரு விமர்சகராக நீங்கள் நம்புகிறீர்கள்?

பிரதிக்கு வெளியே சமூகத்தளத்தில் ஒலிக்கத்தான் வேண்டும். பிரதிக்குள் அவர் காணாமற்போக வேண்டும்.

பத்தாண்டுகளுக்கு முன்னரே எழுதப்பட்ட தோல்பை என்ற உங்களுடைய சிறுகதை இன்றைக்கும் பொருந்தக்கூடியதாக இருக்கிறதா? உங்கள் வரையில் அந்தக்கதையின் சிறப்பு என்று எதைச்சொல்வீர்கள்?

அது நவீனத்துத்தின் நுட்பம், மௌனம், கூர்மை யாவும் உள்ளடங்கிய ஓர் உதாரணமானக் கதை. இன்றும் அது பொருந்தக் கூடியது. கலையை தொழில் நுட்பம் விழுங்குவது என்றும் கவனம் பெறும். பெற வேண்டும்.

இந்தக்கதையை எழுதிய போதும், பிறகு இந்தப்பத்தாண்டுகளிலும் அதனைச்சரியாக வாசித்து யாரேனும் உங்களிடம் தங்கள்க ருத்துகளைப்பகிர்ந்து கொண்டிருக்கிறார்களா?

சக எழுத்தாளர்கள் மிகவும் பாராட்டிய கதை அது. என் சிறுகதைத் தொகுதி அச்சிலேயே வரவில்லை. மின்னூலாக விரைவில் வரும். அப்போது கவனம் பெறலாம். கனவு இதழில் வெளிவந்தது அது.

இது போன்ற அரியபடைப்புகள், உங்களுடையது என்றில்லை, யாருடையதாக இருந்தாலும் உரிய கவனம் பெறாமல் போகும்போது எவ்வாறு உணர்வீர்கள்?

விமர்சகர்கள் இல்லை என்பதால் வரும் வெற்றிடம் அது. ஆனால் அசலான படைப்பு ஒரு நாள் இல்லாவிட்டாலும் மற்றொரு நாள் கண்டிப்பாக கவனம் பெறும்.

அதுபோன்று நீங்கள் கண்டு வியந்து எழுதிய, அல்லது எழுதாமல் விட்ட அரியபடைப்புகள் சிலவற்றைக்குறிப்பிடுங்கள்.

கோபி கிருஷ்ணன் கதைகள், கிருஷாங்கிணியின் கவிதைகள், ஞாநியின்தெரு நாடகங்கள் இவை உரிய கவனம் பெறவில்லை. அவர் பரிக்ஷாவில் தற்போது செய்து வரும் முயற்சிகளை நான் பார்த்து எழுதுவேன். அவர் தெரு நாடகங்கள் போடும்போது எனக்கு 20 வயது. இந்த 30 வருடத்திலும் அவர் முயற்சிகள் கவனம் பெறாதது வியப்பே.திலகபாமா விமர்சகராக கவனம் பெறவில்லை. நல்ல விமர்சனக் கட்டுரைகள் எழுதுபவர்.

சமகாலத்தில் கவிதை எழுதும் பெண் படைப்பாளிகளில் உங்களைக்கவர்ந்தவர் யார்? புதிதாக எழுதும் பெண்கவிஞர்களில் அதிக உங்களுக்கு நம்பிக்கை கொடுப்பவர் யார்?

குட்டி ரேவதி, உமா மகேஸ்வரி. அனார்.

கவிதை, சிறுகதை, நாவல், கட்டுரை, விமர்சனம் இவற்றில் உங்களுக்கு எழுதுவதில் ஆர்வமும் அதிகதிருப்தியும் எதில் வருகிறது?

நாவலில் வரும் பேரனுபவம் ஆகச் சிறந்தது. கவிதை என் கனவு காணும், கற்பனை செய்யும் உயிர்ப்பின் அடையாளமாகிறது. சிறுகதை என் கர்வத்தையும் என் புனைவுத் திறமையையும் பறைசாற்றுகிறது. விமர்சனம் இலக்கியத்தின் மீதுள்ள என் அர்ப்பணிப்பைக் காட்டுகிறது. எல்லாமே நிறைவு தருபவையே.

டெல்லியில் வாழ்ந்ததாகச் சொன்னீர்கள். அந்தக் காலகட்டத்தில் உங்களுடைய மொழி, கலை, இலக்கிய அனுபவங்கள் எவ்வாறிருந்தன?

பல மொழிபெயர்ப்புக்கள் மற்றும் தமிழ் நூல்களை வாசிக்க சாகித்ய அகாதமி நூலகம் பேருதவியாயிருந்தது. லலித்

கலா அகாதமி மூலம் நவீன ஓவியம் பற்றிய புரிதல் நிகழ்ந்தது. நாடகத்தின் சாத்தியங்களை சங்கீத் நாடக அகாதமியில் பார்த்து வியந்தேன். மண்டி ஹவுஸ் என்னும் இடம் எனக்குப் புனித ஸ்தலம்.

விமர்சனத்துக்கு விமர்சனம் எழுதுவது விமர்சனக்கலை வளர உதவுமா? யாரே அதைச்செய்கிறார்களா? நீங்கள் செய்ததுண்டா?

கநாசு, வெங்கட் சாமிநாதன் விமர்சனங்களே விமர்சனத்துக்கு ஆளானவை. அது கண்டிப்பாக விமர்சனம் மட்டுமல்ல இலக்கியம் பற்றிய மேம்பட்ட புரிதலுக்கும் வழி வகுக்கும். விமர்சனத்துக்கு விமர்சனம் எழுதுவதுநான் செய்ததில்லை என்றபோதிலும் அதனை விரும்புகிறேன்.

அவ்வாறு உங்களுடைய விமர்சனத்துக்கு எழுதப்பட்டஇன்னொருவிமர்சனத்தைவாசித்தஅனுபவம்உண்டா?

இல்லை.

ஒரு படைப்பாளியும் விமர்சகருமான நீங்கள் அண்மைக்காலங்களில் புதிதாக எழுதுவோரில் நம்பிக்கை அளிக்கக்கூடியவராக யாரையெல்லாம் சொல்வீர்கள்?

புதிதாக எழுதுவோரில் நம்பிக்கை அளிக்கக் கூடியவர்கள் நிறையபேர் இருக்கிறார்கள். இரா.பூபாலன் இன்னும் கூர்மையான கவிதைகள் தர வேண்டும். பெண் கவிஞர்களிடம் வாழ்க்கை மனித உறவுகள் மற்றும் சமூகம் பற்றிய பிரக்ஞை தென்படுகிறது.

பெண் கவிஞர்கள்: கு.உமாதேவி, க.அம்சப்ரியா, பூர்ணா, ஷாரா சித்தாரா, சசிகலா பாபு, ஊர்வசி (இலங்கை), சம்யுக்தா,ஈஸ்வரி (சீனா), பெருந்தேவி, ரெங்கநாயகி, அனார், சக்தி ஜோதி, தேன் மொழி தாஸ், சர்மிளா ஸய்யித்.

ஆண் புனைகதை எழுத்தாளர்களில் மாத்தளை சோமு, ஆர். அபிலாஷ், பொ.கருணாகரமூர்த்தி, போகன் சங்கர்.

கடந்த ஈராண்டுகளின் நான் விமர்சித்த படைப்பாளிகளின் பட்டியலில் இவர்கள் உண்டு. இதற்கு மேலும் படைப்பாளிகள் இருப்பார்கள். இது முழுப் பட்டியலே அல்ல. ஆண் படைப்பாளிகளில் புனைகதை எழுதுவோர் பெயர் மட்டுமே இருக்கிறது. கவிஞர்களில் புதியவர்கள் அனேகமாக என்னை பாதிக்கவில்லை.

பெண் படைப்பாளி மட்டுமே எழுதக்கூடியவை என்று சில உண்டு என்று நம்புகிறீர்களா?

இந்தக் கேள்வியை நீங்கள் கேட்பது சற்றே வியப்பாக இருக்கிறது. லலிதாம்பிகா அந்தர்ஜனத்தின் அக்னி சாட்சி, எமிலி டிக்கின்ஸனின் கவிதைகள் உடனடியாக நினைவுக்கு வரும் உதாரணங்கள். இவற்றை ஓர் ஆண் என்றைக்குமே எழுத முடியாது. நகல் எடுத்து எழுவதும் மிகக் கஷ்டம். பெண் புனைவு முறை என்பது தனிப்புனைவு முறை (genre) என நான் நம்புகிறேன். பெண்கள் வாழ்க்கையைப் பார்ப்பதும் மனித உறவைப் பார்ப்பதும் முற்றிலும் வேறான கண்ணோட்டத்தில், புரிதலில்.

முத்தமழை - உமாமகேஸ்வரி

மழை விசிறும் - கண்ணாடி முத்தங்கள்
உன்னுடையவை போன்றே, - பிரியங்கள் திரண்டு,
வெறிச்செம்மை ஜொலிக்க, - ஆவேசமாய்நெருங்கி
அணுகித்தெறித்ததும் - திசையற்றுச்சிதறி உடைகின்றன,
திக்கற்றகனவாக.

பாறைஇயல் - அனார்

சூழ்ச்சிகளால் மறைக்கப்பட்ட பாதைகளில்
உறுதியான உரோமங்கள் மூடிய
பாறைகள் நகர்கின்றன

என்னுள் பாறைகள் வளர்ந்து கொண்டிருப்பது
உனக்குத் தெரியாது
(உனக்குத்தெரியாத இன்னொன்று, என்னை
எப்படிக் காதலிப்பதென்பது)

மரணத்தின் உச்ச இலக்குகளில்

அசைகின்ற பாறையின்
சமிக்ஞை அதன் நோட்டம்

... காத்திருப்பு
மிகவும் பொறுமைகளிலிருந்து
பின் வெடிக்கின்ற எரிமலைமூச்சு,
தணல் குழம்புகள் ...
மௌனத்தின் உள்ளே இருக்கிறது !

எதனால் கற்கள் விளைகின்றன
பின் முற்றிப்பாறைகளாகி
மலைகளாக ஊதுகின்றன

மலைகளுக்கிடையே பயத்துடன்
பதுங்கிக்கொள்கிறேன்
கலைந்து கிடக்கின்ற மேகங்களுடன்
மலைகளையும் மேய்த்துச்செல்கிறேன்
அவற்றின் பசிதணிவதற்காக
அந்திமாலைகளை இழுத்துவருகிறேன்
கனவு பனித்திரள்களாக
கவிந்த வெண்மலைகள் கவர்ச்சியானவை

இறுகிய திரைக்குள்
திறந்து விரியும் கதவுகள்தாண்டி
எதிரொலிக்கும் சிரிப்பின்
விசும்பலின் கருகல்நெடி
கசப்பின் தீரா இருளில் படர்கிறது

கடல்களை விலக்கிக்கொண்டு
முள்முனையாய் உயர்ந்த பாறையில்
குத்தி கிழிபட்ட பழுத்த நிலாப்பாறை
நீல விசம் கொட்டுகிறது
என்குரல் உன் உலகிலிருந்து விடைபெற்றுவிட்டது
அதன் நிரந்தரமான கேள்விகளோடு

இந்தக் கவிதைகளை ஓர் ஆண் எழுத்தில் வாசிக்க நமக்கு என்றுமே கிடைக்காது. பெண் எழுத்து என்பது தனி எழுத்து வகை. உங்கள் ‘ஈரம்’ சிறுகதை மற்றோர் உதாரணம். ஒவ்வொரு பெண் படைப்பாளி எழுதுவதை நிறுத்தும் போதும் இழப்பு என்னவோ இலக்கியத்துக்குதான். அவர்களுக்கல்ல. பெண் எழுத்தாளர்களை நான் விமர்சிக்கும் போதெல்லாம் Emily Dickinsonனின் கீழ்க் கவிதையைக் கவனத்தில் கொள்கிறேன்.

I HAVE not told my garden yet,
Lest that should conquer me;
I have not quite the strength now
To break it to the bee.

I will not name it in the street,
For shops would stare, that I,
So shy, so very ignorant,

Should have the face to die.

The hillsides must not know it,
Where I have rambled so,
Nor tell the loving forests
The day that I shall go,

Nor lisp it at the table,
Nor heedless by the way
Hint that within the riddle
One will walk to-day!

கவிஞராக அறிய விரும்புவீர்களா? அல்லது ஒரு விமர்சகராக அறிய விரும்புவீர்களா?
நான் அடிப்படையில் கவிஞன்தான். அவ்வாறே காணப்பட்டால் மகிழ்ச்சியே.
உங்களுடைய சிறந்த கவிதை என்று நீங்க நினைப்பவற்றிலிருந்து சிலவற்றைப்பகிர்ந்துகொள்ளுங்கள்.

கல்லடி

அதிக நேரமொன்றும்
வித்தியாசமில்லை
வாய்க்காலிலிருந்து தவளை
வரப்பில் குதித்தது
மீண்டும் வாய்க்காலில்

பச்சோந்தி
மரமத்தியிலிருந்து
புல்லுக்குத் தாவி
பச்சையானது

அதிரும் காலடிச் சத்தம்
கேட்டதும்
ஆமை
ஓட்டுக்கு உள்ளே
ஒளிந்தது
வேட்டுச் சத்தம்
கேட்டதும்
யானைகள்
ஓடி
இடம் பெயர்ந்தன

கிரகணத்தில்
சூரியன்
மறைந்ததும் பறவைகள்
மரங்களுள்
தஞ்சமடைந்தன

இதில்
எதையுமே

பார்த்ததில்லை போலும்
அவன்
மூர்க்கத்துடன்
எறிந்தான்
என் மீது
முதல் கல்லை

பிறகென்ன?
நான் ரணமாகி
வீழ்ந்த பின்னும்
நிற்கவில்லை
கல்வீச்சு
(1.11.2015 திண்ணை இதழில் வெளியானது)

நிர்வகிக்கப்பட்ட கர்வம்

பழுது பார்ப்பவரது
வருமானம் நிறம்
வேறுபடலாம்
ஆனால் பழுதுகளுக்காக
யாரையேனும் கட்டாயக்
கூட்டாளியாக்க வேண்டியிருக்கிறது
அடிக்கடி

சாதனங்கள் தானியங்குவதும்
என் கர்வமும்
சார்புடையவை

கர்வ பங்கம் நேரும் போது
பழுது பார்ப்பவர்
மையமாகிறார்

என் தேவைகளை முடிவு
செய்யும் நிறுவனங்கள்
என்னையும் அவரையும்
சேர்த்தே
நிர்வகிக்கிறார்கள்
அவ்வழியாய்
என் கர்வங்களையும்

சுதந்திரமான கர்வம்
சாதனங்களுக்கு
அப்பாலிருக்கிறது
தனித்திருக்கிறது
அசலாயிருக்கிறது

கையால் கடற்கரை

மணலைத் தோண்டி
ஊறும் சுவை நீரை
சிறு விலைக்கு
மெரினாவில் விற்றவளிடம்
வெகுநாள் முன்பு
அதைக்
கண்டிருக்கிறேன்
(திண்ணை இணைய தளத்தில் 18.10.2015 இதழில் வெளியானது)

விமர்சனம் செய்யும் ஆர்வம் உங்களுக்கு எவ்வாறு எழுந்தது?
இலக்கியக் கட்டுரைகள் வாசிப்பதில் எனக்கு எப்போதுமே ஆர்வம் இருந்து வந்திருக்கிறது. வெங்கட் சாமிநாதன், அ. மார்க்ஸ், தமிழவன், அசோகமித்திரன் இவர்களின் இலக்கிய, விமர்சனக் கட்டுரைகள் என்னை ஈர்த்தன. அசோக-மித்திரன் கட்டுரைகள் மூலமாகவே 'தலைமுறைகள்' நாவலை வந்தடைந்தேன்.
தமிழில் கலை, இலக்கிய விமர்சனம் செய்வோரில் உங்களுக்கு நம்பிக்கையளிப்பவர் யார் யார்?
பஞ்சாங்கம், அ.மார்க்ஸ், தமிழவன், வாஸந்தி. இவர்கள் அனைவருமே என்னை வீட மூத்த படைப்பாளிகள். சமகா-லத்தில் ஆசிரியர் குழு பரிந்துரைப்பவற்றை விமர்சிப்பவர் உண்டு. தன் முனைப்பில் இயங்குபவர் யாரும் தென்பட-வில்லை. நான் கவனிக்கவில்லை என்றால் கவனப்படுத்துங்கள்.

உங்கள் வாசிப்புப் பின்னணி குறித்துச்சொல்லுங்கள்.
என் வாசிப்பின் பெரும் பகுதி சென்னையில் இருந்து டெல்லி பயணிக்கும் போது ரயிலிலும், அங்கே சாகித்ய அகாதமி நூலகத்திலும் நிகழ்ந்தன. ரயில்பயணத்தில் வாசித்து என் கண் பார்வை பெரிதும் பாதிக்கப்பட்டது.
நான் படித்தவற்றுள் சட்டென்று நினைவுக்கு வரும்பட்டியலாக டால்ஸ்டாயின் போரும் அமைதியும், காப்காவின் The transformation, ஹாரியட் பீச்சர்ஸ் டோவ்வின் Uncle Tom's Cabin, பிரான்ஸின் சேலோர்மியின் குறுகிய-வழி, ராபர்ட்எம்.பிர்சிக்கின் Zen and the Art of Motor cycle Maintenance, முன்ஷிபிரேம்சந்த்தின் கபன், மஹாஸ்வேதாதேவியின் திரௌபதி, கசப்புமண், தஸ்லிமா நஸரீனின்- லஜ்ஜா, யூ.ஆர். அனந்தமூர்த்தியின் சம்ஸ்காரா, லலிதாம்பிகா அந்தர்ஜனத்தின் அக்னிசாட்சி, எம்டிவாசுதேவன்நாயரின் நல்லுகெட்டு, பூமணியின் வெக்கை, இமை-யத்தின் கோவேறு கழுதைகள், கண்மணி குணசேகரனின் அஞ்சலை, ஜி.நாகராஜனின் குறத்தி முடுக்கு, தஞ்சைபிர-காஷின் கரமுண்டார்வூடு, எம்.வி.வெங்கட்ராமின் காதுகள், சு.வேணுகோபாலின் நுண்வெளிக்கிரணங்கள், சா.கந்தசா-மியின் சாயாவனம், சுப்ரபாரதிமணியனின் சாயத்திரை, அகிலனின் எங்கேபோகிறோம்?, ஜெயகாந்தனின் யாருக்காக அழுதான்?,

ஒரு மனிதன் ஒரு வீடு ஒரு உலகம், அசோகமித்திரனின் கரைந்தநிழல்கள், மானசரோவர். நீலபத்மநாபனின் தலை-முறைகள், ராஜாஜியின் திக்கற்றபார்வதி, ஜெயமோகனின் ரப்பர், காடு,அறம், எஸ்.ராமகிருஷ்ணனின் நெடுங்குருதி, புதுமைப்பித்தனின் சிறுகதைகளில் சாபவிமோசனம், கயிற்றரவு, ஆதவனின் காகிதமலர்கள், இரவுக்கு முன் வருவது மாலை, மௌனி சிறுகதைகளில் 'சாவில் பிறந்த சிருஷ்டி', சுந்தரராமசாமியின் ஜேஜே- சில குறிப்புகள், சுஜாதாவின் இயந்திர மனிதன் மற்றும் மீண்டும் ஜினோ, ஸ்ரீவேணுகோபாலனின் திருவரங்கன் உலா, மதுரவிஜயம், கி. ராஜநாரா-யணனின் கரிசல் காட்டுக்கடுதாசி, கோபல்லபுரகிராமம், கோபல்லபுரமக்கள், ஹிந்தியில்கபீர், மஹாதேவிவர்மா, தமி-ழில்பாரதியார், ந.பிச்சமூர்த்தி, பிரமிள், ஆத்மாநாம், யுவன், மனுஷ்யபுத்திரன், குட்டிரேவதி, உமாமகேஸ்வரி, சல்மா, தேவதேவன், சங்கரராமசுப்ரமணியன். ஆங்கிலத்தில்கீட்ஸ், எலியட், எமிலிடிக்கின்ஸன், டென்னிஸன்.
கட்டுரைகளில் வெங்கட்சுவாமிநாதன், தமிழவன், அ.மார்க்ஸ், ஜெயகாந்தன், அசோகமித்திரன், இரா.வெங்கடாசலபதி, ஞாநி, பிரேம்-ரமேஷ், கௌதம சித்தார்த்தன், சின்னக்கருப்பன், யமுனா ராஜேந்திரன், பஞ்சாங்கம்.
உடனடியாக நினைவுக்கு வந்தவை இவை. விடுபட்டவை நூல்கள் நிறையவே இருக்கும்.குறிப்பாக லத்தீன் அமெரிக்க எழுத்துக்களில் நான் வாசித்தவற்றை உடனடியாக என்னால் வரிசைப்படுத்த முடியவில்லை.

3

22. வா.மு.கோமு

வா.மு. கோமு என்கிற பெயரில் எழுதிவரும் வா.மு. கோமகன், ஈரோடு மாவட்டம், விஜயமங்கலத்திற்கு அருகி-லிருக்கும் வாய்ப்பாடி என்னும் சின்னஞ்சிறு கிராமத்தைச் சேர்ந்தவர். கடந்த பதினைந்து ஆண்டுகளாகப் பல்வேறு சிற்றிதழ்களில் இருநூறுக்கும் மேற்பட்ட சிறுகதைகளை எழுதியிருக்கும் இவர், மண்ணின் மக்கள் பேசும் மொழியுடன் நவீன மொழியைக் கலந்து, தனக்கேயுரிய பகடி மூலம் படைப்பின் உன்னதத்தைக் கண்டடைகிறார். கோமு நவீ-னக் கவிதைகளிலும் ஈடுபாடு கொண்டு எழுதினாலும், சிக்கனமான வடிவத்தில் எழுதும் சிறுகதைகளில் இவர் பேசும் விளிம்புநிலை மக்களின் அந்தரங்க யதார்த்தம் ஜி. நாகராஜனை நினைவூட்டக் கூடியது.

எனினும் தனக்கேயுரிய இலக்கியச் செயல்பாட் டில் பிடிவாதமாக இருக்கும் இந்த இளம் படைப்பாளி, தொண்ணூ-றுகளின் ஆரம்பத்தில் "நடுகல்‘ என்ற சிற்றிதழை யும், பின்னர் "இறக்கை’ என்ற சிற்றிதழையும் நடத்தியவர். "அழு-வாச்சி வருதுங் சாமி‘, "மண்பூதம்’, "அருக்காணிக்கு சொந்த ஊர் விஜயமங்கலம்‘, "தவளைகள் குதிக்கும் வயிறு’ ஆகிய நான்கு சிறுகதைத் தொகுதிகள் வெளிவந்து கவனத்தைப் பெற்றிருக்கின்றன. தற்போது "உயிர்மை‘ வெளியீடாக வெளிவந்திருக்கும் இவரது முதல் நாவலான "கள்ளி’ பரவலான கவனத்தையும் சர்ச்சையையும் உருவாக்கியிருக்கிறது. தற்போது "கூப்பிடுவது எமனாகவும் இருக்கலாம்‘ என்ற நாவலை எழுதி வரும் அவரை "இனிய உதயம்’ இதழுக்காகச் சந்தித்ததிலிருந்து...

உங்கள் கதைகளை வாசிக்கிறபோது இசங்களின் பால் ஈர்ப்பு கொண்டு பல கதைகளை எழுதியிருக் கிறீர்கள் என்பதை அறிய முடிகிறது. ஆனால் கூடிய விரைவிலேயே இசங்களை முற்றாக நிராகரித்து விட்டு நீங்கள் எழுதியிருக்கும் கதைகள், உத்திகளால் சிதைந்து விடாத படைப்புகளாக வெளிப்பட்டிருக்கின்றன. உண்மையில் இசங்களும் உத்திகளும் படைப்பிலக் கியத்திற்கு வலு சேர்க்கக் கூடியதா? அல்லது படைப்பை பலவீனப்படுத்தக் கூடியதா? உங்கள் எழுத்தனு-பவம் வழியாக இதற்கான பதிலைச் சொல்லுங்கள்.

""தொண்ணூறுகளில்தான் இசங்கள் பரவலாகப் பேசப்பட்டது. ஆனால் அதுபற்றியான தெளிவு என்னிடம் இல்லை. ஆரம்பம் கொண்டே கட்டுரைகளை நான் வாசிப்பதில்லை. கட்டுரைகள் படிப்பது என்பது எனக்கு ஒவ்வாமையாகி விடுகிறது. எனது தந்தையாரின் சேகரிப்பில் இருந்த "சர்ரியலிசம் ஒரு அறிமுகம்‘, "எக்ஸிஸ்டென்சியலிசம் ஒரு அறி-முகம்’ ஆகிய கனமான தொகுதிகள் இன்னும் என்னிடம் உள்ளன.

இன்றுவரை பத்து பக்கங்களுக்கு மேல் படித்ததில்லை. தமிழில் மொழிபெயர்ப்பில் வந்த போர்ஹே, மார்குவஸ் சிறுகதைகளைச் சற்று ஆழமாக வாசித்த அனுபவத்தில், நாமும் எழுதிப் பார்க்கலாமே என்ற ஆர்வத்தில் சோதனை முயற்சியாக எழுதி வெற்றியடைந்த படைப்பு களாக அவை மாறிவிட்டன. அதற்குக் காரணம் நமது மண்ணில் எனக்குத் தெரிந்த மனிதர்களையும் நிலத்தையும் வைத்து மாஜிக்கல் ரியலிசத்தைக் கரைத்துக் குடித்துவிட்டவன்போல எழுதிக்காட்டி... குறிப்பிட்ட வாசகர்களிடம் பாராட்டுகளையும் பெற்றுவிட்டேன். மிகச் சிரமப்பட்டு எழுதும் கதைகள் பரவலான கவனத்தைப் பெறுவதில்லை என்பதை மிகத் தாமதமாக உணர்ந்தேன். இருந்தும் இன்றும் அந்த ஆசை விடுவதில்லை. பத்து கதைகளுக்கு ஒரு கதையை எனக்கே புரியாமல் எழுதிக் கொண்டிருக்கிறேன். தீவிர வாசகர்கள் எதையோ ஒன்றைக் கண்டுபிடித்து அதைத்தானே சொல்றீங்க என்று விளக்கினால் ஆமாம் என்று கூறிவிடுவேன்.

இசங்கள், உத்திகள் ஆகியவற்றைப் பெருமைக்கு வேண்டுமானால் சிறுகதைகளில் பயன்படுத்தலாம். பெருமைக்கு காக்கா இசி சாப்பிடப் போய், றெக்கையெல்லாம் இசி அப்பிக் கொண்டு வந்ததுபோல் ஆகிவிடாமல் சாமர்த்தியம் செய்வதன் அவசியம் இருக்கிறது! நவீன முயற்சியில் வெற்றி- தோல்வி பற்றிப் பிரச்சினை இல்லை. எப்படியாகினும் தமிழுக்கு லாபம்தான். புரியாத மொழியில் எழுதி மக்களிடமிருந்து ரொம்ப தூரம் விலகி வந்துவிட்டேனோ என்று போர்ஹே கவலைப்பட்டாராம். எனக்கு அந்தக் கவலை இல்லை.''

தமிழ் இலக்கியப் பரப்பில் வட்டார இலக்கியம் என்பதாகப் பிரித்து வகைப்படுத்துவதில் உங்களுக்கு உடன்பாடு உண்டா? கொங்கு வட்டார வாழ்வியலை இலக்கிய வழியில் பதிவு செய்த படைப்பாளிகளின் வரிசையில் உங்களுக்கான இடம் எதுவென்று நினைக்கிறீர்கள்?

""வட்டார இலக்கியம் என்று வகைப்படுத்துவதில் எனக்கு உடன் பாடு இல்லை. வட்டார இலக்கியம் என்று நகரத்தில் அமர்ந்துகொண்டு வட்டார மொழியைத் தங்களது படைப்புகளில் சிலர் உருவாக்குகிறார்கள். பேச்சு மொழியையும் உருவாக்கு கிறார்கள். இன்றுவரை நான் கிராமத்தில்தான் இருக்கிறேன். கிராம மக்களோடுதான் உறவாடுகிறேன். அது என் சில கதைகளில் இயல்பாகவே வந்துவிடும். இது எனது வட்டார பழக்க- வழக்கங்களை எனது கதைகள் வழியாக அறிந்துகொள்ளும் வாய்ப்பாகத் தெரிந்து கொள்கிறார்கள். நான் இங்குள்ள கோவில் விஷேசங்கள், இழவு காரியங்கள், திருமணச் சடங்குகள் என்று எழுதுகையில், கொங்கு வட்டார நிகழ்வுகளைத்தான் பதிவு செய்கிறேன் என்கிற எண்ணத்திலெல்லாம் எழுதுவதேயில்லை.

எனக்கு முன்பாக ஆர். சண்முகசுந்தரம் தனது நாவல்களில் இவற்றைப் பதிவு செய்தார். சாதிப் படிநிலையில் உயர்ந்த சாதிகளான கவுண்டர், முதலியார் இனமக்கள் கொங்கு மண்ணில் எப்படி வாழ்ந்தார்கள் என்பதை மட்டுமே நாவல்களில் பதிவாக்கினார். நான் தினமும் உறவாடுவது விளிம்புநிலை மக்களிடம் மட்டுமே. என் எழுத்துகள் விளிம்புநிலை மக்களை மட்டுமே பேசுவது இயல்பான விஷயமாகி விட்டது. இந்த மக்களைப் பற்றி என்னைத் தவிர யாரும் இங்கு பேசவில்லை.

கொங்கு மண் விரிந்து படர்ந்திருக்கிறது. கோவையில் ஒரு மாதிரியாகவும் ஈரோட்டில் ஒரு மாதிரியாகவும் நாமக்கல்லில் ஒரு மாதிரியாகவும் பேசுவார்கள். ஏரியாவிற்கு ஏரியா பேச்சு வழக்கு மாறுபடுகிறது. சேலம் மாவட்டத்தில் ஏர்வாடி என்கிற கிராமத்தைச் சேர்ந்த மு. ஹரிகிருஷ்ணன் கிராம மக்களின் பேச்சுமொழியை அப்படியே சுவீகரித்து எழுத்தில் வார்த்துவிடுவார். கொங்கு மண்ணைப் பதிவு செய்பவர்களில் என். ஸ்ரீராமும், க.சீ. சிவகுமாரும் முக்கியமான வர்கள். இவர்கள் நாவல் எழுத வருகையில் இதுவரை பதிவாகாத விஷயங்கள் வெளிப்படலாம். எனது "கள்ளி' நாவல் வட்டார நாவல் என்கிற வட்டத்துக்குள் சிக்கிவிட்டது. வட்டாரம் என்கிற கிணற்றினுள் இனியும் நீந்த எனக்கு விருப்பமில்லை.''

வட்டார பேச்சுமொழியின் சாரத்தை மட்டும் எடுத்துக் கொண்டு கட்டமைப்பிற்குள் சிக்காத எளிய சொல் அடுக்குகளால் பின்னப்படும் உங்களது நவீன மொழி என்பது, விளிம்புநிலை வாழ்வியலைப் பேசுவதற்கென்றே உருக்கொண்டதுபோல் தோற்றம் கொள்கிறது. இந்த மதிப்பீடு சரிதானா?

""கடந்த மூன்று வருடங்களாக நான் எழுதியவை அனைத்துமே விளிம்புநிலை வாழ்வியல் கதைகளே! வட்டார மொழி என்பது ஒரு உபகரணம் மட்டுமே. அது நம்பகத் தன்மையைக் கதைக்குள் உயர்த்துகிறது.

வட்டாரப் பேச்சுமொழி என்பது குறிப்பிட்ட நிலப்பகுதியில் வாழ்கின்ற மக்கள் பேசுகின்ற மொழியை மட்டுமே பிரதானமாகக் கொண்டு வகைப்படுத்தப்படுகிறது. இதை மட்டுமே வைத்து தீர்மானிக்க முடியாது. இலக்கியம் தீர்மானிப்பது பேச்சுமொழி, உரையாடல் மட்டுமே அல்ல.

இன்னமும் சொல்வதற்கு எனக்கு ஏராளமான விஷயங்கள் உள்ளன. இதைத்தான் மதுரை நண்பர் கூறுவார்- சாதாரண கதைகளை சாதாரண மனிதர்களைப் பற்றி மட்டுமே எழுதி, அதெப்படி அற்புதமாய் வார்த்தெடுக்க முடிகிறது என்று. அதுதான் சாமர்த்தியம். எத்தனையோ பண்ணிட்டோம். இதைப் பண்ண மாட்டோமா?

வட்டாரப் பேச்சுமொழியை என் கதைகளில் வலிந்து நான் திணிப்பதில்லை. அதுவாக வரும்போது மட்டும் பயன்படுத்துகிறேன். "உயிர் எழுத்து' வெளியீடாக வந்த "தவளைகள் குதிக்கும் வயிறு' சிறுகதைத் தொகுதியில், ஒரு ஐந்தாறு சிறுகதைகள் நீங்கள் குறிப்பிட்டது போல் அழகான வடிவத்தில் கச்சிதமாகப் பொருந்தி என்னையே ஆச்சரியத்தில் ஆழ்த்தியது. "போதை ஏறிப்போச்சு', "அவிங்கவிங்களுக்கு அவிங்கவிங்க தும்பம்', "இந்த தடத்தில் உள்ள அனைத்து இணைப்பு களும் உபயோகத்தில் உள்ளன' போன்றவை அவை.''

கிராமிய வாழ்வைக் களமாகக் கொண்ட உங்கள் கதைகளை மொத்தமாகப் படிக்கிறபோது, ஒரு நாவலைப் படித்த அனுபவம் ஏற்படுகிறது. எனினும் உங்களது "கள்ளி' நாவல் என்று வருகிறபோது கிராமிய அந்தரங்க வாழ்வின் முகத்தை அதிர்ச்சிகரமாக முன் வைக்கிறது. நவீன தமிழ் நாவல் என்பதில் புனைவு முக்கிய செயல் முறையாக மையம் கொள்ளும் காலகட்டத்தில், புனைவை உதறிவிட்டு அந்தரங்க யதார்த்தம் பேசும் எழுத்து என்பது எந்த வகையில் அடங்குகிறது?

""பாலுறவு தொடர்பான உறுப்புகள் பற்றியெல்லாம் சாதாரண மாகப் பேசுவதையே பாவமாகவும் ஒழுங்கீனமாகவும் கட்டமைத்துள்ள நீதி நியதிகள் நிலவுகின்ற சமூகத்தில், நான் வைக்கின்ற பாத்திரங்களின் உறவுகள் அதிர்ச்சிகரமான-

தாகத்தான் இருக்கும். அந்தரங்க யதார்த்தம் பேசும் எழுத்து புனைவோடு சம்பந்தப் பட்டதுதான். நான் காட்டிய மனிதர்கள் வாழ்ந்துகொண்டுதான் இருக்கிறார்கள். புனைவை உதறிவிட்டு அந்தரங்கம் பேசும் எழுத்து இல்லை. "கள்ளி' நாவலின் முதன்மையான நோக்கமே ஒழுங்கமைக்கப் பட்டுள்ள நீதி, நியதிகளை உடைத்து நொறுக்குவதுதான்.

ஒவ்வொரு எழுத்தாளனின் முதல் நாவலும் அவனது சொந்த விஷயங்களையே பேசும் என்று குறிப்பிடுகிறார்கள். ஏற்கெனவே எனது சொந்த விஷயங்கள் பல சிறுகதைகளாக எழுதப்பட்டுவிட்டன. நாவல் என்கிற களம் எனக்கு அறிமுகமில்லாதது. எனது தஞ்சை நண்பன் நட்சத்ரன்தான், "எது வருகிறதோ அதை மட்டும் செய்' என்றான். "சிறுகதை உனக்குப் பிடிபட்ட பிற்பாடு ஏன் அப்படி ஒரு முயற்சி? இருந்தும் கவனமய்யா கவனம்' என்று எச்சரிக்கை பெல் அடித்தான். தலித்தியம் பேசப்பட்டுக் கொண்டிருக்கும் நேரத்தில் அதையும் பேசியாக வேண்டும் என்ற திட்டம் மனதில் இருந்தது.

எனக்கும் முந்தைய படைப்புகளை ஒரு படியேனும் தாண்டிய எழுத்தைத்தான் தமிழுக்குத் தரவேண்டும். பத்து வருடத்திற்கும் முன்பாக இம்மாதிரியான விஷயங்களை அச்சேற்றுவது என்பது சிரமமான காரியம். பாலியலில் எனக்கு நேர்ந்த அனுபவங்களையும் நண்பர்களின் அனுபவங்களையும் சொல்ல வேண்டிய அவசியம் வந்தது. பாலியலைப் பேச வேண்டுமென்ற காலகட்டத்தில்தான் நாம் இருக்கிறோம்.

பெயர் கெட்டுவிடும் என்ற எண்ணத்தில் எழுத்தாளர்கள் எழுதத் துணிவதில்லை. அவர்களுக்குப் பாலியலில் சொல்ல வேண்டிய விஷயங்கள் பல இருக்கலாம். தனக்கென்று உள்ள பெயரைக் காப்பாற்றிக் கொள்ள வேண்டிய அவசியம் இல்லாதவர்கள் அதைத் தொடரலாம். இதற்கும் பாலியல் பயிற்சி வேண்டும். அவன் எழுதுறான்; பார், நானும் எழுதுறேன் என்று பயிற்சியின்றி எழுதினால் போர்னோ வாகிவிடும். அதாவது நாய்மேல் ஏறி இசி மேல் விழுந்ததுபோல! நாய் மேல் ஏறுவானேன்; இசிமேல் விழுவானேன்?

எனது எழுத்தில் பகடி, கிண்டல் அதிகம் என்று படிப்போர் அனைவருமே கூறுகிறார்கள். அதுவும் திட்டமிட்டு அமைவதல்ல; என் இயல்பே அப்படி என்கிறபோது அதுவே எழுத்திலும் பதிவாகி விடுகிறது! வாசகர்கள் எனது நாவலோ, சிறுகதையோ பாலியலைப் பேசுகிறது என்று குறிப்பிட்டாலும், உள்ளூரத் தென்படும் வேதனை களையும் குறிப்பிடுகிறார்கள். பகடிகளுக்கும் கிண்டல்களுக்கும் பின்னால் வேதனைகளை மறைத்து வைத்தே எழுதுகிறேன். உதாரண மாக, இரண்டு வருடங்களுக்கு முன்பாக எனது ஊரின் தொலை விலுள்ள பள்ளி ஒன்றின் ஆசிரியர், தனது மாணவியிடம் பாலியல் நடத்தையில் இறங்கி இப்போது கடுங்காவலில் இருக்கிறார். அப்போது அது வெறும் பேப்பர் செய்தி. அது மறைந்து விட்டது. அப்படி ஒரு சம்பவம் நடந்ததை யாரும் நினைவில் வைத்திருக்கவில்லை. அதை இப்போது சிறுகதையில் பதிவு செய்திருக்கிறேன். இப்படி எனக்குத் தென்படும் விஷயங்களை மட்டும் நான் எனது மொழியில் பேசுகிறேன்.''

மனித வாழ்வின் அந்தரங்கத்தைப் படைப்பிலக்கியம் ஆக்குவதில் இருக்கக்கூடிய ஆபத்துகள் என்ன? அந்தரங்க இலக்கியம் எப்போது போர்னோவாகி விடுகிறது?

""ஆபத்துகளே இல்லை. அந்தரங்கம் என்பது பொது புத்தியில் பாலுறவாக மட்டும் குறிப்பிடப்படுகிறது. அந்தரங்கம் என்பது பாலுறவு மட்டுமே அல்ல. இருந்தபோதிலும் இலக்கியத்தில் பாலுறவை சித்திரிப்ப தென்பது, உணர்வுகளுக்கு அப்பாற்பட்டு உறுப்புகளை மட்டுமே குறிப்பிடுகிறபோது அது போர்னோவாகிவிடுகிறது. பாலுறவை உணர்வுப்பூர்வமாக-இயல்பாகச் சித்திரிக்கும்போது இலக்கியமாகி விடுகிறது.''

உங்களுக்குப் படைப்பூக்கமாக அமைந்த எழுத்துகளில் ஜி. நாகராஜன், கு.ப.ரா., தஞ்சை ப்ரகாஷ், சாருநிவேதிதா ஆகியோரின் எழுத்துகளுக்கு எத்தகைய பங்கு உண்டு? இவர்களின் தொடர்ச்சியாக உங்களைச் சொல்லலாமா?

""நான் எழுதத் துவங்கி நான்கைந்து வருடங்கள் கழித்துதான் ஜி. நாகராஜனையும் சாருநிவேதிதாவையும் படித்தேன். நான் எழுதத் துவங்கிய சமயத்தில் மந்திரவாதி மாண்ட்ரெக், பாலகுமாரன், சுஜாதா, இந்துநேசன், சரோஜாதேவி என்று கலந்துகட்டிப் படித்துக் கொண்டி ருந்தேன். ஜி. நாகராஜனை உணர்ந்து படிக்க மேலும் இரண்டு வருடங் கள் ஆகிவிட்டன. பின்னர்தான் கு.ப.ரா. இவரது எழுத்துக்களைப் படித் திருக்கிறேன் என்றாலும், என்னுள் எந்த பாதிப்பையும் நிகழ்த்தவில்லை. தஞ்சை ப்ரகாஷ் தொண்ணூறுகளில் கடிதத் தொடர்பு கொண்டிருந்தார்.

அந்தச் சமயத்தில் அவரது சிறுகதைகள் ஆங்காங்கு வாசித்த தோடு சரி. ப்ரகாஷிடம் எனது "நடுகல்' பிரதியைக் கொண்டு சென்றவர் சுகன். வாங்கி வாசித்தவர்... "அருவருப்பை சிறுகதையாக்கி இருக்கிறான். இதை வரவேற்க வேண்டும். அருவருப்பும் ஒரு சுவை என்பதை நம்ம எழுத்தாளனுக ஒத்துக்க மாட்டானுக. எத்தனுக மூக்கப் பொத்திக்கிட்டு அந்தப் பக்கமே போக மாட்டாதவனுகளாட்ட நடிப்பானுக' "என்று சுகனிடம் கூறியவர், பின்பு என் எழுத்தை உற்சாகப்படுத்திக் கடிதங்கள் எழுதியிருக்கிறார்.

ப்ரகாஷின் நாவல்கள் மூன்றையும் மூன்று வருடங்களுக்கு முன்னர்தான் படித்தேன். அவரது "மீனின் சிறகுகள்' தமி-

ழில் சிறப்பான நாவல். எனது நண்பர்களுக்கு முதலில் பரிந்துரை செய்யும் நாவல் அதுதான். சாருநிவேதிதாவின் "பேன்ஸி பனியன்' நாவலின் முன்னுரை, இலக்கியம் எப்படி இருக்கணும்? அழகாக- அப்படின்னு இலக்கணமா சொல்லப்பட்டது! உள்ளார நாவல் முன்னுரைல சொன்ன மாதிரி எதுவுமில்ல... முயற்சிதான் தெரிஞ்சுது. மறுவாசிப்பு செஞ்சா பத்து பக்கத்துக்கும் மேல போக முடியல. இப்ப "பேன்ஸி பனியன்' போகி பண்டிகையைக் கொண்டாடப் பயன்படும்.

இவங்களுக்குப் பின்னால நான் எழுத வந்ததால தொடர்ச்சின்னு சொல்லலாம். ஆனா அவுங்களோட களமும் எழுத்-தும் வேறு வேறு; என்னுடையது வேறு.

வருங்காலத் தமிழ் இலக்கியத்தை முன்னெடுத்துச் செல்லும் படைப்பாளியா நாம் இருக்கோணும். ஈழத்தமிழர்கள்தான், புலம் பெயர்ந்த படைப்பாளிகள்தான் அதைச் செய்வார்கள் என்றால், நாம் ஒன்றுக்கும் உதவாத படைப்பாளிகள் ஆகி-விடுவோம். ""உலக இலக்கியத்தின் வால் நுனியைக்கூடப் பிடிக்க முடியவில்லை- நம் எழுத்தாளர்களின் எழுத்துக்கள்'' என்று கூவிக் கொண்டு திரிவதைக் காட்டிலும், நம் எழுத்துக்களின் போதாமையை உணர்ந்து படைப்பைப் படைக்க வேண்டும்.''

சாரு நிவேதிதா தன் எழுத்து வாரிசாக உங்களைக் குறிப்பிட்டி ருப்பது பற்றி...!

""பேன்ஸி பனியன்', "ஜீரோ டிகிரி' என்று குப்பைகளை எழுதிப் பழகி "ராஸலீலா' என்கிற நல்ல நாவலைக் கொடுத்-தவர், தனது வலைதளத்தில் என்னை வாரிசாக அறிவித்துள்ளதாக நண்பர்கள் பலர் அலைபேசியில் கூறினார்கள். எழுதுகிறவனுக்குக் கூச்சம் வராமல் போனாலும் அவன் எழுதும் பேனாவிற்குக் கூச்சம் வந்துவிடும் நிலையில் எழு-தும் எழுத்தாளர்கள் மத்தியில், எதைப் பற்றிய சிந்தனையுமின்றி பேனாவில் சாக்கடை நீர் ஊற்றி எழுதும் என்னை அவர் வாரிசாக அறிவித்ததில் வியப்பதற்கு ஒன்றுமில்லை. சாருவின் "தினமலர்- வாரமலர்' கதைகளின் ரசிகன் நான். இனி 16 அடி பாய வேண்டியது மட்டும் என்னுடைய பணி. "உயிர் எழுத்து' வெளியீடாக வரவிருக்கும் "கூப்பிடுவது எமனாக இருக்கலாம்' என்கிற எனது இரண்டாவது நாவல் பத்தடி பாயும் வாய்ப்பு இருக்கிறது! எப்படிப் பார்த்தாலும் இன்றைக்கு நான் வாரிசுதான். நாளைக்கு யாரோ வந்துவிட்டுப் போகட்டும். அன்று நானும் இதேபோல் அறிவித்துக் கொண்டிருக்கலாம்.''

இன்றைய நவீன கவிதை, கதை குறித்தான சொல்லாடல்களை எப்படிப் பார்க்கிறீர்கள்? ஆரோக்கியமான சூழலா? நீங்கள் குறிப்பிட்டுச் சொல்ல விரும்பும் எழுத்தாளர்கள் யார்?

""தமிழில் இதுவரை எழுதப்படாத வாழ்க்கையும் மொழியும் தற்போது எழுதப்பட்டு வருகிறது. ஆக தமிழ் இலக்கியம் செழிப்பாகவே இருக்கிறது. பழைய பேர்வழிகள் சிலர்தான் இளையவர்களுடன் போட்டியிட இயலாமல், தானும் இருக்க வேண்டுமே என்று இதழ் களின் பக்கங்களை சிறுகதை என்ற பெயரிலும் கட்டுரை என்ற பெயரிலும் நுழைந்து தடி ஊன்றித் தடுமாறி ஊர்கிறார்கள். கங்குலி மாதிரி ரிட்டயர்டு அறிவிக்கும் யோசனை அவர்களுக்கு வருவதில்லை. அவர்கள் பெயர்களுக்காக இதழாளர்கள் போடவேண்டிய நிர்பந்தம் வேறு. நல்ல கவிஞனைப் பற்றியோ, நல்ல படைப்-பாளியைப் பற்றியோ எந்த இடத்திலும் பெயர் குறிப்பிடாமல், செத்துப் போன எழுத்தாளர் செய்யத் தவறிய பணியைச் சுட்டிக்காட்டி, தன்னையே மீண்டும் மீண்டும் முன்னிலைப்படுத்திக் கொண்டிருக்கிறார்கள்; எழுதிக் கொண்டிருக்கிறார்-கள். மூத்த படைப்பாளிகளின் சமீபத்திய படைப்பு களை வாசிக்கையில் எனக்கு அவர்கள்மீது பரிதாபமே மிஞ்சுகிறது! "எப்டி இருந்த நான் இப்டி ஆயிட்டேன்' என்பது மாதிரி.

ஒரு இதழில் வெளிவந்திருக்கும் ஒட்டு மொத்தக் கவிதைகளையும் ஒரே மூச்சில் வாசித்தால், ஒரே எழுத்தாளர்தான் வேறு வேறு புனைப்பெயர்களில் எழுதியுள்ளாரோ என்கிற யோசனையைத் தோற்றுவிக்கும் விதமாக கவிதைகள் கூட்-டம் கூட்டமாய் தென்படு கின்றன. இங்கு பெயர்களைத்தான் பிரித்தறிய வேண்டியிருக்கிறது! கவிஞர்களில் சிநேகிதன், சிறி. நான். மணிகண்டன், ஷாராஜ் போன்றோர் தீவிரமாக நவீன கவிதை எழுதி வருகிறார்கள். முந்தைய இருவருக்-கும் தொகுப்புகள் ஏற்கெனவே வந்துவிட்டன. ஷாராஜின் "ஜீன்ஸ் ஆண்டாள்' தொகுதி "உயிர்மை' வெளியீடாக இந்த ஆண்டு வருகிறது. தொண்ணூறுகளிலிருந்து என்னோடு இணைந்து எழுதி வந்த ஷாராஜின் கவிதைகள் தொகுக்கப்-பட்டு 2008-ல் வருவது என்பது... நான் தாமதமாகத் தொகுப்பு வாயிலாக வந்தது போலத்தான். சுகிர்தராணி மற்றும் தமிழச்சி தங்கபாண்டியன் கவிதைகள் என்னை குதூகலப் படுத்துபவை.

படைப்பிலக்கியத்தில் இன்று தீவிரமாக இருப்பவன் கீரனூர் ஜாகீர் ராஜா ஒருவன் மட்டுமே. குறைவாக எழுதினாலும் நிறைவாக எழுதுபவர் கள் என். ஸ்ரீராமும் மு. ஹரிகிருஷ்ணனும் லஷ்மி சரவணக்குமாரும் தான்.''

நீங்கள் எழுதத் துவங்கியது எப்போது? உங்கள் பின்னணி பற்றிக் கூறுங்கள்?

""85-லேயே நான் எழுதிப் பழக ஆரம்பித்துவிட்டேன். எழுதிய முதல் சிறுகதை இன்றும் ஞாபகம் இருக்கிறது. கடை-

வீதியில் கூரான கத்தியை பதம் பார்த்து வாங்கிச் செல்வான் ஒருவன். படிப்போருக்கு வீடு சென்றவுடன் மனைவியைக் கொன்று விடுவானோ என்று தோன்றும் விதமாக நகர்த்திச் சென்று, அவன் வீடு சென்று பொம்மை ஒன்றைக் குத்திக் கிழித்து வீசுவான்- குழந்தை ஆசையில் மனைவி பொம்மை வைத்துக்கொண்டு முத்தம் கொடுத்தபடி இருப்பது இவனுக்குப் பிடிக்காததால்! நண்பர்கள் அருமை என்றார்கள்.

அப்பா முத்துப்பொருநன் கவிஞர். ஏராளமான புத்தகங்கள் அவர் சேமிப்பில் இருந்தன. டேபிள்மீது கிடக்கும் "பிரக்ஞை', "கசடதபற', "அக்' இதழ்களைப் புரட்ட ஆரம்பித்தேன்- 88-ல். ஒன்றும் புரியாது. கதைகள் தென்பட்டால் வாசித்து விடுவேன். கல்லூரி சென்ற சமயம் "ஆனந்த விகடன்' வாசகன். பட்டுக்கோட்டை பிரபாகரின் "தொட்டால் தொடரும்' தொடரைக் கிழித்து பைண்டு செய்தேன். எனது முதலும் கடைசியுமான பைண்டிங் அது.

தொல் படிப்பை உதறிவிட்டு கோவை சென்று விட்டேன். அங்கு "ஊன்றுகோல்' என்கிற கையெழுத்துப் பிரதி ஆரம்பித்து சைக்ளோ ஸ்டைலில் கொண்டு வந்து, பின் அச்சுக்குக் கொண்டு போனேன். அச்சகத்தில் தொழிலையும் கற்றுக் கொண்டேன். உள்ளூர் விளம்பரங் கள் அந்த இதழுக்குத் துணை நின்றன. "தாய்' வார இதழ் அந்த இதழை அறிமுகம் செய்திருந்தது. பரிமாற்றுப் பிரதியாக வந்த ஒரே இதழ் "முன்றில்' - முதல் இரண்டு இதழ்கள்.

அச்சமயத்தில்தான் அப்பா எனக்குத் தனது சேகரிப்பிலிருந்து புதுமைப்பித்தன், அஸ்வகோஷ், அசோகமித்ரன், இந்திரா பார்த்தசாரதி என்று வாசிக்கக் கொடுத்தார். "அன்பு நண்பர் முத்துப் பொருநனுக்கு' என்று அசோகமித்திரன் கையெழுத்திட்டு அவரது "இன்னும் சில நாட்கள்' தொகுதியை அனுப்பியுள்ளார். அச்சமயத்தில் ஒரே இரவில் மூன்று கதைகள் எழுதுவேன்.

பின்னர் தமிழ்ச் செல்வனின் "வெயிலோடு போய்,' கோணங்கியின் "மதினிமார்கள் கதை', ஜீ, நாகராஜனின் "நாளை மற்றுமொரு நாளே' ஆகியவற்றைப் படித்த பிறகு, என் எழுத்துமுறை தன்னையே மாற்றிக் கொண்டது நிகழ்ந்தது. முன்பாக "மாலைமுரசு' கோவைப் பதிப்பில் 15 ரூபாய் பரிசுக்காக மாதம் ஒருமுறை காதலர்களை ஆள்மாற்றி ஆள் கொன்று, இடங்களையும் மாற்றிக் கொன்று குவித்துக் கொண்டிருந்தேன்.

தொண்ணூறுகளின் ஆரம்பத்தில் திருப்பூர் வந்துவிட்டேன். நண்பர்கள் கூட்டாக இணைந்து "நடுகல்' என்கிற இதழை ஆரம்பித்தோம். இச்சமயத்தில்தான் "பேன்ஸி பனியன்' ஏற்கெனவே சொல்லப்பட்ட மனிதர்கள், "கர்நாடக முரசும் அமைப்பியல் ஆய்வும்' போன்றவற்றை வாசித்தேன். "நடுகல் ஆறு' இதழ்கள் நண்பர்கள் உதவியோடு வந்து நின்று போனது. பின் தனித்து நானே அதை 21 இதழ்கள் கொண்டு வந்தேன். அச்சக வேலையில் இருந்ததால் கூலியை பிடித்துக் கொள்ளச் சொல்லிவிடுவேன். இதை உங்களுக்காக எழுதுவதில் பழைய நினைவுகள் என்னை மகிழ்ச்சி கொள்ள வைக்கிறது. நாமும் என்னமோ பண்ணிப் போட்டுத் தான் வந்திருக்கமாட்டம்ன்னு!

எழுதுவதற்கான விஷயங்கள் ஆரம்பத்தில் எல்லாமே கற்பனையில் உதித்தவைதான். தொண்ணூறுகளில்தான் நடைபெற்ற சம்பவங்களை எழுதத் துவங்கினேன். தஞ்சையிலிருந்து வந்து கொண்டிருக்கும் "சௌந்தரசுகன்' என்கிற சிற்றிதழ் எனது ஐம்பது சிறுகதைகளை வெளி யிட்டு மகிழ்ச்சி கொண்டிருக்கிறது. எனது முதல் தொகுதி "அழுவாச்சு வருதுங் சாமி' தொகுப்பையும் அந்த இதழே கொண்டு வந்தது.

எல்லாரும் எழுதுகிறார்கள், நாமும் எழுதுவோம் என்று எழுதுகையில், ஓரளவு படிப்பறிவு கொண்ட நண்பர்கள் ஊக்குவிப்பால் சரமாரியாக கொலைக்கதை, காதல் கதை, பேய்க்கதை என்று எழுதியவனின் இன்றைய எழுத்தை அவர்களால் புரிந்துகொள்ள முடிவதில்லை. இந்த விஷயத்தையெல்லாமா எழுதுகிறாய் என்கிறார்கள். என் பெயரில்லாமல் ஒரு கதையோ கவிதையோ ஒரு இதழில் வெளிவந்திருந்தால், இவன்தான் எழுதியவன் என்று குறைந்தபட்சம் ஐம்பது பேராவது இலக்கியத்தில் என் எழுத்தைக் கண்டறிந்து சொல்லிவிடுவார்கள். அப்படியான ஒரு எழுத்திற்கு வரவே இத்தனை வருடங்கள் ஆகியிருக்கிறது.''

நவீன எழுத்தாளர்கள் பலரும் வெகுஜன இதழ்களுக்கு எழுத வந்துவிட்டார்கள். உங்களுக்கு எழுத வாய்ப்பு கிடைக்கவில்லையா அல்லது ஒதுக்கிவிட்டார்களா?

""வணிக இதழ்களில் எழுதுவதற்கு எந்தத் தடைகளும் என்னிடம் இல்லை. இப்போதுதான் "குங்கும'த்தில் எனது சிறுகதைகள் வெளி வந்துள்ளன. மற்ற பத்திரிகைகளிலும் இனி என் எழுத்தைத் தொடர்ந்து பார்க்கலாம். வணிக இதழோ சிற்றிதழோ எங்கு எழுதினாலும் அது என்னுடைய எழுத்தாகவே இருக்கும்.''

சிற்றிதழ்களில் அரசியல் நுழைந்துவிட்டதாக இன்று திடீரென்று பேசுகிறார்களே? சிற்றிதழ்களுக்கு குழு மனப்பான்மையும் அரசியலும் புதிதா என்ன?

""சிற்றிதழ் என்பதே நிலவுகிற அரசியல், பண்பாட்டுச் சூழல்களுக்கு எதிரானதுதான். அதில் அரசு, அரசு அதிகாரமும் அடக்கம். அரசியல் தவிர்த்த சிற்றிதழ் என்பதே இல்லை. தெரிந்தோ தெரியாமலோ ஏதோ ஒரு அரசியலை சிற்றிதழ் முன்னிலைப்படுத்துகிறது. பண்பாட்டுத் தளத்தில் காத்திரமாக இயங்குபவர்களே இப்படிப் பேசுகிறார்கள் என்பது ஆச்சரியம்தான்.''

தொண்ணூறுகளில் "நடுகல்' சிற்றிதழ் நடத்தினீர்கள்... 2000-ல் "இறக்கை'. எழுத்தாளன் சிற்றிதழ் நடத்த வேண்டிய சூழ்நிலை ஏன் ஏற்படுகிறது?

"நடுகல்' ஆரம்பித்தபோது புதுமையின் பிடியில் சிக்கியிருந்தேன். தமிழில் ஏதாவது புதுமையைச் செய்துவிட வேண்டுமென்ற விடலைத் தனமான ஆசை. ஆனால் அந்த இதழில் பங்குபெற்ற படைப்பாளிகள் இன்றும் அதில் படைப்புகள் எழுதியதைப் பெருமையாகக் கூறுகிறார்கள். எனக்கு வெட்கம் பிடுங்கித் தின்கிறது. "இறக்கை' ஆரம்பிக்கப்பட்டபோது ஜெராக்ஸ் பிரதியாகத்தான் வந்தது. மற்ற எழுத்தாளர்களிடமும் வாசகர்களிடமும் தொடர்பில் இருப்பதற்காக மட்டுமே துவங்கப்பட்டது. அதன் 39 இதழ்கள் வரை ஜெராக்ஸ் பிரதி தான். என்னிடம் தேடிவந்து இணைந்த ஹரிகிருஷ்ணன் "இறக்கை'யில் துணை ஆசிரியனாகப் பங்கேற்று அச்சில் கொண்டு வந்தான்.

எழுத்தாளன் ஏன் சிற்றிதழ் நடத்துகிறான் என்றால் படைப்புகளை எழுத மட்டுமே. "இறக்கை' இதழில் வெளிவந்த எனது கதைகள் வேறு இதழ்களில் வெளிவந்திருக்க வாய்ப்பிருக்காது. எழுதி வீட்டில் வைத்துக்கொள்ள வேண்டியதுதான். அவற்றை வெளியிட மற்ற சிற்றிதழாளர்கள் தயக்கம் காட்டி, சால்ஜாப்பு சொல்வர். "இறக்கை' நின்று போனது பலபேருக்கு நட்டம்தான். ஆக்டோபஸ் கவிஞன் ஷாராஜ் தனது முந்தைய குறுங்கவிதைகளைக் கடாசிவிட்டு, வீரியத்தோடு நீள் கவிதைகளை "இறக்கை'யில் எழுதி சக படைப்பாளிகளை மிரள வைத்தான்.

இனி என் வாழ்நாளில் சிற்றிதழ் துவங்கி நடத்தும் ஆசை இல்லை. "இறக்கை' முழுத் தொகுதியாக "உயிர்மை' வெளியீடாக வரவிருக்கிறது.''

ராசமைந்தன் என்கிற புனைப்பெயரில்தான் "இறக்கை' என்கிற- எங்கு வேண்டுமானாலும் பறக்கும் இதழை நடத்தினீர்கள். வா.மு. கோமு என்ற பெயரிலேயே அந்த இதழை நடத்தியிருக்கலாம்தானே. அதற்கு ஏதேனும் தனிப்பட்ட காரணங்கள் உள்ளதா? எப்போது அந்தப் பெயரைச் சூடிக் கொண்டீர்கள்?

""கோவையில் இருந்தபோது "ஊன்றுகோல்' இதழை நடத்தியதாகக் கூறியிருந்தேன். அந்தச் சிற்றிதழில் படைப்பாளர்களின் படைப்புகள் பற்றாக்குறை நிகழ்ந்தமையால் எனது நண்பர் ராஜேந்திரன், கோமகன் என்கிற எனது முழுப் பெயரை தமிழ்ப் பெயராக மாற்றினார். கோ என்றால் அரசன் என்றும், மகன் என்றால் மைந்தன் என்றும் பிரித்து விளக்கி வைத்து, "இன்று முதல் ராசமைந்தன் என்கிற பெயரில் கவிதை எழுதக் கடவாய்' என்றார். அன்றிலிருந்து இன்றுவரை ராசமைந்தன் என்கிற பெயரை கவிதைகள் எழுதப் பயன்படுத்துகிறேன்.

பின்பாக "இறக்கை' இதழை ராசமைந்தன் என்கிற பெயரில் கொண்டு வந்தேன். ஏற்கெனவே "நடுகல்' இதழை வா.மு. கோமு என்கிற பெயரில் நடத்தியிருப்பதால் இதுவும் எனது பெயர்தானே என்கிற எண்ணத்தில்தான் "இறக்கை' இதழுக்கு எனது புனைப்பெயரைப் பயன்படுத்தினேன்.

"சுகன்' இதழில் ராசமைந்தன் என்ற பெயரில் எழுதிய கவிதைகள் அனைத்தும் நிறைய வாசகர்களின் பாராட்டுகளையும் வசவுகளையும் வாங்கிக் கட்டிக் கொண்டன. இருவரும் ஒருவரே என்று புதிதாக அறிந்தவர்கள் தங்கள் ஆச்சரியத்தை "சுகன்' இதழிலேயே பகிர்ந்திருக்கிறார்கள். "வாழ்க்கையை எப்படி வாழவேண்டும் என்பதைப் பல எழுத்தாளர்களின் கதைகள் கற்றுத் தந்தன என்றால், வாழ்க்கையை எப்படி வாழக்கூடாது என்பதை ராசமைந்தன்- வா.மு. கோமு எழுத்துகள் கற்றுத் தருகின்றன. "சுகன்' இதழில் இவர்களின் பங்களிப்பு மிக முக்கியமானது' என்றுகூட விமர்சனங்கள் அந்த இதழின் கூர்ப்பகுதியில் வெளிவந்துள்ளன.''

உங்களது கவிதை அனுபவத்திற்கும் சிறுகதை அனுபவத்திற்குமான பொருத்தங்கள் என்ன? எதை எளிமையாக உணர்கிறீர்கள்?

""இரண்டுமே எனக்கு எளிமையான பணிகள்தான். கரு கிடைத்தானபின் நானாக முடிவு செய்வதுதான். எழுதுவதற்கு சிரமமாக இருந்தால் அன்று சிறுகவிதை வடிவிலேயே விஷயத்தை எழுதி முடித்துவிடுவேன். சொல்ல வரும் விஷயம் வாசகனுக்குக் கவிதை வடிவிலோ கதை வடிவிலோ சென்று சேர்ந்தால் சரி. எனது ஏராளமான கவிதைகள் சிறுகதைகளையே தாங்கி நிற்கின்றன. தொகுப்பாக வருகையில்- அவற்றை நீங்கள் வாசிக்கையில் இந்த உண்மை புலப்படும். இதேபோல் சிறுகதைகளிலும் தேவையற்ற வர்ணனைகளை இதுவரை நான் வலிந்து திணித்ததில்லை. போகிற போக்கில் காகம் ஒன்று பறந்து சென்று மரக்கிளையில் அமர்ந்து அவனைப் பார்த்தது என்று எழுதினால், வாசகன் காகத்தைக் கவனிக்க ஆரம்பித்து விடுவான். திடீரென பறந்து வந்து அவன் கண்களை ஏதோ ஒரு இடத்தில் கொத்திச் சென்று விடுமோ என்ற யோசனைக்குச் சென்றுவிடுவான். ஆகவே காகங்களோ மற்ற இடைச்செருகல் இடைஞ்சல்களோ அதிகம் என் கதைகளில் இதுவரை இருந்திராது. கதை சொல்கையில் கதைதான் முக்கியம்.''

தலித் இலக்கியம் என்பதை தலித் அல்லாதவர்களும் எழுத முடியும் என்பதற்கு உங்களது பல கதைகள் சாட்சியாக

உள்ளன. தற்கால தலித் இலக்கியம் பற்றி உங்கள் பார்வை அல்லது வாசிப்பு அனுபவம் என்ன?

""இது எனக்கு எளிமையான பணி. முன்பே கூறியதுபோல நான் கிராமத்தில் கிடப்பவன். அருந்ததியர் வாழ்க்கை என் கண்முன் நடக்கிறது. எல்லாருமே என் நண்பர்கள். இல்லாதது பொல்லாதது எதையும் என் கதைகளில் எழுதிவிட-வில்லை. நீங்கள் குறிப்பிட்ட சில கதைகளோடு தலித் எழுத்தை கைவிட்டு விட்டேன். அதை அவர்களே எழுதட்டும். நான் அதை மட்டுமே பிடித்துக்கொண்டு எழுத வந்தவனல்ல; வேறு பணிகளும் எனக்கு எழுத்தில் உள்ளன. நான் செத்துப்போய் பத்து வருடம் கழித்து ஒரு கூமுட்டையன் வா.மு. கோமுவின் எழுத்துகள் தலித் வாழ்க்கையைப் பிர-திபலிக்கவில்லை என்று எழுதிவிடக் கூடாது என்பதற்காக எழுதியது.

என்னுடைய படைப்புகளில் நான் அறிந்த- பழகிய- என்னோடு கலந்த தலித்துகளின் வாழ்க்கை வருகிறது. அது தலித் வாழ்க்கைதானா என்பதை தலித் விமர்சகர்கள்தான் சொல்ல வேண்டும். நான் சொல்ல முடியாதுதான். தலித் இதழில் வந்த நேர்காணல்கள் மூன்று தொகுதிகளாக வெளிவந்துள்ளன. அவற்றை வாசித்தாலே அடிப்படையைப் புரிந்துகொள்ளலாம். தவிர தன் வரலாறுகள், சில நாவல்கள் வாசித்த அனுபவம்தான். தலித்தான் தலித் படைப்பை எழுத வேண்டும் என்று கருத்து இருக்கிறது. கடந்த இரண்டு ஆண்டுகளில் தலித் படைப்பாளிகளிடமிருந்து படைப்-புகள் ஏதும் வரவில்லை. பாமா, இமையம் நல்ல படைப்பாளிகள்.''

இன்று பலர் அமைப்பு சார்ந்து இயங்குகிறார்கள். அமைப்பு சார்ந்து இயங்குவது படைப்பின் வீரியத்தைக் குறைத்து-விடுமா?

""அமைப்பு சார்ந்து இயங்குபவர்களிடம் சில முன் முடிவுகள் இருக்கின்றன. அவற்றில் எழுத்து சமுதாய மாற்றத்தைக் கொண்டுவர வேண்டும், மக்களிடம் விடுதலை உணர்வைத் தூண்டக்கூடியதாக அமைய வேண்டும், பாலியல் சீர்கேடு-கள் பக்கம் தலை வைத்துப் படுக்கக் கூடாது என்கிற தங்களது திட்டமிடலுக்கு ஏற்ப, அமைப்பில் ஈடுபட்டு டோக்கன் பெற்று சமுதாய சிந்தனைக் கதைகள் எழுதி, அமைப்பிடமிருந்து பாராட்டுகள் பெற்று உள்ளம் குளிர்கிறார்கள்.

மறவாமல் அதை எங்கு வேண்டுமானாலும் குறிப்பிடுவார்கள். அமைப்பு எனக்கு கோவில் மாதிரி... எனக்கு பிரசாதம் குடுத்தாங்க... சலாம் போட்டாங்கன்னு! அமைப்பு சார்ந்த எழுத்தாளர்களின் எழுத்தைத் தவிர ஏனைய எழுத்துக்களை அவர்கள் படிப்பதுமில்லை. அமைப்பிற்கு ஆள் பிடிக்கும் வேலையையும் இவர்களே செய்யத் துவங்குகிறார்கள். நாய் பிடிக்கும் வண்டி தெருவில் வருகிறதென்றால் தெருநாய்கள் எப்படித்தான் உணர்ந்து கொள்ளுமோ தெரியாது. எங்கா-வது ஓடிப் பதுங்கிவிடும். அதுபோல இளைய படைப்பாளிகள் ஓடிப் பதுங்கி விடுகிறார்கள்.

ராமுவும் சோமுவும் பள்ளி நண்பர்கள். இருவரும் ஒரு பம்பரத்திற்காக அடித்துக்கொண்டு வீதியில் உருளுகிறார்கள். இதைக் கண்டு ராமுவின் அம்மாவும் சோமுவின் அம்மாவும் உன் பையன்தான் கெட்டவன் என்று ஒருவருக்கொருவர் சண்டை போட்டு முடித்து, ராமுவின் அம்மா ராமுவுக்கு முதுகில் இரண்டு சாத்து சாத்தி தன் வீட்டுக்கு இழுத்துப் போக... சோமுவின் அம்மாவும் சோமுவிற்கு இரண்டு சாத்து சாத்தி தன் வீட்டுக்கு இழுத்துப் போக... பம்பரம் வீதியில் அநாதையாகக் கிடந்தது என்கிற மாதிரியான எரிச்சலூட்டும் படைப்புகளை எல்லாம் கடந்து வந்து, ஆற அமர இப்-போதுதான் சிறுகதை என்ற ஒன்றைப் படிக்கிறோம் என்ற உணர்வுடன் எல்லா கதைகளையும் வாசிக்க முடிகிறது. அநாதையாகக் கிடந்த பம்பரத்தினால் என்ன சமுதாய மாற்றம் நிகழ்ந்துவிடப் போகிறது என்பது இன்னமும் தெரிய-வில்லை.

நான் எந்த அமைப்பிற்குள்ளும் சேராதவன். சேர்ந்துதான் பணியாற்ற வேண்டுமென்ற எண்ணம் எனக்குத் தோன்றிய-தேயில்லை. அதேசமயம் மனிதநேய மேம்பாட்டுக்காகச் செயல்படுகின்ற எந்த அமைப்புக்கும் நான் விரோதி அல்ல. எழுத்தைப் பல வழிகளில் எழுதிப் பார்ப்பவன் நான். அமைப்பானது படைப்பு வீரியத்தைக் குறைத்துவிடும் என்று நானாகவே நம்பிக் கொள்கிறேன். என்னை யாரும் அழைக்கவும் மாட்டார்கள். என் எழுத்து அப்படி.''

வாழ்க்கையைக் கொண்டாட்டமாகவே பார்க்கும் உங்களது "குட்டிப் பிசாசு' என்கிற பாத்திரம் உங்களது வன தேவ-தையா?

""நகுலனுக்கு சுசீலா, பாரதிக்கு கண்ணம்மா, கலாப்பிரியாவுக்கு சசி, ராசமைந்தனுக்கு சாந்தாமணி என்றிருக்கையில், எனக்குக் "குட்டிப்பிசாசு' இருந்துவிட்டுப் போகட்டும்.''

சமீபத்தில் படித்தவை...

""சைனா கெய்ரெற்சி-யின் "குழந்தைப் போராளி', கென்னத் ஆண்டர்சனின் "ஏலகிரியில் சிறுத்தை வேட்டை', பா. ராகவனின் "ரெண்டு', ஜிம் கார்பெட்டின் "எனது இந்தியா', ஓஷோவின் "மருத்துவத்திலிருந்து மனமற்ற நிலை வரை'. படியேண்டா என்று புத்தக அடுக்கில் காத்திருப்பவை- யாங்கோவின் "இளமையின் கீதம்', டால்ஸ்டாயின் "அன்னா கரீனினா', பரீஸ் பொலெவோயின் "உண்மை மனிதனின் கதை', சுஜாதாவின் "பதவிக்காக', தமிழ்ச்செல்வியின் "ஆறு-காட்டுத் துறை', முத்து காமிக்ஸின் "மஞ்சள் பூ மர்மம்', சிவசங்கரியின் "வேரில்லாத மரங்கள்'.''

தற்போது என்ன எழுதிக் கொண்டிருக்கிறீர்கள்?
""வழக்கம்போல சிறுகதைகள்தான்.
இனி தோழர் பெரியசுவாமி நேரம்.
சிந்தியா சாலினி ரன்ஜித் பெல்லா தான் தங்கியிருந்த அறையிலிருந்து ஓட்டல் மேனேஜருக்கு போன் செய்தாள். ""நான் இங்கு நானூற்று முப்பதாவது அறையில் இருக்கிறேன். எனக்கு உலக மகா கோபமாய் இருக்கிறது. எதிர் அறையில் ஒருவன் நிர்வாணமாக நடந்தபடியே இருக்கிறான். அவனது இடுப்புக்கும் கீழே ஆபாசமாக இருக்கிறது'' என்று கத்தினாள். ""இதோ இப்போதே வந்து என்னவென்று கவனிக்கிறேன்'' என்று மேனேஜர் கூறிவிட்டு பெல்லாவின் அறைக்குள் வந்தார். ஜன்னல் வழியாக எதிர் அறையைப் பார்த்தார். ""நீங்கள் சொன்னது சரிதான் மேடம். அந்த மனிதன் நிர்வாணமாகத்தான் இருக்கிறான். ஆனால் அவனுடைய ஜன்னல் இடுப்பு வரையில் மறைத்திருக்கிறதே, அவன் அறையில் எப்படி இருந்தாலும் நமக்கென்ன மேடம்?'' என்றார். ""ஆமாம்'' என்று கத்தினாள் பெல்லா. ""இந்தப் படுக்கையில் ஏறி நின்று பார், படுக்கையின்மீது ஏறு.''
முடித்துக் கொள்ளலாமா மனுஷா?''

23. ரமேஷ்-பிரேம்

தமிழ் அறிவுஜீவிகள் குழப்பத்தில் இருக்கிறார்கள் - ரமேஷ்-பிரேம்

பின் - நவீனத்துவ தத்துவங்கள், விமர்சனக் கோட்பாடுகள், படைப்புகள் ஆகியவற்றைத் தமிழில் அறிமுகம் செய்து, அது குறித்த விவாதங்களை உருவாக்கி, தமிழ் அறிவுலக விமர்சனப் போக்கை ஆக்கபூர்வமானதாக மாற்றியவர்களுள் குறிப்பிடத் தக்கவர்கள் ரமேஷ் - பிரேம். பின் நவீனத்துவ படைப்பிலக்கியவாதிகளாகவும் விமர்சகர்களாகவும் அறியப்படுபவர்கள். இலக்கிய இரட்டையர்களாகவும் அறியப்படும் இவர்கள் கவிதைகள், சிறுகதைகள், நாவல்கள், நாடகங்கள், விமர்சனக்கட்டுரைகள் என்று நிறைய எழுதியுள்ளனர். இதுவரை 15 புத்தகங்களும் 4 மொழி பெயர்ப்பு நூல்களும் வெளியாகியுள்ளன. பாண்டிச்சேரி அரசின். ''கம்பன் புகழ் விருது'' இரண்டு முறை இவர்களுக்கு வழங்கப்பட்டுள்ளது.
தற்போது ரமேஷ், முழு நேர எழுத்தாளராக பாண்டிச்சேரியில் வசித்து வருகிறார். பிரேம், டெல்லி பல்கலைக்கழகத்தில் ''Indian languages and Literary Studies" துறையில் விரிவுரையாளராக உள்ளார். இந்நேர்காணல் பாண்டிச்சேரியில் உள்ள ரமேஷ் - பிரேம் இல்லத்தில் எடுக்கப்பட்டது. இதன் மொழிபெயர்ப்பு ''மாத்தியமம்'' மலையாளப் பத்திரிகையில் பிரசுரமாகியுள்ளது.

எழுத்து என்பது தனி மனித மனம் சார்ந்த படைப்புக் கலையென நம்பப்படுகிறது. இந்நிலையில் ரமேஷ் - பிரேம் எவ்வாறு இணைந்து சிந்திக்கவும் எழுதவும் சாத்தியப்படுகிறது?
நாங்கள் கலையை மட்டுமல்ல. எந்த ஒரு படைப்புச் செயலையுமே தனி மனித மனம் சார்ந்த, தனித்த உணர்வு சார்ந்த செயலாக எண்ணுவதில்லை. தனித்தனியே எழுதிக்கொண்டிருந்த நாங்கள். கவிதையை மனம் சார்ந்த ஊடாட்டங்களின் விளைவாகவும், மொழியைப் பரந்துப்பட்ட கூட்டு நினைவு மற்றும் கனவின் களமாகவும் புரிந்துகொண்டபின், இணைந்து எழுதத் தொடங்கினோம். இன்றைய சூழலில் கலைத்துவமான மனமும், அறிவும் மிகவும் தனிமைப்பட்டும் விலகியும் இருக்கின்றன. பிற மொழிச் சூழல்களைப் போலவே, தமிழிலும் கலைத்துவமான, கவித்துவமான நட்பும் புரிதலும் மிகக் குறைவாகவே உள்ளது. இந்நிலையில் எங்களுக்குள் தொடர் உரையாடலும், பேச்சும், முரண்பட்ட எதிரெதிர் வாதங்களும் நிகழ்வதென்பது எங்களுடைய எழுத்துக்கு மட்டுமல்ல, சிந்தித்தல், வாழ்தல் என்பவற்றிற்குக்கூட அடிப்படை ஆதாரமாக அமைந்துள்ளன.

மையம் உடைய, சுயத்தை நிறுவும் பல எழுத்துக்கள்கூட தனி மனித, தனிமனம் சார்ந்த படைப்புகள் அல்ல. எங்களுடையதோ இவற்றிலிருந்து விலகியது. நாங்கள் இணைந்து சிந்திப்பதும், எழுதுவதும் இயல்பானதும் அறிவியல் அடிப்படையில் சரியானதுமாகவே உள்ளது. தமிழ் மரபின் மிகத் தொன்மையான திணைக் கவிதைகள்கூட கூட்டு மனதின், கூட்டுக் கவித்துவத்தின் படைப்புகளே. தனியே எழுதுகிறவர்கள் தாங்கள் கற்றது, பிறரிடமிருந்து பெற்றது, பிற உணர்வுகளுடன் ஊடாடுவது என்பதை ஒப்புக்கொள்ளப்பட்ட ஒரு மறைப்புக்கு உட்படுத்தி, தமது ''பெயரை'' மட்டும் முன்னிலைப்படுத்தி உறுதி செய்து விடுகிறார்கள். எங்களைப் பொறுத்தவரை இணைந்து எழுதுதல், ''சுயம்'' மற்றும் ''தனித்த நிலையென்ற'' ஒரு பிளவு நிலையை, சிறிய அளவில் கடந்து செல்வதற்கான ஏற்பாடு. இது சாத்தியப்படுவது என்பது பண்பாடு, அரசியல், அறம் என்பவற்றில் ஏற்படும் சிதைவு, வலி, துயரம் என்பவற்றை முழுமையாக எதிர்கொண்ட படைப்பாளிகளுக்கு இன்று தேவையும் நிர்ப்பந்தமும் கூட.

சிந்தித்தலிலும், எழுதுதலிலுமான இந்த இணைப்பு எப்போது தொடங்கியது?

எங்களின் பதின் பருவத்தில் தொடங்கியது. நாங்கள் உயர்நிலை மற்றும் மேல்நிலைப்பள்ளி காலங்களில், ஒரே பள்ளியில், ஒரே வகுப்பில் படித்தவர்கள், மேலும் ஒரே வகை சமூகச் சூழல், ஒரே வகை வர்க்கப்பின்னணி, இவற்றோடு எங்கள் இருவருடைய குடும்பங்களின் பாடுகளும் வலிகளும்கூட ஒன்றுபோலவே இருந்திருக்கின்றன. எங்களுக்குப் பிடித்தமான கவிஞர்களும், எழுத்தாளர்களும், திரைக்கலைஞர்களும் கலகக்காரர்களும், மகான்களும் கூட எனது ஒத்த சிந்தனை முறைக்குக் காரணமாக இருந்திருக்கிறார்கள்.

யாருடன் உங்கள் கனவுகளையும் வலிகளையும் மிக உயர்ந்த அறங்களையும் மிகக் கீழான மனச்சிக்கல்களையும் பகிர்ந்துகொள்ளத் தயாராக இருக்கிறீர்களோ, அவருடன் உங்களை முழுமையாகப் பகிர்ந்துகொள்கிறீர்கள். உங்களுக்கு ஒரு குருவும், ஒரு வழித்துணையும், மனநோய் மருத்துவரும் தேவைப்படுகிறார். நீங்கள் எதைக் கண்டு மகிழ்ச்சியில் துள்ளுகிறீர்கள். நீங்கள் எவருக்காக கண்ர் சிந்துகிறீர்கள். எதைக் கண்டு பயப்படுகிறீர்கள், நீங்கள் எவற்றைக் கண்டு வெறுப்பு கொள்கிறீர்கள் என்பவற்றையெல்லாம் பொறுத்ததுதான் சிந்தித்தலும் எழுதுதலும். உங்களால் முழுமையாக ஏற்றுக்கொள்ள முடியாவிட்டாலும் குழந்தையுடனோ, ஒரு நாய்க்குட்டியுடனோ நீங்களும் குட்டிக்கரணம் போடுகிறீர்கள். உங்கள் அரசியலும், அறமும் இவைப்பற்றிய கேள்விகளும் குழப்பங்களும் ஒன்றாக உள்ளன.

பிறகு இணைந்து எழுதலாம். ஏனெனில் முடிவுகளை நோக்கியோ சாராம்சத்தை நோக்கியோ நீங்கள் செல்லவில்லை. செயல் மற்றும் சிந்தனை மட்டுமே நிகழ்கிறது. ஒருவர் எழுதிய இசைக்குறிப்பை மற்றவர் தனது கருவியில் இசைக்கிறார். நூறு பேர் இணைந்து ஒரே இசையை உருவாக்குகிறார்கள். கலையின் பல வடிவங்கள் கூட்டாகவே உருவாக்கப்படுகின்றன. மார்க்ஸ் - எங்கெல்ஸ். ழீல் தெலஸ் - பெலிக்ஸ் குத்தாரி போன்றவர்கள் சிலவற்றை இணைந்து எழுதியிருக்கிறார்கள். நாங்கள் தொடர்ந்து எழுதுவது பற்றியே சிந்திக்கிறோம், உரையாடுகிறோம், எழுத்துக்காக மௌனமாகவும் இருக்கிறோம். யார் முதலில் தொடங்கினாலும், முடியும்போது இருவருடைய சொற்களாலும் அவை நிரம்பிவிடுகின்றன.

உங்கள் அரசியல் என்ன? உங்கள் எழுத்தின் அரசியல் என்ன?

எங்கள் அரசியல் மிகச் சுருக்கமான வடிவில் வன்முறையை மறுப்பது, ஒடுக்குமுறையை எதிர்ப்பது, விடுதலையை ஏற்பது. எங்கள் எழுத்துக்களுக்கோ பலவித அரசியல்கள் உண்டு. பன்மையை நிறுவுதல், பலவித அணுகுமுறைகளை உணர்த்துதல், உடல் மனம் என்பவற்றின் அதிசயத்தை வியந்து கூறுதல், சகலவிதமான ஒடுக்குமுறைகளையும் எதிர்த்தல், மையப்படுத்தப்பட்ட உண்மைகளைக் கலைத்து, பலவித நிஜங்களின் சாத்தியப்பாடுகளை எடுத்துரைத்தல், முரண்படும் உரிமையை முன்வைத்தல், மாற்று அழகியல்களுக்குக் களம் அமைத்தல். இப்படி எத்தனையோ கூறலாம். என்றாலும், எழுதுவதே எங்களுக்கு ஒரு அரசியல் செயல்பாடாகத்தான் தோன்றுகிறது; அதன் பலவித அர்த்தங்களில், அறமும், அழகியலும் தீவிரமடையும் பொழுது நாம் அரசியல் வயப்படுகிறோம்தானே. எங்கள் எழுத்துக்கள் சில சமயங்களில் நாங்கள் இப்படி அரசியல் வயப்படுவதையும்கூட விமர்சிக்கக்கூடிய ஒரு ஆய்வுக்களமாக இயங்குகிறது. அரசியல் இல்லாமல் இருக்கமுடியாதா என்றும்கூட கேட்கிறது.

ஒரு சமூகத்தில் எழுத்தாளருக்கும் எழுத்துக்குமான பங்கு என்ன என்பது பற்றி உங்கள் கருத்து என்ன?

எழுத்து ஒரு சமூகத்தின் மனச்செயல்பாடு. அது மொழியை இயக்கத்தில் வைக்கும் தளம். இலக்கியம் என்பதும், எழுத்து என்பதும் உண்மை என்று சொல்லப்படுபவற்றிற்குள் உள்ள புனைவுகள் பற்றியும், அழகு என்பதற்குள் உள்ள அச்சமுறுத்தும் தன்மைகள் பற்றியும் தொடர்ந்து பேசுவது. அர்த்தமுடையவை என்பவற்றுக்குள் உள்ள அபத்தங்களையும் அர்த்தமற்றவை என்று ஒதுக்கப்பட்டவற்றிற்குள் உள்ள அதிசயத் தன்மைகளையும் தேடிக் கண்டடைவது. உலகைப் புரிந்துகொள்ள ஒற்றைவழி மட்டும் இல்லை என்றும், மனிதர்கள் என்பதும் வாழ்வு என்பதும் ஏதோ ஒரு வகையும், வடிவமும் கொண்டு முடிந்து போவதில்லை என்பதையும் ஓயாமல் கூறிக்கொண்டிருப்பது. உண்மைகளால் ஒரு சமூகம் மூடப்படும் பொழுது கற்பனைகள், கனவுகள், புனைவுகளின் சாத்தியங்களைத் திறந்துவிடுவதாக உள்ள எழுத்து புனைவுகளால் மூடப்படுபவற்றில் உள்ள உண்மைகளை வெளிக்காட்டுவதாக மாறிவிடுகிறது.

மறதிகளால் சூழப்பட்ட ஒரு சமூகத்தில் நினைவுகளை மீட்டுத் தருவதாக உள்ள எழுத்து, அதிக நினைவுகளால் பீடிக்கப்பட்ட சமூகத்திற்கு சில தேவைப்படும் மறதிகளைத் தரக்கூடியதாகவும் மாறுகிறது. மையங்களில் உள்ள முடிவுகளை ஓயாமல் சந்தேகப்படுவதன் மூலம், விளிம்புகளில் மறைந்துபோன மற்றவற்றின் இருத்தலை நினைவூட்டிக்கொண்டே இருக்கிறது. ஒரு சமூகத்தில் ஏதோ ஒரு புலன் மட்டும் மையப்பட்டு, மற்றவை பொருளற்றவைகளாக மாற்றப்படும் பொழுது, மறுக்கப்பட்ட புலன்களைச் செயல்பட வைக்கக்கூடியதாக எழுத்து உள்ளது. ஒரு வகையில் எழுத்து தனிப்பட்ட நோக்கத்திற்குள் அடங்குவதும்கூட இல்லை. அது பன்முகத் தன்மையை நினைவூட்டிக்கொண்டே இருக்-

கவேண்டியது. மனித இருப்பில் இத்தனைச் சாத்தியப்பாடுகளா? என்ற வியப்பைத் தொடர்ந்து ஏற்படுத்திக்கொண்டே இருப்பதன் மூலம், வேறுபட்ட தன்மைகளுக்கான நியாயத்தை வழங்கும் எழுத்துதான், சில சமயங்களில் எத்தனை முரண்பட்டாலும் வேறுபட முடியாத தன்மையையும் கூறிக்காட்டுகிறது.

பன்மைத் தன்மை உடைய ஒரு சமூகத்தில் ஒன்றிணைந்த சிந்தனையும் எழுத்தும் அரசியலடிப்படையில் சாத்தியமா?
எங்களைப் பொருத்தவரை ''ஒன்றிணைந்த சிந்தனை''. ''ஒன்று கலந்த சிந்தனை முறை'' என்பவற்றை நாங்கள் ஏற்கவில்லை. பன்மைத்தன்மையும் பல வகை வடிவமும் ஏற்கப்பட வேண்டும்; வேறுபாடுகளுக்கான நியாயமும் அவற்றிற்கான இடமும் ஏற்கப்படவேண்டும். இந்த ஏற்பில், புரிதலில் உருவாகும் ஒருங்கிணைப்பே அமைதி மற்றும் சுதந்திரத்திற்கான அடிப்படை. மையப்படுத்தப்பட்ட அறமோ, சிந்தனை முறையோ, மதிப்பீடோ எவ்வளவு உயர்வானதாக இருந்தாலும் வன்முறையானதாகவே இருக்கும். நிலவியல், பண்பாட்டியல், வரலாறு, வட்டாரத்தன்மை, சூழலியல் என வேறுபாடுகள் விரியும்போது அறிவியலிலும் உலகு பற்றிய பார்வையிலும் அழகியல், அறம் என்பவற்றிலும் பன்மையும் வேறுபாடுகளும் இருக்கும். நவீனத்துவம் இந்த வேறுபாடுகளை மறுத்து ஒற்றைத் தன்மையுடைய உலகையும், கனவையும், அறிவையும், அறத்தையும் முன்வைத்து தனது செயலை நியாயப்படுத்தியது. அதன் அழிவுத் தன்மைதான் இன்று நம்மைச் சூழ்ந்துள்ளது. பரவலையும் வேறுபாட்டையும் மாறுபடும் உரிமையையும் விலகிச் செல்லும் விடுதலையையும் இன்று புரிந்துகொள்ளத் தொடங்கவேண்டும். இன்றைய எழுத்து இவற்றைப் புரிய வைக்கவேண்டும்.

மேற்குலக அறிவு இன்று அடைந்துள்ள இடம் பற்றி எப்படி விளக்குவீர்கள்?
உலகில் எத்தனை இனக்குழு சமூகங்களும் எத்தனை மொழியினச் சமூகங்களும் இருந்தனவோ அத்தனைவித பண்பாடுகளும் அறிவுமுறைகளும் அரசியல் நாகரிகங்களும் இருந்திருக்கின்றன. ஆனால். இன்று இதைச் சொல்வதே முரண்பட்ட ஒரு பயங்கரம் என்று அர்த்தம் ஆகிவிடக்கூடும் என்ற அளவுக்கு அவை அழிவுக்குள்ளாகி இருக்கின்றன. நாகரிகமடைந்த - நாகரிகமடையாத என்ற எதிரிடைகளும், அறிவியல் அடிப்படையிலான சமூகங்கள் - அறிவியல் அடிப்படை அற்ற சமூகங்கள் என்ற எதிரிடைகளும்கூட இன்று உருவாக்கப்பட்டுவிட்டன. இன்று அறிவு, சிந்தனை, தொழில்நுட்பம் என்பதே மேற்குலகின் அறிவை மட்டுமே அடிப்படையாகக் கொண்டு விளக்கப்படுகின்றன.

இது மிகப்பெரிய வன்முறை கொண்ட புனைவு. இன்றுள்ள உலகமயமாதல் என்ற வன்முறைக்கு இதுவே அடிப்படை. பலம் குறைந்த நாடுகளை, தமது பயங்கரவாதச் செயல்களால் அடிமை கொண்டு, பல இன மக்களை அழித்தொழித்த, பல நாடுகளின் இயற்கை வளங்களை நாசம் செய்த மேற்குலக பேரதிகாரத்தின் அழிவுக்கூறுகள் மாறுவேடமிட்டபடி இன்று உலக அறிவியலாக, அழகியலாக, கலை இலக்கியங்களாக, தொழில் நுட்பங்களாக பெரும் தாக்குதலைச் செய்து கொண்டிருக்கின்றன. ஒவ்வொரு நிலமும், பண்பாடும் இதில் தனது இடத்தைச் சரியாகப் புரிந்துகொள்ள வேண்டிய தருணமிது. இந்திய நிலப்பரப்பில் உள்ள மொழிச் சமூகங்கள் கட்டாயம் இந்தச் சிக்கலைப் புரிந்துகொண்டு தமக்கான அறிவை, சிந்தனை முறையை எதிர்காலத்திற்காக கட்டமைக்க வேண்டியது உடனடியாகத் தேவையாக உள்ளது. உலக அறிவைப் புரிந்துகொள்ள வேண்டும். ஆனால், உங்கள் நிலத்திற்கானதை உருவாக்கவேண்டும்.

உலகமயமாதலின் பயங்கரத்தை நீங்கள் எப்படிப் பார்க்கிறீர்கள்?
உலகமயமாதல் என்பது மிகத் தொன்மையான அளவில் ஆக்கிரமிப்புப் போர்களின் மூலம் தொடங்கப்பட்டு, மத்திகால காலனியாதிக்க வன்முறையினால் விரிவுபடுத்தப்பட்டு, நவீனத்துவத்தால் உலக அளவில் உறுதி செய்யப்பட்டு, தற்போது முழுமையான மனித இனங்களை, நிலங்களைப் பற்றிப் பிடித்திருக்கிறது. இது அரசியல், பொருளாதாரம், உற்பத்திமுறை, போர் அச்சுறுத்தல் என்ற கண்ணுக்குப் புலப்படும் முறைகளிலும்; பண்பாட்டு அழிப்புகள், இனக்குழு அழிப்புகள், பன்மைத்துவ அழிப்புகள், சிந்தனை முறைகளை மையப்படுத்துதல் என்ற கண்ணுக்குப் புலப்படாத முறைகளிலும் மனிதக் குழுக்களுக்கு எதிரான பயங்கரத்தைச் செய்து வருகிறது. மனிதகுல முன்னேற்றம், உலகளாவிய பரிமாற்றம் என்ற பொய்யான உறுதி மொழிகளுடன் இந்த உலகமயமாதல் எல்லாத்துறைகளையும் அழித்துக் கொண்டிருக்கிறது. இதன் வன்முறை பயங்கரமானது. ஏகாதிபத்திய பாசிசம் இதன்மூலம் உருவாகக்கூடியது. பலகோடி மனிதர்களைப் பயனற்றவர்கள் என்று கொன்றழிப்பதை நியாயப்படுத்தக்கூடியது இந்த உலகமயமாதல். உயர் தொழில்நுட்பவெறி, போராதிக்க அச்சுறுத்தல், ஒற்றைத்தள அறிவு, உலக மேலாண்மை, உலகமயமாதல் அனைத்தும் ஒன்றுடன் ஒன்று உறவுடையவை. விடுதலையை, மனித நுண்ணுணர்வுகளை, பிற மனித இருப்பை நேசிக்கும். மரியாதை தரும் யாரும் உலகமயமாதலை ஏற்கவோ, சரியென்று கூறவோ முடியாது. உலகமயமாதலையும் அமெரிக்க, ஐரோப்பிய மேலாண்மையையும் எதிர்க்கிறோம் என்ற பெயரில் வரும் வன்முறைப் போராட்டங்களையும் ஏற்றுக்கொள்ள முடியாது. இனி ஆயுதங்கள் அனைத்தும் உலகமயமாதலை ஏதோ ஒருவகையில் விரிவுபடுத்தி மக்களையே அழிக்கும். உலக ஆயுத

வியாபாரிகள் பல நாடுகளில் உள்நாட்டுப் போர்களையும், மோதல்களையும் பரப்பிக் கொண்டிருக்கிறார்கள்.

உலகமயமாதலின் பிரச்சினை பயங்கரம் பற்றிப் பேசும்போது உலகளாவிய சிந்தனை, உலகளாவிய அறிவுமுறை என்பவற்றை எப்படி விளக்குவீர்கள்?

நவீனத்துவம் கூறிய உலகளாவிய, மனித குலம் சார்ந்த என்ற உறுதிமொழிகள் பொய்யானவை என்பது தற்போது புலப்பட்டுவிட்டது. ஒவ்வொரு நிலத்திற்கும், இனத்திற்கும், இனக்குழுவுக்கும் தனித்தனியே அறிவும், பண்பாடும், அணுகுமுறையும், மொழியும், அழகியலும், அறமும், அறிவியல் தொழிநுட்பங்களும் இருக்கும். இவற்றையெல்லாம் பொருளற்றவை என்றும், பயனற்றவையென்றும், தவறானவை என்றும் கூறி ஒதுக்கும் உரிமை யாருக்கும் இல்லை. எந்த இனமும் மற்றொரு இனத்தைவிட உயர்ந்ததோ, மேலாண்மை செய்யும் உரிமை உடையதோ அல்ல. அழித்தொழிப்பு, போர்த்தாக்குதல், கொலை மிரட்டல் அச்சுறுத்தல்கள் மூலம்தான் ஒரு அறிவின்மீது மற்றொரு அறிவு மேலாண்மை கொள்கிறது. இன்றுள்ள உலகமயத் தன்மைக்குப் பின்னே உள்ள படுபாதகக் கொலைகள் எத்தனை கோடி. போர்கள் எத்தனை ஆயிரம். இன அழிப்பு எத்தனை பயங்கரமானது. இவற்றை சற்றே நினைவுப்படுத்திக் கொண்டால் உலகமயமான, மேற்கு மயமான சிந்தனை முறைகள் அறிவுமுறைகள் என்பவற்றை நாம் மௌனமாக ஏற்றுக்கொண்டு இருக்கமுடியாது. மேற்குலகின் சில மாற்றுச் சிந்தனையாளர்கள் வெள்ளை மையவாதத்தையும் இன ஒழிப்பு அரசியலையும் எதிர்த்து ஏகாதிபத்திய வன்முறையைத் தொடர்ந்து புலப்படுத்தி வருகின்றனர்.

வரலாற்றின் முடிவு (End of History) என்பது பற்றி கம்யூனிச நாடுகளின் வீழ்ச்சிக்குப் பிறகு எண்பதுகள் தொடங்கி பேசப்பட்டு வருகிறது. இந்நிலையில் கம்யூனிச இயக்கத்தில் ஏற்பட்டுள்ள தத்துவார்த்தச் சிக்கல் பற்றி நீங்கள் என்ன கருத்து கொண்டிருக்கிறீர்கள்?

கம்யூனிசம் என்பதை ஒரு தத்துவம் என்பதைவிட, ஒரு கூட்டுக்கனவு என்று கூறலாம். மனிதர்களை நேசிப்பவர்கள் யாருக்கும் இந்தக் கனவு தோன்றலாம். இந்தியாவில் பௌத்தம் இதை வேறு வகையில் முவைத்தது. அம்பேத்கரும், காந்தியும் இதனை வேறு வேறு வார்த்தைகளில் விளக்க முயற்சித்தார்கள். இந்தியாவில் பல மகான்களும் ஞானிகளும் உண்மையான துறவிகளும் இந்தக் கனவைக் கொண்டிருந்தனர். ஆனால், அது ஒரு அரசியல் வடிவமாக, செயல் திட்டமாக மாறும்போது வேறு வடிவம் கொள்கிறது. விடுதலையை நோக்கிய கனவில் மார்க்ஸ''ம், ஏங்கெல்ஸ''ம் முன்வைத்த சோசலிசம் என்பது அற அடிப்படையில் கவித்துவமான ஒன்று. ஆனால் வழிமுறை என்பது, அவ்வளவு தெளிவானதோ, எளிதானதோ அல்ல. சோஷலிச அரசுகள் இருந்த நாடுகளில், கட்சிகளின் ஆட்சி இருந்த அளவுக்கு, சோஷலிச அறங்களும் சோஷலிச பண்பாடுகளும் இருந்தனவா என்பது மிக முக்கியமான கேள்வி. அதே சமயம் சோஷலிச கோட்பாடுகள் இன்று அய்ரோப்பா முழுக்க உள்ளீடான பல மாற்றங்களை ஏற்படுத்தியிருக்கின்றன என்பதையும் மறுக்க முடியாது.

சோஷலிச நாடுகளின் சிதைவுகளுக்குக் காரணம் என்று எதை நினைக்கிறீர்கள்?

முதலாளித்துவ, ஏகாதிபத்திய நாடுகளின் வன்முறைகளும், மூன்றாம் உலக நாடுகளின் துயரங்களும் நிரம்பிய இருபதாம் நூற்றாண்டில், சில நாடுகளில் சோஷலிச அரசுகள் உருவானது வரவேற்கப்பட வேண்டியதுதான். ஆனால், அவை தேசிய அரசுகளே தவிர வேறு இல்லை. இரண்டாம் உலகப் போரினால் உருவான தேசிய அரசுகள், சோவியத் யூனியனில் ராணுவ கண்காணிப்பின் கீழ் ஒருவித சமூகம் கட்டப்பட்டிருந்தது. ஆனால் பண்பாடு, அணுகுமுறைகள், சமூக உளவியல், மதிப்பீடுகள் என்பவற்றில் என்ன வகை மாற்றங்கள் ஏற்பட்டன என்பது பற்றி இன்றுவரை சரியான பதிவுகள் இல்லை.

இந்நிலையில் அந்நாட்டு மக்களே நமது அரசுகளை மாற்றிக்கொண்டார்கள். இது அந்த வகை நாடுகளில் முடிந்திருக்கிறது. ஆனால், மற்ற ஏகாதிபத்திய நாடுகளில் முடியக்கூடியதா என்ன? அந்நாடுகளில் ஏற்பட்டது மாற்றங்கள்தாம். சிதைவுகள் அல்ல. இதனை முன்வைத்து, உலக அரசியல் - சமூகப் பார்வையிலிருந்தே - விடுதலை மற்றும் சமநீதி, சம உரிமை, மக்கள் நல இலட்சியங்களை, கோட்பாடுகளை நீக்கிவிட வேண்டும் என்று மனித அழிப்பு, ஆதிக்கக் கருத்தியலாளர்களும் முதலாளித்துவ ஜந்துக்களும் கூறுவது விஷமத்தனமானது. அறிவியல் அடிப்படையற்றது.

இதற்கு மாற்றுக்கள் என்று எவற்றைச் சொல்வீர்கள்?

மேற்கத்திய அய்ரோப்பிய உதாரணங்களை விட்டுவிட்டு இந்தியச் சூழலை, இந்திய வரலாற்றை, இந்தியாவின் எண்ணற்ற மரபுகளைக் கற்று, இந்திய மரபுகளிலிருந்தே சிலவித விடுதலைக் கோட்பாடுகளைக் கண்டறிய வேண்டும். பண்பாட்டு அரசியல், தனி மனித உளவியல், நுண்ணரசியல், சாதியத்தின் கொடூரம், மதவெறி பாசிசத்தின் வேகம் ஆகியவற்றைப் புரிந்துகொண்டு மாற்றுகளை உருவாக்க வேண்டும். இந்தியச் சமூகங்களின் அடிப்படை மனக்கட்ட-

மைப்புகளை நிதானமாக ஆய்ந்தறிய வேண்டும். ஏதோ ஒரு கோட்பாடு எல்லாவற்றையும் தீர்த்துவிடும் என்று முரட்டு-வாதம் செய்து கருத்தியல் அதிகாரத்தை நிறுவுவதை விட்டுவிட்டு, எல்லா மனிதநேயக் கருத்துக்களிலிருந்தும், அணுகு முறைகளிலிருந்தும் நமக்கான கூறுகளைக் கண்டெடுத்து இணைத்து ஆக்கபூர்வமான அரசியல் அறங்களை, மக்கள் மயமான செயல் திட்டங்களை வடிவமைக்க வேண்டும்.

அம்பேத்கரையும், காந்தியையும், பெரியாரையும் இன்னும் ஆழமாகப் புரிந்துகொண்டு பல அடிப்படைக் கூறுகளை உருவாக்க வாய்ப்பு உள்ளது. ஆன்மீகம், அறம், சிறு மரபுகளின் ஆக்கபூர்வமான கூறுகள் ஆகியவற்றைப் புரிந்து புதி-யவகை சேர்க்கைகளை உருவாக்க வேண்டும். இந்திய - தமிழ் - பின் நவீனத்துவப் புரிதல்கள் எங்களுக்கு இதுபோல் சிலவற்றைக் காட்டித் தந்திருக்கின்றன. என்றாலும், இவைப் பற்றிய நீண்ட ஆய்வுகளும், விவாதங்களும் தேவை. அதுவரை ஜனநாயகத்தையும் தேசியத்தையும் அவற்றின் உண்மையான அர்த்தத்தில் வளர்ந்து பாதுகாப்பதற்கே மிகக் கடுமையான உழைப்பு தேவைப்படுகிறது.

இன்றைய சூழலில் நீங்கள் கூறும் பௌத்தத்தின் முக்கியத்துவம் என்ன?

இதுகுறித்து அம்பேத்கர் விரிவாக ஆராய்ந்து கூறியிருக்கிறார். காந்தியின் செயல்பாடுகளில் பௌத்தத்தின் முக்கியமான பல கூறுகள் உள்ளன. இந்திய மண்ணிலிருந்தே தோன்றிய மிகப் பெரும் அறச்சிந்தனையான பௌத்தம் தமிழகத்திலும், இந்தியாவிலும் பல நூற்றாண்டுகள் வாழ்வியலில் பிணைந்து இருந்திருக்கிறது. இன்றைய அரசியல் சிதைவுகள், சமூக நோய்கள், மதவெறி வன்முறைகள், உலகமயத்தாக்குதல்கள் என்பவற்றிற்கு மாற்றான புதிய வாழ்வு என்ற கோட்-பாட்டை, பௌத்தத்தின் அறமும் தத்துவமும் அமைத்துத்தர முடியும். நமது மக்கள் மறந்துபோன தமது பூர்வீக சமய-மான பௌத்தத்தை நினைவூட்டி, மறுஉயிர்ப்பு செய்வதன் மூலம், ஒரு மாற்று அரசியல் சமூக அறத்தையும், பண்-பாட்டையும் கட்ட முடியும். மக்கள் இயக்கங்கள் பௌத்தத்தை முழுமையாகப் புரிந்துகொண்டு, அதனை சிந்தனை மற்றும் பண்பாட்டுத்தளத்தில் கொண்டு செல்லும்போது பாசிசம் விரிவடைவதைத் தடுக்கமுடியும். நாங்கள் கூறும் தமிழ் பௌத்தம் இன்னும் பல விரிவான பொருளை உடையது.

உங்கள் பார்வையில் தற்கால தமிழ் அறிவுஜீவிகளின் நிலைப்பாடு அல்லது நிலை என்னவாக உள்ளது?

தமிழகத்தில் காலம்காலமாக ஒரு எதிர்மரபு இருந்து வந்துள்ளது. அறத்தையும் உண்மையையும் தொடர்ந்து சொல்-லிக்கொண்டிருக்கும் ஒரு சிறுபான்மை சிந்தனையாளர் குழு இருந்து வந்துள்ளது. மக்களுக்கானவற்றைப் பேசவும், அதிகாரத்திற்கும் அடக்குமுறைகளுக்கும், வன்முறைகளுக்கும் எதிரானவற்றை வளர்க்கவும், இந்த வகை அறிவு மரபு தொடர்ந்து முயன்று வந்திருக்கிறது. காலனிய, நவீன காலச் சிக்கல்களிலிருந்து உருவான வைகுண்டசாமி, இராம-லிங்க அடிகள் தொடங்கிய அயோத்திதாசர், பெரியார், ஈ.வே.ரா. வழியாக சிந்தனை மரபுகள் தமிழில் விரிவடைந்தி-ருக்கின்றன. ஆனால், இவை மக்களிடத்தில் முழுமையாகச் சென்றடையவில்லை.

தற்போது அறிவு ஜீவிகள் என்பவர்கள் குழப்பத்தில் இருக்கிறார்கள். ஆனால் தங்கள் குழப்பத்தை மறைக்க பல முடிவுகளைக் கூறிக்கொண்டிருக்கிறார்கள். தமிழ்ச் சமூகத்தின் சிக்கலும், அவலமும் பன்முகப்பட்டது. இவற்றைக் கண்-டறிந்து பேசவும் ஆய்வு செய்யவுமான அறிவுத்தளம் மிகச் சிறியதாக உள்ளது. மார்க்சிய, பெரியாரிய, காந்திய, அம்-பேத்கரிய சிந்தனைகள் ஏதோ கட்சி மற்றும் அமைப்பு கட்டும் செயல் திட்டங்களாகக் குறுக்கப்பட்டுவிட்டன. அய்-யோத்திதாசரை முன்வைத்து உருவான பௌத்த சிந்தனை அய்ரோப்பிய தொண்டு நிறுவனமாகிவிட்டது. விவாதங்கள் விரிவாக்கப்படுவதில்லை.

மார்க்சியம் பேசுபவர்களுக்கு கிராமிய, சுற்றுச்சூழல் பிரச்சினைகள் பற்றிய அக்கறை இருப்பதில்லை. பெரியாரியம் பேசுபவர்களுக்கு சமூகப் பொருளாதாரச் சிக்கல்கள் பற்றியும் தமிழ்ப் பண்பாட்டு உள்ளீடுகள் பற்றியும் சமூக மனவியல் பற்றியும் புரிதல் இருப்பதில்லை. காந்தியம் என்பது செயலற்ற, தனி மனிதப் பேச்சாகவும், வசதியான கௌரவ வேட-மாகவும் மாற்றப்பட்டுவிட்டது. அம்பேத்கரியம் என்பது கட்சிகளுடன் கூட்டு சேர்ந்து சட்டசபையில் இடம் பிடிப்பதன் தேவையை மட்டுமே முதன்மையாகக் கொண்டு குறுக்கப்பட்டுவிட்டது.

தமிழில் அறிவு - சிந்தனை என்பதன் விரிவான அக்கறைகள் மறதிக்குள்ளாகியிருப்பதற்குப் பல காரணங்கள் இருந்தாலும் நிறுவனங்கள், அமைப்புகள் இவற்றைத் தமது கருவிகளாக்கிக் கொண்டது முதல் காரணம். மக்கள் குழு என்பது கும்பல் அரசியல், திரைப்பட அரசியல், மத அமைப்பு அரசியல் என்பவற்றைத் தவிர எதையும் அரசியலாகப் புரிந்துகொள்ள முடியாத நிலையில் உள்ளது. அறிவுஜ‘‘விகள், சமூகச் சிந்தனையாளர்கள் என்பவர்கள் கடந்த 50 ஆண்டுகளில் ஏற்பட்ட உலகமயமான சிக்கல்கள் பற்றியும் இந்தியச் சமூகம், தமிழ் சமூகம் அடைந்துள்ள சிதைவுகள் பற்றியும் மிகக் குறைவான புரிதல் மட்டுமே கொண்டவர்களாக இருப்பதுடன் தத்தமது சிந்தனைகளை முடிவுகளிலி-ருந்து தொடங்குபவர்களாகவும் உள்ளனர்.

இவை பற்றிய ஓரளவு புரிதல் உள்ளவர்கள் சிதறிப்போய் தனிமைப்பட்டு கண்ணில் காணமுடியாத சிறுபான்மையி-னராகவே இருக்க வேண்டியிருக்கிறது. தமிழக பத்திரிகைகளையும், தொலைக்காட்சிகளையும் மேடைகளையும் பார்த்து வரும் ஒருவருக்கு எதிர்காலம் பற்றிய எந்த நம்பிக்கையும் ஏற்பட வழியில்லை. கல்பாக்கம், கூடங்குளம் என இரு அணு உலைகளுக்கு இடையில் சிக்கிக்கொண்ட தமிழ்நாடு பெரும் ஆபத்தை எப்போதும் தனக்குள் கொண்டுள்ளது. இது பற்றிய எந்தவொரு சொரணையும் தமிழரிடத்தில் இல்லை. பச்சையற்ற மண்ணாக மாறிவரும் தமிழகத்தில் 90 சதவீதம் பேச்சுக்கள் திரைப்படங்கள், திரைப்பட நடிக, நடிகைகள், கிரிக்கெட் பற்றி மட்டுமே இருப்பதை எந்தப் பின்-னணியில் புரிந்து கொள்வது.

விவசாயம் அழிந்துபோன நிலங்கள் பற்றிய பேச்சும் அழிந்துகொண்டிருக்கும் காடுகள், மலைகள், நீர்நிலைகள் பற்றிய பேச்சும் கூட சிறுபான்மை பேச்சுகளாகவே இருக்கும் இந்தச் சூழலில் அறிவுஜீவிகள், சிந்தனையாளர்கள் என்பவர்களின் இடம் என்ன? காலம் இன்னும் தேவை என்றுதான் தோன்றுகிறது. தமிழில் அறிவுத்துறையும், சமூக அரசியல் சிந்தனையும் மன அமைப்புடன் ஒன்றிய தொடர் நிகழ்வாக மாற இன்னும் காலம் எடுக்கும். அமைப்பு-கள் தமது எல்லைக்குள் இயங்குவது தவிர்க்கமுடியாதது. ஆனால், சிந்தனையாளர்கள் அவை கடந்த கேள்விகளைத் தொடர்ந்து ஆய்வு செய்ய வேண்டியவர்கள்.

தமிழிலக்கியத்தின் எதிர்காலப் போக்குகள் எப்படி இருக்கும் என்று எதிர்பார்க்கலாம்?

தமிழின நவீன இலக்கியம் தொடங்கிய காலத்திலிருந்து மிக முக்கியமான பிரச்சினைகளும் கேள்விகளும் ஆராயப்-பட்டு வருகின்றன. தமிழின் நவீன மனம், நவீன வாழ்வு, நவீன அடையாளம், நவீன மதிப்பீடுகள் அதன் மரபான அமைப்புகளுடன் மோதும்போது ஏற்படும் சிக்கல்களும், மாற்றங்களும் ஏற்பதில் நேரும் குழப்பங்களும் பேசப்பட்-டுள்ளன. ஆனால் எதார்த்த எழுத்து, எதார்த்தவியல் பார்வை என்பது முக்கியம் பெற்று உறுதியான வடிவமாகிப் போனதனால், தமிழ்ச் சமூகங்களின் பலவித கதை மரபுகள், கதை கூறும் முறைகள் மறுதலிக்கப்பட்டு, எழுத்துக்கான ஒரு உள்ளார்ந்த தணிக்கையும் ஒடுக்குதலும் ஏற்பட்டுவிட்டது.

தற்போது புதிய வகை எழுத்து கதை கூறுதல், கதை அமைத்தல், முரண்பார்வைகள், பலகுரல் தன்மை என்ப-வற்றின் வகைமைகள் மூலம் புதிய வடிவங்களை நோக்கிச் செல்ல முனைந்திருக்கிறது. ஆனால் தமிழில் பலவகைத்-தன்மை, சிறு மரபுகள், கதை கூறலின் பன்மைச் சாத்தியப்பாடுகள் ஆகியவற்றைக் கவனத்தில் கொண்ட செவ்வியல் தன்மை உடைய எழுத்துகள் இனி தேவைப்படுகிறது. எதிர்கால எழுத்துக்கள் அதை நோக்கிச் செல்ல வேண்டியி-ருக்கிறது. எழுத்து என்பது நுண்மையான ஒரு கலைத்தொழில் என்பதுடன் பன்முக அறிவும் பல்துறைப்பயிற்சியும் தேவைப்படும் நிகழ்கலை வடிவம் என்ற பிரக்ஞையுடன் எழுதப்படும் எழுத்துக்கள் தேவைப்படுகின்றன.

எப்போதும் போல் வெறும் பேச்சுக் கதைகள், பெருங்கலாச்சாரக் கதைகள் அதிகம் பெருகி நுண்ணுணர்வுகளை, நுண்ணறங்களை, நுண்ணழகியல்களை நசிவுபடுத்தும் என்பது மட்டும் தற்போது தெளிவாகத் தெரிகிறது. அவற்றை எதிர்த்து நிற்கும் வலிமையுடன் சிறுபான்மை நுண்ணிலக்கியவாதிகள் செயல்படுகிறார்களா என்பதை இன்னும் ஐந்து ஆண்டுகள் கழித்தே நாம் அறிந்துகொள்ள முடியும். எந்த ஒன்றையும் நுகர்பொருளாக்கி ஆற்றல் அழித்துவிடும் சக்தி தற்போதைய ஊடகங்களுக்கு உண்டு. அவற்றின் வன்முறையை மீறி தமிழிலக்கிய வகைமைகள் வளருவதற்கு கடின உழைப்பும் போராட்டமும் நிறைந்த வாழ்வும் எழுத்தாளர்களுக்குத் தேவைப்படுகிறது.

24. பேராசிரியர் தமிழவன்

நேர்காணல் - பேராசிரியர் தமிழவன் கார்லோஸ் சபரிமுத்து

பேரா. ‘‘தமிழவன்’’ கார்லோஸ் சபரிமுத்து, பெங்களூர் பல்கலைக்கழகத்தில் தமிழ்ப் பேராசிரியராகப் பணி புரிகிறார். அண்மையில் போலந்து நாட்டின் வார்சா பல்கலைக் கழகத்தில் வருகைப் பேராசியராகத் தமிழ் கற்பித்து வருகிறார். தமிழில் இலக்கியத் திறனாய்வு, இலக்கியத் தத்துவங்கள், நாட்டுப்புறவியல், பற்றிய நூல்கள் எழுதியுள்ளார். இவரது அமைப்பியல் (Structuralism) என்ற நூல் சிறுபத்திரிக்கைச் சூழலில் வரவேற்கப் பட்டிருக்கிறது. எழுத்து, கசடதபற, க, போன்ற சிற்றிதழ்களில் எழுதி வந்திருக்கும் இவர், தற்காலத் தமிழிலக்கியத்தில் ஆழ்ந்திருக்கும் வெகு சில தமிழ்ப் பேராசிரியர்களில் ஒருவர். நவீனத் தமிழ் இலக்கிய விமரிசனக் கட்டுரைகளை எழுதி வரும் இவர் பின் நவீனத்துவ முயற்சிகளைக் கூர்ந்து கவனித்து வருகிறார். கன்னட, மலையாள மொழிகளில் பயிற்சியுள்ள இவர் மொழிபெயர்ப்பு நூல்களையும் வெளியிட்டிருக்கிறார். திறனாய்வு, படைப் பிலக்கியம், விமரிசகம், மொழிபெயர்ப்பு என்று பலதுறைகளில் இவர் எழுதிய நூல்கள் 15. கிறிஸ்துமஸ் விடுமுறையில் சான் •பிரான்சிஸ்கோ வந்திருந்த இவரைத் தென்றல் சார்பில் சந்தித்துப் பேசினோம்.

வணக்கம் பேரா. தமிழவன் கார்லோஸ் சபரிமுத்து! தென்றல் வாசகர்களின் சார்பில் உங்களைச் சந்திப்பதில் மகிழ்வடைகிறோம். உங்கள் தமிழ்ப் பணிகளைப் பற்றிச் சொல்லுங்களேன்.

நான் 1965-ல் மாணவர்கள் மத்தியில் எழுந்த தமிழ்ப்பற்று அலையில் தமிழ் படிக்க விரும்பினேன். நான் தமிழின் மீது ஆர்வம் கொண்டு தமிழ்க் கல்வித் துறையில் நுழைந்தவன். திறனாய்வு, ஆராய்ச்சி நூல்களை வெளியிட்டது மட்டுமல்லாமல், படைப் பிலக்கிய நூல்களையும் வெளியிட்டிருக் கிறேன். சீரிய சிந்தனையாளர்களும், நல்ல எழுத்தாளர்களும் வலம் வரும் சிறுபத்திரிக்கைச் சூழலில் இயங்குவது எனக்கு மகிழ்வு தருகிறது. புதுக்கவிதை இயக்கத்தை அதன் தோற்றத் திலிருந்தே ஆதரித்து வந்திருக்கிறேன். பெங்களூரில் தமிழ்ப் பேராசிரியர் பணி புரிந்ததால், மொழிபெயர்ப்புப் பணியிலும் ஈடுபட்டு, குறிப்பாக, ஈழத்தமிழர்கள் கவிதைகள் சிலவற்றைத் தேர்ந் தெடுத்துக் கன்னடத்துக்கு மொழி பெயர்த்திருக் கிறேன். சுப்பிரமணிய பாரதியார் என்ற பெயரில் கன்னட நூல் ஒன்றை வெளியிட்டிருக்கிறேன். டாக்டர் யு. ஆர். அனந்தமூர்த்தியின் "அவஸ்தை" என்ற கன்னட நூலைத் தமிழில் மொழியாக்கம் செய்திருக் கிறேன். மலையாள நாட்டுப்புறப் பாடல்களைத் தமிழில் மொழி பெயர்த்திருக்கிறேன். தற்போது, இந்தியாவை முற்றிலும் புரிந்து கொள்ள வேண்டும் என்றால் தமிழையும் கற்றுக் கொள்ள வேண்டும் என்ற ஆர்வம் உள்ள போலந்து மாணவர்களுக்கு வார்சா பல்கலைக் கழகத்தில் தமிழ் கற்பித்து வருகிறேன்.

மிகவும் மலைக்கத்தக்க தமிழ்த் தொண்டு. பல்கலைக் கழகத் தமிழ்ப் பேராசிரியர்களுக்கும், படைப்பிலக்கிய வாதிகளுக்கும் மிகுந்த பிணக்குகள் நிலவும் இக்காலத்தில் நீங்கள் இரு துறைகளிலும் சமமாகப் பங்கேற்றிருப்பது வியப்பளிக்கிறது. உங்களுடைய கண்ணோட்டத்தில், தமிழ்ப் பேரா சிரியர்களுக்கும், படைப்பிலக்கிய வாதிகளுக்கும் குறிப்பாகச் சிற்றிதழ் எழுத்தாளர்களுக்கும் இடையில் கருத்து வேறுபாடு ஏன் இருக்கிறது?

இது தமிழ் மொழி, மற்றும் வாழ்வோடு தொடர் புள்ள கேள்வி என்பதால் இதைப் பற்றிச் சற்றுக் கடுமையான கருத்துகளைச் சொல்லவும் தயங்கக் கூடாது எனக் கருதுகிறேன். இலக்கியம் என்பது 19-ம் நூற்றாண்டின் இறுதியில் உலகெங்கும் பரவிய புதிய சிந்தனை. கல்லூரித் தமிழ் ஆசிரியர்களுக்கு இலக்கியத்தில் பயிற்சி இல்லை. அவர்களுக்குக் கவிதை தெரியும், யாப்பு தெரியும், சந்தம், எதுகை, மோனை என்ற எல்லாமே தெரியும். ஆனால் இலக்கியம் தெரியுமா என்பது சந்தேகமே! மு. வரதராசன், அ. ச. ஞானசம்பந்தன் போன்றோர் இலக்கியத் திறனைப் பற்றி எழுதியிருக்கலாம். ஆனால் அவர்களுடைய இலக்கிய அறிவையும் முற்றாக என்னால் ஏற்க முடியவில்லை.

தமிழாசிரியர்கள் இலக்கியத்தைச் செய்தியாகப் பார்க்கிறார்கள். அதாவது, இலக்கியத்தின் நோக்கம் ஒரு நல்ல கருத்தை வெளியிடுவது என்று கருது கிறார்கள். அது தேவையில்லை. இலக்கியம் நேரடி யாக கருத்தைச் சொல்லி மனிதனை ஒரு பாதையில் இட்டு செல்லக்கூடிய ஒரு தன்மை கொண்டது அல்ல. அது மிகவும் ஆழமானது. அது செயல் படக்கூடிய முறை சிக்கலானது. திருக்குறள் இலக் கியம் இல்லையா, அது நல்ல கருத்தைச் சொல்லவில்லையா என்று கொச்சைப் படுத்திப் பேசுவது இன்றைய நிலை.

நான் பணியாற்றும் கர்நாடகத்தில் ஆங்கிலப் பேராசிரியர்கள் சிறந்த நாவலாசிரியர்களாக இருக்கிறார்கள். இந்திய மொழிகளில் மிகவும் அதிகமான ஞான பீட விருது பெற்ற மொழி கன்னட மொழி. நான் அவர்களோடு பணி புரிந்தும் விவாதித்துக் கொண்டும் வருகிறேன். தமிழிலே ஒரே ஓர் அகிலனுக்கு மட்டுமே ஞானபீடப் பரிசு கிடைத்திருக்கிறது. அதே போல் சாகித்திய அகாதமியின் வாயிலாக அனைத்து இந்திய விருது பெற்ற ஆசிரியர்களோடு தொடர்பு கொள்ளும் வாய்ப்பு எனக்கு இருந்தது. அவர்கள் இலக்கியத்தின் அணுகுமுறை முற்றிலும் வேறுபட்டது. ஒரு வேளை தமிழின் பெரிய பாரம்பரியம் இவர்களை புதிய சிந்தனைகளுக்கு இட்டுச் செல்லத் தடையாக இருக்கிறதோ?

தமிழ்த் துறைகளிலே ஏன் இலக்கியம் வளரவில்லை? ஆழமான, வளமான தமிழ்ச் சமூகத்தின் படைப்பு வெளிவராமல் இருப்பதற்குத் தமிழ் ஆசிரியர்கள் காரணமாக இருக்கக் கூடாது. தமிழ்ப் படைப்பு களுக்கு ஏன் நோபல் பரிசு வரக்கூடாது? தமிழுக்கு ஞானபீடப் பரிசே எட்டவில்லை. உலக அளவில் வரக்கூடிய படைப்பா எட்டப் போகிறது? பிற மாநிலத்துக் கல்லூரிகள் போல், தமிழில் தற்கால இலக்கியம் கற்பிக்கப் படுவதில்லை. தமிழ்த்துறை களின் அழுத்தம் பழைய இலக்கியத்தில் இருக்கிறது. தற்காலத் தமிழை நாம் கவனிக்க வில்லை என்றால் அடுத்த தலைமுறைத் தமிழை யார் பாதுகாப்பது? தமிழ்த்துறைகள் பழைய இலக்கியத்துக்கும், புதிய இலக்கியத்துக்கும் பாலமாக இருக்க வேண்டும். புதிய இலக்கியத்தில் ஏதாவது கோளாறுகள் இருந்தால் அவற்றைச் சீர் செய்ய வேண்டும்.

பெருமை பாரமாக இருக்கிறது என்கிறீர்கள். ஆனால், தற்காலத் தமிழ் இலக்கியங்கள் வெளிநாட்டு அலைகளை ஏற்றுக் கொண்டு படைப்பவை மொழி பெயர்ப்பு நூல்கள் போல் தோன்றுகின்றன. தென் அமெரிக்க எழுத்தாளர்களின் மேஜிகல் ரியலிசம் படைப்புகள் அவர்கள் மரபோடு ஒன்றியவை. ஆனால், தமிழ் இலக்கிய வாதிகள் அவற்றை அப்படியே ஏற்றுக் கொண்டு எழுதுவது திகைப்பளிக்கிறது. இவ்வாறு உலக இலக்கியத்தில் தோன்றும் அலைகளை அவ்வப்போது அப்படியே ஏற்றுக் கொள்ளும் தற்காலத் தமிழ் இலக்கிய நிலையைப் பற்றி என்ன நினைக்கிறீர்கள்?

இது ஆழமான, முக்கியமான கேள்வி. பாரதியே மேல் நாட்டு இலக்கியத்தின் ஷெல்லி, கீட்ஸ், உவோர்ட்ஸ்வொர்த் போன்ற ரொமாண்டிக் இயக்கத்தின் தாக்கத்தில் தமிழ்க் கவிதைகள் பல படைத்தான். பாரதியின் காலக்கட்டத்தில் அனைத்து இந்திய மொழிகளின் மேலும் இந்த மேலை நாட்டுத் தாக்கம் இருந்திருக்கிறது. முதல் நாவல்கள் அனைத்து இந்திய மொழிகளிலும் மேலை நாட்டுத் தாக்கத்தால் உருவானவை. அனைத்து இந்திய, அனைத்து உலக வீச்சிலிருந்து தமிழ் தப்ப முடியாது. உலக இலக்கிய •பேஷன் அலைகள் பற்றிக் குறிப்பிட்டீர்கள். நான் கிராமத்திலிருந்து வந்தவன். எப்படி பேண்ட் போடுவது •பேஷன் ஆகி விட்டதோ அதே போல இலக்கிய •பேஷன்களைப் பின்பற்றும் எண்ணம் தப்பு என்று எனக்குத் தோன்றவில்லை. வெளிநாட்டு அலைகள் நம்மை ஈர்க்கின்றன என்றால் அதற்கும் ஏதோ நியாயம் இருக்கத்தான் செய்கிறது. ஆனால், இன்னொரு சிக்கலும் அதில் இருக்கிறது. நம்முடைய தொன்மத்தை மறப்பதற்கு இவை காரணமாக இருக்கக் கூடாது. உங்கள் கேள்வியில் அந்த ஆதங்கம் இருப்பதாக நான் பார்க்கிறேன். அது சரியான ஆதங்கம் தான். அதே நேரத்தில் நம்முடைய சூழலையும், வெளிநாட்டு வடிவத்தையும் இணைக்கும் படைப்புகள் வருவதை நாம் மறுக்கத் தேவையில்லை.

உலகமயாமாக்கல் நம் மொழியை ஏற்கனவே பாதிக்க ஆரம்பித்திருக்கிறது. அதாவது passive voice என்ற தமிழ் மொழிக்குப் புறம்பான சொல் வடிவ அமைப்பு, அதாவது ''கேட்கப் படுகிறது'', ''சொல்லப் படுகிறது'' போன்ற வடிவங்கள், தமிழ் மொழிக்கும் வந்து விட்டது. இது இப்போது ஏற்றுக் கொள்ளப் படுகிறது. மொழி அமைப்பிலேயே ஆங்கிலப் பாணி ஏற்றுக் கொள்ளப் படுகிறது என்றால் இலக்கியத்தில் ஏற்பதில் எந்த விதத் தவறும் இல்லை. மேஜிகல் ரியலிசத்தில் பயிற்சியில்லாமலேயே விமரிசனம் செய்ய எந்தத் தமிழாசிரியர்களுக்கும் தகுதியில்லை. மேஜிகல் ரியலிசத்தைப் படித்து விட்டு விவாதிப்போம். நம்முடைய சோம்பேறித் தனத்தால் நாம் இதைச் செய்யக் கூடாது, அதைச் செய்யக் கூடாது என்று விவாதம் அமைந்து விடக்கூடாது.

அது நேர்மையான கருத்து. ஆனால், பல சிற்றிதழ்ப் படைப்புகள் மொழிபெயர்ப்புக் கதைகளாகத் தெரிகின்றன. தென் அமெரிக்க இலக்கியம் அவர்களுடைய அரசியல் பின்னணியில், அவர்கள் பழங்குடி மரபுகளில் தோய்ந்து எழுந்தவை. அதனால்தான் அவை அமெரிக்க வாசகர்களையும் நோபல் பரிசுக் குழுவையும் ஈர்க்கின்றன. நம்முடைய மரபுகளும் ஆழமானவை. அவற்றைப் புறக்கணித்துத் தென் அமெரிக்கக் கருத்துகளை, நம் மரபுக்குப் புறம்பான கருத்துகளை எடுத்தாள்வது தென் அமெரிக்கக் கதைகளைத் தமிழில் எழுதுவது போல் இருக்கிறது. தமிழ்க் கதைகளைத் தென் அமெரிக்கப் பாணியில் எழுதுவதுபோல் இருப்பதில்லை.

நானும் இந்தக் கருத்தை ஏற்கிறேன். நம்முடைய சமூக உண்மைகள் வெளிப்பட வேண்டும். சில நேரங்களில், வெளிப்படும் முறை மாறும்போது, இவை நம் சூழ்நிலையில்லையோ என்ற சந்தேகம் தோன்றலாம். கடந்த 20 ஆண்டுகளில் மேஜிக்கல் ரியலிசம் போன்ற தென் அமெரிக்கப் பாணிகள் தமிழில் பெரிதும் பாதிப்பை ஏற்படுத்தியிருக்கின்றன. அதற்கு முன்னர் ஆங்கில, ரஷ்ய இலக்கியங்களின் ரியலிச தாக்கங்கள் இருந்ததால், தமிழ் இலக்கியத்தில் ஒரு கிளர்ச்சியை, ஒரு புதிய முயற்சியைச் செய்ய ஆர்வமுள்ளவர்களுக்கு தென்னமெரிக்கப் பாணி புதிய சாத்தியங்களைத் தருகிறது. இந்த எழுத்துகளைப் பற்றிய நல்ல ஆழமான விமரிசனங்கள், விவாதங்கள் உருவானால், நல்ல தமிழ் இலக்கியங்கள் உருவாகும்.

மலையாளம், கன்னட மொழிகளில் இது போன்ற விவாதங்கள் மிக அதிகமாக நடக்கின்றன. தமிழ் மொழியில் படைப்பு எழுத்தாளனுக்கு மதிப்பு கிடையாது. இங்கே சினிமா நடிகர்களுக்கும் கிரிக்கெட் ஆட்டக்காரர்களுக்கும் மதிப்பு இருக்கும். எழுத்தாளனுக்கு இல்லை. கலைத்துறை, சினிமாத் துறைக்குத் தேவைக்கு அதிகமான மதிப்பு கொடுக்கும் தன்மை தமிழில் இருக்கிறது. அது தவறான போக்கு. பிறமொழிகளைப்போல் எழுத்தாளர்களுக்கு, படைப்பாளிகளுக்கு மதிப்புக் கொடுத்தால், நீங்கள் சொல்வது போல் ஆழமான சர்ச்சைகள் எழுந்து, நமக்கு எந்த விதமான படைப்புகள் வேண்டும் என்று தீர்க்கமான பாதை தோன்றும்.

தற்காலத் தமிழ் இலக்கிய வாதிகள் அண்மைக் காலத்தில் நோபல் பரிசு பெற்ற இலக்கியப் பாணிகளை அப்படியே ஏற்றுக் கொண்டு எழுதுவதை வழக்கமாகக் கொண்டிருக்கிறார்கள். நோபல் பரிசுகள் அந்தந்த நாட்டின், மொழியின் இயல்பைச் சிறப்பாகச் சொல்லும் படைப்புக்கு, ஒரு பாணிக்குக் கிடைக்கின்றன. ஏற்கனவே அறிமுகப் படுத்தப்பட்ட பாணிக்கும் படைப்புக்கும் இன்னொரு மொழியில் எழுதுவதற்கு நோபல் பரிசு கிடைக்கும் வாய்ப்பு அதிகம் இல்லை. தமிழ் இலக்கியவாதிகள் தம் மரபிலிருந்து, தம் மக்களின் உணர்ச்சிகளை மிகச் சிறப்பாக எடுத்துச் சொல்ல தமிழர்கள் சிந்தனைக்கு ஏற்ற ஒரு பாணியை அமைத்துக் கொள்ள வேண்டும் என்கிறேன். இதை மறுத்து, பரிசு பெற்ற பாணியில் பயிற்சி இருந்தால் பரிசும் பெறத் தக்க பாணி தானே உருவாகும் என்கிறார்கள் சிலர். இது பற்றித் தங்கள் சிந்தனை என்ன?

இது முக்கியமான ஒரு கேள்வி. தமிழ் மொழியில் தற்கால இலக்கிய அறிமுகம் மிகக் குறைவு. கன்னட மாணவர்களுக்கு உலக இலக்கியப் பயிற்சிக்காக Sophocles, Greek Tragedies போன்றவற்றைக் கன்னடத்தில் மொழி

பெயர்த்துப் பாடமாக வைத்துள்ளார்கள். பல நாவல்களையும் மொழி பெயர்த்துப் பாடமாக வைத்துள்ளனர். அதனால் தற்கால இலக்கிய வளர்ச்சி கன்னடத்தில் அதிகம். ஆனால், தமிழ் பேராசியர்களுக்குத் தற்கால இலக்கியத்தில் பயிற்சி இல்லாததால் பழைய இலக்கியத்தை வலியுறுத்துகிறார்கள். பழைய இலக்கியத்தில் ஒரு சிக்கல் என்னவென்றால் அதைப் படிக்கும் உணர்வு நமக்கு அந்நியமானது. இரண்டு அல்லது மூன்று நூற்றாண்டுகள், அல்லது பத்தாயிரம் ஆண்டுகளுக்கு முன்னர் உருவான படைப்புகளுக்குத் தற்காலத்தில் ஈர்க்கும் தன்மை இருக்காது. ஆனால், எப்போதோ எழுதிய தமிழ்ப் படைப்புகள் தமிழில் இருப்பதால் படிக்க வேண்டிய கட்டாயத்துக்காகப் படிக்கிறார்கள். அதே மாண-வர்கள், இப்போது உள்ள நாவலைப் படித்தால் அவர்களுடைய உணர்வுகளுக்கு அருகில் உள்ள நாவலால் ஈர்க்கப் படுவார்கள்.

தற்கால இலக்கியத்தை ஈடுபாடுடன் நாம் படிப்பதற்குச் சில காரியங்களைச் செய்ய வேண்டியிருக்கிறது. சிறு பத்திரிக்-கைகள் தம் சொந்தக் காசைப் போட்டு புத்தகங்களையும் பத்திரிக்கைகளையும் வெளியிடுகிறார்கள். நிறையப் பணம் இருக்கும் பல்கலைக் கழகங்கள் ஏதும் செய்யாமல் இருந்தாலும், சாதாரண கிராமத்தில் இருக்கும் இளைஞர்கள் கூட •பேஷன் என்று சொல்லக்கூடிய மேலை நாட்டுப் பாணிகளைப் பின்பற்றி தன்முனைப்புடன் இலக்கியம் படைக் கிறார்-கள். இவர்களை நான் defend பண்ணியே பேச விரும்புகிறேன்.

இவை போன்ற புது முயற்சிகளுக்குத் தமிழில் ஊக்கம் கொடுப்பதில்லை. முதல் நாவலுக்கு, முதல் கவிதைத் தொகுப்புக்கு, இருபது வயதுக்கு முற்பட்ட இளைஞர் படைப்புகளுக்கு என்று பல பிரிவுகளுக்குக் கன்னடம், மலை-யாளம் மொழிகளில் பரிசு கொடுப்பது போல் தமிழில் இல்லை. இங்கே சினிமாவும், டிவியும் தான் பெரிய விஷயம். எழுத்துக்குப் பல்கலைக் கழகம், சமூகம், பெரும் பத்திரிக்கை, ஊடகங்களில் அங்கீகாரம் இல்லை. மற்ற மொழிகளைப் போல இலக்கியச் சர்ச்சை நமது பத்திரிக்கைகளில் இல்லை. அவற்றிற்கு சிற்றிதழ்களைத் தேடிப் போக வேண்டியிருக்-கிறது. அல்லது இப்போது மின்னிதழ் களை நாட வேண்டி இருக்கிறது. ஆனால் தமிழ்த்துறைகள் இதற்குள் விழித்துக் கொண்டிருப் பதாக எனக்குத் தோன்றவில்லை. எத்தனை மின்னிதழ்களைத் தமிழ்த் துறைகள் வெளியிடுகின்றன என்று சொல்லுங்கள் பார்க்கலாம்?

ஆமாம். அது ஏமாற்றத்துக்கு உரிய செய்திதான்.

எனவே, தமிழ்த் துறைகளை விமரிசனத்துக்கு உள்ளாக்கி, இவர்களையும் தமிழின் மையத்துக்குக் கொண்டு வரவேண்-டும் என்று எண்ணுகிறேனே ஒழிய உங்கள் பாணியில் இவர்களைப் பாதுகாக்க வேண்டும் என்ற எண்ணம் எனக்கு வரவேயில்லை, மன்னிக்கவும்.

தமிழ் ஆசிரியர்கள், தமிழ்த் துறைகளின் கடமை வெறும் படைப்பிலக்கியம் மட்டும் இல்லை. ஒரு வளமான வளர்ச்சி தொடர்ந்து வரும் எந்த சமுதாயத்தின் பல கூறுகளையும் அவர்களுடைய மொழித் துறைகளில் காணலாம். ஆங்கி-லத்தில் அகராதிகளும், களஞ்சியங்களும் அடிக்கடி புதுப்பிக்கிறார்கள். பல துறைகளில் நூல்கள் வெளியிடுகிறார்கள். இவற்றில் ஆங்கில மொழித் துறைகளின் பங்கு அளவிட முடியாதது. அவற்றைப்போல் இயங்காமல் தமிழ்த் துறைகள் பழைய சொத்தைப் பாதுகாக்கும் காவல் துறையாக மட்டுமே இயங்குவது போல் தோன்றுகிறது.

என்னை விடத் தீவிரமான திறனாய்வை நீங்கள் முன் வைக்கிறீர்கள். அது சரி என்றே எனக்குப் படுகிறது. தமிழ்த் துறைகளின் கடமை பழையதை மீண்டும் அடுத்த தலைமுறைகளுக்கு இறக்குமதி செய்வது தான். நீங்கள் சொல்வது போல் வெறும் தற்கால இலக்கியம் மட்டும் தமிழ்த்துறையின் கடமை இல்லை. ஆனால், இலக்கியம் ஒரு முக்கியமான துறை என்பதை நாம் மறக்கக் கூடாது. நீங்கள் சொன்னது போல் எத்தனை பேராசிரியர்கள் எத்தனை அகராதிகள் உருவாக்கி இருக்கிறார்கள்? பாரம்பரியமும், சிறந்த மரபும் கொண்ட மொழியில் இந்த மாதிரி வேலைகள் மிக உற்-சாகமாக நடந்து இருக்க வேண்டுமே. ஆனால், அவை இல்லாமை உங்களைப் போல் எனக்கும் வருத்தத்தைத் தான் தந்திருக்கிறது.

இதற்கு அரசு உதவி இல்லாததால் இப்படியா? அல்லது தமிழ்த் துறைகள் தமக்கென்று இட்ட வட்டத்துக்குள் சிக்கிக் கொண்டிருப்பதாலா?

அரசு ஊக்கம் கொடுத்தால் நல்லதுதான். ஆனால் அரசுகளின் உதவி இல்லாமலேயே என்னென்னவோ சாதித்தி-ருக்கிறார்கள். இந்தியாவில் மொழி பெயர்ப்புகளிலிலேயே மிக அதிகமான மொழி பெயர்ப்புகள் வெளிவருவது தமிழ் மொழியில்தான்! ஒரு பைசா வரும்படி இல்லாவிட்டாலும் தன் முனைப்பால் சிற்றிதழ்களும் சிறு எழுத்தாளர்களும் தம் சொந்தச் செலவில் பல மொழிபெயர்ப்புகளைக் கொண்டு வந்திருக்கின்றன. இது போன்ற முயற்சிகளுக்கு அரசுகளோ, துறை அறிஞர்களோ தூண்டுகோலாக இருந்திருக்க முடியும். ஆனால் அவர்களுக்கு இவற்றில் அக்கறை இல்லை. சாகித்திய அகாதமி விருது போல் தமிழில் ஏதும் இல்லை. தமிழ் நாட்டில் பரிசுகள் அரசியல் வாதிகளும், அதிகாரி-களும் அவர்களுக்கு வேண்டிய வர்களுக்கு உதவி செய்யத்தான் இலக்கியப் பரிசுகள் பயன்படுகின்றன.

அரசு சார்பற்ற தனியார் அமைப்புகள் ஏதும் தமிழ்நாட்டில் இது போன்ற தமிழ் இலக்கியப் பரிசுகள் கொடுக்கின்-

றனவா?

கே. கே. பிர்லா பரிசு என்பது ஐந்து லட்சம் ரூபாய் வழங்குகிறது. இது தமிழ் மொழிக்கு இந்திரா பார்த்தசாரதி எழுதிய ''ராமானுஜர்'' என்ற நாடகத்துக்குக் கிடைத்தது. புலிட்சர், புக்கர் பரிசுகள் போல் தமிழ் இலக்கியத்துக்குப் பரிசுகள் இல்லை. தனியார் வருவார்களா? வரலாம். ஸ்ரீராம் சிட் •பண்ட்ஸ் என்ற அமைப்பு காலச்சுவடு போன்ற சிற்றிதழ்களை ஆதரிக்கின்றன. பிற்காலத்தில் வரலாம். ஆனால் இப்போதைக்கு இல்லை என நினைக்கிறேன்.

கலையின் அடிப்படையில் நல்ல படைப்புகளை இனங்காணுவது கற்பிக்கப் படுவதில்லை என்றீர்கள். உங்கள் கண்ணோட்டத்தில் கலையின் அடிப்படையில் ஒரு நல்ல நாடகம், நல்ல சிறுகதை அல்லது புதினம் இவற்றை எப்படி இனம் காணுவீர்கள்?

கலை, இலக்கியம் என்பவை அனைத்து உலகத் தன்மை கொண்டவை. அதே நேரத்தில் குறிப்பிடத் தக்க மொழியின் அடையாளமும் அதில் சேர்ந்து இருக்கும். மனிதனுடைய அடிப்படை உணர்வு இருக்க வேண்டும். இதைப் படித்தவுடன் மனித உணர்வு விரிந்து கொள்ள வேண்டும். அகவிரிவு என்ற ஒருவித மகிழ்வு இருக்க வேண்டும். எடுத்துக் காட்டாக, அண்மையில் Crime and Punishment என்ற நாவலைப் படித்தேன். ஒரு முக்கிய பாத்திரம் கொலை செய்து விடுகிறான். அந்த நாவல் முழுவதும், அவன் கொலை செய்ததைப் பற்றிய பச்சாதாபம். இது மனித குலத்துக்குப் பொதுவான தன்மையை விளக்குகிறது. ஆழமான விஷயங்கள், சிந்தனைகள், மனதுக்குள்ளே போய், நமது உணர்வின் ஒவ்வொரு நுட்பத்துக்குள்ளும் இணைந்து நம் அக உணர்வை விரிவு செய்கிறது. இது ரஷ்யாவில் ரஷ்ய மொழியில் எழுதப் பட்டது. அந்த நபருக்கும் தமிழுக்கும் தொடர்பு இல்லை. ஆனால், படித்தவுடன் என்னுடைய பக்கத்திலிருந்து என் உணர்வுக்குத் தொடர்புள்ள ஒருவர் எழுதியிருந்தது போலிருந்தது. அது அனைத்துலகத் தன்மை. எனவே, ஒரு தமிழ்ப் படைப்பின் மொழி பெயர்ப்பு இந்த அனைத்துலகத் தன்மையை கொடுத்து விட்டது என்றால் அது மிகச் சிறப்பான படைப்பு எனக் கருதப்படும் என நினைக்கிறேன். ஆனால், அது தமிழனுக்குப் புரியவில்லை என்றால் அது தேவையில்லை. இவை போன்ற சிக்கல்களைச் சர்ச்சைக்குள்ளாக்க வேண்டும். கலைத்தன்மை, படைப்பியல் போன்ற கருத்துகளை ஆராய வேண்டும். ஷேக்ஸ்பியரைச் சிறந்த படைப்பாளி என்கிறார்கள். எங்கோ பிறந்த மனிதன், ஏதோ ஒரு காலத்தில் எழுதப் பட்ட ஒரு படைப்பு, அதனை நாம் படித்தவுடன் எனக்கு அது ஒரு பக்கத்து உணர்வு போல் தோன்றுகிறது. என்னுடைய கலைக்கோட்பாடு, சிற்றிதழ் விமரிசகர்கள் பால் என்னை ஈர்க்கிறது. இலக்கிய அடிப்படை உணர்வைப் புரிந்து கொண்ட தமிழ்த்துறைப் பேராசிரியர் நூல் ஒன்றை இது வரை நான் படிக்கக் கிடைக்கவில்லை. இத்தனைக்கும் நான் புத்தகங்களைத் தேடிப்படிக்கக் கூடியவன்!

தற்காலத் தமிழ் இலக்கியத்தில் ஒவ்வொரு தமிழரும் கண்டிப்பாகப் படித்து இருக்க வேண்டிய படைப்புகள் என்று உங்களால் குறிப்பிட்டுச் சொல்ல முடியுமா?

கண்டிப்பாக. சிறுகதை என்று எடுத்துக் கொண்டால் மௌனி. - தென்றல் இதழில் மௌனி பற்றிய கட்டுரையைக் கண்டதும் மகிழ்ந்தேன் - மௌனியின் படைப்புகளை உலக அளவில் பாராட்டுவார்கள். ஜெர்மன் நாட்டவர் ஒருவர் மௌனியின் படைப்பின் மொழி பெயர்ப்பால் ஈர்க்கப் பட்டு தமிழ் நாட்டுக்கு வந்து யாரும் அறியாத செய்திகளைத் திரட்டினார். கா•ப்காவின் படைப்பு போல் ஆனால் இந்தியத் தன்மையுடன் இருந்தன என்றார். மௌனி, புதுமைப் பித்தனின் கபாடபுரம், சிற்பியின் நகரம், போன்ற படைப்புகள், திலீப்குமார் படைப்புகள் முக்கியமாகப் படுகின்றன. கவிதைகளில் ஞானக்கூத்தன், வைத்தீஸ்வரன், சி. மணி, போன்றவர்கள் படைப்புகள் முக்கியமானவை. புதிய தலைமுறை எழுத்தாளர்கள் பலரின் படைப்புகள் மகிழ்ச்சியைத் தருகின்றன. கலாப்பிரியா என்ற கவிஞரின் கவிதைகளில் ஆழ்வார்களின் தாக்கத்தை நீங்கள் காணமுடியும். பிரம்மராஜன் என்பவர், ஆங்கிலப் பேராசிரியர். அவரது கவிதைகளின் நுட்பத்தன்மை என்னைக் கவர்கிறது. புதுக்கவிதை என்னை மிகவும் ஈர்க்கிறது. மரபுக் கவிதைகள் என்னைப் பொதுவாக ஈர்ப்பதில்லை.

இலக்கிய வளர்ச்சிக்குத் தேவையான முயற்சிகள் அல்லது பணிகள் என்ன என்று கருதுகிறீர்கள்?

இலக்கிய வளர்ச்சிக்குத் தேவையான சூழல் இருக்க வேண்டும். அந்தச் சூழலைச் சிற்றிதழ்கள் தற்போது தருகின்றன. ஆனால், அதில் பிரச்சினைகளும் இருக்கின்றன. வங்காளம் போன்ற மொழிகளில் பெரும் பத்திரிக்கைகளில் இலக்கிய விவாதங்களும், செய்திகளும் வெளிவருகின்றன. தமிழில் அது அரிது. ஓரளவு அந்த நிலை மாறத் தொடங்கியுள்ளது. குமுதத்தின் தீராநதியைத் தவிர சிற்றிதழ்கள்தாம் அந்தச் சூழ்நிலையைத் தருகின்றன. இது போன்ற சிற்றிதழ்களுக்கு அனுபவமுள்ள மூத்தவர்கள் அல்லது அரசு நிதி உதவி அளித்து மொழி, இலக்கிய வளர்ச்சிக்குச் செயல்படலாம்.

அமெரிக்காவில் இருக்கும் விளக்கு என்ற அமைப்பு 25,000 ரூபாய் பரிசு தருகிறது. அதிலும், தமிழ் நாட்டில் கவனிக்கப் படாத தமிழ்ப் படைப்பாளிக்குத் தருவது இந்தச் சூழ்நிலை மாறி வருவது என்பதற்கு அடையாளம். சி.

சு. செல்லப்பா, தருமு சிவராம், கோவை ஞாநி, திருவனந்தபுரத்துப் பெரியவர் நகுலன் போன்றோருக்கு “விளக்கு” பரிசு கொடுத்தார்கள். வாழ்க்கையில் ஒருவரும் பரிசு கொடுக்காத தமிழ்ப் படைப்பாளிகளை விளக்கு தேடிச் சென்று பரிசளித்தது. இது போன்ற தமிழ்ச் சமூகத்தின் பன்முகத் தன்மை, அதன் உயிரோட்டத்தையும், வாழும் தன்மையையும் சுட்டிக் காட்டுகிறது. இதுபோன்ற சூழல்கள், தமிழ் மொழி, மரபு, அதன் பல்வேறு தன்மைகளை உயிரோட்டம் உள்ளதாகத் தொடர வைக்கும். எனவே இது போன்ற கருத்துள்ளவர்கள், நாமும் சிலது செய்ய வேண்டும், என்று வந்து செயல்பட்டால் நாம் பாராட்ட வேண்டும்.

தற்காலத்தில் மனித வாழ்க்கையின் அடிப்படை யையே மாற்றக் கூடிய மிகப் பெரும் தொழில் நுட்ப மாறுபாடுகள் நடந்து கொண்டிருக்கின்றன. ஆங்கில அறிவு இல்லாதவர்களுக்கு இவை பற்றித் தெரியாமல் போகும் ஆபத்து இருக்கிறது. இதைத் தவிர்க்கத் தமிழ் ஏடுகள், ஊடகங்கள் என்ன செய்கின்றன, என்ன செய்யலாம்?

ஒரு காலத்தில், கோவை கலைக்கதிர் போன்ற, விஞ்ஞான ஏடுகள் வந்து கொண்டிருந்தன. இப்போது அவை போன்ற ஏடுகள் வருகின்றனவா எனத் தெரியவில்லை. ஆனால், தமிழை வளர்க்கக் கூடிய நிதி வசதி உள்ள தமிழ்ப் பல்கலைக் கழகம் போன்ற பல நிறுவனங்கள் தோன்றியுள்ளன. தமிழர்களின் வாழ்க்கையோடு இணைந்த விஞ்ஞானம், தொழில் நுட்பம் போன்ற துறைச் செய்திகளைத் தாங்கி வரும் ஏடுகள் வெளிவரவேண்டும். நீங்கள் இந்தத் துறை யைச் சார்ந்தவர். ஏற்கனவே பல காரியங்களைச் செய்து கொண்டிருக்கிறீர்கள். உங்களைப் போன்றவர்கள், ஒத்த சிந்தனை உள்ளவர்கள், இன்னும் அதிகமாக செயல்பட வேண்டும்.

அமெரிக்காவைப் போல், நாளேடுகள், வார இதழ்கள், ஆழமான பன்முகச் சிந்தனைகளை மக்களுக்கு எடுத்துச் செல்கின்றனவா? இல்லை, என்றால் ஏன்?

இது முக்கியமான கேள்வி. பத்திரிக்கைகள் பெரும்பாலும் சினிமாச் செய்திகளுக்கு முக்கிய இடம் கொடுக்கின்றன. இது ஏன் என்று நாம் யோசிக்க வேண்டி இருக்கிறது. உலக அளவில் முக்கியமான செய்திகள் தமிழ்ப் பத்திரிக்கைகளில் இடம் பெறுவதில்லை. பொருளாதாரத்தில் நோபல் பரிசு யாருக்குக் கிட்டியது, எப்படிப்பட்ட சிந்தனை யைப் பரப்பி இருக்கிறார், ஒரு இந்தியனுக்குக் கிட்டியிருக்கிறது என்றால் அவர் என்ன மாதிரி கருத்து கொண்டிருக்கிறார் என்பவை போன்ற செய்திகள் ஒரு தமிழ்ப் பத்திரிக்கையில் வரும் என்று எனக்குத் தோன்றவில்லை. அதே போல இலக்கியத் தில் நோபல் பரிசு பெற்றவர் பற்றிய செய்திகளும் இடம் பெறுவதில்லை. தமிழைப் பயனற்ற மொழியாக மாற்றிக் கொண்டிருக்கும் துறைகளில் பத்திரிக்கைத் துறையும் ஒன்று. பல சிறந்த கருத்துகள், முக்கியச் சிந்தனைகள், அரசியல் நிகழ்ச்சிகள், பன்னாட்டுச் செய்திகள் இவற்றிற்கெல்லாம் தமிழில் இடமே இல்லை என்று மாற்றிக் கொண்டிருக்கிறார்கள்.

மீண்டும் மீண்டும் சினிமா நடிகைகள், சினிமாச் செய்திகளை மட்டும் வெளியிடுகின்றன. இது போன்ற செய்திகள் கொஞ்சம் தேவை. ஆனால், பணத்தை மட்டுமே அடிப்படையாக வைத்து, பண்பாடு பற்றிய அக்கறையில்லாமல் வியாபாரத்துக்குப் பத்திரிக்கை நடத்துகிறார்கள். சமூகப் பொறுப்பு இல்லாமல் பத்திரிக்கைகள், டிவி சேனல்கள் இந்த நிலையில் இயங்குவதைப் பார்க்கும்போது வருத்தமாக இருக்கிறது.

ஆழ்ந்த சிந்தனையுள்ள வாசகர்கள், இது போன்ற செய்திகளை ஆங்கிலத்திலேயே படித்துக் கொள் வார்கள். பெரும்பாலான தமிழ் வாசகர்களுக்கு இவை தேவையில்லை என்று சில பத்திரிக்கை நண்பர்கள் கூறுகிறார்கள். இந்த நிலையில் தமிழ் ஒரு அடுப்பறை மொழியாக மட்டுமே இயங்கும் ஆபத்து இருக்கிறதல்லவா?

தமிழில் வெளியிட வேண்டியதில்லை என்பது மிகவும் பொறுப்பற்ற கூற்று. தமிழ் மொழியில் ஆழ்ந்த சிந்தனைகளையும் தகவல்களையும் தொடர்ந்து பரப்பாவிட்டால் மொழியின் இயல்பே மாறத் தொடங்கிவிடும். கடைசியாகத் தமிழ் சினிமாவைத் தவிர தமிழ் மொழிக்கு வேறு எதுவும் இல்லை என்ற போக்கு உருவாகும் என்றால், அது தமிழ் மொழியை அழிப்பது போல் ஆகும். ஈழத்தமிழர்கள் பலர், ஆங்கிலத்தில் புலமையுள்ளவர்கள் கூட, பன்னாட்டுச் செய்திகளை நல்ல தமிழில் எழுதி வருகிறார்கள். அவர்களது தமிழ் படிப்பதற்கு மகிழ்வளிக்கிறது. மொழியின் வலிமை கூடுகிறது. ஆங்கிலத்திலேயே எல்லாம் சாதிக்க முடியும் என்பது மேட்டுக்குடி மனப்பான்மையாக எனக்குப் படுகிறது.

இந்தச் சரிவு அண்மையில் நிகழ்ந்ததா? இல்லை பாரதி காலத்திலிருந்தே தொடர்கிறதா?

இல்லை. பாரதி காலத்தில் இது இல்லை. அவரது தொகுப்புகள் பிரமிக்க வைக்கின்றன. ஜப்பானிய நாட்டின் நிகழ்ச்சிகள், ரஷ்ய நாட்டின் புரட்சி, பொருளாதார நிகழ்வுகள், இந்த மாதிரியான செய்திகளைப் பாரதி தமிழில் எழுதி இருக்கிறார். இந்தச் சரிவு அண்மையில் தொடங்கியது. சமூகப் பொறுப்பற்ற, பொருளாதார, வியாபார நோக்கில் செயல்படும் தன்மை கூடிய பின்பு தொடங்கிய சரிவு இது. நிறைய பேர் படிக்க வேண்டும், எளிமைப் படுத்த வேண்டும் என்று தொடங்கி கருத்துகளை முற்றிலும் விட்டு விடுகிறார்கள். மலையாளத்தில் தெருவில் போகிறவர்கள்கூட உலக

அரசியல் செய்திகளை அறிந்திருப்பார்கள். ஆனால் தமிழில் அப்படியில்லை. இந்தச் சரிவு நம் அறிவுஜீவிகள், அறிஞர்கள் தங்கள் பொறுப்பு உணர்வைத் தட்டிக் கழித்து விட்டதாலோ என்று தோன்றுகிறது. தமிழ்நாடு என்ற பெயர் வேண்டும் என்று போராடுவதைப் போலவே, தமிழ் மக்களின் அறிவுத் திறமையையும் அகலமாக்க வேண்டும் என்று போராட்டம் நடத்தி இருக்க வேண்டும் அல்லவா? உலகச் செய்திகளைத் தமிழிலும் தரவேண்டும் என்று யாராவது குரல் கொடுத்திருக் கிறார்களா? போராட்டம் நடத்தியிருக்கிறார்களா? இவை எல்லாம் முக்கியமான பிரச்சினைகள்.

நீங்கள் முன்னர் குறிப்பிட்டது போல இது பாரம்பரியச் சுமை கொண்ட அனைத்து மொழி களுக்கும் உள்ள சிக்கலா இல்லை தமிழுக்கு மட்டும் உள்ள சிக்கலா?

இது பாரம்பரியச் சுமைச் சிக்கல் அல்ல. பெரிய பாரம்பரியம் உள்ளவர்கள், அந்தப் பாரம்பரியத்தில் மூழ்குவது ஒருவிதமான கனவுக்குள் போகுவது சில தன்மைகள். ஒரு சமூகம் தொடர்ந்து எல்லா வகையிலும் இயங்கிக் கொண்டு நிலையாய் இருந்தால் இவை போன்ற காரியங்கள் நடக்கா. சமூகத்தின் சில அங்கங்கள் ஏதோ காரணங்களால் சாகத் தொடங்குகின்றன. இந்த மாதிரி சாக விடுவது நல்லதல்ல. சமூகத்தைச் சார்ந்த பொறுப்பானவர் களுக்கு நல்லதல்ல. யார் எப்படிக் கெட்டால் நமக்கென்ன, நாம் நன்றாக இருந்தால் போதும் என்று இருக்கக் கூடியவர்களுக்கு இந்தச் சர்ச்சை களும் விவாதங்களும் தேவையில்லை, ஆனால் ஒரு சமூகத்தின் மேல் அக்கறை உள்ளவர்களுக்கு இந்த விவாதங்கள் தேவை. இந்த மாதிரியான சர்ச்சைகள் வரும்போது, உங்கள் பாரம்பரியம் உங்களைத் தூங்க வைக்கிறது, அல்லது முட்டாளாக்குகிறது என்றால் அந்தப் பாரம்பரியத்தால் என்ன பயன்?

இந்தச் சரிவுக்கு தமிழர்கள் பிறருக்கு அடிமைப் பட்டு வாழ்ந்திருக்கும் வரலாறு காரணமாக இருக்குமோ?

இது மிகவும் அக்கறையோடு யோசிக்க வேண்டிய கேள்வி. அந்நிய ஆதிக்கத்தால் தமிழர்களுக்குச் சிந்தனைக் கோளாறு ஏற்பட்டு விட்டதா என்ற கேள்வி எழுகிறது. தமிழ் நாட்டில் சமஸ்கிருதம், ஆங்கிலம் மட்டுமல்லாமல் தெலுங்கின் ஆதிக்கமும் இருந்திருக் கிறது. இவற்றால், தமிழனுடைய வளம், தமிழ் உயிரோட்டமாக விளங்கக்குடிய பல்வேறு அங்கங் களில் சில செத்துப் போய் விடுகின்றன. இவற்றிற்கு அந்நியர் வருகை காரணம் என்ற கருத்தையும் ஆழமாகப் பார்க்க வேண்டும். தமிழை முன் வைத்த இயக்கங்கள் ஆத்ம சுத்தத்தோடு செயல் பட்டனரா? “மடையர்கள் தாம் தொண்டர்களாக இருக்க வேண்டும், அவர்கள் தாம் தான் சொல்வதை எல்லாம் செய்வார்கள்” என்று சொன்ன பெரியார் இயக்கத்தின் தாக்கம், சில சமய நம்பிக்கைகள் என்று எல்லாவற்றையுமே கேள்விக்குள்ளாக்க வேண்டும். எந்தக் கேள்வியை யார் கேட்கலாம் என்று விதிமுறைகள் எல்லாம் விதிக்காமல், யார் வேண்டுமானாலும் எந்தக் கேள்வியையும் எழுப்பலாம் என்ற நிலை சமூகத்தின் மேன்மைக்குக் காரணமாக இருக்கும்.

நீங்கள் பெங்களூரில் தமிழ் கற்பித்தலிலிருந்து போலந்து நாட்டின் வார்சா பல்கலையில் தமிழ் கற்பிக்க வந்திருப்பது வியக்கத்தக்கது. போலந்தில் தமிழ் கற்பிக்கும் அமைப்பு எப்படி உருவாயிற்று?

முப்பது ஆண்டுகளுக்கு முன்னர் போலந்தில் தமிழ்த்துறை தொடங்க வேண்டும் என்ற எண்ணம் தோன்றியிருக்கிறது. சமஸ்கிருதம் படிக்க வேண்டும் என்ற ஆர்வம் உலகம் முழுவது பரவிய போது, கால்டுவெல் பாதிரியாரின் ஆராய்ச்சியால் இந்தியா வின் முக்கியமான இன்னொரு மொழிக்குடும்பம் திராவிட மொழிக்குடும்பம் என்பது உலக ஆராய்ச்சி யாளர்களால் ஏற்றுக் கொள்ளப்பட்டது. இந்தியா வைப் புரிந்து கொள்ள சமஸ்கிருதம் மட்டும் போதாது, திராவிட மொழிகளில் மூத்த மொழியான தமிழும் தேவை என்ற எண்ணம் வலிவு கொண்டது. தமிழை ஐந்து ஆண்டுகள் படிக்கிறார்கள். இந்தியாவிலிருந்து தமிழ் கற்பிக்க வந்த பேராசிரியர்களுள் இந்திரா பார்த்தசாரதியும் ஒருவர்.

ஆனால் இந்தத் தமிழ் மாணவர்களுக்கும் ஆதரவு தேவை. போலந்து நாட்டில் தமிழ் படிக்கும் இந்த மாணவர்களுக்கு ஊக்கம் கொடுக்க வேண்டும். தமிழ்நாட்டுக்கும், புலம் பெயர்ந்த தமிழிடங் களுக்கும் அவர்களை வரவழைத்துத் தமிழ் பற்றிக் கற்பிக்க வேண்டும். தமிழ் மொழி நூல்களை அவர்களுடைய நூலகங்களுக்குக் கொடுக்க வேண்டும். இவர்கள் •பிரெஞ்ச், ஜெர்மன், ஸ்பானிஷ் போன்ற மொழிகளையும் தெரிந்தவர்கள் என்பதால் ஐரோப்பிய அறிஞர்களிடம் தமிழ் பற்றிய கருத்தைப் பரப்ப இவர்கள் துணை புரிவார்கள். இந்தியாவில் பல தமிழ் மாணவர்களை உருவாக்குவதை விட ஒரு போலந்து தமிழ் அறிஞரை உருவாக்குவது அதிகப் பயனைத் தரும். பிற நாடுகளில் தமிழ் கற்பிக்கும் கல்வி நிலையங்களோடு இவர்களுக்குத் தொடர்பு ஏற்படுத்திக் கொடுக்க வேண்டும்.

தமிழ்க் குடும்பங்களோடு 2-3 மாதங்கள் தங்கி தமிழ் ஆராயும் வாய்ப்பை இவர்களுக்கு ஏற்படுத்திக் கொடுக்க வேண்டும். ஐந்து ஆண்டுகள் முறையாகத் தமிழ் பயின்ற மாணவர்களைத் தமிழிலேயே தொடர்ந்து ஆராய்ச்சி செய்யும் வாய்ப்பை ஏற்படுத்திக் கொடுக்க வேண்டும்.

பேரா. தமிழவன் கார்லோஸ் சபரிமுத்து அவர்களே, தென்றல் வாசகர்களோடு உங்கள் கருத்துகளைப் பகிர்ந்து கொள்ளும் வாய்ப்பளித்தமைக்கு மிக்க நன்றி.

25. இனியன்

சிறார் இலக்கியமும் விளையாட்டுகளும்: இனியனுடன் ஓர் உரையாடல்

அரூ குழுவினர் .

“குழந்தைகளின் உலகம் உயிர்ப்போடு இருக்கக் கூடிய மாய எதார்த்த உலகம். நிகழ்காலத்தைக் கொண்டாடக் கூடிய உலகம். தங்களால் தங்களுக்கான தேக்கநிலையை உருவாக்கிக்கொள்ளாத உலகம். அந்த உலகில் பயணிக்க பயணிக்க நம்முள் இருக்கிற குழந்தைமை உயிர்ப்போடு இருக்கும், இருக்கவும் செய்கிறது,” என நம்புபவர் இனியன்.

பல்லாங்குழி அமைப்பு மூலம் கலைகள் குறித்த அறிமுகங்களைக் தமிழகம் முழுக்க உள்ள அரசுப் பள்ளி மாணவர்களுக்கு எடுத்துச் செல்லும் நோக்கத்துடன் கலை இலக்கியக் கொண்டாட்ட நிகழ்வுகளைத் தொடர்ந்து நடத்திவருகிறார். நாம் மறந்துபோன 150க்கும் மேற்பட்ட பாரம்பரிய விளையாட்டுகளை ஆவணப்படுத்தி, 140க்கும் மேற்பட்ட அரசுப் பள்ளிகளில் முதல் தலைமுறை மாணவர்களுக்கு எடுத்துச் சென்றுள்ளார். குழந்தை வளர்ப்பு, சிறார் இலக்கியம், அதில் அரசியல் சரிநிலை, குறிப்பிடத்தகுந்த முன்னெடுப்புகள், குழந்தைகளுக்கான விளையாட்டுகள் என இனியனுடன் நீள்கிறது இவ்வுரையாடல்.

உங்கள் வாசிப்புப் பழக்கம் எவ்வாறு துவங்கியது? எவ்வாறெல்லாம் விரிவடைந்திருக்கிறது?

நான்காம் வகுப்பு படிக்கும்போது தினசரி நாளிதழில் இருந்துதான் வாசிப்பு. பிறகு நாளிதழ் இணைப்புப் புத்தகங்கள், நூலகப் புத்தகங்கள் எனத் தொடர்ந்து இன்று kindle வரை வந்துகொண்டிருக்கிறது.

பள்ளிப் பருவத்தில் உங்களை அதிகம் கவர்ந்த படைப்பு எது? அதே படைப்பைக் காலம் கடந்தும் வாசித்த அனுபவமுண்டா?

பள்ளிப் பருவத்தில் கவர்ந்த படைப்பு என்றால், எட்டாம் வகுப்பிலிருந்து ஒன்பதாம் வகுப்பிற்குச் செல்லவிருந்த முழுபரீட்சைக் கோடை விடுமுறையில் திருச்சி மைய நூலகத்திலிருந்து முதல்முறையாக எடுத்து வாசித்த எழுத்தாளர் ஜெயகாந்தனின் ‘ஒரு மனிதன், ஒரு வீடு, ஒரு உலகம்’ புத்தகம்தான்.

தற்போது வரை 15 முறைக்கும் மேல் வாசித்திருக்கும் ஒரே புத்தகம் இது மட்டுமே. என் வாழ்வோடு ஒன்றிவிட்டிருக்கிற புத்தகம் என்று இப்புத்தகத்தை நிச்சயம் சொல்லலாம். காரணம், பல மனச்சோர்வான காலங்களிலும் இப்புத்தகம் என்னோடு இருந்திருக்கிறது. அச்சோர்விலிருந்தெல்லாம் மீட்டெடுத்திருக்கிறது என்றாலும் அது மிகையாகாது. ஒவ்வொருமுறையும் புதிது புதிதான ஊக்கம் தந்திருப்பதை உணர்ந்திருக்கிறேன்.

எந்த வகையில்?

வாழ்வை இப்படியெல்லாம் ரசித்துவிட முடியுமா? ஒவ்வொன்றையும் நாம் பார்க்கின்ற பார்வை என்னவாக இருக்க வேண்டும்? அதில் தனித்துவத்தை எப்படி உணர்ந்து, உணர்த்த வேண்டும் எனப் பலப் பரிமாணங்களைக் கொடுத்த வகையில் ஹென்றியும்.

குழந்தைகளிடத்தில் எப்படியெல்லாம் என்னவெல்லாம் உரையாடலாம். அப்படியான உரையாடல்கள் மூலமே ஹென்றிக்களை உருவாக்கிட முடியும் என்ற வகையில் சபாபதியும். தன்னம்பிக்கை என்பது உடனிருப்பவர்களுக்கு, அறிமுகமே இல்லாதவர்களுக்கு உதவுவதில் துவங்குகிறது என்பதை உணர்த்திய வகையில் அக்கம்மாவும். கவலை, கோபம், வெறுப்பு போன்ற உணர்வுகள் நம் சுதந்திரத்தைப் பறிக்கக் கூடிய ஒன்று. அவற்றை விட்டொழிக்க நமக்குள் நாம் உணரும் நிர்வாணம் ஒன்று தேவை என்பதை உணர்த்திய வகையில் பேபியும்.

ஒருவரிடம், நான் இருக்கிறேன் உங்களுடன், உங்களுக்காக என்பதைவிடப் பெரும் நம்பிக்கை வேறு இருக்க முடியாது என உணர்த்திய வகையில் தேவராஜும். விட்டுக் கொடுத்து வாழ்வதைவிட வேறு சுகம் உண்டோ? வாழ்வின் அனைத்து மேடு பள்ளங்களிலும் ஒரே குணத்துடன் பயணிக்க அழகான முரட்டுத்தனமான நேர்மை தேவை என்பதை உணர்த்திய வகையில் துரைக்கண்ணுவும்.

அனைத்துக் கதாபாத்திரங்களும் ஒவ்வொன்றையும் உணர்த்திக்கொண்டே இருந்த வகையில் இந்தப் புத்தகம் எனக்கு மிகவும் முக்கியமான புத்தகம். 2018ஆம் ஆண்டுக்கான விகடன் நம்பிக்கை விருதை இனியன் பெறும்போது

உங்களைப் பொறுத்தவரை சிறந்த சிறார் இலக்கியத்திற்கான அம்சங்கள் என எவற்றைச் சொல்வீர்கள்?

சமகால எதார்த்தங்கள், பன்முகதத் தன்மை கொண்ட சமூகப் பிரச்சனைகள், பல்வேறு நில அமைப்புகள், சமூக நீதி மற்றும் சமத்துவக் கருத்துகள், பாலியல் உட்பட சமூகப் பிரச்சனைகள், பகுத்தறியும் தன்மைகள், சிறார் உரிமைகள், அறிவியல், மருத்துவக் கதைகள் போன்றவற்றில் ஏதாவதொன்றை உள்ளடக்கியதாக சிறார் இலக்கியங்கள் இருக்க

வேண்டும்.
(பி.கு: சிறார் இலக்கியம் 8 வயதிலிருந்து 14 வயது வரையிலான குழந்தைகளுக்கானது)

தற்போதைய சிறார் இலக்கியத்தின் உவகை அளிக்கும் போக்கு எது? கடுப்பேற்றும் விசயங்கள் எவை?

முந்தைய கேள்விக்கான பதிலில் உள்ள அம்சங்களை உள்ளடக்கிய படைப்புகள் அதிகரித்துள்ளன. அதேபோல் நேரடியாக ஒழுக்க நீதி போதனைகள் செய்யும் நிலையும் குறைந்திருக்கிறது. இவையெல்லாம் மகிழ்வைக் கொடுக்கின்றன. கடுப்பேற்றும் விசயங்கள் என்றால் அடிப்படைவாதக் கருத்துகளை வழிந்து திணிப்பது போன்று இன்றைய காலக்கட்டத்திலும் வருகிற படைப்புகளும் அதற்கான கொண்டாட்டங்களும் பெருங்கடுப்பைத்தான் ஏற்படுத்துகின்றன.

0-1, 1-3, 3-6, 6-9, 9-14, 14-16, 16+ இப்படி வயது வாரியாக இலக்கியத்தைப் பிரிக்க வேண்டியதன் அவசியம் என்ன?

அப்படியான அவசியம் குழந்தைகளின் வாசிப்பு அனுபவங்களை அந்த வயதிலிருந்தே துவங்கிட உதவும். அதேபோல் அந்தந்த வயதிற்கு ஏற்றாற்போலான உடலியல் மற்றும் உளவியல் மாற்றங்களையும் சமூகத்தைப் புரிந்துகொள்ளவும் இப்படிப் பிரிப்பது மிக அவசியமாகத் தேவை. இந்த வயதின் அடிப்படையிலான பிரிப்பு தமிழ் மற்றும் இந்திய ஒன்றியச் சூழலில்தான் பரவலாக இல்லை. மற்றபடி ஆங்கிலம், பிரன்ச் போன்ற மொழிகளில் இப்படியான பிரிப்புகள் நடந்துகொண்டுதான் இருக்கின்றன.

“மாய எதார்த்தங்கள், இங்கிருக்கும் நில அமைப்பு சார் வாழ்வியல் முறைகளில் இருந்து விழுமியங்கள் உருவாக்கப்பட வேண்டும். அதே போல் எதார்த்த அறிவியல் கதைகள், குழந்தைகள் மற்றும் சிறார்கள் தொடர்பான உரிமைகள் சார் கதைகள், மருத்துவக் கதைகள், சமூக நீதிக் கதைகள் போன்றவைகளும் அவற்றிற்கான விழுமியங்களோடு படைக்கப்பட வேண்டும்,” என பஞ்சுமிட்டாய் நேர்காணலில் குறிப்பிட்டிருந்தீர்கள். இத்திசையில் நம்பிக்கை தரும் சமீபத்தியப் படைப்புகள் சிலவற்றைப் பகிருங்கள்.

ஒற்றைச் சிறகு ஓவியா — விஷ்ணுபுரம் சரவணன்
மரப்பாச்சி சொன்ன ரகசியம் — யெஸ். பாலபாரதி
பறக்கும் ஹேர் கிளிப் — விஜயபாஸ்கர் விஜய்
சஞ்சீவி மாமா — கோ.ம.கோ. இளங்கோவன்
மாயக் கண்ணாடி — உதயசங்கர்
பேரன்பின் பூக்கள் — சுமங்களா (தமிழில் : யூமா வாசுகி)
அனிதாவின் கூட்டாஞ்சோறு — விழியன்
மொட்டை மாடியில் முசோலினி — கலைமதி
ராசுவின் யானைக் கதை — பூர்ணிமா செண்பக மூர்த்தி (Kindle only)
1729 — இரா.நடராசன்

இவையெல்லாம் சமீபத்திய படைப்புகள். இவற்றில் பெண் படைப்பாளிகள் மூவர் மட்டுமே உள்ளது கொஞ்சம் வருத்தமாகவே உள்ளது.

குழந்தைகளுக்கான கதைகளில் விழுமியங்களோ, அரசியல் உள்ளீடுகளோ இருந்தாக வேண்டுமா? நகைச்சுவைக்காக, வாசிப்பு இன்பத்திற்காக எழுதப்படும் படைப்புகளுக்கும் இடம் கொடுக்க வேண்டிய அவசியம் இல்லையா?

நகைச்சுவைக்காக, வாசிப்பு இன்பத்திற்காக எழுதப்படும் படைப்புகளில் விழுமியங்களும் அரசியல் உள்ளீடுகளும் அவசியம் என்கிறேன் அவ்வளவுதான்.

“சிறார் இலக்கியமென்பது பெரியவர்கள் அவர்களாகக் கற்பனை செய்துகொள்ளும் சிறார் உலகம் சார்ந்தது. அதற்கும் நிஜத்திற்கும் பெரிய வேறுபாடுகள் உண்டு,” என்கிற விமர்சனம் உலகளவில் உண்டு. இது உண்மையா?

நிச்சயம் உண்மையான ஒன்றுதான். ஆனால் இந்த விமர்சனம் பொய்த்துப்போன இடங்களும் உண்டு. அதேநேரம் சிறார்களே எழுத்தாளர்களாக அதிக அளவில் வரும்போது இந்த விமர்சனம் முற்றிலும் நீங்கிவிடவும் வாய்ப்பிருக்கிறது.

அறிவியல் துல்லியமும் (scientific accuracy) அரசியல் சரிநிலையும் (political correctness) சிறார் புனைவில் எந்த அளவிற்கு அவசியம்? அவை வாசிப்பின்பதையும் கற்பனை விரிவையும் தடுக்குமெனக் கருதுகிறீர்களா?

அறிவியல் துல்லியம் அனைத்து விசயங்களையும் பகுப்பாய்வு செய்யக் கற்றுக் கொடுக்கும். அரசியல் சரிநிலை சமத்துவத்தையும் சமூகப் புரிதலையும் ஏற்படுத்தும். இவையிரண்டும் வாசிப்பனுபவத்தையும், கற்பனை விரிவையும் நிச்சயம் தடுக்காது. மாறாக, கற்பனையுடன் கூடிய எதார்த்தச் சிந்தனைகளை உருவாக்கும்.

திராவிட வாசிப்பு மின்னிதழில் ‘குழந்தைகளுடன் நான்’ என்கிற தலைப்பில் கட்டுரைத்தொடர் எழுதியுள்ளீர்கள். சிறு-

வர் உலகம் குறித்துப் பெரியவர்களிடையே நிலவுகிற தவறான அனுமானங்கள் சிலவற்றைச் சொல்லுங்களேன்.

அவர்களுக்கு ஒன்றும் தெரியாது.
அவர்களிடம் கற்றுக்கொள்ள நமக்கு எதுவும் இல்லை
அடிபணிந்துதான் நடந்துகொள்வார்கள், நடந்துகொள்ள வேண்டும்.
நம் மூலமாக மட்டுமே கற்கிறார்கள். அவர்களாகக் கற்றுகொள்ள எதுவுமில்லை.
அவர்களுக்கென்ற தனிப்பட்ட வாழ்வோ சிந்தனைகளோ இருப்பதில்லை.
இவற்றைப் போன்று நிறைய சொல்லிக்கொண்டே போகலாம்.

"குழந்தைகள் நமது பராமரிப்பில் இருக்கிறார்கள், அவர்களை நாம்தான் பார்த்துக்கொள்ள வேண்டும், எல்லாவற்றையும் சொல்லித்தர வேண்டும்." இதுவே குழந்தை வளர்ப்பின் பொதுமுறையாக உள்ளது. இதன் சாதக பாதகங்கள் என்ன?

குழந்தை வார்ப்பில் சாதக பாதகம் என்பது கடமைக்கும் உரிமைக்கும் உண்டான வேறுபாட்டைப் புரிந்துகொள்ளாமல் வினையாற்றுவதற்கு ஒப்பானது. கடமையைச் சரிவர செய்யும்போது அது சாதகமாகவும், கடமையைச் செய்கிறோம் அதனால் அவர்களது உரிமையில் தலையிடலாம் என்னும் அதிகாரத்தை அவர்கள் மீது செலுத்துகிற பொழுது பாதகமாகவும் அமைகிறது.

மற்றபடி சாதக பாதகங்களைப் பொதுமைப்படுத்தியெல்லாம் சொல்லிவிட முடியாது. அது ஒவ்வொரு குடும்பத்தின் வாழ்வியல் சூழலில் இருந்து அணுக வேண்டிய ஒன்று. வேண்டுமானால் இப்படிச் சொல்லலாம்: குழந்தை வளர்ப்பு என்னும் கலையில் கடமைகள் எவை? உரிமைகள் எவை? என்பதையெல்லாம் குழந்தை வளர்ப்பில் ஈடுபட்டுள்ளோர் தேடித் தெரிந்துகொள்ளலாம்.

இது சம்பந்தமான புத்தகங்கள் ஏதேனும்?

தமிழில் இது தொடர்பான புத்தகங்கள் குறைவுதான் என்றாலும் சமீபத்தில் வெளிவந்திருக்கும் "உங்கள் குழந்தை யாருடையது? — ஜெயராணி", "நம் காலத்தின் குழந்தைகள் — மனநல மருத்துவர். சிவபாலன் இளங்கோவன்" இந்த இரண்டு புத்தகங்களும் மேலே சொல்லிய கருத்துகளை ஒட்டி வந்திருப்பவைதான்.

அரசியல் அடிப்படையின் முதல் புள்ளியாக, சமூகத்தில் நடைபெறுகின்ற அன்றாட நிகழ்வுகளைச் சிறாருக்கு அறிமுகப்படுத்துவதில் குடும்பம் மற்றும் சமூகத்தின் பங்காக எவற்றைச் சொல்வீர்கள்?

தினசரி செய்தித்தாள்களை வாசிக்க வைத்தும் வானொலி, தொலைக்காட்சி செய்திகளைக் கேட்க வைத்தும் அவற்றைப் பற்றிய உரையாடல்களை நிகழ்த்தலாம். அதே போல் சமூகப் படிநிலைகளைக் காட்சிப்படுத்தக் கூடிய உரையாடல்களையும் ஆதிக்க மனோநிலையில் நிகழ்த்தாமல் சமத்துவச் சிந்தனைகளின் அடிப்படையில் நிகழ்த்த வேண்டும். அதற்கான முன்தயாரிப்புகளையும், தேடுதல்களையும் குடும்பங்கள் செய்துகொண்டே இருக்க வேண்டும்.

குடும்பம் என்னும் அமைப்பைக் கடந்து குழந்தைகளுக்கு அடுத்ததாக அறிமுகமாகும் சமூக அமைப்பு பள்ளியும் வகுப்பறையும்தான். மேற்சொன்ன அதே செயல்வடிவம்தான். ஆனால் கூட்டு உரையாடல்களாகச் செய்து தேடுதல்களைக் கட்டமைக்கும் விதமான பாடத் திட்டங்களாக இருக்க வேண்டும். இவையிரண்டும் சீராக நடைபெறும் நிலையில் பொதுச் சமூகம் மற்றும் அரசியல் அடிப்படைகள் பற்றிய புரிதல் மிக இயல்பாகவும் எளிமையாகவும் குழந்தைகளிடம் வந்தடையும்.

பள்ளிக்கு வெளியே வாழ்க்கையைக் கற்றலில் பெற்றோர்களின் பங்கு என்ன?

பள்ளியும் பாடங்களும் மதிப்பெண்ணும் மட்டுமே வாழ்வு என்னும் மனோநிலையில் இருந்து முதலில் வெளிவர வேண்டும். கதைகள் மற்றும் உரையாடல்கள் மூலம் கடந்த கால நினைவுகளைப் பகிர்ந்துகொள்ளலாம். வாய்ப்பிருக்கும் பெற்றோர்கள் பயணங்களையும் புதுப்புது அனுபவங்களையும் அறிமுகப்படுத்திக்கொண்டே இருக்கலாம். வாய்ப்பில்லாதவர்கள் அதற்கான முயற்சிகள் செய்து அதில் குழந்தைகளையும் இணைத்துச் செயல்பட வைத்துத் திட்டமிட்ட பயணங்களை அறிமுகப்படுத்தலாம்.

இவற்றை எல்லாம்விடத் தங்களது வாழ்நாள் கனவுகள், ஆசைகள், ஏக்கங்கள், எதிர்பார்ப்புகள் என அனைத்தையும் சுமக்கும் அல்லது நிறைவேற்றும் கருவியாகக் குழந்தைகளைப் பார்க்கும் எண்ணத்தில் இருந்து வெளியேறி அவர்களுக்குக் கூடுமான அளவில் உலகம், சமூகம், வாழ்வியல் போன்றவற்றை அறிமுகப்படுத்திக்கொண்டே இருந்தாலே போதும்.

பெற்றோர்கள் பயணங்களை அறிமுகப்படுத்தலாம் என்பது சிறப்பான கருத்து. எந்த ஊர் என்றாலும் அதற்கு ஒரு டூர்

பேக்கேஜுடன் வந்து நிற்கும் ஏஜெண்டுகள் சூழ் உலகத்தில், பயணங்களைத் திட்டமிடும்போது கவனத்தில்கொள்ள வேண்டிய விஷயமாக எதைச் சொல்வீர்கள்?

முதலில் சுற்றுலாவிற்கும் பயணங்களுக்கும் உண்டான வித்தியாசங்களைப் புரிந்துகொள்ள வேண்டும். சுற்றுலா செல்வதற்குத்தான் ஏஜென்ட்கள் தேவை. பயணங்களுக்கு நல் தொடர்புகள் இருந்தாலே போதும். அதே போல் பயணம் என்பது வெகு தொலைவுக்குத்தான் செல்ல வேண்டும் என்பதல்ல. நம்மைச் சுற்றியுள்ள நாம் இதுவரை கண்டிராத மிக அருகாமை இடமாகக்கூட இருக்கலாம். அவற்றைத் தேடிக் கண்டுபிடித்துச் செல்வதுகூடப் பயணம்தான். பேக்கேஜ் சுற்றுலாக்களில் குழந்தைகளுக்கு மிகவும் பிடித்தமான அட்வெஞ்சர்கள் மிகவும் குறைவுதான். அதற்குக் காரணம் போகிற இடங்கள் பற்றிய தகவல் தெளிவுகள் முன்னமே கிடைக்கப்பட்டுவிடுவது. அதேபோல் தகவல்கள் ஏற்கனவே இருப்பதால் உரையாடல்கள் குறைந்துவிடும் வாய்ப்புகளும் அதிகம். ஆனால் பயணங்களில் அப்படியில்லை. ஒவ்வொன்றையும் உரையாடித்தான் பெற்றுக்கொள்ள முடியும் என்னும் நிலையில் அதிக அளவிலான உரையாடல் நடைபெறும். அங்கிருக்கும் மக்களுடன் நெருங்கிப் பழகும் வாய்ப்புகளும் கிடைக்கும். திட்டமிடாத் திட்டமிட்டப் பயணம் தெகிட்டாத இன்பமாக இருக்கும் குழந்தைகளுக்கு.

இனியன் பயணத்திற்குத் தேர்ந்தெடுக்கும் இடங்கள் எப்படிப்பட்டவையாக இருக்கும்?

பயணத்திற்குத் தேர்ந்தெடுக்கும் இடம் என்றெல்லாம் தனிபட்ட முறையில் எதுவும் இல்லை. ஐந்திணைகளையும் பயணித்துத் தெரிந்துகொள்ள வேண்டும் என்னும் ஆவல். அதனடிப்படையில் பயணம், அவ்வளவுதான். கூடவே பள்ளி நிகழ்வுகள், குழந்தைகள் என நீள்கிறது. இருந்தும் குறிப்பிட்ட இடங்கள் எனச் சொல்வது என்றால் குறிஞ்சி, முல்லை, நெய்தல் மிகவும் ஈர்ப்பான ஒன்றாக இருக்கிறது. அனுபவங்கள் பற்றி என்றால் நிறைய இருக்கின்றன. ஒவ்வொரு பயணமும் புதுப்புது மனிதர்களை அடையாளப்படுத்திக்கொண்டே இருக்கிறது. அதுவே பெரிய அனுபவங்கள்தான்.

சமீபகாலங்களில், குழந்தைகள் விரைவிலேயே குழந்தைமையைத் தொலைத்துவிடுவதாக ஒரு சொல்லாடல் உள்ளது. அதைப் பற்றி என்ன நினைக்கிறீர்கள்?

நிச்சயம் என்று உறுதியாகச் சொல்லிவிட முடியாது. காரணம் இங்கிருக்கும் பன்முகத்தன்மைக் கொண்ட வாழ்வியல் முறைகள்தான். குழந்தைமையை விரைவாக இழக்கும் குழந்தைகளின் வாழ்வியல் சூழல், பெற்றோர் மனநிலை, பள்ளி எனப் பல காரணங்கள் இருக்கின்றன. இதில் கட்டாயத்தின் பெயரில் தனது குழந்தைமையைத் தொலைக்கும் குழந்தைகளின் எண்ணிக்கைதான் அதிகமாக இருக்கிறது என்பதுதான் எனது கருத்து. மற்றபடி குழந்தைகளின் வளர் இயல்புகளையும், ஆர்வங்களையும் புரிந்துகொண்டு அதற்கேற்றாற்போலான அறிமுகங்களைச் செய்துகொண்டு வந்தாலே போதுமானது குழந்தைமைகளோடு குழந்தைகள் பயணிக்க.

வீட்டிலும் சமூகப் பொதுவெளியிலும் பதின்ம வயதினரின் கருத்துகளுக்கும் உணர்வுகளுக்கும் கொடுக்கப்படும் கவனிப்பும், முக்கியத்துவமும் குழந்தைகளுக்குக் கொடுக்கப்படுகின்றனவா? இல்லையெனில் இதை எவ்வாறு சமன்செய்வது?

இங்கு (இந்திய ஒன்றிய நிலப்பரப்பில்) இருவருக்கும் கொடுக்கப்படுவதில்லை என்பதுதான் எதார்த்தமாக இருக்கிறது. இவற்றை எல்லாம் சமன் செய்வதை வாழ்வியல் முறைகளில் இருந்துதான் துவங்க வேண்டும். அப்படியான துவக்கம் வேண்டுமென்றால் சமத்துவத்தை விரும்பக் கூடிய அரசும், அரசியல் மாற்றங்களும் நிகழ்ந்து, ஒவ்வொரு குடும்பத்துக்கும் ஆதிக்கமற்ற சமத்துவச் சிந்தனை உருவானால் மட்டுமே குழந்தைகள் மற்றும் பதின் பருவத்தினருக்கான கருத்துகள் குடும்பம் என்ற அமைப்பில் துவங்கி சமூகம் என்ற அமைப்பு என அனைத்து மட்டங்களிலும் சமமாகச் செவிசாய்க்கப்படும்.

தமிழ்நாடு முழுக்கச் சுற்றியலைந்திருக்கிறீர்கள். கிராமப்புற மற்றும் நகர்ப்புறச் சிறார்களிடையே பெரிய வித்தியாசங்கள் தென்படுகின்றனவா?

நிறையவே இருக்கிறது. கிராமப்புறங்களில் நகர்ப்புறங்களின் தாக்கங்கள் அதிகரித்து வருவதைக் காண முடிகிறது. குழுமனப்பான்மை இன்றும் கிராமத்தில் அதிக அளவில் இருப்பதாகவே தோன்றுகிறது. அதேபோல் நகரத்தின் உழைக்கும் மக்கள் வாழ்பகுதியிலும் அதே குழுமனப்பான்மையை உணர முடிகிறது. தொழில்நுட்பம் சார்ந்த விளையாட்டுகள் நகரத்துக்கு இணையாகப் பெரும்பான்மையான கிராமத்துச் சிறார்களிடமும் மேலோங்கி வந்து கொண்டிருகின்றன.

மேலை நாடுகளில் கிட்டத்தட்ட பன்னிரண்டு வயதிலேயே பாலியல் கல்வி அறிமுகப்படுத்தப்படுகிறது. இந்திய ஒன்றியக் கல்விச் சூழலில் பாலியல் கல்வி எந்த நிலையில் உள்ளது?

இன்னுமும் துவங்கப்படாத நிலை என்றுதான் சொல்ல வேண்டும். அதேநேரம் பாலியல் கல்விக்கான தேவைகள் நாளுக்குநாள் அதிகரித்துக்கொண்டே இருக்கிறது. இதற்கு இணையாக தொழில்நுட்பங்களைச் சரியாகப் பயன்படுத்துவதற்கான கல்வியும், பேரிடரியல் கல்வியும் குழந்தைகளுக்கு அவசியம் தேவைப்படுகின்றன.

தொன்மங்களை, வரலாற்றை, புராதனக் கதைகளைச் சிறுவர்களுக்குச் சொல்லும்போது பழமைவாத சமூக நீதிக்கு ஒவ்வாத கருத்துகளைத் தவிர்க்க வேண்டுமா?

நிச்சயம் தவிர்த்தே ஆக வேண்டும். சமூக நீதியை உணர்த்தும் கதைகள் நிறைய இருக்கின்றன. அந்தக் கதைகளையே சொல்லலாம். ஒவ்வாத கருத்துகளைக் கட்டாயம் தவிர்த்துதான் ஆக வேண்டும். கதைகளை மாற்றவெல்லாம் வேண்டாம். இருக்கிற கதைகளில் வருகிற நீதிக் கருத்துகள் யாருக்கான ஒன்றாக இருக்கிறது எவற்றை முன்னிலைப்படுத்திச் சொல்லப்படுகிறது என்பதையெல்லாம் உணர்ந்து அதற்கேற்றாற்போல் அதற்குள்ளிருந்தே எடுத்துக் கதைகள் சொன்னாலே போதும்.

உதாரணமாக புராணக் கதையான மகாபாரதக் கதைகளையே எடுத்துக்கொள்ளலாம். இன்று வரை அந்தக் கதைகள் எப்படிச் சொல்லப்பட்டு வருகின்றன. எந்தக் கதாப்பாத்திரங்கள் மட்டும் முன்னிலைப்படுத்தப் படுகின்றன எனச் சிந்தித்தால் ஒட்டுமொத்தக் கதைகளும் கவுரவர்கள், பாண்டவர்கள், பீஷ்மன், துரோணன், கிருஷ்ணன், திரௌபதி, கர்ணன் போன்றவர்களைச் சுற்றி மட்டுமே கட்டமைக்கப்படுகின்றன.

திட்டமிட்டே ஏகலைவனின் கதையையும், தட்சகனின் கதையையும் அவர்களது இருப்பிடமும் மக்களும் பாண்டவர்களால் கொல்லப்பட்ட கதையையும், போருக்குப் பிறகு பாண்டவர்களும் எஞ்சிய கவுரவர்களும் எப்படியெல்லாம் இன்னல் பட்டு இறந்தார்கள் என்பதைப் பற்றியெல்லாம் சொல்லாமல் ஒரு சாராருக்குத் தேவையான கருத்துகளை உடைய பகுதிகள் மட்டுமே கட்டமைக்கப்பட்டு, வெறும் சொத்துரிமை மற்றும் பங்காளிச் சண்டைகளைப் புனிதப்படுத்தும் கதைகள் அவசியம்தானா? அதேபோல் புராணக் கதைகள் ஏன் பெண்களின் பார்வையில் இருந்து சொல்லப்படுவதேயில்லை என்பதையெல்லாம் சிந்தித்தாலே, அது போன்று கட்டமைக்கப்பட்ட கதைகள் தேவையில்லை என்பதை நாம் நன்றாக உணர்ந்து அவற்றைப் புறந்தள்ள முடியும்.

இன்றைய பிள்ளைகள் பள்ளிகளிலும் வீடுகளிலும் கண்டிஷன் செய்யப்படுவதால் இயல்பான அறிவாவலையும் (curiosity) கேள்வி கேட்கும் தன்மையையும் இழந்துவருகிறார்களா?

கேள்வி கேட்கும் தன்மையை இழந்து வருகிறார்கள் என்றெல்லாம் சொல்லிவிட முடியாது. கேள்விகள் கேட்க மறுக்கப்படுகிறார்கள் என்று வேண்டுமானால் சொல்லலாம். ஊக்கப்படுத்திக் கேள்விகள் கேட்க அனுமதித்து அதற்கான பதில்களை நாம் சொல்லத் தயாரானாலே போதுமானது. தெரியாததைத் தெரியாது எனச் சொல்வதில் இருக்கும் ஈகோ என்னும் மேட்டிமை மனோநிலையை நாம் கடந்து வர வேண்டும். குழந்தைகள் கேட்கும் கேள்விகளுக்கு நம்மிடம் பதில் இல்லை என்றால் தெரியாது எனச் சொல்லிவிட்டு அந்த விடையை நாம் தேடத் துவங்கிக் கண்டடைந்து அவர்களுடன் பகிர்ந்துகொள்ளலாம். அப்படிப் பகிரும்போது அந்தப் பதிலுக்காக நாம் எப்படியெல்லாம் தேடினோம் என்பதையும் அவர்களுக்குச் சொல்ல வேண்டும்.

விளையாட்டுப் பொருட்களோ, தொலைக்காட்சி, கம்ப்யூட்டர், கைபேசியோ இல்லாதபோது, பொழுதைப் போக்க, சிறுவர் சிறுமிகள் தங்களுக்கே உரிய விளையாட்டுகளை உருவாக்கிக்கொள்ள வேண்டிய நிர்பந்தம் ஏற்படும். அப்படி இனியன் தான் மட்டும் தனியாக விளையாட உருவாக்கிக்கொண்ட விளையாட்டு ஒன்றைப் பகிருங்கள். சிறுவயதில் என்றால் தனிமையில் புதையல் விளையாட்டு விளையாடியிருக்கிறேன். கையில் கிடைக்கும் சிறு பொருள் எதுவாக இருந்தாலும் வீட்டிற்கு அருகே உள்ள மரத்தின் வேருக்கடியில் குழி தோண்டிப் புதைத்து வைத்துவிட்டு, மீண்டும் அதேபோன்ற தனிமை நாட்களில் அதனைத் தேடியிருக்கிறேன். ஆனால் இன்றுவரை புதைத்த எதுவும் கிடைத்தது இல்லை.

தற்போது அதிகம் தனிமையில் இருப்பது சென்னை அறையிலும் சன்னல் ஓரப் பேருந்துப் பயணங்களிலும்தான். சென்னையில் அறையில் உள்ள சுவற்றில் பதிக்கப்பட்டிருக்கும் டைல்ஸ் கல்லில் உள்ள பூக்களை எண்ணுவது மிகச் சுவாரசியமான ஒன்று. கடந்த ஏழு வருடங்களில் இன்று வரை முழுமையாக எண்ணி முடித்தது கிடையாது. பேருந்து பயணங்களில் எத்தனை கார்கள் முந்திச் செல்கிறது. அதில் எத்தனை கார்களைப் பெண்கள் ஓட்டிச் செல்கிறார்கள் என எண்ணிக்கொண்டே விளையாடுவது அலாதியான ஒன்றாக உள்ளது. பயண நேரத் தூக்கம் மற்றும் வாசிப்பைத் தவிர்த்து இந்த விளையாட்டு மிக உற்சாகத்தைத் தரும் ஒன்றாக இருக்கிறது.

தொடர்ந்து சமூக ஊடகங்களில் பலதரப்பட்ட விஷயங்களைக் குறித்து விரிவாக எழுதிவருகிறீர்கள். சமூக ஊடகங்களின் செயல்பாடுகள் குறித்த உங்கள் பார்வை?

சமூக ஊடகங்கள் தொழில்நுட்ப உலகின் இன்றியமையாத ஒன்று. அனைத்து தொழில்நுட்பங்கள் முதல் ஆட்சியாளர்கள் வரை சமூக வலைதளங்களையும் ஊடகங்களையும் பெரிதும் கணக்கில் கொண்டு தங்களது இயங்குதளங்களைக் கட்டமைக்கின்றன. அந்த வகையில் அதனைப் பயன்படுத்தி எழுதும் எழுத்துகளையும் ஏற்றுக்கொள்வதுதான் காலத்தின் கட்டாயம். அதில் நிறைய சாதகபாதகங்கள் இருக்கத்தான் செய்கின்றன. அவற்றில் எவை தேவையோ அவற்றை

எடுத்துக்கொண்டு நிராகரிக்க வேண்டியதை நிராகரித்துக் கொள்ளவேண்டியதுதான்.

‘பேச மறந்ததைப் பேசுவோம்’ தொடர் நிகழ்வுக்கான தூண்டுதல் எவ்வாறு ஏற்பட்டது?

கிராமத்துப் பள்ளியொன்றில் குழந்தைகளுடன் விளையாடி முடித்து ஓய்வாக அமர்ந்திருந்தபோது, ‘‘உங்களை அப்பான்னு கூப்பிடவா?’’ எனக் கேட்ட 14 வயதுக் குழந்தையின் கதையில் வீட்டில் அப்பா இல்லை என்னும் நிலையில் துவங்கி, எனது பள்ளிக் காலங்களில் இதேபோன்று உடன் படித்த நண்பர்களின் மனோநிலையைச் சிந்தித்துக் கொண்டிருந்த நேரத்தில்தான் சென்னைக் கலை இலக்கியக் கொண்டாட்டம் நிகழ்வில் வந்திருந்த தனிப் பெற்றோர்கள் சிலரிடம் உரையாட நேர்ந்தது. அவர்களுக்கெனப் பிரத்தியேகமான வாழ்வியல் சிக்கல்கள் இருப்பதையும் உணர முடிந்தது. அந்தப் புள்ளியில் இருந்து உருவானதுதான் பேசமறந்ததைப் பேசுவோம் நிகழ்வு. அந்த வரிசையில் ‘‘தனிப்பெற்றோர் — குழந்தைகள்’’ நிகழ்வுகள் சென்று கொண்டிருக்கின்றன. வரும் காலங்களில் வெவ்வேறு தொடர் நிகழ்வுகளும் நிச்சயம் இடம் பெறும்.

பெற்றோர்கள், ஆசிரியர்கள், கலைஞர்கள், களச்செயற்பாட்டாளர்கள் என அனைவரையும் உள்ளடக்கிய குழந்தைகளுக்கான கலை இலக்கியக் கொண்டாட்ட நிகழ்வு பெரிய முன்னெடுப்பு. மிகுந்த உழைப்பும், காலமும் கோருகிற அத்தகைய பணிகளை இன்னும் பரவலாக்க என்ன மாதிரியான திட்டங்கள் உள்ளன?

திட்டங்கள் என்றால் அதிகளவிலான பயணங்கள் கூடுதல் உழைப்பு பல்வேறு நிலப்பரப்பு போன்றவற்றில் நிகழ்வுகள் ஒருங்கிணைப்பு செய்ய வேண்டும். நாம் அல்லாது பலரும் அம்மாதிரியான நிகழ்வுகளை ஒருங்கிணைக்கும் பணிகளைச் செய்திடும் அளவிலான நட்புறவுகளைப் பெற்றிட வேண்டும்.

விளையாட்டு, கலைகளின் மூலம் கல்வி என்கிற திட்டத்தின் ஒரு பகுதியாக ஓவியர் டிராட்ஸ்கி மருதுவுடன் நீங்கள் இணைந்து நடத்திய பட்டறைகள் குறித்துச் சொல்லுங்கள்.

ஓவியம் பற்றிக் குழந்தைகளிடம் உரையாடித் தனது கோட்டோவியம் ஒன்றை அவர்களுக்கு வரைந்து காட்டினார். இரண்டு மணிநேரத்தில் அவர்களை காமிக்ஸ் வடிவத்தில் ஓவியங்கள் வரையவும் வைத்தார். சொல்லப்போனால், என்னிடம் குழந்தைகளை ஒன்றரை மணி நேரத்தில் நான்கு படங்களைக் கொண்ட காமிக்ஸ் வரைய வைக்கிறேன் என சேலஞ்ச் செய்துவிட்டுத்தான் இதனைச் செய்தும் முடித்தார். பிறகு நிகழ்வுக்கு வந்திருந்த பெற்றோர்கள் ஆசிரியர்கள் அனைவரிடமும் குழந்தைகளுக்குக் கலைகள் ஏன் அவசியம், கலை வழிக் கற்றலின் முக்கியத்துவம், கலைகளின் அரசியல், குழந்தை வளர்ப்பில் கலையின் பங்கு என அனைத்தையும் தொட்டு அருமையான உரையாடல் ஒன்றையும் நிகழ்த்தினார்.

நிகழ்வு முடிந்து ஒன்றரை வருடங்களுக்கு மேல் கடந்தும், இன்று வரை அவரது உரையின் தாக்கம் இருப்பதாகச் சமீபத்தில்கூட ஆசிரியர் ஒருவர் தெரிவித்திருந்தார். ஓவியர் டிராட்ஸ்கி மருது அப்பாவுடன் இதுவரை ஒரேயொரு நிகழ்வுதான் நடத்தப்பட்டுள்ளது. பல நிகழ்வுகள் திட்டமிட்டாலும் பல்வேறு காரணங்களால் தள்ளிப் போய்க்கொண்டும் இருக்கிறது. தொடர் செயல்பாடுகளுக்குக் காலம் நிச்சயம் கிடைக்கும் என்னும் நம்பிக்கை இருக்கிறது.

பல்லாங்குழி அமைப்பின் செயல்பாடுகளில் உங்களுக்கு அதிக மனநிறைவைத் தந்ததாக எதைச் சொல்வீர்கள்?

அப்படியாகப் பட்டியலிட்டுச் சொல்லிவிட முடியுமா எனத் தெரியவில்லை. ஒவ்வொரு நிகழ்வுமே ஒருசில மனநிறைவையும், பல கற்பிதங்களையும், தாக்கங்களையும் கொடுத்துக்கொண்டே இருக்கின்றன. அந்த வகையில் அனைத்துச் செயல்பாடுகளுமே முக்கியத்துவம் வாய்ந்ததாகவே கருதுகிறேன். ஏனென்றால் இன்னும் கற்றுக்கொண்டேதான் இருக்கிறேன்.

குழந்தைகளிடமிருந்து உங்களுக்கு வரும் கடிதங்கள் பற்றிச் சொல்லுங்கள்.

அன்புள்ள இனியன் அப்பா, மொட்டை மாமா, மொட்டை அண்ணா என்றெல்லாம் துவங்கிப் பல கடிதங்கள் இருக்கின்றன. அவர்களது தேவைகள், அவர்கள் எழுதிய கதைகள், பிடித்த மற்றும் பிடிக்காத விசயங்கள் குடும்பம் பற்றிய தகவல்கள் என்றெல்லாம் நிறைய எழுதி இருக்கின்றனர். அதில் சமீபத்தில் வந்திருந்த கடிதம் இரண்டு மிகவும் ஆச்சரியம் தந்ததாக இருந்தன. தோழிகள் இருவர் கடிதம் எழுதி இருந்தனர். இருவரும் தத்தம் கடிதங்களில் ஒருவர் மற்றொருவரைப் பற்றி எழுதி எந்தளவிற்கு நாங்கள் நட்பாக இருக்கிறோம் என்றெல்லாம் விவரித்து இருந்தனர். இதுமாதிரியான கடிதம் முதல் முறை என்பதால் மிகவும் ஆச்சரியமாக இருந்தது.

குழந்தைகளுடன் இருப்பது இனியனுக்கு ஏன் அவ்வளவு பிடித்துள்ளது?

அவர்கள்தானே மிக இயல்பாய் அனைத்தையும் கடந்து எத்தனை முறை விழுந்தாலும் மீண்டும் மீண்டும் எழுந்து பயணிக்க கற்றுக் கொடுக்கிறார்கள். குழந்தைகளைவிட வாழ்வியலுக்கான ஆசான்கள் வேறு யாரும் இல்லையே. இது போதாதா அவர்களுடன் இருந்துகொண்டே இருப்பதற்கு.

26. ஆயிஷா நடராஜன்

‘குழந்தைகளுக்கு அறநெறிக் கதைகள் தேவையில்லை!’ — ஆயிஷா நடராஜன் பேட்டி

- யெஸ். பாலபாரதி

தமிழில், சிறுவர் இலக்கியம் என்பதே மிகவும் குறுகி வருகிறது. இருப்பினும் சோர்ந்துவிடாமல் அத்துறையில் சிலர் தங்கள் பங்களிப்பைச் செய்துகொண்டேதான் இருக்கிறார்கள். புகழ்பெற்ற ‘ஆயிஷா’ நாவலை எழுதிய நடராஜன் அவர்களுள் ஒருவர். கல்வியாளரான இவருக்கு, இந்திய அரசின் மதிப்புமிகு பால சாகித்ய அகாடமி விருது வழங்கப்பட்டிருக்கிறது. அவரிடம் செல்லமே மாத இதழுக்காக எடுக்கப்பட்ட பேட்டி எடுத்தோம். அதிலிருந்து..

இரா. நடராஜன் (படம் உதவி: ப்ளிக்கர்)

நாம்: குழந்தைகளுக்குக் கதை சொல்வது ஏன் முக்கியமானது?

நடராஜன்: அதன்மூலம் அவர்கள் தம்முடைய கலாசார, பண்பாட்டு வேர்களை அறிந்து கொள்கிறார்கள். கதை என்பது வெறும் மனித, மிருகங்கள் உலா வருவது மட்டுமல்ல. குழந்தைகள் தங்களின் கல்வியைத் தொடங்குவது — தாத்தா பாட்டி, அம்மா அப்பா ஆகியோர் சொல்லும் கதைகளின் வாயிலாகவும்தான்.

நாம்: கதை கேட்கும் மனோபாவம் எந்த வயது வரை ஒரு மனிதனுக்கு இருக்கும்?

நடராஜன்: மனிதன், தன் கடைசி வாழ்நாள் வரையிலும் கதை கேட்கும் மனோபாவத்துடன்தான் இருக்கிறான். பிறர் வாய்மொழியாகச் சொல்லும் கதையைக் கேட்கும் வயதைத் தாண்டிவிட்டாலும், புத்தகங்களின் மூலம் எழுத்தாளர்களின் வாயிலாகவும், பத்திரிகைச் செய்தியின் மூலம் பத்திரிகையாளனிடமிருந்தும், திரைப்படங்களின் மூலம் இயக்குநரிடமிருந்தும் நீங்கள் கதைகளைக் கேட்டுக்கொண்டுதான் இருக்கிறீர்கள்.

நாம்: கூட்டுக் குடும்ப முறை சிதைந்துவரும் நிலையில், தாத்தா பாட்டியிடமிருந்து நமக்கு பழங்கதைகள் கிடைக்கும் வாய்ப்பு அருகிவிட்டது. அதை மீட்க நாம் என்ன செய்யவேண்டும்?

நடராஜன்: தாத்தா பாட்டிகளின் கதைகளை நாம் மீட்டெடுக்க வேண்டியது மிக முக்கியமான படிநிலை. ஏனெனில், மனிதர்களைக் கடத்திக்கொண்டு போய் முதியோர் இல்லங்களில் விடுவதை ஒரு கலாச்சாரமாக நம்மால் ஒப்புக்கொள்ள முடியாது. அவர்களின் கதைகளை மீட்டெடுக்க பலவித கலாச்சாரக் கூறுகளை ஆராய்ந்து வேலை பார்க்கவேண்டிய அவசியமிருக்கிறது. இதைச் செய்ய, நமது கல்விமுறைக்குள் புகுந்துகொண்டுதான் வேலை செய்யவேண்டும். குழந்தைகளைக் கதைசொல்லிகளாகவும் கதை கேட்பவர்களாகவும் மாற்றுவதே சிறந்த வழி!

நாம்: தாய்மொழியில் கதை சொல்வது அல்லது ஆங்கில சித்திரக்கதை இதழ்களை படிக்கச் செய்தல் /வாசித்துக் காட்டல் — இவற்றுள் எது சரி?

நடராஜன்: தாய்மொழி வழியே சொல்லிக் கொடுக்கப்படும் கதைகள்தான் குழந்தைகள் மனதில் நிலைத்து நிற்குமேயொழிய, பிறமொழிக் கதைகள்அல்ல. ஆங்கிலமொழி வழி அறியும் கதைகளில், ஆங்கிலப் படம் பார்ப்பது போல, அக்கதைகளின் உட்கூறுகளில் இயங்குகின்ற கதையின் அம்சங்களை மட்டும்தான் பார்க்கிறோமே தவிர, அதன் உள்ளே பொதிந்து இருக்கும் கலாச்சாரத்தை நம்மால் சரிவர உணர்ந்துகொள்ள முடிவதில்லை. அதுபோலத்தான் அந்தக் கதைகளும் வேலை செய்யும்.

நாம்: குழந்தைகளுக்குச் சொல்லப்படும் கதைகளின் அடிநாதமாக அறநெறிகள் இருக்கவேண்டும் என்பது கட்டாயமா?

நடராஜன்: யாருக்கு அறநெறி தேவை? பெரியவர்களுக்கா? குழந்தைகளுக்கா? பொய் சொல்லக் கூடாது என்று சொல்லிக் கொடுக்கிறார்கள். ஆனால், குழந்தைகளா பொய் சொல்கிறார்கள்? கொலை செய்யக் கூடாது என்கிறார்கள். குழந்தைகளா கொலை செய்கிறார்கள்? திருடக் கூடாது என்கிறீர்கள். குழந்தைகளா திருடுகிறார்கள்? நம்முடைய நாட்டில் குழந்தைகள் இலக்கியமென்றாலே புராண, இதிகாசங்கள்தாம் என்று முடிவு கட்டிவிட்டார்கள். இதனால்தான் குழந்தைகள் — புத்தகங்களை விட்டும், நீங்கள் சொல்லிக் கொடுக்கின்ற கதைகளை விட்டும் ஓடுகின்றார்கள். அறநெறிகளை முன்னிருத்தி, ‘இப்படி நடந்துகொள்; அப்படி நடந்துகொள்!’ என்று சொல்லப்படுகின்ற அறிவுரைகளை அவர்கள் வெறுக்கிறார்கள். ஒரு குழந்தையின் முன் அறநெறி அறிவுரைகளை சொல்லுவதைவிட, அதன்படி வாழ்வதைத்தான் அவர்கள் விரும்புகிறார்கள், பின்பற்றுகிறார்கள். இந்த அடிப்படையில், குழந்தைகள் அறிவியல் கதைகளைப் படிக்க விரும்புகிறார்கள். புதிய புதிய வனராஜாக்கள் கதைகளை விரும்புகிறார்கள். இன்றைக்கு மலையாளத்திலும், கன்னடத்திலும், தமிழிலும் அதிகம் விற்பனையாகும் குழந்தைகள் நூல்கள் எவை என்று எடுத்துப் பாருங்கள். இவை அனைத்துமே அறநெறிக் கதைகள் இல்லை. இவற்றின் தேவை பெரியவர்களுக்குத்தானே ஒழிய, குழந்தைகளுக்குஅல்ல! குழந்தைகள் எப்போதும், கற்பனை உலகில் இருக்கவே விரும்புகிறார்கள். அழகான பட்டாம்பூச்சிகளின் உலகையும், அறிவாற்றல்மிக்க உலகையும் மற்றும் பஞ்சதந்திரக் கதைகள் மாதிரியான உலகையும்தான் அவர்கள் விரும்புகிறார்களே தவிர, அறநெறிக் கதைகளை இல்லை.

நாம்: குழந்தைகளின் கதைசொல்லும் திறன் வளரும்போது, அவர்களின் படைப்பாற்றல் வளர்கிறது என்று கொள்ளலாமா ? எதிர்காலத்தில் இது அவர்களுக்கு எந்த அளவுக்கு நன்மை பயக்கும்?

நடராஜன்: நம்முடைய கல்வி முறை, அறிவைக் குறிவைத்து இயங்குகின்ற கல்வி முறையாக இருக்கிறது. அந்த அறிவை மனப்பாடம் செய்து, விடைத்தாளில் கக்க வைக்கின்ற மோசமான கல்விமுறையாக இருக்கிறது. ஆசிரியர்களின் வேலையே, பாடப்புத்தகங்களில் அறிவு என்று சொல்லப்படுகின்றவற்றை, அப்படியே குழந்தைகளின் தலையைத் திறந்து வங்கிகளில் பணம் போடுவது போல 'பொத்து பொத்'தென்று போடுவதாக இருக்கிறது. குழந்தைகளைப் படைப்பாளி ஆக்குகின்ற படைப்பாக்க கல்வியை நோக்கி நாம் போகவேண்டும். ஒரு வகுப்பறையில் ஒரு நிலாவைப் பற்றி பாடம் நடத்துகிறோம் என்றால், அக்குழந்தை முதலில் நிலாவைப் பற்றி என்ன அறிந்து வைத்திருக்கிறது என்பதை நாம் அறிந்துகொண்டு, அப்புறம் நாம் பாடத்துக்குச் செல்லவேண்டும். அப்போதுதான் அக்குழந்தை, தான் நினைத்து வைத்திருக்கும் நிலா பற்றி அறிவியல் பூர்வமாகவும் அறிந்துகொள்ள ஏதுவாக இருக்கும். அதைவிட்டு, அக்குழந்தைக்கு எதுவுமே தெரியாது என்று நினைத்துக்கொண்டு நிலாவைப் பற்றி பாடம் எடுப்பதில் பயனில்லை. கல்வியில் உண்மையான கற்றல் நடைபெறவேண்டும் என்றால், ஒரு குழந்தையை கதை சொல்லவும், படைப்பாளியாக்கவும் அனுமதிக்க வேண்டும்.

நாம்: குழந்தைகளுக்கான இன்றைய திரைப்படங்கள், சித்திரக் கதைகளில் சூப்பர் ஹீரோக்களின் ஆதிக்கம் அதிகமாக இருக்கிறது. இது ஆரோக்கியமான போக்கா? சாமானிய மக்களின் வாழ்க்கையை, கதைகளாகப் புனையவேண்டிய தேவைஇருக்கிறதா?

நடராஜன்: சாதாரண மக்களின் கதைகளைத்தான் குழந்தைகள் விரும்பி ஏற்பார்கள். ஆனால், இப்போதைக்கு அமானுஷ்ய சக்தி வாய்ந்த மனிதர்களின் கதைகளை குழந்தைகள் விரும்புவதாக நாம் சொல்லிக்கொண்டிருக்கிறோம். நாம்தான் இப்படியான கதைகளை அவர்களிடம் கொண்டுபோய் கொடுத்துக்கொண்டிருக்கிறோம். நம்முடைய காகமும் நரியும் கதை, எப்படிச் சொல்லப்பட்டிருக்கிறது தெரியுமா உங்களுக்கு ? நம்முடைய கதையில் காக்கா, பாட்டியிடமிருந்து வடையைத் திருடிக்கொண்டு ஓடிவிடும். ஆனால், இதுவே சீனக் கதையில் மிக அற்புதமாக மாற்றிச் சொல்லப்பட்டிருக்கிறது. வடை சுட்டுக்கொண்டிருக்கும் பாட்டியிடம் ஒரு காக்கை, தான் தேடிக் கண்டுபிடித்த காய்ந்த சுள்ளிகளைக் கொண்டுபோய் போடுகிறது.

அந்தச் சுள்ளிகளை வைத்து அடுப்பெரிக்க முடிந்த அந்தப் பாட்டி, காக்கையின் உழைப்புக்காக ஒரு வடையைப் பரிசாகக் கொடுக்கிறாள். அதை வாங்கிக்கொண்டு மரத்தில் அமர்ந்திருக்கும் காக்கையை, நரி ஏமாற்றி வடையைத் தூக்கிக்கொண்டு ஓடுகிறது. காக்கை 'கா.. கா..' என்று கத்தி, தன் இனத்தவர்களை அழைக்கிறது. நூற்றுக்கணக்கான காகங்கள் வந்து சேர்ந்துவிடுகின்றன. உழைப்பவனின் உழைப்பைச் சுரண்டுகிறவனைச் சும்மா விடாதே என்று நரியின்மேல் பாய்கின்றன. காக்கைகளுக்கு அன்றைக்கு அந்த ஒரு வடை மட்டுமல்ல; நரியும் உண்ணக் கிடைத்தது என்று கதையை முடிக்கிறார் ஆசிரியர். இப்படிப்பட்ட கதைகளைத்தான் நாங்கள் வரவேற்கிறோம். எங்களைப் போன்ற புதிய எழுத்தாளர்கள், குழந்தைகளுக்காகக் கதை சொல்ல வந்தவர்கள்.

வெறும் கதைகளை மட்டும் நாங்கள் சொல்லுவதில்லை. அக்கதைகளுக்குள் பல மந்திரங்களையும் தந்திரங்களையும் அடிநாதமாக வைக்கிறோம். நம்முடைய தர்மங்களுக்கும் நியாயங்களுக்கும் சரியான இடம் கிடைக்கவேண்டும் என்று விதைக்கிறோம். உழைப்பாளர்களான சாதாரண மக்களின் வாழ்க்கையையும் இந்த உத்தி கொண்டுதான் நாங்கள் கதை தொடுக்கிறோம். இப்படியான கதைகளைத்தான் குழந்தைகள் ஏற்றுக்கொள்கிறார்கள். சூப்பர் ஹீரோ கதைகளைக் கொடுப்பவர்கள் கொடுத்துக்கொண்டு இருக்கட்டும். உண்மையில் எங்களைப் போன்றோரின் கதைகளைத்தான் குழந்தைகள் அதிகம் விரும்புகிறார்கள் என்பதற்கு, விற்பனையாகும் எங்களது நூல்களே சான்று.

நாம்: தமிழில் குழந்தை இலக்கியத் துறையில் நாமக்கல் கவிஞர்கள் அழ.வள்ளியப்பா, ஆலந்தூர்.கோ.மோகனரங்கன், கவிமணி தேசிக விநாயகம் பிள்ளை, வாண்டுமாமா என்று ஒரு பரம்பரையே இருந்தது. இப்போது அதன் நீட்சி இருக்கிறதா? உங்கள் கதை மரபு பற்றிச் சொல்லுங்கள்...

நடராஜன்: எல்லா இலக்கியங்களையும் எடுத்தாண்ட சுப்பிரமணிய பாரதி, குழந்தைகள் இலக்கியத்தையும் தொட்டுச் சென்றிருக்கிறான். அவனது பாடல்களின் வழியே போனவர் அழ.வள்ளியப்பா. அவரது பாடல்களில் உழைப்பையும் கலந்து, அதன் முக்கியத்துவத்தை உணர்த்தும்படியான பாடல்கள் பலவற்றைப் புனைந்திருக்கிறார்.

''மழை வருது! மழை வருது! நெல் அள்ளுங்க!
முக்கால் படி அரிசி போட்டு முறுக்கு சுடுங்க!
ஏர் ஓட்டுற மாப்புளைக்கு விருந்து வைய்யுங்க!

சும்மா கிடக்குற மாப்புளைக்கு சூடு வைய்யுங்க!"

என்று ஒரு பாடல் எழுதியுள்ளார். இவை எல்லாம் சாதாரண விஷயங்கள் அல்ல. இதையெல்லாம் கேட்டுத்தான் நாம் வளர்ந்திருக்கிறோம். அவ்வையின் ஆத்திச்சூடியை எல்லாம் குழந்தையிடம் கொண்டு செல்வோம். புதிய ஆத்திச்சூடியை பாரதியும் படைத்திருக்கிறான். ஏனெனில், குழந்தைகள் இவற்றைப் படிப்பார்கள் என்று அவனுக்குத் தெரியும். வருங்கால அறிவியலைப் பற்றியும் எழுதுகிறான். இந்த பாரதியிடமிருந்து அறிவியலை எடுத்துக்கொண்டவர்களில் சிங்காரவேலர், அதன்பின் பூவண்ணன், வாண்டுமாமா ஆகியோரின் பங்களிப்பைக் குறைத்து மதித்துவிட முடியாது. இவர்களின் வரிசையில்தான் நானும் இயங்கி வருகிறேன்.

நாம்: பூந்தளிர், பாலமித்ரா, ரத்னபாலா, கோகுலம், அம்புலிமாமா, ராணி காமிக்ஸ், முத்து காமிக்ஸ், லயன் காமிக்ஸ் என்று 25 ஆண்டுகளுக்கு முன்பு ஒரு பெரிய புரட்சியே நடந்துகொண்டிருந்தது. இப்போது இவற்றில் பலவும் காணாமல் போய்விட்டன. இது இயல்பானதா? நாம் இதை எப்படி எடுத்துக்கொள்ள வேண்டும்?

நடராஜன்: இன்றைக்கு இருக்கும் குழந்தைகளை வாசிக்க வைப்பது என்பது பெரிய சவால்! இன்றைய குழந்தை வேறு, அன்றைய குழந்தை வேறு. 80களுக்கு முன் இருந்த கல்விமுறை வேறு. அதன்பின் ராஜீவ் அரசு கொண்டுவந்த கல்விமுறை வேறு. 80களுக்கு முந்தைய கல்வி - வாசிப்பை, மனிதநேயத்தை வளர்த்த கல்வியாக இருந்தது. இன்றைய கல்விமுறை டாக்டராக வேண்டும், இஞ்சினியராக வேண்டும் என்ற வெறியை ஏற்படுத்துகின்ற கல்வியாக இருக்கிறது. ஒரு வகுப்பில் படிக்கும் எல்லாக் குழந்தைகளுமே முதல் வகுப்பில் வெற்றிபெற வேண்டும் என்ற போராட்டத்தின் கட்டாயத்தால் ஓடிக்கொண்டிருக்கிறார்கள். இதில் பாடப்புத்தகத்தைவிட்டு, வேறு புத்தகத்தைப் படிக்கவைப்பதே பெரும் சவால். இப்படியான அவலமான சமூகத்தை நாம் உருவாக்கி விட்டிருக்கிறோம்.

இவை தவிர வீடியோ கேம்ஸ், தொலைக்காட்சிகள் என்று வாசிப்பைப் போக்கடித்த காரணிகள் நிறைய இருந்தாலும், வாசிப்பை மீட்டெடுக்கவேண்டிய கட்டாயத்தில் இருக்கிறோம். குழந்தைகள் ஏறி விளையாடிய மரங்களை எல்லாம் வெட்டிவிட்டு, விளையாடவே வெளியே செல்லவில்லை என்று குழந்தைகளைக் குறைகூறி என்ன பயன்? இன்றைக்கும் கோகுலம், சுட்டி விகடன் மாதிரியான சிறுவர் பத்திரிக்கைகள் வந்தவண்ணம் உள்ளன. ஆனால், அவை எவ்வளவு தூரம் பரவலாகச் சென்றடைகின்றன என்பதை நாம் கவனிக்கவேண்டும். இச்சூழ்நிலையில்தான் குழந்தைகளுக்காக நான் எழுதிய 71 நூல்களும் குறைந்தது மூன்று பதிப்புகள் கண்டிருக்கின்றன என்பதையும் கவனத்தில் கொள்ளவேண்டும். வாசிப்பைச் சுவாசிப்பாக்கும் பணியை எல்லோரும் சேர்ந்து செய்யவேண்டும். இதில் நீங்கள், நான், மக்கள் என்று எல்லோருக்கும் பங்கு உண்டு.

நாம்: அறிவியல் புனைகதைகளின் முக்கியத்துவம் பற்றிச் சொல்லுங்கள்...

நடராஜன்: ஆர்தர் சி க்லார்க் (Arthur C. Clarke), ஐசக் அசிமோவ் (Isaac Asimov) போன்றோரெல்லாம் தலைசிறந்த அறிவியல் புனைகதையாசிரியர்கள். ஆர்தர் சி க்லார்க் பல ஆண்டுகளுக்கு முன் எழுதிய '2001: A Space Odyssey' என்ற நாவலில், அவர் குறிப்பிட்ட செயற்கைக்கோள்கள்தான் இன்றைக்கு நிஜமாகச் சுற்றிக்கொண்டிருக்கின்றன. ஐசக் அசிமோவ், கிட்டத்தட்ட நூறு ஆண்டுகளுக்குள் இன்றைக்கு நமது அலுவலகங்கள் இயந்திரமயமாக மாறும் என்பதை அன்றே சொன்னானே! அதைத்தானே நாம் செய்துகொண்டிருக்கிறோம். இப்படிப்பட்ட அறிவியல் புனைகதை என்பது, பிற்காலத்தில் ஏற்படக்கூடிய கற்பனாவாத விஷயங்களை முன்வைத்து பெரும் ஊக்குவிப்பைச் செய்கிறது.

இந்த அடிப்படையில்தான் சுஜாதா போன்றோர் அறிவியல் புனைகதைகளை எழுதினார்கள். மாலன் கூட அருமையான இரண்டு அறிவியல் புனைகதைகளை எழுதியிருக்கிறார். இரா.முருகன் முதலாக நான் உட்பட இப்போது பெரிய கூட்டமே அறிவியல் புனைகதைகளை எங்களுக்கான தனித்தன்மையோடு எழுதி வருகிறோம். வகுப்பறைகளில் ஆசிரியர் கொடுக்கமுடியாத த்ரில்லை அறிவியல் புனைகதைகள் வாயிலாகக் கொடுத்து வருகிறோம். பெரியவர்கள், சிறியவர்கள் என்ற பாகுபாடு இல்லாமல் இதனை அணுகமுடியும் என்பதால் இவை அவசியமானதும்கூட!

நாம்: பார்வைத்திறன் குறைபாடு உள்ளவர்களுக்கான பிரெய்லி முறையில், போதுமான அளவுக்கு சிறுவர் நூல்கள் உள்ளனவா? தங்களது 'year of zero' நூல் மூலம் கிடைத்த அனுபவம் பற்றி...

நடராஜன்: 'year of zero' என்பது பூஜ்ஜியமாம் ஆண்டு என்ற தமிழ்ப் புத்தகத்தின் ஆங்கில மொழிபெயர்ப்பு. ஓர் அறிவியல் போட்டியின் மூலம் தேர்வாகும் குழந்தைகள், விண்வெளிக்குச் செல்வதாகக் கதை. அதில் ஒரு பார்வையற்ற குழந்தையும், ஜுரத்தினால் பேசும் சக்தியை இழந்துவிட்ட ஒரு சிறுவனும் நான்கு பேரில் இருவராகத் தேர்வாகிறார்கள். பேச முடியாதவர்களையும், கண் தெரியாதவர்களையும் நீ அனுப்புவியா? என்று சமூகத்தை நோக்கி அதில் கேள்வி எழுப்பியிருப்பேன். உண்மையில் சாதாரணமானவர்களை விட, பார்வையற்றவர்களுக்கு நுண்ணுணர்வு

அதிகம். அதனால் அந்தப் பாத்திரப்படைப்பு படைக்கப்பட்டது.

இன்று நாம் காணும் எந்த விளம்பரத்திலாவது, மாற்றுத்திறனுடைய குழந்தைகளைக் காட்டுகிறார்களா என்று யோசிக்க வேண்டும். ஏன், அவர்கள் உயிர் இல்லையா? எல்லாக் குழந்தைகளுமே 'கொழுக் மொழுக்' என்றுதான் இருக்குமா அல்லது இருக்கவேண்டுமா? என்ன அரசியல் இது? இதனாலேயே இப்படைப்பு எழுதப்பட்டது. அப்போது நண்பர் ஜின்னாவின் பெரும் முயற்சியால், தமிழில் பிரெய்லி முறையில் முதலில் வந்த புத்தகம் பூஜ்ஜியமாம் ஆண்டு. பார்வையற்ற வாசகர்களுடன் இலக்கியச் சந்திப்பு எல்லாம் நடத்தினோம். பிறவிப்பயன் என்று ஒன்று இருக்குமேயானால், ஒரு எழுத்தாளனாக அந்தச் சந்திப்பில்தான் நான் அதை அடைந்தேன் என்று சொல்லமுடியும்.

நாம்: பிற இந்திய மொழிகளில் குழந்தை இலக்கியம் எப்படி இருக்கிறது?

நடராஜன்: மராத்தி மொழியில், குழந்தைகளையே ஆசிரியர்களாகக் கொண்டு ஒரு குழந்தைகள் பத்திரிக்கை இருக்கிறது. அடுத்து கன்னடம். அங்கே வரக்கூடிய எல்லா வெகுஜன இதழ்களிலும், குழந்தைகளுக்கு என்று பத்து பக்கங்கள் ஒதுக்குகிறார்கள். அதில் குழந்தைகள் படைப்புகள், அவர்களைப் பற்றிய செய்திகள் எல்லாம் வருகின்றன. இதெல்லாம் தமிழிலும் நடந்தால் நன்றாக இருக்கும். சிந்தி மொழியில், கல்வித்துறையே குழந்தைகளுக்கான ஒரு பத்திரிக்கையை நடத்துகிறது. நாம் போகவேண்டிய தூரம் இன்னும் இருந்தாலும், என்னுடன் பயணம் செய்யும் யூமா வாசுகி, விழியன், சரவணன் போன்ற படைப்பாளிகள் மிகுந்த நம்பிக்கை அளிக்கிறார்கள். சுட்டி விகடனும் கோகுலமும் சிறுவர் இலக்கியத்திற்காகச் செய்துவரும் பணி, நம்பிக்கையூட்டும் விதத்தில் இருக்கிறது.

27. டாக்டர் பூவண்ணன்

- **சந்திப்பு:** கேடிஸ்ரீ; தொகுப்பு: மதுரபாரதி -

[குழந்தைக் கவிஞர் என்றால் அழ. வள்ளியப்பா, நவாலியூர்த் தாத்தா சோமசுந்தரப் புலவர், கவிமணி தேசிய விநாயகம் பிள்ளை அவர்கள்தாம் முதலில் நினைவுக்கு வருவார்கள். அது போல் குழந்தை எழுத்தாளர்களென்றால் வாண்டுமாமா, பூவண்ணன் ஆகியோர்தாம் முதலில் நினைவுக்கு வருவார்கள். எழுத்தாளர் பூவண்ணன் அண்மையில் காலமானார். அவரது நினைவாக, 'தென்றல்' இணைய இதழில் வெளியான இந்த நேர்காணலை நன்றியுடன் மீள்பிரசுரம் செய்கின்றோம். - பதிவுகள்]

டாக்டர் பூவண்ணன் தலைசிறந்த குழந்தை எழுத்தாளர். சிறுகதை, கவிதை, கட்டுரை, நாவல், நாடகம், இலக்கிய வரலாறு முதலிய அனைத்துத் துறைகளிலும் முத்திரை பதித்தவர். ஏராளமான பரிசுகளை வென்றவர். இவரது 'ஆலம்விழுது' கதை தமிழ் தவிர இன்னும் பல மொழிகளில் திரைப்படமாகத் தயாரிக்கப்பட்டது. பெரியவர்களுக்காகவும் ஐம்பதுக்கும் மேற்பட்ட நூல்கள் எழுதியுள்ளார் பூவண்ணன். இதோ அவரே பேசுகிறார்....

குடும்பப் பின்னணி - சாதாரண நடுத்தரக் குடும்பத்தைச் சேர்ந்தவன் நான். சொந்த ஊர் செங்கற்பட்டு மாவட்டத்தில் மிஞ்சூருக்கு அருகில் உள்ள நாலூர் என்கிற கிராமமாகும். ஆனால் என் தகப்பனார் பல ஆண்டுகளுக்கு முன்பே சென்னைக்கு வந்துவிட்டார். தந்தையார் பெயர் தாமோதரம். தாயார் லட்சுமிகாந்தம்மாள். பெற்றோருக்கு நாங்கள் ஆறு குழந்தைகள். இப்போது எனக்கு இரண்டு சகோதரர்கள் ஒரு சகோதரி இருக்கின்றனர். எங்கள் வீட்டு உரிமையாளருக்கு நிறைய வாசிக்கும் பழக்கம் இருந்தது. அந்தக் காலத்தில் புகழ்பெற்று விளங்கிய ஆனந்த போதினி, பிரசன்னவிகடன் போன்ற இதழ்களை வீட்டிற்கு வரவழைப்பார். சில நேரங்களில் எனக்கும் படிக்கத் தருவார். நான் வார்த்தை வார்த்தையாகக் கூட்டிப் படிப்பேன்.

இப்படி ஆரம்பித்ததுதான் என் வாசிக்கும் பழக்கம். பூவண்ணன் என்கிற பெயர் வந்த விதம் என் பெற்றோர் எனக்கு வைத்த பெயர் கோபால கிருஷ்ணன். என் தமையனார் பால்வண்ணனுக்கு என் பெற்றோர் வைத்த பெயர் பாபு. அவருக்கு தமிழ் இலக்கிய ஆர்வம் அதிகம். தமிழறிஞர் இளவழகனாரின் பரமானந்த சிஷ்யர். ஒருமுறை இளவழகனார் அவரிடம் பாபு என்ற பெயரை மாற்றி நல்ல தமிழ்ப் பெயரை வைத்துக் கொள்ளும்படிக் கூறினார். அவரையே பெயர் வைக்கும்படி என் தமையனார் கூற, அவர் 'பால் வண்ணன்' என்ற பெயரைச் சூட்டினார். அண்ணாவின் அந்தப் பெயர் எனக்கு பிடித்துப் போயிற்று. என் பெயரையும் மாற்றிக் கொள்ள விரும்பித் தமையனாரிடம் தெரிவித்தேன். அவர்தான் எனக்குப் பூவண்ணன் என்ற பெயரைச் சூட்டினார்.

சிலேட்டில் எழுதிய சிறுகதை - அப்போது எங்கள் வீடு மிகப்பெரியது. கீழ்த்தளம் முழுவதும் விசாலமான கூடம் இருக்கும். கூடத்தில் நடுவில் இரண்டு தூண்கள். வலப்பக்கத்தில் ஓர் அறை, இடப்பக்கத்தில் ஓர் அறை இருக்கும். அங்கே ஒரு கூட்டமே நடத்தலாம். ஒவ்வொரு வருடமும் விநாயகர் சதுர்த்தி மற்றும் கிருஷ்ண ஜெயந்தி போன்ற நேரங்களில் அங்கேதான் பூஜைகள் செய்வார்கள்.

ஒரு கிருஷ்ணஜெயந்தி நாளன்று கிருஷ்ணன் பொம்மையை வீட்டுக் கூடத்தில் வைத்து பூஜை செய்தார்கள். விழா முடிந்தவுடன் எல்லாத் தட்டுகளிலிலும் இருந்த பழங்கள் மற்றும் இனிப்பு வகைகளில் கொஞ்சம் கொஞ்சம் எடுத்து ஒரு தட்டில் வைத்துக் கிருஷ்ணர் முன் வைத்தனர். இதை கவனித்த நான் என் பாட்டியிடம், ''இது எதற்கு?'' என்றேன். அதற்கு என் பாட்டி, ''நாம் எல்லாம் தூங்கியவுடன் கண்ணன் இங்கு வருவார். இவற்றையெல்லாம் சாப்பிடுவார்..'' என்றார். பாட்டி சொன்ன வார்த்தைகள் என் மனதில் அப்படியே ரீங்காரமிட்டுக் கொண்டிருந்தன. நான் அப்படியே படுக்கச் சென்றேன். காலையில் எழுந்தவுடன் என்னுள் ஒரு சிந்தனை தோன்றியது. ஒரு சிலேட்டுப் பலகையை எடுத்து என் மனதில் தோன்றியவற்றை எழுத ஆரம்பித்தேன். இரண்டு பக்கத்திலும் எழுதி முடித்தேன்.

என் வீட்டுச் சொந்தக்காரரின் மகன் விவேகானந்தன் என் அருகில் வந்து ''என்னடா எழுதுகிறாய்?'' என்றான். "படிச்சுப் பாருடா" என்று நான் அவனிடம் பலகையைக் கொடுத்தேன். படித்துப் பார்த்த அவன் ''நல்லா எழுதியி-ருக்கிறாய்'' என்றான். தான் படித்ததுமட்டுமல்லாமல் அவன் தன் தந்தையிடமும் இதைக் காட்டினான். கதையைப் படித்துவிட்டு அவர் என்னை அழைத்தார். ''ரொம்ப நன்றாக எழுதியிருக் கிறாய். எப்படி எழுதினாய்? பாட்டி சொல்-லிக் கொடுத்தார்களா?'' என்றார். ''இல்லை நான் என் மனதில் பட்டதை எழுதினேன்'' என்றேன். இதுதான் நான் எழுதிய முதல் சிறுகதை.

அந்தக் கதை - அது ஒரு குட்டிக்கதை. கிருஷ்ண ஜெயந்திக்கு லட்டு, சீடை முதலிய பலகாரங்களை கிருஷ்ணன் படத்திற்கு முன்னால் படைத்திருந்தார்கள். இரவு நேரத்தில் கிருஷ்ணன் வந்து அவற்றைச் சாப்பிடுவான் என்கிறாள் பாட்டி. அப்படிச் சாப்பிட வரும் கிருஷ்ணனை எப்படியாவது பார்த்துவிட வேண்டும் என்பது பேரனின் ஆசை. தூங்-கிவிட்டால் என்ன செய்வது? அதனால் பேரன் பட்சணங்கள் இருந்த கூடத்தின் இரு தூண்களுக்கும் இடையே ஒரு கயிறு கட்டி வைக்கிறான். கிருஷ்ணன் இரவில் வந்தால் கயிறு தடுக்கிவிழுவான். விழும் சத்தத்தைக் கேட்டுத் தூக்-கத்திலிருந்து எழுந்து கிருஷ்ணனைப் பார்த்துவிடலாம் என்பது பேரனின் திட்டம்.

இரவும் வந்தது. 'தடால்' என்ற சத்தம் கேட்டது. பேரன் உட்பட எல்லோரும் விழித்து எழுந்து பார்த்தார்கள். ''கிருஷ்ணன் வந்துவிட்டான், பலகாரம் சாப்பிட'' என்று பேரன் கூவினான். ஆனால் கிருஷ்ணன் வரவில்லை. வீட்டில் கொள்ளையடிக்க வந்த திருடன் பேரன் கட்டிய கயிறு தடுக்கிக் கீழே விழுந்திருந்தான். வீட்டார் திருடனைப் பிடித்துக் கொண்டு கயிறு கட்டிய பேரனைப் பாராட்டுகிறார்கள். 'தினமணி கதிரி'ல், முதல் பிரசவம் என்ற தொடர் போடும் போது என்னிடம் கேட்டார்கள். அப்போது நான் இந்தக் கதையை எழுதி அனுப்பினேன். அவர்கள் 'பலகையில் ஒரு கதை' என்கிற பெயரில் பிரசுரம் செய்தார்கள்.

மேடைப் பேச்சு அனுபவங்கள்... - பதினைந்து வயதிலேயே நான் மேடையில் பேசத் தொடங்கிவிட்டேன். மக்கள் மறுமலர்ச்சி மன்றத்தின் ஆண்டு விழா கூட்டத்தில் எனக்குப் பேசச் சந்தர்ப்பம் கிடைத்தது. மூடநம்பிக்கைகளை முறி-யடித்து, மக்களைச் சீர்திருத்தப் பாதையிலே அழைத்துச் செல்ல, பெரியாரும் பேரறிஞர் அண்ணாவும் முனைப்புடன் செயல்பட்ட காலம் அது. அதனால் என் பேச்சும் மூடநம்பிக்கைகளைச் சாடுகிற பேச்சாகவே இருந்தது. தொடர்ந்து நிறைய வெளி மேடைகளில் பேசியிருக்கிறேன். அதுபோல் பள்ளியிலும் பேசியிருக்கிறேன். எங்கள் வகுப்பில் ஒவ்-வொரு வாரமும் இலக்கியக் கூட்டம் நடக்கும். அந்தக் கூட்டத்தை நான்தான் நடத்துவேன். ஒருமுறை பள்ளியில் பாரதிவிழா கொண்டாட ஏற்பாடு செய்திருந் தார்கள். மாவட்டக் கல்வி அதிகாரி அந்த விழாவில் கலந்து கொண்டு பாரதியார் பற்றிப் பேசுவார் என்று அறிவிக்கப்பட்டது.

விழாநாள் அன்று சில காரணங்களால் கல்வி அதிகாரி வர இயலாது என்று தெரிவித்துவிட்டார். எங்கள் தலை-மையாசிரியர் தியாகராஜபிள்ளைக்கு என்ன செய்வது என்று தெரியவில்லை.

விழாவைத் தள்ளி வைக்கலாம் என்று சிலரும், வேண்டாம் நடக்கட்டும், வேறு யாராவது பேசட்டும் என்று சிலரும் கூறினர். பேசுவதற்கு என் பெய-ரையும் சிபாரிசு செய்தனர். அன்று சுமார் இரண்டு மூன்று மணி நேர அவகாசத்திற்குள் பாரதியார் பற்றிய சொற்-பொழிவுக்கு என்னைத் தயார் செய்துகொண்டேன். ஒருமணி நேரம் மேடையில் பேசினேன். கல்வி அதிகாரிக்காக வரவழைக்கப்பட்ட அந்தப் பெரிய மாலையை எனக்கு அணிவித்துப் பாராட்டினார்கள். பின்பு நிறைய பேச்சு போட்டி-கள், மேடைப் பேச்சுகளில் பேசியிருக்கிறேன்.

எழுத்தாளராக அறிமுகம் - நண்பர் எத்திராஜன் எழுதிய கட்டுரைகள் காண்டீபம், குஞ்சு, கல்கண்டு போன்ற இதழ்-களில் வெளிவந்து கொண்டிருந்தன. பள்ளியில் படித்துக் கொண்டிருக்கும் போதே அவர் 'மயில்', 'ஒற்றீசன்' என்ற பெயரில் இரண்டு கையெழுத்துப் பத்திரிகைகளை நடத்தி வந்தார். அந்தக் காலத்தில் காலணா, அரையணா, ஓரணா விலையில் சிறுவர்களுக்காக சங்கு, மயில், மான், டமாரம், ரேடியோ, அணில், முயல் என்று பல இதழ்களை வெளி-வந்தன. என் மேடைப் பேச்சைப்பற்றி ஏற்கெனவே அறிந்து வைத்திருந்த எத்திராஜன் என்னைத் தன் வகுப்பில் நடை-

பெறும் இலக்கியக் கூட்டத்திற்குத் தலைமை தாங்குமாறு கேட்டுக் கொண்டார்.

நானும் ஒப்புக்கொண்டு பேசினேன். என் பேச்சைப் பெரிதும் ரசித்த எத்திராஜ், நீ ஏன் கதை, கட்டுரைகள் எழுதக்கூடாது என்று கேட்டார். நான் அவரிடம் எனக்கு எழுத வராது என்று பதில் சொன்னேன். உடனே அவர் உன்னால் எழுத முடியும் என்று கூறியது மட்டுமல்லாமல், 'நீ மேடையில் பேசியதை அப்படியே எழுது' என்று எனக்கு யோசனையும் கூறினார். யோசித்தபடியே வீட்டிற்குச் சென்ற நான் 'வாரீர் விரைந்து' என்கிற கட்டுரையை எழுதி நண்பரிடம் காட்டினேன். என் கட்டுரையை பாராட்டிய அவர் அதை 'குஞ்சு' வாரப்பத்திரிக்கைக்கு தந்தார். அந்த இதழின் பொங்கல் மலரில் அது பிரசுரமாயிற்று. இதன் பின்பு எனக்கு இன்னும் எழுத வேண்டும் என்ற ஆர்வம் ஏற்பட்டது.

அழ. வள்ளியப்பாவுடனான தொடர்பு பற்றி - பிரபல பதிப்பகமான பழனியப்பா பிரதர்ஸ் அப்போது தங்கள் 'குழந்தைப் பதிப்பகம்' மூலம் இரண்டணா விலையில் சிறுவர்களுக்காக ஒரு மாத இதழை வெளியிட்டனர். குழந்தை எழுத்தாளர் அழ. வள்ளியப்பா அதில் பதிப்பாசிரியராக இருந்தார். நண்பர் எத்திராஜன் அந்தப் பகுதிக்கு கதை ஒன்று அனுப்பியிருந்தார். அந்தக் கதை என்னவாயிற்று என்று அறிந்து கொள்ள நான் அழவள்ளியப்பாவின் வீட்டிற்குச் சென்றேன். அப்போதுதான் நான் அவரை நேரில் சந்தித்தது. அதற்கு முன்பே அவரது பாடல்கள் எனக்குப் பரிச்சயம். தொடர்ந்து அவர் பாலர்மலரில் எழுதிக் கொண்டிருந்தார். எனவே அவர் எனக்கு ஒரு மானசீக குரு.

அருமையான எழுத்தாளர். சிறுவர்கள் தானே வந்திருக்கிறார்கள் என்று எண்ணாமல் அன்போடு உபசரித்தார். கதை நன்றாக இருக்கிறது. அதை நாங்கள் தேர்வு செய்திருக் கிறோம். எப்போது வெளியிடு வோம் என்று சொல்ல முடியாது என்றார். அப்போது எனக்கு நாம் எழுதாமல் இருக்கிறோமே என்று எண்ணம் ஏற்பட்டது. உடனே அவரிடம், ''ஐயா, நான் கதை எழுதித் தந்தால் வெளியிடுவீர்களா?'' என்று கேட்டேன். உடனே அவர் என்னைப் பார்த்து ஏதோ சொன்னார். ஆனால் என் காதில் ''போடுவேன்'' என்கிற ஒரே ஒரு வார்த்தைத்தான் கேட்டது. அவர் சொன்னது 'கதை நன்றாக இருந்தால் போடுவேன்'' என்று.

எப்படியாவது ஒரு கதை எழுதி வள்ளியப்பாவிடம் கொடுத்துவிட வேண்டும் என்ற முடிவுக்கு வந்தேன். அப்போதுதான் தமிழ்நாட்டில் மதுவிலக்குச் சட்டம் அமுலாகியிருந்தது. இருப்பினும் கள்ளச்சாராயம் காய்ச்சி விற்கும் கூட்டம் இருந்து கொண்டு தான் இருந்தது. மதுவிலக்கின் பயன் மக்களுக்குக் கிடைக்காதபடி கள்ளச்சாராயம் காய்ச்சுவதில் ஈடுபட்டிருப்பவர்கள் ஏழைகள் அல்லர். பெரும் பணக்காரர்கள் என்பதை மையமாக வைத்துக் கதை ஒன்றை எழுதி வள்ளியப்பாவிடம் கொண்டு கொடுத்தேன். படித்துப் பார்த்த அவர் நன்றாக இருக்கிறது. புத்தகமாக வெளியிடுகிறேன் என்று சொன்னது எனக்கு அளவில்லா சந்தோஷத்தை கொடுத்தது. "உன் புத்தகத்தை வெளியிடுகிறோம். ஆனால் இதற்கு முன்பு நீ எந்தப் பத்திரிகைகளிலாவது எழுதியிருக்கிறாயா? பூவண்ணன் யார் என்று எல்லோருக்கும் தெரிய வேண்டும் இல்லையா? அதனால் இந்தக் கதை புத்தகமாக வெளிவருவதற்கு முன், பாலர்மலர், டமாரம் போன்ற இதழ்களில் பிரசுரிக்க சில சிறுகதைகளை எழுதித் தா" என்றார்.

மூன்று சிறுகதைகளை எழுதினேன். எங்கள் வீட்டில் மாதந்தோறும் கடைசி ஞாயிற்றுகிழமைதோறும் இளவழகனார் நடத்திய தொடர் சொற்பொழிவைக் கேட்ட அனுபவத்தினாலும், அங்கு அடிக்கடி நடைபெறும் திருக்குறள் வகுப்புகளைக் கேட்டதாலும் திருக்குறளில் வரும் 'அன்பிற்கும் உண்டோ' என்கிற கருத்தை வைத்து ஒரு சிறுகதை எழுதி அனுப்பினேன். அது பாலர்மலரில் அட்டைப்படக் கதையாக வெளிவந்தது. மற்றக் கதைகளும் தொடர்ந்து வெளிவந்தன.

இப்படிச் சிறுகதைகள் பிரசுரம் ஆகிக் கொண்டிருக்கும் நேரத்தில் என்னுடைய புத்தகத்தை 'சபாஷ் மணி' என்ற பெயரில் வள்ளியப்பா அவர்களின் முன்னுரையுடன் குழந்தை பதிப்பகம் வெளியிட்டது. மக்கள் விலைகொடுத்து வாங்கும் இதழ்களில் முதன்முதலாகத் திருக்குறள் பற்றிக் கதை எழுதியவன் நான்தான். அன்று குழந்தை பதிப்பகத்தில் தங்களுடைய சிறுகதை வந்தால் அது சிறப்பு என்று எண்ணி அகிலன், ஜெகசிற்பியன், வலம்புரி சோமநாதன், தெய்வசிகாமணி, தங்கமணி போன்றோர் எழுதியிருக்கிறார்கள். இப்படி வள்ளியப்பா கொடுத்த ஊக்கத்தினால் என் ஆர்வம் மிகுதியாயிற்று. பின்னர் இதைத் தொடர்ந்து 'வீரமணி' என்ற கதை 'டமாரத்தில்' தொடர்கதையாக வந்தது. பல கதைகளும் பிரசுரமாயின.

'பாபு சர்க்கஸ்' பற்றி... - பூஞ்சோலை இதழுக்கு வள்ளியப்பா கௌரவ ஆசிரியராக இருந்தார். பூஞ்சோலை யில் 'பாபு சர்க்கஸ்' கதை எழுதுவதற்கு முன்பு நான் 'வீரமணி' தொடர்கதையை எழுதிக் கொடுத்தேன். அதற்கு என்னுடைய படம் வேண்டுமென்று வள்ளியப்பா சொல்ல, நான் என் தமையனாருடன் சென்று புகைப்படம் பிடித்து அவரிடம் கொடுத்தேன். அவர் என்னுடைய புகைப்படத்தை பத்திரிகையில் போட்டு, "வீரமணி என்கிற தொடர் கதையை எழுதுபவர் யார்? அவர் எப்படியிருப்பார்? அவருக்கு என்ன வயது இருக்கும்? என்றெல்லாம் நிறைய கடிதங்கள் வந்து

கொண்டிருக்கின்றன. இதோ நீங்களே பார்த்து தீர்மானியுங்கள்?" என்று எழுதி என் புகைப்படத்தைப் பிரசுரித்தார்.

டமாரத்திற்காக மற்றொரு தொடர்கதையை எழுதி வள்ளியப்பாவிடம் கொண்டு போய் கொடுத்துவிட்டு என் நண்பருடன் வெளியூர் சென்றுவிட்டேன். ஒரு மாதத்திற்குப் பிறகு சென்னைக்கு வந்தேன். என் வீட்டில் வள்ளியப்பாவிடமிருந்து உடனடியாக என்னைச் சந்திக்கவும் என்று கடிதம் வந்திருந்தது. நான் போனேன்.

அவர் என்னிடம் அந்தமாதப் பூஞ்சோலை இதழை எடுத்துக் கொடுத்தார். நான் ஆவலுடன் வாங்கிப் பார்த்தேன். அட்டையைத் திருப்பியவுடனே முதல் பக்கத்தில் பூவண்ணனுடைய முதல் தொடர்கதை 'பாபு சர்க்கஸ்' என்று போட்டிருந்தது. எனக்கு ஒரே ஆச்சர்யம். அவரிடம் நான் எந்தக் கதையும் இதுவரை கொடுக்கவில்லையே என்றேன். உடனே அவர் என்னிடம், "நீ டமாரத்திற்கு என்று எழுதிக் கொடுத்தாய் அல்லவா? அது நன்றாக இருந்தது. அந்தக் கதையைத்தான் நான் போட்டேன்'' என்றார். அதை என்னிடம் திருப்பி கொடுத்த வள்ளியப்பா, "இந்தக் கதையை இன்னும் விரிவாக எழுதிக் கொண்டுவா" என்று கூறினார். சென்னை மாநகராட்சிக்கு சொந்தமான மின்கம்பங்களில் 'பாபு சர்க்கஸ்' தொடர்கதைக்காக விளம்பரம் வைத்திருந்தார்கள். பூஞ்சோலை முதல் வெளியீடாக என்னுடைய நூல்தான் வெளிவந்தது.

பெரியவர்களுக்கான கதைகள் - கல்லூரியில் சேர்ந்து மூன்றாமாண்டு ஆனர்ஸ் படிக்கும் போதே பெரியவர் களுக்கான கதை எழுத ஆரம்பித்து விட்டேன். என் தமையனார் பால்வண்ணன் சென்னை ஸ்ரீமகள் நிறுவனத்தில் 'கலை மன்றம்' என்ற இலக்கிய இதழுக்கும், 'கலை அரங்கம்' என்ற சினிமா இதழுக்கும் ஆசிரியராகப் பணியாற்றி வந்தார். அப்போது 'கரும்பு' என்கிற சிறுவர் வார இதழைத் தொடங்கி அதில் என்னை ஆசிரியராக நியமித்தார். அந்த வார இதழ்களில் நான் பெரியவர்களுக்காக நிறைய எழுதியிருக்கிறேன். 'தனிநாடு' என்கிற பத்திரிகையில் 'துரோகிகள்' என்கிற தொடர் ஒன்றை எழுதினேன். எனக்கு கல்கியிடத்தில் அதிக ஈடுபாடு. என்னுடைய பேச்சாற்றல், எழுத்தாற்றல் இரண்டும் வளர்ந்ததற்குக் காரணம் கல்கி அவர்கள்தான் என்று சொல்லலாம்.

'ஆலம்விழுது' பெற்ற வெற்றி - அது 1968-ம் ஆண்டு என்றுநினைக்கிறேன். வானொலி அண்ணா அய்யாசாமி வானொலிக்கு ஒரு தொடர்கதை எழுதித் தருமாறு என்னைக் கேட்டார். நானும் ஒப்புக்கொண்டேன். இதன் பிறகு ஒருநாள் சினிமா பார்த்துவிட்டு வரும்போது நடுத்தர வயதான ஒருவரைப் பார்த்தேன். அவரைப் பார்த்தால் ரொம்பவும் கஷ்டப்படுபவர் போல் தெரிந்தார். அவருக்குப் பக்கத்தில் அவரின் பிள்ளைகள் சோகமே உருவாக நின்றிருந்தார்கள். திடீரென்று என் மனதில் ஓர் எண்ணம். இந்தக் காட்சியை வைத்தே கதை ஒன்றை 'ஆலம்விழுது' என்கிற தலைப்பில் எழுதினேன். வானொலிக்காக நான் எழுதிக் கொண்டிருக்கும் போது ஆனந்தவிகடனில் சிறுவர்களுக்கான ஒரு தொடர்கதையை உடனடியாகக் கேட்டதால் நான் அதை அவர்களுக்குக் கொடுத்தேன்.

அந்தக் கதையைப் படித்துவிட்டு, கன்னட நடிகர் வாதிராஜ் என்னை தேடி வந்தார். கன்னடப்படம் ஒன்றுக்கு நல்ல கதை தேடிக்கொண்டிருந்ததாகவும் அந்தச் சமயத்தில் அவரது சகோதரி என்னுடைய 'ஆலம்விழுது' கதையைப் பற்றி அவரிடம் சொன்னதாகவும் அதைப் படித்துவிட்டு என்னைத் தேடிவந்ததாகவும் கூறினார். நானும் படமாக்குவதற்கு ஒப்புக்கொண்டேன். கன்னடத்தில் 'நம்ம மக்களு' என்ற பெயரில் வெளிவந்தது. அப்படம் திரையிட்ட முதல்நாளே அப்படத்திற்கு கன்னட அரசு வரிவிலக்கு அளித்தது. அது சிறந்த படத்திற்கான விருதையும் பெற்றது.

அப்படத்தின் 125-வது நாள் விழா சிறப்பாக நடைபெற்றது. அதில் கர்நாடக முதல்வராக இருந்த வீரேந்திர பட்டீல் கலந்து கொண்டு 'நம்ம மக்களு' போல ஒரு படம் வருமானால் 100 தரமற்ற படங்களுக்கு மானியம் கொடுத்ததன் பலன் கிடைத்து விடும் என்று பாராட்டிப் பேசியது மனதுக்கு சந்தோஷமாக இருந்தது. பிறகு அந்தப் படம் தமிழில் 'நம்ம குழந்தைகள்' என்ற பெயரில் தயாரிக்கப்பட்டு, அதுவும் அந்த ஆண்டின் சிறந்த படமாகத் தேர்வு செய்யப்பட்டது. பிறகு இந்தியிலும் இந்தப் படம் தயாரிக்கப்பட்டது. அதன்பின் என்னுடைய 'காவேரியின் அன்பு' கதை 'அன்பின் அலைகள்' என்னும் பெயரில் தமிழில் திரைப்படமாக வந்தது. சிறந்த குழந்தைகள் படக்கதாசிரியர் என்ற தமிழக அரசின் விருதையும், தங்கப் பதக்கத்தையும் அப்படம் பெற்றுத் தந்தது.

என் குடும்பம் - என்னுடைய மனைவி வத்சலா கோபால கிருஷ்ணனும் எழுத்தாளர்தான். அந்தப் பெயரில் கலைமகள், சுதேசமித்திரன், கல்கி போன்ற பத்திரிகைகளில் கதை எழுதியிருக்கிறார். 'பாவை விளக்கு' என்ற பெண்களுக்கான மாதம் இருமுறை இதழுக்கு ஆசிரியராகக் கொஞ்ச காலம் பணியாற்றினார். 'இல்லத்தலைவிக்கு நல்ல துணை', 'வளைக் கரத்துக்கு ஒரு துணைக்கரம்', 'விசாலம் சொர்க்கத்துக்குப் போகிறாள்' என்னும் சிறுகதைத் தொகுப்புகளை எழுதியிருக்கிறார். எனக்கு இரண்டு பெண்கள், ஒரு மகன் உள்ளனர். பெரிய பெண் அமுதா கோவையில் மருத்துவராகப் பணியாற்றுகிறார். மகன் ரவி பொறியியல் பட்டதாரி. தற்போது கோயம்புத்தூரில் தொழிற்கூடம் ஒன்றை நிறுவி, காற்று அழுத்தப் பொறி இயந்திரக் கருவிகளைத் தயாரித்து வழங்குகிறார். அடுத்த மகள் சாதனா ஒரு பட்டதாரி.

இவரும் கதை எழுதுவார்.

விருதுகளும் பட்டங்களும்
பாரதி இலக்கியச் செல்வர் - தமிழ்நெறிச் செம்மல்
தமிழண்ணல் - பாரதி புகழ் பரப்பும் சான்றோ
மனிதநேய மாண்பாளர் - ஆய்வுக்கரசர்
செந்தமிழ்ச் சிற்பி - இலக்கிய செம்மல்
பாரதிப் பதக்கம் - குழந்தை இலக்கியக் கேடயம்
பாலர் இலக்கிய ஜோதி - குழந்தை இலக்கியமாமணி
இந்தியாவின் தலைசிறந்த குழந்தை எழுத்தாளர்
குழந்தை இலக்கியப் பணியின் மணிமுடி
சந்திப்பு: கேடிஸ்ரீ - தொகுப்பு: மதுரபாரதி

28. யெஸ்.பாலபாரதி

சிறார்களிடம் தொடர்ந்து உரையாடுவது காலத்தின் கட்டாயம்

யெஸ்.பாலபாரதி — தொடர்ச்சியாகச் சிறார் இலக்கியத்தில் இயங்கி வரும் இவர், ‘ஆமை காட்டிய அற்புத உலகம்’, ‘சுண்டைக்காய் இளவரசன்’, ‘மரப்பாச்சி சொன்ன ரகசியம்’ மற்றும் ‘புதையல் டைரி’ ஆகிய சிறார் நூல்களை எழுதியுள்ளார். தனது படைப்புகளில் கதை சொல்வதோடு நின்றுவிடாமல் சிறார்கள் தங்கள் வாழ்வில் சந்திக்கும் பிரச்சனைகளையும், அவற்றுக்கான தீர்வுகளையும் முன்னிறுத்துவதால், தனக்கென ஒரு தனித்த அடையாளத்தைப் பெற்றுள்ளார்.

பெற்றோரிடையே ஆட்டிசம் குறித்த விழிப்புணர்வை ஏற்படுத்தும் வகையில் ‘ஆட்டிசம் — சில புரிதல்கள்’ என்ற கட்டுரை நூலையும், ‘சந்துருவுக்கு என்ன ஆச்சு? ‘ மற்றும் ‘துலக்கம்’ ஆகிய புனைவுகளையும் எழுதியிருக்கிறார். மேலும் இவர் ‘சாமியாட்டம்’ என்ற சிறுகதைத் தொகுப்பையும், மூன்றாம் பாலினத்தவர் குறித்த ‘அவன் — அது = அவள்!’ என்ற நாவலையும் எழுதியுள்ளார்.

எழுத்துத்துறைக்குள் வந்த பின்னனி என்ன?
பின்னனி என்றெல்லாம் பெரியதாக ஏதும் இருப்பதாகச் சொல்லத் தெரியவில்லை. சின்ன வயதில் எனக்கு திக்குவாய்க் குறைபாடு இருந்தது. அதனால் பலராலும் கேலி, கிண்டலுக்கு ஆளாகித் தனிமைப்படுத்தப்பட்டேன். அப்படித்தான் வாசிப்புக்குள் வந்தேன். நான் பள்ளியில் படித்துக்கொண்டிருந்தபோது, கோகுலம் சிறுவர் பத்திரிக்கையில் ஆசிரியராக இருந்த அழ.வள்ளியப்பா அதில் மாணவர் கிளப் ஒன்றை நடத்தினார். அந்த உறுப்பினர் படிவத்தைப் பூர்த்தி செய்து, கூடவே குழந்தைப் பாடல் போன்ற ஒன்றையும் சேர்த்து அனுப்பி வைத்தேன். உறுப்பினர் அட்டையும், அப்படைப்பு பிரசூரமான இதழும் அஞ்சலில் வீட்டுக்கு வந்தபோது, படிக்கிற வயசுல என்ன எழுத்துவேண்டியிருக்குன்னு என் அப்பா அடி பின்னிவிட்டார்.

அதுக்கப்புறம் எழுதுறதை மறந்துட்டேன். என்னுடன் பிறந்தவர்கள் பத்துப்பேர். நான் 8-வது நபர். என் வீட்டில் அம்மா தொடங்கி, அண்ணன்கள், அக்காக்கள் எல்லோரும் படிப்பவர்கள். அவர்களிடமிருந்து எனக்கும் வாசிக்கும் பழக்கம் ஒட்டிக்கொண்டது. எழுதும் எண்ணமெல்லாம் திட்டமிட்டு வந்ததில்லை. வாசிப்பு மட்டும் எப்போதுமே தொடர்ந்தது. பின்னர் அறிவொளி இயக்கத்தில் சில காலம் பணியாற்றினேன். அச்சமயத்தில் அங்கே பல தோழர்கள் கவிதை எழுதிட்டு இருந்தாங்க. ஓர் அரங்கக் கவியரங்கத்தில் கவிதை வாசிப்பு நிகழ்ந்தது. தோழர்கள் என்னை வற்புறுத்தவே, அங்கேயே எழுதி வாசித்தேன். தொடர்ந்து வாலிபர் சங்கம், த.மு.எ.ச. தோழர்களின் ஊக்குவிப்பும், விமர்சனங்களும் என்னை அதிகம் எழுதச்செய்தன. இன்று எழுதும் பலரைப்போலவே நானும் தொடக்கத்தில் கவிதையில் தொடங்கி, சிறுகதை, நாவல் என்று பயணித்து, தற்போது சிறுவர் இலக்கியத்தின் பக்கம் வந்திருக்கிறேன்.

பெரியவர்களுக்கான நாவல், சிறுகதைகள் எழுதிவந்த தாங்கள் இப்போது தொடர்ச்சியாக குழந்தைகள் இலக்கியத்தில் கவனம் செலுத்துவது எதனால்?
சிலகாலம் முன்பு, குழந்தை வளர்ப்பு தொடர்பான பத்திரிக்கை ஒன்றில் உதவியாசிரியராக பணிபுரிந்துகொண்டிருந்தேன். அந்தப் பத்திரிக்கையில் குழந்தைகளிடையே வாசிப்புப்பழக்கத்தை ஏற்படுத்தும் நோக்கில் சிறந்த நூல்களை அறிமுகம் செய்யலாம் என்ற முடிவு செய்யப்பட்டு, அப்பொறுப்பு என்னிடம் கொடுக்கப்பட்டது. அதற்காக, சமீபத்தில் தமிழில்

எழுதப்பட்ட பல சிறார் நூல்களைப் படிக்கத்தொடங்கினேன். உண்மையைச் சொல்லவேண்டுமென்றால் அப்படைப்புகள் ஏனோ எனக்கு எனது பால்யத்தை நினைவூட்டவில்லை. சிறுவயதில் என்னைக் கவர்ந்த வாண்டுமாமா, அழ.வள்ளியப்பா, கல்வி கோபாலகிருஷ்ணன், முல்லை தங்கராசன், பூவண்ணன், தம்பி சீனிவாசன், தங்கமணி போன்றோர் கதைகளைப்போல இப்போது யாருமே இங்கே எழுதுவதில்லை என்று தோன்றியது.

அப்போதும்கூட சிறார் இலக்கியம் எழுதவேண்டும் என்று எண்ணியதில்லை. ஓர் இடைவெளிக்குப் பின் வேறு வேலைதேடிக்கொண்டிருந்தேன். அப்போது புதியதாகத் தொடங்கப்பட்ட மாணவர் பத்திரிக்கையின் பொறுப்பில் இருந்தார் ரமேஷ் வைத்யா. அவரைத் தொடர்புகொண்டபோது, வெளியில் இருந்தே ஏதாவது கதை மாதிரிக்கொடுங்க, பயன்படுத்திக்கொள்கிறேன் என்றார். தொடர்கதைபோல எழுதி அவரிடன் கொடுத்தேன். கதை சிறப்பாக வந்திருக்கு. ஆனால் இதைப் பயன்படுத்த ஆறுமாத காலம் ஆகும் என்றார். எழுதி முடித்த கதையை அச்சில் பார்க்க ஆறுமாசம் பொறுக்க முடியாமல், அக்கதையை பாரதி புத்தகாலயத்தில் கொடுத்தேன். அப்படித்தான் என் முதல் சிறுவர் நாவலான ‘ஆமை காட்டிய அற்புத உலகம்’ வெளியானது. அதற்குக் கிடைத்த வரவேற்பு என்னைத் தொடர்ந்து சிறுவர்களுக்காக எழுதத்தூண்டியது.

நீங்கள் வாசிக்கத்தொடங்கிய காலகட்டத்தில் இருந்து இப்போதுவரை குழந்தை இலக்கியத்தில் எவ்வகையான மாறுதல்கள் ஏற்பட்டுள்ளன?

அந்தக்காலத்தில் கல்வி கோபாலகிருஷ்ணன், வாண்டுமாமா, அழ.வள்ளியப்பா போன்றோர் தொட்ட இடங்களை இன்றைய சிறுவர் எழுத்தாளர்கள் முயன்றுகூட பார்க்கவில்லையோ என்ற எண்ணம் எனக்கு உள்ளது. தமிழைப் பொறுத்தமட்டில் இன்று சிறார் இலக்கியம் செல்லவேண்டிய தூரம் இன்னும் அதிகமென்றுதான் நினைக்கிறேன். ஏனெனில் பிறமொழியில் இருந்து தமிழுக்கு வரும் சிறார் நூல்களைப் படிக்கும் போது, பிறமொழி என்றால் ஆங்கிலம் மட்டுமல்ல; மலையாளம், பெங்காலி, இந்தி மாதிரியான மொழிகளில் இருந்து வரும் படைப்புகளைப் பார்க்கும் போது, அவர்கள் நம்மைவிட எந்தளவு முன்னேறிச் சென்றிருக்கிறார்கள் என்பதை அறியமுடிகிறது.

வெளிநாட்டினரின் பல படைப்புகளில் மற்ற கதாபாத்திரங்களோடு, மாற்றுத்திறனுடைய கதாபாத்திரங்களும் படைக்கப்பட்டிருக்கும். கடுமையான விமர்சனங்களைப் பெற்றுள்ள பார்பி மொம்மையில்கூட, வீல்சேரில் அமர்ந்திருக்கும் பார்பி உண்டு. இதையெல்லாம் பார்த்து, படித்து வளரும் அக்குழந்தைகள் மாற்றுத்திறனுடையவர்களையும் சகமனிதனாகப் பார்க்கும் மனநிலையில் வளர்கின்றனர். சுற்றுச்சூழல், உயிர்களிடத்தில் அன்பு, சுரண்டலுக்கு எதிராக பேசுவது என்று பிறமொழிப் படைப்புகள் மிகவும் முன்னோடி நிலையில் உள்ளன. அங்கு படைப்புகள் கற்பனை மிக்கதாகவும் கருத்துச்செறிவுள்ளதாகவும் படைக்கப்பட்டு வருகின்றன.

ஏனோ தமிழில் தற்போது அப்படி எழுதுகிறவர்கள் குறைவாக இருப்பதாகவே எனக்குத்தோன்றுகிறது. இங்கே பலரின் படைப்புகளில் தகவல் பிழையோடு, என்ன சொல்ல வருகிறோம் என்பதைப் பற்றிய தெளிவில்லாமலேயே எழுதுகின்றனரோ என்ற சந்தேகம் உள்ளது. ’ஆலை இல்லா ஊருக்கு இலுப்பைப் பூ’ மாதிரி, வேறு வழியின்றி பத்திரிக்கைகளும் இப்படியான படைப்புகளைப் பக்கம் நிரப்பப் பயன்படுத்திக் கொள்கின்றன. அச்சில் ஏறிவிட்டதாலேயே அப்படைப்பு சிறந்தது என்று படைப்பாளிகளும் எண்ணிவிடுகின்றனர்.

ஒரு காலத்தில் தமிழில் சிறுவர் எழுத்தாளர் சங்கமெல்லாம் சிறப்பாக செயல்பட்டிருக்கிறது. அதில் 400க்கும் மேற்பட்ட படைப்பாளிகள் உறுப்பினராக இருந்துள்ளனர். அவர்களில் எத்தனை பேரை நமக்குத் தெரிந்திருக்கிறது. இன்று பேசப்படுகின்ற அந்தக்கால எழுத்தாளர்கள் எத்தனைபேர் என்பதை எல்லாம் இன்று சிந்தித்துப் பார்க்கிறேன். அப்போதுதான் எனக்கு ஒரு விஷயம் புரிந்தது, மற்ற இலக்கிய வகைமைக்குள் எழுதுகிறவர்களுக்கு உடனடியாகப் புகழும், அங்கிகாரமும் கிடைத்துவிடும். ஆனால் சிறுவர் இலக்கியத்தைப் பொறுத்தவரை புகழும், அங்கிகாரமும் கிடைப்பதற்குச் சுமார் இருபது ஆண்டுகளாவது ஆகும்.

தெளிவாகச் சொல்வதானால், ஒரு படைப்பைத் தன் சிறுவயதில் படிக்கும் சிறுவனோ, சிறுமியோ தனது பதின்பருவத்தைத் தாண்டி இருபது, முப்பது வயதுகளில் அப்படைப்பைப்பற்றிய ஓர்மையுடன் இருப்பதும், அதைப் படித்தபோது தான் அடைந்த மகிழ்ச்சியை நினைவு கூர்வதுமே சிறார் எழுத்துக்கான அங்கிகாரம். அப்படி நிகழவேண்டுமென்றால் சமரசம் செய்யாமல், பக்கங்களை நிரப்புகின்ற வெற்று வார்த்தைகளாக இல்லாமல், தான் எழுதுகிற படைப்புக்கு நேர்மையாக அந்த எழுத்தாளர் இருக்கவேண்டும். ஆண்டு இறுதியில் வழங்கப்படுகின்ற விருதுகளைத் திட்டமிட்டு எழுதுவது என்பதெல்லாம் இருக்கக்கூடாது என்ற நம்பிக்கையுடையவனாக இருக்கிறேன்.

இன்று தமிழ் சிறுவர் இலக்கியத்தின் பல படைப்புகள் வெறும் தகவலாக நின்று போய்விடுவதை நீங்கள் பார்க்கமுடியும். ஒரு படைப்பு எங்கே, எப்போது கதையாகிறது என்ற தருணம் நல்ல வாசகனுக்கே தெரியும். அது எழுத்தாளனுக்கும் தெரிந்திருக்கவேண்டும். அது தெரியாதபோது, அப்படைப்பு முழுமையாகமால் வெறும் எழுத்துக்களாகவும் தகவல்களைச்சொல்லும் செய்தியாகவும் மட்டுமே நின்றுவிடுகிறது.

தகவல்தொழில் நுட்பம் பெருகிவிட்ட, இன்றையச் சூழலில் வளரும் குழந்தைகள் மிகவும் புத்தி கூர்மையுடன் இருக்கின்றனர். வௌவாலை நாம் பறவை என்று சொன்னால், இணையத்தில் தேடி சில நிமிடங்களில் அது பறவை இனமல்ல. பாலூட்டும் விலங்கினம் என்று திருத்தும் அளவிற்கு வாசிப்பதில் கவனமுடன் உள்ளனர். என் சிறுவயதில் நான் இருந்ததைப்போல அவர்கள் இன்று இல்லை. காலம் மாறி இருக்கிறது. பரபரப்பு மிக்க சூழலில் வளர்கிறார்கள். எதைக்கேட்டாலும் நொடியில் கொட்டுகின்ற இணைய உலகில் இருப்பவர்களுக்குத் தகவல் பிழைகளோடு கதை எழுதினோம் என்றால் அவர்களை நாம் குறைவாக மதிப்பிடுகிறோம் என்று பொருள். இங்கே நாம் சிறார்க்கு எழுதும் போது கூடுதல் சிரத்தை எடுத்து, விழுமியங்களையும் விட்டுவிடாமல், வாசிப்பு சுவாரசியத்திற்கும் குறைவில்லாமல் எழுதவேண்டும் என்ற தெளிவு எழுதுவோர்க்குத் தேவை என்றே கருதுகிறேன்.

சமீபத்தில் மரப்பாச்சி சொன்ன ரகசியம் — குழந்தைகள் மீதான பாலியல் சுரண்டல்பற்றியும், அதற்கான தீர்வுகளை முன்வைத்தும் பேசுகிறது. குழந்தைகளின் மீதான வன்முறை அவர்கள் வாழ்வில் எப்படிப்பட்ட தாக்கத்தை ஏற்படுத்தக்கூடும்?

குழந்தைகள் மீதான பாலியல் வன்முறை என்றில்லை. எந்த வன்முறையும் குழந்தைகளின் மனநிலையை பாதிக்கவே செய்யும். வார்த்தைகளின் வீரியம் பற்றி அறியாதவர்களாகவே நமது சமூகம் இருக்கிறது. உடல் ரீதியிலான தாக்குதல் ஏற்படுத்தும் அதே அளவு காயத்தையும், வலியையும் வார்த்தைகளும் ஏற்படுத்தும் என்பதை ஆசிரியர்களும், பெற்றோரும் உணர்வதில்லை.

குடும்பத்துடன் ஒரு விபத்தில் சிக்கும் ஒரு குழந்தை, காயங்களின்றித் தப்பிப் பிழைக்கலாம். ஆனால் அது மனதளவில் பெரும்பாதிப்புக்கு உள்ளாகியிருக்கும். அதிலிருந்து அக்குழந்தையை மீட்டெடுக்கவும், இயல்பு வாழ்க்கைக்கு கொண்டுவரவும் மனநல ஆலோசகரின் உதவியோ, மனநல மருத்துவரின் உதவியோ தேவைப்படலாம். ஆனால் இதுபற்றிய புரிதல் படித்த பெற்றோரிடமோ, ஆசிரியர்கள், அரசிடமோ கூட இருப்பதாகத் தெரியவில்லை. ஒரு விபத்தில் காயமின்றித் தப்பிக்கும் குழந்தையின் நிலையே இப்படி இருக்குமென்றால், வன்முறைக்கு ஆளாகும் குழந்தைகளும் அவர்களின் அருகில் இருக்கும் மற்ற பிள்ளைகளும் எவ்வளவு பாதிக்கப்படுவார்கள்? அவர்களால் சாதாரணமாக வெளியில் சொல்லத் தயங்குகின்ற பிரச்சினைகளைப்பற்றியும் அவர்களிடம் நாம் தெளிவாகப் பேசவேண்டிய சூழலில் இருக்கிறோம்.

இன்று படிப்பதில் தொடங்கி, விளையாட்டு, கலை ஆர்வம் என எல்லா இடங்களிலும் ஒரு குழந்தை மற்ற குழந்தைகளினால் மன அழுத்தத்திற்கு (peer group pressure) ஆளாகும்படி மாற்றி வைத்துள்ளோம். குழந்தைகளுக்கு ஏற்படும் மன அழுத்தங்களைப் பற்றிய புரிதல் இங்கே இன்னும் வளரவேண்டும். அதன் தேவையும் இருக்கிறது. அவைபற்றியும் படைப்புகள் இங்கு இன்னும் வேண்டும்.

பிள்ளைகளிடம் தொடர்ந்து சக உயிர்களை நேசிப்பதும், அன்பு காட்டுவதும் அவசியமென்பதை சொல்லிக்கொண்டே இருக்கவேண்டியது எவ்வளவு தேவையோ அதைப்போன்றே உரையாடலின் வழி பாலியல் கல்வியையும், ஆண், பெண் சமத்துவத்தை என்று சொல்லியபடியே இருக்கவேண்டிய தேவை இருக்கிறது. இல்லையெனில் நம் பிள்ளைகள், பிற மனிதர்கள் மீது நம்பிக்கையற்றவர்களாகவும், எப்போதும் ஏதோ ஓர் அச்ச உணர்வு கொண்டவர்களாகவும்தான் வளர்வார்கள். மேலும் தான், தனது, தனக்கு என்று தன்னைப்பற்றிய சிந்தனைகளை மட்டுமே கொண்டவர்களாகவும் சுருங்கிப்போவார்கள்.

குழந்தைகளின் உரிமை மறுக்கப்படுவதாக நினைக்கிறீர்களா? அவர்களை ஒடுக்கப்பட்டோராகக் (Suppressed) கருதவேண்டிய தேவை இருக்கிறதா?

ஏற்றுக்கொள்வதற்கு கொஞ்சம் கடினமாக இருந்தாலுமே கூட ஆம் என்பதுதான் உண்மையான பதிலாக இருக்கமுடியும். ஒடுக்கப்பட்டவர்களாக கருதுவதாலேயே அவர்களை பாதுகாக்க உலகம் முழுவதிலும் ஏகப்பட்ட, சட்டங்கள் கொண்டுவரப்பட்டுள்ளன. இந்தியா மாதிரியான தேசத்தில் சட்டங்களை அமல்படுத்துவதில் பல சிக்கல்கள் இருக்கலாம். இங்கே குழந்தைகளுக்கு எதிரான கொடுமைகள் நாளுக்கு நாள் அதிகரித்துக்கொண்டேதான் இருக்கின்றன என்பதை அரசின் புள்ளிவிபரங்களே சொல்கின்றன. கடத்தப்படுவதும், பாலியல் கொடுமைகளுக்கு உட்படுத்தப்படுவதும், போர், உள்நாட்டுக்கலவரம், இயற்கைப்பேரிடர், செயற்கையாக நிகழும் பெரும் விபத்துக்கள் என எங்கும் முதலில் பலியாகின்றவர்கள் குழந்தைகளாகவே இருப்பது கண்டு, இன்னும் இன்னும் என நாம் குழந்தைகளின் பாதுகாப்பிற்காகவும், நலனுக்காகவும் உழைக்கவேண்டியதிருக்கிறது.

2012ஆம் ஆண்டு, தமிழக அரசு ஒரு அரசாணையை பிறப்பித்தது. அதில், பள்ளிகளில் குழந்தைகளுக்கு பாலியல் தொல்லை (அ) கொடுமைகளை ஏற்படுத்தும் ஆசிரியரோ, பள்ளி இதர ஊழியர்களோ எவராக இருந்தாலும் அவர்களுக்கு கடுமையான தண்டனை வழங்குவதோடு, அவர்கள் படித்த கல்விச்சான்றிதழ்கள் அத்தனையும் செல்லாதவை-

யாக அறிவிக்கப்படும் என்றது.

அப்படியும் பள்ளிகளில் குழந்தைகளுக்கு எதிரான பாலியல் குற்றங்கள் நடைபெறாமல் இருக்கிறதா என்ன? நடந்துகொண்டுதானே இருக்கிறது. இவ்விஷயத்தில் பெற்றோர், குழந்தைகளின் உரிமைகளுக்காக களத்தில் நிற்போருடனும் சிறுவர் எழுத்தாளர்களும் இணைந்து கைகோர்க்கவேண்டும். இன்றைய சூழலில் கதை எழுதுவது மட்டும் சிறுவர் எழுத்தாளரின் வேலை அல்ல.

கடந்த ஐந்து ஆண்டுகளில் தமிழில் சிறார் இலக்கியம் குறித்த கவனம் அதிகரித்திருக்கிறது. இதற்குக் காரணம் என்னவென்று நினைக்கிறீர்கள்?

விழுமியங்களை உணராமல் வளர்ந்து, சுற்றிக்கொண்டிருக்கும் ஒரு தலைமுறையை பார்த்துப் பயந்த பெற்றோர், தன் பிள்ளைகளுக்கு நாலு 'நல்ல' விஷயங்களைச் சொல்லி வளர்க்கவேண்டும் என்று நினைக்கத்தொடங்கி இருக்கலாம். அதோடு, என்னைப்போல பல புதியவர்கள் இத்துறைக்குள் வந்ததும், நிறைய பதிப்பகங்களும் சிறார் படைப்புக்களை வெளியிடத்தொடங்கியதும் அவற்றை நல்ல முறையில் சந்தைப்படுத்துவதும்கூட காரணமாக இருக்கலாம். இப்படிப் பல 'லாம்'-களின் அடிப்படையிலேயே என்னால் இதற்குப் பதில் சொல்லமுடிகிறது என்பது வருத்தமே!

சிறார் இலக்கியத்தில் என்ன மாதிரியான வாய்ப்புகள் இன்னும் கண்டுகொள்ளப்படாமல் இருப்பதாக நினைக்கிறீர்கள்?

துறைசார்ந்த நூல்கள், செய்முறை அறிவியல், நவீன விஞ்ஞானத்தை எளிமையாகச் சொல்லும் படைப்புக்கள் என்பது தொடங்கி, பதின்பருவத்தினருக்கான காதல், பாலியல் கல்வி, விழுமியங்கள், அரசு, அரசியல் இப்படி படைப்பாளிகள் செயலாற்றவேண்டிய இடங்கள் இன்னும் காலியாகவே இருப்பதாக உணர்கிறேன்.

பதின் பருவத்தினருக்கு 90-களுக்கு முன்னர் எழுதிய படைப்புக்களையே இன்றும் சொல்லும்படியான நிலையே நீடிக்கிறது. அவ்வப்போது, சில படைப்புகள் பதின்பருவத்தினருக்கான முயற்சிகள் தமிழில் நடந்து வருகின்றன. அதுவும் கூட இளையோர் இலக்கியமாக இல்லாமல் சிறுவர் இலக்கிய வகைமைக்குள்ளேயே நின்று விடுகிறது. ஒரு நாவலைப் படித்தேன். அது சிறப்பான இளையோர் படைப்பாக வந்திருக்கவேண்டியது. ஆனால் அந்த இடத்தை அடையாமல் சிறுவர் இலக்கியமென்ற இடத்திலேயே நின்றுவிட்டது. அதுபற்றி அப்படைப்பாளியிடன் பேசும்போது குறிப்பிட்டேன். ''அப்படியா'' என்றொரு எதிர்க்கேள்வியை வீசினார். ஏனெனில் அவர் அதை சிறுவர் இலக்கியப்படைப்பு என்றே கருதினாராம். இதுபோல் எது இளையோர் இலக்கியம் என்ற குழப்பமும் தெளிவின்மையும் நீடிக்கவே செய்கிறது. ஆக, இங்கே படைப்பாளிகளுக்கும் போதிய புரிதல் தேவையாய் இருக்கிறது.

தாங்கள் மூன்றாம் பாலினத்தவர் சந்திக்கும் நெருக்கடிகள்பற்றி எழுதிய 'அவன் — அது = அவள்' நாவல் எழுதியதின்பின்னணிகள் என்ன?

அந்நூலின் முன்னுரையிலேயே குறிப்பிட்டதுபோல, எனது தந்தை அவர் நடத்திக்கொண்டிருந்த உணவகத்திற்கு யாசகம் கேட்டு வரும் மூன்றாம் பாலினத்தவர்களுக்கு உணவளித்து அனுப்புவார். அதேபோல எங்கள் ஊரில் கடற்கரையில் இயங்குகின்ற நிறைய மீன் கம்பெனிகளில் சமையல்வேலைகளை இவர்களே செய்துவருவார்கள். இப்படி மூன்றாம் பாலினத்தவர்களில் இரு பிரிவினரையும் பார்த்திருக்கிறேன். மும்பையில் செய்தியாளனாக பணியாற்றிய சமயம், அவர்களைப்பற்றி கட்டுரை எழுதவேண்டும் என்ற எனது எண்ணத்தை ராஜாசாமி என்றொரு தம்பியிடம் சொன்னேன். அவர் கோலிவாடா என்ற பகுதியில் வசித்துவந்தார். அவரின் வீட்டின் அருகிலேயே பல திருநங்கைகள் வசித்து வந்தனர். அவர்களிடமிருந்தே பேட்டியெடுத்து பத்திரிக்கைக்கு கட்டுரைகள் எழுதினேன். ஒடுக்கப்பட்ட மக்களின் வாழ்க்கையை அவர்களுடனே இருந்து பார்த்துத்தால்தான் உணரமுடியும்.

விளிம்பு நிலை என்பதை எல்லாம் எழுத்தில் மட்டுமே படித்து அறிந்திருந்த எனக்கு இவர்களின் வாழ்க்கையை நெருக்கத்தில் பார்த்தபோது வலியும், வேதனையும் அதிகமானது. அப்படி அறிமுகமான திருநங்கைத்தோழி ஒருவர், டாக்சி ஓட்டுனர் ஒருவனை காதலித்துத் திருமணம் செய்துகொண்டார். அவனோடு தனி வீடு எடுத்து, ஒரு குடிசைப்பகுதியில் வாழ்ந்துவந்தார். அந்த வாழ்க்கை அவருக்கு மகிழ்ச்சியானதாக இல்லை. சந்திக்கும் சந்தர்ப்பங்களில் தனது கணவன் செய்யும் கொடுமைகளைப்பற்றி புலம்பியபடியே இருப்பார். ஒரு நாள் தீக்குளித்து இறந்துபோனார். அவரது மரணம் என்னை உலுக்கியதைவிட, அம்மரணத்தை தற்கொலை என்று பதிவு செய்வதற்கு மாறாக விபத்து என்று பதிவுசெய்து கோப்பை மூடியது காவல்துறை. இது என்னை மனதளவில் மிகவும் பாதித்தது. பின்னாளில் ஒரு காவல் அதிகாரியிடம் இதற்கான காரணம் என்ன என்று கேட்டபோது அவர் சொன்ன பதில் என்னை மேலும் அதிச்சிக்குள்ளாக்கியது.

தற்கொலை என்றால் அதற்கான காரணத்தை ஆராய்ந்து அதன் பின்னனியைக் கண்டுபிடித்து, காரணமானவர்களை கைது செய்யவேண்டியதிருக்கும். எதற்கு அலைச்சல் என்று அவர்கள் அதை விபத்து என்று முடித்திருப்பார்கள் என்றார் அவர். அந்த திருநங்கையின் மரணத்திற்குக் காரணமான அவளது கணவன் தனது சொந்த ஊருக்கு

ஓடிப்போய்விட்டான். இந்தச் சம்பவம் என்னை மிகுந்த துயரத்தில் ஆழ்த்தியது. அதன்பிறகுதான் அவர்களின் வாழ்க்கையின் துன்பங்களை, திருமணத்திற்கு முன், அதற்குப்பின் என எழுத நினைத்தேன். தெரிந்த வாழ்க்கைமுறைதான் என்றாலும் தொடர்ந்து நிறையபேரை பேட்டி கண்டேன். ஊர் சுற்றினேன். மும்பை, குஜராத், வாரணாசி, தில்லி என்று பணி நிமித்தம் சென்ற எல்லா இடங்களிலும் பல திருநங்கைகளை பேட்டி எடுத்துக்கொண்டே வந்தேன். கிட்டத்தட்ட ஐந்து ஆண்டுகளில் 300 பேரை சந்தித்து பேசி இருப்பேன். அதன் பின் நாவல் எழுதத்தொடங்கியபோது, பக்கத்தில் இருந்து பார்த்த, அறிந்துகொண்ட எல்லா விஷயங்களையும் அந்த நாவலில் இறக்கிவிடமுடியவில்லை. நாவலை எழுதத்தொடங்கியதும், அது தனக்கு என்ன தேவையோ அதைமட்டும் என்னிடமிருந்து பெற்றுக்கொண்டது.

ஒரு பத்திரிக்கையாளராக இருந்துகொண்டு படைப்புகளை எழுதும்போது இருக்கும் சிக்கல்கள் என்னென்ன?
முதல் சிக்கல் மொழி. தெரிந்தோ தெரியாமலோ படைப்புக்குள் ஒரு கட்டுரைத்தன்மை எட்டிப்பார்த்துவிடும். மற்றவர்கள் எழுதும்போது கதையை மட்டும் நினைத்துக்கொண்டு எழுதினால் போதுமானது. ஆனால் பத்திரிக்கையாளனாக இருந்துகொண்டு புனைவெழுத்து எழுதும்போது, சற்றே கூடுதல் கவனம் எடுத்து எழுதவேண்டியதிருக்கும்.

அடுத்ததாக நான் சந்திக்கும் இன்னொரு சிக்கல், ஒரு ஊரைப்பற்றியோ, ஒரு திருவிழாவைப் பற்றியோ காதால் கேட்டுமட்டும் எழுதிவிடமுடிவதில்லை. சம்பந்தப்பட்ட ஊருக்கோ, அந்த திருவிழாவையோ நேரில் சென்று பார்த்தால் மட்டுமே அப்பகுதியை இலகுவாக எழுதமுடிகிறது. பத்திரிக்கையாளனாக ஒரு செய்தியை எழுதும்போது, அதுபற்றிய உண்மைகளை ஆராய்ந்து எழுதவேண்டியது இருக்கும். இப்பயிற்சியின் காரணமாகவே படைப்புகளை எழுதும்போது மேற்கண்ட சிக்கல் உருவாகிறது என்று நான் நினைக்கிறேன்.

ஒரு படைப்பை எழுதுவதும், செம்மைப்படுத்துவதும் இரு வேறு வேலைகள் என்றால் செம்மைப்படுத்துவதை வேறொருவர்தான் செய்ய வேண்டுமா? ஆம் என்றால் தமிழில் அதற்கான சூழல் இருக்கிறதா?
செம்மைப்படுத்துவதை படைபாளியே செய்யலாம். ஆனால் அதற்கு நீண்டகாலம் ஆகும். ஏனெனில் எந்தப் படைப்பையும் எழுதி முடித்தவுடன் அது நம்மிடமிருந்து விடைபெற்றுவிடுவதில்லை. காகிதத்திலோ, கணினியிலோ இடமாறினாலும் நம் மனதுக்குள் சுழன்றுகொண்டே இருக்கும். அதிலிருந்து ஒரு படைப்பாளி வெளியேவரச் சிலகாலம் ஆகும். அதன்பிறகு அப்படைப்பை மறந்து, புதிய வாசகன்போல படித்து, செம்மைப்படுத்த வேண்டியதிருக்கும். இதற்கு மாற்றாக ஒருவரின் படைப்பை இன்னொருவர் படித்தால் அது அவருக்கு புதுப்படைப்பு; செய்யவேண்டிய திருத்தங்களை அவர் குறிப்பிட்டுக் கொடுப்பார். இப்போது அப்படைப்பை எழுதியவர் தள்ளி நின்று இன்னொருவர் கொடுத்த திருத்தங்களின் வழி அப்படைப்பை அணுகும்போது, செம்மைபடுத்துதல் எளிமையாக நடைபெறும் என்பது என் கருத்து. தமிழில் அதற்கான சூழல் இருப்பதாகவே கருதுகிறேன். என்ன ஒன்று, படைப்பைப் படித்து கருத்து சொல்லச்சொல்லும் பல படைப்பாளிகள் திருத்தங்களையோ, ஆலோசனையையோ பெரியதாக ஏற்றுக்கொள்வதில்லை.

தாங்கள் எழுத்தாளராய் இருப்பதில் குடும்பத்தின் பங்களிப்பு என்ன?
எங்கள் வீட்டில் இருவருமே எழுதக்கூடியவர்கள்தான். ஆம்! என் மனைவி லக்ஷ்மியும் எழுதக்கூடியவர்தான். கவிதை, கட்டுரைகள், சிறுகதைகள் என பல தளங்களில் அவரும் இயங்கியவர்தான். மகன் பிறந்து, அவனுக்கு ஆட்டிசக்குறைபாடு என்று அறிந்ததும், மென்பொருள் துறையில் பார்த்துக்கொண்டிருந்த பணியைத் துறந்து, மகனை முழுமையாகக் கவனித்துக்கொள்ளும் பொறுப்பை ஏற்றுக்கொண்டார். அப்படியே சிறப்பு ஆசிரியருக்கான மேற்படிப்பை படித்து முடித்தார். தற்போது மகனையும் பார்த்துக்கொண்டு, அவ்வப்போது எழுதியும் வருகிறார். நான் எழுதும்போது அவரும், அவர் எழுதும் போது நானும் மகனின் தேவைகளை கவனித்துக்கொண்டு, அடுத்தவர் எழுதுவதற்கான வாய்ப்பை உருவாக்கிக்கொள்கிறோம்.

ஆட்டிசம் சார்ந்த நிகழ்வுகளைத் தொடர்ச்சியாக நடத்திவருகிறீர்கள்? இவற்றின் வெற்றி என்று எதைச் சொல்வீர்கள்?
ஏழு ஆண்டுகளுக்கு முன் அனேக ஆட்டிசநிலை குழந்தைகளுடைய பெற்றோரைப்போல எங்களுக்கும் ஆட்டிசம் என்ற சொல்லே புதியதாக இருந்தது. இணையத்தில் தமிழில் தேடினால் ஆட்டிசம் என்ற பெயரில் ஒரு கட்டுரைகூட அப்போது இல்லை. (மதியிறுக்கம் என்ற பெயரில் இன்னொரு குழந்தையின் தந்தை எழுதிய கட்டுரைகள் இருந்தன-என்பதை பின்னர் அறிந்துகொண்டேன்) அதனால் தட்டுத்தடுமாறி ஆங்கிலத்தில் படிக்கத்தொடங்கினேன். என் மகனுக்கு தெரபி எடுத்துக்கொண்டிருந்த பெண்மணி அவர் படித்த சில நூல்களை எங்களுக்கு கொடுத்து உதவினார். அவற்றை உள்வாங்கிக்கொண்டு, பெற்றோர் பார்வையில் தமிழில் எளிமையாக என் இணைய தளத்தில் எழுதத்தொடங்கினேன். இணைய நண்பர்கள் அக்கட்டுரைகளை பகிர்ந்து பரவலாக்கினார்கள்.

இன்று இணையத்தில் ஆட்டிசம் என்று தமிழில் தேடினால் கிடைக்கும் கட்டுரைகளில் பத்தில் ஐந்து நான் எழுதியவையாகத்தான் இருக்கும். என் பெயர் இல்லாமல் பல இடங்களில் பலரும் எடுத்துப் பகிர்ந்துவருகின்றனர். என் பெயரை விட ஆட்டிசம் என்ற குறைபாடுபற்றிப் பரவலான விழிப்புணர்வுக்கு அவை பயன்படுவது மகிழ்ச்சியே!

அதுபோல ஆட்டிச நிலைக்குழந்தைகளின் முதல் பெற்றோர் ஒன்றுகூடலை 2014-ஆம் ஆண்டு நடத்தினேன். தொடர்ந்து நடத்தியும் வருகிறேன். தமிழகம் முழுக்க பல ஊர்களுக்குச் சென்று விழிப்புணர்வு கூட்டங்களில் பேசி வருகிறேன். எல்லா இடங்களிலும் பெற்றோர் ஒன்றுகூடலை அவர்களே முன்னெடுக்க வலியுறுத்தி வருகிறேன். அதன் பயனாகச் சென்னையில் சில பெற்றோர் ஒன்றுகூடி மாதாமாதம் சந்திக்கின்றனர். இவை தவிர, தமிழின் அனைத்து ஊடகங்களிலும் ஆட்டிசம் குறித்த செய்திகளை வெளியிடுமாறு கோரிக்கை வைத்துவருகிறேன். அதுவும் பல நண்பர்களின் முயற்சியில், அடிக்கடி ஆட்டிசம் பற்றிய செய்திகள் வெளியாகி, மக்களிடம் பரவலான அறிமுகத்தை ஆட்டிசத்திற்கு ஏற்படுத்தின. அதே சமயம் இதுபற்றிய உரையால்கள் தொடர்ந்து நடைபெறவேண்டிய தேவையும் இருக்கிறது. இலக்கியம் என்றில்லாமல் காட்சி ஊடகங்களிலும் இவர்களைப் பற்றி பதிவுகள் வந்துகொண்டே இருக்கவேண்டும். இயன்றவரை இத்துறையில் சிறப்பாகத் தொடந்து பணியாற்றிக்கொண்டே இருக்கவேண்டும் என்பதுதான் எனது ஆசையும்கூட!

நேர்காணல்செய்தவர்: சரவணன் பார்த்தசாரதி

29. முருகபூபதி

நேர்காணல்: ''ஈழத்து இலக்கியவெளியில் காத்திரமான இலக்கிய மரபு இருந்ததில்லை '' எனச்சொல்பவர்கள் யார் ..?
- முருகபூபதி -

- எழுத்தாளர் கோமகனை ஆசிரியராகக்கொண்டு வெளியாகும் 'நடு' இணைய இதழில் வெளியான நேர்காணலிது.-

உலக மகாயுத்த காலங்களில் வெடிக்காத, மண்ணில் ஆழப்புதையுண்ட குண்டுகளை வெடிக்கச்செய்வதும் அல்லது வலுவிழக்கசெய்வதும் அவ்வப்பொழுது நாம் பத்திரிகைகளில் படிக்கின்ற விடயங்கள். அது போலவே ஒரு நிகழ்வில் எழுத்தாளர் ஜெயமோகன் சொல்லிய கருத்தொன்று சரியாக மாதம் ஆறைக் கடந்த நிலையில், ஈழத்துக்கவிஞர் கோ நாதன் அந்த உரையினை சமூக வலைத்தளங்களில் பகிர, ஜெயமோகனது கருத்துக்கு எதிராக சமூகவலைத்தளங்கள் அனல் கக்கின. ஆனால் அவரது உரையினைக் கூட்டிக்கழித்து விட்டு உரையின் மையச்சரடைப் பார்த்தால் அவர் சொல்ல வந்த கருத்தில் தவறுகள் இருப்பதாகத் தெரியவில்லை.

முப்பதாண்டுகளுக்கு மேலாக போர் தின்ற எமது நிலத்தில் சரியான வகையில் திறனாய்வுகள் முன்னெடுக்கப்படவில்லை என்பதே யதார்த்தம். போருக்கு முன்னரான காலங்களில் பல்கலைக்கழகங்களில் இருந்த தமிழ்த்துறைப் பேராசிரியர்கள் சீரிய விமர்சனப்போக்கையும் தமது காலத்துக்குப் பின்னர் ஒரு பரம்பரையையும் விட்டுச்சென்றனர். பின்னர் யுத்தம் இவையெல்லாவற்றையும் தின்றது போக, பல்கலைக்கழக மட்டங்களில் விமர்சன மரபை தமிழ்துறைப் பேராசிரியர்கள் யாரும் கண்டு கொள்ளவில்லை என்பதும் யதார்த்தமாகும். இதனை தமிழகத்து எழுத்தாளர்கள் தமதாக்கி அண்டைய நாடுகளில் உள்ள எழுத்தாளர்களை வகைப்படுத்தியதுடன் நில்லாது எகத்தாளமாகப் பொதுவெளியில் கருத்துக்களையும் சொல்ல ஆரம்பித்தனர்.

ஆக எங்களிலே அடிப்படைத்தவறுகளை வைத்துக்கொண்டு உணர்ச்சிவசப்பட்டு பொதுவெளியில் கூச்சலிடுவது நேரவிரையமாகும். ஒருவர் ஒரு தவறான கருத்தை முன்வைப்பாரானால் அதனை மறுதலித்து ஆதாரத்துடன் எதிர்வினையாற்றுவதே விமர்சன மரபு. அந்த வகையில் அண்மையில் பிரான்ஸ் வந்திருந்த அவுஸ்திரேலியாவைச் சேர்ந்த மூத்த ஊடகவியலாளரும் எழுத்தாளருமான லெ முருகபூபதியை இது தொடர்பாக ஒரு சிறிய நேர்காணலை நடு வாசகர்களுக்காகச் செய்திருந்தேன். இனி ……….

1. தமிழக எழுத்தாளர் ஜெயமோகன் ஈழத்து இலக்கிய வெளியில் காத்திரமான இலக்கிய மரபு இருந்ததில்லை என்றும் தங்களால் அடையாளப்படுத்தப்படுகின்ற ஈழத்து எழுத்தாளர்களையே எல்லோரும் கொண்டாடுகின்றார்கள் என்றும் ஒரு காட்டமான விமர்சனத்தை வைத்திருக்கின்றார். ஈழத்து இலக்கிய வெளியில் காத்திரமான இலக்கிய மரபு இருந்துள்ளதா ? இருந்திருந்தால் அவை ஆவணப்படுத்தப்பட்டுள்ளதா?

முருகபூபதி: எமது நண்பர் ஜெயமோகன் எப்போதிருந்து எம்மவர்களை அடையாளப்படுத்துகிறார்…? '' ஈழத்து இலக்கியவெளியில் காத்திரமான இலக்கிய மரபு இருந்ததில்லை. '' எனச்சொல்பவர்கள் யார் ..? என்பதன் பின்னணியை ஆராய்ந்து பார்ப்போமேயானால், அந்தக்குற்றச்சாட்டினை முன்வைப்பவர்கள் ஈழத்து இலக்கிய உலகை நன்கு அறியாதவர்கள் என்ற முடிவுக்குத்தான் நாம் வரவேண்டும். கங்கை இதழ் ஆசிரியர் பகீரதன் தொடக்கம் பின்னாளில்

கலைமகள் ஆசிரியர் கி. வா. ஜகந்நாதன் வரையில் ஈழத்து இலக்கியம் பின்தங்கியிருப்பதாகவும் ஈழத்து இலக்கியத்தில் இடம்பெறும் சொற்களுக்கு அடிக்குறிப்பு தேவை என்றும் சொன்னவர்கள்தான்.
ஈழத்து இலக்கிய மரபு, மறுமலர்ச்சி காலம், தேசிய இலக்கியம், மண்வாசனை — பிரதேச இலக்கியம், முற்போக்கு இலக்கியம், தலித் இலக்கியம், போர்க்கால இலக்கியம், போரினால் உள்நாட்டில் இடம்பெயர்ந்தவர்களால் படைக்கப்பட்ட இடப்பெயர்வு இலக்கியம், மற்றும் அந்நிய தேசங்களுக்கு புலம்பெயர்ந்தவர்கள் ஆறாம் திணையில் (பனியும் பனிசார்ந்த நிலப்பரப்பும்) படைத்துவரும் புகலிட இலக்கியம் முதலான பல பரிமாணங்களை பெற்று வளர்ந்துள்ளது. அதனால்தான் ஒரு காலத்தில் தமிழக இலக்கியவாதிகளினாலும் வாசகர்களினாலும் கவனத்திற்குள்ளாகாத ஈழத்து இலக்கியம் கடந்த நூற்றாண்டின் இறுதிக்காலம் முதல் விசேட கவனம் பெற்றுள்ளது.

ஈழத்திலிருந்துதான் நாவலரும், விபுலானந்தரும், தனிநாயகம் அடிகளும் தோன்றினார்கள். உலகத்தமிழ் ஆராய்ச்சிக்கு வித்திட்டவரும் ஈழத்து இலக்கிய வளர்ச்சி எழுதிய இரசிகமணி கனகசெந்திநாதனும் தமிழ் நாவல் இலக்கியம் என்ற ஆய்வு நூலை எழுதிய கைலாசபதியும் தமிழில் சிறுகதை இலக்கியம் தோற்றமும் வளர்ச்சியும் எழுதிய கா. சிவத்தம்பியும், ஏழாண்டு ஈழத்து இலக்கிய வளர்ச்சி எழுதிய மு. தளையசிங்கமும், இந்திய தத்துவஞானம் எழுதிய கி. இலக்ஷ்மண அய்யரும் எங்கிருந்து வந்தார்கள்..?

தமிழ்நாவல் இலக்கியத்திற்கு நூற்றாண்டு வந்தவேளையில் அதனை யாழ்ப்பாணம் பல்கலைக்கழகத்திலிருந்து இரண்டு நாள் ஆய்வரங்கின் மூலம் வெளிஉலகப்பார்வைக்கு கொண்டுவந்தவர்கள் யார்..? அதன்பின்னர்தானே தமிழகத்து இலக்கியவாதிகளுக்கு தமிழ் நாவல் இலக்கியத்திற்கு நூறு வயது பிறந்துவிட்டது என்ற தகவல் தெரியவந்தது.!
1982 — 1983 காலப்பகுதியில் மகாகவி பாரதி நூற்றாண்டை முதலில் முன்னெடுத்தவர்களும் ஈழத்து இலக்கியவாதிகள்தான்.
தேசிய இனப்பிரச்சினை நெருக்கடி உக்கிரமடைந்து, இனவிடுதலைப்போராட்டம் நடந்த பூமி இலங்கை. இலட்சத்திற்கும் அதிகமான தமிழ் புத்தகங்களை இனவாத அரக்கர்கள் தீக்கு இரையாக்கிய மண்! முப்பது ஆண்டுகாலம் நீடித்த போரினால் பல இலக்கியவாதிகளையும் ஊடகவியலாளர்களையும் இழந்த தேசம். அதனால் பின்னாளில் இலக்கிய வளர்ச்சி பற்றிய ஆவணப்படுத்தலில் தேக்கம் நிகழ்ந்திருக்க வாய்ப்பிருந்தது. ஈழத்து நூல்கள், இதழ்கள், பத்திரிகைகள் பற்றிய விரிவான தகவல்கள் அடங்கிய நூலகம் என்ற ஆவணப்படுத்தல் இயக்கம் தொடங்கப்பட்டதே ஈழத்தில் போர் உக்கிரமடைந்தவேளையில்தான். இன்று இணைய வசதியுடன் உலகின் எந்தப்பாகத்தில் வசிப்பவர்ளும் அந்த ஆவணங்களை எளிதாகப் படிக்கமுடியும். ஈழத்து இலக்கிய வளர்ச்சியின் மரபுவழி நீட்சியை சரியாக தெரிந்துகொள்ளாமல் எழுந்தமானமாக கருத்துச்சொல்பவர்கள், முதலில் ஈழத்தின் வரலாற்றையும் அங்கிருந்த இலக்கிய மரபினையும் ஆராய்ந்து தெரிந்துகொண்டு பேசவேண்டும்.

02. ஈழத்து இலக்கிய பரப்பில் இருக்கின்ற மூத்த எழுத்தாளர்கள் தமது இருப்பை மட்டுமே தக்கவைத்துக்கொண்டிருக்கின்றார்கள். அவர்கள் தமது காலத்துக்குப் பிறகு வர இருக்கின்ற படைப்பாளிகளை ஊக்குவிக்கவோ தட்டிக்கொடுக்கவோ இல்லை. அவர்களது படைப்புகளை பட்டியல் இடவோ தயாராக இல்லை, அவர்களது இத்தகைய போக்குகளே ஜெயமோகன் போன்றவர்களை பேசவைக்கின்றது என்று சொல்கின்றேன். இது தொடர்பாக ....?

முருகபூபதி: எழுத்தாளர்கள் மத்தியில்தான் ஆக்க இலக்கிய படைப்பாளிகளும் இலக்கிய விமர்சகர்களும் இலக்கிய நயப்புரை எழுதுபவர்களும் இருக்கிறார்கள். அத்துடன் இந்த எழுத்தாளர்கள் மத்தியில்தான் இலக்கிய இதழ் ஆசிரியர்களும் இணைய இதழ் ஆசிரியர்களும் பங்காற்றுகின்றனர். இவர்கள் பற்றிய ஆய்வுகளையும் பதிவுகளையும் எழுதிவருபவர்கள் சொற்பம்தான். அவ்வாறு எழுதுபவர்களும் எழுத்தாளர் என்ற வரிசையில்தான் இடம்பெறுகின்றனர்.
ஈழத்து இலக்கிய வளர்ச்சியில் முன்பொரு கால கட்டத்தில் வெளிவந்த படைபிலக்கிய நூல்களை பார்த்தீர்களானால், பெரும்பாலும் பல்கலைக்கழக விரிவுரையாளர்களும் பேராசிரியர்களும்தான் அவற்றுக்கு முன்னுரையோ அணிந்துரையோ எழுதியிருப்பார்கள். அவ்வாறு அத்தகைய அங்கீகாரத்தை எதிர்பார்த்திருந்தவர்கள் ஈழத்து எழுத்தாளர்கள்.
படைப்பிலக்கிய செல்நெறி குறித்து ஈழத்தின் மாக்ஸீய இலக்கிய விமர்சகர்கள் முன்வைத்த கோட்பாடுகள் பிறிதொருகாலத்தில் விமர்சனங்களுக்குட்படுத்தப்பட்டன. எனினும் ஈழத்து இலக்கியவாதிகள், அவர்தம் படைப்புகள் ஊடாக வாசகர்களுக்கு அடையாளம் காண்பிக்கப்பட்டனர். அந்தப்பணியை செவ்வனே மேற்கொண்ட பலர் பற்றிய நீண்ட பட்டியல் இருக்கிறது.

கே. எஸ். சிவகுமாரன் தொடர்ச்சியாக ஆங்கில ஊடகங்களில் ஈழத்து படைப்புகளையும் படைப்பாளர்களையும் அறிமுகப்படுத்திவருபவர். நான் இலங்கையிலிருந்த காலப்பகுதியில் வீரகேசரி வாரவெளியீட்டில் வாரம்தோறும் இலக்கிய பலகணி பத்தியில் தொடர்ச்சியாக பலரை அடையாளம் காண்பித்து அறிமுகப்படுத்தியிருக்கின்றேன். அவுஸ்திரேலி-

யாவுக்கு 1987 இல் புலம்பெயர்ந்து வந்தபின்னரும் எனது ஏராளமான பதிவுகளில் படைப்பாளிகளையும் அவர்தம் படைப்புகளையும் அடையாளம் காண்பித்து ஊக்குவித்துவருகின்றேன். இவ்வாறு தங்கள் ஆக்க இலக்கிய முயற்சி-களுக்கு அப்பால் மற்றும் ஒரு தளத்தில் நின்று சக படைப்பாளிகளை இனம் காண்பித்து அறிமுகப்படுத்துபவர்கள் சொற்பம்தான்.

அதனால் இலக்கிய ஆளுமைகள் பலரும் கவனிக்கப்படவில்லை எனச்சொல்லிவிட முடியாது. பல படைப்பாளிகள் தங்கள் படைப்புமொழியாலும் படைப்பூக்கத்தினாலும் தங்களை தக்கவைத்துக்கொண்டுள்ளனர். ஜெயமோகன் கூட 2009 இன்பின்னர்தான் எங்கள் ஈழத்து மலையக முன்னோடி படைப்பாளி தெளிவத்தை ஜோசப் அவர்களை தெரிந்-துகொண்டவர். அக்காலப்பகுதியில்தான் அவர் எஸ்.பொ. , கா. சிவத்தம்பி, மு. தளையசிங்கம், கவிஞர்கள் வில்வ-ரத்தினம், சேரன் ஆகியோர் பற்றி தனது " ஈழ இலக்கியம் " நூலில் விரிவாக எழுதினார்.

மூத்த எழுத்தாளர்கள் இளம்தலைமுறை எழுத்தாளர்களை தட்டிக்கொடுத்து ஊக்குவித்தால்தான் அங்கீகாரம் கிடைக்-கும் என்று சொல்லிவிட முடியாது. வளர்ந்துவரும் எழுத்தாளர்களும் அந்த "ஊக்குவிப்பு " களை நம்பி அவர்களின் பின்னால் ஓடவேண்டிய அவசியமும் இல்லை. என்னையே எடுத்துக்கொள்ளுங்கள் 1971 ஆம் ஆண்டு முதல் எழு-திவருகின்றேன். இதுவரையில் ஆறு கதைத்தொகுதிகள் உட்பட 22 நூல்களை எழுதியிருக்கின்றேன். அவற்றுக்கு எந்தவொரு விமர்சகரோ, ஆக்க இலக்கிய படைப்பாளியோ முன்னுரையோ — அணிந்துரையோ எழுதவில்லை. குறிப்பிட்ட ஒரு சிலர்தான் இதழ்கள் — ஊடகங்களில் எனது நூல்களை விமர்சித்திருக்கிறார்கள்.

சக படைப்பாளிகளைப்பற்றிய அங்கீகாரத்தை ஈழத்து விமர்சகர்கள் முறையாக அறிமுகப்படுத்தி பட்டியல் இடத்தவ-றியமையால்தான் தனது அடையாளப்படுத்தலின் மூலம் மற்றவர்கள் தெரிந்துகொள்கிறார்கள் என்ற ஜெயமோகனின் கூற்றை ஏற்றுக்கொள்ளமுடியாது. எமது இனிய நண்பர் ஜெயமோகன் அவர்கள், ஈழத்து இலக்கியம் கடந்துவந்த பாதை எத்தகையது? என்பதை நன்கு அறிந்திருப்பார் என்றுதான் நான் நம்புகின்றேன். ஆனால், எனது அந்தக்க-ணிப்பு தவறானால் அவர்தான் மேலும் மேலும் ஈழத்து இலக்கிய வளர்ச்சியில் பயணித்தவர்களையும் அதன் செல்நெ-றியை இனம்காண்பித்தவர்களைப்பற்றியும் அவர்களின் பதிவுகள் பற்றியும் தெரிந்துகொண்டு பொதுவெளியில் உரையா-டல் வேண்டும்.

3. சமகாலத்தில் ஒரு பிரதிக்கு "முன்னெடுப்பு" (Promotion) அவசியமானதா? அத்தகைய முன்னெடுப்பு ஈழத்து இலக்கிய வெளியில் எவ்வளவு தூரத்திற்கு முன்னேற்றம் அடைந்துள்ளது?

முருகபூபதி : எந்தவொரு கலைக்கும் Promotion அவசியம். உலகெங்கும் கலைச்செல்வங்கள் ஆவணப்படுத்தப்பட்டு மியூசியங்களில் காட்சிப்படுத்தப்பட்டுவருவதன் பின்னணியிலேயே அதன் அவசியத்தின் பெறுமதியை புரிந்துகொள்-கின்றோம். இலக்கிய பிரதிகளுக்கும் Promotion அவசியம். ஆனால், அதனைச்செய்பவர்கள் தனிப்பட்ட விருப்பு வெறுப்புகளுக்கு அப்பால் நின்று — காய்தல் உவத்தல் இன்றி இயங்கவேண்டும். சமகாலத்தில் முகநூல் கலாசாரம் வந்தபின்னர், ஒரு இலக்கிய நிகழ்வோ, நூல் வெளியீடோ விரிவாக ஊடகங்களில் எழுதப்படாமல் முகநூலில் சிறு குறிப்புகளாக வருகின்றன.

அத்தகைய நிகழ்வுகள் ஒளிப்பதிவுசெய்யப்பட்டு, முகநூலில் பதிவேற்றமடைகின்றன. ஆனால், இந்த முகநூல் வசதி அல்லது பரீட்சயம் எத்தனை ஈழத்து மூத்த எழுத்தாளர்களுக்கும் மூத்த தலைமுறை வாசகர்களுக்கும் இருக்கிறது...? இன்னமும் இவர்களுக்கு கணினியும் இணையங்களும் அந்நியமாகத்தான் இருக்கின்றன. பல மூத்த எழுத்தாளர்கள் பற்றிய பதிவுகள் இணைய இதழ்களில் வெளிவந்திருந்தாலும், அவற்றைப்பார்த்து பரவசமடைவதற்கும் அவர்களுக்கு வாய்ப்பு வசதி இல்லை. அவர்கள் தங்கள் வாசிப்புத்தேவைக்கு இன்றளவும் அச்சு ஊடகங்களைத்தான் நம்பியிருக்கி-றார்கள். சமகாலத்தில் இந்த Promotion வேறு ஒரு தளத்திற்கு பரிமாணம் பெற்றுள்ளதாகவே நான் கருதுகின்றேன். அத்துடன் மறுவாசிப்பின் ஊடாகவும் வாசிப்பு அனுபவப்பகிர்வின் வழியாகவும் அவ்வப்போது Promotion நிகழ்ந்து-கொண்டுதானிருக்கின்றன.

04. முதன் முறையாக பிரான்சுக்கு வந்திருக்கின்றீர்கள். பிரான்ஸ் மற்றும் ஈழவர் தொடர்பான மனப்பிம்பங்கள் உங்க-ளுக்கு எப்படியாக இருந்தன ?

முருகபூபதி: சங்க இலக்கியம் எமக்கு அறிமுகப்படுத்தியது ஐவகைத்திணைகள், குறிஞ்சி — முல்லை — நெய்தல் — பாலை — மருதம். அவற்றின் ஆத்மா எத்தகையது..? அவை எத்தகைய நிலப்பரப்பை சார்ந்திருந்தவை..? என்பதும் உங்களுக்குத் தெரியும். இலங்கையில் இனநெருக்கடி கூர்மையடைந்து இனவிடுதலைப்போராட்டம் வெடித்த பின்னர், அய்ரோப்பா மற்றும் கனடா , அவுஸ்திரேலியா முதலான நாடுகளுக்கு வந்த தமிழ் மக்களினால் தோன்-றியதுதான் ஆறாம் திணை. அதிலும் பிரான்ஸ் போன்ற நாடுகளுக்கு வந்த ஈழவர் சந்தித்த அகப்போராட்டங்கள், பருவகால வேற்றுமைகள், மொழி — கலாசாரம் மற்றும் தலைமுறை இடைவெளி உட்பட பண்பாட்டுக்கோலங்கள்

இங்கு வாழும் இலக்கியப்பிரதியாளர்களினால் தொடர்ச்சியாக பதிவாகிவருகின்றன.

பனியும் பனிசார்ந்த மண்ணுக்கு வந்துள்ள எமது மக்கள் பனிக்குள் நெருப்பாக கனன்றுகொண்டிருப்பவர்கள். இயந்திரகதியான வாழ்வுக்குள் தங்ளை தகவமைத்துக்கொண்ட கடின உழைப்பாளிகள். பிரான்ஸ் லாசப்பல் பிரதேசத்தை பார்த்துவிட்டு பிரமித்துப்போனேன். நான் எங்கே நிற்கின்றேன்..? என்று சில கணங்கள் அதிர்ச்சியில் உறைந்தேன். இந்தப்பிரதேசம் என்ன மற்றும் ஒரு யாழ்ப்பாணமா..? என்ற கேள்வி மனதில் தோன்றியது. “ வெட்ட வெட்ட தழைக்கும் வாழைமரம் போன்றவர்கள் “ என்று ஒரு நண்பரிடம் சொன்னேன். அதற்கு அவர் “யாவும் தேவைகளின் நிமித்தம் “ என்றார்.

ஈழவிடுதலைப்போராட்டத்திற்கு பல்வேறு வழிகளில் உதவியவர்கள் பிரான்ஸில் புகலிடம் பெற்ற ஈழத் தமிழர்கள். ஆனால், இன்று நீடித்த போரில் பாதிக்கப்பட்ட மக்கள் அங்கே ஒரு உலகத்திலும் புகலிடத்து மக்கள் வேறு ஒரு உலகத்திலும் வாழ்ந்துகொண்டிருப்பதை அவதானிக்கின்றேன். பிரான்ஸிற்கு வந்தவர்கள் பற்றியும் அவர்களின் வெற்றி — தோல்வி — சாதனைகள் பற்றியும் விரிவான சமூக ஆய்வுகளை மேற்கொள்ளவேண்டிய தேவையும் இருக்கிறது. எங்கள் சமூகத்தின் கதைகள் ஆவணப்படுத்தப்படவேண்டும். அவை பிறமொழிகளுக்கும் வரவாகவேண்டும். முழு உலகையுமே விழியுயர்த்தி பார்க்கவைத்த சமூகமல்லவா...?

நன்றி : 'நடு' இணைய இதழ் - (பிரான்ஸ்) / 'பதிவுகள்' இணைய இதழுக்கு அனுப்பி வைத்தவர் எழுத்தாளர் முருகபூபதி.

30. பா. அ. ஜயகரன்

எனது நாடகங்களை ஒவ்வொரு கவிதையாகவே எழுதுகிறேன்!" நாடகாசிரியரும், கவிஞருமான பா.அ.ஜயகரனுடன் ஒரு நேர்காணல்! - **ஊர்க்குருவி**

[பதிவுகள் இதழில் ஏற்கனவே வெளிவந்த படைப்புகள் அவ்வப்போது ஒருங்குறி எழுத்துருவில் மீள் பிரசுரம் செய்யப்படுகின்றன. அந்த வகையில் பதிவுகளின் ஆரம்பகால இதழொன்றில் வெளிவந்த ஜெயகரனுடனான நேர்காணல் இம்முறை மீள்பிரசுரம் செய்யப்படுகின்றது.]-கனடாவில் நாடகமென்றால் பா.அ.ஜயகரனின் நினைவு வராமல் போகாது. அந்த அளவுக்குக் கனடாத் தமிழ் நாடக உலகில் காத்திரமான பங்களிப்பினைச் செய்தவர் , செய்து கொண்டிருப்பவர் ஜயகரன். கவிஞராகத் தன்னை ஆரம்பத்தில் வெளிக்காட்டிய ஜயகரன் தற்போது தன்னை நாடக உலகிற்கே அதிகமாக அர்ப்பணித்துள்ளதை அடிக்கடி இங்கு மேடையேற்றப்படும் நாடகங்கள் புலப்படுத்துகின்றன. 'எல்லாப் பக்கமும் வாசல்', 'இன்னொன்று வெளி', 'சப்பாத்து', 'பொடிச்சி' உட்படப் பல நாடகங்களை எழுதி மேடையேற்றியவர் ஜயகரன். தமிழில் காத்திரமான நாடகப் பிரதிகளில் இல்லாத குறையினை நீக்கும் முகமாக அவற்றினைத் தானே எழுதித் தயாரித்து மேடையேற்றும் ஜயகரன் பாராட்டிற்குரியவர். அவரை இம்முறை பதிவுகளிற்காகப் பேட்டி கண்டோம்.-

ஆரம்பத்தில் மனவெளிக் கூடாக தங்களது நாடகங்கள் அரங்கேற்றப்பட்டன. ஆனால் தற்போது நாடக அரங்கப் பட்டறை வாயிலாக அரங்கேற்றுகிறீர்கள். இது ஏதாவது பிளவுகளின் அறிகுறியா? அல்லது.....?

கனடாவில் தமிழ் நவீன நாடகத்துறைக்கு ஊற்றுகோலாய் இருந்தது தேடகம் அமைப்புத்தான். (தமிழர் வகைதுறைவள நிலையம் - தவநி). தவநி தான் எனது முதலாவது நாடகமான பொடிச்சியையும் இரண்டு புள்ளிகள் நாடகத்தையும் தயாரித்து அளித்தது. கனேடிய தமிழ் நாடக சூழலின் முனைப்புக்கு தவநிதான் முதற் காரணம்.

மனவெளி, நாளை நாடக அரங்கப் பட்டறை போன்றவற்றின் தோற்றத்திற்கும் தவநியே காரணம். நாம் எல்லோருமே தவநியின் அளிக்கைகளாலும், பட்டறைகளாலும் வளக்கப்பட்டவர்களே. எல்லாப்பக்கமும் வாசல் நாடகப் பிரதியை நு¡லாக தவநியே வெளியிட்டது. பிளவுகள், உடைவுகள் இவை அதீத நம்ப§க்கைகளின் பின்னாலான அவலங்கள். நான் மனவெளி மீது அதீத நம்பிக்கைகளை வைத்து செயற்பட்டன் அல்ல. நான் அவர்களின் அங்கத்துவனும் அல்லன். ஆனால் நாடகங்கள் மீது மிகவும் ஆர்வம் கொண்டவன். அதனால் மனவெளி மீதும் அக்கறை கொண்டவன். மனவெளி நாடக விழா அமைப்பு. அது நாடக கர்த்தாக்களை அழைத்து நாடகங்களை அளிக்கிறது. எனது எல்லாப்பக்கமும் வாசல், இன்னொன்று வெளி நாடகங்களை மனவெளி தனது அரங்காடலில் அளித்தது. எனக்கும் மனவெளிக்குமான உறவு என்பது அது மட்டுமே. நாடகம் என்பது பற்றிய எனது ஈடுபாடும், ஆற்றுகைத் தளத்திற்கான சுதந்திரம் பற்றிய எனது கோட்பாடுகளும் வித்தியாசமானது. படைப்பிலக்கியவாதி, நாடக கர்த்தா என்ற வகையில் எனக்கான ஆற்றுகைத் தளம், ஆற்றுகைக்கான சுதந்திரம் முக்கியமானது. அதனால்தான் நாடக அரங்கப் பட்டறையை உருவாக்கினேன்.

நல்ல நாடகர்களின் பக்க பலத்துடன் அது அளிக்கைகளை வழங்கி வருகிறது. கருத்து ரீதியான முரண்கள் எப்போதும் எல்லோருக்கும் உள்ள விடயங்கள்தானே. அதையும் மீறி சுயமான ஆற்றுகையின் வெளிப்பாடே நாளை

நாடக அரங்கப் பட்டறை. அதன் முதல் அளிக்கைகள் கடந்த யூன் 9,10 திகதிகளில் இடம் பெற்றன. எல்லாப் பக்கமும் வாசல், எதிர்க் காற்றினிலே, சொல்லின் ஆழத்துள், மீறல்- முதல்வர் வீட்டு நாய், மீறல் - இரசிகன் ஆகிய நாடகங்களை அளித்தோம். மிகுந்த வரவேற்பைப்பெற்ற நிகழ்வாயும், மாற்றீடான அரங்க அளிக்கைத் தரத்தையும் அது கொண்டிருந்தது. அளிக்கைக்கு புத்துயிப்பாய் இருந்தவர்களான டிலீப்குமார், பாபு பரதராஜ¡, ரெஜி மனுவல்-பிள்ளை, பாலன் திருநாவுக்கரசு, சுமதி ரூபன், சத்தியா தில்லைநாதன், தான்யா தில்லைநாதன், சிவம் சிவலோக-நாதன், கா¢காலன் போன்றோரை இச் சந்தர்ப்பத்தில் குறிப்பிடவேண்டும். என்னைப் பொறுத்தவரையில் மேலும் பல நாடக இயக்கங்கள் தோன்ற வேண்டும் நாடகத்திற்கான முன்னெடுப்புகள் இடம்பெறவேண்டும். அப்போதுதான் தமிழில் காத்திரமான நாடகத் துறையை வளர்த்தெடுக்க முடியுமென்று கருதுகிறேன். நாளை நாடக அரங்கப் பட்டறை தமிழ் நாடகத் தேடலின் இன்னுமொரு தடம்.

கவிஞரான தாங்கள் அண்மைக் காலமாக நாடகத் துறைப் பக்கம் கவனம் செழுத்தியிருக்கிறீர்கள். அத்துறையில் பெயர் சொல்லுமளவுக்கு காத்திரமாக கால் பதித்தும் உள்ளீர்கள். நாடகத் துறை உங்களை ஈர்த்ததன் காரணம் என்ன?
கவிதைகளை எழுதுபவர்கள் எல்லோரும் கவிஞர்களா? நான் கவிதைகள் சில எழுதியுள்ளேன்.ஆனால் கவிஞன் அல்லன். கவிதைகளை எழுத முன்பே நாடகத்திற்கான ஈடுபாடு இருந்தது. திருநெல்வேலியில் வாழ்ந்த காரணத்தினால் பல நாடகங்களைப் பார்க்கும் சந்தர்ப்பங்கள் கிடைத்தன. யாழ் வளாகத்துள் நடந்த பல நாடக முயற்சிகளை சிறு வயதிலிருந்து பார்க்கும் சந்தர்ப்பங்கள் கிடைத்தன.

நாடக அரங்கக் கல்லு¡ரியின் அளிக்கைகளையும் பார்க்கும் சந்தர்ப்பங்கள் கிடைத்தன. அத்துடன் நண்பர்களுடன் சேர்ந்து நாடகங்களை ஆக்கவும், நடிக்கவும் முடிந்தது. பி§ன்னர் 1980 களில் நிலவிய போருக்குள் வாழ்வும் அதன் கலை வெளிப்பாடுகளும் என்னை ஈர்த்தன. புலம்பெயர்வ§ின் பின்னாலான தேடகத்தின் பணிகளும் என்னை நாட-கத்தின் ஈடுபாட்டை செழுத்தத் து¡ண்டியது. தேடகத்தின் நாடகப் பட்டறைகளையும், கல்வி வட்டங்களையும் குறிப்-பிட்டுச் சொல்ல முடியும். அத்துடன் 1990ம் ஆண்டு தேடகத்தின் கலை நிகழ்வுக்காக நாடகமொன்றை எழுதினேன். அதுதான் எனது முதலாவது நாடகம். அது அரங்கேறவில்லை. பின்னர் அப்பிரதியை காத்திருப்பு எனும் நாடகமாக சுருக்கினேன். போர்க்காலத்தில் போருக்குப் போன மகனுக்காய் காத்திருக்கும் தாய் பற்றிய நாடகம் அது. 1980 களை எமக்கு முன்னே கொண்டு வந்து நிறுத்துகிறது.

தமிழ் நாடகங்கள் பெருமளவில் பழகிப்போன பாணியிலே மைந்திருக்கும். ஆனால் மனவெளி, நாடக அரங்கப் பட்-டறை நாடகங்கள் கனடாத் தமிழ் நாடகத் துறையை நவீனமயப்படுத்தி வருகின்றன .தங்களது நாடகங்கள் இப்படித்தா-னிருக்கவேண்டும் வரையறைக்குள் தயாரிக்கிறீர்களா? நாடகத்திற்கு கூறும் பொருள் முக்கியமா? வடிவம் முக்கியமா?
நான் முதலே குறிப்பிட்டது போல தவநிக்கு முதன்மைப் பங்குண்டு. நவீனத்தின் மீது ஈடுபாடு கொண்ட கலைஞர்களின் நாடகங்களுக்கு மனவெளியும் அரங்கமைத்துக் கொடுத்தது. அதன் ஆரம்பகர்த்தாக்களின் பங்கும் மிகவும் முக்கியமா-னது. குறிப்பாக பாபு, டிலிப்குமார், சபேசன், சிவம், பாலன், புராந்தகன், செல்வன் ஆகியோரின் உழைப்பு முக்கிய-மானது. இவர்களில் பலரும் தவநிக்கூடாக வெளிவந்தவர்கள்தான். மனவெளிக்கு என்று ஒரேயொரு பாணி உண்டு... அது நவீன நாடகங்களை மட்டும்தான் அளிக்கிறது என்று கூற முடியாது. மனவெளியை அரங்காடலில் போடும் நாடகங்கள்தான் தீர்மானிக்கிறது. குறிப்பாக ஞானம் லம்பேர்ட் மேற்கத்திய நாடக மேதைகளின் பல நாடகங்களை தமிழில் மொழிபெயர்த்து அரங்காடலில் வழங்கியிருந்தார்.

இவரின் பங்களிப்பு மனவெளிக்கு சீரிய நாடகத்திற்கான இயக்கம் என்ற அங்கீகரிப்பைக் கொடுத்தது. அதன் பின்பு எனது அரங்க முயற்சிகள் மற்றும் விக்னேஸ்வரன், புராந்தகன், சாந்திநாதன், நவம், செழியன், சேரன் போன்றவர்க-ளின் அரங்க முயற்சிகளையும் குறிப்பிட முடியும். அந்த அங்கீகரிப்பு மனவெளிக்கு ஆபத்தையும் கொடுத்தது. அதை அவர்களால் தக்க வைக்க முடியவில்லை. ஏனெனில் நாடகங்களுக்காக அரங்காடல் என்று இல்லாமல் அரங்கா-டல் நடைபெறவேண்டும் என்பதற்காக நாடகங்களை நிறைக்க முற்பட்டது. சீரிய நாடகங்கள் குறித்தான குழப்பங்கள் மனவெளி குழுவுக்கு ஏற்பட்டது. எனவே போடும் நாடகங்களைப் பொறுத்து மனவெளியும் அங்கும் இங்கும் என்று ஊசல் ஆடிக் கொண்டிருக்கும்.

மனவெளி என்பது தீவிர நாடகத்திற்கான இயக்கம் என்பதை விட, மனவெளி நாடக விழா அமைப்பு அது தீவிர நாடகங்களுக்கும் களம் அமைத்துக் கொடுக்கிறது என்பதே சாலப் பொறுத்தமாய் இருக்கும். இச் சந்தர்ப்பத்தில் நாடக அரங்கப் பட்டறையை வேறுபடுத்திப் பார்க்க விரும்புகிறேன். எமது பட்டறையின் செயற்பாட்டு வடிவம் வித்தியாசமா-னது. பட்டறையின் நெறியாளராகவும் நாடக எழுத்தாளராகவும் நான் தொழிற்படுகிறேன். இப் பட்டறைக்காக நாட-கத்தின் பல்வேறு பரிமாணங்களை உள்ளடங்கியதான கலைஞர்களை பட்டறை மூலம் வளர்த்து ஒரு கூட்டமைப்பின் ஊடாக அள§க்கைகளை வழங்குவது என்பதே பட்டறையின் நோக்கு. இதற்காக நாடகப் பட்டறைகளை அளிப்பது

என்பது எமது முதன்மையான பணியாய் உள்ளது. எமது பட்டறையால் போடப்படும் நாடகங்கள் பட்டறைக்குறியது என்ற தற்பெருமையைக் கொண்டிருக்கும்.

இனி நவீனம் என்பது இடக்கான சொல். ஒவ்வொருவரும் ஒவ்வொரு வரையறையை நவீனத்துக்கு கொடுக்கலாம். என்னைப் பொறுத்தவரையில் ஒரு நவீன படைப்புக்கும் வாசகர்கள் அல்லது பார்வையாளருக்கிடையே ஒரு சிந்தனை வெளியொன்று உண்டு. அந்த சிந்தனை வெளியை நிரப்பவேண்டிய கடப்பாடும், ஆர்வமும் பார்வையாளருக்கும், வாசகருக்கும் இருக்கவேண்டும். வெளி சுருங்கச் சுருங்க நவீனத்துடனான ஈடுபாடும் அதிகரிக்கிறது. நவீனம் குறித்தான ஈடுபாடும் வலுவுறுகிறது. எனது நாடகங்களில் அவ்வகையான சிந்தனை இடைவெளி நிறையவே உண்டு. நாடகங்கள் பார்வையாருக்கான பார்வைச் சுவையை வழங்கும் அத்துடன் சிந்திப்பதற்கு நிறையவே உண்டு. கூறுபொருள், வடிவம் இரண்டுமே நாடகத்திற்கு முக்கியமானது. எனது நாடகங்களில் கூறுபொருளுக்கு ஏற்ப வடிவமும் உள்வாங்கப்படுகிறது. நாடகம் என்பது பார்வைக் கலையென்பதால் வடிவம்
நாடகத்தின் பொருளை பார்வையளரிடம் கொண்டு செல்வதற்கு பயன்படுகிறது. நாடகம் என்பது உணர்வுகள் உள்ள மனிதர்களின் வெளிப்பாடு. எனவே வார்த்தைகளாயும், கவிதைகளாயும், பாவங்களாயும், மௌனங்களாயும், ஆடல்களாயும், பாடல்களாயும் நாடகவெளி நிறைகிறது.

நாடகமொன்றின் வளர்ச்சியென்பது பாத்திரங்கள், உரையாடல்களுடன் மட்டும் நின்று விடுவதில்லை. அரங்க அமைப்பு, ஒளி, ஒலி யென்று பல்வேறு விடயங்கள் அதன் வளர்ச்சியைத் தீர்மானிக்கின்றன. கனடாத் தமிழ் நாடகங்களைப் பொறுத்தவரையில் பாத்திரங்கள், உரையாடல்கள் வளர்ச்சியடைந்த அளவிற்கு ஏனையவை வளர்ச்சியடைந்ததாகத் தெரியவில்லை. பொருளாதாரம்தான் அடிப்படைக் காரணமா?

எமது நாடகங்களைப் பொறுத்தவரையில் போதிய மேடை அமைப்பு, ஒலி, ஒளி, ஒப்பனை என்பன போன்ற நாடக அளிக்கைக்கான ஏனைய கூறுகளையும் உள்வாங்கியே நிகழ்த்தப்படுகிறது. அரங்காடலிலும் போதியளவு கவனம் செழுத்தப்படுகிறது. நாம் எல்லோருமே முழு நேர நாடகர்களோ, நாடக இயக்கங்களோ அல்ல. அதாவது எமது நாளாந்த வாழ்வுக்கு இன்னும் நாடகம் தீனி போடவில்லை. அதனால் நாடகத்தின் பல்வேறு பரிமாணங்களை வளர்ப்பதும் கலைஞர்களை வளர்ப்பதிலும் பல சிக்கல்கள் உள்ளன. இவ் வகையான குறையை நிவர்த்தி செய்யும் போக்குடனே பட்டறையை ஆரம்பித்தோம்.

நம்பிக்கையும் உண்டு. என்னைப் பொறுத்த மட்டில் போதியளவு அரங்கப் பயன்படுத்துகிறேன். பொருளாதார சிக்கல் எப்போதும் உள்ள பிரச்சினைதான். கலையார்வம் கொண்ட வியாபார பிரமுகர்களின் உதவி எமக்கு தொடர்ந்தும் கிடைப்பதால் வருடத்தில் ஒரு நிகழ்ச்சியையாவது ஒழுங்கு செய்யக் கூடியதாய் உள்ளது. நாடக அரங்குகளை விடுத்து கல்லு¡ரி அரங்குகளில் நாடகங்களை நிகழ்த்தும் போது பல்வேறு சிக்கல்களை நாம் எதிர் நோக்குகிறோம். அதனால் நாம் நினைக்கும் அளிக்கைத் தரம் அங்கு அமைவதில்லை. அங்கு நாடகம் பார்க்கும் தீவிர நாடக ஆர்வலர்களுக்கு நாடகத்தின் அளிக்கைத் தரம் சிக்கலாய் இருக்கும். எனவே ஒரு சின்னச் சேதி நாம் நாடக அரங்குகளில் அளிக்கைகளை செய்யும்போது வந்து பார்த்து விடுங்கள்.

மேடையேற்றவிருக்கும் தங்களது நாடகங்களைப்பற்றி சிறிது கூறுங்களேன்.

நான் இதுவரையில் 20 ற்கும் மேற்பட்ட நாடக பிரதிகளை உருவாக்கியுள்ளேன். இவற்றில் சில குறு நாடகங்கள். இது வரையில் பொடிச்சி, எல்லாப்பக்கமும் வாசல், இன்னொன்று வெளி, இரண்டு புள்ளிகள், சொல்லின் ஆழத்துள், காலம் ஓடுது, எதிர்க் காற்றினிலே, முதல்வர் வீட்டு நாய், இரசிகன், சப்பாத்து போன்ற நாடகங்களை அளித்துள்ளேன். எனது அடுத்த வருடத்துக்கான நாடகம் குளிக்குளிருந்து மீள்வதாய். ஒரு மாபெரும் அவலத்துக்குள்ளால் தப்பிய ஜவர் ஒரு நிலவறைக்குள் தஞ்சமடைகின்றார்கள். அவலம் வெளியில் தொடர்கிறது. இந்த ஜவரின் இருப்புக்கான போராட்டம் நாடகமாகிறது. கிட்டத்தட்ட இரண்டு மணிநேர வாழ்வின் மீதான விவாதம்தான் இந் நாடகம். உலகளாவிய விவாதத்தை தன்னுள் உள்வாங்கியிருக்கிறது இந் நாடகம். இந்த நாடகத்தை 1999 ல் எழுதி முடித்தேன். இன்றைய அரசியல் நிலவரங்களைப் பார்க்கும் போது இன்னும் நாடகத்துடன் ஜக்கியமாகக் கூடியதாயிருக்கும். அவலத்தில் இருந்து மீண்டு இன்னொரு அவலத்துள் வீழ்ந்து விட்டோமா?

வழக்கமான கேள்வியொன்று... இத்துறையில் ஈடுபட விரும்புவர்களுக்குத் தங்களது அறிவுரையென்ன? இதுவரை காலக் கனடாத் தமிழ் நாடக வளர்ச்சிபற்றிய தங்களது மதிப்பீடு என்ன?

நான் அறிவுரைகளை போதிக்கும் சாமியார் அல்ல. எனது சுயம்பற்றிய தேடலும், எனது வாழ்வு பற்றிய கேள்விகளும் என்னையொரு நாடக கர்த்தா ஆக்கியது. நேரம் கிடைக்கும் போதெல்லாம் நாடகங்கள் பார்ப்பேன். வாசிப்பேன். என்னைச் சூழ்ந்த மனிதர்களை உன்னிப்பாய் நோக்குவேன். இவைகள் பிற்காலம் நாடகத்தின் பாத்திரங்களாக உருவாக்கம்

கொள்கின்றன.கனடா நாடகங்கள் பற்றிய எனது மதிப்பீடு: புலம்பெயர்ந்த ஈழத் தமிழர்கள் பெருமளவில் வாழும் நாடு என்பதால் பல்வேறு முயற்சிகளுக்கு முனைப்பாய் கனடா இருக்கிறது. இதில் காத்திரமான நாடங்களின் வருகையும், சீரிய நாடகங்கள் மீதான ஆர்வலர்களும் இங்கு குறிப்பிடும்படியாக உள்ளது.

பொதுவாக ஈழத்து நாடகங்கள் எனும் போது சீரிய நாடகங்களே அதன் பிரதான போக்காயும் உள்ளது. மேற்கத்திய பாணி நவீன நாடகங்கள் என்ற வகையில் கனடாவில் குறிப்பிடத்தக்க முயற்சிகள் இடம் பெறுகின்றன. தரமான நாடகங்கள் வெளி வந்துள்ளன. நல்ல நடிகர்கள், தொழில் நுட்ப கலைஞர்கள் தோன்றியுள்ளார்கள். நல்ல நெறியாளர்கள், நாடக எழுத்தாளர்கள் வந்துள்ளார்கள். இவ்வகையான முனைப்பின் பயனாய் தமிழ் நாடகத் துறைக்கு பயனுள்ள விடயங்கள் கிடைத்துள்ளன. இவைகள் ஏனையோருக்கும் பரவும்வகை செய்ய வேண்டும். கனடாவில் தமிழ் மரபு நாடகங்கள் குறித்தான செயற்பாடுகளும், அது குறித்தான பிரக்ஞையும் அற்றே காணப்படுகிறது. இது தமிழ் சமூகத்துக்கு உள்ள ஒட்டுமொத்தமான குறை. எமது பாரம்பரிய நாடக மரபு என்பது மிகவும் ஆழமானதும், பல்வேறு உயரிய நாடக பண்புகளால் வளர்க்கப்பட்டு வந்ததும் ஆகும்.

அதை தமிழர்களிடம் ஊன்றவிடாமல் இருந்த காரணிகளை அகற்றி மீண்டும் எமது கூத்துக் கலைகளுக்கு புத்துயிர் வழங்க வேண்டும். என்னைப் பொறுத்தவரையில் எமது இன்றைய நடப்புகளை, எமது நாளாந்த சிக்கல்களை இவ் கூத்துக் கலைகளுக் கூடாக மிகவும் உன்னதமாக வெளிப்படுத்த முடியும். கூத்துகள் குறித்த ஆழமான அறிவின்மையால் பிரதிகள் ஆக்க முடியாத வேதனை என் ஆழ் மனதில் உண்டு. தமிழர்களின் பிரதான வெளிப்பாட்டுக் கலையை அழியவிட்டுவிட்டு நாம் நவீனம் படைக்கிறோம் என்று பீற்றுவதில் எந்தப் பயனும் இல்லை. பாரம்பரியம் என்பது மாற்றங்களுக்கு அப்பாற்பட்டது என்ற மனப்பாங்கு எம்மத்தியில் மாறவேண்டும். புதிய அகராதிகள் கலைகளுக்குள் உள்வாங்கப்பட வேண்டும். தமிழ் சமூகமும், தமிழர் சார்ந்த அரசுகளும், நிறுவனங்களும் இது குறித்து செயலாற்ற வேண்டும். கூத்து குறித்தான பட்டறையை நடாத்துவதிற்கு நாமும் முயன்று வருகின்றோம்.

தொடர்ந்தும் நாடகத்துறையில்தான் அதிகமான கவனத்தை வைத்திருப்பீர்களா? அல்லது கவிதைப் பக்கமும் பார்வையைத் திருப்புவீர்களா?

எனது நாடகங்களை ஒவ்வொரு கவிதையாகவே கருதுகிறேன். கவிதைக்குறிய கனகச்சிதம் நாடகத்திற்கும் இருக்கவேண்டும் என்பதே எனது நிலை. கவிதையை எழுதுவதற்கான காலத்தில் ஒரு நாடகத்தைப் படைத்துவிடலாம் என்பதே எனக்கு இயல்பாய் இருக்கிறது. நான் கவிஞர்களை குறிப்பிடவில்லை. ஒவ்வொரு நாளும் பல கவிதைகளை எழுதிக்குவிக்கும் கவிஞர்கள் இருக்கிறார்கள் தானே. அவர்களைப் போல் நாடகங்களை எழுதிக் குவிக்க முடியாது. நாடகமே எனது துறையாக உணர்கிறேன். அதில்தான் கூடிய கவனத்தைச் செழுத்த முயற்சிக்கின்றேன்.

கவிஞர், நாடகாசிரியர், நல்தொரு மேடைப் பேச்சாளர் என பல்பரிமாணங்களில் அறியப்பட்ட தங்களது எதிர்காலத்திட்டங்கள் என்ன?

பட்டறையின் நோக்கங்களை செயல்படுத்த முயற்சிக்கின்றேன். பரந்துபட்ட தமிழர் பரம்பலில் நாடக கலைஞர்களுக்கான ஓர் அமைப்பும் அதற்கூடாக பரஸ்பர பரிமாற்றங்களையும் செய்யவேண்டுமென்பது எனது அவா. பலவற்றை அறியவும், கற்கவும் வழி பிறக்கவேண்டும். இயலுமானவரை நாடகங்களை எழுதுவது அவற்றை அளிக்கை செய்வது. நாம் மிகவும் நெருக்கடியான வாழ்க்கையோட்டத்தில் வாழ்ந்து கொண்டிருப்பவர்கள். குறிப்பாக முதலாளித்துவத்தின் வயிற்றுக்குள் சீவிப்பவர்கள். முதலாளித்துவத்திற்கு சக்தி தேவைப்படும் போதெல்லாம் நாம் சமிக்க வேண்டியுள்ளது. அந்த நெருக்கடிக்குள்ளிருந்து இவ் வகையான நாடக அளிக்கைகளை தருவதென்பது மானிட ஓர்மம்தான். கலைகள் மானிடத்தை நிமிர்த்தும், மானுடத்தை மீட்கும் என்ற நம்பிக்கையும் என்னைப் பின் தொடர்கிறது. அது ஓரளவேனும் என்னை சோர்வடையாமல் வைத்திருக்கிறது.

31. நாட்டுப்புறவியல் எம்.டி. முத்துக்குமாரசாமி

சுந்தர ராமசாமியைவிட நகுலன்தான் மிக முக்கியமான எழுத்தாளர்.-எம்.டி. முத்துக்குமாரசாமி

ஒரு காலகட்டத்தில் புது எழுத்து முறையில் தனித்த குரலாக அடையாளம் காணப்பட்டவர் எம்.டி. முத்துக்குமாரசாமி. இளம் வயதிலேயே மாணவ அறிவு ஜீவியாக பேசப்பட்டவர். சேவியர் கல்லூரியில் நாட்டுப்புறவியல் துணைப் பேராசிரியராகப் பணிபுரிந்தவர். அதற்கு பிற்பாடு 'தேசிய நாட்டுப்புறவியல் உதவி மையம்' என்ற அமைப்பை சென்னையில் நிறுவி அதன் அறங்காவலராகவும், இயக்குநராகவும் இயங்கி வருகிறார்.'Voicing Folklore', 'Folklore as discourse', 'இண்டியன் போக்லோர் ரிசர்ச் ஜர்னல் ஆகிய நூல்களின் ஆசிரியர்.Standford யுனிவர்சிடியின் வருகை தரும் பேராசிரியராகவும் இருக்கிறார். தீராநதிக்காக அவருடைய அனுபவங்களைப் பகிர்ந்து கொள்ளும் பொருட்டு சந்தித்தோம்.

தீராநதி: பத்து, பதினைந்து வருடங்களுக்கு முன்னால் உங்களின் இயக்கம் தமிழிலக்கியப் பரப்பில் படு தீவிரமாக இருந்திருக்கிறது. அன்றைய அறிவு ஜீவிகளின் மத்தியில் ஒரு சலசலப்பை உங்களின் எழுத்துக்கள் உண்டாக்கி இருக்கின்றன. குறிப்பிட்டுச் சொல்லத்தக்க பல சிறுகதைகளையும், கட்டுரைகளையும், ஏன் நாடகங்களையும் கூட நீங்கள் எழுதி இருக்கிறீர்கள். அப்படி இருந்தும் அவற்றை புத்தகமாக்கும் முயற்சியை நீங்கள் செய்யவே இல்லை. உதிரி உதிரியாகத் தேடித் தேடி படிக்கக் கூடியவையாகத்தான் அவை இருக்கின்றன. ஆகையால் உங்களின் இயக்கத்தை கோர்வையாகப் புரிந்து கொள்ள, உங்கள் தொடக்க காலத்திலிருந்து பேச ஆரம்பிக்கலாம் என்று நினைக்கிறேன். பேசுவோமா?

எம்.டி.முத்துக்குமாரசாமி: திருச்சி செயின்ட் ஜோசப் கல்லூரியில் 1980_முதல் 1985_ல் நான் மாணவனாக ஆங்கில இலக்கியம் படித்துக் கொண்டிருந்தேன். அப்போது என்னுடைய நண்பர்களான ரமேஷ்குமார், செந்தில்குமார், மனோகர் எல்லோருமாகச் சேர்ந்து 'ராகம்' என்ற கையெழுத்துப் பத்திரிகை நடத்திக் கொண்டிருந்தார்கள். அந்தப் பத்திரிகையைத் திடீரென்று அச்சில் கொண்டு வரலாம் என்று முடிவு செய்து, அதற்காக வேண்டி 'ஏதாவது நீங்கள் எழுதித் தர முடியுமா?' என்று என்னிடம் கேட்டார்கள். அப்போதுதான் அவர்களுக்கு நான் ஒரு சிறுகதை எழுதிக் கொடுத்தேன். அந்தச் சிறுகதை வெளிவந்த காலத்தில் கல்லூரி வளாகங்கள் எல்லாமே ரொம்பவும் துடிப்பாக இயங்கிக் கொண்டிருந்த காலகட்டம். தமிழகம் முழுக்க உள்ள கல்லூரி வட்டாரங்கள், பெரிய அதிர்வலைகளை எழுப்பக்கூடிய அறிவுஜீவிகள் நடமாடும் இடங்களாக, பலவிதமான சிந்தனைகளை எக்ஸிஸ்டென்ஷியலிசம் முக்கியமாக விவாதிக்கப்பட்டுக்கொண்டு இருந்தது.

'போஸ்ட் எமர்ஜென்ஸி பீரியட்' என்பதால் எல்லோருமே நிறைய பேசிக் கொண்டும், எழுதிக் கொண்டும் விவாதித்துக் கொண்டும் இருந்தார்கள். சார்த்தரைப் பற்றி, ஆல்பெர் காம்யூ பற்றியெல்லாம் படித்து விவாதிப்பது என்பது கல்லூரி வட்டாரத்தில் வழக்கமான ஒன்றாக இருந்தது. அதைப் பேசி விவாதிப்பதற்கென்றே குழுக்கள் உருவாகிக் கொண்டிருந்தன. அதே சமயத்தில் நானும் எக்ஸிஸ்டென்ஷியலிஸம் பற்றி அதிகமாகப் படித்துக்கொண்டிருந்ததால், ஒரு மாணவ அறிவுஜீவியாக கல்லூரி வட்டாரத்திற்குள் அறியப்பட்டதனால் அன்றைய பெரும் அறிவுஜீவிகளுடன் சகஜமாகப் பேசி விவாதிக்கக் கூடிய ஓர் உறவு எனக்கு ஏற்பட்டது.

ரமேஷ்குமாருக்கு காமெடி நன்றாக எழுதவரும், செந்தில்குமார் நிறைய கவிதைகள் எழுதிக் கொண்டிருந்தார். என் வகுப்புத் தோழனான பிரான்ஸிஸ் மனோகர் ஜே. கிருஷ்ணமூர்த்தியின் தத்துவங்களைப் படிப்பதில் படுதீவிரமான நபராக இருந்தார். மனோகர் மூலமாகத்தான் எனக்கு மற்ற இருவரின் நட்பும் அறிமுகமானது. இவர்களுடன் சேர்ந்து இயங்குவதில் எனக்கு உவப்பு ஏற்பட்டதனால் சேர்ந்து இயங்கலானேன். சிறுகதையோடு ஒரு புத்தகத்திற்கு விமர்சனமும் எழுதும்படி கேட்டார்கள். அன்றைய காலத்தில் 'அன்னம் புக்ஸ்' பல இடங்களில் தன் புத்தகக் கிளைகளை வைத்திருந்தது. திருச்சியில் உள்ள அன்னம் புக்ஸிலிருந்து ''ஜே.ஜே. சில குறிப்புகள்.'' புத்தகத்தை நண்பர்கள் வாங்கி வந்து தர, அதற்கு விரிவான விமர்சனம் ஒன்றை எழுதினேன். அப்போது எனக்கு என்ன தெரியாதென்றால், சிறு பத்திரிகை என்று ஒரு வட்டம் இருக்கிறது. அதில் பல முக்கியமான எழுத்தாளர்கள் எல்லாம் இயங்கிக் கொண்டிருக்கிறார்கள் என்பது பற்றிய எவ்விதமான அறிமுகமும் இல்லாமல் இருந்தது.

என்னுடைய எம்.ஏ.வுக்கான தீஸிஸ்ஸாக ஜேம்ஸ் ஜாய்ஸினுடைய 'யுலிஸஸ்' நாவலை எடுத்துக் கொண்டிருந்தேன். ஜேம்ஸ் ஜாய்ஸைப் படிப்பது எனக்கு விருப்பமான ஒன்றாக இருந்தது. அப்போது என் மனநிலை நனவோடை எழுத்து ரைடிங், எக்ஸிஸ்டென்ஷியலிஸம் இந்த இரண்டினாலும் கவரப்பட்டிருந்தது. அந்த மனோ நிலைக்கு ஏற்ப ஒரு கதையை நான் தமிழில் எழுத வேண்டுமென நினைத்தேன். அதே தன்மையுடன் கூடிய கதை ஒன்றை எழுதினேன். ஜேம்ஸ் ஜாய்ஸ் எனக்கு ஆதர்சமான எழுத்தாளராக இருந்த அதே வேளையில் ஸில்வியா பிளாத்தின் மீதும், அவருடைய மரணம், அவருடைய வாழ்க்கை, அவருடைய கவிதைகள் மீதும் பெரிய ஈடுபாடும் எனக்கு இருந்தது. 'ஸில்வியா பிளாத்' நிறைய கவிதைகள் எழுதி இருக்கிறார். 'பெல்ஜார்' என்ற ஒரு நாவலைக் கூட எழுதி இருக்கிறார்.

ரொம்பவும் சென்சிட்டிவ்வான கவித்துவ மனநிலை அவருடையது. இப்படி நிறைய எழுதிக் கொண்டிருந்தாலும், திடீரென்று எழுத முடியாத சூழ்நிலையில் அது எப்படி ஒரு திருப்பமானதாக மாறி அவருடைய வாழ்க்கையை எப்படி துயரமான முடிவுக்கு இட்டுச் சென்றது என்பதை யோசிக்கும் போது, ஸில்வியா பிளாத்தின் மேல் எனக்கு அபூர்வமான பிரியம் ஏற்பட்டது. அந்த பிரியத்தை எப்படி என்று என்னால் சொல்ல முடியவில்லை. 'எழுதுவதால் உயிர் வாழ்கிறேன் என்பதோடு எழுதமுடியாமல் போகும்போது உயிரே போய் விடுகிறது' என்கிற தன்னிலை, ஸில்வியா பிளாத்திடம் இருப்பதை நான் உணர்ந்தேன்.

எனக்கு ஜேம்ஸ் ஜாய்ஸ் போல பக்கம் பக்கமாக எழுதக் கூடிய (யுலிஸஸ் நாவல் கூட 600 பக்கங்கள்) ஓர் ஆளுமையின் மீது ஈர்ப்பு இருந்த அதே சமயத்தில் ஸில்வியா பிளாத் மாதிரியான ஒருவர் எப்படி எழுத முடியாமல் தவித்துக் கொண்டிருந்தார் என்ற மனோநிலையின் மீதும் பற்று இருந்த காரணத்தினால் என்னுடைய புனைபெயரை

'ஸில்வியா' என்று வைத்துக் கொண்டேன். அப்போது எல்லோரும் என்ன நினைத்தார்கள் என்றால், பாப்புலரான பல ஆண் எழுத்தாளர்கள் பெண் பெயரில் எழுதுவதென்பது வழக்கமான ஒன்றாக இருந்ததனால் என்னவோ நானும் அப்படி ஒரு பெண் பெயரை வைத்துக் கொண்டேன் என்று நினைத்தார்கள்.

அன்றைக்கு நான் ஏதோ ஒரு சாதாரணமான கதையைத்தான் எழுதினேன் என்றாலும் கூட, அதற்குப் பின்னணியில் இருந்த ஒரு நல்ல வலுவான காரணமும் ஒரு வலுவான சூழ்நிலையும் என்னுடைய கதைக்கான மனோநிலையைக் கட்டமைக்கக் கூடியதாக இருந்ததனால் நான் எழுதின கதை ரொம்பவும் பாப்புலராகிவிட்டது. கதை மட்டுமல்ல; கதை வெளிவந்த 'ராகம்' பத்திரிகையும் மாணவர்கள் மற்றும் சிறு பத்திரிகைகள் மத்தியில் பாப்புலராகி விட்டது.

திருச்சியில் அப்போது எஸ். ஆல்பர்ட்டும் இருந்த காரணத்தினால் அங்கு சிறுபத்திரிகை சார்ந்த பலரும் அவருடன் கூடுவது, சிறுபத்திரிகை இலக்கியங்களை விவாதிப்பது, என்பது ஒரு இயல்பான காரியமாக எங்களுக்குத் தெரியாமல் நடந்து கொண்டிருந்தது. இன்னும் குறிப்பாகச் சொன்னால், எனக்குத் தெரியவில்லை என்று வைத்துக் கொள்ளுங்கள். ஒரு வேளை என் நண்பர்களுக்குத் தெரிந்திருக்கலாம். இதே வேளையில்தான் எங்கள் கல்லூரிக்கு முன்னால் விஜயகுமார் என்பவர் ஒரு புத்தகக் கடை வைத்திருந்தார். அவருக்கும் எஸ். ஆல்பர்ட்டுடன் ஒரு நெருங்கின தொடர்பு இருந்தது. இப்படியெல்லாம் சிறு பத்திரிகை இலக்கியத்தை விவாதிப்பதற்கு ஓரிடம் இருக்கிறது என்பது முதல் இதழ் 'ராகம்' வெளிவந்த பிறகுதான் எங்களுக்குத் தெரிந்தது. அவர்களின் தொடர்பு கிடைத்த பிறகு ராகத்தின் முதல் இதழை எல்லா சிறு பத்திரிகை எழுத்தாளர்களுக்கும், சிறு பத்திரிகைகளுக்கும் அனுப்பி வைத்தோம்.

அவர்கள் எல்லோருமே ரொம்ப பாஸிடிவ்வாக ரெஸ்பான்ஸ் பண்ணினார்கள். இப்படி தொடர்ந்து ஒரு வருடத்திற்குள் மொத்தம் ஆறு இதழ்களைக் கொண்டு வந்தோம். அந்த ஆறு இதழ்களிலும் நான் ஆறு கதைகள் எழுதினேன். சில விமர்சனங்கள் எழுதினேன். சில மொழி பெயர்ப்புகளையும் பண்ணினேன். இந்த ஒரு வருட காலத்திற்குள் எங்களுக்கு சிறு பத்திரிகையினுடைய அத்தனை பரிமாணங்களும் முழுமையாகத் தெரிய வந்துவிட்டன.

இந்த நேரத்தில்தான் ஆத்மாநாமின் மரணம் நிகழ்ந்தது. ஆத்மாநாமின் மரணத்தைப் பற்றி கார்த்திகா ராஜ்குமார், பிரம்மராஜன் போன்றவர்கள் ராகத்திற்கு கட்டுரை எழுதி அனுப்பினார்கள். ஒரு பதற்றமான மனோ நிலையை ஸில்வியா பிளாத்திடமிருந்து என் எழுத்துக்கானதாக நான் வரித்துக் கொண்டது, ஆத்மாநாமின் மரணம் ஏற்படுத்திய பதற்றம் எல்லாவற்றையும் சேர்த்து என் படைப்பு மனோநிலையாக அன்று நான் அடையாளம் கண்டுகொண்டேன். 'ராகம்' முடிந்த பின்பும் இந்தக் கதைகளுடைய தன்மையைப் பற்றி தொடர்ந்து விவாதித்தது, எழுதியது எல்லாவற்றையும் சேர்த்து பார்க்கும்போது ஒரு முழுமையாக சிதறுண்ட பிளவுபட்ட ஒரு மனோநிலையாக என்னுடைய படைப்பின் ஆதார மையம் இருந்திருக்கிறது என்பது தெரியவருகிறது. சிதறுண்ட மனோநிலையே 85 முதல் 95 வரை இருந்த தமிழ்நாட்டின் வரலாற்று காலகட்டத்தின் பிரதிபலிப்பு என்பது என்னுடைய இப்போதைய அனுமானம்.

என்னுடைய படைப்புகளில் வடிவங்களின் மீதுதான் நான் ஆர்வமானவனாக இருந்தேன். தொடர்ந்து சிறுகதை வடிவங்களை எப்படி முழுமையாக மாற்றுவது, ஒரு பதற்றத்திற்கு ஆளான, அமைதியற்ற, பிளவுபட்ட, ஒரு இலக்கற்ற ஓரிடத்திலிருந்து அதை படைப்பின் ஆதார மையமாக வைத்து நீங்கள் என்ன மாதிரியான படைப்பைப் படைப்பீர்கள் என்று பார்க்கும் போது, நேர்கோட்டில் கதை சொல்வது என்பது எனக்கு சாத்தியமற்றுப் போனது. அதையே என்னுடைய பலமாகவும்கருதுகிறேன். 'நான்_லீனியர் ரைடிங்'தான்,. என்னால் எழுத முடியும் என்பதும் தெரியவந்தது.

அப்போது தொடர்ந்து இலக்கிய உலகமும் சரி, அரசியல் உலகமும் சரி சுத்தமாக வாழ்வதற்கான லட்சியமேயற்ற எதிலும் அபிப்பிராயமேயற்ற மனோ நிலையில்தான் இருந்தது. நானும் அவ்வாறே இருந்தேன். இதை நம்பிக்கையற்ற வெளி என்று நான் சொல்லமாட்டேன். நம்பிக்கையோடு கூடிய ஆனால், அதே சமயத்தில் ஒரு பதற்றமான நிலையில் இருக்கக்கூடிய, மனோநிலையின் வடிவம் என்ன என்பதை ஒவ்வொரு கதையிலும் செய்து பார்த்திருக்கிறேன். நான் ஒவ்வொரு கதையையும் வேறுவேறு வடிவத்தில்தான் எழுதி இருக்கிறேன். ஒரே வடிவத்தில் இதுவரை நான் இரண்டு கதைகளை எழுதியதில்லை.

இதை பிரக்ஞை பூர்வமாக நடக்கின்ற செயல்பாடு என்று நான் சொல்லமாட்டேன். ஏனென்றால் நான் கதை எழுதும்போது திருப்பி திருத்தித் திருத்தி எழுதினதே கிடையாது. ஒரு தடவை என்ன எழுதினேனோ அதேதான். இதனால் பல நேரங்களில் சும்மா இருப்பதேதான் என்னுடைய படைப்பியக்கமே தவிர, நிறைய எழுதுவதில் இல்லை. மனதிற்குள் ஒரு கதையின் முழு வடிவமும் சிதறலாகவே சேர்ந்திருப்பதை அதை அப்படியே எழுதி விடுவது என் நடைமுறையாக இருந்திருக்கிறது. இதனால் என்ன ஆனதென்றால், ஆசைப்பட்ட அளவுக்கு எழுத முடிவதில்லை. படிக்கின்ற அளவுக்கு எழுதுவதில்லை. இந்த நிலைகள்தான் என்னிடம் தொடர்ந்து இருக்கின்றன.

நான் 85_ல் என்னுடைய பிஹெச்டிக்காக சென்னைக்கு வந்தேன். பிஹெச்டி பண்ணிக் கொண்டிருந்த காலத்தில்தான் என்னுடைய நண்பர்கள் வட்டம் விரிவடைந்தது. எஸ்.வி. ராஜதுரை அறிமுகமானார். என்னுடைய இருபத்தொரு வயதில் எஸ்.வி. ராஜதுரை பெரியதொரு பிரமாண்டமான பிரமிப்பை ஏற்படுத்தக் கூடிய ஓர் சிந்தனையாளராக, படைப்பாளியாக அவர் இருந்தார்.

நான் மட்டுமல்ல, என்னுடைய நண்பர்கள் பலர் இப்போது பிலிம் டைரக்டராக இருக்கக் கூடிய ஜேடி_ஜெர்ரி, அதுக்கப்புறம் இன்னும் சிலர். எல்லோருமே அவரின் படிப்பறிவைப் பற்றி, அவருக்கு இருக்கும் அறிவாற்றலைப் பற்றி பெரிய பிரமிப்பில் இருந்தோம். ஏற்கெனவே சிறுபத்திரிகையில் கதைகள் எழுதி அதன் மூலமான ஒரு சிறு அறிமுகம் இருந்ததனால் அவரிடமான பழக்கம் இயல்பாக ஏற்பட்டது. தொடர்ந்து அவருடன் பேசுவது, விவாதிப்பது என்பது நடந்து கொண்டிருந்தது.

இதே சமயத்தில் நான் பகுதி நேரத்தில் ஒரு எம்.ஏ. தத்துவ பாடத்தையும் படித்து வைத்துக் கொண்டேன். பிஹெச்டிக்காக நான் ஆய்வு செய்து கொண்டிருந்தபோது, எனக்கு ஸ்டக்சுரலிஸம், போஸ்ட் ஸ்டக்சுரலிஸம் மீதெல்லாம் பெரிய ஈடுபாடு ஏற்பட்டது. அதே நேரம் தமிழவன் தெரியவந்தார். நாகார்ஜுனன் தெரிய வந்தார். வெங்கடேஷ் சக்ரவர்த்தி தெரியவந்தார். 'க்ரியா' ராமகிருஷ்ணன், ந. முத்துசாமி என்று பெரிய பட்டியலே போடும் அளவிற்கு ஆட்கள் தெரிய வந்தார்கள். என்னுடைய வாழ்க்கையில், சிந்தனையில், எழுத்தில் பெரிய மாற்றத்தை ஏற்படுத்தியவர் ந. முத்துசாமிதான்.

அவர் நவீன நாடகங்கள் போடுவது, சென்னைவாசிகளை அழைத்துக்கொண்டு போய் தெருக்கூத்தைக் காட்டுவது என்று செயல்பட்டுக் கொண்டிருந்தார். முத்துசாமியின் நாடகத்தின் மீது எனக்கு ஒரு பெரிய ஈர்ப்பு இருந்தது. 1986_ல் என்னை ஓரிரவில் புரிசைக்கு அழைத்துக் கொண்டு போய் கண்ணப்பத் தம்பிரானின் மகாபாரதத் தெருக் கூத்தைக் காண்பித்தார். நான் தென் மாவட்டத்திலேயே பிறந்து வளர்ந்தவன் என்பதால், எனக்கு வட மாவட்டங்களின் மரபான தெருக் கூத்து பற்றி எதுவும் தெரிந்திருக்கவே இல்லை.

இவ்வளவு பிரமாதமான தியேட்டர் தமிழ்நாட்டில் இருப்பது தெரியாமலேயே இருபத்தியோரு வயதுவரை இருந்திருக்கிறோமே என்று வருந்தினேன். கூத்து எனக்குள் பெரிய மாற்றத்தை ஏற்படுத்தியது. நாம் இதையெல்லாவற்றையும் விட்டு விட்டு தமிழ் சினிமாவைப் போய் ஆய்வு செய்து கொண்டிருக்கிறோமே என்று உறுத்த, நம்முடைய ஆய்வை மாற்றிக் கொள்ளலாமே என்று ஆய்வை மாற்றிக் கொண்டேன். அந்த மாற்றத்திற்குக் காரணம் ந. முத்துசாமிதான். அவர் அன்று மாற்றி விட்டதால்தான் இன்று வரை நாட்டுப்புறவியல் துறையில் இயங்கிக் கொண்டிருக்கிறேன்.

நவீன எழுத்தாளர்கள், பின் நவீன எழுத்தாளர்கள் எல்லோருமே நாட்டுப்புறக் கலைகளில் இருந்துதான் தங்களுடைய போஸ்ட் மார்டனிஸ்ட் மொழியை உருவாக்குகிறார்கள். மிலோரட் பாலிக்கின் எழுத்துக்களில் செர்பிய நாட்டுப்புற கதைகளும், புராணங்களும் மறு உருவாக்கம் பெறுகின்றன என்றால், மார்க்குவெஸ்ஸின் படைப்புகளில் கொலம்பிய நாடோடிக் கதைகளும், பாடல்களும் புது வடிவம் பெறுகின்றன.

லத்தீன் அமெரிக்க எழுத்தாளர்கள் போலவே தாமஸ்பிஞ்ச்சன் அறுபதுகளின் எதிர்ப்பியக்க ---- யே தன்னுடைய போஸ்ட்மாடர்ன் எழுத்தாக முன்வைக்கிறார். பார்த்தல்மே ----- கதையை குறுநாவலாக எழுதியிருக்கிறார். இது தவிர போஸ்ட்மாடர்னிஸ சிந்தனையாளர்கள் கலைகளை உயர்ந்த கலை, தாழ்ந்த கலை என்றெல்லாம் வகைப்படுத்துவதில்லை. இலக்கியம் என்பது ஒருவகை மொழி விளையாட்டு; அறிவு சார்ந்த உரையாடல்களில் வெளிப்படுகின்றன உண்மைகள். இவை வாசிப்பின் காலகட்டத்தினாலும், வாசக கருத்தியலிலாலும் உருவாக்கப்படுகின்றனவே அன்றி எழுத்தாளனால் அல்ல.

அதனால்தான் என்னுடைய படைப்புகளில் உயரிய லட்சியங்களின் கருத்தாக்கம் இருக்கின்ற போதே அதன் கூடவே ஒரு கீழ்த்தரமான விஷயமும் ஒத்த நேரத்தில் கூடவே இருக்கும். இப்படி பல புள்ளிகள் இணைகின்ற சிந்தனைகள் எனக்குக் கிடைத்தன. இவற்றி லிருந்துதான் எனக்கான இலக்கியத்திற்கான ஜினியாலஜியை நான் வகுத்துக் கொண்டேன். அந்த லிட்ரரி ஜினியாலஜி என்பது உலகளாவிய ஜினியாலஜியாகவும் வெறுமனே தமிழில் எழுதக் கூடி படைப்புகளைப் பற்றியதாக மட்டுமே இல்லாமல் இருப்பதாகவும், அதே சமயத்தில் ---- பற்றி ஓர் ஆய்வு சம்பந்தமாக இருப்பதாகவும் அமைகிறது.

வில்லியம் பாக்னர், காப்கா, மார்க்குவெஸ், பாவிக், போர்ஹே, பார்த்தல்மே, கோர்த்தசார் என பலரை வரித்துகொண்டேன் என்று சொல்லலாம். நம்முடைய யீஷீரீளீரீஷீகூஷீமீ சேர்ந்து இவர்களின் படைப்புக்களுடன் உருவாகிற ஜினியாலேஜிதான் என்னுடைய லிட்ரரி ஜினியாலேஜி, மரபு. ஆனால், இது பிரக்ஞை பூர்வமான ஒரு பயிற்சியாகவும் இருந்ததில்லை. இதன் தொடர்ச்சியான காலத்தில்தான் 23_24 வயதிலேயே சேவியர் காலேஜில் நாட்டுப்புறவியல் துறையில் துணைப் பேராசிரியராக வேலையில் சேர்ந்தேன்.

தீராநதி: இந்தக் காலகட்டத்தில் லூர்து அத்துறையின் தலைவராக இருந்தார் அல்லவா?

எம்.டி.முத்துகுமாரசாமி: ஆமாம் லூர்துதான் துறைத் தலைவராக இருந்தார். தமிழவன், நான், சிவ சுப்ரமணியன் (சிவசு) எல்லோரும் சேர்ந்து இயங்கி வந்தோம். ஸ்டரக்சுரலிஸம் பற்றி 'பிற்கால அமைப்பியலும் குறியியலும்' என்ற சிறு அறிமுக புத்தகத்தை நான் எழுதி வெளியிட்டேன்.

தீராநதி: எது எழுநூறு பக்கத்திற்கு எழுதி வைத்திருந்ததாக நீங்கள் சொல்லி இருந்தீர்களே அந்தப் புத்தகமா?

எம்.டி.முத்துகுமாரசாமி: எழுநூறு பக்கங்களும் என்னிடம் குறிப்புகளாகத்தான் இருந்ததே ஒழிய ஒரு முழுமையான புத்தகமாக அது இல்லை. வெவ்வேறு வடிவங்களில் ஓர் ஆராய்ச்சி மாணவனாக குறிப்புகள் எடுத்து வைத்திருந்தேன் அவ்வளவுதான். அது ஒரு கல்லூரி வட்டத்திற்குள் வெளியிடப்பட்ட சிறு புத்தகம் என்றாலும் கூட, லூர்துவுக்கு இருந்த தொடர்புகளாலும், எனக்கு சிறு பத்திரிகைகளுடன் இருந்த தொடர்புகளாலும், பரவலாக கவனத்தை அப்புத்தகம் பெற்றது. இதே சமயத்தில்தான் 'மேலும்' பத்திரிகையை ஆரம்பித்தோம். தமிழவன், நாகார்ஜுனன், சிவசு, சாருநிவேதிதா இவர்களுடன் ஒரு தொடர்பும், நட்பும் எனக்குக் கிடைத்தது.
நவீன இலக்கியம், பரிச்சயம் மட்டுமே நமக்குப் போதாது தமிழ் பழந்தமிழ் இலக்கியங்களுடன் ஒரு வாசிப்புத் தேவை என்ற கருத்து அன்றைக்கு ஸ்டரச்சுரலிஸம் பற்றிய விவாதங்களில் கலந்து கொண்டிருந்த தமிழவன், ஞானி, விக்கிரமாதித்யன் போன்றவர்களால் முன் வைக்கப்பட்டு அக் கருத்துக்கள் மேலெழவே, நான் பழந்தமிழ் இலக்கியங்களை படு தீவிரமாக மூன்று நான்கு வருடங்களாகத் தொடர்ந்து வாசித்தேன். சங்க இலக்கியத்தைப் படித்தது, தொல்காப்பியத்தைப் படித்தது. தொடர்ந்து மேலும் இதழ்களில் கட்டுரைகள் எழுதினேன். தமிழின் உரைமரபுகள் மேல் எனக்கு இன்றைக்கு வரைக்கும் தொடர்ந்து ஒரு பெரிய ஈடுபாடு இருந்து வருகின்றது. 85_லிருந்து 95 வரையிலான என் இலக்கிய இயக்கத்தை, இன்றைக்கு திரும்பிப் பார்க்கும்போது அது ஒரு மாணவப் பருவத்தின் செயல்பாடுகளாகத்தான் இருக்கின்றதே ஒழிய_ ஒரு முழுமையான எழுத்தாளனாக அன்றைக்கு நான் உருவாகிவிட்டிருந்தேன் என்று சொல்லமுடியாது.

தீராநதி: நீங்கள் சிலாகித்துச் சொல்லும் ஜேம்ஸ் ஜாய்ஸின் 'யுலிஸஸ்' நாவலில் வரும் இரு நாயகர்கள் லியோப் பல்ட் புளும், ஸ்டீபன் டிடாலஸ்ஸ§ம் ஆவர். புளும் ஒரு யூதன். அவனது மனிதார்த்தத்தை ஜாய்ஸ் சித்தரிப்பதுடன் டிடாலஸ் மூலம் யூத எதிர்ப்பாளர்களை வெறி பிடித்த சநாதனிகளாக ஜாய்ஸ் தன் நாவலில் சித்திரித்திருந்தார். 'யுலிஸஸ்'ஸை ஜாய்ஸ் எழுதிக்கொண்டிருந்த சமயத்தில் வறுமை அவரை எழுத விடாமல் பெரும்பாரமாய் அழுத்திக் கொண்டிருந்தது.
அதை உணர்ந்த எஸ்ரா பவுண்ட் ஜாய்ஸ§க்கு பண உதவி செய்ய முன்வந்தார். பவுண்ட் ஒரு யூத எதிர்ப்பாளர். நாவலில் வரும் கதாபாத்திரம் யூத எதிர்ப்பாளர்களை சநாதனிகளாக சித்திரிக்கிறது என்று முன் கூட்டியே அறிந்திருந்தும் பண உதவியைச் செய்தார் பவுண்ட். ஆக, இதிலிருந்து எஸ்ரா பவுண்ட் இலக்கியம் வேறு, அரசியல் கருத்தாக்கம் வேறு என்ற கருத்தியலில் செயல்பட்டிருப்பது புரிகிறது. ஆனால், நம் தமிழ் நாட்டிலோ எந்த ஒரு இலக்கியப் படைப்பையும் அரசியலாக்குகிறார்கள். அல்லது எந்த அரசியலையும் இலக்கியமாக சித்திரித்து தூக்கிப் பிடிக்கிறார்கள், இது ஏன்?
எம்.டி.முத்துக்குமாரசாமி: ஜாய்ஸின் படைப்பு இருக்கிறதே, அது பல பரிமாணங்கள் உடையது. ஒரு இலக்கியம் என்பது பெரும்பாலாக பல பரிமாணங்கள் உடையதாக இருக்கும் போது, ஒரு சிறிய அரசியல் நோக்கத்திற்குள் அதைக் குறுக்க முடியாது. எஸ்ரா பவுண்ட் யூத எதிர்ப்பாளராக இருந்தாரா என்பதிலேயே நிறைய சந்தேகங்கள் இருக்கின்றன. இதையும் மீறி ஒரு படைப்பு என்பது காலம் காலமாக வெவ்வேறு விதமான மந்திரங்களையும், மாயங்களையும் வெளிப்படுத்துவதாக அமைகிறது. ஒவ்வொரு கால கட்டத்திற்கும் வெவ்வேறு விதமான அர்த்தங்களைத் தரக்கூடியதாக அது இருக்கிறது. அது ஒரு பெரிய படைப்பினுடைய காரியம்.
அந்தப் பெரிய படைப்பைப் பண்ணுகின்ற, ஆள் சாதாரணமான சிறுபிள்ளைத்தனங்களுக்கு ஆட்பட்ட சாதாரணமான மனிதனாகவே இருக்கிறான் என்பதுதான் உண்மை. அவனது படைப்பு அவனையும் மீறி பெரியதொரு இடத்திற்குப் போய்விடுகிறது. இது ஜாய்ஸ§க்கும், எஸ்ரா பவுண்டிற்கும் ஏன் எல்லோருக்குமே பொருந்தும் ஒரு விஷயம்தான். அரசியல் ரீதியாக ஒரு tமீஜ்t வாசிப்பதற்குண்டான ஏராளமான காரணங்கள், அதற்கான நியாயங்களும் இருந்தாலும் கூட, அது காலம் காலமாக வெவ்வேறு விதமான செய்திகளையும்தான் தருகிறது என்கின்ற வகையில்தான் இலக்கியத்தை நாம் அணுகவேண்டும்.

தீராநதி : என்னுடைய கேள்வியின் மையமே தரமான படைப்பாக ஒன்றிருக்கும் பட்சத்தில், அதை அரசியல் காரணங்களைக் காட்டி புறக்கணித்து விடுகிறார்கள். ஒரு சந்ததிக்கான வாசிப்பையே தடுத்துவிடுகிறார்கள். ஜாய்ஸின் 'யுலிஸஸ்' நாவலை பவுண்ட் நினைத்திருந்தால் அரசியல் காரணங்களைக் காட்டி நிராகரித்திருக்க முடியும். ஆனால், அவ்வாறு அவர் செய்யவில்லை. நம்முடைய இலக்கியச் சூழலில் மட்டும் ஏன் இப்படி நடக்கிறது என்றேன்?
எம்.டி.முத்துகுமாரசாமி: குறிப்பிட்டு அப்படி ஏதாவது ஒன்றை நீங்கள் சொல்ல முடியுமா?
தீராநதி: நிறைய குறிப்பிடலாம். திராவிட அரசியல் பக்தி இலக்கியத்தை பல காரணங்களைக் காட்டி நிராகரித்து. விமர்சித்தது. விமர்சிக்கக் கூடாது என்று நான் சொல்லமாட்டேன். ஒரு சந்ததியினருக்கு அந்த அறிவு போய்ச் சேராமலே போக ஒரு தடை ஏற்பட்டது. அவ்வாறு ஒரு வாசிப்பை மறைமுகமாகத் தடை செய்வதென்பது பெரிய கொடுமை

என்று கருதுகிறேன். இது பற்றி நீங்கள் என்ன நினைக்கிறீர்கள்?

எம்.டி.முத்துகுமாரசாமி: அதில் எந்தவிதமான சந்தேகமும் இல்லை. நீங்கள் சொல்லும் கருத்து உண்மையானதும் கூட. அரசியல் ரீதியான காரணங்களால் ஓர் இலக்கிய வாசிப்பை ஒதுக்கி வைப்பது ரொம்ப ரொம்பத் தவறான காரியம் என்றே நினைக்கிறேன். அதே சமயத்தில் அது மறுவாசிப்பிற்கு உட்படுத்தப்பட வேண்டும் என்பதிலும் சந்தேகம் இல்லை. நீங்கள் எந்த அரசியலின் மீது நம்பிக்கை வைத்திருக்கிறீர்களோ அந்த அரசியலைச் சார்ந்து இலக்கியத்தை வாசிக்கலாம். ஆனால், அரசியலைச் சார்ந்து நீங்கள் என்ன செய்யக்கூடாது என்றால், இலக்கியத்தை நிராகரிக்கக் கூடாது. நாங்கள் பக்தி இலக்கியங்களை, சங்க இலக்கியங்களை வாசித்தபோது அதை ஒருவிதமான அரசியல் தன்மை யோடுதான் வாசித்தோம் அவற்றை நாங்கள் நிராகரிக்கவில்லை.

திராவிட அரசியல் பொதுத் தளத்தில் வேண்டுமென்றால், பக்தி இலக்கியத்தைத் தடை செய்திருக்கலாம். திருநாவுக்கரசரையோ ஆண்டாளின் பாசுரங்களையோ எப்படி நாம் இலக்கியமாக அணுகுவது என்பதை நமது கல்வி முறைகளே நமக்குக் கற்றுத்தர தவறி விட்டன. கல்விக்கூடங்களில் வெறும் செய்யுளாகத்தான் இவை படிக்கப்படுகின்றன. இலக்கியமாகப் பயிற்றுவிக்கப்படுவதில்லை. சுதந்திர இந்தியாவில் அல்லது பிரிட்டிஷ் இந்தியாவில் 200, 250 வருடங்களாக ஓர் இலக்கியத்தை அணுகுவதற்கான முறைகள் என்ன என்பது நம்மிடம் வளர்ச்சியடையாமலே போய் விட்டன. இதற்கெல்லாம் வெறுமனே அரசியல் மட்டுமே காரணமாக இருக்கிறது என்று நான் சொல்லமாட்டேன்.

தீராநதி: ‘மெக்கலே’ கல்வித் திட்டத்தையோ, இந்திய அரசின் இன்றைய கல்வித் திட்டத்தையோ அரசியல் சக்திகள்தான் தீர்மானிக்கின்றன. அப்புறம் எப்படி அரசியல் மட்டுமே காரணம் என்று நான் சொல்லமாட்டேன் என்கிறீர்கள்? அரசின் குரலாகத்தானே நாம் நமது கல்வியைப் பயில்கின்றோம்?

எம்.டி.முத்துக்குமாரசாமி: அரசியலுக்கும் அப்பாற்பட்டு வாசிக்க முடியாது என்பதுதான் உண்மை. எந்த ஒரு சரித்திரக் கால கட்டத்திலும் நீங்கள் சார்ந்திருக்கும் அரசியலோ, அல்லது நினைவிலியாக பதிவாகி இருக்கக்கூடிய அரசியலையோ சார்ந்துதான் வாசிப்பு என்பது சாத்தியப்படும்.

தீராநதி: அப்போது அரசின் குரல் தானே நமது கல்வித் திட்டத்திலும் பிரதிபலிக்கும்?

எம்.டி.முத்துக்குமாரசாமி: சந்தேகமே இல்லை. அரசின் குரலாகத்தான் அது பிரதிபலிக்கும். ஆக, அரசியலுக்கும் இலக்கியத்திற்குமான உறவு என்பது நிராகரிக்கப்பட வேண்டியதுதான் என்பதில் சந்தேகமில்லை. அதே நேரத்தில் அரசியல் ரீதியான பார்வை இல்லாமல் யாருக்குமே வாசிப்பு என்பது சாத்தியமாவதில்லை என்றும் சொல்வேன். ஒவ்வொரு காலகட்டமும் அதற்கான இலக்கிய பனுவல்களையும், விமர்சன பார்வைகளையும் அது தானாகவே தேர்தெடுத்துக்கொள்ளவே செய்கிறது. இது மனித சரித்திரத்தில் தவிர்க்க முடியாத ஒன்றுதான்.

தீராநதி: அரசியல் தன்மையற்ற ஓர் எழுத்து என்பது அப்போது சாத்தியமில்லையா?

எம்.டி.முத்துக்குமாரசாமி: சாத்தியமில்லை என்று தான் நினைக்கிறேன். ஓர் எழுத்தாளன் என்ன செய்யலாம் எனப் பார்த்தீர்கள் என்றால், தன்னுடைய அரசியலைப் பற்றிய ஒரு நினைவுப் பூர்வமான பிரக்ஞை இல்லாமல் எழுதக்கூடிய ஆளாக இருக்கலாம். ஆனால், வாசிப்பவனும் அப்படித்தான் இருக்கவேண்டும் என்பது அவசியமில்லையே. ஆக, எல்லா இலக்கியமும் ஏதோ ஒரு அரசியலை முன்மொழியக் கூடியதாகவும் ஏதோ ஓர் அரசியலை அதில் பார்க்கக் கூடியதாகவுமே இருக்கிறது. ஓர் எழுத்தாளனுக்கும் வாசகனுக்கும் இடையிலான ஊடாட்டம் அப்படித்தான் நிகழமுடியும்.

தீராநதி: அப்போது திராவிட அரசியல் நமது வாசிப்பில் நிகழ்த்திய நன்மை தீமைகள் என்ன என்று உங்களால் சொல்ல முடியுமா?

எம்.டி.முத்துக்குமாரசாமி: முழுமையான நன்மைகள், முழுமையான தீமைகள் என்று எதையும் நாம் பொதுவாகப் பிரித்துச் சொல்ல முடியாது. இரண்டும் கலந்துக்கட்டிதான் எல்லாம் இங்கு நடந்துக்கொண்டிருக்கிறது. திராவிட அரசியலின் முக்கியமான கொடை என்ன என்று பார்த்தோமேயானால் சங்க இலக்கியத்தை வாசிக்க வைத்தது. கல்வி மட்டங்களிலும், ஆசிரியர்கள் மட்டத்திலும் திராவிட அரசியலின் தாக்கம் இல்லாதிருக்குமேயானால் சங்க இலக்கியமும் சரி, பழந்தமிழ் இலக்கியமும் சரி இந்த அளவுக்கு வாசிக்கப்பட்டிருக்குமா என்பது சந்தேகம்தான்.

தீராநதி: அதற்கு முன்பாக கூட பாரதம் படிப்பது மாணவர்கள் தேவாரம் ஓதுவது, நமது வீட்டு சுக துக்க நிகழ்ச்சிகளில் திருவாசகம் படிப்பது என்ற நெடிய மரபு நமக்கு இருந்திருக்கத்தானே செய்கிறது?

எம்.டி.முத்துக்குமாரசாமி: இப்போதும் அப்படித்தானே இருக்கிறோம். அதில் எந்தவித பெரும் மாற்றமும் நடந்துவிடவில்லையே. சங்க இலக்கியத்திற்கான வாசிப்பு முறைகளே பலவிதமானதாக இருக்கிறதே. சங்க இலக்கியத்தை வாய்மொழி மரபு இலக்கியத்தின் நீட்சியாக கைலாசபதி சொல்கிறார். செவ்வியல் மரபு என்று திராவிட அரசியலின் வாசிப்பு முறைகள் சொல்கின்றன. நான் என்ன சொல்கிறேன் என்றால், நம்முடைய பழந்தமிழ் இலக்கியத்தை, சங்க

இலக்கியத்தை வாசிப்பதற்கும், அதற்கு ஒரு முக்கியத்துவம் உண்டாவதற்கும் திராவிட அரசியல் ஒரு காரணமாக இருந்திருக்கிறது என்கிறேன். அதே சமயத்தில் நவீன இலக்கியம் படிப்பதற்கு திராவிட அரசியல் பெரும் தடையையும் ஏற்படுத்தி இருக்கிறது.

புதுமைப் பித்தனுக்கும், மௌனிக்கும் எழுத்தாளர் அங்கீகாரம் கேட்டு இவர்களிடம் போராட வேண்டிதான் இருந்தது. அவர்களை எழுத்தாளர்கள் என்று பொதுத் தளத்தில் ஏற்றுக்கொள்ள வைப்பதற்கே நம்மவர்கள் எவ்வளவு போராடி இருக்கிறார்கள்! திராவிட அரசியலின் வாசிப்பு முறை பொதுத் தளத்தைக் கட்டுப்படுத்தக் கூடியதாக மாறி இருக்கிறது என்பது தெளிவாகிறது. ஒரு புறம் நன்மை நடந்தது என்று வைத்துக் கொண்டால், இன்னொரு பக்கம் பெரிய தீமையும் அதன் கூடவே சேர்ந்து வருகிறது. இதுதான் நன்மை இதுதான் தீமை என்று நம்மால் அறுதியிட்டுக் கூற முடியாமல் இருக்கிறது.

தீராநதி: நீங்கள் இயங்கிய 85 முதல் 95 வரையிலான காலகட்டம் என்பது அறிவை நேசிக்கக் கூடிய ஒரு சமூகமாக இருந்ததென்றும், அது இன்று காலவதியாகி வருகிறதென்றும் சிலர் முன் மொழிகிறார்கள். இதை எப்படிப் பார்க்கிறீர்கள் நீங்கள்? இது எந்த அளவுக்கு உண்மை?

எம்.டி.முத்துக்குமாரசாமி: இன்று அறிவு என்பது என்ன என்பதற்கான அளவீடுகள் மாறிவிட்டன என்றுதான் நான் சொல்வேன். அறிவை நேசிக்கின்றது, அறிவினுடைய வெளிப்பாடுகளை நேசிக்கின்றது என்பது மனித இயல்புகளில் தொடர்ந்து இருந்து கொண்டேதான் இருக்கிறது. ஒவ்வொருவரும் வேறுவேறான அறிவை நேசிக்கிறார்கள். தத்துவ அறிவு, இலக்கிய பனுவல்கள் பற்றி அறிவை நேசிக்கும் தன்மையை வேண்டுமானால் முழுமையாக இன்று இழந்துவிட்டோம் என்று சொல்லலாம். ஆனால் வேறு விதமான அறிவுகளின் வளர்ச்சி என்பது சாத்தியமாகிதான் இருக்கிறது. சாப்ட்வேர் டெவலப்மெண்ட்டின் அடிப்படை என்ன? 'லாஜிக்'கை உறுதியாக்கிக் கொள்ள வேண்டும். கணிதயியல் ரொம்பத் தெளிவாக தெரிந்திருக்க வேண்டும். லாஜிக்கும், கணித இயலும் இல்லாமல் இவ்வளவு பெரிய 'சாப்ட்வேர் வளர்ச்சி' என்பது நடந்திருக்கவே முடியாது. இன்றைக்கு இந்தியாதானே சாப்ட்வேர் துறையில் வளர்ச்சி பெற்ற நாடாக இருக்கிறது.

தீராநதி: நவீன இலக்கிய வெளிக்குள் இயங்கி வந்த நீங்கள் 'தேசிய நாட்டுப்புறவியல் உதவி மையம்' என்ற ஒரு நிறுவனத்தைத் தொடங்கி செயல்பட ஆரம்பித்துவிட்டீர்கள். திஷீநீளீறீஷீக்ஷீமீ சம்மந்தமாக உங்களின் நிறுவனம் எந்த அளவுக்கு வளர்ச்சியடைந்துள்ளது?

எம்.டி.முத்துகுமாரசாமி: நவீன இலயக்கியத்திற்கு --- எதிரானதல்ல; இவை இரண்டுக்குமான உறவு இலக்கியத்தில் எப்படித் தெரியவருகிறது என்பதைப் பற்றியும் எனக்குள்ள பிரத்யேக உறவு என்ன என்பதையும் ஏற்கெனவே பேசினோம். இந்திய அளவில் உள்ள நாட்டுப்புறக் கலைகள் எப்படி இருக்கின்றன என்பதை அறிந்து கொள்ளவே இந்த நிறுவனத்தை முதலில் ஆரம்பித்தேன். நாட்டுபுறக் கலைகளின் வசீகரத்தில் நான் தொடர்ந்து மயங்கித்தான் கிடக்கிறேன் என்று சொல்வேன். ஆதி பழங்குடியினரின் புல்லாங்குழல் ஓசையாகட்டும், அல்லது ஒரு ராஜஸ்தான் பாலைவனத்தில் வாசிக்கப்படக்கூடிய 'சாரங்கி, இசையாகட்டும் அந்த வசீகரத்திலிருந்து என்னால் மீளவே முடியவில்லை. முதலில் இவையாவும் என் படைப்பியக்கத்திற்கு உதவியாக இருக்கும் என்று எண்ணித்தான் இதனுள் போனேன்.

ஆனால், இது ஒரு பெரிய மாயச்சுழல். இது நம்மை அப்படியே உள்ளிழுத்துக் கொள்ளும் என்று ஒருபோதும் நினைக்கவே இல்லை. இவ்வளவு வளங்களை உள்ளடக்கிய நமது நாட்டுப்புறக்கலைகளை உலக அரங்கிற்கு எடுத்துச் செல்வதிலும், அது தொடர்பான புத்தகங்கள், ஆவணப்படுத்துதல், கலை பாரம்பரியத்தை வளர்ப்பதற்காக பொருளாதார உதவிகள் செய்வதிலும் எங்களின் நிறுவனம் தொடர்ந்து செயல்பட்டுக்கொண்டு இருக்கிறது. இதுபோல உலகெங்கிலும் பல நிறுவனங்கள் செயல்படுகின்றன. அவற்றைப் போலவே நாங்களும் செயல்படுகிறோம்.

தீராநதி: சமீபத்தில் 'சென்னை சங்கமம்' என்ற பெயரில் நாட்டுப்புறக் கலைஞர்களை ஊக்குவிக்கும் நோக்கில் நடத்தப்பட்டது. தமிழகத்தில் நாட்டுப்புறக் கலையை மேம்படுத்துவதிலும் இந்திய அளவிலான நாட்டுப்புறக் கலைகளை உலக அரங்கிற்கு எடுத்துச் செல்வதிலும் உங்களின் நிறுவனத்திற்குப் பெரும் பங்கு இருக்கிறது. இருந்தும் தமிழகத்தில் நடந்த அந்த நிகழ்ச்சியில் நீங்களும் சரி, உங்களின் நிறுவனமும் சரி பங்கெடுத்துக் கொள்ளவில்லை. இதற்கு முன்பு உங்கள் நிறுவனத்தின் சார்பாக 2002_ல் இதே மாதிரியான கலாச்சார நிகழ்ச்சியை சென்னையில் நடத்தினீர்கள். அதற்கு உலகெங்கிலும் இருந்து பல பெரும் ஆளுமைகள் வரவேற்கப்பட்டு சிறப்பு செய்யப்பட்டார்கள். சரியான விளம்பரம், அரசின் ஒத்துழைப்புகள் இல்லாததால் அந்நிகழ்ச்சி சோபிக்கவில்லை. சென்னை சங்கமத்தை நீங்கள் எப்படிப் பார்க்கிறீர்கள்?

எம்.டி.முத்துகுமாரசாமி: நாங்கள் நடத்தின விழாவையும், அவர்கள் நடத்திய விழாவையும் ஒப்பிட்டுப் பார்ப்பதென்பது

சரியானதல்ல; 2002_ல் நாங்கள் அந்த விழாவை ஏற்பாடு செய்யும்போதே அகில இந்திய நாட்டுப்புறக் கலை விழாவாகத் தான் அதை வடிவமைத்திருந்தோம். ஓர் ஆராய்ச்சி நிறுவனம் நடத்தும் விழாவாகவே இதை நாங்கள் ஒருங்கிணைத்தோம். முதலில் ஒவ்வொரு வடிவமாக ஆய்வு செய்து அவற்றைப் பற்றிய முழுமையான ஆராய்ச்சிக் கட்டுரைகளைச் சேகரித்து, சிறு புத்தகமாக வெளியிட்டு, அதற்கான புகைப்படக் கண்காட்சிகளை வைத்து, அதைப்பற்றிய வகுப்புகள் நடத்தி, அந்தந்த நாட்டுப்புற வடிவங்களைப்பற்றிய ஒரு முழுமையான புரிதலை மக்களுக்குக் கொடுத்தோம். இப்போது 2007_ல் நடத்தப்பட்ட ‘சென்னை சங்கமம்’ விழா அளவிற்கு அதற்கு கூட்டம் இல்லை என்றாலும் கூட, எங்களின் நிகழ்ச்சி மக்களிடத்தில் பல்வேறு விதமான நாட்டுப்புறக் கலை சம்மந்தமான விழிப்புணர்வுகளை ஏற்படுத்தியது என்று தான் நான் சொல்வேன்.
சங்கமம் விழாவை இவர்கள் பெரிய முயற்சி எடுத்து செய்திருக்கிறார்கள் என்பதில் எனக்கு பெரிய மகிழ்ச்சி இருக்கிறது. நாட்டுப்புற கலைகளை வளர்க்க இப்படியான நிகழ்ச்சிகள், விழாக்கள் யாராவது நடத்த வேண்டும் என்பதுதான் என்னுடைய நிலைப்பாடும் ஆனால் இதில் சில காரியங்கள் கவனத்தில் எடுத்துக் கொள்ளப்பட்டிருக்க வேண்டும் என்பது என்னுடைய கருத்து.
தெருக்கூத்தை அது நடத்தப்படுகின்ற சூழலில் சென்று பார்த்தீர்கள் என்றால், அது ஒரு சடங்காகவும், நாடகமாகவும், கலை வடிவமாகவும் ஒரே சமயத்தில் இருக்கிறது. அதனுடைய அசல் தொடர்புகளிலிருந்து அதை நீங்கள் வெளியில் எடுத்துக் கொண்டு வரும்போது, அதனுடைய இதர சமூகப் பரிமாணங்கள் என்ன என்பது மக்களுக்குத் தெரியாமல் போய் விடலாம். அந்தச் சமூக பரிமாணங்கள் என்ன என்பதை எடுத்துச் சொல்வதற்கான ஒரு முயற்சியை நாம் மேற்கொள்ள வேண்டும். அப்படி பண்ணவில்லையென்றால், அதன் அசல் வடிவம் என்ன என்பது மக்களுக்குப் புரியாமல் போய்விடும். இதனால் பார்வையாளன் அதைப்பற்றிய சரியான பார்வையைப் பெறமுடியாதவனாக மாறி விடுகிறான்.

இதை வெளிப்படுத்துவதில் ஏற்பட்ட பிரச்சனையாக நான் பார்க்கிறேன். சில வடிவங்களுக்கு சமூக ரீதியாக சில விமர்சனங்களை நாம் வைக்க வேண்டும். உதாரணமாக தோல் கருவிகள் நம்முடைய ‘தலித்’களிடம் தான் இருக்கிறது. அவர்கள்தான் அதை உருவாக்கினார்கள். அவர்கள் உருவாக்கிய பிறகு அவை கோயில்களுக்குள் சென்று உட்கார்ந்து விட்டன. இதனால்தான் தாங்கள் செய்த கருவியை தாங்களே வாசிக்க முடியாத நிலைமை வந்துவிட்டது. தஞ்சை மாவட்டத்தில் பல ஆண்டுகளுக்கு முன்னால் தலித்துக்கள் கூடி ‘நாங்கள் இனி தண்டோராக்கள் போடமாட்டோம்’ என்றார்கள். தண்டோராக்களை தலித்துக்களின் அடையாளமாக நீங்கள் சொல்வதினால் அதை ஒரு அவமானத்தின் வரலாறாக எங்கள் மீது திணிப்பதினால் இனி நாங்கள் வாசிக்க மாட்டோம் என்று தலித் கலைஞர்கள் முடிவு செய்தார்கள். தலித் இயக்கங்களுக்குள்ளாகவே இதைப் பற்றிய இருவிதமான கருத்துக்கள் அதன் பிறகு ஏற்பட்டது.

ஒன்று: அதை நம்முடைய அடையாளமாக எடுத்துக் கொண்டாலும், அவற்றை இன்னும் அடுத்த கட்டத்திற்கு எடுத்துச் செல்ல வேண்டும் என்றார்கள். இரண்டு: இல்லை. இது நம்முடைய அவமானத்தினுடைய வரலாறு. இவர்கள் எல்லாம் நம்மை அடிமைப்படுத்தி வைத்திருந்தக் காலத்தில் நிர்ப்பந்தமாக நாம் இதை வாசித்துக் கொண்டிருந்தோம். அதனால் அவற்றை ஒதுக்கி வைத்துவிட்டு நாம் வேறு அடையாளங்களைத் தேட வேண்டும் என்றும் சொல்லப்பட்டது. பொதுத்தளத்தில் இந்த வடிவங்களை எல்லாம் கொண்டு வந்து நிகழ்த்திக் காட்டும்போது, இந்த எதிர்ப்பின் வரலாற்றையெல்லாம் சேர்த்து நிகழ்த்திக் காட்ட வேண்டும். இப்படிச் செய்து காட்டவில்லையென்றால் மறுபடியும் நீங்கள் மகாராஜா, மகாராணிகளாக உட்கார்ந்து கொண்டு அவர்கள் ஆடுவார்கள், நாங்கள் பொழுதுபோக்காக கண்டுக்களித்துக் கொண்டிருப்போம் என்றாகி விடுகிறது. ஒரு வடிவத்தை பொதுத்தளத்திற்குக் கொண்டு வரும்போது இவற்றையெல்லாம் சேர்த்து சொல்லும்போதுதான் நீங்கள் அந்த வடிவத்திற்கும் கலைக்கும் தொண்டு செய்பவர்களாகிறீர்கள்.

தீராநதி: வாய்மொழி கதையாடல்கள், நாட்டுப்புறக் கதைகள், இசை, கூத்து, நாடகங்கள் கலாச்சாரங்கள் இவற்றை மேம்படுத்த, அழிவிலிருந்து மீட்டெடுக்க ழிதிஷிசி போன்ற அமைப்புகள் போராடியும், உதவியும் வருகின்றன. கலாச்சார ரீதியான தொன்மங்களைப் பாதுகாக்க நினைக்கும் எந்த அமைப்புகளும் நாட்டுப்புறக் கலை வடிவ ரீதியான தொழில்களைப் பாதுகாப்பதில் எவ்வித அக்கறையும் எடுத்துக் கொள்வதில்லை. தொழில் ரீதியான நாட்டுப்புற வகைமைகளும் - க்குள் வருபவனதாமே? தொழில் ரீதியான - ரை உங்களைப்போல அமைப்புகள் எப்படி காப்பாற்ற போகின்றன?
எம்.டி.முத்துக்குமாரசாமி: சுதந்திரம் பெற்ற இந்தியாவில் மிக அதிகமான முக்கியத்துவம் பெற்ற துறை என்ன என்று பார்த்தீர்கள் என்றால் தொழில் சார்ந்த கைவினைகள்தான். ‘காந்தி கிராம உத்யோக பவன்’ ‘காதிகிராப்ட்’ இதுமாதிரியான காந்திய நிறுவனங்கள் அதைத்தான் மையப்படுத்தி செயல்படுகின்றன. கோ_ஆப்டெக்ஸ், பொருளாதார முன்னேற்றம் சார்ந்த சுயத்தொழில்கள், நுகர்வோருக்கான அங்காடிகள் எல்லாமே அதை மையப்படுத்தியே செயல்படுகின்றன. உலக அளவில் வேறு எங்கேயும் இவ்வளவு அதிகப்படியான கைவினை சம்மந்தமான தொழில்களை முன்னேற்றுவதற்கான களங்கள் இல்லை. ஆனால், இவர்கள் வெற்றிகரமாக செயல்படுகிறார்களா? இவர்களை விளிம்பு

நிலையிலிருந்து காப்பாற்றுவதற்காக செயல்படுகிறார்களா என்பது வேறு கேள்வி. இப்படி பல்வேறு நிறுவனங்கள் தொழில்சார்ந்த நாட்டுபுறக் கலைகளைக் காப்பாற்ற முனைந்து செயல்பட்டுக் கொண்டிருக்கும் போது நாங்கள் எப்படி இதிலிருந்து வேறுபட்டு செயல்பட முடியும், உதவிகள் செய்ய முடியும் என்று யோசித்ததன் விளைவாக சிலவகைத் தொழிற்சார் கலைகளையே நாங்கள் வளர்த்தெடுக்க முயற்சி செய்கிறோம்.

இன்று திஷீறீளீறீஷீகூஷீமீ சம்பந்தமான இசைக் கருவிகளைச் செய்பவர்கள் அதிகப்படியாக யாரும் இல்லை. வீணை செய்பவர்கள் கூட தமிழ்நாட்டில் ரொம்ப மோசமான நிலையில்தான் வாழ்கிறார்கள். வீணை செய்பவர்கள் மட்டுமல்ல; நாதஸ்சுரம் செய்பவர்களின் வாழ்க்கை நிலையும் சொல்லிக் கொள்ளும் அளவிற்கு தமிழ்நாட்டில் இல்லை என்றே சொல்ல வேண்டும். நாதஸ்சுரம் இல்லாமல் நமது கலாச்சாரத்தில் ஒரு திருமண நிகழ்ச்சி நடக்குமா? ஒரு சாமி புறப்பாடு நடக்குமா? கலாச்சார ரீதியாக நமது சமூகத்தில் முக்கியமானதாக கருதுகின்ற இசைக் கருவிகளை செய்வதற்கான வழிமுறைகள் இங்கு இல்லை. இதற்காகதான் இதில் இருந்து கொண்டு இவற்றை மேம்படுத்த போராடிக் கொண்டிருக்கிறோம்.

தீராநதி: காந்தி இவற்றையெல்லாம் சுதேசி மனப்பான்மை அரசியலுக்காக ஊக்குவித்தார். காந்திக்குப் பிறகு அரசியல் ரீதியாக இதை ஒரு இயக்கமாக வார்த்தெடுக்காமல் நமது அரசியல் தலைவர்கள் கை நழுவ விட்டு விட்டார்கள் என்றே தோன்றுகிறது. சுதந்திரத்திற்குப் பின்பாக இது போன்ற கலைகளை ஒரு கல்வியாக பெரிய அளவில் வளர்த்தெடுத்திருக்கலாம். ஆனால் யாரும் இதைச் செய்யவில்லை? இது பற்றிப் பேசுங்கள்?

எம்.டி.முத்துக்குமாரசாமி: காந்திய நிறுவனங்கள் எண்ணிக்கையில் ஜாஸ்தி. அதனுடைய செயல்பாட்டு முறையில் எனக்கு சில வேறு அபிப்பிராயங்கள் இருக்கின்றன. குறிப்பாக ஒரு தனிப்பட்ட கலைஞனுடைய படைப்பாற்றலை அவை கொண்டாடத் தவறி விட்டன என்று தான் நான் சொல்வேன். ஒரு நல்ல சேலையை நெய்தவனுடைய பெயர் என்ன என்பது நமக்குத் தெரியாமலே போய்விடுகிறது. நல்ல பிரமாதமான ஒரு கைவினை பொருளைச் செய்தவனின் பெயர் நமக்குத் தெரியாமல் போய்விட்டது.

தேரை வடித்தவனின் பெயர் என்ன என்பது தெரியவில்லை. இந்த மாதிரியான ஆபத்துக்கள் நிறைய வரும் வாய்ப்புகளை இந்த நிறுவனங்கள் உண்டாக்கி விட்டு இருக்கின்றன. இந்த ஆள் இந்த மாதிரி ஒரு மரபில் இதைச் செய்ததினால் இந்த மாதிரியான மாற்றங்கள் ஏற்பட்டு இன்று இந்த மாதிரி இந்த மரபுகள் இருக்கின்றன என்ற நாம் கொண்டாடினால்தான் அந்த மரபை நாம் பேணுகிறோம் என்று பொருள். ஒவ்வொரு மரபின் கண்ணியாக இருக்கக் கூடிய அந்த தனி நபர் யார் என்பது அடையாளப்படுத்தப்படாமல் போனதால்தான் இன்றைக்கு இவ்வளவு மோசமான சூழலில் நாம் மாட்டித் தவிக்கின்றோம்.

தீராநதி: சரி, படைப்புகளுக்குள் வருவோம். தொடர்ந்து உங்களின் படைப்புகளில் வடிவங்களுக்கு முக்கியத்துவம் கொடுத்திருக்கிறீர்கள். பனுவலை இரண்டாவது பட்சத்தில் தான் அணுகுகிறீர்கள்? உங்களைப் பொறுத்த அளவில் ஒரு படைப்பிற்கு வடிவம் என்பது எவ்வளவு முக்கியம்?

எம்.டி.முத்துகுமாரசாமி: வடிவம் என்பதை நீங்கள் எப்படிப் புரிந்து கொள்ள வேண்டும் என்று பார்த்தீர்கள் என்றால், ஒரு ஒட்டுமொத்த வடிவங்களாக மட்டுமல்ல; அதை ஒரு வாக்கியத்தினுடைய வடிவமாகக் கூட நீங்கள் எடுத்துக் கொள்ளலாம். ஒரு வாக்கியத்தினுடைய வடிவமாக இருந்தாலும் சரி, ஒரு சொற்கோர்வையினுடைய வடிவமாக இருந்தாலும் சரி, ஒரு முழு படைப்பினுடைய வடிவமாக இருந்தாலும் சரி அந்த வடிவம் என்பது ரொம்ப முக்கியமானது என்பேன். தொடர்ந்து நான் வடிவங்களால்தான் வசீகரிக்கப்படுகிறேன். தொடர்ந்து என் எழுத்து புதிய வடிவங்களை உருவாக்குவது என்ற சிந்தனையிலேதான் இருந்து கொண்டிருக்கிறது. இதற்குக் காரணம் என்னுடைய மனோநிலைக்கும் ஒரு வரலாற்று காலகட்டத்திற்குமான தொடர்பு எப்படி இருக்கிறது என்பதை முன்பே சொல்லி இருக்கிறேன். மொழி அளவில் இரண்டுவிதமான உரையாடல் இங்கு இருந்தது. கோணங்கி, நாகார்ஜுனன், தமிழவன் (தமிழவனின் இன்றைய கருத்தியல் என்னவாக இருக்கிறது என்பது எனக்குத் தெரியாது.) போன்றவர்கள் அன்றைக்கு என்ன நினைத்தார்கள் என்றால் வாக்கிய வடிவங்கள் நேரடியானதாக இல்லாமல் அது சிதையும் போதுதான் ஒரு கவிதைக்கான சாத்தியப்பாடு ஏற்படுகிறது என்று கருதினார்கள்.

இதனால் புரியாமலே போய்விடக் கூடிய எழுத்து உருவாகிற ஆபத்து அதில் இருந்தாலும் கூட, அந்த ஆபத்தை எதிர்கொண்டு பயணிக்கலாம் அதுதான் உண்மையான இலக்கியம் என்றும் சொன்னார்கள். இதற்கெல்லாம் தியரிட்டிக்கலான சப்போர்ட்களும் இருக்கிறது என்று வைத்துக் கொள்ளுங்கள். நாகார்ஜுனனிடமிருந்து இது ஆரம்பித்து பிறகு அது கோணங்கியிடம் விரவிவிட்டது என்பது என்னுடைய எண்ணம். அது உண்மையாகக் கூட இருக்கலாம். இதில் என்னுடைய கருத்து என்னவென்றால், வாக்கிய அளவில் செய்யக்கூடிய சிதைவு இருக்குகிறதே அது ஓர் அளவுக்குத்தான் உண்மையாக இருக்க முடியும். அது கவிதையினுடைய வடிவத்திற்கு மட்டுமே சரியானது.

சிறுகதைக்கோ, நாவலுக்கோ அது சரியானதல்ல என்ற முடிவுக்கு நான் இரண்டு மூன்று கதைகள் எழுதிப் பார்த்த-வுடனேயே வந்து விட்டேன். முற்றுப்புள்ளி இல்லாமல் எழுதின கதைகள். வாக்கியங்களை சிதைத்தெழுதின கதைகள் என்று நனவோடை உத்தியிலிருந்து நகர்ந்து வந்து விட்டேன். நகர்ந்து வந்த பிறகு ஒரு இலக்கிய வகைமையின் வடி-வத்தில் செய்யப்படுகின்ற பரிசோதனைகள், அதை எப்படி படைப்பு ரீதியாக எடுத்துக் கொண்டு மேலே போக முடியும் என்பது முக்கியமல்ல; அதன் தன்மைகள்தான் முக்கியமானது என்று நினைக்கத் தொடங்கிவிட்டேன். இது இலக்கிய ரீதியாக மட்டும் முக்கியமானது என்று சொல்ல மாட்டேன். சிந்தனை பூர்வமாக, பார்க்கும் முறைகளை மாற்றுவதுதான் ஒரு கலைக்கான இயக்கமே இருக்கிறது என்பேன்.

தீராநதி: ஆட்டோமெட்டிக் ரைட்டிங் என்பது சர்ரியலிஸத்தில் வரக்கூடிய ஒரு கூறு. இதைத்தான் கோணங்கி முயன்று பார்க்கிறார். ஒரு படைப்பிற்கு திணீஸீtணீsஹ் எவ்வளவு முக்கியமோ அதே அளவுக்கு ஒரு விஷனும் முக்கியமில்-லையா? திணீஸீtணீsஹ் பற்றி பேசக்கூடிய யாருமே விஷனுக்கு முக்கியத்துவம் கொடுப்பது போல் தெரியவில்லையே?
எம்.டி.முத்துகுமாரசாமி: 'மதனிமார் கதைகள்' எழுதின கோணங்கிக்கும் 'பிதிரா' கோணங்கிக்கும் இடையில் எவ்வளவு பெரிய மாற்றம் ஏற்பட்டிருக்கிறது. கோணங்கியின் 'மதனிமார் கதைகளு'க்குப் பிறகு வந்த அவரது எழுத்துக்களில் பழைய எதார்த்த வகையான எழுத்துகள் என்பது இல்லை. ஆட்டோமெட்டிக் ரைட்டிங் என்று அவரது எழுத்தைச் சொல்ல முடியாது. அவருக்கு ஒரு தீர்மானமான பார்வை இருக்கிறது. ஒரு விஷயத்தைப் பற்றி ரொம்பத் தீவிரமாக படித்து, எழுதி, சிந்தனை செய்து எழுதக் கூடிய ஓர் இடத்துக்கு, ரொம்ப மேலோட்டமாக அந்த விஷயங்களைத் தெரிந்து கொண்டு ஒரு கவர்ச்சிகரமான வாக்கியத்தை அமைப்பதன் மூலமாக கோணங்கியால் அந்த விஷயத்தைச் சொல்லிவிட முடியும். இது கோணங்கியின் பலம்.

ஆனால் இது எப்படி நடக்கிறது என்று பார்த்தால் அகஸ்மாத்தமாகத்தான் நடக்கிறது. பத்து பக்கங்கள் படித்தீர்கள் என்றால் ஒரு வரியில் அது நடக்கிறது. அதனால் அது ஆட்டோமெட்டிக் ரைட்டிங் மாதிரி தெரிகிறதே தவிர, அது ஆட்டோமெட்டிக் ரைட்டிங் கிடையாது. கோணங்கியின் ஒட்டுமொத்த படைப்பில் ஒரு விஷன் இருக்கிறது. இந்த மொழி ரீதியான பரிசோதனையில் அவர் ஏகப்பட்ட ஆபத்துகளில் சிக்கிக் கொண்டதினால் யாராலும் அவரை அணுக முடியாத பனுவல்களாக அவரது எழுத்து மாறிவிட்டது எனலாம். அது ஒரு துயரமான விஷயம்தான். அவருடைய படைப்புக்களை யாரும் வாசிக்க முடியாமல் இருக்கிறது என்று கேள்விப்படும்போது நான் விசனம் தான் அடைகிறேன்.

தீராநதி: போர்ஹே கூட ஒரு நேர்காணலில் 'என்னுடைய படைப்பை நான் புரியாத மொழியில் எழுதி மக்களிடமிருந்து ரொம்ப தூரம் விலகி வந்துவிட்டேனோ' என்று விசனமடைகிறார். இந்த மாதிரியான கவலைகள் ஒரு படைப்பாளிக்கு ஏன் எழுகிறது? இதை என்னவென்று புரிந்து கொள்வது?
எம்.டி.முத்துக்குமாரசாமி: போர்ஹேவை இந்த தொடர்புகளுக்குள் இழுப்பது தவறானது என்று நினைக்கிறேன். அவர் எழுதினதே ரொம்பவும் குறைச்சலானதுதான். அவர் நிறைய எழுதாமல் பேசியே வீணடிச்சது தான் நடந்தது. இருந்-தாலும் 24, 25 சிறுகதைகளை எழுதியவரை, ரொம்பவும் குறைச்சலான கவிதைகளை எழுதினவரை இன்று நாம் கொண்டாடிக் கொண்டுதானே இருக்கிறோம். பெரிய பெரிய நாவல்கள் எழுதின ஓர் இலக்கிய ஆசிரியருக்குக் கிடைக்க வேண்டிய மரியாதைகள் போர்ஹேவுக்கும் உலக அளவில் கிடைத்துதானே இருக்கிறது. அவர் விசனப்பட்-டிருக்கிறார் என்றால், அது முதுமையின் வெளிப்பாடு அவ்வளவுதான்.

தீராநதி: உங்களுடைய கதைகளில் கூட நடுநடுவில் வெற்றிடங்களை உருவாக்குவது, வேறு மாதிரி பரிசோதனைகள் பண்ணுவது என்று முயன்று பார்த்திருக்கிறீர்கள். 'டென்த் ரஸா'வில் இன்டியன் ஆந்தாலஜி ஆப் நான்சென்ஸ் லிட்-ரேச்சர் என்ற புத்தகத்தில் கூட தமிழில் முக்கியமானதாக உங்களின் படைப்பைக் குறிப்பிட்டிருக்கிறது. இந்த நான்-சென்ஸ் லிட்ரேச்சர் பற்றி விளக்குங்களேன்?
எம்.டி.முத்துகுமாரசாமி: தமிழில் நான் 'மர்ம நாவல்' என்று எழுதின ஒரு கதையை அந்தத் தொகுப்பில் சேர்த்தி-ருக்கிறார்கள். மொழிபெயர்க்கப்பட்டிருக்கிறது என்பதைத் தவிர அது ஒரு பெரிய விஷயமில்லை. அறிவு இல்லாமல் மொழியில் எப்படி வேலை செய்வது என்பது பெரிய சவால். ஏனென்றால் நீங்கள் இரண்டு வார்த்தைகள் சேர்த்தீர்க-ளென்றால் அதற்கு ஏதாவது ஓர் அர்த்தம் வந்து விடுகிறது.
தீராநதி: ஒரு காலகட்டத்தில் படுதீவிரமாக இயங்கி வந்த நீங்கள், திடீரென்று பெரிய இடைவெளியை விட்டு விட்-டீர்கள். சமகாலமாக வரும் படைப்புகளை வாசிக்கிறீர்களா?
எம்.டி.முத்துகுமாரசாமி: எழுத ஆரம்பித்த காலத்திலிருந்து இன்றைக்கு வரைக்கும் எழுதுவதையும், படிப்பதையும் நான் நிறுத்தவே இல்லை. தமிழில் எழுதாமல் இருக்கிறேனே தவிர, ஆங்கிலத்தில் தொடர்ந்து எழுதிக் கொண்டுதான் இருக்-கிறேன். இந்த பத்து வருடங்களில் நிறைய படைப்புகள் வந்திருக்கின்றன. அன்றைக்கு என்னுடன் முதல் தொகுதி

மட்டுமே வெளியிட்டிருந்தவர்களான ஜெயமோகன், எஸ். ராமகிருஷ்ணன், பிரேம்_ரமேஷ், கோணங்கி, சாருநிவேதிதா, போன்ற பலரும் இன்று பல நாவல்களின் ஆசிரியர்களாக மாறிவிட்டார்கள். இன்று புதியதாக நிறைய எழுத்தாளர்கள் எழுத வந்திருக்கிறார்கள்.

இந்தப் பத்து வருடங்களில் என்ன ஆகி இருக்கிறது என்று பார்த்தோமேயானால் பொதுவான ஒரு ஜிக்ஷீமீஸீபீ என்பதில்லை. தனிப்பட்ட படைப்பாளிகளைப்பற்றி, அவர்களுடைய படைப்புகளைப்பற்றிச் சொல்லக்கூடிய ஒரு நிலை-தான் இருக்கின்றதே தவிர, ஒரு சிந்தனை முறை என்பதோ tக்ஷீமீஸீபீ என்பதோ இன்று இல்லை. முழுவதும் எதிரான இரு வேறு படைப்புகள் ஒரே சமயத்தில் வெளி வருகிறது. ரொம்ப அரதப் பழசான ஒரு விஷயத்தைக் கொண்டாடக் கூடிய ஒரு எழுத்தும், முற்றிலும் புதியதாக எழுதக்கூடிய ஒரு எழுத்தும் ஒரே பத்திரிகையில் வெவ்வேறு பக்கங்களில் வெளி வருகிறது.

95லிருந்து 2005 வரையான நவீன தமிழிலக்கிய காலகட்டம் இருக்கிறது பாருங்கள், அது ரொம்பவும் குழம்பிய காலகட்டம் என்று நான் சொல்வேன். முன்பெல்லாம் பத்து பத்து வருடமாக 'காவ்யா' பதிப்பகம் 70_களில் தமிழிலக்-கியம். 80_களில் தமிழிலக்கியம் என்று ஒவ்வொரு காலத்தையும் வகுத்து ஆய்வு செய்து புத்தகங்களை வெளியிட்-டுக் கொண்டிருந்தது. இன்று இதைப்போல ஒரு கணிப்பு என்பது சாத்தியமில்லாமல் போய்விட்டது. இதையெல்லாம் வைத்து 70களின் tக்ஷீமீஸீபீஎன்ன? 80களின் tக்ஷீமீஸீபீ என்ன? என்றெல்லாம் நம்மால் அனுமானிக்க முடிந்தது. கவிதையில் அனுமானிக்க முடிந்தது, நாவலில் அனுமானிக்க முடிந்தது. நாடகத்தில், விமர்சனத்தில் எல்லாம் அனு-மானிக்க முடிந்தது. ஆனால் பின்னால் வந்த பத்து வருடங்களில் ஒரு இலக்கில்லாத, அனுமானம் இல்லாத போக்கு நிலவுவதாக நான் நினைக்கிறேன்.

தீராநதி: அப்போது இலக்கியத்துறைக்கு ஜிக்ஷீமீஸீபீ என்பது முக்கியமானது என்று நினைக்கிறீர்களா?

எம்.டி.முத்துகுமாரசாமி: அப்படி நான் நினைக்கவில்லை. இருக்க வேண்டும் என்ற அவசியமும் இல்லை. ஆனால் ஒரு மொழி இலக்கிய வரலாறு என்று நாளைய வரலாற்று ஆசிரியர்கள் கணித்து பார்க்கும் போது ஒவ்வொரு கால-கட்டத்தினுடைய இலக்கியம் எப்படி இருந்தது என்பதை அனுமானிப்பார்கள் இல்லையா அது ரொம்ப முக்கியம் என்று நினைக்கிறேன்.

இலக்கியம் என்பது தனிமனித சார்ந்த வெளிப்பாடாக இருந்தாலும் அது ஒரு வரலாற்று கால கட்டத்தினுடைய வெளிப்பாடாகவும் இருக்கிறது. அந்த வரலாற்று காலகட்டத்தினுடைய வெளிப்பாடாக அது இருக்கும் போதுதான் ஒரு சமூகத்தின் பதற்றத்தின் மையமாக அது மாறுகிறது. அப்படி பதற்றத்தின் மையத்தையே கண்டுபிடிக்க முடியவில்லை என்று வைத்துக் கொள்ளுங்கள், ஒரு நூறுபேர் எழுதுகின்றவர்களிடம் அந்தக் காலத்தின் தாக்கமே இல்லை என்று வைத்துக் கொண்டால் எங்கோ தவறு நடக்கிறது என்றுதான் அர்த்தம்.

தீராநதி: இதையட்டிய இன்னொரு கேள்வி எனக்கெழுகிறது. ஒரு படைப்பாளின் படைப்பை மட்டுமே பார்க்க வேண்டும். அவனின் சொந்த வாழ்க்கையில் அவன் எப்படி இருக்கிறான் என்பது தேவையில்லை என்று சொல்லப்ப-டுகிறது.

எம்.டி.முத்துகுமாரசாமி: ஓர் எழுத்தாளனுடைய வாழ்க்கையை படைப்பில் பார்க்கக்கூடாது என்பது அறம் சார்ந்த பார்வை. அது சிஷீக்ஷீக்ஷீuஜீtவீஷீஸீ இல்லை. சொந்த வாழ்க்கையைக் காட்டி அவனது படைப்பின் மதிப்பை நீங்கள் இறக்கிவிட முடியும். படைப்பு மனோ நிலையில் கூடிய மனோநிலை இருக்கிறதே அது தினசரி மனோ நிலை அல்ல; இது எழுதக்கூடிய எல்லா ஆட்களுக்கும் தெரியக்கூடிய ஒன்றுதான்.

தீராநதி: அமைப்பியல், பின் அமைப்பியல், நவீனம், பின் நவீனம் என்று விவாதிக்கின்ற இன்றைய காலத்திலேயே அதை கடுமையாகச் சாடுகின்றவர்களும் இங்கு இருக்கிறார்கள். அவர்கள் இந்தக் கோட்பாடுகள் எல்லாம் என்றோ மேலை நாடுகளில் செத்துப் போன ஒன்று, அதைத் தூக்கிக் கொண்டு இவர்கள் திரிகிறார்கள் என்று சொல்கிறார்கள். இந்தக் கோட்பாடுகள் எல்லாம் செத்துப் போனவைகளா? ஆனால் டெரிபிலினையெல்லாம் நாம் படித்த பிறகுதான் ஒரு பிரதியை எப்படி கட்டுடைத்து வாசிக்க முடியும் என்பதையெல்லாம் தெரிந்துக் கொண்டிருக்கிறோம்?

எம்.டி.முத்துகுமாரசாமி: எப்போதோ செத்துப்போன ஒன்று எப்படி போஸ்ட் மார்டனிஸமாக இருக்க முடியும்? நவீ-னம், பின் நவீனம் என்று சொன்னாலே அது இன்றைக்கு இருக்கக் கூடிய சமகால விஷயங்களைக் குறிக்க கூடி-யதாகத்தானே இருக்கிறது? இது மேலை சிந்தனை, இது நம்முடைய கீழை சிந்தனை என்பதற்கெல்லாம் இனி எந்த மதிப்புகளும் இருப்பதைப் போல எனக்குத் தெரியவில்லை.

தீராநதி: அன்றைய காலகட்டத்தில் உங்களுக்கும் கவிஞர் பிரம்மராஜனுக்கும் கவிதை தொடர்பாக சில விமர்சனங்கள் இருந்தது. இன்றைக்கு நீங்கள் பிரம்மராஜனின் கவிதைகளை எப்படிப் பார்க்கிறீர்கள்?

எம்.டி.முத்துகுமாரசாமி: 'இனி'யில் ஒரு கவிதைத் தொகுப்புக்கு நான் எழுதிய விமர்சனத்திற்கு பிரம்மராஜன் எதிர்வினை செய்தார். நான் அதற்குப் பதில் எழுதினேன். அவர் எழுதிய 'கடல் பற்றி கவிதைகள்' இருக்கிறதே அது நான் தமிழில் ரொம்ப ரசித்துப் படித்த கவிதைத் தொகுதிகளில் ஒன்று.
பிரம்மராஜனைப் பற்றிக் குறிப்பிட்டுச் சொல்ல வேண்டும் என்றால் 'மீட்சி' பத்திரிகையில் 'எதிர்கவிதை' என்ற ஒன்றை அவர் உருவாக்க முயற்சி செய்து கொண்டிருந்தார். ஆத்மாநாமை அதற்கு முன்னோடியாகவும் அதன் தொடர்ச்சியாக அவர் தன்னையும் முன்வைத்தார். அப்போது எஸ்ரா பவுண்ட், டி.எஸ். எலியட் இவர்களின் தாக்கம் நிறைந்த கவிதைகளை அவர் எழுதிக் கொண்டிருந்தார். அதில் எஸ்ரா பவுண்டின் தாக்கம் மிக அதிகமாக இருந்ததாக நான் நினைக்கிறேன். அந்தக் குறிப்பிட்ட கவிதைகளை அணுக்கமாக என்னால் நினைக்க முடியவில்லை. அதில் வரும் வாக்கிய அமைப்புகள், பதங்கள், சொல்லப்படுகின்ற குறிப்புகள் எல்லாம் செய்யப்பட்டவையாக என் மனதிற்குப்பட்டது. இதை நீங்கள் கேட்டதால் சொல்கிறேன். அவற்றை முழுவதுமாக மீண்டும் வாசித்துவிட்டு நான் இதைச் சொல்லவில்லை.

நான் முன்பு குறிப்பிட்ட 'கடல் பற்றிய கவிதை'களில் வரும் 'மகளுக்காக' கவிதை இருக்கிறதே அது ஒரு அற்புதமான கவிதை என்றே நினைக்கிறேன். 80_களில் பிரேம்_ரமேஷ் கவிதைகளின் மீது எனக்கு பெரிய ஈர்ப்பு இருந்தது. இன்று அந்த ஈர்ப்பு, இல்லை. இதுபோல நிறைய மாற்றங்கள் நடந்திருக்கின்றன. ஆனால் நகுலனுடைய கவிதைகள் எனக்கு எப்போதுமே ஈர்ப்பானதாக இருந்துகொண்டேதான் இருக்கிறது. பிரம்மராஜனைப் பொறுத்தமட்டில் அவர் தமிழின் முக்கியமான கவிஞர் என்று தான் நான் நினைக்கிறேன்.

தீராநதி: நகுலனின் மரணம் சென்ற மாதம்தான் நிகழ்ந்திருக்கிறது. நகுலனைப் பொறுத்தளவில் தன் படைப்புக்குள்ளாகவே அவர் எப்போதே இறந்துவிட்ட ஆள் என்றே தோன்றுகிறது. நகுலனைப் பற்றிக் கூட ஒரு கட்டுரையை நீங்கள் முன்பு எழுதி இருக்கிறீர்கள். நகுலன் படைப்புகள் குறித்து உங்களின் மதிப்பீடு என்ன?
எம்.டி.முத்துகுமாரசாமி: தமிழின் முக்கியமான ஓர் எழுத்தாளனாக நகுலனைத்தான் நான் குறிப்பிடுவேன். புதுமைப்பித்தன், மௌனி என்று நாம் வழக்கமாக சொல்லுவோமே அவர்களைவிட முக்கியமான எழுத்தாளர் நகுலன்தான். சுந்தர ராமசாமியைவிட நகுலன்தான் மிக முக்கியமான எழுத்தாளர்.
தமிழில் நவீன இலக்கிய இயக்கம் எங்கு ஆரம்பிக்கிறது என்று ஆராய்ந்தால் அது நகுலனிடமிருந்துதான் ஆரம்பிக்கிறது. அவரின் முதல் நாவலான 'நிழல்கள்' மட்டும்தான் எனக்குப் பிடிக்காது. மற்றபடி அவரின் நாய்கள், நிழல்கள், இன்று, நினைவுப்பாதை, நவீனன் டைரி போன்ற படைப்புகள் பூராவும் மிகப் பிரமாதமானவை. நகுலன் இறந்த செய்தியை நான் கேள்விப்பட்டபோது தமிழில் ஒரு பெரிய சகாப்தம் ஒன்று முடிந்துவிட்டது என்று நினைத்துக்கொண்டேன். நகுலன் மாதிரியான ஒரு ஆளுமை, நவீன சிந்தனையுள்ள ஒரு சமூகத்தில் இருந்திருந்தால் கொண்டாடி இருப்பார்கள். நமது சமூகம் நகுலனுக்கு உண்டான உரிய மரியாதையையும், அந்தஸ்தையும் தரவில்லை என்றே நினைக்கிறேன். ஒரு இலக்கியப் படைப்பாளிக்கும் ஒரு வரலாற்று காலகட்டத்திற்கும் இடையில் ஒரு சூட்சமமான ஓர் உறவு இருக்கிறது. அந்த உறவுக்கு யார் அதித விழிப்புடன் இருக்கிறானோ அவன் மிகப் பெரிய கலைஞனாகிறான் என்பது என்னுடைய தீர்மானமான அபிப்ராயம். நகுலனுடைய காலகட்டத்தில் என்ன நடந்தது என்று பார்த்தால், திராவிட இயக்கத்தின் பெரும் எழுச்சி ஏற்படுகிறது. பிராமணர்கள் விளிம்புநிலை மனிதர்களாகிறார். அந்த நினைவுடன் நகுலன் ஒரு பிராமண மனமாகவும், திராவிட இயக்கத்தினால் விளிம்பு நிலைக்குத் தள்ளப்பட்ட ஒரு மனமாகவும் அப்புறம் காதலில் தோல்வியுற்ற அந்நியமான மனமாகவும் தம்முடைய உறவுகள் என்ன என்று தெரியாத ஒரு மனமாகவும் நகுலனின் எழுத்து மனம் வெளிப்படுகிறது.
அப்போது பைத்தியகார ஓர் மனோநிலை, பன்முகப்பட்ட ஓர் ஆளுமை என்ன எழுத வேண்டும் என்று தெரியாமல் எழுதுவது, கற்பனையான காதலில் வாழ்வது என்றெல்லாம் நடக்கிறது. திராவிட இயக்கங்களின் மிகப்பெரிய வளர்ச்சிக்கும் நகுலன் விளிம்பு நிலைக்குள் தள்ளப்பட்ட நிலைக்கும் இடையில் இருக்கின்ற உறவைத்தான் நான் நவீனமனம் என்கிறேன். அன்றைக்கு இவருடைய சமகாலத்திய எழுத்தாளர்களிடம் அது இல்லை. அதனால் தான் நகுலனை மேஜர் ரைட்டர் என்கிறேன்.

32. ராஜ்மோஹன் - மொழியாக்கங்கள் குறித்த ஓர் உரையாடல்

– ந. பாஸ்கர்

(திரு ராஜ்மோஹன், சாகித்ய அகாதெமி செயல்திட்டங்களின் பொறுப்பாளராக இருக்கிறார். தனியார் பதிப்பகங்கள், மொழிவளர்ச்சி அமைப்புகள், மொழிபெயர்ப்பு மையங்கள் மற்றும் சாகித்ய அகாதெமி முதலான நிறுவனங்கள் பலவற்றிலும் இந்திய புனைவாக்கங்களுக்கான ஒருங்கிணைப்பாளராய் செயல்பட்டிருப்பதால், இன்று மொழிபெயர்ப்புகளுக்-

கான முன்னெடுப்புகள் மற்றும் மொழிபெயர்ப்புத்துறை ஆய்வாளர்களுக்கு மிகவும் முக்கியமான நபராக விளங்குகிறார். தற்போது அவர் "மொழிபெயர்ப்பாளர்களுக்கான தேசிய பதிவேடு" ஒன்றைத் தொகுக்கும் பணியிலுள்ளார்— இந்திய மொழி படைப்புகளைப் பிற இந்திய மொழிகளிலும் வேறு உலக மொழிகளிலும் மொழிமாற்றம் செய்பவர்களின் விவரங்கள் அடங்கிய தொகுப்பாக இது உருவம் பெற்று வருகிறது. இது தவிர, இந்திய இலக்கியத்தை ஆவணப்படுத்தும் பணி, சாகித்ய அகாதெமியின் பெல்லோஷிப் ப்ராஜக்ட் மற்றும் இந்திய எழுத்தாளர்கள் குறித்த குறிப்புகள் அடங்கிய இணைய தகவற்களஞ்சியம் முதலியவற்றையும் கையாளும் பொறுப்பில் உள்ளார். இவை தவிர, இந்தியன் லிடரேச்சர் ஜர்னலின் துணைப் பொறுப்பாசிரியராகவும் பணியாற்றுகிறார்.)

சாகித்ய அகாதெமியின் பிரதான பணி மொழிபெயர்ப்புகள்தான், இல்லையா?

ஆம், சாகித்ய அகாதெமியின் மையச் செயல்பாடு மொழிபெயர்ப்பே. இதை முழுமையாகப் புரிந்து கொள்ள, நாம் அறுபதாண்டுகள் பின்னோக்கிச் செல்ல வேண்டும். இந்தியாவின் தேசிய இலக்கிய மையமாக சாகித்ய அகாதெமியை தோற்றுவித்த அப்போதைய இந்திய அரசு, "தேசத்தின் கலாசார ஒருமைப்பாட்டை முன்னிலைப்படுத்த வேண்டும்," என்பதை அதன் நோக்கங்களில் ஒன்றாக வரையறை செய்தது. ஒரு மொழியிலும் அதன் மக்களிடத்தும் உள்ள இலக்கியத்தின் சிறந்த படைப்புகளை மொழிபெயர்த்து பிறவற்றுக்குக் கொண்டு செல்வதே அதன் முக்கிய பணியாக இருக்கிறது.

ஆனால் ஏன் இதைச் செய்ய வேண்டும்? ஒரு மொழிமரபில் உள்ளதன் சிறந்த இலக்கியத்தைப் பிற மொழிகளுக்குக் கொண்டு செல்லும்போது பிறர் குறித்த நம் அறிவு விரிவடைகிறது. பிற மக்கள் மீதான வெறுப்பு, காழ்ப்பு, வன்முறை போன்ற உணர்வுகளுக்குக் காரணம் பிறர் குறித்த அறியாமையும் பிழைபுரிதலுமே என்பது உற்று நோக்கத் தெரியும். எனவேதான் இந்த தேசத்தின் கலாசார ஒருமைப்பாட்டைக் காக்க அகாதெமி தன்னாலான முயற்சிகளைச் செய்து வருகிறது. ஒருவரையொருவர் அறிந்து கொள்ளுதல், புரிந்து கொள்ளுதல், ஏற்றுக் கொள்ளுதல் என்ற வகையில் அமைதியும் ஒற்றுமையும் வளரும் என்பது எதிர்பார்ப்பு. மேலும், மொழிபெயர்ப்புகள் நம் திறனை வளர்த்துக் கொள்ள உதவுகின்றன.

மொழிபெயர்ப்புகள், ஒரு பண்பாட்டில் உள்ளதை வேறொரு பண்பாட்டுக்குக் கொண்டு செல்கின்றன. அடிப்படை மனித உணர்வுகள் அனைவருக்கும் பொதுவானவை. ஆனால் புறச்சூழல்கள் மற்றும் வரலாறு சார்ந்த பல்வேறு காரணங்களால் வெவ்வேறு மக்களிடையே பல்வகைப்பட்ட பண்பாட்டு வேற்றுமைகளைப் பார்க்க முடிகிறது, அடிப்படை மானுட உணர்வுகளே வெவ்வேறு சூழல்களில் வெவ்வேறு வடிவங்களில் வெளிப்படுகின்றன. ஒரு பண்பாட்டின் செறிவு என்பது நுண்விவரங்களில்தான் இருக்கிறது. ஆனால், மனித மனம் எதையும் எளிமைப்படுத்தியே புரிந்து கொள்கிறது, பிற பண்பாடுகளைப் புரிந்து கொள்ள அது உதவாது. எனவே, சாகித்ய அகாதெமியின் பணி மொழிபெயர்ப்பு என்பது போலிருந்தாலும், இந்தியாவில் உள்ள முக்கியமான 24 மொழிகளையும், அதாவது வாழ்வனுபவங்கள் வெளிப்படும் கூறுமொழிகளையும், ஒன்றுக்கொன்று பரிச்சயப்படுத்துவது என்று சொல்லலாம். பிற பண்பாடுகளை அறிந்து கொள்வதால் இந்த மொழிகள் அனைத்தும் செறிவடைகின்றன. இந்திய பண்பாடு ஒருமைப்பாடு கொண்டதாக இருந்தாலும், பன்முகத்தன்மையே அதன் இயல்பு. ஆனால் இதை உணர்வதில் சில எளிமைப்படுத்தல்கள் ஏற்படுகின்றன. இந்தக் குறையைப் போக்கி, செறிவான புரிதலை அளிக்கவே சாகித்ய அகாதெமி செயல்படுகிறது என்று சொல்லலாம்.

இந்த நிலையில், இந்தியாவில் மொழிபெயர்ப்புத் துறை வளர்ச்சிக்கு சாகித்ய அகாதெமி என்ன செய்து வருகிறது?

ஒவ்வொரு ஆண்டும் சாகித்ய அகாதெமி 23 மொழிகளிலும் மொழிபெயர்ப்புக்கான பயிற்றரங்குகளை ஒருங்கிணைத்து நடத்தி வருகிறது. பெங்களூரு, புது தில்லி, கொல்கத்தா ஆகிய நகரங்களில் அதன் மொழிபெயர்ப்பு மையங்கள் உள்ளன. இவை தவிர, அகமதாபாத், அகர்தாலா ஆகிய நகர்களிலும் மையங்கள் இருந்தன, ஆனால் பல்வேறு காரணங்களால் அவை தற்போது செயல்படுவதில்லை.

இவை போக சாகித்ய அகாதெமி வெளியீடுகளைக் குறிப்பிட்டுச் சொல்ல வேண்டும். 23 மொழிகளிலும் பரிசு பெற்ற படைப்புகளின் மொழிபெயர்ப்புகளை வெளியிட சாகித்ய அகாதெமி முயற்சி செய்கிறது. பரிசு என்றால் ஒரு பரிசல்ல, நான்கு வெவ்வேறு விருதுகள்- சாகித்ய அகாதெமி விருது, யுவ புரஸ்கார், பால சாகித்ய புரஸ்கார், மொழிபெயர்ப்புக்கான பரிசு. 24 மொழிகளிலுமே இந்தப் பரிசுகள் வழங்கப்படுகின்றன. ஆக, 24 மொழிகளில் விருதுகள் பெற்ற 4 நூல்களை, பிற 23 மொழிகளுக்குக் கொண்டு செல்வது என்றால், 4 X 24 X 23, ஒவ்வொரு ஆண்டும் 2208 நூல்கள் என்று கணக்காகிறது. இத்தனை புத்தகங்கள் வெளிவருவதில்லை. இதற்கான காரணம், மணிப்பூரி, தமிழ், டோக்ரி, வங்காளம், மலையாளம், கன்னடம் போன்ற தொலைதூர மொழிகளை அறிந்தவர்கள் பிற மொழியினரிடையே குறைவாகவே இருக்கின்றனர்.

இந்த நூல்கள் அனைத்தையும் பிற 23 மொழிகளில் மொழிபெயர்த்து வெளியிட முயற்சி செய்கிறோம். இரு மொழி-

களும் அறிந்த மொழிபெயர்ப்பாளர்கள் இருக்கிறார்களா என்ன என்பதையும் இன்னும் வேறு சில காரணங்களையும் ஒட்டி, எந்த மொழியில் எந்த அளவு இது சாத்தியப்படுகிறது என்பது மாறுகிறது. மொழிக்கு மொழி இந்த எண்ணிக்கை மாறும்.

எல்லா நூல்களையும் ஆங்கிலத்தில் மொழிபெயர்த்து அதிலிருந்து பிற 23 மொழிகளுக்கும் கொண்டு செல்லலாமே?
முடிந்த வரை, ஒரு மொழியிலிருந்து இன்னொரு மொழிக்கு நேரடியாகவே மொழிபெயர்க்க முயற்சிக்கிறோம், அதுதான் சரியானதும்கூட. தெலுங்கு மொழியிலிருந்து தமிழுக்கு மொழிபெயர்க்க முடியும், ஆனால் சிந்தி மொழியிலிருந்து தமிழுக்கு மொழிபெயர்க்கத்தக்கவர்களைத் தேடிக் கண்டுபிடித்து ஒவ்வொரு ஆண்டும் அவர்களிடம் எழுதி வாங்கி வெளியிடுவது கொஞ்சம் சிக்கலான பணி. பொதுவாகச் சொன்னால், போதுமான மொழிபெயர்ப்பாளர்கள் நம்மிடையே இல்லை.

தமிழில் மட்டும்தான் இப்படியா, இந்தியா முழுதும் இதுதான் நிலையா?
தமிழில் மொழிபெயர்ப்பாளர்களின் எண்ணிக்கை குறைந்து விட்டது போலவே பிற மொழிகளிலும் இதற்கான ஆர்வம் குறைத்து வருவதைத்தான் பார்க்கிறோம்.

இதைச் சரி செய்ய சாகித்ய அகதெமி என்ன செய்கிறது?
முன் சொன்னது போல், அகாதெமி 24 மொழிகளில் மொழிபெயர்ப்புக்கான பயிற்றரங்குகள் நடத்துகிறது. அண்மையில் இந்தியாவின் வடகிழக்கு பகுதியில் உள்ள சிறு மொழிகளுக்கான பயிற்றரங்கு நடத்தப்பட்டது. இந்தியாவில் உள்ள மொழிபெயர்ப்பாளர்களின் எண்ணிக்கையை அதிகரிக்கும் நோக்கத்தில் இத்தகைய பயிற்றரங்குகள் நடத்தப்படுகின்றன. ஏற்கனவே இருக்கும் மொழிபெயர்ப்பாளர்களின் திறனும் இவற்றில் பங்கேற்பதால் உயர்கிறது. இங்கு ஒரு விஷயம் சொல்ல வேண்டும். ஒரு கை ஓசை சாத்தியமில்லை. தனியார் பதிப்பகங்கள், எழுத்தாளர்கள், பெரும் பல்கலைக்கழகங்கள் முதலானவை இந்த நிலை மாறுவதில் ஆர்வம் காட்ட வேண்டும். தன் தாய் மொழி தவிர பிற இந்திய மொழிகள் அறிந்த மொழிபெயர்ப்பாளர்களும் குறைவு. பலருக்கும் தாய் மொழி தவிர, ஆங்கிலம் அல்லது இந்திதான் தெரிந்திருக்கிறது.
தமிழில் நிலவும் சூழலைப் பற்றி மட்டும் பேசுவதானால், நிலைமை மோசமாகத்தான் இருக்கிறது. தமிழிலிருந்து ஆங்கிலத்துக்கு மொழிபெயர்ப்பவர்களில்கூட என். கல்யாணராமன், பத்மா நாராயணன், சுபஸ்ரீ மற்றும் சிலர் தவிர தரமான மொழிபெயர்ப்பாளர்கள் இங்கில்லை. இதனால் தமிழ் இலக்கியத்துக்கே இழப்பு ஏற்படுகிறது. தமிழில் எழுதப்படும் சிறந்த படைப்புகள் தமிழ்நாட்டுக்கு வெளியே சிறிதும் வாசிக்கப்படுவதில்லை. இந்த நிலையை உடனடியாகச் சரி செய்தாக வேண்டும்.

இந்நிலை எவ்வளவு காலமாக நீடித்து வருகிறது?
உற்று நோக்கினால், எழுபதுகளின் துவக்க காலம் வரை வங்காளம், தெலுங்கு, மலையாளம், ஹிந்தி, கன்னடம், மராத்தி, உருது மற்றும் ஆங்கில மொழிகளிலிருந்து நேரடியாக தமிழுக்கு மொழிபெயர்ப்பவர்கள் இருந்தனர். இன்று ஏன் இப்படிப்பட்டவர்கள் இல்லை என்பதற்கான காரணங்களை நான் பேச விரும்பவில்லை. அரசியலுக்கும் இதில் இடமிருக்கிறது. பொதுமக்களின் அக்கறையின்மைக்கும் இடமிருக்கிறது. பிற இந்திய மொழிகளில் உள்ள நிலவரத்துடன் தமிழின் நிலையை ஒப்பிட்டு நோக்கினால் நான் சொல்வது புரியும்.
ஆங்கிலம், ஹிந்தி, உருது, குஜராத்தி, மராத்தி, ஒடியா மற்றும் பல வடகிழக்கு மொழிகளிலிருந்தும் வங்க மொழிக்கு மொழிபெயர்க்கப்படும் நூல்களின் எண்ணிக்கையே ஆச்சரியப்படுத்துவதாக இருக்கிறது. ஒடியா, கன்னடம், மலையாளம், மராத்தி, குஜராத்தி, ஹிந்தி, உருது ஆகிய மொழிகளிலும் நிலைமை இதுபோல் நன்றாகவே இருக்கிறது. எங்குமே பிற மொழிகளின் செவ்வியல் படைப்புகளை ஆர்வத்துடன் வாசிக்கிறார்கள், மிகத் தொலைவில் உள்ள பிராந்திய மொழி நூல்களுக்கும் வரவேற்பு இருக்கிறது.
ஆனால், தமிழ் நாட்டில் மொழிபெயர்ப்புகளுக்கு மரியாதை குறைவாக உள்ளது. இதுபோன்ற ஒரு கீழ்மையான நிலை உருவாக எப்படி நாம் அனுமதித்தோம் என்று தமிழை நேசிப்பவர்கள் அனைவரும் கேட்டுக் கொண்டாக வேண்டும். மொழிபெயர்ப்புகளை ஏன் மதிப்பதில்லை என்பதற்கான பதிலை நான் சொல்வதற்கில்லை.

நவீன தமிழ் இலக்கியம் தமிழ் மொழிக்கு வெளியே அதிக அளவு அறியப்படவில்லை என்று சொல்கிறீர்களா?
நிச்சயமாக. பிற தென்னிந்திய மொழிகளை ஒப்பிட்டாலும்கூட நிலை இப்படிதான் இருக்கிறது. பிற இந்திய மொழிகளில் தமிழ் மொழி படைப்புகளை மொழிபெயர்க்கக்கூடிய மொழிபெயர்ப்பாளர்கள் இல்லை என்பது ஒரு குறை. அதைக் காட்டிலும் பெருங்குறை, தமிழிலிருந்து ஆங்கிலத்துக்கு மொழிபெயர்க்கப்படும் தரமான நூல்கள் மிகக் குறைவாக இருக்கின்றன.

ஏன் இந்த நிலை?

தெரியவில்லை. தமிழிலிருந்து பிற மொழிகளுக்குச் செல்லும் மொழிபெயர்ப்புகளை விட்டுவிடுவோம். ஆங்கில மொழியிலிருந்து தமிழுக்கு மொழிபெயர்ப்பவர்களையே தேடிப் பிடிக்க வேண்டியிருக்கிறது. பிற இந்திய மொழிகளை ஒப்பிடும்போது இந்த விஷயத்தில் தமிழர்களின் மெத்தனம் ஆச்சரியம் அளிப்பதாகவும் புரிந்து கொள்ள முடியாததாகவும் இருக்கிறது.

ஆனால், இதைப் பற்றி புலம்புவதைவிட, என்ன செய்யலாம் என்று யோசிக்கலாம். இத்துறையில் அனுபவம் உள்ளவர்களைக் கொண்டு மொழிபெயர்ப்பில் விருப்பம் உள்ளவர்களுக்கு பயிற்சி அளிப்பது அவசியம். தனியார் பதிப்பகங்கள் ஆர்வம் காட்டினால் நிலைமை மாற வாய்ப்பிருக்கிறது.

வேறொரு விஷயம், தமிழறிந்தவர்களில் இந்த இருபத்து மூன்று பிற மொழி அறிந்தவர்களும் மொழிபெயர்ப்பு செய்ய முன்வருவது தேவையாக இருக்கிறது, இல்லையா?

ஆம். பொதுவாகச் சொன்னால், ஒரு நூல் எந்த மொழியில் எழுதப்பட்டு இருக்கிறதோ, அந்தப் பண்பாட்டை அறிந்து கொண்டவரது மொழிபெயர்ப்பு சிறப்பாக இருக்கும். எந்த மொழிக்கு அந்த நூல் கொண்டு செல்லப்படுகிறதோ, அந்தப் பண்பாட்டிலும் வாழ்ந்த அனுபவம் இருந்தால் இன்னும் சிறப்பாக இருக்கும்.

இந்தியாவின் அடையாளம் linguistic hetrogeneity என்று சொல்லலாம். ஒவ்வொரு மாநிலத்துக்கும் இது பொருந்தும்.

தமிழ் நாட்டில் வாழ்பவர்களில், இந்தியாவில் உள்ள பிற மொழிகளைத் தாய் மொழியாகக் கொண்டவர்கள் பலர் தலைமுறை தலைமுறையாக இங்கிருக்கின்றனர். அதே போல், வேறொரு மாநிலத்தில் பல ஆண்டுகள் வாழ்ந்த அனுபவமும் இங்குள்ள தமிழர்களுக்கு இருக்கிறது. இவர்கள் போக, பிற மாநிலங்களில் வாழும் தமிழர்களும் இருக்கின்றனர். இவர்களில் மொழிபெயர்ப்பில் ஆர்வம் உள்ளவர்களை அடையாளம் காண வேண்டும், அவர்களுக்கு உரிய பயிற்சி அளித்து பதிப்பிக்க வேண்டும், இவர்களுக்கும் பதிப்பாளர்களுக்கும் இடையே ஒரு பாலமாய் செயல்பட வேண்டும் — ஒவ்வொரு மொழிக்கும் இவையனைத்தும் செய்ய வேண்டும் என்பதே சாகித்ய அகாதெமியின் நோக்கம்..

தற்போது நான் தொகுத்து வரும் மொழிபெயர்ப்பாளர் விபரம் அடங்கிய குறிப்பேடு அதற்கு ஒரு துவக்கப்புள்ளியாக இருக்கும் என்ற நம்பிக்கை இருக்கிறது. 23 இந்திய மொழிகளிலும் தமிழ் படைப்புகளை மொழிபெயர்ப்பு செய்யக்கூடியவர்கள் இதில் பதிவு செய்து கொண்டால், தமிழ் மொழி படைப்புகளை இந்தியாவெங்கும் கொண்டு செல்வது மிக எளிதில் சாத்தியமாகும். உலக மொழிகளுக்கும் இது பொருந்தும்.

தமிழறிந்தவர்களின் ஆர்வமே இந்த முயற்சியின் வெற்றியைத் தீர்மானிக்கும். எந்த விஷயத்திலும், "உள்ளத்தனையது உயர்வு" என்பதே பொருந்தும். தமிழும் பிற மொழிகளும் அறிந்தவர்கள், மொழிபெயர்ப்பு ஒரு பண்பாட்டுப் பங்களிப்பு என்பதை உணர்ந்து மொழிபெயர்க்க முன்வர வேண்டியது மிக அவசியம். இதற்கு தேவையான உதவிகள் செய்ய சாகித்ய அகாதெமி தயாராய் இருக்கிறது.

பிற மொழி இலக்கியங்கள் தமிழுக்கு வர அது உதவும். ஆனால் தமிழ் இலக்கிய படைப்புகள், ஆங்கிலத்துக்குச் செல்வது பற்றி சில கேள்விகள் கேட்க விரும்புகிறேன்.. இப்போது நான் ஒரு நாவலை ஆங்கிலத்தில் மொழிபெயர்க்க வேண்டுமென்றால் என்ன செய்ய வேண்டும்?

எதை மொழிபெயர்க்க வேண்டும் என்பதை நீங்கள் எப்படி தேர்ந்தெடுக்கிறீர்கள்? ஒன்று, அந்தப் புத்தகம் உங்கள் மீது வலுவான தாக்கத்தை ஏற்படுத்திய காரணத்தால் அதை நீங்கள் உங்கள் தாய் மொழிக்குக் கொண்டுவர வேண்டும் என்று நினைக்கலாம். அல்லது, அதன் தாக்கம் குறைவாக இருந்தாலும், அதில் சொல்லப்பட்ட பல விஷயங்களில் உங்களுக்கு மாறுபட்ட கருத்து இருந்தாலும், முக்கியமான நூல் என்பதால் அது உங்கள் தாய் மொழியினர் பிறருக்கு பயன்படும் என்று நினைத்து நீங்கள் மொழிபெயர்க்க முன்வரலாம்.

ஆனால் மொழிபெயர்ப்பு என்று வரும்போது, இரு மொழிகளையும் அறிந்திருப்பது மட்டும் போதாது. எதுவொன்றையும் எழுதுவது என்பது ஒரு கலாசாரச் சூழியலில் இடம்பெறும் நிகழ்வே. அது தன்னுள் பண்பாட்டுக் கூறுகளைப் பொதித்து வைத்திருக்கிறது. ஒரு பிரதி எழுதப்பட்ட மொழியில் உள்ளது போலவே, அது மொழிபெயர்க்கப்படும் மொழியின் மொழிமரபும் ஒரு குறிப்பிட்ட கலாசார சூழலில் நிலவுகிறது. இந்த இரு கலாசார சூழியல்கள் குறித்தும் போதுமான அளவு பரிச்சயம் இருந்தால்தான், ஒரு பிரதியை மொழிபெயர்ப்பதில் வெற்றி பெற முடியும்.

இதை, கலாசாரம் மொழிபெயர்க்கப்படக்கூடியதா இல்லையா என்ற கேள்வியுடன் இதைக் குழப்பிக் கொள்ளக்கூடாது. மொழிகளின் உள்ளடக்கமாய், சொற்களுக்கும் அதன் பொருளுக்கும் அப்பால், அதன் பேசாமொழியாய் விளங்கும் பண்பாட்டுப் பின்புலத்தை மொழிபெயர்க்கும்போது கணக்கில் கொள்ள வேண்டும் என்று சொல்கிறேன். நீங்கள் தமிழில் எழுதுபவர் என்று வைத்துக் கொள்வோம், உங்கள் எழுத்தை ஆங்கிலத்தில் மொழிபெயர்க்க நீங்கள் விரும்புகிறீர்கள், அல்லது உங்கள் பதிப்பாளர் விரும்புகிறார், அல்லது உங்கள் நண்பர், வாசகர் என்று யாராவது விரும்புகிறார்கள்.

நீங்கள் நல்ல ஒரு மொழிபெயர்ப்பாளரைத் தேட வேண்டும். இங்குதான் உங்கள் பிரச்சினை துவங்குகிறது.

என்ன பிரச்சினை?

சிறந்த முறையில் மொழிபெயர்ப்பவர்கள் ஒரு பத்து பேர் இருப்பார்கள் என்று சொன்னேன், இல்லையா? அவர்களில் சிலர் வரிசையாக அடுத்தடுத்து இரண்டு மூன்று புத்தகங்களை மொழிபெயர்க்க ஒப்பந்தம் செய்து கொண்டிருப்பார்கள், இவர்கள் இரண்டு ஆண்டுகள் கழித்துதான் வேறொரு புத்தகம் மொழிபெயர்ப்பதை நினைத்தே பார்க்க முடியும். வேறு சிலர் கொள்கை அடிப்படையில் மொழிபெயர்ப்பு செய்பவர்கள், கொடுப்பது எல்லாவற்றையும் செய்ய மாட்டார்கள். பத்தில் இந்த மாதிரி இருப்பவர்கள் போக மிச்சம் இருப்பவர்களிடம்தான் நீங்கள் பேச வேண்டியிருக்கும்.

அப்படியானால் ஆண்டுக்கு பத்து பதினைந்து புத்தகங்கள்கூட ஆங்கிலத்தில் மொழிபெயர்க்க முடியாதே?

அதுதான் இன்றைய நிலை. ஒவ்வொரு ஆண்டும் தமிழிலிருந்து நல்ல முறையில் மொழிபெயர்க்கப்பட்ட ஆங்கில நூல்கள் என்று பார்த்தால் இவ்வளவுதான் இருக்கும்.

சரி, இவர்களில் ஒருவரை அணுகுகிறேன் என்று வைத்துக் கொள்வோம், அப்புறம் என்ன?

இல்லை, இன்னும் நீங்கள் இவர்களை அணுகுவது குறித்து ஒரு முக்கியமான விஷயத்தைத் தெரிந்து கொள்ளவே இல்லை. மிகச் சிறந்த மொழிபெயர்ப்பாளர்களுக்கு கணிசமான தொகை அளிக்க வேண்டியிருக்கும். ஆனால் பொதுவாக, மொழிபெயர்ப்பாளர்கள் அதை ஒரு முழுநேரத் தொழிலாக வைத்துக் கொள்ள முடியாது என்பதுதான் நிலை. எனவே, ஓரளவுக்கு அதிக அளவில் மொழிபெயர்ப்பாளர்கள் இருந்தால் இன்னும் பல புத்தகங்கள் ஆங்கிலத்தில் அச்சாக வாய்ப்பு இருக்கிறது. இந்த நிலை ஏற்பட இன்னும் பலருக்கு பயிற்சி அளிக்க வேண்டும், தொடர்ந்து அவர்களின் மொழிபெயர்ப்பை மேம்படுத்த வேண்டும். மொழிபெயர்ப்பு ஒரு கலை. ஆங்கிலம் தெரிந்த எல்லாரும் அதைச் செய்ய முடியாது. திறமை இருப்பவர்களும்கூட ஒரு ஐந்து வருடமாவது நல்ல ஒரு எடிட்டரிடம் பயிற்சி பெறுவது அவசியம்.

மொழிபெயர்ப்பாளராக பயிற்சி எடுத்துக்கொள்ளும் நிலையில் இல்லை என்றாலும்கூட, நீங்கள் தொடர்ந்து சிறுகதைகளை மொழிபெயர்த்து அவற்றை பத்திரிக்கைகளுக்கு அனுப்பிக் கொண்டிருக்கலாம். ஆனால் தொடர்ந்து மூன்று முதல் நான்கு ஆண்டுகளுக்கு இதை நீங்கள் செய்து கொண்டிருக்க வேண்டும். அது மிக முக்கியம்.

இன்று மொழிபெயர்ப்புத்துறையின் உச்சத்தில் உள்ள எழுத்தாளர்களைப் பார்த்தீர்களானால், அவர்கள் தொடர்ந்து தம் திறன்களை வளர்த்துக் கொண்டிருப்பதைக் காண முடியும், மொழிபெயர்க்கத் துவங்கி ஐந்து முதல் ஏழு ஆண்டுகளுக்குப்பின் அவர்களின் மொழிபெயர்ப்பு நுட்பமான வகையில் மேம்பட்டிருப்பதை நாம் காணத் தவற முடியாது. யாருமே எழுத ஆரம்பித்ததும் சிறந்த மொழிபெயர்ப்பாளர் ஆகிவிட முடியாது.

ஆங்கிலத்தில் சிறந்த தமிழ் படைப்புகள் பலவும் மொழிபெயர்க்கப்படவில்லை என்பதற்கு இது மட்டும்தான் காரணமா?

சற்று பொறுங்கள், அதற்குள் அவ்வளவு தூரம் போக வேண்டாம். புதிய மொழிபெயர்ப்பாளர்கள் பதிப்பகங்களை அணுக சம்பிரதாயமான வழிகளை மேற்கொள்வதே நல்லது. எந்த ஒரு மொழியிலும் எவை சிறந்த படைப்புகளாகக் கருதப்படுகின்றன என்பது குறித்து பதிப்பகங்களுக்குத் தெரியாது. அங்கு, அந்த மொழியைத் தாய்மொழியாகக் கொண்ட எவரேனும் இருந்தால் ஓரளவு இது தெரிந்திருக்கலாம். ஆங்கில பதிப்பகங்கள் ஆங்கில மொழியில் நூல்கள் வெளியிடுவதில் மிகவும் தேர்ச்சி பெற்றிருக்கின்றனர். இவர்கள் ஆங்கில மொழிபெயர்ப்பு மேற்கொள்வது குறித்து இந்தியாவின் பிற மொழியினர் பெருமிதம் கொள்ள வேண்டும், பொறாமைப்பட அவசியமில்லை.

நிலைமை இப்படி இருக்கிறது என்பதை கருத்தில் கொண்டு, மொழிபெயர்ப்பாளர், தன தாய் மொழி படைப்பு எழுதியவர் குறித்த ஒரு விவரக்குறிப்பு ஒன்றைத் தொகுக்க வேண்டும். மொழிபெயர்ப்பதற்கான முன் அனுமதியை எழுத்தாளர் அல்லது அவரது பதிப்பகத்திடமிருந்து பெற வேண்டும். தான் மேற்கொள்ளவிருக்கும் மொழிபெயர்ப்பு குறித்து சுருக்கமாக ஒரு குறிப்பு எழுத வேண்டும். தான் ஆங்கிலத்தில் மொழிபெயர்த்த ஓர் அத்தியாயம், அல்லது சில கவிதைகளை இணைத்து பதிப்பகத்துக்கு அனுப்ப வேண்டும். இதைச் செய்தால் பதிப்பகங்கள் விரைவாக முடிவெடுக்க முடியும். மொழிபெயர்ப்பில் செய்யப்பட வேண்டிய திருத்தங்கள் குறித்து தன் பரிந்துரைகளை அளிக்க முடியும்.

சிறந்த மொழிபெயர்ப்பாளர் என்ற அங்கீகாரம் பெறும்வரை, எந்த ஒரு நூலையும் முழுமையாக மொழிபெயர்த்து வைத்துக்கொண்டு பதிப்பகங்களை அணுகக்கூடாது. இதில் நடைமுறை சாதகங்களும் உண்டு. சமீப காலமாக, இன்னும் சரியாகச் சொல்வதானால், நெடுங்காலமாக கடைபிடிக்கப்பட்டுவந்த இந்த நடைமுறை மொழிபெயர்ப்பாளர்களாக வேண்டும் என்று விரும்பும் பலராலும் புறக்கணிக்கப்படுகிறது.

ஒரு மொழிபெயர்ப்பைப் பதிப்பிப்பதில் பல விஷயங்கள் இருக்கின்றன. தமிழில் ஒரு புத்தகத்தைப் பதிப்பிப்பதானால், அதன் ஆசிரியருடன் சன்மானம் மற்றும் பிற விஷயங்கள் குறித்து ஒப்பந்தம் செய்து கொண்டால் போதும். ஆனால் மொழிபெயர்ப்பு என்று வரும்போது அதன் மூலமொழி ஆசிரியர், மொழிபெயர்ப்பாளர் இருவருடனும் ஒப்பந்தம் செய்து

கொண்டாக வேண்டும். சில சமயம், மூல மொழி பதிப்பாளரிடமும்கூட ஒப்பந்தம் செய்து கொள்ள வேண்டியிருக்கும். தன் நூலை வாசிப்பவர்கள் பல்வேறு வகையில் மாறுபட்ட கலாசார, மொழி பின்புலம் கொண்டவர்கள் என்பதை மனதில் கொண்டு தேய்வழக்குகளையும் மூல மொழியின் ஓசையையும் இயன்ற வரை தவிர்க்க வேண்டும். ஆங்கிலத்தில் வாசிக்கும்போது இயல்பான மொழியில் இருக்கும் வகையில் மொழிபெயர்க்க வேண்டும். பெரும்பாலும் இதில் கவனம் செலுத்தப்படுவதில்லை, அதிலும் குறிப்பாக தென்னிந்திய, மேற்கிந்திய மொழிகளை ஆங்கிலத்துக்கு மொழிபெயர்க்கும்போது இந்தப் பிழை நேர்கிறது. இந்தப் பகுதியைச் சேர்ந்தவர்களின் மொழிபெயர்ப்புகள் அதிக அளவு நிராகரிக்கப்படவும் இதுவே காரணமாக இருக்கிறது.

நன்றி, தமிழ் நூல்களை ஆங்கிலத்தில் மொழிபெயர்த்து பதிப்பது என்றால் மொழிபெயர்ப்பாளர் எண்ணிக்கை கூட வேண்டும், அவர்களுக்கு உரிய பயிற்சி அளிக்கப்பட வேண்டும் என்று புரிந்து கொள்கிறேன்.

இதற்குதான் மொழிபெயர்ப்பாளர்களின் விபரங்கள் கொண்ட கையேடு தயாரித்துக் கொண்டிருக்கிறோம். உங்கள் நூல் ஆங்கில மொழியில் இரண்டாயிரம் பிரதிகள் விற்பனையாவது போலவே இந்தியாவில் உள்ள ஒவ்வொரு மொழியிலும் விற்பனையாகும் சாத்தியம் உள்ளது, இல்லையா? ஆங்கிலத்தில் விற்றால் எவ்வளவு ராயல்டி கிடைக்குமோ, அது இதிலும் கிடைக்கப் போகிறது. ஆனால், உலகளாவிய ஆங்கிலத்தில் மொழிபெயர்ப்பதற்கும் இந்திய மொழிகளில் மொழிபெயர்ப்பதற்கும் பண்பாடு சார்ந்து பல வேறுபாடுகள் இருக்கின்றன. ஒரு தமிழ் எழுத்தாளரின் படைப்புகள் பிரஞ்சு அல்லது ஜெர்மன் மொழியில் செய்யப்பட்டு வாசிக்கப்படுவதைவிட, ஒரிய மொழியில் அல்லது சிந்தி மொழியில் வாசிக்கப்படுவதில் ஓர் அழகும் பொருளும் இருக்கிறது என்று சொல்லலாம் இல்லையா?

சர்வதேச அங்கீகாரம் என்பது முக்கியம்தான், ஆனால் உங்கள் எழுத்து ஆங்கிலத்துக்குச் சென்றாலும் ஒரிய மொழியோ சிந்தி மொழியோ வாசிப்பவனை அது சென்று சேர்வதில்லை. இந்தியாவினுள் பரவலான அறிமுகம் தேடாமல் இந்தியாவுக்கு வெளியே போக ஆசைப்படுவது காலனியாதிக்கத்துக்கு பலியானதன் மனநிலை. ஆங்கில மொழிபெயர்ப்புகள் எவ்வளவு முக்கியமோ, அதே அளவு ஒரிய, குஜராத்தி, சிந்தி, பஞ்சாபி மொழிபெயர்ப்புகளும் தமிழ் எழுத்தாளனுக்கு முக்கியம் என்பதுதான் சாகித்ய அகாதெமியின் எண்ணமாக இருக்கிறது.

சாகித்ய அகாதெமி தமிழிலிருந்து சிந்தி, குஜராத்தியிலிருந்து கன்னடம் என்று பிராந்திய மொழிகளுக்கிடையிலான மொழிபெயர்ப்புகளை வெளியிடுகிறது என்று கூறினீர்கள். நேரடி மொழிபெயர்ப்புகளுக்கு இவ்வளவு முக்கியத்துவம் அளிக்க வேண்டிய அவசியம் உண்டா? ஆங்கிலம் போன்ற ஒரு பெருமொழியில் மொழிபெயர்த்து, அதிலிருந்து பிற மொழிகளுக்குக் கொண்டு செல்லக்கூடாதா? அது எளிதாக இருக்குமே.

ஒரு பண்பாட்டின் வேர் முதல் கனி வரை உள்ள அனைத்தும் மொழியாய் பேசும்போது ஒலி வடிவில் வெளிப்படுகின்றன. புரிதலாக இருக்கட்டும், கற்பனையாக இருக்கட்டும், தரிசனங்கள், ஏன் பிரமைகளும் மனமயக்கங்களும்கூட பண்பாடால் பதப்படுத்தப்பட்டவையே. எனவே பண்பாட்டு தாக்கமில்லாத தூய மொழி ஒன்று இருக்க முடியும் என்று நினைப்பது பைத்தியக்காரத்தனம்.

ஐரோப்பாவிலும் அமெரிக்காக்களிலும் உள்ள பண்பாட்டு வேறுபாடுகள் மிகக் குறுகியவை. வேறுபாடுகள் உண்டு, ஆனால் இந்திய துணைக்கண்டத்தில் உள்ள மொழிகளுக்கும் ஐரோப்பிய மொழிகளுக்கும் இடையேயுள்ள பண்பாட்டு வேறுபாடுகள் அளவுக்கு அன்னியத்தன்மை இருப்பதில்லை. எனவே, ஒரு ஐரோப்பிய மொழி நூலை ஸ்பானிஷ் மொழியில் மொழிபெயர்ப்பதில் சிக்கல் இல்லை — இங்கு நான் ஆங்கில மொழிபெயர்ப்பு என்று சொல்லவில்லை என்பதை நீங்கள் கவனிக்க வேண்டும். ஆனால் தெற்காசிய மொழிகளுக்கு வரும்போது அவற்றை ஆங்கிலத்திலோ ஐரோப்பிய மொழியிலோ மொழிபெயர்ப்பது என்பது முற்றிலும் வேறுபட்ட விஷயம்.

ஓர் உதாரணம் சொல்கிறேன் — இதைப் பலர் விரும்பாமல் இருக்கலாம், சிலர் கோட்பாட்டுச் சாய்வுகள் காரணமாக இதை ஏற்றுக்கொள்ள மறுக்கவும செய்யலாம். இந்தியாவில் மிகவும் புகழ்பெற்ற ஒரு சமயச் சரிதை ஸ்ரீ ராமகிருஷ்ணரின் உரையாடல்கள். அது வங்காள மொழியிலிருந்து ஆங்கிலத்துக்கு மொழிபெயர்க்கப்பட்ட போது, ‘த காஸ்பெல் ஆப் ராமக்ருஷ்ணா’ என்று தலைப்பு.

இந்த நூலுக்கு மொழி பெயர்ப்புகளாக, பெரும்பாலான இந்திய மொழிகளில் கிட்டியவை எல்லாம் இந்த ஆங்கில மொழிபெயர்ப்பிலிருந்து பெறப்பட்டவை என்பதால், ஆங்கில மொழிபெயர்ப்புக்காகச் செய்யப்பட்ட பல மாறுதல்களே இந்த மொழிகளுக்கும் சென்றிருக்கின்றன. தவிர அந்தந்த மொழிச் சூழலுக்குத் தக்க செய்யப்பட்ட மாறுதல்கள் வேறு சேர்ந்திருக்கின்றன. அது தவிர, நேரடியாக வங்க மொழியிலிருந்து பிற மொழிகளுக்கு மொழியாக்கம் செய்யப்பட்டவற்றிலும் கூட இந்த ஆங்கில மொழிபெயர்ப்பின் பாணியே பின்பற்றப்பட்டிருக்கிறது. இவற்றின் கூட்டு விளைவாக, எந்த இந்திய மொழியிலும் மூல நூலான வங்க மொழிப் புத்தகத்திற்கு நியாயம் செய்யும் மொழி பெயர்ப்பு என்று எதுவும் இல்லை.

நான் சொல்வதை தயவு செய்து தவறாகப் புரிந்து கொள்ள வேண்டாம். நானும் ஆங்கில மொழிபெயர்ப்பை மிகவும் நேசிக்கிறேன். அது உலகெங்கும் உள்ள கோடிக்கணக்கான மக்களை இந்தியா நோக்கியும் இந்து சமயம் நோக்கியும்

ஈர்த்திருக்கிறது.
சில காலம் முன்னர், மார்க்கெஸ்ஸின் 'One Hundred Years of Solitude' நூலை ஆங்கிலத்தில் மொழிபெயர்த்தவர் ஒரு நேர்முகம் அளித்திருந்தார். அதில் அவர், புத்தகம் நன்றாக விற்க வேண்டுமென்பதற்காக ஆங்கிலம் வாசிப்பவர்களின் நுண்ணுணர்வுக்கு ஏற்ற வகையில் தான் செய்த திருத்தங்களைச் சொன்னார். இந்த நூல் இப்போது பல டஜன் மொழிகளில் மொழிபெயர்க்கப்பட்டிருக்கிறது- அந்த ஆங்கில நூலை அடிப்படையாகக் கொண்டே இதைச் செய்திருக்கிறார்கள், தமிழிலும் இப்படித்தான் மொழிபெயர்க்கப்பட்டிருக்கிறது. ஒவ்வொரு மொழியும் இந்த நூலின் ஆங்கில மொழிபெயர்ப்பின் மேல் தன் பண்பாட்டுச் சாயலை பதித்தவாறு இருக்கிறது.
கொடுக்கும் மொழி, கொள்ளும் மொழி ஆகிய இவற்றுக்கு இடையே கலாசார ஒற்றுமைகள் இருந்தாலும் இல்லாவிட்டாலும் எந்த ஒரு வேற்று மொழியிலிருந்தும் பிற மொழிகள் அனைத்தும் மொழிபெயர்ப்புகள் செய்யும்போது இந்த நிலை எழுவதைத் தவிர்க்க முடியாது.

உலகப் பிரசித்தி பெற்ற எழுத்தாளர் ஹருகி முரகாமி, ஜப்பானிய மொழியிலிருந்து பிற மொழிகளுக்கு மொழியாக்கம் செய்ய அனுமதிப்பதில்லை, ஆங்கில மொழிபெயர்ப்பையே மூல நூலாக எடுத்துக் கொள்ளச் சொல்கிறார்……

தனி மனிதத் தேர்வுகள் குறித்து விவாதிப்பது தேவையில்லை என்று நினைக்கிறேன். உங்கள் கேள்வி புரிகிறது, ஆனால் இந்திய துணைக்கண்டத்தில் உள்ள நிலை பிற இடங்களில் உள்ள நிலையைக் காட்டிலும் முற்றிலும் மாறுபட்ட ஒன்று. ஆனால் இந்தியாவில் நீங்கள் சொல்வது போன்ற அணுகுமுறை கொண்ட எழுத்தாளர்கள் உண்டு. அதற்கான காரணங்களும் கட்டாயங்களும் ஒவ்வொரு எழுத்தாளருக்கும் தக்க வகையில் மாறும். அதனால் தனி மனித தேர்வுகளைப் பேசிப் பயனில்லை, எனவே இதை விட்டுவிடலாம். உங்களுக்கு நான் சொல்ல வருவது புரியும் என்று நினைக்கிறேன்…

சரி, இது தொடர்பாக வேறொரு கேள்வி கேட்கிறேன். உலகெங்கும் சந்தைப்படும் மொழி ஆங்கிலம். ஆனால், அமேரிக்கா, இங்கிலாந்து போன்ற தேசங்களில்கூட மூன்று சதவிகிதம்தான் ஆங்கிலத்தில் மொழிபெயர்க்கப்பட்ட நூல்கள் வெளியாகின்றன — நோபல் பரிசு பெற்ற எழுத்தாளர்களின் நூல்களே பத்தாயிரம் பிரதிகள்தான் விற்கின்றன ஆங்கிலத்திலேயே நிலைமை இப்படி இருக்கும்போது, மொழிபெயர்ப்புகளுக்கும் மொழிபெயர்ப்பாளர்களுக்கும் இந்தியாவிலும் தமிழகத்திலும் கூடுதல் அங்கீகாரம் கிடைக்க வேண்டும் என்று எதிர்பார்க்க முகாந்திரம் இருக்கிறதா? அப்படி கிடைக்கவில்லை என்றால் அதற்கு யாரைக் குறை சொல்ல முடியும்? இந்த நிலை மாறும் என்று எதிர்பார்க்கத்தான் முடியுமா?

ஹா … நீங்கள் வேறொரு விஷயத்தைப் பார்க்கவில்லை. ஸ்பானிஷ், பிரெஞ்சு, ஜெர்மன் மொழிகளில் நூல்கள் அதிக அளவில் மொழிபெயர்க்கப்படுகின்றன. உலக அளவில் மொழிபெயர்க்கப்படும் நூல்களில் பாதிக்கும் மேற்பட்ட நூல்கள் இந்த மூன்று மொழிகளில் மொழிபெயர்க்கப்பட்டவை. அவை நன்றாகவும் விற்கின்றன. இவை விற்கவில்லை என்றால் பதிப்பாளர்கள் இந்த மொழிகளில் மொழிபெயர்ப்பு நூல்களை வெளியிடுவார்களா?

ஆங்கில மொழி நூல்கள் விற்பதில்லை என்பது அந்த மொழியின் பிரச்சினை. அதைப் பிற மொழிகளுக்கும் பண்பாட்டு மரபுகளுக்கும் நீட்சியாக எடுத்துக் கொள்ளக்கூடாது. நோபல் பரிசு பெற்ற 120 பேரில் 20 பேர் மட்டுமே இங்கிலாந்து மற்றும் அமெரிக்காவைச் சேர்ந்தவர்கள். அவர்களின் நூல்கள் மொழிபெயர்க்கப்பட்டு உலகெங்கும் நல்ல அளவில் விற்பனையாகின்றன. பிற நூறு பேரின் படைப்புகள் ஆங்கிலத்தில் சரியாக மொழிபெயர்க்கப்படுவதில்லை என்பது காரணமாக இருக்கலாம், அல்லது அவற்றின் விற்பனை குறைவாக இருக்கலாம் இது அந்த இரு தேசங்களின் பிரச்சினை, பிறருக்குப் பொருந்தாது.
இந்தியாவில் நிலைமை முற்றிலும் மாறுபட்டிருக்கிறது. விலை ஒரு காரணம் என்று சொல்லலாம் என்றாலும், சாகித்ய அகாதமி வருமானத்தில் பெரும்பகுதி மொழிபெயர்ப்பு நூல்களின் விற்பனையால்தான வருகிறது.
சாஹித்ய அகடெமி வெளியீடுகளில், இந்தியாவெங்கும் விற்பனையாகும் புத்தகங்களைக் கணக்கில் கொண்டால், தமிழ் நூல்களின் வருவாய் அதில் 24 சதவிகிதம், தமிழ் மொழிபெயர்ப்புகளின் பங்கு 20 சதவிகிதம். இந்தியாவில் எத்தனை பதிப்பாளர்கள் இருக்கின்றனர், எவ்வளவு மொழிகளில் புத்தகங்கள் வருகின்றன என்று பார்த்தால், திகைக்க வைக்கும் எண்ணிக்கையில் நூல்கள் விற்பனையாகின்றன.
இன்று அனைவரும் ஆங்கில மொழிபெயர்ப்புகளில் கவனம் செலுத்துகின்றனர். எழுத்தாளர்கள்கூட ஆங்கிலத்தில் மொழிபெயர்க்கப்படுவதை ஒரு கௌரவமாக நினைக்கின்றனர், ஆங்கில மொழிபெயர்ப்பு பரவலான அங்கீகாரத்தைப் பெற்றுக் கொடுக்கும் என்று எதிர்பார்க்கின்றனர். ஆங்கில மொழிபெயர்ப்புக்கு என்று சாதகமான சில விஷயங்கள் உள்ளன, அவற்றை நான் மறுக்கவில்லை. ஆனால் ஒருவர் ஆங்கிலத்தில் மொழிபெயர்க்கப்படாவிட்டால் அவரது எழுத்து அவ்வளவு உயர்ந்ததல்ல என்று நினைப்பது நகைக்கத்தக்கது- இந்தியாவில் உள்ள அனைத்து மாநிலங்களிலும் வள்ளுவரையும் பாரதியையும் தெரிந்து வைத்திருக்கின்றனர், அனால் அவர்கள் ஆங்கிலத்தில் மொழிபெயர்க்கப்பட்டா

தமிழகத்துக்கு வெளியே கொண்டு செல்லப்பட்டனர்?

உண்மைதான். மொழிபெயர்ப்பு செய்வது குறித்து ஒரு நடைமுறை அணுகலைச் சென்ற பகுதியில் பரிந்துரைத்தீர்கள். அப்போது நீங்கள் கூறிய ஒரு விஷயம் இது- “சிறந்த மொழிபெயர்ப்பாளர் என்ற அங்கீகாரம் பெறும்வரை, எந்த ஒரு நூலையும் முழுமையாக மொழிபெயர்த்து வைத்துக்கொண்டு பதிப்பகங்களை அணுகக்கூடாது. இதில் நடைமுறை சாதகங்களும் உண்டு. சமீப காலமாக, இன்னும் சரியாகச் சொல்வதானால், நெடுங்காலமாக கடைபிடிக்கப்பட்டுவந்த இந்த நடைமுறை மொழிபெயர்ப்பாளர்களாக வேண்டும் என்று விரும்பும் பலராலும் புறக்கணிக்கப்படுகிறது,” இது குறித்து இன்னும் விரிவான பதில் அளிக்க இயலுமா?

அது ஆங்கிலத்தில் மொழிபெயர்த்து பதிப்பிக்க விரும்பியவர்களுக்கு மட்டும் சொன்னது. பெரும் பதிப்பு நிறுவனங்கள் பலவற்றுக்கும் பதிப்புத் தொழில் என்று வரும்போது தமக்கென்று தனி நோக்கங்கள், லட்சியங்கள், இலக்குகள், தடைகள், சவால்கள் என்று பல விஷயங்கள் இருக்கலாம். இது போன்ற விஷயங்களில் நீரின் போக்கை எதிர்த்து நீச்சல் போடுவதைக் காட்டிலும் நீரோட்டத்தின் திசையில் செல்வது நல்லது. தாங்கள் பதிப்பிக்கும் நூல்களின் தன்மை, அவற்றுக்கான விதிமுறைகள் போன்றவற்றை உங்களுக்காக ஒரு பதிப்பகம் மாற்றிக்கொள்ள வேண்டுமென எதிர்பார்த்துப் பயனில்லை. அதெல்லாம் வேலைக்காகாது என்று சொல்லவில்லை, சற்றே கடினமாக இருக்கும். எனவே பரஸ்பர ஒப்புதல் இருப்பது நல்லது. இது ஒரு உறவு போன்ற விஷயம், கூட்டுக்குழு செயல்பாடு.

ஒரு உதாரணம் சொல்கிறேன். புகழ்பெற்ற தமிழ் எழுத்தாளர் ஒருவர் எழுதிய நாவலின் ஆங்கில மொழிபெயர்ப்பு ஒன்று அண்மையில் கிடைத்தது. அறுநூறு பக்கங்களுக்கும் மேற்பட்ட புத்தகம் அது. பதிப்பாளர் தன் நூல் விற்பனையையும் கணக்கில் கொள்ள வேண்டுமல்லவா, அதனால் அவர் குறிப்பிட்ட நடையில், குறிப்பிட்ட பக்க எண்ணிக்கை வரும் வகையில் மொழிபெயர்க்கச் சொன்னார். பாவம், அந்த மொழிபெயர்ப்பாளர் மீண்டும் முதலிலிருந்து துவங்க வேண்டியிருந்தது. எனவே வழக்கமான, ஆனால் இப்போது மறக்கப்பட்டுவிட்ட இந்த நடைமுறையைப் பின்பற்றுவது நல்லது- ஆசிரியர் மற்றும் மொழிபெயர்ப்பாளர் குறிப்புகள், மூல நூலில் உள்ள பக்கங்கள், ஓர் அத்தியாயத்தின் மொழிபெயர்ப்பு என்று பதிப்பகங்களுக்குக் கொடுக்கலாம்.

இது நடைமுறைப் பயன் சார்ந்த விஷயம். பல்வேறு பதிப்பகங்களுடன் தொடர்ந்து தொடர்பில் இருக்கும் ஒரு எடிட்டருடன் இணைந்து செயல்படும்போது இது போன்ற சிக்கல்களைத் துவக்கத்திலேயே தவிர்க்க முடியும்.

மொழிபெயர்ப்பில் ஒரு எடிட்டரின் பங்களிப்பு என்ன? அவரது இடம் என்ன?

மொழிபெயர்ப்பு மட்டும்தான் என்றில்லை, எடிட் செய்யப்படாமல் எந்த ஒரு புத்தகமும் பதிப்பிக்கப்பட முடியாது. எடிட்டிங் என்றால் என்ன, எடிட்டரின் இடம் என்ன, புத்தகம் பதிப்பிப்பதில் எடிட்டரின் பங்களிப்பு என்ன என்பதை எல்லாம் வேறொரு சமயம்தான் பேச வேண்டும். ஆனால் மொழிபெயர்ப்பில் எடிட்டரின் பங்களிப்பு என்ன என்ற கேள்வியைப் பொருத்தவரை, இலக்கணப் பிழைகளைத் திருத்துவதுதான் அவரது வேலை என்று பலரும் நினைப்பது தவறு. உங்களுக்கு மொழிபெயர்ப்பு அனுபவம் எவ்வளவுதான் அதிகமாக இருந்தாலும், சொற்களுக்கும் கருத்துருகளுக்கும் இடையில் ஒரு பொருத்தமின்மை நேரிடுவது இயல்பானதே. இங்கு எடிட்டர்களின் பங்களிப்பு இன்றியமையாதது. தருமொழி, வருமொழி இரண்டிலும் அவர்களுக்கு தேர்ச்சி இருப்பதால் அவர்களால் உங்கள் மொழிபெயர்ப்பை மேம்படுத்த முடியும். மூல மொழியின் தாக்கத்தை மொழிபெயர்ப்பாளர் தவிர்ப்பது மிகக் கடினம். எடிட்டரால் இந்த மனச்சாய்வைச் சரி செய்ய முடியும்.

எடிட்டிங் பற்றி வேறொரு சமயம் பேசலாம் என்று சொல்லிவிட்டீர்கள், இருந்தாலும் மொழிபெயர்ப்பின் தொழில்நுட்பம் குறித்து ஓரிரு அடிப்படை கேள்விகளைக் கேட்க விரும்புகிறேன். பெயர்ச்சொற்களின் உச்சரிப்பு மொழிக்கு மொழி மாறுபடுகிறது, இதனால் இது சில சமயம் எழுத்திலும் மாறுகிறது. இது சரியா? ஒரு நண்பர் சொன்னது இது- “வாஸந்தியை பாஸந்தி என்று வங்காளத்தில் மொழிபெயர்க்கப்போக, “தன் பெயருக்கு ஏற்ற இனிப்பான எழுத்துக்குரியவர் பாஸந்தி” என்று யாராவது மதிப்புரை எழுதக்கூடும்.” இந்த ஆபத்தைத் தவிர்க்க முடியாதா?

உங்கள் நண்பர் அஞ்சுவது போல் எதுவும் நடந்து விடாது என்று நினைக்கிறேன். ஆனால் உண்மையில் ஒவ்வொரு மொழிக்கும் அதற்கேயுரிய உச்சரிப்பு முறைமை உள்ளது, உச்சரிப்பு விதிகளும் உள்ளன. இது தெரியாதவர்கள்தான் பிற மொழிகளை ஏளனம் செய்கின்றனர். நவீன காலத்தில், குறிப்பாக இந்தியாவில் மொழிபெயர்ப்பாளர்களிடையே நிலவும் தாழ்வுணர்ச்சி காரணமாக மொழி விதிகளைக் கையாள அஞ்சுகின்றனர்- தமிழ்ப் புனைவு மொழிபெயர்ப்புகளில் இதைப் பார்க்க முடிகிறது.

சிலர், மொழிபெயர்ப்புகள் வருமொழியின் இயல்புக்கு ஏற்றது போல் சரளமான வாசிப்பு அளிக்க வேண்டும் என்று சொல்கின்றனர். வேறு சிலர், மூல மொழியின் syntaxக்கு முடிந்தவரை இணையாக இருக்க வேண்டும் என்கின்-

றனர். மூல மொழியில் உள்ளதைத் திரிக்காமல் இயல்பான, சுலபமான வாசிப்புக்கு உதவும் வகையில் மொழியாக்கம் செய்பவர்களே மொழிபெயர்ப்பாளர்களாக வெற்றி பெறுகின்றனர். அங்குதான் ஒரு மொழிபெயர்ப்பாளரின் மேதைமை இருக்கிறது. இதில் எனக்கு பிரச்சினை எதுவும் இருப்பதாகத் தெரியவில்லை. இந்த இரண்டில் ஏதேனும் ஒன்று இல்லையெனில், எங்கோ தவறு நடந்திருக்கிறது, அதை மொழிபெயர்ப்பாளர் சரி செய்தாக வேண்டும்.

ஆனால், இன்றைய பண்பாட்டு மரபுகளிலிருந்து மிக விலகிய நூல்கள் இருக்கின்றன. சில ஆயிரம் ஆண்டுகளுக்கு மேலாக முந்தைய காலத்தவையாக இருக்கக் கூடும். இன்றைய மொழிபெயர்ப்பு என்பது, அவற்றின் மூலத் தன்மைக்கு விசுவாசமாக இருப்பதையே நான் விரும்புகிறேன்.

கவிதை மொழிபெயர்ப்புகள் மிகவும் சிக்கலாக உள்ளன. இதில் எந்த அளவு சுதந்திரம் எடுத்துக் கொள்ளலாம்?

தருமொழி, பெறுமொழி இரண்டிலும் ஆளுமை உள்ள கவிஞர்களே கவிதை மொழிபெயர்ப்புகளை முயற்சி செய்ய வேண்டும் என்பது என் உறுதியான நம்பிக்கை. கவிஞராக அல்லாதவர்கள் கவிதை மொழிபெயர்ப்பு செய்யும்போது பிற விஷயங்களுடன் ஓசை நயத்தில் கவனம் செலுத்த வேண்டும். தருமொழியின் வாக்கிய அமைப்பு பெறுமொழியில் சாத்தியமில்லை, சுதந்திரம் எடுத்துக் கொள்ளலாம். சங்கக் கவிதைகளின் சொல்லமைப்பை அதே வரிசையில் மொழிபெயர்க்க முடியும் என்று நினைப்பதே அபத்தமானது.

வட்டார வழக்கைப் பிற மொழிக்கு கொண்டு செல்வது மிகக் கடினமாக இருக்கிறது, குறிப்பாக ஆங்கில மொழிபெயர்ப்பில். இந்த விஷயத்தில் என்ன செய்ய முடியும்?

நீங்கள் இந்திய மொழிகள் குறித்து பேசுகிறீர்கள் என்று நினைக்கிறேன். ஒரே மொழியைப் பேசும் பெரும்பாலான மக்களிடையே வட்டார வழக்குச் சொற்களுக்கு உரிய மாற்றுச் சொற்கள் இருக்கும் என்பதில் சந்தேகமில்லை. ஆனால் ஒரு கதையில் குறிப்பிட்ட இடத்தில் வரும் வட்டார வழக்கை, அந்த இடத்துக்கு உரிய அதே பொருளில் மொழிபெயர்க்க முடியாமல் போகும்போதுதான் பிரச்சினை வருகிறது. அப்போது, வட்டார வழக்குக்கு மாறாக அதே மொழியில் பொதுப் புழக்கத்தில் உள்ள வேறொரு இணைச்சொல்லை எடுத்துக் கொள்வது நல்லது. ஆனால் எச்சரிக்கையாக இருக்க வேண்டும். வட்டார வழக்கை முழுமையாக மொழிபெயர்க்க முடியாது என்பதை ஏற்றுக் கொள்ள மாட்டேன். சில வட்டார வழக்குகளின் சொலவடைகள் மொழிபெயர்க்கக் கடினமான அளவில், கூடுதல் எண்ணிக்கையில் இருக்கலாம். ஆனால் சற்றேறக்குறைய இணைபொருள் உணர்த்தும் சொற்களை அங்கு பயன்படுத்த முடியும்.

மொழிபெயர்ப்பு நூல்கள் பிற மொழிகளுக்குச் செல்வதில் விமரிசனங்களின் பங்கு என்ன?

அவற்றுக்கு மிகவும் முக்கியமான இடம் உண்டு. பிற கலாசார, இலக்கிய மரபுகள் குறித்த விழிப்புணர்வைத் தம் மக்களிடையே விமரிசகர்கள்தான் உருவாக்குகின்றனர். அதேபோல் பிற மொழிகளில் தேர்ச்சி கொண்ட விமரிசகர்கள் தம் மரபுகள் குறித்த விழிப்புணர்வை பிற மக்களிடையே உருவாக்குகின்றனர்.

ஆனால் துரதிருஷ்டவசமாக, அதிலும் குறிப்பாக தென்னிந்திய மொழிகளில், தற்காலத்தில் எதிர்வினையே விமரிசனம் என்று நம்பப்படுகிறது- இலக்கிய விமரிசனம், கலை விமரிசனம், திரைப்பட விமரிசனம் என்று எந்த விமரிசனமும் எதிர்வினையாற்றுவதுடன் முடிந்து போகிறது. பண்பாடு, கலை, சமூகப் பிரச்சினைகள், சமயம், மரபுகள், மொழி, அறிவியல் என்று மானுட வாழ்வின் பல்வகை முனைப்புகள் குறித்தும் தொடர்ந்து விமரிசனம் செய்துவந்த அருமையான விமரிசகர்கள் இருந்த காலம் போய்விட்டது. அந்த விமரிசகர்களின் கருத்துகளுடன் உடன்படாதவர்கள் பலர் இருந்தனர்- ஆனால் அவர்களும் உடனடி எதிர்வினையாக மறுப்பு தெரிவிப்பது, அவதூறு செய்வது என்றெல்லாம் செய்யாமல் தங்கள் புரிதலை அவற்றுக்கான ஆதாரங்களுடனும் விளக்கத்துடனும் அறிவார்ந்த வகையில் தொடர்ந்து பகிர்ந்து கொண்டனர்.

ஒரு நாற்பது ஆண்டுகளுக்கு முன்னர், தென்னிந்திய இலக்கிய வெளியில் இலக்கிய விமரிசனங்கள் செழித்திருந்தன. ஆனால் இன்று மிகச் சில இலக்கிய விமரிசகர்களே இருக்கின்றனர். பலரும் ஒருவரையொருவர் தாக்கிக் கொள்வதில்தான் ஈடுபாடு காட்டுகின்றனர்.

அப்படியானால் இவற்றைத் தவிர பிற மொழிகளில் ஆரோக்கியமாக நிலை உள்ளது என்று சொல்ல முடியுமா?

இல்லை, இதில் நகைச்சுவை இல்லை என்றாலும் சொல்லச் சிரிப்புதான் வருகிறது. சமஸ்கிருதத்தைத் தவிர்த்தால், தமிழும் கன்னடமுமே மொழிவரலாற்றில் பழம்பெரும் மொழிகள். ஆனால் இன்று ஹிந்தி, மலையாளம், மராத்தி ஆகிய மொழிகளில்தான் மிக அருமையான இலக்கிய விமரிசனங்கள் எழுதப்படுகின்றன. அதேபோல் வங்காளத்தில் மாபெரும் விமரிசகர்கள் இருக்கின்றனர் என்பதைச் சொல்லத் தேவையில்லை. ஹஸாரி பிரசாத் துவிவேதி, நம்வார் சிங் ஆகிய இருவரின் விமரிசனங்களும் நியாயமாகப் பார்த்தால் தமிழிலும் கன்னடத்திலும் தோன்றியிருக்க வேண்டும். ஏன், மலையாளமும் மராத்தியும்கூட மிகச்சிறந்த விமரிசனங்களைக் கண்டிருக்கின்றன.

தமிழில் ''தூஸ்ரி பாரம்பரா கி கோஜ்'' (இரண்டாம் மரபை நோக்கி) என்ற பிரசித்தி பெற்ற நூலுக்கு ஒப்புடையதாக, அல்லது அது போன்ற நல்ல விமர்சன நூல்களுக்கு ஈடாகச் சொல்லத்தக்க எதுவும் இல்லை என்பது வருந்தத்தக்க விஷயம். ஷம்பா ஜோஷியும் அவரது சமகாலத்தவர்களும் கன்னட மொழியில் ஓரளவு சுதாரித்துக் கொள்ளத்தக்க பிரயத்தனங்கள் செய்தனர். ஆனால் தமிழில் அதுபோல்கூட எதுவும் இல்லை என்பதுதான் வருத்தமாக இருக்கிறது. இப்படிச் சொல்வது மிகையாகத் தெரியலாம். மாற்றுப்பார்வை என்ற ஒன்றை காத்திரமாய் நிலைநிறுத்தக்கூடிய எதுவும் தமிழில் இருப்பதாகத் தெரியவில்லை. சமீப காலத்தில் இதன் இழப்புகளை ஈடு செய்ய சா.கந்தசாமி மற்றும் ஜெய-மோகன் போன்றார் முயற்சித்துக் கொண்டிருக்கிறனர். இம்முயற்சியில் அவர்கள் வெற்றி பெற வேண்டும் என்பது என் அவா.

அண்மையில் வாசித்த சில சிறந்த தமிழாக்கங்களைச் சொல்ல முடியுமா? அதே போல் ஆங்கில மொழியாக்கம் உண்டா?

மகாலிங்கம் என்பவர் சினுவா அச்செபேவின் "Things Fall Apart" என்ற நாவலை மிக அருமையாக மொழிபெ-யர்த்திருக்கிறார். கடந்த காலத்தில் நேஷனல் புக் ட்ரஸ்ட் மற்றும் சாகித்ய அகாதெமியினர் இந்தி மொழியிலிருந்து தமிழுக்கு மொழிபெயர்த்துப் பதிப்பித்த பல நூல்களும் தரமாக இருக்கின்றன. கிருஷ்ணமூர்த்தி வங்க மொழி நூல்-களை மிகச் சிறப்பாக மொழிபெயர்த்திருக்கிறார். தமிழிலிருந்து ஆங்கிலம் என்று பார்த்தால், N. கல்யாணராமனின் "Farewell to Mahatma" மிக நன்றாக வந்திருக்கிறது. அடுத்து பதிப்பிக்கப்படவிருக்கும் பூமணியின் வெக்கை நாவல் மொழிபெயர்ப்பு மிக உயர்ந்த தளத்தைத் தொட்டிருக்கிறது. பத்மா நாராயணன் லா.ச. ராவின் அபிதா நாவலை மிக நன்றாக மொழிபெயர்த்திருக்கிறார். இவர்கள் இருவர் பெயரையும் சொல்லக் காரணம், இவர்கள் ஒரு வகையில் முன்னோடிகளாக இருக்கின்றனர்- பூமணியையும் லா.ச. ரா வையும் வாசிக்கத்தக்க ஆங்கிலத்தில் மொழிபெயர்க்க முடியாது என்ற மூடநம்பிக்கையை இவர்கள் தகர்த்திருக்கின்றனர். ரசித்து வாசிக்கப்படக்கூடிய சரளமான ஆங்கில மொழியாக்கங்களை அளித்திருக்கின்றனர். அவசியம் படித்துப் பார்க்க வேண்டிய நூல்கள் இவை.

நல்ல மொழிபெயர்ப்பு என்பதன் இயல்பு என்ன?

வெற்றிபெற்ற மொழிபெயர்ப்புகளுக்கு ஒரு பொதுத்தன்மை உண்டு. சிறப்பாக மொழிபெயர்க்கப்பட்ட நூல்களை வாசிக்-கும்போது அதில் நம்மை தொடர்புபடுத்திக் கொள்ள முடியாததாகவோ அர்த்தமற்றவதாகவோ நினைக்கும் வகை-யில் உள்ள அந்நியத்தன்மை இருக்காது. புனைவு, அபுனைவு, கவிதை, நாடகம்- எதுவாகவும் இருக்கட்டும். என்ன சொல்ல வருகிறது என்பதையே விளங்கிக்கொள்ள முடியாத எத்தனையோ மோசமான மொழிபெயர்ப்புகளை வாசித்-திருக்கிறேன். அதன்பின் எப்போதாவது மூல நூல் கைக்குக் கிடைக்கும்போது மொழிபெயர்ப்பை ஒப்பிட்டு நினை-வுகூர்ந்தால் சிரிப்புதான் வருகிறது. பல மொழிபெயர்ப்புகளும் ஏதேதோ கற்பிதம் செய்து கொண்டு எளிய விஷயத்-தைக் கோட்டை விட்டுவிடுகின்றன- கதையோட்டம், மூல மொழியின் ரிதம், சில நன்மைகள் என்று பலவும் தவறிப் போகின்றன.

உதாரணமாக, அண்மையில் நான் வாசித்த ஒரு கதை, "I am well" என்று துவங்கிற்று. இந்த முதல் வாக்கியத்தை மூல மொழியறியாத பல நண்பர்களிடம் காட்டி கதை எதைப்பற்றி இருக்கக்கூடும் என்று ஊகிக்கச் சொன்னேன். அனைவரும் இது ஒரு கிணற்றைப் பற்றிய கதை என்றுதான் சொன்னார்கள். முதல் பத்தி முழுதும் அது போன்ற வாக்கியங்களே இருந்தன- அவர்களிடம் முழு பத்தியையும் காட்டினேன், அவர்களுக்கு அப்போதும் எதுவும் புரியவி-லல்லை. இத்தனைக்கும் இதைச் செய்தது புகழ் பெற்ற ஒரு மொழிபெயர்ப்பாளர். ''நான் நலம்'' என்பதைத்தான் அவர் அப்படி மொழிபெயர்த்திருக்கிறார். தமிழிலிருந்து ஆங்கிலத்துக்குச் செய்யப்படும் பல மொழிபெயர்ப்புகளும் வாசிப்பதற்கு பாடநூல்கள் போல் இருக்கின்றன. மூல மொழியின் வாக்கிய அமைப்பையொட்டியே பல மொழிபெயர்ப்பாளர்களும் மொழிபெயர்ப்பதுதான் இதற்கு காரணம்.

இந்தக் குறைகளை மொழிபெயர்ப்பாளர் தவிர்க்க முடியும் என்றாலும், சில சமயம் மூல மொழியில் எளிய நடையாக இருப்பது தமிழாக்கத்தில் கடினமாக மாறிவிடுகிறது. "Your idea is good" என்று ஆங்கிலத்தில் சொல்லப்படுவ-தைத் தமிழாக்கம் செய்யும்போது, ''உன் கருத்துருவாக்கம் மிகச் சிறப்பாக இருக்கிறது'' என்று மொழிபெயர்க்க வேண்-டியிருக்கிறது, இதனால் ரிதம் தாறுமாறாகச் சிதறிவிடுவதைத் தவிர்க்க முடிவதில்லை, என்ன செய்வது?.

இந்தச் சிக்கல் அனைத்து இந்திய மொழிகளிலும் உண்டு.அண்மைக்காலத்தில், தெலுங்கு இந்தி போன்ற மொழிகளில், தீவிர இலக்கியத்திலும்கூட, மொழிபெயர்ப்பாளர்கள் ஐடியா என்ற சொல்லை அப்படியே பயன்படுத்தத் துவங்கியிருக்-கின்றனர்- மொழிபெயர்ப்பு சரளமான வாசிப்புக்கு உதவ வேண்டும் என்ற நோக்கம்தான் இதற்கு காரணம்.

ஆனால் இந்த இரு தீவிர நிலைப்பாடுகளும் மொழி வளர்ச்சிக்கு ஆபத்தானவை. கட்டுப்பாடு ஏதுமின்றி தோன்றியபடி பிற மொழி ஓசைகளைப் பயன்படுத்தும் காரணத்தால் இந்த இரு மொழிகளிலும் தீவிர இலக்கியம்கூட சீர்குலைந்-

திருக்கிறது. ஆனால் இதற்கு நேரெதிர் நிலையாக, சமஸ்கிருதம் போன்ற ஒரு அழகிய மொழி அதன் அற்புதமான இலக்கண விதிகளோடு மிக இறுக்கமாக இருப்பதால் சாமானிய மனிதன் அணுக முடியாத தொலைவுக்குப் போய்விட்டது. மொழிபெயர்ப்பாளர்கள் எச்சரிக்கையாக இருக்கத் தவறும் இன்னொரு விஷயம் அலங்கார மொழிநடையைப் பயன்படுத்துவது. இந்திய மொழி நூல்கள் பலவற்றில் படிப்பறிவு இல்லாத ஆட்டிடையர்கள் மிக உயரிய மொழியில், அலங்காரமும் ஆர்ப்பாட்டமுமாகப் பேசிக் கொள்வதைப் பார்க்க முடிகிறது. இதனால் பிரதி முழுமையுமே செயற்கையாய் தெரிகிறது, இது போல் செய்வது அதன் தரத்தைத் தாழ்த்தி விடுகிறது.

எனவே நடைமுறைக்கு ஏற்ற அணுகல்தான் நல்லது. சென்னையில் நடப்பதாய் ஒரு கதை இருக்கிறது என்று வைத்துக் கொள்வோம். அப்போது வட சென்னையைச் சேர்ந்த ஒருவன் பேசும்போது கொஞ்சம் சுதந்திரமாக கொச்சையான மொழியைப் பயன்படுத்தலாம். அது இயல்பாக இருக்கும். ஆனால் மொழிபெயர்ப்பில் எதுவும் இழப்பு நேரிட்டுவிடக் கூடாது என்ற அக்கறையும் அதனுடன், தன் மொழிபெயர்ப்பு வாசிக்க சுலபமாகவும் சுவாரசியமாகவும் இருக்க வேண்டும் என்ற உணர்வும் தேவை. மரபார்ந்த தமிழில் எழுத விரும்புபவர்கள் சற்றே யோசித்துப் பார்க்க வேண்டும்- நம்மில் எத்தனை பேர் அப்படி பேசுகிறோம்? எடுத்துக்காட்டுக்கு, ஆங்கில மொழி கதை ஒன்றில் ட்ரெயின் டிரைவர் ஒருவன் இருக்கிறான் அவன் தமிழுக்கு மொழிபெயர்க்கப்பட்டபின் சேரியில் உள்ள தன் காதலியுடன் செந்தமிழில் உரையாடுகிறான். இது போல் பல உதாரணங்கள் சொல்ல முடியும், இதில் பல கோணங்கள் இருக்கின்றன. பின்னொருமுறைதான் இதைப் பேச வேண்டும்.

மொழிபெயர்ப்பின் நோக்கம் பண்பாட்டு பரிமாற்றம் என்றாலும் சிலவற்றை மொழிபெயர்க்க முடியாது, இல்லியா?

ஆமாம் உண்மைதான் சில வகை கவிதைகளை மொழிபெயர்க்கவே முடியாது என்று சொல்லலாம் — அதற்கு காரணம் மூலத்தில் உள்ள பல சுட்டல்கள் அதன் மொழி பெயர்ப்பில் விரிவான விளக்கங்களில்லாதபோது அர்த்தமாகாமல் போகும். பல கலாச்சாரங்களிலும் தனித்தன்மை கொண்ட ஒலிகள் உள்ளன, அவற்றுக்கு இணையொலி பிற மொழிகளில் கிடையாது. சில மொழிகளின் வாக்கிய அமைப்பு விநோதமாக இருக்கும் — வேற்று மொழியில் அதைப் புரிந்து கொள்ளும் வகையில் எழுத வேண்டுமானால் மேலும் விளக்கமாக எழுத வேண்டியிருக்கும்.

பொருட்படுவது இன்னொரு முக்கியமான விஷயம். ஆண்டாள் திருப்பாவையை வ்ரஜ பாஷையில் மொழிபெயர்க்க முயற்சி செய்ததை நான் எப்போதும் சுட்டிக் காட்டுவதுண்டு. உற்று நோக்கினால் ஸ்ரீவில்லிப்புத்தூருக்கும் வ்ரஜ பூமிக்கும் பண்பாட்டு வெளியில் தூரம் அதிகமில்லை, அதே தொன்மங்கள், இரு இடங்களிலும் விஷ்ணுவின் பல்வேறு அவதாரங்களில் ஒன்றோடு சேர ஏங்கும் பெண். ஆனால் திருப்பாவையில் சிற்றம்சிறுகாலை பாடல் போன்ற ஒன்றில் அதிகாலை மூன்று மணிக்கு விழித்து, அருகிலுள்ள குளத்தில் அந்த வேளையில் குளித்து, மாலை தொடுத்து வழிபடுவது பற்றியெல்லாம் இருக்கிறது, ஆனால் இது எதுவும் அவர்களுக்குப் புரியாது. ஏன்? அவர்கள் பண்பாட்டில் இது போன்ற ஒன்றும் கிடையாது. எனவே, எளிய கவிதை வாசிக்க வேண்டிய இடத்தில் அவர்கள் பல விஷயங்களைக் கற்பனை செய்து கொள்ள ஆரம்பித்துவிட்டனர்.

இது தொடர்பாக, எனக்கு ஒரு சந்தேகம். இந்தியாவின் பிற மொழிகளில் பரவலாக அறியப்படும் தமிழ் இலக்கியங்கள் என்ன, அவை எப்படிப்பட்ட வரவேற்பு பெற்றுள்ளன? செவ்வியல் இலக்கியம், சமகால இலக்கியம் — இவற்றைப் பிற இந்திய மொழிகளில் அறிந்திருக்கிறார்களா, பொதுவாக, பிற மொழிகளைச் சேர்ந்தவர்கள் தமிழ் குறித்து என்ன நினைக்கிறார்கள்?

அண்டை மாநிலங்களைத் தவிர்த்தால், தொலைதூர இந்திப் பிரதேசங்களிலும் சங்க இலக்கியத்தையும் திருவள்ளுவரையும் அறிந்திருக்கின்றனர். படித்தவர்கள் மத்தியில் ஆழ்வார்களும் கம்பனும் ஓரளவுக்கு நன்றாகவே பரிச்சயமானவர்கள். இதில் ஒரு விந்தையான விஷயம், பிற மொழி மக்களில் ராஜஸ்தானியர்களும் வங்காளிகளும் தமிழ் கலாசாரம் மற்றும் அதன் இலக்கியம் பற்றி நிறைய தெரிந்து வைத்திருக்கின்றனர். இதற்கான காரணம் ஊகிக்க முடியாததல்ல. நவீன இலக்கியம் என்று பார்த்தால் பாரதியார் பிரபலமாக இருக்கிறார். ஜெயகாந்தன், அசோகமித்திரன், புதுமைப்பித்தன், ஜானகிராமன், மற்றும் சமீப காலமாக சிவகாமி, பாமா போன்ற தலித்திய எழுத்தாளர்கள் கல்விப்புலத்தில்தான் மிகவும் பிரபலமாக இருக்கின்றனர். தமிழர்களைப் பற்றி என்ன நினைக்கிறார்கள் என்று கேட்டால்- எவ்வளவு அற்புதமான கோயில்களை கட்டியிருக்கின்றனர், எவ்வளவு இனிய மொழியில் பேசுகின்றனர், தங்கள் மொழி, இலக்கியம், வரலாறு, சமூகம் குறித்து எவ்வளவு விபரமாகப் பதிவு செய்து வருகின்றனர் என்ற வியப்புணர்வைப் பார்க்க முடிகிறது.

33. குறிஞ்சிவேலன் - சந்திப்பு: ப்ரதிபா ஜெயச்சந்திரன்

கிட்டத்தட்ட ஐம்பத்தைந்து ஆண்டுகளாக மலையாளப் படைப்புகளைத் தமிழில் மொழியாக்கம் செய்து வரும் மூத்த மொழிபெயர்ப்பாளர் குறிஞ்சிவேலன். சாகித்ய அகாதெமி விருதாளர். 'திசை எட்டும்' என்னும் மொழியாக்க காலண்டிதழின் ஆசிரியர். மலையாள இலக்கியத்தின் மூன்று தலைமுறை எழுத்தாளர்களின் படைப்புகளைத் தமிழுக்கு அறிமுகப்படுத்தி வளம் சேர்த்தவர். கடலூர் மாவட்டம் குறிஞ்சிப்பாடியில் வசித்து வருகிறார். புகழ்பெற்ற மலையாள எழுத்தாளர் 'விலாசினி' அவர்களின் 4300 பக்கங்களைக் கொண்ட 'அவகாஸிகள்' என்னும் நாவலின் மொழியாக்கத்தை நிறைவு செய்து, அந்நாவலைச் செப்பனிடும் இறுதிக் கட்டப் பணிகளில் மூழ்கியிருந்த குறிஞ்சிவேலனுடன் ஒரு நேர்காணல்.

புத்தகம் பேசுது வாசகர்கள் சார்பாக வணக்கம். பரவலாக அனைவராலும் அறியப்பட்டவர் நீங்கள். உங்களுடைய இளமைக்கால சென்னை மாநிலம் எப்படியிருந்தது?

இந்த கேள்விக்குப் பதில் சொல்ல வேண்டுமானால் எங்கள் கிராமத்திலும் தமிழ்நாட்டிலும் நடந்த இரண்டு மூன்று முக்கிய நிகழ்வுகளைப் பதிவிட வேண்டும். முதல் நிகழ்வு: நான் நேரிடையாக அனுபவித்த குலக்கல்வித் திட்டம். அப்போது நான் ஐந்தாம் வகுப்பில் படித்துக் கொண்டிருந்தேன். இராஜாஜி தமிழ்நாட்டின் முதலமைச்சராக இரண்டாம் முறை தேர்வாகி இருந்தார். 1953-54 காலகட்டம். அதுநாள் வரையில்-அதாவது முதல் வகுப்பிலிருந்து நான்காம் வகுப்பு வரையில் எங்கள் ஜில்லா போர்டு துவக்கப்பள்ளியில் காலை மதியம் என இரு வேளைகளிலும் வகுப்பு நடைபெறும். ஐந்தாம் வகுப்புக்கு மாறிய பின்தான் இந்த 'குலக்கல்வித் திட்டம்'வந்தது. காலை ஒன்பது மணி முதல் பனிரெண்டு மணி வரை தான் பள்ளிக்கூடம். மதியத்திற்கு மேல் பள்ளி கிடையாது. மதியத்திற்கு மேல் அப்பா செய்யும் தொழிலைக் கற்றுக் கொள்ள வேண்டும்.

விவசாயி பிள்ளை ஏர் ஓட்ட வேண்டும். நெசவாளி பிள்ளை தறி நெய்தல் வேண்டும். நாவிதர் பிள்ளை முடி வெட்ட வேண்டும். ஏகாலி பிள்ளை துணி துவைக்க வேண்டும். இந்த நான்கு இனத்தாரை மட்டும் ஏன் குறிப்பிடுகிறேன் என்றால், இந்த இனத்தவர்கள் தான் எங்கள் கிராமத்தில் வாழ்ந்தார்கள். இதனால் என்னவாயிற்று... கண்டிப்பான வீட்டுப்பிள்ளைகள் மட்டுமே படிப்பைத் தொடர முடிந்தது. மற்றவர்கள் படிப்பில் தடுமாறி குலத் தொழிலுக்கே செல்ல வேண்டிய நிலை. எங்கள் கிராமத்தில் அப்போது மொத்தம் 150 பிள்ளைகள் படித்ததில் உயர்நிலைப் பள்ளிக்குச் செல்லும் போது ஏழெட்டுப் பேர்களாகி விட்டார்கள். குலக்கல்வித் திட்டத்தால் நேர்ந்த பலன் இதுதான். அதனால், தமிழகத்தில் மிகக் கடுமையான போராட்டங்கள் நடந்தன. தி.க, தி.மு.க மற்றும் காங்கிரஸிலேயே ஒரு பகுதியினர் எல்லாம் இணைந்துதான் இப்போராட்டத்தை நடத்தினார்கள். அதனால், இராஜாஜி முதல்வர் பதவியிலிருந்து இறக்கப்பட்டார். காமராஜர் முதல்வரானார். காமராஜர் முதல்வரானதும் முதலில் குலக் கல்வித் திட்டம் வாபஸ் ஆனது. அந்த இரண்டாண்டுகளில் தட்டுத்தடுமாறிய மாணவர்கள் மீண்டும் எழவில்லை.

இரண்டாவது நிகழ்வு: நான் அப்போது எட்டு மற்றும் ஒன்பதாம் வகுப்புகளில் படிக்கிற காலகட்டம். மொழிவாரி மாநிலப் பிரிவினை. குலக் கல்வித் திட்டம் மாணவர்களுக்கு விளையாட்டாக இருந்தது. இந்த மொழிவாரி மாநிலப் பிரிவினைப் போராட்டம் அரசியல்வாதிகளை மட்டுமல்லாமல் மாணவர்களையும் பெரும் கொந்தளிப்பில் தள்ளி விட்டது. இரண்டு ஆண்டுகள் வரை நீண்டது. 16 மாநிலங்களாகவும் 3 யூனியன் பிரதேசங்களாகவும் மொழிவாரியாக இந்தியா பிரிக்கப்பட்டது.

மெட்ராஸ் ராஜதானி என்ற மாபெரும் மாகாணம் நான்காகியது. ஆந்திரா, கர்நாடகா, கேரளா, சென்னை என நான்கு மாநிலங்களாயின. தெலுங்கு மொழிக்கு ஆந்திராவும் கன்னட மொழிக்கு கர்நாடகாவும் மலையாள மொழிக்கு கேரளாவும் தமிழுக்கு சென்னையும் பிரிந்தன. இந்தப் பிரிவினையால் தமிழக்கும் தமிழர்களுக்கும் பேரிழப்பு. தமிழர்களின் எல்லையாக குமரி முதல் வடவேங்கடம் எனும் திருப்பதி வரையில் என ஏட்டிலும் பாடல்களிலும் இருந்தாலும் சித்தூர், திருப்பதி வரையில் தமிழர்கள் வாழ்ந்தாலும் திருத்தணி வரையில் தான் வடக்கே நம் எல்லையாக இருந்தது. அதுவும் மா.பொ.சி யின் தீவிரப் போராட்டத்தால் பெற முடிந்தது.

அதைபோல், வெங்காலூர், கோலார் வரையிலும் தமிழர்கள் அதிகம் வசித்தாலும் ஓசூர் வரையில்தான் நம்மால் தக்க வைக்க முடிந்தது. மேற்கே எடுத்துக் கொண்டால் பாலக்காடு, தேவிகுளம் பீர்மேடு, தெற்கே நெய்யாற்றங்கரை, நெடுமங்காடு வரையில் தமிழ் பேசுபவர்கள் பெரும்பான்மையாக இருந்தாலும் கன்னியாகுமரி, மார்த்தாண்டம் வரையில்தான் நம்மால் தக்க வைக்க முடிந்தது. இதுவும், நேசமணி, ஜீவா போன்றவர்களின் பெரும் போரட்டத்தால் சாத்தியமானது. இந்த எல்லைகளை தமிழர்கள் பெறுவதற்கே மாணவர்கள் இரண்டாண்டுகள் வரை தீவிரமாகப் போராட வேண்டிய நிலையாயிற்று. ஆசிரியர்கள் எங்களுக்குப் பாடம் எடுத்தார்களோ இல்லையோ, 'நம் எல்லை மிகவும் சுருங்கி விட்டது. நம் வாழ்வாதாரமே போய் விடும் போலிருக்கிறது. அதனால், எல்லாருடனும் மாணவர்களாகிய நீங்-

களும் இறங்கினால்தான் வெற்றி பெற முடியும்‘ என்ற போதனையை எங்களுக்கு ஊட்டினார்கள். பெரியார், அண்ணா, ஜீவா, மா. பொ. சி, நேசமணி, சங்கரலிங்கனார் போன்ற பெரும் தமிழகத் தலைவர்கள் போராடினாலும் ராஜாஜி போன்றவர்கள் ஆதரவளிக்கவில்லை. முல்லைப் பெரியாறு, நெய்யாறு, ஆழியாறு-பரம்பிக்குளம் போன்றவைகளை மேற்கிலும் காவிரி, பொன்னையாறு, பாலாறு போன்ற நீராதாரங்களை வடக்கிலும் இழக்க வேண்டிய நிலை வந்தபோதுதான் மொழிவாரி மாநிலப் பிரிவினை மிகப் பெரும் போராட்டமாக வெடித்தது.

ஒருநாள் எங்கள் ஊர் குறிஞ்சிப்பாடியில் பொதுமக்கள், மாணவர்கள் ஒருங்கிணைத்து அமைதியான கோஷங்களுடன் ஊர்வலம் போனோம். போலீஸார் எங்களுடனேயே வந்தனர். மத்திய அரசுக்கு எதிராக நடந்த போராட்டமானதால் குறிஞ்சிப்பாடி ரயில்நிலையம் வரையிலும் அமைதியாகதான் ஊர்வலம் நடந்தது. யாரோ ஒருவர் ரயில்நிலையத்தில் இருந்த ஜன்னல் கண்ணாடியில் கல்லைவிட்டு எறிந்தார். கண்ணாடி பொலபொலவென்று கொட்டியது. மாணவர்கள் மத்தியில் உற்சாகம் வந்து விட்டது. தலைக்கு ஒரு கல்லாக எடுத்தார்கள். போலீஸார் அனைவரையும் அடிக்கத் துவங்கி விட்டனர். மாணவர்களும் தங்கள் கையிலிருந்த கற்களை போலீஸார் மேல் வீசினார்கள். அவ்வளவுதான்.

அந்த இடமே பெரும் போர்க்களமாயிற்று. மண்டை உடைந்தது. கைகால்கள் முறிந்தன. என் முதுகிலும் லத்தி சார்ஜ் விழுந்தது. கூட்டம் நாலாதிசைகளிலும் கலைந்து ஓடியது. நானும் என் நண்பர்கள் இரண்டு மாணவர்களும் வடக்கு நோக்கி ஓட்டம் பிடித்தோம். எங்களைத் துரத்திக் கொண்டு இரண்டு போலீஸார் லத்தியுடன் ஓடி வந்தார்கள். எங்கள் வீடு அருகில் இருந்தாலும் நாங்கள் வீட்டுக்குப் போகாமல் ஊரைத்தாண்டி ஓடினோம். எங்கள் கிராமத்திலிருந்து ஒரு கிலோமீட்டர் தூரத்திலேயே அடர்வனப் பகுதி. பெருந்த முந்திரி மரங்கள். அக்காட்டில் ஓடி பதுங்கிக் கொண்டோம். எங்களைத் துரத்தி வந்த போலீஸார் எங்கள் கிராமத்துடன் நின்று கொண்டார்கள். இருந்தாலும் மதியநேரத்தில் வந்த நாங்கள் சூரியன் மறையும் நேரம் வரையில் அங்கேயே இருந்தோம். மதியம் சாப்பிடாததால் மயக்கம். தண்ணீர் கூட இல்லை. எலி, வளையை விட்டு வந்ததுபோல் நாங்கள் காட்டை விட்டு வெளியே மெல்ல வந்தோம். தற்போது அந்த முந்திரிக்காடு இருந்த பகுதி ‘கன்னித்தமிழ் நாடு‘ என்னும் பெயரில் சிறு கிராமமாக மாறியுள்ளது. இந்த கிராமத்தைச் சேர்ந்தவர்கள், நெய்வேலியைச் சுற்றியிருந்த கிராமங்களுக்குச் சொந்தக்காரர்கள். நிலக்கரி எடுப்பதற்காக அக்கிராமங்களைப் பறித்துக் கொண்டு சொற்ப தொகையை வழங்கினார்கள். அந்தத் தொகையுடன் வந்தவர்கள் ஆளுக்குக் கொஞ்சம் கொஞ்சம் காட்டை வாங்கி முந்திரிகளை அழித்துவிட்டு வயல்களாக மாற்றி விட்டார்கள். அவ்வயல்களிலேயே வீடுகளையும் கட்டிக் கொண்டு ஒரு சிறுகிராமமாகவே அமைத்துக் கொண்டார்கள்.

இந்தக் கேள்வி ஒரு மொண்ணையான கேள்வி என்று நினைக்க வேண்டாம்; நான் இதை முக்கியமான கேள்வியாகக் கருதுகிறேன். நீங்கள் தீவிரமாக மொழிபெயர்ப்பில் ஈடுபடுவதற்கான அடிப்படைக் காரணம் என்ன?

நான் 1964 ல் தான் சமகால கதை, கவிதைகளையே படிக்கத் தொடங்கினேன். அந்த நாள் வரையில் தமிழ்ப்பாட நூல்களில் உள்ள சங்கப் பாடல்களையும் கதைகளையும் படித்தேனே தவிர, எவ்வித சமகால படைப்புகளையும் கவிதைகளையும் படித்ததில்லை. ஆனால், பாட நூல்களிலுள்ள கதைகளையும் கவிதைகளையும் எங்கள் ஆசிரியர்கள் கிருஷ்ணமூர்த்தி என்கிற புதுவை கலைச்செழியன் அவர்களும் இராஜாராம் அவர்களும் சமகால கதை, கவிதைகளைப் போல் நடத்துவார்கள். இந்த இரு ஆசிரியர்களும் சிறுகதைப் படைப்பாளர்கள். அதனால் அவர்கள் பாடம் நடத்தும்போது சிறிதும் மனச்சோர்வு ஏற்படாது. உற்சாகமாக இருப்போம். மேலும் சொல்வதென்றால், வார மாத இதழ்களையும் வாங்கி வந்து படிக்கச் சொல்வார்கள். நான் அவற்றை படிக்கவே மாட்டேன். என் நண்பன் (குறிஞ்சி. ஞான. வைத்தியநாதன்-பல்கலை படைப்பாளி) அவை அனைத்தையும் படிப்பான். அரு. ராமநாதன் நடத்திய ‘காதல்‘ இதழை பாடப்புத்தகத்தின் இடையே வைத்துப் படிப்பான்.

பள்ளி இறுதித் தேர்வு (பதினோராம் வகுப்பு) நடந்தது. தேர்வு முடிவில் நான் தோல்வியடைந்தேன். பாடப்புத்தகத்தின் மத்தியில் காதல் இதழை வைத்துப் படித்த நண்பன் தேர்வாகி விட்டான். இது எப்படி? என்னால் ஜீரணிக்கவே முடியவில்லை. அப்போது எனக்குத் தோன்றியதுதான் என் நண்பனின் செயல். அதாவது, நாமும் கதைகள் படிக்க வேண்டும்.

எங்கள் ஊரில் அந்த ஆண்டில்தான் நூலகம் தொடங்கினார்கள். உறுப்பினர் கட்டணம் மூன்று ரூபாய். முதன் முதலில் நான் எடுத்து படித்த புத்தகம் கல்கியின் ‘பொன்னியின் செல்வன்.‘ அதன் வாசிப்புச் சுவை என்னை ஒரு புத்தகப் புழுவாகவே மாற்றி விட்டது. அந்த ஆண்டில் மட்டும் முந்நூறு நானூறு நாவல்களைப் படித்திருப்பேன். அவற்றில் ஒரு நாவல்தான் மலையாள எழுத்தாளர் தகழி சிவசங்கர பிள்ளையின் ‘செம்மீன்‘. நாவலை சுந்தரராமசாமி தமிழில் மொழியாக்கம் செய்திருந்தார். அதை படிக்கலாம் என்று எடுத்து வந்து படித்தபோதுதான் அதுநாள் வரை படித்தவை மறைந்தன. அதேபோல், மொழியாக்கம் பெற்ற ரஷ்ய நாவல்களையும் மற்ற மொழியிலிருந்து வந்த நாவல்களையும் படிக்கும் போது என் உள்ளுக்குள்ளேயே இனி புத்தகங்களை தேர்வு செய்துதான் படிக்க வேண்டுமென்று உறுதி பூண்-

டேன்.

காலம் ஓடியது. கால்நடைத்துறையில் கால்நடை ஆய்வாளர் பயிற்சி முடித்தேன். மதுரை மாவட்டத்தில் 1964 ல் பணியில் சேர்ந்தேன். பணியேற்ற இடம் நத்தம். அங்கு பணிபுரியும் போதுதான் எங்கள் மாவட்ட அலுவலர் சட்டத்துக்குப் புறம்பாக ஒரு செயலை செய்யச் சொல்லியிருந்தார். நான் மறுத்தேன். என்னுடன் பணியாற்றிய இன்னொருவர் அவரின் ஆணையை ஏற்றுக் கொண்டார். அதனால், அவர் அங்கேயே நீடிக்கப்பட்டார். எனக்குத் தண்டனை கிடைத்தது. சுற்றுப்புறத்தில் ஓட்டல்கள் இல்லாத காட்டின் நடுவே இருந்த செக்போஸ்டுக்கு டெபுடேஷனில் அனுப்பினார். கேரள மாநிலம் வண்டிப் பெரியாரை நோக்கிச் செல்லும் ஒரு காட்டுப்பாதையில் அந்த செக் போஸ்ட் இருந்தது. அந்த செக் போஸ்டில் ஒரு போலீஸ்காரர், ஒரு உதவியாளர் நான் மட்டும்தான் அமர்ந்திருப்போம். எப்போதாவது மாடுகள் வந்தால் தடுப்பூசி போட்டு அனுப்ப வேண்டும். மற்றபடி ஓய்வுதான். இந்த ஓய்வு நேரத்தை நான் மலையாள மொழியாக்கத்திற்காகப் பயன்படுத்திக் கொண்டேன்.

அருகிலிருந்த கிராமத்தின் (கேரளப் பகுதி) பள்ளியில் படிக்கும் முதல், இரண்டு வகுப்பு மாணவர்களின் மொழிப்பாட நூல்களை வாங்கி வந்து மலையாளம் கற்கத் தொடங்கினேன். வெகுவிரைவில் மலையாளம் வசப்பட்டது. காரணம், செம்மீனை மலையாள மொழியிலேயே படிக்கக் வேண்டும் என்ற உந்துதல். மலையாள இதழ்களில் மாத்ருபூமியைத்தான் நான் முதன்முதலில் வாங்கிப் படித்தேன். 1960முதல் 1965 ம் ஆண்டுகளில் சொந்தமாக சில சிறுகதைகளையும் ஒரு குறுநாவலையும் எழுதியிருந்தாலும் மாத்ருபூமியில் வந்த கதைகளைப் படித்தபோது, நாம் எழுதியது கதைதானா என்ற சந்தேகம் வந்தது.

சொந்தமாக எழுதுவதையே நிறுத்தி விட்டேன். அப்போதுதான் மாத்ருபூமியில் வந்த ஒரு விமர்சனக்கட்டுரை எனக்குக் கோபத்தை தூண்டியது. அதனால், அக்கட்டுரையை அப்படியே மொழியாக்கம் செய்து, இலக்கியத்தரமாக வந்து கொண்டிருந்த 'தீபம்' மாதஇதழுக்கு அனுப்பினேன். மறுமாதமே அக்கட்டுரையின் ஒரு பகுதி பிரசுரமானது. அது என்னுடைய மொழியாக்கத்தில் பிரசுரமான முதல் படைப்பு. அதன்பின்தான் தரமான கதைகளையும் நாவல்களையும் மொழிபெயர்க்க வேண்டும் என்ற எண்ணம் மேலோங்கி மொழிபெயர்ப்பில் முழுமூச்சாக இறங்கினேன். மொழியாக்கம் என் வசமாகியது. காரணம், கேரள எல்லையில் பணியாற்றும்போது அம்மக்களோடு மக்களாகப் பழகியதுதான்.

என் முதல் மொழியாக்கக் கதை நந்தனாரின் 'பலியாடுகள்'. இக்கதை அன்றைய இலக்கிய இதழான 'கண்ணதாசன்' மாதஇதழில் வெளிவந்தது. மொழியாக்கத்தை ஒரு மொழியின் வளர்ச்சிக்காகச் செய்தேன். இன்றைய நிலையைப் போல் மொழியாக்கத்திற்கு,ஒரு பெரும் ஆதரவோ, பரிசுகளோ, அங்கீகாரமோ கிடைக்கவில்லை. இருந்தாலும் என் மொழியாக்கமே என் முழு மூச்சாக இருந்தது. நான் மொழியாக்கம் செய்த நூல்களின் மூல ஆசிரியர்கள் பலருக்கும் தமிழும் ஓரளவு தெரிந்திருந்தமையால் ஏதாவது ஒரு சிக்கல் எழுந்தபோது அவர்களிடமே அதற்கான தீர்வைக் கேட்டுத் தெரிந்து கொண்டேன்.

நீங்கள் மொழிபெயர்ப்புக்காக எடுத்துக்கொள்ளும் படைப்பை எந்த அடிப்படையில் தேர்ந்தெடுக்கிறீர்கள்?

நான் இதுவரையில் 38 நூல்களை மொழிபெயர்த்துள்ளேன். இவற்றில் நானே விரும்பிக் கேட்டு வாங்கி மொழியாக்கம் செய்தவை 20நூல்கள் இருக்கும். மற்ற 18 நூல்களும் மூல ஆசிரியர்களின் விருப்பத்தின் பேரிலும் பதிப்பாளர்களின் விரும்பத்தின் பேரிலும் தான் செய்துள்ளேன்.

1966-67 ல் மலையாற்றூர் ராமகிருஷ்ணன் மாத்ருபூமி வார இதழில் தொடராக எழுதியதுதான் 'சல்லி வேர்கள்' நாவல். இந்த நாவலை நான் தொடராகப் படிக்கும்போதே, அதுவரையில் தமிழில் வெளிவந்த எந்த நாவலும் இதுபோல் இல்லை என்ற எண்ணம் எழுந்தது. நாவலைப் படித்து முடிந்த பின்புதான் இந்நாவலின் வடிவம் நனவோடை உத்தியில் எழுதப்பட்டிருப்பதை அறிந்து கொண்டேன். மலையாற்றூரிடம் அனுமதி கேட்டேன். கொடுத்தார். தமிழாக்கம் செய்தேன். இந்த நாவல் 'தீபம்' மாத இதழில் தொடராக வந்தது. 'பாண்டவபுரம்' மலையாள எழுத்தாளர் சேது எழுதிய நாவல். இதன் வடிவம் மாய யதார்த்தவாத உத்தியால் எழுதப்பட்டிருந்தது. இந்த நாவல் தமிழில் வருவதற்கு முன்பு தமிழில் எந்த நாவலும் இந்த உத்தியில் எழுதப்படவில்லை. 'தகழி' ஒரு வித்தியாசமான தொகுப்பு. தகழி சிவசங்கரப் பிள்ளையின் நாவல்களின் சுருக்கம், தேர்ந்தெடுத்த சிறுகதைகள், குறுநாவல் (முழுமையாக), தகழியைப் பற்றி பலரும் கூறிய தகவல்கள் என தகழியை முழுமையாக அறிந்து கொள்ள உதவும் தொகுப்பு நூல்.

'கோவர்த்தனின் பயணங்கள்' பிரபல மலையாள நாவலாசிரியர் ஆனந்த் அவர்களால் எழுதப்பட்டது. இந்த நாவலை மொழிபெயர்க்கும் முன் முதல் வாசிப்பில் எளிமையாகத் தோன்றினாலும் உள்ளுக்குள் போன பின்புதான் இந்திய வரலாறும், இதிகாசங்களும் அறியாமல் மொழியாக்கம் கைவசப்படாது என்பதை உணர்ந்து அவைகளை முன்னதாகப் படித்து விட்டு பின்புதான் மொழியாக்கம் செய்தேன். எஸ். கே. பொற்றேக்காடின் 'பாரதப் புழையின் மக்கள்' இந்திய சமகால இலக்கியங்களில் இல்லாத ஒரு புதிய வடிவமாக இருந்தது. நாவலும் நாடகமும் இணைந்து 'நாவடகம்' என்னும் புதிய உத்தியில் எழுதியிருந்தார். இவரின் 'விஷக்கன்யகா' வை இந்திய தேசிய புத்தக நிறுவனத்திற்காக

நான் மொழியாக்கம் செய்ததுடன், அந்நூலுக்கு மொழிபெயர்ப்புக்கான சாகித்திய அக்காதெமி விருது பெற்றேன்.

இளம் எழுத்தாளரான ட்டி.டி ராமகிருஷ்ணன் தம் முதல் படைப்பான 'ஆல்பா' என்றொரு நாவலை வெளியிட்டு மலையாளத்தில் அமோக வெற்றி பெற்றதால் ஆங்கிலம் உள்பட பல மொழிகளிலும் அந்நாவல் வெளிவர வேண்டும் என்று ஆசைப்பட்டார். அவருடைய நண்பரான தமிழ் எழுத்தாளர் எஸ். ராமகிருஷ்ணனிடம் 'தமிழில் யார் செய்தால் நன்றாக வரும்' என்று ஆலோசனை கேட்க, அவர் என்னிடம் கைகாட்டியுள்ளார். நாவலின் பிரதி எனக்கு வந்து சேர்ந்தும் படித்து பார்த்தேன். இது சர்வதேச தரத்தில் அமைந்துள்ளதாக எனக்குத் தோன்றியது. மொழிபெயர்க்க ஏற்றுக் கொண்டேன். அவருடைய நாவல்கள் இதுவரை நான்கு வந்துள்ளன. மூன்று நாவல்கள் தமிழில் வந்து விட்டன. நான்காவது நாவல் மொழிபெயர்ப்பில் உள்ளது. இவருடைய நாவல்கள் அனைத்தும் சர்வதேசப் பிரச்சினைகளைச் சொல்வது. கொஞ்சம் தேன் தடவுவது போல் பாலியலைக் கலந்து எழுதியுள்ளார். இவ்வாறு நான் விருப்பப்பட்டும், மூல ஆசிரியர்கள், பதிப்பாளர்கள் விருப்பப்பட்டும் மொழியாக்கங்களைத் தேர்வு செய்கிறேன்.

உங்களுக்கு அந்தப் படைப்பாளர்களுடன் நேரடித் தொடர்பு இருந்ததுண்டா? அந்த அனுபவங்களைப் பகிர்ந்து கொள்ளுங்கள்.

நான் சுமார் 20 மலையாள எழுத்தாளர்களின் 38 படைப்புகளைத் தமிழில் மொழியாக்கம் செய்துள்ளேன். இவர்களில் 10 பேர்கள் என்னை நேரிடையாக அறிந்தவர்கள். நான்கைந்து பேர்களுடன் நெருங்கிய பழக்கம் உண்டு. மற்றவர்கள் என்னுடைய மொழிபெயர்ப்பை நன்கு அறிந்தவர்கள். என்னுடைய மொழிபெயர்ப்புகளுக்கு கூடவே இருந்து ஊக்கம் அளித்தவர் சசிதரன் அவர்கள். இந்த நேரத்தில் அவர்களுக்கு நன்றியைத் தெரிவிப்பது என் கடமை. மலையாள இலக்கிய உலகில் எனது நீண்டகால நண்பராக இருந்தவர் மலையாற்றூர் ராமகிருஷ்ணன் அவர்கள்தான். 1966 முதல் அவருடன் கடிதத் தொடர்பில் இருந்தேன். தமிழ் அறிந்த மலையாள படைப்பாளி. எனவே, 1993 ஆம் ஆண்டு அவரைச் சந்திப்பதற்காக திருவனந்தபுரம் சென்றபோது தம்முடைய வீட்டில் காத்திருந்தார். நேரில் சந்தித்ததும் கைகுலக்கி தன் அறைக்கு அழைத்துச் சென்றார்.

வீட்டில் அவரும் அவருடைய துணைவியாரும் மட்டும்தான் இருந்தார்கள். இலக்கியங்களைப் பற்றி பேசிக் கொண்டிருந்தோம். நான் பேசப்பேச அவர் ஏதோ ஒரு பேப்பரில் பென்சிலால் கிறுக்கிக் கொண்டே இருந்தார். 10 நிமிடத்திற்குள் அந்த பேப்பரை என்னிடம் நீட்டினார். இதுதான் குறிஞ்சிவேலன் என்று தமிழில் எழுதியிருந்ததுடன் என் முகத்தோற்றத்தை படமாக வரைந்திருந்தார். எனக்கு ஒரே ஆச்சர்யம். பிறகு எங்களுக்கு காப்பி வரவழைத்துத் தந்தார். மீண்டும் சிறிதுநேரம் பேசிக்கொண்டிருந்தோம். பிறகு திருவனந்தபுரம் எழுத்தாளர் கூட்டுறவு பதிப்பகத்துக்கு ஒரு கடிதம் எழுதினார். தனது அனைத்து நூல்களையும் எனக்குக் கொடுக்கும்படி. நாங்கள் விடைபெறும் போது தம்முடைய நூல்களை மொழியாக்கம் செய்வதற்கான அனுமதி கடிதத்தையும் தந்தார்.

அங்கிருந்து புறப்பட்டு கோட்டயம் சென்றோம். 'முழுமையைத் தேடும் முழுமையற்ற புள்ளிகள்' நூலின் ஆசிரியர் வி.பி.சி. நாயரைச் சந்தித்தோம். வறுமை நிலையில் இருந்தார். தமிழ் நூல் பிரதிகள் ஐந்தையும் ஆயிரம் ரூபாய் பணத்தையும் அளித்து விட்டு தகழிக்கு புறப்பட்டோம். தகழிக்கு நாங்கள் போய்ச் சேரும்போது பகல் மணி 2.30. தகழியின் 'சங்கர மங்கலம்' வீட்டில் நுழைந்தோம். சுமார் முப்பது ஆண்டுகளாக கனவிலும் கற்பனையிலும் கண்டிருந்த வீடு. புனிதமான ஆலயத்துக்குள் நுழைகையில் ஏற்படும் சிலிர்ப்பு. வீட்டின் வாயிலைத் தாண்டியவுடன் முன் வராண்டா. வரவேற்பறையும் அதுவே. வரவேற்பறையின் வலது புறத்தில் சாய்வு நாற்காலி. அருகில் இரண்டு மூன்று நாற்காலிகள். டீப்பாய்கள் இரண்டு. ஒரு டீப்பாயின் மேல் தினசரி, வார, மாத இதழ்கள், கடிதங்கள். இன்னொன்றில் தரைவழி தொலைபேசியும் வெற்றிலைப் பெட்டியும். சாய்வு நாற்காலியில் உலகப் புகழ் பெற்ற எழுத்தாளர் தகழி சிவசங்கரப் பிள்ளை. அவருடைய காலடியில் எச்சில் துப்பும் பாத்திரம்.

'ஞான் குறிஞ்சிவேலனானு. தமிழ்நாடு. இத்தேகம் என்டெ ஸுஹ்ருத்து மிஸ்டர் சசிதரன். மலையாளி. நெய்வேலி எம்ப்ளாயி. ' 'ஓ... குறிஞ்சிவேலன் நிங்ஙளானோ? I know you very well.' என்றார். திடுக்கிட்டேன். மீண்டும் எனக்குள் ஒரு சிலிர்ப்பு.

இவருக்கு எப்படி என்னை... இதற்கு முன் சந்தித்ததில்லையே... திடீரென்று ஒரு ஞானோதயம். என் மதிப்பிற்குரிய இலக்கிய ஆசான் தீபம் நா. பா. அவர்களை நான் சந்திக்கும் போது, 'டில்லிக்குப் போயிருந்தபோது தகழியைப் பார்த்தேன். குறிஞ்சிவேலன் மூலம் மலையாளப் படைப்புகள் எங்களுக்குத் தொடர்ந்து கிடைக்கின்றன என்றேன்.' என்பார். 'கொச்சியில் நடந்த சாகித்திய அக்காதெமி கருத்தரங்குக்குச் செல்கிறேன். எஸ். கே. பொற்றக்காட், எம்.டி. வாசுதேவன் நாயர், தகழியைச் சந்தித்தேன். பேச்சுவாக்கில் உங்களைப் பற்றியும் பேசினோம்' என்பார். இப்படி நா. பார்த்தசாரதியின் பேச்சால் மலையாள இலக்கியவாதிகளிடம் நான் முன்பே அறிமுகமானதின் பலனை அன்று பெற்றேன்.

அதன்பின் நீண்ட நாட்கள் பழகிய நண்பரிடம் பேசுவது போல் நாங்கள் விடைபெறும் வரையில் தகழி பேசிக் கொண்-

டிருந்தார். அன்று மே 31. 'இடவப்பாதி காலவர்ஷம்' என்றழைக்கப்படும் தென்மேற்கு பருவமழை பாட்டம் பாட்டமாக பெய்யத் தொடங்கியது. ஆண்டின் புதுமழையைக் கண்ட தகழி, குழந்தையாக குதூகலித்தார். மாலை 5.30 மணிக்கு விடை பெற்றோம்.

2005ல் ஆல்பா நாவலை கோழிக்கோட்டில் வெளியிடும்போதுதான் எம்.டி. வாசுதேவன் நாயரை நேரில் சந்தித்தேன். நாவலை வெளியிட்டு அவர்தான் வாழ்த்தினார். வீட்டுக்கு அழைத்தார். ஒரு மணிநேரத்திற்கும் மேலாக அவருடன் அளாவளாவினேன். பின்பு மஞ்சேரியிலுள்ள டாக்டர் டி.எம். ரகுராம் அவர்களின் தமிழ் கவிதைகளின் மலையாள மொழிபெயர்ப்பு நூல் வெளியீட்டு விழா நடந்தது. நானும் எம்.டி.வாசுதேவன் நாயரும் கலந்து....... கொண்டோம். அப்போது எம்.டி. வாசுதேவன் நாயர் பேசும்போது 'மொழிபெயர்ப்பு என்றால் அது குறிஞ்சிவேலனின் மொழிபெயர்ப்பைப் போல இருக்க வேண்டும்' என்றார். எனக்கு ஞானப்பீட விருது கிடைத்தது போல இருந்தது.

2017 மார்ச் மாதத்தில் எம்.டி. வாசுதேவன் நாயருக்கு 'தேசாபிமானி' பத்திரிகையின் சார்பில் ஒரு வாரம், விழா கொண்டாடப்பட்டது. 'ரண்டாமூழம்' நாவலை பிறமொழிகளுக்கு கொண்டு சென்ற நான்கு பேர்களையும் அழைத்து கௌரவிக்க வேண்டும். மொழிபெயர்ப்பில் அவர்களுக்கு, எற்பட்ட அனுபவங்களை பகிரச் சொல்ல வேண்டும் என்று விழா குழுவினரிடம் எம்.டி. கூற என்னைத் தொடர்பு கொண்டார்கள். நான் அப்போது என் மகனுடன் அமெரிக்காவில் இருந்தேன். விழா குழுவைச் சேர்ந்தவரும் தமிழ்-மலையாளம் மொழிபெயர்ப்பாளருமான கே. எஸ். வெங்கடாசலம் என்னை தொடர்பு கொண்டார்.

நான் அமெரிக்காவில் இருக்கும் விபரத்தைச் சொன்னேன். 'என்ன செய்வீர்களோ தெரியாது. எம்.டி. சொல்லி விட்டார்' என்றார். நான் என் அமெரிக்கப் பயணத்தை முன்கூட்டியே முடித்துக் கொண்டு இந்தியா திரும்பி, கோழிக்கோட்டுக்குச் சென்று விழாவில் கலந்து கொண்டேன். எம்.டி.க்கு மிகுந்த மகிழ்ச்சி.

இரண்டு ஆண்டுகளுக்கு முன்பு 2018 ல் வயநாடு சென்றிருந்தபோது குடும்பத்துடன் கோழிக்கோட்டுக்குப் போனேன். சந்திக்க வேண்டும் என்று சொன்னதும் நேரம் ஒதுக்கி எங்கள் குடும்பத்தினருடன் ஒருமணி நேரம் பேசிக் கொண்டிருந்தார். தம்முடைய 'அசுரவித்து' நாவலை எனக்குத் தந்து விடைகொடுத்தார். அப்புறம் கே.வேணுகோபால், இவர் நெய்வேலியில் வாழ்ந்த மலையாள மொழி படைப்பாளி. நாவல்கள், நாடகங்கள், சிறுகதைகள் எழுதியுள்ளார். இவருடைய நாவல்களான 'ஸ்லத பிம்பங்கள்'(கரைந்த சிற்பங்கள்), மற்றும் 'அக்ரயானம்'(முனைப்பு)ஆகிய நாவல்களை நான் மொழிபெயர்த்துள்ளேன். குடும்ப நண்பராகவே இருந்தார். ரண்டாமூழம், பாண்டவபுரம் நாவல்களை மொழிபெயர்க்கும் போது சில சந்தேகங்களுக்கு விளக்கம் தந்தவர். ஓய்வு பெற்று கேரளாவில் குடியேறினார். சில வருடங்களிலேயே மூளை நரம்பின் பாதிப்பு ஏற்பட்டு காலமானார்.

'ஆல்பா' நாவலை மொழிபெயர்த்து முடித்தவுடன் எங்கள் வீட்டுக்கே வந்து விட்டார் ட்டி.டி. ராமகிருஷ்ணன். இரண்டு நாட்கள் என்னுடன் தங்கி 'ஆல்பா' நாவலின் மொழியாக்கத்தை வரிவிடாமல் படித்துப் பார்த்து, 'நானே தமிழில் எழுதியது போல் இருக்கிறது' என்றார். அதன்பின்அவரும் குடும்ப நண்பராகி விட்டார். ஆல்பாவுக்கு பின் அவர் எழுதிய 'பிரான்ஸிஸ் இட்டிக்கோரா', 'சுகந்தி என்கிற ஆண்டாள் தேவநாயகி'ஆகிய நாவல்களுக்கு அனுமதி அளித்து தமிழில் வருவதற்கு ஆதரவு தந்தார். தற்போது அவருடைய 'மாம ஆப்ரிக்கா'நாவலையும் மொழிபெயர்த்துக் கொணடிருக்கிறேன். கிழக்கு ஆப்ரிக்காவின் உகாண்டாவின் இடி அமீன் ஆட்சிக் காலத்தின் அலங்கோலத்தை விவரிக்கும் விறுவிறுப்பான நாவல்.

மலையாள எழுத்தாளர் சேது அவர்கள் 'பாண்டவபுரம்' நாவலுக்கு நான் அனுமதி கேட்டவுடனேயே அளித்தார். மிகவும் சிக்கலான, சவாலான அந்த நாவலை மொழியாக்கம் செய்தவுடன் நேரடித் தொடர்புக்கு வந்தவர். அவருடைய ''அடையாளங்கள்' நாவலை அவராகவே அனுப்பி மொழிபெயர்க்க சொன்னார். நான் அதை மொழியாக்கம் செய்து முடிக்கும் போது அதே நாவல் அந்த ஆண்டு மத்திய சாகித்திய அக்காதெமியின் விருது பெற்றது. அதை மொழிபெயர்க்கும் உரிமையை எனக்கு அளிக்க வேண்டும் என்று சாகித்திய அக்காதெமிக்கு கடிதம் எழுதினார். அதன்படி சாகித்திய அக்காதெமியும் எனக்கே மொழியாக்கம் செய்யும் உரிமையை அளித்து, நூலாகவும் வெளியிட்டது. அதன்பின் அவர் NBT தேசிய புத்தக நிறுவனத்தின் தலைவராக ஆனபோது தமிழ் ஆலோசனைக்குழு உறுப்பினராக என்னை நியமித்தார். அவருடைய இன்னொரு சிறந்த நாவலான 'ஆறாவது பெண்'என்னும் இன்னொரு சிறந்த நாவலை மொழிபெயர்த்துள்ளேன். 'அகநி'பதிப்பக வெளியீடாக வரவுள்ளது.

உங்கள் ஆரம்பகால படைப்புகள் நா.பார்த்தசாரதி அவர்களின் 'தீபம்'இலக்கியப் பத்திரிகையில் தொடர்ந்து வெளிவந்தன. உதாரணமாக 'முழுமையைத் தேடும் முழுமையற்ற புள்ளிகள்'. இந்த அனுபவங்களையும் நா.பா. உடனான உங்கள் நட்பையும் பற்றிக் கூறுங்கள்.

1960 ஆம் ஆண்டு நான் சமகால தமிழ்ப் படைப்புகளை படிக்க ஆரம்பித்த காலத்திலிருந்தே நா. பார்த்தசாரதி அவர்களை எனக்கு மிகவும் பிடிக்கும். தற்போது நா.பா. வைப் பற்றியும் அவருடைய படைப்புகளைப் பற்றியும் விமர்-

சிக்கும் போது, அவர் எழுதியது விமர்சனத்திற்கே தகுதியற்றவை என்றும் அவற்றை எவ்விதத்திலும் சமகால இலக்கியப் படைப்பாக ஏற்றுக் கொள்ள முடியாது என்றும் எழுதுகிறார்கள்; பேசுகிறார்கள்.

நா.பார்த்தசாரதி

ஆனால், என்னைப் பொறுத்தமட்டில் நா.பா.வின் எழுத்துகளில் எந்த இடத்திலும் விரசம் இருக்காது. அவருடைய கதாபாத்திரங்கள் சமூகக்கொடுமைகளின் மீது கடும் சீற்றம் கொண்டவர்கள். நாகரீகமான உரையாடல்களால் பெருந்தன்மையைக் காட்டுபவர்கள். குறிஞ்சி மலரின் அரவிந்தனாகட்டும், பொன்விலங்கின் சத்தியமூர்த்தியாகட்டும், சத்திய வெள்ளம் பாண்டியனாகட்டும் அனைவருமே லட்சிய நாயகர்களாக நாவல்களில் வலம் வருவார்கள். இதைத்தான் விமர்சகர்கள் கடுமையாகச் சாடுகிறார்கள். இவர்களை யதார்த்தமானவர்கள் இல்லை என்பார்கள். நான் கேட்கிறேன்- யதார்த்த மனிதனை மட்டும் படைப்பவர்கள் பலர் இருக்க லட்சிய மனிதர்களை படைத்து சமூகத்தில் உலவுபவர்கள் ஏன் இப்படி இருக்கக் கூடாதா என்று உணர்த்துவது தவறா? கதைகள் என்பதே கற்பனைதான். இந்தக் கற்பனையில் யதார்த்த மனிதனைத் திரிய விடுவதை விட லட்சிய மனிதர்களை நடமாட விட்டு, இப்படி மனிதர்கள் வாழலாமே என்று சொல்வதால் அந்தப் படைப்பே மோசம் என்று ஒதுக்க வேண்டுமா?

இந்த வகையில் நா.பா. வின் எழுத்தில் ஆர்வம் கொண்ட நான் அடிக்கடி அவருக்குக் கடிதம் எழுதுவேன். அவரும் பதில் போடுவார். இப்படி கடிதத்தின் மூலம் எங்கள் நட்பு வளர்ந்தது. மதுரை சேதுபதி பள்ளியில் தமிழாசிரியராக பணியாற்றிக் கொண்டிருந்தவரை கல்கி நிறுவனத்தினர் சென்னைக்கு அழைத்தனர். ஆசிரியர் குழுவில் சேர்த்துக் கொண்டனர். பொன்விலங்கு நாவல் கல்கியில் தொடராக வந்தது. இந்த நாவல் 1963 ஜனவரி பொங்கல் மலரிலிருந்து ஆரம்பித்து 1964 ஏப்ரலில் முடிந்தது என்று நினைக்கிறேன். இந்தக் காலகட்டத்தில் நிர்வாகத்திற்கும் நா.பாவுக்கும் கருத்து வேறுபாடு முற்ற கல்கி பணியிலிருந்து விலகி விட்டார். ஓராண்டு முழுவதும் மேடைப்பேச்சுகளுக்கு சென்று வந்தார். அவருடைய இலக்கிய உரையைக் கேட்டுக் கொண்டே இருக்கலாம். நா.பா. கர்மவீரர் காமராஜரின் தொண்டர். எனவே சில அரசியல் மேடைகளிலும் அவரைக் காணலாம். அவரது உரை காரசாரமாக, அதே சமயம் நாகரீகமாக இருக்கும். நான் 1964 முதல் 1967 வரையில் மதுரை மாவட்டத்தில் பணியாற்றியபோது நேரில் கேட்டிருக்கிறேன். நிறைய கடிதங்கள் எழுதியிருந்தாலும் அவரிடம் நேரில் சென்று அறிமுகப்படுத்திக் கொள்ளத் தயங்கினேன்.

1965 மார்ச் மாதம் என்று நினைக்கிறேன். நா.பா. நேரிடையாகக் கடிதம் அனுப்பியிருந்தார். அன்று கடிதம் கார்டுதான். அதில் தாம் 'தீபம்' இலக்கிய மாத இதழ் ஒன்று தொடங்க இருப்பதாகவும் அந்த இதழுக்குத் தங்களைப் போன்றவர்கள் ஒத்துழைப்பு கொடுக்க வேண்டுமென்றும் எழுதியிருந்தார். தனி இதழ் 75 பைசா என்றும் ஆண்டு சந்தா ரூபாய் 7.50 என்றும் கடிதத்தில் எழுதப்பட்டிருந்தது. எனக்கு மிகுந்த மகிழ்ச்சி. 10 சந்தாக்கள் சேர்த்து அனுப்பினேன். முதல் இதழ் லதாவின் அட்டைப்படத்துடன் 80 பக்கங்களில் 75காசுகள் விலையில் வெளிவந்தது. முதல் இதழ் அனைவராலும் போற்றப்பட்டது.

இதழ் தொடங்கி ஆறாவது மாதம் மதுரையிலிருந்து வீட்டுக்கு (குறிஞ்சிப்பாடி) வந்த நான், சென்னைக்குப் புறப்பட்டு விட்டேன். சொந்த வேலை எதுவுமில்லை. நா.பா. வை நேரில் பார்த்து பேசி விட வேண்டும். தீபம் அலுவலகத்தையும் பார்த்து விட வேண்டும் என்கிற உந்துதல்தான். எழும்பூரில் இறங்கினேன். அண்ணாசாலையிலுள்ள அண்ணா சிலை சதுக்கத்தின் பக்கத்திலேயே இருந்த எல்லீஸ் ரோடின் உள்ளே முதல் சந்து நல்லதம்பிச் செட்டித் தெரு. அத்தெருவில் 6ஆம் எண் வீட்டின் உள்ளே பக்கவாட்டில் திரும்பினால் முதல் மாடியில் தீபம் அலுவலகம் இருந்தது. நான் சென்றபோது மணி காலை 9 இருக்கும். அலுவலகத்தில் சுறுசுறுப்பாக ஒருவர் இயங்கிக் கொண்டிருந்தார். நான் என்னை அறிமுகப்படுத்திக் கொண்டேன். அவர் ' நான்தான் திருமலை. மேனேஜர்' என்றார். 'ஆசிரியர் 10 மணிக்கு வருவார்' என்றார். பேக்கை வைத்து விட்டு குளியுங்கள். இங்கேயே பாத்ரூம் இருக்கிறது. எத்தனை நாள் தங்க போகிறீர்கள். ரூம் போட வேண்டாம். இங்கேயே தங்கிக் கொள்ளலாம்' என்றார்.

என் பேக்கை வைப்பதற்கு ஒரு அறையைக் காண்பித்தார். நான் குளித்துவிட்டு உடையை மாற்றிக் கொண்டு வருவதற்குள் டீ போட்டு வைத்திருந்தார். அருந்தினேன். அதற்குள் மணி பத்து ஆகிவிட்டது. ஆசிரியர் நா.பா. வந்தார். நான் ஒதுங்கி நின்று பார்த்தேன். மாடிப்படிக்கட்டில் அவர் மிகவும் வேகமாக ஏறி வந்தார். அவர் படிக்கட்டில் ஏறுவதும் இறங்குவதும் எப்போதும் வேகமாக தான். அவருடைய அறையில் போய் அமர்ந்தார். 'திருமலை' என்றார். திருமலை கடிதங்களை எடுத்துச் சென்று மேசையின் மேல் வைத்தார். ஒவ்வொன்றாகப் பிரித்துப் படித்த பின், மதுரையிலிருந்து செல்வராசு வந்திருக்கிறார் என்றதும் என்னை அறைக்கு அழைத்தார். 'எங்கே இருக்கிறீர்கள் என்ன செய்கிறீர்கள்? தீபத்தைப் பற்றி நண்பர்கள் என்ன சொல்கிறார்கள்?' என்றெல்லாம் விசாரித்தார். நான் 'சிறப்பாக போகிறது. ஒரு சிறந்த இலக்கிய இதழாக வருகிறது என்று சொல்கிறார்கள்' என்றேன்.

நான் அப்போதுதான் 'வேலை நிமித்தமாக கேரள எல்லையோரம் பணி செய்து வருகிறேன். மலையாள மொழியையும் கற்றுக் கொண்டிருக்கிறேன்.' என்றேன். 'நல்லதாகப் போயிற்று. தீபத்துக்கு ஒரு மொழிபெயர்ப்பாளர் கிடைப்பார்

என்று நம்புகிறேன்.' என்றார் நா.பா. சிரித்துக் கொண்டே. 'அப்புறம் எவ்வளவு நாள் தங்குகிறீர்கள்? ஓட்டலில் ரூம் போட வேண்டாம். இங்கேயே தங்கி விடுங்கள். கைலாசம் இங்குதான் தங்குகிறார். திருமலையும் இருப்பார்.' என்று உரிமையுடன் பேசினார். எனக்கு மகிழ்ச்சி. மதியம் வரை இருந்தவர் புறப்பட்டு விட்டார். அன்றிரவே நானும் புறப்பட்டு விட்டேன். நா.பா. என்று அழைக்கப்படும் தீபம் நா. பார்த்தசாரதி அவர்களுடன் அதுதான் முதல் சந்திப்பு. ஆசிரியர் குழுவில் அப்போது சிலகாலம் திருப்பூர் கிருஷ்ணனும் இருந்தார். அதன்பின் நா.பா.வுடன் சந்தித்து அளாவளாவியது ஏராளம்

இந்நாள் வரையில் செல்வராசு, மீனாட்சி மைந்தன், ஏ.எஸ். ராஜு என்ற பெயர்களில் சொந்தப்படைப்பாக ஐந்து சிறுகதைகளும், ஒரு குறுநாவலும் எழுதியுள்ளேன். என் மொழியாக்கக் கட்டுரை முதன்முதலில் தீபத்தில் வெளிவந்தது. குறிஞ்சிவேலன் என்ற பெயரை தீபத்தில் இந்தக் கட்டுரை மூலம்தான் பதிவு செய்தேன். அந்த சமயத்தில் 'மலையாள நாடு' வார இதழில் வி.பி.சி. நாயர், மலையாள எழுத்தாளர்களிடம் நேர்காணல்கள் கண்டு ஒவ்வொரு ஓணப்பண்டிகை மலர்களிலும் நான்கு அல்லது ஐந்து கட்டுரைகள் வெளிவந்தன. எட்டொன்பது கட்டுரைகள் வந்தபின், அக்கட்டுரைகளின் உண்மைத்தன்மையையும் வீரியத்தையும் உணர்ந்து இவற்றை தமிழுக்குக் கொண்டு வர வேண்டும் என்ற முனைப்போடு வி.பி.சி. நாயரிடம் அனுமதி கேட்டேன்.

எவ்வித மறுப்பும் சொல்லாமல் அனுமதி தந்தார். 'தீபம்'1976 பிப்ரவரி இதழிலிருந்து ' முழுமையைத் தேடும் முழுமையற்ற புள்ளிகள்' தொடராக வரத் தொடங்கியது. சுமார் இருபத்தி நான்கு மலையாளப் படைப்பாளிகளின் உள்ளும் புறமுமான வாழ்க்கை நிலையுடன் அவர்களின் படைப்புகளைப் பின்னிப் பிணைவதாக அந்த நேர்காணல்கள் இருந்தன. முதல் இரண்டு நேர்காணல்கள் வந்தவுடனேயே வாசகர்கள் மட்டுமல்லாமல் பல பெரும் எழுத்தாளர்களும் பாராட்டுக் கடிதங்கள் எழுதினார்கள். பலர் நேரிலும் பாராட்டியிருக்கிறார்கள். எனவே தீபம் நா.பா. அவர்கள் எனக்கு ஒரு கடிதம் எழுதினார்:

முழுமையைத் தேடும் முழுமையற்ற புள்ளிகள்' தொடருக்கு பெரும் ஆதரவு வருகிறது. தொடர்ந்து எழுதுங்கள்'. 1980 வரையில் அக்கட்டுரைகள் வந்தன. இந்த கால இடைவெளியில்தான் வல்லிக்கண்ணன் சாகித்திய அக்காதெமி விருது பெற்றார். அந்நேரத்தில் தற்செயலாக ஒருநாள் வேறு வேலையாக சென்னைக்குச் சென்றேன். வழக்கம் போல தீபம் அலுவலகத்தில் தங்கினேன். அலுவலகம் வந்த நா.பா. என்னை அழைத்து,'என்ன குறிஞ்சி எப்ப வந்தீங்க? என்ன வேலை? எந்த வேலையாக வெளியில் போனாலும் மாலை நான்கரை மணிக்கெல்லாம் இங்கு வந்து விடுங்கள். மாலை நாம ஒரு முக்கியமான இடத்துக்குப் போக வேண்டும். சரியா?' என்றார். 'சொன்ன நேரத்துக்கு நான் வந்துடறேன் சார்,' என்றேன்.

நான்கு மணிக்கே என் சொந்த வேலைகளை முடித்து விட்டு வந்தேன். நா.பா. சரியாக நான்கரை மணிக்கு வந்தார். 'குறிஞ்சி புறப்படுங்க' என்று கூறிவிட்டு முன்னால் சென்றார். நான் அவரைப் பின்தொடர்ந்து சென்றேன். கீழே அவருடைய கார் நின்றிருந்தது. காரை நெருங்கி கதவைத் திறந்து அமரச் சொல்லிவிட்டு காரை ஓட்டினார். சென்ட்ரல் அருகிலுள்ள சி.எல்.எஸ் என்று இலக்கிய ஆர்வலர்களால் அழைக்கப்படும் கிறிஸ்துவ இலக்கியச் சங்கத்தின் எதிரில் கார் நின்றது. வாயிலில் 'சாகித்திய அக்காதெமி விருது பெற்ற வல்லிக்கண்ணனுக்குப் பாராட்டு விழா' என்னும் துணி பேனர்.

காரிலிருந்த இறங்கிய நா.பா. வுடன் நானும் சென்றேன். சி. எல். எஸ் செயலாளர் நா. பா. வை வரவேற்று அமர செய்தார். நான் அவரருகில் அமராமல் நின்றேன். அதற்குள் வல்லிக்கண்ணனும், தி.க.சி. யும் அருகில் வந்து நா.பா. விடம் பேச்சுக் கொடுத்தார்கள். அப்போது நா. பா. என்னை அவர்களிடம் சுட்டிக்காட்டி, 'நீங்கள் இருவரும் எப்போதும் கேட்டுக் கொண்டே இருப்பீர்களே, அவர்தான் இவர்; குறிஞ்சிவேலன்,' என்றதும் வல்லிக்கண்ணன் கைகுலுக்கி மகிழ்ந்தார். தி.க.சி. என்னைத் தழுவிக் கொண்டு, 'நாங்கள் பாமர வாசகர்களுக்காக எழுதுகிறோம். நீங்கள் எங்களைப் போன்றவர்களுக்காக எழுதுகிறீர்கள்' என்றார். அவர் குறிப்பிட்டது அப்போது தீபத்தில் தொடராக வந்து கொண்டிருந்த 'முழுமையைத் தேடும் முழுமையற்ற புள்ளிகள்' தொடரைப் பற்றித்தான்.

தீபத்தில் இந்த நேர்காணல் தொடர் முடிந்ததும், மலையாற்றூர் ராமகிருஷ்ணனின் 'ஐந்து சென்ட் நிலம்' மற்றும் 'சல்லி வேர்கள்' நாவல்கள் அடுத்தடுத்து தொடராக வெளிவந்தன. தீபம் மாத இதழில் வெளியான மூன்று தொடர்களும் தமிழின் தீவிர வாசகர்களிடமும் எழுத்தாளர்களிடமும் பரவலாக என்னை அறிமுகம் செய்தன. இந்தக் காலகட்டத்தில்தான் நா.பாவின் மூத்த பெண் பூமணியின் திருமணம், தி. நகர், மீனாட்சி திருமண மண்டபத்தில் நடந்தது. நானும் என் மனைவியும் சென்றிருந்தோம். எங்களுக்கு அறை ஒதுக்கப்பட்டிருந்தது. தங்கள் மகளைப் போலவே என் மனைவியையும் நா.பா.வின் குடும்பத்தினர் வரவேற்றார்கள். எங்கள் இருவருக்கும் புத்தாடை வாங்கித்தந்து சிறப்பித்தார்கள். அந்த மாபெரும் மனித நேசிப்பாளரை மறக்கவே முடியாது.

அதன் பிறகு மூன்று முறை என் வீட்டுக்கு வந்திருக்கிறார். அவருக்கு விருந்து உபசரிப்புகள் பிடிக்காது. ஆனால், கண்டிப்பாக கீரை மசியல் இருக்க வேண்டும். முதன் முறையாக என்னுடைய நூல் வெளியீட்டு விழாவுக்கும், அடுத்த

முறை நெய்வேலிக்கு ஒரு பள்ளி விழாவுக்கும் வந்திருந்தார். மூன்றாவது முறை அவர் வந்தது நெய்வேலி நிலக்கரி நிறுவனத்தில் பணியாற்றிய ஜாபர் அலி என்கிற நண்பரின் திருமணத்திற்கு. அவர் தீபம் குடும்பத்தைச் சேர்ந்தவர் இல்லையென்றாலும் இந்து ஆர். நடராஜனின் நெருங்கிய நண்பர். அந்த வகையில் நெய்வேலியைச் சேர்ந்த ஏழெட்டு பேர்கள் எங்களுக்கு நண்பர்களானார்கள். அந்த நட்பின் காரணமாகத்தான் நா.பா. வும் வந்திருந்தார். முதல்நாள் எங்கள் வீட்டுக்கு வந்து விட்டு எங்கள் ஊர் பயணியர் விடுதியில் தங்கினார். மறுநாள் நாங்கள் ஏழெட்டு பேர்கள் இரண்டு கார்களில் ஜாபர் அலியின் சொந்த ஊருக்குப் புறப்பட்டோம். அந்த திருமணம் அவருடைய வீட்டில்தான் நடந்தது. நண்பர்களாகிய நாங்கள் தோட்டத்தில் பிரியாணிக்கு 'தம்' போட்டுக் கொண்டிருந்த இடத்துக்குப்.........போனோம். நா.பா.வை திருமணக் கூடத்திலேயே இருக்குமாறு சொன்னோம். அவர் பிராமணர் என்பதால். ஆனால், நா.பா. எங்களுடனேயே பிரியாணி தயாரிக்கும் இடத்திற்கு வந்து கவனமாக நோட்டமிட்டார். பின்புதான் தெரிந்தது, தன் கதையொன்றில் அக்காட்சியை அப்படியே பதிவிட்டிருந்தார்.

நா.பா. நட்புக்கு மிகவும் மரியாதை கொடுப்பவர். தம்மை பெரிய எழுத்தாளன் என்றெல்லாம் நினைக்க மாட்டார். அதற்கு எடுத்துக்காட்டாக ஒரு நிகழ்ச்சி.

இந்து ஆர். நடராஜனுக்கு கடலூரிலிருந்து சென்னைக்கு மாறுதல். சென்னை மாம்பலம் சி. ஐ.டி நகரில் வீடு பார்க்கப்பட்டது. நா.பா. தான் வீடு பார்த்துத் தந்தார். நடராஜனின் குடும்பத்துடன் நானும் சென்றேன். நாங்கள் போய் சேர்வதற்கு அந்தியாகி விட்டது. மாலை ஏழு மணி. வீட்டுச் சாமான்கள் இறக்கும் இடத்திற்கு நா.பா. வந்து விட்டார். சாமான்களை இறக்க ஆட்கள் யாரும் கிடைக்கவில்லை. நானும் நடராஜனும் அவர் மனைவியும் சேர்ந்துதான் இறக்கினோம். இறுதியில் அலமாரியை இறக்கும்போது நா.பா. வும் ஒரு பக்கமாக பிடித்து இறக்கி வீட்டுக்குள் கொண்டு வந்து வைக்க உதவினார். அந்த நிகழ்ச்சி மறக்க முடியாத அனுபவம்.

தீபம் இதழை தவறாமல் கொண்டு வருவதற்கு கடைசி பத்தாண்டுகள்- அதாவது 1980க்கு பின்பு பொருளாதார வகையில் மிகவும் சிரமமாகத்தான் இருந்தது. அதனால் அடிக்கடி மேடைப்பேச்சுக்கோ பட்டிமன்றத்துக்கோ புறப்பட்டு விடுவார். அதில் வரும் வருமானத்தில் தான் இதழ் தொடர்ந்து வந்து கொண்டிருந்தது. ஒருமுறை தஞ்சாவூரில் சொற்பொழிவு. அதற்காக இவர் செல்ல வேண்டும். நான் அப்போது நா.பா. வைப் பார்ப்பதற்காக அவருடைய வீட்டுக்குப் போயிருந்தேன். இரவு எட்டு மணி இருக்கும். அவர் வீட்டிலேயே இருவரும் சாப்பிட்டு விட்டு அவரை பஸ்ஸில் ஏற்றுவதற்காக வீட்டிலிருந்து மாம்பலம் பேருந்து நிலையத்திற்கு நடந்தே சென்றோம். போகும் வழியில் அவருக்கு மூச்சு வாங்கியது. சரியாக நடக்க முடியவில்லை. பயணத்தை தவிர்த்து விடுங்கள் என்றேன். கேட்கவில்லை.எப்படியோ சென்று திரும்பி விட்டார்.

இறுதி நாட்களில் உடம்பை அவர் சரியாக கவனிக்கவில்லை. வெளிநாட்டுக்குப் போய் திரும்பும்போது விமான நிலையத்திலேயே மார்புவலி ஏற்பட்டு விட்டது. வரும் வழியிலேயே பாலாஜி மருத்துவமனையில் சேர்த்து விட்டார்கள். இதைக் கேள்விப்பட்டு சென்னைக்குச் சென்று அவரை மருத்துவமனையில் பார்த்தேன். உடல்நலம் தேறியிருந்தார். ஒரு வாரத்தில் நா.பா. மறைந்து விட்டார் என்ற வானொலி செய்தி கேட்டு சென்னைக்குச் சென்றேன். அந்த ஆஜானுபாகுவான ஆள் அசையாமல் கிடத்தி வைக்கப்பட்டிருந்தார். என்னால் அழுகையை அடக்க முடியவில்லை. அரசியல்வாதிகள், எழுத்தாளர்கள் என ஏராளமானோர் வந்து சென்றார்கள் ஆனால், அன்று மாலையில் நடந்த இறுதி ஊர்வலத்துக்கு பத்துப் பதினைந்து பேர்கள் மட்டும்தான் வந்திருந்தார்கள். நட்புக்கு இலக்கணமாகத் திகழ்ந்தவரும், என் இலக்கிய வழிகாட்டியுமான அந்த உயர்ந்த மனிதர் 1987 டிசம்பர் மாதத்தில் இப்பூவுலகை விட்டு மறைந்தார். அவருடைய லட்சிய இலக்கிய இதழும் நின்று விட்டது.

எஸ். கே. பொற்றேகாட் முதல் இன்றைய எழுத்தாளர் ட்டி.டி. ராமகிருஷ்ணன் வரை மலையாள இலக்கியத்தின் மூன்று தலைமுறை எழுத்தாளர்களின் படைப்புகளை தமிழுக்கு அறிமுகப்படுத்தியுள்ளீர்கள். இந்திய இலக்கியத்தில் மலையாள இலக்கியத்திற்கான இடம் என்ன?

தகழி சிவசங்கர பிள்ளை, வைக்கம் முகமது பஷீர், எஸ்.கே. பொற்றக்காட், கேசவதேவ், பொன்குன்னம் வர்க்கி, காரூர் நீலகண்ட பிள்ளை, வெட்டூர் ராமன் நாயர், போஞ்ஞிக்கர ராபி, ஈ.எம். கோவூர், லலிதாம்பிகா அந்தர்ஜனம் ஆகியோர் சமகால மலையாள இலக்கிய உலகின் முதல் தலைமுறையினர். இவர்கள் மக்கள் வாழ்க்கையின் உண்மை நிலையை கற்பனை கலந்து யதார்த்த இலக்கியம் படைத்தவர்கள்.

இரண்டாம் தலைமுறையைச் சேர்ந்த இ. வாசு, டி. பத்மநாபன், எம்.டி. வாசுதேவன் நாயர், மலையாற்றூர் ராமகிருஷ்ணன், ஓ.வி. விஜயன், காக்கநாடன், எம். முகுந்தன், சக்கரியா, சேது, பி. வத்ஸலா, புனத்தில் குஞ்ஞுப்துல்லா, எம். சுகுமாரன், சாரா ஜோசப், வைசாகன் போன்றவர்கள் நனவோடை உத்திகளிலும் மாய யதார்த்தம், பின் நவீனத்துவம் போன்ற இலக்கிய வகைமைகளிலும் மலையாள இலக்கியத்தை முன்னெடுத்துச் சென்றவர்கள். இவர்களுக்கு

அடுத்து வந்த என். எஸ். மாதவன், சி.வி. பாலகிருஷ்ணன், என். பிரபாகரன், வி.பி, சிவகுமார், எம். ராஜீவ் குமார், ட்டி.டி. ராமகிருஷ்ணன், சி. எஸ், சந்திரிகா, சந்திரமதி போன்றவர்கள் இந்தியா மற்றும் சர்வதேசப் பிரச்சினைகளை தங்கள் கற்பனைகளோடு கலந்து மலையாள மொழியில் இலக்கியம் படைக்கிறார்கள். இவ்வாறு காலத்துக்கு தகுத்தாற்போல் தங்கள் கற்பனை போக்கையும் வடிவத்தையும் தங்கள் எழுத்துகளில் மாற்றிக் கொண்டு வருவதால், இந்திய இலக்கியத்தின் சமகால படைப்புகளில் வங்காள மொழிக்கு அடுத்து மலையாள மொழி எழுத்துகள் இடம் பிடித்துள்ளன என்பது என் அனுமானம்.

மலையாளத்திலிருந்து தமிழில் மொழியாக்கம் செய்தவர்களின் வரிசையில் சாகித்ய அகாதெமியின் விருதை முதலில் பெற்றவர் நீங்கள். அந்த அங்கீகாரத்தை எப்படி உணர்ந்தீர்கள்?

மொழிபெயர்ப்புக்கான சாகித்திய அக்காதெமி விருது 1989 ஆம் ஆண்டு முதல்தான் தொடங்கினார்கள். அப்போது அந்த விருதுக்கான பரிசுத் தொகை ரூபாய் 10000. தமிழில் மொழிபெயர்ப்புக்கான விருதை 1989 ஆம் ஆண்டில் பெற்றவர் பன்மொழிப் புலவர் மு.கு. ஜகந்நாத ராஜா. 'ஆமுக்த மால்யதா' என்றும் பெயரில் கிருஷ்ண தேவராயர் தெலுங்கில் எழுதிய நூலை தமிழாக்கம் செய்தமைக்காக விருது வழங்கப்பட்டது. 1990 இல் சிவராம கரந்த் கன்னடத்தில் எழுதிய (மரலி மன்னிக்கே) மண்ணும் மனிதரும் என்ற நாவல் மொழியாக்கத்திற்காக 1990இல் டி.பி. சித்தலிங்கையாவும், வி.எஸ். காண்டேகர் மராத்தியில் எழுதிய 'யயாதி' என்ற நாவல் மொழியாக்கத்திற்காக கா. ஸ்ரீ.ஸ்ரீ.யும் , 'மௌன ஓலம்' என்ற கன்னட நாவலை தமிழில் மொழியாக்கம் செய்ததற்காக கே. வெங்கடாசலமும், 1993இல் 'இந்திய மொழி நாடகங்கள்' என்ற நூலின் தமிழாக்கத்திற்காக சரஸ்வதி ராம்னாத்தும்,1994 இல் 'விஷக்கன்னி' என்ற மலையாள நாவலின் மொழியாக்கத்திற்காக நானும் மொழியாக்க விருதுகளைப் பெற்றோம். நான் சாகித்திய அக்காதெமி விருதைப் பெற்றபோது நடந்த சுவாரசியமான செய்திகளை இங்கே பகிர்ந்து கொள்ளலாம் என்று நினைக்கிறேன்.

1994 டிசம்பர் 15 ஆம் தேதி தில்லியில் நடந்த சாகித்திய அக்காதெமி மீட்டிங்கில் மொழியாக்க விருதுகளையும், படைப்பாக்க விருதுகளையும் அறிவித்துள்ளார்கள். இச்செய்தி அன்று வானொலி மூலமாக அன்று மாலை ஒலிபரப்பாகி உள்ளது. இச்செய்தியை நான் கேட்கவில்லை. பத்திரிகை ஊடகங்கள் மற்றும் தொடர்பு சாதனங்கள் சார்ந்தவர்கள் யாரும் என்னை அணுகவில்லை. நான் வழக்கம்போல் மறுநாள் காலையில் அலுவலகம் போகும் வழியில் தமிழ் தினசரியான 'தினமணி'யும், ஆங்கில தினசரியான 'இந்து'வையும் வாங்கிப் பையில் வைத்துக் கொண்டு பணிக்குப் புறப்பட்டேன். எங்கள் வீட்டிலிருந்து பத்து கிலோ மீட்டர் தூரத்தில் நான் பணியாற்றும் நெய்வேலிக்கு அருகிலுள்ள வடக்குத்து கிராமம் இருந்தது.

நான் பணியாற்றும் கால்நடை கிளை மருந்தகத்தில் எட்டு மணிக்குப் போய்விட்டேன். பதினொரு மணிக்கு விரைவில் கால்நடைகளுக்கு சிகிச்சையளித்து விட்டு கைகால்களை கழுவிக்கொண்டு நாற்காலியில் அமர்ந்தேன். முதலில் தினமணியைத் தான் படித்தேன். என் எதிரில் ஒரு விவசாயியும் நாற்காலியில் அமர்ந்து தினமணியின் ஒரு பக்கத்தை எழுத்துக் கூட்டி படித்துக் கொண்டிருந்தார். தினமணியின் ஐந்தாம் பக்கம் என்று நினைவு. 'பொன்னீலனுக்கு சாகித்திய அக்காதெமி ' விருது என்று கொட்டை எழுத்துகளில் அச்சிடப்பட்டிருந்தது. குறிஞ்சி வேலனுக்கு 'விஷக்கன்னி' என்ற மலையாள நாவலை மொழியாக்கம் செய்தமைக்கு மொழிபெயர்ப்பு விருது என்று இருந்தது. அந்நேரத்தில் எனக்கு ஏற்பட்ட இன்ப அதிர்ச்சியை பகிர்ந்து கொள்ள விருதைப் பற்றித் தெரிந்த நபர்கள் அருகில் யாருமில்லை. ஆனால், சிசிச்சைக்காக மாட்டை ஓட்டி வந்த விவசாயி மட்டும் அமர்ந்திருந்தார்.

நான் சட்டென்று எழுந்தேன். எதிரில் அமர்ந்து எழுத்து கூட்டிப் படித்துக் கொண்டிருந்த விவசாயியிடம், 'கையை நீட்டுங்கள்' என்று கூறி அவர் கையைப் பிடித்து இரண்டு நிமிடங்கள் வரை குலுக்கினேன். அந்த விவசாயியோ டாக்டர் இவ்வளவு நேரம் நன்றாகத்தானே இருந்தார். இது என்ன இப்படியெல்லாம் குதிக்கிறாரே என்று நினைத்து என்னை ஒரு மாதிரியாகப் பார்த்தார். பிறகு நாற்காலியில் அமர்ந்து விருது கிடைத்த விவரத்தை கூறினேன். அவர், 'அப்படியா?' என்று விட்டேற்றியாக மொழிந்தார். விருதைப் பற்றி அவருக்குத் தெரியவில்லை. அதனால் நானே அவரிடம், 'ஐயா, புத்தகம் எழுதுகிறவர்களுக்கு இது மிகப் பெரிய விருது' என்றேன். அப்போதும் அவர், 'அப்படியா'என்றார். அதன் பிறகு 'இந்த விருதுக்கு பத்தாயிரம் ரூபாய் பரிசு கொடுப்பார்கள்' என்றேன். அப்போது அவர் சட்டென்று எழுந்து நான் செய்ததைப் போல என் கையைக் குலுக்கினார். மிகுந்த மகிழ்ச்சியுடன் அந்த கிராமம் முழுவதும் இந்தச் செய்தியைப் பரப்பி விட்டார்.

மணி பனிரெண்டு ஆயிற்று. மருத்துவமனையை மூடி விட்டு (எல்லா வேலைகளையும் நாங்களேதான் செய்ய வேண்டும் — ஓராசிரியர் பள்ளியைப் போல). வீட்டுக்குப் புறப்பட்டேன். எப்படியும் பத்திரிகை நிருபர்கள் வீட்டுக்கு வந்திருப்பார்கள். வானொலி நிலையத்தார் வந்திருப்பார்கள். அவர்கள் கேட்கும் கேள்விகளுக்கு என்ன பதில் சொல்வது போன்றவையெல்லாம் கற்பனையில் மிதந்தது. வேகமாக சைக்கிளை மிதித்தேன். வீட்டை அடைந்ததும்..........எல்லோரும் வழக்கம் போல அமைதியாகத்தான் இருந்தார்கள். சிறிது நேரத்தில் தந்தி பையன் தந்தி

ஒன்றை நீட்டினான். வாங்கி பார்த்தேன். 'சுபமங்களா' ஆசிரியர் கோமல் சுவாமிநாதன் வாழ்த்துச் செய்தி அனுப்பியிருந்தார். ஒரு மணிநேரம் கழித்து சாகித்திய அக்காதெமியின் தந்தி வந்தது. அதன்பிறகுதான் வீட்டிலுள்ள அனைவரிடமும் சொன்னேன். அப்பா அன்றுதான் மகிழ்ச்சியடைந்தார்.

காரணம், நான் அதுவரையில் சம்பாதிக்கும் பணத்தையெல்லாம் புத்தகங்களாக வாங்கிச் செலவழிக்கிறேன் என்கிற வருத்தம் அவருக்கு, இப்பரிசைப் பற்றி விளக்கிவிட்டு பணமும் பத்தாயிரம் கிடைக்கும் என்று சொன்ன பின்புதான் அவருக்கு மகிழ்ச்சி ஏற்பட்டது. அதுமட்டுமல்ல, இந்தப் பரிசை வாங்குவதற்காக தில்லிக்குப் போய் வரவேண்டும் என்று சொன்னதும் மேலும் மகிழ்ந்தார். என் தாயார் அந்த வருடம் தவறினார். என்னை வளர்த்த என் பெரிய தாயாருக்கு இதை எப்படிச் சொன்னாலும் புரியாது. மனைவியும் பிள்ளைகளும் என் மகிழ்ச்சியில் முழுமையாகப் பங்கேற்றார்கள்.

எந்த ஊடகமும் என்னை சந்திக்கவில்லை. நேர்காணலும் செய்யவில்லை. நான் பொன்னீலனுக்கு மட்டும் போன் செய்து அவருக்கு வாழ்த்து கூறிவிட்டு, 'தில்லி போகும்போது சேர்ந்தே போகலாமா' என்று கேட்டேன். 'போகலாம், நான் திருவனந்தபுரம் விமான நிலையத்திலிருந்து போகப் போகிறேன்.' என்றார். 'எந்த தேதி' என்று அவரிடமே கேட்டேன். பிப்ரவரி மாதத்தில் ஒரு தேதியைச் சொன்னார். எனக்கு அதுவரையில் அழைப்பு வரவில்லை. அதன்பின், சென்னை சாகித்திய அக்காதெமிக்கு கடிதம் எழுதிக் கேட்டபோது, படைப்பிலக்கியத்துக்கு பிப்ரவரி மாதத்திலும், மொழிபெயர்ப்பு இலக்கியத்துக்கு ஆகஸ்ட் மாதத்திலும் பரிசளிப்பு விழா என்றார்கள். சாகித்திய அக்காதெமி விருது பெற்ற செய்தியை சுபமங்களா, புதிய பார்வை, ஆனந்த விகடன் இதழ்கள் மட்டுமே பிரசுரித்தன. வேறு யாரும் பிரசுரிக்கவில்லை. 1995 ஆகஸ்ட் மாதம் 12 ஆம் தேதி சென்னை சென்ட்ரலிலிருந்து நானும் என் மனைவியும் ரயிலில் புறப்பட்டோம். என் மனைவி விமானத்தில் செல்ல மறுத்துவிட்டார்.

14 ஆம் தேதி தில்லியில் இறங்கினோம். சாகித்திய அக்காதெமியினர் இன்டர் நேஷனல் ஓட்டலில் அறை ஏற்பாடு செய்திருந்தார்கள். 15 ஆம் தேதி சுதந்திர தினத்தன்று விருதுகள் வழங்கப்பட்டன. பிரபல கன்னட எழுத்தாளர் யு. ஆர். ஆனந்தமூர்த்தி தான் அப்போதைய தலைவர். என்னை அறிமுகப்படுத்திக் கொண்டதும் நீண்டநாள் பழகியது போல் பேசினார். என் மனைவியிடம் 'என் மனைவியும் தமிழ் பேசுவார்' என்று சொல்லி வெகுநேரம் பேசிக் கொண்டிருந்தார். மறுநாள் தலைநகர் தமிழ்ச்சங்கத்தில் பாராட்டு விழா. மேலும் மூன்று நாட்கள் தங்கி, பணிக்கர் டிராவல்ஸில் ரிஷிகேஷ், ஹரித்துவார் ஒருநாளும்- மதுரா, ஆக்ரா, பதேபூர் சிக்ரி ஒருநாளும் பார்த்தோம். மூன்றாம் நாள் தில்லியைப் பார்த்து விட்டு நான்காம் நாள் ரயிலில் சென்னைக்குத் திரும்பினோம்.

இந்திய மொழிகளிலேயே முதல்முறையாக மொழியாக்கப் படைப்புகளுக்காக மட்டும் வெளிவரும் 'திசைஎட்டும்'என்ற காலாண்டிதழை கடந்த 17 ஆண்டுகளாக நடத்தி வருகிறீர்கள். இந்த இதழின் சாதனைகளையும் நோக்கங்களையும் பகிருங்கள்.

தேசிய ஒருமைப்பாட்டைப் பேணவும், இளம் மொழியாக்கப் படைப்பாளிகளை உருவாக்கவும், இந்திய மற்றும் உலகின் நல்ல பயனுள்ள இலக்கியங்களைத் தமிழில் கொணரவும், அதேபோல் தமிழின் சிறந்த படைப்புகளை பிற மொழிகளுக்குக் கொண்டு செல்லவும் தோன்றியதுதான் 'திசை எட்டும்' மொழியாக்கக் காலாண்டிதழ். 2003 ஜூலை மாதத்தில் தோன்றிய இவ்விதழ் இதுவரையில் 64இதழ்களாக மலர்ந்து மணம் வீசிக்கொண்டிருக்கிறது. ஒவ்வொரு இதழும் ஒரு புத்தகம் என்று சொல்லும் படியான அளவில் வெளிவந்துள்ளது.

மேலும், மொழியாக்கம் ஒன்றையே குறிக்கோளாகக் கொண்டு வெளிவரும் இவ்விதழின் தனிச்சிறப்பு, இந்திய அளவில் மொழியாக்கத்திற்கென்று வெளியிடப்படும் ஒரே பிராந்திய மொழி இதழுமாகும். இவ்விதழ் மூலம் இதுவரையில் நோபல் இலக்கியச் சிறப்பிதழ், புக்கர் இலக்கியச் சிறப்பிதழ், சர்வதேச இலக்கியச் சிறப்பிதழ், ஜப்பானிய இலகியச் சிறப்பிதழ், ஸ்பானிஷ் இலக்கியச் சிறப்பிதழ், உலக வாய்மொழி இலக்கியச் சிறப்பிதழ், ஸ்கேண்டி நேவியன் இலக்கியச் சிறப்பிதழ், உலக அறிவியல் இலக்கியச் சிறப்பிதழ், கொரியமொழி இலக்கியச் சிறப்பிதழ், அரபி இலக்கியச் சிறப்பிதழ், உலகக் குழந்தை இலக்கியச் சிறப்பிதழ், உலகச் சுற்றுச்சூழல் இலக்கியச் சிறப்பிதழ், உலக ஹைக்கூ சிறப்பிதழ் என்னும் உலகளாவிய இலக்கியச் சிறப்பிதழ்களுடன் இந்திய மொழிகளான மைதிலி மொழி இலக்கியம், தெலுங்கு மொழி இலக்கியம், வடகிழக்கிந்திய மொழிகள் இலக்கியம், கன்னட மொழி இலக்கியம், இந்தோ-ஆங்கில இலக்கியம், கொங்கணி மொழி இலக்கியம், குஜராத்தி மொழி இலக்கியம், பஞ்சாபி மொழி இலக்கியம் எனப் பல சிறப்பிதழ்களையும் நண்பர்களின் தன்னலமற்ற மொழியாக்க உதவியுடன் கொணரப்பட்டுள்ளன. இவ்விதழின் சிறப்புக்கு பாராட்டு அளிக்கும் விதமாக 2017 மே மாதம் முதல் இந்தியப் பல்கலைக்கழக மானியக்குழுவினரால் ஓர் அங்கீகரிக்கப்பட்ட தமிழ் இதழாக அறிவித்துள்ளது.

இவை மட்டுமல்ல, மொழியாக்கப் படைப்பாளிகள் என்றாலே இரண்டாம் இடத்தில் வைத்துப் பார்க்கும் இந்திய இலக்கிய உலகில், அவர்களும் முதல்நிலைப் படைப்பாளிகள்தான் என்று அனைவரும் உணரவேண்டும் என்னும் உயரிய குறிக்கோளோடு தொடங்கப்பட்டதுதான் 'நல்லி- திசைஎட்டும்' மொழியாக்க இலக்கிய விருதாகும். சென்னை

நல்லி சின்னசாமி செட்டி நிறுவன உரிமையாளர் பத்மஸ்ரீ நல்லி குப்புசாமி செட்டியார் அவர்களின் பொருளாதார உதவியுடன் 2004-ம் ஆண்டு முதல் வழங்கப்பட்டுவரும் இவ்விருதுகள் ஒரு விருதுக்கு பரிசுத்தொகை ரூ.15000/- எனத் தொடங்கி, இதுவரையில் (2019 வரை) 146 மொழியாக்கப் படைப்பாளிகள் நல்லி- திசைஎட்டும் மொழியாக்க இலக்கிய விருதுகளைப் பெற்றுள்ளனர்.

2011-ம் ஆண்டு முதல் பள்ளி மற்றும் கல்லூரி மாணவர்களை மொழியாக்கத் துறையில் ஊக்கமளிக்கும் விதமாக ரூபாய் 50000/- ஒதுக்கி பரிசுகளாக அளித்து வருகிறோம். ஒவ்வொரு விருதாளருக்கும் அவர்களின் சொந்த ஊரி-லிருந்து விழா நடைபெறும் ஊருக்கு வந்து செல்வதற்கான குளிர்சாதன வசதியுடன் கூடிய இரண்டாம் வகுப்பு ரயில் கட்டணத் தொகையும் அவர்கள் விழா நாட்களில் தங்குவதற்கு வசதியாக உயர்தரமான ஓட்டலில் இடவசதி ஏற்பாடும் செய்யப்படுகிறது. தமிழகத்தின் மிகவும் பின்தங்கிய கடலூர் மாவட்டம் குறிஞ்சிப்பாடியைச் சேர்ந்த மீனாட்சிப்பேட்டை எனும் ஒரு குக்கிராமத்தில் வசித்துக்கொண்டு, ஒரு கிராமத்திலிருந்தும் ஓர் இதழை வெளியிட முடியும் என்னும் நம்-பிக்கையுடன் இதுவரையில் 64 இதழ்கள் தொடர்ந்து கொண்டு வரப்பட்டுள்ளன.

மகாபாரத கதையை அடிப்படையாக வைத்து, பீமனை மையப்பாத்திரமாக்கி எம்.டி. வாசுதேவன் நாயரால் எழுதப்பட்ட 'இரண்டாம் இடம்' என்ற புகழ்பெற்ற நாவலை தமிழில் மொழியாக்கம் செய்திருக்கிறீர்கள். மிகச் சிறந்த இந்திய நாவல்கள் வரிசையில் இடம் பெற்றுள்ள அந்த நாவல் மொழியாக்கத்தைப் பற்றி குறிப்பிட முடியுமா?

இரண்டாம் இடம் (ரண்டாமூழம்) கலாகௌமுதி வார இதழில் தொடராக வரும் போதே நானும் தொடர்ந்து படித்து வந்தேன். இந்த நாவல் பற்றி கலாகௌமுதியில் விளம்பரம் வந்தபோது நான் அந்தளவுக்கு அதில் ஈர்ப்புக் கொள்-ளவில்லை. தொடர் ஆரம்பித்து முதல் அத்தியாயத்தை படித்து முடித்ததும் என்னால் வாரம் ஒருமுறைதான் ஒரு அத்தியாயம் வரும் என்பதை என்னால் பொறுத்துக் கொள்ள முடியவில்லை. பரபரவென்று மறுவாரம் எப்போது வரும் என்று காத்திருந்து பதினேழு கிலோ மீட்டர் தூரத்திலிருக்கும் நெய்வேலிக்குச் சென்று இதழை வாங்கிப் படித்த பின்-புதான், மனம் ஒரு நிலைக்கு வரும். நாவல் முடிந்தது. நூலாகவும் வந்தது. எத்தனை முறை அந்த நாவலை படித்தி-ருப்பேன் என்று எனக்கே நினைவில்லை. அதன் பின்புதான் மொழியாக்கம் செய்யவேண்டுமென்ற எண்ணம் எழுந்தது. அனுமதிக்காக கடிதம் எழுதினேன். அப்போது அவரிடமிருந்து பதில் கடிதம் வந்தது:

'தங்களுடைய மொழிபெயர்ப்பை நான் இதுவரையில் பார்த்ததில்லை. கேள்விபட்டிருக்கிறேன். தங்கள் மொழிபெ-யர்ப்பை நான் பார்க்க வேண்டும். அதன்பின்தான் 'ரண்டாமூழம்' நாவலுக்கு அனுமதி. அதனால், நான் எழுதி......... இப்போது வெளிவந்திருக்கும் 'வானப்பிரஸ்தம்' கதையை மொழியாக்கம் செய்து அனுப்புங்கள். அதன்பின் அதைப் பார்த்து விட்டு அனுமதி தருகிறேன்.' என்று கூறிவிட்டார்.

உடனே 'வானப்பிரஸ்தம்' கதையை மொழிபெயர்த்தேன் கோமல் சுவாமி நாதன் அவர்கள் அக்கதையை 'சுபமங்-களா' இதழில் வெளியிட்டார். அந்த இதழை அனுப்பி வைத்து மீண்டும் 'ரண்டாமூழாம்' நாவலுக்கு அனுமதி கேட்-டேன். மூன்றே நாட்களில் அனுமதி கிடைத்தது. இரண்டிரண்டு அத்தியாயங்களாக மொழிபெயர்த்து எனது நண்பரும் மலையாள நாவலாசிரியருமான கே. வேணுகோபாலிடம் படித்துக் காண்பிப்பேன். எங்கோ ஓரிரு இடங்களில் வார்த்-தைகளை மாற்றிப் போட்டால் சிறப்பாக இருக்கும் என்பார். நாவல் மொழியாக்கம் முடியும் தருவாயில் சாகித்திய அக்காதெமி இந்நூலை கிளாசிக் வரிசையில் எடுத்துக் கொண்டு பல மொழிகளிலும் மொழியாக்கம் செய்யத் துவங்கி-னார்கள்.

எம்.டி. அப்போது சாகித்திய அக்காதெமிக்கு ஒரு கடிதம் எழுதினார். 'மற்ற மொழிக்கு யாருக்கு வேண்டுமானாலும் கொடுங்கள். தமிழில் நான் ஏற்கனவே குறிஞ்சிவேலனுக்கு அனுமதி கொடுத்து அவரும் மொழியாக்கத்தை முடித்து விட்டதால் அவருக்கே ஒப்பந்தம் போடுங்கள்' என்று எழுதி விட்டார். ஒப்பந்தம் போட்ட பின்பும் யாரோ ஒருவர் தமிழாக்கும் உரிமையைக் கேட்டபோது சாகித்திய அக்காதெமி மறுத்து விட்டார்கள். மகாபாரதத்திலுள்ள மாயைகளை உடைத்து, யதார்த்த மனிதர்களை பீமனின் பார்வையில் கதை சொல்லலாக எழுதியிருந்ததை தமிழ் இலக்கிய உலகம் இருகரம் ஏந்தி பெற்றுக் கொண்டது. என் மொழியாக்கத்திலேயே 'இரண்டாம் இடம்' நான்கு பதிப்புகளுக்கு மேல் கண்டு விற்பனையிலும் சாதனை புரிந்துள்ளது.

டாக்டர் நல்லி குப்புசாமி செட்டியார் அவர்களுடன் இணைத்து ஆண்டுதோறும் தமிழிலிருந்து பிறமொழிகளிலும், பிற-மொழிகளிலிருந்து தமிழிலும் வெளியாகும் சிறந்த மொழியாக்க நூல்களைக் கண்டறிந்து அந்த மொழிபெயர்ப்பளார்க-ளைப் பாராட்டி, விருது வழங்கி கௌரவித்து வருகிறீர்கள் அப்பணியைப் பற்றி சொல்லுங்கள்.

திசை எட்டும் இதழ் 2003 ஜூனில் தொடங்கப்பட்டது. முதலாண்டு முடிந்து இரண்டாம் ஆண்டு ஆரம்பிக்கும்போது, மொழிபெயர்ப்பாளர்களுக்கு ஒரு விருது வழங்க வேண்டும் என்பதும் அவ்விருது கொஞ்சம் சொல்லும்படியான பரி-சுத்தொகையுடன் இருக்க வேண்டும் என்பதும் ஆசிரியர் மற்றும் ஆலோசனைக்குழு கூடி முடிவு செய்தோம். ரூபாய்

பத்தாயிரம் பரிசுத்தொகையை முடிவு செய்து விழா ஏற்பாடுகளை செய்தோம். அதுவரையில் ஐயா நல்லி செட்டியார் அவர்களை நான் அணுகவில்லை. அப்போதுதான் எங்கள் ஆலோசனைக்குழுவின் தலைவராக இந்து ஆர். நடரா-ஜன் அவர்கள், தாம் செட்டியார் அவர்களை அணுகி பரிசுத்தொகைக்கு ஏற்பாடு செய்வதாகக் கூறினார். அதன்படி செய்தும் விட்டார். செட்டியார் அவர்களிடமிருந்து பரிசுத்தொகையும் கிடைத்தது. விழா சிறப்பாக நடந்து முடிந்தது. முதன் முதலாக கல்கத்தா சு. கிருஷ்ண மூர்த்திக்கு (நீலகண்ட பறவையைத் தேடி நாவலை மொழியாக்கம் செய்தவர்) விருது வழங்கப்பட்டது.

மறுவருடம் இரண்டு விருதுகள் என்று தீர்மானித்தோம். ஒன்று பிறமொழிகளிலிருந்து தமிழாக்கம் செய்யப்படும் நூல் ஒன்றுக்கும், இன்னொன்று தமிழிலிருந்து பிற மொழிகளுக்கு மொழிபெயர்க்கப்படும் நூல் ஒன்றுக்குமாக முடிவு செய்து நல்லி செட்டியார் அவர்களிடம் அணுகினோம். எவ்வித மறுப்பும் சொல்லாமல் அப்பெருந்தகை ஏற்றுக் கொண்டார். இந்த விழா புதுச்சேரியில் நடந்தது. இளம்பாரதியும் ஹெச். பாலசுப்ரமணியமும் விருதைப் பெற்றுக் கொண்டார்கள். மூன்றாம் வருடம் அதாவது 2006 ல் பரிசுகள் நான்காயிற்று. செட்டியார் அவர்களை அணுகியபோது 'விழாவை ஏன் வெளியூர்களில் வைத்துச் சிரமப்படுகிறீர்கள்? சென்னையிலேயே வைத்துக் கொள்ளுங்கள். அனைத்துச் செலவுக-ளையும் நானே ஏற்றுக் கொள்கிறேன்', என்றார் அந்த இலக்கிய வள்ளல் பெருந்தகை. அதன்பின் அவர் குறிப்பிடும் இடத்திலேயே விழாவை வைத்துக் கொள்கிறோம். விழா செலவு மற்றும் விருது செலவுகளை அவர்தான் செய்கிறார்.

இதுவரையில் 146 பேர்களுக்கு மொழியாக்க விருதுகளும், சாதனையாளர்கள் விருதுகளுமாக வழங்கியுள்ளோம். இதில் எங்கள் குழு பெருமைப்படும் விஷயம் யாருக்கு விருது கொடுக்க வேண்டும் யாருக்குக் கொடுக்கக் கூடாது என்னும் விஷயத்தில் ஆண்டுதோறும் லட்சக்கணக்கில் செலவு செய்யும் நல்லி செட்டியார் அவர்கள் ஈடுபட்டதே கிடையாது. நாங்களும் தனிப்பட்ட செல்வாக்கைப் பயன்படுத்தி வேண்டப்பட்டவர்களுக்கு விருது கொடுப்பதில்லை. தேர்வுக்குழுவை அமைக்கும் பணியை என்னிடம் ஒப்படைத்து விடுவார்கள். நான்தான் ஒவ்வொரு பிரிவுக்கும் மூன்று பேர்கள் வீதம் தேர்வுக்குழுவை அமைப்பேன். அவர்கள் அளிக்கும் மதிப்பெண்களை வைத்துத்தான் ஆசிரியர் குழு கூடி விருது பெறுபவர்களைத் தேர்வு செய்யும். இந்தத் தேர்வு முடிந்த பிறகுதான், எந்தெந்த பிரிவுகளில் யார்யார் தேர்வுக்குழுவில் இருந்தார்கள் என்பது ஆசிரியர் குழுவுக்கே தெரியும். எனவே, நல்லி திசை எட்டும் விருது என்பது மதிப்புமிக்கதாக பலராலும் போற்றப்படுகிறது.

மொழியாக்கத்தில் சாதனை படைத்தவர்களுக்காக வாழ்நாள் சாதனையாளர் விருதும் வழங்கப்பட்டு வருகிறது. எந்தத் தகுதியின் அடிப்படையில் அத்தகையவர்களைத் தேர்ந்தெடுக்கிறீர்கள்? முக்கிய விருதாளர்களையும் அவர்களின் சாதனைகளையும் குறிப்பிட முடியுமா?

தமிழகத்தில் மொழிபெயர்ப்பாளர்கள் எவ்வித அங்கீகாரமும் இல்லாமல்தான் தங்கள் மொழியாக்கப் பணியை அர்ப்ப-ணிப்பு மனப்பான்மையுடன் செய்து கொண்டிருந்தார்கள். அப்படிப்பட்டவர்களுக்கு மரியாதையுடன் கூடிய ஒரு கௌ-ரவிப்பு என்கிற முறையில் தான் இந்தச் சாதனையாளர்கள் விருதை உருவாக்கினோம். இந்த வகையில் நா. தர்மரா-ஜன், சௌரி, டாக்டர் என். சுந்தரம், மயிலை பாலு, சேஷ நாராயணா, ரவீந்திரநாத் சேத், உள்ளூர் பரமேஸ்வரன் போன்றவர்கள் வாழ்நாள் சாதனை விருது பெற்றுள்ளார்கள். இவர்களில் நா. தர்மராஜன் நூற்றுக்கு மே;ற்பட்ட நூல்-களை ஆங்கிலம் வழியாக மொழியாக்கம் செய்தவர். சௌரி தமிழிலிருந்து இந்திக்கும் இந்தியிலிருந்து தமிழுக்கும் மொழியாக்கம் செய்துள்ளார். மயிலை பாலு ஆங்கிலத்திலிருந்து பல அரிய நூல்களையும், ரவீந்திரநாத் சேத் தமிழி-லிருந்து இந்திக்கு பல பழம்பெரும் நூல்களையும், உள்ளூர் பரமேஸ்வரன், கே.ஜி. சந்திர சேகரன் நாயர் ஆகியோர் தமிழிலிருந்து மலையாள மொழிக்கு ஏராளமான நூல்களை மொழியாக்கம் செய்துள்ளார்கள்.

ஆறாம் வகுப்பு சிறுமியின் மொழியாக்கத் திறமையைக் கண்டறிந்து விருது வழங்கியதாக அறிந்தேன். அந்த விவரங்-களைத் கூறுங்கள்.

ஆறாம் வகுப்பு சிறுமியல்ல. அவள் பெயர் சைதன்யா. நான்காம் வகுப்பு சிறுமி. மூன்றாம் வகுப்பு படிக்கும் போதிலி-ருந்தே மொழிபெயர்ப்பில் ஈடுபட்டு விட்டாள் என்று அவளுடைய தந்தை கூறினார்.

எஸ். ராமகிருஷ்ணனின் 'கால் முளைத்த கதைகள்'என்னும் சிறார்களுக்கான கதைகளைத்தான் 'Nothing but water' என்னும் தலைப்பில் அச்சிறுமி மொழிபெயர்த்திருந்தாள். மொழியாக்கம் சுமாராக இருந்தாலும் மொழியாக்க உணர்வைத் தூண்டி விட வேண்டும் என்ற உந்துதலால், அவளை நேரில் வரவழைத்து பேச வேண்டும் என்று நானும் இந்து ஆர். நடராஜனும் முடிவு செய்தோம். அதன் பேரில் அச்சிறுமியின் தந்தையிடம் 'தாங்கள் மகளை அழைத்-துக் கொண்டு நல்லி கடையிலுள்ள அலுவலகத்திற்கு வர முடியுமா?' என்று கேட்டோம். அவரும் 'ஒன்றும் சங்கட-மில்லை'வருகிறோம் என்று கூறிவிட்டார். சரி, வாருங்கள் என்றோம். மகளை அழைத்துக் கொண்டு அவரும் வந்து விட்டார். அன்று சனிக்கிழமை. தினமலர் சிறுவர் மலரிலிருந்த ஒரு சிறார் கதையைக் கொடுத்து, 'இந்தக் கதையை

இங்கேயே உன்னால் ஆங்கிலத்தில் மொழிபெயர்க்க முடியுமா?' என்று கேட்டோம், ஓகே அங்கிள் செய்யலாமே' என்றாள். அந்நொடியில் அக்குழந்தையின் தன்னம்பிக்கை கண்களில் ஒளிர்ந்தது, தன்னால் எதையும் சாதிக்க முடியும் என்ற முனைப்பு வெளிப்பட்டது.

நாங்கள் அந்த சிறுவர் மலரையும் வெள்ளைத்தாள்களையும் தமிழ்-ஆங்கில அகராதியையும் அவளிடம் கொடுத்தோம். 'இது வேண்டாம் அங்கிள்' என்று கூறி அகராதியை எங்களிடமே திருப்பிக் கொடுத்து விட்டாள். பேப்பரையும் சிறுவர் மலரையும் எடுத்துக் கொண்டு அடுத்த அறைக்குச் சென்றாள். அதற்குள், நாங்களும் அவளுடைய தந்தையும் எங்கள் அறையில் உட்கார்ந்து மொழிபெயர்ப்பில் அவளுக்கு ஏற்பட்ட ஆர்வத்தையும் அதற்கு உறுதுணையாக அவர்களின் குடும்பத்தினர் எப்படி ஊக்குவிக்கிறார்கள் என்பதைப் பற்றியும் பேசிக் கொண்டிருந்தோம். ஒரு முப்பது நிமிடத்தில் மொழியாக்கத்தைக் கொண்டு வந்து தந்தாள் சிறுமி. படித்துப் பார்த்தோம். அசந்து விட்டோம். அகராதி இல்லாமல் அரைமணி நேரத்திற்குள் ஒன்றரை பக்கக் கதையை மூன்று பக்கங்களில் மொழியாக்கம் செய்திருந்தாள். அவளுக்கு அப்போதே ஒரு சிறு பரிசைக் கொடுத்து வாழ்த்தினோம். பின்பு கடலூரில் நடந்த நல்லி-திசை எட்டும் விழாவுக்கு குடும்பத்தோடு வந்த மொழியாக்க விருதைப் பெற்றாள் சிறுமி சைதன்யா. அவளுடைய தந்தை கே.பி. வினோத்.

இன்று இருபத்தி ஐந்துக்கு மேற்பட்ட மொழிபெயர்ப்பாளர்கள் மலையாளத்திலிருந்து தமிழுக்கு மொழிபெயர்ப்பு பணிகளைச் செய்து வருகிறார்கள். வேறு எந்த இந்திய மொழிகளிலும் இத்தனை மொழிபெயர்ப்பாளர்கள் இல்லை. இவர்களில் பெரும்பாலானோருக்கு மூலமொழியிலும் இலக்குமொழியிலும் புலமை இல்லை. அர்ப்பணிப்பும் உழைப்பும் கிடையாது. அச்சு வசதியையும் தகவல் தொழில் நுட்ப வசதியையும் வைத்து புத்தகங்களை வெளியிட்டு விடுகிறார்கள். இந்தக் குற்றச்சாட்டு சரிதானா? மூத்த மொழியாக்கப் படைப்பாளி என்கிற முறையில் இந்தத் தவறான போக்கைப் பற்றிய உங்கள் கருத்து என்ன?

மலையாளத்திலிருந்து தமிழுக்கு மொழிபெயர்த்தவர்களில் முன்னோடியாக இருந்தவர்கள் சுந்தர ராமசாமி, சௌரி (அவர் உரூப்பின் 'உம்மாச்சு' நாவலை மொழியாக்கம் செய்துள்ளார்), மணவை முஸ்தபா மற்றும் சி.ஏ. பாலன். எனக்கு தெரிந்து மொழிபெயர்த்தவர்கள் இவர்கள் தான். தற்போது, தாங்கள் சொன்னது போல மலையாளத்திலிருந்து ஏராளமானவர்கள் தமிழுக்கு மொழியாக்கம் செய்து கொண்டிருக்கிறார்கள். இவர்களில் பாதிக்கு மேற்பட்டவர்கள் மலையாள மண்ணின் தன்மையையோ, மக்களின் பண்பாட்டையோ, மலையாள மொழிக்கேயுரிய மொழியுணர்வையோ மொழிபெயர்ப்பதாகத் தெரியவில்லை. நான் எப்போதும் யாரையும் புண்படுத்தும்படி குறிப்பிடுவதில்லை. ஆனால், இருவரை மட்டும் இங்கு பெயர் குறிப்பிடாமல் சொல்ல நினைக்கிறேன். காரணம் அவர் செய்தது அப்படிப்பட்ட அநியாயமாக மொழிபெயர்ப்பு.

லலிதாம்பிகா அந்தர்ஜனம் மலையாள மொழியினரும் படைப்பாளிகளும் ஒரு தாயைப் போல கொண்டாடக் கூடிய ஒரு முதுபெரும் எழுத்தாளர். அவருடைய வாழ்க்கை வரலாற்றை ஒரு பேராசிரியர் மொழிபெயர்த்திருந்தார். நூலின் தலைப்பிலிருந்து உள்ளடக்கம் முழுவதையும் நான் படித்து முடிப்பதற்குள் என் மூளையே குழம்பி விட்டது. உதாரணமாக புத்தகத்தின் தலைப்பை எடுத்துக் கொள்ளலாம். 'லலிதாம்பிகா அந்தர்ஜனம்' என்ற புத்தகத்தின் தலைப்பை 'லலிதாம்பிகை உள்ளுறைவாசி' என்று மொழிபெயர்ந்திருந்தார். லலிதாம்பிகா என்பது வட மொழியாம். அதனால். லலிதாம்பிகை என்று மாற்றினார். அது போகட்டும். 'அந்தர்ஜனம்' என்ற பெயரை 'உள்ளுறைவாசி' என்று மொழிபெயர்த்து விட்டார். அவரை என்ன செய்யலாம்? 'அந்தர்' என்றால் 'உள்ளுறை'யாம். 'ஜனம்' என்றால் வாசியாம். மலையாள மண்ணில் நம்பூதிரி சமூகத்தினரின் வீட்டுப் பெண்களை 'அந்தர்ஜனம்' என்றழைப்பார்கள். இந்த மொழிபெயர்ப்பு எனக்கு மிகுந்த வேதனையைத் தந்தது. தமிழ்நாட்டில் நாட்டுக்கோட்டை செட்டியார் இல்ல பெண்களை 'ஆச்சி' என்றழைப்பார்கள். இவர் 'ஆச்சி' என்பதை எப்படி மொழியாக்கம் செய்வார்.

ஆகவே, எத்தனை பேர்கள் எப்படி மொழிபெயர்த்தால் என்ன? சிறந்த மொழியாக்கமே நிலைத்து நிற்கப் போகிறது. இல்லையெனில், காணாமல் போய் விட போகிறது. ஏற்கனவே வெளியான புத்தகத்தை மறு மொழியாக்கம் செய்கிறார்கள். ஒப்பிட்டுப் பார்த்தால் முதல் மொழியாக்கத்தை விட மோசமாகவும், முதல் மொழியாக்கமே பரவாயில்லை என்று தோன்றுகிற விதமாக உள்ளது.

1981 -ல் சாகித்ய அகாதெமி விருது பெற்ற அவகாசிகள் என்ற நாவலின் மொழியாக்கத்தை நிறைவு செய்துள்ளீர்கள். பிரமாண்டமான இந்த நாவலைப் பற்றியும், மொழியாக்கத்திற்காக நீங்கள் எடுத்துக் கொண்ட சிரத்தையைப் பற்றியும் சொல்லுங்கள்.

நான் 'அவகாசிகள்' நாவலை 1980 ல் முதன்முறையாக நெய்வேலி நூலக நூலகரிடம் சொல்லி வாங்கச் செய்தேன். அப்போது அதன் விலை ரூபாய் 250 என்பதால் வாங்க முடியாத சூழல். அப்போதிருந்த நெய்வேலி நூலகர், நூலின்

பெயரையும் கிடைக்குமிடத்தையும் சொல்லி விட்டால் போதும் மறுமாதமே வாங்கி விடுவார். அவ்வாறு நாவல் வந்ததும் நான்தான் முதலில் எடுத்து வந்து படித்தேன். நண்பர்களின் நான்கைந்து உறுப்பினர் அட்டைகளை வைத்துக் கொண்டு, மாறி மாறி பதிவு செய்து எடுத்து வந்து படித்து முடிக்க ஆறு மாதத்திற்கு மேல் ஆனது. அதிகப் பக்கங்கள் இருந்தாலும் எனக்கு மிகவும் பிடித்த நாவல். அதனால்தான் அந்த நாவலை எப்படியும் தமிழுக்குக் கொண்டு வந்து விட வேண்டும் என்ற முனைப்பில் முயன்றேன்.

சாகித்திய அக்காதெமி அனுமதி தந்து ஒப்பந்தம் செய்தார்கள். மொழியாக்கத்தைத் தொடங்கி மூன்றாண்டுகளுக்கு மேல் ஆகி விட்டன. தற்போதுதான் முழுவதுமாக மொழிபெயர்த்து முடித்தேன். சுமார் இரண்டாயிரம் பக்கம் தட்டச்சு வேலைகள் முடிந்து விட்டன. மீதியைத் தட்டச்சு செய்ய வேண்டும். அதன்பிறகு பிழை நீக்கம் செய்ய வேண்டும். வாசிப்பு சுவையைக் கூட்ட வாக்கிய அமைப்புகளைக் கட்டமைக்க வேண்டும். இப்படி இதன் பணிகள் முடிப்பதற்கு இன்னும் ஓராண்டு காலம் தேவைப்படும். இந்நாவலை வாசகர்கள் புறம் தள்ளாமல் படிக்க வேண்டும். அவசரப்பட்டு இப்படியே நூலாக்கி விட்டால் என் மொழியாக்கப் பணியே மோசமாகி விடும்.

இந்த நாவல் முழுக்க முழுக்க மலேசியா மண்ணில் நடைபெறும் ஒரு பெரும் குடும்பத்தின் கதை. சுமார் நாற்பத்தைந்து நாட்களில் நிகழக்கூடிய சம்பவங்கள். முன்னும் பின்னும், பின்னும் முன்னுமாக நகர்ந்து போகும் கதை சொல்லல் முறை. ஒரு கதாபாத்திரம் நினைப்பதை இன்னொரு காதாபாத்திரம் அதே எண்ணத்தை வேறு கோணத்தில் நினைப்பதைப் போன்ற கதையாடல். அதேவேளையில் சுவையான போக்கில் நீள்கிறது. .இவ்வாறுதான் இந்த நாவல் செல்கிறது. பொறுத்திருங்கள் ஒரு புதுமையான நாவலைப் படிக்கலாம்.

தமிழ் இலக்கணத்திற்கு ஏறக்குறைய 1800 ஆண்டுகால பாரம்பரியம் உண்டு. ஆனால், மலையாளத்தைப் பொறுத்தவரை, வெகுசமீபத்தில் உருவாக்கப்பட்ட மொழி. இருமொழிகளிலும் உள்ள வார்த்தைகள் (words) மற்றும் வாக்கிய அமைப்பு (syntax) முறைகளில் பாரதூரமான வித்தியாசம் இருப்பதாக உணர்கிறீர்களா? சிக்கல்களை எதிர்கொண்டிருக்கிறீர்களா?

மலையாள மொழியில் உள்ள வார்த்தைகள் பல இடங்களில் இணைந்த வார்த்தைகளாகவும், ஒன்றுக்கு மேற்பட்ட வார்த்தைகள் இணைந்து ஒரே வார்த்தையாகவும் பழக்கத்தில் உள்ளன. தமிழில் அவ்வாறு எந்த வார்த்தைகளும் இணைந்து வருவதில்லை. அதேபோல், வாக்கிய அமைப்புகளும் ஆங்கில வாக்கிய அமைப்பு முறையில் உள்ளன. இதை உணர்ந்து வார்த்தைகளைப் பிரித்துப் படித்தால் சிக்கல் எழுவதில்லை. வாக்கியங்களையும் தமிழ் வாக்கிய அமைப்புக்கு மாற்றிக் கொண்டோமானால் மொழியாக்கம் எளிதாக வசப்பட்டு விடும். அதனால், நான் சிக்கல்கள் எதையும் பெரிதாக எதிர்கொள்ளவில்லை.

இந்த நேர்காணல் திட்டமிடுதலில் இருந்து, கேள்விகளைச் சரிபார்த்து உதவி, பதில்களை அச்சேற்றும் வரை உறுதுணையாக இருந்தவர் என் இனிய சகோதரர் நிர்மால்யா

குறிஞ்சிவேலன் மொழியாக்கம் செய்த நூல்கள்

1. *ஐந்து சென்ட் நிலம்- மலையாற்றூர் ராமகிருஷ்ணன் -1982,*
2. *சல்லி வேர்கள் — மலையாற்றூர் ராமகிருஷ்ணன் -1988,*
3. *முழுமையைத்தேடும் முழுமையற்ற புள்ளிகள் பாகம் 1-வி.பி.சி. நாயர்- 1990,*
4. *காட்டு வெளியினிலே- மலையாற்றூர் ராமகிருஷ்ணன் -1991,*
5. *விஷக்கன்னி-எஸ்.கே.பொற்றெகாட் — 1991,*
6. *சிதைந்த சிற்பங்கள்-கே.வேணுகோபால் — 1992,*
7. *ஒரு நெஞ்சத்தின் ஓலம்- மலையாற்றூர் ராமகிருஷ்ணன் -1993,*
8. *நான்கு முகங்கள்-பலர் -1994,*
9. *இரண்டு ஜென்மங்கள்-தகழி — 1994,*
10. *தகழி- ஐயப்பபணிக்கர் — 1994,*
11. *கண்ணாடியில் தோன்றும் உருவங்கள்-தகழி -1994,*
12. *பாரதப்புழையின் மக்கள்- எஸ்.கே.பொற்றெகாட் -1994,*
13. *ஆறாம் விரல்- மலையாற்றூர் ராமகிருஷ்ணன் -1995,*
14. *நெட்டூர் மடம்- மலையாற்றூர் ராமகிருஷ்ணன் -1995,*
15. *முனைப்பு-கே.வேணுகோபால் -1996,*
16. *அமிர்தம் தேடி- மலையாற்றூர் ராமகிருஷ்ணன் -1996,*
17. *மற்போர்- மலையாற்றூர் ராமகிருஷ்ணன் -1997,*

18. தேர்ந்தெடுத்த கதைகள்- மலையாற்றூர் ராமகிருஷ்ணன் -1997,
19. இப்போது பனிக்காலம்-கிரேசி -1997,
20. மனமே மாணிக்கம்- மலையாற்றூர் ராமகிருஷ்ணன் -1998
21. பாண்டவபுரம்-சேது — 1999,
22. இரண்டாம் இடம்- எம்,டி,வாசுதேவன் நாயர் -2000
23. வானப்பிரஸ்தம்-எம்,டி,வாசுதேவன் நாயர் -2001,
24. எழுத்துமேதைகளின் முதல் கதைகள்-பலர் -2002,
25. பஷீர்-இ.எம்.அஷ்ரப் -2003,
26. முழுமையைத்தேடும் முழுமையற்ற புள்ளிகள் பாகம் 2- வி.பி.சி.நாயர் -2003,
27. ஆல்பா-டி.டி.ராமகிருஷ்ணன் — 2005,
28. சூபி சொன்ன கதை-கே.பி.ராமனுண்ணி -2006,
29. காலம் முழுதும் கலை- இ.எம்.அஷ்ரப் -2006,
30. பாண்டவபுரம்-மிமி -சேது — 2006,
31. ராஜவீதி — பலர் — 2007
32. கோவர்தனின் பயணங்கள்- ஆனந்த்- 2012,
33. அடையாளங்கள்-சேது — (2013),
34. பிரான்சிஸ் இட்டிக்கோரா-டி.டி.ராமகிருஷ்ணன் — (2014),
35. பிறை — சி.எஸ்.சந்திரிகா — (2015)
36. மலையாற்றூர் இராமகிருஷ்ணனின் நாவல்கள் — 2016
37. சுகந்தி என்கிற ஆண்டாள் தேவநாயகி-டி.டி.ராமகிருஷ்ணன்-2018
38. ஆறாவது பெண் -சேது
39. வாரிசுகள்-விலாசினி

34. ம. இலெ. தங்கப்பா

அண்மையில் காலமான தமிழறிஞர் ம.இலே. தங்கப்பாவின் பங்களிப்புகளைத் தெரிந்து கொள்ள உதவும் நேர்காணல் இது. இரண்டாயிரம் ஆண்டு பாரம்பரியம் கொண்ட சங்கத் தமிழ் கவிதைகளை ஆங்கிலத்தில் மொழிபெயர்த்து வெளி-யிட்ட 2013-ம் ஆண்டு காலத்தில் புதுச்சேரியில் உள்ள வீட்டில் சுந்தர புத்தனும், நானும் செய்த நேர்காணல் இது...தி சன்டே இந்தியன் இதழில் வெளியானது.

உங்களுடைய ஊர் மற்றும் குடும்பப் பின்னணி பற்றி கூறுங்கள்?
நான் பிறந்தது நெல்லை மாவட்டத்தில் தென்காசி அருகிலுள்ள குரும்பலாபேரி. எங்கள் குடும்பத்தில் எல்லோரும் உழவுத் தொழிலில் ஈடுபட்டிருந்தார்கள். ஆனால் படித்த குடும்பம். என் தந்தையார் தமிழாசிரியராக இருந்தார். உழவுத்தொழிலிலும் ஈடுபட்டுவந்தார். அருப்புக்கோட்டை, விருதுநகரில் கொஞ்ச நாட்கள் பணிபுரிந்தார்கள். பிறகு கோபாலசமுத்திரத்தில் வேலைபார்த்தார்கள். பெரும்பாலும் தனியார் பள்ளிகளில்தான் இருந்தார்கள். எனக்கு ஒரு தங்கை, ஒரு தம்பி. தங்கைக்குத் திருமணமாகி இருபத்தெட்டு வயதில் இரண்டு குழந்தைகள் பிறந்த பிறகு நோய்-வாய்ப்பட்டு இறந்துவிட்டார். தம்பி கல்லூரிப் பேராசிரியராக வேலைபார்த்து ஓய்வுபெற்றுவிட்டார். தற்போது மதுரையில் வசித்துவருகிறார்.
பள்ளிப்படிப்பு பற்றிச் சொல்லுங்கள்...
எங்கள் ஊரில் தொடக்கப்பள்ளி படித்தேன். கீழப்பாவூர் பள்ளியில் எட்டாம் வகுப்பு வரையில் படித்தேன். குரும்பலா-பேரிக்கு மிக அருகில் இருக்கிற ஊர் அது. பிறகு அப்பா கோபாலசமுத்திரத்திற்கு ஆசிரியராகப் போனார். அங்கு பத்தாம் வகுப்பு முதல் பனிரெண்டாம் வகுப்பு வரையில் படித்தேன். தூய யோவான் கல்லூரி பாளையங்கோட்டையில் கல்லூரிப் படிப்பு. ஆசிரியப் படிப்பை முடித்துவிட்டு பரமக்குடியில் ஒரு மேல்நிலைப்பள்ளியில் தற்காலிக ஆசிரியராக பணியில் இருந்தேன்.
சிறுவயதிலேயே தமிழ்மீது ஆர்வம் வந்துவிட்டதா?
அப்பா ஒரு தமிழாசிரியராக இருந்ததால் இயல்பாகவே தமிழ் மீது ஈடுபாடு வந்துவிட்டது. பள்ளியில் படிக்கும் நிறைய தமிழ்ப் பாடல்களை படித்திருக்கிறேன். தமிழின் சிறந்த நூல்களைப் படிக்கும் பழக்கமும் இருந்தது. அப்படியே அது

படிப்படியாக வளர்ந்து வந்தது.

தமிழில் கவிதை இன்றுவரை கடந்துவந்திருக்கும் பாதை பற்றி சுருக்கமாகக் கூறமுடியுமா?

சங்ககாலத்தில் கவிதை என்பது ஒரு செப்பமான வடிவமாக இருந்தது. வாழ்க்கையை அகமாகவும் புறமாகவும் பார்த்து எழுதினார்கள். அகப்பாடல் என்பது மனிதர்களின் அன்பை வெளிப்படுத்தக்கூடியது. புறப்பாடல்கள் அவர்களின் பெருமிதமான வாழ்க்கையை அரசர்களின் புகழை புலவர்களின் சிறப்பைப் பாடின. அதுவொரு செப்பமான இலக்கிய வடிவமாக திகழ்ந்தது. பிற்காலத்தில் சிலப்பதிகாரம், மணிமேகலை என்று காவியங்கள் வந்தன. செழுமையான தமிழில் நல்ல படைப்பிலக்கியங்களாக போற்றப்பட்டன. பிறகு சமய இலக்கியங்கள். அடுத்து புலவர்கள் தங்கள் திறமையை வெளிக்காட்டக்கூடிய சித்திரக்கவிதைகளையும் சிற்றிலக்கியங்களையும் படைத்தனர். இராமலிங்க அடிகளார் சமய உணர்வை நல்ல கவித்துவமான பாடல்களின் மூலம் ஏற்படுத்தினார். அதற்கடுத்து பாரதியார், பாரதிதாசன். மக்களுக்கு நேரடியாக சென்று சேரக்கூடிய பாடல்களை இருவரும் எழுதினார்கள். அவை மக்களுக்கு எளிதில் புரிந்தன. பெருஞ்சித்திரனார் போன்ற தமிழுணர்வுமிக்க மரபுக்கவிதைகளைத் தந்தனர். வானம்பாடிகளின் காலத்தில் புதுக்கவிதை எழுச்சியான ஓர் இடத்தை அடைந்தது. பலர் அதில் திறமைமிக்கப் படைப்பாளிகளாக இருந்தனர்.

சங்ககாலக் கவிதைகள் சாதரண மனிதனின் வாழ்க்கையைப் பற்றி பாடவில்லை. உயர்வர்க்கம் மற்றும் சாதியத்தை தூக்கிப்பிடித்த அந்தக் கவிதைகளை தமிழரின் இலக்கியம் என்று எப்படி சொல்லமுடியும் என்று பிரபஞ்சன் விமர்சித்துள்ளார். அதுபற்றி...

தற்காலத்தின் சிக்கல்களை மனதில் வைத்துக்கொண்டு அதை பார்க்கமுடியாது. அந்தக் காலத்தில் புலவர்கள் தங்களின் அனுபவம், அதனால் உருவான உணர்வுகளை எழுதியுள்ளனர். கீழ்நிலை மக்களைப் பற்றி எழுதவில்லை என்று சொல்கிறார்கள். சாதி இருந்ததற்கான அடையாளமாக சில பாடல்கள் இருக்கின்றன. அன்றைய சூழல்தான் பாடல்களில் வெளிப்பட்டுள்ளன. இன்றைக்குள்ள அடக்கமுறை, ஒடுக்குமுறை எல்லாம் சங்கப்பாடல்களில் இல்லையே என்று தற்காலப் பார்வையில் அணுகமுடியாது.

பள்ளியில் ஆங்கில ஆசிரியராக இருந்து கல்லூரிப் பேராசிரியராக ஆனவர் நீங்கள். உங்கள் பார்வையில் ஆசிரியர்களின் தரம் இன்று எப்படி இருக்கிறது?

இன்று ஆசிரியர்கள் இருக்கிறார்ளாவென்றே. நாங்கள் மாணவர்களாக இருந்த காலத்தில் எங்கள் எதிர்காலத்தில் அக்கறையும் கவனமும் காட்டிய ஆசிரியர்கள் இருந்தார்கள். அவர்களால்தான் நாங்கள் வாழ்க்கையில் முன்னேற்றத்தை அடைந்தோம். நான் ஆசிரியராக இருந்தபோதும் தமிழ்ப் பண்பாட்டைப் பற்றியும் ஒழுக்கத்தைப் பற்றியும் மாணவர்களுக்குக் கற்பித்தேன். அதுமாதிரியான கல்விமுறை சில காலம் இருந்து வந்தது. ஆனால் அது படிப்படியாக குறைந்து அறிவியல் வளர்ச்சியின் முக்கியத்துவம் கல்வி முறைக்குள் நுழைந்துவிட்டது. அதனால் இலக்கியம், கலை, பண்பாடு தேவையில்லை என்ற உணர்வு கூடுதலானது. அறிவியலுக்கு முதன்மை கொடுத்தால் போதும் என்று நினைக்கத் தொடங்கினார்கள். அதனால் இலக்கியம், ஒழுக்கம் போன்றவற்றிற்கெல்லாம் இடம்கொடுக்காமல் போய்விட்டார்கள். அடுத்து ஆங்கிலவழிப் பள்ளிகள்.

ஆங்கிலத்தை ஒரு மொழியாக கற்றுக்கொள்வதில் எந்தப் பிழையுமில்லை. அந்தவகையில் பிள்ளைகளுக்கு ஆங்கிலத்தைக் கற்றுக்கொடுக்கலாம். பயிற்றுமொழியாக ஆங்கிலத்தை வைத்திருக்கும்போது அது அவர்களுடைய சொந்த அறிவுக்குத் தடையாக இருக்கிறது. உலகில் எல்லா நாட்டைச் சேர்ந்தவர்களும் அவரவர் மொழியை பயிற்றுமொழியாக வைத்திருக்கும்போது நாம் மட்டும் ஏன் அப்படிச் செய்யவில்லை? தமிழகத்தில் மட்டும் ஆங்கிலத்தை பயிற்றுமொழியாக வைக்கிறார்கள் என்று எண்ணிப்பார்க்கும்போது, பல்வேறு நிலைகளில் வேலைபார்க்கவேண்டும் வெளிநாடுகளுக்குச் செல்லவேண்டும் என்ற மனப்போக்குதான் அதற்குக் காரணமாக இருக்கிறது. ஆங்கிலக் கல்வியை கற்கவேண்டும் என்ற நோக்கமே உலகியல் நோக்கமாக போகிறது. உலகியல்தன்மையைத்தான் இன்றைக்கு ஆங்கிலக் கல்வி வளர்த்து வருகிறது. இங்கு பண்பாட்டுக்கு இடமே இல்லை.

தமிழ் நவீன சமூக உருவாக்கத்தில் தமிழாசிரியர்களின் பங்கு பெரிதாக இருந்துள்ளது. தற்போதைய தமிழாசிரியர்கள் எப்படி உள்ளனர்?

இப்போது அறிவியலுக்கு முதன்மை கொடுத்த காரணத்தால், அறிவார்ந்த நல்ல வாய்ப்புள்ள மாணவர்கள் எல்லாம் அறிவியலுக்குப் போய்விடுகிறார்கள். கீழ்நிலையில் உள்ளவர்கள், மேலே செல்லமுடியாதவர்கள் தமிழை அடிப்படையாகக் கொண்டு கல்வியைத் தேர்ந்தெடுக்கிறார்கள். தமிழ் படிக்க வருகிற மாணவர்களின் தரம் மிகக்குறைவாக இருக்கிறது. யார் வேண்டுமானாலும் தேர்வை எழுதி தமிழாசிரியர்களாக வந்துவிடலாம். அந்தக் காலத்தில் புலவர்கள், வித்வான்களுக்கு நல்ல புலமையான படிப்பு இருந்தது. தமிழை நன்றாகக் கரைத்துக்குடித்தால்தான் வித்வான் என்றும் புலவர் என்றும் பட்டம் அளிக்கப்பட்டார்கள். யார் வேண்டுமானாலும் எழுதலாம் என்று தமிழ் இலக்கியப் படிப்பின்

தரம் குறைந்துபோய்விட்டது. இரண்டாம் நிலை ஆசிரியர்கள், கைவினை ஆசிரியர்கள் தமிழ்த் தேர்வை எழுதி தமிழாசிரியர்களாக வந்துவிடுகிறார்கள். இலக்கியத்தைக் கற்றுக்கொடுப்பதற்கான ஆர்வமோ வலுவோ இருப்பதில்லை. அது வயிற்றுப்பிழைப்புக்கான பணியாக மாறிவிடுகிறது. இன்று தமிழாசிரியர்கள் தமிழ் ஆர்வமும் கொஞ்சமும் இல்லாதவர்களாக இருக்கிறார்கள் என்பதுதான் உண்மை.

மரபுக்கவிதை பாரம்பரியத்தைச் சேர்ந்தவர் நீங்கள். உங்கள் பார்வையில் புதுக்கவிதை பற்றி என்ன நினைக்கிறீர்கள்?
சிலர் தங்களுடைய எண்ணங்களை ஆழமாக வெளிப்படுத்த வேண்டும். அதற்கு ஒரு புதிய வழியை மேற்கொள்ளலாம் என்று புதுக்கவிதையைத் தேர்ந்தெடுத்தார்கள். கிரியேட்டிவிட்டி என்கிற படைப்புத்தன்மை மிக்கவர்கள் புதுக்கவிதை எழுதத் தொடங்கினார்கள். அவர்கள் வெற்றி அடைந்திருக்கிலாம். செந்தொடை என்று சொல்வார்கள். அதில் அடி வரையறை மட்டும் இருக்கும். எதுகை மோனை இருக்காது. மற்ற அணிகளும் எவையும் இருப்பதில்லை. அவர்களால் நல்ல செழுமையான மரபுக் கவிதைகளையும் எழுதமுடியும். புதுக்கவிதைக்கென்று தனி வடிவம் கிடையாது. எதுகை மோனை தேவையில்லை, மரபை படிக்கவேண்டியதில்லை என்று நினைக்கிறவர்கள் எதை வேண்டுமானாலும் எழுதுகிறார்கள். மரபில் நூறு பேர் எழுதுகிறார்கள் என்றால் அதை ஐம்பது பேர் சிறப்பாக எழுதக்கூடியவர்களாக இருப்பார்கள். ஆனால் இந்தப் புதுக்கவிதையில் நூறில் பத்து பேர் கூட தேறமாட்டார்கள். சரியான பாதையில் போனால் அதுவொரு வளர்ச்சியாக இருக்கும்.

புதுக்கவிதையை கவனித்துவரும்போது அதில் யாராவது முக்கியமாக தோன்றியிருக்கிறார்களா?
வானம்பாடி கவிஞர்களைச் சொல்லலாம். அதில் தமிழ்நாடன், நீலமணி, இன்குலாப் போன்றவர்கள் ஞாபகத்துக்கு வருகிறார்கள்.

திராவிட இயக்கம் ஆட்சி அதிகாரம் பெற்ற பிறகு தமிழ்மொழி வளர்ச்சிக்கு முக்கிய பங்களிப்புகள் செய்யவில்லை என்ற விமர்சனம் உள்ளது. அதுபற்றி என்ன நினைக்கிறீர்கள்?
தமிழ் மொழி வளர்ச்சிக்கு முக்கிய பங்களிப்புகள் செய்யவில்லை என்பதுதான் என்னுடைய எண்ணம். எந்த ஆட்சியாக இருந்தாலும் தாய்மொழிக்கு முதன்மை கொடுத்தே ஆகவேண்டும். உலகில் எந்த நாட்டையும் பாருங்கள். அவரவர் தாய்மொழியைத்தான் எல்லா நிலைகளிலும் பயன்பாட்டில் வைத்திருக்கிறார்கள். இங்கு தாய்மொழியை பின்னே தள்ளிவிட்டு ஆங்கிலத்துக்கும் மற்றவற்றுக்கும் முதன்மை கொடுக்கும்போது அது சரியான வளர்ச்சிக்குரியதாக இல்லை. தமிழ்த்தாயக்குக் கோயில்கள் கட்டுவது, வள்ளுவர் கோட்டம் கட்டுவது, மாநாடுகள் நடத்துவது என்று மேல்பூச்சு வேலைகள் செய்கிறார்களே தவிர, தமிழை மக்கள் பயன்பாட்டுக்குக் கொண்டுவந்திருக்க வேண்டும். தமிழை ஆட்சிமொழியாகவும் பயிற்றுமொழியாகவும் ஆக்கியிருக்க வேண்டும். அது அடிப்படை. தமிழில் படிப்பது கட்டாயமில்லை என்று ஆக்கிவிட்டார்கள். தமிழ்நாட்டில் தமிழை படிக்காமலே இருக்கலாம் என்ற நிலையும் இருக்கிறது. அரசு சார்பில் எந்த வளர்ச்சியும் தமிழுக்கு ஏற்படவில்லை. ஆனால் தனிப்பட்ட புலவர்கள், கவிஞர்கள், எழுத்தாளர்களால் தமிழ் வளர்ந்திருக்கிறது.

சங்க இலக்கியக் கவிதைகளை மொழிபெயர்த்த அனுபவம்...
எழுபதுகளில் சங்கப் பாடல்களை ஆங்கிலத்தில் மொழிபெயர்த்து ஹியுஸ் அண்ட் ஹார்மொனிஸ்... ப்ரம் ஆன் ஏன்ஸியன்ட் லேண்ட் என்று சிறு வெளியீடாக நாங்களே வெளியிட்டோம். அந்த சொற்றொடரே ஷெல்லியின் பாடல் வரியிலிருந்து எடுக்கப்பட்டது. ஆ.இரா. வேங்கடாசலபதிக்கு அந்த நூல் மிகவும் பிடித்திருந்தது. புலவர் கோவேந்தன் மூலம் எனக்கு அறிமுகமான நண்பர் அவர். மேற்கொண்டு நல்ல முறையில் செய்யலாம் எனறு சொன்னார். கடந்த இருபது ஆண்டுகளுக்கும் மேலாக செய்துவந்த பணிக்கு சலபதியின் தூண்டுகோலே காரணம். அதற்கடுத்து முத்தொள்ளாயிரத்தை மொழிபெயர்த்தேன். அது பென்குயின் நிறுவனத்தால் வெளியிடப்பட்டுள்ளது. இப்போது நாலடியாரை மொழிபெயர்த்து முடித்துள்ளேன்.

இந்த மொழிபெயர்ப்புப் பணியில் உங்களுக்கு ஏற்பட்ட நிறைவு என்ன?
படித்தவர்களும் பெங்குயின் புத்தகம் வந்த பிறகு எழுதிய மதிப்பாளர்களும் நன்றாகப் பாராட்டியுள்ளார்கள். நிறைய மொழிபெயர்ப்புகள் இருந்தாலும் ஆங்கில முறைப்படியான மொழிபெயர்ப்புகள் மிகக் குறைவு. ஏற்கெனவே ஏ.கே.ராமானுஜம் செய்திருக்கிறார். திருக்குறளை சுத்தானந்த பாரதியாரும் ஜி.யு.போப்பும் ஆங்கிலத்தில் மொழிபெயர்த்துள்ளனர். படிக்கக்கூடிய ஆங்கிலம், மரபுசார்ந்த ஆங்கிலம் என்று சொல்லும்போது படிக்கக்கூடிய ஆங்கிலத்தில் என் மொழிபெயர்ப்பு இருக்கிறது. பாரதியார் அழகாக ஆங்கிலத்தில் எழுதக்கூடியவர். தனது கவிதைகள் சிலவற்றை மிக அழகாக ஆங்கிலத்தில் மொழிபெயர்த்திருக்கிறார். அவற்றை நான் படித்திருக்கிறேன்.

இலக்கியம் தவிர உங்களது ஆர்வங்கள் வேறென்ன....
வாழ்க்கையே ஓர் ஆர்வம்தான். வாழ்க்கையை எப்படி வாழவேண்டும் என்று வாழ்க்கை அறிவியல் என்று புத்தகங்கள்

எழுதியிருக்கிறேன். நமக்கு அன்புதான் தேவை. தமிழ்நாட்டில் தமிழ்தான் முதன்மையான இடத்தில் இருக்கவேண்டும் என்பதில் ஈடுபாடு இருக்கிறது. தாய்மொழியில் கல்வி இருந்தால்தான் இயல்பான ஒரு முன்னேற்றம் ஏற்படும். அதற்காக நான் பல போராட்டங்களை முன்னெடுத்து இருக்கிறேன். தெளி தமிழ் என்ற இதழை நடத்திவருகிறேன்.

சிறுவர் பாடல்கள் எழுதியுள்ளீர்கள். உங்களுடைய பங்களிப்புகள் என்ன?

அழ. வள்ளியப்பா குழந்தைகளுக்கான இயல்பான பாடல்களை எழுதியிருக்கிறார். பெரும்பாலும் குழந்தைகளுக்கு அறிவுரை சொல்லும் பாடல்களையே எழுதியிருக்கிறார்கள். தேசத் தலைவர், நாட்டுப்பற்று என அறிவுசார்ந்து எழுதுகின்றனர். குழந்தைகள் மகிழ்ச்சியுடன ஆடிப்பாடும் நிலையில் யாரும் எழுதுவதில்லை. இயற்கை சார்ந்த வாழ்க்கையை விட்டு விலகிப்போவதால்தான் நாம் பல பிரச்னைகளைச் சந்தித்துவருகிறோம். அதில் எனக்கு ஆர்வம் அதிகம் உண்டு. எனவே இயற்கையைப் பற்றி அறிவை குழந்தைகளிடம் ஏற்படுத்தவேண்டும். அதுபோன்ற பாடல்களை நான் எழுதியிருக்கிறேன். குழந்தைகளுக்கு மகிழ்ச்சியூட்டக்கூடியதாக என்னுடைய பாடல்கள் இருக்கும். எல்லோரும் ஒன்றாக கூடும்போது கொண்டாட்டமாகப் பாடவேண்டும் என்ற அடிப்படையில் என் பாடல்கள் அமைந்திருக்கும். ஒரு சில கதைகள் எழுதியிருக்கிறேன். பாடல்கள்தான் அதிகம்.

தற்போது சிறுவர் இலக்கியத்தின் நிலை எப்படி இருக்கிறது?

சிறுவர் கதைகள் நிறைய எழுதப்படுகின்றன. குழந்தைகளுக்கு ஒழுக்கத்தைச் சொல்லிக்கொடுக்கும் கதைகளை எழுதுகிறார்கள். நல்ல படைப்புத்தன்மையோடு அது இருக்கவேண்டும். அறிவுரைப் பாடல்கள் அதிகமாக இருக்கின்றன. குழந்தைகள் ஆடிப்பாடுகிற வகையில் அந்தப் பாடல்கள் எழுதப்பட வேண்டும் என்று நினைக்கிறேன். என்னுடைய குழந்தைப் பாடல் நூலுக்கு சாகித்ய அகாதெமி விருது பெற்றிருக்கிறேன்.

திருக்குறள் மொழிபெயர்ப்பு தொடங்கி இன்றுவரை தமிழ் இலக்கிய மொழிபெயர்ப்புகள் சர்வதேச அளவில் ஏற்படுத்தியிருக்கும் தாக்கம் பற்றி கூறமுடியுமா?

வெளியுலகில் என்ன தாக்கம் ஏற்பட்டிருக்கிறது என்று எனக்குத் தெரியவில்லை. ஆங்கில மொழிபெயர்ப்புகள் பற்றிப் பேசும்போது திருக்குறள் பலராலும் வரவேற்கப்பட்ட ஒன்றாக இருக்கிறது. ஏ.கே.ராமானுஜம் மூலமாகத்தான் சங்க இலக்கியம் வெளியுலகில் அறிமுகமானது. எனஅனுடைய பெங்குயின் புத்தகங்கள் என்ன விளைவை ஏற்படுத்தியிருக்கின்றன என்று இதுவரைக்கும் தெரியவில்லை.

உங்களை பாதித்த முன்னோடிகள் பற்றிச் சொல்லுங்கள்?

தமிழுணர்வைப் பொறுத்தவரையில் பாரதிதாசனின் எண்ணங்கள் என்னைக் கவர்ந்தவை. பொயட்டிக்ஸ் என்று சொல்லக்கூடிய கவித்துவம் பாரதியாரின் குயில்பாட்டில் மிகுதியாக இருக்கிறது. நான் ஆந்தைப் பாட்டு என்று எழுதியிருக்கிறேன். குயில்பாட்டால் கவரப்பட்டு நாமும் எழுதவேண்டும் என்ற ஆர்வத்தில் எதிர்நிலையாக ஆந்தைப் பாட்டு எழுதினேன். தமிழ் இலக்கியப் பரப்பில் திருவிக, மு.வ போன்றவர்கள் பிடித்தமானவர்கள். மறைமலையடிகளின் தமிழ்ப் பணியும் இராமலிங்க அடிகளின் பாடல்களும் மறக்கமுடியாதவை. இன்றைக்கு தமிழர்கள் அடைந்திருக்கிற சீர்திருத்த எண்ணத்திற்கு விழிப்புணர்வுக்கு பெரியார்தான் காரணம்.

பெரியாருடன் எனக்கு நெருக்கம் இருக்கிறது. எப்படியென்றால் என்னுடைய முழுப்பெயர் லெனின் தங்கப்பா. என் அப்பாவுக்கு பெரியாரிடம் மிகுந்த ஈடுபாடு உண்டு. சோவியத் நாட்டுக்கு பெரியார் போய்வந்தபோது நான் பிறந்தேன். அப்போது குடியரசு இதழில் ரஷ்யா பற்றியும் லென—ன் பற்றிய எழுதினார். அதை அப்பா படித்ததால் எனக்கு லெனின் என்று பெயர்சூட்டியிருக்கிறார். அப்பா ஒரு தமிழாசிரியராக இருந்தபோதும் மூடநம்பிக்கை ஒழிப்பு, சாதி ஒழிப்பு, கலப்பு மணத்தின் தேவை, மதவாதிகள் கடவுளின் பெயரால் மக்களைப் பிரிக்கிறார்கள் என்று அவர் பேசுவதை சிறு வயதில் நான் கேட்டிருக்கிறேன். நான் பகுத்தறிவு எண்ணங்களைத்தான் அடிப்படையாகக் கொண்டு வளர்ந்திருக்கிறேன்.

இந்தி எதிர்ப்புப் போர் தொடங்கி முள்ளிவாய்க்கால்வரை பல்வேறு வளர்ச்சிகளையும் பின்னடைவுகளையும் சந்தித்து வந்திருக்கிறது. உங்களை பாதித்த சம்பவம் பற்றிச் சொல்லுங்கள்...

முள்ளிவாய்க்கால் சம்பவம்தான் என்னை கடுமையாக பாதித்தது. இந்தி எதிர்ப்புப் போராட்டத்தில் தமிழர்கள் வெற்றியடைந்தார்கள். பள்ளி, கல்லூரி மாணவர்கள் வீதிக்கு வந்து போராடினார்கள். அது ஒரு உக்கிரமான போராட்டமாக வெடித்தது. இப்போது மனதை பாதித்த பெருந்துயரம் என்றால் ஈழத்தமிழர்கள் சந்தித்த பேரழிவுதான். இன்னும் என் மனதில் ஓர் அமைதியை ஏற்படுத்தாமல் இருப்பது அதுதான். யாருக்கும் நடக்கக்கூடாத கொடுமை. வல்லாதிக்க வலிமையை வைத்துக்கொண்டு வலிமையில்லாதவர்களை அழித்துவிட்டார்கள். அதை எண்ணிப்பார்க்கும்போது எனக்கு மனம் ஆறவில்லை.

பழந்தமிழ் இலக்கியத்துடன் ஈடுபாடு உடையவர்கள், கற்றுக்கொடுப்பவர்கள் குறைந்துவரும் சூழல் இது. ஒரு கட்டத்தில் பழந்தமிழ் இலக்கியத்திற்கும் தமிழர்களுக்கும் இடையில் பெரிய இரும்புத்திரை விழுந்துவிடும் என்று கருதுகிறீர்களா?
தமிழ் ஆட்சிமொழியாகவும் பயிற்றுமொழியாக மாறும்போது அந்தத் திரை விலகும். இப்போது ஆட்சிமொழி என்று சொல்கிறார்களே தவிர அது நடைமுறையில் இல்லை. அதை பயிற்றுமொழியாக ஆக்கும்போதுதான் தாய்மொழியுடன் ஓர் உயிர்ப்பான தொடர்பு ஏற்படுகிறது. அதைத் தொடர்ந்து தமிழ் மரபு, பண்பாடு, அறிவு எல்லாவற்றின்மீது ஆர்வம் ஏற்படும். உலகில் எந்த நாட்டு இளைஞர்களிடம் போய், அந்த மொழியின் சிறந்த நூல், சிறந்த படைப்பாளி யார் என்று கேட்டால் விடை சொல்வார்கள். இங்கே தமிழ்ப் பிள்ளைகளிடம் கேட்டால் அதற்கு விடை கிடைக்காது. தமிழ் இலக்கியம் பற்றிய ஆர்வமும் இருக்காது. தமிழை பயிற்றுமொழியாக ஆக்காதவரையில் இந்த இரும்புத்திரை விழுந்தபடிதான் இருக்கும். அது விலகவே விலகாது.
திராவிட இயக்கம் தமிழுக்கு என்ன செய்திருக்க வேண்டும் என்று நினைக்கிறீர்கள்?
தமிழை பயிற்றுமொழியாக ஆட்சிமொழியாக ஆக்கியிருக்க வேண்டும். கடைகளின் தெருக்களின் பெயர்கள் தமிழில் இருக்கவேண்டும். எல்லா நிலைகளிலும் தமிழை பயன்பாட்டில் வைத்திருக்கவேண்டும். ஆங்கிலத்தை ஒரு மொழியாக இல்லாமல், அதன் பயன்பாட்டை அதிமாக்கும்போது அது வணிகமாக மாறிவிடுகிறது. ஆங்கிலப் பள்ளி நடத்துகிறவர்கள் வலிமையானவர்களாக மாறிக்கொண்டு தமிழுக்குத் தடைக்கல்லாக இருக்கிறார்கள். அரசியல்வாதிகள் அவர்கள் பின்னால் செல்கிறார்கள். நாம் தாய்மொழிக்குரிய இடத்தைக் கொடுத்திருந்தால் இந்த நிலையை நாம் மாற்றியிருக்கலாம்.
ஏ.கே.ராமானுஜம் செய்தி மொழிபெயர்ப்புக்கும் உங்கள் அணுகுமுறைக்கும் உள்ள வித்தியாசம் என்னவென்று நினைக்கிறீர்கள்?
ஆங்கிலத்தில் நல்ல புலமைமிக்கவர் ஏ.கே.ராமானுஜம். ஆனால் அவருக்கு தமிழ் தாய்மொழியாக இருந்தாலும் சங்கப் பாடல்கள் மொழிபெயர்ப்பில் சில இடங்களில் பிழை இருக்கிறது. ஆங்கிலம் அளவுக்கு தமிழில் அவருக்கு பரிச்சயமில்லை. கருத்தை தெளிவாகச் சொல்லியிருக்கிறார். ஆனால் மக்களிடத்தில் எடுத்துச் செல்லக்கூடிய பொயடிக்ஸ் என்கிற கவித்துவத் தன்மை தேவைப்படுகிறது. என்னுடைய மொழிபெயர்ப்பில் தமிழ்த்தன்மை குறையாமல் இருக்கிறது.
நெல்லையில் பிறந்த நீங்கள் புதுச்சேரியில் வாழ்ந்துவருகிறீர்கள். ஏன் இங்கேயே தங்கிவிட்டீர்கள்.
நெல்லையில் இருக்கும்போது பாரதிதாசன் பிறந்த ஊர் இது என்பது தெரிந்தது. அவரைப் பற்றியும் நிறைய தெரிந்துகொண்டிருந்தேன். தற்செயலாக புதுச்சேரியில் ஆசிரியர்களாக வேலைபார்த்தவர்களைச் சந்தித்தபோது, இங்கே வேலைவாய்ப்பு இருப்பதாகவும் சொன்னார்கள். எனவே இங்கு வந்துவிட்டேன். 1951 இல் இங்கு வந்தேன். இரண்டு முறை பாரதிதாசனைச் சந்தித்திருக்கிறேன்.
- சுந்தரபுத்தன்,ஷங்கர்ராமசுப்ரமணியன்

35. எம். ரிஷான் ஷெரீப்

கலவர பூமியில் இலங்கைத் தமிழ் இலக்கியமானது கண்ணீராலும், இரத்தத்தாலுமே நிறைந்திருக்கிறது ! எம். ரிஷான் ஷெரீப் நேர்காணல்!
(இந்த நேர்காணலானது, இலங்கையிலிருந்து வெளிவந்து கொண்டிருக்கும் ஞாயிறு லக்பிம வாரப் பத்திரிகையில் (20.05.2018) வெளிவந்தது. நேர்காணல் செய்திருப்பவர் லக்பிம பத்திரிகை ஆசிரியர் குழுவைச் சேர்ந்தவரும், எழுத்தாளருமான திருமதி.கத்யானா அமரசிங்ஹ.)

கேள்வி : நீங்கள் தமிழ்மொழியில் ஆக்கங்களை எழுதி வரும் படைப்பாளியாக இருப்பதோடு, சிங்கள இலக்கிய நூல்கள் பலவற்றை தமிழ் மொழிக்கு மொழிபெயர்த்த மொழிபெயர்ப்பாளராகவும் இருக்கிறீர்கள். மொழிபெயர்ப்பின் மீதான ஈடுபாடு எவ்வாறு தோன்றியது?
பதில் : அது வேண்டுமென்றே செய்தவொன்றல்ல. தானாக நிகழ்ந்தது. பணி நிமித்தம் பிற நாடொன்றுக்கு வந்ததன் பின்னர் அதுவரைக்கும் நான் இலங்கையில் வசித்த காலத்தில் வாசித்துக் கொண்டிருந்த சிங்கள பத்திரிகைகள், சஞ்சிகைகள் போன்றவற்றை இழக்க நேரிட்டது. எனவே எனது சகோதரி கவிஞர் பஹீமா ஜஹான், இலங்கையில் சிங்களப் பத்திரிகைகளில் வெளியாகும் சிறந்த கவிதைகள், சிறுகதைகள், கட்டுரைகள் மாத்திரமல்லாது அரசியல் கட்டுரைகளையும் கூட மின்னஞ்சல் வழியாக அனுப்பிக் கொண்டிருந்தார். அவற்றிலுள்ள நல்ல, தீய விடயங்கள் குறித்து நாங்கள் வாதிட்டோம். தர்க்கித்தோம். அவை தமிழில் மொழிபெயர்க்கப்பட வேண்டும். அப்போதுதான் சிங்கள இலக்கியத்தைக் குறித்தும், ‘சிங்களவர்கள் அனைவருமே தமிழர்களுக்கு எதிரானவர்களல்ல’ என்பதையும், யுத்தத்தையும், இன மத வேறுபாடுகளை எதிர்க்கும் சிங்களவர்களும் இலங்கையில் வசிக்கிறார்கள் என்பதையும் தமிழ் வாசகர்க-

ளுக்கு தெளிவாக எடுத்துக் கூற முடியும் எனப் புரிந்தது. மொழிபெயர்ப்புப் பயணம் அப்போதிலிருந்து அவ்வாறுதான் தொடங்கியது.

கேள்வி : தமிழ் மொழி மூலமாகக் கல்வி கற்ற நீங்கள் சிங்கள மொழியறிவை எவ்வாறு பெற்றுக் கொண்டீர்கள்? சிங்கள சமூகத்தோடு சிறுபராயம் முதல் தொடர்பேதும் இருந்ததா?

பதில் : எனது ஊர் மாவனல்லை. எனவே சிறுபராயம் தொட்டு நான் வளர்ந்தது சிங்கள மக்களுடன்தான். சந்தையில், மைதானத்தில், வைத்தியசாலையில், கடைத்தெருக்களில் என அனைத்து இடங்களிலும் என்னைச் சூழ இருந்தவர்கள் சிங்கள மக்கள். அக் காலத்திலேயே அனைவரும் சிரமம் எனக் கூறும் சிங்கள மொழியை என்னால் புரிந்து கொள்ள முடியுமாக இருந்தது. பாடசாலையில் இரண்டாம் மொழியாக சிங்கள மொழியைத் தேர்ந்தெடுத்தேன். பிற்காலத்தில் கணினி வகுப்பில் சேர்ந்ததுவும் ஒரு சிங்கள ஆசிரியையிடம்தான். பல்கலைக்கழகத்திலும் என்னுடன் படித்தவர்கள் சிங்கள மாணவர்கள். இவ்வாறாக சிங்கள மொழி சிறுபராயம் தொட்டு என் கூடவே வந்ததால் சிங்கள மொழி எனக்கு நெருக்கமானதாக இருக்கிறது.

கேள்வி : படைப்பாக்கங்களுக்கு தூண்டுதலாக அமைந்த உங்கள் குடும்பப் பின்னணி, சிறு பராயம் மற்றும் நீங்கள் வெளியிட்டுள்ள இலக்கிய படைப்புக்கள் பற்றி?

பதில் : எனது சிறுபராயம் தொட்டு புத்தகம் வாசிக்கும் சூழல் எமது வீட்டிலிருந்தது. அம்மா முதற்கொண்டு வீட்டிலிருந்த அனைவரும் புத்தகங்களை வாசித்தார்கள். ஆகவே எனக்கும் அந்தப் பழக்கமே தொற்றியிருக்கிறது என்று கூறலாம். பாடசாலைக் காலங்களில் நிறைய இலக்கிய விழாக்களில் கலந்து கொண்டு பரிசுகளையும், சான்றிதழ்களையும் வென்றிருக்கிறேன். பாடசாலைக் காலத்துக்குப் பிறகும் நிறைய எழுத அவையும் பெரும் ஊக்கத்தையும் தைரியத்தையும் அளித்தன. உயர்தரக் கல்வியை மேற்கொண்டிருந்த காலத்திலேயே இலக்கியப் பத்திரிகைகளுக்கும் எழுதத் தொடங்கியிருந்தேன்.

'இந்த வயதில் கல்விக்கு முக்கியத்துவம் கொடுங்கள். கற்று, வாழ்க்கையில் ஒரு நிலையான இடத்தை எட்டியதன் பிறகு எழுதத் தொடங்குங்கள். அப்போதுதான் அந்த எழுத்து ஆழமாகவும், காத்திரமாகவும் அமையும்' என தக்க சமயத்தில் சகோதரி அறிவுறுத்தினார். ஆகவே உத்தியோகம் பார்க்க ஆரம்பித்த பிறகுதான் திரும்பவும் எழுதத் தலைப்பட்டேன். கல்வி கற்றுக் கொண்டிருந்த காலங்களில் எதுவும் எழுதாமலிருந்த போதும் அக் காலத்தில் புத்தகங்களை வாசிப்பதை நிறுத்தவில்லை. தமிழ், சிங்களம், ஆங்கிலம் என மூன்று மொழிகளிலும் சிறந்த நூல்கள் எனக் கூறப்படுபவற்றைத் தேடி வாசித்திருக்கிறேன்.

பிறகு திரும்பவும் நான் எழுதத் தொடங்கியது எனது வலைத்தளத்தில்தான். அவை தமிழ் வாசகர்கள் இருந்த அனைத்து நாடுகளையும் சென்று சேர்ந்தமையால் எனது வலைத்தளத்தில் பதிவிட்ட எனது கவிதைகள், சிறுகதைகள், மொழிபெயர்ப்புகள், அரசியல் கட்டுரைகள் என்பவற்றை அச்சு நூல்களாக வெளியிடத் தீர்மானித்தோம். அவ்வாறு கவிதைத் தொகுப்பு, சிறுகதைத் தொகுப்பு, மொழிபெயர்ப்புக் கவிதைத் தொகுப்புக்கள், மொழிபெயர்ப்பு நாவல், மொழிபெயர்ப்பு சிறுகதைத் தொகுப்புக்கள், அரசியல் கட்டுரைத் தொகுப்புக்கள் போன்றன இதுவரைக்கும் அச்சு நூல்களாக வெளியிடப்பட்டிருக்கின்றன. இந்த வருடத்தில் எனது புதிய கவிதைத் தொகுப்பையும், சிங்கள மொழிபெயர்ப்பு சிறுகதை தொகுப்பொன்றையும் வெளியிடத் தீர்மானித்திருக்கிறோம்.

கேள்வி : முப்பது வருடங்களாக நிலவிய யுத்தத்தின் காரணமாக தமிழ் மொழியில் எழுதி வரும் எழுத்தாளர்கள் பலருக்கும் இலங்கையை விட்டும் புலம் பெயரை நேர்ந்திருக்கிறது. மேலும் பல எழுத்தாளர்கள் யுத்தத்தில் சிக்கிக் கொள்ள நேர்ந்தது. இவற்றால் தமிழ் இலக்கியத்துக்கு ஏற்பட்ட பாதிப்பை நீங்கள் எவ்வாறு உணர்கிறீர்கள் ?

பதில் : யுத்தமானது, தமிழ் இலக்கியத்தைப் பெரிதும் பாதிக்கச் செய்தது என்பதே உண்மை. 1983 கலவரத்துக்கு முன்பு இலங்கையின் தமிழ் சினிமாவும், தமிழ் இலக்கியமும் வேகமாக வளர்ந்து வந்து கொண்டிருந்தவை. நிறைய எழுத்தாளர்கள் உருவாகியிருந்தார்கள். 1983 கலவரத்தில் அனைத்தையும் இழக்க நேரிட்டது. ஆசியாவின் பெரிய நூலகங்களில் ஒன்றான யாழ்ப்பாண நூலகமும், பல்லாயிரக்கணக்கான நூல்களும் எரிக்கப்பட்டு எதிர்கால சந்ததியினருக்கு அவை இல்லாமலாகின. அது சாதாரண விடயமல்ல.

யுத்தம் தொடங்கியது. யுத்தத்தின் காரணமாக போர்க்கால இலக்கியம் உருவானது. யுத்தத்தோடு சம்பந்தப்பட்டவர்களும், யுத்தத்தின் காரணமாக தமக்குரியவற்றை இழந்தவர்களும் தமிழ் மொழியில் எழுதியதெல்லாம் யுத்தமானது தமிழ் மக்களுக்கு உரித்தாக்கியிருக்கும் துயரத்தையும், கண்ணீரையும், இழந்த ஜீவிதங்களையும், துயருறும் மக்களையும் பற்றித்தான். அவ்வளவு காலமும் தமிழ் இலக்கியம் என்றால் அது இந்தியத் தமிழ் இலக்கியம்தானென ஏற்றுக் கொண்டிருந்த உலகத்தில் போரிலக்கியமாக இலங்கைத் தமிழ் இலக்கியம் வெளிப்படையாகத் தெரியத் தொடங்கியது. அது தனிப்பட்டு

எழுந்து நின்றது.
யுத்த தேசத்தில் தமிழ் இலக்கியமானது கண்ணீராலும், இரத்தத்தினால் நிறைந்திருக்கும் இலக்கியம். அதை எழுதியவர்கள் யுத்தத்தால் பாதிக்கப்பட்ட மக்களும், போர்க்களத்தில் இருந்தவர்களும்தான். அவ்வாறுதான் யுத்தமானது தமிழ் இலக்கியத்தைப் பாதிக்கச் செய்தது. இன ஒடுக்குமுறை மேலோங்கி, தனி மனித சுதந்திரம், ஜனநாயகம், மனித உரிமைகள் போன்ற அனைத்தும் யுத்தங்களின் போது இல்லாதொழிக்கப்படுகின்றன. அந்தப் புள்ளியிலிருந்து இலக்கியமானது அத் துயரங்கள் குறித்த படைப்புக்களால் பூரணத்துவம் அடையத் தொடங்கி விடுகின்றது. ''Protest literature' என அழைக்கப்படும் அந்த இலக்கியம் இலங்கைத் தமிழ் இலக்கியத்தின் அடையாளமாக பிறப்பெடுத்தது அப்போதுதான்.
இப்போதும் கூட பொதுவாக தமிழ் இலக்கியம் எனும்போது இந்தியத் தமிழ் இலக்கியம், இலங்கைத் தமிழ் இலக்கியம், புலம்பெயர்ந்த இலங்கைத் தமிழர்களின் தமிழ் இலக்கியம், தமிழில் எழுதும் முஸ்லிம் எழுத்தாளர்களின் இலக்கியம் என ஒவ்வொரு படைப்பையும் வகைப்படுத்த முடிகிறது. யுத்தத்துக்கு முன்னர் இந்தளவு பிரிவுகள் இருக்கவில்லை.

கேள்வி : இலங்கைத் தமிழ் சினிமாவுக்கு மாத்திரமல்லாது, இலக்கியத்திலும் இந்திய ஆக்கிரமிப்பைத் தவிர்க்க முடியாதுள்ளது. இலங்கைக்குள் தரமான தமிழ் இலக்கிய படைப்புக்கள் குறைவாகத்தான் பதிப்பிக்கப்படுகின்றன. அநேகமான இலங்கைத் தமிழ் எழுத்தாளர்களின் தொகுப்புக்கள் இந்தியாவில்தான் பதிப்பிக்கப்படுகின்றன. உங்களுடையதும் கூட அப்படித்தான் இல்லையா? அதன் காரணத்தை நீங்கள் எவ்வாறு நோக்குகிறீர்கள்?
பதில் : நான் முன்பே கூறியது போல இலங்கைத் தமிழ் இலக்கியம் எனும்போது அதிலிருந்து யுத்தத்தையும், சிறுபான்மையினருக்கு இழைக்கப்படும் அநீதிகளையும் பற்றி எழுதுவதைத் தவிர்க்க முடியாது இல்லையா? யுத்த காலத்திலும், தற்போதும் யுத்தத்தைக் குறித்தும், தற்காலத்தில் நிகழ்த்தப்படும் இனக் கலவரங்கள் குறித்தும் எழுதப்படும் இலக்கியப் பிரதிகளை தமது பதிப்பகத்தினூடாக பிரசுரிக்க பல தமிழ்ப் பதிப்பகங்கள் தயங்குகிறார்கள். ஏதேனும் பிரச்சினைகள் வருமோ என அவர்கள் பயப்படுகிறார்கள். அந்தப் பயம் சாதாரணமானது தான்.
அண்மையில் கூட விடுதலைப் புலிகளின் தலைவர் வே. பிரபாகரனின் புகைப்படத்தை முன்னட்டையில் கொண்டிருந்த ஒரு இந்தியத் தமிழ் சஞ்சிகையை இலங்கையில் தனது புத்தகசாலையில் விற்பனைக்கு வைத்திருந்தார் என்பதற்காக தமிழ் பதிப்பகத்தைச் சேர்ந்த ஒருவரை காவல்துறை கைது செய்து விளக்க மறியலில் அடைத்தது. எனவே தான் உணர்வதை எழுதுவதற்கு, எழுதியதைப் பதிப்பிப்பதற்கு இலங்கைக்குள் சுதந்திரம் இல்லை எனும்போது அப் படைப்புக்களை வெளிநாட்டில்தான் பதிப்பிக்க நேர்கிறது. அதுதான் எனக்கும் நேர்ந்தது. எமது நாட்டின் எமது இலக்கியத்தை நாம் எழுதி இன்னொரு நாட்டிடம் பதிப்பிக்கக் கொடுக்க வேண்டியிருக்கிறது. காரணம் இலங்கையில் அதற்கான சுதந்திரம் இல்லை என்பதோடு அவ்வாறு பதிப்பித்தாலும் எதிர்கொள்ள நேரிடும் பிரச்சினைகள் அதிகம் என்பதால்தான். ஆகவே இலங்கையில் ஒரு தொகுப்பை பதிப்பித்து விட்டு சிறைக்குச் செல்லவும், அதன் பிறகு இலக்கியமே வேண்டாமென்று வீட்டிலிருந்து பெருமூச்சு விடவும் விரும்பாததால்தான் இலங்கை தமிழ், முஸ்லிம் எழுத்தாளர்கள் பலரும் இந்தியாவில் தமது புத்தகங்களை பதிப்பிக்கிறார்கள்.

கேள்வி : பிற நாடுகளில் பதிப்பிக்கப்படும் தமிழ் நூல்களின் பிரதிகளை இலங்கைக்கு தருவித்துக் கொள்ளும்போதும் பல சிக்கல்களை எதிர்கொள்ள வேண்டி வருவதாக அறியக் கிடைக்கிறது. இந்த விடயத்தில் உங்கள் அனுபவம் எவ்வாறிருக்கிறது?
பதில் : அது உண்மைதான். தமிழ்ப் புத்தகங்கள் தபால் மூலமாக இலங்கைக்கு அனுப்பப்படுமாயின், அப் புத்தகங்களின் அட்டைப்படம் முதற்கொண்டு முழுமையான உள்ளடக்கம் வரைக்கும் தபாலதிகாரிகளிடம் விவரித்த பிறகுதான் அப் புத்தகங்கள் எமக்கு கிடைக்கும். அட்டைப்படத்திலோ, உள்ளடக்கத்திலோ யுத்தம் சம்பந்தப்பட்ட ஏதேனும் இருப்பின் புத்தகங்களைப் பெற்றுச் செல்ல வந்தவரின் பாடு முடிந்தது. எவரும் அவ்வாறான சிக்கல்களை எதிர்கொள்ள விரும்ப மாட்டார்கள், அல்லவா?
எனது அனுபவத்தைப் பற்றிக் கூறுவதானால், ஒரு தடவை நானும் கவிஞர் பஹீமா ஜஹானும் இணைந்து சிங்களக் கவிஞர் மஞ்சுள வெடிவர்தனவின் கவிதைத் தொகுப்பொன்றை மொழிபெயர்த்து ஒரு நூலாக வெளிநாட்டில் பதிப்பித்து வெளியிட்டிருந்தோம். அப் பதிப்பகம் அதன் பிரதிகளை எமக்கு அனுப்பியிருந்தது. புத்தகங்களைப் பெற்றுக் கொள்ள தபாலகத்துக்குச் சென்றால் புத்தகப் பொதியைப் பிரித்துப் பார்த்திருந்தார்கள். அத் தொகுப்பைப் பற்றிய விபரங்களை விசாரித்தார்கள். இராணுவ வீரர்களின் ஓவியம் அட்டைப்படத்தில் அச்சாகியிருந்தது. அதைக் கவனித்தவர்கள் அப் பொதியை எம்மிடம் ஒப்படைக்கவில்லை. 'புத்தகங்களைத் திரும்பவும் கொழும்புக்கு அனுப்புகிறோம். அங்கு விசாரணைக்குப் பிறகு உங்களுக்கு ஒரு கடிதம் வரும். பிறகு அங்கே சென்று உங்கள் புத்தகப் பொதியைப் பெற்றுக் கொள்ளுங்கள்' என்றார்கள். அக் கடிதம் வரும் வரைக்கும் நாங்கள் காத்துக் கொண்டிருக்கிறோம். இன்று வரையில்

அக் கடிதம் வரவேயில்லை. இது நிகழ்ந்து தற்போது ஐந்து வருடங்கள் ஆகின்றன.
இது எனது அனுபவம் மாத்திரமல்ல. பிற நாடுகளிலிருந்து இலங்கையில் பெற்றுக் கொள்ள தமிழ்ப் புத்தகங்களை கொள்வனவு செய்யும் பலரும் இவ்வாறான அனுபவங்களை எதிர்கொண்டிருக்கிறார்கள்.

கேள்வி : ரஷ்ய மொழிபெயர்ப்பு இலக்கியங்களினூடாக மத்திய ஆசிய இஸ்லாமியக் கலாசாரப் பின்னணி குறித்துக் கூறப்படும் பல படைப்புக்களை நாங்கள் வாசித்திருக்கிறோம். இலங்கையில் இஸ்லாமிய இலக்கியப் படைப்புக்கள் சிங்கள வாசகர்களிடையே போதுமான அளவு சென்று சேர்ந்திருக்கின்றன என நீங்கள் கருதுகிறீர்களா? இல்லாவிட்டால் அதற்கான காரணமென்ன?

பதில் : இலங்கையின் இஸ்லாமிய இலக்கியமானது சிங்கள வாசகர்களிடையே போதுமான அளவு சென்றடையவில்லை. இலங்கையின் இஸ்லாமிய இலக்கியம் எனும் போது அதைக் கூட போர் பாதித்திருக்கிறது.
யுத்த காலத்தில் கூட இஸ்லாமிய இலக்கியப் படைப்புக்கள் பலவும் அதிகளவில் கிழக்கு மாகாணத்தில் படைக்கப்பட்டிருக்கின்றன. யுத்தத்தின் காரணமாக அவை குறித்து பெரிதளவில் பேசப்படவில்லை. தமிழ் மொழியில் எழுதப்படும் தரமான சிறந்த இலக்கியப் படைப்புக்களை மொழிபெயர்ப்பதை விட்டு விட்டு, நன்றாக விற்பனையாகக் கூடிய இரண்டாந்தர தொகுப்புக்களை மொழிபெயர்ப்பு செய்து இலங்கையில் புத்தக வியாபாரிகளிடம் சேர்ப்பிப்பதைத்தான், தமிழ்மொழியிலிருந்து சிங்கள மொழிக்கு மொழிபெயர்க்கும் அனேகமானவர்கள் செய்து வருகிறார்கள். எனவே அவற்றை வாசிக்கும் சிங்கள வாசகர்கள் இவ்வளவுதான் தமிழ் இலக்கியம், இவ்வளவுதான் இஸ்லாமிய இலக்கியம் என அந் நூல்களைக் கொண்டு வரையறுத்துக் கொள்கிறார்கள். இந் நிலைமை மாற்றப்பட வேண்டும்.

கேள்வி : இலங்கையில் 1950 களிலிருந்து அதிகளவில் இனக் கலவரங்கள் ஏற்பட்டுக் கொண்டேயிருக்கின்றன. அண்மையில் கூட இஸ்லாமிய சமூகத்தினருக்கெதிராக அவ்வாறானதொரு இனக் கலவரம் மூண்டது. இவ்வாறான நிகழ்வுகள் ஏற்படுத்தும் தாக்கமும், மன அழுத்தமும் ஒரு படைப்பாளியாக உங்களைப் பெரிதும் பாதிக்கும். இன ஒற்றுமையை வலியுறுத்தி பல படைப்புகள் வருகின்றபோதிலும், இப்போதும் கூட இலக்கியவாதியாகவோ, படைப்பாளியாகவோ நாங்கள் இருக்கும் இடம் குறித்து உங்களால் திருப்திப்பட முடிகிறதா? இன ஒற்றுமைக்காக ஒரு இலக்கியவாதிக்கு, படைப்பாளிக்குள்ள பொறுப்புக்கள் எவை?

பதில் : தற்கால இலங்கையானது, இரு புறமும் வெட்டக் கூடிய கத்தி போன்றிருக்கிறது. ஒரு புறம் இன வாதம். மறு புறம் சிறுபான்மை மக்களை அடக்கியாளக் கூடிய அரசியல் வியாபாரம். அரசியல்வாதிகள் எவ்விதத் தயக்கமுமின்றி தமது இலாபங்களுக்காக வேண்டி சந்தர்ப்பங்களுக்கேற்ப கத்தியின் இரு புறங்களையும் பாவித்துக் கொண்டிருக்கிறார்கள். இந்த அரசியல்வாதிகளிடையே எவ்வித இன மத வேறுபாடுகளுமில்லை. இந்த விடயத்தில் அனைத்து அரசியல்வாதிகளும் ஒன்றுதான். அவர்கள் உசுப்பேற்றி விடும் மக்கள் குறித்தும், அதன் காரணமாக தற்காலத்திலும், எதிர்காலத்திலும் இந் நாட்டுக்கும் நாட்டு மக்களுக்கும் ஏற்படக் கூடிய பாதிப்புக்கள் குறித்தும் எவருமே கவனத்தில் கொள்வதில்லை.
அண்மையில் வெளிவந்து பலரதும் பாராட்டுக்களைப் பெற்ற 'கூம்பியோ (எறும்புகள்)' எனும் சிங்களத் தொலைக்காட்சி நாடகத்தின் ஒரு பாகத்தை நானும் பார்த்தேன். அதில் பொட்டு வைத்திருக்கும் ஒரு தமிழ்ச் சிறுமி ஒரு பணக்கார வீட்டில் வேலை செய்கிறாள். அவ் வீட்டுக்கு பொருட்களை விநியோகிக்க வரும் ஒரு சிங்கள இளைஞனைக் கண்டு அவள் புன்னகைக்கிறாள். அவனோடு கொஞ்சிக் கதைக்கவும், தனது தொலைபேசி இலக்கத்தை அவனுக்குக் கொடுக்கவும் அவள் விரும்புகிறாள். அதற்கு முன்பு ஆண்கள் எவரையுமே கண்டதில்லை போல அவளது நடவடிக்கையின் மூலம் கேவலமாக அத் தமிழ்ச் சிறுமி சித்தரிக்கப்படுகிறாள்.
இக் காட்சியை நாடகத்தின் இயக்குனர் நகைச்சுவைக்காகச் சேர்த்திருக்கக் கூடும். கடந்த காலத்திலும் அப்படித்தான் இருந்தது. அனேகமான சிங்களத் திரைப்படங்களிலும், சிங்கள நாடகங்களிலும் பார்வையாளர்களை சிரிப்பூட்டுவதற்காக வேலைக்காரியாகவும், தோட்டக்காரனாகவும் தமிழ்க் கதாபாத்திரங்களை நுழைத்திருப்பார்கள். அவர்களை கேவலமாக சித்தரிப்பார்கள். முப்பது வருடங்களுக்கு முன்னரும் இந்த நிலைமைதான் இருந்தது. இப்போதும் அப்படித்தான் இருக்கிறது. எனவே இவ்வாறான படைப்புக்களை பார்க்கும், வாசிக்கும் பெரும்பான்மை சமூகமானது, சிறுபான்மை சமூகத்தை கேலிக்குரியதாகத்தான் கருதுகிறது. அவர்களை வெறுப்போடு பார்க்கிறது.
இன ஒற்றுமைக்காக உருவாக்கப்படும் இவ்வாறான படைப்புக்களில் கூட சிறுபான்மையினரை கேலியாகச் சித்தரிக்கும்போது இலங்கையில் பெரும்பான்மை சமூக கலைஞர்களைப் போலவே இலக்கியவாதிகளும் இன ஒற்றுமை என வரும்போது அவர்கள் இருக்குமிடத்தைக் குறித்து திருப்திப்பட முடியாது. இன ஒற்றுமை குறித்துச் சிந்திக்கும் எந்தவொரு கலைஞருக்கும், எந்தவொரு இலக்கியவாதிக்கும் இருக்க வேண்டிய பொறுப்பு என்பது சிறுபான்மையினரை கேலிக்குரியவர்களாக்காமல், அவர்களை மோசமானவர்களெனச் சித்தரிக்காமல் படைப்புக்களை உருவாக்குவதாகும்.

அண்மையில் கண்டியில் இடம்பெற்ற இனக் கலவரத்தின் போதும் அதுதான் நடந்தது. ஊரடங்குச் சட்டம் அமுலிலிருக்கும்போது கூட இனவாதக் கும்பலுக்கு அவ்வளவு மோசமான தாக்குதல்களையும், தாம் விரும்பியவாறு நிகழ்த்த முடிந்திருக்கிறது. அதாவது, அரசையும், சட்டத்தையும் கவனத்திலேயே கொள்ளாது தெருவிலிறங்கி பகிரங்கமாக சிறுபான்மையினரைத் தாக்கி, அவர்களது சொத்துக்களையும், உயிர்களையும் அழிக்க முடியுமாக இருக்கும் ஜனநாயக நாடு இது என்பதுதானே? இது எவ்வாறு சாத்தியமானது?

அனேகமான கலை, இலக்கியப் படைப்புக்களில் இலங்கையில் ஒரு இன சமூகத்தினரை, ஏனைய இன சமூகத்தினரை விடவும் சிறந்தவர்களாக சித்தரித்துக் காட்டுவதால் வந்த வினைதான் இல்லையா? எனவே இன ஒற்றுமை குறித்து இலக்கியவாதிக்கு, படைப்பாளிக்கு இருக்கும் பொறுப்புதான் ஏனைய மக்களையும் கௌரவமாக, அவர்களது மனித உரிமைகளுக்கு பாதிப்புகள் ஏற்படாதவண்ணம் தமது கலை, இலக்கியப் படைப்புக்களை சமூகத்துக்கு வழங்குவதாகும்.

கேள்வி : நீங்களும், உங்கள் சகோதரியும் சிங்கள மொழிப் படைப்புக்கள் பலவற்றை தமிழுக்கு மொழிபெயர்த்திருக்கிறீர்கள். அவற்றுக்கு தமிழ் வாசகர்களிடையே எவ்வாறான வரவேற்பிருக்கிறது?

பதில் : யுத்த காலத்தில், போரில் சிக்கித் துயருற்ற அப்பாவித் தமிழ் மக்கள் குறித்து சிங்களத்தில் எழுதப்பட்ட கவிதைகள், சிறுகதைகள், கட்டுரைகள் போன்றவற்றையே நாங்கள் மொழிபெயர்த்திருக்கிறோம். அவற்றை எழுதியவர்கள் சிங்கள இலக்கியவாதிகள். எனவே அவற்றின் தமிழ் மொழிபெயர்ப்பு படைப்புக்களை உலகம் முழுவதுமிருக்கும் தமிழ் வாசகர்கள் வாசித்துவிட்டு எம்மிடம் எழுப்பிய முதல் கேள்வி, 'பாதிக்கப்பட்ட தமிழ் மக்களுக்காக குரலெழுப்பும் சிங்களவர்களும் இலங்கையில் இருக்கிறார்களா?' என்பதுதான்.

அது வரையில் சிங்களவர்கள் அனைவருமே, இலக்கியவாதிகளும் கூட தமிழர்களை எதிர்ப்பவர்கள், தமிழர்களை வாழ விடாதவர்கள் என்றுதான் அவர்கள் எண்ணிக் கொண்டிருந்திருக்கிறார்கள். எனவே இன ஒற்றுமையை வலியுறுத்தி சிங்களத்தில் எழுதப்பட்ட சிறந்த படைப்புக்களைத் தேர்ந்தெடுத்து மொழிபெயர்த்து வழங்கி அந்த எண்ணத்தை மாற்ற எம்மால் முடிந்தது. இந்தியாவிலும், உலகம் முழுவதிலுமுள்ள தமிழ் வாசகர்கள் சிங்களத்தில் எழுதப்படும் இலக்கியப் படைப்புக்களை வாசிக்க ஆர்வத்தோடு இருக்கிறார்கள். மொழிப் பிரச்சினைதான் இங்கு சிக்கலாக இருக்கிறது. தற்போது எமது மொழிபெயர்ப்புக்களின் மூலம் அச் சிக்கலை ஓரளவு தீர்க்க முடிந்திருக்கிறது எனக் கூறலாம். எதிர்காலத்திலும் அதனை ஒரு சேவையாகச் செய்ய நாங்கள் காத்திருக்கிறோம்.

36. ஜி. ஜி. சரத் ஆனந்த

நேர்காணல்: பிரபல தமிழ் - சிங்கள மொழிபெயர்ப்பாளரும், எழுத்தாளருமான திரு.ஜி.ஜி.சரத் ஆனந்த அவர்களுடனான கலந்துரையாடல். நேர்காணல் கண்டவர் எழுத்தாளர் வ.ந.கிரிதரன்.

- பிரபல தமிழ் -> சிங்கள் மொழிபெயர்ப்பாளரும், சிங்கள எழுத்தாளருமான திரு.ஜி.ஜி.சரத் ஆனந்த அவர்களுடன் அண்மையில் 'பதிவுகள்' இணைய இதழானது மின்னஞ்சல் வாயிலாக நேர்காணலொன்றினை நடாத்தியது. மின்னஞ்சல் மூலம் அனுப்பப்பட்ட கேள்விகளுக்கு சரத் ஆன்ந்த அவர்கள் விரிவான பதில்களை அளித்துள்ளார். அதற்காக அவருக்கு எமது முதற்கண் நன்றி. இந்நேர்காணலில் அவர் தன்னைப்பற்றி, தான் சிங்கள மொழிக்கு மொழிபெயர்த்துள்ள தமிழ்ப்படைப்புகள் பற்றி, மொழிபெயர்க்க எண்ணியுள்ள தமிழ்ப்படைப்புகள் பற்றி, இவ்வகையான மொழிபெயர்ப்புகள் இனங்களுக்கிடையிலான நல்லுணர்வுக்கும், புரிந்துணர்வுக்கும் ஏன் அவசியமானவை என்பது பற்றி, சமகாலச் சிங்கள கலை, இலக்கியச் செயற்பாடுகள் பற்றி, தான் ஏன் மொழிபெயர்ப்புத் துறைக்கு வந்தார் என்பது பற்றி, தற்போதுள்ள நாட்டின் அரசியற் சூழல் பற்றி, நாட்டின் எதிர்காலம் பற்றி.. இவ்விதம் பல்வேறு விடயங்களைப்பற்றியும் தன் சிந்தனைகளைப் பகிர்ந்துள்ளார்.

இணையம் மூலம், குறிப்பாக முகநூல் வாயிலாக நாம் அடைந்த பயன்கள் ஆரோக்கியமானவை என்பதற்கு இவரைப்போன்ற கலை, இலக்கியவாதிகளுடனான தொடர்புகள், கருத்துப்பரிமாறல்களே பிரதான சான்றுகள். இவரது மொழிபெயர்ப்பில் எனது சிறுகதைகளான 'உடைந்த காலும், உடைந்த மனிதனும்', மற்றும் 'நடு வழ்யில் ஒரு பயணம்' ஆகியன லக்பிமா' சிங்களப் பத்திரிகையின் வாரவெளியீட்டில் வெளியாகியுள்ளன. எனது 'நல்லூர் ராஜதானி நகர அமைப்பு' ஆய்வு நூலினையும் மொழிபெயர்ப்பதில் தற்போது ஈடுபட்டுள்ளார்.

2003 இருந்து இதுவரை இவர் 11 சிறுகதைத் தொகுப்புகளும், 3 நாவல்களும், ஒரு சிறுவர் கதைத் தொகுப்பும், ஒரு கவிதை நூலும் மற்றும் பேராசிரியர் அ. மார்க்ஸ் அவர்களின் 'புத்தம் சரணம்' என்ற பௌத்த ஆய்வு நூலையும் சிங்கள மொழியில் மொழிபெயர்த்து வெளியிட்டுள்ளார் என்பது குறிப்பிடத்தக்கது. அத்துடன் சிங்கள் மொழியில் வெளியாகும் பத்திரிகைகள், சஞ்சிகைகளில் 200 சிறுகதைகள் வரையில் இவரது மொழிபெயர்ப்பில் வெளியாகியுள்ளன. இவ்விதமான நேர்காணல்கள், மொழிபெயர்ப்புகளின் தேவை தற்காலச்சூழலில் மிகவும் அவசியமென்று

'பதிவுகள்' கருதுகின்றது. அதனால் இந்நேர்காணலை வெளியிடுவதில் பெருமையுமடைகின்றது.

1. முதலில் உங்களைப்பற்றிய அறிமுகமொன்றினைத் தாருங்கள். உங்களது எழுத்துப்பணியின் ஆரம்பம், குடும்பம் போன்ற விடயங்கள்..?

நான் ஹம்பாந்தொட்டை மாவட்டத்தில் திஸ்ஸமஹாராம (Tissamaharama) நகரத்தில் பிறந்தேன். பிறந்த திகதி 20/06/1972. அப்பா ஒரு விவசாயி. அம்மாவுக்குத் தொழில் இல்லை. (ஒரு குடும்பப் பெண்.) இப்போது அவர்கள் உயிருடனில்லை. மறைந்து விட்டார்கள். எனக்கு எட்டு சகோதர, சகோதரிகள். நான் தான் கடைக்குட்டி. இளையவன். நெதிகம்வில (Nadigamwila) என்ற கிராமத்தில் வாழ்ந்து வருகின்றேன். திஸ்ஸமஹாராம — தெபரவெவ (Debarawewa) தேசீய கல்லூரியில் படித்தேன். பேராதனை பல்கலைக்கழகத்தில் வெளிப்புற மாணவனாக இளங்கலைப் (B.A) பட்டமும், களனிப் பல்கலைக்கழகத்தில் முதுகலைப் (M.A) பட்டமும் பெற்றுள்ளேன். திருமணமாகிவிட்டது. மனைவியின் பெயர் ஸுமித்ரா. ஆரம்பத்தில் 'லக்பிம' சிங்கள பத்திரிகையின் நிருபராகப்பணியாற்றினேன். அதுவே என் முதற் தொழில்.

சிறிது காலம் திஸ்ஸமஹாராம பிரிவேனாவில் ஓர் ஆசிரியராகவும் வேலை பார்த்தேன். 2005 ஆண்டிலிருந்து) 'காணி உரித்து நிர்ணயத் திணைக்களத்தில்' (Department of Land Title Settlement) ஓர் அபிவிருத்தி உத்தியோகத்தராக (Development officer) வேலை பார்த்து வருகின்றேன்.

பாடசாலைக் காலத்திலிருந்து சிறுகதைகள், கவிதைகள், கட்டுரைகள் எழுதி வருகின்றேன். அவை பல பத்திரிகை, சஞ்சிகைகளில் வெளியாகியுள்ளன. அவற்றில் சில இலக்கிய போட்டிகளில், சான்றிதழ்கள், பரிசுகள் பெற்றுள்ளன. ஆதலால் ஆர்வம் அதிகரித்தது. அப்படி தான் நான் இலக்கியத் துறைக்கு வந்தேன்.

2. தமிழ்ப்படைப்புகளைச் சிங்கள மொழிக்கு மொழிபெயர்க்க வேண்டுமென்ற ஆர்வம் எப்பொழுது ஏற்பட்டது? தமிழ் மொழியைப் படிக்க வேண்டுமென்ற ஆர்வம் எப்பொழுது ஏற்பட்டது? இவ்வகையான ஆர்வம் ஏற்படுவதற்கு உங்களைத் தூண்டிய விடயங்கள் யாவை?

நான் வாழும் பகுதியில் தமிழ் மொழி பாவனையிலில்லை . கல்விப்பொதுத்தராதர உயர்தரப் (G.C.E - A/L) பரீட்சைக்காக விஞ்ஞான பாடங்களை படிக்கும் காலத்தில் நல்லோர் ஆசிரியரைச் சந்தித்தேன். அந்த ஆசிரியரின் பெயர் M.H.M. நவாஸ். அவர் மூலம் தமிழ் மொழியைப் படித்தேன். A/L முடித்தவுடன் றுஹுண பல்கலைக்கழகத்தில் 'Certificate course in Tamil language' படித்து சான்றிதழைP பெற்றுள்ளேன். மற்றும் 'மாற்றுக் கொள்கைகளுக்கான நிலையம்' (Centre for policy alternatives) மூலம் நடாத்திய 'விபாஷா மொழிபெயர்ப்பு நிகழ்ச்சி திட்டத்தி'ல் திறமைச் சித்தி பெற்று, 'டிப்ளோமா' சான்றிதலைப் பெற்றுள்ளேன். அப்பாட நெறியைக் கற்கும்போது பிரபல உரை மொழிபெயர்ப்பாளரான எஸ்.சிவகுருநாதன் அவர்களை சந்திக்கும் சந்தர்பம் கிடைத்தது. தமிழ்ப் படைப்புகளை சிங்களத்துக்கு மொழிபெயர்ப்பதன் முக்கியத்துவம் பற்றி அவர்தான் எனக்கு எடுத்துரைத்தார். இந்தப் பாதைக்கு என்னைக் கொண்டு வந்தவர் அவர். அது மட்டுமல்ல. இலங்கையில் பிரபல தமிழ் எழுத்தாளர்களின் நூல்களையும் அவர் எனக்குத் தந்தார். அவற்றை வாசிக்கும்போது அந்த அனுபவங்களை எனது சிங்கள சமூகத்துக்கும் தர வேண்டும் என நினைத்தேன்.

முதலாவதாக நான் தமிழ்ச் சிறுகதைகளை மொழிபெயர்த்து சிங்கள பத்திரிகைகள், சஞ்சிகைகள் மூலம் வெளியிட்டேன். பிறகு தான் நூல்களாக வெளியிட ஆரம்பித்தேன். என் முதலாம் நூல் தான் 'பேத நெத்தி ஹதவத்' (பேதமில்லா நெஞ்சங்கள்) என்ற சிறுகதைத் தொகுப்பு. அது 2003ஆம் ஆண்டில் வெளியானது. 2004ஆம் ஆண்டில் அரசகரும மொழிகள் திணைக்களம் (Department of official languages) நடாத்திய 'எழுத்துக்கலை மூலம் மொழி அபிவிருத்திக்கும், இன ஒற்றுமைக்கும் வழங்கும் பங்களிப்புக்கான சிறந்த மொழிபெயர்ப்பு நூலைத் தெரிவு செய்வதற்கான போட்டியில்' முதலாம் இடத்தை அந்த நூல் பெற்றது. அதற்கான பரிசாக 10,000 ரூபாய் பெறுமதியுள்ள ஒரு காசோலையும் கிடைத்தது. என் ஆர்வமும் அதிகரித்த்து. அவ்வாறு தான் இத்துறைக்கு பிரவேசித்தேன்.

3. நீங்கள் மொழிபெயர்ப்புகளைச் செய்யும்போது எவ்வாறு மொழி பெயர்க்கின்றீர்கள்? சிலர் படைப்பொன்றின் சாரத்தை உள் வாங்கி அதனை மொழி பெயர்ப்பார்கள். சிலர் வரிக்கு வரி மொழி பெயர்ப்பார்கள்/உங்கள் மொழி பெயர்ப்புகள் எவ்விதமானவை.

நல்லொரு கேள்வி தான் அது. எங்களுக்கு செய்திகள், அறிவியல், சட்டம், மருத்துவம், வர்த்தகம், தொழில் நுட்பம் ஆகிய துறைகளில் 'Word by word' அல்லது 'sentence by sentence' முறையாக மொழிபெயர்க்கலாம். ஆனால் இலக்கியத் துறையில் அந்த படைப்பின் கருத்துக்களை தான் அடுத்த மொழியில் எழுத வேண்டும். நானும் அந்த முறைதான் பின்பற்றுகிறேன். மூலநிலையில் அதனை எழுதியவர் எவ்வெவ்கருத்துக்களைத் தொடர்புறுத்த

அதனை எழுதினாரோ, அதே வலுவுடன் மொழிபெயர்ப்பில் அதனைக் கொண்டு வர முடியுமேயானால் அம்மொழி-பெயர்ப்பினைச் செய்தவரின் பணி நன்கு நிறைவேற்றப் பட்டுள்ளதாகக் கொள்ளலாம்.

4. இச்சமயத்தில் உங்களுக்குத் தனிப்பட்டரீதியிலும் எனது நன்றியினைத் தெரிவிக்க வேண்டும். அண்மையில் எனது சிறுகதைகளான 'உடைந்த காலும், உடைந்த மனிதனும்', மற்றும் 'நடு வழியில் ஒரு பயணம்' ஆகிய சிறுகதைகளைச் சிங்களத்தில் மொழிபெயர்த்திருக்கின்றீர்கள். அவை 'லக்பிமா' சிங்களப் பத்திரிகையின் வாரவெளியீட்டில் வெளியா-கியுள்ளன. அவற்றுக்காக நன்றி. அதற்கு உங்களுக்கு ஒத்துழைத்த 'லக்பிமா'வில் இலக்கியப்பகுதிக்குப் பொறுப்பான எழுத்தாளர் கத்யான அமரசிங்க (Kathyana Amarasinghe) அவர்களுக்கும் நன்றி. அச்சிறுகதைகளை மொழி-பெயர்க்க வேண்டுமென்று உங்களைத் தூண்டியவை எவை? அறிய ஆவலாயுள்ளேன்.

ஈழத்துத் தமிழ் இலக்கியத்தின் அபிவிருத்திக்காக — (விஷேடமாக சிறுகதைத் துறை) வட — கிழக்கு எழுத்தாளர்-களும், மலையக எழுத்தாளர்களும், முஸ்லிம் எழுத்தாளர்களும் பிரபலமாக பங்குபற்றினார்கள். நான் அவர்களின் பல படைப்புகளை வாசித்து மற்றும் மொழிபெயர்த்திருந்தேன். ஆனால் உங்கள் சிறுகதைகளுள் அடங்கியுள்ள அனுபவங்-கள் அவற்றை விட வித்தியாசமானவை. அபூர்வமானவை. வாசித்த போது அவற்றை சிங்கள வாசகர்களுக்காகத் தர வேண்டும் என நினைத்தேன். மற்றும் எதிர் காலத்தில் உங்கள் 10 — 12 சிறுகதைகளை சேர்ந்து ஒரு மொழிபெ-யர்ப்புத் தொகுதியாக வெளியிடவும் என்னுள் ஓர் எதிர்பார்ப்புண்டு. உங்கள் அனுமதி கிடைக்கும் எனக்கருதுகின்றேன்.

5. இதுவரையில் சிங்கள மொழியில் நீங்கள் மொழி பெயர்த்த தமிழ்ப்படைப்புகள் பற்றிய விபரங்களைத் தர முடியுமா? அவற்றை மொழிபெயர்க்க உங்களைத் தூண்டியவை எவை?

நான் 2003 இருந்து இதுவரை 11 சிறுகதைத் தொகுப்புகளும், 3 நாவல்களும், ஒரு சிறுவர் கதைத் தொகுப்பும், ஒரு கவிதை நூலும் மொழிபெயர்த்து வெளியிட்டுள்ளேன். மற்றும் பேராசிரியர் அ. மார்க்ஸ் அவர்களின் 'புத்தம் சரணம்' என்ற பௌத்த ஆய்வு நூலையும் மொழிபெயர்த்து வெளியிட்டேன். பத்திரிகைகளுக்கும், சஞ்சிகைகளுக்கும் 200 சிறுகதைகள் மொழிபெயர்த்துள்ளேன். சில நூல்கள் மொழிபெயர்க்கும்படி சிலர் கேட்டுக்கொண்டனர். சிலவற்றை நானே தெரிவு செய்து மொழிபெயர்த்தேன். விஷேடமாக இனங்களுக்கிடையில் புரிந்துணர்வுக்கும், சமாதானத்துக்கும் பொருத்தமான படைப்புகளைத் தான் தெரிவு செய்து மொழிபெயர்க்க வேண்டும் என்றும், அது ஒரு கடமை என்றும் நினைத்து ஆசையுடன் அக்காரியத்தைச் செய்கிறேன்.

முற்போக்கு எழுத்தாளரான நீர்வை பொன்னையனின் சிறுகதைகளை 'லென்கதுகம' (பாசம்) என்னும் தலைப்பில் 2006ஆம் வருடத்தில் வெளியிட்டேன். அந்நூலுக்கு அவ்வருடத்துக்குரிய அரச இலக்கிய விருது கிடைத்தது. 2014 வருடத்தில் வெளியிட்ட 'அலுத் அவியக்' (ஒரு புதிய ஆயுதம் — முற்போக்குச் சிறுகதைகள்) சிறுகதைத் தொகுப்-புக்கும், 2016 'ஸரணாகத்த குருலு வத்த' (அடைக்கலங் குருவிகளின் கதை) சிறுகதைத் தொகுப்புக்கும் 'கொடகே விருது' பெற்றுள்ளேன். எஸ். கணேசலிங்கனின் 'சடங்கு', ராஜ ஸ்ரீகாந்தனின் சிறுகதைகள், தமிழினியின் படைப்பு-களை என்னால் மொழிபெயர்க்கப்பட்ட ஏனைய முக்கிய படைப்புகளாக குறிப்பிடலாம்.

6. நீங்கள் மொழிபெயர்ப்பதுடன், சிங்கள மொழியில் கதைள், கட்டுரைகள் , கவிதைகள் , நாவல்கள் போன்றும் எழுதுவதுண்டா.

ஆம். நான் எழுதிய கவிதைகள், சிறுகதைகள், கட்டுரைகள் ஆகியவற்றைச் சிங்கள பத்திரிகைகள், சஞ்சிகைகள் வெளியிட்டுள்ளன. சில போட்டிகளில் வெற்றியும் பெற்றுள்ளன. ஆனால் இன்னும் என் ஒரு நூலையாவது வெளியி-டும் சந்தர்பம் கிடைக்கவில்லை. இப்போதும் 30 — 40 வருடங்களுக்கு முன் இருந்த எமது ஊரை பற்றி, அன்று வாழ்ந்த மக்களின் வாழ்க்கை பற்றி ஒரு நாவலை எழுதிக்கொண்டு இருக்கின்றேன்.

7. தமிழினியின் சிறுகதைகளை மொழிபெயர்த்துள்ளது பற்றிச் சிறிது கூற முடியுமா?

தமிழினியின் சிறுகதைகள் திருமதி லரீனா அப்துல் ஹக்வுடன் சேர்ந்து தான் மொழிபெயர்த்தேன். தமிழினியின் கணவர் திரு ஜெயகுமாரன் அவர்களின் அழைப்பின்பேரில் அவருடைய ஆறு சிறு கதைகளை மொழிபெயர்த்து 'அலுயம் ஸிஹினய' (வைகறைக் கனவு) என்று நூலாக வெளியிட்டோம். உண்மையாகவே அது எங்களுக்கு விஷே-டமானது. L.T.T.E அமைப்பின் தலைவிகளில் ஒருவராகவிருந்தவரின் ... முன்னாள் ஆயுததாரி ஒருவரின் எழுத்தை மொழிபெயர்க்கும்போது எங்கள் மனதில் ஓடிய எண்ணங்களை.......... எப்படிச் சொல்வேன்? மற்றும் தமிழினி எழுதிய கவிதைகளையும் மொழிபெயர்த்தேன். அந்த நூலில் அவருடைய கவிதைகளைப் பற்றி நீங்கள் எழுதிய ஓர் ஆய்வுக் கட்டுரையும் அடங்கியுள்ளது.

8. இணையம், முகநூல் போன்ற சமூக ஊடகங்கள் பற்றிய உங்களது கருத்துகள் எவை? உண்மையில் அவை ஆரோக்கியமானவை என்பதென் கருத்து. அதனால்தான் உங்களூடனான எனது தொடர்பு கூட ஏற்பட்டது.

அவையெல்லாம் விஞ்ஞான வளர்ச்சியின் பயன்கள். நாங்கள் உலகத்துடன் முன்னுக்குப் போக வேண்டும் தானே. ஆதலால் அவை எங்களுக்கு அவசியமானவை. சமுகத்தின் நன்மைக்காக தான் உபயோகப்பட வேண்டும். ஆனால் சிலர் தீமைக்காகவும் உபயோகப்படுகிறார்கள். என்ன செய்வது? நினைத்து பாருங்கள். நீங்கள் கனடாவில் இருந்து எழுதிய சிறுகதைகளைத் தற்போது இலங்கையின் சிங்கள பத்திரிகைகளும் வெளியிட்டு சிங்கள வாசகர்களும் படிக்கிறார்கள். அதற்கும் காரணம் முகநூல் தான்.

9. தற்போதுள்ள சூழலில் இலங்கையில் நிலவும் சமூக, அரசியல் சூழல் பற்றிய உங்களது சிந்தனைகளைப் பகிர்ந்துகொள்ள முடியுமா? நல்லதோர் எதிர்காலம் தென்படுகின்றதா?

எமது நாட்டில் தற்பொதுள்ள சமூக அரசியல் சூழலைப் பற்றி நினைத்த போது துக்கம் தான் உண்மையில் ஏற்படுகின்றது. நாட்டின் சகல கட்சிகளும், குழுக்களும் தமது அரசியல் நலன்களுக்காக, பலத்துக்காக இனவாதத்தை தோற்றுவிக்கிறார்கள். இலவச கல்வித்துறையிலும் வாதமும், பேதமும் தாம். நல்ல எதிர்காலமொன்று எப்படி தென்படும்? எப்படி எதிர்பார்ப்போம்?

10. எல்லா இனங்களிலுமுள்ள இனவாதிகளின் உணர்ச்சி அரசியலே அனைத்துப் பிரச்சினைகளுக்கும் காரணம் என்பதென் கருத்து. உங்கள் கருத்தென்ன?

நானும் உடன்படுகிறேன். யோ.பெனடிக்ற் பாலனின் ‘மனிதனும் மனிதனும்’ என்ற சிறுகதையில் இப்படி கூறப்பட்டுள்ளது. ‘சிங்கள மக்களும் தமிழ் மக்களும் நல்லவர்கள். சுயநல அரசியல்வாதிகள்தாம் அவர்களின் மனங்களைக் கெடுக்கிறார்கள்.’ அது முழுமையாகவே உண்மை என்றும் நினைக்கிறேன்.

11. எதிர்காலத்தில் நீங்கள் மொழிபெயர்க்கவுள்ள தமிழ்ப்படைப்புகள் இருப்பின் அவற்றைப்பற்றிய விபரங்களையும் பகிர்ந்துகொள்ள முடியுமா?

இவ்வருடத்துக்குள் நானும் லரீனா ஹக்வும் சேர்ந்து மொழிபெயர்த்த எம்.எம். நௌஷாத் அவர்களின் (ஒரு வைத்தியர்) சிறுகதைத் தொகுப்பொன்றை வெளியிடும் எண்ணமுண்டு. மற்றும் இவ்வருடத்துக்குள் உங்களின் ‘நல்லூர் இராஜதானியின் நகர அமைப்பு’ நூலினை மொழிபெயர்த்து முடிக்க எண்ணியுள்ளேன். தொடர்ந்தும் சிங்கள பத்திரிகைகளுக்காக தமிழ் சிறுகதைகள் மொழிபெயர்த்து அனுப்புகிறேன். மற்றும் பெனடிக்ற் பாலனின் ‘சொந்தக்காரன்’ நாவலையும், எஸ். ராமேஸ்வரனின் ஒரு நாவலையும் மொழிபெயர்க்கவுள்ளேன்.

12. உங்களைக்கவர்ந்த சிங்கள, தமிழ் மற்றும் உலக இலக்கிய ஆளுமைகள் யார் யார்? அவற்றைப் பற்றியும் சிறிது கூற முடியுமா?

மார்ட்டின் விக்ரமசிங்கா, எரவ்வல நந்திமித்ரா, குணசேன வித்தானா, ஜே. கம்மெல்லவீரா, திக்குவெல்லை கமால், பராக்ரம கொடித்துவக்கு, எஸ். கனேசலிங்கன், ரத்ன ஸ்ரீ விஜேசிங்ஹா, நீர்வை பொன்னையன், கமல் பெரேரா போன்ற ஈழத்து எழுத்தாளர்களும், அன்ரன் செக்கொப், மோபசான், மக்சிம் கோர்க்கி, ஆர்.கே.நாராயணன் போன்ற உலக எழுத்தாளர்களும் எனக்கு விருப்பமானவர்கள். அவர்கள் எல்லோரும் முற்போக்கு இலக்கியவாதிகள்.நீர்வை பொன்னையன் எழுத்தாளரின் இவ்வாக்கியம் என்னை கவர்ந்ததொன்று: ‘....நாம் உலகை மாற்றி அமைப்பதற்காக எழுதுகின்றோம்.’

13. அண்மைக்காலச் சிங்கள இலக்கியம் பற்றிய சுருக்கமான அறிமுகமொன்றினைத் தர முடியுமா? அங்கு நிலவும் இலக்கியப்போக்குகள், சிறந்த படைப்புகள் (நாவல்கள், சிறுகதைகள், கவிதைகள் போன்ற) பற்றியும் கூற முடியுமா?

ஆம். சமீபத்தில் சிங்கள இலக்கியத் துறைக்கு நல்ல படைப்பாளிகள் வந்துள்ளார்கள். நல்ல நாவல்கள், சிறுகதைகள், கவிதைகள் வெளியாகியுள்ளன. மஹிந்த பரசாத் மஸ்இம்புலாவின் ‘செங்கொட்டங்’, நிஸ்ஸங்க விஜேமான்னாவின் ‘ஹந்த பலுவ தனி தருவ’, கத்யானா அமரசிங்காவின் ‘வன்னதாசி’ போன்ற நாவல்களும், லக்சாந்த அத்துகோரலா, பெனடிக் தர்மசிரி போன்றவர்களின் கவிதைகளும் விஷேடமாக குறிப்பிடலாம். சிங்கள பத்திரிகைகளுக்கும் நல்ல கவிதைகள், சிறுகதைகள் எழுதும் புதிய படைப்பாளிகளும் இருக்கிறார்கள்.

14. சிங்களக் கலை உலகத்தைப்பற்றியும் சிறிது அறிமுகமொன்றினைத் தர முடியுமா? உதாரணமாகச் சிங்களத் திரைப்படங்கள்,கலைத்துவம் மிக்க திரைப்படங்கள் போன்ற விடயங்கள்..

சிங்கள திரைப்படங்கள் இப்போது சர்வதேசீயமாகவும் வெற்றிகள் பெற்றிருக்கின்றன. பேராசிரியர் சுனில் ஆரியரத்னா, சோமரத்ன திசானாயக்கா, அசோக ஹந்தகமா, சுதத் ரோஹனா, ஜயந்த ச்சந்தரசிரி போன்ற நல்ல திரைப்பட இயக்குனர்கள் நாட்டில் இருக்கிறார்கள். ஆனால் அவர்களின் படைப்புகளை பற்றிய பொதுவான விமர்சனங்கள்தாம் நாட்டில் இல்லை. சுயாதீன விமர்சகர்கள் எம்மிடையே இல்லை. மேடை நாடகங்கள், தொலைக்காட்சி நாடகங்கள், சங்கீதம் தொடர்ப்பாகவும் நிலைமை அப்படிதானுள்ளது.

37. மனோ ரெட்

'மீம்' என்கிற ஆங்கில வார்த்தை முதன் முதலில் ரிச்சர்ட் டாக்கின்ஸ் எழுதிய The Selfish Gene புத்தகத்தில் இடம் பெற்றதாகச் சொல்லப்படுகிறது. நமது மரபணுக்கள் ஒரு மனித உடலிலிருந்து கூறுகளை அடுத்த சந்ததிக்கு பிரதி செய்வதன் மூலம் எடுத்துச்செல்கின்றன. நமது கதைகள், இசை, கலை, கலாச்சாரம் அனைத்துமே சிந்தனைகளையும் சித்தாந்தங்களையும் ஒரு தலைமுறையிலிருந்து இன்னொன்றுக்கு எடுத்துச்செல்கின்றன. ஆக இவையும் மரபணுக்கள் போலவே என்பதை உணர்த்த, ஒரு சிந்தனையைக் கடத்தும் துணுக்குக்கு 'மீம்' என்ற பெயரை, இணையம் தோன்றும் முன்னரே 1976இல் சூட்டினார் டாக்கின்ஸ். (கிரேக்க மொழியில் 'மைமீம்' (mimeme) என்றால் பிரதி செய்தல். அதன் சுருக்கமே 'மீம்'.)

அலைபாயுதே திரைப்படத்தில் சிறிது நேரம் மட்டுமே வரும் கதாப்பாத்திரங்களுக்கு எதற்காக அரவிந்த் சாமியையும் குஷ்புவையும் தேர்ந்தெடுத்தீர்கள் என்ற கேள்விக்கு, இயக்குநர் மணிரத்னம் சொன்ன பதில், "அந்தக் கதாப்பாத்திரங்கள் மீது தவறில்லை என உணர்த்த நினைத்தேன். அவர்களைப் பல படங்களில் மக்கள் ஏற்கனவே பார்த்திருப்பதால், அவர்கள் நல்ல எண்ணம் கொண்டவர்கள்தான் என நிறுவ நான் திரைக்கதையில் மேலும் காட்சிகள் சேர்க்கத் தேவையிருக்காது." இது போலதான் மீமும் — நமக்கு நன்கு பழக்கப்பட்ட பிம்பங்களைப் பயன்படுத்தும் ஒரு காமிக் வடிவம். வெறும் பொழுதுபோக்கு நையாண்டி சமாச்சாரங்களுக்குப் பயன்படுவதாகத் தோன்றினாலும், மீம்களும் கருத்துகளை, அனுபவங்களைக் கடத்துவதன் மூலம் உணர்வுகளைத் தூண்டவல்லதொரு கலைவடிவமே. - மனோ ரெட்

மீம் மாஸ்டர்கள், மீம்கள் உருவாக்குவதன் சவால்கள், மீம் மூலம் கதை சொல்லுதல், இலக்கிய மீம்கள் மற்றும் மீம்களின் வற்றாத ஊற்றாகிய நமது வடிவேலு குறித்துப் பேசுவோம், மீமர் மனோ ரெட்டுடன்.

மீம் மீதான ஆர்வம் உங்களுக்கு எவ்வாறு ஏற்பட்டது?

சமூக வலைதளங்களில் நண்பர்கள் சிலரது மீம்களைப் பார்த்தபோது நாமும் ஒன்றை உருவாக்கிப் பார்க்கலாம் என்று தொடங்கியதுதான். கூடுதலாக, நகைச்சுவைகள் வழியாக வடிவேலுவும் மிக நெருக்கமானவராக இருந்ததால் எளிமையாகவும் விரைவாகவும் மீம் கை கூடி வந்தது. பக்கம் பக்கமாக எழுதாமல் சொல்ல வேண்டியதை ஒரு படத்துக்குள் அடக்கலாம் என்கிற 'கவிதைத்தனமான' சோம்பேறித்தனமும் இதில் அதிக ஆர்வத்தைக் கொடுத்தது.

நீங்கள் மீம் மாஸ்டர் எனக் கருதுபவர் யார்? ஏன்?

உருவாக்குபவர்களைவிட அதற்கு மூலமாக இருப்பவர்களை 'மாஸ்டர்' என்று சொல்வதுதான் பொருத்தமாக இருக்கும். அந்த வகையில் மீம் மாஸ்டர் என்றால் அதிகபட்சம் நகைச்சுவை நடிகர்களைத்தான் சொல்ல வேண்டும். அவர்களது உடல்மொழி, வசனங்கள் மற்றும் உருவத்தை வைத்துதான் மீம் உருவாக்க முடியும். மீமில் பாதிக் கருத்து அவர்கள் தந்ததாகவே இருக்கும். மீதிதான் நாம். நகைச்சுவை நடிகர்கள் ஒரு புத்தகம் எனில் அதில் இருந்து குறிப்பெடுக்கிற மாணவர்கள்தான் மீம் உருவாக்குபவர்கள். மேலும், கார்ட்டூன், அனிமேஷன் கதாப்பாத்திரங்கள், இப்போது பரவலான மீம்ஸில் வரும் 'ச்சீம்ஸ்' நாய்கூட மீம் மாஸ்டர்தான்.

"மீம் என்பது ஏற்கெனவே இருக்கும் ஒன்றின் மீது புது அர்த்தம் சேர்ப்பதுதானே. இதில் படைப்பாக்கம் குறைவாகத்தானே இருக்கிறது," எனச் சொல்லப்படுகிறது. இதை எப்படிப் பார்க்கிறீர்கள்?

படைப்பாக்கம் குறைவாக இருக்கிறது என்று சொல்வதை நிச்சயமாக மறுக்கிறேன். நிரப்பாமல் இருக்கும் ஒரு டெம்ப்ளேட் (meme template) ஒவ்வொருவருக்கும் வெவ்வேறு கருத்துடன் காட்சி அளிக்கும். அதைச் சரியாகவும் பொருத்தமாகவும் நிரப்புவதுதான் அவரவர்க்கான படைப்பாக்கம். ஒரு சிறந்த கதை, கவிதை எழுத எத்தனை படைப்பாக்கமும் உழைப்பும் தேவையோ அவை அத்தனையும் சிறந்த மீம் உருவாக்கவும் தேவை.

நீங்கள் உருவாக்கியதிலேயே உங்களுக்கு மிகவும் பிடித்த இலக்கிய மீம்?

ஒரு மீமுக்கு நல்ல வரவேற்பு கிடைப்பதற்கு அது பரவலாக அறியப்பட்ட காட்சியாக இருக்க வேண்டும்.

மீமுக்கான காட்சியை நீங்கள் எவ்வாறு தேர்வு செய்கிறீர்கள்?

பரவலான காட்சி என்று நீங்கள் குறிப்பிடுவது எல்லோருக்கும் நன்கு தெரிந்த வசனத்துடன் கூடிய நகைச்சுவைக் காட்சி. அப்போதுதான் அந்த நகைச்சுவையுடனும் மீம் சொல்ல வரும் கருத்துடனும் எளிதாக ஒன்ற முடியும். இதில் நாம் தேர்வு செய்ய வேண்டிய தேவை அதிகம் இருக்காது. அதாவது, சம்பந்தப்பட்ட மீம் நமக்குள் உருவாகும்போதே அதற்கான காட்சியுடன்தான் உருவாகும். அல்லது அந்தக் காட்சியைப் பார்த்த பிறகே மீம் உருவாகி இருக்கும். அப்படியும் கிடைக்கவில்லை எனில் 'எனக்கு வேற வழி தெரியல ஆத்தா' என்று தேடிப் போவது வடிவேலுவின் காட்சியாகவே இருக்கும்.

ஒரு மீம் உருவாக்குவதற்கு எவ்வளவு நேரம் எடுக்கும்? அதன் பின்னணி வேலைகள் குறித்துச் சொல்லுங்கள்.

ஒரு தகவலை நகைச்சுவையாகச் சொல்ல வேண்டும் என்பதற்கான கருவிதான் மீம். சமூக வலைதளங்களிலும் பகடி செய்வதற்குத்தான் அதிகம் பயன்படுகிறது. அந்த வகையில் மனதிற்குள் ஒரு காட்சி முழுமையடைந்த பிறகே உருவாக்குவதால் அதிகபட்சம் 10 நிமிடங்கள் எடுத்துக்கொள்ளும். சரியான நிறத்தேர்வு, எழுத்து வகை போன்ற ஒழுங்கமைத்தல்களுக்கான நேரமே அதிகம். இவற்றுள் பகடி தவிர்த்து இதுவரை செய்திடாத புதுமைகளை மீம் மூலம் சொல்ல முயற்சி செய்யும்போதுதான் அதிக நேரம் எடுக்கும். அவ்வாறு எனக்குத் தமிழ் இலக்கண மீம்களை உருவாக்கிய போது சிலவற்றுக்கு ஒரு மணி நேரத்திற்கும் மேல் எடுத்திருக்கிறது.

வடிவேலு நம்மைச் சோம்பேறி ஆக்கிவிடுகிறாரா? இன்னும் புதுப்புது மீம் காட்சிகளைத் தேடிக் கண்டடைய வேண்டிய தேவை இருக்கிறதா?

வடிவேலுவின் நகைச்சுவைக் காட்சிகள் கடல் போல் பரந்து இருக்கின்றன. அவர் நம்மைத் தேட வைத்துக்கொண்டுதான் இருக்கிறாரே தவிர சோம்பேறி ஆக்கவில்லை. அவரது எந்தக் காட்சி எப்போது பிரபலமாகும் (trend) என்றே தெரியாது. சக மீமர் யாராவது ஒருவர் எங்காவது இருந்தபடி புதுப்புதுக் காட்சிகளைத் தேடி வடிவேலுவை வெளியில் கொடுத்துக் கொண்டுதான் இருப்பார். அதுபோக, புதுப்புது டெம்ப்ளேட்டுகளும் வந்துகொண்டுதான் இருக்கும். இதற்கு நடுவில் நாம் சோம்பேறி ஆகிவிடாமல் இருந்தால் போதும்.

நகைச்சுவை மட்டுமில்லாமல் பிற உணர்ச்சிகளைத் தூண்டக்கூடிய வல்லமை மீம்களுக்கு உண்டா?

உண்டு! இன்பம், நகைச்சுவை, கருணை, கோபம், வீரம், பயம், அருவருப்பு, அற்புதம், சாந்தம் இப்படி நவரசங்களையும் சொல்ல முடிகிற வல்லமை மீம்களுக்கு உண்டு. நாம் சொல்ல வருகிற கருத்தின் உணர்ச்சிதான் மீம். நம் கருத்து கோபமாக இருந்தால் மீம் கோபமாகவே இருக்கும். அதே கோப மீம் ஒருவருக்கு நகைச்சுவையையும் இன்னொருவருக்கு அருவருப்பையும்கூட ஏற்படுத்தலாம். இங்கே உணர்ச்சி என்பது அவரவர் ரசனை சார்ந்தது.

மீம்கள் மூலம் கதை சொல்வது சாத்தியமா?

ஒரு குறுங்கதையை ஒரு பக்க காமிக் வடிவில் வழங்க முடியும். அது சாத்தியம் எனில் மீம் மூலம் கதை சொல்வதும் சாத்தியமே. இதுவும் ஒரு போட்டோ காமிக்தானே! (வாங்களேன் நாமே முயற்சி செய்து பார்க்கலாம்)

தமிழ் மீம்களில் தற்போது நடந்துகொண்டிருக்கும் புதுமைகளாக எதைச் சொல்வீர்கள்?

புதுமையுடன் சேர்த்து திறமையையும் வைத்துச் சொன்னால் அது தமிழ் வீடியோ மீம்தான். சவாலான ஒன்றை அசாதாரணமாக உருவாக்கிவிடுகிறார்கள். ஒரு நிமிட வீடியோ மீமில் குறைந்தது 20க்கும் மேற்பட்ட காட்சிகள். சமகால அரசியல் பகடி முதல் திரைப்படத்தின் முன்னோட்டத்திற்கான பகடி வரை அனைத்திலும் அவர்களது உழைப்பு வியப்பைத் தரும். இது தவிர, அறிவியல் மீம், தமிழ் இலக்கண மீம், சமூக அவலங்களைச் சொல்லும் முற்போக்கு மீம் என அனைத்தும் புதுமையே. கல்யாண மீம், காதுகுத்து மீம், முதலிரவு மீம்கூட வந்துவிட்டது.

தமிழ் இலக்கணத்தை எளிதாக உணர்த்த மீம்கள் உருவாக்கியுள்ளீர்கள். அதே போல அறிவியலை மீம் மூலமாகச் சொல்லித் தரும் முயற்சிகள் நடக்கின்றனவா? உங்களுக்கு அப்படி ஏதும் செய்யும் திட்டங்கள் உள்ளனவா?

நண்பர் ஜெகதீசன் சைவராஜ் அறிவியலை மிக அற்புதமாக மீம் மூலம் முகநூலில் சொல்லி வருகிறார். அவரைப் பார்த்து வியக்க முடிகிறதே தவிர அதுபோல் உருவாக்கும் எண்ணம் எல்லாம் வரவில்லை. எனக்கு நன்கு தெரிந்ததைச் செய்யும்போதுதான் அது முழுமையாகவும் சிறப்பாகவும் வருவதாக எண்ணுகிறேன்.

Know Your Meme போன்ற இணையதளங்கள் ஒவ்வொரு மீம் டெம்பிளேட்டும் உருவான கதையை ஆவணப்படுத்தி வருகிறார்கள். இது போன்ற முயற்சிகள் தமிழில் நடக்கின்றனவா?இப்படியெல்லாம் கூடவா நடக்கின்றன?

தகவலுக்கு நன்றி. தமிழில் அப்படி ஒரு முயற்சியை நான் கேள்விப்பட்டதில்லை. அவ்வாறு யாராவது முன்னெடுத்தால் நானும் சேர்ந்துகொள்வேன். ஆனால், முகநூலில் என்னுடைய மீம்களை தனித்தனித் தொகுப்பாக (album) வகைப்படுத்தி வைத்துள்ளேன். இதை ஆவணம் என்று சொல்ல முடியாது. முகநூல் இருக்கும் வரை அவை இருக்கும்.

மீம் வீடியோக்கள் உருவாக்கும் திட்டங்கள் ஏதேனும் உள்ளனவா? உங்களின் எதிர்கால மீம் திட்டங்கள் என்ன?

மீம் வீடியோக்கள் உருவாக்க நிறைய கற்றுக்கொள்ள வேண்டியிருக்கிறது. அதற்கென இருக்கும் சில மொபைல் செயலிகள் மூலமாக முயற்சி செய்து பார்த்தபோது பொறுமையும் உழைப்பும் அதிகம் தேவைப்பட்டதால் வெளி வந்துவிட்டேன். இதை வைத்துப் பார்க்கும்போது எதிர்காலத் திட்டமெல்லாம் இருப்பதாக நான் உணரவில்லை. இலக்கண மீம்களைப் புத்தகமாக்கலாம் என நண்பர்கள் சொல்லியதுண்டு அவ்வளவே!

நீங்கள் உருவாக்கிய மீம்களுக்குக் கொலை மிரட்டல்கள் வந்ததுண்டா?

உள்டப்பி (inbox) வழியாகக் கொலை மிரட்டல்கள் வந்துள்ளன. இசை ரசிகர்களிடம் இருந்தும், இலக்கியம் பற்றிய மீம்களின்போது சில இலக்கிய தாதாக்களிடமிருந்தும் மிரட்டல்கள் வந்துள்ளன.

கவிஞர்களுக்குக் காதலிகள் அதிகமுண்டு என்பார்கள். மீம் படைப்பாளிகளுக்கு எப்படி?

தோழிகள் நிறைய உண்டு. (பேக் ஐடி வழியாக சில ஆண் தோழிகளும்)

உலகின் முதல் மீம் இதுவாக இருந்திருக்கலாம் என்கிறார்கள். தமிழின் முதல் மீம் எதுவாக இருந்திருக்கும்?

தமிழ்ச் செய்தித்தாளில் வந்த முதல் கேலிச்சித்திரம். (பாரதியார் தமது பத்திரிகைக்கான கேலிச்சித்திரம் பற்றி ஓவியரிடம் இப்படி இருக்க வேண்டுமெனக் கூறி தமது முகத்திலும் அபிநயங்களிலும் காண்பித்துவிடுவாராம்!)

ஒரு வினோத பிரளயம் ஏற்பட்டுப் பேரிலக்கியங்கள் அனைத்தும் அழிந்துபோய் அடுத்த நூற்றாண்டின் பேரிலக்கியங்களாக மீம்கள் வடிவெடுத்தால், உங்களின் ரியாக்ஷன்?

குறிப்பிட்ட காட்சிகளையே வைத்து மீண்டும் மீண்டும் அரைத்த மாவை அரைக்கும் மீம் படைப்பாளிகளுக்கு நீங்கள் சொல்ல விரும்புவது... குறிப்பிட்ட காட்சியாக (ஒரே கிரைண்டர்) இருந்தால் என்ன, அதில் வெவ்வேறு பொருட்களை (கருத்துகளை) அரைத்துப் பழகவும். கீழே உள்ள இந்த டெம்ப்ளேட்டில் வராத மீம்களா? எதை எங்கே எப்படிப் பயன்படுத்துகிறோம் என்பதில்தான் அது அரைத்த மாவா அல்லது அறுவை மீமா என்பது புரியும்.

மீம்களை ஏளனமாக அது ஒரு டயம்பாஸ் மட்டும்தான் என்பது போலப் பார்ப்பவர்களிடம் நீங்கள் கேட்க நினைக்கும் கேள்வி?

''எல்லாத்துக்கும் உழைப்பு தேவை. அதுல மீம்ல மட்டும் தனியா என்ன உழைப்பு தேவை?'' என்று நீங்கள் கேட்கலாம். கீழே உள்ள இந்த அறிவியல் மீம் பாருங்கள். இதற்கு உழைப்பையும் தாண்டிய அறிவு தேவைப்படுகிறது. இந்த மீம் உருவாக்கிய ஜெகதீசன் சைவராஜ் இதற்காக எவ்வாறெல்லாம் உழைத்திருப்பார் என்பதை நீங்களே யூகித்துக்கொள்ளவும்.

மீம்களிலும் சரி நம்முடைய அன்றாட உரையாடல்களிலும் சரி நகைச்சுவை நடிகர்களின் வசனங்களும் உடல் அசைவுகளும் கலந்துவிட்டன. நம்முடைய உணர்வுகளை நமக்கே உரிய தனித்துவமான பாணியில் வெளிப்படுத்தும் தன்மையை இதனால் இழக்கிறோமா?

எந்தவொரு நகைச்சுவை வசனமாக இருந்தாலும் சரி, அல்லது நகைச்சுவை நடிகரின் உடல்மொழியாக இருந்தாலும் சரி அது நம்மை ஏதாவது வகையில் பாதிக்கும்போது அது நம்முடைய உடல்மொழியுடன் சேர்ந்துகொள்ளும். இதில் நமது தனித்தன்மைதான் அதிகம் வெளிப்படுமே தவிர வடிவேலுவோ, சந்தானமோ தெரிய மாட்டார்கள். வடிவேலு தன் கிராமத்து மக்களிடம் இருந்தே காமெடிகளை எடுக்கிறேன் என்று சொல்லியிருக்கிறார். நிச்சயம் வடிவேலு வசனத்தை அவர்போல் சொல்ல முடியாது. நம்முடைய வசனமாகவே அது வெளிவரும். இதில் நமது தனித்தன்மை இன்னும் அதிகமாக மிளிரும். சொல்லப்போனால் தனித்துவமான பாணி என்பதே இருக்காதுதானே? எல்லோருக்கும் யாராவது ஒருவர் முன்மாதிரியாக இருப்பார்.

''மீம்களின் கோட்பாடுகள்'' என்ற ஒரு புத்தகத்திற்கு உங்களை அட்டைப்படம் வடிவமைக்கச் சொன்னால், அது எப்படி இருக்கும்?

நிச்சயமாக வடிவேலு இருப்பார். உலகத்தை வடிவமைக்கும் நவீன கடவுள் போல் அவரைச் சித்தரித்துக் கையில் ஒரு டிஜிட்டல் பேனாவைக் கொடுத்துவிடுவேன்.

38. விக்கிரமாதித்யன்

கவிஞன் என்று சொல்வதை விட இவரை நாடோடிக் கவிஞன் என அடையாளப்படுத்துவது இவரது வாழ்வின் தன்மைக்கு மிகப் பொருத்தமாக இருக்கும். எழுதத் துவங்கிய காலம் தொட்டு இவரது வாழ்க்கை பயணமும் வறுமையும் நிறைந்ததாகவே இருந்திருக்கிறது. நாடாறு மாதம், காடாறு மாதம் என்று வாழ்ந்தவன் பெயரைக் கொண்டதால் நம்பிராஜனின் வாழ்க்கையும் விக்கிரமாதித்தன் கதை போலவே ஆயிற்று. ஆனாலும் தென்காசி சைவப் பிள்ளைகளின் நசிந்த வாழ்க்கையும், மொழியும், தாமிரபரணிக் கரையின் செழுமையும் இவரது கவிதைகளில் நிறைந்திருக்கிறது.

தன்னுள் பொறியாய்க் கனன்று உதிக்கும் எதையும் கவிதையாய் எழுதி வரும் இவரது இயல்பு கவிதையில் கையாளப்படாத சில உணர்வுகள் கவிதையாய் வெளிவந்திருக்கிறது. இவரது பார்வைக் கோணங்கள் சற்று வித்தியாசமானது. பம்மாத்து இல்லாதது. அதனால்தான் இவரது கவிதைகள் அழுத்தமும் அர்த்தச் செறிவும் மிக்கதாகயிருக்கிறது.

'கவிமூலம்' தொகுப்பு இவரது வாழ்வின், இவரது கவிதையின் மூலத்தை ஓரளவிற்குச் சொல்லும் தொகுப்பு. இந்தத் தொகுப்பில் கூடத் தன்னையும், தன் கவிதைகளையும் முன்னிறுத்தாது, அந்த நிகழ்வுகளை ஒரு சக மனிதனின் பார்வையில் சொல்லியிருப்பார்.

நாடோடி நம்பியண்ணனாய் வாழ்ந்து கொண்டும், கவிஞர் விக்கிரமாதித்தனாய் எழுதிக் கொண்டும் வாழ்நாளைக் கழிக்கும் இவருடன் ஒரு நேர்காணல்.....

'பாரதி, பாரதிதாசனை மீறிய பிரமிள்' என்று சமீபத்தில் நீங்க எழுதியிருக்கீங்க. பிரமிள் இவர்களை விடவும் பெரிய கவிஞனா?
நிச்சயமாக, எந்த சந்தேகமுமில்லாமல் பாரதிதாசனை விட மிகப் பெரிய கவிஞன் பிரமிள். பாரதியை விடவும் பெரிய கவிஞன்தான். இப்ப அதைச் சொன்னால் அதிகப்பிரசங்கித்தனமாகப் பேசுகிறேன் என்று புரிந்து கொள்ளப்படும். அதனால் தான் அதைப்பற்றி நான் அதிகம் பேசுவதில்லை.
பிரமிள் பெரிய கவிஞன் என்பதை எல்லோரும் ஏற்றுக் கொள்வார்கள் என்று நினைக்கிறீர்களா?
ஒரு விஷயம் சார்ந்து மதிப்பீட்டை முன்வைக்கும்பொழுது ஏற்றுக் கொள்ளப்படலாம் அல்லது ஏற்றுக் கொள்ளாமலும் போகலாம். இல்லையென்றால் காலம் தாண்டி ஏற்றுக் கொள்ளப்படலாம். பாரதியாரை மகாகவி என்றபோது எத்தனை பேர் அதை ஒத்துக் கொண்டார்கள். மிகப் பெரிய சர்ச்சை எல்லாம் தமிழ்நாட்டில் ஏற்பட்டிருக்கே! ஒரு கவிஞன் சார்ந்த மதிப்பீட்டை முன்னுதாரணங்களுடன் வைக்கிறோம். உடனே ஏற்றுக் கொள்ளப்பட வேண்டிய அவசியமில்லை. பிரமிளைப் பரவலாக அறிந்த பின்புதான் மதிப்பீட்டிற்கான மதிப்பே கிடைக்கும்.
பிரமிளை ஏற்றுக் கொள்வதற்கான தமிழ்ச்சூழல் இன்று இருக்கிறதா? பிரமிள் கவிதை குறித்த விமர்சனப் பார்வை எந்த அளவிற்கு உள்ளது?
தமிழ்ச் சூழலில் பிரமிளை ஏற்றுக் கொள்வது இப்போதைக்கில்லாமல் இருக்கலாம். இன்னும் நூறு ஆண்டுகள் கழித்துக் கூட ஏற்றுக் கொள்ளப்படலாம் . ஆனால் அவனுடைய கவிதைகள் என்றும் வாழும். பிரமிள் கவிதைகளை சுப்பிரமணியம் என்பவர் முழுத் தொகுதியாய்க் கொண்டு வந்திருக்கிறார். அந்தத் தொகுதி ஆயிரம் பிரதிகளும் விற்றுத் தீர்ந்து விட்டது. பிரமிளை அறிவதற்கான முதல் முயற்சி அது. 'கணையாழி' யில் பிரமிளைப் பற்றி நானும் ஒரு கட்டுரை எழுதியிருந்தேன். அதேபோல் ரா.சு. சுந்தரராசனின் கட்டுரை சுருக்கமாகயிருந்தாலும் பிரமிளைப் பற்றி மிகச் சரியாக மதிப்பீடு செய்திருக்கிறார். இன்னும் சிலர் விமர்சனம் செய்திருக்கிறார்கள். மிகச் சரியான புரிதல்கள், தீர்க்கமான முடிவு என்பது அவ்வளவு சீக்கிரம் கிடைத்துவிடாது.

நவீன இலக்கியவாதிகளுடைய படைப்புகள் எந்த அளவில் வரவேற்கப்படுகிறது?
இதற்குப் பல்வேறு காரணங்கள் இருக்கிறது. பல்கலைக்கழக அளவில் நவீன இலக்கியவாதிகளைக் கருத்தில் கொள்வதில்லை. பிரபல பத்திரிகைகள் இந்த கவிஞர்களுடைய கவிதைகளைப் பிரசுரிப்பதில்லை. இந்தக் கவிஞர்களின் கவிதைகள் நூலகங்களிலும் வைக்கப்படுவதில்லை. பிச்சமூர்த்தி படைப்புகளை சி.சு செல்லப்பா கொண்டு வந்தார். பிரமிள் கவிதைகளை அக்ரு. பரந்தாமன் புத்தகமாகப் போட்டார். இலக்கியவாதிகள் ஒன்று தாங்களே தொகுப்பு கொண்டு வர வேண்டும் அல்லது அவர்களின் நண்பர்கள் அதைச் செயல்படுத்த வேண்டும். இப்படிப்பட்ட நிலையில்தான் நவீனத் தமிழிலக்கியச் சூழல் இருக்கிறது. பத்திரிகைகளும், பதிப்பகங்களும் இவர்களைக் கண்டு கொள்வதில்லை.
நவீன கவிதைகள் எல்லாம் புரியாமல் எழுதப்படுகின்றன என்ற குற்றச்சாட்டு இருக்கிறதே?
நவீன கவிதைகள் புரியாமல் இருக்கின்றன என்பதெல்லாம் மிகவும் அபத்தமான கூற்று. நகுலனுடைய கவிதைகள் கூடப் புரியக்கூடியவைதான். பிரம்மராஜன் கவிதைகள் புரியவில்லை என்றாலும், திரும்பத் திரும்பப் படித்தால் புரிந்து கொள்ளக்கூடியவை தான் . முக்கியமாகக் கலாப்பிரியாவின் கவிதைகள் எல்லோருக்கும் புரியும். புரியக்கூடியக் கவிதைகளையும் எத்தனை பேர் மதிக்கிறார்கள், பொருட்படுத்துகிறார்கள் என்றால் முடிவு சரியானதாகயில்லை.
நவீன கவிஞர்கள் அக உலகத்தைப் பற்றித்தான் அதிகமாக எழுதுகிறார்கள் என்ற குற்றச்சாட்டு இருக்கிறதே?
அப்படிப் பார்த்தால் சங்க காலத்திலிருந்தே அக உலகம் பேசப்பட்டு வருகிறது. புற உலகத்தைப் பற்றிப் பேசுவதற்குத்தான் தினசரி பத்திரிகைகளும், ஜூனியர் விகடன், நக்கீரன் போன்ற பத்திரிகைகளும், ஏராளமாக இருக்கிறதே! அக உலகம்தான் எந்த வடிவத்திலும் வைக்கப்படவில்லை. அதனால் அக உலகத்தைப் பற்றிப் பேசுவது முக்கியம் என்று நினைக்கிறேன். எப்போதும் ஒரு கலைஞன் அல்லது கவிஞன் அக உலகத்திற்கு நெருக்கமாக இருக்கிறான். so called progress writersதான் புற உலகம், புற உலகம் என்று சொல்லிக் கொண்டிருப்பார்கள். அதுவும் இப்பொழுது மாறிக் கொண்டிருக்கிறது. அக உலகத்தைப் பற்றி பேசுவது தான் மிகச் சரியான தெரிவு எனச் சொல்லலாம்.

எழுபதுகளில் முற்போக்குக் கவிஞர்களுடைய அடையாளம் மிஞ்சிய அளவிற்குக் கவிதைகளில் போதுமான அளவு கவித்துவமும், கவி ஆளுமையும் வெளிப்படவில்லையே? விமர்சகர்கள் இவற்றை அடையாளப்படுத்தியிருந்தால் இந்தத் தன்மை குறைக்கப்பட்டிருக்கலாமோ?
ஆரம்ப காலங்களில் பொதுவாக விமர்சகர்கள் நாவல், சிறுகதைக்குக் கொடுத்த முக்கியத்துவத்தைக் கவிதைக்குக்

கொடுக்கவில்லை. இலங்கை விமர்சகர்கள் கைலாசபதி, சிவத்தம்பி என்று எல்லோருமே அப்படித்தான் இருந்தார்கள். சி.சு. செல்லப்பா கூடக் கவிதை பற்றிப் பின்னாடிதான் பேசுகிறார். கனகசபாபதி கொஞ்ச காலம் பேசிக் கொண்டிருந்-தார். அவரும் விட்டுட்டுப் போயிட்டார். தமிழவன் ஒரு காலகட்டம் வரை பேசிக் கொண்டிருந்தார். இப்ப அவரும் கவிதைகளைப் பற்றிப் பேசுவதே கிடையாது.

விமர்சகர்களுக்கு நாவல், சிறுகதை பற்றித் தெரிந்த அளவிற்குக் கவிதை பற்றிய அக்கறையில்லை. அல்லது நுட்-பமான பார்வையில்லை என்று சொல்லலாம்.இப்ப கூட தமிழில் 'பிக்ஸன் ரைட்டர்ஸ்' களாக இருக்கும் என்னோட நல்ல நண்பர்கள் நிறையப் பேருக்குக் கவிதை பற்றித் தெரியாது. பின் நவீனத்துவ எழுத்து, படிமங்கள் கொண்ட எழுத்து என்று தங்கள் எழுத்துக்களில் கட்டிக் கொண்டிருப்பார்கள். ஆனால் கவிதை பற்றிய போதுமான அறிவு அவ்வளவாக இருக்காது.

'வானம்பாடி' கவிதைப் போக்கிலிருந்து உங்கள் கவிதைப் போக்கினை எவ்வாறு வேறுபடுத்திக் கொண்டீர்கள்?

'வானம்பாடி' கவிதைகளில் எனக்கிருந்த வெறுப்பு (aversion) என்னவென்றால் அவர்கள் ஒரு போலியான சமூக, அரசியல் சித்தாந்தப் பார்வையோடு, மேடைப்பேச்சு பாணியிலான கவிதைகளை வண்டி வண்டியாய் எழுதிக் குவித்துக் கொண்டிருந்தார்கள். அவற்றுக்குள்ளிருந்த சமூக அக்கறை, சித்தாந்த அக்கறை எவ்வளவு நம்பிக்கைக்கு உரியதாக-யிருந்தது என்ற கேள்வி எனக்குள் இருந்து கொண்டிருக்கிறது.

இந்த இருபது முப்பது ஆண்டுகளில் பார்த்தீர்களானால் அவர்கள் எப்படி வளர்ச்சி அடைந்திருக்கிறார்கள் என்பது புரியும். ஒன்று தி.மு.க. சார்பானவர்களாகவோ, இந்திய கம்யூனிஸ்ட் வலது கொஞ்சம் இடது என்று மேடைப் பாங்-கிலான கவிதையாளர்களாகவோ இருந்தார்களே தவிர, கவிதைகளில் கவிதை அம்சமிருக்காது. இந்த மாதிரியான கவிதை தோன்றவே முடியாது என்ற பிரிவைச் சேர்ந்தவன் நான்.

'வானம்பாடி' கவிதைகளினால் கவிதை உலகத்திற்கு எந்த வளர்ச்சியுமே கிடையாதா?

நிச்சயமாகக் கிடையாது. இன்னும் சொல்லப் போனால் கவிதை வளர்ச்சியில் ஒரு பத்தாண்டு காலம் பின் தங்கிவிட்டது என்பது என்னோட தனிப்பட்ட அபிப்ராயம். பாரதிதாசனையே அப்படித்தான் சொல்வேன். பாரதியார் தமிழ்க்கவி-தையை இருநூறு ஆண்டுகள் முன்னெடுத்துப் போனார். அதே தமிழ்க் கவிதையை பாரதிதாசன் இருநூறு ஆண்டுகள் பின்னெடுத்துச் சென்றார்.

எந்த அடிப்படையில்?

ஒரு கருத்தைக் கவிதை என்று சொல்வது, அதையே நிறைய வரிகளில் சொல்வது. அதை அவரோடு மட்டும் நிறுத்-திவிட்டுப் போகவில்லை. பாரதிதாசன் பரம்பரை என்று சொல்லி பத்து, பன்னிரெண்டு கவிஞர்களை ஏற்படுத்தி ஒரு பிரிவாகவே செய்து விட்டார். ஒரு மொழியில் வெவ்வேறுவிதமான கவிதைப் போக்கு வேண்டும். ஆனால் ஒரு ரோடு ரோலர் (Road Roller) வந்து எல்லாத்தையும் அழிச்சிட்டுத் தார் ரோடு போட்ட மாதிரி கவிதையைத் தட்டையாக ஆக்கி விட்டார்கள். பாரதியிலிருந்து வெவ்வேறு விதமான கவிதைப் போக்குகளுடன் கவிஞர்கள் கிளைத்தெழுந்தார்-கள். கம்பதாசன் என்று ஒருவர் வந்தார். அவருடைய கவிதை பாணி வேறு மாதிரியாகயிருந்தது. நாமக்கல் கவிஞரோ, எஸ்.டி. சுந்தரமோ அவ்வளவு பெரிய கவிஞர்களாக இல்லையென்றாலும் அவர்களுக்கென்று தனி மேடையிருந்தது, தங்களுடைய போக்கில் எழுதலாம் என்று.

பாரதிதாசனுடைய பாணி வெகு சுலபமானது. அதில் அவர் தனித்தன்மையுடன் எழுதினார் என்பதிலெல்லாம் ஒன்று-மில்லை. அந்தக் காலகட்டத்தில் இன உணர்வு, மொழி உணர்வு பற்றிப் பேச வேண்டிய நெருக்கடியுமிருந்தது. அந்த வகையில் அவர் செய்தது சரி. அதில் எவ்வளவு கவிதை என்று பார்த்தோமேயானால் மிகக் கடுமையான மதிப்பீட்டை வைக்க வேண்டியதிருக்கும். அந்த மதிப்பீட்டை பாரதிதாசன் மீது வைக்க வேண்டாம் என்ற தாட்சண்யம் கருதி கூட விட்டு விடலாம். ஆனால் சமகாலக் கவிஞர்களிடம் அப்படி கருதத் தேவையில்லை. மறைந்து போன கவிஞரைப் பற்றி, தமிழ்க் கவிதைச் சூழலில் மிகப் பெரிய இடத்தைப் பிடித்து வைத்திருந்த, அதே சமயத்தில் சமூக நோக்கத்-திற்காகச் செயல்பட்டவர்கள் மீது மிகக் கடுமையான விமர்சனத்தை வைக்க வேண்டாம் என்று நம்புகிறவன் நான். அப்படிச் சொல்ல நேர்ந்தாலும் கூடத் தனிப்பட்ட முறையில் நான் வருத்தம் தெரிவித்துக் கொள்வேன்.

யாருடைய கவிதைகளில் தமிழ்க்கவிதை மரபுச்சூழல் இருக்கிறது என்று நினைக்கிறீர்கள்?

பிரமிள், நகுலன் ஓரளவுக்கு ஞானக்கூத்தன். ஞானக்கூத்தனை ஓரளவுக்கென்று சொல்வதற்குக் காரணம் அவர் யாப்பை விடவே மாட்டார். யாப்பு வடிவத்திலேயே கவிதையைக் கட்டுகிறார். அது நவீன கவிதை ஆகாது. ரொம்ப அப்சர்ட் (Absurd) கவிதைகளை எழுதும்போது கூட ஓசையை விட மாட்டார். இந்த நவீன காலத்திற்கு எவ்வளவு ஓசை வேணுமோ அதை inner rhythm என்று சொல்கிறோம். இன்னர் ரிதம் தமிழில் பிரமிள், நகுலனிடம் ரொம்ப

exclusive-வாக இருக்கும். ஆனால் ஞானக்கூத்தன் ஒரு வகையான சந்தத்தில், யாப்பினால் வரக்கூடிய ஓசையில் பண்ணிக் கொண்டிருப்பதால் அவரை முழுக்க முழுக்க தமிழ் மரபு சார்ந்தவர் என்று சொல்ல முடியாது. பிற்கால மரபு சார்ந்தவர் என்று வேண்டுமானால் சொல்லலாம்.

தமிழில் கம்பன், திருத்தக்க தேவரிலிருந்து தான் ஓசை, சந்தம் கூடி வருகிறது. சங்கப் பாடல்களிலெல்லாம் இன்னர் ரிதம்தான் இருக்கிறது. இந்த இன்னர் ரிதம்தான் நகுலன், பிரமிளிடமும் இருக்கிறது.திரும்பத் திரும்ப இவர்களைச் சொல்லிக் கொண்டிருக்கக் காரணம், இவர்கள் கவிதைக் கட்டமைப்பிலும், விஷயத் தெரிவுகளிலும் சங்க மரபு சார்ந்து வருகிறார்கள். பழைய கவிதையாகயிருக்கிறது; அதே சமயத்தில் இன்றைய வாழ்க்கையை, இன்றையப் பிரச்சினைகளை, இன்றைய மனோபாவங்களை எடுத்துச் சொல்வதால் முழுக்க முழுக்க நவீன கவிதையாகவும் இருக்கிறது. அதனால்தான் நான் நிறைய இடங்களில் சொல்லியிருக்கிறேன். இங்கே நவீன கவிதையைத் தோற்றுவித்தவர்கள் யாரும் கவிஞர்கள் அல்ல. பிக்சன் ரைட்டர்ஸ்'. பிச்சமூர்த்தி, சி.சு. செல்லப்பா, வல்லிக்கண்ணன், புதுமைப்பித்தன் உள்பட எல்லோருமே சிறுகதை எழுத்தாளர்கள். க.நா.சு. மாதிரி ஒரு சிலர்தான் நாவலாசிரியர்கள்.

பாரதிதாசன், பாரதிதாசன் பரம்பரையில் தமிழ்க்கவிதை நசிந்து பொங்கல் வாழ்த்து மாதிரி சம்பிரதாயமாக ஆகும்போது உலகக் கவிதைகளையெல்லாம் பார்த்து, நாமும் வேறு பாணியில் எழுதலாமே என்று தனித்தனியாக முயற்சி செய்தார்கள்.அதற்குப் பின் தான் 'எழுத்து' அமைப்பு வருகிறது. இங்க யாருமே கவிஞர்களாகயில்லை. ஒருவேளை கவிஞர் என்று சொன்னால் 'எழுத்து' அமைப்பில் நகுலன் ஒருவர்தான் கவிஞர். அதன் தொடர்ச்சியாகத் தமிழ் வாழ்வு சார்ந்த , முக்கியமான கவிஞர்களாகக் கலாப்ரியா, சுகுமாரன், தேவதேவனைச் சொல்லலாம். அவர்களுடைய இன்னர் ரிதம் எப்படியிருக்கு. ஓசை எப்படியிருக்கு என்பதையெல்லாம் இரண்டாம்பட்சமாகக் கூட வைத்துக் கொள்ளலலாம்.

சமீபத்தில் ஜெயமோகன், தேவதேவனை முன் வைத்து நவீன கவிதைகளை வகைப்படுத்தினார். அவருடைய புரிதல்கள் பற்றிய கருத்துக்களை நீங்கள் எப்படிப் பார்க்கிறீர்கள்?

ஜெயமோகனைப் பொறுத்தவரை தொடர்ந்து ஏதாவது அரசியல் செய்து கொண்டிருப்பார். சுந்தர ராமசாமி இதுபோல முன்னர் தொடந்து செய்து கொண்டிருந்தார். இப்ப வயதாகிவிட்டதால் செய்வதில்லை. ஜெயமோகன் செயல்படுவது என்பதும் அரசியல் செய்வதென்பதும் சேர்ந்தே வருது. இங்கேயிருக்கும் கவிதைப் போக்கினை அவர் ஒரு சார்ட் அவுட்டுக்குள் கொண்டு வருகிறார்.

ஜெயமோகன் வெறும் அரசியல் மட்டும் செய்தால் அப்படியே அவரைத் தவிர்த்து விட்டுப் போயிடலாம். அவருக்கு லட்சியவாதம், கனவு, தத்துவம் சார்ந்த சிந்தனை என்று ஒரு உயர்ந்த லட்சியங்களைக் கொண்ட மனோபாவம் அவரிடம் இருக்கு. இந்த மாதிரி மனநிலை உள்ளவர்கள் தமிழில் வெகு சீக்கிரம் தங்களை அடையாளப்படுத்திக் கொள்ள, தேவதேவனோடு சேர்த்துத் தங்களை அடையாளப்படுத்திக் கொள்வார்கள். அதனால் தான் ஜெயமோகன் தேவதேவனை முன்வைத்துப் பேசுகிறார். கவிதையை முன் வைத்து பேசினாரென்றால் ஒரு கலாப்ரியாவையோ, விக்கிரமாதித்தனையோ, சுகுமாரனையோ பற்றிப் பேசாமல் இருக்க முடியாது. அவர்களையெல்லாம் பிடிக்காமல் தேவதேவனைப் பிடிக்கிறது என்பதற்குக் காரணம் என்னவென்றால், தன்னுடைய லட்சிய மயக்கங்கள், கனவுகள், தத்துவார்த்தப் போக்குகளை முன்னெடுத்துச் சென்று ஒரு அமைப்பை உருவாக்க வேண்டும் என்று நினைக்கிறார். ஜெயமோகனின் லட்சிய மனப்பான்மைக்கு தேவதேவன் மட்டும்தான் பொருத்தமாக இருப்பார். வேறு யாரும் பொருத்தமாக இருக்க மாட்டோம். கலாப்ரியாவை எடுத்துக் கொண்டால் ஒரு குறிப்பிட்ட சமூகம் சார்ந்த சிதிலங்களை முன்னெடுத்து நிறுத்தினார். சுகுமாரனை எடுத்துக் கொண்டால் தகப்பனுக்கும், மகனுக்குமான விரோதமான போக்கு, இந்தச் சமூகத்தில் தனித்து அலைய வேண்டிய வாழ்க்கை நெருக்கடிகளைப் பற்றி எழுதியிருக்கிறார். ஜெயமோகன் ஒரு பிலாசபிகல் பிக்சன் ரைட்டர், அதனால் அவர் ஒரு பிலாசபிகல் பிக்சன் போயட்டை முன் வைக்கிறார் அவ்வளவுதான்.

இங்கு வாழ்வியல் சார்ந்து பேசுகின்ற கவிஞர்கள் மேற்கத்திய கவிதை போன்ற ஒரு அறிவியல் சார்ந்த தத்துவார்த்த விசாரணையில் ஈடுபடக்கூடியவர்களாகயில்லையே ஏன்?

தேவதச்சன் கொஞ்சம் தத்துவார்த்தக் கவிதைகளைத்தான் பேசிட்டிருக்கார். அவற்றை 'இன்டலக்சுவல்' என்று சொல்லாம். முழுக்க முழுக்கத் தத்துவம் சார்ந்து தமிழில் வரவில்லை தான். தத்துவம் படித்த மாணவர் என்பதால் தேவதச்சனின் கவிதைகள் அந்த அமைப்பிற்குள் வந்தது. ஆனந்துக்கும் அந்த ஈடுபாடிருந்தது. அதுக்கு முன்னாடி கே.ராஜகோபால் இருந்தார். அந்தக் காலகட்டத்தில் அது வாசகர்களைச் சரியாகச் சென்றடையவில்லை. சி.எம். மணியுடைய கவிதைகள் தத்துவம் படிந்த ஒரு தத்துவமாக வரும். அது மேலோட்டமான தத்துவமாக இருந்ததே தவிர ஆழமானதாகயில்லை. தேவதேவனின் ஆரம்ப காலக் கவிதைகளில் ஜே. கிருஷ்ணமூர்த்தியின் பாதிப்பு நிறைய இருக்கும். அதை அவர் மறுக்கலாம், இல்லையென்று வாதிடலாம். ஆனால் ஜே. கிருஷ்ணமூர்த்தியைப் படித்து விட்டு தேவதேவனைப் படித்தால் அந்தப் பாதிப்பு மிக ஆழமாக இருப்பதை உணரலாம்.

தமிழ்க் கவிதைச் சூழலில் ஒரே மாதிரியான கவிதைப் போக்கு. அதாவது பசவய்யா என்று எடுத்துக் கொண்டால் அதனைத் தொடர்ந்து அதே பாணியிலான கவிதைகள். சில கவிதைகளில் பெயரை எடுத்துவிட்டால் ஒரே மாதிரியான கவிதையாகத்தான் இருக்கும் . இது எவ்வகையில் சாத்தியப்படுகிறது?

நான் சங்கப் பாடல்களை மனம் போனவாறு படித்திருக்கிறேன்; ஒட்டுமொத்தமாகப் படித்தேன் என்று சொல்ல முடியாது. என்னுடைய பார்வையில் கபிலர், பரணர், அவ்வை, சாத்தியார் இந்த மாதிரி சில பேரோட பாடல்கள் தனியாகத் தெரியும். கலித்தொகையையே எடுத்து கொண்டீர்களானால் பத்து பன்னிரெண்டு கவிதைகள்தான் தனியாகத் தெரியும். மற்றவையெல்லாம் அவற்றின் நகல் மாதிரியோ அல்லது ஒரு ஸ்கூல் மாதிரியோ தெரியும். இது எல்லாக் காலத்திலேயும், எல்லா மொழியிலேயும் இருக்கின்ற ஒன்று. அதில் தனித்தன்மையோடு இருப்பவன்தான் கவிஞன். அதுதான் ரொம்பக் காலத்துக்கு நிக்கவும் செய்யும்.

உங்களுடைய கவிதைக்கான புரிதல்கள் என்ன? அல்லது ஒரு கவிதையை எப்படி உணர்ந்து கொள்கிறீர்கள்?

சில கவிதைகளைப் பத்து ஆண்டு காலங்களுக்குப் பிறகு கூட புரிந்து கொள்ள முடியும். உதாரணத்திற்குச் சொல்ல வேண்டுமென்றால் சமயவேலின் 'காற்றின் பாடல் கலைகள்' தொகுதியைப் படிக்கும்போது எனக்கு ரொம்பவும் சாதாரணமாகப்பட்டது. பத்து வருசத்துக்கப்புறம் இப்ப பார்க்கிறப்போ 'அடடா ரொம்ப நல்லாருக்கு' ன்னு தோணுது. அப்போது அவரிடம் அதைப் பற்றி பேசியிருந்தால் இன்னும் நிறைய எழுதியிருப்பார். அல்லது சரியான திசையை நோக்கிப் போயிருந்திருப்பார். 'ஐயோ நாம அதைச் செய்யலையே' என்ற வருத்தம் கூட எனக்கிருக்கு. எளிய சொற்களைக் கொண்டிருப்பதாலேயே அது சாதாரண கவிதை என்று நினைத்து விடக்கூடாது. ஆரம்ப காலத்தில் எனக்கு பிரமிளையே உள்வாங்கிக் கொள்ள முடியாமலிருந்தது. இந்தக் கவிதையை இப்படிப் பார்க்கக்கூடாது என்று, நண்பர் என்ற முறையிலும் என்னை விட ஆங்கில அறிவு அதிகமுள்ளவர் என்ற முறையிலும் சமயவேல் மாதிரி நல்ல நண்பர்கள் எனக்கு உணர்த்தியிருக்கிறார்கள்.

அதேபோல் தற்போது என்.டி. ராஜ்குமார் என்ற இளைஞரோட கவிதைகளில் வாழ்வு புதுசாக இருக்கிறது. பேய் ஓட்டுவது, பேய் பிடிப்பது, மோகினிப் பிசாசு என்று புதிய விசயத்துடன், புதிய மொழிகளும் ஒரு மாயக் கவர்ச்சியுமாயிருக்கிறது. நாம திரும்பத் திரும்பப் படித்து மற்றவர்களுக்கு எடுத்துச் சொல்லத் தூண்டுகிறது.

நல்ல கவிதையைக் கண்டுபிடிப்பதும், நல்ல கவிஞனைக் கண்டுபிடிப்பதும் திரும்பத் திரும்பப் படிப்பதனாலும் பயிற்சியின் மூலமும் தான் சாத்தியம் என்பது என்னோட தனிப்பட்ட அனுபவம். மேம்போக்காகப் படித்துவிட்டு ஒரு முடிவுக்கு வந்து விடக் கூடாது.ஒரு கவிஞரின் இரண்டாவது தொகுதி வந்திருக்கும் என்றால் முதல் தொகுதியைப் படித்து அது எந்த மாதிரி வந்திருக்கிறது என்று இரண்டிலும் ஒரு பார்வை இருக்க வேண்டும். முக்கியமாக நவீன கவிதைக்கு அந்தப் பார்வை அவசியம் தேவைப்படுகிறது.

சங்கப் பாடல்களைப் பற்றி நமக்கு எல்லாமே கற்றுத் தரப்பட்டிருக்கிறது. சின்ன வயதில் பள்ளிக்கூடங்களில், திராவிட இயக்கத்தைச் சார்ந்தவர்கள் கூட அதைப் பற்றி பேசியிருக்கிறார்கள். நவீன கவிதையைப் புரிந்து கொள்வதற்கு ஒரு வழிகாட்டி வேண்டியிருக்கிறது. அது நானாகயிருக்கலாம். அல்லது இன்னொரு கவிஞனாக இருக்கலாம். அதற்கான தொடர்ந்த வாசிப்பும், அந்தக் கவிதைகளைப் பற்றி பேசுவதும் தொடர்ச்சியாக இருக்கும் போதுதான் நவீன கவிதை சரியாக முன் வைக்கப்படுகிறது.

'ரொமான்டிக் கவிஞர்' என்று உங்களைச் சொல்கிறார்களே? அதைப் பற்றி உங்கள் கருத்து என்ன?

எஸ். ராமகிருஷ்ணன்தான் என்னை 'ரொமான்டிக் கவிஞர்' என்று சொன்னார். எழுதி எழுதி எனக்குள் ஒரு பகுதியைக் காலியாக்கிவிட்டேன. ஒரே மாதிரியாக எழுதுவது எனக்கே அலுப்பாயிருந்தது. ஒரு பால்ய கால சிநேகிதியைப் பற்றி எழுதிப் பார்க்கலாம் அல்லது குடும்ப வாழ்க்கையில் மனைவி சார்ந்த இனிமையான நிகழ்வுகளை எழுதிப் பார்க்கலாம் என்று தோன்றியது.

என்னுடைய இளைஞ நண்பர்கள் எல்லாருமே, 'ஏன் அண்ணாச்சி ஒரே மாதிரி எழுதுறீங்க. பிக்சன்(fiction) எழுதிப் பாருங்க, கவிதை பற்றிய கட்டுரை எழுதுங்க. அல்லது கொஞ்ச நாளைக்கு எழுதாமலிருங்க' என்றார்கள். 'எழுதுகிறவைகளை எல்லாம் அப்படியே பத்திரிகைக்கு அனுப்பாதீங்க. கொஞ்சம் தெரிவு செய்து அனுப்புங்களேன்' என்றும் சொன்னார்கள். அதனால் ரொமான்டிக் எழுதிப் பார்த்தேன். எனது சொந்த வாழ்க்கையில் ரொமான்டிக் பக்கமே கிடையாது. என்னோட சிறு வயதில் குறிப்பிட்ட காலத்துக்கு முன்னாடியே உணவு தேட வேண்டியதாயிடுச்சு. கல்வி தேடுவது, வேலை தேடுவது என்று ஒவ்வொரு காலகட்டத்திலும் வாழ்க்கையின் அடிப்படையான விசயங்களைத் தேடுவதிலேயே என்னோட காலம் போய் விட்டது. இப்ப ஒரு ஐந்து ஆண்டுகளுக்குப் பின்னாடிதான் கொஞ்சம் ரொமான்டிக் கவிதை எழுதினேன்.

பிரேம் ரமேஷ், சமயவேல் மாதிரி நண்பர்கள் என்னை 'ஆன்டிக் பொயட்' என்று தான் சொல்வார்கள்.
எனக்கு சங்கப்பாடல்கள் மீது அளவு கடந்த காதலிருந்தது. அதைப்போல வாழ்க்கையில் இனிமையான விஷயங்களை எழுதலாம் என்று தோன்றியது. 'தனிப்பாட்டுத் திரள்' பார்த்தீர்களானால் ஒரு வறட்சியான எதிர்க்கவிதையாக இருக்கும்.கவிதை சார்ந்து ஆங்கில அறிவு எனக்குக் குறைவு என்பதால் இந்த இரண்டு விஷயங்களும் தமிழ் மரபு சார்ந்துதான் அமைந்திருக்கிறது.
உங்கள் 'கவிமூலத்தில்' காணப்படும் மனிதர்கள் எல்லாம் நல்லவர்களாகவே இருக்கிறார்களே எப்படி?அல்லது எல்லோரையும் நீங்கள் நல்லவர்களாகப் பார்க்கிறீர்களா?
ஒரு வகையில் பார்த்தால் மனிதர்கள் எல்லோரும் நல்லவர்கள்தான். அப்படி நான் கான்ஷியசாகப் (consious) பார்க்கவில்லை. நான் சொல்லியிருக்கின்ற மனிதர்களுக்குள் ஒரு இனிமையான பகுதி இருந்திருக்கலாம் அல்லது எனக்கே மரபு சார்ந்த ஒரு நல்ல அணுகுமுறை இயல்பிலேயே அமைந்திருந்திருக்கும். உண்மையில் மனிதர்களை நல்லவர்களாகப் பார்க்க முயற்சி செய்கிறேன்.

ஈழத்துக் கவிதைகளிலிருக்கும் வெவ்வேறு தளங்கள் தமிழ்க் கவிதைகளில் இல்லை என்று சொல்கிறார்களே? அதைப் பற்றி நீங்க என்ன சொல்றீங்க?
தமிழ்க் கவிதையை விட ஈழத்துக் கவிதை சிறந்தது என்று எண்பதுகளிலிருந்து பிரச்சாரம் பண்ணிட்டு வர்றாங்க. 'இலக்கு' நடத்திய கருத்தரங்கில் நானே மேடையில் இதை மறுத்துப் பேசியிருக்கிறேன். ஈழத்திலிருக்கின்ற அரசியல், சமூக நிலைமைகள் வேறு. இங்கேயிருக்கின்ற அரசியல் சூழல் வேறு. அதைப் பற்றி ஒரு விரிவான கட்டுரை எழுத வேண்டும் என்று நினைத்துக் கொண்டிருக்கிறேன். ஜெயபாலன்கிட்ட இதைப் பற்றிப் பேசுவதற்கான வாய்ப்புக் கிடைக்கவில்லை. ஆதவன்கிட்ட நிறையப் பேசியிருக்கிறேன். எனக்கும் அவருக்கும் தமிழ்க்கவிதை பற்றி, நகுலன் கவிதை வரைக்கும் ஒத்த சிந்தனையிருக்கிறது. தமிழ்க் கவிதைக்கும், ஈழத்துக் கவிதைக்கும் நிறைய வேறுபாடிருக்கிறது. இரண்டையும் ஒப்பிட்டுப் பேசுவது என்பது எந்த வகையிலும் பொருத்தமற்றது. தமிழ் என்ற மொழியில் எழுதுவதாலேயே அவற்றைத் தமிழ்க்கவிதையாகக் கருத வேண்டுமென்றோ அங்கீகரிக்க வேண்டுமென்றோ கட்டாயமில்லை.
கவிதையைப் பொறுத்தவரையில் இலங்கை சார்ந்த கவிதைகளையெல்லாம் படித்து விடுவேன். ஈழத்துக் கவிஞர்களான ஜெயபாலன், சேரன் மீது எனக்கு மிகுந்த மரியாதை இருக்கிறது. ஈழத்துக் கவிதைகளையும் தமிழ்க் கவிதைகளையும் வேறு வேறாகத்தான் பார்க்கிறேன். இப்போதுதான் ஈழத்துக் கவிதைகள் ஒரு கட்டமைப்புக்குள் வந்திருக்கிறது. அவர்களுக்குக் கவிதைகள் மிக நீளமாக இருக்க வேண்டும். மனுஷ்ய புத்திரனிடம் எனக்கிருக்கின்ற சங்கடமே அதுதான். ஒரு விஷயத்தை எழுத ஆரம்பித்தார் என்றால் இரண்டு பக்கத்திற்கு இழுத்துக் கொண்டே போவார். இருபத்தைந்து வரிகளுக்கு மேலே ஒரு கவிதையை என்னால் படிக்க முடிவதில்லை. கவிதை என்பது ஒரு பொறி. அது மிக நீளமானதாகயிருக்க முடியாது. இப்ப பரவாயில்லை. சின்னதாக எழுதுகிறார்கள். ஆனாலும் சமயங்களில் மூன்று பக்கத்துக்குப் போய் விடுகிறது. இவையெல்லாம் தாண்டி அவர்களுக்கு ஒரு அரசியல், சமூக நோக்கம் இருக்கிறது என்பதை ஒத்துக் கொள்ளலாம். அதற்காகத் தமிழ்நாட்டுக் கவிஞர்களை விட இலங்கைக் கவிஞர்கள் பெரிய ஆளுங்க என்று எந்தக் காலத்திலும் என்னால் ஒத்துக் கொள்ள முடியாது. இதைத் தாராளமாக நீங்கள் பதிவு பண்ணிக் கொள்ளலாம்.
பெண் கவிஞர்கள் அதிகமாக இல்லாததற்குக் காரணம்?
முதலில் கவிதை மேலே அக்கறை வேண்டும். நீண்ட கால உழைப்பு வேண்டும். ஒரு பத்து ஆண்டு உழைப்பு இருந்தால் ஒரு நல்ல நாவலாசிரியராகி விடலாம். ஆனால் கவிதை வந்து அப்படி பத்து ஆண்டுகளில் கைகூடி வந்து விடாது. அதில் ஆழ்ந்து போய் விட முடியும் என்று சொல்ல முடியாது. ஒரு வேளை தன் போக்கில் அப்படி வரலாம். அது ரொம்ப அபூர்வமானது. அப்படித் தன் போக்கில் அமைந்து விடுவதில் கூட அதை வளர்த்தெடுத்துப் போவதற்கும், செழுமைப்படுத்துவதற்கும் தொடர்ச்சியான உழைப்பு வேண்டும். தொடர்ந்த வாசிப்பும், தொடர்ந்து அதைப் பற்றி யோசிப்பதும், கவிதை பற்றிய சரியான பார்வையும் மிகவும் அவசியம்.

39. பிரம்மராஜன்

உரையாடியவர்கள்: ஜீ.முருகன், பழனிவேள், ராணிதிலக்
பழனிவேள்: நீங்கள் எழுதத் தொடங்கிய காலத்தில் உங்களுக்கு பின்புலமாலக இருந்த எழுத்துக்கள்...
பிரம்மராஜன்: கவிஞர்கள் என்றால் தருமுசிவராமு, சுந்தர ராமசாமி, நாரணோ ஜெயராம், தி.சு.வேணுகோபால் இவர்களைச் சொல்லலாம். குறுந்தொகையை முழுசாகப் படிச்சிருந்தேன். நற்றிணை பாதி படிச்சிருக்கேன். ஆரம்பத்தில் படிமம் சார்ந்த கவிதைகளைத்தான் எழுதினேன். அப்படி எழுதும்போது மொழி தளர்வா இருந்துவிடக்கூடாது, சொல் தேர்வு கச்சிதமாக இருக்கவேண்டும் என்ற சிக்கனத்துடன் எழுதுவேன். யாருடைய கவிதை போலவும் என்னுடைய

கவிதை இருந்துவிடக்கூடாது என்ற பிரக்ஞைதான் மொழி இப்படி அமைவதற்குக் காரணம்.

ப.வே: பிரமிளோட மொழிக்கும் உங்களுடைய மொழக்கம் என்ன வித்தியாசம்?

பிர: பிரமிளோட மொழிக்கும் எனக்கும் எந்த சம்பந்தமுமில்லை. ஏன்னா அவர் மொழியில எந்தப் பரிசோதனையும் செய்த மாதிரி தெரியல. பல அர்த்த தளங்கள்ல இரண்டு வார்த்தைகளோட அருகாமையில ஏற்படக்கூடிய உருகல்- என்னுடைய கவிதையில பார்க்கலாம். 83-வரைக்கும் என்னோட கவிதை எளிமையாத்தான் இருந்தது. ஞாபகச்-சிற்பத்திலதான் மொழி ரீதியான சோதனைகளைச் செய்ய ஆரம்பிச்சேன். இது வலிந்து செய்யப்பட்டது கிடையாது. நெருக்கடின்னு சொல்லலாம். ஒரு வார்த்தைக் கொடுக்க வேண்டிய அர்த்தத்தை கொடுக்காத பட்சத்துல வேறொரு வார்த்தைய பக்கத்துல வச்சி இரண்டையும் உருக்கி அதனால் உருவாகக்கூடிய புதிய அர்த்த தளத்தை ஏற்படுத்தறது. இது மாதிரி கவிதைகள் ஞாபகச்சிற்பத்தில இருக்கு. அதனோட உச்சம் புராதன இதயம். இவ்வளவு சோதனை-களை ஒருத்தர் தொடர்ந்து எழுதிக்கிட்டிருக்க முடியாது. கொஞ்சம் தளர்வா எழுதவேண்டியிருந்தது. பிறகு கலந்துதான் எழுதியிருக்கேன். முழுசா பரிசோதனைகளை விட்டுட்டேன்னும் சொல்ல முடியாது. மஹாவாக்கியத்தில் மொழிபற்றிய கூடுதல் பிரக்ஞையோடுதான் எழுதியிருக்கேன். 85க்கு பிறகு நான் வாசித்த சித்தர் பாடல்கள் பின்கட்ட கவிதைக-ளுக்கு உதவியா இருந்திருக்கு.

ப.வே: சிலப்பதிகாரம்?

பிர: சிலப்பதிகாரத்தைப் படிச்சிருக்கேன் என்று சொல்வது நேர்மையான கூற்றாக இருக்காது. மனசுல பட்ற இடங்-களைப் படிச்சிட்டு போயிருக்கேன். ஆனா குறுந்தொகைய எந்த கவிதைய கேட்டாலும் ஞாபகப்படுத்திச் சொல்ல முடியும். இப்பவும் நற்றிணையையும் குறந்தொகையையும் படிச்சிக்கிட்டுதான் இருக்கேன்.

ப.வே: நற்றிணையில இருக்கிற பலதளத்தன்மைதான் காரணமா?

பிர: ஆமாம், இன்னிக்கு சிம்பாலிஸத்துல சொல்லியிருக்கிற விஷயங்களை அதில் சொல்லியிருக்காங்க. இரண்டு குறியீடுகளைச் சொல்லி மூனாவதா இருக்கிற குறியீட்டை நம்மையே விளங்கிக்கொள்ளச் செய்றதுதான் அதனோட விசேஷம். இரண்டாவதா அதனோட நிலவெளி.

ராணிதிலக்:ஆரம்ப காலக்கவிதைகள்ல உணர்ச்சி பிரதானமா இருக்கு, பிற்காலக் கவிதைகள்ல அறிவோட ஆதிக்கம் அதிகமா இருக்கு. இந்த மாற்றத்திற்கும் உங்களுடைய மொழி இறுக்கம் அடைஞ்சதுக்கும் தொடர்பிருக்கா?

பிர: மனசு-அறிவுன்னு பிரிக்க முடியும்ன்னு தோணல. நான் சிந்திக்கறப்ப உணர்வும் அறிவும் ஒரே நேரத்திலதான் செயல்படுது. ஒரு விஷயத்தைப் பற்றி உணர்வு ரீதியா அணுகும்போதே என்னோட காரண அறிவும் சேர்ந்துதான் இயங்குது. இசையைக் கேட்கும்போதும் இதுதான் நிகழுது.

ரா.தி: நம்மோட அனுபவத்திற்கு மொழி கிடையாது. ஏன்னா இது காண் வழியா நடக்குது. ஆனா எழுதும்போதுதான் மொழியோட தேவை இருக்கு. அப்ப அனுபவத்தோட உணர்வை எந்த அளவுக்கு மொழியில் மாற்றம் செய்ய முடியுது?

பிர: காட்சி வழியா சிந்திக்கிறது ஒரு முறை. பெரும்பாலும் இதை மொழிப்படுத்துவதில்லை. ஒரு கனவை சரியா சொல்ல முடியலேன்னு சொல்றோம். வெறும் காட்சிய அடிக்கிகிட்டுப் போக முடியாது. அதற்கு இணைப்பு கண்ணி தேவை. இந்த கண்ணிகள் மொழியிலதான் இருக்கு. இங்கதான் அறிவு தேவைப்படுது. அரூபமா சிந்திக்கிற ஒரு முறை இருக்கு. இது மொழியில நிகழற ஒன்னு. அப்படி உருவாகிற கவிதைகள் சிந்தனையோட அடிப்படையே இல்-லாம இருக்கும். சில வார்த்தைகள் சேர்ந்து வாக்கியமா ஒலிச்சிகிட்டே இருக்கும். இதுக்கு காட்சி ரூபமே கிடையாது.

ரா.தி: மரத்தை கவிஞன் கவிதையில ஏதருஹன்னு எழுதறான். ஏன் மரம்ன்னே எழுதலாமே.

பிர: நம் தினசரி மொழிக்கும் கவிதையில பயன்பட்ற குறியீட்டு மொழிக்கும் அடிப்படையிலேயே வித்தியாசம் இருக்கு. ஒரு கண்ணாடி மாதிரி கவிதை மொழி செயல்படாது. அப்படி செயல்பட்டதுன்னா அங்கேயே கவிதையோட தோல்வி ஆரம்பிக்குது. கலையோட தோல்வியும் ஆரம்பிக்குது. கவிதையில மொழி என்பது ஒளிவிலகல் மாதிரி செயல்படுது. இதப்புரிஞ்சிக்கிட்டா கவிதையையும் புரிஞ்சிக்கலாம். கவிஞனையும் புரிஞ்சிக்கலாம். இரண்டுக்கும் உள்ள வித்தியா-சத்தைப் புரிஞ்சிக்காமப் போனதுதான் கவிதையோட புரிதல் பற்றிய பிரச்சினைக்கு காரணம். இவர்களால் உரைந-டையையும் கவிதையையும் பிரிச்சி பார்க்க முடியல. யதார்த்தத்தில பார்க்கிற மரம் வேற கவிதையில இருக்கிற மரம் வேற.

ஜீ. முருகன்: உங்கள் கவிதை உருவாகி வரும் விதம்பற்றி உங்களால் சொல்ல முடியுமா?

பிர: சுதந்திரமா இருக்கிற ஒரு நபர நோக்கி ஒரு கவிதை எழுதறேன். அந்தக் கவிதை ஒருமையில விளிக்கப்பட்டி-ருக்கு. “வா இரு போ”. இப்படித்தான் அந்த கவிதை எனக்கு வந்தது. இதை எப்படி கொண்டு போகறதுங்கறதான் விஷயம். இது ஒரு பெண்ணை நோக்கிய விளிப்பா, ஒரு ஆணை நோக்கிய விளிப்பான்னு விளங்கல எனக்கு. ஆனால் என்கிட்ட இருக்கும்போது நீ எப்படி இருக்கலாம்ங்கிறதுதான் இது. ஏவா இரு போஹ இதை எழுதும்போது

இருக்கிற நெகிழ்வு இருக்கு பாருங்க இதுதான் அந்த கவிதையோட இசை. இசை ரூபத்திலதான் அந்த கவிதைய பார்க்கிறேன். இந்த வாக்கியத் தொடர கடைசி வரியில மாத்தி அமைச்சிட்டேன், “இரு வா போ” என்று. இதுக்கு தூண்டுதலா பட்டினத்தாரோட ஒரு பாடல் இருந்திருக்கு.

அங்கிருந்துதான் இது உருமாறி வந்திருக்கணும். இதை எப்படி கவிதையில கொண்டுபோயிருக்கேன்னா, ஒரு தென்னை நெற்று வந்து ஈரமான பூமியில விழறதா அதைக் காட்சி படுத்தியிருக்கேன். தென்னை நெற்று எவ்வளவு பிடிமானத்தோட அந்த மரத்துல இருக்கும்? எப்ப வேணும்ன்னாலும் அது விழுந்துடும். அப்படித்தான் நீ என்னோட உறவு வச்சிக்கணும் என்று சொல்லப்பட்டிருக்கு. பட்டும் படாம இருக்கிற உறவ அந்த கவிதைசொல்லி சொல்றார். இதை அறிவார்த்தமா செய்யும்போது எவா இரு போஹ என்பது வேறுவிதமா செய்யப்படுது. இதை அறிவார்த்தமான கவிதைன்னும் சொல்லலாம். ஆனால் ஏகப்பட்ட உணர்ச்சிகள் உள்ள கவிதை.

முரு: **ஒரு கவிதைய எழுதத் தொடங்கும்போதே அந்தக் கவிதையைப்பற்றிய ஒட்டுமொத்தமான வரைவும் உங்களிடம் இருக்கா?**

பிர: முன்பு சொன்னது போல ஒரு வரி மட்டுமே உருவாகியிருக்கும். அந்த ஒரு வரி முழு கவிதையா ஆகக்கூடிய வாய்ப்பும் இருக்கு. முழு கவிதையா இருந்தும் எழுத முடியாம போற வாய்ப்பும் இருக்கு. அந்த முழு கவிதையும் நம்ம மனசுக்குள்ள ஒருவிதமா இருந்து காகிதத்தில் முடியும்போது வேறு விதமா இருக்கும். காரணம் காகித்தில் எழுதும்போதே ஒரு வார்த்தை திசை திருப்பி கூட்டிக்கிட்டு போயிடும். அந்த அனுபவத்தையேகூட மாற்றி அமைச்சிடும். பொதுவா கவிதை திட்டமிட்ட மாதிரி முடியறதில்லை. அத எழுதும்போதே மனசுல நடக்கிற ரசவாதத்தாலக்கூட அது மாறிடக்கூடும்.

முரு: **“புராதன இதயம்” தொகுப்பில் கடைசியா மூன்று நீள்கவிதைகள் எழுதியிருக்கீங்க அதன் கட்டமைப்புபற்றி சொல்ல முடியுமா?**

பிர: சுமாரா நூறு வரிகளைக் கொண்ட கவிதைகள் அவை. இது மாதிரியான கவிதைகள் எழுதறதுக்கு அதிகமா சக்தி இருந்தாத்தான் சாத்தியம். இரண்டு மூனு கட்டமா அது உருவாகுது. பிற்பாடுதான் அதற்கான இணைப்புகளை உருவாக்கிக்கிறேன். இந்த மாதிரியான நீள்கவிதைகள் உருவாகிறதுக்கான மனநிலை ரொம்ப வினோதமானது. அது சிக்கலான மனநிலையும்கூட. மொழிரீதியான கவிதைதான் அது. உணர்ச்சிகள் ரொம்ப குறைவா இருக்கும். அதனாலேயே அதை அறிவார்த்தமான கவிதைன்னும் சொல்ல முடியாது. அதுல உள் சரடுகள் இருக்கு. நமக்குள்ள இருக்கிற எதிரொளிகளுக்கு பதில் சொல்வதா வேண்டாமான்னு அந்தக் கேள்விகளைக் கேட்டுகிட்டே போறோம். பல சிறிய கவிதைகளை இணைச்சிகூட நீள்கவிதைகளை உருவாக்கலாம். இல்லேன்னா பல மனநிலைகளை இணைச்சிகூட ஒரு மனநிலையா செய்யலாம். இது ஒரு சவாலான காரியம்தான். அதை எவ்வளவு தூரம் திருப்தியா செய்திருக்கேன்னு இன்னும் சந்தேகமாத்தான் இருக்கு. இப்போது படிச்சி பார்க்கும்போது அத இன்னும் திருத்தி எழுதணும்ன்னு தோனுது.

முரு: **காவியங்களுக்கு தொடர்ச்சியான ஒரு கதை இருக்கும். இந்த நீள்கவிதைகளுக்கான தொடர்ச்சியா எதை எடுத்துச் செல்றீங்க?**

பிர: நீள்கவிதைக்கு அடிச்சரடா இன்னைக்கி கதை இருக்க முடியாது. காரணம் கதை சொல்லல் என்பது நவீன காவியத்திற்கு பயன்படாது. Nicos kashantzakiz என்ற கிரேக்க எழுத்தாளர் ஹோமரோட “ஒடிசி” காவியத்தை அங்கிருந்து தொடங்கி 5000 வரிகள் எழுதியிருக்காரு. அவர் அதை கதையா கொண்டு போறதா சொல்ல முடியாது. நவீன ஒடிசியைத்தான் அவர் எழுதறார். கதையம்சம் கவிதைக்குத் தேவையில்லாத ஒன்று. ஆனா தமிழில் நிறையபேர் இந்த குளறுபடிகளை செய்றாங்க.

ப.வே: **அந்த நீள்கவிதைகளுக்கு இடையில சில உரைநடைத் தன்மையிலான மேற்கோள் வரிகள் வருது...**

பிர: கவிதையில உரைநடை குறுக்கிடலாம். நான் எழுதிச்செல்லும் மொழி இதைவிட அடர்த்தியானது என்ற ஒப்புநோக்கலாகவும் சொல்லலாம். இந்த ஒப்புநோக்கலேகூட கவிதைக்குள்ள இருக்கிற எதிரொளிகளாகத்தான் இருக்கு. ஓவியத்துல Pastische என்ற ஒரு வகை இருக்கு. வெட்டி ஒட்றது, கிரையான்ல வரையறது, வாட்டர் கலர்ல வரையறது. அந்த மாதிரியான வேலையாத்தான் இந்த மேற்கோள்கள். அதில் சிலதை நானே எழுதினது. ஒருசில வெளியிலிருந்து எடுத்துக்கிட்டது. இது வாசகனை ஒன்ற விடாம அந்நியப்படுத்துறதாகவும் இருக்கு. கவிதைய விரைவு படுத்தவும் இதை பயன்படுத்தலாம்; தாமதப்படுத்தவும் பயன்படுத்தலாம். இன்னும் சொல்லப்போனால் ஓய்வெடுப்பதற்கான பிரதேசமாகவும் அது இருக்கு.

ரா.தி:உங்க கவிதைக்கான அடிக்குறிப்புகள் நிறைய வருது. அடிக்குறிப்புகள் இருப்பதால விட்டுட்டும் படிக்க முடியல. அப்படி படிச்சிட்டு திரும்பறதும் வாசிப்புக்கு இடையூறாக இருக்கு.

பிர: அது தவறுன்னு இன்னைக்கி உணர்றேன். அப்ப அவை உபயோகமா இருக்கும்ன்னு தோனுச்சி. அவை திசை திருப்பங்களாத்தான் அமையுது. குறிப்புகள் கவிதைக்கு உபயோகப்பட்றது கிடையாது. குறிப்புகள் இல்லாமலேயே கவிதையை ரசிக்க முடியும். எலியட்டின் எபாழ்நிலம்ஹ அடிக்குறிப்புகள் இல்லாமலேயே புரியுது. பின்னாடி வந்த பதிப்புகளில் அவைகளை நீக்கிட்டுத்தான் அவர் வெளியிட்டார். குறிப்புகள் இருந்தா கொஞ்சம் கூடுதலா புரிஞ்சிக்கலாம் அவ்வளவுதான். பாமர வாசகனுக்கு வேணா பயன்படாலம். நல்ல வாசகனுக்கு அது அவசியமில்லை.

ப.வே: நீங்க பாமர வாசகனுக்கா எழுதறீங்க?

பிர: கண்டிப்பா நான் பாமர வாசகனுக்கு எழுதல. தரமான வாசகர்களுக்கும், கவிஞர்களுக்கும்தான் எழுதறேன்.

ப.வே: "புராதன இதயம்" தொகுப்புல வெளி உலகத்தின் மீதான கோபம் அதிகமா புலப்படுது. இந்தத் தன்மை முந்தைய தொகுப்புகள்ல இல்ல. அந்த காலகட்டத்தில உங்களுக்கிருந்த மனநிலையா இது?

பிர: ஆமாம். எனக்கு நிறைய விமர்சனங்கள் இருந்தது. சமூகத்தின்மேல, நண்பர்கள் மேல, சக கவிஞர்கள், விமர்சகர்களின் கோட்பாடுகள் மேல எல்லாம். அதற்கான எதிர்வினையாத்தான் அந்தக் கவிதைகளைக் கொண்டுவரவேண்டியிருந்தது. அடிப்படையிலேயே நான் ஒரு எதிர்வினை செய்யக்கூடிய ஆள் என்கிறதாலதான் அதை செய்திருக்கேன்.

ப.வே: அது எந்த காலகட்டம்?

பிர: 85-லிருந்து 92-வரைக்குமான காலகட்டம். அப்பதான் கலைக்கோட்பாடுகள் அதிகம் விவாதிக்கப்பட்டது. மார்க்சியம், ஸ்ட்ரக்சுரலிசம் எல்லாம் தீவிரமாப் பேசப்பட்டது. அதே நேரத்தில கவிதைகள் பற்றிய குளறுபடிகளும் இருந்தன. அப்பதான் நான் எதிர்வினை செய்யவேண்டியவனா இருந்திருக்கேன். தனிப்பட்ட யாரையும் சாடாம பொதுவா இருக்கிற போக்குகளுக்கு, வாழ்வியல் நிலைகளுக்கு எதிர்வினையாற்றியிருக்கேன். கிண்டல் தொனியும் அதில கலந்திருக்கும்.

ப.வே: 'புதிய கில்லட்டின்கள்' கவிதைய அதற்கு உதாரணம் சொல்லலாமா?

பிர: ஆமாம். விமர்சகர்கள் மீதான கிண்டல்தான் அது. ஏன் செய்தேன்னா விமர்சனங்கள் என்பது சரியா புரிந்து செய்யப்படலே. 'விடுமுறை விமர்சகன்' னு சொல்றது அதனாலதான். ஓய்வு நேரத்திலதான் அவுங்க இலக்கியம் செய்ஞ்சாங்க. அந்தக் கவிதைகூட தானே வடிவமைச்சிக்கிட்ட கவிதைதான். சம்பிரதாயமான ஒரு ஒழுங்கமைவு அந்தக் கவிதையில இருக்காது. உரையாடல் மாதிரிதான் இருக்கும். பலகுரல்கள் இருக்கு. பல கேள்விகள் பல பதில்கள் அதில பதிவாகியிருக்கு. இணைப்பு சரடு பல இடங்களில் கழட்டிவிடப்பட்டதால ஒருங்கிணைச்சிப் படிக்கிறதில கொஞ்சம் தடுமாற்றம் இருக்கும். பல குரல்கள் அதில பதிவாகியிருக்கு. இத பாலிபோனின்னு சொல்வாங்க. இந்தத் தன்மைய நீள்கவிதைகள்லேயும் நீங்க பார்க்கலாம்.

'புதிய கில்லட்டின்கள்' கவிதையில பல இயக்கங்களின் குரல் இருக்கு. அதற்கு எதிரான குரல்களும் இருக்கு. தமிழ் தேசியம்பற்றிகூட இருக்கு. பாரதிகிட்ட இருந்த ஒரு பரந்து பட்ட தன்மை பெரும்பாலும் இல்லேங்கிறதுதான் உண்மை. அந்த காஸ்மோபாலிட்டன் தன்மை தமிழ்ல இல்லே. மண் சார்ந்து இயங்கிற தன்மைதான் அதிகமா இருக்கு. ரஷ்யப் புரட்சியையும், பராசக்தியையும் இணைச்சிப் பார்க்கிறார் பாரதி. அவருக்கு பின்வந்தவங்ககிட்ட அந்த பர்ஸ்னாலிட்டிய நாம பார்க்க முடியறதில்லை. இசையும் கவிதையும் அவரிடம் இணைந்திருந்தது. அவருடன் ஒப்பிடணும்ன்னா ஆக்டோவியா பாஸைத்தான் சொல்லணும். இங்க ஒரு குறுகிய மனப்பான்மை இருக்கு. இது இயலாமையினால வர்றது. தாழ்வு மனப்பான்மையும் ஒரு காரணம்.

உலக அளவுல நடக்கிறத பார்த்துட்டு தளர்ந்து போயி எழுதறாங்க நிறையபேர். வெளியில இருக்கிறத விலக்கிட்டு எழுதணும்ன்னு நினைக்கிறாங்க. இப்படி இன்னிக்கி சுயமா இருந்திட முடியுமா? தீவிரமா உலகமயமாதல்.......... நடந்துகொண்டிருக்கிற இந்த கால கட்டத்தில எப்படி முடியும்? ஒரு பூச்சி மருந்தை கடையில போயி வாங்கணும்ன்னா ஒரு மல்டிநேஷனல் கம்பனியோட பேரச் சொல்லித்தான் வாங்கவேண்டியிருக்கு. ஏன்னா உரங்களையும் பூச்சி மருந்துகளையும் அவன்தான் தயாரிக்கிறான். நீங்க எப்படி மண்சார்ந்து இயங்க முடியும்? வெறும் தமிழன்னு சொல்லிக்கிறதில என்ன அர்த்தம் இருக்கு? பிடிவாதம் தேவையில்லேன்னு நினைக்கிறேன்.

கட்டுக்கோப்பா இருக்கிற மொழி என்னைக்கும் தாக்குப் பிடிக்க முடியாது. தேவையான வார்த்தைகளை மற்ற மொழியிலேர்ந்து எடுத்துக்கிறதில எந்த தப்பும் இல்லேன்னுதான் நினைக்கிறேன். சமஸ்கிருத கலப்பால தமிழுக்கு எந்த ஊறும் நேர்ந்திடாது. இதனால நான் சமஸ்கிருதத்த ஆதிரிக்கிறேன்னு அர்த்தமில்லை. சமஸ்கிருதம் தமிழிலிருந்து 2000 வார்த்தைகளுக்கு மேல எடுத்துக்கிட்டிருக்குன்னு சங்க இலக்கியதுல ஆதாரமிருக்கு. மொழியில உயர்வு தாழ்வு இல்லை. மொழிய பாதுகாக்கணும்ன்னா எழுதறது மூலமாத்தான் பாதுகாக்கமுடியும்.

ப.வே: உங்க கவிதையில ஒரு மேட்டுக்குடிக்கே உரிய பிரபுத்தன்மையும் தெரியுதே.

பிர: நேர்மையான ஒரு பதிவுதான் என் கவிதையில இருக்கு. பிரபுத்துவ மனப்பான்மை இருக்குன்னா அதுமாதிரியான

ஒரு வாழ்க்கைய நான் வாழ்ந்திருக்கேன். நிலம் சார்ந்த ஒரு கிராம வாழ்க்கை எனக்கிருந்தது. நான் எழுதற சின்னச்சின்ன விஷயங்கள், காட்சிப் படிமங்கள் எல்லாம் ஒரு விவசாயியோடப் பார்வையில இருந்துதான் கிடைக்குது. அப்படி எளிய வாழ்க்கை வாழ்ந்த ஒரு ஆள் பல தளங்களில் இயங்குகிறான். இந்தச் சிக்கலான தன்மை மேட்டுக்குடி மனப்பான்மையா வர்ற வாய்ப்புகள் இருக்கு. அத ஒதுக்கிட்டு எழுதறது நேர்மையான விஷயமா இருக்காது. நான் கேட்கிற இசை, படிக்கிற இலக்கியம் எல்லாம் என்னை வேற ஒன்னா மாத்தியிருக்கு. முந்தைய எளிமையான ஒரு வாழ்க்கைக்கு என்னால போக முடியாது. ஏன்னா அப்படி ஒரு சிக்கலான வாழ்க்கைய நான் தேர்ந்தெடுத்துட்டேன்.

முரு: சாஸ்திரிய சங்கீதங்கள், நவீன ஓவியங்கள் மாதிரி வெகுஜனம் எளிதில் தொடமுடியாத ஒரு இடத்தில் உங்கக் கவிதைகளையும் முன்வைக்கறிங்கன்னு தோனுது.

பிர: நான் முன்னமே சொன்ன மாதிரி என்னோடது ஒரு கலவையான வாழ்க்கை. இதை ஒப்புக்கொள்ளும்போதே அதை சாதகமா ஆக்கிக்கொள்ள வேண்டியிருக்கு. எனக்குத் தெரிஞ்ச உலகத்தைதான் பேசவேண்டியிருக்கு. இதுதான் நேர்மையாகவும் இயல்பாகவும் இருக்கும். எனக்கு அறிமுகமான ஒரு ஓவியத்தைப் பற்றியோ இசையைப்பற்றியோ அதனால எனக்கு ஏற்பட்ட அனுபவங்களைப்பற்றிதான் நான் எழுத முடியும். இது எல்லோருக்கும் புரியும்ன்னு நான் நினைக்கிறதில்லை. ரெனே மேக்ரத் பற்றி கடல்பற்றிய கவிதைகள்ல வருது. கடல்பற்றிய கவிதைகளைப் புரிஞ்சதுன்னு சொல்றவங்களுக்கு ரெனே மேக்ரத்தைப் புரிஞ்சிதான்னு தெரியல.

ஏன்னா அவரோட ஒரு ஓவியத்தில கடற்கரை, கடல் அலைகள், அந்தரத்தில ஒரு பாறை கடலை நோக்கி விழுந்துகிட்டிருக்கு, அந்த உருண்ட பாறை மேல ஒரு கோட்டை இருக்கு. ஓவியம்தான் கவிதையில வருது. இந்த ஓவியத்தை பார்க்காதவங்க கவிதையை எப்படி புரிஞ்சிக்கிறாங்கன்னு தெரியல. கவிதை உருவாகிறதுக்கு அந்த ஓவியம்தான் காரணம். வெகுஜனத்தை மறுதலிக்கிற போக்கு என்கிட்ட கிடையாது. அதற்கான அவசியமும் இல்லை. இரண்டாவது, கவிதை என்பது மென்னுலகம் சார்ந்த ஒரு கலை. இந்தக் கலையை நோக்கி வர்றவங்க அவசியமான சில முன்தயாரிப்புகளை செய்தாகணும். என் கவிதைக்குள்ள வரமுடியாம செய்யணும்ங்கிற நோக்கம் எனக்குக் கிடையாது. என் கவிதைய இப்படித்தான் சொல்லணும் என்கிற ஒரு திட்டம் வச்சிருக்கேன். அங்கதான் நான் இயல்பா இருக்க முடியுது.

முரு: ஒரு கவிதையை வாசிக்கிறதுக்கு பயிற்சி அவசியம் தேவையா?

பிர: ஒரு சாப்பாட்டை ரசிச்சி சாப்பிட்றதுக்குக்கூட பயிற்சி தேவை என்பது என் அபிப்பிராயம். Thamos Pynchon என்கிற அமெரிக்க நாவலாசிரியட்; என்ன சொல்றார்ன்னா நல்ல உணவை கண்டுபிடிக்கத் தெரியணும், ஒரு நல்ல மதுவை, வெகுமக்களுக்கான இசையை இனம்காணத் தெரியணும் இது கூட இல்லாதவன் நல்ல மனுஷனா இருக்க முடியாதுன்னு சொல்றார். இங்க சாஸ்திரிய சங்கீதமோ, ஜாஸ் இசையோ வர்ல. ரொம்ப எளிமையான விஷயங்கள்.

முரு: பயிற்சியே இல்லாம ஒரு நல்ல கவிதையை எழுதிட முடியுமா? இங்க சிலபேர் தான் எழுதற முதல் கவிதையே சிறப்பா பேசப்படணும்ன்னு நினைக்கிறாங்க.

பிர: எல்லோரும் பாராட்டக்கூடிய நல்ல கவிதையை ஒருவர் பயிற்சி இல்லாம எழுதவே முடியாது. நல்லக் கவிதைகளை எழுதுவதற்கு நல்ல கவிதைகளைப் படிக்க வேண்டும். பெரிய கலைஞர்கள்கூட இதைத்தான் சொல்றாங்க. உலகத்துல இருக்கிற பெரிய மாஸ்டர்களோட கவிதைகளைப் படிக்கணும்ன்னு சொல்றாங்க. அப்படிப்பட்ட கவிதைகளை வாசிச்சி அனுபவிக்காம எப்படி அது போன்ற கவிதைகளை எழுதமுடியும்? பயிற்சி இல்லாம இது சாத்தியமே இல்லை.

முரு: தன்னோட கவிதைகளையே அவங்க புறக்கணிப்பு செய்யணும்ன்னு சொல்றிங்களா?

பிர: ஆமாம். எழுதறது எல்லாத்தையும் பிரசுரத்திற்கு கொண்டுவரக்கூடாது. தானே ஒரு வாசகனா இருந்து வாசிச்சிப் பார்க்கணும். அப்படி படிச்சாத்தான் அதனோட தரம் என்னன்னு தெரியும்.

முரு: பெரிய மாஸ்டரான எஸ்ரா பவுண்ட், யேட்ஸ்கிட்ட கவிதைய கத்துக்கணும்ன்னு போறார். அப்படி ஒரு பயிற்சிக்கு இங்க இடமிருக்கா?

பிரு: யேட்ஸ் பெரிய ஆளுமை. உலகத்திலேயே கவிதையைப் பற்றி யாருக்கும் தெரியாது. அந்த கிழவனுக்குத்தான் தெரியும். அதனாலதான் அவருகிட்டே போறேன்னு சொன்னாரு பவுண்ட். பவுண்ட் பலதளத்தில இயங்கக்கூடியவரு. ஐரீஸ் நாட்டார் கலைகள், புராணங்கள், நவீன இலக்கியம் என்று இயங்கக்கூடியவர். உலக இலக்கியத்திலும் அவருக்கு பரிச்சியம் உண்டு. அவருக்கு கபீரையும் தெரியும் தாகூரையும் தெரியும். இப்படி காஸ்மோபாலிட்டன் தன்மையுள்ள எஸ்ராபவுண்ட்ட திருப்தி பண்ணக்கூடியவர் யேட்ஸ். அப்படிப்பட்ட ஒருத்தர் கவிதைய கத்துத்தரலன்னாக்கூட இந்த வாழ்க்கைய ரசிக்க கத்துத்தரக்கூடியவர். அதனாலதான் அவர் தினசரி போயி அவரை சந்திச்சிருக்கார். பவுண்ட் அப்படி சாதாரணமா ஒருத்தரை சொல்லமாட்டார்.

ப.வே: உங்க கவிதைகளை வாசிக்கும்போது சைவத்தின் சாய்வு தெரியுதே...

பிர: ஊட்டியில இருந்தப்ப ஆழ்வார் பாடல்களை தொடர்ந்து படிச்சிருக்கேன். அதில இருக்கக்கூடிய எளிமை, அதே நேரத்தில் அடர்த்தி மனநெகிழ்வு இதெல்லாம் என்ன பாதிச்சிருக்கு. நம்மாழ்வாரைத்தான் பிரதானமா படிச்சேன். 'புராதன இதயத்தில்' ஒரு வரியைக்கூட பயன்படுத்தியிருக்கிறேன். வால்மீகி ராமாயணம் படிச்சிருக்கேன். திருவிளையாடல் புராணத்தைப் படிச்சிருக்கேன்னாலும் அதை ஒரு தத்துவ மரபா நான் கொண்டுவரல. மனுஷனாத்தான் சிவன பாத்திருக்கேன். திருவிளையாடல் புராணத்தில வர்ற பல விஷயங்களை நான் கவிதையில பயன்படுத்தியிருக்கேன் அவ்வளவுதான்.

ப.வே: மஹாவாக்கியம் ஒரு நீண்ட இடைவெளிக்குப் பிறகு வந்த தொகுதி. அதில மனித நிராகரிப்புத் தன்மை தெரியுதே...

பிர: ஒரு குறிப்பிட கால கட்டத்தில நான் இலக்கியத்தோட எந்தத் தொடர்பும் இல்லாம இருந்திருக்கேன். அந்த காலகட்டத்தில மனித நிராகரிப்பு தோன்றியிருக்கலாம். மனித வெறுப்பு வராம இருக்கணும்ன்னு எந்த கட்டாயமும் இல்லை. மனித நேயமும் அப்படித்தான். அந்த காலக்கட்டதில நிறைய மரங்களை நட்டிருக்கேன். இதுபோன்ற ஒரு எதிர்வினைதான் மஹாவாக்கியத்தில பதிவாகியிருக்கு. வேலியைப்பற்றி ஒரு கவிதையை அதில எழுதியிருக்கேன். பிரஸ்ட்கூட 'லின்டிங் த வால்' என்று வேலியைப்பற்றி ஒரு கவிதை எழுதியிருக்கார்.

வாழ்க்கைய திட்டவட்டமான வரையரைக்குள் கொண்டுவர்ற எல்லைப்படுத்துதல் என்ற இந்த விஷயம் ஒரு மனநிலையில் ஏற்படுது. பாதுகாப்புணர்வுக்கும் இந்த வேலிக்கும் சம்பந்தமிருக்கு. மஹாவாக்கியம் முழுக்கவே இயற்கையுடனான பிணைப்பு பற்றிய தன்மையை பார்க்கலாம். ஊட்டியில இருந்து கீழே வந்தபோது தட்பவெப்பம் சுத்தமா மாறியிருந்தது. அந்தச் செழுமை இங்க இல்லை. ஆனால் இந்த உலர்ந்த வாழ்க்கைதான் நமக்கு நிரந்தரம் என்கிற பக்குவம் எனக்கு இருந்தது. மஹாவாக்கியத்தில பலவிதமான கவிதைகள் இருக்கு. பரிசோதனைக் கவிதைகள், நெகிழ்வான கவிதைகள், உணர்ச்சிரீதியான கவிதைகள்.

ப.வே: மற்ற தொகுப்புகளைவிட இந்த தொகுப்புல வாசகனுடனான உரையாடல் லகுவாக இருக்கே?

பிர: ஆமாம், மஹாவாக்கியம் இந்தத் தேக்க நிலையயை உடைச்சிருக்குன்னுதான் தோணுது. 'புராதன இதயம்' தொகுப்பை நிறையபேர் படிக்க முடியலைன்னு சொன்னாங்க. இப்படியாகறது கவிஞனுக்கேகூட வருத்தமளிக்கக்கூடிய விஷயம்தான். அதனால கவிதை சொல்லலை இன்னும் சரளமாக்கக்கூடிய மனநிலைக்காக காத்திருந்தேன். கடல்பற்றிய கவிதைகள் அதுதான். இது எளிமைப்படுத்தல் அல்ல. இலகுவாக்கல். வரிகள் தளர்வா இருக்கே தவிர கவிதை தளர்வா எழுதப்படல.

முரு: உங்களுடைய ஆரம்ப கால கவிதைகளிலிருந்து தொடர்ந்து கொண்டுவர்ற அம்சம்ன்னு எதாவது இருக்கா?

பிர: எனக்கு மிக நெருக்கமா இருக்கிற இசை. என் கவிதையின் கட்டமைப்பிலேயே அது இருக்கு. இரண்டாவதா ஓவியங்கள். நான் படிச்ச விஷயங்களுக்கான சில கேள்விகளும் அதில இருக்கு. அவையெல்லாம் வெறும் படிப்பறிவு சம்பந்தப்பட்ட விஷயங்கள் என்று குறுக்க முடியாது. சில மறைமுகக்குறிப்புகளையும் பயன்படுத்தறேன். இது புரியணுங்கிற அவசியம் இல்லை.

முரு: கவிதையோட ஆன்மீகம் என்ன?

பிர: கடவுள் இல்லாத ஒரு ஆன்மீகமாத்தான் பார்க்கிறேன். கவிதை எல்லாமே ஒரு உன்னத மனநிலையை நோக்கி செலுத்தக்கூடியதா இருக்கு. கவிதை படிக்கிற மனநிலை சாதாரண மனநிலை இல்லை. உரைநடைய எப்ப வேணா படிக்கலாம். கவிதையை அப்படி படிக்க முடியாது.

முரு: ஒரு இசையை கேட்கிற நிகழ்வோட ஒப்பிடலாமா?

பிர: ஆமாம். ஒரு இசையை கேட்பது மாதிரிதான் இதுவும். ஆனா ஒரு இசை அளவுக்கு கவிதை செயல்பட முடியுமாங்கிற சந்தேகமும் இருக்கு.

ப.வே: நீங்க பிறந்தது வளர்ந்தது எல்லாம் முல்லை, குறிஞ்சி நில வாழ்க்கை. உங்க கவிதை பிரதானமா வெளிப்படுத்தறது நெய்தல் நிலம், குறிப்பா கடல்...

பிர: இதைவிட விசேஷம் என்னன்னா நான் ஊட்டியில இருந்த காலகட்டத்திலதான் இந்த கடல்பற்றிய கவிதைகளை எழுதினேன். பார்க்கிறதுக்கு இது முரண்பாடாத்தெரியும். கடலோட அனுபவத்தை மிக அருகாமையில இருந்து பார்க்கிறதுக்கான சில வாய்ப்புகள் எனக்கு கிடைச்சது. ஒரு டூரிஸ்ட் மாதிரி பார்க்காம அங்கேயே இரண்டு மூன்று நாள் இருந்து வாழ்ந்து பார்த்திருக்கேன். ராமேஸ்வரத்துக்குப் பக்கத்துல மண்டபம்ங்கிற எடத்துல நடந்த ஒரு கேம்ப்ல கலந்துகிட்டேன். ஒரு வாரம் அங்க இருந்தேன். புட் அன்டு அக்கிரிகல்சர் அசோஸியேசன் என்ற குழுவோட சேர்ந்து

கடல் பாசிகளை புரமோட் பண்ற ஒரு புராஜக்ட்ல கலந்துகிட்டேன். அப்பதான் கடலை அருகே இருந்து கவனிச்சது.

உயர் அலைகள், தாழ்வலைகள் இதையெல்லாம் பார்த்தேன். அவங்க பயன்படுத்தற மோட்டார் படகை வச்சிகிட்டு அருகிலிருந்த தீவுகளுக்கெல்லாம் போயிருக்கேன். இது 80-90கள்ல. 80-85யில சத்யன் மங்களூர்ல இருந்தார். அங்க இருக்கிற பிரைவேட் பீச்சுகளுக்கெல்லாம் போற வாய்ப்பு கிடைச்சது. என்னோட கவிதை ஒன்னுல தென்னங்கீற்று தூண்டிலா இருக்கிற படிமம் ஒன்னு வருது, அது ஒரு பிரைவேட் பீச்சுதான். மங்களூர்ல இருந்து கோவாவுக்கு கார்ல போனோம். வாய்ப்புகள் இருக்கிற இடத்திலெல்லாம் தங்கிப் போனோம். இரண்டு மூனுநாள் இப்படி பயணம் செஞ்சிருக்கோம்.

இதுதவிர சின்னச்சின்ன கடற்கரைகளுக்கெல்லாம் போயிருக்கேன். கிழக்கு கடற்கரையில ஒரு பீச்ச கண்டு பிடிச்சிகிட்டேன். மனப்பாடுன்னு ஒரு இடம். மூனுமுறை அங்கப் போயிருக்கிறேன். கோயிலுக்கு ஒரு பக்தன் போறமாதிரி போவேன். அது ஆன்மீக மனநிலையைக் கொடுத்திருக்கு. அங்க இருக்கிற கலங்கரை விளக்கத்திலிருந்து சூரிய அஸ்தமனத்தை பார்க்கிறது அலாதியான அனுபவம். அந்த அனுபவத்தை இன்னும் நான் பதிவுசெய்யல. குளிரான ஒரு மலை உச்சியில வாழ்ந்துகிட்டு தொலைவா இருக்கிற கடல் மட்டத்திற்கு போறது வேறுபட்ட மனநிலைதான்.

நாங்க பார்த்த சில கடற்கரைகள்ல மனுஷங்களே இல்லை. வெறும் சவுக்குக் காடுகளும் தோணிகளும்தான் இருக்கும். குடியிருப்புகளே இருக்காது. இது அமானுஷயமான ஒரு அனுபவம். எப்படி ஒரு இசையையும் ஓவியத்தையும் கவிதைக்குள்ள இணைச்சி எழுதறேனோ அதுமாதிரிதான் முல்லை நிலத்தையும் நெய்தலையும் இணைச்சி எழுதிப்பார்க்கிறேன். இதை நான் பிரக்ஞையோட செய்றது இல்லை. என்னுடைய இயல்பாகவே அது இருக்கு. பனம்பழத்தைப்பற்றி எழுதியிருக்கேன். பனம்பழத்தை தேடித் தனியாப் போறோம். நாம் போறதுக்கு முன்னமே அந்த ஓசை கேட்டிருக்கும்.

சில சமயம் நாம திரும்பி வந்த பிறகு கேட்கும். இதெல்லாம் என்னுடைய அனுபவங்கள்தான். இது மேலைய நாடுகள்ல இருந்து பெற்றது இல்லை. பொங்கல் முடிஞ்ச காலங்கள்ல பண்ணப்பூ பூத்திருக்கும். வயல் வெளியில எங்க பார்த்தாலும் வெள்ளையா இருக்கும். மின்மினிப்புழுன்னு ஒரு கவிதையில எழுதியிருக்கேன். ஒரு நண்பர் ஏன் தவறா எழுதியிருக்கீங்கன்னு கேட்டார். அது புழுவா இருக்கிற காலத்திலேயும் பார்த்திருக்கேன். அப்பவும் அது ஒளி விசிக்கிட்டுதான் இருக்கும். ஒரு விவசாயியோட கோணத்திலிருந்துதான் கரும்பு பூக்கிறதைப் பார்க்கிறேன். செண்டு மாதிரி அழகா இருக்கும்.

ஆனா அதுக்குப்பின்னாடி துயரம் ஒன்னு இருக்கு. அதை கவிதையில கான்சர் வந்த முலையுடைய பெண்ணை அணைக்கிறதையும் பூத்த கரும்பையும் இணைச்சி பார்க்கணும். நான் எழுதற பெரும்பாலான படிமங்கள் தினசரி வாழ்க்கையில எனக்குக் கிடைத்தவைதான். யானைச்சாணத்துல முளைக்கிற காளான் என்கிற காட்சி முதுமலைக்காட்ல பார்த்தது. குறும்பரோட ஒரு பண்டிகையப்ப முதல் நாள் பார்க்கிறப்ப அந்த சாணியில காளான் இல்லை. மறுநாள் திரும்பி வர்றப்ப காளான் பூத்திருந்தது.

ரா.தி: 'உன் பிஞ்சு கைபற்றி அவ்வளவு அழகாயில்லாத இந்தக் கரையிலும் கடல்கற்போம்' ன்னு எழுதியிருக்கீங்க. இந்த கடல்கற்பதுங்கற விஷயத்தை எப்படி பிரயோகம் செய்றீங்க?

பிர: இந்த கற்றல் என்பது வள்ளுவர்கிட்ட இருந்து எடுத்துகிட்டது. கசடற கற்றல். நாம கடலை சரியா புரிஞ்சிகிட்டமான்னு ஒரு கேள்வி இருக்கு. நான் சரியா புரிஞ்சிக்காம இருக்கிறதாலதான் மகளோட சேர்ந்து கத்துக்கணும்ன்னு நினைக்கிறேன்.

முரு: மகாபலிபுரம் மாதிரியான ஒரு இடத்தை டூரிஸ்ட்டோட பார்வையில அப்படியே பதிவு பண்றது ஒன்னு இருக்கு. படைப்புல பதிவு பண்றது ஒன்னு இருக்கு. இதை நீங்க எப்படி செய்வீங்க?

பிர: பார்க்கிற அனுபவம் கவிஞனுக்குள்ள ஏற்படுத்தற ரசவாதம் ஒன்னு இருக்கு. அந்த ரசவாதம், அனுபவமும் மொழியும் இணையறதால வர்றது. வெறுமனே புகைப்பட காட்சிபோல அது பதியபட்றதில்லை. டாக்குமன்டேஷன் பண்றதில்லை. அப்படி செய்யறது தினசரி பயன்பாட்டு மொழியிலதான் வந்து சேரும். ஆனால் அது கவிஞனுக்குள்ள மொழிமாற்றம் அடையுது. இந்த ரசவாதத்தைதான் அவன் கவிதைகளில் செய்றான். இது வேறு ஒரு அனுபவம். பார்த்ததுக்கும் பதிவு செய்ததற்கும் இடையில பலவித மாற்றங்கள் நடந்திருக்கு.

முரு: டி.எஸ்.எலியட் 'பாரம்பரியமும் தனித்துவமும்' கட்டுரையில புதிய படைப்பு ஒன்று வரும்போது அதற்கு முன்னிருந்த முழுமை சிறிதாவது மாற்றம் அடையவேண்டும் என்று சொல்றார். உங்களுடைய நிலைப்பாடு என்ன?

பிர: போலச்செய்தலோ, தன்னுடைய படைப்பையே மறுஉருவாக்கம் செய்றதோ இந்த பாரம்பர்யத்துக்கு வந்து சேராது. பெரிய மரபுன்னு ஒன்னு இருக்கு. சாதனையாளர்கள் மட்டுந்தான் இந்த மரபை நிர்மாணம் செய்றாங்க. சிறந்த படைப்பு இதற்கு முன்ன எழுதின விஷயத்தையும் அதற்கு பின்னாடி எழுதப்போறதையும் மாற்றி அமைக்கணும். அந்த சக்தி அதுக்கு இருக்கணும். சாதனையாளர்கள்தான் இதைச் செய்றாங்க.

முரு: உங்களோட பாரம்பரியம்ன்னு எதைச் சொல்வீங்க? அதாவது உலக அளவுல இருக்கிற கவிதை இயக்கத்தில எதனோட தொடர்ச்சியா உங்களை பார்க்கறிங்க?

பிர: தமிழ்க் கவிதை மரபோட தொடர்ச்சியாத்தான் என்னைப் பார்க்கிறேன். உலக அளவுல வைக்கிற அளவுக்கு சாதிச்சதா நான் நினைக்கல. அப்படின்னா என் கவிதை வேறமாதிரி இருந்திருக்கும்.

முரு: உலக கவிதையோட தரத்துக்கு இருக்கணும்ன்னா அந்த கவிதை எந்தமாதிரி இருக்கணும்?

பிர: பரந்துபட்ட பார்வை கொண்டதா இருக்கணும். அதனோட அனுபவ வீச்சு கண்டிப்பா என்கிட்ட இல்லை. பெரிய கவிஞர்கள்ன்னு மதிக்கிறவங்க எல்லாம் குறிப்பா ஐரோப்பியர்கள், அமெரிக்கர்கள் எல்லாம் நிலையா ஒரு இடத்தில வாழ்ந்தவங்க இல்லை. ஒரு வேலையை தொடர்ந்து செய்துகிட்டிருந்தவங்க இல்லை. அவங்களோட வாழ்க்கை மாறுதலடைஞ்சிகிட்டே இருந்திருக்கு. அந்த வாழ்க்கைய வாழ்றவங்களாலதான் அதுமாதிரியான கவிதைகளை எழுத முடியும். நான் ஒரே மாதிரி சமச்சீரான வாழ்க்கை வாழ்றவன். எனக்கு கிடைச்ச எல்லைக்குட்பட்ட அனுபவங்களில் இருந்துதான் கவிதை எழுத முடியும்.

நான் தமிழ்மரபோட சம்பந்தப்பட்டவன் என்ற எண்ணம்தான் என்கிட்ட இருக்கு. இன்னும் தொல்காப்பியத்துல படிக்க பாக்கி இருக்குங்கிற நிலைதான் என் நிலை. எறும்புக்கு மூனு அறிவுன்னு சொல்றார் தொல்காப்பியர். ஆச்சரியமா இருக்கு. அதே மாதிரி சில குரங்குகளுக்கும் கிளிகளுக்கும் ஆறு அறிவு இருக்கலாம்ன்னு சொல்றார். அன்றைக்கு உயிரியல் அறிவு இந்த அளவுக்கு வளர்ச்சியடையல. என்னை பற்றி மத்தவங்களுக்கு வேணா வேற எண்ணம் இருக்கலாம். மேலைய இலக்கியங்கள்ல இருந்து அந்த காஸ்மோபாலிட்டன் தன்மையைத்தான் நான் எடுத்துக்கிறேன். என் கவிதையில இருக்கிற மேட்டிமைத் தன்மைதான் மிரட்சியைக் உண்டுபண்ணக்கூடிய வாய்ப்புகள் இருக்கு. இந்த எண்ணம் மேலோட்டமானதுன்னுதான் நினைக்கிறேன்.

ரா.தி: மேலைய எழுத்தாளர்களோட ஒப்பிடணும்ன்னா உங்க கவிதைகள் யாருடன் நெருக்கமா இருக்கு?

பிர: நெரூடாவையும், ஆக்டோவியா பாஸையும் சொல்லலாம். காரணம் இந்த நாடுகள் இரண்டுமே பூமத்திய ரேகை நாடுகள். நமக்கு இங்க இருக்கிற தட்பவெப்பம், வேர்வை, கஷ்டம் எல்லாம் அங்கேயும் இருக்கு. இங்க கிடைக்கிற வெட்டிவேர் அங்கேயும் இருக்கு. அதிமதுர வேர் பற்றிகூட அவங்க எழுதறாங்க. அதே நேரத்தில அந்நியப்பட்டும் போயிட்றாங்க. அவங்களோட சர்ரியல் தன்மை. வெறுமனே லத்தின் அமெரிக்காவை பிரதிபலிக்கணும்ன்னு அவங்க எழுதினது கிடையாது. சர்வதேசத்தன்மை இருக்கும். அவங்க எழுத்து காஸ்மோபாலிட்டன் தன்மையா மாறுவதற்கு காரணம் பயணம் செய்திருக்காங்க. பல இயக்கங்கள பார்த்திருக்காங்க.

ரா.தி: வடிவம், கவிதை சொல்லல் என்பதில் உங்களுக்கு யாரை நெருக்கமா சொல்வீங்க?

பிர: போலந்து நாட்டுக் கவிதைகள் நெருக்கமா இருக்கு. காரணம் அந்த உரையாடல் தன்மை. வார்த்தைகளோட வரிகளோட இறுக்கம் ஒரே மாதிரியா இருக்கு.

முரு: ஆத்மாநாமும் நீங்களும் ஒரே காலகட்டத்தில கவிதை எழுத வந்திருக்கீங்க. நண்பர்களா இருந்திருக்கீங்க. எப்படி வேறு மாதிரியான கட்டமைப்பைத் தேர்ந்தெடுத்தீங்க?

பிர: இது பர்ஸனாலிட்டி சம்பந்தபட்ட விஷயம். அவருடைய ஆளுமை எளிமையானது. என்னோடது சிக்கலானது. அவர் எழுதின அரசியல் மனிதநேயக் கவிதைகளை என்னோட மொழியில் எழுதியிருந்தா இந்த அளவுக்கு வெற்றியடைஞ்சியிருக்காது. அதனால பிரக்ஞையோட ஊடுறுவக்கூடிய ஒரு மொழியில அவர் எழுதினார்.

முரு: பர்ஸ்னாலிட்டிதான் கவிதையோட கட்டமைப்புக்கு ஆதாரமா இருக்கா?

பிர: நிச்சயமா. கலைஞனோட மனம் எந்த அளவுக்குப் பண்பட்டிருக்கோ அந்த அளவுக்கு படைப்பும் நேர்த்தியாகவும் உன்னதமாகவும் இருக்கும். ஆளுமை ஒரு தளத்தில இருந்தா படைப்பும் ஒரு தளத்தில இயங்கும். அந்த ஆளுமை பல தளங்களில் இயங்கறதா இருந்தா படைப்பும் பல தளங்களைக் கொண்டதா இருக்கும்.

ப.வே: ஆத்மாநாம், பிரமிள், நகுலன், நீங்கள் யாருமே பின்னால ஒரு இயக்கமா மாற முடியலையே ஏன்?

பிர: வெறுமனே வழிபாட்டாளர்களால இது சாத்தியமில்லை. உண்மையா கவிதையை கிரகிச்சி சுவீகரித்தல் என்பது தமிழ்ல நடக்கிறதில்லை.

ப.வே: ஆனால் ஞானகூத்தன், பசுவய்யா இவுங்களை பின்பற்றுபவர்கள் நிறையபேர் இருக்காங்க இல்லையா?

பிர: அவங்களை இயக்கம்ன்னு சொல்ல முடியாது, வகைன்னு (டைப்புன்னு) சொல்ல முடியும். இயக்கமா மாறணும்ன்னா சமூக கட்டாயத்தாலதான் நடக்கணும். அந்தக் கட்டாயம் நமக்கு ஏற்பட்டதில்லை. யுத்த நெருக்கடி காலங்கள்ல இது ஏற்படும். இங்க சுதந்திரப்போராட்ட காலத்திலகூட அதை இயக்கமா மாத்தினதா தெரியலை. நெருக்கடிகளை உணராம கவிதையை செறிவாக்க முடியாது. அந்த வாழ்க்கைச் சூழல் இங்க இல்லை.

ப.வே: மாணவர்களுக்கு நவீன கவிதையைப் பரிச்சயப்படுத்தறதில கல்வித்துறையோட பங்கு குளறுபடிகள் நிறைஞ்சதா இருக்கே. ஒரு கல்வியாளரா உங்களுடைய அபிப்பிராயம்?

பிர: நம்முடைய கல்வித்துறை படைப்பிலக்கியத்திற்கு எதிரானதுதான். நான் சந்திக்கிற பல் கல்வியாளர்கள் தின-சரிகளைக்கூட படிக்கிறதில்லை. அவங்களுக்கு எப்படி இதைப்பற்றியெல்லாம் அக்கறை இருக்கும்? மூடின மனம் கொண்டவங்களாத்தான் இருக்காங்க. அவங்களால படைப்பு மனதை ஊக்குவிக்க முடியாது. அது எந்த துறையை சார்ந்தவங்களா இருந்தாலும் அப்படித்தான் இருக்கு. படைப்பு மனம் கொண்டவங்களை அவங்க ஆபத்தானவங்க-ளாத்தான் பார்க்கிறாங்க. இவங்க எந்த மாதிரி பாடத்திட்டத்தை உருவாக்குவாங்க? படைப்புசக்தி உள்ளவங்களைப் பாடதிட்டத்திலேயே சேர்க்க மாட்டாங்க. காரணம் அதிகமா உழைக்க வேண்டியிருக்கும். ஒவ்வொரு வருஷமும் தமிழ் இலக்கிய வரலாறுன்னு ஒரு புத்தகத்தைப் பார்க்கிறேன். அதல நவீன இலக்கிப் பகுதியைப் பார்த்தாலே உங்களுக்குத் தெரிஞ்சிடும் அவங்களுக்கு ஒன்னுமே தெரியலைன்னு.

முரு: தமிழ்ல 'வானம்பாடிகள்' இயக்கத்தைத் தவிர வேறு ஏதாவது இயக்கம் செயல்பட்டிருக்கா?

பிர: இல்லை. வானம்பாடிகள் மட்டுந்தான் இயக்கமா செயல்பட்டிருக்கு. அதற்கேகூட காரணம் எளிமைப்படுத்தப்பட்ட தன்மை. யார் வேண்டுமானாலும் அதுபோன்ற கவிதைகளை எழுதமுடியும்கிறதுதான் பலரும் அதில இணையறதுக்-குக்காரணம்.

முரு: உங்கள் கவிதை எதிர்ப்பார்த்த மாதிரி கவனிக்கப்படலைங்கறதுக்காக எப்போதாவது வருத்தப்பட்டதுண்டா?

பிர: இல்லை. காரணம் நான் பின்னால அது சரியா வாசிக்கப்படும்ன்னு நம்பறேன். என் கவிதையில கையாண்டி-ருக்கிற விஷயங்கள் எல்லாம் பரிச்சயமான ஒரு வாசகச் சூழல் அதை வாசிக்கும் என்ற நம்பிக்கை இருக்கு. ஏன்னா இந்த தேக்க நிலை எளிமைபடுத்துதல் ரொம்ப நாளைக்கு நீடிக்காது. இது மாதிரி ஒரு நிலை எல்லா நாட்டு கலாச்-சாரத்திலேயும் நடந்திருக்கு. ஒரு சுழற்சி நிலையில இதுமாறும்.

முரு: இடையில பத்து வருஷம் இலக்கிய செயல்பாடுகளுக்குள்ள வராம ஒதிங்கி இருந்ததற்கு என்ன காரணம்?

பிர: இந்த மௌனம் விரக்தியால ஏற்பட்டதில்லை. அது ஒரு மனநிலை. அதில எதையும் படிக்காமா இருக்கலாம், எழுதாம இருக்கலாம். இரண்டும் வேறுவேறு மனநிலைகள்.

முரு: சில எழுத்தாளர்கள் சில காலங்கள்ல எழுதாமலேயே இருந்திருக்காங்க, தூண்டுதல் இல்லாம. அதுபோல இதைச் சொல்லலாமா?

பிர: இத ஓய்வுன்னு சொல்லலாம். அதற்குப்பிறகு இன்னும் செறிவா எழுதிப்பார்க்கணும் என்கிற தயாரிப்பு காலம்ன்-னுகூட சொல்லலாம். எழுத முடியாதுன்னு இல்லை.

ப.வே: நனவிலி மனதிலிருந்து கவிதை எப்படித் துவங்குது?

பிர: எனக்குள்ள ஒரு நீண்ட உரையாடல் நடந்துகிட்டிருக்கு. பெரும் அதிர்வுகளைக்கொண்ட உரையாடல் அது. அங்கிருந்துதான் ஒரு தீர்மானத்தோட என் கவிதையை தொடங்குறேன். நனவிலியை பின்பற்றிப்போறவங்களுக்கு இது எளிதா இருக்கும். அவங்களாலதான் அதை எளிதாகவும் புரிந்துகொள்ள முடியும். மேலோட்டமான வாசகர்களுக்கு சிரமமாக இருக்கும்.

ப.வே: பாரதி இந்தத் தீவிரத்தை அடையறதுக்குத்தான் கஞ்சா மாதிரியான விஷயத்தைப் பயன்படுத்தினாரா?

பிர: இதை எக்ஸ்ட்ரனல் எய்ட்ஸ்ன்னு சொல்லுவாங்க. பாரதி கஞ்சா பயன்படுத்தினார். S.T.Coleridge அபின் பயன்படுத்தினார். வயிற்று வலிக்காக ஆரம்பிச்சி பிறகு அதில ஒரு கவர்ச்சி ஏற்பட்டதால தொடர்ந்து பயன்படுத்த ஆரம்பிச்சார். அந்தப் பிரக்ஞை நிலையிலேயே கவிதை எழுதியிருக்கிறார். அற்புதமான கவிதை அது. முன்னூறு வரிகள் திட்டமிட்டார். ஆனா யாரோ வந்து கதவைத் தட்ற சத்தத்தைக் கேட்டு பிரக்ஞை திரும்பிடுது. நூறு வரி-கள்தான் எழுத முடிஞ்சது. இதற்காக கடைசிவரைக்கும் வருத்தப்பட்டுக்கிட்டிருந்தார். இது மாதிரியான புறத்தூண்டுதல் இல்லாமலேயே இந்த போதை நிலையை அடைய முடியும். நான் கவிதை எழுதும்போது இதைத்தான்.............பின்-பற்றிப்போறேன்.

முரு: டி.எஸ்.எலியட் படைப்பாளியை ஆளுமையா பார்க்காம, நுட்பமா வடிவமைக்கப்பட்ட ஊடகம்ன்னு சொல்றார். உங்க நிலைப்பாடு என்ன?

பிர: நிறைய படைப்பாளிகள் தன்னை ஒரு ஊடகமாத்தான் பார்த்திருக்காங்க. ஆந்த்ரே பிரேடன் கூட சொல்லியி-ருக்கிறார், அது என்வழியா நிகழ்துன்னு. ஆளுமை குறுக்கிடாம படைப்பை நிகழ்த்துவதற்கான வழியை உருவாக்கி தரணும். வான்கா கூட தன்னை அப்படித்தான் பார்க்கிறார்.

ரா.தி: 'நான்'ங்கிற உணர்வு படைப்புக்கு அவசியமா?

பிர: கவிதையில இருக்கிற நான் கவிஞனோட நானா இருக்கக்கூடாது. கவிதை சொல்லியோட நானாத்தான் இருக்கணும். வேறு யாரோ ஒருவனுடைய நானை கவிஞன் தன்னுடைய நானா ஆக்கிக்கிறான்.

ப.வே: தனிச் சொற்களை அடுக்கிக்கிட்டு போகும்போது இணைப்புச் சொற்களைத் தவிர்த்திட்றிங்க. திட்டமிட்டு செய்றீங்களா, நனவிலி மனத்தோட வேகத்துக்கு ஈடுகொடுக்கவா?

பிர: திட்டமிட்டுச் செய்றதில்லை. தானாகத்தான் நிகழுது. இணைப்புச் சொற்கள் இல்லாம எழுதறதாலக் கூடுதலான ஒரு வேகம் கிடைக்குது. எல்லா நேரத்திலேயும் இது சாத்தியமில்லை. அது அபூர்வமான மனநிலையில கிடைக்கிற விஷயம். இரண்டு மூன்று கவிதையில எத்தனமில்லாமலேயே இதை செய்துபார்த்திருக்கேன். கவிதையோட வேகத்திலேயே அதை பிடிச்சி எழுதிகிட்டு போயிருக்கேன். இணைப்புச் சொற்கள் இல்லாத பட்சத்தில தனிச் சொற்கள் பிரத்யோகமா செயல்படத்தொடங்குது. இறுதிச்சொல் அடுத்த வாக்கியத்தோட தொடரை எடுத்துக்குது. இணைப்புச் சொற்கள் இருக்கிற வாக்கியத்தைவிட இது சுதந்திரமா இயங்குது.

ப.வே: தொல்காப்பியம் எப்படி உங்களுக்குப் பயனுள்ள விஷயமா இருந்திருக்கு?

பிர: ஒரு வருஷமாத்தான் படிக்கிறேன். வேறொரு பார்வை அதில இருக்கு. நான் எழுதறதுக்கு உத்வேகத்தைக் கொடுக்குது. வார்த்தை ஒழுங்கை, வடிவ ஒழுங்கை மாற்றி வேறுவிதமா எழுதிப் பார்க்கிறதுக்கான வாய்ப்பை உணர்றோம். கவிஞனுக்கான அடிப்படை அங்க இருக்கு. நவீன கவிஞனை இணைக்கிறதுக்கான சரடுகள் இருக்கு. இன்னைக்கி போஸ்ட் ஸ்ரக்சுரலிஸ்ட்கள் சொல்ற விஷயத்தை அவர் சொல்லியிருக்கிறார். அதை அரைகுறையாப் படிச்ச பண்டிதர்களால இணைச்சி சொல்ல முடியல. காரணம் பண்டிதர்களுக்குப் போஸ்ட் ஸ்ரக்சுரலிஸம் தெரியாது. இருபதாம் நூற்றாண்டு இந்திய விமர்சனத்தோட தொல்காப்பியத்தை இணைச்சிப் பார்க்க முடியும். இன்னும் கொஞ்சம் நாள்ல நானே அதை செய்வேன்.

ரா.தி: உள்ளுறை, இறைச்சி என்பது போன்ற விஷயங்களை இன்றைக்கான அர்த்த தளத்துக்கு மாத்திக்க முடியுமா?

பிர: ஒரு குறியீடு இன்னொரு குறியீட்டுக்கு இட்டுச்சென்று இல்லாத இன்னொரு குறியீட்டை உள்ளுணர்த்துவதாக அதை எடுத்துக்கலாம். அதை 'சிம்பல்' என்றுகூட சொல்லலாம். ஜான் ஆக்கர் என்கிறவர் ஒரு புத்தகம் எழுதியிருக்கிறார். அவர் சொல்றார் சமஸ்கிருதக் கோட்பாடுகளுக்குப் பொருத்தமான கவிதைகள் தமிழ்ல இருக்குன்னு. அவுங்க முன்வைக்கிற உசட்பட்சமான கோருதல் சமஸ்கிருதக் கவிதையிலேயே கிடையாதாம்.

ரா.தி: தமிழ் மரபுக்கவிதையில இருக்கிற பண் என்ற விஷயத்துக்கும் இந்துஸ்தானி கர்நாடக சாகித்தியங்களுக்கும் உறவு உண்டா? உங்களோட இசை ஈடுபாடு கவிதைக்கு எப்படி உபயோகமா இருக்கு?

பிர: இந்துஸ்தானிக்கு வரலாறு மிகக்குறைவு. கர்நாடக சங்கீதத்துக்கு முந்தியே தமிழிசை இருந்திருக்கு. கர்நாடக இசையோட முற்பட்ட வடிவம்தான் தமிழிசை. பண் எல்லாமே ராகங்கள்தான். இந்த ராகங்களுக்கு வேற பேர் இருந்திருக்கு. அதைக் கட்டமைப்பு ரீதியா வகைப்படுத்தினதுதான் கர்நாடக சங்கீதம். மேற்கத்திய நாடுகளோட இசையை ஒப்பிட்டாக்கூட தமிழிசைதான் முன்னாடி போயிருக்கு. தமிழிசையோட ஒப்பிடணும்ன்னா கிரேக்கம், லத்தின் மாதிரியான நாடுகளின் இசையை எடுத்துச் சொல்ல முடியுமே தவிர ஐரோப்பிய நாடுகள்லகூட சொல்ல முடியாது.

முரு: இதற்கான ஆதாரங்கள் இருக்கா?

பிர: இருக்கு. டாக்டர் ராமநாதன் ஒரு புத்தகம் எழுதியிருக்கிறார். சிலப்பதிகாரத்தில தமிழிசைன்னு. இன்னைக்கி இருக்கிற கர்நாடக இசைக்கு அடிப்படையே தமிழிசைதான்னு நிறுவியிருக்கிறார். இசையோட தியரிகளை நான் படிக்கிறதுக்குக் காரணம் எனக்குள்ள இருக்கிற சில குழப்பங்களைத் தெளிவுபடுத்திக்கிறதுக்குதான். நான் இசை கேட்கிற அனுபவத்தைத்தான் கவிதைக்குள்ள கொண்டுவர்றேன். இசையைக் கேட்பதற்கு தியரி அவசியமில்லை. இந்த உலகத்தைக் காட்சி ரூபமா அறியறதைவிட ஒலி ரூபமாகத்தான் அதிகம் பரிச்சயம் பண்ணிக்கிறேன். அதனாலதான் படிமங்களைப் பயன்படுத்தறதெல்லாம் முதல் தொகுப்பிலேயே நின்னுபோச்சி. காரணம் நாதரூபமாத்தான் இந்த உலகத்தை பார்க்கிறேன். நாதரூபமா வழிபட்ற ஒரு முறை இருக்கு. நாத உபாசம்ன்னு சொல்றாங்க அந்த மாதிரியாத்தான் நான் எடுத்துக்கிறேன்.

ரா.தி: உங்க கவிதையில ராகங்களோட பெயர்களை அதிகமா பயன்படுத்தறிங்க...

பிர: அந்த ராகங்கள்லகூட சிக்கலான ராகங்களைத்தான் நான் தேர்ந்தெடுக்கிறேன். மேலோட்டமான கல்யாணி ராகத்தை விரும்பறதில்லை. தோடி, காம்போதி போன்ற சவாலான ராகங்களைத்தான் நான் விரும்புகிறேன். பாட்றவங்களுக்கே அது சவாலாத்தான் இருக்கும். பயிற்சி இல்லாதவங்க காம்போதிய எடுத்துக்கமாட்டாங்க. ராவணன் சிவன திருப்தியடையச் செய்து வரம் வாங்கக்கூடிய அளவுக்கு அந்த ராகம் இருந்திருக்கு. இண்டோலத்தை இரண்டு மூன்று கவிதைகள்ல பயன்படுத்தியிருக்கேன்.

ப.வே: ஒரு விமர்சகரா இந்த காலகட்டத்துக் கவிதைகளை எப்படி உணர்றீங்க?

பிர: கவிதை அதிகமா உருவாகிற காலகட்டம் இது. கவிதையின் தரம் ரொம்ப குறைஞ்சிருக்கு. 90களுக்குப் பிறகு தளர்வா ஆகியிருக்கு.

ரா.தி: இன்னைக்குக் கவிதை உரைநடையின் சாயலைக் கொண்டிருக்கே இதை எப்படி பார்க்கறிங்க?

பிர: பாரதி காலத்திலேயே இது தொடங்கிடுச்சி. வெகுஜனங்களுக்கு எளிமையா போய்ச் சேர்றதுக்காக இது தொடங்கப்பட்டது. ஆனால் இன்னைக்கி எழுதறவங்களுக்கு மாற்று வார்த்தை தெரியல, மரத்தை 'தரு'ன்னு சொல்ற மாதிரி. அதனாலதான் இப்படி எழுதறாங்க.

ரா.தி: சிலர் உருவகம், உவமை, படிமம்ன்னு ஒரு குழப்பமான மொழியைப் பயன்படுத்தி எழுதறாங்க. இதுக்குன்னு ஒரு திருகலான மொழியை வச்சிருங்காங்க...

பிர: ஒருத்தரோட பாணியை அவர்தான் கண்டுபிடிக்கணும். வலிந்து உருவாக்கக்கூடாது. அப்படிச் செய்திருந்தா அதற்கடுத்தடுத்த தொகுதியில கண்டு பிடிச்சிடலாம். கவிதையில வார்த்தைகள் எப்படி இருக்கணும்ன்னா கவிஞன் போட்ட ஒரு வார்த்தைய வேறுமாதிரி மாற்றிப் போடமுடியாத மாதிரி அமைச்சிருக்கணும். அந்த வார்த்தையை எடுத்துட்டா வரிகள் உடைஞ்சி கொட்டிட்றமாதிரி அமைச்சிருக்கனும். அவன்தான் வெற்றி பெற்ற ஒரு கவிஞன்னு சொல்வேன். இப்படிப்பட்ட கவிதைகள் குறைவாத்தான் எழுதப்படுது.

முரு: இன்னைக்கி எழுதறவங்க எதுமாதிரியான கச்சாப்பொருளைப் பயன்படுத்தறாங்க?

பிர: கச்சாப்பொருள் குறைவாத்தான் இருக்கு. அவங்களோட அனுபவ அடுக்குகளைப் பொருத்துதான் இது அமையும். குறைச்சலான அனுபவங்களைச் சொல்றதுக்கு குறைந்த வார்த்தைகளே போதுமானதாக இருக்கு. அதனாலதான் உரைநடைத் தன்மைக்கு மாறுது. அனுபவங்கள் சிக்கல்படும்போது அது சிக்கலான வார்த்தை அமைப்பை நோக்கிப் போகுது. அடர்த்தி அதிகமாகுது.

ப.வே: மனிதன், இயற்கைன்னு பிரிச்சிகிட்டா கவிஞன் யாரோட குரலா நின்று பேசறான்?

பிர: பிளவுபட்ட ஆளுமைன்னு சொல்வாங்க. ஒன்றுக்கு மேற்பட்ட சுயமா உடைஞ்சி போறது. இதில் எந்த ஒன்றின் குரலாகவும் இருக்கலாம். ரொம்ப தெளிவா இருந்தோம்ன்னா கவிதையோட பரிமாணமே குறைஞ்சி போயிடும். முதலில் குரலை பதிவு செய்துட்ட பிறகு அதை அடையாளம் காணலாம். ஒரு வெட்டுக்கிளியோட குரலாக்கூட பேசலாம். ஆனா இன்னதுதான் பதிவு செய்றோம் என்ற பிரக்ஞை இல்லாமலேயே செய்யணும்.

முரு: உங்கள் பெரும்பாலான கவிதை முடியற இடத்தில திறந்ததா இருக்கு. இதை பிரக்ஞையோடுதான் செய்றிங்களா?

பிர: பிரக்ஞையோட செய்றதில்லை. ஆரம்பத்தில நிறுத்தல் குறி போட்டுகிட்டிருந்தேன். இப்ப அதைக்கூட போட்றதில்லை. வாழ்க்கையைப் போல கவிதையும் எங்கும் முடியாமத்தான் இருக்கு. இப்படி முடிக்கப்படாத சிம்பனிகள்கூட இருக்கு. ஒரு ஓவியம் எங்கே முடிவடையுது? ஒரு இடத்தில ஓவியம் வரையறதை நிறுத்தற மாதிரிதான் இதுவும். எங்கே தொடங்கப்பட்டதுன்னும் தெரியாது.

ப.வே: எழுத்தோட தீவிரமான மொழியில இருந்துட்டு வெளியில வரும்போது எப்படி உணர்வீங்க?

பிர: நம்முடைய சக்தியெல்லாம் உறிஞ்சப்பட்ட பின்பான ஒரு உணர்வுதான் அது. அதுல சந்தோஷமும் இருக்கு. அடுத்த படைப்பை எழுதறதுக்கு இன்னும் எவ்வளவு காலமாகுமோ என்கிற ஏக்கமும் இருக்கு.

ப.வே: இன்னைக்கி விமர்சனம்ங்கிறது தனிப்பட்ட தாக்குதலா இருக்கு. படைப்பாளியோட சொந்த விஷயங்களையெல்லாம் தொடர்புப்படுத்தியதா இருக்கு. படைப்பு வேற படைப்பாளி வேறையா?

பிர: நிச்சயமா. டி.எஸ்.எலியட் இதை ரொம்ப உறுதியாகவே சொல்றார். விமர்சனத்தை படைப்பாளியோட பர்ஸ்னாலிட்டி மேல வைக்கக்கூடாது. படைப்புமேலதான் வைக்கணும்ன்னு. மேற்கே இது கடைபிடிக்கப்படுது. இங்க இருக்கிறவங்கதான் இதுமாதிரி வேலையை செய்றாங்க.

ரா.தி: இந்த வரலாற்றுப் போக்குல இருந்து தன்னைத் துண்டிச்சிக்கிட்டு தனக்கான வரலாறு, தனக்கான அழகியல்ன்னு ஒன்றை ஒரு கலைஞன் ஏன் உருவாக்கக்கூடாது?

பிர: நமக்கு முன் வச்சிருக்கிற வரலாறு அரசியலால் கட்டமைக்கப்பட்டது. மறைக்கவேண்டியதை மறைச்சி சொல்ல வேண்டியதை சொன்ன வரலாறு. தீவிரமான ஒரு படைப்பாளி இதை மறுக்கணும். முக்கியமா கவிதை நிறுவப்பட்ட வரலாறை மறுக்குது.

முரு: வரலாறே தெரியாம நிராகரிக்கிறதுக்கும், தெரிஞ்சி நிராகரிக்கிறதுக்கும் வித்தியாசம் இருக்கு இல்லையா? இங்கே வரலாறு பற்றிய அக்கறையே இல்லாத ஒரு போக்கு இருக்கு.

பிர: வரலாறே தெரியாம எப்படி அதை நிராகரிக்க முடியும்? வரலாறு பற்றிய அக்கரைவேணும். முதல்ல அதைத் தெரிஞ்சிகிட்டு அலசி அதனோட குறைபாடுகளை நிராகரிக்கணும். உள்ள புகுந்து அதனோட குளறுபடிகளை பார்க்-

கணும். Thamos Pynchon என்ற நாவலாசிரியர் இரண்டாவது உலகப்போரில் நடந்தவைகளையே மறுதளிச்சி Gravity rainbow -ன்னு ஒரு நாவல் எழுதியிருக்கிறார். வரலாற்றையே மறுதளிக்கிற நாவல் அது.

ப.வே: இந்தியக் கவிதைன்னு ஒன்னு இருக்கா?

பிர: இல்லை. ஒவ்வொரு மொழிக்கும் அதற்கான நிலவெளின்னு ஒன்னு தனியா இருக்கு. நம்மால பிராந்திய ரீதியான கவிஞனாத்தான் இருக்க முடியுமே தவிர எல்லாத்தையும் அரவணைச்சிக்கிற ஒரு இந்தியக் கவிதையை எழுதறது கஷ்டம்.

முரு: பத்திரிகை, தொலைக்காட்சி, சினிமா மாதிரியான பலம்வாய்ந்த ஊடகங்களை எப்படி பார்க்கிறிங்க?

பிர: இந்த ஊடகங்கள்ல இருந்து நூறு அடி தள்ளி இருக்கணும்ன்னு நினைக்கிறேன். எல்லா எளிமைப்படுத்தல்களும் அங்கதான் நிகழுது.

முரு: சிறுபத்திரிகை எழுத்தாளர்கள் பெரிய பத்திரிகையிலும் எழுதற அளவுக்கு முன்னேறி இருக்காங்க. இதை சாதகமான அம்சமாப் பார்க்கறிங்களா?

பிர: கவனிப்ப பெர்றதுக்காகத்தான் போறாங்க. அவுங்களோட எழுத்து மலினப்பட்டும் தளர்வாவும் மாறிடும். இரண்டு மூனு வருஷத்தில அவங்ககிட்ட படைப்பு எதுவும் பாக்கி இருக்காது.

முரு: படைப்பாளி அறவியலாளனா இருக்கணுமா?

பிர: ரொம்ப அடிப்படையான கேள்வி. பிளாட்டோ காலத்திலேயே கேட்கப்பட்டிருக்கு. ஏன்னா அழகுன்னு சொன்னாலே அது தார்மீகமா இருந்தாத்தான் அழகுன்னு ஒரு கொள்கையை முன்வச்சாரு. ஒவ்வொரு படைப்பாளியும் தார்மீக பண்புகள் கொண்டவனாத்தான் இருக்க முடியும். அவனுக்குத் தெரியாமலேயே அறவியலாளனா கட்டமைக்கப்பட்றான். ஒரு சமூக அம்சம் அவனுக்குள்ள இயங்குது. அதைத் தவிர்த்துட்டு அவனால போயிட முடியாது. இடதுசாரி எல்லையை தொடாமலேயே அறவியலாளனா இருக்கலாம்.

முரு: பெரிய கலைஞர்கள் என்று சொல்லப்பட்றவங்க ஒன்று மார்க்சியத்தை ஆதரிக்கிறவங்களா இருக்காங்க, இல்லேன்னா அதன்மேல் கடுமையான விமர்சனங்களை முன் வைக்கிறவங்களா இருந்திருக்காங்க. உங்களுடைய நிலைப்பாடு என்ன?

பிர: தத்துவார்த்தப் பின்புலம் ஒரு கலைஞனுக்கு அவசியம்ன்னு நினைக்கிறேன். எங்களோட ஆரம்ப காலத்திலே மார்க்சியத்தைப் படிச்சோம். விவாதிச்சோம். உள்ளூர் மார்க்சியர்களோட கருத்துகளைக் கவனமாக் கேட்டோம். எப்படி கவிதைக் கோட்பாடுகளை படிச்சோமோ அதே அளவுக்கு தத்துவார்த்த விஷயங்களையும் படிச்சோம். இதற்காக அதிக காலத்தை செலவிட்டிருக்கிறோம். அது எழுதறதுக்கு ஒரு தார்மீக உணர்வைக் கொடுக்குது. இந்த காலத்தில அது இல்லை. இல்லேங்கிறது முக்கியமான ஒரு குறைதான்.

முரு: இன்னைக்கி உலக அளவுல பிரச்சனையா இருக்கிற மதவாதம், அமெரிக்காவோட கட்டுக்கடங்காத தன்மை பற்றிய உங்களுடைய பார்வை என்ன?

பிர: பொறுப்புள்ள ஒரு குடிமகனா இதையெல்லாம் அக்கறையா நான் கவனிச்சிக்கிட்டுதான் இருக்கேன். ஆனால் என் படைப்புப் பிரதேசத்தைப் பாதுகாப்பா வச்சிக்கிறேன். இந்த மாதிரியான பாதிப்புள சில நேரத்துக்கு நல்ல கவிதையும்கூட வரலாம். பெரும்பாலும் மோசமான கவிதைதான் வரும். தாராளமயமாதலால் இன்னைக்கி விவசாயிகளுக்கு ஏற்பட்டிருக்கிற நெருக்கடிகள் எனக்குத் தெரியும். ஜி.எம் கிராப் (ஜெனிட்டிகலி மாடிபைட் கிராப்) பற்றியெல்லாம் பத்து வருஷமா படிச்சிகிட்டு வர்றேன். இஸ்ரேல் நாட்ல பருத்தி செடியில இருந்து வரும்போதே கலரா வர்ற மாதிரி கண்டுபிடிச்சிருக்காங்க. சாயம் ஏற்ற வேண்டிய அவசியமில்லை. அதனால ஏற்பட்ற விபரீத மாற்றங்களைப் பற்றியும் படிக்கிறேன். இதுமாதிரி பயிர்களால மற்ற பயிர்களுக்கு ஏற்படக்கூடிய பாதிப்புகளை படிக்கிறேன். மாதவாதம் மாதிரியான விஷயங்கள்தான் நம்பிக்கையிழக்கச்செய்யுது. கஷ்டமா இருக்கு. மனிதன் மேலேயே நம்பிக்கை இல்லாமப் போகுது.

4

40. கவிஞர்.சிற்பி - சந்திப்பு: தென்பாண்டியன்

நவீனத் தமிழ்ப் படைப்பிலக்கிய வரலாற்றில் வானம்பாடிக் கவிதை இயக்கத்தின் பதிவுகள் தனித்துவமானது. அதன் தோற்றமும் வளர்ச்சியும் தமிழ்க்கவிதையில் புதிய பரிணாமத்தையும் இளங்கவிஞர்களின் பாரம்பரியத்தையும் உருவாக்கியது. இலக்கிய இதழாகத் தொடங்கிய வானம்பாடியை ஒரு கவிதை இயக்கமாக மாற்றியப் பெருமைக்குரியவர்களில் மிக முக்கியமானக் கவியாளுமை 'கவிஞர் சிற்பி'. தனது 50 ஆண்டு கால இலக்கியப் பங்களிப்பில் 60க்கும் மேற்பட்ட நூல்களைப் படைத்திருப்பதோடு தமிழில் இரண்டு சாகித்ய அகாடமி விருதுகளைப் பெற்றிருக்கும் முதல் கவிஞர். ரசனை இலக்கிய இதழின் நேர்காணலுக்காக அவரது இல்லத்தில் சந்தித்த போது கடந்த கால ஞாபகங்களுக்குள் பின்நோக்கிப் பயணித்து வானம்பாடிகள் குறித்தக் கவித்துவமான நினைவுகளையும் சமகால இலக்கிய நிகழ்வுகள் பற்றியப் பதிவுகளையும் விரிவாகப் பகிர்ந்து கொண்டார்.

ரசனை: உங்களது இளமைக்காலம் குடும்பப் பின்னணி பற்றிச் சொல்லுங்கள்?

சிற்பி: என்னுடைய குடும்பம் நடுத்தர விவசாயக் குடும்பம். என்னுடைய கிராமத்தில் நான் திண்ணைப் பள்ளிக்கூடத்தில்தான் படித்தேன். இரண்டாவது உலக யுத்தம் முடிந்து கொண்டிருந்த நேரம் அது. அதை ஒட்டி பொள்ளாச்சி நகரில் வந்து படிக்க வேண்டும் என்று சொல்லி என்னுடைய அப்பா விரும்பினார். அதனால் நான் 5ம் வகுப்பில் பொள்ளாச்சியில் சேர்ந்தேன். ஆனால் அதை நான் முழுமையாக முடிக்கவில்லை. அந்த படிப்பின் மேல் எனக்கு ஆர்வம் இல்லை அதனால் பள்ளிக்கூடத்தை விட்டு ஓடி விட்டேன். பிறகு என்னை பல இடங்களில் தேடி ஒரு உறவினர் வீட்டில் கண்டுபிடித்தார்கள். என்னுடைய அப்பா முறையான கல்வி கற்றவர் அல்ல. அதனால் என்னை படிக்க வைக்க வேண்டும் என விரும்பினார்.

அது அவருக்கு ஒரு ஏமாற்றமாக போய் விட்டது. அந்த ஏமாற்றத்தில் அவர் இடிந்து போயிருந்த போது எங்கள் ஊரைச் சேர்ந்த ஒரு சிறு கடைக்காரர் அவர் கேரளாவைச் சேர்ந்தவர். அவர் சொன்னார். கேரளத்தில் ஒரு நல்ல ஆசிரியர் இருக்கிறார். அவரிடம் கொண்டு போய் விட்டால். பையனை உருப்படியாக உருவாக்கி விடுவார் என்று என் தந்தையிடதில் கூறினார். சித்தூர் பக்கத்தில் நல்லேபள்ளி அங்கு சாமியப்ப பிள்ளை என்று ஒரு ஆசிரியர் இருந்தார். அவர் தமிழர். அந்த பகுதி தமிழர் அதிகம் வசிக்கும் பகுதியாக இருந்ததால் அங்கு அவர் தமிழாசிரியராக பணியாற்றினார். அப்போது அவரிடத்தில் கொண்டு போய் விட்டார்கள். அவர் என்னை பள்ளியில் சேர்ப்பதற்காக தேர்வுக்கெல்லாம் தயார் செய்து பள்ளியில் சேர்த்து விட்டார்.

நான் பள்ளியில் சேர்ந்த சமயம் அவருக்கு தத்தமங்கலம் என்ற ஊருக்கு மாறுதல் வந்து விட்டது. அங்கேயே என்னையும் அவர் சேர்த்துக் கொண்டார். பிறகு அங்கிருந்துதான் என்னுடைய உயர்நிலைப் படிப்பு வரை படித்தேன். அதனால் என்னுடைய கிராமத்தில் வாழ்ந்த காலம் என்பது மிக சிறிய வயது பையனாக இருந்த போதுதான். அதன் பிறகு நான் வரவும் போகவுமாக இருந்திருக்கிறேனே தவிர நிரந்தரமாக நான் அங்கு இருக்க வாய்ப்பில்லை. நான் பள்ளிக் கல்வி முடித்தவுடன் கல்லூரி படிப்புக்காக திருச்சி போய் விட்டேன். அதனால் திரும்பவும் என் கிராமத்திற்கு போக முடியவில்லை. கிராமத்து வாழ்வை நான் அனுபவித்தேன் என்பது என்னுடைய ஏழு, எட்டாவது வயது வரை மட்டும்தான்.

ரசனை: கல்லூரியில் இளங்கலைப் பட்டதிற்காக எந்தப் பாடத்தைத் தெரிவு செய்தீர்கள்?

சிற்பி: நான் கேரளாவில் படிக்கும் போது தமிழ் ஒரு பாடம் தான் மற்றதெல்லாம் மலையாளத்தில்தான் படித்தேன். நான் கல்லூரியில் படிக்கும் போது அப்போதெல்லாம் நேரடியாகப் பட்டப்படிப்பிற்கு போக முடியாது இண்டர்மிடியட் வகுப்பு இருந்தது. அதனால் இண்டர்மிடியட் வகுப்பில் படிக்கும் போது மருத்துவக் கல்லூரியில் சேருவதற்காக இயற்கை-விஞ்-

ஞானம், இயற்பியல், வேதியல் ஆகிய பாடங்களை படித்தேன். என்னுடைய அப்பா நான் மருத்துவத் தொழிலுக்கு போக வேண்டும் என விரும்பினார். ஆனால் நான் கேரளவிலிருந்து தமிழ்நாட்டுக்கு வந்து உடனேயே எனக்கு தமிழ் மீது ஒரு ஆர்வம் இருந்தது. நான் கேரளாவில் படித்த போது தமிழ் சொற்பொழிவுகளைக் கேட்பதோ தமிழ் புத்தகங்களைப் படிப்பதோ இல்லை.

கல்லூரியில் சேர்ந்த பிறகு தமிழ் மேல் ஒரு ஈடுபாடு வந்தது. அப்போது திராவிட இயக்கம் வளந்து கொண்டிருந்த காலம். திருச்சி ஒரு மையமாக இருந்தது. அப்போது திருச்சியில் கி.ஆ.பெ.விசுவநாதன் இருந்தார். தொ.பொ.மீ., மா.பொ.சி. போன்றோர்கள் அங்கு சொற்பொழிவாற்ற வந்தார்கள் அதோடு அப்போது இளைஞராக இருந்த கலைஞர் கருணாநிதி தி.மு.க. வின் மாவட்டப் பொறுப்பாளராக இருந்தார். அதனால் அவர் வாரம் தோறும் பொதுக் கூட்டங்களில் பேசுவார். அண்ணாவின் சொற்பொழிவுகளை அங்குதான் கேட்டிருக்கிறேன். இதையெல்லாம் கேட்டபோது எனக்கு ஒரு ஆதங்கம் ஏற்பட்டது. இப்படியெல்லாம் பேசவும் படிக்கவும் முடியவில்லை என்ற வருத்தம் கூட இருந்தது எனக்கு, அப்போது அங்கிருந்த தமிழ்ப் பேராசிரியர்.

அப்துல்கபூர் நாஞ்சில் நாட்டை சேர்ந்தவர். அவர் பேராசிரியர் அன்பழகனுடைய வகுப்புத் தோழர். அவர் வகுப்பெடுக்கும் போதெல்லாம் அண்ணாமலைப் பல்கலைக் கழகத்தில் தமிழ் படித்ததைப் பற்றி ரொம்பப் பெருமையாக பேசுவார். அதைத் திரும்ப திரும்ப சொல்லிக் கொண்டேயிருப்பார். அதனால் எனக்கு என் அப்பாவின் விருப்பத்திற்கு மாறாக தமிழ் மீது தீராத காதல் ஏற்பட்டது. அதற்கு இசைவாக அங்கு பெரிய புத்தகக் கடைகள் இருந்தன. அங்கு இரண்டு வகையான புத்தகங்கள் என்னைக் கவர்ந்தது. பாரதியின் முழுத் தொகுப்பு, பாரதி பிரசுராலயம் அதை வெளியிட்டிருந்தார்கள். அதைப் பார்த்த போது பாரதி இவ்வளவு எழுதியிருக்கிறாரா என்று வியப்பாகயிருந்தது. அதே மாதிரி அப்போது இளைஞர்களின் மனதைக் கவர்ந்தவராகப் பாரதிதாசன் இருந்தார்.

அப்போது அவர்கள் இருவர் கவிதைகளிலும் எனக்கு ஈடுபாடு ஏற்பட்டது. எனக்குள்ளும் கவிதை எழுத வேண்டும் என்ற துறுதுறுப்பு இருந்துகொண்டிருந்ததால், இவர்கள் இருவர் மீதும் தீராத காதல் இருந்தது. குறிப்பாக பாரதி மேல் தனியான பிரியம் உண்டு. இந்தத் தமிழ் உணர்வும் திராவிட இயக்க உணர்வும் கவிதை உணர்வும் சங்கமித்தது திருச்சியில் இருந்த போதுதான். அதனால் என் அப்பாவுக்குத் தெரியாமல் அண்ணாமலைப் பல்கலைக்கழகதில் தமிழ் ஹானர்ஸ் சிறப்பு வகுப்பில் போய்ச் சேர்ந்து விட்டேன். அது என் அப்பாவுக்கு பேரிடியாக இருந்தது. நான் படித்து முடிக்கும் வரை என்னோடு அவர் பேசியது கூட கிடையாது. அண்ணாமலைப் பல்கலைக்கழகத்தில் சேர்ந்த போது எனக்குள் இருந்த திராவிட கருத்தோட்டம் மாறியது. அங்கு என்னுடன் படித்த வகுப்புத் தோழர் சண்முகசுந்தரம் என்பவர் விருதுநகர் பக்கத்துக்காரர்.

அவர் இடதுசாரி சிந்தனையாளர். அது போல வரலாற்றுத் துறையில் படித்துக் கொண்டிருந்த ராஜகோபால் என்பவரும் பொதுவுடமையாளர். கி.வீரமணி என்னுடைய வகுப்புத் தோழர். அவர் எக்கனாமிக்ஸ் ஹானர்ஸ் படித்துக் கொண்டிருந்தார். நான் தமிழ் ஹானர்ஸ் படித்துக் கொண்டிருந்தேன் இருவரும் பக்கத்துப் பக்கத்து அறையில் தான் இருந்தோம். அப்போது எங்களுக்கு ஆங்கிலம் ஒரு பொதுப் பாடமாக இருந்தது. ஆங்கில வகுப்புக்கு இருவரும் சேர்ந்துதான் போவோம்.

அதனால் எனது அரசியல் கோட்பாடுகளில் ஒரு மாற்றம் ஏற்பட்டது. ஜீவாவை அழைத்து வந்து பல்கலைக்கழகத்தில் பேச வைக்க வேண்டும் என்று முயன்றோம். ஆனால் அப்போது திராவிட இயக்கத்தின் எழுச்சியிருந்ததால் பல்கலைக்கழகத்தில் பேச வைக்க இயலவில்லை. அதனால் அருகிலிருந்த திருவேற்களம் அதுதான் இப்போது அண்ணாமலை நகராக மாறியிருக்கிறது. அங்குள்ள ஆலயத்திற்குப் பக்கத்தில் உள்ள மைதானத்தில் ஜீவாவை பேச வைத்தோம். இந்த மாதிரிதான் என்னுடைய அரசியல் சிந்தனையும் இலக்கிய சிந்தனையும் மாற்றமடைந்தது.

ரசனை: நீங்கள் கவிதை எழுதத்துவங்கிய காலகட்டத்தில் உங்களை பாதித்த படைப்பாளர் யார்?

சிற்பி: நான் கல்லூரியில் படித்த காலத்தில் முதல் இரண்டாண்டுகள் கவிதைகள் ஏதும் எழுதவில்லை. தமிழ்ப் படிக்க வேண்டும் என்ற ஆர்வத்தில் போயிருந்தேனே தவிர கவிதை எழுதக் கூடிய அளவிற்கு இலக்கணம் ஏதும் தெரியாது. என்னோடுப் படித்தவர்கள் எல்லோருமே தமிழ் இலக்கணம் படித்துவிட்டு வந்தவர்கள். நான் அப்போது கடுமையாக உழைக்க வேண்டியிருந்தது. இலக்கண இலக்கியங்களைப் புரிந்து கொள்ள வேண்டிய கட்டாயத்தில் இருந்தேன். தொல்காப்பியம் வரை படிக்க வேண்டும் ஆனால் அப்போது நன்னூல் கூடத் தெரியாமல் ஓயாது படித்து இலக்கணம் கற்றேன். யாப்பிலக்கணமும் கற்றுக் கொடுத்தார்கள்.

அதன் அடிப்படையில் கவிதைகள் எழுதச் சொன்னார்கள். அப்போதுதான் கவிதை எழுத முயற்சி செய்தேன். அதைவிட முக்கியமானது எனக்கு ஆசிரியராக இருந்தவர்களில் மு.அண்ணாமலை என்ற கவிஞர் இருந்தார். அப்போது பொன்னி இலக்கிய இதழில் பாரதிதாசன் பரம்பரையினர் என்ற கவிதைப் பட்டியலில் இடம் பெற்றவர் அவர். பாரதிதாசன் கூட இருந்தவர். அவர் தாமரைக் குமரி என்ற கவிதைத் தொகுப்பொன்றையும் வெளியிட்டிருந்தார். அது

மரபுக் கவிதை. அவருடன் தொடர்பிருந்ததால் எனக்கு கவிதை ஆர்வம் தூண்டப்பட்டது. எனது நோட்டுப் புத்தகங்களில் கவிதைகள் எழுதி வைத்திருப்பேன் அது நான் எனக்காக எழுதிக் கொண்டது. அதை மற்றவர்களிடம் படிக்கக்கூடக் கொடுத்ததில்லை.

ஒரு முறை என் கவிதைகளை அவரிடம் காட்டினேன். அதை அவர் படித்து விட்டு பாராட்டி ஊக்கப்படுத்தினார். அதன் பிறகும் பெரிதாக ஒன்றும் எழுதவில்லை. என்னுடைய பழைய தாய்வீடான ஜமால் முகம்மது கல்லூரியின் ஆண்டு மலரில் ஒரு கவிதை எழுதியிருந்தேன். அதைப் படித்து விட்டு அந்த மலருக்கு ஆசிரியராக இருந்த தமிழ்ப் பேராசிரியர்.அப்துல்கபூர் அண்ணாமலை நகருக்கு வந்திருந்த போது என்னைப் பாராட்டினார். அந்த கவிதை தன்னையும் ஒரு கவிதை எழுதத் தூண்டியதாகவும் தானும் அது போல் ஒரு கவிதை எழுதியிருப்பதாகவும் அவர் கூறினார்.

அந்தக் கவிதையின் தலைப்பு 'ஆழ்கடலே கேள்' என்று ஞாபகம். இதுதான் எனது கன்னி முயற்சி. பொள்ளாச்சிக்கு ஆசிரியராக வந்த பிறகுதான் கவிதைகள் எழுதுதல், கவியரங்குகளில் கலந்து கொள்ளுதல் என்ற முயற்சிகளில் ஈடுபட்டேன். அவைகளை படித்த நண்பர்கள் நன்றாக இருப்பதாக சொன்ன பிறகுதான் ஆர்வம் ஏற்பட்டது. தொடர்ந்து எழுதத் தொடங்கினேன். 5 ஆண்டுகளுக்குப் பிறகு 1963ல் 'நிலவுப்பூ' என்ற தலைப்பில் எனது முதல் கவிதைத் தொகுப்பு வெளிவந்தது.

என்னை பாதித்தவர்கள் என்றால் அது எப்போதுமே பாரதிதான். பாரதிதாசனோடு நேரடியாக பழகும் வாய்ப்பு இருந்தது. அவர் மீது எனக்கு மிகுந்த நேயம் இருந்தது என்ற போதும் என்னவோ ஒரு ஆன்ம நேயம் பாரதி மீதுதான் ஏற்பட்டது. பாரதிதாசனிடம் இருந்ததிலும் உள்ளார்ந்த கவித்துவம் பாரதியிடத்தில் இன்னும் ஓங்கியிருந்ததாக எனக்குப்பட்டது. அடுத்ததாகச் சொல்ல வேண்டும் என்றால் செவ்வியல் இலக்கியங்களில் இருந்துதான் சொல்ல வேண்டும். அந்த வகையில் என்னைப் பாதித்தவர் கம்பர். எனது கல்லூரி காலம் என்பது கம்பராமாயனத்தின் முழுமையான பதிப்பு கிடைக்காத காலம்.

ஆழ்வார்திருநகரி என்ற ஊரில் பெரியன் சீனிவாசன் ஒரு பதிப்பு போட்டிருந்தார். அது ஒரு கரடு முரடான பதிப்பு. அதை நண்பர்கள் மூலம் வாங்கி ஒரு பத்து முறையாவது படித்திருப்பேன். அந்த அளவிற்கு அதன் மேல் ஈடுபாடு. இப்போது கேட்டால் கூட கம்பராமாயனத்திலிருந்து ஓராயிரம் பாடல்களை மனப்பாடமாகச் சொல்ல முடியும். அதனால் கம்பனுடைய கற்பனையும் பாரதியினுடைய எதார்த்தமும் கலந்த கலவைதான் என்னைக் கவிதை எழுத உத்வேகப்படுத்தியது. அடிப்படைத் தூண்டுதல் என்று சொல்லலாம். என்னிடம் ஒருவகைச் செவ்வியல் கூறு உள்ளதிற்கு இதுதான் காரணம்.

ரசனை: ஒரு தமிழ் இலக்கிய மாணவராகவும், ஒரு கவிஞராகவும், கல்லூரிப் பேராசிரியராகவும் நீங்கள் இருந்திருக்கிறீர்கள். இந்த மூன்று தளங்களை பற்றிய உங்களது அனுபவங்களைச் சொல்லுங்கள்.

சிற்பி: நான் மாணவனாய் இருந்த காலத்தைப் பற்றி ஏற்கனவே சொல்லியிருக்கிறேன். பள்ளி மாணவனாய் இருந்த காலத்தில் இலக்கிய வெளிச்சம் சற்றும் கிடையாது. ஆனால் கேரளாவில் படித்துக் கொண்டிருந்ததால் மலையாள இலக்கியம் பற்றி வள்ளத்தோளை பற்றி இன்னும் பிற கவிஞர்களை பற்றி கேள்விப்படவும், சந்திக்கவும் இயன்றது. மலையாளக் கவிதைகளில் அப்போது மேலோங்கியிருந்த விஷயம் இசை. இசையில்லாமல் அவர்கள் எந்தக் கவிதையும் சொல்ல மாட்டார்கள். தொடக்கப்பள்ளியில் கூட இசை மயமாகத்தான் பாடல்களைச் சொல்லிக் கொடுப்பார்கள். அந்த இசைத் தன்மை எனக்குள்ளும் ஓரளவு ஊடுருவியிருக்கிறது என்றுதான் சொல்ல வேண்டும்.

கல்லூரிக்கு வந்த போது தமிழில் எனக்குப் போதிய பரிச்சயம் இன்மையால் வேகமாக ஓடி எல்லோருடனும் வரிசையில் சேரவேண்டும் என்ற உந்துதல் இருந்தது. எனக்குச் செலவுக்கு கிடைக்கும் பணத்திற்கு எல்லாம் புத்தகங்கள் வாங்கத் தொடங்கினேன். அப்போது சிறுகதையாசிரியராக அறியப்பட்டிருந்த புதுமைப் பித்தன் நாவலாசிரியர் காண்டேகர் போன்ற எல்லோருடைய புத்தகங்களும் என் பெட்டியில் இருக்கும். நவீன இலக்கியத்தையும் விட முடியாது. பழைய இலக்கியங்களையும் விட முடியாது. இந்த ஓட்டம்தான் என்னுடைய மாணவ வாழ்க்கையில் தீவிரமாக இருந்தது. அந்தக் காலக்கட்டத்தில் அர்ப்பணிப்புள்ள பொதுவுடமைவாதிகளோடு பழக்கம் ஏற்பட்டது. அந்தப் பழக்கம் மார்க்சியம் என்ற கோட்பாட்டு அடிப்படையில் ஏற்பட்டது என்பதை விட சமுதாயத்தில் ஏற்றத் தாழ்வின்றி எல்லோருக்குமான வாழ்க்கையை கம்யூனிசம் தரும் என்ற புரிதலால் ஏற்பட்டது.

கொஞ்சம் கொஞ்சமாக மார்க்சியக் கோட்பாடுகள், மார்க்சிய இலக்கியக் கோட்பாடுகள், அழகியல் கோட்பாடுகள் ஆகியவற்றின் அடிப்படையில் நான் தெரிந்து கொண்டவை பல. அச்சமயம் எல்லா இலக்கியமும் காலத்திற்கு கட்டுப்பட்டதுதான். அச்சமயம் காலமும் கருத்தும் என்ற அபூர்வமான ஒரு கட்டுரையை படிக்கும் வாய்ப்பு எனக்குக் கிடைத்தது. சிலர் காலத்தை மீறியும் சிந்திப்பார்கள் ஆனால் அவர்களும் காலத்திற்கு கட்டுப்பட்டே இருப்பார்கள். ஆகவே அனைவரும் தத்தமது காலத்தின் வயப்பட்டவர்களாகவே இருப்பார்கள் என்பது ஆரம்பத்தில் எனக்குப் பிடி-

பட்ட விஷயம். அதன் பிறகு சிதம்பர ரகுநாதன், ஜீவா, எஸ்.ராமகிருஷ்ணன் இவர்களுடைய எழுத்துகளில் ஏற்பட்ட ஈடுபாடும், பின்னாட்களில் ஜெயகாந்தனை படிக்கும் வாய்ப்பும் என் மாணவப் பருவத்தில் கிடைத்தது. இவ்வாறாக என் மாணவப்பருவம் பயனடைந்தது.

பேராசிரியராக இருந்த அனுபவம் என்றால் நான் அதிகம் வேலை பார்த்தது பொள்ளாச்சிக் கல்லூரியில்தான். அங்கு முப்பத்திரண்டு ஆண்டுகள் பணிபுரிந்தேன். அதன் பிறகு பல்கலைக் கழகத்தில் ஏழாண்டுகள் பணிபுரிந்திருக்கிறேன். என்னுடைய பேராசிரியர்களான அப்துல்கபூர், மு.அண்ணாமலை, இப்போதும் வாழ்கிற கா.மீனாட்சி சுந்தரம் போன்றவர்களும், ஆங்கிலத்துறையில் இருந்த ஆசிரியர்கள் அனைவரும் தாங்கள் அறிந்ததை எல்லாம் எவ்வித சுயநலமும் இன்றி மாணவர்களுக்கு உரியது எனக் கற்றுக் கொடுத்தார்கள். இதே பண்பாட்டைத் தான் நானும் ஆசிரியனாக இருந்த போது பின்பற்ற வேண்டும் என நினைத்தேன்.

என்னுடைய வகுப்புகளில் இலக்கியம் பாதியாகவும் வாழ்க்கை பாதியாகவும் இருக்கும். வாழ்கையோடு இலக்கியத்தை சொல்வது, வாழ்க்கை அனுபவங்களை வைத்து இலக்கியத்தைக் கற்றுக் கொடுப்பது என்பது என் பாணியாக இருந்தது. இப்பவும் என்னுடைய பழைய மாணவகள் என்னை சந்திக்கும் போதெல்லாம் வாழ்க்கையில் பல விஷயங்கள் உங்கள் வகுப்பிலிருந்து கற்றுக் கொண்டோம் என்று சொல்வார்கள். உதாரணமாக கல்வித் துறையில் இருக்கும் கார்மேகம் என் மாணவர். அவர் சொல்வார். நான் அலுவலகத்தில் நேர்மையாக இருக்க வேண்டும் என்பதைக் கற்றுக் கொண்டதே உங்களிடமிருந்துதான் என்பார். எனக்கு ஆச்சர்யமாக இருக்கும். நான் அப்படி நேரடியாக எதையும் சொல்லிக் கொடுக்கவில்லை.

இலக்கியமும் வாழ்க்கையும் எப்படி இணைந்து போகிறது என்பதைத் தான் நான் கற்றுக் கொடுத்தேன். அந்த அனுபவம் பொள்ளாச்சிக் கல்லூரியில் பணிபுரிந்த போது அற்புதமான மாணவர்களைக் தேடிக் கொடுத்தது. அவர்கள் வாழ்வில் உயர்வதைப் பார்க்கும் போது எனக்கு மகிழ்ச்சி ஏற்படும். ஆனால் கல்லூரிப் பேராசிரியர் பதவிக்கும் பல்கலைக்கழகப் பேராசிரியர் பதவிக்கும் நிறைய வேறுபாடுகள் உண்டு. கல்லூரியில் ஆசிரியர்கள் மாணவர்களை நேசிப்பதும் மாணவர்கள் ஆசிரியர்களை நேசிப்பதும் என்ற உறவாடல்கள் இருந்துகொண்டேயிருக்கும். ஆனால் பல்கலைக்கழகத்தில் ஆராய்ச்சி மற்றும் சுயமுன்னேற்றம் என்று அவரவர்க்கான திறமைகளை வளர்த்துக் கொள்வதில்தான் கவனமாக இருப்பார்கள். பல்கலைக்கழகத்தை விட கல்லூரியில் பேராசிரியராக பணியாற்றிய வாழ்வுதான் மிகச் சிறப்பானது. அது ஒரு இனிய அனுபவம்.

கவிஞராக இருந்த அனுபவம் என்றால் அதைப்பற்றி நான் கொஞ்சம் வித்தியாசமாகத்தான் சொல்வேன். நான் என்னை ஒரு கவிஞனாக உணர்ந்ததேயில்லை. நான் கவிதை எழுதுவதுண்டு. அதைப் பலரும் நன்றாக இருக்கிறது என்பார்கள் அல்லது விமர்சனம் செய்வார்கள். அதை ஒரு பெரிய சாதனையாகவோ அல்லது இலக்கியத்தில் ஒரு எல்லையைத் தொட்டு விட்டதாகவோ என்றைக்கும் நான் கருதியதில்லை. இன்றைக்கும் கருதவில்லை. உள்ளே தோன்றும் உணர்வுகளை வெளிப்படுத்தக் கூடிய ஒரு வாசலாகத்தான் கவிதையை நான் கருதுகிறேன்.

ரசனை: பல்கலைக்கழகத்தில் பேராசிரியராகவும், தமிழ்த் துறைத் தலைவராகவும் பணியாற்றியிருக்கிறீர்கள், ஒரு பல்கலைக் கழகத்தின் பணி என்பது வரையறுக்கப்பட்ட பாடத்திட்டங்களை மாணவர்களுக்கு போதிப்பது அதில் தேர்வுகள் நடத்தி பட்டங்கள் வழங்குவது போன்ற பணிகள் மட்டும்தானா? குறிப்பாக நான் தமிழ்த்துறையை கருத்தில் கொண்டு கேட்கிறேன். இது சார்ந்த உங்களது அனுபவங்களை பகிர்ந்து கொள்ளுங்களேன்.

சிற்பி: நான் பலகலைக்கழகத்தில் தமிழ்த்துறைத் தலைவராக பொறுப்பேற்றுக் கொண்ட பிறகு அநேகமாக பாடம் கற்றுக் கொடுப்பது என்பது இரண்டாம் பட்சம்தான். அதை விடவும் அவர்களை ஆய்வுக்குத் தூண்டிவிடுவது. புதிய புதிய சிந்தனைகளை அவர்களை ஆய்வுக்கு பொருளாக எடுத்துக் கொள்ள வைப்பது இதில் நான் ஆர்வம் காட்டினேன். என்னுடைய மாண்வர்கள் எடுத்துக் கொண்ட பொருள்களைப் பார்த்தீர்கள் என்றால் வியப்பாக இருக்கும். உதாரணமாக ஒரு மாணவரின் தலைப்பு ‘இலக்கியங்களில் முடிவெடுத்தல் கோட்பாடு’. மேலாண்மைத் துறையில் உள்ள டிசிசன் மேக்கிங் என்பது ஒரு கோட்பாடு.

நவீன மேலாண்மைக் கோட்பாட்டை இலக்கியத்தில் பொருத்திப் பார்ப்பது. இராவணன் சில முடிவுகளை எடுப்பது, தர்மன் சில முடிவுகளை எடுப்பது போன்று காப்பியப் பாத்திரங்கள் எடுக்கும் முடிவுகள் பற்றிய ஆய்வுகளை இவற்றோடு இன்றைய நிகழ்வுகளைப் பொருந்தும் படியான ஆய்வுகளைச் செய்து பார்க்கச் செய்தேன். அப்புறம் நிறைய கருத்தரங்குகளை நடத்தினேன். நான் இருந்த காலத்தில் ஒரு ஆண்டுக்கு நான்கு அய்ந்து கருத்தரங்குகளை நடந்திருக்கின்றன.

பணிப் பட்டறைகள் நடத்தியிருக்கிறேன். பாடத்திட்டங்களை பள்ளியிலிருந்து பல்கலைக்கழகங்கள் வரை மாற்றி அமைக்க முடியுமா என்பது பற்றி எல்லாம் கருத்தரங்குகள் நடந்திருக்கின்றன. அது மாதிரி பெண்ணியக் கருத்தரங்குகள் அந்தக் காலத்திலேயே நடத்தினோம். நாட்டின் புகழ் பெற்ற பெண்ணியச் சிந்தனையாளர்கள் அவர்கள்

இலக்கியத்திற்கு அப்பாற்பட்டவர்களாக இருந்தாலும் தங்களது சிந்தனையை பகிர்ந்து கொள்ள களம் அமைத்துக் கொடுத்தோம்.

குழந்தைகள் இலக்கியம் பல்கலைக்கழகங்களில் பேசப்படாத ஒரு துறை. இது பற்றிய மூன்று நாள் கருத்தரங்குகளை நடத்தினோம். இதில் குழந்தை இலக்கிய எழுத்தாளர்கள் எல்லாம் கலந்து கொண்டார்கள். எல்லாவற்றையும் விட தலித் இலக்கியம் பற்றி ஒரு கருத்தரங்கத்தை நடத்தினோம். நான் தலித் இலக்கியம் பற்றி கருத்தரங்கம் நடத்திய போது அந்தக் கோட்பாடு என்பது தமிழ் நாட்டில் வளர்ச்சியடையவில்லை. அங்கும் இங்குமாக பேசப்பட்டுக் கொண்டிருந்த காலம். அப்போது நான் ராஜ் கௌதன், ரவிக்குமார், அ.மார்க்ஸ் போன்றவர்களை வரவழைத்து பேசச் சொன்னேன். அப்போது தலித் இலக்கியம் குறித்து பேசவே அவர்கள் தயக்கப்பட்டார்கள்.

இந்தச் சிந்தனை குறித்து தெளிவான வரையறை ஏதும் இல்லை. அதனால் என்ன பேசுவது என்று யோசித்தார்கள். ஆனால் மாணவர்களாக இருப்பவர்கள் நாளைய ஆசிரியர்கள் என்பதால் அவர்க்ளுக்கு இந்த விழிப்புணர்வு அவசியம் என்று இந்த மாதிரியான கருத்தரங்குகளை நடத்தினேன். தஞ்சாவூரில் நடைபெற்ற உலகத் தமிழ் மாநாட்டில் தலித் அமர்வு ஒன்றை வைத்திருந்தார்கள். அதற்கு தலைமையாக சிவகாமி I.A.S., அவர்களைப் போட்டிருந்தார்கள். அவர்களை எனக்கு முன்பே தெரியும். அவர்களுடைய 'பழையன கழிதலும்' என்ற நாவலைப் பாடமாக வைத்திருந்தேன். இதை எப்படி பாடமாக நடத்துவது என்று பெரும் கூச்சல்களும் எதிர்ப்புகளும் எழுந்தன. அதே மாதிரி தோப்பில் முகம்மது மீரானின் ஒரு கடலோர கிராமத்தின் கதை என்ற முதல் நாவலை பாடமாக வைத்த போது இந்த நாவலில் உள்ள இஸ்லாமியச் சொற்கள் புரியவில்லை என்றெல்லாம் ஆசிரியர்கள் சொன்னார்கள்.

அதே மாதிரி பெருமாள் முருகனின் ஏறு வெயில் என்ற நாவலை பாடமாக வைத்தேன். அப்போது அவர் மாணவராக இருந்தார். இது மாதிரியான நவீன இலக்கியப் படைப்புகளை பாடத்திட்டங்களுக்குள் கொண்டு வருவது போன்ற காரியங்களை நான் துறைத் தலைவராக இருந்த போது செய்திருக்கிறேன். ஒரு முறை பெருமாள் முருகன் 'எனது நாவலை பாடமாக வைத்து எனக்கு நஷ்டத்தை ஏற்படுத்தி விட்டார்கள்' என்று காலச்சுவடில் எழுதின போது எனக்கு வருத்தமாக இருந்தது. ஆனாலும் பல்கலைக் கழக மட்டத்தில் பல ஆசிரியர்களின் எதிப்பை மீறி சில விஷயங்களை செய்திருக்கிறேன். என்ற நிறைவு எனக்குண்டு. மாணவர்களைப் புதிய நோக்கில் புதிய சிந்தனைகளை நோக்கி பயணிக்க வைக்க வேண்டும் என்று நான் தமிழ்த் துறைத் தலைவராக இருந்த காலத்தில் செய்திருக்கிறேன்.

மூலிகைக் கருத்தரங்கு கூட நடத்தினோம். அதில் மிக அபூர்வமான செய்திகள் எல்லம் அடங்கிய கட்டுரைகள் வாசிக்கப்பட்டன. அந்த கட்டுரைகளில் இன்னும் சில வெளியிடப்படவில்லை. பொட்டானிக்கல் சர்வே ஆப் இந்தியாவின் கிளை கோவையில் வேளாண்பல்கலைக் கழகத்தில் இருக்கு அவர்களை அழைத்து வந்து பேச வைத்தோம். அவர்கள் மலை வாழ் மக்கள் பற்றிய ஆய்வுகளை எல்லாம் அறிக்கைகளாக அரசுக்கு கொடுத்திருக்கிறோம் ஆனால் அவைகள் பயனில்லாமல் போய்விட்டன என்றார்கள். மலை வாழ் மக்களைப் பொருத்த வரையில் அவர்கள் சிறிய அளவில் தானியங்களை பயிரிடுகிறார்கள்.

ஆனால் பொட்டனிக்கல் சர்வே ஆப் இந்தியாவின் நிபுணர் சொல்கிறார் மலை வாழ் மக்களிடத்தில் அபூர்வமான முதல் தரமான விதைகள் இருக்கின்றன வெளியில் இருப்பவைகள் எல்லாம் பல சேர்மானங்களால் அதன் இயல்புத்தன்மை மாறிவிட்டது. மலை வாழ் மக்களிடம் மூலவித்துகள் மாறாத விதைகள் இன்னமும் உள்ளன என்கிறார். அவைகளைக் கண்டறியும் நடவடிக்கைகளை மேற்கொள்ள அரசுக்கு அறிக்கை அளித்துள்ளோம் ஆனால் பயனில்லை என்று சொன்னார்கள். இது போலப் பல கருத்துகளை மாணவர்களிடம் பரிமாறிக் கொள்ள தமிழ்த் துறைத் தலைவர் என்ற பொறுப்பு எனக்கு வாய்ப்பு ஏற்படுத்திக் கொடுத்தது.

ரசனை: மரபிலிருந்து புதுக்கவிதை உடைந்து எழுபது ஆண்டுகள் ஆகிவிட்டன. இதில் மணிக்கொடிக் காலம், எழுத்துக் காலம், வானம்பாடிக் காலம் என்று பல்வேறு காலகட்ட வளர்ச்சிகள் தமிழ் கவிதைக்கு உண்டு. இந்த பரிமாண வளர்ச்சி கவிதையை எப்படி முன்னெடுத்துச் சென்றுள்ளது?

சிற்பி: நான் ஐம்பதுகளில் மரபுக் கவிதை எழுதத் தொடங்கியவன். நான் எழுதிய காலத்தில் மரபு ஒரு வலிமை வாய்ந்த சக்தியாக இருந்தது. அதற்கு முக்கிய காரணம் அப்போது பாரதிதாசன் வாழ்ந்து கொண்டிருந்தார். அவருடைய நிழலில் பலர் மரபுக் கவிதை எழுதிக் கொண்டிருந்தார்கள். அதை மீறி புதுக் கவிதை வளர்வது கடினமான காரியமாக இருந்தது. மணிக் கொடிக் காலத்தில் புதுக் கவிதை துளிர்விட்டது என்று சொல்லலாம். அப்போது கூட கு.ப.ரா., புதுமைப் பித்தன், போன்றவர்கள் மரபின் ஓசை நயத்தோடுதான் எழுதினார்கள். பிச்சமூர்த்தியும் கூட அப்படித்தான் முதலில் எழுதினார். அதை அடுத்து எழுத்துக் காலக்கட்டம் ஆரம்பித்த போதுதான் அதற்கான தனித் தன்மை உருவாக ஆரம்பித்தது.

அதற்கு முன் இருந்ததெல்லாம் வசன பாணிக் கவிதைதான். இந்த காலக்கட்டத்தில் புதுமை பித்தன் கவிதைகளில் எனக்கு ஈடுபாடு இருந்தது. அவர் மரபை மரபின் மூலமாகவே கேலி செய்பவராகயிருந்தார். அவர் வெண்பா எழு-

துவார் ஆனால் அதில் வெண்பாவுக்கான இலக்கணம் இருக்காது. வெண்பாவை உடைக்கிற பணியை வெண்பாவின் வடிவத்திலேயே செய்தார். ஆனால் அவருக்கு ஓசைகளின் மீது நம்பிக்கையிருந்தது. அந்த நேரத்தில் புது எழுத்தாளர்களில் பாரதிதாசனை நேசித்தவர் புதுமை பித்தன் மட்டும் தான். அதற்கு காரணம் அவருக்கு மரபில் இருந்த ஈடுபாடு. அவர் கட்டுரைகளில் ஓசை நயத்திற்கு முக்கியத்துவம் கொடுத்திருப்பார். ''சாம்ராட்டுகளின் சப்த ஜாலம்'' என்று ஒரு கட்டுரை எழுதியிருக்கிறார்.

அதில் ஓசைகள் எப்படி கவிதைக்கு ஒரு தனியான பணியை செய்கிறது என்று அதில் குறிப்பிட்டிருப்பார். அதைத் தாண்டி தனித்தன்மையோடு கவிதைகள் எழுதியவர் எழுத்து காலத்தில் பிச்சமூர்த்திதான். எழுத்துக் காலக்கட்டத்தின் ஆரம்பத்திலேயே எனக்கு அவர்களோடு தொடர்புண்டு. சி.சு.செல்லப்பா எங்க கல்லூரிக்கு புத்தகங்களை தூக்கிட்டு வருவார். அவர் வந்தால் எங்கள் வீட்டில் இரண்டு மூன்று நாட்கள் தங்கிவிட்டுத்தான் செல்வார். நவீன இலக்கியப் புத்தகங்களை இப்படி மூட்டை மூட்டையாக கட்டி சுமந்துக் கொண்டு அலைகிறாரே என அவர் மீது மிகுந்த அனுதாபம் உண்டு.

அப்போது புதுக்குரல்கள் என்ற தொகுதியை வெளியிட்டு எழுத்து இதழில் புதுக்கவிதைக்கு ஊக்கம் தந்து வளர்ச்சியடையச் செய்த நிலையில் இது ஏதோ வித்தியாசமாக இருக்கிறது. வருங்கால கவிதைகளின் அடையாளம் இங்குதான் இருக்கிறது என்கிற உணர்வு எனக்கு ஏற்பட்டது. ஆகவே நானும் அது போல எழுத ஆரம்பித்தேன். என் கவிதையைப் பார்த்துட்டு சி.சு.செல்லப்பா இதை நான் புதுக் கவிதை என்று ஒத்துக்க மாட்டேன் என்றார். நானும் அவரோடு விவாதம் செய்வேன். ஆனால் அவர் வைத்த வாதங்களோடு நான் முரண்பட்டதும் உண்டு.

ரசனை: சி.சு.செல்லப்பாவின் எழுத்து இதழில் உங்கள் கவிதைகள் ஏதும் பிரசுரமாகியிருக்கிறதா?

சிற்பி: எழுத்து இதழில் நான் எழுதியது இல்லை. ஆனால் அதே காலக்கட்டத்தில் வெளிவந்த க.நா.சு வின் இலக்கிய வட்டத்தில் என்னுடைய கவிதை வெளிவந்திருக்கிறது. அந்தக் கவிதையின் தலைப்பு ''காமக்கறங்கு'' என்று நினைக்கிறேன். அவர் நம் கவிதையை அங்கீகரித்துவிட்டார் என்ற மகிழ்ச்சி எனக்குள் ஏற்பட்டது. ஆனால் க.நா.சு மேல் எனக்கு ஒரு இனந்தெரியாத பற்றும் வெறுப்பும் இருந்தது. பிற்காலத்தில் அவரை அழைத்து வந்து சொற்பொழிவு ஆற்ற வைத்த போது சொன்னார். நான் கவிஞர்கள் என்று பட்டியல் போடுவதையெல்லாம் நீங்கள் தப்பாக நினைத்துக் கொள்ள கூடாது. நான் யாரை படித்தேனோ அவர்களை மட்டுமே பட்டியலிட்டுச் சொல்கிறேன். எனக்கு எல்லாக் கவிதைகளையும் பார்க்க வாய்ப்பில்லை என்று மிக வெளிப்படையாக பேசினார்.

எழுத்துக் காலக் கவிஞர்களில் எனக்கு மிகவும் பிடித்தமான கவிதைகளை எழுதியவர்கள் நகுலன், தருமு.சிவராம் (பிரமிள்), சுந்தரராமசாமி ஆகியோர். அதன் பிறகு கசடதபற இதழ் வெளிவந்தது. அதே காலத்தில் வானம்பாடியும் வெளிவந்து விட்டது. இவை இரண்டுக்குமிடையே மோதலும் முரண்களும் இருந்தன. ஆனால் நான் எல்லாத் தரப்பினரின் கவிதைகளையும் வரவேற்கிறவன். யாரிடத்தில் சிறந்த கவிதைப் பண்பு இருந்தாலும் அதை நான் மனதார வரவேற்பேன். இங்கு தகராறு நடந்து கொண்டிருந்த போது நான் சென்னையில் கசடதபற குழுவைச் சந்தித்தேன். ஞானக்கூத்தன், ந.முத்துச்சாமி, மகாகணபதி போன்றவர்களைச் சந்தித்துப் பேசினேன். அப்போ ஞானக்கூத்தன் உங்க கவிதை ஒன்று சொல்லுங்க என்று கேட்டார்.

நான் என்னுடைய கவிதை ஒன்றை சொன்னேன். அதைக் கேட்டு விட்டு உங்க கவிதைல ஒரு அனிமேஷனே இல்லையே என்றார். அப்புறம் நான் உங்க கவிதை ஒன்றைச் சொல்லுங்க என்றேன். அவர் சொன்னார். நான் உங்க கவிதையிலும் அனிமேஷன் இல்லையே என்றேன். பொதுவாக ஞானக்கூத்தனுக்கு கவிதையை நன்றாகவே வாசிக்க வராது. அதாவது பிரசண்டேசன் அவ்வளவா வராது. கவிதை படிப்பதென்பது ஒரு கலை அது எல்லோருக்கும் வாய்க்காது. ஞானக்கூத்தன் மீது எனக்கு பெரிய மரியாதை உண்டு. அவரும் அப்போ வெளிவந்திருந்த எனது கவிதைத் தொகுப்பை பற்றியும் வானம்பாடிகளில் ஒருவராகிய தேனரசனின் கவிதைத் தொகுப்பை பற்றியும் கசடதபறவில் பாராட்டி எழுதியிருக்கிறார்.

அது ஒருவகையான நட்பு. இதில் சண்டை போட்டுக் கொள்வதெல்லாம் அக்னிபுத்திரனும் தர்மு சிவராமும்தான். நாங்க வேடிக்கை பார்ப்பதோடு சரி. இப்படியாக வானம்பாடி காலத்தில் இந்த கவிதை வடிவத்தை நாம் நம் நம்பிக்கைகளுக்கு ஏற்றபடி அதை உருவாக்கம் பண்ண வேண்டும் என்பது நோக்கமாக இருந்தது. வானம்பாடி தொடங்குவதற்கு முன்னால் இதழ் தொடங்க வேண்டும் என்ற நோக்கம் மட்டும்தான் இருந்தது. அதாவது, முல்லை ஆதவன் ஒரு அமைப்பை வைத்திருந்தார். சிங்கநல்லூருக்கு பக்கத்தில் அப்ப ஒரு அமைப்பை உருவாக்கணும் ஒரு இதழ் நடத்தணும் என்றெல்லாம் முடிவு செய்திருந்தார்கள். அப்போது கு.வே.கி ஆசான் அவர்களின் கட்டிடத்தில்தான் நாங்க அடிக்கடி கூட்டம் நடத்துவோம்.

அவர் இடம் கொடுத்து உதவுவதோடு எங்களோடு கவிதை விவாதத்திலும் கலந்து கொள்வார். திடீரென்று எல்லாம் வானம்பாடி இயக்கத்தை தொடங்கவில்லை. தொடர்ந்து பல காலம் அங்கு கூடி விவாதிப்போம் கவிதை என்றால்

என்ன? கவிதையை எப்படிப் புதிய நோக்கில் எழுத வேண்டும்? என்றெல்லாம் யோசித்தோம் விவாதித்தோம். அதன் பிறகு அமைப்பு ஆரம்பிக்கலாம் என்று முடிவு பண்ணிய போது என்ன பெயர் வைக்கலாம் என்ற கேள்வி வந்தது. கவிஞர்.இளமுருகு வானம்பாடி எனப் பெயர் வைக்கலாம் என்றார் நான் அது ரொம்ப ரொமாண்டிக்கா இருக்கு அதனால் மானுடம் பாடும் என்ற அடைமொழியை சேர்த்து வைக்கலாம் என்றேன்.

இதழில் வானம்பாடி என மேலே போட்டிருக்கும் கீழே மானுடம் பாடும் விலையில்லாக் கவிமடல் என்று போட்டிருக்கும். அன்று கவிதை எழுதுவதில் ஒரு சோதனைத் தீவிரம் இருந்தது. வித்தியாசமான முறையில் கவிதை எழுத வேண்டும் என்ற வேகம் எங்களிடம் இருந்தது. வானம்பாடி இதழை 300 அல்லது 400 படிகள்தான் அச்சடித்தோம். ஆனால் அவை இலங்கை, மலேசியா, பம்பாய் என பல்வேறு பகுதிகளுக்கும் பரவியிருந்தது. இது எப்படி தெரிஞ்சது என்றால் பிற்காலத்தில் நான் பம்பாய் தமிழ்சங்கத்திற்குப் பேச போயிருந்த போது செம்பூர் தமிழ்ச் சங்கத்திற்கும் கூட்டிக் கொண்டு போனார்கள். அதன் செயலாளர் சொன்னார் அந்தக் காலத்தில் நான் வானம்பாடி இதழின் வாசகர் என்றார். அதைப்பற்றி ரொம்ப நேரம் என்னுடன் பேசிக் கொண்டிருந்தார்.

மலேசியா போயிருந்த போதும் வானாம்பாடி இதழைப் படித்து விட்டு நாங்களும் வானம்பாடி என்ற பெயரில் ஒரு இதழ் நடத்தினோம் என்று சொன்னார்கள். ஈழத்திலிருந்து வானம்பாடி இதழில் மேமண்கவி போன்றோர் எழுதினார்கள். ஒரு குறிப்பிட்ட காலத்திற்குப் பிறகு ஈழத்தில் அவர்களால் சுதந்திரமாக எழுத முடியாத நிலை ஏற்பட்டது. அந்த மாதிரி சூழ்நிலையில் கவிதைகளையும் நூல்களையும் எடுத்துக்கொண்டு பத்மநாப அய்யர் என்பவர் என்னை வந்து சந்தித்தார். இதை நூல்களாகப் பிரசுரம் செய்யவேண்டும் என்ற நோக்கத்தோடு வந்திருந்தார். அப்போது நாங்களே மிகவும் சிரமத்திலிருந்தோம். அப்போது கல்லூரி ஆசிரியர்களுக்கு பெரிதாக சம்பளம் இல்லை. ஆளுக்கு 10,20 எனப் போட்டுத்தான் இதழை நடத்திக் கொண்டிருந்தோம். கவிதைகளை வேண்டுமென்றால் கொடுங்கள் நாங்கள் இதழில் பிரசுரிக்கிறோம். புத்தகமாகப் போடுவதென்றால் சென்னையில் உள்ள பதிப்பகங்களை போய் பாருங்கள் என்று அனுப்பி வைத்தோம்.

ரசனை: வானம்பாடியின் 21வது இதழ் இலங்கைச் சிறப்பிதழாக வெளிவந்துள்ளது. அதில் யாரெல்லாம் எழுதினார்கள். இப்போதுள்ள தீவிரத்தன்மை அந்த படைப்புகளில் வெளிப்பட்டதா?

சிற்பி: அந்த இதழில் இப்போதும் எழுதிக் கொண்டிருக்கும் சேரன், வ.ஐ.ச.ஜெயபாலன், சு.வில்வரத்தினம், மு.பொ, அ.யேசுராசா, ஊர்வசி போன்ற கவிஞர்களின் கவிதைகள் அந்த இதழில் வெளிவந்தன. ஆனால் அந்தக் கவிதைகளில் தீவிரம் என்பதை விட வலியும் வேதனையும் இருந்தது. ஈழப்படைப்பாளிகளின் எழுத்தைப் புத்தகமாக கொண்டு வருவதில் பத்மநாப அய்யர் மிக தீவிரம் காட்டினார். அதன் பிறகு யுத்தம் தீவிரமானது. அங்கிருந்த படைப்பாளர்களில் பலரும் பல பகுதிகளுக்கும் சிதறிப் போனார்கள். பத்மநாப அய்யாரோடு அதன் பிறகு எனக்கு தொடர்பு ஏதும் இல்லை. அவர் உயிருடன் இல்லை என்றுதான் நான் நினைத்தேன்.

1997ல் தமிழ்ச்சங்கங்களின் கூட்டமைப்பின் அழைப்பின் பேரில் சொற்பொழிவாற்ற அமெரிக்காவுக்கு போயிருந்தேன். என் மனைவியின் தங்கை மகள் அப்போது லண்டனில் இருந்தார். வரும் வழியில் அவரைப் பார்த்துவிட்டு அங்கேயே தங்கி விட்டு வரலாம் என்று போயிருந்தேன். நான் அங்கு வருவதற்கு முன்பே பத்மநாப அய்யர் அதைத் தெரிந்து கொண்டு தொலை பேசியில் தொடர்பு கொண்டார். எனக்கு ஒரே ஆச்சர்யம். அப்போதுதான் அவர் உயிருடன் இருப்பதே தெரியும். நான் அங்கு அவரைச் சந்தித்த பிறகு வேறு பலரையும் சந்தித்தேன். புலம் பெயர்ந்து வாழும் ஈழத் தமிழர்களின் நிலையை ஆழமாய் உணர முடிந்தது. அவர்களின் ஊக்கமும் உழைப்பும் எப்படி பட்டது என்பதை அங்கு நான் பார்க்க முடிந்தது.

அதற்கு அவரே ஒரு உதாரணம். அவர் ஈழத்திலிருந்து புலம் பெயர்ந்து வருபவர்களுக்காக ஒரு அமைப்பை ஏற்படுத்தி அவர்களுக்கு பல்வேறு உதவிகளை செய்துகொண்டிருந்தார். அப்போது நான் அங்கிருந்து ஒரு வாரத்தில் பாரிஸைச் சுற்றிப் பார்க்கலாம் என்று டூரிஸ்ட் விசா எடுத்திருந்தேன். அங்கு தனியாக போய்ப் பார்க்க எனக்கு யாரையும் தெரியாது. பத்மநாப அய்யரிடம் சொன்னேன் அவர் ஈழத்து நண்பர் ஒருவரை அங்கு சந்திக்க ஏற்பாடு செய்தார். அந்த நண்பர் சொன்னார். உங்கள் பயணம் முழுதும் நான் கூடவே இருக்க முடியாது. நான் ஒரு வேலையில் இருக்கிறேன். அதனால் மெட்ரோ ரயில் மூலமாகவே பாரிஸ் முழுதையும் யார் துணையுமின்றிச் சுற்றிப்பார்க்கலாம். அதற்கான முறைகளை நான் உங்களுக்கு சொல்கிறேன் என்றுப் பல வழிமுறைகளையும் சொன்னார்.

அவரும் சில இடங்களுக்கு நேரடியாகக் கூட்டிப் போய்க் காட்டினார். இறுதியாக அவர் என்னை விட்டுப் பிரியும் போது சொன்னார். ஐயா, நான் உங்களுக்கு ஒரு தேநீர் மட்டும்தான் வாங்கித் தர இயலும் என் பொருளாதாரம் அவ்வளவுதான் என்றார். இதைக் கேட்டவுடன் என் மனது பாரமாகி விட்டது. அப்போது அவரிடம் ‘என்ன வேலை செய்கிறீர்கள்’ என்று கேட்டேன் . ஐயா, நான் அதைச் சொல்ல மாட்டேன். இன்ன வேலை என்றில்லை. எல்லா வேலைகளையும் செய்கிறோம் என்றார்.

ரசனை: வானம்பாடி கவிதை இயக்கத்தில் இருந்த கவிஞர்களில் முக்கியமான கவிஞர் நீங்கள். வானம்பாடி இயக்கம் எப்படித் தோன்றியது ஒரு குறிப்பிட்ட காலத்திற்குப்பின் ஏன் அது தொடர்ந்து இயங்கவில்லை?

சிற்பி: வானம்பாடியை ஒரு இயக்கமாக நடத்தவேண்டும் என்பதுதான் அடிப்படை நோக்கமாக இருந்தது. இடது சாரி சிந்தனைகளுக்கு அழுத்தம் கொடுத்து எழுதுவது கொள்கையாக இருந்தது. ஆனால் அதில் இருந்த எல்லோரும் பொதுவுடமை இயக்க சிந்தனையாளர்கள் அல்ல. உதாரணமாக மு.மேத்தா காங்கிரஸ் அனுதாபி, அது போல தமிழ் உணர்வுச் சிந்தனையாளர்களும் இதில் இருந்தார்கள். இதில் மையமாக இருந்து இயங்கியவர்களில் கோவை ஞானி, புவியரசு, ஜன.சுந்தரம் போன்றவர்கள்தான் மார்க்சிய சிந்தனையாளார்கள்.

மற்றவர்கள் எல்லாம் அதன் அனுதாபிகளாகவும் புதுக்கவிதை எழுத வேண்டும் என்ற ஆர்வம் உடையவர்களாகவும் இருந்தார்கள்.வானம்பாடி இதழில் கவிதைகளை வெளியிடும் போது விவாதித்துதான் ஒவ்வொரு இதழிலும் கவிதைகள் வெளிவந்தன. ஒரு குறிப்பிட்ட காலம்-10 இதழ்களுக்கு மேல் வெளிவந்த பிறகு கொஞ்சம் கருத்து வேறுபாடுகள் வந்ததன. அந்தச் சூழ்நிலையில், ஞானி என்ன சொன்னார் என்றால் முழுக்க முழுக்க மார்க்சிய சிந்தனை சார்ந்த படைப்புகளைத்தான் பிரசுரிக்க வேண்டும் அது அல்லாத விஷயங்களுக்கு முக்கியத்துவம் தரக்கூடாது என்றார். அப்போது என்னைப் போன்ற ஆட்கள் என்ன சொன்னோம் என்றால். இது ஒரு இலக்கிய இயக்கம் அரசியல் இயக்கம் அல்ல. அரசியல் அனுதாபமுடைய ஒரு இலக்கிய இயக்கம்.

இலக்கிய இயக்கம் என்பது இலக்கியம் சார்ந்துதான் இயங்க வேண்டும். தத்துவமா? இலக்கியமா? என்று வந்தால் இலக்கியத்தில் அடிப்படையில் கவித்துவம் வேண்டும். கவித்துவத்தோடு தத்துவமும் இருந்தால்தான் ரசிக்க முடியும். வெறும் தத்துவம் கவிதை ஆகாது என்றேன். என்னைச் சார்ந்த கருத்தோடு பலர் இருந்தார்கள். அதில் புவியரசுக்கு ஒரு தவிப்பு இருந்தது. பிறகு எங்களோடு இணைந்து கொண்டார். இது அடிப்படையாக நிலவிய கருத்துவேறுபாடு என்று சொல்லலாம். ஒவ்வொருத்தரும் ஏன் அப்படி நினைத்தார்கள் என்று எனக்கு தெரியாது. இது ஒரு கடும் பிரச்னையாக இருந்தது. இதைப் பேசித் தீர்க்கவேண்டும் என்று ஆர்.எஸ்.புரம் காந்தி பார்க்கில் ஒரு கூட்டத்திற்கு ஏற்பாடு செய்தோம்.

அதில் ஞானி, அக்கினி புத்திரன், இளமுருகு இவர்கள் எல்லாம் ஒரு பக்கமாகவும். நான் புவியரசு மேத்தா எல்லாம் ஒரு பக்கமாகவும் இருந்து பேசினோம். சமாதான நோக்கோடு நான் நடுநிலையோடு பேசினேன். அப்போது பேசிக் கலைந்ததோடு சரி ஒன்றும் சரியாகவில்லை. கடுமையான விமர்சனங்கள் வந்து கொண்டிருந்தன. அப்போது வேறு ஒரு இதழும் வந்து கொண்டிருந்தது. புதிய தலைமுறை என்று நினைக்கிறேன். இதை ஞானி, ராசியண்ணன் போன்றவர்கள் நடத்தினார்கள். அதில் நீங்கள் என்ன வேண்டுமானலும் எழுதிக் கொள்ளுங்கள் அதைப் பற்றி கவலையில்லை. வானம்பாடியில் அது மாதிரி வேண்டாம் என்ற முடிவிலேயே இயங்கிக் கொண்டிருந்தோம்.

ஆனால் பிரச்சனை ஓயவில்லை. முற்றிக் கொண்டே வந்தது. இறுதியில் வானம்பாடியை நடத்துவதா வேண்டாமா என்ற நிலை வந்த போது நான் 10ம் இதழில் ஒரு தலையங்கம் (முத்திரைகளும் முகத்திரைகளும்) எழுதினேன். வானம்பாடியை இப்படித்தான் நடத்த வேண்டும் என்கிற மையக் கருத்தோடு அதை எழுதியிருந்தேன். அதன் பிறகு நிரந்தரமான பிரிவு அதனால் இதழை நான் பொள்ளாச்சிக்கு கொண்டு போய் நடத்தினேன். பிறகு அவர்கள் வெளிச்சம் என்ற இதழை துவங்கினார்கள். அது இரண்டு இதழ்கள்தான் வந்தது. அதற்கிடையில் வெளிச்சம் என்ற பெயரில் வானம்பாடிகளுடைய கவிதைத் தொகுப்பு ஒன்று வந்தது.

அதைத் தயாரிப்பதற்கான ஏற்பாடுகளை கவிஞர்.தமிழ்நாடன் செய்தார். அந்தத் தொகுப்பில் தொகுப்பாசிரியரான ஞானி தனக்கு தெரியாமல் சில கவிதைகள் சேர்க்கப்பட்டு விட்டது என்று குற்றம் சாட்டினார். இதிலிருந்து மன ஒற்றுமை இல்லை என தெரிந்து விட்டது. இதழ் என் கைக்கு வந்த பிறகு சில மாற்றங்கள் செய்து நடத்தினேன். பிற மொழிகளில் இருந்து மொழி பெயர்ப்பு கவிதைகள். தர்மு சிவராமு, ல.சா.ரா. போன்றவர்களிடம் நேர்முகம் கண்டு வெளியிட்டோம். பிறகு அவரவர் சொந்த முயற்சியில் ஈடுபட்ட போது 'வானம்பாடி' நின்று விட்டது.

ரசனை: வானம்பாடி இயக்கம் நின்று போனதிற்கு எமர்ஜென்சி காலம் ஒரு காரணம் என்று சொல்லப்படுகிறது. அப்போது என்ன மாதிரியான நெருக்கடிகள் இருந்தன?

சிற்பி: ஆமாம். நெருக்கடி நிலைக் காலம் ஒரு காரணம். நெருக்கடி நிலையை ஆதரித்தவர்களும் எதிர்த்தவர்களும் என இரு சாரர்களும் இதில் இருந்தார்கள். பொதுவாக இந்திய கம்யூனிஸ்ட் கட்சியை சேர்ந்தவர்கள் இதை ஆதரித்தார்கள். மார்க்ஸிய கம்யூனிஸ்ட் கட்சியை சேர்ந்தவர்கள் இதை எதிர்த்தார்கள். எதிர்த்தோரில் கோவை ஞானி, அக்கினி புத்திரன் போன்றவர்கள் முக்கியமானவர்கள். அதை ஆதரித்தவர்களில் நான் புவியரசு போன்றவர்கள் ஒரு அணியாக இருந்தோம்.

இந்தப் பிளவு ஏற்படுவதற்கு புவியரசு தொகுத்த ‘இந்திரா இந்தியா’ ஒரு காரணம். இந்திராவைப் பற்றிய பத்திரிக்கை செய்திகளை எல்லாம் தொகுத்து ஒரு புத்தகமாக கொண்டு வரும் முயற்சி நடந்தது. அதற்கு தொகுப்பாசிரியராக இருந்தவர் தமிழ் நாடன். இது தேவையில்லாத வேலை என சிலர் சொன்னோம். ஆனால் அவர்கள் அதைக் கேட்கவில்லை. இதைப் பற்றியெல்லாம் மாற்று அணியிலிருந்து கேள்விகள் கேட்கப்பட்டன. ஆரம்பத்தில் எமர்ஜென்சியை ஆதரித்தோம்.

ஆனால் அது போகப் போக வேறு மாதிரியாகப் போனது. கடைசியில் அதற்கு துணை போனவர்களாக ஆகி விட்டோம். அரசின் வானொலி, செய்தித் துறை போன்றவை எங்களை நன்றாகப் பயன் படுத்திக் கொண்டார்கள். இந்திராவின் 20அம்ச திட்டத்தை ஆதரித்து கவியரங்கம் நடத்தினோம். கிராமங்களுக்குச் சென்று மேடைப் பிரச்சாரம் எல்லாம் செய்தோம். இதைப் பிரமாதமாக வானொலியில் ஒளிபரப்பினார்கள். திருச்சியில் பெரிய அளவில் 20 அம்ச திட்டத்தை ஆதரித்துக் கவியரங்கம் எல்லாம் கூட நடந்தது. நெருக்கடி நிலை காலத்தில் எங்கள் பணி தவறாகத்தான் போய் விட்டது.

ரசனை: வானம்பாடி இயக்கம் நகசல் பாரி இயக்கதிற்கு ஆதராவானது எனக்கருதி காவல் துறையின் அடக்கு முறைக்கு ஆளானது என்று சொல்லப்படுகிறது. இந்த அடக்கு முறைக்கு பயந்து பல கவிஞர்கள் ஒதுங்கிக் கொண்டதாகவும் புவியரசு, ராசியண்ணன் போன்றவர்கள் போலிஸ் கஸ்டடியில் சிக்கி மிகுந்த சிரமத்திற்கு உள்ளானார்கள் என சொல்லப்படுகிறதே?

சிற்பி: அப்படி இல்லை. நகசல் பாரி இயக்கம் வடக்கில் வளர்ந்தது அது கோவையிலும் மையம் கொண்டிருந்தது. இந்த இயக்கத்தோடு ஞானி, ராசியண்ணன் போன்றவர்களுக்குத் தொடர்பு இருந்ததாக பேசப்பட்டது. வலது சாரியாக பிரிந்திருந்த எங்களுக்குத் தொடர்பு கிடையாது. ஆனால் போலிஸ்காரர்களுக்கு வலது இடது என்றெல்லாம் பாகுபாடு கிடையாது. ஆகவே அவர்களுடைய விசாரணை எல்லைக்குள் நாங்களும் இருந்தோம். அப்போது இந்த வீட்டில் கீழே உள்ள முன்அறையில்தான் நான் படுத்திருப்பேன். அப்போது நக்சல் இயக்கத்தை சேர்ந்த தோழர்கள் நடு இரவில் வந்து கதவை தட்டுவார்கள்.

அப்போது அவர்கள் சொல்வார்கள். தமிழ்நாட்டில் போலிஸாரால் நாங்கள் வேட்டையாடப்படுகிறோம். அதனால் கேரளப் பகுதிக்குத் தப்பி செல்ல இருக்கிறோம் ஏதாவது உதவி செய்யுங்கள் என்று கேட்பார்கள். அவர்கள் மீது எங்களுக்கு அனுதாபம் இருந்தது. ஆனால் அவர்கள் இயக்க நெறிகள் மீது எங்களுக்கு நம்பிக்கை இல்லை. எனினும் அவர்களை மனமார ஆதரித்தவர்களும் எங்களில் இருந்தார்கள். எங்களில் பலர் பெரும்பான்மையினரின் நன்மைக்காக சில தீவிரமான செயல்பாடுகளை ஆதரிப்பதில் தவறில்லை என்ற அளவிற்கு சிந்தித்திருந்தோம். மற்றபடி அவர்களின் தீவிரவாத நெறியை ஆதரித்ததுக் கிடையாது.

ரசனை: இந்த கருத்துக்களோடு புவியரசு, அக்கினி புத்திரன் போன்றவர்களுக்கு உடன்பாடு இருந்ததா?

சிற்பி: இல்லை. ஞானியும், ராசியண்ணனும் தான் தீவிரமாக இருந்தார்கள். அதனால் போலிஸ் விசாரனைக்குட்படுத்தபட்டார்கள். அப்போது நடந்ததாக சொல்லப்படும் செய்திகள் எந்த அளவிற்கு உண்மை என எனக்குத் தெரியாது. ஞானி தனக்கு இதில் எந்த சம்பந்தமும் இல்லை எனச் சொல்லி விட்டதாக சொன்னார்கள். ராசியண்ணன் தான் கடுமையாக பாதிக்கப்பட்டவர். போலிஸ் அவரை அடித்து நொருக்கிவிட்டார்கள் என்றுதான் சொல்ல வேண்டும்.

இந்த விஷயத்தில் கடும் துன்பங்களை ராசியண்ணன் தான் அனுபவித்தார். கோவை, பொள்ளாச்சி, திருப்பூர் சிறைகளில் எல்லாம் கொண்டு போய் வைத்து கொடுமைப்படுத்தினார்கள். ஞானி, ராசியண்ணன் போன்றவர்கள் நக்சல்களின் பொதுவுடமைக் கருத்துகளோடு உடன்பாடு கொண்டிருந்தார்களே தவிர அவர்களின் சட்டத்திற்குப் புறம்பான தீவிர செயல்களுக்கு ஆதரவு தெரிப்பவர்கள் அல்ல. சமுதாய மாற்றத்திற்கு துணைபுரியக்கூடிய கருத்துகளைத் தான் நாங்கள் ஆதரித்தோம். நக்சல் இயக்க திகம்பரக்கவிகளை நாங்கள் நேசித்தோம். அவர்களைப் போல வர வேண்டும் என நாங்கள் ஆசைப் பட்டோம்.

இப்படி இலக்கிய ரீதியாகதான் எங்கள் செயல் பாடுகள் இருந்தன. அரசியல் ரீதியாக இருந்தது என்று சொல்ல முடியாது. புவியரசு தீவிரமாக பேசுவார் என்பதாலேயே அவரும் விசாரணை எல்லைக்குள் வந்ததுண்டு ஆனால் ராசியண்ணன் தீவிரமாக அதில் பாதிக்கபட்டிருந்ததால் எங்களோடு இரண்டாண்டுகளாக அவருக்குத் தொடர்பில்லை. பல விசாரணைகளுக்குப் பிறகு ராசியண்ணனுக்கு நக்சல்களோடு எந்தத் தொடர்பும் இல்லை என விடுதலை செய்யப்பட்டார். கவிதைப் பற்றிய கருத்து, நெருக்கடி நிலை, தனிமனித உணர்வு இப்படிப் பல காரணங்களால் வானம்பாடி இயக்கம் உடைந்தது.

தனி மனித விருப்பு வெறுப்புகளும் இருந்தது. எப்படி என்றால் கங்கைகொண்டான் என்ற இளைஞர் வேளாண் கல்லூரியில் படித்துக் கொண்டிருந்தார். அவரும் வானம்பாடியில் எழுதினார். மு.மேத்தாவும் எழுதினார். இதில் மு.மேத்தா

ரொம்ப பாப்புலர் ஆனவர். அவருக்கு தனியான ரசிகர் கூட்டமே இருந்தது. கங்கை கொண்டான் வானம்பாடிகளில் கொஞ்சம் நவீனத்தோடு கவிதை எழுதக் கூடியவர். இப்படி இளைஞர்கள் எல்லாம் பேர் வாங்க கூடிய அளவிற்கு எழுதுகிறார்கள் என்ற கருத்து வயதில் மூத்தவர்களுக்கு இருந்திருக்க கூடும்.

ஞானி ஒரு படைப்பளர் அல்ல. அவர் ஒரு திறனாய்வாளர். அவர் வானம்பாடியில் கல்லிகை என்ற தலைப்பில் ஒரே ஒரு கவிதைதான் எழுதினார். அதுமாதிரியே ஜன.சுந்தரம். இம்மாதிரியான இயக்கங்களில் படைப்பாளர்கள்தான் முதன்மையாக கருதப்படுவார்கள். திறனாய்வாளர்கள் இரண்டாம்பட்சமாகத்தான் கருதப்படுவார்கள். இது தனிமனித விருப்பு வெறுப்புகளுக்கு காரணமாக இருந்திருக்க கூடும். இதனாலும் அந்த இயக்கத்தில் பிளவு வந்திருக்கலாம். அந்தக் காலத்தில் மு.மேத்தாவின் கவிதைகள் தேசப்பிதாவிற்கு ஒரு தெருப்பாடகனின் அஞ்சலி என்ற கவிதை தீபம் இதழில் வெளிவந்தது.

காந்தியைக் கடுமையாக மறுக்கிறவர்கள் அந்த அமைப்பில் இருந்தார்கள். காந்தியை தேசப்பிதா என்று போற்றி கவிதை எழுதினால் அவர்களுக்கு எப்படிப் பிடிக்கும்?. இந்த மாதிரி விஷயங்களை ஞானி தீவிரமாக விமர்சிக்க கூடியவர். எந்த கொள்கையை ஆதரிக்கறாரோ அதை அழுத்தமாகச் சொல்லக் கூடியவர். ஒரு எடுத்துக்காட்டாக அந்தக் காலத்தில் சென்னையில் உலகத் தமிழ் மாநாடு நடந்தது. அதில் கலந்து கொள்ள உலகம் முழுதும் இருந்து பிரதிநிதிகள் வந்திருந்தார்கள். தமிழ்நாடு முழுதும் சுற்றிப்பார்க்க அவர்கள் அழைத்துச்செல்லபடும் போது கோவைக்கும் வந்திருந்தார்கள். அப்போது நானும் புவியரசுவும் இன்னும் சில கவிஞர்களும் அவர்கள் முன்னிலையில் கவிதை வாசிக்க ஏற்பாடு செய்திருந்தார்கள்.

இதை ஏற்பாடு செய்திருந்தது பி.எஸ்.ஜி கல்லூரி ஜி.ஆர்.தாமோதிரன். நாங்கள் கவிதை வாசித்து விட்டு திரும்பி வந்தோம். எப்போதும் நாங்கள் சங்கமிக்க கூடிய இடம் ரயில்நிலையம் பக்கத்தில் உள்ள ஒரு சிறிய டீக்கடை. அந்தக் கடையில் டீ சாப்பிட அமர்ந்திருந்த போது ஞானி வந்தார். எல்லாரும் எங்க போயிட்டு வர்றீங்க என்றார்? சொன்னோம். உடனே ஞானி கோபத்தோடு. எவனோ ஒரு பூர்ஷ்வா நடத்தறான் அங்க போய் நீங்க கவிதை வாசித்து விட்டு வந்தீங்களோ என்றார். இப்படித்தான் அவர் பேசுவார் என்றாலும் இதையெல்லாம் மனதில் வைத்துக் கொள்ளாமல் நாங்கள் பழகுவோம். சாதரண விஷயங்களைக் கூட கடுமையாக விமர்சிப்பார். அவரைப் பொறுத்தவரை மார்க்சியகம்யூனிச சிந்தனைகள் இல்லாத எழுத்துகளை அவர் ஆதரிக்க மாட்டார்.

ஆனால் வானம்பாடியில் பல வகையான கவிதைகள் வந்திருக்கு. அது அவருக்கும் பிடிக்கவில்லை. ஆனால் வானம்பாடி இதழ் நின்று போன கொஞ்சகாலம் கழித்து இது போன்ற எல்லா வகையான கவிதைப் போக்குகளையும் அவர்தான் முந்திக் கொண்டு ஆதரித்தார். சுந்தரராமசாமி கவிதை உட்பட. இது என்ன என்றே என்னால் யூகிக்க முடியவில்லை. ஆனால் இதில் எனக்கு உடன்பாடுதான். இந்தக் கருத்து எனக்கு ஏற்கனவேயிருந்தது. இலக்கியத்தில் இயங்கும் படைப்பாளர்கள் ஒவ்வொருவருக்கும் ஒவ்வொரு வகையான கருத்து இருக்கும் அது அவர்களுடைய சுதந்திரம். இதுதான் என்னுடைய கருத்தும் கூட. ஆனால் இதை நான் சொன்ன போது ஞானி ஏற்றுக் கொள்ளவில்லை. எதிர்த்தார்.

எதையெல்லாம் பூர்ஷ்வா படைப்பு என்று சொன்னாரோ அதையெல்லாம் அதன் பிறகு ஆதரிக்க துவங்கினார். அதன் பிறகுதான் ஞானியை மற்றவர்கள் அங்கீரிக்க ஆரம்பித்தார்கள். சுந்தரராமசாமி, ஞானகூத்தன் போன்றவர்களின் படைப்புகளை பற்றியெல்லாம் இவர் மறுபார்வை பார்க்கத் துவங்கினார். அந்த மறுபார்வை ஆரோக்யமானது. இதைப் பார்த்தவுடன் சுந்தரராமசாமி, ஞானகூத்தன் போன்றவர்கள் ஞானி மாதிரி திறந்த மனம் உடையவர்கள் யாருமில்லை என்று பாராட்ட ஆரம்பித்து விட்டார்கள்.

ரசனை: எழுத்து, கசடதபற, மீட்சி, கொல்லிப்பாவை, போன்ற இதழ்களில் எழுதிக்கொண்டிருந்தவர்களுக்கும் வானம்பாடியில் எழுதிக் கொண்டிருந்தவர்களுக்கும் இடையே எது கவிதை என்று ஒரு சர்ச்சை நிகழ்ந்து கொண்டிருந்தது அது பற்றி கூற முடியுமா?

சிற்பி: வானம்பாடி என்ற கட்டு உடைந்தவுடனேயே அந்த இறுக்கம் எல்லாம் தளர்ந்து விட்டது. வானம்பாடி எல்லாத் தரப்புக் கவிதைகளுக்கும் இடமளிக்கக் கூடிய இதழாகத்தான் இருந்தது. என்னைப் பொறுத்தவரை இது போன்ற மாற்றுச் சிந்தனைகளை ஆதரிக்க கூடியவனாகத்தான் இருந்திருக்கிறேன். ஞானக்கூத்தன் கவிதைகள் எனக்கும் பிடிக்கும். அவைகளைப் பற்றி மேடையில் பேசியிருக்கிறேன். சுந்தரராமசாமி கவிதைகளும் அப்படித்தான். ஆனால் மேடையில் அவர்கள் எங்களை விமர்சனம் செய்து பேசுவதும் எழுதுவதும் தொடர்ந்தது. இப்போதும் ஜெயமோகன் போன்றவர்கள் வானம்பாடி கவிதைகளைப் பற்றி சவுக்கடியோடுதான் விமர்சனம் செய்வார்கள்.

வானம்பாடியில் நல்ல கவிதைகள் நிச்சயமாக எழுதப்பட்டன. எல்லோருடைய கவிதைகளும் நல்ல கவிதை என்று சொல்ல முடியாது. ஆனாலும் அருமையான கவிதைகள் வெளிவந்துள்ளன. ஒரு கவிஞர் ‘‘வெந் துயர் முள் மன வேலிகளில்’’ என எழுதினார். இப்போது ஈழத்தமிழர்கள் முள்வேலிக்கு பின்னால் இருப்பதை பார்க்கும் போதெல்லாம்

இந்தக் கவிதை எனக்கு ஞாபம் வரும். இப்படி நல்ல கவிதைகள் எழுதியவர்கள் எல்லாம் பின்னால் எழுதாமல் போய்விட்டார்கள். ஆனால் எது கவிதை என்பதில் ஒரு சர்ச்சை அன்றும் இருந்தது இன்றும் இருக்கிறது.

ரசனை: வானம்பாடி என்பது ஒரு கவிதை இயக்கமாக இருந்ததா? அல்லது அந்த இதழுக்கான பெயராக மட்டும் இருந்ததா?

சிற்பி: வானம்பாடி என்ற பெயர் இதழின் பெயர் என்றாலும் அது ஒரு கவிதை இயக்கமாகத்தான் இருந்தது. பெரிதும் மார்க்சிய சிந்தனை உடைய ஒரு கவிதை இயக்கமாக இருந்தது. நிறையப் பேரை கவிதை எழுதத் தூண்டிய ஒரு இயக்கமாக வானம்பாடி இயக்கம் இருந்தது. இலக்கணத்திற்கு அப்பாற்பட்டு கவிதை எழுத யோசித்துக் கொண்டிருந்தவர்களை எல்லாம் கவிதை எழுத வைத்தது. புதுக்கவிதை பேச்சு மொழிக்கு சமமாக இருந்ததால் பரவலாக வாசிக்கப்பட்டது. கவிதைகளை வெளியிடக்கூடிய பல சிற்றிதழ்கள் வெளிவருவதற்கு வானம்பாடி இதழ் ஒரு முன்னோடி எனலாம். வானம்பாடி இதழ் முழுக்க முழுக்க கவிதைகள் மட்டுமே வெளிவரக்கூடிய இதழாக இருந்தது. நான் தான் இடையில் நேர்காணல், மொழிபெயர்ப்பு என்று கொஞ்சம் இயங்கினேன். இந்த இயக்கத்தில் விமர்சகர்கள் பலர் இருந்த போதும் இதழில் மிகுதியாக விமர்சனங்கள் இடம் பெறவில்லை. வந்த சில விமர்சனங்கள் கவனத்துக்குள்ளாகவில்லை.

ரசனை: வானம்பாடி இயக்கம் நின்று போன பிறகும் அதில் இயங்கிய பலர் தொடர்ந்து எழுதிக்கொண்டுதான் இருக்கிறார்கள். இன்று இருக்கிற புதிய தலை முறை கவிஞர்களோடு சேர்ந்து மீண்டும் ஒரு கவிதை இயக்கமாக செயல்பட வேண்டும் என்ற எண்ணம் யாருக்கும் ஏன் தோன்றவில்லை?

சிற்பி: அதற்கு காரணம் வயது. அந்த வயதில் இருந்த வேகம் இப்போது இல்லை. இந்தத் தளர்ச்சி ஒரு காரணமாக இருக்கலாம். ஆனால் அதன்பிறகு ஏனோ எந்த இயக்கமும் இங்கு தோன்றவில்லை. சிலர் உதிரி உதிரியாக சிறு குழுக்களாக தோன்றினர் ஆனால் அது எதுவும் தனித்தன்மையான இயக்கமாக மாறவில்லை. வானம்பாடி இயக்கத்தில் இருந்தவர்களில் பெரும்பாலானவர்கள் தொடர்ந்து இயங்க பணிகள் தடையாக இருந்தன என்றாலும் சி.ஆர்.ரவீந்திரன் நாவலில், தமிழ்நாடன் சிற்ப, ஓவிய, பழைய நூல் கண்டெடுத்தல் முதலிய துறைகளில், புவியரசுவும் நானும் கவிதை மற்றும் மொழிபெயர்ப்பில் என அவரவர்கள் இலக்கியத்தில் தனித்தனியாக தங்களது பங்களிப்பை செய்து கொண்டுதான் இருக்கிறார்கள்.

ரசனை: இப்போது அதிகமான எண்ணிக்கையில் பெண்கவிகள் கவிதைகளை எழுதி வருகிறார்கள். அவர்களின் கவிதைகளில் பெண் உடலரசியல் வெளிப்படையாக பேசப்படுகிறது. இது ஆபாசம் என சில கவிஞர்களால் விமர்சிக்கப்படுகிறது. இதை நீங்கள் எப்படி பார்க்கறீர்கள்?

சிற்பி: பிரச்சனைகளின் அடிப்படையில் உருவானவர்கள் பெண்ணியக் கவிஞர்கள். அவர்களால் ஒரு மொழியை வார்த்தெடுக்க முடிந்திருக்கிறது. கனிமொழியின் மொழி வேறு, உமா மகேஸ்வரியின் மொழி வேறு, சல்மாவின் மொழி வேறு என அடையாளம் காண முடியும். ஆண் கவிஞர்களைக் காட்டிலும் பெண் கவிஞர்கள் தங்களுக்கென்று அடையாளம் காட்டும் ஒரு மொழியை உருவாக்கியிருக்கிறார்கள். குறிப்பாக குட்டி ரேவதியின் கவிதை மொழி. ஆண் கவிஞர்களில் இப்படி தனித்துவமாக இருக்க கூடியவர்கள் குறைவு. பெண் கவிஞர்கள் சில விஷயங்களைக் கவிதைகளில் வெளிப்படையாக எழுதுகிறார்கள் என்பதால் யாரும் விமர்சிக்க முடியாது.

காலங்காலமாக ஒடுக்கப்பட்டவர்கள் தங்கள் சுதந்திரத்தை முழுமையாக எடுத்துக் கொள்கிறார்கள் என்றுதான் புரிந்து கொள்ள வேண்டும். இதை விமர்சனம் செய்ய வேண்டியதில்லை. அவர்களும் இதையையே எழுதிக் கொண்டிருக்க போவதில்லை. மற்ற விஷயங்களை அவர்கள் எழுத முன்வரும் போது நன்றாகத்தான் எழுதுவார்கள். இன்னொரு விஷயம் என்னவென்றால் சாகித்ய அகாடெமி அமர்வுகளுக்காக பெங்களூர், கோவா போன்ற இடங்களில் சல்மாவை அழைத்து கவிதை வாசிக்கச் சொன்னோம். எல்லா இடத்திலும் யோனி குறித்த ஒரு கவிதையைத் தவறாமல் வாசிக்கிறார். தமிழில் அவர் வாசிக்கிறார். அதையே ஆங்கிலத்தில் இன்னொருவரை வாசிக்கச் சொல்கிறார். அகில இந்திய அளவில் சல்மா, கனிமொழி, குட்டி ரேவதி, அ.வெண்ணிலா போன்றவர்களை அறிந்திருக்கிறார்கள்.

பெண் கவிஞர்களுக்கு மேடையில் கவிதை வாசிப்புத்திறன் போதாது. இதில் தமிழச்சி தங்கபாண்டியன் மாறுபட்டவர். காரணம் அவர் கல்லூரியில் பேராசிரியையாக பணிபுரிந்த அனுபவம் இருப்பதால் அந்த வெளிப்பாடு இருக்கிறது. இன்றைக்கு பெண் எழுத்து என்பது குறிப்பிடத்தக்க இடத்தை அடைந்திருக்கிறது என்றுதான் சொல்லுவேன். இதில் சல்மா, உமா மாகேஸ்வரி, கனிமொழி, தமிழச்சி தங்கபாண்டியன், அ.வெண்ணிலா, ஈழத்துப் பெண்கவிஞர் அனார், குட்டி ரேவதி, மாலதி மைத்ரி போன்றவர்கள் தனித்துவமான மொழி நடை பெற்ற கவிஞர்கள் என்று உறுதியாக நான் சொல்வேன்.

ரசனை: கவிதை, கட்டுரை என்று இரு வடிவங்களுக்குள்ளேயே நின்று விட்டீர்கள். ஏன் சிறுகதை, நாவல் என முயற்சிக்கவில்லை?

சிற்பி: என்னுடைய கவிதைகளில் கதைத் தன்மை இருக்கும். சிறுகதை பாணியில் எழுதியிருக்கிறேன். ஆனால் சிறு-கதை, நாவல் எனப் பயணப்படவில்லை. ஜெயகாந்தன் ஒரு குறுநாவலையாவது எழுதுங்கள் என வற்புறுத்தினார். நான் எனக்கு கதை எழுத வராது என்று சொன்னேன். எல்லோரிடத்திலும் ஒரு கதை இருக்கு அதை நீங்கள் நினைத்தால் எழுதலாம் என்று சொன்னார். இருக்கலாம். ஆனால் கதைக்குரிய லாவகத்தோடு எழுத முடியுமா என்று எனக்கு தெரியவில்லை. பொதுவாக நாவல், சிறுகதை வாசிப்பதை விட நான் தேடிப் படிப்பது கவிதைதான். சமீபத்தில் ச.தமிழ்ச்செல்வனின் சிறுகதைத் தொகுப்பை படித்தேன் மிகச் சிறப்பாக உள்ளது. அதிகம் விவாதிக்கப்படும் நாவல்-களை நிச்சயம் படிப்பேன்.

ரசனை: இப்போது எழுதிக் கொண்டிருக்கிற எழுத்தாளர்களில் யாரை சிறப்பானவர்களாக குறிப்பிடுவீர்கள்?

சிறுகதையைப் பொறுத்தவரை இப்போது நிறையப் பேர் எழுதுகிறார்கள். நாவலில் ஜே.டி.குரூஸின் ஆழி சூழ் உலகு, ச.பாலமுருகனின் சோளகர் தொட்டி ஆகிய நாவல்கள் எனக்கு பிரமிப்பை ஏற்படுத்தியவை. ஆனால் நாவலை ஒரு கலைஓவியமாக்கி அதை வாசிக்கும் வாசகனைத் தன்வயப்படுத்தி இழுத்துக் கொண்டு போகும் எழுத்தாளர் என்-றால் அது எஸ்.ராமகிருஷ்ணன்தான். அவரது கதைகள், கட்டுரைகள் எல்லாமே எனக்கு பிடிக்கும். அப்படியொரு வசீகரமான நடையில் எழுதும் எழுத்தாளர் அவர். ஜெயமோகனின் கதைகளில் எனக்கு முழு ஈடுபாடு வரவில்லை. காரணம் ஏனென சொல்லத் தெரியவில்லை.

ஏதோ ஒரு மனத்தடை இருக்கு. தேவையில்லாமல் கதையை ரொம்ப பெரிதாக எழுதுகிறாரோனு தோணுது. அவர் எழுதியதில் பின் தொடரும் நிழலின் குரல் என்ற நாவலும் காடு நாவலும் எனக்குப் பிடித்திருந்தது. பின் தொட-ரும் நிழலின் குரல் என்ற நாவலில் கம்யூனிசத்தின் மீது விமர்சனங்களை வைக்கிறார். அதை ஏன் எப்படி என்-கிற கேள்விகளோடு கொண்டு போகும் விதம் பிடித்திருந்தது. காடு ஒரு கச்சிதமான நாவல். விஷ்ணுபுரம் எனக்கு குழப்பமாகத்தான் இருந்தது அதன் பிறகு கொற்றவை அதை அவர் கவிதை என்று வேறு சொல்கிறார். ஆனால் அது கவிதையில்லை உரைநடைதான். சுந்தரராமசாமியின் ஜே.ஜே.சில குறிப்புகள் டெக்னிகலி வித்யாசமான நாவல் ஆனால் ஒரு புளிய மரத்தின் கதையை ஒரு உணர்வுப்பூர்வமான ஒரு நாவல் எனலாம்.

வ.வே.சு அய்யரின் குளத்தங்கரை அரசமரம், பாரதியின் வேப்பமரம் என்ற கதைகளின் தூண்டுதலோ என்னவோ ஒரு புளிய மரத்தின் கதை நாவலில் இதன் பாதிப்பு அவருக்குள்ளும் இருந்திருக்கலாம். அதோடு சுந்தரராமசாமியின் கதைப்பாணி அழுத்தமாக இருப்பதால் இது ஒரு நல்ல நாவல். ஆனால் ஆண்கள், பெண்கள், குழந்தைகள் என்ற நாவலை படிக்க முடியவில்லை. அவரது மற்ற நாவல்களோடு இதை ஒப்பிட முடியவில்லை. ஆனால் அவரது கவி-தைகள் என்னை மிகவும் கவர்ந்தவை. அவரது நடுநிசி நாய்கள் என்ற தொகுப்பு எனை மிகவும் கவர்ந்தது. அதில் அவர் 'காலம்' என ஒரு கவிதை எழுதியிருப்பார். அந்த பாதிப்பில் நானும் 'காலம்' எனும் ஒரு கவிதை எழுதினேன். எனது பூஜ்யங்களின் சங்கிலி என்ற கவிதைத் தொகுதி கூட காலம் பற்றியதுதான். அந்த கவிதைக்கான தூண்டுத-லுக்கு பல காரணங்கள் இருந்தாலும் சுந்தரராமசாமியின் கவிதையும் ஒரு அடிப்படையான காரணம்.

காலமோ

மாயை என்றான் சங்கரன்
லீலை என்றான் அரவிந்தன்
அறிந்தறிந்தும் பாகனையே
கொல்லும் யானையது... என்று ஆரம்பிக்கும் அக்கவிதை.

குறையாத ஜாடியினின்றும்

நிறையாத ஜாடிக்குள்
வில்லாய் வளைந்து விழும்
கட்டித்தேன் பெருக்கு ... என்று கூறும் பாங்கு மிக ஆழமானது.

விளங்க முடியாததை விளங்குவதற்கான முயற்சி அந்தக் கவிதை. சொல்லுக்குள் அடங்காத கால தத்துவத்தை அந்தக் கவிதையில் சொல்கிறார்.

தமிழில் குறைவான கவிதைகள் எழுதியிருந்தாலும் நிறைவான கவிதைகள் சுந்தரராமசாமியின் கவிதைகள். அவரின் காகங்கள் கூட்டத்தில் கலந்து கொண்டு பேசியிருக்கிறேன். அவரது வீட்டில் இரண்டு, மூன்று நாட்கள் தங்கி நிறைய

உரையாடியிருக்கிறேன். அன்போடு உபசரிக்கக் கூடிய நண்பர். ஒரு முறை திருவனந்தபுரத்தில் பத்து நாட்கள் அவருடன் தங்கியிருந்தேன். அப்போது கன்னடம், தமிழ், தெலுங்கு, மலையாளம் ஆகிய 4 மொழிகளிலும் உள்ள கவிதைகள் மொழி பெயர்ப்பு நடந்தது. அதில் தமிழ்க் கவிதைகளை தேர்ந்தெடுத்து மொழி பெயர்ப்பு செய்வதில் நான், சுந்தரராமசாமி, க.நா.சு, அப்துல்ரகுமான் ஆகியோர் இருந்தோம். அப்போது அவருடன் நெருங்கிப் பழகும் வாய்ப்பு கிடைத்தது. நான் சில கூட்டங்களில் அவரை விமர்சனம் செய்து பேசியிருக்கிறேன். அதையெல்லாம் கேள்விப்பட்டு எனக்கு ஒரு கடிதம் கூட எழுதியிருந்தார்.

இது குறித்து நேரில் சந்தித்த போது கேட்டார். நான் சொன்னேன் தமிழ் பேராசிரியர்களுக்கு இலக்கியம் குறித்து ஒன்றும் தெரியவில்லை என நீங்கள் பேசியதற்குதான் பதில் கூறியிருந்தேன். பேராசிரியர் பணி என்பது ஒரு தொழில் அதில் ஈடுபாடோடு செய்கிறவர்களும் உண்டு. அப்படி செய்யாதவர்களும் உண்டு. ஆசிரியர்களாக இருப்பவர்கள் நன்றாகப் பாடம் சொல்லிக் கொடுக்க வேண்டியவர்களாக இருக்க வேண்டுமே தவிர நல்ல இலக்கியவாதிகளாக இருக்க வேண்டியதில்லை. அதில் சிறந்த இலக்கியவாதிகளும் இருந்திருக்கிறார்கள். தெ.போ.மீ., வையாபுரிப்பிள்ளை போன்றவர்களும் பேராசிரியர்கள்தான் அவர்களுக்கும் ஒன்றும் தெரியவில்லை எனக்கூற முடியுமா? எல்லாத் துறைகளிலும் வல்லுனர்களும் இருக்கிறார்கள். அப்படி அல்லாதவர்களும் இருக்கிறார்கள். நீங்கள் ஒட்டுமொத்தமாக பேராசிரியர்களுக்கு எல்லாம் ஒன்றும் தெரியாது எனச் சொல்வதை ஒப்புக்கொள்ள முடியாது எனச் சொன்னேன்.

ரசனை: தமிழ்ப் பேராசிரியர்கள் குறித்து சு.ரா. சொன்ன அதே கருத்தை இப்போதும் கோவை.ஞானி மேடைகளில் பேசி வருகிறாரே...

சிற்பி: அதற்கும் இதே பதில்தான். ஏனெனில் பேனர் வரைபவரும் இருக்கிறார். ஓவியம் வரைபவரும் இருக்கிறார். இதில் பேனர் வரைபவர்கள் அதிகம். ஓவியம் வரைபவர்கள் குறைவு. எல்லாத் தொழில்களிலும் இது உண்டு. ஆனால் ஆசிரியத் தொழிலை செய்கிறவர் அவரது பணியைச் சிறப்பாக செய்தால் போதும். பேராசிரியர்களாக இருந்தவர்கள் பலர் சிறந்த இலக்கிய படைப்பாளர்களாக இருந்திருக்கிறார்கள் என என்னால் அடையாளம் காட்ட முடியும். இது எல்லாத் தொழில்களிலும் இருந்து வருகிற நிலை. எல்லோருமே நவீன இலக்கியத்தை போற்றுவார்கள் என எதிபார்க்க முடியாது.

ரசனை: தமிழ்க்கவிஞர்களில் படைபிலக்கியத்திற்காகவும் மொழிபெயர்ப்புக்காகவும் இரண்டு சாகித்ய அகாடமி விருதுகளை பெற்றிருப்பவர் நீங்கள் இது எப்படி சாத்தியப்பட்டது?

சிற்பி: என்னைப் போன்றே நீல.பத்மநாபன், புவியரசு போன்றவர்கள் இரண்டு விருதுகள் பெற்றுள்ளார்கள். ஆனால் எனக்கு சாகித்ய அகாடமி விருது கிடைக்கும் என எதிர்பார்க்கவே இல்லை. காரணம் பொள்ளாச்சியில் ஒதுக்குபுறமாக வாழ்ந்து கொண்டிருப்பவன் நான். ஆகவே எனக்கு மையமான இந்தக் களங்களோடு தொடர்பு கிடையாது. “பக்தி செய்து பிழைக்க சொன்னாள் பயன் எண்ணாமல் உழைக்க சொன்னாள்...” என்று பாரதி சொன்னான். அதே மாதிரி பயன் கருதி எதையும் நான் எழுதுவதில்லை. விருதுகள்தான் முக்கியம் என்றால் இலக்கியத்தில் இருக்கத் தேவையில்லை. அரசியலுக்கு போனால் எல்லா விருதுகளும் கிடைக்கும். எனக்கு சாகித்ய அகாடமி விருது தாமதமாகத்தான் அளிக்கப்பட்டிருக்கிறது அதற்காக நான் குறைபட்டுக்கொள்ளவும் மாட்டேன். கிடைத்து விட்டது என்று கொண்டாடவும் மாட்டேன்.

ரசனை: உங்கள் கவிதை தொகுப்புகளில் சர்ப்ப யாகம் நல்ல கவிதைத் தொகுதியாக பேசப்பட்டது. அதற்கு விருது கிடைக்கும் என்று எதிர்பார்த்தீர்களா?

சிற்பி: நீலபத்மநாபனுக்கு தலைமுறைகள் நாவல் வந்திருந்த போதே கொடுத்திருக்க வேண்டும். அதே போல பள்ளி கொண்டபுரம் அவருடைய நல்ல நாவல் அதற்கெல்லாம் கிடைக்கும் என அவர் எதிர்பார்த்தார். அது பற்றி ஒரு குறைபாடு அவருக்கு இருந்தது. அவரே சாகித்ய அகாடமியின் கன்வீனராக இருந்தார். அதன் பிறகு இலையுதிர் காலம், தூண்டில், கூண்டினுள் பட்சிகள் போன்ற நாவல்களை எழுதினார். பிறகு நான் அகாடமி பொறுப்பேற்ற போது அவருக்கு விருது கிடைத்தது. அதாவது, அதற்கு முன் இருந்த கமிட்டி அவருக்கு விருது கொடுப்பதாக முடிவு செய்திருந்தார்கள். பரிசு வழங்கும் போது நான் பொறுப்பில் இருந்தேன். நீலபத்மநாபனுக்கு விருது கொடுக்க வேண்டும் என நான் பொறுப்பில் இல்லாத போதே விரும்பியிருக்கிறேன்.

அதே மாதிரி சுந்தரராமசாமிக்கும் கிடைத்திருக்க வேண்டும். ஆனால் கிடைக்காமல் போனதற்கு சாகித்ய அகாடமி அமைப்பை அவர் கடுமையாக விமர்சனம் செய்ததும் ஒரு காரணம். சரஸ்வதி சம்மான் என்ற பிர்லா அவார்டு கமிட்டியில் நான் மூன்றாண்டுகள் இருந்தேன். அதன் பரிசு தொகை அப்போதே 5 இலட்சம். சுந்தரராமசாமியின் நூலை தேர்வு செய்து அனுப்பவது என முடிவெடுத்துக் கண்ணனிடம் சொன்னேன். அவர் சு.ரா.வின் கவிதை நூல் ஒன்றை அனுப்பி இருந்தார். அதைப் பார்த்ததுமே பெரிய ஏமாற்றமாக போய்விட்டது. காரணம் அந்தத் தொகுப்பில் கவிதை

எழுதிய மாதம் வருடம் ஒவ்வொரு கவிதைக்கு கீழும் குறிப்பிடப்பட்டிருந்தது. இதனால் குறிப்பிட்ட ஆண்டு வரையறை ஏற்புடையதாக இல்லை எனவே அதை விருதுக்கு தேர்வு செய்ய இயவில்லை. நீலபத்மநாபனின் பள்ளி கொண்டபுரம் நாவலை அனுப்பினோம் ஆனால் அதற்கு அந்த வருடம் பரிசு கிடைக்கவில்லை.

அடுத்த வருடம் இந்திரா பார்த்தசாரதியின் இராமானுஜர் நாடகத்தை தேர்வு செய்து அனுப்பினோம். அதற்கு விருது கிடைத்தது. இறுதித் தேர்வுக்கு அனுப்ப என் முயற்சியும் இருந்தது. இந்திரா பார்த்தசாரதி டெல்லியில் பல காலம் இருந்ததால் அவரைப் பலருக்கும் தெரிந்திருக்கும் வாய்ப்பு இருந்தது. இந்த மாதிரியான பரிசுகளை பெறுவதற்கு பரிந்துரைகள் மட்டும் போதாது. அந்த படைப்பாளியின் படைப்பும் அவரைப்பற்றிய அறிமுகமும் சிறப்பாக இருக்க வேண்டும். ஞானபீடம் விருத்துக்கும் அப்படித்தான்.

நாம் ஞானபீட விருதுக்கு தமிழ்த் தேர்வுக் குழுவிலிருந்து தேர்வு செய்து அனுப்பும் நூல்களில் பன்முறை கலை-ஞருடைய புத்தகம் பரிந்துரை செய்து அனுப்பட்டது. அங்கிருப்பவர்கள் இதைப்பார்த்து என்னப்பா இது அரசியல் தலைவரின் புத்தகத்தையே அனுப்பி கொண்டு இருக்கிறாங்க எனச் சலித்து கொள்வார்களாம். இது எனக்கு அங்கி-ருக்கும் நண்பர்கள் சொன்னது. தமிழுக்கு அந்த வருடம் கொடுத்தாக வேண்டும் என முடிவு செய்திருக்கிற நிலையில் ஜெயகாந்தனுக்கு கொடுக்கப்பட்டது. உண்மையில் ஞானபீட விருது பெற்ற பிற மொழி எழுத்தாளர்களை விட தமிழ் எழுத்தாளர்கள் தரம் தாழ்ந்தவர்கள் அல்ல என்பதுதான் எனது கருத்து.

ரசனை: சாகித்ய அகாடமி விருது கமிட்டியில் முக்கியமான பொறுப்புகளில் இருந்திருக்கிறீர்கள். இப்போதும் இருந்து வருகிறீர்கள். ஒவ்வொரு முறையும் இந்த விருது அறிவிக்கப்படும் போது சர்ச்சைகள் எழுகிறது. தகுதியான படைப்-பாளிக்கு இந்த விருது கொடுக்கப்படுவதில்லை அரசியல் நோக்கம் இருக்கிறது என்றெல்லாம் விமர்ச்சிக்கப்படுகிறது இந்த விமர்சங்கள் எந்த அளவிற்கு உண்மையானது?

சிற்பி: சாகித்ய அகாடமி விருதைப் பொறுத்தவரை அரசியல் ஏதும் இல்லை. அதில் இடம் பெற்றிருக்கிற ஜீரிகளைப் பொறுத்துதான் யாருக்கு விருது என முடிவாகிறது. விளக்கமாக சொல்லவதென்றால் பொதுவாக சாகித்ய அகாடமி அமைப்பு ஒரு பட்டியலை முடிவு செய்யும், எதன் அடிப்படையில் அந்த பட்டியல் தயாராகிறது என்பது யாருக்கும் தெரியது. சாகித்ய அகாடமியில் ஒவ்வொரு மொழியிலும் மூன்று உறுப்பினர்கள் இருக்கிறார்கள். ஒருவர் பல்கலைக்-கழகங்கள் மூலமும் ஒருவர் இலக்கிய அமைப்புகள் மூலமும் மற்றவர் அரசு சார்பாகவும் தேர்ந்தெடுக்கப்படுகிறார்கள். தமிழைப் பொறுத்தவரை பாண்டிச்சேரியில் இருந்தும் ஒருவர் வருவார். இப்போது நாங்கள் நான்கு பேர் இருக்கிறோம்.

நான், இ.ரா. மோகன், இராம.குருநாதன் பாண்டிச்சேரியிலிருந்து மகரந்தன் ஆகியோர் இருக்கிறோம். பிறகு ஆலோசனைக்குழு ஒன்று இருக்கிறது. இந்த நான்கு பேரும் பொதுக்குழு உறுப்பினர்கள். அதிலிருந்து நான் செயற்கு-ழுவுக்குப் போனேன். 2008 முதல் 5 ஆண்டுகள் நான் செயற்குழுவில் இருப்பேன். செயற்குழுவில் இருப்பவர் தமிழ்ச் சாகித்யஅகாடமியின் ஒருங்கிணைபாளரும் கூட. தமிழ் ஆலோசனைக் குழுவில் ஆறு பேர் இருக்கிறார்கள் ஆக மொத்தம் பத்து பேர். இந்த பத்துப் பேரும் துவக்க நிலைப்பட்டியலாக ஆளுக்கு இருபது புத்தகங்களை தேர்வுக்காக பரிந்துரைப்பார்கள். இந்த ஒட்டுமொத்தப் பட்டியலும் தலைவரிடம் இருக்கும். இந்தப் பட்டியலில் மேலும் சுருக்கப்பட்டு 10 புத்தகங்கள் இறுதிப் பட்டியலுக்குத் தேர்ந்தெடுக்கப்படும்.

இதில் பரிசுக்குறிய புத்தகங்களை தேர்வு செய்ய மூன்று நடுவர்களை தேர்வு செய்கிறார்கள். ஒருவர் இலக்கிய விமர்சகர், ஒருவர் படைப்பாளர், ஒருவர் கல்வியாளர், இவர்கள்தான் இந்த விருதை தேர்வு செய்கிற அமைப்பு. நடு-வர்கள் யார் பரிசுக்கு யாரைத் தேர்வு செய்வார்கள் என்பதை எல்லாம் நாம் யூகிக்க முடியாது. அவர்கள் மூவரும் சேர்ந்து இறுதி முடிவை எடுப்பார்கள். அதனால் ஒரு புத்தகம் இறுதிப் பத்து புத்தகங்கள் பட்டியலுக்கு தேர்வாக வேண்டும் பிறகு மூன்று நடுவர்களில் மூவர் அல்லது ஏதேனும் இருவர் இந்த புத்தகத்திற்கு பரிசு கொடுக்கலாம் என பரிந்துரைக்க வேண்டும். அதன் பிறகே பரிசுக்குரியவர் யாரென முடிவாகிறது. இத்தனை விஷயங்கள் இருக்கிறது இதில். இதை எல்லாம் தாண்டி ஒரு நல்ல எழுத்தாளருக்கு விருது கிடைக்கவில்லை எனில் நாம் என்ன செய்ய-முடியும். அது மூன்று நடுவர்கள் கையில்தான் இருக்கிறது. ஒருங்கிணைப்பாளருக்குக் கண்டிப்பாக இதில் கருத்துச் சொல்ல இடமில்லை.

ரசனை: வானம்பாடி படைப்பாளிகளில் முக்கியமான கவிஞர்கள் எல்லோரும் சாகித்ய அகாடமி விருது வாங்கி விட்-டார்கள். கோவை.ஞானிக்கு ஏன் தரப்படவில்லை?

சிற்பி: ஞானிக்குக் கொடுக்கப்படவில்லை என்பதற்கு நான் எப்படி பதில் சொல்ல முடியும்? அவரது புத்தகம் இறு-திப்பட்டியலுக்கு வராமல் இருந்திருக்கலாம். நான் இருமுறை நடுவராக இருந்த போது அவருடைய நூல் வந்ததாக நினைவில்லை. ஆனால் ஒரு திறனாய்வாளர் என்ற முறையில் ஞானி விருது பெற முற்றிலும் தகுதி உடையவர்தான். பல சமயங்களில் நடுவர் குழுவில் இருக்கும் ஒருவர் விரும்பினால் கூட பரிசு தரமுடியாமல் போகலாம். ஞானியும்

சண்பகம் ராமசாமியும் நடுவர்களாக இருந்த போது என் 'சூர்ய நிழல்' பரிசு பெற முடியவில்லை. புவியரசு நடுவராக இருந்த போதும் என் புத்தகம் இருந்தது. அவராலும் பெற்றுத் தர முடியவில்லை. அதனால் நண்பர்களே நடுவர்களாக இருந்தாலும் விருதைத் தூக்கித் தந்து விட முடியாது. நடுவர் குழுவில் ஏற்படும் சிக்கல்கள் அப்படிப்பட்டவை.

ரசனை: மொழிபெயர்ப்புகான சாகித்ய அகாடமி விருது பெற்றிருக்கிறீர்கள். உங்கள் மொழி பெயர்ப்பு அனுபவங்களை சொல்லுங்கள்?

சிற்பி: நான் முதலில் ஆங்கிலத்திலிருந்துதான் மொழி பெயர்ப்பு செய்து கொண்டிருந்தேன். மலையாளத்திலிருந்து தமிழுக்கு மொழி பெயர்ப்பு செய்ய வேண்டும் என்பது எனது விருப்பம். காரணம் மலையாளம் எனது இரண்டாவது தாய்மொழி, மலையாளத்திலிருந்துதான் நான் அறிவையே பெற்றேன். அதனால் மலையாளத்திலிருந்து சில விஷயங்களை மொழி பெயர்க்க வேண்டும் என முடிவு செய்தேன். அப்படித்தான் சச்சிதானந்தன் கவிதைகளை மொழிபெயர்த்தேன். அதன் பிறகு சாகித்ய அகாடமியில் இருந்து லலிதாம்பிகா அந்தர்ஜனம் அவர்களின் அக்கினி சாட்சி நாவலை மொழி பெயர்க்க சொன்னார்கள். எனது மொழி பெயர்ப்பு அனுபவங்களிலேயே மிகக் கடுமையானது அது தான். அவர் கவிதைகள்தான் அதிகம் எழுதியிருக்கிறார்.

இது ஒன்றுதான் அவருடைய நாவல். நம்பூதிரி குடும்பத்தில் பெண்களுக்கு இருக்க கூடிய கட்டுப்பாடுகள், நெருக்கடிகளைப்பற்றியது இந்நாவல். இந்த நாவலில் பயன்படுத்த பட்டிருந்த மொழி கடுமையாக இருந்தது. நம்பூதிரி குடும்பத்தை பற்றிய நாவல் என்பதால் அந்த சமூகத்தில் வழக்காற்றில் பயன்படுத்த கூடிய சொற்கள் இதில் அதிகம் பயன்படுத்தப் பட்டிருந்தது. அதனால் அதை மொழி பெயர்க்க முடியாமல் தவித்துக் கொண்டிருந்தேன். எர்ணாகுளத்தில் வாழும் டாக்டர்.லீலாவதி எனக்கு பழக்கம். அவங்க மலையாளக் கவிதை வரலாற்றைப் பற்றி ஒரு சிறப்பான நூலை எழுதியிருக்காங்க. அவர்களிடம் இதைப் பற்றி சொன்ன போது நம்பூதிரி வழக்காற்று சொற்கள் பற்றி ஒரு அகராதியிருக்கிறது அது இப்போது கிடைப்பதில்லை.

நான் எப்படியாவது ஒரு பிரதி அனுப்பி வைக்கிறேன் என்று சொல்லி அனுப்பி வைத்தார். அந்த அகராதியை பார்த்த பிறகுதான் அவர்களின் சடங்கு சம்பிரதாயங்களுக்கு அர்த்தம் தெரிந்தது. அதை வைத்துதான் அந்த நூலை மொழிபெயர்த்தேன். ஓ.என்.வி.குரூப் அவர்களின் உஜ்ஜையினி நூலை மொழிபெயர்த்தேன். எம்.டி.வாசுதேவநாயருடைய இரண்டாம் ஊழம் என்ற நாவலை அவர் கேட்டுக் கொண்டதால் நான் மொழிபெயர்க்கத் தொடங்கிய நிலையில் சாகித்ய அகாடமியில் வேறொருவரை வைத்து அதை முடிச்சிட்டாங்க அதனால் அது பாதியிலேயே நின்னு போச்சு அதற்கு வாசுதேவநாயர் வருத்தம் தெரிவித்து ஒரு கடிதம் எழுதியிருந்தார். அதன் பிறகு அவரது வாராணசி என்ற நாவலை மொழிபெயர்ப்பு செய்தேன்.

எனக்கு பிடித்த மொழி பெயர்ப்பென்றால் தாஸ்தாயெவ்ஸ்கியின் வரலாற்றின் ஒரு பகுதியை பாப்புலர் நாவலிஸ்ட் ஒருவர் நாவலாக எழுதியிருக்கிறார். அவர் பெயர் பெரும்படவம். ஸ்ரீதரன் அந்த நாவல் மலையாளத்தில் பல பதிப்புகள் கண்டது. அதைத் தமிழில் நான் மொழி பெயர்த்தேன். அதன் வெளியீட்டு விழாவில் சுந்தரராமசாமி கலந்து கொண்டார். எனது மொழி பெயர்ப்பு நன்றாக இருக்கிறது என பாராட்டினார். அது எனக்கு பெருமையாக இருந்தது. இப்படி என்னையறியாமல் மொழி பெயர்ப்புக்குள் இறங்கியிருக்கிறேன். இப்போது மாத்ருபூமியின் மேனேஜிங் டைரக்டர்.வீரேந்திரக்குமார் எழுதிய 'ஹைமவதபூவில்' இதை நான் வெள்ளிப்பனிமலையின் மீது என மொழி பெயர்த்திருக்கிறேன். மலையாள தலைப்பு குமாரன் ஆசானுடையது அதனால் பாரதி வரியைப் பயன்படுத்தலாமே என விஜயகுமார் குனிசேரி சொல்ல இத்தலைப்பு அமைந்தது.

ரசனை: தமிழ் எழுத்தாளர்களில் சாரு நிவேதிதாவின் மலையாள மொழி பெயர்ப்பு நாவல்கள் கேரளாவில் நல்ல வரவேற்பு பெற்றிருப்பதாக சொல்ல படுகிறதே?

சிற்பி: சாருவின் ஜீரோ டிகிர் நாவல் அங்கு மொழி பெயர்க்கப்பட்டுள்ளது. சாரு நிவேதிதா என்ற பெயர் அங்கு அறியப்பட்டிருக்கிறது. மற்றபடி அவுட் ஸ்டேண்டிங்காக இருக்கு என்று அங்கு பேசப்பட்டதாக சொல்ல முடியாது. பாமாவின் சங்கதி நாவலை விஜயக்குமார் குனிசேரி மொழி பெயர்த்திருக்கிறார். இங்கிருந்து போன நாவல்களில் அது அங்கு மிக நன்றாகப் பேசப்படுகிறது.

ரசனை: தமிழில் உள்ள நல்ல படைப்புகளை மலையாளத்தில் நீங்களே மொழி பெயர்ப்பு செய்யலாமே?

சிற்பி: என்னால் தமிழில்தான் சிறப்பாகச் செய்யமுடியும். மலையாளத்தில் அவ்வளவு நன்றாகச் செய்ய இயலாது. நீல.பத்மநாபன் போல் இரு மொழிகளிலும் நன்றாக எழுதுபவர்கள் இருக்கிறார்கள். அவர்களைப் போன்றவர்கள் செய்தால்தான் சிறப்பாக இருக்கும்.

ரசனை: இதுவரை நடந்து முடிந்திருக்கிற உலகத் தமிழ் மாநாடுகளுக்கும் கோவையில் வரும் ஜீன் 2010 ல் நடக்க

உள்ள உலகத் தமிழ் செம்மொழி மாநாட்டுக்கும் உள்ள வித்யாசம் என்ன? இதற்கு ஏன் இத்தனை எதிர்ப்புகள் எழுந்து வருகிறது?

சிற்பி: இதுவரை நடத்தப்பட்ட மாநாடுகள் உலகத் தமிழ்ச் சங்கத்தின் அனுமதியோடு நடத்தப்பட்டவை. ஓராண்டு கூட அவகாசம் இல்லாமல் இம்மாநாட்டை நடத்த இயலாதென உலகத் தமிழ் சங்கத்தின் தலைவர் சொல்லியிருக்கிறார் அந்த அமைப்பை சேர்ந்தவர்கள் பத்து பேர். அதில் ஆறு பேர் நடத்தலாம் என ஒப்புக் கொண்டிருக்கிறார்கள். அதில் கா.சிவத்தம்பியும் ஒருவர். ஆனால் அந்த அமைப்பின் தலைவரும், துணைத்தலைவரும் அதை ஒப்புக்கொள்ளவில்லை அப்படியெனில் இந்த மாநாட்டை நடத்த இயலாது. ஆனால் சட்டப்படி ஒன்பதாவது உலகத் தமிழ் மாநாடாக இதை நடத்த முடியாது. என்னதான் அந்த அமைப்புக்குள் இருப்பவர்கள் ஒப்புதல் தெரிவித்தாலும் தலைவரின் ஒப்புதல் இன்றி இதை நடத்த முடியாது. அதனால்தான் உலகத் தமிழ்ச் செம்மொழி மாநாடு என பெயர் வைத்திருக்கிறார்கள். உலகத் தமிழ் மாநாடு என்ற தோற்றத்தில் இதை நடத்த விரும்புகிறார்கள்.

ரசனை: க.சிவத்தம்பி போன்ற அறிஞர்கள் இதற்கு வருவதாக ஒப்புதல் அளித்திருக்கிறார்களே?

சிற்பி: பெரியவர்.கா.சிவத்தம்பி மாநாட்டில் கலந்து கொள்ள வருவதாக சொல்லியிருப்பது வியப்பும் மகிழ்ச்சியும் தரு-கிறது. உலகத் தமிழ்ச் செம்மொழி மாநாட்டின் அந்தரங்கத்தில் அரசியல் இருக்கக்கூடும் அது குறித்து நான் எதுவும் கூறுவதற்கில்லை. ஆனால் இது மொழி ஆய்வு தொடர்பான மாநாடு நம் காலத்தில் மொழிக்கு நன்மைகள் விளைய வாய்ப்பு எப்படி எவ்வகையில் நேர்ந்தாலும் அது வரவேற்புக்குரியது. அந்த வகையில் பெரியவர். கா.சிவத்தம்பி நினைப்பது போலவே நானும் நினைக்கிறேன்.

41. கவிஞர் சுகுமாரன் - சந்திப்பு: பெருமாள்முருகன்

சுகுமாரன் (11.06.1957): நவீனத் தமிழ்க் கவிதை ஆளுமைகளுள் முக்கியமானவர். எளிமையும் செறிவும் கொண்ட இவர் கவிதைகள் படிமம், உவமை, சொற்சேர்க்கை ஆகியவற்றில் தனித்துவம் மிக்கவை. வடிவம், சொல்முறை ஆகியவற்றில் வெவ்வேறு விதங்களைக் கையாண்டு புதுமைசெய்தவர். அரசியல் சார்ந்த விஷயங்களையும்............. கவித்துவத்தோடும் சுயபார்வையோடும் கவிதைக்குள் கொண்டுவந்தவர். சுயவிமர்சனத்தைக் கறாராக வைத்துக்கொண்-டிருப்பவர்.

இலக்கியம், இசை, திரைப்படம் ஆகியவை இவரது முப்பெரும் காதல்கள். சிறுகதைகளும் எழுதியுள்ளார். சமீப காலமாக இவர் எழுதிவரும் கட்டுரைகள் பல தளங்களைச் சார்ந்தவையாகவும் வாசிப்புத்தன்மை கூடியவையாகவும் உள்ளன. மொழிபெயர்ப்பில் கணிசமான பங்களிப்புகளைச் செய்துள்ளார். மலையாளம், ஆங்கிலம் ஆகிய மொழிகளி-லிருந்து கவிதைகளையும் சிறுகதைகளையும் கட்டுரை நூல்களையும் தமிழுக்கு மொழிபெயர்த்துள்ளார்.

‘கோடைகாலக் குறிப்புகள்’, ‘பயணியின் சங்கீதங்கள்’, ‘சிலைகளின் காலம்’, ‘வாழ்நிலம்’ ஆகிய கவிதைத் தொகுப்-புகள் குறிப்பிடத்தக்கவை. அவற்றில் உள்ள கவிதைகளும் சேர்ந்த ஒட்டுமொத்தத் தொகுப்பாகப் ‘பூமியை வாசிக்கும் சிறுமி’ 2006இல் வெளிவந்துள்ளது. ‘திசைகளும் தடங்களும்’, ‘தனிமையின் வழி’ ஆகியவை இவரது கட்டுரைத் தொகுப்புகள்.

‘மார்க்சிய அழகியல்: ஒரு முன்னுரை’ (சச்சிதானந்தன்), ‘சினிமா அனுபவம்’ (அடூர் கோபாலகிருஷ்ணன்), ‘மைலம்மா ஒரு போராட்ட வாழ்க்கை’ ஆகிய உரைநடை நூல்களும் ‘வெட்டவெளி வார்த்தைகள்’, ‘கவிதையின் திசைகள்’, ‘பாப்லோ நெரூதா கவிதைகள்’, ‘பெண் வழிகள்’ ஆகிய கவிதை நூல்களும் ‘இதுதான் என் பெயர்’ (சக்கரியா) என்னும் நாவலும் ‘காளி நாடகம்’ (உன்னி) என்னும் சிறுகதை நூலும் இவரது மொழிபெயர்ப்பில் வெளி-வந்துள்ளவை.

2008ஆம் ஆண்டுக்கான சிற்பி இலக்கிய விருது பெற்றுள்ளார். கோயம்புத்தூரில் பிறந்து வளர்ந்த இவர் தற்போது திருவனந்தபுரத்தில் வசித்துவருகிறார். இவர் மனைவி பிரேமா மணி. 15.05.2007 அன்று இரவு திருவனந்தபுரத்தில் அவரது வீட்டில் கண்ட நேர்காணல் இது.

கவிதைத் தொகுப்பு ஒன்றிற்கான முன்னுரையில் ‘கருத்தும் அனுபவமும் இணைந்த படிமம்தான் கவிதை’ என்று எழு-தியுள்ளீர்கள். இதைப் பற்றி விளக்கமாகச் சொல்லுங்கள்.

கவிதை என்பது அடிப்படையில் அனுபவம் சார்ந்த விஷயம். அதில் வாசகன் தொகுத்து எடுத்துக்கொள்வது கருத்-தைத்தான். அடிப்படையாக எந்த அனுபவமுமே உங்கள் மனத்தில் தங்கப்போவது ஒரு கருத்து என்கிற நிலையில்தான். ஆனால் அதை வெறும் கருத்தாகச் சொல்லும்போது வாசகனுக்கு உவப்பில்லாத ஒன்றாகவும் எழுதுகிறவனுக்குத் தன் மனத்தைப் பகிர்ந்துகொள்கிற ஒரு விஷயமாக இல்லாமலும் போகிறது. இது இரண்டும் எங்கே சமன்படுகின்றன என்-பதுதான் கவிதையின் அடிப்படையான கேள்வி.

சில சமயம் கருத்து மட்டுமே சொல்லப்பட்டு அதனுடைய மறைபொருளாக இருக்கும் அனுபவம் வெளிப்படும் அல்லது அனுபவம் மட்டுமே சொல்லப்பட்டு அதனுடைய கருத்து வெளிப்படும். புதுக்கவிதை இவை இரண்டும் ஒன்று சேர்கிற புள்ளி. கவிதையைக் கூறுபோட்டு வெளிப்படையாக இது கருத்து, இது அனுபவம் என்று பிரிக்க முடியாது. அனுபவம் அடிப்படையில் ஒரு கருத்து. கருத்து அடிப்படையில் ஓர் அனுபவம். இரண்டும் ஒன்றுசேர்கிறபோது தான் கவிதைக்கான படிமமாக வந்து நிற்கிறது.

பீலிபெய் சாகாடும் அச்சிறும் அப்பண்டம்

சால மிகுத்துப் பெயின் - என்பது ஓர் அனுபவம். அதே நேரத்தில் ஒரு கருத்து. இதுதான் நான் சொல்ல வந்த விஷயம்.

நேரடித்தன்மை கவிதை அல்ல. நேராக ஒரு விஷயத்தைச் சொல்வதற்குக் கவிதை தேவையில்லை. பிற எந்த மொழியையும்விடச் சிந்தனையும் வெளிப்பாடும் கவிதையாக இருக்கின்ற மொழி தமிழ். இதில் வெறுமனே ஒரு plan கூற்றா அதாவது statement ஆக எந்த விஷயமும் சொல்லப்படவில்லை என்று எனக்குத் தோன்றுகின்றது.

உள்ளொன்று வைத்துப் புறமொன்று பேசுவதுதான் கவிதை' என்றும் ஓரிடத்தில் எழுதியிருக்கிறீர்கள். நேரடித்தன்மை-தானே நமது கவிதை மரபில் மிகுதி?

காக்கை குருவி எங்கள் சாதி — நீள்
கடலும் மலையும் எங்கள் கூட்டம்

இதைப் பார்க்கும்போது வெறும் statement ஆகத்தான் இருக்கிறது. ஆனால் இதற்குப் பின்னால் ஒரு கவிதை மனம் செயல்படுகிறது. அதன் வெளிப்பாடாகத்தான் இந்த மாதிரியான ஒரு கூற்று அமைகிறது என்பது என் முடிவு.

சங்க இலக்கியத்தில் உள்ள சித்திரங்களாகச் சொல்லப்பட்ட கவிதைகள் என்றாலும் நேரடியாகச் சொல்லப்பட்ட கவிதைகள் என்றாலும் அவற்றில் எல்லாம் ஓர் அனுபவம், அனுபவம் சார்ந்த ஒரு மனம், அந்த மனத்தில் இருந்து கிளர்ந்த உணர்ச்சிகள் ஆகியவைதான் முன்னால் வந்து நிற்கின்றன. எனக்கு உடனடியாக நினைவில் வருவது, கடைக்கணால் கொல்வான்போல் நோக்கி நகைக்கூட்டம் செய்தான் அக்கள்வன் மகன் - என்று முடியும் கவிதை. அந்தக் கவிதை அங்கே முடியவில்லை. அது 'உள்ளொன்று வைத்துப் புறமொன்று பேசுகிறது'.

உங்கள் முன்னுரை ஒன்றில் 'சொந்த மரபை நோக்கித் திரும்புவது' என்று பின்- நவீனத்துவத்திற்கு விளக்கம் கொடுக்கிறீர்கள். பின்-நவீனத்துவம் பற்றிக் கோட்பாட்டு அடிப்படையில் பேசும் போக்கிற்கு எதிரானதாக உங்கள் கருத்து இருக்கிறதே?

அனுபவங்களையும் உணர்ச்சிகளையும் சார்ந்து எழுத்தை மதிப்பிடும் ஆள் நான். கோட்பாடுகளின் பின்புலத்தில் நான் எந்த அபிப்ராயத்துக்கும் வரவில்லை. தமிழ்ப் புதுக்கவிதை என்பது ஒரு வடிவ மாற்றம் என்று எனக்கு எப்போதும் தோன்றியதே கிடையாது. அது உணர்வு நிலையில் ஏற்பட்ட மாற்றம்தான் என இப்போதும் நம்புகிறேன். பாரதிக்குப் பின்னால் மிகப் பெரிய எழுச்சி என்பது பாரதிதாசன்தான். பாரதிதாசனுக்குப் பின்னால் வந்த கவிஞர்கள் எல்லாருமே அவருடைய நகல்களாக மட்டும்தான் இருந்திருக்கிறார்கள். இது தமிழ்க் கவிதையில் மிகப் பெரிய முடக்கத்தை ஏற்படுத்தியிருக்கிறது. பெரிய ஆரவாரத்தை, தேவையில்லாத இரைச்சலை ஏற்படுத்தியிருக்கிறது. இதற்கு நேர் எதிரான ஒரு போக்குத்தான் புதுக்கவிதையில் பயன்படுத்தப்பட்டிருக்கிறது என்பது என்னுடைய யூகம்.

மௌன வாசிப்பும் கவிதை ஆகும். அதற்கு நம்மைத் தூண்டிவிட்டது மேற்கத்திய படிப்பு அனுபவம். கவிதையை அச்சடிக்கக்கூடிய வாய்ப்பு. இந்த இரண்டும் முக்கியம். ஆகப் புதுக்கவிதை என்பது மேற்கத்திய அனுபவங்களில் இருந்து, கருத்தாக்கத்தில் இருந்து நாம் தொகுத்துக்கொண்ட ஒரு விஷயம். இது தொடர்ந்து கொஞ்ச காலத்திற்கு இருந்திருக்கிறது. ஆரம்பத்தில் புதுக்கவிதை எழுதியவர்களுக்கு எல்லாம் படிமமும் உணர்வுநிலையும்தான் முக்கியமாக இருந்திருக்கின்றன. தங்களுக்கான விஷயங்களைச் சொல்ல ஆரம்பித்தார்கள். இது பின்னால் அதாவது எழுபத்தைந்து எண்பதுக்குப் பின்னால் முழுக்கவுமே மேற்கத்திய அல்லது ஐரோப்பியச் சாயலுக்கு மாற ஆரம்பித்தது. அதற்குச் சமூகரீதியான காரணங்கள் உண்டு. மார்க்சியத் தத்துவம் நமக்கு அறிமுகமாயிற்று.

அதுபோலப் பல்வேறு தத்துவங்கள் அறிமுகமாயின. அவை சார்ந்த இலக்கியங்கள், மற்ற விஷயங்கள் எல்லாமே அறிமுகமாயின. அதனால் அந்த வடிவங்களை மட்டுமே எடுத்துக்கொண்டு இங்கே திரும்பப் பேசும் நிலை உருவானது. இதில் நம்முடைய உணர்வு, வாழ்நிலை, மனப் போக்கு ஆகியவற்றை எல்லாம் முன்வைக்கத் தவறிவிட்டோம். சிம்பனி என்கிற ஒரு விஷயத்தையே கேட்காத ஆள் அதைப் பற்றிக் கவிதை எழுத முடியும். வாழ்க்கையில் பியானோ என்பதைப் பக்கத்தில்கூடப் பார்க்காத ஆள் பியானோவைப் பற்றிக் கவிதை எழுத முடியும். இதுதான் மேற்கத்திய நவீனத்துவம் நம்மீது செலுத்திய மோசமான பாதிப்பு என்று நினைக்கிறேன். இப்படித் தமிழில் நிறையக் கவிதைகள் வந்திருக்கின்றன என்பது என்னுடைய கணிப்பு.

இது அடுத்த கட்டத்தில் எங்கே போகும் என்னும் கேள்வி வந்தது. அப்போது நம்முடைய அனுபவங்கள்தான் நமக்கு முதன்மையானவை என்கிற தீர்மானத்திற்கு ஒவ்வொரு கவிஞனும் அல்லது மொத்தமான கவிதைச் சூழலும் வந்து சேர வேண்டியிருக்கும் என்னும்போது நம்முடைய மொழி, நம்முடைய வாழ்க்கை, நம்முடைய வாழ்க்கையில் தட்டுப்படும் உவமைகள், உருவகங்கள், நாம் அன்றாடம் பயன்படுத்தும் புழங்கு மொழி ஆகிய எல்லாம் சேர்ந்து-தான் புதிய நவீனத்துவம் என்று உருவாகும். இதை ஒவ்வொரு மொழியிலும் ஒவ்வொரு சொற்சேர்க்கையில் சொல்-லியிருக்கிறார்கள். மலையாளத்தில் 'ஆதுமிகா' என்று சொல்லியிருக்கிறார்கள். அதாவது நவீனத்துவத்திற்குப் பிற-கான கவிதை. பெங்காலியில் 'உத்ராதுமிக்' என்கிறார்கள். இதனுடைய அடிப்படைகள் எல்லாமே நம்முடைய மரபு. மரபுன்னா வழக்கமான அர்த்தத்துல சொல்லவே இல்ல, நம்முடைய வாழ்நிலைகள் சார்ந்த ஒரு விஷயத்திற்குத் திரும்-பிப் போறது என்னும் அர்த்தத்தில் சொல்கிறேன்.

நம்முடைய வாழ்க்கையில் பெறக்கூடிய கூறுகளைத் திரும்பக் கவிதையில் கொண்டுவருவதுதான் நவீனத்துவமாக, பின்-நவீனத்துவமாக இருக்கும் என்று நான் நினைக்கிறேன். இதனுடைய வெளிப்படையான உதாரணமாக.......இன்-னொன்றைச் சொல்லலாம். மார்க்சியம் மற்றும் சமூக மாற்றத்திற்கான இயக்கங்கள் எல்லாம் உருவாகி வந்தபோது அந்தக் கவிதைகள் எல்லாம் நமக்கு வந்தன. அந்தக் கவிதைகளை அப்படியே நாம் நகலெடுத்துக்கொண்டிருந்தோம். நம்முடைய அனுபவங்கள் கிடையாது. நாளைக்குப் புரட்சிவந்துவிடும் என்று இந்தக் கவிதைகள் கூறின. ஆனால் புரட்சி என்கிற விஷயமோ புரட்சிக்கான சூழ்நிலையோ கனியாத போது இவையெல்லாமே போலித்தனமாக இருந்தன.

ஆனால் இதற்கு எதிரான இன்னொரு அணி கவிதையில் அரசியல் பற்றியெல்லாம் பேச வேண்டாம் என்னும் தீர்-மானத்தில் இருந்தது. அரசியல் பேசுவது கவிதைக்கு மாற்றுக் குறைவான விஷயம் என்று அவர்கள் நினைத்தபோது அதுவும் பேசப்படலாம் என்னும் எண்ணம் உருவாயிற்று. அரசியல்ரீதியாக நடக்கிற ஒரு விஷயம் தனிமனித வாழ்க்-கையை மாற்றக்கூடும், தீர்மானிக்கக்கூடும் என்னும்போது அரசியலும் கவிதைக்குள்ளே வர ஆரம்பித்தது. இது இந்திய மொழிகள் எல்லாவற்றிலும் நடந்திருக்கிறது. அதை நான் தமிழ் மொழியில் பயன்படுத்திப் பார்த்திருக்கிறேன்.

மரங்களைப் பற்றிப் பேசுவது குற்றமாகக்கூடிய காலம் வந்துவிட்டது என்று பெர்டோல்ட் பிரெக்ட்டுடைய ஒரு கவிதை இருக்கிறது. இதற்கு இணையாக வேறு வரிகளைத் தமிழில் நாம் பார்க்க முடியும். மரத்தைச் சகோதரியாகப் பாவித்துப் பேசுகிற ஒரு கவிதை தமிழில் இருக்கிறது. பெர்டோல்ட் பிரெக்ட்டுடைய இந்த வரியைக் குறிப்பாக வைத்-துக்கொள்ளலாமே தவிர நம்முடைய அடிப்படையாக வைத்துக்கொள்ள முடியாது. நமக்கு அடிப்படையான விஷயம் மரத்தைச் சகோதரியாகப் பார்த்த அந்தக் கவிதை வரிதான். அது நமது மரபுக்குள்ளேயே இருக்கிறது. அதை நாம் மேலே கொண்டு வருவோம் என்பதுதான் இதனுடைய நோக்கம்.

ஒரு கவிஞனுக்கு மரபிலக்கியப் பயிற்சி எந்த அளவுக்கு இருக்கணும்னு நெனக்கறீங்க?

இருக்கணுமா வேண்டாமா என்ற கேள்விக்கு 'ஆம்', 'இல்லை' என்ற இரண்டு பதிலுமே சொல்லலாம். தமிழில் மிகப் பெரிய சாதனையாளர்கள் என்று சொல்லப்படுகிற சிலருக்கு மரபுரீதியான பயிற்சி கிடையாது. சிலருக்கு மரபுரீதியான பயிற்சி உண்டு. மரபுல வந்த பிறகுதான் அவுங்க மாறி இருக்காங்க. மரபுங்கறது செய்யுள் எழுதுவதா யாப்பிலக்கணம் புரிந்துகொண்டு எழுதுவதா? அப்படீன்னா அந்த மரபு தெரியாம கவிதை எழுத முடியும். கவிதைக்கான மனநிலை-தான் முக்கியம்.

ஒரு மரபுங்கறது இந்த மொழிய நான் பேச ஆரம்பிக்கிறபோதே இந்த மொழியப் பயில, எழுத ஆரம்பிக்கிறபோதே எனக்குள்ள வந்துருது. என்னிடம் முன்னுரைக்காகவோ அபிப்ராயம் கேட்டோ வருகிற கவிதைப் புத்தகங்களில் நான் அடிப்படையா இரண்டு விஷயங்களைத் தேடுகிறேன். ஒன்னு இந்த மொழிக்கென்று ஒரு மரபுண்டு. இரண்டாவது கவிஞனுக்கென்று தனியாக ஒரு மரபுண்டு. இதை வேறு வார்த்தையில் சொல்வதென்றால் இந்த மொழியில் ஒரு கவிதையோட தொடர்ந்து உங்களைத் தொடர்புபடுத்துகிறது. அதுதான் கவிதையோட வாசல்களைத் தொடர்ந்து உங்-களுக்குத் திறக்கிறது.

பாரதியார் கவிதையில் இருந்து சொல்லனும்னா சிட்டுக்குருவி என்று ஒரு படிமம் வருகிற போதே அது சுதந்திரத்-தைப் பற்றிய கவிதை என்று தீர்மானிச்சிர்றீங்க. நதிங்கிற ஒரு படிமத்தக் கவிதையில் பார்க்கிறபோதே இது வெறுமனே ஒரு நதியைப் பற்றியது அல்ல வாழ்க்கையைப் பற்றிய வாழ்க்கை ஓட்டத்தைப் பற்றிய ஒரு கவிதை அப்படீன்னு தீர்மானிக்கிறோம். இதப் புரிஞ்சி இதுக்குள்ள நான் என்னுடைய ஒரு இடியத்த உண்டு பண்றன். அப்படியான கவி-தைகள்தான் நிற்கும் அப்படீங் கறது என்னுடைய நம்பிக்கை. எனக்குக் கிடைக்கிற கவிதைத் தொகுப்புகளிலெல்லாம் முதல்ல அடிப்படையா நான் தேடற விஷயம் இதுதான். இதை எழுதிய கவிஞருக்கு இந்த மொழியின் மரபு பிடிபட்-டிருக்கா என்பதுதான். அந்த மரபு யாப்பிலக்கண மரபோ செய்யுள் மரபோ அல்ல.

ஒரு மனித அனுபவத்த இன்னொரு மனிதரிடம் தொடர்புபடுத்த என்னென்ன கருவிகளை உபயோகப்படுத்த முடி-யும், என்னென்ன வழிகளில் அதனை அடைய முடியும் என்பதையெல்லாம் தீர்மானிப்பதுதான் மரபுன்னு நான் யோ-

சிக்கிறேன். அதனாலதான் இரண்டாயிரம் வருஷத்துக்கு முந்தைய சங்கக் கவிதையைப் புரிஞ்சிக்க முடியுது. இன்றைக்கு பிரான்சிஸ் கிருபாவினுடைய கவிதையைப் புரிஞ்சிக்க முடியுது. இதுதான் மரபு அப்படிங்கறது.

ஒரு மொழியில் செயல்படுகிற ஒருவனுக்குப் பின்னால் அந்த மொழி சார்ந்த மரபு இயங்கிக்கொண்டேயிருக்கும். அதிலிருந்து ஒருபோதும் தப்ப முடியாது. தப்பியவன் கவிஞனும் ஆகமாட்டான்.

நீங்க எந்த அளவுக்கு மரபிலக்கியங்களைப் படிச்சிருக்கீங்க? அதில் எத்தகைய பயிற்சி இருக்கிறது?

தமிழை முறையாகப் படித்த மாணவன் என்று சொல்லும் வகையான பயிற்சியெல்லாம் எனக்கு இல்லை. ஆனால் என்னுடைய மனசு அல்லது சிந்தனை முழுக்க இருக்கிற ஒரு மொழி அப்படிங்கறது தமிழ். இதற்கு நான் பலருக்குக் கடன்பட்டிருக்கிறேன். என்னுடைய பள்ளிப் படிப்பு என்பது அறுபதுகளின் பிற்பகுதி. அப்போது எனக்குக் கிடைத்த ஆசிரியர்கள் எல்லாருமே தமிழ் மேல் மாறாக் காதல் உள்ளவர்கள். இன்றைக்கு யோசிக்கும்போது அது ஓரளவு வெறி என்ற தீர்மானத்துக்கு வர முடியும். அவுங்க கத்துக் கொடுத்த தமிழ், முறையாகக் கத்துக்கொடுத்த தமிழ். அதுதான் என்னுடைய தமிழ்ப் பின்னணி.

இந்த ஆர்வத்தினால் பள்ளி இறுதி வகுப்பு முடிப்பதற்குள்ளாகத் தமிழின் முக்கியமான இலக்கியங்களை எல்லாம் படிப்பது என்னும் தீர்மானத்துக்கு வந்தேன். இதில் எல்லாருமே உதவி செய்திருக்கிறார்கள். ஆறாவது ஏழாவது படிக்கிறபோது எங்களுக்கு ஒரு தமிழாசிரியர் வந்தார். அவர் பேர் கலியபெருமாள். அவர் கரந்தைத் தமிழ்ச் சங்கத்தில் தமிழ் கற்றவர். அவர் எங்க வகுப்புக்கு வந்தார். ஆனா தமிழ் கற்பிக்கல. அப்போது நீதிபோதனை என்று ஒரு வகுப்பு இருக்கும். அந்த வகுப்பை அவர்தான் பார்த்துக் கொள்வார்.

அவர் படித்த புத்தகங்கள் பற்றி, அவர் பார்த்த திரைப்படங்கள் பற்றி எல்லாம் ரொம்பவும் ருசியாச் சொல்வார். அந்த 45 நிமிசங்கள் முடிந்தவுடனே நமக்குப் பெரிய ஏக்கம் வந்துவிடும். ஏன் மணி அடிக்கறாங்கன்னு. அந்த அளவுக்கு அவர் சுவையாச் சொல்வார். பெருங்காவியங்களுடைய சாரத்தக் கதையாச் சொல்லியிருக்காரு. இதெல்லாம் தொடர்ந்து படிப்பதற்குத் தூண்டுதலாக இருந்தது. இந்தக் காவியங்கள் எல்லாம் சொல்லும்போது பதவுரை, பொழிப்புரை சொல்றவரா இல்லாம அதில் இருக்கும் கவிதைக் கணங்களை நெருக்கமாப் பார்க்கிறவராகவும் நம்மைப் பார்க்கச் செய்கிறவருமான ஒரு பாத்திரத்தை அவர் ஏற்றுக்கொண்டிருந்தார். அது தமிழ்மேல என்னுடைய ஆசையை அதிகப்படுத்தியது. அதற்குப் பின்னால் அடுத்த வகுப்புக்குப் போகிறபோது தமிழ்தான் சகலமும் என்று நினைக்கிற ஆசிரியர்கள் வந்து சேர்ந்தாங்க. புலவர் ச. மருதவாணன் என்று ஒரு ஆசிரியர். புலவர் ந. சுந்தரராசன் என்பவர் இன்னொருவர்.

இவர்கள் எல்லாம் தமிழ் கற்றுக்கொடுக்கிறபோது பாரதியார் சொன்ன 'யாமறிந்த மொழிகளிலே தமிழ் மொழிபோல் இனிதாவது எங்கும் காணோம்' என்னும் வரிகளைச் சொல்லலாம்னு அந்த வயதில் தோன்றியது. இன்றைக்கு மொழி பற்றிய அபிப்ராயங்கள் மாறியிருக்கிறது. இதெல்லாம்தான் தமிழை ஊட்டி வளர்க்க உதவின. இதில் குறிப்பாக மருதவாணனைச் சொல்லணும். நான் ஆர்வத்தோட 'முத்தொள்ளாயிரம்னா என்ன' என்று கேட்டதுதான். 'சனிக்கிழம வீட்டுக்கு வா' அப்படின்னிட்டாரு. சனிக்கிழமை காலையில் அவர் வீட்டுக்குப் போனால் மாலைவரைக்கும் அவர் வீட்டிலேயே உண்டு உறவாடிப் பாடம் கேட்கலாம். இது பின்னால வரைக்கும் தொடர்ந்தது. தமிழ் எனக்குள்ளே பெரிய சுடரா ஒளிர்வதற்கான கைகளாக அவர்கள் இருந்தார்கள்.

அத்தோடு கவிதை என்பது சின்ன வயதிலேயே மயக்கம் தரக்கூடிய விஷயமாக இருந்தது. நான் வளர்ந்த சூழ்நிலையில் ரொம்பத் தனியாக வளர்ந்தேன். பெற்றோரிடமிருந்து பிரிந்து. என்னுடைய அத்தை மாமா இரண்டு பேரும்தான் என்னை வளர்த்தார்கள். அதனால் சின்னதாக ஓர் அனாதைத்தனம், ஆதரவில்லா ஏக்கம் எப்போதுமே எனக்கு இருக்கும். ரொம்பவும் தனியா ஓரிடத்தில் உட்கார்ந்து யோசிக்கிற பழக்கம் உண்டு. அப்போது எனக்குப் பெரிய துணையாக இருந்தவை புத்தகங்கள்தான். புத்தகங்கள் படிக்கும்போது புத்தகங்களில் வரும் ஓர் உலகம். புத்தகங்களுக்கு அப்பால் ஓர் உலகம் வரும். அது கற்பனையா நான் உருவாக்கிக்கிட்ட உலகம். இந்தக் கதைகளை நம்மால் எழுத முடியுமா என்று யோசித்தபோது முடியாது என்கிற ஒரு நிலைமைக்குத்தான் நான் வந்தேன். ஏன்னா நாலு பக்கம் ஐந்து பக்கம் கதை இருக்கும். அதைவிட எளிமையாக எனக்குத் தெரிந்தது கவிதை எழுதுவதுதான். பத்து வரியில் நம்மால் கவிதை எழுதிவிட முடியும் என்பது ஒரு தெம்பைத் தந்தது.

அதனால் இரண்டு மூன்று விஷயங்கள் கிடைத்தன. மற்ற பையன்கள் முன்னால் ஒரு நட்சத்திரமாகும் வாய்ப்புக் கிடைத்தது. மொழியைத் தொடர்ந்து கூர்மைப்படுத்திக்கொள்ள முடிந்தது. இப்படி எழுதின கவிதைகள் எல்லாமே என்னுடைய தமிழாசிரியர்கள்கிட்டக் காட்டியிருக்கிறேன். அவுங்க ஒவ்வொரு திருத்தங்களாச் சொல்லியிருக்காங்க. குறைந்தது ஆயிரம் கவிதையாவது எழுதியிருப்பேன். இதற்கு மறைமுகமாக எனக்கு உதவிய ஒரு நூலைச் சொல்லணும். புலவர் குழந்தை எழுதிய 'யாப்பதிகாரம்' என்னும் நூல் அது. எனக்குப் பத்தாவது பதினொன்றாவது படிக்கும்போது கிடைத்த இந்தப் புத்தகம் யாப்பைக் கற்றுக்கொள்ள மிகவும் உதவியாக இருந்தது.

அந்தக் கட்டத்தில் தளை தட்டாம ஒரு வெண்பாவை என்னால் எழுத முடியும். அத்தோடு அந்தப் புத்தகம் தான் புதுக்கவிதைன்னு ஒரு விஷயம் இருக்கு என்னும் உணர்வை, அறிவைத் தந்தது. அந்த நூலின் ஒரு பகுதியில் புதுக்-கவிதை பற்றி அவர் சில விமர்சனங்களை வைத்திருப்பார்.

ந. பிச்சமூர்த்தியின் 'தாயும் குஞ்சும்' என்னும் கவிதையை மேற்கோளாக எடுத்துப்போட்டு அவர் விமர்சனத்தைத் தொடர்ந்திருப்பார். அந்தக் கவிதை பிச்சமூர்த்தியால் வானொலியில் வாசிக்கப்பட்ட கவிதை. அதையும் குறிப்பிட்-டுவிட்டு 'இத்தகைய பாட்டல்லாப் பாட்டுக்களைத் தமிழ் மக்களுக்கு ஒலிபரப்பும் நிலையில் உள்ளது தமிழ்நாட்டு வானொலி நிலையம்' அப்படீன்னு விமர்சனம் செய்திருந்தார் புலவர் குழந்தை. அவர் கொடுத்திருந்த அந்தக் கவிதைப் பகுதியைப் படித்தபோது அதுதான் கவிதைங்கிற மாதிரி எனக்குத் தோணுச்சு. 'இருப்பிட மின்ப மென்றும் இனியசே றும்ப ரென்றும்' என்று புலவர் குழந்தை அதற்கு ஒரு மரபு வடிவத்தைக் கொடுத்திருப்பார். பிச்சமூர்த்தியின் கவிதை 'இருப்பிடம் இன்பமென்றும் சேறதே சொர்க்கமென்றும்' அப்படீன்னு தொடங்கும்.

கவிதை மனசைச் சார்ந்தது என்று நான் நம்ப ஆரம்பிச்சதன் அறிகுறி அதுதான். 'உம்பர்' என்பது ஒரு புலவருக்-குப் புரியக்கூடிய பாஷை. ஆனால் 'சொர்க்கம்' என்பது சாதாரணமாகத் தமிழ் தெரிஞ்ச ஒருவனுக்குப் புரியக்கூடியது. புரியக்கூடிய முறையில் எழுதப்படுவதுதான் கவிதை அப்படீங்கறது என்னுடைய நம்பிக்கை. அதுல இருந்துதான் புதுக்-கவிதை பற்றிய ஒரு தோற்றம் எனக்குக் கிடைத்தது. அதுக்கு முன்னாலேயே 'எழுத்து'ங்கிற அந்தப் பத்திரிகையை நான் பார்த்திருக்கிறேன்.

சோமசுந்தரம் என்று எங்களுடைய ஆசிரியர். அவர் தமிழ்ப் பண்டிதர் அல்ல. தமிழ் ஆர்வலர். அவர் கையில் அப்படி ஒரு பத்திரிகையைப் பார்த் திருக்கிறேன். பத்திரிகைன்னா ஒரு தலைப்பு இருக்கும். அதுக்கும் கீழ ஒரு படம் இருக்கும். உள்ளேயும் படங்கள் இருக்கக்கூடிய பத்திரிகைகளைத்தான் பார்த்திருப்போம். படமே இல்லாமல் நான் பார்த்த முதல் பத்திரிகை அது. என்ன பத்திரிகை சார் அப்படீன்னு கேட்டபோது 'இலக்கியப் பத்திரிகை' அப்படீன்-னாரு. நான் பார்த்த முதல் இலக்கியப் பத்திரிகை அதுதான். அதற்குப் பின் எங்கள் ஊர் நூலகத்தில் 'புதுக் குரல்கள்' என்கிற தொகுப்பு எனக்குக் கிடைத்தது. அதன் உள்ளடக்கத்தில் பிச்சமூர்த்தின்னு பேர் இருந்தது. ஏற்கனவே அந்தப் பேர் எனக்கு அறிமுகம் ஆகியிருந்ததால் அவர் கவிதையைப் படிக்க ஆரம்பித்தேன். அவர் கவிதைகள், அதில் இருந்த மற்ற கவிதைகள் என எல்லாவற்றையும் படித்தபோது கவிதை என்பது வேறொரு முகத்தோடு இருக்க முடியும் என்று ஒரு நம்பிக்கை எனக்குள்ளே உண்டாயிற்று. இதுதான் நான் கவிதைக்கு வந்த வரலாறு.

உங்களுடைய தொடக்கக் கவிதைத் தொகுப்புகளான 'கோடை காலக் குறிப்புகள்', 'பயணியின் சங்கீதங்கள்' ஆகி-யவற்றில் இருந்த செறிவு அதற்கப்புறம் வந்த 'வாழ்நிலம்' தொகுப்பில் இல்லை. வாசகரை நோக்கி உங்கள் கவிதை எளிமைப்பட்டிருப்பதாகப்படுகிறது. இந்த மாற்றத்தை நீங்கள் எப்படி உணர்கிறீர்கள்?

அது தானாக உருவான மாற்றம். மனநிலைகளில் ஏற்பட்ட மாற்றம். கோடைகாலக் குறிப்புகள் எழுதும் போதெல்லாம் என்னுடைய வாழ்க்கையில் பெரிய சிரமங்களை அனுபவித்தேன். அதனால் அதில் உள்ள கவிதைகள் கழிவிரக்-கத்தோடானவையாகப் பெரும்பாலும் இருக்கும். அப்போதைய சூழலிலும் அதற்கான வாய்ப்பு இருந்தது. எல்லாம் மொத்தமாகச் சேர்ந்துதான் அப்படியான தொனி என் கவிதைகளில் வந்தது. 'கோடைகாலக் குறிப்புகள்' தொகுப்புக் கவிதைகள் என்னை முன்னால் வைத்து வருத்தங்களைச் சொல்பவை, ஆதங்கங்களைச் சொல்பவை, கோபங்களைச் சொல்பவை, தோல்வியைச் சொல்பவை, எரிச்சலைச் சொல்பவை எனப் பலவிதமாக இருக்கும்.

அதற்குப் பின்னால் வரும் கட்டத்தில் என்னை முன்னிறுத்தி என்னைச் சுற்றியிருக்கும் பல விஷயங்களையும் கேள்வி கேட்கிற சுபாவத்துக்கு வந்து சேர்ந்தேன். 'பயணியின் சங்கீதங்கள்' தொகுப்புக் கவிதைகளை அப்படிப் பார்க்-கிறேன். 'கோடைகாலக் குறிப்புகள்' கவிதைகளில் ஒரு முடிவுக்கு நானே வந்திருப்பேன். இருப்பதா இழப்பதா அப்-படீன்னு ஒரு தீவிரமான முடிவுக்கு வந்து அந்தக் கவிதைகளில் நின்னிருப்பேன். 'பயணியின் சங்கீதங்கள்' வருகிற போது முடிவுகளுக்கெல்லாம் நான் தயாராகவே இல்லை. கேள்விகளை மட்டும் கேட்டுட்டு இருந்தேன். 'ஏன் நமது நிலைமை இப்படி இருக்கிறது?' என்று கேள்விகளை மட்டும் தொடர்ந்து கேட்டுக்கொண்டிருந்தேன்.

அதற்கப்புறம் வந்த கவிதைகளில் இந்தக் கேள்விகளுக்கு நானும் பொறுப்பு, நீயும் பொறுப்பு என்கிற ஒரு பெரிய தளத்தில் யோசிக்க ஆரம்பித்தேன். அப்போது அதுவரை நான் பயன்படுத்திவந்த மொழி வலுவானதாக எனக்குத் தோன்றவில்லை. அதை எளிமைப்படுத்துதல் என்று சொல்ல முடியுமான்னு தெரியவில்லை. இன்னும் புரிந்துகொள்-வதற்குத் தோதான ஒருவகையில் பண்ணனும் என்னும் தேவை எனக்கு ஏற்பட்டது. நீங்க நல்லா யோசிச்சீங்கன்னா தமிழ்க் கவிதையில் அப்படியான ஒன்று தொடர்ந்து நடந்துக்கிட்டே இருக்கு. ஒரு கவிஞனும் ஆரம்பத்தில் எழுதிய அதே மொழியைப் பின்னால் எழுதவில்லை. உடனடியாகக் கிடைக்கக்கூடிய உதாரணம் பசுவய்யா. அவர் ஆரம்பத்-தில் எழுதிய மொழிநடையில் பின்னால் எழுதவில்லை. அது அவருக்குள்ளே நிகழ்ந்த மாற்றம், அந்த மொழியில் நிகழ்ந்த மாற்றம், காலத்தில் நிகழ்ந்த மாற்றம் ஆகிய எல்லாம் சேர்ந்துதான் கவிதையுடைய தேவையை வெளிப்பாட்-

டைத் தீர்மானிக்கின்றன. அப்படி நிகழ்ந்த மாற்றங்கள் தான் எனக்கும்.

தொடக்கக் கவிதைகளில் கழிவிரக்கம் இருக்குன்னு சொன்னீங்க இல்லியா. அந்தக் கவிதைகளை எல்லாம் படித்தால் வாழ்க்கையே துக்கம்தானோ எனத் தோன்றும். அவ்வளவு துயரம், கழிவிரக்கம் கவிதைக்குத் தேவையா?

இந்த வாழ்க்கையில் சந்தோசத்துக்கான கணங்கள் ரொம்பக் கொஞ்சமாகவும் துக்கத்துக்கான கணங்கள் அதிகமாகவும் இருக்கின்றன. அப்படி இருப்பதுதான் இயல்பு. ஐம்பது வயது ஆகும் இந்தக் கட்டத்திலும் அந்த அபிப்ராயத்தில் இருந்து நான் மாற விரும்பவில்லை. மாறுவதற்கான பெரிய முகாந்திரங்கள் இல்லை. அன்றைக்கு என்னுடைய தனிப்பட்ட துயரம் பெரிதாக வருத்தப்படுத்தியது என்றால் இன்றைக்கு மொத்தமாக இருக்கிற வேறு துயரங்கள். சமூகத்தில் பார்க்கும் விஷயங்கள், நம்மைச் சுற்றி நடக்கும் விஷயங்கள் என எல்லாமே வருத்தப்படுத்துது. அதைப் பற்றி உடனடியாக ஒரு கவிதை எழுதி முன்னணிப் போராளியாக வந்து நிக்கனும் என்று கேட்டால் அதற்கான திராணி எனக்கில்லை. அந்த விஷயங்கள் என்னையும் தொடுது. அதனால் நான் பாதிக்கப்படுகிறேன். அதனால் எங்கோ ஒரு மூலையில் நானும் கசிகிறேன்.

நந்திகிராமில் மக்கள் கொல்லப்படுகிறார்கள் என்பதில் எனக்கு ஒன்றும்.........சந்தோசம் இல்லை. உங்களுக்கும் சந்தோசம் இல்லை என்கிற போது வெறும் சந்தோசமான கணங்களைப் பற்றி என்ன பேச முடியும்?

உங்கள் கவிதை உருவாகும் முறைபாடு (process) எப்படியானது?

முப்பது வருசத்தில் நூற்றுக்கும் கொஞ்சம் அதிகமான கவிதைகள் எழுதியிருப்பவன் நான். நான் சரளமான எழுத்தாளன் அல்ல. சரளமான எழுத்தாளனாக இல்லாமல் போனதுக்குக் காரணம் நான்தான். என் கவிதைதான். ஒரு கவிதை மாதிரியே இன்னொரு கவிதை இருக்கும் என்கிறபோது அதை எழுத வேண்டாம் என்னும் கட்டாயத்தை நானே உருவாக்கிக்கிட்டு இருக்கிறேன். ஒருமுறை பயன்படுத்திய மொழி மாதிரி நான் இன்னொருமுறை பயன்படுத்தினால் அந்தக் கவிதையை எழுத வேண்டாம் என்ற தீர்மானத்துக்கு வந்தேன். ஒருவர் எழுதின அனுபவம் மாதிரியே நான் எழுத வேண்டி நேரும் அப்படின்னா அந்த மாதிரியான கவிதைகளை நான் தவிர்த்தேன். அதனால் கவிதை எண்ணிக்கையைக் குறைச்சுக்கிட்டே வந்திருக்கேன்.

அது பற்றியான வருத்தம் எல்லாம் இல்லை. இருபத்தைந்து வருசம் எழுதியுமே கவிதைமேல் இருக்கும் காதல் ஏன் குன்றாமல் இருக்கிறது என்னும் கேள்வியைத் தொடர்ந்து கேட்டுக்கிட்டிருக்கேன். தெரியவில்லை. ரொம்பச் சின்ன வயசிலேயே கவிதை உள்ள வந்துட்டதால் அதுமேல இருக்கிற நேசம் தொடர்ந்து போய்க்கிட்டு இருக்கலாம். வேறு எதையும்விட என்னைச் சரியாக வெளிப்படுத்திக்கொண்டேன் எனத் தோன்றும் இடம் கவிதை தரும் இடமாக இருக்கலாம். இவை எல்லாமே கவிதையைத் தொடரக் காரணமாக இருக்கின்றன. கவிதை எப்படி உருவாகிறது என்பது தொடர்ந்து புதிராகத்தான் இருக்கிறது.

பலமுறை யோசித்துப் பார்த்தால் சிலசமயம் ஒரு வரி வந்து இந்தக் கவிதையைத் தொடர்ந்து கொண்டுபோயிருக்கும். சில சமயம் படிமம் கவிதையைக் கொண்டுபோயிருக்கும். சில சமயம் வெறுமனே ஒரு சந்தம் மட்டும் கொண்டு போயிருக்கும். ஒவ்வொன்றுக்கும் உதாரணம் சொல்ல முடியும். ‘கையில் அள்ளிய நீர்’ என்கிற கவிதையை முதலில் அறுபது வரிகள் எழுதியிருப்பேன். ஆனால் எதுவுமே நிறைவாகத் தோன்றாததால் கிடப்பில் போட்டுவிட்டேன். வேறொரு நாள் அந்தப் படிமம் திரும்பத் தோன்றியபோது இப்போது இருக்கிற ஆறேழு வரிகள் மட்டும்தான் மிஞ்சின. அந்தக் கவிதையை அதே வடிவத்தில் தக்கவச்சுக்கிட்டேன். இது கவிதை வந்த ஒரு வழி.

சிலது சித்திரங்களாக வரும். போபால் பற்றிய விஷயத்தில் அந்த ஆட்கள் ஓடிவரக்கூடிய ஒரு விஷயம். அது எனக்குக் கிடைத்த ஒரு காட்சி. அதேபோலக் கொஞ்ச காலம் ரொம்பப் பயணம் செய்யக்கூடிய தொழிலில் நான் இருந்தேன். அப்போது நான் பார்த்த ஒரு காட்சி. நீலகிரி மலையில் நிறைய மரங்கள் வெட்டப்பட்டு அடுக்கிக் கிடந்தன. எனக்கு இந்த இரண்டு காட்சிகளுக்கும் ஏதோதொடர்பு இருப்பதாகத் தோன்றியது. அதுதான் ‘இந்த நூற்றாண்டில் மூன்று காட்சிகள்’ என்னும் கவிதை. யார்கிட்டேயோ ஏதோ கேள்வி கேட்கும்போது சும்மா ‘ச்சோ’ அப்படீன்னு ஒலிக்குறிப்ப மட்டுமே பதிலாத் தந்தாங்க. அது ஒரு கவிதையை முழுக்கவுமே கொடுத்திருக்கு. ‘பெயர்களின் கவிதை’ என்பது. எழுதி முடித்ததும் கவிதை என்னை விட்டுப் போயிடுது. அது வாசகனுடையதாக ஆயிருது. இருந்தாலும் இது எப்படி வந்தது என்ற கேள்வி தொடர்ந்து இருந்துக்கிட்டேதான் இருக்குது. அந்தக் கேள்விக்குப் பதில் கிடைக்காதவரைக்கும் நான் கவிதை எழுதிக்கிட்டேதான் இருப்பேன். அந்தக் கேள்விக்குப் பதில் கிடைச்சிருச்சின்னா கவிதை எழுதுவதை நிறுத்திக்குவேன்.

உங்கள் கவிதையில் வரும் கிளிக்குக் காரணம் வைத்தீஸ்வரன் என்று சொல்லியிருக்கிறீர்கள்? சச்சிதானந்தனின் சில வரிகளை அப்படியே பயன்படுத்தியிருப்பீங்க. இது மாதிரி வேறு கவிஞர்களின் தாக்கம் உங்களிடம் இருக்கிறதா?

இருக்கு. நான் பிறக்கும் போதே கவிதையாகக் கத்திக் கொண்டு பிறந்த ஆள் கிடையாது. நான் ஒரு மாதிரிப் படிக்க ஆரம்பிச்சேன். படிப்பு ருசியைத் தந்தது. அந்த ருசி வாழ்க்கைக்கு ஒரு அர்த்தத்தைக் கொடுத்தது. அப்போது நாமும் எழுதலாம் என்னும் துணிவு வந்தது. அப்படித் தொடர்ந்து வந்த ஆள் நான். என்னை எல்லாரும் பாதித்திருக்கிறார்கள். பாதிப்பே இல்லாமல் ஒரு கவிஞன், ஒரு எழுத்தாளன் செயல்பட முடியுமா என்று என்னிடம் கேட்டால் என் பதில் முடியாது என்பதுதான். என்னைப் பெரிதாகப் பாதித்த கவிஞர் சுப்பிரமணிய பாரதிதான்.

அதாவது பள்ளிப் புத்தகத்தில் பாரதியைப் படித்தபோது யாரோ பாட்டு எழுதியிருக்கான் என்று தோன்றிய ஒரு ஆள்தான். ஆனால் வயது ஏற ஏற அந்தக் கவிதைகள் வேறு வேறு அர்த்தங்களாக மனசுக்குள் வந்துக்கிட்டே இருக்கு. ஒவ்வொரு கட்டத்தில் படிக்கும் போதும் அந்தக் கவிதைகளுக்கு வேறு வேறு பொருள், வேறு வேறு வண்ணம், வேறு வேறு தொனி பார்க்க முடிந்தது. எனக்குப் பெரும் பாதிப்பு பாரதியிடம் இருந்து வந்தது. உதாரணமாக ஒரு கவிதை சொல்கிறேன். இருளும் ஒளியும் என்னும் கவிதை. 'வானமெங்கும் பரிதியின் சோதி' என்று தொடங்கும் அது. அதனுடைய ஈற்றடி 'மான வன்தன் உளத்தினில் மட்டும் வந்து நிற்கும் இருளிது வென்னே' என்பது. அந்த வரி இல்லாமல் இருக்கலாம். அது கவிதையாக இருக்கக்கூடும். ஆனால் அந்த வரியைச் சொல்வதற்காகத்தான் அந்தக் கவிதையை எழுதினார் என்று நான் யூகிக்கிறேன். இந்தத் தந்திரத்தை நான் என்னுடைய பல கவிதைகளில் பயன்படுத்தி யிருப்பேன். 'நெடுங்காலம் புகைந்துகொண்டிருப் பதைவிடப் பற்றி எரிவது மேல்' என்று முடியும் என்னுடைய கவிதையில் அந்த வரி இல்லாமல் இருக்கலாம். ஆனால் அந்த வரி இல்லாமல் அந்தக் கவிதையை என்னால் எழுத முடியாது.

வைத்தீஸ்வரன் ஒரு நகரம் சார்ந்த கவிஞர் என்கிற முறையில் என்னைப் பாதித்தார். அவர் நகரம் சார்ந்தவர். நான் நகரம் சார்ந்தவன்னு சொல்றது எவ்வளவு தூரம் பொருந்தும் என்று தெரியவில்லை. கோயம்புத்தூர் மாதிரியான ஒரு நகரத்தைச் சென்னை மாதிரியான அல்லது இன்னும் பெரிய நகரத்தோடு ஒப்பிட முடியும் என்று எனக்குத் தோன்றவில்லை. பெரிய கிராமத்தின் சாயல்களைக் கொண்ட நகரம் கோயம்புத்தூர். நகரம் என்று சொல்கிற வகையில் வைத்தீஸ்வரனின் சாயல்கள் என்னிடம் உண்டு. பேருந்து போன்ற சில படிமங்களைக் கொண்டுவருவது போன்றவற்றில் அப்படிச் சொல்லலாம்.

ஆனால் என்னை ரொம்பவுமே பாதித்த கவிஞரா இருந்திருக்க வேண்டியவர் பிரமிள் என்கிற தருமு சிவராமு. ஆரம்ப காலத்தில் படிமங்கள் கவிதைக்கு இன்றியமையாதவை என்று நான் நம்பிக்கொண்டிருந்த போது என்னை பெரிய வீஸீயீரீபமீஸீநீமீ பண்ணியவர் தருமு சிவராமு. அதனுடைய சில சாயல்கள் அங்கங்கே என்னுடைய கவிதையில் இன்றைக்கும் இருக்கின்றன. 'இருளின் நிறமுகக் கதுப்பில் தணல்கள் சிரித்தன' என்று ஒரு வரி. அது படிமமாகவோ உவமையாகவோ எதுவுமாகவும் இல்லை. அந்த வரி மட்டுமே ஒரு மொத்தமான கவிதையாக இருக்கும். அந்த மாதிரியான வரிகள் எனக்குள் பாதிப்பை ஏற்படுத்தியிருக்கு. அந்த அளவுல அவருடைய பாதிப்பு இருக்கு.

என்னுடைய வாசிப்பு சார்ந்து செசார் வயெஹோ என்கிற பெரு நாட்டுக் கவிஞர் தற்செயலா எனக்குத் தெரியவந்த ஒரு பெயர். எழுபதுகளில் எனக்குப் படிப்பதில் தீவிரமான ஆர்வம் இருந்தது. அப்படிப் படித்ததில் இந்த சோசலிசக் கவிதைகள் அல்லது இடதுசாரிக் கவிதைகள் எல்லாமே என்னை ரொம்பவும் பாதித்தன. அந்தப் பாதிப்பில் நான் பல கவிஞர்கள் பக்கத்துல நின்னு தொட்டு உரசிப் போயிருப்பேன். கையைப் புடிச்சிக் குலுக்கிக்கிட்டு அவர் கைக்குள்ள என்னை அடக்கிக்கமாட்டாரான்னு ரொம்பவுமே ஆசைப்பட்ட கவிஞர் செசார் வயெஹோ. அவருடைய கவிதைகள் என்னை ரொம்பவுமே பாதித்திருக்கின்றன. ஒரு பெரிய துக்கம், தனிமனிதத் துக்கம், அது சார்ந்த சமூகத் துக்கம் என்பதுதான் அவருடைய கவிதைகளின் அடிநாதம். அந்தச் சமூகத் துக்கம் தனிமனிதனைப் பாதிக்கும் விதத்தையும் தனிமனிதத் துக்கம் சமூகத்தைப் பாதிக்கும் பொதுத் துக்கமாகிற விதத்தையும் செசார்கிட்டத்தான் நான் கத்துக்கிட்டேன். அவர் கவிதையினுடைய பாதிப்பு இருக்கு. ஆனால் அவர் எழுதிய மாதிரி ஒரு வரிகூட நான் எழுதினதில்லை. அந்த உணர்வை நான் உறிஞ்சி என் நரம்பில், கிளையில் இலையில் எல்லாம் பரவவிட்டதுதான்.

அதேபோலத்தான் பாரதி. பாரதியின் நிறைய வரிகள். வரிகள் என்று சொல்வது அவற்றைக் குறைவுபடுத்துகிற மாதிரியாக இருக்கிறது. படிமமாகவோ பதப்பிரயோகமாகவோ இருக்கலாம். இவை எல்லாம் பாரதியிடம் இருந்து கற்றுக்கொண்டவைதான். அவர்தான் என்னைப் பாதித்த பெரும் ஆளுமை. பாப்லோ நெரூடா எனக்குப் பிடித்த கவிஞர். பெரிசா வீஸீயீபரீமீஸீநீமீ பண்ணினவர் அல்ல. சச்சிதானந்தன் வரிகளை ஒரு கூ்மீயீமீகூ்மீஸீநீமீக்காக எடுத்தது. அவர்கிட்ட நான் கத்துக்கிட்ட ஒரு விசயம் வரிகளை நீட்டிவிடுவது. அதை ஒரு பாதிப்புன்னு சொன்னா பிரெக்ட்கிட்ட அது நிறையவே இருக்கிறது. வரிகள் நீளமா வரும்.

மலையாளத்தில் இருந்து மொழிபெயர்த்துப் 'பெண்வழிகள்' என்று ஒரு தொகுப்பு வெளியிட்டிருக்கிறீர்கள். தமிழில் பெண் கவிதைகள் பற்றிய பேச்சு தொடங்கிய காலத்திலேயே பெண்மொழி என்று ஒரு கட்டுரை எழுதியிருக்கிறீர்கள். இப்போது தமிழில் வரும் பெண் கவிதைகளுக்கும் மலையாளப் பெண் கவிதைகளுக்குமான இயைபு என்னன்னு பார்க்-

கறீங்க?

பெண்களுக்குத் தனியான ஒரு உலகம் இருக்கிறது என்று நான் நம்புகிறேன். அவர்களுடைய அனுபவம் என்னுடையது அல்ல. அந்த அனுபவத்தை என்னாலும் சுவீகரிக்க முடியுமானால் இன்னும் கொஞ்சம் மேன்மைப்பட்ட கவிஞனாக இருக்க முடியும் என்று நினைக்கிறேன். பெண்களின் அனுபவம் எழுத்தில் வரணும். எழுத்தில் எதற்கும் விலக்கோ தடையோ இருப்பதாக எனக்கு அபிப்ராயம் இல்லை. எழுத்தில் எல்லாமும் சாத்தியம். பெண்ணுடைய உலகமும் அதில் இடம்பெற வேண்டும் என்று நினைக்கிறேன்.

நான் கொஞ்சம் விரிவான வாசகன். தமிழ் அல்லாத வேறு இரண்டு மொழிகளிலும் தொடர்ந்து படிக்கிற ஆள் நான். அந்த மொழிகளில் நடக்கும் முயற்சிகளை எல்லாம் பார்க்கும்போது நான் இயங்கும் மொழியில் அப்படியான முயற்சிகள் இல்லை என்கிற குறையை உணர்கிறேன். வாசகனாகவும் கவிதை ஆர்வலனாகவும் உணர்கிற குறை இது. அதைச் சொல்வதற்காக எழுதிய கட்டுரைதான் பெண் மொழி. அதில் பெண்மொழி நம் கவிதையில் இல்லை என்று சொல்லியிருப்பேன். பின்னால் லீனா மணிமேகலையுடைய தொகுப்புக்கு நான் எழுதிய முன்னுரையில் என்னுடைய கருத்தைத் திருத்திக்கொண்டேன். ஏன்னா இந்தப் பத்து வருசத்துக்குள் நிறையப் பெண்குரல்கள் வந்திருக்கு.

நான் அந்தக் கட்டுரையை எழுதியபோது அன்றைக்கு இருந்த பெண் குரல்கள் என்பவை இரா. மீனாட்சி, திரிசடை, சுகந்தி சுப்பிரமணியன் போன்றவைதான். கவிதை என்று தைரியமாகச் சொல்லக்கூடிய குரல்கள் இவைதான். அந்த ஆதங்கத்தில் எழுதின கட்டுரை அது. அதற்குப் பின்னால் வந்த கவிதைகளையும் தொடர்ந்து படித்துக்கொண்டு வருகிறேன். சில பெண் கவிஞர்களுடைய தொகுப்புக்கு நான்தான் முன்னுரையும் எழுதியிருக்கிறேன். இந்த மொழியில் இது தவிர்க்க முடியாதது, வரவேற்கப்பட வேண்டியது, தொடர்ந்து போக வேண்டிய ஒரு போக்கு என்று எனக்குத் தோன்றுகின்றது. பெண்ணுடைய உலகம், உணர்வு, வரலாறு எல்லாவற்றையும் அவர்களுடைய மொழியில் பதிவுசெய்வதற்கான எல்லா உரிமையும் அவர்களுக்கு உண்டு. அதை எந்த வகையிலும் மறுக்க முடியாது. அதை ஏற்றாகனும். அப்போதுதான் இலக்கிய வாசகன் அல்லது இலக்கியவாதி என்னும் முறையில் உங்களுடைய உலகத்தை விரிவுபடுத்த அது உதவும். இந்த நோக்கில்தான் நான் பெண் கவிஞர்களுடைய தொகுப்புகளுக்கு முன்னுரை எழுதி இருக்கிறேன்.

தமிழில் பெரிய வெள்ளமாக வந்திருக்கிறது. இது ஒரு ஆற்றொழுக்கான ஓட்டமாக மாறுவதற்கு இன்னும் கொஞ்சம் காலமாகும். இதற்குள் சரியும் சரியில்லாததும் தேவையும் தேவையில்லாததுமான பல போக்குகள் இந்த ஓட்டத்தில் இருக்கின்றன. இதில் பிரதானமாக எனக்குத் தோன்றுவது பெண்கள் உடலை மையப்படுத்திக் கவிதை எழுதுபவர்கள் என்று சொல்லப்படும் ஒரு குற்றச்சாட்டு. அது சரியானதாக எனக்குப் படலை. பெண் உடலைப் பற்றிப் பெண்தான் எழுத முடியும் என்று நான் நினைக்கிறேன். கமலாதாஸ் ஒரு கவிதையில் கர்ப்பத்திலிருந்து குழந்தை இறங்கின ஒரு வலியைச் சொல்லியிருப்பாங்க. இந்த வரியைச் சுகுமாரனோ பெருமாள்முருகனோ உணர்ந்து எழுத முடியாது. ஊகித்துத்தான் எழுத முடியும். அப்படியான உண்மையான இயல்புகள் கவிதைக்கு வருவது என்பது நம் கவிதையை இன்னொரு கட்டத்துக்குக் கொண்டுபோவதற்கும் நம்ம கவிதையை மேன்மைப்படுத்துவதற்கும் உதவும் என்று நினைக்கிறேன். அதனால் அதைப் பற்றிய குறைகள் எனக்கு இல்லை. ஆகவே அந்தக் குற்றச் சாட்டுகளை நான் பொருட்படுத்த விரும்பவில்லை.

ஆனா இதில் நான் பார்க்கக்கூடிய குறை என்பது கவிதை மொழி சார்ந்தது. இதுவரைக்கும் ஆண்கள் பயன்படுத்திக்கொண்டிருந்த மொழியைத்தான் பெண்களும் பயன்படுத்துகிறார்கள். பெண்களுடைய மொழியாக இதை மாற்றுவதற்குப் பெரிய முயற்சி எதுவும் இல்லை. ரொம்பக் குறைவான முயற்சிதான் நடந்திருக்கு. இதில் மாற்றுக் கருத்துக்கும் இடம் உண்டு. அப்படியான முயற்சியைத் தொடங்கிவைத்தவர் சுகந்தி சுப்பிரமணியன் என்பது என் அபிப்ராயம். அதற்குப் பின்னால் பெரிய இடைவெளி விட்டு இன்றைக்கு சல்மாவிடம் அப்படி ஒரு மொழி செயல்படுது என நான் ஊகிக்கிறேன். மாலதி மைத்ரி, சுகிர்தராணியிடம் அப்படியான மொழி செயல்படுகிறது. பெண்ணுடைய உலகத்தின் ஒரு மென்மையான மொழி உமா மகேஸ்வரியிடம் செயல்படுகிறது. இதையெல்லாம் நான் பார்க்கிறேன்.

ஆனால் இவர்களுடைய மொழியாக, சுயம்புவாக முழுவதும் பெண் உலகம் சார்ந்த, பெண் உணர்வு சார்ந்த மொழியாக இது இல்லை. அடுத்து, இவர்கள் எல்லாருமே பெண் உடல், உறுப்பு ஆகிய இரண்டு நிலைகளில் இருந்துதான் இந்தக் கவிதைகளை எழுதுகிறார்கள். பெண்கள் இந்தச் சமூகத்தினுடைய ஒரு பகுதி, இந்தப் பிரபஞ்சத்தின் ஒரு பகுதி என்று சொல்லப்படுமானால் பெண்ணுக்கும் வரலாற்றில் இடம் உண்டு, பண்பாட்டில் இடம் உண்டு, மதத்தில் இடம் உண்டு, மொழியில் இடம் உண்டு, இலக்கியத்தில் இடம் உண்டு. இத்தனை இடங்களிலும் இவர்கள் யாருமே பிரவேசிக்கவில்லை. எனக்குச் சுலபமாகத் தெரிஞ்ச இன்னொரு மொழி என்பதால் மலையாளத்தில் அப்படியான இடத்தை, வரலாற்றை மையப்படுத்துகிற ஒரு போக்கை மலையாளப் பெண் கவிதைகளில் பார்த்தேன். அதனால்தான் அந்தக் கவிதைகளை மொழிபெயர்த்தேன். தமிழ்க் கவிதைகளையும் மலையாளக் கவிதைகளையும் ஒப்பிடுவதற்கான விஷயம் இல்லை. இது அதை நிறைவுசெய்யவும் அது இதை நிறைவு செய்யவுமான பங்களிக்கும் முயற்சியாகத்தான் பார்த்தேன்.

உங்கள் குடும்பப் பின்னணி பற்றிச் சொல்லுங்கள்.

என் அப்பா, அம்மா இரண்டு பேரும் இரண்டு மூன்று தலைமுறைக்கு முன்னால் கேரளாவிலிருந்து பிழைப்புத் தேடித் தமிழ்நாட்டுக்கு வந்த குடும்பத்தைச் சேர்ந்தவர்கள். எங்க அப்பாவுக்கு ஒரு சகோதரி. என் அப்பாவின் அப்பாவுக்கு இரண்டு மனைவிகள். அதில் இன்னொரு சகோதரனும் சகோதரியும் உண்டு. எங்க அம்மா ஏழு ஆண்களுக்குப் பின் கடைசியாகப் பிறந்த ஒரே பெண். அம்மாவுக்கு அவங்க அப்பாவைப் பார்த்த ஞாபகமெல்லாம் இல்லைன்னு சொல்லிக் கேட்டிருக்கேன். எங்க பாட்டி கேரளாவில் பாலக்காடு மாவட்டத்தில் நெடும்பரா என்னும் கிராமத்தில் கோவில் தொடர்பான வேலைகள் செய்துகொண்டிருந்தார்கள். பிழைப்புத் தேடித் தன்னுடைய ஏழு குழந்தைகளையும் கூட்டிக்கொண்டு கோயம்புத்தூருக்கு வந்து குடியேறினார்கள்.

எங்க அப்பா ஆரம்பத்தில் கோயம்புத்தூரிலிருந்து நேவல் போர்ஸ் அலுவலகத்தில் சின்ன வேலைகள்............ செய்துகொண்டிருந்தார். அதற்கப்புறம் பதினாறு பதினேழு வயதில் கோயம்புத்தூர் நகராட்சியில் மின்கம்பியாளராக வேலையில் சேர்ந்தார். எங்க அப்பா நேவல் இதிலெல்லாம் வேலைசெய்துகொண்டிருந்தபோது கோயம்புத்தூரில் இருந்த சென்ட்ரல் ஸ்டுடியோவுக்கு எடுபிடி வேலைக்கெல்லாம் போவார். அங்க இருந்த ஒருவர் சி. பி. கண்ணன். அவர் ஸ்டுடியோவில் நீர்ப் பராமரிப்பு மாதிரியான வேலைகள் எல்லாம் செய்துகொண்டிருந்தார். கருணாநிதி வசனம் எழுதி எம்ஜிஆர் நடித்த காட்சிகளை எல்லாம் பார்த்த பாக்கியம் செய்தவர்கள் என்று சொல்லிக்கொள்வார்கள். என் அப்பாவுடைய சகோதரி, என்னுடைய அத்தையின் கணவர், அப்போது இறந்துபோய்விட்டார்.

என் அத்தைக்கு ஒரு துணை வேண்டும் என்பதால் சி.பி.கண்ணன் அவர்களைக் கல்யாணம் செய்துகொண்டார். இந்தக் கல்யாணம் அதிகாரப்பூர்வமாக நடந்ததா இல்லையா என்பது அவர்களுக்கு மட்டுமே தெரிஞ்ச ரகசியம். அதற்கு அப்புறம் மெட்ராஸ் இன்ஜினியரிங் சர்வீஸ் என்கிற கம்பெனியில் வேலை கிடைத்தது என்று நீலகிரி மாவட்டத்தில் உள்ள வெல்லிங்டன் என்னும் இடத்துக்குப் போனார்கள். எங்கப்பாவுக்குக் கல்யாணம் பண்ணி வெச்சாங்க. எங்க அம்மா பேரு தங்கமணி. அப்பா பேரு நாராயணன். எங்க அத்தைக்குக் குழந்தைகள் இல்லை. அதனால் நான் பிறந்த ஒன்பதாவது மாசமே என்னை அங்க கொண்டு போய்விட்டார்கள்.

என்னுடைய பன்னிரண்டு வயதுவரைக்கும் அந்தப் பகுதியில்தான் இருந்தேன். அங்கேதான் வளர்ந்தேன். என் கவிதையில் எங்கேயாவது மரம், செடி, மலை, நதி இதெல்லாம் தென்படுகிறது என்றால் அதற்குக் காரணம் அந்த இளமைக்காலக் காட்சிகள்தான். அப்புறம் என் மாமா, அதாவது சி. பி. கண்ணன், நான் பார்த்த மனிதர்களில் மிகவும் பிரமாதமான மனிதர். அவருக்கு இன்னொரு குடும்பம் மனைவியெல்லாம் இருந்தார்கள். ஆனால் அதைப் பற்றி அவர் அதிகம் பேசியதில்லை. எங்க அத்தைகூடத்தான் கடைசிவரைக்கும் இருந்தார். ஓய்வுபெற்ற பின்னால் கோயம்புத்தூருக்கு வந்து இருந்தார். அப்புறம் இறந்துபோயிட்டார். இப்ப எங்க அத்தை பாலக்காட்டில் இருக்கிறார்கள்.

எங்க அம்மாவுக்குக் கூடப் பிறந்த ஏழு பேரில் முதல் இரண்டு பேர் கோயம்புத்தூரில் வேலையெல்லாம் பார்த்தார்கள். மூன்றாவது ஒருவர் சின்ன வயதிலேயே பூனாவுக்கு ஓடிப்போயிட்டார். அவருக்கு என்னுடைய சாயல் என்று இன்றைக்குவரைக்கும் சொல்லிக்கொண்டிருக்கிறார்கள். அடுத்த சகோதரர்கள் இரண்டு பேரும் ஊமைகள். அதில் ஒருவர் ஊனமானவரும்கூட. இன்னொரு சகோதரர் பற்றிய தகவல் எதுவும் தெரியவில்லை. இவர்கள் எல்லாரும் சாதாரண ஒரு வாழ்க்கையை வாழ்ந்தார்கள். கோயம்புத்தூரில் இருந்த ரப்பர் கம்பெனி ஒன்றில் சின்னச் சின்ன வேலை எல்லாம் செய்துகொண்டிருந்தார்கள்.

எங்க அப்பா கோயம்புத்தூர் நகராட்சி மின்துறையில் கொஞ்சம் பதவி உயர்வுகள் எல்லாம் பெற்று இருந்தார். அந்தக் கட்டத்தில் அவருக்கு ஓரளவு மார்க்சியச் சாயல் இருந்தது. வாழ்க்கையில் அவர் வெளிப்படையாக அரசியல் என்று வைத்துக்கொண்டது அது மட்டுமாகத் தான் இருக்கும். கோயம்புத்தூர் நகராட்சியில் முதன்முறையாக நடந்த தேர்தலில் வென்று நகராட்சி ஊழியர் மின் சம்மேளனத்தின் முதல் செயலாளர் ஆனவர். அவர்கள் முதலில் உண்ணாவிரதப் போராட்டம் எல்லாம் நடத்தினார்கள். என் அப்பா மூன்று நாள் உண்ணாவிரதத்தில் உட்கார்ந்திருந்தார். அந்தக் காட்சி இன்னும் என் நினைவில் இருக்கிறது. கருப்புத் துணியெல்லாம் கட்டிக்கிட்டு இருந்தார். நான் போய் அப்பான்னு கூப்பிட்டபோது பேச மாட்டேன் அப்படீன்னு கைகாட்டினார். அந்தக் காட்சி இன்னும் என் நினைவில் இருக்கிறது.

நான் ஊட்டியில் இருந்ததால் அப்பாகூடப் பெரிய நெருக்கம் எல்லாம் கிடையாது. நான் அப்பா அம்மா யாரும் இல்லாமல் தனியா அத்தையோட பராமரிப்பில் இருந்தேன். என் அத்தைக்குச் சின்ன அளவில் இலக்கிய ஈடுபாடெல்லாம் உண்டு. அவர்களுக்கு மலையாளம் நன்றாகப் படிக்க, எழுத, பேசவெல்லாம் தெரியும். கேரளத்தில் இருந்த மலையாளக் குடும்பங்களில் எல்லாம் வழக்கமாகப் பாராயணம் செய்கிற பக்தி நூல்கள் எல்லாத்தையும் அத்தை படிப்பார்கள். அதற்கு நேரெதிரானவர் மாமா. அவர் கோவிலுக்குப் போய் நான் பார்த்ததே இல்லை. அவர்களோடு இருந்தபோது வசதியான இளமைப் பருவம் இருந்தாலும் எனக்குச் சின்ன ஏக்கம் இருந்தது.

தனியா இருக்கோம் அப்படின்னு. அப்புறம் நாலாவதோ அஞ்சாவதோ படிக்கும்போது முழு ஆண்டுத் தேர்வு விடுமுறைக்குக் கோயம்புத்தூர் வந்தவன் அப்புறம் திரும்பி அங்கே போகவில்லை. என்னுடைய அத்தை ரொம்பவுமே வருத்தப்பட்டுக்கிட்டு அங்க இருந்த என்னுடைய சொத்தை எல்லாம் தூக்கிக்கிட்டு வந்தாங்க. பழைய பெட்டி பம்பரம், தூண்டில் முள், தீப்பெட்டிப் படம் இந்த மாதிரி நிறையச் சொத்து இருந்தது. அதற்குப் பின்னால அங்க இருக்கலயே தவிர இப்பவும் என்னோட ஊர் அப்படின்னா ஞாபகம் வருவது வெல்லிங்டன்தான். அது மாதிரியான வாழ்க்கை இருக்கும் என்றால் ரொம்பவும் மகிழ்ச்சியாக இருக்கும் என்று இப்பவும் தோன்றுகின்றது.

அந்தத் தெரு முழுக்கவுமே ராணுவத்தில் இருந்தவர்கள், அது சார்பான தொழிலில் ஈடுபட்டு இருந்தவர்கள் எல்லாம் இருந்த இடம். தெருமுனையில் நின்னா எங்க வீடு நடுவில் இருந்தது. அந்த வீட்டுக்கு வர்றதுக்குக் கொறஞ்சது அரைமணி நேரம் ஆகும். ஏன்னா ஒவ்வொரு வீட்டு மேலயும் ஏறித்தான் வரணும். அப்படியான ஒரு பெரிய பிணைப்பு இருந்த ஊர். அது மனசுக்குள்ள பதிந்திருக்கிறது. அதனால் அந்த ஊர்மேல் இருக்கும் பிரியம் இன்னும் களையவில்லை. எனக்கு அடுத்தது தங்கை. அதுக்கப்புறம் ரொம்ப இடைவெளிவிட்டு இன்னும் இரண்டு பெண்களும் ஒரு பையனும். எல்லாப் பெண்களுக்கும் கல்யாணம் ஆயிடுச்சு. தம்பியும் அம்மாவும் இப்போது கோயம்புத்தூரில் இருக்கிறார்கள்.

என்னுடைய ஆரம்பப் படிப்பு வெல்லிங்டன்ல. செயின்ட் ஜோசப் ஸ்கூல். கோயம்புத்தூருக்கு வந்தப்புறம் செயின்ட் ஜான்ஸ் ஸ்கூல் என்று சொல்லப்படுகிற செயின்ட் மைக்கல்ஸ் ஹைஸ்கூலின் ஆரம்பப் பள்ளியில் சேர்ந்தேன். பள்ளிக் கல்வி முழுக்கவும் அங்கேதான். எஸ்எஸ்எல்சியில் எனக்குக் கிடைத்த பெரிய சந்தோசம் மாவட்டத்தில் தமிழ்ப் பாடத்தில் அதிக மதிப்பெண் வாங்கிய மாணவன் நான் என்கிற பெருமை. அப்போது எனக்குக் கிடைத்த ஆசிரியர்கள் பற்றி முதலிலேயே சொன்னேன்.

அப்புறம் பிஎஸ்ஜி கலை அறிவியல் கல்லூரியில் பியுசி படித்தேன். நல்ல மதிப்பெண். டாக்டர் ஆகணும் அல்லது அக்ரி யுனிவர்சிடிக்குப் போகணும் என்பது என்னுடைய ஆசையாக இருந்தது. டாக்டர் ஆகறதுக்கு வசதியெல்லாம் இல்லை. அதனால் அக்ரி யுனிவர்சிடியில் சீட்டுக் கேட்டேன். அதற்குக் காரணம் விவசாயம் பற்றிப் படிப்பது அல்ல. அப்போது அங்கே நல்ல இலக்கியச் சூழ்நிலை இருந்தது. கங்கை கொண்டான் என்ற கவிஞர் அங்கே இருந்தார். அவர் வெளியிட்ட ஆண்டு மலர்கள் எல்லாமே மாபெரும் இலக்கியப் பொக்கிஷங்களாகத் தோன்றின. இன்றைக்கும் அப்படித்தான் தோன்றும். அதற்காகவே அங்கே போனேன்.

வேளாண் பல்கலையிலிருந்து சேர்க்கை அட்டை வரும்னு காத்துக்கிட்டு இருந்ததில் எல்லா இடங்களிலும் கடையை மூடிவிட்டார்கள். அதனால் அந்த வருசம் எங்கேயும் சேர முடியவில்லை. அரசு கல்லூரியில் பொருளியல் படிக்கலாம் என்று மாலைக் கல்லூரியில் சேர்ந்தேன். நமக்கும் பொருளாதாரத்திற்கும் ஒத்துவராது என்பது தெரிந்தது. அது இன்றுவரைக்கும் தொடர்கிறது. அடுத்த வருசம் பிஎஸ்ஜி கல்லூரியில் பிஎஸ்ஸி வேதியியல் சேர்ந்தேன். ஆனால் அதில் ரொம்பப் பிரமாதமான மாணவனாக நானில்லை. தமிழில் பெரிய ஆர்வம் இருந்தது.

பள்ளிக்கூடத்திலேயே எனக்குக் கிடைத்த ஆசிரியர்களின் தூண்டுதல் அதற்குக் காரணம். நான் முந்தியே சொன்ன மாதிரி கலியபெருமாள் என்னும் ஆசிரியர் இருந்தார். அவர் கதையாச் சொன்ன இரண்டு விசயங்கள் என்னை ரொம்பவுமே பாதித்தது. முதலாவது கோமல் சுவாமிநாதன் எழுதிய 'புதிய பாதை' நாடகக் கதையைச் சொன்னார். இரண்டாவது ஜெயகாந்தன் எழுதிய 'சமூகம் என்பது நாலு பேர்' என்னும் கதை. அவை இரண்டுமே எனக்குப் பெரிய பாதிப்பாக இருந்தன. அவரிடம் கேட்டு ஜெயகாந்தன் கதைகளைப் படிக்க ஆரம்பித்தேன்.

அந்த வயதில் அக்கதைகள் எனக்குப் புரிந்தன என்பதுதான் ஆச்சர்யம். சோமசுந்தரம் என்னும் இன்னொரு ஆசிரியரிடம் அந்தக் கதைகளை விமர்சித்தேன். 'மிருகம்' என்று ஜெயகாந்தன் எழுதிய கதை. சொந்த சகோதரனும்......... சகோதரியும் உறவு கொள்கிறார்கள். அதை அவரிடம் சொன்னபோது 'பிஞ்சுலயே பழுத்துட்ட' என்றார். நான் கதைகளைப் புரிந்துகொண்டிருக்கிறேன் என்பதற்குச் சந்தோசப்பட்டு 'இனிப்பும் கரிப்பும்' என்னும் தொகுப்பைக் கொடுத்தார். நான் தெரிந்துகொண்ட முதல் எழுத்தாளன் ஜெயகாந்தன். அந்தக் கட்டத்தில் 'ஞானரதம்' பத்திரிகை வந்துகொண்டிருந்தது. அதில் ஜெயகாந்தன் எழுதுகிறார், முன்னோட்டம் என்னும் பகுதி முக்கியமானது என்பதை எல்லாம் என்னுடைய ஆசிரியர் சொன்னார். அவர் சிபாரிசால் அவற்றைப் படித்தேன். அதில் தென்பட்ட ஒரு பெயர் புதுமைப்பித்தன்.

கோவை மத்திய நூலகத்துக்குப் போய்ப் புதுமைப்பித்தன் பெயருள்ள புத்தகங்களை எல்லாம் தேடி எடுத்தேன். 'காஞ்சனை' தொகுப்பைப் படித்தபோது ரொம்பவுமே பரவசமாக, சந்தோசமாக, பயமுறுத்தக் கூடியதா, அதுவரைக்கும் இருந்த அபிப்ராயங்களை எல்லாம் மாத்தறதா இருந்தது. ரகுநாதன் எழுதிய 'புதுமைப்பித்தன் வரலாறு' படித்தேன். அதைப் படித்தபோது தீர்மானித்த ஒரு விஷயம் ஒரு காலத்திலும் எழுத்தை நம்பி வாழக் கூடாது என்பது. இந்தச் சமயத்திலும் எனக்குள் தொடர்ந்து வந்துகொண்டிருந்தவர் பாரதி. பாரதிமேல் இருந்த ரசனை, வாசக மதிப்பு எல்லாம் கடந்துபோய் அவர்மேல் பெரிய பக்தியே ஏற்பட்டிருந்தது. இன்றும் அந்த பக்தியில் இருந்து விடுபடலை. கல்லூரியில் படித்தபோது பூசாகோ (றிஷிநி) கல்லூரி நூலகம் பெரிய பொக்கிஷமாக இருந்தது.

கல்லூரியில் ‘புது வெள்ளம்’ என்று ஒரு பத்திரிகை மாணவர்களுக்காக வந்தது. மாணவர்களுக்காக மாணவர்களால் நடத்தப்படும் பத்திரிகைன்னாலும் அதற்கு ஆசிரியராக இருந்தவர் முத்துராமலிங்கம் என்று ஒரு ஆசிரியர். என்னுடைய கதை, கவிதை எல்லாம் அந்த இதழில்தான் வந்தன. நான் முன்பே சொன்ன மாதிரி மரபு சார்ந்த கவிதைகள் பள்ளி ஆண்டு மலரில் எழுதியிருக்கிறேன். எஸ்எஸ்எல்சி படிக்கும்போது தாமரை இதழில் கதைகள் எழுதினேன். தொடர்ந்து இரண்டு இதழ்களில் என் கதைகள் வந்தன. ஒரு கதை பேர் ‘நியாயங்கள்’. இன்னொரு கதை பேர் ஞாபகம் வரவில்லை. இந்தச் சமயத்தில் அபூர்வப் பசி கொண்ட ஆள் மாதிரி நிறையக் கதைகள் வாசித்தேன். சீக்கிரமே ஜெயகாந்தன் எனக்குச் சலிப்பு தட்டினார். அன்றைக்கு வந்திருந்த ‘ஒரு வீடு ஒரு மனிதன் ஒரு உலகம்’ நாவல் வரைக்கும் ஏகதேசமா எல்லாமே வாசித்திருந்தேன். படித்தபோது ஈர்ப்பைத் தரக்கூடியதாக இருந்த அவை பின்னால் ஒரு மாதிரி அலுப்பைத் தந்தன. ‘ஒரு மனிதன் ஒரு வீடு ஒரு உலகம்’ நாவலைத் தவிர.

அப்புறம் என் கவனம் தி. ஜானகிராமன் பக்கம் திரும்பியது. நான் அதிகம் பேசாத ஆள். சங்கோஜி. மென்மையான சுபாவம் இருப்பதாகச் சொல்லப்படுபவன். அதனால் எனக்குப் பொருத்தமான எழுத்தாளர் ஜானகிராமன் என்பது மாதிரி பட்டது. இது மட்டும் போதாது என்று தோன்றியபோது மெல்ல மெல்ல ஆங்கிலத்தில் படிக்கத் தொடங்கினேன். ஆரம்பத்தில் நான் படிக்க நேர்ந்தது ஆங்கில மீடியம் சார்ந்த பள்ளி. அதனால் ஆங்கிலத்தில் படிப்பதும் எனக்கு எளிதாக இருந்தது. அன்றைக்குக் கிடைத்த சார்லஸ் டிக்கன்ஸ் மாதிரியான புத்தகங்கள் தாண்டி டி. ஹெச். லாரன்ஸ் மாதிரியான புத்தகங்களுக்கு வந்தேன்.

நடுவில் கம்யூனிஸ்ட் கட்சியோடு சின்ன உறவு. என்னுடைய ஆசிரியர் சோமசுந்தரம் சிபிஐ கட்சியோட உறுப்பினர். அவர் என்னைக் கட்சி அலுவலகத்திற்குக் கூட்டிக்கொண்டு போவார். முதன்முதலாக ஜெயகாந்தன் என்கிற எழுத்தாளரைப் பார்த்தது அங்கேதான். ‘இவன் கவிதையெல்லாம் எழுதுவான்’ என்று என் ஆசிரியர் சொன்னார். ‘ஆங் அப்படியா. சபாஷ்’ அப்படீன்னு சொல்லிட்டுப் போனார் ஜெயகாந்தன். அதனால் அங்கே கிடைத்த சில புத்தகங்கள் எல்லாம் என் கவனத்தை மாற்றின. ரஷ்ய இலக்கியங்கள் மாதிரியான விஷயங்கள். அவற்றைப் படித்தபோது என்னுடைய எழுத்தாளர் என்று தோன்றியவர் ஆன்டன் செகாவும் தாஸ்தாவ்ஸ்கியும்தான்.

ஆங்கிலத்தில் படிக்கிறேன், தமிழில் கவிதைகள் எழுதுகிறேன், கவிதைகள் பிரசுரமாகி இருக்கின்றன என்றபோது என்னுடைய ஆசிரியர் கமலேசுவரன் என்பவர் எனக்கு நிறையப் புத்தகங்கள் கொடுத்து உதவினார். அப்போது எஸ்.வி.ஆரின் ‘எக்ஸிஸ்டென்சியலிசம் ஓர் அறிமுகம்’ என்ற புத்தகம் வந்திருந்தது. அது என்னை உலுக்கிப் போட்ட புத்தகம். அந்தப் புத்தகத்தின் மூல வடிவமான Irrational Man என்ற புத்தகத்தையும் நான் தேடிப் படித்தேன். இதையெல்லாம் நான் படிப்பதைப் பார்த்த கமலேசுவரன், சார்த்தர் எழுதிய Being and Nothingness என்ற ஒரு புத்தகத்தைக் கொண்டு வந்து கொடுத்தார்.

அது கிட்டத்தட்ட எழுநூறு எண்ணூறு பக்கம் வரும். கரடு முரடான நடையில் எழுதப் பட்டிருக்கும். அவர் எல்லா மாணவர்களையும் ‘குஞ்சு’ அப்படீன்னுதான் கூப்பிடுவார். ‘ஏ குஞ்சு உனக்கு இது மண்டையில ஏறுதா பாரு’ என்றார். ஆனால் முந்நூறு பக்கம்தான் மண்டையில் ஏறியது. மீதி ஏறலை. ஆனால் முந்நூறு பக்கம் படிக்க முடிந்தது அன்றைக்குப் பெரிய சாதனையா இருந்தது. தொடர்ந்து அது சார்ந்த எழுத்துாளர்களுடைய புத்தகங்கள் எல்லாம் படிக்க ஆரம்பித்தேன். அன்றைக்கு என்னை ரொம்பக் கவர்ந்தவர் ஆல்பெர் காம்யுதான். அந்தக் கவர்ச்சி இன்றைக்குவரைக்கும் மாறவில்லை.

இப்படி வாசிப்பும் ஆசிரியர்களும் கொடுத்த தூண்டுதலாலேதான் எழுத ஆரம்பித்தேன். இந்தச் சமயத்தில் கோயம்புத்தூர் இலக்கிய வட்டங்களோடு எல்லாம் தொடர்பு ஏற்பட்டது. ‘புது வெள்ளம்’ என்று கல்லூரியில் நடத்தப்பட்ட அந்தப் பத்திரிகையில்தான் பாதசாரி என்று இன்று அறியப்படுகிற என்னுடைய நண்பர், எனக்கு மூன்று வருடம் சீனியரான விஸ்வநாதன் ஒரு கட்டுரை, கவிதை எல்லாம் எழுதியிருந்தார். அவர் கட்டுரையின் நடை என்னை ரொம்பவும் பிரம்மிக்கவைத்தது. தமிழில் இவ்வளவு வலுவான நடையை உருவாக்க முடியுமா அப்படீன்னு. நாங்க இரண்டு பேரும் கல்லூரி நாட்களில் பழக்கமாக இருந்தோம்.

பின்னால் எனக்கு ஒரு வருடம் இடைவெளி வந்த சமயத்தில் நான் எழுதின ஒரு கதை உள்ளூர்ப் பத்திரிகையில் வந்தது. அதை விஸ்வநாதன் படித்துவிட்டு என்னைத் தேடி எங்கள் வீட்டுக்கு வந்தார். அது ஒரு நல்ல நட்பின் தொடக்கம். இரண்டு பேரும் பேசிக்கொண்டிருந்தோம். சே. ப. நரசிம்மலு நாயுடு பள்ளியில் ஒரு இலக்கியக் கூட்டம் நடக்கிறது என்று இரண்டு பேரும் போனோம். அந்தக் கூட்டத்தின் இடைவேளையில் ‘எதுக்கு ரண்டு பேரும் வாங்க போங்கன்னு பேசிக்கிட்டிருக்கணும். என்ன சொல்றீங்க?’ என்று விஸ்வநாதன் கேட்டதாக ஞாபகம். ‘சரி நீ சொல்லுடா’ என்றேன் நான். அதிலிருந்து எங்கள் இரண்டு பேரின் நட்பும் கொஞ்ச காலம் இரட்டையராகத் தொடர்ந்து போய்க்கொண்டிருந்தது.

நாங்கள் போய்ச் சேர்ந்த இடம், நிறுத்தம் ஞானியுடைய வீடு. கோவை ஞானி படிப்பு ஆர்வமுள்ள எங்களை ரொம்பவும் ஊக்குவித்தார். எங்களுக்குத் தெரியாமல் இருந்த பல திசைக் கதவுகளைத் திறந்து வைத்தவர் ஞானிதான்.

மார்க்சியம், தத்துவம், தமிழ், தமிழ்ப் பண்பாடு என்கிற பல விஷயங்களை அவர்தான் அறிமுகப்படுத்தினார். ஞானி மாதிரியான அறிவுசார்ந்த ருசிகரமான பேச்சாளர் தமிழில் இல்லை என்று எனக்குத் தோன்றியது. பலநாள் சாயங்காலம் ஆறு மணிக்குக் கோவைச் சிதம்பரம் பூங்காத் திடலில் பேச ஆரம்பித்து இராத்திரி ஒன்பது மணிவரைக்கும் அவர் பேச்சைக் கேட்டு விட்டுப் பேச்சின் பரவசத்திலேயே நடந்து போயிருக்கிறேன்.

அந்த அளவு மாபெரும் மேதமை அவர் பேச்சில் வெளிப்படும். அதில் குறைந்த பட்சம்கூட அவருடைய எழுத்தில் வெளிப்படவில்லை என்பது என் அபிப்ராயம். ஞானியின் பார்வை என்பது அடிப்படையில் ஒரு மார்க்சியப் பார்வை. ஆனால் அந்த மார்க்சியப் பார்வை பல பின்னல்கள் கொண்டது என்று எனக்குத் தோன்றியது. அந்தப் பின்னல்களை எல்லாம் சகித்துக்கொள்கிற அளவு எனக்கு மன வலு இல்லை. அதனால் அவரிடம் இருந்து மெல்ல விலக ஆரம்பித்தேன்.

பரிட்சை எழுதி முடித்ததும் எனக்குக் கிடைத்த முதல் வேலை சின்னக் கம்பெனி ஒன்றில் விற்பனைப் பிரதிநிதி வேலை. வெல்டிங் ராடு, வெல்டிங் அக்ஸசரி எல்லாம் விற்கிற வேலை. அதில் ஆறுமாதம் வேலை செய்தேன். அப்போது நிப்போ பேக்டரியின் விற்பனைப் பிரதிநிதியா எனக்கு வேலை கிடைத்தது. அதற்கு ஊர் ஊராகச் சுற்றும் வாய்ப்புக் கிடைத்தது. எனக்கு அந்த வேலையைவிடவும் ஊர் சுற்றும் வாய்ப்புத்தான் ரொம்பவும் கவர்ச்சிகரமாக இருந்தது. அப்போது பிரம்மராஜன் ஊட்டியில் வேலை பார்த்தார். அந்தச் சமயத்தில் நானும் விஸ்வநாதனும் ஒன்றாக இருந்து இலக்கிய விஷயங்களில் ஈடுபட்டுக்கொண்டிருந்தோம். என் கவிதைகள் சில முக்கியமான இலக்கியப் பத்திரிகைகளாகிய ‘கவனம்’, ‘ழ’ ஆகியவற்றில் வந்திருந்தன. அதனால் அதிலெல்லாம் எழுதிக் கொண்டிருந்த பிரம்மராஜனைப் பார்க்க வேண்டும் என்னும் ஆசையோடு ஊட்டிக்குப் போய் அவரைப் பார்த்தேன்.

அவருடனான தொடர்பு இலக்கியரீதியாகவும் நட்புரீதியாகவும் ரொம்பவும் வலுவானதாக இருந்தது. அவர் மூலமாகக் கிடைத்த பல விஷயங்கள் என்னை இன்றைக்கு ஆளாக்கி இருக்கின்றன. ஒன்று மேற்கத்திய இலக்கியம் பற்றிய அறிமுகம். இன்னொன்று சங்கீதம் சம்பந்தமான நுட்பமான அறிவு. இதற்குப் பிரம்மராஜனுக்கும் அவர் மனைவி மீனாவுக்கும் கடமைப்பட்டிருக்கிறேன். அப்புறம் பல புத்தகங்களைப் பிரம்மராஜன் சிபாரிசு பண்ணியிருக்கிறார். வாங்கிக் கொடுத்திருக்கிறார். அவருடைய முதல் தொகுப்பு முன்னாலேயே வந்திருந்தது. இரண்டாவது தொகுப்பு ஊட்டியில் இருக்கிற போதுதான் வந்தது. அது ‘வலி உணரும் மனிதர்கள்’ என்பது. அதனுடைய பின்னட்டைக் குறிப்பு எழுதியது நான்தான்.

அந்தக் கட்டத்தில் ‘ஸ்வரம்’ என்னும் பத்திரிகையை டி.எம்.நந்தலாலா என்கிற மருந்தாளுநர் கல்லூரி மாணவர் நடத்திக்கொண்டிருந்தார். அது Inland formatஇல் வந்து கொண்டிருந்தது. பிரம்மராஜன் ஊட்டிக்கு வந்தபோது ஒரு இலக்கிய வட்டம் உருவாக ஆரம்பித்தது. ‘ஸ்வரம்’ பழைய வடிவத்தை விட்டுவிட்டு ஒரு பத்திரிகையின் வடிவத்துக்கு வந்தது. பதினாறு பக்கம் உள்ள கவிதைப் பத்திரிகை. சில இதழ்கள் வந்து நின்றுவிட்டது. அந்த இடைவெளியைப் பூர்த்திசெய்வதற்காக ‘மீட்சி’ என்ற பத்திரிகையை பிரம்மராஜன், அவருடைய நண்பரான ஆர். சிவக்குமார், எத்திராஜ் அகிலன், ராஜாராம் எல்லாரும் சேர்ந்து தொடங்கினார்கள். அந்த இதழின் இருபது இருபத்தைந்தாவது இதழ்வரைக்கும் தொடர்ந்து அதற்குள் செயல்பட்டுக் கொண்டிருந்திருக்கிறேன். பிறகு என்ன காரணத்தினால் அந்த நட்பு போச்சு என்பது வாழ்க்கையில் நான் தெரிந்துகொள்ள, புரிந்துகொள்ள விரும்புகிற ஒரு ரகசியம்.

இதற்கிடையில் இந்தச் சமயத்தில்தான் எண்பது அல்லது எண்பத்தொன்றாம் ஆண்டு என்று நினைக்கிறேன், தமிழ்ச் சிறுபத்திரிகைகள் எல்லாம் சேர்ந்து ஒரு அமைப்பை உருவாக்கி இருந்தன. அதன் முதல் கூட்டத் திற்கு நான் போயிருந்தேன். நாமக்கல் பக்கம் சேந்தமங் கலத்தின் காந்திநகர் என்ற இடத்தில் அந்தக் கூட்டம் நடந்தது. பெங்களூரில் இருக்கும் ஜி.கே.ராமசாமி யின் சொந்த ஊர் அது என்பதால் கூட்டம் அங்கே நடந்தது. அங்கே பல இலக்கியவாதிகளைப் பார்த்தேன். பு.வ.மணிக்கண்ணன், தமிழவன் எனப் பலரை அங்கே பார்த்தேன். அதன் இரண்டாவது கூட்டம் சென்னை வில்லிவாக்கத்தில் நடந்தது. அந்தக் கூட்டத்தில்தான் ஆத்மாநாமை முதன்முதலில் பார்த்தேன். அதற்கு முன்னால் ஒரு போஸ்ட் கார்டில் ஒரு கவிதையைப் பாராட்டி எழுதியிருந்தார், ‘ழ’ பத்திரிகை ஆசிரியர் என்ற முறையில். அந்தக் கவிதைதான் ‘வரலாறு’ என்று அவரால் தலைப்புவைத்து வெளியான ‘கையில் அள்ளிய நீர்’.

‘ஸ்வரம்’ நின்று ‘மீட்சி’ தொடங்கற அந்த இடைவெளியில கோவையிலிருந்து ஒரு பத்திரிகையைக் கொண்டுவரலாம் என்கிற தீர்மானத்துக்கு வந்தோம். ஞானி, அவருடைய நண்பர்களான ரத்தினம், அமரநாதன், அறிவன், ஆறுமுகம் எல்லாரும் சேர்ந்து ஒரு பத்திரிகையைக் கொண்டுவரலாம் என்று முடிவுசெய்தோம். அதற்கு முன்னாலேயே ‘பரிமாணம்’ என்று ஒரு பத்திரிகை வந்துகொண்டு இருந்தது. அதுவும் நின்றுபோனதுக்கு அப்புறம் நாங்கள் யோசிச்சு எடுத்த முடிவுதான் இன்னொரு பத்திரிகை கொண்டு வருவது. ‘நிகழ்’ அப்படிங்கற பேரை நான்தான் வைத்தேன். அதன் முதல் இரண்டு இதழ்களுக்கு நான்தான் ஆசிரியர். எனக்கு ஊர் ஊராகச் சுற்றுகிற தொழில் கிடைத்து அந்த வேலையை மேற்கொண்டதாலும் அந்தப் பத்திரிகையை அவர்கள் விரும்பினபடி கொண்டு வர முடியாது என்பதாலும் அந்தப் பத்திரிகை நான் விரும்பினபடி இல்லை என்பதாலும் விலகிக் கொண்டேன்.

உங்கள் கவிதைகளில் அப்பாவைப் பற்றிய குறிப்புகள் நிறைய இருக்கின்றன. அவர் கொஞ்ச காலம் மார்க்சியச் சார்போடு இருந்ததாகச் சொன்னீர்கள்.

அதெல்லாமே அவருடைய வாழ்க்கையின் சின்னப் பகுதியில் ஒரு மின்னல் மாதிரி வந்து போனவைதான். அவருடைய பிரச்சினைகள் என்ன என்று எங்களுக்குத் தெரியவில்லை. அதைத் தெரிந்துகொள்ள முற்படவில்லை என்பது..........இப்போது எனக்கு ஐம்பது வயது ஆகும் இந்தச் சமயத்தில் பெரிய வருத்தமாக இருக்கிறது. அவர் நல்ல உழைப்பாளி. அவர் ஏதோ ஒரு கட்டத்தில் மதுப்பழக்கத்துக்கு அடிமையானார். இது வீட்டில் தொடர்ந்து பிரச்சினைகளை உண்டாக்கியது. நாங்கள் நான்கு பேர். அப்புறம் நான் கல்லூரி முதலாம் ஆண்டு படிக்கும்போதுதான் என் தம்பி பிறந்தான். இது வீட்டில் எப்போதும் ஒரு நிம்மதியற்ற சூழலை உண்டாக்கியது. வசதியானதல்ல என்றாலும் பட்டினி கிடந்த குடும்பம் அல்ல. ஆனால் அவருடைய இந்தப் பழக்கத்துக்குப் பிறகு அந்த நிலைக்கும் போக வேண்டி வந்தது.

எனக்கு நல்லா ஞாபகம் இருக்கிறது. சனிக்கிழமை ஸ்கூல் வச்சிட்டாங்கன்னா எனக்குப் பெரிய பதற்றம் வந்துவிடும். யூனிபார்முக்குப் பதிலா எல்லாப் பசங்களும் கலர் டிரஸ் போட்டுக்கிட்டு வருவாங்க. என்கிட்ட இருந்தது இரண்டு செட் யூனிபார்ம் மட்டும்தான். சனிக்கிழமையும் அதையே போட்டுக்கிட்டுப் போவதற்கு வருத்தமாக இருக்கும். அதனால் நான் ஒரு தந்திரம் செய்தேன். அப்பாவுக்கு யாரோ கொடுத்த ஒரு வேட்டியக் கட்டிக்கிட்டுப் போக ஆரம்பிச்சேன். அந்தச் சமயத்தில் தொடர்ந்து மழை பெய்து அதிகமாக லீவுவிட்டதால் எல்லாச் சனிக்கிழமையும் தொடர்ந்து ஸ்கூல் வச்சிட்டாங்க.

எல்லா வாரமும் வேட்டியோட வருவதைப் பார்த்த என் ஆசிரியர் சோமசுந்தரம் என்னை விசாரித்தார். அவருடைய ஸ்கூட்டர்ல என்னை ஏத்திக்கிட்டுப் போய் பாம்பே டையிங் கடையில ஒரு சட்டையும் பேண்டும் வாங்கிக் கொடுத்தார். அந்த அளவுக்கு வறுமை இருந்தது. எனக்குப் பின்னால் இருந்த பெண்கள் எல்லாரும் பள்ளிப் பருவம் தாண்டிக் கல்லூரிப் பருவம் வந்தாங்க. வயசுக்கு வந்திருந்தாங்க. இது பெரிய சிக்கலா இருந்தது. இதனால் அன்னைக்கு எனககு மாபெரும் எதிரின்னு தோன்றியது எங்க அப்பாதான். அந்தக் கோபத்தைப் பலமுறை எழுதியிருக்கிறேன். ஆனால் அவருகிட்ட ஒருமுறையும் கோபத்தைக் காட்டியதே இல்லை. ஒரு தடவைகூட அவரை எதிர்த்துப் பேசியதில்லை. திட்டியது இல்லை. அவர் வந்தாருன்னா நான் இறங்கிப் போயிருவேன். அவர்கூட எனக்கு உறவே இல்லை. 'பகை இல்லை அன்பைப் போலவே'.

இந்தப் பிரச்சினைகள் முற்றியபோது எங்க குடும்பத்தில் எல்லாரையும் அழச்சிட்டுக்கிட்டுத் தர்மபுரிக்குக் குடிபோனோம். ஒரு வருசம் அங்கே குடியிருந்தோம். என்னுடைய நண்பர்களான சிவக்குமார், பார்த்திபன் இவர்கள் எல்லாம் அங்கே இருந்தார்கள், ஆதரவு இருந்தது என்பதால் அங்கே போனோம். அந்த ஒரு வருசத்தில் அவர் மனம் திருந்தியோ குடும்பத்தின் மேல் பாசம் வந்தோ திரும்பவும் கூப்பிட்டார். அதனால் கோவை வந்தோம். கொஞ்சநாள் நல்லா இருந்தது. பிறகு மறுபடியும் அதே பழக்கங்கள். அதனால் அப்போது அயோக்கியத்தனமா குடும்பத்திலிருந்து விலக ஆரம்பித்தேன். அதிகமா வீட்டுக்குப் போவதோ காசு கொடுப்பதோ மாதிரியான காரியங்கள் எதுவும் செய்யவில்லை. அந்த வீட்டில் இருப்பதே நரகத்தின் நடுவில் இருப்பது மாதிரியான ஒரு உணர்வு.

அப்போது எல்லாம் என்னைக் காப்பாற்றியது என்னுடைய இலக்கிய ஆசைகள், சங்கீதம் போன்ற விசயங்கள்தான். அது என்னுடைய மனத்தில் மாறாத காயமாக இருந்தது. இன்றைக்கு எனக்கும் வயதாகி இந்த விசயங்களை எல்லாம் பகுத்துப் புரிஞ்சுக்கறதுக்கான பக்குவம் வந்த பிறகும்கூட அந்த வருத்தமும் வலியும் மாறல. இப்ப அவர் மேல கோபம் இல்லை, வருத்தம் இருக்கு. அவர் இறந்து போறதுக்குக் கொஞ்சம் கடைசியாப் பார்த்தபோது அவர் சொன்ன வார்த்தைகள்தான் அவரை வேறு ஒரு கோணத்தில் யோசிக்க வைத்தவை. 'நான் ஏதாவது தப்புப் பண்ணியிருந்தா மன்னிச்சிருடா.' அது என்னை ரொம்பவும் தொந்தரவு செய்த வாசகம்.

விற்பனைப் பிரதிநிதியா எவ்வளவு நாள் வேலை செய்தீர்கள்?

நிப்போ வேலைக்குப் பின்னால் மைசூருக்குப் போனேன். அதற்கப்புறம் பொள்ளாச்சியிலுள்ள குவாலிட்டி ஸ்பின்னிங் மில்ஸின் விற்பனைப் பிரதிநிதியாத் திரிந்தேன். இப்படி ஒரு பத்து வருட காலம் சுற்றியிருக்கிறேன். இதில் கிடைத்த சம்பளத்தைவிடவும் தென்னிந்தியா முழுக்கப் பார்க்கும் வாய்ப்புக் கிடைத்தது என்பதுதான் இந்த வேலையில் இருக்க வைத்தது. அப்படித்தான் தமிழ், மலையாள மொழி எழுத்தாளர்கள் எல்லாரையும் பார்த்தது. பெரும்பாலான எழுத்தாளர்களை நான் பார்த்திருக்கிறேன். அது இந்தப் பயணங்களால்தான். என்னை இன்னும் கூரானவனா ஆக்கியது இந்தப் பயணம் தான். அப்புறம் சென்னைக்கு வந்து ஒரு ரெடிமேட் பேக்டரி தொடங் கினோம். அது நஷ்டமாச்சு. அந்தச் சமயத்தில்தான் என் கல்யாணமும் நடந்தது. வேற ஏதாவது பண்ணனும் அப்படின்னு கட்டாயம் ஏற்பட்டது. அதனால் பத்திரிகை வேலைக்குப் போக ஆரம்பித்தேன். நான் சின்னப் பையனா இருக்கும்போது எழுத்தை நம்பிப்

பிழைக்கக் கூடாதுன்னு நினைச்சேன். ஆனால் இப்போது நான் பிழைப்பது எழுத்தை நம்பித்தான்.

உங்க இயல்புக்கு வெகுஜனப் பத்திரிகை வேலை பொருந்தி வந்ததா? அந்த அனுபவம் எப்படி இருந்தது?

பத்திரிகைத் தொழில் மேல இருக்கும் காதல்னால அந்த வேலைக்குப் போய்ச் சேர்ந்தேன்னு சொல்லமாட்டேன். எழுதத் தெரியும் என்கிற தன்னம் பிக்கை எனக்கு இருந்தது. நான் எழுதியிருக்கேன் என்பதற்கு அத்தாட்சிகள் இருந்தன. கட்டாயம் ஒரு வேலை வேண்டும் என்ற போது இயல்பாக என்னுடைய தேர்வு விற்பனைப் பிரதிநிதி என்பதாகத்தான் இருந்தது. என்னுடைய மனைவிதான் 'உனக்குத்தான் எழுதத் தெரியுமே ஏதாவது பத்திரிகைக்கு முயற்சி செஞ்சு பாரு'ன்னு சொன்னாங்க. முதன் முறையா எனக்கு அந்த எண்ணம் வந்ததே அப்பத்தான். அதுக்கு முன்னால் வெகுஜனப் பத்திரிகையில் சின்னதாக் கட்டுரை மாதிரியான சில எழுதியிருக்கிறேன். வேறு எந்தத் தொடர்பும் இல்லை. அப்போது 'குங்குமம்' பத்திரிகை வளாகத்தில் ச. ம. பன்னீர்செல்வம் என்கிற நண்பர் இருந்தார். அவருகிட்ட ஒரு வேலை வேண்டும் அப்படீன்னு கேட்டபோது 'குங்குமம்' வளாகத்தில் விசாரிக் கிறேன்னு சொன்னார்.

அப்போது 'தமிழன்' என்ற நாளிதழ் தொடங்கி நடத்தப்பட்டு வந்தது. அதற்கான விண்ணப்பம் அனுப்பினேன். அதைப் பார்த்துவிட்டு என்னைத் தேர்ந்தெடுத்தவர் சின்னக் குத்தூசி என்கிற தியாகராஜன். அதற்குக் காரணம் தமிழினி வசந்தகுமார். அவர்கள் நடத்திய 'புதுயுகம் பிறக்கிறது' என்னும் பத்திரிகையின் முதல் இதழில் என்னுடைய கவிதைகள் வெளியாயின. அது பிரம்மாண்டமான தயாரிப்பாக இருந்தது. அதனால் எல்லா இடத்திலும் என்னுடைய பெயர் ஓரளவுக்குத் தெரிஞ்சது. சின்னக் குத்தூசிக்கும் என் பேர் தெரிஞ்சிருந்தது. அந்தக் கவிதைகள் பற்றி அவருக்கு நல்ல அபிப்ராயம் இருந்தது. அதுதான் எனக்கு வேலை வாங்கித்தந்தது. இலக்கியந்தான் அன்னைக்குச் சோறு போடறதுக்குத் தயாரா இருந்தது.

பத்திரிகைக்கு வந்த பிறகுதான் எனக்குள்ள ஒரு பத்திரிகையாளன் இருக்கிறான் என்பதை நான் கண்டுபிடித்தேன். மூணாவது நாளில் இருந்தே அந்தப் பத்திரிகையின் எடிட் பேஜ் எழுத ஆரம்பிச்சிட்டன். இது கொஞ்சம் மெல்ல மெல்ல என்னை ஒரு பொருட் படுத்தக்கூடிய ஆளா அந்த வளாகத்துக்குள்ளேயும் அப்புறம் பத்திரிகை உலகத்திலும் மாற்றியது. அந்த நாளிதழ் நிர்வாகக் காரணங்களால் ஒன்பது மாதத்தோடு நிறுத்தப்பட்டபோது என்னைக் குங்குமத்துக்கு மாற்றினார்கள். இன்னும் கொஞ்சம் சுவாரஸ்யமானதும் இனிமையானதுமான வேலை அமைந்தது. நிறையக் கதைகள் படிக்கலாம், வேற வேற விசயங்கள் தெரிஞ்சிக்கலாம். அந்தப் பத்திரிகைக்கு ஆசிரியராக இருந்தவர் ஒரு கட்டத்தில் வெளியேற நேர்ந்த போது பத்திரிகைப் பொறுப்பு எனக்குக் கொடுக்கப்பட்டது.

அந்தப் பத்திரிகையில் பெரிசாச் சாதித்தேன்னு சொல்ல முடியாது. எனக்குத் தெரிஞ்ச சில விசயங்களை வைப்பது அப்படிங்கிற மாதிரி சில செஞ்சேன். அது கீழான தரத்தில் இல்லாமல் கொஞ்சம் இலக்கியரீதியாகப் பண்ணலாம்னு நினைத்தேன். ஏன்னா, க. நா. சுப்பிரமணியமும் தியடோர் பாஸ்கரனும் சா. கந்தசாமியும் எழுதக் கூடிய ஒரு பத்திரிகையில் அதற்கான வாய்ப்பு இருந்தது. அதை நான் பயன்படுத்திக்கொண்டேன். அதற்கு அவர்கள் அனுமதித்தார்கள் என்பது முக்கியம். அப்படியான சுதந்திரத்தை எனக்குத் தந்தார்கள். அதைப் பயன் படுத்திக்கொண்டு சின்னச் சின்னத் தந்திரங்கள் எல்லாம் செய்து இரண்டு லட்சம் விற்கிற அளவுக்கு அந்தப் பத்திரிகையைக் கொண்டு போனேன். அப்போது எனக்கான ஒரு பாராட்டு விழாவும்கூட நடத்தினார்கள். அது தான் அந்தப் பத்திரிகை காலகட்டத் தோட சந்தோசமான விசயம்.

அதைவிட்டு வந்து ஒரு மூன்று மாதம் 'குமுதம்' பத்திரிகைக்குப் போனேன். வெளிப்படையான காரணம் எதுவுமே கிடையாது. குமுதத்தில் சம்பளம் அதிகம் கிடைக்கிறது என்பது மட்டும்தான். முக்கியமான பத்திரிகையாளர்களில் ஒருவன் நான். என்னுடைய பணிக்குத் தகுதியான ஊதியம் இருக்கிறது என்னும் இரண்டு விசயங்கள் குமுதம் அழைத்ததில் எனக்குத் தெரிய வந்தவை. குமுதத்தில் கைகால் கட்டப்பட்ட ஒரு ஆள் மாதிரிதான் இருந்தேன். குங்குமம் வளாகத்தில் ஓரளவு சுதந்திரத்தோடு நான் இருந்திருக்கேன். எந்த மேட்டரையும் நான் தீர்மானித்த பிறகு வேண்டாம் என்று சொன்னது இல்லை. நான் எடுக்கும் முடிவை அவர்கள் பெரிதாகத் தடை செய்ததும் இல்லை. ஆனால் குமுதத்தில் அப்படியான ஒரு சுதந்திரம் எல்லாம் கிடைக்கவில்லை. அங்கே நாலு பேரில் ஒருவன் என்று இருப்பது எனக்கு விருப்பம் இல்லாமல் இருந்தது. ஏதோ ஒரு தத்தளிப்பில் இருந்தபோதுதான் என்னுடைய பூர்வாசிரமம் பற்றிய ரகசியம் வெளிவந்தது. நான் ஒரு மலையாளி என்பது தெரியவந்தது. 'மலையாளம் சேனல் தொடங்குகிறோம். நீ வந்து பொறுப்பேத்துக்கணும்' என்று அழைப்பு. அப்படி 1998 ஏப்ரல் மாதம் சூர்யா டிவியின் செய்தி ஆசிரியராகப் பொறுப் பேற்றுக்கொண்டேன்.

குங்குமத்தில் நீங்கள் செய்தவை என்ன மாதிரியான மாற்றங்கள்?

ஒவ்வொரு இதழிலும் ஒவ்வொரு புதிய பகுதி தொடங்குவது. அப்புறம் நிறையப் புதிய ஆட்களைக் கொண்டு வருவது. இதெல்லாம் வந்தபோது இலவச விநியோகத்தின் ஆரம்ப கட்டமும் அன்றைக்குத் தொடங்கியது. ஆனால் இவ்வளவு

மோசமாக நடக்கவில்லை. புத்தகம் வாங்குபவனுக்குக் கூடுதல் அலவன்சா ஏதாவது ஒரு பொருள் கொடுக்கப்பட்டதே தவிர அது பத்திரிகையின் உள்ளடக்கத்தை எந்த வகையிலும் பாதிக்கவில்லை. பல விசயங்களைத் தொடர்ந்து எழுத முடிந்தது. புதிய எழுத்தாளர்களைக் கொண்டுவர முடிந்தது. யுவன் சந்திரசேகரோட கவிதையைப் போட முடிந்தது. ஒரு தீபாவளி மலருக்கு இந்தியப் பெண் கவிஞர்கள் என்ற ஒரு தொகுப்பைக் கொண்டுவர முடிந்தது.

ரொம்ப நாள் எழுதாமல் இருந்த விமலாதித்த மாமல்லனுடைய கதையைப் போட்டு அவரைத் திரும்பவும் வெளியே கொண்டுவர முடிந்தது. இப்படிச் சில விஷயங்கள். 'குங்கும'த்துடைய சுபாவம் கதையைப் போடுவது, யாருக்கும் சுவாரஸ்யம் இல்லாத நடையில் சில கட்டுரைகளை வெளியிடுவது என்பதுதான். நான் பண்ணின அரவாணிகள் பற்றிய கட்டுரை, பாலியல் தொழிலாளிகள் பற்றிய கட்டுரை ஆகியவை எல்லாம் வாசகனுக்கு ருசிகரமாகவும் சில புதிய தகவல்களைச் சொல்வதாகவும் இருந்தன. அன்றைக்கு எனக்கும் சாதித்துப் பார்க்கணும் என்ற குறுகுறுப்பு இருந்ததனால நானும் வேற வேற விசயங்கள் பண்ணியிருக்கிறேன்.

என்னுடைய கட்டுரைத் தொகுப்புல மூன்று கட்டுரைகளைத்தான் அதிலிருந்து எடுத்துப்போட முடிந்தது. இன்னும் முக்கியமாக அதில் செய்த சில பேட்டிகள், கட்டுரைகள் எல்லாவற்றையும் என்னால் தேடி எடுக்க முடியவில்லை. குறிப்பா இளையராஜா, கமலஹாசன், எல்லிஸ் ஆர். டங்கன் இவர்களிடம் எடுத்த பேட்டிகள் ரொம்ப முக்கியமானவை. பத்திரிகையைப் பத்திரப்படுத்துகிற பழக்கம் இல்லாததால் அவற்றைத் தேடி எடுக்க முடியவில்லை. 'குங்கும'த்திற்காக நான் செய்த இன்னொரு நல்ல விஷயம், நம்ம கண் முன்னால் தென்படுகிற சில பெண்களின் வாழ்க்கையைப் பற்றி எழுதுவது என்பது. அதற்கு எனக்கு முன் உதாரணம் Savoy என்கிற பத்திரிகையில் வந்த I believe என்ற ஒரு பகுதி.

இதற்காக நான்கு இண்டர்வியூக்கள் பண்ணினேன். சில்க் ஸ்மிதா, ஸ்ரீவித்யா, உன்னிமேரி என்கிற தீபா, காஞ்சனா ஆகிய நடிகைகள். சில்க் ஸ்மிதாவும் ஸ்ரீவித்யாவும் பல விஷயங்களை ரொம்பவும் வெளிப்படையாப் பேசியிருந்தாங்க. ஆனால் இவற்றை எல்லாம் வெளியிட முடியல. வெளியிட்டாப் பிரச்சினை ஆகும் அப்படீன்னு வெளியிட வேண்டாம்னு சொல்லிட்டாங்க. அது ஒரு பத்திரிகையாளனா எனக்கு வருத்தம் தருகிற விஷயம். அதேபோல ஒரு நல்ல பேட்டி நடிகை காஞ்சனாவுடையது. அவங்க பெங்களூர் தாண்டி ஒரு கிராமத்தில் கோயில் சுத்தம் செய்கிற வேலைசெய்து வாழ்ந்துக் கிட்டிருந்தாங்க. அதையும் வெளியிட முடியல.

அந்தப் பத்திரிகை வேலையினால் எனக்குத் தனிப்பட்ட முறையில் நிறைய நண்பர்கள் கிடைச்சாங்க. பத்திரிகையாளன் என்கிற முறையில் நிறையப் பேரைப் பார்க்க முடிந்தது. நிறைய இசைக் கச்சேரிகள் கேட்க முடிந்தது. இசை பற்றி நான் எழுதிய சில நல்ல கட்டுரைகள் அதில் வந்திருக்கு. மகாராஜாபுரம் சந்தானம் பற்றியும் பீம்சேன் ஜோஷி பற்றியும் எழுதிய கட்டுரைகள் எல்லாம் முக்கியமானவைன்னு தோணுது. இப்பவும் அந்த உணர்வு மாறவில்லை.

குங்குமம் பத்திரிகை வளாகத்தில் சில வருசங்கள் இருந்திருக்கீங்க. கலைஞர் அதில் எழுதுபவர். அவரோடான அனுபவம் ஏதும் உங்களுக்கு உண்டா?

நான் அடிப்படையில் திமுக சார்பான ஆள் இல்லை. திமுகவின் அரசியலோடோ பண்பாட்டினோடோ பெரிய அனுபவ நிலைப்பாடெல்லாம் எனக்கு இல்லை. அப்படியான கட்டத்துக்கு என்னைக் கொண்டு வந்த பெருமை ஜெயகாந்தனைச் சாரும். அது ஒரு பொக்கான இயக்கம் என்று அவர் போட்டு உடைச்சது மண்டையில் ஏறி இருந்தது. அவங்க இலக்கியம் பற்றியும் எனக்கு நல்ல அபிப்ராயம் எதுவும் கிடையாது. ஒரு இயக்கம் என்கிற போது அதனுடைய பங்கைக் குறைச்சுச் சொல்லவே மாட்டேன். இந்த மொழி பேசுவதனால் நமக்கு ஒரு மதிப்பு இருக்கு. இந்தப் பண்பாட்டைச் சார்ந்தவன் என்பதால் நமக்கு ஒரு கௌரவம் இருக்கு என்பதைத் தெரிவிச்சது இந்த இயக்கம்தான். இந்த இயக்கம் ஒரு சீர்திருத்த இயக்கம், சமுதாய இயக்கம் என்கிற கோணங்களில் தான் பார்க்க வேண்டும். அந்தக் கோணங்களில் பார்க்கும்போது குறிப்பிடத்தக்க பங்களிப்பை அவர்கள் செய்திருக்கிறார்கள் என்பதுதான் என்னுடைய கருத்து.

இலக்கியம், திரைப்படம், நாடகம் ஆகிய ஊடகங்களை எல்லாம் அவர்கள் பயன்படுத்திக் கொண்டார்கள். மற்றபடி அவற்றில் மாபெரும் விற்பன்னர்கள் கிடையாது. சமுதாயச் சீர்திருத்தக் கொள்கைகளுக்காகவும் அரசியல் பிரச்சாரத்திற்காகவும் இவற்றை இவர்கள் பயன்படுத்திக்கொண்டார்கள். அந்தத் தேவை தீர்ந்ததும் அவற்றின் மேல் அவர்களுக்கு மரியாதை இல்லாமல் போய்விட்டது. இன்றைக்கு யாராவது கலைஞர் வசனத்திற்குச் சிலிர்ப்படைவார்களா என்று கேட்டால் இல்லை என்றுதான் சொல்ல முடியும். ஏன்னா காலம் மாறிவிட்டது. தேவைகள் மாறிடுச்சு. அதுக்குப் பிறகும் இது தொடர்வது ஏன்? ஆதாரமான கொள்கைகள் எல்லாவற்றையும் இந்த இயக்கம் இழந்திருச்சி என்கிற போது இந்த இயக்கத்தினுடைய இன்றைய பங்கு என்ன? இந்த இயக்கத்தின்மீது மதிப்பு மரியாதை உள்ள எல்லாருமே கேட்டுக்கொள்ள வேண்டிய ஒரு கேள்வி.

இசையில் உங்களுக்கு ஆர்வம் வந்தது எப்படி?

நான் ஊட்டியில் படித்தபோது பரமேஸ்வரின்னு ஒரு டீச்சர் இருந்தாங்க. அவுங்க வீட்டுக்கு நான் ட்யூசன் போனேன். அவுங்க வீட்டில் எப்போதும் பாட்டுச் சத்தமாக் கேட்டுக்கிட்டே இருக்கும். எல்லாம் பஜனைப் பாட்டா இருக்கும். சின்னப் பையனா இருந்ததால என்னைக் கூட்டிக்கொண்டுபோய்க் கோயில் பஜனையில் பாடவைப்பாங்க. அப்படிப் பாடிப் பாடிச் சங்கீதத்தில் ஒரு ருசி வந்தது. அப்புறம் கோயம்புத்தூரில் கல்லூரியில் படித்தபோது சங்கீதம் கத்துக்கலாமுன்னு போக ஆரம்பிச்சேன்.

அது நடக்கல. அப்ப எனக்குச் சீனிவாசன்னு ஒரு நண்பன் இருந்தான். அவன் நல்லாப்பாடுவான். அதனால் நான் ஒழுங்கா லேபுக்குப் போனதவிடவும் ரெக்கார்ட் நோட் எழுதினதைவிடவும் எங்காவது பாட்டுக் கச்சேரி நடக்குதா, பாட்டுப் போட்டி நடக்குதான்னு தேடிப் போன நாட்கள்தான் அதிகம் இருக்கும். ஆனால் அதைக் கூர்மைப்படுத்திவிட்டவர் பிரம்மராஜன். லேசாக் கேட்டுப் பழகி இருந்த இந்துஸ்தானி இசையைப் பற்றிய பெரிய உலகத்தைத் திறந்துவிட்டது பிரம்மராஜன் தான். ஒரு தடவை தொத்திக்கிடுச்சின்னா மாறாத விஷயம் இசை என்பதால் அது தொடர்ந்து இருந்துக்கிட்டே இருக்கு.

நம்ம கர்நாடக சங்கீதத்தில் வளர்ச்சி, மாற்றம் என்று சொல்கிற மாதிரி விஷயங்கள் இருக்கிறதா?

நம்ம கலைகளில் ரொம்பவுமே பூரணமான கலைங்கிறது சங்கீதம்தான். அது முழுமை அடைஞ்சிருக்கு. அதற்கான வடிவம் எல்லாமே வந்து சேர்ந்திருக்கிறது. நம்முடைய சங்கீதத்தில் மிகப் பெரிய விஷயம் என்பது கீர்த்தனை பாடுவதுதான். மேற்கத்திய இசையில் சிம்பனி அப்படிங்கறதுக்கு இணையா இதை வச்சிக்கலாம். சிம்பனி வாத்தியங்களால் இசைக்கப் படுகிறது. கீர்த்தனை வாத்தியங்களாலோ வாய்ப்பாட்டினாலோ இசைக்கப்படுகிறது. அதனுடைய பெரிய வடிவத்தை அது அடைந்திருக்கிறது.

ஏற்கனவே இருக்கிற அந்த வடிவத்தை நெருங்குகிற முயற்சியைத்தான் திரும்பத் திரும்ப எல்லாக் கலைஞர்களும் பண்ணிக்கிட்டிருக்காங்க. பல சமயம் நெருங்க முடியறதில்லை. அவுங்கவுங்களுடைய பாணியில் பண்ணிப் பார்க்கிறாங்க. அதனால ஒருபோதும் அது பழசு மாதிரி இருப்பதேயில்லை. ஒருதடவை மணி ஐயர் பாடிய மணிரங்கு ராகத்தை அடுத்த தடவை அவரே பாடும்போது அதே மணிரங்கு ராகம் அல்ல. ஒருதடவை எம்.டி.ராமநாதன் பாடின இந்தோளம் இன்னொரு தடவ அவர் பாடும்போது அதில் வேற வந்து சேர்ந்திருது. அந்த அம்சம்தான் தொடர்ந்து இந்தச் சங்கீதத்தை நிற்க வச்சுக்கிட்டு இருக்கு.

கீர்த்தனைகளில் பக்தி என்ற ஒரு அம்சம் மட்டுமேதானே மையமா இருக்கு?

அது இங்கு நிலவும் ஒரு கட்டுப்பெட்டித்தனம். கண்மூடித்தனமான ஒரு மரபு சார்ந்து நிலவுகிற ஒரு நடைமுறை. இந்துஸ்தானி இதைவிட மிகவும் நெகிழ்வான ஒரு இசை. அதில் பக்திக்கெல்லாம் பெரிய இடம் கிடையாது. சங்கீதத்துக்குத்தான் பெரிய இடம். நமக்கு நேர்ந்தது என்னன்னா பக்தி இலக்கியம் பரவலாக வந்துக்கிட்டு இருந்தபோது அதைப் பரப்புவதற்கு இசை ஒரு வாகனமாகப் பயன்பட்டது. பக்தி இலக்கியத்தின் அடிப்படையான கூறு நெகிழ்வுதான். தெய்வத்தின் முன்னால் தன்னை இழக்கும் நெகிழ்வு. சங்கீதத்தின் அடிப்படையான கூறும் இந்த நெகிழ்வுதான். இரண்டும் ஒன்று சேர்ந்தபோது பிரிக்க முடியாத மாதிரி ஆயிருச்சு. அதனால் பக்தி இருந்தால் சங்கீதம், சங்கீதம்னா பக்தி இருக்கணும் அப்படீன்னு எல்லாம் எதுவும் கிடையாது. தேஷ் ராகத்தில் பாடப்பட்ட எந்த தெய்வத் தோத்திரத்தைவிடவும் அந்த ராகத்தில் பாடப்பட்ட பாரதிதாசனின் 'துன்பம் நேர்கையில் யாழெடுத்து நீ இன்பம் சேர்க்க மாட்டாயா' என்ற பாட்டு உருக்கமானதுதான். சங்கீதத்தின் லட்சணம் முழுமையாக உள்ளதுதான்.

இன்றைக்குப் பழைய மனோபாவம் மாறிக்கிட்டு இருக்கு. புதிய தலைமுறையைச் சேர்ந்தவர்கள் குரல் கொடுக்க ஆரம்பிச்சிருக்கிறாங்க. கீதம் என்பது சங்கீதம்தான். அது பக்தியின் வாகனம் அல்ல. சங்கீதம் அதனளவில் முழுமையான விஷயம். பக்தி இருந்தாத்தான் சங்கீதம் இருக்க முடியும் என்பது திணிக்கப்பட்ட ஒரு விஷயம். அது இயல்பானது அல்ல. இன்றைக்கு சஞ்சய் சுப்பிரமணியம், பாம்பே ஜெயஸ்ரீ போன்றவர்கள் எல்லாம் வெறும் பக்திக்காக மட்டும் பாடவில்லை. மானுட அனுபவத்தை வெளிப்படுத்தப் பாடறாங்க. நான் சங்கீதத்தைக் கேட்பதும் அந்த அனுபவத்துக்காகத்தான்.

தமிழில் இப்போது நிறைய இணைய இதழ்கள் வருகின்றன. அதில் நீங்களும் பங்கேற்கக் கூடியவராக இருக்கிறீர்கள். அவற்றின் போக்கு எப்படியிருக்கிறது?

நான் ஒரு எழுத்துச் சோம்பேறி. அதனால் எழுதுவதற்கான ஒரு நிர்ப்பந்தத்தைத் தரும் என்பதற்காக அதில் எழுதுகிறேன். நம்ம பார்வைக்கு அகப்படாத பல வாசகர்கள் உலகம் முழுக்க இருக்கிறார்கள். குறிப்பாக ஈழத் தமிழர்கள். அவர்களை எல்லாம் எட்டுவதற்கு இதுதான் எளிய சரியான மார்க்கம் என்பதாலும் நான் அதில் எழுதுகிறேன். அதோடு என் இணைய உறவு முடிகிறது. இணையம் என்பது இப்போதைக்கு ஒரு சைபர் சண்டைதான். அதில்

பெரும்பாலும் வம்புகளும் வழக்குகளும்தான். எழுபது, எண்பதுகளில் தமிழ்ச் சிறுபத்திரிகைகளில் நடந்துகொண்டிருந்த சண்டைகள் எல்லாம் இன்று இணையத்தில் நடக்கின்றன.

இன்னொன்று இணையத்தில் எழுதும் பலரும் ஒரு மாதிரி ரொம்பவும் பிற்போக்கான, கண்டனத்துக்குரிய அரசியலைச் சேர்ந்தவர்கள். பெரிய ஆக்கப்பூர்வமான ஒரு ஊடகம் அது. ஆனால் அதை நாம் மிகவும் மோசமாகப் பயன்படுத்திக்கொண்டிருக்கிறோம் என்பதுதான் என் அபிப்ராயம். அதில் ஒழுங்கான விவாதங்களுக்கோ சர்ச்சைகளுக்கோ இடமில்லை. நான் ஒரு கட்டுரை எழுதறன்னா கட்டுரையின் அடிப்படை, நோக்கம் என எதையுமே கணக்கில் எடுத்துக்கொள்ளாமல் அதில் ஏதோ ஒரு வரியைப் பிடித்துக் கொண்டு முரசு கொட்டி முழக்கிப் போரைத் தொடுக்கிறாங்க. அது இலக்கிய வளர்ச்சிக்கோ சிந்தனை வளர்ச்சிக்கோ உதவக்கூடிய விஷயம் இல்லைன்னு தோணுது.

இன்னொன்று இணையம் பெரிய சௌகரியங்களை நமக்குத் தருது. இதனால் நம்முடைய எழுத்து மாற்றங்களைச் சந்திக்கிறது. இப்பப் பென்சில்ல எழுதறதுக்கும் பேனாவில் எழுதறதுக்கும் கையெழுத்து வித்தியாசம் ஆகிற மாதிரியே நீங்க பேனாவில் எழுதும் ஒரு கதைக்கும் இணையத்தில் எழுதும் ஒரு கதைக்கும் சின்ன வித்தியாசங்கள் இருக்கு. வாக்கிய அமைப்புகள் போன்றவற்றில் எல்லாம். இது எழுத்தை இன்னும் கொஞ்சம் மாற்றும் என்று நான் நினைக்கிறேன். இதெல்லாம்தான் நமக்குக் கிடைக்கும் அனுகூலங்கள்.

ஆனால் இப்ப நான் பார்ப்பது என்னன்னா இணையத்தில் நடக்கும் பல விஷயங்களை அப்படியே காப்பி அடித்து நம்ம மொழியில் எழுதிவிடுகிறார்கள். இந்தத் தலைமுறை வாசகர்கள் பலருக்கும் இணையத்தோடு தொடர்பு உண்டு என்பதைக்கூட கவனத்தில் கொள்வதில்லை. தமிழில் வந்திருக்கும் பல கட்டுரைகளின் ஆதாரத்தை ஏதாவது இணையத்துக்குள்ள போனால் துருவி எடுத்துவிட முடியும். இது நல்லது அல்ல. சமீபத்தில் ஒரு கட்டுரையில், குறிப்பிட்ட பாடகி பாடும்போது சிறகு விரித்துப் பறப்பதுபோல் மனமே சிறகு விரித்து எழும்புகிறது என்று ஒருவர் எழுதுகிறார். இது அப்படியே இணையத்தில் வந்த இன்னொருவர் கட்டுரையில் இருந்து எடுத்த வரிகள். இணையத்தில் இருந்து தகவல்களை எடுப்பது சரி. இது ஒரு மனம் சார்ந்த படிமம். இதை ஒருத்தன் யோசிச்சுத்தான் எழுதியிருக்கிறான். அதனுடைய உரிமை அவனுக்குத் தான். அவனுடைய பேரையே சொல்லாமல் பயன்படுத்துவது இலக்கியத் திருட்டுதான். இந்த மாதிரியான இலக்கியத் திருட்டு தமிழில் நிறைய வருது. இணையம் மூலமா நிறைய வரவும் வாய்ப்பிருக்கு.

தமிழில் சிறுபத்திரிகைகள் எல்லாமே இடைநிலை இதழ்களாகிவிட்டன என்று ஒரு கருத்து உள்ளது. கோட்பாட்டு விவாதங்கள் போன்றவை இல்லாமலாகிவிட்டன. சிறுபத்திரிகைச் சூழல் பற்றிய உங்க பார்வை என்ன?

கொஞ்ச நாளுக்கு முன்னால் எனக்கு ஒரு அபிப்ராயம் ரொம்ப அழுத்தமா இருந்தது. தமிழில் இரண்டு இயக்கங்கள் தோத்து போச்சி. ஒன்று சிறுபத்திரிகை இயக்கம். இன்னொன்று திரைப்படச் சங்கங்கள். திரைப்படச் சங்கங்கள் கணிசமான பார்வையாளர்களை உருவாக்கல என்பது என்னுடைய குற்றச்சாட்டா இருந்தது. அப்படி உருவாகாது என்பது எனக்குப் பின்னால் தெரிஞ்ச விஷயம். அதே மாதிரி சிறுபத்திரிகைக்கு நூறு வாசகர்தான் இருப்பாங்கன்னா அவுங்க அத்தனை பேரும் தரமான வாசகர்களா இருப்பாங்க. இன்னும் பத்துத் தலைமுறை கடந்தாலும் இப்படி நூறு வாசகர்கள் இருப்பாங்க. ஆனா இந்த நூறு வாசகர்களிடமிருந்து தொடங்குகிற விவாதம், இந்த நூறு வாசகர்களின் பங்களிப்பாக விரியும். அது விரிகிறபோது உங்களுக்கு இடைநிலையாவும் இதழ்கள் தேவைப்படும். ஆனால் சிறுபத்திரிகைக்கான தேவையும் இருந்துக்கிட்டே இருக்கும். இடைநிலைப் பத்திரிகைக்கான தேவையும் தொடரும். தமிழில் ஆரம்ப காலச் சிறுபத்திரிகைகள் எல்லாமே இலக்கியம் சார்ந்தவைதான்.

ஆனால் எண்பது தொண்ணூறுகளில் பண்பாடு, அரசியல் சார்ந்த விஷயங்கள் எல்லாமே சிறுபத்திரிகைக்குள்ள வருது. இப்ப இந்த விஷயங்கள் சிறுபத்திரிகைக்குள்ள மட்டுமே ஒதுங்கிவிடுவது அவ்வளவு பொருத்தமா எனக்குத் தோணல. ஒரு தலித் பிரச்சினைன்னா அது சிறுபத்திரிகைக்குள்ள மட்டும் விவாதித்து முடிக்கக்கூடியதா எனக்குப் படல. அது விரிவான தளத்தில் விவாதிக்கப்படணும். அதற்கு இடைநிலைப் பத்திரிகைகள்தான் பொருத்தம். அதனால இரண்டுமே இருக்கும். அதேபோலத்தான் திரைப்படம். முதலில் திரைப்பட விழாக்கள் மூலமாத்தான் நல்ல படங்களைப் பார்க்க முடிந்தது. இன்னைக்குத் தொழில்நுட்ப வசதிகள் வந்திட்டதால எந்தப் படத்தையும் எப்பவும் பார்க்கலாம். இந்தக் கட்டத்தில் ஒரு நூறு பேர் சேர்ந்து பார்க்கக்கூடிய திரைப்படச் சங்கங்கள் ஒரு மாற்றா இருக்கும். இது திரைப்படம் என்கிற கலையை அடுத்த கட்டத்துக்குக் கொண்டுபோவதற்கு உதவும். அதனால் இவை எல்லாமே இருக்க வேண்டியவைதான் என்பது இப்போதைய என் கருத்து.

திரைப்படமும் உங்களுக்கு ஆர்வமான துறை. உலகத் திரைப்படங்கள் பலவற்றைப் பார்த்த அனுபவம் இருக்கிறது. தமிழ்ப் படங்கள் பற்றிய உங்கள் அபிப்ராயம்?

எனக்கு மூன்று காதல் இருக்கிறது. முதல் காதல் இலக்கியம். இரண்டாவது இசை. மூன்றாவது திரைப்படம். இந்த

மூன்றுக்கும் ஆலாய்ப் பறந்த காலங்கள் உண்டு. ஒரு திரைப்படச் சங்கத்தைக் கோயம்புத்தூரில் தொடங்கி நடத்த ஆரம்பிச்சேன். அதற்கெல்லாம் கோயம்புத்தூரைச் சேர்ந்த என் நண்பர் அமரநாதன் என்பவர் பெரிய உதவியாக இருந்தார்.

திரைப்படச் சங்கம் நடத்திக்கிட்டிருந்தபோது சென்னையில் நடந்த Film appreciation course தான் எனக்குப் பெரிய திருப்பம். ராண்டர்கை, வி. கே. நாயர், சத்தீஸ் பகதூர் இவர்கள் எல்லாம் வகுப்பெடுத்தார்கள். அது ஒரு பெரிய உலகத்தைக் காட்டியது. தமிழில் இதுவரை சினிமாவே வரல அப்படீன்னு அப்ப எனக்குத் தோணுச்சு. இங்கே சினிமா என்பது ஆரம்பத்திலேயே பெரும் தோல்வி. இன்னைக்கும் சினிமா இண்டஸ்ட்ரி அப்படீன்னுதான் சொல்றாங்க. சினிமாவை ஆர்ட்ன்னு சொல்றதில்லை. அதனாலதான் இங்க சினிமாவில் நடிகர், இசையமைப்பாளர், இயக்குநர்னு ஒரே நட்சத்திர ஆதிக்கம். சினிமா என்பது இயக்குநரின் கட்டுப்பாட்டில் இருக்கிற ஒரு முழுமையான கலை. அப்படியான ஒரு பெரிய இயக்குநர் தமிழ் சினிமாவில் வரவில்லை. அப்படி வருவதற்கான வாய்ப்பு இனிமேல் வரலாம்.

நான் பார்த்த எந்தச் சினிமாவிலும் தமிழ் வாழ்க்கை இதுவரைக்கும் காண்பிக்கப்படவில்லை என்பது தமிழ் சினிமாவின் மாபெரும் குறை. ஒரு மாதிரி நடுத்தரமான அல்லது பெரிய, கலை என்கிற உரிமை பாராட்டுதல் இல்லாத மலையாளப் படங்கள் எல்லாவற்றிலுமே அடிப்படையான சில விஷயங்கள் இருக்கும். அவனுடைய வீடு எங்க இருக்கு, எந்த நிலத்தில் நிகழுது, அவன் என்ன மொழி பேசறான், அவனுடைய தொழில் என்ன என்கிற எல்லாமே இருக்கும். தமிழ் சினிமாவில் இதெல்லாம் வருவதே இல்லை. இதெல்லாம் ஒரு கலையின் அடிப்படை விஷயங்கள். கண்முன் காட்டி நம்ப வைக்கிற காட்சிக் கலைக்கு இதெல்லாம் அவசியம் தேவை. இதைப் பற்றிய பொதுஅறிவுகூடப் பார்வையாளனுக்கு வழங்கப்படவேயில்லை.

அப்படியான ஒரு அறிவு அவனுக்கு வந்திருக்குமானால் இப்படியான படங்கள் ஓடியிருக்காது. இப்பக் கொஞ்சம் கேள்விகள் கேட்கிற சூழல் வருது. எங்க நடக்குது, ஏன் நடக்குது, எந்தச் சாதிக்காரன், என்ன தொழில் செய்யறான், இவன் வயசு என்ன, நிறம் என்ன இத்தனை கேள்விகளும் இருக்கு. ஒரு நாவல் எழுதும்போது இத்தனை கேள்விகளுக்கும் ஒரு நாவலாசிரியன் பதில் சொல்றானே. இரண்டரை மணி நேரம் பல்லாயிரக்கணக்கான மக்கள் பார்க்கிற ஒரு படத்துக்கு அந்த நியாயமே கொடுக்கப்படல என்பது ஜனநாயகக் கலையின் ஜனநாயக விரோதப் போக்குதான்.

உங்கள் அத்தை மலையாளம் எழுதப் படிக்கத் தெரிஞ்சவங்கன்னு சொன்னீங்க. நீங்க எப்ப மலையாளம் கத்துக்கிட்டீங்க?

எனக்கு மலையாளம் பேசத் தெரியும். பேசினாப் புரிஞ்சிக்கத் தெரியும். எஸ்எஸ்எல்சி முடிக்கிற வரைக்கும் ஒரு வரிகூட எழுதப் படிக்கத் தெரியாது. நான் அன்றைக்குப் பேசின மலையாளத்தில் தமிழ் இருக்கும். அதைத் தமிழாளம் என்று சொல்லலாம். எஸ்எஸ்எல்சி முடிச்சபோது இரண்டு தீர்மானங்களுக்கு வந்தேன். ஒன்று கோயம்புத்தூரில் எனக்குத் தெரியாத தெருக்களே இருக்கக் கூடாது. அப்பத்தான் நான் சைக்கிள் ஓட்டக் கத்துக்கிட்டு இருந்தேன். கோயம்புத்தூர் முழுக்கச் சுத்தி என்னுடைய புவியியல் அறிவை விருத்திசெய்துகொண்டேன்.

இரண்டாவது ஏதாவது மொழி கற்றுக்கொள்வது என்பது. அதுக்காக இஸ்கஸ் நடத்திய ரஷ்ய, இந்தி மொழி வகுப்புகளுக்கெல்லாம் போய்ச் சேர்ந்தேன். இந்தியில் முதல் கட்டப் பரிட்சை வரைக்கும் போனேன். அப்புறம் விருப்பம் குறைஞ்சிடுச்சி. ரஷ்ய மொழிய மூணாவது நாளே நிறுத்திட்டேன். ஏன்னா அதில் மக்கிப்போன பைன் மரக் காடுகளை உடைய ஸ்டெப்பிப் புல்வெளியின் வாசனை இருந்துக்கிட்டே இருந்தது. அந்த மாதிரியான வாசகங்கள் ரஷ்யப் புத்தகங்களிலிருந்து வரும். எனக்கு இந்த மொழி சரிவராது அப்படீன்னு தோணிருச்சு.

என்னால் பேச முடிகிற, எனக்குப் புரிகிற மொழியக் கத்துக்கிட்டா என்னன்னு எனக்குத் தோணுச்சு. அப்படித்தான் மலையாளத்தைத் தொடர்ந்து படிக்க ஆரம்பிச்சேன். கொஞ்சம் கொஞ்சமாக் கத்துக்கிட்டேன். சொற்கள் எனக்குத் தெரியும். வாக்கியங்களின் அமைப்பு முறை எனக்குத் தெரியும். அதனால் பெரிய சிக்கல் இல்லாமல் கத்துக்க முடிந்தது. அப்பவும் பெரிய நம்பிக்கை இருக்கவில்லை. மெல்ல மெல்ல மலையாள இலக்கியங்கள் படிக்க ஆரம்பித்தேன். அதில் என்னுடைய மொழி அறிவு கொஞ்சம் வளர்ச்சி அடைந்தது. கொஞ்சம் தைரியம் வந்ததற்கப்புறம் மொழி பெயர்ப்புகளில் ஈடுபட ஆரம்பித்தேன். மலையாளத்தில் இருந்து தமிழுக்கு. அப்புறம் சூர்யா டிவியின் செய்தி ஆசிரியர் பொறுப்புக்கு வந்த பின்னால் மலையாளத்தில் எழுத ஆரம்பித்தேன். இதுவரைக்கும் ஒரு பத்துப் பதினைந்து கட்டுரைகள் எழுதியிருக்கிறேன். ஒரு ஐம்பது அறுபது கூட்டங்கள் மலையாளத்தில் பிரசங்கிச்சிருக்கேன்.

மொழிபெயர்ப்புக்கான விஷயங்களை எப்படித் தேர்ந்தெடுக்கறீங்க? மொழிபெயர்ப்புக்கென்று என்ன மாதிரி கொள்கைகள் வச்சிருக்கீங்க?

மொழிபெயர்ப்பு என்பது என்னுடைய ஆர்வம் சார்ந்த விஷயம். பின்னால் சில கட்டங்களில் தேவை சார்ந்தும் செய்திருக்கிறேன். என்னுடைய ரசனை சார்ந்தவை, என் மனப்போக்குக்கு உகந்தவை என்றுதான் செய்திருக்கிறேன். நான்

சொல்லணும் என்று நினைத்துத் தேவையில்லாத தயக்கத்தினாலும் பயத்தாலும் சொல்லாமல் விட்ட விஷயங்களை வேறு யாராவது அழுத்தமாகவும் செறிவாகவும் சொல்லியிருந்தாங்கன்னா அவற்றை மொழிபெயர்த்திருக்கிறேன். மற்றபடி மொழி பெயர்ப்பு என்னுடைய தொழில் அல்ல.

இந்த மொழிபெயர்ப்பு படிப்பவனுக்கு அதனுடைய சரியான அர்த்தத்தில் புரியணும் என்பதைத்தான் பிரதானத் தேவையாக நான் நினைக்கிறேன். மலையாளத்தில் இருக்கும் ஒரு புத்தகத்தைத் தமிழ் வாசகன் ஒருவன் படிக்கிறான். அதனால் தமிழில் அவனுக்குத் தெளிவாப் போய்ச் சேரணும் என்பதுதான் என் முதல் நோக்கம்.

அடுத்து மொழிபெயர்க்கும்போது எந்த அம்சத்துக்கு நியாயமாக இருக்கணும் என்பது முக்கியம். கவிஞனுக்கு நியாயமா இருப்பதா கவிதையின் உள்ளடக்கத்துக்கு நியாயமா இருப்பதா? இது அவ்வப்போது தீர்மானிக்க வேண்டிய விஷயம். சில சமயம் கவிதைகளில் கவிஞனுக்கு நியாயமாக இருக்க வேண்டி வரும். சச்சிதானந்தன் மாதிரியான கவிஞருடைய கவிதையை நான் மொழிபெயர்க்கும்போது கவிதைக்கு நியாயமாக இருப்பதைவிடவும் கவிஞனுக்கு நியாயமாக இருப்பதுதான் நல்லது.

ஏன்னா அவருடைய அரசியல், பண்பாடு எல்லாம் அவர் கவிதைக்குள்ள இருக்கு. சில சமயம் கவிதைக்கு நியாயமாக இருக்க வேண்டி வரும். மலையாளத்தின் முக்கியப் பக்திக் கவியாகிய பூந்தானத்துடைய கவிதையை நான் தமிழில் மொழிபெயர்க்கும்போது அதில் கவிதைக்குத்தான் நியாயமாக இருக்க முடியும். ஏன்னா கவிஞரைப் பற்றிய எந்த விவரமும் எனக்கு இல்லை. இது எல்லாவற்றையும்விடப் பிரதானமாக நான் நினைப்பது அது என்ன தொனியில் இருக்கிறதோ அந்தத் தொனியை என் மொழிக்குக் கொண்டுவருவது என்பது. அது நான் என் மொழிக்குச் செய்யும் ஒரு பங்களிப்பு. இன்னொரு புதிய குரலை என் மொழியில் ஒலிக்கவிடுகிறேன் என்பது.

மலையாள இலக்கியம் ஓரளவு தமிழில் வந்திருக்கிறது. தமிழ் இலக்கியங்கள் எந்த அளவு மலையாளத்தில் வந்திருக்கின்றன?

நாம் கொள்முதலில் நியாயமாக இருக்கிறோம். விற்பனையில் அநியாயமாக இருக்கிறோம். அதற்குக் காரணங்கள் உண்டு. மலையாளத்திலிருந்து தமிழில் மொழிபெயர்ப்பது எளிது. மலையாளம் இலக்கணச் சுத்தமாகத் தெரியாமல் மலையாளம் படிக்க மட்டும் தெரிந்த ஒருவர் தமிழுக்கு மொழிபெயர்த்துவிட முடியும். பெரும்பாலும் இப்போது நடப்பது அதுதான்.

நல்ல மொழிபெயர்ப்பாளர்கள் இல்லை. விரல்விட்டு எண்ணக்கூடிய ஆட்கள்தான் இருக்காங்க. அதிலும் நம்பகமான மொழிபெயர்ப்பு என்று சொல்லக்கூடிய பெயர்கள் மிகக் குறைவு. மலையாளத்திலிருந்து தமிழுக்கு வந்திருக்கிற பலதையும் கதைகள் என்றுதான் சொல்ல முடியுமே தவிர இலக்கியப் படைப்பு என்று சொல்ல முடியாது. சுரா என்று ஒருவர் பஷீர் எழுத்துக்கள் பலவற்றை மொழிபெயர்த்திருக்கிறார். அந்த மொழிபெயர்ப்பைப் படிச்சீங்கன்னா தமிழில் ஒரு பத்தாந்தர எழுத்தாளனுக்குக் கீழதான் பஷீர வெப்பீங்க.

மலையாள இலக்கியம் பற்றிய என்னுடைய அபிப்ராயத்தில் மலையாள மொழியை மாற்றி அமைத்தது மூன்று பேர். மார்த்தாண்ட வர்மா, ராமராஜ பகதூர் என்ற நாவல்களை எல்லாம் எழுதிய சி.வி.ராமன்பிள்ளை முதலாமவர். இரண்டாவது வைக்கம் முகமது பஷீர். மலையாளத்துக்குள்ள ஒரு மலையாளத்தை உருவாக்கியவர் அவர். மூன்றாவது ஓ. வி. விஜயன். ஆனால் பஷீரை ஒரு கதைக்காரனாகக் காட்டுகிற மொழிபெயர்ப்புகள்தான் தமிழில் வந்திருக்கு. மலையாளத்தில் இருந்து தமிழுக்கு வருகிற கவிதைகள் மாதிரியானவை ஏற்கனவே தமிழில் நிறைய இருக்கு. நம்மகிட்டக் குப்பை இருக்கு. அப்புறம் எதற்கு வெளியிலிருந்து காசு கொடுத்துக் குப்பையை வாங்கணும்?

இதில் மலையாளிங்க ரொம்பக் கவனமா இருக்காங்க. ரொம்ப முக்கியமான புத்தகமாத் தேர்ந்தெடுத்துப் பண்றாங்க. இன்றைக்குக் கொஞ்சம் நிலைமை மாறலாம். ஆனால் அதற்கான வாய்ப்பு ரொம்பவும் குறைவுதான். எனக்குத் தெரிஞ்சு தமிழில் இருந்து 'சித்திரப்பாவை' என்ற நாவல் மலையாளத்தில் மொழிபெயர்க்கப்பட்டது. ஞானபீடப் பரிசு பெற்ற எல்லா நாவல்களையும் மலையாளத்தில் கொண்டுவரும் திட்டத்தில் டி. சி. புக்ஸ் அதை மொழிபெயர்த்தாங்க. அது ஒரு பதிப்பைத் தாண்டிப் போகவே இல்லை. ஏன்னா அதற்கு மிக மோசமான விமர்சனங்கள் வந்தன. இந்தப் புத்தகத்தினுடைய நூறு மடங்கு எடையுள்ள புத்தகங்கள் மலையாளத்தில் இருக்கின்றன என்று கிருஷ்ணராயர் என்பவர் விமர்சனம் எழுதினார். அதனால் மொழிபெயர்ப்பு என்பது அங்கே தேர்வு சார்ந்தது. விற்பனை வாய்ப்பு இருக்கிறது என்பதற்காகவே ஒரு புத்தகத்தை வாசகன் தலையில் திணிப்பது என்பது இலக்கிய சர்வாதிகாரம்தான்.

பிறந்ததில் இருந்து நாற்பது வருசங்களுக்கு மேலாகத் தமிழ்நாட்டில் வசித்த நீங்கள் தற்போது திருவனந்தபுரம் வாசியாக இருக்கிறீர்கள். இரண்டு நில வாழ்க்கை அனுபவங்கள் எப்படி இருக்கின்றன? பொருந்திப்போவது சுலபமாக இருக்கிறதா?

நான் இப்ப ரண்டும்கெட்டான் நிலைமையில் இருக்கிறேன். தமிழ்நாட்டை விட்டுப் போனா நான் மலையாள எழுத்-

தாளனாக ஆகிறேன். கேரளாவில் இருக்கும்போது தமிழ் எழுத்தாளன் ஆகிறேன். அந்த மாதிரியான ஒரு கட்டம் எனக்கு. அப்புறம் திருவனந்தபுரம் என்பது மலையாளக் கலாச்சாரத்தினுடைய பிடிவாதக் கூறுகள் உள்ள ஒரு இடம் கிடையாது. இது ஒரு தளர்வான தலைநகரம். இங்கே இருக்கும் கலாச்சாரக் கூறுகள் பலவும் தமிழைச் சார்ந்தவை. அதனால் எனக்குப் பெரிய வித்தியாசம் எல்லாம் தெரியவில்லை. பிறந்து நாற்பது வருசங்களுக்கு மேல் வாழ்ந்தது தமிழின் நீரும் நிலமும் சார்ந்த வாழ்க்கை. அது மாறிடாது. சாப்பாட்டு முறையில் சின்ன மாற்றங்கள் இருக்கலாமே தவிர வேற ஒன்னும் மாறல.

42. கவிஞர் தாணு பிச்சையா

புத்தகத்தை படித்து முடித்துவிட்டு கவிஞர் தாணு பிச்சையா அவர்களுடன் அலைபேசி வழியே கலந்துரையாடினோம். வாசகனாய் ஒவ்வொரு கவிதையும் அதை படிக்கிறவர்களுக்கு தரக்கூடிய உணர்வுகள் என்பது வெவேறு தளத்தில் பயணிக்கக்கூடும். வெவ்வேறு அர்த்தங்களை அவர்கள் கண்டறியக்கூடும். ஒரு படைப்பாளியாக எனக்குள்ளே இருந்த கேள்விகளை, எண்ணங்களை சமூகத்தின் குரலாக சமூகத்தின் முன் வைத்திருக்கிறேன்.

படைப்பாளியாக அத்துடன் என்னுடைய பணியென்பது நிறைவடையக்கூடும் என்றவரிடம், பொற்கொல்லர் சமூகத்தின் பழக்கவழக்கங்கள் மிக பரந்துபட்டவையாக அறியமுடியவில்லை எனவே இதைப் பற்றிய புரிதல்களை எங்களுடன் பகிர்ந்துகொண்டால் எங்களுக்கும் ஒரு புதிய கோணம் கிடைக்கக்கூடும் என்றவுடன் நேரம் தந்து உரையாடினார்.

Madras Radicals: குச்சியை பிடித்து எழுதத் தெரியாத சிறுவயதிலியேயே பொன்னின் மினுக்கத்தை தாத்தா கற்றுத் தந்தார் என்றுதான் முதல் கவிதையே ஆரம்பிக்கிறது. அந்த சிறு பிராய நினைவுகள் பற்றிக் கூறமுடியுமா?
தாணு பிச்சையா: “வீட்டிலேயேதான் தாத்தா பொன் வேலை பார்த்துக்கொண்டிருந்தார். நான் காலையிலேயோ அல்லது பள்ளி சென்று வந்த பின்னோ அவருக்கு உதவியாக இருக்கக்கூடிய நேரங்கள் அமையும். டியூசன் போன்ற வழக்கங்கள் அப்போது இல்லை. சாயந்திர நேரங்களில் விளையாடிட்டு வந்தவுடன் அவருக்கு உதவியாய் இருப்பேன். நான் மூத்த பேரன் அப்படிங்கறதனாலயும் மேலும் சின்ன வயசிலேயே பட்டறையில் உட்காருவது முக்கியமானது என்பதாலும் அது வழக்கமாயிற்று.

அப்புறம் மின்னூதல் அப்படிங்கிறது, பொன்னை காய்ச்சுதல் மற்றும் உருக்குதல் அப்படினு சொல்லுவாங்க. இந்த இரண்டுக்கும் இடைப்பட்ட நிலையில செய்யக்கூடிய வேலைதான் இந்த மின்னூதுதல் அப்படிங்கிறது. ஜாயிண்ட் பண்ணுறதுன்னு வைச்சுக்குங்களேன். இன்னும் சொல்லப்போனா பொதுவா இரும்பைக் காய்ச்சுவாங்க, பொன்னை உருக்குவாங்க அப்படினு சொல்லுவாங்க. காய்ச்சுதல், உருக்குதல் இந்த இரண்டிற்கும் இடைப்பட்ட நிலையில செய்யக்கூடிய பொன்வேலையின் நிலைதான் மினுத்துதல் இல்லனா மினுக்கம்னு பேரு.”

Madras Radicals: ‘உருமெழுகின் மஞ்சாடி பொன்’ கொஞ்சம் விளக்க முடியுமா ?
தாணு பிச்சையா: “நீங்க படிச்சு உணர்றதுதான் அந்த கவிதை. நகை வேலையில் திருகாணி, கம்மல் போன்ற சின்ன சின்ன வேலையில் அதை ஒழுங்குபடுத்த அறத்தை வைச்சு செய்யக்கூடிய வேலை நிறைய இருக்கும். அதை மட்டம் ராவுறதுனு சொல்லுவாங்க. அப்ப நுண்ணிய துகள்கள், ரொம்ப ரொம்ப சின்ன துகள்கள் வரும்போது அத உருக்க முடியாது. அந்த வேளையில் மெழுகில் ஒட்டி வைச்சிடுவாங்க. அது அவங்க செய்யக்கூடிய நகையில் சேதாரமாகத்தான் இருக்கும். சிலசமயம் ஏதாவது முக்கிய நேரங்களில் அத உருக்கி எடுப்பாங்க.

அதுல மில்லி கிராம் அளவுல ரொம்ப மிக மிகக் குறைவாத்தான் இருக்கும். அதைப் போலத்தான் என்னுடைய மனசுங்கிற உருமெழுகில இந்த கவிதைகள். அதாவது மஞ்சாடி அப்படிங்கிறது ஒரு இருநூத்தி அம்பது மில்லி கிராம் அந்த மாதிரி கொஞ்சமா சேர்ந்திருக்கிறது. இந்த கவிதைகளை அந்த மாதிரி பார்க்கணும். இதே தலைப்பில் தொங்கக்கட்டான்னு ஒரு கவிதை புத்தகத்தில் வரும். அந்த கவிதைல ஒரு சின்ன குழந்தை, மனைவி அப்படின்னு இருக்கும். இன்னும் சொல்லப் போனா நீங்க வாசிச்சீங்கன்னா இவங்களத் தாண்டி உங்களுக்கு நீங்களும் அந்த கவிதையில வர்ற மாதிரி ஒரு புதிய அர்த்தத்தைக் கண்டுபிடிப்பீங்க.”

Madras Radicals: “செப்பில் செய்து பழகிய மோதிரம்” தலைப்பில் வரக்கூடிய கவிதையில் தன்னிடம் தொழில் கற்ற சீடன் செய்த முதல் செப்பு மோதிரத்தை குருநாதன் தண்டியல் பெருத்திருக்கிறது என்று தூக்கி எறிந்தார் அப்படினு முடியுது. இது சீடனை இன்னும் கற்றுக்கொள்ள வைக்கும் யுக்தியா?
தாணு பிச்சையா: “வாசகனா என்ன புரிதல்களை கொடுக்கிறதோ அதை எழுதுங்க. அதுதான் வாசகனை சிந்திக்க வைக்கிறதுதான் ஒரு கவிதையோட பணியா இருக்கனும். குறிப்பிட்ட கவிதை அந்த ஒரு தளத்தில் மட்டுமில்லாமல்

எல்லா தளத்திலேயும் பொருந்தும். இது குலத்தொழில், இல்லனா குரு சிஷ்ய பரம்பரையில வரக்கூடிய தொழில். இந்த தொழில்ல அந்த நேர்த்தியா செய்யிறது அப்படினு ஒரு விஷயம் இருக்கு. தண்டியல் அப்படிங்கிறது ஒரு மோதிரத்தோட அடிப்பாகம் அது சரியா வரணும். சிஷ்யன் பண்ணிய மோதிரம் சரியா வரல அப்படினு பார்க்கலாம். இல்ல இவ்வளவு சீக்கிரமா கத்துக்கிட்டானே? அப்படினு பார்க்கலாம். அதுவுமில்லாம அதுக்குள்ள நீங்க என்ன பாக்குறீங்களோ அதுதான் முக்கியம். அனுபவத்தில் நின்னு சொல்ல முடியுது. அதுவும் அந்த தொழில்லதான் நின்னு சொல்லணும்னு அர்த்தமில்லை.

சொல்லப்போனா ஆடுகளம் படத்தில அந்த பெரியவருக்கும் அந்த நாயகனுக்கும் உள்ள விஷயமா கூட பார்க்கலாம். சமையல்காரர் தன்னுடைய உதவியாள் நல்லா சமைச்சா அதை அவரு எப்படி பார்க்கிறாருங்கற விஷயமா கூட பார்க்கலாம். இப்படி எல்லா தளத்திலும் பார்க்கக்கூடியதா பரந்துபட்டு அர்த்தப்படுது.''

Madras Radicals: நவீன உலகில் இயந்திரமயமாக்கல் எல்லா தொழில்களிலும் உள்நுழைஞ்சி இருக்கு. பொற்கொல்லர் தொழில்களிலும் இயந்திரமாக்கல் அவர்களுடைய வாழ்வாதாரத்தை ரொம்பவே பாதிச்சிருக்குன்னு சொல்லலாம். ஆனா பொற்கொல்லர்கள் சமூகத்தில இத்தகைய மாறுதல்கள் பிற்காலத்துல வரப்போகுதுன்னு ஆரம்பத்திலேயே ஏதாவது கணித்தார்களா?

தாணு பிச்சையா: ''இந்த கேள்விக்கான பதில் கவிதைகளில் மேலோட்டமாக இருக்காது. எங்க ஊருலே நாகர்கோவில்ல அப்ப ரொம்ப நகைக் கடைகளே அவ்வளவு கிடையாது. இப்ப சிங்கப்பூர் மாதிரி போயிடிச்சு. அவ்வளவு நகைக் கடைகள் இருக்கு. ஆனா இவ்வளவு நகைக் கடைகளில் உள்ளூர் நகைத் தொழிலாளிக்கு வேலை இருக்கானா, வேலைகள் கிடையாது. வெளியூர், வெளிநாடுகளில் இருக்கக்கூடிய பெரிய பெரிய முதலாளிகள் மெஷினரி ஐட்டமா கிலோ கணக்குல கொண்டுவந்து கொட்டுறாங்க. அதை உள்ளூரிலே இருக்குற மக்கள் பயன்படுத்துறாங்க.

அதாவது அக்சய திரிதியை வரும்போது ஒவ்வொரு நகைக் கடையிலும் கிலோ கணக்கில நகை விற்பனையாகுது. அதுல எவ்வளவு நகைகள் உள்ளூர் தொழிலாளி வேலை பார்த்து வந்ததுன்னா கொஞ்சம் கூட கிடையாது. அப்படிப் பார்த்தா தேடி பத்த வைக்கிறது மாதிரி சின்ன சின்ன வேலைகள்தான் வரும். நான் கத்துக்கிட்டது கமர்சியல் நகை தொழில்தான்னாலும் அதை விட்டு வந்து ரொம்ப வருஷங்களாச்சு.

தொண்ணூத்தி மூணாம் ஆண்டிலேயே அதிலிருந்து வெளிய வந்துட்டேன். ஆன்ட்டிக் ஜுவல்லரி அப்படிங்கிற கோவில் நகைகள் செய்யிறது, அந்த வேலைக்கு மாறிட்டேன். அந்த இழப்புதான் கவிதைகள்ல இருக்கு. பொதுவா நகைத்தொழில் அன்னைக்கு வந்து ஒரு கிராமத்துல ஒரு நகைத்தொழிலாளர் குடும்பம் இருக்கும். அவங்கள்ட தான் அந்த ஊரு மக்கள் நகை செய்வாங்க. அதே சமயம் அது சம்பந்தமான எல்லா வேலைகளுக்கும் அவங்கதான் அணுகுவாங்க. ஒரு கட்டத்துல அவங்க நகரங்களை நோக்கி நகர்ந்தாங்க. ஏன்னா பெரிய பெரிய நகைக் கடைகள் வர ஆரமிச்ச உடனே தங்கக் கட்டுப்பாடு சட்டம், இந்த ஜுவல்லரி எல்லாம் வந்த பிறகு நகைக்கடைகளை நோக்கி நகரங்களை நோக்கி நகர்ந்தாங்க. அது எங்க அப்பா காலத்துல நடந்தது.

என் காலத்துல நான் உள்ளூரிலேயே இல்லாம சென்னை, கோயம்புத்தூர், பம்பாய் அப்படினு ஒவ்வொரு ஊரா போய்ட்டு இருக்கேன். அந்த நகர்வுதான் அந்த கவிதைகளில் வெளிப்படையா இல்லாம இருக்கும்.''

Madras Radicals: எல்லா தொழில்களிலும் இன்று இடைத்தரகர்கள் வந்துவிட்டார்கள். உண்மையான பலன் என்பது அதை உருவாக்கியவர்களுக்கு செல்வதில்லை. இதை சொல்லும் விதமாக ''சிற்பிக்கும் சிலைகளுக்கும் குறுக்கே அர்ச்சகராகவும்....'' என்கிற கவிதை உணர்த்துகிறது. இந்த புரிதல் இப்போது உள்ளவர்களிடம் இருக்கிறதா?

தாணு பிச்சையா: ''அது வந்து சமூகத்தோட குரல்தான். மேலும் அதை வர்க்கத்தோட குரலாகவும் இனத்தோட குரலாகவுந்தான் பார்க்கனும். கம்மாளர் அப்டிங்கிறவங்க தமிழ் சாதி. தமிழ் வரலாற்றிற்கும் பண்பாட்டிற்கும் ரொம்ப பங்களிப்பு அளித்தவர்கள். கொல்லன், தச்சன், சிற்பி மாதிரியான இது உடல் உழைப்பு சமூகம். மலையாளத்துல ஒன்னு சொல்லுவாங்க ''கல்லு தெய்வமாச்சி சிற்பி தீண்டத்தகாதவனா ஆயிடான்னு''. அதே மாதிரி இன்னைக்கு இங்கேயுள்ள கோவில் கட்டடம் எல்லாம் செய்தது ஒரு சமூகம். ஆனா அது உள்ள போகப்போய் அப்படி இப்படினு மாறிப்போச்சு.

ஒரு சாமி சிலையை செய்தாலும் அந்த தொழிலாளி நகர்ந்துட வேண்டியதுதான். அதுக்கப்புறம் சிலைக்கும் எங்களுக்கும் உரிமை கிடையாது. இப்படி கொல்லன், தச்சன் எல்லாம் உழைப்பாளிகள். பங்களிப்பு செய்தபின் அவர்களுக்கும் செய்த வேலைகளுக்கும் சம்பந்தம் இல்லாத மாதிரி சமூகத்திலே நகர்வுகள் நகர்ந்தது. அதுக்கப்புறம் வைதீகம் சம்பந்தமான ஆட்கள் உள்ளே நுழையுறாங்க. அப்ப பார்த்து எழுகிற கேள்விதான் இது. சமூகத்தில் பல பேர்களிடம் இருந்து எழும் கோவம்தான் இது. கலைஞர்களாக இருக்கும் எல்லாரிடமிருந்தும் வெளிப்படும் கோவம்தான் அது.''

Madras Radicals: அரிப்புக்காரர்கள் அப்படினு நகைத்தொழில் சாரந்து வாழக்கூடிய இன்னொரு இணைத்தொழிலாளர்களைக் குறிப்பிடுறீங்க. அவங்களை பற்றிய பதிவுகள் எங்கேயும் காணக் கிடைக்கிறதில்லை. அவர்கள் யார்? பொன் தொழிலில் அவர்களின் பங்களிப்பு என்ன?

தாணு பிச்சையா: "இப்ப எல்லா மாநகரங்களிலும் நிறைய நகை தொழிலாளர்கள் இருக்காங்க. அங்க இருக்க பட்டறையில நீங்க தூப்புகாரங்கள பார்க்க முடியும். நகைப் பட்டறைகளில் குப்பை மண்ணு சேரும். அந்த குப்பை மண்ணுல இருந்து தங்கத்தைப் பிரித்தெடுக்க அதை வந்து காண்ட்ராக்ட் போட்டு வாங்கிட்டு போவாங்க. எழுத்தாளர் சுகுமாரன் கூட அவர்களை மையப்படுத்தி ஒரு சிறுகதை எழுதியிருக்கார்.

அரிப்புங்கிறது நகைத் தொழில் செய்யும் இடங்களில் ஓடக்கூடிய நீர் வடிகால்ல சல்லடை போட்டு அரிப்பாங்க. அவங்க சங்கம் வச்சு இப்போ அமைப்பா இயங்குறாங்க. அரிப்புகாரங்க வேற தூப்புகாரங்க வேற. நாகர்கோயிலில் அரிப்புகாரங்களா தேவர் சமூகத்தை சேர்ந்தவங்க குறிப்பிடத்தக்க எண்ணிக்கையில் இருக்காங்க. மற்ற இடங்கள்ல பெரும்பாலும் இஸ்லாமியர்கள்தான் இருக்காங்க. ஏன்னா அவங்களுக்கும் தங்கத்திற்கு காலம்காலமா தொடர்பு இருக்கு.

Madras Radicals: இன்னொரு கவிதையில் குருநாதன் நகையை முடித்தவுடன் சுத்தியலை தூக்கி எறிந்தார். பின்பு சீடனை எடுத்துவர பணித்தார்னு ஒரு கவிதை சொல்லுது. அது சடங்கா? அல்லது வழிமுறையா?

தாணு பிச்சையா: "தங்கத்தை அடிக்கிறது அப்படிங்கிறது ஒரு கலை. அதுல சொக்கத் தங்கத்தை தகடாக மாற்றுகிற வேலை இருக்கு. அந்த வேலையை செய்யிறவரு அந்த வேலையைத் தாண்டி தனக்கு உதவி செய்யிறவருக்கு எதாவது ஒரு செக் வைப்பாங்க. அதுவரைக்கும் கூட உதவி செய்யிறவங்களுக்கு அந்த வேலை எப்படி செய்யணும் அப்படிங்கிறது மனசுல ஒவ்வொரு பகுதி பகுதியா பதியும். ஆனா கடைசியில இந்தமாதிரி குரு எதிர்பாராம செய்யிறப்ப, இல்ல செக் வைக்கிறப்ப அவன் மனசுல பதிஞ்சது எல்லாம் கலைஞ்சிடும். அந்த கவிதை முடியிறது கிண்ணம் கலங்கியது தூரோடு அப்படினு முடியும். அதாவது எல்லாம் கலைஞ்சிடுச்சு. இது தொழில்சார்ந்த ஒரு நிகழ்வு.

இவை எல்லாமே சடங்கு சார்ந்து நம்பிக்கை சார்ந்து செய்யும் செயல்கள். அதுவரைக்கும் தெரிஞ்ச விஷயத்தை மறந்து இத செய்யறதுக்கு ஒரு தனிப்பட்ட பயிற்சி வேணுமானு அவன் மனசு யோசிக்கும். ஏன்னா குருநாதன் மூணுமுறை அந்த சுத்தியல சுத்தி மூலையில் விட்டெறிந்தபின் அதப்போய் எடுத்துட்டு வான்னு சொல்லும்போது அதை எடுக்கலாமா இல்ல அதுக்கு எதாவது பயிற்சி வேணுமானு அவன் மனசு போகும். அப்ப அதுவரை நினைவில் இருந்தது எல்லாம் மறையும். இது ஒரு மாயம் போல நடக்கும். சொல்லப்போனா இது சாமி கும்பிடறப்ப சூடம் காட்டுறது போலதான்."

Madras Radicals: உங்களது அடுத்த படைப்பை எதிர்நோக்குகிறோம். அது தொடர்பாக தகவல்கள் சொல்ல முடியுமா?

தாணு பிச்சையா: "ஒரு நாவல் எழுதவேண்டி தகவல்களை சேகரிச்சுக்கிட்டு இருக்கேன். ஆரமிச்சு வேலை பளு காரணமா அப்படியே இருக்கு."

வார்த்தைகளின் பல்வேறு பரிமாணங்களை காட்டுவதுடன் தெளிந்த எண்ணத்தை மேலும் மெருகாக்குவதே ஒரு படைப்பின் நோக்கம் என்பதில் உறுதியாக இருக்கிறார் கவிஞர் தாணு பிச்சையா. தான் கண்டடைந்த மினுக்கத்தை கவிதைகளின் வழியே நமக்கும் கடத்தியிருக்கிறார். மினுக்கத்தைத் தேடும் சிறுவனாக வாசகர்கள் மாறியிருக்கிறார்கள். நிறைவான உரையாடல் பல்வேறு புரிதல்களை வழங்கியிருக்கிறது. அடுத்த படைப்பிற்கு வாழ்த்துகள் தெரிவித்து முடித்தோம் உரையாடலை.

43. கவிஞர் சமயவேல்

"அகவரலாற்றைப் பொதிந்து வைத்திருப்பவை கவிதைகள்"-சந்திப்பு:ச.தமிழ்ச்செல்வன்

ஆண்டுதோறும் சிறந்த படைப்பாளிகளுக்கு விருது வழங்கிப் பெருமைப்படுத்துகிற, அமெரிக்காவில் இயங்குகிற,விளக்கு அமைப்பு 2016ஆம் ஆண்டுக்கான "புதுமைப்பித்தன் நினைவு" விருதினை கவிஞர் சமயவேல்,எழுத்தாளர் ராஜ்கௌதமன் இருவருக்கும் வழங்க முடிவு செய்து அறிவித்திருக்கிறது .அதற்கான விழா மதுரையில் மார்ச் 2018 இல் மதுரையில் நடைபெற இருக்கிறது. கவிஞர் சமயவேல் மதுரையில் வசிப்பவர். செம்மலர் சார்பாக அவருக்கு வாழ்த்துக் கூறினோம்.செம்மலருக்கு நேர்காணல் தரக் கேட்டதும் மகிழ்வுடன் ஒப்புக்கொண்டார்.

அவருடைய படைப்புகளை வாசித்திராத செம்மலர் வாசகர்களுக்காக முதலில் அவரைப்பற்றியும் அவரது படைப்புகள் பற்றியும் ஒரு சிறிய அறிமுகம்.

"கூரை முகட்டுப் பட்சிகளின் கரைதல்களுடன்
இமைகளைப் பிரித்து வாழ்த்துச் சொல்லும்
இளங்காலை
ஒரு உடம்பு முறுக்கலில் மெல்லவே பிரியும்
நேற்றின் அயர்வுகள்
வாசலைத்தாண்டி
உப்புக்காரனின் குரலோடு
ஒரு மாபெரும் இயக்கம் தொடங்கி விட்டது
குளிக்க சாப்பிட வேலைக்கென
கலகத்துக்கு அழைக்கும் வாழ்க்கையை
இன்றும் நேசிப்பேன்"
அவரது முதல் புத்தகமான "காற்றின் பாடல்" என்கிற சின்னஞ்சிறிய அழகிய கவிதைத்தொகுப்பு இத்தகைய எளிய, நேரடியாக நம்மோடு-நம் மனங்களோடு- பேசும் கவிதைகளால் நிறைந்து,தமிழ் இலக்கிய உலகைத் தன்பால் ஈர்த்தது.

"உனக்கும் எனக்கும் - எனக்கும் அவனுக்கும்
இவனுக்கும் உனக்கும் - கடைசியில் ஒன்றுமில்லை
என ஆனது - அதனாலென்ன வாருங்கள்
டீ குடிக்கப் போகலாம் - என்றேன் நான்"

என்று "வாருங்கள்" என்கிற அவரது கவிதை சொல்கிறது. இதுதான் ஒரு கவிஞனின் குரலாக —கவிஞனின் இடமாக இருக்கவேண்டும் என்பதுதான் அவரது கவிதைக் கண்ணோட்டமாக இருக்கிறது."வாழ்வுக்கம்பளத்தின் ஒவ்வொரு பூவுக்குள்ளும் சாவு வண்டுகள் ஒளிந்திருக்கும். சாவின் கதவுகளைத் தட்டினாலோ வாழ்வின் பாடல் கரை புரண்டு ஓடும்" என எளிமையான சொற்களில் இரண்டு வரிகளில் வாழ்வின் சாரமான அம்சங்களைத் தன் கவிதைகளில் வெகு இயல்பாகக் கொண்டு வருகிறவர் சமயவேல்.எண்பதுகளில் எனக்கு மிக நெருக்கமாக உணர்ந்த சமயவேலின் கவிதை "எங்களுக்கு ஒரு அறை இருந்தது" .ஆசிரமம் தெருவில் எங்களுக்கு ஒரு அறை இருந்தது எனத்துவங்கும் அக்கவிதை இளமையின் ஒரு பகுதியாக எப்போதும் இருக்கும் நட்பு வட்டம் ,புரட்சிகரச் சிந்தனைகள், எந்நேரமும் ஒரு கூட்டமாகவே வாழ்வது, உலகைச் சீரமைப்பதற்கான கருவிகளை ஏராளமாய் உற்பத்தி செய்து அறை முழுதும் தொங்க விடுவது என எல்லாவற்றையும் சின்னச் சின்ன வாக்கியங்களில் தொகுத்துச் சொல்லி ,

"நண்பர்கள் கூடக் கூட
அறை அகன்று விரிந்தது,ஒருவர் பாயில்
மூவர் தரையில் இருவர் சேரில்
படியில் மூவர் நியூஸ்பேப்பரில் இருவர் எனத்
தாறுமாறாய்ப் படுத்து - இரவுகளைக் கடந்தோம்
அறையைவிட்டுக் கிளம்பி - குடும்பம் கட்டியிருக்கும் நாங்கள்
வீட்டையும் அறையையும் இணைக்க முடியாமல்
திணறிக்கொண்டிருக்கிறோம்." என முடியும்.

தூத்துக்குடி மாவட்டம் வெம்பூர் என்கிற கரிசல் கிராமத்தில் பிறந்தவர் சமயவேல். ஒரு தச்சரின் மகனாகப் பிறந்த இவரின் தந்தை பெயர் திரு.கருப்பசாமி. எட்டாம் வகுப்பு வரை மதுரை புனித மேரி பள்ளியில் படித்திருந்த இவரது அம்மா திருமதி முனியம்மாள், இவரது கல்லூரிப் படிப்பின் போது காலமானார். அவரே இவரது கல்விக்கும் சிறந்த மனிதனாக வாழ்வதற்கான அடிப்படைகளையும் உருவாக்கியிருந்தார். இவருக்கு உடன் பிறந்தவர்கள் யாரும் இல்லை.

ஒன்று முதல் ஆறு வரை வெம்பூரில் உள்ள ஊராட்சி உயர் தொடக்கப் பள்ளியில் படித்தார். பிறகு ஒன்பதிலிருந்து எஸ்.எஸ்.எல்.சி. வரை புதூர் அரசு உயர்நிலைப் பள்ளியில் தினமும் 8+8=16 கிலோமீட்டர்கள் நடந்து படித்தார். 1972 உயர்நிலைப் பள்ளியில் முதல் மாணவராகத் தேறியதால் மதுரையில் ஒரு கல்லூரியில் சில சலுகைகளுடன் சேர்த்துக் கொள்ளப்பட்டார். கணிதத்தில் பட்டபடிப்பை முடித்த இவர் வேலை தேடி ஓராண்டுகள் சென்னையில் அலைந்தார். பிறகு பாளையங்கோட்டை கல்லூரி ஒன்றில் எம்.ஏ. (தமிழ்) சேர்ந்தார். தவிர்க்க முடியாத காரணங்களால் படிப்பை

நிறுத்திவிட்டு 1977ல் மீண்டும் சென்னைக்குச் சென்றார். பல வகையான வேலைகள் செய்த இவர் சில ஆண்டுகள் சுதந்திர இதழியலாளர் (Freelance Journalist) ஆகவும் பணிபுரிந்தார். பிறகு 1980ல் சென்னை பொது மருத்துவமனையில் ஒரு அறுவைச் சிகிச்சை செய்த போது, அந்த மருத்துவரின் அறிவுரையின் பேரில் அரசுப் பணியில் சேர்ந்தார். சென்னை பீச், மத்திய தந்தி அலுவலகத்தில் எழுத்தராக சேர்ந்த அவர் சென்னை வாழ்க்கை பிடிக்காமல் 1983ல் கோவில்பட்டி தந்தி அலுவலகத்துக்கு மாற்றலாகி வந்தார். திருமணம் செய்து கொண்டு ஒரு குழந்தை பிறந்த பிறகே கவிதைகள் எழுத ஆரம்பித்தார்.

காற்றின் பாடல் (1987) அகாலம் (1994)
அரைக்கணத்தின் புத்தகம் (2007)
தெற்கிலிருந்து சில கவிதைகள் (தொகை நூல்)
மின்னிப் புற்களும் மிதுக்கம் பழங்களும் (2010)
முதல் சிறுகதைத் தொகுப்பு "இனி நான் டைகர் இல்லை" (2011)
பறவைகள் நிரம்பிய முன்னிரவு —(2014)
ஆண்பிரதி பெண்பிரதி (கட்டுரைகள்) (2017)
தொடர்ந்து கவிதை, கதை மற்றும் கட்டுரைகளும் எழுதுவதோடு, மொழிபெயர்ப்புகளும் செய்து வருகிறார். உப கோட்டப் பொறியாளராக பாரத் சஞ்சார் நிஹாமிலிருந்து பணி ஒய்வு பெற்று தற்சமயம், மனைவி திருமதி பேச்சியம்மாளுடன் மதுரையில் வசிக்கிறார். ஒரு மகள், இரண்டு மகன்கள். எல்லோரும் திருமணமாகி இருவர் பெங்களூரிலும் ஒருவர் முத்துப்பேட்டையிலும் வசிக்கிறார்கள். ஒரு பேரன். ஒரு பேத்தி.

இனி அவருடனான நேர்காணல்:

1. "நேசம் விதைத்த காட்டில்நெருப்பு முளைத்தாலும் பிடுங்கி எறிந்துவிட்டு உழுது விதை விதைக்கும் " மனநிலை இப்போதும் அப்படியே இருக்கிறதா?

தொடர்ந்து நான் கவிதை எழுதுவதே கவிதை மனதைத் தக்க வைத்துக் கொள்வதற்காகத் தான். கவிதை மனதைத் தொலைத்தல் என்பது முடியாத காரியம். கவிதை என்ற சொல், அன்பு, அறம், அழகு போன்ற பல அடிப்படை மனித விழுமியங்களைப் பதிலியிடும் ஒரு சொல்லாகவும் இருக்கிறது. பெரும் அழிவுகளாலும் துரோகங்களாலும் நீளும் வரலாற்றால் தீயிட்டுக் கொளுத்தப்பட்ட இடங்கள் ஏராளம். அதற்காக வாழ்க்கை ஒருபோதும் ஸ்தம்பித்து நிற்பதில்லை. எப்பேர்ப்பட்ட பின்னடைவையும் தாங்கிக் கொள்ளக் கூடிய சக்தி உழவர்களுக்கு மட்டுமே இருப்பதை எனது கிராம வாழ்வில் அனுதினமும் பார்த்து வந்தவன். பூப்பூக்கும் பருவம் வரை செழிப்பாக வளர்ந்த பாசிப்பயித்தாம் செடிகளை ஒரே ஒரு மழை வந்து கெடுத்துவிடும்.

பயறே இல்லாத ஈ குடித்த காய்களுடன் கூடிய செடிகளை, மௌனமாக அறுத்து மாடுகளுக்குப் போட்டுவிட்டு அடுத்த வெள்ளாமைக்காக உழுதுவிடுவார்கள். உழவர்களின் பொறுமையும் மனத்திடமுமே இவ்வாறு எழுத வைக்கிறது. கவிஞனுக்குள் நிரந்தரமாகக் குடியிருக்கும் அதிமனிதனே, கவிதையில் சத்தியம் போன்ற சில உன்மத்த உயரிய வரிகளை சர்வ நிச்சயத்துடன் எழுத வைக்கிறான். கூர்ந்து கவனித்தால் எல்லா மனிதர்களுக்குள்ளும் சில அதிமனிதக் கூறுகள் இருப்பதைக் காணலாம். அதிகாரத்தை, அநீதியை எதிர்த்துப் போராட வல்ல தைரியமும் வல்லமையும் ஒரே சமயத்தில் ஒரு சமூகம் முழுவதிலும் எப்படி உண்டாகும்?

2. எல்லா விடைகளையும் அழித்துவிட்டு இந்த நூற்றாண்டு வெறுங்கையுடன் நிற்பதாக அகாலம் தொகுப்பின் முன்னுரையில் எழுதியிருந்தீர்கள்.அதை சற்று விளக்கமாகச் சொல்ல முடியுமா?

பத்தொன்பதாம் நூற்றாண்டின் இறுதியிலும் இருபதாம் நூற்றாண்டின் தொடக்கத்திலும் மனிதகுலப் பிரச்னைகளுக்கான பல முக்கியமான விடைகளைத் தத்துவமும் அறிவியலும் அரசியலும் கண்டுபிடித்திருந்தன. டார்வினின் பரிணாமக் கோட்பாடும் மார்க்சின் இயங்கியலும் பெரும் பாய்ச்சலை நிகழ்த்தியிருந்தன. மார்க்சியம் ஒரு சித்தாந்தமாக உருவம் கண்டு அரசியலுக்குள் நுழைந்தது. ரஷ்யப் புரட்சி மனிதகுலம் முழுமைக்கும் ஒரு பெரிய விடுதலையை வழங்கக்கூடும் என உலகமே எதிர்பார்த்தது. தோழர் லெனின் ஒரு பெரிய நம்பிக்கையாக இருந்தார். பெண்ணியமும் இருத்தலியமும் பின்அமைப்பியலும் தங்களது அலைகளை உலகம் முழுவதும் எழுப்பியிருந்தன.

ஆனால் லெனினது மறைவுக்குப் பிறகு ஏற்பட்ட அரசியல் எல்லாவற்றையும் தலைகீழாகக் கவிழ்த்தது. சோவியத்தின் வீழ்ச்சி ஒரு எதிர்பாராத அதிர்ச்சிதான். உலக அரசியலில், எதேச்சதிகாரத்துக்கும் ஜனநாயகத்துக்கும் மாற்றான அரசியல் என்பது இல்லை என ஆகியது. உலகம் பல புதுவகையான சிக்கல்களுக்குள் மாட்டிக் கொண்டது. கணினி மற்றும் இணையவலைப் பெருக்கமும் உலகமயமும் கார்ப்பரேட்டியமும், மெஹா திட்டங்களிலும் கனவுகளிலும் உலகை

மூழ்கடித்தது. இருபதாம் நூற்றாண்டின் இறுதியில் உலகம் மீண்டும் முதலில் இருந்து உருள ஆரம்பித்தது. எனது ‘அகாலம்’ தொகுப்பு 1994ல் வெளியாகியது.

3. கவிதை மனிதனுக்கு ஏன் தேவைப்படுகிறது? கவிதையால் என்னதான் செய்துவிட முடியும்?

கவிதை ஒவ்வொரு மனிதனுக்குள்ளும் ஏன் தாவரங்களிலும் விலங்குகளிடமும் கூட இருக்கிறது. கவித்துவத்தின் அடிப்படையான அழகியலின் இலைகளில் கவிதை ஊடு நரம்பாய் இருக்கிறது. எங்கோ ஒரு தாய் தனது குழந்தையைக் கொஞ்சவோ தூங்கவைக்கவோ செய்த அர்த்தமற்ற ஒலிக்குறிப்புகளே முதல் கவிதையாக இருந்திருக்க வேண்டும். அழகியலில் இருந்து அறவியல் வரை பரவும் கவிதையின் வீச்சுக்கள் நம்மை உயிர்ப்புடன் வைத்துக் கொள்ள பெரிதும் உதவுகின்றன.

பல நூற்றாண்டுகள் வரை இசையுடன் கலந்திருந்த கவிதை அண்மையில் தான் பாட்டுக்கும் உரைநடைக்கும் இடைப்பட்ட ஒரு இறுக்கமான வடிவத்தை எட்டியது. தன் போக்கில் செல்லும் ஒரு மனிதனை, பிறிதொரு பாதையைக் காணும்படி, நல்ல கவிதைகள் திரும்பிப் பார்க்க வைக்கின்றன. வழக்கமான வழக்கத்திலிருந்து விடுபடும் தருணங்களும் கவிதைத் தருணங்களே. ஒரு சிறிய ஆசுவாசத்தையேனும் கவிதைகள் தர முடியலாம். குறள், ஹைக்கு, சான்னட்கள், காப்பியங்கள், காண்டோக்கள் என விதம் விதமாக மனிதனின் துணையாக தொடர்ந்து இருப்பவை, கவிதைகள். மனிதனின் புற வரலாற்றை அல்ல, அகவரலாற்றைப் பொதிந்து வைத்திருப்பவை கவிதைகள்.

4. தமிழகத்தில் அரசியல் என்பது ஒரு கருத்தாக இருக்கிறது. அது வாழ்க்கையாக இல்லை என்று காற்றின் பாடல் தொகுப்பில் ஒரு கேள்வி பதிலில் குறிப்பிட்டிருந்தீர்கள். இன்று இத்தனை ஆண்டுகளுக்குப் பிறகு தமிழகத்தில் அரசியல் என்னவாக இருப்பதாகக் கருதுகிறீர்கள்?

இப்பொழுதும் அது அப்படித்தான் இருக்கிறது என்று நிச்சயம் சொல்லமாட்டேன். ஆயிரம் கோடிகள் ஊழல் அரசியல்வாதிகளைப் பொறுத்தவரை அரசியல் அவர்களுக்கு வாழ்க்கையாகவும் பெருவணிகமாகவும் இருக்கிறது. சிறைகளுக்கும் விசாரணைகளுக்கும் மகிழ்ச்சியாகப் போய் வருகிறார்கள். பல தலைமுறைகளுக்கு வேண்டிய சொத்துக்களை சேர்த்துவிட்டு நிம்மதியாகக் காய்களை நகர்த்தி கொத்தாட்டம் ஆடுகிறார்கள். கைது செய்யப்படுகிறார்கள். பிறகு விடுதலையாகி வெடிகள் முழங்க கைகளை ஆட்டியவாறு வெளியே வருகிறார்கள். மக்களுக்கும் தேசத்துக்கும் ஏதாவது செய்ய வேண்டும் என்னும் நல்லெண்ண அரசியல் ஆட்களும் இல்லாமல் இல்லை.

அவர்களைப் பொறுத்தவரை அரசியல், ஒரு பகுதி நேர வேலை போல இயன்றவரை செய்கிறார்கள். அரசு இயங்கும் விதத்திலும் மக்களின் வாழ்க்கை முறையிலும், பெரும் மாற்றங்களைக் கொண்டுவர நினைக்கும் கட்சிகளில் இருப்பவர்களுக்கு அரசியல், ஒரு சிதைக்கப்பட்ட கருத்தாக இருக்கிறது. கட்சியின் கொள்கை விளக்க அறிக்கைகளையும் திட்ட வரைவுகளையும் தேர்தல் வாக்குறுதிகளையும் எவருமே குறை கூற முடியாது. ஆனால் மக்களாட்சி முறையை ஏற்று தேர்தலில் நிற்கும் இவர்கள், மக்களால் நிராகரிக்கப்படும் போது, தலைவர்களில் இருந்து கீழ்மட்டம் வரை குழம்பி நிலைகுலைந்து போகிறார்கள். முற்றிலும் ஊழல்மயமாகிவிட்ட சூழலில், மக்கள், இருபது ரூபாய் டோக்கன்களைப் பெற்று நஞ்சருந்தும் விழாவில் பங்கு கொள்கிறார்கள்.

அவர்கள் எடுத்துக் கொண்டது போக ஏதோ ஒரு நாலு காசு நமக்கும் கிடைக்காதா என பெருவாரியான மக்களும் நினைக்கிறார்களோ? ஒரு குறுகிய சாலையில் பயணம் கிளம்பும் ஒரு ஜனத்திரளில், முண்டியடித்து முன்னேறவும் பாதுகாப்பான வாழ்நிலையைக் கைப்பற்றவும் ஒவ்வொருவரும், ஒவ்வொரு அணியும், ஒவ்வொரு சாதியும், ஒவ்வொரு மதமும், ஒவ்வொரு கட்சியும் முயற்சிக்கிறார்கள். இந்த ஜனத்திரளுக்குள் எங்கோ நசுங்கிக் கிடக்கும் கவிஞனையும் அதே சிதைக்கப்பட்ட மனநிலையே வரவேற்கிறது. ஆகவே அந்தக் குறுகிய சாலையிலிருந்து தன்னைத் துண்டித்துக் கொண்டு புற்கள் நடனமாடுவதைக் காணக் கிளம்பிவிடுகிறான். அய்யோ, மாமரத்துக்குள்ளே கிளி என அரசு பாரில் உட்கார்ந்து கதறுகிறான். இருபத்தோராம் நூற்றாண்டில், மீள்வரையறை செய்யப்பட வேண்டிய ஒன்றாக அரசியல் மாறிவிட்டது.

5. ஒரு சமயம் அரசியல் சார்ந்து சிந்திப்பவராக இருந்த நீங்கள், அரசியலுக்கும் கவிதைக்குமான உறவை எவ்வாறு கையாண்டு வந்தீர்கள்? இப்பொழுது அந்த உறவு எப்படி இருக்கிறது என்று கூற முடியுமா?

எனது இளம் வயதில், எல்லா எழுத்தாளர்களுமே கம்யூனிஸ்டுகள் என்றும் ஏழைகளின் பக்கம் இருப்பவர்கள் என்றும் குறிப்பாக சமூக ஏற்றத் தாழ்வுகளை நீக்க வந்தவர்கள் என்றும் நினைத்திருந்தேன். ஏற்றத் தாழ்வுகள் என்றால் எல்லா வகையான ஏற்றத் தாழ்வுகளும் தான். குறிப்பாக இருப்பவன்-இல்லாதவன் என்னும் ஏற்றத்தாழ்வு பிற எல்லா ஏற்றத் தாழ்வுகளுக்குள்ளேயும் தண்டுவடமாக இருக்கிறது என்று கருதினேன். முக்கியமாக சாதிய ஏற்றத் தாழ்வுகளுக்கு, இல்லாமை ஒரு முக்கியக் காரணம் என நினைத்தேன். வீடு, நிலம் போன்ற சொத்துகள் இல்லாமை மற்ற எல்லா

இல்லாமைகளுக்கும் அடிப்படையோ என நினைத்தேன்.

கிராமத்தில் எங்கள் தோட்டத்திற்கு அருகில், வெறும் 20 வீடுகளே கொண்ட ஒரு சிறிய தலித்துகளின் கிராமம் இருக்கிறது. மிகச் சிறிய வயதிலிருந்தே, அந்த ஊரின் மக்களோடு, அனேகமாக எல்லா வீடுகளிலும் நண்பர்களை ஏற்படுத்திக் கொண்டேன். அப்பொழுதுதான் "புறக்கணிப்பு" என்னும் சொல்லை அறிந்தேன். அச்சொல், உறவுகளிலும் சமூகங்களிலும் ஏற்படுத்தியிருக்கும் காயங்களைப் புரிந்து கொள்ளத் தொடங்கினேன், மிகக்கேவலமானதொரு சமூகத்தில் தான் நாம் இருக்கிறோம் என்பதையும். இவ்வாறு எண்ணியவாறு நள்ளிரவில் எழுந்து நடக்கத் தொடங்குகிறேன். கண்மாய் முழுவதும் பால் போல் நிரம்பியிருக்கும் நிலவொளிக்குள் மடமடவென்று இறங்கி நடக்கிறேன். எத்திசையிலிருந்தோ வீசும் ஒரு ஆறுதல், என்னைத் தழுவிக் கொள்கிறது. கவிதைக்கும் இயக்கங்களுக்கும் அரசியலுக்குமான உறவு இவ்வளவு மட்டுமே. எதுவும் இன்மையிலிருந்து கூட கவிதை நம்மைக் காப்பாற்றுகிறது.

6. கவிஞராக அடையாளப்படும் நீங்கள் ஒரு சிறுகதைத் தொகுப்பை வெளியிட்டீர்கள். இரு வடிவங்களிலும் செயல்படும்போது என்ன வேறுபாடுகளை உணர்ந்தீர்கள்?ஏன் தொடர்ந்து சிறுகதைகள் எழுதவில்லை?

மிகச் சிறிய வயதில், ஏதோ ஒரு காரணமாக குடும்பத்திற்குள் தனிமையில் வசித்த அம்மா கூறிய கதைகள் மிக முக்கியமானவை. வாழ்வின் அடிப்படை விழுமியங்களை ஒரு சிறுவனின் கனவுகளுக்குள் தைக்க முடிந்தவை அந்தக் கதைகள். உயர்நிலைப் பள்ளி வாழ்க்கையின் போது எனக்குக் கிடைத்த ஒரு கட்டு அம்புலிமாமா இதழ்களும், பெரிய எழுத்து விக்ரமாதித்யன் கதைகளும் என்னைக் கதைகளின் மேல் பித்துப் பிடிக்க வைத்தன. இறப்பு வீடுகளில் விடிய விடிய பொன்னப்ப நாடார் நிகழ்த்திய அல்லி அரசாணி மாலை, பவளக்கொடி மணி மாலை, காத்தவராயன் கதை, மதுரை வீரன் கதை போன்ற கதை வாசிப்புகளில் தவறாமல் கலந்து கொண்டேன். தொடர்ந்து சிறுகதைகளையும் நாவல்களையும் வாசித்து வந்தேன்.

கல்லூரி முதலாம் ஆண்டில் வாசிக்கக் கிடைத்த சா.கந்தசாமியின் "ஒரு தக்கையின் மீது நான்கு கண்கள்" என்னை தமிழ்க் கதைகளின் புதிய பகுதிக்குள் அழைத்துச் சென்றது. புதுமைப்பித்தன், கு.ப.ரா., கு.அழகர்சாமி, தி.ஜானகிராமன், மௌனி, கரிச்சான் குஞ்சு, எம்.வி.வெங்கட்ராம், விந்தன், ஜெயகாந்தன், ரகுநாதன், கி.ராஜ நாராயணன், நீல பத்மநாபன், சுந்தர ராமசாமி என ஏராளமாக வாசித்தேன். நவீனத் தமிழ் இலக்கியத்தில் சிறுகதைகள், பல உச்சங்களைத் தொட்ட ஒரு வடிவமாகும். புதுமைப்பித்தனிலிருந்து இன்று எழுதும் நரன் வரை நம்மிடம் நிறைய உலகத்தரமான சிறுகதைகள் உண்டு. புதிய சோதனைகளைச் செய்ய பலரும் விரும்பும் வடிவம் சிறுகதையே. நானும் சில சோதனைக் கதைகளை எழுதிப் பார்க்க ஆசைப்பட்டேன்.

ஒருநாள் கண்ட ஒரு கனவை அதே ஓட்டத்தில் மொழிப்படுத்தி எழுத முயன்ற கதை தான் "மன்னார் வளைகுடாவில் நன்னீரோட்டம்" என்னும் கதை. சில நண்பர்களுக்கும் பிடித்திருந்தது. "வீடு: சுருக்கக் குறிப்பு வரைக" என்பது, முழுக்க, கதையே இல்லாத ஒரு சோதனைக் கதை. அவ்வாறே "சித்த ரயில்" கதையும். அதை நான் எழுதவில்லை. அது தானாகவே தன்னை எழுதிக் கொண்டது. ஆனால் செவ்வியல் கதைகள் போல சோதனைக் கதைகள் மனதைத் தொடுவதில்லை. முக்கியமாக, வாழ்க்கையை அதன் ஆழத்தில் தொடாமல், புறம் போகும் கதைகளாக ஆகும் வாய்ப்பு அதிகம். ஆனாலும் சிறுகதைகள் எழுதுவதை நான் விடவில்லை. சென்ற வாரம் கூட விளாத்திகுளம் சுவாமிகளை மையமாக வைத்து ஒரு சிறுகதை எழுதினேன். கொஞ்சம் திருத்தி அனுப்ப வேண்டும்.

7. பிரபஞ்ச மதிப்புகளை விதைநெல்லெனக் கலை வடிவில் காலம் காலமாக வாழ்வுக்கு வழங்குவதே கலைஞனின் பணி எனக்கருதும் நீங்கள் பசித்தவன் பக்கத்தில்தான் எப்போதும் நிற்கிறீர்கள். ஓர் இடது மனோபாவத்துடன் தான் நீங்கள் இருப்பதாக பல சமயம் உணர்ந்திருக்கிறேன். இந்தப் பிரபஞ்ச மதிப்பு—சமகால வாழ்வு இவற்றை இணைத்துப் பேசுவது எப்படி?நம் இலக்கிய முன்னோடிகள்,படைப்புகளை முன்வைத்து விளக்க முடியுமா?

இயற்கையோடு இணைந்து இருப்பதிலிருந்து பிரபஞ்ச மதிப்புகள் தொடங்குகின்றன. புவி வெப்பமயமாகுதல் காரணமாக கடல் மட்டம் உயர்தல், அணுக்கதிர் வீச்சு போன்ற பேரபாயத்தில் இருக்கும் பூமியின் சுற்றுச் சூழல் உணர்வை ஆதியிலிருந்தே தூண்டியவை பிரபஞ்ச மதிப்புகள் எனலாம். ஒரு விவசாயக் குடும்பத்தில் விடிவெள்ளி முளைப்பதிலிருந்து ஒரு நாள் தொடங்குகிறது. ஒரு சேவல் கொக்கரக்கோ எனக் கூவி அந்த நாளை வரவேற்கிறது. கண்மாய்க்கரை மரங்களில் பறவைகளின் கெச்சாலம் தொடங்குகிறது. முதலில் தொழுவத்துக்குள் இருக்கும் மாடுகளை அவிழ்த்து வெளியே கட்டிவிட்டு தொழுவை சுத்தம் செய்கிறார் தாத்தா. குளத்தில் குளித்துவிட்டு ஈர வேட்டியுடன் வரும் மகன் செம்பழமாய் ஒளிரும் சூரியனைக் கும்பிடுகிறான். கிழக்கே மேகங்கள் கோபுரம் கோபுரமாய் இருக்கிறதே, இன்று மழை வருமே என யோசிக்க ஆரம்பிக்கிறான். அவன் 'யாதும் ஊரே' பாடியவனின் தம்பியாக இருக்கலாம்.

'வெள்ளி எழுந்து வியாழம் உறங்கிற்று/ புள்ளும் சிலம்பின காண் போதரிக் கண்ணினாய்/ குள்ளக் குளிரக் குடைந்து நீர் ஆடாதே/ பள்ளிக் கிடத்தியோ!' என்று ஒரு நற்செல்வன் தங்கை பாடலாம். 'வரப்புயர நீர் உயரும்/ நீர்

உயர நெல் உயரும்/நெல் உயர குடி உயரும்' என ஒரு கிழவி பாடுவாள். அகநானூறு, புறநானூறு, கலித்தொகை, குறுந்தொகை, நெடுநல்வாடை முதலிய பத்துப் பாட்டுகள், முத்தொள்ளாயிரம், ஐங்குறுநூறு, ஐம்பெரும் காப்பியங்கள், கம்பராமாயணம், திருமூலர், தேவார, திருவாசக நாலாயிர திவ்ய பிரபந்தங்கள், வாடிய பயிரைக் கண்ட போதெல்லாம் வாடிய வள்ளலார், 'தனியொருவனுக்கு உணவில்லை எனில் இந்த ஜகத்தினை அழித்திடுவோம்' என்னும் வன்முறைக் கவிஞன் பாரதி, பாரதிதாசன் என வரும் கவிகளின் வரிசை நித்ய சமகாலத்தில் இயங்குகிறது. அந்த வரிசையில் தான் நானும் நிற்க விரும்புகிறேன்.

8. இன்றைய காலத்தின் நெருக்கடிகள் என எவற்றைக்கூறுவீர்கள்?

இன்றைய காலகட்டத்தில் நெருக்கடிகள் எதுவும் இல்லை என்று கூற முடிந்தால் எவ்வளவு நன்றாக இருக்கும்? ஆனால் நெருக்கடிகளின் பெரும் பட்டியல் அல்லவா நம்மிடம் இருக்கிறது.

(1)கலை இலக்கியத்தில் தீவிரமாக இயங்குபவர்கள் எல்லோரும் இன்று சந்தித்து வரும் நேரடியான அராஜகத் தாக்குதல்களும் அச்சுறுத்தல்களும் படைப்பாளிகளின் சுதந்திரத்தில் கை வைக்கிறது. எதற்கும் கட்டுப்படத் தேவையில்லாத சூழலில் மட்டுமே சுயம்புவான படைப்புகள் தோன்ற முடியும். படைப்பாளிகளை, சிந்தனையாளர்களை முடக்கும் போக்கு மிக ஆபத்தானது. ஒரு ஆரோக்யமான சமூகம் உருவாகவே முடியாது. இந்தியா போன்ற ஒரு பெரிய தேசத்தில், பன்மைக் கலாச்சார அரவணைப்பும், பகுதிகளின் தனித்தன்மைகளை அனுமதிப்பதும், மாற்றம் வேண்டிப் போராடுபவர்களை மூர்க்கமாக அழிக்க நினைக்காமல் ஒரு இணக்கமான உரையாடலைத் தொடங்குவதற்கான முன்னெடுப்பும் மிக அவசியம்.

(2) ஊழல். அமைச்சர்கள், அதிகாரிகள், நீதிபதிகள் என்று தொடங்கி அடி மட்ட ஊழியர்கள் வரை. பெரும் நிறுவனங்களை நடத்தும் பெருமுதலாளிகளிலிருந்து பொதுமக்கள் வரை ஊழல் ஒரு அங்கீகரிக்கபட்ட அம்சம் என ஏற்றுக் கொண்டுவிட்டார்கள்.

(3) சாதியம். விளிம்பு நிலை மக்களுக்கு சம உரிமைகளை அளிக்க வேண்டிய அமைப்புகள், அவர்களது சாப்பிட்டுத் தட்டில் கை வைப்பது பெரும் அவலம். அவர்கள் மேல், நாடு முழுவதும் பல்முனைத் தாக்குதல்கள் தொடர்ந்து கொண்டே இருக்கிறது. தமிழகத்தைப் பொறுத்தவரை விளிம்புநிலைச் சாதிப்பிரிவுகள் ஒற்றுமையாக இயங்க வேண்டியதின் அவசியத்தை எல்லாத் தரப்பினரும் உணர வேண்டும்.

(4) மீண்டும் மக்களுக்கு எதிராக பேரதிகாரத்தை தன்னிடம் குவிக்கும் போக்கு மக்களாட்சியின் கூறுகளை அழித்துக் கொண்டிருக்கிறது. ஆள்பவர்கள், மக்கள் என இருதரப்பாருமே மக்களாட்சியை நம்புவதில்லை என்னும் நிலை கேலிக்கூத்தானது.

(5) என்றும் இல்லாத வகையில் சுற்றுச் சூழலியல் நெருக்கடிகள் பெரும் அழிவுகளைக் கொண்டு வந்து கொண்டிருக்கின்றன. சாலைகளையும் நகரங்களையும் பெரும் வணிக நிறுவனங்களையும் உண்டாக்க முடிந்தவர்கள், நீராதாரங்களை அழிக்கவும் கழிவு நீர், மழை நீர், புயல் வெள்ள நீர் வெளியேற்றத்தைத் திட்டமிடாமலும் வாழுமிடங்களை சாக்கடைகளாகவும் விளைநிலங்களை பொட்டல் காடுகளாகவும் மாற்றிக் கொண்டிருக்கிறார்கள்.

(6) சப்தமில்லாமல் உடைந்து கொண்டிருக்கின்றது நமது குடும்ப அமைப்பு. முதியோர் இல்லங்கள் பெருகிக் கொண்டிருக்கின்றன. மனநல மருத்துவ மனைகளில் புதிய நோயாளிகளின் எண்ணிக்கை பெருமளவில் உயர்ந்து கொண்டிருக்கிறது. எல்லோரும் தனித்தனியாக உட்கார்ந்து ஒரு அலைபேசியை நோண்டுகிறார்கள். ஊடகங்கள் குடும்ப வன்முறைகளைத் தூண்டும் கேவலமான தொடர்களை ஒளிபரப்புகின்றன. பொழுதுபோக்கு என்னும் பெயரில் எதையெதையோ நடத்துகிறார்கள். குடும்ப அமைப்புகளின் சிதைவுக்கும் ஊடகவெளிச் சுதந்திரங்களுக்கும் நேரடித் தொடர்பு இருக்கிறது. செய்திச் சேனல்களின் கூச்சலுக்கும் கேவலமான ஊழல் அரசியலுக்கும் ஒரு தொடர்பு இருக்கிறது.

(7) நாடு தழுவிய முறையில் வணிகத்தோடும் அதிகாரத்தோடும் இணைக்கப்பட்ட கல்வி, என்றும் காணாத வகையில் பெரும் நெருக்கடிக்கு உள்ளாகி இருக்கிறது. நீட் தேர்வு என்னும் சாலை உருளியைக் கொண்டு எல்லாக் கல்வித் திட்டங்களையும் சமப்படுத்துகிறார்கள். பல்வேறு சமூகப் பொருளாதாரப் பின்னணிகளில் இருந்து வரும் மாணவச் செல்வங்களைப் பார்த்து நீட் கேள்வித்தாள் ஒரேவிதப் புன்னகையை உதிர்க்கிறது. பெரும் பணக்காரர்களின் கல்வி நிறுவனங்கள் பணமூட்டைகளுடன் வருபவர்களை பின் வாசலில் வரவேற்கிறது. உயர்கல்வியில் சமூகநீதி என்பது இருக்கவே கூடாது என எல்லாத் தரப்பினரும் கங்கணம் கட்டி வேலை பார்க்கிறார்கள். ஒரு அப்பாவி மாணவனைக் கொலை செய்துவிட்டு அவனது இடத்தை எடுத்துக் கொள்வதற்குப் பேய்கள் அலைகின்றன.

9. வீட்டையும் அறையையும் ஏன் இணைக்க முடியாமல் போகிறது?

இரண்டும் முற்றிலும் வெவ்வேறாக இருப்பதால் அது சாத்தியம் இல்லை. சிகரெட் மணக்கும் அறைகள் கலை இலக்கியப் பரப்பில் பெரும் தாக்கங்களை உண்டாக்கியது உண்மை. அறை தரும் சுதந்திரத்தை இப்போது மக்களின் பிற

பகுதியினரும் உணர்ந்து அவ்வப்பொழுது வெளியூர்கள் போய் ஒரு வாரம் வரை அறைகளில் தங்குகிறார்கள். சுற்றுலாவின் அறைத் தத்துவம் நம்முடையதைப் போல இல்லை. யாரும் யாருடனும் அல்லது தனியாகவும் எதற்காகவும் தங்கலாம். விடுதலை. ஒய்வு. மகிழ்ச்சி. நிறைவு. வீடுகளுக்குள்ளேயே அறையின் அத்தனை சுதந்திரங்களையும் ஏற்படுத்திக் கொள்ளும் காலத்தை நாம் நெருங்கிக் கொண்டிருக்கிறோம்.

10. வெம்பூரையும் மதுரையையும் இணைக்க முடிகிறதா?

அது தானாகவே நடக்கிறது. வெம்பூர் மதுரையைத் தாண்டி சிங்கப்பூர் துபாய் வரையிலும் நீள்கிறது. மதுரைக்கும் வெம்பூருக்குமான இடைவெளியை சர்வ அலட்சியமாக அழிக்கிறது நால் வழிச்சாலை. 80, 100, 120 என உயரும் வேகமாணி கிலோமீட்டர்களை நிமிடங்களாக்குகிறது. மதுரைக்காரர்களும் வெம்பூர்க்காரர்களும் கூடும் இடமாக வேலம்மாள் மருத்துவமனை அமைகிறது.

11. இவ்வளவுக்குப் பிறகும் நான் இந்த பூமியில் இருக்கத்தான் விரும்புகிறேன் என்கிறீர்கள் ஒரு கவிதையில். அப்படி என்னதான் இருக்கிறது இந்த பூமியில்?

மதுரையிலிருந்து திண்டுக்கல்லுக்கு ஒரு சிறுமழை நாளில் பேருந்திலோ காரிலோ பயணம் செய்து பாருங்கள். கடலாடியிலிருந்து கருப்பட்டிச் சத்திரம், மாரியூர் வழியாக வாலிநோக்கம் சென்று பாருங்கள். இந்த பூமி எவ்வளவு அழகானது என்று தெரியும். கடற்கரையில் போய் ஏலத்துக்கு வாங்கிவந்த வாவல் மீன் குழம்பை தூத்துக்குடியில் சாப்பிட்டுப் பாருங்கள். பன்னாலால் கோஷையோ, அம்ஜத் அலி கானையோ, சஞ்சய் சுப்ரமண்யத்தின் தமிழ்ப் பாடல்களையோ கேட்டுப் பாருங்கள். நேற்று எனது ஆட்டோவை மறித்து நின்ற சிற்றுருப்பெண் பாகம்பிரியாளின் உருண்ட கண்கள். அனிதா ரத்னத்தின் ஒரே ஒரு நாட்டியம். கிருஷ்ணாபுரம்-தென்காசி-திருவில்லிபுத்தூர்-தாடிக்கொம்பு சிற்பங்கள், குளுமையின் காற்றை மட்டுமே வீசும் புங்கமரக் கண்மாய்க்கரை....இன்னும் இன்னும். இவ்வளவும் நிரம்பிய பூமியில் இருக்கத்தானே விரும்புவான் மனிதன்?

12. மறிக்கப்பட்டுக்கிடக்கிற எங்கள் எல்லோர் வாழ்வுக்குள்ளும் குருமலைக்காற்றே நீ வீசுவாயெனப் பாடுகிற, ஒரு மழை நாளைப் பார்த்துக்கூட எழுச்சி பெற்று எதிர்ப்பட்ட முதல் மனிதனிலிருந்து பூமி முழுவதையும் நேசிக்கிற உங்கள் எளிய, அன்பு ததும்பி நிற்கும் மனதால் சூழ்ச்சிகளும் சூதுகளும் பகைமைகளும் துரோகங்களும் நெருக்கடிகளும் நிரம்பிய இந்த உலகை எவ்விதம் எதிர்கொள்ள முடிகிறது? எப்படி உங்களால் காலம் தள்ள முடிந்தது இத்தனை காலம்?

எம்.ஏ. தமிழ் படித்துக் கொண்டிருந்த போது ஏற்பட்ட ஒரு சிறிய நெருக்கடியில் படிப்பையே விட்டுவிட்டு வந்தேன். சென்னை வாழ்க்கை பிடிக்காமல் கோவில்பட்டிக்கு மாற்றலில் வந்தேன். அங்கும் திடுதிப்பென ஒருநாள் எனது அரசு உத்தியோகத்தை ராஜினாமா செய்துவிட்டு வந்தேன். உங்கள் அப்பாவும் எனது அலுவலக நண்பர் ஒருவரும், என்னை ராஜினாமாவை ரத்து செய்து, திரும்ப வேலைக்குப் போக வைத்தார்கள். எதிலும் ஓட்ட முடியாமல் நிலையற்ற மனிதனாக இருந்த என்னை திருமணமும் குழந்தைகளும் நிறையவே மாற்றினார்கள். கோவில்பட்டி அலுவலகத்தில் கண் முன்னே நடந்த கொலையால் பாதிக்கப்பட்டு வாழ்வின் அச்சிலிருந்து கழன்று ஒரு மனநோயாளியாக மாறினேன்.

இரண்டு ஆண்டுகளுக்குப் பிறகு நல்ல வேளையாக தங்கத்தம்மா என்னும் ஒரு பெண் தெய்வம், ஒருவகையான சடங்கியல் மருத்துவம் மூலமாக எனது நோயைப் போக்கியது. அதே போல கிணற்றில் நீந்திக் குளிக்கும் போது பூச்சி கடித்து ஒரு கருவிழியில் ஏற்பட்ட காயத்தை மருத்துவர்களும் ஆச்சர்யப்படும்படி 48 நாட்கள் தொடர்ந்து சாப்பிட்ட கரிசிலாங்கண்ணிக் கீரை குணப்படுத்தியது. வாழ்க்கைக்குள் பொருந்த முடியாமலே இருந்த என்னை வாழ்வின் மாய-அதீதப் போக்கிற்கு ஒப்புக் கொடுத்தேன். புரியாப் புதிர்களையும் அறியாமைகளையும் அறிந்து கொண்ட அந்த நாட்களில் நான் ஒரு கவிதையும் எழுதவில்லை. வாழ்வே போதையாகவும் கவிதையாகவும் மாறி என்னைக் காப்பாற்றியது. எனது சுயசரிதையை ஒரு அதீத நாவலாக எழுதும் திட்டமும் இருக்கிறது.

1970கள் தமிழ் இலக்கியத்தில் மிக முக்கிய காலம். கி.ரா., வண்ணதாசன், வண்ணநிலவன், பூமணி, பா. ஜெயப்பிரகாசம், சா.கந்தசாமி, நாஞ்சில் நாடன், விக்கிரமாதித்தன், கலாப்பிரியா, தேவதேவன் என்று அன்பை மட்டுமே ஆதாரமாகக் கொண்டு பயணித்த படைப்பாளிகள் வாழ்ந்த காலம். தமிழ் சிற்றிதழ்களின் பொற்காலம். கவிஞர் சமயவேல் இக்காலத்தின் கடைக்குட்டி. 1970கள், 1980களில் முக்கிய இலக்கியத் தலங்களாக மதுரை, சென்னை, நெல்லை, கோவில்பட்டி ஆகிய இடங்கள் இருந்தன. தனது வாழ்வின் மிக இளமையான காலத்தை இந்த இடங்களில் வாழ்ந்தவர் சமயவேல். கூர்மையான இலக்கியப் பார்வையும், புதிய தர்சனங்களைக் கண்டுணர்தலும் இவரது ஆகிருதியை அப்போது உயர்த்துகிறது. காற்றின் பாடல், அகாலம், தெற்கிலிருந்து சில கவிதைகள்(தொகுப்பு) ஆகிய கவிதை நூல்கள் வெளிவந்துள்ளன.

தீராநதி: கடந்த மூன்று பத்தாண்டுகளின் தமிழ்ச் சூழல் இயக்கத்தில் தீவிர அரசியல், இலக்கிய விமர்சனம், கவிதை என்று சமயவேல்: பல்துறைகளில் தீவிர பங்கேற்பாளராகவும், கவனமான பார்வையாளராவும் இயங்கியுள்ளீர்கள். முதலில் கவிதையில் இருந்து தொடங்கலாம்.
எதிலிருந்து வேண்டுமானாலும் ஆரம்பிக்கலாம். பேட்டி என்பதே தன்னைத் தீர்த்துக்கொள்வதுதான். நம்ம self. நாம என்னவாக இருந்தோம்; இருக்கிறோம் என்பதை revisit செய்வதுதான்.

இன்றைக்குக் கவிதை என்பது (தலித்திய, பெண்ணிய, விளிம்புநிலை மக்கள் கவிதைகள் தவிர) அதிகம் வாசிக்கப்படாத, நீர்த்துப்போன வடிவமாகச் சுருங்கிவிட் டதாகத் தெரிகிறது. நகைச்சுவை குறித்து தாவோ கூறியது போல மூளையில் சிதறும் ஒரு பொறியாகவோ, அல்லது சித்தர்களின் வாழ்க்கை மற்றும் தத்துவ விசாரப் புலம்ப ல்களாகவோ கூட கவிதை இருப்பதில்லை.
கவிதை என்பது ஒரு நுட்பமான, ஆழமான ஒரு ஆளுமையைப் பாதிக்கிற ஒரு சிறு பொறி முதல் பெரும் காட்டுத் தீ வரையான ஒரு பெரிய விஷயம். நம்ம பாரதி, பாப்லோ நெருதா போல ஒரு தேசியத்தையே பாதிக்கிற காட்டுத் தீ போன்ற ஒரு விஷயம்தான் கவிதை. புதுக்கவிதை ஒரு பிரவாகமாக பெருக்கெடுத்து ஓய்ந்தபின்னர், மூத்த கவிஞர்கள் எழுதியதையே திரும்பத் திரும்ப எழுதினார்கள். (உதாரணம்: தேவதேவன்) இளைஞர்கள் மூத்த கவிஞர்களை நகல் எடுத்துக் கொண் டிருந்தார்கள். தற்போதுதான் ஒரு நான்கு, ஐந்து ஆண்டுகளாக இளைஞர்கள் கவிதையில் புதிய சாளரத்தைத் திறந்துவிட்டுள்ளார்கள். பெண்ணியக் கவிஞர்களின் வருகை இதில் முதல் திருப்பம். மாலதி மைத்ரி, சுகிர்த ராணி, குட்டி ரேவதி போன்றோரின் பெண்ணியச் சொல்லாடல்கள் மூலம் தங்கள் குரலை அவர்கள் மீட்டெடுத்துள்ளனர். தலித்துகளின் குரல் தமிழ் இலக்கியத்தில் எப்போதுமே இருந்தது கிடையாது. இப்போது கவிதை மூலம் அவர்கள் வந்துகொண்டிருக்கிறார்கள்.

1980-களின் இறுதிப்போக்கில் அல்லது 1990-களில் தேவதச்சன், சமயவேல் போன்றவர்கள் ஒருவித எளிமையுடன் கூடிய அற்புதமான அமைதி கவிந்த கவிதைகளை எழுதத்தொடங்கினர். அதன் உள்ளுலகம் விகசிக்கும் தன்மை கொண்டதாக இருந்தது. இது இப்போது இருக்கிறதா?
நான் கூறுவதை ஆண் மையச் சிந்தனையாகக் கூட கூறலாம். Passage Into Darkness என்ற நாவல் என்று நினைக்கிறேன். அது ஐரிஷ் பெண் எழுத்தாளர் எழுதியது. பெண் உலகத்தை முழுமையாக முன்வைக்கும் வகையில் அந்தப் படைப்பின் பயணம் விகசித்துக் கொண்டே செல்கிறது. டென்னசி வில் லியம்ஸ் படைப்புகள் அளவுக்குக்கூட பெண் உலகப் பிரச்சனைகள் இங்கு பேசப்படவில்லை. அவர்கள் உடல் மொழி என்பதை மட்டும் சுற்றிவருகிறார்கள் இல்லையா? இதை ஆண்கள் பயன்படுத்திக்கொள்கிறார்கள். அவர்கள் எழுப்பும் அருவருப்பான கேள்விகளுக்குப் பதில் சொல்வதிலேயே இவர்கள் நேரம் சரியாகிவிடுகிறது. இவர்கள் இப்போதுதான் தொடங்கியுள்ளனர். அவர்கள் நாவல் உலகுக்குள் செல்கிறபோது நீங்கள் சொல்கிற விகசிப்பு சாத்தியப்படுகிற வாய்ப்புகள் உள்ளன. அப்புறம், ஆண்கள் ம ட்டுமல்ல மொத்த சமூகமே அப்படித்தான் உள்ளது.

நீங்கள் கூறுகிற பெண்ணிய, தலித்தியக் குரல்களைத் தாண்டி முழுமையான கவிதைகள் என்று என்ன வந்துகொண்டிருக்கின்றன?
யவனிகா ஸ்ரீராம் அரசியல் பிரக்ஞை உள்ள கவிஞராக இருக்கிறார். ராணி திலக் வாழ்க்கை உள்ளீடுகள், சாயல்களை உள்வாங்கி எழுதுகிறார். ஸ்ரீநேசன் வாழ்வின் பல்வேறு வண்ணங்களைக் கண்டடைந்து எழுதுகிறார். அய்யப்ப மாதவன், ஸ்ரீசங்கர் போன்றவர்களிடம் புதிய மொழி உள்ளது. லீனா மணிமேகலை பெண் ணியம், உடல்மொழி தவிர பாலியல் சுதந்தரம் பற்றி எழுதுகிறார். தற்போதைய தமிழ்க்கவிதைகளை possitiveஆகவே பார்க்கிறேன். புதிய இளைஞர்கள் பழைய பாதிப்புகளிலிருந்து விடுபட்டு, விடுதலையாகி, புதிய கவிதா மொழியைக் கண்டடைந்துள்ளனர்.
இதில் மரபான தமிழ்க்கவிதையில் இருந்து எடுத்துக்கொள்வது எப்படி இருக்கிறது?
2000 வருடத் தமிழ்க்கவிதை மரபில் தற்காலக் கவிதை எங்கே நிற்கிறது என்று விக்கிரமாதித்தன் கேட்கிறார். அதுபோலவா?

நான் கேட்க விரும்புவது சங்கம் முதல் பாரதி வரை தொடர்ந்த தமிழ்க் கவிதை கன்னி விடாமல் தொடர்கிறதா?
தமிழ் வாழ்க்கை சங்கக் கவிதைகளில் உள்ளது. சங்கக் கவிதைகளை வாசிப்பதுகூட இன்று சில கவிஞர்களுக்குப் பிரச்சனையாக உள்ளது. அது தேவையில்லை என்கிறார்கள். உலகக்கவிதை வாசிப்புமட்டும் போதாதா என்கிறார்கள். நான் மலினப்படுத்தப்பட்ட சந்தம், யாப்புகளைக் கூறவில்லை. 1970, 1980-களின் முக்கியக் கவிதைகள் என்பது

மேற்கத்தியத் தத்துவங்களின் நகல்களாகத் தானே இருந்தது? மில்ட்டன், ராபர்ட் புரோஸ்ட், வேர்ட்ஸ்வொர்த், ஷெல்லி, பைரன் என்று யாரையாவது பின்பற்றித்தான் புதுக்கவிதைகள் எழுதிக்கொண்டிருந்தோம். இ ன்று அதுபோல உலகக் கவிஞர்கள் இல்லாததுதான் தேக்கத்துக்குக் காரணமா?

1970-களில் ஏற்பட்ட நெருக்கடியே இதுதான். கவிதையில் எந்த அளவு தத்துவம் இருக்கலாம்; இருக்கக்கூடாது என்ற விவாதம் எழுந்தது. தேவதச்சன், ஆனந்த் போன்றோர் அப்போது தத்துவத்தை நேரடியாக எழுதிக்கொண்டிருந்தார்கள். தற்போது தேவதச்சனின் குருவி கவிதைகள் எளிமையையும், அமைதியையும் கொண்டுள்ளன. அற்புதமானவை அவை. இருந்தாலும் கவிதைக்கும் தத்துவத்துக்கும் மிக நெருங்கிய தொடர்பு உள்ளது. வாழ்க்கையின் நித்தியமான உண்மைகளைக் கவிதைகள்தாம் சிறப்பாகக் கவனத்தில் கொள்கின்றன. வாழ்க்கையில் உள்ள புரியாத பகுதிகளைக் கொள்வதைத்தான் கவிதையும், தத்துவமும் செய்கின்றன. தற்போதும் அரசியல் கவிதைகளை எழுதித்தான் தீரவேண்டும். யவனிகா ஸ்ரீராம் போன்றவர்கள் அதைத் தொடங்கியுள்ளனர்.

தற்போது உலகக்கவிதை என்னவாக இருக்கிறது?

தாவோ, ஜென் பாதிப்பில் சிலர் எழுதுகிறார்கள். உலகக் கவிஞர்கள் என்று சொல்லக்கூடிய யாரும் இன்று இல்லை. துணை உலகக்கவிஞர்கள்தான் உள்ளனர்.

இதற்கு, மேற்கத்திய தத்துவங்கள் தோல்வியடைந்து வருவதும் ஒரு காரணமா? தற்போது உலகளாவிய தத்துவ உள்ளொளி என்று ஒன்று இல்லை அல்லவா?

தற்போது எல்லாம் பொட்டலம் கட்டும் தன்மையாகிவிட்டது. உள்ளீடற்ற, சாராம்சமில்லாத கூடாக உலகம் ஆகிவிட்டது. ஆக்கப்பட்ட பொருள்கள் அனைத் தையும் பயன்படுத்தித் தூக்கியெறிந்து கொண்டிருக்கிறோம். இதனால் அரசியல், தத்துவம், இசை எல்லாம் பயனற்றதாகி விட்டது. அப்புறம் செவ்வியல் காலம் முடிந்து வி ட்டது. பின் நவீனத்துவத்தில் எல்லாம் தகர்க்கப்பட்டுள்ளது. கட்டுடைப்பு எங்கும் நிகழ்ந்துள்ளது. இதற்குமுன் உடைக்க முடியாத நுண் அலகுகள் எல்லாம் உடைந்து கொண்டிருக்கிறது. இதிலிருந்து புதிய மரபுகள் தோன்றும். தற்போது உலகம் முழுவதுமே ஒரு திரவ நிலை நிலவுகிறது. தமிழும் இதற்கு விதிவிலக்கு இல்லை. இதிலிருந்து solid ஆன ஒன்று உருவாகும்.

ஆனால், இன்று தலித்தியம், பெண்ணியம் போன்ற அடையாள அரசியல் காலத்தில் இன்னும் ஓராயிரம் நல்ல கவிதைகள் முகிழ்ப்பதற்கான வாய்ப்புகள் இருப்ப துபோல் தோன்றுகிறதே? அப்புறம், பல ஆண்டுகள் முன் பிரமிள் புதிய கவிதை இயக்கத்தைத் தொடங்கினார். இன்று அது தொடரவில்லை. புதிய கவிஞர்கள் பிரமிளை எவ்வாறு வாசிக்கிறார்கள்?

இன்று நிறையபேர் அவரைக் கொண்டாடுகிறார்கள். தத்துவத்தையும், அறிவியலையும் அழகியல் பூர்வமாகக் கவிதையில் இணைக்கும் முயற்சியில் பிரமிள் ஈடு பட்டார். அவர் அதி கவி. மிக முக்கியமான அறிவியக்கத்தின் சுடர் தோன்றி மறைந்துவிட்டது. உலகக் கலாசாரங்களின் ஒருமித்த குரலாகக் கவிதையை மாற்றமுடியுமா என்று முயற்சித்தார். எகிப்து, ரோமானியக் கலாசாரங்களில் இருந்து தனது அழகியலை எடுத்துக்கொண்டார். அவரது ஓவியங்களில் இதை வெளிப்படையாக அவதானிக்கலாம். அவரது கவிதைகளிலும் இது உள்ளது. தமிழ்க்கவிதை மரபுக்கு இது புதுசு. ஆனால், தமிழின் குழுவாதம் அதை வீழ்த்திவிட்டது. அவரது தீவிர கவிதை இயக்கத்தை அது திசை திருப்பிவிட்டது. அவருக்கு எதிரான விமர்சனங்களுக்குப் பதில் சொல்வதிலேயே காலத்தை விரயம் செய்துவிட்டார். எதிர் விமர்சனங்களால் தனிமைப்படுத்தப்பட்டார்.

இன்று அனைத்து கருத்தாக்கங்களுக்கும் அதிகார மையங்கள் உருவாகி விட்டன. தற்போது அப்படி ஒரு ஆளுமை தனிமைப்படுத்தப்பட வாய்ப்பு உள்ளதா?

பலவீனங்கள் மலியும்போதுதான் அதிகார மையங்கள் உருவாகின்றன. அரசியல் மட்டுமல்ல. அகடமிக் சைடிலும் அதிகார மையங்கள் உருவாகியுள்ளன.

இன்று எல்லாவற்றையும் உள்ளடக்கிய பொதுமையான ஆளுமைகள் இல்லையே. Nomfiction எழுதுபவர்கள்தான் எல்லாவற்றையும் உள்ளடக்கிய பொதுமையான ஆளுமையாக உள்ளனர். படைப்பாளிகளில் இத்தகைய ஆளுமைகள் இல்லையே?

எனக்கு அப்படியும் தோன்றல. ஏன்னா, அதையும் யாரும் வாசிப்பதில்லை. அ. மார்க்ஸ். எஸ்.வி.ஆர் போன்றவர்களுக்கு பொது வாசகர்கள் இல்லையே. வே ண்டுமானால் ரசிக மனோநிலை இருக்கலாம். இதனால் குட்டி, குட்டி அதிகார மையங்கள் உருவாகி வருகின்றன. இவர்கள் அனைவரும் ஒரே மேடையில் உட்காரும் வாய்ப்பு இல்லாமல் உள்ளது. இதைத்தான் தற்போதைய பலவீனமான நிலை என்று சொல்கிறேன். ஆனால். 1970-களில் இத்தகைய நிலை இல்லை. அப்போது முழு மையான ஆளுமைகள் இருந்தன. அது வசந்தகாலம் என்றே நினைக்கிறேன். அன்றைய படைப்பு ஆளுமைகளில் ஒரு ஒன்றிப்பு நிலவியது. அது சிறு பத்திரிகைகளின் காலம். அங்கு பரந்தா-

மன் போன்றவர்கள் சிற்றிதழ்களுக்காக உயிரைக் கொடுத்தார்கள். இடதுசாரி அரசியல் வீச்சு ஒரு பக்கமும், அதற்கு நிகரான தீவிர அழகியல் வீச்சும் நிலவியது. இரண்டுக்கும் இடையே ஆரோக்கியமான போட்டி நிலவியது. அந்த 1970-களின் காலம் திரும்ப வராதா என்ற ஏக்கம் இருப்பதாக கல்யாணிஜிகூட அண் மையில் எழுதியிருந்தார்.

நீங்கள் 1970-கள் காலத்தைச் சேர்ந்தவர் இல்லையா? அதன் நினைவுகள் ...

நான் அக்காலத்தின் கடைக்குட்டி. அப்போது பரஸ்பர புரிதல் நிலவியது. சுந்தர ராமசாமி, நகுலன் சண்டைகள்கூட மிகப் பூடகமாக நடந்தது. முருகேச பாண் டியன், நான் போன்றவர்கள் நாகர்கோயில் போய் சுந்தர ராமசாமியைப் பார்த்துவிட்டு, திருவனந்தபுரம் போய் நகுலனையும் பார்த்து வருவோம். எங்களுக்கு எந்த நெ ருக்கடியும் அப்போது இருந்தது இல்லை. இப்போது அப்படி நினைத்துப் பார்க்கமுடியுமா? நீல பதமநாபன், வண்ணநிலவன், கி. ராஜநாராயணன் போன்றவர்கள் பிரியமானவர்களாக இருந்தார்கள். அன்பு என்பது அப்போதைய முக்கியமான விழுமியமாக இருந்தது.

அந்த பெருங்கலாசாரத்தில் இல்லாத அன்பு. அதற்கான நிரந்தர ஏக்கம் அப்போது அனைவரது மனசிலும் நிறைந்திருந்தது. அது பேரன்பு. அதை வேறு எப்படியும் சொல்லமுடியாததாக இருந்தது. அதைத்தான் அப்போது அனைத்து படைப்பாளிகளும் கொண்டுவர முயற்சி செய்தனர். இதற்காகத்தான் இதில் வெற்றி பெற்ற வண்ணநிலவன், வண்ணதாசன் போன்றோர் பின்னர் கிண்டல் செய்யப்பட்டனர். எனது சிறிய கவனிப்பு என்னவென்றால் வண்ணநிலவன், வண்ணதாசன் கதைமொழியை இன்றுவரை யாராலும் தாண்ட இயலவில்லை. அவர்களை எப்போதுமே நிராகரி த்துவிடமுடியாது, மிகப்பெரிய படைப்பான ஆழி சூழ் உலகுகூட வண்ணநிலவன் கதைமொழியைக் கடக்க முடியவில்லை.

இன்று சரியான விமர்சனம் இல்லாததுதான் இதற்குக் காரணம். இதனால் சரியான படைப்புகளை அடையாளம் காட்ட யாரும் இல்லை. 1970-களைச் சேர்ந்தவர்களில் யாரும் யாரையும் நிராகரிக்காத தன்மை இருந் தது. 'அவரும் 10 நல்ல கவிதைகள் எழுதியிருக்கிறாரய்யா' என்ற கருத்து ஒவ்வொரு படைப்பாளிமீதும் இருந்தது. கருத்து வேறுபாடுகளைச் சேர்த்து அங்கீகரித்தனர். நானும் வண்ணநிலவனும் மிக நெருக்கமாகப் பழகினோம். ஒருவர் படைப்புகளை ஒருவர் என பரஸ்பரம் புகழ்ந்து கொண்டது கிடையாது. வண்ணதாசனும், கலாப்பிரியாவும் தங்களுக்குள் பரஸ்பரம் சொரிந்து கொண்டது இல்லை. துதிபாட மாட்டார்கள். படைப்புகள் பொதுவெளியில் இருந்தன. நாங்கள் படைப்புகளைப் பொது வெளியில் பார்த்தோம்.

1970-களின் கலையின் மையம் அன்பு என்று கூறுகிறீர்கள். தற்போது அப்படி ஒரு focus இருக்கிறதா?

தற்போது சூன்யம்தான் நிலவுகிறது. ஏதாவது குப்பையாகவாவது கரை ஒதுங்கவேண்டுமே? அப்படி ஒண்ணையும் காணோம். அன்பு என்பது நிலப்பிரபுத்வக் கூறாக இருந்தது. இன்று அத்தகைய சர்வதேச கூறு இல்லை. ஆனால், அரசியல் அப்படியேதான் இருக்கிறது. நான் கட்சி அரசியலைக் கூறவில்லை.

1. நுகர்வுக் கலாசாரம் 2. ஊடகத்தின் அசுர வளர்ச்சி
3. பண்பாட்டு இயக்கங்கள் இல்லாதது 4. தகவல் தொழிநுட்பம்

ஆகிய 4 புதிய கூறுகள் சூன்யத்தை உருவாக்கிவிட்டன. மீண்டும் 70-களின் காலத்துக்கே திரும்பலாம். அன்றைய செவ்வியல் இயக்கம் நியாயமானது. இன்று அதற்கான வாழ்க்கைத் தொடர்ச்சி இல்லை. பெரும் ஆளுமைகள், படைப்புகள் வெளிவருவதற்கான வாழ்க்கை இல்லை. வாழ்க்கை சிதறுண்டு கிடக்கிறது. முகம் இழந்து, விளிம்பு நிலையையும் தாண்டிய கேவலமான ஸ்திதி நிலவுகிறது. இந்த வாழ்க்கை வாழ்வதற்கும், எழுதுவதற்கும் உகந்ததாக இல்லை. கவிதை எப்போதும் வாழ்க்கையின் உள்பகுதி பற்றி ஆத்மார்த்தமாக எழுதுகிற அழகியலைக் கொண்டது. அது 1970-களுக்குப்பின் காணாமல் போய்விட்டது. 1990-கள் வரைகூட இது இருந்தது.

இன்று எல்லா இயக்கங்களும் சோரம் போய்விட்டன. இன்று தீவிரமான, மிதமான இயக்கம் எது என்று எதுவும் யாருக்கும் தெரியவில்லை. திடீரென்று 4 இயக்கங்கள் வருகின்றன. தலித் இயக்கம் என்கிறார்கள். எல்லாம் சில்லுண்டியாக இருக்கிறது. குறிப்பிட்டு எதையும் சொல்லமுடியவில்லை. எல்லாவற்றுக்கும் இது பொருத்தமாக இ ருக்கிறது. இச்சூழலில் பெரும் படைப்பை எதிர்பார்க்க முடியாது. எல்லாரும் ஒவ்வொரு நாளும் சோரம் போகிறோம். 1947 இல் தொடங்கிய ஜனநாயகம் மந்தத்தன்மையை ஏற்படுத்திவிட்டது. அதுதான் சிறந்தது என்று ஆழ்மனதில் பதிந்துவிட்டது. இன்று யாருமே தமது சொந்த வாழ்க்கையைப் பணயம் வைக்கத் தயாராக இல்லை. பழைய வாழ்க்கையில் இத்தகைய தியாகிகள் இருந்தனர்.

ஆனால், ஒரு வீட்டுக்குள் வாழ்பவர்கள் மத்தியில் கூட இன்று விட்டுக்கொடுத்தல் இல்லை. அப்படியிருக்கும் போது பொதுச் சொல்லாடல்கள் மூலம் எல்லாப் பிரிவுகளையும் ஊடறுத்துப்போவது சாத்தியமில்லை. ஊடகத்தின் பெருவளர்ச்சி மொத்த நேரங்களையும் பிடுங்கிக்கொண்டு விட்டது. எப்போதும் ஏதோ ஒரு சேனல் நமது ஏதாவது ஒரு நேரத்தை எடுத்துக்கொண்டு விடுகிறது. நகைச்சுவைக் காட்சிகளை மீண்டும் மீண்டும் பார்த்து மொத்த சமூகமும்

sணீபீவீst சமூகமாகிவிட்டோம் இல்லையா?. இல்லையென்றால் வடிவேலு அடி வாங்குவதை நாள் முழுவதும் பார்த்துக்கொண்டு இருக்க முடியுமா? இதனால்தான் மு ழுமையான ஆளுமைகளைவிட சிதறுண்ட சிறு ஆளுமைகள்தான் சாத்தியம் என்கிறேன். அதற்கு அடையாளமாக அவர்களின் புது மொழி உள்ளது. இது நம்பிக்கையை ஏற்படுத்துகிறது.

இந்தப் புது மொழி என்பது சில பெண்ணியக்கவிஞர்கள் தவிர வேறு யாரிடம் நம்பிக்கை ஏற்படுத்துகிறது? மொத்தச் சூழலுமே மிகச்சிறிய வரம்புக்குட்பட்டதாக இருக்கிறது. கடந்த 20 ஆண்டுகால சமூக வாழ்க்கை பெரும் மாறுதல்களுக்கு உட்பட்டுள்ளது. ஏராளமான கலப்புத் திருமணங்கள் நடந்துள்ளன. இருந்தாலும் சாதிய அடையாளம் சார்ந்த விழுமியங்கள்தான் (நான் இங்கு தலித் சாதிகளைக்கூறவில்லை) இன்று படைப்பாளிகளிடம் முன்னிலை வகிப்பதாகத் தெரிகிறது.

தமிழ் வாழ்க்கையின் நுண் அலகுகள் சாதியால்தான் கட்டமைக்கப்பட்டுள்ளது. இதைத் துவம்சம் செய்யவேண்டும். அத்தகைய நினைப்புகளும் இருக்கிறது. ஆனால், குடும்பம் என்ற கேவலமான யூனிட்டைப் புனிதமாக பேணிக்காக்கிறோம். இத்தகைய நுண் அலகுகளையும் அடித்து நொறுக்கவேண்டும். இதை இலக்கியம்தான் செய்யமுடியும். தி. ஜானகிராமனின் ‘அம்மா வந்தாள்’ நாவலில் சோரம் போகும் அம்மாவை இயல்பாகப் புரிந்துகொள்ள முடிகிறது. இதனால் எத்தகைய பெண்ணையும் புரியும் மனநிலையை நான் பெறுகிறேன். இத்தகைய soft எழுத்துகள் வரவேண்டும்.

ஆண் எழுத்தாளர்கள் பெண்ணிய எழுத்துகளையும், பிற சாதிகளில் பிறந்த எழுத்தாளர்கள் தங்கள் சாதிகளைத் துறந்து தலித் எழுத்துகளையும் தோளில் சுமந் தால்தான் இது சாத்தியம். எழுத்தில் இத்தகைய intersections எப்போது சாத்தியம்?

அப்படியான காலம் நெருங்கிக் கொண்டுதான் உள்ளது. பெண்ணிய எழுத்தாளர்கள் மொத்த வாழ்க்கையைப் பதிவு செய்யத்தொடங்கிவிட்டால் எல்லாம் சரியாகிவிடும்.

உரையாடலை இப்படி மாற்றலாம். ஒரு ஆண் தனது பாவத்துக்கு விமோசனம் தேடுவது போல தனது ‘புத்துயிர்ப்பு’ நாவலை டால்ஸ்டாய் ஆரம்பிக்கிறார். பாவவிமோசனம் தேடும் பயணம் 800 பக்கங்களுக்கு விகசிக்கிறது. இப்படி ஒரு தேடல், பயணம் தமிழில் இல்லாமல் போனது ஏன்?

அது இல்லாததால்தானே தமிழில் படைப்புகள் மொக்கையாக இருக்கின்றன. மொக்கை என்ற புதிய சொல்லையே தமிழ் நாவல்கள் உருவாக்கிவிட்டன. மொக்கை என்ற சொல் useless என்ற அர்த்தத்தில் பயன்படுத்தப்படுகிறது. சரி, சமுதாயம் மொக்கையாக இருந்தால் அதைத்தானே எழுதுவார்கள். ஜெயமோகன், எஸ். ராமகிருஷ்ணன் போன்றவர்கள் அதைத்தான் எழுதுகிறார்கள். ஆனால் இது மிகப் பெரிய வாசக வன்முறை. 1000, 2000 பக்கங்கள் எழுதுகிறார்கள். அதை முழுதாகப் படித்து என்னதான் ஆகப்போகிறது. பிறகு, ஏன் வரலாற்று நாவல்களை எழுதுகிறார்கள் என்று தெரியவில்லை. எனக்கு முன்னர் வாழ்ந்தவர்கள் வரலாறு எனக்குச் சுமையாகத்தான் இருக்கிறது.இது மலத்தில் அரிசி தேடும் முயற்சிதான்.

நவீன வாழ்க்கை பெரும் படைப்புகளைத் தருவதற்கானதாக இல்லை. உலக அளவிலும் வரலாற்று நாவல்கள்தான் எழுதுகிறார்கள். இதை மீறுவதற்கு பெரும் வீரியம் வேண்டும். நாம் நமது பால்ய காலத்தில் வாசித்த பொன்னியின் செல்வன் ஒரு ரொமாண்டிசம். அப்போது வரலாற்று நாவலே எழுதக்கூடாது என்றுதான் நினைத்தேன். அரசு ஆவணக்காப்பகங்களில் கெசட்டியர்களைத் தேடிக்கண்டுபிடிக்கிறார்கள், மியூசியங்களில் எலும்புக்கூடுகளைத் தேடுவதைப்போல. பின் எலும்புக்கூடுகளுக்கு மேல்பூச்சு பூசி வரலாற்று நாவல்களாக உலவவிடுகிறார்கள். creativity கூடக்கூடப் பக்கம் குறையும்.

படைப்பூக்கத்தின் வறுமைதான் பக்கங்கள் அதிகரிப்பதன் காரணம். இன்றைய இளைஞர்கள் இந்த மொக்கைகளை வாசிக்கப்போவதில்லை. இப்போது you tube காலம். அவர்கள் கைகளில் அனைத்துத் தகவல்களும் உள்ளன. அவர்களை எவ்வாறு அணிதிரட்டுவது என்பதுதான் இன்றைய படைப்பின் சவால். இன்றைய நவீன வாழ்க்கையைப் பற்றி ஆயிரம் பக்கத்தில் ஒரு நாவல் எழுதினால் போதும் நவீன சிக்கல்கள் அனைத்தையும் கொண்டுவந்துவிடமுடியும்.

60 நொடி விளம்பரப்படத்தில் மனிதனின் பரிணாம வளர்ச்சி மலினப்படுத்தப்பட்ட வடிவில் காண்பிக்கப்படுகிறது. தகவல்கள் என்பது ஊடகச் சாயம் பூசப்பட்டு கு ழந்தைகளைச் சென்றடைந்து கொண்டே இருக்கின்றன. இன்று பூமியில் ஒரு பெரும் நிகழ்வு நிகழ்ந்தால் அடுத்த 5 நிமிடங்களில் அதன் பூர்வ காலத் தகவல்கள் முதல் அனைத்தையும் பெற்றுவிடமுடிகிறது. இவ்வாறு ஊடகங்கள் வளர்ந்துள்ள நிலையில் எழுத்தில் விவரணைகளுக்கு இடம் இல்லாமல்

போய்விட்டது. இணையம் வந்த பிறகு வாசிப்பு scaning ஆகிவிட்டது. இதுதான் புதிய எழுத்தின் சவால் என்று நினைக்கிறேன்.

அவ்வாறு ஒரு நிமிடத்தில் ஸ்கேன் செய்துவிடக்கூடாது என்பதற்காகத்தான் ஆயிரம் பக்கத்தில் மொக்கை நாவல் எழுதுகிறார்கள் போல. டூமாஸ் கேலி செய்த வரலாற்றைத்தான் அவர் காலத்துக்கும் பின்னர் எழுதிக்கொண்டிருக்கிறார்கள். ஏன் இவ்வளவு தீவிரமாக மறுக்கிறேன் என்றால், வரலாறு என்பது எப்போதும் சார்பு நிலை கொண்டது. ஆளும் வர்க்கம் சார்ந்ததாகவே வரலாறு உள்ளது. புனைவுதான் இதைவிட மிகவும் சிறந்தது. சிலப்பதிகாரம் போன்ற பெருங்கதையாடல்கள் தன்னளவில் மிக வும் அற்புதமாக உள்ளது. அது மிகச் சிறந்த புனைவு. பிறகு இவர்கள் அதை ஏன் மீண்டும், மீண்டும் எழுதுகிறார்கள் என்று தெரியவில்லை. அகலிகையை கு.ப.ராவும், பு.பி.யும் எழுதினார்கள். அது அசலான கதைகள். அதில் ஒரு விஷயம் உள்ளது. அது வரலாற்றுப் புனைவு என்றும் சொல்லமுடியாது. அதில் வேறு ஒரு கேள்வி உள் ளது. ‘கற்பு, கற்பு என்று கதைக்கிறீர்களே..’ என்று பு.பி. பொன்னகரத்தில் எழுதியதை மீறி, சொல்ல என்ன இருக்கிறது.

வரலாற்றுப் புதினம் என்பது recreation என்கிறார்கள். அப்படியானால் வால்மீகி ராமாயணம் குறித்த அக்காலத்திய சரியான விமர்சனம்தான் கம்பராமாயணம். அதனால்தான் ஜீவா போன்ற நாத்திகர்கள் அதற்குள் travel செய்ய முடிந்தது. அதுபோன்ற travel ஆக இன்றைய வரலாற்றுப் புதினங்கள் இருக்கிறதா?

நிச்சயமாக இல்லை. பொதுவாகவே 90-க்குப் பிந்தைய மொத்த இலக்கியப் போக்கில் திருப்தி இல்லை. நிறைய நல்ல படைப்புகள் இல்லை. மிகக் கொஞ்சமாக த்தான் உள்ளது. இது மிகவும் ஏமாற்றமாக இருக்கிறது. 1970-களில் தொட்ட உச்சத்தை யாருமே தொடவில்லை. அவர்களுக்கு இருந்த பார்வை தர்சனம் இவர்களுக்கு இ ல்லை. எப்படியாவது நிறையபேர் வாசிக்கிற பண்டமாக மாற்ற வேண்டுமே என்ற மலினமான, வெகுஜனப் பத்திரிகைத் தன்மைதான் தெரிகிறது. இதையும், தனது சொந்த இருப்பு குறித்த சண்டைகள் மற்றும் தந்திரங்களைக் கைவிட்டால்தான் அதைக் கண்டடைய முடியும்.

கட்டமைக்கப்பட்ட புனிதமாகவே வரலாறு உள்ளது. வரலாற்று அபத்தங்கள் என்ன என்றே நமக்குத் தெரியாது. வரலாற்றில் நடந்த அபத்தங்கள் தெரியாமல் வரலாற்றை எப்படி படைப்பாக்க முடியும்?

தமிழில் வரலாறு குறித்த புனைவில் ஈடுபடுபவர்களுக்கு அது தெரியாது. பொதுவாக, உள்ளீடற்ற சமூகத்தில் ஏற்படும் வெற்றிடத்தை நிரப்ப எதிர்பார்க்கப்படும் படைப்புகளும் உள்ளீடற்றதாகவே உள்ளன. இதை எதிர்க்க பெரும் வீரியம் வேண்டும். அவ்வாறு சமீபத்தில் வெளிவந்துள்ள ஆளுமைகளாக அ. முத்துலிங்கம், கோணங்கி, முருகபூபதி, ஹரிகிருஷ்ணன்(மணல்மகுடி), ஆதவன் தீட்சண்யா, திருச்செந்தாழை ஆகியோர் புதிய மொழியையும், புதிய உள்ளடக்கத்தையும் உருவாக்குகிற க ட்டாயத்தில் இருப்பவர்கள். கவிதை பற்றி ஏற்கெனவே கூறிவிட்டேன்.

கோணங்கி மொழி குறித்த சர்ச்சை உள்ளதே?

ஆமாம். அவர் எங்களுக்காக எழுத வேண்டும் என்று கேட்டுக்கொள்கிறேன். அவர் communicativeஆக எழுத வேண்டும். அப்போது அவர் மொழி புதியதாக இருக்கும்.

1970-களில் இருந்து தமிழில் முக்கிய இலக்கியச் சூழலாகக் கருதப்பட்ட மதுரை, நெல்லை, சென்னை, கோவில்பட்டி ஆகியவற்றில் தொடர்ச்சியாக 1980-களின் இறுதிவரை வாழ்ந்துள்ளீர்கள். அச்சூழல்கள் உங்களிடம் எவ்வாறு செல்வாக்கு செலுத்தின?

நான் பிறந்தது கரிசல் பூமி. விளாத்திகுளம் அருகே உள்ள வெம்பூர். நான் வளர்ந்தது பெரும்பாலும் எனது அம்மா முனியம்மா பிறந்த வேம்பாரப்பட்டி. என் அம்மாவின் அப்பா சிறந்த சேவற்சண்டைக்காரர். சேவற்கட்டுக்காரர் என்று சொல்வார்கள். இருபது சேவல்களை ஜெயித்து தோலில் போட்டு வருவதை நான் பார்த்தி ருக்கிறேன். தினசரி கோழிக்கறிதான். பிள்ளைப்புதூர் பள்ளியில் படித்தேன். லீவு நாட்களில் வேம்பாரப்பட்டி தாத்தா வீடும், தோட்டமும் தான். தாத்தாவுடன் ஓடைக்குச் சென்று மீன் பிடிப்போம். அதனாலே பின்னாட்களில் எனக்கு தக்கையின் மீது நான்கு கண்கள் எனக்குப் பிடித்த கதையானது.

அந்தத் தோட்டத்தில் தான் என் பால்ய சகியைச் சந்தித்தேன். திடீரென என் அம்மாவின் சாவு என்னை மிகவும் பாதித்தது. வேம்பாரப்பட்டியில் இருந்து பிரித்துவிட்டது. பள்ளியில் தையல் ஆசிரியர் ஒருவர் இருந்தார். அவர்தான் எனக்கு புத்தகங்களை அறிமுகப்படுத்தினார். பிளாட்டோ, சாக்ரடீஸ் புத்தகங்களைக் கொடுத்தார். சாமிநாதசர்மா எழுதிய அனைத்துப் புத்தகங்களையும் பள்ளியில் படிக்கும்போதே வாசித்துவிட்டேன். எனக்கு சி.பி.எம் கட்சிக்காரர்கள் அறிமுகம் கிடைத்தது.

எப்படியும் புரட்சிக்காரன் ஆகவேண்டும் என்று நினைத்தேன். எங்கள் ஊருக்கு அருகில் பந்தல்குடி என்ற ஊர் உண்டு. அங்குதான் அரசு நூலகம் இருந்தது. அங்கு சென்று புத்தகங்களின் பெயர்களை எழுதிக் கொண்டு வந்தேன்.

எங்கள் ஊருக்குவரும் போஸ்ட்மேனிடம் தினசரி ரெண்டு புத்தகங்களின் பெயர்களை எழுதிக்கொடுத்து பந்தல்குடி நூலகத்தில் இருந்து வாங்கிவருவார். அதை அன்றே வாசித்து விடுவேன். கம்மாய்க்கரை மரத்தடி, கமலைக்கல், பேய் நடமாடும் ஊர்க்கோடிக் கோயில், மறுநாள் அதைக்கொடுத்து விட்டு வேறு இரண்டு புத்தகங்களை வாங்கிவருவார்.

மதுரையில் கல்லூரிப் படிப்பு. முருகேசபாண்டியன் அதே கல்லூரியில் படித்தார். ஐ.சி. பாலசுந்தரம் என்ற அருமையான ஆசிரியர் கிடைத்தார். அவர்தான் எங்கள் ரசனைகளை வளர்த்தவர். காமு, காப்காவை அறிமுகப்படுத்தினார். நல்ல சினிமா என்றால் என்ன என்பதை உணர்த்தினார். அவர் அபி, மீரா, அப்துல்ரஹ்மான் ஆகியோரின் கல்லூரித்தோழர். அவர் மூலம் மதுரை இலக்கியத் தோழமை வட்டத்தின் பரிச்சயம் கிடைத்தது. ஜி. நாகராஜன் தங்கியிருந்த சந்தானம் லாட்ஜுக்குச் செ ல்வேன். நான் சின்னப்பையன். விரட்டிவிடுவார். இடையில் கல்லூரிப்படிப்பு தடைப்பட்டது. மீண்டும் பாளையங்கோட்டையில் தொடர்ந்தது. அங்குதான் ஜோதிவிநாயகம் எ ன்ற என் அருமையான நண்பனைச் சந்தித்தேன். அவர் லெண்டிங் லைப்ரரி நடத்தினார். ரெண்டு பேரும் வீடுவீடாக புத்தகம் போடுவோம். பிறகு விடிய விடிய பேச்சு. நம்பிராஜன்(விக்கிரமாதித்தன்), வண்ணநிலவன், கலாப்பிரியா, கி.ரா, வண்ணதாசன் ஆகிய நண்பர்கள். நாகர்கோயில் சென்று சுந்தரராமசாமி, திருவனந்தபுரம் சென்று நகுலன் என்று 1970-களின் ஜாம்பவான்களோடு நட்பு வட்டம் விரிந்தது.

1976 இல் சென்னை வந்தேன். சென்னையின் முக்கிய காலகட்டம் அது. அங்குதான் தீவிர அரசியல் பரிச்சயம் கிடைத்தது. ராஜதுரை சோறும் போட்டு, சொல்லியும் கொடுத்தார். வண்ணநிலவன் துக்ளக்கில் சேர்ந்தார். பாதிநாள் அவரது வீடு. சந்திரா அன்பை மறக்கமுடியாது. இவர்கள்தான் என் parents. பிரமிள் பழக்கம் ஏற்பட்டது. எங்கு சென்றாலும் அவருடன் சுற்றுவேன். நவீன நாடகம், நல்ல சினிமாக்கள், இசை என்று மிக முக்கியமான கலைகளின் வசீகரத்தினை அப்போதுதான் உணர்ந்தேன். தீவிர அரசியலில் இருந்தேன். அரசு ஒடுக்குமுறை அதிகமாக இருந்தது. தாங்கமுடியவில்லை. இதனால் அரசு வேலையில் சேர முயற்சி செய்தேன். 1981இல் வேலை கிடைத்தது. சில ஆண்டுகளில் மாற்றல் வாங்கிக்கொண்டு கோவில்பட்டி வந்தேன். கோயில்பட்டியில் தீவிர காலத்தில் அவர்களோடு நானும் சுவாசித்தேன்.

1947இல் தொடங்கிய ஜனநாயகம் மந்தத்தன்மையை ஏற்படுத்திவிட்டது.
காட்டுத் தீ போன்ற ஒரு விஷயம்தான் கவிதை!
பலவீனங்கள் மலியும்போதுதான் அதிகார மையங்கள் உருவாகின்றன.

44. கவிஞர் வண்ணதாசன்

வண்ணதாசன் என சிறுகதைகள் மூலமும், கல்யாண்ஜி என்று கவிதைகள் மூலமும் தமிழ் இலக்கிய உலகில் அறியப்படும் எஸ். கல்யாணசுந்தரம் (1946) பாரத ஸ்டேட் வங்கியில் பணிபுரிந்து ஓய்வு பெற்றவர். மூத்த எழுத்தாளர் தி.க. சிவசங்கரன் அவர்களின் மகன்.

60-களில் எழுதத் தொடங்கிய வண்ணதாசனுக்கு பத்து சிறுகதைத் தொகுப்புகள், ஏழு கவிதைத் தொகுப்புகள் மற்றும் தேர்ந்தெடுத்த கவிதைகளின் குறுந்தகடு, கல்யாண்ஜி குரலிலேயே வாசிக்கப்பட்டு வெளிவந்துள்ளது. `எல்லோர்க்கும் அன்புடன்' எனும் பெயரில் இவரது கடிதங்கள் தொகுக்கப்பட்டு நூலாக வந்துள்ளது.

இலக்கியச் சிந்தனை, லில்லி தேவசிகாமணி, திருப்பூர் தமிழ்ச்சங்கப் பரிசுகள், சிற்பி விருது, இசை அமைப்பாளர் இளையராஷா வழங்கிய `பாவலர் விருது' மற்றும் தமிழக அரசு வழங்கிய கலைமாமணி முதலிய விருதுகளும், பரிசுகளும் பெற்றவர். மனைவி வள்ளி அவர்கள். பிள்ளைகள் சிவசங்கரி, நடராஷ சுப்ரமணியம். சிவசங்கரிக்குத் திருமணமாகி அர்ச்சனா என்ற மகள் உள்ளார். நடராஷ சுப்ரமணியத்திற்கு ஜூலை (2009) மாதம் திருமணம். திருமண வேலைகளின் பரபரப்புக்கிடையில், அவரது மாறாத அன்பின் காரணமாகவே இந்த நேர்காணல். கல்யாண்ஜி திருநெல்வேலியில் வசித்து வருகிறார்.

தீராநதி : உங்கள் கதைகளும், கவிதைகளும், கட்டுரைகளும் வேலை நிமித்தம் நீங்கள் வாழ்ந்த பல ஊர்களின் வரைபடங்களைக் கொண்டவை. அந்த ஊர்கள் பற்றிய உங்கள் மனப்பதிவுகளைச் சொல்லுங்கள்.

வண்ணதாசன் : ஆமாம். நாற்காலிக் கால்களுக்கிடையே நசுங்கிக் கிடந்த சோற்றுக்கு அலையும் வாழ்க்கை. நிலக்கோட்டை, அம்பாசமுத்திரம், தூத்துக்குடி, மதுரை, சென்னை, திருநெல்வேலி, செட்டிகுறிச்சி மீண்டும் அம்பாசமுத்திரம் என இருபத்தாறு வருடங்கள். எல்லா ஊர்களிலும் எங்களுக்கு மனிதர்கள் கிடைத்தார்கள். அப்படி மனிதனும், மனுஷியும் கிடைத்ததால் எனக்குக் கதைகளும், கவிதைகளும் கிடைத்தன. எல்லா ஊர் வரைபடத்திலும் ஒரு சுடலைமாடன் கோயில் தெரு உண்டாகிவிடும்படி நாங்களும் நடமாடிக் கொண்டிருந்தோம். ஒவ்வொரு ஊரிலும் அதிகபட்சம் நான்கு, குறைந்தபட்சம் இரண்டு வருடங்கள். அடுத்த ஊரில் காலை வைக்கையில் முந்தின ஊர் மறக்க முடியாததாகி

இருக்கும்.
நிலக்கோட்டை பெரியார் காலனியும், அம்பாசமுத்திரம் திலகர்புரமும், மதுரை பி.பி. சாவடியும், சென்னை ராஜுநாயக்கன் தெருவும் அடுத்தடுத்து இருக்கிற ஒரு ஊரில் நாங்கள் இப்போதும் வசிக்கிறோம். இரண்டு, மூன்று நாட்களுக்கு முன்னால், எங்களுக்கு மதுரை வீட்டில் கூடமாட ஒத்தசையாக இருந்த சரசு, எங்களைப் பார்க்க ஆட்டோவில் வந்தாள். அப்போது ஏழோ, எட்டோ படித்துக் கொண்டிருந்த சக்திக்குக் கல்யாணமாகி ஒரு ஆம்பிளைப்பிள்ளை இருக்கிறான். நந்தியாவட்டைச் செடியின் கொப்பை அவன் ஒடித்துவிட்டான் என்று அர்ச்சனாவிற்கு ரொம்ப வருத்தம். தாத்தாவின் புகார்ப் புத்தகம் நிரம்பிவிட்டது.

தீராநதி : கல்யாண்ஜி என்ற பெயரைக் கேட்டாலே கலாப்ரியா, வண்ணநிலவன், விக்ரமாதித்தன் பெயர்களும் கூடவே நினைவில் வரும். இம் மூவருக்கும் உங்களுக்குமான உறவு எப்படியானது?
வண்ணதாசன் : கோபால் (கலாப்ரியா), நான் எல்லாம் ஒரே தெருக்காரர்கள். 21-ம் நம்பர் வீடும் 28-ம் நம்பர் வீடும் ரொம்ப தூரமா என்ன? இன்றைக்கு வரைக்கும் அவனுக்கு நான் கல்யாணி அண்ணன்தான். அவனுக்கு மட்டுமல்ல அவன் வீட்டுக்காரி சரஸ்வதி டீச்சருக்கும் நான் கல்யாணி அண்ணன். மகள் தரணிக்குக் கூட அப்படித்தான். எட்டயபுரம் வலைப்பக்கத்தில் அவன் எழுதுகிறதைப் படிக்கிறீர்களா? கதை, கவிதை எல்லாம் சும்மா. அசல் வாழ்வுக்கு முன் அவை ஒன்றுமே இல்லை.
நம்பிதான் (விக்ரமாதித்தன்) என்னைத் தேடிவந்து பார்த்த முதல் வாசகன். சுப்பு அரங்கநாதனும் அவரும் தீபத்தில் என்னுடைய `வேர்' கதையைப் படித்துவிட்டு வந்திருந்தார்கள். ரொம்ப அருமையான மனசு. எவ்வளவோ தாண்டி, எங்கெங்கோ காடா செடியாக அலைந்து, காடாறு மாசம், நாடாறு மாசம் என்று இருந்தாலும் பெண்டாட்டி, பிள்ளைகள் மேல் வைத்திருக்கிற பிரியம் அபாரமானது. புது பஸ் ஸ்டாண்டில் உட்கார்ந்து கொண்டு, சமீபத்தில் ஒரு விடியக்காலம் கூப்பிட்டார். நான் பல்கூடத் தேய்க்கவில்லை. போய்ப் பார்த்தேன். பேசிக்கொண்டு இருந்தார். பேச்ச பூராவும் அவர் பையன் சந்தோஷ் பற்றித்தான். பெருங்குடியின் எச்சமாக மிஞ்சியிருக்கிற அவருடைய முகத்தின் மீது ஒரு பளபளப்பான எண்ணெய்ப்பசை மாதிரி `சந்தோஷ்' என்கிற பெயர் மினுங்கிக் கொண்டேயிருந்ததை, பக்கத்து இரும்பு இருக்கையில் உட்கார்ந்து பார்த்துக் கொண்டேயிருந்தேன்.
எல்லாத்தையும்விட மிகப் பெரிய கலைஞன் ராமச்சந்திரன்தான் (வண்ணநிலவன்). அவரை அடிக்கடி சந்திக்கிற மாதிரி, அப்பப்போ அவர் வீட்டுக்குப் போகிற மாதிரி, சந்திராவையும் பிள்ளை களையும் பார்த்துப் பேசுகிற மாதிரி, ஒரே ஊரில் குடியிருக்கிற மாதிரி எனக்குக் கொடுத்து வைக்கவில்லை. அவரைப் பற்றி நிறையச் சொன்னால் ருசிக் குறைவு. கொஞ்சமா சொல்லணும். அல்லது ஒண்ணுமே சொல்லக் கூடாது. அவ்வளவு பெரிய ஆள் அவருடைய `பாம்பும் பிடாரனும்' தொகுப்பில் ஏழோ எட்டோதான் கதைகள் இருக்கும். அதில் உள்ள வரிகள் மாதிரி ஒரு வரியை நான் எழுதி விட்டால் போதும்.

தீராநதி : இப்போது வரை உற்சாகத்துடன் இயங்கி வரும் உங்கள் தந்தை தி.க.சிவசங்கரன் அவர்களைப் பற்றிய சிறு வயது நினைவுகளைக் கூறுங்கள்.
வண்ணதாசன் : என் சிறு வயது ஞாபகங்களில் அப்பாவின் நடமாட்டம் ரொம்பக் குறைவு. என் சிறு வயதை நிரப்பியவர்கள் எங்களின் அம்மாத் தாத்தாவும், அம்மாச்சியும், அம்மாவும், கணபதி அண்ணனும்தான். ஐந்தாம் கிளாஸ் வரைக்கும் எங்கள் தாத்தா கையைப் பிடித்துக் கொண்டுதான் ஸ்கூலுக்குப் போயிருக்கிறேன். நினைச்சுப் பார்த்தால் இப்போ கஷ்டமாகக் கூட இருக்கு. எங்கள் தெரு வழியாக, எங்கள் அப்பாவின் விரலைப் பிடித்துக் கொண்டு ஒரு தடவை கூட நானோ, எங்க அண்ணனோ நடந்து போனதே இல்லை.
ஒரு தடவை காதில் ஏதோ அழுக்குச் சேர்ந்து வலி வந்தது எனக்கு. அப்பா என்னை டாக்டரிடம் கூட்டிப் போனார். ஒரு பீச்சாங்குழல் மாதிரி ஒன்றை வைத்து, காது ஓட்டையாகப் போகிற மாதிரி, தண்ணீரைப் பீய்ச்சி அழுக்கை எடுத்தார்கள். போகிற பாதையில் ஒரு ஆளுயரத் தபால்பெட்டி சிவப்பாக நின்றது இப்போது ஞாபகம் வருகிறது. இன்னொரு தடவை 7-ம் வகுப்பு படிக்கும்போது போர்டில் ஸார் எழுதுகிறது சரியாகத் தெரியலை என்று சொன்னதும் டாக்டர் கிருஷ்ணமூர்த்தி என்ற கண் டாக்டரிடம் கூட்டிப் போனதும் அப்பாதான். அந்த டாக்டர் பாடிக்கிட்டே வைத்தியம் பார்ப்பார். கண்ணுக்குள்ளே பாட்டரி லைட் அடிக்கும்போதும் அவர் பாடினார்.
அழிக்கம்பி போட்ட ஒரு மாடி அது. அங்கே அடித்த மருந்து வாசனையும், ஜெனித் ஆப்டிகல்ஸில் கண்ணாடி போட்டுக்கொள்ள உட்கார்ந்திருந்தபோது நுகர்ந்த ஒரு வாசனையும் இப்போ கூட மூக்கிலேயே இருக்கு. மூக்குக்கு, நாக்குக்கு எல்லாம் கூட தனித்தனியா ஞாபக சக்தி இருக்கும் போல. அதற்குப் பிறகு கொஞ்சம் வளர்ந்ததும், AFRICAN LION, LIVING DESERT படத்துக்கு எல்லாம் அப்பா ரத்னா டாக்கீஸிற்குக் கூட்டிப் போனார். சாந்தாராமுடைய `ஜனக் ஜனக் பாயல் பாஜே' படத்துக்கும் அப்பாதான் கூட்டிப் போனார். அதுவும் ரத்னா டாக்கீ-

ஸில்தான். அப்பாவுக்கு அந்த ரத்னா டாக்கீஸ் பிடிக்கும் போல.

தீராநதி : தி.க.சி. அவர்களின் எழுத்துக்கள், அரசியல், பத்திரிகைப் பணி பற்றி ஒரு மகனாகவும் ஒரு எழுத்தாளரா-கவும் எப்படிக் கணிக்கிறீர்கள்?
வண்ணதாசன் : அப்படியெல்லாம் மகனாக, எழுத்தாளனாக எல்லாம் தனித்தனியாக, என்னால் அப்பாவைப் பற்றி மட்டுமல்ல, எதைப் பற்றியும் யோசிக்க முடியாது. நான் அப்படி யோசிக்கிறதுமில்லை. என்னைப் பொருத்தவரை தி.க.சி.ன்னா தாமரைதான். அதில் அப்பா செய்ததுதான். அதை அவரால்தான் செய்ய முடிந்தது. அதற்குப் பின்பு கூட அவரளவுக்கு வேறு யாரும் செய்யலை.

தீராநதி : சமீபத்தில் தி.க.சி. அவர்களைப் பற்றிய ஆவணப் படம் பார்த்தேன். அவரை மரியாதைப்படுத்தும் விதமாக அந்தப் படம் இருந்தது. நீங்களும் அந்தப் படத்தில் பங்கு பெற்றுள்ளீர்கள். அந்த ஆவணப் படம் பற்றிச் சொல்லுங்-கள்.
வண்ணதாசன் : ஆமாம். அந்தப் படம் அப்பாவை மரியாதைப் படுத்தவே செய்தது. ஒரு ஆவணப்படம் எடுக்கப்-படுவதும், அல்லது ஒரு ஆவணம் ஆவதுமே மரியாதைக்குரியதும் மரியாதை செலுத்துதலும் ஆனதுதானே. இதில் என்ன நல்ல விஷயம் என்றால், அதை எடுத்த ராஜகுமாரன் யார் என்றே முன்னே பின்னே தெரியாது. அவர் தமுஎச அல்லது கலை இலக்கியப் பெருமன்றம் சார்ந்தவரும் அல்ல. அமைப்பு அல்லது அரசியல் சார்ந்த அக்கறை எது-வும் அவருக்குக் கிடையாது. அவருக்குத் தோன்றியதும் ஆவணப்படுத்தியதும்தான், நீங்கள் குறிப்பிடுகிற, மரியாதை உணர்வு ஒன்று மட்டுமே காரணம் என்பதை நிச்சயப்படுத்துகிறது. ராஜகுமாரன் அவருக்குக் கிடைத்த ஆவணங்களின் தகவல்களின் அடிப்படையில், மிகச் சிரத்தையுடனும் அக்கறையுடனும் இதை எடுத்திருப்பதாகவே நினைக்கிறேன்.
இரண்டு நாட்களுக்குக் கேமராவை வாடகைக்கு அமர்த்திக்கொண்டு வந்து விட்டார். அப்போது அப்பாவுக்கு உடல்-நலம் சரியில்லை. இனிமேல் வெறுமனே திரும்பிப் போகவும் ராஜகுமாரனால் இயலாது. கழனியூரன், கிருஷி, வள்ளி-நாயகம் என்று நண்பர்களையும், தம்பி சேது, நான், என் தங்கை ஜெயா என்று குடும்பத்தினரையும் வைத்துக்கொண்டு எந்த அளவிற்கு அப்பாவைப் பதிவு செய்ய முடியுமோ அதைச் செய்துவிட்டார். என்னையெல்லாம் விட, என்னுடைய தங்கச்சியின் பேச்சுதான் ரொம்ப இயல்பாக அப்பாவைப் பற்றிப் பேசுகிறது.
எடுக்கப்பட்டது போலவே, இது அமைப்பு சாராத பலரால் திரையிடப்-பட்டது என்று ராஜகுமாரன் சொன்னார். திருப்பூர் தமிழ்ச்சங்கம் கூட குறும்பட ஆவணப்பட வரிசையில் இதற்கு இம் முறை பரிசளித்திருக்கிறது என்பது அப்பாவை மட்டுமல்ல, இந்த ஆவணப்படத்தையும் மரியாதைப்படுத்துகிற விஷயம்தானே அய்யனார்.

தீராநதி : திருநெல்வேலி என்றாலே பிள்ளைமார் சாதியைத் தவிர்க்கமுடியாது. பல தமிழ் எழுத்தாளர்கள் பிள்ளைமார் சமூகத்தைச் சேர்ந்தவர்களாக உள்ளார்கள். சாதிக்கும், எழுத்துக்கும் ஏதாவது தொடர்பு உண்டா?
வண்ணதாசன் : பல இசைக் கலைஞர்கள் பிராமணர்களாக இருந்தார்கள். நீங்கள் சொல்வது போல எழுத்தாளர்களாக அவர்களும், பிள்ளைமார்களும் இருந்தார்கள். அதெல்லாம் ஒரு காலம் வரை. அல்லது கல்வியறிவின் ஒரு கட்டம்-வரை. மாரார்கள் செண்டை வாசிப்பது மாறி, உவச்சர்கள் மேளம் வாசிக்கிறது மாதிரி, எழுத்தும் சில பேர் கைகளுக்-குள் இருந்த காலம் மலையேறிவிட்டது. இப்போது அப்படியில்லை. எல்லாக் கலையையும் எல்லோரும் கற்கிறார்கள். அபாரமான வீச்சுடன் நிகழ்த்துகிறார்கள். தாண்டிச் சென்று சிகரங்களைத் தொடுகிறார்கள். வாழ்வுக்கும், எழுத்துக்கும் இடையில்தான் தீராத தொடர்பு. அந்த வாழ்வுக்கும் சாதிக்கும் தொடர்புகளிருக்கிறதென்பதால், எழுத்துக்கும் சாதிக்கும் தொடர்பு இருப்பது போல ஒரு இணையான கோடு விழுகிறது. ஆனால், அந்தக் கோடு சமூகத்தில் அல்லது அரசி-யலில் விழுந்து விட்டிருப்பவை போன்று, அழுத்தமானவையோ, அழிக்க முடியாதவையோ அல்ல.

தீராநதி : சாதி, மதம் பற்றிய உங்களுடைய நிலைப்பாடு என்ன?
வண்ணதாசன் : இதுபோன்ற கேள்விகள் ஒரு படைப்புலகம் சார்ந்த ஒருவனிடம் கேட்கப்படுவதில்கூட, ஏதோ ஒரு வகையில் சாதியைப் பற்றிய மதத்தைப் பற்றிய வலியுறுத்தல் அல்லது தேவையற்ற நினைவூட்டல் இருப்பது போல எனக்குத் தோன்றுகிறது. இயல்பாகவே மற்றெல்லோரையும்விட, அடிப்படை அடையாளங்களிடமிருந்து தன்னை விலக்கிக் கொள்கிறவனாகவே, எழுதுகிறவனும், வரைகிறவனும், இசைக்கிறவனும், செதுக்குகிறவனும், இருப்பான். எது நிலைக்க அவசியமற்றதோ, அதுபற்றிய நிலைப்பாடு குறித்த கேள்விகளுக்கும் அவசியமில்லை. நான் ஒருபோதும் தேர்தலில் நிற்கப்போவதில்லை. தமிழ்நாட்டின் சாதி அரசியலில், எழுத்தாளர்கள் வாக்காளர் அடையாள அட்டை வைத்திருந்தாலே அதிகபட்சம்.

தீராநதி : `தாமிரபரணி' ஆற்றை ஒரு mythஆக மாற்றுவதில் உங்களுக்கு உடன்பாடு உண்டா?
வண்ணதாசன் : தாமிரபரணியை மட்டுமல்ல எதையுமே mythஆக மாற்றுவதில் எனக்குச் சம்மதமில்லை. எதுவுமே myth இல்லை. எல்லாமே நிஜம்.

தீராநதி : தாமிரபரணி ஆற்றை உங்கள் சிறு வயதில் பார்த்ததற்கும் இப்போது பார்ப்பதற்குமான அனுபவத்தைச் சொல்லுங்கள்.
வண்ணதாசன் : நல்ல வேளை, சிறு வயதிலாவது தாமிரபரணியை ஆறாகப் பார்த்தேன். ஆறு காணாமல் போய்விட்டது. ஆறு திருடப்பட்டுவிட்டது. தாமிரபரணி இப்போது ஆறு அல்ல; வாய்க்கால். குறுக்குத் துறையும், சுலோச்சனா முதலியார் பாலமும் சின்ன வயதில் மணலும் கல்மண்டமுமாய்த் தளதளத்துக் கிடக்கும். நிலவடிக்கிற இரவுகளில் ஆறு அசைந்தசைந்து தளும்பிச் செல்வதைப் பார்ப்பது ஒரு ஆன்மிகம். தேரசைவதும் ஆறு அசைவதும் தனித்தனி தரிசனம்.
மணலைக் கொள்ளையடித்தவர்களே, சீமைக்கருவேல விதைகளை விதைத்துவிட்டும் போயிருப்பார்கள் போல. கடன் கொடுத்தவனுக்குப் பயப்படுவது போல, ஆறு சீமைக்கருவேலுக்கு இடையில் ஒளிந்து ஒளிந்து போய்க் கொண்டிருக்கிறது. சைக்கிளிலிருந்து காலை ஊன்றிக்கொண்டு சுலோச்சனா முதலியார் பாலத்தில் நின்று ஆற்றுக்குள் ஒருத்தர் காறித் துப்பினார். அவ்வளவு கோபம் இருந்தது துப்பலில்.
கோவில்பட்டிக்கு தமிழ்ச்செல்வன் வீட்டுக் கல்யாணத்திற்குப் போகிற வழியில் தற்செயலாக, புறவழிச்சாலைப் பாலத்தின் கீழ் பார்த்தேன். ஏதோ போக்கு யானை போல இருக்கிறது. போக்கு ஆட்டோ, போக்கு ரிக்ஷா மாதிரி இது போக்கு யானை. சாய்ந்து ஆற்றுக்குள் அமிழ்ந்து படுத்திருந்தது. பாகன் தேய்த்துக் கொடுக்கக் கொடுக்க, அது சொக்கின பாறையாக தும்பிக்கை, தளர்த்திக் கிடந்தது. இது நிஜம் என்றே நினைக்கிறேன். கொஞ்ச நேரம் முன்பு நீங்கள் கேட்ட `myth' ஆக இருந்துவிடக்கூடாது சாமி.

தீராநதி : தாமிரபரணி ஆற்றில் காவல்துறை நடத்திய கொலைச் சம்பவத்தைக் கேட்டவுடன் எப்படி உணர்ந்தீர்கள்?
வண்ணதாசன் : அது காவல்துறை நடத்திய கொலையா? அவர்களை ஏவவும் தூண்டிவிடவும் எப்போதுமிருக்கிற அதிகாரம், அரசாங்கம், அரசியல் அதற்குப் பின் இப்போதும் இருக்கத்தானே செய்கின்றன. பத்திரிகைகளை விடவும் கிருஷி மூலமாகவும், ரஞ்சித் வாய்மொழியாகவும், தமிழ்ச்செல்வன் நேர்ப்பேச்சிலும், காஞ்சனை சீனிவாசன், கதிர் ஆகியோரின் ஆவணப் படங்களிலுமே இதன் தொடர்பான நிறைய உண்மைகளைத் தெரிந்துகொள்ள முடிந்தது. மேற்சொன்ன இவர்களுக்குக் கொஞ்சமும் குறைந்ததல்ல என் சோகமும், கோபமும். ஆனால், அவர்கள் அதை வெளிப்படுத்திக் கொண்டது போல என்னால் கூர்மையாகவோ, வெளிப்படையாகவோ முன்வைக்க முடியவில்லை. ரொம்பப் பிந்தி எழுதிய ஒரு கதையின் வரிகளுக்குள் அதை ஒளித்து வைத்திருக்கவே என்னால் முடிந்தது.

தீராநதி : இப்போது புத்தகம் வெளியிடுவது மிக எளிய செயலாகி-விட்டது. உங்கள் முதல் கதைத் தொகுப்பான `கலைக்க முடியாத ஒப்பனைகள்' எப்படி வெளிவந்தது? கணினி இல்லாத அந்தக் காலத்தில் இந்திய அளவிலான சிறந்த நூல் தயாரிப்பிற்கான பரிசு அந்த நூலுக்குக் கிடைத்ததே?
வண்ணதாசன் : அப்போது முன்னூற்றுச் சொச்சம் ரூபாதான் சம்பளம். கையில் பெரிய சேமிப்பு எல்லாம் கிடையாது. ஆனாலும் தொகுப்புப் போட வேண்டும் என்று தோன்றிவிட்டது. அக் பரந்தாமனிடம் ஒப்படைத்தாயிற்று. அவருடைய கஷ்டம், என்னுடைய சிரமம் எல்லாவற்றையும் மீறி புத்தகம் அருமையாகத் தயாராயிற்று. என் சிநேகிதன் ஆர்.பாலுதான் கடைசித் தவணைக்குப் பணம் கொடுத்துக் காப்பாற்றினான். நானும் கோபாலும்தான் சேலம் போய் எடுத்துக்கிட்டு வந்தோம். ஒரு ட்ரெடில் அச்சகத்தை வைத்துக்கொண்டு பரந்தாமனால் மட்டும்தான் இவ்வளவு அழகாக அச்சடிக்க முடியும். புத்தகத்துக்கு இரண்டாம் தேசிய விருது கிடைத்ததுதான் எல்லோருக்கும் தெரியும். `கலைக்க முடியாத ஒப்பனைகள்' நூலுக்காகப் பரந்தாமன் அச்சடித்திருந்த லெட்டர்பேட், தொடர்பு அஞ்சலட்டைகளைப் பார்த்தால் அதற்கு முதற்பரிசே கொடுக்கத் தோன்றும். பரந்தாமன்தான் டில்லி போனார். அவர்தான் விருது வாங்கி வந்தார். அவர்தானே வாங்கவும் வேண்டும்.

தீராநதி : உங்கள் முதல் கவிதைத் தொகுப்பான `புலரி', மறைந்த கவிஞர் மீரா அவர்கள் வெளியிட்ட அன்னம் நவகவிதை வரிசையில் வெளிவந்தது. அதில்தான் வண்ணநிலவன், இந்திரன், கோ.ராஜாராம், விக்ரமாதித்தன் எனப் பலருக்கும் முதல் கவிதை நூல் வெளிவந்தது. கவிஞர் மீரா அவர்களைப் பற்றிய உங்கள் நினைவுகள்.
வண்ணதாசன் : அது எப்படி என்னை முதல் ஆளாக நவ கவிதை வரிசையில் வெளியிட மீரா தேர்வு பண்ணினார் என்று தெரியவில்லை. முன்னே, பின்னே பழக்கமில்லை. அறிமுகமில்லை. நான் திருநெல்வேலியிலிருந்து நிலக்கோட்டை போன புதுசு. பாரதி நூற்றாண்டில் என்னுடைய முதல் கவிதைத் தொகுப்பை அவர் வெளியிட்டது எவ்வளவு நல்ல விஷயம். தொகுப்புக்குத் தலைப்புக்கூட அவர்தான் தேர்வு பண்ணினார்.

அப்புறம் `முன்பின்', `அந்நியமற்ற நதி', `கனிவு', `நடுகை' எல்லாம் அவர்தான் வெளியிட்டார். எனக்கு மாத்திரமல்ல, இப்படி எத்தனையோ பேருக்குப் பண்ணினார். கி. ராஜநாராயணனை அவரை மாதிரி யார் தலையில் வைத்துக் கொண்டாடினார்கள். அருமையான மனுஷன். அன்னம், அகரம் இரண்டையும் பெங்குவின், பெலிகன் பதிப்புகள் மாதிரி நிலைநிறுத்தப் பிரயாசைப்பட்டார். அநியாயத்துக்குச் சீக்கிரமே போயிட்டார். அவருக்கு வெளியிட்ட நினைவு மலரில் உள்ள செழியன் கட்டுரையை உடனே வாசிக்க வேண்டும் போல இருக்கிறது.

தீராநதி : கி. ராஜநாராயணன் மணிவிழா (1983) மதுரையில் நடந்தபோதுதான், உங்களை முதன் முதலாகச் சந்தித்தேன். கி.ரா.விற்கும் உங்களுக்குமான பாசப்பிணைப்பு எப்படியானது?

வண்ணதாசன் : அநேகமாக உங்களுக்குத்தான் நான் முதன்முதல் அன்று ஆட்டோகிராப் போட்டேன் என்று நினைக்கிறேன். நான் கூச்சப்பட்டபோது பக்கத்தில் நின்ற மீராதான் `போட்டுக் கொடுங்க கல்யாண்ஜி' என்று தோளில் தட்டிக் கொடுத்தார். அமைச்சர் காளிமுத்து கலந்துகொண்டு வெளியிட வேண்டிய புத்தகம். அவர் வரமுடியாததால் நான் வெளியிட்டுப் பேசினேன். பேசியும் பழக்கம் கிடையாது. பேசத் தெரியாத பேச்சில் ஒரு களங்கமின்மை இருக்குமல்லவா. அப்படி, சோளக்காடு, வண்ணத்துப்பூச்சி, கி.ரா. மாமா என்று ஏதோ பேசினேன். `பிரமாதமா பேசனீங்க' என்று அதற்கும் மீரா பாராட்டினார்.

கி.ரா. எங்க அப்பாவுக்கு நண்பர். நண்பர் மட்டும்தான். எங்களுக்குத்தான் மாமா. அத்தை உறவு. எனக்குக் கல்யாணம் ஆகிறவரை என்னைப் பிடித்திருந்தது. கல்யாணம் ஆனபிறகு வள்ளியை ரொம்பப் பிடித்துப் போனதால் எனக்கு இரண்டாவது ரேங்க்தான். திருநெல்வேலி வீட்டுக்கு மட்டுமில்லை, நாங்கள் குடியிருந்த அம்பாசமுத்திரம், மதுரை வீட்டுக்கு எல்லாம் மாமா வந்திருக்கிறார்கள்.

மாமாவும், அத்தையும் மாதிரி சந்தோஷமான கணவன்-மனைவி அமைவது அபூர்வம். எப்பவும் சிரித்த மாதிரி, முகம் கோணாமல் வாழ அவர்கள் ரெண்டு பேரிடமும் படிக்க வேண்டும். இது படித்தால் எல்லாம் வந்துவிடாது. எனக்கு வேலையிலிருந்து ஓய்வு கிடைத்தவுடன் பாண்டிச்சேரியில் மாமா வீட்டுக்குப் போய் இரண்டு நாட்கள் இருந்தோம். இன்னும் இரண்டு நாள் இருக்கமாட்டோமா என்று இருந்தது. எல்லோரிடமும் மனது இப்படி ஒட்டாது. `அகம் புறம்' தொடர் முடிந்த பிறகு, மாமா ரொம்பப் பாராட்டி ஒரு நீளக் கடிதம் எழுதியிருந்தாங்க. அப்படியே கட்டிப்பிடித்து உச்சி முகர்கிற மாதிரி வரிகள். அதற்கெல்லாம் ஒரு கனிவு வேண்டும். மாமாவும், அத்தையும் வயசாக வயசாக அழகாகிக்கிட்டே போகிறார்கள் என்றால் அது அந்தக் கனிவினால்தான்.

தீராநதி : உங்களது `தோட்டத்திற்கு வெளியிலும் சில பூக்கள்' கதைத் தொகுப்பிற்கு சுந்தர ராமசாமி அவர்களிடம் முன்னுரை வாங்கியிருந்தீர்கள். அந்த முன்னுரையை, நூலின் இரண்டாம் பதிப்பில் சேர்க்காததற்கு தனிப்பட்ட காரணங்கள் உண்டா?

வண்ணதாசன் : அது என்னுடைய இரண்டாம் தொகுப்பு. சுந்தர ராமசாமியின் மீதிருந்த மரியாதையால் அவரிடம் முன்னுரை கேட்டேன். மறுக்கவில்லை. கேட்டுவிட்டேனே என்று ஒப்பேற்றவும் இல்லை. ஒருபோதும் அவர் அப்படிச் செய்யவும் மாட்டார்.

என்னைப் பற்றி நல்ல வார்த்தைகள் ஒன்றிரண்டு சொல்வார் என்று விரும்பியிருப்பேனில்லையா. அவருக்கு என் கதைகள் அந்தத் தூண்டுதலைத் தரவில்லை போலும். உங்களுக்குத்தான் தெரியுமே. ரொம்பவும் கறாரான அபிப்ராயங்களை அவரால் சிரித்துக்கொண்டே சொல்லமுடியும். இது நகைச்சுவையா, கிண்டலா என்று தீர்மானிப்பதற்குள், கத்தியின் கூர் பாதிப்பழத்திற்கு மேல் இறங்கியிருக்கும். அவருடைய அபிப்ராயம் சரியாக இருக்கலாம். அதை வேறு மாதிரியாகச் சொல்லியிருக்கவும் அவரால் முடியும். யார் தாங்குவார்கள். யார் வலி தாங்கமாட்டார்கள் என்று அவர் தெரியாதவரல்ல. இந்த வலியைத் தவிர்த்துக்கொள்ளவே அவருடைய முன்னுரையை இரண்டாம் பதிப்பில் தவிர்த்தேன். நான் செய்த தப்பு, இதைத் தொகுப்பு வருவதற்கு முன்பு அவருக்குத் தெரியப்படுத்தாததுதான். அந்தக் குற்றவுணர்வு இப்போதும் எனக்கு உண்டு.

தீராநதி : இப்போது மிகத் தீவிரமாக இயங்கிக் கொண்டிருக்கும் தேவதச்சன் அவர்களின் கவிதைகள் பற்றி என்ன நினைக்கிறீர்கள்?

வண்ணதாசன் : எனக்குப் பிடித்த மூத்த கவிஞர்களின் குழுவில் சுகுமாரனும் சமயவேலும், தேவதச்சனும் கலையாமல் இருக்கிறார்கள். தர்க்கமும் ஒரு வன மரத்தின் ஒளிமைய நாட்டமிக்க கிளைகள் போலப் பிரிந்து பிரிந்து அடர்ந்தும் கவிந்தும் நிற்கிற தத்துவமுமாக அறியப்படுகிற அவரின் கோவில்பட்டி குரல் வேறு. அவருடைய கவிதைகளின் குரல் வேறு. ஆனால் சாராம்சம் ஒன்றுதான். அவருடைய `கடைசி டினோசார்' தொகுப்பை வாசிக்குமாறு நான் என் நண்பர்களைக் கேட்டுக் கொண்டிருக்கிறேன். அப்படி வாசிக்கக் கொடுத்த அந்தத் தொகுப்பின் பிரதி திரும்ப வராததால்

மீண்டும் ஒரு பிரதி வாங்கினேன். அதற்கப்புறம் ஒரு தொகுப்பு `யாருமற்ற நிழல்' என்று வந்துவிட்டதெனினும், என்னைப் பொருத்தவரை `கடைசி டினோசார்தான்' அவருடைய சமீபத்திய தொகுப்புப் போல, என் வாசிப்பின் அண்மையில் இருக்கிறது. அதனுடைய நிழல் அல்லது வெயிலில் அவ்வப்போது நிற்கிறதுண்டு. தேவதச்சனை, தொடர்ந்து எடுத்துக்காட்டுகிற எஸ். ராமகிருஷ்ணனைப் போன்று, எனக்கு நானே மேற்கொள்கிற கவிதைகளை, நானும் ஆறுமுகத்திடம் கண்டுகொண்டிருக்கிறேன்.

தீராநதி : இலக்கியம் சார்ந்த உங்கள் மறக்க முடியாத நண்பர்கள் பற்றிச் சொல்லுங்கள்.
வண்ணதாசன் : நட்பு சார்ந்தவர்களே நண்பர்கள். அந்த நண்பர்களில் சிலர் இலக்கியம் சார்ந்தவர்களாகவும் இருக்கிறார்கள். அவர்களின் பட்டியல் அப்படி ஒன்றும் பெரியதல்ல. ராமச்சந்திரன், ந. ஜயபாஸ்கரன், பாவண்ணன், லிங்கம், இளையபாரதி, சாம்ராஜ் என்று உடனடியாகச் சிலரைச் சொல்லலாம்.
தீராநதி : உங்களது நூல்களைச் சமர்ப்பணம் செய்துள்ளவர்கள் பற்றி.
வண்ணதாசன் : இருபது, இருபத்தொன்று எல்லாம் போதாது. நூற்றுக்கணக்கில் `இன்னார்க்கு சமர்ப்பணம்' என்று போடுவதற்காகவே புத்தகங்கள் எழுதவும் வெளியிடவும் வேண்டும் என்று தோன்றுகிறது. எழுத்தாளன் தன் மரியாதையை, பிரியத்தை, காதலை எல்லாம் வேறு எப்படிச் சொல்லிக்கொள்ள முடியும். கி. ராஜநாராயணமாமா, கணவதி அத்தை, கணபதி அண்ணன், ராமச்சந்திரன், சமயவேல், நம்பிராஜன் இவர்களுக்கெல்லாம், சமர்ப்பணத்தைவிட, அருமையாகக் கட்டின மாலை எந்தப் பூக்கடையில் வாங்கிப் போடமுடியும்.

தீராநதி : இலக்கிய எழுத்தாளர்கள் வெகுஜன இதழ்களில் எழுதுவதைப் பாவமாகக் கருதிய காலம் ஒன்றிருந்தது. `ஆனந்த விகடன்' இதழில் நீங்கள் எழுதிய `அகம்-புறம்' கட்டுரைத் தொடருக்கு எப்படியான வரவேற்பு இருந்தது?
வண்ணதாசன் : இலக்கியப் பத்திரிகையில் எழுதுவது புண்ணியம் என்றோ வெகுஜனப் பத்திரிகையில் எழுதுவது பாவம் என்றோ, எழுதுகிறவன் ஒரு காலத்திலும் கருதியிருக்கமாட்டான். எழுத்தாளனுக்குப் பொதுவாகச் சம்பாதிக்கவே தெரியாது. இதில் எங்கே அவன் பாவத்தையும், புண்ணியத்தையும் சம்பாதிக்க.
என்னைப் பொருத்தவரை மட்டுமல்ல, யாரைப் பொருத்தவரையுமே, இதற்கு ஒன்று, அதற்கு ஒன்று எனத் தனித்தனி பேனா வைத்துக்கொண்டு எழுதியதில்லை. நான் இதுவரை எழுதிய நூற்றுமுப்பது கதைகளில் அதிகபட்சம் இருபதுகூட `குமுதம்', `குங்குமம்', `கல்கி', `விகடனி'ல் வந்திருக்காது. அந்த இருபது கதைகள் என்னைக் கழுவேற்றவுமில்லை. மீதிக் கதைகள் கோபுரத்திலேற்றவுமில்லை. ஆனால் நிறையப்பேரை அவை அடைந்தன.
சிறகுகள் விலாப்புறத்தில் முளைக்கும், நடேசக் கம்பரும் அகிலாண்டத்து அத்தானும், அப்பாவைக் கொன்றவன், பெய்தலும், ஓய்தலும், ரதவீதி போன்ற சிறுகதைகள் அடைந்த வாசகர்களின் எண்ணிக்கை அதிகம். அதிகம் அடைதல் என்பது அதிகம் தொடுதல். அதிகம் பற்றிக்கொள்ளல். நான் அய்யனாரை, ஆனந்த புத்தனை, உங்கள் மேலூர் வீட்டுக்கு அடையாளம் சொன்ன தெருவுக்குப் பலசரக்குக் கடைக்காரரை, அவரது அடையாளத்தின் பின்னிணைப்புப்போல, கையில் வாங்கி வந்த கடைச்சாமானுடன், விலகி வந்து தெருவின் இடப்புறம்வரை நீள்வது போலக் கையசைத்து விவரம் சொன்ன, வெளிர் சிவப்பு சேலைப் பெண்ணை எல்லாம் தொட விரும்புகிறேன். எழுத்து அதற்கான விரல்களைத் தர விரும்புகிறேன்.
விகடனில் வந்த `அகம் புறம்' அதை நிறையவே செய்தது. இதற்கு முன்பு என்னை முந்நூறு பேர் படிப்பார்கள் எனில் இப்போது மூவாயிரம் பேர் படித்தார்கள். நேரில், தொலைபேசியில், கடிதங்களில் பகிர்ந்து கொண்டார்கள். புத்தகக் கண்காட்சியில்கூட, இந்த வருடம் புதிய வாசகர்கள் என்னுடைய பழைய புத்தகங்களைக் கேட்டு வாங்கியதாக, சந்தியா பதிப்பகத்தில் சொன்னார்கள். நேர் எதிராக ஒன்றும் நடந்தது. எப்போதாவது ஒன்றிரண்டு முறை என் சிறுகதையோ கவிதையோ நன்றாக வந்திருக்கிறது என்று சொல்கிற சகாக்கள், இறுக்கமாக வாயை மூடிக் கொண்டார்கள். `களக் களக்' என்று கொத்துக் கொத்தாய்க் குளத்து மீன்கள் புரள்கிறது என்று சந்தோஷப்பட்டால், தெப்பக்குளத்துப் படிக்கட்டுப் பாசிகள் இப்படி ஒரேயடியாக ஆளைவாரி விட்டுவிடுகிறது என்ன செய்ய.

தீராநதி : உங்கள் கவிதை, கதை எந்தப் புள்ளியிலிருந்து மனதில் உருவாகத் தொடங்கும்?
வண்ணதாசன் : இதே கேள்வியை முன்பு ஒருமுறை கேட்டபோதும் எனக்குப் பதில் சொல்லத் தோன்றவில்லை. தெரியவில்லை. கேள்வி எந்தப் புள்ளியிலிருந்து உருவாகியிருக்கிறது என்று புரிந்தால்தானே பதில் சொல்லமுடியும். அநேகமாக அனுபவங்களிலிருந்து, அனுபவங்கள் உண்டாக்குகிற நெகிழ்ச்சியிலிருந்து சில சமயம் காயங்களிலிருந்து இன்னும் சில, `அட... என்ன வெளிச்சம்' என்றும், `எவ்வளவு இருட்டு' என்றும் ஒரு மினுக்கட்டாம்பூச்சி பறக்கிற நிலையிலிருந்து எல்லாம் உருவாகத் துவங்குகிறது என்று சொல்லலாமோ. சமையல்கட்டில் தவறிவிடுகிற டம்ளரின் ஓசையிலிருந்து உங்களுக்குப் பாடத் தோன்றும் எனில், கரண்ட் போய் கரண்ட் வந்தவுடன், தன்னையறியாமல் விளை-

யாட்டுக் குழந்தைகள் `ஹோ' என்று கத்துகிற கத்தலிலிருந்து எனக்கு எழுதத் தோன்றும்.

தீராநதி : உங்கள் கதைகளில் வெளிப்படும் பெண்கள் மீதான அக்கறை மிகவும் முக்கியமானது. எப்படியான சூழலில் பெண்களின் துன்பங்கள் உங்களைப் பாதிக்கிறது?
வண்ணதாசன் : அடிப்படையான உளவியல் காரணம் எனில், பெண்களே அதிகமிருந்த ஒரு பெரிய கூட்டுக் குடும்பத்தின் மத்தியில், அம்மாவாலும், அம்மாச்சியாலும் நான் மிகுந்த பாதுகாப்புடன் வளர்க்கப்பட்டதே என்று சொல்லவேண்டும். இப்போது அல்லவா பெண்கள் இவ்வளவு உரக்கவும், இவ்வளவு வெளிப்படையாகவும் சிரிக்கிறார்கள். நாற்பது, ஐம்பது வருஷங்களுக்கு முன்பு எல்லாம் பெண்கள் உரக்க அழுவதையும், உரக்கச் சண்டை போடுவதையும்தானே அதிகம் பார்க்கமுடியும்.
அன்பைத் தவிர வேறு எந்தத் தோளுமற்று, சதா ஒரு பூப்பந்தைப் போல அன்பை மட்டுமே தங்களின் ஒவ்வொரு கைக்குள்ளும் இருந்து மற்றவர் கைகளுக்குக் கடத்திக் கொண்டிருக்கிறவர்கள்தானே அவர்கள். அதனால்தானே மார்கழி மாதங்களில் பீர்க்கன் பூவுக்காகவும், பூசணிப் பூவுக்காகவும் பனிக்கூடாக அவர்கள் அலைந்தார்கள். பொருட்காட்சி பார்க்கப்போவது, ராட்சஸ ராட்டினம் பக்கத்தில் நின்று அண்ணாந்து பார்ப்பது அவர்களுக்கு எவ்வளவு பெரிய விடுதலையாக இருந்தது. வாசலில் செருப்புச் சத்தம் கேட்டால், கண்ணைத் துடைத்துக்கொண்டு எழுந்து போகிற, பக்கத்து வீட்டு முத்தக்காக்களுடன் மீதிப் பேச்சை குஞ்சம்மா மதினிகள் என்றைக்குப் பேசி முடித்தார்கள்.
பெண்கள் துன்பப்படுகிறார்கள் என்பது எவ்வளவு உண்மையோ, அதைப்போலவே ஆண்களும் துன்பப்பட்டுக் கொண்டுதான் இருக்கிறார்கள். சொல்லப்போனால், அன்றாட நடப்பில், பெண்கள் துன்பப்படுகிறார்களே என்று கரிசனப்படுகிற ஆண்கள், அந்தக் கரிசனம் காரணமாகவே அடைகிற துன்பங்கள் ரொம்ப நுட்பமானவை.

தீராநதி : கண்ணதாசன், நடை, தீபம், கணையாழி முதல் மீட்சி, இன்றைய உயிரெழுத்து வரையிலான சிற்றிதழ்களில் எழுதியுள்ளீர்கள். இன்றைக்கு வெளிவரும் இலக்கிய இதழ்கள் பற்றிய வெளிப்படையான உங்கள் அபிப்ராயம் என்ன?
வண்ணதாசன் : அப்போதைய சிற்றிதழ்கள், இப்போதைய நடுநிலை இதழ்கள் இரண்டிலும் நோக்கங்களிலும் செயல்பாட்டிலும் பெரிய வேற்றுமைகளில்லை. முன்பைவிட பொருளாதாரச் சிரமம் இப்போது எதுவுமில்லை. விளம்பரங்களை ஏற்றுக்கொள்கிறார்கள். பதிப்பில் வடிவமைப்பில் எல்லாம் கணினியமான துல்லியம். எல்லாம் இருந்தும், பெருமளவில் அவரவர்க்கென்றே இருக்கிற குழுக்கள் தொடர்ந்து பாதுகாக்கப்படுகின்றன. கிட்டத்தட்ட அவரவர் இதழ் சார்ந்து பதிப்பகங்களும் இருப்பதால், ஒருவர் கோட்டையில் இன்னொருவர் நுழைய முடியவில்லை. இவையெல்லாம் ஒருபுறமிருக்க, எவரையும் சந்தேகிக்க முடியாதபடி, எல்லோரும் மிகச் சரியான அக்கறையுடன், மொழியையும், கலை இலக்கியத்தையும் முன்னகர்த்திக் கொண்டிருக்கிறார்கள்.

தீராநதி : இப்போது வெளிவரும் ஒரு படைப்பாளியின் மொத்தக் கதைகள், மொத்தக் கட்டுரைகள், மொத்த நாவல்கள் பற்றிய உங்கள் எண்ணம் என்ன?
வண்ணதாசன் : பதிப்புத்துறை வளர்ச்சியின் தரமான உடன் விளைவுகளில், இந்த மொத்தத் தொகுப்புக்களும் ஒன்று. ஒரு படைப்பாளியின் தொகுப்பு, அவன் வாழ்கிற காலத்திலேயே மொத்தமாகப் பதிப்பிக்கப்படுவது வரவேற்புக்கு உரியதுதானே. 2000-01-ல் என்னுடைய வண்ணதாசன் கதைகளும், கல்யாண்ஜியின் கவிதைகளும் மொத்தமாகத் தொகுக்கப்பட்டபோது, அதற்கு முன்பையும்விட, நானும் என் எழுத்தின் சாயலும் சரியாகக் காணப்பட்டன என்பது நிஜம். உதிரிகளைவிட மொத்தம் எப்போதுமே பலம்தானே. பலம் மட்டுமல்ல அழகு கூட.

தீராநதி : கடிதம் என்பது ஒவ்வொருவருக்குமான அந்தரங்கம் சார்ந்தது. நீங்கள் பிறருக்கு எழுதிய கடிதங்களை நூலாக்கம் செய்தது சரிதானா?
வண்ணதாசன் : நான் கடிதம் எழுதுகிறவன். அது அந்தரங்கமானது, எனக்கு ஒருபோதும் தோன்றியதில்லை. கடிதம் பெறுகிறவர்களில் சிலருக்கு அப்படித் தோன்றியிருக்கலாம். மதுரை ந. ஜயபாஸ்கரனுக்குத் தோன்றியதால் அவர் கடிதங்களை அனுப்ப இயலவில்லை. நீங்களும் அப்படி நினைக்கிறீர்கள் போல. உங்களுக்கு அந்த உரிமை உண்டு. என்னைப் பொருத்தவரை, நஞ்சப்பனின் ரவிசுப்ரமணியனின் முயற்சியில், என் கடிதங்களில் ஒரு சிறு பகுதி நூலாக வெளிவந்ததில் சந்தோஷமே. சந்தோஷம் சரி, தப்பு எல்லாம் பார்த்து வருமா? நீங்கள்தான் சொல்லவேண்டும்.

தீராநதி : எழுத்தாளர் இராகுலதாசனுக்குத்தான் அதிகக் கடிதங்கள் எழுதியுள்ளதாக ஒரு இதழில் சொல்லியிருந்தீர்கள். எப்போதிருந்து அவருக்குக் கடிதங்கள் எழுதினீர்கள்?
வண்ணதாசன் : ராகுலதாசன் என்கிற மு. பழனி இராகுலதாசனைக் கிட்டத்தட்ட 50 வருடங்களாகப் பழக்கம். அப்-

போது நான் ட்டி.எஸ். கல்யாணசுந்தரம். அவர் மு. பழனி. நான் தினத்தந்தியில் சிரிப்புப் படங்கள் வரைந்து கொண்டிருந்தேன். 1959-60-ல் ஐந்து ரூபாய் மணி ஆர்டரில் வருவது ஒரு பள்ளிக்கூடத்துப் பையனுக்கு எவ்வளவு பெரிய விஷயம். அதைப் பார்த்துவிட்டுத்தான் பழனி கடிதம் எழுத ஆரம்பித்தார். சோழவந்தான் பக்கம் நெடுங்குளத்துக்காரர். வாழ்க்கை எந்தப் பக்கம் யாரை இழுத்துக் கொண்டுபோய்விடும் என்று சொல்ல முடியாது. நான் படிப்பில் விழுந்து, எழுந்திருந்து, பாங்க் வேலை பார்த்து ஓய்வு பெற்றிருக்க, அவர் தமிழ் படித்துப் பேராசிரியராகி, சேவுகன் அண்ணாமலை கல்லூரியில் இருந்து ஓய்வு பெற்று தேவகோட்டையில் இருக்கிறார். அவருடைய பழைய பாஸ்போர்ட் சைஸ் புகைப்படம் ஒன்று என்னிடம் இருக்கிறது. கல்லூரியில் படிக்கும்போது எடுத்ததாக இருக்கும். மனசு மாதிரி முகம். தூசு தும்பு இல்லாமல் துடைத்து வைத்தது மாதிரி இருக்கும். மீசை கூடக் கிடையாது. அவர் தேவர் என்பதை சமீபத்தில் அறியும்போது, மீண்டும் மீண்டும் ஒரு பெரிய மீசையை அவர் முகத்தில் ஒட்ட வைத்துப் பார்த்தேன். ஒட்டுவேனா என்று மீசை கடைசிவரை மறுத்துவிட்டது.

பொதுவுடைமையிலும் ஈடுபாடு. புத்தரிடமும் ஈடுபாடு. வள்ளுவரும், வள்ளலாரும் அவரைப் பொருத்தவரை வேறு வேறு ஆட்களில்லை. இந்திய இலக்கியச் சிற்பிகள் வரிசையில் போன மாதம் `ஷ்ரீமத் சுவாமி சித்பவானந்தர்' பற்றி எழுதியிருக்கிறார். எதிலுமே ஆழ்ந்த படிப்பில்லாமல் ஏதாவது ஒன்றைப் பற்றிக்கொள்ளத் தவிக்கிற என்னுடைய இந்த அறுபத்து மூன்றாம் வயதில், அவருடைய இந்த இடம் எனக்கு முக்கியமாகப் படுகிறது. எப்போதும் உள்ளே ஒரு நீரோடை பாய்ந்து கொண்டிருக்கும் போல அவருக்கு. இந்த ஐம்பது வருடங்களிலும், மீராவின் பையன் கதிர் கல்யாணத்தில் மட்டுமே நாங்கள் ஒருவரை ஒருத்தர் பார்த்துப் பேசியிருக்கிறோம். இது எங்களின் ஐம்பது வருடங்களை மேலும் அழகாக, வாடாமல் வைக்கும் ஒரு நிகழ்வாகிவிட்டது. மூச்சை இழுத்தால், ஒரு வாசனை மாதிரி, கதிர் கல்யாணம் இராகுலதாசனுடன் நிரம்புகிறது.

தீராநதி : இப்போது எழுதும் இளைஞர்கள் முதல் தொகுப்பிலேயே தங்களை நிரூபித்து விடுகிறார்கள். மூத்த படைப்பாளியான நீங்கள் இன்றைய இளைஞர்கள் பற்றி என்ன நினைக்கிறீர்கள்?

வண்ணதாசன் : முதல் தொகுப்பு என்ன, முதல் கதையிலேயே அருமையாக எழுதுகிறவர்கள் தென்பட்டுக் கொண்டேதான் இருக்கிறார்கள். அவர்களைப் பற்றி எடுத்துச் சொல்லத்தான் ஆளில்லை. கீரனூர் ஜாகிர்ராஜாவும், கண்மணி குணசேகரனும், சு. வேணுகோபாலும், லட்சுமணப் பெருமாளும், பவா.செல்லதுரையும், காலபைரவனும், ஷ்ரீராமும், திருச்செந்தாழையும், சந்திராவும் இன்னும் எத்தனையோ பேரும் எல்லாத் திசைகளிலிருந்தும் வந்துகொண்டே இருக்கிறார்கள். கூடுமானவரைப் புதிதாக எழுதுகிறவர்களின் கதை, நாவல் புத்தகங்களை ரொம்ப ஆசையோடு வாங்கிப் படித்துக்கொண்டுதான் இருக்கிறேன்.

ஒரு மனுஷன் எத்தனை ரூபாய்க்குத்தான் புத்தகம் வாங்கிவிட முடியும். நான் நான்கு வாங்க, நீங்கள் நான்கு வாங்க என்று யாராவது பக்கத்தில் இருந்தால் நன்றாக இருக்கும். அப்படி யாரும் பக்கத்தில் இல்லை. அல்லது இருக்கிறவர்கள் பக்கத்தில் நான் போகவில்லை. எழுத்தைப் பொருத்தும்கூட ஒன்றிரண்டு புதுப்பையன்கள் பக்கத்தில் நான் போகமுடிவதில்லை. அல்லது அவர்கள் எழுதுகிற விதம் என்னைப் பக்கத்தில் வரவிடுவதில்லை. எங்கள் வீட்டு நடையை விட்டு இறங்கி நாலு எட்டில் போய்ப் பார்த்துவிடும் தூரத்தில் இருக்கிறது புங்கைமரம். அதனுடைய நிழலில் நின்றுகொண்டிருக்கிற ஒரு மனுஷியைப் பார்க்க, நான் தெருக்களைச் சுற்றிக் கூட்டிக்கொண்டு போகிறார்கள் இவர்கள். மழை பெய்ததும் துளைத்துக்கொண்டு மேலே வருகிற மண்புழுக்கள் மாதிரி, இந்த வாழ்வும் மொழியும் மிக எளிதாகத் தன்னை வைத்துக்கொண்டிருக்கிறது.

எட்டு எட்டேகால் மணி வெயிலில் அநேகமாக, இவ்வளவு நீளப் பாம்பு ஒன்று, இப்படி இரண்டு கை பாகம் இருக்கும். தெற்கே முள்ளுக்காட்டிலிருந்து கிளம்பி, தார் ரோட்டை க்ராஸ் பண்ணி, வடக்குப் பக்கத்துக் கல்வெட்டாய் குழிப் புதருக்குள், தினசரி போகிறது. ஒரு அவசரமும் அதுக்கு இல்லை. யாருக்கும் இடைஞ்சலும் இல்லை. அதுபாட்டுக்குப் பளபள என்று போகிறது. நான் முன்பு சொன்ன `ஊர்ந்து கொண்டே இருக்கும் உயிரின் அழகு' அதுதான். அப்படி மொழி இருந்தால் போதும். அனாவசியமாகப் படம் எடுத்து ஆட வேண்டியதில்லை.

தீராநதி : 90-களில் சுபமங்களா நேர்காணலில் மனுஷ்யபுத்திரன் கவிதைகள் பற்றி எதிர்மறையான கருத்துக்களைச் சொல்லியிருந்தீர்கள். இன்று எப்படிப் பார்க்கிறீர்கள்?

வண்ணதாசன் : சுபமங்களா பேட்டி வந்த சமயம், `என் படுக்கை அறையில் யாரோ ஒளிந்திருக்கிறார்கள்' தொகுப்பு மட்டும் வெளிவந்திருந்தது. அப்போது அவருடைய `கால்களின் ஆல்பம்' பற்றி எல்லோரும் சிலாகித்துச் சொல்லிக் கொண்டிருந்தார்கள். அது எனக்கு நல்ல கவிதையாகப் படவில்லை. இப்போதுகூட அப்படித்தான். அதைவிட வரவர அவர் எவ்வளவோ அருமையான கவிதைகளைப் பின்னால் எழுதியிருக்கிறார். அவருடைய பிந்தைய தொகுப்புக்கள் `நீராலானது', `கடவுளிடம் பிரார்த்தித்தல்', இன்னொன்றுகூட உண்டு. மணல் பிரதியா... அதனுடைய அருமையான

முகப்புப் படம் ஞாபகம் வருகிறது... கரெக்ட். `மணலின் கதை' அவற்றையெல்லாம் நான் விருப்பத்தோடு வாசிக்கிறேன். சமீபத்திய `உயிர்மை' இதழில் வெளிவந்திருக்கிற `வரலாறு எனும் பைத்தியக்கார விடுதி', `சிநேகிதியின் கணவர்கள்' இரண்டும் அதனதன் அளவில் அருமையானவை.

ராமச்சந்திரன் எழுதிய `மனைவியின் நண்பர்' சிறுகதை எவ்வளவு நுட்பமானதோ, அந்த அளவுக்கு நுட்பமானது மனுஷ்யபுத்திரனுடைய `சிநேகிதியின் கணவர்கள்' கவிதையும். எல்லோரும் வாழ்க்கையில் வெகுதூரம் வந்துவிட்டோம். என்றைக்கோ கல் தட்டுகிறது. நகம் பெயர்கிறது. அதனால் என்ன மீண்டும் நகம் வளர்ந்துவிடுகிறதே. அதிலும் இந்தக் கால் பெருவிரல் நகம் கொஞ்சமா அடிபட்டிருக்கும். தன் ரத்தம் கசிந்து உலர்வதையும், ஓடுகிற ஆற்றில் அமிழ்த்தும்போது அது நீரில் புகையாகிப் பரவுவதையும் பார்க்கிற நேரம் முக்கியமானது. ஒரு தியானப் பொழுது அது.

தீராநதி : அர்ப்பணிப்பு உணர்வுடன் மொழிபெயர்ப்புப் பணியில் ஈடுபடுபவர்கள் மதிக்கப்படுவதில்லையே?
வண்ணதாசன் : மொழிபெயர்ப்புக்கள் கொண்டாடப்படுகின்றன. மொழிபெயர்ப்பாளர்கள் கொண்டாடப்படவில்லை. மொழிபெயர்ப்புக்களை அங்கீகரிப்பதையே மொழிபெயர்ப்பாளர்களை அங்கீகரிப்பதாக எடுத்துக்கொள்வதுதான் எல்லா மொழிகளிலும் நிலைமை என்றே தோன்றுகிறது.
தீராநதி : மொழிபெயர்ப்புக்கள் எந்த அளவிற்கு உங்களுக்கு உதவியாய் இருக்கிறது. உங்களுக்குப் பிடித்தமான மொழிபெயர்ப்பு நூல்கள் பற்றி...
வண்ணதாசன் : மாஸ்கோ அயல்மொழிப் பதிப்பகம், நேஷனல் புக் டிரஸ்ட், சாகித்ய அகாதமி ஆகிய நிறுவனங்கள் வெளியிட்ட நல்ல மொழிபெயர்ப்புக்களின் பட்டியலை 70-களில் நம்பிராஜன் கொடுத்துப் படிக்கச் சொன்னார். அவை தவிர, 2009 ஜனவரி வரை வாசிக்கக் கிடைத்த மொழிபெயர்ப்புக்களின் பட்டியல் மிக நீண்டது. அதில் தலையாயதாக, `நீலகண்டப் பறவையைத் தேடி' எப்போதும் இருக்கும்.
மொழிபெயர்ப்பு படைப்பாளிகளுக்குள் புதிது புதிதாக உண்டாக்குகிற மனதின் பூகோளங்களும், அந்தப் பூகோளங்களின் தட்பவெட்பம் சார்ந்து நாம் உடன் வாழத் தலைப்படுகிற மனிதர்களும் வசீகரமானவை. ஜமீலாவாகவும், பீட்டர்ஸ்பர்க் நாயகனாகவும் மாறியபடி வெண்ணிற இரவுகளில் அந்நியனாகவோ மதகுருவாகவோ அடுத்தடுத்துத் தன்னைப் புதுப்பித்துக்கொண்ட மனநிலைகளும் எனக்கு முக்கியமானவை. அந்த வாசிப்புகளுக்குப்பின், என் எழுதுகணங்கள் மட்டுமல்ல வாழ்கணங்களே, முன்பைவிடச் செறிவடைந்திருக்கின்றன. சிக்கலடைந்ததும் இல்லாமல் இல்லை.

தீராநதி : உங்கள் குடும்ப வரைபடம் எப்படி இருக்கும். மூதாதையர்களின் பூர்வீகம் எது?
வண்ணதாசன் : வம்ச விருட்சம். குடும்ப வரைபடம் அப்படியொன்றும் என்னிடமில்லை.சீவலப்பேரியின் பக்கத்து கிராமமான குப்பக்குரிச்சியிலிருந்து பலசரக்குக் கடை வேலை பார்த்தவர் என் பூட்டனார், அதாவது எங்கள் அப்பாவின் அப்பாத்தாத்தா கு. சிவசங்கரன் பிள்ளை. அப்பாவுக்கு அந்தத் தாத்தா பெயர்தான். அப்பாவையும், அம்மாவையும் தன் 5 வயதுக்குள் இழந்து, தாத்தாவின் பராமரிப்பில் வளர்ந்தவர் அப்பா. ஒரு வசதியான குடும்பத்துப் பேரனான அப்பாவுக்குப் பின்னால் பொதுவுடைமைச் சார்பு ஏற்பட, இப்படிச் சின்ன வயதில் அப்பா-அம்மா இல்லாமல் வளர்ந்ததன் உளவியல் ஏதாவது செலுத்தியிருக்குமோ என்று தோன்றுகிறது.

அப்பா, சித்தப்பா, அத்தை. எங்கள் அம்மா தெய்வானை அம்மாள். எங்கள் தெரு மொத்தத்துக்கும் தெய்வக்கா. அப்பாவுக்கு முறைப்பெண்தான். அப்பா கூடப்பிறந்த அக்காளின் மகள். நாங்கள் ஆறு பேர். மூன்று ஆண். மூன்று, பெண். கி.ரா. மாமா அட்வைஸில் அப்பா குடும்பக் கட்டுப்பாடு ஆபரேஷன் செய்துகொண்டது, அந்தச் சமயம் பெரிய பரபரப்பை ஏற்படுத்தியது குடும்பத்துக்குள். படித்து வேலைக்குப் போய், கல்யாணம் ஆகி, ஓரளவுக்கு நன்றாக இருக்கிறோம். உங்களுக்குத்தான் சங்கரியையும், ராஜுவையும் நிலக்கோட்டை நாட்களிலேயே தெரியுமே. சங்கரிக்குக் கல்யாணமாகி பெங்களூரில் இருக்கிறாள். மாப்பிள்ளை ஏரோநாட்டிக்கல் இன்ஜினியர். பேத்தி அர்ச்சனாவிற்கு ஏழு வயதாகிறது. மகன் நடராஜும் பெங்களூரில்தான் வேலை பார்க்கிறான். ஜூலை ஒன்பதில் கல்யாணம். பத்திரிகை அனுப்புவேன். வந்திருங்க.

தீராநதி : உங்கள் வாழ்வின் படிப்பு, பணி, ஓய்வு காலங்களை எப்படிப் பார்க்கிறீர்கள்?
வண்ணதாசன் : பத்தாங்கிளாஸ் வரை படிப்பு வந்தது. பிரைஸ் எல்லாம் வாங்குவேன். அப்புறம் ஏதோ கிறுக்குப் பிடித்துவிட்டது. ஒன்றும் சரியாகப் போகவில்லை. பி.யூ.சி.யில் செலக்ஷனே கிடைக்கவில்லை. அப்புறம் பி.காம்., படிப்பில் சேர்த்தார்கள். அக்கவுண்டன்சி வரவே இல்லை. ஹைஸ்கூலில் காம்போஸிட் மேத்ஸ் வராது. அல்ஜீப்ரா, லாக்ரிதம், தியரம் என்றால் தூக்கம் வராது. அதே மாதிரிதான் டிகிரி படிப்பிலும். இரண்டு தடவை எழுதி பாஸ் பண்ணினேன்.

ஒன்றே முக்கால் வருஷம் கழித்து ஸ்டேட் பாங்க் பரீட்சைக்குத் தேர்வு எழுதினேன். நல்ல மார்க். இண்டர்வியூக்குக் கூப்பிட்டார்கள். அப்படி என்ன பேசினேன் என்று தெரியாது. என் ஆங்கிலம் நன்றாக இருப்பதாகப் பாராட்டி எந்த

ஸ்கூலில் படித்தேன் என்று கேட்டார்கள். வேலை கிடைத்தது. இதற்குள் எழுதி எழுதி கவனத்திற்கு வந்துவிட்டேன். `கலைக்க முடியாத ஒப்பனைகள்' வந்துவிட்டது. பாங்க் பரீட்சை சிகிமிமிஙி என்று உண்டு. பாஸ் பண்ணினால் மூன்று இன்க்ரிமென்ட். நான் முதல் பார்ட்டே தேறவில்லை. அதிலும் அக்கவுண்டன்ஸி உண்டே. என்ன பண்ண.
2006-ல் ஆகஸ்ட் மாதத்தோடு ஓய்வு. பெரும்பாலும் படிப்பு. எப்போதாவது எழுதுவது. நிறைய அயல் திரைப்படங்கள் பார்ப்பது என்று போகிறது. உங்களுடையது மட்டுமில்லை; காஞ்சனை மணி, சாம்ராஜ், ஹரீந்திரன், பாண்டியராஜ் எல்லோருக்கும் திருப்பிக் கொடுக்கவேண்டிய சி.டி.க்கள் என்னிடமே தங்கிவிட்டன. வெட்கமா இருக்கு. திருப்பிக் கொடுத்திரணும்.

தீராநதி : சமீபத்தில் மறைந்த கவிஞர்கள், சி. மணி, அப்பாஸ் அவர்களின் மறைவுச் செய்தி கேட்டதும் என்ன தோன்றியது?
வண்ணதாசன் : சுந்தர ராமசாமி இறந்த சமயம், அவருடைய கவிதைகளையும், `குழந்தைகள் பெண்கள் ஆண்கள்' நாவலில் குழந்தைகள் வருகிற பகுதிகளையும் வாசித்துக் கொண்டேன். சி. மணியின் மறைவு `ஒளிச்சேர்க்கை' தொகுப்பை ஞாபகப்படுத்தியது. ஆனால் உடனடியாக எடுத்து வாசிக்கிற நெருக்கத்தில் இல்லை. அவருடைய முகமும் எனக்குத் தெரியாது. வரிகளும் முகமும் வாசிக்கப்பட முடியாத மனநிலை அது. பக்கத்தில் இதுபோன்ற நேரங்களில் யாருமில்லாது போவது இன்னொரு துயரம். அப்பாஸ் தெரிந்த பையன். அதிகம் நெருக்கமில்லை. என்றாலும் தெரியும். கோபாலிடமிருந்து வாங்கிய `வரைபடம் மீறி' தொகுப்பு என்னிடம்தான் இருக்கிறது. இரண்டு, மூன்று வருடங்களுக்கு முந்தைய குற்றால சீசனில் நாங்கள் தங்கியிருந்த அதே விடுதியில் அவரும் தங்கியிருந்த நினைவு வந்தது. முகமும் உடல் மொழியும் முன்னால் கொண்டுவந்து நிறுத்திய அப்பாஸே போதுமானதாக இருந்தது. கவிதைகளை அன்று வாசிக்கவில்லை.

தீராநதி : இந்த வயதுவரை வாழ்க்கை உங்களுக்குச் சொல்வதென்ன?
வண்ணதாசன் : வாழ்க்கைக்கென்ன, அதுபாட்டுக்கு என்னென்னவோ சொல்கிறது. வாழ்க்கை மாதிரி அலுக்காத கதை சொல்லி கிடையவே கிடையாது. சில சமயம் மேகம் மாதிரி, மேக நிழல் மாதிரி, வெயில் மாதிரி கண்ணுக்கு முன்னால் அது நகர்ந்துக்கிட்டே இருக்கு. இலந்தம் புதர் வழியாக அது சரசரவென்று யாரையும் கொத்தாமல் யாரையும் பார்க்காமல் எங்கே போகும் என்று தெரியவில்லை. மீன் வியாபாரியைச் சுற்றிச் சுற்றி வருகிற சாம்பல் பூனை மாதிரி நம்முடைய கால் பக்கமே நின்று மீசை முடிகள் அசையாமல் மியாவுகிறது. குளிக்கவும், மீன் பிடிக்கவும் வந்த பையன்கள் ரெண்டு பேரையும் மிதக்கச் செய்யும் கல்வெட்டாங்குழி மாதிரி பால்கவர் அல்லது செய்தித்தாள் விநியோகிக்கிற நம் கண் முன்னே பள்ளத்தில் கிடக்கிறது.

பாபநாசம் ஏகபொதிகை உச்சிக்குள் கற்சிலையாக கருத்த புன்னகையைப் புல்லுக்கும் பனிக்கும் விசிறுகிறது. தலைப்பிள்ளை பேறுகாலம் ஆன அம்மை மாதிரி முலைப்பால் வாசனையுடன் நம்மைப் பக்கத்தில் போட்டுத் தட்டிக் கொடுக்கிறது. லாடங் கட்டுவதற்குக் கயிறு கட்டிச் சாய்த்திருக்கிற காளையின் வெதுவெதுப்பான சாணி மாதிரி வட்டுவட்டாக அடுக்கு விட்டுக் குமிகிறது. தொடர் வண்டிகளின் அரக்குச் சிவப்புக் கூவலுடன் கொஞ்ச தூரம் போய்விட்டுத் திரும்பி வந்து சூடான தண்டவாளங்களில் வண்ணத்துப்பூச்சியாக ஆரஞ்சு முத்தமிடுகிறது. நரிக்குறவக் கிழவனைப் போலப் பரிசுத்தமாகச் சிரிக்கிறது. ஒரு கரும்பலகையின் உடல் முழுவதும் என் கேலிச் சித்திரத்தை வரைகிறது.

45. நிலாந்தன் - அகர முதல்வன்

நிலாந்தன் -ஈழத்தின் அரசியல் ஆய்வாளர்களில் மிகக் குறிப்பிடத் தகுந்தவர். அதுமட்டுமில்லாது கவிஞர், ஓவியர், கட்டுரையாளர் பல்கலை ஆற்றல் கொண்டவர். ''மண்பட்டினங்கள்'', “யாழ்ப்பாணமேஓ எனது யாழ்ப்பாணமே'' “வன்னிமாண்மியம்'', ''யுகபுராணம்'' ஆகிய இவரின் கவிதைத் தொகுப்புக்கள் ஈழத்தமிழரின் நவீன விடுதலைப்போரை இலங்கைத்தீவின் பண்டைய வரலாற்றோடு விவாதித்தவை. இவருடைய “புலிகளுக்கு புலிகளுக்கு பின்னரான தமிழ் அரசியல்'' என்ற கட்டுரைத் தொகுப்பு 2018ம் ஆண்டு காலச்சுவடு பதிப்பகத்தின் வாயிலாக வெளிவந்திருக்கிறது. ஈழப்போராட்டத்தின் முதல் தெருவெளி நாடகமான “விடுதலைக்காளி '' படைப்பின் எழுத்தாளரும் நெறியாளரும் இவர்.
BUNKER FAMILY
Pen and ink on paper,1990 (நிலாந்தன்)

ஈழத்தமிழரின் அறிவுஜீவிப் பரப்பில் நீங்களுமொருவர். தமிழ் இயக்கங்களால் கொல்லப்பட்ட நிறைய அறிவுஜீவிக-

ளையும் ஈழ ஆயுதப்போராட்டத்தின் வரலாறு கொண்டிருக்கிறது. இன்றைய சூழலில் ஈழத்தின் அரசியலை எதிர்வு கூறவல்லவராக உங்களையும் கருத முடியும். முள்ளிவாய்க்கால் பேரழிக்கு பின்பான இன்றைய திகதிவரை ஈழத்தமிழ் சமூகம் தவறவிட்ட அரசியல் அணுகுமுறையென எதனைச் சுட்டிக்காட்டுவீர்கள்?

நிலாந்தன் அறிவு ஜீவியல்ல. அரசியற் சோதிடனும் அல்ல. ஒரு சாட்சி என்று வேண்டுமானால் வைத்துக் கொள்ளுங்கள். 2009 மே மாதத்திற்குப் பின்னரான அரசியல் என்பது இனப்படுகொலைக்கு எதிரான நீதியைப்பெறும் போராட்டம்தான். அப்படியொரு போராட்டம் குறிப்பாக தாயகம், டயஸ்போறா, தமிழகம் ஆகிய மூன்று பரப்புகளையும் இணைத்து இன்றுவரை எழுச்சி பெறவில்லை. இப்பொழுது எங்களிடம் மக்கள் இயக்கம் எதுவும் இல்லை. இருப்பதெல்லாம் தேர்தல் மைய அரசியல்தான். அதிலும் கூட மக்களை விமர்சனபூர்வமாக சிந்திக்க வைக்கும் அமைப்புக்கள் அல்லது கட்சிகள் இனிமேற்தான் பலமடைய வேண்டும்.

நீங்கள் கூறும் தாயகம் - புலம் - தமிழகம் என்ற மூன்று பரப்புக்களும் இணைத்து போராட்ட எழுச்சி நிகழவில்லை. ஆனால் தனித்தனியாக நிகழ்கிறது என்ற மயக்கமும் இருக்கச் செய்கிறது. குறிப்பாக புலம்பெயர் அதாவது டயஸ்போறோ சூழலில் சர்வதேச நீதியைப் பெறும் போராட்டம் இன்று அறவே இல்லாமல் இருக்கிறது. ஐ.நாவின் முன்றலில் வருடத்தில் ஒருமுறை ஒன்று கூடுவது சடங்காக ஆக்கப்பட்டிருக்கிறதோ என்ற கவலையும் எனக்கிருக்கிறது. நீங்கள் புலம்பெயர் அரசியல் சக்திகளை எவ்வாறு மதிப்பிடுகிறீர்கள்?

தமிழ் டயஸ்பொறா இல்லையென்றால் 2009இல் பின்முறித்து வீழ்த்தப்பட்ட தமிழ்கூட்டு உளவியலை நிமிர்த்துவது கடினமாக இருந்திருக்கும். நிதி ரீதியாகவும் உளவியல் ரீதியாகவும் தமிழ்க்கூட்டு மனோநிலையை 2009-க்கு பின்வந்த ஆண்டுகளில் நிமிர்த்தி எடுத்தது குறிப்பிடத்தக்க அளவுக்கு தமிழ் டயஸ்பொறா தான். 2009-க்குபின் உடனடுத்து வந்த ஆண்டுகளில் தாயகத்தில் ஒரு பயக்கெடுதியான சூழல் இருந்தது. இதனால் டயஸ்பொறா எல்லாவற்றையும் துணிந்து முன்னெடுத்தது.

அஞ்சல் ஓட்டக்கோல் தமிழ் டயஸ்பொறாவின் கையில் இருப்பதாக ஒரு தோற்றம் எழுந்தது. இனப்படுகொலைக்கு எதிரான நீதிக்கான போராட்டத்தின் பெரும்பகுதியை டயஸ்பொறா தான் முன்னெடுத்தது. ஜெனிவா அரசியலில் பெரும்பகுதியை டயஸ்பொறா தான் முன்னெடுத்தது. தாயகத்தில் நடக்கும் பெரும்பாலான போராட்டங்களுக்கு டயஸ்பொறாதான் நிதிஉதவிகளை வழங்கியது. பெரும்பாலான கட்சிகளுக்கு டயஸ்பொறாதான் நிதிஉதவிகளை வழங்கியது. இப்பொழுதும் வழங்குகிறது.

ஆனால் இங்கே பிரச்சினை என்னவென்றால் டயஸ்பொறாவே பிரதான மையமாகச் செயற்பட முடியாது. மையம் தாயகத்தில் தான் இருக்கலாம். டயஸ்பொறாவும் தமிழகமும் பின்தளங்கள் தான். 2015க்கு பின் தாயகத்தில் ஒரு பொருத்தமான மையத்தை கட்டி எழுப்பக் கூடிய சூழல் ஏற்பட்டது. ஆனால் தமிழ் கட்சிகள் அதை பொருத்தமான விதத்தில் பயன்படுத்தவில்லை. உருவாக்கப்பட்ட தமிழ் மக்கள் பேரவை போன்ற அமைப்புகளும் ஒரு கட்டத்துக்கு மேல் பாய முடியவில்லை. இந்த வெற்றிடம்தான் டயஸ்பொறா ஒரு பதில் மையமா என்ற மயக்கத்தை ஏற்படுத்தியது. எனவே இங்கு தவறு தாயகத்தில்தான் உண்டு.

அதேசமயம் டயஸ்பொறாவிற்கும் தாயகத்துக்கும் இடையே அடிப்படையில் கள யதார்த்த வேறுபாடு உண்டு. தாயகத்துடன் ஒப்பிடுகையில் டயஸ்பொறா அதிகம் சுதந்திரமான ஒரு பரப்பாக காணப்படுகிறது என்பதனால் அங்கே இருப்பவர்கள் ஆயுதப்போராட்டத்தின் தொடர்ச்சியாக சிந்திக்கிறார்கள். ஆனால் தாயகத்தில் யதார்த்தம் அவ்வாறு இல்லை. இதனால் டயஸ்பொறாவில் செயற்படும் பல அமைப்புக்கள் தாயகத்தில் செயற்படுவதற்கு சட்டரீதியிலான பிரச்சினைகள் உண்டு. ஆயுதப் போராட்டத்தின் தொடர்ச்சியாக காட்டிக்கொண்டு தாயகத்தில் சட்டரீதியாக செயல்பட முடியாது. இந்தியாவிலும் செயற்பட முடியாது.

பத்து ஆண்டுகளின் பின்னரும் தமிழீழ விடுதலைப்புலிகள் இயக்கம் உலகின் பெரும்பாலான நாடுகளில் தடை செய்யப்பட்ட இயக்கமாகவே இருக்கிறது என்பதனை கவனிக்க வேண்டும். எனவே சட்டரீதியாக தாயகம்; தமிழகம்; டயஸ்போரா ஆகிய மூன்று கட்டமைப்புகளும் இணைவதற்கு ஜனநாயகத்தை விட்டால் வேறு இடையூடாட்டத் தளம் கிடையாது. பொருத்தமான ஜனநாயக தரிசனத்தைக் கொண்ட ஒரு கட்டமைப்பு தாயகத்தை மையமாகக்கொண்டு டயஸ்பொறாவையும், தமிழகத்தையும் ஒன்றிணைக்காத வரை ஈழத்தமிழ் மக்களின் அரசியலானது வாக்குவேட்டை அரசியலாகவே சுருங்கிக் காணப்படும்.

உங்களுடைய "மண்பட்டினங்கள்" என்ற கவிதைத்தொகுதி ஈழத்தமிழர் போரிலக்கியப் பிரதிகளில் அதி சிறந்தது. அதில் போராளிகளை "தஸ்யுக்களாக" உருவகித்து இருப்பீர்கள் அல்லவா!-அதன் பிறகான காலங்களில் ஏன் கவிதை இலக்கியத்தில் அவ்வளவு தொடர்ச்சியான தீவிரத்தைக் காட்டவில்லை?

மண்பட்டினங்களில் வரும் தஸ்யுக்கள் மக்களே. அத்தொகுப்புக்குப் பின்னரும் நான்கு தொகுப்புகள் வந்தன. நான்

தொடர்ச்சியாகக் கவிதை எழுதுவதில்லை. தொடர்ச்சியாக ஓவியங்கள்; கார்ட்டூன்கள் வரைவதுமில்லை. ஆனால் தொடர்ச்சியாகக் கட்டுரைகள் எழுதுவேன். கடந்த பத்தாண்டுகளாக ஈழத்தமிழர்கள் மத்தியில் பொருத்தமான கருத்து உருவாக்கத்தைச் செய்ய வேண்டியுள்ளது. அதற்கு கவிதை ஒரு கட்டத்துக்கு மேல் போகாது. கூட்டு காயம்; கூட்டு மனவடு; கூட்டுத் துக்கம்; கூட்டு அவமானம்; கூட்டுச் சோர்வு போன்றவற்றுள் அழுந்திக் கிடந்த எனது மக்களுக்கு நம்பிக்கையை ஊட்ட வேண்டிருந்தது.. இறந்த காலத்தை மம்மியாக்கம் செய்துவைத்துக் கொண்டு நிகழ்காலத்துக்கு வரமுடியாமல் தத்தளிப்போரை கள யதார்த்தத்தை நோக்கி கிரிட்டிக்கலாக — விமர்சன பூர்வமாக சிந்திக்க வைக்க வேண்டும்.

புலிகள் இயக்கம் மீதான விமர்சனங்கள் பலதுண்டு. அவற்றில் உண்மைகளும் உண்டு. கண்மூடித்தனமான பொய்களும் கற்பனைகளும் உண்டு. ஆனால் இந்தப்புலி எதிர்ப்பின் ஒரு முத்தல் பருவம் தமிழ் தேசியவாத போராட்டத்திற்கு எதிரானதாக. சிலரின் கருத்துக்களில் தோன்றியிருக்கிறது, அதுகுறித்து நீங்கள் சொல்ல விரும்புவது என்ன?

எல்லா மக்கள் போராட்டங்களிலும் தவறுகள் இருக்கும். அதிலும் ஆயுதப்போராட்டத்தில் அதிகமாக இருக்கும். ஓராயுதப் போராடத்துள் இருக்ககூடிய தவறுகளுக்காக அந்த மக்கள் கூட்டத்தின் போராட்டமே பிழை என்று கூற முடியாது. தமிழ் மக்களின் போராட்டம் நியாயமானது; நீதிக்கானது. கடந்த பத்தாண்டுகளுக்கும் மேலாக ஆயுதப் போராட்டம் இல்லை. ஆனால் தமிழ் மக்களுக்கு ஏன் நீதி கிடைக்கவில்லை?..

தமிழ் தேசியவாதம் என்பதே ஈழத்தின் ஆதிக்க சாதியொன்றிற்கான அரசியல் கோஷமென சில ஈழத்தமிழ் படைப்பாளிகளே கடுமையான விமர்சனத்தை முன்வைத்திருக்கின்றனர். மேலும் புலிகள் இயக்கம் சாதி ஒழிப்பிற்கான நிகழ்ச்சி நிரலைக்கொண்டிருக்கவில்லை எனவும் ஒருவகை தட்டையான கருத்துக்களை எழுதுகிறார்களே, அதுபற்றிய உங்கள் பார்வை என்ன?

தமிழ் தேசியத்தை சாதிமைய தேசியமாகக் கருதும் பலரும் தேசியம் என்றால் என்ன என்ற விளக்கமின்றி காணப்படுகிறார்கள். சிங்கள மக்கள் மத்தியில் அதிகம் தவறாக விளங்கிக்கொள்ளப்பட்ட ஒரு சொல் சமஸ்டி. அப்படித்தான் தமிழ் மக்கள் மத்தியில் அதிகம் தவறாக விளங்கிக் கொள்ளப்பட்ட ஒரு சொல் தேசியம். அந்தச் சொல்லை சாதாரண தமிழ்மக்கள் மட்டுமல்ல ஆயுதப் போராட்டத்தில் ஈடுபட்ட அமைப்புகளும் போராளிகளும் கூட அதற்குரிய முழுமையான அர்த்தத்தில் விளங்கி வைத்திருந்தார்களா? என்ற கேள்வி இங்கே உண்டு.

தேசம் என்பது ஒரு பெரிய மக்கள் திரள். தேசியம் எனப்படுவது ஒரு பெரிய மக்கள் திரட்சியின் கூட்டுப் பிரக்ஞை. பாரம்பரிய தேசியவாதம் தொடர்பான கோட்பாடுகளின்படி தேசத்தை அல்லது தேசிய உணர்வை இனம்; மொழி; நிலம்; பண்பாடு; பொதுப்பொருளாதாரம் போன்றவை பெருமளவுக்குக் கூட்டாக உருவாக்குகின்றன. இவை தவிர மற்றொரு அம்சமும் உண்டு. அதுதான் அடக்குமுறை. எந்த ஓர் இன அடையாளம் காரணமாக மொழி அடையாளம் காரணமாக ஒரு மக்கள் திரள் ஒடுக்கப்படுகிறதோ அதே அடையாளங்களின் பெயரால் அவர்கள் திரள் ஆகிறார்கள். எனவே தமிழ்த்தேசியம் எனப்படுவது அடக்குமுறைக்கு அதாவது இனப்படுகொலைக்கு எதிரான திரட்சிதான். இனப்படுகொலை எனப்படுவது தனியே ஒரு சாதிக்கு எதிரானது அல்ல.

ஒரு சமயத்துக்கு எதிரானது அல்ல. ஒரு பாலுக்கு எதிரானது அல்ல. அது ஓர் இனத்துக்கு எதிரானது. ஒரு மக்கள் கூட்டத்தை தேசமாக வனையும் அடிப்படை அம்சங்களை அழிப்பதே இனப்படுகொலை. எனவே தமிழ் மக்கள் ஒடுக்குமுறைக்கு எதிராகத் திரட்சியுற்றார்கள். அது ஒரு சாதித்திரட்சி அல்ல. பிரதேசத் திரட்சியுமல்ல. ஒரு மக்கள் கூட்டத்தைத் திரளாகக் கூட்டிக்காட்டும் எல்லா அம்சங்களும் முற்போக்கானவைகளாக இருக்க வேண்டும் என்றில்லை. சாதியை சமயத்தை பிரதேச வாதத்தை முன்னிறுத்தும் போது அது சமூகத்துக்குள் ஏற்றத்தாழ்வுகளை ஏற்படுத்துகிறது. எனவே பெருந்திரள் சிதைகிறது. அதனால்தான் ஒருவர் மற்றவருக்குச் சமம் என்ற அடிப்படையில் ஜனநாயக அடிச்சட்டத்தின் மீது மக்களைத் திரளாக்க வேண்டும். அதைத்தான் மேற்கத்திய அறிஞர்கள் தேசியவாதத்தின் உள்ளடக்கம் ஜனநாயகமாக இருக்க வேண்டும் என்று கூறுகிறார்கள்.

இதன்படி பால், சாதி, சமய, பிரதேச ஏற்றத்தாழ்வுகளை நியாயப்படுத்தும் ஒருவர் தேசியவாதியாக இருக்க முடியாது. ஆனால் ஆயுதப்போராட்டம் எனப்படுவது அதிகபட்சம் படைத்துறைப் பண்புமிக்கது. அங்கே தேசியத்தின் ஜனநாயக உள்ளடக்கத்தைப் பாதுகாப்பது சவால்கள் மிகுந்தது. தமிழ் தேசியத்தின் ஜனநாயக உள்ளடக்க போதாமைகள் காரணமாகத்தான் இயக்கச் சண்டைகள் வந்தன. மனித உரிமை மீறல்கள் ஏற்பட்டன. இறுதியிலது தோற்கடிக்கப்பட்டது. ஆனாலும் ஒடுக்கு முறைக்கு எதிரான போராட்டம் என்ற அடிப்படையில் அது முற்போக்கானது. அது தேசியப் பண்புடையது. விடுதலைப்புலிகள் இயக்கம் வெளிப்படையாக சாதி ஏற்றத்தாழ்வுகளைக் கையாளவில்லை. ஆனால் அது சாதி ஏற்றத் தாழ்வுகளை ஒரு கொள்கையாகப் பேணியது என்று குற்றம் சாட்டுபவர்கள் அதற்குரிய ஆதாரங்களைக் காட்ட வேண்டும்.

பின் முள்ளிவாய்க்கால் காலத்தில் வெளியாகும் ஈழப் படைப்பிலக்கியங்கள் குறித்து விமர்சனங்களோ அல்லது ஒரு ஆரோக்கியமான விவாதமோ நடக்கவில்லை. மாறாக அது இயக்க மனோபாவங்களின் சார்பு நிலைகளோடுதான் அணுகப்பட்டிருக்கிறது. நீங்கள் ஒரு ஆய்வாளராக விமர்சனப் பணியையும் செய்யலாம் அல்லவா?

கடந்த ஆறு ஆண்டுகளுக்கும் மேலாக நான் கருத்துருவாக்கத் தளத்திலேயே கவனத்தைக் குவித்து வருகிறேன். இலக்கிய விமர்சனமும் கருத்துருவாக்கந்தான். ஆனால் அரசியல் விமர்சன கட்டுரைகள் இலக்கிய விமர்சனங்களை விடவும் பரந்த வெகுசனப்பரப்பை நோக்கிச் செல்லும். ஈழத்தமிழர்களின் உடனடித் தேவைகளில் அதுவுமொன்று.

இனப்படுகொலைக் குற்றச்சாட்டு போர்க்குற்றமாகவும் — சர்வதேச விசாரணை கலப்பு மன்ற விசாரணையாகவும் திரைந்து இன்று பேரழிவு நிகழ்த்தியவர்கள் ஆட்சிக்குத்திரும்பியிருக்கும் நிலையில் தமிழ் மக்களின் பிரதான (வேறு-கட்சி இல்லாமை — கவனத்தில் கொள்ள வேண்டும்) மிதவாத கட்சியாக இருக்கும் தமிழ்தேசியக் கூட்டமைப்பின் செயற்பாடுகளை அவதானித்து வருகிறீர்களா?

கூட்டமைப்பு முதலில் தன்னைப் புலிநீக்கம் செய்தது. பின்னர் தேசியநீக்கம் செய்தது.

இனப்படுகொலைக்கு எதிரான நீதியை அது பெறப்போவதில்லை. அது அவர்களுடைய நிகழ்ச்சி நிரலில் இல்லை. பரிகார நீதியல்ல நிலை மாறுகால நீதியே அக்கட்சியின் நிகழ்ச்சி நிரல். கடந்த 2018 ஆம்ஆண்டு ஒக்டொபர் மாதத்தில் மைத்திரி பாலசிறிசேன செய்த யாப்புக் குழப்பத்தோடு நிலை மாறுகால நீதி அனாதையாகி விட்டது. இப்பொழுது ராஜபக்சக்களின் இரண்டாவது வருகையோடு அது காலாவதியாகி விட்டது. கடந்த பத்தாண்டுகளுக்கு மேலாக கூட்டமைப்பு நான்கு தடவைகள் உடைந்து விட்டது. ஆனால் அதற்கு எதிராகக் கிளம்பிய மாற்றுஅணியும் இப்பொழுது இரண்டாக உடைந்து விட்டது. அதாவது கூட்டமைப்பும் பலமிழக்கிறது. மாற்று அணியும் பலமாக இல்லை. தமிழ்தேசிய மக்கள் முன்னணி அமைப்பியல் ரீதியாக வெறும் அறிக்கையும் —எதிர் அறிக்கையும் வெளியிடுகிற அமைப்பாகவே தொடர்ந்து வருகிறது என்பதே எனது வருத்தம். தமிழ்தேசிய கூட்டமைப்பு பதவிக்கும் அதிகாரத்திற்குமாய் எங்கள் குருதியை பலியிட்டு விட்டனர். அப்படியெனில் ஈழத்தமிழர்களின் அரசியல் உரிமைகளை எடுத்தியம்பவல்ல களச்சக்திகளாக உருவாகப்போவது யார்?

பாரதூரமான வெற்றிடம் நிலவுகிறது. சில ஆண்டுகளுக்கு முன் யாழ்ப்பாணத்துக்கு வந்துபோன விடுதலைச்சிறுத்தைகள் கட்சியின் தலைவர் கலாநிதி திருமாவளவன் சொன்னார்... "உங்களுடைய தலைவர்களில் அநேகர் தீர்ந்து போன சக்திகள்-spent forces" என்று. ஒரு புதிய கூட்டுக்காக கடந்த ஐந்தாண்டுகளாக உழைத்தோம். முடியவில்லை. ஒரு புதிய ஐக்கிய முன்னணியை உருவாக்கி அதனூடாக புதிய தலைமைகளைஉருவாக்கலாம் என்றும் சிந்தித்தோம். புதிய தலைவர் தலைவிகளை செதுக்கியெடுக்க வேண்டும். அதற்குப் பொருத்தமான ஒரு மக்கள் இயக்கம் அல்லது ஓர் ஐக்கிய முன்னணி தேவை.

"ஈஸ்டர் குண்டுவெடிப்பு" மிகக் கொடூரமான பின்விளைவுகளை இலங்கையின் தேர்தல் அரசியலிலும் ஏற்படுத்தியிருக்கிறது எனலாம். கிட்டத்தட்ட அனைத்து சிறுபான்மை இனங்களுக்கு எதிரான ஆட்சியாளர்கள் அதன் மூலம் வெற்றி அடைந்திருக்கிறார்கள். இந்த அரசியல் மாற்றங்கள் எல்லாம் வெறும் தற்செயலானதென்று கருத முடியுமா?

எனக்குச் சூழ்ச்சிக் கோட்பாடுகளின் மீது அதிகம் ஈடுபாடில்லை. கடந்த பத்தாண்டுகளில் சூழ்ச்சிக் கோட்பாடுகளால் முன்னேற முடியாமல் தவிக்கும் ஒரு மக்கள் கூட்டம் நாங்கள். எனினும் உயிர்த்த ஞாயிறு குண்டுத் தாக்குதல் தொடர்பாக விசாரிப்பதற்காக நியமிக்கப்பட்ட நாடாளுமன்ற தெரிவுக்குழுவின் அறிக்கையின் 80ஆவது பக்கத்தில் பின்வருமாறு குறிப்பிடப்பட்டுள்ளது... "நாடு 2019ஆம் ஆண்டின் பிற்பகுதியில் ஜனாதிபதித் தேர்தலையும், 2020ஆம் ஆண்டில் நாடாளுமன்றத் தேர்தல்களையும் எதிர்கொள்வதற்குக் காத்திருக்கும் ஒரு சூழ்நிலையில், வன்முறைச் சம்பவங்கள் மற்றும் அதிகரித்தளவிலான இனக்கலவரங்கள் என்பன தூண்டப்பட்டனவா?

நாளாந்த வாழ்க்கையைச் சீர்குலைத்து, சமூகங்களுக்கு — குறிப்பாக சிறுபான்மைச் சமூகங்களுக்கு — மத்தியில் பயத்தையும், அச்ச உணர்வையும் தோற்றுவிப்பதற்கென இவை முன்னெடுக்கப்பட்டனவா? உயிர்த்த ஞாயிறு தாக்குதல்கள் மற்றும் அதனை அடுத்து இலங்கையில் ஒருசில பாகங்களில் இடம்பெற்ற இனக்கலவரங்கள் என்பன பொதுமக்கள் மத்தியில் முன்னர் எப்பொழுதும் இருந்திராத அளவிலான ஒரு அச்ச உணர்வைத் தோற்றுவித்ததுடன், நாட்டின் அரசியல் தலைமை மற்றும் பாதுகாப்புக் கட்டமைப்பு என்பன தொடர்பான விமர்சனங்களையும் எடுத்து வந்தன. இதே காலகட்டத்திலேயே அரசாங்க மாற்றம் இடம்பெற வேண்டும் என்ற குரல்களும் நாட்டில் எழுப்பப்பட்டுக் கொண்டிருந்தன.

இவற்றை வெறுமனே தற்செயல் நிகழ்வுகளாகக் கருத முடியாது. இவை தொடர்பாக மேலும் புலன்விசாரணைகள் முன்னெடுக்கப்படுதல் வேண்டும். மேலும், புலனாய்வுத் துறையைச் சேர்ந்த ஒருசில பிரிவினரின் வகிபங்கு குறித்தும், பாதுகாப்பு, தேர்தல் செயன்முறை, அரசியல் நிலவரம் மற்றும் இலங்கையின் எதிர்காலம் என்பவற்றை நிர்ணயிப்பதில்

அவர்கள் முன்னெடுத்து வரும் முயற்சிகள் தொடர்பாகவும் முக்கியமான கேள்விகள் எழுப்பப்படுதல் வேண்டும்.'' 2009 க்குப் பின் ராஜபக்ச சகோதரர்கள் முன்னெடுத்த யுத்த வெற்றிவாதத்தை 2019 க்கும் புதுப்பிப்பதற்கு ஈஸ்டர் குண்டு வெடிப்புகள் உதவியிருக்கின்றன. அதன் விளைவே ராஜபக்சக்களின் இரண்டாவது வருகை எனலாம்.

சூழ்ச்சிக்கோட்பாட்டில் உங்களுக்கோ எனக்கோ ஈடுபாடு இல்லை என்பது வேறு கதை. இலங்கையின் நவீன வரலாற்றில் நிகழ்ந்த பலதிலும் சூழ்ச்சிக் கோட்பாடு இருக்கிறது தானே?

ஓம். உண்டு. ஆங்கிலத்தில் ஒரு பழமொழி உண்டு. ''சூழ்ச்சிகளிருக்கும் ஆனால் சூழ்ச்சிக்கோட்பாபாடுகள் இருப்பதில்லை. சூழ்ச்சிக்கோட்பாடுகள் இருக்கும் ஆனால் சூழ்ச்சிகளிருப்பதில்லை.'' இது எங்களுக்கும் பொருந்தும்.

புவிசார் அரசியலில் ஈழப்பிரச்சனையை கூர்ந்த மதிநுட்பத்தோடு கவனிக்க வேண்டிய இந்தியா தொடர்ச்சியாக அந்தப் பாத்திரத்தில் இருந்து தவறி நிற்பதாகவே தோன்றுகிறது. மு.திருநாவுக்கரசு போன்ற அறிஞர்கள் தொடர்ச்சியாக தமது கட்டுரைகளின் வழியாக மீண்டும் மீண்டும் அதனைச்சொல்லி வருகின்றனர். இன்றைக்கேனும் ஈழத்தமிழருக்கு சாதகமாக இந்தியா நடந்து கொள்வதாக ஏதேனும் தடயங்கள் தெரிகின்றனவா?

இலங்கையைப் பொறுத்து இந்தியாவின் அணுகுமுறை எனப்படுவது கொழும்பில் இருக்கும் அரசைக் கையாள்வதாகவே தொடர்ந்து இருந்து வருகிறது. இது அரசுக்கும் அரசுக்கும் இடையிலான கட்டமைப்புசார் உறவின்பாற்பட்டது. அவர்களைப் பொறுத்தவரை இலங்கை அரசுதான் பிரதான தரப்பு. அரசாங்கத்தைக்கையாள முடியாமல் போகும்போது அல்லது அரசாங்கம் இந்தியாவுக்கு முதன்மை கொடுக்கத் தவறும்போது இந்தியா தமிழர்களை ஒரு கருவியாகப் பயன்படுத்தி இலங்கை அரசாங்கத்தை வழிக்குக் கொண்டுவரும். இந்த அணுகுமுறையின் விளைவுதான் இலங்கை இந்திய ஒப்பந்தமும் 2015இல் நிகழ்ந்த ஆட்சி மாற்றமும். இந்த அணுகுமுறைக்காக அவர்கள் தமிழகத்துக்கும் ஈழத்துக்குமிடையிலான இன ரீதியிலான மொழி ரீதியிலான உறவுகளைக் கையாண்டு வருகிறார்கள். இந்த அணுகுமுறையை தமிழ் மக்கள் இதயத்தால்விளங்கிக் கொள்ளத் தேவையில்லை. மாறாக அதை மூளையால் விளங்கிக்கொள்ள வேண்டும் .

இந்தியாவின் இத்தகைய அணுகுமுறைதான் ஒரு கட்டத்தில் ஈழத்தமிழர்களில் ஒரு பகுதியினரை இந்தியாவிடம் இருந்து விலகி மேற்குநாடுகளை நோக்கிச் செலுத்தியது. தமிழ் டயஸ்பொறாவின் எழுச்சி இதற்கு வேண்டிய பின்னணிகளை ஊக்குவித்தது. இந்திய-இலங்கை உடன்படிக்கைக்குப் பின் ஈழத்தமிழர்கள் அதிகம் மேற்கை நோக்கித் திரும்பினார்கள். இதன் விளைவே ரணில்-பிரபாகரன் உடன்படிக்கையாகும். அது தோற்றுவிட்டது. ஆனால் இந்திய இலங்கை உடன்படிக்கையின் கீழ் உருவாக்கப்பட்ட மாகாண சபைகள் இப்பொழுதும் நடைமுறையாக உள்ளன. 2009க்கு பின்னரும் இந்தியா ஈழத் தமிழர்களை ஒரு பிரதான தரப்பாகக் கையாள்வதாக தெரியவில்லை. ராஜபக்சக்களின் முதலாவது ஆட்சியை கவிழ்ப்பதில் மேற்கு நாடுகளுடன் சேர்ந்து இந்தியாவும் தமிழ் மக்களை ஒரு கருவியாகக் கையாண்டது. ஆனால் அந்தஆட்சி மாற்றம் தோற்கடிக்கப்பட்டு விட்டது. ராஜபக்ஷக்கள் மறுபடியும் ஆட்சிக்கு வந்து விட்டார்கள். இந்தியா இனியும் தமிழ் மக்களை ஒரு கருவியாக மட்டும்தான் கையாளப் போகிறதா? என்ற கேள்வி இங்கு முக்கியம்

யாழ்ப்பாணத்தில் உள்ள இந்தியத் துணைத்தூதரகம் தமிழ் மக்களை மிகவும் நெருங்கி வருகிறது. எல்லா மட்டங்களிலும் அவர்கள் உறவுகளைப் பேணுகிறார்கள் .யாழ்ப்பாணத்தில் நிறுவப்படும் கலாச்சார மண்டபம்; பலாலி விமான நிலையத்தில் இந்தியாவுக்கான ஒரு வான்கதவைத் திறந்தமை போன்றவற்றின் மூலம் இந்தியா தமிழ்ப்பகுதிகளைத் தன்னோடு கூடுதலாக இணைத்துக் கொள்ள முயற்சிக்கிறது. ஆனால் இப்புதிய வளர்ச்சிகளை வைத்து இந்தியா தனது அணுகுமுறையை மாற்றி வருவதாக எடுத்துக் கொள்ளலாமா?

இந்தியா தமிழ் மக்களைத் தொடர்ந்து ஒரு கருவியாகத்தான் கையாள்கிறது என்ற சந்தேகமும் பயமும் ஒருபகுதி தமிழ் மக்கள் மத்தியில் இப்பொழுதும் உண்டு. குறிப்பாக விடுதலைப்புலிகளுக்கு ஆதரவான சக்திகள் மத்தியில் அந்த அச்சம் மிக உண்டு. இவர்களில் அநேகர் மேற்குநாடுகளில் வசிக்கிறார்கள். அங்கெல்லாம் அரசுகளையும் கொள்கை வகுப்பாளர்களையும் நெருங்கி உறவாடத் தேவையான மொழியறிவும் அந்தஸ்தும் ஏனைய தகுதிகளும் அவர்களுக்குண்டு. இந்தியாவைக் கையாள முடியாது அல்லது கையாளாகக் கூடாது என்று கூறும் அவர்கள் இந்தியா அல்லாத வேறு எந்த சக்திகளைக் கையாண்டு தமிழ் மக்கள் தமக்கு உரிய தீர்வைப் பெறவேண்டும் என்பதனைத் தெளிவாக முன்வைக்க வேண்டும். அந்தத் தரப்புக்களை அதாவது மேற்கு நாடுகளை எப்படிக் கையாண்டு ஒரு தீர்வைப் பெறலாம் என்பதற்கு உரிய வழிவரைபடத்தையும் அவர்கள் முன்வைக்க வேண்டும்.

போராட்டத்தில் ஈடுபட்ட பலர் அங்கஹீனர்களாக ஆகியிருக்கிறார்கள். அவர்களின் வறுமையை எழுதவே நெஞ்செல்லாம் அடைக்கிறது. இதேவேளையில் புலம்பெயர்ந்த நாடுகளில் வசித்து வருகிறவர்கள் பிரம்மாண்டமாக தமது

சடங்குகளையும், கேளிக்கைகளையும் நடத்துகின்றனர். இப்படியான பிசகுகள் எங்கிருந்து தோன்றியிருக்க முடியுமென நினைக்கிறீர்கள்?
முன்பு சொன்ன அதே பதில்தான் தாயகத்தில் ஒரு பொருத்தமான கட்டமைப்பு இருந்தால் அது டயஸ்பொறாவை சரியாக வழி நடத்தும்.
இன்றைக்கு வரைக்கும் ஈழத்தமிழ் அறிவுப்புலத்தில் "சிந்தனைக் குழாம்" தோன்றவேயில்லை. உங்களைப் போலான சிலர் உதிரிகளாக எழுதியும் உரையாடியும் வருகிறீர்கள். இப்படியானதொரு "மக்கு" போக்கு நீண்டால் இதன் விளைவாக நாம் எதனைப் பெறுவோம்?
திரும்பத் திரும்ப நந்திக்கடலை நோக்கி நடந்து கொண்டிருப்போம்.
நீங்கள் எழுதும் கட்டுரைகளில் நிறைய மேற்கோள்கள் பயன்படுத்தப்படுவதுண்டு. ஈழத்தமிழர்களுக்கு எப்போதும் பொருந்திப்போகும் மேற்கோள் ஒன்றைக் கூறுங்களேன்?
தென்னாபிரிக்காவின் சுதந்திரப்பூங்காவின் வரவேற்பு மண்டபத்தில் தென்னாபிரிக்க khoiகொய்-இனக்குழுவினரின் முதுமொழி ஒன்று எழுதப்பட்டிருக்கும்... A dream is not a dream until it is shared by the entire community — ஒரு கனவு முழுச்சமூகத்தாலும் பகிரப்படாதவரை அது ஒரு கனவேயல்ல.

பின் முள்ளிவாய்க்கால் காலமான இன்றைக்கு தமிழ் மக்களின் உள்ளத்தில் நிகழ்ந்திருக்கும் உளவியல் மாற்றங்களாக நிறையக்காண முடிகிறது. குறிப்பாக போர் குறித்த அவர்களின் இன்றைய உளவியல் எவ்வாறு இருக்கிறது?
ஈழத் தமிழர்கள் இன்னொரு போருக்குத் தயாரில்லை.
இறுதிக் கேள்வியாக நீங்கள் ஆயுதப் போராட்டத்தினை "வீரயுகம்" என்ற சொல்லாடலின் மூலம் நிறைய இடங்களில் அடையாளபடுத்துகிறீர்கள். இதனை நான் பல அடுக்குகளில் புரிந்து கொள்கிறேன். உங்கள் "வீரயுகம்" என்ற வார்த்தைப் பிரயோகத்தின் வழியாக நீங்கள் வலியுறுத்த விரும்பும் அரசியல் நிலைப்பாடு என்ன?
யுகக்கணக்கு என்பது முடிவின்மையைக் குறிக்கும். தொடர்ச்சியைக் குறிக்கும். பிரளயம் என்பதும் ஊழி என்பதும் அதிகபட்சம் யுக முடிவைக் குறிக்கும். அழிவையும் துயரத்தையும் அதிகம் குறிக்கும். நான் கவிதைகளில் சில சமயம் ஊழி என்பதைப் பயன்படுத்தினாலும் பெருமளவுக்கு யுகம் யுக முடிவு, யுகப்பிறப்பு போன்றவற்றையே விரும்பிப் பயன்படுத்துவதுண்டு. ஏனெனில் யுகமாற்றம் என்பது தொடர்ச்சி. அது முடிவற்றது. அழிவிலிருந்தும் கற்றுக்கொண்ட பாடங்களின் அடிப்படையிலும் ஒரு புதுயுகம் மலர்வதை அது குறிக்கும். வீரயுகம் என்பது அந்த அர்த்தத்தில் தான். வீரயுகங்களில் வீரம் வழிபாடாயிருக்கும். தியாகம் வழிபாடாயிருகும். தியாகி துரோகி என்ற கருப்பு வெள்ளை அளவுகோல் இருக்கும். வீரத்தையும் தியாகத்தையும் வெளிப்படுத்தப் போர்க்களம் வேண்டும். போர் வெற்றிகள் வேண்டும். எனவே போர் ரொமான்டிசைஸ் செய்யப்படும்.

போர் வெற்றிகள் கொண்டாடப்படும். போரின் வெற்றிக்காக தலைப்பேறானவை கேட்கப்படும். அல்லது கவரப்படும். தோற்கடிக்கபட்டவர்களின் கிராமங்களை எரித்த நெருப்பில் வெற்றி மாலைகள் வாடுவது மகிமைப்படுத்தப்படும். போர்க்களத்தில் காளி பிணங்களின் நிணக்கூழ் குடித்து மகிழ்வது போற்றிப் பாடப்படும். வெற்றிப் பிரகடனங்களின் பளபளப்பில் தேற்றப்படவிலாத் தாய்மாரின் துக்கமும் இளம் விதவையரின் துயிலா இரவுகளும் மங்கிப் போய்விடும். ஆம். வீரயுகம் எனப்படுவது அதன் நன்மைகள் தீமைகளோடுதான். முக்கியமாக தொடர்ச்சி. ஒரு வீரயுகத்திலிருந்து கற்றுக்கொண்ட பாடங்களின் அடிப்படையில் ஒரு புதிய அறிவின் யுகத்தை வனைவது.

46. வேலு சரவணன்

இந்திய அளவில் குழந்தைகள் நாடகத் துறையைப் பொறுத்து, பேசப்படும் மிகச் சிலருள் ஒருவர் வேலு சரவணன். குழந்தைகளின் நுண்ணறிவுக்கும் படைப்பாற்றலுக்குமான பல்வேறு பயிலரங்குகளை நடத்தியுள்ளார். இவர் ஐம்பதுக்கும் மேற்பட்ட நாடகங்களை இயக்கியுள்ளார். டில்லி சங்கீத நாடக அகாதமி நாடக விழாவில் தொடர்ந்து ஐந்து வருடங்கள் பங்களித்தவர். ஸ்விட்ஸர்லாந்து ஜெர்மனி போன்ற நாடுகளுக்குச் சென்று நாடகங்கள் நிகழ்த்தியுள்ளார். நாடகக் கலையில் முதுகலைப் பட்டமும் சிறார் நாடகத்தில் முனைவர் பட்டமும் பெற்றுள்ள வேலு சரவணன், ''ஆழி'' என்ற நாடகத் குழுவையும் உருவாக்கி நடத்தி வருகிறார். புதுவை அரசு, இவரது பங்களிப்புகளைப் போற்றி ''நேரு இலக்கிய விருது'' வழங்கி கௌரவித்துள்ளது. சென்ற மாதம், பாண்டிச்சேரியிலிருக்கும் வேலு சரவணன் இல்லத்தில் அவரைச் சந்தித்தோம்.

தீராநதி: முதலில், எப்படி ஒரு நாடகக்காரராக நீங்கள் உருவானீர்கள் என்பதைச் சொல்லுங்கள்.
வேலு சரவணன்: புதுக்கோட்டை மாவட்டத்திலுள்ள கம்பர்கோவில் என்ற கிராமம் எங்கள் ஊர். காவேரி டெல்டா

பகுதியிலுள்ள நல்ல அழகான, செழிப்பான கிராமம். நான் விவசாயக் குடும்பத்தைச் சேர்ந்தவன். அப்பா வழித் தாத்தா மாட்டுத் தரகு தொழில் செய்துவந்தார். அம்மா வழித் தாத்தா காமண்டி பண்டிகைகளில் லாவணி பாடல்கள் பாடுவதில் தேர்ந்தவர். இப்போது சிந்தித்துப் பார்க்கும் போது, நான் நாடகக்காரனாக அம்மா வழித் தாத்தா ஒரு காரணமாக இருந்திருக்கலாம் என்று தோன்றுகிறது.

மற்றபடி கலைத்துறை ஈடுபாடுடையவர்கள் எவரும் எங்கள் குடும்பத்தில் கிடையாது. ஊரில் தொடக்கப் பள்ளி வகுப்புகளையும் உயர்நிலை மற்றும் மேல்நிலைப் பள்ளியை புதுக்கோட்டையிலும் முடித்தேன். . மேல்நிலைப் பள்ளி படித்துக் கொண்டிருந்த போது என் தந்தை காலமானார். தொடர்ந்து எனக்குப் படிப்பதில் பெரிய விருப்பங்கள் இல்லை. ஆனால், ''அப்பா காலத்துக்குப் பிறகு அவர்கள் நொடிந்து போய்விட்டார்கள்'' என்று மற்றவர்கள் சொல்லிவிடக் கூடாது என்பதுக்காகவாவது நான் படித்தாக வேண்டியதிருந்தது. எனவே அண்ணனின் நண்பர் ஒருவர், என்னை அழைத்துக் கொண்டு போய் அருப்புக்கோட்டை கல்லூரியில் சேர்த்தார். அங்கே நான் இளங்கலையில் இயற்பியல் தேர்வு செய்தேன்.

அருப்புக்கோட்டை கல்லூரியில்தான் முதன் முதலில் நாடகங்களில் நடிக்கத் தொடங்கினேன். மாணவர்கள் விடுதி காப்பாளர் தேவராஜ் நடிக்கக் கற்றுத் தந்தார். ''மூட்டா'' நடத்திய கல்லூரி ஆசிரியர்கள் போராட்டம் உட்பட பல்வேறு இடங்களுக்குச் சென்று நாடகங்கள் போடும் வாய்ப்பு எங்களுக்கு கிடைத்தது. இளங்கலைப் பட்டப்படிப்பு முடித்த பிறகு எனக்கு முதுகலைக்கு இடம் கிடைக்கவில்லை. எனவே வேறு ஏதாவதுதான் படித்தாக வேண்டும் என்னும் நிலையில் - ''தினத்தந்தி'' பத்திரிகையில் வெளியான ஒரு விளம்பரத்தைப் பார்த்துவிட்டு - வேலை வாய்ப்புடைய படிப்பு என்று, எங்கள் அண்ணன் என்னை பாண்டிச்சேரி சங்கரதாஸ் சுவாமிகள் நிகழ்கலைப் பள்ளிக்கு விண்ணப்பிக்கச் சொன்னார். நான் அதற்கு விண்ணப்பித்தேன். சங்கரதாஸ் நிகழ்கலைப் பள்ளியின் முதல் ''செட்'' மாணவன் நான். அங்கே நடிப்பு கற்றுவிட்டு திரைப்படத் துறைக்குப் போகலாம் என்ற ஆசை எனக்கு அப்போது இருந்தது. ஆனால் படித்து முடித்த போது திரைப்படம் மீதிருந்த விருப்பம் வடிந்து, அதனைவிட நாடகம் முக்கியம் என்ற எண்ணம் உதயமாகிவிட்டது.

தீராநதி: நீங்கள் படித்த போது நாடகத்துறையில் யாரெல்லாம் இருந்தார்கள்?

வேலு சரவணன்: இந்திரா பார்த்தசாரதி இயக்குநராக இருந்தார். அவர் வர்ஸா (போலந்து) பல்கலைக்கழகத்தில் இருந்து நேரே வந்திருந்தார். உலக நாடகத் துறையைப் பொறுத்தவரைக்கும் முக்கியமானவர் அவர். எனவே பல்கலைக்கழகத்தில் அந்தத் துறைக்கு ஒரு மதிப்பும் மரியாதையும் இருந்தது. மாணவர்களுக்கு இந்திரா பார்த்தசாரதி பெரிய ஒரு உத்வேகமாக இருந்தார். கடுமையான பயிற்சிகளும் உண்டு. பிரபஞ்சன், அ. ராமசாமி, வி. ஆறுமுகம், கே.ஏ. குணசேகரன், ராஜு ஆகியோர் அப்போது அங்கே ஆசிரியர்களாக இருந்தார்கள். துறையின் பொற்காலம் அது. இப்போது அதன் நிலமை சொல்லிக் கொள்ளும்படி இல்லை. தமிழில் இயங்கிக் கொண்டிருக்கிற நாடகத்துக்கான ஒரே பள்ளி அது ஒன்றுதான் என்னும் நிலையில் இது நிச்சயம் கவலைக்கிடமானதுதான்.

நாடகத்துறையில் கடைசியில் தேர்வுக்காக மாணவர்கள் நாடகம் தயாரிக்க வேண்டும். நான் ''கடல்பூதம்'' என்ற நாட்டுப்புறக் கதையை நாடகமாக்கினேன். எனக்கு அது நல்ல பெயரைப் பெற்றுத் தந்தது. இந்திரா பார்த்தசாரதி என்னிடம், ''நீ ஒரு நல்ல குழந்தைகள் நாடகக்காரனாக வருவாய்'' என்று சொன்னார். அதன்பிறகு அந்த நாடகம் மிகவும் பிலபலமுமானது. கிட்டத்தட்ட இதுவரைக்கும் 3000 முறைக்கு மேல் அதனை அரங்கேற்றியிருக்கிறோம்.

தீராநதி: படிப்பு முடிந்ததும் வேலைக்கான வாய்ப்புகள் எப்படி இருந்தன?

வேலு சரவணன்: சுத்தமாக இல்லை. எனவே என்னுடைய நண்பன் ஒருவனுடன் சேர்ந்து நாடகங்கள் போட்டு, அதில் வந்த வருமானத்தைக் கொண்டு நாட்களை நகர்த்தி வந்தோம். பிறகு சென்னை சென்று, அங்கு ஆறு மாதங்கள் இருந்தேன். தொடர்ந்து சென்னையில் இருக்க முடியாது என்றானதும், மீண்டும் பாண்டிச்சேரி திரும்பி பள்ளிக் கூடங்களில் நாடகம் போடத் தொடங்கினேன். அப்போது புதுச்சேரி கல்வித்துறை இயக்குநராக இருந்த ஜான் லூயிஸ் எல்லா பள்ளிக் கூடங்களுக்கும் சென்று நாடகம் போடுவதற்கான வாய்ப்புகளை எனக்கு உருவாக்கித் தந்தார். எங்கள் நாடகக் குழுவுக்கு ''ஆழி'' என்கிற பெயரை வைத்தது அவர்தான். பன்னிரெண்டு மாணவர்கள் என்னிடம் சேர்ந்தார்கள். இது ஒரு நம்பிக்கையை எனக்குத் தந்தது. எனவே தொடர்ந்து பாண்டிச்சேரியிலேயே இருந்தேன்.

தீராநதி: உங்களைக் கவர்ந்த நாடகக்காரர் என்று யாரைக் குறிப்பிட விரும்புவீர்கள்? தமிழ் நாடகக் கலைஞர்களைப் பற்றி கேட்கிறோம்.

வேலு சரவணன்: செ. ராமானுஜத்தைச் சொல்லலாம். அவர் மிகச் சிறந்த நாடக இயக்குநர். ந. முத்துசாமி, மு. ராமசாமி போன்றவர்கள் மாதிரி அனுபவம், விருப்பு, கலைத்தேடல் சார்ந்த கலைஞர் இல்லை அவர். எங்களை மாதிரி நாடகத்தை முறையாகக் கற்று வந்தவர். இதனால் சென்னைக் கலைக்குழு, கூத்துப்பட்டறை, யதார்த்தா என்று எல்லா வகை நாடகப் பாணிகளிலும் அவரால் இயக்க முடியும். எப்படி நடிகனைப் பாத்திரமாக மாற்றுவது, நாடகத்தை வடி-

வமைப்பது என்பதை அவரிடம்தான் நான் கற்றுக் கொண்டேன்.

மற்றபடி அறுபதுகளில் நவீன நாடகம் அறிமுகமாகும் போது அதில் செயல்பட்ட எல்லா நாடகக் கலைஞர்களும் என்னைப் பாதித்திருக்கிறார்கள். அந்தவகையில் ஞாநியை முக்கியமானவர் என்று கருதுகிறேன். அவர் அரங்கேற்றிய பாதல் சர்க்காருடைய ''கமலா'' நாடகம் எனக்கு மிகவும் பிடித்திருந்தது. இப்போது நவீன நாடகம் பற்றிய விவாதங்களில் அவர் பெயர் ஏனோ தவிர்க்கப்படுகிறது. அவரது பங்களிப்பை அவ்வளவு சுலபமாக தவிர்த்து விட முடியாது. பாதல் சர்க்கார் தமிழகத்துக்கு வரக் காரணமாக இருந்தவர் அவர்தான். அவர் தன்னுடைய பாணி குறித்து தீர்மானமாக இருந்தார். அவருடைய பாணி, சென்னை நகரத்தின் நடுத்தர மக்களுடைய வடிவம். மற்ற நகரங்கள் பற்றி அவர் கவனம் செலுத்தவில்லை. என்றாலும், சென்னையுடன் சம்பந்தப்படாதவர்களாலும் அதனை ரசிக்க முடியும். அவர் நாடகங்களை புரிந்துகொள்வதில் சிரமங்கள் இருக்காது. பத்திரிகையாளராகவும் அவர் இருப்பது அந்த வகையில் அவருக்கு உதவுகிறது என்று நினைக்கிறேன்.

தீராநதி: ஒரு நடிகராக நடிப்புக்கான சக்தியை எங்கேயிருந்து பெறுகிறீர்கள்?

வேலு சரவணன்: சிறுவர்களிடமும் பள்ளிக்கூட ஆசிரியர்களிடமும் இருந்துதான். என் பையனிடமிருந்தும் மகளிடமிருந்தும் நான் நடிப்பை கற்றுக் கொள்கிறேன். நான் ஒரு குழந்தைப் பார்வையாளனாகவும் இருந்துதான் என் நாடகங்களை உருவாக்குகிறேன்.

தீராநதி: எங்கேயிருந்து நாடகத்துக்கான தளங்களை உருவாக்குகிறீர்கள்?

வேலுசரவனன்: நீர் நிலைகளிலிருந்து நிலத்துக்கு குளிர்காற்று வருகிறது. உடனே குட்டிகளுடன் ஆடுகளும், கன்றுகளுடன் மாடுகளும் பஞ்சு முடியும் நீள் காதுகளும் கொண்ட கழுதைக் குட்டிகளோடு அவற்றின் தாய் தந்தைகளும் விளையாடி மகிழ்கின்றன. சூரியன் கடலுக்குள் போய்விட்ட பிறகும் இரவுகளில் காட்டுப்புறா கூடுகளில் குஞ்சுகள் விழித்திருக்கின்றன. புறாக்கள் புதிரான உலகின் கதைகளை பேசுகின்றன. குஞ்சுகள் கேள்விகள் கேட்கின்றன. பனியுடன் பொழுது விடியும்போது தாயோடும் தன்னையொத்த குட்டிகளோடும் கொஞ்சி, பதுங்கி, துள்ளிக் குதிக்கின்றன நாய்க்குட்டிகள்.

இவற்றின் செயல் கலையா, இயல்பா? வியப்பாய் இருக்கிறது. இந்த உயிர்களிடமெல்லாம் நடிப்புக்கலையின் அதிசயத்தை உணர முடிகிறது. குழந்தைகள் நாடகமும் அப்படித்தான். உலகக் காட்சிகள் பலவும் கற்பனையின் விந்தையான நிகழ்வாக மாற்றங்கொள்வதே குழந்தைகள் நாடகத்தின் இரகசியம். குழந்தைகளின் மனம் உலகைக் கற்கும் தருவாயில் கனவு மயமானது. அவ்வியல்பின் பின்னணியில் உருவாகும் குழந்தைகள் நாடகமும் குதூகலமும் கொண்டாட்டமும் கொண்டதாகத்தான் இருக்கும். மனிதர்கள் முதல் அனைத்து உயிரினங்களும் அதற்குப் பாத்திரங்கள்.

எனது எல்லா நாடகங்களுக்கும் என் குழந்தைப் பருவத்தில் இருந்துதான் கதைகளைத் தேர்வு செய்கிறேன். என் சொந்தக் கதை மற்றும் நான் கேட்ட கதைகள் என் நாடகங்களுக்கான கருவாகிறது. நான் குழந்தையாக இருந்தது போல்தான் இன்றைக்குள்ள குழந்தைகளும் இருக்கிறார்கள். எங்கள் தாத்தா ''கடல்பூதம்'' கதையைச் சொன்ன போது எனக்கிருந்த ஆச்சரியம் இப்போதுள்ள குழந்தைகளுக்கும் இருக்கிறது. நான் கதைகளை மாற்றுவதில்லை. அப்படியே போடுவேன். காக்கா வடை திருடும் கதையை மாற்றி அறிவாளி மாதிரி சொல்பவர்களை ''மடையன்'' என்று சொல்லத்தான் நான் விரும்புவேன். இன்னும் பல நூற்றாண்டுகளிலும் உயிர் வாழப்போகும் அற்புதமான கதை அது. அந்தக் கதையை இவர்கள் யாராவது எழுத முடியுமா?

மேலும் நான் படித்த நாவல்கள் எனது நாடகங்களுக்கு மிகப்பெரிய ஒரு பலத்தைத் தருகின்றன. டால்ஸ்டாயின் ''புத்துயிர்ப்பு'' நாவலில்தான் முதன் முதலாக பெரிய ஒரு வாழ்க்கையை நான் பார்க்கிறேன். அடுத்ததாக ''நீலகண்டப் பறவையைத் தேடி'' நாவல் என்னை மிகவும் வசீகரித்தது, அதனைத் தொடர்ந்து வங்காள நாவல்களைத் தேடி படித்தேன். நான் படித்தவரைக்கும் குழந்தைகளைப் பற்றி மிக நன்றாக எழுதியவர் என்று ஆஸ்கார் வைல்டைத்தான் சொல்வேன். எழுத்தாளர்கள் கோணங்கியும் எஸ். ராமகிருஷ்ணனும் நான் படித்துக் கொண்டிருந்த காலத்தில் எனக்கு நண்பர்கள். அவர்கள் பேசி நான் நிறையக் கேட்டிருக்கிறேன். அந்த உரையாடல்களும் எனக்கு சக்தியைத் தந்தன. நாடகப் பிரதிகள் வாசிப்பது எனக்கு அவ்வளவாகப் பிடிப்பதில்லை. என் நாடகங்களுக்கும் நாடகத் தொடர்பு கிடையாது. இலக்கிய தொடர்புதான் உண்டு. ஆனால் கன்னட நாடகங்கள் எனக்கு பிடித்திருந்தது. குறிப்பாக கிரிஸ்கர்னாட், சுப்பண்ணா நாடகங்கள்.

தீராநதி: உங்களுக்கு பிடித்த இலக்கியப் படைப்புகளை நாடகமாக்க முயற்சித்தீர்களா?

வேலு சரவணன்: ஆமாம், முதலில் புஸ்கின், கோல் சயிங்கா போன்ற எனக்குப் பிடித்த எழுத்தாளர்களின் கதைகளை நாடகமாக்க முயற்சித்தேன். முடியவில்லை. ஆனால் நிக்கலாய் நோசவுடைய ''குதூகலவேட்டை'' கதையை நாடகமாக்கிய போது, அது மிகப்பெரிய வெற்றியைப் பெற்றுத் தந்தது. போலந்து எழுத்தாளரான ஸ்லவோமீர் மிரோஜெக்கின்

''நடுக்கடலில்' என்ற கதையும் நாடகமாக மிகப் பெரிய அளவில் பேசப்பட்டது. மூன்று பேர் கடலில் பயணம் செய்கிறார்கள்.

நடுக்கடலில் அவர்கள் இருக்கும் போது உணவு காலியாகிவிடுகிறது. ஒருவரை ஒருவர்தான் சாப்பிட்டாக வேண்டும் வேறு வழியில்லை. யாரை முதலில் சாப்பிடுவது என்று அவர்கள் பேசிக்கொள்கிறார்கள். ஒருவன் பெரிய ஆஜானுபாகுவான ஆள். இன்னொருவன் நடுத்தரமானவன். மற்றவன் ஒல்லியானவன். பெரியவன் சொல்கிறான்: ''யாராவது ஒருவர் தன்னைத் தியாகம் செய்துதான் ஆக வேண்டும்'' கடைசியில் அவனும் நடுத்தரமானவனும் பேசிப் பேசி ஒல்லியானவனை ஒப்புக்கொள்ளச் செய்கிறார்கள். அவனும், ''நான் இருந்து இந்த உலகத்தில் என்ன செய்யப்போகிறேன்.'' என்று பேசத் தொடங்கிவிடுகிறான். இதை என் நண்பனுடன் சேர்ந்து செய்தேன்.

தீராநதி: ஒரு நாடக மனிதனுக்கும் இந்த உலகத்துக்குமான தொடர்பு என்று எதனை சொல்வீர்கள்.

வேலு சரவணன்: நாடகம் கலை மட்டுமல்ல, மிகப்பெரிய அறிவியலும்கூட என்பது என் எண்ணம். எனவேதான் வாழ்க்கை அறிவுடன் தொழில் நுட்ப அறிவும் இணைந்திருக்கிற மனிதனால்தான் நாடகத்தில் வெற்றிகரமாக இயங்க முடிகிறது. அந்தவகையில் நாடகக் கலைஞன் சமூகத்தில் இயங்கிக் கொண்டிருக்கிற மிகப்பெரிய ஒரு விஞ்ஞானி. அவன் இயங்கிக் கொண்டிருக்கும் சமூகத்தின் வாழ்வியல் அம்சம். அவனுடைய பங்கு தொடர்ச்சியாக இருக்கும் போதுதான் மனித வாழ்க்கை உயிர்ப்புடன் இருக்கும். கூட்டுக் குடும்ப நிலை மாறி தனித்தனி தீவுகளாக மனிதர்கள் வாழும் நிலை நேரிட்டதால் மனிதனுக்கும் சமூகத்துக்குமான தொடர்பு துண்டிக்கப்பட்டு வருகிறது. கூட்டமாக வாழும் மகிழ்ச்சியை இழந்த மனிதன் தனிமையின் துயரங்களைச் சேகரித்து வருகிறான். மனித நாகரிகத்தின் தெளிவான கண்ணாடியாக விளங்கும் நாடகம் மனிதர்கள் கூட்டாக சங்கமிக்கிற வாய்ப்பை ஏற்படுத்துகிறது. அது வாழ்க்கை மீது நம்பிக்கையையும் உற்சாகத்தையும் தருகிறது.

தீராநதி: ஆனால் தமிழ்நாட்டில் முற்காலத்தில் சமூகத்துடன் பின்னிப் பிணைந்திருந்த நாடகம் இப்போது அந்நியப்பட்டு விட்டது என்ற கருத்தை ஏற்றுக் கொள்வீர்களா?

வேலு சரவணன்: நிச்சயம் மாட்டேன். திரைப்படம், தொலைக்காட்சி போன்ற வெகுஜன ஊடகங்களால் தாக்குற்ற போதும், எங்கோ ஓர் மூலையில் நாடகம் நிகழ்ந்து கொண்டேதான் இருக்கிறது. கதைகூறல், கதையாடல் மரபு தொடங்கி இன்றுவரை நீண்ட பாரம்பரியத்தைக் கொண்டது தமிழ் நாடகம். தொல்காப்பிய பெட்டகத்திலிருக்கும் மெய்ப்பாட்டியலையும் சிலப்பதிகாரத்தின் அரங்கேற்று காதையையும் இதற்கு சான்றாகக் கூறலாம். அந்தப் பாரம்பரியத்தை அவ்வளவு சுலபத்தில் அழித்துவிட முடியாது. ஆனால் நவீன நாடகங்கள் நாடக வளர்ச்சிக்கு காரணமாக இருக்கும். அதே வேளையில், சென்னை சார்ந்த சபா நாடகங்கள் நாடகத்தின் வீழ்ச்சிக்குக் காரணமாக இருக்கின்றன என்பதுதான் உண்மை. தொலைக்காட்சியுடனும் திரைப்படத்துடனும் எப்போதும் தன்னை இணைத்துக்கொள்ள தயாராகவும் அவற்றின் இன்னொரு வடிவமாகவும்தான் அந்த சபா நாடகங்கள் இருக்கின்றன. சென்னைக்கு வெளியே நடைபெறும் நாடகங்களுக்கும் சரி, தெருக்கூத்துக்கும் சரி, நவீன நாடகங்களுக்கும் சரி அந்த தன்மை இல்லை.

தீராநதி: ''சடங்கு, கேளிக்கை என்பதிலிருந்து மாறி நாடகக்கலை இருபத்தியொன்றாம் நூற்றாண்டில் மிகச் சிறந்த கல்வியியல் வடிவமாக செயல்பட வாய்ப்பிருக்கிறது என்று சமீபத்தில் திருவனந்தபுரத்தில் நடைப்பெற்ற சாகித்ய அகாதமி கருத்தரங்கில் கூறியுள்ளீர்கள். எதனடிப்படையில் இதனைச் சொல்கிறீர்கள்?

வேலு சரவணன்: ஒரு குட்டிக்கதை சொல்கிறேன். ''புதர்வீடுகளில் வாழும் காட்டு முயல் குட்டிகள் கும்மிருட்டுக்குப் பயப்படுகின்றன. அதனால் முயல்கள் வருந்துகின்றன. தூக்கனாங் குருவிக் கூட்டில் விளக்கெரிவதைப் பார்த்த முயல்கள், கொழுந்திலைகளில் தெளிந்த நீரைக் கொண்டு வந்து அதில் நிலவை எதிரொளிக்கச் செய்கின்றன. புதர்வீடுகளில் பொன்னொளி பரவுகிறது. குட்டிகள் பயம் மறந்து தூங்குகின்றன. ஒரு முறை இக்குட்டிக் கதையை நாடகமாகப் போட்டோம், அப்போது ஒளியின் வரலாற்றுப் பின்னணி என்ன, அதை யார், எப்படி கண்டுபிடித்தார் போன்ற கேள்விகளை குழந்தைகள் எழுப்பினார்கள். ஒளியின் நுண்மையான புதிர்களை கற்பனை செய்து விளங்கிக்கொள்ள அவர்கள் முயன்றார்கள். இப்படி நாடகத்தின் ஊடாக ஒளி பற்றிய அலாதியான அனுபவங்களை அவர்கள் பெற்றதை நான் உணர்ந்தேன். நுண்ணறிவு மிக்க செயல் அனுபவங்களே மனிதனின் வளர்ச்சிக் கூறுகள் அப்படியோர் செயலனுபவக் கல்வியை குழந்தைகள் நாடகம் தருகிறது.

பள்ளிக்கூடங்களும் அதன் வகுப்பறைகளும் சூட்சுமம் மிகுந்த புதிர்களைத் தன்னகத்தே கொண்டிருக்கின்றன. தீராத கற்றல் வேட்கையோடு இளம் குழந்தைகள் கூடியிருக்கிறார்கள். எழுதுதல், படித்தல், வீட்டுப்பாடம், மனப்பாடம் என இயங்கும் ஏட்டுப் படிப்புக்காக மட்டும் அவர்கள் பள்ளிக்கு வரவில்லை மாறாக, பள்ளிக்கூடத்தில் தங்களுக்காக காத்திருக்கும் புதியவற்றுக்காகவும் ஒருவரை ஒருவர் சந்திப்பதுக்காகவும் வருகிறார்கள். அவர்களின் எண்ணற்ற மனத்தி-

சைகளைத் தன்வயப்படுத்தி தன் கற்பித்தலை நிகழ்த்த ஆசிரியர்களுக்கு ஏராளமான திறன்கள் தேவைப்படுகின்றன.

வெறும் மேடையில் தோன்றி அம்மேடையை கடலாகவும் மலையாகவும் தன்குரல், உடல் அசைவுகள் மூலம் மாற்றும் நாடகக் கலைஞனின் திறன்கள் பள்ளி ஆசிரியரின் கற்பித்தல் நிகழ்வைச் சிறப்படையச் செய்யும் சாத்தியக்கூறுகளை கொண்டிருக்கிறது. மாறாத சூழல்களால் குழந்தைகளை வெறுப்பேற்றும் பள்ளியும் வகுப்பறையும் அவரால் பல்வேறு தாள லயங்களைக் கொண்ட சூழல்களை அடையும். அப்போது அறிவியல் பாடம் அறிவியல் தன்மை கொண்டதாக, வரலாற்றுப் பாடம் வரலாற்றுக் காலச்சுழல் கொண்டதாக மொழிப்பாடம் கவித்துவம் கொண்டதாக மாறும். அவ்வாறான சூழல்களில் குழந்தைகளின் வளர் இதயம் மகிழ்ச்சியும் நெகிழ்ச்சியும் அடையும்.

மேற்கத்திய நாடுகள் உட்பட உலகில் பல்வேறு நாடுகளில் பள்ளிகளில் குழந்தைகள் நாடகத்துக்கு என்று தனித்துறைகள் இருக்கின்றன. அதற்கென ஆசிரியர்கள் இருக்கிறார்கள். அப்படி ஒரு கோமாளி நம் குழந்தைகளிடமும் வேண்டும். கரடுமுரடான கல்விப் பாட வேளைகளை இதமான உணர்வுகளால் கோமாளியால் எளிதாக்க முடியும். தாய், தந்தை, தாத்தா, பாட்டி ஆசிரியர் மற்றும் உறவினர்கள் அனைவரிடமும் குழந்தைகள் ஒரு கோமாளியையே எதிர்பார்க்கிறார்கள். அரசவைகளில் விகடகவிகள் இருந்தது போல பள்ளிக்கூடங்களில் ஒரு கோமாளி நாடக ஆசிரியர் இருந்தால் நல்லதுதானே.

தீராநதி: பெரியோர்களுக்கான நாடகங்களில் இருந்து குழந்தைகளுக்கான நாடகத்தை எப்படி வேறுபடுத்துகிறீர்கள்?

வேலு சரவணன்: குழந்தைகள் வளமான எண்ணங்களில் இயங்குபவர்கள். அதற்கேற்ப குழந்தைகளுக்கான படைப்புகளும் நிகழ்வுகளும் வண்ணமயமாக இருக்க வேண்டும். அறிந்த சைகைகள், ஒலிகள், உடலசைவுகள், சிலை வடிவ உடல் நிலைகள் மற்றும் அனுபவங்கள் ஆகியவற்றின் ஊடாக பாத்திரமாக மாறுவது பெரியோர்களின் நடிப்பியல். குழந்தைகளின் நடிப்பு இதிலிருந்து மாறுபட்டது. அவர்களின் இயல்போடு இயல்பாக நிகழ்வது. இங்கே மெய்ப்பாடுகள் திட்டமிட்டு கட்டமைக்கப்பட்டாலும் உயிரோட்டமான வாழ்வியல் இயக்கத்துக்கு திரும்பி விடும் குழந்தைகளின் மனவியல்பால் வேறுபடுகிறது.

உயரத்திலிருந்து குதித்து விழுந்து, புரண்டு, தாவி, நீந்தி, சிரித்து, அழுது மீண்டும் தன்னிலைக்குத் திரும்பி மகிழ்வதே குழந்தைகள் நடிப்பின் பொதுவான குணம். குழந்தைகளின் மொழி உச்சரிப்பே கவித்துவமானது. அது உணர்வுகளின் ஒலி நயங்களை இசைப்பதாக வெளிப்படுகிறது. சொற்களின் பொருளை விட அதை உச்சரிக்கும் குரலோசை குழந்தைகளுக்கு இன்பத்தைத் தருகிறது. எனவே அதன் அடிப்படையிலேயே குழந்தைகள் நாடகத்துக்கான மொழி உருவாகிறது.

குழந்தைகள் குழுமியிருக்கும் வகுப்பறைக்குள் வேடிக்கையான உடலசைவுகளுடன் விதவிதமான ஒலிகளை எழுப்பிக் கொண்டு போர்வை போர்த்திய ஒருவன் நுழைகிறான் என்று வைத்துக் கொள்ளுங்கள். அவன் குழந்தைகளை தன் போர்வைக்குள் அழைக்கிறான். அவர்களிடம் சங்கேத மொழியில் பேசுகிறான். பிறகு போர்வையை விலக்கி, 'ஒரு காலத்தில் வானம் தரையோடு இருந்ததாகவும் மனிதரும் மற்ற உயிரினங்களும் பெரும் சிரமப்பட்டதாகவும் ஔவை என்ற பாட்டி துடைப்பத்தால் அடித்து வானத்தை உயரே விரட்டியதாகவும்' வேடிக்கையாக கூறுகிறான். அப்போதே குழந்தைகள் அக்கதையின் பாத்திரங்களாகி நடிக்கத் தொடங்கி விடுகிறார்கள். அப்படிப்பட்ட மனிதனால்தான் குழந்தைகள் நாடகத்தை எளிதாக இயக்க முடியும். குழந்தைகளின் அன்புக்குறியவர்களிடமும் சில ஆசிரியர்களிடமும் அப்படியோர் மனிதனைப் பார்க்க முடியும்.

தீராநதி: உங்களுடைய அரசியல் என்ன?

வேலு சரவணன்: குழந்தைகள்தான் என்னுடைய அரசியல். என் குழந்தை படுப்பதற்கு இரண்டு தலையணைகள் கேட்கிறது. குழந்தையின் தேவையை விமர்சிப்பது பெரியவர்கள் அரசியல் என்றால் இரண்டு தலையணைகள் கேட்பது குழந்தையின் அரசியல். அதில் சிறு சமரசம் செய்துகொண்டாலும் தங்களுடைய தேவையை எட்ட முடியாது என்பது அவர்களுக்குத் தெரியும். இரண்டு தலையணைகள் தராமல் வேறு எப்படியும் அவர்களுடைய தேவையை நிறைவேற்றவும் முடியாது.

தீராநதி: தொடர்ந்து குழந்தைகளுடன் புழங்கி வருவதன் அடிப்படையில் கேட்கிறோம். அவர்களைப் பற்றிய உங்களது கவனிப்பு என்ன? பெற்றோர்களின் எதிர்பார்ப்பு, அவர்கள் வைக்கும் சுமைகள், கல்விச் சூழல் தரும் நெருக்கடிகள், விளையாட்டுகளும் கேளிக்கையும் இல்லாத வீட்டுக்குள் அடைக்கப்பட்ட வாழ்க்கை போன்றவை குறித்து அவர்களுக்கு வருத்தங்கள் இருக்கிறதா?

வேலு சரவணன்: எந்த வருத்தங்களும் அவர்களுக்கு இல்லை. ஆனால் கிராமத்தில் வளரும் குழந்தைகளுக்கு நகரச் சூழலில் வளரும் குழந்தைகளைப் பார்த்து ஏக்கம் இருக்கிறது. அவ்வளவுதான் பொதுவாக வருத்தங்களும் சோகங்களும் பெரியவர்களுக்குத்தான். வயலும் நதியும், இன்றைய நகர குழந்தைகளுக்கு இல்லையே என்று நாம்தான் வருந்-

துகிறோம். அந்த வருத்தத்தை நான் கலையாக மாற்றுகிறேன். வருத்தம் பொழுதுபோக்காக மாறுகிறது. குழந்தைகளை வளர்ச்சி இல்லாதவர்கள் என்று பார்க்கிற பார்வைதான் பெரியவர்களிடம் உள்ளது. அவர்களை நாடு கடத்துவதுக்கான வேலைகளைத்தான் இப்போது பெரும்பாலான பெற்றோர்கள் செய்கிறார்கள். குழந்தைகளை வழி நடத்துவது தேவையில்லாதது அவர்களே முடிவெடுப்பார்கள்.

தீராநதி: ஒரு இயக்குநராக நடிகர்களிடமிருந்து உங்களுக்கு தேவையான நடிப்பை எப்படி பெறுகிறீர்கள்?
வேலு சரவணன்: என்னுடைய நடிகர்கள் குழந்தைகள் என்பதால் எனக்கு சிக்கல்கள் மிகவும் குறைவு. குழந்தைகளுக்கு மிகவும் பிடித்த விஷயம் உண்மை. உண்மையாக இருப்பவர்களை அவர்கள் உடனே பின்பற்றுவார்கள் அன்பாகிவிடுவார்கள். அவர்களது நடவடிக்கைகளில் ஈடுபாடு காட்டுவார்கள். அதிலிருந்து அவர்களது படைப்பாக்கத்தை வளர்த்தெடுப்பார்கள். அவர்களது வளரும் கற்பனையும் நமது கற்பனையும் சேர்ந்து புரியும் விளையாட்டுகள் தான் குழந்தைகள் நாடகம். நான் விழுந்தால் உண்மையாக விழுவேன். சிரித்தால் உண்மையாக சிரிக்கிறேன்.
தீராநதி: அடுத்து என்ன செய்வதாக இருக்கிறீர்கள்?
வேலு சரவணன்: முதலில் குழந்தைகளுக்கான ஒரு நாடகப் பள்ளி தொடங்க விரும்புகிறேன். அடுத்து ஒரு திரைப்படம் எடுக்கும் திட்டத்தில் இருக்கிறேன். இந்தியாவில் குழந்தைகளின் பொழுதுபோக்குக்கு ஏற்ற திரைப்படங்கள் இல்லை. கார்ட்டூன் மாதிரி அல்லது பெரிய குழந்தைகளுக்கான படங்கள் தான் இருக்கிறது. என் படம் இவற்றிலிருந்து மாறுபட்டிருக்கும் பிரமாண்டமான சினிமாஸ்கோப் படமாகவும் அது இருக்கும்.

47. மு.ராமசாமி - பெ.வெயில்முத்து

40 ஆண்டுகளாகத் தமிழ் நாடகவெளியில் தீவிரமான இயக்கம்கொண்டவர் மு.ராமசாமி. பேராசிரியர், நாடகக் கலைஞர், எழுத்தாளர், சினிமா ஆர்வலர் எனப் பன்முகம்கொண்ட ஆளுமை. அவரது 'நிஜ நாடக இயக்கம்' இந்திய அளவில் கவனம்பெற்ற ஒன்று. கலைகள், சமூகத்தை விழிப்போடு வைத்திருப்பதற்கான கருவிகள் என நம்பும் மு.ராமசாமியின் 'தோற்பாவை நிழற்கூத்து' பற்றிய ஆய்வு, நாட்டார் ஆய்வுத் தளத்தில் முக்கியத்துவம் வாய்ந்தது. காரைக்குடியில் 'சண்டைக்கோழி - 2' படத்தில் நடித்துக்கொண்டிருந்தவர், அன்றைய நாளை நேர்காணலுக்கு ஒதுக்கினார். 66 வயது என்பதை மனதளவில் இன்னும் ஏற்றுக்கொள்ளாத உடல்மொழி, உற்சாகம்... நினைவுகளை உரசும் கேள்விகளுக்கு மட்டும் சற்று நேரம் நிலைத்துப் பார்க்கிறார். பதில்களில் கூத்துக் கலைஞனின் அடவுகள்...

"நடிப்பு சார்ந்த உங்கள் முதல் அனுபவம் பற்றிச் சொல்லுங்கள்..."
"பாளையங்கோட்டை அந்தோணியார் பள்ளியில் மூன்றாம் வகுப்பு படித்துக்கொண்டிருந்தேன். பள்ளி விழாவில் நடத்தப்பட்ட ஒரு நாடகத்தில், அலெக்ஸாண்டரை எதிர்த்துப் போரிட்ட புருஷோத்தமனின் மந்திரி பாத்திரத்தில் நடித்தேன். புருஷோத்தமனாக நடித்தவர் கோபால் எனும் பையன். அவன் ஒழுங்காக வசனம் பேசாததால் எங்கள் ஆசிரியர், 'ராமசாமியைப் புருஷோத்தமனாக நடிக்கவைத்துவிடுவேன்' என்று சொன்னதும், 'என் பாத்திரத்தில் நீ நடித்தால் எங்கள் தெருவைக் கடந்து நீ போக முடியாது' என்று வீட்டுக்குச் செல்லும் வழியில் என்னை அவன் மிரட்டினான். விஷயத்தை ஆசிரியரிடம் நான் சொல்லிவிட, அவனுக்கு முறையான 'கவனிப்பு' கிடைத்தது. ஒருவழியாக முதலிலேயே தீர்மானிக்கப்பட்டதுபோல அவரவர் பாத்திரத்திலேயே போட்டிபோட்டு நடித்தோம். இப்போது நினைத்துப்பார்த்தால் சிரிப்பாக இருக்கிறது. அதுதான் என் முதல் நடிப்பு அனுபவம்."

"சிறுவயதில் உங்களை ஆழமாக பாதித்த ஆளுமையாக யாராவது இருந்தார்களா?"
"அன்று, எம்.ஜி.ஆர் என்னைக் கருத்தியல் ரீதியாக (அந்த வயதில் இந்தச் சொல் குறித்த அறிதல் இல்லையென்றாலும்) பாதித்த ஆளுமையாக இருந்தார். இன்று வரை டீ, காபி, சிகரெட், மதுப் பழக்கம் இல்லாமல் நான் வாழ்ந்துகொண்டிருப்பதில் எம்.ஜி.ஆர்-க்கு முக்கியப் பங்குண்டு. சமூகநீதி, சமத்துவம் குறித்த கருத்துகள் அவரின் பாடல்கள் வழியாகவே என்னிடம் வந்துசேர்ந்தன. மிக ஆழமான தத்துவங்களெல்லாம் பின்னால் வாசித்து அறிந்துகொண்டவைதான். 'ஒரு பேராசிரியராக இருந்துகொண்டு, கேட்பவர்களிடம் எம்.ஜி.ஆர் குறித்து இப்படிச் சொல்லிக்கொண்டிருக்கிறீர்களே... இது நல்லாவா இருக்கு?' என்று என்னிடம் பலர் சொல்லியிருக்கிறார்கள். உண்மையைச் சொல்வதில் என்ன தவறு இருக்கிறது? ஆம், நான் அப்படித்தான் இருந்து வளர்ந்தேன்."

"நடிப்பில் ஆர்வம்கொண்டவராக நீங்கள் சிவாஜியை விரும்பியிருப்பீர்கள் என்று நினைத்தேன்..."
"இன்றைக்கும்கூட எம்.ஜி.ஆர் ஒரு சிறந்த நடிகர் என்பதில் எனக்கு மாற்றுக்கருத்து இல்லை. சிவாஜியை ஒரு நாட-

கக் கலைஞராகத்தான் நீங்கள் சினிமாவிலும் பார்க்க முடியும். ஆனால், சினிமாக் கலையை நன்கு புரிந்துகொண்ட ஒருவரின் மிதமான, கச்சிதமான நடிப்பை நீங்கள் எம்.ஜி.ஆரிடம் பார்க்கலாம். 'என் தங்கை' படத்தில் அவரைத் தவிர மற்ற அனைவரும் நாடகபாணியில் நடித்துக் கொண்டிரு ப்பார்கள். அவர் அளவாக நடித்திருப்பார். பின்னால், சிவாஜியையும் ரசித்தேன்தான். கப்பலோட்டிய தமிழன் போல இன்னொரு பாத்திரமாக முற்றிலும் உருமாறி நிற்பதும் பெரிய சவால்தான். சிவாஜி 'உணர்வு நிலை' என்றால், எம்.ஜி.ஆர் 'கருத்து நிலை, என்னை ஈர்த்தது கருத்தியல் நிலை.

'என்னடா பொல்லாத வாழ்க்கை?' என்று ஒருபோதும் எம்.ஜி.ஆர் படத்தில் ஒரு பாடல் இடம்பெறாது. அவருடைய படங்களில், பாடல்களில், நடிப்பில் வாழ்க்கை குறித்த நம்பிக்கை வறட்சி இருக்காது. அழும்போது எம்.ஜி.ஆர் முகத்தை மூடிக்கொள்வதை, 'நடிக்கத் தெரியாததால் அப்படிச் செய்கிறார்' என்று பலரும் சொல்லக் கேட்டிருக்கிறேன். உண்மை அதுவல்ல. நாடகங்களில் நடித்து சினிமாவுக்கு வந்தவர்தான் அவர். கொஞ்சம் கிளிசரின் போட்டுக்கொண்டால், கண்ணீர் வரப்போகிறது. அதுவல்ல பிரச்னை. அவர் தன்னுடைய அழும் முகத்தைப் பார்வையாளனுக்குக் காட்ட விரும்பாத நம்பிக்கைவாதி. அந்த நம்பிக்கைஉணர்வு அவரிடம் எனக்குப் பிடித்திருந்தது.''

"உங்கள் குடும்பத்தில் நடிப்பின் மீது ஆர்வமுள்ள யாரும் இல்லையா?"

''அப்பாவுக்கு சினிமா, நாடகமெல்லாம் பிடிக்காது. என் அத்தான், மாமா (அம்மா வழி சொந்தம்) இருவரும் நடிப்பின் மீது ஆர்வம்கொண்டவர்கள். ஊரில் நடக்கும் விழாக்கால நாடகங்களில் கலந்து கொள்வார்கள். மாலையில் அவர்கள் ஒத்திகை பண்ணும்போது, அவர்களுக்கு டீ வாங்கிக்கொடுப்பது எனக்குப் பிடித்தமான வேலை. ஒருமுறை அவர்களின் நாடகத்தில் சிறிய பாத்திரத்தில் (பேப்பர் போடும் பையன்) என்னையும் நடிக்கவைத்தார்கள். கொஞ்சம் கொஞ்சமாக நடிப்பின் மீது ஆர்வம் ஏற்பட்டது. பள்ளிக்கூடத்தில், நாடகம் நடக்கும்போது, பங்கேற்க விரும்புகிற மாணவர்களின் பெயர் கேட்கும்போதெல்லாம் கொடுப்பேன். ஆனால், வாய்ப்பே கிடைக்காது. புனித சவேரியார் கல்லூரியில் எம்.ஏ படிக்கும்போதுதான், நடிப்பதற்கான வாய்ப்பும் வெளியும் உருவானது. நண்பர்களாகச் சேர்ந்து நிறைய நாடகம் போட்டோம். பேராசிரியர்கள் லூர்து, நா.வானமாமலை, தமிழவன் போன்றோரின் தொடர்பு கிடைத்ததும் எனது பார்வையும் தேடலும் ஆழப்படத் தொடங்கின. நாட்டார் இலக்கியம், நாட்டார் கலைகள், நாட்டார் வழக்காறுகள் போன்ற விஷயங்கள்மீதும் ஆர்வம் எழுந்தது.''

"நாட்டார் கலைகளுள் ஒன்றான தோற்பாவை நிழற்கூத்து குறித்துதானே முனைவர் பட்டத்திற்கு ஆய்வுசெய்தீர்கள்?"

''ஆமாம். அது ஒரு சுவாரஸ்யமான பகுதி. மதுரை பல்கலைக்கழகத்தில் பேராசிரியர் முத்துச் சண்முகம் அவர்களிடம் ஆய்வு மாணவனாகச் சேர்ந்தேன். 'நாட்டார் நாடகங்கள்' (Folk theatres of Tamilnadu) என்பது எனது ஆய்வுத் தலைப்பு. அப்போது மதுரையைச் சுற்றி நடக்கும் நாடகங்களையெல்லாம் ஒன்றுவிடாமல் தேடிச்சென்று பார்ப்பேன். இசைநாடகங்களைப் பதிவுசெய்து எடுத்துவந்து, அந்த நாடகங்களின் ஒலிநாடாக்களை ஒலிக்கவிட்டு நடித்துக் காட்டுவேன். விடுதியிலிருக்கும் மாணவர்கள், பணியாளர்கள் என எனது அறை வாசலில் எப்போதும் கூட்டமிருக்கும். அந்தக் காலகட்டத்தில் நாடகம் மட்டுமல்லாது, அதனோடு தொடர்புடைய பல்வேறு கூத்துக் கலைவடிவங்களையும் தேடி அலையும் ஆர்வம் இருந்தது.

அப்படியொரு நாளில் அவனியாபுரத்தில் ஒரு தோற்பாவை நிழற்கூத்து நடந்துகொண்டிருந்ததைக் கேள்விப்பட்டு, போய்ப் பார்த்தேன். அதுதான் நான் பார்த்த முதல் நிழற்கூத்து. ஆர்வம் மிகுந்து, என் பேராசிரியரிடம் சென்று நிழற்கூத்து பற்றிச் சொன்னேன். அவருக்கு ஆர்வமாகிவிட்டது. சின்ன வயசுல பார்த்ததுடே.... இன்னும் இருக்கா?' என்று உற்சாகமானார். அப்போது, குறிப்பிடத்தக்க எண்ணிக்கையில் அமெரிக்க மாணவர்கள் அங்கு தமிழ் படித்துக்கொண்டிருந்தார்கள். அவர்களுக்கும் தோற்பாவை நிழற்கூத்தைக் காட்ட விரும்பினார் பேராசிரியர்.

விஷயத்தைச் சொல்லலாம் என முந்தைய நாள் கூத்து பார்த்த இடத்தைத் தேடிப்போனால், கூடாரத்தைப் பிரித்துவிட்டு எங்கோ கிளம்பிப் போய்விட்டார்கள். அவர்களைத் தேடி அலைந்தேன். இப்படி முடிவற்று இடம்பெயர்ந்து செல்லும் இந்தக் கலைஞர்களை எப்படித் தேடிக் கண்டுபிடிப்பது என்பதை அன்று கற்றுக் கொண்டேன். பின்னால் பலமுறை, அவர்களைத் தேடிச் செல்ல எனக்கு அந்த அனுபவம் உதவியிருக்கிறது. ஒருவழியாக, விமானநிலையம் போகும் வழியிலிருக்கும் பெருங்குடியில் அவர்களைக் கண்டுபிடித்தேன். மறுநாள் மாலைநேரம், நாங்கள் கூத்து நடக்குமிடத்திற்குச் சென்றோம். உள்ளே பொம்மைகளைத் தயார்செய்துகொண்டிருந்தார்கள். டோலக்கையும் சுதிப்பெட்டியையும் சில பெண்கள் இசைக்க, மாரியம்மாள் பாய் பாடத் தொடங்கினார். அது எவ்வளவு அற்புதமான குரல்? (கண்கலங்குகிறார்)

'எல்லாம் மாயை தானா
பேதை எண்ணம் யாவும் வீணா

ஏழை எந்தன் வாழ்வில்
இனி இன்பம் காண்பேனா...'

ஒரு சினிமாவில் ஏதோ ஒரு சூழ்நிலைக்குப் போடப்பட்ட பாடல், அந்த அம்மா அன்றைக்குப் பாடியபோது, நெஞ்சை அறுத்துவிட்டது. எல்லோரும் கலங்கிப்போனோம். நல்லதங்காள் தோற்பாவைக்கூத்து நிகழ்ச்சி முடியவும், அவர்களின் கூடாரத்திற்குள் நின்றபடி என் பேராசிரியர், 'எய்யா, நீ ஏன் எங்கெங்கோ அலைஞ்சுக்கிட்டு இருக்க. இந்தக் கலை பற்றியே நீ ஆய்வுபண்ணலாமே. வண்ணங்களைப் பயன்படுத்தும் முறை, பொம்மைகள் தயாரிக்கும் முறை, கதைகள் சொல்லும் முறை, ஒளியைக் கையாளும் முறை, பொம்மைகளை ஆட்டும் முறை, அசைவின் வழியே வெளிப்படும் நாடகீயம், அவர்களது நாடோடி வாழ்வியல் என எவ்வளவோ விஷயம் இருக்கே' என்று சொன்னார். மாணவர்களின் ஆய்வுத் தலைப்புகள், பெரும்பாலும் வழிகாட்டி ஆசிரியரின் சிறிய அறைக்குள் தீர்மானிக்கப்படும். ஆனால், எனக்கு அந்தக் கலை உக்கிரமாக நிகழ்த்தப்பட்டுக் கொண்டிருந்த களத்தில்வைத்து என் பேராசிரியர் அடையாளங்காட்டி என் ஆய்வுத் தலைப்பு எனக்குக் கிடைத்தது, இப்போது நினைத்துப் பார்க்கும்போதும் அவ்வளவு மகிழ்ச்சியாக இருக்கிறது."

"உங்கள் ஆய்வு அனுபவம் எப்படி இருந்தது?"

"ஒரு கலையை வெளியிலிருந்து நுணுகிக் கவனித்து ஆய்வுசெய்வது ஒருமுறை என்றால், அந்தக் கலையில் பங்குபெற்றுக் கலந்து அதனினின்று விலகி ஆய்வுசெய்வது மற்றொரு ஆய்வுமுறை. இரண்டா வதைத்தான் நான் சிறப்பான ஒன்றெனக் கருதினேன். வெளியிலிருந்து பார்க்கும்போது பல விஷயங்கள் நமக்குத் தெரியாமல் போகக்கூடும். இதற்காக, முருகன் ராவ் என்பவரிடம் மாலை நேரங்களில் தோற்பாவை நிழற்கூத்து கற்றுக் கொண்டேன். முழுமையாகக் கற்றுக் கொண்டதாகச் சொல்லமுடியாது; அது சாத்தியமுமில்லை. ஏனென்றால், அது கலை மட்டுமல்ல; ஒரு வாழ்க்கைமுறை. குரலுக்கும் மனசுக்கும் தகுந்தாற்போல பொம்மைகளைக் கையாளுகிற தொழில்நுட்பத்தை மட்டும் ஓரளவு கற்றுக்கொள்ள முடிந்தது. ஒரு சின்னத் திரைக்குள் பொம்மைகளின் அசைவுகளின் வழியே பல அர்த்தங்களை மிக நுட்பமாக வெளிப்படுத்துகிற முறை அது.

அவர்களைப்போலக் கதைசொல்வது நம்மால் முடியாத காரியம். குழந்தைகள் பேசப்பழகும் வயதிலிருந்து கேட்டும் பயிற்சிசெய்தும் வளர்த்துக்கொள்கிற நுட்பம் அது. இந்த ஆய்வு அனுபவங்களைக் கொண்டு 'ஒரு ஆராய்ச்சி மாணவனின் அனுபவங்களும் வெளிப்பாடுகளும்' என்றொரு கட்டுரையைப் பல்கலைக்கழகத்தில் வாசித்தேன். என் பேராசிரியருக்கு அந்தக் கட்டுரை மிகவும் பிடித்துப்போய்விட்டது. ஆய்வுமுறையியலாகவும் கதையாகவும் அனுபவமாகவும் அந்தக் கட்டுரை பன்முகம் கொண்டிருக்கும். அந்தக் கட்டுரைதான் மதுரை பல்கலைக்கழகத்தில் எனக்குப் பணி வாய்ப்பு கிடைக்கக் கடவுச்சீட்டாய் அமைந்தது. அப்போதுதான், தமிழ்நாட்டில் முதன்முறையாகத் தமிழ்த்துறைக்குக் கீழே நாட்டாரியல் என்ற பிரிவு ஏற்படுத்தப்பட்டு அதற்கான விரிவுரையாளராக நான் நியமிக்கப்பட்டேன். நாட்டார் நிகழ்த்துக்கலை ஆய்வுப்புலத்தின் வழியாகக் கல்வித்துறைக்குள் வந்த முதல் ஆள் நான்தான்."

"பிறகு, நாடகங்களில் தீவிரமாக இயங்க ஆரம்பித்தது எப்போது?"

"காந்தி கிராம கிராமியப் பல்கலைக் கழகத்தில் பணியாற்றிக்கொண்டிருந்த பேராசிரியர் ராமானுஜம், 'ஞானரதம்' பத்திரிகையில் நாடகங்கள் குறித்து 1974-75 காலகட்டத்தில் ஒரு கட்டுரை எழுதியிருந்தார். நான் ஆய்வு மாணவனாக இருந்த காலம் அது. அந்தக் கட்டுரையை வாசித்துவிட்டு நேரில் சென்று அவரைச் சந்தித்தேன்; உரையாடினேன். 'புதிய நாடக முயற்சிகள் நடக்கும்போது என்னையும் அழைத்துக்கொள்ளுங்கள்' என்று சொன்னேன். நாடகம் பற்றிய பல புதிய பார்வைகளை அவர் எனக்கு வழங்கினார்.

பணி கிடைத்து, அப்போது நான் விரிவுரையாளராகப் பணியாற்றிக் கொண்டிருந்தேன். 1976 -ன் இறுதி என்பதாக நினைவு. கேரளாவின் புகழ்பெற்ற நாடகாசிரியர் ஜி.சங்கரப்பிள்ளை, கேரளாவின் 'ஸ்கூல் ஆப் டிராமா'வின் இயக்குநராக இருந்தார், 'மீனிங் புல் தியேட்டர்' என்ற முக்கியமான உரையொன்றை காந்தி கிராமத்தில் நிகழ்த்தினார். நாடகம் பற்றிய எனது நம்பிக்கைகளை முற்றிலும் அது புரட்டிப்போட்டது. சில மாதங்கள் கழித்து, 1977 ஜூன் 20-27-ல் நவீன நாடகம் குறித்து ஏழு நாள் பயிற்சி முகாம் ஒன்றையும் நடத்தியது காந்தி கிராமக் கலாசாரக் கழகம். அதில், பி.வி.கரந்த், பத்மா சுப்பிரமணியம், கோவர்தன் பஞ்சால், பிரேமா கரந்த், கோபாலி போன்ற நாடக விற்பன்னர்களெல்லாம் வகுப்பெடுத்தார்கள். என்னுள் புதிய சாளரங்கள் திறந்துகொண்டன.

இதன் தொடர்ச்சியாக ஏதாவது செய்ய வேண்டுமே என, ஆகஸ்ட் மாதத்தில், இலக்கியம் தொடர்புள்ள - நாடகப் பயிற்சி முகாமில் கலந்துகொண்ட நண்பர்கள் சிலர் கலந்து பேசினோம். 'ரியல் தியேட்டர் மூவ்மென்ட்' என்று நாடக இயக்கத்துக்கு ஒரு பெயர் முடிவுசெய்தோம். ஆனால், பெயர் முடிவுசெய்த வேகத்தில் செயல்பட முடியவில்லை. ஏனென்றால், ஜெயந்தன், காஷ்யபன், பறம்பைச் செல்வன், லிங்கம், ஷாஜகான் கனி என ஒவ்வொருவரும் ஒவ்வொரு ஊரில் வெவ்வேறு பணிகளில் இருந்தோம். ஒன்றாக இணைந்து மதுரையில் ஒன்றை நிகழ்த்துவது அப்போதைக்கு

முடியாத காரியமாக இருந்தது. அவரவர் ஊரில் இருந்தபடியே இந்தப் பெயரில் இயங்கலாம் என்று முடிவுசெய்தோம். ஆனாலும், குறிப்பிடும்படியாக ஒன்றும் நடக்கவில்லை.

அந்தச் சமயத்தில், 1978-ன் தொடக்கத்தில் என்று நினைக்கிறேன். ஜி.சங்கரப்பிள்ளை தலைமையில் எர்ணாகுளத்தில் ஒரு தேசிய நாடகவிழா நடந்தது. சிலப்பதிகாரத்திலிருந்து ஒரு பகுதியை எடுத்து 'புறஞ்சேரி' என்ற பெயரில் ஒரு நாடகம் எழுதியிருந்தார் பேராசிரியர் ராமானுஜம். அதை அந்த விழாவில் நிகழ்த்தினோம். ஆனால், அது எதிர்பார்த்த அளவு வெற்றிபெறவில்லை. ராமானுஜத்துக்கும் மனவருத்தம். சங்கரப்பிள்ளையின் நாடகமொன்றை ராமானுஜம் தமிழில் 'பண்டிதர் மூவரும் மாண்டதொரு சிங்கமும்' என மொழிபெயர்த்துவைத்திருந்தார். காந்தி கிராமத்தில் ஒருமுறை அந்த நாடகத்தை நான் பார்த்திருக்கிறேன்.

ஆனால், பார்த்தது போலல்லாமல் வேறுமாதிரி செய்து பார்க்கலாமே என நினைத்து மதுரை பல்கலைக்கழக மாணவர்களைக்கொண்டு முயன்றேன். நாகமலை அடிவாரத்தில் அதை நான் நிகழ்த்தும்போது, பெரும் பேராசிரியர்களெல்லாம் தரையில் அமர்ந்து அதைப் பார்த்தார்கள். நிகழ்த்தப்பட்ட விதம் வித்தியாசமாக இருந்தது என்ற கவனமும் கிடைத்தது. இந்த நாடக இயக்கத்துக்கு ஒரு பெயர் வேண்டுமே என்று யோசித்தபோது, 'ரியல் தியேட்டர் மூவ்மென்ட்' நினைவுக்கு வந்தது. தமிழ்த்துறையில் பணிசெய்துகொண்டு ஆங்கிலப் பெயரில் இயங்குவது சரியாக இருக்காது என்பதால், 'நிஜ நாடக இயக்கம்' எனப் பெயர்வைத்து இயங்க ஆரம்பித்தேன்.

'நெசம்' என ஊர் வழக்கில் உள்ளதுதானே. ஆனால், நண்பர்கள் எல்லோரும் எப்படி நீ அந்தப் பெயரைப் பயன்படுத்தலாம் என்று பிரச்னை செய்தார்கள். நீங்கள் செயல்படவில்லை. நான் செயல்படுகிறேன். நீங்கள் வேண்டுமானால், 'ரியல் தியேட்டர் மூவ்மென்ட்' என்ற அந்த 'அசல்' பெயரைப் பயன்படுத்திக்கொள்ளுங்கள் என்று சொல்லிவிட்டேன். பிறகு தொடர்ச்சியாக நாடகப் பிரதிகளை வாங்கி மாணவர்களைக் கொண்டு நாடகங்களைத் தொடர்ந்து நடத்த ஆரம்பித்தேன். 'நிஜ நாடக இயக்கம்' தீவிரமடைந்தது.''

"எந்த வகையில் உங்கள் நாடகம் தனித்துவமாகத் தெரிந்தது?"

''நாட்டார்தன்மையும் நவீனமும் இணைந்த ஒரு கலவையான காட்சியனுபவம், அன்றைக்குப் பார்வையாளர்களுக்குப் புதிதாக இருந்திருக்கலாம்.''

"மதுரையில் 'நிஜ நாடக இயக்கத்தின்' சார்பில், 'நவீன நாடகக் கலைவிழா'வைத் தொடர்ந்து நடத்திவந்தீர்கள். ஒருகட்டத்துக்குப் பிறகு தொடரவில்லையே?"

''நவீன நாடகக் குழுக்களை இணைத்து. 1988, 1990, 1992 ஆகிய ஆண்டுகளில் மூன்று முறை நடத்தினோம். மூன்றாவது முறைதான் பெரிய பிரச்னையாகிவிட்டது. விழாவில் திட்டமிட்டிருந்த 13 நாடகங்களில் இரண்டு நாடகங்கள் பங்கேற்க வர முடியாத சூழ்நிலை. அந்த நேரத்தில் சாரு நிவேதிதா தனது 'இரண்டாம் ஆட்டம்' நாடகத்திற்கு அந்த நேரத்தை வழங்குமாறு கேட்டார். அவரது நாடகத்தின் ஸ்க்ரிப்ட் வேறு எனக்குத் தெரியாது. 'இதற்கு முன் உங்கள் நாடகத்தை நான் பார்த்ததில்லை, ஒன்றும் பிரச்னை இருக்காதே என்று கேட்டேன். 'என்ன ராமசாமி இப்படிக் கேட்கிறீங்க. அதெல்லாம் ஒண்ணும் வராது' என்றார் சாரு நிவேதிதா.

'சரி, பார்வையாளர்களுக்குக் கூடுதலாக ஒரு நாடகம் கிடைக்கிறதே' என்று நானும் 'சரி' என்றேன். மகாத்மா பள்ளியில் உள்ள நூலகக் கட்டடத்தில்தான் விழா நடந்தது. முதல் நாள் பள்ளி வளாகத்துக்குள் சிகரெட் பிடித்துக் கொண்டிருந்தார் சாரு நிவேதிதா. 'இங்க சிகரெட் பிடிக்கக்கூடாது சாரு. பள்ளி நிர்வாகம் ஒப்புக்காது' என்றேன். அதற்கு சாரு, 'நான் சிகரெட் குடிக்கவில்லை என்று நினைத்துக்கொள்ளுங்கள்' என்றார். என்னடா இது நிலைமை என நினைத்துக்கொண்டு நான் நகர்ந்துவிட்டேன். மறுநாள் அவரது நாடகத்தின் முதல் காட்சியே சிகரெட் பற்றவைப்பதுதான். எனக்கு ஒருமாதிரி ஆகிவிட்டது. அடுத்த காட்சியில் டேப் ரெக்கார்டரில் சுப்ரபாதம் ஒலிக்க, சுயஇன்பம் எப்படிச் செய்வது எனச் செய்துகாட்டுகிறார்கள்.

எனக்கு ஒன்றுமே புரியவில்லை. மங்கை, இளைய பத்மநாபன் போன்றோர் வந்து, 'நாடகமா நடத்துகிறீர்கள்...' என்று என்னிடம் கடிந்து கொள்கிறார்கள். எங்கள் நாடகக் கலை முயற்சிக்குப் பெரும் துணையாக நின்ற செல்வராஜ், 'நாடகத்தை நிறுத்துங்கள்' என்கிறார். நான், 'நாடகத்தை எப்படி நிறுத்த முடியும். பிடிக்கவில்லை என்றால், நாம் எழுந்து வெளியே வந்துவிடுவதுதான் சரி' என்றேன். பலரும் அப்போது எழுந்து வெளியே வந்துகொண்டிருந்தார்கள். திடீரென உள்ளே டேப் ரெக்கார்டர் உடையும் சத்தம், 'என்னைக் கொல்றாங்க... கொல்றாங்க...' என்று சாரு கத்துகிறார். நான்கூட நாடகத்தில் ஒரு பகுதிதான் என்று முதலில் நினைத்தேன். பிறகுதான் தெரிந்தது, கைகலப்பாகிவிட்டது என்று. பெரிய களேபரமாகிவிட்டது.

நான், பொதியவெற்பன், இன்னும் சிலர் உள்ளே நுழைந்து சாருவைச் சூழ்ந்து நின்று பாதுகாப்பாக அழைத்துக்கொண்டு வந்தோம். நான் இது குறித்துப் பலமுறை கைகலப்பில் ஈடுபட்டவர்களுடன் விளையாட்டாகச் சொல்வதுண்டு. சாரு நிவேதிதா நடத்தியது முதல் ஆட்டம்தான், நீங்கள் நடத்தியதுதான் இரண்டாம் ஆட்டம் என்று. என்மீது ஒரு

தவறும் இல்லை. ஆனால், ஒரு நாளிதழில் 'நிஜ நாடக இயக்கம்... அடிதடி தகராறு... ஓரினச்சேர்க்கை... எனப் பலவாறாக நியூஸ் வந்துவிட்டது. எனக்கே வெறுத்துப் போய்விட்டது. வீட்டிலும் வேண்டாம் என்றார்கள். அதற்குப் பிறகு விழா முயற்சியைக் கைவிட்டேன். பிறகு, 2000-த்தில் ஒருமுறை தஞ்சையில் நடத்தினேன்.''

"உங்கள் 'நிஜ நாடக இயக்க'த்தின் முக்கியமான காலகட்டம் எதுவென்று நினைக்கிறீர்கள்?"

''வீதியில் நாடகம் நிகழ்த்துகிறவர்கள், இவர்களால் மேடைகளில் இயங்க முடியாது என்பதாக எங்கள் மீது விமர்சனம் வைத்தார்கள். அதை எதிர்கொள்ளும் விதமாக, சங்கரப்பிள்ளையின் 'பாதுகாவலன்' நாடகத்தை 'நெல்லை சங்கீத சபா'வில் நிகழ்த்தினோம். நல்ல வரவேற்பைப் பெற்றது. இது ஒன்றும் பெரிய காரியமில்லையே என்ற தைரியம் கிடைத்தது. அந்த மனவலிமையில் 1984-ல் நடந்த இளம் இயக்குநர்களுக்கான தேசிய அளவிலான சங்கீத நாடக அகாடமியின் நாடக விழாவில் கலந்துகொள்வது என முடிவுசெய்தேன். தென் மண்டல நாடக விழாவில் தெலுங்கு, மலையாளம், கன்னடம், என நான்கு மாநிலத்தைச் சேர்ந்த முக்கிய ஆளுமைகளின் நாடகத்தோடு எங்கள் நாடகமும் போட்டியிட்டது.

பெங்களூரில் நடந்த இந்த விழாவில் எங்களுடைய 'துர்கிர அவலம்' நாடகம், தேசிய நாடக விழாவுக்குத் தேர்வானது. சிலபல காரணங்களால் 'புலியின் நிழல்' என்ற கன்னட நாடகமும் எங்களின் 'துர்கிர அவலம்' நாடகமும் தேசிய நாடக விழாவுக்குத் தேர்வாகின. தில்லியில் நடைபெற்ற விழாவில், 'துர்கிர அவலம்' நாடகத்தைப் பற்றிப் பலரும் சிலாகித்தனர். தேசிய அளவில் எங்கள் நாடக இயக்கத்திற்கு அங்கீகாரமும் கவனமும் கிடைத்தன. நிஜ நாடகத்துக்கு அது ஒரு மைல்கல்லாக அமைந்தது.

'உங்கள் நாடக இயக்கத்துக்காக மட்டுமே இந்த மொழிபெயர்ப்பைச் செய்கிறேன்' என்று சொல்லி, 15 நாள்களில் கோ.ராஜாராம் மொழிபெயர்த்துத் தந்த பாதல் சர்க்காரின் நாடகமான 'ஸ்பார்ட்டகஸ்' (இந்த நாடகத்துக்காகவே களரி கற்றுக்கொண்டோம்.), குஜராத் கலவரத்தை விமர்சித்து நிகழ்த்திய, 'கட்டுண்ட பிரமோதியஸ்', அறிவியலின் முன் மதம் மண்டியிட்ட சம்பவத்தை முன்வைத்து எழுதப்பட்ட பெர்டோல்ட் ப்ரெக்ட்டின் 'கலிலியோ கலீலி', 'நந்தன் கதை', 'தோழர்கள்', முழுக்க திருநங்கைகளைக் கொண்டு நிகழ்த்தப்பட்ட 'வலியறுப்பு', கலகக்காரர் தோழர் பெரியார் போன்ற நாடகங்கள், என் முயற்சியில் மிக முக்கியமானவை. அந்தக் காலகட்டத்தை எங்கள் இயக்கத்தின் முக்கியமான காலகட்டம் என்று சொல்லலாம்.''

"எந்த அம்சத்தினால், உங்களது துர்கிர அவலம் நாடகம் அவ்வளவு அங்கீகாரம் பெற்றது?"

''என் துணைவியார், அவரது முனைவர் பட்ட ஆய்வுக்காக 'கிரேக்க லிரிக்' கவிதைகளையும் சங்கப் பாடல்களையும் ஒப்பிட்டு ஆய்வுசெய்தார். அதற்காகவே கிரேக்க மொழி கற்றார். கிரேக்க நாடகங்கள் அவருக்குப் பிடிக்கும். 'இலியட்'டில் சில பகுதிகளைக்கூட அவர் மொழிபெயர்த்தார். கிரேக்க நாடகமான ஆன்டிகனியை (Antigone) அவர்தான் மொழிபெயர்த்துத் தந்தார். அதில் எமர்ஜென்ஸி நடிவடிக்கைகளின் மீதான விமர்சனங்களை இணைத்துத் தற்காலப்படுத்திய பிரதியாக 'துர்கிர அவலம்' உருவானது. ஸ்க்ரிப்ட் அளவிலேயே மிக முக்கியமானதாக இருந்தது 'துர்கிர அவலம்'.

அதன் நிகழ்த்து முறையையும்கூடப் புதுமையாகச் செய்திருந்தேன். நான் ஏற்கெனவே கற்றுவைத்திருந்த பல்வேறு கலைவடிவங்கள் இந்தப் புதுமையான நிகழ்த்துதலுக்கு உதவின. அதாவது, ஓம் பெரியசாமியிடம் கற்றுக்கொண்ட கரகாட்டம், கோடாங்கிப்பட்டியில் கற்றுக்கொண்ட தேவராட்டம், புரிசையில் கற்றுக்கொண்ட தெருக்கூத்து, ஆய்வுகாலத்தில் கற்றுக்கொண்ட தோற்பாவை நிழற்கூத்து, என மனதிலும் உடலிலும் பதிந்துபோயிருந்த கலைவடிவங்களின் ஒரு ஒருங்கிணைந்த வடிவமாக 'துர்கிர அவல'த்தை வடிவமைத்திருந்தேன். அதுதான் அந்த விழாவில் கவனம்பெறக் காரணமாக இருந்தது.''

" 'கலகக்காரர் தோழர் பெரியார்' நாடகமும் உங்களைப் பரந்த அளவில் மக்களிடம் கொண்டுசென்ற நாடகம் அல்லவா?"

'''பழைய விஷயங்களை, கதைகளைக் கொண்டுதானே தொடர்ந்து நாடகம் போடுகிறீர்கள். சமகாலத் தமிழ்ப் பிரச்னைகளை முன்வைத்து நாடகம் போட முடியுமா' என்று கேட்ட சிலருக்கு பதில்சொல்லும் விதமாகவே அந்த நாடகத்தை எழுதினேன். ரவிக்குமார் பெரியாரை விமர்சித்து எழுதிக்கொண்டிருந்த சமயம் அது. பெரியார் குறித்து விரிவாக வாசித்துக்கொண்டிருந்தேன். என்ன வடிவத்தில், எங்கிருந்து நாடகத்தைத் தொடங்குவது, எவ்வளவோ விஷயங்களைப் பேசியிருக்கிறாரே இந்த மனுஷன், எதை முக்கியக் கருப்பொருளாக எடுப்பது என்று முடிவுசெய்ய முடியாமல் இருந்தது. அதேசமயம் வாசிக்க வாசிக்க எவ்வளவு பெரிய சமூக விஞ்ஞானியை இவ்வளவு காலம் நாம் தவறவிட்டிருக்கி-

றோம் என்றும் வருத்தமாக இருந்தது.

பெரியரைக் கம்யூனிஸ்ட் என்று ஐயங்கார் குறிப்பிட்டிருந்ததை வாசித்த கணம் சட்டெனப் பிரதியின் வடிவம் கிடைத்துவிட்டது. ஆனால், நாடகத்தை நடத்த ஒரு கல்லூரியும் எங்களுக்கு இடம் தரவில்லை. அப்போதுதான் தேரிந்து கொண்டேன், கார்ல் மார்க்ஸைவிட கடவுள் இல்லை என்று சொன்ன பெரியார்தான் ‘இவர்’களுக்குப் பெரிய பிரச்னையாக இருக்கிறார் என்று. யாதவர் கல்லூரியில் பகுத்தறிவுவியல் என்று ஒரு பாடத்திட்டம் இருந்தது. அதற்காக மாணவர்களுக்குப் பயிலரங்கு கொடுங்கள் என்று கேட்டுக்கொண்டதற்கு இணங்க அங்கு சென்றேன். பகலில் பாடம், இரவில் நாடகம் என ‘கலகக்காரர் தோழர் பெரியார்’ நாடகத்தை மெள்ள மெள்ள வளர்த்தெடுத்தோம்.பின்பு, பெரிய அளவில் கவனம்பெற்றுத் தமிழக அளவில் கொண்டுசென்றோம். மக்களிடம் ‘எங்கள் நிஜ நாடக இயக்கம்’ பரவலாகச் சென்று சேர்ந்தது அப்போதுதான். பல இயக்கங்கள் நாடகம் நிகழ்த்த எங்களை அழைத்தார்கள். ஓய்வற்று நடத்திக்கொண்டிருந்தோம்.’’

“உங்களை நீங்கள் முழுமையான நடிகனாக உணர்ந்த முதல் தருணம் எது?”

‘‘ ‘கலிலியோ கலீலி’ நாடகத்தில் நடிக்கும்போது, அப்படி நான் உணர்ந்தேன். ‘பூமி தட்டையானது, சூரியன் மையம் அல்ல; பூமிதான் மையம்’ என ஒப்புக்கொள்ளச் சொல்லி கலிலியோவை வாடிகன் வற்புறுத்துகிறது. அவரும் வேறு வழியின்றி அமைதியாகிறார். அவர் வளர்த்த பையன் ஆந்த்ரேயா, கலிலியோவைப் பார்த்து, ‘அறிவியலுக்கு துரோகம் செய்துவிட்டீர்கள். உங்கள் முகத்தைப் பார்க்க எனக்கு விருப்பம் இல்லை. ஆனால், எனது ஐரோப்பிய நண்பர்கள் உங்களைச் சந்தித்து உங்கள் ஆய்வுக் குறிப்புகளை வாங்கிவரச் சொல்லியிருக்கிறார்கள்’ என்று சொல்வான். ‘ஆமாம். நான் அறிவியலுக்கு துரோகம் செய்துவிட்டேன். ஆனாலும் நீ இப்படிப் பேசும்போது எனக்கு சந்தோஷமாக இருக்கிறது. அந்தப் பெட்டிக்குள் கொஞ்சம் காகிதம் இருக்கிறது பார்.

எவ்வளவோ கண்காணிப்பைத் தாண்டி அதைப் பத்திரப்படுத்திவைத்திருக்கிறேன். எடுத்து உன் ஐரோப்பிய நண்பர்களிடம் கொடு’ என்று கலிலியோ சொல்கிற காட்சியில், இயலாமை, மொத்தக் குற்ற உணர்ச்சி, ஆந்த்ரேயா வழியே அந்தக் கருத்து வெளியே செல்கிற சந்தோஷம் என ஒரு மாபெரும் வரலாற்றுத் தருணத்தை உடல்மொழியில் கொண்டுவரும்போது, நான் என்னைப் புதிதாக உணர்ந்தேன். ஸ்பார்ட்டகஸில் ஆக்ரோஷமாக இயங்குவதுபோலவே உணர்வுக் கொந்தளிப்பை இயலாமையின் வழியாக வெளிப்படுத்துவதும் ஒருவித சவால்தான். மனரீதியாக ஒரு பாத்திரத்திற்குள் பயணம் செய்வது குறித்து மிக ஆழமாக அன்று உணர்ந்தேன்.’’

“நடிப்பு என்பதற்குப் பலவகையான இலக்கணங்களும் விளக்கங்களும் தரப்படுகின்றன. தங்களைப் பொறுத்தவரை நடிப்பிற்கான இலக்கண வரையறை என்ன?”

‘‘நடிப்பைப் பற்றியக் கோட்பாட்டை வழங்கியவர்களில் என்னை பாதித்த முக்கியமான இருவர், ஸ்தானிஸ்லாவ்ஸ்கி, பெர்டோல்ட் ப்ரெக்ட். சூழலோடு, பாத்திரத்தின் உணர்வோடு கலந்துவிடும் உளவியல் முறையை முதலாமவர் முன்வைக்கிறார். எந்தச் சூழலிலும் பாத்திரத்தின் உணர்விலிருந்து விலகி கருத்துநிலையில் விழிப்புணர்வோடு இருப்பதை இரண்டாமவர் முன்வைக்கிறார். ப்ரெக்ட் சொல்கிற ஒரு உதாரணத்தைச் சொல்கிறேன், ஒரு விபத்து நேரும்போது, வாகனத்தில் அடிபட்ட ஒருவரின் ரத்தத்தைப் பார்த்தவுடன் கோபம் தலைக்கேறி ஓட்டுநரை அடிக்கப் பாய்வோம். இத்தகைய உணர்வுநிலை நடிப்பை ப்ரெக்ட் ஏற்பதில்லை. அந்தக் கூட்டத்தில் ஒருவர், மிக நிதானமாக நடந்தவற்றைக் கவனித்து, ஓட்டுநர்மீது குற்றமில்லை.

நடந்து வந்தவர் மீதுதான் தவறு என்று விலகி நின்று உண்மையை நிதானமாக முன்வைக்கிற மனநிலை இருக்கிறது அல்லவா, இதுபோன்ற அறிவுபூர்வமான நடிப்பைத்தான் ஏற்கிறார். தன்னுடைய பார்வையாளனை உணர்வு பூர்வமானவனாக மட்டுமல்லாமல் அறிவுபூர்வமானவனாக உயர்த்தும்படியாக ஸ்க்ரிப்ட்டும் நடிப்பும் அமைய வேண்டும் என்கிறார். ஆரம்பத்தில் ப்ரெக்ட் சொல்வதுதான் சரி என்று நினைத்திருந்தேன். இத்தனை வருட அனுபவத்தில், இப்போது நான் வந்து சேர்ந்திருக்கும் இடம், இரண்டு கோட்பாடுகளின் சரிவிகிதக் கலவைதான் சரியான நடிப்பு என்பது. பார்வையாளனை உணர்வுபூர்வமாக உள்ளே கொண்டுவந்து சரியான நேரத்தில் விலகி நிற்கச் செய்கிற நடிப்புதான் சரியாக இருக்கும்.

இந்த விலகி நிற்கச் செய்கிற நடிப்புக் கோட்பாட்டை ப்ரெக்ட், ஆசியக் கலை வடிவங்களிலிருந்துதான் கண்டடைந்தார். மைலாங் பாங் எனும் சீன நடிகனின் நடிப்பு முறைமையிலிருந்து உருவானதுதான் ப்ரெக்டின் காவிய பாணி அரங்கு. உதாரணமாக, தெருக்கூத்தில் துரியோதனன் தன் தம்பியான துச்சாதனனிடம் திரௌபதியை அவைக்கு இழுத்துவரச் சொல்வான். துச்சாதனனும் சென்று திரௌபதியை அழைப்பான். பாஞ்சாலி அவனை உதாசீனம் செய்ய, உச்சக் கோபமடைந்து துச்சாதனன் திரௌபதிமீது ஆவேசமாகத் துள்ளிப் பாய்வான். அவனை அடக்கிப் பிடிக்கும் மக்கள், தீபாராதனைத் தட்டை நீட்டுவார்கள்.

அந்தக் கூத்துக்கலைஞர், ‘அம்மா தாயே, பிழைப்புக்காகக் கூத்தில் அப்படிச் செய்தேன். மன்னிச்சிரும்மா...’ என்று வணங்குவார். ஒரு கூத்தைச் சட்டென ஆன்மிகத் தளத்துக்கு நகர்த்திவிட்டு விலகிவிடுகிறார் கலைஞர். இதைத்தான் ப்ரெக்ட் கருத்தியல் ரீதியாகச் செய்ய வேண்டியது என்கிறார். அதேபோல துச்சாதனன் திரௌபதியை இழுத்துவரச் செல்கையில் ‘நீயும் வா’ என்று அழைக்கும்போது, ‘நான் என்ன மயித்துக்கு வரணும்’ என்பார் பபூன். சட்டென அங்கே உணர்வு நிலையில் ஒன்று உடைகிறது அல்லவா? அதைப்போன்றதுதான் அது!’’

“தொல்காப்பியம் குறிப்பிடும் மெய்ப்பாட்டியலை நாடகத்துக்கானது அல்ல என்று மறுத்து வருகிறீர்கள். சற்று விளக்க முடியுமா?”

‘‘தொல்காப்பியம் நடிப்புக்காக எழுதப்பட்ட நூல் அல்ல. எழுத்து, சொல், பொருள் எனப் பிரித்து மொழி தொடர்பான அடிப்படை விஷயங்களை விளக்குகின்ற நூல். இன்றைக்கு நவீன மொழியியல்வாதிகள் குறிப்பிடுகிற முக்கியமான விஷயங்கள் பலவும் தன்னுள்ளேகொண்ட ‘தொல்காப்பியம்’ மிகச் சிறந்த அறிவியல்பூர்வமான நூல்தான். அதில், ஒரு தமிழனாக எனக்கும் பெருமைதான். அதற்காக, எல்லாவற்றுக்கும் தொல்காப்பியத்தில் மருந்து இருக்கிறது என்று சொல்லவதில் எனக்கு உடன்பாடில்லை. இளம்பூரணார் வரைக்கும்கூட மெய்ப்பாடு என்பதை மெய்யின்கண் (அதாவது உடலின்கண்) தோன்றுவது என்பதாகவே பொருள்கொள்கிறார்கள். ஆனால், நான் பொருள்கொள்ளும் முறை வேறானது. ‘மெய்’ என்பதற்கு ‘உண்மை’ என்றும் பொருள்கொள்ளலாம். பிரதி வெளிப்படுத்துகிற உண்மையான உணர்வைத்தான் நான் ‘மெய்ப்பாடு’ என்று புரிந்துகொள்கிறேன்.

‘பால் நினைந்தூட்டும் தாயினும் சாலப்பரிந்து, நீ பாவியேனுடைய
ஊனினை உருக்கி, உள்ளொளி பெருக்கி, உலப்பிலா ஆனந்தமாய...’

என்கிற திருவாசகப் பாடலில் தொனிக்கும் மென்னுணர்வு, பக்திஏக்கம் என்பது அந்தப் பாடல் வெளிப்படுத்தும் மெய்ப்பாடு. தொல்காப்பியர் குறிப்பிடுவது, ஒரு செய்யுள், அதாவது பிரதி வெளிப்படுத்தும் மெய்ப்பாடு - உண்மை உணர்வு வெளிப்பாடு பற்றி. நாட்டிய சாஸ்திரத்தில் குறிப்பிடப்படும் உணர்வு வகைகளோடு ஒப்பிட்டு, தொல்காப்பிய மெய்ப்பாட்டைப் புரிந்துகொள்வதில் எனக்கு உடன்பாடில்லை. அவ்வளவுதான். செய்யுளியலில் செய்யுளின் உறுப்புகளில் **ஒன்றாகச் சொல்லப்படுவது மெய்ப்பாடு!**

உய்த்துணர்வின்றித் தலைவரு பொருளான்
மெய்ப்பட முடிப்பது மெய்ப்பாடாகும்.’’

என்று தொல்காப்பியரே தெளிவாகச் சொல்கிறார்.

‘‘நாட்டிய சாஸ்திரத்தில் குறிப்பிடப்படும் ‘மெய்ப்பாடும்’ தொல்காப்பியரின் (நாடகத்துக்காகக் குறிப்பிடவில்லை என்றாலும்) மெய்ப்பாடும் ஒத்துப்போகின்றனவா?’’

‘‘நிச்சயமாக ஒத்துப்போகும். இரண்டும் உணர்ச்சிகளைத்தானே பேசுகின்றன. அதை நான் மறுக்கவில்லை. இரண்டிலும் அதே எட்டு மெய்ப்பாடுகள்தாம். (பின்னால், சாந்தம் என்ற ஒன்றைக் கொண்டு வருகிறார்கள்.) தொல்காப்பியரின் மெய்ப்பாட்டியலை நாடகத்துக்கும் பொருத்திப் பயன்படுத்துவதைத் தவறு என்றோ கூடாது என்றோ நான் ஒருபோதும் சொன்னதில்லை. ஆனால், தொல்காப்பியர் நாடகத்துக்காக மெய்ப்பாடு குறித்து எழுதவில்லை என்பதுதான் என் நிலைப்பாடு.’’

“20 நூற்றாண்டுகளைக் கடந்து ஒரு விநோதமான வாழ்வியலை மேற்கொண்டு வருகிறோம். இவ்வளவு காலமாறுதல்களில் புதிய மெய்ப்பாடுகள் உருவாகியிருக்கின்றனவா?”

‘‘சூழ்நிலைகள், நெருக்கடிகள், சந்தோஷங்கள், அனுபவங்கள், பல்வேறு வகையில் மாறியிருக்கின்றன. ஆனால், மனிதனின் அடிப்படை உணர்ச்சிகள் மாறியிருப்பதாகத் தெரியவில்லை.’’

“இலக்கியத்திற்குச் சங்கப் பாடல்கள்போல தமிழ் நாடகக் கலையின் பொக்கிஷப் பிரதிகள் என எவற்றைச் சொல்வீர்கள்?”

‘‘அப்படியான பிரதிகள் பாதுகாத்து வைக்கப்படவில்லை என்பது வருத்தம் தரும் விஷயம்தான். குரவை, துணங்கை எனப் பல கூத்துகள் இருந்ததற்கான பதிவுகள் நம்மிடம் உள்ளன. ஆனால், அது எப்படி நிகழ்த்தப்பட்டது என்பதற்கான குறிப்புகளோ ஆதாரங்களோ இல்லை. தமிழில் நாடக இலக்கண நூல்கள் இருக்கின்றன எனும்போது, நாடகங்களும் இருந்திருக்கும்தானே? ஆனால், இன்றைக்கும் பாதுகாத்துவைக்கப்பட்டிருக்கும் கி.மு.400-ல் நிகழ்த்தப்பட்ட கிரேக்க நாடகப் பதிவுகள்போல நம்மிடம் சொல்லிக் கொள்ளும்படியான பதிவுகள் இல்லை. இலக்கியப் பிரதிகள் இவ்வளவு சேகரித்துவைக்கப்பட்டிருக்கும்போது, ஏன் நாடகப் பிரதிகள் சேகரிக்கப்படவில்லை என்பது ஆய்விற்கு உரியதுதான்.’’

“தமிழில் இன்றைக்கு நாடகத்தின் இயக்கம் எப்படி இருக்கிறது?”

“எல்லாக் காலகட்டங்களையும்போல தேங்குவதும் புதிய முயற்சிகளில் ஈடுபடுவதுமாக மாறி மாறித்தான் அதன் பயணம் தொடர்கிறது. அதேசமயம் இன்றைக்கு நாடகங்கள் சினிமா தயாரிப்பதைப்போல மாறிக்கொண்டு வருகிறது. பொருளாதாரம் சார்ந்த ஒன்றாகிக் கொண்டுவருகிறது. அதுதான் கவலையாக உள்ளது. அன்றைக்கு, பொருளாதாரம் நாடகத்துக்குப் பிரச்னைக்குரிய ஒன்றாக இருந்ததில்லை. இன்றைக்கு இந்த உலகமயச் சூழலில் எல்லாம் மாறும்போது, நாடகமும் மாற்றம்கொண்டிருக்கிறது. என் கவலை, நாடகக் கலை மக்களுடன் நேரடியாக உரையாடுகிற தனது எளிய தன்மையை இழந்துவிடக் கூடாது என்பதுதான்.”

“நாடகத்தில் தொடர்ந்து இயங்கிவருகிறவர்களில் முக்கியமானவர்களாக நீங்கள் கருதுபவர்கள்?”

“பிரளயன், ச.முருகபூபதி, வேலு சரவணன், கருணா பிரசாத், ஆனந்த் சாமி, ராஜிவ் கிருஷ்ணன், ஆறுமுகம், சண்முகராஜா, ரெஜின் ரோஸ், ராஜு, ராஜ்குமார், பார்த்திபராஜா, வெங்கடேசன், கார்த்திகேயன், தஞ்சை விஜி, பிரவீன் போன்றோர் சிறப்பாக இயங்கிவருகிறார்கள்.”

“தமிழ் நாடகப் பரிணாம வரலாற்றைச் சுருக்கமான வகையில் விவரிக்க முடியுமா?”

“நாடகம், குறிப்பிட்டுச் சொல்ல முடியாத வகையில் நமது நிலத்தில் உருவாகி வழங்கிவந்த ஓர் ஆதிக்கலை. சங்க இலக்கியத்திலிருந்து வந்தோமென்றால், பரிபாடலில் வரக்கூடிய ‘நாடகம் நயந்தும்’ என்கிற வரிகளைக் காண்கிறோம். இன்றைய நாடகத்தைத்தான் அது குறிக்கின்றதா, அது என்னவிதமான நாடகம் என்பது பற்றி நம்மால் உறுதியாக எதையும் சொல்ல முடியவில்லை. காலத்தால் பிற்பட்ட உரையாசிரியர் எழுதிவைத்திருக்கின்ற விஷயங்களை மட்டும் வைத்துக்கொண்டு ஒரு முடிவுக்கும் வரமுடியாத சூழலில்தான் இருக்கிறோம்.

அதேசமயம், சிலப்பதிகாரத்தைக் கிரேக்க நாடகங்களுக்கு இணையான ஒரு துன்பியல் நாடகம் என்று உறுதியாகச் சொல்லலாம். முழுக்க அமங்கலம் தொனிக்கும்

‘காதலர் பிரியாமல் கவவுக்கை நெகிழாமல்
தீதறுக’

எனும் சொற்களால் எழுதப்பட்ட வாழ்த்துக்கு ‘மங்கல வாழ்த்து’ எனத் தலைப்பிடுகிற முரணிலேயே நாடகம் தொடங்கிவிடுகிறது. பிரதி ஆசிரியரான இளங்கோவடிகளும் பாத்திரமாகப் பிரதிக்குள் வருவதாக அன்றைக்கே எழுதிப் பார்த்திருக்கிறாரே என்று நினைக்கும்போது ஆச்சர்யமாகத்தான் இருக்கிறது.

பின், பதினாறு, பதினேழாம் நூற்றாண்டில்தான் பள்ளு நாடகங்களைப் பார்க்கிறோம். 18-ம் நூற்றாண்டில் கம்பெனி நாடகங்கள் உருவாகின்றன. முழுவீச்சில் அந்தக் காலகட்டத்தில் புராண இதிகாசக் கதைகள் நாடகமாக நிகழ்த்தப்பட்டதென்று சொல்லலாம். சுதந்திரப் போராட்டத்தில் நாடக இயக்கங்கள் பெரிய அளவில் இயங்கின, புரட்சி செய்தன என்பதாகச் சொல்லப் படுகிறது. ஆனால், அதற்கான வலுவான ஆதாரங்கள் நம்மிடம் இல்லை. பலரும் சொல்லக்கூடிய தொ.பெ.கிருஷ்ண

சாமி பாவலரின் ‘கதரின் வெற்றி’ நாடகத்தின் பெயருக்கு பிரிட்டிஷ் அரசு ஆட்சேபனை தெரிவித்ததும், ‘கதரின் பக்தி’ எனப் பெயரை மாற்றித்தான் நாடகம் போட்டிருக்கிறார்கள். விஸ்வநாத தாஸ் மிக முக்கியமானவராகச் சொல்லப்படுகிறார். ஆனால், அவரும்கூட நாடகத்துக்கு இடையில் சுதந்திரப் போராட்டப் பாடல்களைப் பாடுகிற வரையில்தான் செயல்பட்டிருக்கிறார். பாஸ்கரதாஸும்கூட ஒரு முழு அரசியல் நாடகமாக அல்லாமல் சுதந்திர உணர்வை ஊட்டக்கூடிய பாடல்களை எழுதியவராகத்தான் அறியப்படுகிறார். ஒருவேளை இந்தக் கலைஞர்கள் முக்கியமான பங்களிப்புகள் செய்திருக்கலாம், ஆனால், அதைப் பற்றிய முறையான பதிவுகளை அவர்கள் சார்ந்த இயக்கங்கள் செய்யத் தவறியிருக்கவும் வாய்ப்புண்டு.

திராவிட இயக்கக் காலகட்டத்தின் பதிவு என்பது தெளிவாக உள்ளது. பெரியார் தலைமையில் நடந்த பாரதிதாசனின் ‘இரணியன் அல்லது இணையற்ற வீரன்’ 1934-ல் நிகழ்த்தப்படுகிறது. அது எதிர்கொண்ட சவால்கள், தடைகள், செய்த மீறல்கள், நடந்த கைது, நீதிமன்றத்தில், ‘ஆம் தெரிந்தேதான் நிகழ்த்தினேன்’ என்று சொன்னது, தண்டத்தொகை கட்டியது, சிறைசென்றது, விடுதலையாகி வெளிவந்ததை ஒரு விழாவாகக் கொண்டாடியது, என நடந்தவை அனைத்தும் முறையாகப் பதிவாகியுள்ளன.

மக்களிடம் நாடகத்தை ஒரு மாபெரும் கருத்தியல் பிரசாரக் கருவியாகக் கொண்டுசென்றிருக்கிறது திராவிட இயக்கம். அண்ணா, மு.கருணாநிதி, ஆசைத்தம்பி, மதியழகன், தென்னரசு என அன்றைக்குத் தீவிர அரசியலில் இயங்கிவந்த முன்னணித் தலைவர்கள் பெரும்பாலும் நாடகத்தில் ஈடுபட்டுவந்திருக்கிறார்கள். எம்.ஆர்.ராதா இதில் முக்கியமான, காத்திரமாகப் பங்காற்றிய ஒரு கலைஞர். அவருக்காகவே மீண்டும் நாடகத் தடைச்சட்டம் கொண்டுவரப்பட்டது. அவரும் நாடகத்தின் பெயர்களை மாற்றி மாற்றித் தொடர்ந்து நடத்தினார். ராமர் வேஷத்திலிருக்கும்போதே போலீஸால் கைதுசெய்யப்பட்டார். அதனாலேயே பெரியார், நாடக நிகழ்த்துதல் சட்ட வடிவை எரிக்கும் போராட்டத்தை முன்னெ-

டுத்தார். புராண இதிகாசப் பிரதிகளுக்கு எதிர்ப்பிரதிகளை, சமூகநீதியை, மூடநம்பிக்கைக்கு எதிரான பிரசாரத்தை, பகுத்தறிவை நாடகத்தின் வழியே திராவிட இயக்கத்தினர் வலுவாக முன்னெடுத்தனர்.

1944-ல் ஈரோட்டில் 'நாடகக் கலை அபிவிரித்தி மாநாடு' என ஒரு பெரிய மாநாடு நடத்தப்பட்டது. டி.என்.சிவதாணு, அவ்வை சண்முகம் போன்றோர் முன்னெடுத்த மாநாடு. அதில், திடாவிடச் சிந்தனையாளர்கள் இனி புராண இதிகாச நாடகங்கள் போடக் கூடாது எனத் தீர்மானம் நிறைவேற்றும் முயற்சியெல்லாம் நடந்தது. 1967-ல் திராவிட இயக்கம் ஆட்சிக்கு வந்ததற்குப் பிறகு, நாடகத்தில் முன்னைய அளவு அதிக ஈடுபாடு காட்டவில்லை. ஆனால், எமர்ஜென்ஸி நேரத்தில் தெருக்களில் எவ்வித நாடகத்துக்கான ஏற்பாடும் இல்லாமல், ஒப்பனை இல்லாமல் தெருவிளக்கு ஒளியில் நிகழ்த்துவதற்கான நாடகங்களை எழுதினார் கலைஞர். அது அப்போது எனக்கு ஆச்சர்யமாக இருந்தது.

1970-களில் நவீன நாடகங்கள் தீவிரமடைந்தன. திராவிட இயக்கங்கள் கைவிட்ட இடத்திலிருந்து, பொதுவுடைமை இயக்கங்கள் தீவிரமாக நாடகங்களைக் கையிலெடுத்தன. இன்று வரைக்குமாக இந்தப் போக்கிலான நாடக இயக்கங்கள் தொடர்ந்து கொண்டிருக்கின்றன; இது தொடரும்.''

"அகஸ்டோ போவலின் - 'ஒடுக்கப்பட்டோர் அரங்கு' போல காபி ஷாப்பில், பேருந்தில், கடற்கரையில், பூங்காக்களில் எனத் திடீரென மக்கள் கூட்டத்தில் நிகழ்த்தப்படும் Invisible Theatre (கட்புலனாகா அரங்கு) வகை நாடக முயற்சிகள் குறிப்பிடும்படி தமிழில் நிகழவில்லையே?"

''விழுப்புரத்தில் பத்மினி, போலீஸால் பாலியல் பலாத்காரம் செய்யப்பட்ட சம்பவத்தைவைத்து, ஒரு நாடகத்தை 'Invisible Theatre' வடிவத்தில் முயன்றேன். வழக்கமான நாடகம்போல இருக்காது. முதலில் எல்லோரும் கூடுகிற இடத்தில்,

'இப்படி நடந்துபோச்சே... என்ன செய்யலாம்?' எனக் கேட்டேன்.

'மக்களைத் திரட்டிப் போராடலாம்...' என்று குரல்கள் வந்தன.

'சரி, போராட யாரெல்லாம் வர்றீங்க?' கொஞ்ச பேர் எழுந்து வருகிறார்கள்.

'எப்படிப் போராடலாம்?' 'கோஷம் போடலாம்!'

'எப்படிக் கோஷம் போடலாம்?' ஐந்துவிதமான கோஷங்கள் முடிவுசெய்யப்படுகின்றன. கோஷம் போட்டுக்கொண்டே கூட்டம் நகர்கிறது. உணர்ச்சி கொஞ்சம் கொஞ்சமாக மேலெழுகிறது. 'கோஷம் போட்டும் எதுவும் நடக்கல' கூட்டத்தில் ஒருவர், 'அந்தப் போலீஸ் ஸ்டேஷன் மேலே கல்லத் தூக்கி எறியணும்' என்கிறார். புதிய பிரச்னை உருவாகிறது. நான் அப்போதுதான் ஒன்றைப் புரிந்துகொண்டேன். இசைக்குழு ஒரு சிம்பனியை நிகழ்த்தும்போது, அதை ஒரு கண்டெக்டர் ஒருங்கிணைத்து லயப்படுத்துகிறார் அல்லவா, அதுபோல இந்த அரங்கை முறையாகக் கருத்தியல் ரீதியாக ஒருங்கிணைக்கவில்லை என்றால், நாடகம் விபரீதம் ஆகிவிடும். கடைசியில் அன்றைய அரங்கு 'சிஸ்டத்தை உடைக்க வேண்டும்' என்பதில் போய் நின்றது. இதுபோன்ற முயற்சிகளைத் தத்துவத் தெளிவும் பலமும் உள்ள அமைப்புகள்தான் செய்யமுடியும்.''

"கலையைக் கருத்தியல் பிரசாரத்திற்கான ஒரு கருவி என்று நினைக்கிறீர்களா?"

'' 'கலகக்காரர் தோழர் பெரியார்' நாடகத்தின் இறுதியில் ஒரு காட்சி உண்டு. நாடக இயக்குநர் நான் வந்து அமர்வேன். பத்திரிகையாளர், 'உங்கள் நாடகத்தில் பிரசாரத் தொனி அதிகமிருப்பதாக எல்லோரும் சொல்கிறார்களே?' என்பார். 'ஒடுக்கப்பட்ட மக்கள் சமூகத்துக்காக ஓய்வின்றிச் சுற்றிச் சுழன்ற ஒரு தேனீ... அதனுடைய வாழ்க்கையைப் பற்றிப் பேசுறேன்... பெரியார் நோய்மை காரணமாக மருத்துவமனையில் படுத்திருந்தபோது பெருந்தலைவர் காமராஜர், 'ஐயா சுற்றுப் பயணமெல்லாம் இனி வேண்டாம். ஓய்வெடுத்துக்கொள்ளுங்கள்' என்கிறார். 'செத்துப்போயிருவேனய்யா...' என்று சொன்ன ஒரு தலைவனுடைய வாழ்க்கையைப் பற்றிய நாடகம் பிரசாரமாக இருக்கிறது என்றால், ஆமாம் அது பிரசாரம்தான்' என்று பெருங்கோபத்தோடும் விசும்பலோடும் இயக்குநர் சொல்வதாக முடியும். அதைத்தான் இப்போதும் உங்களிடம் சொல்லத் தோன்றுகிறது. கலை, பிரசாரக் கருவியாக இயங்க வேண்டிய தேவை இந்தச் சமூகத்தில் இருக்கிறது.

ஆக, 'கலை கலைக்காகவா? மக்களுக்காகவா?' என்ற கலைஞனின் நோக்கம்தான் அதைத் தீர்மானிக்கிறது. நாடகம் என்பது கற்பித்தல் என நான் நினைக்கிறேன். கி.மு.430-ல் எழுதப்பட்ட 'ஆன்டிகனி' நாடகத்தை எமர்ஜென்ஸியோடு இணைத்து நிகழ்த்த முடிகிறது அல்லவா? ஒரு பிரதியில் அதற்கான சாத்தியம் இருக்கிறது அல்லவா? அது மக்களிடம் பேச விரும்புகிறது அல்லவா? அப்படி உயிர்ப்போடு இல்லாத ஒரு கலையை நாம் மியூசியத்தில்தான் கொண்டு வைக்கவேண்டும். கலை என்பது ஒரு நினைவூட்டல். இந்தச் சமூகத்துக்கு சமகாலப் பிரச்னைகள் குறித்து விழிப்பூட்டவும் கடந்தகாலம் குறித்து நினைவூட்டவும் வேண்டியது கலையின் முக்கியப் பணி. சமூகம் தன்னிடம் கேட்பதைத்தான் கலைவடிவம் தருகிறது. அதுதான் என் நம்பிக்கை.''

“இந்தியச் சமூகத்தில் எல்லாவற்றின் மீதும் படிந்திருக்கிற சாதிய மேலாதிக்கம், நாடகக் கலையிலும் உண்டா?”

“எப்படி இல்லாமல் போகும். நான்கு வேதங்களையும் கேட்கத் தகுதியற்ற வர்ணத்தவருக்கு ‘அறம்’ என்ற பிரசாரத்தைப் போதிப்பதற்காகவே எழுதப்பட்ட ஐந்தாவது வேதம்தான் ‘நாட்டிய சாஸ்திரம்’ என்று அதன் முதல் பகுதியிலேயே பரதமுனி விளக்குகிறார்.

சிலப்பதிகாரத்துக்கு உரை எழுதும்போது அடியார்க்கு நல்லார், நான்கு வர்ண அடிப்படையிலான நாடகங்களை வகைப்படுத்துகிறார். முதல் வர்ணத்தவருக்கு அறம், பொருள், இன்பம், வீடு என நான்கும்கொண்ட நாடகம். இரண்டாவது வர்ணத்தவருக்கு அறம், பொருள், இன்பம் மூன்றும்கொண்ட பிரகரணம் எனும் நாடக வடிவம். மூன்றாவது வர்ணத்தவருக்கு அறம், பொருள் இரண்டும்கொண்ட பிரகரணப் பிரகரணம் எனும் நாடக வடிவம். நான்காவது வர்ணத்தவருக்கு, அவர்கள் கடைப்பிடிக்க வேண்டிய ‘ அறம்’ ஒன்றை மட்டுமேகொண்ட ‘அங்கம்’ எனும் நாடகம். நாட்டிய சாஸ்திரம் உருவான கதையோடு இதை இணைத்துப் பாருங்கள், நன்றாகப் புரியும்.

கூத்துகள் பற்றி விவரிக்கும் அடியார்க்கு நல்லார், சாந்திக்கூத்து, விநோதக்கூத்து பற்றி விளக்கும்போது, ‘குரவை, கலிநடம், குடக்கூத்து, கரணம், நோக்கு, தோற்பாவை, இத்துடன் விதூடகக் கூத்து என்ற எழுவகைக் கூத்தும் இழிகுலத்தோர் ஆட வகுத்தனன் அகத்தியன்தானே’ என்பதாகக் குறிப்பிட்டுச் செல்கிறார். எல்லாம் சாதிமயமாகத்தானே இருக்கிறது.

மொழியில் மட்டும் என்ன வாழ்கிறது... இந்த இந்தச் சாதிகளுக்கு இன்னின்ன எழுத்து என்று ‘பன்னிரு பாட்டியல்’ வகுத்துச் சொல்கிறதே! மொத்த உயிரெழுத்தும் மெய்யெழுத்தும் உயர்த்திக்கொண்ட சாதிகளுக்குப்போக,
‘ழ’, ‘ள’ என்ற இரண்டு எழுத்துகள் மட்டும்தான் ஒடுக்கப்பட்ட மக்களுக்கு என்கிறது. ‘ழ.. ள...’ என்ற இரண்டு எழுத்துகளை வைத்துக்கொண்டு விலங்குகளைப்போல ஒலியெழுப்ப மட்டும்தான் முடியும். இதென்ன கொடுமை!

சம்ஸ்கிருத நாடகங்களில் நாடகத் தலைமைப் பாத்திரங்கள் மட்டும்தான் சம்ஸ்கிருத மொழியில் பேச முடியும். மற்ற பாத்திரங்கள் பிராகிருத மொழியில்தான் பேச முடியும். மொழிரீதியாக அழுத்தமாகப் பிரித்து வைத்திருக்கிறார்களே...

இதற்கு எதிராகக் குரலெழுப்ப வேண்டியதுதான் நம் பணி. அதிகாரத்திற்கு எதிராகக் குரல் எழுப்ப வேண்டியதுதான் கலையின் பணி. மக்களை மயக்கத்தில் வைத்திருக்கும் வேலையை, கலை ஒருபோதும் செய்யக் கூடாது. ஆனால், அதைச் செய்வதற்கு வரலாறு தோறும் ஒரு தரப்பு முயன்று வந்திருக்கிறது. நாம் அவற்றிற்கு எதிராக நமது இசையையும் குரலையும் அடவுகளையும் கொண்டு விழிப்புணர்வு ஊட்ட வேண்டும். நியாய உணர்விற்கான கோபத்தைத் தூண்ட வேண்டும். அதனால்தான் மீண்டும் மீண்டும் நான் நவீன நாடகக் கலையைக் கற்பிப்பதற்கும் கருத்துப்பகிர்தலுக்குமானது என்று சொல்கிறேன்.”

“தெருக்கூத்தில் இயங்கிவருகிறவர்களில் பெரும்பாலானோர் ஒடுக்கப்பட்டவர்கள்தானா?”

“கூத்து பரவலாக நிகழ்த்தப்பட்டு வருவது வடத்தமிழகத்தில் என எடுத்துக்கொண்டால், வன்னியர் மற்றும் ஒடுக்கப்பட்டோர் சரிசமமான அளவில் இயங்குவார்கள் என்று நினைக்கிறேன். அதில் பங்குபெறும் இசைக்கலைஞர்கள் பல்வேறு சாதிகளைச் சேர்ந்தவர்களாக இருக்கிறார்கள்.”

“சாதி சார்ந்த கதைப்பாடல்கள்கொண்ட கூத்துகள் பற்றி என்ன நினைக்கிறீர்கள்?”

“ஏனைய கூத்துகளைப்போல அவை வெகுமக்களிடம் பெரிய அளவில் செல்வாக்கு பெறுவதில்லை. குறிப்பிட்ட ஒரு சாதி வேண்டுமானால் அதன் திருவிழாக்களில் நிகழ்த்திக்கொள்ளலாம். அதுவும்கூட எனக்குத் தெரிந்தவரை பெரிய அளவில் வழக்கத்திலுமில்லை.”

“தெருக்கூத்து, நிழற்கூத்து போன்றவற்றின் பிரதிகள் நவீனப்படுத்தப்பட வேண்டுமா?” (அது தன்னுடைய நிகழ்த்துப் பிரதியாக வைத்திருக்கிற ‘மகாபாரதம், ‘ராமாயணம்’ போன்றவை ஒரு மதம்சார்ந்த பிரதிகள் என்கிறபட்சத்தில்...)

“மகாபாரதத்தோடு ஒப்பிடும்போது, ராமாயணப் பிரதிகள் குறைவுதான். நாயக்கர்கள் காலத்தில், இஸ்லாமியப் படையெடுப்புகளுக்கு எதிரான மனநிலையில் மக்களை ஒன்றிணைக்கும் உளவியல் முயற்சியாகத்தான் மாகாபாரதப் பிரசங்கங்களும் கூத்துகளும் தமிழகத்தில் பெரிய அளவில் முன்னெடுக்கப்பட்டிருக்கும் என அனுமானிக்கிறேன். கதை, கலை, வழிபாடு எனப் பல முனைகளில் உளவியல் ரீதியாக ஒன்றிணைக்க எடுக்கப்பட்ட முயற்சியாகவே பார்க்கிறேன். 15-ம் நூற்றாண்டு வாக்கில் கிருஷ்ணப்ப நாயக்கர் காலத்தில்தான் முதல் திரௌபதி கோயில் இங்கு வருகிறது. அதில் மகாபாரதப் பிரசங்கம் முக்கியமான ஓர் அங்கமாக இருக்கிறது. இன்றைக்கும் ஒரு திரௌபதி கோயில் கட்ட வேண்டும் என்றால், செஞ்சிக்கு அருகில் உள்ள அந்தக் குறிப்பிட்ட கோயிலில்தான் பிடிமண் எடுக்கப்படுகிறது.”

“அப்படியானால், அதற்கு முன்பு, கூத்து நிகழ்த்தப்படுவதற்குப் பயன்பட்ட கதைப்பிரதி என்னவாக இருந்திருக்கும்?”

“வேலன் வெறியாட்டு, குரவைக் கூத்துபோல பல இருந்திருக்கலாம். ஆனால், இதுதான் என்று உறுதியாகச் சொல்ல முடியவில்லை. ஆய்வுகள் வேண்டும்.

இந்த விஷயத்தைப் பேசும்போது, இன்னொரு சடங்கு என் நினைவுக்கு வருகிறது. திரௌபதி அம்மன் கோயில் விழாவில் அர்ச்சுனன், பாசுபத அஸ்திரம் வேண்டி மரம் ஏறி ஒற்றைக்காலில் நின்றபடி தவம் செய்யும் நிகழ்வு ஒன்று உண்டு. அதாவது, பனைமரத்தை வெட்டி, நட்டு, அதில் படிகள்போல சுற்றிச் சுற்றி முளைக்குச்சி அடித்து ஏற வழிசெய்திருப்பார்கள். அதில் முதலில் உள்ளூர் ஆள், பாதி தூரம் ஏறி நின்று எலுமிச்சையை இலைகளை, குங்குமத்தைக் கீழே போடுவார். யாரும் அதைப் பிடிக்க மாட்டார்கள். பிறகு, அர்ச்சுனன் வேஷம் போட்டவர் மெள்ள மெள்ளப் பாடியபடியே மரத்தில் ஏறுவார். குழந்தைக்காக வேண்டிக்கொண்டு குழந்தைப் பேறு அடைந்தவர்கள், அந்த முளைக்குச்சிப் படிகளில் சிறு தொட்டில் கட்டி, குழந்தைகளைத் தொங்கவிடுவதுண்டு. மேலே உச்சிக்கு ஏறி நின்று தவம் முடித்ததும் அங்கிருந்து கீழே, எலுமிச்சை, வில்வ இலைகள் போன்றவற்றைக் கீழே போடுவார்.

குழந்தை வரம் வேண்டுகிற பெண்கள், அதைத் தங்களது முந்தானையில் ஏந்திப் பிடிப்பார்கள். திருமணமாகாதவர்கள் குங்குமம், மஞ்சள், தாலிச்சரடு போன்றவற்றை ஏந்திப் பிடிப்பார்கள். உள்ளூர்க்காரர் மேலிருந்து போடுவதை முந்தானையில் ஏந்திப் பிடிக்காத பெண்கள், வெளியிலிருந்து வந்த ஒருவரைத் தெய்வீக ஆற்றல்பெற்றவர் என்று நம்பி அவர் அருளால் பிள்ளைப் பேறு கிடைக்க வாய்ப்பிருக்கிறது என்று நம்பி முந்தானையை ஏந்துவதாக இதைப் புரிந்துகொள்ள வாய்ப்பிருக்கிறது. முந்தானை என்பது நமது பண்பாட்டில் மிகமுக்கியமான ஒரு குறியீடு. அதில் ஒன்றைப் பெறுவது என்கிற சடங்கை மிகக் கவனமாகத்தான் அணுக வேண்டும்.

தொட்டிலும் அப்படித்தான். ஒருவரின் கால்படும் இடத்தில் ஏன் குழந்தைகளைத் தொட்டில் கட்டித் தொங்கவிட வேண்டும்? மேலும், அந்த உள்ளூர்க்காரர் எலுமிச்சையை இலைகளைப் போடும்போது யாரும் எடுக்கவில்லையே என்றால், ‘அவர் மரம் உறுதியாக நிற்கிறதா என்று சோதிக்க ஏறுகிறார்’ என்று விளக்கம் சொல்கிறார்கள். எனக்கு அதில் உடன்பாடில்லை. இங்கிருந்த ஒரு நாட்டார் சடங்கிற்குள் வெளியிலிருந்து வந்த ஒரு கருத்தியல் மிகச் சாதுர்யமாக உள்நுழைக்கப்பட்டிருக்கிறது என்றே நினைக்கிறேன். பாண்டிச்சேரியில் ஒருமுறை இது குறித்துப் பேசும்போது, ‘அப்படியானால் தமிழர்களின் பிறப்பை இழிவுபடுத்துகிறாயா?’ என்று அங்கிருந்த அனைவரும் சண்டைக்கு வந்துவிட்டார்கள். அந்தக் குறிப்பிட்ட நிகழ்வில் இடம்பெறும் ஒவ்வொரு விஷயத்தையும் புகைப்படமாகக் காட்டி குறியீடு சார்ந்து விளக்கி என் தரப்புப் பார்வைகளை முன்வைத்த பிறகே அமைதியானார்கள்.”

“இந்தச் சடங்கில் முக்கியமாக இடம்பெறும் அர்ச்சுனன் பாத்திரத்தை முன்வைத்துதான் இப்போது மீண்டும் கேட்கிறேன். இப்படியான கூத்துப் பிரதிகள் ‘நவீன’ப்படுத்தப்பட வேண்டாமா?”

“விமர்சனபூர்வமாக நாம் புதிய பிரதிகளை உருவாக்கலாம்; நிகழ்த்தலாம். ஆனால், ஏற்கெனவே நிகழ்த்திக் கொண்டிருக்கும் கலைஞர்களைக் கட்டாயப்படுத்த முடியாது. அதேசமயம், பிரதிகளை எழுதுகிற அளவுக்கு நம்மால் அந்தக் கலை வடிவை நிகழ்த்திவிட முடியாது. அவர்களாக முன்வந்து ஏற்றுக்கொண்டு செய்தால் மட்டுமே புதிய பிரதிகள் சிறப்பாக அமையும். மேலும், மக்களின் ஆழமான நம்பிக்கைகளின் மீது தடாலடியாக உடனே மாற்றங்கள் செய்துவிட முடியாது. ஆனால், செய்யத்தான் வேண்டும்.”

“ ‘கூத்தாடிகள்’ என்கிற பெயரிலும் பிம்பத்திலும் எப்போதிருந்து ஒரு கீழ்மையான பார்வை சேர்ந்துகொண்டது?”

“நான் ஏற்கெனவே சொன்னேன் அல்லவா? தெருவிலா, மேடையிலா, நீங்கள் எங்கு கூத்தாடுகிறீர்கள் என்பதைப் பொறுத்துப் பார்வை மாறிவிடுகிறது. இந்தக் கூத்து இவருக்கானது; அந்தக் கூத்து அவருக்கானது என்ற பாகுபாட்டைக் கொண்டுவரும்போது, அங்கு ஏற்றத்தாழ்வும் வந்துவிடுகிறது. ‘கூத்தாடி’ என்கிற அழகான சொல்லின் அர்த்தத்தை இழிவுபடுத்தி விடுகிறார்கள். இதற்கு மாற்றாகத்தான் திராவிட இயக்கத்தவர்கள், ‘கலைஞர்கள்’ என்ற உயர்த்திக்கொண்டதான சொல்லைப் பரவலாக்கினார்கள்.”

“தமிழ் நாடக வெளியை பாதித்த முக்கியமான கோட்பாடுகள் ஏதேனும் உண்டா?”

“நிறைய கோட்பாடுகள் குறித்துக் கட்டுரைகள் எழுதப்பட்டன; விவாதிக்கப்பட்டன. கோட்பாட்டு ரீதியாக நிகழ்த்தப்பட்ட சோதனை முயற்சிகளும்கூட சில உண்டு. ஆனால், ஒரு குறிப்பிட்ட கோட்பாட்டை முன்வைத்து இயக்கமாகத் தொடர்ந்து இங்கு முன்னெடுத்துச் சென்றதில்லை.

இந்த இடத்தில் இன்னொரு விஷயம் ஞாபகத்துக்கு வருகிறது. நம் கிராமங்களில் பகல்வேஷக்காரர்கள், ராக்கோடாங்கிகள் ஊருக்குள் வந்து விஷயங்களைச் சேகரித்து அதையே, சேதிகளாக, குறிகளாகச் சொல்லிச் சென்றுவிடுவார்கள். சில விஷயங்கள் பெரிய அளவில் பிரச்னையாகி, கடைசிக்கட்ட விசாரிப்பில்தான் உண்மை தெரியவரும். ‘அட… பகல்வேஷக்காரன் கௌப்பிவிட்டிருக்கான்யா!’ என்று கலைந்து செல்வார்கள். கருத்தியல் ரீதியாக முற்போக்கானதில்-

லையென்றாலும் 'இன்விசிபிள் தியேட்ட'ரின் ஒரு கூறு இதில் வலுவாக இருக்கிறது அல்லவா? நாம்தான் அதைக் கோட்பாட்டாக்கம் செய்ய வேண்டும். எல்லாவற்றையும் மேல் நாட்டிலிருந்தே இறக்கிக்கொண்டிருக்க முடியுமா?"

"நாடகம், கூத்து சார்ந்த கலையில் பெண்களின் பங்கு பற்றிச் சொல்லுங்கள்..."

"குன்றக்குரவை, துணங்கைக்கூத்து என ஆதிகாலம் தொட்டு, நம் மரபில் பெண்கள்தாம் முக்கியமான நிகழ்த்துக் கலைஞர்களாக இருந்து வந்திருக்கிறார்கள். பின்னால், வைதீகம் சார்ந்த விஷயங்கள் உள்ளே நுழையும்போது, கோயில்களில் நிகழ்த்தப்படும் கூத்துகளில் 'தீட்டு' நாள்களில் பங்கேற்க முடியாது என்று தடுக்கப்படுகிறார்கள். ஆண்களே பெண்வேடம் கட்டி ஆடுகிறார்கள். குடும்ப, சமூக அமைப்பும்கூட பெண்களின் கலைவெளிப்பாட்டுச் சுதந்திரத்திற்கு அனுமதி வழங்கவில்லை. இவற்றையெல்லாம் தாண்டி, கூத்துகளுக்கு நாடகங்களுக்குப் பங்களித்த பல பெண் ஆளுமைகள் உண்டு. இன்றைக்குப் பெண்கள் கல்வி, வேலைவாய்ப்பு பெற்று சகலத்திலும் வெற்றிக்கொடி நாட்டுகிறார்கள். பெண்கள் தொடாத கலைகளே இல்லை என்ற நிலை இன்றைக்கு வாய்த்திருக்கிறது. இருபாலரும் சேர்ந்து இயங்குவதோடு பெண்கள் மட்டுமே நடத்தும் தனி நாடக, கூத்து இயக்கங்களெல்லாம் இன்றைக்கு உருவாகிவிட்டன. மகிழ்ச்சியான விஷயம்தான்."

"சினிமாவுடனான உங்கள் அனுபவம் எப்படியானது?"

"நாடகமும் சினிமாவும் அடிப்படையில் வேறு வேறு தன்மையுடையவை என்பதால், எனக்குக் கற்றுக்கொள்ள நிறைய விஷயங்கள் சினிமாவில் இருக்கின்றன. ஒரு காட்சியை எப்படி உருவாக்குகிறார்கள், ஒரு நடிகரிடமிருந்து எப்படி நடிப்பைப் பெறுகிறார்கள். இவ்வளவு போதும் என்று நடிப்பை எப்படி அளக்கிறார்கள் என்று சினிமாவிலிருந்து நான் நிறைய கற்றுக்கொண்டிருக்கிறேன். 'ஜோக்கர்' படத்திற்குப் பிறகு, நிறைய வாய்ப்புகள் வந்தன. நான் எல்லாவற்றையும் ஏற்றுக்கொள்ளவில்லை. எனக்கு முழுநேரத் தொழில் சினிமா அல்ல. 'இந்தப் பாத்திரத்தை நீங்கள்தான் செய்தாக வேண்டும்' என்று உரிமையுடனும் அதற்கான தேவையுடனும் அழைக்கும்போது, ஏற்றுக்கொள்கிறேன்."

"தற்காலத் தமிழ் சினிமா பற்றிய உங்கள் மதிப்பீடு?"

"புதிதாகப் பல திறமைசாலி இளைஞர்கள் தமிழ் சினிமாவுக்குள் வந்திருக்கிறார்கள். பல பிரச்னைகளுக்கு ஊடாகவும் நம்பிக்கை தரும் விதமாக தமிழ் சினிமா வளர்ந்து கொண்டிருக்கிறது."

"ஒரு சினிமா விமர்சகனாகவும் இருக்க வேண்டும் என ஏன் விரும்புகிறீர்கள்?"

"இன்றைக்குப் புதிதாக நான் விமர்சனம் எழுத வரவில்லை. 1972-ம் ஆண்டிலிருந்து எழுதிக்கொண்டிருக்கிறேன். அப்போது ஸ்ரீதர் 'சித்ராலயா' என்றொரு பத்திரிகை நடத்திக்கொண்டிருந்தார். அதில் அப்போதே 'நான் ஏன் பிறந்தேன்', 'பிள்ளையோ பிள்ளை' போன்ற படங்களுக்கு முதல் பரிசு பெற்ற விமர்சனங்களை எழுதியிருக்கிறேன். என்னுடைய இளைமைக்காலம் முதலே, படம் பார்த்துவிட்டு வெளியே வந்ததும் அந்தப் படத்திற்கான டிக்கெட்டில் படத்தைப் பற்றிச் சிறிய விமர்சனத்தை எழுதிப் பத்திரப்படுத்தும் பழக்கம் வைத்திருந்தேன்.

80-களின் தொடக்கத்தில் மதுரையிலிருந்து வெளிவந்த 'நிஜங்கள்' என்ற பத்திரிகையில் 'சிவப்பு மல்லி' 'தண்ணீர் தண்ணீர்', 'மாபூமி' போன்ற படங்களுக்கு விமர்சனம் எழுதியிருக்கிறேன். 'வெயில்', 'நான் கடவுள்', 'வழக்கு எண்18/9', 'காக்காமுட்டை', 'அருவி', 'அறம்' போன்ற தற்காலப் படங்களுக்கும் எழுதியிருக்கிறேன். சினிமா எப்போதும் எனக்கு ஆர்வமுள்ள துறை. மக்கள் ஆதரிக்காமல் வெற்றியடையாமல் போய்விடுகிற பல நல்ல படங்களும் உண்டு. நான் தொடர்ந்து சினிமாவைக் கவனித்து நல்ல விஷயங்கள் நடக்கும்போது அது பற்றி எழுதி மக்களிடம் கொண்டு செல்ல வேண்டும் என நினைக்கிறேன்."

"உங்களை நீங்கள் கறாரான விமர்சகர் என்று நினைக்கிறீர்களா?"

"ஆமாம். இதுவரை, கருத்தியல் ரீதியாக ஒரு சினிமாவைக் கறாராக அணுகி எழுதுகிற விமர்சகனாகத்தான் என்னை நம்புகிறேன்."

"சினிமாப் பாடல்கள்மீது எவ்வளவு ஆர்வம்?"

"எம்.எஸ்.விஸ்வநாதன், இளையராஜா பாடல்கள் பிடிக்கும், விரும்பிக் கேட்பேன். இப்போதைய பாடல்களில் வரிகளைக் கேட்கமுடியாமல் திணற வேண்டியிருக்கிறது.இசை தேவைக்கதிமாக ஒலித்துத் திகட்டுகிறது. சிலசமயம் அபூர்வமாக 'ஆனந்த யாழை மீட்டுகிறாய்' மாதிரி ஒரு பாடல் வந்து உயிரை உருக்கும்போது, மீண்டும் மீண்டும் கேட்டு ரசிப்பேன்."

ஒரு தமிழ்ப் பேராசிரியராக இத்தனை ஆண்டுகளில் நீங்கள் செய்திருக்கும் முக்கியமான பணியாக எவற்றைக் கருதுகிறீர்கள்?

“தமிழ்ப் பல்கலைக்கழகத்தில் பணிபுரிந்தபோது, பேராசிரியர் ம.ராஜேந்திரன் அவர்கள் ஒத்துழைப்பில் அன்றைய மாநிலங்களவை உறுப்பினர் கனிமொழி அவர்கள் நிதி உதவியில், முழுக்க நாடகப் பயிற்சிக்கான ‘கூத்துக் களரி’என்ற ஒரு கல்வித் திட்டத்தை உருவாக்கினேன். குறிப்பாகத் தேசிய அளவில் சென்ற முதல் தமிழ் நாடகமான ‘துர்கிர அவலம்’, பெரிய அளவில் கவனம்பெற்ற ‘கலிலியோ கலீலி’ ‘ஸ்பார்ட்டகஸ்’ போன்ற நாடகங்களை மாணவர்களைக் கொண்டு நிகழ்த்தினேன்.

தமிழ்ப் பல்கலைக்கழகத்தில், ‘தலித் நாடக உருவாக்கத் திட்டம்’ என்று உதவித் தொகையுடன்கூடிய ஒடுக்கப் பட்டோருக்கான நாடகப் பயிற்சித் திட்டம் உருவாகக் காரணமாக இருந்தேன். அதில் பயிற்சிபெற்ற பலர் கூலித் தொழிலாளிகள். எவ்வளவோ எதிர்ப்புகளை மீறித்தான் அதைச் செய்ய முடிந்தது. சென்னை ஒய்.எம்.சி.ஏ திறந்தவெளி அரங்கிற்கு நிகரான பெரிய திறந்தவெளி அரங்கம் ஒன்று, எனது சொந்தத் திட்டமிடலின்மூலம் தலித் நாடக உருவாக்கப் பயிற்சியாளர்களைக் கொண்டு அங்கு கட்டப்பட்டது. ‘யாரைக் கேட்டு பல்கலைக்கழக இடத்தில் இப்படிக் கட்டினாய்?’ என்று மெமோ கொடுத்தார்கள். அந்த அரங்குக்கு ‘அம்பேத்கர் திறந்தவெளிக் கலையரங்கம்’ எனப் பெயர் சூட்டினேன். ‘நிர்வாகத்திடம் கேட்காமல் நீயாக எப்படிப் பெயர் சூட்ட முடியும்?’ என்று இன்னொரு மெமோ கொடுத்தார்கள். ‘தோழர்கள்’ ‘வலியறுப்பு’ போன்ற நாடகங்களை அந்த அரங்கில்தான் நடத்தினோம்.

எட்டு ஆண்டுகளுக்குப் பிறகு, அன்றைய மாநிலங்களவை உறுப்பினர் கனிமொழி அவர்கள், அப்போதைய துணைவேந்தர் ம.ராஜேந்திரன் அவர்கள் முன்னெடுப்பில் அது ‘நந்தனார்’ திறந்தவெளிக் கலையரங்கமாக மறுஉயிர்ப்பு கொண்டது.சொல்லிக் கொண்டே போகலாம், தற்புகழ்ச்சியாக இருக்கும்.

எல்லாவற்றுக்கும் மேலாக, ஒரு பேராசிரியராக அல்லாமல், எப்போதும் இளைஞர்களோடு இளைஞராக இருந்தேன். ஆர்வமுள்ள மாணவர்களை நாடகத்திற்குள் கொண்டுவந்தேன்.”

“ஒரு கலைஞனாக உங்களுடைய அரசியல் நம்பிக்கை எப்படிப்பட்டது?”

“சமத்துவமற்ற, சமூகநீதியற்ற இந்த உலகத்தில் இடதுசாரி சித்தாந்தம்தான் சரியான திசைவழியைக் காட்டும் என்று நம்புகிறேன்.”

“நடிகர்கள் அரசியலுக்கு வருவதைப் பற்றிய உங்கள் பார்வை என்ன?”

“அரசியல் இல்லாமல் எதுவும் இல்லை. யாரும் அரசியலுக்கு வரலாம். அந்த ஜனநாயகத்தை நான் மதிக்கிறேன். ஆனால், அரசியல் என்பது, வாழ்வியல் தத்துவம் சார்ந்தது; மக்கள் நலன் சார்ந்தது. சினிமாவைப் போல இரண்டரை மணி நேர வெற்றி தோல்விகள் அல்ல. வரலாற்றில் அரசியல் எவ்வளவு பரிணாமங்களையும் பரிமாணங்களையும் பெற்று வந்திருக்கிறது என்பதை உணர வேண்டும். சினிமாவில் கிடைத்த பிம்பத்தைக்கொண்டு மக்களிடம் ஓட்டு வாங்கிவிடலாம் என்று நினைப்பது அரசியல் ஆகாது. வியாபாரம்!

எல்லோரும் தன்னை எம்.ஜி.ஆர் என்று நினைத்துக் கொள்கிறார்கள். எம்.ஜி.ஆர் வெறும் நடிகர் மட்டுமல்ல, ஆரம்பக் காலம் முதலே, தனது சினிமாவில் தான் எப்படி வெளிப்பட வேண்டும், தனது பாத்திர இயல்பு, பாடல்கள், அதில் வெளிப்படும் கருத்து நிலை அனைத்தின் மீதும் கவனம்கொண்டிருந்தார். எல்லாவற்றிற்கும் மேலாக அவர் ஒரு இயக்கத்தையும் அதன் அரசியலையும் சித்தாந்தத்தையும் நம்பினார். அந்தக் கட்சியின் கருத்துகள் சின்னங்களைத் தனது சினிமாவில் இடம்பெறச் செய்தார். அதற்காக, அவர் பல சவால்களை எதிர்கொண்டார்.

ஒருமுறை இடைத்தேர்தல் வந்தது, தென்காசியில் சம்சுதீன் என்ற கதிரவன் என்பவர் தி.மு.க. வேட்பாளர். அந்தத் தேர்தலுக்காகவே ‘பூதிய பூமி’ படத்தில், அவர் ஏற்ற பாத்திரத்தின் பெயரைக் ‘கதிரவன்’ என்று வைத்தார்.

‘நான் உங்கள் வீட்டுப் பிள்ளை
இது ஊரறிந்த உண்மை
நான் செல்லுகின்ற பாதை

பேரறிஞர் காட்டும் பாதை...’ என்ற பாடலை வேட்பாளரின் குரலாக ஒவ்வொருவரின் உள்ளத்திலும் ஒலிக்கவைத்திருப்பார். இவ்வளவும் செய்து தி.மு.க-வின் வளர்சிக்காக உடன் நின்ற ஒருவர் அந்தக் கட்சிக்கு எதிராக ஒரு கட்சி ஆரம்பிக்கும்போதுதான், மக்களிடம் அவருக்குச் செல்வாக்கு கிடைத்தது. அவர் பக்கம் நியாயம் இருப்பதாக மக்கள் கருதினார்கள். இப்போது அரசியலுக்கு வரும் நடிகர்கள் திடீரென்று இடம் காலியாக இருக்கிறது என்று வருகிறார்கள். மக்கள் விவரமானவர்கள்; அவர்களுக்கு என்ன செய்ய வேண்டும் எனத் தெரியும்.”

“இந்தியா முழுக்க கருத்துச் சுதந்திரம் அற்ற சூழ்நிலை உருவாக்கப்படுகிறதா?”

“அது எல்லோருக்கும் தெரிந்த வெளிப்படையான விஷயம்தானே. எல்லாக் காலங்களிலும் இந்த அடக்குமுறை இருந்துவந்திருக்கிறது. அதேசமயம், அடக்கு முறைகளுக்கு எதிராகப் படைப்பாளி புதிய சாத்தியங்களைக் காலந்தோறும் கண்டடைந்துவந்திருக்கிறான். புதிய அடக்குமுறைகளிலிருந்து கற்றுக்கொண்டு கலைஞன் புதிய மீறல்களை நிகழ்த்து-

வான். மீறல் என்பது கலையின் அடிப்படை இயல்பு. நாம் இன்று கைகளில் வைத்துக் கொண்டிருக்கிற கலைவடிவங்கள், தத்துவங்கள் எல்லாம் எவ்வளவோ அடக்கு முறைகளையும் மீறி நாம் காப்பாற்றிக் கொண்டுவந்தவைதான். ஆக, அஞ்ச வேண்டிய தில்லை. நம்பிக்கையோடு இயங்குவோம். போராட்டமும் கலையும் ஒருபோதும் ஓயாது!''

“கலையை நோக்கி வரும் ஒரு புதியவருக்கு நீங்கள் சொல்ல விரும்பும் செய்தி?”

‘‘உண்மையான ஆர்வமும் தேடலும் இருக்க வேண்டும். அவ்வளவுதான். இன்றைக்குத் தொழில்நுட்பம் வளர்ந்து திறமை உடனுக்குடன் அங்கீகரிக்கப்படுகிறது. ஒரே நாளில் ஒருவர் மொத்த உலகத்தின் கவனத்தையும் பாராட்டையும் பெற முடியும். நூற்றாண்டுகளாய் வாய்ப்பற்றிருந்த தலைமுறை இன்றைய வாய்ப்பைப் பயன்படுத்திக்கொள்ள முடியும்.''

“உங்களது குடும்பம் பற்றிச் சொல்லுங்கள்...”

‘‘அம்மா ஊர் அம்பாசமுத்திரம், அப்பா ஊர் பாளையங்கோட்டை, 4.12.1951-ம் ஆண்டு நான் பிறந்தேன். நான்தான் மூத்த பையன். எனக்குப் பிறகு நான்கு தம்பிகள், இரண்டு தங்கைகள். அப்பா பெயர் முருகய்யா, அம்மா பெயர் தங்கமணி,

எம்.ஏ வரை பாளையங் கோட்டையில்தான் படித்தேன். முனைவர் பட்டத்திற்காக மதுரைப் பல்கலைக்கழகம் வந்தேன். என் துணைவியார் செண்பகம், பாத்திமா கல்லூரியில் வேலைசெய்துகொண்டிருந்தார். 1980-ல் காதலித்துத் திருமணம் செய்துகொண்டோம். 1998-ல் கேன்சரில் இறந்துவிட்டார். எங்களுக்கு ஒரு பையன். பெயர் அபராஜிதன். அவனுக்கு இரண்டு குழந்தைகள், நான் அவர்களுக்குத் தாத்தா.''

“செண்பகம் என்னும் நினைவு உங்களுக்கு என்னவாக இருக்கிறது?”

‘‘என்னுடைய செயலாக இருக்கிறது. அவர்தான் என் பெரும்பலமாக இருந்தார். மிகவும் கோபக்காரனாக இருந்த என்னை மாற்றிப் பண்படுத்தினார். ஒவ்வொரு வருடமும் அவரது நினைவு நாளில் ஒரு புத்தகத்தை வெளியிடுவதை வழக்கமாக வைத்திருக்கிறேன். எனக்கு அவர் எவ்வளவு உந்துசக்தியாக இருந்தார் என்பதை எனது தொடர்ச்சியான செயல்பாட்டின் வழியே இந்தச் சமூகத்துக்கு நினைவூட்டிக்கொண்டே இருக்க வேண்டும் என்றே இயங்குகிறேன்.
செண்பகம் எனும் நினைவு என் மீத வாழ்விற்கான சக்தி!''

‘நடிகன்’?

‘‘நான் ஒரு நடிகன் என்பதை மிகத் தாமதமாகத்தான் உணர்ந்தேன். ‘என்ன ராமசாமி, அடுத்து என்ன?’ என்று கேட்பார்கள். ‘ஒன்றுமில்லை’ என்பேன். ‘என்ன இப்படிச் சொல்லிட்டீங்க. ராமசாமின்னா, எங்களுக்கு நாடகமும் நடிப்பும்தானே?!’ என்று அவர்கள் சொல்வதிலிருந்தே நான் என்னை நடிகனாகவும் எனது வாழ்க்கை நாடகமென்றும் உணர்ந்துகொண்டேன். நடிப்பு என்பது கூடு விட்டுக் கூடு பாயும் கலை. ஆயிரத்தெட்டுப் பிரச்னைகளோடு அரிதாரம் பூசுகிறவன், மேடைக்கு வந்ததும் ராஜாவாகிவிடுகிறான். அது அலாதியான சாத்தியம். சமகாலத்திலிருந்தபடியே எல்லா நூற்றாண்டுகளிலும் வாழ்கிறவன் நடிகன்; இந்த உலகத்தின் எல்லாமுமாக உருமாற வாய்த்தவன். ‘யதார்த்தம் புரியாம கற்பனை உலகத்துல வாழ்ந்து கெட்டுப்போறாய்ங்க’ என்று சிலர் சொல்வார்கள். சொல்லிவிட்டுப் போகட்டும்... கூடு விட்டுக் கூடுபாய்தல் ஓர் ஆற்றல், ஒரு கொண்டாட்டம், ஒரு கற்பனை, அதேசமயம் ஓர் உண்மை. ‘உங்களால் பறக்க முடியும்’ என்று சொன்னால், யார் நம்புவார்? நான் நம்புவேன். நான் பறப்பேன். உங்களுக்குப் பறக்க விருப்பமா? அப்படியானால், உங்களிடம் றெக்கைகள் இருக்கின்றன.''

48. சிங்கை இளங்கோவன்

கவிதையில் தொடங்கிய உங்கள் பயணம் நாடகத்துறையில் வீரியம் கண்டுள்ளது. நிச்சயம் இது அபூர்வமானது. எழுதுவதற்கும் இயக்குவதற்குமான பரிணாமத்தைப் பற்றி கூறுங்கள்.

இதில் ஆச்சரியம் ஏதுமில்லை. கவிதைக்கும் நாடகத்திற்கும் எப்போதுமே நெருக்கம் அதிகம். மரபுக் கவிதைகளில் தொடங்கி மரபை மீறிய கவிதைகளில் தொடர்ந்து வரும்போதே நான் வானொலிக்கும் மேடைக்கும் நாடகங்கள் எழுதிக்கொண்டிருந்தேன். கவிதையையும் புனைகதையையும் கடந்து விடயங்களை அதிக வீச்சுடன், உடனுக்குடன் வெளிப்படுத்தும் ஆற்றல் நாடக வடிவத்துக்கு இருப்பதைக் கண்டுகொண்டேன். அதிலும் நான் ஏற்கெனவே மாணவப் பருவத்தில் சிங்கப்பூர் வானொலியில் பி. கிருஷ்ணனின் (புதுமைதாசன்) தயாரிப்பில் உருவான மாணவர் மேடை நிகழ்ச்சிக்குப் புகழ்பெற்ற ஆங்கிலக் கவிதைகளையும் கதைப்பாடல்களையும் (Lord Byron, Samuel Taylor Coleridge, Matthew Arnold) தமிழில் நாடகமாக்கி இருந்ததால், அந்த அனுபவம் நல்ல எழுத்துப் பயிற்சியாக அமைந்தது.

1975 செப்டெம்பரில், பழைய டிராமா சென்டரில் (Drama Centre, Fort Canning) ஆங்கிலக் கவிஞன் பைரனின் சில்லோனின் கைதி (Prisoner of Chillon) என்னும் கவிதையை இருபது நிமிட மேடை நாடகமாக்கி, அதை ஒரு மசாலா தமிழ் ஆடல் பாடல் கலைநிழ்ச்சியில் ஓர் அங்கமாக, காலஞ்சென்ற உதுமான் கனியை இயக்கி நடிக்கவைத்தேன். அதுவே என் முதல் மேடை நாடகம். இலக்கிய வரலாற்றைப் பாருங்கள். மிகச்சிறந்த கவிஞர்களே நாடகாசிரியர்களாய்ப் பரிணமித்துள்ளார்கள். சில உதாரணங்கள் காளிதாசன், ஷேக்ஸ்பியர் (Shakespeare), பிரெக்ட் (Brecht), லோர்கா (Lorca) போன்ற கலைஞர்கள். கவிதைக்கு உயிரூட்டுவதில் உள்ள அர்த்த இறுக்கமும் சொற்சுருக்கமும் சார்ந்த அணுகுமுறைகள் நாடக வசன உருவாக்கத்துக்கு மிகவும் கைக்கொடுக்கின்றன எனலாம்.

என் அனுபவத்தில், ஒரு கவிதை எழுதுவதைவிட ஒரு நாடகத்தைப் படைப்பதென்பது இன்னும் கொடூரமான கலாவேதனை தரக்கூடியது. பொதுவாக நாடக அரங்கேற்றத்தில் இரு கலைஞர்களின் பங்கு இருக்கும். நாடகத்தை எழுதுபவர் ஒருவராகவும், நாடகத்தை இயக்குபவர் வேறொருவராகவும் இருப்பர். எழுத்தாளரின் நாடகப் பிரதியிலிருந்து (Text) புதிய ஆட்டப் பிரதியை (Performance Text) உருவாக்கும் நாடக இயக்குனர், நாடக ஒத்திகையின்போது எழுத்தாளரை அறவே அனுமதிக்கவேமாட்டார். அப்படி வலிந்து நாடக எழுத்தாளர் உள்ளே அமர்ந்தால், அவரது பிரதி கண்முன்னால் கட்டுடைப்புக்குள்ளாவதைக் காணச் சகிக்காமல் அவர் தற்கொலை செய்துகொள்ளக்கூடும்.

மேற்கில், பத்தொன்பதாம் நூற்றாண்டுவரை நாடக எழுத்தாளரே நாடகத்தின் இயக்கத்தையும் கவனித்துக்கொண்டார். பிறகு, இயக்குனர் என்ற கலைஞரின் வருகையால் உலக நாடக அரங்கின் போக்கே மாறிப்போனது. இயக்குனரின் குரல் ஓங்க, எழுத்தாளர் பேசாமல் ஒதுங்கிக்கொள்ளவேண்டிய சூழல் உருவானது. அதே சமயத்தில், ஒரே நாடகப் பிரதி, பல்வேறு இயக்குனர்களின் பார்வையில் விதவிதமான அவதாரங்கள் எடுக்க ஆரம்பித்தன. எழுத்தாளருக்கும் இயக்குனருக்கும் இடையே நடக்கும் போர் இன்னும் தொடர்கின்றது. சேமுவல் பெக்கெட் (Samuel Becket) , தன் நாடகங்கள் எப்படி எந்த ஒரு சிறு மாற்றமும் இல்லாமல் இயக்கப்படவேண்டும் என்று இயக்குனருக்கான கட்டளைகளை ஒவ்வொரு நாடகப் பிரதியிலும் எழுதிவைத்துச் சென்றுள்ளார்.

அதை மீறினால் சட்ட நடவடிக்கை எடுக்கப்படும். இந்தப் பிரச்சனை எனக்குக் கிடையாது. என் நாடகப் பிரதியை நான் உருவாக்கும்போதே அதன் அனைத்துப் பரிமாணங்களையும் உள்வாங்கி ஆட்டப் பிரதியாகவே தயாரித்துவிடுகிறேன். என் படைப்பாக்கத் திறனையும் மீறி, நான் பெற்றிருக்கும் நாடக இயக்க அனுபவம், ஆஸ்திரேலியாவிலும், இலண்டனிலும், ஸ்பெயினிலும் நாடக இயக்கத்துக்காகப் பெற்ற இளங்கலை, முதுகலைப் பட்டங்களும் முறையான பயிற்சிகளும் இதற்கு உதவுகின்றன. நடிகர்களைத் தவிர யாரையும் நம்பி நான் என் நாடகத்தை அரங்கேற்றுவதில்லை.

ஒலி ஒளி அமைப்பு, அரங்க அமைப்புச் சார்ந்த தொழில் நுட்பங்களைப் பெரும்பாலும் நானே கவனித்துக்கொள்வதால் பணச்செலவும் நேரமும் மிச்சம். என் படைப்புகளை நான் கலை இயக்குனராக இருக்கும் ‘அக்கினிக் கூத்து’ குழுவே அரங்கேற்றுவதால் வேறு எந்த அமைப்பையும் அண்டி வாய்ப்புக்குச் சலாம் போட வேண்டிய அவலமும் இல்லை. என் நடிகர்களில் பெரும்பாலோர் நான் நாடக விரிவுரையாளராக இருந்தபோது என்னால் பயிற்றுவிக்கப்பட்டு ஆங்கில நாடகத்துறையில் டிப்ளோமா வாங்கியவர்கள். ஆகையால், அவர்களை இயக்குவது மிக எளிது. நான் எதிர்பார்ப்பதை மிகச் சுலபமாகக் கிரகித்துக்கொண்டு நடிக்கிறார்கள்.

இவை அனைத்தும் நாடகத்தின் புறச் செயற்பாடுகள். இவற்றுக்கும் அப்பால் எழுதுவதற்கும் இயக்குவதற்குமான பரிணாமம் குறித்துக் கூறுங்கள்.

எங்கோ, என் கண்முன்னோ, என்னைச் சுற்றியோ நிகழ்பவை, நான் உணர்வாலும் அறிவாலும் தெரிந்தும் புரிந்தும் கொள்பவை அனைத்தும் என்னைப் பாதிக்கும்போது என்னுள் ஏற்படும் சலனங்கள், கேள்விகள், தர்க்கங்கள், அறச்சீற்றங்கள் ஒரு தீப்பொறியாய் உருண்டு திரண்டு எரியும். அப்போது அதன் உள்ளடக்கத்தைப் பொருத்து அதன் நாடக உருவத்தைத் தீர்மானித்துக் கொள்வதோடு, காட்சிகளையும் மனத்தில் அசைபோட்டுச் செப்பனிட்டு முழு வடிவமும் தயாரானவுடன் எழுத ஆரம்பிக்கிறேன். ஆற்றொழுக்காகவும் எழுத முடியாது. எழுதும்போதே மனம் இயங்கவும் செய்வதால் அடித்துத் திருத்தி பரமபதம் விளையாடி ஜெயிக்கவேண்டும். உண்மையில் நாடக இயக்கம் என்றால் என்ன என்று யாரும் யாருக்கும் கற்றுத்தர முடியாது. உலக இயக்குனர்களின் அணுகுமுறைகளையும் கோட்பாடுகளையும் பற்றிய விமர்சனக் கருத்துப் பரிமாற்றங்களும், மேற்கத்திய கிழக்கத்திய நாடக ஆய்வுகளும் பல தரிசனங்களைத் தரலாம்.

ஆனால், ஒருவரின் தனிப்பட்ட கலைத் திறனே அவரை இயக்குனராக்குகிறது. அதனால், மூளையைக் கலங்கடிக்கும் நாடக இயக்கத்தைவிட, வெறும் உடல்மொழி ஆக்கத்தில் அதிக மதிப்பெண்கள் பெறக்கூடிய நடிப்புத் துறையையே பலரும் தேர்ந்தெடுக்கிறார்கள். நாடக இயக்கத்தில் பட்டம் பெற்றும், பலருக்கு அவர்களின் கல்வியறிவும் பயிற்சியும் அரங்கத்தில் உதவாமல் தோற்றுப்போவது வாடிக்கை. லௌகீக வாழ்வின் உரசல்களிலும் நெரிசல்களிலும் தளர்ந்துபோனாலும், எந்த அதிகாரத்திடமும் எவ்வித சமரசமும் செய்துகொள்ளாமல் இருக்கும் ஒரு படைப்பாளிக்குள் கொழுந்துவிட்டு எரியும் நெருப்பே அவனைக் கலைஞனாக்கி, அவன் கலாசிருஷ்டிக்கு உன்னதம் சேர்க்கின்றது.

ஆஸ்திரேலியாவில் இளங்கலை படித்த போது அகஸ்தோ போவாலை (Augusto Boal) சந்தித்த அனுபவத்தைப் பற்றிச் சொல்லுங்கள்?

இந்நூற்றாண்டின் மாபெரும் கலைஞர் அகஸ்தோ போவால். நோபெல் பரிசுக்குப் பரிந்துரைக்கப்பட்ட அவர் கடந்த வருடம் மே மாதம் இரண்டாம் தேதி காலமானது மிகப்பெரிய இழப்பு. ஒடுக்கும் அதிகாரவர்க்கத்தினை எதிர்க்க அவர் உருவாக்கிய ஒடுக்கப்பட்டோர்க்கான (Theatre of the Oppressed) அரங்கு இன்று பல நாடுகளில் தீவிரமாக இயங்கிவருகிறது. இன்று பரவலாக அறியப்படும் வீதி நாடகம் (Street Theatre), கல்விசார் நாடகம் (Theatre-in-Education) போன்ற நாடக வகைகள் அவருடைய பயிற்சி முறைகளை அடியொற்றியே உருவாக்கப்பட்டிருக்கின்றன. இருப்பினும், ஒடுக்கப்பட்டோர்க்கான அரங்கு மார்க்சிச சித்தாந்தத்தில் வேர்கொண்டுள்ளதால் பல நாடுகள் அவருடைய நாடக வடிவத்துக்குத் தடைவிதித்துள்ளன.

இதில் ஆசியான் நாடுகள் அனைத்தும் அடக்கம் என்றாலும் சிங்கப்பூரில் தற்போது அரசியல் கலக்காமல், சர்ச்சை இல்லாத சமூகக் குடும்பப் பின்புலத்தில் உருவாக்கப்பட்ட கருவைக்கொண்ட ஒடுக்கப்பட்டோர்க்கான அரங்கின் ஒரு முக்கியக் கூறான Forum Theatre வடிவத்துக்கு அனுமதி உண்டு. அனுமதியும் நாடக எழுத்துவடிவத்தின் தணிக்கைக்குப் பின்னரே கிடைக்கும். இது வெட்கக்கேடு. அரசாங்கத்திடம் நிதி வாங்கிக்கொண்டு ஒரு சீன நாடகக் குழுவும், ஓர் ஆங்கில நாடகக் குழுவும் இந்தத் துரோகச் செயலில் ஈடுபட்டுள்ளன. சத்தியமாக ஒடுக்கப்பட்டோர்க்கான அரங்கு எழுத்துப்பூர்வமான மரபார்ந்த நாடக அரங்குக்கு எதிரானது. ஒடுக்கப்பட்டோர்க்கான அரங்கில் பார்வையாளர்களே நடிகர்களாக மாறி சமூகப் பிரச்சனைகளை விவாதித்து விழிப்புணர்வு பெறுவார்கள்.

ஜோக்கர் (Joker) என்னும் சூத்ரதாரியின் மேற்பார்வையில் ஒருசில முறையான நடிப்புப் பயிற்சி பெற்ற நடிகர்கள் ஒரு காட்சியை நடித்துக் காட்டுவார்கள். அந்தப் பிரச்சனைக்கான தீர்வைப் பார்வையாளர்களில் யார் வேண்டுமானாலும் முன்வந்து மீண்டும் நடித்துக் காட்டலாம் அல்லது நடிகர்களை நடிக்கச் சொல்லலாம். இந்நிலையில் பிரச்சனையின் பன்முகம் ஆழமாக அலசப்படுகிறது. காட்சிக்குச் சம்பிரதாயமான வசன எழுத்துப்படிவம் எதுவும் கிடையாது. அவர்கள் பிரச்சனையைக் கையாண்டவிதம் சரியில்லை என்று கருதும் பார்வையாளர் முன்வைக்கும் கருத்துக்கேற்ப நடிகர்கள் அதே காட்சியை வேறுவிதமாக நடித்துக் காட்டுவர்.

இப்படியே அரங்கில் பார்வையாளர்களின் குறுக்கீடுக்கேற்ப பிரச்சனையின் முகம் மாறும். ஜோக்கர் அரங்கின் நிலைமை கட்டுக்குள் இருக்குமாறு பார்த்துக்கொள்வார். முடிவில் பார்வையாளர்கள் வெறுமனே நாடகம் பார்த்து இரசித்து மறந்து வீட்டுக்குப் போகாமல் சமூக மாற்றத்தைக் கொண்டுவருபவர்களாய்ச் சக்தி பெற்று மாறுகிறார்கள். இந்தச் சுதந்திரம் எழுத்துப் பிரதி உள்ள நாடகத்தில் கிடையாது. ஒவ்வொரு ஜனநாயக விரோத அரசாங்கமும் அஞ்சும் வடிவம் இது.

அகஸ்தோ போவாலின் கூற்றுப்படி ஒடுக்கப்பட்டோர்க்கான அரங்கு என்பது புரட்சிக்கான ஒத்திகை ஆகும். 1995-ஆம் ஆண்டு ஜூன் மாதம் அகஸ்தோ போவால் Brisbane வந்திருந்தார். அவரிடம் நேரடிப் பயிற்சி பெறுவதற்காக ஆஸ்திரேலியா முழுதும் இருந்து வந்த விண்ணப்பங்களில் இருந்து தேர்ந்தெடுக்கப்பட்ட நாற்பது பேர்களில் நானும் ஒருவன், அதிலும் ஒரே தமிழன். பயிற்சி முகாம் கிரிப்பித்ஸ் (Griffiths) பல்கலைக்கழகத்தில் நடந்தது. முழுச் செலவையும் நான் பயின்ற மேற்கு ஆஸ்திரேலியா நிகழ்கலை அகாடமி (Western Australian Academy of Performing Arts) ஏற்றுக்கொண்டது. நான் என் மானசீக குருவிடமே வித்தையைக் கற்றுத் தெளிந்தேன். அந்தக் கலைஞனின் ஆளுமையும் எளிமையும் என்னை ஆட்கொண்டன.

பயிற்சி நேரம் போக அவருடன் அளவளாவியது, ஒரு ஞானவேள்வியில் குளித்து எழுந்த அனுபூதியானது. பிரேசிலில் (Brazil), Rio de Janerio -வில் அவர் தோற்றுவித்த ஒடுக்கப்பட்டோர்க்கான அரங்குடன் சேர்ந்து, ஒடுக்கப்பட்ட சேரிவாழ் மக்களுடன் பணியாற்ற அழைத்தார். அதற்கு முன் போர்த்துக்கீசிய மொழியைக் கற்றுக்கொள்ளச் சொன்னார். பெர்த்துக்குத் (Perth) திரும்பியதும், போர்த்துக்கீசிய மொழியைக் கற்கத் தொடங்கியபோது, இலண்டன் மிட்டல்செக்ஸ் (Middlesex) பல்கலைக்கழகத்தில் உலகில் முதன்முதலில் அறிமுகப்படுத்தப்பட்ட அனைத்துலக இயக்குனர் துறையின் (International Directing Programme) முதுகலைப் பட்டப்படிப்புக்குத் தேர்ந்தெடுக்கப்பட்டேன். வாழ்க்கை மாறிப் போனது.

இலண்டனுக்குச் செல்லாமல் இருந்திருந்தால் இந்த எரிச்சலடையவைக்கும், வருத்தமளிக்கும் தமிழ் வெளியை விட்டு எட்டிப் போயிருப்பேன். என்னால் ஒடுக்கப்பட்டோர்க்கான அரங்கை ஜனநாயகத்தைக் குழிதோண்டிப் புதைத்துக்கொண்டிருக்கும் சிங்கப்பூரில் நிலைநிறுத்த முடியாமல் போனாலும், இன்று அகஸ்தோ போவாலின் கையெழுத்தைச் சுமந்த அவரது நூல்களும் அவரோடும் அவர் மனைவியோடும் நான் எடுத்துக்கொண்ட படமும் விலைமதிப்பில்லாப் பொக்கிஷங்களாய் என் நூலகத்தில் வீற்றிருக்கின்றன. ஒவ்வொரு காத்திரமான படைப்பும் எப்பொழுதும் வெடிக்கக் காத்திருக்கும் புரட்சியின் வித்து என்பதை நினைவூட்டிக் கொண்டிருக்கின்றன.

தன்னளவிற்குச் சர்ச்சைக்குரியவரை நினைத்துப் பார்க்கும்போது சாரு நிவேதிதாவிற்கு அகஸ்தோ போவல்தான் ஞாபகத்திற்கு வருகிறார். தென் அமெரிக்காவையே கரைத்துக் குடித்திருக்கும் சாரு உங்களை அறியாமல் இருக்கமாட்டார். இத்தகையத் தமிழகத்து உதாசீனங்களை எப்படி எதிர்கொள்கிறீர்?

சாரு அகஸ்டோ போவாலைச் சந்தித்திருக்கமாட்டார். நான் நேரடிப் பயிற்சி பெற்றவன். அகஸ்டோ போவால் சாருவின் நினைவிற்கு வருவது அவரது தனி உரிமை. நான் சாருவின் எழுத்துகளை விரும்பிப் படிக்கிறேன்; மிகவும் இரசிக்கிறேன். அவரது பன்னாட்டு இலக்கிய இரசனை குறித்த கருத்துகளோடு ஒத்துப்போகிறேன் (அவ்வப்போது அவர் தெரிந்தோ தெரியாமலோ அடிக்கும் 'பல்டி'களைத் தவிர). முக்கால்வாசி தமிழ்நாட்டுத் தமிழ் எழுத்தாளனின் சமரசமிக்கத் தொடைநடுங்கி வாழ்க்கைக்கும், அவன் இல்லாத மசிரைத் தூக்கிக்கொண்டு கிறுக்கித்தள்ளி 'நானே ராஜா, என் குசுவே மந்திரி' என்று ஸ்கலிதம் அடையும் அவனது எழுத்துக்கும் இடையே உள்ள அருவருக்கத்தக்க அதலபாதாளத்தைப் பற்றிய சாருவின் பார்வையோடும் உடன்பாடுதான். சாருவுக்காக நான் வக்காலத்து வாங்கவில்லை. முதலில், சாருவுக்கு என்னைத் தெரிந்திருக்கவேண்டிய அவசியம் இல்லை.

எனக்கு அவர் படைப்புலகம் மட்டுமே பரிச்சயம். தென் அமெரிக்க இலக்கியங்களை மட்டுமல்ல, ஏனைய உலக இலக்கியங்களை நானும் அளவோடு கரைக்காமல் விழுங்கியிருக்கிறேன். ஒருவரின் வாசிப்புக்கு நிறைய உழைப்புத் தேவை. சரியான வாசிப்பு நம் இலக்கியப் பரப்பையும் பார்வையையும் விரிவாக்கும். நாம் இதுநாள்வரை எழுதியது எல்லாம் எழுத்தா என்று நம்மையே குடைந்து கூனிக்குறுகச் செய்யும். தமிழ்நாட்டு எழுத்தாளர்களின் அருட்பார்வையில்தான் இலக்கிய மோட்சமே கிடைக்கும் என்று இன்னும் நம்பிக்கொண்டு அவர்களின் எழுத்துகளையும் சொல்லாடல்களையும் நகலெடுத்துக் கவிதை, சிறுகதை என்று வாந்தி எடுத்துக்கொண்டிருக்கும் சிங்கப்பூர், மலேசியக் குதநக்கிகள் அநேகம் பேர் இருக்கிறார்கள். அவர்கள்தான் உதாசீனத்தைத் தாங்கமுடியாமல் மலஜலம் கழிக்கமுடியாமல் அவதிப்படக்கூடும்.

ஒரு செய்தியைப் பகிர்ந்துகொள்ள விரும்புகிறேன். 1989 முதல் சிங்கப்பூர் அரசின் இலக்கிய விருந்தினர்களாய்த் தமிழகத்திலிருந்து வந்த கூத்துப்பட்டறை ந. முத்துசாமி, இந்திரா பார்த்தசாரதி, சுந்தர ராமசாமி (காலஞ்சென்ற), செ.ரவீந்திரன், அசோகமித்திரன், கா.சிவத்தம்பி, ஞானக்கூத்தன், ஜெயகாந்தன், எஸ். பொன்னுத்துரை, பிரபஞ்சன், அம்பை, நீல பத்மநாபன் ஆகியோர் நண்பர்கள்தான். நல்லவேளையாக நான் இவர்களில் யாருக்கும் தொண்டனாகி என்னைப்பற்றி தமிழ்நாடு இதழ்களில் எழுதுங்கள் என்று சாஷ்டாங்கமாய்க் காலில் விழவில்லை. அப்படி என் தன்மானத்தை அன்றே ஏலம் விட்டிருந்தால், எனக்கும் மானங்கெட்ட மந்திகள் ஆளும் தமிழ்நாட்டில் மாலையும் மரியாதையும் தங்கத்தாலான கௌபீனமும் தாராளமாய்க் கிடைத்திருக்கும்.

சுந்தர ராமசாமி, சிங்கப்பூர் இலக்கியத்தைப் பற்றி அன்றைய காலச்சுவட்டில் எழுதக்கேட்டும் என்னால் வாய்கூசாமல் திட்டத்தான் முடியும் என்பதால் எழுதவில்லை. நான் அறியாமலேயே என் நாடகங்களைப் பற்றி பல இலக்கிய ஆய்வரங்குகளில் ஆங்கிலத்தில் ஆய்வுக் கட்டுரைகள் சமர்ப்பித்தவர் முனைவர் செ.ரவீந்திரன் என்பது கூட காலங்கடந்தே தெரியவந்தது. கூத்துப்பட்டறை ஒரு தொழில் முறை அமைப்பாகிவிட்டதாலும், அதன் நிர்வாகிகள் சமூகத்தின் பெரியமனிதர்கள் ஆனதாலும், அங்கு என் சர்ச்சைக்குரிய நாடகங்களை அரங்கேற்றுவது பண்பல்ல. 2003-இல் ஊடாடி நூல் வெளியீட்டின் போது, ஒரு நூற்றாண்டு கால மலேசியா சிங்கப்பூர்த் தலித்துகளைப் பற்றிய அந்நூல் தமிழகத் தலித்துகளுக்கு எதிரானது என்று திருமாவளவன், ரவிக்குமார், டாக்டர் குணசேகரன் சார்ந்த கும்பல், அடியாட்கள் அனுப்புவோம் என்று கூத்துப்பட்டறையைத் தொலைபேசியில் மிரட்டியதால், நிகழ்ச்சியைப் பாதுகாவலர்களோடு ஹோட்டலில் நடத்தவேண்டியிருந்தது.

அச்சமும் பேடிமையும் அடிமைச் சிறுமதியும் தாரகமந்திரமாய்க் கொண்ட தமிழகத்தில், நான் சந்தித்த, பழகிய பல இலக்கியவாதிகள் இன்றும் அரசியல் கழைகூத்தாடிகளின் குறட்டைச் சத்தத்திற்கு கூட ஆடாமல் அசையாமல், கலகக்கார முகமூடியணிந்து கரவொலிக்காக அந்தரநடை நடந்துகொண்டிருப்பது கொடுமையிலும் கொடுமை. ஏப்ரல் 1999 -இல், சிங்கப்பூர் சீன எழுத்தாளர் கழகமும், சிங்கப்பூர் தேசியப் பல்கலைக்கழகத்தின் கலைகள் மையமும் இணைந்து ஏற்பாடு செய்த நான்கின இலக்கியப் பயணத்தில் பங்கேற்று சீனாவின் ஐந்து நகரங்களில் தமிழிலும், ஆங்கிலத்திலும் கவிதை வாசித்த அனுபவத்துக்கு முன் தமிழகத் தரிசனங்கள் துச்சம். எனவே, கீர்த்தனாரம்பத்தில் சொல்லியதுபோல், தமிழ்நாட்டு உதாசீனங்களுக்கு முக்கியத்துவம் கொடுக்கவே கூடாது. எனக்கு எதிர்பார்ப்பும் இல்லை. ஏமாற்றமும் இல்லை.

உரத்துச் சிந்திக்கும்போது நாடக அமைப்பில் கலையுணர்வு பாதிக்கப்படும் ஆபத்தை எப்படி எதிர்க்கொள்கிறீர்?

இதை ஓர் அதிவேக பெர்ராரி (Ferrari) காரை மலைச்சிகரத்தை நோக்கி வளைந்து செல்லும் சாலையில் ஓட்டுவதற்கு ஒப்பிடலாம். உரத்த சிந்தனை என்பது முரட்டுக் குதிரை போல் திமிறும். அடக்காவிட்டால், கலைப் படைப்புப்

பிரச்சார நெடியால் நாறிப்போய்விடும். நாடக அமைப்பில் தேவை இல்லாத சொற்கள், வாக்கியங்கள் வரக்கூடாது. அவை எவ்வளவு அழகாக இருந்தாலும் இரக்கமில்லாமல் நிராகரிக்கப்படவேண்டும். நாடகப் பிரதி, கவிதை புனைகதையைப்போல் வெறும் வாசிப்புக்காக மட்டும் உருவாக்கப்படுவதில்லை. அது பன்முகம்கொண்ட சீரிய ஆட்டப் பிரதியாகவும் மாறவேண்டியுள்ளது.

அப்போது எவ்வித உரத்த சிந்தனையும், நாடகீயத் தன்மையோடுதான் சொல்லப்படவேண்டும். ஒரு செய்தியையோ தகவலையோ தெரிவிக்கும் நடிகர், வசனத்தை இயக்குனரின் உதவியோடு கட்டுடைத்து ஜீரணித்து, அதற்குத் தன் உடல்மொழியாலும், உச்சரிப்பாலும் உரமேற்றி வெளிப்படுத்தவேண்டி இருக்கின்றது. இதை நடிகர் உணர்வோடு வழங்கும்போது, பின்னணியில் ஓலி, ஒளி அமைப்பு, மேடை வடிவமைப்பு, இசை, உடை முக அலங்காரம், மேடையில் உள்ள பொருட்கள் அனைத்தையும் கவனத்தில்கொண்டே அசைகிறார், பேசுகிறார், பல்வேறு மனநிலைகளைக் காட்டி அசத்துகிறார். நடிகரின் நடிப்புக்கான தேவை நாடக வடிவத்துக்கேற்பவும் மாறுபடுகிறது. உதாரணத்திற்கு, ஒரு நேரடியான யதார்த்த பாணி நாடகத்தில் நடிப்பதற்கும், பின் நவீனத்துவ நாடகத்தில் நடிப்பதற்கும் வேற்றுமைகள் அதிகம். யதார்த்த பாணி நாடகத்தில் இரு பாத்திரங்கள் உரையாடுவதை நாம் சற்று இலகுவாகப் புரிந்துகொள்ளும் வசதி இருக்கிறது.

இந்த நேர்க்கோட்டு கதைசொல்லும் பாணி பின் நவீனத்துவ அல்லது அபத்த நாடகங்களில் அறவே இல்லாததால், பார்வையாளரின் புரிதலுக்கு அதிக வேலை இருக்கலாம். ஒரு நடிகர் அரங்கில் நம் முன் சுழன்றுகொண்டே இருக்கையில், முன்பே பதிவு செய்யப்பட்ட அவரின் பெரிய முகம் அகன்ற திரையில் தோன்றி நம்மைப் பார்த்து வாய்விட்டுச் சிரிக்கலாம்; திட்டித் தீர்க்கலாம். கண்முன் உயிருள்ள நடிகரும் திரையில் காட்டப்படும் அதே நடிகரின் பிம்பமும் ஒருசேர நம்மை அலைக்கழிக்கும் அனுபவம் வித்தியாசமானது. இன்று நவீன தொழில் நுட்பம் நாடகத்தின் போக்கையே திசை திருப்பி பார்வையாளரை இரசனை மாற்றத்துக்கு உட்படுத்துகிறது.

இதனால், இயக்குனருக்கு அதிக வேலை இருக்கிறது. என்னுடைய நாடகங்களில் நான் எதையும் பிரச்சாரம் செய்வதில்லை. கனமான விடயங்களைக்கூட கலை நேர்த்தியோடு வெளிப்படுத்துவதில் கவனமாக இருப்பதால், கலையுணர்வு பாதிக்கப்படும் ஆபத்தில்லை. நாடகம் எடுத்துக்கொண்ட பிரச்சினையையோ முரண்பாட்டையோ பார்வையாளர்களின் புரிதலுக்கே விட்டுவிடுகிறேன். நான் என் படைப்பில், எந்தப் பிரச்சினைக்கும் எந்தத் தீர்வும் சொல்வதில்லை. அது என் வேலையுமில்லை. நாடகம் விழிப்புணர்வூட்டலாம். உலகத்தை மாற்றமுடியாது.

அதிகாரத்திற்கெதிரான சிங்கையில் செயல்படும் மாற்று அமைப்புகளின் செயல்பாடுகள் பற்றி விளக்கவும்? அவர்களோடு உங்கள் உறவு எத்தகையது?

நாட்டை ஆளும் நபும்சக (Eunuchs) அதிகார மையம் மாற்றுகுரலை நாசுக்காக நசுக்குவதில் மும்முமரமாய் இருக்கிறது. அப்படி அதிகாரத்திற்கெதிராக உரத்து குரல்கொடுக்க சிங்கையில் செயல்படும் எந்த அமைப்பும் கிடையாது. அப்படி ஓர் அமைப்பைத் தொடங்கினால், அதற்குச் சட்டப்படி பதிவுசெய்யவேண்டு, Registrar of Societies-இல் பதிவு செய்தாலும் அனுமதி கிடைக்காது. சிங்கப்பூரில் அதிகாரத்தை நோக்கி உண்மை பேசவேண்டுமானால் (Speaking truth to power) அரசியல் கட்சி ஆரம்பித்துத் திடீரென வரும் பொது தேர்தலுக்காகக் காத்திருக்கவேண்டும்.

தேர்தல் வருவதற்குள் தனி தொகுதிகள், குழு தொகுதிகளாக மாற்றியமைக்கப்படும் (gerrymandering), எதிர்கட்சிகள் தேர்தலில் நான்கினத்தையும் பிரதிநிதிக்கும் உறுப்பினர்களை நிறுத்தமுடியாமல் போய்விடும். ஆளுங்கட்சி வாக்களிப்பே இல்லாமல் வெற்றிவாகை சூடிவிடும். இப்படியே சிங்கப்பூரில் ஜனநாயக உரிமையான வாக்களிப்பு என்றால் என்னவென்றே தெரியாமல் குடிமக்கள் செம்மறியாட்டு மந்தைகள் போல் வாழ்ந்து வருகிறார்கள். இந்த நகைச்சுவை நாடகம் சர்வாதிகாரத்துக்கான மேல்பூச்சு. ஜனநாயக முறைப்படி மக்களால் தேர்ந்தெடுக்கப்படாத பட்டம்பதவி பெற்ற ஒத்து ஊதிகளே வெறும் 66.6 விழுக்காட்டு ஆதரவோடு நாடாளுவது நல்ல தமாஷ்.

மக்களின் நெறிக்கப்பட்ட ஜனநாயக குரல்வளையை நீவிவிட கலை அமைப்புகள் வாயிலாக எதிர்ப்பைத் தெரிவித்தால், தேசியக் கலை மன்றத்தின் கலைப்படைப்புகளுக்கான மானியம் அறவே கிடைக்காது. நாளேடுகள் உங்கள் படைப்பை இருட்டடிப்புச் செய்துவிட, பார்வையாளர்கள் வரமாட்டார்கள். வெறுத்துப்போய் நீங்களே ஒதுங்கி, அப்படி ஒரு கலைஞன் இருந்தானா என்று அரசாங்கத்திடம் மக்களின் வரிப்பணத்தில் இருந்து பிச்சை வாங்கிக்கொண்டு அடக்கி வாசித்து வாலாட்டும் ஏனைய கலை நாய்கள் கேலி பேசும். எந்த அமைப்புகளோடும் எனக்கு உறவும் கிடையாது. உறவு வைத்துக்கொள்வதே ஆபத்து.

ஹிட்லரின் நாசி ஜெர்மனி, ஸ்டாலினின் ரஷ்யா காலத்தில் காட்டிக்கொடுத்து ஜீவித்த ஒட்டுண்ணிகளுக்கும் சிங்கப்பூர் கலை நிறுவனங்களை நடத்தி வயிற்றைக் கழுவும் philistines-களுக்கும் ஒரேமுகந்தான். சொந்த பணத்தை முதலீடு செய்து ஆளும் அதிகார வர்க்கத்தைப் பகைத்துக்கொள்ள விரைகளும் கிடையாது. ‘கொட்டை தூக்கி வாழ்-

வதைவிட கட்டை தூக்கி சாகலாம்' என்று அதிகார மையத்தை எதிர்த்தோர் எல்லாம் பொம்மலாட்ட சட்ட நடவடிக்கைகளால் திவாலாகியும், நாட்டை விட்டோடியும் வாழ்வதும் மடிவதும் வரலாறு. அதனால்தான் கடந்த ஐம்பது ஆண்டுகளாக ஒரே கட்சிக்கு ஓட்டுப்போட்டு அடிமைகளாய்ச் சூடு சொரணையற்று நடைபிணங்களாய் மூச்சுவிட்டுக் கொண்டிருக்கிறார்கள்.

சிங்கப்பூர் எனும் சிவப்புப் புள்ளி, பொருளாதரத்தில் பாராட்டுக்களைக் குவிக்கும் முதல் உலக நாடு. ஆனால் கருத்துச் சுதந்திரத்திலும், மனித உரிமையிலும், பத்திரிகைச் சுதந்திரத்திலும், ஒரு மிகச் சிறந்த மூன்றாம் உலக நாடு — ஜனநாயக சுடுகாடு. இந்த போலீஸ் ஸ்டேட் (Police State)-ல், எனது படைப்புகளுக்காக நான் கண்காணிக்கப்படுவது எனக்குத் தெரியும். எனக்குப் பின்னால் எந்தக் கும்பலும் கிடையாது. அரசியலில் எனக்கு ஆர்வமில்லை. நான் தனி மனிதன். கவிஞன், நாடகக் கலைஞன். என் ஆங்கில, தமிழ்ப் படைப்புகளில் ஒடுக்கப்படும் முகமற்ற குரலற்ற நான்கின விளிம்பு மனிதர்களின் பிரச்சனைகளை முன்வைத்து அதிகாரத்தைப் பகடி செய்கிறேன்.

அவ்வப்போது அரசாங்கத்தின் மடி நாய்களான உள்நாட்டுப் பத்திரிகைகளுக்குச் சர்ச்சைக்குரிய நாடகங்களை எழுதி அரங்கேற்றுவதால் செய்திக்குத் தீனி தருகிறேன். சிங்கப்பூரில் அரங்கேறும் மற்ற நாடக குழுக்களுக்கு ஆங்கில தேசிய நாளேடுகளில் சுலபமாய்க் கிடைக்கும் அறிமுக செய்தியோ விமர்சனமோ எதுவும் என் நாடகங்களுக்குக் கிடைக்காது. நாடகத்துக்கான படங்களையும் தகவலையும் நானே அனுப்பிவைத்தாலும், எதுவும் வெளிவராது. கருணையுள்ள சிந்திக்கத்தெரிந்த சில கலை நிருபர்கள் என் மேல் உள்ள மதிப்பினால் தொலைபேசியில் பேட்டிகண்டு எழுதினாலும், அதை நிர்வாகம் தடைசெய்துவிடும். பத்திரிகையில் செய்தி வராததால் பார்வையாளர் எண்ணிக்கை குறைந்துவிடும். இதனால் வலைப்பக்கங்களில்தான் என் நாடகங்கள் விளம்பரம் ஆகின்றன.

இவ்வளவு தண்டனைகளும் போதாதென்று, அரசாங்க தணிக்கைக் குழுவின் வெட்டியான்கள், என் நாடகங்கள் சர்ச்சைக்குரியவை என்பதால், அவற்றில் ஒரு சொல்லைக்கூட வெட்டாமல் அல்லது மாற்றவும் சொல்லாமல் ஒரே அடியாய் நாடகத்தைப்பார்க்க 18 வயதிற்கு மேற்பட்டோருக்கு மட்டுமே அனுமதி என்னும் விதியையும் சூடுபோட்டுவிடுவார்கள். இதனால் இளையதலைமுறை பார்வையாளர்கள் 19 வயதான பிறகே என் நாடகங்களைப் பார்க்கமுடியும். ஆனால், அவர்கள், என் நாடக நூல்களை (ஏற்கனவே மும்முறை தமிழில் ஒரு தணிக்கை வெட்டுமில்லாமல் அரங்கேறியிருந்தாலும் ஆங்கிலத்திலும் மலாயிலும் அரங்கேறும்போது அக்டோபர் 2000 -இல் தடைசெய்யப்பட்ட தலாக், ஆகஸ்ட் 2006 -இல் ஒரு தணிக்கை வெட்டுமில்லாமல் அனுமதி வழங்கப்பட்டும் நாடகம் அரங்கேறுவதற்கு முதல்நாள் தடைசெய்யப்பட்ட Smegma, பொது நூலகங்கிலும் மூன்றே மூன்று சிறிய ஆங்கில புத்தகக்கடைகளிலும் பார்க்கமுடியும்.

நாடகத்துக்கு தடை ஆனால் நாடகத்தின் வசனங்களைக் கொண்ட புத்தகத்துக்கு தடை இல்லை. ஏனென்றால், புத்தகத்துக்கு தடை விதிக்க அதை அரசாங்கம் Gazette பண்ணவேண்டும். ஒரு சிறுபான்மையின் படைப்பாளிக்கு அந்த முக்கியத்துவத்தைக் கொடுத்துப் பிரபலப்படுத்த அதிகார மையத்துக்கு மனமில்லை. சிங்கப்பூரில் இலக்கியப் படைப்புகள் தடைசெய்யப்பட்ட ஒரே எழுத்தாளன் என்றாலும், என் நாடகங்களை பல்கலைக்கழக மாணவர்கள் ஆங்கிலத்தில் ஆய்வுசெய்து இளங்கலைப்பட்டம் பெறுகிறார்கள் என்றாலும், இன்னும் தொடர்ந்து இலக்கிய ஏவுகணைகளைப் பாய்ச்சிக்கொண்டிருக்கும் எனக்கு, அதிகார மையத்துடனான இந்தச் சமர் சுவாரசியமாய் இருக்கிறது.

தாங்கள் கவிதை எழுதத் தொடங்கிய காலக்கட்டத்தில் தங்கள் கவிதைகள் வீரியம் மிக்கதாகவும் அதிகாரத்துக்கு எதிரான தீவிர குரலாகவும் இருந்துள்ளது. இதைச் சக கவிஞர்களும் வாசகர்களும் எவ்வாறு எதிர்கொண்டனர்?

கிண்டலா? என் கவிதைகள் எப்பொழுதுமே வீரியம் மிக்கதாகவும், அதிகாரத்துக்கு எதிரான தீவிர குரலாகவும் இருந்தே வந்துள்ளன. 1988-க்குப் பிறகு நான் கவிதை நூல்கள் எதையும் வெளியிடவில்லையே தவிர கவிதைகள் எழுதிக்கொண்டுதான் இருக்கிறேன். தொகுக்கவில்லை; பிரசுரிப்பதிலும் ஆர்வமில்லை. அவ்வப்போது தேசியத் தொகுப்புகளில் கவிதைகள் ஆங்கிலத்திலும் தமிழும் இடம்பெற்றே வந்துள்ளன. ஆனால் 1996-இல் இருந்து வரிசையாகப் பதினொறு நாடகத் தொகுப்புகள் வெளிவந்துள்ளன. இன்னும் இரண்டு தொகுப்புகள் வெளிவர உள்ளன. சக கவிஞர்கள், வாசகர்கள் என்றால் என் கவிதைகளை ஆங்கிலத்தில் வாசிக்கும் சீன, மலாய், தமிழரல்லாத இந்தியப் படைப்பாளிகளைத்தான் சுட்டவேண்டும்.

அவர்களுக்கு நன்கு அறிமுகமான ஒரே இருமொழிக் கவிஞன் நான். சிங்கப்பூரின் தமிழ் இலக்கியக் மாவறைக்கும் கபோதிகளைப் பற்றி நான் என்றுமே அலட்டிகொள்வதில்லை. அவர்கள் பரமார்த்த குருவின் சீடர்கள் ஆகையால், என் கவிதைகள், அதிலும் குறிப்பாக 1984-ல் வெளிவந்த மௌனவதம் தொகுப்பில் உள்ளவை 1988-ல் தமிழ்ச் சமூகத்தையும் தமிழ் அன்னையையும் கற்பழித்துவிட்டதாகக் கதறிக் கதறி உள்துறை இலாகாவுக்கும் எல்லா அமைச்சுகளுக்கும் மொட்டைக்கடுதாசி போட்டே சுய காயடிப்புக்குள்ளாகி வரிசையாக செத்துக்கொண்டிருக்கிறார்கள். மௌனவதமும் தடைசெய்யப்படவில்லை.

எனக்கு மௌனவதம் ஒரு பெரிய படைப்பாகத் தெரியவில்லை. காலமும் கடந்துவிட்டது. ஆனால், எனக்கெதிராகக் கையொப்பமிட்ட அனைவரின் பெயரும் நன்றாக ஞாபகமிருக்கிறது. மண்டையைப் போட்டவர்கள் தவிர இன்னும் உயிரோடு இருப்பவர்களைப் பார்க்கும்போது பரிதாபமாக இருக்கின்றது. நாறிடும் பீத்தொட்டிகள் / நம்மவர் / நான் நீயென்று முகர்வதில் வல்லவர் (கிஷ்கிந்தை) என்று இருபத்தேழு வருடங்களுக்கு முன் எழுதியது இன்றும் நிஜமாயிருப்பது மட்டுமே அதிசயம். வாழ்க வளர்க.

மலேசியாவில் தங்கள் இலக்கியம் படைத்தக் காலச்சூழலை நினைவுகூர இயலுமா?

1973-இல் இருந்தே சுயமாய் யாப்பிலக்கணம் கற்று மரபுக் கவிதைகள் எழுதிகொண்டிருந்தேன். தமிழ் நேசன், தமிழ் மலர், தமிழ் முரசு பத்திரிகைகளுக்கு அனுப்பிய கவிதைகள் எதுவும் பிரசுரமாகவில்லை. 1974-இல் முதல் மரபுக் கவிதை ஜூன் மாத தமிழ் நேசன் ஞாயிறு பதிப்பில் வெளிவந்தது. ஆசிரியப்பாவினம் என்று ஞாபகம். கள்ள சம்சு குடித்து இறந்துகொண்டிருந்த தோட்டப்புறத் தமிழர்களுக்கு உபதேசம். அதுவும் சிங்கப்பூரில் இருந்து அறிவுரை சொல்கிறாயா என்று அப்பாவிடம் வாங்கிய அடி உதைக்குப் பஞ்சமில்லை. தமிழில் கவிதை எழுதக்கூடாது என்ற அப்பாவின் ஆணையையும் மீறி நான் தொடர்ந்து எழுதினேன். நிறைய மரபுக் கவிதைகள், தமிழ் நேசனிலும், தமிழ் மலரிலும், தமிழ் முரசிலும் பிரசுரமாயின. சிங்கப்பூரில் இருந்து வெளிவந்த திரை ஒளி என்னும் சினிமா மாத இதழிலும் கவிதைகளும், 'ஒரு நம்பிக்கை தூக்கில் தொங்குகிறது' என்னும் சிறுகதையும் அச்சேறின.

திரை ஒளி மலேசியாவிலும் விற்பனை ஆனது. திங்கட்கிழமை தோறும் வெளிவந்த தமிழ் முரசின் மாணவர் மணி மன்றப் பகுதிக்கும் கவிதைகள் எழுதியதோடு ஒரு வாராந்திர சிறுவர் மாயாஜாலத் தொடர்கதையும் எழுதிவந்தேன். மாணவர் மணி மன்றத்துக்குக் கோலாலம்பூரில் இருந்து சுகுமார் என்ற தன் இயற்பெயரில் அக்கினியும் மரபுக் கவிதை எழுதிக்கொண்டிருந்தார். இருவரின் கவிதைகளும் பல சமயங்களில் ஒரே வாரத்தில் இடம்பெற்றன. இதற்கிடையில், திடீரெனத் தமிழ் முரசின் கோலாலம்பூர் அலுவலகம் மூடப்பட்டது. என் தொடர்கதையின் வரவேண்டிய பகுதிகள் பின்னர் வரவேயில்லை. சிங்கப்பூர்த் தமிழ் முரசு அலுவலகத்தில் விசாரித்ததில், கையை விரித்துவிட்டார்கள். பிரதி எடுத்து வைக்காததால் பிரசுரமானவற்றைத் தவிர போனது போனதுதான்.

நான் ஆங்கிலத்திலும் கவிதை எழுதும் முயற்சிகளில் ஈடுபட்டதால், மரபுக் கவிதைகளின் மேல் இருந்த ஈர்ப்புக் குறைய ஆரம்பித்தது. தமிழ்நாட்டு வானம்பாடி வட்டத்தின் கவிதைகளின் பாதிப்பில் புதுக்கவிதைகள் எழுதி அனுப்பினால் எந்தப் பத்திரிகையும் பிரசுரிக்கவில்லை. அது மரபுக் கவிஞர்களின் காலம். இலக்கணத்தை மீறி கவிதை கிவிதை என்று எழுதினால் அறம்பாடியே தொலைத்துக்கட்டிவிடுவர்கள். அப்போது தமிழ் மலரில் ஆத்மாவின் சிலிர்ப்பு என்ற தலைப்பில் கலீல் கிப்ரான் வகை வசன கவிதைத் தொடர் ஒன்று அக்கினி என்ற பெயரில் வரத்தொடங்கியது. நானும் எனது புதுக்கவிதைகளை அனுப்பிவைத்தேன்.

அவை மறுவாரமே பிரசுரமாயின. இக்கரையில் நானும் அக்கரையில் அக்கினியும் பல மரபுக்கவிச் சிங்கங்களின் சாபங்களைப் பெற்றுக்கொண்டோம். நட்புப் பாராட்டி அக்கினியின் முதல் கடிதம் வந்தது. புதுக்கவிதை எழுதியதால் தமிழ் முரசில் என் மரபுக் கவிதைகளையும் ஓரங்கட்டினார்கள். போங்கடா என்று மலருக்கே எழுதினேன். அக்கினியும் நானும் நேருக்குநேர் சந்திக்கவில்லை என்றாலும், வாராவாரம் கடிதப் பரிமாற்றம் செய்துகொள்வோம். புதுக்கவிதையை முன்னெடுத்துச் செல்வது பற்றி விவாதிப்போம்; நட்பு வளர்ந்தது. தமிழ் மலர் போராட்டத்தில் இழுத்து மூடப்பட்டது. வானம்பாடி வார இதழ் பிறந்தது.

1978-ல் கோலாலம்பூர் சென்று வானம்பாடி அலுவலகத்தில் அக்கினியைச் சந்தித்தேன். இராஜகுமாரன், ஆதி குமணன், பிரசன்னா என்ற புனைபெயரில் கவிதை எழுதிக்கொண்டிருந்த பிரான்சிஸ் சில்வன், தம்பின் தியாகு என்று ஒரு புதிய நட்பு வட்டம் உருவானது. அன்று முதல் வானம்பாடி இலக்கியத் தாய்வீடு போலானது. வருடத்தில் மூன்று முறை வானம்பாடியில் இருப்பேன். குறைந்தது ஒரு வாரமாவது அங்கே தங்குவேன். வானம்பாடியில்தான் என் கவிதைகள் அதிகம் வெளிவந்தன. வானம்பாடியில் இன்றைய நயனம் ஆசிரியர் இராஜகுமாரனுடன் உலக இலக்கியம் பற்றிக் கலந்துரையாடிய பொழுதுகள் என்றென்றும் மறக்கமுடியாதவை.

1979-ல் இராஜகுமாரனின் சாசனம் பகுதியில்தான் என் முதல் புதுக்கவிதைத் தொகுப்பு வெளியீடு கண்டது. RTM-ல் பைரோஜி நாராயணனைச் சந்தித்து நூலைக் கொடுத்தேன். அவர் மறு வாரம் இளஞ்செல்வனின் புதுக்கவிதைத் தொகுப்பு வெளியீட்டு விழாவில் பேச இருந்தார். கூலிம் வெளியீட்டு விழாவுக்கு அக்கினியும் நானும் சென்றடைவதற்குள் விழா முடிவடைந்திருந்தது. இளஞ்செல்வனின் இல்லத்தில் சீ.முத்துசாமி அறிமுகமானார். அவரது 'இரைகள்' சிறுகதைத் தொகுப்பின் பத்துப் பிரதிகளைச் சிங்கப்பூர் இலக்கியக்கள எழுத்தாளர்களுக்காகப் பெற்றுக்கொண்டேன். நா. கோவிந்தசாமியின் இலக்கியக் கள அமைப்பில் சாணி மாடாயிருந்த சிலருக்கு இரைகளைக் கொடுத்து முத்துசாமியை அவமானப்படுத்த விரும்பாததால், அப்பிரதிகள் என்னிடமே இருக்கின்றன.

வானம்பாடி நிர்வாகம் மாறியதால் அனைவரும் குமணனை ஆசிரியராகக் கொண்ட நாளிதழுக்குச் சென்று விட, என் பங்களிப்பு மெல்ல மெல்ல நின்றுபோனது. 1980/81 என்று நினைக்கிறேன். கோ.முனியாண்டி சிங்கப்பூருக்கு வந்தார். ஓரிரு மாதங்கள் தங்கி இருந்தார். நிறைய பேசினோம். அவருடைய முதல் கவிதைத் தொகுப்பைக் கொண்டுவர முடிவெடுத்தோம். அது இன்றளவும் நிறைவேறவில்லை. பிறகு அக்கினியின் கனா மகுடங்கள் கவிதைத் தொகுப்புக்குதான் என் உதவிக்கரம் நீண்டது. இறுதியாக 1983-ல் ஆகஸ்ட் மாதம் அக்கினியோடு ஆயர் தாவாருக்கு கோ.முனியாண்டியைக் காண வந்தேன். 1984-க்குப் பின் மலேசியாவுக்கும் எனக்கும் இருந்த இலக்கியத் தொடர்புகள் முற்றிலும் அறுந்து போயின.

வாழ்க்கைப் பிரச்சனைகளின் அழுத்தத்தில், இலக்கியம் மரத்துப்போனது. இருந்தும், 1984-ல் மௌனவதம் நூல் வெளிவந்து மறுபடியும் இராஜகுமாரனின் சாசனம் வழி அறிமுகமானது. 1987-ல் நவம்பர் மாதம், நான் அரசாங்கத்தில் இலக்கியம், நாடகம் மற்றும் ஆசியான் கலாசாரப் பரிமாற்றத்துக்காக கலாச்சார அதிகாரியாகப் பதவியேற்ற நேரம், மூன்றாவது தென் கிழக்காசிய எழுத்தாளர் மாநாட்டில் மலேசியாவைப் பிரதிநிதித்துக் கலந்துகொள்ள இளஞ்செல்வன் சிங்கப்பூர் வந்தார். ஒரு வார நிகழ்வில் மிக நெருக்கமானோம். சிறந்த மலேசியத் தமிழ் புதுக்கவிதைகளை ஆங்கிலத்தில் நான் மொழிபெயர்க்க, அவற்றைத் தமிழிலும், மலாய் மொழியிலும் இணைத்து அவர் வெளியிடுவதென்றும் தீர்மானித்தோம். நான் மீண்டும் இலக்கியத்துக்கு வந்தேன். நயனம் வார இதழுக்கு, யாகம் என்ற தலைப்பில் இலக்கிய அறிமுகத் தொடர் ஒன்றை எழுதிக்கொண்டிருந்தேன். சிதைக்கப்பட்டு வெளியான அதன் சாரம் நயனத்துக்கு அனர்த்தமாகப் பட்டதாலோ என்னவோ இராஜகுமாரனும் அமைதிகாக்க நானும் நிறுத்திக்கொண்டேன்.

1988ல் டிசம்பர் மாதம் நவீன இலக்கியச் சிந்தனையின் புதுக்கவிதைப் போட்டிக்கு நீதிபதியாக இருக்கவும், கட்டுரை படிக்கவும் இளஞ்செல்வன் கேட்டுக்கொண்டதால், கூலிம் வந்தேன். போட்டிக்கு வந்த புதுக்கவிதைகளில், ஒரே ஒரு கவிதைக்கு மட்டும் தரம் இருந்ததால் அதற்கு மட்டும் பரிசளிக்கப்பட்டது. புதுக்கவிதைக்குத் தாத்தா மேத்தா என்ற பூஞ்சையும் நிகழ்ச்சிக்கு வந்திருந்தது. கறுப்புக் கண்ணாடி அணிந்தவாறு, நீள் முடியுடனும் தாடியுடனும் கட்டுரை சமர்ப்பித்ததோடு, பேசாமல் அடக்கிக்கொண்டு உட்காராமல் இளஞ்செல்வனின் முன் அனுமதியோடு மௌனவதம் தொகுப்பில் உள்ள 'நீயும் புஜ்ஜீக்கவிஞனா?' கவிதையை மேடையில் வாசித்ததில் ஏறத்தாழ நிகழ்ச்சி ஆர்ப்பாட்டமாக முடிந்தது. இளஞ்செல்வன், இரகசியமாக என் காதுகளில் 'இதுக்குத் தான்யா உங்களை வரச் சொன்னேன்', என்று கிசுகிசுத்தவாறே வயிறுவலிக்கச் சிரித்தார்.

அக்கினி, கோ. முனியாண்டி, பிறை துரை முனியாண்டி, அருள்தாசன், ஸ்ரீரஜினி, ரெ. கார்த்திகேசு போன்றோர் நினைவுக்கு வருகிறார்கள். மறு வாரம் சிங்கப்பூர் ரவுடி என்று மயில் வார இதழில் எனக்குப் பெரிய கார்ட்டூன் போட்டு இலக்கியத் தாதாவாக்கி இருந்தார்கள். நயனத்தில், வெகு நாகரீகமாக நல்ல படங்களைப் போட்டிருந்தார்கள். எல்லாவற்றையும் ஆவணப்படுத்தி வைத்திருக்கிறேன். அந்த வேடிக்கையான நிகழ்ச்சிக்குப் பிறகு மீண்டும் மௌனம். நான் ஆங்கிலக் கவிதைகளிலும் நாடகத் துறையிலும் மும்முரமானேன். பங்களாதேஷ், பிலிப்பின்ஸ், ஆஸ்திரெலியா என்று இலக்கிய மாநாடுகளுக்கும் கவிதை விழாக்களுக்கும் செல்ல ஆரம்பித்ததால், தமிழ் வட்டங்கள் அன்னியமாகிப்போயின.

தமிழில் சாணி மிதித்ததுபோதும் என்றும் முடிவுசெய்தேன். 1990-ல் ஜூன் மாதம் சிங்கப்பூரைப் பிரதிநிதித்துத் தேவான் பாஹாசா (Dewan Bahasa dan Pustaka) ஏற்பாடு செய்திருந்த மூன்றாவது அனைத்துலக கவிதை விழாவில் கலந்துகொள்ள கோலாலம்பூர் வந்தேன். தமிழிலும், ஆங்கிலத்திலும், மலாய் மொழியிலும் கவிதை வாசித்தேன். பத்திரிகையாளர் கூட்டத்துக்கு அழைக்கப்பட்டிருந்தும் ஒரு தமிழ் நிருபர் கூட வரவில்லை. மலாய் எழுத்தாளர் அன்வார் ரிதுவான் (Anwar Ridhwan) கேலியாகச் சிரித்தார். அந்த மாபெரும் கவிதை விழாவோடு மலேசியாவுடனான தமிழ் இலக்கிய உறவுகளைத் துண்டித்துக்கொண்டேன். இளஞ்செல்வனின் அகால மரணம் ஒரு பெரிய அதிர்ச்சியைக் கொடுத்தது. அவரைச் சந்தித்திருக்கலாமே என்ற வலி இன்னும் இருக்கிறது. எல்லாம் ஒரு கனாக்காலம் போல் பனிமூட்டமாய்த் தழுவுகின்றன. சில சுகானுபவங்கள். சில நம்பிக்கைத் துரோகங்கள். மன்னிக்கலாம், மறக்கவே கூடாது என்று இலக்கியப் போராளியாய் என் பயணம் தொடர்கிறது.

மலேசியாவிலும் சிங்கையிலும் இலக்கியத் தொடர்பும் கலைத்தொடர்பும் உள்ள தாங்கள், இவ்விரு நாடுகளின் படைப்பாக்கங்களை எவ்வாறு கணிக்கிறீர்கள்?

முதலில் மலேசிய இலக்கியத்தைப் பார்வையிட விரும்புகிறேன். 1977 -இல், டிசம்பர் மாதம், 1 — 3, கோலாலம்பூரில் நடந்தேறிய கபேனா (GAPENA) மாநாட்டில், தலைவர் இஸ்மாயில் ஹீசேன் (Tan Sri Ismail Hussein) சொன்னதை மலேசிய எழுத்தாளர்கள் பலர் மறந்திருக்கலாம். பல்லின ஆசியான் எழுத்தாளர்கள் கலந்துகொண்ட அந்த மாநாட்டில், அவர் ஒரு வெடிகுண்டைப் போட்டார். மலேசியாவின் தேசிய மொழியான மலாய் மொழியில் எழுதப்படும் படைப்பே மலேசிய இலக்கியமாய்க் கருதப்படும் என்று ஆங்கில, சீன, தமிழ் இலக்கியவாதிகளுக்கு ஆணி அடித்தார்.

அன்றுமுதல் இன்றுவரை அந்த ஆணி பிடுங்கப்படவேயில்லை. தேவான் பஹாசா பூமி புத்தராக்களின் மலாய் இலக்கிய வளர்ச்சியை மட்டுமே அங்கீகரிக்கும் அதே வேளை, தேசிய மொழியில் இலக்கியம் படைக்கும் மலாய்க்காரர் அல்லாதவர்களுக்கும் நிறைய சலுகைகளை அள்ளி வழங்கத் தவறுவதில்லை.

மத ரீதியாக முஸ்லிம் அல்லாத, மலாய் மொழியில் எழுதும் தமிழ், சீன எழுத்தாளர்களை அது ஒரு சிறப்புப் பிரிவின் கீழ் ஒன்றிணைத்து ஊக்குவித்து வருகின்றது. தேசிய மொழியில் கவிதை, சிறுகதை படைத்துவரும் சீனர் லிம் சுவீ டின் (Lim Siew Tin) படைப்புகளைத் தேவான் பஹாசா 1985 முதல் பதிப்பித்து வருகிறது. 1979 ஆம் ஆண்டிலிருந்து தாய்லாந்தில் வழங்கப்படும் உயரிய தென்கிழக்காசிய இலக்கிய விருதை மலேசிய மலாய் இலக்கியவாதிகள், அதிலும் மலாய் முஸ்லீம்கள் மட்டுமே பெற முடியும் என்றிருக்கும்போது, 2000 ஆம் ஆண்டின் விருதைப் பெற்றார் சீன வம்சாவளியினரான லிம். இவ்விருது எக்காரணத்தை முன்னிட்டும், மலேசியாவின் மற்ற மொழி எழுத்தாளர்களுக்கு வழந்கப்படமாட்டாது என்பது அரசியல் விதி.

சரி, தமிழ் உதாரணத்திற்கு வருவோம். மலாய் மொழியே தன் தாய்மொழி என்று கூறும் தமிழர், மலாய் மொழியில் எழுதும் மலேசிய இளம் தலைமுறை தமிழர்களுக்காக 1999-இல் தோற்றுவிக்கப்பட்ட ‘காவியன்’ (Kavyan) இலக்கிய அமைப்பின் தலைவர், மலாய் மொழியில் சிறுகதைகள், நாவல்கள், சிறுவர்களுக்கான கதைகள் எழுதி, நூல்கள் வெளியிட்டிருக்கும் மலேசியரான உதய சங்கர். இவர் 2004 -இல், பிப்ரவரி 11 -ஆம் தேதி What Tamil Writers? என்று New Straits Times ஆங்கிலப் பத்திரிக்கையில் மலேசியத் தமிழ் இலக்கியத்தை விமர்சித்ததும், அதற்கு ரெ.கார்த்திகேசு A Tamil Writer Talks Back என்று 25-ஆம் தேதி பதிலளித்ததும், இரண்டும் தமிழிலில் மொழிபெயர்க்கப்பட்டு ஒரு தமிழ் நாளேட்டில் வெளிவந்ததும் பலருக்கு ஞாபகமிருக்கலாம்.

உதய சங்கரின் படைப்புகளையும் தேவான் பஹாசா வெளியிட்டிருக்கிறது. நாளை மலாய் மொழி எழுத்தாளராகக் கொண்டாடப்படும் இவருக்கும் தென்கிழக்காசிய இலக்கிய விருது கிடைத்தாலும் கிடைக்கலாம். இந்தோனேசிய, இலக்கியத்தோடு ஒப்பிடும்போது, மலேசியாவிலும், சிங்கப்பூரிலும், ப்ரூணையிலும், படைக்கப்படும் மலாய் இலக்கியம் மிகச் சராசரித் தன்மை கொண்டது என்பதை ‘மலாய்க்கார பாசிச-தேசிய வெறி’ இல்லாத நடுநிலையான ஆய்வுத்தரவுகள் நிரூபிக்கின்றன என்பது ஒருபுறமிருக்க, சில கேள்விகள் எழுகின்றன.

மலேசியாவில் ‘காபீர்கள்’ பெரும்பான்மை மலாய் முஸ்லிம்களின் சம வாழ்க்கையைப் பற்றி தத்தம் கதைகளில் துணிச்சலாக எதையும் ஆராயமுடியுமா, அல்லது மேலும் கீழும் பொத்திக்கொண்டு மலாய் அதிகாரம் வீசியெறியும் எச்சில் துண்டுகளுக்குச் சாமரம் வீசி முக்காடு போடுகிறார்களா? மலேசியத் தமிழ் வாழ்க்கையின் அவலங்களையும், முடிச்சுகளையும் மலாய்மொழிப் பரண்மேல் ஆரோகணித்திருக்கும் இவர்கள் மெய்யாலுமே ஆழமாகக் காட்டுகிறார்களா அல்லது வரட்டுக் கற்பனாவாத சாயம் அடிக்கிறார்களா? இந்தக் கேள்விகளுக்கான கள் ஆழிப்பேரலையை உருவாக்கினாலும் பரவாயில்லை, சாட்டையைச் சொடுக்கவேண்டிய கடமை, துப்புக்கெட்ட எழுத்தாளர்க் கழகத்தைவிட நேர்மையான மலேசியத் தமிழ் இலக்கியவாதிகளுக்கு இருக்கின்றது.

இது மாதிரியான கேள்விகளை நான், 1990 -இல், காலஞ்சென்ற மலேசியத் தேசியக் கவிஞர் உஸ்மான் அவாங்கிடம் (Usman Awang), அவருடைய வீட்டில் கவிதை வாசித்தபோது எழுப்பினேன். அந்த மனிதாபிமானி, புன்முறுவலோடு, நாம் கவிதை பாடுவோம், அரசியல் பேசவேண்டாம் என்றார். அதே கேள்விகளை, எழுத்தாளர் அன்வார் ரித்வானிடம் (Anwar Ridhwan) கேட்டபோது, கொஞ்சம் நெளிந்தார், பின் தரமான மலேசியத் தமிழ் படைப்புகளை ஆங்கிலத்தில் மொழிபெயர்த்துக் கொடுத்தால் அவற்றை மலாய் மொழியில் கொண்டுவரலாம் என்று புன்னகைத்தார். நல்ல மனிதர்தான். ஆனால், அன்வார் இப்ராஹிமின் அரசியல் வீழ்ச்சியோடு தேவான் பஹாசாவில் உயர் பதவிகள் வகித்த என் இலக்கிய நண்பர்கள் அனைவரும் இடம்பெயர்ந்தனர். தேசிய நாடகக் கலைஞர் சக்கரியா அரிப்பின் (Zakkaria Ariffin) மலாயில் மொழிபெயர்த்துத் தேவான் பஹாசா வெளியிடவிருந்த என் சர்ச்சைக்குரிய தலாக் (TALAQ) நாடகப் பிரதி, சிங்கப்பூர் அதிகார மையத்தின் இரகசியக் கூக்குரலினால் கையெழுத்திடப்பட்ட ஒப்பந்தத்தையும் மீறி நிறுத்தப்பட்டது. பொதுவாகவே மலாய் எழுத்தாளர்களுக்கு ஆங்கிலத்தில் பேச பயம்.

அதனால், உருவாகும் தாழ்வு மனப்பான்மையை மூடிமறைக்க ஆங்கிலத்தில் உரையாட மாட்டார்கள். ஆங்கிலத்தில் பேசினால் ஆமாம் இல்லை என்ற ஒற்றைப்பதங்களோடு ஓடிப்போய்விடுவார்கள். ஆனால், வார்த்தைக்கு வார்த்தை அவர்கள் உபயோகிக்கும் அத்தனை கலைச்சொற்களும் ஆங்கிலத்தில் இருந்து கடன் வாங்கியவை. எனக்கு மலாய் மொழி தெரியும். அதனால், நான் சந்தித்த மலேசிய மலாய் இலக்கியவாதிகளோடு அவர்களின் மொழியிலேயே உரையாடி வந்துள்ளேன்.

நம் தமிழர்களைப் போலவே அவர்களும் வெள்ளைக்காரன் சொன்னதே வேதவாக்கு என்று சொல்லக் கூச்சப்படுவதே இல்லை. சில மலாய் எழுத்தாளர்கள், இருமொழித் திறனோடு மலாயிலும் ஆங்கிலத்திலும் நல்ல படைப்புகளைக் கொடுத்திருக்கிறார்கள். நாடறிந்த கவிஞர், கல்வியாளர், இலக்கிய ஆராய்ச்சியாளர் பேராசிரியர் முஹம்மது ஹாஜி சாலே (Muhammad Haji Salleh), இருமொழிகளிலும் எழுதுவதை நிறுத்திவிட்டு, அதிகாரவர்க்கத்தின் பொற்-

காசுகளுக்காக மலாயில் மட்டுமே தற்போது எழுதுகிறார். நாங்கள் இருவரும் 1997 -இல், தாய்லாந்து பாங்காக்கில் தென்கிழக்காசிய இலக்கிய விருது பெற்றோம்.

சாலே பென் ஜோநெட் (Salleh Ben Joned) சர்ச்சைக்குரிய இருமொழிக் கவிஞர். மலாய் இலக்கிய ஆஷாட பூதிகளின் கல்வீச்சுக்கு அதிகம் ஆளான இவர், தற்போது ஆங்கிலத்திலேயே கவனம் செலுத்துகிறார். இன்றைய மலாய் இலக்கியத்தை முன்னெடுத்துச் செல்லும் சர்ச்சைக்குரிய கவிஞர், சிறுகதை நாவலாசிரியர் மலாயில் எழுதும் பைசால் தெஹ்ராணி. அவருடைய படைப்புலகம் இதுவரை நிறுவப்பட்ட மலாய் வரலாறு, மதம், கலாச்சாரம், புராதனம், மாந்திரீகம் என்று அனைத்தையும் நக்கலோடு மீளுருவாக்கம் செய்வதோடு மரபின்மைந்தர்களைச் சஞ்சலப்படுத்துகிறது.

மலாய் இலக்கியவாதிகள் உதாசீனப்படுத்தும் மலேசிய ஆங்கில இலக்கியத்தைப் பற்றியும் சொல்லவேண்டும். ஆங்கில இலக்கியவாதிகளில் பெரும்பான்மையோர் கோலாலம்பூரையும் அதன் புற நகர்ப் பகுதிகளிலும் வாழ்ந்து வருகின்றனர். மலேசியாவின் இலக்கியத்தை உலகத் தரத்துக்குக் கொண்டு சென்றிருப்பது ஆங்கில இலக்கியம்தான். தோட்டத் தமிழ் பள்ளியில் படித்து, மலாயாப் பல்கலைக் கழகத்தில் ஆங்கில இலக்கிய இணைப் பேராசிரியராக இருந்து ஓய்வுபெற்ற கே.எஸ். மணியம் (K.S.Maniam) என்னும் பெயர் தமிழ் வட்டாரங்களுக்கு அன்னியோன்னியமானதல்ல.

1942-இல், பீடோங்கில் பிறந்து, தற்போது சுபாங்கில் வாழும் மணியத்தின் சிறுகதைகள், நாவல்கள், நாடகங்கள், (The Return, In A Far Country, Between Lines) மலேசியாவுக்கு வெளியே அனைத்துலகப் பல்கலைக்கழகங்களின் பாடத்திட்டங்களில் இடம்பெற்றுள்ளன. அவர் படைப்புகளைப் பல வெளிநாட்டினர் முனைவர் பட்டங்களுக்காக ஆய்வு செய்து வருகின்றனர். அவருக்கு, 2000-ஆம் ஆண்டின் ராஜா ராவ் (Raja Rao) விருது வழங்கப்பட்டது. நம்மிடையே, எந்த ஆர்ப்பாட்டமும் இல்லாமல் வாழ்ந்துகொண்டிருக்கும் இந்த மகா கலைஞனை, மலேசியாவும் மதிக்கவில்லை, இலக்கியக்கூலிக்கு மாரடிக்கும் மடத் தமிழ் எழுத்தாளர்களுக்கும் தெரியவில்லை. அதுபற்றி அவருக்கும் கவலையில்லை.

மலாக்காவில் வறுமையான குடும்பத்தில் பிறந்த பேராசிரியர் ஷேர்லி லிம் (Shirley Lim), 1980 -ஆம் ஆண்டு காமன்வெல்த் கவிதைப் பரிசைப் (Commonwealth Poetry Prize) பெற்ற முதல் ஆசியர், முதல் பெண்மணி. கவிதை, புனைகதை, இலக்கிய விமர்சனம் என்று தென்கிழக்காசிய இலக்கியத்துக்குப் பெருமை சேர்த்த ஷேர்லி லிம், மலேசியக் குடியுரிமையைக் குப்பைத்தொட்டியில் வீசிவிட்டுத் தற்போது வாழ்வது அமெரிக்காவில். மலேசியாவில் பிறந்து பெட்டாலிங் ஜெயாவில் வளர்ந்த பெத் யாப் (Beth Yap), சிறுகதை, நாவலாசிரியர். அவர் எழுதிய நாவலுக்கு 1993-ஆம் ஆண்டின் விக்டோரியா பிரேமியர் விருது (Victoria Premier Award) ஆஸ்திரேலியாவில் வழங்கப்பட்டது.

தற்போது பெத் யாப் வாழ்வது சிட்னியில். தைவானில் பிறந்து, மலேசியாவில் வளர்ந்து, தற்போது இலண்டனில் வாழும் டாஷ் ஆவ் (Tash Aw) 2005 -ஆம் ஆண்டின் காமன்வெல்த் எழுத்தாளர் விருதைத் தனது முதல் நாவலுக்குப் பெற்றார் (The Harmony Silk Factory). அதே நாவலுக்கு அந்த ஆண்டின் வித்பிரேத் புத்தகப் பரிசையும் (Whitbread Book Award) தட்டிச் சென்றார். மலேசிய இலக்கியத்தை உலகெங்கும் கொண்டு செல்லும் இவர்களின் நிழலைக்கூட மலேசிய மலாய் இலக்கியம் எட்டிப்பார்க்க முடியாது.

கேள்வி சிங்கையில் இலக்கிய நிலை என்ன?

சிங்கப்பூர் இலக்கியம் என்பது ஆங்கிலம், சீனம், மலாய், தமிழ் ஆகிய நான்கு மொழிகளில் எழுதப்படுவது. சிங்கப்பூரின் நிகழ் கலை மற்றும் இலக்கிய வளர்ச்சிக்கும், கலைத்துறை உயர் கல்விக்கும் மக்களின் வரிப் பணத்தில் இருந்து ஆண்டுதோறும் பெரிய நிதி வழங்கப்படுகிறது. கலைகளின் மூலம் காசு சேர்ப்பதே பெரும்பான்மை சீன ஆதிக்க அரசின் கொள்கை. ஆதலால், சமூக விழிப்புணர்வு என்னும் சொல் கெட்ட வார்த்தையாகிவிட்டது. மலேசியாவைப்போல் வெளிப்படையான இன மொழிப் பாரபட்சம் கிடையாது என்றாலும், சிறுபான்மை மலாய் தமிழ் எழுத்தாளர்கள் இயல்பாகவே கோழைகள் என்பதால் அவர்களுக்கு அல்வா தர வாய்ப்பும் வசதிகளும் தயங்காமல் செய்துகொடுக்கப்படுகின்றன. சிறந்த கூஜா தூக்கிகள் அரசாங்கத்தின் கலை மேலாண்மைக் குழுக்களில் தீவட்டித் தடியர்களாய் அமர்ந்து கலைகளைக் கண்காணிக்கிறார்கள்.

நான்கினமும் பலன் பெற்றாலும், மதம், இனம், அரசாங்கத்தின் அரசியல் கொள்கைகள் போன்றவற்றை விமர்சிக்கும் படைப்புகளுக்கு ஒரு காசும் கிடைக்காது. அப்படிப்பட்ட படைப்புகள் புனிதமான தணிக்கைக் குழுவால் தடைசெய்யப்படலாம். எனவே, சிங்கப்பூர் எழுத்தாளர்கள் எல்லோரும், எதுக்கு வம்பென்று நன்றாக உண்டு கொழுத்து, ஜாலியாக உலாத்தி ஒருவரை ஒருவர் சொறிந்துகொண்டு அம்மாடி இது போன்ற அரசாங்கம் உலகத்திலேயே இல்லை என்று, மெய்க்கீர்த்திகளாய் அவதாரமெடுத்து அரசாங்கத்துக்குத் துதிபாடி சகல சௌபாக்கியங்களோடு விருதுகள் பெற்று வாழ்ந்து வருகிறார்கள். சிங்கப்பூர் ஒரு நுகர்வுக் கலாச்சார தேசம். மலேசியாவிலாவது மாற்றுக்கருத்துக்கு

இடமிருக்கிறது, இங்கே மாற்றுக்கருத்து கண்டிக்கப்பட்டு தண்டிக்கப்படுகிறது. எழுத்தாளன் என்ன எழுதவேண்டும் என்று அரசியல்வாதிகளே சொல்லித்தருவார்கள். இதனால், சிங்கப்பூர் இலக்கியம், தென்கிழக்காசியாவில் குதக்காற்றுக்கு இணையாகப் பெருமையாகப் பேசப்படுகிறது.

நான் சொல்வது சுரீரெனச் சுடலாம். நான்கு மொழிகளுக்கும் கலைநிர்வாகியாய் இருந்திருப்பதால் உள்ளேயும் வெளியேயும் பல்லிளிக்கும் காரணிகளை யாமறிவோம். சிங்கப்பூர் எழுத்தாளர்களிலும் விரல்விட்டு எண்ணக்கூடிய விதிவிலக்குகள் உண்டு. ஆங்கில எழுத்தாளர்களில் இலக்கிய முன்னோடியும் கல்வியாளருமான ஆளுங்கட்சியின் ஆஸ்தான கவிஞராகக் கருதப்படும் எட்வின் தம்பு (Emeritus Professor Edwin Thumboo), காலஞ்சென்ற சிறுகதை-நாவலாசிரியர் டாக்டர் கோபால் பரதம் (Dr Gopal Baratham), 1986-இல் ஒடுக்கும் சிங்கப்பூரை உதறி கனடா, வான்கூவரில் குடியேறி இவ்வருடம் ஜனவரியில் காலமான கவிஞர்-நாவலாசிரியர்-நாடகாசிரியர் டாக்டர் கோ போ செங் (Dr Goh Poh Seng), கவிதாயினி டாக்டர் லீ ஸ¥ பெங் (Dr Lee Tzu Pheng), ஆளும் சர்வாதிகாரத்தை விமர்சித்து நாட்டின் முன்னாள் பிரதமரின் மிரட்டலுக்கு உள்ளான பெருமதிப்பிற்குரிய சிறுகதை-நாவலாசிரியர் டாக்டர் கேத்தெரின் லிம் (Dr Catherine Lim), 1997-இல் ஆள்வோரின் ஒடுக்குமுறை அரசியல் பிடிக்காமல் குடியுரிமையை எறிந்துவிட்டு ஆஸ்திரேலியாவுக்குச் சென்றுவிட்ட கவிஞர் டாக்டர் போய் கிம் ச்செங் (Dr Boey Kim Cheng), காலஞ்சென்ற அரசியல்வாதி ஜே பி ஜெயரத்னத்தின் (J B Jeyaretnam) மகனான சிறுகதை நாவலாசிரியர் பிலிப் ஜெயரத்னம் (Philip Jeyaretnam), சிங்கப்பூர் கவிதையையும் கவிஞர்களையும் உலகெங்கும் அறிமுகப்படுத்தும் கவிஞர் அல்வின் பாங் (Alvin Pang), ஆங்கிலத்தில் கவிதை, சிறுகதை, நாடகமும், மலாயில் நாடகமும் எழுதி என்னைப் போலவே அதிகார வர்க்கத்தின் தூக்கத்தைக் கெடுக்கும் — 'சிங்கப்பூர், நீ என் நாடல்ல கவிதை புகழ்' (Singapore, you are not my country) அல்பியான் சாட் (Alfian Sa'at) ஆகியோர் சிங்கப்பூர் இலக்கியத்தை உலக அரங்கில் பதிந்தவர்கள்.

சீன இலக்கியவாதிகள் அமைதியானவர்கள். அவர்களில் போராளிகளைக் காண்பது அரிது. பெரும்பான்மை சமூகத்தின் அங்கத்தினராய் இருப்பதால், எல்லாச் சலுகைகளையும் முதல் தர குடிமக்களாய்க் சுகிப்பதால் (மலேசிய பூமி புத்ராக்களைப்போல்) நாட்டுக்கே உரித்தான வாழ்வின் நுண்ணரசியலையும், தந்திரமான ஒடுக்குமுறைக்குள்ளாகும் சிறுபான்மையினரின் பிரச்சனைகளையும் தொட பயந்து, அவர்கள் பாட்டுக்கு மென்மையான படைப்புகளைக் கொடுத்துக் கொண்டிருக்கிறார்கள். மேலும் அவர்களின் வெளிப்பாட்டுத் தளங்கள், சீனாவிலும், ஹாங்காங்கிலும், தைவானிலும், மலேசியாவிலும் விரிந்து கிடக்கின்றன. 1939 -இல் சீனாவின் ஹெபெய் (Hebei) மாவட்டத்தில் பிறந்து, சிங்கப்பூருக்குத் தன் பத்தாவது வயதில் வந்து, 2002 -இல் செப்டம்பர் மாதம் காலஞ்சென்ற நண்பர் இருமொழி (சீன-ஆங்கில) நாடகாசிரியர், இயக்குனர், நாடகப் பயிற்சியாளர், சிங்கப்பூர் நாடக முன்னோடி குவோ பாவ் கூன் (Kuo Pao Kun) சீனர்களில் வித்தியாசமானவர்; சர்ச்சைக்குரியவர், அனைத்துச் சிங்கப்பூர்க் கலைஞர்களின் மரியாதைக்குரியவர். நான்கின நான்குமொழி பரீட்சார்த்த நாடக முயற்சிகளுக்கும் ஆதரவு நல்கியவர்.

1976-இல் உள்துறை இலாகாவினால் (Internal Security Department) மார்க்சிஸ்ட் (Marxist) புரட்சியாளர் என்ற குற்றச்சாட்டில் கைதாகி நான்கு வருடங்கள் ஏழு மாதங்கள் தனிமைச் சிறைவாசம் அனுபவித்தவர். அரசாங்கம் 1989 -இல் அவருக்குக் கலாச்சார விருது (Cultural Medallion) கொடுத்துப் பாவத்துக்குக் கழுவாய் தேடிக்கொண்டது. அவரது தலைசிறந்த மூன்று நாடகங்களை நான் தமிழில் மறுஉருவாக்கம் செய்து அரங்கேற்றி இருக்கிறேன். 1990 -இல், அவர் தோற்றுவித்த சப்ஸ்டேஷன் (The Substation) என்னும் சிற்றரங்கில்தான் இன்றுவரை என் தமிழ், ஆங்கில நாடகங்கள் அரங்கேறி வருகின்றன.

அவரது மறைவுக்குப்பின், அவரிடம் பயிற்சி பெற்றவர்களில் யாரும் இன்னும் அவர் பெயர் சொல்லுமளவுக்கு வளரவில்லை. பிரதானமாக, கோக் ஹெங் லியுன் (Kok Heng Leun) என்ற நாடக இயக்குனரும், லி சி (Li Xie) என்ற பெண் நடிகர்-இயக்குனர்-நாடக எழுத்தாளரும் சில பரிசோதனை முயற்சிகளில் ஈடுபட்டுள்ளனர். அவர்களது நாடக குழு டிராமா பொக்ஸ் (drama box) அரசாங்கத்தின் உதவித் தொகை பெறும் முன்னனிக் குழுக்களில் ஒன்றானதால் இயல்பாக அடக்கியே வாசிக்கிறார்கள்.

சிங்கப்பூரில், மலாய் இலக்கியவாதிகளின் படைப்புகள் எப்போதுமே இஸ்லாமிய மதக் காப்பாளர்களின் எல்லைக் கோடுகளைத் தாண்டி வளர முடியாது. மலாய்ச் சமூகத்தின் பிரச்சனைகளை அல்பியான் சாட்டும், நானும் படம்பிடித்த கோணங்களைக் கூட அவர்கள் யோசிக்கமாட்டார்கள். காலஞ்சென்ற முன்னோடிக் கவிஞர் மசூரி பின் சாலிக்குன் (Masuri bin Salikun) அரசின் அங்கீகாரத்துக்கென்றே அலைந்தவர். பிரதமருக்கு பிறந்தநாள் வாழ்த்துக் கவிதை எழுதியவர். (இப்படிப்பட்ட குற்றச்செயல்களைச் சிங்கப்பூரின் தமிழ் மரபுக்கவிஞர்கள் மட்டுமே செய்துவந்தார்கள்.) அவர் இலக்கிய சட்டாம்பிள்ளையாய் அதிகாரம் செலுத்தினார். 2005-ஆம் ஆண்டு டிசம்பர் மாதம் ஆறாம் தேதி, தன் வீட்டில், தொலைக்காட்சி நேர்காணலுக்கு இலக்கியப் பிரதாபங்களை அளந்துகொண்டிருந்தபோதே மாரடைப்பில் மறைந்தார்.

அவருடைய சமகால படைப்பாளி சிறுகதை-நாவலாசிரியர் -கவிஞர் சுராத்மான் மார்க்காசான் (Suratman Markasan), மசூரியைவிட மனோபலமுள்ள படைப்பாளி. மலேசிய இந்தோனேசிய இலக்கியவாதிகளால் மதிக்கப்படு-பவர். அரசுக்கோ, செம்மறியாட்டு மலாய் அரசியல்வாதிகளுக்கோ கூழைக்கும்பிடு போடாததாலும் மசூரியின் நயவஞ்-சகத்தாலும் நியாயமான வாய்ப்புகளை இழந்தார். இன்னும் எழுதிக்கொண்டிருக்கிறார். இவர்களைவிட இளையவர், கட்டடக் கலைத்துறையில் பட்டம் வாங்கிய சிறுகதை-நாவலாசிரியர் கவிஞர் ஈசா கமாரி (Isa Kamari). தற்சமயம் இவர் காட்டில் விருது மழை. அரசின் செல்லப்பிள்ளை. மூத்த மலாய் எழுத்தாளர்களைவிட இவரிடம் சரக்கிருந்தாலும் மசூரியின் காலி இடத்தை இவர் நிரப்பும் அரசியல் முடிச்சு அவிழ்கின்றது. இவரது இரு நாவல்கள் ஆங்கிலத்தில் மொழிபெயர்க்கப்பட்டு வெளிவந்துள்ளன.

ஒரு நாவல் சீன மொழியில் மொழிபெயர்க்கப்பட்டுள்ளது. இவர்களின் எழுத்துகளை, இவர்களைப்போலவே மலாய்க்காரரான அல்பியான் சாட்டின் எழுத்துகளோடு ஒப்பிடுவது பாவம், பரிதாபம். அல்பியான் சமரசங்களுக்கு அப்பாற்பட்டவர். இவர்களோ, சுமாரான, வம்புகளை விரும்பாத, எல்லோருக்கும் நல்ல பிள்ளையாய் இருக்க எழுதும் கண்ணியமானவர்கள். அல்பியான் சாட்டை அடியொற்றி, இருமொழித் திறனுள்ள ஒரு புதிய மலாய் இளைய தலை-முறை கவிதை, புனைகதை, நாடகம் எழுத வந்திருப்பது மலாய்ச் சமூகத்தின் மேய்ப்பர்களை பீதியுறச் செய்துள்ளது. இளரத்தம் கலகக்கார எழுத்தென்று அறைகூவினாலும் மலாய் மொழி இலக்கியத்தை மதவல்லுனர்களும் உள்துறை அதிகாரிகளும் விசனத்தோடு மோப்பம் பிடித்துக் கொண்டிருக்கிறார்கள்.

சிங்கப்பூர் தமிழ் இலக்கியத்தைப் பற்றி முரசறைய பெரிதாய் ஒன்றுமில்லை. தொண்ணூற்றைந்து விழுக்காடு மரபார்ந்த, காலாவதியான, பாடாவதியான, அறநெறி தைலம் தடவி ஒழுக்கம் ஓம்புவதை பிரச்சாரம் பண்ணும் உலக-ளாவிய உருவ உள்ளடக்க முதிர்ச்சியோ கலை நயமோ அற்ற படைப்புகள். அவற்றை, அட்சரசுத்தமாக மொண்-ணைத்தனத்துக்காகவே முனைவர் பட்டம் வாங்கிய கரப்பான்கள் அடிமசுரு துடிக்க தூசிதட்டி எடுத்து ஆய்ந்து இலக்கியம் இருக்கின்றது என்று ஆண்டாண்டு கரமைதுனம் செய்துகொண்டு மோட்சமடைவது வெள்ளிடைமலை. தமிழ்நாட்டில் இருந்து வந்து இறங்கி இருக்கும் பொருளாதாரக் கூலிகளின் கழிவுகளைச் சிங்கப்பூர் இலக்கியம் என்ற தாளிகைக்குச் சேர்க்கமுடியாது. காசு சேர்ந்ததும் மூட்டைமுடிச்சுகளோடு ஓடிப்போகும் இந்த அகதிகளையும் அவர்-களின் கக்கல்களையும் சிங்கப்பூர்க் கக்கூஸ் எழுத்தாளர் அமைப்புகள் கூட்டம் சேர்க்கப் பயன்படுத்திக்கொள்வது இயல்பே.

குறைந்துவரும் சீன பிறப்புவிகிதத்தை மறைமுகமாய் உயர்த்துவதற்காய், உயரும் மலாய்க் குடிமக்களின் தொகை-யைக் கட்டுப்படுத்துவதற்காய்ச் சிங்கப்பூர்ப் பிரஜைகளுக்குப் பாதகமாய்ப் பின்கதவுகளைத் திறந்துவிட்டுச் சீனாவிலிருந்-தும் இந்தியாவிலிருந்தும் படித்த படிக்காத மூன்றாந்தர அடிமாட்டுக் கூலிகளை இறக்குமதி செய்துவரும் கேடுகெட்ட அரசு, நாளையே புதிய குடியேறிகளின் வாரிசுகள் கட்டாய இராணுவத் தேசியச் சேவை செய்தால்தான் குடியுரிமை வழங்கப்படும் என்று சட்டதிருத்தம் செய்தால், அனைத்துச் சுரண்டல் சொறி நாய்களும் ஓடிவிடும். தேசியச் சேவைக்-குப் பயந்து மலேசியாவிலும் வெளிநாட்டிலும் தம் குஞ்சுகளைப் படிக்க வைத்திருக்கும் கழுதைகளுந்தான்.

சிங்கப்பூரில் பிறந்து, வாழ்ந்து, நாட்டின் பாதுகாப்புக்கு இரண்டாண்டுகளைத் தியாகம் செய்து மேலும் பத்தாண்டு-களை சேமப்படைச் சேவைக்காக அர்ப்பணிக்கும் சிங்கப்பூர்க் குடிமக்களுக்கு முறையாகக் கிடைக்கவேண்டிய சலுகை-களுக்கு (இலக்கியம் உட்பட) இந்தக் கழிசடைகளும் போட்டிபோடுவது துர்நாற்றம் வீசும் தொழுநோய்க் கைகள் ஆரத் தழுவ வருவதுபோல் இருக்கின்றது. இந்த ஜென்மங்களுக்கு இலக்கிய மாமாவேலை பார்க்கும் சிங்கப்பூரர்கள் இருக்-கும்வரை சிங்கப்பூர்த் தீவு தென்கிழக்காசியாவில் விபச்சாரத் தெருவாகவே அடையாளம் காணப்படும். மிச்சமிருக்கும் ஐந்து விழுக்காட்டுக்குள் வரும் சிங்கப்பூர் எழுத்தாளர்களில், மூத்த தலைமுறையினரான புனைகதையாசிரியர்கள் புது-மைதாசன், மா.இளங்கண்ணன், இராம கண்ணபிரான், (காலஞ்சென்ற நா.கோவிந்தசாமி) முதலியோர் அடங்குவர்.

இவர்கள் உருவம் உள்ளடக்கம் இரண்டிலும் ஒரு தொடர்ச்சியான மரபை அடியொற்றி எழுதுபவர்கள். தற்போது முதுமை இவர்களின் பங்களிப்பைக் குறைத்துவிட்டது. மொரிசீயஸ் தீவு, தமிழ் நாட்டு கிராமம் ,இரண்டாம் உலகப் போருக்கு முந்தய சிங்கப்பூர், அன்றைய சிராங்கூன் தமிழ் வட்டார வாழ்க்கை, தமிழ் புத்தகக் கடை, என்ற பல்வேறு அனுபவ தரிட்சனங்களை உள்ளடக்கிய நாவல் தவத்தை, இலக்கியக் கட்டுரைகளையே அதிகம் தந்து கொண்டிருக்-கும் இராம கண்ணபிரான் இனியாவது கலைத்தால் சிங்கப்பூர் தமிழ் இலக்கியத்துக்கு ஒரு துளி மோட்சம் கிடைக்க-லாம். இவர்களுக்கப்பால், நம்பிக்கையூட்டும் அடுத்த தலைமுறைப் படைப்பாளி, தற்கால உலக இலக்கியப்போக்குகள் அறிந்து வித்தியாசமாய்க் கவிதை சிறுகதை எழுதிவரும் கவிதாயினி லதா.

கடந்த இருபது வருடங்களில் எத்தனையோ இலக்கியப் பயிலரங்குகளும், போட்டிகளும், எழுத்தாளர் விழாக்களும் நடந்து முடிந்துவிட்டன. ஆனால், மலேசிய இளந்தலைமுறை இலக்கியவாதிகளைப்போல், இங்கேயே பிறந்து வளர்ந்து தமிழில் எழுத ஒரு தமிழ் படைப்பாளி இன்னும் உருவாகவில்லை. தமிழை வெறுப்போடு மட்டமாகப் பார்க்கும் ஒரு தலைமுறை மட்டும் நம் தமிழாசிரியர்களின் (கடந்த 15 வருடங்களாய் வந்துபோகும் தமிழ்நாட்டு இறக்குமதிகளும்

சேர்த்து) சேவையால் உருவாகிவிட்டது என்று கூறினால் அது தவறோ? சிங்கப்பூர்த் தமிழ் இலக்கியத்தைப் பற்றி நினைத்தாலே உள்ளம் உருகுதையா. ஹா... ஹா... ஹா...

பொதுவாகத் தமிழகத்திலிருந்து சிங்கை வந்து இலக்கியம் படைக்கும் எழுத்தாளர்களை விமர்சிக்கிறீர்கள். ஒரு வேளை இவர்களும் இல்லாமல் போனால் சிங்கையில் தமிழ் இலக்கியத்தின் தொடர்ச்சி இருக்குமா?

அதிகார மையம் இலக்கியம் வளர்க்க வழங்கி இருக்கும் ஏராளமான வசதிகளை, இல்லாத ஊருக்கு இலுப்பைப் பூ சர்க்கரை என்று உறிஞ்சிப்பெருத்து நாளையே ஓடிப்போகும் இந்த வந்தேறிகளின், தமிழ்நாட்டில் சாதாரணமாகவே கவனிப்பற்றுப் போகத்தக்க தயிர்ச்சாத, மசால் வடை, புளியோதரை, சைவ பிரியணி, வார்ப்புகளால் சிங்கப்பூர் இலக்கியம் ஒன்றும் வளரப்போவதில்லை. அப்படி வளரவேண்டும் என்று இங்கு யாரும் முட்டிக்கொள்ளவும் இல்லை. 1819 -இல் Stamford Raffles உருவாக்கிய சிங்கப்பூர் இன்றுவரைக்கும் விபச்சார விடுதிதான், சூதாட்ட மையந்தான். 9.8.1965-ல் மலேசியாவிலிருந்து விரட்டப்பட்ட சிங்கப்பூர் ஒரு நாடல்ல. இன்று சீனாவின் இன்னொரு மாநிலமாகத் தோற்றமளிக்கும் சிங்கப்பூர் என்றுமே தார்மீகத்தை அனுசரிக்கும் நாடாக முடியாதக் கற்பிதம். இதில் தீவிர சிங்கப்பூர் இலக்கியம் என்ற ஏதோ ஒன்று தப்பித்தவறி நான்கு மொழிகளிலும் உருவாகியே வந்துள்ளது.

ஆங்கிலம், சீனம், மலாய் மொழிகளில் உள்ள இளம் தலைமுறை வளர்ச்சி, தமிழில் இல்லாமல் போனதற்குக் கூறுகெட்ட மறை கலன்ற தமிழ்க் கல்விமுறையின் இலக்கியப் பாடத்திட்டமும், நவ அடிமைகளைப் பெற்றுத்தள்ளும் தமிழ் ஆசிரியர்ப் பயிற்சிக் குட்டைகளும், அதில் ஊறிய இலக்கிய விமர்சன முனைவர் மட்டைகளும் இலக்கியம் வளர்க்கிறோம் என்று செருப்பு மாட்டியும் நோபெல் பரிசு வாங்கத்தக்க புதிய ஊர்க்கூலிகளின் கவிக்கிறுக்கல்களுக்குக் கவிப்பாடையிலும் கவிச்சாக்கடையிலும் பிச்சைக்காசு விட்டெறியும் உள்ளூர் மடையர்களும் பொறுப்பு. சிங்கையின் தமிழ் இலக்கியத்தை முன்னெடுக்க முயன்ற நா.கோவிந்தசாமி தன் கல்விக் கழகப் பயிற்சி வகுப்புகளில் ஹைஹை என்று சிறுகதைக்குத் தட்டிக்கொடுத்த தமிழ் ஆசிரியர்களும், 1980-களின் இறுதியில் எழுதவந்த வாசகர் வட்டத்தின் இளையர்களான ரெ.பாண்டியன் (சிறுகதை), இராஜ சேகர் (கவிதை), இராஜா ராம் (சிறுகதை) எங்கே போனார்கள்?

சிங்கப்பூர் வாழ்க்கையின் பொருளாதாரத் தேவைகளின் நெருக்கடியால் நிர்ப்பந்தத்தால் தானுண்டு தான் குடும்பமுண்டு என்று அவரவர் வேலையைப் பார்க்கப் போய்விட்டார்கள். சிங்கப்பூரில் யாரும் முழுநேர இலக்கிய வாதியாய் இருக்க முடியாது. வீட்டில் தோசை வார்த்துக்கொண்டு சிங்கப்பூரைப் பற்றி தவறான கண்ணோட்டத்தையும் தகவல்களையும் அரைவேக்காட்டுப் படைப்புகளில் பேதிக்குப் போகும் மாமிகளைத் தவிர அதிலும் தமிழில் முதுகெலும்புள்ள படைப்பாளியாய் இருபதென்பது தற்கொலைக்குச் சமம். இதில் தமிழை வைத்துக்கொண்டு பிழைப்பு நடத்தும் பல்லக்குத்தூக்கிகள் ஒரு பக்கம், பாடத்திட்டத்தில் தமிழ் இல்லாவிட்டால் நிம்மதி என்று வளரும் இளம் தலைமுறை மறு பக்கம். அரசியல் சதுரங்கத்தில் தமிழுக்கும் தமிழருக்கும் கெக்களித்தவாரே கோடித்துணி விட்டெறியும் அதிகார மையம் இரண்டுக்கும் மேலே.

இந்த இலட்சணத்தில் சிங்கப்பூரில் தமிழ் இலக்கியம் தொடர்ந்தால் என்ன தொடராவிட்டால் என்ன? நாளையே சிறுபான்மைத் தமிழ் மொழி அதிகாரப்பூர்வ அந்தஸ்தை இழந்து ஹிந்தி மொழி அரியணை ஏறினாலும் ஆச்சரியமில்லை. அதற்கான அரசியல் வியாபார நாடகங்கள் மெதுவாய் அரங்கேறிக் கொண்டிருக்கின்றன. தமிழ் என்றால் என்ன என்று கேட்கும், ஆங்கிலத்தில் எழுதும் தமிழ் இளைய தலைமுறை உருவாகிக்கொண்டிருக்கிறது. அவர்கள் இனிமேல் தமிழனின் தலைவலிகளைப் பற்றி எழுதினாலும் எழுதலாம். கால்மேல் கால் போட்டுக்கொண்டு காரித்துப்பினாலும் துப்பலாம். தமிழில் எழுத யாரும் இல்லையே என்று யாரும் ஒப்பாரிவைக்கப் போவதில்லை. தலையாட்டி தம்பிரான்களைத் தவிர.

இளம் தலைமுறைத் தமிழ் இளைஞர்கள் இலக்கியத்தில் நாட்டம் காட்டுகின்றனரா? அவர்களிடம் தமிழ் சார்ந்த கலையார்வம் உண்டாக? உங்களின் பங்களிப்பு என்ன?

தேசியப் பல்கலைக்கழகத்தின் கலைகள் மையம் 1990 -இல் இருந்து கல்வி அமைச்சின் Gifted Education பிரிவோடு நடத்திவரும் Creative Arts Programme (CAP), தேசியக் கலை மன்றம் 2000 -இல் தொடங்கிய Mentor Access Project (MAP), இரண்டும் நாளைய எழுத்தாளர்களை உருவாக்கும் முகாந்திரமாய் ஆரம்பிக்கப்பட்டவை. இவற்றில் தமிழ் இளைய தலைமுறையினர் பங்கேற்பது மிகவும் குறைவு. அப்படி அவர்கள் கலந்து கொண்டாலும் சிறுகதையும் கவிதையும் எழுதுவது எப்படி என்று பயிற்சி கொடுக்க ஏற்பாட்டாளர்களால் கொண்டுவரப்படும் காலாவதியான மூத்திரத் தமிழ் எழுத்தாளர்கள் கொடுக்கும் இம்சையால் புறமுதுகு காட்டி ஓடிவிடுகிறார்கள். கடந்த பத்து வருடங்களில் இவற்றில் உருவாகிய இளம் படைப்பாளிகள் இன்று சிங்கப்பூரின் முக்கிய எழுத்தாளர்களாக ஏனைய மூன்று மொழிகளிலும் எழுதி வருகின்றனர்.

நான் CAP தொடங்கப்பட்ட காலத்தில் இருந்தே ஆங்கிலத்தில் கவிதை, நாடகம் ஒரே ஒரு முறை தமிழில் கவிதை என்று பயிற்சி அளித்திருக்கிறேன். என்னிடம் ஆங்கிலத்தில் கவிதை பயிற்சி பெற்ற வேற்று இனத்தவர் சிலர் இன்று குறிப்பிடத்தக்கக் கவிஞர்களாக எழுதிக்கொண்டிருக்கின்றனர். பலமுறை உயர்நிலை பள்ளிகளில் தமிழில் கவிதை, நாடகப் பயிலரங்குகள் நடத்த அணுகியபோது அங்கிருக்கும் மரபூக்கிய தமிழ் ஆசிரிய வேதாளங்கள் சீனப் பள்ளி முதல்வர்களிடம் ‘நான் மாணவர்களை மூளை சலவை செய்துக் கெடுத்து வெகுஜன விரோதிகளாக்கி விடுவேன்’ என்று வத்தி வைத்ததால் கதவுகள் மூடப்பட்டன. இழப்பு எனக்கில்லை. என் தலைக்கு மேலே சர்ச்சைக்குரிய படைப்பாளி என்ற சக்கரம் சுற்றுவதால், முன்புபோல் இல்லாமல் தற்போது ஆங்கிலப் பள்ளிகளிலிருந்து கூட அழைப்பில்லை. இந்தச் சில்லரை குருபீடங்களை எதிர்ப்பார்த்து நான் எழுதிக்கொண்டிருக்கவில்லை. நானே குருவின்றி வித்தையைக் கற்றவன்.

பொதுவாகவே சிங்கையில் தாங்கள் சர்ச்சைக்குரியவாராக அடையாளம் காட்டப்படுவதன் காரணம் என்ன? இவ்வடையாளம் தாங்களாக விரும்பி ஏற்றுக்கொண்டதா?

நான் என்ன சர்ச்சையை விறைத்த குறியாக வைத்துக்கொண்டு அலைகின்றேனா? சிங்கப்பூரில் கடந்த முப்பத்தேழு ஆண்டுகளாகத் தமிழிலும் ஆங்கிலத்திலும் எழுதிவரும் நான் எந்த அடையாளத்தையும் விரும்புவதில்லை,விரும்பி ஏற்றுக்கொண்டதும் இல்லை. அப்படி இங்குள்ள சிந்தனை காயடிக்கப்பட்ட தமிழ் ஜிங்குஜக்குகளின் குணம் நாடி, குற்றமும் நாடி, அவற்றுள் மிகை நாடி ஏற்றுக்கொண்டிருந்தால், நானும் எழுத்துச் செங்கல், தமிழ் வேல், வில், கம்பு, ஏவல், கூவல், தேனீ, யோனி, ஏறல், தூறல் என்று தமிழன்னையிடம் கோவணம் வாங்கிக் கட்டிக்கொண்டு மேடைதோறும் எனக்கும் தமிழ் வரும் என்று தமிழ் வாழ்த்துப் பாடி வேட்டி தூக்கிக் காட்டி புல்லரித்துப்போயிருப்பேன். நல்ல வேளையாக, நான் கற்ற கல்வி, தமிழ் இலக்கியத்தைக் கடந்த வாசிப்பு, இருமொழி எழுத்துப் பயிற்சி, பெற்ற தொழில்முறை வாழ்க்கை அனுபவங்கள், சந்தித்த கலைஞர்கள், தனித்திருக்கும் துணிச்சல், எல்லாம் என்னைத் தற்காலத் தமிழ் இலக்கியம் எனும் கருந்துளையில் (black hole) இருந்து காப்பாற்றி இருக்கின்றன.

சிறுபான்மைத் தமிழனாக இருந்தாலும், என் படைப்புகள் சுயதணிக்கை இல்லாமல் அதிகார மையத்தை நோக்கி உண்மையைப் பேசுவதால், நிறுவன அமைப்புகளின் மரபார்ந்த கருத்தியல்களை, விழுமியங்களை நிர்-நிர்மாணம் செய்து நகைப்பதால், எதையும் கேள்விக்குள்ளாக்குவதால் என்னைச் சர்ச்சைக்குரியவராகச் சிங்கப்பூரின் ஜனநாயக விரோத ஆங்கிலப் பத்திரிகைகளும் அரசின் கலாலோசைனக் குழுக்களில் வீற்றிருக்கும் மலப்புழுக்களும் சாவதானமாக முத்திரை குத்திவருகிறார்கள். இதனாலேயே நான், கெஞ்சினாலும், கொஞ்சினாலும் நட்புப் பாராட்டி வரும் ஆங்கிலப் பத்திரிகை நிருபர்களுக்கு நேர்காணல் வழங்குவதில்லை. சொன்ன கருத்தைத் திரித்துப்போட்டுச் சர்ச்சையைக் கிளப்புவதே அவர்கள் வேலை.

2008 -இல், நியூஸ்வீக் இதழின் தலைமை நிருபர் George Wehrfritz ஹாங்காங்கில் இருந்து பறந்துவந்து சிங்கப்பூரின் சர்ச்சைக்குரிய ஆங்கில நாடகக் கலைஞர்களைப் பேட்டி எடுத்தார். மற்ற நான்கு பேரைக் குழுவாகவும், என்னைத் தனியாகவும் சந்தித்தார். சிங்கப்பூரில் நாடகத் தணிக்கை, தடை, கலைகளில் அரசின் குறுக்கீடு, கருத்துச் சுதந்திரம், அரசியல் என்று நேர்காணல் நீண்டது. இறுதியில், ஆகஸ்ட் 11- ஆம் தேதி வெளியான இதழில் என் நேருரை மட்டும் கத்தரிக்கப் பட்டிருந்தது. என் கருத்துகள் சிங்கப்பூரைத் தென்கிழக்காசியாவில் மிகப்பெரிய கலைகளின் மையமாக உருவாக்க மக்களின் வரிப்பணத்தை வாரி இறைத்துக் கொண்டிருப்பதாய்த் தம்பட்டம் அடித்துக்கொண்டிருக்கும் ஸ்தாபனத்தையும் நடப்புகளையும் அம்பலப்படுத்தியதால், பரிகசித்ததால், அமெரிக்க வெள்ளைக்காரக் குழு ஆடிப்போய் தணிக்கை செய்துவிட்டுச் சிங்கப்பூர்ப் பிரதிநிதி Sonia Kolesnikov-Jessop மூலம் ஈமெயிலில் பூடகமாக மன்னிப்புக் கேட்டது.

உண்மையில் என்ன நடந்தது என்பதைச் சோனியா சொல்ல மறுத்தாலும், ஏதோ ஓர் அரசாங்க நாய் போடவேண்டாம் என்று காலில் விழாக் குறையாய் மன்றாடிக் கேட்டிருக்கும் என்பதைப் புரிந்துகொண்டேன். வெளியான கட்டுரையில், Alfian Sa’at மட்டும் என் தலாக் (TALAQ) நாடகத் தடை பற்றிக் குறிப்பிட்டிருந்தார். நான் இதுபோன்ற கோமாளித்தனங்களை ஏற்கனவே நம் தமிழ் விதூஷகர்களிடம் பார்த்திருப்பதால் பெரிதாய் ஒன்றும் அலட்டிக்கொள்ளவில்லை. ஆனால், அன்று முதல் நேர்காணல் என்று வரும் எந்த வெளிநாட்டு வெள்ளைக்கார நாயையும் அண்டவிடுவதில்லை. நேர்காணல் வெளிவரும் என்று உறுதிமொழி எழுதிக்கொடுத்தால் அன்றிப் கொடுப்லை. பாருங்கள், நான் உண்டு என் எழுத்துண்டு என்று இருந்தாலும், சர்ச்சை வீட்டுக்கதவைத் தட்டுகின்றது.

நான் ஒன்றும் தீப்பந்தம் ஏந்தி இந்த நாட்டைக் கொளுத்தப்போவதில்லை; குண்டுமழை பொழிந்து முட்டாள்களை வதம் செய்யப்போவதில்லை; அரசியலில் நுழைந்து ஆட்சியைக் கவிழ்க்கப் போவதில்லை; எனக்குப் பதவியோ பணபலமோ சீடர்களோ கிடையாது என்பதை தினமும் என் கைத்தொலைபேசி, வீட்டுத் தொலைபேசி, கணினி, நாடகம் அரங்கேறும் இடம் அனைத்தையும், வாங்கும் சம்பளத்துக்குப் பாதகமில்லாமல் 24-மணி நேரமும் ஒட்டுக் கேட்கும்

கண்காணிக்கும் உள்துறை இலாகா அதிகாரிகளுக்கும் அமைச்சருக்கும், அரசாங்கத்துக்கும் நன்றாகவே தெரியும் என்று எனக்கும் தெரியும். விழிப்புணர்வு ஏற்படுத்தும் ஒரு கலைஞனை வாழவிடாத எந்த நாடும் உருப்பட்டதாக வரலாறு இல்லை. சிறுபான்மை இனக் கலைஞனை நசுக்குவதால் நாட்டின் கலை மேம்பாட்டு முயற்சிகளுக்குதான் இழுக்கு.

ஸ்தாபன மையத்தைச் சிதறடிக்கும் மற்றமைத்தன்மை உரையாடல்களை நாடகங்களாகவும் கவிதைகளாகவும் கொடுப்பதைத் தவிர எனக்கு வேறொன்றும் தெரியாது. இந்நாட்டில் என் இருப்புக்கூட அதிகாரத்துக்கும் எனக்குமிடையே அரங்கேறும் ஒருவித நுண்ணரசியல்தான். "In a time of universal deceit, telling the truth is a revolutionary act — George Orwell." 2005 -இல் ஆகஸ்ட் மாத உயிர்மை இதழுக்கு அளித்த நேர்காணலில் முடிவாகக் கூறியதை மறுபடியும் சொல்லிக்கொள்ள விரும்புகிறேன். "கண்ணிவெடிகள் நிறைந்த நிலப்பரப்பில் நான் நீண்டகாலமாகத் தனிமையில் நடந்து கொண்டிருக்கிறேன்.

இந்த அபாயகரமான பயணம் எனக்குச் சந்தோஷங்களைக் கொடுத்தாலும் பொருளாதார ரீதியில் நான் பல இழப்புக்களைச் சந்திக்கவேண்டியுள்ளது. அதற்காக எந்தக் கொம்பனிடமோ, குப்பனிடமோ, சுப்பனிடமோ, அதிகாரத்திடமோ நான் கையேந்தியதில்லை, சமரச இரசம் காய்ச்சிப் பருகியதில்லை. ஒவ்வொரு நாளும் ஆன்மீக ரீதியில் நான் வலிமை பெற்று வளர்ந்து கொண்டிருக்கிறேன். இந்த ஆனமீகம் மதம் சார்ந்ததல்ல. என்னுடைய கவிதை — நாடகம் இரண்டைத் தவிர எனக்கு வேறு மதமில்லை. கடவுள் கச்சடா எதுவுமில்லை. தழல் வீரத்தில் குஞ்சென்றும் மூப்பென்றும் உண்டோ?"

பொதுவாக உங்கள் நாடகங்களை வெளிநாடுகளில் எவ்வாறு எதிர்கொள்கிறார்கள்? குறிப்பாகத் தமிழகத்தில்?

1994 -1995 வரை மேற்கு ஆஸ்திரேலியாவில் நான் எழுதி இயக்கி அரங்கேறிய நாடகங்களைப் பற்றிச் சொல்கிறேன். 'You Are Here' எனும் வெள்ளை இனவாதம் பற்றிய Theatre-in-Education நாடகம் பெர்த்தில் (Perth) உள்ள பத்து வெவ்வேறு வெள்ளை, பழங்குடிக் கல்விக்கூடங்களில் அரங்கேற்றப்பட்டது. நான் காதுகேளாதோர் சமூகத்தோடு இணைந்து தோற்றுவித்த Fingerpainters என்ற குழுவுக்காக THE CHAIR எனும் நாடகத்தை ஊமைப்பயிற்சிக் கலைஞர்களை வைத்து மேடையேற்றி அந்தக் குழுவுக்கு முறையான நிர்வாகத்தை அமைத்து மாநிலத்தின் கலை மானியத் தொகையும் பெற உதவினேன்.

மற்றும் ஆஸ்திரேலிய நகர வாழ்க்கையின் சிதைவைக் காட்டும் நாய்கள் (DOGS) எனும் மிகையதார்த்த நாடகம், உயிர்பெறும் மரப்பாச்சியின் மூலம் சமூக அரசியலை நக்கலடிக்கும் PUPPET etc. எனும் பின்நவீனத்துவ நாடகம். 1996-இல், ஜூலை மாதம் தென்னாப்பிரிக்காவில் கேப் டவுனில் (Cape Town) உள்ள The Hearts and Eyes Theatre Collective எனும் புகழ்பெற்ற நாடகக் குழு, என் அனுமதி பெற்று நாய்கள் (DOGS) நாடகத்தை Grahamstown தேசியக் கலை விழாவில் தென்னாப்பிரிக்க வாழ்வைப் படம்பிடிக்க வசனங்களைச் சிறிது மாற்றி இயக்கி நடித்து அரங்கேற்றினர்.

1997-இல், மே மாதம் ஸ்பெயின் தலைநகர் மாட்ரிட்டில், இரத்தக்கறை படிந்த ஸ்பானிய வரலாற்றை அல்-ஹம்ப்ராவில் (Al-Hambra in Granada) வாழ்ந்த ஓர் அலியின் ஆவியும் பந்து விளையாடும் இரு சூனியக்காரிகளும் மறுபரிசீலனை செய்யும் இரத்தம் (SANGRE) எனும் பின்நவீனத்துவ நாடகத்தை மொழிபெயர்ப்பாளர் உதவியோடு ஸ்பானிய மொழியில் உருவாக்கி, இரு ஸ்பானிய நடனமணிகளையும், கொலம்பியாவில் (Colombia) இருந்த வந்த ஒரு நடிகரையும், மேலும் ஓர் உயிருள்ள முயல் குட்டியையும் இயக்கி நடிக்கவைத்தேன். நாடகத்தின் இறுதிக்காட்சியில், சிவப்புநிறச் சாயத்தொட்டியில் முங்கி எடுக்கப்பட்ட முயல் குட்டி மேடையெங்கும் விரிக்கப்பட்ட வெள்ளைத்துணியில் குதித்துப்போய் செந்நிற வர்ணச் சுவடுகளை உருவாக்கும்போது பார்வையாளர்கள் இரு குழுக்களாய்ப் பிரிந்து கத்தி சிறு கலவரமே வெடித்தது.

சில பெண்கள் அழத்தொடங்கினர். ஆண்கள் ஸ்பானிய மொழியில் திட்டினர். ஒன்றும் புரியவில்லை. எனக்கு உவப்பான ஸ்பானிய மொழியில் திட்டியதால் உவகை பொங்கியது. என் ஸ்பானிய பேராசிரியர், நாடகத்தின் வீச்சைப்பற்றி ஒரு பிரசங்கமே நடத்தி பார்வையாளர்களை அடக்கினார். முயலைக் குளிப்பாட்டி அதன் உரிமையாளரிடம் ஒப்படைத்தோம். நான் எழுதிய ஒரே ஸ்பானிய நாடகத்தை இன்னும் பதிப்பிக்கவில்லை. இலண்டனில் உள்ள Yellow Earth Theatre என்னும் பிரபல நாடகக்குழு, நாய்கள் (DOGS) நாடகத்தை 2007-இல், அக்டோபர் மாதம் 9 -13 வரை, இன்னொரு தென்கொரிய எழுத்தாளரின் நாடகத்தோடு சேர்த்து அரங்கேற்றியது. அந்த நாடாக விழாவுக்குத் தென்கொரியத் தூதரகம் நிதியுதவி செய்தது. சிங்கப்பூர்த் தூதரகத்தை அவர்கள் அணுகியபோது, என் நாடகம் என்றதும் கதவைச் சாத்திவிட்டர்கள் என்று மலேசிய ஈப்போவைப் பூர்வீகமாகக்கொண்ட நாடக இயக்குனர் க்வாங் லோக் (Kwong Loke) தெரிவித்தார்.

அதே வாரம், அதே தெருவில் வேறு அரங்கில், சிங்கப்பூர்க் கலை விழா என்ற பெயரில் வெள்ளைக்காரர்களை ஈர்க்க ஒரு கும்தலக்கடிகும்மா நிகழ்ச்சி சிங்கப்பூரின் உயரமான மாஜி பிரதமர் தலைமை தாங்க நடந்தேறியது. நாய்கள்

நாடகம் நிறைய சிறந்த விமர்சனங்களைப் பெற்றது. ஒரு சிங்கப்பூரர் உலகின் ஏதாவது ஒரு மூலையில் குசுவிட்டால் கூட The Straits Times — இன் முதல் பக்கத்தில் வண்ணப் படம்பிடித்துப் போடும், எனக்கு நன்கு அறிமுகமான சிங்கப்பூரின் ஆங்கிலப் பத்திரிகை பெண் நாடக நிருபர், நாய்கள் பற்றிய தகவல்களை இலண்டனில் இருந்து பெற்றும், அதுபற்றி எதுவும் எழுதவில்லை. கேட்டதற்குப் பக்கம் போதவில்லை என்று மூடிமறைத்தார். கேவலமாக அரசாங்கத்துக்குக் குண்டி கழுவும் பத்திரிகை.

அதில் கழுத்தில் நாய்ச் சங்கிலியோடு ஊளையிடும் நிருபர்கள். பத்திரிகா தர்மத்துக்கே அவமானம். Welcome to Singapore. ஆங்கிலச் சூழலிலேயே இப்படிக் கிழிகிறதென்றால், தமிழ்ச் சூழல்? தமிழினத் தலைவர் கருணாநிதியின் குடும்ப தர்பார் நடக்கும் தமிழகத்தில், என் நாடகங்களை அரங்கேற்றும் தைரியம், 1989-இல் இருந்தே எனக்கு ஒரு தந்தையைப்போல் மிக நெருக்கமாய் இருந்துவரும் நாடகக் கலைஞர் கலைமாமணி ந. முத்துசாமியின் கூத்துப்பட்டறைக்கே இல்லாதபோது, வேறு எந்த அமைப்பு முன்வரும் என்று எதிர்பார்க்கமுடியும்? அதிலும் கனிமொழி வேறு கூத்துப்பட்டறையின் Board of Trustees -இல் ஒருவராக இருக்கும்போது? கவுண்டமணி சொன்னதுபோல், அரசியல்ல இதெல்லாம் சகஜமப்பா. ஒன்னும் கண்டுகொள்ளக்கூடாது.

வேறு தமிழக நாடக அனுபவங்கள் என்றால் சிங்கப்பூர் கலை விழாவில் 1990-ல் புரிசை கண்ணப்பத் தம்பிரான் தெருக்கூத்து மன்றத்தின் தெருக்கூத்தையும் 1998-ல் கூத்துப்பட்டறை குழுவினரின் நவீன நாடகங்களையும் அரங்கேற்ற உழைத்திருக்கிறேன். டிசம்பர் 2002-ல் சென்னை (Stella Maris College)ல் Women In Asia Issues and Concerns மாநாட்டில் பேராளராகக் கலந்து கொண்டதோடு மாணவிகளுக்கு ஒரு நாடகப் பயிலறங்கும் நடத்தியிருக்கிறேன். ஆகஸ்ட் 2002-ல் Maxmuller Bhavan சென்னையில் எனது Flush நூல் வெளியீட்டோடு நாடகத்தின் காணொலியும் இடம்பெற்றது. சென்னையில் முக்கியமான இலக்கியவாதிகளும் விமர்சகர்களும் இதழாளர்களும் வந்திருந்தனர். நாடகம் அவர்களின் மனதில் இருந்து வந்த சிங்கப்பூர் என்ற பிம்பத்தை உடைத்தது.

கவிதை, மொழிபெயர்ப்பு, நாடகம் தவிர்த்துத் தாங்கள் இரண்டு சிறுகதைகளும் எழுதியுள்ளதாக அறிகிறோம். அதில் தொடர்ச்சியாகத் தங்கள் கவனம் செல்லாதது ஏன்?

இரண்டு சிறுகதைகளல்ல. 27 சிறுகதைகள். திரை ஒளி சினிமா இதழில் வெளிவந்த "ஒரு நம்பிக்கை தூக்கில் தொங்குகிறது" — நகல் பிரதி இல்லை. 1975 -ல் இருந்து தமிழ் மலருக்கு அனுப்பிய 19 கதைகளும் அம்போ என்று போய்விட்டன. நானும் நகல் பிரதி வைத்துக் கொள்ளவில்லை. தமிழ் மலர் சிங்கப்பூரில் இருந்த போது அங்கே ஓடும்பிள்ளையாய் இருந்த காலஞ்சென்ற மரபுக் கவிஞர் பரணனிடம் கொடுத்த ஒரு சிறுகதையை அவர் ஆசிரியரிடம் ஒப்படைக்காமல் குடிபோதையில் கழிப்பறைத் தாளுக்குப் பயன்படுத்தி இருக்கலாம். அதற்கும் நகல் இல்லை. 'வெள்ளிக்கிழமை காத்திருந்தவன்' என்ற மலேசிய தோட்டப்புறப் பேய்க்கதை 1975 தமிழ் மலரில் வெளிவந்தது. மஞ்சள் பூத்துப்போன பக்கம் இருக்கின்றது. 1977 -இல் மனோரதங்களின் பாதையில் ஒரு நிர்மலப்பூ என்று தமிழ் மலரில் வெளிவந்த ஒரு கற்பனாவாத மசாலாக் கதைக்கு நகல் இல்லை. ஆனால், காலஞ்சென்ற நா. கோவிந்தசாமியின் 1977 இலக்கியக்களத் தொகுப்பில் இருக்கிறது. சிறுகதை வடிவ சோதனை செய்து தீவிரமாய் எழுதிய கதைகள் பழைய கோப்புகளில் கிடக்கலாம்.

தமிழிலும் ஆங்கிலத்திலும் எழுதிய புகை ஏணி (Smoke Ladder), அறிமுகமில்லாக் கண்ணாடிகளில் ஏதேச்சையாக (In Unknown Mirrors) என்ற இரு சிறுகதைகளும் 1990 -இல் சிங்கப்பூர்ப் புனைகதைத் தொகுப்பில் (The Fiction of Singapore — Anthology of ASEAN Literatures) இடம்பெற்றன. முதலில், 1992 சிங்கா கலை சஞ்சிகையில் ஆங்கிலத்தில் சிறுகதையாய் வந்த FLUSH தான், பிறகு 2001-ல் சிங்கப்பூரின் சீன இனவாதப் பிரச்சினையைப் போட்டுடைத்த என் முக்கியமான நாடகமாய்ப் புதுவடிவம் பெற்றது. உண்மையில் FLUSH, The Straits Times பத்திரிகையின் கலைப்பகுதி ஆசிரியர் கவிஞர் Koh Buck Song வருட இறுதி சிறப்புச் சிறுகதைப் பகுதியில் வெளியிடக் கேட்டுக்கொண்டதால் ஆங்கிலத்தில் எழுதப்பட்டது.

ஆனால் இறுதியில், மற்ற எழுத்தாளர்களின் கதைகள் மட்டுமே பிரசுரமாயின. கடைசி நேரத்தில் அவர் எவ்வளவோ போராடிப் பார்த்தும், சர்ச்சையைக் கிளப்பும் என்று என் கதை நீக்கப்பட்டது. இந்த FLUSH சிறுகதையை நான் கலந்துகொண்ட சிங்கப்பூர், தாய்லாந்து, ஆஸ்திரேலிய இலக்கிய மாநாடுகளிலும், விழாக்களிலும் வாசித்திருக்கிறேன். வாசித்து முடித்ததும், விருந்துநேரத்தில் யாரும் பக்கத்தில் வரமாட்டார்கள். சீனாவில் இருந்து வந்த சீனர்கள் மட்டும் பேசுவார்கள்; விவாதிப்பார்கள். இவ்வளவுக்கும், சிங்கப்பூரின் சீன இனவாதத்தை இலக்கியத்தில் அம்பலமாக்கிய, அதுவும் சிறுபான்மைத் தமிழன் ஒருவன் ஆங்கிலத்தில் எழுதிய முதல் கதை. இத்தனை வருடங்களுக்குப் பின் இவற்றையெல்லாம் நினைத்துப் பார்க்கும்போது சிரிப்புத்தான் வருகுதைய்யா. சிறுகதையில் எனக்கு ஆர்வம் குறைந்தது. வெறும் மௌனவாசிப்புக்கான சிறுகதையை விட ஏராளமான பார்வையாளர்களை ஈர்க்கும் அதிரடி நாடக அரங்கின் பனிமுக எரிமலை வீச்சு என்னைக் கவர்ந்தது. சிறுகதை அடக்கமான கைத்துப்பாக்கி என்றால் நாடகம் AK47.

நான் AK47-னைத் தேர்ந்தெடுத்தேன்.

சிறுகதையைக் கைத்துப்பாக்கியாகவும், நாடகத்தை AK 47-னாகவும் ஒப்பிடும் தொடர்ச்சியில் சினிமாவை நீங்கள் எப்படி பார்க்கிறீர்கள்? நாடகத்தைக் காட்டிலும் சினிமாவின் அடைவு விஸ்தாரமானது அல்லவா? ரித்விக் கடக் போன்றோர் நாடகம் மூலம் தொடங்கினாலும் பின்னர் சினிமா இயக்கத்தைத் தேர்ந்து கொண்டது பற்றி உங்கள் எண்ணம் என்ன? நீங்கள் ஒரு பயிற்சிபெற்ற Cameraman என்று அறிகிறோம். நாடக இயக்கத்தின் நீட்சியாக நீங்கள் சினிமாவை எப்படி அணுகுகிறீர்கள்? சினிமா தொடர்பான உங்கள் முயற்சிகள் அல்லது மனத்தடைகள் பற்றிக் கூறுங்கள்.

சினிமாவைப் Bazooka-வோடு ஒப்பிடுவேன். நான் முறையாக ஒளிப்பதிவுத் துறையில் பயிற்சி பெற்றவன். 1980 -இல் இருந்து 1981-வரை சிங்கப்பூர்த் தொலைக்காட்சி நிலையத்தில் நேர்முகத் தேர்வில் தேர்ந்தெடுக்கப்பட்டு, ஜப்பானில் இருந்து வரவழைக்கப்பட்ட ஒளிப்பதிவாளரின் மிகக் கடுமையான ஆறுமாத நேரடிப் பயிற்சிக்குப் பிறகு அவர் வைத்த தேர்விலும் தேறி தொலைக்காட்சியின் செய்திப்பிரிவுக்கு ஒளிப்பதிவாளராகப் பணிபுரிந்தேன். இதில் வேடிக்கை என்னவென்றால், நான் முதல் முதலாக ஒளிப்பதிவு செய்தது ஒரு மரணத்தை. ஓர் அதிகாலை மழையில், சிங்கப்பூர் இராணுவக் கனரகவாகனம் ஒன்று விபத்துக்குள்ளாகி அதிலிருந்த பல இராணுவத்தினர் தூக்கியெறியப்பட, ஒருவர் மட்டும் சாலையோரத்தில் நாட்டுக்காக உயிர்விட்டார்.

மழையில் நனைந்துகொண்டே உடலின் பக்கத்தில் அமர்ந்து படம்பிடித்தது மறக்கமுடியாத அனுபவம். செய்திப் பிரிவில் இருந்த என்னைத் தமிழ்ப் பிரிவுக்கு மாற்ற முயன்றனர். நான் ஆங்கிலப் பகுதிக்கு வேலை செய்து என் திறனை வளர்த்துக்கொள்ள முடிவு செய்திருந்தேன். மற்ற சராசரி ஒளிப்பதிவாளர்களைவிட என் அடிப்படைக் கல்வித்தரம் உயர்ந்தது என்பதால் ஆங்கில நிகழ்ச்சிகளுக்குத் தயாரிப்பாளராகும் வாய்ப்பு நிச்சயம் கிடைக்கும். மேலதிகாரியிடம் எவ்வளவோ கேட்டும், தமிழ்ப் பிரிவு உன்னைக் கேட்கிறது, நான் ஒன்றும் செய்யமுடியாது என்று கையை விரித்துவிட்டதால், பீயைத் தின்பதற்கு ஒப்பான தமிழ்த் தொலைக்காட்சி நாடகங்களுக்கும், ஆடல் பாடல் நிகழ்ச்சிகளுக்கும் வெளிப்புற ஒளிப்பதிவாளனாய் இருப்பதை விட நாக்கைப் பிடுங்கிக்கொண்டு சாவதே மேல் என்று இராஜினாமாக் கடிதத்தை நீட்டினேன்.

நான் தொலைக்காட்சி நிலையத்தில் சேர்வதற்கு முன்பே, உலகத் திரைப்படங்களைப் பற்றிய ஆழமான வாசிப்பு எனக்கிருந்தது. அதோடு Singapore Film Society -இல் நான் அங்கத்தினன். சத்யஜித் ரே, ரித்விக் கட்டக், ஷ்யாம் பெனேகல், மிருனாள் சென் போன்ற இந்தியத் திரைப்பட ஜாம்பவான்களையும் சேர்த்து, Sergei Eisenstein, Akira Kurosawa, Luis Bunuel, Ingmar Bergman, Federico Fellini, Bertolucci, Pasolini, Orson Welles, Godard, Roman Polanski, Ousmane Sembene, என்று (அடுக்கிக்கொண்டே போகலாம்) அனைவரின் படங்களையும், ஆப்ரிக்க, இலத்தின் அமெரிக்க இயக்குனர்களின் படங்களையும் சுவாசித்தவன் நான்.

எனக்குக் கிடைத்த அனுபவத்தோடும் ஒளிப்பதிவாளர் சான்றிதழோடும், American Film Institute, London International Film Institute, பின்னர், இந்தியாவில் Pune Film Institute, கடைசியில் சென்னை அடையாறு Film Institute என்று பணச்செலவைக் கருதி இறங்கி இறங்கி முயற்சி செய்தும், தந்தையார் ஒரு சல்லிக்காசு கொடுக்கமாட்டேன், சினிமாக் கூத்தாடி ஆவதென்றால் வீட்டைவிட்டு வெளியே போ என்று என் கனவுகளைச் சுட்டுத் தள்ளிவிட்டார். இன்று சிங்கப்பூரில் ஆரம்பக் கலைஞர்களுக்கு வழங்கப்படும் திரைப்பட மானியத் தொகை அன்று அறவே கிடையாது, அன்றோடு என் திரைப்பட ஒளிப்பதிவாளர் பின் இயக்குனர் ஆகும் ஆசைக்கு முற்றுப்புள்ளி வைத்துவிட்டு மேடை நிகழ்கலைக்கு மாறிவிட்டேன்.

நான் முழுமையாக 16mm film -இல் பயிற்சி பெற்றவன். 1981 -இல் வீடியோ காமெராக்கள் சந்தையில் வெளிவந்தன. நான் பகுதிநேர வீடியோ ஒளிப்பாதிவாளராகச் சுமார் ஏழு வருடங்கள் குறிப்பாகச் சீன மரணச் சடங்குகள் (சீனர்கள் துரதிர்ஷ்டம் என்று படம்பிடிக்கமாட்டார்கள் — புதைகுழியில் போட்டு மூடும் வரை ஒளிப்பதிவு செய்தால் நல்ல தொகை), பொதுவான சமூக நிகழ்வுகள், நான்கின திருமணங்கள், தொழிற்சாலை விளக்கப் படங்கள், என்று என் ஒளிப்பதிவு அரிப்பைத் தீர்த்துக்கொண்டேன். அன்று இன்றைய தொழில்நுட்பங்கள் அதிகம் இல்லாவிட்டாலும், காட்சிகளைப் பதிவு செய்யும் போதே அவற்றை mental editing செய்து பதிவுசெய்யும் திறமை பெற்றிருந்ததால், வேலை எனக்குச் சுலபமாக இருந்தது.

தற்போதைய சிங்கப்பூர் அதிபரின் ஒரே மகளின் திருமண சடங்கையும் அன்று ஒளிப்பதிவு செய்திருக்கிறேன். என் பணிகள் மாறவும், வீடியோ தொழிலை விட்டுவிட்டேன். இன்று குறும்படம் முதல் திரைப்படம் வரை எடுக்கும் சாத்தியக்கூறுகள் தென்பட்டாலும், பண முதலீட்டையும் யோசிக்க வேண்டி உள்ளது. யாரும் அழைத்தால், கதை, திரைக்கதை, வசனம், இயக்கம், நடிப்பு என்று ஒத்துழைக்கும் ஆர்வம் இருக்கிறது. 1998 -இல், Tiger's Whip என்னும் சிங்கப்பூரில் தயாராகித் தோல்வியடைந்த ஆங்கிலப் படத்திலும் இந்திய யோகியாக ஒரு Cameo Role பண்ணியிருக்கிறேன். நாடக எழுத்து இயக்கம் என்பது திரைப்படத்தைவிட அதிக சிரமமானது. பார்வையாளர்களின்

எண்ணிக்கையும் பரப்பளவும், சொல்முறை உத்திகளும் நாடகத்தைவிட திரைப்படத்துக்கே அதிகம் என்பதை மறுக்க-முடியாது.

இன்று பல நாடக இயக்குனர்கள் ஆட்டப்பிரதியோடு குறும்படக் காட்சிகளையும் நாடகத்தின் ஓர் அங்கமாக இணைத்துக்கொள்கிறார்கள். இதில் எழுத்துத் திறமை இல்லாமலும், கற்பனை வறட்சியாலும் படக்காட்சிகளை நாடக அரங்கில் காட்டுபவர்களே அதிகம். மின்சார வெட்டு வந்தால், ஒரு மெழுகுவர்த்தி வெளிச்சத்தில் கூட நடிகர்கள் நாடகத்தைக் காப்பாற்ற முடியும். ஆனால், வெறும் மின்சாரத்தை நம்பிய தொழில் நுட்ப ஜோடனைகள் ஏமாற்றிவிடும். என் தடைசெய்யப்பட்ட தலாக் நாடகத்தை, Shabana Azmi-யையோ, Nandita Dass-சையோ கதாநாயகியாய் நடிக்கவைத்துத் திரைப்படமாக எடுக்க ஒருவர் ஆர்வம் காட்டினார். வியாபாரிகளிடம் திரைக்கதையில் சமரசம் செய்-துகொண்டு கதையை விற்க விருப்பமில்லாததால், மறுத்துவிட்டேன்.

என்னுடைய நாடகங்களில், திரைப்படமாகவேண்டிய பல கதைகள் இருக்கின்றன. நான் என் நாடகங்களை ஒரு திரைப்படத்தை இயக்குவதுபோலவே இயக்கி அரங்கேற்றிவருகிறேன். இன்றும் விடாமல் தென்கொரிய, ஈரானிய, பிலிப்பினோ, ஐரோப்பிய, ஆப்ரிக்க தீவிர சினிமாவை இரசித்து உத்வேகம் பெறுகிறேன். இரண்டரை மணி நேரம் மூளையைக் கழற்றிவைத்துவிட்டு எப்படி இரசனையை வளர்த்துக்கொள்வது என்ற ஜெகஜால வித்தையைக் கற்றுக்-கொள்ள மட்டும் தமிழ்ப்படங்கள் பார்க்கிறேன்.

இதைத் தவிர்த்துத் தாங்கள் இசைப் பாடலாசிரியராகவும் இருந்துள்ளீர்கள். அது குறித்துக் கூறுங்கள்?

அண்மையில் வெளிவந்த ஜக்குபாய் படத்தின் இசை அமைப்பாளர் ரபி இசையமைத்துச் சிங்கப்பூர்த் தொலைக்காட்-சியில் ஒளிபரப்பான பல பாடல்களை இயற்றியவன் நான். 1991-இல் தமிழின் முதல் RAP பாடலான ஜோஜோ முனியாண்டி பாடல், காமாசோமா மாமா என்னும் RAP, புயலுக்கென்ன பூட்டு நெருப்புக்கென்ன தீட்டு — RAP, மந்திரம் வச்சாளே மச்சமுள்ள கண்ணாலே. தொடர்கதையா சிறுகதையா, விண்ணை ஆளும் சங்கீதம், கருப்பாயீ கருப்பாயீ எங்கப்போறே, கண்ணே ரோஜாப்பூவிலே தூளியிடவா, சோகம் பூத்திருக்கும் பாதை, போன்றவை நான் எழுதியவை.

ரபி வெளியிட்டிருக்கும் Breakthro' Karupayee இசைவட்டுகளில் என் பாடல்கள் உண்டு. ஆனால், இதுவரை எவரிடமும் காப்புரிமையை விட்டுக்கொடுக்க எந்தக் கையெழுத்தும் போடவில்லை, ஒரு காசும் வாங்கியதில்லை. சிங்-கப்பூரின் மதுபானக்கூடங்களிலும், வானொலியிலும் (வேண்டுமென்றே என் பெயர் சொல்லப்படாமல்) ஒலிக்கும் என் பாடல்களின் காப்புரிமை என்வசம்தான் இருக்கிறது. ரபியின் காப்புரிமை இசைக்கு மட்டுமே. Intellectual Property என்றால் என்னவென்று பேந்த பேந்த விழிக்கும் காட்டுமிராண்டிகள் பாட்டைக்கேட்டுத் தொலைந்துபோகட்டும் என்று நானும் கடந்த 20 வருடங்களாகச் சட்ட நடவடிக்கை எடுக்காமல் விட்டுவிட்டேன்.

உங்கள் கவிதையிலும் நாடகத்திலும் உள்ள தீவிரத்தன்மை உங்களின் இசைப்பாடல்களில் காணமுடிவதில்லையே? (உங்களின் பெரும்பாலானபாடல்களைச் செவிமடுத்துள்ளதால் கேட்கிறேன்.)

என் இசைப் பாடல்களுக்கும், ஆத்மார்த்தமான என் இலக்கியத் தீவிரத்தன்மைக்கும் தொடர்பில்லை. Rap பாடல்கள் மட்டுமே விதிவிலக்கு. மற்ற அனைத்தும் மெல்ல மெல்ல இசை வியாபாரியான ரபி என்னும் இசை அமைப்பாள-ருக்காக இயற்றப்பட்ட வெறும் கற்பனாவாதக் கூளங்கள். இதற்கும், எதையும் நியாயப்படுத்தவேண்டிய அவசியமில்-லாத ஒரு கொதிப்பேற்றும் பின்னணி உண்டு. எனக்கு உலக இசையில் அதிக நாட்டமுண்டு. 1975 -ல் மறைந்த குழல் இசைக் கலைஞர் சிங்கப்பூர்க் கர்ணனைச் சந்தித்தேன். மலையாளியான அவர் அப்போது உள்ளூர்த் தமிழ் இசைப்பாடல் வட்டுகளை வெளியிட்டிருந்தார். அவ்வப்போது அத்திப்பூத்தாற்போல் மலேசிய சிங்கப்பூர் வானொலியில் 'மூங்கிலென்னும் குழலினிலே', ஜேம்ஸ் போண்ட் மற்றும் சீன இசையைக் காப்பியடித்த 'அன்றில் இருந்து இன்று வரை ஆண்டவன் நேரில் வந்ததில்லை' போன்ற பாடல்கள் ஒளிபரப்பாகும்.

அப்பாடல்களை எழுதியவர் பானுதாசன் என்று ஞாபகம். ஒருவகையில் முன்னோடியான கர்ணனைச் சந்தித்தபோது என் மரபுக் கவிதைகள் பத்திரிகைகளில் வெளிவந்திருந்தன. நான் எப்போதும் கையோடு தூக்கிக்கொண்டு அலையும் என் மரபுக் கவிதை நோட்டுப் புத்தகத்தை வாங்கிப் பார்த்தார். நான் அவருக்குப் பாடல் எழுத விரும்பினேன். அவர் எனக்குக் குழல் வாசிக்கக் கற்றுக்கொடுத்துத் தன் சீடனாக்க விரும்பினார். மீண்டும் சந்திக்க ஏற்பாடானது. ஆனால், என் தந்தையார் இந்த முயற்சிக்கும் தடைவிதித்ததால் உலகம் ஒரு குழல் கலைஞனை இழந்தது.

பின்னர், 1982-இல் இருந்து 1984 வரை இளங்குற்றவாளிகள் சீர்திருத்தப் பள்ளியில் சமூகநல அதிகாரியாக வேலை பார்த்தபோது சக அதிகாரியும் பிரிய நண்பருமான அந்தோணி மார்ட்டின் ஹோகனிடம் கித்தார் வாசிக்கக் கற்றுக்கொண்டேன். கித்தார் மீட்டி ஆங்கிலப் பாடல்களைப் பாடுவது என் பொழுதுபோக்கானது. 1985 -இல் கீழ்நீ-திமன்றத்துக்குப் பணிபுரியும் Probation Officer -ஆகப் போனதோடு கித்தார் வாசிப்புக்கும் முழுக்கு. இருப்பினும்,

1982 -இல் அமெரிக்காவில் Grandmaster Flash and the Furious Five வெளியிட்ட The Message எனும் hip-hop rap பாடல் என்னை மிகவும் பாதித்தது. ஒடுக்கப்பட்ட அமெரிக்க கறுப்பினத்துக்காகக் குரலெழுப்பிய அந்தப் பாடல் rap இசையின் முன்னோடியானது.

நான் ஏற்கெனவே 1970-களில் இருந்து இங்கிலாந்தின் Pink Floyd இசைக்குழுவின் Psychedelic, Progressive, Sonic Experimental, Philosophic Rock இசைப்பாடல்களின் தீவிர இரசிகன். அக்குழுவின் பாடாலசிரியர் Roger Waters அற்புதமான கவிஞர். Another Brick in the Wall என்னும் இசைப்பாடலை மறக்கமுடியாது. 1980 -இல் தென்னாப்பிரிக்க அரசாங்கம் அந்த ஆல்பத்துக்கும் பாடலுக்கும் தடை விதித்தது. அந்தப் பாடலின் தாக்கத்தில் தான் என்னுடைய The Brick எனும் அரசியல் அங்கத நாடகம் 1991-இல் அரங்கேறியது. அமெரிக்க rap குழுவான Public Enemy, Bob Marley, நைஜீரிய இசைக்கலைஞரும் புரட்சிவாதியுமான Fela Kuti போன்ற பலரும் என்னை ஆட்கொண்டவர்கள்.

1991-இல் ரபியை சந்தித்தபோது ரபி சிங்கப்பூர்த் தொலைக்காட்சியின் நீர்த்துப்போன தமிழ் பொழுதுபோக்கு நிகழ்ச்சிகளுக்குத் தன் வசந்தம் குழுவினரோடு வாசித்துக்கொண்டும் பாடிக்கொண்டும் இருந்தார். அவரிடம், தமிழ்ச் சினிமாப் பாடல்களின் இறுக்கமான ஆதிக்கத்தை உடைத்துத் தென்கிழக்காசியாவில் தமிழ் இசைப்பாடல்களுக்கென்று ஒரு தனி அடையாளத்தை மலாய் (M. Nasir), சீன ஆங்கில இசைத்துறைகள் போல் உருவாக்குவோம் என்று திட்டமிட்டேன். அவரும் ஆமோதித்தார். அதனால், என் rap பாடல்களும் உருவாகின. இடையிடையே கொஞ்சம் கவிதாபூர்வமான காதல் பாடல்களையும் எழுதித்தருமாறு வேண்டிக்கொண்டார். அவர் ஆங்கிலத்தில் எழுதி தமிழில் பாடுபவர்.

மலாய் இரண்டாம் மொழியாய்ப் படித்தவர். ஆனால், நான் எதிர்பார்த்ததுபோல் அவர் சமூக விழிப்புணர்வை ஏற்படுத்தும் rap பாடல்களில் அக்கறை காட்டவில்லை. சர்ச்சைக்குரிய கவிஞனோடு இணைந்து பிரச்சனைகளில் மாட்டிக்கொள்ள விரும்பாமல் வெறும் தொழில்முறைக் கூத்தாடியாகவே இருக்க விரும்பினார். தொலைக்காட்சியின் தேவைகளுக்கு ஏற்ப வித்தியாசமான உணர்வுப் பாடல்களை எழுதுவேன் என்று எதிர்பார்த்தார். எனக்குப் பெருத்த ஏமாற்றம். எனது தலாக் நாடகத் தடையின் பிறகு, வேறு ஒரு முஸ்லிமைக் கொண்டு மசாலாப் பாட்டெழுதிகொண்டார். அறவே ஒதுங்கிவிட்டார். அதனால், கடந்த 11 வருடங்களாகத் தொடர்பைத் துண்டித்துக்கொண்டேன். இன்று உள்ளூர்ப் பாடல், மண்ணின் மைந்தர்களின் காதில் ஈயத்தைக் காய்ச்சி ஊற்றும் தமிழ்க்கொலை, கருத்துக்கொலையோடு ஒளியேறும் பாடல்களைச் செவிமடுக்கும்போது, அந்தக் காலத்தில் நாங்கள் எவ்வளவோ பரவாயில்லை.

இருந்தாலும், ஒரு துறையில் ஏற்பட்ட தோல்வியின் இரணம் இன்னும் ஆறாமல் வலிக்கின்றது. நான் இசைப் பாடல்களுக்குக் காசுவாங்காமல் எழுதியதுதான் ஒரே மனநிறைவு. இதற்கெல்லாம் கழுவாய் தேடுவதுபோல் செப்டம்பர் 2004-ல் நான் ஆங்கிலத்தில் எழுதிய நிழல் பிடிப்பவன் — Shadow Catcher என்ற நீளமான Rap பாடல் Belgium நாட்டைச் சேர்ந்த Dr. Robert Casteels இசையில் சிங்கப்பூரின் முன்னணி ஆங்கில Rap பாடகர் Sheikh Haikel பாட Nanyang Academy Of Fine Arts Chorus-ன் நூறு குழுப்பாடகர்களின் பின்னனியோடு அரங்கேறியது. Dr. Robert Casteels 2005-ல் வெளியிட்ட இசைவட்டிலும் இடம்பெற்றது.

மலேசியாவைப் பொருத்தவரை மீடியொகர் எழுத்தாளர்களே மலேசிய எழுத்தாளர்களாக அடையாளம் காட்டப்படுகின்றனர். சிங்கையின் நிலை என்ன?

எங்கெங்குக் காணினும் பாரதி சொன்ன சக்தி இல்லை, மீடியோக்ரிட்டியே ஆளுகின்றது. மௌடீகத்தை மூச்சிலும் பேச்சிலும் சுமந்துகொண்டு வாந்திபேதியோடு இலக்கியத்தை விசிட்டிங் கார்டாய்ப் பயன்படுத்திக்கொண்டு சோரம் போய்க்கொண்டிருக்கும் மலேசிய சிங்கப்பூர் எழுத்தாளர்களுக்கு அடையாளம் மீடியோக்ரிட்டி என்ற சராசரித்தனம். இதில் எழுத்தில் சூளுரைத்துவிட்டு "ஐயோ நாளைக்கு வேலை போய்விடுமே, விருது கிடைக்காதே! யாராவது எழுதிப்போட்டு இசாவில் கம்பி எண்ண வேண்டுமே," என்ற நடுக்கத்தில் அதிகார மையத்துக்கு உடனே குரங்குகளைப்போல் புட்டந்தூக்கிக் காட்டி "ஏறிக்க மவராசா ஏறிக்க... நல்ல அடிச்சுக்க... இராமனுக்குப் பெருசா... இராவணனுக்குப் பெருசா... மாதவிக்கு மாதவிலக்கு...

கண்ணகிக்கு என்ன கணக்குன்னு கவியரங்கம்.... இலக்கிய மாநாடு.... பட்டிமன்றம்.... போட்டிகீட்டி எல்லாம் ஏற்பாடு செய்திருக்கோம்... அவாளும் இவாளும் வந்து தலைமை தாங்கணும்..." என்று அங்கப்பிரதட்சணம் செய்யும் காக்கைகளை வெளுக்கவே முடியாது. நீங்கள் மலேசியப் பெயர் பட்டியல் கொடுக்கவில்லை என்றாலும் எழுத்தாளர் கழகங்களிலிருந்து நாளேடுகள், வார மாத இதழ்கள்,வலைமனைகள் வரை நீளும் பிரகிருதிகளை நானறிவேன். சிங்கையின் நிலை என்ன என்று முதலிலேயே பட்டியலிட்டுவிட்டேன். தேவாங்குகளுக்கு எதற்குத் தீவிர இலக்கியத் திவ்யதரிசனம். பாலத்துக்கு இருபுறமும் பரதமாடுவது புழுக்கைகள்தான்.

மலேசிய இலக்கியத்தைப் பொருத்தவரை நீங்கள் முக்கியமாகக் கருதும் எழுத்தாளர்களைப் பற்றியும் அவர்களின் பிர-

திகள் குறித்தும் சொல்லுங்கள்?

1997 டிசம்பர் மாதம் 30-ஆம் தேதி, மீண்டும் இந்தோனேசியாவில் மேடானுக்குத் திரும்பாமலேயே எங்கோ மதுரையில் ஓர் ஆம்புலன்ஸ் வண்டியில் அனாதையாய் இறந்துபோன கலைஞன் ப. சிங்காரத்தின் கடலுக்கு அப்பால்(1950), புயலில் ஒரு தோணி (1962) படைப்புகளைப்போல் பிரம்மிக்க வைக்காவிட்டாலும், வடிவத்திலும், கலை நயத்திலும், சொல்ல எடுத்துக்கொண்ட பிரச்சனையிலும், என் “இன்றைய” எதிர்பார்ப்புக்குள் வராமல் போனாலும், படித்தவை, இரசித்தவை, தேர்ந்து படிக்கச் சொல்பவை - மறைந்த கவிஞர் கா. பெருமாளின் துயரப் பாதை, மலபார் குமாரின் செம்மண்ணும் நீல மலர்களும், ஐ. இளவழகின் இலட்சியப் பயணம், மறைந்த சா. ஆ. அன்பானந்தனின் மரவள்ளிக்கிழங்கு, ஆர். சண்முகத்தின் சயாம் மரண ரயில், மறைந்த நண்பர் இளஞ்செல்வனின் சிறுகதைகள், இராஜகுமாரனின் சிறுகதைகள், தொடர்ந்து எழுதாமற்போன அரு. சு.ஜீவானந்தத்தின் சிறுகதைகள், இந்துமதவாதியாகிவிட்ட நாகப்பனின் கோணல் ஆறு சிறுகதைகள், அ. ரெங்கசாமியின் லங்காட் நதிக்கரை, ரெ.கார்த்திகேசுவின் சிறுகதைகள், இதுவரை குறிப்பிட்டோர்க்கான என் இரசனை அளவுகோலைத் தாண்டி, மா. சண்முக சிவாவின் சிறுகதைகள், கோ. முனியாண்டியின் கவனமாகத் தொகுக்கப்படவேண்டிய கவிதைகளும் சிறுகதைகளும், மலேசியாவுக்கு வெளியே ஆங்கில வடிவத்தில் பயணிக்காமல் இன்னும் தமிழ் இலக்கியத்தில் கம்பு சுழற்றிக்கொண்டிருக்கும் கலைஞன் சீ. முத்துசாமியின் மண்புழுக்கள் குறுநாவலும், சிறுகதைகளும்.

இளம் தலைமுறை எழுத்தாளர்களில் இன்னும் எதிர்பார்க்க வைப்பவை, நம்பிக்கை அளிக்கும் நவீனின் கவிதைகள், இசையில் ஒன்றிவிட்ட அகிலனின் கவிதைகள், ப. அ. சிவத்தின் கவிதைகள், வியக்கவைக்கும் தனித்துவமிக்க மஹாத்மனின் கதைகள், சு. யுவராஜனின் சிறுகதைகள், கே. பாலமுருகனின் சிறுகதைகள். இவ்வரிசைகள் எந்த நேரத்திலும் மாறலாம். இதில் ஏன் ஒரு பெண் படைப்பாளியும் இல்லை என்று கேட்கவேண்டாம். மீசை வைத்த ஆண்களே, நாளை வேலை போய்விடுமே, அடியாட்கள் வீட்டுக்கதவைத் தட்டுவார்களே, ISA (Internal Security Act)-இல் அடைத்துவிடுவார்களே என்று தயக்கத்தோடு எழுதிவரும் சூழலில், அவர்களின் இலக்கியத் தற்காப்புணர்வு சார்ந்த பயங்கள் தற்சமயத்துக்கு நியாயமானவைதான்.

ஆபத்திலாத தன்னுணர்வு படைப்புகள் தற்காலிகமானவையாகவும் இருக்கலாம். காத்திருப் தவறில்லை. ஒரு படைப்பாளியின் முக்கியத்துவத்தை, அதிகார மையத்திடம் குளிர்காய்ந்து தமிழ்ச் சமுதாயத்துக்குக் கோவிந்தாக்கொள்ளி போடக் காத்திருக்கும் எழுத்தாளர் சங்கமோ, பத்துப்பேரைப் பன்னாடைகள் என்று திட்டித் தீர்த்து பொன்னாடை போர்த்தி அரிய விலை கொடுத்து நூல்வாங்கி புளகாங்கிதமடையவைக்கும் போலி அரசியல்வாதிகளோ, பட்டம் பதவிக்காகத் தன் வீட்டுப் பெண்களைக்கூடத் தயங்காமல் காசுக்காகவும் பென்ஸ் காருக்காகவும் விற்கத் தயாராய் இருக்கும் தமிழ்ப் பத்திரிகையாசிரியனோ முத்திரைக் குத்த முடியாது. தன்னம்பிக்கையும், தன்மானமும், மனசாட்சியும், அறச்சீற்றமும் கொண்டு மௌனக்கலாச்சாரத்தை உடைக்கும் விழிப்புணர்வுள்ள படைப்பாளனின் படைப்பே காலங்கடந்தாலும் அதை உறுதிப்படுத்தும்.

மலேசியாவில் அதிகபட்ச ஒடுக்குமுறைக்குள்ளாகிவரும் சிறுபான்மைத் தமிழினத்திலிருந்து எழுதவந்திருக்கும் இளம் தலைமுறை எழுத்தாளர்கள், இதுநாள்வரை ஜனரஞ்சக சூடுபோட்டுக்கொண்டு இலக்கியப் புலிகளாய் உலாவந்த சொறிப் பூனைகளின் கக்கல்களில் கால் வைக்காமல், சும்மா தலையில் அடித்துக்கொண்டு போய்விடாமல், பிசிறில்லாத, கூர்மையான படைப்புகளால் தம் விளிம்புநிலை சமுதாயத்தின் நசுக்கப்படும் வரலாற்றையும், சோதனைகளையும், வேதனைகளையும் ஆவணப்படுத்துவார்கள் என்று நம்புகிறேன்.

தொடர்ச்சியாக நீங்கள் மலேசிய எழுத்துப் போக்கை அவதானித்து வருகிறீர்கள்? இன்றைய இளம் தலைமுறையினரின் இலக்கியப்போக்கை நீங்கள் எவ்வாறு உள்வாங்கிக் கொள்கிறீர்கள்?

தமிழ்நாட்டு இலக்கியவாதிகளின் ஓட்டை வான்குடை விரிப்புக்குள் தொங்கிக்கொண்டிருக்கும் ஓட்டடைகள் புத்திலக்கியவாதிகள் என்று கோஷம் போட்டுக்கொண்டிருக்க, இலக்கியத்தை வாழ்க்கையின் ஆயுதமாய் ஏந்தி முன்னெடுத்துச் செல்லும் போராளிகள் காயகல்பம் தேடும் சித்தர்களைப்போல் சிந்தித்துக்கொண்டு செயலாற்றுகின்றனர். தமிழ்நாட்டின் சுயநலம்பிடித்த சுயமோகி இலக்கியச்சூழலை நிராகரித்து எதிர்வினையாற்றிவரும் கைக்கட்டி நிற்காத புலம்பெயர் ஈழ இலக்கியவாதிகளைப்போல் இந்த இளம் போராளிகள் சமூக புனிதர்களின் காட்டுக்கூச்சலுக்கு மத்தியிலும் ஒரு தனித்துவமிக்க மலேசியத் தமிழ் புத்திலக்கியத்துக்கு அடித்தளமிடுவதை அவதானிக்கிறேன். பலே பாண்டியா. ரொம்ப சந்தோஷமாய் இருக்கிறது.

உங்களுக்கு ஏற்பட்ட ஏற்படுகின்றபொருளாதார இழப்புகளை எப்படி எதிர்கொள்கிறீர்கள்?

ஒரு ஜென் (Zen) துறவியின் புன்முறுவலோடு.

மலேசியாவில் எழுதும் இளம் தலைமுறை எழுத்தாளர்களுக்கு நீங்கள் கூற விரும்புவது என்ன?

எழுத்திலும் வாழ்க்கையிலும் முதுகெலும்பை மடித்துவைத்துவிட்டுச் சமரசம் பண்ணிக்கொள்ளாமல் உண்மையாய்

அறச்சீற்றத்தோடு இருந்தாலே போதும், உருப்படலாம்.

49. இராம. பழனியப்பன்

இராம. பழனியப்பன், உலக அளவில் மிகவும் மதிக்கப்படும் தமிழகத்தைச் சேர்ந்த ஓவியர். பல முக்கியமான சர்வதேச ஓவியக் கண்காட்சிகளில் இவரது ஓவியங்கள் இடம் பெற்றுள்ளன. டெல்லியிலுள்ள லலித்கலா அகாதமி, லண்டனிலுள்ள பிரிட்டிஷ் மற்றும் விக்டோரியா ஆல்பர்ட் அருங்காட்சியகம், ஆக்ஸ்போர்ட் பல்கலைக்கழகம் உட்பட உலகின் பல முக்கிய அருங்காட்சியகங்களில் இவரது படைப்புகள் காட்சிக்கு வைக்கப்பட்டு உள்ளன. பல சர்வதேச விருதுகளையும் பெல்லோஷி'ப்களையும் பெற்றுள்ளார். ஜெர்மனி, பிரான்ஸ், அமெரிக்கா, ஆஸ்திரேலியா, ஸ்வீடன் ஆகிய நாடுகளுக்கு இந்தியாவின் கலாச்சார பிரதிநிதியாக பயணம் செய்துள்ளார். ஆனால் நமக்கே உரிய மரபுப்படி, நம்முடைய பெருமையாக உலகம் முழுக்க வலம்வரும் இவரைத் தமிழகத்திற்குள் பரவலாகத் தெரியாது. 1957 ஜூன் 3-ஆம் தேதி தேவகோட்டையில் பிறந்த பழனியப்பன் சென்னை ஓவியக் கல்லூரியில் படித்தவர். தற்போது சென்னை லலித்கலா அகாதமி செகரட்டரியாக உள்ளார். சென்னையில் கோடம்பாக்கத்தில் உள்ள அவரது இல்லத்தில் சந்தித்தோம்.

தீராநதி: முதலில் உங்களது இளமைப் பிராயத்திலிருந்து தொடங்கலாம். குறிப்பாக எது ஓவியத்தை நோக்கி உங்களை ஈர்த்தது. ஒரு ஓவியராக நீங்கள் உருவாகக் காரணமாக இருந்த சூழல்கள் என்ன என்பது பற்றி சொல்லுங்கள்.

இராம. பழனியப்பன்: எங்கள் தாத்தா, வைரம் ராமநாதன் செட்டியார், செட்டிநாட்டுப் பகுதியில், பரவலாக தெரிந்தவர். அவர், கலை மற்றும் கலாசார நடவடிக்கைகளில் மிகுந்த ஈடுபாடு கொண்டிருந்தார். எங்களுக்கு வியட்நாமில் கடைகள் இருந்தன. வியட்நாமில் அப்போது இரண்டு கோவில்களை நகரத்தார்கள் கட்டினார்கள். ஒன்று மாரியம்மன் கோவில், மற்றொன்று சுப்பிரமணியசாமி கோவில், அந்த கோவில்களில் திருபணிக்கும் கலை மற்றும் வளர்ச்சிக்கும் தாத்தா நிறைய உதவிகள் செய்தார். கோவிலில் அலங்காரப் பொருட்கள், மணி மற்றும் தேர் உட்பட பல பொருட்கள் எங்கள் வீட்டில்தான் தாயாராகி அங்கே சென்றன. சில்வர் தேர், தாத்தா மேற்பார்வையில் செய்யப்பட்டு வியட்நாம் போனது. இந்த வேலைகள் எல்லாம் நடந்து கொண்டிருக்கும் போது, சிறுவனாக எல்லாவற்றையும் நான் வேடிக்கை பார்த்துக் கொண்டிருக்கிறேன். ஐயா ஈடுபட்டிருந்த கோவில்களின் திருப்பணி காரணமாக பல கோவில்களையும் அதன் அமைப்புகளையும் சுற்றிப்பார்க்கும் சந்தர்ப்பமும் வெகுவாக அமைந்திருந்தது.

ஐயா (தாத்தா) வைரம் பார்ப்பதில் நிபுணர். இரண்டு தரப்பினரும் நடுநிலைமையாக அவரை நியமித்து, வைரத்தைச் சோதித்துப் பார்ப்பார்கள். தாத்தா வைரம் பார்ப்பதை, நாங்களும் பார்த்துக் கொண்டிருப்போம். இதே காலகட்டத்தில் எங்கள் தந்தையார் ராமநாதன் செட்டியார், காலண்டர் ஏஜென்ஸ்' நடத்தி வந்தார். இதனால் வீட்டில் எப்போதும் ஆல்பம், காலண்டர் போன்றவை கட்டுக்கட்டாக இருக்கும். பிற்காலத்தில் அப்பா டின் பிரிண்டிங் நிறுவனம் ஒன்றையும் மதுரையில் நடத்தி வந்தார். அவற்றைப் பார்த்துக்கொண்டேதான் நான் வளர்ந்தேன்.

இவை அனைத்தும், என்னையறியமால் கலையும், ஓவியமும் எனக்குள் செல்வதற்கு ஒரு காரணமாக இருந்திருக்கலாம். ஒன்பதாவது படிக்கும் போது, படம் வரையும் திறமை எனக்குள் இருக்கிறது என்பதை கண்டுபிடித்தேன். அதனைத் தொடர்ந்து நிறைய படம் வரையத் தொடங்கினேன். ஐயா, என்னிடம் இருந்த, இந்தத் திறமையைக் கண்டுபிடித்து வியட்நாமிலிருந்து கலர் வாங்கி வரச் செய்து தந்தார். என்னை மற்றவர்களிடம் அறிமுகம் செய்யும் போது, இவன் நன்றாக வரைவான் என்றுதான் அறிமுகம் செய்வார். அப்போது பலர், சென்னையில் இருக்கும் ஓவியக் கல்லூரி பற்றி சொல்வார்கள். இது ஒரு உந்துதல்.

ஆனால் அக்காலகட்டங்களில் ஓவியன் ஆகவேண்டும் என்ற ஆசை அவ்வளவாக எனக்கு இருந்ததில்லை. சிறுவயதில் கட்டடக் கலை படிக்க வேண்டும் என்ற எண்ணமே மேலோங்கி இருந்தது. கொஞ்சம் வளர்ந்த பிறகு, விஞ்ஞானியாக வேண்டும் என்ற எண்ணம் உண்டானது. அப்போது மஞ்சரி பத்திரிகையைத் தொடர்ந்து படிப்பேன். அறிவியல், ஆகாயவெளி, அதற்குப் பிறகு என்ன என்ற கேள்வி இவற்றின் மீது ஒரு பெரிய ஈர்ப்பு இருந்தது. கட்டடக் கலை அல்லது ஓவியம் படிக்க சென்னை வந்தேன். ஓவியக் கல்லூரியில் இடம் கிடைத்தது.

ஓவியக் கல்லூரியில் அப்போது யார், யார் இருந்தார்கள்?

முதல் இரண்டு வருடம் தனபால் சார் முதல்வராகவும் பின்னர் முனுசாமி வாத்தியார் கல்லூரியின் முதல்வராகவும் இருந்தார்கள். முனுசாமி ஓவியங்கள் அப்பொழுது அவ்வளவாக புரியாது. ஆனால் வசீகரிக்கக்கூடியதாக இருக்கும். அல்போன்ஸ் எனக்கு நேரடி ஆசிரியர். சந்ரு கல்லூரியில் ஆசிரியராக இருந்தார். அவரை எப்போதும் ஆசிரியர் என்று நினைத்ததே கிடையாது. ஒரு சக தோழனாகத்தான் அவருடன் பழகியிருக்கிறேன்.

ஒரு ஓவியராக உங்களை உருவாக்கியதில் கல்லூரியின் பங்கு என்ன?
கல்லூரியின் பங்கு மிக முக்கியமானது. மறக்க முடியாதது. கல்லூரி எனக்கு பெடல்போன்று இருந்தாலும், உள் உணர்வுகளை தூண்டுகின்ற ஒன்றாகவும் இருந்தது. என்னுடைய தனிப்பட்ட ஆர்வமும் என்னை ஒரு ஆளாக்கியிருக்கிறது என்றே நினைக்கிறேன். முதல் இரண்டு வருடங்களில் பாடத்திட்டத்திற்கு அப்பாற்பட்டு, சைனிஷ் ஓவியங்களைப் பார்த்து அதனை மாதிரி வரைவேன். சில்பியின் ஓவியங்களைப் பார்த்து, மகாபலிபுரம் சென்று பத்து நாட்கள் தங்கி, நூற்றுக்கணக்கான ஓவியங்கள் வரைந்துள்ளேன். தன்னிச்சையாக மூன்றாம், நான்காம் வருடங்களில் வெளி, விமானம் பற்றியெல்லாம் நான் வரைவதைப் பார்த்து, அல்போன்ஸா மிகவும் ஊக்குவித்தார். நான் மகாபலிபுரம் சென்று வரைந்து வந்த ஓவியங்களை, மற்ற மாணவர்கள் அனைவருக்கும் காண்பித்துப் பாராட்டுவார் அவர். நான் கிராபிக்ஸ்'ல் ஈடுபட்டபோது ஆர்.வி. பாஸ்கரன் ஊக்கப்படுத்தினார். ஆதிமூலமும் நான் படித்து கொண்டிருந்த போதே மிகவும் ஊக்குவித்தார். நான் உருவாவதற்கு இவர்கள் எல்லோருமே காரணமாக இருந்திருக்கிறார்கள்.

அக்காலகட்டத்தில் உங்களுடைய சமகாலத்தவர்களில் உங்களை கவர்ந்த படைப்புகள் என்று யார், யாருடைய படைப்புகளைச் சொல்லமுடியும்.
முனுசாமி, சந்தானராஜ், ஆதிமூலம், ஆர்.பி. பாஸ்கரன், அல்போன்ஸ், விஜய்மோகன், மூக்கையா இவர்கள் அனைவரது ஓவியங்களும் அப்போது என்னைக் கவர்ந்தன.
உங்கள் ஆரம்பகால படைப்புகளில் பரவலாக தெரிந்தது. "FLYING STEPS ON MY BIRTHDAY". அதனை வரைவதற்குப் பின்புலமாக இருந்த மனநிலை என்ன?
கல்லூரியில் மூன்றாம் வருடம் படிப்பது வரைக்கும், என்னுடைய சிந்தனை எல்லம் ''ஓல்ட் மாஸ்டர்கள்'' மாதிரி ஆகவேண்டும் என்பதாகத்தான் இருந்தது. ஆனால் அதன்பிறகு ஓவியம் என்பது காலத்தையும், இடம், பொருள், சூழ்நிலைகளையும் மற்றும் ஓவியனின் தனிப்பட்ட உணர்வுகளையும் பிரதிபலிக்க வேண்டும் என்று எனது உள்மனம் அவ்வப்பொழுது சொல்ல ஆரம்பித்தது. கலை என்பது கண்ணுக்குப் புலனாகாத ஒரு விஷயம். அது சொல்லிக் கொடுத்து வரமுடியாது. உனக்குள் நீனாகவே கற்பித்துக் கொள்ள வேண்டியது என்று தோன்றியது.
1978-இல் ஒரு நாள் பிக்னிக் ஹோட்டலில் உட்கார்ந்து சாப்பிட்டுக் கொண்டிருந்தேன். திருப்பதியில் மொட்டை அடித்துவிட்டு, ஆந்திராவில் இருந்து வந்திருந்தவர்கள் படிக்கட்டில் ஏறிக் கொண்டிருந்தார்கள். சுற்றிச் சுற்றி ஏறும் படிக்கட்டு அது. ''கொஞ்சம்கூட விவஸ்தையே இல்லாமல் இப்படி படபடவென்று ஏறுகிறார்களே'' என்று சொல்லிக்கொண்டே, ''இந்த படிக்கட்டுகளுக்கு இடையேயுள்ள தொடர்பு இல்லையென்றால்'' என்று யோசித்தேன். அப்போது என்னை அறியாமலேயே ஓவியம் வரைகிறேன். அனிச்சையாக நடக்கிற ஒரு விஷயம் மாதிரி அது நடக்கிறது. படிக்கட்டுகளையெல்லாம் மிதக்கிற மாதிரி போடுகிறேன். அடர்த்தி இல்லையென்றால், காற்றுவெளியில் அது எப்படி மிதக்கும்? என்னுடைய முதல் படைப்பு அது.

அதன்பிறகு நீங்கள் வரைந்த விமானம் வரிசை ஓவியங்கள் தொடங்கி சமீபகால பெர்லின் ஓவியங்கள் வரை உங்கள் படைப்புகளில் காணப்படும் தொடர்ச்சியும், மாற்றமும், அதன் பின்னால் இருக்கும் மனநிலையும் பற்றி சுருக்கமாக சொல்லமுடியுமா? குறிப்பாக உங்கள் படைப்புகளில் அறிவியலும் கணிதமும் பிரதானமானதாக ஏன் இருக்கிறது என்பதையும்.
எனது எல்லா படைப்புகளையும் பற்றி சொன்னால், அது மிக பெரியதாகிவிடும். உங்களிடம் இடமிருக்காது. எனவே ஒரு சில போக்குகளைப் பற்றி மட்டும் சொல்கிறேன். எனக்கு பதிமூன்று வயது இருக்கும் போது, நான் ஒரு திரைப்படம் பார்க்கிறேன். ''திகிலிலி ளிதி ங'ணிஸ'லிமிழி'' என்பது அந்தப் படத்தின் பெயர். இரண்டாம் உலக யுத்தத்தைப் பற்றிய படங்களில் மிகவும் பிரசித்தி பெற்ற படம். கிட்டத்தட்ட மூன்றரை மணி நேரம் ஓடும். படம் முழுக்க சண்டை போட்டுக்கொண்டே இருப்பார்கள். இடைவேளைக்குப் பிறகு ஒரு கட்டடத்தைக் கைப்பற்றுவார்கள். அந்த படத்திற்கு பிறகு, ஏதே ஒரு ஆர்வத்தில் முப்பதுக்கும் மேற்பட்ட இரண்டாம் மற்றும் முதலாம் உலக யுத்தப் படங்களைப் பார்த்தேன்.

பறக்கும் பொருட்கள் எப்போதுமே எனக்கு மிகவும் பிடித்தமான விஷயம். யுத்தப் படங்களில் பிரதானமானது விமானங்கள். ஒரு திரையில் பத்து விமானங்கள் சென்றால் இன்னொரு திசையில் இருபது விமானங்கள் செல்லும். திரையில் விமானங்கள் அங்கும் இங்குமாக செல்வது, எனக்கு ஓவியம் மாதிரிதான் பட்டது. விமானத்தைப் பின்பற்றும்போது, அதன் இயக்கம் ஒரு ஓவியத்தை திரையில் உருவாக்குவதை பார்த்தேன். என்னுடைய படத்தின் சாராம்சமே இதுதான். விமானம் அல்ல, விமானியின் மனதுக்குள் என்ன இருக்கிறது என்பதில்தான் என் ஆர்வம்.
1978-79 காலகட்டம் அது. விமானத்திற்குள் ஏகப்பட்ட இயந்திரங்கள் இருக்கின்றன. இயந்திரம் எப்படி இயங்குகிறது என்பதை படம்போட வேண்டும் என்று நான் விரும்பினேன். அது எப்படி முடியும்? எனக்கு அது ஒரு பிரச்னையாகவே

இருந்தது. விமானத்தின் வரைபடம், ''ஸ்கெலிட்டன்ஸ்'' ஆகியவற்றைக் கொண்டு ஒரு வரிசை ஓவியங்கள் செய்தேன். இன்றைக்கு நான் செய்து கொண்டிருக்கும் ஓவியங்களுக்கான ஒரு நூலிலை தொடர்பு அங்கேயிருந்துதான் உருவாகிறது. இயந்திரங்கள் எப்படி வேலை செய்கின்றன. என்று காட்டுவதற்கு எண்களை கொண்டுவரத் தொடங்கினேன். அடுத்த கட்டத்தில் நான் என்ன நினைக்கிறேன் என்பதையும் ஓவியத்திற்குள் எழுதத் தொடங்கினேன். அப்போது எனக்கென்று ஒரு பாதையை நான் நிர்ணயித்துக் கொள்கிறேன். ''விமானங்களும் ஏவுகனைகளும் எனக்கு வேண்டும் இந்தப் பிரபஞ்சத்தில் வரைபடம் வரைய'' என்று அப்போது ஒரு பேட்டியில் குறிப்பிட்டிருக்கிறேன்.

விமானத்தின் நகர்வுகளைச் சித்திரிக்க, எண்களையும் விமானத்தில் உள் மற்றும் வெளி அமைப்புகளையும் ஒன்று சேர்த்து, அதன் பல பரிமாணங்களைச் சொல்ல முயற்சித்தேன். பின்பு அதில் இயக்கமே இல்லாதது போல் தோன்றவே, எனது சிந்தனை வேறு பக்கம் திரும்பியது.

ஒரு அறைக்கு வெளியே வந்து நிற்கிறீர்கள். உள்ளே இருந்து ஒரு இயந்திரம் இயங்கும் சத்தம் வந்துகொண்டிருக்கிறது என்று வைத்துக் கொள்ளுங்கள். அதற்கு என்ன அர்த்தம்? உள்ளே யாரோ இருக்கிறார்கள் என்பதுதானே. விமானத்தை ஒரு மனிதன் ஓட்டுகிறான். அவன் இல்லாத விமானம், ஒரு பொருள்தான். அவன் இயக்கும் போதுதான் ஒரு விமானமாகிறது. அப்போது அந்த விமானி, அந்த விமானத்தைப் பிரதிநிதித்துவம் செய்கிறான். அவன்தான் விமானம். அப்படியானால் விமானம் என்பது மனிதனைப் பிரதிநிதித்துவம் செய்யும் ஒரு பொருள் என்ற சிந்தனை எனக்கு ஏற்பட்டது. இன்னும் ஆழமாகப் பார்த்தால், அதுவும் ஒரு மனிதன்தான்.

இப்போது மனிதன் இல்லாமலேயே மனிதனைப் பிரதிநிதித்தவம் செய்யும் ஒன்றாக அது இருக்கிறது. இந்த சிந்தனையோட்டத்தின் பின்னணியில் உருவானவை என் ''பறக்கும் மனிதன் வரிசை'' ஓவியங்கள். விமானத்தின் தலையை மனித தலையாக மாற்றி, தலையை ஒட்டி இறக்கைகள் வரைந்தேன். மனிதனை பிரதிபலிக்க தலை, விமானத்தை பிரதிபலிக்க இறக்கை. அதன்பிறகு எனக்கே அவை ஆடம்பரமாகத் தெரிந்தன. அது நான் இல்லை என்பது மாதிரி இருந்தது. ஓவியம் மிகவும் அலங்காரமானதாக, ஆபரணங்களாக போய்விட்டது என்பதுமாதிரி இருந்தது. ஒரு மனிதனை பிரதிபலிக்க இயந்திரங்களைப் போடவேண்டுமா என்ற கேள்வி எழுந்தது.

அடுத்த காலகட்டம் பட்டறைகள் வரிசை. இதில் மனிதனின் இயக்கத்தை காண்பிக்க, அவனது இடுப்புப் பகுதியில் இருந்து ஒரு பறவை பறந்து வருவது மாதிரி வரைந்தேன். பறவையின் இறக்கைக்குப் பதிலாக மனிதன் உருவாக்கிய விமானத்தின் இறக்கையை வைத்தேன். பறவையின் இறக்கையைப் பார்த்துதான் மனிதன் விமானத்தின் இறக்கையை உருவாக்கினான். நான் விமானத்தின் இறக்கையை பறவையின் இறக்கையாக்கினேன். மனிதனின் இடுப்பின் இயக்கத்தை சொல்ல அப்பறவை இடுப்புப் பகுதியில் இருந்து வருவது மாதிரி செய்தேன். அதன் தொடர்ச்சியாக உருவான படைப்புகளில் மனிதனை தூங்கச்செய்து கனவில் விமானத்தில் பறக்கிற மாதிரி, கனவை பக்கத்தில் வரைந்தேன். எப்போதும் என்னுடைய படம் அடுத்து நான் வரையப்போகும் புதிய படத்துக்கான தூண்டுதலாகவும் எழுச்சியைத் தருவதாகவும் இருக்கிறது.

''பறக்கும் மனிதன்'' வரிசை ஓவியங்களை செய்துகொண்டு இருக்கும் போதே, திரைப்படங்களின் பாதிப்பு என்னிடம் வந்துவிட்டது என்று உணர்ந்து அதிலிருந்து விலகி வந்தேன். தலையையும் இறக்கையையும் போட்டு எதைச் சொல்கிறேன்? பறத்தலைதான் சொல்கிறேன். பறப்பது என்பது என்ன? அடிப்படையில் இயக்கம்தான். அதனை காண்பிக்க தலையும் இறக்கையும் வேண்டுமா? இயக்கம் என்றால் என்ன? ஒரு மனிதன் நடந்து வருகிறான் என்று வைத்துக் கொள்வோம். அவன் என்ன செய்கிறான்? அங்கே இங்கே என்று அலைந்து வரும்போது, தரையில் ஒரு கோட்டோவியத்தை உருவாக்கிக் கொண்டே வருகிறான். இதன் அடிப்படையில் நான் அந்த இயக்கத்தைக் கோடாக பிரதிபலிக்கிறேன். கோடுகளின் இயக்கத்தை பிரதிபலிக்க பின்னணியில் ஒரு நிலக் காட்சியை வைத்தேன். ஓவியக் கல்லூரியில் படித்தவனுக்கு நிலக்காட்சியை வரைவதா சிரமம்.

அந்த இயக்கத்தை விமானம்தான் என்று சொல்ல எதை வைப்பது? அப்போதும் எனக்கு எண்கள்தான் தீர்க்கமாக இருந்தது. விமானத்தின் வேகம், பரிமாணம், எல்லாவற்றையும் குறிப்பிட்டுக் கீழே ஒரு சார்ட் போட்டேன். அதனை கையால் எழுதினால் நம்ப மாட்டார்கள் என்று உண்மையான ஆவணம் எப்படி இருக்குமோ, அது மாதிரி டைப்போகிராப்பியில் பண்ணி, கம்யூட்டரில் டைப் செய்து அதனை சேர்த்து பிரிண்ட் எடுத்தேன். அதனை பார்க்கும் போது நிஜமான ஒரு ஆவணத்தைப் பார்ப்பது மாதிரி இருந்தது. அதில் நான்காவது பரிமாணம். ஐந்தாவது பரிமாணம் என்று எழுதினேன். ஒருவன் நினைவு நான்காவது பரிமாணம். அவன் என்ன நினைக்கிறான் என்பது எனக்கு தெரிவது ஐந்தாவது பரிமாணம். இந்த சிந்தனையின் தொடர்ச்சியாக வரைந்த ஓவியங்களில், எழுத்து உள்ள பகுதியை தலைகீழாக வைத்தேன். படங்களை அதற்கு கீழே வைத்தேன். தையல் இயந்திரத்தால் தைத்து அதன்மேல சீல்வைத்து ரப்பர் ஸ்டாம்பு குத்தினேன்.

நம்பகத்தன்மைக்காகத்தான் ரப்பர் ஸ்டாம்பை குத்தினேன் ''SPACE DRAWING RESEARCH CENTRE, CHENNAI'' என்று ரப்பர் ஸ்டாம்பு குத்தினேன். நான்தான் அதாரிட்டி என்று குத்தினேன். தேதி குறித்தேன். உண்-

மையான ஆவணம் மாதிரி இருக்கவேண்டும் என்பதற்காக அரக்கு சீல் வைத்தேன். இவை எல்லாமே அனிச்சையாக ஒன்றுக்கொன்று தொடர்பு கொண்டு நடந்த விஷயம்.

இதன் தொடர்ச்சியாக ''ஆவணம்'' தொடர் வரிசை ஓவியங்களை வரைந்தேன். இதே காலகட்டத்தில் ஸ்பைரல் பைண்ட் செய்து காலண்டர் மாதிரி சுவற்றில் தொங்கப் போட்டேன். அதன்மேல் செல்லோ டேப்பினால் பிலிமை ஒட்டினேன். இந்த பிலிம் அதில் என்னமோ இருக்கிறது என்ற எதிர்பார்ப்பை உருவாக்குகிறது. இந்த எதிர்பார்ப்புக்குள் ஒரு படம் இருக்கிறது. அந்த படம் உங்களுக்கு ஒரு மாதிரி இருக்கிறது, எனக்கு ஒரு மாதிரி இருக்கிறது. ஒவ்வொரு கால கட்டத்திலும் இது மாதிரியான விஷயத்தைதான் நான் அறிய முயற்சி பண்ணிக்கொண்டு வருகிறேன். ஒரு விஷயத்துக்கு இரண்டு விதமான பார்வைகள் இருக்கின்றன. ஒன்று பௌதீகமான அம்சம். மற்றொன்று சைக்கலாஜிக்கல் பரிமாணம். ஒரு பொருளையோ, விஷயத்தையோ இந்த இரண்டு பரிமாணத்தையும் நீக்கிவிட்டுப் பார்க்க முடியாது இவை இரண்டும் சேர்ந்தே வரும்.

அடுத்த காலகட்டம், ''கிரகங்கள்''. மைலாப்பூர் கோவிலுக்கு நான் அடிக்கடி போவேன். நவக்கிரகங்களைச் சுற்றி வந்து, அதற்கு எதிர்த்தாற் போல் உட்கார்ந்து கொள்வேன். அங்கிருந்து நவகிரங்களை சுற்றிவரும் மக்களை வேடிக்கை பார்த்துக்கொண்டே இருப்பேன். நவக்கிரகங்களைச் சுற்றி வந்தால் ஒன்பது கிரகங்களையும் சுற்றி வந்ததாக அர்த்தம். ஒன்பது கிரகங்களையும் ஒன்பது பக்கம் பார்த்து திருப்பி, ஒரே அளவில் செய்து ஒரே மேடையில் வைத்திருக்கிறார்கள். அவற்றிற்கு இடையேயான இடைவெளியும் ஒரே அளவில் இருக்கும். ''JOURNEY TO NINE PLANETS'' வரிசை ஓவியங்களை அந்த காலகட்டத்தில்தான் செய்தேன். இன்றைய விஞ்ஞான அறிவுடன் ஒன்பது கிரகத்துக்கும் நான் போவது மாதிரி சிந்தனை. அதனை படம் பண்ணுகிறேன். அந்த படம் இப்போது பிரிட்டிஷ் மியூசியத்தில் இருக்கிறது.

அடுத்தது ''DOCUMENT ALIEN PLANETS'' அறுபத்திமூன்று நாயன்மார்கள் இருக்கிறார்கள். எல்லா நாயன்மார்களும் ஒரே உயரத்தில் இருக்கிறார்கள். கோவிலுக்கு வருபவர்கள் எல்லா நாயன்மார்களையும் பார்த்துக் கொண்டு, போய்க் கொண்டே இருப்பார்கள். இந்த அனுபவத்தைப் படமாக செய்து பார்க்க வேண்டும் என்று எண்ணினேன். 63 படம் பண்ணவேண்டும் என்றுதான் முதலில் நினைத்தேன். பதினாறு பண்ணுவதற்கே இரண்டு வருடம் ஆகிவிட்டது. மும்பையிலும் டில்லியிலும் 16 படத்தை வரிசையாகவும் அதிலிருந்து ஒன்றை மட்டும் தனியாகவும் வைத்தேன். மக்கள் என்னுடைய படத்தைப் பார்த்து நகர்ந்து கொண்டே இருந்தார்கள். எதையுமே உணராமல், நாயன்மார்களை சுற்றி வருவது மாதிரி வந்தார்கள். ஆனால் அதே கிரகங்களின் தனிப்படம் பக்கத்தில் வந்து நின்று உற்றுப் பார்த்தார்கள். அதே படம்தான் பதினாறில் ஒன்றாகவும் இருக்கிறது. ஆனால் அதனை அவர்கள் பார்க்கவில்லை. இந்த சைக்கலாஜிக்கல் அனுபவத்தைப் பார்க்கவேண்டும் என்றுதான் அப்படிச் செய்தேன். வரிசையான ஒரே அளவில் ஒரே இடைவெளியில் வைத்தால் மக்கள் பார்க்க மாட்டார்கள்.

மிக சமீபத்தில் வரைந்தவை ''BERLIN ON PROCESS'' 1999-இல் பெர்லின் சென்றிருந்த போது, வழியில் ஒரு கட்டடத்தைப் பார்த்து அப்படியே நின்றுவிட்டேன். அது, பார்த்து மிகவும் பழகின ஒரு இடம் மாதிரி இருந்தது. ''fall of berlin'' திரைப்படத்தில் நான் பார்த்த கட்டடம் அது. 200 வருடங்களுக்கு முன்னால் கட்டப்பட்டது. ஆயிரக்கணக்கான மக்கள் இறந்து போன இடம். 50 வருடத்துக்குப் பிறகு அதனை புதுப்பித்து பாராளுமன்றம் ஆக்குவதற்கான வேலைகள் அப்போது நடந்து கொண்டிருக்கின்றன. கட்டடத்தைச் சுற்றியும் ஏராளமான இயந்திரங்கள். நான் அந்த கட்டடத்தை புகைப்படம் எடுக்கத் தொடங்கினேன். கிட்டத்தட்ட இரண்டரை மணி நேரம் புகைப்படம் எடுத்தேன். இன்னும் நிறையப் பேர் புகைப்படம் எடுத்துக் கொண்டிருந்தார்கள். ஆனால் என்னை மாதிரி யாரும் எடுக்கவில்லை. நான் குரங்கு மாதிரி எடுத்துக் கொண்டிருக்கிறேன். மற்றவர்கள் என்னை ஒரு மாதிரியாக பார்க்கிறார்கள். எனக்கும் அந்த கட்டடத்துக்குமான தொடர்பு அவர்களுக்குத் தெரியாது. எப்படித் தெரியும்? அது என் மனதில் அல்லவா இருக்கிறது.

ஊருக்கு வந்த பிறகு பிரிண்ட் போட்டு பார்த்தபோது. நான் எப்படி புகைப்படம் எடுத்தேன் என்பதை நினைத்தேன். யுத்தத்தில் சிப்பாய்கள் கட்டடத்தை நோக்கி சுட்ட மாதிரிதான் நானும் என் கேமிராவில் சுட்டுத் தள்ளியிருக்கிறேன். அதன் பிறகு அந்தப் படங்களை வைத்து கிராபிக்ஸ் பண்ணினேன். கட்டடத்தைச் சுற்றி நிறைய பேர் படம் எடுத்துக் கொண்டிருக்கிறார்கள் என்பதையும், அவர்களுக்கு இடையே புகுந்து அங்கே இங்கே நுழைந்து, நான் புகைப்படம் எடுத்துக் கொண்டிருக்கிறேன் என்பதையும் ஆவணப்படுத்தினேன். ஓவியத்தில் சிவப்புக் கோடு என்னுடைய இயக்கம். கருப்புக் கோடு புகைப்படம் எடுத்துகொண்டிருந்த மற்றவர்களுடைய இயக்கம். இந்த படைப்பின் வழி அந்த கட்டடக் கலையையும், அந்த இடத்தில் என்னுடைய இருப்பையும், 50 வருடத்துக்கு பிறகு புதுப்பிக்கப்பட்டு பாராளுமன்றமாகும் நிகழ்வையும் நான் கொண்டாடுகிறேன்.

அதனை வரைந்து கொண்டிருக்கும்போது, இவ்வளவு வருடமும் நாம் தேடிக் கஷ்டப்பட்டுக் கொண்டிருந்த விஷயம் இதுதாண்டா என்று தோன்றியது. தெளிவாக முடிவு செய்துவிட்டேன். அதன்பிறகு கோடுகளை மட்டும் வரைந்தேன்.

அதற்கான தலைப்புகளை தத்துவார்த்தமானதாக வைத்தேன். எனக்கு ஓவியங்களைவிட ஓவியங்களுக்கு வைக்கும் தலைப்புகள் முக்கியமாக தோன்றியது.

உங்கள் படைப்புகளுக்கான எதிர்வினைகள், விமரிசனங்கள் எப்படி இருந்தது. அதனை நீங்கள் எவ்வாறு எடுத்துக் கொண்டீர்கள்?

தொடக்கத்தில் என்னையும், என் ஓவியங்களையும் யாரும் பொருட்படுத்தவில்லை. ஆனால் உள்ளூர எனக்கு அதில் ஒரு உயிர் இருக்கிறது என்று பட்டது. எனவே அதைத் தொடர்ந்து செய்தேன். அதன் பிறகு ஒரு சிலர் இவன் இதை விட்டுப் போகமாட்டான். நம்மை புரிந்துகொள்ளவும் மாட்டான் என்று எனது ஓவியங்களை புரிந்துகொள்ள முயற்சித்தார்கள்.

தான் யாருக்காக படைக்க வேண்டும் என்ற கேள்வி எப்போதும் கலைஞர்கள் முன்னால் இருக்கிறது. கலைஞன் செய்யும் அனைத்தும் அதிகபட்சமாகச் சமூகத்திற்குத்தான். ஆனால் அந்த சமூகத்தின் எந்த பகுதிக்காக செய்யவேண்டும் என்பதுதான் என் கேள்வி. நானே சமூகத்தின் ஒரு பகுதிதானே. சமூகத்தில் இருக்கிற எனக்காக, நான் நினைக்கும் காரியத்தை நான் செய்யும்போதுதான், அதனால் சமூகம் வளம் பெறும்.

நம்முள்ளே பல்லாயிரம் வருட மனிதன் இருக்கிறான். அவன் உலகம் உருவானது தொடங்கி இன்றைக்கு வரைக்கும் இருக்கும் மனிதனின் பிரதிநிதி. நம்மிடம் இருக்கும் இந்த மனிதனை வெளியே எடுத்துக்கொண்டு வரவேண்டும். சிருஷ்டி நடக்கும்நேரத்தில் கலைஞன் அவனாக இல்லாமல், அவனுக்குள்ளே இருக்கும் இந்த மனிதனைப் பிரதிநிதித்துவம் செய்தானானால் அவன் இந்த மொத்த உலகத்தையும் பிரதிநிதித்துவம் செய்பவனாவான்.

நிறைவாக ஏதாவது சொல்ல விரும்புகிறீர்களா?

விஞ்ஞானம் எனக்கு சந்தோஷமான ஒரு விஷயம். விஞ்ஞானிகள் மற்றவர்கள் விளையாடுவதற்காக கம்ப்யூட்டர் உட்பட பல்வேறு பொருட்களை விட்டுவிட்டு சென்றிருக்கிறார்கள். நாமும் இந்த உலகத்திலிருந்து செல்லும்போது நம் குழந்தைகள் விளையாடுவதற்கு ஒரு பொருளை விட்டுவிட்டு செல்லவேண்டும். ஓவியர்கள்தான் முதல் சிருஷ்டிகர்த்தாக்கள். எனவே அவனும் விஞ்ஞானிபோல் விட்டுவிட்டுப் போகவேண்டும். அப்படி விட்டுவிட்டுப் போகவில்லை என்றால் அவன் கலைஞனே கிடையாது. கலைஞனாக இருக்கவும் முடியாது.

50. முனைவர் க.ப.அறவாணன்

பேராசிரியர் க.ப. அறவாணர் உலகத் தமிழர்களுக்கெல்லாம் உறவானவர். வறுமை வயப்பட்ட சூழலிலில் பிறந்து, தன் கடும் உழைப்பால் ஒவ்வொரு நாளையும் திட்டமிட்டு வாழ்க்கையின் உச்சத்தில்போய் உட்கார்ந்திருப்பவர் .மானுடவியல், சமூகவியல் அடிப்படையில் தமிழ்ச் சமுதாயத்தை ஆய்வு செய்து வேறு எவரும் தொடநினைக்காத துறையில் ஆழங்கால் பட்டு நிற்பவர். எண்பது நாடுகளுக்குமேல் பயணித்து அம்மக்களின் வாழ்க்கையோடு தமிழர்களின் வாழ்க்கையை, பண்பாட்டை ஒப்பிட்டுப்பார்த்து உள்ளம் கசிந்து எழுதிக்கொண்டிருப்பவர். எளிமை, கடும் உழைப்பு, சிக்கனம், சகிப்புத்தன்மை, புதிது புதிதாய் ஆய்வு செய்தும், தொடர்ந்து படிப்பதும் படைப்பதுமாகத் தன் வாழ்க்கையைச் செதுக்கிக் கொண்டு, இளைய சமுதாயத்திற்கு எடுத்துக்காட்டாக இயங்கிவருபவர். மனோன்மணியம் சுந்தரனார் பல்கலைக்கழக மேனாள் துணைவேந்தர் நம் "இனிய உதயத்'துக்காகத் தந்த நேர்காணலில் ஒளிவுமறைவு இல்லாமல் வெடிப்புறப் பேசியிருக்கிறார்.

பூஜ்ஜியத்திலிலிருந்து வாழ்க்கையைத் தொடங்கியவர் நீங்கள். மிக வறுமை வயப்பட்ட சூழலிலிருந்து படிப்படியாக முன்னேறி உலகத் தமிழர்களிடம் எல்லாம் உறவாடும் நிலைக்கு உயர்ந்திருக்கிறீர்கள். சிறு விதையாய் இருந்த நீங்கள் எப்படி விருட்சமானீர்கள்? ஓடி விளையாடிய அந்தச் சிறு பருவத்தில் உங்களுக்குள் எதைத் தேடிக் கொண்டிருந்தீர்கள்?

நெல்லை மாவட்டம் கடலங்குடியில் பிறந்தவன் நான். படித்த குடும்பத்தில் வந்தவன் அல்லன் நான்; நல்லவேளையாக, உள்ளூரில் இருந்த அஞ்சாம் வகுப்பு வரை நடத்தப்பட்டுவந்த பஞ்சாயத்துப் பள்ளியில் என்னைச் சேர்த்துவிட்டார்கள். ஒன்று முதல் ஐந்தாம் வகுப்பு வரை அங்குப் படித்தேன்.ஐந்தாம் வகுப்பு முடிந்தவுடன் வழக்கமாகப் படிப்பை நிறுத்தி விடுவதுதான் எங்கள் ஊர் வழக்கம். மாறாக, என்னை நான்கு மைல் தொலைவில் விஷ்ணுபுரம் என்ற ஊரில் இருந்த ஜார்ஜ் உயர்நிலைப் பள்ளியில் படிக்க வைத்தார்கள். அப்பள்ளியில் சேர்ந்து படித்தேன். ஏழாம் வகுப்பில் ஆங்கிலத்தில் தோற்றுப்போனேன். எட்டாம் வகுப்பு தாண்டி ஒன்பதாம் வகுப்புக்கு வரும்போது இரா. கந்தசாமி குருக்கள் என்ற ஆசிரியர் தமிழ்ப் பாடம் எடுத்தார். அவரே என்னை முன்னிலைப்படுத்தி ஏனைய தமிழ் வகுப்புகளில் என்னைப் பற்றிப் பேசினார். வகுப்புத் தேர்வில் முதல் மதிப்பெண் வாங்கும் நாட்களில் அவர் என் விடைத்தாளை வகுப்பில் காட்-

டுவார். என்னை எழுந்து நிற்கச் சொல்லுவார். இவ்வாறு அவர் கொடுத்த ஊக்கம் என் உள்ளுணர்வைத் தூண்டியது. அதனால், மிக நன்றாகத் தமிழ் படிக்கத் தொடங்கினேன். ஒன்பதாம் வகுப்பு முதல் பள்ளிப் படிப்பாகிய பதினோராம் வகுப்பு படிக்கும் வரை தமிழில் முதல் எண் பெறுவது என் வழக்கமாக இருந்தது.

இருபத்தேழாம் வயதில் கல்லூரி முதல்வர், முப்பத்தேழாம் வயதில் அயல்நாட்டுப் பல்கலைக்கழகத்தில் ஐந்து ஆண்டுகள் பணி. கல்லூரி, பல்கலைக்கழகங்களில் துறைத் தலைவராகப் பதினேழு ஆண்டுகள் பணி. மனோன்மணியம் சுந்தரனார் பல்கலைக்கழகத்தில் துணைவேந்தர் என்று பல நிலைகளில் பரிணமித்திருக்கிறீர்கள். ஒன்றரை ஆண்டுகளில் உங்களின் முனைவர் பட்ட ஆய்வையே முடித்திருக்கிறீர்கள். அனைத்துமே உங்கள் திட்டமிடல்படிதான் நடந்தனவா?
பள்ளிப் பருவத்தில் நூல்கள் படிக்கும் பழக்கம் உண்டாயிற்று. எம்.ஆர். எம். அப்துற் றஹீம் என்பவர் எழுதிய வாழ்க்கை முன்னேற்றப் புத்தகங்களை மலேசியாவில் இருந்த என் மாமா திரு. இராமையா வாங்கிக் கொடுத்தார். அவற்றைப் படிக்கத் தொடங்கினேன். அப்துற் றஹீம் புத்தகங்களே என் மனதில் உயரவேண்டும் என்ற துடிப்பை ஆழமாக விதைத்தன. அதைத் தொடர்ந்து மு.வ. நூல்கள் எனக்கு அறிமுகமாயின. அந்நூல்கள் அனைத்தையும் படித்தேன். மு.வ.வின் வாழ்க்கையையும் படித்தேன். மு.வ.வைப்போல் நாமும் ஆகவேண்டும் என்ற எண்ணம் என் மனதில் தோன்றி கிளைக்கத் தொடங்கியது.

சிறு வயதில் இராமகிருஷ்ண மடத்தோடு தொடர்புகொண்டிருந்த துறவி காசிநாதர், இராஜநாயகம் அடிகளார் போன்றோர் தங்கள் வாழ்வில் எப்படி ஒளியேற்றி வைத்தனர்? அதுபோலவே மூத்த தமிழறிஞர் வ.ஐ. சுப்ரமணியம் அவர்களிடம் தாங்கள் கற்றுக் கொண்டவை எவை?
சின்ன வயது முதலே என்னை உருவாக்கியவர் எங்கள் ஊர் கிழக்குத் தெருவில் இருந்த துறவி காசிநாதர் ஆவார். தம்பிக்குத் திருமணம் செய்வித்து, தான் மட்டும் துறவியாக வாழ்ந்தார் காசிநாதர். கோவிலடிமையோ, சாமி அடிமையோ அல்லர் அவர். முற்போக்குச் சிந்தனையாளர். அவரே விவேகானந்தர் நூலகம் என்ற ஒன்றை தான் இருக்கும் தெருவில் ஒரு கொட்டகை இட்டு அமைத்தார். பள்ளி சென்ற காலம் போக, எஞ்சிய நேரங்களில் நான் துறவி காசிநாதர் அவர்களோடும், அவர் உருவாக்கிய நூலகத்திலும் நேரத்தைச் செலவழித்தேன். இப்பழக்கம் பல நல்ல பழக்கங்களை இளம் வயதிலேயே ஊன்றிவிட்டது.

கத்தோலிலிக்கத் துறவி ராஜநாயகம் அடிகளார் என்னை உயர்த்திவிட்ட பெரும் துறவி ஆவார். எம்.ஏ. முடித்த பிறகு வேலை பெறுவதற்காக நேர்முகத்தில் பங்கேற்க திருநெல்வேலிலி இந்துக் கல்லூரிக்குச் சென்றிருந்தேன். முதல் வகுப்பும் முதன்மையும் பெற்றிருந்த என்னை அவர்கள் தேர்ந்தெடுக்கவில்லை (1967). அதே ஊரில் தாமிரவருணி ஆற்றுக்குத் தெற்கே தூய சேவியர் கல்லூரி இருந்தது. இங்கு வந்த நான் அங்கும் சென்று முயல்வோமே என்று விண்ணப்பம் எழுதிக்கொண்டு என்னுடைய வெளியீடுகள், முதல் வகுப்புச் சான்றிதழ் ஆகியவற்றை இணைத்து அக்கல்லூரி முதல்வர் அலுவலகத்தில் சேர்ப்பித்துவிட்டு சென்னையிலிருந்த என் தங்கை வீட்டுக்குத் திரும்பிவிட்டேன். அடுத்த சில நாளில் ராஜநாயகம் அடிகளாரிடமிருந்து தந்தி வந்தது. அத்தந்தியில் நான் அக்கல்லூரி விரிவு ரையாளராக அமர்த்தப்பட்ட செய்தி என்னை மிக மகிழவைத்தது. அவர் இருந்த திசை நோக்கித் தொழுதேன். பாளையங்கோட்டை சென்று அக்கல்லூரி விரிவுரையாளராக இணைந்தேன். கத்தோலிலிக்க நிறுவனங்களில் பணியாற்றும் அரிய வாய்ப்பை அமைத்துக்கொடுத்தவர் ராஜநாயகம் அடிகளார்தான்.

என் மாணாக்கப் பருவத்தில் பெரும் திருப்புமுனையை ஏற்படுத்தியவர் வ.ஐ.சு. அவரிடமிருந்து கற்றுக்கொள்ள வேண்டிய அதிசய குணங்கள் பல. பத்து மணிக்குத் தொடங்கும் கேரளப் பல்கலைக்கழகத் தமிழ்த் துறைக்கு காலை 8.30 மணிக்கு வந்துவிடுவார். இரவு 8.30 மணி வரை அவர் துறையில் இருப்பார். அதிகம் பேசமாட்டார். எனக்கு எம்.ஏ. மொழியியல் திறனாய்வு வகுப்புகளை அவரே எடுத்தார். நாற்காலியில் அமர்ந்து வகுப்பெடுக்க மாட்டார். நின்றுகொண்டேதான் வகுப்பு எடுப்பார். கரும்பலகையை நன்கு பயன்படுத்துவார். அடிக்கடி தேர்வு வைப்பார். உடனே விடைத்தாளைத் திருத்தி மறுநாள் கொடுத்துவிடுவார். பல்கலைக்கழகத்திற்கு நான் சம்பளப் பணம் கட்டாமல் தண்டனைக்கு (பைன்) ஆளாகும்போது அவரே பணத்தைக் கட்டிவிடுவார். நிறைய படிப்பார். எங்களுக்கு எம்.ஏ. வகுப்புகள் அவர் ஆங்கிலத்தில்தான் எடுத்தார். மிகமிகக் கண்டிப்பானவர்; நேர்மையானவர்.

பதினாறு வயதிற்குப்பின் உங்கள் உறவுகளை விட்டுத் தொலைவில் சென்றுவிட்டீர்கள். உங்களை வளர்த்துக்கொள் வதிலேயே முழுக் கவனத்தையும் செலுத்தியிருக் கிறீர்கள்... இதனால் என்ன பயன் கண்டீர்கள்? சொந்த வாழ்க்கையில் இது குறித்து உங்கள் மனதில் வருத்தம் ஏற்படவில்லையா?
பிறந்த குடும்பத்தை விட்டும் ஊரை விட்டும் பள்ளிக்கல்வி முடித்தவுடன் சென்றுவிட்டேன். சிதம்பரம் வாழ்க்கை, வேலை கிடைத்தவுடன் திருநெல்வேலிலி வாழ்க்கை, தொடர்ந்து சென்னை வாழ்க்கை. விடுமுறையில்கூட நான்

பிறந்த ஊர் செல்வதில்லை. பிறந்த ஊர் பாதிப்பு, ஈர்ப்பு ஆகியன சிதம்பரம் அண்ணாமலைப் பல்கலைக்கழகத்தில் பயின்ற ஓரிரு ஆண்டுகளிலேயே எனக்கு நின்றுபோய்விட்டன. அம்மா, அப்பா, குடும்பம் ஆகியவற்றின் நினைவு எனக்கு வராத அளவிற்கு சிதம்பரத்திலேயே நான் தங்கியிருந்த வீட்டின் அம்மையார் திருமதி நாகரத்தினம் அம்மாள் என்னைப் பேரன்போடு கவனித்துக் கொண்டார். வேலைக்குப் போன பிறகு என் அப்பா, அம்மா மறைகிற வரை மாதம்தோறும் அவர்களுக்குப் பணம் அனுப்புவதை வழக்கமாகக் கொண்டிருந்தேன். நான் வெளிநாடு சென்றிருந்த ஐந்தாண்டுகளிலும்கூட அவர்களுக்குத் தொடர்ந்து பணம் கிடைக்க ஏற்பாடு செய்திருந்தேன். என் சகோதரிகளுக்கும் என்னால் இயன்ற எல்லா உதவிகளையும் செய்தேன். என் கடைசி சகோதரி திருமதி வைரம் திருமணத்தை நானே முன்னின்று நடத்தி வைத்தேன். அவர் சில ஆண்டுகளுக்குமுன் மறைந்துவிட்டார். நான்கு சகோதரிகளோடும், மூன்று சகோதரர்களோடும் உடன்பிறந்தவன் நான். தற்போது மூத்த சகோதரி, நான் ஆகியோர் மட்டும்தான் எஞ்சியுள்ளோம்.

ஒவ்வொரு நாளையும் திட்ட மிட்டுப் பயன்படுத்தியிருக்கிறீர்கள். '"பேசுவதைக் குறை முடிந்தால் நிறுத்து' என்பதில் உறுதியா யிருந்தி ருக்கிறீர்கள். விடுப்பெடுக்காமலேயே பணிபுரிந்திருக்கிறீர்கள். கோடை விடுமுறையை நூல்கள் எழு-தப் பயன்படுத்தி இருக்கிறீர்கள்... தாங்கள் எழுதிய முதல் நூல் எது? எப்படி எழுதினீர்கள்?

நான் பணியாற்றும் இடங்களில் அளிக்கப்பட்டிருக்கிற விடுமுறையைக்கூட நான் எடுப்பதில்லை. எடுக்கக்கூடாது என்-பதைக் கொள்கை யாக வைத்திருந்தேன். சென்னை லயோலா கல்லூரியில் எனது விடுமுறை எடுக்காத இந்தப் பழக்-கத்திற்காக ஆண்டுதோறும் கல்லூரி விழாவில் மேடையேற்றி சிறப்பளித்து பணமும் அன்பளிப்பாகக் கொடுத்தார்கள். துணைவேந்தராக இருந்தபோதும் நான் விடுமுறை எடுக்கவில்லை. அறுவை மருத்துவத்திற்காக எடுத்த விடுமுறை தவிர. எப்போதும் படித்துக் கொண்டிருப்பதும், எழுதிக்கொண்டிருப்பதும் என் வழக்கம். விடுமுறை நாட்களில் படிப்பதும் எழுதுவதும் இருமடங்காக இருக்கும். பல நூல்களை விடுமுறையிலேயே நான் எழுதிமுடித்தேன்.

"பொறுத்துப்போ, புறக்கணி, கடந்துபோ' என்பதுதான் உங்கள் வெற்றியின் மந்திரமாய் இருக்கிறது... இதைப்பற்றி கொஞ்சம் குறிப்பிட முடியுமா?

கீழ்மட்டத்தில் இருந்து துணைவேந்தர் பொறுப்பு என்ற உச்ச நிலை வரை வந்த நான், சந்தித்த இடையூறு களை அவற்றைக் கடந்த விதங்களை அடுத்த தலைமுறைக்கு விட்டுப்போக நினைத்தேன். எனக்கு உதவி செய்தவர்களின் பெயர்களையும் பதிவு செய்ய விரும்பி னேன். அதன்விளைவாக எழுதப்பட்ட நூல்கள்தான் "பொறு, புறக்கணி, புறப்-படு' என்ற நூலும், "அனுபவங்கள் பேசுகின்றன' என்ற நூலும் ஆகும்.

தாங்கள் எழுதிய நூல்களுக்குப் பல பரிசுகள் கிடைத்திருக்கின்றன. ஒருமுறை தாங்கள் எழுதிய இரண்டு நூல்களுக்குத் தமிழக அரசின் பரிசு கிடைக்கவிருந்தும் ஒரு நூலுக்குத்தான் பரிசு வழங்கப்பட்டது. மழுப்பலான காரணங்களால் ஒரு நூலுக்குப் பரிசு கிட்டாமல் போனது... தங்கள் மனநிலை அப்பொழுது எப்படி இருந்தது? தகுதியை மதிக்கத் தெரியாத பேர்வழிகள் என்று ஒதுக்கிவிட்டீர்களா?

என் வாழ்க்கை வெற்றியில் உதவிய சான்றோர்கள் பலர். ஊறு செய்தோர் சிலர். ஊறு பற்றிக் கேள்விப்படும்பொழுது சில மணி நேரம் கவலைப் படுவதோடு சரி, என்னுடைய கொள்கையான "ஓவர்டேக்' என்ற அடுத்த கட்டத்திற்குப் போய்விடுவேன்.

தமிழர்களின் வாழ்க்கையில் எத்தகைய மாற்றம் வேண்டியிருக்கிறது என்று கருதுகிறீர்கள்?

தமிழர் வாழ்க்கையில் நிறைய மாற்றங்களைச் செய்யவேண்டி இருக்கிறது. தமிழர்- அமெரிக்கர், ஐரோப்பியர், ஜப்பா-னியர் கண்டுபிடித்த பொருள்களை நுகரக் கற்றுகொண்டிருக்கிறார்களே தவிர, அவற்றைக் கண்டுபிடிக்க அந்த மக்கள் செய்த உழைப்பைக் கடைப்பிடிப்பதில்லை. சான்றாக, சாலை விதிகளை மிக அருமையாகப் பிடிவாதமாகக் கடைப்பி-டிப்பார்கள். அலுவலகக் கடிதங்களுக்கு உடனுக்குடன் பதில் வரும். செனகால் குடியரசுத் தலைவருக்கு நான் எழுதிய கடிதங்களுக்கு அதே நாள் மாலைகூட விடை மடலும் வந்ததுண்டு. மாறாகபுறங்கூறும் பழக்கம் தமிழர்களிடம் மிக மிகுதி. பொய் சொல்வதிலும் ஒன்றை மிகைப்படுத்திப் பேசுவதிலும் தமிழர்கள் முன்னணியில் இருக்கிறார்கள். தமிழர்-கள் நோக்கிலும் போக்கிலும் திருத்தம் வேண்டும். காலம் தவறாமையில் அயல்நாட்டார் உறுதியானவர்கள். குறிப்பிட்ட நேரத்தில் நிகழ்ச்சி தொடங்கும். நிகழ்ச்சி முடியும். சினிமாவுக்கு முக்கியத்துவமே கொடுக்க மாட்டார்கள். பெரும்பாலும் திரையரங்குகள் காலிலியாக இருக்கும். தமிழரிடம்,. முதலமைச்சராக வரும் அளவிற்கு நடிக, நடிகையருக்குச் செல்-வாக்கு இருப்பதுபோல எந்த நாட்டிலும் செல்வாக்கு இல்லை.

தமிழ் இலக்கிய வரலாற்றைப் பலர் எழுதியிருக்கிறார்கள். தாங்களோ தமிழ் மக்களுடைய வரலாற்றை கால வரிசைப்படி எழுதிக்கொண்டிருக் கிறீர்கள். இந்த எண்ணம் எப்படி எழுந்தது? இதற்குரிய தரவுகளை எப்படித் திரட்டினீர்கள்? ஒவ்-வொரு காலகட்டத்திலும் தமிழர் வாழ்வில் ஏற்பட்ட... ஏற்படுத்தப்பட்ட மாற்றங்கள் என்று எவற்றைக் கருதுகிறீர்கள்?

செனகால் டக்கார் பல்கலைக்கழகத்தில் நான் மானுட இயல் ஆராய்ச்சியாளராக அமர்த்தப்பெற்றேன். திராவிடர்களுக்கும் கறுப்பு ஆப்பிரிக்கர்களுக்கும் இடையே உள்ள ஒற்றுமைகளைக் கண்டறிந்து விளக்குவது எனக்கு இட்ட பணி. பணி ஏற்பதற்கு முன்பு சென்னைப் பல்கலைக்கழகத்தில் மானுட இயல் சான்றிதழ் வகுப்பை நான் முடித்திருந்தேன். என் ஆராய்ச்சிக்கு அந்தக் கல்வி போதாமையால், அயல்நாட்டில் பொறுப்பேற்ற தொடக்க காலங்களில் சமூக இயல் நூல்களையும் மானுட இயல் நூல்களையும் அடிப்படையாக இருப்பவற்றை வாங்கி மீண்டும் மீண்டும் படித்தேன். அவற்றை அடியொற்றித்தான் ஐந்தாண்டு அங்கே நிகழ்ந்த என் ஆராய்ச்சியும் அக்காலத்தில் எழுதப்பட்ட கட்டுரைகளும் நூல்களும் அமைந்தன.

1982-ல் தாயகம் திரும்பி தொடர்ந்து லயோலா கல்லூரி தமிழ்த் துறைத் தலைவராகப் பொறுப்பேற்ற பின் தொடர்ந்து எழுதவேண்டும் என்று முடிவு செய்தேன். இலக்கணங்கள் பற்றியும், இலக்கியங்கள் பற்றியும் எழுதுவதைவிட, அயல்நாட்டில் கற்ற சமூக இயல், மானுட இயலை அடிப்படையாக வைத்து நூல் எழுத விரும்பினேன். தமிழரைப் பொறுத்த அளவு, அதுவரை ஏன் இன்றுவரைகூட தமிழருடைய அரசியல் வரலாறு எழுதப்பட்டிருக்கும் அளவுக்குத் தமிழ்ச் சமுதாய வரலாறு எழுதப்படவில்லை. எனவே, தமிழ்ச் சமுதாய வரலாற்றை எழுதுவது என்று முடிவெடுத்தேன். அதற்கு முன்மாதிரியாக, ஆங்கிலத்தில் வெளிவந்த ´Trevelyon For Social History of England என்ற நூலைப் பெற்று ஒரு முறைக்குப் பலமுறை அந்த நூலைக் கற்றேன். அந்நூலை அடிப்படையாக வைத்தே தமிழ்ச் சமுதாய வரலாற்றை எழுதத் தொடங்கினேன். இதுவரை தொல் தமிழர் காலம் தொடங்கி, நாயக்கர் காலம்வரை ஏழு தொகுதிகளை எழுதி முடித்துத் தற்போது ஐரோப்பியர் காலம் பற்றி எழுதத் தொடங்கியுள்ளேன்.

தமிழர் நிலை மாறுவதற்கு என்ன செய்ய வேண்டும் என்று கருதுகிறீர்கள்?

தமிழ்ச் சமுதாயத்தில் சிறுமதி படைத்தோரின் பழிகளையும் குறுக்கீடுகளையும் பொருட்படுத்தக்கூடாது. நம் அடிப்படைப் பண்பாட்டை மாற்றினால் ஒழிய, இவற்றைத் தவிர்த்துவிட முடியாது. தமிழர்கள் அடிப்படைப் பண்பாடு இல்லாதவர்கள் என்பதுதான் சமூக இயல் கற்ற என்னுடைய முடிவாகும். நாம் பின்பற்றும் இந்திய அரசியல், இந்திய நீதி முறை, தண்டனை முறை தற்போதைய தமிழரின் போக்கை மாற்றிவிட முடியாது. மேலும் கூட்டவே செய்யும். இந்தியா, சீனா மாதிரிக்கு மாறினால் மாற்றங்கள் ஏற்பட வழி உண்டு. நம் முன்னோர் இந்திய சுதேசியம் பேசிக் கொண்டிருந்தார்கள். அரசியல் சாசனத்தை வகுக்கிறபொழுது அப்படியே இங்கிலாந்து மாடலைக் காப்பியடித்தார்கள். நூற்றுக்கு நூறு படித்த பண்பாடு உடைய குறைந்த மக்கள் தொகையுடைய இங்கிலாந்து மக்களுக்காக அமைக்கப்பட்ட சட்டதிட்டம், நீதிமுறை, அரசு முறை, கட்சி ஆட்சி முறை இந்தியா விற்குப் பொருந்தவே பொருந்தாது. இந்திய மக்கள் தொண்ணூறு விழுக்காடு படிக்காதவர்கள் (1947). 85 விழுக்காடு பண்பாடு குறைந்தவர்கள் 60 விழுக்காடு பரம ஏழைகள். அனைத்திற்கும் சமயங்களையும் கோவில்களையும் விதியையும் நம்பிக்கொண்டிருப்பவர்கள். இவர்களிடையே இங்கிலாந்து சட்டதிட்டம் எடுபடவே படாது.

கல்கத்தா தமிழ்ச்சங்கத்தில் பேசிய தொடர் பேச்சினைப் பல ஆண்டுகளுக்கு முன்னரே "கவிதையின் உயிர் உள்ளம் உடல்' என்ற தலைப்பில் அருமையான நூலாக்கினீர்கள். "கவிதை கிழக்கும் மேற்கும்' என்ற தலைப்பில் மேலைக் கவிஞர்களின் கவிதை குறித்தும் எழுதியிருக்கிறீர்கள். கவிதை படைப்பதில் ஆர்வம் காட்டாமல் ஆய்வு நெறியிலேயே சென்றுவிட்டீர்கள்... என்ன காரணம்?

என்னுடைய முதல் நூல் கவிதை நூல்தான். அச்சிறு நூலிலின் பெயர் "ஒளி பரவட்டும்' என்பது. தொடர்ந்து என் வாழ்க்கை ஆராய்ச்சி செய்வது என்று அமைந்துவிட்டமையால், கவிதை படைப்பது நின்றுவிட்டது.

"அற இலக்கியக் களஞ்சியம்' என்று மிகப்பெரிய தொகுப்பு நூலை வெளியிட்டு வியக்க வைத்தீர்கள்... இந்தத் தொகுப்புக்கு எத்தனை ஆண்டு உழைப்பு தேவைப்பட்டது. தமிழர்களிடம் அதற்குக் கிட்டிய வரவேற்பு எப்படி?

துணைவேந்தராக இருந்து ஓய்வு பெற்ற 2001-ல் ஏதேனும் தமிழுக்குப் பயனுள்ள நிலையான, வேலை செய்யவேண்டும் என்று தீர ஆலோசித்தேன். அதன்விளைவே, "அற இலக்கியக் களஞ்சியம்' எனும் பாரிய நூல். அந்த நூலுக்காக ஏழாண்டுகள் தொடர்ந்து உழைத்தேன். உழைப்பு வீண் போகவில்லை. நல்ல வரவேற்பு. ஆயிரம் ரூபாய் விலையுள்ள அந்நூலிலின் முதல் பதிப்பு விற்று இரண்டாம் பதிப்பு வந்துவிட்டது. தொடர்ந்து நிலையான வரவேற்பு அந்த நூலுக்குக் கிடைக்கும்; கிடைக்கிறது.

உங்கள் கண்ணோட்டத்தில் திருவள்ளுவம் நூல் படைத்தீர்கள். அதற்குச் சில பேராசிரியர்கள்கூட எதிர்ப்புக் கிளப்பினார்கள். ஒரு படைப்பை மறுவாசிப்பு செய்வதோ இன்றைய காலகட்டத்திற்கு ஏற்ப கருத்துச் சொல்வதோ கூடாது என்பது சரியான நிலைப்பாடா?

திருவள்ளுவம் நூல் பற்றி சிலர் குறிப்பாக, மதுரையில் எதிர்ப்புக் குரல் எழுப்பினார்கள். சிற்றேடுகளில் எழுதினார்கள். வியப்பு என்னவென்றால் முதற்பதிப்பு விற்று இரண்டாம் பதிப்பு வந்துவிட்டது. மூன்றாம் பதிப்பை எதிர்நோக்கிக்

கொண்டுள்ளது. புதிதாகச் சிந்திப்போரிடமிருந்து அந்த நூலுக்கு நல்ல வரவேற்பு.

தாங்கள் சிறுகதைகளையும் எழுதி யிருக்கிறீர்கள். "கண்ணீரில் எழுதிய கதைகள்' என்ற தலைப்பிலும் நூலாக வெளி-வந்திருக்கிறது. அதைப் பற்றி கொஞ்சம் சொல்ல முடியுமா?

என்னுடைய எழுத்துப்பயணம் சிறுகதைப் படைப்பிலேயே தொடங்கியது. பள்ளியில் படித்துக்கொண்டிருந்தபொழுது மதுரைத் திருவள்ளுவர் கழகத் தலைவர் ஐயா கி. பழனியப்பன் (பழ. நெடுமாறன் தந்தையார்) சிறுகதைப் போட்டி ஒன்றை பள்ளி மாணவர்களுக்கு என வைத்திருந்தார்கள். அப் போட்டியில் நான் கலந்துகொண்டேன். என்னுடைய கதைக்குப் பரிசு அளிக்கப்பட்டது. ரூபாய் 40 அன்பளிப்பாக வழங்கப்பட்டது. இதுவரை நான் எழுதி பின்வரும் தலைப்புகளில் உள்ள சிறுகதை நூல்கள் வெளிவந்துள்ளன.

"அவள் அவன் அது', "தென்னைமரத் தீவுகளும் தீவோர மனிதர்களும். செதுக்காத சிற்பங்கள்', "சொல்ல முடிந்த சோகங்கள்', "நல்லவங்க இன்னும்' இருக்காங்க', "கண்ணீரில் மிதக்கும் கதைகள்'.

இத்தனை காலமாக எவருமே தொல் காப்பியத்தை எளிய மக்கள் படித்துப் புரிந்து கொள்ளும்படி உரை எழுதவில்-லையே. வெளி வந்திருக்கும் சில உரைநூல்களும் தமிழாசிரியர்கள் படிப்பதற்கேற்றவையாக உள்ளனவே தவிர மக்க-ளிடம் சென்று சேரத்தக்கவையாக இல்லையே... இதற்கு என்ன வழி?

நல்ல கருத்து. தொல்காப்பியத்திற்கு அறிஞர் சிலர் எளிய உரை வரைந்துள்ளனர். என் பேராசிரியர் அறிஞர் ச.வே. சுப்பிரமணியம் எளிய உரை எழுதியுள்ளார்கள். என்.பி,எச்.டி. ஆராய்ச்சிப் பொருள் தொல்காப்பியமாக இருந்ததாலும், தொல்காப்பியக் களஞ்சியம் என்ற பெரிய நூலை வெளியிட்டதாலும் தொல்காப்பியத்திற்கு உரை எழுதுவது பயனுள்-ளதாக இருக்கும். தற்போதைய என் வேலைத்திட்டம் தமிழ்ச் சமுதாய வரலாற்றை எழுதி நிறைவுசெய்வது. எட்டா-வது தொகுதியாக ஐரோப்பியர் வரலாறு நிறைவுற்றுள்ளது. தொடர்ந்து தற்காலம் என ஒரு தொகுதி எழுதுவது பற்றி யோசித்து வருகிறேன். இப்பணி முடிந்தபின் தாங்கள் சொல்லும் தொல்காப்பிய உரை எழுதுதல் பற்றிச் சிந்திப்பேன்.

ஆக்ஸ்போர்டு பல்கலைக்கழகம் கேம்ப்ரிட்ஜ் பல்கலைக்கழகம் போன்றவை ஆங்கிலத்தை மிக எளிதாகக் கற்பதற்கு அடிப்படை இலக்கணத்திலிலிருந்து மிகச்சிறப்பாக நூல்கள் வெளியிட்டு வருகின்றன. தமிழில் அப்படி நூல்களைக் கொண்டுவர எந்தப் பல்கலைக்கழகமும் தீவிர முயற்சி எடுத்ததாகத் தெரியவில்லையே. சும்மா தமிழ் அழிந்து வருகி-றது, சிதைந்து வருகிறது என்று புலம்பி என்ன பயன்?

ஆங்கில மொழியைத் தாய்மொழியாகக் கொள்ளாதோர் எளிதாகப் படித்து அறிவு பெற உலகெங்கும் பலவேறு முயற்-சிகள் வெற்றிகரமாக மேற்கொள்ளப்பட்டுள்ளன. அதுபோன்று தமிழுக்கும் செய்யவேண்டும் என்பது நல்ல கருத்தே. பேராசிரியர் மா. நன்னன் இக்கருத்தில் எழுதியுள்ள நூல்கள் குறிப்பிடத்தக்கவை. "தமிழில் எழுதிப் பழக' எனும் தலைப்பில் நானும் நூல் ஒன்றை எழுதி உள்ளேன். அதற்கு நல்ல வரவேற்பு இருந்தது.

வாழும் கவிஞர்களில் எழுதும் முறையிலும் கவிதை நுட்பத்திலும் தங்களை வியக்க வைத்த, விரும்ப வைத்த பத்துக் கவிஞர்களைப் பட்டியலிலிடமுடியுமா?

நான் விரும்பும் கவிஞர்கள் வரிசைப்பட: 1. மகாகவி பாரதியார் 2. பாரதிதாசன் 3. பேரரசு கண்ணதாசன் 4. மீரா 5. வைரமுத்து 6. சிற்பி 7. தங்களுடையவை 8. பெருஞ்சித்திரன் 9. வேலூர் நாராயணன் 10. செதார் செங்கோர்.

தாங்கள் தேர்ந்த ஆய்வாளர். எதிர்காலத் தமிழ்க் கவிதை எப்படி இருக்கும்? எப்படி இருக்கவேண்டும் என்று கருது-கிறீர்கள்?

எதிர்காலத் தமிழ்க் கவிதை ஆண்- பெண் மோகம், காதல் ஆகிய பாடுபொருளில் இருந்து முற்று மாக விடுதலை பெறவேண்டும். பத்தாண்டு காலத்திற்குக் காதல் கருப்பொருள் பற்றி எழுதாமல் இருந்தாலும் இழப்பு ஒன்றுமில்லை. சமுதாயத்தை மீட்டெடுக்க சமுதாய அழுக்குகளைப் போக்க, நம் கவிஞர்கள் முழுக் கவனம் செலுத்தவேண்டும்.

மானுட இயல்துறையில் தங்களுக்கு நாட்டம் வந்த வரலாறு பற்றி சொல்லுங்கள்.

சென்னைப் பச்சையப்பன் கல்லூரியில் 1970-ஆம் ஆண்டு துணைப் பேராசிரியராக இணைந்தேன். நன்னூலைப் பற்றி எம்.லிலிட். ஆய்வு செய்தேன். தொடர்ந்து சென்னைப் பல்கலைக்கழகத்திலேயே பகுதி நேர பிஎச்.டி. ஆய்வுக்கு இணைந்தேன். தலைப்பு தொல்காப்பிய உரையாசிரியர். என் நெறியாளராக இருந்தவர் அப்போதைய சென்னைப் பல்-கலைக்கழகத் தமிழ்த் துறைத் தலைவர்.

அவர் சென்னைப் பல்கலைக்கழகத்திலேயே மானுட இயலில் டிப்ளமா பெற்று அக்கல்வியில் ஆர்வமுடையவராக இருந்தார். அவருடைய வழிப்படுத்தலுக்கு இணங்க நானும் சென்னைப் பல்கலைக்கழகம் மாலை நேரத்தில் நடத்தும் மானுட இயல் சான்றிதழ் வகுப்பில் இணைந்தேன். இதனை மேலும் ஊக்கப்படுத்தும் வகையில் எனக்குக் கிடைத்த அயல்நாட்டுப் பல்கலைக்கழகப் பணியும் அமைந்தது. செனகால் நாட்டு டக்கார் பல்கலைக்கழகத்தில் ஆப்பிரிக்க கருப்-

பின மக்களைப் பற்றியும் தென்னிந்தியர்களைப் பற்றியும் அவர்தம் பழக்கவழக்கங்களைப் பற்றியும் ஒப்பிட்டு ஆராய்வதே என் பணி.

விளைவாக நான் எழுதும் கட்டுரைகளும் வெளியிடும் நூல்களும் சமூக இயல், மானுட இயல் சார்ந்தே அமைந்தன. தொடர்ந்து இன்று வரை அக்கொள்கையையே பின்பற்றி வருகிறேன். இதன் பயனாகப் பலவேறு புதிய விளக்கங்கள் கிடைத்தன. ஒரு சான்று: தமிழர் சங்க காலம் முதல் தமிழ்ப் பேசும் மக்கள் என ஓரணியில் திரண்டு ஒன்றுபட்டு வாழ்வதைக் காட்டிலும் தம்முள் சேர, சோழ, பாண்டியர், வேளிர் என்று பல்வேறு பிரிவினராகப் பிரிந்து கிடந்தனர். தம்முள் போர் செய்துகொண்டே இருந்தனர். மானுட இயல் கொள்கையின்படி எந்தச் சமுதாயத்தில் தற்கொலைக்கான சூழல் கூடுதலாக உள்ளதோ அந்தச் சமுதாயம் ஒன்றுபட்டிராமல் பிரிந்து கிடக்கும்.

சமூகக் கட்டொருமைப்பாடு குறையக் குறைய அவ்வினத்தில் உள்ள மக்களுக்குப் பாதுகாப்பு உணர்வு குன்றி எளிதாக தற்கொலையை நாடுவர். சங்க காலம் முதல் இன்னபிற காலங்களிலும் தமிழ்ச் சமுதாயத்தில் தற்கொலை வரவேற்கப்படுவதும் மானத்தை வெளிப்படுத்துவதாகவும், தெய்வநிலைக்குக் கொண்டு செல்வதாகவும் கருதப்படுவது வழக்கம். இந்நிலையையும் சமூகக் கட்டொருமைப்பாட்டுக் கொள்கையையும் பொருத்தி விளக்கினேன். எமில் துர்கேம் எனும் பிரென்ச் சமூக இயல் அறிஞர் இக்கொள்கையை விளக்கி 'சூசைட்' எனும் தலைப்பில் பெரிய நூல் ஒன்றை எழுதியிருக்கிறார்.

நானும் தமிழர் - தன்னம்பிக்கை -தற்கொலை எனும் நூல் ஒன்றும் எழுதினேன். இந்நூலுக்குப் பரிசும் கிடைத்தது.

உங்கள் வாழ்க்கைக் குறிக்கோள் வாசகமாக எதைக் குறிப்பிடுவீர்கள்?

முயன்று வரலாற்றைப் படித்தல் வேண்டும்!
முடிந்தால் வரலாற்றைப் படைத்தல் வேண்டும்!
இயன்றால் வரலாறாகவே வாழ்தல் வேண்டும்!
இவ்வாசகங்களைப் பலரும் எடுத்தாள்வதை அவர்களே கூறுகின்றனர்.

51. ஓவியக் கலைஞர் டிராட்ஸ்கி மருது

"டிஜிட்டல் புரட்சி தமிழ்ச் சமூகத்தின் பிடரியைப் பிடித்துத் தள்ளுகிறது."

அறிவியல் புனைவு, மிகுபுனைவு மட்டுமல்லாமல் பற்பல கலை வடிவங்களுக்கிடையே நிகழும் ஊடாட்டங்களில் இழையோடும் அரூபத்தை ஆராயும் விருப்பத்தில் ஓவியர் டிராட்ஸ்கி மருது அவர்களுடன் அரூ குழு தொடர்ந்து உரையாடவிருக்கிறது. கோட்டோவியம், அனிமேஷன், கணினி வரைகலை, சினிமா கலையமைப்பு, ஸ்டோரிபோர்ட், காமிக்ஸ், கிராபிக் நாவல் போன்ற பல்வேறு காண்பியல் துறைகளில் தொடர்ந்து இயங்கும் ஓவியக் கலைஞர் டிராட்ஸ்கி மருது. தென்னிந்தியக் கலைச் செயல்பாட்டு வரலாறு, ஜப்பானிய காமிக்ஸ் வடிவம், காண்பியல் கலைகளின் பல்வேறு சாத்தியங்கள் என விரிகிறது உரையாடல்.

ஓவியங்களால் நீங்கள் முதன் முதலில் ஈர்க்கப்பட்ட தருணம் நினைவிருக்கிறதா?

நான் பிறந்து வளர்ந்தது மதுரை. சிறு வயதில் என் அம்மா மீனாட்சி அம்மன் கோவிலுக்கு அழைத்துச் செல்லும்போது அங்குள்ள சிற்பங்களைப் பார்த்திருக்கிறேன். குறிப்பாக, அழகர் கோவில் சிற்பங்கள். மதுரை சித்திரைத் திருவிழாவில் கிராமியக் கலைஞர்களின் ஆட்டமும் பாட்டமும் என்னைக் கவர்ந்தன. நாயக்கர் காலத்து ஓவியம் ஒன்று மதுரை பொற்றாமரைக்குளத்தைச் சுற்றி இருந்தது. சிறு வயதில் அதைக் கடந்து செல்லும்போதெல்லாம் நிமிர்ந்து பார்ப்பேன். விவரமில்லாத அரசு அதிகாரியால் அதை நாம் இன்று இழந்துவிட்டோம்.

என் தந்தை எனக்கு வாங்கித்தந்த படங்கள் நிறைந்த புத்தகங்கள் நினைவிருக்கிறது. யுலிஸிஸ் (Ulysses), சிந்துபாத் போன்ற கதைகளை நான் ரே ஹாரியின் (Ray Harryhausen) அனிமேஷன் திரைப்படங்களில் பார்த்திருக்கிறேன். சைக்ளோப்ஸ் (Cyclops) என்கிற ஒற்றைக்கண் பூதம் வரும். ஐந்து வயதில் இவையனைத்தும் எனக்குள் உண்டாக்கிய ஆர்வத்தின் வழியில்தான் இன்றும் பயணிக்கிறேன். ஏழாம் வகுப்பு படிக்கும்போதே பணம் சேர்த்துவைத்து ஒரு கேமரா வாங்கிவிட்டேன். புகைப்படங்கள் எடுப்பதில் தனி ஆர்வம் இருந்தது. ஓவியங்களும் வரைவேன். பிறகு சினிமா அனிமேஷன் துறைகளிலும் இயங்கினேன். இவை அனைத்துமே தனித்தனித் துறைகளாக இருந்தன. டிஜிட்டல் புரட்சி வந்து அனைத்தையும் ஒன்றாக்கிவிட்டது. நான் மிகச் சரியான பாதையில் தொடர்ந்து இயங்கி வருவதாகவும், அதன் வளர்ச்சியுடன் கூடவே நானும் நடந்து வளர்ந்திருப்பதாகவே கருதுகின்றேன்.

தமிழ் ஓவிய வரலாற்றில் முக்கியமான திருப்புமுனைகளாக எவற்றைச் சொல்வீர்கள்?

தமிழ் ஓவிய வரலாற்றுக்கு ஒரு நீண்ட பாரம்பரியம் இருக்கிறது. தமிழ் வரலாற்றில் மிக முக்கியமான காலகட்டம்

சோழர் காலம் என்பது உலகறிந்த உண்மை. மாபெரும் கலைப் படைப்புகளை உருவாக்குவதற்கான தூண்டுதலையும், கலைஞர்கள் இயங்குவதற்கான சூழலையும், மன்னர்கள் மட்டுமன்றி அன்றிருந்த சமூகமும் ஏற்படுத்தியது. உலக அளவில் சோழர் காலத்துக் கலை வடிவங்களுக்கு இணையானது எதுவுமில்லை என்று உறுதியாகச் சொல்லலாம். இதைத் தவிர, நாயக்கர் காலத்து சிருங்காரம் குறிப்பிடத்தக்கது. வெள்ளையர்கள் வருகைக்குப் பின்னர், மேலை நாடுகளுடனான தொடர்புக்குப் பிறகு, நமது கலை வடிவங்களில் எதார்த்த அம்சங்களும் இணைகின்றன. எந்தக் காலத்துப் படைப்பாக இருந்தாலும், அது இன்று நமக்கு என்ன சொல்கிறது என்பதை வைத்துதான் அதன் சிறப்பை அளவிட முடியும்.

ஒரு நேர்காணலில் உங்களைக் கவர்ந்த எழுத்தாளராகப் புதுமைப்பித்தனைக் குறிப்பிட்டிருந்தீர்கள். அவரது படைப்புகளில் குறிப்பிட்ட எந்த அம்சம் உங்களைக் கவர்ந்தது? அவரது எழுத்தின் தாக்கம் உங்கள் கலையில் எவ்வாறு வெளிப்படுகிறது?

நான் ஒன்பதாம் வகுப்பு இறுதித் தேர்வு முடித்த பிறகு, கோடை விடுமுறையில் ஒரு நூலகத்தில் புதுமைப்பித்தனின் பொன்னகரம் என்கிற கதையைப் படித்தேன். பள்ளிக்கூடம் சொல்லிக்கொடுத்தது வேறு, அக்கதை சொன்னது வேறு. அந்த வயதில் இக்கதை எனக்குள் பெரும் அதிர்ச்சியை ஏற்படுத்தியது. அப்பாவிடம் கேட்டபோது புதுமைப்பித்தன் மிகப் பெரிய எழுத்தாளர் எனச் சொன்னார். பதிபக்தி, பாகப்பிரிவினை, பாவமன்னிப்பு போன்ற முக்கியமான திரைப்படங்களின் கதாசிரியரும் வசனகர்த்தாவுமான எம்.எஸ்.சோலைமலை எனது சின்னத் தாத்தா. அவர் திரைப்படங்களில் பணியாற்றும்போது, நான் சென்னைக்கு வந்து அவர் வீட்டில் தங்கியிருந்தேன். அவர் புதுமைப்பித்தனை மிகவும் சிலாகித்துப் பேசுவார். புதுமைப்பித்தனை அவரது அலுவலகத்திற்குச் சென்று பார்க்கத்தான் முதன் முதலில் சென்னைக்கே வந்ததாகச் சொன்னார். பின்னாட்களில் அவர் ‘பொன்னகரம்’ என்கிற நாடகத்தை அமைத்தார். அதில் நடிகை மனோரமா நடித்திருந்தார். புதுமைப்பித்தனுக்கான காணிக்கையாகவே இந்தக் கதைக்கு ‘பொன்னகரம்’ என்ற பெயரை வைத்தார்.

பள்ளி இறுதியாண்டிற்குள், புதுமைப்பித்தனின் 30 கதைகளைத் தேடிப் படித்துவிட்டேன். ஒவ்வொருமுறை புதுமைப்பித்தனைப் படிக்கும்போதும் அந்தந்தக் காலகட்டத்தின் அனுபவ சேகரங்கள் மூலம், அது இன்னொரு புதிய வடிவமெடுக்கும். புழக்கத்தில் இல்லாத பழைய வார்த்தைகளாக இருந்தாலும்கூட, அவரது எழுத்து நம் மனதில் ஒரு சித்திரத்தை அதிவிரைவில் உருவாக்கும். எழுத்தும் வாழ்க்கையும் பிணைந்திருப்பதால் அவரது படைப்புகளில் ஒருவித ஆதிக்கமும் நையாண்டியும் காணப்படும். அவை எனக்கு மிகவும் பிடித்தமானவை. அவரின் சில கதைகள் சினிமாவிற்கென்றே முறைப்படுத்தித் தொகுத்தது (cinematically edited) போலிருக்கும். அவரின் இருண்ட கதைகளைப் படிக்கும்போது சிறு வயதில் பார்த்த Hammer Film Productions தயாரித்த திகில் திரைப்படங்கள் நினைவுக்கு வந்தன. புதுமைப்பித்தன் வரலாறு எழுதிய தொ.மு.சி.ரகுநாதன் இதைக் குறிப்பிட்டிருக்கிறார். ஒரு நேர்காணலுக்காக அவரைச் சந்தித்தபோது, புதுமைப்பித்தனுடன் நிறைய திகில் படங்கள் பார்த்தாகவும், அவருக்குத் திகில் படங்கள் பிடிக்கும் என்றும் சொன்னார். நான் வியந்துபோனேன்.

புதுமைப்பித்தன் படைப்புகளில் சிலவற்றைக் காமிக்ஸ் வடிவத்தில் மாற்றியிருக்கிறேன். அவை தி ஹிந்து, காலச்சுவடு பத்திரிக்கைகளில் வெளியாகியுள்ளன.

தமிழ்ச் சூழலில் சினிமா என்கிற காட்சி ஊடகத்தின் அளவிற்கு காமிக்ஸ், கிராபிக் நாவல் வடிவங்கள் பிரபலமடையாததற்கு என்ன காரணம்?

தமிழ்ச் சமூகம் அடிப்படையில் சொல் சார்ந்த சமூகம். கடந்த ஐம்பது ஆண்டுகளில் வெளியான பத்திரிகைகளைப் பார்த்தாலே தெரியும். ஓவியங்களுடன் புத்தகங்களை அச்சிடுதல் தமிழ்ச் சூழலில் மிகவும் குறைவு. வார்த்தைகளால் மட்டுமே நிரம்பியதாக இருந்தன. மேலும், நமது நாடக வடிவம் கூத்திலிருந்து வந்ததால், வார்த்தைகளால் ஒவ்வொரு காட்சியிலும் விரிவாக விளக்குவதே நமது மரபாக இருந்துள்ளது. அதனால்தான் ஆரம்ப காலத்தில் சினிமாவிலும் கதாபாத்திரங்கள் அதிகமாக வசனங்கள் பேசுவதாகவே அமைந்திருக்கும். காட்சி ரூபத்தின் வழி ஒரு விஷயத்தைக் கடத்துவது என்பதே தமிழ்ச் சூழலில் இல்லை.

சோழர் காலத்திலிருந்தே நமது கலைச் செயல்பாடுகள் செழிப்பாக இருந்துள்ளன. இந்தியா 200 ஆண்டு காலம் ஆங்கிலேயர் ஆட்சியில் கட்டுண்டு இருந்தபோதும்கூட, தென்பகுதியில் இருக்கும் கலைஞர்களின் தேடல்தான் காட்சி ஊடகத்தை முன்னகர்த்தியுள்ளது. கலைக்கல்லூரி இங்குதான் முதலில் நிர்மாணிக்கப்பட்டது. ஆங்கிலேயர் ஆட்சியில் வசதிமிக்க குடும்பங்களுடன், அதிலும் குறிப்பாக அரசக் குடும்பங்களுடன் நெருங்கிய தொடர்பு இருந்ததால், ரவி வர்மா போன்ற ஓவியர்கள் உருவானார்கள். அவர் பம்பாய்க்குச் சென்று தனது கலைப் பயணத்தைத் தொடங்கியதற்குத் தென்பகுதியில் உருவான கலைத் தேடல்தான் காரணம். ரவி வர்மாவின் அச்சகத்தில் வேலை பார்த்த தாதா

சாகேப் பால்கே பின்னாளில் இந்தியாவின் முதல் திரைப்படத்தை எடுத்தார் (ராஜா ஹரிச்சந்திரா, 1913). அப்படி இருந்தும், பத்திரிகைகள் பிராமணர்களின் பிடியில் இருந்த காரணத்தால், அவர்கள் காட்ட நினைத்த விஷயங்கள் மட்டுமே வெளியாகின.

கடந்த 200 ஆண்டுகளின் பதிவுகள் மற்றும் ஆவணங்கள் மூலமாக இந்த உண்மை உங்களுக்குப் புலப்படும். யாரையும் குற்றம் சொல்வதற்கில்லை. கார்ட்டூனிஸ்ட் மாலி, கோபுலு, ராஜு போன்ற மிகப்பெரிய கலைஞர்கள் எல்லாம் அப்பத்திரிக்கைகளில் பங்களித்துள்ளார்கள். கலைக் கல்லூரியிலும் ராய் சௌத்ரி மற்றும் தனபால் போன்ற சில குறிப்பிடத்தகுந்த கலைஞர்கள் இருந்தார்கள். இது மட்டுமல்லாமல் சினிமாவின் தாக்கத்தால் காலண்டர் கலை வடிவமும் சிவகாசியில் உருவாகியது.

தமிழ்ச் சார்ந்த விஷயங்களைக் கொண்ட ஓவியங்களையும் சித்திரங்களையும் தமிழ் மக்களிடையே கொண்டு சேர்ப்பதில் கே.மாதவன் பெரும் பங்கு வகித்துள்ளார். அவர்தான் அந்தக் காலத்தில் பத்திரிக்கை, புத்தகம், சினிமா ஆகிய மூன்று ஊடகங்களுக்கும் பாலமாக இருந்தவர். திராவிட இயக்கம் நடத்திய பத்திரிகைகளுக்கும் பாரதிதாசனின் புத்தகங்களுக்கும் சினிமாவுக்கும் ஓவியங்கள் வரைந்தார். பம்பாய்க்குச் சென்று திரைப்பட உருவாக்கத்தில் அனுபவம் பெற்று, தமிழகம் திரும்பி சினிமாவின் மீது பெரும் ஆதிக்கத்தைச் செலுத்திய திரு என்.எஸ்.கிருஷ்ணனும் ஆதரவாக இருந்திருக்கிறார். இப்படி ஒரு பெரிய தொடர்பு இருந்துள்ளது. இது பொதுவெளியில் முக்கியமான பத்திரிக்கைகள் மூலமாக நிகழாமல் வெளியே நிகழ்ந்தது.

1970களின் தொடக்கத்தில் நான் ஓவியக் கல்லூரியில் படிக்கும்போது, பழைய புத்தகங்கள் விற்கும் கடையில் மாங்கா புத்தகம் ஒன்றைப் பார்த்தேன். அப்புத்தகம் எனக்குள் மிகுந்த தாக்கத்தை ஏற்படுத்தியது. ஒரு வாரத்தில் நாற்பதுக்கும் மேற்பட்ட ஜப்பானியப் பத்திரிக்கைகள் வெளிவரும். அவற்றில் ஒன்றுதான் அந்த மாங்கா இதழ். சென்னைத் தெருவில் கிடைத்தது. அரிதிலும் அரிது. இதற்கு முன்னர், பள்ளி நாட்களில், மதுரை வீதிகளில் மேட் பத்திரிகை இதழ்களை (Mad magazine) தெருவில் கண்டு, பின்பு சாதாரண காமிக்ஸ் புத்தகங்களைத் தாண்டி, உலகளவில் ஐரோப்பாவிலும் அமெரிக்காவிலும் வெளியான பரீட்சார்த்தமான காமிக்ஸ் புத்தகங்கள் என் கண்களில் அகப்பட்டன. சென்னைக்கு வந்த பிறகு மூர் மார்க்கெட்டில் நிறைய புத்தகங்கள் வாங்கியிருக்கிறேன். அமெரிக்காவில் ஸ்டூடியோ அமைப்பின் வீழ்ச்சிக்குப் பிறகு, அவர்கள் சேகரித்து வைத்திருந்த சில புத்தகங்களை வாங்கினேன். இவற்றின் மூலம் கிராபிக் நாவலுக்கான முன் படியாக இருந்த நிலையை அறிந்துகொள்ள முடிந்தது.

தொடர்ச்சித்திரங்களாகிய காமிக்ஸ், ஸ்டோரி போர்ட், அனிமேஷன், சினிமா கலைஞர்கள் மற்றும் டிஜிட்டல் புரட்சிக்குக் காரணமாக இருந்த கலைஞர்கள், உலகம் முழுவதிலும் இவர்களுக்குள் ஒரு தொடர்பு நீண்ட காலமாக இருந்திருக்கிறது. இதைப் பற்றிய அறிதல் இல்லாத காரணத்தால் இவையனைத்தும் கால தாமதத்துடன் வந்துசேரும் நிலைதான் இங்குள்ளது. இனிமேல் தமிழ்ச் சமூகம் வெறுமனே தமிழில் பேசினால் மட்டும் போதாது, எல்லாவற்றையும் காட்சி ரூபமாக உலக மக்களுக்கு முன் நிறுத்த வேண்டிய அவசியம் இருக்கிறது. டிஜிட்டல் புரட்சி தமிழ்ச் சமூகத்தின் பிடரியைப் பிடித்துத் தள்ளுகிறது என்றே சொல்ல வேண்டும். இச்செயல்பாட்டைத் தமிழ் மக்கள் முன்னின்று செய்வார்கள் என நம்புகிறேன்.

ஓவியங்களைவிட எழுத்தின் மீது அதிக மோகம் கொண்டுள்ளதாகவே தமிழ்ச் சமூகம் இருப்பதற்கு என்ன காரணம்?

ஆரம்ப காலத்தில் தமிழ் சினிமா பம்பாயிலிருந்து வந்தவர்களாலேயே முன்னெடுக்கப்பட்டது. நான் சினிமாவையே தொடர்ந்து குறிப்பிடுவதற்கான காரணம், கடந்த நூற்றாண்டின் வலுவான கலை வடிவமாக அது உருவாகி வந்துள்ளது. பல்வேறு நிலைகளில் வளர்ச்சிகள் அடைவதற்கு முன்னரே அது தமிழ் மக்களைச் சென்றடைந்துவிட்டது. 40, 50களில் திராவிட இயக்கத்தின் எழுத்தாளர்கள் மற்றும் செயல்பாட்டாளர்களின் கைவசம் சினிமா கிடைத்தது. அவர்கள் அதை ஓர் இயக்கமாக மாற்றி முன்னகர்த்தினார்கள். மேலும் அவர்களின் மேடைப் பேச்சு, எழுத்துத் திறமை எல்லாம் சினிமாவிற்குள் சென்றது. ஏற்கனவே சொல் சார்ந்த சமூகமாக இருக்கும் தமிழகத்தை, இது இன்னமும் அதே திசையில் தள்ளியது. இதை முற்றிலும் தவறென்று சொல்ல முடியாது. பெரியாரின் சிந்தனைகளின் தாக்கத்தால் தமிழர்களுக்கு ஓர் அரசியல் தெளிவு ஏற்பட்ட பிறகு, திராவிட இயக்கம் தன் சக்தியை இந்த ஊடகங்களுக்குள் கொண்டு செல்கிறது.

சினிமாவில் ஓவியர்களின் பங்களிப்பு என்னவாக இருந்துள்ளது?

கடந்த 100 ஆண்டுகளில் உலகம் முழுவதும் சினிமாவின் வளர்ச்சியைக் கவனித்தால், எழுத்தாளர்களைவிட ஓவியர்களின் பங்களிப்புதான் முக்கியமானதாக இருக்கிறது. காமிக்ஸ் ஓவியர் வின்சர் மாக்கே (Winsor McCay) அனிமேஷன் திரைப்படங்களுக்கும் வித்திட்டவர். ஜப்பானில் மாங்கா (Manga) காமிக்ஸ் வடிவத்தின் தந்தையாகக் கருதப்படும் ஓசாமு தேசுகா (Osamu Tezuka) காமிக்ஸ், அனிமேஷன், சினிமா ஆகிய மூன்று ஊடகங்களிலும்

பங்களித்துள்ளார். உலகம் முழுவதிலும் முக்கியமான சினிமா கலைஞர்கள் குறிப்பாக, செர்கெய் ஐஸன்ஸ்டீன் (Sergei Eisenstein), சத்யஜித் ரே, ஹிட்ச்காக், குரோசாவா, ரிட்லி ஸ்காட் (Ridley Scott) அனைவரும் அடிப்படையில் ஓவியர்கள். அமெரிக்காவில் புகழ்பெற்ற இயக்குனர்களான ஜார்ஜ் லூகாஸ் (George Lucas) மற்றும் ஸ்டீவன் ஸ்பீல்-பெர்க் (Steven Spielberg) காமிக்ஸின் அடிமைகளாக இருந்தனர். 1970களில் சினிமா, காமிக்ஸ், அனிமேஷன், டிஜிட்டல் எபெக்ட்ஸ் துறைகளைச் சேர்ந்த கலைஞர்களும் தொழில்நுட்ப வல்லுநர்களும் ஒருங்கிணைக்கப்பட்டதற்கு இவ்வகையான பங்களிப்பே காரணம்.

அமர் சித்ர கதா போன்ற முன்னெடுப்புகள் ஏன் தொடர்ந்து நடைபெறவில்லை?

இந்தியாவில் அமர் சித்ர கதாவிற்கு முன்னரே இந்திரஜால் காமிக்ஸின் முகமூடி படித்த நினைவிருக்கிறது. ஏழாம் வகுப்பு படிக்கும் வயதில் என் தந்தை வாங்கிக் கொடுத்தார். முதல் இதழிலிருந்தே வாசித்திருக்கிறேன். நான் இளம் வயதிலேயே மேற்கத்தியக் காமிக்ஸ் புத்தகங்களைப் படித்து வளர்ந்தவன். அமெரிக்காவின் கிளாசிக்ஸ் இல்லஸ்ட்ரேட்-டட் (Classics Illustrated) இதழ் உலகின் மாபெரும் இலக்கியங்களைக் காமிக்ஸ் புத்தகமாக்கியிருக்கிறது. மேலும், அந்த வயதிலேயே எச்.ஜி.வெல்ஸ் (HG Wells) எழுதிய டைம் மெஷின் கதையை சினிமாவாக, அனிமேஷன் படமாக, ஸ்டாப் மோஷன்(stop motion) படமாகப் பார்த்திருக்கிறேன். கிளாசிக் இல்லஸ்ட்ரேட்டட் இதழில் காமிக்ஸ் வடிவிலும் பார்த்திருக்கிறேன். டார்ஜான் காமிக்ஸ் வரைந்த பர்ன் ஹோகார்த் (Burne Hogarth), அலெக்ஸ் ரேமண்ட் (Alex Raymond), ஹால் பாஸ்டர் (Hal Foster) போன்ற மாபெரும் கலைஞர்கள் காமிக்ஸ் வடிவத்தை முன்னெடுத்தவர்கள். இவர்களுக்குப் பின்னர் வந்தவரான வால்லி வுட் (Wally Wood) போன்று இன்னும் பல கலைஞர்களும் இருக்கிறார்கள்.

ஓவியக் கல்லூரியில் நவீன ஓவியம் சார்ந்து எனக்குக் கிடைத்த அறிமுகத்துடன், பிராங்க் பிரசிட்டா (Frank Frazetta) போன்ற கலைஞர்களின் ஓவியங்களும் அறிமுகமாகின. ஸ்டோரி போர்ட், சினிமா, சினிமா செட், மிகு-புனைவு, ரே ஹேர்ரியின் ஸ்டாப் மோஷன் திரைப்படங்கள் இவை அனைத்திற்குள்ளும் இருப்பது காமிக்ஸ். ஆகவே காமிக்ஸ் வடிவத்தை ஒரு தனித்த கலை வடிவமாகப் பார்க்கக் கூடாது. ஒரு காட்சியைக் கட்டம் கட்டமாக நகர்த்து-வதுதான் காமிக்ஸின் அடிப்படை. இது சினிமாவில் அதன் முன் வடிவமான ஸ்டோரி போர்டாக மாறுகிறது. ஸ்டோரி போர்ட் கிட்டத்தட்ட ஒரு காமிக்ஸ் புத்தகம்தான், ஒரு குறிப்பிட்ட உபயோகம் கொண்ட காமிக்ஸ் புத்தகம். செயல் வடிவம் ஆக்குவதற்கு முன்பிருக்கும் ஒரு வடிவம். திரைப்படத்தை எடுத்து முடித்தவுடன் ஸ்டோரி போர்ட் தன் சக்-தியை இழந்துவிடுகிறது. ஆனால் இன்று உலகம் முழுவதிலும் மிகப்பெரிய கலைஞர்கள் வரைந்த ஸ்டோரி போர்டும் கலைப்படைப்புகளாகக் கருதப்படுகின்றன, பாதுகாக்கப்படுகின்றன.

என்னைப் பொறுத்தவரையில் அமர் சித்ர கதா இந்திய காமிக்ஸ் வடிவத்தில் ஓர் ஆரம்பப் புள்ளிதான். அது கட்டம் கட்டமாக வரையப்பட்ட தனித்தனிச் சித்திரங்களாகவே இருக்கிறது. படங்களுக்குள் செயல் தொடர்பிருக்காது. அப்படியான ஓர் ஆரம்ப கால முயற்சிதான் அமர் சித்ர கதா. பின்னாளில் வந்த காமிக்ஸ் ஓவியர்கள் கதை சொல்-லப்படும் காலம், சட்டக அமைப்புமுறை ஆகியவற்றில் பல பரிசோதனைகளைச் செய்துள்ளனர். அமர் சித்ர கதா இந்தியக் காலண்டர் ஓவியங்களைப் போல நமது வரலாற்று மற்றும் மரபார்ந்த கதைகளைச் சொன்னதே ஒழிய, பெரும் முயற்சிகளைச் செய்யவில்லை. பெரும்பாலும் மதம் சார்ந்த தொன்மங்களையே சொல்லி வந்தது. சிறுவய-திலேயே வெவ்வேறு காமிக்ஸ் புத்தகங்களின் அறிமுகம் கிடைத்துவிட்டதால் அமர் சித்ர கதா என்னைப் பெரிதும் பாதிக்கவில்லை.

தமிழில் மரபுசார்ந்த கதைகள் காமிக்ஸ் புத்தகங்களாக வெளிவர வாய்ப்புள்ளதா?

தமிழ்நாட்டில் மட்டும் என்றில்லை, இந்தியா முழுவதுமே காமிக்ஸ் புத்தகம் சிறுவர்களுக்கானது என்னும் பொதுக் கருத்து நிலவுகிறது. வளர்ந்தவர்கள் காமிக்ஸ் புத்தகம் படித்தால், அவர்களை இன்னும் வளராதவர்கள் என்று நினைக்-கும் சூழல் இங்குண்டு. என்னைப் பொறுத்தவரைக்கும் இது ஒரு முட்டாள்தனமான பார்வை. இதுவே தமிழில் காமிக்ஸ் வெளியாவதற்கான மிகப் பெரியத் தடையாக உள்ளது. வார்த்தைகளைப் படிப்பது போலவே ஒரு சித்திரத்தை எவ்வாறு படிப்பது, எப்படி அணுகுவது என்ற பயிற்சி தமிழ்நாட்டு மாணவர்களின் பாடத்திட்டத்தில் ஒரு போதும் இருந்ததில்லை. நல்ல சித்திரங்களைக் கொண்ட பாடப் புத்தகங்களும்கூட இங்கிருந்ததில்லை.

உலகம் முழுதும் புலம் பெயர்ந்து வாழும் தமிழ்க் குழந்தைகளுக்கான பாடத் திட்டத்தை வகுக்கும் பணியின்போது, ஐரோப்பிய நாடுகளின் பாடப் புத்தகங்களைப் பார்த்திருக்கிறேன். அவற்றில் சித்திரங்களுக்குத்தான் முதலிடம் இருக்கி-றது. எனக்குத் தெரிந்து தமிழ்நாட்டில் தற்போது படிக்கும் குழந்தைகள் திப்பு சுல்தானின் வாழ்க்கையைச் சொற்களாகப் படிக்கிறார்கள். திப்புவின் வாழ்க்கை நிகழ்வுகளைச் சொல்லும் 2000 ஓவியங்கள் இருக்கின்றன. கற்பனையாகவும், சம்பவங்களைக் கேட்டு, பார்த்து எழுதப்பட்ட காலனித்துவ ஆட்சி காலத்து நூல்களிலிருந்து உந்துதல் பெற்றும் பல

கலைஞர்கள் வரைந்திருக்கிறார்கள். திப்பு உயிருடன் இருந்த காலத்திலேயே தாமஸ் டேனியல் (Thomas Daniell) மற்றும் வில்லியம் டேனியல் (William Daniell) ஆகியோர் இந்தியா முழுதும் பயணம் செய்து வரைந்த ஓவியங்கள் எதுவும் நமது பாடப் புத்தகங்களில் இல்லை. அப்படியான ஒரு பழக்கமே நமக்கில்லை. இந்த நிலையை மாற்ற வேண்டும்.

தமிழ்ப் பாடப் புத்தகங்கள் அனைத்தும் சித்திரங்களுடன் இருக்க வேண்டும் என்பதைப் பாடத் திட்ட ஆலோசனைக் குழுவிற்கு நாங்கள் வலியுறுத்தி வருகிறோம். பிரெஞ்சு மக்களையும் ஜப்பானிய மக்களையும் ஏன் காமிக்ஸ் புத்தகங்களுக்கு அடிமை எனச் சொல்கிறேன் என்றால், காட்சி ஊடகத்தில் தேர்ச்சிபெற்ற சமூகமாக இருக்கிறார்கள். உலகம் முழுதும் வளர்ச்சி பெற்ற சமூகமானது மொழியையும் தாண்டி, சொற்களே அற்ற காண்பியல் மொழியில்தான் உரையாடுகிறது. இனிமேல் அடிப்படையில் தகவல் பரிமாற்றம் இவ்வாறே நிகழும். ஒரு காமிக்ஸ் புத்தகத்தை எப்படித் தயார் செய்வது? ஒரு கிராபிக் நாவலை எப்படி உருவாக்குவது? ஓர் ஓவியர் தனித்தோ அல்லது எழுத்தாளருடன் இணைந்தோ இயங்குவதற்கான அவசியத்தைப் புரிந்துகொண்டு செயல்படும் பட்சத்தில்தான் தமிழ்ச் சமூகம் தங்களுடைய வரலாற்றையும், வாழ்வையும் உலக மக்களிடம் எடுத்துச் செல்ல முடியும். நமது கலாசாரத்தைப் படித்து மட்டுமே அறிந்துகொள்ள முடியும் என்கிற நிலை மாற வேண்டும்.

அவற்றைக் காட்சிரூபமாக்கும்போது, தற்செயலாக அதைக் கடந்து செல்பவருக்கும்கூட இச்சமூகத்தின் வாழ்வு, நெறி, மரபு பற்றி அறிந்துகொள்ளும் ஆர்வம் ஏற்பட வாய்ப்புள்ளது. ஜப்பானைப் போலவே, இங்கும் பள்ளிகள் மற்றும் பல்கலைக்கழகங்களில் காண்பியல் கலை தனிப் பாடப் பிரிவாக்கப்பட வேண்டும். அதற்கான வேலைவாய்ப்புகளையும் ஏற்படுத்த வேண்டும். பொறியியல், மருத்துவம் போன்ற மற்ற துறைகளில் படிக்கும் மாணவர்களுக்கும் காண்பியல் சார்ந்த அறிமுகம் இருக்க வேண்டியது அவசியம் என்று நான் நினைக்கிறேன். இது நிகழ்வதற்குப் பாடத்திட்ட ஆலோசனைக் குழு முயற்சிகள் எடுக்கும் என நம்புகிறேன்.

ஜப்பானுக்கே உரிய காமிக்ஸ் வடிவமாக மாங்கா இருப்பதைப் போன்று தமிழுக்கே உரிய காட்சி வடிவமாக ஏதேனும் உருவாகியுள்ளதா?

அப்படித் தனித்து எதுவும் இல்லைதான். நம் சுவரோவிய உத்தியுடன் மேற்கத்திய மற்றும் மாங்கா பாணிகளினூடே நாம் கண்டடைய வேண்டும். அது நடக்கும் என்றே நம்புகிறேன். மாங்கா ஜப்பானுக்கே உரிய காமிக்ஸ் வடிவம்தான். உங்களுக்குத் தெரிந்திருக்கும், ஜப்பானில் புத்தகங்களைப் பின் பக்கத்திலிருந்து முன் பக்கமாகப் படிக்கிறார்கள். மற்ற நாடுகளைப் போல் அல்லாமல், இவை தனித்துவமாக இருக்கின்றன. கதையைக் காட்சிகளாக முன்னகர்த்தும் பாணியில் பல்வேறு வகையில் நம்மிலிருந்து மாறுபட்டவர்கள் ஜப்பானியர்கள். கடந்த 20 ஆண்டுகளில் ஐரோப்பா அமெரிக்கா உள்ளிட்ட பல நாட்டுக் கலைஞர்களிடம் மாங்கா காமிக்ஸ் வடிவம் பெரும் தாக்கத்தை ஏற்படுத்தியுள்ளது.

காலனித்துவ ஆட்சியின்போது ஸ்பானியக் கட்டுப்பாட்டில் இருந்த சில ஆசியப் பகுதிகளில், குறிப்பாக மணிலாவில், ஸ்பெயின் நாட்டுக் கலைஞர்கள் தொடங்கிய கல்விக் கூடங்களின் வழியாகக் காண்பியல் அறிமுகம் பெருகியது. அங்கு ஒரு பாரம்பரியம் தோன்றி, ஸ்பெயினுக்கும் பிலிப்பைன்ஸ் நாட்டிற்கும் கலைப் பரிமாற்றம் நிகழ்ந்தது. ஸ்பெயினிலிருந்து அது இலத்தீன் அமெரிக்க நாடுகளுக்குப் பரவியது. பிறகு இக்கலைஞர்கள் அமெரிக்கா சென்று இயங்கும்போது இந்தக் கூறுகள் உலகம் முழுதும் பரவின. உதாரணத்திற்கு Bambi என்கிற அனிமேஷன் திரைப்படம். அக்கதையில் வரும் காடு வரையப்பட்டிருக்கும் விதம் இன்றளவும் பேசப்படுகிறது. சீனாவைச் சேர்ந்த டைரஸ் வாங்க் (Tyrus Wong) என்கிற கலைஞரின் தூரிகையே இதற்குக் காரணம் என்று படித்திருக்கிறேன். இவர் சமீபத்தில் தனது 106வது வயதில் மறைந்தார்.

அறிவியல் புனைவு மிகு புனைவு மட்டுமே காமிக்ஸ் வடிவத்தில் சொல்லப்படுகின்றனவா அல்லது எதார்த்தக் கதைகளுக்கும் இடமுள்ளதா?

காமிக்ஸ் வடிவம் எதார்த்தக் கதைகளையும் சொல்லியதுண்டு. சமகாலத்தில் ஈரான் ஈராக் நாடுகளில் நடந்த போரைப் பின்புலமாகக்கொண்ட கதைகளை அனிமேஷன் திரைப்படங்களாகச் செய்துள்ளனர். பிரான்ஸில் கடந்த 200 ஆண்டுகளில் நடந்த அரசியல் நிகழ்வுகள் மற்றும் பிரெஞ்சுப் புரட்சியைப் பின்புலமாகக்கொண்ட வரலாற்று நிகழ்வுகளைக் காமிக்ஸ் புத்தகங்களாக்கியிருக்கிறார்கள். உலகம் முழுவதும் இது போன்ற பல முயற்சிகள் நிகழ்ந்துள்ளன.

அறிவியல் புனைவுகள் ஆரம்பத்திலிருந்து காமிக்ஸ் வடிவத்தில் வந்துள்ளன. நான் முன்பு டைம் மெஷின் புத்தகத்தைக் குறிப்பிட்டிருந்தேன். சமகாலத்தில் இருக்கும் கண்டுபிடிப்புகளையும் இயந்திரப் பின்னணியில் நிகழும் மாற்றங்களையும் காமிக்ஸ் புத்தகங்களில் காட்சியாகப் படிக்கலாம். சமகாலத்து அரசியல் நிலைப்பாடுகளைச் சொல்லும் காமிக்ஸ் புத்தகங்களும் கிராபிக் நாவல்களும் இருக்கின்றன. Barefoot Gen, Persepolis, Pride of Baghdad ஆகியவை குறிப்பிடத்தக்கவை. நீல் கெய்மன் (Neil Gaiman) மற்றும் டேவ் மேக்கீன் (Dave McKean) கடந்த

30 ஆண்டுகளில் காமிக்ஸ் மற்றும் கிராபிக் நாவல் துறைகளில் பெரும் மாற்றங்களுக்குக் காரணமாக இருக்கின்றனர். நான் சமீபத்தில் நியூயார்க் சென்றபோது கூட, அங்குள்ள அருங்காட்சியகங்களுக்குச் செல்வதைவிட போர்பிடன் பிளேனட் (Forbidden Planet - காமிக்ஸ் மற்றும் கிராபிக் நாவல்கள் விற்கும் கடை) சென்று காணத்தான் ஆசைப்பட்டேன்.

நான் அடிக்கடி ஓர் உதாரணம் சொல்வதுண்டு. ஓவியர் மணியத்தின் சித்திரங்கள் இல்லையென்றால் கல்கியின் கதை வெறும் பஞ்சாங்கம்தான். ஆனால் மணியத்தை முன்னிறுத்தி யாரும் பேசுவதே இல்லை. அவரது ஓவியங்களில் பார்ஸி நாடகங்களின் தன்மையும் சினிமாத்தன்மையும் காணப்பட்டன. வரலாற்றுச் சித்தரிப்புகளில் இந்த மராத்தியத் தன்மையே ஒரு பொதுப் படிமமாக இருந்து வருகிறது. அதை மாற்றும் முயற்சியாக, ஒரு மூலத் தமிழ்த்தன்மை கொண்ட படிமத்தை உருவாக்கும் எண்ணத்தில் நான் சிலவற்றைச் செய்திருக்கிறேன். குறிப்பாக, தேவதை திரைப்படம் ஒரு முதன்மையான முயற்சி. (தேவதை நாஸர் இயக்கத்தில் 1997இல் வெளியான திரைப்படம். டிராட்ஸ்கி மருது இப்படத்திற்கு கலை வடிவமைப்பு செய்தார்.) வரலாற்றுத் திரைப்படங்கள் சம்மந்தப்பட்ட விவாதங்களில் இன்றும் தேவதையின் எதிரொலி கேட்டுக்கொண்டிருப்பதில் எனக்கு மிகவும் மகிழ்ச்சி.

தமிழில் முக்கியமான பன்முகத் திறன்கள்கொண்ட கலைஞர்களாக (multi-disciplinary artists) யாரைக் குறிப்பிடுவீர்கள்? உங்கள் பார்வையில் தற்கால ஓவியக் கலைஞர்களில் குறிப்பிடத் தகுந்தவர்கள் யார்?

தமிழ்நாடு என்று மட்டும் இல்லாமல், இந்தியா முழுதுமாகத்தான் என்னால் இக்கேள்விக்குப் பதிலளிக்க முடியும். ஐந்து ஆண்டு ஓவியப் படிப்பில் சிற்பங்கள், விளம்பரத்துறை, ஓவியங்கள் போன்ற ஏதேனும் ஒன்றில் தனித்திறன் பெறத் தேர்வு செய்துகொள்ளலாம். அவ்வாறு பயிற்சி பெற்று வந்தவர்களாகச் சிலர் இருக்கிறார்கள். வட இந்தியாவில், குறிப்பாக, வங்காளக் கலைஞர்களில் என்னை மிகவும் கவர்ந்தவர் கணேஷ் பைன் (Ganesh Pyne). நவீனமும் வங்க அடையாளமும் கலந்த வடிவம் என்பதால் அவர் என்னைக் கவர்ந்தவராவார். சுனில் தாஸையும் (Sunil Das) சொல்லலாம். காமிக்ஸ் புத்தகங்களைப் பொறுத்தவரையில் இந்தியாவில் பெருமளவிலான முயற்சிகள் எதுவும் நடந்ததாகத் தெரியவில்லை.

எனக்குத் தெரிந்து தமிழில் பன்முகத் திறன்கொண்ட கலைஞர்களாக யாரும் பயிற்சி பெறவில்லை. நான் பயிற்சி பெற்ற அளவிற்கு, எனது பரிசோதனை முயற்சிகளின் அளவிற்கு, சமகால ஓவியர்கள் யாரும் செய்யவில்லை என்பதை நான் தைரியமாகவும் திமிராகவும் சொல்வேன். எனக்கு வெகுஜன ஓவியங்கள் மீது எந்த வெறுப்பும் கிடையாது. நான் அவற்றை வரலாற்றுக் கோணத்திலிருந்து பார்க்கிறேன். மக்களின் எண்ணங்களை அவை பிரதிபலிக்கின்றன. மேலும் தீவிரக் கலை வெகுஜனக் கலையின் மீது தாக்கத்தை ஏற்படுத்துகிறது. வெகுஜனக் கலையும் தீவிரக் கலையின் மீது தாக்கத்தை ஏற்படுத்துகிறது. இப்போது இந்தப் பாகுபாடுகள் அனைத்தையும் இணையம் அழித்துவிட்டது. நடுவில் இருந்த சுவர்களையெல்லாம் தகர்த்துவிட்டது.

காமிக்ஸ் ஓவியர்கள் சிறந்த ஓவியர்களாக மதிக்கப்படாத காலகட்டமும் இருந்தது. என் ஓவியக் கல்லூரியிலேயே மூத்த ஆசிரியர்கள் சிலர் அக்கருத்தைக் கொண்டிருந்தனர். உலகமே 1960களுக்கு முன் காமிக்ஸ் ஓவியர்களை மதிக்கவில்லை. ஆனால் இன்று அந்த நிலை கிடையாது. ஹால் பாஸ்டர், பர்ன் ஹோகார்த், பிரசிட்டா, அலெக்ஸ் ரேமண்ட், செஸ்டர் கோல்ட் (Chester Gould) போன்ற கலைஞர்களின் பங்களிப்பை எவரும் மறுத்துவிட முடியாது. இவர்களின் படைப்புகளில் சினிமாவின் தாக்கம் இருந்துள்ளது. திரைப்படக் கலைஞர்களும் இவர்களின் கதை சொல்லும் முறைகளை உள்வாங்கிக்கொண்டனர். இவர்கள் நவீன ஓவியர்களுக்குச் சற்றும் குறைந்தவர்கள் இல்லை. "நான் என் வாழ்வில் காமிக்ஸ் புத்தகம் உருவாக்காமல் போய்விட்டேனே!" என்று பிக்காஸோவும் சொல்லியிருக்கிறார்.

அமெரிக்காவில் இருந்த மில்டன் கிலேசர் (Milton Glaser) போன்ற graphic designers, ரே ஹாரி, வால்ட் டிஸ்னி (Walt Disney), ஐரோப்பாவில் கிளாஸிக் காலத்திலிருந்து பல்வேறு காலகட்டங்களில் இருந்த நவீன ஓவியர்கள், ஜான் லெனிக்கா (Jan Lenica), ஹேன்ஸ் ஈடல்மேன் (Heinz Edelmann) போன்ற சில ஜெர்மானியக் கலைஞர்கள், போலாந்து கலைஞர்கள், கம்யூனிஸ்ட் நாடுகளிலிருந்து வந்த கலைஞர்கள், இவர்கள் அனைவரும் ஓவியம், அனிமேஷன், graphic design போன்ற பல்வேறு துறைகளில் இயங்கியுள்ளனர். இவர்கள் பொம்மைகள், நாடக வடிவமைப்பு, புத்தக அட்டை, போஸ்டர், ஆடை வடிவமைப்புகூடச் செய்துள்ளனர். கடந்த 100 ஆண்டுகளில் கலை வடிவங்களும் ஊடகங்களும் இணைந்து செயலாற்றும் களம் உருவாகிவிட்டது.

எனது ஓவியக் கல்லூரி காலத்திலிருந்தே நான் பல்துறைக் கலைஞனாக இருக்க வேண்டும் என நினைத்தேன். வால்ட் டிஸ்னியின் அனிமேஷன் படங்களும், ரே ஹாரியின் மிகுபுனைவு திரைப்படங்களும், வில் ஐஸ்னரின் (Will Eisner) காமிக்ஸ் ஓவியங்களும் என்னைப் பெரிதும் பாதித்தன. அதனால்தான் 1970களில் ஸ்டார் வார்ஸ் வெளியான காலகட்டத்தில் இது உலகையே மாற்றப்போகும் சினிமா என்று என் ஓவியக் கல்லூரி நண்பர்களிடம் சொன்னேன். காமிக்ஸ் வடிவத்தின் மீதான மோகத்தால் இப்படிச் சொல்வதாக எண்ணினார்கள். உண்மையில், போட்டோஷாப் (Photoshop) போன்ற பல டிஜிட்டல் மென்பொருட்கள், புழக்கத்தில் உள்ள மிகப் பெரிய சாதனங்கள் எல்லாம்

உருவாவதற்குப் பின்னணியில் ஸ்டார் வார்ஸ் திரைப்பட உருவாக்கத்தில் பங்கெடுத்த கலைஞர்கள் இருந்துள்ளனர்.

இனி வரப்போகும் கலைஞர்களுக்குக் கையால் ஓவியத்தை வரையும் தகுதியும், கலைஞர்களுக்கென்றே இருக்க வேண்டிய கலை ஒழுக்கமும், கணினியின் பயன்பாட்டு ஞானமும், 3டி அனிமேஷன் உருவாக்கும் மென்பொருள், Photoshop, சினிமாவில் composit செய்வதற்கான மென்பொருட்களைப் பயன்படுத்தும் திறமையும் இருத்தல் அவசியம். வீடியோ எடிட் செய்யும் திறமையும் தேவை. இன்று கைபேசியிலேயே வீடியோ எடிட்டிங் செய்யலாம். நான் சொல்லும் இம்மூன்று கலை வடிவங்களிலும் இயங்கும் தகுதி கொண்டவர்களே இனி முன்னணிக் கலைஞர்களாகக் கருதப்படுவார்கள். நான் மகிழ்ச்சியுடன் சொல்லிக்கொள்கிறேன் — நான் இன்று எப்படிப் பன்முகத் திறன் கொண்டவனாக இருக்கிறேனோ, அது போலத்தான் இனி 20-30 ஆண்டுகள் கழித்து வரும் கலைஞர்கள் இருப்பார்கள் என நம்புகிறேன்.

எழுத்தாளர்களும் ஓவியர்களும் இணைந்து எம்மாதிரியான கூட்டு முயற்சிகளைச் செய்யலாம்?

தமிழகத்தில் எழுத்தாளர்கள் கூட்டு முயற்சிகள் செய்வதற்கு முன் வருவதில்லை. ஓவியர்கள் எழுத்துக்குப் பக்க வாத்தியமாக இயங்க வேண்டும் என்பதே எழுத்தாளர்களின் மனநிலை. பத்திரிக்கைகளின் மனநிலையும் இதுதான். இதில் மாற்றம் உண்டாகும்போது கூட்டுமுயற்சிக்கான மனநிலை உண்டாகும். என்னுடன் வேலை செய்த பல எழுத்தாளர்களைக் கவனித்திருக்கிறேன். சிலர் தனக்குக் கிடைத்திருக்கும் மேடையைப் பாதி அபகரிக்க வருபவர்களாகவே ஓவியர்களைப் பார்க்கிறார்கள்.

பத்திரிக்கைகளுக்கு வரையும்போது, நான் கதையில் இல்லாததைக் காட்சிப்படுத்தியிருக்கிறேன். நான் தனி ஓவியராக இருந்ததால், நான் முன்னரே வரைந்ததைச் சில கதைகளுடன் இணைத்திருக்கிறேன். தமிழ்நாட்டுப் பத்திரிக்கைச் சூழலில் இப்பழக்கத்தை நான் ஏற்படுத்தினேன். அதற்கு முன்னால், பத்திரிக்கைகளுக்கு வரைபவர்கள், ஏதேனும் ஒரு சம்பவத்தை மட்டுமே வரைவார்கள். சில நவீன ஓவியர்கள் பத்திரிக்கைகளுக்கு வரைவது கேவலமான செயல் என்பதாகப் பேசி ஒரு பிம்பத்தை உருவாக்கி வைத்திருந்தார்கள். அது அப்படி அல்ல. பத்திரிக்கைத் துறைக்கு வருவது பொதுவெளிக்கு வருவதாகும். தகுதியும் திறமையும் இல்லாமல் இது நிகழாது. கோட்பாடுகளின்படி வரையத் தெரிந்திருக்க வேண்டும். உள்ளதை உள்ளபடி வரைய வேண்டும். ஓவியங்களை வரைய இரண்டு முறைகள் உள்ளன - கோட்பாடுகளின்படி வரைதல், சிதைத்து வரைதல். நான் பத்திரிக்கைகளுக்கு வரைய ஆரம்பித்த காலகட்டத்தில், வரையத் தெரியாதவர்கள்தான் நவீன ஓவியங்கள் வரைகிறார்கள் என்ற கருத்து இருந்தது. இப்போது அந்த நிலை மாறிவிட்டது. நானே ஒரு கதைக்குச் சிதைந்த ஓவியம் வரைவேன், இன்னொரு கதைக்குக் கோட்பாட்டின்படி சீராகவும் வரைவேன்.

காட்சி ஊடகத்தின் எதிர்காலம் எப்படி இருக்கப் போகிறது?

இனி வரும் காலங்களில் 5000 பக்கங்களுக்கு மேல் எழுதினால் யாரும் படிக்க மாட்டார்கள் என்றுதான் எனக்குத் தோன்றுகிறது. ஆகையால் காட்சிப்படுத்தித்தானாக வேண்டும். ஒரு மொழியில் எழுதுவதை இன்னொரு மொழிக்குக் கொண்டுசேர்க்கும் பணியை மென்பொருள் எளிதாக்கிவிட்டது. ஆகவே மொழி தெரியாத இடத்திற்குச் செல்வது கடினமான விஷயமல்ல. ஆனாலும் காட்சிரூபமாக இல்லாத பட்சத்தில் இனிமேல் நீங்கள் இன்னொரு சமூகத்துடன் உரையாடவே முடியாது. தமிழ்ச் சமூகம் தன்னுடைய கலாசாரத்தை, செழிப்பை, கடந்த காலத்தை, காட்சி வடிவில் மாற்றுவதன் மூலமாக உலக மக்களோடு தன்னை இணைத்துக்கொண்டு இன்னும் தமிழுக்குச் சிறப்பும் உயர்வும் தேடித்தர வேண்டும் என்பது என் எண்ணம்.

அது நடக்கும் என்றும் நம்புகிறேன். அந்த வகையில் காண்பியல் கலைஞர்கள்தான் இனி மிகவும் முக்கியமானவர்கள். அதிலும் தமிழின் தொன்மை அறிந்து, அதன் சிறப்புக்காகச் செயல்படும் இளம் கலைஞர்களே தேவை. இனிவரும் காலங்களில் அறிவுத்துடிப்பு மற்றும் புத்தாக்கத்துடன் எழுதுபவரும், காட்சி ரூபமாகச் சிந்திப்பவரும் இணைந்து செயலாற்ற வேண்டியது மிகவும் அவசியம். அவ்வகையில் தனித்த ஓவியத்தை, தனித்த எழுத்தைத் தாண்டி — கிராபிக் நாவல், அனிமேஷன், சினிமா - இவை மூன்றையும் மிகவும் முக்கியமான வடிவங்களாகத் தமிழ்ச் சமூகம் எடுத்துக்கொள்ள வேண்டும் என ஆசைப்படுகிறேன்.

52. கௌதம சித்தார்த்தன்

கௌதம சித்தார்த்தன் என்றழைக்கப்படுகிற மற்றவனின் கையெழுத்தில் சுழலும் புதிரிலிருந்து புதுவகை எழுத்து (New writing) பற்றிய பிரக்ஞையுடன் விவாதத்தின் முடிச்சு இறுகுகிறது. அதன் ஒரு குறுக்கு வெட்டுத் தோற்றம் இது. சுழலும் பல்வேறு தோற்றப்பாதைகளின்இணைவு முழுமையை நோக்கி அழைத்துப் போகக் கூடும் புது வகை எழுத்தில்.

கேள்வி: புதுவகை எழுத்து என்று நீங்கள் எதைக் கருதுகிறீர்கள்?

வாழ்க்கைக்கும் கலைக்கும் இடையே உள்ள இடைவெளியை புதிர் வெளியாக்குவது தான் புதுவகை எழுத்தின் சவால்,

மொழியின் சவால்களை எதிர்கொள்ளும் எழுத்தின் தீராத பக்கங்களில் திறந்து கொள்ளும் புதை குழிகள் வாசகனின் கண்களில் கட்டை விரலுயர்த்தும்போது சேற்றின் கழற்சியில் சிருஷ்டியின் தரிசனம் விரிகிறது அற்புதமாய். கதைக்குள் கதைக்குள் கதையாய் ஆயிரத்தொரு இரவுகளில் மாயக் கம்பளத்தில் விரியும் ஜால எதார்த்தம், வார்த்தைக்குள் வார்த்தைக்குள்வார்த்தையாய் சுழலும் புது வகை எழுத்தில் வினோத வடிவம் கொள்கிறது. பிரதியில் இடறிவிழுபவனை பிரதிக்கு அப்பாலும் சுழட்டி வீசியெறிவதுதான் புதுவகை எழுத்து.

தென்னங்கீற்றுகளில் மின்னுகிற நிலா வெளிச்சம் 30 வெள்ளிக் காசுகளைப் போல மின்னியது என்கிற மாய கோவ்ஸ்கியின் வார்த்தைகளில் வெட்டப்பட்டிருக்கிறது ஒரு பெரிய புதைகுழி, துரோகம், பேராசை, பின் அழிவு 30 வெள்ளிக் காசுகளைப் பெற்றுக் கொண்டு ஏசுவைக்காட்டிக்கொடுத்த யூதாஸ் என்னும் தொன்மம் என்று வார்த்தைக்குள் வார்த்தைக்குள் வார்த்தையாய் பயணம் போக வேண்டும். மார்க்வெஸ்,''அன்றைக்கு 13ந்தேதி'' என்றால் 13 என்ற எண்ணின் நியூமராலஜியிலிருந்து டேரட்கார்டுவரையோக வேண்டுமென்கிறான். இடையில் ஒரு குறுக்கு வெட்டு வார்த்தைக்குள் வார்த்தைக்குள் லேபிரிந்த் வலிந்து திணிக்கும் போது கதை முழுக்க புதைகுழிகள் கபந்த வாயாய் திறவுபட்டு கடைசியில் புதை சேறு தான் மிஞ்சக் கூடும். கதையுடனான ஒட்டத்தில் வார்த்தைகள் குறிப்பிட்ட விசைகளில் பட்டுத்தெறிக்கும்போது புதிர்க்கதவின்மொழி விலகி பிலத்துவாரத்துக்குள் விழ வேண்டும்.

கேள்வி: இது போன்ற புதிர் மொழி கவிதைக்குச் சரி, கதையில் உபயோகிக்கப்படும் போது கதைத் தன்மை மறைந்து போகுமே...

கதைக்கு சம்பந்தமில்லாத புதிர் முடிச்சை இறுக்கும் போதும், வெட்டப்படும் புதை குழிகளின் சுழல்கை அதீதப்படும் போதும் நிகழலாம். சொல்லப்படும் கதைமையின் பரிமாணங்களுக்கேற்ற புதிர் மொழியமைவு நிகழ்த்தப்படும் போது கதைக்குள் பல தளங்கள் நகர்த்தப்படுகின்றன. ''கார்டெனியாப்பூக்களின் வாசனை ஒரு பெரியவெள்ளமாக மாறி அவனை அடித்துச் சுழற்றுகையில் வெகு ஆழத்தில் புதைந்திருந்த வெட்டுப்பட்ட குதிரைக் காதுகளில் பளிட்டது இளஞ்சிவப்பு நகப்பிறை' என்கிற புதிர் வாக்கியத்தில் கார்டெனியாப் பூக்களின் வாசனை (அன்னிய மொழி சார்ந்ததாயிருப்பதால் அதன் உணர்வுகளைப் புரிந்துகொள்ளமுடியவில்லை) என்றால் என்ன, அது எதற்காக என்று தெரியாததால் அந்த இடத்திலேயே செத்து விழுகிறது வாக்கியம், அதை சற்றே மாற்றி ஆவாரம் பூ வாசனை' எனும்போது எளிதில் நுழைய முடியும் ஆவாரம்பூ ஆண் பெண் பரஸ்பரம் தங்கள் அன்பைத் தெரிவிக்க வீகம் ஒரு பூ அந்த வாசனை அண்ணுக்குள் கழற்றும் போது அவனது பால் பருவத்து அற்புதம், அய்யனார் கோவில் குதிரைச் சிலைகளில் ஆரோகணித்த வினோதப் பயணம், என்ற தருவேறிய சூரியனின் நிழல் அசையும், இளஞ்சிவப்பு நகப்பிறை என்றதும் நகப்பிறையை வைத்து சிற்பம் செதுக்கும் சிற்ப சாஸ்திரம் விரிபட அவனது இளம்பிராயத்துத் தோழியின்உடல்மொழியும் காலத்தின்லாவண்யமும் கழன்றோடும்.

கேள்வி: தொன்மங்களின்புதிர்மொழியே புதுவகைஎழுத்தை நிர்மாணிக்கிறதா?

உடனடியாக ஆம் என்று சொல்வதற்கில்லை. தொன்மங்களின் புதிர் முடிச்சில் புதுவகை எழுத்து இறுகித் தெறிக்கிறது. கதைக்கும் தொன்மங்களுக்குமான இணைவு -கதைவரிகளினூடேதொன்மங்களின்படிமம் வரும் போதும்,தொன்மத்தின் ஒரு பகுதி கதையாக மாறும் போதும் நிகழும் ஜாலத்தன்மையில் புதுவகை எழுத்தின் எல்லைகள் விரிகின்றன. எழுத்தில் அனுமானிக்க முடியாத சாத்தியங்களை நிரப்பும் மார்க்வெஸுக்குள் மூதாதைகளின்தொன்மங்கள் கழல்கின்றன. மேற்கில் உள்ள ஜால எதார்த்தத்தைப் பார்த்து நொட்டைவிட்டுக் கொண்டிருக்கிற நாம் நம்முடைய புராணிக தொன்மங்களைப் பார்க்கத் தவறுகிறோமா? புதுமைப்பித்தனின் ஜால எதார்த்தத்தில் விரியும் தொன்யம் நம் செழுமையான மரபில் சுறான்றி எழுவதைக் கவனிக்கலாம்.

இந்த மண்ணின்ரத்தமும் அதையுமான ஜால எதார்த்தத்தின் எல்லைகளற்ற தன்மையை நம் கையெழுத்தாது மாற்றும் போது உலகின் கவனிப்பு மிகுந்த கதை சொல்விகளாக மாறுவோம். சூரபத்மன் தனது நூற்றியொரு சிரங்களையும் ஒவ்வொன்றாக வெட்டி எரியும் யாக குண்டத்தில் ஆஹுதியாக்கினான் என்கிற தொன்மம், நெறிதவறிய பெண்கள் அந்தக் கிணற்றில் நீர் மொள்ள குடத்தைக் கீழே இறக்க இறக்க நீர் கீழே கீழே போய்க் கொண்டேயிருக்கும் என்கிற ஜால எதார்த்தம் என்று நமது வேர்களில் கிளைத்தெழும் அற்புத சிருஷ்டிகளை மறந்து, அந்நியமான, படிமத்தன்மை தெரியாத விஷயங்களை வினோதப் படுத்தும் போது புதிர்மொழியின் வீரியமிழுந்து போகிறது. அதே சமயம் உலகம் முழுவதும் முழுப்பரிமாணமும் புரிந்த) தெரிந்த ஒரு படிமத்தை உபயோகிப்பதில் தவறில்லை. உபயோகிக்கும் விதத்தில் தவறில்லாமல் இருக்க வேண்டும்.

"தோல்விக்கு அப்பாற்பட்டவன் நீ அக்கிலஸின் குதிகால் உனக்கில்லை'' என்று டி.எஸ்.எலியட்சொல்லும்போது அவனுடைய மண்ணின் வெதுவெதுப்பு அது. யாராலும் தோற்கடிக்கப்பட முடியாதவனாய் இருக்கும் பொருட்டு ஸ்டைக்ஸ் நதியில் அக்கிலஸை அவனது அம்மா முக்கி எடுக்கிறாள். ஆனால் அவள் பற்றியிருந்த குதிகாலில் நீர் படாததால் அது பலவீனமடைகிறது. பின்னாளில் குதிகாலில் அம்பு பாய்ந்து செத்துப் போகிறான். இந்த முழு வரலாறும் தெரியாத நாம் அக்கிலஸின் குதிகால் என்ற படிமத்தை எதிர் கொள்ளாமல் தாண்டிப் போகும் போது வாக்கியம்

இறந்துபோய்விடுகிறது. கூடவே வார்த்தையும் வார்த்தைகளின் கூட்டமான கதையும். நம்முடைய தொன்மத்தின் வேர்கள் அக்கிலஸின் குதிகாலில் இல்லை; துரியோதனின் தொடையில் இருக்கிறது.

கேள்வி: சொற்கள் சிதைகின்றன, மொழி சிதைகிறது, துர்க்கணாங் குருவிகள் சொற்களைத் தூக்கிக் கொண்டு பனைமர வரிசைகளுக்குச் செல்லுகின்றன; கதையின் உருவம் உள்ளடக்கம் சிதைகிறது. கதையின் வடிவமும் (Narration) சிதைய வேண்டியதன் அவசியம் என்ன?

கதையின் கோடுகளும் வண்ணங்களும் சிதைந்து எழுத்தின் வாக்கியங்களில் இணையும்போதுகோடுகள் மற்றும் வண்ணங்களாலான மொழி விரிகிறது. கதையின் பத்திகளைக்கலைத்துப்போடுவதும் நேர்கோட்டினை இல்லாமலாக்குவதும் புதுவகை எழுத்தின் ஒற்றைப் பரிமாணமே. கதைக்கேற்ற வடிவங்களைக் கட்டமைக்கலாம், ஆனால் எல்லாக் கதைகளுக்குமே வடிவ மாறுதல்களில் ஈடுபடும் போது இனம் புரியாத இழப்பு கதைகளைக் கவ்வும். சயன்ஸ் பிக்ஸன் எழுத்தாளர் பல்லார்ட் (BALLARD) கதைப் பத்திகளைக் கலைத்துப் போடுவது சீட்டு ஆட்டம் பற்றிய கதையில் தான். கதையின் உலகமே கதையின் வடிவத்தைத் தீர்மானிக்கிறது.

என்னுடைய பலிபீடம் கதையை முதலில் முற்றுப்புள்ளி இடாமல், பத்தி பிரிக்காமல் தான் எழுதினேன். காரணம், ஒரு கல்லில் சிற்பம் வடிக்கின்ற கலையின் வடிவம் கதையின் வடிவமாக மாற வேண்டுமென நினைத்தேன் கல் கல்லுக்குள் ஒளிந்திருக்கும் தாம் சதுரமாக நீளும் வார்த்தை வரிகள் அதற்குள் ஒளிந்திருக்கும் கதை

கல்லுக்குள் ஒளிந்திருக்கும் சிற்பத்தை சிற்பி செதுக்கியெடுப்பது போல்,வார்த்தைக்குள் ஒளிந்திருக்கும் கதையை வாசகர் பகுத்துணர வேண்டும் என்கிற ரீதியில்-அபத்தமாகயோசித்துக் கிடந்தபோது திரைப்படத்தின் Dissolveஉத்தி ஒன்று மறைந்து மற்றொன்று தோன்றுவது இதற்குப் பொருந்திவருமெனத் தோன்றியதும் பரபரப்புடன்மாற்றியெழுத ஆரம்பித்தேன். முற்றிலும் சுயமான புதுவகை உத்தியாக புதுவகை எழுத்தின் மற்றொரு பரிமாணமாக கழன்றது பிரதி. சுழற்சியாலான முளைக்காம்பினை உறிஞ்சிக் கொண்டிருக்கும் செக்கு மாட்டு எழுத்துக்களின் பல்வேறு பரிமானங்களில் முற்றுப் புள்ளியை நோக்கி நீளும் துரதாரமான வாக்கியங்களில் புதிர்வகை எழுத்தின் குரல்வளை நெரிபடுகின்ற அவலம் தற்போது இடைவெட்டாய் செகாவ் கதையில் ஒரு வார்த்தையைச் சேர்ப்பதாலும், எடுப்பதாலும் கதையின் போக்கே அடியோடு உருக்குலைய வேண்டும்' ஒரு நீளமான வாக்கியத்தை எழுதுவது புது வகை பாணி என்றுதப்பர்த்தம் எடுத்துக் கொண்ட தமிழ்ப் படைப்பாளிகளின் அவலம்.

வார்த்தைகளைத் தேற வேண்டும். சீவிச்சீவிச் செய்யும் வார்த்தையணு வெடிக்கும் போது உருவாகும் பிரளயத்தில் புதுவகைநெடியின் அற்புதம் சமையும், லத்தீன் அமெரிக்கப்படைப்பாளிகள் நீளமான வாக்கியங்களைத் திட்டமிட்டு உருவாக்குவதில்லை - அல்லது உருவாக்குகிறார்கள். நீண்டுசெல்லும் அதில் ஒரு பெரும் புதிரோ அல்லது ஜாலத் தன்மையின் துணுக்கோ ஒட்டிக் கொண்டிருக்கிறது. 'எனவே நான் தோட்டத்தைக் கடக்க வேண்டும், மரங்களைப் பின் விட்டு, மூன்று மூன்று படிகளாகத்தாண்டி மலையை விட்டு இறங்கி குறுகிய செஸ்ட்நட் மரத் தோப்பு வழியேசென்று-இங்கேதான்,நிச்சயமாக, அந்தக்குழந்தைவெள்ளைநிற இதழ்களைச் சேகரித்து கிறீச்சிடும் பூங்காக் கதவைத் திறந்து, திடீரென நினைவு கூர்ந்து தெரியும் தன்னைத் தெருவில் கண்டு, ஒருவனுடைய இளம் பருவத்தின் எல்லா மத்தியானங்களையும் உணர்ந்து, ஒரு மாய மந்திரம் போல, வெள்ளப் பெருக்கான விசில்கள், மணிகள், குரல்கள், விசும்பல்கள், என்ஜின்கள், ரேடியோக்கள், சாபங்கள் ஆகியவற்றை இல்லாமல் ஆக்கி, சூழ்ந்துள்ள நகரத்தின் துடிப்பை அறுப்பதில் அவன் வெற்றி கண்டான். இது புயண்டஸின் MAGICINE.

|"அவன் மண்டையெங்கும் வண்டுகளின் ரீங்காரத்தில் ஊழி பல தோய்ந்த புழுதி தேகமாத்யந்தமும் சுழட்டியடிக்க, உளியின் பிந்துவரம்பெரிதாகிக்கசியும் ஒளியில் காலடி எட்டிப் போடும் மிதப்புகளில் இருட்பத்தாய் அசையும் நிழல்வெளி நீட்டநீட்ட நெளிநெளியாய்க் கருண்டு ருடைந்து நீளும் கற்பாதையின் சுழற்சி தலையைக் கால்களாகவும், கால்களைத் தலைகளாகவும் மாற்றிப்போடும் பாசம் படிந்த தொல் சுவர்
விரிப்பில் மோதிச் சிதைந்து பூஞ்சணம் பூந்த அவன் கால்களில் துறை
கழித்தோடும் நதிக்கரையின் நானற் புதர்களில் மண்டியிருந்த
இருள் மெல்ல விலகிக்கொண்டிருக்கிறது.
கதையின் ஒட்டத்திஇடான இணை விலேயே
வாக்கியங்களின் - நீளும் நெளிவுகள் முழுமை பெறுகிறது.

கேள்வி பத்திகளைக் கலைத்துப் போடுவது போல வாக்கியங்களைக்கலைத்துப்போடும்போது எழுவாய் பயனிலை செயப்படு பொருள் போன்ற இலக்கண விதிகளின் நிலை என்ன?

பதில் வாக்கியத்தினூடே இயங்கும் எழுவாய், பயனிலை, செயப்படுபெருளை மாற்றிப்போடும்போதுமொழியின்தன்மை சிதையாமல்முன்னிலும் ஆழ்ந்த வீச்சுடன் காட்சியளிப்பது தமிழ்மொழியின் முக்கிய அம்சம் எழுத்தின்தீவிரம் - நேர் மற்றும் வளைகோட்டுத்தன்மை கொண்ட-மொழியியல் சிக்கல்களைகயளிகரம் செய்யும் புது மலர்ச்சியான மொழி தமிழ் எழுவாய் பயனிலை செயப்படு பொருளை தார்மிகத் நன்மையுடன் மாற்றிப் போடப் போட பல்வேறு பரிமானங்களில்

மிளிர்கின்றன வாக்கியத்தின் கண்ணிகள், காலில் அடிபட்ட ஒருவன் நடந்து வந்து கொண்டிருப்பதை 'அவன் நடந்து வந்து கொண்டிருந்தான்'' என்னும் வாக்கியத்தில் சாதாரணமாக தொனிக்கும் செயல்பாடு ''அவன் வந்து கொண்டி-ருந்தான் நடந்து'' என்கிற கலைந்த பிரயோகத்தில் செயல்பாட்டின் தன்மை முக்கியத்துவம் அடைவதை உணரலாம். ''கண்டேன் சீதையை' என்னும் பிரயோகத்தின் நித்யத்துவம் கவனிக்கத்தக்கது.

மோஸ்தருக்காக கலைப்பதை விட்டு, உடைபடுவதற்கான வாக்கியங்களை மட்டுமே கலைக்கும் போது ஆழ்ந்த தீவிரமும் புதிர்த்தன்மையும் இணைந்து புதுவகை எழுத்தின் தளத்தை நகர்த்துகின்றன மேலும். இது குறித்த நாகார்-ஜுனனின் இயங்குதளம் முதன்மையானது. அதேபோல, பழசாகி நைந்து போன (cliche) 2000 வருட வார்த்-தைகளுக்கான படிமத்தை, வார்த்தைகளைப் பிரயோகிப் பதற்கான தொணியை உடைத்தெரிய நேரிடும்போது, செத்துப் போன படிமத்தின் புதிய பிறப்பு ஆரம்பமாகிறது. ''ரோஜாக்கனியின் வெடிக்கும் விதைகளைப் போன்ற சிகப்பு'' என்று ஜேனட் விண்டர்ஸன் சொல்லும் போது நம் படிமக்கிடங்கில் அழுகிக் கிடந்த ரோஜா சரேலென வினோதமாய் மலர்-கிறது. விந்தையான வாசனை குமிழியிடுகிறதுநாசியில், சட்டென மனதில்தோன்றும் பிரமிப்பில் புதிய அடுக்குகள். ஆனால்,பொருந்துகின்ற இடங்களில் மட்டுமே இது மிக முக்கியம்) படிமப் பிரயோகம் நிறம் பிரியும்போது வாசகனின் நினைவிலியமனம் சுழன்றுதாவுகிறது கழன்று முற்றிலும் புதிய தளத்திற்கு.

கேள்வி: புதுவகை எழுத்து Vs வாசகன்?

இருவேறு விதமான வாசக மனங்களால் கட்டம் இது இத்தப் புதிர் ஊழி. வாசகன் ஒரு படைப்பை எதிர் கொள்ளும் போது ஆத்தன் சேத்துப் பேகரே நிகழ்வினூடே சுழலும் எழுத்தோட்டம், எதிர்கொள்பவனின் துண்ணுணர்வுப் பொறி-யைத் தட்டிவிடுகிறது. சாதாரண-தட்டையான-வாசகன் அவனது நினைவிலி மனத்தில் அடைபட்டுக் கிடக்கும் அற்பு-தத்தில் சுழலும் போது, சீரியஸ் - நுண்ணுணர்வுள்ள - வாசகனோ முற்றிலும் வேறு விதமான தரிசனத்துடன் நினைவு மனத்துக்கும் நினைவிலி மனத்துக்குமிடையே ஊடகமாய் கிளைவெட்டிப் பிரிந்து பயணம் யோவான். வாசகமனத்தி-லுள்ள ஜால வினோதங்களை அதி தீவிர ஆற்றல்களை குறிப்புணர்த்துவது அற்புத அனுபவமாக மாற்றவல்லது. இரு வேறு தளங்களையும் ஒரே பாய்ச்சலாகத் தாண்டிச் செல்லும் பிரம்மாண்டம் அது. தஹறிப்பு மனோநிலை கொண்ட கலைஞனே புதுவகை எழுத்தைத் தோற்றுவிக்கிறான் என்கிற வாக்கியத்தின் முனையில் இந்த உரையாடலை நிறுத்திக் கொள்வோம் இப்போதைக்கு பூர்வ பீடிகைகளின்றி ஒரு கணத்தில் நடந்தேறிய இந்த உரையாடல் புதிர் எழுத்தின் மையத்தை நெருங்கும் ஒரு பரிமாணம் மட்டுமே. இந்த எழுத்தில் கவனம் கொள்பவர்களின் தொடர்ந்த விவாதம் புதிர்ச் சுழலைக் கடைந்து செல்ல இயலும்.

53. ராமஸ்வாமி

1. உங்கள் பின்னணி பற்றி கொஞ்சம் பகிர்ந்துகொள்ள முடியுமா? நீங்கள் எப்போது வங்க இலக்கியத்தை வாசிக்கத் தொடங்கினீர்கள்?

நான் கல்கத்தா பல்கலைக்கழகத்தில் பொருளாதாரம் பயின்றேன், அதன் பிறகு கல்கத்தாவின் வீடற்றவர்களின் வீட்டு உரிமைகளுக்காக சமூக செயற்பாட்டில் என்னை நான் அமிழ்த்திக் கொண்டேன். உயர்நிலை வகுப்பு, கல்லூரி, பட்ட மேற்படிப்பு நிலைகளில் பொருளாதாரமும், நகர சமூகவியலும் பயிற்றுவித்திருக்கிறேன். மத்திய, மாநில அரசாங்-கங்கள் மற்றும் சர்வதேச முகமைகளுக்காகப் பயன்பாட்டு சமூக-பொருளாதார ஆய்வுகளில் பங்கெடுத்திருக்கிறேன். ஹவுராவில் உள்ள நூற்றாண்டு பழமை வாய்ந்த சணல் தொழிலாளர்கள் சேரியில் அடிமட்ட அமைப்பு ஒன்றை நிறு-வியுள்ளேன். இறுதியாக, மருத்துவ, தொழில்சார் மற்றும் அறிவியல் பயன்பாட்டுக்கான நீர் அளக்கும் கருவியைத் தயாரிக்கும் எங்கள் குடும்ப சிறிய உற்பத்தி நிறுவனத்தின் பொறுப்பை எடுத்துக் கொண்டேன். [நான்] தமிழாக இருந்-தபோதும் (என்னுடைய தாத்தா 1930-இல் கல்கத்தாவுக்கு வேலை தேடிவந்து, இங்கேயே தங்கிவிட்டார்), நான் என் வாழ்க்கை முழுவதும் கொல்கத்தாவில் தான் வாழ்ந்தேன், ஒரு வங்காளியையே மணம் முடித்திருக்கிறேன். நான் ஒரு இலக்கியக் காதலன், என் வாழ்க்கை முழுவதும் வாசித்து வந்திருக்கிறேன், ஆனால் எதிர்-ஸ்தாபன எழுத்தாளரான சுபிமல் மிஸ்ராவின் படைப்புகளில் தொடங்கி 2005-இல் தான் வங்க இலக்கியத்தை வாசிக்கத் தொடங்கினேன்.

2. புத்தகங்களின் மீதான உங்கள் ரசனையை எவ்வாறு விவரிப்பீர்கள்? புனைவில் உங்கள் தேர்வுகள் குறித்து எவ்வாறு விவரிப்பீர்கள்?

என்னுடைய ரசனை பல ஆண்டுகளாக வளர்ந்துவந்திருக்கிறது, கண்டறிதல்கள் மற்றும் நண்பர்களின் பரிந்துரைகளால் அது தாக்கம் பெற்றிருக்கிறது. படைப்பின் உண்மைத்தன்மை, எழுத்தின் ஆற்றல், மனித ஆன்மா மற்றும் மனித நிலையின் ஆழம் குறித்த ஆய்வு ஆகியவை என்னை ஈர்க்கும் விஷயங்களில் சில.

3. குழந்தை பருவத்தில் நீங்கள் என்ன மாதிரியான வாசகராக இருந்தீர்கள்? இலக்கியத்துக்குள் வருவதற்கு என்ன பாதையைத் தேர்ந்தெடுத்தீர்கள்?

என்னுடைய குழந்தை பருவ வாசிப்பு என்பது வழக்கமான, பின்-காலனிய, ஆங்கில-வழிக் கல்வி அனுபவமே. என்றபோதிலும், புத்தகங்களால் நிறைந்த ஒரு வீட்டில் வாழ்வதும், பள்ளியில் நல்ல நூலகங்களுக்கான அணுகலும்கூட தாக்கம் செலுத்தின. என்னுடைய கல்லூரிக் காலங்களில் இருந்து, கொல்கத்தாவில் உள்ள அமெரிக்கன் நூலகத்துக்குச் சென்றேன். உயர் கல்விக்காக லண்டனில் வசித்தபோது, உலகம் முழுவதும் உள்ள எழுத்தைப் பற்றிய அறிந்து-கொள்ளும் நிலை ஏற்பட்டது. நான் தீவிரப் படிப்பில் ஈடுபட்டிருந்ததால், இலக்கிய வாசிப்பை சில ஆண்டுகளாகக் கைவிட்டிருந்தேன். ஆனால், கல்விப்புல ஆய்வுகளின் எல்லைகளில் நின்ற பிரச்சினைகள் மற்றும் பாடங்கள் குறித்து படைப்பிலக்கியங்கள் பேசுகின்றன என்பதை 1990-இல் மீண்டும் இலக்கியத்திற்குத் திரும்பியபோது கண்டறிந்தேன்.

4. உங்களுக்கு முக்கியமான புத்தகங்கள் என்று எவற்றைச் சொல்வீர்கள்? எந்தெந்த புத்தகங்கள் உங்களைச் சிறை-பிடித்தன? எவையெல்லாம் உங்களுக்கு மிகவும் அடிப்படையான புத்தகங்கள்?

ஏராளமாக இருக்கின்றன. சிலவற்றைச் சொல்வதென்றால்,

The Count of Monte Cristo, by Alexander Dumas;
The Tin Drum, by Gunter Grass; The Magic Mountain, by Thomas Mann;
The Grapes of Wrath by John Steinbeck; So Many Hungers, by Bhawani Bhattacharya;
The Puppet's Tale, by Manik Bandopadhyay; Memed My Hawk, by Yasser Kemal;
Crime and Punishment by Dostoevsky; the short stories of Sadat Hasan Manto;
The Book of Memory and Forgetting, by Milan Kundera;
The Day Lasts More Than a Hundred Years, by Chinghiz Aitmatov;
In the Skin of a Lion, by Michael Ondaatje; The Famished Road, by Ben Okri;
many books by Jose Saramago; Kenzaburo Oe, Japan
2666 by Roberto Bolano; Barren Lives, by Graciliano Ramos.

5. அல்புனைவு வாசிப்பில் உங்களுக்குப் பிடித்தமானவை யாவை?

மீண்டும், சிலவற்றைச் சொல்வதென்றால், மார்டின் லூதர் கிங் மற்றும் லாங்க்ஸ்டன் ஹ்யூஸின் வாழ்க்கை வரலாற்று நூல்கள்,

Nature's Metropolis by William Cronon; Dust Bowl by Donald Worster;
A Miracle, A Universe: Settling Accounts with Torturers, by Lawrence Weschler;
The Secrets of the Temple, by William Greider;
The Worlds of Patrick Geddes by Philip Boardman;
several books by Lewis Mumford; The Sufis by Idries Shah;
Woodsmoke and Leafcups, by Madhu Ramnath.

6. நீங்கள் வாசிக்க விரும்பாத நூல் வகை என்ற ஒன்று உண்டா?

ஹா ஹா, குப்பை நூல்களுக்கு என்னிடம் தனி விளக்கம் உண்டு, எனவே, அவற்றை நான் தேர்வு செய்ய மாட்டேன். எனது விருப்பங்கள் மிகவும் தேர்ந்தெடுக்கப்பட்டவை, நுணுக்கமானவை.

7. நீங்கள் எப்போது வாசகனாக ஆனீர்கள்? ஏன் வாசிக்கிறீர்கள்?

நான் எப்போதும் புத்தகங்கள் வாசித்திருக்கிறேன், ஒருவர் உணவை எடுத்துக் கொள்வதைப் போல், நான் புத்தகங்களை ஒரு கட்டத்தில் எடுத்துக் கொண்டிருக்கிறேன். நான் கற்றுக் கொள்வதற்காக வாசிக்கிறேன், எனக்காக சிந்திப்பதற்கும் என்னை வெளிப்படுத்திக் கொள்வதற்குமான திறனைப் பெற்று, என்னைச் சுற்றி உள்ள உலகைப் புரிந்துக் கொள்வ-தற்காக வாசிக்கிறேன். ஆக, வாசிப்பு என்பது என்னுடைய வாழ்க்கையில் ஓர் அத்தியாவசியப் பகுதி. தவிரவும் நான் விழிப்புடன் இருப்பதை என் வேலை வேண்டுகிறது. மேலும் என்னுடைய உள் சுயத்துடன் இணைவதற்காகவும், சுய மேம்பாட்டின் பயணத்துக்காகவும் நான் வாசிக்கிறேன்.

8. என்ன வாசித்துக் கொண்டிருந்தீர்கள்? உங்கள் வாசிப்புக் குவியலில் அடுத்து என்ன இருக்கிறது? தற்சமயம் என்ன வாசித்துக் கொண்டிருக்கிறீர்கள்?

நான் கடந்த சில ஆண்டுகளாக வாசிப்பதை நிறுத்திவிட்டிருந்தேன், ஏனென்றால் என்னுடைய மொழிபெயர்ப்புப் பணி-களுக்காக நான் நேரத்தை ஒதுக்குகிறேன். வசிலி கிராஸ்மெனின் Forever Flowing மற்றும் ரொபொர்தோ பொலா-னோவின் Savage Detectives ஆகியவை நான் வாசித்த இரண்டு குறிப்பிடத்தக்க புத்தகங்கள்.

9. உங்கள் வாசிப்புப் பழக்கங்கள் யாவை? எப்படி நேரம் கிடைக்கிறது? எப்போது, என்ன மாதிரியான புத்தகத்தை

வாசிப்பீர்கள்? மேலும் சில புத்தகங்கள் ஒலி வடிவில் கேட்பதற்கும், சில மின்நூல் வடிவில் அணுகுவதற்கும் வசதியாக இருக்கும்? உங்களுடைய விருப்பத்தேர்வுகள் யாவை?

நான் தொட்டறியக்கூடிய புத்தகங்களை மட்டுமே வாசிப்பேன். ஒருவர் வாசிப்பதற்கான நேரத்தை உருவாக்க வேண்டும். எனக்குப் பலவிதமான ஈடுபாடுகளும் அக்கறைகளும் உண்டு, எனவே அதுவும்கூட என் வாசிப்புப் பழக்கங்களை மேம்படுத்தியிருக்கிறது.

10. வங்க எழுத்துக்களை ஆங்கிலத்துக்கு மொழிபெயர்க்கும் பணிக்குள் எப்படி வந்தீர்கள்? உங்கள் மொழிபெயர்ப்பு சார்ந்த சவால்கள் பற்றி எங்களுக்குச் சொல்ல முடியுமா?

அது ஒரு விபத்தாகவே நடந்தது, அதன் பிறகு சுபிமல் மிஸ்ராவின் சிறு புனைவு ஒன்றை மொழிபெயர்க்கும் குறிப்பிட்ட திட்டம் ஒன்றில் இருந்து நான் அதைத் தீவிரமாக எடுத்துக் கொண்டேன். அதன் முடிவை நான் நெருங்கிக் கொண்டிருந்தபோது, மொழிபெயர்ப்புக்கு மற்ற எழுத்தாளர்களைத் தேடினேன். நான் மனோரஞ்சன் பியாபரியைப் பற்றி கேள்விப்பட்டேன், அவரை அணுகினேன், அவர் தன்னுடைய மிகச் சிறந்த நாவலான சந்தல் ஜிபோன்-ஐ மொழிபெயர்க்கக் கொடுத்தார். சுவாதி குஹா என்ற தோழி அவருடைய முதல் நாவலான சோமுத்ரோ-வை மொழிபெயர்க்கக் கொடுத்தார். எழுத்தாளரும் பதிப்பாளருமான ஆதிர் பிஸ்வாஸ், அவருடைய நான்கு-பாகங்கள் கொண்டு அகதி நினைவுக்குறிப்பை மொழிபெயர்க்க என்னிடம் வழங்கினார்.

ராக்ஹப் பங்தோபாத்யாய்-இன் எழுத்தைப் பற்றி அறிந்து, அவருடைய மனைவியைத் தொடர்புகொண்டேன், சைல்ட்ஹுட் என்ற அவரது நாவலை மொழிபெயர்க்கக் கொடுத்தார். கொல்கத்தாவில் மக்கள் இலக்கியத் திருவிழாவில் அன்சாருதீன் பேசுவதாக அறிந்து, அவரை அணுகினேன், சாங் ஆப் தி பாராவே வில்லேஜ் என்ற அவருடைய நாவலை மொழிபெயர்க்கக் கொடுத்தார். வங்கதேசத்தைச் சேர்ந்த சஹிதுல் சஹிர் என்ற பெயரை 2019-ஆம் ஆண்டு அறிந்தேன். இரண்டு வாரங்கள் அவருடைய படைப்புகளை வாசிப்பதில் மூழ்கினேன். அவருடைய நாவல்களில் இரண்டையும், சிறுகதைத் தொகுப்பையும் மொழிபெயர்க்க முடிவெடுத்துள்ளேன். ஆக, எல்லாமே என்னுடைய தீவிரமான, சுறுசுறுப்புமிக்க வாழ்க்கையில் இருந்து எழுகிறது! ஆனால் நான் ஒன்றைக் குறிப்பிட வேண்டும், நான் இலக்கியத்தை விரும்பினாலும், என்னுடைய மொழிபெயர்ப்புப் பணியில், நான் மொழியையே கையாண்டு கொண்டிருக்கிறேன். மூல வங்க மொழியைப் புரிந்துகொண்டு, அதையே ஆங்கிலத்தில் வெளிப்படுத்த முயல்கிறேன். ஒருவேளை இலக்கிய அம்சம் என்பது எழுந்தால், அது இரண்டாம் பட்சம் அல்லது முக்கியமற்றது.

வங்க இலக்கியம் சார்ந்து

1. பல தரப்பு வாசகர்களைக் கவரும் எழுத்தாளர்களையும் புத்தகங்களையும் நீங்கள் பரிந்துரைக்க முடியுமா? தமிழ் வாசகர்கள் சமகால வங்க இலக்கியப் பற்றி மேலாக அறிந்துகொள்ள உதவும் படைப்புகள் யாவை?

நான் வங்க இலக்கியத்தின் வாசகன் அல்லன், ஒருபோதும் அப்படி இருந்தது இல்லை. வங்க இலக்கியம் பற்றி எனக்கு மிகக் குறைவாகவே தெரியும். ஆனால், சுபிமல் மிஸ்ரா ஒரு வித்தியாசமான வகை எழுத்தாளர் என்று சொல்லக் கேட்டிருக்கிறேன், எனவே அவரது படைப்பை மொழிபெயர்க்கத் தொடங்கினேன். அது சுமார் ஒரு நூற்றாண்டுக்கும் மேலாக வங்க இலக்கியத்தில் இணையாகப் பயணிக்கும் முழு துறை ஒன்றுக்கு என்னை இட்டுச் சென்றது. ஜகதிஷ் குப்தா, கமல்குமார் மஜூம்தார், அமியபூஷன் மஜூம்தார் ஆகியோரின் படைப்புகள்; இவர்கள் சுபிமல் மிஸ்ராவின் இலக்கிய முன்னோடிகள். கொல்கத்தாவிலும் மேற்கு வங்கத்திலும் சிறு பத்திரிகை உலகையும் உதயன் கோஷ் போன்ற எழுத்தாளர்களைப் பற்றியும் அறிந்தேன். பத்தொன்பதாம் நூற்றாண்டின் பிற்பகுதில் திரோய்லோகியோநாத் முகோபாத்யாய் ஒரு தனித்துவமான எழுத்தாளர்.

சதிநாத் பதுரியின் தொராய் சரித் மனஸ், அத்வைத மல்லபர்மனின் திதஸ் ஏக்தி நோதிர் நாம், தேபேஷ் ராயின் திஷ்த பரேர் பிரிடன்டோ போன்ற மகத்தான படைப்புகளும் உண்டு. இவையெல்லாம் மையநீரோட்ட, வெகுஜன இலக்கியத்துக்கு வெளியே இருக்கின்றன. ஆனால் வங்க மொழியின் படைப்பூக்கம் மிக்க எழுத்துக்கள் இன்றைக்கு வங்கதேசத்தில் இருந்து வருகின்றன என்று நான் நினைக்கிறேன், வங்க மொழி மற்றும் வங்க இலக்கியத்தின் பாதுகாவலர்களாக வங்கதேசத்தின் மக்கள் உள்ளனர். தற்செயலாக, 2019 நாவலான ஆங்கிலத்தில் எழுதப்பட்ட பாபு பங்களாதேஷ்-ஐ எழுதியவர் ஒரு வங்கதேச எழுத்தாளர், நுமெய்ர் அதிப் சவுத்ரி.

2. உங்களுடைய சமீபத்திய கண்டுபிடிப்புகள் யாவை?

அன்சாருதீன் மற்றும் ஷஹைதுல் சாஹிர்.

3. உங்கள் புத்தகங்கள் வாங்கும் பழக்கம் இன்றைக்கு எப்படி இருக்கிறது? வங்க எழுத்துக்கள் எவ்வாறு இருக்கின்றன? ஒலிப்புத்தகங்கள் நிறைய கேட்கிறீர்களா மற்றும்/அல்லது கிண்டில் வாசிக்கிறீர்களா?

வாழ்க்கை முழுக்க புத்தகங்கள் வாங்கிய பிறகு, இப்போது முற்றிலுமாக நிறுத்திவிட்டேன். வங்க மொழி பதிப்பகங்கள் கொல்கத்தாவைச் சார்ந்து இருக்கின்றன. வணிகமும் விளம்பரமும் எல்லாவற்றையும் தீர்மானிக்கிறது, ஆதிக்கம்

செலுத்துகிறது. சில பதிப்பக நிறுவனங்களும், நாளிதழ்களும், இதழ்களும் பதிப்புத்துறை மற்றும் வாசிப்பு ரசனை மீது இறுக்கமான பிடியைக் கொண்டிருக்கின்றன. மையநீரோட்டத்துக்கு இணையாகப் பயணித்த சிறு பத்திரிகை உலகம் இன்றைக்கு பலவீனமான நிலையில் இருக்கிறது. கொல்கத்தாவின் மிகப்பெரிய புத்தகச் சந்தை குறிப்பிட்ட சில பதிப்பாளர்களின் மகத்தான மோசடி அன்றி வேறில்லை. ஒலிப்புத்தகங்களும், கிண்டில் வாசிப்பும் சிறு பகுதியைத் தாண்டி பெரிய தாக்கத்தைக் கொண்டிருப்பதாக எனக்குத் தோன்றவில்லை.

4. நாவல், அல்புனைவு, சிறுகதை போன்ற பல்வேறு வகைமைகளில் உங்களுக்கு விருப்பமான புத்தகங்கள் / எழுத்தாளர்களைப் பற்றி பகிர்ந்துகொள்ள முடியுமா?

நான் வங்க இலக்கியத்தின் வாசகன் அல்ல என்று ஏற்கெனவே கூறிவிட்டேன். இருந்தபோதிலும், என்னுடைய எல்லைக்குட்பட்ட அறிமுகத்தில், புனைவில் சுபிமல் மிஸ்ரா, ராக்ஹப் பங்தோபாத்யாய் மற்றும் ஷஹிதுல் சஹீர், அல்புனைவில் அதிர் பிஸ்வாஸ் மற்றும் அன்சாருதீன் ஆகியோரின் பெயர்களை முன்னிலைப்படுத்த விரும்புகிறேன்.

5. நினைவுக் குறிப்பு, வாழ்க்கை வரலாறு சார்ந்த பரிந்துரைகள் என்னென்ன? இவற்றில் தமிழில் அறிமுகப்படுத்தப்பட வேண்டியவை எவை?

மைக்கேல் மதுசூதன் தட் பற்றிய மகத்தான வாழ்க்கை வரலாற்று நாவல் ஒன்றை நண்பர் சமிரன் தாஸ் சமீபத்தில் எழுதி முடித்துள்ளார். அதுதான் உடனடியாக என் நினைவுக்கு வருகிறது.

6. எல்லோருக்குமான ஒரு எழுத்தாளர் அல்லது புத்தகம் என்று ஏதும் உண்டா? வெவ்வேறு காரணிகளுக்கான புறக்கணிக்கத்தக்க அல்லது கவனம்பெறத்தக்கவர்கள்?

நான் சுபிமல் மிஸ்ராவைப் பற்றி மட்டுமே பேச முடியும், அவர் ‘எல்லோருக்கும்’ எழுதவில்லை, ஆனால் தேர்ந்தெடுக்கப்பட்ட சிலருக்கு. அவரை ஆங்கிலத்தில் மொழிபெயர்க்கும் சவாலை நான் எடுத்துக் கொண்டேன். மிஸ்ராவிடமிருந்து பெருமளவில் வேறுபட்டிருக்கும்போதிலும், ஷஹிதுல் சஹிர், அவரது மொழி, வடிவம், கதை சொல்லல், நினைவு மற்றும் சாட்சியாய் இருத்தல் உள்ளிட்ட அணுகுமுறை ஆகியவற்றை விரும்பும் தனக்கே உரிய வாசகர்களைக் கொண்டிருக்கிறார்.

7. கவிதை, நகைச்சுவை, நாடகம் போன்ற மற்ற இலக்கிய வடிவங்கள் பற்றி? இதில் கவனிக்கத்தக்கவர்கள் யார்? இந்த வகைமைகளை சராசரி வாசகர் ஒருவர் எங்கிருந்து தொடங்க வேண்டும்?

எனக்குத் தெரியாது.

8. மேலெழுந்து வரும் புதிய முகங்கள் யார்?

எனக்குத் தெரியாது.

9. புனைவு மற்றும் கட்டுரைகளில் விவாதிக்கப்படும் பற்றியெறியும் கேள்விகளும் விவாதிக்கத்தக்கப் பிரச்சினைகளும் யாவை? உதாரணங்கள் அல்லது சுட்டுதல் எங்களுக்கு உதவிகரமாக இருக்கும்.

எனக்குத் தெரியாது. ஆனால் வர்த்தக மற்றும் சந்தை மாசுபாட்டிலிருந்து விடுபட்டுள்ள கலை படைப்பாற்றல் மற்றும் நேர்மை என்பது ஓர் அருகிய இனம் என்று என்னால் கூற முடியும். நான் குறிப்பிட்டுள்ள பெயர்கள் இந்தச் சூழலுக்கு எதிராகப் பயணிப்பவை.

10. உங்களுடைய அடுத்த திட்டங்கள் என்ன? எந்தப் படைப்புகளை அடுத்ததாக நீங்கள் எடுக்கவிருக்கிறீர்கள்?

சுபிமல் மிஸ்ராவின் இருபது எதிர்-கதைகளின் தொகுதியோடு சுபிமல் மிஸ்ராவின் நான்காவது மற்றும் கடைசி புத்தகத்தை முடிக்கிறேன். மனோரஞ்சன் பியபரியின் சந்தல் ஜிபோன் முத்தொகை நாவல்களில் மூன்றாம் பாகத்தை மொழிபெயர்க்க வேண்டும். அன்சாருதீனின் சாங்க் ஆப் பாரவே வில்லேஜ் மற்றும் பந்தோபாத்யாயின் நாவல் சைல்ஹூட்-ஐ மொழிபெயர்த்து முடிக்க வேண்டும். ஷஹிதுல் சஹிரின் நாவல், ஐ லுக் அட் யுவர் பேஸ்-ஐ முடிக்க வேண்டும் மற்றும் பத்து சிறுகதை அடங்கிய தொகுப்பையும். ஒட்டுமொத்தமாக, நிறைய வேலை இருக்கிறது.

- தமிழில்: சு. அருண் பிரசாத்

54. தென்கச்சியார்

தென்கச்சியார் என்று வாசகர் களாலும், வானொலி நேயர்களாலும் வாஞ்சையுடன் அழைக்கப்படும் தென்கச்சி கோ. சுவாமிநாதன், தமிழ்நாடு அரசுப் பணியில் விவசாய அலுவலராக வாழ்க்கை யைத் தொடங்கி, பின்னர் 24 ஆண்டுகள் சென்னை வானொலியின் உதவி நிலைய இயக்குனராகப் பணிபுரிந்து ஓய்வு பெற்றவர். தென்கச்சியார் தற்போது வசிப்பது சென்னை மடிப்பாக்கத்தில்.

விவசாய நிகழ்ச்சிகளை மக்கள் பேசும் பேச்சு வழக்கு மொழி யில், கொச்சை நீக்கி இவர் வழங்கி யதால், விவசாய நிகழ்ச்சிகள் மாபெரும் வெற்றி அடைந்த தோடு, கி. ராஜநாராயணனால் "இதுவே மக்கள் தமிழ்' என்று பாராட்டப் பெற்று, இன்று அரசு வானொலி, தனியார் பண்பலை வானொலி என அனைத்து வானொலி நிலையங்களுக்கும்

இலக்கணமாகவும் அமைந்து விட்டது. விவசாய நிகழ்ச்சிகளுக்கு அப்பால், சமூக வாழ்வில் ஒழுக்கம், மனிதநேயம் போன்றவற்றைத் தனது வாழ்க்கை முறையாகக் கடைப் பிடித்துவரும் தென்கச்சியார், இத்தகைய நற்பண்புகளை வானொலி மூலம் மனித மனங்களில் நடவு செய்ய விரும்பியவர். இதனால் அறிவுரையாக வலியுறுத்தித் திணிக்காமல், எளிய குட்டிக்கதைகள் மூலம், சக மனிதனின் தோள்மீது கைபோட்டுப் பேசும் உரையாடல் தன்மையைத் துணையாக வைத்துக் கொண்டு இவர் தொடங்கிய வானொலி நிகழ்ச்சிதான் "இன்று ஒரு தகவல்'.

உலக வானொலி வரலாற்றில் மாபெரும் சாதனையாக மட்டுமின்றி, முன்னுதாரணமாகவும் அமைந்த இந்த நிகழ்ச்சியை பதினான்கு ஆண்டுகள் தொடர்ந்து வழங்கியவர். பிறகு தொலைக்காட்சிகளின் காலை நிகழ்ச்சிகளிலும் மாபெரும் தாக்கத்தை ஏற்படுத்தியது இந்த நிகழ்ச்சி. இவர் 17 வயதில் எழுதிய முதல் கவிதை, பாவேந்தர் பாரதிதாசனின் "குயில்' இதழில் (14. 07. 1959) வெளிவந்தது. அப்போது தொடங்கிய எழுத்துப் பயணம் இன்றும் தொடர்கிறது இவரிடம். தமிழ் குட்டிக்கதை இலக்கியத்தின் தந்தையாக உயர்ந்து நிற்கும் இவரை "இனிய உதயம்' இதழுக்காகச் சந்தித்தோம்...

உங்கள் பெயரோடு ஒட்டிக் கொண்டிருக் கும் "தென்கச்சி'யின் தாத்பரியம் என்ன? உங்கள் சொந்த ஊர், பால்யம், நீங்கள் சென்னைக்கு வந்த காலம், அன்றைய சென்னையின் வாழ்க்கை பற்றிச் சொல்லுங்கள்?

""தென்கச்சி என்பது இன்றைய அரியலூர் மாவட்டத்தில் கொள்ளிடக்கரை ஓரத்தில் இருக்கிற சிற்றூர். தென்காஞ்சிபுரம் என்பது பழைய பெயர். அது தான் காலப்போக்கில் தென்கச்சி ஆயிற்று. காஞ்சி என்பது கச்சி என்று ஆகும். "கச்சி ஏகம்பனே' என்பது காஞ்சிபுரம் ஏகாம்ப ரேஸ்வரரைக் குறிக்கும். எங்கள் முன்னோர்கள் காஞ்சிபுரத்திலிருந்து இங்கே வந்தவர்கள். காஞ்சியில் பல்லவ மன்னர்களின் படைவீரர்களாக இருந்தவர்கள் கொள்ளிடக்கரையில் குடியேறி தென்காஞ்சிபுரம் என்று பெயர் சூட்டியிருக்கிறார் கள். அதுதான் இன்றைய தென்கச்சி.

எங்கள் முன்னோர்கள் பயன்படுத்திய கத்தி, கேடயங்கள் இப்போதும் எங்களிடம் உண்டு. ஆயுத பூஜை சமயத்தில் அதை யெல்லாம் எடுத்து வைத்து வழிபாடு செய்வது வழக்கம். குழந்தைப் பருவத்திலிருந்தே ஒவ்வோர் ஆண்டும் அந்த ஆயுதங்களைத் தொட்டு வணங்கச் சொல்வார்கள். அப்படியே செய்திருக்கி றேன். இப்போதெல்லாம் அந்தக் கத்திகளை எடுத்துக் கொண்டு யாரும் சண்டைக்குப் போவதில்லை. கொள்ளிடத்தில் மீன் வெட்டுவதற்குப் போவதுண்டு. வலை இல்லாமல் மீன் பிடிக்கிற கலையில் நாங்கள் வல்லவர்கள்.

இரவு பத்துமணிக்கு மேல் புறப்படுவார்கள். ஒருவர் கையில் கத்தி இருக்கும். ஒரு சிறுவன் தலையில் பெட்ரோமாக்ஸ் விளக்கு இருக்கும். ஆற்றில் இறங்கி நடக்க வேண்டும். விளக்கு வெளிச்சத்தில் எதிரே வருகிற மீன்கள் கண்கள் பூத்துப் போய் அப்படியே நின்றுவிடும். வாள் வைத்திருப்பவர் அதை வெட்டுவார். கூடை வைத்திருப் பவர் அதன்மேல் கவிழ்ப்பார். மேல்புறம் இருக்கிற வளையம் வழியாக கையை உள்ளேவிட்டு மீன் துண்டுகளை வெளியே எடுப்பார். தன் தோளில் இருக்கிற சாக்குப் பையில் போட்டுக் கொள்வார். அவ்வளவுதான். இதில் வாள் வைத்திருப்பவர் மிகவும் புத்திசாலியாக இருப் பார். குறிபார்த்து வெட்ட வேண்டியவர் அவர். கூடை வைத்திருப்பவர் அவ்வளவு புத்திசாலியாக இருக்க வேண்டும் என்கிற அவசியமில்லை. துண்டு மீனை எடுத்துத் தோளில் கிடக் கிற சாக்கில் போடத் தெரிந்தால் போதும். பெட்ரோமாக்ஸ் விளக்கைத் தலையில் சுமக்கிறவர் சுத்த மக்காக இருக்க வேண்டும். அவர் சுயமாகச் சிந்திக்கக்கூடாது. மற்றவர்கள் பின்னாடியே போகவேண்டும். அவ்வளவுதான். இதில் எனக்கு பெட்ரோமாக்ஸ் விளக்கு சுமக்கிற வேலைதான் கொடுப்பார்கள். அதில் புரமோ ஷன் கிடைப்பதற்குள் நான் பள்ளிக்கூடம் போக ஆரம்பித்து விட்டேன். இவையெல்லாம் பழைய ஞாபகங்கள்.

எங்கள் ஊர்ப்பக்கம் சுவாமி நாதன் என்கிற பெயர் அதிகம். அதனால் பள்ளியில் படிக்கிறபோதே ஆசிரியர் ஊர் பெயரை யும் சேர்த்து அழைப்பது வழக்கம். நீ கும்பகோணம் சுவாமிநாதன், நீ ஆடுதுறை சுவாமிநாதன், நீ தென்கச்சி சுவாமிநாதன் என்ப தாகக் குறிப்பிடுவார். என்னோடு தென்கச்சி ஒட்டிக் கொண்ட கதை இதுதான்.

ஆரம்பப்பள்ளி தென்கச்சியில். அப்புறம் ஆடுதுறை குமரகுருபர சுவாமிகள் உயர்நிலைப் பள்ளியில் 6, 7, 8-ஆம் வகுப்புகள். பிறகு கும்பகோணம் பாணாதுறை உயர்நிலைப்பள்ளி யில் 9, 10, 11-ஆம் வகுப்புகள். அதன் பிறகு கும்பகோணம் அரசினர் கல்லூரியில் புகுமுக வகுப்பு. அப்புறம் கோவை விவசாயக் கல்லூரியில் பி.எஸ்.சி. (விவசாயம்) பட்டப் படிப்பு. 1965-ல் படித்து முடித்து விட்டு வெளியே வந்தேன். பரீட்சை ரிசல்ட் வருவதற்குள் வேலைக்கான உத்தரவு வந்து விட்டது. பாளையங்கோட்டை பஞ்சாயத்து யூனியனில் விவசாய அதிகாரியாக வேலைக்குச் சேர்ந்தேன். அதற்குப் பிறகுதான் ரிசல்ட் வந்தது. இரண்டு பாடங் களில் நான் பெயில்! வேலைக்கு லீவு போட்டுவிட்டு கோவைக்கு வந்து மறுபடியும் அந்த இரண்டு பாடங்களையும் எழுதி "பாஸ்' ஆனேன்.

பாளையங்கோட்டையில் ஒருவருடம் வேலை. அங்கிருந்து கடையம் பஞ்சாயத்து யூனிய னுக்கு மாற்றல் ஆனேன். அங்கே ஒரு வருடம். பாரதியாரின் மனைவி செல்லம்மாள் பிறந்த ஊர் அது. அதே தெருவில் ஒரு வாடகை வீட்டில் குடியிருந்தேன். அப்பு றம் அங்கிருந்து தஞ்சை மாவட்டம் பேராவூரணி பஞ்சா யத்து யூனியனுக்கு வந்தேன். அங்கே ஒரு வருடம். அப்புறம் வேலையை ராஜினாமா செய்துவிட்டு தென்கச் சிக்கு வந்துவிட்டேன். அங்கே பத்து வருடம்

சொந்த விவசாயம் பண்ணினேன். டிராக்டர் எல்லாம் நன்றாக ஓட்டுவேன். ஊராட்சி மன்றத் தேர்தல் வந்தது. அதில் நின்றேன். வெற்றி கிடைத்தது. ஊராட்சி மன்றத் தலைவர் ஆனேன். ஏழு வருடங் கள் அப்படியே நீடித்தேன். அதன்பிறகுதான் வானொலிக்கு வந்தேன்.''

வானொலியோடு உங்களுக்கு எப்படி தொடர்பு ஏற்பட்டது?

""ஊரில் விவசாயம் செய்து கொண்டிருந்தபோது ஒருநாள் தற்செயலாக செய்தித் தாளில் ஒரு விளம்பரம் பார்த்தேன். திருநெல்வேலி விவசாய ஒலிபரப் புக்கு ஓர் ஆள் தேவை. விவசாயம் படித்தவராக இருக்க வேண்டும். விவசாயத்தில் அனுபவம் உள்ளவராக இருக்க வேண்டும். வயது 35-க்குள் இருக்க வேண்டும். இப்படியாக இருந்தது அந்த விளம்பரம். அப்போது எனக்கு 34 ணீ வயது. வெள்ளைத்தாளில் விவரங்களோடு விண்ணப்பிக்கச் சொல்லியிருந்தார்கள். விண்ணப் பித்தேன். அதிகச் சிரமம் இன்றி அந்த வேலை எனக்குக் கிடைத்தது. அதற்கு என்ன காரணம் என்றால் போட்டிக்கு அதிகமாக யாரும் வரவில்லை. விவசாயம் படித்தவர்கள் வேலையில்லாமல் அப்போது யாரும் இல்லை. அது எனக்கு வசதியாகப் போனது.

1977-லிருந்து 1984 முடிய திருநெல்வேலி வானொலி நிலையத்தின் பண்ணை இல்ல ஒலிபரப்புப் பிரிவில் உதவி ஆசிரியர் பணி. அப்புறம் ஒரு பதவி உயர்வு. ஆசிரியர் என்று ஆகி சென்னை வானொலிக்கு வந்து சேர்ந்தேன்.

சென்னை வானொலியில் 2-1-1985 அன்று சேர்ந்தேன். அப்புறம் ஒரு பதவி உயர்வு- உதவி நிலைய இயக்குனர். 2002, ஜூன்- 30 அன்று பணி நிறைவு.''

"இன்று ஒரு தகவல்' நிகழ்ச்சியை எப்போது தொடங்கினீர்கள்? அந்த நிகழ்ச்சி இவ்வளவு பெரிய வெற்றி பெறும் என்று ஆரம்பத் திலேயே எதிர்பார்த்தீர்களா?

""சென்னை வானொலியில் "இன்று ஒரு தகவல்' என்கிற நிகழ்ச்சி 1988-ஆம் வருடம், ஜூலை மாதம், முதல் தேதி தொடங்கியது. அப்போது இயக் குனராக இருந்த கோ. செல்வம் அவர்கள் ஒருநாள் என்னைக் கூப்பிட்டு, "நாளைமுதல் இன்று ஒரு தகவல் என்கிற நிகழ்ச்சியை ஆரம்பிக்கிறோம். அதில் மக்களுக்குப் பயன்படக்கூடிய செய்திகளை நீங்கள் சொல்ல வேண்டும்' என்றார்.

"சார்... நான் ஒருவனே இதைத் தொடர்ந்து வழங்குவது கொஞ்சம் சிரமமாக இருக்கும் என்று தோன்றுகிறது' என்றேன். "நீங்க ஒரு மாசம் இதை வழங்கி னால் போதும். அடுத்த மாசம் வேறொருவரிடம் இதை ஒப்ப டைக்கலாம்!' என்றார். "அப்படியானால் சரி!' என்று ஆரம்பித்தேன். அதற்கப்புறம் வேறு யாரும் அந்தப் பொறுப்பை ஏற்க முன்வரவில்லை. இயக்குனருக்கும் அதை வேறு யாருக்கும் மாற்ற விருப்பமில்லை. பணி நிறைவு பெறும் வரையில் 14 ஆண்டுகள் நாள்தோறும் தொடர்ந்து அதை நானே வழங்கும்படி ஆயிற்று. பல தரப் பினரும் விரும்பிக் கேட்டார்கள். அது நான் எதிர்பாராத ஒன்று தான்.''

ஒரு நடமாடும் பேரகராதியைப் போல நீங்கள் தரும் விஷயங்கள், குட்டிக் கதைகள் உங்களிடம் கொட்டிக் கிடக்கும் ரகசியம் என்ன? உங்கள் வாசிப்புத் தளம், கடைசியாகப் படித்த புத்தகம் பற்றி...

""இதில் ரகசியம் எதுவும் இல்லை. ஏனென்றால் எதுவும் என் சொந்த சிந்தனை இல்லை. மற்றவர்களின் சிந்தனைகளைப் படித்துப் புரிந்து கொண்டு, அதைக் கொஞ்சம் எளிமைப் படுத்தி, வேடிக்கை சேர்த்து சொல்கிறேன்; அவ்வளவுதான்.

நீங்கள் சொல்வதுபோல குட்டிக்கதைகள் என்னிடம் எதுவும் கொட்டிக் கிடக்க வில்லை. உலகம் முழுவதும் கொட்டிக் கிடக்கின்றன. அதை எடுத்து ஊடகங்கள் வழியே மறுபடியும் உலகத்துக்கு வழங்கு கிறேன்; அவ்வளவுதான். என்னுடைய வாசிப்புத் தளம் பற்றிக் கேட்கிறீர்கள். எனக்குப் பிடித்தவை துப்பறியும் கதைகள் தாம்! சின்ன வயதிலிருந்து இன்றுவரை அவற்றைத்தான் விரும்பிப் படிக்கிறேன். மற்றபடி ஊடகத்தேவை- மக்கள் சேவை இவற்றிற்காக ஆன்மிகம், இலக்கியம், விஞ்ஞா னம், தத்துவம் இப்படி எல்லாவற் றையும் தேவைக்கு ஏற்ப படிப்ப துண்டு. கடைசியாக படித்த புத்தகம் "ஆகாய ஆசை கள்.' ஆசிரியர் ஜேம்ஸ் ஹாட்லிசேஸ். 'வர்ன்'ஸ்ங் ஞ்ர்ற் ணற் ஸ்ரீர்ம்ண்ய்ஞ்' என்ற ஆங்கில நாவலின் தமிழாக்கம்.''

ஒரு சின்னஞ்சிறு குட்டிக்கதையை ஒரு சிறுகதைபோல விரித்துச் சொன்னாலும், உங்களது ரசிகர்கள் பொறுமையாக ரசிக்கிறார்கள். இந்த வெற்றிக்குக் காரணம் உங்களுக்குள் இருக்கும் கதை சொல்லியா? உங்களது வசீகரமான கனிவான குரலா?

""பொதுவாக கதை கேட்கிற ஆர்வம் எல்லாருக்குமே உண்டு. ஆகவே எதைச் சொன்னாலும் அதை ஒரு கதை மாதிரி சொன் னால் ஆர்வத்துடன் கேட்க ஆரம்பிக்கிறார்கள். சிறிய கதை யைப் பெரிய கதை மாதிரி சொன்னாலும் பொறுமையாகக் கேட்பதற்குக் காரணம், கடைசி யில் ஒரு நகைச்சுவை வரும் என் கிற எதிர்பார்ப்பாக இருக்கலாம். மற்றபடி குரலில் வசீகரம்- கனிவு என்பதெல்லாம் கேட்கிறவர் களின் மனதைப் பொறுத்தது. அழகாய் இருக்கிற பொருளை நீங்கள் விரும்புவதில்லை. நீங்கள் விரும்புகிற பொருள் அழகாய் இருக்கிறது. அவ்வளவுதான் விஷயம்.

கேட்கிறவர்கள் அல்லது வாசிக்கிறவர்களை ஒன்றை எதிர்பார்க்கச் செய்துவிட்டு, அதற்கு நேர்மாறாக ஒன்றைச் சொல்கிறபோது சுவாரசியம் வந்துவிடுகிறது. உதாரணத் துக்கு ஒன்றைச் சொல்ல லாம். "விபத்து' என்ற தலைப்பைக் கொடுத்து பத்து வரிகளில் ஒரு கட்டுரை எழுதச் சொன் னார் வகுப்பு ஆசிரியர்.

ஒரு மாணவன் எழுதிய கட்டுரை இது: "ஒரு முப்பது மாடிக் கட்டிடத்தின் மேல் மாடியில் வெளிப்புறமாக நின்று-கொண்டு ஒருவன் வெள்ளையடித்துக் கொண்டிருந்தான். துரதிருஷ்டவசமாக அவன் கால் நழுவிக் கீழே விழுந்தான். அதிர்ஷ்டவசமாக அப்போது தெருவில் ஒரு வைக்கோல் லாரி வந்து கொண்டிருந்தது. துரதிருஷ்டவசமாக அந்த வைக்கோலின் நடுவில் ஒரு கடப்பாறை செருகப்பட் டிருந்தது. அதிர்ஷ்டவசமாக அவன் அந்தக் கடப்பாறையில் விழவில்லை. துரதிருஷ்டவசமாக அவன் அந்த வைக்கோலிலும் விழாமல், தெருவில் விழுந்து செத்துப் போனான்.'

இதுதான் சுவாரசியம் என்பது.''

குழந்தைகளுக்கு வாய்வழி கதை சொல்லும் மரபை நாம் தொலைத்து விட்டதால் இன்றைய தலைமுறை எதை யேனும் இழந்துவிட்டதாக நினைக்கிறீர்களா?

""அப்படி நினைக்கத் தேவையில்லை. ஊடகங்கள் இல்லாத காலத்தில் வாயின் தேவை அதிகமாக இருந்தது. இப்போது தாத்தா, பாட்டி களுக்குப் பதிலாக ஊடகங்கள் கதை சொல்லுகின்றன. அவற்றை நன்றாகப் பயன்படுத்திக் கொள்ளலாம். காலம் தோறும் சிலவற்றை இழப்போம். சிலவற்றைப் பெறுவோம். இது உலக மரபு. இதில் வருந்துவதற்கு ஏதும் இல்லை.''

வானொலி ஊடகம் நம்மைப் போன்ற ஒரு வளரும் சமுதாயத்தில் எவ்வாறு கடமையாற்ற வேண்டும் என்று நினைக்கிறீர்கள்?

""உதாரணத்துக்கு ஓர் உண்மை நிகழ்ச்சியைச் சொல்கிறேன்; கேளுங்கள்.

நான் திருநெல்வேலி வானொலி நிலையத்தில் பணியாற்றிக் கொண்டிருந்த நேரம். ஒரு நாள் மாலை வேளையில் ஒரு தொலைபேசி அழைப்பு.

"ஹலோ... ரேடியோ ஸ்டேஷனா?'

"ஆமாங்க.'

"நான் டீன் பேசறேன். ஹைகிரவுண்ட் ஆஸ்பத்தி ரியிலிருந்து... ஒரு முக்கிய மான விஷயம்.'

"சொல்லுங்க டாக்டர்.'

"கொஞ்ச நேரத்துக்கு முன் னாடி ஒரு ஆக்சிடெண்ட் நடந்துபோச்சி!'

"எங்கே டாக்டர்?'

"பாளையங்கோட்டை ரயில்வே கிராசிங் தாண்டி... கொஞ்ச தூரத்துலே...'

"பெரிய விபத்தா டாக்டர்?'

"ஆமாம்... வடநாட்டு சுற்றுலா பஸ் ஒன்றும் ஒரு லாரியும் மோதிக்கிட்டதுலே, டிரைவர் உள்பட கொஞ்ச பேர் அந்த இடத்துலேயே இறந்துட்டாங்க. அடிபட்டு உயிருக்குப் போராடிக் கிட்டிருக்கிறவங்களையெல்லாம் இங்கே கொண்டு வந்து சேர்த் திருக்காங்க. இந்த நேரத்துலே உங்களாலே ஒரு உதவி!'

"சொல்லுங்க டாக்டர்... எங்களாலே முடிஞ்சது எதுவா இருந்தாலும் செய்யிறோம்.'

"வேறே ஒண்ணுமில்லே. இப்ப இங்கே எங்ககிட்டே வந்து சேர்ந்திருக்கறவங்களுக்கெல் லாம் உடனடியா ரத்தம் செலுத் தியாகணும். அப்படி செஞ்சா அவங்களையெல்லாம் காப்பாத்திப்புடலாம்.'

"சரி.'

"ஆனா போதுமான ரத்தம் இப்ப பிளட் பாங்க்ல இல்லே. பொதுமக்கள் யாராவது வந்து ரத்தம் கொடுத்தா இவங்-கள்லாம் பிழைச் சுக்குவாங்க. இப்ப நான் உங்ககிட்டே கேட்டுக்கறது என் னன்னா, உடனடியா இது சம்பந்தமா நீங்க ரேடியோவுல ஒரு அறிவிப்பு கொடுக்க முடியுமா?'

"இப்பவே நாங்க அதுக்கு ஏற்பாடு செய்யறோம். நீங்க மற்ற வேலைகளைக் கவனிங்க.'

வானொலி நண்பர்கள் உடனே செயலில் இறங்கினார் கள். அந்த சமயத்தில் திரைப்பட இசை ஒலிபரப்பாகிக் கொண் டிருந்தது. அவசரம் அவசரமாக அறிவிப்பு ஒன்று எழுதப்பட்டது நாலு வரிகளில்.

"நேயர்களே! ஒரு முக்கிய அறிவிப்பு. சற்று முன் நேர்ந்த ஒரு விபத்தினால் பாதிக்கப் பட்டவர்களைக் காப்பாற்ற ரத்தம் தேவைப்படுகிறது. ரத்த தானம் செய்ய விரும்புகிறவர்கள் உடனடியாக பாளையங் கோட்டை மருத்துவமனைக்கு விரைந்து செல்லுமாறு கேட்டுக்கொள்கிறோம்.'

அறிவிப்பாளர் தூத்துக்குடி ராஜசேகரன், ஒலிபரப்பாகிக் கொண்டிருக்கும் பாடலை நிறுத்தி இடையே அந்த அறி-விப்பை வாசிக்கிறார். ஒரு முறைக்கு இருமுறையாக இந்த அறிவிப்பு வாசிக்கப்படுகிறது. மறுபடியும் படப்பாடல் கள் தொடர்கின்றன. ஒரு இருபது நிமிடங்கள் கடந்திருக்கும். இன்னும் இரண்டு பாடல்களை ஒலிபரப்ப நேரம் இருந்தது. அந்த சமயத்தில் மறுபடியும் தொலைபேசி அழைப்பு.

"ஹலோ!'

""சார்... மறுபடியும் ஹை கிரவுண்ட் ஆஸ்பத்திரியில் இருந்துதான் பேசறோம். நீங்க உடனே இன்னொரு அறிவிப்பு செய்யணும்.'

"என்ன சொல்லணும்... சொல்லுங்க டாக்டர்.'

"தயவு செய்து மேற்கொண்டு யாரும் ஹைகிரவுண்ட் ஆஸ்பத் திரிக்கு ரத்ததானம் செய்ய வர வேண்டாம்னு சொல்லணும்.'

"என்ன ஆச்சு டாக்டர்?'

"ஏகப்பட்ட பேர் ரேடியோ அறிவிப்பைக் கேட்டுட்டு ரத்தம் கொடுக்க இங்கே வந்துட்டாங்க... கூட்டத்தை எங்களாலே சமாளிக்க முடியலே. அவ்வளவு பேர்கிட்டே ரத்தம் கலெக்ட் பண்ணவும் இப்ப இங்கே வசதி இல்லே. ப்ளீஸ்...!' மறுபடியும் வானொலி அறிவிக்கிறது.

"இனி யாரும் அங்கே செல்லத் தேவையில்லை என்பதை நன்றி யோடு தெரிவித்துக் கொள்கிறோம்.'

மறுநாள் மருத்துவமனைக் குப் போகிறோம். படுக்கையில் இருந்தவர்கள் பாசத்தோடு எங்க ளைப் பார்க்கிறார்கள். பாஷை ஒரு தடையாக இல்லை.

ஊடகங்கள் சமுதாயத்திற்கு எப்படிக் கடமையாற்ற வேண்டும் என்று கேட்டீர்கள். இந்த உண்மை நிகழ்ச்சி அதற்கு ஓர் எடுத்துக்காட்டு.''

ஹாரிபாட்டர், ஐரோப்பிய ஆங்கில காமிக்ஸ் கதைகள் என்று நம் கலாச்சாரத்தோடு ஒட்டாத கதைகளை இன்றைய வளரும் தலைமுறை வாசிக்கத் தலைப்பட்டிருக்கிறது. ஹாரி பாட்டர் போல தமிழ்க் கதை வழி மரபுகள், நாட்டார் வழக் காறுகளைக் கதைக்கூறுகளா கவும் நம்முடைய மரபார்ந்த வரலாற்றிலிருந்து பாத்திரங் களையும் அமைத்து கதை யெழுதும் ஆற்றல் நம்மில் ஒருவருக்குக்கூட இல்லையா? அல்லது முடியாதா?

""எது நல்லது, எது கெட்டது என்பதைக் காலம்தான் முடிவு செய் கிறது. எனவே மனிதர்கள் அதைப் பற்றிக் கவலைப் பட்டு ஆகப்போவது ஒன்று மில்லை. ஊடகங்கள் போகிற வேகத்தைப் பார்த்தால் உலகக் கலாச்சாரம் என்ற ஒன்றே விரைவில் உருவாகிவிடும் என்று தோன்றுகிறது. "உலகத்தோடு ஒட்ட ஒழுகல்' என்ற வள்ளுவரின் வார்த்தைகளைச் சரியாகப் புரிந்துகொண்டால் போதும். காலம் என்பது மாறிக்கொண்டே இருக்கிறது. இந்த மாற்றம் பிடிக் காதவர்கள் "காலம் கெட்டுப் போச்சு' என்று சொல்லிக் கவலைப்படுகிறார்கள். அவ்வளவுதான்.''

இன்றைய யுவன்- யுவதி களுக்கு முதலில் நட்பு பிறகு காதல் என்ற கண்ணோட் டமும், வாழ்க்கை முறையும் வந்துவிட்டது. இன்றைய இளைஞர்கள் காதலின் உண்மையான ஜீவனைப் புரிந்து கொண்டதாகத் தெரியவில்லையே? குடும்ப நல நீதிமன்றத்திலும் கூட்டம் அலைமோதுகிறது. கூட்டுக் குடும்பமாக வாழ்ந்த தமிழன் காலப்போக்கில் குடும்ப அமைப்பை இழந்து விடுவான் என்று நம்புகிறீர்களா?

""முந்தைய கேள்விக் கான பதிலை மறுபடி யும் ஒருமுறை படித்துக் கொள்ளுங்கள்.

"இனவிருத்திக்காக இயற்கை செய்கிற தூண்டுதல் உணர்வின் தொடக்கம்தான் காதல் என்பது.'

காதலைவிட்டு விலகி நின்று பார்த்தால் தான் இந்த உண்மை புரியும். காதலில் தோற்றுப்போனவர்களைத்தான் தெய்வீகக் காதலர்கள் என்று சொல்லிக் கொண்டிருக்கிறோம். குடும்ப அமைப்பைப் பற்றிக் கவலைப் படத் தேவையில்லை.

நேற்றைய மனிதர்கள் எப்படி விரும்பினார்களோ அப்படி வாழ்ந்தார்கள். இன்றைய மனிதர்கள் எப்படி விரும்புகிறார் களோ அப்படி வாழ்கிறார்கள். நாளைய மனிதர்கள் எப்படி விரும்புவார்களோ அப்படி வாழ்வார்கள். உங்கள் ஆட்டத்தை நீங்கள் சரியாக ஆடி முடியுங்கள்; அது போதும். அடுத்த காட்சி யைப் பற்றி நீங்கள் கவலைப்பட வேண்டாம். அதை அவர்கள் பார்த்துக்கொள்வார்கள்.''

உங்கள் பயண அனுபவங் களிலிருந்து "இனிய உதயம்' வாசகர்களோடு பகிர்ந்து கொள்ள நினைப்பது?

""பணிநிறைவுக்குப் பிறகுதான் பாஸ்போர்ட்டே வாங்கினேன். சிங்கப்பூர், லண்டன், குவைத், தாய்லாந்து, இலங்கை இவை யெல்லாம் நண்பர்களுடன் போய் நான் பார்த்துவிட்டு வந்த நாடுகள். அந்த மானுக்கும் ஒரு முறை போய்விட்டு வந்தேன். சும்மா போய் பார்த்துவிட்டு வந்தேன். ஒரு சில கூட்டங் களில் பேசினேன். அவ்வளவு தான். சுவையான செய்திகள் என்று ஏதும் இல்லை. என்னுடைய நீண்ட கால நண்பர் ச.ஆ. கேசவன் (இனாம் மணியாச்சி) அமெரிக்கா போய் விட்டு வந்தபிறகு சொன்ன வார்த்தைகள் சுவையானவை. "எப்படி இருக்கிறது அமெரிக்கா?' என்ற கேள்விக்கு அவர் சொன்ன பதில்:

"அமெரிக்கா பணக்காரர்களின் நரகம். இந்தியா ஏழைகளின் சொர்க்கம்.' ''

தானத்தில் சிறந்ததாக உங்கள் பார்வையில் உயர்ந்து நிற்பது?

""ஆந்திராவில் புயல்... அதனால் பாதிக்கப்பட்டவர்கள் அநேகம் பேர். அதற்காகப் புயல் நிவாரண நிதி தமிழ்நாட்டில் திரட்டப்படுகிறது.

கல்லூரி மாணவர்கள் கையில் உண்டியலுடன் நிதி திரட்டி னார்கள்.

சிவகாசி பக்கத்தில் ஒரு பேருந்து நிலையம். மாணவர்கள் உண்டியலை நீட்டுகிறார்கள். மக்கள் காசு போடுகிறார்-கள். அங்கே பிச்சையெடுத்துக் கொண்டிருந்த ஒருத்தர், "என்ன விஷயம்?' என்று விசாரித்தார்.

"ஆந்திராவில் வீடிழந்தவர் களுக்கு வீடு கட்டிக் கொடுக்கவும், பசியால் வாடுகிறவர்களுக்கு சாப்பாடு போடவும், ஆடை இல்லாதவர்களுக்கு ஆடை கொடுக்கவும் இந்தப் பணம் உதவும்' என்று சொன்னார்கள். அந்தப் பிச்சைக்காரர் யோசித் தார். "கொஞ்சம் இருங்க' என்று சொல்லிவிட்டு தமது பழைய துணியைப் பிரித்தார். தம்மிடம் அதுவரை சேர்ந்திருந்த அவ்வ ளவு காசையும் மாணவர்களிடம் கொட்டிவிட்டுத் திரும்பிக்கூட பார்க்காமல் அவர் பாட்டுக்கு நடந்து போனார்.

இது சில ஆண்டுகளுக்கு முன்னால் பத்திரிகைகளில் வந்த ஓர் உண்மைச் செய்தி.''

இரண்டாயிரமாண்டு தமிழர் இலக்கியத்தில் உங்கள் இதயம் நிறைந்த படைப்பு?

""இதற்குப் பதில் சொல்கிற அளவுக்கு நான் நல்ல படைப்புகள் அனைத் தையும் படித்ததில்லை. இரண்டாயிர-மாண்டு படைப்பு என்பதைவிட இரண்டாயிரம் ஆண்டுகளுக்கும் மேலாக இதயங்களில் நிறைந்து நின்று கொண்டிருக்-கிற ஒரு படைப்பு திருக்குறள்.''

"காமத்தைக் கைவிட காமத் தில் மூழ்கு' என்ற ஓஷோ- "அறிந்த தினின்றும் விடுதலை பெறு' என்ற அறிஞர் கிருஷ்ண மூர்த்தி- இவர்கள் இருவரில் உங்கள் சாய்ஸ்?

""காமத்தில் மூழ்கினால் அதை அறிந்துகொள்ளலாம். அறிந்து கொண்டபின் அது தேவை இல்லை; விட்டுவிட-லாம். விடுதலை பெறலாம். இருவர் கருத்திலும் முரண்பாடு தெரியவில்லையே?

விடுதலை பெற்ற குரு ஒருவரி டம் சீடன் கேட்கிறான்: உங்களு டைய தெளிவான அமைதி நிலை யின் ரகசியம் என்ன?

குரு சொல்கிறார்: தவிர்க்க முடியாததோடு மனசார ஒத்துப் போதல்தான்!''

வாழ்வின் தலைசிறந்த தத்துவம் என்று நீங்கள் நினைப்பது?

""'இருப்பதை வைத்துக் கொண்டு இல்லாததைப் பயன் படுத்து!' சீன ஞானி லாலோட்சு சொல்லியிருக்கிற இந்த தத்துவம் என்னை யோசிக்க வைத்தது.

களிமண்ணால் பானை செய்கிறோம். பால் பொங்குவது வெற்றிடத்தில். பானை உடைந்தால் சோறு பொங்க முடி-யாது. ஆகவே பானை தேவை. "இருக்கிற பானையை வைத்துக் கொண்டு இல்லாத வெற்றிடத்தைப் பயன் படுத்து' என்கிறார் அந்த ஞானி. கொஞ்சம் யோசித்துப் பாருங்கள். கதவு, ஜன்னல் வைத்து வீடு கட்டினாலும் நாம் வாழ்வது உள்ளே இருக்கிற வெற்றிடத்தில்தான்! இன்னும் சொல்லப்போனால் கடவுள் என்பதே ஆற்றல் மிகுந்த ஒரு வெற்றுத் தன்மைதான்!''

நம்மிடமிருந்து சென்ற சிலம்பம், களரி போன்றவை கராத்தே, குங்பூ என்று நமக்கே திரும்பி வருகிறது. யோகக்க-லையும் தியானமும் பணக்காரர்களுக்கு மட்டுமே வசமாகும் விலை உயர்ந்த விஷயங்கள் ஆகிவிட்டன. தமிழன் தனது அடையாளங் களை, மொழி உட்பட இழந்து வருவது பற்றி?

""இதுபற்றிக் கவலை கொள்ளத் தேவையில்லை. காலம் மாறிக்கொண்டிருக்கிறது. இன்றைக்கு உலகம் பூராவும் தமிழர்கள் பரவியிருக்கிறார்கள். அவர்கள் கையில் "தமிழ்' பத்திர மாக இருக்கிறது.''

ஈ.வே.ரா. பெரியார் உலகம் முழுவதும் சென்ற டைந்திருக்க வேண்டிய தமிழர்களின் புரட்சிப் பெட்டகம். அவரது கருத்துகளை இத்தனை காலமாக முடக்கிவிட் டோம். இப்போது அவரது படைப்புகளை நாட்டுடைமை ஆக்க வேண்-டும் என்கிற விவாதம் சூடுபிடித்துள்ளது பற்றி...

""பெரியார் நாட்டுடைமை ஆகி விட்டார். பெரியாரின் கொள்கை கள் நாட்டுடைமை ஆகிவிட்டன. பெரியாரின் படைப்புகள் நாட்டுடைமை ஆகவேண்டும். அதில் தவறில்லை. அவருடைய கருத்துகள் உருமாறி விடக்கூடாது என்று அவர்கள் கவலைப்படுகி றார்கள். இரு தரப்புமே பெரியா ரின்மீது மதிப்பும் மரியாதையும் வைத்திருப்பவர்கள்தாம். இதில் கருத்து சொல்லும் அளவுக்கு எனக்குத் தகுதியில்லை.''

சிரிக்கச் சிரிக்க கதை சொல்கிறீர்கள்? ஒரு குட்டிக்கதை மூலம் வாசகர்களைக் கண் கலங்கச் செய்ய முடியுமா?

""நல்ல இதயமுள்ள வாசகர்களைக் கண்கலங்கச் செய்ய இன்றைக்குக் குட்டிக்கதை கூடத் தேவையில்லை. ஒரு வார்த்தை போதும்.

"ஈழத்தமிழர்கள்!''

55. பறை இசைக் கலைஞன் மு.பிராபகரன்

மௌனத்தைப் போலவே இசையும் ஓர் அமைதிக்கான பாதை தான். இதனால் தான் இந்திய திருத்தலங்கள் இசை-யோடு ஆய்ந்து இருக்கின்றன. பன்னெடுங்கால வரலாற்றைத் தன்னகத்தே கொண்டுள்ள ''பறை'' ஓர் இசைக் கருவி மட்டுமல்ல... தொல்குடி தமிழ்ச் சமூகத்தின் சொத்து என்றும், உழைக்கும் மக்களின் இசைக் களஞ்சியம்.. என தெருக்களிலும், பள்ளி, கல்லூரிகளிலும், சமூகப் பொதுக் கூட்டங்களிலும், கிராமப்புற மக்களிடையேயும் இந்த ''பறை'' இசையைக் கொண்டு செல்லும் முயற்சியில் தீவிரத்துடன் செயல் பட்டு வரும்''விடியல் அறக்கட்டளை''யின் இயக்கு-னரான கோவையைச் சேர்ந்த ''பறை'' இசைக் கலைஞன் மு.பிரபாகரனுடன் ஒரு நேர்காணல் செய்தோம்

நக்கீரன்: இந்திய திருத்தலங்களின் கடவுள்கள் இசையோடு (இசைக் கருவிகளோடு) நின்று இருப்பதை எப்படி உணர்கிறீர்கள்?

பிரபாகரன்: ஆமாம். தெய்வங்கள் இசைக் கருவிகள் சுமந்து நிற்பதற்கு இசையின் தத்துவமும் மேலாண்மையையுமே காரணமாக இருக்கிறது. சிவன் கையில் மருகம், பிரம்மா கையில் தாளம், வாரசி கையில் சங்கு, சரஸ்வதி கையில் வீணை, நாரதர் கையில் தம்புரா, நித்தியின் கையில் மத்தளம் என தெய்வங்கள் இசையை தூக்கிப் பிடித்திருப்பதை காணும் போது உண்டாகும் இன்பம் அலாதியானது.

நக்கீரன்: ஐந்திணை நிலங்கள் இசையை எவ்வாறு பொருத்திக் கொண்டன?

பிரபாகரன்: குறிஞ்சி, முல்லை, மருதம், நெய்தல், பாலை எனபப்டும் ஐந்திணை நிலங்களுக்கும் தனித்துவமான இசையும், இசைக்கருவிகளும் இருந்ததை தொல்காப்பியம் சுட்டிக்காட்டுகிறது. சிலப்பதிகாரம் நூற்றுக்கும் மேற்பட்ட இசைப் பண்களை குறிப்பிடுகிறது .இந்த இசைப் பண்கள்தான் உலகெங்கும் இசையை இயக்குகிறது . அதிலும் ''பறை'' இசைக் கருவி மட்டுமல்லாது ஐந்திணை நிலத்தின் அடையாளமாகவும், நிலத்து மக்களின் அடையாளமாகவும், அம்-மக்களின் செய்யும் தொழில் பயன்படும் கருவியாகவும் இருந்து வருகிறது. குறிஞ்சியில் தொண்டகச் சிறுபறை, முல்-லையில் ஏறுங்கோட்பறை, மருதத்தில் தண்ணும்மை, நெய்தலில் மீன் கோட்பறை, பாலையில் ஆறெறி பறை என்ற வரையறை பொருத்தமாக உள்ளது.

நக்கீரன்: இலக்கியத்திலும், வாழ்வியலிலும் ''பறை''யின் பங்களிப்பு குறித்து?

பிரபாகரன்: ''பேசுவதை இசைக்கவல்ல தாளக்கருவி'' பறை எனப்பட்டது. போரில் அடைந்த வெற்றியை பறையால் சாற்றியதை ''இசைப் பறையொடு வென்றி நுவல''என்று புறநானூறு கூறுகிறது. திட்டைப் பறை, தொண்டகச் சிறு-பறை, தொண்டகப் பறை, அரிப்பறை, மண்றோல் சிறுபறை, மென்பறை, இன்னிசைப்பறை, பொருநர் பறை, ஆடு-களப் பறை என சங்க இலக்கியங்களில் பல்வேறு பெயர்களில் ''பறை'' குறிப்பிடப்படுகிறது. உலகப் பொதுமறையாம் திருக்குறளில் ''அறைபறை யன்னர் கயவர்'' என்றும், ''எம்போல் அறைபறை கண்ணாரகத்து'' என்றும், ''அறைபறை நின்று மோதிட'' என்ற இடங்களிலும் பறை ஓங்கி ஒலிக்கிறது. வாழ்வியலில்... பண்டைய அரசர் காலத்தில் அரசரின் அறிவிப்புகளை முரசு அறைந்து அல்லது பறை அடித்து மக்களுக்கு சொல்வது வழக்கமாக இருந்தது. பெருகி வரும் தண்ணீரை அடைக்க, உழவர் மக்களை அழைக்க, போருக்கு எழுமாறு வீரர்களை அழைக்க, உழவு செய்வோருக்கு ஊக்கமளிக்க, விதைப்பதற்கும், அறுவடை செய்வதற்கும், விலங்குகளை விரட்டுவதற்கும், நாட்டின் செய்தியினை மக்-களுக்கு தெரிவிக்கவும், இயற்கை வழிபாடு, விழாக்கள் நடத்துவதற்கும் என மக்களின் வாழ்வியலோடு இணைந்தே வந்திருக்கிறது இந்தப் ''பறை''.

தமிழ் நாட்டில் பல இடங்களில் முரசு மண்டபம் அமைத்து செய்தி அறிவிக்கும் முறை இருந்துள்ளது. பறை பிறத் தாளக் கருவிகளுக்கு அடிப்படையாக அமைந்தது என்பதை காலப்போக்கில் தமிழர்கள் அறியாமல் இப்பறையின் மூலம் வளர்ச்சிப் பெற்ற பிறத் தாள இசைக் கருவிகளுக்கு முக்கியத்துவம் அளித்து விட்டது ஆகப் பெரிய வருத்தம் தான். ''பறை'' அனைத்து சமூக மக்களையும் ஒன்றிணைக்கும் பெருங் கருவியாக இருந்தது. ஆனால் நம்முடைய அடையாளங்களில் மண்ணில் புதைப்பதற்கு சமமாக பறை இசையை புறக்கணித்து விட்டோம் என்பது இசைக்கான சாபக் கேடுதான்.

நக்கீரன்: இந்தியாவின் பிற மாநிலங்களில் ''பறை'' மக்களிடையே பயன்படுத்தப் படுகிறதா?

பிரபாகரன்: நான் முன்பே சொல்லியது போல பறை இல்லாத இசையை யாரும் செய்து விட முடியாது. பிற மாநிலங்களில் மக்களிடையே பறை வெவ்வேறு வடிவங்களில், பெயர்களில் பயன் படுத்தப்படுகின்றன. ஆந்திராவில் ''ரோன்ஸ்'', ''டோல்'', ''புர்ர'', ''சூரியப்பறை'' , ''சந்திரப்பறை'' என்ற பறை வகைகள் உள்ளன. அந்த ''ரோன்ஸ்'' என்ற பறை செங்குத்தலான வடிவில் பயன்படுத்தப்படுகிறது. கர்நாடகத்தில் பழங்குடிகள் ''டாபா '' என்ற பறை வகையை பயன்படுத்துகின்றனர். நாம் இங்கே பயன்படுத்தப்படும் ''தப்பட்டை'' என்ற பறையைப் போலவே ''ஹாலிகே'' என்ற பறை கர்நாடகத்தில் இசைப் படுகிறது. கேரளாவில் ''செண்டை'', '' துடி'', ''இடக்கா'' என்ற பறை வகைகள் நாட்டுப்புற இசை நடனங்களில் பெரும்பாலும் பயன்படுத்தப்படுகின்றன. ராஜஸ்தானில் ''கேரோ'', ''நிஸ்ஸான்'' ,''பாபு-

ஜிகிமாதே'' என்ற பறை வகைகள் உள்ளன. காஷ்மீரில் பெரிய கூம்பு வடிவிலான ''தும்பத்னாரி'' என்ற பறையும், கோவாவில் உடும்பு தோலால் ஆனா ''குமட'' என்ற பறையும், அஸ்ஸாமில் ''கர்ரம்'' என்ற ''மரப்பறை''யும் பயன்படுத்தப் படுகிறது. வங்காளத்தில் ''ஸ்ரீகோல்'' , ஒரிசாவில் ''செங்கு'', மணிப்பூரில் ''புல்'' என்ற ''பறை'' வகைகளையும் மக்கள் இசைத்து வருகின்றனர். இன்னும் சொல்லப் போனால் இந்தியாவில் உள்ள சுமார் 427 பழங்குடியினக் குழுக்களில் 63 விழுக்காடு மக்கள் தங்களின் வாழ்க்கையில் ஆடல், பாடல், செய்தித் தொடர்பு போன்றவற்றிற்கு ''பறை''யைப் பயன்படுத்துகின்றனர்.

நக்கீரன்: ஒரு காலத்தில் முக்கியப்பட்டதாய் இருந்த பறை இசை தற்போது பின் தங்கிவிட்ட நிலையில் பறை இசை மீண்டும் அதன் உச்சத்தை எட்டுமென நீங்கள் நினைக்கிறீர்களா?

பிரபாகரன்: மக்களின் வாழ்க்கையோடு ஒன்றிணைந்து இருந்த பறை இசை தற்போது பின் தங்கி விட்டது என்பது உண்மைதான். அது மீண்டும் உச்சம் பெறும் என்பதற்கு உதாரண மனிதராக இருப்பது பறை இசைக் கலைஞர் கத்தார் தான். ஒடுக்கப்பட்ட மக்களின் விடுதலைக் குரலாக இயங்கி வரும் கத்தார் பறைமுழக்கம் விடுதலை சிந்தனை பரப்பி வருவது பறை இசை வரலாற்றில் ஒரு மைல்கல். தமிழர்கள் தங்கள் உணர்வுகளை வெளிப்படுத்தும் நுண்கலைகளைப் பிரிந்து எங்கோ ஓர் உலகுக்குள் சென்று விட்டார்கள். அவர்களை பறை இசையின் மூலம் மீண்டும் அவர்களை மீது வந்து இசைக்குடிகளாக மாற்ற வேண்டும், பறை இசை இழந்த தன் உச்சத்தை தொட வேண்டும் என்ற நோக்கோடுதான் என் போன்ற பறை இசை கலைஞர்கள் இப்போது தீவிரப்படுகிறார்கள்.

புரட்சிக் கவிஞர் பாரதிதாசன் சொன்னது போல...

''இன்னும் செல்லாது பிறர் செய்யும் சூழ்ச்சிகள்
என்று சொல்லி புயம் தட்டு —அட
யானையின் மேல் வள்ளுவா சென்று நீ பறை
கொட்டு கொட்டு கொட்டு.'' — என்பதையும்,/அவரோட கண்மணித் திரளில்..
''நான்கு கோடி தமிழர் பட்டாளம் நாட்டை மீட்க கிளம்பிற்றுக் கண்டால்
தீங்கு செய்யும் வடவறின் ஆட்டம் செல்லாது என்று கொட்டு வெற்றிப்பறை.'' -
என்பதுதான் எங்களின் முழக்கமாக இருக்கிறது'' .

நக்கீரன்: சில காலங்களுக்கு முன்னால் பொதுவாக ''பறை இசை'' என்பது சாதிய முத்திரையோடு பார்க்கப்பட்டது. இப்போது அதன் பார்வை மாறியிருக்கிறதா?

பிரபாகரன்: ஆமாம். பறை என்பது தலித்களின் இசையாகவே பார்க்கப்பட்டது என்பது உண்மைதான். ஆனால் முற்றிலுமாக இல்லையென்றாலும் இப்போது அது மாறிக் கொண்டு வருகிறது. சாவுக்கு மட்டுமே அடிக்கப்படும் இசைதான் பறை என இருந்தது. இப்போது அவை மாறி, கல்யாணம், கல்லூரி விழாக்கள், அரசுப் பள்ளி விழாக்கள் என இப்போது பறை ஓசை கேட்கிறது. பறையடிக்கப்படும் போது பணக்காரர்களின் கால்கள் மெல்ல ஆடத் துவங்கியிருக்கிறது. பள்ளி, கல்லூரிகளின் அனைத்து சமுதாய மாணவர்களும் பறையடிக்க ஆர்வங்கொண்டு பயிற்சி எடுப்பதின் மூலம் பறை மேலான பார்வைக்கு வேறொரு கண்ணாடி போடப்படுகிறது. ஆனாலும் சில இடங்களில் அக்கண்ணாடியில் பசித்த வயிற்களோடு பரிதாபமாய் நிற்கும் மனிதர்கள் தெரிவதுதான் காலக் கொடுமை.

தன்னார்வ ஆர்வலரும், பறை இசைக் கலைஞருமான ''பறை'' இசைக் கலைஞர் மு.பிரபாகரனைப் பற்றி...

இலங்கையில் பிறந்தவர் இவர். 1980-ல் போடப்பட்ட சாஸ்திரி —ஸ்ரீமாவோ ஒப்பந்தப்படி பிராபகரனின் பெற்றோர் மலையகத் தோட்டத் தொழிலாளர்களாக இந்தியாவிற்கு இவரை கைக் குழந்தையாக தூக்கி வந்தனர். நீலகிரியில் குடியேறிய இவரின் பள்ளி, கல்லூரிக் காலங்கள் நீலகிரியிலேயே இருந்தன. தற்போது மனைவி, இரண்டு குழந்தைகளோடு கோவையில் உள்ளார்.

5

சிறுகதை இலக்கணம்

1. சிறுகதை, இலக்கியத்தின் இளையது, கடைக்குட்டி

- நீர்வை பொன்னையன்

சிறுகதை, இலக்கியத்தின் இளையது, கடைக்குட்டி. கடைக்குட்டி எப்பொழுதும் காரமானதாகவும் வீச்சானதாகவும் இருக்கும்.

எழுத்து இலக்கியத்தில் முதன்முதலாக ஜனித்தது கவிதை. மனிதன் தனது உள்ளுணர்வுகளை கவிதை மூலந்தான் வெளிப்படுத்தினான். இக்கால கட்டத்தில் பழம்பெரும் காப்பியங்கள் புனையப்பட்டன. ஹோமரின் 'இலியட்', 'ஒடிசி', மில்ரனின் 'இழந்த சொர்க்கம்', 'மீண்ட சொர்க்கம்' போன்றவை படைக்கப்பட்டன. தமிழில் உன்னத காப்பியங்களான கம்பராமாயணம், சிலப்பதிகாரம், மணிமேகலை போன்றவை தோன்றின. இப்படைப்புக்கள் ஆயிரம் பக்கங்களுக்கு மேலாக எழுதப்பட்டன. இச் சகாப்தத்தில் மனிதருக்குப் போதிய கால அவகாசம் இருந்தது. எனவே இப்படைப்புக்களை அவர்கள் நீண்டநேரத்தைச் செலவழித்துச் சுவைத்தார்கள்.

கவிதையை அடுத்து நாவல் இலக்கியம் தோன்றியது. இக்காலகட்டம், 'மறுமலர்ச்சிக் காலம்' என்று அழைக்கப்பட்டது. இச் சகாப்தத்தில் விக்ரர் ஹியூகோ, எமிலி ஜோலோ, சார்ல்ஸ் டிக்கின்ஸ், தோமஸ் ஹாடி, றொமெயின் றோலன்ட் முதலிய பிரபல நாவலாசிரியர்கள் உன்னத படைப்புக்களைப் புனைந்தார்கள். இப்படைப்புக்களும் ஆயிரக்கணக்கான பக்கங்களைக் கொண்டவையாக இருந்தன. மறுமலர்ச்சிச் சகாப்தத்தைத் தொடர்ந்து கைத்தொழிற் புரட்சிக் காலம் தோன்றியது. இக்கால கட்டத்தில் மக்கள் இயந்திர வேகத்தில் உழைக்க வேண்டிய அவசியமிருந்தது. எனவே குறுகிய நேரத்தில் படிக்க வேண்டிய நிலை ஏற்பட்டது. இக்கால கட்டத்திலேயே சிறுகதை இலக்கியம் தோன்றி வளர்ந்தது.

கதைகளில் பலவிதம். நாட்டார் கதைகள், பாட்டிக் கதைகள், பஞ்சதந்திரக் கதைகள், திகிலூட்டும் கதைகள், தேவதைக் கதைகள், தென்னாலிராமன், முல்லா, ஈசாப்பு போன்றவர்களின் விகடக் கதைகள் முதலிய பலவகைக் கதைகளுண்டு. ஆனால் இவை அனைத்தையும் விட உருவத்திலும், உள்ளடக்கத்திலும் முற்றிலும் வேறுபட்டதாகவே சிறுகதையின் வடிவம் அமைந்துள்ளது. இவ்வடிவம் முதலில் ஐரோப்பாவில்தான் தோன்றியது. பின்னர் தமிழுக்கு வந்து சேர்ந்தது. இந்தவகையில் தமிழ்ச் சிறுகதையின் தந்தையாக தமிழ் நாட்டைச் சேர்ந்த புதுமைப்பித்தன் உருவாகிறார்.

சிறுகதை என்பது எதுவித நீதியையோ, தர்மத்தையோ போதிப்பதில்லை. அது நாவலைப் போல ஒரு மனிதனின் காலகட்டத்தையோ, சகாப்தத்தையோ உள்ளடக்குவதில்லை. சிறுகதை என்பது, ஒரு சிறு சம்பவத்தை அல்லது செயலைக் கூறுவதாகவும், குறுகிய நேரத்துக்குள் நடந்து முடிந்ததாகவும் அமைந்திருத்தல் வேண்டும். சிறுகதையைப் பொறுத்தவரை, கதையின் கரு, உரு, கதையை நகர்த்திச் செல்லும் உத்தி, பாத்திர வார்ப்பு, கதையின் ஆரம்பமும் முடிவும், களம், காலம் ஆகியவற்றில் போதிய கவனம் வெலுத்த வேண்டும். இவை ஒன்றிணைகையிலேயே ஒரு சிறந்த படைப்பு உருவாகும்.

சிறுகதை என்றால் என்ன? அதற்கு ஒரு குறிப்பிட்ட வரைவிலக்கணம் கிடையாது. ஆனால் சில எழுத்தாளர்கள் தமக்கேயுரிய பாணியில் சிறுகதை பற்றிக் கூறுகின்றார்கள். சிறுகதைக்குத் தொடக்கமோ முடிவோ இருத்தல் கூடாது, அது வாழ்வின் ஒரு பகுதி அல்லது துண்டாக அமைய வேண்டும் என்று அன்ரன் செக்கோவ் கூறுகிறார். சிறுகதை முடிவிலியானதாகவும் பத்துப் பதினைந்து நிமிடங்களில் உரத்து வாசித்து முடிக்கக் கூடியதாகவும் அமைந்திருக்க வேண்டும் என்கிறார் எம்.ஈ. பாற்ஸ் (BATS).

ஒரு குறிப்பிட்ட சம்பவத்தில் மனித மனம் படும்பாட்டை அல்லது ஒரு பாத்திரம் இயங்குகின்ற முறையைக் குறிப்பதுவே சிறுகதை என்கின்றார் பேராசிரியர் கா. சிவத்தம்பி. சிறுகதை ஒரு குதிரைப் பந்தயம். தொடக்கமும் முடிவுமே மிக முக்கியம் என்கின்றார், எறிக் செச்விக் என்பவர். எட்கார் அலன்போவும், ஹர்தோனும் சொல்திறத்தையும், வினைப் பயனையும் வலியுறுத்துகின்றனர். சிறந்ததோர் சிறுகதையில் ஓர் உணர்வு அல்லது உணர்வுகள், தொடர் என்பன குறித்ததோர் சுற்றுச்சார்பு நிலையில் கூறப்பட வேண்டும். வாழ்வின் உச்ச நிலைகளை மிகச்சிறந்த எல்லைக்குள் செறிவாக்கி வழங்கல் அவசியம். சிறந்த சிறுகதையில் ஒரு பாத்திரத்தின் பரிமாணத்தை அல்லது முப்பரிமாணத்தை அல்லது அதன் வளர்ச்சியைக் காணமுடியாது. பாத்திரத்தைச் சந்திப்பது மிகச்சில நிமிடங்களே. அத்துடன் அதன் உறவுநிலை, தொடர்பு, சுற்றுச் சூழல், பின்புலம் என்பன வரம்புக்கு உட்பட்டனவாகவே அமையும்.

பாத்திரங்களின் எண்ணிக்கை, கதையின் அளவு என்பன மாறுபட்டாலும் சம்பவம் ஒன்றாகத்தானிருக்க வேண்டும். நிகழுமிடமும் காலநேரமும் ஒரு வரையறைக்கு உட்பட்டிருக்க வேண்டும். உதாரணத்திற்கு எம். ஸ்டேன்லி என்ற ஆங்கில எழுத்தாளர், உலகின் அதிநவீனச் சிறுகதை ஒன்றைப் புனைந்துள்ளார். 'கரடி வேஷம் போட்டவன் வாழ்வில் ஒருநாள்' என்பது அதன் தலைப்பு. 'என்னைச் சுடாதே' என்ற இரண்டே இரண்டு வார்த்தைகளை மட்டுமே கொண்டது இச்சிறுகதை.

றிச்சாட் பிராட்டிங்கன் என்ற ஆங்கில சிறுகதை ஆசிரியன் 'கொடுமை' என்ற மகுடத்தில் ஆங்கிலத்தில் எழுதியுள்ள கதை இது. "வயலின் கற்றுக் கொண்டிருக்கும் ஒரு மனிதனுடன் சான் ஜோஸ் நகரிலுள்ள ஓர் அறையில் வாழ்வது என்பது மிகக் கடினம் என்று குண்டுகள் பயன்படுத்திய பிறகான துப்பாக்கியை பொலீசிடம் ஒப்படைத்த அவன் சொன்னான். அகஸ்டோ மான்டிலோ என்ற சிறுகதை ஆசிரியர் ஸ்பானிஷ் மொழியில் உலகத்து அதிநவீன சிறுகதையைப் புனைந்துள்ளார் அத்தலைப்பு 'டைனோசர்'. கதை 'அவன் விழித்தெழுந்த போது அந்த டைனோசர் இன்னமும் அங்கே இருந்தது'. ஒன்றரை வரிகளை மாத்திரம் தான் இந்தக் கதை கொண்டுள்ளது.

புதுமைப்பித்தன் என்ற தமிழ் சிறுகதை மன்னன் இருபத்தாறு பக்கங்களைக் கொண்ட துன்பக்கேணி, மூன்று பக்கங்களைக் கொண்ட 'பொன்னகரம்', இரண்டரைப் பக்கங்களைக் கொண்ட 'கட்டில் பேசுகிறது' என்று பல்வேறு அளவுகளிலான உன்னதமான தமிழ் சிறுகதைகளைச் சிருஷ்டித்துள்ளார். சிறுகதையின் பாத்திரங்கள் ஒன்றாகவோ, இரண்டாகவோ அல்லது மூன்றாகவோ இருக்கலாம். ஆனால் பிரதானமானதாக ஒரு பாத்திரம் மட்டும் இருப்பதே நன்று. ஏனைய துணைப் பாத்திரங்களும் உயிர்த்துடிப்புடன் இருக்க வேண்டும்.

சிறுகதையை வீச்சாக நகர்த்திச் செல்வதற்கு மொழிவளம் அவசியம். புதுமைப்பித்தனுடைய நடையை 'தவளைப் பாய்ச்சல் நடை' என்பார்கள். கதையுடன் வாசகனை இழுத்துச் செல்லும் ஆற்றல், கதை முடிவில் வாசகனைச் சிந்திக்கத் தூண்டும் தன்மை என்பன நல்ல சிறுகதையின் இயல்புகள். கதையின் முடிவு வேறு ஒரு கதையின் தொடக்கமாக இருப்பதும் நல்ல சிறுகதையின் அம்சம். சிறுகதை ஆசிரியனுக்கு ஆழமான, தொடர்ச்சியான வாசிப்பு அவசியம். அத்துடன் அவனுக்கு இடைவிடாத தேடலும் இருக்க வேண்டும். பரந்த அனுபவமும் அவசியம். அந்த அனுபவ அருட்டலில் நல்ல உயிர்த்துடிப்புள்ள படைப்பு ஜனிக்கிறது.

'எனக்கு எழுதுவதில் எதுவித சிரமமும் இல்லை. ஏனென்றால் நான் எனக்குத் தெரியாதன பற்றி எழுதுவதில்லை. தெரிந்தவற்றைத்தான் நான் எழுதுகிறேன்' என்று மார்க்சிம் கார்க்கி கூறுகின்றார். எனவே, ஒவ்வொரு எழுத்தாளனும் தனது அனுபவங்களின் உந்துதலால் எழுதினால் அவை சிறந்த படைப்புகளாக, ஜீவத் துடிப்புள்ளவையாக அமையும், நிலைத்து நிற்கும்.

ஈழத்தில் நவீன எழுத்தாளரில் பெண் படைப்பாளிகள் குறைவு. மூத்த தலைமுறை எழுத்தாளர்களாக, குறமகள், பவானி ஆழ்வாப்பிள்ளை, சசிதேவி ஆள்வாப்பிள்ளை, அன்னலட்சுமி இராசதுரை ஆகியோரைக் குறிப்பிடலாம். இவர்களில் சிலர் ஒரு சிறுகதைத் தொகுதியுடன் தமது படைப்பாற்றலுக்கு முற்றுப்புள்ளி வைக்கின்றனர். இரண்டாம் தலைமுறை எழுத்தாளர்களாக தாமரைச் செல்வி, மண்டூர் அசோகா, பவானி சிவகுமாரன், பவானி முகுந்தன், ஔவை, மதுபாஷினி, அனார், பத்மா சோமகாந்தன், யோகேஸ்வரி சிவப்பிரகாசம், கெக்கிராவ சஹானா போன்றோர் எழுதி வருகிறார்கள். மூன்றாம் தலைமுறையைச் சேர்ந்த தாட்சாயணி, சாரங்கா, சந்திரகாந்தா முருகானந்தன், மாதுமை சிவசுப்பிரமணியம், பிரமீளா செல்வராசா, வெலிகம ரிம்ஸா முஹம்மத், கார்த்திகாயினி சுபேஸ், வசந்தி தயாபரன் போன்றோர் தரமான ஆக்கங்களை எழுதி வருகின்றனர். அவர்களுடன் தியத்தலாவ. எச்.எப். ரிஸ்னாவும் இணைகிறார்.

முஸ்லீம் பெண் படைப்பாளிகளில் பலர், ஒருசில சிறுகதைகள் அல்லது கவிதைத் தொகுதிகளுடன் படைப்புத் துறையிலிருந்து காணாமல் போய்விடுகின்றனர். குறிப்பாக, இவர்களில் பெரும்பான்மையானோர் தமது திருமணத்திற்குப்பின் படைப்புலகிலிருந்து மறைந்துவிடுகின்றமை துரதிஷ்டமாகும். தியத்தலாவ ரிஸ்னா, இந்த வரிசையிலிருந்து தப்பிப் பிழைத்துவிடுவார் என நம்புகிறோம்.

இயற்கை வளமும், வனப்பும் அலைபாயும் தியத்தலாவையைப் பிறப்பிடமாகக் கொண்டவர் ரிஸ்னா. பச்சைப்பசே-லென்ற தேயிலைச் செடிகள் அடர்ந்த குன்றுகள், வானத்தைத் தாங்கி நிற்கின்ற மலைத்தொடர்கள், சலசலத்து ஓடு-கின்ற குளிர்ந்த நீரோடைகளும் அருவிகளும், ரிஸ்னாவின் கற்பனைத் திறனுக்குக் கைகொடுக்கும் இயற்கை அன்னை. மாடாய் உழைத்து ஓடாய்த் தேயும் மலையகத் தோட்டத்தொழிலாளர்கள், அவர் தம் உழைப்பை உறிஞ்சும் முதலா-ளித்துவப் பெருச்சாளிகள், ஒரு சில பணக்கார முஸ்லீம்களும், ஏழை முஸ்லீம்களும் எனப் பலரை உள்ளடக்கிய தியத்தலாவைப் பிரதேசத்தில் பிறந்து வளர்ந்தவர், செல்வி எச்.எப். ரிஸ்னா. இவரது படைப்புலகிற்கு செழுமையான அனுபவத்தைப் பெறக்கூடிய பின்புலத்தில் வாழ்கின்றார். இந்தக்களத்தில் நின்று தான் இவர் தமது கவிதைகளையும், சிறுகதைகளையும் புனைந்துள்ளார்.

செல்வி ரிஸ்னாவின் சிறுகதைகளில் பெரும்பாலானவை கற்பனா உலகிலிருந்து ஆக்கப்பட்டவை. ஒரு பகுதி ஆக்கங்கள், அவரது அனுபவங்களின் அருட்டலால் புனையப்பட்டவை. இவற்றில் பெரும்பாலானவை ஏற்கனவே பத்திரிகைகளிலும், சஞ்சிகைகளிலும் பிரசுரமானவை. இச்சிறுகதைகள் வாசகர்கள் இலகுவாகப் படித்து இரசிக்கக் கூடியனவாக இருக்கின்றன. இவற்றில் அநேகமானவை கற்பனாரசக் கதைகள். செல்வி ரிஸ்னா தனது கதைகளை இலாவகமாக நகர்த்திச் செல்கின்றார். இதற்கு அவரது மொழிவளம் துணைபுரிகின்றது. இவரது பாத்திரப் படைப்பு இயல்பாக உள்ளது. பாத்திரங்கள் கதைசொல்லல், ஆசிரியர் கதைகூறல், பின்னோக்கிக் கதைநகர்த்தல் போன்ற உத்-திகளைக் கையாண்டு கதைகூறுகிறார்.

செல்வி ரிஸ்னாவின் 'வைகறை' என்ற இந்தத் தொகுப்பில் காதல்கதைகளும், முஸ்லீம் சமூகம் சார்ந்த கதைகளும், மலையகம் சார்ந்த சில கதைகளும் அடங்கியுள்ளன. மலையகத்தின் முதுகெலும்பாகத் திகழும் தோட்டத் தொழி-லாளர்களின் அவலநிலை சார்ந்த ஒருசில கதைகளாவது இத்தொகுதியில் உள்ளடக்கப்படாதது ஏனோ? மலையகப் பிரதேச மொழிநடை ஆசிரியரால் தவிர்க்கப்பட்டுள்ளது. ஏனைய பிரதேச வாசகர்களும் இக்கதைகளை இலகுவாகப் படித்து இரசிக்கட்டும் என்ற நோக்கத்திலா?

இத்தொகுதியிலுள்ள முதல்கதை அழகன். இரண்டே இரண்டு பக்கங்களை மாத்திரமே இக்கதை கொண்டுள்ளது. சிறுகதைக்குரிய கட்டமைப்பைக் கொண்டதாக, தொடக்கமும் முடிவும் ஒரு நல்ல சிறுகதைக்கேற்றபடி அமைந்துள்ளன. மூன்று பாத்திரங்களைக் கொண்ட இக்கதையில் சிறுவன் ஒருவனே கதாநாயகன். இப்பாத்திரப் படைப்பு அற்புதமானது. செல்வி ரிஸ்னா எதிர்காலத்தில் சிறந்ததொரு சிறுகதைப் படைப்பாளியாக வளர்ந்து வருவார் எனக் கட்டியங் கூறுவது, இக்கதை. உறவுகள், தவிப்பு, தொலைந்த கவிதை, சிட்டுக்குருவி, ஓயாத நினைவலைகள் ஆகிய கதைகள் மனதைத் தொடும் ஆக்கங்களாக உள்ளன. ஆசிரியரிடம் மொழிவளம், கதையை இலாவகமாக நகர்த்தும் ஆற்றல், பாத்தி-ரப் படைப்பு போன்ற சிறுகதைக்குரிய பண்புகளுண்டு. இவற்றை இன்னும் செழுமைப்படுத்தி, ஒரு சிறந்த சிறுகதைப் படைப்பாளியாக வளர்வதற்கு ஏற்ற சிரத்தையை மேற்கொள்வார் ரிஸ்னா என எதிர்பார்க்கிறோம்!!!

2. நாவலும் சிறுகதையும் - அ.ந.கந்தசாமி

1966ம் ஆண்டு அக்டோபர் மாதம் மாதம் 'மனக்கண்' தொடர் நவீனம் மூலம் வாசகர்களுக்கும் எனக்கும் உண்டான தொடர்புகள் சென்ற வாரம் ஒரு முடிவுக்கு வந்தன. அதாவது, எட்டு மாதங்களாக வாரந் தவறாது நிலவிய ஓர் இனிய தொடர்பு சென்ற பௌர்ணமித் தினத்தன்று தன் கடைசிக் கட்டத்தை அடைந்தது. கதை என்ற முறையிற் பார்த்தால் மனக்கண் சற்று நீளமான நாவல்தான் என்றலும் உலக நாவல்களோடு ஒப்பிடும்போது அதனை அவ்வளவு நீளம் என்று சொல்லிவிட முடியாது. கிரேக்க கவிஞனான களீமாச்சன் (Callimachun) "ஒரு பெரிய புஸ்தகம், ஒரு பெரிய பீடை" என்று கூறியிருக்கிறான். அவன் கூற்றுபடி பார்த்தால் என்னுடைய நாவல் ஒரு நடுத்தரமான பீடையே.

ஏனென்றால், நாவல் என்பது ஒரு சீரிய இலக்கியத் துறையாக வளர்ச்சியடைந்துள்ள மேல் நாடுகளில் பொதுவாக நாவல்கள் 20,000 வார்த்தைகளில் இருந்து 20 இலட்சம் வார்த்தைகள் வரை நீண்டவையாக வெளி வந்திருக்-கின்றன. யார் அந்த 20 இலட்சம் வார்த்தை நாவலை எழுதியவர் என்று அதிசயிக்கிறீர்களா? பிரெஞ்சு நாட்டின் புகழ்பெற்ற நாவலாசிரியரான மார்சேல் புரூஸ்ட் (Marcel Proost) என்பவரே அந்த எழுத்தாளர். நாவலின் பெயர் "நடந்ததின் நினைவு" (Remembrance of the past). ஆனால் புரூஸ்ட் மட்டும் தான் இவ்வாறு நீண்ட நாவல்-களை எழுதினார் என்று எண்ணி விட வேண்டாம்.

உலகத்தின் மிகச் சிறந்த நாவல் என்று கருதப்படும் (War and peace) "யுத்தமும் சமாதானமும்" லியோ டால்ஸ்டாய் எழுதியது. விக்டர் ஹியூகோவின் (Les miserables) "ஏழை படும் பாடு" என்பனவும் குறைந்தது ஏழெட்டு இலட்சம் வார்த்தைகள் கொண்ட பெரிய நாவல்கள் தான். இவர்களில் முன்னவர் ருஷ்யாக்காரர். மற்றவர் பிரான்சைச் சேர்ந்தவர். இவர்களைப் போலவே ஆங்கிலத்தில் ஹோன்றி பீல்டிங் (Henry Fielding) நீண்ட நாவல்-கள் எழுதியிருக்கிறார். இவரது "டொம் ஜோன்ஸ்" (Tom Jones) பதினெட்டு பாகங்களைக் கொண்டது. இதில்

இன்னொரு விசேஷமென்னவென்றால் இந்தப் பதினெட்டுப் பாகங்களில் ஒவ்வொன்றுக்கும் ஒரு விசேஷ முன்னுரை-யும் அவரால் எழுதப்பட்டது. தமிழில் இவ்வாறு நீண்ட நாவலெழுதியவர் ''கல்கி''.

பத்மா ஒரு கண்ணாடி 'ட்ரே'யில் 'ஒரேஞ்பார்லி' கொண்டு வந்து கொடுத்தான். ஸ்ரீதருக்குச் சாதாரணமாக 'ஐஸ்' போடப்பட்ட அல்லது நான் இங்கே எடுத்துக் காட்டிய நாவலாசிரியர் எவருமே சாதாரணமானவரல்லர். உலக இலக்கிய மண்டபத்திலே தம் சிலையை நிலையாக நிறுவிச் சென்றிருக்கும் பேனா உலகின் பெரியவர்கள் இவர்கள். இவர்-கள் எவருமே சுருங்கச் சொல்லி விளங்க வைப்பதில் தம் கவனத்தைச் செலுத்தவில்லை. தாம் சொல்ல விரும்பிய பொருளை விரிவாக எடுத்துரைப்பதிலேயே இவர்கள் தம் புலனைச் செலுத்தினார்கள். பாரதம் பாடிய வியாசர் ஓர் இலட்சத்து இருபதினாயிரம் சுலோகங்களில் தம் கதையை விரித்துரைத்தது போல இவர்களும் தாம் கூற வந்த கதை-களை அமைதியாகவும், ஆறுதலாகவும் சாங்கோபாங்கமாகவும் எடுத்துச் சொல்லிச் செல்கிறார்கள்.

என்னைப் பொறுத்தவரையில் பாரகாவியமும் நாவலும் ஒன்றென்றே நான் கருதுகிறேன் - ஒன்று வசனம், மற்றது கவிதை என்ற வித்தியாசத்தைத் தவிர, பாரகாவியம் எப்பொழுதுமே அவசரமாகக் கதையைச் சொல்லத் தொடங்குவ-தில்லை. நாட்டு வர்ணனை, நகர வர்ணனை, பருவ வர்ணனை என்று மெதுவாகவே அது கிளம்பும். காரின் வேகம் அதற்கில்லை. தேரின் வேகமே அதற்குரியது. வழியிலே ஒரு யுத்தக் காட்சி வந்ததென்று வைப்போம். உதாரணத்துக்கு வியாச பாரதத்தை எடுத்தால் பதினேழு நாள் யுத்தம் நடந்தது - பாண்டவர் வென்றனர் - கௌரவர் தோற்றனர் என்று மிகச் சுருக்கமாகவே அதனைக் கூறியிருக்கலாமல்லவா? ஆனால் அவ்வாறு எழுதினால் கதாநிகழ்ச்சியை நாம் புரிந்து கொண்டாலும் யுத்தத்தின் அவலத்தையும் வெற்றி தோல்வியையும் நேரில் பார்த்தது போன்ற உணர்ச்சி நமக்கு ஏற்படாது. அந்த உணர்ச்சி நமக்கு ஏற்படும் வரை பொறுமையாக விவரங்களை ஒன்றின் பின்னொன்றாக சலிப்பின்றி எடுத்துக் கூறி நிற்கும் ஆற்றல் பெற்றவனே பாரகாவியஞ் செய்யும் தகுதியுடையவன். நல்ல நாவலாசிரியனுக்கும் இப் பண்பு இருக்க வேண்டும்.

நாவலும் சிறுகதையும் - இந்த இடத்தில் நாவலுக்கும் சிறு கதைக்கும் இருக்கும் வேற்றுமையைப் பற்றிச் சில வார்த்தைகள் நான் கூறவிருக்கிறேன். இந்த இரு இலக்கிய உருவங்களுக்கும் உள்ள வேற்றுமை கதை அமைப்பிலே மட்டுமல்ல, சொல்லும் முறையிலுமிருக்கிறது. சிறுகதை வேகமாக ஒரே மூச்சில் நிலத்தை நோக்கிக் குதிக்கும் நீர் வீழ்ச்சியைப் போன்றது. மின்னலின் வேகம் அதிலிருக்கும். ஆனால் நாவலோ ஓடுகிறதா, ஓடாமல் நிற்கிறதா என்று எடுத்த எடுப்பில் கூற முடியாத படி பெரு நதியின் மந்தமான அசைவில் செல்ல வேண்டும். கங்கை, கழனி, காவேரி போல் அசைய வேண்டும். குதிரை வண்டி போல் வேகமாகச் செல்லாது கோவிற்தண்டிகை போல் ஆடி அசைந்து வர வேண்டும்.

ஐஸ்கிறீம் பார்லரில் காதலர்கள்நாவல் இவ்வாறு வர வேண்டியதற்கு இரண்டு காரணங்கள் உண்டு. ஒன்று நாவலின் முக்கிய நேரங்களில் ஒன்று பாத்திரப் படைப்பாக இருப்பது. இரண்டு, கதை நிகழும் சூழலை வர்ணனைகள் மூலம் மனக் கண்ணின் முன்னர் கொண்டு வந்து நிறுத்த வேண்டியிருப்பது. சிறுகதைக்கு இந்நோக்கங்களில்லை - ஒரு சிலர் தமது சிறுகதைகளில் இவற்றைச் செய்ய முயன்றாலும் கூட நானிங்கே நாவலின் இரண்டு முக்கிய நோக்கங்-களையே சொன்னேனாயினும், டால்ஸ்டாய் போன்ற பெரு நாவலாசிரியர்களில் சிலர் அறிவூட்டலும் நாவலின் பணி என்று கருதினார்கள். அதனால் தான் யுத்த விவரங்களையும், சரித்திர விவரங்களையும் மிகவும் அதிகமாக விளக்கும் அத்தியாயங்களை ''யுத்தமும் சமாதானமும்'' என்னும் நூலில் டால்ஸ்டாய் சேர்த்திருக்கிறார்.

விக்டர் ஹியூகோவின் ''ஏழை படும் பாட்டி''ல் பாரிஸ் சாக்கடை பற்றிய செய்திகள் விரிவாகச் சேர்க்கப்பட்டுப்பதும் இக் காரணத்தினாலே தான். சுருங்கச் சொன்னால் பார காவியம் செய்யும் கவிஞனும் காத்திரமான நாவலை எழுதும் நாவலாசிரியனும் கதை சொல்லிச் செல்கையில் வழியில் தென்படும் எந்த விஷயத்தையும் பற்றிப் பூரணமான விளக்-கம் கொடுக்காமல் மேலே செல்வதில்லை. ஆனால் இவ்வித விளக்கம் கொடுக்க ஒருவன் கதை கட்டும் ஆற்றல் பெற்றவனாக இருந்துவிட்டால் மட்டும் போதாது. பல விஷயங்களையும் தெரிந்து ஓர் அறிஞனாகவும் விளங்க வேண்-டியிருக்கிறது. ஒருவனுக்கு எவ்வளவுக்கு எவ்வளவு நூலறிவும், அனுபவ அறிவும் சமுதாய அறிவும், இருக்கிறதோ அவ்வளவுக்கு அவ்வளவு இந்த விளக்கங்களை அவன் திறம்படச் செய்து கொண்டு போகலாம்.

சிறு கதாசிரியனுக்கோ இத் தொல்லை இல்லை. ஆனால் இங்கே நாம் மறக்கவொண்ணாத ஒரு விஷயமென்ன-வென்றால், என்ன தான் அழகான விளக்கம் கொடுத்தாலும் அவ்விளக்கம் கதைக்கும் குறுக்கே வந்து விழக் கூடாது என்பதாகும். இதற்கு மிகவும் நுட்பமான ஓர் அளவுணர்ச்சி நாவலாசிரியனுக்குத் தேவை. கதை தன் வழக்கமான ஓட்டத்தில் போய்க் கொண்டிருக்க, அதனோடு கை கோத்துக் கதாசிரியனின் விளக்கங்களும் போய்க் கொண்டிருக்க வேண்டும். இது விஷயமாக சாதாரணமாக உரையாடும்போது நாம் நம் நண்பர்களுக்குப் பிரெஞ்சு புரட்சி போன்ற ஒரு பொருள் பற்றிக் கொடுக்கும் ஒரு விளக்கத்துக்கும், ஒருமேடையில் அது பற்றிச் செய்யும் சொற்பொழிவுக்கும் உள்ள வித்தியாசத்தை நினைவு கூர்வது நன்று.

நாவல்களில் வரும் விளக்கம் நண்பரோடு பேசும் போது நாம் கொடுக்கும் விளக்கம் போல் அமைய வேண்டும். இல்லாவிட்டால் அவை சரித்திர நூல்களாகவோ, சமூக இயற் பனுவல்களாகவோ, பொருளாதாரக் கட்டட நிர்மாண விவாத நூல்களாகவோ மாறிவிடும். உலகப் பெரும் நாவலாசிரியர்கள் பலரும் தம் விளக்கங்களை அளவறிந்து கையாண்டிருப்பதே அவர்களது படைப்புகளின் கலையழகு சிதைவுறாதிருப்பதற்குக் காரணம். உதாரணமாக விக்டர் ஹியூகோவின் பாரிஸ் நகரத்தின் சாக்கடை வர்ணனைகள் நீண்டவையாயிருந்தாலும் பரபரப்பான சம்பவங்களை மிகுதியாகக் கொண்ட அக்கதையின் ஓட்டத்தை அவை எவ்விதத்திலும் தடுக்கவில்லை. இந்தத் தன்மை இருப்பதால்தான் இன்றும் உலகெங்கும் விரும்பி வாசிக்கும் கதையாக இது இருந்து வருகிறது.

தனது ஆடம்பர உடையுடன் ஆறடி உயாமும், கம்பீரமான உருவமும் படைத்த சிவநேசரைப் பார்ப்பவர்கள் யாவருக்கும் அவர் முன்னால் தம்மை அறியாமலே ஒரு வித மரியாதையும் பயமும் ஏற்படும். போதாதற்கு வார்த்தைகளில் அவர் மிகச் செட்டானவர். அத்தியாவசியமிருந்தாலொழிய அவர் பேசுவதேயில்லை. காரில் போய்க் கொண்டிருக்கும் போதோ யாராவது அறிமுகமானவர்களைக் கண்டால் தலையை இலேசாக அசைத்துப் புன்னகை பூப்பார். அந்தப் புன்னகையைப் பெற்றுக் கொண்டவர்கள் “சிவநேசர் தம்மைப் பார்த்துப் புன்னகை செய்தார்” என்று தமது நண்பர்களிடமும் குடும்பத்தாருக்கும் சொல்லக் கூடிய அளவுக்கு அதற்கு என்றைக்குமே ஒரு தனி மதிப்பு இருந்து வந்ததுநாவலியக்கத்தின் தன்மைகள் பற்றி நான் இங்கு இவ்வாறு விவரித்ததன் காரணம் நாவல் தமிழுக்குப் புதியதோர் இலக்கிய உருவமாயிருப்பதுனாலேயேயாகும்.

புதிய இலக்கிய உருவமொன்று உருப்பெற்று வரும்போது அதை எவ்வாறு சுவைப்பது - எவ்வாறு விமர்சிப்பது என்பது சொல்லிக் கொடுக்கப்பட வேண்டிய ஒன்றுதானே? இது வாசகர்களின் சுவைக்கும் திறனை உயர்த்துவதோடு, எழுத்தாளர்களுக்கும் கூட அவர்களின் எழுத்துக்கு வழிகாட்டியாக அமையும். என்னைப் பொறுத்த வரையில் ஆரம்பத்திலிருந்தே நான் ஆக்க எழுத்தாளனாக மட்டுமல்ல, கலை இலக்கிய விமர்சகனாகவும் பயின்று விட்டதால் இவ்வித பிரச்சினைகளை என்னால் தட்டிக் கழிக்க முடியாமலிருக்கிறது.

நாவலிலே நாம் எதிர்பார்ப்பது சுழல்கள் நிறைந்த ஒரு கதை; உயிருள்ள பாத்திரங்கள்; கண் முன்னே காட்சிகளை எழுப்பும் வர்ணனைகள் என்பனவாம். கதை இயற்கையாக நடப்பது போல் இருக்க வேண்டும். ஆனால் அதே சமயத்தில் அந்த இயற்கை சட்டமிடப்பட்ட ஒரு படம் போல் ஓர் எல்லைக் கோடும் அழுத்தமும் பெற்றிருக்க வேண்டும். இன்னும் எந்தக் கதையுமே மனிதனிடத்தில் நெஞ்சை நெகிழ வைக்கும் ஓர் இரக்க உணர்ச்சியைத் தூண்டல் வேண்டும். இதில்தான் ஒரு நாவலின் வெற்றியே தங்கியிருக்கிறதென்று சொல்லலாம். உண்மையில் மனித உணர்ச்சிகளில் இரக்கமே மிகவும் சிறந்ததென்றும் அதுவே ஒருவனது உள்ளத்தைப் பயன்படுத்தி அவனை நாகரிகனாக்குகிறதென்றும் கூறலாம்.

டேனிஸ் சேனாரட் (Denis Sanarat) என்ற அறிஞர் நாவலின் இத்தன்மையைப் பற்றிப் பேசுகையில் “காதலர்களின் நெஞ்சுடைவைப் பற்றி வாசிக்கும் வாசகன் தன் கண்ணில் நீர் பெருக்கிறானே, அது தான் நாவலாசிரியன் தன் உழைப்புக்குப் பெறும் பெரும் பரிசாகும்” என்று கூறுகிறார். ஷேக்ஸ்பியருக்குப் பின்னால் பாத்திர சிருஷ்டியின் பரப்பிலே ஆங்கில மொழி கண்ட மகாமேதை என்று கருதப்படும் சார்லஸ் டிக்கென்ஸ் (Charles Dickens) பெற்ற வெற்றிக்கு, அவர் கதைகளில் இவ்வித இரக்க உணர்ச்சி விஞ்சியிருப்பதே காரணம், டிக்கென்ஸின் கதைகளில் இரண்டு பண்புகள் தலை தூக்கி நிற்கின்றன. ஒன்று அனுதாப உணர்ச்சி, மற்றது உற்சாகமூட்டும் நகைச்சுவை. உண்மையில் மனித வாழ்க்கைக்கே மதிப்பும் இன்பமும் நல்குவன இவ்விரு பண்புகளுமே. விக்டர் ஹியூகோவின் “ஏழை படும் பாடு”ம் இவ்விரு பேருணர்ச்சிகளையுமே பிரதிபலிக்கிறது.

“மனக்கண்”ணைப் பொறுத்த வரையில் நாவல் பற்றிய மேற்கூறிய பிரக்ஞையுடனேயே நான் அதனை எழுதியிருக்கிறேன். வாசகர்களுக்குச் சுவையான ஒரு கதையைச் சொல்ல வேண்டும்; அது அவர்கள் அனுதாபத்தையும் இரக்க உணர்ச்சியையும் தூண்ட வேண்டும்; அதே நேரத்தில் முடிந்த இடங்களில் வாழ்க்கையில் பிடிப்பைத் தரும் நகைச்சுவை, வேடிக்கை போன்ற உணர்ச்சிகளுக்கும் இடமிருக்க வேண்டும்; சூழ்நிலை வர்ணனையையும் பாத்திர அமைப்பும் சிறந்து விளங்க வேண்டும்; கதைக்கு இடக்கரில்லாது வரும் அறிவுக்கு விருந்தான விஷயங்கள் இடம் பெற வேண்டும் என்பன போன்ற நோக்கங்கள் இந்நாவலை எழுதும்போது என்னை உந்திக் கொண்டேயிருந்தன.

இன்னும் உலகப் பெரும் நாவலாசிரியர்களான டிக்கென்ஸ், டால்ஸ்டாய், சோலா, டொஸ்டோவ்ஸ்கி, கல்கி, தாகூர், விகடர் ஹியூகோ போலத் தெட்டத் தெளிந்து ஒரு வசன நடையில் அதைக் கூற வேண்டுமென்றும் நான் ஆசைப்பட்டேன். இன்று தமிழில் ஒரு சிலர் - முக்கியமாகக் கதாசிரியர் சிலர் இயற்கைக்கு மாறான சிக்கலான ஒரு தமிழ் நடையை வலிந்து மேற்கொண்டு எழுதுவதை நாம் பார்க்கிறோம். இப்படி யாராவது எழுத முயலும்போது அவர்கள் வசன நடை முன்னுக்கு வந்து பொருள் பின்னுக்குப் போய்விடுகிறது.

நடை என்பது ஒருவனின் உடையைப் போல. சாமுவேல் பட்லர் என்ற ஆங்கில எழுத்தாளர் எந்தக் கலையிலுமே “ஸ்டைல்” (Style) அல்லது “நடை” என்பது நாகரிகமான உடையைப் போல இருக்க வேண்டுமென்று கூறியிருக்கி-

றார். அது பார்ப்பவர்களின் கவனத்தை மிக மிகக் குறைவாக ஈர்க்க வேண்டுமென்பது அவரது கருத்து. அநாவசியமான ''ஜிகினா'' வேலைப்பாடுகள் உள்ள உடை கூத்து மேடைக்கோ, வீதியில் வெற்றிலை விற்பனை செய்பவனுக்கோ தான் பொருத்தம். ஸ்டீபன் ஸ்பெண்டர் இதனை இன்னும் அழுத்தமாகக் கூறியிருக்கிறார். ஆகச் சிறந்த எழுத்தாளர்களுக்கு நடையே இல்லையாம். எடுத்த இவ்விஷயத்தை எவ்விதம் சொன்னால் தெளிவும் விளக்கமும் ஏற்படுகிறதோ அவ்விதம் சொல்லிச் செல்வதை விட்டு செயற்கையான மேனிமினுக்கு வேலைகளை மேற்கொள்வதைப் பண்பும் முதிர்ச்சியும் பெற்ற எழுத்தாளர்கள் இன்று முற்றாக ஒதுக்கி வருகிறார்கள்.

இயற்கைக்கு மாறான செயற்கை நடைகளை வருவித்துக் கொண்டு எழுதுபவர்கள் சொந்த மயிருக்குப் பதிலாக டோப்பா கட்டிக் கொண்டவர்களை ஞாபகமூட்டுகிறார்கள். சிரில் சொனோலி (Cyril Chonolly) என்ற ஆங்கில விமர்சகர் இயற்கையான நடையில் எழுதுபவர்களை ''அவர்கள் சொந்த மயிருடன் விளங்குபவர்'' என்று பாராட்டுகிறார். வீதியில் யாராவது இயற்கைக்கு மாறாக ராஜ நடை போட்டு நடந்தால் நாம் அதைப் பார்த்துச் சிரிக்கிறோமல்லவா? இலக்கியத்திலும் இதே நிலைதான்.

''மனக்கண்''ணை நேரிய ஒரு நடையிலேயே நான் எழுதியிருக்கிறேன். நான் வாசகர்களுக்குக் கூற வந்த பொருளின் தெளிவே என் குறிக்கோள். அதனால் தான் பாத்திரங்களின் பேச்சிற் கூட ஒவ்வொரு பிரதேசத்தினருக்கே விளங்கக் கூடிய பிரதேச வழக்குகளை மிகவும் குறைத்து பொதுவாகத் தமிழர் எல்லோருக்குமே விளங்கக் கூடிய சரளமான ஒரு செந்தமிழ் நடையை நான் கையாள முயன்றிருக்கிறேன். இதனால் தான் இக்கதை யாழ்ப்பாணத்திலும் மட்டக்களப்பிலும் மலை நாட்டிலும் ஏக காலத்தில் வாசகர்களின் பேராதரவைப் பெற்றது. ஆனால் நடையில் மட்டுமல்ல. ''மனக்கண்'' வேறு பல எழுத்தாளர்களின் நாவல்களுடன் மாறுபடுவது கதை அமைப்பிலும் தான்.

நாவலில் பாத்திர அமைப்பும் சூழ்நிலையும் மிக முக்கியமானவை என்றாலும் கூட இறுக்கமான நாடகத்தன்மை கொண்ட கதை அமைப்பும் அவசியமாகும். இவ்வித கதை அமைப்பில்லாத பாத்திர சிருஷ்டி நாவலாகாது. வெறும் வியாசமாகத்தான் விளங்கும். அடிசன் என்ற ஆங்கில எழுத்தாளர் இப்படிப்பட்ட பாத்திர சிருஷ்டியில் வல்லவர். சர் ரோஜர் டிகவுர்லி, கறுப்புடை மனிதன் போன்ற பாத்திரங்களை அவர் சிருஷ்டித்தார். ஆனால் அவர் தம் எழுத்தை நாவல் என்று கூறவில்லை. வியாசங்கள் என்றே வர்ணித்தார். இன்று நாவலைப் பற்றிய ஒரு புதிய கருத்தைச் சில விமர்சகர்கள் உலகின் பல பகுதிகலிலும் பரப்ப முயன்று வருகிறார்கள். நாவலில் கதை பின்னல் அவ்வளவு முக்கியமல்ல என்பது இவர்களின் கருத்து. இவர்களைப் பற்றி சோமர்சேட் மோம், ''இந்த அளவுகோவலின்படி பார்த்தால் வியாசமெழுதுபவர்களே சிறந்த நாவலாசிரியர்கள். சார்லஸ் லாம்பும், ஹல்லீட்டுமே நல்ல நாவலாசிரியர்கள்'' என்று கேலி செய்திருக்கிறார்.

''அமராவதி'' இப்பொழுது ஒரு நாடக அரங்கமாகி விட்டது. ஓர் ஆள் மாறாட்ட நாடகம் அங்கு நடைபெற்றுக் கொண்டிருந்தது. ஏதோ பிரச்சினையை உடனடியாகத் தீர்த்து வைப்பதற்காக நாடகத்தைத் தொடங்கியாகி விட்டது. ஆனால் கடைசி வரை இந்நாடகத்தை வெற்றிகரமாக நடத்துவது அவ்வளவு இலகுவாகத் தோன்றவில்லை. இந்நாடகத்தில் சிவநேசர் உட்பட எல்லோரும் வெறும் பார்வையாளர்களாகவும், மேடை நிர்வாகிகளாகவுமிருக்க, நடிகையாக இருந்து நாடகத்தின் முழுப் பாரத்தையும் தோளிலே சுமக்க வேண்டிய பொறுப்பு சுசீலாவைச் சார்ந்துவிட்டது. தான் ஏற்றுக் கொண்ட நாடக பாத்திரத்திற்கேற்ற குரற் பொருத்தம், வயது, படிப்பு என்பன அவளுக்கு அமைந்திருந்தமை இதற்கு உதவியாக இருந்தது உண்மைதான்.

என்றாலும் ஸ்ரீதரும் பத்மாவும் நீண்ட காலம் ஒருவருடன் ஒருவர் பழகியவர்களாததால் பழைய சம்பவங்கள் பலவற்றை அவன் சுசீலாவிடம் இடையிடையே ஞாபகமூட்டிய போது, அவனது வசனங்களுக்குப் பொருத்தமான பதில் வசனங்களைப் பேசுவது சுசீலாவுக்கு அவ்வளவு சுலபமாக இருக்கவில்லைகதை அமைப்பற்ற சப்பட்டை நாவல்களை எழுதுபவர்களைப் பற்றி அவர் இன்னோரிடத்தில் பின் வருமாறு கூறுகிறார்: ''உயிருள்ள மனிதர்களைச் சிருஷ்டிக்கும் ஆற்றல் படைத்த கெட்டிக்கார எழுத்தாளர் பலர், அவ்வாறு அவர்களைச் சிருஷ்டித்த பின்னர் அவர்களை வைத்து என்ன செய்வதென்றறியாது மயங்குகின்றார்கள். அவர்களை வைத்து பொருத்தமான கதையை உண்டாக்கும் ஆற்றல் இவர்களிடம் இல்லை.

ஆகவே எல்லா எழுத்தாளர்களையும் போல (எல்லா எழுத்தாளரிடமும் ஓரளவு பொய்மை (Humburg) இருக்கிறது) இவர்களும் தமது குறைபாட்டை ஒரு நிறைபாடாகக் காட்ட முயல்கின்றனர். என்ன நடக்கிறது என்பதை வாசகர்களே யூகித்துக் கொள்ளட்டுமென்றோ, வாசகர்கள் இந்த விஷயத்தை அறிய முயல்வதே தவறென்றோ கூறி விடுகின்றனர். வாழ்க்கைக் கதைக்கு முடிவு இல்லையென்றும், சம்பவங்கள் செதுக்கப்பட்ட ஒரு முடிவை அடைவதில்லை என்றும், நிகழ்ச்சிகள் தொங்கிக்கொண்டுதான் கிடக்கும் என்றும் கூறி விடுகின்றனர். அவர்களின் இக்கூற்று எப்பொழுதும் உண்மையல்ல. ஏனென்றால் எல்லோர் கதைக்கும் சாவென்ற முடிவாவது இருக்கத்தான் இருக்கிறது. ஆனால் அவர்கள் சொல்வது உண்மையாயிருந்தாலும் கூட அது நல்ல வாதமாகாது. ஒரு சிறந்த கதையைப் படைப்பது கஷ்டமான ஒரு வேலைதான். ஆனால் அதற்காக அதை வெறுப்பது நல்ல நியாயமல்ல. துன்பியல் நாடகங்கள்

பற்றி அரிஸ்டாட்டில் கூறியது போல் ஒரு கதைக்கு ஒரு தொடக்கமும் நடுவும் முடிவும் இருக்கவே வேண்டும்.

கதை அமைப்புப் பற்றி இக் கருத்தைக் கொண்ட சோமர்செட் மோம் நடையைப் பற்றி, ‘‘தெளிவும் இனிமையும் எளிமையும் கொண்டதே நல்ல நடை’’ என்ற கருத்தைப் பல இடங்களில் வெளியிட்டிருக்கிறார். கதை, நடை என்ற இரண்டிலும் மோமுடன் எனக்கு உடன்பாடு. ஏன், இவற்றில் டிக்கென்ஸ் தொடக்கம் தாகூர் வரைக்கும் உலகின் நல்ல நாவலாசிரியர்கள் எல்லோருமே இவ்வபிப்பிராயத்தையே கொண்டிருந்திருக்கின்றனர். ‘‘மனக்கண்’’ணில் நான் பின்பற்றியிருப்பதும் இக்கொள்கைகளைத்தான்.

நாவலே இன்று வழக்கிலுள்ள இலக்கிய உருவங்களில் மிகவும் பிந்தியது. இருந்த போதிலும் அது மிகவும் வலிமை கொண்டதாக வளர்ந்து விட்டது. இன்னும் உலகின் எதிர்கால இலக்கியம் பெரிதும் நாவலாகவே இருக்கப் போகிறதென்பதிலும் சந்தேகமில்லை. நாவல் இவ்வாறு வெற்றி கட்டி வருவதற்குக் காரணம் மனிதரில் பெரும்பாலோருக்கு நாவல்தான் வாழ்க்கை அனுபவத்துக்கே வாயிலாவது இருக்கிறது என்பதாகும். தன்னந்தனியாகத் தூரக் கிராமத்தில் வாழ்பவன் நகரத்து அனுபவங்களை நேரடியாக அனுபவிக்காமலே தான் அனுபவிக்கக் கூடியதாயிருப்பது நாவல்களின் மூலம்தான். காதலை, நேரில் அனுபவியாதவள் காதலையும், தாய்மையின் அன்பை அறியாதவள் தாய்மையையும், பிள்ளைப் பாசத்தை நேரில் காணாதவள் பிள்ளைப் பாசத்தையும், யுத்தத்தை நேரில் காணாதவன் யுத்தத்தையும், தான் நேரில் துய்த்தது போல் இன்று அனுபவிக்கக் கூடியதாயிருப்பது நாவல்கள் மூலமேயாகும்.

நாவல்கள் முழு உலக அனுபவத்தையுமே நமக்குத் திறந்து காட்டி நம் உளப்பண்பை விருத்தி செய்கின்றன. ஆனால் நாவலென்பது புற நிகழ்ச்சிகளை மட்டும் கூறும் ஓர் இலக்கிய உருவமல்ல. அது மனதின் உட்புற நிகழ்ச்சிகளையும் காட்டுகிறது. அதனால்தான் சர் ஐவர் எவன்சன்ஸ் என்ற இலக்கிய விமர்சகர் ‘‘நாவல் இன்று ஓர் உட்புறத் தனி மொழியாகவும் வளர்ச்சியடைந்து வருகிறது’’ என்று கூறியுள்ளளார். ‘‘மனக்கண்’’ணில் பல இடங்களில் சிந்தனையோட்டங்கள் நீள வர்ணிக்கப்படுவதைக் காணலாம். பாத்திரங்களின் குணா குணங்களை விளக்கிக் கொண்டு அவர்களின் அக நிகழ்ச்சிகளில் பங்கு கொள்ள அவை நமக்குப் பெரிதும் உதவுகின்றன.

கதாசிரியனாகிய என்னைப் பொறுத்தவரையில் ‘‘மனக்கண்’’ணை எழுதியது எனக்கு ஒரு பெரிய அனுபவம். இதற்கு முன் சிறுகதைகளையும் , கவிதைகளையும், சிறுவர் நெடுங் கதை ஒன்றையும், நாடகங்களையும் எழுதியுள்ள நான் எமிலி சோலாவின் ‘‘நானா’’ என்ற நாவலைத் தமிழ்ப்படுத்தியிருந்த போதிலும் ‘‘மனக்கண்’’ணை எழுதிய போது புதியதோர் உலகில் சஞ்சரிப்பது போன்ற உணர்ச்சி எனக்கு ஏற்பட்டது. பாத்திரங்களைச் சிருஷ்டித்து அவர்களைச் சமுதாயப் பின்னணியிலே உலவ விடும்போது அவர்கள் முன்னில்லாத ஒரு சக்தியையும் வலிவையும் பெற்று ஆசிரியனையே மலைக்க வைத்து விடக் கூடும் என்பதை நான் அனுபவத்தில் கண்டேன்.

நாவலை வாசிப்பவர்கள் மட்டுமல்ல அதை எழுதும் ஆசிரியனும் உணர்ச்சிப் பொங்கலில் அகப்பட்டுக் கொள்ளவே செய்கிறான். இந்தக் கதையை உருவாக்கிய கடந்த ஒரு வருட காலமும் நான் ‘‘அமராவதி வளவில்’’ ஓர் அங்கத்தினனாகவே ஆகிவிட்டேன். ஸ்ரீதர், சிவநேசர், பாக்கியம், சுசீலா, சுரேஷ், முரளி ஆகிய யாவரும் இரவும் பகலும் என்னோடிருந்தார்கள். அவர்களின் இன்பத் துன்பங்களை நானும் அனுபவித்தேன். இப்படிப்பட்ட அனுபவமேற்பட்டு அதனை எழுத்தில் வடிப்பதற்கு எழுத்தாளன் தன் உடல் சக்தி, மனச் சக்தி, நரம்பின் சக்தி ஆகியவற்றை மிகவும் அதிகமாக ஈடுபடுத்த வேண்டியிருக்கிறது. அதனாற்றான் ஆர்னால்ட் பெனட் என்ற ஆங்கில நாவலாசிரியர் ‘‘நாவல் எழுதுவதற்கு நாடகம் எழுதுவதிலும் பார்க்க அதிக நரம்புச் சக்தி தேவைப்படுகிறது’’ என்று கூறியிருக்கிறார்.

‘‘மனக்கண்’’ணின் பாத்திரங்களைப் பற்றிப் பேசுகையிலே, என்னைப் பெரிதும் மலைக்க வைத்தவர் சிவநேசரே. அவர் எவ்விதம் நடந்து கொள்வார் என்பது எனக்கு முன் கூட்டியே தெரியாது. பெரிய மனிதரான அவர் தன்னிஷ்டம் போல் நடந்து கொள்வார். அவரை நினைத்தால் வாசகர்களுக்கு எப்படியோ. என்னைப் பொறுத்தவரையில் எழுந்து நின்று மரியாதை செய்ய வேண்டும் போன்ற உணர்ச்சி அவர் முன்னால் எனக்கு ஏற்படுகிறது.

முன்னர் கூறிய பாத்திரங்களைத் தவிர பத்மா தொடக்கம் வேலாயுதக் கிழவன் வரை, அதிகார் அம்பலவாணர் தொடக்கம் அடுத்த வீட்டு அன்னம்மாக்கா, அவளது மகன் திராவிடதாசன், வாத்தியார் பரமானந்தர், கமலநாதன், தங்கமணி, அவள் தோழி ரெஜீனா, சின்னைய பாரதி, நன்னித்தம்பி, பேராசிரியர் நோர்த்லி போல் ஏராளமான பாத்திரங்கள் மனக்கண்ணில் வந்து சென்ற போதிலும்'மோகனா' என்னும் கிளியும் 'ஸ்ரீதர்' 'சுரேஷ்' என்ற மீன்களும் என் மனதை விட்டு ஒரு போதும் அகலா. இதில் 'மோகனா' என்னும் கிளி மனிதரால் மாற்ற முடியாத சிவநேசரின் உள்ளத்தைத் தன் கிளிப் பேச்சால் மாற்றித் தனிப் பெருமை கொண்டதல்லவா? கருங்கல்லில் ஈரத்தைப் பெய்த கல்லுருக்கு வேலையை அது செய்திருக்கிறது.

'மனக்கண்' முடிவோடு நாம் ஸ்ரீதர் தொடக்கம் 'மோகனா' வரை எல்லாப் பாத்திரங்களிடமிருந்தும் விடை பெறுகிறோம். அத்துடன் பல்கலைகழகத்து நாடக மேடை தொடக்கம், தேர்ஸ்டன் வீதி, கொட்டாஞ்சேனை, மவுண்ட் வவீனியாக் கடற்கரை, நொச்சிக்கடை சுந்தரேஸ்வரர் கோவில், 'அமராவதி வளவு, 'கிஷ்கிந்தா' இல்லம்,, பம்பலப்பிட்டி

'எஸ்கிமோ' ஐஸ்கிறீம் பார்லர் ஆகிய இடங்களில் நாம் ஸ்ரீதருடன் சுற்றித் திரிந்ததற்கும் முடிவு வந்துவிட்டது. ஸ்ரீதரின் செயல்களில் என்னால் மறக்க முடியாத ஒன்று அவன் கால்பேஸ் கடற்கரையில் பத்மாவுடன் மழை நீராடியமை. காவிய நாயகர்கள் கடல் நீராடியமையையும் புனல் நீராடியமையையும் நாம் முன்னர் பல நூல்களில் படித்திருக்கிறோம்.

ஆனால் ஸ்ரீதர் தான் முதன் முதலாக மழை நீராடிய கதாநாயகனென்று நான் நினைக்கிறேன். ''மனக்கண்'' ஒரு விரிந்த நாவல். அதில் ஓர் இதிகாசத் தன்மை இருக்க வேண்டுமென்று நான் விரும்பினேன். அதில் நான் எவ்வளவு தூரம் வெற்றி பெற்றிருக்கிறேன் என்பதை நான் அறியேன். பெரிய படாங்கில் எழுதப்பட்ட பரந்த சித்திரம் அது. ஆனால் சித்திரம் குறைவற்றதா? கலை இலக்கியத் துறைகளைப் பொறுத்தவரையில் குறைவற்ற படைப்பு எதுவுமே இவ்வுலகில் எவராலும் படைக்கப்பட்டு விடவில்லை. விக்டர் ஹியூகோ பற்றியும் டால்ஸ்டாய் பற்றியும் கூட அப்படித்தான் சொல்கிறார்கள். இலக்கிய விமர்சனப் பிரச்சினையான இது பற்றி இங்கே விரிவாக எழுத இடமில்லை. இன்னும் நூலாசிரியரே தந்து நூலின் சிறப்புகளையும் குறைகளையும் பற்றி எழுதலாமா என்ற இன்னொரு கேள்வியும் பிறக்கிறது. அவ்வாறு அவன் எழுத முற்படும்போது, பொய்யான அடக்கமும், தன் குஞ்சு பொன் குஞ்சு என்ற மனப்பாங்கும் சரியான விமர்சனத்துக்குப் பாதகமாக அமையலாம். ஆகவே ''மனக்கண்''ணை எவ்விதத்திலும் இங்கே விமர்சிப்பது என் நோக்கமல்ல.

தொடர் நாவல்: மனக்கண் - அத்தியாயம் 2 - நான் இத்தொடர்கதையை எழுத ஆரம்பித்ததும் எனது சக எழுத்தாளரும் நாவலாசிரியருமான செ.கணேசலிங்கனின் இந்திய விஜயத்தின் பயனாக, சென்னை இலக்கிய வட்டாரங்களில் எழுந்த ஒரு கேள்வியைப் பற்றி நான் இங்கே குறிப்பிட விரும்புகிறேன். ஒரு தொடர் நவீனம் நல்ல இலக்கியமாக அமைய முடியுமா என்பதே அது. பத்திரிகையின் கொள்கை நாவலின் போக்கை அமுக்கலாமென்பதும், வாராந்த வாசகனின் ஆவலைத் தூண்டுவதற்காக ஓர் எழுத்தாளன் நாடகத் தன்மையற்ற இடங்களையும் நாடகமாகக் காட்ட முயலாமென்றும், இவ்விதம் விட்டுக் கொடுப்பது அவனது பண்பாகிவிட்டால் அவன் கலையில் பொய்மை புகுந்து விடுமென்றும் கனேசலிங்கன் சுட்டிக்காட்டினார். இதில் ஓரளவு உண்மை அடங்கியிருக்கிறது என்பதை நான் மறுக்க வில்லையாயினும், முழு உண்மையின் சொரூபமும் அதில் இல்லை என்றே நான் எண்ணுகிறேன். ஏனெனில் இன்று உலகப் பேரிலக்கியங்களாகக் கொண்டாடப்படும் பல நாவல்கள் தொடர் கதைகளாக எழுதப்பட்டனவே. டொஸ்டோவ்ஸ்கியின் ''காம்சோவ் சகோதரர்கள்'' நெக்ரசோவ் ரிவ்யூ என்னும் சஞ்சிகையில் வெளிவந்த தொடர் கதைதான். எமினி சோலாவின் ' நானா'வும் முதலில் தொடர்கதையாகவே வெளியிடப்படது.

டிக்கென்ஸின் 'ஒலிவர் டுவிஸ்ட்,' 'நிக்கலஸ் நிக்கல்பி,' 'இரு நகரக் கதைகள்' என்பனவும் 'பென்ட்லீஸ் வீக்லி' போன்ற சஞ்சிகைகளில் தொடர்கதைகளாக வெளியிடப்பட்டவை தாம். ஏன், தமிழகத்தின் சிறந்த நாவலாசிரியர் என்று கருதப்படும் 'கல்கி'யின் எல்லா நாவல்களுமே 'ஆனந்த விகடனி'லும் 'கல்கி'யிலும் தொடர் கதைகளாக வெளிவந்தவை தாமே? ஆகவே ஒரு நாவல் நல்ல இலக்கியமாக அமைகிறதா அல்லவா என்பதை, அது தொடர்கதையாக எழுதப்படுகிறதா அல்லது நேரடியாகவே புத்தகமாக வெளியிடப்படுகிறதா என்பது ஒருபோதும் நிர்ணயித்து விடாது என்பதே எனது கருத்து. சிறந்த இலக்கியப் புலன்வாய்ந்த எழுத்தாளனால் சிரமமான சூழலிலும் நல்ல இலக்கியத்தைப் படைக்க முடியும்.

இவை போக முடிவுரையின் ஓர் அம்சம் நன்றி நவிலலாகும். 'மனக்கண்' நாவலை நான் உருவாக்கித் தொடர் கதையாக வெளியிடுவதற்குத் 'தினகரன்' வார மஞ்சரி எனக்களித்த வாய்ப்பை நான் ஒரு போதும் மறக்க முடியாது. இதற்காக எனது மனப்பூர்வமான நன்றியைத் 'தினகரன்' வார மஞ்சரிக்குத் தெரிவித்துக் கொள்கிறேன்.

3. சிறுகதை என்பது - அ.முத்துலிங்கம்

உங்கள் சிறுகதை எப்படி உருவாகிறது? ஒற்றை வார்த்தையிலா, படிமத்திலா, கருத்திலா, நிகழ்வு நோக்கிலா? சிறுகதைகளின் ஆதாரத்தூண்டல் எப்படி நிகழ்ந்திருக்கிறது?

உண்மையில் அநேகமாக ஒரு வார்த்தையில் அல்லது ஒரு வசனத்தில் ஏற்பட்ட அகத் தூண்டுதலில்தான் என் படைப்புகள் ஆரம்பமாயிருக்கின்றன. அபூர்வமாக சில சம்பவங்களும் ஆரம்பத்துக்கு காரணமாக இருந்திருக்கின்றன. ஆனால் பெரும்பாலும் வார்த்தைகள்தான். ஒரு வார்த்தை சிலவேளை என்னை எங்கேயோ தூக்கிப் போய்விடும்.

சிறு வயதில் நாங்கள் 'கொழுத்தாடு பிடிப்பேன்' என்று ஒரு விளையாட்டு விளையாடுவோம். அதையே ஒருவர் சொன்னபோது அது நல்ல தலைப்பாகப் பட்டது. அதை வைத்து சிறுகதை படைக்கும்போது சம்பவங்களும் அனுபவங்களும் தானாகவே வந்து சேர்ந்துகொள்ளும். ஒருமுறை ரயிலில் பயணம் செய்தபோது இளம் தம்பதிகள் தங்களுக்குள் பேசிக்கொண்டனர். அவள் சொன்னாள் 'அடுத்த புதன்கிழமை உன்னுடைய முறை'. அதை திருப்பி சொல்லிப் பார்த்தேன். நல்லாக இருந்தது. அவள் என்ன சொல்லியிருப்பாள். அப்படி பிறந்ததுதான் அந்த கதை. உங்களுக்கு வரும்

வெளிநாட்டு தொலைபேசியை எடுத்துக்கொள்ளுங்கள். அநேகமாக முதல் வசனம் 'அங்கே இப்ப என்ன நேரம்?' என்றுதான் இருக்கும். இதுவே ஒரு நல்ல கதைக்கு ஆரம்பம்.

கனடா எழுத்தாளர் பெஸ்மொஸ்கிஸ் ஒருமுறை பழைய சாமான்கள் விற்கும் இடத்துக்கு போயிருக்கிறார். அங்கே ovulation thermometer ஒன்று விற்பனைக்கு இருந்தது. (இந்த வெப்பமானி பெண்ணின் வெப்ப நிலையை தினமும் அளப்பதற்கு உதவும். வெப்பநிலை உச்சம் அடையும் சமயம் கருமுட்டை வெளிப்படும். அந்த நேரம் உடலுறவு வைத்தால் பிள்ளை பிறக்கும் சாத்தியக்கூறு அதிகம்). இவர் அதைத் திறந்து பார்த்தபோது உள்ளே தேதிகளும், வெப்ப அளவுகளும், உடலுறவு கொண்ட குறிப்புகளும் கவனமாக எழுதி வைக்கப்பட்டிருந்தன. விற்பனையாளர் அதை அகற்ற மறந்துவிட்டார். எழுத்தாளர் தான் அதை ஒரு கதையாக எழுதப் போவதாகச் சொன்னார். இந்த வருட முடிவிற்கிடையில் அவர் எழுதாவிட்டால் அதை திருடி நான் எழுதுவதாக இருக்கிறேன்.

ஆங்கில சிறுகதைகளோடு ஒப்பிடும்போது தமிழ் சிறுகதையின் தரம் எப்படி இருக்கிறது? சர்வதேச தரத்தை தமிழ் சிறுகதைகள் எட்டுவதற்கு என்ன தடைகள்? அப்படி உலகத் தரம் என்று ஒன்று உண்டா? அதை யார் தீர்மானிக்கிறார்கள்?

சிறுகதை என்பது ஒரு நீண்ட கயிற்றின் நடுவில் ஒரு சிறு துண்டை வெட்டி தருவது போன்றதுதான். அதற்கு முன்னும் கிடையாது பின்னும் கிடையாது. தாகூர் ஒரு காலத்தில் எழுதி பிரபலமான சிறுகதைகள் சிலவற்றை இன்று சிறுகதை என்று ஒப்புக்கொள்ளவே முடியாது. தமிழ் நாட்டில் புதுமைப்பித்தன் சிறுகதையின் ஆதார முடிச்சைக் கண்டுபிடித்து உறுதியான ஒரு வடிவம் கொடுத்தார். இன்று வரை அவருடைய சிறுகதைகளில் பல உலகத் தரத்துடன்தான் இருக்கின்றன. காலத்தால் மாறாமல் இருக்க வேண்டுமெனில் சிறுகதைக்கு சில ஆதார அம்சங்கள் இருப்பது அவசியம். வாசிப்பு தன்மை, புதியதைச் சொல்லல். ஏதோவிதத்தில் மனத்தில் இடம் பிடித்துவிடும் தன்மை, கடைசி வசனம் முடிந்த பிறகும் கதை முடியாமல் மனதில் ஓடிக் கொண்டிருப்பது. இப்படியான குணங்கள் என்று சொல்லலாம்.

ஆனால் இதிலே எங்களைப் பிரமிக்க வைக்கும் ஒரு விசயம் இருக்கிறது. 19ம் நூற்றாண்டு ஆரம்பத்தில் எட்கார் அலன்போ இங்கிலாந்தில் சிறுகதைகளை எழுதித்தள்ள அதைத் தொடர்ந்து பிரான்ஸ்சில் மாப்பாசன் சிறுகதைக்கு புதிய மெருகு கொடுக்கத் தொடங்கிவிட்டார். தமிழ் நாட்டில் வ.வே.சு ஐயரின் 'குளத்தங்கரை அரசமரம்' இருபதாம் நூற்றாண்டு ஆரம்பத்திலேயே வெளிவந்துவிட்டது. இன்னும் இருபது வருடங்களில் புதுமைபித்தனும் எழுதத் தொடங்கிவிட்டார். பார்க்கப்போனால் ஒரு 70 - 80 வருட வித்தியாசம்தான். மேல்நாட்டில் அவர்கள் தீட்டிக் கூர்பார்க்கும்போதே இங்கே உலகத்தரமான கதைகளை புதுமைப்பித்தன், கு.ப.ரா, இலங்கையர்கோன் போன்றவர்கள் படைக்க ஆரம்பித்துவிட்டார்கள். உலகத் தரம் என்பது மாறிக்கொண்டே இருக்கும் ஒன்று. ஒரு காலத்தில் சிறுகதை மன்னன் என்று அறியப்பட்ட ஓ ஹென்றி போல இப்பொழுது ஒருவரும் எழுதுவதில்லை. உலகத்து நல்ல சிறுகதைகள் எல்லாம் அவ்வப்போது ஆங்கிலத்தில் வெளிவருகின்றன. ஆகவே அவற்றை தொடர்ந்து படிப்பதால் நாம் தரமான சிறுகதைகளைப் பற்றி ஓரளவுக்கு தெரிந்து கொள்ள முடியும். நாம் கன தூரம் போகத்தேவை யில்லை. கனடாவில் ஓர் எழுத்தாளர் இருக்கிறார். பெயர் Alice Munro. இவருடைய speciality சிறுகதைதான்.

கடந்த ஐம்பது வருடங்களாக எழுதி வருகிறார். ஆளுநர் பரிசு மூன்று முறையும் கில்லர் பரிசு இரண்டு தடவையும் பெற்றவர். 2004ம் ஆண்டு கில்லர் பரிசு அவருக்கே கிடைத்தது. உலகத்து தற்போதைய சிறுகதை எழுத்தாளர்களை வரிசைப் படுத்தினால் இவர் முதல் பத்துக்குள் வருவார் என்று நினைக்கிறேன். இவர் சொல்கிறார் தான் ஒரு 70 பக்க கதையை ஒரு மாத காலமாக எழுதினாராம். ஆனால் முடிவில் திருப்பி படித்தபோது அதனுடைய tone நல்லாக இல்லையாம். ஆகவே அதை அப்படியே தூக்கி எறிந்துவிட்டார். இப்படி நுட்பமாக தங்கள் எழுத்துக்களை யார் பார்க்கிறார்கள்? மேல்நாடுகளில் சிறுகதை எழுதும் முறையை கல்லூரிகளில் சொல்லித் தருகிறார்கள். கவிதைக்கு அடுத்தபடி கஸ்டமானது சிறுகதை. நாங்கள் அதைப் படைக்கும்போது அதற்கு வேண்டிய மரியாதை தருவதில்லை. அவர்கள் ஒரு சிறுகதையை எழுதி முடிக்க சராசரி 4 - 6 வாரங்கள் எடுப்பார்கள். எங்களில் மூன்று மணி நேரத்தில் எழுதிக் கொடுப்பவர்களும் இருக்கிறார்கள்.

தொடர்ந்து படைக்கும் படைப்பாளி திரும்பத் திரும்ப ஒன்றையே எழுதுகிறார் என்று குறிப்பிடுகிறீர்கள். அனுபவம், கற்பனை வளம் குறைந்தவர்களுக்கு மட்டுமே அமைந்த குணாம்சம் அல்லவா அது?

அமெரிக்காவின் வாசகர் வட்டத்தில் ஒன்று பேசிக்கொள்வார்கள், 'இரண்டாவது நாவலை தாண்டவேண்டும்' என்று. முதல் நாவல் சுலபமானது, இரண்டாவதுதான் கஸ்டம். அதைத் தாண்டிய பிறகுதான் ஒருவர் உண்மையான எழுத்தாளராக அங்கீகரிக்கப்படுகிறார். சிலருடைய ஆரம்பகாலப் படைப்புகள் அமோகமாக இருக்கும். கால ஓட்டத்தில் வரும் மீதிப் படைப்புகள் தேய்ந்து தெரியாமல் போய்விடும். ஜூம்பா லாஹரியின் முதல் படைப்பு வெளிவந்தபோது உலகம் நிமிர்ந்து பார்த்தது. அவருடைய புத்தகத்துக்கு புலிட்ஸர் பரிசு கிடைத்தது. எல்லோரும் இரண்டாவது படைப்புக்கு காத்திருந்தார்கள். வந்தது. மிகச் சாதாரணம், தோல்வி என்றே சொல்லலாம். ஆரம்ப வேகம் இல்லை. பதிப்பாளர்களுக்கும் இது தெரியும். ஆகவே அவர்கள் இரண்டாவது பதிப்பில் கவனமாக இருப்பார்கள்.

எழுத்தாளருடைய முதல் பதிப்பு அநேகமாக சுயசரிதைத் தன்மையுடன் இருக்கும். தன் சொந்த அனுபத்தில் இருந்து படைப்பதால் அதற்கு ஒரு பலம் இருக்கும். நம்பிக்கைத் தன்மை இருக்கும். இரண்டாவது படைப்பில் எழுத்தாளன் தன் மூளையை பாவிக்க ஆரம்பித்து விடுகிறான். உலகத்து திறமான இலக்கியங்கள் எல்லாம் ஆரம்ப வேகத்தில் படைக்கப்பட்டவை தான். பின் வந்த படைப்புகள் ஆரம்ப காலத்து படைப்புகளுக்கு ஈடாக இருப்பதில்லை.

ஹார்ப்பர்லீ என்பவர் ஒரே ஒரு புத்தகம் எழுதி உலகப் புகழ் பெற்றார். அவர் இரண்டாவது புத்தகம் எழுதவே இல்லை. ஐஸாக் டெனீசனின் முதல் நாவல் ழுரவ ழக யுகசiஉய உன்னதமானது. அவர் அடுத்து எழுதியவை எல்லாம் அந்த உச்சத்தை எட்டவில்லை. இவை எல்லாம் பொதுவான விதிகள்தான், விதிவிலக்குகள் உண்டு. எழுத்தாளர் தன்னை புதுப்பித்துக் கொள்ளவேண்டும். புதிய வாசிப்பு, புதிய அனுபவங்கள், பயணங்கள் போல எழுத்தை விசாலிக்கச் செய்ய வேறு ஒன்றுமே இல்லை. புது உலகம், புதிய மனிதர்கள் புதிய அனுபவங்கள் புதிய சிந்தனைகள். தான் சேர்த்து வைத்த அனுபவங்கள் போதும் என்று ஒரு எழுத்தாளன் தன்னைப் பூட்டி வைத்துக்கொண்டு படைக்கும் போது எழுதியதை திரும்ப எழுத நேரிடும்.

இலக்கியத்தின் சமூகச் செயல்பாடு என்ன?

எழுத்தாளன் என்பவன் சமூகத்தில் வாழ்கிறான். எனவே அவன் எழுத்து சமூகத்தில் ஏதோ ஒரு விதத்தில் தாக்கத்தை ஏற்படுத்தும். ஆனால் எழுத்தாளன் காலையில் எழும்பி இன்று நான் சமூகத்தில் நடக்கும் இந்த அநீதியை உடைக்க ஒரு கதை எழுதவேண்டும் என்று தீர்மானித்து எழுதினால் அது கலைப்படைப்பாக உருவாக முடியாது. எழுத்து இயற்கையாக அமைய வேண்டும். சமுதாயப் பார்வை என்ற கல்லை அதில் கட்டி தொங்கவிட்டால் அது படைப்பை இழுத்து நிறுத்திவிடும் அபாயம் உண்டு. அம்பையினுடைய 'வீட்டின் மூலையில் ஒரு சமையலறை' என்ற கதையை எடுங்கள். அதில் எங்கேயாவது சமுதாயத்தை சீர் திருத்தவேண்டும் என்ற தொனி இருக்கிறதா? இல்லை. ஆனால் அந்தக் கதையை படித்து முடித்த வாசகரை அது சிந்திக்க வைக்கிறது. பெண்களுடைய அடிமை நிலை பற்றிய பிரச்சாரம் கிடையாது. அதுதான் வெற்றி.

'பெரும் சத்தத்துடன் கதவு மூடியது' என்ற கடைசி வரியுடன் இப்சனின் நாடகம் முடிவுக்கு வந்தபோது பெண்களை சிறைப்படுத்திய பெருங்கதவு ஒன்று திறந்துகொண்டது.

நீங்கள் ஒரு படைப்பாளியாகவும், வாசகனாகவும் இருக்கிறீர்கள். பல படைப்பாளிகள் அப்படி இல்லையே? கட்டாயம் வாசிக்க வேண்டுமா? உண்மையான அனுபவ அடிப்படையில் எழுதும் படைப்பாளிக்கு அது அவசியமா?

படைப்பாளியாக இருப்பதிலும் பார்க்க ஒரு நல்ல வாசகராக இருப்பது மிகவும் கஸ்டமானது. ஏனென்றால் தொடர்ந்து வாசிப்பது மிகவும் கடினமானது. அதுவும் நல்ல புத்தகங்களை தேடிப்பிடிப்பது இன்னும் சிரமமான காரியம். வாசிப்பின் தரம் உயர உயர இந்த வேலை இன்னும் கடுமை அடையும். என்னுடைய கேள்வி இதுதான். வாசிப்பு இல்லாமல் ஒரு படைப்பாளி தோன்றியிருக்க முடியுமா? இல்லை. அப்படியானால் அந்த படைப்பாளி எப்பொழுது தன் வாசிப்பை நிறுத்துகிறார். தான் எல்லாவற்றையும் கற்று தேர்ந்தாகிவிட்டது. இனி கற்பதற்கு ஒன்றுமில்லை என்ற நிலைமை ஏற்பட்டபோதா? கற்பதற்கு எல்லையே இல்லை. வாசிப்பு படைப்பாளியாவதற்கு எவ்வளவு அவசியமோ அவ்வளவு அவசியம் படைப்பாளி என்ற ஸ்தானத்தை தக்க வைப்பதற்கும்.

உலகத்தின் தலை சிறந்த எழுத்தாளர்கள் எல்லாம் கணிசமான நேரத்தை வாசிப்பதில்தான் இன்னமும் செலவழிக்கிறார்கள். ஒரு மனிதனின் உடம்பில் உள்ள செல்களில் 98 வீதம் ஒருவருட காலத்தில் தன்னைத்தானே புதுப்பித்து கொள்கிறது என்று விஞ்ஞானிகள் சொல்கிறார்கள். அதுபோல எழுத்தாளனும் நித்தம் தன்னை புதுப்பித்துக்கொண்டே இருக்கவேண்டும். உங்கள் காரின் ரோட்டு லைசென்ஸை வருடா வருடம் புதுப்பிப்பது போல.

4. கலைஞரும் சிறுகதைகளும்! - யுவகிருஷ்ணா

அரசியல்தான் தான் விரும்பித் தேர்ந்தெடுத்து பணிபுரியும் துறை என்று கலைஞர் அடிக்கடி சொன்னாலும், "அரசியல்/ஆட்சி அழுத்தங்களில் இருந்து தன்னை விடுவித்துக் கொள்ளவே கலை இலக்கியச் செயல்பாடுகளில் ஈடுபடுகிறேன்" என்றும் குறிப்பிட்டிருக்கிறார். இலக்கியத்தின் பல்வேறு பரிணாமங்களிலும் அவருடைய ஆர்வமான செயல்பாடு இருந்திருக்கிறது. தன்னை முதன்மையாக பத்திரிகையாளர் என்று அவர் பெருமையாக அடையாளப் படுத்திக் கொண்டாலும், இதழியல் மட்டுமின்றி சிறுகதை, நாவல், கவிதை, நாடகம், திரைப்படம், தன்வரலாறு, பேச்சு என்று கிளைவிரித்து தமிழ் பரப்பியிருக்கிறார். கலைஞரின் தமிழ்ப் பணிகளில் அதிகம் பேசப்படாதவையாக அவரது சிறுகதைகள் அமைந்திருக்கின்றன.

மிகச்சரியாக கலைஞர் பிறப்பதற்கு பத்து ஆண்டுகளுக்கு முன்பாகத்தான் தமிழில் 'சிறுகதை' என்கிற வடிவமே உருவாகிறது. பாரதியாரின் 'ஆறிலொரு பங்கு' என்கிற சிறுகதையையே, தமிழ் சிறுகதை உலகின் முதல் கதையாக ஆய்வாளர்கள் குறிப்பிடுகிறார்கள். கலைஞர், தன்னுடைய 14வது வயதிலிருந்து வாசிப்பு, எழுத்து என்று தீவிரமாக

செயல்படுகிறார். அப்படியிருக்க தமிழில் அவரால் முதல் 25ஆண்டுகளில் எழுதப்பட்ட சிறுகதைகளைத்தான் தொடக்கத்தில் வாசித்திருக்க முடியும். ஒட்டுமொத்தமாக அப்போது இருநூறு, முன்னூறு சிறுகதைகள் எழுதப்பட்டிருந்தாலே கூட அது அபூர்வம்தான். தமிழ் சிறுகதைகள், நவீன வடிவத்தை எட்டாத சோதனைக்குழாயில் இருந்த காலக்கட்டத்தில் இயங்கியவர்களில் கலைஞரும் ஒருவர். எனவே, இன்றைய காலக்கட்டத்தில் சிறுகதைகளில் இலக்கிய வாசகர்கள் எதிர்ப்பார்க்கக்கூடிய அழகியல், கச்சிதமான வடிவம் மற்றும் சிறுகதைகளுக்கான கறாரான இலக்கணம் போன்றவற்றை கலைஞரின் அந்தக் காலக்கட்டத்துப் படைப்புகளில் தேட முற்படுவது அபத்தம்.

மேலும், 'திராவிட இலக்கியம் என்றாலே தீட்டு' என்கிற தமிழ் நவீன இலக்கியப் பண்பும் கலைஞரின் சிறுகதைகள் அதிகம் பேசப்படாததற்கு கூடுதல் காரணம். திராவிட இயக்கச் சிந்தனைகளின் பரப்பியல் உத்திகள் குறித்த போதுமான ஆய்வுகள், தமிழ் இலக்கியத்தில் மிகவும் அரிது என்பதில் இருந்து இதில் புரிந்துக் கொள்ளலாம். திராவிட இயக்கத்தைச் சார்ந்தவர்களை எழுத்தாளர்களாக ஏற்றுக் கொள்பவர்களையே ஊரைவிட்டு ஒதுக்கி வைக்கும் நாட்டாமைத்தனமான பாசிஸம் இன்றும் தொடர்கிறது. இத்தகைய சூழலில் கலைஞரின் சிறுகதைகள் குறித்த துல்லியமான விமர்சனங்களை நாம் எதிர்ப்பார்ப்பதே வீண்தான்.

பேரறிஞர் அண்ணா, கலைஞர், இரா.அரங்கண்ணல், ஏவிபி ஆசைத்தம்பி, இளமைப்பித்தன், இரா.இளஞ்சேரன், கே.ஜி.இராதாமணாளன், தில்லை மறைமுதல்வன், எஸ்.எஸ்.தென்னரசு, டி.கே.சீனிவாசன், முரசொலி மாறன், ப.புகழேந்தி, திருச்சி செல்வேந்திரன் ஆகியோரின் நூற்றுக்கும் மேலான தேர்ந்தெடுக்கப்பட்ட சிறுகதைகள் தொகுக்கப்பட்டு, 'திராவிட இயக்க எழுத்தாளர்களின் சிறுகதைகள்' என்று சீதை பதிப்பகம் கடந்த 2012ல் திராவிட இயக்க நூற்றாண்டை சிறப்பிக்கும் வகையில் வெளியிட்டிருக்கிறது. இன்றைய நவீன தமிழ் எழுத்தாளர்களோ/விமர்சகர்களோ இப்படியொரு பெருந்தொகுப்பு வந்திருப்பதையாவது அறிந்திருப்பார்களேயானால் அது அதிசயமே. 'திராவிட இயக்கத்தைச் சார்ந்தவர்களுக்கு இலக்கியம் வராது' என்று மட்டையடி அடிக்கும் பார்ப்பன எழுத்தாளர்களோ அல்லது அவர்களை அடிவருடும் சூத்திர எழுத்தாளர்களோ இவற்றில் சில கதைகளையேனும் வாசித்திருந்தால் குறைந்தபட்சம் தங்கள் அறியாமையையாவது உணர்ந்திருப்பார்கள்.

இன்றைய நவீன இலக்கியவாதிகளில் கலைஞரை அதிகம் வாசித்த மிக சிலரில் பிரபஞ்சனும் ஒருவர். வாசித்திருப்பதால் மட்டுமே அவரால் கலைஞரின் சிறுகதைகளுக்கு அடிநாதமாக இருக்கக்கூடிய சமுதாய உணர்வை கண்டுகொண்டு பாராட்ட முடிகிறது.

"ஒரு கருத்து, சிந்தனை அல்லது அனுபவத்தை சமூகம் சார்ந்து வெளிப்படுத்தக்கூடிய வாய்ப்பாகவே கலைஞர் தன்னுடைய சிறுகதைகளை பயன்படுத்தி இருக்கிறார். கருத்து இல்லாத, சமூக உணர்வு சற்றுமில்லாத ஒரே ஒரு கலைஞரின் சிறுகதையை கூட நான் வாசித்ததில்லை" என்று சொல்லியிருக்கிறார் பிரபஞ்சன். எண்பது ஆண்டுகளுக்கும் மேலாக இடைவிடா தமிழ்ப்பணி புரிந்த கலைஞர் தற்போது இல்லாத இச்சூழலிலாவது அவரது எழுத்துகள் மீள்வாசிப்பு செய்யப்படுவதும், அவை குறித்த துல்லியமான ஆய்வுகள் நடத்தப்படுவதுமே நேர்மையான செயல்பாடாக இருக்க முடியும். காலம் கடந்தாவது இந்தச் செயலை நவீன இலக்கியவாதிகள் செய்வார்கள் என்று நம்புவோம்.

கலைஞரின் சிறுகதைகளுக்கு வருவோம். - கலைஞரின் 21வது வயதில் 'கிழவன் கனவு' என்கிற சிறுகதைத் தொகுப்பை 1945ல் வெளியிட்டிருக்கிறார். இந்தத் தொகுப்பில் இடம்பெற்ற கதைகள், எந்தெந்த இதழ்களில் வெளிவந்தன என்பது குறித்த தகவல்கள் சரியாக தெரியவில்லை. அடுத்து எட்டு ஆண்டுகள் கழித்து 1953ல் 'நாடும் நாகமும்', 1956ல் 'தாய்மை' ஆகிய சிறுகதைத் தொகுப்புகளை வெளியிட்டிருக்கிறார். பின்னர் 'கண்ணடக்கம்', 'அரும்பு', 'வாழமுடியாதவர்கள்', 'சங்கிலிச்சாமி', 'தப்பிவிட்டார்கள்' உள்ளிட்டத் தலைப்புகளில் பதினைந்துக்கும் மேற்பட்ட சிறுகதைத் தொகுப்புகள் வெளிவந்திருக்கின்றன.

1971ல் பெரும் தொகுப்பாக முக்கியமான கதைகள் தேர்ந்தெடுக்கப்பட்டு 'கலைஞர் கருணாநிதியின் சிறுகதைகள்' என்று வெளியிடப்பட்டது. 1940ல் தொடங்கி 1970களின் இறுதி வரையில் கலைஞர் ஆர்வத்தோடு கிட்டத்தட்ட நாற்பதாண்டுகள் சிறுகதைகள் எழுதுவதில் ஈடுபாடு காட்டியிருக்கிறார். அதன் பிறகு நாவல், ஆய்வுநூல்கள் என்று அவரது ஆர்வம் திசைமாறிய நிலையில் மிகவும் அரிதாகவே சிறுகதை எழுதியிருக்கிறார். இயக்கம் சார்ந்த இதழ்களிலேயே கலைஞரின் சிறுகதைகள் பெரும்பான்மையாக இடம்பெற்றிருக்கின்றன. அவை தவிர்த்து கொஞ்சம் அரிதாகவே வெகுஜன இதழ்களில் எழுதியிருக்கிறார்.

அவர் எத்தனை சிறுகதைகள் எழுதியிருக்கிறார் என்பதற்கு துல்லியமான கணக்கு வழக்கு இல்லை. தோராயமாக இருநூறு கதைகள் எழுதியிருக்கலாம் என்று தெரிகிறது. சினிமா, நாடகம், பேச்சு என்று தன்னுடைய மற்ற ஆற்றல்களை எல்லாம் எப்படி தான் ஏற்றுக் கொண்ட கொள்கை அரசியலுக்கு பயன்படத்தக்க வகையில் மாற்றிக் கொண்டாரோ, சிறுகதைகளையும் அப்படியேதான் உபயோகித்திருக்கிறார். திராவிட இயக்கத்தின் கருத்துக் கூறுகளை வெளிப்படுத்தக்கூடிய வாய்ப்பாகதான் அவர் சிறுகதைகளையும் பார்த்திருக்கிறார்.

இராமர் என்ன என்ஜினியரா?'' என்று ராமர் பாலம் விவகாரத்தில் கலைஞர் செய்த கேலி, நாடு முழுக்கவே கடுமையான அதிர்வலைகளை எழுப்பியது. இந்துத்துவ ஆதரவாளர்கள் கலைஞரின் மறைவுக்குப் பிறகும் இதற்காக அவரை மன்னிக்கத் தயாராக இல்லை. எழுபது ஆண்டுகளுக்கு முன்பு அவர் எழுதிய 'விஷம் இனிது' கதையிலே-யேகூட இராமர் எதிர்ப்பை வலுவாக வெளிப்படுத்தி இருக்கிறார். ''இராம பிரானை விட இந்த விஷம் இனிது'' என்கிற கூரிய விமர்சனத்தோடு கூடிய வசனம் அந்த சிறுகதையில் வெளிப்படுகிறது. கடவுள் மறுப்பு என்கிற கலைஞரின் பண்பு, அவரது சிறுகதைகள் பலவற்றிலும் சம்பவங்களின் ஊடாகவும், வசனங்களின் வெளிப்பாடாகவும் பளிச்சென்றே அமைந்திருக்கிறது.

'கண்ணடக்கம்' என்கிற கதையில் பிளேக் நோய் பரவி, ஊரெல்லாம் பிணம். காளிபக்தன் மனசுடைந்துப் போய் காளிதேவியிடம் நியாயம் கேட்பான். ''கருணைக்கடலா நீ? பேய்க்கும் உனக்கும் என்ன வேறுபாடு?'' இதை வாசிக்கும்போதே உணர்ந்திருப்பீர்கள். கலைஞரின் பெரும்பாலான கதைகளின் நாயகர்கள் 'பராசக்தி' குணசேகரன்களேதான். 'நடுத்தெரு நாராயணி' என்கிற சிறுகதையில் 'பராசக்தி' கல்யாணியைகூட நீங்கள் கண்டுக்கொள்ளலாம்.

கலைஞரின் சிறுகதைகளில் தனித்துவமானதாக அவரது வாசகர்களால் என்றும் நினைவுகூறப்படுவது 'குப்பைத்தொட்டி' என்கிற அவரது சிறுகதை. சர்ரியலிஸம், இருத்தலியல்வாதம், அமைப்பியல்வாதம், பின்நவீனத்துவம், மாந்திரீக யதார்த்தவாதம் போன்ற மேற்கத்திய கோட்பாட்டு முறைகள் தமிழ் நிலத்தில் பேசப்படுவதற்கு வெகுகாலம் முன்பே, ஒரு குப்பைத்தொட்டி மூலமாக சமகால சமூகத்தை பிரதிபலிக்கும் சிறப்பான வடிவ உத்தியை அச்சிறுகதையில் கலைஞர் பயன்படுத்தி இருக்கிறார்.

இடதுசாரி இலக்கிய இதழான 'செம்மலர்', இச்சிறுகதையை 'சிகரம் தொட்ட சிறுகதை' என்கிற வரிசையில் மறுபிரசுரம் செய்து கொண்டாடியது. கலைஞரின் இலக்கியத்தரம் குறித்து நவீன இலக்கியவாதி ஒருவர் கேள்வி எழுப்பியபோது, கலைஞர் இந்தக் கதையைதான் தன்னுடைய இலக்கியத் திறனுக்கு சான்றாக முன்வைத்தார். இச்சிறுகதையைப் பற்றி கேள்விப்பட்டு குஷ்வந்த்சிங், ஆங்கிலத்தில் மொழிப்பெயர்த்து 'இல்லஸ்ட்ரேட்டட் வீக்லி' இதழில் வெளியிட்டார். அக்கதையில் வெளிப்பட்டிருந்த புராண எதிர்ப்புக் கருத்துகளுக்காக 'இல்லஸ்ட்ரேட்டட் வீக்லி' அலுவலகத்தை முற்றுகையிட்டு பிரச்சினை செய்தார்கள்.

அப்போது, அக்கதையை பாராட்டி மூட்டை மூட்டையாக வந்திருந்த கடிதங்களை அவர்களுக்கு முன்பாகக் கொட்டி, ''இக்கதையை ஏற்றுக் கொண்டவர்களும் இந்துக்கள்தான்'' என்று மூக்குடைத்தார் குஷ்வந்த்சிங். பின்னர் 'குப்பைத்தொட்டி', ஐரோப்பிய மொழிகளிலும் மொழிப்பெயர்க்கப்பட்டது. ''குப்பைத்தொட்டி இங்கே குப்பையாக ஒதுக்கப்பட்டாலும் பிற மொழிகளில் கொண்டாடப்படுகிறது'' என்று குறிப்பிட்டிருக்கிறார் கலைஞர். சிறுகதையின் வடிவங்களில் பரிசோதனை செய்துப் பார்ப்பது கலைஞருக்கு மிகவும் பிடித்தமானது. 'நரியூர் நந்தியப்பன்' என்கிற சிறுகதையை கடிதவடிவில் எழுதியிருப்பார். அவருடைய சிறுகதைகளில் சாமியார்களை தோலுரிக்கும் சம்பவங்கள் ஏகத்துக்கும் அமைந்திருக்கும். 'நளாயினி', புராண எதிர்ப்புப் பேசும். 'சந்தனக் கிண்ணம்', இந்தித் திணிப்பு எதிர்ப்புப் போரின் நியாயத்தை எடுத்துச் சொல்லும்.

'எழுத்தாளர் ஏகலைவன்' என்கிற சிறுகதையில், ''சிறுகதை என்றால் வெறும் பொழுது போக்குக்காகப் படிப்பதற்காகவா எழுதப்படுவது? அதில் ஏதாவது ஒரு கருத்து, சமுதாயத்துக்குத் தேவையானதாக அமைக்கப்பட வேண்டாமா?'' என்று தான் ஏன் சிறுகதை எழுதுகிறார் என்பதற்கான நியாயத்தை கதையின் போக்கிலேயே சொல்லியிருப்பார். சிறுகதை என்றால் என்னவென்று இந்த பின்நவீனத்துவத்துவக் காலக்கட்டத்திலும் ஏதோ ஒரு வாசகனால் கேட்கப்படுகிறது. ஏதோ ஓர் எழுத்தாளர், தான் அறிந்ததை விளக்கிக் கொண்டிருக்கிறார்.

சிறுகதைக்கான கலைஞரின் இலக்கணம் மிகவும் எளிமையானது. ''ஒரு காட்சி அல்லது நிகழ்வைப் பற்றி, மற்றவர்களுக்கு எடுத்து விளக்கிச் சொல்லும்போது, அவரவர் நிலைக்கேற்பவும், அறிவு வளர்ச்சிக்கேற்பவும், விளக்குபவருக்கும், விளக்கத்தைக் கேட்பவருக்குமிடையே ஒரு பாலமாகப் பாவிக்கப்படுவதுதான் சிறுகதை''

5. சிறுகதைகளில் உத்தி முறைகள் - உ. கோசலா

முன்னுரை - இக்காலத்தில் சிறுகதை வடிவம் அறிமுகமானது ஐரோப்பியச் சமூகத்தில்தான். எட்கர் ஆலன்போ, கோகோல், ஓகென்றி, செட்விக்கு போன்ற அமெரிக்க எழுத்தாளர் சிறுகதைகளை எழுதியும் அதற்குச் சில இலக்கணங்களையும் கூறுகின்றனர். இன்றைய இலக்கியப் பிரிவுகள் சிறந்து செழித்து வளர்ந்தது. செல்வாக்கு மிக்கது சிறுகதைகள் தான் என்று கூறலாம். இச்சிறுகதை தமிழுக்கு 1910-ல் வந்தது. வ. வே. சு ஐயர் அவர்கள் எழுதிய முதல் தமிழ்ச் சிறுகதையான ''குளத்தங்கரை அரசமரம்'' என்ற சிறுகதை ''விவேகபோதணி'' என்னும் இதழில் வெளிவந்தது. இக்கதையை அவர் மனைவி பாக்கியலட்சுமி அம்மாள் பெயரில் வெளியிட்டார். 1970-ல் மங்கையர்க்கரசி காதல்

முதலிய கதைகள் என்னும் பெயரில் சிறுகதைத் தொகுப்பாக வெளிவந்தது. இவரைத் தமிழ்ச் சிறுகதையின் தந்தை என்று போற்றுகின்றனர்.

சிறுகதையின் விளக்கம் - சிறுகதையை வரையறுக்க நினைத்த அறிஞர் பலரும் அவரவர் பார்வைக்கேற்ப அதனைப் பலவகையாக விளக்கியுள்ளனரே தவிர, யாரும் முடிந்த, முடிவான வரையறையை இதுவரை கூறவில்லை. ஏதேனும் ஒரு நிகழ்வு ஒரு பொழுது. ஒரு சில கதாபாத்திரங்களை மையமாகக் கொண்டு குறைந்த நேரத்தில் படித்து முடிக்கப்படும் வகையில் படைக்கப்படுவது சிறுகதை எனலாம் - **எட்கர் ஆலன்போ**

ஒரே மூச்சில் படித்து முடித்து விடக்கூடியதே சிறுகதை - கெட்சன்.

ஏதேனும் ஒரு நீதிப் பொருண்மையை உடைய தனி நிகழ்ச்சியை ஒட்டிய சிக்கலை, ஒரு சில பாத்திரங்களைக் கொண்டு முழுமையாகவும் தெளிவாகவும் சுருக்கமாவும் படைத்துக் காட்டும் கதையே சிறுகதை - **கிளாடிசுசிகிமிட்டு**

எடுத்துரைக்கும் போக்கிலும் ஒருமுக நோக்கிலும் அமைந்த ஓர் அதிர்ச்சியைத் தரும் கதையே சிறுகதை - பர்னெட்டு

அரை மணியிலிருந்து இரண்டு மணி நேரத்திற்குள் படித்து முடிப்பதாக இருக்கவேண்டும் - **எட்கர் ஆலன்போ**

சிறுகதை வடிவத்தில் சிறிதானாலும் வானத்தையும் பூமியையும் அளந்துவிட்டு, அளப்பதற்கு இன்னும் இடம் கேட்கின்ற வாமனனைப் போன்றும் இராமபாணத்தைப் போன்றும் குறி தவறாமல் இலக்கை எட்டக் கூடியது - **முனைவர் வாசன்**

கதையின் தொடக்கமும் முடிவும் குதிரைப் பந்தயம் போல் இருக்கவேண்டும் - **செட்விக்**

சிறந்த சிறுகதை என்பது படித்து முடித்தவுடன் ஒரு குறிப்பிட்ட நேரமாவது அவன் நினைவில் நிற்க வேண்டும். அதே கதையை மீண்டும் படிக்க அவனைத் தூண்ட வேண்டும். இந்த ஆர்வத்தைத் தூண்டினால், அதைச் சிறந்த சிறுகதையாகக் கொள்ளலாம். எடுத்தப் பொருளை உணர்ச்சி புலப்பட விளக்கி இருக்க வேண்டும். இன்னும் கூடுதலாக விளக்கியிருந்தால் பயனற்றதாக ஆகிவிடும் என கூறத்தக்கவாறு அளவாக இருக்க வேண்டும். நோக்கம்,குறிக்கோள், செயல், உணர்வு ஆகியவைச் சிதைவுறாமல் ஒன்றுபட்டு அமைய வேண்டும். சிறந்த சிறுகதையின் அமைப்புக்கு கு. ப. இராசகோபாலனின் விடியுமா? என்ற சிறுகதை ஒரு சான்றாகும்.

சிறுகதையில் மொழிநடை - சிறுகதையின் மொழிநடை அதன் வெற்றிக்கு முதற்காரணமாகும். ஒரு சொல் கூட அதிகமாகப் பயன்படுத்தப் பட்டிருக்கக் கூடாது. சிறுகதை வெற்றிக்கு வெளிப்பாட்டு உத்திகள் முக்கியமென்றாலும், பயன்படுத்தும் நடை மிகவும் இன்றியமையாதது ஆகும். சிறுகதையில் நடை எளிமையானதாக, இனிமையானதாக இருக்க வேண்டும் கதையின் உட்பொருளுக்கு இயைந்த சுருதியில் இயங்குவதும் வெளிப்படுத்துவதும் கதை ஆசிரியரின் நடைச் சிறப்புகளாக அமையும். சிறுகதை எழுதுவதற்குச் சிறந்த எழுத்தாளரின் கதைகளை ஊன்றிப் படிக்க வேண்டும். நல்ல கற்பனை ஓட்டமும், கலை விருப்பமும் வேண்டும். தினமும் எழுதிப் பார்க்க வேண்டும். சிறுகதை என்பது ஓர் அரிய கலை. அதைப் பயிற்சியின் மூலமும், அதிக அளவு படிப்பதன் மூலமும், கற்பனை ஓட்டத்தின் மூலமுமே வளர்த்துக் கொள்ள முடியும்.

ஊடகங்களில் கதையின் நோக்கமும் போக்கும் - எந்த ஊடகமானாலும் ஊடகங்களின் ஊடே இல்லை... இல்லை... கூடவே பின்னிப் பிணையப்பட்டதுதான் கதைகள். அக்கதைகளின் மேல்... நமது நோக்கமும்... போக்கும்... அதிகமோ? கொஞ்சமோ? அவற்றின் வழிகாட்டல்கள் நமது வாழ்வியலில் நம் தடம் பதிக்க உதவுமோ? அன்று... தடை போடுவதற்கு உதவுமோ? இக்கேள்விகள் அவரவர் தம்மைத்தாமே... சுயபரிசோதனை செய்தும்... பகுத்துப் பார்த்தும், வகுத்துத் தேர்வு செய்து நல்லதோர் தீர்வாய் தேர்ச்சி பெறவேண்டும். மலர்ந்த மலரின் வாசம் வண்டை ஈர்ப்பதுபோல்... சுட்டிக் குழந்தைகள் முதல் சுறுசுறுப்பான இளைஞரைத் தொடர்ந்து, இல்லத்தரசியர் மற்றும் முதியோர் என்றௌ அனைவரும், சரித்திரக்கதைகள், விஞ்ஞானப்பூர்வமான கதைகள், குடும்பக் கதைகள், மர்மக்கதைகள், தெய்வீகக் கதைகள், சித்திரக் கதைகள், புராணக் கதைகள் என்று அவரவர் இரசனைக்கு விருந்தாய், அவரவர் மனநிலைக்கேற்ப படித்து ரசிக்கின்றனர். விஞ்ஞான வளர்ச்சி மெய்சிலிர்ப்பை ஏற்படுத்தும் விதமாய் அரும்மருந்தாய் அரும்பணியைத் தொலைக்காட்சியின் கதைகள் சொன்னாலும்,

தெருக்களில் கூடி விளையாடிய பிள்ளைகள் ஓரடிக்குள் அமர்ந்த படி தொலைக்காட்சிக் கதைகளின் மேல் நாட்டம் கொண்டு உடலின் ஆரோக்கிய சக்திக்கு முட்டுக்கட்டையாக்கிக் கொண்டிருப்பது மாற்ற முடியாது என்பது போல் ஓர் மாயச்சுழல். இவைகள் யாவும் யாவருக்கும் நன்கு தெரிந்த விவரங்கள் தான் என்றாலும் மீள முனைவதில்லை. கதைகளின் முரணான கருத்துக்கள், கருத்தான உணர்வுகளைச் செரிமானமாக்கி, வெறுமானமாக மனத்தைச் சக்கையாகப் பிழிகின்றதோ? இவ்வாறாகத் தொலைக்காட்சியின் கதைகளின் போக்கு 'மலர்ந்த மலரின் வாசம் வண்டை ஈர்ப்பது போல் ஈர்க்கின்றது. சூரியனின் கதிர்கரங்கள் நீரை உறிஞ்சி நீராவியாக்கி, மேகமாய் உருவாக்கி மீண்டும் மழையாய், பூமிக்கு நீரை வாரி வாரி வழங்குகின்றது. ஆனால், தொலைக்காட்சியின் கதிர்வீச்சு, மனித உணர்வுகளை உறிஞ்சி, மனித சக்தியை முடக்குகின்றது.

கதைப் படைப்பாளர்களின் நோக்கும், படிப்போரின் போக்கும் - ஒரு கதையை உருவாக்க அதன் கருக்களமாய், எங்கோ, எப்பொழுதோ, அருகிலோ, தொலைவிலோ, எதிரிலோ, பிறர் சொல்லக் கேட்டோ, தான் பெற்ற அனுபவத்தின் வாயிலாகவோ உண்மையின் அடிப்படையில் கதைக் கருக்களத்தின், மூலத்தின் அடிப்படையில் கதைகள் உருவாவதாக் கதைப் படைப்பாளர்களின் கூற்றாகும். கதைகளைப் படைக்கும் படைப்பாளர் நாட்டு நடப்பை எடுத்தியம்பி மக்கள் விழிப்போடு செயல்பட, எழுத்துக்கள் எனும் திரி கொண்டு, கற்பனை நெய் ஊற்றி, வார்த்தை தீபம் ஏற்றுகின்றனர். கதைகளின் ஊடே, கதைக்கு வளமாவது கற்பனை வளம். இந்தக் கற்பனை வளம் என்பது இயற்கை வளத்திற்கு ஒப்பானதாக அமையும். உருவாக்கத்திற்குக் கண், காது, மூக்கு, வாய், கை, கால் வைத்து வெற்றி நடை போட வைப்பது கற்பனை வளம்.

'கடுகளவு உண்மை கடலளவு கற்பனை - கதை" - வீணையின் தந்தியை விரல்கள் மீட்டினால் தான், வீணையின் சப்தசுர உணர்வுகள் நமக்குப் புரியும். அதே போல் கதைகளின் கற்பனைவளம், மனித உணர்வுகளை மீட்டித் தூண்டிவிடும் ஆற்றல் மிக்கது. மனிதவளம் எதை விரும்பி நோக்குகின்றதோ, அதன் போக்கும், அதன்போக்கில் போகும் சீர்கெட்ட செயலைச் செய்த ஒருவனிடம் கேட்டால், அந்த ஊடகத்தில் கண்ட கதைக் காட்சியின் பின்னணிதான் இதற்குக் காரணம் என்று காரணம் கற்பிப்பான். இப்படியாகக் கதைகளைப் படைப்பவரின் நோக்கும் போக்கும், படிப்போரின் (பார்ப்போரின்) நோக்கும் போக்கும், எதிரெதிரணியில் குற்றச் சொல்போர் புரிந்து கொண்டு இருக்கின்றனர்.

கருப்பொருள் அடிப்படையில் பஞ்சதந்திர நீதிக்கதைகள் - சிறுவர்களுக்கான சிறுகதைப் பயன்பாட்டில் முக்கிய இடத்தைப் பெற்ற சிறுகதை நூலே பஞ்சதந்திர நீதிக்கதைகள் என்ற நூலாகும். இந்நூல் மாணவர்களின் சிந்தனை ஆற்றலைச் சிறப்பாக்கிச் அருமையான இடத்தைப் பெற்றுள்ளது. மேலும் கற்பனை ஆற்றலையும் வளர்த்துள்ளது. எல்லோரையும் ஈர்க்கும் படைப்பாற்றலால் பாடநூல்களிலும் இடம் பிடித்து சிறப்பிடம் பெற்றுள்ளது. வானொலி, தொலைக்காட்சி, திரைப்படம் போன்றவற்றிலும் சில கதைகள் பயன்படுத்தப்பட்டுள்ளன. பஞ்சதந்திர நீதிக்கதைகள் என்னும் இந்நூலை இயற்றியவர் விஷ்ணுசர்மன் என்பவர் ஆவார். இவரது சிறப்புப் பெயர் சோமசர்மன் என்பதாகும். இந்நூலை ஐந்து தந்திரத்தால் அமைத்துள்ளார். அதாவது யுத்தி, சூழ்ச்சி, உபாயம், திறம், எனும் அடிப்படையில் 1. நட்பைக் கெடுப்பது 2. நட்பைப்பெறுவது 3. அடுத்துக் கெடுப்பது 4. அடைந்ததை அழிப்பது 5. ஆராயாமல் செய்வது என ஐந்து தந்திரங்களால் இந்நூல் அமைக்கப் பெற்றுள்ளது.

இந்நூல் ஐந்து பகுதியாக மொத்தம் 44 சிறுகதைகள் இடம் பெற்றுள்ளன.

கதை என்பது கருப்பொருளை அழகுறச் சொல்வது என்று பொருள் கொள்ளலாம். 'கதைத்தல்' என்பது 'சொல்வது' எனப்பொருள் தரும். இங்கு அளவு வகையில் சிறுமை அடிப்படையில் சிறுகதை என்று வழங்கப்படுகிறது. பெருமை எனில் அது அளவில் நெடுங்கதையேயாகும். சிறுகதை ஆய்வை இரண்டாகப் பகுக்கலாம்.

1. அமைப்பு வழி ஆய்வு 2. பொருள் வகை ஆய்வு - எனக் கொண்டு இவ்வாய்வு பொருள்வகை ஆய்வாகக் கொள்ளப்பட்டுள்ளது. சிறுகதை மிகப்பழமை சார்ந்த ஓர் இலக்கிய வகையாகும்.இதன் வளர்ச்சிக்கு மூல ஊற்று மாந்தரின் கதை கேட்கும் ஆர்வத்திலேயே உள்ளது என்பர் முனைவர் சு. பாலசந்திரன்.

1. முதல் தந்திரம் - நட்பைக் கெடுப்பது - ஒவ்வொரு மனிதர்க்கும் நட்பு ஒரு நல்ல துணையாகும். அத்துணைய சதிகாரர்கள் கெடுக்காமல் விழிப்புணர்வு கொள்ள இந்தப் பகுதி உதவுகிறது. இப்பகுதியில் 16 சிறுகதைகள் இடம் பெற்றுள்ளன.

2. இரண்டாம் தந்திரம் - நட்பைப் பெறுவது - நட்பைப் பெறுவது என்பது நல்ல ஊக்க உணர்வு. இப்பகுதியில் ஐந்து சிறுகதைகள் இடம் பெற்றுள்ளன. இங்கு ஒரு கதையில் வேடன் ஒருவன் வலையை விரித்தான். வலையின் மேல் உணவுப் பொருளைத் தூவினான். இதைக் கண்ட புறாக்கள் உணவுக்காக வலையின் மீது அமர்ந்து வலையில் அகப்பட்டன. அரசப்புறா சொல்லியதைக் கேளாது அவ்வாறு மாட்டிய பின் அரசப்புறா அப்புறாக்களைத் தப்பிக்க வைக்கத் தானும் அவ்வலையில் அகப்பட்டது. பின் அனைத்துப் புறாக்களும் பறந்து சென்றன. அரசப்புறாவின் வழிகாட்டலில் குகை அருகே சென்று இறங்கின. நட்பு எலியிடம் கூறி வலையைத் துண்டித்து அனைத்தும் தப்பின. இதன் மூலம் நட்பின் அருமையை உணர முடிகிறது.

3. மூன்றாம் தந்திரம் - அடுத்துக் கெடுப்பது - அடுத்து கெடுக்கும் செயல் தவறானது என்றாலும் அழிவில் தப்ப விழிப்புணர்வு கொள்ள வேண்டும் என்கிறது இப்பகுதி. இப்பகுதியில் 9 சிறுகதைகள் உள்ளன.

4. நான்காம் தந்திரம் - அடைந்ததை அழிப்பது - நல்ல பயனை அடையும் போது அதை அழிப்பது கொடுமையானதாகும். அப்பொழுது விழிப்புணர்வு தேவை என்பதை இக்கதைகள் தூண்டுகின்றன. இப்பகுதியில் 6 கதைகள் உள்ளன. இங்கு முட்டாள் முதலைக் கதையைக் காண்போம். குரங்கும் முதலையும் நட்பானது. குரங்கு நாவல் பழங்களை முதலைக்குத் தந்து நல்ல நட்பாக விளங்கியது. பெண் முதலை ஆண்முதலையிடம் நாவல் பழம் உண்ணும் குரங்கின் ஈரல் சுவையாக இருக்கும் எனக் கூறி ஆண் முதலையைத் தூண்டியது. ஆண் முதலை தந்திரமாகக் குரங்கை தண்ணீர் வழியாக அழைத்து வந்தது. இதை அறிந்த குரங்கு எனது ஈரல் மரத்தின் மீது காய வைத்துள்-

ளேன் என்று கூறி தப்பியது. இது தந்திரத்தால் பிழைத்தல் எனும் கருத்தைக் கொண்டது.

5. ஐந்தாம் தந்திரம் - ஆராயாமல் செய்வது - எதையும் ஆராயாமல் செய்யக்கூடாது என்பதை வலியுறுத்துகிறது இப்பகுதி. இப்பகுதியில் 8 கதைகள் உள்ளன. இதில் அவசரத்தால் நேர்ந்த கொடுமை எனும் கதையைக் காண்போம். அந்தணன் ஒருவன் கீரிப்பிள்ளையைத் தனது பிள்ளையாகக் கருதி வளர்த்தான். அவனுக்கு ஆண்குழந்தைப் பிறந்தது. வீட்டில் யாரும் இல்லாத போது குழந்தையிடம் ஒரு பாம்பு வந்தது. அதைக் கீரிப்பிள்ளைக் கடித்து குழந்தையைக் காப்பாற்றியது. வீட்டுக்கு வெளியே வந்த கீரிப்பிள்ளையைக் கண்டு அந்தணன் மனைவி தன் மகனைக் கீரி கடித்திருக்கும் என்று கருதி கீரிப்பிள்ளையைக் கொன்றாள். பின் உண்மை அறிந்து வருத்தமுற்றாள். இதிலிருந்து எதையும் ஆராயாமல் செய்யக்கூடாது என்பது விளங்கும்.

குறவஞ்சியில் குன்றாத கதைக்கூறுகள் - வாழ்வியல் கூறுகள் நிறைந்த செயல்பாடுகளை இயல்புக்கேற்ப சுவைக்கவும், உணர்ச்சிப் படிவங்களோடு கலையழகு சிறக்கவும் அமைபவை கதைகளாகும். நடந்த நிகழ்வையோ அல்லது நடக்க வேண்டும் என்ற விருப்ப நிகழ்வையோ அடிப்படையாய் வைத்து, அதன்மேல் கற்பனை எனும் கட்டுமானம் ஏற்றி கலை மெருகுடன் கவினழகு விளங்க வியப்புமிக்க காட்சிகளும் துடிப்புமிக்க நிகழ்ச்சிகளும் சீராகப் பின்னிப் பிணைந்து கதைகளை அமைப்பின், அவை கலைக்கோலமாய் நாடகத் தன்மைப் பெறுகிறது. இரசனை, காட்சி, கதைப்போக்கு, ஊடகம் வேறுவேறாக இருப்பினும் கதை எனும் கலையையும் அகற்ற விரும்பும் மனிதனின் மனநிலையும் இன்றும் மாறவில்லை. அவ்வகையில் சிற்றிலக்கியங்களுள் ஒன்றான குறவஞ்சி இலக்கியத்தின் கதையமைப்பு, கதைப்போக்கு, அதன் தன்மைக் குறித்துக் காணலாம்.

காதற்சுவை மிகுந்த கதையாகக் குறவஞ்சி விளங்குகிறது. தலைவி தலைவன் மீது காதல் கொள்வதும், சிங்கன் சிங்கியிடம் அளவற்ற ஆசை கொண்டு காதலுரை பகர்வதும், காதற்சுவையை வெளிப்படுத்தும் இடங்களாகும். மேலும் பருவ மங்கையர் தத்தம் உணர்வுக்குத் தக்கவாறு தலைவனைக் கண்டு மயங்கி வருந்துவது காமச்சுவையின் வெளிப்பாடாய் அமைகிறது. சிங்கியை நெடுநாட்கள் காணாமல் வருந்தும் சிங்கன் அவளைக் கண்டதும், அடங்காக் காதலை அகத்திலே அடக்கி, ஐயவுரை பகன்று, அவளுடைய மனத்தை அறிய முற்படுவது அன்பின் ஆழத்தைப் புலப்படுத்துதாக அமைகிறது. அதேபோல, நகைச்சுவைக்கு எடுத்துக்காட்டாகவும் குறவஞ்சிக்கதையில் பல பகுதிகள் உள்ளன. தலைவனைக் கண்டு மயங்கிய பெண்கள் தம்மை மறந்து பல விதமாகச் செயல்படுகின்றனர். திருக்குற்றாலக் குறவஞ்சி இத்தகைய காட்சிகளைப் படம் பிடித்துக் காட்டுகின்றது.

‘ஒருகைவளை பூண்ட பெண்கள் ஒருகைவளை பூணமறந்து
ஓடுவார் நகைப்பவரை நாடுவார் கவிழ்வார்
இருதனத்து ரவிக்கைதனை அரையிலுடை தொடுவார்பின்
இந்தவுடை ரவிக்கையெனச் சந்தமுலைக் கிடுவார்’’ (பாடல் 14)

மனமயக்கத்தில் ஒன்றை மறந்து இன்னொன்றைச் செய்வது காண்போருக்கு நகைப்பைத் தரும். பல குறவஞ்சி இலக்கியங்களில் குறி சொல்லும் குறத்தியின் பேச்சும் அவனுடைய வேட்டை நிகழ்ச்சிகளும், நகைச்சுவையை வெளிப்படுத்துவதாக உள்ளன. குறத்தி தன்னுடைய குறி கூறும் திறமையைப் புலப்படுத்திக் காட்டுவதும், சிங்கன் தன்னுடைய வீரத்தை வெளிப்படுத்திக் காட்டுவதும், பெருமிதச் சுவைக்கு எடுத்துக்காட்டுகளாக அமைகின்றன.

திருக்குற்றாலக் குறவஞ்சியில்
‘வித்தாரம் என்குறி அம்மே - மணி
முத்தாரம் பூணும் முகிழ்முலைப் பெண்ணே
வித்தாரம் என்குறி அம்மே’’(பாடல் 42)
என்று கூறுகிறது. தியோகேசர் குறவஞ்சியில்,
நான் சொல்லும் குறி பொய்யாதுள
என் சொற்படி செய்வாயே - அம்மே
என்று பாடுவதிலும் பெருமிதச்சுவை வெளிப்படுவதைக் காணலாம்.
இவை போன்று அச்சம், இளிவரல், மருட்கை, வெகுளி போன்ற பல்வேறு சுவைகளோடு பக்திச்சுவை மிகுந்திருப்பதும் குறவஞ்சியின் கதைத் தன்மையைச் சிறப்பித்துக் காட்டுகின்றன.

6. சிறுகதை என்றால் என்ன? - சுஜாதா

சிறுகதை என்பது சிறிதாக உரைநடையில் விவரிக்கப்பட்ட கதை. A short fictional narrative in prose. வேறு எந்த வரைமுறைக்குள்ளும் நவீன சிறுகதை அடங்காது. சிறுகதைகளில் ஒரு பொது அம்சம் இருக்கிறது. படித்த இரண்டு நிமிஷத்தில் மறந்து போய் விட்டால் அது சிறுகதை அல்ல; பஸ் டிக்கெட். ஒரு வாரம் அல்லது ஒரு வருஷம் கழிந்தோ அதை மற்றவரிடம் மாற்றியோ மாற்றாமலோ சொல்ல வைப்பது நல்ல சிறு கதைகளில் உள்ள பொதுவான அம்சம் சிறுகதை என்பது தந்தத்தில் பொம்மையைக் கூர்மையாய்ச் செதுக்குவது போன்றது. நல்ல நடையினால் சிறுகதை செதுக்கப்பட வேண்டும். சொல்லுகின்ற செய்தியை, கூர்மையாய்த் தெளிவாய்ச் சொல்ல வேண்டும். இதன் மூலமே சிறுகதையின் கலையம்சத்தைப் பிரகாசிக்கச் செய்ய முடியும்.

சிறுகதையின் இலக்கணம் இப்படி இருக்கலாம்:

சிறுகதை என்றால் அளவில் சிறியதாய் முழுமை பெற்று இருக்க வேண்டும்

தனிமனித அல்லது சமுதாய வாழ்க்கையைச் சுவையோடு பிரதிபலிக்க வேண்டும்.

சிறுகதையில் ஒரு மனிதர் அல்லது ஓர் உணர்வு, ஒரு நிகழ்ச்சி அல்லது ஒரு சிக்கல் தான் தலைதூக்கியிருக்க வேண்டும்.

அளவுக்கு அதிகமான கதைமாந்தர்களுக்கு அங்கு இடமில்லை.

விரிவான வருணனைக்கும், சூழ்நிலைக்கும் சிறுகதை இடம்தரல் கூடாது.

குறைவான, ஏற்ற சொற்களால் இவை சுட்டிக்காட்டப்பட வேண்டும்.

பாத்திரங்களின் உரையாடல்களில் சொற்செட்டு அவசியம்.

சிறுகதை நம்பக் கூடிய உண்மைத் தன்மையினைக் கொண்டு விளங்குதல் வேண்டும்.

நல்ல சிறுகதை ஆல விதையைப் போல் விரிவாகக் கூடிய கதைக்கருவைக் கொண்டிருத்தல் வேண்டும்.

ஒரு நல்ல சிறுகதை என்பது ஒரு சுவைமிக்க மாம்பழத்தை இறுதிவரை விரும்பிச் சுவைப்பது போன்றதாகும். அவ்வாறு இன்றி, மாம்பழத்தை முதல் கடியிலேயே வீசியெறிந்து விட வேண்டும் என்ற எண்ணத்தை ஒரு சிறுகதை ஏற்படுத்தினால், அச்சிறுகதையினால் பயன் ஒன்றும் இல்லை. ஒரு சிறுகதைக்குப் பின்னே உள்ள படைப்பாளரின் கலை ஆற்றல், கற்பனைத் திறன், சொல்லாட்சி, அவர் மறைமுகமாகக் கூறும் செய்தி - இவையனைத்தும் இலக்கண வரம்புகளை விட முக்கியமானவை.

மற்றவர்கள் சொல்லுவது: வசன நடையில் உள்ள மிகச் சிறிய கற்பனைப் பொறி தான் சிறுகதை. அது 10000 வார்த்தைகளுக்குள் அரைமணி நேரத்தில் படித்து முடிக்கக் கூடியதாக இருக்கலாம் என்கிறார். எச் ஜி வெல்ஸ். ஒரு குறிப்பிட்ட ஒரே சம்பவத்தைச் சொல்லும் கற்பனை சிறுகதை என்கிறார். சாமர்ஸெட் மாம். அது துடிப்போடு மின்னலைப் போல் மனதோடு இணையவேண்டும். ஆரம்பத்திலிருந்து முடிவு வரை சீராக கோடு போட்டது போல் செல்ல வேண்டும் என்கிறார். ஒரு சிறு செய்தியை அல்லது சிறு அனுபவத்தைக் கருவாகக் கொண்டு உரைநடையில் எழுதப்படுவது சிறுகதையாகும்.

தி.ஜானகிராமன் சிறுகதை எழுதுவது பற்றி இப்படிக் கூறுகிறார்: அனுபவத்தைக் கலைவடிவில் வெளிப்படுத்த சிறுகதையில் இடமும் காலமும் குறுகியவை. எனவே எடுத்துக் கொண்ட விஷயம் உணர்வோ சிரிப்போ புன்சிரிப்போ நகையாடலோ முறுக்கேறிய துடிப்பான ஒரு கட்டத்தில் தான் இருக்கமுடியும். சிறிது நேரத்தில் வெடித்துவிடப் போகிற ஒரு தெறிப்பும் ஓர் அவசரத் தன்மையும் நம்மை ஆட்கொள்ளவேண்டும். தெறித்து விழுவது பட்டுக் கயிராக இருக்கலாம் அல்லது எகு வடமாகவோ பஞ்சின் தெறிப்பாகவோ குண்டு மருந்தின் வெடிப்பாகவோ இருக்கலாம். தமிழ்ச் சிறுகதைகளின் வளர்ச்சிக்கு மிக அதிகமாகத் துணை நின்றவை, தமிழில் வெளிவரும் வார, மாத இதழ்களே ஆகும். பத்தொன்பதாம் நூற்றாண்டில் தோன்றிய இந்தப் படைப்பிலக்கியம் இன்று மிகப் பெரும் வளர்ச்சியைப் பெற்றுள்ளது.

சுஜாதா பக்கம் - கல்கி - 23 - 6-1996 - சாகித்திய அகாதமிக்காக சி.ஆர்.ரவீந்திரனும் அகிலன் கண்ணனும் தம் சிறுகதைகளை வாசித்த கூட்டத்தில், சிறுகதை என்பது என்ன என்பதைப் பற்றி தலைமை உரைக்க அவகாசம் கிடைத்தது.

எனக்குத் தெரிந்த வரை ஒரே ஒரு விதிதான் அதற்கு சிறிதாக உரைநடையில் விவரிக்கப்பட்ட | கதை- A short fictional narrative in prose. வேறு எந்த வரையறைக்குள்ளும் தவீன சிறுகதை அடங்காது. நல்ல சிறுகதை என்பது சிறிதாக, சிறப்பாக உரை நடையில் விவரிக்கப்பட்ட கதை. சிறிதாக என்றால் சுமார் ஆயிரத்திலிருந்து பத்தாயிரம் வார்த்தைகளுக்குள் சொல்லப்பட வேண்டும் என்று குத்துமதிப்பாக வைக்கலாம். நூறு பக்கம் இருந்தால் அதை சிறுகதை என்று ஒப்பு கொள்ள தயக்கமாக இருக்கும்.

அதே போல் ஒரு பக்கத்தில் இருந்தால் அது கதையல்ல, கதைச்சுருக்கம். நான்கு வரிகளுக்குக் கீழ் என்றால் கவிதையாகச் சொல்லிவிடலாம். இந்த அளவு வரையறை கூட தேவையில்லை என்று நவீன விமர்சகர்கள் சொல்கிறார்கள். உதாரணமாக ஜாய்ஸின் 'யுலிஸிஸ்'ஸை ஒரு சிறுகதை என்று சொல்பவர்களும் இருக்கிறார்கள். கதை தேவையா என்பதையும் சந்தேகிக்கிறார்கள். ஆர்வெல்லின் A Hanging என்னும் கட்டுரையை ஒரு சிறுகதையாகப் பார்க்கிறவர்களும் உண்டு.

கதை சிறப்பாக இல்லை என்றால் அதை மறப்பார்கள். ஒரு சிறுகதை ஜீவித்திருக்க, அது சிறப்பாக சொல்லப்பட்டிருக்க வேண்டும். யாரைப் பற்றியும் எதைப் பற்றியும் இருக்கலாம். நூற்றாண்டு காலத்தையோ, சில நிமிஷங்களையோ சொல்லலாம். கறுப்போ, சிவப்போ ஏழையோ, பணக்காரனோ வயசானவர்களோ, இளைஞர்களோ வியாதியஸ்தர்களோ, தர்மகாத்தாக்களோ மீசைக்காரர்களோ, மீன் பிடிப்பவர்களோ பஸ் பிடிப்பவர்களோ, சினிமா பார்க்கிறவர்களோ, நாய் வளர்ப்பவர்களோ, பாய் முடைபவர்களோ விஞ்ஞானிகளோ, வேதாந்திகளோ எந்த கதாபாத்திரமும் தடையில்லை. மனிதர்களே இல்லாமல் கூட கதை சொல்லலாம். அப்படி ஒரு விஞ்ஞானக்கதை இருக்கிறது. கண்ணீர் வர சொல்லலாம் சிரிக்கச் சிரிக்க, சொல்லலாம். கோபம், ஆர்வம் வர வெறுப்புவர...ஒன்பதில் ஏதேனும் ஓர் உணர்ச்சியைத் தந்தால் போதும்.

இவ்வளவு விஸ்தாரமாக அறுதியிடப்படும் சிறுகதையில் எனக்குத் தெரிந்து ஒரே ஒரு பொது அம்சம்தான் உண்டு. படித்த இரண்டு நிமிஷத்தில் மறந்து போய் விட்டால் அது கதையல்ல, பஸ் டிக்கெட். ஒரு வாரம் கழித்தோ ஒரு வருஷம் கழித்தோ ஞாபகம் இருந்து அதை மற்றவரிடம் மாற்றியோ, மாற்றாமலோ சொல்ல வைப்பது நல்ல கதை நாள் 1970களில் எழுதிய சிறுகதைகளை இப்போது யாராவது நினைவுவைத்துக் கொண்டு சொல்லும் போது எனக்கு வேறு எந்த சான்றிதழும் அவார்டும் தேவையில்லை. நல்ல சிறுகதைகள் காலத்தையும் அன்றாட அவசரங்களையும் கடக்கின்றன. ஒரு கதை உங்களை பாதித்திருந்தால் ஒரு மாதம் ஏன், ஒரு வருஷம் விட்டுக் கூட அதை நீங்கள் திருப்பிச் சொல்ல முடியும். இது உங்கள் ஞாபகப் பிரச்னை அல்ல. கதையின் பெயர்கள், இடம், பொருள், ஏற்பாடெல்லாம் ஞாபகம் இராது. ஆனால் கதையின் அடிநாதம் அதில் பாதித்த ஒரு கருத்தோ, வரியோ நிச்சயம் நினைவிருக்கும். அப்படி இல்லையென்றால் அந்தக் கதை உங்களைப் பொறுத்தவரையில் தோல்விதான்.

இதே விதிதான் கவிதைக்கும். இதேதான் நாவலுக்கும், ஒரு வாசகன் தனக்குப் பிடித்தமான எழுத்தாளனை ஒரு நண்பனைப் போல தேர்ந்தெடுக்கிறான். காரணம் அவன் எழுதுவது அவனுக்குப் புரிகிறது. கதையின் ஏதோ ஒரு பகுதியை வாசகனால் தன் மனத்தில் மீண்டும் வாழ முடிகிறது. அந்த எழுத்தாளன் அந்த வாசகனின் வாழ்வின் குறையை எதோ ஒரு விதத்தில் நிரப்புகிறான். நல்ல கதைகளை அலசிய ஹெல்மட் பான் ஹைம் என்பவர் அவற்றுக்குச் சில அடையாளங்கள் சொல்லியிருக்கிறார். சிறுகதையின் ஆரம்ப வாக்கியத்துக்கு முன் கதையின் தொண்ணூறு சதவிகிதம் நடந்து முடித்திருக்கும். இதை கொஞ்சம் யோசித்துப் பாருங்கள். அதாவது சிறுகதை, முடிவுக்கு மிக அருகில் ஆரம்பிக்கும் கதை, பெரும்பாலான கதைகள் ஒரு பேசப்பட்ட வாக்கியத்தில் முடிகின்றன, வாழ்க்கையின் அபத்தத்தைச் சுட்டிக்காட்டி முடிகின்றன; அல்லது கேள்விக் குறியில்...

ப்ராங் ஓ கானர், சிறுகதை, 'சமூகத்தின் விளிம்பில் இருக்கும் மனிதர்களின் தனிமையைப் பற்றிய கதை' என்கிறார். சிறுகதை ஒரு தனிப்பட்ட சுருக்கமான அனுபவத்தைப் பேசுகிறது என்றும் அன்றாட அலுப்பு வாழ்க்கையில், உயிரின் புதிர் சட்டென்று புரியும் கணம் ஒன்றை அது சொல்லும் என்றும் அந்தக் கணத்தை ஒரு ரெவலேஷன் வெளிப்பாடு அல்லது Epiphany அவதாரம் அல்லது அற்புதத் தோற்றம் என்றும் பலவாறு சொல்கிறார்கள். அன்று சிறுகதை படித்த சி.ஆர்.ரவீந்திரன், சிட்டி ஒரு முன்னுரையில் 'சிறுகதை ஒரு அற்புதக் கணத்தை நிரந்தரமாக்கும் ரசவாதம்' என்று சொன்னதைக் குறிப்பிட்டார். அதுவும் சரியே

7. சிறுகதை என்றால் என்ன? - க.நா.சுப்ரமண்யம்

உருவத்தால் சிறியதாக இருக்கவேண்டும் என்றும், கதையாக இருக்கவேண்டும் என்றும் சட்டென்று பதில் கூறிவிடலாம். ஓரளவு திருப்தி தருகிற பதில் மாதிரித்தான் இருக்கிறது. ஆனால் யோசித்துப் பார்க்கும்போது தோன்றுகிறது - உருவத்தில் சிறியது என்றால் எவ்வளவு சிறியது என்றும், கதை என்றால் என்ன என்றும் கேள்விகள் தோன்றுகின்றன.

இரண்டாவது கேள்விக்குப் பதில் முதலில் சொல்லிப் பார்க்கலாம். அத்தைப் பாட்டி கதையிலிருந்து, கம்பராமாயணத்தின் கருப்பொருள் வரையில், ஏசாப்புக் கதைகளிலிருந்து மஹாபாரதத்து குருக்ஷேத்திரம் வரையில், எல்லாமே கதையை ஆதாரமாகக் கொண்டவைதான். நாவல், நாடகம் என்கிற இலக்கியத் துறைக்கும் ஆதாரமான விஷயம் கதைகள்தான்.

சிறுகதைக்கு ஆதாரமான கதை என்ன? எப்படியிருக்க வேண்டும்?

ஓ. ஹென்றியின் கதைகளிலே பல சம்பவங்கள் அடுக்கடுக்காக வந்து கடைசியில் ஒரு திருப்பம் திரும்பி ஒடித்து வக்கிரமாக நிற்கும். மோபஸான் கதைகளிலே அடுக்கடுக்காகப் பல விஷயங்கள் சொல்லப்பட்டு, ஒரு சம்பவத்தைச் செயற்கை முத்தைப்போல உருட்டித் திரட்டித் தரும். சம்பவங்களை நம்புகிற இந்த இரண்டு கதைகளுக்கும் அப்பாற்பட்டதாக செகாவின் சிறுகதைகள் நுண்ணிய விவரங்கள் ஒன்றன் மேல் ஒன்றாக வந்து விழ, முடிவுறாத கோர்வையாக, நடக்காத ஒரு காரியமாக நின்றுவிடும். முடிவுறாத கோர்வையும், நடக்காத காரியமும், செயல்படாத செய்கையும் சிறுகதைதான்; சம்பவக் கோவையும் திருப்பமும் சிறுகதைதான்; உருட்டித் திரட்டி வைத்த மெருகேற்றிய அந்த முத்து உருவமும் சிறுகதைதான்.

மூன்றும் சிறுகதைதான் என்று சொல்கிறபோது, மூன்று சிறுகதைப் பாணிக்கும் பொதுவான ஒரு அம்சம் தெரிகிறது. அதுதான் மூன்று பேருடைய கதைகளிலும் ஓடுகிற ஒற்றைச்சரடு. அது ஒரு பாவமோ, ஒரு கோபமோ, ஒரு ஆத்திரமோ, ஒரு செயலோ, ஒரு குணாதிசயமோ ஒன்றாகப் பரவி ஓடிக் கடைசிவரை நீடித்திருக்கிறது சிறுகதையிலே என்று சொல்லலாம். அந்த ஒரு சரடுதான் மையக் கரு சிறுகதைக்கு. அப்படியானால் மையக் கருத்து, சரடு ஒன்று காவியத்துக்குக் கிடையாதா, நாடகத்துக்குக் கிடையாதா, நாவலுக்குக் கிடையாதா என்று கேட்கலாம். உண்டு. ஆனால் நாவலாசிரியனும், காவியாசிரியனும் அந்தச் சரடைவிட்டு வெகு தூரம் நகர்ந்து உல்லாஸமாகப் போய்த் திரிந்து வரலாம். சிறுகதாசிரியன் அப்படிச் செய்யமுடியாது. பாவ ஒருமைப்பாடும், ஆழமும் போய்விடும் அந்த மையக் கருத்தைவிட்டு அவன் நகர்ந்துவிட்டால்.

கதையில் ஒன்று - ஒரே ஒன்று - ஒரு கருத்து, ஒரு பாவம் அல்லது ஒரு குணசித்திரம்தான் - மையக்கருத்தாக இருக்கவேண்டும். அதைவிட்டுச் சிறுகதாசிரியன் அதிகம் விலகக்கூடாது என்று சொன்னேன். அத்தோடு சேர்த்துக்கொள்ளவேண்டியது இதையும் - கதை என்பது ஒரு சம்பவமாக இருக்கலாம். ஒரு மனோபாவமாக இருக்கலாம். ஒரு உள்ளப்போராட்டமாக இருக்கலாம். அது ஏதாவது ஒன்றாக இருக்கும் வரையில், சிறுகதை பிறக்கும். இரண்டாகவோ அதிகமாகவோ இருந்தால் சிறுகதை பிறக்காது - வேறு என்ன பிறந்தாலும்.

இலக்கியத்தில் எந்தத் துறையிலானாலும் சரி, ஒரு உருவம் ஒரு குறிப்பிட்ட முடிவை நோக்கி நகருகிறது என்பது வெளிப்படை. அந்த முடிவு சாதாரணமாக நாவலில், காவியத்தில், நாடகத்தில் முதலில் வெளியாகாமல் இருக்கலாம். ஆனால் சிறுகதையில் முதல் வாக்கியத்திலேயே, சில சமயம் முதல் வார்த்தையிலேயே வெளியாகிவிடும். பின்னர் வருகிற ஒவ்வொரு வாக்கியமும் வார்த்தையும் இந்த முடிவு நோக்கி நகரும் காரியத்தைத் தெள்ளத் தெளியச் செய்யவேண்டும். அப்போதுதான் நல்ல சிறுகதை தோன்றுகிறது.

ஆரம்பம், நடுவு, முடிவு முதலியனவும், இடைப்பாகங்களும் சரியாகப் பொருந்தியுள்ள சிறுகதைகளை நல்ல உருவம் பெற்றவையாக நாம் போற்றுகிறோம். ஆனால் சில ஆசிரியர்களின் சிறுகதைகளிலே, முக்கியமாக செகாவ், ஸரோயன் போன்றவர்களின் கதைகளிலே - ஆரம்பம், நடு, முடிவு தெரியாதபடி செய்திருக்கிறார்கள். எங்கேயோ ஆரம்பித்து எங்கேயோ போகிறவர்கள் மாதிரிச் செய்து சட்டென்று முடித்துவிடுவார்கள். செகாவின் கதைகள் முடிந்துவிட்ட பிறகும்கூட முடிவு கண்டுவிட்ட மாதிரித் தோன்றாதபடி, தொடர்ந்து நடக்கிற மாதிரிச் செய்யப்பட்டிருக்கின்றன. இந்த ஒரு விஷயத்திலேனும் ரவீந்திரநாத் தாகுர் இந்தியச் சிறுகதைக்கு ஒரு இந்திய உருவம் தந்திருக்கிறார் என்று சொல்லவேண்டும். ஆதிமத்யாந்தரகிதமான சர்வேசுவரனை நினைவூட்டும் - அற்புதமாக நினைவூட்டும் பல சிறுகதைகளைத் தாகுர் எழுதியிருக்கிறார்.

இந்த ஆரம்ப - நடு - முடிவற்ற தன்மை ஏதோ அநாயாசமாகப் பிரக்ஞையில்லாமல் வந்துவிடுகிற விஷயம் அல்ல. செகாவிலும் சரி, தாகுரிலும் சரி - கலையை மறைக்கும் அந்தக் கலை எளிமையுடன், முழுப் பிரக்ஞையுடன் வருவதுதான். மனிதனுடைய நடத்தையும் லக்ஷியமும் ஏணியின் கால்கள்போல என்றும் ஒன்று சேராத இரட்டைக் காலில்தான் நடக்கிறது என்பதை அறிவுறுத்துகிற புதுமைப்பித்தனின் ‘சாப விமோசனம்’ தமிழுக்குத் தனியாக வந்து வாய்த்த ஒரு சிறுகதை உருவம். ராமனானால் என்ன? அகல்யையானால் என்ன? இருவரும் மனிதர்கள்தானே! இதே அளவில் ‘அன்றிரவு’ம் சிறப்பாக வெற்றி கண்ட கதை புதுமைப்பித்தன் இலக்கியத்திலே. ஆனால் அது பழசை ஒட்டி எழுந்தது. ‘சாப விமோசனம்’ புதுமையை ஒட்டி எழுந்தது.

உருவம் என்று காணமுடியாத உருவத்தை மௌனி, தமிழ்ச் சிறுகதையில் சிறப்பாகவே செய்திருக்கிறார். ந. பிச்சமூர்த்தி அவர்களும், லேசாகப் பல விஷயங்களைச் சொல்லி, முன்னரே நிர்ணயிக்கப்பட்ட ஒரு தீர்மானத்தை எட்டி விந்தை புரிபவர். மற்றப்படி கு. ப. ராஜகோபாலன், சிதம்பர சுப்பிரமணியன் முதலியவர்கள் சாதாரணமாகத் தெரிந்துகொள்ளக்கூடிய உருவங்களையே கையாண்டவர்கள். சி.சு. செல்லப்பா கதைக்கு உருவத்தைவிடச் சூழ்நிலையே முக்கியமென்று எண்ணுவது அவர் சிறுகதைகளிலிருந்து தெரியும்.

சிறுகதையில் மற்றொரு அம்சமான நீளம் என்பதும் உருவத்தில் ஒரு பகுதியாகவே, இவ்வளவுக்கும் பிறகு, தோன்றிவிடும். எடுத்துக்கொண்ட ஒருமையைக் கலைக்காமல், எவ்வளவு தூரம் ஓடிக் கதை தானாக நிற்கிறதோ அதுவே அதன் நீளம். ஒரு பக்கத்திலிருந்து இருநூறு பக்கங்கள் வரையிலும் சிறுகதைகள் இருக்கலாம்; மேலும் இருக்கலாம்-

தான். ஆழ்ந்து ஒருமைப்பட்ட சூழ்நிலையும் விவரணங்களும், பகைப்புலமும் சிலவிதக் கதைகளுக்குத் தேவைப்படுகின்றன. ஹெமிங்வே பல சம்பவங்களைச் சொல்லி ஒரு நிகழ்ச்சியில், கதையின் ஒருமைப்பாடு கெடாமல் முடிப்பார். இதெல்லாம் ஆசிரியருடைய சாமர்த்தியத்தைப் பொறுத்தது என்று சொல்லவேண்டுமே ஒழிய தனியாகச் சொல்லித் தெரியாது.

எல்லா இலக்கியத் துறைகளுக்கும் போலவே, சிறுகதைக்கும் தனி இலக்கணம் சொல்ல முடியாது. எந்த இலக்கிய சிருஷ்டியுமே இலக்கணத்தை மீறிய ஒரு செய்கை. ஒவ்வொரு சிறுகதையும் ஒரு தனி உலகம் - அது ஒரு தனி கலை உலகம். அதிலே சாதிகள் என்றோ, கட்டுப்பாடு என்றோ ஒன்றும் கிடையாது. ஒன்று. ஒன்று ஒன்றுதான் முக்கியம் என்று செய்யப்படுவதுதான் சிறுகதை.

8. ஈழத் தமிழ்ச் சிறுகதை மணிகள் - செம்பியன் செல்வன்

தமிழில் சிறுகதை : ஒரு வாயில்

சிறுகதை ஒரு நவீன கலை வடிவம்: தமிழிற்கோ மிக மிக நவமான கலை வடிவம் - மேனாட்டவரின் ஏகாதிபத்தியப் படை எடுப்பாலும், காலனி ஆதிக்கத்தாலும் - கீழைத் தேசங்களில் ஏற்பட்ட சமூகப் பொருளாதார அரசியல் மாற்றங்களினாலும், ஆங்கிலக் கல்வியி; விருத்தியினாலும் - கீழைத்தேய இலக்கிய வடிவங்களிலும், தன்மைகளிலும் அவற்றின் போக்குகளிலும் பலத்த புத்திருப்ப மாற்றங்கள் ஏற்பட்டதுடன், புதிய புதிய இலக்கிய வகைகளும் அறிமுகமாயின.

மேனாட்டவரின் வருகையும், மதம் பரப்பும் அவாவும் இங்கு அச்சு யந்திரங்களையும், செய்தித்தாள்களையும் மக்களிடையே துரிதகதியில் பரப்பி, மக்களின் அன்றாட வாழ்க்கையின் அத்தியாவசியப் பொருட்களாக மாற்றி விட்டன. இவற்றால், கவிதையின், செய்யுட்களின் முக்கியத்துவம் குறைந்து, உரைநடையின் செல்வாக்கு மிக மிக வளரலாயிற்று. வாய்மொழியாகவும், ஏடம் எழுத்தாணியுமாக இருந்துவந்த தமிழிலக்கியம் - அச்சின் வருகையினால் புதிய உரு; புதிய கலை; புதிய நடை என மாறத் தொடங்கியது. இத்தகைய மாற்றங்களுக்கு ஆட்சியிலிருந்த அன்னியரின் அரவணைப்பும் உறுதுணையாயிற்று.

கதை எனும் கலை - மனித குலம், உலகின் எந்த ஒரு மூலையில், எப்போ அரும்பத் தொடங்கியதோ, - மக்கள் கூட்டம் கூட்டமாக என்று வாழத் தொடங்கினரோ அன்றே கதை சொல்லும், கதை கேட்கும் பழக்கங்களும் ஆரம்பமாகிவிட்டன எனலாம். இப்பழக்கமே நாளடைவில் கதைகளை- பெருங்கதை, நாவல் சிறுகதை என்று தோற்றுவித்தமைக்கு முயற்சிகளாகப் பரிணமித்தன எனவும் கருதலாம். இதற்குதவியாகப் பிரித்தானியாவில் பத்தொன்பதாம் நூற்றாண்டில் ஏற்பட்ட கைத்தொழில் புரட்சி, - அச்சு யந்திர சாதனங்களை வளர்த்து மக்களிடையே கதை கேட்கும் பழக்கத்தை கதை படிக்கும் வடிக்கமாக மாற்றியமைத்தது. இதனால் ஏற்பட்ட உரைநடை வளர்ச்சியும் ஒன்றுடன் ஒன்று இணைந்து வரலாயிற்று.

புதுக்கலையா? மரபுக்கலையா? - ஆயினும், இங்கு கதை என்பது - உருவம், உள்ளடக்கம் என்பனபற்றியவரைவிலக்கணங்கட்கு அப்பாற்பட்ட கதை அளத்தலையே குறிக்கும். எம்மொழியிலாயினும் புதிதாகத் தோன்றுகின்ற எந்தக் கலை வடிவமும் பழைய மரபை ஒட்டியோ, தழுவியோ ஏற்படுவது வழக்கம். இதனாற்றான் உண்மை புரியாத பலரும் -

'சிறுகதை தமிழிற்குப் புதியதல்ல' என வாதிடுகின்றனர். இதற்குச் சான்றாகச் சங்கப் பாடற் காட்சிகளையும், தொல்காப்பியச் சூத்திரத்தையும் (தொல் : பொருள் : செய்யுளியல்-17) விக்கிரமாதித்தன் கதை, மதனகாமராஜன் கதை, மகாபாரதக்கதை, பாகவதக்கதை, பஞ்சதந்திரக் கதை, இதோபதேசம், வேத உபநிடதக் கதைகள், கதாசாசுரம் புத்த ஜாதகக்கதைகள், இக்குணிக் கதைகள், தென்னாலிராமன் கதைகள் என்பவற்றைச் சுட்டுவர். இவ்வாறு கூறுவதானால் - மேனாடுகளில் கூட சிறுகதையின் காலம் பின்தள்ளிப் போடப்பட்டுவிடும். அங்கும் 'விவிலிய நூற்கதைகள், நாட்டுப்புலவர் பாடிய நாடோடிக் கதைகள், ஹோமர் இதிகாசக்கதைகள், ஈசாப் கட்டுக் கதைகள், கவி சாசர் எழுதிய கந்தர்பரிக்கதைகள், மத்திய பிரெஞ்சுக் கதைகள், லாபோர்த்தேர்ண் கதைகள் போன்ற எத்தனையோ காண்கின்றன.'

சிறுகதை வித்து - ஆனால், நாம் இன்றிறயும்படியான கலையுருவம் படைத்த சிறுகதை பத்தொன்பதாம் நூற்றாண்டில்தான் ஆரம்பமானது. தற்காலத்தில் வழக்கிலிருக்கும், சிறுகதைப் பண்புகளையும் அவற்றின் போக்கினையும் அவதானிக்கும்போது - சிறுகதை ஒரு கலைவடிவமாயினும், அது விஞ்ஞான பூர்வமாக ஒழுங்குபடுத்தப்பட்ட நவீனகலை என்பதும், அது தமிழிற்கு மட்டுமல்லாமல் உலகிற்கே பத்தொன்பதாம் நூற்றாண்டின் தொடக்கத்திலேயே அறிமுகமானதென்பதும் புலனாகின்றது. இன்றைய சிறுகதையின் தோற்றம் கொகோல் (1809-1852) என்ற ரூஷிய எழுத்தாளர் உக்ரேனியரின் வாழ்க்கையைப் பரிகசித்து யதார்த்தவாதமாக எழுதிய சிறுகதைகளுடன் ஆரம்பமாவதாக இலக்கிய விமர்சகர்கள் கருதுகின்றனர். இவரைத் தொடர்ந்து லியோ டால்ஸ்டாய், ஐவன்துர்க்கனேவ், அன்ரன் செகோவ், மாக்ஸிம் கோர்க்கிய் போன்றவர்கள் எழுதி வந்தனர். இச்சிறுகதை இலக்கியம் ரூ~pய நாட்டில் தோன்றியதாயினும்.

இதனை நவீனப்படுத்தி, சிறுகதைக்கலை உருவம் பெறுவதற்குரிய சாத்தியக் கூறுகளையுணர்ந்து, அதற்கு விதிகளமைத்து வளம் படுத்தும் முயற்சியிலீடுபட்டு உழைத்தவர்கள் அமெரிக்கச் சிறுகதை எழுத்தாளர்களே.

அமெரிக்கச் சிறுகதை எழுத்தாளர்களில் முதன்மையானவர்களாக வா~pங்டன் இர்விங் (1783-1859). நதானியலட ஹோர் தோர்ண் (1804-1864), எட்கார் அலன்போ (1809-1849) ஆகிய மூவரைக் குறிப்பிடுவர். சிறுகதையானர் இலக்கியத்தில் நிலையான இடம் பெற்றது. இவர்களினால் என்பர். இவர்கள் எழுதியது புதுரகக் கதைகளாகும். சிறப்பாக 1820ல் வா~pங்டன் இர்விங் தான் வெளியிட்ட ஷஸ்கெச் புக்| என்ற நூலில் கலையம்சம் படைத்த சிறுகதைகளை எழுதியிருந்தார். 1837ல் நதானியல் ஹோர்தோர்ணும், 1830ல் எட்கார் அலன்போவும் தத்தம் தொகுப்புகளை வெளியிட்டனர். அமெரிக்காவில் இங்ஙனம் உற்பத்தியான சிறுகதை உலகெங்கும் பரந்தது. இங்கிலாந்தில் ஸ்டிவன்சன், கிப்ளிங், காதரைன் மான் ஸ்பீல்ட், கோப்பார்ட், பேட்ஸ் என்போரும், பிரான்சில் எமிலி ஜோலா, மாப்பசான், அனத்Nதூல் பிரான்ஸ் ஆகியோரும் இக்கலையை மேன்மேலும் ஆழமும், இலக்கியத்தரமும் மிக்கதாக வளர்த்தனர்.

சிறுகதைப் பண்பு - சிறுகதைத் தொகுப்புகளும், சிறுகதை வரலாறுபற்றி எழுந்த நூல்களும் இன்று இலட்சக்கணக்கில் வெளிவந்துள்ளன. வந்து கொண்டுமிருக்கின்றன. ஆயினும்,

சிறுகதை என்றால் என்ன? அதன் பண்பு என்ன? அதன் வரை விலக்கணங்கள் யாவை? உருவம் என்ன? - என்பது பற்றி முடிந்த முடியாத எந்தவித கருத்துக்களும் இதுவரை ஏற்றுக்கொள்ளப்படவில்லை என்பதுடன், சரியாக வரையறுத்துக் கூறமுடியவில்லை என்பதும் குறிப்பிடத்தக்கது. சிறுகதையின் மூலபிதா என்று கருதப்படும் எட்கார் அலன்போ கூட, 'அரைமணி நேரம் முதல் இரண்டு மணி நேரம் உள்ள காலம்வரையில் படித்து முடித்து மகிழக் கூடியதாகச் சிறுகதை இருக்கவேண்டும்' - என்று கூறி வாசகனின் வாசிப்பு ஆற்றல், மனநிலைக் காலம், இன்பநுகர்ச்சி என்பனவற்றினடியாக விளக்குகிறாரேயன்றி, சிறுகதைப் பண்பினடியாக விளக்க - முடிய - முயலவில்லை எனலாம்.

'வாழ்க்கையின் சாளரம் சிறுகதை' - என்ற புதமைப்பித்தனும் - சிறுகதையின் உருவ, உள்ளடக்கப்பண்பின் ஒரு உருகப்பாணியில் கூறமுடிந்தாலும், இவ்விளக்கம் அவரவர் மனோபாவ, விருப்பு வெறுப்புகளுக்கு ஏற்ப பொருள் கொள்ள வாய்;ப்பளிக்கிறதேயன்றி, முடிவாகவோ, தெளிவாகவோ விளக்கத் தவறிவிட்டது என்பது தெளிவு.

பேராசிரியர் வெல்ஸ் - 'பத்தாயிரம் சொற்களுக்கு மேற்போகாமல் சற்றேறக்குறைய அரைமணி நேரத்தில் வாசித்து முடிக்கக் கூடிய தொன்றாக இருக்கவேண்டும்' - என்பது சிறுகதை வாசிப்பின் காலஅளவையும், எழுத்தாளனின் சொல்லாற்றலையும் கொண்ட கருத்தாகும். வாசகனின் கவனத்தை ஒரேயொரு சம்பவத்தில் ஒரு முனைப்படுத்தவேண்டும். அதன் மூலம் பாத்திரங்களின் குணாதிசயத்தை வெளிப்படுத்தவேண்டும்... ... ஒரேயொரு ராகத்தை எவ்வளவு விஸ்தாரமாக ஆலாபனம் செய்தாலும், அது ஒரே ராகமாகத்தானிருக்கும் - என்று தி.ஜ.ரங்கநாதன் கூறுவது உள்ளடக்கம் பற்றி விளக்கினாலும், சிறுகதையினளவு, உருவம் பற்றிய நிலையில் பிரச்சினைகளைத் தீர்க்கவில்லை என்று கூறலாம்.

ஆகவே, 'சிறந்த சிறுகதையின் அமைப்பே சிறுகதையின் இலக்கணம் எனலாம்'

தமிழில் சிறுகதை - மேனாகளில் சிறுகதையின் தோற்றம் பற்றி ஆராய்ந்த ஒரு சில அறிஞர்கள் - சமூக அமைப்பின் மகத்தான மாறுதல்களே சிறுகதைக் கலைக்கு வித்திட்டன எனக்கூறுவர். தொழிற்புரட்சியின் யந்திரமயமான வேகமான இயக்க வாழ்வினாரும், அதனாலேற்பட்ட நிலமானிய அமைப்பின் சிதைவினால் உருவான புதிய வாழ்க்கை முறையினாலும், தனிமனித முக்கியத்துவம் அதிகரித்து இதற்கு முன்பமைந்த குடும்பக் கூட்டு வாழ்க்கை சிதைந்ததினால், தனிமனிதனின் ஒவ்வொரு அம்சங்களும், உணர்ச்சி பேதங்களும் .இலக்கியத்தின் முக்கியத்துவமடைந்தன. இதே போன்ற நிலையே ஆங்கிலேயரின் ஆட்சிக்காலத்தில் தமிழகத்தில் ஏற்பட்டதனால், சிறுகதை தோன்றியது என்பர்.

இன்னும் சிலர், தொழிற்புரட்சியினால் ஏற்பட்ட பரபரப்பான வாழ்க்கை முறையில் - முன்பு போல் நீண்ட கதைகளைக் கேட்கவோ, படிக்கவோ ஏற்ற மன நிலையில் மக்களில்லாததால், சுருங்கிய நேரத்தில் சுவைப்பதற்கேற்ற கதைகளையே மக்கள் விரும்பியதால் தான் சிறுகதை உற்பவித்தது எனவும் கூறுவர். எவ்வாறு இருந்தபோதிலும், சிறுகதைக்கலை 19ஆம் நூற்றாண்டின் சமூக அமைப்பில் எழுந்த தவிர்க்கமுடியாததொன்று என்பதனையும் எவரும் மறுத்திலர்.

முதல் மூவர் - தமிழ் நாட்டில், ஆங்கிலேயரின் ஆட்சியின் பயனாக ஏற்பட்ட ஆங்கிலக் கல்வி மக்களின் மனோபாவங்களையும், இலக்கியத் தாகங்களையும் வேறுதிசையில் திருப்பின.

சமுதாயத்தின் மேல்தளத்தில் இருந்தோரே இம் மாற்றங்களினால் பாதிக்கப்பட்டனர். வாழ்க்கை நிலையிலும், கடல் கடந்த படிப்பாலும் இததன்மைமிக்கவராக விளங்கியவர் தான் - தமிழின் சிறுகதையின் தந்தை எனப் புகழப்படும்-

வரசுநேரி வேங்கட சுப்பிரமணிய ஐயர் - இவர் ஆங்கிலம், தமிழ், சமஸ்கிருதம், இந்தி, வங்காளி, இலத்தீன், கிரேக்கம், செருமானியம், பிரெஞ்ச் ஆகிய மொழிகளை நன்கு சுற்றிருந்ததனால், அம்மொழிகளிலெழுந்த இலக்கியங்களின் பண்புகளையும், அவற்றின் போக்குகளையும், அலை சமூகத்தில் கொண்டிருந்த தொடர்பு, செல்வாக்கு, பாதிப்புக்களை நன்கு யம் திரிபற உணர்ந்திருந்தார்.

ஆயினும், 'இவர் சிறுகதை வளர்ச்சிக்குத் தொண்டாற்றியது எதிபாராததொன்று ஏனெனில் ஐயருக்குத் தமிழிலக்கியத்திற்குத் தொண்டாற்றும் எண்ணத்தைவிட தேபத்தியை, விடுதலையுணர்ச்சியை வளர்ப்பதே மேலோங்கி நின்றது. இதனாற்றான் இவர் பெரும்பாலும் இத்தகைய உணர்ச்சிகளை வளர்க்கும் வரலாற்றுச் சம்பவங்களையும், புராணக்கதைகளையும் தமது சிறுகதைகளின் கருப்பொருளாகக் கொண்டார். அத்துடன் மட்டுமல்லாது ஐயரவர்களுக்குத் தாம் படைப்பது சிறுகதையாக இருந்தாலும்சரி, நீண்ட கதைகளாக இருந்தாலும்சரி தன் எண்ணத்திற்கு ஏற்றதாகக் கருப்பொருள் இருக்கவேண்டும் என்பதே முக்கய நோக்கமாக இருந்தது. என்பதனை, அவரே தனது நண்பர் ஒருவருக்கு எழுதிய கடிதத்தில் குறிப்பிட்டுள்ளார்.

'....... தமிழ் நாட்டுச் சரித்திரமனைத்தும் கற்பனைக் கதைகளாகச் செய்ய வேண்டு மென்றிருக்கின்றேன்.....

.......தீரயுகம் இங்கு பிறக்க, வழிகாட்டியாக நாம் அமைந்து விடுவோம். இந்த நோக்கத்துடனேயே 'மங்கையர்க்கரசியின் காதல்| முதலிய கதைகளை வெளிப்படுத்தியதோடு லைலி மஜ்னூன், அனார்கலி முதலிய கதைகளும் எழுதிவருகிறேன். நாளாவட்டத்தில் பெரிய சரித்திரத்தை எழுதும் நிலைமைக்கு வரும் என நினைத்தே சிறுகதைகளை எழுதிவருகிறேன்.

இவர் திட்டமிட்டுத் தமிழில் சிறுகதையைக் கலையாக வளர்க்கமுற்படாவிட்டாலும் கூட, இவர்பெற்ற பிறமொழி இலக்கியப் பயிற்சிகளினால், இவரின் சிறுகதைகள் உயர்தரத்தினதாக, சிறந்த கலையுணர்வை எழுப்பியமையாற்றான் புதமைப்பித்தனும், ஷஐயரவர்களின் சிறுகதைகள் மிகவும் உயர்ந்த ரகத்தைச் சேர்ந்தவைகள். அவர் தமது சிரு~;டிகளில் மனிதனின் மேதையை, தெய்வீகத்துயரை, வீரத்தைக் காண்pப்பதில் களித்தார். அவரின் மனம் இலட்சியத்தைச் சிருஷ்டிப்பதில் இலயித்தது என்றார். இவரின் மங்கையர்க்கரசியின் காதல் தொகுப்பில் உள்ள கதைகளுக்கு இவர் எழுதியுள்ள சூசிகை சிறுகதைமரபை மீறியதொன்றாகும். எவ்வாறு இருப்பினும் இவரின்கதைகளே தமிழில் தோன்றிய சிறுகதையின் ஆரம்பமாக இருப்பதாலும், இவரின் உரைநடையிலே வடமொழியின் காவியத்தின் காம்பீரியம் மேலெழுந்து நின்று கலையழகைக் கொடுப்பதாலும், சிறுகதையின் தந்தை இவர் எனக் குறிப்பிடுவதில் தவறில்லை என்றே படுகிறது. இதனாற்றான்.

'இக்கதைகளுக்கு முன்பே தமிழில் கதைகள் இல்லாமலில்லை. பரமார்த்தகுரு கதை என்றநூலிலும், வீராசாமிச் செட்டியாரின் விநோதரசமஞ்சரியிலும் சுவையற்ற பலகதைகளுண்டு. சுதாசிந்தாமணி எழுதிய ஈழத்துச் சந்திரவர்ணம்பிள்ளை. அபிநவக்கதைகள் எழுதிய செல்வக்கேசவராயமுதலியார் போன்ற அறிஞர்களும் இத்துறையில் முயன்றதுண்டு. எனினும் சிறுகதை என்னும் புதிய இலக்கிய வகைக்கான உத்திகளின் ஓர்மையுடன் தமிழில் முதன் முதல் எழுந்தவை வ.வே.சு. ஐவரின் கதைகளே7 என்பர்.

இவரைத் தொடர்ந்து அ. மாதவையா, சி. சுப்பிரமணிய பாரதியார், ஸ்ரீராமாநுஜலுநாயுடு போன்றோர் சிறுகதை முயற்சிகளில் ஈடுபட்டனர். அ. மாதவையா 1924-25-ம் ஆண்டுகளில் தாம் பதிப்பித்த ஷபஞ்சாம்ருதம்| பத்திரிகையில் பல சிறுகதைகளை எழுதி வெளியிட்டுள்யளார். ஷஎன்னைமன்னித்து, மறந்துவிடு ஏட்டுச் சுரைக்காய், முரகன், நிலவரி ஓலம், ஆரூடம் முதலிய கதைகள் குறிப்பிடத்தக்கவைகளே. இக் கதைகள் ஷகுசிகர் குட்டிக்கதைகள் என்ற தொகுப்பில் இடம்பெற்றுள்ளன. இவரின் கதைகளில் சமூகச் சீர்கேடுகள் உணர்ச்சியுடன் சித்தரிக்கப்பட்டுள்ளதுடன், சிறுகதை உருவமும் நன்கு அமைந்துள்ளது. இதனாற்றான் புதமைப்பித்தனும், ஷதமிழ்ச் சிறுகதை வளர்ச்சியில் இவர் கதைகளுக்கு முக்கிய இடமுண்டு எனக் கூறியுள்ளார்.

தமிழ், ஆங்கிலம், சமஸ்கிருதம், பிரான்சியமொழி இலக்கியங்களைத் திறம்படக்கற்றிருந்த சுப்பிரமணிய பாரதியார், கவிதையில் சிறந்ததுபோல், சிறுகதையில் சிறக்க முடியவில்லையாயினும், 1900-1920-ம் ஆண்டுகளின் சிறுகதை முக்கியத்துவரின் இவரும் ஒருவரே பாரதியார் கதைகள் (இருபாகங்கள்), பாரதியார் மொழிபெர்த்த தாகூரின் சிறுகதைகள் என்பனவே இவரின் சிறுகதைப்பணிகளாகும். தாகூரின் சிறுகதை மொழிபெயர்ப்புகள் அக்கால மக்களின் சிறு கதைப்பயிற்சிக்கும், ஈடுபாட்டிற்கும் பெருந்துணையாயின. உரை நடையில் புதியசோபையையும், கவர்ச்சியையும் கொண்டு, பாரதியார் சிறுகதைகளைச் சமூகக் கண்ணோட்டத்தில் சொந்தமாகப் படைத்தபோதிலும், சிறுகதை உருவ அமைதி சீர்குலைந்தே காணப்படுகின்றது. இதற்கு பாரதியார் இவற்றைக் கதைகளாகக் கருதினதேயன்றி - சந்திரிகையின் கதை - நவீனகலையான சிறுகதைகளாகக் கருதாமையே காரணம் என்றுபடுகிறது.

காந்தீயக் கதைகள் - 1920-ம் ஆண்டுகளில் இந்தியக்காங்கிரசின் இயக்க சக்தியாக காந்திமாறியதும். உப்புச்சத்தியாக்கிரகம் (1930) சட்டமறுப்பு இயக்கம் (1932), ஒத்துழையாமை இயக்கம் - போன்ற அரசியலியக்க உணர்ச்சித்தாக்கங்கள் மக்கள் மனதைப்பெரிதும் பாதித்தன. எனவே, நாட்டுமக்களைப் பல நிலைகளிலும் ஒற்றுமையாக்க இந்திய ஒற்றுமை, தொழிற்சங்க ஒற்றுமை, சாதிஒழிப்பு என்பன முன்னணிக்கு வரவே, எழுத்தாளர்களின் கவனமும் இவற்றின் பால் திரும்பின ராஜாஜி, தி.ஜ. ரங்கநாதன், ந. பிச்சமூர்த்தி, கல்கி போன்றோர் இவற்றை அடிப்படையாகக்கொண்டு சிறுகதைகள் எழுதலாயினர். 1935-ல் ராஜாஜி நடாத்திய ஷவிமோசனம் பத்திரிகையில் ராஜாஜியும் கல்கியும் இத்தகைய கதைகளையே நிறைய எழுதினர்.

ஷராஜாஜி கதைகள் தொகுப்பிலிடம் பெற்றுள்ளகதைகள் ஷவிமோசனத்தில்| வெளிவந்தவையே. இவர்கள் பிற்காலத்தில் சிறந்த சிறுகதைகளை எழுதியுள்ளனர்- (தி.ஜ.ர-வின் சந்தனக்காவடி, நொண்டிக்கிளி- தொகுப்புகள், ந. பிச்சமூர்த்தியின் மோகினி, பதினெட்டாம் பெருக்கு, முள்ளும் ரோஜாவும், காவல், கல்கியின் கேதாரியின் தாயார், ராஜாஜியின் தேவானை - சிறந்த சிறுகதைகளே) ராஜாஜி நீதிக்கதைகளையும், போதனைவிளக்கச்சிறுகதைகளையும் எழுதித் தம்மை சிறு கதைத்துறையினின்றும் மாற்றிக்கொண்டது போலவே, கல்கியும் நீண்டகதைகளை எழுதி, தம்மை ஒரு நாவலாசிரியராகப் பரிணமித்துக் கொண்டார். எவ்வாறாயினும், தமிழ்மக்களை தமிழ்க் கதைகள் படிக்க வைத்த மாபெரும் தொண்டைச் செய்தவர் கல்கி எனில் மிகையாகாது. இதனாற்றான், ‘சிறுகதையின் அகலவளர்ச்சிக்குக் காரணமானவர் கல்வி: ஆழவளர்ச்சிக்குக் காரணமானவர்கள் மணிக்கொடிக்குழுவினர் என்கின்றனர்.

‘சிறுகதை - மணிக் கொடி - 1933-ம் ஆண்டுப் பிற்பகுதியில், கே. சீனிவாசனும், வ. ராமசாமி ஐயங்காரும் தோற்றுவித்த ஷமணிக்கொடிப் பத்திரிகை காலத்திற்குக் காலம் மறைந்தும், புத்துருக்காட்டியும், புதிய புதிய ஆசிரியர்களைக் கொண்டும் வெளிவந்து, இந்தியத் தமிழிலக்கிய வரலாற்றில் தனக்கொரு தனியிடத்தைப் பிடித்துக்கொண்டது. 1994-ல் டி.எஸ்.சொக்கலிங்கத்தை ஆசிரியராகக் கொண்ட காந்தி என்ற பத்திரிகையையும், தன்னுடன் இணைத்து மணிக்கொடி வெளிவரலாயிற்று. பின்னர் இந்த மணிக்கொடியும் 1936-ல் மறைந்து 937-ல் பி.எஸ். ராமையாவையும் வ ராவையும் ஆசிரியராகக் கொண்டு சிறுகதை மணிக்கொடியாக 1939வரை வெளிவந்தது.

மணிக்கொடி எழுத்தாளர்கள் என்று இன்று சில எழுத்தாளர்களைக் குறிப்பிடுவது வழக்கம். இதனால் இவர்கள் தங்கள் சிறந்த படைப்புக்களை முதன் முதலாக மணிக்கொடியில்தான் வெளியிட்டார்கள். என்றோ, அதிற்றான் எழுத ஆரம்பித்தார்கள் என்றே பொருளில்லை. இவர்களில் பலர் மணிக்கொடி வரமுன்னரே, காந்தி, கலை மகள், ஊழியன் சுதந்திரச்சங்கு, ஆனந்தவிகடன் பத்திரிகைகளில் எழுதித் தமக்கொரு இடத்தை சிறுகதை இலக்கியத்தில் பிடித்துக் கொண்டவர்கள். இவர்களின் தனித்துவம் சுடர்விட்டுப் பிரகாசிக்கவும் இலக்கிய-உரு, உள்ளடக்கப் பரிசீலனை செய்யவும், மணிக்கொடி பெரிதும் பயன்பட்டதாலும். இவ் எழுத்தாளர்கள் ஒன்று கூடித்தமக்குள்ளே விவாதித்தும், குழு முறையில் செயல்பட்டும் வந்தமையினால், பிற்காலத்தில் இவர்களை மணிக்கொடி எழுத்தாளர் என வழங்கினர்.

நவீன இலக்கியச் சிறுகதையின் பரிசோதனைக்களமாக மணிக்கொடி விளங்கியது. புமைப்பித்தன், ந. பிச்சமூர்த்தி, கு.ப ராஜ கோபாலன், பெ.கோ. சுந்தரராஜன் (சிட்டி), பி.எஸ். ராமையப, மௌனி (எஸ். மணி). கி.ரா.ந. சிதம்பர சுப்பிரமணியம், ஆர். ~ண்முக சுந்தரம், எம்.வி.வெங்கட்ராம், சி.அ. செல்லப்பா,பி.எம். கணணன், லா.ச. ராமாமிர்தம், க.நா. சுப்பிரமணியம் என்போரை மணிக்கொடி எழுத்தாளர் எனலாம்.

இவர் எல்லாரும் ஒரே காலத்திலோ, ஒரே தரத்திலோ, ஒரே எண்ணத்திலோ எழுதியவர்களல்லர். ஒவ்வொருவரும் தத்தம் வழியே இலக்கியத்திற்கென பார்வையையும், தனித்துவத்தையும் கொண்டவர்கள். தனித்துவம் மிக்கவர்களின் சேர்க்கையாக மணிக்கொடி பத்திரிகை விளங்கியது. இவர்கள் எல்லாரும் சிறுகதைத்துறைி; ஆழ்ந்து ஈடுபட ஷஅப்போதைய பத்திரிகைகளில் பொறுப்பு ஏற்றிருந்தவர்கள் பத்திரிகைக்கு வேண்டிய அம்சங்களில் ஒன்றாக சிறுகதையைக் கருத முன்வந்ததும். மேனாடுகளில் சுமார் முக்கால் நூற்றாண்டு காலமாக வளம்பெற்றுவந்திருந்த சிறுகதை இலக்கியத்துடன் இவர்களுக்கு இருந்த பரிச்சயமும் இதற்குக் காரணம். இதோடு நம் நாட்டில் தாகூர், பிரேம் சந்த், சிறுகதைகள் தமிழுக்கு அறிமுகம் ஆனதும் சேரும். இவையோடு ஐயரின் சிறுகதை முயற்சிகள்தந்த உந்துதலும் காரணம்.

தமிழ்ச் சிறுகதைத்துறையில் உருவத்திலும், உள்ளடக்கத்திலும் பலவிதமான சோதனைகளை இவ் எழுத்தாளர்கள் நடாத்தி வந்தனர். இவர்களில் சமூகப் பார்வையில் புதமைப்பித்தனும் பால் உணர்ச்சி அடிப்படையில் கு.ப. ராஜகோபாலனும், மனக்குகை ஓவிய வார்ப்பில் மௌனியும் குறிப்பிடத்தக்கவர்கள்.

‘பாரதி வனத்தின் மூத்த பிள்ளையான புதமைப்பித்தன் வலுவும் வேகமும் கொண்ட, இழுத்து மடக்கும் நடையில், புதப் புதச் சொல்லாட்சிகளைக் கொண்டு சமுதாயத்தின் பச்சை உண்மைகளை, ஆழமும், பரப்பும் கொண்ட சிறுகதைகளைப் படைத்தார். தமிழ்ச் சிறுகதைத்துறைகளில் அதிகம் வெற்றியீட்டினவரெனக் கருதப்படும் கு.ப.ரா. மென்மையான, நளினமா உத்திகள் மூலம் ஆண், பெண் இருபாலருடைய பருவ மன அதிர்வுகளை சிறுகதைகள் மூலம் வெளியிட்டார்.

‘சிறுகதையின் திருமூலர் - என புதமைப் பித்தனாலேயே பாராட்டப்பட்ட மௌனி ‘கனமான விடயங்களை ஏற்க மறுக்கின்றன மெலிந்த சொற்களில் ‘மனப்போக்குகளின் நடப்பியல்புகளை பரிபூரணமாக சித்தரித்துள்ளார். நிகழ்ச்சிகளைச் சிக்களப் படுத்தி மனித நிலைமைகளை சிக்கனச் சொற்களிலே அகண்டாரமாகக் காட்டிவிடும் ஆற்றல் மிக்கவர். தமிழில் ஆழமான கதையம்சத்தின் துணையின்றி சாதாரண கதைகளில் ஒரு காவிய உணர்வைத்தருகிறார். சொற்களுக்கு முக்கியம் கொடுப்பவர். இவர் இவரின் கதைகளைத் தமிழிலேயே படித்து, ஆங்கிலத்தி;ல் இவரின் அத்துவானவெளி என்ற கதையை பிரதக்~pணம்ஷ என்ற தலைப்பில் மொழிபெயர்ந்து வெளியிட்ட அமெரிக்க அறிஞர் அல்பர்ட் பி. பிராங்கிளின் ‘மௌனிஒரு மேதை’ என நிர்ணயிக்கிறார். அத்துடன் கேரளப் பல்கலைக்கழகத்தில் இலக்கியக் கலாநிதிப் பட்டத்திற்காக, மே. காந்தி என்ற மாணவர் மௌனிகதைகளை (மௌனி மொத்தம் இன்றுவரை இரு-

பத்தி நான்கு கதைகளே எழுதியுள்ளார்) ஆராய்ச்சி செய்து கொண்டிருப்பதும் மௌனியின் சிறப்பைப் புலப்படுத்தும்.

ந. பிச்சமூர்த்தி ஆழ்ந்த அனுபவங்களை, தரிசனம் நிறைந்த தத்துவச் சரடுகளில், உவகை மிகுந்த சொற்றொடர்கள் நிறைந்த நடைகளில் சிறுகதைகளை வெளியிட்டார். பி.எஸ். ராமையா காந்திய அடிப்படையில், சமுதாயச் சீர்கே-டுகளைச் சித்தரிக்கும் கதைகளையே பெரும்பாரும் இக்காலத்தில், எழுதினார். இவர்களுடன் ஈழத்தில் சி. வைத்தி-யலிங்கம், இலங்கையர்கோன், சம்பந்தன் ஆகியோரும் எழுதிவந்தனர். கலைமகள், ஈழக்கேசரி என்பன இவர்களுக்கு உதவின.

இவர்களுக்கும். இவர்களைச் சார்ந்த மணிக்கொடி எழுத்தாளர்களுக்கும் தாகூர், பிரேம் சந்த், அன்ரன் செகாவ், டால்ஸ்டாய், ஜேம்ஸ் ஜொய்ஸ், எமிலிஜோலா, மாப்பசான், டி.ஹெச்.லோறன்ஸ், எட்கார் அலன்போ, ஏர்னஸ்ட் ஹெமிங்வே, நட்காம்சன், செல்மா லாகர்லா - போன்ற மேனாட்டு இலக்கியவாணர்கள் முன்மாதிரியக விளங்கினராகத் தெரிகிறது. எவ்வாறு இருந்தபோதிலும், மணிக்கொடி கால எழுத்தாளர்கள் ஒவ்வொருவரும் தத்தம் தனித்துவத்தையும், பூரணத்துவத்தையும் தாபிக்கமுயன்று ஓரளவு வெற்றியும் பெற்றனர் - எனலாம்.

பல்முனைத் தாக்கங்கள் - இதே வேளைகளில், இத்தமிழ் எழுத்தாளர்களுக்குத் தூண்டுகோலாக பாரதத்தின் பல பாகங்களிலும், பல்லேறு மொழிகளிலும் ஏற்பட்ட இலக்கிய மாற்றங்கள், எழுச்சிகள், மறுமலர்ச்சிகள், புத்வேகம் என்பன பெருந்துணையாக நின்றன.

1936-ம் ஆண்டளவில் பிரேம்சந்த் தலைமையில் ஷஅகில இந்திய முற்போக்கு எழுத்தாளர் சங்கம்| தோன்றியது. இச்சங்கத்தின் முல்க்ராஜ் ஆனந்த, லிஜ்ஜத்ஸாஹீர், ய~;பால், கே.ஏ. அப்பாஸ் ஆகிய எழுத்தாளர்களின் புதுமை இலக்கியங்கள் நாட்டின் சமூக, பொருளாதார, அரசியலடிப்படையில் எழுந்து தமிழ் எழுத்தாளர்களிடையே பெரும் விழிப்புணர்ச்சியையும், துடிப்பையும் எழுப்பின. இக்கால கட்டத் தமிழ் எழுத்தாளர்கள் பெரும்பாலோர். கல்லூரிகளில் படித்தவர்கள்; தேசிய உணர்ச்சி மிஞ்சியவர்கள்; பழமையின் எதிரிகள்; வாழ்வின் உண்மைகளை நேருக்கு நேர் நின்று தரிசித்து, அவற்றை விமர்சன அடி;படையில் சர்வதெச இலக்கியத்தின் தரத்திற்குக் கலையழகுடன் தமிழில் சிறுகதை எழுதவேண்டுமெனத் துடித்தவர்கள் என்பதனை அவர்களின் படைப்புக்கள் இன்றும் எடுத்துக்காட்டுகின்றன.

1934-35-ல் மஞ்சேரி ஈசுவரன் ளுர்முசுவு ளுவுழுசுலு என்ற மாத சஞ்சினையை நடாத்தினார். இதில் லா.ச.ரா. போனறோர் ஈசுவரனுடன் சேர்ந்து எழுதிவந்தனர். சிறுகதை வரலாற்றில் இதற்குத் தனியிடமுண்டு.

மணிக்கொடி மறைவில் - மணிக்கொடி மறைவின்பின் தோன்றிய கிராம ஊழியன், கலாமோகினி, பாரத்தேவி, சூறாவளி போன்ற பத்திரிகைகள், மணிக்கொடிப் பாதையில் முன்னேறின. இப்பத்திரிகைகளில் மணிக்கொடி எழுத்-தாளர் பலரும், வல்லிக் கண்ணன், தி, ஜானகிராமன் போன்றாரும் எழுதிவந்தனர். இவர்களுடன் ஈழத்து எழுத்தாள முதல்வர்களும் எழுதிவந்தனர். இக்காலத்திற்கு முன்னரே தோன்றி இயங்கிவந்த ஈழகேசரியை விட, மறுமலர்ச்சி என்ற பத்திரிகை 1945-ல் தோன்றி ஈழத்து எழுத்தாளர்களுக்கு பெரும் ஊக்கம் அளித்து வந்தது. இவ்வேட்டினால் வரதர், அ.செ. முரகானந்தம், அ. ந. கந்தசாமி, சு. இராஜநாயகன், சொக்கன், வ.அ.இராசரத்தினம், சு.வே.கனக, செந்தி-நாதன் போன்றோர் முன்னணிக்கு வந்தனர்.

சுதந்திர இலக்கியங்கள் - 1947-ம் ஆண்டு ஆகஸ்ட் மாதம் 15ஆம் திகதி பாரத நாடு சுதந்திரம் பெற்றபின், இலக்கியப் போக்குக்கள் மாற்றமடையத் தொடங்கின. ஆட்சிப் பொறுப்பு அன்னியரின் கையிலிருந்து, சுதெசிகளின் கையில்வந்ததும், நாட்டின் அரசியல், பொருளாதார, சமூக உணர்வுகள் மாற்றம் பெறலாயின. ஒற்றுமையுணர்ச்சி கன்றி, பிரதேச உணர்ச்சி வலுவடையவே, தமிழ்நாட்டில் தமிழுணர்ச்சி ஓங்கி தனித்தமிழ் இயக்கம், திராவிட நாடு-தோரும் திராவிட முன்னேற்றக் கழகம் என்பன தோன்றி - சிறுகதைபிரச்சார இலக்கியமாகியது.

இத்தகைய கதைகளை தி.மு. கழகத்தினரே எழுதினர். பெரும் போராட்டத்தின்பின், மக்களிடையே ஏற்பட்ட ஓய்-வுக்குகந்த கதைகளை ஆனந்தவிகடன், கல்கி போனற பத்திரிகைகள் வெளியிடலாயின. இதேவேளையில் சமூகச்சீர்-திருத்த எண்ணங்கொண்ட பொதுவுடமைக்கட்சியிலிருந்த பழைய எழுத்தாளர்களும், இவ்வணியில் புதிதாகச் சேர்ந்து கொண்ட எழுத்தாளர்களும் முற்போக்குக் கதைகளை எழுதலாயினர். 1948-ல் எம்.வி. வெங்கட் ராமனை ஆசிரியரா-கக் கொண்டு வெளி வந்த ஷதேன்| தி. ஜானகிராமன், கரிச்சான் குஞ்சு ஆகியோரைச் சிறப்பாக அறிமுகம் செய்தது.

1950-ன் பின் ஏற்பட்ட, மனிதன், சாந்தி, சரஸ்வதி, தாமரை போன்ற பொதுவுடமைச் சார்புள்ள பத்திரிகை மூலம், - விந்தன், கு. அழசிரிசாமி, சுந்தர. ராமசாமி, ஜெயகாந்தன் போன்ற நல்ல பல சிறுகதை எழுத்தாளர்கள் தோன்-றினர். இதே போன்றே இலங்கையிலும், முற்போக்கு எண்ணம் கொண்ட பாட்டாளி, பாரதி முதலிய தீவிர ஏடுகள் தோன்றி கே. ராமநாதன், கே. கணே~;, எம்.பி. பாரதி போன்ற எழுத்தாளர்களை நல்கின.

1948 - 2 - 4ல் இலங்கை சுதந்திரமடைந்த பின் ஏற்பட்ட இலவசக் கல்வித்திட்டத்தினாலும், 1956-ல் ஏற்பட்ட சமூகப் புரட்சியினாலும், இலங்கைத் தமிழரிடையே தேசிய உணர்ச்சி பிறந்ததுடன், வர்க்க உணர்வுகள் தீர்க்கம-டைந்தன. தேசிய விழிப்பும், வர்க்கப் போராட்டங்களும் சுதந்திரத்தின் பின் மக்களிடையே பெரியதொரு சிந்தனை மறுமலர்ச்சியை ஏற்படுத்தவே, இலக்கியமும் அவ்வழியே திசைதிரும்பிற்று. நாட்டின் பிரச்சினைகளை இலக்கியங்கள்

முன்னிறுத்த வேண்டும் என்ற துடிப்பில் தேசிய இலக்கியக் கொள்கை தீவிரமடைந்தது. இப்பின்னணியை நன்கு-ணர்ந்தவரான, க. கைலாசபதி 1957-ல் தினகரன் ஆசிரியராக விளங்கியபோது இவ் எழுச்சியைத் தூண்டிவளர்த்தார். புதியதொரு எழுத்தாளபரம்பரையையும் தோற்றுவித்தார். இக்காலகட்டத்தில் எஸ். பொன்னுத்துரை, கே. டானியல், செ. கணேசலிங்கன், என்,கே. ரகுநாதன், காவலூர் ராசதுரை, டொமினிக் ஜீவா போன்றவர்கள் தரமான சிறுகதை-களைப் படைத்தனர். இதே போன்று, இக்காலகட்டத்தில் தென்னி;ந்தியாவில் எழுதத் தொடங்கிய ஆர். சூடாமணி கி. ராஜநாராயணன், கிரு~;ணன் நம்பி போன்றோரும் தரமான சிறுகதைகளைப் படைக்கத் தொடங்கி, இன்றும் நல்ல சிறுகதைகளை எழுதி வருகின்றனர்.

பல்கலைக் கழக எழுத்தாளர் - ஷ 190 தொடக்கம் பல்கலைக்கழகங்களில் உயர்கல்வி தாய் மொழிமூலம் போதிக்-கப்படலாயிற்று. சிறப்பாகக்கலைத்துறைப் பாடங்கள் தமிழிலும், சிங்களத்திலும் கற்பிக்கப்படவே, பல்கலைக்கழக மாண-வர்கள் பலர் பிறமொழிச் சிறுகதைகளையும், அவற்றின் ஆய்வுகளையும் படித்ததோடமையாது தாமும் எழுத ஆரம்-பித்தனர். மலையாளம், ரு~pய, வங்காள நவீன எழுத்துக்களுடன், தமிழகச் சிற்சில நவீனத்துவப் போக்குகளும் இவர்களுக்கு ஊக்கியாக அமைந்தன. இவர்களில் செ. யோகநாதன், செ. கதிர்காமநாதன், செம்பியன் செல்வன், செங்கை ஆழியான், துருவன், குந்தலை, மு. பொன்னம்பலம் போன்றோர் குறிப்பிடத்தக்கவர்கள்.

இப் பல்கலைக்கழக எழுத்தாளர்களுக்கு - இலங்கைப் பல்கலைக் கழகம், பேராதனையின் தமிழ்ச் சங்கத்தினரால் வெளியிடப்படும் ஆண்டுச் சஞ்சிகையான இளங்கதிர், மாணவர் சங்க ஆண்டுச் சஞ்சிகையாக மும்மொழிகளில் வெளியாகும் என்பன பெருமளவிற்குதவின.

பல்கலை வெளியீடு - இவை மட்டுமன்றி, இலங்கைப் பல்கலைக்கழக வரலாற்றிலேயே முதன் முதலாக பல்கலைக்-கழக எழுத்தாளர்களிள் சிறுகதைகளை வெளியிடும் தனியார்தாபனம் ஒன்றை ஷ பல்கலைவெளியீடு| என்ற பெய-ரில், அப்போது பட்டதாரி மாணவர்களாக பயின்றுகொண்டிருந்த செங்கைஆழியான், க.நவசோதி, செம்பியன்செல்வன் ஆகியோர் அமைத்து, தங்கள் பயிற்சிக் காலங்களில் ஆண்டொன்றிற்கு ஒரு சிறுகதைக் கோவையாக மூன்று தொகு-திகளை வெளியிட்டமை ஈழத்து இலக்கிய வரலாற்று முக்கியத்தும் பெற்ற சம்பவங்களே. ஷசெங்கை ஆழியான் - நவசோதி, தொகுத்த ஷ கதைப்பூங்கா ஷசெம்பியன்செல்வன் தொகுத்த ஷவிண்ணும் மண்ணும் கலா பரமேஸ்வரன் தொகுத்த ஷகாலத்தின் குரல்கள் இமையவன் தொகுத்த ஷயுகம்| என்பன பல்கலை வெளியீடுகளே.

ஈழத்துப் பெரிய பதிப்பகங்களோ - தாபனங்களோ - துணிந்து முதலிட்டுச் செய்ய முடியாத ஒரு தொண்டை பல்கலைக்கழக மாணவர் ஒரு சிலர் மட்டுமே - (பல்கலை வெளியீடு தாபகர்களும், பின் இரு நூல்களின் அதன் தொகுப்பாசிரியர்கள் இருவரும்) மூலதனமிட்டுச் செய்தார்கள் என்றால் அதற்கு அவர்களின் இலக்கிய ஆhவமும், நிகழ்கால வாழ்வின் சத்திய தரிசனமுமே காரணங்கள் எனலாம். இவ்வாறு இவர்கள் எழுந்தமையால் தான், இப் பல்-கலை, வெளியீட்டில் எழுதியவர்களில் பலர் இன்று ஈழத்தின் புதிய யுகத்தின் பூபாளராக எழுத்தாளர்களாக விளங்க முடிகின்றது என்பதும் விமர்சன உண்மையாகும்.

மூன்று நிகழ்ச்சிகள் - 1960ஆம் ஆண்டைத் தொடர்ந்து, தென்னகத்திலிருந்து ஈழம் வந்த முக்கிய எழுத்தாளர்கள தெரிவித்த கருத்துக்கள், ஈழத்து எழுத்தாளரின் தன்மான உணர்ச்சியையும், இலக்கிய ஆற்றலையும் கிளர்ந்தெரியச் செய்தன. 1960-ல் இலங்கைவந்த - ஷகங்கை (தற்போது சத்யகங்கை) ஆசிரியர் பகீரதன். ஷஈழம் - இலக்கிய வளர்ச்சியில் தமிழகத்தினைவிட இருபத்தைந்து வருடங்கள் பின் தங்கியுள்ளது| - என்ற அறியாமை நிரம்பிய கருத்தை வெளியிட்டதும், அதன்பின் 1961-ல் ஈழம் வந்த இன்றைய தீபம் ஆசிரியர் நா. பார்த்தசாரதி ஷதரத்தின் அடிப்-படையில் தமிழகப் பத்திரிகைகளில் ஈழத்து எழுத்தாளர் இடம் கேட்பது நல்லது - என்று தெரிவித்த ஆணவமான ஆலொசனையும், 1966 அளவில் வந்துபோன கலைமகள் ஆசிரியர் கி. வா. ஜகந்நாதன் ஷஈழத்து எழுத்துகளுக்கு அடிக்குறிப்புத் தேவை - என்ற பாமரத்தனமாக கருத்தும் ஈழத்திலே பெரிய இலக்கியச் சூறாவளியைக் கிளப்பிவிட்டது.

புத்துணர்ச்சியையும், எழுச்சியையும் இதனால் பெற்ற ஈழத்து எழுத்தாளர் - உண்மை இலக்கியம் எது? எங்கேயி-ருக்கிறது அது? - என்பதனை தென்னகத்தாருக்குப் புலப்படுத்தும் வண்ணம் எழுதத் தொடங்கியதும் இக்காலகட்டத்தில் தான். இந்தப் பரபரப்பான சூழலில் - தனது இலக்கியப் பத்திரிகையான ஷசரஸ்வதி|க்கு சந்தா திரட்டவும், ஆதரவு தேடவும் ஈழத்திற்கு வந்திருந்த வ. விஜய பாஸ்கரன் ஈழத்தின் இலக்கியப் போக்கை நன்குணர்ந்து, ஷஈழத்து இலக்-கியமே சரியான தடம்பிடித்துச் செல்கிறது என்று கூறியதோடமையாது, தனது சரஸ்வதியி; ஈழத்துப் படைப்புகளுக்கு முக்கிய இடம் கொடுத்தும், ஈழத்து எழுத்தாளர்களின் புகைப்படங்களை அட்டைப்படத்திலிட்டும் கௌரவித்தார்.

ஈழ - மலையகம் - தன்க்கொருவாழ்க்கைமுறை, மொழிவழக்கு, பொருளாதார அமைப்பு எனக்கொண்டு, ஒரு நூற்-றாண்டுக்குமேலாக மனிதத்துவமில்லா நிலையில் வஞ்சிக்கப்பட்டும், ஒடுக்கப்பட்டும் வாழ்ந்த மலையகத்திலும், பற்பல எழுத்தாளர்கள், ஒடுக்கப்பட்டும் வாழ்ந்த மலையகத்திலும், பற்பல எழுத்தாளர்கள் அவ்வப்போது இனம்; காட்டி வந்-தாலும், ஷசிறுகதை, கவிதை, நாவல், கட்டுரை ஆகிய இலக்கியத் துறைகளில் மலையக எழுத்தாளர்கள் 1950-ம் ஆண்டிற்குப் பின்னர் காலடி எடுத்துவைத்தனர். என்றாலும் மலையகம் என்ற பிராந்திய பிரக்ஞையோடும், ஒருவகை

உத்வேகத்துடனும் எழுதத் தொடங்கியது 1960-ம் ஆண்டுக்குப் பின்னரேயாகும்.

என்.எஸ்.எம்.ராமையா, தெளிவத்தையோசப், சாரல் நாடன், திருச்செந்தூரன், நூரளை சண்முகநாதன், மாத்தளை சோமு, மல்லிகை சி. குமார், பூரணி என்போர் தரமான மலையகச் சிறுகதைகளைப் படைத்துள்ளனர். மலையகத்தில் அவ்வப்போது தோன்றிய சிற்றேடுகளும் இவர்களின் ஆக்க முயற்சிக்கு பெரும் துணைபுரிந்தன. மலைமுரசு, சாரல், செய்தி - பத்திரிகைகளின் தொண்டு குறிப்பிடத்தக்கது. வீரகேசரித்தாபனம் வெளியிட்ட ஷகதைக்கனிகள் சிறுகதைத் தொகுப்பு மலைநாட்டைச் சிறப்பாக பிரதிநிதித்துவப்படுத்தியது.

முந்தாய்ப்பு - தற்காலத்தில், தமிழகத்திலும் ஈழத்திலும் புதிய எண்ணங்களும், புதிய பார்வைகளும் கொண்ட புதிய புதிய எழுத்தாளர்கள் தோன்றிவருகிறார்கள். பலபுதியவர்கள் பழையவர்களைக்காட்டிலும் ஆழமானசிந்தனைகளிலும், அவற்றின் கலாபூர்வமான வெளியீடுகளிலும் சிறந்துவிளஙகுகின்றனர். புதிய தலைமுறையினர் மாக்ஸிய லெகிகிசதத்துவார்த்த அடிப்படைகளில் தங்கள் படைப்புக்களை வெளிக்கொணரமுனைகின்றனர்.

தமிழகத்தில் - நீலபத்மனாதன், அசோகமித்திரன், ஆ. மாதவன், பூமணி, சர்ணன், கே. ராமசாமி, ஆதவன், ந. முத்துச்சாமி, சா. கந்தசாமி, அம்பை, ஆர். ராசேந்திரச்சோழன், ராமகிரு~;ணன், நா. சேதுராமன் போன்றோரும் ஈழத்தில் எஸ். பொன்னுத்துரை, டானியல், செ. யோகநாதனட, டொமினிக் ஜீவா, தெணியான், குப்பிளான், ஐ. சண்முகம், சாந்தன், நல்லை, க. பேரன், செங்கை ஆழியான், கே.வி. நடராஜன், மு. பொன்னம்பலம் செம்பியன் செல்வன் போன்றோரும் - தரமான சிறுகதைகளைப்படைப்பதில் பெரிதும் பாடுபட்டுவருகின்றனர்.

- ஈழத் தமிழ்ச் சிறுகதை மணிகள், முதற் பதிப்பு: ஜூலை 1973, முன்னோடிகள் கலை இலக்கிய விமர்சகர் குழு

9. சிறுகதைகள் புனைய சில உத்திகள் - நிர்மலா ராகவன்

சிறுகதைச் செம்மல் நிர்மலா ராகவன்

உங்களுக்கு எழுத்தாளராக ஆசையா?

ஸோமாஸ்கந்தன் நிமிர்ந்து உட்கார்ந்தான். இதுவரை உருப்படியாக எதுவும் செய்யவில்லை. பேசாமல் எழுத்தாளனாக ஆகிவிட்டால் என்ன?

அந்தக் கட்டுரையைப் படிக்க ஆரம்பித்தான்.

தினந்தோறும் குறிப்பிட்ட நேரத்தில், குறிப்பிட்ட இடத்தில் ஏதாவது எழுதிவரவும். ஒரே பத்திகூட போதும். இன்ன தலைப்புதான் என்பதும் முக்கியமல்ல. எழுத வேண்டும். அவ்வளவுதான்.

அவ்வளவுதானே! எந்தப் பெண்ணையாவது நினைத்துக்கொண்டு தினம் ஒரு காதல் கடிதம் எழுதினால் போயிற்று!

உதாரணம்: `வெள்ளை' என்ற தலைப்பில் நான் எழுதியது: ஐஸ்க்ரீம் வெள்ளையாக இருக்கிறது. பனியும், முகத்துக்குப் பூசும் ஸ்நோவும்கூட வெள்ளைதான். அதற்காக ஸ்நோவைச் சாப்பிடவா முடியும்!

சுத்த பேத்தலாக இருக்கிறதே!

கற்பனை என்பது இதுதான். தடை போடக்கூடாது. வருவதையெல்லாம் யோசிக்காது எழுதிவாருங்கள். பிறகு அடித்துக்கொள்ளலாம். அப்போதுதான் தங்குதடையின்றி எழுதவரும்.

ஒரு வரி எழுதிவிட்டு, `இதை இப்படி எழுதியிருக்கலாமோ?' என்று மாற்றி மாற்றி அமைத்தால், கதை எப்படி முன்னேறும்?

அதுதான் எனக்கு ஒரு காதல் கதைகூட உருப்படியாக எழுத முடியவில்லையோ!

கரு

நீங்கள் எம்மாதிரி கதைகளைப் படிக்க விரும்புகிறீர்கள்? அம்மாதிரியான கதைகளை எழுத முயலுங்கள்.

கேக்கணுமா! காதல் கதைதான்!

ஒருவனுக்குத் தன்னால் — அதாவது, அவனது செயல் அல்லது எண்ணத்தால்; பிறரால்; இல்லையேல் இயற்கை மற்றும் சந்தர்ப்பவசத்தால் தொல்லைகள் நிகழ்கின்றன.

எனக்குத் தொல்லையெல்லாம் இந்த அப்பாவால்தான். இயற்கையாலும்தான். இல்லாவிட்டால், பதினெட்டு வயதுவரை நன்றாக இருந்தவன் இப்போது ஏன் பித்துப்பிடித்தவன்போல் ஆகிவிட்டேன்?

இத்தொல்லைகளை அவன் எவ்வாறு எதிர்கொள்கிறான், இறுதியில் அவைகளைச் சமாளித்து வெற்றி காண்கிறானா, இல்லை, அவைகளால் வீழ்த்தப்படுகிறானா என்று விளக்குவதுதான் கரு.

கரு என்றால், அம்மா வயிற்றில் இருப்பது இல்லையோ?

ஏதாவது ஒரு பிரச்னையை எடுத்துக்கொண்டு, `இது எதனால் ஏற்படுகிறது?' `ஏன் இப்படி இருக்கக்கூடாது?' என்று பலவிதமாக அலசுங்கள். கதைக்கு எடுத்துக்கொண்ட விஷயம் ஆழமானதாக இருந்தால்தான் கதையில் வலுவிருக்கும். இல்லாவிட்டால், படிப்பவர்கள் மனதில் படியாது போய்விடும்.

நான் ஏன் ஒரு பணக்கார அப்பாவுக்குப் பிள்ளையாகப் பிறந்திருக்கக்கூடாது? இந்தக் கரு ஓகேவா?

கதாசிரியருக்கே எல்லாவித பிரச்னைகளும் ஏற்படும் என்பதில்லை. பிறர் அனுபவிப்பதை தாங்களே அனுபவித்ததுபோல் கற்பனை செய்யும் திறனை வளர்த்துக்கொள்ள வேண்டும்.

வீண்வம்பை விலைக்கு வாங்கிக்கொள்ளச் சொல்கிறீர்கள்! பார்க்கலாம்! எனக்கு இருக்கிற பிரச்னைகள் போதாதா?

இதற்காகப் புதிய அனுபவங்களைத் தேடிப் போகவேண்டும். நான் சில பிரபலங்களைப் பேட்டி கண்டதுடன், பல்வேறு இல்லங்களுக்குப் போய் தகவல் சேகரித்திருக்கிறேன். நோய் முற்றிவிட்ட நிலையில், பூட்டியிருந்த அறைக்குள் அடைபட்டிருந்த தொழுநோயாளிகளுடன் பேட்டி, வீட்டைவிட்டு ஓடிப்போன பதினெட்டுவயதுப் பெண்கள் தங்கவைக்கப்பட்டிருந்த இடம், கணவன்மாரால் வதைபட்ட பெண்களுக்கான ஆதரவு இல்லம் இப்படி பல்வேறு இடங்களுக்குள் பலத்த சிபாரிசுடன் நுழைந்திருக்கிறேன். (சாதாரணமாக, வெளிமனிதர்கள் இங்கெல்லாம் அனுமதிக்கப்படுவதில்லை).

அடடே! எல்லாம் உங்கள் சொந்தக்கதை என்று எண்ணியல்லவா, `பாவம்! வாழ்க்கையில் எவ்வளவு அடிபட்டிருக்கிறாள் இவள்! என்று பரிதாபப்பட்டுக்கொண்டிருந்தேன்!

பிறருடன் பேசும்போது அவர்களுடைய முகபாவம், குரல் தொனி இதெல்லாம் எனக்கு முக்கியம்.

எனக்கும்தான்.

கற்பனைத்திறன் வளர

மூளைக்குப் பயிற்சி கொடுத்துக்கொண்டே இருக்க வேண்டும். தினமும் ஒரே மாதிரியான அலுவல்களைக் கவனித்தால், மூளைக்கு அலுப்பு ஏற்பட்டுவிடுமே!

சத்தியமான வார்த்தை! `செல்'லுடன், இல்லாவிட்டால் டி.வி முன் மணிக்கணக்காக உட்கார்ந்து எனக்கும் போரடித்துவிட்டது.

உடற்பயிற்சி, யோகா, அதிகாலையிலோ, மாலையிலோ அமைதியான இடங்களில் உலவுதல் இதெல்லாம் கற்பனையை வளர்க்கும். உலவுவதில்கூட ஒவ்வொரு நாள் ஒவ்வொரு பாதையில் சென்றால், மூளை அச்செயலை ஆவலுடன் எதிர்பார்க்க ஆரம்பித்துவிடும்.

அதற்காகத்தானே டவுனில் நிறைய பார்க்குகள் இருக்கின்றன! எல்லா வயதுப் பெண்களும் வருவார்கள், இல்லையா?

எழுத்தாளரின் தன்மை

பல்வேறு பொருள்களைப்பற்றியும், கதாபாத்திரங்களையும் பற்றியும் எழுதவேண்டிய நிலையில், மொழிப்புலமை மட்டும் போதாது.

நீங்க வேற! அதுவே ஒதக்கிதே!

அறிவும் விசாலமாக இருக்கவேண்டும். அனுபவத்தைப் பெருக்கிக்கொள்ள, படிப்பது ஒரு வழி. பிரபலமானவர்களின் கதைகள் மட்டுமின்றி, சமூக இயல், உளவியல் இரண்டையும் பொழுதுபோக்காகப் படிக்கலாம். பிறரைப் புரிந்துகொள்ள வழிவகுக்கும்.

கல்லூரியிலேயே படிக்க வேண்டியதைப் படிக்காதவன் நான். என்னைப்போய்..! பெண்களை எப்படிப் புரிந்துகொள்வது? இதற்காக தனியாக ஏதாவது புத்தகங்கள் இருக்கா?

உங்களைச் சுற்றி என்ன நடக்கிறது என்பதில் எப்போதும் கவனமாக இருங்கள். நாம் அதிகம் பேசாதபோதுதான் நமது கண்ணும், காதும் இன்னும் கூர்மையாக வேலை செய்யும்.

எனக்கு அந்தப் பிரச்னையே கிடையாதுப்பா. பஸ்ஸில் போகும்போது பெண்கள் பேசுவதையெல்லாம் கூர்ந்து கவனிப்பேன்.

பிறருடன் பேசும்போது, அவருடைய கருத்து உங்களுடையதிலிருந்து மாறுபட்டிருந்தாலும், அவருடைய நிலையில் உங்களை வைத்துப்பார்த்தால் பிறரது மனப்போக்கு புரியும். நாளடைவில், எவரையும், எந்தச் சூழ்நிலையையும் பகுத்து அறியும் ஆற்றல் பெருகும்.

நான் ஒரு சாப்பாட்டுக் கடையில் சாப்பிட்டுக் கொண்டிருந்தபோது, பக்கத்து மேசையிலிருந்த ஓர் இளைஞர், `நான் அழகான பொண்ணைக் கட்டமாட்டேம்பா. அவ எனக்கு உண்மையா இருக்காளான்னு யோசிச்சே மூளை குழம்பிடும்!' என்று தன் நண்பர்களிடம் கூறியது எனக்கும் கேட்டது. நான் சிரிக்காமலிருக்கப் பெருமுயற்சி செய்ய வேண்டியிருந்தது.

சே! ஒட்டுக்கேட்பது எவ்வளவு கேவலம்! அப்படியே கேட்டாலும், இதையெல்லாம் போய் யாராவது வெளியே சொல்வார்களோ!

பல வருடங்களுக்குப் பின்னர், அந்த வரிகளே என் மூளையில் சுற்றிச் சுற்றி வர, தி.தி பிறந்தது. sirukathaigal.com-ல் வெளியாகிய இக்கதையை ஒன்றரை வருடத்தில் 17,901 வாசகர்கள் படித்துச் சிரித்திருக்கிறார்கள்.

அடேயப்பா! சந்தடி சாக்கில், எப்படி எல்லாரையும் தன் கதையைப் படிக்க வைக்கிறா!

எதற்கும், எல்லாருக்கும் பயந்தவரா நீங்கள்?

சேச்சே!

`இதைப் படித்துவிட்டு, பிறர் என்னைப்பற்றிக் கன்னாபின்னாவென்று நினைத்தால்?' என்று அஞ்சுபவர்கள் எழுதுவதில் என்ன புதுமை இருக்க முடியும்? இத்துறையில் நீடித்திருக்க வேண்டுமானால், ஒரு பெண்ணுக்கு அச்சம், நாணம் இதையெல்லாம் சற்றுத் தள்ளிவைக்க வேண்டியிருக்கும்.

இப்போது எந்தப் பெண்ணுக்கு இதற்கெல்லாம் அர்த்தம் புரிகிறதென்கிறீர்கள்?

எழுத்தில் எதற்கு ஆண், பெண் பேதம்? நமக்கு நாமே தடை விதித்துக்கொள்வது கற்பனையைக் கொலை செய்வதுபோல்தான்.

புனைப்பெயரில் ஒளிந்துகொண்டால் ஆயிற்று! அப்பாவின் பெயரில் பாதியை என்னுடையதோடு இணைத்துக்கொண்டு! அப்போதாவது இந்த அப்பா என்னைப் பாராட்டுகிறாரா என்று பார்க்கவேண்டும்.

`நான் எழுதினால், என் கணவர் மகிழ்ந்துபோவார்!' என்றாள் ஒரு தோழி.

`நீ எழுதவே போவதில்லை!' என்றேன், தீர்மானமாக.

`பிறர் பாராட்டவேண்டும்!' என்ற ஒரே குறிக்கோளோடு எழுதிவந்தால், இத்துறையில் நீண்ட காலம் நிலைத்திருக்க முடியாது.

இவ்வுலகில் எதுதான் நிரந்தரம்!

அடேயப்பா! எனக்குத் தத்துவம்கூட வருகிறதே! மேலே படிப்போம்.

கதை மாந்தர்

உண்மைச் சம்பவம் ஒன்றை அப்படியே நடந்ததுபோலவோ, அல்லது ஒரு குறிப்பிட்ட நபரை வைத்தோ எழுதினால் சுவை குன்றிவிடும். இங்கேதான் கற்பனை புக வேண்டும். உங்களுக்குத் தெரிந்த நாலைந்து பேர்களின் குணாதிசயங்களைக் கலந்து ஒரு புதிய பாத்திரத்தைச் சிருஷ்டி செய்யுங்கள்.

அப்பா, அப்பா, அப்பா, அப்பா! அவருக்குத்தான் ஒரேமாதிரியான குணம் கிடையாதே!

எழுத ஆரம்பிக்குமுன் உங்கள் கதை மாந்தர்களைப்பற்றி நிறையச் சிந்தியுங்கள்.

ஐயோ!

அவர்களுடைய தோற்றம், முகபாவம், உடலசைவு, பழக்கவழக்கங்கள், எதனால் ஆத்திரம் அல்லது மகிழ்ச்சி அடைகிறார்கள், எந்தப் பின்னணியால் ஒருவர் அப்படி நடக்க நேர்கிறது — இப்படி, பலவற்றையும் யோசியுங்கள். எல்லாவற்றையும் உபயோகிக்க முடியாது. ஆனாலும், உங்கள் கதைகளில் உலவுவோர் உயிர்பெறுவர்.

இப்பவும் உயிரோடதான் இருக்கார். அப்பாவுக்குத் தான் அதிகம் படிக்கவில்லை என்று குறை. யோசிக்காமலே எனக்குத் தெரியும்.

கதாபாத்திரங்கள் சுவாரசியமானவர்களாக, மனோதிடம் கொண்டவர்களாக இருந்தால் கதை படிப்பவருடைய மனதைத் தாக்கும்.

அப்பா என்னைத் தாக்குவது போலவா?

நடை

நடக்கக்கூடவா சொல்லிக்கொடுப்பார்கள் இந்த வயசிலே?

வாக்கியங்கள் ஒரே மாதிரி இல்லாது, நீளமும் குட்டையுமாக மாறி மாறி அமையவேண்டும்.

ஓ! அந்த நடையா!

அதிகம் உபயோகிக்கப்பட்ட வர்ணனைகளைத் தவிர்க்கவும்.

நடைமுறைக்கு ஏத்ததா சொல்லுங்க, மேடம்! பெண்களை வர்ணிக்காம எப்படிக் கவரமுடியுமாம்?

எல்லா நடப்பையும் வெளிப்படையாகச் சொல்லாது, கதாபாத்திரங்களின் உணர்ச்சி, செய்கைவழி காட்டுங்கள்.

எனக்குக் கோபம் வந்தா, சாப்பிடாம வெளிநடப்பு செய்வது போலவா?

உதாரணம்: அங்கே ஒரே குளிர்! (இதில் கதாசிரியரின் குரல் கேட்கிறதே! மிகவும் அவசியமானாலே ஒழிய, தவிர்க்கப்பட வேண்டியது)

நான் கஷ்டப்பட்டு எழுதறேன். என் குரல் கேட்கக்கூடாது என்பது என்ன நியாயம்?

சூடான தேனீரை உறிஞ்சிவிட்டு, கைகளைப் பரபரவென தேய்த்துக்கொண்டாள் (செய்கை). ஸ்வெட்டர் எடுத்துவராமல் போய்விட்டோமே என்று தன்னைத்தானே நொந்துகொண்டாள் (எண்ணம்).

உரையாடல்

அப்பாவைப்போல மகன் பேசுவாளா?

பேசுபவரின் தனித்தன்மை, அதாவது அவரது வயது, சூழ்நிலை, ஆணா, பெண்ணா என்பதெல்லாம் வெளிப்படு-மாறு உரையாடலை அமைக்க வேண்டும். இது மனிதருக்கு மனிதர் மாறுபடும்.

அப்பா என்னை, `தண்டச்சோறு' என்பார். நான் அப்படியெல்லாம் சொல்லமாட்டேம்பா.

உதாரணம்: "பெங்களூர் தக்காளிமாதிரி தளதளன்னு இருந்தா!' என்று ஒரு பெண்ணை வர்ணிப்பவர் சாப்பாட்டுப் பிரியராகவோ, தோட்டக்கலையில் ஈடுபாடு உள்ளவராகவோ இருப்பார்.

PUNCTUATION

கதைகளுக்கு நிறுத்தற்குறிகள் மிக முக்கியம். தலைகீழான காற்புள்ளிகள் (INVERTED COMMAS) ஒருவர் பேச்சுக்கு முதலிலும், இறுதியிலும் இருப்பது அவசியம். இல்லாவிட்டால், கட்டுரைபோல் ஆகிவிடும்.

உரையாடல் நீளமாக இருந்தாலும், சுவை குன்றிவிடும்.

அம்மா தொலைபேசியில் பேசுவதை இவ எப்போ கேட்டா?

ஒருவர் நீளமாகப் பேசுவதைக் கீழ்க்கண்டவாறு பிரிக்கலாம்.

உதாரணம்: `நல்ல பிள்ளை' என்ற எனது கதையிலிருந்து:

"பொம்பளையாப் பிறந்துட்டேயில்லே? நீ படவேண்டியது இன்னும் எவ்வளவோ இருக்கு!" என்று சமாதானப்படுத்-தினாள் பாட்டி. "நேத்து டவுனிலேருந்து ஒரு பெரிய மனுசன் வந்து, வீட்டு வேலைக்கு ஆள் வேணும்னு கேட்டுட்டு இருந்தாரு. காடி போட்டுட்டு வந்தாரு!" அழுத்திச் சொன்னாள்.

தன் தலையிலேயே அட்சதை போட்டுக்கிறது என்கிறது இதுதான்!

`கூறினாள்', `சொன்னாள்' என்றே எழுதாமல், ` சமாதானப்படுத்தினாள்,' `விரட்டினாள்' என்று சந்தர்ப்பத்துக்கு ஏற்ப எழுதுவது நன்று.

அதாவது, பார்த்தான் என்பதற்கு லுக்கு விட்டான், சைட் அடிச்சான் என்பதைப்போல!

`அவன் ஆச்சரியப்பட்டான்' என்பதை, `புருவம் மேலே எழுந்தது' என்றால் இன்னும் தெளிவாகப் புரியும். கேள்வி, ஆச்சரியம் இரண்டிற்கும் புருவம் மேலே போகுமே!

இப்பல்லாம் பொண்ணுங்க புருவத்தை திருத்திக்கிறதால எப்பவும் ஆச்சரியப்படறமாதிரிதான் இருக்குங்கோ!

திருத்தி எழுதுதல்

எப்படியோ ஒரு கதையை எழுதி முடித்துவிட்டீர்கள். அதை அப்படியே வைத்துவிடுங்கள். அதைப்பற்றிக்கூட நினைக்காதீர்கள்.

மத்தவங்ககிட்ட சொல்லிட்டுப்போறேன். பெருமையா இருக்குமே!

அதைப்பற்றிப் பேசுவது கூடவே கூடாது. அவர்கள் உங்களுக்கு ஆதரவாகத்தான் ஏதாவது சொல்வார்கள் என்பது என்ன நிச்சயம்?

ப்ரெண்ட்ஸ்கிட்டதான் காட்டுவேன். `நல்லா இருக்குடா!'ன்னு புகழாதவன் என் ப்ரெண்டே இல்லே.

ஒரு வாரத்துக்குப்பின், அதே கதையைப் படிக்கும்போது, யாருடைய கதையையோ படிப்பதுபோல் அதிலுள்ள குறைகள் புலப்படும். கருவுக்குச் சம்பந்தமில்லாத சமாசாரங்கள் மற்றும் வர்ணனைகளைக் கூசாமல் வெட்ட வேண்டும்.

பாடுபட்டு எழுதினதை வெட்டச் சொல்றது என்னங்க நியாயம்?

பொதுவாக, முதல் மூன்று பக்கங்கள் விறுவிறுப்பாக அமையாது. ஏனெனில், நாம் `மூடு'க்கு வர அவ்வளவு தாம-தமாகும். ஆகவே, மூன்றாம் பக்கத்தை ஆரம்பமாகக்கொண்டு, முதல் பக்கத்தை எங்காவது செருகுங்கள். முதலில் ஒரு பக்கமாவது எழுதிவிட்டு, அப்புறம் இதையெல்லாம் யோசிக்கலாமே! நீங்கள் தேர்ந்தெடுத்த பிரச்னை உண்மை-யிலேயே வாசகருடைய மனதைப் பாதித்திருந்தால், அவரும் அதற்குத் தீர்வு என்னவென்று யோசிப்பார். அதுவே உங்கள் வெற்றி.

எல்லாப் பையன்களுக்கும் என் கதை பிடிக்கும். பரிசும், பணமும் கொட்டப்போகிறது! அப்போ இருக்கு, அப்பா-வுக்கு!

`எழுத்தினால் பணம் பண்ண முடியுமா? என்ற கேள்விக்குப் பதில்:

சீக்கிரம் சொல்லுங்க. எப்படியாவது அப்பாகிட்டேயிருந்து தப்பிச்சா போதும்.

விரைவாகப் பணம் பண்ண வேண்டுமானால், பிசினஸ்தான் சிறந்த வழி.

இதை முதலிலேயே சொல்லித் தொலைத்திருக்க வேண்டியதுதானே! பரீட்சைக்குப் படிப்பதுபோல, நீங்க அறிவு-ரைன்னு நினைச்சுக் கொடுத்ததை எல்லாம் கஷ்டப்பட்டுப் படிச்சேனே!

இல்லை, அரசியல்வாதியாகவோ, நடிகனாகவோ ஆகலாம். நடிகன் ஆவதற்கு அழகில்லாவிட்டாலும் பரவா-யில்லை, ஆனால் சற்றுத் திறமை வேண்டியிருக்கும். கெடுத்தாளே கதையை! எனக்குத் திறமையோ, அழகோ கிடை-யாது என்று இவளுக்கு எப்படித் தெரிந்தது?

இனிமேல் இவள் கதைகளை நான் படிக்கவே போவதில்லை என்று உறுதி எடுத்துக்கொண்டான் தண்ட ஸோமாஸ். (அப்பா பெயர் தண்டபாணி).

கதை எழுதுகிறானோ, இல்லையோ, புனைப்பெயர் தயார்!

10. இலக்கிய மரபு - சிறுகதை - மு.வரதராசன்

அமைப்பு - சுவையான ஒரு நிகழ்ச்சி அல்லது சூழ்நிலை அமைப்பு ; கவர்ச்சியான ஒரு காட்சி ; நெருங்கிப் பின்னப்பட்ட சிறு நிகழ்ச்சிகள் ; ஒருவரின் தனிப் பண்பு ; ஒரு சிறு அனுபவம் ; வாழ்க்கையின் ஒரு பெற்றி ; அற உணர்வால் விளைந்த ஒரு சிக்கல் - இவற்றுள் ஏதேனும் ஒன்று அல்லது இவை போன்ற ஏதேனும் ஒன்று நல்ல சிறுகதையின் அடிப்படையாக அமையலாம். கருவின் சிறப்பால் அமையும் சிறுகதை, ஒருவரின் பண்பின் சிறப்பால் அமையும் சிறுகதை, உள்ளத்தில் பதியும் உணர்வின் சிறப்பால் அமையும் சிறுகதை எனப் பாகுபாடு செய்யலாம். இவற்றுள் உணர்வின் சிறப்பை ஒட்டிய சிறுகதையே சிறந்தது என்று போ Edgar Allen Poe என்னும் அறிஞர் கருதினார்.

சுருங்கச் சொல்வதாயினும், எடுத்த கதைப் பொருள் உணர்ச்சி புலப்பட' விளக்கப்பட் டிருத்தல் வேண்டும். இன்னும் கூகிதலாக விளக்கியிருப்பினும் பயன் மிகுந்திருக் காது என்று சொல்லத் தக்கவாறு அளவான விளக்கம் வேண்டும். ஒரு நாள் நிகழ்ச்சியாக இருப்பினும், அன்றி ஒரு சில ஆண்டுகளின் நிகழ்ச்சியாக இருப்பினும், விளக்கம் போதும் என்ற நிறைவு தோன்றுமாறு அமைய வேண்டும்.

நோக்கம், குறிக்கோள், செயல், உணர்வு ஆகியவை சிதறாமல் ஒன்றுபட்டு அமைய வேண்டும். அதாவது, ஒரு நோக்கம், அதற்கு இடையூறாக வேறு ஒன்று புகாமல் அமைத்தல் ; ஒரு குறிக்கோள், அதை ஒரே போக்கில் புலப்பட உணர்த்தல்; ஒரே செயல், அதைத் தெளிவுறக் காட்டல் ; ஒரே உணர்வு, அதை உள்ளத்தே பதியுமாறு உணர்த்தல் என இவ்வாறு நேரிய முறையில் அமைக்க வேண்டும். இவற்றைச் சிதைக்கும் வேறு பிறவற்றைப் புகுத்தல் ஆகாது. சிறுகதையின் இலக்கணம் எனப் பலர் பலவாறு கூறியுள்ளனர். எவையும் முடிந்த முடிபாக இல்லை எனலாம். சிறந்த சிறுகதையின் அமைப்பே சிறுகதையின் இலக் கணம் எனலாம். சிறுகதை குதிரைப் பந்தயம் போல், தொடக்கமும் முடிவும் சுவை மிக்கனவாக இருத்தல் வேண்டும் என்பர் செட்ஜ்விக்.

நாவல் : சிறுகதை - கதைமாந்தரின் பண்புகள் படிப்படியே விளக்கமுறல், காலம் நகர்ந்து செல்லல் - இவைகள் /நாவலின் அடிப்படைகளாகும். ஆயின், சிறுகதையில் காலம் நகரத் தேவை இல்லை ; ஒரு சிறு கால மாறுதல் ஏற்படினும் போதும். கதைமாந்தர் நகரத் தேவை இல்லை'; அவர்கள் வளரவும் தேவை இல்லை , கதைமாந்தரும் தேவை இல்லை.. இவை இல்லாமலே சிறுகதை அமைய முடியும். நாவலில் இளைஞர் வளர்ந்து முதியராதல் உண்டு ; சிறுகதையில் அவர்களை ஒரே நிலையில் காட்டியும் முடித்து விடலாம்.

கட்டுப்பாடு - சிறுகதை அளவில் சிறிய தாக அமையும் காரணத்தா லேயே, கட்டுப்பாடுகள் உடையதாகின்றது. ஒரே முறை யில் படித்து முடிக்கக் கூடியதாக இருத்தல் வேண்டும் என்றும், ஒரே ஒரு பயன் அல்லது விளைவு உடைய தாக இருத்தல் வேண்டும் என்றும், அதனால் கதையில் வரும் சில நிகழ்ச்சிகளும் கதைமாந்தர்களும் அந்த ஒன்றனுக்குப் 'பயன்படக் கூடிய வரையறையோடு அமைய வேண்டும் என்றும் கூறுவர். + தொடக்கம் முதல் முடிவு வரையில் ஒரே நோக்கம் உடையதாக விளங்கல் வேண்டும் ஆகையால், குறித்த ஓர் ஆளைத் தேடிச் செல்பவரின் ஊர்ப் பயணம் போல் வேறு எதுவும் குறுக்கிடாமல் அமைதல் வேண்டும்.

சிறுகதையில் கதை சிறிதாக இருந்தாலும், கதை மாந்தர் ஒரு சிலராகவே இருந்தாலும், கதை நிகழ்ச்சி ஒன்று இரண்டாகவே இருந்தாலும், ஒரு முழுத்தன்மை மட்டும் கட்டாயம் வேண்டும். தேவையற்ற வருணனைக்கோ, வேண்டாத நிகழ்ச்சிகளுக்கோ இடம் தராத சிறுகதை என்னும் இந்தக் கலை, சிறிய வடிவிலேயே முழுத் தன்மை பெற்று விளங்குவதால், அரிய கலை என்று போற்றத் தக்கதாகும்.

உரையாடல் - சிறுகதைகளில் உரையாடல் மிகுந்திருத்தலும் உண்டு ; குறைந்து அமைதலும் உண்டு. கதைமாந்தரின் பண்பை விளக்குவதற்கோ, கதை நிகழ்ச்சியைப் புலப் படுத்துவதற்கோ ஏற்ற அளவிற்கு உரையாடல் அமைய லாம். அது, எழுதுவோரின் திறனைப் பொறுத்ததே ஆகும். உரையாடல் வாயிலாக அல்லாமல், வேறு வகை யாலேயே கதையையும் பண்புகளையும் புலப்படுத்த வல்ல ஆசிரியர்க்கு உரையாடல் அவ்வளவாகத் தேவைப்படுவ தில்லை. ஆதலின் உரையாடலே இல்லாமல் முடியும் சிறு கதைகளும் சில உள்ளன. முழுதும் உரையாடலாகவே அமைந்துள்ள சிறுகதைகளும் ஒரு சில உள்ளன.

வருணனை - சிறுகதைகளில் நீண்ட வருணனைகளுக்கு இடமே இல்லை. பொதுவாக நோக்கின், நாவல் முதலியவற்றிலும் வருணனைகள் வர வரக் குறைந்துவருகின்றன. முந்திய நூற்றாண்டுகளில் மக்களிடையே பழக்கமும் குறைவாக இருந்தது ; நடை உடை வழக்கங்களும் மிக மிக வேறுபட் டிருந்தன. ஆகையால் ஒரு வகையான நடையுடை

உடைய வர்கள் மற்றவர்களின் நடையுடை முதலியவற்றை அறிய ஆர்வம் கொண் டிருந்தனர். போக்குவரத்து மிகுதி, கல்வி வளர்ச்சி முதலியவற்றால் வாழ்க்கை எல்லா மக்களுக்கும் ஏறக்குறைய ஒரே வகையாக அமைந்து வருகிறது; வேறுபாடுகள் குறைந்துவருவதால், எல்லோருக்கும் எல் லோரைப் பற்றியும் தெரியும் நிலை உள்ளது. ஆதலின் மக்க ளைப் பற்றியும் பழக்க வழக்கங்களைப் பற்றியும் இப்போது கதைகளில் குறிப்பிட்டால் அது போதும் ; வருணித்தல் தேவையில்லை.

சிறுகதை எழுத்தாளர்கள் சிறந்த கலையுணர்ச்சி உடையவர்கள். அவர்களின் வருணனைகளில் அந்தக் கலைச் சிறப்பு விளங்கும். ஏதேனும் ஒன்றைப் பற்றி விளக் கும்போது, அந்த விளக்கத்தால் அந்தப் பொருளை மனக் கண் உடனே காணும். கண்ணால் காண்பது மட்டும் அல் லாமல், மற்றப் புலன்களாலும் உணர்வதுபோன்ற அனு பவம் ஏற்படும். சிறந்த சிறுகதை ஆசிரியராகிய செகா என்பவர் கார்க்கி என்ற ஆசிரியரிடம் தெரிவித்த அனுபவம் இது. ஆனால் சிறுகதையின் கருவுக்கோ உணர்ச்சிக்கோ வேண்டாத ஒன்று எந்த வருணனையிலும் இடம் பொக் கூடாது. ஒரு வீட்டின் கூடத்தின் சுவரில் படம் ஒன்று மாட்டிவைக்கப்பட்டதாகக் கூறினால், அந்தப் படம் எந்த வகையிலேனும் கதையின் கருவுக்கோ உணர்ச்சிக்கோ பயன்பட வேண்டும். இல்லையேல், அதைப் பற்றிய குறிப்பு அந்த வருணனை-யில் கூடாது என்பர்.

“புகைவண்டி நிலையத்தில் எட்டிப் பார்த்தேன். நண்பனைக் கண்டு மகிழ்ந்தேன் ” என்று செய்திகளையும் நிகழ்ச்-சிகளையும் மட்டும் கூறிச்செல்வது நல்ல கதை ஆகாது.

இதைப் படிப்பவரின் நெஞ்சில் அந்த நிகழ்ச்சிகள் படமாக அமைவதில்லை; நன்கு பதிவதில்லை. “புகைவண்டி நின்றது. நிலையப் பலகை கண்ணெதிரே தெரிந்தது. வெள்ளை நிறம் தீட்டிய பலகையில் கருநிற எழுத்துக்கள் கொட்-டையாக ‘ஆவடி’ எனத் தெரிவித்தன. என் கையை யாரோ தொட்டது உணர்ந்து திரும்பிப் பார்த்தேன். நண்பனுடைய மலர்ந்த முகத்தில் முத்துப்போன்ற பற்கள் தோன்ற விளங்கிய முறுவலைக் கண்டேன்” என்று இது போல் எழுதினால் நிகழ்ச்சிகளைப் படிப்பவரின் உள்ளத்தில் பதியவைக்க முடியும். செய்திகளையும் இவ்வாறே உணர்ச்சி யோடு கூட்டிக் குழைத்துத் தந்தால் அவை நெஞ்சில் பதி யும். இது கலைப்படைப்புக்கு இன்றியமையாத திறனாகும்.

கரு - சில சிறுகதைகளில் கரு மிகச் சிறப்பாக விளங்கும் ; சில சிறுகதைகளில் கதைமாந்தரின் பண்பு சிறந்து நிற் கும்; வேறு சில சிறு கதைகளில் உணர்ச்சி சிறப்புற் றிருக்கும். அந்தந்தச் சிறப்புப் பற்றிச் சிறுகதை போற்றப் படுதல் உண்டு. கருவின் சிறப்பு, பண்பின் சிறப்பு, உணர்ச்சியின் சிறப்பு என அச் சிறப்புக்கள் பற்றி உணர்ந்து கூறப்-படும் சிறுகதைகளில், கரு மிகச் சிறப்பாக அமைந்த சிறுகதைகள் படிப்பவரின் நெஞ்சில் நீங்காமல் நிற்பனவாகும். கதையின் கரு நாட்டுக்கு நாடு வேறுபடும். சோமர்’ செட் மாம் எழுதியுள்ள ஒரு கதையில் (Home and Beauty), மாண்டுபோன தாகப் பலராலும் கருதப்பட்ட ஒரு போர் வீரன், ஊர்க்குத் திரும்பிவந்து பார்த்தபோது அவனு டைய மனைவி அவனுக்கு உயிர்த் தோழனான ஒருவனை மணந்து வாழ்வதைக் காண்கிறான். இந்தப் போக்கில் மேனாட்டுக் கதைகள் அமையலாம். ஆனால் இந்த நாட்டில் இவ்வாறு அமைவது அரிது. காரணம், நாட்டுக்கு நாடு மக்களின் மனப்பான்மையில் இன்னும் வேறுபாடுகள் இருத்தலே ஆகும்.

முழுமை - சிறுகதை, அளவில் சிறிய கதையாக அமையினும், அதில் ஒரு முழுமை அமைதல் வேண்டும். கூறத் தக்கன எல்லாம் விடாமல் கூறப்பட்டன என்றும், திறனுடன் கூறப்பட்டன என்றும் படிப்பவர்க்கு மன நிறைவு ஏற்படும் வகையில் அமைதல் வேண்டும். இன்னும் விரிவாக எழுதி யிருப்பின், ஒரு குறைவும் நேர்ந்திருக்காது எனினும், ஒரு பயனும் மிகுந்திருக்காது என்று எண்ணத் தக்க வகையில் அமைதல் வேண்டும்.

இயைபு - சிறுகதையில் கூறப்படுவது ஒரு மணி நேர நிகழ்ச்சி யாகவும் இருக்கலாம்; ஒரு நாள் செய்தியாகவும் இருக்கலாம்: ஒரு வாரத்து நிகழ்ச்சிகளாகவும் இருக்கலாம் ; ஓர் ஆண்டு அல்லது பல ஆண்டுகளின் வாழ்க்கையா-கவும் இருக்கலாம். ஒருவரின் வாழ்க்கையில் ஒரு சிறு பகுதியும் சிறுகதை யாக இருக்கலாம்; அல்லது அவருடைய முழு வாழ்க்கை யும் அதில் அமையலாம். ஓர் இடமே களமாக அமை யினும் அமையலாம் ; பல்வேறு இடங்களும் வரினும் வர லாம். ஒருவர் இருவரே கதைமாந்தராகவும் அமையலாம் ; பலரும் வந்து அமையலாம்.

ஆயின், ஒருமுக இயைபு அதில் விளங்கல் வேண்டும். கூறப்படுவன எல்லாம் ஒரு காரணம் பற்றியனவாக, ஒரு நோக்கம் உடையன வாக, ஓர் உணர்ச்சியை விளைப் பனவாக இருத்தல் வேண்டும். அந்த ஒருமுக இயைபுக்கு இடையூறானவற்றையும் வேண்டாதவற்றையும் நுழைத்த லும் சேர்த்தலும் ஆகா.

தொடக்கம் - சிறுகதையின் தொடக்கம் படிப்பவரின் ஆர்வத்தை யும் கற்பனையையும் தூண்டக் கூடிய வகையில் அமைவது உண்டு. தேர்ந்த சிறுகதை ஆசிரியர்கள் பலர் இவ்வகை யான தொடக்கத்தை அமைத்துச் சிறுகதை எழு-தியுள்ளனர்.

“எதிர்பாராமல் வீட்டினுள் அடைக்கப்பட் டிருந்த தம் மனைவியின் நாயைக் காப்பதற்காக முயன்றபோது, காப்டன் பாரஸ்டியர் ஒரு காட்டுத்தீயில் சிக்கி மாண்டதாகச் செய்தி படித்தபோது, பலர் திடுக்கிட்டார்கள்”: இப்படிச் சோமர் செட்மாம் எழுதிய (The lion’s skin என்ற) ஒரு சிறுகதை தொடங்குகிறது.

“தந்தியைக் கண்டு எல்லோரும் இடிந்து உட்கார்ந்து போனோம். அதில் கண்டிருந்த விஷயம் எங்களுக்கு அர்த்தமே ஆகவில்லை போல் இருந்தது. சிவராமையர் டேஞ்ஜரஸ் - என்ற இரண்டு வார்த்தைகளே இருந்தன. தந்தி சென்னை ஜெனரல் ஆஸ்பத்திரியிலிருந்து வந்திருந் து.” இவ்வாறு தொடங்குகிறது கு.ப.ராஜகோபாலன் எழுதிய ‘விடியுமா’ என்ற சிறுகதை.

இத்தகைய தொடக்கங்கள் சிறுகதைக்குக் கவர்ச்சியூட்டிச் சுவை மிக்க அமைப்பைத் தருகின்றன.

தோற்றம் - சிறுகதை என்ற இலக்கிய வகை உலகத்தில் தோன்றி வளர்ந்து ஒரு நூற்றாண்டு தான் ஆயிற்று. அமெரிக்காவில் எட்கார் ஆலன் போ பற்பல சிறுகதைகளை எழுதிக் கலைச் செல்வமாகத் தந்த பிறகே, உலக அறிஞர்கள் சிறுகதையைத் தனிவகையான இலக்கியமாகப் போற்றத் தொடங்கினர். அதற்குமுன் எல்லா நாடுகளிலும் கதை கள் வழங்கிவந்தன. வாய்மொழிக் கதைகளும் இருந்தன; எழுதப்பட்ட கதைகளும் இருந்தன; வீட்டுப் பாட்டிமார் முதல் நாட்டுப் புலவர் வரையில் யாவரும் கதைகளைப் போற்றினர்; கதைகள் உரைநடையிலும் இருந்தன; செய் யுளிலும் இருந்தன; அவற்றுள் நீண்ட பெரிய கதைகளும் இருந்தன ; சுருங்கிய சிறிய கதைகளும் இருந்தன. ஆனால் அவை சிறுகதைகள் என்னும் பெயர்க்கு உரியன அல்ல. எட்கார் ஆலன் போவும் ஐரோப்பாவில் ரஷ்யா, பிரான்சு முதலிய பல நாட்டு அறிஞர்களும் (ஓ.ஹென்றி, மாப்பசான், செகோ முதலானவர்) ஒரு தனி மரபைப் போற்றி எழுதி வளர்த்தவைகளே சிறுகதை இலக்கியம் ஆயின.

தமிழ் நாட்டில் சிறுகதை ஒருவகை இலக்கியமாக வள ரத் தொடங்கியது இந் நூற்றாண்டின் தொடக்கத்திலேயே ஆகும். ஆயினும் இது இந்த நாற்பது ஆண்டுகளுக்குள் நல்ல வளர்ச்சி பெற்றுள்ளது. தமிழ்மொழியில் இன்று தேர்ந்த சிறுகதை எழுத்தாளர் பலர் உள்ளனர். உலகத் துச் சிறுகதை இலக்கியத்தோடு போட்டியிடக்கூடிய செல் வத்தைத் தமிழ்மொழி பெற்றுவிட்டது எனலாம்.

மேலை நாட்டில் சிறுகதை ஒரு தனி இலக்கியமாக வளர் வதைக் கண்டு தமிழ்மொழியும் அந்தப் பேறு பெற வேண் டும் என்று ஆர்வம் கொண்டவர் வ. வே. சு. அய்யர். அவ ருடைய மங்கையர்க்கரசியின் காதல் முதலிய கதைகள்” மற்றவர்களின் முயற்சிக்கு எடுத்துக்காட்டாக அமைந்தன. வங்காளத்தில் தாகூர் எழுதிய சிறுகதைகள் தமிழ்நாட்டு அறிஞர்களுக்கு ஒருவகைத் தூண்டுகோலாகவும் எடுத்துக் காட்டாகவும் அமைந்தன. அவற்றைக் கண்ட பாரதியார் தாமும் தமிழில் சிறுகதைகள் எழுத வேண்டும் என்ற ஆர்வம் கொண்டார். ஆயின் வெற்றி பெறவில்லை.

வ.வே.சு. ஐயர் மங்கையர்க்கரசியின் காதல் முதலிய கதைகளை 1927-ஆம் ஆண்டில் வெளியிட்டு வெற்றி பெற்றார்.

வளர்ச்சி - நாவலுக்குச் சொன்னவற்றில் உணர்ச்சி கற்பனை முத லிய பல சிறுகதைகளுக்குப் பொருந்தும். சுவையமைப்பு, உரையாடல் அமைப்பு, இயற்கை வருணனை முதலிய பலவற் றில் நாவல் போலவே சிறுகதையும் அமையும். ஒரு திங்கள் வெளியீட்டிலோ வார வெளியீட்டிலோ ஒரே இதழில் முழு மையாய் வரக்கூடிய தாக இருப்பது சிறுகதையே ஆதலின், அவை சிறுகதையின் தோற்றத்திற்கும் வளர்ச்சிக்கும் கார ணமாக அமைந்தன. ஓர் இதழில் புலப்படுத்தக்கூடியவாறு நாவலின் ஒரு பகுதியையோ அல்லது ஒரு பண்பையோ வெளியிட முடியாது. பண்புகளைப் படிப்படியே வளர்த்து விளக்க வேண்டியிருப்பதாலும், கதை நிகழ்ச்சிகளை அடுத் தடுத்து நகர்த்திச் செல்ல வேண்டியிருப்பதாலும் சிக்கலும் கோவையும் மிக்க நாவலால் முடியாத அதனைச் சிறுகதை செய்ய முடிந்தது.

அரை மணி நேரம் முதல் இரண்டு மணி நேரம் வரையில் உள்ள காலவரையறையில்படித்து முடித்து மகிழக் கூடியதாக சிறுகதை விளங்கவேண்டும் என்பது எட்கார் ஆலன் போவின் கருத்து. இப்போது கால்மணி நேரத்தில் படிக்கக் கூடிய சிறு கதைகள் பெருகியுள்ளன , ஐந்து நிமிடத்தில் படிக்கக் கூடிய சிறுகதைகளும் சில இதழ்களில் வெளியாகின்றன. இக்காரணத்தாலே சிறுகதைக்குத் தனி வளர்ச்சி அமைவதாயிற்று.

சிறுகதை எழுதப்பட்ட தொடக்கத்தில், உள்ள இலக்கணங்களின்படி எழுதப்படவில்லை. சிறிய கதையே அப்போது சிறுகதையாகக் கருதப் ஆதலின் கதையின் சுருக்கமே அப்போது சி இலக்கணமாகக் கொள்ளப்பட்டது. * ஆனால் இன்று சிறு கதை என்பது தனியான ஓர் இலக்கிய வகையாக வளர்ந்து சிறப்பிடம் பெற்றுவிட்டது. சென்ற நூற்றாண்டின் தொடக் கத்தில் தோன்றிய சிறுகதைகளே அவ்வாறு தனிவளர்ச்சி அமைத்துத் தந்தன எனலாம். அவர்களின் இலக்கிய முயற்சியால், சிறுகதைக்கு என ஓர் அழகான வடிவம் அமைவதாயிற்று. அந்த வடிவ அமைப்பாலேயே சிறு கதை இலக்கியச் சிறப்புப்பெற்றது.

காலத்தின் விளைவு - பழங் காலத்தில் தன்னுணர்ச்சிப் பாட்டுக்கள் பெற் றிருந்த இடத்தை இக்காலத்தில் சிறுகதை என்ற இலக்கிய வகை ஓரளவிற்குப் பெற்றுள்ளது எனலாம். இக்காலத்து நாவலாசிரியர் சிலர் முற்காலத்தில் இருந்திருப்பின், காவியப் புலவர்களாக இருந்திருப்பர் ; அதுபோலவே, இக்காலத் துச் சிறுகதை ஆசிரியர்கள் சிலர் பழங்காலத்தில் வாழ்ந் திருப்பின், தனிப் பாட்டுக்கள் பல பாடும் கவிஞர்களாக இருந்திருப்பர். காலத்திற்கு ஏற்ப இலக்கியத்தின் வடி வமும் வளர்ச்சியும் மாறியமைவதையே இவற்றின் வாயி லாகக் காண்கிறோம்.

இக்காலத்து இலக்கிய வகைகளுள் மிக வேகமாக வளர்ந்துவருவது சிறுகதையே ஆகும் ; பெரிதும் வரவேற் கப்பட்-டுச் செல்வாக்காக உள்ள தும் அதுவே ஆகும். 'வில்லாத - நெருக்கடி - மிகுந்த - இக்கால வாழ்க் யில், விரைவில் படித்து முடித்து மகிழக் கூடியதாக 'பது அதற்குக் காரணம் ஆகும். வார இதழ்களும் - இதழ்களும் வளர்ந்துள்ள வளர்ச்சியும் ஒரு காரணம் எனலாம். எவ்வாறெனில், அந்த இதழ்கள் வெளியிட்டு ஒரே இதழில் முடிக்கக் கூடிய அளவில் அமையக் கூடியது சிறுகதையே. ஆகவே, கட்டுரைகளும் செய்திகளும் நகைச்சுவைத் துணுக்குகளும் ஆய்-வுரைகளும் வெளியிடும் ஓர் இதழ், கதையும் வெளியிட விரும்பும் போது, அதற்கு உதவியாக உள்ளது சிறுகதையே. ஆதலின், வார இதழ்களும் திங்கள் இதழ்களும் பலவாய்ப் பெருகி வளர வளர, சிறுகதைகளும் மிகப் பல தேவை-யாகின்றன. சிறுகதை எழுதுவோர்க்கு நல்ல வாய்ப்பும் ஏற்படுகிறது.

சிறுகதைகளைப் பலவகையாகப் படைத்து மகிழந்து, ஏறக்குறைய நூறு கதைகளைத் தமிழுக்குத் தந்தவர் (சொ. விருத்தாசலம் என்னும்) புதுமைப்பித்தன். அடுத்த நிலையில் சிறு கதைகள் எழுதிப் புகழ் பெற்றவர்கள் கு.ப.ராஜகோ-பாலன், கல்கி ரா. கிருஷ்ணமூர்த்தி முதலான வர்கள். இன்று நம்மிடையே வாழ்ந்துவரும் சிறுகதை எழுத்தாளர் சிலர் அத்தகைய புகழ்க்கு உரியவர்கள். இவர்கள் எழுதும் சிறுகதைகள் வெறும் பொழுது போக்கிற்கு உரியனவாக மட்டும் நிற்காமல், இவர்களின் உள்ளத்து உணர்ச்சிக்கும் விழுமிய கோக்கிறகும் இடந் தந்து அமைதல் காண்கிறோம். எங்கோ கற்பனைவானில் பறந்து பொழுது போக்காமல், வாழ்க்கைப் போராட்டங் களையும் சிக்கல்களையும் கற்பனை செய்து அழகாகப் படைத் துக் காட்டு தலால் இவை சிறந்து விளங்குகின்றன.

அமெரிக்காவில் இன்று இருநூறாயிரத்திற்கு மேற் பட்ட சிறுகதை எழுத்தாளர் உள்ளனர் என்பர். தமிழ் நாட்டிலும் ஈராயிரம் மூவாயிரம் சிறுகதை எழுத்தாளர் உள்ளனர் எனலாம். ஒவ்வொரு நாட்டிலும் இறு மற்ற இலக்கியத் துறைக-ளில் ஈடுபட்டு எழுதுவே விட, சிறுகதை எழுதுவோரின் தொகையே மிகுந்துவருகிறது. உணர்ச்சியுடன் வாழத் தெரிந்து, தாம் உணர்ந்ததைக் கடிதம் போல் எழுதத் தெரிந்த ஒவ்வொருவரும் தம் வாழ் நாளில் ஒரு சிறுகதையேனும் எழுதி-வைத்து மறைய முடியும் என்று ஆங்கில அறிஞர் ஒருவர் கூறியுள்ளார். ஆதலின், தமிழ் நாட்டில் சிறுகதை யாசிரி-யர்களின் தொகை இனியும் பெருக இடம் உண்டு எனலாம்.

ஆனால் சிறுகதையின் இலக்கியத் திறன் குறையாமல் காத்தல் வேண்டும். வார இதழ்களும் மற்ற வெளியீடுகளும் பெருகுவதால், அவற்றிற்குத் தேவையானபடி சிறுகதைகள் எழுதிக் குவிப்பதில் பயன் இல்லை. கலை, உள்ளத்து உணர்வு தூண்டப் படைக்கப்படுவது. அத்தகைய தூண்டுதல் இன்றி, எழுதியனுப்ப வேண்டிய நெருக்கடியால் பிறக்கும் சிறுகதைகள் பல கலைச்சிறப்புக் குன்றிப் போகின்றன. சில கதைகள் ஊர் பெயர் முதலியன மாறிப் புதியன போல் தோன்றினும், பழைய கதைகளின் போலி வடிவங்களாக ஆகின்றன. சிறுகதைகளை வளர்த்த இதழ்களே, இவ் வாறு அவற்றின் சிறப்புக்கு இடையூறாகவும் உள்ளன. இந்த மாசு படியாமல் உண்மைப் படைப்பாக வரும் சிறு கதைகளே இலக்கியமாக வாழ வல்லன்.

11. சிறுகதை என்றால் என்ன? - காஷ்யபன்

வசன நடையில் உள்ள மிகச் சிறிய கற்பனை "பொறி"தான் சிறுகதை.அது எவ்வளவு சிறியதாக இருக்கலாம்? பத்-தாயிரம் வார்த்தைகளுக்கு மிகாமல்,அரைமணி நேரத்தில் படித்து முடிக்கக் கூடியதாக இருக்கலாம் என்கிறார் ஏச்.ஜி. வெல்ஸ்.

அதன் உள்ளடக்கம் , கட்டுமானம் பற்றி எதுவும் இல்லை.ஆனால் இன்று அது பல்வேறு வடிவங்களில், பல்வேறு உள்ளடக்கத்தோடு நமக்குக் கிடைகிறது.ஆங்கில சிறு கதைகளின் தந்தை என்று போற்றப்படும் எட்கர் ஆலன் போ இது பற்றி அதிகம் கூறியிருக்கிறார்.அவரது கருத்தை ஒட்டி சாமர் செட் மாம் கூறும்போது" ஒரு குறிப்பிட்ட ஒரே சம்பவத்தைச்சோல்லும் கற்பனை" என்கிறார்." அது துடிப்போடு, மின்னலைப் போல மனதோடு இணைய வேண்டும் "என்கிறார். "ஆரம்பத்திலிருந்து முடிவுவரை சீராக கோடுபோட்டது போல் செல்லவேண்டும்" என்றும் குறிபிடுகிறார்.

சிறுகதை பாத்திரத்தைச்சுற்றி வராது.மாறாக கதையின் நோக்கத்தைச்சுற்றிவரும்.இது கவிதையைப் போன்று உணர்ச்சிகரமானதாக இருக்க வேண்டும்.மனதை மகிழ்ச்சிப்படுத்த வேண்டும்.. உபதேசம் செய்யக்கூடாது.

இலக்கியப் பண்டிதர்கள் சிறுகதையை இலக்கியத்தின் ஒரு பகுதியாக அங்கீகரிக்கத் தயங்கவே செய்கிறார்கள்.நூற்-றுக்கணக்கான உலக மொழிகளில் ஆயிரக்கணக்கான எழுத்தாளர்கள்,நல்லதும் பொல்லாததுமாக லட்சக்கணக்கில் எழுதித் தள்ளியுள்ளார்கள். இவற்றை பார்த்து ஆரய்ந்து சொல்லமுடியாத சிரமமும் இதில் அடங்கியுள்ளது.ஆக்ஸ்-வர்டு ஆங்கில வரலாற்று நூல் இது பற்றி, இந்த வடிவம் பற்றி குறிப்பிடவே இல்லை.மற்ற மொழிகளிலும் இது தான் நிலை..

மனிதம் பற்றி ஆழமான சித்தரிப்பு இருந்தால் மட்டுமேஅங்கீகாரம் கிடைக்கும் என்று விமரிசகர்கள் கருதுகிறார்-கள்.எழுத்தாளன் தன்னைச்சுற்றி என்ன நடக்கிறது என்பதை உணர்ந்து புரிந்து கொண்டால் தான் இத்தகைய ஆக்க-

பூர்வமான,வாழ்க்கைக்கு நெருக்கமான படைப்புகளை உருவாக்க முடியும உணர்வுகளை துல்லியமாக,சரியாக,.மெச்சத்-தகுந்தவகையில்வெளிபடுத்தும் திறமை கொண்டவனே ஆக்கபூர்வமான எழுத்தாளன்.சிதறிய கண்ணாடித்துண்டுகளில் தெரியும் பிம்பங்களாக அவை இருக்கக் கூடாது.

சிறுகதை எழுத்தாளர்கள் பல தரப்பட்டவர்கள். அவர்கள் இலக்கியம் படித்தவர்களாக இருக்க வேண்டிய அவசியம் இல்லை.அவர்கள் எழுதுகிறார்கள். மனதில் உள்ளதைக் கொட்டித் தீர்க்க எழுது கிறார்கள்.உணர்வுகளின்அழுத்தத்திலி-ருந்துவிடுபடஎழுதுகிறார்கள்.தேசீயம்,சீர்திருத்தம்,கலாசாரம்,பண்பாடு,தத்துவம்,உளவியல்,நவீனத்துவம்,பின்நவீனத்துவம் என்று அவர்களுக்குத் தெரிந்ததை தெளிவாகவு ம், தெளிவின்றியும் எழுதுகிறார்கள். இவர்களுக்கு போதமூட்டி கற்று கொடுப்பது சிரமமான காரியமல்ல.

மேலை நாட்டு இலக்கியங்களை, குறிப்பாக,பிரஞ்சு,ரஷ்ய, ஆங்கில இலக்கியங்களை முன் மாதிரியாகக் கொண்டு இந்திய மொழிகளில் நவீன சிறுகதைவடிவம் உருவாயிற்று.

1854 ம் ஆண்டு மராத்திய மொழியில் தான் முதன் முதலாக நவீன சிறுகதை வெளிவந்ததாக இலக்கிய வரலாற்-றாளர்கள் கருதுகிறார்கள்.விஷ்ணு கண் ஸ்யாம் என்ற பெயர் கொண்ட எழுத்தாளர் எழுதிய இந்தஸ் சிறுகதையின் தலைப்பு தெரியவில்லை.

1872ம் ஆண்டு வங்க மொழியில் பூர்ண சந்திர சட்டர்ஜி என்பவர் ''மதுமதி'' என்கிற சிறுகதையை எழுதியுள்ளார்.

1891ம் ஆண்டு குஞ்னு ராமன் நாயனார் என்ற மலையாள எழுத்தாளர் ''பழக்க தோஷங்கள்'' என்ற சிறுகதையை எழுதியுள்ளார்.

1900ம் ஆண்டு ''என் அத்தை'' என்ற சிறுகதையை பன்சே மங்கேஷ்ராவ் என்பவர் கன்னட மொழியில் எழுதி-யுள்ளார்.

(ஆதாரம்:Compaaritive Indian Literature vol 111, Kerala Sahithya Academy)

1854ம் ஆண்டுக்கு முன் நம் நாட்டில்சிறுகதைகள் என்ற வடிவம் இருந்த்ததில்லயா?

இருந்தது என்பதுதான் உண்மை.கதை சொல்வது என்பது மிகவும் பழமையான கலையாகும்.உலகத்திலேயே மிக அதிகமான கதைகளை கைவசம் இந்தியாதான் வைத்திருக்கிறது. பாரதி,தாகூர் போன்றவர்கள் அவற்றை நவீனப்ப-டுத்த முயற்சித்தார்கள்..

12. சிறுகதை எழுதலாம் வாங்க - மெலட்டூர். இரா.நடராஜன்

முதலில் ஒன்றை தெளிவு படுத்திவிடுகிறேன். தயவு செய்து நான் சொல்லுவதுதான் சிறுகதையின் இலக்கணம் என்று எண்ணிவிட வேண்டாம். எனது அனுபவத்தில், என்னை செம்மைப்படுத்திக் கொள்ள, நான் முட்டி மோதி அறிந்து கொண்டதை, புரிந்து கொண்டதை உங்களோடு பகிர்ந்து கொள்கிறேன். அவ்வளவே. ஒரு சிலருக்காவது இவை பயண்பட்டால் அது என் பாக்கியமே.

எது நல்ல சிறுகதை என்று யாராலும் அறுதியிட்டு சொல்லமுடியாது. அதனால்தான் என்னவோ, முதல் பரிசு பெற்ற சிறுகதை நமக்கு சாதாரணமாக தெரியலாம். ஆறுதல் பரிசு பெற்ற கதை முதல் பரிசுக்கு உரியதாக இருக்க-லாம். அதே மாதிரி சிறுகதையின் எல்லைகளை யாராலும் தீர்மாணிக்க இயலாது. ஆனால் ஒன்று. ஒரு சிறுகதை, நம் உள் வட்ட நண்பர்களை, உறவினர்களை தாண்டி, ஒரு சிலரையேனும் திருப்தி படுத்திவிட்டது என்றால் அது நமக்கு வெற்றியே. அந்த பெருவாரியான ரசிப்புத்தன்மையை நோக்கியே ஒரு ஆரம்ப எழுத்தாளன் இயங்க வேண்டும்.

1. சிறுகதை என்பது ஒரு சிறு நிகழ்வு. எனவே இதில் நாம் எடுத்துக் கொள்வது ஒரு சிறிய சம்பவமாக இருக்கட்-டும். அதை மையமாக வைத்து முன்னே பிளாஷ்பேக் சேர்த்து, பின் பகுதியில் முடிவைச் சொல்லி கதை செய்யலாம். மாதங்கள், வருடங்கள் என்றெல்லாம் உருட்டுவது ஆரம்ப எழுத்தாளர்கள் தவிர்க வேண்டியவை ஆகும்.

2. கதைக்கு தொடக்க வார்த்தைகள் மிக மிக அவசியம். இவைகள்தான் வாசகர்களை படிக்க தூண்டுபவை. எனவே நேரடியாக கதைக்கு சம்பந்தமான விஷயங்களை கொண்டுவந்துவிடுதல் நல்லது. 'ஒரு நல்ல தொடக்கம், பாதி முடிவை எட்டும்' என்று ஒரு பேச்சு இருக்கிறது. இன்றைய உலகம் அவசர உலகம். கதையை படிப்பதற்கு முன்னால் எவ்வளவு பக்கம் என்று பார்க்கும் மனப்பாண்மை கொண்டது. எனவே குழப்பமில்லாமல், ஜெட் வேகத்தில் சுறு சுறுவென தொடங்கும் கதை நிச்சயம் படிக்கப்படும். இன்னும் சொல்லப்போனால் தலைப்பே மிக சிறப்பாக இருக்க வேண்டியது அவசியம். கதையின் தலைப்பை படித்து, அதனால் ஈக்கப்பட்டு கதையை படிக்கப் போகிற வாசகர்கள் இன்னமும் இருக்கிறார்கள்.

3. சிறுகதையில் எந்தவித தேவையில்லாத வார்த்தைகளும் இருக்கக் கூடாது. இந்த ஒரு வரியை எடுத்துவிடுவதால் அந்த கதை விழுந்துவிடும் என்ற அளவுக்கு வார்த்தை சிக்கனம் வேண்டும். கதையை எழுதியவுடன் ஒரு வேற்று மனிதனாக இருந்து தானே படிக்கும் போது அதிகப்படியானவை பளிச்சென்று தெரிந்துவிடும்.

4. கதை சொல்லும் வார்த்தைகளில் ஒரு ரசிப்புத் தன்மை இருக்க வேண்டும். அந்த வார்த்தைகளை படிக்கும் வாசகனை அது எந்த விதத்திலாவது பாதிக்க வேண்டும். வார்த்தைகளில் உள்ள ஜாலம்தான் உங்களுக்கு ஒரு முத்திரையை அளிக்கிறது. எனவே மேம்போக்காக எழுதாமல், ஒரு சிற்பக் கலைஞன் சிற்பி மாதிரி வார்த்தைகளை கையாள வேண்டும்.

5. நடுநடுவே வரும் வசனங்கள் பளிச் பளிச் என்று ஆணித்தரமாக இருக்க வேண்டும். அது கதையின் ஓட்டத்தை தீர்மாணிப்பதாக இருக்க வேண்டும். வெட்டியாக வரும் வசனங்கள் வாசகனை வெறுப்பேற்றும்.

6. முடிவு நெத்தியடியாக இருக்க வேண்டும். அந்த வரியை படித்ததும், வாசகன் ‘அட’ என்று வியக்க வேண்டும். அவன் திருப்தியுடன் ஒரு புன்னகை செய்தால் அது உங்களுடைய வெற்றி.

7. கதை எழுதுவதற்கு முன்னால் அதை பகுதி பகுதியாக பிரித்து ஒவ்வொன்றிலும் என்ன சொல்லப் போகிறோம், அவைகள் சீராக இருக்கின்றனவா என்று மனசுக்குள் ஒரு காட்சி மாதிரி ஓடவிட்டு பார்த்துவிட்டு எழுத உட்கார்ந்தால் நல்லது.

8. ஒரு கதைக்கான கரு கிடைத்துவிட்டால், அதை மனசுக்குள் கொஞ்ச நாட்கள் உருட்டிக் கொண்டே இருங்கள். அது சம்பந்தமாக விவரங்கள், விவரனைகள், தர்க வாதங்கள், உங்களின் அனுமானங்கள் ஆகியனவற்றை அலசி செம்மை படுத்த வேண்டும்.

9. இன்றைய பத்திரிக்கை உலகில் சிறுகதைகள் என்பது A4 சைஸ் பேப்பரில் எழுத்துரு 10ல் இரண்டரை பக்கங்களுக்கு மிக கூடாது. புதிய எழுத்தாளர்கள், தங்களின் கையெழுத்து மிக தெளிவாக இருந்தால் மட்டுமே, கையிலால் எழுதி அனுப்பலாம். கொஞ்சம் மோசமான கையெழுத்து கொண்டவர்கள் கம்ப்யூட்டரில் அடித்து அனுப்புவது நல்லது. தற்போதைய சூழலில் பொறுமையாக படிக்க ஆளில்லை.

10. கதைக்கான களம் மிகவும் வித்தியானமானதாக இருந்தால் மிக நல்லது. மண்வாசனை கொண்ட கதைகளுக்கு என்றுமே மரியாதை உண்டு. அதற்காக வாசகர்களை ரொம்ப கஷ்டப்படுத்தக் கூடாது. புதிய கோணத்தில் கதை சொல்லுவது ஜெயிக்கும் குதிரையில் பணம் கட்டுவது மாதிரி.

11. முதலில் உங்கள் கதை ஒரு பத்திரிக்கையால் நிராகரிப்பட்டால் அதை முழுவதுமாக ஏற்றுக் கொள்ளுங்கள். வளரும் எழுத்தாளருக்கு எதிர்மறை விமர்சனங்களை பண்புடன் எற்றுக் கொள்ளும் பக்குவம் வேண்டும். ஏன் இந்தக் கதை அவர்களை திருப்தி படுத்தவில்லை? என்ற கேள்வி போட்டு ஆராயுங்கள். அந்த பத்திரிக்கையில் வரும் கதைகளின் போக்கை கவனியுங்கள். அவர்களின் மன ஓட்டம் புரியும். அதற்கு ஒத்துப்போக முடிந்தால் நல்லது. இல்லையேல் அதை விட்டுவிட்டு வேறு பத்திரிக்கையை பாருங்கள்.

12. ஒரு கதை நிராகரிப்பட்டததும், அதை மாற்றி எழுத சோம்பல் படவே கூடாது. வளர்ந்து வரும் எழுத்தாளர்களை கேட்டுப் பாருங்கள். அவர்களது பல சிறுகதைகள், மாற்றி எழுதப்பட்டு, வேறு பத்திரிக்கைகளில் வெளியாகி இருக்கும்.

13. கதை எழுதுவதற்கு மிக அடித்தளமாக இருப்பது அப்ஸர்வேஷன். நம்மை சுற்றி நடக்கும் பல விஷயங்களை உண்ணிப்பாக கவனியுங்கள். ஒரு குடிகாரனை பற்றி எழுதினீர்களானால், அவன் இயல்பை ரசிப்புத்தன்மையோடு எழுதுங்கள். வண்ணதாசன், சுஜாதா, இந்திரா பார்த்தசாரதி, எஸ்.ராமகிருஷ்ணன் போன்றவர்களின் எழுத்துக்களை படியுங்கள். அவர்கள் எப்படி எழுத்துக்களை நகர்த்துகிறார்கள் என்பது புரியும். கதை படிக்கும் போது எழுத்துக்கள், ஆடி வரும் தேர் மாதிரி மனசை கொள்ளை கொள்ள வேண்டும்.

14. கதையில் ஒரு இடத்தைப் பற்றியோ அல்லது டெக்னிகலான விஷயங்கள் பற்றியோ எழுதப்போகிறீர்கள் என்றால் அதை பற்றி விலாவாரியாக படியுங்கள். அதன் பிறகு எழுதினால், அதன் உண்மைத்தண்மை வாசகர்களை ஈர்க்கும். வாசகனின் தேடுதல் வேட்க்கையை நீங்கள்தான் தீர்க்க வேண்டும்.

15. கூடுமானவரை உங்களது அனுபவங்களை, நீங்கள் பார்த்ததை, எழுத்தில் கொண்டுவாருங்கள். அதை அப்படியே நேரடியாக எழுதாமல் உங்கள் கற்பனையை ஓடவிட்டு, ஒட்டு சேருங்கள். ஆண் சம்பந்தப்பட்டதை பெண் ஆக்குங்கள். ஒரிஜினல் சித்தப்பாவை கதையில் மாமாவாக்குங்கள். அவர்கள் கதையை அப்படியே எழுதினால் பல பிரச்சனைகள் பின்னால் எழலாம். தவிர, உங்களது தனித்தன்மை அடிப்பட்டு போய்விடும்.

16. ஒவ்வொரு பத்திரிக்கைக்கும் ஒரு ஸ்டைல் இருக்கிறது. ஒரு சில பத்திரிக்கைகள் கொஞ்சம் விலங்கமான/லைட்டான கதைகள் எதிர்பார்க்கும். ஆனால் அதுவே மற்ற பத்திரிக்கையில் எடுபடாது. பெண்கள் பத்திரிக்கையில் குடும்ப பிரச்சனைகளை அலசும் கதைகள் வரவேற்கப்படும். ஒரு பக்க கதையென்றால் 70 வார்த்தைகளுக்கு மிகாமல் இருக்க வேண்டும். அப்போதுதான் கதைக்கான படம் மற்றும் லே- அவுட்டை டிசைனை கணக்கில் கொண்டு பத்திரிக்கையின் ஒரு பக்கத்தில் கொண்டுவர முடியும். பத்திரிக்கையின் எடிடோரியல் செய்ய வேண்டிய எடிடிங் வேலையை நீங்கள் குறையுங்கள்.

17. கதையை எழுதி முடித்தவுடன், உங்கள் நண்பர் குழுவில் எந்தவித சங்கோஜமும் இல்லாமல் நேரடியாக விமர்சனம் செய்யும் ஒருவரிடம் கொடுத்து படிக்கச் சொல்லுங்கள். ஒரு வாசகனாக அவருக்கு வரும் சந்தேகங்களை குறித்துக் கொண்டு அதை நிவர்த்தி செய்யுங்கள்.

18. ஒரு கதைக்கான கரு நேரடியாக கிடைக்காது. ஒரு நிகழ்வின் தாக்கம்தான் ஒரு கதைக்கான கருவாக இருக்கமுடியும். சிக்னலில் ஸ்கூட்டரின் பின் சீட்டில் அம்மாவின் தோளில் தலை தொங்கி தூங்கிக் கொண்டிருந்த குழந்தை ஒன்றை பார்க்கிறீர்கள். இதில் ஒரு கதைக்கான கரு உங்களுக்கு தோன்றலாம். எனக்கு அது மாதிரி ஒரு கரு தோண்றி, அதை கதையாகி குங்குமத்தில் வெளி வந்தது. ராஜேஷ்குமாரின் நிறைய க்ரைம் கதைகளுக்கு அவர் தினம் படிக்கும் செய்தித்தாள்களே அதிகம் உதவுவதாக ஒரு முறை சொல்லியிருக்கிறார்.

19. எழுத எழுததான் வார்த்தைகள் வசப்படும். எனவே நிறைய எழுதுங்கள். அதற்காக நிறைய படியுங்கள். வார்த்தைகளை கொட்டித்தள்ளாமல் அம்மா கைமுறுக்கு சுற்றுவது மாதிரி நிதானமாக கையாளுங்கள். ஒரு அரை மணிநேர கச்சேரிக்கு பின்னால் ஒரு நூறு மணிநேர உழைப்பு இருக்கும். எனவே பலமுறை அடித்து திருத்தி மாற்றியமைத்து உங்கள் மனசுக்கு திருப்தியாகும் வரை முயற்சி செய்யுங்கள்.

20.ஒரு கதையின் நீளத்தை அந்த கதைதான் தீர்மானிக்க வேண்டும். ஒரு பக்க கதைக்கான விஷயத்தை வைத்துக் கொண்டு டி.வி.சீரியல் மாதிரி மூன்று பக்கங்களுக்கு இழுக்காதீர்கள். உங்களை மிகவும் கவர்ந்த ஒரு சில வார்த்தைகள், பாராக்கள், நீங்கள் கதையில் சேர்த்திருப்பீர்கள். அது கதையின் போக்குக்கு அதிகப்படியாக இருக்குமானால், யோசிக்காமல் வெட்டித்தள்ளுங்கள்.

என்ன, சரிதானே. புறப்படுங்கள். - (ஏப்ரல் 2012)

13. சிறுகதை - ஓர் ஆய்வு - நா.முத்துநிலவன்

விழுது விட்ட அரசமரம்

அறிவியலின்படி வேண்டுமானால் ஆலமரம் தான் விழுதுவிடும் என்று கூறலாம். ஆனால்இ தமிழ் இலக்கிய உலகில் ‘அரசமரம்’ தான் ஏராளமான விழுதுகளோடும் விதைகளோடும் விரிவடைந்து நிற்கிறது!

1917 - 20களில் உலக அளவில் நடந்த மிகப் பெரிய நிகழ்ச்சி சோவியத்துப் புரட்சி. இந்திய அளவில் எல்லோரையும் கவனிக்கச் செய்தது. காந்திஜியின் இந்தியவரவு எனில்இ தமிழக அளவில் - இலக்கியவாதிகள் அனைவரையும் நிமிர்ந்து பார்க்கச் செய்தது - வ.வே.சு. ஐயரின் முதல் தமிழ்ச்சிறுகதைப் படைப்புத்தான். வ.வே.சு. இறந்த பிறகு (1927இல்) வெளிவந்த அவரது எட்டுச் சிறுகதைகள் அடங்கிய “மங்கையர்க்கரசியின் காதல்” தொகுதி தான் தமிழின் முதல் சிறுகதைத் தொகுதியாக அறியக் கிடைக்கிறது. இந்தியாவில் முதல் முதலில் சிறுகதைகள் எழுதத் தொடங்கிய தாகூரிடமிருந்து பாரதியார் சிலவற்றை மொழிபெயர்த்தார். பாரதியாரும் சில ‘சிறிய’ கதைகளை எழுதியுள்ளார். எனினும் அவற்றைச் சிறுகதைகள் என்று கூறிவிட முடியாது என்கிறார் இலகைத் தமிழாய்வாளர் கா. சிவத்தம்பி.

பாரதிக்கும், வ.வே.சு.ஐயருக்கும் முன்னரே ‘பரமார்த்த குருகதைகள்’ எழுதிய வீரமாமுனிவரும், ‘குசிகர் குட்டிக் கதைகள்’எழுதிய மாதாவையும் தமிழ்ச்சிறுகதை வடிவத்தில் முன்னோடிகளாக விளங்கினாலும் சிறுகதைவடிவத்துக்கு சரியாக விழுதுவிட்டது வ.வே.சு.ஐயரின் அரசமரம்தான் “குளத்தங்கரை அரசமரம்”!

ஆரம்பகாலச் சிறுகதை முயற்சிகளில் மணிக்கொடி.

1935 வரையிலும் - தேசபக்தன் நவசக்தி தமிழ்நாடு காந்தி கலைமகள், ஊழியன், சுதந்திரச் சங்கு ஆனந்தவிகடன் மித்திரன் வாரப்பதிப்பு போன்ற பலதரப்பட்ட பத்திரிகைகளில் பலர் எழுதிய சிறுகதைகள் வந்து கொண்டிருந்தன.என்றாலும் புதுமைப்பித்தன் கு.ப.ராஜகோபாலன் ந.பிச்சமூர்த்தி சி.சு.செல்லப்பா போன்றோர் எழுதிய ‘மணிக்கொடி’ பத்திரிகைதான் சிறுகதை இலக்கியத்துக்கு சரியான மடைதிறப்பாக வந்து சேர்ந்தது.

இந்திய சுதந்திரப்போரில் ஈடுபட்டுச் சிறையிலிருந்த - கே.சீனிவாசன் டி.எஸ்.சொக்கலிங்கம்இ வ.ராமசாமி என்ற வ.ரா. ஆகிய மூன்று தேசபக்தரிடம் கருவாகி அவர்கள் வெளிவந்ததும் உருவாகி 1933 செப்டம்பர் 17 இல் ‘மணிக்கொடி’ முதல் இதழ் வெளிவந்தது. வார இதழாக வந்த ‘வ.ரா.மணிக்கொடி’யில் ‘குறுக்கெழுத்துப் போட்டிக்குக் கதை எழுதுகிறவர்’ என்று கிண்டல் செய்யப்பட்டவர் கலகி -ரா.கிருஷ்ணமூர்த்தி. அவர் நடத்திய விகடன் சிறுகதைப் போட்டியில் பரிசு பெற்று சிறுகதை ஆசிரியராகத் தெரியவந்தவர் பி.எஸ்.ராமையா.

பின்னர் அதே பி.எஸ்.ராமையாவை ஆசிரியராகக் கொண்டு ‘மணிக்கொடி’ மாதமிருமுறையாக (1935 மார்ச்முதல்) வெளிவரத்தொடங்கியது. சமகாலத்திலேயே மணிக்கொடி கலைமகள் விகடன் பத்திரிக்கைகளில் பலதரப்பட்ட ரசனையுடன் சிறுகதை என்கிற இலக்கிய வடிவம் வெகுவேகமாகப் பரவியது. கி.வா.ஜ. கூறியது போல 1957 ஆம் ஆண்டிலேயே ஒரு மாதத்திற்கு சுமார் இருநூறு சிறுகதைகள் வெளிவரத் தொடங்கின.

மணிக்கொடிக்குப் பிறகு•••..

மணிக்கொடி '38 ல் நின்று போய்இ பிறகு மீண்டும் வ.ரா.வை ஆசிரியராகக் கொண்டு குறுகிய காலமே வெளி-வந்தது. அதற்கும் பிறகு பல ஆண்டுகள் கழித்து (1950 இல்) பி.ஸ்.ராமையாவையே ஆசிரியராகக் கொண்டு சில இதழ்கள் வந்து நின்றே போனது. இப்படி மாறி மாறி மணிக்கொடி பற்றி இங்குக் குறிப்பிட வேண்டியது அவசியம். அதற்குப் பின்னால் இன்று வரை - மேலாண்மை பொன்னுச்சாமி வரை - பல்வேறு பார்வைகளில் எழுதி வருவதன் விதை 'மணிக்கொடி'யிலேயே விதைக்கப்பட்டது.

ஒரு பக்கம் : ஜனரஞ்சக வாசகர்கூட்டத்தோடு '30களில் வெளிவந்த 'விகடன்' அதிலிருந்த ரா.கிருஷ்ணமூர்த்திஇ தன் பெயரிலேயே பிறகு (1941) ஆரம்பித்த 'கல்கி' போன்ற வார இதழ்களில் வெளிவந்த சிறுகதைகளஇ; இவற்றைத் தொடர்ந்து சிறுகதைகளோடு மற்ற மசாலாக்களையும் சேர்த்து இலக்கிய வியாபாரம் செய்து வரும் இன்றைய குமுதம் குங்குமம் சாவி இதயம் போன்ற பத்திரிக்கைகளில் வெளிவரும் சிறுகதைகள் - இவை ஒரு பக்கம்.

அடுத்த பக்கம் : வ.ரா.நடத்திய அரசியல் சமூகம் சார்ந்த இலக்கிய மணிக்கொடியிலிருந்து வேறுபட்டு பி.எஸ்.ராமையா நடத்திய தூய இலக்கிய சிறுகதை மணிக்கொடியில் எழுதியவர்களும் மணிக்கொடியால் எழுத வந்-தவர்களும் ஆகிய இவர்கள் எழுதி வந்த சிறுகதைகள் - இன்னொரு பக்கம்.

இந்த இரண்டாவது பக்கம் தான் சோதனை முயற்சிகளை செய்தது.

இந்த சோதனை முயற்சிகள்தான் சிறுகதைகளில் உருவத்துக்கு அழுத்தம் கொடுத்த குழுவாகவும் உள்ளடக்கத்துக்கு அழுத்தம் கொடுத்த குழுவாகவும் பரிணமித்துப் பிரிந்தது.

முதல் குழு 'எழுத்து' (1959-62) பத்திரிக்கையைத் தொடங்கியது. இதில் ஆசிரியர் சி.சு.செல்லப்பாஇ சு.நா.சு.பிச்-சமூர்த்தி போன்றோர் அதிகமாக எழுதிவரஇ அதில் சிறுகதை குறைந்து புதுக்கவிதைஇ இலக்கிய விமர்சனம் மிகுந்து வரத் தொடங்கியது.

அடுத்த குழுவின்தொடர்ச்சி 'சரஸ்வதி'(1954-62)பத்திரிகையைத் தொடங்கியது. இதில் ஆசிரியர் விஜயபாஸ்க-ரனுடன், ரகுநாதன் ஜெயகாந்தன் சுந்தரராமசாமி போன்றோர் அதிகமாக எழுதிவர இதில் பழைய வ.ரா.மணிக்கொடி போல - அரசியல் சமூகம் சார்ந்த புதிய சிறுகதைகள் அரசியல் கட்டுரைகள் பிற இலக்கிய வடிவங்கள் வீச்சுடன் வெளிவந்தன.

இதன் பின்னர் 'எழுத்து' இதழின் வீச்சு சு.நா.சு.நடத்திய 'சூறாவளி' 'சந்திரோதயம் போல - சில இதழ்களாவும்' இவரது இலக்கிய பார்வையை ஒட்டிய 'ஞானரதம்' அண்மையில் - அவர் மறைவதற்கு முன் சில இதழ்களே வெளி-வந்த 'மூன்றில்' போன்ற இதழ்களாகவும் இந்த வட்டத்தைச் சார்ந்த 'கணையாழி' போன்ற பத்திரிகைகளாகவும் இன்-றைய சுந்தரராமசாமியின் 'காலச்சுவ'டாகவும் பரிணாமம் கொண்டுள்ளது.

அதேபோல 'சரஸ்வதி' பத்திரிகையின் வீச்சு 'ரகுநாதனின் 'சாந்தி'யாகவும் பின்னர் ஜீவா தொடங்கிய 'தாமரை'யாக-வும் அதில் எழுதியவர்கள் பின்னர் தொடங்கிய 'செம்மல'ராகவும் பரிணமித்துள்ளது.

இவ்வாறாக மணிக்கொடிக்குள் இருந்த உருவமும் உள்ளடக்கமும், சற்றேறக்குறைய இரண்டு குழுவாக - சிறுசிறு வட்டங்கள் உள்ளடக்கிய இரண்டு வகைக் குழுவாகவே பரிணமித்தது. (இதில் ஒருசிலர் முதல் குழுவில் தொடங்கி இரண்டாம் குழுவில் நிலைத்ததும் உண்டு. இரண்டிலும் ஆரம்ப காலத்திற்கு மாறாகப் போனவர்களும் உண்டு. இவர்-கள் தொடர்புடைய ஏராளமான - இங்கு சுட்டப்படாத - பத்திரி;கைகளும் உண்டு. ஒரு குறியீடாகவே இங்கு எடுத்-தாளப்பட்டுள்ளன.

இப்படி - உள்ளடக்கத்துக்கு அழுத்தம் கொடுத்த குழுவின் வளர்ச்சியாக அரசியல் சமூக விஷயங்களோடு இலக்-கியம் செய்த பழைய வ.ரா.மணிக்கொடியின் பரிணாமத்தின் ஒரு பக்கமே இன்றைய செம்மலர். அதில் தொடர்ந்து எழுதிவரும் சிறுகதையாசிரியர் மேலாண்மை பொன்னுச்சாமி.

வ.ரா. தொடங்கி பின்னர் பி.எஸ்.ராமையா தொடர்ந்து மணிக்கொடிக்கு ஒரு புதுமைப்பித்தன் கிடைத்தது போல விஜயபாஸ்கரன் சரஸ்வதிக்கு ஒரு ஜெயகாந்தன் கிடைத்தது போல இன்றைய செம்மலருக்கு ஒரு மேலாண்மை பொன்னுச்சாமி கிடைத்திருக்கிறார். மணிக்கொடி முதல் இதழ் முதல் பக்கத்திலேயே பிரகடனப்படுத்திய எழுத்தாளர் கடமையுடன் இன்றளவும் எழுதிவரும் ஒருசிலரை மணிக்கொடியின் பரிணாமமாகக் காணமுடிகிறது.

'கல்கியின் முதற்பரிசு பெற்று வெளிவந்த 'சிபிகள்' சிறுகதைக்குஇ பின்னர் வெளியிட்ட தனது அறிமுகவுரையில் மேலாண்மை தன்னை' மார்க்சிஸ்ட் என்று பிரகடனப்படுத்திக் கொண்டதும் இங்கு நினைவுகூரத்தக்கது.

எழுத்தும் வாழ்க்கையும் - புதுமைப்பித்தன் ஜெயகாந்தன் அளவுக்கு இவர் இன்றும் சிகரங்களைத் தொடவில்லை என்றாலும் அவர்களை விடவும் - டாக்டர் வீ.அரசு சொல்லுவது போல 'பாவப்பட்ட மக்களோடு அவர்களில் ஒரு-வராக வாழ்ந்துவரும் படைப்பாளி மேலாண்மை பொன்னுச்சாமி' - நமது கவனத்துக்குரிய எழுத்தாளராக இருந்து வருகிறார்.

விந்தன் எழுதிய 'முல்லைக்கொடியாள் கதைத் தொகுதிக்கு முன்னுரை வழங்கி கல்கி கூறியது போல - 'பாடுபட்டு அறியாதவன். பாட்டாளியின் துயரத்தைப் போற்றியும்இ சேற்றில் இறங்கியறியாதவன் குடியானவனுடைய கஷ்டத்தைப் பற்றியும் என்னதான் கண்ணீரில் பேனாவைத் தோய்த்துக் கொண்டு எழுதினாலும் அந்தக் கதைகளில் மற்ற எல்லாச் சிறுகதை இலட்சணங்களும் இருக்கலாம். உள்ளத்தை ஊடுருவித் தைக்கும்படியான இதயம் ஒன்றிய ஈடுபாடு இருப்பதில்லை. அப்படிப்பட்ட உண்மை ஒளிவீசும் ஏழைஎளிய மக்களிடையே இருந்தும் உழைப்பாளர் மக்களிடையே இருந்தும் ஆசிரியர்கள் தோன்ற வேண்டும். அவர்களுடைய எழுத்தில் இலக்கியப் பண்பும் பொருந்தியிருக்க வேண்டும். அப்படி கல்கி ஆசைப்பட்ட மாதிரி ஒரு உழைப்பாளியாகவும் இலக்கியப் பண்பு பொருந்தியவராகவும் இருக்கும் எழுத்தாளர்கள் மேலாண்மை பொன்னுச்சாமி.

புனைபெயரில்லாத பொன்னுச்சாமி - விருத்தாசலப் புதுமைப்பித்தனிலிருந்து வைத்தியநாதப் பிரபஞ்சன் வரை புகைத்துறை புனைப்பெயருக்குக் குறைவைத்ததில்லை. அவர்களாவது அர்த்த பூர்வமாக அப்படிப் பெயர் புனைந்து கொண்டார்கள். ஆனால் வெறும் வியாபாரக் கவர்ச்சிக்காகவே வேணுகோபாலப் புஷ்பா தங்கதுரைகளாக வருகின்ற காலத்திலும் கூட தனது கிராமத்துப் 'பத்தாம்பசலி'ப் பெயரை மாற்றிக் கொள்ளாமல் எழுதும் இவர் 'பேரளவு'க்கும் தனித்தே நிற்கிறார். இந்த வகையில் 'என்கதைகளில் உள்ள கவர்ச்சிக்கு ஓரளவு காரணம் நான் புணைந்து கொண்ட புனைபெயராகும். அது அமெரிக்க விளம்பரத் தன்மை வாய்ந்தது என்று கூறிய புதுமைப்பித்தனிடமிருந்தும் கூட இவர் வேறுபடுகிறார்.

காந்தியும் - பாரதிராஜாவும் - மேலாண்மை பொன்னுச்சாமியும் - இந்தியாவின் ஆன்மா கிராமங்களில் இருக்கிறது' என்றார் காந்திஜி. ஆனால் என்பது சதவீத இந்திய ஆன்மா இன்னமும் இருளடைந்தே கிடக்கிறது.

இந்தியச் சுதந்திரத்திற்கு இத்தனை வயதாகியும், ஒற்றையடிப்பாதை கூட இல்லாத கிராமத்திலிருந்து வயல் வரப்பிலேயே நடந்து இரண்டு கிலோமீட்டர் தூரம் நடந்து போன பிறகுதான் இந்தியப் போக்குவரத்துச் சாலையை பார்க்க முடிவது கொடுமையல்லவா?

நமது கிராமங்களை - சினிமாக் கலை வடிவத்தின் மூலம் - நகரவாசிகளுக்கும் காட்டுவதேஇ தமிழில் பாரதிராஜாவுக்குப் பிறகுதான் அதிகரித்தது. ஆனால்இ அதில்கூட தவறாமல் ஒரு பள்ளிக்கூடம் இருக்கும் அல்லது அழகான காதலி வந்து பாட்டுப்பாடுவாள். இந்தியாவில் ஆயிரக்கணக்கான கிராமங்களில் பள்ளிக்கூடங்களே கிடையாது என்பது ஒருபக்கம். காதல் தவிரவும் கணக்கற்ற பிரச்சினைகள் கிராமங்களில் உண்டு என்பது மறுபக்கம்.

ஆக இன்றைய தமிழ்க் கலை இலக்கியங்களில் வருகிற கிராமங்களில் எதார்த்தத்தைத் தேட வேண்டியிருக்கிறது. மேலாண்மை பொன்னுச்சாமி சுமார் பதினைந்து ஆண்டுகளாக நூற்றுக் கணக்கான கதைகளை எழுதியிருக்கிறார். அதில் மிகப் பெரும்பாலானவை கிராமியக் களக்கதைகளே. அந்தக் கதைகளிலும் தமிழ்ச் சினிமாக்களைப்போல அல்லாமல் எதார்த்தமான கிராமத்து நடப்புகளை - நம்மோடு வாழ்ந்துவரும் கதாபாத்திரங்களோடும் - புதிய கோணத்தில் நம் கண்முன்னே நிறுத்துவதுதான் இவரது வெற்றியின் அடிப்படை.

மேலாண்மையின் சிறுகதைகள் - நாடு சுதந்திரம் பெற்ற செய்தி கூடச் சென்று சேர்ந்திருக்குமோ எனும் சந்தேகத்துக்குரிய அரசியல் பொருளாதாரச் சூழலும்; தொடர்புமற்ற ஆயிரக்கணக்கான கிராமங்களில் இருந்து கொண்டு எமது தேசத்தின் என்பதுகோடி வாய்களுக்கும் உணவு சுரந்து கொண்டு கிடக்கும் விவசாயக் கூலிகள் சிறுவிவசாயிகள் அவர்களின் குடும்ப உறவுகளில் நிகழும் சிக்கல்கள் - அதிலும் பெண்கள் குழந்தைகள் அவல உச்சங்கள் - அப்பப்பா!

இந்தியாவிலேயே யாருக்கு ஒருங்கிணைப்பு மிகவும் அவசியமோ அந்தக் கிராமத்துக் கூலி விவசாயப் பகுதி இன்னும் பல லட்சக்கணக்கில் ஒருங்கிணைக்கப்படாமல் இருக்கும் நிலை!

இந்த இருபதாம் நூற்றாண்டின் பிற்பகுதியிலும் கூட அரசியலால் தொட முடியாதவர்களை பொருளாதாரத் திட்டங்களால் தொடமுடியாதவர்களை விஞ்ஞானத்தின் விரல்நுனியும் படமுடியாதவர்களை இலக்கியத்தைத் தொட்டு எழுப்பப் பார்க்கிறார் மேலாண்மை. டாக்டர் வீ.அரசு சொல்வதுபோல 'கிராம மக்களின் வாழ்க்கை அவர்களது பண்பாட்டுத் தளத்திலேயே நொறுங்கிக் கொண்டிருக்கும் அவலம் இவரது எழுத்துக்களில் உயிரோட்டமாய் இருக்கிறது. அந்தக் கிராமத்துக் கூலி விவசாயக் குடும்பங்களிலும் அதிக அவலப்பகுதியான பெண்களையும் குழந்தைகளையும் அவர்களது உள்மன உணர்வுகளையும் எழுதுகிறார்.

இதுதான்

உலகக் கொடுமைகளின் நுனிமுனைக் கொழுந்து
எழுதப்படும் இலக்கிய வகையின் உச்சம் இது.
இதற்கு மேல் இசை - கலை வடிவங்கள்தான் மேற்செல்லக்கூடும்.
"கொலை" மேலாண்மையின் முத்திரைக் கதை.

1977 ஆகஸ்டு செம்மலரில் வெளிவந்த மேலாண்மை பொன்னுச்சாமியின் 'கொலை' சிறுகதையை அந்த மாதத்துச் சிறந்த சிறுகதையாக இலக்கியச் சிந்தனை தேர்ந்தெடுத்துப் பாராட்டியது.

கிராமத்துக் கூலி விவசாயி மாடசாமி

..........அவனது 'கறுப்புப் புறாவா துடிப்பும் துள்ளலும் மின்னலுமாகச் சுழன்று திரியும்' அன்பு மனைவி ராசாத்தி.

..........'காட்டுக் கள்ளியாக கவனிப்பாரற்றுக் கிடந்த கல்லுவாரிப் பயலான தன்னையும் ஒரு மனிதனாக மதித்து'மனைவியானவள்.

..........ராசாத்திக்கு பிரசவநேரம்......

''சாய்ந்து நிமிரும் தேர் மாதிரி வயிறு'

..........கிராமத்து 'லேடி டாக்டர்'ராமாயம்மாளுக்கு மசியாத பிரசவ வலி.

ஏழுமைல் தூரம் - கிராமத்திலிருந்து இந்தியா இருக்கும் தூரம்.

..........'ரெக்கைகட்டிப் பறக்கும் கிராமத்து அன்பு உள்ளங்கள் திரும்புகின்றன.

..........'டாக்சியும் கிடைக்கலியாம்! இடையிலே செத்துத் தொலைஞ்சிட்டா பெரிய ரோதனையாகப் போகுமாம.;

..........'காட்டுப் பாதையில் பைக் வராதாம் டாக்டரும் வரமாட்டாராம்.

..........வண்டி கட்டிப் போனார்கள்.

..........ஆஸ்பத்திரியை அடைந்த ஐந்தாவது நிமிடம் பெரியவர் கதறினார்.

''ராசாத்தியைக் கொன்னுட்டீங்களாடா! பாவிகளா''

இந்தக் கதையின் முடிவு பற்றிக் கருத்து வேறுபடுகிறார். அந்த ஆண்டின் சிறந்த சிறுகதையைத் தேர்வு செய்து 'தீர்வு' கண்ட ஆர்.சூடாமணி.

''ராசாத்தி சாகவில்லை கொலை செய்யப்பட்டாள்' என்ற கருத்து ஒரு பாத்திரத்தின் வாயிலாக மேடைப் பிரசங்கம் போல் வெளிவருவது. கதையின் கலைத் தன்மையைப் பாதிக்கிறது. இப்படித் திடீரென்று கதைக்கு இடையே ஒலிக்கும் தனிக்குரல்கள் கதையின் எதிரியான மிகைகளில் ஒன்று''. - என்கிறார் அவர்

கதைகளில் பிரச்சினைக்கான தீர்வுகள் 'தட்டில் வைத்துத் தரப்படவேண்டும்' என்பது இல்லைதான். ஆனால் கதை எழுதுவது ஈட்டி எறிதல் போல இருக்க வேண்டும்.

ஈட்டி காற்றைக் கிழித்து வெகுதூரம் போகவும் வேண்டும்.

நுனியில் குத்தி நிமிர்ந்து நிற்கச் செய்யவும் வேண்டும்.

ஈட்டி தரையைத் தடவிப் போய்விடாமல் இருக்க அழுத்தம் கொடுத்து வீசும் போது ஈட்டி நுனி சென்று குத்துவதற்காக ஒரு திருப்பு விசையைக் கொடுத்துச் செலுத்துவது போன்ற நுணுக்கம் அமைவது ரொம்ப அருமையானது.

கூடுதலாக அழுத்திவிட்டால் தூரம் போகாது.

தூரம் மட்டுமே கருதிவிட்டால் குத்தி நிற்காது(பவுல் ஆகிவிடும்) இரண்டுமே வேண்டும்.

சிறுகதையும் அப்படித்தான்

இல்லாவிட்டால் கலை கலைக்காகவே கதையும் கதைக்காகவே என்றாகிவிடும். கலையம்சத்தால் நிலைபெறுதலும் கூடும். வெறும் கருத்து மட்டும் இருந்து கலையம்சக் குறைவால் வெறும் பாட்டி சொன்ன கதையாகவும் சில கதைகள் நிற்பதுண்டு. வேறொரு இடத்தில் கி.ரா.சொல்வது போல அது 'அல்வாவின் மேல் சீனி கொட்டியது போல' இருக்குமேயன்றி வெற்றி பெற்ற சிறுகதையாகாது.

எனவேதான் 'கொலை பற்றிய சூடாமணியின் கருத்தை நம்மால் ஏற்க முடியவில்லை.

படித்து முடித்தவுடன் நமக்குத் தோன்றுவதை கதையிலேயே வரும் ஒரு பாத்திரம் நமக்குச் சொல்கிறது. - அவ்வளவுதான்.

'அதுதான் தோன்றிவிட்டதே ஏன் சொல்லி வைக்க வேண்டும்?

கதையில் வரும் பாத்திரத்தையே சொல்ல வைப்பதற்கும் அவசியம் இருக்கிறது.

'பொன்னகரம்'' கதையை முடிக்கும் போது புதுமைப்பித்தன் இப்படித்தான் இறுதி வரிகளை எரிச்சலோடு வீசுவார்.

''..........கற்பு கற்பு என்று கதைக்கிறீர்களே!இதைதான் ஐயா கற்பு!'' இதுபற்றி இலக்கிய விமர்சகர் என்.ஆர்.தாசன் கூறுவது போல.

''இதை, ஆசிரியரின் தேவையற்ற தலையீடாக இரு மாதிரியான பிரச்சாரக் குரலாக எடுத்துக் கொள்ளக்கூடாது.......அறிவுபூர்வமாக மெல்ல மெல்ல வளர்ச்சியுற்ற ஒரு கருத்து ஆவேச நிலையடைந்து பூர்த்தி பெறுவதாகவே நாம் கருத வேண்டும்'' - இதுதான் 'கொலை' பற்றிய நமது கருத்தும்.

அரச மரத்தின் காலத்திலேயே அந்த விவகாரம்

''பார்க்கப் போனால் நான் மரந்தான். ஆனால் என் மனதிலுள்ளதையெல்லாம் சொல்லுகிறதானால் இன்னைக்கெல்லாம் சொன்னாலும் தீராது.......'' என்று தொடங்கும் தமிழின் முதல் சிறுகதை குளத்தங்கரை அரசமரமும் கூட 'இப்படி முடிந்தது என் ருக்மணியின் கதை' என்று கதையைச் சொல்லிமுடித்தபின் ஒரு நீதியைப் போதிக்கிறது.

'ஐயர் தானாகச் சொல்லாமல் மரத்தைச் சொல்ல வைத்துவிட்டதால் அதன் பேதமையை உத்தேசித்து மன்னித்து விடலாம்' என்று சமாதானப்படுத்துகிறார் சி.சு.செல்லப்பா.

இதே சமாதானத்தை 'கொலை' கதையின் நாயகி ராசாத்தி செத்துப் போனதற்கும் நாம் கூறுவதில் தவறில்லை.

அவள் சாதாரண பிரசவ வலியால் செத்துவிடவில்லை.

முதலில்இ நாடு சுதந்திரம் பெற்று இத்தனை ஆண்டுகளாகியும் ஒரு கிராமத்து ஏழைப் பெண் ஆஸ்பத்திரிக்கு - பிரசவ அவசரத்திலும் - வந்து சேர வழி செய்யாத இந்த சமூக அமைப்பு. மனிதாபிமானத்தோடு கிராமங்களைப் பார்க்காத அரசாங்கம். ஆயிரக்கணக்கில் மக்கள் பணத்தில் இயங்கியும் அவசரத்துக்கு வர மறுக்கும் ஆஸ்பத்திரிகள். அந்தக் கிராமத்திலிருந்து கொண்டும் அவஸ்தைப் பட்டுக்கொண்டும் -'அதன் காரணம் இதுவெறும் அறிவுமிலார். கடைசியாக அந்தக் கையாலாகாத கணவன் இவ்வளவு பேரும்தான் இந்தக் கொலையைச் செய்தவர்கள்! இதைக் 'கொலைதான்' என்று சத்திய ஆவேசம் பெற்ற பாத்திரம் சொல்வதும் சாத்தியம்தானே!

கோ.கேசவன் வேறொரிடத்தில் கூறுவது போல சும்மா கதை சொல்லிவிட்டுப் போகாமல் 'வாசகர் மட்டத்துக்குச் சென்று வாசகனை ஆசிரியர் மட்டத்துக்கு இழுக்கக்கூடிய நெகிழ்ச்சி வடிவம்' தேவைப்படும்போதுஇ அதைக்கையாள்வதில் மேலாண்மை வெற்றியே பெற்றிருக்கிறார்.

இதுகூடக் கலையம்சம் குறைந்த பிரச்சாரம்தான் என்றால்

ஓதலும் தூதும் உயர்ந்தோர் மேன'

(பொருள் அதிகாரம் அகத்திணை இயல்:28) என்று

-தொல்காப்பியம் நால்வருணப் பிரச்சாரமாக

'மன்னன் உயிர்த்தே மலர்தலை உலகம்'(புறம்:186)என்று

-சங்க இலக்கியம் அரசர்களுக்கு பிரச்சாரமாக

'திருவுடை மன்னனைக் காணின் திருமாலைக் கண்டேன்'' (திருவாய் 4:8) என்று

திவ்வியப்பிரபந்தங்கள் திருமாலுக்குப் பிரச்சாரமாக

மன்றனார் அடியின் அவர் வான்புகழ் (பெரியபுராணம் : 4286)

திருமுறைகள் சிவனுக்குப் பிரச்சாரமாக

பாரதியின் பாடல்கள் ஏகாதிபத்திய எதிர்ப்புப் பிரச்சாரமாக

தமிழ் உலகம் ஏற்றுக்கொண்டது போல

இதையும் ஏற்பதில் தடையென்ன?

எல்லா இலக்கியமும் ஏதாவது ஒரு கருத்துப் பிரச்சாரம் தானே?

பொதுவாக சில வார்த்தைகள்

ஒரு சிறுகதை அல்லது இலக்கியப் படைப்பில் பாத்திரப்படைப்பு சொல்நேர்த்தி உருவ உத்தி அமைப்பு கரு இவற்றைத் தனித்தனியே எடுத்தாய்வு செய்வது யானையைப் பார்த்த குருடர்களின் ஆய்வுச் செழுமையாகவே இருக்க முடியும். எனவே மேலாண்மையின் கதைகளில் நாம் தனித்தனி ஆய்வுமுறைக்குள் தலை கொடுத்துப் பிய்த்தெடுக்கவில்லை.

இந்த இடத்தில் -

''உருவாக்கம் என்பது ஒரு படைப்பின் கூட்டடைப்பு அதன் பகுதிகளிடையே உள்ள தொடர்பு ஒருங்கமைப்பு படைப்பின் முழுமைக்கு அதன் பல்வேறு கூறுகள் உட்பட்டு நிற்பது'' எனும் மார்க்சிய அழகியல் கோட்பாடுதான் சரியெனப்படுகிறது.

இக்கருத்தையே சிறுகதை ஆசிரியர் பிரபஞ்சனும் விமர்சகர் கா.சிவத்தம்பியும் கொண்டுள்ளனர் என்பதும் மகிழ்ச்சிக்குரியது. இலக்கியத்தின் முழுமை - அதன் உடனடி விளைவு - தாக்கம் என்று பார்த்தாலும் மேலாண்மை உயிரில் துடிப்பேற்றும் எழுத்தாளராகவே வெற்றியடைகிறார். தொடவேண்டிய விஷயங்களைத் தேர்ந்தெடுத்துத் தொடுவதிலும் எல்லோரும் சாதாரணமாகப் பார்ப்பதையே வேறொரு கோணத்திலிருந்து ஊடுருவிப் பார்க்கிறார் என்பதிலும் துருத்தாத உத்தி - உருவ - வார்த்தைகளில் சொல்லிப்போகிறார் என்பதிலுமே ஒரு கதாசிரியரின் வெற்றி அமைகிறது. எனில் மேலாண்மை 'தனி மெஜாரிட்டி' பெற்று விடுகிறார்.

அந்த வகையில்

வ.வே.சு.வின் - அரசியல் சமூக விமரிசனப்பார்வையில் ஒரு 'அரசமரம்'போல

புதுமைப்பி;த்தனின் சமூக அங்கதப் பார்வையில் ஒரு 'சிற்பியின் நரகம்'போல கு.ப.ரா.வின் பெண்களின் உள்மனப் பார்வையில் ஒரு 'ஆற்றாமை' போல ஜெயகாந்தனின் - சமூக முரண்பாட்டுப் பார்வையில் - ஒரு டிரெடில் போல கி.ராஜநாராயணனின் - சராசரி பாமரனின் பார்வையில் - ஒரு 'வேட்டி'போல

அம்பையின் - பெண்களுக்கான பார்வையில் - அம்மா செய்த கொலை'போல

பிரபஞ்சனின் - உணர்ச்சி வசப்படாத பார்வையில் ஒரு 'மனுஷி'போல

கந்தர்வனின் - சமூக விமர்சனப் பார்வையில் - ஒரு 'சீவன்'போல

மேலாண்மையின் - பாவப்பட்ட மக்களுக்கான பார்வையில் ஒரு 'கொலை'என்று சொல்வது சரியாகவே பொருந்தும்.

என்றாலும் 1977 இல் வெளிவந்த 'கொலை'க்குப் பிறகு இவரே இவர் கதைகளை நகல் செய்திருக்கிறார் என்பதைப் பற்றி, அகல ஆசையில் ஆழத்துக்கான கவனமின்றி எழுதித் தள்ளுவதைக் குறைத்துச் செதுக்கினால் தமிழ்ச்சிறுகதை வரலாற்றில் தவிர்க்க முடியாதவராக மேலாண்மை திகழ்வார் என்பது உறுதி.

1995இல் மதுரைப் பல்கலைக்கழகத்தில் நடந்த ஒரு கருத்தரங்கிற்காக எழுதியது. அந்த நூல் வெளிவந்ததாகத் தெரி-யவில்லை. பொங்கல் மலரில் (15-01-2012) இக்கட்டுரையை வெளியிட்ட தீக்கதிர் நாளிதழுக்கு நன்றி)

14. சிறுகதை படிப்பவனுக்கு புரியும்படி இருக்க வேண்டும்.

- கார்த்திகேசு சிவத்தம்பி

தமிழ்க் கதைஞர் வட்டம் பரிசளிப்பு -

தகவத்தின் கடந்த கால அனுபவத்தை மாத்திரம் எழுத்துக் கொண்டு பார்த்தால் சிறுகதை என்ற வடிவம் பற்றிய உணர்வு எழுத்தாளர்களிடையே வளர்ந்திருக்கிறது என்பதையும், வாசகர்களிடையே வெறுமனே கதைகள் மாத்திரம் படிக்கிறோம் என்ற உணர்வின்றி கதைகளில் வடிவம், சம்பவம், பாத்திர அமைப்பு முதலிய இலக்கிய கூறுகளையும் கவனிக்க வேண்டும் என்ற விமர்சன நோக்கும் உருவாகி இருக்கிறது என்பதைக் காண முடிகிறது. தமிழ்க் கதைஞர் வட்டம் (தகவம்) பரிசளிப்பு 2010 விழா கொழும்புத் தமிழ்ச் சங்க சங்கரப்பிள்ளை மண்டபத்தில் கடந்த மாதம் 28ம் திகதி நடைபெற்ற போது தலைமையுரை ஆற்றிய தகவம் தலைவர் மாத்தளை கார்த்திகேசு இவ்வாறு குறிப்பிட்டார். தொடர்ந்து தலைமையுரையாற்றிய மாத்தளை கார்த்திகேசு,

'எவருடைய இதயம் ஏழைகளுக்காக கண்ணீர் வடிக்கிறதோ அவரையே நான் மகாத்மா என்பேன்' என்று சொன்-னார் சுவாமி விவேகானந்தர் என்று குறிப்பிட்டதோடும் மேலும் தொடர்ந்தார். சிறுகதை மனித உள்ளத்தின் அடைய முடியாத ஆசைகளின் எதிரொலி என்றார் புதுமை பித்தன். சுற்றி நிகழும் கொடுமை, சூழலில் நிகழும் அவலம் இவற்றைக் கண்டும் காணாமல் பார்த்தும் பார்க்காமல் பாதையோரத்தில் செல்கின்ற நடைபாதை வாசியல்ல எழுத்தா-ளன். அவனுக்குச் சமூக அக்கறை இருக்க வேண்டும்.

சுற்றி நிகழும் அழுகையின் குரல் புரிய வேண்டும். அகிலத்தின் அவலத்தில் அவன் மூழ்கி எழவேண்டும். அப்-பொழுதான் அவனது கதை மாந்தர்களும் சமூகத்திடையே மின்னிச்சிறப்பார்கள். எனவே எந்த எழுத்தாளனுக்குச் சமு-தாயத்தின் மீது அக்கறை இருக்கிறதோ அந்த எழுத்தாளனுக்கு அவனுடைய படைப்புகள் எதிர்காலத்தில் பேசப்படும் படைப்புகளாக மிளிரும். சிறுகதை என்றால் என்ன? அது எப்படி அமைதல் வேண்டும் என்று எளிதில் வரையறுத்துக் கூறமுடியாது. சிறுகதை என்றால் அதற்கு ஒரு வடிவம் தேவையா? அப்படியென்றால் அந்த வடிவம் இப்படித்தான் இருக்க வேண்டும் என்பது பற்றி திட்டவட்டமாகக் கூற முடியாது.

ஒரு நிகழ்ச்சி, ஓர் அனுபவம், ஓர் உணர்ச்சி, படித்த ஒரு செய்தி என்று எது வேண்டுமானாலும் ஒரு சிறுகதையை உருவாக்க முடியும். ஆனால் எது அடித்தளமானாலும் அதில் இலக்கிய மணம் கமழ வேண்டும். படிப்பவனுக்கு புரி-யும்படியாக இருக்க வேண்டும்.

சிறப்பான கதை என்பது எதை உள்ளடக்கி இருக்க வேண்டும் எந்தெந்த அம்சங்களைத் தாங்கி வரவேண்டும் என்பதை பொறுத்திருக்கிறது. எழுத்தாளனுக்குப் பல அனுபவங்கள் நேரலாம். பல அனுபவங்கள் பலவகைகளில் எழுத்-தாளனை வந்து அடையலாம். அவற்றை நேரடி வர்ணனையாகவோ திடீர் திருப்பங்களுடனோ, பரிதாபக் கூற்றாகவோ, உச்சமிகையாகவோ, கதை சொல்வதும் கதை அல்ல.

கதைகள் இப்படி நேர்வது இல்லை. கதைகளின் தேர்வு அவற்றின் ஊற்றுக்கண்ணின் ஆழத்தின், அதன் இயல்பின் தன்மையைப் பொறுத்து நிகழ்கிறது. அந்த ஊற்றுக் கண்ணின் ரகசியங்களைத் தன்னூல் பொதித்து கொண்டு வருவதே சிறப்பான கதை. பூடகமாகவும், வெளிப்படையாகவும் பின்னிக்கொண்டு அமைகிறது ஒரு நல்ல கதை. சில சமயம் சுரீர் என்ற வலியையும் பசித்த மகவு தாயைப் பார்த்தவுடன் கொள்ளும் ஆவலையும் அப்படியா என்ற வியப்பையும், 'யம்மா' என்ற அற்புதத்தையும் இப்படியுமா என்ற உணர்வையும் ஏற்படுத்தவல்லது. ஒரு நல்ல கதை ஊற்றுக் கண்-ணிலிருந்து பீரிட்டுக் கிளம்பிய பின் பல திசைகளில் பாய்ந்து பல தளங்களைச் சுற்றியபின் இலேசாக பட்டு பூச்சியைப் போல் அமர்ந்துகொள்ளும் சிறப்பான சிறுகதை.

ஒரு சிறுகதையை நல்ல முறையில் யாரும் எழுதிவிடலாம் என்று நினைப்பது தவறு. வாழ்க்கையில் நிறைந்த அனுபவம் உடையவர்கள், மொழியின் நுட்பங்களை நன்கு உணர்ந்தவர்கள், உரை நடை அவசியத்தையும், வேகத்-

தையும் உணர்ந்தவர்கள், சமூக முரண்களை அறிந்தவர்கள் நிறைந்த நூற் பயிற்சி உடையவர்கள்தான் நல்ல முறையில் சிறுகதைகளை படைக்க முடியும். வாழ்க்கையை கண்டு அதை ஒளிப்படம் பிடிப்பது சிறுகதை அல்ல. அவ்வாறான சிறுகதைகளின் ஆயுளும் அற்ப ஆயுளாகவே முடிந்துவிடும் என்று கூறினார் கார்த்திக்கேசு.

15. சிறுகதை உருவம்தான் எத்தனை தினுசு - சி.சு.செல்லப்பா

சிறுகதைக்காரர்கள் தங்கள் கதைக்கான விஷயத்தை தேர்ந்தெடுத்துக் கொண்டுவிட்ட பிறகு அடுத்து கவனிக்க வேண்டியது அதை அவர்கள் எப்படி உருவாக்குகிறார்கள் என்பதுதான். இங்குதான் உருவம் என்கிற பேச்சு எழுகிறது. உருவம் என்றால் ஏதோ ஒரு வரையறை ஏற்படுத்தி இந்த மாதிரி இருந்தால்தான் அது ஒரு சிறுகதை என்று ஒரு ஆரம்ப சட்டம் இட்டு, ஒரு கட்டுப்பாட்டுக்குள், அடாபிடித்தனமாக, இயங்க வைக்கப்பட்ட ஒன்று என்று கொண்டு விட முடியாது. ஆரம்பகாலப் படைப்பு ஒன்று தனக்குள் அடக்கி இருக்கும் ஒரு அமைப்பு முறையைக் கொண்டு, அந்த அமைப்பு முறைக்கு உதவிய சில தன்மைகளை மட்டும் கொண்டு, அதுவேதான் என்றைக்கும் கடைப்பிடிக்க வேண்டிய விதிமுறை என்று கலைத்துறையில் எந்த ஒரு பிரிவு பற்றியும் அறுதியிட்டுச் சொல்லி விட முடியாது.

சங்க காலக் கவிதையிலிருந்து ஆரம்பித்து, சிலப்பதிகாரம் பார்த்து, கம்பராமாயணம் தாண்டி, ஆழ்வார்கள் நாயன்மார்களையும் கடந்து, பாரதிக்கு வந்து அவருக்குப் பின்னும் பார்க்கிறபோது கவிதைத் துறையில் நாம் கணக்கற்ற உருவ வகைகளைப் பார்க்கிறோம். அவரவர் சந்த வேறுபாடும், தளை, சீர் சேர்க்கை அளவு வித்தியாசமும், சொல்லாட்சி மாறுபாடும், வரிக்கணக்கு வித்தியாசமும், ஒலிநயப் போக்கு மாறுதல்களும் நாம் பார்ப்பவை.

தொன்மையான, மரபான இலக்கியத் துறையில் முதலில் தோன்றின வகையான கவிதை பற்றியே இப்படி என்றால் இக்காலத்ததான, நூதனமான, வெகு சமீப காலத்தில் கண்டுபிடிக்கப்பட்ட இலக்கிய வகையான சிறுகதை பற்றி திட்டவட்டமான ஒரு கோடிட்ட வழி உருவம்தான் என்று எப்படிச் சொல்ல முடியும்? எனவே எட்கர் அல்லன் போ முதல் வில்லியம் ஸரோயன் வரை வந்து, இன்னும் தள்ளி வந்து, சிறுகதை உருவம் எத்தனை தினுசாகக் கையாளப் பட்டிருக்கிறது என்பதைக் கவனிக்க வேண்டியது அவசியம். இதுக்கு அப்பாலும் உருவம் புதுசாக ஆக்கப்படவும் கூடும். இதை மனதில் கொண்டுதான் தமிழ்ச் சிறுகதை பற்றி நாம் ஆராய முற்பட வேண்டும்.

ஆனால் ஒரு எச்சரிக்கை. இப்படி சொல்வதைக்கொண்டு, சிறுகதைக்குத் திட்டவட்டமான உருவம் கணிக்க முடியாததால் எதையும் சிறுகதையாகக் கருதிவிடலாம் போலத் தோன்றும், சொல்லவும் தோன்றும். அது சரியாகாது. சிறுகதை உருவம் சம்பந்தமாக நல்ல சுதந்திரம் இருந்தாலும் முதன்மையாக அது சிறுகதை என்கிற தன்மை வாய்ந்ததாக, அதுக்கான சில அடிப்படை அம்சங்களைக் கொண்டதாக இருக்க வேண்டும். கவிதை சம்பந்தமாக, அது எந்த விதமான யாப்பு நியதிக்கு உட்பட்டு இருந்தாலும் அது கவிதை என்ற தன்மை வாய்ந்ததாக இருக்க வேண்டும் என்பது போல, இசைத் துறையில் பாடகனின் கற்பனா சக்திக்கு ஏற்ற ராகங்களை பாணி என்று சொல்லும்படியாக புது விதமாகப் பாடினாலும் குறிப்பிட்ட ராகத்தின் அடிப்படை லட்சணங்களை மீறிப் போகாமல் இருக்க வேண்டும் என்பது போல்.

இந்த எச்சரிக்கைகளை சொல்லக் காரணம், இப்போது தமிழில் எதையும் சிறுகதை என்று சொல்லும் அளவுக்கு ரசிகமனம் அவ்வளவு தாராளத் தன்மையும் அபிமான, அனுதாபப் பார்வையும் கொண்டுவிட்டதுதான். அவ்வப்போது வெளியாகிற சிறுகதைத் தொகுப்புகளில் படைப்பாளியாலும், தொகுப்பை அறிமுகப்படுத்துகிறவர்களாலும், பதிப்பாளர்களாலும் எழுதப்படுகிற முன்னுரைகளையும், பத்திரிகைகளில் வரும் மதிப்புரைகளையும் படிக்கிறபோது இந்த 'பரந்த மனப்பான்மை', 'தயாளம்' தாராளப் பாராட்டுகளை நாம் ரொம்பப் பார்க்கிறோம்.

அதோடு இன்னொரு முக்கியமான விஷயம். சிறுகதைகளைப் பற்றி எழுதுகிறபோது வாழ்க்கையைச் சித்திரித்துக் காட்டுவது, சமூகத்தின் நிலையைப் படம் பிடித்துக் காட்டுவது, பொருளாதார ஏற்றத் தாழ்வை விண்டு காட்டுவது, மன உளைச்சலை வெளியிடுவது, தத்துவத்தை விளக்குவது இப்படி மதிப்பிடப்படுகிறதே தவிர, முதலில் இவை சிறுகதைகளாக இடம் பெற்றனவா, தரமான சிறுகதைகளா, கலைநயம் காண்கிறதா, அழகாகச் சொல்லப்பட்டிருக்கிறதா, அனுபவம் சிலாக்கியமானதா, வெளியீடு திறன்பட உள்ளதா, கற்பனா சக்தி எந்த அளவு காட்டப்பட்டிருக்கிறது, கையாண்ட மொழியானது வேகம், பொருத்தம், சக்தி, புதுமை கொண்டிருக்கிறதா என்றெல்லாம் பார்க்கப்படுகிறதே இல்லை.

உரைநடை இருந்தால் போதும், 'நடை' (ஸ்டைல்) தேவையில்லை, வாழ்க்கையைப் பற்றிய ஒரு குறிப்பிட்ட கண்ணோட்டம், மனித ஜாதியிடம் ஒரு அக்கறை இருந்தால் போதும் அது அழகாக இருக்க வேண்டும் என்பதில்லை, கருத்துச் செழிப்பு இருந்தால் போதும் கலைத்தன்மை பற்றிக் கவலை இல்லை, சமூகவியல் ரீதியாகச் சரியாக இருந்தால் போதும், அழகியல் ரீதியாகப் பார்க்கத் தேவையில்லை, போதனை மதிப்பு இருந்துவிட்டால் போதும், இன்ப மதிப்பு ஒரு பொருட்டில்லை என்றெல்லாம் பொதுவாகக் கருதப்படுகிற அளவுக்குச் - சிறுகதை மட்டும் என்ன - இலக்கியமே கருதப்படுகிற அளவுக்கு இன்று இருக்கிற பரவலான நிலை.

நன்றி : தமிழ்ச் சிறுகதை பிறக்கிறது, - எழுத்து

16. ஒரு நல்ல சிறுகதைக்கு அடையாளம் - ராஜேஷ்குமார்

ஒரு நல்ல சிறுகதைக்கு அடையாளம் அதன் முதல் வரியிலேயே தெரிந்துவிடும் என்று சொல்லலாம். முள்ளின் கூர்மையும், மலரின் மணமும் முளைக்கும்போதே தெரிந்துவிடும் என்பது எவ்வளவு உண்மையோ அதே அளவு உண்மை ஒரு நல்ல சிறுகதைக்குரிய இலக்கணமும், புரியாத வார்த்தைகளைப் போட்டு இலக்கியச் சிறுகதை என்ற பெயரில் வாசகர்களை இம்சை செய்வதைவிட ஒரு தடவை படித்தாலே புரியும்படியான வார்த்தைகளைப் போட்டு ஒரு சிறுகதையைப் படைப்பதுதான் உண்மையான இலக்கியம் என்று நினைப்பவன் நான்.

மறைந்த பத்திரிகையுலகப் பிதாமகர் திரு. சாவி அவர்கள் என்னிடம் ஒரு முறை பேசிக் கொண்டிருந்த போது சொன்னார்.

“ஒரு நல்ல சிறுகதை எப்படி இருக்கணும்ன்னா மசால் தோசைக்கு ஆர்டர் தர்றோம். தோசை வந்ததும் அதை சாப்பிட வேண்டிய முறையில் சாப்பிட்டால் தான் சுவையாய் இருக்கும். சில பேர் தோசையோட ஓரத்திலிருந்து சாப்பிட ஆரம்பிப்பாங்க, அதுல சுவை இருக்காது. மசால் தோசையோட முழு சுவையும் நமக்குக் கிடைக்கணும்ன்னா தோசையோட மையப் பகுதியில் கையை வெச்சு தோசையையும் மசாலாக் கிழங்கையும் சேர்த்து எடுத்து வாய்க்குள்ளே போட்டாத்தான் அது மசால்தோசை. அதே மாதிரிதான் ஒரு சிறுகதையை எழுதும் போதும் கதையோட மையக்கருத்தைக் கதையின் முதல் பத்தியிலேயே கொண்டு வந்துவிடணும். இதை எந்த எழுத்தாளர் பாலோ பண்றாரோ அவர் எழுத்து பத்திரிகையுலகில் என்றைக்குமே நிற்கும்.

எனக்குத் தெரிந்தவரையில் பெண் எழுத்தாளர்கள் ஒரு காலகட்டம் வரை எழுதிக் கொண்டு இருந்துவிட்டுப் பிறகு திடீரென்று எழுதுவதை நிறுத்திவிட்டுக் குடும்பச் சுமைகளுக்குள் ஆழ்ந்து போகிறார்கள்.எழுதுவது என்பது.....................எல்லோர்க்கும் அமைகிற ஒன்று அல்ல. வெகு சிலர்க்கே கிடைக்கக்கூடிய வரப்பிரசாதம். அதைப் பயன்படுத்திக் கொள்ள வேண்டியது எழுத்தாளர்களின் மிகப் பெரிய பொறுப்பாகும்.

17. சிறுகதை - ஒரு விளக்கம்

புதினம் புளியமரம் என்றால், சிறுகதை தென்னைமரம் என்பார் இராஜாஜி. சிறுகதையின் இயல்பு, சிறுகதை வளர்ச்சி ஆகியன குறித்து ஓரளவிற்கு இங்குத் தெரிந்து கொள்வோம்.

சிறுகதையின் இயல்பு

(1) ஏதேனும் ஒரு பொருண்மையை மையமிட்டிருத்தல்
(2) ஒரு சில பாத்திரங்களைக் கொண்டிருத்தல்.
(3) ஓரிரு நிகழ்ச்சிகளில் அமைதல்.
(4) ஒரு முறை அமர்ந்து அரை மணி முதல் இரண்டு மணி நேரத்திற்குள் படிக்கத் தக்கதாய் விளங்குதல்.
(5) தொடக்கமும் முடிவும் சுவையுடன் விறுவிறுப்பாகக் குதிரைப் பந்தயம்போல் அமைதல்.
(6) வெற்றெனத் தொடுக்கும் சொல்லோ நிகழ்ச்சியோ அமையாதிருத்தல்.
(7) சுருங்கச் சொல்லலும் சுருக்கெனச் சொல்லலும் பெற்றிருத்தல்.
(உரையாடல் அளவோடிருத்தல்.
(9) கண்முன்னே நேரே நடப்பது போன்ற உணர்வுத் தூண்டலை ஏற்படுத்துதல்.
இவை சிறுகதையின் இயல்புகளாகும்.

சிறுகதை வளர்ச்சி - தொல்காப்பியத்தில் ‘பொருள் மரபில்லாப் பொய்ம்மொழி’ என வருவது சிறுகதையைக் குறிப்பதாகக் கொள்ளலாம். சிலப்பதிகாரத்தில் வரும் தேவந்தி கதை, மணிமேகலையில் இடம் பெறும் ஆபுத்திரன், ஆதிரை, காயசண்டிகை ஆகியோரின் கதைகள் ஆகிய யாவும் சிறுகதைத் தன்மையில் அடங்குவனவேயாகும். சீவகசிந்தாமணியின் இலம்பகம் (பிரிவு) ஒவ்வொன்றும் ஒவ்வொரு சிறுகதை எனலாம். பெரிய புராணமும் பல சிறு, சிறு கதைகளின் தொகுப்பு என்று கூறலாம்.

நாட்டுப்புறக் கதைகளும் தொன்றுதொட்டு இடம்பெற்று வருவனவாகும். குழந்தைகளை உறங்க வைக்கவும், நன்னெறிப்படுத்தவும், பொழுதுபோக்கவும் காலங்காலமாக உறுதுணையாக விளங்குவன சிறுகதைகளே எனலாம்.

தமிழில் மதன காமராசன் கதை, விக்கிரமாதித்தன் கதை போன்றன இருப்பினும், மேனாட்டார் வருகைக்குப் பின்னரே நறுக்குத் தெறித்தாற் போன்ற சிறுகதைகள் தோன்றலாயின. முன்பிருந்த கதைகள், புராணம், அரச வரலாறு

பற்றியனவாகவும், பல நிகழ்ச்சிகள் கொண்ட நெடுங்கதைகளாகவும் விளங்கின; இயற்கை யிகந்த (இயற்கையைக் கடந்த) நிகழ்ச்சிகளும் அவற்றில் உண்டு. ஆனால் பிற்காலத்து எழுந்த சிறுகதைகள் சாமானியர்களையும், நடைமுறை வாழ்வையும் பற்றியனவாக அமைந்தன; வருணனையுடையனவாகவும் உரையாடல் பாங்குடையனவாகவும் விளங்கலா-யின. இயற்கை யிகந்த நிகழ்ச்சிகள் இவற்றில் பொதுவாக இடம் பெறுவதில்லை.

தமிழில் வெளிவந்த முதல் சிறுகதை, வ.வே.சு. ஐயர் எழுதிய குளத்தங்கரை அரசமரம் சொன்ன கதை என்பதா-கும். இவர் எழுதிய மங்கையர்க்கரசியின் காதல் என்னும் சிறுகதைத் தொகுதி எட்டுச் சிறுகதைகளைக் கொண்டது. தமிழ்ச் சிறுகதையின் தந்தை எனப்படுபவர் இவர்.

மணிக்கொடி இதழ் சிறுகதைகளை வளர்த்த பெருமைக்குரியது. புதுமைப்பித்தன், சிறுகதை மன்னன் எனப் போற்றப் பெறுபவராவார். காஞ்சனை, அகல்யை, சாப விமோசனம், கடவுளும் கந்தசாமிப் பிள்ளையும் போன்றன இவர் படைப்-புகளில் குறிப்பிடத்தக்க சிறுகதைகளாகும். பேச்சுத் தமிழ், நனவோட்ட உத்தி, நடப்பியல் ஆகியவற்றைச் சிறுகதையில் புகுத்திய பெருமை இவரையே சாரும். கு.அழகிரிசாமியின் அன்பளிப்பு, ஜெயகாந்தனின் ஒருபிடி சோறு, கோவி.மணி-சேகரனின் காளையார் கோயில் ரதம், ஜெகசிற்பியனின் நொண்டிப் பிள்ளையார், சு.சமுத்திரத்தின் காகித உறவுகள், தி.ஜானகிராமனின் சக்தி வைத்தியம் போன்றன குறிப்பிடத்தக்க சிறுகதைகளாகும்.

இக்காலத்தில் சிறுகதைகள் வார இதழ்களிலும், மாத இதழ்களிலும் எழுதப் பெற்று வருகின்றன. இதழ்களில் வெளி-வரும் சிறுகதைகளின் எண்ணிக்கை (ஆண்டொன்றிற்கு) ஐயாயிரம் கதைகளுக்கு மேற்பட்டவையாக அமைகின்றன. இன்றைய இதழ்களில் ஒருபக்கச் சிறுகதைகள், அரைப்பக்கச் சிறுகதைகள், கால்பக்கச் சிறுகதைகள் என இவற்றின் வடிவம் வேறுபட்டு இடம் பெறுவதையும் காணமுடிகின்றது. கதாபாத்திரம் தானே பேசுவது போலவும், பின்னோக்கு உத்தியில் அமைவதாகவும் பல கதைகள் வெளிவருகின்றன.

சிறுகதை இலக்கணம் - சிறுகதை இப்படி அமைய வேண்டும் என்று திட்டவட்டமாக வரையறுக்க இயலாது. ஏனெனில், அந்த வரையறையை மீறி ஏதாவது ஒரு சிறுகதை பிறந்து விடலாம். ஆனாலும் கூட கீழ்க்காணும் விளக்-கங்கள் சிறுகதை என்றால் என்ன என்பதை ஓரளவு புரிய வைக்க உதவும்.

இலக்கணம் - சிறுகதை அளவில் சிறிதாக இருக்க வேண்டும். அது, ஒருமுறை உட்கார்ந்து படித்து முடித்துவிடக் கூடியதாக இருக்க வேண்டும். அதே சமயத்தில், நாவலின் சுருக்கம் சிறுகதை ஆகிவிடாது; நாவலின் ஓர் அத்தியா-யமாகவோ அல்லது நீண்ட கதையிலிருந்து பிரித்தெடுக்கப்பட்ட கிளைக் கதையாகவோ இருக்க முடியாது. சிறுகதை என்ற வடிவம் தன்னளவில் முழுமை பெற்ற ஒரு தனிப் பிண்டம். எந்த உணர்ச்சியை அல்லது கருத்தை அது தன்-னகத்தே கொண்டிருக்கிறதோ, அதைப் படிப்பவரின் நெஞ்சில் மின்வெட்டைப் போல் பாய்ச்சும் ஆற்றல் சிறுகதைக்கு வேண்டும். கதைக்குப் பின்னேயுள்ள கதாசிரியரின் கலையாற்றல், கற்பனைத் திறன், சொல்லாட்சி, அவர் சொல்ல விரும்பும் செய்தி இவ்வளவும் இலக்கண வரம்புகளை விடவும் மிகமிக முக்கியமானவை. சிறந்த சிறுகதை ஆசிரி-யர்கள் எந்த இலக்கணத்தையும் மனத்தில் நினைத்துக் கொண்டு எழுதுவதில்லை. அவர்கள் எழுத்துகள் தாமாகவே சிறுகதை வடிவம் பெற்றுவிடுகின்றன.

மேலைநாட்டு அறிஞர்களின் விளக்கம் - மேலை மற்றும் கீழை நாடுகளில் இலக்கியத் தரமுடைய சிறுகதைகள் 19ஆம் நூற்றாண்டின் தொடக்கத்தில் தோற்றம் பெற்றன. அமெரிக்காவில் வாஷிங்டன் இர்விங், எட்கர் ஆலன்போ, நத்தானியல் ஹாதார்ன் போன்றவர்களும், ருஷ்யாவில் துர்கனேவ், செகாவ் போன்றவர்களும், பிரான்சில் மாப்பசானும் மிகச்சிறந்த சிறுகதைகளை எழுதியுள்ளனர். இவர்களும் இவர்களது படைப்புகளை ஆராய்ந்த திறனாய்வாளர்களும் கீழ்க்கண்ட வரையறைகளைச் சிறுகதைக்குத் தருகின்றனர்.

சிறுகதை என்பது சிறிய கதை என்ற பொருளில் இல்லாமல், ஒரு புதிய இலக்கிய வடிவத்தின் பெயரைக் குறிக்கும் தனிச்சொல் என்ற விளக்கத்தை பிராண்டர் மாத்யூ கொடுத்துள்ளார். சுருக்கமும் செறிவும் சிறுகதையின் முக்கியப் பண்புகள் என்று ஜேம்ஸ் கூப்பர் லாரன்ஸ் கருத்துரைத்துள்ளார்.

சிறுகதை அரைமணியிலிருந்து ஒருமணி அல்லது இரண்டு மணி அவகாசத்திற்குள், ஒரே மூச்சில் படித்து முடிக்கக் கூடியதாக இருக்க வேண்டும் ; தன்னளவில் முழுமை பெற்றிருக்க வேண்டும். அது தரும் விளைவு ஒரு தனி மெய்ப்பாடாக இருக்க வேண்டும். கதையைப் படித்து முடிப்பதற்குள் புறத்தேயிருந்து எவ்விதக் குறுக்கீடுகளும் பாதிக்-காமல், வாசகனின் புலன் முழுவதும் கதாசிரியனின் ஆதிக்கத்தில் கட்டுப்பட்டதாக இருக்க வேண்டும் என்று எட்கர் ஆலன்போ சிறுகதையைப் பற்றிய தமது மதிப்பீட்டைத் தந்துள்ளார்.

சிறுகதை என்பது எடுத்த எடுப்பிலேயே படிப்போரின் கவனத்தை ஈர்த்துப் பிடித்தல் வேண்டும். நெகிழ்ச்சியின்றி இயங்கி உச்சநிலை முடியும் வரை வாசகரின் முழுக்கவனத்தையும் ஒருமுகப்படுத்தி, இடையீடோ, சோர்வோ நேரும் முன்பாகவே சிறுகதை முற்றுப் பெறுதல் வேண்டும் என்று ஹெச்.ஜி. வெல்ஸ் கூறியுள்ளார். சிறுகதை குதிரைப் பந்-தயம்போல, தொடக்கமும் முடிவும் சுவை மிக்கதாக இருக்க வேண்டுமென்று எல்லரி செட்ஜ்விக் என்ற அறிஞர் குறிப்பிடுகிறார். சிறுகதைகள் எளிய கருப்பொருளைக் கருவாகக் கொள்ளுதலே சிறப்புடையது என்கிறார் சிறுகதை

உலகின் தந்தை எனப் புகழப்படும் செகாவ்.

1901இல், பிராண்டர் மேத்யூ என்ற திறனாய்வாளர், சிறுகதை என்பது ஒரே ஒரு பாத்திரத்தின் நடவடிக்கைகளைப் பற்றியோ, ஒரு தனிச் சம்பவத்தைப்பற்றியோ, அல்லது ஒரு தனி உணர்ச்சி பற்றியோ எடுத்துக் கூறுவதாக அமைந்திருக்கும் என்று விளக்கியுள்ளார். ஹெச்.இ.பேட்ஸ் என்பவர், எழுதும் ஆசிரியரின் எண்ணத் துணிவு சிறுகதையில் எவ்வாறு வேண்டுமானாலும் வெளிப்படலாம் என்கிறார்.

இந்திய அறிஞர்களின் விளக்கம் - 1917ஆம் ஆண்டிலேயே சிறுகதை பற்றி விமர்சித்த ரா. வாசுதேவன் என்பவர், சிறுகதை என்பது சிறு கால அளவுக்குள் படித்து முடிக்கப்பட வேண்டியது என்றும், அதன் உருவம் சிறியதாக அமைந்திருக்கும் என்றும் கூறுகிறார். சிறுகதை என்பது வாழ்க்கையின் சாளரம். சிறுகதை ஒரு தொடக்கம், மையச் சம்பவம், அதன் வளர்ச்சி அல்லது வீழ்ச்சி என்ற மூன்று பகுதிகளைக் கொண்டுள்ளது. சிறுகதை, வாழ்க்கையின் ஒரு பகுதியை, கவலையை மறந்து விட்டுக் கவனிப்பதாக உள்ளது. சிறுகதையின் வடிவம் கதை எழுதுபவரின் மனோதர்மத்தைப் பொறுத்தது என்று புதுமைப்பித்தன் சிறுகதையின் போக்கை விளக்கியுள்ளார்.

மனித உணர்ச்சிகளில் ஏதாவது ஒன்றைத் தொட்டு உலுக்குவதுதான் சிறுகதை என்று விந்தன் அதன் இலக்கணம் கூறுகிறார். பழங்காலத்தில் தன்னுணர்ச்சிப் பாடல்கள் பெற்றிருந்த இடத்தைத் தற்காலத்தில் சிறுகதை என்ற இலக்கிய வகை பெற்றுள்ளது என்று கூறியுள்ளார் மு.வ.

சிறுகதை என்பது ஒரு நிகழ்ச்சியாக இருக்கலாம்; உள்ளப் போராட்டமாக இருக்கலாம். அது ஏதாவது ஒன்றாக இருக்கும் வகையில் சிறுகதை பிறக்கும். இரண்டாகவோ அல்லது அதற்கு அதிகமாகவோ இருந்தால் சிறுகதை பிறக்காது என்கிறார் க.நா.சுப்ரமணியன். சிறுகதைக்குள் அடங்கும் காலத்துக்கு எல்லை இல்லை. ஒருவரது பிறப்பு முதல் இறப்பு வரையில் சிறுகதையின் காலமாய் இருக்க முடியும் அல்லது ஒருவர் வாழ்க்கையில், ஒரே நாளில், ஒரு மணியில், சில வினாடிகளில் கூடக் கதை முடிந்துவிடலாம் என்று மணிக்கொடி எழுத்தாளரான பி.எம். கண்ணன் சிறுகதையை விளக்கியுள்ளார்.

18. சிறுகதை என்னும் களம் துரும்பபடியில் யானை படுத்திருக்கும்

- எஸ். ஷங்கரநாராயணன்

சிறுகதை என்பது எப்படி இருக்க வேண்டும் என்று, காலந்தோறும் அதன் வரையறைகளையும் எல்லைகளையும் விரித்தும் சுருக்கியும் மாற்றியும், பரோட்டா மாவு பிசைகிறாப்போல எதாவது உருட்டிப் புரட்டிக்கொண்டே வருகிறார்கள். ஒரே விஷயத்தை மையமிட்டு அது இயங்க வேண்டும் என்று ஒரு காலத்தில் சொல்லப்பட்டது. அதிகபட்சம் 30 நிமிடங்களில் வாசித்து முடிக்கக் கூடிய புனைவு வடிவம் அது, என்று கூட ஒரு இலக்கணம் கொண்டுவந்தார்கள். சுமார் 120 பக்க அளவிலான எர்னஸ்ட் ஹெமிங்வேயின் 'கடலும் கிழவனும்' ஒரு சிறுகதையே என்று வாதிடுகிறவர்கள் இருக்கிறார்கள். பக்க அளவு, வாசிக்கிற கால அளவு எல்லாம் தாண்டி, அது ஒரே விஷயத்தை மையமிட்டு மையத்தைவிட்டு விலகாமல் இயங்குகிற ஒரு தளத்தில் கட்டுக்கோப்புடன் அமைய வேண்டும். எனவும் ஒரு கோஷ்டி உண்டு.

எதோ ஒரு ஒருமை, கால ஒருமையாகவோ, நினைவு ஒருமையாகவோ, செய்தி ஒன்றினைச் சுற்றியே ஒட்டியும் வெட்டியும் எனவோ அமைவதும் சிறுகதை என்று காலம் அதை மாற்றிச் சொல்ல வைத்திருக்கிறது. ஒரு வடிவம் அதன் வெளிப்பாட்டு முறையில் பழகியதும், தானே புதிய தளங்களுக்கு வடிவங்களுக்கு மாறிக் கொள்வதை அவதானிக்கலாம். செய்யுள், கவிதை சட்டென்று வசனகவிதை என்று புதிய கிளை விட்டாப்போல, அடுத்து புதுக்கவிதை என்று வடிவம் மாற்றிக் கொண்டாப்போல காலம் எதையாவது நிகழ்த்திக் கொண்டேதான் வந்திருக்கிறது. முழுக்கைச்சட்டை, அரைக்கைச்சட்டை, அட கையே இல்லாத ரவிக், ப*ப் வெச்ச பிளவுஸ்... எல்லாம் ஒண்ணுமாத்தி ஒண்ணு வரும். திரும்ப முதல் ஐட்டமே கொடியேத்துவதும் உண்டு.

ஞானக்கூத்தன் எனக்குச் சொன்னது இது. சிறுகதை என்றால் என்ன என்று மாதிரிக்கதை வடமொழியில் இருக்கிறது. ஆங்கிலத்திலும் மாதிரிக்கதை என ஒன்று கேள்விப்பட்டிருக்கிறேன் - தஞ்சை தமிழ்ப் பல்கலைக்கழக முதல் துணைவேந்தர் ஔவை நடராசன் சொன்னது. அதை அடுத்துப் பார்க்கலாம். முதலில் வடமொழிக் கதை.

ஒரு ஊரில் ஒரு மோசமான பாடகன் இருந்தான். சகிக்க முடியாத குரலில் அவன் அதிகாலையிலேயே எழுந்து அசுர சாதகம் செய்தான். அவன் வீட்டுக்கு எதிரே முருங்கைமரம் ஒன்று. வேதாளம் ஒன்று அதில் குடியிருந்தது. காலையிலும் மாலையிலும் அந்தப் பாடகனின் தொந்தரவு அதனால் சகிக்க முடியாமல் இருந்தது. பாடகனுக்கு ஒரு நண்பன் இருந்தான். வேதாளம் அந்த நண்பனிடம் போய், என்னால் இவனைத் தாள முடியவில்லை. எப்படியாவது இவனை இந்த இடத்தை விட்டுக் காலிசெய்யச் சொல், அதற்குப் பிரதியுபகாரமாக, நான் போய் இந்த நாட்டு ராஜகுமாரியைப் பிடித்துக் கொள்கிறேன். எந்த வைத்தியன் வந்து, யார் விரட்டினாலும் நான் போக மாட்டேன். நீ

வந்தால் போய்விடுகிறேன். ராஜா உனக்கு நிறைய வெகுமதிகள் தருவார், அதை வைத்துக்கொண்டு நீ சந்தோஷமாக வாழலாம், என்றது.

நண்பன் ஒத்துக்கொண்டான். சொன்னபடி, எதையோ பேசிச் சமாளித்து, அந்தப் பாடகனை வீடுமாற வைத்துவிட்டான். வாக்கு தவறாமல் வேதாளமும் போய் ராஜகுமாரியைப் பிடித்துக் கொண்டது. அந்த வேதாளத்தை ஓட்ட ராஜா அரண்மனை வைத்தியரை அழைத்துப் பார்த்தான். முடியவில்லை. நாடெங்கிலும் தண்டோரா போட்டு வைத்தியர்களையும் மந்திரவாதிகளையும் அழைத்துவந்து பார்த்தான். வேதாளம் ராஜகுமாரியை விட்டு நகர்வதாய் இல்லை. பிறகு இந்த நண்பன் போனான். அவன்போய் நின்றகணம் வேதாளம் இறங்கிப்போய் பக்கத்து நாட்டு இளவரசியைப் பிடித்துக் கொண்டது.

ராஜாவுக்கு ரொம்ப சந்தோஷம். பெரும் வெகுமதிகள் கொடுத்து அவனை கௌரவித்தனுப்பினான். நண்பனின் புகழ் நாடெங்கிலும், நாடுதாண்டியும் பரவிவிட்டது. பக்கத்து நாட்டு ராஜா இப்போது என்ன செய்ய என்று திகைத்தான். அவன் நாட்டிலும் எந்த விதத்திலும் அவனால் அந்த வேதாளத்தை விரட்ட முடியவில்லை. உடனே அவன் இந்தநாட்டில் வேதாளத்தை விரட்டிய நண்பனை சகல ராஜமரியாதைகளுடனும் அழைத்து வரச்சொன்னான்.

நண்பனுக்கு பயம் வந்துவிட்டது. ஆனாலும் அரசகட்டளை, வேறு வழியில்லை அல்லவா? பக்கத்து நாட்டு அரண்மனைக்குப் போனான். அவனைப் பார்த்ததும் வேதாளம் ரொம்பக் கோபப்பட்டது. சத்தியத்துக்குக் கட்டுப்பட்டு ஒருமுறை நான் உனக்கு உதவி செய்தேன். நீ எனக்குச் செய்த உதவிக்கு, நான் கைம்மாறு செய்துவிட்டேன். நான் உனக்கு இம்முறை உதவப் போவதில்லை, என்றது வேதாளம். இப்படி ஒவ்வொரு இடத்துக்கும் நீ என்பின்னால் வந்தால் நான் எங்குதான் எப்படித்தான் வாழ்வது? நான் உனக்கு உதவ மாட்டேன், என்றது வேதாளம்.

அப்போது நண்பன் சொன்னான் - நீ இப்படியெல்லாம் போகமாட்டேன்னு அடம் பிடிப்பேன்னுதான், நான் தயாரா, என்னோட கூட அந்தப் பாடகனையும் கூட்டி வந்திருக்கிறேன்!...

கதை என்றால் ஒரு ஆரம்பம், பிறகு எடுப்பு, தொடுப்பு, ஒரு இடைச்சரடு, சின்னத் திருப்பத்துடன் ஒரு முடிப்பு இதெல்லாம் வேண்டும், என்கிறது இந்த இலக்கணம். மொத்தத்தில் கதை என்றால் எதிர்பார்ப்புடன் கூடிய சுவாரஸ்யம் அல்லது ஈர்ப்பு அதில் வேண்டும். இனி ஆங்கில இலக்கணம். பிற்பாடு சாமர்செட் மாம் எழுதிய சிறுகதை இது, என்று வாசித்தறிந்தேன். இதோ அதையும் சொல்லிறலாம். பாக்தாத்தில் ஒரு வியாபாரி. சில சாமான்களை வாங்கி வருவதற்காக அவன் தன் வேலைக்காரனை பஜாருக்கு அனுப்பினான். போனவன் குய்யோ முறையோ என்று பதறியோடி வந்தான்.

ஐயா, பஜார்க்கூட்ட நெரிசலில் நான் ஒரு பெண்ணிடம் இடித்துக் கொண்டேன். கிட்டத்தில் பார்த்தபோதுதான் அது பெண் அல்ல, மரணம் என்று தெரிந்தது. மரணம் என்னை எச்சரித்தது. தயவுசெய்து உங்கள் குதிரையைத் தாருங்கள். நான் என் தலைவிதியில் இருந்து தப்பித்தாக வேண்டும். நான் அதில் ஏறி கண்காணாத தூரத்துக்கு, சாமாரா நகரத்துக்குப் போய் ஒளிந்து கொள்கிறேன். அங்கே மரணம் என்னைக் கண்டுபிடிக்க முடியாது.

முதலாளியும் குதிரையைக் கொடுத்தார். அவன் அதன்மீதேறி எவ்வளவு வேகமாகப் போகமுடியுமோ அந்த ஊரைவிட்டே வெளியேறி விட்டான். அவனை அனுப்பிவிட்டு அந்த வியாபாரி அவரே கடைத்தெருவுக்குப் போனார். அங்கே அவர் மரணத்தைச் சந்தித்தார். ''நீ ஏன் என் வேலைக்காரனைப் பார்த்து எச்சரிக்கை செய்தாய்?'' என்று கேட்டார்.

''அது எச்சரிக்கை சைகை அல்ல. நான் அவனைப் பார்த்ததும் ஆச்சரியப்பட்டுப் போனேன். ஏனெனில் இன்று இரவு நான் அவனை சாமாரா நகரத்தில் சந்தித்தாக வேண்டும். இங்கே இருக்கிறான் அவன்!''

மாம் எழுதிவிட்டார் கதை, சரி. இதில் உள்ள திருப்பம், அதன்ஊடான சேதி, மரணத்தை வென்றவர் யாருமில்லை என்பது, நேரம் வராதபோது அது உன்னை சட்டைபண்ணாது, என்ற அளவில் வியாபாரி அதைச் சந்தித்து சாவகாசமாய் உரையாடுவது... என்றெல்லாம் கிளையாய்க் கற்பனையை வளர்த்துக் கொள்ளலாம் இதில்.

இதென்ன ஐயா விசேஷம். நம்ம உள்ளூர் உதாரணம் ஒண்ணு சொல்லலாம். மகாகவி பாரதியார் ஒரே வரியில் ஒரு கதை எழுதியிருக்கிறார்!

கடவுள் கேட்டார் - பக்தா, இதுதான் பூலோகமா?

எத்தனை யோசனைக்கிளைகள் பிரிகின்றன இதில் பாருங்கள். கடவுள் கேட்டார். அவர் ஏன் கேட்கவேண்டும்? எல்லாம் அறிந்தவர்தானே அவர்? சரி யாரிடம் கேட்டார்? பக்தனிடம்! அவரை நம்பி வந்த பக்தனிடம் அவர் சந்தேகம் கேட்கிறார். அடுத்தது, இவன் அவரை பூலோகத்துக்கு அழைத்து வருகிறான். அவராக வரவில்லை. பிறகு, அவர் சந்தேகமாய்க் கேட்கிறார், இதுதான் பூலோகமா? அதுவே தெரியாத அவர் இவன் பிரச்னைக்கு என்ன தீர்வு முடியும்?

இலக்கணங்களை மறந்து விடலாம் என்று தோணுகிறது... நாவலைவிட சிறுகதைக்கு வடிவ நேர்த்தி முக்கியம். கட்டுக்கோப்பு முக்கியம். தெளிவு முக்கியம். ஒரு கலைத்திகட்டல் அடிநாக்குத் தித்திப்பாக, காட்டில் நாக்கில் விழுந்த

தேன்துளியாக நல்முகூர்த்தம் ஒன்றில் வசப்படும். சட்டென புது வெயில் வந்தாப்போல உலகமே புதுவிதமாய்க் காட்சிப்படும் கலைஞனுக்கு. வழக்கத்தில் இருந்து வழக்கமற்ற ஏதோ, புதுசான ஏதோ. அது எப்ப வேணாலும் கிட்டும். தூக்கத்திலும் கூட கிடைக்கலாம். நானே ஒரு கனவை, சட்டெனக் கண்விழித்து எழுந்துகொண்டு கதையாக்கி யிருக்கிறேன்.

கதைக்கு ஒரு உண்மையின் பின்னணி தேவையா? ஆம் என்றும் இல்லை என்றும் சொல்வேன். நமக்குக் கற்பனை போன்ற, பிறர் வாழ்வில் உண்மையான பின்னணியைக் கதையில் கையாளுதல் இயல்பான விஷயம். என்னைப் பொறுத்தமட்டில் தெரிந்த நிஜப் பாத்திரங்களை வைத்துக் கதை புனைய எனக்குச் சம்மதம் கிடையாது. காரணம் நான் அவரைப் பற்றிய ஒரு வியூகத்தை, என் அறிவுதர்க்கத்துக்கு உட்பட்டு எழுத வந்தால், நாளை ஒருவேளை என் கருத்து, கணிப்பு தவறாக ஆகிவிடக்கூடிய சாத்தியம் உள்ள நிலையில், என் மனது என்னைக் குற்றவாளியாய்க் காணும். என்னால் அதைத் தாள இயலாது.

கவிதை பொங்கும் திறந்த மனசுக்குக் கதைகள் கொட்டிக் கிடக்கின்றன. பாத்திரங்கள் வாழ்வனுபவத்தில் தெறிப்பாய்ச் சொல்லும் வசனங்கள் பெரும் வியூகங்களைத் தர வல்லவை. எர்னஸ்ட் ஹெமிங்வே ஒரு மீனவனோடு படகில் கடலுக்குள் போய் அவனுடனேயே இருந்து பழகி ஒரு நாவல் எழுதினார். எழுத ஆரம்பிக்குமுன் அவனிடம் தன் நாவலுக்கு ஒரு பெயர் வை, என்று கேட்டார். ஐய எனக்கு என்ன சாமி தெரியும்... என்றவன், ஆனாலுங்கூட சாமி எனக்கு ஒரு ஆச்சர்யம் உண்டுங்க. சிலாள் பொறக்கும்போதே பணக்காரனா பொறந்துர்றான். சிலாள் ஏழையாப் பொறந்து கடேசிவரை காசைக் கண்ணால பாக்காமயே மண்ணுக்குள்ள போயிர்றான், ஏன் சாமி அப்டி? - என்றான் இடுங்கிய கண்களுடன். அவன் நினைவாக அந்த நாவலுக்கு To have and have not என்று பெயர் வைத்தார் ஹெமிங்வே.

நான் BSNL அண்ணாநகர் சென்னை தந்தியலுவலகத்தில் வேலை பார்க்கிறேன். எங்கள் அலுவலகத்துக்கு மேல்மாடியில் வெளிநாட்டுக்கு வேலைக்கு ஆளனுப்புகிற ஒரு ஏஜென்சி இருக்கிறது. வருகிற ஆட்கள் எல்லாம் கிடைத்த இடத்திலெல்லாம் கடன் வாங்கிக் காசு தேர்த்தி வேலை என்று துபாய் அரேபியா என்று கிளம்புகிறவர்கள். ஒருநாள் ஒருவன் வாசலில் பேசிக் கொண்டிருந்ததைக் கேட்டேன் - அன்று இரவு அவனுக்கு •ப்ளைட். அதுவரை சாப்பிடக் கூட கையில் காசு இல்லை அவனிடம். நல்லாத் தண்ணி குடிச்சிட்டேன். ராத்திரி •ப்ளைட்ல எப்பிடியும் சாப்பாடு உண்டுல்லா? - என்றான் அவன். அந்தச் சாப்பாட்டை நம்பி, அதுவரை சாப்பிடாமல் கிளம்பும் மகாத்மா.

எங்கள் அலுவலகத்தில் தினக்கூலி வேலை பார்த்துக் கொண்டிருந்த பையன் ஒருவன். அவன் தாய் இறந்து விட்டாள். பத்தாம் நாள் காரியத்துக்கு ஊரில் இருந்து உறவுக்காரர்கள் வந்தபோது அவன் அடைந்த மகிழ்ச்சியை நான் காணமுடிந்தது. அவர்களோடு தானும் ஊருக்குப் போகவேண்டும் என்று அப்பாவிடம் அடம்பிடித்துக் கொண்டிருந்தான் அவன்.

கதை சொல்லுவதற்கான முறைமையை இப்படி வாழ்க்கை சட்டென அடியெடுத்துக் கொடுத்து விடும். கமலாதாஸ் ஒரு சிறுமி-விபசாரம் பற்றிய கதையைத் தலைப்பிலேயே அழுத்தமாய் ஆரம்பிக்கிறார். DOLL FOR THE CHILD-PROSTITUTE. இந்தத் தலைப்பைப் படித்துவிட்டு ரொம்ப நேரம் வேறு வேலை செய்யமுடியாமல் தவித்தேன் நான்.

சமீபத்தில் நான் பாண்டிச்சேரி ஸ்ரீ அன்னையின்பால் ஈர்க்கப்பட்டு கவரப்பட்டு வருகிறேன் என்பது புதிய செய்தி அல்ல. எங்கள் வீட்டு வாசலில் அப்போது செம்பருத்திச் செடி ஒன்று இருந்தது. தினசரி காலை என் மனைவிக்காக நான் செம்பருத்திப் பூக்களைப் பறித்துத் தந்து உதவுகிறது உண்டு. அதிகாலையில் மரத்துடன் பழகுவது அருமையான அனுபவம். இலைகளுக்கும், வேருக்கும் நீர் தெளிப்பதும் ஊற்றுவதும், இலை அப்போது தரும் வாசனையும், மண்ணின் நெகிழ்ச்சியும், பூக்கள் சூரியனைக் காணக்காண உடலை விரிப்பதும் அழகு. மூடிய குடைபோல் கிடக்கும் செம்பருத்திப் பூ, சூரியன் வர சட்டென மூக்கை வெளியே நீட்டி, மடல்களை விரியத் திறப்பது, யானையொன்று தும்பிக்கையை நீட்டியாட்டுவதுபோலவும், அதன் இதழ்கள் ஆப்பிரிக்க யானையின் காதுகள் போலவும் தோற்றங் காட்டின. சிவப்பு யானைகள் என ஒரு கதை, பாக்யா தீபாவளி மலரில் நான் பிறகு எழுதினேன்.

லா.ச.ரா. செம்பருத்திப் பூவை அம்பாளின் அருள் வழங்கும் உள்ளங்கை, என எழுதியிருக்கிறார். அவசரம், கதை எழுதித் தந்தாக வேண்டும், என்கிற நெருக்கடியில் வாழ்வின் கவிதைக் கணங்களை உருவகித்துக் கொண்டு இயங்குவதும் வழக்கம்தான். லி•ப்டில் தனியே மாட்டிக்கொண்ட நிமிடங்கள் பற்றி இரா. முருகன் எழுதியிருக்கிறார். கவிதைக் கணங்கள் என்பது சட்டென உணர்வெழுச்சி கண்டு அடங்காப் படபடப்பு தந்த கணங்கள். அன்போடு வளர்த்த பூனை கால் தவறிக் கிணற்றில் விழுந்துவிட பெரியவர் படும்பாடு, என தி.ஜானகிராமன் எழுதியிருக்கிறார். புதுமைப்பித்தனின் ஒரு கதை - மனிதயந்திரம், என்று நினைக்கிறேன். ஒரு அவசரம் என்று முதலாளி அறியாமல் கல்லாவில் காசெடுத்துவிட்டு, மனசு அதிர்வதைத் தாளமுடியாமல் ரயிலில் இருந்து இறங்கி முதலாளியிடம் பணத்தைத் திரும்பிவந்து சேர்த்த ஒரு கடைஊழியனின் கதை ஞாபகம் வருகிறது.

சில சமயம் இப்படிக் கதைகள் ஒரு பெரும் மானுட சமூகத்தின் பங்களிப்பாக உருப்பெருகி நிற்பதும் உண்டு. லா.ச.ரா.வின் குருஷேத்திரம், என்னை அயர்த்திய ஒரு கதைப்பொருள். திருடன் ஒருவன், திருடிவிட்டுத் திரும்ப ரொம்ப நேரங் கழித்து அந்தப் பக்கம் வருகிறான். திருட்டுக்கொடுத்ததைத் தாளமுடியாமல் பறிகொடுத்தவன் அந்தக் கோயில் குளத்தில் பிணமாக மிதந்து கொண்டிருக்கிறான். திருடனின் மன உளைச்சல்தான் கதை. ஜானகிராமன் கதை ஒன்று. சின்னப்பிள்ளை ஒன்று மிட்டாய் வாங்கக் கடைக்கு வரும். கடைக்காரர் மிட்டாய் தந்துவிட்டு மிச்சச் சில்லரை தராமல் குழந்தையை அனுப்பி விடுவார். குழந்தையை அதன் அம்மா கூட்டிவந்து கடைக்காரரிடம் சில்லரை கேட்-பாள். அவர் தந்தனுப்பியதாய்ச் சொல்வார். அந்த இடத்திலேயே அந்த அம்மா குழந்தையை ஒரு மொத்து மொத்த, ஐயோ என்று மனம் பதறுவார் கடைக்காரர். அடி அவர் முதுகில் விழுந்தாப் போல!

சில சமயம் இப்படிக் கவிதைக் கணங்களை விடுத்து, உலகளாவிய ஒரு விழுமியத்தைக் கையில் எடுப்பதும் உண்டு. இவையெல்லாம் காலம் அளிக்கிற கொடை அல்ல. அறிவின் வீச்சு. சட்டுச் சட்டென்று மனதில் வந்த உதாரணங்களைச் சொல்லிச் செல்கிறேன். இதேபோன்ற வேறு உதாரணங்கள் உங்கள் மனதில் அலையடிக்கலாம். ஜெயமோகனின் வாரிக்குழி, மறக்க முடியாத கதை. மதம் பிடித்த யானை ஒன்று கட்டறுத்துக் கொண்டு காட்டுக்குள் ஓடுகிறது. கையில் வெறும் அங்குசத்துடன், ஆனால் யானையின் பயத்தை மெல்ல மெல்லப் பெரிதாக்கி, அதைத் தன் ஆளுமைக்குள் கொண்டுவந்து, யானைமேல் அமர்ந்து திரும்ப ஊருக்குள் வரும் பாகனின் கதை. மனிதன் மகத்தான-வன் என்கிற விழுமியம் மனசை விம்ம வைக்கிறது. ஒரு சீனக்கதை - எருது, என நான் மொழிபெயர்த்திருக்கிறேன். மகா பலசாலியான எருது, மனிதனைக் கண்டாலே நடுங்கி அவன் பராக்கிரமன், தன்னை அவன் சுண்டுவிரலாலேயே அழித்து விடுவான் என்று பதறும் குணத்தை விவரித்துச் செல்கிறது கதை. அதை ஒரு கொத்தடிமை விவரிப்பதாகவும், அவனுக்கே தன் பலம் தெரியாமல் கொத்தடிமையாய் வாழ்கிறான் என்றும் ஒரு முடிச்சு போடுகிறார் ஆசிரியர் யெ ஷேங்தாவ்.

கதை மனசில் சட்டெனக் கூடு கட்டும் கணங்கள் மகத்தானவை. தற்போது மெகா தொலைக்காட்சித் தொடர்களுக்கு வசனம் எழுதிவரும் நண்பன் பாஸ்கர் சக்தி ஒருமுறை என்னை ஸ்பீல்பர்க்கின் 'ஷின்ட்லர்ஸ் லிஸ்ட்' படம் வீடி-யோவில் பார்க்கக் கூப்பிட்டான். அப்போது திரையிடப்படாமல் அரிதாக வீடியோ கிடைத்தது எங்களுக்கு. அவனது உறவினர் வீட்டுக்கு நெற்குன்றத்துக்கு வரச்சொன்னான் பாஸ்கர். வரும் வழி கேட்டேன். ''மேடு இறங்கினால் செங்-கச்சூளை, அப்படியே திரும்பினா சித்தப்பா வீடு...'' என்று வழி சொன்னான். போகிற இடத்தின் பெயர் நெற்குன்றம். இப்போது அந்தப் பகுதி செங்கற்குன்றமாகி விட்டது. சட்டெனக் கிளம்பிய பொறியில் அன்று நான் திரைப்படம் பார்க்-கப் போகவில்லை. கல்கி தீபாவளி மலருக்கு அப்போதே 'நெற்குன்றம்' என நகர்மயமாதலை வைத்து ஒரு கதை எழுத முடிந்தது.

சுதாரித்து கவனமாய் இயங்கும் மனம் தானே நல்லநல்ல கருக்களை சுவீகரித்துக் கொள்ளும். ஒருமுறை ஸ்ரீவில்-லிபுத்தூர் பஸ் நிலையத்தில் ஒரு பிச்சைக்காரனைப் பார்த்தேன். யார் அவன், எந்த ஊர் தெரியாது. யாரையும் மதிக்-கிறவனாகவும், யாரோடும் பேசுகிறவனாகவும், பிச்சையெடுக்கிறாப் போலவும் அவன் இல்லை. தான் தன்னுலகம் என அலைந்து திரிகிற மனிதன். அவனுக்கும் இப்பவோ முன்போ ஒர் உலகம் இல்லாமல் இருக்குமா, என்று தோணியது. அவன் ஆச்சர்யமான ஒரு காரியம் செய்தான். டவுண்பஸ் ஒன்று அங்கே நின்றிருந்தது. அதன் தோள்ப் பக்கங்க-ளில் சிவப்புப் பட்டையில், அது நின்று செல்லும் இடங்களை வரிசையாய் எழுதியிருந்தார்கள். திடீரென்று அந்தப் பைத்தியக்காரன் தரையில் தேடி ஒரு கரிக்கட்டியைக் கண்டுபிடித்து, அந்த ஊர்களுக்கு ஊடே தன் ஊரையும், எந்த ஊர் நினைவில்லை - சின்னாளப்பட்டி, என்று வையுங்களேன்... கரிக்கட்டியால் சின்னாளப்பட்டி என எழுதியதைப் பார்த்தேன்.

என் கற்பனையில் ஒரு லாரி டிரைவர் அந்த வழியே அடிக்கடி போய்வருகிறவன், இவனைப் பார்த்து ஆச்சர்யப் படுகிறான். ஒருநாள் இவன் டவுண்பஸ்சில் எழுதியதைப் பார்த்து விட்டு, அவனை அடுத்த முறை அந்த வழியே போகும்போது, சின்னாளப்பட்டியிலேயே இறக்கி விட்டுவிட்டுப் போகிறான், என கதை ஒன்று எழுதினேன். ஒரு மனி-தன், இன்னொரு மனிதன் - என்று தலைப்பு. மிகப் புதிய கரு அல்லவா? இவனுக்கும் அவனுக்கும் எந்தத் தொடர்பும் இல்லை. பேச்சுவார்த்தை கூடக் கிடையாது. ஆனாலும் அவர்கள் ஒருவரை ஒருவர் சக மனிதர்களாக, பின்னும் பேசிக்கொள்ளாமலேயே அறிமுகமாகி பிரிந்து போகிறார்கள்!

வாழ்வின் இருண்மைகள் சார்ந்து எப்போதாவதுதான் எழுத வாய்க்கிறது. வாழ்க்கை சொல்லித் தந்துகொண்டேதான் இருக்கிறது. அதன் மொழியை அறியப் பயிற்சி தேவை. விசாலமான வாங்குதிறனுள்ள மனம், கதவைத் திறந்து வைத்த மனம் தேவை. சின்ன விஷயங்களில் கூட கவனமாய்ப் பார்த்தால் பெரிய கருக்கள் கிடைக்கவே செய்யும். துரும்படியில் யானையைக் கண்டுபிடிக்கிறான் படைப்பாளி.

28-10-2007 நவிமும்பை வாஷி தமிழ்ச்சங்கத்தில் உரை

19. சிறுகதை எழுதுவது எப்படி? - தி.ஜானகிராமன்

எல்லோரும் நாட்டியம் ஆடுவதில்லை. எல்லோரும் சங்கீதம் பாடுவதில்லை. எல்லோரும் வயலினோ, மிருதங்கமோ வாசிப்பதில்லை. சிலருக்குத்தான் இந்தக் காரியங்களைச் செய்ய முடிகிறது. அந்தச் சிலரிலேயே ஓரிரண்டுபேர் செய்யும் பொழுது நமக்கு மெய் மறந்துவிடுகிறது. தெய்வத்தையே கண்டு விட்டாற்போல புல்லரித்துப் போகிறோம். வேறு பலர் செய்யும் பொழுது, நமக்கு இந்த அனுபவம் ஏற்படுவதில்லை. ஒரு சமயம் நாம் பிரமிக்கலாம். மலைக்கலாம். வியக்கலாம். நுட்பமான ரசானுபவம், தன்மறதி போன்ற உணர்வு நிலைகள் வருவதில்லை.

கலைஞர் உணர்வு மயமாகி ஆகி ஆடும்போதோ, வாசிக்கும் போதோ, தானாக ஒரு முழுமையும் ஓர் ஒருமையும் அந்தக் கலைப்படைப்பில் நிறைந்து, நம்முள்ளேயும் பரவி நிரம்பும். உணர்வு இல்லாமல் இயந்திர ரீதியில் படைக்கிறவர்கள் இருக்கிறார்கள். இவர்கள் தங்கள் சாமர்த்தியத்தையும் அசகாய சூரத்தனத்தையும் காட்டி நம்மைப் பிரமிக்க வைக்க முடியும், ஆனால் மெய்மறக்கச் செய்ய இயலாது. நான் இந்த நோக்கில்தான் எந்தக் கலைப் படைப்பையும் பார்க்கிற வழக்கம். சிறுகதையையும் அப்படித்தான் பார்க்கிறேன்.

எந்தக் கலைப்படைப்புக்கும் முழுமையும் ஒருமையும் அவசியம். அவை பிரிக்க முடியாத அம்சங்கள். சிறுகதையில் அவை உயிர்நாடி. ஓர் அனுபவத்தைக் கலைவடிவில் வெளிப்படுத்த சிறுகதையில் இடமும் காலமும் குறுகியவை. எனவே எடுத்துக்கொண்ட விஷயம் உணர்வோ, சிரிப்போ, புன்சிரிப்போ, நகையாடலோ முறுக்கேறிய, துடிப்பான ஒரு கட்டத்தில்தான் இருக்கமுடியும். சிறிது நேரத்தில் வெடித்துவிடப் போகிற ஒரு தெறிப்பும், ஓர் அவசரத் தன்மையும் நம்மை ஆட்கொள்ள வேண்டும். தெறிக்கப் போகிறது பட்டுக் கயிறாக இருக்கலாம். எகு வடமாக இருக்கலாம். ஆனால் அந்தத் தெறிப்பும் நிரம்பி வழிகிற துடிப்பும் இருக்கத்தான் வேண்டும்.

இந்தத் தெறிப்பு விஷயத்திறகுத் தகுந்தாற்போல் வேறுபடுவது சகஜம். கதையின் பொருள் சோம்பல், காதல், வீரம், தியாகம், நிராசை, ஏமாற்றம், நம்பிக்கை, பக்தி, உல்லாசம், புதிர் அவிழல் அல்லது இவற்றில் சிலவற்றின் கலவைகளாக இருக்கலாம். அதற்குத் தகுந்தபடி அந்தத் தெறிப்பு பஞ்சின் தெறிப்பாகவோ, பட்டின் தெறிப்பாகவோ, எகின் தெறிப்பாகவோ, குண்டு மருந்தின் வெடிப்பாகவோ சத்தம் அதிகமாகவோ குறைந்தோ மௌனமாகவோ மாறுபடும். எனக்கு வேறு மாதிரியாக இந்த அனுபவத்தை விளக்கத் தெரியவில்லை. பல சமயங்களில் சிறுகதையைப் பற்றி நினைக்கும் போது, நூறு அல்லது ஐம்பது கஜ ஓட்டப்பந்தயத்திற்கு ஆயத்தம் செய்து கொள்ளுகிற பரபரப்பும், நிலைகொள்ளாமையும் என்னைக் கவ்விக் கொள்கிறதுண்டு.

இது ஒரு மைல் ஓட்டப்பந்தயமல்ல. சைக்கிளில் பல ஊர்கள், வெளிகள், பாலங்கள், சோலைகள், சாலைகள் என்று வெகுதூரம் போகிற பந்தயம் இல்லை. நூறு கஜ ஓட்டத்தில் ஒவ்வோர் அடியும் ஒவ்வோர் அசைவும் முடிவை நோக்கித் துள்ளி ஓடுகிற அடி அசைவு. ஆர அமர,வேடிக்கை பார்த்துக் கொண்டு செல்லவோ வேகத்தை மாற்றிக் கொள்ளவோ இடமில்லை. சிறுகதையில் சிக்கனம் மிக மிக அவசியம். வளவளப்புக்கு இடமே கிடையாது. வளவளப்பு என்றால் அதிகச்சுமை. ஓடுவது கஷ்டம்.

இத்தனை தெறிப்பும் துடிப்பும் வேகமும் தேவையான சிறுகதை எழுத எத்தனையோ பேர் வழிகள் சொல்லியிருக்கிறார்கள். வகுப்புக்கூட நடத்துகிறார்கள். தபால் ட்யூஷன்கூட நடத்துவதாகக் கேள்வி. என்ன நடத்தினாலும் உத்திகளைத்தான் சொல்லிக்கொடுக்கலாம். உணர்வில் தோய்வதைச் சொல்லிக் கொடுக்க முடியாது. உணர்வில் லயிப்பதையும் முறுக்கேறுவதையும் சொல்லிக் கொடுக்க முடியாது. ஆனால் உத்திகளைச் சரியாகக் கையாண்டு, இலக்கண ரீதியாகப் பழுதில்லாத ஆயிரம் சிறுகதைகள் இப்பொழுது நம் நாட்டிலும் அயல்நாடுகளிலும் பல பத்திரிகைகளில் வருகின்றன. ஆனால் நாவலோ, நாடகமோ எழுதும் ஆசிரியர்களின் எண்ணிக்கையில் நூற்றில் ஒரு பங்குகூட அசல் சிறுகதை ஆசிரியர்கள் இந்த உலகத்தில் இல்லை.

இதுதான் வேடிகக்கை. உத்திகளைத் தெரிந்து கொண்டு மட்டும் சிறுகதைகள் எழுதி, பத்திரிகைகளை நிரப்பலாம். அது ஒன்றும் பெரிய காரியமில்லை. செக்காவின் உத்திக்கு ஓர் அச்சு தயார் செய்துகொண்டு அதில் நம் சரக்கைப் போட்டு வார்த்துவிடலாம். ஆனால் அது செக்காவ் அச்சின் வார்ப்பாகத்தான் இருக்கும். புதிதாக ஒன்றும் வந்துவிடாது. உணர்வும் நம் பார்வையின் தனித்தன்மையும்தான் முக்கியம். அவை கண்யமாகவும் தீவிரமாகவும் இருந்தால் நமக்கு என்று ஓர் உருவம் கிடைக்கும். இதை எப்படிச் சொல்லிக் கொடுக்கப் போகிறார்கள்?

தனித்தன்மையும், உணர்ச்சி நிறைவும், தெறிப்பும் எல்லாம் இல்லாவிட்டால் சிறுகதையின் பிரசித்திபெற்ற இலக்கணமான ஒருமைப்பாடு உயிரில்லாத ஜடமாகத்தான் இருக்கும். இன்று உலகப் பத்திரிகைகளில் வரும் பெரும்பாலான கதைகள் தனித்தன்மை இல்லாத, அல்லது போலி உணர்ச்சிகள் நிறைந்த ஜடங்கள்தான். ஆனால் பொதுவாகப் பத்திரிகைகள்தான் சிறுகதைக் கலையை வளர்ப்பதில் பெரும் பங்குகொண்ட கருவியாக இருந்திருக்கின்றன. செக்காவ், மாப்பஸான், ஹென்றி ஜேம்ஸ், மாம், மெல்வில், ஸ்டீபன், க்ரேன், ப்ரெட் ஹார்ட்டி முதல் ஜெர்மனி, ஜப்பான், இந்தியா

ஆகிய நாடுகளில் எழுதிய எழுதுகிற சிறுகதை எழுத்தாளர்கள் வரை முக்காலே மூனறு வீசம்பேர் பத்திரிகைகளில்-தான் எழுதியிருக்கிறார்கள்எழுதுகிறார்கள். எனவே, பொறுப்புள்ள பத்திரிகைகள் நல்ல சிறுகதைகளையும், பொறுப்-பில்லாதவை ஜடங்களையும் வளர்க்கின்றன என்று சொல்லிவிட்டு மேலே போவோம்,

சிறுகதையில் வரும் கதையோ நிகழ்ச்சியோ ஒரு க்ஷணத்திலோ,நிமிஷத்திலோ, ஒரு நாளிலோ, பல வருடங்க-ளிலோ நடக்கக்கூடியதாக இருக்கலாம். காலையில் தொடங்கி இரவிலோ, மறுநாள் காலையிலோ அல்லது அந்த மாதிரி ஒரு குறுகிய காலத்திலோ முடிந்துவிட வேண்டும் என்று அவசியமில்லை. சொல்லப்படவேண்டிய பொருளின் ஒருமைதான் முக்கியமானது. எட்டு நாளில் நடந்த சங்கதியை முதல் நாளிலிருந்து வரிசையாகச் சொல்லிக்கொண்டு போகலாம். இரண்டாவது, மூன்றாவது, நாலாவது நாளிலிருந்தோ அல்லது கடைசிக் கணத்திலிருந்தோ ஆரம்பித்து, பின் பார்வையாகப் பார்த்துச் சொல்லிக் கொண்டு போகலாம். நடந்தது, நடக்கப் போவது இரண்டுக்கும் இடையே ஒரு வசதியான காலகட்டத்தில் நின்றுகொண்டு நிகழ்ச்சியைச் சித்திரித்துக்கொண்டு போகலாம். எப்படிச் சொன்னாலும் ஒரு பிரச்னை, ஒரு பொருள், ஓர் உணர்வு, ஒரு கருத்துதான் ''ஓங்கியிருக்கிறது' என்ற நிலைதான் சிறுகதைக்கு உயிர்.

சிறுகதையில் சொல்லக்கூடாத விஷயங்களே இல்லை. கடந்த 100 ஆண்டுகளில் சிறுகதை வளர்ந்துள்ள போக்-கைப் பார்த்தாலே இது தெரியும். வெறும் புற நிகழ்ச்சிகளில் தொடங்கி நுட்பமான மனத்தத்துவ ஆராய்ச்சி வரையில் அதன் பொருள் இப்பொழுது விரிந்திருக்கிறது. மேலெழுந்த வாரியான கவனத்திற்குப் புலப்படாத அக உணர்வுகள், நினைவோட்டங்கள், அடிமன நிலைகள் வெறும் கண்பார்வைக்குப் பின்னால் ஒளிந்து கிடக்கும் மன உந்தல் இவை எல்லாம் இன்று சிறுகதைப் பொருளாக வந்துள்ளன. ஆனால் எதைச் சொன்னாலும் ஓங்கி நிற்கும் ஒருமை அவசி-யம். ஒருமையுள்ள சிறுகதை முடிய வேண்டிய இடத்தில் தானாக முடிந்துவிடும். முடிகிற எல்லையைக் கடந்தால் ஒருமைக்கோப்புக்கும் ஊறுவிளையத்தான் செய்யும். பந்து எல்லையைக் கடந்து ஓடினால் கிரிக்கெட்டில் ஒன்றுக்கு நாலாக ரன் கிடைக்கும். சிறுகதையில் கிடைப்பது பூஜ்யம்தான்.

என்னை ஒரு நண்பர் கேட்டார். சிறுகதை, நாவல் எழுதுகிறவன் பெரிய இலக்கிய கர்த்தர்களின் நூல்களைப் படிக்க வேண்டுமா என்று. அவசியமில்லை என்று நான் சொன்னேன். அது எனக்கும் என்னைப் போன்றவர்களுக்கும் சொல்லவில்லை. இயற்கையாகவே அபாரமாக எழுதும் மேதை படைத்தவர்களை, புது வழிவகுக்கும் ஆற்றல் படைத்-தவர்களை மனதில் வைத்துக்கொண்டு சொன்னது. என்னைப் போன்றவர் நிறைய படித்தால்தான் நல்லது. செக்காவ், மாப்பஸான், போ, மாம், தாகூர், கு.ப.ரா. புதுமைப்பித்தன், லா.ச.ரா, ஸீன் ஓகாஸி, ஜாய்ஸ், ஸ்டீபன் க்ரேன், ஹென்றி ஜேம்ஸ், போவன், காவபாட்டா போன்ற வெவ்வேறு சிறுகதை ஆசிரியர்களைப் படித்தால், சிறுகதைக்கான பொருள்-களை நாடுவதில் எத்தனை சாத்தியக் கூறுகள் உண்டு என்பதும், சிறுகதை உருவத்தில் எத்தனை நூறு வகைகள் சாத்தியம் என்பதும் தெரியும்.

உருவம் என்று சொல்லும் போது ஆரம்பம், இடை, முடிவு மூன்றும் தெள்ளத் தெளிவாகத்தான் இருக்கவேண்டிய அவசியம் இல்லை என்பதும் இந்தக் கதைகளைப் படித்தால் தெரியும். இந்த மூன்றும் தெளிவாகத்தெரிவதும், தெளி-வில்லாமல் பூசினாற் போல் இருப்பதும் சொல்லுகிற விஷயத்தைப் பொறுத்தவை. ஒரு மரத்தின் நிழல் கருக்காகக் கத்தரித்தாற் போலும் விழலாம். பூசினாற் போலும் விழலாம். அது விளக்கின் தூரம், ஒளி முதலியவற்றைப் பொறுத்தது. உருவம் சரியாக அமைவது நம்முடைய உணர்வின் தீவிரத் தன்மையைப் பொறுத்தது. என்னுடைய அனுபவத்தில், உணர்ச்சியோ, சிந்தனையோ போதிய தீவிரத்தன்மை பெறும்போது, உருவமும் தானாக ஒருமைப்பாட்டுடன் அமைந்-துவிடுகிறது.

உணர்ச்சியின் தீராத தன்மை எப்போது, எந்தக் கால அளவில் போதிய அளவுக்குக் கைகூடும் என்று சட்டம் போடுவதில்லை. அது ஒவ்வொர் ஆசிரியரின் திறமையைப் பொறுத்தது. ஒருவருக்கு ஒரு மணியிலோ, ஒரு நிமி-ஷத்திலோ கைகூடுகிற தீவிரத்தன்மை, ஊறும்தன்மை, எனக்குக் கிட்ட ஒரு வாரமோ, ஒரு வருஷமோ பிடிக்கலாம். எனக்கு ஒரு கதையைப் பற்றிச் சிந்தித்துக் கொண்டிருக்கையில், திடீரென்று வேறு ஒரு கதை தோன்றிச் சில நிமி-ஷங்களில் அதை எழுதி முடித்ததுண்டு. யோசித்துப் பார்த்தால், அந்தக் கதைக்கான வித்து மனத்தில் விழுந்து எத்-தனையோ வருஷங்கள் ஆகியிருக்கும். தோட்டத்து மண்ணில் எப்பொழுதோ உதிர்ந்த விதையொன்று, மண்ணுள் பல காலம் உறங்கி, திடீரென்று ஒரு மழை அல்லது நைப்பிற்குப் பிறகு முளைப்பது மாதிரிதான் அது. உணர்ச்சியைக் குறுகிய காலத்தில் தீவிரமாக அனுபவிக்கப் பழக்கியும் கொள்ளலாம் என்று சொல்கிறார்கள். எழுத்து தொழிலாகி, பத்திரிகைகள் பெருகிவிட்ட இந்த நாளில் இப்படிப் பழக்கிக் கொள்வது அவசியம் என்பதில் தவறில்லை.

எப்படி எழுதுவது என்பதை எனக்குச் சரியாக விவரிக்கத் தெரியவில்லை. மாபஸான் ''நெக்லேஸை''யோ, ''இரு நண்பர்களை''யோ, செக்காவ் ''டார்லிங்''கையோ, ''கோரஸ் பாடகி''யையோ, கு.ப.ரா. ''நூருன்னிஸா''வையோ, பிச்ச-மூர்த்தி ''பதினெட்டாம் பெருக்கை''யோ, டாகூர் ''ஊர் திரும்புதலை''யோ எப்படி எழுதினார்கள் என்று அவர்களைக் கேட்டால்தான் தெரியும். என் சொந்த அநுபவத்தில் தெரிந்ததைத்தான் நான் சொல்லுவேன். ஒரு நாள் நான் ரயிலில் போய்க்கொண்டிருந்தபோது கச்சலும், கறுப்புமாக நாய் பிடுங்கினாற் போன்ற ஒரு பத்து வயதுப் பெண்குழந்தையுடன்

யாரோ பணக்கார அம்மாள் எதிர் இருக்கையில் அமர்ந்திருந்தாள். பள்ளிக்கூட விடுமுறைக்கு மூத்த அக்காளின் ஊரில் தங்கிவிட்டு ஊர் திரும்புகிறது அந்தப் பெண்.

நல்ல துணை ஒன்று இந்தப் பணக்கார அம்மாளின் உருவில் கிடைக்கவே, அக்காள் அந்த அம்மாளோடு குழந்தையை அனுப்பியிருக்கிறாள். ஏதோ பேசிக் கொண்டிருக்கும்போது அந்த அம்மாள் ''இது படித்து என்ன பண்ணப் போகிறது? நான் கூட, கூடமாட ஒத்தாசையாயிருக்க இதையே சாப்பாடு போட்டு வீட்டில் வைத்துக்கொண்டு விடலாம் என்று பார்க்கிறேன்'' என்றாள். என்னமோ, அந்த யோசனையும் அந்த அம்மாள் அதைச்சொன்ன தோரணையும் உள் மனத்தில் பாய்ந்து குத்திக்கொண்டுவிட்டன. அந்தப் பெண்ணையே பார்த்துக் கொண்டு வந்தேன். அந்த ஆறு மணி நேரப்பயணத்தில் ஒன்றும் வேண்டும் என்றுகேட்காமல், ஆசைப்படாமல், கேட்ட கேள்விகளுக்கு மட்டும் பதில் சொல்லிக்கொண்டு வந்தது அது.

எனக்கு உணர்ச்சி வசப்படுகிற இயல்பு அதிகம். அந்தப் பெண் தன் பொறுமையினாலும், பொறுப்பினாலும் எதையும் சமாளிக்கும். எதையும் ஆளும் என்று தோன்றிற்று. ஓடி ஆடி, கத்திக் கூச்சலிட்டு, விளையாடிப் பிதற்ற வேண்டிய வயதில் அது உலகத்தின் சுமைகளையும், கவலைகளையும் தாங்கிக் கொண்டிருப்பது போல் எனக்குத் தோன்றிற்று. எனக்குப் பயமாக இருந்தது. வயிற்றைக் கலக்கிற்று. அது ஒரு படம்.

இன்னொரு படம். என் மகன் ஆறு வயதில் ஒரு விடுமுறைக்கு அவன் தாத்தா வீட்டுக்குப் போயிருந்தான். நான் போய்த் திரும்பி அழைத்து வந்தேன். குணத்தில் எனக்குநேர் விரோதம் அவன். கூப்பிடாததற்கு முன் போய் யாரோடும் பேசிச் சிரித்து, நெடுநாள் சிநேகம் போல ஐக்கியமாகிவிடுகிற சுபாவம். பார்ப்பதற்கும் அப்போது கஷ்கு முஷ்கென்று உருட்டி விட்டாற்போல் இருப்பான். கூடப் பிரயாணம் செய்தவர்களோடு பேசிச் சிரித்துக் களைத்துப்போய் அவன் தூங்கத் தொடங்கினான். ஆரஞ்சுப் பழத்திற்காகக் கத்திவிட்டு, வாங்கிக் கொடுத்ததும் சாப்பிடாமல் தூங்கிவிட்டான். அது கையிலிருந்து உருண்டு ஒரு ஓரமாகக் கிடந்தது. அவ்வளவு கத்தினவன் ஏன் உடனே அதைத் தின்னவில்லை? எனக்கு அப்போது முன்பொருதடவை ரயில் பயணம் செய்தபோது பார்த்த அந்தப் பெண்ணின் ஞாபகம் வந்தது. இந்த இரண்டு படங்களும் எனக்கு அடிக்கடி ஞாபகம் வருவதுண்டு.

ஆனால் எழுத வேண்டும் என்று தோன்றவில்லை. சுமார் ஒரு வருடம் கழித்து கலைமகள் தீபாவளி மலருக்காக அழைப்பு வந்தபோது,இந்த இரண்டு படங்களும் இணைந்து கலந்து ''சிலிர்ப்பு'' என்ற கதையாக உருவாயின. அதை வேகமாக எழுதின ஞாபகம் எனக்கு. கம்ப்யூட்டரில் கொடுத்தது போல இந்த இரு நிகழ்ச்சிகளும் அந்த ஒரு வருஷ காலத்திற்குள் ஒரு கதையை உருவாக்கிவிட்டனவோ என்னவோ! உட்கார்ந்து கதையை எழுதி முடிக்கிற வரையில் என்னால் துயரம் தாங்கமுடியவில்லை. ஒரு அபூர்வமான உணர்ச்சிலயம் அது. உடல், உள்ளமெல்லாம் நிரம்பி அன்று நான் கரைந்து கொண்டிருந்த ஞாபகம்.

13 வருஷம் கழிந்தும் இன்னும் தெளிவாக நினைவிருக்கிறது. கடைசி வரிகளை எழுதும்போது ஒரு குழந்தையின் நிர்மலமான அன்பில் திளைக்கும் சிலிர்ப்பும் கசிவும் என்னைக் கரைத்துக் கொண்டிருந்தன. எழுதி முடித்ததும் ஒரு அதிசயமான சுமையிறக்கமும் விடுதலையும் நெஞ்சு கொள்ளாத நிறைவும் என்னை வந்து அணைத்துக்கொண்ட நினைவு இன்னும் எனக்கு இருக்கிறது. ''சிலிர்ப்பு' என்றே பெயர்வைத்துக் கதையை அனுப்பினேன். (எழுதி முடித்த பிறகுதான் தலைப்புக் கொடுக்கிற பழக்கம் எனக்கு.)

நான் ஒரு சின்ன ஹோட்டலில் சாப்பிடப் போனபோது ஒரு புதுக் கண்டாமணி கல்லாவிற்கருகில் வைத்திருந்தது. ஹோட்டல் முதலாளி அதைக் கோவிலுக்கு விடப்போவதாகச் சொன்னார். ஏதோ செல்லக் குழந்தையைப் பார்ப்பது போல அதை அவர் பார்த்துக் கொண்டு நின்றார். எதற்காக மணி வாங்கிவிடுகிறார் என்று எனக்குள் கேட்டுக் கொள்ளத் தொடங்கினேன். இன்னொரு நாள் லஸ் மூலை ஹோட்டல் ஒன்றில் சாப்பிடுகையில் ரவாதோசையின் மடிப்பைத் திறந்தபோது பாதி குடித்த பீடி ஒன்று கிடந்தது. ஹோட்டல் முதலாளியிடம் காண்பித்தேன். அவருக்கு வருத்தம், பத்துப் பேருக்கு நடுவில் சொன்னார். அதே லஸ் மூலையில் இன்னொரு ஹோட்டலில் சாம்பாரில் ஒரு சின்ன கருவண்டு கிடைத்தது. நல்ல வேளையாகச் சுண்டை வற்றல் குழம்பு இல்லை.

வண்டு அடையாளம் தெரிந்தது. (ஒரு தடவை ரசத்தில் பல்லிகூடக் கிடைத்திருக்கிறது. சாப்பாடு விஷயத்தில் எனக்குத் தனி அதிர்ஷ்டம் உண்டு.) சர்வரிடம் சொன்னதும், பீடி தோசை முதலாளி போலல்லாமல், அவர் பயந்து பரபரவென்று காதோடு காதாக மன்னிப்புக் கேட்டுக்கொண்டு ராஜோபசாரம் செய்து என்னை வழியனுப்பி வைத்தார். பல ஆண்டுகள் கழித்து இவையெல்லாம் சேர்ந்து ''கண்டாமணி' என்ற கதையாக உருவாயின. இந்தக் கதைக்கு மையக்கரு, சந்தேகம் அல்லது பயம். ஒரு உணவு விடுதிக்காரர் சாதம் குழம்புகள் பரிமாறிவிட்டு உள்ளே வந்தபோது, குழம்பிற்குள் கரண்டியை விட்டுக் கிளறித் தூக்கிய போது நீளமாகப் பாம்பு குட்டி போன்ற ஒரு ஜந்து கிடப்பதைப் பார்த்தார். கணவனும் மனைவியும் பதறிப்போய் தெய்வத்திடன் அபவாதம் ஆபத்து ஏதும் வராமல் காப்பாற்றும்படி வேண்டிக்கொள்கிறார்கள்.

செய்தி பரவாமலிருக்க வேண்டும் என்று அவர்களுக்குக்கவலை. கண்டாமணி வார்த்துக் கட்டுவதாக நேர்ந்து கொள்கிறார்கள். மறுநாள் காலை அநத் ஆள் செத்துப் போய்விட்டதாகத் தெரிகிறது. அது இங்கே சாப்பிட்டதனால்-தானா என்று நிச்சயமாகச் சொல்வதற்கில்லை. ஆனால் விடுதிக்காரருக்குத்தன் குழம்புதான் யமன் என்று பயம். சந்தேகமும் பயமும் அவரை ஆட்டுகின்றன. சொன்னபடி கண்டாமணி வார்த்துக் கோயிலில் கட்டிவிடுகிறார். ஆனால் அந்த மணியோசையைக் கேட்கும்போதெல்லாம், தான் செய்து விட்டதாக நினைத்த குற்றம் அவரை அலைக்கழிக்கி-றது. கடைசியில் தாங்க முடியாமல் கோயில் நிர்வாகியிடம் சென்று வேறு என்னவோ சாக்குகள் சொல்லி மணியைத் திருப்பிப் பெறப்பார்க்கிறார்.

சின்னச் சின்னதாக வெள்ளிமணிகள் செய்து வைக்கிறேன் என்று வேண்டுகிறார். கண்டாமணியோ நன்றாக அமைந்துவிட்டது. அதிகாரி அதை எண்ணி, ''போய்யா பைத்தியம்'' என்கிற மாதிரி சிரித்துவிட்டு மறுத்துவிடுகிறார். விடுதிக்காரருக்கு அழுத்தி வற்புறத்தவும் பயம். பேசாமல் திரும்பிவிடுகிறார். இந்தக் கதையைச் ''சிலிர்ப்பு'' மாதிரி பரபரவென்று நான் எழுதவில்லை. அந்தச் சந்தேகமும் பயமும் கதாநாயகர்களாக இருப்பதாலோ என்னவோ மெள்ள மெள்ளத்தான் எழுத முடிந்தது. வேறு தொல்லைகள் குறுக்கிட்டதனாலும் மூன்று நான்கு தடவை உட்கார்ந்து எழுதி முடித்ததாக ஞாபகம். இந்த மாதிரி பல கதைகளுக்குச் சொல்லிக்கொண்டு போகலாம். அதனால் உங்களுக்கு எந்தப் பிரயோசனமும் இராது. அவரவர்கள் அனுபவிப்பதும் எழுத்தாக வடிப்பதும் அவரவர் முறை.

என் அனுபவத்தை மீண்டும் ஒருமுறை சொல்ல ஆசைப்படுகிறேன். எந்த அனுபவத்தையும் மனசில் நன்றாக ஊறப்போடுவதுதான் நல்லது. பார்த்த அல்லது கேட்ட ஓர் அனுபவம் அல்லது நிகழ்ச்சியைப் பற்றி உணர்ந்து சிந்தித்துச் சிந்தித்து ஆறப்போடத்தான் வேண்டும். இந்த மன நிலையை ஜே. கிருஷ்ணமூர்த்தி அடிக்கடி சொல்லும் " Choiceless Awareness" என்ற நிலைக்கு ஒப்பிடத் தோன்றுகிறது. ஒரு நிகழ்ச்சியைச் சுற்றி சித்தம் வட்டமிட, வட்டமிட, அதன் உண்மை நம் அகத்தின் முன்னே மலரும். கதை உருவு முழுமையுடன் வடிவதற்கு என் அனுபவத்தில் இது-தான் வழி. அனுபவம் நம்முள்ளில் தோய்ந்து ஒன்றி பக்குவநிலைக்கு வருமுன் அவசரப்பட்டு எழுதினால் உருவம் மூளிப்பட்டு விடுகிறது. பழக்கத்தில் இது தெரியும்.

நான் சிறுகதை ஆசிரியனும் இல்லை. சிறுகதை வாத்தியாரும் இல்லை. (சிறுகதை எழுது என்று யாராவது என்-னைக் கேட்டால் எனக்கு வயிற்றில் புளியைக் கரைக்கத் தொடங்கிவிடும்.!) நான் எழுதிய நூற்றுக்கு மேற்பட்ட கதை-களில் ஒன்றோ இரண்டோதான் சிறுகதை என்ற சொல்லுக்குச் சற்று அருகில் நிற்கின்றன. மற்றவைகளைச் சிறுகதை என்றால் சிறுகதை என்ற சொல்லுக்கே இழிவு செய்கிற மாதிரி. இப்படியானல் ஏன் இத்தனை நாழி கதைத்தாய் என்று கேட்காதீர்கள். தோல்வி பெற்றவர்கள்தான் உங்களுக்கு வழி சொல்ல முடியும்.

20. அயல்நாடுகளில் சிறுகதை வளர்ச்சி

தமிழ்ச் சிறுகதை வளர்ச்சி என்பது தமிழக எல்லையோடு நின்றுவிடவில்லை. தமிழ் பேசும் பிற நாடுகளிலும் அதன் வளர்ச்சியைக் காண இயலும். தமிழர்கள் அதிகம் வாழும் இலங்கை, மலேசியா, சிங்கப்பூர் நாடுகளைச் சேர்ந்த தமிழ் எழுத்தாளர்களும் தமிழ்ச் சிறுகதை வளர்ச்சிக்கு வளம் சேர்த்துள்ளனர்.

இலங்கை - இலங்கையில் மு. தளைய சிங்கம் (1935 - 1973) மிகச் சிறந்தசிறுகதை எழுத்தாளராக விளங்கி-யுள்ளார். 1960 முதல் 1965 வரையிலான காலக் கட்டத்தில் பல சோதனைக் கதைகளை எழுதியுள்ளார். புதுயுகம் பிறக்கிறது என்ற தலைப்பில் இவருடைய கதைகள் தொகுக்கப்பட்டுள்ளன. இக்கதைகள் பெரும்பாலும் மேனாட்டுப் புதிய இலக்கியப் படைப்புகளை ஒத்துக் காணப்படுகின்றன. யாழ்ப்பாணத்துக் கிராமிய மக்களின் வாழ்வியலை அடிப்-படையாகக் கொண்டு எழுதியவர்களில் செம்பியன் செல்வன், செங்கை ஆழியான் இருவரும் குறிப்பிடத் தக்கவர்கள்.

செ.கணேசலிங்கன், செ.கதிர்காம நாதன், எம்.ஏ.ரஹ்மான், கே.டானியல், க.குணராசா, இளங்கீரன், அ.செ.முருகா-னந்தன், அ.பாலமனோகரன், எஸ்.பொன்னுதுரை ஆகிய சிறுகதை எழுத்தாளர்கள் இலங்கையில் குறிப்பிடத் தக்கவர்-கள். இயேசு ராஜா, குப்பிளான் சண்முகம் போன்ற சிறுகதை ஆசிரியர்களும் சிறந்த கதைகளை எழுதி வருகின்றனர். மலையகத் தோட்டத் தொழிலாளர்கள் வாழ்க்கையை அடிப்படையாக வைத்து எழுதிய பெனடிக்டு பாலன், தென்னி-லங்கை இசுலாமிய மக்களின் வாழ்க்கைப் பின்னணியில் எழுதிய திக்குவல்லை கமால் போன்றவர்களும் குறிப்பிடத் தக்கவர்கள். தற்போது பல பெண் எழுத்தாளர்களும் புலம் பெயர்ந்த எழுத்தாளர்களும் பெருகி வருகின்றனர். இரா-ஜேஸ்வரி பாலசுப்பிரமணியன், சுதா ரூபன் போன்றவர்கள் புலம் பெயர்ந்த எழுத்தாளர்களுள் குறிப்பிடத் தக்கவர்கள் ஆவார்கள்.

மலேசியா மற்றும் சிங்கப்பூர் - கடந்த 75 ஆண்டுகளுக்கும் மலோக மலேசியா, சிங்கப்பூர் என்ற இரு நாடுகளிலும் தமிழ்ப் பத்திரிகைகள் மிகுந்த செல்வாக்குப் பெற்று விளங்குகின்றன. 1966இல் முதலாவது உலகத் தமிழ் மாநாடு கோலாலம்பூரில் நடத்தப்பட்டதற்குக் காரணம் அங்குத் தமிழ்மொழி பேசுபவர்களும், தமிழ்ப் பற்றாளர்களும் அதிகம்

என்பதுதான்.

1924இல், கோலாலம்பூரில் தமிழ் நேசன் என்ற நாளிதழும், 1931இல் சிங்கப்பூரில் தமிழ் முரசு என்ற நாளிதழும் தோற்றம் பெற்றன. இவ்விரு நாளிதழ்களும் மலேசியா, சிங்கப்பூர்த் தமிழ்ச் சிறுகதை வளர்ச்சிக்கு முக்கியக் களங்களாகத் திகழ்கின்றன. இந்நாடுகளில் வெளியாகும் பாரத மித்திரன், திராவிட கேசரி என்ற இதழ்கள் மணிக்கொடி, விகடன், கலைமகள் ஆகிய இதழ்களிலிருந்து நல்ல சிறுகதைகளை எடுத்து வெளியிட்டுள்ளன.

கல்கி, கு.ப.ரா., சங்கு சுப்பிரமணியன், புதுமைப்பித்தன் போன்றோர் சிறுகதைகள் மலேசியா வாழ் தமிழ் மக்களின் மத்தியில் புகழ் பெற்றிருந்தன. 1933இல், விகடன் சிறுகதைப் போட்டி நடத்தியதைப் பார்த்து, 1934இல் பாரத மித்திரன் சிறுகதைப் போட்டி நடத்தியது. ந.பழனிவேலு மலேசியாவின் மூத்த தலைமுறை எழுத்தாளராவார். 1936 - 1942 காலக் கட்டங்களில் இருபதுக்கும் மேற்பட்ட சிறுகதைகளை எழுதியுள்ளார். மா.இராமையா, அ.ர.வீர, ஆ.மு.சி., மா.செ. மாயதேவன், சி.வடிவேலு, எம்.ஏ.இளஞ்செல்வன், எம்.குமரன், சாமி மூர்த்தி போன்றோர் மலேசியாவில் புகழ்பெற்ற தமிழ் எழுத்தாளர்களுள் சிலராவர்.

21. சிறுகதையாற்றுப்படை - வைரமுத்து

கதைசொல்லல் என்பது உலகின் எல்லா இனக்குழுக்களுக்குமான பொதுப் பண்புதான். ஆனால் படைப்பாளுமையால் கட்டமைக்கப்பட்ட சிறுகதை என்பது அமெரிக்க ஐரோப்பிய மேதைகளால் உலக மொழிகளுக்குப் பரவிய ஒரு கலைவடிவம். அது மொழிவழி வந்த பெருங்கலைகளின் அடியாகப் பிறந்த ஒரு நுண்கலை.

ஆயின் கலை என்பது யாது ?

மனம் என்னும் நுண்பொருளை ஓர் ஊடகத்தின் வழியே மலர்த்துகின்ற உத்தியா?

இயற்கை பூட்டி வைத்திருக்கும் அல்லது மனிதன் மறைத்து வைத்திருக்கும் ஜீவரகசியங்களை அவிழ்த்துக் காட்டும் அற்புதமா?

தன் உடலை திருப்தி செய்வதிலேயே வாழ்வு கழிக்கும் மனிதக் கூட்டத்திற்கு உடலுக்கு வெளியே உள்ள உலகத்தின் வலியையும் வலிமையையும் எடுத்துச் சொல்லும் ஏற்பாடா?

எப்போதும் வெளிப்பயணம் செய்துகொண்டிருக்கும் புலன்களை உள்முகப் பயணத்திற்கு ஆற்றுப்படுத்தும் மடைமாற்றமா?

பௌதிக ரீதியாய் எல்லாமுமாக இயங்க முடியாத மனிதனை உளவியல் ரீதியாக எல்லா உலகங்களிலும் இயங்க வைக்கும் ரகசிய ரசவாதமா?

கலை என்பதை இவற்றுள் ஏதேனும் ஒன்று என்று சொல்லலாம்; வை எல்லாமென்றும் கொள்ளலாம். இக்கூறுகளைத்தாண்டிய ஒரு மேலான காரணமும் கலையாகலாம். இந்தச் சிறுகதைக் கலையின் தோற்றம் குறித்துத் தெலுங்கு மொழியின் மகாகவி ஸ்ரீஸ்ரீ சொன்னது மனம் கொள்ளத்தக்கது.

''சிறுகதை என்பது நவீன இலக்கிய வடிவம். எட்கர் ஆலன்போ தொடங்கி ஆற்றல்மிக்க மேதைகளால் உருவம் தந்து செழுமைப் படுத்தப்பட்டது'' இன்று சிறுகதை என்பது எல்லாக் கோட்பாடுகளின் கோடுகளையும் திமிறிக் கிழித்து வெளியேறிவிட்டது என்ற போதிலும் எட்கர் ஆலன்போ வகுத்த சிறுகதை இலக்கணத்தின் அடிப்படைக் கூறுகள் முற்றிலும் அழிந்தொழியவில்லை.

- முப்பது நிமிடங்கள் முதல் இரண்டு மணி நேரத்திற்குள் வாசித்து முடிக்கத் தக்கது.
- தன்னளவில் முழுமையுற்றது.
- அகத்தே புறத்தே எவ்வித இடையூறுமின்றி வாசகனின் புலன் முழுவதையும் கதாசிரியன் தன் கட்டுப்பாட்டில் வைத்திருப்பது.

இதுதான் உலகச் சிறுகதையின் பிதாமகன் எட்கர் ஆலன்போ கூட்டுவித்த சிறுகதை இலக்கணம்.

ஆலன்போவை அடியொற்றிய பிராண்டர் மாத்யூஸ் அதில் இன்னும் சில நுட்பம் நுழைக்கிறார்.

- ஒரே ஒரு பாத்திரத்தின் நடவடிக்கை • அல்லது ஒரு தனிச்சம்பவம்
- ஒரு தனி உணர்ச்சியின் விளைவு என்று சிறுகதையின் பக்கச் சிம்புகளையும் பார்க்கிறார் பிராண்டர் மாத்யூஸ்.

மேற்சொன்ன இலக்கண அடிப்படையில் ஒரு சிறுகதை கட்டியெழுப்பப் படுவது புனைவின் மீதா? உண்மையின் மீதா?

“பொருள்மர பில்லாப் பொய்மொழி யானும்
பொருளொடு புணர்ந்த நகைமொழி யானும்'' என்ற தொல்காப்பியரின் பழங்கூற்றினைப்போல் உண்மையில்லாத புனைகதை உண்மையின்மீது இயங்கும் கற்பனை என்ற இரு நிலைகளிலும் சிறுகதை நிகழவே நிகழ்கிறது.

ஆனால் எனது எழுதுகோளின்படி சத்தியம் தேடுவதே கதையின் பெருவேட்கையாக இருக்க வேண்டும். புனைவுகூட சத்தியம் தன் பயணத்திற்குத் தேர்ந்தெடுத்துக்கொள்ளும் ஒரு வாகனம்தான். மெய்யடியாகக் கட்டப்பட்ட புனை-

வுதான் மானுடக் கதை வரலாற்றின் ஆதிச்சுடரை அணையாமல் காக்கிறது. மாறாத சத்தியத்தின் நித்தியத்தையும், மனிதவாழ்வின் சிறுமைகளைக் கடந்து பெருமைகளின் பெருமை காண்பதையும் என் படைப்பு தன் உள்ளோசையாகக் கொண்டிருக்கிறது.

கவிதைகளிலும் - பாடல்களிலும் - நாவல்களிலும் கரைந்துகிடந்த நான் என் அறுபத்தோராவது வயதில் இந்தச் சிறுகதை என்ற வடிவத்தைக் கையிலெடுத்தேன்.

'புதுமைப்பித்தன் இறந்த ஆண்டில்தான் நான் சிறுகதை எழுத வந்தேன்' என்ற ஜெயகாந்தன் வாக்குமூலத்தைப்-போல ஜெயகாந்தன் வாழ்ந்த இறுதி ஆண்டில்தான் நான் சிறுகதை எழுத வந்தேன். சற்றொப்ப ஒரு நூற்றாண்டுத் தமிழ்ச் சிறுகதைகள் என் கண்முன்னே நுங்கும் நுரையுமாய்க் கொழித்துக் கிடந்தன. உலகச் சிறுகதைகளின் உயரம் தொட முனைந்த அல்லது தொட்ட பல சிறுகதை மேதைகள் இன்னும் எழுதப்படாத மிச்சத்தையும் எனக்கு அடை-யாளம் காட்டினார்கள். அவர்களால் எழுதப்படாத மிச்சமும் அவர்களால் வாழப்படாத வாழ்க்கையும் என்னை எழுது எழுதென்று பணித்தன.

கிராமத்தின் மண்ணும் மண்சார்ந்ததுமான வாழ்வியல் என் எழுத்துக்கு உயிரோட்டமான உள்ளடக்கம் தந்தது. "சிற்-றூரில் வாழ்ந்துவரும் ஒரு படைப்பாளியின் அனுபவரீதியான உணர்வுகள் மிக ஆழமானவை. மனித உறவுகள், மாறி-வரும் இயற்கை, அதன் வண்ணங்கள், தாக்கங்கள், கால்நடைகள் மிருகங்களைப் பற்றிய நுணுக்கமான செய்திகள் யாவும் அவனது படைப்பாற்றலுக்கு உகந்தவைகளாய் உள்ளன. அவனது ஆளுமை முழுவீச்சுடன் வெளிப்படுவ-தற்கான வாய்ப்பையும் அந்த அனுபவங்கள் தருகின்றன" என்று இந்தி மொழியின் பேரெழுத்தாளர் பீஷ்ம சகானி எழுதுவது ஒரு சமூகவியல் உண்மை என்பதை நான் வாழ்ந்து தெளிந்திருக்கிறேன்.

நான் ஓர் உழவன் மகன். திறந்தவெளி வாழ்க்கையில் பிறந்தவன். எங்கோ ஒரு கள்ளிமரத்தில் விசிறி எறியப்பட்டி-ருக்கும் என் தொப்பூழ்க் கொடி. மறுகணமே கோழியறுக்கப் பயன்பட்டிருக்கும் என் தொப்பூழ்க்கொடியறுத்த அரிவாள்-மணை. ஆடுமாடுகளின் ஓசைதான் நான் கேட்ட தாலாட்டு. மனிதர்களும் பறவைகளும் விலங்குகளும் தாவரங்களுமே என் முதல் ஆசான்கள். பிரசவ ரத்தத்தின் பிசுபிசுப்போடு வானத்தில் வந்து விழுந்த செந்நிலா என் முதல் அதிசயம். ஆகாயம் அள்ளியெறிந்த மழை இரண்டாம் அதிசயம். உழைக்கும் மக்களின் வட்டார வழக்கு நான் கேட்ட முதல் சங்கீதம். வறுமையின் பெருமிதம் பசித்தவர்களின் நம்பிக்கை - ஏதுமில்லாதவர்களின் ஆனந்தம் - விலங்குகளைக் கடவுள்களாக்கிவிடும் நம்பிக்கை மனிதர்களை

பட்டப்பகல் கொலை விலங்குகளாக்கிவிடும் எதார்த்தம் திறந்தவெளிப் புணர்ச்சி - நெல்லிக்காயின் புளிப்பின் அடி-யில் புதைத்து வைக்கப்பட்டிருக்கும் இத்துனூண்டு இனிப்பைப்போல எரிந்து கொண்டிருக்கும் வாழ்வில் எரியாதிருக்-கும் குறைந்தபட்ச நம்பிக்கை - படிக்காதவர்கள் சேர்த்துவைத்திருக்கும் பெருங்கல்வியான பழமொழிகள் - நண்பனாய் இருக்கும் கடவுளைவிட எதிரியாய் இருக்கும் மனிதன் மீது நம்பிக்கை கொள்ளும் எதார்த்த மக்கள் என்ற அனுப-வங்களோடு 17 வயதுவரை என்னைச் செதுக்கியெடுத்த வாழ்வு என் படைப்புலகின் பலம்.

கிராமத்தில் நானுற்ற வறுமை என்னை அனுபவச் செல்வந்தனாக்கி அழகு பார்த்தது. நகரத்தில் நானடைந்த செல்-வமோ மேல்தட்டு வர்க்கத்தின் அதிசயங்களைக் காட்டிற்று. வாழ்வின் இந்த இரண்டு எதிர்முனைகளும் என்னைப் பழுக்கக்காய்ச்சி அடித்திருக்கின்றன. என் புத்திக்கு எவ்வளவுகொள்ளுமோ அவ்வளவு பெற்றிருக்கிறேன். எனக்கு முன்னால் விரிந்துகிடந்த உலகும் அதில்நான் கண்டதும் கொண்டதுமான வாழ்வும் இந்தச் சிறுகதைகள் பலவற்றில் சூல்கொண்டுள்ளன.

புதுமைப்பித்தன் சொல்வதுபோல் வாழ்வு வேறு; வாழ்க்கை வேறு.

"வாழ்வு எனில் தோற்றம் - ஸ்திதி - மறைவு என முக்கூறாகத் தோன்றும் பிரபஞ்சத் தன்மை. வாழ்க்கை என்பது தனிப்பட்ட உயிர்ப்பாசத்தினால் நிகழும் அவஸ்தை. இவ்விரண்டுக்குமுள்ள தொடர்பைக் காட்டுவது மனிதச் சிந்தனை-யின் சாரம். அது தத்துவமாக உருவாகிறது"

என்ற புதுமைப்பித்தன் கூற்றின் தொடர்ச்சியாய் அந்தத் தத்துவமே மொழியைக் கலாபூர்வமாகக் கையாண்டு இலக்-கியமாகிறது என்றும் முடிக்கலாம்.

ஒரு சிறுகதைக்கு உருவம் உடல் போன்றது எனில் அதன் உள்ளடக்கம்தான் உயிராகிறது. உருவத்தைக் கொடுப்பது படைப்பாளியின் திறம். உள்ளடக்கம் என்பதெல்லாம் சமூகம் கொடுத்த வரம். வ.வே.சு.அய்யரும், கு.ப.ராவும், பி.எஸ்.ராமையாவும், புதுமைப்பித்தனும், மௌனியும், விந்தனும், ஆர்.சூடாமணியும், கு. அழகிரிசாமியும், கி.ராஜநா-ராயணனும், தி.ஜானகிராமனும், ஜெயகாந்தனும் படைத்ததற்குமேல் எழுதுவதற்கு என்ன இருக்கிறது என்று மலைத்து நின்ற எனக்குக் கையைப்பிடித்து அழைத்துக் கருப்பொருள் தந்தது என் காலம்.

- காலனிய ஆதிக்கத்திலிருந்து விடுபட்ட சமூகத்தில் நடுத்தர வர்க்கத்தின் எழுச்சி
- அடிமண்ணை மேல்மண்ணாகவும், மேல்மண்ணை அடிமண்ணாகவும் புரட்டிப்போட்ட பெரியார் என்னும் பெருங்-கலப்பையின் புரட்சி

- நவீனக் கல்வியால் பெற்ற போலிச் சுதந்திரத்தை ஆண்களும் பெண்களும் திருமண வாழ்விலும் தக்கவைத்துக்-கொள்ளும் தவிப்பால் குலுங்கி நொறுங்கும் குடும்ப நிறுவனம்
- நகர்மயமான கிராமங்கள் தங்களை நவீனப் படுத்திக்கொள்ளும் மோகத்தில் பழைய மதிப்பீடுகளை மறக்கத் தலைப்பட்ட மனோநிலை
- தியாகம் தொண்டாகி, தொண்டு தொழிலாகி, தொழில் பெரும்பாலும் ஆதாயமாய் ஆகிப்போன அரசியலின் திரிபு
- சோவியத் யூனியனின் சோசலிசப் பின்னடைவு சமூகத்திலும் இலக்கியத்திலும் அடையச்செய்த சோர்வு
- தொழில்நுட்ப யுகத்தின் உலக வர்த்தகம் பொருள்களை மனிதர்களுக்கும் மனிதர்களைப் பொருள்களுக்கும் விற்ற சந்தைக் கலாசாரம்
- உலகமயமாதலின் ஊடகப் பெருக்கத்தால் சமூகம் பாலியல் உறவுக்கு வரைந்து வைத்திருந்த கோடுகள் திரிந்தும் அழிந்தும் போன அவலம்
- பத்தாயிரம் ஆண்டுகளுக்குமுன் வேட்டைக் கலாசாரத்திலிருந்து மனிதனை மீட்டெடுத்த வேளாண்மைக் கலா-சாரம் முடிவுக்கு வரப்போகிறது என்று அறிவித்த சகுனங்கள்
- கண்பார்க்கும் தூரத்தில் காதுகேட்கும் தொலைவில் சில லட்சம் தமிழர்களைக் கொன்றுமுடித்த இனப்படுகொலை
- வெறும் இருபத்து நான்காயிரம் கோடி வருமானத்திற்காக ஐம்பத்தைந்து விழுக்காடு மக்களுக்கு மதுவூட்டித் தள்-ளாடும் தமிழ்நாடு
- ‘முப்பது கோடி ஜனங்களின் சங்கம்’ என்று பாரதி பாடிமுடித்த நூறாண்டுக்குள் நூறுகோடி கூடிப்போன இந்திய மக்கள்தொகை
- தொழில்நுட்பத்தின் அசுர வளர்ச்சியால் கூட்டுக்கலாசாரம் குறைந்து தனித்தனித் தீவுகளாகிப்போன மனிதர்கள் ஆயிரம் அவலங்களையும் சினிமா - தொலைக்காட்சி - மதம் - மது என்ற போதைகளால் சகித்துக்கொண்டிருக்கும் தடித்ததோல் சமூகம் ஆகிய இவையும் இவைபோன்ற பிறவும் என் காலத்தில் நிகழ்ந்தவை; நிகழ்கின்றவை. என் எழுத்துக்குப் பொருள் தந்தவை; தருகின்றவை.

வாழ்வு தொலைந்த காட்டில் மனிதம் தேடுவதே என் தேடல். மரபுகளை மறுத்தல், புனிதங்களை உடைத்தல், அதிகார மையங்களைச் சிதைத்தல் என்று சுற்றியடிக்கும் பின்நவீனத்துவச் சூறாவளியில் அடிப்படை அறக்கோட்-பாடுகளும் அழிந்துபோவதற்கு நான் உடன்பட மாட்டேன். மரபுகளின் பெருமிதம் எனக்குச் சேர்க்கும் வலிமையை இழந்துவிடமாட்டேன். மனிதப் பிரவாகத்தில் மாறிக்கொண்டேயிருக்கும் வாழ்வென்னும் நதிக்கரையில் அறவிருட்சத்தை வீழாமற்காக்கும் திருப்பணியில் நம்பிக்கையோடு இயங்குவதே நல்லெழுத்து.

உள்ளடக்கம் குறித்து விரித்துச்சொன்ன நான் என் மொழிநடை குறித்து என் கருத்து என்ன என்பதையும் தமிழ் உலகுக்குச் சொல்லியாக வேண்டும். எவரையும் பின்பற்றாத எவரும் பின்பற்றத் துணியாத ஒரு பிரத்தியேக மொழியை என் சிறுகதைகளுக்கு நான் சிற்பித்துக்கொண்டேன். கவிதைக் கலையின் சிறுகூறுகளை இடம் பொருள் பார்த்து என் உரைநடைக்குள் ஊடாடவிட்டேன். நல்ல பாம்பின் உடல்போன்றது எனது உரைநடை. அதில் தொப்பையோ தொங்-குசதையோ இல்லை. கவிதையின் தொனியோடு என்சிறுகதை இயங்குவதைப் பெருமையென்று கூறுவாரும் உளர்; சிறுமையென்று சீறுவாரும் உளர்.

கவிதை என்பதென்ன... உரைநடையிலிருந்து தேசப் பிரஷ்டம் செய்யப்பட்ட வஸ்துவா?

உரைநடையில் கவிதை காட்டுவது வாசகன்பால் நான் காட்டும் கருணையாகும்; மற்றும் மதிப்பாகும்.

“தாகூரின் ‘சுட்டி’ - ‘ஏக் ராத்திரி’ - ‘பலாயி’ போன்ற சிறுகதைகள் நமக்கு இசைக் கவிதைகளாகவே தோன்று-கின்றன” என்ற வங்காளப் படைப்பாளி கவிதா சின்ஹாவின் கூற்று, உரைநடையில் கவிதை இழைவதை ஏற்கிறதா? மறுக்கிறதா?

தெலுங்கில் திரிபுராவின் கதைகளைப் பற்றி எழுதவந்த பத்மராஜூ- “இவை கதைகளா...? கவிதைகளா... ? கதை போன்ற கவிதைகளா...? கவிதைபோன்ற கதைகளா...?” என்று வியப்புவினாத் தொடுப்பது உரைநடையில் கவிதையைக் கொண்டாடியா...? குறைசொல்லியா...?

“ஒரு சிறுகதையின் படைப்பும் அது மனதில் ஏற்படுத்தும் விளைவும், ஒரு கவிதையின் படைப்பு மற்றும் அது ஏற்படுத்தும் விளைவிலிருந்து அடிப்படையில் வேறுபட்டவை அல்ல என்ற தெளிவோடு நவீன கதாசிரியர்கள் எழு-துகிறார்கள்'” என்று கன்னடச் சிறுகதைகளைத் தொகுத்த ஜி.எச்.நாயக் ஆய்ந்து சொல்லியிருப்பது உரைநடையில் கவிதைக்குச் சார்பாகவா? எதிராகவா?

“சொந்தக் கற்பனை மேதைமையினாலும் யாப்புக் கவிதைப் பரிச்சயத்தினாலும் உலக இலக்கியச் சிறுகதை அறி-வினாலும் புதுமைப்பித்தனுக்குச் சிறுகதை எழுதும் கலை மிகவும் நேர்த்தியாகக் கைவந்திருக்கிறது”

என்று புதுமைப்பித்தனின் மேன்மைகளைச் சொல்லிச் சொல்லும் க.நா.சு, கவிதைப் பயிற்சி உரைநடைக்குப் பலம் என்கிறாரா? பலவீனம் என்கிறாரா?

''சிறுகதைகளின் திருமூலர்'' என்று மௌனியைப் புதுமைப்பித்தன் குறித்தது மௌனியின் கவிதை வீச்சை இகழ்ந்தா? புகழ்ந்தா?

தன்னை மறந்த லயம்தன்னில் ஒரு படைப்பு உருவாகி ஒழுகும்பொழுது படைப்பாளியின் மொழியாண்மைக்கேற்பத் தன் சொற்களை அது தானே கண்டடைந்துவிடுகிறது.

உழுத புழுதியில் பொன் கிடந்தால் கலப்பை என்ன செய்யும் கலப்பை?

நான் கலப்பை.

தமிழர்களுக்குப் பெரும்பாலும் கொண்டாடும் குணம் குறைவு. தாம் ஏற்கெனவே வியக்கும் ஒருவனோடு எல்லாமே முடிந்துவிட்டது என்ற மூட நம்பிக்கையிலிருந்து அவர்கள் விடுபடவில்லை. மலையாள இலக்கியத்தின் விரிந்த மனநிலை தமிழ்ச் சமூகத்திற்குப் பெரிதும் கைவரவில்லை.

''தகழி சிவசங்கரன்பிள்ளை - கேசவதேவ் போன்ற முன்னோடிகள் வாழ்வின் துடிப்பைத்தான் பிரதானப் படுத்தி-னார்களே தவிர சொல்லழகு பார்க்கவில்லை. அதில் ஒரு கவிதா கானம் பாயவைத்து மெருகூட்டியவர் எம்.டி.வாசுதே-வன்நாயர். வாசுதேவன் நாயரையும் தாண்டியவர் அடுத்த தலைமுறையின் மோகனன்''' என்று மலையாளப் படைப்-பாளி முகுந்தன் புதிய தலைமுறை பழைய தலைமுறையைத் தாண்டுகிறது என்று ஒப்புக்கொள்வது மாதிரி தமிழ்நாட்டு விமர்சனப் பூசாரிகள் ஒப்புக்கொள்வதில்லை.

திராவிட இயக்கத்தின் இலக்கியவெளியில் அறிஞர் அண்ணாவும், கலைஞரும் படைத்துக் காட்டியவற்றுள் சிறந்த சிறுகதைகளையும் திட்டமிட்டுப் புறந்தள்ளுவதை 'விமர்சனமோசடி' என்றே கண்டிக்கிறேன். முதலில் நம் மனவெளி-கள் விரிவானால் தமிழ் என்ற குறுவட்டம்தாண்டி எல்லா மொழிகளின் மீதும் தமிழ் இலக்கியம் பாயும். அதற்கான மதிநுட்பமும் தொழில்நுட்பமும் கனிந்திருக்கும் காலமாகவே இதை நான் கருதுகிறேன்.

என்னை உறுத்தாத எதையும் இந்தச் சிறுகதைத் தொகுப்பில் நான் எழுதவில்லை. ஒரு மரத்தில் நுழைந்து அதைக் குடைந்து குடைந்து மரத்திசுக்களை வெளித்தள்ளும் ஒரு வண்டுமாதிரி, எனக்குள் விழுந்து என்னை ஊடறுத்து உறங்-கவிடாமல் செய்யும் உள்ளடக்கங்களுக்கே உருவம் கொடுத்திருக்கிறேன். இந்த மொத்தக் கதைகளும் குமுதம் வார இதழில் 10 மாதங்கள் தொடர்ச்சியாகப் படைக்கப்பட்டவைதாம். ஆனால் இந்தக் கதைகளுக்காகக் காலம் என்னை 61 ஆண்டுகள் தயாரித்திருக்கிறது. இக்கதைகள் குறித்துக் காலம் என்ன கணிக்கும் என்பதை நானறியேன்.

நல்ல படைப்பாளிகள் அவர்களின் ஒரு சிறந்த கலைக்கூறு கருதியே கொண்டாடப்படுகிறார்கள்.
கதைகளின் இயல்பான வெளிப்பாட்டுக்காக **'புஷ்கின்'**
ஒரு கதையின் தொடக்கம் முடிவு இரண்டுக்குமான செய்திறனுக்காக **'செக்காவ்'**
வாழ்க்கையின் எதார்த்தம் போலவே வார்த்தையின் எதார்த்தத்திற்காக **'மாக்சிம் கார்க்கி'**
கதையின் கடைசி வாக்கியத்தில் ஒட்டுமொத்தக் கதையையும் ஊற்றிவைக்கும் உத்திக்காக **'ஓ ஹென்றி'**
கதைகளில் ஏற்படுத்திய கலாசார அதிர்ச்சிக்காக **'மாப்பசான்'**
என் கதைகளில் இப்படி ஏதேனும் உண்டா என்பதை அடுத்த நூற்றாண்டு அறிவிக்கக்கூடும்.

ஒரு படைப்பில் விதைத்ததெல்லாம் நாளைக்கே முளைக்கும் என்ற பேராசை நமக்கில்லை. ஆனால் காலவெளிகளில் இந்த விதைகள் என்றேனும் முளைக்காமற் போகா. அறமென்னும் பெரும்பொருளை அழியாமற் காக்கும் பெருங்-கொண்ட வேலையை ஓரேர் உழவனைப்போல் பதறாமற் செய்துகொண்டேயிருக்கும் படைப்புக்கலை; அது விளைவுகள் பற்றிக் கவலையுறாது.

''இருள் இருந்தால்தானே ஒளி. ஒளி வராமல் போய்விடுமா...? அதுவரை காத்திருக்கவேண்டியதுதான் எத்தனை காலமோ...? ஒளிவரும்போது நான் இருக்கவேண்டும் என்ற அவசியம் உண்டா? எனது சிருஷ்டிகள் இருந்தால் போதும்''

புதுமைப்பித்தன் முன் மொழிந்ததை வைரமுத்து என்னும் நான் வழிமொழிகிறேன்.

சென்னை

04.09.2015

இலக்கியப் பேராசையோடு...
வைரமுத்து

22. சிறுகதை பற்றி சிறுகுறிப்பு - கி. நடராஜா

'மூர்த்தி சிறிதானாலும் கீர்த்தி பெரிது என்ற வாசகம் சிறுகதை இலக்கியத்திற்கு முற்றிலும் பொருந்தும். சிறுகதை உருவத்தில் சிறியது. ஒரு நிகழ்ச்சி அல்லது ஓர் உணர்ச்சிதான் சிறுகதையின் ஆட்சி எல்லை. நான் படித்து அனுபவித்த சில சிறுகதைகளைக் கொண்டு சிறுகதைக்கு அவசியமான குணாம்சங்களை சிறிய வடிவத்தில் இங்கு தர விரும்புகின்றேன்.

சமூக மக்களின் வாழ்க்கை யிலிருந்து இலக்கியம் பிறக்குமாயின் சமூக வலுவைப் பிரதிபலிக்கும் கதைகளே சிறந்த சிறுகதைகளாக அமையும். மாறும் சமுதாயத்திற்கேற்ப சிறுகதை தன்னையும் மாற்றிக் கொள்ள வேண்டும். மனித உருவத்திற்கு எலும்புக் கூடு இன்றியமையாதது போல சிறு கதைக்கு உள்ளீடு இன்றியமையாதது. உள்ளீடாகத் தேர்ந்தெடுக்கப்படும் நிகழ்ச்சி அல்லது கருத்து கதையை வளர்த்துச் செல்லும் ஆற்றலுடையதாக அமைதல் வேண்டும். கதையின் கருத்து உள்ளீடாக அமையும் போது கதைக் கருத்தின் சுவை குன்றாத குறுக்கமே தலைப்பாக அமைதல் வேண்டும். அப்பொழுதே சிறு அளவிலான எண்ணம் படிப்போர் மனதில் எழுந்து கதையை வாசிப்பதற்கு தூண்டுதலாக அமையும்.

யாதாயினும் ஒரு கருத்து, ஓர் உணர்ச்சி இவற்றினூடாக சிறுகதை நிகழும் போது அக்கருத்துக்கோ, உணர்ச்சிக்கோ மாறுபட்ட எதுவும் கதையில் இடம் பெறுவதை தவிர்க்க வேண்டும். கதையின் ஒருமைப்பாடுதான் ஊக்குவிக்கப்பட வேண்டும். கதை எழுதும் ஆசிரியன் தன்னை வாசகனாகவும் மாற்றிக் கொண்டுதான் கதையை எழுத வேண்டும். கதையின் அமைப்பு முறையில் தொடக்கநிலை, வளர்ச்சிநிலை, முடிவு நிலை இவற்றுக்கிடையே ஒரு சமநிலை இருப்பது விரும்பத்தக்கது.

சிறு கதையில் ஒரு சில பாத்திரங்கள் இடம் பெற்றிருந்தாலும் பாத்திரப்படைப்பு அதன் குணப்பண்புகளை நிறைவு செய்வதாக இருத்தல் வேண்டும். ஆற்றல் வாய்ந்த சில சொற்களால் அது நிறைவு பெற வேண்டும். பாத்திரங்களின் பண்பிற்கும் கதைக்கருத்திற்கும் பிரிக்க முடியாத தொடர்பு இருத்தல் வேண்டும். கதையில் கையாளப்படும் மொழி நடை கதையின் உணர்வு நிலையை பிரதிபலிக்க வேண்டும். சிறுவாக்கியங்கள் கதைக்கு தனி வேகத்தைக் கொடுக்கும், பாத்திரங்களின் உரையாடல் மட்டுமே பேச்சு மொழியுடையதாக அமைதல் வேண்டும்.

23. சிறுகதைக் கூறுகள்

சிறுகதையின் கூறுகளைப் பார்ப்போமா? உரிப்பொருள், கதைப் பின்னல், பாத்திரப் படைப்பு, நோக்கு நிலை பின்னணி, குறியீடு (symbol) ஆகியன சிறுகதையின் இன்றியமையாக் கூறுகள் எனலாம். இவை அனைத்தும் சேர்ந்ததே சிறுகதை வடிவம் (Form) ஆகும். கருப்பொருளில் சோதனை செய்து பார்த்தவர்களுள் சிறந்தவர்களாகப் புதுமைப்பித்தனையும் ஜெயகாந்தனையும் எடுத்துக்காட்டலாம். மனத்தில் நிற்கும் கதை மாந்தர்களைப் படைப்பதில் வல்லவர்கள் என்று கல்கியையும், தி. ஜானகிராமனையும் எடுத்துக்காட்டலாம்.

சிறுகதை யாருடைய விழிவழியே நோக்கப்பட்டுக் கூறப்படுகிறது என்பது நோக்கு நிலையாகும். அரச மரமே கதை சொல்வது போல வ.வெ.சு அய்யரின் குளத்தங்கரை அரச மரம் அமைந்திருக்கிறதல்லவா? சிறுகதையில் வாசகர் உணரும் வண்ணம் சிலவற்றைக் குறிப்பாகப் புலப்படுத்துவர். குறிப்பாக ஒன்றைப் புலப்படுவதற்குக் கையாளப்படும் கூறு குறியீடு எனப்படும். சிறுகதைகள் எல்லாவற்றிலும் குறியீடுகள் அமைந்திருக்க வேண்டும் என்ற கட்டாயமில்லை. கனகாம்பரம், திரை ஆகிய இருகதைகளிலும் தலைப்பிலேயே குறியீட்டைக் கையாண்டுள்ளார் கு.ப.ரா. இனி, சூடாமணி கதைகளில் இந்தச் சிறுகதைக் கூறுகளைக் காண்போமா?

கருப்பொருள் அல்லது கதைப்பொருள் - கூறப்படும் கதை எதைப் பற்றியது என்பது கதைப்பொருள். இதை அடிப்படையாகக் கொண்டே சிறுகதைகளைச் சமூகச் சிறுகதைகள், வரலாற்றுச் சிறுகதைகள், புராண இதிகாசச் சிறுகதைகள், அறிவியல் சிறுகதைகள் என்று வகைப்படுத்துவர். சூடாமணி பெரும்பாலும் சமூகச் சிறுகதைகளையே படைத்துள்ளார். தன் படைப்புகள் பற்றி "என் கதைகள் பெரும்பாலும் ஒரு சிறு வட்டத்தினுள் நிகழ்வதால் மனித உணர்ச்சிகள் மற்றும் உறவுகளை மையமாக வைத்துப் புனையப்பட்டவை" என்று கூறுகிறார். சமுதாய ஏற்றத்தாழ்வு, பொருளாதார ஏற்றத் தாழ்வு அடிப்படையில் அமைக்கப்படும் இவரது கதைகளிலும் மனிதாபிமானமே அடிநாதமாய் ஒலிக்கக் காணலாம்.

கூட்டுக் குடும்பம் - கூட்டுக் குடும்ப வாழ்வு அரிதாகின்ற இக்காலத்திலும் அன்பும் மனிதாபிமானமும் இருந்தால் அது சாத்தியமே என்பதை உறுதிப்படுத்தும் சிறுகதை நண்பர் திருமலை. இனிக்கும் இல்லறத்தை மேலும் இனிக்கச் செய்வன குழந்தைச் செல்வங்கள் அல்லவா? ஆனால் கமலாவும் ராஜுவும் புதிய உயிரின் வருகையால் தங்களுக்கு ஏற்படப் போகும் செலவினத்தை நினைத்து அஞ்சுகின்றனர். நம் திருமணம் காதல் திருமணம் என்பதால் நமக்கு நம்

பெற்றோரின் உதவி கிடைக்கவில்லை. நாம் அதுபோல் இல்லாமல் நம் குழந்தை விருப்பப்படி வாழ நாம் குறுக்கே நிற்கக் கூடாது என்று முடிவு செய்கின்றனர். நம்ம குழந்தை என்று சொல்லும்போது ஏற்படும் அதிசய உணர்வில் பரிச்சய உலகத்தை மறந்து மகிழ்ச்சியில் ஆழ்வதை விளக்குவது கமல ராஜு (புதிய பார்வை - 1997).

பின்னணி (இடம் - காலம்) - கதை நிகழ் இடங்களை இடப் பின்னணி என்றும் கதை நிகழ் காலங்களைக் காலப் பின்னணி என்றும் சொல்லலாம். புதுமைப்பித்தன், கு. அழகிரிசாமி ஆகியோர் திருநெல்வேலியை இடப் பின்னணி-யாகக் கொண்டு கதை எழுதுவர். தி.ஜா. எனப்படும் தி.ஜானகிராமன் தஞ்சை மாவட்டத்தை இடப்பின்னணியாகக் கொண்டு கதை எழுதுவார். சூடாமணி குறிப்பிட்ட இடப்பின்னணியில் கதை எழுதுவதில்லை. அதற்கு அவ்வளவு முக்கியத்துவம் கொடுப்பதும் இல்லை. மனிதர்களின் மன உணர்வுகளுக்கே முக்கியத்துவம் கொடுப்பனவாக இவர் கதைகள் அமைகின்றன. கிராமப் பின்னணியில் சில கதைகள் அமைகின்றன எடுத்துக்காட்டாக, எனக்குத் தெரியாது என்ற கதையைச் சுட்டலாம் . (இந்தியா டுடே - பெண்கள் சிறப்பு மலர், 1996) சில கதைகள் நகரப் பின்னணியில் அமைகின்றன. பெரும்பாலும் சென்னை நகரமே பின்னணியாக அமைவதைக் காணலாம். எடுத்துக்காட்டாக, விட்-டுட்டு விட்டுட்டு, பத்தாயிரம் ரூபாய் பட்டுப் புடவை, விசாலம், அமெரிக்க விருந்தாளி முதலியவற்றைக் குறிப்பிடலாம்.

24. நாவல், சிறுகதை - திலகவதி

கதைகள் உயிர்களை வளர்த்தன. எண்ணிலடங்கா விசயங்களை அறிய வைத்தன. நம் மூதாதையர் சொல்லச் சொல்ல, அவர்கள் அனுபவத்தை வாய்மொழியாகக் கேட்டு, இது விடம், இது மருந்து என்று உணர்ந்து வந்திருக்கிறது மானுடம். நோய்களுக்கான மருந்தோ, இயற்கைச் சீற்றங்கள் குறித்தான முன் பாதுகாப்போ, சமூகச் சிக்கல்களுக்கான தீர்வோ, வாழ்க்கையைப் பரந்துபட்டுப் பார்ப்பதற்கான பார்வையோ.. எதை அடைவதாக இருந்தாலும் அவை நம் முன்னோர் நமக்குக் கைநிறைய அள்ளிக் கொடுத்த, அவர்கள் சொல்லிச் சென்ற கதைகள் மூலமாகத்தான் அறியக் கிடைத்தன.

ஒவ்வொருவருக்குள்ளும் இருக்கிறது கதை. துக்கம், சந்தோசம் என்று வாழ்வில் அனுபவித்த ஒவ்வொரு பக்கத்-தையும் கதைகளாகச் சொன்னான் மனிதன். அவைதாம் காப்பியங்களாகவும், கவிதைகளாகவும், நாவல்களாகவும் வடி-வம் கொண்டன. தமிழ் இலக்கியங்களில் குறிப்பாக ஐம்பெரும் காப்பியங்களில்கூடச் சிறுகதைகளுக்கான கூறுகளைப் பார்க்கலாம். ஆனால், இன்றைய தினத்தைப் போல அதற்கான வடிவம் எதுவும் சிறுகதைகளுக்கு இருக்கவில்லை. செய்யுள்களாக இருந்தன. சிலப்பதிகாரத்தில் கவுந்தி அடிகள் மாதரிக்குக் கூறும் அடைக்கலச் சிறப்புப் பற்றிய வணிக மாதின் கதை, பொற்கைப் பாண்டியன் கதை, மணிமேகலையில் இடம்பெற்றிருக்கும் சுதமதியின் வரலாறு, ஆபுத்திரன் வரலாறு ஆகியவற்றிலும்கூடச் சிறுகதைகளுக்கான கூறுகள் அமையப் பெற்ற செய்யுள்களைக் காண முடிகிறது.

உண்மையில் தமிழ்ச் சிறுகதைகளுக்கான வடிவம் என்பது இருபதாம் நூற்றாண்டின் தொடக்கத்தில்தான் மேற்கொள்-ளப் பட்டது. அச்சு ஊடகங்களின் வருகை, அதன் காரணமாக மேலை நாட்டு இலக்கியங்களைப் படிக்கக் கிடைத்த வாய்ப்பு இவை இரண்டும்தாம் தமிழில் சிறுகதை வருகைக்கான முக்கியக் காரணங்கள். தமிழுக்கேயான புதிய, தனி வடிவமாகச் சிறுகதை ஆரம்பத்தில் இருந்து, இன்று வரை இருக்கவில்லை. மேலைநாட்டு மரபை ஒட்டிய நவீ-னச் சிறுகதை முயற்சிகளாகத்தான் அவற்றைக் கொள்ளவேண்டியிருக்கிறது. அன்றைய சூழலில், மற்ற நாடுகளைவிட அமெரிக்காவில்தான், சிறுகதைக்கான வரவேற்பு அதிகம் இருந்தது. "சிறுகதை வடிவம், அமெரிக்க இலக்கிய வடிவத்-துக்கு ஏற்புடையதாக இருப்பதற்குக் காரணம், அமெரிக்க மக்களுக்கு இருந்த வேகமும் பொறுமை இன்மையும்தான்" என்று வில்லியம் டீன் ஹவெல்ஸ் (William Dean Howells) என்கிற அமெரிக்க விமர்சகர் கூறியிருக்கிறார்.

எட்கர் ஆலன்போ , வாஷிங்டன் இர்வின், ஓ ஹென்றி போன்றவர்கள் சிறுகதைகளுக்கென ஓர் வடிவத்தை உருவாக்கினார்கள். தங்கள் படைப்புகளில் புதுப் புது உத்திகளைக் கையாண்டார்கள். அதே போல, பிரான்சுக்கும் சிறுகதை வளர்ச்சியில் பெரும் பங்கு உண்டு. மாபசான், பால்ஸாக், மெரீமி போன்றவர்கள் படைத்த சாதனைகள், உலகம் முழுக்கச் சிறுகதை இலக்கியத்தைத் திரும்பிப் பார்க்க வைத்தன. இன்னொரு பக்கம் உருசியாவில் மக்களின் வாழ்வியல் சார்ந்த படைப்புகளைக் கொடுத்துக்கொண்டிருந்தார்கள், லியோ டால்ஸ்டாய், ஆண்டன் செகாவ், துர்-கனேவ் போன்றவர்கள். இங்கிலாந்தில், ஆர்.எல். ஸ்டீவன்சன், தாமஸ் ஹார்டி, ஹென்றி ஜேம்ஸ், ஜேம்ஸ் ஜாய்ஸ் போன்றவர்களின் எழுத்துகள் ஒரு புதிய வாசிப்பு அனுபவத்தைத் தந்துகொண்டிருந்தன.

இந்தத் தாக்கம் தமிழகத்திலும் ஏற்பட்டது. எழுத்தாளர் அ. மாதவையா தமிழிலும் ஆங்கிலத்திலும் எழுதும் வல்-லமை படைத்தவர். 1910ஆம் ஆண்டில், இந்து நாளிதழில் சிறுகதைகளை எழுத ஆரம்பித்தார். மொத்தம் இருபத்-தேழு சிறுகதைகளை எழுதினார். அந்தக் கதைகளை 1912ஆம் ஆண்டு, தொகுத்து. "குசிகர் குட்டிக் கதைகள்" என்ற தலைப்பில் வெளியிட்டார். ஆனால், அவை ஆங்கிலத்தில் இருந்தன. 1924ஆம் ஆண்டு, அந்தக் கதைக-ளைத் தமிழில் மொழிபெயர்த்து வெளியிட்டார்.

1912ஆம் ஆண்டு வ.வே.சு. ஐயர், தாம் எழுதிய ஐந்து சிறுகதைகளை ஒரு தொகுப்பாக, "மங்கையர்க்கரசியின் காதல் முதலிய கதைகள்" என்ற பெயரில் வெளியிட்டார். கம்ப நிலையம் என்கிற பதிப்பகம் அந்நூலை வெளி-யிட்டிருந்தது. அதில் இடம்பெற்ற "குளத்தங்கரை அரசமரம்' என்கிற கதைதான் தமிழில் எழுதப்பட்ட முதல் சிறு-கதை என்று பல தமிழ் அறிஞர்களால் கருதப்படுகிறது. அதே காலக்கட்டத்தில், பாரதியார், நாரண துரைக்கண்ணன், தி.ஜ. ரங்கநாதன், இராமானுஜலுநாயுடு ஆகியோரும் சிறுகதைகள் எழுத ஆரம்பித்தனர். இவர்களுக்கு முன்பாகவே, 1859க்கும் 1906-க்கும் இடைப்பட்ட காலத்தில், பண்டித நடேச சாஸ்திரியார் எழுதிய "ஈசாப் கதைகள்", "தக்கா-ணத்துப் பூர்வ கதைகள்", "தக்காணத்து மத்திய காலக் கதைகள்" ஆகிய மூன்று நூல்கள் வெளிவந்திருக்கின்றன. அதே போல, பேராசிரியர் செல்வக்கேசவராய முதலியார் எழுதிய "அபிநவ கதைகள்" காலத்தால் முற்பட்டவை என்று குறிப்பிட்டிருக்கிறார் எழுத்தாளர் புதுமைப்பித்தன்.

தமிழ்ச் சிறுகதை இலக்கியம் படிப்படியாக வளர ஆரம்பித்தது. புதுமைப்பித்தன், கு.ப.ராஜகோபாலன், கு. அழகிரி-சாமி, ந. பிச்சமூர்த்தி, பி.எஸ். ராமையா, மௌனி ஆகியோர் தமிழ்ச் சிறுகதைக்குப் புதிய உத்வேகத்தைக் கொடுத்து அதை அடுத்த கட்டத்தை நோக்கி நகர்த்தினார்கள். புதுமைப்பித்தன் மக்கள் எழுத்தாளராக, வாழ்வின் அவலத்தையும் அப்படியே திரைப்படக் காட்சி போல விரித்துக்காட்டினார். "சாபவிமோசனம்", "கடவுளும் கந்தசாமிப் பிள்ளையும்", "பால்வண்ணம் பிள்ளை ", "கயிற்றரவு" ... என்று அவர் எழுதிய ஒவ்வொரு கதையும் தமிழ் இலக்கியத்துக்குப் பெருமை சேர்க்கும் கதைகளாகவே அமைந்தன. தனக்கென ஓர் தனி இடத்தையும், சிறுகதை இலக்கியத்துக்கான புதிய வரைமுறையையும் உருவாக்கிக் கொடுத்தார் புதுமைப்பித்தன்.

கல்கி, இராஜாஜி, சிட்டி, கே.எஸ். வேங்கடரமணி, லா.ச.ராமாமிர்தம் போன்ற எழுத்தாளர்கள் தங்களுக்கெனத் தனிப் பாணியில் சிறுகதைகள் எழுத ஆரம்பித்தனர். கல்கி, தன் சுவாரசியமான வெகுஜன படைப்பால் தனக்கான வாசக வட்டத்தை விரிவுபடுத்தினார். அந்தக் காலத்தில் குறிப்பிடத் தகுந்த ஆரோக்கியமான விமர்சனங்களை வழங்-குபவராக இருந்தார் க.நா.சுப்ரமணியன். இவருடைய "தெய்வ ஜனனம்" என்கிற சிறுகதை குறிப்பிடத் தகுந்த ஒன்று.

சி.சு. செல்லப்பா, தி. ஜானகிராமன், கி. ராஜநாராயணன், ஜெயகாந்தன், சுந்தரராமசாமி, அசோகமித்திரன், ஆதவன், ஆர். சூடாமணி, வண்ணநிலவன், வண்ணதாசன், நாஞ்சில்நாடன், ஜெயமோகன், எஸ்.ராமகிருஷ்ணன், பிரபஞ்சன், கந்தர்வன், வாஸந்தி, பாவண்ணன், இமையம்.... என்று தமிழ்ச் சிறுகதைகளுக்குப் பலம் சேர்த்த எழுத்-தாளர்களின் பட்டியல் மிக நீண்ட ஒன்றாக இருக்கிறது. தமிழ்ச் சிறுகதைக்கு இன்னும் நூறு வயதுகூட முடியவில்லை . அதற்குள், மிகச் சிறந்த படைப்புகளைத் தந்திருக்கிறது என்று சொன்னால் அது மிகையல்ல.

சிறுகதையைப் பொறுத்தவரை "தமிழ் எழுத்தாளர் நெறிமுறைகள்" இப்படித்தான் இருக்கவேண்டும் என்று பிரத்யே-கமாக யாரும் வகுத்து வைத்திருக்கவில்லை. பேராசிரியர் கா. சிவத்தம்பி, எழுத்தாளர் கோவை ஞானி போன்றவர்கள், ஆங்காங்கே சில மேடைகளில் பேசும்போது, எழுத்தாளர் களுக்கான நெறிமுறைகள் குறித்துப் பேசியுள்ளார்கள். அவ்-வளவுதான். மற்றபடி தமிழ் எழுத்தாளர்கள் தங்களுக்கான எழுத்து முறையைத் தாங்களே வகுத்துக் கொண்டார்கள். அல்லது மாதிரிக்கு மேலை நாட்டுப் படைப்புகளை எடுத்துக் கொண்டார்கள்.

ஆங்கிலத்தில்கூடச் சிறுகதைகளுக்குச் சில நெறி முறைகளை வகுத்திருக்கிறார்கள். சிறுகதையின் ஆரம்பம், நடுப் பகுதி, முடிவு இப்படி இருக்கவேண்டும் என்பது உள்பட, எத்தனையோ கருத்துகளைப் பல எழுத்தாளர்கள் வரை-யறுத்துக் கொடுத்திருக்கிறார்கள். ஆனால், தமிழில் அப்படியான நெறிமுறைகள் எதுவும் இல்லை. சில எழுத்தாளர் பயிற்சி முகாம்களில் உருவம், உள்ளடக்கம், உத்தி குறித்துப் பல விவாதங்கள் நடைபெற்றிருக்கின்றன. ஆனாலும், அவையும் வெளியே வராமல் ஒரு வட்டத்துக்குள் சுருங்கிப் போய்விட்டன என்றுதான் சொல்லவேண்டும்.

புதிய உத்திகளுடன் கூடிய நவீனச் சிந்தனைதான் வாசகனை ஈர்க்கும். அந்த வளர்ச்சியைத் தமிழ்ச் சிறுகதைகளில் கண்கூடாகப் பார்க்கலாம். வ.வே.சு. ஐயரின், "குளத்தங்கரை அரசமரம்'" தொடங்கி இன்றைக்கு வெளியாகும் இளம் படைப் பாளிகளுடைய சிறுகதை வரை எத்தனையோ மாற்றங்கள் நிகழ்ந்திருக்கின்றன. தமிழ்ச் சிறுகதைக்குப் பக்க வரையறை என்று ஏதாவது இருக்கிறதா என்று கேட்டால், இல்லை என்றுதான் பதில் சொல்லவேண்டும். ஆனால், பிரபல வார, மாத இதழ்களில் சிறுகதைகள் வெளியானபோது, சிறுகதைக்கான பக்கங்கள் பத்திரிகைகளால் தீர்மா-னிக்கப்பட்டன. "நான்கு பக்கங்களுக்கு மிகாமல் இருக்கவேண்டும், இத்தனை வார்த்தைகளுக்குள் இருக்கவேண்டும்" என்று கோரிக்கையே வைத்தன சில பத்திரிகைகள்.

சிறுகதைகளைச் சுருக்குவது ஒரு பக்கம் எழுத்தாளர்களுக்கு அயர்ச்சியையேகூட ஏற்படுத்தியது. சொல்ல வந்த கருவை அதன் முழு வீச்சோடும் சொல்ல முடியாத நிலை. அப்படியே அதிகமாக எழுதினால், பத்திரிகை அலுவல-கத்தில் இருக்கும் ஆசிரியர்களால் அதிகமான பக்கங்கள் வெட்டப்பட்டு, சுருக்கப்பட்டன. கொஞ்சம்கூடச் சுருக்காமல், எவ்வளவு நீளமாக இருந்தாலும் அப்படியே பிரசுரித்து ஆதரவு தருபவை சிறு பத்திரிகைகள் தான்,

பத்திரிகைகளில் வெளியிடப்படாமல், தொகுப்புகளாக வெளிவந்த சிறுகதைகள், அதன் எழுத்தாளர்களுக்கான முழுச் சுதந்திரத்துடன் அப்படியே வெளியாயின. பல நவீன எழுத்தாளர்கள் வார, மாத இதழ்களில் தங்கள் கதை-களைப் பிரசுரிக்காமல், தொகுப்புகளாக மட்டும் வெளியிடுவதை வழக்கமாகக் கொண்டிருப்பதற்குக் காரணமும் இது-தான். எழுத்துச் சுதந்தரம் வேண்டியதுதான். அதற்காகப் பக்க அளவுகளே இல்லாமல் சிறுகதை எழுதிச் செல்வதும் வாசகனை அலுப்புக்குள்ளாக்கிவிடும். பிரபல ஆங்கில எழுத்தாளர் ஜேம்ஸ் ஜாய்ஸ், எழுதிய நாவல் ‘‘யுலிஸிஸ்.’ கிட்டத்தட்ட 900 பக்கங்கள் கொண்டது. இதைச் சிறுகதை என்று சொல்பவர்களும் இருக்கிறார்கள். காரணம், இது ஒரே நாளில் நடக்கும் கதை. அதற்காக எவ்வளவு நீண்டதாக வேண்டுமானாலும் சிறுகதை இருக்கலாம் என்கிற நெறிமுறையை வைத்துக்கொள்வதும் ஏற்புடையது அல்ல.

‘‘சிறுகதையின் முதல் வரியே வாசகனை ஈர்க்கும்படியாக இருக்கவேண்டும்’’ என்பது உண்மையாகவே இருந்தாலும்-கூட அப்படியான முயற்சிகள் மிக மிக அரிதாகத்தான் தமிழில் நடைபெற்றிருக்கின்றன. எழுத்தாளர் தம் வசதிக்கேற்-பக் கதையைத் தொடங்குகிறார். ‘‘தவமணி இடிந்துபோய்க் குந்திவிட்டாள்’’ என்று ‘‘தவமணி’’ என்கிற சிறுகதையை ஆரம்பிக்கிறார் எழுத்தாளர் கண்மணி குணசேகரன். ‘‘கடுதாசி எழுதறதே கஷ்டமா இருக்கு’’ என்று தொடங்குகிறார் விட்டல்ராவ். ‘‘ஒரு விபத்து போலத்தான் அது நடந்தது’’ என்று தம் சிறுகதையை ஆரம்பிக்கிறார் அ. முத்துலிங்கம். இவைகூடக் கொஞ்சம் சுவாரசிய மனோபாவத்துடன், வாசகன் சிறுகதையை அணுகத் தூண்டினாலும், அதைப் பற்-றியெல்லாம் அக்கறைப் படாமல், கதைக் கருவை அதன் போக்கில் எழுதுகிறவர்களும் இருக்கிறார்கள்.

‘‘அலைகள் நீந்திக்கொண்டிருக்கின்றன’’ என்று வெகு சாதாரணமாக ஆரம்பிக்கும் தமயந்தியின் ‘‘அனல் மின் மனங்கள்’’ சிறுகதை அற்புதமான ஒரு படைப்பு. எனவே, சிறுகதையின் தொடக்கம் என்பதற்கான நெறிமுறையும் இப்படித்தான் இருக்கவேண்டும் என்று எந்த வரையறைக்கும் உட்படாததாகத்தான் இருக்கிறது.

‘‘ஒரு சிறுகதை எங்கே முடிகிறதோ, அங்கே ஆரம்பிக்கப் படவேண்டும். முடிந்தவரை ஒரு சம்பவத்தை அடிப்-படையாகக் கொண்டதாக இருத்தல் நலம். தேவையில்லாத ஒரு வர்ணனையோ, பொருளோ சிறுகதையில் இடம் பெறக்கூடாது. சுவரில் ஒரு துப்பாக்கி மாட்டப் பட்டிருக்கிறது என்றால், கதை முடிவதற்குள் அதைப் பயன்படுத்தி-யாகவேண்டும். முடிவு ஏதாவது ஒரு விதத்தில் வாசகனைப் பாதிக்கவேண்டும்’’ என்றெல்லாம் பல எழுத்தாளர்கள் அறிவுறுத்தியிருக்கிறார்கள். இந்த நெறி முறைகளை ஆரம்பக் கால எழுத்தாளர்கள் கவனத்தில் கொள்வது நல்லது.

சிறுகதைக்கு நடுவே வரும் உரையாடல் சொல்லாடல் வழக்கில் இருக்கவேண்டுமா? செந்தமிழில் அமைந்திருக்க வேண்டுமா? என்பதற்கும் எந்த நெறிமுறையும் இல்லை. உரையாடல் பேச்சு வழக்கில் இருக்கும்போது வாசகரால் ஈர்க்-கப் படுகிறது என்பதை உணர்ந்த பெரும்பான்மையான எழுத்தாளர்கள், அதையே கடைப்பிடித்தார்கள். உண்மையில் வட்டார வழக்கில் எழுதப்பட்ட பல சிறுகதைகள் பெரும் வரவேற்பைப் பெற்றன. அவற்றுக்கு உதாரணமாக, கி.ராஜ-நாராயணன், பூமணி, சோ. தர்மன், மேலாண்மை பொன்னுச்சாமி ஆகியோர் எழுதிய சிறுகதைகளைச் சொல்லலாம்.

பக்க அளவு, தொடக்கம், முடிவு ஆகிய நெறிமுறைகள் வகுக்கப்படாமை போலவே, தமிழ்ச் சிறுகதைகளுக்கான கருப்பொருளுக்கும் எந்த நெறிமுறையும் இல்லை. மனித உறவுகளுக்கிடையேயான நெகிழ்ச்சி, சிக்கல், சமூகப் பிரச்-சினை, தலித்தியம், பெண்ணியம், உலகமயமாக்கல், பொதுவுடைமைச் சிந்தனை, நகர வாழ்க்கை அவலம்... என்று விரிகிற தமிழ்ச் சிறுகதைகளுக்கான கரு இப்படித்தான் இருக்கவேண்டும் என்கிற நெறிமுறை எதுவும் இல்லை. இது அவரவருடைய கருத்துச் சுதந்திரத்தைப் பொறுத்தது. என்றாலும், மக்கள் மத்தியில் வரவேற்பைப் பெற்ற சிறுகதைக-ளாக இருப்பவை பெரும்பாலும் மக்களுக்கான சிறுகதைகள் தான். வாழ்க்கையைப் பிரதிபலிக்கிற படைப்புகள் தான் காலத்தால் அழியாமல் நிற்கும் என்பதற்குத் தமிழ்ச் சிறுகதைகளே உதாரணமாக இருக்கின்றன.

ஒரு பக்கம், சிறுகதையில் உன்னதமான முயற்சிகள் நடந்து கொண்டிருந்தாலும், இன்னொரு பக்கம் கண் முன்-னாலேயே அது வீழ்ச்சியை நோக்கிப் போய்க்கொண்டிருக்கிறதோ என்கிற அச்சமும் எழாமல் இல்லை. இன்றைக்கு, வெகுஜன இதழ்களில் சிறுகதைகளுக்கு அதிகம் இடம் இல்லை . ஒரு பக்கக் கதை, அரைப் பக்கக் கதை, கால் பக்கக் கதை, அஞ்சல் அட்டைக் கதை, எஸ்.எம்.எஸ். கதை என்று ஒவ்வொரு நாளும் சுருங்கி வருகிறது. மக்களைப் போய்ச் சேராத எந்த இலக்கிய வடிவமும் நெடுநாள் நீடிக்காது. தமிழ்ச் சிறுகதையைப் போலத்தான் நாவலும். அதற்-கான நெறிமுறைகள் எனப் பிரத்யேக அடையாளங்களாக எவற்றையும் சொல்ல முடியாது. 1857-இல் எழுதப்பட்டு, 1879-இல் வெளியான மாயூரம் வேதநாயகம் பிள்ளையின் ‘‘பிரதாப முதலியார் சரித்திரம்’’ நாவல்தான் தமிழின் முதல் நாவல்.

அவருக்குப் பிறகு, பி.ஆர். ராஜமையர், ஆர். ஷண்முக சுந்தரம், சி.சு. செல்லப்பா , லா.ச.ராமாமிர்தம், ரகு-நாதன், தி, ஜானகிராமன், ராஜம் கிருஷ்ணன், ஜெயகாந்தன், கு.சின்னப்ப பாரதி, ப. சிங்காரம், நகுலன், சுந்தர ராமசாமி, கி.ராஜநாராயணன், சா.கந்தசாமி, ஜி.நாகராஜன், அசோகமித்திரன், பொன்னீலன், வண்ணநிலவன், பிரபஞ்-சன், பாமா, வாஸந்தி, ஜெயமோகன், ஜோ டி குரூஸ்... என்று தமிழ் நாவலுக்குச் சிறப்பான பங்கைத் தந்தவர்களின் மிக நீண்ட பட்டியல் ஒன்று இருக்கிறது.

‘‘பிரதாப முதலியார் சரித்திரம்’’ நாவல் தொடங்கி, இன்று வரை நாவலுக்கான நெறிமுறை எதுவும் இல்லை. ‘‘இத்தனை அத்தியாயங்கள் இருக்கவேண்டும், ஒரு அத்தியாயம் இவ்வளவு பக்கங்களுக்குள் அடங்கவேண்டும்’ என்று யாரும் வரையறுக்கவில்லை. இதிலும்கூடப் பத்திரிகைகளுக்கு ஒரு பங்கு இருக்கிறது. நாவல்கள் தொடர்கதையாக இதழ்களில் வெளியானபோது, பக்கங்கள் வரையறுக்கப்பட்டன. ஓர் இதழில் வெளியான தொடர்தான் அத்தியாயமாகக் கருதப்பட்டது. கல்கி, சாண்டில்யன் ஆகியோருடைய வரலாற்றுப் புதினங்கள், சுஜாதா, பாலகுமாரன் ஆகியோருடைய தொடர்கதைகள் இப்படித்தான் அறியப்பட்டன. சி.சு. செல்லப்பாவின் ‘‘சுதந்திர தாகம்’’ நாவலைப் போலப் பாகம் பாகமாக வெளி வந்த நாவல்கள் உண்டு. நாவல் என்பது ஒரு வாழ்க்கை முறையைப் பிரதிபலிக்கிற படைப்பாகக் கருதப்படுவதால், பக்க வரையறை என்று அதற்கு எதுவும் இல்லை . அதே சமயம், நெடுங்கதையாகக் கருதப்படவேண்டிய சி.சு. செல்லப்பாவின் ‘‘வாடி வாசல்’’ போன்ற அற்புதப் படைப்புகள் நாவலுக்கான அங்கீகாரத்தையும் கொடுத்திருக்கின்றன.

ஜி. நாகராஜன் எழுதிய ‘‘நாளை மற்றுமொரு நாளே’’ ஒரு மனிதனுக்கு ஒரே நாளில் நடைபெறுகிற சம்பவங்களைப் பின்புலமாகக் கொண்டு எழுதப்பட்டது. மிகச் சிறந்த நாவல்களில் ஒன்றாகக் கருதப்படுகிறது இந்நாவல். ஆனால், ஜி. நாகராஜன், ஒரு நாவலுக்கான தனி நெறிமுறைகளாக எதையும் இதில் கைக்கொள்ளவில்லை. அத்தியாயங்கள் உரிய முறையில் பிரிக்கப் படவில்லை. பக்க அளவைப் பற்றி அவர் கடைப்பிடிக்கவில்லை. ஆனால், வாழ்வியலைப் பேசுகிற படைப்பாக இருந்ததால் இன்றைக்கும் அழியாத காவியமாக இருக்கிறது. தமிழ் நாவல்களை வகைப்படுத்த முடியும். சரித்திர நாவல்கள், துப்பறியும் நாவல்கள், சமூக நாவல்கள்... இப்படி, லக்ஷ்மி, அனுராதா ரமணன், சிவசங்கரி, இந்துமதி போன்ற பெண் எழுத்தாளர்கள் பத்திரிகைகளில் எழுதிய தொடர்கதைகள், பிற்பாடு புத்தக வடிவம் பெற்றபோது நாவல் என்றுதான் அழைக்கப்பட்டன. அவையெல்லாம் கச்சிதமான அத்தியாய அளவுகளோடு, பக்க நிறைகளோடு இருந்தன.

இன்றளவும் பக்க அளவுகளைப் பற்றிக் கவலைப்படாமல், ஒரு பெரிய கருத்தியலையோ, வாழ்வியலையோ முன்வைக்கும் நாவல்கள்தான் பெரிதும் பேசப்பட்டிருக்கின்றன. ஜெயகாந்தன் எழுதிய ‘‘சில நேரங்களில் சில மனிதர்கள்’’, சுந்தரராமசாமியின் ‘‘ஒரு புளிய மரத்தின் கதை’, ‘‘ஜே.ஜே. சில குறிப்புகள்’’, சா.கந்தசாமியின் ‘‘சாயாவனம்’’, வண்ண நிலவனின் ‘‘கடல்புரத்தில்’’, பிரபஞ்சனின் ‘‘மானுடம் வெல்லும்’’, பாமாவின் ‘‘சங்கதி’’, ச. பாலமுருகனின் ‘‘சோளகர் தொட்டி’, ஜோ டி குரூஸின் ‘‘ஆழி சூழ் உலகு’’, ஜெயமோகனின் ‘‘விஷ்ணுபுரம்’’, எஸ்.ராமகிருஷ்ணனின் ‘‘பாண்டவபுரம்’’, சு.வெங்கடேசனின் ‘‘காவல்கோட்டம்’’.... என்று பல உதாரணங்களை இதற்குச் சொல்லலாம்.

உத்தியைப் பொறுத்தவரை தமிழ் நாவல் இலக்கியத்தில் பல புது முயற்சிகள் மேற்கொள்ளப்பட்டிருக்கின்றன. சுந்தரராமசாமியின் ‘‘ஜே.ஜே. சில குறிப்புகள்’’ அப்படியான ஒரு புதிய முயற்சி. ஜி.நாகராஜன் எழுதிய ‘‘குறத்தி முடுக்கு’, நாஞ்சில் நாடன் எழுதிய ‘‘எட்டுத் திக்கும் மதயானை’, சம்பத் எழுதிய ‘‘இடைவெளி’ ஆகியவற்றைப் புது உத்திகளைக் கொண்ட நாவல்களாக எடுத்துக்கொள்ளலாம்.

வட்டார வழக்கு மொழியில் எழுதப்பட்ட நாவல்களில் ஆர். ஷண்முக சுந்தரத்தின் ‘‘நாகம்மாள்’’, கி. ராஜநாராயணனின் ‘‘கோபல்ல கிராமம்’’, பூமணியின் ‘‘பிறகு’’ நாவல்களை மிக முக்கியமானதாகச் சொல்லலாம். தமிழ் நாவல் வரலாற்றைத் திரும்பிப் பார்க்கும்போது ஒன்றுமட்டும் புரிகிறது. வடிவம், பக்க அளவு, உத்தி, சொல்லாடல், பாத்திரங்களை அறிமுகப்படுத்தும் பாங்கு என்று எந்த நெறிமுறையை எடுத்துக்கொண்டாலும் நாவலுக்கான களம் உயிர்ப்போடு இருக்கிறபோது, எதைப் பற்றியும் கவலைப்பட வாசகன் தயாராக இல்லை. அந்த நாவலை உச்சிமோந்து வரவேற்கிறான். உயரத்தில் தூக்கிப் பிடிக்கிறான். அதற்கான அங்கீகாரத்தை அளவுக்கு அதிகமாகவே தந்து மகிழ்கிறான்.

நாவலோ, சிறுகதையோ பிரத்யேகமான நெறி முறைகளைத் தமிழ் எழுத்தாளர்கள் வகுத்துக் கொள்ளத்தான் வேண்டுமா? இப்படி கேட்டால் அதற்குப் பதில் இல்லை. ஒவ்வொருவரும் அவரவருக்கான பாணியில் எழுதிச் செல்கிறார்கள். தங்களுக்கு எது வசதி என்று படுகிறதோ, அதைப் பின்பற்றுகிறார்கள். ஆனால், அவை பாராட்டப்படும்போது, அவர்கள் வகுத்த நெறிமுறைகளைப் பின்பற்ற வேண்டும் என்று புதிய படைப்பாளிகளுக்குத் தோன்றுகிறது. அசோக மித்திரனையோ, சுந்தர ராமசாமியையோ, ஜெயகாந்தனையோ தம்முடைய ஆதர்ச எழுத்தாளர் என்று பல இளம் எழுத்தாளர்கள் சொல்லிக் கொள்வது இந்தக் காரணத்தினால்தான்.

இன்னொன்றையும் நாம் கவனிக்கவேண்டியிருக்கிறது. எந்த நெறிமுறையும் இல்லாமல் எழுதிச் செல்வது சரிதானா? மனத்துக்குச் சரி என்று படுகிற நெறிமுறைகளை எழுத்தாளர்கள் வகுத்துக்கொள்வது தவறில்லை. உதாரணமாக ‘நான் பெண் உரிமைக்குப் புறம்பாக எழுத மாட்டேன்’ என்று ஓர் எழுத்தாளர் தனக்குத் தானே ஒரு வரையறையைப் போட்டுக் கொள்வதுகூட நல்லது என்றுதான் தோன்றுகிறது. கருவோ, உத்தியோ மற்றவர்களைக் காயப்படுத்தாத, கொச்சை வார்த்தைகளைப் பிரயோகப்படுத்தாத, சமூகச் சீர்கேடுகளையும் ஆபாசத்தையும் முன் நிறுத்தாத, மக்கள் வாழ்க்கையைப் பிரதிபலிக்கிற படைப்புகளாக நாவலும் சிறுகதைகளும் இருக்கவேண்டும் என்கிற குறைந்த பட்ச நெறிமுறையை

ஒவ்வொரு எழுத்தாளரும் பின்பற்றவேண்டும் என்பதுதான் என்னுடைய ஆசை.

25. சிறுகதைகளின் களம், காலம், கௌரவம்

- மேலாண்மை பொன்னுச்சாமி

நாவல்கள், குறுநாவல்கள் படைத்துத் தொகுப்புகளாக வந்து, சில விருதுகளைப் பெற்றிருந்த போதிலும், நான் பிரதானமாகச் சிறுகதை எழுத்தாளனாகவே அறியப்படுகிறேன். அதில் எனக்குச் சம்மதமும் விருப்பமும்தான். சிறுகதை எழுத்தாளனாகப் படைப்புலகில் பிரவேசித்தேன். சிறுகதையிலேயே தொடர்ந்து இயங்கி வருகிறேன். விருப்பத்துடன், இயல்பான ஈடுபாட்டார்வத்துடன் சிறுகதைப் படைப்பு முயற்சிகளில் இயங்கி வருகிறேன்.

''சிறுகதைப் படைப்பின் உள்விவகாரம்'' என்றொரு நூல் எழுதியிருக்கிறேன். அது ஏகப்பட்ட இளம்படைப்பாளிகளின் பாராட்டுகளைப் பெற்றது. அது இப்போது இரண்டாம் பதிப்பாக வானதி பதிப்பகம் மூலம் வந்திருக்கிறது. படைப்பு முயற்சிகளின் அனுபவரீதியான அறிவையும், சறுக்கல்களையும், படிப்பினைகளையும் அந்த நூலில் நேர்மையான உண்மையுடன் பகிர்ந்திருப்பதால் எல்லாக் காலத்திலும் அது இளம் படைப்பாளிகளுக்கான வெளிச்சம் தரும் பாதையைக் காட்டும்.

நான் எழுதிய முதல் படைப்பு பரிசு' என்றொரு சிறுகதை, அதுமட்டுமல்ல ••• முதற்படைப்பாக, ''சிறுகதை தான் எழுதுவது' என்று திட்டமிட வில்லை. கனவு காணவில்லை. ஆனால் அது அப்படி அமைந்தது. இயல்பான வெளிப்பாடு. . பருத்திச் செடியில் பருத்திப்பூ பூப்பதைப் போல இயற்கையானது. ஏனெனில் எனக்குள் எழுதவேண்டும் என்ற உந்துதலைத் தருகிற ஆதர்ஷமாக இருந்தவை ஜெயகாந்தனின் சிறுகதைகள்தாம். அந்த வடிவம் என்னையறியாமலேயே எனக்குள் ஆக்கிரமித்திருக்கிறது. அது என்னை வடிவமைத்திருக்கிறது.

ஒட்டுமொத்த இலக்கிய வகைகளில் கவிதையை 'இளவரசி' என்பார்கள். செறிவும், சொற் சிக்கனமும், அடத்தியும், வார்த்தையில் வாக்கியங்கள் சொல்கிற கச்சிதமும் கவிதைப் படைப்பாளிக்கு கைவந்தால்தான், கவிதை எழுத முடியும். இரண்டுவரிகளில் முழு உலகத்துக்குமான வாழ்வியல் ஒளியைத் தத்துவ நெறியைத் தருகிற குறளைப்போல, கவிதை வடிவம். அதே போல உரைநடை இலக்கிய வகைகளில் சிறுகதை இளவரசன். ஜெயகாந்தன் அவர்கள், 'சிறு கதை உரைநடைக் கவிதை' என்று கணித்து வார்த்தைப்படுத்தியிருப்பார்.செறிவும், சொற் சிக்கனமும், அடர்த்தியும், வார்த்தைகளில் வாக்கியங்களையும் வாழ்க்கையையும் சொல்கிற கச்சிதமும் கைவரப் பெற்றால்தான் சிறுகதை படைக்க முடியும். சிறிய சிந்தனை, சிறிய அனுபவம், சிறிய சம்பவம், சிறிய உணர்வு தாம் சிறுகதை என்ற புரிதல் மேம்போக்கானது உண்மையற்றது. ஆண்டன் செகாவ் என்ற உருசிய சிறுகதை மேதை 'பச்சோந்தி' என்ற சிறுகதையில் அதிகார வர்க்க மனப்பிரபஞ்சத்தின் நிறமாற்றம் என்கிற மிகப்பெரிய சிந்தனை வெளியைச் சித்திரித்திருப்பார்.

சிறிய சிறிய வார்த்தைகளின் கச்சிதமான சேர்க்கையின் நேர்த்தியில் எழுகிற வாழ்வியல் மனப்பேரழகுதான் சிறுகதை. உரைநடை இலக்கிய வகைகளின் இளவரசன் எனப்படுகிற சிறுகதை வடிவத்தில் இயங்கி வருகிறேன் என்பது எனக்குப் பெருமிதம் தருகிற விசயம். எனது சிறுகதைகளின் விளை நிலமும், களமும் முழுக்க முழுக்கக் கிராமப்புற விவசாய வாழ்க்கை முறைமை. அதிலும் தஞ்சை, நெல்லை போன்ற நதிநீர்ப் பாசனக் கிராமங்கள் அல்ல. வானம் பார்த்த பூமி. வானம் பொழிகிற மழையை மட்டுமே நம்பி வேளாண்மை செய்கிற வட்டார மக்களைப் பற்றியவை எனது சிறுகதைகள்.

தமிழர் தந்தை சி.பா.ஆதித்தனார் நினைவு இலக்கிய விருது பெற்ற எனது தொகுப்பின் பெயர், ''மானாவாரிப்பூ'. என் மொத்தச் சிறுகதை, நாவல், குறுநாவல் உள்ள ஒட்டு மொத்த படைப்புலகம் முழுவதையும் ''மானாவாரிப்பூ'' என்று கணித்தால் நூறு சதவிகிதம் துல்லியமான உண்மையாக இருக்கும், அது.

மானாவாரி என்ற சொல், 'வானம்பார்த்து வாழ்பவர்கள் என்ற பொருளிலான சொல்லின் மருவல். . எனது படைப்புக்களமான கிராமங்களையும், கிராம விவசாய உற்பத்தி முறைமைகளையும் பரிவுடன் நேசிக்கிறேன். கிராமத்தில் பிறந்து, கிராமத்தில் வளர்ந்து, கிராமத்திலேயே வாழ்ந்து வந்திருப்பதால் இயல்பாகவே கிராமங்களை நேசிக்கிறேன். நான் ஏற்றுக்கொண்டிருக்கிற முற்போக்குத் தத்துவமான மார்க்சியமும் உணவு உற்பத்தியில் ஈடுபட்டிருக்கிற உழவர்களை நேசித்துப் போற்றுமாறு கூறுகிறது. சங்கத் தமிழிலக்கியங்களும், வள்ளுவப் பெருந்தகையும், மகாகவி பாரதியும் உழவைப் போற்றி வணங்குகின்றனர்,

எனது பிறப்பு, வளர்ப்பு, வாழ்தல் மட்டுமல்ல எனது முன்னோடித் தமிழிலக்கியமும் என்னை ஆகர்சித்த தத்துவமும் புறக்கணிக்கப்பட்ட உழவு மக்களுக்காக உழவு சார்ந்து வாழ்கிற நிலமற்ற உழைப்பாளி மக்களுக்காகப் போராடும்படி வழிகாட்டுகின்றன. ஆக எனது களநேசம் என்பது பூவின் வாசத்தைப்போலச் சத்தியமானது; சூரிய ஒளியைப் போல முழுமையான அசல் தன்மை கொண்டது. வானம்பார்த்த கந்தகப் பூமியான விவசாய மக்களையும். அவர்தம் உற்பத்தி சார்ந்த வாழ்க்கையையும், வாழ்வின் உள் உலக நெருக்கடிகளையும், புற உலகச் சரிவுகளையும் என் சிறுகதைகள்

பாடுபொருள் தேடுகிற களமாக இருந்து வருகின்றன.

எனது கதையின் களமே எனது கதையின் கருப்பொருளின் விளை நிலமாகத் திகழ்கிறது. எனது மண்ணின் வரிகளை ஒரு தாய்மைத் தவிப்புடன் உணர்ந்து, கொதித்து, குமுறுகிற கொந்தளிப்பான இதயத்தின் குரல்களாக எனது சிறுகதைகள். எனது சிறுகதைகளின் பாடுபொருளான கிராமத்து விவசாய உழைப்பு மனிதர்களின் புறவாழ்க்கையும், அக வாழ்க்கையும் தான் எனக்குள் இயங்குகின்றன. பார்வையாளனாகவும், இரசனையாளனாகவும் இருந்து எழுதப்பட்டதல்ல எனது கதைகள். களத்தில் பங்கெடுப்பாளனாக, வலிகளை அனுபவித்தவனாக எழுதப்பட்டவையே கதைகள்.

- காலம் என்பது முக்கியம். இதுவரைக்கும் எனது சிறுகதைகள் எழுதப்பட்ட காலமே, கதையின் நிகழ்காலமாக இருக்கும். எனது கதைகள் எனது வட்டார வாழ்வியலின் வரலாற்றாவணமாகவும் இருப்பது அதனால்தான். வறட்சியும், அதிகமழையும் எங்கள் வட்டாரத்தின் இயல்பு. மழையைப் பற்றிய ஒரு சொலவடையே உண்டு.

''பேய்ஞ்சும் கெடுக்கும், காய்ஞ்சும் கெடுக்கும்'' என்பார்கள். பெய்தாலும் ஒரே ஊத்தாக ஊற்றி, வெள்ளக்காடாகிவிடும். நிலமெல்லாம் நீரூற்றடிக்கும். ஏகப்பட்ட சேதாரங்கள், பாதிப்புகள், வாழ்வியல் முடக்கம் ஏற்படும். வெள்ளத்தில் இழுபட்டுப் போனவர்கள் சிலர்.

காய்ந்தும் கெடுக்கும். நாலைந்து வருடங்களுக்கு மழையே பெய்யாமல் ஒரு புல் கூட இல்லாமல் தீப்பிடித்த மாதிரி காடு கருகிக்கிடக்கும். வறட்சிப்பேயின் ஆட்டத்தில் குடிபெயர்ந்து போகிற சில குடும்பங்கள். இந்த இரண்டுமே எனது கதைகளில் ஏராளமாகப் பதிவு செய்யப்பட்டுள்ளன. தீண்டாதே போன்ற பல சிறுகதைகள் மழை மிகுதியைச் சொல்கின்றன. 'ஜீவிதத்தின் உள்வட்டம்' காட்டம், கூரை, போன்ற சிறுகதைகள் மழையின்மையைச் சொல்கின்றன.

சிவகாசி, திருத்தங்கல், ஏழாயிரம் பண்ணை, கோவில்பட்டி போன்ற சிறுநகரங்களில் மட்டுமே இருந்த தீப்பெட்டியாபீசுகள், ஜனதா ஆட்சிக் காலத்தின் போதுதான் தொலைதூரக் கிராமங்களுக்கும் யூனிட் யூனிட்களாக வந்தன. வேன்களும், பேருந்துகளும், தீப்பெட்டியாபீசுகளுக்குப் பிள்ளைகளை அள்ளிச்செல்கிற வாகனங்கள் ஊருக்குள் பிரவேசித்தன.

எனது கதைகளிலும் போரிடும் பிஞ்சுகள், அரும்பு போன்ற மைதானம், குழந்தை உழைப்பாளிகள் பற்றிய பாடுபொருள் கதைகள் வந்தன. குழந்தை உழைப்பாளிகள் பற்றி அதிகமாகச் சிறுகதைகள் எழுதுகிறவன் என்ற கணிப்பு உருவாயிற்று. அந்த அளவுக்கு அதைப்பற்றி நிறைய எழுதினேன். கடன் தள்ளுபடிகள் வருவதற்கு முன்பு, எங்கள் வட்டாரத்தில் கூட்டுறவு சொசைட்டி கடனுக்காக விவசாயிகளின் வீடுகள், மாடுகள், பண்டபாத்திரங்கள் ஜப்தி செய்யப்பட்ட கொடுமைகள் நடந்தன. சொசைட்டி ஜீப்புகளைக் கண்டாலே கலைந்தோடுகிற - ஓடி ஒழிகிற எளிய விவசாயிகளின் பதற்றமும், பயம், பீதி என்று கிராமமே அல்லோலப்படும். இவையும் எனது கதைகளின் பாடுபொருளாயிருக்கின்றன. ஜப்தி, பசு, இலங்கேஸ்வரன் என்று ஏகப்பட்ட சிறுகதைகள்.

'ஸ்கைலாப்' என்றொரு விண்கலம் பூமியில் விழுந்து பூமியே அழியப்போவதாக எல்லாக் கிராமங்களிலும் பயமும். கிலியும் பிடித்தாட்டிய நிகழ்வு, 'ஸ்கைலாப்' என்ற சிறுகதையில் பதிவுசெய்யப்பட்டுள்ளது.

*சொஸைட்டி ஜீப் எப்ப வந்து ஜப்தி பண்ணி மானம் பறிக்கப்போவுதோ. . . அதைவிட ஸ்கைலாப் வுழுந்து செத்தாலும் பரவாயில்லே' என்ற உணர்வு கொண்ட ஒரு சிறு விவசாயியின் மன உளைச்சலைச் சொன்னகதை.

மயிலும் கிளிகளும் பயிர் வெள்ளாமைகளை நாசம் செய்கிற சமகாலச் சீரழிவுகளும் எனது பல்வேறு கதைகளில் பதிவு செய்யப்படுகின்றன. எங்கள் வட்டார விவசாயப் பகுதி மக்களின் வாழ் நிலைகளின் நிகழ்வுகள், அந்தந்தக் காலங்களில் ஏற்படும் மாற்றங்கள், சலனங்கள் இவையும் பதிவு செய்யப்பட்டுள்ளன. மாட்டுக் கலப்பை உழவுக்காலமும் உண்டு, மக்கள் உழவுக்கோலமும் உண்டு, கமலை இறைவை செய்த காட்சிகளும் பம்ப்ஷெட் மோட்டார் இரைச்சலும் என் கதைகளில் உண்டு.

எங்கள் வட்டாரச் சமூக வாழ்விலுள்ள ஜாதீய ஏற்றத்தாழ்வுகள், தீண்டாமையும் என் சிறுகதைகளில் ஏராளமாகப் பதிவு செய்யப்பட்டுள்ளன. ஜாதீயக் கலவரமும். ஜாதீய மோதல்களும், வெட்டு-குத்துகளும் ஏகப்பட்ட கதைகளின் குரலாயிருக்கின்றன. மணல் பெருவெளியும், வெள்ளப்பெருக்குகளுமாக நான் பார்த்த எங்கள் ஊர் ஆறு, இப்போது எறும்பரித்த கருவாட்டு எலும்புக் கூடாகக் கிடக்கிற பரிதாபம். மணலை இழந்த அதன் அவலட்சணம்.

இதன் பாதிப்பால்•••.. எனது சிறுகதைகளில் சுற்றுச் சூழல் குறித்தும் வேப்பமரங்கள் குறித்தும் ஏகப்பட்ட சிறுகதைகளில் பதிவு செய்யப்பட்டிருக்கின்றன. நீர் வளம் காக்கிற அவசியத்தையும், நீர்வளம் கொள்ளையடிக்கிற பன்னாட்டு ஏகபோகக் கம்பெனிகளை எதிர்த்துப் போரிட வேண்டிய அவசியத்தையும் சொல்கிற 'பூமனச்சுனை' கதை குறிப்பிடத்தக்கது.

- எனது சிறுகதைகளின் களமும், காலமும் சேர்ந்து அதற்கான மொழியைத் தேர்வு செய்கின்றன. எனது சிறுகதைகளின் மொழிநடை எளிமையானது. பாமர விவசாயிகளின் குணாம்சம்போலவே சாமான்யமானது. சாமான்யமான குரலில் தொனியில் வார்த்தைகளில் பேசினாலும், அதன் ஆழத்தில் ஓர் அழுத்தமும், ஆழம்காண முடியாத ஒரு

மர்மமும் புதைந்திருக்கும். அதே இயல்பு எனது மொழி நடைக்கும் இருக்கும். எளிமையாக இருக்கும். சாமான்யமாக இருக்கும். வியர்வையழுக்கு மனிதனைப் போலிருக்கும். ஆனால் அதன் உள்ளடக்கத்தில் ஒரு சமுதாயக் கோபம் இருக்கும். ஒரு ரௌத்ரம் இருக்கும். கூர்மையான விமர்சனமும், விளாசலும் இருக்கும்.

எனது மொழிநடைதான், எனக்குப் பரந்து விரிந்த சாமான்ய வாசகத்திரளைப் பெற்றுத் தந்தது. அறிவார்ந்த விமர்சகர்களின் அசூயைத் தொனியிலான அலட்சியத்தையும் பெற்றுத்தந்தது. ஏராளமான குடும்பப் பெண்களிடம் என் கதைகள் ஒரு செல்வாக்குமிக்க வலிமையோடு பரவியிருப்பது, எனது மொழி நடையின் எளிமை காரணமாகத்தான். நவீன விமர்சகர்களின் அறிவார்ந்த விமர்சன அங்கீகாரத்தைவிடவும், சாமான்ய வாசக மக்களின் அங்கீகரிப்பைப் பெரிய சொத்தாக, விருதாக மதிக்கிறேன். மலினத்துக்கும் எளிமைக்கும் ஒரு தோற்ற ஒற்றுமை உண்டு. ஆனால் உள்ளீடு ரீதியாகப் பெருத்த வித்தியாசம் உண்டு. எளிமையான மொழிநடை யாருக்குள்ளும் சுலபமாக உள் நுழையும். வாசக நெஞ்சுடன் சட்டென்று ஒட்டிக் கொள்ளும். உறவு வளர்க்கும்.

அதன் உள்ளடக்கம் மோசமானதாகவும், மனிதப் பண்பைச் சிதைப்பதாகவும் இருந்தால் ••• அது மலினமாகிவிடும். நிகழும் சமகால வாழ்வை மறுதலித்து, எதிர்த்து, ஒருபுதிய மாற்று வாழ்வை முன் வைக்கிற குரல், உள்ளடக்கமாக இருந்தால், அந்த எளிமையான மொழிநடை••• மிகப்பெரிய வலிமைமிக்க - பேராயுதமாகிவிடும். எனது எல்லாப் படைப்புகளிலும் கிராமப்புறப் பெண்கள் பற்றிய மன உலகம், வாழ்வுலகம் ஓர் ஆழமான தொனியில் பேசப்பட்டிருக்கும். பெண் சார்பு என்பது எனது கதைகளின் பொதுப் பண்பாக இருக்கும். ஆதியில் தாய்வழிச் சமூகமாக இருந்து, சமூகத்தின் தலைவியாகப் பெண்திகழ்ந்த வரலாற்றின் துவக்கக் காலத்தின் பின்புலத்திலிருந்து, இன்றைய பெண்ணினம் அடிமையுற்றிருப்பதை நோக்குவது, என் சிறுகதைகளின் தனித்துவப்பார்வை.

சமூகமும் விவசாயமும் உரசுகிறபோது, விவசாயத்தின் பக்கம் என்கதை சாய்ந்து நிற்கும். விவசாயமும், எளிய விவசாயியும் முரண்படுகிறபோது என்கதைகள், எளிய விவசாயின் வக்கீலாக இருக்கும். விவசாயியும், விவசாயத் தொழிலாளியான தலித்தும் உரசுகிறபோது என்கதை தலித் பக்கமும், ஆண் உழைப்பாளிகளும், பெண்களும் உரசுகிற போது பெண்களின் பக்கமும் என்கதை சாய்மானம் பெற்றிருக்கும். இந்தச் சாய்மானத்தைத் தீர்மானிப்பதோ களமோ, காலமோ அல்ல; எனது மார்க்சிய தத்துவஞானப் பிடிப்புதான் தீர்மானிக்கிறது. ஒடுக்கும் முறைகளுக்கு எதிரான மனநிலையும், சமத்துவத்தைக் கோருகிற குரல்தொனியும் என்படைப்புகளில் இருக்கும்.

கிராமத்தில் பிறந்து, விவசாயக் குடும்பத்தில் பிறந்து, பத்தாம் வகுப்பு வரை படித்துவிட்டு, மேல்நிலைப் பள்ளி, கல்லூரி என்று நகர்ப்புறம் சென்று, உத்யோகம் கல்யாணம் என்று நகர்சார்ந்த இருப்பிலேயே இருந்து கொண்டே, படைப்பு நடவடிக்கையில் ஈடுபடுகிறபோது•••பத்தாம் வகுப்புவரை வாழ்ந்த கிராமத்து வாழ்வைச் சிறுகதைகளாக எழுதுவதும் உண்டு. அறிவார்ந்த உயர்கல்வி கற்றறிந்த அனுபவம் சார்ந்த மொழிநடைத் தேர்ச்சியுடன் அப்படிப்பட்ட கதைகளும் எழுதப்படுவது உண்டு. கிராமத்து வாழ்விலேயே வசதிக்காரராக, பெரிய நிலவுடைமையாளராக இருந்து கொண்டு, கிராமத்தின் எளியமக்களின் பார்வையாளராகவும், பரிவு கொண்டவராகவும் இருந்து கொண்டு, வியர்வையைப் போற்றுகிற தத்துவப் பலத்தில் கிராமவாழ்வைப் பற்றிய கதைகளும் எழுதப்படுவதும் உண்டு,

கிராமத்தில் பிறந்து, கிராமத்திலேயே இருந்து, ஏழை விவசாயியாக வாழ்ந்து, ஐந்தாம் வகுப்பு வரை மட்டுமே படித்த மொழியறிவோடு, பாமரனாக இருந்து பாமர விவசாயிகளைப் பற்றிய வாழ்வை எழுதுவது, எனது தனித்துவத் தன்மையாகும். தலித் வாழ்க்கையைத் தலித்மொழியிலேயே தலித்தே எழுதுகிறபோது, அவற்றில் இருக்கிற மொழி எளிமையும் சத்தியவலிமையும் வாசகர் நெஞ்சுக்குள் சட்டென்று தாக்கிக் கம்பீரமான விளைவுகளை நிகழ்த்துவதைப் போலவே, எனது வாழ்வும், சூழலும், மொழியும் அமைந்திருக்கின்றன என்பது தற்செயலான பொருத்தம்.

அறிவார்ந்த நவீன விமர்சகர்களின் முகச்சுளிப்புகளையும், அலட்சிய மௌனத்தையும் தாண்டி என்கதைகளுக்குப் பரவலான வாசகமக்களின் வரவேற்பும், உயர்ந்த பல கௌரமான விருதுகளும் அடைந்திருப்பதன் இரகசிய சூட்சுமம் காரணம் இதுதான் என்று நம்பலாம். இந்தச் சூட்சுமம் எனக்குப் புரிந்திருப்பதால்தான், எனது மொழி நடையில் செயற்கையாக வலிந்து எந்த மாற்றமும் செய்ய வில்லை. நவீன விமர்சகர்களின் அலட்சியத்தையும், அசூயையும் புறமொதுக்க என்னால் இயலுகிறது. உயர் கல்விப் பின்புலத்தோடு அறிவார்ந்த நவீன இலக்கிய விமர்சகர்களாக மாறியவர்களுக்கு. கல்வியறிவற்ற கிராமத்தானைச் சம இலக்கிய வாதியாக ஒப்புக் கொள்வதில் மனச்சிரமம் இருக்கிறது.

ஜாதீயத் தலைவர்களின் கூட்டம் நடக்கிற இடத்துக்கு அழுக்கு வேட்டியும் வியர்வைக்கோலமுமாய் ஒரு தலித் ஜாதித் தலைவர் வந்தால் என்னாகும்? அவரை எங்கே உட்காரச் சொல்வது? எல்லாரையும்போல நாற்காலியிலா? கீழே தரையிலா?

அங்கே அசூயை நிறைந்த மௌனம் கனக்கும்.

“அப்படி .. சேர்லே உக்காரப்பா” என்ற குரல் கேட்காதா என்ற மனத்தாகத்தோடு மேல் துண்டை தரையில் போட்டு உட்கார யத்தனிப்பார். எல்லாரும் தந்திர மௌனமாக அலட்சியத்தைக் கடைப்பிடிப்பர். கற்றோர் அவையான நவீன இலக்கிய உலகத்திற்குள், கல்வியில்லாத பின் தங்கிய ஜாதியிலிருந்து ஒதுக்குப் புறமான கிராமத்திலிருந்து நான் வந்-

தபோதும் அதுதான் நிகழ்கிறது. எனக்கான சிம்மாசனத்தைத் தருவதில் மனத்தடை

ஆனால் வாசகத் திரளின் ஏகோபித்த வரவேற்பும், ஜனநாயகச் சிந்தனையுள்ள கல்வியாளர்களின் மனசாட்சியும், கற்றோர் அவையிலும் சமத்துவச் சிந்தனை கொண்ட ஒரு சிலர் இருப்பதாலும்தான்.... நவீன இலக்கிய விமர்சகர்களின் விருப்பங்களை மீறி என் சிறுகதைகளுக்கு உயரிய சிம்மாசனம் கிடைத்திருக்கிறது. உழவு சீரழிந்தாலும், உலகுக்கு உணவு தருகிற உழவன் வெற்றியே பெற்றுத் தீருவான். அப்படித்தான் என் சிறுகதைகளின் வெற்றியும்.

26. கதைக்கு இரண்டு கால்கள் - பெ. தூரன்

கதைக்குக் காலில்லை என்று கூறுவார்கள். நான் இதை ஒப்புக்கொள்ளுவதில்லை. கதைக்கு நல்ல உறுதியான இரண்டு கால்கள் இருக்கவேண்டும். கவர்ச்சியான சம்பவம் அல்லது உணர்ச்சி, சொல்லும் திறமை ஆகிய இவ்விரு கால்களும் இல்லாமல் மக்களின் உள்ளத்திலே கதை நிலைத்து நிற்க முடியாது. கதைக்கு வேறு இலக்கணங்கள் வேண்டாமா? நான் வேண்டாமென்று சொல்லவில்லை; நிச்சயமாக வேண்டும்; ஆனால் அவற்றை வரையறுக்கும்போதுதான் பல சங்கடங்கள் தோன்றுகின்றன.

சிறுகதை இலக்கணம்பற்றிய ஓர் ஆங்கில நூலைச் சமீபத் திலே நான் படித்துக்கொண்டிருந்தேன். அதிலே சிறுகதையின் இலக்கணத்தை ஆசிரிபர் மிக அழகாக வகுத்துக் கூறுகிறார். அவருக்குத் தெரிந்தது போல அவ்வளவு தெளிவாக வேறு யாருக் கும் சிறுகதையின் இலக்கணம் தெரியாதென்றே சொல்லிவிட லாம். கதையை எப்படி ஆரம்பிப்பது, படிப்பவரின் ஆர்வம் ஓங்கும் படி எப்படிச் சொல்லுவது, எப்படி முடிப்பது என்பன போன்ற கலைத் திறமைகளைப்பற்றி யெல்லாம் மிக நன்றாக விளக்கியிருக்கிறார். இருந்தாலும் அந்த ஆசிரியர் ஒரு சிறுகதை கூட எழுதியதில்லை. எப்பொழுதாவது சிறுகதை எழுத முயன்றாரோ என்று கூடத் தெரியாது. அப்படி எழுத முயன்றிருந்தாலும் அதில் வெற்றி பெற்றிருப்பாரோ என்பதும் சந்தேகந்தான். இலக்கணம் வகுப்பது ஒருவகைத் திறமை; சிறுகதை எழுதுவது மற்றொருவகைத் திறமை. இவ்வாறே மற்ற கலைகளைப் பற்றியும் கூறலாம்.

இன்னும் ஒரு விஷயம். பண்டிதர்களும், ரஸிகர்களும் கூடிப் பல சிறந்த சிறுகதைகளை ஆராய்ந்து சிறுகதைக்கு இலக்கணம் வகுப்பார்கள். அடுத்த நாளிலே புதிதாக ஒருவன் எங்கிருந்தோ தோன்றுவான். அவன் இவர்கள் வகுத்த இலக் கணத்திற்கு நேர்மாறான முறையிலே அற்புதமான ஒரு சிறுகதை உண்டாக்கி விடுவான். எல்லாக் கலைகளிலும் இவ்வாறு நேரிடுகிறது. இதனாலேதான் இலக்கணத்தை முடிவாக வரையறுப்பதில் பல சங்கடங்கள் தோன்றுகின்றன என்று கூறினேன். இருந் தாலும் சிறந்த கலைஞர்களின் சிருஷ்டிகளை ஆய்ந்து இலக் கணத்தை அமைத்துக் கொண்டே செல்வது அவசியந்தான். சிறுகதையின் கண், காது, மூக்கு என்றிப்படிப்பட்ட உறுப் . புக்களின் இலக்கணத்தை அறுதியிட்டுக் கூறுவதிலே சங்கடங்கள் இருந்தாலும் அதன் கால்களைப்பற்றி நிச்சயமாகக் கூறிவிடலாம். அதனால் தான் கதைக்குக் காலில்லை என்ற பேச்சை நான் ஒப்புக் கொள்ளுவதில்லை.

வாழ்க்கையின் சில அம்சங்களைப்பற்றியே திருப்பித் திருப்பிக் கதை எழுதுகிறார்களென்று சிலர் குறைகூறுகிறார்கள். அப்படிப் புதிய துறைகள் வேண்டுமென்பவர்களுக்கு இந்தத் தொகுப்பிலே கிராம மக்களின் வாழ்க்கையை அடிப்படையாகக் கொண்ட கதைகள், விலங்குக் கதைகள், அடிமனக் கோளாறுகள் பற்றிய கதைகள் என்றிப்படிப் பல சிறுகதைகள் இருக்கின்றன.

மனம் என்பது நமக்குக் கிடைத்துள்ள அற்புதமான கொடை. அதன் அமைப்பை முற்றிலும் அறிந்து கொள்வது மிகவும் சிரமமென்றாலும் பொதுவாக அதை இரண்டு பாகங் களாகப் பிரிக்கலாம். மேலே உள்ள பாகம் சாதாரணமாக வாழ்க்கையிலே தொழில்படுவது. அதன் இயக்கத்தின்படியே நமது செயல்கள் நடைபெறுகின்றன. ஆனால் அதையும் பிடித்து ஆட்டிவைப்பது மனத்தின் மற்றொரு பாகமாகிய அடிமனம். அது மகா பொல்லாதது: அதன் கோளாறுகளை இன்று பல மனத் தத்துவர்கள் அறிந்து கூற முயன்று கொண்டிருக்கிறார்கள். அடி மனத்தின் சூழ்ச்சிகளை அடிப்படையாகக் கொண்டு புதிய இலக்கியமும் மற்றக் கலைகளும் இன்று வளரத் தொடங்கியுள்ளன.

முகவுரை எழுதவந்த இடத்திலே இவற்றைப்பற்றியெல்லாம் விரித்துச் சொல்லி உங்களுடைய பொறுமையைச் சோதிக்க விரும்பவில்லை. உண்மையில் இந்த முகவுரையை நீங்கள் படிக்க வேண்டியதே இல்லை. கதைகள் தாமாகவே பேசும்; பேச வேண்டும். அவற்றிற்கு முகவுரை எதற்கு? புதிய அம்சங்களை அடிப்படையாகக் கொண்டு எழுதிய பல கதைகள் இதில் இடம் பெற்றிருக்கின்றன என்பதையும், உரிமைப் பெண்ணின் கதையைக் கூறுகிற அந்தக் கற்பனை எழுத்தாளன் சிறுகதை இலக்கணம் பற்றி எல்லோரையும் சிந்திக்கும்படி செய்கிறான் என்பதையும் குறிப்பாகக் காட்டவே இதை எழுதுகிறேன். பிள்ளைவரம் என்ற தலைப்புடன் எனது சிறுகதைத் தொகுதி ஒன்று முன்பு வெளிவந்துள்ளது. அதற்கு நல்ல பாராட்டும் ஆதரவும் கிடைத்ததால் உண்டான உற்சாகத்தோடு இத்தொகுதி யையும் வாசகர்களுக்கு அளிக்கிறேன். வணக்கம்,

சென்னை,

(28-3-52)

பெ.தூரன்

27. தமிழ்க்களஞ்சியம் - தெ.பொ.மீனாட்சிசுந்தரன்

இருபதாம் நூற்றாண்டுத் தமிழிலக்கிய வரலாறு

வானொலி நாடகம் முழுக்க முழுக்க நூற்றுக்கு நூறு செவிவழி நாடகமாகக் கண்ணை மூடிக்கொண்டு கேட்பதாகவும் அமைந்து விட்டது. பாத்திரங்களின் வேறுபாடோ, ஒரு காட்சி தோன்றி மற்றொரு காட்சி தோன்றும் வேறுபாடோ இங்கே தோன்றுவது அருமை. பாத்திரங்களின் பெயரைப் பழகும் வரை அடிக்கடி விளிப்பதும், இசையின் துணையால் காட்சிகள் மாறுவதைக் காட்டுவதும் காண்கிறோம். நாடகப் பாத்திரங்களின் முகம் நமக்குத்தோன்றுவதில்லை. நடிப்புக்களும் செயல்களும் தோன்றுவதில்லை. இடம் பெயர்தலும் தோன்றுவதில்லை. இவை அத்தனையையும் பேச்சும் குரலொலி மாற்றமுமே காட்டுதல் வேண்டும். பின்னணிக் காட்சிகளும் இங்கு இல்லை, இயற்கை வருணனைகளைப் போதிய அளவு கூறவும் பொழுதில்லை. இத்தனை நெருக்கடிகளுக்குள்ளே தனிக்கலையாக வானொலி நாடகம் வளர்ந்துவருகிறது. ஒருசிலபோது வெற்றியும் காண்கிறது. ஒரு சிலரே நாடக மேடைக் கலையிலும் வானொலி நாடகக் கலையிலும் ஒருங்கே சிறந்து, நடிப்பவர்கள்.

வானொலியில் சிறுகதைகளும் கூறிவருகிறார்கள், சிறுகதையைப் படிப்பது வேறு; கேட்பது வேறு. பழங்காலத்தில் பாட்டிமார் கதை கூறிவந்தார்கள். ஆனால், அதுவோ பல நாளுக்குத் தொடர்ந்துபோகும். நேருக்கு நேர் பேசும் அந்தப் பழங்குறிப்புக்கள் வானொலியில் விளங்கினாலும், உணர்ச்சிகள் குரல் வழியே ததும்பினாலும் மிகச் சுருங்கிய பொழுதே வானொலியிற் கிடைக்குமாதலின் இதன் இயல்புகளைத் தனிக் கலையாகக்கொண்டே ஆராய்ந்து விளக்க வேண்டும். அவ்வாறு செய்தும் வருகின்றனர்.

சிறுகதை என்பது பத்தொன்பதாவது நூற்றாண்டில் அமெரிக்காவில் தொடங்கி உலகம் முழுவதும் பரவி விட்டதொரு கலை. கதை சிறிய அளவில் வருவது மட்டுமன்று இங்குள்ள சிறப்பு. அது மேல்வாரியான நோக்கம். கதையும் இல்லாமற் போகலாம். குறிப்பிட்டதொரு செய்தியை அல்லது நிகழ்ச்சியை அல்லது மனநிலையை அல்லது மனமாற்றத்தை விளக்கக் கூடியதொன்றாக அது அமைகிறது. தொடக்கமும், வளர்ச்சியும், முடிவும் மனச்சோர்வைத் தாராமல் கவர்ச்சியாக அமைவதோடு, சூழ்நிலை விளக்கமும் முன் நிகழ்ந்த செய்திகளின் விளக்கமும் செறிந்து நாடக நிகழ்ச்சி போல் வேண்டுமளவில் வேண்டுமிடத்தே வர அமைவதனையும் காண்கிறோம். இவை நாவல்களோ, நாடகமோ, கட்டுரையோ, உபதேசமோ, கதைச்சுருக்கமோ ஆகாது விளங்குதல் வேண்டும். வ.வெ.சு.ஐயரின் மங்கையர்க்கரசியின் காதல் இத்தகைய சிறப்போடு எழுந்த முதல் தமிழ்ச் சிறுகதை எனலாம்.

பல மேனாட்டுச் சிறுகதைகளும் இத்தியப் பிறமொழிச் சிறுகதைகளும் தமிழில் வந்தன. அவற்றில் தமிழொடு தமிழாக அமைந்தவை சில. மொழி பெயர்ப்பென்றே விளங்குபலை சில. புராணக் கதைகளைப் புதிய கோணங்களிற் கண்டு ஒரு சில நிகழ்ச்சிகளைப் புதுவனவாக விளக்குவன சில. அகலிகையின் கதை இவ்வாறு பல நோக்கங்களில் வெளிவருவதைக் காணலாம் சிறுகதையாளர் பற்பல குழுக்களாகப் பிரிந்து நிற்கின்றனர். கிழமைத் தாள்களிலெல்லாம் சிறுகதைகள் பல வந்துகொண்டே இருக்கின்றன. விரைந்தோடும் உலகத்திற்கேற்ற இலக்கியமாகச் சிறுகதை அமைகிறது. பவ தமிழ்க் கதைகள் ஆங்கிலத்திலும் இந்தியநாட்டுப் பிற மொழிகளிலும் மொழிபெயர்ப்பாகி மக்கள் உள்ளத்தைக் கவரக் காண்கிறோம். கு.ப.ரா, புதுமைப்பித்தன் முதலியோர் கதைகளிலும், பின்வத்தோர் கதைகளிலும் ஒருசில என்றும் தின்று விளங்குவன ஆகும். துப்பறியும் கதைகள், மனோதத்துவத்தை விளக்கும் கதைகள், குறிப்பிட்ட சிற்றூரின் நிலையினையும் சூழ்நிலையையும், சமுதாயத்தினையும் விளக்கும் கதைகள், வரலாற்றுக் கதைகள் என்று பலவகையாகக் கதைகள் வெளிவரக் காண்கிறோம்.

சிறுகதையிலும் நாவலே பழையதாகும். மேலே கூறிய கதை வகைகளெல்லாம் தமிழ் நாவலிலும் உண்டு. இவற்றிற் பல தொடர்கதையாகப் பத்திரிகைகளில் வெளிவருகின்றன. சிறுகதை வருவதற்கு முன், தாவலே மக்கள் மனத்தைக் கவர்ந்தது. முதலில் பத்தொன்பதாம் நூற்றாண்டில் தோன்றிய பிரநாப முதலியார் சரித்திரமும் கமலாம்பாள் சரித்திரமும் நாவலுக்குத் தமிழில் தலைசிறந்த இடத்தைத் தேடிக்கொடுத்தன பின்னர் வங்காளம் முதலிய மொழிகளிலுள்ள ஆனந்தமடம் போன்றவை மொழிபெயர்ப்பாக வந்தன. மொழிபெயர்ப்பல்லாதவற்றில் மாதவையாவின் பத்மாவதி சரித்திரம் குறிப்பிடத்தக்கது. ரெனல்ட்ஸ் (G W.M.Reynolds) என்பவர் நாவல்களும் பிறவும் தமிழ்நாட்டில் பழகி இருந்த காலத்தில் அவற்றை மொழிபெயர்த்து ஆரணி குப்புசாமி முதலியார் போன்றவர்கள் எழுதியவை மக்களிடையே புழக்கத்தில் இருந்தன.

இவை சிறந்ததொரு மனநிலையை உண்டுபண்ணாமையால் இறந்தன ஆனால், மறைமலையடிகள் இத்தகைய கதைகளில் ஒன்றைக் குமுதவல்லி அல்லது நாசுநாட்டரசி என்ற தலைப்போடு தமிழ்ச்சுவையோடு தமிழாக மாற்றி

எழுதியுள்ளார் துப்பறியும் நாவல்கள் ரங்கராஜு முதலியோரால் எழுதப்பெற்று வழக்கத்தில் இருந்தன. தமிழின் அழகினைவிடத் துப்பறியும் கதையின் போக்காலேயே அவை வாழ்ந்தன அண்மையில் மறைந்த தேவன் என்பவர் தம்முடைய கதைகளில் துப்பறியும் சாம்புவைத் தமிழ்நாட்டுக்கு அறிமுகம் செய்துவைத்தார். காதலே நிரம்பி வரும் கதைகள் ஒருபுறமாகக் காதலின் போராட்டத்தையும், கற்பின் போராட்டத்தையும் ஒரு சிறிது நெறி பிறழ்ந்த வழி உள்ளத்தெழும் மனப் போராட்டங்களையும் சித்திரித்துக்காட்டும் நாவல்களும் வெளிவருகின்றன. சமுதாயச் சும் நிலையை விளக்குவனவும், மூடநம்பிக்கையை விளக்கிச் சிரிப்பனவுமாகச் சில சீர்திருத்தக் கதைகள் சிலபோது கற்போர் மனம் சிறிது புண்படுத்துவன ஆகவும் வெளிவருகின்றன.

சிறந்த இலக்கிய நடையில் எழுதுகின்ற தமிழறிஞர்களும் இதில் ஈடுபடுகின்றார்கள். சிலர் வெற்றியும் பெற்றுள்ளார்கள். இங்கோர் இடர்ப்பாடு எழக் காண்கிறோம். தங்கருத்துக்களைக் கதையோடு கதையாக மாற்றிவிடாமல் தனியே எடுத்து நிகழ்த்தும் சொற்பொழிவுகள் போலவும் கொள்கை விளக்கங்கள் போலவும் அவற்றை நுழைய விடும்போது கதையின் கவர்ச்சி குறைந்தே வருவது இயல்பு, மேனாட்டு நாவல்களை மொழிபெயர்ப்பதும், தழுவி எழுதுவதும் வழக்கமாகிவிட்டன. கொச்சை மொழியில் பாத்திரங்கள் பேசுவது மட்டுமன்றி, நாவலையுமே அம்மொழியில் எழுதுகின்ற வழக்கம் மெல்லக் குறைந்து கொண்டு வருகின்றது. ஒரு சிலரே அன்றி எல்லோரும் படிக்க வரும்பொழுது எல்லோர்க்கும் வினங்கும் பொது நடையில் அமையும் செந்தமிழில் எழுதவேண்டுவது இன்றியமையாததாகிறது. கலைச்சுவையே ததும்ப எழுதும் நடையும், நகைச்சுவை ததும்பும் நடையும் ஒரு சிலவற்றின் போக்காய் முடிய வேறு சிலவோ அனைவர்க்கும் ஒத்த பொது நடையில் உயர்த்து நின்று, அந்த அந்த இடத்திற்கும் பாத்திரத்திற்கும் ஏற்ப மாறி மாறி வரவும் காண்கிறோம்.

வரலாற்றிளை விளக்கும் சூழ்நிலையில் புதுக்கதைகளை உருப்படுத்துகின்றவர்களையும் காண்கிறோம். பல்லவர் காலத்தையும் சோழர் காலத்தையும் விளக்கிக் கல்கி எழுதிய வரலாற்று நாவல்கள் மக்கள் மனத்தைக் கவர்ந்துவருகின்றன. தேசியப் போராட்டத்தைப் பத்தியும் பல கதைகள் எழுந்தன. பாவலரின் நாடகங்களைக் குறிப்பிட்டோம். இன்றுள்ளார் எழுதியவையும் உள்ளன. விடுதலைப் பேராட்டம் முழுவதினையும் இந்தியச் சூழ்நிலையோடு ஒன்றுபடுத்தி விளக்குகின்ற அலையோசை என்ற நாவலையும் கல்கி எழுதியுள்ளார். இது காந்தியுகத்தின் புரானமாகக் கொள்ளுதல் தரும். இங்குக் கூறியவை தொடர்கதையாக வெளிவந்தமையால் மிகமிகப் பெரிய வடிவில் தோன்றி நிற்கின்றன. விரைந்தோடும் உலகத்தினை இவை திகைக்கவே வைக்கின்றன. இன்றுள்ளார் இந்தியாவின் பல பகுதிகளின் பழைய வரலாற்றை விளக்கும் கதைகளையும் எழுதுகின்றார்கள்.

கட்டுரைகளே முதலில் பத்தரிகை உலகத்தில் வெளிவந்தன. பொருட்செல்வமாக நின்ற இவை சிறுகச் சிறுக மொழியழகும் சொல்நயமும் உள்ளங்கவரும் உணர்ச்சியும் பெற்று வளரலாயின. பல வரிகளாசு நீண்ட வாக்கியங்கள் திரு.வி.க வழியே ஆற்றல் மிக்க சிறு சொற்றொடர்களாயின சமயமும் இலக்கியமும் பற்றியனவாகக் கட்டுரைகள் இருந்த நிலை மாறி எல்லாத்துறையிலும் அவை பரவவாயின மேனாட்டுக் கருத்துக்களையும் புது முற்போக்குக்களையும் விளக்குமாற்றலும் இன்றைய தமிழ் பெற்று விளங்குவதற்கு இந்தக் கலைக்களஞ்சியமே சான்றாம் பொருளாதாரம். உளவியல், வரலாறு. விஞ்ஞானம், விஞ்ஞானச் செயன்முறை, தொழில்நுட்பவியல். இலக்கிய ஆராய்ச்சி, கணிதம் முதலிய பல துறைகளிலும் நூல்கள் வெளிவந்தாலும் விஞ்ஞானச் செயன்முறை, தொழில்நுட்பவியல். கணிதம். பொறியியல் முதலியவை தமிழில் இன்னும் வேர் கொள்ளவில்லை என்றே சொல்ல வேண்டும்.

விஞ்ஞானத்தினைத் தமிழில் விளக்க முடியுமா என்று அஞ்சிய காலம் உண்டு, விளக்க முடியுமா? என்ற கேள்வியே தலைப்பாக எழுத முடியும் என்று காட்டியவரும் உண்டு. திண்ணை ரசாயனம் முதலிய நூல்களில் திண்ணைப் பேச்சாகவும் இதனைப் பேச முடியும் என்று அவர் காட்டினார். இதனைப்பற்றி உலகம் புகழும் விஞ்ஞாளிகளில் ஒருவரிருவர் தமிழில் எழுத முன்வந்தனர். சிறுவர் மலரில் இருந்து ஆண்டுமலர் வரையில் விஞ்ஞானக் கட்டுரை விளக்கம் பற்பவப் படங்களுடன் வெளிவரத்தொடங்கின. இவற்றிற்கெனச் சில திங்கள் வெளியீடும் எழுந்து வளரும் காட்சியையும் காண்கிறோம். பலர் எழுதும் இத்துறையில் பலரும் மனங்கொள்ளத் தமிழொடு தமிழாய் விஞ்ஞானத்தை எழுதி மறைந்த இராசேச்சுவரி அம்மையாரைக் குறிப்பிட வேண்டும். வாழ்க்கை வரலாற்றை எழுதிய நூல்களில் சாமிநாத ஐயரின் மீனாட்சிசுந்தரம் பிள்ளை சரிதம் குறிப்பிடத்தக்கதாகும். சுயசரிதம் எழுதும் போக்கும் வளர்ந்துள்ளது. இந்தவகையில் தலைசிறந்து வினங்குவது திரு விசு வின் வாழ்க்கைக் குறிப்பாகும். சாமிநாத ஐயரின் என் சரிதம் என்பதும் சிறந்ததே ஆம்.

அரசியல்துறை, பொருளாதாரத்துறை. இலக்கியத்துறை என்றவற்றில் காலஞ்சென்ற சண்முகஞ்செட்டியார் போன்றவர்கள் தமிழில் எழுதி வளர்த்தமையால் தமிழ் வளர்ந்தது எனலாம். இலக்கிய ஆராய்ச்சியில் மக்காலே போன்ற ஆங்கில ஆசிரியர்களைப் பின்பற்றிய மறைமலையடிகளின் போக்கு ஒன்று: இப்போது பின் வந்த இயக்கிய ஆராய்ச்சியாளர் கொள்கைகளை அடிப்படையாகக் கொண்டு ஆராயும் ஆராய்ச்சி மற்றொன்று. இவற்றின் கண்ணோட்டத்தில் தமிழ் நூல்களிலேயே தமிழ் நூல்களை ஆராயும் அடிப்படைகளை தாடி அறியவேண்டும் என்ற முயற்சியும் உண்டு,

தமிழ் நூல்களில் தாம் துய்த்ததனைத் துய்த்தபடி எழுதிக்காட்டி ஆராய்ச்சி நுட்பங்கனை வெளிப்படுத்திய டி.கே.சி. முதவியவரையும் மறத்தலாகாது. இலக்கியங்களில் அரசியல் உண்மைகளைக் காண்போர் இந்நாளில் பலர், கதையையே உண்மை எனக் கொண்டு காண்போரும் சிலர்.

தமிழ் நூல்களை ஆராய்ச்சிக் கண்கொண்டு காண்கின்ற முயற்சி சுந்தரம் பிள்ளையிடமிருந்து வளர்த்து, கனகசபைப்பிள்ளை, கோபிநாத ராவ், இராகவையங்கார். சுப்பிரமணியப் பிள்ளை, சனிவாசப் பிள்ளை , வையாப்புரி பிள்ளை முதலியவர்களிடம் மேலோங்கிவரக் காண்கிறோம். தமிழ் நூல்களைப் பதிப்பிக்கும் முறையையும், முன்னுரை எழுதும் போக்கினையும் சாமிநாத ஐயரிடம் கண்டோம். வரலாற்று ஆராய்ச்சியும் இதனோடு தொடர்புடையது. இத்தகைய கட்டுரைகளாக அன்றி முழு நூலாகவும் பல வெளிவரக் காணக் கிறோம். திரு.வி.க.வின் முருகன் அல்லது அழகு, உள்ளொளி, காதலா சீர்திருத்தமா, இந்திய விடுதலை என்ற நூல்களைக் குறிப்பிடவேண்டும்.

இலக்கணக் கட்டுரைகளும் வெளிவந்தன. அரசஞ் சண்முகனார், திருமயிலை சண்முகம் பிள்ளை, சோமசுந்தரம் பிள்ளை, மறைமலையடிகள், சுன்னாகம் குமாரசாமிப்பிள்ளை முதலியர்களைக் குறிப்பிடலாம். பழைய முறையின்படி பழைய நூல்களுக்கு உரைகளும் வெளியாயின. பழைய நூல்களின் தெளி பொருள் விளக்கமாக இந்த நாளைய மக்கள் விரும்பும் வகையில் பல நூல்கள் வெளிவந்தன. சென்ற நூற்றாண்டைய இராமசாமி நாயுடு இந்த நூற்றாண்டின் முற்பகுதியிலும் உரை எழுதினார். கோ.வடிவேலு செட்டியாரின் திருக்குறள் தெளிபொருள் விளக்கம் சிறந்ததொரு தமிழ்த் தொண்டாம், அவர் சமய நூல்களுக்கும் உரை கண்டுள்ளார். மறைமலையடிகளின் திருவாசக விரிவுரையும், பண்டிதமணியின் திருவாசகக் கதிர்மணி விளக்கமும், சாமிநாத ஐயரின் மணிமேகலை உரைக்குறிப்பும், குறுந்தொகை உரையும், பின்னத்தூர் நாராயணசாமி ஐயரின் நற்றிணை உரையும். கோபால கிருஷ்ணமாசாரியாரின் சிறந்த படைப்பாம் கம்பராமாயண உரையும், சர் ஆர்.கே.சண்முகம் செட்டியாரின் சிலப்பதிகாரப் புகார்க் காண்ட உரையும் எந்த நாட்டிலும் பாராட்டினைப் பெறலாம்.

தமிழ், இன்றைய மேனாட்டார் கூறும் இலக்கியத் துறைகளில் எல்லாம் சிறந்து விளங்குவதோடு பிற இடத்தில் இல்லாத வகையில் புதிய தொரு தேசியப்பாடல்களை அணியாகக் கொண்டு, முன்னில்லாததோர் எளிமையையும், விளக்கத்தினையும், பேச்சு நடையோடு ஒத்த இனிய அழகினையும் இசை அமைதியாம் சந்தத்தினையும் பெற்று, முன் அருகி வழங்கிய நகைச்சுவையும் வளர்ந்துவர, எவற்றிலும் உணர்ச்சி ததும்பும் உயிர்த்துடிப்பும் பெற்று, எல்லாக் கருத்தினையும் வெளிப்படுத்தும் வழக்கத்தில் புகுந்து. பல துறைகளிலும் அல்வவற்றிற்கேற்ப நெதிழ்ந்து கொடுத்து இயைத்துவரும் புதியதோர் ஆற்றலையும் பெற்றுப் பயனற்றன கீழே ஆழ்ந்து போக, நிலையானவை மேலோங்கிவரச் சிறுவர் முதல் பவர்க்கும் இன்பம் தர முன்னேறிச் செல்கிறது.

28. சிறுகதை - நா.பா.வின் முன்னுரை

கதாசிரியனின் சிந்தனையில் பிறந்து வாசகனின் சிந்தனையில் நிறைவு பெறுவதுதான் சிறுகதை என்று எனக்குத் தோன்றுகிறது. சில சமயம் கதாசிரியனின் நினைவு வித்து வாசகனின் மனத்திற் புகுந்தும் நிறைவு பெற்றுவிடாமல் வளர்வது உண்டு. கதைக்கு மையமான கருத்து எதுவோ அதன் சிந்தனை வளர்ச்சியையும், வலுவையும் பொறுத்தது அது. கதைகளின் அழகோ, வளமோ, சிந்தனையோ, எதுவானாலும் அது சங்கமமாகும் இடம் வாசகர் சிந்தனையே. எனது இந்தத் தொகுதியுள் அமைந்த கதைகள் வாசகர் மனத்தில் சங்கமமாகும் போது என்னென்ன உணர்வுகள் கிளருமோ அவை என்னால் எழுபவை, அவை நல்லனவாகுக. இந்தச் சிறுகதைகள் தமிழ் வாசகர்கள் மனங்களில் வலுவான சிந்தனைகளை நிறைத்தாலும் சரி, வளர்த்தாலும் சரி - அவற்றுக்காக இவற்றை உருவாக்கியவன் பெருமிதம் அடைய முடியும். அப்படி அடையலாம் அல்லவா?

கற்பனை இலக்கியம் படைக்கும் எழுத்தாளனின் மனத்தில் பூக்கும் உணர்ச்சி மலர்களில் உதிர்ந்து மடிந்துவிடுவன சில. பிஞ்சுவிட்டுக் காய்த்துக் கனிந்து கனிகளாய்ச் சுவை நல்குவனவோ மிகவும் சில. ஒரு நல்ல சிறுகதையில் பல நல்ல சிறுகதைகளுக்கான வித்துக்கள் பொதிந்திருக்க வேண்டும். பழத்தின் உள்ளீடாகிய வித்துக்களைப் போல் நல்ல சிறுகதைக்கு இந்த உள்ளீடு இன்றியமையாதது.

போட்டோ ஆல்பத்தைப் பேணும் புகைப்படக் கலைஞனைப் போல உலகத்துக் காட்சிகளின் பல்வேறு உயிர்ப் படங்களைத் தன் மனமாகிற ஆல்பத்தில் சேர்த்து வைத்துக் கொண்டு சிந்திக்கிறவன் எழுத்தாளன். இங்கே தொகுக்கப்பட்டுள்ள இந்தச் சிறுகதைகளின் படைப்பாளியாகிய நான் இப்போது விலகி நின்று இவற்றைப் பார்க்கிறேன். என்னுடைய கண்களும், மனமும் எண்ணங்களும் உலகத்தைக் கண்டு, கற்று, உணர்ந்து கொண்ட எத்தனையோ உண்மைகளைக் கதையாக்கிவிடத் துடித்தேன். சில கதைகளாயின! சில கனவுகளாயின. இன்னும் சில நினைவுகளாகவே தங்கிவிட்டன. எரிகிற தீபத்திலிருந்து குறைவது தெரியாமல் எண்ணெயைத்திரி உறிஞ்சிக் கொண்டு எரிகிற மாதிரிப் பிரபஞ்ச வாழ்க்கை என்று என் கண்களுக்கு முன் எந்தப் பேரியக்கம் நடந்து கொண்டிருக்கிறதோ அதிலிருந்து ஏதோ

ஒன்றைக் குறைவது தெரியாமல் நான் எடுத்து என் மனத்தில் சேர்த்துக் கொண்டு வருகிறேன்.

சந்தர்ப்பங்கள் நேரும்போது அப்படி மனத்தில் சேர்த்துக் கொண்டு வருகிற இலக்கிய முதலில் இருந்து வேண்டியதை எடுத்துக் கதைகளை எழுதுகிறேன். இந்தத் தொகுதியிலுள்ள கதைகளையும் அவ்வப்போது சேர்த்த இலக்கிய முதலிலிருந்து உருவாக்கித் தந்திருக்கிறேன். இவற்றில் நயமும், நளினமும் நயமின்மையும், நளினமின்மையும், கருத்தும், கற்பனையும், கருத்தின்மையும், கற்பனையின்மையும் எல்லாம் இருக்கலாம். எப்படியிருந்தாலும் இவற்றைப் படைத்து இவற்றுக்குத் தாய்மையும், தந்தைமையும் பூண்ட சொந்தக்காரன் நான்தான். இந்தக் கதைகளை இப்போது காண்கிற சமயத்தில் என்னையே பல்வித நிலைகளில் காண்பதுபோல் எனக்கு ஒரு பிரமை உண்டாகிறது. அப்படி உண்டாவது இயல்பே!

என் மனத்தில் சேர்த்து வைத்திருக்கும் இலக்கிய முதலீட்டிருந்து உருவாக்கிய இந்தச் சிறுகதைகளைத் தமிழ் வாசகர்களுக்கு முன் வைக்கிறேன். விருந்தோம்பல் தமிழர்களுக்கு மிகவும் நல்லதொரு பண்பு. இலக்கியப் படைப்பாளியும் விருந்து பேணத் தகுந்தவனே. ஆனால் அவன் அளிக்கிற விருந்தும் இலக்கிய விருந்தாகத்தான் இருக்க முடியும். இலக்கிய ஆசிரியனுக்குப் பெருமை ஒரு கற்பு. அதை விட்டுவிடாமல் போற்றிக் காப்பாற்றிக் கொள்ள வேண்டும்.

இலக்கியப் பணி புரிகிறவனுக்கு நேர்மையும், பெருமை பேணிக் கொள்ளுதலும் ஒழுக்கங்கள், கற்பை ஒத்த சிறந்த ஒழுக்கங்கள். இன்றுவரை இந்த ஒழுக்கங்களைக் காப்பாற்றிக்கொண்டும், இனி என்றும் காப்பாற்றிவிட வேண்டுமென்ற ஆசை கொண்டும் ஏதோ தமிழில் எழுதி வருகிறேன். எழுத்து ஒரு தொழிலாக என்றும் என் மனத்தில் பட்டதில்லை. நான் எழுதத் தொடங்கிய நாளிலிருந்து இன்றுவரை அதை ஒரு தூய புனிதமான வேள்வியாகவே எண்ணிக் கொண்டு வருகிறேன்.

என் கதைகளைப் படிப்பதற்கு முன்னால் என்னைப் படித்துக் கொள்ள வாசகர்களுக்கு இந்தச் சில வார்த்தைகளை எழுதினேன். நாவலுக்கும், சிறுகதைக்கும், குறுநாவலுக்கும் எல்லை, உத்தி, அமைப்பு எல்லாம் வேறுபடலாம். ஆனால் படைப்பதனால் ஏற்படும் இன்பமும் செருக்கும், இரசிப்பதனால் ஏற்படும் சுவையும் எல்லா இலக்கிய வகையினாலும் தருவோர் - பெறுவோர் இரு தரப்பிலும் நிச்சயமாகவும் நிரந்தரமாகவும் உண்டு. கவிகளின் இதயதாபங்களையும், சொற்களுக்காகச் சமயா சமயங்களில் அவர்கள் தவமிருக்கும் நிலைகளையும் பல சந்தர்ப்பங்களில் அனுபவித்து உணர்ந்திருக்கிறேன். ஒவ்வொரு முறையும் அந்த அனுபவம் ஒருசிறுகதையாகக் கிடைத்திருக்கிறது. சண்பகப்பூவும் லண்டன் ஸ்கூலும், வேனில் மலர்கள் போன்ற என் சிறுகதைகள் கவியின் மோகனமான மனக்கிறக்கத்தின் வேறு வேறு சுழிப்புகளை ஒரே அடிப்படையிற் கூறுபவை.

'இந்தக் கதைகள் எல்லாம் ஒரே அடிப்படையில் உள்ளனவே?' என்று என்னுடைய வாசகர்களே பலர் வினாவியிருக்கிறார்கள். மேலே கூறிய கவி மனநிலையை மையமாக வைத்துப் பார்த்தால் இக்கதைகளில் வேறு வேறு நயங்கள் இருப்பது புரியும் புரிந்து கொள்ள வேண்டுகிறேன். சிவந்த தாமரைப் பூப்பாதங்கள், நளினமான வளை ஒலிக்கும் கரங்கள், கவியின் நளினம், நாட்டியக்காரிகளின் இங்கிதம், பதங்களின் பக்குவம் - இவையே என் கதைகளில் திரும்பத் திரும்ப வருவதாகக் கூறப்படுகிறது. எழுத்துலகில் எனக்கு என்று ஒரு நளினமான தமிழ் நடை, இங்கிதம் , கவிதைப் போக்கு இவை நிச்சயமாக உண்டு என்பதையே இது காட்டுகிறது. ஒவ்வொருவருக்கும் இப்படிச் சில முத்திரைகள் இருப்பதை ஆராய்ந்தால் கண்டுபிடிக்க முடியும். இதற்கு உலகின் எந்த எழுத்தாளருமே விதிவிலக்கு இல்லை.

'சண்பகப்பூவும் லண்டன் ஸ்கூலும்' வியாபாரக் குடும்பத்தில் பிறக்கும் ஒரு வாலிபக் கவியின் - மனநிலையை நுணுக்கமாகச் சித்திரிக்கிறது. கவிகள் இடம் மாறியும் பிறக்கிறார்கள்'. தொடர்ந்து கவிகளாகவே இருக்கிறார்களா என்பதை வைத்துத்தான் அவர்களுடைய இடம் நிர்ணயிக்கப்படுகிறது. ஒரு பெரிய தொழிலதிபரின் இயந்திர மனப்பான்மையைத் தன் கவி மனப்பான்மையினால் ஒரு சிறுவன் இளகச் செய்துவிடுவதென்பதும் அமைதியாக நடந்தேறும் பெரும் புரட்சிகளில் ஒன்றாக அமைய வேண்டியதுதானே? பதினேழாவது நம்பருக்கு ஒரு பதில், வண்டு என்ற இரு கதைகளும் எப்படிப்பட்ட வாசகரையும் மனத்தைப் பிசைந்து கண்களில் நீர் நெகிழச் செய்துவிடும் என்பதில் சந்தேகமில்லை. காக்கை வலிப்பு, இரவல் ஹீரோ, இரண்டும் சமூக நிலையின் ஏற்றத்தாழ்வுகளை எண்ணிச் சித்திரிக்கப்பட்டவை.

'சிறுகதை என்பது நிமிஷத்தை நித்தியமாக்குவது' என்கிறார்கள். சொற்கள் கிடைக்கும் ஏதோ நிமிஷத்தை நித்யமாக்கும் கவியும், ஏதோ ஒரு நிமிஷத்தில் தன் பேரன் வியாபாரியாயில்லாததையும் அங்கீகரித்துக் கொள்ளும் தொழிலதிபரும், ஏதோ ஒரு விநாடியில் மனம் மாறிய அறிவுச் செல்வனும், நன்மைக்காக மனம் மாறி ஒரு விநாடியில் பொய் சொல்லும் தபால்காரரும், நிமிஷ நேர ஹீரோவான தோட்டியும், நிமிஷ நேரக் கிழிசலில் அனைத்தையும் கிழியக் கொடுத்த ஒருவரும், பிறரும் இச் சிறுகதைகளில் விநாடியை நித்தியமாக்குகிறார்கள். இவற்றின் சிறுகதைத் தன்மையை இந்த எல்லையில் மாற்றியறியுமாறு வாசகர்களை வேண்டுகிறேன்.

'இந்தப் பிரதிபிம்பத்தின்' கண்ணாடிகளில் சிறிதும் பெரிதுமாகப் பல்வேறு பிம்பங்களின் எதிர் விளைவுகளைக் காண்கிறீர்கள். கலை, கதை, கவிதை எல்லாமே ஏதோ ஒரு வகையில் எதிரே தெரிகிற வாழ்க்கையின் 'பிரதிபிம்பம் தான்.

இந்தத் தொகுதியில் உள்ள சிறுகதைகள் எத்தனையோ பிரதிபிம்பங்களை - சாயைகளை வாசகர்களுக்குக் காட்டலாம். இவை வெறும் கதைகள் மட்டுமில்லை. கதாசிரியனின் மனத்தில் எந்த அடிப்படையில் எந்த வேளையில் இவை முனைந்து நின்று கருக் கொண்டு வளர்ந்து வெளிப்பட்டன என்பதற்கான கருத்தோட்டத்தை வாசகனுக்கு ஒளிக்காத படைப்புக்களாக இவற்றைக் கூர்ந்து கவனிக்கிற வாசகர்கள் புரிந்து கொள்ள முடியும். எதனோடும் ஒட்டாமல் எவற்றோடும் பட்டுக் கொள்ளாமல் அந்தரத்தில் தொங்குவது போன்ற திரிசங்குக் கற்பனைகளோ, சொப்பனாவஸ்தைச் சித்திரிப்புக்களோதான் மேலே கூறியது போன்ற ஒரு கருத்தோட்டத்தைத் தவிர்க்க முடியும்.

அப்படிப்பட்ட சொப்பனாவஸ்தைச் சித்திரிப்புக்கள் மரத்தூளையோ தவிட்டையோ தின்பது போல் சப்பென்றிருக்கும். அப்படிக் கதைகளை நீங்கள் இதில் எங்கும் காண முடியாது. ஒவ்வொரு கதையும் உங்கள் மனத்தை அலைக்கழிக்கக் கூடியது. இதில் யார் யாருடைய பிரதிபிம்பங்களை நீங்கள் காண்கிறீர்களோ அல்லது காண்பதாக நினைக்கிறீர்களோ அவர்களில் சிலர் உங்கள் மத்தியிலும் இருக்கலாம். ஏனெனில் இந்தக் கதைகள் வாழ்க்கையிலிருந்து விளைந்தவை. வாழ்க்கையோடு போய்க் கலக்கின்றவை. வாழ்க்கையை அடையாளம் காட்டுகின்றவை. இதை ஞாபகம் வைத்துக் கொண்டு இந்தக் கதைகளை நீங்கள் படித்தால் கதாசிரியனுக்குப் பெரிதும் உதவியவர்களாவீர்கள். அந்த உதவிக்கு நீங்கள் கடமைப்பட்டிருக்கிறீர்கள்.

இந்தக் கதைகள் நான் பல்வேறு சூழ்நிலைகளில் எழுதியவை. சமீபகாலத்து அரசியல் பொருளாதார மாற்றங்களின் சாயல்கள் உள்ள சில கதைகளும், சமூக மாறுதல்களின் சாயல்கள் உள்ள சில கதைகளும் இத்தொகுதியில் உள்ளன. பிரியத்துக்கு ஏங்கும் பெண்கள். அதே வகை ஆண்கள், பெருமிதம் நிறைந்த பௌருஷம் நிறைந்த ஆண்கள், புரிந்து கொள்வதற்குச் சற்றே சிக்கலான நவீன காலத்துப் பெண்கள், நளினமான கவிகள், இங்கிதமான இளைஞர்கள், அவர்களின் உணர்வுகள், தாபங்கள், தாகங்கள், எல்லாவற்றையும் இக்கதைகளில் அங்கங்கே நீங்கள் சந்திக்கலாம். இந்திய நாட்டுக் கிராமத்தின் ஒளிநிறைந்த பெருமை தரும் ஒரு பாத்திரத்தைப் பனையூர் என்றொரு பல்கலைக் கழகம்' என்ற கதையிலும், கிராமத்துக்குப் பெருமை தராத பழமையிலும் சேராத புதுமையிலும் சேராதவர்களை 'அமெரிக்காவிலிருந்து ஒரு பேராசிரியர்' - என்ற கதையிலும் காணலாம்.

ஜமீன்தாரி ஒழிப்பு, ராஜமான்யம் ஒழிப்பு ஆகிய மாறுதல்களுக்குப் பின்பும் காலத்தோடு ஒத்துப் போகத் தெரியாத சமஸ்தானங்களும், சமஸ்தானாதிபதிகளும் அரச குடும்பங்களும் படும் சிரமங்களைச் சித்தரிக்கும் 'ஓர் அரண்மனை ஏலத்துக்கு வருகிறது' என்ற கதைக்காக நானே ஒரு பழைய சமஸ்தானத்தைச் சுற்றிப் பார்க்க நேர்ந்தது. இந்தக் கதைகள் வெறும் கதைகளில்லை. இவற்றின் உயிர்த்துடிப்புள்ள சிந்தனைகள் இக்கதைகளை நீங்கள் படித்து முடிப்பதோடு முடிந்து விடுபவை அல்ல. பல சிந்தனைகள் இவற்றை நீங்கள் படித்து முடிக்கும் போதுதான் ஆரம்பமாகவே செய்யும். சிந்தனைகளை முடித்துக் கணக்குத் தீர்த்து முற்றுப் புள்ளி வைத்துவிடாத இக்கதைகள் உங்களையும் தொடர்ந்து சிந்திக்க வைக்கும் உங்களிடம். இவை பற்றிக் கேள்விப்படுகிறவர்களையும் அவை சிந்திக்க வைக்க வேண்டும். அதுவே இதை எழுதியவனுடைய ஆசை நோக்கம் எல்லாம் ஆகும்.

எனது இந்தச் சிறுகதைகள் வாழ்க்கை அனுபவங்களின் சாயல்கள் உள்ள கற்பனைக் கதைகள். சில முழுவதும் கற்பனையாகவே உருவாக்கப்பட்ட கதைகள். பல பிரச்னைகளைத் தழுவிய கற்பனைகள் இவை. பயண அனுபவத்தை இணைத்து உருவாக்கிய கற்பனையே சந்தேகங்களின் முடிவில்!' வெளிநாடுகளில் புதிய சூழலில் வளரும் பேரனைக் கீழ்நாட்டுத் தாத்தா ஒருவர் பார்க்க நேரும் போது ஏற்படும் சிக்கலே அமெரிக்காவிலிருந்து பேரன் வருகிறான்' சிறுகதை. நாட்டு நடப்பும் அரசியல் லஞ்ச ஊழலுமே 'களவும் கற்று' கதைக்கு ஆதார சுருதியாகக் கிடைத்தவை. சினிமா, பொதுவாழ்வு, செமினார் என்ற பெயரில் நடக்கும் ஹம்பக்குகள் ஒருமைப்பாடு விவகாரம், முதலிய பலவற்றைத் தழுவி நடக்கும் கதைகள் இத்தொகுதியில் உள்ளன. சிறுகதைகளில் கதாசிரியனின் அனுபவச் செல்வமும், அவற்றை அவன் விவரிக்கும் திறமும் நயமுமே முக்கியம். அந்தச் சுகானுபவம்தான் அவனுக்கும் அவன் வாசகர்களுக்குமிடையே உள்ள இலக்கிய உறவு. அவ்வுறவு இத்தொகுதி மூலம் செழிக்க முடியும் என்ற நம்பிக்கையோடு இதை வாசகர்கள் முன் வைப்பதில் மகிழ்கிறேன்.

29. மொழியும் சிறுகதைகளும் - நா.பார்த்தசாரதி

கதை பிறக்கும் கதை - கதைகளைப் படிக்க வேண்டுமென்ற ஆர்வமும் கதைகளை எழுத வேண்டு மென்ற முனைப்பும் ஒத்த அளவில் வளர்ந்து வருகிற காலம் இது! தமிழ் மறுமலர்ச்சி இலக்கியத்தின் நல்ல காலம்; இதை நாம் பெருமிதத்தோடு சொல்லிக்கொள்ளத் தயங்க வேண்டியதில்லை.

மனித சமுதாயத்தில் கதைகள் எப்படி உண்டாயின? கதைகளை எழுதுகிறவர்களும் படிக்கிறவர்களும் எப்படித் தோன்றினர்? ஓயா வாழ்க்கைப் போரில் பிறந்த நாள் தொட்டு ஒழியாது முனைந்து கிடக்கும் மனித இனம் கதைகளில் இன்பம் காணத் தொடங்கிய காலம் எது?

சுவை நிறைந்த இந்தக் கேள்விகளுக்கு விடை கண்டால் கதையின் கதை ஓரளவு தெளிவாகப் புரிந்துவிடும். வாழ்வின் இன்பத் துன்பங்களையும் ஏற்ற தாழ்வுகளையும் குறைவு நிறைவுகளையும் அதில் இருந்து கொண்டே அதனின்றும் நினைப்பில் விலகி நின்று கலை நோக்குடன் பார்க்கும் ஆசை முதன் முதலாக மனித இனத்திற்கு என்று ஏற்பட்டதோ அன்றே கதைகளை உருவாக்கும் ஆசையும் படிக்கும் ஆசையும் ஏற்பட்டிருக்க வேண்டும்.

நம்மைப் புகைப்படம் எடுத்துப் பார்க்க வேண்டுமென்ற ஆசை; நம்மைப் பிறர் புகழ வேண்டும் என்ற ஆசை; (சில சமயங்களில் பிறர் செய்யும் புகழ்ச்சியை நாமே செய்து கொள்ளுதலும் உட்பட) நம்முடைய நிழலைப் பார்க்க வேண்டுமென்ற ஆசை - நமக்கு ஏற்படவில்லையா? கதை இலக்கியம் படைக்கப்பட்டதும், இது போன்றதோர் அவாவின் விளைவுதான் என்று கருதலாம். வாழ்க்கையில் மலிந்து கிடக்கும் உயர்வு தாழ்வான குணங்களையும் வியப்பு விந்தை கலந்த நிகழ்ச்சிகளையும் சாதாரண அசாதாரணச் சம்பவங்களையும் கலைக்கண்ணாலே காணும் நளினமான விருப்பம் இந்தத் தலைமுறையில் அளவு கடந்து வளர்ந்திருக்கிறது. வாழ்க்கையே வளர்ந்திருக்கும் போது கலைகள் மட்டும் வளராமலிருக்க முடியுமா? சிறு கதை, நாடகம், நாவல், திரைப்படம் ஆகிய பல துறைகளிலிருந்தும் கதைக்கு மதிப்புப் பிறந்ததே இந்தக் கலைக் கண்ணோட்டத்தின் காரணமாகத்தான்.

புதிய சிறுகதை - பஞ்ச தந்திரக் கதைகள், விக்கிரமாதித்தன் கதைகள் இன்னும் பழைய தலைமுறையைச் சேர்ந்த எண்ணற்ற நீதிக் கதைகள், ஆகியவற்றையும் சிறுகதைகளென்று கூறலாம். ஆனால், உண்மையில் கால் நூற்றாண்டுக் காலத்திற்குள்ளாகத் தமிழில் புதிய முறையில் வளர்ந்திருக்கும் சிறு கதை இலக்கியத்தை ஈடு இணையற்ற வளர்ச்சி என்று ஒப்புக் கொள்ளத்தான் வேண்டும். புறநானூற்றிலும், சங்க நூல்களில் மிகுந்திருக்கும் அகத்துறை பாடல்களிலும், பிற்காலத்துப் புலவர்கள் தத்தம் அநுபவங்களைக் கூறிப் பாடிய தனிப் பாடல்களிலும், சிறு கதையின் சாயல் இருக்கிறது. ஆனால் அவைகளே முழுமையான சிறுகதைகள் ஆக இயலாது. ஒரு உணர்ச்சியை, ஒரு நிகழ்ச்சியை உருக்கமாக விவரித்துப் பொருத்தமாகக் காட்டுவதுதான் சிறு கதை என்றால் சங்கப் பாடல்கள் பலவும் (Lyrics) பிற்காலத் தனிப் பாடல்கள் பலவும் (Ballads) சிறு கதை அமைப்பு மட்டுமாவது உடையவைதாம்.

இருந்தாலும் இன்று மக்களிடையே பேரும் புகழும் பெற்று நிலவும் உரைநடைச் சிறு கதைகள் ஆங்கில மரபு பற்றிய சார்புடையவை. பழைய காலத்தில் செய்யுள் இலக்கியத்திற்கு எவ்வளவு மதிப்பு இருந்ததோ அவ்வளவு மதிப்பும் தகுதியும் உரைநடை இலக்கியம் இன்று பெற்றிருக்கிறது. எதையும், எப்படியும், எவ்வளவு தெளிவாக வேண்டுமாயினும், உரைநடையில் சொல்ல முடியும் என்ற நம்பிக்கை எழுதுகிறவர்களுக்கும், படித்துத் தெரிந்துகொள்ள முடியும் என்ற நம்பிக்கை படிக்கிறவர்களுக்கும் ஏற்பட்டு விட்டது.

ஈழத்திலும் தமிழ்நாட்டு வார, மாத இதழ்களிலும் உரைநடையில் நல்ல கருத்துக்களைக் கொண்ட சிறு கதைகளை அடிக்கடி காண்கிறோம். ஒரு நல்ல சிறு கதையை நன்றாக எடுக்கப்பட்ட புகைப்படத்திற்கு ஈடு கூறலாம். குறிப்பிட்ட காட்சியைக் குறிப்பிட்ட விநாடியில் உள்ளது உள்ளபடி எடுத்துக்காட்டும் புகைப்படக் கருவி போல ஒரு குறித்த நிகழ்ச்சியை ஒரு குறித்த நோக்குடன் (Theme) விவரித்து முடிப்பது சிறுகதை. ஓவியன் ஓவியத்தில் தன் கை விரும்பிய வண்ணமெல்லாம் புனைந்து பொலிவுகாட்டலாம். புகைப் படத்தில் அப்படிச் செய்ய முடியுமா? ஒரு நல்ல சிறுகதை அளவு மீறிய நிகழ்ச்சிகளைப் புனைந்து கதைப்போக்கின் ஒருமைப்பாடு குன்றுமாறு செய்யுமானால் அதை எங்ஙனம் சிறுகதை என்பது? அம்பு பாய்வது போல் நேரே பாய்ந்து சென்று நிகழ்ச்சியின், மையக் கருத்திலே படிக்கும் உள்ளம் பொருந்துமாறு சிறுகதை முடிவு பெற வேண்டும். புதிய சிறு கதையின் மரபும் இதுதான். உலகத்துச் சிறு கதைகளின் வெற்றிக்குக் காரணமும் இதுதான்.

மாதம் ஒன்றிற்கு ஏறக்குறைய இருநூறு சிறுகதைகளுக்குக் குறைவில்லாமல் தமிழ் நாட்டு இதழ்களில் வெளிவருகின்றன. எண்ணிக்கையின் பெருக்கத்தைக் கொண்டு மட்டும் பார்த்தால் இது வளர்ச்சியாகலாம். தமிழ் மரபோடு கூடிய நடை, என்றும் நிலைத்து நிற்கக்கூடிய உண்மை (Eternal Truth), சிறு கதை அமைப்பிற்கு இயைந்த போக்கு, என்று மூன்று வகையால் சமன் செய்து சீர்தூக்கிப் பார்த்தால் மாதத்திற்குப் பத்துக் கதைகளாவது தேறும்.

தமிழில் சிறுகதை இலக்கியத்திற்கு முதலில் வித்திட்டு வளர்த்த பெருமக்களுக்கு வணக்கம் செலுத்திவிட்டு இன்றைய நிலையைக் காண்போம். உருவாகிக் கொண்டிருக்கின்ற, இனி மேல் உருவாகப் போகும் நல்ல சிறுகதையாசிரியர்களுக்கும் நாம் வணக்கம் செலுத்தக் கடமைப்பட்டிருக்கிறோம். இன்றைக்கு எழுதுகிறவர்களில் இரண்டு வகை. எப்படி எழுதினாலும் சரி; அது படிக்கிறவர்களைத் திருப்திப் படுத்து வதாக இருந்தால் மட்டும் போதுமானது என்று எண்ணுகிறவர்கள் ஒருவகை. முடிந்தால் தரமுள்ள, உரமுள்ள, பண்பாட்டோடு கூடிய சிறு கதைகளை எழுதவேண்டும். இல்லாவிட்டால் எழுதாமலிருப்பதே நல்லது - என்றெண்ணும் பொறுப்புள்ள கதாசிரியர்கள் மற்றொரு வகை. இந்த இரண்டு வகையில் முன் வகையைச் சேர்ந்தவர்கள் செல்வம், செல்வாக்கு இரு துறையிலும் உடனடியாக வளர்ச்சி பெற்று வருகிறார்கள் என்பதில் சந்தேகமில்லை .

மக்களை உருவாக்க வேண்டிய எழுத்தாளர்கள், சமூகத்தின் நேர்மையான வளர்ச்சிக்குக் காரணமானவர்களாக இருக்க வேண்டும். குற்றவாளிக்கு விடுதலை பெறவேண்டும் என்ற விருப்பம் இருந்தால் மட்டும் சட்டமோ, நீதியோ

அவனை மன்னிக்க முடியாது. சட்டத்துக்கும் நீதிக்கும் எவ்வளவு பொறுப்பு உண்டோ அவ்வளவு பொறுப்பு எழுத்தாளர்களுக்கும் உண்டு. நீங்கள் எழுதும் சிறு கதையால் எத்தனை மக்களைக் கவரலாம்? என்று எண்ணிப் பார்த்து மதிப்பிடாதீர்கள். எத்தனை மக்கள் திருந்துவர்? எத்தனை பேருடைய உள்ளத்துக்கு உண்மையைப் புரிய வைக்கலாம்? என்று இப்படியும் தெரிந்து மதிப்பீடு செய்யுங்கள். அறத்தையும், நேர்மையையும் வற்புறுத்தத் தவறிய எத்துறையும் கலை யென்ற பெயரில் நிலைத்ததில்லை. தமிழ்நாட்டின் வாழ்வில் தான் எத்தனை குழப்பங்கள்? இந்தத் துன்பம் நிறைந்த சூழ்நிலையில் பொழுது போக்குவதற்காக மட்டும் எழுதிக் கொண்டிருக்கலாமா? மக்களைச் சிந்திக்கச் செய்யும் சிறு கதைகள்தான் இன்றையத் தேவை!

எழுத்தாளர் பொறுப்பு - ஆகவே, தமிழ்ச் சிறுகதை எழுத்தாளர்களுக்கு ஒரு வார்த்தை! காரில் ஏறப்போகிற அவசரத்தில் பணப் பையைத் தவற விட்டுவிட்டுக் காருக்குள் ஏறியபின் டிக்கெட்டுக்குப் பணமின்றித் தவிக்கும் பிரயாணியைப் போல் இன்றைய வளர்ச்சியின் வேகத்தில் உங்களுக்கிருக்கும் பொறுப்பைத் தவற விட்டுவிடாதீர்கள். பின்னால் வருத்தமடைய நேரிடும்.

ஒவ்வொரு கலைக்கும் அந்தக் கலையை ஏற்றிருக்கும் கலைஞனுக்கும் அதனதன் நிலைக்கேற்ப ஒரு பொறுப்பு உண்டு. அந்தப் பொறுப்பைப் புறக்கணித்தால் நிலைக்க இயலாது. புதுமைப்பித்தனும், கு.ப.ராவும், அடிப்படையிட்டுப் படைத்த தமிழ்ச் சிறுகதை இலக்கியத்தை வளப்படுத்தும் தூய முயற்சிகளைச் செய்யுங்கள். தமிழ் மரபும், தமிழ்ப் பண்பும், தமிழ் மக்கள் இனமும், என்றும் எதற்காகவும் பொறுப்பின்மைக்குத் தொடர்ந்து ஆதரவளித்தது இல்லை. இதை நீங்கள் நன்றாக நினைவு வைத்துக்கொள்ள வேண்டும். கரையில்லாமல், துறையில்லாமல் தன்போக்கில் ஓடும் ஆறு ஆக்கத்துக்குப் பயன்படுமா? கரைக்கு அடங்கித் துறைக்கு நிறைந்து ஓடுவதுதான் ஆறு. பொறுப்பு என்பது இதுதான். சிறு கதைகளுக்குத் தமிழ் மக்கள் மத்தியில் இப்போதிருக்கும் ஆதரவைத் தக்க முறையில் பயன்படுத்திக் கொள்ளுதல் வேண்டும்.

இன்றைய நாளில் சமூகத்துக்கு எத்தனையோ உண்மைகளை எளிய முறையில் புரியவைக்கும் பொறுப்பு உங்களுக்கு இருப்பதாக நினைத்துக்கொள்ளுங்கள். இதனால் சிறு கதைகளை வெறும் பிரச்சாரம் செய்யும் கருவிகள் என்று நான் சொல்வதாக நினைக்கக்கூடாது. தெளிவாக ஆராய்ந்தால் குறிக்கோள் இல்லாமல் வெறும் பொழுதைக் கழிப்பதற்கென்று எந்த ஒரு கலையும் உலகில் ஏற்படவில்லை . சிறுகதை இலக்கியம் உண்மையை நிறுவுவதற்காகப் புனைந்து காட்டப் படும் ஒரு பொய் (Short story is a lie to create a truth). இந்தப் பூட்டுக்கு இந்தச் சாவியைத்தான் பயன்படுத்த வேண்டுமென்பது போல் உண்மையைப் பரப்புதற்காகத்தான் சிறு கதை என்ற பொய்யைப் பயன்படுத்த வேண்டும். இது உங்கள் பொறுப்பு.

வாசகர் பொறுப்பு - தமிழ் வாசகர்கள் முன்னைப்போல் இல்லை. உணர்ந்து, தெளிந்து எதையும் எடைபோட்டுச் சொல்லும் பொறுப்பு வாசகர்களுக்கும் சிறிது சிறிதாக ஏற்பட்டு வருகிறது. 'தரமுள்ளது இது' - 'தரமில்லாதது இது' - என்று பிரித்துப் பார்க்கும் அறிவு தமிழ் வாசகர்களுக்கு முழு அளவில் ஏற்பட்டு விட்டால் கவலை இல்லை. படிக்கிறவர்கள் விழிப்படைந்திருக்கிறார்கள் என்று தெரிந்தாலே எழுதுகிறவர்களுக்கு அது ஒரு முன்னெச்சரிக்கை மாதிரி. சிறு கதைகளில் என்ன பயனை மக்கள் எதிர் பார்க்கிறார்கள் என்பது எழுதுகிறவர்களுக்குப் புரிந்துவிடும். படிக்கிறவர்கள் எல்லோரும் சிறு கதை எழுதும் ஆற்றல் உள்ளவர்களாக மாறிவிடுவதற்கு முடியாது. சிறு கதைகளை எழுதும் ஆற்றல் கருவிலே வாய்க்கப்பெற்ற திரு. ஆனால், பெறுவதற்கரிய அந்தத் திரு தவறான வழியில் பயன்பட்டு விடாமல் நேரிய வழியில் செலுத்திக் கொண்டு போகும் பொறுப்பு உயர்தர வாசகர்களின் கையில் இருக்கிறது.

தமிழ்ச் சிறுகதைகள் உலக இலக்கியத்தில் மிகச் சிறந்த இடத்தைப் பெறப் போகும் காலம் தொலைவில் இல்லை. உண்மையுணரும் திறனுள்ள வாசகர்களே! நிலைத்து நிற்கும் இலக்கியத் தரமுள்ள சிறு கதைகளை எழுத ஆர்வமுள்ள எழுத்தாளர்களே! இந்தப் பொற்காலத்தில் தமிழில் வரும் சிறு கதைகளை, 'இது ஒரு நல்ல சிறுகதை' - என்று பிற மொழியினரும், தாய் மொழி வாசகரும் பாராட்டத்தக்க விதத்தில் உருவாக்குங்கள். நீங்கள் செய்ய வேண்டியது இதுதான். இதைச் செய்வதில் அவ்வளவாகத் துன்ப மில்லையே?

30. ஒரே ஒரு ஊர்ல - ஆதவன் தீட்சண்யா

ஒருவர் தனக்கு நேர்ந்ததை அல்லது தான் உணர்ந்ததை சகமனிதரிடம் விவரிக்கத் தொடங்கிய ஆதிகணத்திலேயே கதை பிறந்துவிட்டது. சகமனிதரோடு பகிர்ந்து கொண்டேயாக வேண்டும் என்னுமளவுக்கு மனதை நெம்பித் தள்ளுகிற ஒரு வாழ்வனுபவம், அதை வெளிப்படுத்தத் தோதான மொழி, உணர்ந்ததை உணர்ந்தவாறே விவரித்துவிடும் ஆற்றல்கொண்ட சொற்களின் தெரிவு- அதனோடு இசைமை கொண்ட உடல்மொழி, கதையை கேட்பதற்கானவர்கள் ஆகிய முன்தேவைகள் மிகத் தொடக்கத்திலேயே கதை என்பதற்கு அடிப்படையாக அமைந்துவிட்டிருந்தன. எனவே ஒரு கதை வெட்டவெளியில் எவருக்காகவுமல்லாமல் உருவாவதற்கான அவசியம் ஏதுமில்லை. (கதையை தனக்கா-

கவே எழுதிக் கொள்வதாக சொல்லிக் கொள்வோரை இவ்விடத்தில் மறந்துவிடவும்)

தமக்கும் இயற்கைக்குமான தொடர்பையும் தொடர்பின்மையையும் விளங்கிக் கொள்ள இயற்கையின் ஒருபகுதியாகிய மனிதகுலம் மேற்கொண்ட இடையறாத எத்தனத்திலிருந்தே கதை பிறந்தது. இயற்கையின் பிரம்மாண்டம், அதன் வினோதங்கள், யூகத்திற்கு அப்பாற்பட்ட நிகழ்வுகள், பேரழிவுகள், மர்மங்கள், தம்மைச் சுற்றிலும் நடந்துவரும் மாற்றங்கள் போன்றவற்றிற்கான காரணங்களைக் கண்டறிய முடியாத ஆதிமக்கள், அவற்றிற்கான காரணங்களை புனைவுகளாக கட்டமைத்தனர். இந்தப் பேரண்டத்தில் தன் இடம் எது? தான் யார்? பிறக்கும் முன் எங்கிருந்தோம்? இறப்புக்குப் பின் என்னவாகிறோம்? ஏன் இறப்பு வருகிறது? என்பன உள்ளிட்ட தம்மைப்பற்றிய விசாரங்களுக்கும்கூட அவர்கள் கதைகளையே பதிலாக முன்வைத்தனர். வாழ்வியற் சடங்குகள் எல்லாமே கதைகளாகத்தான் அவர்களது வம்சங்களுக்கு கைமாற்றித் தரப்பட்டன. இவையெல்லாம் உலகம் முழுவதுமிருந்த மக்கள் சமூகத்தின் பொதுப்பண்பாக இருந்திருக்கிறது.

புராணங்களும் இதிகாசங்களும் அவற்றின் தெய்வீக மகிமைக்காக அல்லாமல் அவற்றில் பொதிந்திருந்த கதைகளுக்காகவே - கதைகளாகவே மக்களால் நினைவிற் கொள்ளப்பட்டன. (மக்களின் கூட்டுமனதில் கதைகளாக பதிந்திருந்த இந்த புராணங்களையும் இதிகாசங்களையும் வரலாற்று உண்மைகளெனத் திரிப்பதற்கு மதவெறியர்கள் தொடர்ந்து உருவாக்கிவரும் கட்டுக்கதைகள் இதில் சேர்த்தியில்லை). ஒரு பெரும் பிரளயத்தில் உலகமே அழிந்து மீண்டும் உருவாவது, அவதாரங்கள் தோன்றி அற்புதங்களை நிகழ்த்துவது, கடல்மேல் நடந்துவருவது/ கடல் இருகூறாய்ப் பிரிந்து வழிவிடுவது - போன்ற எண்ணிறந்த கதைகள் உலகத்தின் எல்லா மதங்களிலும்- மொழிகளிலும்- நாகரீகங்களிலும் உள்ளூர்த்தன்மையோடு உலவி வருகின்றன. உயிர் என்றால் என்ன என்கிற கேள்வி எழுப்பிய குடைச்சலால், அதை ஏழுமலைகளுக்கும் ஏழு கடல்களுக்கும் அப்பால் ஒன்றுபோலிருக்கும் ஒன்பது கிளிகளில் ஒன்றுக்குள் ஒளிந்திருப்பது என்று கற்பனை செய்திருக்கிறார்கள். தகவல் தொழில்நுட்ப வசதிகளற்ற அக்காலங்களில் இப்படியான கதைகள் கண்டம்விட்டு கண்டம் பரவிப் பல்கியது எவ்வாறு என்ற கேள்வியை பின்தொடர்ந்தால், மக்கள் தொடர்ச்சியாக தங்கள் கதைகளுடனேயே இடம் பெயர்ந்து அலைந்து திரிந்திருக்கிறார்கள் என்ற முடிவுக்கே வரமுடிகிறது.

ஏற்கனவே தாங்கள் அறிந்திருந்த கதைகளுக்குள் புதிய வாழிடங்களின் அனுபவங்களையும் இணைத்து, ஒரே கதையின் பலவகைப் பிரதிகளை அவர்கள் உலகம் முழுக்க பரவவிட்டிருக்கிறார்கள். அந்த ஆதிமக்கள் படைத்து உலவவிட்ட தெய்வத்துக்கும் பேய்க்கும் நிகரான கதாபாத்திரமொன்றை இன்று வரையிலும் நம்மால் படைக்கவே முடியவேயில்லை.

2

அச்சு இயந்திரங்கள் கண்டுபிடிக்கப்பட்டதன் விளைவாகவும், சமூகத்தில் எழுத்தறிவு பெற்ற ஒரு அடுக்கினர் உருவானதை முன்னிட்டும் ஐரோப்பாவில் 19ம் நூற்றாண்டின் தொடக்கத்தில் செய்திப்பத்திரிகைகள் வெளியாகத் தொடங்கின. கதைகளின் மீது பெருவிருப்பமும் படிப்பதற்கான ஓய்வுநேரமும் வாங்குவதற்கான வசதியும் கொண்டுள்ள மக்களை தமது வாசகர்களாக ஈர்ப்பதற்கான வியாபார உத்தியாக சிலபக்கங்களை கதைகளுக்கு ஒதுக்க முன்வந்தன இப்பத்திரிகைகள். ஆனால் புழக்கத்திலிருந்த கதைகளோ பல இரவுகள் கடந்தும் சொல்லிச் சொல்கிற வகையில் மடங்கியும் சுருண்டும் நீண்டு செல்லும் தன்மை கொண்டதாயிருந்தன. எனவே அவற்றை பத்திரிகையின் குறைந்த பக்கங்களுக்குள் அடக்க முடியவில்லை.

மட்டுமல்ல, அனைவருக்கும் தெரிந்தவையாய் இருக்கும் இக்கதைகள் சொல்லப்படும் விதத்தினாலேயே சுவையேறி காலந்தாண்டி நிற்கின்றன என்பதால் அவற்றை அச்சில் அதே ஈர்ப்புடன் வெளியிடுவது பெரும்சவாலாகவும் இருந்தது. ஆகக்கடைசியில், குறைந்தளவிலான பக்கங்களுக்குள் அடங்கிவிடுகிற புதிய கதைகளைத் தேடிய பத்திரிகைகளின் வியாபாரத் தேவையே ‘சிறுகதை’ என்ற வடிவத்தை கண்டடைந்தது. சிறுகதையின் தோற்றம் வியாபாரம்தான். உண்மையில் அது சிறிய கதை என்றே தொடக்கநிலையில் குறிப்பிடப்பட்டது. காலப்போக்கில் இவ்வகை கதைகளில் வெளிப்பட்ட பொதுத்தன்மைகளை அடிப்படையாகக் கொண்டு அதற்கான வரையறைகள் உருவானபோது சிறுகதை என்று மாற்றமடைந்தது.

சிறுகதை என்றதுமே அது இதுவரை கதையென்று சொல்லப்பட்டதிலிருந்து வேறுபட்ட ஒன்று என்பது விளங்கிவிடுகிறது. அது எவ்வாறு வேறுபடுகிறது என்பது குறித்து எட்கர் ஆலன்போ தொடங்கி இன்றுவரை ஏராளமானோர் விளக்கமளித்துக் கொண்டிருக்கிறார்கள். அரைமணி நேரம் முதல் அதிகபட்சம் இரண்டுமணி நேரத்திற்குள்ளாக ஒரே மூச்சில் வாசித்து முடித்துவிடக்கூடிய, குறைந்த கதாபாத்திரங்களைக் கொண்டு, குறிப்பிட்ட ஒரு காலஎல்லைக்குள் நின்று, குறிப்பிட்டதொரு மையப்பொருளை விவரித்து எதிர்பாராதவகையில் முடியும் இறுக்கமான வடிவமே சிறுகதை என்பதுதான் இவர்கள் எல்லோரும் வரையறுத்த இலக்கணத்தின் சாரம். ஆனாலும் இலக்கணத்தை துல்லியப்படுத்த முடியாத போதாமையை உணர்கிறவர்கள் வால்டர் ஸ்காட், செகாவ், மாப்பசான் போன்றவர்களின் கதைகளை வாசித்து முடிக்கிறபோது கிடைக்கிற உணர்வுதான் சிறுகதையின் எல்லை என்று பூடகமாகவும் சொல்லத்தொடங்கினர். அதாவது

சிறுகதை, வடிவத்தில் தங்கியிருக்கிறதா அல்லது அந்த வடிவத்திற்குள் பொருந்தி இயங்கும் உள்ளடக்கத்தில் தங்கியி-ருக்கிறதா என்பது இன்றுவரையும் அறுதியிடப்படாத விசயமாகவே நீடிக்கிறது.

மையப்பாத்திரம், எதிர் கதாபாத்திரம், காலத்தையும் சூழலையும் உள்ளடக்கிய கதைக்களம், எதைப்பற்றிய கதை என்ற முடிச்சு, அந்த முடிச்சை அவிழ்க்கும் இறுதிவரிக்கு வாசகரை கவனம்கூட்டி இழுத்துப்போகும் வேகம், இவற்-றுடன் ஒருமை கொள்ளும் விதத்திலான காட்சிகளும் விவரிப்புகளும், மனவோட்டத்தின் அடுக்குகளும் மடிப்புகளும், கதையின் சாரத்தை விண்டுரைக்கும் பொருத்தமான தலைப்பு என்று எல்லாவகையிலும் தனித்துவமான கூறுகளைக் கொண்டு சமகாலத்தின் வாழ்வியலை நேரடித் தன்மையுடனும் எளிமையாகவும் முன்வைப்பதாயிருந்தன சிறுகதைகள்.

சமூகத்தின் அரசியல் பொருளாதார பண்பாட்டுதளங்களில் செல்வாக்கு செலுத்தும் கருத்துக்கள் - அதனடியான நிகழ்வுப் போக்குகள் தனிமனிதன் மீது செலுத்தும் தாக்கம் அல்லது அவற்றை தனிமனிதன் எதிர்கொள்ளும்போது ஏற்படும் உளவியல் சிக்கல்கள் என்று சிறுகதை தனக்கான செயற்தளங்களைக் கண்டடைந்தது. இயற்கைக்கும் தமக்-குமான தொடர்பையும் தொடர்பின்மையையும் இயற்கையின் ஒருபகுதியாக இருந்து அறிவது தொடக்ககால சொல்க-தைகளுக்கு அடிப்படையாக இருந்த நிலை சிறுகதைக்கு வரும்போது சமூகத்துக்கும் தனிமனிதனுக்கும் இடையேயான தொடர்பையும் தொடர்பின்மையையும் மனிதக்கண் கொண்டு அறிவதாக மாறுகிறது.

சிறுகதையானது சில குறிப்பிட்ட முன்னிபந்தனைகளை அதன் பிறப்பிலேயே கோரியது. அதாவது, யார் வேண்-டுமானாலும் கதை சொல்லலாம் / கதை கேட்கலாம் என்று சொல்கதை மரபிலிருந்த ஜனநாயகத்தன்மையை அது எடுத்தயெடுப்பிலேயே ஒழித்துக்கட்டியது. எழுதுகிறவர் வாசகர் என்ற இருதரப்பாருக்குமே கல்வியறிவு அவசியம் என்-றாக்கியது. கல்வியறிவு ஜனநாயகப்படுத்தப்படாத சமூகங்களில் சிறுகதையும் ஒரு குறிப்பிட்ட சிறுங்குழுவுக்கானதா-கத்தானே இருக்கமுடியும் என்று அது கவலைப்படவில்லை. அது மிகத் தீர்மானகரமாக, பெரும்பான்மை மக்களை ஒதுக்கிவைத்துவிட்டு படித்தவர்களுக்கு மட்டுமேயோன வடிவமென்று சார்புநிலை எடுத்து தன்னை அறிவித்துக்கொண்-டது.

சொல்கதை மரபில் கதை சொல்வதும் கேட்பதும் ஒரு குழுச் செயல்பாடாகவே இன்றளவும் தொடர்கையில் சிறு-கதையோ தனித்த வாசிப்பைக் கோரியது. வாய்மொழி மரபில் கதைசொல்லியும் கேட்பாளிகளும் ஒரேபுள்ளியில் இணைக்கப்பட்டவர்கள். கதையை வளர்த்துச் செல்வதற்காகவும், கதை சொல்லும் நிகழ்வை உயிர்ப்புடன் மாற்றுவ-தற்காகவும், ‘உம்’ கொட்டும் கேட்பாளிகள், கதைசொல்லிக்கு நிகரான அலைவரிசையில் பங்கேற்கின்றனர். ஆனால் சிறுகதையின் வாசகர் யாரென்று எழுத்தாளர் அறிந்தாரில்லை.

முற்றும்முடிவான பிரதியாக வெளியாகும் தன் கதை புரியுமோ புரியாதோ என்ற பதற்றத்தின் அழுத்தம் ஆழ்மனதை வழிநடத்தும்போது, எழுத்தாளர் தான் எழுதவந்ததை விடுத்து முகம் தெரியாத அந்த வாசகர் ஏற்றுக்கொள்ளும் சாத்-தியங்களுள்ள ஒரு கதையை எழுதி முடிக்கவே விரும்புகிறார். அதாவது ஊடகத்திற்கு அடுத்தபடியாக அல்லது இணையாக எழுத்தாளரை கட்டுப்படுத்துகிறவராக வாசகர் உருவெடுக்கிறார். சிறுகதையின் சாத்தியங்களை மதிப்பீடு செய்யும் அதிகாரம் வாசகரிடம் விடப்படுகிறது. பரந்த சமூகத்தின் நிகழ்வுகளிலிருந்து எழுதுவதற்குரியதை தெரிவு செய்யும் அரசியல் எழுத்தாளருக்கு இருக்கிறதென்றால், எழுதப்பட்டதை கதையாக ஏற்பதற்கும் நிராகரிப்பதற்குமான அரசியல் வாசகருக்குள்ளது.

மறுதலையாகவும் இவ்விசயத்தில் வாசகர் சார்பாக பேச வேண்டியிருக்கிறது. வாய்மொழி மரபில் சொல்லப்படும் கதைகள் எக்காலத்தில் உருவாகியிருந்த போதிலும் அவை சொல்லப்படும்போது சமகாலப் பிரச்னைகளும் அவற்றுக்-குள் உள்வாங்கப்பட்டன. கேட்பவர்களுக்கு கதை புரியாதபோது புரியும் வகையில் வேறுமாதிரியாக சொல்லிப் பார்க்கும் சாத்தியத்தையும் கொண்டிருந்தன. புரிய வைப்பதற்கான உதாரணங்கள், மொழிரீதியான விவரிப்புகள் வழியாக அந்தக் கதைகள் சமகாலத்தன்மை கொண்டவையாகவும் உள்ளூர்மயப்பட்டதாகவும் மாறுவது சாத்தியமாயிருந்தது. இதன் கார-ணமாகவே ஒரே கதை வெவ்வேறு வகையில் சொல்லப்படும் பன்முகப் பிரதியாக மாறும் தன்மையை இயல்பிலேயே கொண்டிருக்கிறது. கதையின் ஓட்டத்தை குறுக்கீடு செய்யவும் கேள்வியெழுப்பவும் வாய்மொழி மரபில் கேட்பாளிக-ளுக்கு உரிமையிருக்கிறது. ஆனால் எழுதப்பட்ட சிறுகதைகள் அதன் இறுதிப்படுத்தப்பட்ட நிலையிலேயே வாசகரை அடைவதால் அவை எவ்வித குறுக்கீட்டுக்கும் திருத்தத்திற்கும் இடம் கொடாத இறுகிய வடிவத்தைக் கொண்டிருக்கி-றது. எழுதப்பட்ட சிறுகதையின் மீது கருத்து சொல்ல மட்டுமே வாய்ப்புள்ளவராயிருக்கிறார் நமது நவீன வாசகர்.

தொனியும் ஏற்றஇறக்கமும் அங்க அசைவுகளும் மௌனங்களும் இடைவெளிகளும் கதையின் பிரிக்கமுடியாத பகு-தியாகி குரல்மொழியும் உடல்மொழியும் இணைந்து ஒரு நிகழ்த்துக்கலையாக தொழிற்படும் வாய்மொழிக் கதைகள் காலங்-காலமாக பெரும்பாலும் குழந்தைகளுக்காகவே சொல்லப்பட்டு வந்தன. அதாவது குழந்தைகளுக்கு புரியும் வகையிலும் அவர்களை ஈர்க்கும் வகையிலும் குழந்தைமை ததும்பும் அவர்களது அகவுலகத்தைச் சிதைக்காமல் ஊடுருவிப் படிகிற நெருக்கத்துடனும் சொல்லப்பட்டன. ஆனால் இந்த நிலைக்கு விரோதமாக சிறுகதைகள் அனைத்தும் வயதுவந்தோர் படிப்பவையாக முன்னிறுத்தப் பெற்றன. எனவே கதைகளின் தலையாய பங்குதாரர்களும் காலத்திற்கு காலம் கதை-

களை பதியனிட்டு வளர்த்தவர்களுமாகிய குழந்தைகளுக்குப் பிடித்தமான வகையில் சொல்லப்பட்டு வந்த கதைகளில் பொதிந்திருந்த அற்புதங்களும் வினோதங்களும் மாயாஜால தந்திரங்களும் போக்கடிக்கப்பட்டு, அறிவின்வயப்பட்ட - தர்க்கங்களால் விரித்து வைக்கப்படுகிற- வயதுவந்தோருக்கான- மொழியின் விளையாட்டாக உருவெடுத்த சிறுகதையில் சமூகம் அதுகாறும் வளர்த்தெடுத்து வைத்திருந்த கதையம்சங்கள் காணாமல் போனதில் ஆச்சர்யப்பட ஏதுமில்லை.

புத்தம்புதிதாய் காட்டிக்கொள்ளும் முனைப்பில் சிறுகதைகள் 'இன்றைப் பற்றியும், இன்றைய யதார்த்தம் பற்றியும்' மட்டுமே பேசிக்கொண்டிருக்க, வாசகருக்கோ நேற்றும் நாளையும் தேவைப்பட்டன. நேற்று என்ன நடந்தது என்பதை தர்க்கத்தின் துணையோடு விளக்குவதற்கு வரலாறு முயற்சித்துக் கொண்டிருக்கும்போது, வரலாற்றின் விடுபடல்களையும், அதன் இருண்ட பக்கங்களில் மறைக்கப்பட்டவற்றையும், நிகழ்ந்துவிட்ட சம்பவங்களை கற்பனையாகவேனும் குறுக்கீடு செய்து மாற்றியமைக்கிற எளிய மக்களின் விருப்பார்வங்களையும் வாய்மொழி மரபு புனைவாக வைத்திருந்தது. இந்த நேற்றின் புனைவுகளுக்குள் இடம்பெற்ற அசாத்தியங்கள், அமானுஷ்யங்கள் எல்லாமே நாளை நடந்துவிடக்கூடியவைதான் என்று நம்பகம் கொள்ளுமளவுக்கு புனைவுக்குள் அவை பொருந்தி வந்தன. இவ்விரண்டு கால எல்லைகளுக்கிடையிலும் ஊடாடி நிற்கும் கதை இன்றின்மீதான விமர்சனமாகவும் அமைந்தது.

சொல்முறை, மொழி, காலத்தின் விஸ்தீரனம், கதைப்பரப்பு, நிலவியல், அதீத கற்பனை, சாகசங்கள் என்று வாய்மொழிக் கதைகளில் புனைவின் கட்டற்ற சாத்தியங்களைக் கண்டு பரவசமடைந்திருந்த சமூகமனத்திற்கும் சிறுகதைக்கான வாசக மனத்திற்குமிடையே நிலவிய இடைவெளியை நிறைக்க சிறுகதையின் தூயவடிவம் சிதைக்கப்பட்டது. வாய்மொழிக் கதைகளின் சாத்தியங்களும் நுணுக்கங்களும் உத்திகளும் மொழியும் உள்ளிறக்கப்பட்டு சிறுகதை பலவகைமைக் கொண்ட வடிவமாக மாற்றப்பட்டது. தாங்களே பட்டறையில் வைத்து உருக்கிப் பிசைந்து உருவாக்கியதுபோல இன்று பலரும் பீற்றிக்கொள்கிற அ-நேர்க்கோட்டுக் கதைகள், மாய எதார்த்தக்கதைகள், வட்டார வழக்குக் கதைகள் என்பவையெல்லாம் நாம் தொலைத்துக்கட்டிவிட்டு வந்த வாய்மொழிக் கதைகளில் இருந்து திருடப்பட்டவைதான் என்றறிவோம் மானிடரே.

சொல்வது கேட்பது என்ற உயிர்ப்புத்தன்மை கொண்ட வாய்மொழி மரபின் நேரடி ஊடாட்டத்திற்கு பதிலாக எழுதுகிறவருக்கும் வாசிப்பவருக்குமிடையே பத்திரிகை என்ற ஊடகம் செயல்பட்டாக வேண்டியிருந்தது. காதிருந்தால் கேட்டுக் கொள்ளலாம் என்றிருந்த நிலைமாறி காசிருந்தால் மட்டுமே வாங்கிப் படிக்கமுடியும் என்று கதையை ஒரு சரக்காகவும் மாற்றி சிறுமைப்படுத்திய பெருமை இந்த ஊடகங்களையேச் சாரும். இந்த ஊடகங்கள் மூலதனத்தோடு தொடர்புடையவை. மூலதனம் அதற்கேயுரிய தனித்த அரசியல் கரிசனங்களைக் கொண்டது. ஆகவே ஒரு கதையின் பிரசுரத்தகுதி மூலதனத்தாலேயே தீர்மானிக்கப்படுவதாக மாறியது. அதாவது மூலதனத்தின் மனங்கோணாதபடி எழுதப்படுகிற கதைகளே வாசகரை வந்தடையும் சாமர்த்தியம் கொண்டவையாக மாற்றப்பட்டன.

ஆகவே, சிறுகதை எழுத்தாளர் (அவர் தன்னை எவ்வளவு சுதந்திரமானவராக அறிவித்துக் கொண்டிருந்த போதும்) பத்திரிகைகள் ஒதுக்குகிற பக்கங்களுக்குள் தனது கதையை மட்டுமல்லாது தன்னையும் சுருக்கி வைத்துக்கொள்ளவேண்டிய மறைமுக நெருக்கடிக்கு ஆளாக வேண்டியிருந்தது. சந்தை உருவான பிறகு சரக்கு தேவைப்படுவது இயல்புதானே? இப்படியாக எழுதப்பட்ட சிறுகதை ஒன்றை 'சாடர்டே ஈவினிங் போஸ்ட்' என்ற பத்திரிகை 1920ம் வருடம் 3400 பவுண்டு சன்மானம் கொடுத்து கொள்முதல் செய்து வெளியிட்டது.

எழுத்தறிவு பெற்றவர்களால் எழுத்தறிவு பெற்றவர்களுக்காகவே எழுதப்படுகிற இந்த சிறுகதைகளை ஒரு சமூகத்தின் முழுமையான கண்ணாடியாகவோ இன்னும் சற்றே மேலேறிப்போய் உயர்வுநவிற்சியாக ஆன்மாகவோ நிறுவ முயற்சிப்பது அராஜகம்தான். நவீனக்கல்வியும் தொழில்நுட்ப வளர்ச்சியும் நேரச்சுருக்கமும் சேர்ந்து உருவாக்கிய சிறுகதை என்ற வடிவத்தை கைக்கொண்ட சின்னஞ்சிறிய குழு, பரந்த சமூகத்தில் காலங்காலமாக தழைத்துநிற்கும் கதை வடிவங்களை புறந்தள்ளியும், அதன் உயிர்ப்பான அம்சங்களை உள்ளிழுத்து மறைத்துக்கொண்டும் தன் இருப்பை தக்கவைத்துக் கொள்ள முயற்சித்தது.

அதுவரையான கதைகள் அனைத்தையும் நாட்டுப்புறத்தார் கதை என்ற தலைப்பின்கீழ் ஒதுக்கிவிட்ட சிறுகதையாளர்கள், உண்மையில் தம் கதைகளை நகர்ப்புறத்தார் கதை என்றோ படித்தவர்களுக்கான கதை என்றோ நேர்மையாக அழைத்துக்கொள்ளாமல், தாங்கள் எழுதுவதே ஒட்டுமொத்த சமூகத்தின் கதை என்று நிறுவிமுடித்தனர். எழுத்தறிவின் அதிகாரத்தை நிலைநிறுத்தும் இந்த நிகழ்ச்சிப்போக்கினால் பாரம்பர்ய கதைகள் பாமரர்களின் கதையாக குறுக்கம் பெறுவது தவிர்க்கமுடியாததாகியது. ஒவ்வொரு வீட்டிலுமிருக்கும் கதைசொல்லிகளையும் ஊமையாக்கிவிட்டு ஊருக்கொரு எழுத்தாளரை உருவாக்கும் இந்த சிறுகதை வடிவத்தால், எழுத்தாளர்கள் சமூகத்தில் ஒரு தனித்தப்பிரிவாகினர். காலந்தோறும் கதைகளை சொல்லிக் கொண்டிருந்தவர்கள் மக்களோடு மக்களாய் கரைந்திருக்க, எழுத்தாளர்களோ தங்களை சாமான்யர்களை விடவும் ஒருபடி மேலானவர்கள் என்று கற்பிதம் கொள்வதற்கான கோணல் இங்கேதான் தொடங்கியது.

.

.

3

கென்ய எழுத்தாளர் கூகி வா தியாங்கோ மாணவப்பருவம் தொட்டே ஆங்கிலத்தில் எழுதவும் பேசவும் முடிந்தவர். சட்டென்று பரவலான வாசகப்பரப்பை அடைவதற்கும் பிரபலமாவதற்கும் பெருந்தொகையை ராயல்டியாக ஈட்டுவதற்கும் ஆங்கிலம் ஒரு வழியாக இருக்கும் நிலையில் அவர் தன் மக்களின் கதையை தம்மினத்தின் கிக்கியூ மொழியிலேயே எழுதத் தொடங்கினார். தன்நாட்டை அடிமைப்படுத்தியிருந்த காலனியவாதிகளின் மொழியான ஆங்கிலத்தை நிராகரித்த அவரின் முடிவு நமக்கு தெரிவிக்கும் செய்திதான் என்ன? ஆதிக்கவாதிகள் அவர்களது மொழியையும் ஒரு அடக்குமுறைக் கருவியாக பயன்படுத்தும்போது ஒடுக்கப்பட்டவர்கள் அதை நிராகரிப்பது வெறுமனே முகத்தைத் திருப்பிக் கொள்வதல்ல.

அது ஒரு எதிர்ப்பு நடவடிக்கை. மட்டுமல்ல, தன் சொந்த மொழியை எதிரியின் முகத்துக்கு நேரே ஒரு ஆயுதத்தைப்போல தூக்கிப் பிடிப்பதுமாகும். தன் சொந்த மக்கள் படிப்பதற்கான கதையை அவர்களது மொழியிலேயே எழுதுவது என்பது மிகுந்த அரசியல்பூர்வமான நடவடிக்கையுமாகும். அவரே முன்மொழிந்தது போல் காலனிய ஓர்மையிலிருந்து விடுபடுவது என்றால், அதன் ஒவ்வொரு முனையையும் எதிர்ப்பது அல்லது காலனியம் முன்வைத்த அறங்கள் மதிப்பீடுகள் எல்லாவற்றுக்கும் எதிர்த்திசையில் செல்வதன்றி வேறில்லை.

இந்தியாவும்தான் முன்னூறாண்டுகாலம் காலனியாதிக்கத்தின் கீழிருந்தது. அந்த காலனியாதிக்கம் அறிமுகப்படுத்திய கல்வியின் தொடர்பில் இந்தியாவுக்கு வந்து சேர்ந்த ஒரு இறக்குமதிச் சரக்காக சிறுகதை வடிவத்தை யாரும் பார்த்தார்களா என்று தெரியவில்லை. காலனியாட்சி கொண்டுவந்து சேர்த்த பலதையும் விமர்சனமின்றி ஏற்றுக்கொண்டதுபோலவே 'கலைச்செல்வங்கள் யாவற்றையும் கொணர்ந்திங்கு சேர்க்கும்' பேரார்வத்தில் சிறுகதையும் இயல்பாக உள்வாங்கப்பட்டிருக்கலாம். அல்லது மேலைச்சரக்கென்றால் ஓசத்தி என்கிற மனோபாவமும்கூட தொழிற்பட்டிருக்கலாம். எனவே காலனியாதிக்கம் தந்த கல்வியை கற்பதற்கு எவ்வித சமூகத்தடையுமின்றி வாய்ப்பு பெற்றிருந்த சாதிகளிலிருந்து உருவான படித்தப் பிரிவினர், மேற்கத்திய சிறுகதைகளை முன்மாதிரியாகக் கொண்டு தமது வாழ்வனுபவங்களை கதைகளாக எழுதிப் பார்க்க துணிந்திருக்கக் கூடும். தமிழிலும் இப்படியாகத்தான் சிறுகதை வந்து சேர்ந்திருக்க முடியும் என்பதற்கு அதன் தொடக்ககால எழுத்தாளர்களின் சமூகப் பின்புலமே சாட்சியமாயிருக்கிறது.

எது எப்படியாயிருப்பினும் சிறுகதை என்ற வடிவம் உலகளவில் செல்வாக்குள்ள ஒரு வடிவமாக தன்னை நிறுவிக் கொண்டுள்ளது. ஆனால் அது இன்னும் படித்தவர்களுக்கேயானது என்ற நிலையிலிருந்து கீழிறங்கி வரவில்லை, வரவும் முடியாது. எனில், நாம் திரும்பத்திரும்ப படித்தவர்களுக்கான கதைகளையேதான் எழுதிக் கொண்டிருக்கப் போகிறோமா? கல்வியறிவு பெற்றவர்களிலும் இலக்கிய ஆர்வம் கொண்டுள்ளவர்கள் எவ்வளவு பேர்? அவர்களிலும் கதைகளுக்கான வாசகர்கள் எத்தனை சதமானவர்கள்? இந்த சொற்ப அளவிலானவர்களை பொருட்படுத்தி எழுதப்படுகிறவைகளைப் பற்றிய கரிசனம்தான் நம்மிடம் மிஞ்சியிருக்கிறதா? எழுத்திலிருக்கும் அறிவே அறிவு என்கிற மேற்கத்திய, இந்திய உயர்சாதிய நம்பிக்கைகளுடன் வெகுவாக ஒத்துப்போகிறதா சிறுகதை மீதான நமது ஈர்ப்பு?

பரந்த வெகுமக்களுக்கான கதைகள் எங்கே? அவற்றை உருவாக்கும் முயற்சிகள்தான் என்ன? புத்தகங்களை பரவலாக்குவது, வாசிக்கும் பழக்கத்தை அதிகப்படுத்துவது, புகழ்பெற்ற எழுத்தாளர்களின் கதைகளை எளிமைப்படுத்தி தெருக்கள்தோறும் வாசித்துக் காட்டுவது போன்ற நடவடிக்கைகள் மீண்டும் எழுத்தறிவின் அதிகாரத்தையே நிறுவியது என்று சொல்லலாம்தானே?

தமிழ்ச் சிறுகதைகளின் கருப்பொருள்கள் காலத்துக்கு காலம் மாற்றமடைந்து வந்திருக்கிறது. அது குளத்தங்கரை அரசமரத்தையே இன்னும் சுற்றிக் கொண்டிருக்கவில்லை. அது கிராமப்புறங்களை நோக்கியும் அடித்தள மக்களை மையப்படுத்தியும் நகர்ந்திருக்கிறது. பெண்களை, ஒடுக்கப்பட்ட சாதியினரை, சிறுபான்மைச் சமூகங்களை, விளிம்புநிலையினரை கதைமாந்தர்களாகக் கொள்ளவும் அது தயங்கியதில்லை. ஆனால் அவையெல்லாமே மீண்டும் மீண்டும் எழுத்தறிவு பெற்றவர்களில் உள்ள வாசகர்களின் அறிதல் எல்லையை ஆழமும் விரிவும் கொண்டதாக ஆக்கியுள்ளதேயன்றி வேறென்ன நிகழ்த்தியிருக்கிறது என்ற கேள்வியை எப்போது எழுப்பப் போகிறோம்?

சாதிய, பாலினத்தடைகளைத் தாண்டி ஒடுக்கப்பட்ட சாதியினரும், பெண்களும், அரவாணிகளும், இதர விளிம்புநிலையினரும்கூட தத்தமது வாழ்வை எழுதவந்துவிட்ட நிலையில், சிறுகதை வடிவத்தை குறை சொல்ல என்ன இருக்கிறது என்ற கேள்வி எழலாம். இதே சமூக அடுக்கிலிருந்து எழுத்தறிவு பெற்ற புதிய உள்ளடுக்கினர், இதே உள்ளடுக்கினருக்காகத்தான் எழுதிக் கொண்டிருக்கிறார்கள் என்பதுதானே உண்மை. எனில் சிறுகதை என்கிற வடிவத்தை தொலைத்து தலைமுழுகிவிடலாமா? தேவையில்லை.

எழுத்தறிவு பெற்றவர்களில் இலக்கிய ஆர்வமுள்ள ஒரு சிறு குழுவுக்கான வடிவமாக அது இருந்துவிட்டுப் போகட்டும். நாம் இங்கே விவாதிக்க வேண்டியது, காலனியாதிக்கம் கொண்டுவந்து சேர்த்த- வடிவத்தை கைக்கொள்வதற்காக,

கதை சொல்லும் நமது நெடிய மரபையும், விதவிதமான கதைவடிவங்களையும் கைவிட்டுவிட வேண்டுமா என்பதுதான். அப்படி யாரும் அறிவித்துவிடவில்லை என்றாலும் உண்மையில் அதுதான் நடந்திருக்கிறது. அச்சில் ஏறியவை மட்டுமே கதைகள் என்ற கற்பிதத்திற்கு நாம் இரையாகியிருக்கிறோம். சிறுகதையை ஒரு கூடுதல் வடிவமாக உட்செறித்துக் கொண்டு, நமது பாரம்பரிய சொல்கதை மரபை மீட்டெடுக்க வேண்டியுள்ளது. கேட்பாளிகளின் வயது, பாலினம், சொல்லப்படும் இடம், காலம் போன்றவற்றை கணக்கிலெடுத்து அதததற்குரிய கதைகளைக் கொண்டிருந்த அந்த மரபு இன்னும் நம் மக்களிடம் தங்கியிருக்கிறது. பாரம்பரியக் கதை மரபு என்றதும் ‘ஒரே ஒரு ஊர்ல’ என்று தொடங்குகின்ற கதைகளை ஊரெங்கும் சொல்லித் திரிய வேண்டும்போல என்று அர்த்தப்படுத்திக்கொள்ள வேண்டியதில்லை.

எழுத்து வடிவத்திற்கு வெளியே நிறுத்தப்பட்டுள்ள ஒவ்வொருவருக்குள்ளும் ஒளிந்திருக்கிற கதைசொல்லியை உயிர்ப்பித்து அவர்கள் வாழ்க்கை குறித்து புனைந்துவைத்திருக்கும் கதைகளை கேட்பதற்கு நம் காதுகளை திறந்துவைக்க வேண்டும் என்பதும், அந்த மக்களிடம் சொல்வதற்கான கதைகளைப் புனைவதற்கு நமது இலக்கியவுள்ளம் இயங்கவேண்டும் என்பதுமே இதற்கு பொருள். மரபை மீட்பதென்ற பெயரில் பழமைக்குள் போய் பதுங்கிக் கொள்வதற்கும், வேர்களைத் தேடி மண்ணுக்கடியில் பாய்வதற்குமுள்ள வேறுபாட்டை உணரத்தொடங்குகிற எவருக்கும் இது சாத்தியமே

(2009 செப் 19-21வரை தேனியில் நடைபெற்ற தமிழ்நாடு முற்போக்கு எழுத்தாளர் கலைஞர்கள் சங்கத்தின் மாநில இலக்கிய முகாமின் விவாதத்திற்கு.)

31. சிறுகதை என்பது - புதுமைப்பித்தன்

சிறுகதை என்பது தற்காலத்தில் (1934ல்) எழுந்த மேனாட்டு சரக்கு, சிறுகதை என்றால் சிறுகதை கொஞ்சப் பக்கங்களில் முடிந்து விடுவது என்பதல்ல. சிறுகதை என்ற பிரிவு இலக்கியத்தில், அதில் எழுதப்படும் பொருள் பற்றியது ஒரு சிறு சம்பவம் ஒரு மனோநிலை ஆகிய இவற்றை எடுத்து எழுதுவது, சிறுகதையில் முக்கிய சம்பவமோ நிகழ்ச்சியோ அல்லது எடுத்தாளப்படும் வேறு எதுவோ, அது ஒன்றாக இருக்க வேண்டும். சில சமயங்களில் ஒரோர் சிறுகதை நூறு பக்கங்களுக்கு மேல் போகலாம், உதாரணமாக மேனாட்டில் ஆங்கில சிறுகதைகள் பிரெஞ்சு கதைகளிலும், ருஷ்ய கதைகளிலும் சுருக்கமாக விஷயத்தை புதிய மாதிரியில் எழுதப்படுகிறது. ஆங்கில நாட்டு கால்ஸ் வொர்த்தி, ஹார்டி, பிரெஞ்சு மொப்பஸான், அன்தோலி பிரான்ஸீ முதலிய சிறுகதை ஆசிரியர்கள் சிறுகதை என்ற இலக்கியப் பகுதியை மிகவும் திறமையாக எடுத்தாண்டிருக்கிறார்கள்.

சிறுகதை என்பது வாழ்க்கையில் சிறிய சாரளங்கள் .இதற்கும் நாவலுக்கும் வித்தியாசம் நாவல் வாழ்க்கையை அதன் பல்வேறு சிக்கல்களுடன் கொந்தளிப்புகளுடன் அப்படியே சித்தரிக்க முயலுகிறது. சிறுகதை ஒரு சிறு சம்பவத்தை தனித்த விஷயத்தை எடுத்து ஆளுகிறது என்பது தான். என் கதைகளில் எதையாவது ஒன்றைக் குறிப்பிட்டு அது பிறந்தவிதத்தை சொல்வது என்றால் ரிஷி மூலம் நதி மூலம் காணுகிற மாதிரிதான். சில ஆபாச வேட்கையில் பிறந்திருக்கலாம் வேறு சில அவை சுமக்கும் பொருளுக்குச் சற்றும் சம்பந்தமே இல்லாத ஒரு காரியம் கை கூடாது போது எழுதப்பட்டிருக்கலாம்.

இதனால் சுயமாகக் கற்பனை பண்ணிக்கொண்டிருக்கிறவனுக்கு இன்னதான் இந்த கதையை எழுதத் தூண்டியது என்று சொல்வது எளிதல்ல. கேட்டதால் தோணித்து எழுதினேன் என்று தான் சொல்ல வேண்டும். நான் கதை எழுதுவதற்கு நிஷ்டையில் உட்கார்ந்து யோசித்து எழுதும் வழக்கம் இல்லை. இதை நான் ஸ்பஷ்டமாகச் சொல்ல வேண்டியதில்லை. நான் முன் விவரித்த உதாரணங்களே போதும் என் கதைகளில் நூற்றுக்குத் தொண்ணுறு எடுத்த எடுப்பில் எழுதியும் வெற்றி காணுவதற்குக் காரணம் என் நெஞ்சில் எழுதாக் கதைகளாகப் பல எப்பொழுதும் கிடந்து கொண்டே இருக்கும்.

அந்தக் கிடங்கிலிருந்து நான் எப்போழுதும் எடுத்துக் கொள்வேன். கதை எழுதும் சிலர் இவற்றை விவரப்பட்டியல் எழுதி ஒரு மூலையில் போட்டு வைப்பார்கள் நான் அப்படியல்ல ஞாபக மறதிக்கு அரிய வசதி அளிப்பேன். அதையும் தப்பி வந்தவைதாம் புதுமைப் பித்தன் கதைகள் என்ற கோவையும் பிறவும் ஆனால் ஒன்று எடுத்து ரூபத்தில் அமையும் வரை மனசில் உறுத்திக் கொண்டு கிடக்கும் நிலையில் இந்தக் கதைகள் யாவும் இவற்றைவிடச் சிறந்த ரூபத்தில் இருந்தன என்பது என் நம்பிக்கை எழுதி முடித்த பிறகு அவைசற்று ஏமாற்றத்தையே அளித்து வந்திருக்கின்றன. ஆனால் ஏமாற்றம் வெகுநேரம் நீடிப்பதில்லை. இதுவரை நீங்கள் வாசித்தது அமரர் எழுத்தாளர் சொ. விருத்தாசலம் எனும் இயற்பெயர் கொண்ட புதுமைப்பித்தன், ‘ ஊழியன் ‘ எனும் சஞ்சிகையில் கட்டுரையாக எழுதியது.

6

32. சிறுகதை - ஓர் அறிமுகம் - முனைவர் இரா.பிரேமா

இப்பாடப் பகுதி, சிறுகதை என்றால் என்ன? என்பதை விளக்கி, சிறுகதை பற்றிய மேலை நாட்டு, நம்நாட்டு அறிஞர்களின் கருத்துகளை எடுத்துரைக்கின்றது. நாவலுக்கும், சிறுகதைக்கும் உள்ள வேறுபாட்டை எடுத்துரைக்கிறது. சிறுகதையின் வரையறைகளையும், உத்திகளையும், நடைப் போக்கையும், சிறுகதை வகைகளையும் விளக்கியுரைக்கிறது. சிறுகதை பற்றிய ஒரு முழுமையான பார்வையை, புரிதலை ஏற்படுத்தித் தர முற்படுகிறது.

முன்னுரை - மக்களின் கதைகேட்கும் ஆர்வம் தொல்பழங் காலந்தொட்டே வேரூன்றியுள்ளது. அதன் பல்வேறு வெளிப்பாடுகள்தாம் தொடக்கம் முதல் இன்றுவரை இதிகாசங்கள், காப்பியங்கள், புதினங்கள், சிறுகதைகள், நாடகங்கள், கூத்துகள், காலட்சேபங்கள் எனப் பல்வேறு வடிவங்களைப் பெற்றுத் திகழ்கின்றன. பழங்காலத்தில் கதைகள் வாய்மொழி மூலமாகவே பரப்பப்பட்டுள்ளன. ஒருவர் கூறுவதைப் பலர் கூடியிருந்து கேட்டு மகிழ்ந்துள்ளனர். பின்பு கதை இலக்கியங்கள் கூத்து வடிவிலும், நாடக வடிவிலும் நடித்துக் காட்டப்பட்டன. தொழிற் புரட்சியாலும், அச்சு இயந்திரங்களின் வருகையாலும் கதை இலக்கியம் நாவல், சிறுகதை என்ற புதிய இலக்கிய வகைகளாக உருப்பெற்றது. இருபதாம் நூற்றாண்டு, கதை இலக்கியம் வளர்ச்சி பெற்ற காலமாகும். இதழ்களின் வருகையால், கதை இலக்கியம் பேருருவம் எடுத்தது. சிறுகதைகளும் புதினங்களும் இதழ் வெளியீட்டில் முக்கிய இடத்தைப் பெற்றன.

இன்றைய நிலையில் இலக்கிய உலகில் சிறுகதைகளுக்கென்றே ஒரு தனித்த இடம் உள்ளது. கல்வி அறிவின் வளர்ச்சியும், இதழ்களின் வளர்ச்சியும் மக்களிடையே படிக்கும் ஆர்வத்தை வளர்த்துள்ளன. வேகமாக இயங்கும் நவீன உலகிற்கு ஏற்ற வடிவமாகச் சிறுகதைகள் அமைந்துள்ளன. இரயிலிலோ, பேருந்திலோ பயணம் செய்யும் போது, அல்லது வேலைகளுக்கு நடுவே அவ்வப்போது கிடைக்கும் சிறிய இடைவேளைகளில் கூடப் படித்து முடித்துவிடக் கூடிய வகையில் சிறுகதைகள் சிறியவையாகவும் விறுவிறுப்பு உடையவையாகவும் அமைந்துள்ளன.

1.1 சிறுகதை இலக்கணம் - சிறுகதை இப்படி அமைய வேண்டும் என்று திட்டவட்டமாக வரையறுக்க இயலாது. ஏனெனில், அந்த வரையறையை மீறி ஏதாவது ஒரு சிறுகதை பிறந்து விடலாம். ஆனாலும் கூட கீழ்க்காணும் விளக்கங்கள் சிறுகதை என்றால் என்ன என்பதை ஓரளவு புரிய வைக்க உதவும்.

1.1.1 இலக்கணம் - சிறுகதை அளவில் சிறிதாக இருக்க வேண்டும். அது, ஒருமுறை உட்கார்ந்து படித்து முடித்துவிடக் கூடியதாக இருக்க வேண்டும். அதே சமயத்தில், நாவலின் சுருக்கம் சிறுகதை ஆகிவிடாது; நாவலின் ஓர் அத்தியாயமாகவோ அல்லது நீண்ட கதையிலிருந்து பிரித்தெடுக்கப்பட்ட கிளைக் கதையாகவோ இருக்க முடியாது. சிறுகதை என்ற வடிவம் தன்னளவில் முழுமை பெற்ற ஒரு தனிப் பிண்டம். எந்த உணர்ச்சியை அல்லது கருத்தை அது தன்னகத்தே கொண்டிருக்கிறதோ, அதைப் படிப்பவரின் நெஞ்சில் மின்வெட்டைப் போல் பாய்ச்சும் ஆற்றல் சிறுகதைக்கு வேண்டும். கதைக்குப் பின்னேயுள்ள கதாசிரியரின் கலையாற்றல், கற்பனைத் திறன், சொல்லாட்சி, அவர் சொல்ல விரும்பும் செய்தி இவ்வளவும் இலக்கண வரம்புகளை விடவும் மிகமிக முக்கியமானவை. சிறந்த சிறுகதை ஆசிரியர்கள் எந்த இலக்கணத்தையும் மனத்தில் நினைத்துக் கொண்டு எழுதுவதில்லை. அவர்கள் எழுத்துகள் தாமாகவே சிறுகதை வடிவம் பெற்றுவிடுகின்றன.

1.1.2 மேலைநாட்டு அறிஞர்களின் விளக்கம் - மேலை மற்றும் கீழை நாடுகளில் இலக்கியத் தரமுடைய சிறுகதைகள் 19ஆம் நூற்றாண்டின் தொடக்கத்தில் தோற்றம் பெற்றன. அமெரிக்காவில் வாஷிங்டன் இர்விங், எட்கர் ஆலன்போ, நத்தானியல் ஹாதார்ன் போன்றவர்களும், ருஷ்யாவில் துர்கனேவ், செகாவ் போன்றவர்களும், பிரான்சில் மாப்பசானும் மிகச்சிறந்த சிறுகதைகளை எழுதியுள்ளனர். இவர்களும் இவர்களது படைப்புகளை ஆராய்ந்த திறனாய்வாளர்களும் கீழ்க்கண்ட வரையறைகளைச் சிறுகதைக்குத் தருகின்றனர்.

சிறுகதை என்பது சிறிய கதை என்ற பொருளில் இல்லாமல், ஒரு புதிய இலக்கிய வடிவத்தின் பெயரைக் குறிக்கும் தனிச்சொல் என்ற விளக்கத்தை பிராண்டர் மாத்யூ கொடுத்துள்ளார். சுருக்கமும் செறிவும் சிறுகதையின் முக்கியப்

பண்புகள் என்று ஜேம்ஸ் கூப்பர் லாரன்ஸ் கருத்துரைத்துள்ளார். சிறுகதை அரைமணியிலிருந்து ஒருமணி அல்லது இரண்டு மணி அவகாசத்திற்குள், ஒரே மூச்சில் படித்து முடிக்கக் கூடியதாக இருக்க வேண்டும் ; தன்னளவில் முழுமை பெற்றிருக்க வேண்டும். அது தரும் விளைவு ஒரு தனி மெய்ப்பாடாக இருக்க வேண்டும். கதையைப் படித்து முடிப்பதற்குள் புறத்தேயிருந்து எவ்விதக் குறுக்கீடுகளும் பாதிக்காமல், வாசகனின் புலன் முழுவதும் கதாசிரியனின் ஆதிக்கத்தில் கட்டுப்பட்டதாக இருக்க வேண்டும் என்று எட்கர் ஆலன்போ சிறுகதையைப் பற்றிய தமது மதிப்பீட்டைத் தந்துள்ளார்.

சிறுகதை என்பது எடுத்த எடுப்பிலேயே படிப்போரின் கவனத்தை ஈர்த்துப் பிடித்தல் வேண்டும். நெகிழ்ச்சியின்றி இயங்கி உச்சநிலை முடியும் வரை வாசகரின் முழுக்கவனத்தையும் ஒருமுகப்படுத்தி, இடையீடோ, சோர்வோ நேரும் முன்பாகவே சிறுகதை முற்றுப் பெறுதல் வேண்டும் என்று ஹெச்.ஜி. வெல்ஸ் கூறியுள்ளார். சிறுகதை குதிரைப் பந்தயம்போல, தொடக்கமும் முடிவும் சுவை மிக்கதாக இருக்க வேண்டுமென்று எல்லரி செட்ஜ்விக் என்ற அறிஞர் குறிப்பிடுகிறார். சிறுகதைகள் எளிய கருப்பொருளைக் கருவாகக் கொள்ளுதலே சிறப்புடையது என்கிறார் சிறுகதை உலகின் தந்தை எனப் புகழப்படும் செகாவ்.

1901இல், பிராண்டர் மேத்யூ என்ற திறனாய்வாளர், சிறுகதை என்பது ஒரே ஒரு பாத்திரத்தின் நடவடிக்கைகளைப் பற்றியோ, ஒரு தனிச் சம்பவத்தைப்பற்றியோ, அல்லது ஒரு தனி உணர்ச்சி பற்றியோ எடுத்துக் கூறுவதாக அமைந்திருக்கும் என்று விளக்கியுள்ளார். ஹெச்.இ.பேட்ஸ் என்பவர், எழுதும் ஆசிரியரின் எண்ணத் துணிவு சிறுகதையில் எவ்வாறு வேண்டுமானாலும் வெளிப்படலாம் என்கிறார்.

1.1.3 இந்திய அறிஞர்களின் விளக்கம் - 1917ஆம் ஆண்டிலேயே சிறுகதை பற்றி விமர்சித்த ரா. வாசுதேவன் என்பவர், சிறுகதை என்பது சிறு கால அளவுக்குள் படித்து முடிக்கப்பட வேண்டியது என்றும், அதன் உருவம் சிறியதாக அமைந்திருக்கும் என்றும் கூறுகிறார்.

சிறுகதை என்பது வாழ்க்கையின் சாளரம். சிறுகதை ஒரு தொடக்கம், மையச் சம்பவம், அதன் வளர்ச்சி அல்லது வீழ்ச்சி என்ற மூன்று பகுதிகளைக் கொண்டுள்ளது. சிறுகதை, வாழ்க்கையின் ஒரு பகுதியை, கவலையை மறந்து விட்டுக் கவனிப்பதாக உள்ளது. சிறுகதையின் வடிவம் கதை எழுதுபவரின் மனோதர்மத்தைப் பொறுத்தது என்று புதுமைப்பித்தன் சிறுகதையின் போக்கை விளக்கியுள்ளார். மனித உணர்ச்சிகளில் ஏதாவது ஒன்றைத் தொட்டு உலுக்குவதுதான் சிறுகதை என்று விந்தன் அதன் இலக்கணம் கூறுகிறார். பழங்காலத்தில் தன்னுணர்ச்சிப் பாடல்கள் பெற்றிருந்த இடத்தைத் தற்காலத்தில் சிறுகதை என்ற இலக்கிய வகை பெற்றுள்ளது என்று கூறியுள்ளார் மு.வ.

சிறுகதை என்பது ஒரு நிகழ்ச்சியாக இருக்கலாம்; உள்ளப் போராட்டமாக இருக்கலாம். அது ஏதாவது ஒன்றாக இருக்கும் வகையில் சிறுகதை பிறக்கும். இரண்டாகவோ அல்லது அதற்கு அதிகமாகவோ இருந்தால் சிறுகதை பிறக்காது என்கிறார் க.நா.சுப்ரமணியன். சிறுகதைக்குள் அடங்கும் காலத்துக்கு எல்லை இல்லை. ஒருவரது பிறப்பு முதல் இறப்பு வரையில் சிறுகதையின் காலமாய் இருக்க முடியும் அல்லது ஒருவர் வாழ்க்கையில், ஒரே நாளில், ஒரு மணியில், சில வினாடிகளில் கூடக் கதை முடிந்துவிடலாம் என்று மணிக்கொடி எழுத்தாளரான பி.எம். கண்ணன் சிறுகதையை விளக்கியுள்ளார்.

1.2 புதினமும் சிறுகதையும் - இன்று மக்களால் அதிகம் விரும்பிப் படிக்கப்படும் இலக்கிய வகைகள் புதினமும் சிறுகதையும்தாம். இதழ்கள், இவ்விரண்டு வகைகளை மட்டும் நம்பி வெளிவந்த காலக் கட்டமும் உண்டு. இவ்விரண்டு வகைகளும் சில கருத்தோட்டங்களில் ஒத்தும், பல இடங்களில் வேறுபட்டும் காணப்படுகின்றன. எனவே இரண்டும் வேறு வேறு கலை வடிவங்கள் என்பது தெளிவாகப் புரிந்து கொள்ளப்பட வேண்டும்.

1.2.1 ஒற்றுமைகள் - நாவல் சிறுகதை என்ற இரண்டு வடிவங்களுமே மேலை நாட்டிலிருந்து தமிழுக்குக் கிடைத்த இலக்கியக் கொடைகளாகும். நாவல் சிறுகதை இரண்டுமே உரைநடை வடிவத்தைக் கொண்டவை. இரண்டு வகைகளும் கதையை அடிப்படையாகக் கொண்டு தோற்றம் பெற்றுள்ளன. அதனால் இரண்டையும் ஒன்றாக இணைத்துப் புனைகதை இலக்கியங்கள் என்று திறனாய்வாளர்கள் குறிப்பிடுகின்றனர். நாவல், சிறுகதை என்ற இரண்டும் ஏறத்தாழ ஒரே காலக் கட்டத்தில் தோன்றி ஒரு சேர வளர்ந்தவையாகும். தமிழ் மொழியைப் பொறுத்தவரை நாவல் 19ஆம் நூற்றாண்டு இறுதியிலும் சிறுகதை 20ஆம் நூற்றாண்டின் தொடக்கத்திலும் பிறந்தவைகளாகும்.

1.2.2 வேற்றுமைகள் - சிறுகதைக்கும் நாவலுக்கும் உள்ள வேறுபாட்டைச் சில உவமைகளாலும் சில விளக்கங்களாலும் திறனாய்வாளர்கள் எடுத்துக்காட்டியுள்ளனர்.

தனிமரம் போன்றது சிறுகதை. பலவகை மரங்களும் செழித்தோங்கிய ஒரு தோப்புப் போன்றது நாவல். ஒன்றிரண்டு வண்ணங்களால் வரைந்த ஓவியம் போன்றது சிறுகதை. பல வகை வண்ணங்களைக் கொண்டு வரைந்த மாபெரும் ஓவியம் போன்றது நாவல். ஒரு பறவை மட்டும் தனித்துப் பறப்பது போன்றது சிறுகதை. பல பறவைகள் கூட்டமாகச் சேர்ந்து பறப்பது போன்றது நாவல். சிறுகதையை அழகிய நறுமணம் மிக்க ஒற்றைப் பூவாகக் கொள்ளலாம். நாவலை நாரால் கோக்கப்பட்ட பூமாலைக்கு ஒப்பிடலாம்.

சிறுகதை ஒரு பண்பையோ, ஒரு செயலையோ, வாழ்க்கையின் ஒரு நிகழ்ச்சியையோ மையமாகக் கொண்டு அமையும். நாவல் பல பண்புகளையும், நிகழ்ச்சிகளையும் உள்ளடக்கியது. வாழ்க்கையின் பல்வேறு வளர்ச்சி நிலைகளைக் காட்டுவது புதினம்; சிறுகதை வாழ்க்கையின் ஒரே ஒரு பரிமாணத்தை மட்டுமே காட்டி நிற்கும். நாவலில் கதை மாந்தர்களின் பண்புகள் படிப்படியாக வளர்ந்து செல்வதாகக் காட்டமுடியும். சிறுகதையில் அப்படிக் கூற இயலாது. மொத்தத்தில் சிறுகதையின் அமைப்பும் போக்கும், நாவலின் அமைப்பும் போக்கும் வேறானவை ஆகும்.

1.3 சிறுகதை வரையறை - கதை ஆசிரியனின் சிந்தனையில் பிறந்து, வாசகர்களின் சிந்தனையில் நிறைவு பெறுவது சிறுகதையாகும். சிறுகதைக்கு, அது பேசக்கூடிய பொருளும் கால எல்லையும், ஒருமைப்பாடும் மிக முக்கியம். சிறுகதையின் பொருள் காலத்திற்குக் காலம், எழுத்தாளருக்கு எழுத்தாளர் மாறுபடலாம். ஆனாலும் அவை சமுதாயத்தை நுவல் பொருளாகக் கொண்டவை என்று பொதுமைப் படுத்திவிட முடியும்.

1.3.1 சிறுகதைப் பொருள் - சிறுகதை ஆசிரியர்கள் தாம் கண்டு கேட்டது மட்டுமன்றிக் காணாததையும் கற்பனையில் கண்டு, தங்கத்துக்குச் செம்பு சேர்ப்பது போல் சேர்த்து மெருகூட்டுகிறார்கள். பெரும்பாலும் இலக்கியங்கள் சமூகத்தைப் பிரதிபலிக்கும் கண்ணாடியே. சிறுகதைகளும் இதற்கு விதி விலக்கல்ல. ஆசிரியர் தன்னைச் சுற்றி நடக்கும் நிகழ்ச்சிகளைக் கூர்ந்து கவனித்து அவற்றைக் கதைப்படுத்துகிறார். சிறுகதைகளில் பேசப்படும் கருப்பொருளை,

தனிமனிதச் சிக்கல் - குடும்பச் சிக்கல் - சமூகச் சிக்கல் - பொருளாதாரச் சிக்கல் - நாட்டு விடுதலை - என்று வகைப்படுத்தலாம். இவற்றைச் சில தமிழ்ச் சிறுகதைகளின் துணைகொண்டு விளக்கமாகக் காணலாம்.

தனிமனிதச் சிக்கல் - தனிமனிதச் சிக்கலை அடிப்படையாகக் கொண்ட கதைகளில், தனிமனிதனின் அக மனப் போராட்டம் முதன்மைப் படுத்தப்படுகின்றது. அகிலனின் பூச்சாண்டி, கு.ப.ரா வின் விடியுமா?, கா.நா.சு வின் மனோதத்துவம், லட்சுமியின் பரீட்சைக் காட்சிகள், புதுமைப் பித்தனின் மனநிழல், நீல பத்மநாபனின் திரிபுவன புரம் போன்றவை இத்தன்மையன. நாரண துரைக்கண்ணனின் சந்தேகம் என்ற கதையில், மனைவி அஞ்சுகத்தின் தூய அன்புள்ளத்தைப் புரிந்து கொள்ளாமல், கணவன் குருநாதப் பிள்ளை அர்த்தமற்ற சந்தேகம் கொண்டு மன உளைச்சலில் அவதிப்படுகிறார். இது தனிமனிதச் சிக்கலைக் காட்டும் அருமையான கதையாகும்.

குடும்பச் சிக்கல் - குடும்ப வாழ்க்கையில், கணவன் மனைவிக்கு இடையேயும், சகோதர சகோதரிக்கிடையேயும், மாமியார் மருமகளுக்கு இடையேயும், நாத்தனார் அண்ணிக்கு இடையேயும் ஏற்படும் பிரச்சினைகளைப் பேசுகின்றன பல கதைகள். இத்தகைய குடும்பக் கதைகளைத் திறம்பட எழுதுவதில் பெண் எழுத்தாளர்கள் முன்னணி வகிக்கின்றனர். கல்யாணியின் இளமை, ஷ்யாமளாவின் பரிவும் பிரிவும், ஆர். சூடாமணியின் தொடர்ச்சி, எஸ்.ரெங்கநாயகியின் சூரிய அடுப்பு, அகிலனின் நினைப்பு, ஜெயகாந்தனின் பிணக்கு, ந. பிச்சமூர்த்தியின் ஒருநாள், கு.ப.ரா.வின் புரியும் கதை ஆகியவை குடும்பச் சிக்கல்களைப் பேசும் கதைகளாகும்.

சமூகச் சிக்கல் - குழந்தை மணம், விதவைக் கொடுமை, பொருந்தா மணம், வரதட்சணைக் கொடுமை, ஜாதிக் கொடுமை, தீண்டாமை, மூட நம்பிக்கைகள் இவற்றை அடிப்படையாகக் கொண்ட பல சமூகக் கதைகள் தோற்றம் பெற்றன. புதுமைப்பித்தன் ஆண்மை என்ற கதையில் குழந்தை மணத்தின் கொடுமையைக் கேலியாகச் சித்திரித்துள்ளார்.

“ஸ்ரீனிவாசனுக்குக் கலியாணம் ஆனது நினைவில் இல்லை. ஏனென்றால் அது பெப்பர்மிண்ட் கலியாணம். ஸ்ரீனிவாசனின் பெற்றோர்கள் பெரியவர்களாகியும், குழந்தைப் பருவம் நீங்காது பொம்மைக் கலியாணம் செய்ய ஆசைப்பட்டார்கள். வெறும் மரப்பொம்மையை விட, தங்கள் நாலுவயதுக் குழந்தை சீமாச்சு மேல் என்று பட்டது. பிறகு என்ன? பெண் கிடைக்காமலா போய்விடும்? ஆத்தூர்ப் பண்ணை ஐயர் மகள் ருக்மணிக்கு இரண்டு வயது. கலியாணம் ஏக தடபுடல். பெற்றோர் மடியிலிருந்தபடியே ஸ்ரீமான் ஸ்ரீனிவாசனுக்கும் ருக்மணி அம்மாளுக்கும் திருமணம் நடந்தது.” என்று கதைக் காட்சி விரியும்.

இளம் விதவைகளுக்கு நிகழும் கொடுமைகளைப் பற்றிப் புதுமைப்பித்தனின் வாடாமல்லிகை, வழி, கு.ப.ரா.வின் உயிரின் அழைப்பு, தி.ஜ.ர.வின் ராஜத்தின் கூந்தல், அகிலனின் சாந்தி, பி.எஸ். ராமையாவின் மலரும் மணமும் ஆகிய கதைகள் பேசுகின்றன. சாவு என்ற கதையில் விதவை ஜக்கம்மாவிற்குச் செய்யும் மூடச் சடங்குகளைக் கி.ராஜநாராயணன்கீழ்வருமாறு விவரிக்கின்றார்.

‘பதினோராவது நாள் சர்வ அலங்காரங்களும் பண்ணி ஜக்கம்மாவை வீட்டினுள்ளிருந்து முற்றத்துக்கு அழைத்துக் கொண்டு வருகிறார்கள். தரையில் வட்டமான பெரிய சொளகு. அதன் மேல் குவிக்கப்பட்டுள்ள கம்மம்புல் அம்பாரம். அதன்மேல் எருமைத் தோலினால் முறுக்கப்பட்ட உழவு வடங்கள் இரண்டு வைத்திருக்கிறது. அதன் மேல் ஜக்கம்மாவை ஏற்றி நிற்க வைக்கிறார்கள். கைகள் நிறையப் புது வளையல்கள். மஞ்சள் பூசிக் கழுவிய முகத்தின் நெற்றியில் துலாம்பரமாகத் தெரியும் சிவப்புக் குங்குமம். கண்களிலிருந்து மாலை மாலையாய்க் கண்ணீர் வழிந்து கொண்டே இருக்கிறது. அவளை எவ்வளவு அழகுபடுத்த முடியுமோ அவ்வளவும் செய்திருக்கிறார்கள். இது அவளுடைய சுமங்-

கலியின் கடைசிக் கோலம். விடை பெற்றுப் போகச் சுமங்கலியின் அதிதேவதையே வந்து நிற்கிறாள்''

இத்தகைய வர்ணனைகள் மூலம், விதவைகளுக்கு மறுவாழ்வு தேவை என்பதை மறைமுகமாக வற்புறுத்துகின்றனர் கதை ஆசிரியர்கள்.

சி.சு.செல்லப்பாவின் மஞ்சள் காணி, தேவனின் சுந்தரம்மாவின் ஆவி போன்ற கதைகள் வரதட்சணைப் பிரச்சினையை அடிப்படையாகக் கொண்டு எழுதப்பட்ட கதைகளாகும். வயது கடந்த முதியவர்கள் இளம்பெண்களை மணந்து கொள்ளும் வழக்கம் 20ஆம் நூற்றாண்டில் ஐம்பதுகள் வரை சர்வ சாதாரணமாக இருந்து வந்துள்ளது. இப்பிரச்சினையை அடிப்படையாக வைத்துக் கல்கி சர்மாவின் புனர்விவாகம், ஜெயகாந்தன் பேதைப் பருவம், கு.ப.ரா எவன் பிறக்கின்றானோ, புதுமைப்பித்தன் கல்யாணி, இராதா மணாளன் மண்ணாய்ப்போகவே என்ற கதைகளை எழுதியுள்ளனர்.

"மீசை நரைத்த கிழவன் ஒருவனுடைய கரத்தை மணக்கோலத்துடன் மனைவியாக நின்று கைப்பற்றி வழிநடந்து கொண்டிருந்தாள் அந்தப் பேதைச் சிறுமி. அவள் புதுப்புடவை கட்டியிருக்கிறாள்....... இல்லை; அந்தச் சிறுமியைப் புடவையில் சுருட்டி வைத்திருக்கிறார்கள்''. என்று, பொருந்தா மணத்தின் கொடுமையை ஜெயகாந்தன் பேதைப் பருவம் என்ற கதையில் உணர்ச்சியோடு எடுத்துரைத்துள்ளார்.

மூடநம்பிக்கைகள், அறியாமை இவற்றினால் ஏற்படும் சீர்கேடுகளை ரா.கி. ரங்கராஜனின் கன்னி, கு.அழகிரிசாமியின் அக்கினிக் கவசம், ந. பிச்சமூர்த்தியின் வேப்பமரம், கோ.வி. மணிசேகரனின் ரேகை, ஜெயகாந்தனின் அபாயம், அகிலனின் சரசியின் ஜாதகம், அண்ணாதுரையின் பலாபலன் ஆகிய கதைகள் பேசுகின்றன. ஜாதிக் கொடுமையைப் பற்றிச் சிற்பியின் கோவில் பூனை, புதுமைப்பித்தனின் புதிய நந்தன், அகிலனின் மயானத்து நிலவில், ராஜாஜியின் அறியாக் குழந்தை ஆகிய கதைகள் பேசுகின்றன.

பொருளாதாரச் சிக்கல் - இன்றைய சமுதாய வாழ்வில் அன்றாடப் பிரச்சினைகளாக உள்ள பொருளாதாரப் போராட்டத்தையும், வறுமையையும், பற்றாக்குறையையும் அதனால் மக்கள் படும் அவதியையும் பல கதைகள் பேசுகின்றன. அகிலனின் பசி, கோயில்விளக்கு, ஏழைப் பிள்ளையார், வ.சுப்ரமணியத்தின் எச்சில், ஆர். சூடாமணியின் மறுபுறம், ஜெயகாந்தனின் ஒருபிடிசோறு, புதுமைப் பித்தனின் தனி ஒருவனுக்கு, எம்.ஏ. அப்பாஸின் கஞ்சி முதலிய கதைகள் வறுமையின் கொடுமையைப் படம் பிடித்துள்ளன. பொருளாதார ஏற்றத் தாழ்வுகளைக் கதைப்படுத்துவதில் விந்தன் திறமையானவர். அவருக்குப் பின் ஜெயகாந்தன் பொருளாதாரச் சிக்கலை அதிகம் கதைப்படுத்தியுள்ளார்.

இந்திய நாட்டு விடுதலை - நாற்பது, ஐம்பதுகளில் நாட்டு விடுதலைப் போராட்டத்தை அடிப்படையாக வைத்துப் பலர் கதை எழுதியுள்ளனர். கள்ளுக் கடை மறியல், அந்நியத் துணி பகிஷ்காரம், உப்புச் சத்தியாகிரகம், 'வெள்ளையனே வெளியேறு' போன்ற போராட்டங்களை அடிப்படையாக வைத்து வை.மு. கோதை நாயகி அம்மாள், அகிலன், நா.பார்த்த சாரதி, ராஜம் கிருஷ்ணன் போன்றவர்கள் சிறு கதைகள் எழுதியுள்ளனர். நவீன காலத்தில் அறிவியல் கருத்துகளையும், பாலியல் வன்முறை, பெண்களைத் துன்புறுத்தல் (Eve Teasing), கருக்கொலை, பெண்சிசுக் கொலை, தண்ணீர்ப் பிரச்சினை என்ற தற்போதைய பிரச்சினைகளையும் அடிப்படையாகக் கொண்டு சிறு கதைகள் எழுதப்படுகின்றன.

1.3.2 கால எல்லை - "சிறுகதைக்குக் கால எல்லை இல்லை. ஒருவனுடைய பிறப்பு முதல் இறப்பு வரையில் சிறுகதையின் காலமாக இருக்க முடியும்; அல்லது ஒருவன் வாழ்க்கையில் ஒருநாளில், ஒரு மணியில், ஒரு சில வினாடிகளில் நடக்கும் மன ஓட்டத்தில் கூடக் கதை எழுதப்படலாம்'' என்கிறார் பி.எம். கண்ணன். கதை நடக்கும் காலத்தையும் இடத்தையும் தொடக்கத்திலே கூற வேண்டுமென்ற தேவையில்லை. கதையைக் கூறிச் செல்லும் போது, இடையிடையே காலத்தையும் இடத்தையும் பற்றிய குறிப்புகளைக் கொடுக்கலாம். சிறுகதையில் கால வர்ணனை ஓரிரு தொடர்களில் குறிப்பாக அமைய வேண்டுமே தவிர விரிவாக இருத்தல் கூடாது. புராணக் காலம், சரித்திரக் காலம் இவற்றைக் கூடச் சிறுகதைக்குள் கொண்டுவர முடியும்.

1.3.3 ஒருமைப்பாடு - சிறுகதைகள், முழுக்க முழுக்க ஒருமுகப்பட்ட தன்மையோடு இயங்கி முற்றுப் பெறுதல் வேண்டும். கதையின் தொடக்கத்தில் எந்த உணர்வு காட்டப் படுகிறதோ அதே உணர்வு இடையிலும் முடிவிலும் வளர்ந்து முற்றுப் பெற வேண்டும். இதை உணர்ச்சி விளைவின் ஒருமைப்பாடு (Unity of Impression) என்று குறிப்பிடுவார்கள் திறனாய்வாளர்கள். அடுத்ததாக, சிறுகதையை ஆசிரியர் படைத்ததன் நோக்கம் ஒருமுகப்பட்டதாக இருத்தல் வேண்டும். வாசகர்களின் கவனத்தையும் ஆர்வத்தையும் சிறிதும் சிதறடிக்காமல், குறிப்பிட்ட இலக்கை நோக்கிக் கதை சென்று முடிதல் வேண்டும்.

1.4 சிறுகதை அமைப்பு - சிறுகதையின் அமைப்பு திட்டமாகவும் உறுதியாகவும் இருக்க வேண்டும். "திறமை வாய்ந்த இலக்கிய மேதை ஒருவன் சிறுகதையை எழுதும்போது, கதையின் நிகழ்ச்சிகளுக்காக அவன் கருத்துகளைப் புனைவதில்லை. குறித்த ஒரு முடிவுக்காக ஆழ்ந்த கவனத்துடன் நிகழ்ச்சிகளைக் கற்பனையில் கண்டு பிடிக்கிறான்'' என்கிறார் எட்கர் ஆலன்போ. சிறுகதைகள் தொடக்கம், உச்சக் கட்டம், முடிவு என்று ஒரே அமைப்பைப் பெற்றி-

ருந்தாலும், தங்களுக்குள் நுட்பமான வேறுபாடு கொண்டிருக்கும் என்கிறார் பி.எஸ். ராமையா. சிறுகதை அமைப்பில் தலைப்பு, தொடக்கம், முடிவு என்பன இன்றியமையாத இடத்தைப் பெற்றுள்ளன.

1.4.1 சிறுகதையின் தலைப்பு - சிறுகதைக்கு நல்லதொரு பெயர் இன்றியமையாதது. பொருத்தமான பெயரும் அதன் கவர்ச்சியுமே வாசகர்களை ஈர்த்துப் படிக்கத் தூண்டுகின்றன. பெயரைத் தேடி வைப்பதில்தான் சிறுகதை ஆசிரியரின் தனித்திறமை அடங்கியிருக்கிறது. சிறுகதையின் சிறு தலைப்புகள் கதையின் பெரிய உட்கருத்தை உள்ளடக்கிய ஆலம் வித்துப் போன்று இருக்க வேண்டும். அடுத்தது காட்டும் சிறிய கண்ணாடி போலத் தலைப்புகள் அமைந்திருக்கலாம்.

திறனாய்வாளர்கள் சிறுகதையின் தலைப்பை நான்கு வகையாகப் பிரிப்பர். அவை,
1. கதையின் தொடக்கத்தை வைத்து அமையும் தலைப்பு
2. கூறும் பொருளை வைத்து அமையும் தலைப்பு
3. மையப் பாத்திரத்தின் பெயரை வைத்து அமையும் தலைப்பு
4. முடிவை வைத்து அமையும் தலைப்பு - என்பனவாகும்.

ஜெயகாந்தனின் போன வருசம் பொங்கலப்போ, கி. ராஜநாராயணனின் கதவு, கி.வா. ஜகந்நாதனின் மங்க் - கீ, சூடாமணியின் இரண்டாவது தந்தி, அகிலனின் ஏழைப்பிள்ளையார் போன்ற கதைகளில் தொடக்கமே தலைப்பாக அமைந்துள்ளது. ஏதாவது சிக்கலை அடிப்படையாக வைத்துப் புனையப் பட்டிருக்கும் கதைகளுக்கு அவற்றின் பொருளை வைத்துப் பெயரமைவது உண்டு. விந்தனின் பசிப்பிரச்சினை, அகிலனின் படியரிசி, சுந்தர ராமசாமியின் பொறுக்கி வர்க்கம், ஜெகசிற்பியனின் இருட்டறையில் உள்ளதடா உலகம், ஜெயகாந்தனின் சாத்தான் வேதம் ஓதட்டும், தி.ஜ.ர.வின் மரத்தடிக் கடவுள் என்ற கதைகள் இவ்வகையைச் சேர்ந்தன. இத்தலைப்புகளைப் பார்த்த உடனேயே கதையை ஓரளவு புரிந்து கொள்ள முடியும்.

சில கதைகள் மையப் பாத்திரத்தின் பெயரையோ பண்பையோ பெயராகக் கொண்டிருக்கும். புதுமைப்பித்தனின் திருக்குறள் குமரேசப் பிள்ளை, காஞ்சனை, வ.ரா. வின் மாட்டுத் தரகு மாணிக்கம், கு.ப.ரா.வின் நூருன்னிசா, லா.ச.ரா.வின் சாவித்திரி போன்றவை பாத்திரத்தின் பெயரையே தலைப்பாகக் கொண்டுள்ளன. கதையின் முடிவை வைத்துச் சில சிறுகதைகளுக்குத் தலைப்புகள் இடப்பட்டுள்ளன. புதுமைப் பித்தனின் திண்ணைப் பேர்வழி, கு.ப.ரா.வின் படுத்த படுக்கையில், சோமுவின் மங்கலம் போன்ற கதைகள் முடிவை வைத்துப் பெயரிடப்பட்டுள்ளன.

1.4.2 சிறுகதையின் தொடக்கம் - சிறுகதையின் தொடக்கமே விறுவிறுப்பாக அமைந்து வாசகர்களைப் படிக்கத் தூண்டவேண்டும். ‘ஒரே ஒரு ஊரிலே’ என்ற பழைய முறையிலோ அல்லது பிறப்புத் தொடங்கி, வாழ்க்கை வரலாறு போன்றோ சொல்வதைக் காட்டிலும் ஒரு நிகழ்ச்சியின் இடையில் தொடங்குவதே சிறப்புடையதாகும் என்கிறார் இரா. தண்டாயுதம்.

‘சிறுகதையின் தொடக்கம் திடுதிப்பென காலப் (Gallop) எடுத்த மாதிரி நம் மனதில் தென்பட வேண்டும்’ என்று சி.சு.செல்லப்பா கூறுகிறார். ‘சிறுகதையின் தொடக்கம் ஆவலைத் தூண்டுவதாக அமைய வேண்டும்; அவர்கள் சலிப்படையும் முன் அவர்களை ஒரு நிகழ்ச்சியின் மத்தியில் இழுத்துச் சென்றுவிட வேண்டும். அதற்குக் கதையின் தொடக்கத்திலேயே வாசகரின் கவனம் கவரப்பட வேண்டும். இல்லாவிட்டால் கதை சுவையாக இல்லை என்று ஒதுக்கி விடுவர்’ என்று பி.கோதண்டராமன் கூறுகிறார். பொதுவாகக் கதைப் பொருளுக்கும் கதைக் கருவிற்கும் ஏற்ற தொடக்கம் அமையும்போது சிறுகதைகள் சிறக்கின்றன.

கு.ப.ரா.வின் விடியுமா? என்ற கதை, ‘தந்தியைக் கண்டு எல்லோரும் இடிந்து போனோம்’ என்று தொடங்குகிறது. தந்தியை யார் அனுப்பியது, அதன் பின் என்ன நிகழ்ந்தது என்பதை அறிய இத்தொடக்கம் ஆவலைத் தூண்டுகிறது. பரபரப்புடன் கதை முழுவதையும் ஒரே மூச்சில் படித்துவிட முடிகின்றது. இதுவே சிறந்த தொடக்கத்தின் இயல்பாகும்.

சிறுகதைகள் சுவையான உரையாடலுடன் தொடங்குதலும் உண்டு. ந. பிச்சமூர்த்தியின் வித்தியாசம் என்ற கதை இதற்குச் சரியான எடுத்துக் காட்டாகும்.

“மனுஷாளெல்லாம் குரங்கின் வம்சம் என்று மேல்நாட்டுப் புஸ்தகங்களில் படிக்கிறோமே அது பொய் என்று சில சமயம் தோணுது. நிஜமாக இருந்தால் நல்லதென்று சில சமயம் தோன்றுகிறது?”

“‘குரங்கு’ என்று என்னை இப்பொழுது வைவதற்காகவா?”

“அடி அசடு, அதெல்லாம் இல்லை. அந்த மாதிரி இருந்தால் சிவனே என்று ஒரு புளியமரத்தையோ ஆலமரத்தையோ புடித்துக் கொண்டுவிடலாம். வாடகையும் கிடையாது. மரங்களுக்கும் பஞ்சமில்லை.”

“மனுஷனாகி விட்ட பிறகு அந்தப் பேச்சேது? இனிமேல் ஆகவும் முடியாது.”

இப்படித் தொடக்கமே சுவையான உரையாடலாக அமைந்து மேன்மேலும் படிக்கத் தூண்டுகிறது கதை.

வ.வே.சு. ஐயரின் மங்கையர்க்கரசியின் காதல் என்ற கதை இயற்கை வர்ணனையுடன் தொடங்குகிறது

“எங்கே பார்த்தாலும் இருள்; காரிருள், கருத்த மேகங்கள் வானத்தில் இடைவிடாது சென்று கொண்டிருக்கின்றன; சந்திரன் சற்று நேரத்திற்குத் தோன்றுகிறான். உடனே முன்னிலும் கனமான மேகங்களுக்கிடையில் மறைந்து விடுகிறான். காற்று சீறிக்கொண்டு செல்கிறது. தூரத்தில் புலியும் கரடியும் உறுமிக் கொண்டிருக்கின்றன. பக்கத்துக் கொல்லைகளில் நரிகள் ஊளையிட்ட வண்ணமாக இருக்கின்றன. அதோ அந்த ஆலமரத்தின் மீதிலிருந்து ஒரு கோட்டான் பயங்கரமாகக் கத்துகிறது”. இத்தொடக்கம், கதையில் ஏதோ பயங்கர நிகழ்ச்சி நடக்கப் போகிறது என்பதை உணர்த்தி மேலே படிக்கத் தூண்டுகிறது.

கி.சந்திரசேகரின் சாருபாலா என்ற கதை, பாத்திர வர்ணனையுடன் தொடங்குகிறது. “நிலைக் கண்ணாடியின் முன் நின்று கொண்டிருந்தாள் சாருபாலா. அவளுக்கு 40 வயது முடிந்திருந்தும் கண்ணாடியில் தெரிந்த உருவம் இன்னும் 10 வருடங்கள் குறைவாகவே மதிப்பிடும்படி இருந்தது. தன் இடது கையை மடக்கி இடுப்பில் குத்திட்டும், வலது கரத்தைத் தொங்க விட்டும் அவள் நின்ற மாதிரி, நாட்டியக் கலையில் அவளுக்குள்ள ஈடுபாட்டைப் புலப்படுத்தியது. ஓர் இழை கூட வெளுக்காத அவள் கேசம், தைலமிட்டுப் படிய வாரப்பட்டு, கோடிட்ட வகிட்டின் இருபுறமும் கறுத்து மின்னியது..........’ இப்படித் தொடங்கி, சாருபாலாவைப் பற்றி மேலும் அறிய ஆவலைத் தூண்டிப் படிக்க வைக்கின்றது அக்கதை.

மேற்கூறியவாறு, சிறுகதைத் தொடக்கம், வாசகர்களைக் காந்தம் போலக் கவர்ந்து, அவர்கள் சிந்தனையைச் சிதறவிடாது மேலே படிக்கத் தூண்ட வேண்டும்.

1.4.3 சிறுகதையின் முடிவு - சிறுகதையின் முடிவு இன்பகரமாக இருக்க வேண்டும் எனச் சிறுகதை வளர்ச்சியின் தொடக்கக் காலத்தில் எதிர்பார்க்கப்பட்டது. “பல ஆசிரியர்களுக்குக் கதை முடிவில் சுபம் என்று போட்டால் தான் திருப்தி. ஆனால் அது ஒரு பலவீனம்” என்பது கி.ரா. வின் கருத்தாகும். வாழ்வு என்பது எப்போதும் மகிழ்ச்சியானது அல்ல; அழுகையும் உண்டு, ஆகவே, துன்பியல் முடிவுகளையும் ஒத்துக் கொள்ள வேண்டும் என்று கூறப்பட்டது.

பெயின் என்ற திறனாய்வாளர், ‘ஒரு கதை இன்பியல் முடிவினாலோ அல்லது துன்பியல் முடிவினாலோ அழகு பெற்று விடாது. இவற்றில் எது சரியான, பொருத்தமான முடிவாக உணரப்படுமோ அத்தகைய முடிவால்தான் அக்கதை வெற்றிபெற முடியும்’ என்கிறார். கதையின் உச்ச நிலையும் முடிவும் ஒன்றாகச் சில கதைகளில் அமைந்திருக்கும். அதாவது, கதையின் உள்ளீடு உச்ச நிலையிலேயே முழுத் தெளிவைப் பெற்று அத்துடன் கதை முடிந்துவிடும். ஒரே பாத்திரத்தைச் சுற்றி வரும் கதையில் உச்ச நிலையும் முடிவும் ஒன்றாகவே இருக்கும். பெரும்பாலும், கதை உச்சக் கட்டத்தை அடைந்த பிறகு ஓரிரு வாக்கியங்களில் சுருக்கமாக முடிந்து விட வேண்டும்.

1.5 சிறுகதை உத்திகள் - சிறுகதை சிறப்பாக அமைய நடைத் தெளிவு, சிறந்த பாத்திரப் படைப்பு, வடிவச் செம்மை போன்றவை முக்கியமாகக் கவனிக்கப்பட வேண்டும். ஒரு படைப்பாளியை, மற்றொரு படைப்பாளியிடமிருந்து தனித்து இனங்காட்டுபவை அவர்கள் கையாளும் படைப்பாக்க உத்திகளே ஆகும். படைப்பாக்கத்தில் மொழிநடை, பாத்திரப் பண்பு இரண்டும் முக்கியப் பங்கு வகிக்கின்றன.

1.5.1 நடை - நடை என்பது கதை ஆசிரியருக்கே உரிய தனித்த வெளிப்பாடாகும். “நடை ஓர் ஆசிரியரின் மேற்சட்டை போன்றது அன்று; உடம்பின் தோல் போன்றது” என்று கூறுவார் கார்லைல்.

“நடை அழகு என்பது ஆசிரியரின் தனிச்சொத்து என்று கருதினாலும், ஆசிரியர் அவர் வாழ்ந்த காலத்தின் செல்வாக்குக்கு உட்பட்டிருப்பதை மறுக்க இயலாது. காலத்தின் சிந்தனைகள், எண்ணங்கள் அவற்றை வெளியிடும் பேச்சு மொழி, எழுத்து மொழி இவ்வளவையும் ஜீரணித்துக் கொண்டுதான் படைப்பாளரும் தம்முடைய சொந்த நடையில் படைப்பை வெளியிடுகின்றார். எனவே நடைக்கு ஆசிரியர் மட்டும் காரணமாவதில்லை. அவர் வாழும் காலமும் காரணமாகிறது” என்கிறார் அகிலன்.

“நல்ல நடையானது படிப்பவரைக் கடைசி வரை சலிப்பூட்டாமல் தன்னோடு இழுத்துச் செல்ல வேண்டும்,” என்கிறார் பிளாபர் என்ற மேனாட்டுப் படைப்பாளி. தமிழ்ச் சிறுகதை எழுத்தாளர்களில் வ.வே.சு. ஐயர், வ.ரா, புதுமைப்பித்தன், கல்கி, ந. பிச்சமூர்த்தி, அகிலன், ஜெயகாந்தன், சுஜாதா போன்றோர் தங்களுக்கென்று தனித்துவ நடையைக் கையாண்டுள்ளனர்.

வ.வே.சு. ஐயரின் தமிழ்நடை கம்பீரமானது. புதுமைப்பித்தன் நடை கிண்டல், எள்ளல் நிரம்பியது. புதுமை, விறுவிறுப்பு, எளிமை என்ற மூன்றின் கூட்டுறவு வ.ரா.வின் நடை. கேலி, கிண்டல், நகைச்சுவை, கற்பனை அனைத்தும் கலந்த நடை கல்கியின் நடை. லா.ச.ரா.வின் நடை இலக்கியத் தமிழில் சொற்சிக்கலாகவும்,வார்த்தை அலங்காரங்களாகவும் அமைந்து புதுப்பாங்கில் அமைந்திருக்கும். அகிலனின் நடை ஆற்றொழுக்கான நடை. ஜெயகாந்தனின் நடை யதார்த்த நடை. பாத்திரங்களின் பேச்சுத் தமிழைப் பிரதிபலிக்கும் நடை அது. சென்னைத் தமிழில் பல கதைகளை எழுதியவர் ஜெயகாந்தன். சுஜாதாவின் நடை சுருக்கமும், திட்பமும் அதே சமயத்தில் சோதனை முயற்சியும் வாய்ந்தது. நாஞ்சில் நாட்டுப் பேச்சுத் தமிழைக் கையாண்டு சிறப்பாக எழுதியவர்கள் சுந்தர ராமசாமியும் நீல பத்மநாபனும் ஆவர். தஞ்சை மாவட்டப் பேச்சு மொழியைக் கையாண்டு எழுதியவர் தி. ஜானகிராமன். கி. ராஜநாராயணன்,

பூமணி, பா.செயப்பிரகாசம் (சூரியதீபன்) வண்ணதாசன் போன்றோர் திருநெல்வேலி வட்டார மொழியைக் கையாண்டவர்கள்.

புதுமைப்பித்தனின் நாசகாரக் கும்பல் என்ற கதையில் அமைந்த நடை இது.

“வே ! ஒமக்கு என்னத்துக்கு இந்தப் பெரிய எடத்துப் பொல்லாப்பு? அது பெரிய எடத்துக் காரியம். மூக்கம் பய படுதப் பாட்டெப் பாக்கலியா ! பண்ணையார்வாள் தான் கண்லே வெரலெ விட்டு ஆட்ராகளே ! ஒரு வேளை அது மேலெ அவுகளுக்குக் கண்ணாருக்கும். சவத்தெ விட்டுத் தள்ளும் !”

திருநெல்வேலி வட்டார வழக்குக் கலந்த நடையில் கிண்டல் தொனி வெளிப்பட எழுதியுள்ளார் அவர்.

கல்கியின் கைலாசமய்யர் காபரா என்ற கதையில் காணப்படும் நடை இது.

“பிரசித்தி பெற்ற தமிழ் எழுத்தாளரும் பிரகஸ்பதிச் சுப்பன் என்ற புனைபெயரால் புகழ்பெற்றவருமான ஸ்ரீபிராணதர்த்தி ஹரன் இன்று காலை மரணமடைந்த செய்தியை மிகுந்த துக்கத்துடன் தெரிவித்துக் கொள்கிறேன். மயிலாப்பூரில் அவருடைய சொந்த ஜாகையில் திடீரென்று உயிர்போன காரணத்தினால் அவருடைய வருந்தத் தக்க மரணம் நேரிட்டது. அவருக்கு அந்திம ஊர்வலத்துக்கும் கணக்கற்ற ஜனங்கள் - சுமார் ஒன்பது பேர் இருக்கலாம் - வந்து கௌரவித்ததிலிருந்து இந்த எழுத்தாளர் தமிழ் வாசகர் உள்ளத்தில் எவ்வளவு மகத்தான இடத்தைப் பெற்றிருந்தார் என்பதை ஊகிக்கலாம். அவருடைய அருமையான ஆத்மா சாந்தியடைவதாக”.

இது, நகைச்சுவையும் எள்ளலும் கலந்த கல்கியின் நடையாகும்.

உணர்ச்சியும், சொல்வேகமும் நிறைந்த லா.ச.ரா. வின் நடையைக் கீழ்க்காணும் பகுதியில் காணலாம்.

“திடீரென்று இடியோடு இடிமோதி ஒரு மின்னல் வானத்தின் வயிற்றைக் கிழித்தது. இன்னமும் என் கண் முன் நிற்கிறது, அம்மின்னல் மறைய மனமில்லாமல் தயங்கிய வெளிச்சத்தில் நான் கண்ட காட்சி ! குமுமிய கருமேகங்களும் காற்றில் திரை போல எழும்பி, குளவியாகக் கொட்டும் மின்னலும், கோபக்கனல் போல் சமுத்திரத்தின் சிவப்பும், அலைகளின் சுழிப்பும், அடிபட்ட நாய்போல் காற்றின் ஊளையும், பிணத்தண்டைப் பெண்கள் போல, ஆடி, ஆடி, அலைந்து அலைந்து, மரங்கள் அழும் கோரமும்.!” இவ்வாறு, நடையின் போக்கு கதாசிரியர்க்குக் கதாசிரியர் மாறுபட்டு அவர்களுக்கென்று ஒரு தனித்துவத்தை ஏற்படுத்தித் தருவதுடன், கதையில் வரும் உணர்ச்சிகளுக்கு ஏற்ப வளைந்து கொடுக்கும் இயல்பைப் பெற்றிருக்க வேண்டும் என்பது இன்றியமையாததாகும்.

1.5.2 நோக்கு நிலை - ஒரு சிறுகதை அதைக் கூறும் கோணத்திலும் சிறந்திருக்க வேண்டும். கதை கூறும் கோணத்தை நோக்கு நிலை உத்தி என்று குறிப்பிடுவர். குறிப்பிட்ட ஒரு நிகழ்ச்சியை ஆசிரியர் எந்தக் கோணத்திலிருந்து பார்க்கிறார் ; எந்த விதமான உள்ளீட்டுக்கு எந்தக் கோணத்தைத் தேர்ந்தெடுக்கிறார் என்பது முக்கியம்.

ஆசிரியர் நோக்கு, முக்கியப் பாத்திர நோக்கு, கடிதம் அல்லது நாட்குறிப்பு மூலம் கதை கூறல் என்று பலவாறான நோக்கு நிலைகளில் கதைகள் கூறப்படுவதுண்டு. ஆசிரியர் கதை கூறும்போது, தன்னை உணர்த்தாமல் (‘நான்’ என்று கதைசொல்லிச் செல்லாமல்), படர்க்கையில் கதை கூறுவது சிறந்த முறையாகும். பெரும்பாலான கதைகள் இவ்வகையைச் சார்ந்தன. ஆசிரியரும் ஒரு பாத்திரமாக நின்று கதை கூறுவதுண்டு. புதுமைப்பித்தனின் கோபாலபுரம், விபரீத ஆசை, கு.ப.ரா. வின் விடியுமா?, மாயாவியின் பனித்திரை, தி.ஜானகிராமனின் கோபுர விளக்கு, அகிலனின் கரும்பு தின்னக் கூலி, சூடாமணியின் படிகள் போன்ற கதைகளில் ஆசிரியரே ஒரு பாத்திரமாக நின்று கதையைக் கூறுகிறார்.

விலங்குகள், அறிணைப் பொருட்கள் போன்றவை கதை கூறுவதாகவும் சில கதைகள் அமைந்துள்ளன. வ.வே.சு. ஐயரின் குளத்தங்கரை அரசமரம், புதுமைப்பித்தனின் கட்டில் பேசுகிறது, வேதாளம் சொன்ன கதை போன்றவை இதற்குச் சான்றுகளாகும். சி.சு. செல்லப்பாவின் வலி, மௌனியின் பிரபஞ்சகானம், பிரக்ஞை வெளியில், புதுமைப்பித்தனின் நினைவுப்பாதை, க.நா.சு. வின் வரவேற்பு போன்ற கதைகளில் மனம் பேசுவதாக, மனம் பின்னோக்கி எண்ணுவதாகக் கதைகள் அமைந்துள்ளன.

இவ்வாறு, கதை கூறும் முறைகள் பலவாறாக அமைந்திருந்தாலும், ஆசிரியர் படர்க்கைக் கூற்றில் கதை கூறும் முறையே பெரும்பான்மையான கதைகளில் அமைந்துள்ளன.

1.5.3 பாத்திரப்படைப்பு - ஒரு படைப்பு என்ற நிலையில் முன்னிடம் வகிப்பவை பாத்திரங்கள்தாம். சிறுகதை சிறியகதை என்பதால் அதில் அவசியமற்ற பாத்திரங்கள் தவிர்க்கப்பட்டுத் தேர்ந்தெடுத்த பாத்திரங்களே இடம் பெறுகின்றன. அன்றாட வாழ்வில் நாம் காணும் மனிதர்கள்தாம் சிறுகதைப் பாத்திரங்கள். தொடக்கத்தில் கதாசிரியர்கள் இலட்சியங்களுடன் தேர்ந்தெடுத்துப் படைத்த பாத்திரங்களும் உண்டு. ஆனால் இன்று ‘வாழ்க்கையில் இலட்சியமில்லாதவனை, ஏமாற்றமடைந்தவனை, ஏமாற்றுபவனை’ என்று அனைவரையும் படைத்து வருகின்றனர்.

சிறுகதை ஆசிரியர்கள் ஒரு கதையைச் சொல்லாமல் பாத்திரங்களை மட்டும் உருவாக்கி உலவ விட முடியும். ஆனால் பாத்திரங்கள் இல்லாத கதை இருக்க முடியாது. எனவே பாத்திரங்கள்தாம் சிறுகதையின் அடிப்படை. சிறுகதை ஆசிரியர்கள் தங்கள் பாத்திரங்களை அறிமுகப் படுத்தச் சில முறைகளைக் கையாளுவர். ஆசிரியர் நேரடியாகப் பாத்திரத்தை அறிமுகப்படுத்துவது ஒரு முறையாகும். காட்டாகப் புதுமைப்பித்தனின் திருக்குறள் குமரேசப் பிள்ளை

என்ற கதையில், குமரேசப் பிள்ளையை நயமாக அறிமுகம் செய்வதைக் காணலாம்.

“நீங்கள் பட்டணம் போனால் கட்டாயம் பார்க்க வேண்டியது என்று சொல்கிறார்களே, உயிர்க்காலேஜ் செத்த காலேஜ் என்று. சென்னையில் அவை இரண்டிற்கும் அதிகமான வித்தியாசம் ஒன்றுமில்லை. அதில் இரண்டாவதாக ஒரு காலேஜ் சொன்னேனே அதில் அவசியமாக இருக்க வேண்டிய பொருள் எங்களின் அதிர்ஷ்டத்தாலும், சென்னையின் துரதிர்ஷ்டத்தாலும், எங்களூரிலேயே இருக்கிறது. அதுதான் எங்களூர் திருக்குறள் குமரேசப் பிள்ளை”.

ஆசிரியர்கள் பாத்திரங்களை எவ்வாறு, எங்கிருந்து பார்த்துப் படைக்கின்றனர் என்பதை அவர்கள் சொல்வதிலிருந்தே காணலாம். தி. ஜானகிராமனின் சிலிர்ப்பு என்ற கதையில் வரும் காமாக்ஷி என்ற சிறுமி அழியாத ஓவியமாகப் படைக்கப் பட்டுள்ளாள். அப்பாத்திரம் உருவான விதத்தைப் பற்றி, ஆசிரியரே சொல்கிறார்:

“ஒரு சமயம் மூன்றாம் வகுப்புப் பெட்டியொன்றில் பிரயாணம் செய்து கொண்டிருந்தேன். வறுமை நிரம்பிய ஒரு சிறுமி தன் வாழ்வுக்காக வசதியுள்ள ஒரு குடும்பத்தவரோடு சென்று கொண்டிருந்தாள். அந்தக் குழந்தையை இன்னும் என்னால் மறக்க முடியவில்லை. அப்போது உலகம் சிறை போலிருந்தது எனக்கு. அந்த நடுக்கம், ஒரு அச்ச நிலை, என்னுடைய உள்ளத்தை ஆட்டி வைத்தது. இதை வைத்துத்தான் சிலிர்ப்பு என்ற கதையை எழுதினேன்.” பாத்திரங்களைப் படைக்கும் போது ஆசிரியர்கள் அனுபவிக்கும் அவஸ்தை நிலையை ஆசிரியர் சி.சு. செல்லப்பா அழகாகக் கூறியுள்ளார்:

“ஒரு கழுகின் பார்வையும் பாம்பின் செவியும் சேர்ந்து அவன் இருதயத்தைக் கொட்டிக் கொட்டி உணர்ச்சி நெறி ஏற்றிக் கொண்டே இருக்கின்றன. சதா கிண்டிக் கிளறிக் கொண்டே இருக்கும் மன உளைச்சல், சேறும் சகதியுமான மனக்குழப்பம். பொதுவாக அவஸ்தை நிலை. இந்த அவஸ்தை நிலைதான் எந்தச் சிருஷ்டிக்கும் மூலவித்து. பிரமனிடம் அவன் சிருஷ்டிக்கு மூலக்கருத்து எங்கே கிடைத்தது என்று கேட்டால் அங்கும் அவஸ்தையின் எதிரொலிப்புதான் கிளம்பும். பாற்கடலிலிருந்து அமிர்த வசுக்கள் தோன்றினதும் இந்தக் கொந்தளிப்பின் நடுவேதான், ஏன், உபாதை தாங்க முடியாமல்தானே அவதாரங்களே பிறந்தன.”

தாம் வெவ்வேறு மனிதர்களிடத்தில் கண்டு மகிழ்ந்த பண்புகளை யெல்லாம் ஒரே மனிதனிடத்தில் புகுத்தித் தாமே ஒரு புதிய பாத்திரத்தை உருவாக்குவதும் ஆசிரியரின் திறமையாகும்.

மேற்கூறியவாறு சிறுகதைகளில் பாத்திரங்கள் உயிர்பெற்று, வாசகர்கள் மனத்தில் உலாவரும் விதத்தில் படைக்கப்பட்டுள்ளன. காலத்தால் அழியாத பாத்திரப் படைப்புகள் எழுத்தாளனின் எழுத்துக்குக் கிடைத்த வெற்றியாகும்.

1.6 சிறுகதை வகைகள்

சிறுகதைகளை மூன்றாக வகைப்படுத்துவார் ஸ்டீவன்சன் என்ற அறிஞர்.

(1) கருவால் வந்த கதை (The Story of Plot)

(2) பாத்திரத்தால், அதன் குணநலன்களால் உருவான கதை (The Story of Character)

(3) பாத்திரங்களின் உணர்வுகளை மட்டும் முக்கியத்துவப்படுத்தும் கதை (The Story of Impression)

இவை தவிர, நிகழ்ச்சியால் சிறக்கும் கதை என்ற வகையையும் இணைத்துக் கொள்ளலாம்.

1.6.1 கருக்கதை - சிறந்த சிறுகதை ஆசிரியர்களான மாப்பசான், ஆண்டன் செகாவ், ஓ ஹென்றி போன்றவர்கள் கதைக்கருவினால் சிறந்த கதைகளைப் படைத்துள்ளனர். சின்னஞ் சிறிய கதைக்குள் ருசிகரமான கதைக்கருவைப் பதித்து இவர்கள் கதை சொல்கின்றனர். புதுமைப்பித்தன் கருவினால் சிறக்கும் பல கதைகளைப் படைத்துள்ளார். சங்குத் தேவனின் தர்மம் என்னும் கதை இதற்கு நல்ல சான்றாகும். முறுக்குப் பாட்டி முத்தாச்சி என்ற கிழவி தன் ஒரே மகளுக்குக் கல்யாணம் செய்வதற்காகத் தங்கத்தில் காதணி செய்து மடியில் கட்டிக் கொண்டு, காட்டில் தனிவழி நடந்து செல்கிறாள். சங்குத் தேவன் என்ற பெயர் பெற்ற வழிப்பறித் திருடனின் பயம் அவளை ஆட்டி வைக்கிறது. வழியில் அந்தத் திருடனே அவளோடு நடந்து வருகிறான். கிழவிக்கு அவனை யாரென்று தெரியவில்லை. வழித்துணை என்று நம்பி அவனிடமே சங்குத்தேவனைத் திட்டுகிறாள். தன் மடிக்கனத்தையும், மகள் கல்யாணத்தையும் சொல்லுகிறாள். திருடன் பத்திரமாக அவளை ஊர் எல்லை வரையில் கொண்டு வந்து விட்டு, அவளிடம் ஒரு பணப்பையைக் கொடுக்கிறான். கிழவி அவன் பெயரைக் கேட்கிறாள். சங்குத் தேவன் என்று பதில் வருகிறது.

இக்கதையில் ஓஹென்றியின் கதையில் வருவது போலக் கதையின் கடைசிப் பகுதியில் வாசகர்கள் வியக்கக்கூடிய ஒரு முடிவு வருகிறது. கெட்டவன் எல்லா நேரங்களிலும் கெட்டவனாக இருக்க மாட்டான் என்ற கதைக் கருவைக் கொண்டு உருவாக்கப்பட்ட இச்சிறுகதை வாசகர்களுக்குச் சுவைதரும் விதத்தில் படைக்கப்பட்டுள்ளது.

1.6.2 பாத்திரக் கதை - புதுமைப்பித்தனுடைய பொன்னகரம் என்ற கதை அம்மாளு என்ற பாத்திரத்தை அடிப்படையாகக் கொண்டு எழுதப்பட்ட கதையாகும். அம்மாளு சாதாரண ஏழைக் கூலித் தொழிலாளி, அவள் கணவன் குதிரை வண்டி ஓட்டுபவன். அவன் அடிபட்டு மூச்சுப் பேச்சில்லாமல் கிடந்தபோது அவனுக்குப் பால் கஞ்சி ஊற்றுவதற்காக அவள் தன் கற்பை விலை பேசுகிறாள். கற்பு என்பது பாதுகாத்துப் போற்றக் கூடிய ஒன்று என்ற மேல்தட்டு வர்க்கத்தின் நம்பிக்கைகளை அறியாத அம்மாளு கணவனுக்காகச் செய்த காரியத்தைப் பற்றிப் பேசுவது பொன்னக-

ரம் கதையாகும். மூன்று பக்கங்களில் அமைந்த இதில் அம்மாளு இல்லாவிட்டால் கதை இல்லை. அவளே, அவள் செய்கையே கதையை உருவாக்கியிருக்கிறது என்று பார்க்கும் போது இக்கதை பாத்திரத்தால் சிறந்த கதை என்றே கூற வேண்டும்.

கதைகளைப் படைக்கும் நெறிகளில் ஜெயகாந்தன் பாத்திர உருவாக்கத்திலேயே அதிகக் கவனம் செலுத்துகிறார். அவர் படைத்த பாத்திரங்கள் வாழ்க்கையில் நம் கண்முன்னால் காண்பவராவார்கள். ஜெயகாந்தனின் படைப்புகளில் அவர்கள் தாம் வாழும் சூழலிலிருந்து அப்படியே எழுந்து வந்து இயங்குகிறார்கள்; உறவாடுகிறார்கள்; பேசுகிறார்கள்; சிந்திக்கிறார்கள்; கோபப்படுகிறார்கள்;சிரிக்கிறார்கள்; அழுகிறார்கள். ஒரு தாயைப் போலத் தம் பாத்திரங்களோடு ஜெயகாந்தன் ஒன்றி நிற்கின்றார்.

ஜெயகாந்தனைப் போன்றுதான் தி.ஜானகிராமனும் பாத்திரங்களை உருவாக்குவதில் சிறந்து விளங்குகின்றார்.

1.6.3 நிகழ்ச்சிக் கதை - அமெரிக்க எழுத்தாளர் எட்கர் ஆலன்போ, ஹெமிங்வே, இங்கிலாந்தைச் சேர்ந்த ஜாக்கப்ஸ் போன்றவர்கள் கதையம்சம் இல்லாமல் சுவையான நிகழ்ச்சியை மட்டும் அடிப்படையாகக் கொண்டு கதைகள் படைத்துப் புகழ்பெற்றனர். புதுமைப்பித்தன் இவ்வகைக் கதையையும் படைத்துள்ளார். நினைவுப் பாதை என்ற கதையில் கதையம்சம் என்ற ஒன்று இல்லை. இழவு வீட்டில், இரண்டாவது நாள் விடிவெள்ளி கிளம்பும் நேரத்தில் தொடங்கி, சுமார் இரண்டே நாழிகைகளுக்குள் நடக்கும் நிகழ்ச்சிகளைச் சொல்லி, நான்கே பக்கங்களுக்குள் கதையை முடித்துவிடுகிறார் புதுமைப்பித்தன். மேலெழுந்தவாறு பார்த்தால் திடீரென்று தொடங்கித் திடீரென்று முடிவுபெற்ற கதைபோல் தோன்றும். ஆனால் ஆழ்ந்து நோக்கினால் படிப்பவரின் மனப்பக்குவத்திற்குத் தகுந்தாற்போல், நிகழ்ச்சிகளுக்குப் பின்னே உள்ள மறைமுகமான கதை, படிப்பவரின் உள்ளத்தில் வளர்ந்து கொண்டே போகும். இக்கதையின் முழு உருவம் சிந்திக்கச் சிந்திக்கப் புலனாகும் விதத்தில் அமைந்துள்ளது. அதாவது தலையும் காலும் இல்லாத முண்டம் போன்ற ஓர் ஓவியத்தை வரைந்து, அதற்கு முன்னும் பின்னும் உள்ள அழகுகளைக் கற்பனையால் கண்டு மகிழச் செய்வதே இந்த வகைக் கதையின் நோக்கம்.

1.6.4 உணர்ச்சிக் கதை - காதல், பசி, கோபம், துக்கம், நகைச்சுவை, விரகதாபம் என்று ஏதாவது ஓர் உணர்ச்சியை அடிப்படையாகக் கொண்டு சில கதைகள் படைக்கப்படுகின்றன. புதுமைப்பித்தனின் கடவுளும் கந்தசாமிப் பிள்ளையும் என்ற சிறுகதையில் நகைச்சுவை உணர்வு மேலோங்கி இருக்கின்றது. கல்கியின் பெரும்பான்மையான சிறுகதைகளில் நகைச்சுவையுணர்வே மேலோங்கி இருக்கும். புதுமைப்பித்தனின் வாடாமல்லி கதை, அதன் நாயகி சரசுவின் தன்னுணர்ச்சியை வெளிப்படுத்துவதாக அமைந்துள்ளது. விரகதாபமா அல்லது சுய இரக்கமா அவ்வுணர்ச்சி எது என்பதை வாசகர்களின் கருத்திற்கே விட்டுவிடுகிறார். கல்யாணி என்ற கதையில், கல்யாணியின் விரகதாபத்தை மையப்படுத்திப் பேசியுள்ளார் புதுமைப்பித்தன். ஜெயகாந்தன் வாய்ச்சொற்கள் என்ற கதையில் கண்ணில்லாத இருவரின் காதல் உணர்ச்சியைக் கதைப்படுத்தியுள்ளார்.

“அந்த இரவு சம்பவத்திற்குப் பின் பகலும் இரவும் கண்ணப்பனைப் பற்றிய நினைவுகளிலேயே சஞ்சரித்துக் கொண்டிருந்தாள் ருக்குமணி. மானசீகமாய் அவன் குரலையும் பாட்டையும் கேட்டுக் கேட்டு மகிழ்ந்தாள். வாழ்க்கை முழுதும் அவன் பாடிக்கொண்டே இருக்க, பக்கத்தில் உட்கார்ந்து தான் கேட்டுக் கொண்டே இருப்பதைக் காட்டிலும் உலகத்தில் வேறு ஒரு இன்பம் இருப்பதாக அவளால் நம்ப முடியவில்லை”

கு.ப.ரா. வின் கதைகள் காம உணர்வின் உளவியல் பக்கத்தை அடிப்படையாகக் கொண்டு எழுதப்பட்டுள்ளன. இவ்வாறு, மனித உணர்வுகளை முக்கியத்துவப் படுத்தி எழுதித் தமக்கென்று முத்திரை பதித்த எழுத்தாளர்களும் உள்ளனர்.

1.7 தொகுப்புரை - இன்றைய இலக்கிய உலகில் சிறுகதைகளுக்கென்று ஒரு தனிஇடம் உண்டு. இலட்சக்கணக்கான தமிழ் மக்கள் கதை வாசிப்பில் தங்களை ஈடுபடுத்திக் கொண்டுள்ளனர். வானொலி, திரைப்படம், தொலைக்காட்சி, வீடியோ போன்றவற்றின் வருகையால் கூட மக்கள் மத்தியில் வாசிப்புப் பழக்கம் சற்றும் குறையவில்லை. அதற்குக் காரணம் நம் சிறுகதை ஆசிரியர்களின் படைப்புத் திறன் ஆகும். அத்துடன் ஓய்வு நேரத்தில் மட்டுமன்றிப் பயண நேரத்திலும் படிக்க எளிதாக இருப்பதும் ஒரு காரணமாகும். இதே காரணத்தினால் தான் நாவலைக் காட்டிலும் சிறுகதை வாசிப்பு இன்று முன்பை விட அதிகரித்துள்ளது.

33. சமகாலச் சிறுகதை எழுத்தாளர்கள்: இமையம்

புத்தாயிரத்தில் சிறுகதைகள் எப்படி இருக்கின்றன, முக்கியமான சமகாலச் சிறுகதைப் படைப்பாளிகள் யார், முக்கியமான தொகுப்புகள் யாவை என்று எழுத்தாளர் இமையத்திடம் கேட்டோம்.

நிஜமான இலக்கியப் படைப்பின் நோக்கம் பாரபட்சமின்றி சமூக நிகழ்வுகளை ஆவணப் படுத்துவதாகும். கோஷத்தை உருவாக்குவதல்ல. கொள்கைகளை முழங்குவது அல்ல. சமூக அசைவு இயக்கத்தை ஆவணப்படுத்துவது

என்பது சமூகவியலாளனின் பார்வையிலிருந்து தொகுக்கப்படும் புள்ளிவிவரத் தகவல் தொகுப்பு அல்ல. அசலான வாழ்வின் நிஜமான பதிவு என்பதுதான் இலக்கியம். இந்தப் பதிவிலிருந்துதான் எதிர்கால தலைமுறைக்கான அறநெறி, சமூக ஒழுக்கம், பண்பாட்டு, கலாச்சாரக் கூறுகளாக, கல்வியாக, அறிவாகப் போதிக்கப்படுவது.

முந்தைய தலைமுறையினரின் வாழ்விலிருந்து பிந்தைய தலைமுறையினர் பெறும் அறிவு, அரிய செல்வம் என்பது இலக்கியப் படைப்புகளின் வழியாகப் பெறப்படுவதுதான். அந்த வகையில் 2000-க்குப் பிறகு எழுத வந்த எழுத்தாளர்களின் சிறுகதைத் தொகுப்புகளில் தமிழ்ச் சமூக வாழ்வு எப்படி பதிவாகியிருக்கிறது என்று ஆராய்வது தமிழ்ச் சமூக வாழ்வையே ஆராய்வதாகும். இந்த ஆய்வு தமிழ் மொழிக்கு, இலக்கியத்துக்கு, சமூகத்திற்கு நல்லது.

2000-க்குப் பிந்தைய எழுத்தாளர் களுக்கும் அதற்கு முன்பு எழுதிய எழுத்தாளர் களுக்கும் பெரிய வேறுபாடு இருக்கிறது. இந்த வேறுபாடு சமூக வாழ்வை, குடும்ப வாழ்வை, தனி மனித வாழ்வை படைப்பு ரீதியாக எவ்வாறு அணுகினார்கள் என்பதிலிருந்து ஆரம்பிக்கிறது. கதைக்கான கருவைத் தேர்ந்தெடுத்தது, கதையைக் கட்டமைத்தது, கதையைச் சொல்லத் தேர்ந்தெடுத்த மொழிச் செறிவு போன்றவற்றிலும் இந்த வேறுபாடுகள் இருக்கின்றன. 2000-க்குப் பிந்தைய எழுத்தாளர்களின் சிறுகதைகள் மார்க்சியம், பெண்ணியம், தலித்தியம், விளிம்பு நிலை, குழந்தைத் தொழிலாளர்கள், பின்நவீனத் துவம், அமைப்பியல், சர்ரியலிசம் போன்ற கொள்கை கோட்பாடுகளை முடிந்தவரை தவிர்த்தவையாக இருக்கின்றன. அடையாளங்களை விரும்பாத, அடையாளங்களைத் தவிர்த்தவர்களாக இருப்பது நல்லதா, கெட்டதா என்பது ஒரு கேள்வி. சமூக நிகழ்வு களை எந்த அளவுக்கு உள்வாங்கிப் படைப்புகளாக மாற்றினார்கள் என்ற கேள்வியும் முக்கியம்.

ஆரோக்கியமான போக்கு - முந்தைய தலைமுறையினர் எழுதத் தயங்கிய பல வாழ்க்கை முறைகளை, விஷயங்களை, பயன்படுத்தத் தயங்கிய பல சொற்பிரயோகங்களை இன்றைய தலைமுறையினர் எவ்விதத் தயக்கமும் இன்றி எழுதுகின்றனர். இப்போக்கு ஆரோக்கியமானது. யார் வேண்டுமானாலும் எழுதலாம், எப்படி வேண்டுமானாலும், எந்த மொழியில் வேண்டுமானாலும், எப்படிப்பட்ட வாழ்க்கையையும் எழுதலாம் என்ற சுதந்திரத்தைக் காலம் தந்துள்ளது. எழுத்தில் இலக்கியத்தில், ஜனநாயகத் தன்மை ஏற்பட்டதால் ஏற்பட்ட நன்மை இது. சுதந்திரம் இது. இந்த நன்மையை, சுதந்திரத்தை இன்றைய சிறுகதை எழுத்தாளர்கள் சரியாகப் பயன்படுத்திக்கொண்டார்களா என்பது முக்கியம். ஏனென்றால், தமிழ் சிறுகதையின் வளர்ச்சி என்பது தமிழ் மொழியின் வளர்ச்சி.

முந்தைய தலைமுறையினரின் சிறுகதைகளின் மையமாக சமூக வாழ்வு, குடும்ப வாழ்வு இருந்தது. ஆனால் இன்றைய எழுத்தாளர்களின் சிறுகதைகளில் மையமாக இருப்பது தனி மனித வாழ்வும் அதன் நெருக்கடியும், ரகசியமும், உடலும்தான். பெண் உடல் சார்ந்து, பெண் மொழி சார்ந்து இப்போதுதான் அதிகம் எழுதப்படுகின்றன. ஆண் பெண் உறவு சார்ந்த, ஜாதி, மதம் சார்ந்த கேள்விகள், உள்முரண்கள் இப்போதுதான் சிறுகதைகளில் அதிகம் பேசப்படுகின்றன. புனிதங்களைப் போற்றாத, புனிதங்களை வளர்க்காத, புனிதங்களைக் கேள்விக்குட்படுத்துகிற தன்மையுடன் இன்றைய சிறுகதைகள் இருக்கின்றன. கோட்பாட்டுச் சுமைகளைச் சுமக்காதவர்கள் இன்றைய எழுத்தாளர்கள். தனி மனிதப் பிரச்சினையாக இருந்தாலும் சமூகப் பிரச்சினையாக இருந்தாலும் எல்லாவற்றையும் நேரடியாகப் பேசுகிற தன்மை இன்றைய சிறுகதைகளில் இருக்கின்றன.

2000-க்குப் பிறகு எழுத வந்த சிறுகதை எழுத்தாளர்களில் கவனம் பெற வேண்டியவர்கள் யார், கவனம் பெற வேண்டிய சிறுகதைத் தொகுப்புகள் எவை என்று பட்டிலிடுவது எளிய காரியமல்ல. ஆனாலும் நான் படித்தவற்றில் பல்வேறு காரணங்களை முன்னிட்டு, சிறந்தவை எனக் கருதியவற்றைப் பட்டியலிட்டுள்ளேன். இது இறுதிப் பட்டியல் அல்ல. இது ஒரு மாதிரிதான்.

பட்டியலிடப்பட்ட 10 சிறுகதைத் தொகுப்புகளைப் படிக்கும்போது 2000-க்குப் பிந்தைய தமிழ்ச் சிறுகதைகளின் போக்கு, அதன் அழகியல் தன்மை, வளர்ச்சி, மொழி, கதை, கதை சொல்லப்பட்ட விதம், கதையின் மையம், கதைகள் முன்னிறுத்திய சமூக நிகழ்வுகள் ஆகியவற்றை அறிய முடியும். இன்றைய எழுத்தாளர்கள் முந்தைய தலைமுறையினரின் எழுத்துமுறையை எந்த அளவுக்குப் பின்பற்றினார்கள், எந்த அளவுக்கு நிராகரித்திருக்கிறார்கள் என்பதையும் இந்தத் தொகுப்புகள் காட்கின்றன. இந்தச் சிறுகதைத் தொகுப்புகளின் மூலமாகத் தமிழ்ச் சமூக வாழ்வையும், மனோபாவத்தையும், மாற்றத்தையும் அறிய முடியும். நிகழ்காலச் சமூகத்தின் முகம் இந்தச் சிறுகதைத் தொகுப்புகள்: இந்த எழுத்தாளர்கள்.

1. கண்டி வீரன் - ஷோபாசக்தி: கருப்புப் பிரதிகள்
2 . முத்தி- புகழ்: க்ரியா பதிப்பகம்
3. தாமிரபரணியில் கொல்லப்படாதவர்கள் - மாரிசெல்வராஜ் - வம்சி பதிப்பகம்
4. நிறைய அறைகள் உள்ள வீடு - குட்டி ரேவதி: பாதரசம் பதிப்பகம்
5. மண்டை ஓடி - ம.நவீன்: வல்லினம் பதிப்பகம்

6. வெளிவாங்கும் காலம் - என். ராம்: பாதரசம் பதிப்பகம்
7. இரவுக் காட்சி - கே.என்.செந்தில்: காலச்சுவடு
8. வண்ணத்துப்பூச்சியும் சில மார்புகளும் - தமயந்தி: கருப்புப் பிரதிகள்
9. வெயில் உலர்த்திய வீடு - எஸ்.செந்தில்குமார்: உயிர்மை
10. கவர்னர் பெத்தா - - மீரான் மைதீன்: திணை வெளியீட்டகம்

34. சிறுகதை எழுத விரும்புவோர்க்கு எனது பட்டறிவுக் குறிப்புகள் - தி.ச.வரதராசன

இலக்கியமோ, வேறு எந்த விதக்கலையோ - அது மக்களுக்குப் பயன் செய்ய வில்லை என்றால், அப்படியான ஒன்று வேண்டிய தில்லையென்று கருதுகிறேன்.

கதைகளை இரண்டு விதமாகப் பிரிக்கலாம். ஒன்று நாவல்.- பெரியது. மற்றது சிறுகதை- சிறியது. பெரியனவாய், மிக நீண்டனவாய், அநேக பக்கங்களில் இருக்கும் கதைகளையெல்லாம் ‘ நாவல் ‘ என்றும்; சிறியனவாய், சிலபக்-கங்களில் மட்டுமே வருவன எல்லாவற்றையும் ‘ சிறுகதை ‘ என்றும் சொல்லி விடலாமா?

தவறு,

ஒரு சிறு நிகழ்வை, ஒரு காட்சியை, ஒரு கருத்தை மட்டும் வைத்துக்கொண்டு, அதற்குத் தேவையான கதாபாத்-திரங்களையும் நிகழ்வுகளையும் கற்பனை செய்து, சொற்செட்டுடன் எழுதப்படுவது சிறுகதை. ஐந்து பக்கங்களுக்குள் வந்தாலும் சரி, ஐந்நூறு பக்கங்களுக்கு மேல் போனாலும் சரி, இது சிறுகதைதான்.

நாவல் அப்படியல்ல. அது ஒரு வரலாறு போன்றது. ஒரு கதாநாயகன், அல்லது கதாநாயகி யையும், அவரைச் சூழ்ந்துள்ள பற்பல பாத்திரங்க ளையும், அவர்கள் சந்திக்கிற அநேக நிகழ்வுகளையும் கோவைப்படுத்தி எழுதப்படுவது நாவல். இருபது பக்கத்திலும் ஒரு நாவல் வரக்கூடும்; இரண்டாயிரம் பக்கங்களுக்கு மேலேயும் போகக்கூடும். (சிறிய நாவல்களை ‘குறு நாவல்’ என்று சொல்கிறோம்.)

சிறுகதைகள் எழுதுவதைப்பற்றியே, எனது பட்டறிவைக் கொண்டு - நான் சில குறிப்புகளை எழுத விரும்புகிறேன். சிறுகதையையோ, அல்லது வேறு எதையோ எழுதி, ஒரு எழுத்தாளராக வருவதற்கு நீங்கள் ஆசைப்படுகிறீர்களா? - அந்த ஆசை, அந்த ஆவல் தான் உங்களை ஒரு எழுத்தாளராக்குவதற்கு முக்கியமான மூலப்பொருளாகும்.

அது பேராசையாக, இடையிலே வற்றிப்போகாத பேரார்வமாக இருத்தல் வேண்டும்.

இந்த ஆசை உங்களுக்கு இருக்குமானால், நீங்கள் முதலில் செய்ய வேண்டியது: நிறையப் படிக்க வேண்டும். நல்ல சிறுகதைகளைத் தேடித் தேடிப் படிக்க வேண்டும், சிறுகதைகளை மட்டுமல்ல, நாவல்கள், கவிதைகள், பல்வேறு துறைசார்ந்த கட்டுரைகள்எல்லாவற்றையும் நிறையப் படிக்க வேண்டும்.

நான் சுமார் பத்துப் பன்னிரண்டு வயதிலேயே கதைப் புத்தகங்களைத் தேடித்தேடிப் படிக்கத் தொடங்கி விட்டேன். இப்போது உங்களுக்கு மிகச் சிறந்த எழுத்தாளர்கள் எழுதிய அருமையான நாவல்கள், சிறுகதைகள் படிப்பதற்கு வேண்டிய அளவு கிடைக்கக் கூடியதாக இருக்கிறது.

ஆனால், சுமார் ஐம்பத்தைந்து ஆண்டுகளுக்கு மூன் - நான் கதைகளைப் படிக்க வேண்டுமென்று பேராவலோடு முனைந்த போது, ‘ தரமான இலக்கியம்’ என்று எடுத்துப் படிப்பதற்கு எந்த நூலுமே - நாவல் - சிறுகதை இலக்கி-யத்தில் இருந்ததாகத் தெரியவில்லை .

தொடக்க காலத்தில் நான் படித்த நூல்கள் எத்தகையன தெரியுமா?

அல்லியரசாணி மாலை, நல்ல தங்காள் கதை, மயில் ராவணன் கதை , மதன காமராசன் கதை, தெனாலி ராமன் கதை, ஸ்ரீமத் கம்பராமாயாண வசனம், ஸ்ரீமத் மகாபாரத வசனம் - இப்படியான நூல்களைத்தான் நான் தொடக்கத்தில் படித்தேன்.

இந்த நூல்களில் எதுவும் உங்களுக்கு இப்போது கிடைக்குமென்று தோன்றவில்லை!

இந்த நூல்களை யெல்லாம் படித்த பிறகு தான், ஆனந்த போதினி, பிரசண்ட விகடன், ஆனந்த விகடன் , கலை மகள் முதலிய தென்னிந்தியச் சஞ்சகைகளை நான் காணவும் படிக்கவும் நேர்ந்தது.

இந்தச் சஞ்சிகைகளில் வந்த கதைகள் என்னை மிகவும் கவர்ந்தன ,

நானும் எழுதவேண்டுமென்ற ஆவல் என் நெஞ்சுக்குள்ளே முளைகொண்டது.

‘இந்தக் கதைகளையெல்லாம் யாரோ எழுதுகிறார்கள் தானே, ஏன் நானும் எழுதக் கூடாது?’ என்று ஒரு எழுச்சி என்னுக்குள்ளே உதயமாயிற்று. ஒரு கதையை எப்படி எழுத வேண்டுமென்று புத்திமதி கூற எனக்கு யாரும் இருக்க-வில்லை. கதை எழுதுகிறவர்கள் யாரையும் நான் சந்திக்கக் கூடியதாயில்லை. ஆனந்த விகடனில், ஆர்.கே. நாராய-ணன் எழுதிய ‘சுவாமியும் சினேகிதர்களும்’ என்ற தொடர்கதை அப்போது வந்து கொண்டிருந்தது.

கிட்டத்தட்ட அதே மாதிரி, எங்கள் யாழ்ப்பாணத்துச் சிறுவர்களை வைத்து ஒரு கதையை எழுதி ஆனந்த விகடனுக்கே அனுப்பி வைத்தது ஏதோ கனவு போல நினைவிருக்கிறது. அது போல வேறு சில கதைகளையும் எழுதி அனுப்பியிருப்பேன். அவை எதுவுமே அச்சில் வரவில்லை !

ஆனால், அதைப்பற்றிச் சற்றேனும் மனம் தளராமல், நான் புதிது புதிதாகக் கதைகள் படிப்பதும், இடைக்கிடை எழுதுவதுமாக வளர்ந்து கொண்டிருந்தேன். சிறுகதை எழுதி, எழுத்தாளர்களாக வர விரும்புகிறவர்கள் என்னுடைய இந்தப்பட்டறிவை மிகுந்த கவனத்தில் எடுத்துக் கொள்ள வேண்டும்.

இப்போது, நீங்கள் என்னைப்போல 'அல்லி யரசாணி மாலை' போன்ற நூல்களையெல்லாம் படித்துப் பொழுதை வீணாக்க வேண்டியதில்லை. நல்ல எழுத்தாளர்கள், சுவைஞர்களிடம் கேட்டறிந்து, சிறந்த சிறுகதை நூல்களைத் தெரிவு செய்து படிக்கலாம்.

படித்து, மனத்திலே ஒரு தெளிவு தோன்றிய பின், ஒரு சிறுகதையை எழுதிப்பார்க்கலாம். 'பரவாயில்லை' அச்சில் வரக்கூடிய கதைதான், என்று ஒரு தகுதியான சுவைஞர் சொல்வாரானால் அதை ஒரு பத்திரிகைக்கு அனுப்பிப் பார்க்கலாம்.

ஆனால், அது அச்சில் வரவில்லை என்றால் - அதற்காக நீங்கள் மனம் தளர்ந்து விடக் கூடாது! - இது மிக முக்கியமானது. தகுதி வாய்ந்த ஒருவரின் அறிவுரையின்படி அந்தக் கதையையே திருப்பி எழுதிப் பார்க்கலாம். அல்லது அதைப் போட்டுவிட்டு, புதிதாக இன்னொரு கதையை எழுதத் தொடங்கலாம்.

'சிறு கதைகள் எழுத வேண்டும்; சிறந்த எழுத்தாளராக வரவேண்டும்' என்ற உங்கள் ஆசைத் தீ ஒருபோதும் அணைந்து விடக்கூடாது!

நல்ல சிறு கதைகளைப் படித்துவிட்டால் மட்டும் சிறுகதைகளை எழுதிவிட முடியுமா?

முதலில், 'படிப்பது' என்பது நூல்களில் படிப்பவற்றோடு மட்டும் நின்று விடாது -

கண்ணால் பார்த்துப் படிப்பவை அநேகம்.

மற்றவர்களிடம் காதால் கேட்டுப் படிப்பவையும் அநேகம் .

எல்லா வழிகளிலும் படிக்க வேண்டும்.

சரி. படித்தால் மட்டும் போதுமா? போதாது!

நீங்கள் படித்தவைகளைப் பற்றிச் சிந்திக்க வேண்டும்.

நீங்கள் நன்றாகவும் சரியாகவும் சிந்திப்பதற்கு பரந்துபட்ட படிப்பறிவே உதவும்.

சிந்தனையின் குழந்தைதான் கற்பனை.

கற்பனை செய்யும் ஆற்றல் இல்லாமல் நீங்கள் கதைகளை எழுதமுடியாது!

'சிறுகதை என்பது ஒரு சிறந்த இலக்கிய வடிவம்' என்பது இப்போது எல்லாராலும் ஏற்றுக் கொள்ளப்பட்டிருக்கிறது .

நான் எழுதத் தொடங்கிய காலத்தில் - ஐம்பது ஆண்டுகளுக்கு முன் - சிறு கதை ஒரு இலக்கியத் தரம் வாய்ந்த பொருளென்று எங்கள் நாட்டு அறிஞர்கள் - பண்டிதர்கள் ஏற்றுக் கொண்டதில்லை. சங்ககால இலக்கியங்களும், சிலப்பதிகாரம், கம்பராமாயணம் முதலான நூல்களுமே இலக்கியத் தரமுள்ளவை என்று அவர்கள் கருதினார்கள். முக்கியமாக 'இலக்கியம்' என்பது செய்யுள் வடிவத்திலேயே இருக்குமென்றார்கள். கதை எழுதுகிறவர்களை இலக்கிய கர்த்தாக்களாக அப்போது ஏற்றுக் கொண்டதில்லை!

நல்லது. இலக்கியம் எப்படியிருத்தல் வேண்டும்?

இதைப்பற்றி முப்பது ஆண்டுகளுக்கு முன்பு - 1960ம் ஆண்டு நான் வெளியிட்ட (கயமை மயக்கம் என்ற) சிறுகதைத் தொகுதியின் முகவுரையில் பின் வருமாறு எழுதியிருக்கிறேன் .

"கவிதையோ, கதையோ, நாடகமோ, கட்டுரையோ - உருவத்தில் அது எப்படியிருந்த போதிலும், அதை 'இலக்கியம்' ஒன்று சொல்வதற்கு இரண்டு தகுதிகள் இருக்க வேண்டும் .

"முதலாவது அதில் ஒரு இலக்கு இருக்க வேண்டும். அந்த இலக்கு மனிதனுடைய அகத்தையோ, புறத்தையோ உயர்த்துவதாக அமைய வேண்டும்.

மற்றது, அசைச் சொல்லும்விதம், நடை, கட்டுக்கோப்பு ஆதியவற்றில் சுவையிருக்க வேண்டும். "இந்த இரண்டில் ஏதாவது ஒன்று இல்லாமற் போனாலும் அதை இலக்கியம் என்று சொல்ல முடியாது . பாடப்புத்தகங்களில் நாங்கள் படித்த ' நல்லொழுக்கம் ' என்ற கட்டுரையில் சிறந்த இலக்கு இருந்த போதிலும்; சமீபத்தில் ஒரு வார இதழில் படித்து விட்டுச் சிரி சிரி என்று சிரித்த விகடத் துணுக்கில் சுவை இருந்த போதிலும் இவற்றை நாம் இலக்கியம் என்று கொள்ளவில்லையல்லவா!".

முப்பது ஆண்டுகளுக்கு முன் நான் குறிப்பிட்டஇந் தக் கருத்து, இன்றைக்கும் ஏற்றதாகவே இருக்கிறது.

சில கருத்துக்கள் காலத்துக்குக் காலம் மாறக் கூடியவைதான்.

நானே என்னுடைய முந்திய கருக்துக்கள் பல வற்றைப் பின்னால் மாற்றிக் கொண்டதுண்டு, அதில் தவறில்லை. அது வளர்ச்சியின் அறிகுறி.

ஆனால், சில கருத்துக்கள் நிலையானவை. அவை மாறுவதில்லை. இலக்கியம் பற்றி நான் அன்று குறிப்பிட்ட கருத்துக்களும் நிலையானவைதான் என்று இன்றைக்கும் நினைக்கிறேன். சுமார் நாற்பது ஆண்டுகளுக்கு முன்னால், ‘கலை கலைக்காகவே’ என்று சிலர் வாதிட்டார்கள். ‘இலக்கியத்தில் பிரசாரம் இருக்கக் கூடாது. அதற்கு ஒரு இலக்கு முக்கியமல்ல. படித்து, உணர்ந்து, சுவக்கக் கூடியன வெல்லாம் இலக்கியங்களேதான்’ என்ற மாதிரிச் சொன்னார்கள்.

இப்போதும் மிக அருமையாக, ‘உயர்ந்த தரத்தில் இருக்கும் இலக்கிய விமர்சகர்கள் சிலரும் ‘கலை கலைக்காகவே; அதில் கருத்துத் திணிப்பு இருக்கக் கூடாது’ என்று கருதுகிறார்கள் போலிருக்கிறது. என்னைப் பொறுத்தமட்டில், நான் மிக உயரப் போகவில்லை. அதை விரும்பவுமில்லை. இலக்கியமோ, வேறு எந்தவிதக் கலையோ அது அநேக மக்களுக்குப் பயன் செய்யவில்லையென்றால், அப்படியான ஒன்று வேண்டியதில்லையென்று கருதுகிறேன் .

நாங்கள் எழுதுவது மக்களுக்குப் பயன்தர வேண்டும். நல்ல இலக்கியம் என்பது அப்படித்தான் இருக்க வேண்டும் சிறுகதை இலக்கியமும் இந்தக் கட்டுக்கோப்புக்குள் அடங்கியதுதான். நீங்கள் நிறையப் படிக்கிறீர்கள். சிந்திக்கிறீர்கள், எனவே உங்களால் நன்றாகக் கற்பனை செய்யமுடிகிறது. அப்படிக் கற்பனை செய்து, கதாபாத்திரங்களையும் நிகழ்வுகளையும் திறம்படக்கோத்து கதை எழுதி விடுகிறீர்கள் .

ஆனால், அந்தக் கதையைத் ‘தரமற்றது’ என்று இலக்கியகாரர்கள் ஒதுக்கியே விடுகிறார்கள்.

ஏன்?

நான் கூட ஆரம்ப காலத்தில் பல கதைகளை இப்படித்தான் எழுதினேன். அவை அச்சிலும் வந்தன.

ஆனால் அவைகளை நானே இன்று ஒதுக்கி விட்டேன். 1960 ல் நான் வெளியிட்ட எனது சிறுகதைத் தொகுதியில் அந்தக் கதைகளைச் சேர்க்கவேயில்லை! ஏனென்றால், அந்தக் கதைகளில் மற்ற எல்லாம் இருந்த போதிலும், நல்ல கருத்துகளை அவை மையமாகக் கொண்டு அமையவில்லை.

அந்தக்கதைகள் படிப்பதற்குச் சுவையாக இருந்த போதிலும், மனத்தில் ஒரு நிறைவைத் தரவில்லை !

நீங்கள் நிறையப் படிக்கிறீர்கள் அதனால் -

நன்கு சிந்திக்கிறீர்கள். அதனால் -

சிறந்த கற்பனைகளைச் செய்கிறீர்கள்.

ஆனால் -

கற்பனைக்காக மட்டும் நீங்கள் சிந்தித்தால் போதாது.

நல்ல கருத்துகளுக்காகவும் நீங்கள் சிந்திக்க வேண்டும்!

சிறுகதைகளுக்கு அவற்றின் கருத்துக்களே உயிர்.

உயிர் இல்லாத வெறும் சடலங்களைப் படைக்க விரும்புவீர்களா?

எனவே, நீங்கள் முதலில் உங்கள் கதைப் படைப்புக்கான உயிரை - கருத்தைத் தேட வேண்டும்.

நீங்கள் கண்டது, கேட்டது , படித்தறிந்தது, பட்டறிந்தது எதிலிருந்தாயினும் ஒரு கருத்தைக் கண்டு கொள்ளுங்கள் .

அந்த உயிருக்கு நீங்கள் ஓர் உடலைப் படைக்க வேண்டும்.

கதைக்குத் தேவையான கருத்தைத் தெரிந்தெடுப்பதிலேயே நீங்கள் பாதி வெற்றி அடைந்து விடுகிறீர்கள்.

நான் கதை எழுதத் தொடங்கி சுமார் பத்து ஆண்டுகள் கழித்தே கருத்துக்களுக்கு முக்கியத்துவம் கொடுக்கத் தொடங்கினேன்.

‘கலைச் செல்வி’ என்ற சஞ்சிகையில் நான் ஒரு சிறுகதையைப் படித்தேன்.

அதில் ஒரு பெண் தனது கற்பைக் காப்பாற்றிக் கொள்வதற்காக தன் உயிரையே துறந்தாள் என்ற கொள்கையைப் பாராட்டி எழுதப்பட்டிருந்தது. அந்தக் கதாநாயகியை, ஒருவன் பலவந்தமாக உடலுறவு கொண்டு ‘கற்பழிக்க’ முயன்றான். அவள் தற்கொலை செய்து கொண்டதன் மூலம் தன்னுடைய கற்பைக் காப்பாற்றிக் கொண்டாள் !

‘ஒரு பெண்ணின் கற்பு, அவளுடைய உயிரினும் மேலானது’ என்று பரம்பரை பரம்பரையாக எங்கள் நெஞ்சுகளில் இருத்தப்பட்ட கொள்கை இது.

நான் சிந்திக்கத் தொடங்கினேன் .

கற்பு என்றால் என்ன என்று சிந்தித்தேன்.

அந்தச் சிந்தனையால் எழுந்ததுதான் ‘கற்பு’, என்ற கதை.

அதில், அந்தக் கதையைச் சொல்லி வந்த கணபதி ஐயர், கடைசியில் கேட்கிறார்: “இப்பொழுது சொல்லுங்கள் மாஸ்டர், பலாத்காரத்தினால் ஒரு பெண்ணின் உடலுக்கு ஊறு செய்யப்பட்டால் (கற்பழிக்கப்பட்டால்) அவள் மானம் அழிந்து விடுமா? அதற்காக அவள் தன் உடலையும் அழித்து விட வேண்டுமா? .... அப்படி உயிரை விட்-

டவளைப் ‘பத்தினித் தெய்வம்’ என்று கும்பிட வேண்டுமா? கணவன் இறந்தவுடன் உடன்கட்டை எறியவள் - அப்படிச் செய்வதே கற்புடை மகளிரின் கடமை என்ற சமூகக் கருத்தினால் உந்தப்பட்டு ஏற்றப்பட்டவள், பத்தினித் தெய்வமா? அல்லது பகுத்தறிவற்ற சமுதாயத்துக்குப் பலியான பேதையா?... சொல்லுங்கள் மாஸ்டர்!”

இதுதான் என்னுடைய சிந்தனை, இந்தச் சிந்தனையை, கதையைச் சொன்ன கணபதி ஐயர் என்ற பாத்திரத்தில் ஏற்றிச் சொல்லியிருக்கிறேன்.

சாதாரண செய்திகளிலிருந்து கூட நீங்கள் ஒரு கதைக்கான கருத்தை எடுக்க முடியும். 1950 களில் என்று நினைக்கிறேன். அப்போது பாடசாலை மாணவர்களுக்கு இலவச மதிய உணவாகப் பாண் கொடுத்து வந்தார்கள். அப்படிப் பாண் கொடுத்து வந்த வழக்கத்தை அரசாங்கம் நிறுத்தப் போவதாக ஒரு நாள் பத்திரிகையில் செய்தி ஒன்று வந்தது.

அந்தச் செய்தி என் சிந்தனையில் குத்திற்று.

பல ஏழைப் பிள்ளைகளின் வயிற்றில் இது அடிக்குமே என்று நான் சிந்தித்தேன்.

அதை ஒரு சிறுகதையாக வடிக்க விரும்பினேன்.

எனக்குக் கிடைத்த கருத்தை வெளிப்படுத்துவதற்கு வேண்டிய நிகழ்வுகளைக் கற்பனை செய்தேன்.

அந்தக் கற்பனை நிகழ்வு இது:

பொன்னாலை என்ற கிராமத்தில் தெய்வானை என்ற ஏழைப் பெண் வசித்து வந்தாள்.

அவளுடைய கணவன் சிறிது காலத்துக்கு முன்புதான் இறந்து போனான்.

அவளுக்கு இரண்டு பிள்ளைகள். மூத்தவன் சுந்தரம். பாடசாலையில் மூன்றாம். வகுப்பில் படிக்கிறான். அவனுக்கு இளையவள் கமலம் என்ற மூன்று வயதுச் சிறுமி. அவள் இன்னும் பாடசாலைக்குப் போகவில்லை. கூப்பன் அரிசி விலை கூடிவிட்டதால் அந்த அரிசியை வாங்குவதற்கே இயலாத நிலை தெய்வானைக்கு. பாடசாலையில், சுந்தரத்துக்கு இலவச மதிய உணவாக பாண் கொடுப்பார்கள். அதில் பாதியை மறைத்து எடுத்து வந்து, வீட்டிலிருக் கும் தங்கச்சிக்குக் கொடுப்பது சுந்தரத்தின் வழக்கம். தங்கச்சி மீது அவனுக்கு அளவற்ற பிரியம். மதிய இலவச உணவை நிறுத்தி விடப் போவதாக அரசு இப்போது தீர்மானித்துள்ளதாகச் செய்தித்தாளில் அறிக்கை ஒன்று வந்திருக்கிறது.

பாவம், சுந்தரம் ! பாவம், கமலம்! - இவர்களெல்லாம் என்ன செய்யப் போகிறார்கள்?

மேலே நான் எழுதியிருப்பது நான் படித்த ஒரு செய்தியினால் எனக்குள் ஏற்பட்ட சிந்தனை - அதனால் கற்பனை செய்யப்பட்ட ஒரு நிகழ்வு. ஒரு ஆரம்ப எழுத்தாளர் இந்த நிகழ்வை, கிட்டத் தட்ட நான் மேலே எழுதியிருப்பது போலவே எழுதி விடக் கூடும்.

அப்படி எழுதினால்,

அது ஒரு நல்ல சிறுகதையாகாது.

நான் அதை அப்போது எப்படி எழுதினே னென்று பாருங்கள்:

வாத்தியார் அழுதார்

பள்ளிக்கூடம் விடுகிற நேரம். நாலாம் வகுப்புக்குக் கடைசிப்பாடம் வரைதல். முருகேசு உபாத்தியாயர் கரும்பலகையில் ஒரு பெரிய பூசினிக்காயின் படம் வரைந்திருந்தார். அதைப்பார்த்து மாணவர்கள் கொப்பிகளில் வரைந்து கொண்டிருந்தார்கள். சுந்தரம் அந்த வகுப்பிலேயே முதலாம் பிள்ளை. அவனுடைய ‘ஆட்டுப்புழுக்கைப் ‘ பென்சிலாலே ஒருமாதிரி பூசினிக்காய்க்கு உருவம் போட்டு விட்டான். அதன் ஒருபக்கம், மற்றப்பக்கத்திலும் பார்க்க கொஞ்சம் ‘வண்டி’ வைத்துவிட்டாற்போலிருந்தது.

அழித்துக் கீறலாமென்றால் அவனிடம் றப்பர் இல்லை. பக்கத்திலிருந்த ‘தாமோரி’ யிடம் இரவல் கேட்டான். தாமோரி, தன்னுடைய பெரிய ‘ஆர்ட்டிஸ்ற் றோயிங்’ கொப்பியிலே புத்தம்புதிய வீனஸ் பென்சிலால், பூசினிக்சாயென்று நினைத்து பனங்காய் மாதிரி ஏதோ ஒரு உருவம் போட்டுக் கொண்டிருந்தான். சுந்தரம் வடிவாகக் கீறியிருப்பதைப் பார்க்கப் பார்க்க அவனுக்கு எரிச்சலாக இருந்தது. ஒருபக்கம் கொஞ்சம் வண்டியாக இருப்பதையும் சுந்தரம் அழித்துத் திருத்துவதை அவன் பொறுப்பானா? ‘போடா, என்னுடைய றப்பர் தேஞ்சுபோம்; நான் தரமாட்டேன்’’ என்றான்.

சுந்தரம் விரலிலே சாடையாக எச்சியைத் தொட்டு பிழையான கோட்டை அழிக்க முயன்றான். இதுகூட பொறுக்கவில்லை தாமோரிக்கு. டக்கென்று எழுந்து, “வாத்தியார்!” என்று பொய சத்தம் போட்டான்.

மத்தியான இலவச போசனத்தை அரசாங்கத்தார் நிறுத்தப் போவதைப்பற்றிப் பத்திரிகையிலே வாசித் நுக்கொண்டிருந்த உபாத்தியாயர் தாமோரி போட்ட சத்தத்தில் நிமிர்ந்து “என்னது?” என்றார்.

“வாத்தியார், இங்கே சுந்தரம் .... எச்சிலைத் தொட்டுப் படத்தை அழிக்கிறான்!”

முருகேசு உபாத்தியாயர் அந்த ஊர் மனுதர்தான். அவருக்குப் பணக்கார வீட்டுப் பிள்ளையான தாமோ நியையும் தெரியும் ; தந்தையை இழந்தவுடன் ஏழைப்பிள்ளையாகி விட்ட சுந்தரத்தையும் தெரியும். அதோடு இருவரின் குணத்தையும் நன்றாக அறிவார்.

“இங்கே வா சுந்தரம்!” என்றார்.

படபடக்கும் நெஞ்சோடும். அதைப் பிரதி பலிக்கும் முகத்தோடும், இயற்கையாகவே மெலிந்த உடம்போடும் சுந்தரம் வந்தான்.

“நீ எச்சில் தொட்டு அழித்தாயா?”

சுந்தரம் பதில் சொல்லு முன்பே, தாமோரி எழும்பி , “நான் பார்த்தேன் வாத்தியார்!”, என்றான்.

“நீ இரடா அங்கே! உன்னை யாரடா கூப்பிட் டது?” என்று விழித்துப்பார்த்த உபாத்தியாயரின் கண்ணில் பொறி பறந்தது! அதைப்பார்த்ததும் சுந்தரத்தின் உடம்பு பதறத்தொடங்கிவிட்டது.

ஆனால், திரும்பிச் சுந்தரத்தைப் பார்த்த உபாத்தியாயரின் முகத்தில் கருணை தவழ்ந்தது. “இங்கே வா, சுந்தரம்” என்று அவனைப்பக்கத்தில் கூப்பிட்டு முதுகில் லேசாகத் தட்டினார். “நீ எச்சில் போட்டாயா?” என்றார்.

“என்னிடம் றப்பர் இல்லை வாத்தியார்; அம்மாவிடம் காசும் இல்லை!” என்ற சுந்தரத்தின் கண்ணில் நீர் நிறைந்து விட்டது.

“றப்பர் இல்லாவிட்டால் எச்சில் போடக்கூடாது ....” என்றார் உபாத்தியாயர். ஆனால் வேறு என்ன செய்யச் சொல்லலாம் என்று யோசித்தவருக்கு ஒரு யோசனையும் ஓடவில்லை. குனிந்து பார்த்தவர் சுந்தரத்தினுடைய கால்சட்டைப் பைக்குள்ளே என்னவோ மொத்தமாகத் தள்ளிக்கொண்டு கிடப்பதைக் கவனித்தார்: “கால் சட்டைப் பைக்குள்ளே என்ன வைத்திருக்கிறாய்?”

சுந்தரம் பரிதாபமாக உபாத்தியாயரைப் பார்த்தான். அந்தப் பார்வை அவரை என்னவோ செய்தது. “ஏன் பயப்படுகிறாய்? நீ நல்ல பையன்; பிழையான காரியம் செய்ய மாட்டாய். பயப்படாமல் சொல்லு!” என்றார்.

சுந்தரம் அப்போதும் பதில் சொல்லவில்லை. தலையைக் குனிந்தான். பொலபொலவென்று நாலு சொட்டுக் கண்ணீர் அவன் காலடியில் விழுந்தது. உபாத்தியாயர் அவனை இன்னும் கிட்ட இழுத்து அவன் முதுகைத் தடவிக் கொடுத்து ” அழாதே சுந்தரம். அதற்குள்ளே என்ன, புத்தகமா?” என்றார்.

கந்தரம் இல்லை என்று தலையசைத்தான். பிறகு துடித்துக் கொண்டிருந்த உதடுகளைக் கஷ்டத்துடன் திறந்து மெதுவாக , “வாத்தியார் ...... அது .... அது ...... கொஞ்சப் பாண்!” என்றான்.

“ஏன் நீ சாப்பிட வில்லையா?....... பசிக்கவில்லயா?”.

“கூப்பன் அரிசி விலை கூடிப்போச்சென்று அம்மா அரிசி வாங்கவில்லை. வீட்டிலே இருக்கிற தங்கச்சிக்கு சாப்பிடக் கொடுக்கத்தான் அதை வைத்திருக்கிறேன்”

“நீ போ சுந்தரம்” என்று உபாத்தியாயர் வாயால் சொல்லவில்லை; அவரால் சொல்ல முடிய வில்லை. ‘அண்ணை பள்ளிக்கூடத்தால் வரும்போது பாண் கொண்டுவருவார் என்று, பசியோடு வழி பார்த்திருக்கும் அந்த மூன்று வயதுக் குழந்தையின் வயிறுமல்லவா இனிமேல் துடிக்கப்போகிறது! சுந்தரத்தைப் போகும்மடி தலையசைத்து விட்டு, உபாத்தியாயர் சால்வைத் தலைப்பினால் தமது கண்களை ஒற்றிக்கொண்டார். “சுந்தரம் !....... உன்னைப்போல எத்தனை சுந்தரங்கள் !”

இதுதான் நான் எழுதிய கதை. கருத்தைச் சிந்தித்தேன். அதற்கு வேண்டிய நிகழ்வுகளையும் , பாத்திரங்களையும் கற்பனை செய்தேன். பொன்னாலை என்ற கிராமத்தின் பெயரும், தெய்வானை, கமலா ஆகிய பாத்திரங்களின் பெயர்களும் வேண்டியிருக்கவில்லை . கருத்தை வெளிப்படுத்துவதற்குத் தேவையான நிகழ்வுகளையும் பாத்திரங்களையும் மட்டுமே எடுத்துக் கொண்டேன். ஓரளவுக்கு வளம் பெற்றிருந்த எனது வசன நடையினால் அதை அழகாகக் கட்டி முடித்தேன்.

இந்தக் கதை அப்போது ‘ஆனந்தன்’ என்ற சஞ்சிகையில் வெளிவந்தபோது, சிலவாசகர்கள் இந்தக் கதையைப் படித்துத் தாங்கள் கண்கலங்கியதாகச் சொன்னார்கள்.

அவர்கள் கண் கலங்கியது எனக்கு மகிழ்ச்சியாக இருந்தது!

சிந்தனை உங்களுக்கு மிக மிக முக்கியம். புதிய புதிய கோணத்தில் சிந்திக்க வேண்டும். எல்லோரும் சொல்கிற கருத்தையே நீங்களும் திருப்பிச் சொல்வதில் பெருமையில்லை.

“சிந்தனையின் எதிரி நம்பிக்கை” என்று அறிஞர் ஜே.கிருஷ்ணமூர்த்தி சொல்கிறார்.

நீங்கள் படித்த, பட்டறிந்தவைகளினால் உங்களுக்கு அநேக ‘நம்பிக்கைகள்’ மனத்திலே இறுக்கப் பட்டிருக்கும், அவைகளுக்கு அடிமைகளாகி விடாதீர்கள்.

உங்கள் சிந்தனைகளுக்கு இந்த ‘நம்பிக்கைகள்’ இடையூறு செய்யாமல் பார்த்துக்கொள்ள வேண்டும்.

உதாரணமாக, ‘கற்பு’ என்ற பொருள் பற்றி நான் படித்தறிந்த கருத்துக்களில் என்னுடைய நம்பிக்கை உறுதிப்பட்டிருக்குமானால், நான் ‘கற்பு’ என்ற கதையை எழுதியிருக்க முடியாது.

அதற்கு முன் நான் படித்தறிந்த, கற்பைப்பற்றிய நம்பிக்கைகளை உடைத்துக்கொண்டு புறப்பட்ட எனது சிந்தனை-தான் 'கற்பு' என்ற கதையை எழுத என்னைத் தூண்டிற்று.

இதே மாதிரி எத்தனையோ நம்பிக்கைகளினால் நாங்கள் கட்டுப்பட்டிருக்கிறோம்.

'தெய்வீகக் காதல்' என்பது பற்றி கதை கதையாகப்படித்து ஒரு நம்பிக்கை, இதை அடித்து நொருக்கிப் பல கதைகள் எழுதலாம்.

'கடவுள்' என்று கற்பனை செய்யப்பட்ட ஒரு பொருளை வைத்து, அப்பப்பா! ஆயிரம் ஆயிரம் நம்பிக்கைகளை மிக இறுக்கமாகக் கட்டி வைத்திருக்கிறோம்! அந்த நம்பிக்கையைப் பற்றி வெளியிலே சொல்வதற்குத் தயங்குகிறோம்.

கடவுள் கொள்கையால் நடக்கும் கொடுமைகளைப் பற்றி நான் சில கதைகள் எழுதியிருக்கிறேன். மாதுளம்பழம், உள்ளும் புறமும், பிள்ளையார் கொடுத்தார் - என்ற இந்த மூன்று கதைகளும் 'கயமை மயக்கம்' என்ற சிறுகதைத் தொகுதியில் உள்ளன.

கதை எழுதுவதற்காக நல்லதொரு கருத்தை நீங்கள் தெரிவு செய்து கொண்டால், கதை வெளிப்படுவதற்கான நிகழ்-வுகளை நீங்கள் கற்பளை செய்ய வேண்டும். நிகழ்வுகளுக்குத் தேவையான - தேவையான மட்டும் - பாத்திரங்களையும் கற்பனை செய்து கொண்டு கதையை எழுதத்தொடங்கலாம்.

நிகழ்வுகளையும் பாத்திரங்களையும் கற்பனை செய்யும் போது மிக அவதானமாக இருக்கவேண்டும். அவை யதார்த்-தமானவையா இருக்கவேண்டும். உண்மையான வாழ்க்கையில் நடக்கக்கூடிய நிகழ்வுகளாகவும், காணக்கூடிய பாத்தி-ரங்களாகவும் இருத்தல் வேண்டும்.

நடைமுறைக்கு ஒவ்வாத நிகழ்வுகளையும், இயல் புக்கு மிஞ்சிய பாத்திரங்களையும் கற்பனை செய்தும் நீங்கள் எடுத்துக்கொண்ட கருத்தை விளக்குவதற்காகக் கதை படைக்கலாம். பொதுவாக அத்தகைய கதைகள் வரவேற்கப்பட-மாட்டா.

கதையை எப்படி ஆரம்பிப்பது, எப்படி நடத்திச்செல்வது, எப்படி முடிப்பது என்பது ஒரு வித்தை.

'ஒரு ஊரிலே ஒரு இராசா இருந்தார் .... ' என்ற மாதிரிக் கதையை ஆரம்பிக்கக் கூடாதென்பது உங்-களுக்குத் தெரியும்.

'வாத்தியார் அழுதார்' என்ற கதையைப் பார்த்தீர்கள். அது ஒரு பாடசாலை வகுப்பறையில் ஆரம்பமாகிறது.

நீங்கள் கற்பனை செய்த நிகழ்வை எங்கே தொடங்கினால் நன்றாக இருக்குமென்பதைச் சிந்தித்து அப்படி தொடங்-குங்கள்.

உத்தி, கதை சொல்லுகிற விதம் என்று சொல்கிறார்கள்.

எழுத்தாளரே கதையைச் சொல்வது போல் எழுதலாம். ('வாத்தியார் அழுதார்' அப்படித்தான் சொல்லப் படுகிறது)

கதையில் வரும் ஒரு முக்கிய பாத்திரமே அந்தக் கதையைச் சொல்வது போல எழுதலாம். எழுத்தாளர் தாமே அந்தப்பாத்திரமாக மாறி உணர்ச்சிகளை வெளிப்படுத்துவதற்கு இந்த உத்தி பெரிதும் உதவக் கூடும்.

நான் தொடக்க காலத்தில் எழுதிய கதைகளை இந்த உத்தியில்தான் எழுதினேன்.

அதிலும் ஒரு இடர்ப்பாடு உண்டு.

நான் அப்பொழுது இளைஞன். அநேகமாகக் காதல் கதைகளையே எழுதினேன்.

கதாநாயகனாக நானே உட்கார்ந்து கதை சொல்லுவேன்.

சாதாரண வாசகர்கள் சிலர் அந்தக் கதைகளை என்னுடைய சொந்த அனுபவங்களாக எண்ணிக் கொண்டு என்-னைப்பற்றி ஒரு தவறான எண்ணம் கொண்டதுமுண்டு.

ஆனால், அதைப்பற்றி நீங்கள் அஞ்சவேண்டியதில்லை. காலப்போக்கில், நீங்கள் ஒரு நல்ல எழுத்தாளராக வளரும்போது, அத்தகைய தவறான எண்ணங்கள் மறைந்து போகும். கதையில் வரும் நாலைந்து பாத்திரங்களே தங்கள் தங்கள் கதைகளைச் சொல்வதாக எழுதிக் கதையைக் கோவை செய்வதும் ஒரு உத்தி.

கதையைத் தொடக்கத்திலிருந்து ஒழுங்காகச் சொல்லலாம். அப்படியின்றி , இடையில் ஒரு சுவையான இடத்தில் ஆரம்பித்து , பிறகு பின்னோக்கிச் சென்று முன்பு நடந்த நிகழ்வுகளைச் சொல்லி, கடைசியில் கதையை முடிப்பதும் ஒரு உத்தி, இப்படிப் டலர் எழுதுகிறார்கள். எந்த உத்தியில் வேண்டுமானாலும் உங்கள் கதையை எழுதுங்கள். உங்கள் கற்பனை ஓவியம் எந்த உத்தியில் வந்தால் நன்றாக அமையுமென்று உங்களுக்குத் தோன்றுகிறதோ, அந்த உத்தியில் எழுதுங்கள்,

நல்லது; நீங்கள் தேர்ந்தெடுத்த கருத்தை விளக்கக் கூடிய நிகழ்வுகளையும் பாத்திரங்களையும் கற்பனை செய்து கொண்டீர்கள். இனி நீங்கள் சிறுகதை ஒன்றை எழுதலாம்.

அதற்கு முன்னொன்றையும் கவனத்தில் கொள் ளவேண்டும்.

'வசன நடை' என்று சொல்கிறார்களே, அதுவும் மிக முக்கியமானது.

சில எழுத்தாளர்கள் எதைப்பற்றி எழுதினாலும் படித்துச் சுவைக்கக் கூடியதாக இருக்கும்.

சிலர், நாம் விரும்புகிற ஒரு பொருளைப்பற்றி ஒரு நல்ல கட்டுரை எழுதியிருந்த போதிலும், அதைப் படிப்பதில் அலுப்புத்தட்டும். மருந்து குடிப்பதுபோல அதைப் படித்துத் தொலைக்க வேண்டியிருக்கும்.

இதற்குக் காரணம் அவர்களுடைய வசன நடை தான்!

அந்தக் காலத்தில் 'கல்கி' யின் கதைகளை நான் விரும்பிப் படிப்பேன். அவர் எழுதும் கதைகளை மட்டுமல்ல; அரசியல் கட்டுரைகள், எனக்கு முன்பின் தெரியாத கர்நாடக சங்கீத விமர்சனங்களைக்கூட நான் ஆவலோடு படித்-ததுண்டு.

காரணம்: கல்கியினுடைய வசன நடைதான்!

அவருடைய நடையில் நல்ல தெளிவும், கவர்ச்சியும் இருக்கும்.

கல்கிக்குப் பிறகு 'புதுமைப்பித்த' னுடைய வசனங்களை விரும்பிப் படித்தேன். புதுமைப்பித்தனுடைய கதைகளில் நல்ல - புதிய கருத்துக்கள் அமைந்திருப்பதோடு - அவருடைய வாக்கியங்கள், வில்லிலிருந்து புறப்பட்ட அம்பு போல வீச்சாக வந்து படிப்பவரின் நெஞ்சிலே பாயும்!

டாக்டர் மு.வரதராசனாரின் வசனங்கள் அமைதியான ஒரு தெளிந்த நீரோடைபோல், உள்ளத்தைத் தடவிச் செல்-லும்.

நல்ல வசன நடையை எவ்வாறு எழுதுவது?

முதலில் நாங்கள் எங்கள் தமிழ் மொழியை ஓரளவு பிழையின்றி எழுதப் பழகிக் கொள்ள வேண்டும்.

எழுத்துப் பிழைகள் ஒரு சொல்லின் கருத்தையே தலை கீழாகப் புரட்டி விடக்கூடும்!

'அளித்தான்' என்பதை ' அழித்தான்' என்று எழுதினால் என்ன ஆகும்?

இதற்காக, தமிழ் இலக்கணத்தை முறையாகக் கற்றுத் தேர்ந்தபின்னர்தான் எழுதத்தொடங்க வேண்டுமென்பதல்ல.

நீங்கள் நூல்களைப் படிக்கும் போது சொற்களில் சிறிது கவனம் செலுத்தினீர்களானால், சரியான சொற்கள் உங்கள் மனதுக்குப் பழக்கமாகிவிடும். நான் பாடசாலையில் படித்த காலத்தில், தன்னூற் காண்டிகையும், இலக்கணச் சுருக்கமும் படித்த துண்டு .

ஆனால் அவை எதுவும் இன்று எனக்கு உதவுவ தில்லை. இலக்கணச் சூத்திரங்களையும் விதிகளையும் நான் எப்போதோ மறந்து விட்டேன். நான் எழுதும் தமிழுக்கு இலக்கண விதிமுறை சொல்லும் படி கேட்டால் எனக்குத் தெரியாது. ஆயினும், என்னால் ஓரளவு நல்ல தமிழில் எழுத முடிகிறது. நல்ல நூல்களைக்கற்ற பழக்கத்தினால், என்-னால் நல்ல தமிழை எழுத முடிகிறது!

மேலும்,

'மண்வாசனை' என்று ஒரு சொல்லை எழுத்தாளர்கள் கூறுவதைக் கேட்டிப்ருபீர்கள்.

தங்கள் எமுத்துக்களில் மண்வாசனை வரவேண்டுமென்பதற்காக, பேச்சு வழக்குச் சொற்களைப்பல எழுத்தாளர்கள் உபயோகிக்கிறார்கள்.

'மண்வாசனை' என்பது பேச்சு வழக்குச்சொற்களை உபயோகித்தால் மட்டும் வந்து விடாது!

எங்களுடைய நாகரிகம், பண்பாடு ஆகியவைக ளுக்கமைய எழுதினால்தான் மண்வாசனை வரும்!

இந்த மண்ணில் வாமும் பாத்திரங்களையும், நடக்கும் நிகழ்ச்சிகளையும் இயல்பாக அமைப்பதனால் தான் மண்வா-சனை வரும்!

டாக்டர் மு.வரதராசனார், கி, வா.ஜகந்நாதன் மூதவியோர் நல்ல செந்தமிழ் நடையிலேயே உரையாடல்களைக்கூட எழுதினார்கள். அவர்களுடைய கதைகளிலே மண்வாசனை வரவில்லையா?

தமிழ் தெரிந்த அனைவருக்குமாக நாங்கள் எழு துவதென்றால் , ஓரளவு செம்மையான சொற்களி லேயே எழு-தவேண்டும். மண்வாசனை வரவேண்டுமென்பதற்காக அவரவர் பேச்சுத் தமிழிலேயே எல்லாரும் எழுதினால், ஒரு தமிழ்மொழி போய், முப்பது நாற்பது தமிழ் மொழிகள் உருவாகக்கூடும். இந்த இடர்ப்பாட்டைத் தீர்ப்பதற்கு ஒருவழி உண்டு நல்ல தமிழிலேயே எழுதி, முக்கியமான சில இடங் களில் மட்டும் - மண்வாசனையை எடுத்துக்காட்டுவதற்காக பேச்சுவழக்கைக் கையாளலாம். நான் இந்த வழியைத்தான் கையாளுகிறேன்.

பெரிய பெரிய இலக்கிய ஆய்வாளர்களெல்லாம் இது பற்றி கருத்து முரண்பாடு கொண்டிருக்கிறார்கள். பரவா-யில்லை. கதாபாத்திரங்களின் உரையாடல்களை அவை பேசும் தொனியில் எழுத வெண்டுமென்று நீங்கள் ஆசைப்-பட்டால் அப்படியே எழுதுங்கள். (அது லேசான காரியமல்ல. அனுபவம்மிக்க சிறந்த எழுத்தாளர்கள் பலருமே இந்-தப்பேச்சு மொழியைச் சரிவர எழுத முடியாமல் திணறுகிறார்கள்!) ஆனால் எழுத்தாளரின் வெளிப்பாடுகளை இயன்ற வரையில் நல்ல தமிழில் எழுதுங்கள்.

தமிழில் பிறமொழிச் சொற்களையும் நீக்கித் தூய தமிழில் எழுதுவதற்கும் நாங்கள் முயற்சிக்க வேண்டும்.

'அப்படி எழுதினால் , ஒன்று: வாசகர்களுக்கு இலகுவில் விளங்க முடியாமலிருக்கும். மற்றது; வசனங்களில் சரி-யான தாக்கம் வரமாட்டாது' என்று சிலர் சொல்லக்கூடும்.

உண்மைதான்.

சிறு வயதிலிருந்தே நாங்கள் பழகிய சொற்களை விட்டு, புதிய சொற்களை உபயோகிப்பது, படிப்ப வருக்கு மட்டுமன்றி, எழுதுபவருக்கும் இடர்ப்பாடு தருவதாக அமையும். ஒரே நாளில் நாங்கள் தூய தமிழை எழுத வேண்டாம். அப்படி எழுதுவதால் பயனில்லை. இயன்றவரையில், வாசகருக்கு விளங்கக்கூடிய அளவில், வழக்கத்திலுள்ள பிற மொழிச்சொற்களுக்குப் பதிலாகத் தூய தமிழ்ச்சொற்களை உபயோகிக்கலாம்:

இப்படிச்செய்து வந்தால்,

மெல்ல, மெல்ல, மெல்ல - யாரிலும் நோகாமல் தூய தமிழ் வந்துவிட வாய்ப்புண்டு. எனது பட்டறிவில் கண்டது:

அக்கிராசனர், காரியதரிசி, பொக்கிஷாதிபர், விவாகம், ஆசீர்வாதம், வருஷம், சந்தோஷம் - இப்படி எங்களோடு ஒட்டிக் கொண்டிருந்த பல வட மொழிச் சொற்கள், இப்போது, தலைவர். செயலாளர், பொருளாளர் , திருமணம், வாழ்த்து, ஆண்டு, மகிழ்ச்சி என்று தூய தமிழ்ச்செம்களாக மாறிவிட்டதைப் பார்க்கிறேன், முன்பெல்லாம் ஒருவரை ஒருவர் சந்திக்கும் போது 'நமஸ்காரம்' என்றுதான் சொல்வார்கள். இப்போது அது 'வணக்கம்' என்று தூய தமிழில் வந்துவிட்ட தல்லவா!

தொடர்ந்து மெல்ல - மெல்ல முயற்சித்தால் தூய தமிழ் வந்தேவிடும்!

ஏற்ற ஒரு சொல் தமிழில் தோன்றாதபோது, பழக்கப்பட்ட பிறமொழிச் சொல்லை இப்போதைக்கு உபயோகிப்பதில் தவறொன்றுமில்லை .

ஆனால், நல்ல தமிழ்ச்சொல் இருக்கவும், எதற்காகப் பிறமொழிச்சொல்லை உபயோகிக்கவேண்டும்?

எங்களுக்கும் தன்மானம் உண்டல்லவா!

கடைசியாக,

நீங்கள் எழுத்தாளர் - எழுத்தை ஆள்பவராக இருக்கவேண்டும்.

எழுத்தை ஆள்வதற்கு,

அந்த எழுத்துக்களைப் பற்றி,

அந்த எழுத்துக்களாலாகும் சொற்களைப் பற்றி, அந்தச் சொற்களாலாகும் வாக்கியங்கள் பற்றி, நன்கு அறிந்திருத்தல் மிக நல்லது.

மீண்டும் படலையில்

சிறுகதை பற்றிய எனது பட்டறிவுக் குறிப்பு களை இதுவரை மனங்கொண்ட உங்களுக்கு நன்றி.

சிறுகதை எழுதுவது பற்றி இன்னும் பலருடைய கருத்துக்களை நீங்கள் அறியக்கூடும்.

பொதுவாக, சிறுகதை இலக்கணங்களைப் பற்றிக் கூறுவோர் மிக உயர்ந்த நிலையில் நின்று போதனை' செய்வார்கள். இப்போதெல்லாம் வானொலியில் பாடல்களைக் கேட்கும்போது, பாடல்களை விடப் பின்னணி இசைக்கே முக்கியத்துவம் வந்து விட்டதுபோலத் தோன்றுகிறதல்லவா?

அது மாதிரி, சிறுகதை நாவல்களிலும் கதையை விட, விபரிப்பு முதலிய வெளிப்பாடுகளுக்கே முக்கியத் துவம் கொடுப்பதைச் சிலர் விரும்புகிறார்கள். கதையின் முடிவைச் சொல்ல வேண்டாம். கருத்தை வெளிப்படுத்த வேண்டாம். அதை வாசக ரின் கற்பனைக்கே விட்டுவிட வேண்டுமென்கிறார்கள்.

இப்படிப் பற்பல கருத்துக்கள்.

இவைகள் எல்லாவற்றையும் அறித்து வைத்திருங்கள்.

இவை எவையுமே முடிந்த முடிபுகளல்ல. ஒரு கருத்தைச்சொன்னவரே, சில காலத்தின் பின் அதை மாற்றிக்கொள்ளவும் கூடும். ஆகையால், அவற்றை ஒரே பிடியாகப் பிடித்துக்கொள்ளாதீர்கள்.

குழப்பம் வேண்டாம்.

இன்றைக்கு உங்கள் மனத்துக்கு எது சரியென்று தோன்றுகிறதோ அப்படி எழுதுங்கள்.

நாளைக்கு அது சரியில்லையென்று தோன்றினால் அதை விட்டுவிட்டுப் புதிய வழிக்குப் போகத்தயங்காதீர்கள்.

கடைசியாக ஒரு வேண்டுகோள்: இச்சிறுநூலைப் படித்தபின், இதைப்பற்றி எனக்கு ஏதாவது சொல்ல வேண்டுமென்று நீங்கள் விரும்பினால், உங்கள் கருத்துக்களை ஆவலோடு வரவேற்கிறேன்.

எனது முகவரி முன் படலையில் இருக்கிறது. - **வரதர்**

முதற்பதிப்பு:- மார்ச், 1992 ஆசிரியர்:- வரதா வெளியீடு:- வரதர் வெளியீடு, யாழ்ப்பாணம்.
அச்சுப்பதிவு:- ஆனந்தா அச்சகம், யாழ்ப்பாணம்
விற்பனை:- ஆனந்தா புத்தகசாலை, 226, காங்கேசன் துறைச்சாலை யாழ்ப்பாணம். விலை:- ரூபா 18/=

35. கிளையாகிக் கொண்டிருக்கும் துளிர்கள் - கார்த்திகேசு சிவத்தம்பி

மோகவாசல் - ரஞ்சகுமார் - பின்னுரை

...தமிழில் சிறுகதை பெறும் மேலுமொரு பரிமாணம் (வளர்ச்சி) பற்றி, ரஞ்சகுமாரின் மோகவாசல் தொகுதி வழியாக எழும் சிந்தனைகள் சிலவற்றின் பிராரம்பப் பதிவு.

இந்தக் குறிப்பு 1989இல் எழுதப்பட்டிருக்க வேண்டியது. பதினாறு மைல் தூரம் கடந்து வெளியீட்டு விழாவுக்கு செல்ல முடியாத ஒரு ஒரு படைக் கெடுபிடி நிகழ்ச்சி காரணமாக அன்று நிறைவேற்றப்படாத 'கடன்' இன்று கொழும்பில் இயைபுடை இல்லாமை, விளக்க வாசிப்புக்கான பின்புல மூலங்கள் நூல்கள் இல்லாமை, ஆகிய தடங்கல்களுக்கு இடையே நிறைவேறுகின்றது. விவரண விளக்கங்களற்ற சிந்தனையோட்ட மாகவே இந்தக் குறிப்பு மன்னிப்பைக் கோர வேண்டியுள்ளது. அமைகின்றமைக்கான (தமிழ்ச் சிறுகதையின் தோற்றமும் வளர்ச்சியும் - 1966) எனது நூலின் கால எல்லைக்கு அப்பால் ஏற்பட்ட தமிழ்ச் சிறுகதை வளர்ச்சிக் கட்டங்களுள் (ஜெயகாந்தனுக்குப் பின் வந்த வளர்ச்சிகளுள் (Post - Jayakantan period) ஒன்று பற்றிய சில அவதானிப்புகளாகவும் இந்தக் குறிப்பு அமையும்.

'இலக்கிய வரலாறுகள்,' இலக்கியங்களின் 'பின்னரே' எழமுடியுமாதலால், இந்தக் குறிப்பையும் தொகுதியின் பிற்சேர்க்கையாக இணைக்கும்படி கூறியுள்ளேன். ரஞ்சகுமாரிடம்

விமர்சனங்கள், சிலர் நினைப்பதும் பயப்படுவதும் போன்று நியம விதிப்புக்கள் (Prescriptions) அன்று; அவை ஆய்வுவழி அறிக்கைகளே (Diagnosis)

I

தமிழ்ச் சிறுகதை இன்று பெருமாற்றமடைந்துள்ள ஒரு இலக்கிய வடிவமாகும்.உலகச் சிறுகதைகளில் 1950-60கள் முதல் ஏற்பட்டு வந்தமாற்றம் இப்பொழுது தமிழ்ச் சிறுகதைக்கும் வந்துவிட்டது.

இந்த மாற்றத்தின் மாற்றத்தின் பிரதான அம்சம் கதை 'சொல்லப்படும்' முறையில் (Narrative; Narrativial forms) ஏற்பட்டுள்ள மாற்றங்கள் தான். 'தொடக்கம்', 'உச்சம்'. 'முடிவு' என்ற அரிஸ்ரோட்டிலீய நியம விதிப்பு நடைமுறை உத்தியுடன் சிதையத் புனைகதையில் தொடங்கியது. இப்பொழுது முற்றிலும் தகர்ந்துள்ளது நாடகத்திலேயே இன்று அரிஸ்ரோற்றலீய எதிர்ப்புவாதம் (anti-aristotelianism) வந்துவிட்டது."நன்கமைக்கப் பட்ட கதை" என ஒன்று இருக்க முடியாதென்பது, உளவியல், மெய்யியற் சிந்தனை வளர்ச்சிகளினால் வற்புறுத்தப்படும் ஓர் உண்மையாகும். இந்த மாற்றங்கள், எழுத்தாளர்களின் கதைகள் மனப்பதிவு செய்துகொள்ளப்படும் முறையிலும் (in the manner percieved) முறையிலும் அறிந்துகொள்ளப்படும் (Cognition) BULL மாற்றங்களாகும். அமைப்பியல் வாதத்தையே (Structuiralism) இன்னும் சரியாக உள்வாங்கிக் கொள்ளாத ஓர் எழுத்துப் பண்பாட்டினுள், அமைப்பியல் வாதத்துக்குப் பிந்திய (Post-Structuralist) சிந்தனைகளின் முக்கியத்துவத்தை, அறிவதும், அவை கூறும் பொருள்களைத் தமிழில் இனங்கண்டறிவதும் சிரமம் தான்.

இந்தக் 'கதை கூறு முறைமை' (narrative) மாற்றம் என்பது மூன்று மாற்றங்களை உள்ளடக்கியது.

(1) கதைகளில் ஏற்பட்ட மாற்றம். அதாவது எவையெவை கதையாகும், எப்பொழுது கதை யாகும் என்பனவற்றில் ஏற்பட்ட மாற்றம்; இது சமூக நிலைப்பட்டது.

(2) "கதைகளை" உணர்ந்து கொள்வதில் ஏற்பட் டுள்ள மாற்றம். அதாவது இது உணர்திறன் முறைமையில் (Sensibility) ஏற்பட்ட மாற்ற மாகும். இது முக்கியமானது. இதனாலேயே முதலாவது மாற்றமும் ஏற்படுகின்றது. சமூகத்தின் உணர்திறன்கள் மாறும் பொழுது கலை, இலக்கிய வடிவங்களில் முக்கிய மாற்றங்கள் நிச்சயமாகப் 'பாணி' (Style) மாற் றங்கள் ஏற்படும்.

(III) எடுத்துக் கூறப்படும் "மொழி"யில் ஏற்படும் மாற்றம். இது இரண்டாவது மாற்றத்தின் தவிர்க்க முடியாத பலன்; அத்துடன் இந்த மாற்றங்களின் "வெளிப்பாட்டு" வாயிலும் இதுதான்.

ஆசிரியர் / எழுத்தாளர் நிலைப்பட்ட இவை காரணமாகப் புனைகதையின் (அதாவது சிறுகதை, நாவல் இரண்டினதும்) 'பாடம்" (Text) மாறியுள்ளது.

ஆனால் இந்த மாற்றம் வெறுமனே ஆசிரியர் மட்டத்தில் மாத்திரம் ஏற்பட்டுள்ள ஒன்றன்று. வாசகர் மட்டத்திலும் ஏற்பட்டுள்ள மாற்றங்கள். மாற்றங்கள், அறிகை முறை மாற்றங்கள் (Changes in அனுபவ experience and cognition) மிக முக்கியமானவை.

வாசக மாற்றங்கள் ஏற்பட்டதனாலே தான் தொடர்பு (Communication) வலுவும் சுவாரசிய முடைய தாகின்றது.

இந்த மாற்றங்களை ஒட்டுமொத்தமாக சூழ்வு சந்தர்ப்பங்களிலும் (Context) 'பாடத்திலும்' (text). ஏற்பட்ட, காரண-காரியத் தொடர்புடைய மாற்ற மெனலாம். இந்த மாற்றங்கள் தமிழின் புனைகதை புதிய எல்லைகளைத் தொட உதவியுள்ளது. தமிழ்ப் புனை கதை வரலாற்றின் நிலை நின்று கூறினால், ராஜநாரா யணனின் கதைகள் கோலமானது, புதுமைப்பித்தன், கு. ப. ரா, ஆகியோரின் கதைகள் மரபுகளுடன் இணைந்த பொழுது, தமிழுக்கு புதிய "கதை நூல்

முறைமை''கள் மேற்கிளம்பின எனலாம்.

இந்த மாற்றத்தின் எடுத்துக்காட்டாகவும். சமிக்ஞை களாகவும், அமைந்துள்ள புனைகதை எழுத்தாளர்களாக கோணங்கி, ஜெயமோகன், தோப்பில் முகம்மது மீரான் முதலியோர் எடுத்துப் பேசப்படுகின்றனர். இந்த மாற்றம் முற்றிலும் தமிழ்நாடு நிலைப்பட்டது அல்ல. அது இலங்கையிலும் காணப்படுகிறது என்ப தைக் காட்டி நிற்பவர் எண்பதுகளில் தமிழிலக்கியத்துக்கு அறிமுகமான இருவர். ஒருவர் உ.மா. வரதராஜன், மற்றவர் இந்தச் சிறுகதைத் தொகுதியின் ஆசிரியரான ரஞ்சகுமார். இந்தக் குறிப்பு. ரஞ்சகுமார் உதாரணப்படுத்தி நிற்கும் இலங்கை நிலை மாற்றங்கள் யாவை. அந்த மாற்றங்கள் சற்று முன்னர் எடுத்துப் பேசப்பட்ட கதை சொல் முறைமை, இலக்கிய உணர்திறன் ஆகிய விடயங்களுடன் எவ்வாறு தொடர்பு பட்டு நிற்கின்றது என்பது பற்றி பேசுதல் வேண்டும்,

II

ரஞ்சகுமார் வழியாகத் தெரியும் இலக்கிய உணர் முறைமை மாற்றத்தைப் பற்றிப் பேசத் தொடங்குமுன், இலக்கிய வரலாற்று புராணத்துவத்துக்காக ஒரு விடயம் பற்றி குறிப்பிடல் அவசியமாகின்றது.

1980களில் ஏற்பட்ட புதிய உணர்வு முறைமை, புதிய சிந்தனைக் கூட்டு (problematic) எழுச்சி ஆகியவற்றினூடாக வரும். படைப்பாளியாக ரஞ்சகுமாரை கொள்ளும் அதே 70களிலிருந்தே வேளையில் 1960, எழுதிக்கொண்டு வருபவர்கள் 80களின் பிற்பகுதியிலும் 90களிலும் எவ்வாறு பரிணமித்துள்ளனர் என்பது சுவையான ஒரு நிலையாகும்.

இந்த அறுவடைத் தொடர்ச்சி மிக முக்கியமானதாகும். கவிதைத் துறையில் சேரன், புதிய முறையின் எடுத்துக்காட்டு என்றால், முந்தி வந்தவர்கள் இந்தப் புதிய நிலையை எவ்வாறு நோக்குகின்றார்கள் என்ப தற்கு முருகையன், வ.ஐ.ச.ஜெயபாலன், புதுவை இரத்தினதுரை ஆகியோர் முக்கியமானவர்களாகின்றனர். அவர்களின் தொடர்ச்சியில், அந்தத் தொடர்ச்சியினூடே பளிச்சிடும் மாற்றங்களில் அவர்களின் திறமையும், பிரச்னைகளின் உக்கிரத் தன்மையும் குத்திட்டு நிற்கின்றன.

சிறுகதைத் துறையில் இவ்வகையில் முக்கியமானவர்கள் சட்டநாதன், தெணியான், சாந்தன் முதலியோராவார். சிறுகதைத் துறையில் இன்னொருவரையும் மிக முக்கியமாக எடுத்துக் கூறல் வேண்டும். 1970களிலே எழுதத்தொடங்கி இலைமறைகாயாக இருந்துவிட்டு இப்பொழுது 90களில் ''மக்கத்து சால்வை'' என்னும் சிறு கதை தொகுதியுடன் இலக்கிய கவனத்தை ஈர்த்துள்ள எஸ்.எல்.எம்.ஹனிபாவின் ஆழமான மனிதாயதம் அவரது சிறுகதைகளில் நன்கு தெரிகின்றது.

இங்கு, இந்தக் குறிப்பில், அதிகாரப்பட்டு நிற்பது மாற்றங்களும், 1980களில் ஏற்படும் உணர்முறைமை அவற்றை ரஞ்சகுமார் சித்தரிக்கும் முறைமையுமாகும்.

III

சரித்திரம் என்பது சாகாத் தொடர்கதை. கால கட்டங்கள் என்பவை வகுத்தற் சுகத்துக்காக செய்யப்படுபவையே. அவற்றுக்கான வருட நிர்ணயம் என்பது ஒரு சைகையே. இலங்கையின் வரலாற்றின் அத்தகைய ஒரு சைகை (sign) யாகவிருப்பது 1983 (1970 களில்லாமல் 80கள் வலுத்துவிடவில்லை. அது 60களுடன் நின்று விடவு மில்லை) இந்த 1983 பலவகைகளில் இலங்கையின் வர லாற்றில் ஒரு முக்கிய கோடு ஆகும். அதற்கு முன் பின் என்று பிரிக்கலாம்.

இலங்கையில் விடயங்கள் நோக்கப்படும் முறையிலும் உணரப்படும் முறையிலும் 1983 ஒரு பிரிகோடுதான்.ஒரு காலக்கோட்டுக்குப் பின் வருகின்ற புதிய உணர்திறன் முறைமையை எழுத்தில் வடித்தல் என்பது மிகச்சிக்கலான ஒரு விடயமாகும். அந்தக் காலக் கோட்டுக்கு முந்திய வர்கள், பிந்தியதைப் பார்ப்பதிலுள்ள முறைமைக்கும், அந்தக் காலக் கோட்டுக்குப் பின் 'சமூக பிரக்ஞை' நிலைக்கு வந்தவர்கள் அதனைப் பார்ப்பதற்கும் வேறு பாடு உண்டு. தொடர்ச்சிகள் பற்றிப் பேசிவிட்டோம்.

புதிய தலைமுறையின் உணர்திறன் வெளிப்பாடு கவிதையில், மற்றைய இலக்கிய வடிவங்களிலே தெரியப் படுவதற்கு முன்னர் தெரியவருவது இயல்பே. அது கவிதையின் அடிப்படையான பண்பு; உணர்ச்சிகள் தம்மை இனங்காட்டிக் கொள்வதில் பெரிதும் பின்தங்கு வது இல்லை. ஈழத்துத் தமிழிலக்கியத்தில் கவிதைத்துறையில் புதிய தலைமுறையினரின் உணர்திறன் முறைமை புதுமையைச் சேரனின் கவிதைகள் எடுத்துக் காட்டின. அதற்குப்பின் வந்த புலம்பெயர் இலக்கியங்களும் (கவிதைகளும்) போராளிகளின் கவிதைகளும் (குறிப்பாக போராளிப் பெண்களின் உணர்முறைமை வெளிப்பாடுகளும்) இந்தப் புதிய உணர்திறனை ஆழப்படுத்தின.

புனைகதை வித்தியாசமான ஒரு கலை வடிவம், எவ்வளவுதான் அது மனித உணர்ச்சிகளை எடுத்துக் கூறுவதென்றாலும், தளத்தில் அது ஒரு பகுப்பாய்வு வடிவம் (analytical form). மனித உறவுகள் அவற்றின் மாறுதல்கள், வெளிப்பாடுகள் ஆகியவற்றினை நுணுக்க மாக சித்தரிப்பது. கதைக்குள் ஒரு நோக்கு இருக்கும். அந்த நோக்கு என்பது அந்த விடயத்தினாலும், அதனைப் பார்ப்பவனாலும் தீர்மானிக்கப்படுவது. 'உலக வழக்கி'' லுள்ள ஒரு நிகழ்ச்சியை அல்லது நிகழ்ச்சிகளை ''புனை கதை இலக்கிய வழக்குப் படுத்தும்பொழுது ஒரு கட்ட மைப்பு அல்லது சட்டகம்

தேவைப்படுகின்றது. அந்த ஒழுங்கமைப்புத்தான் (organization of the material in fiction) புனை கதையினை முக்கியத்துவப்படுத்துவது.

புனைகதையுள்ளும் தருக்கப்படி இந்தப்புதிய உணர் முறைமை நாவலிலும் பார்க்க சிறுகதையிலேயே தெரிய வரும். இந்த வருகையின் தன்மைகள் பற்றியும், பற்றியும், இதன் வழியாக வந்த ஆரம்ப அறுவடைகள் சிலவற்றின் இலக்கியத் தரம் பற்றியும் நான் ஏற்கெனவே ‘‘உயிர்ப்பு’’ (1987) எனும் சிறுகதைத் தொகுதிக்கு எழுதிய ‘‘பின்னுரை’’யிற் கூறியுள்ளேன்.

சிறுகதைத் துறையில் 1983இல் ஏற்பட்ட புதிய உணர்முறையைச் சித்தரித்த புதிய தலைமுறையினருள் ரஞ்சகுமாருக்கு ஒரு முக்கிய இடமுண்டு. ஈழத்து தமிழ்ச் சிறுகதை வளர்ச்சியில் ரஞ்சகுமார் பெறும் முக்கியத்துவத்துக்கான காரணம், அவர் இலங்கையில் 1983 உடனும் அதன் பின்னும் வரும் அனுபவங்களுக்கு வழக்கில் உள்ள இலக்கிய அமைவு ஆகும். இந்த இலக்கிய அமைவினுள் ஒரு புதிய தலைமுறையின் உணர்முறைமை, நோக்கு முறைமை ஆகியன பளிச்சிட்டு நிற்கின்றன.

பலர் எழுதத் தொடங்குவதும், சிலர் பிரச்சார வாடைப்பட எழுதுவதுமான இளைஞர். தீவிரவாத எழுச்சியை ரஞ்சகுமார் இலக்கியமாக்கியுள்ள முறைமை அற்புதமானது. இங்கு ‘‘ஆக்கியுள்ள முறைமை நன்கு’’ என்று கூறுவதே பொருத்தமற்ற சொற்றேர்வு ஆகும். உண்மையில் அது ‘‘இளைஞர் தீவிரவாதம் ரஞ்சகுமார் என்ற இளம் எழுத்தாளனின் புலப்பதிவுகள் வழியாக வெளிப்படும் முறைமை’’ என்றே எழுதப்படல் வேண்டும்.

‘காலம் உனக்கொரு பாட்டெழுதும்’, ‘கோசலை’’ ‘கோளறு பதிகம்’’ என்பன இளைஞர் தீவிரவாதம். யாழ்ப்பாண மண்ணில் வேரூன்றியுள்ள முறைமையினை யும் அதன் வழியாகத் தோன்றியுள்ள சாதக, பாதக அமிசங்களையும் அமரத்துவமுடைய இலக்கியப் பொருளாக்கியுள்ளன

இவற்றுள் ‘கோசலை’’ மிகச்சிறந்த காலப்பதிவான படைப்பு ஆகும்.

யாழ்ப்பாணத்தின் மிகமிகச் சாதாரணமான, ஒரு குடும்பத்தின் நிகழ்ச்சிகளினூடே, அந்தச் சமூகத்தில் மேற்கிளம்பிக் கொண்டிருக்கும் ஒரு புதிய சமூக இயக்கத். தின் முழுப்பரிமாணத்தையும் இந்தக் கதையிற் காண லாம். யார் யாரெல்லாம் இயச்கங்களிற் சேருகிறார் கள், ஏன் சேருகிறார்கள், அவ்வாறு சேர்வது குடும்ப அலகை எவ்வாறு பாதிக்கின்றது, இவற்றுக்கிடையே காணப்படும் மனித அவலம் ஆகியன எல்லாம் மனதை விட்டகலாத முறையிலே எடுத்துக் கூறப்பட்டுள்ளன.

1983ஐத் தொடர்ந்து ஏற்பட்ட இந்தச் சமூக அசைவி யக்கத்தை ரஞ்சகுமார் எவ்வாறு நோக்கின்றார் என்பது தான் முக்கியம். அடுத்த நேரச் சாப்பாட்டுக்கு வழியில்லாத விதவைத் தாய் இங்கு ‘கோசலை’ ஆகிறாள். அவளின் சொந்தப் பெயரே கதையில் வரவில்லை. ராமனின் தாய் பெயர் அவள் பெயராகிறது. ராமனையும், சீலனையும் ஒப்பிடும் இடம் (கதையின் இறுதிப்பகுதி) இளைஞர் தீவிரவாதத்தின் சமூக முக்கியத்துவத்தை வற்புறுத்துகின்றது. போராளிப்பையன் ராமன் ஆனால் தான் அவனது தாய் கோசலை ஆக முடியும். ரஞ்சகுமார் அந்தத் தாயை கோசலையாகவே காணுகிறான்.

இது அந்தக் கதையின் ஒரு பரிமாணமே. இன்னும் பல பரிமாணங்கள் இந்தக் கதைக்கு உள்ளன. இளைஞர் தீவிரவாதம் ஆரம்பத்தில் வளர்ந்த முறைமை, இந்த இளைஞர் தீவிரவாதத்தினுட் சிறுவர் என்ற முறைமை, அக்காலத்தில் நிலவிய பயம், திகில் ஆகியனவும், அதே வேளையில் ஒரு கிராமத்தின் ஏழைக்குடும்பம் வாழ்ந்த தன்னிறைவான வறுமையிற் செம்மையான வாழ்க்கை, அத்தகைய குடும்பங்களிலே நிலவிய மனதைக் கவ்வும் அந்நியோந்நியமான அன்புப் பிணைப்புக்கள் ஆகியன சிலிர்க்க வைக்கின்றன.

’’கோசலை’’ என்னும் நாணயத்தின் மறுபுறமாக அமைகின்றது, ‘‘கோளறு பதிகம்’’ இயக்கங்களினூடே காணப்படும் ஒற்றுமையின்மைகள், அவை காரணமாக ஏற்படுத்தும் ஆபத்துக்கள் ஆகியன கோளறு பதிகத்தி னூடே ஒருவிதத் திகிலுணர்வுடன் வெளிவருகின்றன.

இந்த இளைஞர்களின் தியாகம் ‘‘காலம் உனக்கொரு பாட்டெழுதும் வழியாக நமது மூச்சைத் திணற வைக்கின்றது. ரஞ்சகுமாரின் சாதனைகள் இரண்டு என்று கருது கின்றேன் - ஒன்று இளைஞர் இயக்கங்களின் எழுச்சியை, ஆரம்ப காலச் செயற்பாடுகளை சமூக உறவுகளின் உணர்ச்சிப் பின்புலத்தில் தருவது; மற்றது இவ்வாறு சமூக உறவுகளை உணர்ச்சிப் பின்புலத்திலே ‘தரும்’ பொழுது, அவற்றை நம் பண்பாட்டுக் குறியீடுகள் மூலம், அந்தக் குறியீடுகளினூடாக தெரிய வைப்பது. திறமை யுள்ள எழுத்தாளன் முதலாவதைச் செய்வது சுலபம். ஆனால் இரண்டாவதைச் சாதிப்பதற்கு அசாதாரண திறமை வேண்டும். அந்தப் பண்பாட்டினுள்ளே நின்று அதனைச் சித்தரித்தல் வேண்டும். இதற்கு அகப் புறப் பார்வைச் செம்மை வேண்டும்.

ரஞ்சகுமாரின் திறன் இந்தச்சித்தரிப்பு ஆற்றலுக்குள்ளே தங்கி நிற்கின்றது. யாழ்ப்பாணத்தின் தோற்றத்தையே மாற்றிவிட்ட தமிழ் இளைஞர் இயக்கத்தை மாத்திரமல்லாது, இலங்கையின் சிங்களப் பிரதேசங்களின் சமூக வாழ்க்கைமுறையையே மாற்றி அமைத்து விட்ட ஜே.வி.பி. இயக்கத்தின ரின் (ஜனதா விமுக்திப் பெரமுன - மக்கள் விமோசன

முன்னணி) செயற்பாடுகளை ரஞ்சகுமார் தந்துள்ள முறைமை, பண்பாட்டுக் குறியீடுகளை அவர் பயன்படுத்தும் ஆற்றலைக் காட்டுகின்றது. "கபற் கொயா" எனும் ஊர்வன வகையைச் சேர்ந்த ஐந்து ஏற்படுத்தும் பயம், அருவருப்பு, திகில் என்பன அந்தப் பண்பாட்டை அறிந்தவர்களுக்குத்தான் புரியும். ஜே.வி.பி. இயக்கத்தின் தோற்றம், செயற்பாட்டைக் குறிக்கும் தொடர்பு வன்மை யுடைய இந்தச் சிறுகதையைப் போல, சிங்களத்திற்கூட எத்தனை சிறுகதைகள் இருக்க முடியும். நிச்சயமாக அதிகம் இருக்க முடியாது.

ரஞ்சகுமாரின் உணர்முறைமையை அவரது உரை நடை மிகத்துல்லியமாகக் காட்டுகின்றது. பொருட்களை. இடங்களை, மனிதர்களை. விடயங்களை விவரிக்கும் முறைமையிலும், குறிப்பாக ஒவ்வொரு சிறுகதையையும் முடிக்கும் முறையிலும் ரஞ்சகுமாரின் மொழி ஆற்றல் தெரிகின்றது. (கோசலை, கோளறு பதிகம்).

உணர்வுகளையும், உணர்ச்சிகளையும் தன்வயமாக்கி கொண்ட ஒருவர், தனது புலப்பதிவு நிலையில் எவ்வாறு மற்றயவற்றைப் பார்க்கின்றார். அவற்றையெல்லாம் தானே எவ்வாறு உணர்ந்து கொள்கிறார் என்பதை எடுத்துக்காட்டுவதாக அவரது உரைநடை அமைந் துள்ளது. "கோசலை" சிறுகதையின் முடிவும் கோளறு பதிகத்தின் முடிவும் இதனை நன்கு காட்டுகின்றன.

இந்த இடத்திலேயே ரஞ்சகுமார் தமிழகத்தின் இன்றைய முக்கிய சிறுகதை எழுத்தாளர்களான கோணங்கி. பிரபஞ்சன், ஜெயமோகன் ஆகியோருடன் ஒப்பிட வேண்டியவராகின்றார். இவர்கள் யாவருமே தமது மொழி நடையால், தமிழ் சிறுகதையின் உணர்ச்சிச் சித்தரிப்பு பாங்கினை மாற்றிய வர்கள். இவர்களது மொழிநடை, இவர்களது ஆளுமை அவ்வவ் ஊறிப்போய் களுக்குள் ஆளுமைகளின்தும் உணர்வு ஆழத்தினதும் பிரத்தியேகமான அதே வேளை பண்பாட்டுச் சுகந்தம் மாறாத மொழிநடையாகும்.

இது உண்மையில் வெறுமனே மொழிநடை பற்றிய ஒரு விடயமல்ல. அது பார்வை முறைமை பற்றியது, 'புலப்பதிவு" (Perception) பற்றியது. ஆழமாகப் பார்த்தால் கருத்து நிலைகளின் ஆழமான மனப்பதிவுகள் பற்றியது.

இந்த நடை, பேச்சு வழக்கையும், செந்தமிழ் வீச்சையும் பிரித்துப்பார்க்க முடியாதபடி இணைப்பது. இந்த நடையில் செந்நெறி விடயங்களும் எழுதப் படலாம், கிராமியக் எழுதப்படலாம். கதைகளும் ஜெயமோகன் போன்றோர் அதைச் சாதித்துள்ளனர். (2-ம் திசைகளின் நடுவே) 'மோகவாசல்" சிறுகதையில்: ரஞ்சகுமாரும் இதனையே எத்தனித்துள்ளார்.

தமிழ்ச் சிறுகதையின் சமகால வளர்ச்சியில் நேற்றைய இந்தத் துளிர்கள் இன்று கிளைகளாகப் பிரிகின்றன.

தமிழ் புனைகதை வரலாற்றில் ஒரு புதிய அத்தியாயம் எழுதப்படத் தொடங்கியுள்ளது.

திறந்த பொருளாதாரத்தின் சர்வதேசியச் சந்தைமயப்பாட்டுக்குக்கூடவே இந்தச் செல்நெறி ஒரு முக்கியமான வளர்ச்சிப் போக்கினைக் காட்டுகின்றது.

தமிழின் புதிய தலைமுறை எழுத்தாளர்களுக்கு. எமது நன்றிகள்.

கொழும்பு

27-8-1993

கார்த்திகேசு சிவத்தம்பி

- மோகவாசல், முதற் பதிப்பு: ஏப்ரல் 1995, தேசிய கலை இலக்கியப் பேரவை இணைந்து சவுத் ஏசியன் புக்ஸ், சென்னை.

36. தமிழின் முதல் சிறுகதை எது? - மாலன்

பயணமும் பணியும்

இந்த உரை ஏப்ரல் 26 2011 அன்று தமிழ்ச் சிறுகதைகள் -ஒரு நூறாண்டு என்ற தலைப்பில் சாகித்ய அகாதெமி ஏற்பாடு செய்திருந்த இரு நாள் கருத்தரங்கில் முதன்மை உரையாக நிகழ்த்தப்பட்டது. இன்று சற்றே தேக்கமுற்றதுபோல் தோன்றும் நவீனத் தமிழ்ச் சிறுகதை நூறு வயதைத் தாண்டிவிட்டது என்பதை எண்ணும்போது ஒரு அரை நொடிக்குத் திகைப்பும், மகிழ்ச்சியும், அவற்றைத் தொடர்ந்து கலக்கமும் ஏற்படுகின்றன. நூறாண்டுகள் குறித்துப் பெருமை கொள்வதற்குimages நிறைய காரணங்கள் இருப்பதைப் போன்றே கவலை கொள்வதற்கும் காரணங்கள் இருக்கின்றன.

இதனாலேயே நவீனத் தமிழ்ச் சிறுகதை என்பதை ஒரு வரலாற்றுப் பார்வையில் அணுக வேண்டிய கட்டாயமும், அவசியமும் நமக்கு நேர்ந்திருக்கிறது. ஆனால் துரதிர்ஷ்டவசமாக நவீனத் தமிழ்ச் சிறுகதையின் வரலாறு, குறிப்பாக அதன் ஆரம்பக் கட்டங்கள், குழம்பிக் கிடக்கின்றன. தமிழ்ச் சிறுகதையின் வரலாறு, நவீனத் தமிழ்ச் சிறுகதை தோன்றியதற்கு வெகுநாட்களுக்குப் பின்னர் இன்னும் குறிப்பாகச் சொன்னால், அது ஒரு இயக்கமாகப் பரிணமிக்கத் துவங்கியதற்குப் பின்னர் - அப்படிப் பரிணமித்ததின் விளைவாக - எழுதப்பட்டது. இது இயல்பானது. தவிர்க்க இயலாதது. ஆனால், வரலாற்றை எழுத முற்பட்ட இலக்கிய ஆசிரியர்கள், பேராசிரியர்கள், விமர்சகர்கள் இவர்களெல்லோரும் வரலாற்றை, வரலாற்றுப் பார்வை கொண்டல்ல, அவரவரது சமகாலப் பிரக்ஞை கொண்டு எழுத முற்பட்டார்கள் என்-

பதுதான் துரதிஷ்டவசமானது.

தமிழில் நவீனச் சிறுகதை பற்றி விவாதிக்கப்படும் போதெல்லாம், சிறுகதை என்பதைவிட 'நவீன'த்திற்கு அதிக முக்கியத்துவம் தரப்பட்டு வந்திருக்கிறது. இங்கு நவீனம் என்பது மேற்குலகைச் சார்ந்ததாகவே அறியப்பட்டு, அப்படியே போதிக்கப்பட்டு, அப்படியே விவாதிக்கப்பட்டு வந்திருக்கிறது. ஐரோப்பியக் கலை வடிவங்களை இந்திய எண்ணங்களைக் கொண்டு படைத்துக் காட்டுவதே நவீனம் என்று இங்கு அங்கீகரிக்கப்பட்டிருக்கிறது. இங்கு நவீனம் என்பது மரபின் தொடர்ச்சி அல்ல. மரபில் இருந்து முரண்பட்டது. அதற்கு நேர்மாறானது.நவீன இலக்கியத்தின் பிதாமகர்கள் என்று நம்பப்படுகிற மணிக்கொடிக்காரர்கள் ஸ்வீகரித்துக் கொண்ட நவீனம் இத்தகையதுதான்.

ஆனால், சுப்ரமணிய பாரதி கருதிய நவீனம் இதுவல்ல.

வருடக்கணக்கை வைத்துப் பார்த்தாலும் சரி, இலக்கியக் கொள்கைகளை அடிப்படையாகக் கொண்டு அளவிட்டாலும் சரி, தமிழின் நவீனச் சிறுகதை - வேறு பல சமகால இலக்கிய வடிவங்களைப் போல - சுப்ரமண்ய பாரதியிடமிருந்தே துவங்குகிறது. 1905லேயே, அவர், ஷெல்லிதாஸ் என்ற பெயரில் சக்ரவர்த்தினியில் 'துளஸீபாயி என்ற ரஜபுத்திர கன்னிகையின் சரித்திரம்' என்ற புனைவை எழுதியிருந்தார். 1905ம் ஆண்டு நவம்பர் இதழில் துவங்கி, 1906 ஜூலை வரை, இதழுக்கு இரண்டு பக்கங்கள் அளவில், நடுநடுவே இடைவெளி விட்டு ஐந்து இதழ்களில் அத்தியாயப் பகுப்புடன் அது பிரசுரமானது. ஐந்து இதழகளில் வெளியானது, அத்தியாயப் பகுப்பு இருந்தது என்பதால் அதை நாவல் என்றோ குறுங்காவியம் என்றோ, நெடுங்கதை என்றோ அவசரப்பட்டு முடிவுக்கு வந்துவிட வேண்டாம்.அதன் மொத்த நீளமே 11 பக்கங்கள்தான். குளத்தங்கரை அரசமரத்தை விடச் சிறியது. என்றாலும் நடுவிலே ஒரு சிறு கவிதையும், இடையிடையே நாடகப் பாணியும், ஷேக்ஸ்பியரின் மேற்கோளும் கொண்ட அதைச் சிறுகதை என ஏற்பதில் சிலருக்கு இருக்கும் தயக்கத்தை என்னால் புரிந்து கொள்ள முடிகிறது.

ஆனால் ஆறில் ஒரு பங்கை தவிர்த்துவிட முடியாது. 'ஒரு நாவலுக்குரிய கருப்பொருளைக் கொண்டது' என்று இன்றைய விமர்சகர்களால் புறக்கணிப்படும் அதை பாரதி ஒரு சிறிய கதையாகத்தான் கருதினார். நூறாண்டுகளுக்கு முன்பு, 1910ம் ஆண்டு ஆகஸ்ட் மாதம் அவர் புதுச்சேரியிலே வசித்த போது, 'ஆறில் ஒரு பங்கு ஓர் சிறிய கதை' என்ற நூலைத் தன் சொந்த முயற்சியிலே மூன்றணா விலையுள்ள நூலாக வெளியிட்டார். அது 1911ம் ஆண்டு அரசு ஆணை ஒன்றின் மூலம் தடை செய்யப்பட்டது. அந்தத் தடையை நீக்குமாறு அரசாங்கத்தை அறிவுஜீவிகளும் பத்திரிகையாளர்களும் வலியுறுத்த வேண்டும் எனக் கோரி 1912ம் ஆண்டு அக்டோபர் 8ம் தேதி ஹிந்து நாளிதழுக்கு, ஆசிரியருக்குக் கடிதங்கள் பகுதிக்குக் கடிதம் எழுதுகிறார் பாரதி இதையே தமிழின் முதல் நவீனச் சிறுகதையாகக் கொள்ள வேண்டும். ஏன்?

அதை விளங்கிக் கொள்ள பாரதி கதை எழுத வந்த காலத்திற்கு நாம் பயணிக்க வேண்டும்.

பாரதியார் சிறுகதைகள் எழுத முற்பட்ட காலத்தில் , தமிழில் இரண்டு வகையான சிறுகதைகள் இருந்தன. ஒன்று காமக் களியாட்டக் கதைகள். மற்றொன்று அதற்கு நேர் எதிரான ஒழுக்க உபதேசக் கதைகள். 1869ல் வட்டுக்கோட்டை சதாசிவம் பிள்ளை தொகுத்து வெளியிட்ட நன்னெறி கதா சங்கிரகம் என்ற தொகுப்பின் முன்னுரையில், "மதன காமராஜன் கதை, பதுமைக்கதை, விவேகசாரம் ஆகிய இன்ப ரசக் கதைகள் பல தமிழில் உள்ளன. சிலகதைகள் இரண்டு பேர் ஒருவர் முகத்தை ஒருவர் கூச்சம் நாணமின்றி நோக்கி வாசிக்கத் தகுந்தவை அல்ல" என்று சொல்லி அதற்கு மாற்றாக "சன்மார்க்க சாதனைக்கும் போதனைக்கும் உரிய " விஷயங்களைப் போதிப்பதற்காக அந்தத் தொகுப்பை வெளியிடுவதாகச் சொல்கிறார்.

புராணப் பாடல்களும், காதல் பிரபந்தங்களும், தனிமனிதப் புகழ்ச்சிகளும் தமிழ்க் கவிதை உலகில் bharathiia மண்டிக் கிடந்த காலத்தில் கவிதையை மீட்டெடுத்ததைப் போலவே, காமக் களியாட்டங்களும், ஒழுக்க உபதேசங்களும் சிறுகதை உலகை ஆக்ரமித்திருந்த காலத்தில் பாரதி சிறுகதை உலகில் ஒரு புதிய மரபை உருவாக்கினார். சிறுகதை என்பது ஐரோப்பியக் கலைவடிவம் எனக் கருதப்பட்ட காலத்தில் அதை மறுதலிப்பது போல் பாரதி ஒரு புதிய சிறுகதை வடிவத்தை உருவக்கினார். தொல்காப்பியத்தில் பாட்டிடை வைத்த குறிப்பினானும் என்றொரு சூத்திரம் இருக்கிறது. எந்தெந்த இடங்களில் உரைநடை வரும் என்று சொல்லிக் கொண்டு போகும் அந்த சூத்திரத்தில் 'பொருள் மரபிலாப் பொய்மொழியானும்' என்று ஒரு வரி இருக்கிறது. "யானையும் குருவியும் தம்முட் நட்பாடிப் பேசிக் கொள்வது போல என்று உரையாசிரியர்கள் அந்த வரிக்கு விளக்கம் தருகிறார்கள். அதற்கு அடுத்த வரி,' பொருளோடு புணர்ந்த நகை மொழியானும்' என்பது. அதற்கு அர்த்தம் உணமை கலந்த வேடிக்கைப் பேச்சு.

மரபிலிருந்து இந்த இரண்டு அம்சங்களையும் எடுத்துக் கொண்டு தனது கதைகளின் வடிவத்தை உருவாக்குகிறார் பாரதியார். அவரது காக்காய் பார்லிமெண்ட், காக்கை இலக்கணம் படித்த கதை, இவற்றில் காகங்கள் பேசிக் கொள்கின்றன.அதே சமயம் அவை உண்மை கலந்த வேடிக்கைப் பேச்சுப் பேசுகின்றன. வாய் மொழியாகக் கதை சொல்லும் இந்திய மரபின் தொடர்ச்சியாகவே பாரதி தன்னுடைய சிறுகதையின் வடிவத்தைப் பெரும்பாலும் அமைத்துக் கொண்டார். அந்த வடிவத்தை, தான் வாழ்ந்த காலத்தில் அரசியல், சமூக விமர்சனங்களுக்காகப் பயன்படுத்திக் கொண்டார்.

அதாவது வடிவம் பழையது, விஷயம் புதியது.

ஆனால், வடிவத்தின் அடிப்படையிலேயே இதுநாள்வரை சிறுகதையை மதிப்பிட்டு வந்திருக்கும் விமர்சகர்களும் வரலாற்று ஆசிரியர்களும் சிறுகதை வரலாற்றில் பாரதிக்கு உரிய பங்கைக் கொடுக்கவில்லை. பாரதியாருடைய சிறுகதைகளில் உருவ அமைதி இல்லை, வடிவம் பற்றிய பிரக்ஞை இல்லை. அவருடைய கதைகள் சம்பவங்களை உள்ளவாறே குறிக்கிறதேயன்றி உணர்வு நிலையைக் காட்டுவனவாக இல்லை என்று பிற்கால ஐரோப்பிய இலக்கணங்களைக் கொண்டு அவரது கதைகளை விமர்சகர்கள் அளவிட முயற்சித்திருக்கிறார்கள்.

ஐரோப்பியக் கதை வடிவங்கள் குறித்து பாரதி அறிந்து நிராகரித்தாரா? அல்லது அதைப் பற்றி அறியாமலேயே இந்திய மரபைத் தேர்ந்து கொண்டாரா? அதற்கான விடையை பாரதியின் குரலிலேயே கேட்கலாம்.

'நமது நாட்டுக் கதைகளிலே பெரும்பாலும் அடிதொடங்கிக் கதாநாயகனுடைய ஊர், பெயர், குலம், கோத்திரம், பிறப்பு, வளர்ப்பெல்லாம் கிரமமாகச் சொல்லிக் கொண்டு போவது வழக்கம். நவீன ஐரோப்பியக் கதைகளிலே பெரும்பகுதி அப்படியல்ல. அவர்கள் நாடகத்தைப் போல கதையை நட்டநடுவில் தொடங்குகிறார்கள். பிறகு போகப்போக கதாநாயகனுடைய பூர்வவிருத்தாந்தங்கள் தெரிந்துகொண்டே போகும். என்று சின்னசங்கரன் கதையின் முன்னுரையில் எழுதுகிறார். நமது கதை மரபின் வடிவங்களை அறிந்திருந்த அளவிற்கு ஐரோப்பியக் கதை வடிவத்தையும் பாரதி அறிந்திருந்தார் என்பதற்குப் பற்பல சான்றுகளை நாம் சொல்லிக் கொண்டு போக முடியும். ஐரோப்பிய வடிவில் அமைந்த தாகூரின் சிறுகதைகளை அவர் மொழிபெயர்த்திருந்தார் என்பதையும் நாம் நினைவில் கொள்ள வேண்டும்.

கவிதையில் புதுமை செய்த, கார்ட்டூன் போன்ற நவீன உத்திகளைத் தமிழ்ப் பத்திரிகை உலகில் அறிமுகப்படுத்திய, புதியன விரும்பு என்று உபதேசித்த பாரதியார், சிறுகதையில் மாத்திரம் 'நவீன' வடிவத்தை அறிந்தும் அதனை மறுதலித்து பழைய மரபினை விரும்பித் தேர்ந்தெடுத்தது ஏன்?

ஐரோப்பியக் கதை வடிவத்தை நிராகரித்து தமக்கென ஒரு வடிவத்தை உருவாக்கிக் கொண்ட பாரதியார் சிறுகதையின் பயன் குறித்தும் ஓர் மாறுபட்ட பார்வையே கொண்டிருந்தார். கதை என்பது இன்பம் பயக்கும் ஒரு கலை வடிவம் மட்டுமல்ல, அது செய்தி சொல்வதற்கான ஓர் ஊடகமும் கூட என்பதுதான் அந்தப் பார்வை. அவர், கலை கலைக்காகவே என வாதிடும் சுதத சுயம்பிரகாச இலக்கிய வாதியாக இல்லாமல், ஒரு சமூகப் பொறுப்புணர்வு கொண்ட பத்திரிகையாளராகவும் இருந்ததுதான் இந்த நோக்கை அவரிடம் உருவாக்கியிருக்க வேண்டும். சமூக சீர்திருத்தக் கருத்துக்களையும், அரசியல் நடப்புக்களையும் சொல்வதற்கு எப்படிப் பத்திரிகையைப் பயன்படுத்தினாரோ, அதே போல சிறுகதையையும் அவர் ஓர் ஊடகமாக வரித்துக் கொண்டார்.

அவரது துளசிபாயீ, பெண்கள் உடன்கட்டை ஏற நிர்பந்திக்கும் வழக்கத்தைச் சாடுகிறது.பூலோக ரம்பை பொட்டுக் கட்டும் வழக்கத்தின் கொடுமைகளைச் சித்தரிக்கிறது.காந்தாமணி பெண்கள் ருதுவாவதற்கு முன்பே அவர்களைத் திருமணம் செய்து கொடுக்கும் வழக்கத்தை இகழ்ந்து, அதற்கு மாற்றாகக் கலப்புத் திருமணத்தைக் கோடி காட்டுகிறது. ஸ்வர்ணகுமாரி, அரசியலில் மிதவாதத்தையும்,மத வழக்கங்களில் பழமைவாதத்தையும் பின்பற்றுவோரை நையாண்டி செய்து திலகரின் தீவிரவாதத்தையும் ராஜாராம் மோகன்ராயின் பிரம்மசமாஜத்தையும் உயர்த்திப் பிடிக்கிறது.ஆறில் ஒரு பங்கு தலித் மக்களை இழிவாக நடத்துவதை சினத்தோடு கண்டிக்கிறது.

ஆறில் ஒரு பங்கிற்கு அவர் எழுதிய முன்னுரையில் அவர் நோக்கம் அப்பட்டமாக வெளிப்படுகிறது:

"ஒரு ஜாதி, ஒருயிர். பாரதநாட்டிலுள்ள 30 கோடி ஜனங்களும் ஒரு ஜாதி. வகுப்புகள் இருக்கலாம்.பிரிவுகள் இருக்கலாகாது.வெவ்வேறு தொழில் புரியலாம். பிறவி மாத்திரத்திலே உயர்வு தாழ்வு என்ற எண்ணம் கூடாது.மத பேதங்கள் இருக்கலாம். மதவிரோதங்கள் இருக்கலாகாது.இவ்வுணர்வே நமக்கு ஸ்வதந்திரமும் அமரத்தன்மையும் கொடுக்கும். வேறு வழியில்லைஇந்நூலை பாரதநாட்டில் உழவுத் தொழில் புரிந்து, நமக்கெல்லாம் உணவு கொடுத்து ரட்சிப்போராகிய பள்ளர் பறையர் முதலிய பரிசுத்தத் தன்மை வாய்ந்த வைசிய சகோதார்களுக்கு அர்ப்பணம் செய்கிறேன்."

100 ஆண்டுகளுக்கு முன்பு தாழ்த்தப்பட்ட மக்களை நம்மை ரட்சிப்பவர்கள், பரிசுத்தத் தன்மை வாய்ந்தவர்கள், இந்தியர்கள் அனைவரும் ஒரு ஜாதி என்று பகிரங்கமாகச் சொல்லக்கூடிய சூழ்நிலை தமிழ்ச் சமூகத்திலே இருக்கவில்லை. அந்தச் சூழ்நிலையில் தன் சொந்தப் பணத்தைக் கொண்டு வெளியிட்ட தனது நூலில் இந்தக் கருத்துக்களை முன் வைக்கிறார் என்பதை எண்ணிப் பார்த்தால், அவர் இந்த விஷயத்தில் கொண்ட அக்கறை விளங்கும்.

'புகையை நம்பி உணவை வெறுக்கும் மனிதர்களைப் போல' என்று பாரதி ஓரிடத்தில் எழுதுகிறார். அதைப் போல சாரத்தை விட்டுவிட்டு வடிவத்தைக் கொண்டு சிறுகதைகளை மதிப்பிடும விமர்சகர்களின் காரணமாக பாரதி புறக்கணிப்பட்டு வ.வே.சு அய்யர் நவீனச் சிறுகதைகளின் தந்தையாக, மூலவராக வரலாற்றில் முன்னிறுத்தப்படுகிறார்.

இந்த இடத்தில் அதிர வைக்கும் மூன்று உண்மைகளை நாம் எதிர்கொண்டாக வேண்டும்:

1. தமிழின் முதல் நவீனச் சிறுகதை என வகுப்பறைகளில் போதிக்கப்படும் குளத்தங்கரை அரசரமரம் ஒரு தழுவல்

கதை. தாகூர் எழுதிய காட்டேர் கதா என்ற வங்கக் கதையின் தழுவல். அந்தக் கதையின் ஆங்கில மொழிபெயர்ப்பு, 1914ம் ஆண்டு, கல்கத்தாவிலிருந்து வெளிவந்த மாடர்ன் ரிவ்யூ இதழில். The story of the river stair என்ற தலைப்பில் வெளியாயிற்று. ஐயரின் கதை 1915ல் விவேக போதினியில் செப்டம்பர் அக்டோபர் மாதங்களில் அவரது மனைவியான பாக்கியலஷ்மி vavesu அம்மாள் பெயரில் வெளியாயிற்று. தாகூரின் கதையில் ஆற்றங்கரைப் படிக்கட்டு கதை சொல்கிறது. அய்யரின் கதையில் குளத்தங்கரை அரசமரம் கதை சொல்கிறது. எட்டு வயதில் விதவையான ஒரு பெண் யுவதியான பிறகு ஒரு பாலசன்யாசியிடம் மனதைக் கொடுத்து, அவரிடம் எந்தச் சலனமும் ஏற்படாததால் ஆற்றில் குதித்துத் தற்கொலை செய்து கொள்வதைத் தாகூரின் கதை விவரிக்கிறது. சிறுவயதில் மணமுடிக்கப்பட்ட ருக்மணி வயது வந்த பிறகும் வரதட்சிணைக் கொடுமை காரணமாக கணவன் வீடு செல்ல முடியாத சூழலில் குளத்தில் குதித்து உயிரை விடுவதைச் சொல்வது ஐயரின் கதை.

2. சிறுகதையின் தந்தை என வர்ணிக்கப்படும் ஐயர் தனது சிறுகதைகளை தமிழ் இலக்கியத்தின் வகைகளில் ஒன்றாக ஆக்கி அதைச் செழுமைப்படுத்தும் நோக்கத்தோடு எழுதவில்லை. பிற்காலத்தில் பெரிய சரித்திரக் கதைகள் எழுதுவதற்காக கை பழகும் நோக்கத்தோடு எழுதினார் எனபது இரண்டாவது உண்மை.

3. பின்னால் வந்த மணிக்கொடிக்காரர்கள் (ஏன் சரஸ்வதியும் கூட)

வ.வே.சு. ஐயரை, வடிவச் சிறப்பிற்காக சிறுகதையின் பிதாமகனாகக் கொண்டாடினார்கள். ஆனால் மணிக்கொடிக்காரர்களுக்கு சிறுகதை குறித்த புதிய பார்வையைக் கொடுத்தது, தன் வாழ்நாளில் ஒரு சிறுகதை கூட எழுதியிராத ஒரு பத்திரிகையாளர் என்பது வரலாற்றின் விசித்திரங்களில் ஒன்று. மணிக்கொடி நிறுவனர்களில் ஒருவரான கு.சீனிவாசன், பம்பாயில் இருந்து வெளிவந்த சன் என்ற ஆங்கிலப் பத்திரிகையில் எழுதிய கட்டுரை ஒன்று தமிழில் மொழிபெயர்க்கப்பட்டு, 29.4.34 தேதியிட்ட மணிக்கொடி இதழில் வெளியிடப்பட்டது. தமிழில் சிறுகதை எழுதும் முறையையும், ”சிறுகதை பற்றிய கொள்கைகளையும்,மேனாட்டு இலக்கியப் பயிற்சியின் அடிப்படையில் முதலில் விளக்கிய கட்டுரை இதுதான்....இந்தக் கட்டுரை ஒரு புதிய விழிப்பைக் கொடுத்தது” என்று சிட்டியும் சிவபாதசுந்தரமும் எழுதுகிறார்கள்.

பாரதியின் மறைவிற்குப் பிறகு, 1930-40களில் தமிழ்ச் சிறுகதையின் தடம் மாறிற்று. 1930கள் இலக்கியத்தின் உள்ளடக்கத்தைப் பத்திரிகைகள் தீர்மானித்த காலம். 1931ல் கல்கி விகடன் ஆசிரியராகப் பொறுப்பேற்கிறார். 1932ல் கலைமகள் வெளியிடப்படுகிறது.1933ல் மணிக்கொடி தோன்றுகிறது. இந்தப் பத்திரிகைகளை வழி நடத்தியவர்களும் அவற்றின் பின் அணி வகுத்தவர்களும் முழு நேர எழுத்தாளர்கள். தங்கள் எழுத்துத் திறன் காரண்மாகவே அவர்கள் பத்திரிகை ஊழியர்களாகப் பணியாற்றினார்கள். அவர்களில் கல்கி, செல்லப்பா போன்ற சிலருக்கு தேச விடுதலை என்பதில் நாட்டமிருந்தாலும் சமூக விடுதலையில் பாரதிக்கு இருந்த நாட்டமும் வேகமும் இவர்களுக்கு இல்லை. வ.ரா ஒரு விதிவிலக்கு. குடுமி கிராப் ஆனதைப் போல, வேட்டி கால்சாராய் ஆனதைப் போல, பின் கொசுவச் சேலைக்கட்டும், மடிசாரும், முன்னால் மடித்துச் செருகும் ஆறு கஜப் புடவை ஆனதைப் போல சிறுகதை என்பது படித்தவர்களின் அடையாளமாக நடுத்தரவர்க்கப் பார்வை கொண்ட Elitist instrument ஆக வடிவம் பெற்றது இந்த நாள்களில்தான்.

சமூக விமர்சனத்திற்காகப் பாரதி தந்துவிட்டுப் போன போர்வாளை ஏந்தும் திறம் இல்லாத பாரதியின் சந்ததிகள் அதை உருக்கி இலக்கிய அந்தஸ்து என்ற கீரிடம் செய்து அணிந்து கொண்டார்கள்.

பத்திரிகையாளர்களிடமிருந்து எழுத்தாளர்கள் கைக்கு மணிக்கொடி மாறியதும் இந்த கீரிடத்திற்கு மேலும் மெருகேற்றப்படது.'புதிதாக எழுத வேண்டும், புதியதைச் சொல்லவேண்டும், புதிய முறையில் சொல்ல வேண்டும், புதுமையைக் காண வேண்டும்' என்பது அந்த எழுத்தாளர்களின் வேட்கையாக இருந்தது. அவர்கள் வடிவ அமைதி, கருத்தொருமை, பாத்திர ஒருமை, நிமிடத்தை நித்தியமாக்குவது என்பவற்றைப் பற்றி அதிகம் பேசினார்கள்.சோதனை முயற்சிகள் மேற்கொள்ளப்பட்டன. இதனால் பல நடுத்தரவர்க்கத்துப் படிப்பாளிகள் தங்கள் ஆங்கிலக் கல்வியின் பலத்தில் மணிகொடியில் எழுத முன்வந்தார்கள்.

ஆனால் உயர்கல்வி மறுக்கப்பட்டிருந்ததால் பெண்கள் மணிக்கொடியிலிருந்து விலகி நின்றார்கள் அல்லது விலக்கி வைக்கப்பட்டார்கள்.சென்ற நூற்றாண்டின் துவக்கத்தில் பத்திரிகைகள் கதைகளை வெளியிட் ஆரம்பித்த நாள்களிலிருந்தே பெண்கள் கதை எழுதிவந்தார்கள். ஆனால் மணிக்கொடி கோஷ்டியைச் சேர்ந்தவர் என்று ஒரு பெண் எழுத்தாளரைக் கூடக் குறிப்பிட முடியாது. மகளிர் மட்டும் எழுதிய கதைகளைக் கொண்ட இதழ் ஒன்றை வெளியிட முயன்ற போது பெண்களிடமிருந்து அதற்கான கதைகள் கிடைக்கவில்லை என்றும் அதனால் ஆண்களே பெண்களின் பெயரை இட்டுப் பக்கங்களை நிரப்ப வேண்டிய அவசியம் ஏற்பட்டதென்றும் ராமையாவே மணிக்கொடிக் காலத்தில் எழுதுகிறார்.

தமிழ் மொழியைக் கதை சொல்லும் கருவியாக பயன்படுத்தப் பழகியிராத மௌனியின் ஆரம்பக் காலக் கதைகளைத் தான் திருத்தி வெளியிட்டதாகவும் வேறு ஒரு இடத்தில் சொல்கிறார் ராமையா. ஆனால் அந்தச் சலுகையைக் கூட அவர் பெண்களுக்குத் தரத் தயாராக இல்லை. தமிழ்ச் சிறுகதைகளின் போக்கை மாற்றும் ஆற்றல் கொண்டிருந்த மணிக்கொடி, கால வெள்ளத்தில் காலூன்றி நிற்கும் திறன் கொண்டிருக்கவில்லை. அதன் சமகாலத்தில் தோன்றிய ஆனந்த விகடனும், கலைமகளும் இன்றும் இருக்கின்றன. ஆனால் மணிக்கொடி 1935லேயே மறைந்தது. நாற்பதுகளில் நடுவில் கு.ப.ரா மறைந்தார். புதுமைப்பித்தனும் ராமையாவும் திரைப்படத் துறைக்குப் போனார்கள். பிச்சமூர்த்தி அரசுப் பணிக்குப் போனார். க.நா.சு ஆங்கிலத்தில் எழுதப் போனார். செல்லப்பா விமர்சகராக அவதாரம் எடுத்தார். விடுதலைப் போரில் சிறை சென்று மீண்ட கல்கி 1941ல் கல்கி வார இதழைத் துவக்கி நெடுங்கதைகள் எழுதப் போய்விட்டார்.

ஆனால் பாரதியின் காலத்தில் ஊற்றாகத் துவங்கி முப்பதுகளில் குளமாகப் பெருகிய தமிழ்ச் சிறுகதை நாற்பதுகளின் மத்தியில் நதியாக நடக்கத் தொடங்கியது. சற்றே கலங்கிய நதி. சிறுகதையின் வடிவமும் எழுத்துத் திறனும் கைவரப் பெற்ற பல புதியவர்கள், பல சிற்றிதழ்களிலும் வெகுஜன இதழ்களிலும் நிறையவே எழுதினார்கள். வடிவம் பற்றிய விரிவுரைகளுக்கு அவசியமில்லாமல், வடிவ உணர்வு பிரஞ்கையிலேயே தங்கிவிட வாசக சுவாரஸ்யத்தை (Readability) முன்னிறுத்தி எழுதினார்கள். தமிழ்ச் சிறுகதை இன்னொரு திருப்பம் கண்டது.

அதன் ஒரு எதிர்விளைவாக தமிழ்ச் சிறுகதை மீண்டும் சமூக நோக்குள்ள படைப்புகளை நோக்கித் திரும்பியது. அரசியல் விடுதலை கண்டிருந்த தேசம் சமூக விடுதலையை எண்ணத் தலைப்பட்டதன் காரணமாக சோஷலிசம் பற்றிய விவாதங்கள் அரசியல் அரங்கில் ஒலித்துக் கொண்டிருந்தன. அந்தச் சூழலில்தான் ஐம்பதுகளின் நடுவில் சரஸ்வதி தோன்றியது. "நாட்டு மக்களை உயர்த்துவதற்காக எழுத வேண்டும் சமூகத்தை சக்தி வாய்ந்ததாக ஆக்குவதற்காக எழுத வேண்டும், கிராமவாசியும் புரிந்து கொள்ளக் கூடிய தமிழில் எழுத வேண்டும் என்று அமரர் வ.ரா அவர்கள் காட்டிய பாதைதான் நாங்கள் விரும்பும் பாதை என அறிவித்து கொண்டு 1955ல் சரஸ்வதி பிறந்தது. வ.ராவின் படத்தை அட்டையிலும் வெளியிட்டது. ஆனால் தங்களுடைய பெருமைக்குரிய முன்னோடிகளாக அது இட்ட பட்டியலில் பாரதியின் பெயர் இல்லை!

மணிக்கொடி நிறுவிய மிகையான பிம்பங்களைத் தகர்க்க சரஸ்வதி முயன்றது. வீர வணக்கம் வேண்டாம் எனப் புதுமைப்பித்தனைப் பற்றி திகசி எழுதினார். மௌனி வழிபாடு பற்றி ஏ.ஜெ.கனகரட்னா எழுதினார். மணிக்கொடி புதுமைப்பித்தனை முன்னிறுத்தியது என்றால் சரஸ்வதி ஜெயகாந்தனை முன்னிறுத்தியது.ஜெயகாந்தன் மூலம் சரஸ்வதியின் வழியே நகர்ப்புற அடித்தட்டு மக்களின் வாழ்க்கையும், மொழியும் விழுமியங்களும் தமிழுக்கு வந்து சேர்ந்தன.பாரதி கூட அளித்திராத கொடை இது. தமிழ்ச் சிறுகதைக்கு ஒரு புதிய மொழியைக் கொடுத்தவர் ஜெயகாந்தன். சரஸ்வதி கொடுத்த இன்னொரு கொடை சுந்தர ராமசாமி. ஜேகே, சு.ரா. இருவரும் தமிழ் இலக்கியத்தைப் பெரும்பாலும் தமிழர்தம் எதிர்ப்பிற்கிடையே முன்னெடுத்துச் சென்றவர்கள்.

அறுபதுகளின் இறுதியிலும் 70களிலும் எழுதவந்த தலைமுறை சந்தித்த எதிர்ப்புக்கள் வேறு வகையானது. அவை எதிர்ப்புகள் கூட அல்ல, புறக்கணிப்பு. அது சமூகத்திடமிருந்தல்ல, சமூகத்தில் அதிகாரம் செலுத்திக் கொண்டிருந்த நிறுவனங்களிடமிருந்து, இன்னும் வெளிப்படையாகச் சொன்னால், அரசு, அதிகார வர்க்கம்,கல்வியாளர்கள், வெகுஜனப் பத்திரிகைகள் காட்டிய புறக்கணிப்பை எதிர் கொண்டு அவர்கள் இயங்க வேண்டியிருந்தது.

1970ம் ஆண்டு நடைபெற்ற இலக்கியச் சிந்தனை ஆண்டுவிழாவில் அமெரிக்காவிலிருந்து வந்து தமிழ் கற்ற மொழியியல் பேராசிரியர் ஆல்பர்ட் பிராங்க்ளின் நவீன இலக்கிய ஏடான நடை பற்றிக் குறிப்பிட்டுப் பேசிய போது, விழாவிற்குத் தலைமை தாங்கிய மதிப்பிற்குரிய நீதிபதி எஸ்.மகராஜன் "நடை"யை நான் பார்த்ததே இல்லை, நான் மட்டுமல்ல, பேராசிரியரிடமும் (பேரா.அ.சீனிவாச ராகவன்) கேட்டேன். அவரும் நடையைப் பார்த்ததில்லை என்று வெளிப்படையாகவே கூட்டத்தில் கூறினார். இந்திய இலக்கிய மேதைகள் என்று சாகித்ய அகதாமி ஒவ்வொரு மொழிக்கும் ஒரு புத்தகம் வெளியிட்டது. மற்ற மொழிப் பேராசிரியர்கள் எல்லாம் சமீபத்திய இலக்கியப் படைப்பாளிகளைப் பற்றி (வங்காளம்: ஈஸ்வர சந்திர சாகர், தெலுங்கு: வீரேசலிங்கம் பந்துலு, மராத்தி: கேசவ தத், ஹிந்தி பிரேம் சந்த்) எழுதிய போது பேராசிரியர் மு.வ. சங்கம் மருவிய காலத்தில் வாழ்ந்த சிலப்பதிகாரம் எழுதிய இளங்கோவடிகள் பற்றி எழுதினார்.

சமகால இலக்கியம் என்பது அதிகார அமைப்புகளின் அலட்சியத்திற்கும் வெகுஜன் கவர்ச்சி இலக்கியத்திற்கும், இடையில் முடக்கப்பட்டுக் கிடந்த போது அதைச் சிறுகதைகள் மூலமும் புதுக்கவிதைகள் மூலமும் இளைஞர்கள் புதிய உயரங்களுக்குக் கொண்டு சென்ற வரலாறு 70களினுடையது. எழுபதுகளில் சிறு பத்திரிகைகளில் ரௌத்திரம் பழகிய இளைஞர்கள் 90 களில் என்ன ஆனார்கள் என்பது சமூகவியலாளர்களின் ஆராய்ச்சிக்குரிய விஷயம்

இரண்டு முக்கியப் போக்குகள் எழுபதுகளில் எழுதிய சிறுகதைகளில் ஆதிக்கம் செலுத்தின. மனிதர்களின் துன்பங்களையும், நம்பிக்கைகளையும் உறவுகளையும் அதையொட்டி எழுந்த சிக்கல்களையும் சமூகப்பார்வையோடு எழுத

முற்பட்ட கதைகள் ஒரு ரகம். உள்மன ஆசைகளையும், விகாரங்களையும், தேடல்களையும், விசாரணைகளையும் எழுத முற்பட கதைகள் ஒரு ரகம். ரகம் எதுவானாலும் தாங்கள் இலக்கிய முன்னோடிகளுக்கு வாரிசாக வந்தவர்கள் என்ற பெருமித உணர்வும், அவர்கள் அளித்துச் சென்ற இலக்கியத்தைச் செழுமைப்படுத்தும் கடமை நமக்கிருக்கிறது என்ற பொறுப்புணர்வோடு அவர்கள் எழுதினார்கள்.

ஆனால் 90களில் எழுத வந்தவர்களின் படைப்புகள் வடிவம் உள்ளடக்கம் இரண்டிலும் இதுவரை அறியப்படாத, மரபுகளை மீறச் செய்யும் முயற்சிகளாக அமைந்தன. கதைகளை வாசகன் உணர்வு ரீதியாக விளங்கிக் கொள்ள இயலாது, தனது அறிவுத் தளத்திலிருந்தே அவற்றை அறிந்து கொள்ளத் தகும் என்ற நிலை இருந்து வருகிறது.

இது ஒரு வகையில் பின்னோக்கிச் செல்வது. சமூகத்திலிருந்து அன்னியப்பட்டுத் தன் அறிவினுடைய அகந்தை-யைச் சார்ந்து நிற்பது கல்வி எல்லோருக்கும் மறுக்கப்பட்டிருந்த இந்த நூற்றாண்டின் துவக்கத்தில் இலக்கியத்திற்குப் புனிதங்கள் கற்பிக்கப்பட்டன. இலக்கியம் அதிகாரத்தின் ஒரு அடையாளமாகத் திகழ்ந்தது.

மரபுத் தமிழ் வழியில் செய்யுள் எழுதிக் குவித்தவர் மகாவித்வான் மீனாட்சி சுந்தரம்பிள்ளை. திருவனந்தபுரம் மகா-ராஜா கல்லூரியினர் அவரைப் பெருந்தொகை கொடுத்து ஆசிரியர் வேலைக்கு அழைத்தபோது, 'ஏழைகளாக இருக்-கும் பிள்ளைகளுக்குப் பாடம் சொல்லிக்கொண்டும் அவர்களுடன் சல்லாபம் செய்துகொண்டும் காவேரி ஸ்நானமும் சிவதரி சனமும் செய்துகொண்டுமிருப்பதுவே எனக்குப் பிரியமான காரியமாக இருக்கிறது. சாதாரண ஜனங்களோடு பழகுதல் இன்பத்தை விளைவிக்கும்' என்று சொல்லி அந்த அழைப்பை மறுத்தவர். (உ.வ.சா., மீனாட்சி சுந்தரம் பிள்ளையவர்கள் சரித்திரம் பக். 258.) அவர் அதிகம் மொழியறிவு இல்லாத எளிய மக்களுக்கும் புரிய வேண்டும் என்ற நோக்கத்தில் பட்டீஸ்வரம் என்ற சிவதலத்தைப் பற்றி ஒரு பதிற்றுப் பத்து அந்தாதி எழுதியிருந்தார். பெரிய இலக்கியப் பனுவல் அல்ல. கடவுள் மேல் பாடப்பட்ட துதி. அந்த நூலைக் கண்ட அவருடைய மாணவரும் இன்-னொரு தமிழறிஞருமான தியாகராஜச் செட்டியார், பிள்ளையவர்களிடம் பெருஞ்சண்டைக்கு வந்துவிட்டார். 'இப்படியும் ஒரு நூல் நீங்கள் பாடியது உண்டா, எதன் பொருட்டு இதனைப் பாடினீர்கள்?' என்றெல்லாம் பிள்ளையவர்களிடம் கேட்டு, செட்டியார், 'அந்த நூலைக் கிழித்து ஆற்றிலே போட்டுவிட வேண்டும்' என்று வாதிட்டார்.

அதற்குப் பிள்ளையவர்கள், 'என்னப்பா! மேலே மேலே ஓடுகிறாய்? இந்த மாதிரி நூலை நான் செய்திருக்கக்-கூடாதா? சாதாரணமான ஜனங்களுக்கு இந்தமாதிரி இருந்தால்தானே தெரியவரும், கடினமாக இருந்தால் அவர்கள் அறிவார்களா? அவர்கள் மனதிற்படுமா?' என்று கேட்டதாக உ.வே.சா. குறிப்பிடுகிறார்.

எழுதுவதைச் செய்யுளில்தான் எழுத வேண்டும். அதையும் சாதாரண மக்களுக்குப் புரிவதுபோல் எழுதுவது குற்றம் என்று கருதுப்பட்ட இந்தச் சூழ்நிலைதான் இந்த நூற்றாண்டின் துவக்கத்தில் நிலவியது. அந்தச் சூழ்நிலையில்தான், 'எளிய பதங்கள் எளிய நடை, எளிதில் அறிந்துகொள்ளக் கூடிய சந்தம் பொது ஜனங்கள் விரும்பும் மெட்டு இவற்-றினை உடைய காவியம் ஒன்று செய்து தருவோன் நமது தாய்மொழிக்குப் புதிய உயிர் தருவோன் ஆகிறான்' என்று மொழிக்கும் மக்களுக்குமிடையேயான உறவை வலியுறுத்துபவனாக வருகிறான் பாரதி.

எழுத்தை - இலக்கியத்தைத் தங்கள் அடையாளமாகக் கொண்டு அதற்குப் புனிதங்கள் கற்பித்து, புதிய பீடங்களை அமைத்துக் கொள்கிற போக்கு பாரதியின் மறைவுக்குப் பின், மீண்டும் மணிக்கொடி காலத்தில் - குறிப்பாகச் சிறு-கதை, மணிக்கொடி காலத்தில் - தலை எடுக்கிறது. அதற்கொரு காரணம், அவர்கள் பாரதியைப் போல் சமூகக் கட்டமைப்பை மாற்ற முற்பட்டவர்கள் அல்ல. எழுத்து தவிர வேறெந்த நோக்கமும் இல்லாதவர்கள்.

மூன்று சான்றுகள்:

எப்பொழுதுமே ஒரு திட்டம் போட்டு குறிப்பிட்ட கருத்தை வற்புறுத்துவது என்ற எண்ணத்துடன் நான் ஒன்றுமே எழுதுவதில்லை. - தன் கதைகள் பற்றி ந.பிச்சமூர்த்தி (1942)

அநேகமாக அவனுடைய எழுத்துக்கு ஆண் பெண் உறவுதான் அடிப்படையான விஷயமாக இருக்கும். இவ்-விஷயத்தைத் தவிர்த்து அவன் கதையோ, கவிதையோ எழுதவில்லை என்று கூடச் சொல்லலாம். -கு.ப.ரா. பற்றி ந.பிச்சமூர்த்தி (1944)

உலகை உய்விக்கும் நோக்கமோ கலைக்கு எருவிட்டுச் செழிக்கச் செய்யும் நோக்கமோ எனக்கோ, என் கதைக-ளுக்கோ சற்றும் கிடையாது. -தன் கதைகள் பற்றிப் புதுமைப்பித்தன். சமூக நோக்கம் இல்லாமல், சொந்த சந்தோ-ஷத்திற்காக அல்லது துக்கத்திற்காக எழுதியவர்கள், எழுத்தைக் கொண்டு ஓர் அடையாளத்தை சமூக அந்தஸ்தை விரும்பி எழுத்தை வெகுஜனங்களிடமிருந்து விலக்கி எடுத்துச் செல்லும் புதிய பண்டிதர்களாக சந்நிதிகளாக அவதரித்-தார்கள். பாரதியின் மறைவுக்குப் பிறகு 1930 - 1950 காலகட்டத்தில் இந்தப் பிறழ்வு நிகழ்ந்தது. இந்தப் பிறழ்வுக்கும் சிறுகதைகள்தான் கை கொடுத்தன என்பது வரலாற்றின் விசித்திரங்களில் ஒன்று.

ஒரு நூறாண்டுச் சிறுகதைகள் என்ற முகாந்திரத்தில் தமிழ்ச் சிறுகதை வரலாற்றைப் பின் நோக்கிப் பார்ப்பது நட்-சத்திரங்களை வெறும் பட்டியலிடுவதற்கோ, தனிமனிதத் துதி பாடலுக்கோ அல்ல. வரலாற்றின் மறைவோட்டத்தை (Under Current) உய்த்துணர்ந்து கொள்ள என்ற எண்ணத்தில் என் கருத்துகள் இங்கு முன் வைக்கப்படுகின்றன.

இன்றும் தமிழைப் புதிய பண்டிதர்களிடமிருந்து மீட்டெடுத்து வெகுஜனங்களிடையே எடுத்துச் செல்லவேண்டிய அவசியமிருப்பதை நினைவூட்டிக் கொள்ளவும் இவை உதவும்.

37. மணிக்கொடி - சில சிந்தனைகள் - இரா.இராமலிங்கம்

மணிக்கொடி, சிறுகதை வளர்ச்சியில் பெறும் இடம் கவனிக்கத்தக்கது. மணிக்கொடி காலம் என்ற நூலில், பி.எஸ்.ராமையா மணிக்கொடியால் சிறுகதை வளர்க்கப்பட்டது என்பதைக் காட்டுவார். கவிதை, விமர்சனம், கட்டுரை, நாடகங்கள் ஆகிய தற்கால இலக்கிய வளர்ச்சிக்கு மணிக்கொடியில் இடம் இருப்பினும், மணிக்கொடி என்றால் தமிழ்ச் சிறுகதை என்ற எண்ணமே மேலோங்கி இருக்கிறது.

மணிக்கொடி எழுத்தாளர்கள் என்ற நீண்ட பட்டியல் தரப்பட்டாலும், அதனை மூன்று பிரிவாகப் பிரித்துப் பார்க்க வேண்டும். மணிக்கொடி சீனிவாசன், பி.எஸ்.ராமையா, புதுமைப்பித்தன், கு.ப.ரா., இவர்கள் ஒரு பிரிவு. க.நா.சு., சி.சு.செல்லப்பா, தி.ஜா., சிட்டி, மௌனி, லா.ச.ரா., நா.சிதம்பர சுப்பிரமணியன் இவர்கள் இரண்டாம் பிரிவினர், நாலி போன்றோர் மூன்றாம் பிரிவினர்.

முதல் பிரிவினர், மணிக்கொடியின் தோற்றத்துக்கும் வளர்ச்சிக்கும் துணை நின்றவர்கள். இவர்களைத் தமிழ் உலகம் அறிந்துகொண்டபோதுதான், திட்டமிடப்பட்ட தமிழ்ச் சிறுகதையின் வடிவம், இலக்கணம், பாடுபொருள் என்பனவற்றில் தமிழ்நாட்டில் தனிக்கவனம் செலுத்தப்பட்டது. இவர்களை, தமிழ்ச் சிறுகதையின் முன்னேற்றத்துக்கும் வளர்ச்சிக்கும் பாடுபட்டவர்கள் எனப் பார்ப்பது சரியாக இருக்குமே தவிர, விமர்சனப் பார்வைகொண்டு, இவர்கள் கலை அல்லது வாழ்க்கை என்ற குறிக்கோளுடன் எழுதியவர்கள் எனக் கூறுவது தமிழ்ச் சிறுகதையின் வளர்ச்சி பற்றி எழுதுவதற்குத் தடையாக இருக்கும்.

இவர்களைப் பார்த்து எழுதியவர்கள் அல்லது மணிக்கொடி எழுத்துகளால் பாதிக்கப்பட்டவர்கள் என்போர், சிறுகதை போன்ற படைப்பு இலக்கியங்களை எழுதியதுடன், முந்தைய மணிக்கொடி எழுத்தாளர்கள் கதைகளையும், தங்கள் கதைகளையும், தங்கள் சமகாலத்து மணிக்கொடி எழுத்தாளர்களின் படைப்புகளையும், கல்கி போன்ற பிற எழுத்தாளர்களைப் பற்றிப் பேசியும், அந்தப் படைப்புகளைத் திறனாய்ந்தும் வந்தனர். இந்த நாள்களில் மேல்நாட்டுத் திறனாய்வுக் கொள்கைகள் படிக்கப்பட்டன. எனவே, விமர்சனமும் அதனுடைய பல்வேறு விமர்சனப் போக்குகளும் வளரத் தொடங்கின. கலை, அழகியல், சமுதாய இயல் போன்ற கோட்பாடுகளும் மற்ற திறனாய்வுப் போக்குகளும் எல்லா படைப்புகளிலும் செலுத்தப்பட்டன. பாரதி பற்றி வ.ரா., கு.ப.ரா., புதுமைப்பித்தன், கல்கி போன்றவர்களின் விமர்சனக் கட்டுரைகள் அக்காலத்தில் பெரிதும் பேசப்பட்ட விமர்சனங்களாகும்.

மணிக்கொடி எழுத்தாளர்களுள் பி.எஸ்.ராமையா, புதுமைப்பித்தன், கு.ப.ரா., பற்றி சில கருத்துகள்:

பி.எஸ்.ராமையாவின் படைப்பு - சிறுகதை வடிவம், கதை சொல்லும் வடிவம் எனப்படும். நிகழ்ச்சிகளை அடுக்கிக்கொண்டே கதை மாந்தர்களை அதற்கேற்ப வளர்த்துக்கொண்டும் கதையின் நெளிவு சுளிவுகள், ஏற்ற இறக்கங்களோடு கதையைச் சொல்லிக்கொண்டு போவது, கதை சொல்லும் வடிவமாகும். இந்த வடிவத்தை பி.எஸ்.ராமையா போலவே மிக லாவகமாகக் கையாண்டவர் தி.ஜானகிராமன்.

புதுமைப்பித்தன் சிறுகதை இலக்கணம், வடிவம், பாடுபொருள் பற்றி சோதனை முயற்சிகள் செய்தவர் இவர்களுடைய வாழ்க்கை வரலாற்றை எழுதிய சிதம்பர ரகுநாதன், புதுமைப்பித்தன் சென்னை வந்தபோது சாப்பாட்டுக்கு அவரிடம் தரப்பட்ட சிறு பணத்தைக்கொண்டு மேலை நாட்டின் சிறுகதை நூல்கள் வாங்கி, இரவோடு இரவாகப் படித்தார் எனக் கூறுவதை எடுத்துக்காட்டி, மேலை நாட்டின் சிறுகதை படிப்பே புதுமைப்பித்தன் சிறுகதைகளுக்குப் பயிற்சித் தளமாக அமைந்தது எனக் கூறலாம். புதுமைப்பித்தன் சிறுகதைகளில் கயிற்றரவு, துன்பக்கேணி, பொன்னகரம், கடவுளும் கந்தசாமிப் பிள்ளையும் என நான்கு வேறுபட்ட கோணங்களைக் காணலாம். இவருடைய ஒவ்வொரு கதையுமே ஒவ்வொரு தன்மையுடையது. ஒன்றுபோல் பிரிதொன்று இல்லை. புதுமைப்பித்தனிடம் காணப்படும் இந்த ஆற்றல் பின்பு தமிழ்ச் சிறுகதை எழுத்தாளர்களிடம் காணப்படவில்லை.

கு.ப.ரா.வின் சிறுகதைகள் புதுமைப்பித்தன் கதைகள் போலவே சிறுகதை வளர்ச்சிக்குத் துணை புரிந்தன. ஆனால் அவை, கு.ப.ரா.வின் சோதனை முயற்சிகள் எனக் கூறமுடியாது. கு.ப.ரா.வின் கதைகளில் அழகியல் கோட்பாடுகள் எனக் கூறுவதைவிட காதல் உணர்வுகளும் காதல் ஏமாற்றங்களுமே மிகுதி. கலை, அழகு, உணர்ச்சி என்ற எண்ணம் கு.ப.ரா.விடம் உண்டு. கலை பற்றிய அவருடைய விமர்சனக் கருத்துகளும் அக்காலத்தில் மிகுதியாகவே உண்டு. ஆனால், கலையில் சமுதாயப் பார்வை கூடாது என்பன போன்ற சுத்த சுயமான கலை கோட்பாடுகள் அவரிடம் காணப்பட்டன எனக் கொள்வதில் இடர்பாடுகள் மிகுதி.

“கலை கலைக்காகவே; கலை வாழ்க்கைக்காகவே' என்ற கோட்பாடுகள் 50-களில் தமிழ் விமர்சனத்தில் இடம்பெற்றன. க.நா.சு., சி.சு.செல்லப்பா, லா.ச.ரா. இவர்கள் இந்தப் பிரிவினர். க.நா.சு. தன்னைச் சுற்றி இலக்கிய வட்-

டமே தோற்றுவித்து வளர்த்தார். லா.ச.ரா., கலை பிறவற்றால் பாதிக்கப்படக்கூடாது என்பதில் நாட்டம் உடையவர். 70-களில் சென்னையில் நடந்த ஓர் இலக்கிய விவாதத்தை இங்கு நினைவுகூரலாம்.

வியட்நாம் போர் நடந்துகொண்டிருந்த காலம். எழுத்தாளர்களுள் பொதுவுடைமைச் சிந்தனை கொண்ட இலக்கியவாதிகள் பலர் உருவான நேரம். லா.ச.ரா. தம் படைப்புப் பற்றி ஒரு கூட்டத்தில் பேசிக்கொண்டிருந்தார். கார்க்கி என்ற பொதுவுடைமைத் தாக்கம் கொண்ட திறனாய்வாளர் ஒருவர் லா.ச.ரா.விடம், “”உங்கள் கதைகளில் வியட்நாம் போர் பற்றிய தாக்கம் ஏன் இல்லை?” என்று கேட்டுள்ளார்.

அதற்கு லா.ச.ரா., “”வியட்நாம் போர் என்னை பாதிக்கவில்லை. ஆனால், எதிர்வீட்டில் வெளியே நின்ற ஓர் அழகான பெண், தலைமுடியைத் தன் கை விரல்களால் அளைந்து கொண்டிருந்த காட்சி என்னை பாதித்தது. அதுவே என்னை ஒரு படைப்பு செய்யத் தூண்டியது. என்னை பாதித்ததைதான் நான் சொல்லமுடியும்” எனக் கூறிமுடித்தார். கலை, அழகுணர்ச்சி, கலைக்குப் பிறப்பிடம், மற்றொரு கலையே தவிர போர் அல்ல என்பது அவர் வாதம்.

மணிக்கொடி, எழுத்து, சரஸ்வதி என்ற மூன்று இதழ்களைப் பற்றியும் நூல்கள் வெளிவந்துள்ளன. சரஸ்வதி தவிர மற்ற இரண்டு நூல்களைப் பற்றி எழுதியவர்கள் அந்த இதழ்களோடு பெரிதும் தொடர்புடைய பி.எஸ்.ராமையாவும் சி.சு.செல்லப்பாவும் ஆவர். இந்த நூல்களில் அக்கால தமிழ்ப் படைப்புகள், படைப்பாசிரியர்கள் பற்றிய செய்திகளை முதல் தரவாகவே காணலாம்.

எழுத்தாளர்களுள் வெகுஜன இதழ் படைப்பாளிகள் இலக்கியப் படைப்பாளிகள் என இரு பிரிவைக் காணலாம். தொடக்க கால மணிக்கொடி எழுத்தாளர்கள் வெகுஜன படைப்பாளிகள் அல்ல. பலரும் சுந்த சுயமான இலக்கியவாதிகளே ஆவர். இவர்களுள் பலரும் சிறுகதை, நாவல், கவிதை என்ற பிரிவுகளில் சோதனை முயற்சிகள் செய்தவர்கள். பிறநாட்டு சாத்திரங்களைப் படித்து அதுபோலவே எழுத முன் வந்தனர். இவர்கள் மீது தேவையில்லாத முறையில் விமர்சனப் பார்வை செலுத்துவதை சற்றுத் தள்ளிவைக்க வேண்டும்.

38. தெய்வங்கள் ஓநாய்கள் ஆடுகள் - முன்னுரை

எனது முதல் கதையை 1975 ஜூலையில் ‘தீபம்’ வெளியிட்டது. அம்மாதத்தின் சிறந்த கதையாக இலக்கியச் சிந்தனை தெரிவு செய்தது. இன்று வரையிலான மொத்தக் கதைகள் 127 கடந்து வந்த காலம் 39 ஆண்டுகள். சராசரியாக ஆண்டுக்கு மூன்று கதைகள். எனது நாவல்களான ‘தலைகீழ் விகிதங்கள்’ (1977), ‘என்பிலதனை வெயில் காயும்’ (1979) வெளியான பிறகு, முதற் சிறுகதைத் தொகுப்பு ‘தெய்வங்கள் ஓநாய்கள் ஆடுகள்’ அன்னம் வெளியீடாக, 1981இல் கவிஞர் மீரா வெளியிட்டார். நண்பர் ஞான. ராஜசேகரன் அட்டைப்படம் வரைந்திருந்தார்.

2004இல், ‘நாஞ்சில் நாடன் கதைகள்’ எனும் தலைப்பில், 2003 வரை நான் எழுதிய கதைகள் எண்பதையும் தொகுத்து தமிழினி பதிப்பகம் வெளியிட்டு, அது மூன்று பதிப்புகள் கண்டு விட்டன. ‘தெய்வங்கள் ஓநாய்கள் ஆடுகள்’ தொகுப்பில் இருந்த கதைகள் அனைத்தும் அதனுள் இருந்தன. ஆனால், முதல் கதைத் தொகுப்புக்கு இன்று வரை மறுபதிப்பு இல்லை. திரைப்பட இயக்குநர் பாலா எழுதிய ‘இவன் தான் பாலா’ என்று ஆனந்த விகடன் வெளியிட்ட தொடரிலும் நூலிலும் இந்தத் தொகுப்பின் கதையான ‘இடலாக்குடி ராசா’வைக் குறிப்பிட்டு அந்தக் கதைதான் தனது சினிமா நுழைவுக்கான காரணம் என்று நன்றியுடன் குறிப்பிட்டபின், இந்த முதல் தொகுப்புக்கான தேடல் இருந்தது. ஆனால், தொகுப்பு பதிப்பில் இல்லை.

33 ஆண்டுகளுக்குப் பிறகு, ஒரு கதாசிரியனின் சிறுகதைத் தொகுப்பு மறுபதிப்பு வருவதென்பதும், அது அவன் வாழும் காலத்தில் நடக்கிறது என்பதும், அத்தனை ஆண்டுகளுக்குப் பிறகும் அதற்கான தேவை இருக்கிறது என்பதும் கலவையான உணர்ச்சி களைத் தருகின்றது.

எனது சிறுகதைத் தொகுப்பின் கதைகளை காலவாரியாகவே அடுக்குகிறேன். கதை சொல்லும் போக்கை அறிந்து அனுபவிக்க அது உதவக்கூடும். இறை என்பது இன்னதென்று சரியான இலக்கணம் கூற எயராலும் இவ்வாதகைப் போலவே, எந்தக் கலை வடிவத்துக்கும் சொல்லப்படும் இலக்கணங்கள் தோராயமானவையே! ஆனானப்பட்ட சத்குரு ஸ்ரீ நியாகராஜ சுவாமிகளே தேதுக ராகக் இர்த்தனையில் தென்பலேரு ராம பக்தி மார்கழனு’ என்கிறார். பிறகு நாம் எம்பாடு?’

எந்தக் கலைவடிவத்தின் போக்கையும் காலம் தீர்மானிக்கிறது. சீர்பார்க்கிறது. அ்ண்னதா சங்கர் ரேயின் கலை சி.சு செல்லப்பா வின் ‘தமிழ்ச் சிறுகதை பிறக்கிறது’ நூல்களில் பேசபடும் இலக் கணங்கள் நிரந்தரமானவை அல்ல. எனவே இத்த என் முதல் தொகுப்பின் ஆதிக் கதைகளின் வடிவம், உத்தி, உள்ளீடு, மொழித் திறன் ஆகியவை முன்பு என்னவாக இருந்தேன் என்பதை அறிந்து கொள்ள இயலும்.

இத்தனை ஆண்டுகள் தாண்டி, முதற்கட்ட கதைகளைப் பற்றி குறிப்பாகப் பேசும் திட்டம் இல்லை. ஆனால் இவற்றை மறுப் வாசிக்கும்போது, ‘யாம் வத்த தூரம் எனிதன்று’ என்பது புலனாகிறது•••

திருமத்திரத்தில் ஒரு வரி, 'அவரவர் வினை வழி அவரவர் வந்தனர்'' என்று. `அவரவரின் முதபிறப்பின் பாவ, புண்ணியங் களின் வழி அவரவர் இப்பிறப்பில் பயன்களை அடைகிறார்கள்! என்பது பொருள். நான் மாற்றிப் பொருள் கொள்கிறேன். அவரவர்களின் உழைப்பின் செயலின் வழியே அவரவர் உருவாகி வந்தனர் என்று. இன்று தான் வந்து சேர்ந்திருக்கும் இடத்துக்கு, தொடக்ககாவ இந்தக் கதைகள் உறுதியான கடைக்கால் ஆகும்.

'தற்றிணை பதிப்பகம்' தரமான படைப்புகளைத் தேர்ந்து, தொடர்ந்து வெளியிடும் சிறப்புப் பெற்றவர்கள். அவர்களின் பதிப்பாக, இந்த எண் முதல் சிறுகதைத் தொகுதி, கதைகளிய எந்தத் இருத்தமும் மாற்றமும் செய்யப்படாமல், 33 ஆண்டுகளுக்குப் பிறகு, மறுபதிப்பாயதில் எனக்கு செம்மாப்பு உண்டு.

யாவர்க்கும் நன்றி.

நாஞ்சில் நாடன் - கோயம்புத்தூர் - 641 028

5 ஜூலை 2004

39. அ. செ. முருகானந்தன்

அ.செ.மு. என்ற அ.செ. முருகானந்தன் ஈழத்துச் சிறுகதை இலக்கியத்திற்கு பெருமை கூட்டிய எழுத்தாளர். இரண்டாம் பரம்பரை எழுத்தாளர். ஈழகேசரி பண்ணையைச் சேர்ந்தவர். ஈழகேசரியின் ஆசிரியராகப் பணியாற்றியவர். மறு மலர்ச்சி இயக்கத்தை ஆரம்பித்தவர்களில் ஒருவர். மறுமலர்ச்சியின் இணை யாசிரியராகவும் எரிமலை என்ற சஞ்சிகையின் ஆசிரியராகவும் விளங்கியவர். வீரகேசரி, ஈழநாடு ஆகிய பத்திரிகைகளின் ஆசிரியப்பீடங்களில் பணியாற்றியவர். பல்வேறு புனைபெயர்களில் நிறைய எழுதியவர். அவரது சிறுகதைகள் யாழ்ப்பாண சமூககளத்தில் மட்டுமன்றி மலையக்திலும் மண் வாசனையோடு வரையப்பட்டிருக்கின்றன. இவர் எழுதிய ''புகையில் தெரிந்த முகம்'' நூல் உருவில் வெளிவந்தது. காளி முத்துவின் ''பிரஜாவுரிமை'' என்ற சிறுகதை துரைவி வெளியீடான ''உழைக்கப் பிறந்தவர்கள்'' என்ற பெரும் சிறுகதைத் தொகுப்பில் வெளிவந்துள்ளது. அவரது பல சிறுகதைகளைத் தொகுத்து யாழ். மாவட்ட கலாசாரப் பேரவை ''மனித மாடு'' என்ற தொகுதியை வெளியிட்டிருக்கிறது. இவர் அமரராகிவிட்டார்.

தமிழ் இலக்கிய வரலாற்றில் எழுத்தாளர் அ.செ.முருகானந்தனுக்கு முக்கியமானதோரிடமுண்டு. அவரது படைப்புகளில் சிறுகதைகள் சில விடுதலைப் புலிகளின் கலைப் பண்பாட்டுக் கழகத்தினரால் தொகுக்கப்பட்டு 'மனிதமாடு' என்னும் தலைப்பில் வெளியிடப்பட்டன. யாழ் மாவட்டக் கலாச்சாரப் பேரவையினரும் அ.செ.மு.வின் சிறுகதைகளைத் தொகுத்து 'மனிதமாடு' என்னும் தலைப்பில் வெளியிட்டிருக்கின்றார்கள். குறுநாவல்கள், நாவல்கள் மற்றும் ஏராளமான கட்டுரைகள் அவர் எழுதியிருந்தபோதும் அவை இதுவரை நூலுருப் பெறவில்லை. ஈழநாடு பத்திரிகையில் அவர் பல்வேறு புனைபெயர்களில் கட்டுரைகள், தொடர்கட்டுரைகள் ஆகியவற்றைப் பல்வேறு விடயங்களை மையமாக வைத்து எழுதியிருக்கின்றார். ஈழத்துத் தமிழ் இலக்கிய வரலாற்றில் 'மறுமலர்ச்சிக்'காலம் முக்கியத்துவம் வாய்ந்ததொரு காலகட்டம். எழுத்தாளர் அ.செ.மு அக்காலகட்டத்துடன் பின்னிப் பிணைந்தவர். பலவேறு பத்திரிகைகள், சஞ்சிகைகளின் ஆசிரியப் பீடத்தினை அலங்கரித்தவர் அ.செ.மு.

'எவ்வளவோ எழுதிக் குவித்தேன். ஆயினும் எனக்கு பூரணதிருப்திதரக்கூடிய எதையும் இன்னும் நான சிருட்டித்து விடவில்லை' - என உயர்வான கலைஞர்களுக்கே இயல்பாக ஏற்படும் மனக்குறையை, நூற்றுக்கு மேற்பட்ட சிறுகதைகளையும், நாவல, நாடகம், கட்டுரை, வரலாறு, விமர்சனம், மொழிபெயர்ப்பு, செய்திக் கடிதம் என எழுதி, எழுத்தாலேயே முப்பதினாயிரம் ரூபாவரை சம்பாதித்துள்ள ஈழத்து எழுத்தாளர் ஒருவர் கூறினார். அவர் தான் அழகு, செல்வ, முருகானந்தம்.

முப்பது ஆண்டுகளுக்கு மேலாக ஈழத்து இலக்கிய உலகிலே பீடுநடைபோட்டுவரும் அ.செ.மு. அதிக விளம்பரம் பெற்றவரல்லர். அவரது இயல்பான அமைதியான போக்கினாலும், அவரது படைப்புக்களில் எதுவுமே முறையாக நூலுருவம் பெற்று வெளிவராததாலும், தனது இலக்கியச் செல்வாக்குப் பெற்ற 'அ.செ.மு.' பெயரை அடிக்கடி மறந்துவிட்டு, பீஸ்மன், யாழ்ப்பாடி, யாழ்தேவி, முருகு, நீலாம்பரி, காங்கேயன், கதிரவன், மயிப்புறவம், சோபனா, இளவேனில், பூராடன், தனுசு, மேகலை, சத்தரிக்குறளி, போர்வீரன், வள்ளிகாந்தன் முதலிய புனைபெயர்களில் எழுதுவதாலும், இவரைச் சரியான முறையில் இனம் காணமுடியாதவாறு இன்றைய வாசகர்கள் இடர்ப்படுகின்றனர். 'புகையில் தெறிந்த முகம்' - என்ற இவரது புகழ்வாய்ந்த நீண்ட சிறுகதை நூல்கூட (அதைக் குறுநாவல் எனச்சிலர் கணிக்கின்றனர்) ஒரு பத்திரிகையில் தொடராக வெளிவந்தபோது 'ஓவ் பிறின்ற்' ஆக எடுத்துத் தொகுத்த தொன்றாகும்.

சிறுகதை மன்னன் - 'இது புகையுண்ட ஓவியமல்ல, யாழ்ப்பாணத்தின் உண்மைச் சித்திரம்' (ஆனந்தவிகடன்), 'கதை விறுவிறுப்பாக நல்லமுறையில் எழுதப்பட்டிருக்கிறது. புதிது புதிதாக வெளிவரும் வதைத் தொகுதியில் இதுவும் வரவேற்கத்தக்கதே' -, (தினமணி), 'கதையை ஆசிரியர் நல்ல தமிழ் நடையில் எழுதியுள்ளார். கதையைத் தொடங்கி வளர்த்து முடித்திருக்கும் முறை அழகாக உள்ளது. படிக்க நல்ல சிறுகதை' (சுதேசமித்திரன்) - என தமிழகத்துப்

பத்திரிகைகளாலும் ஈழத்துப் பத்திரிகைகளாலும், சிறுகதையுலகில் பெயர் வாங்கியவர் அ.செ.மு. அவர்கள். இவரது 'மனிதமாடு' என்னும் கதை முன்பு அல்லையன்ஸ் கொம்பனியார் வெளியிட்ட 'கதைக்கோவை'யில் இடம் பெற்ற சிறப்பும் இவருக்குண்டு.

இலக்கியப் பின்னணி - 1920ஆம் ஆண்டளவுகளில் தமிழிலக்கியம் என்பது பெரிய புராண வசனங்களிலும், இராமாயணம், பாரதம் முதலிய இதிகாசங்களிலுமே அடங்கியிருந்தன. புதிதாக எழும் நவீன இலக்கியவகைகளிலே பரிச்சயமின்மையுடன். அவற்றை இலக்கிய வடிவங்களாக ஏற்காத மனநிலை நிறைந்த காலம். கதை என்றால் அதற்கு ஒரு தலை, வால் நீண்ட வரலாற்றுக் காலம் - என்பனவற்றையும், வீர, தீர, சூர, அதி பராக்கிரமச் செயல்களைக் கொண்டதாகவும் இருக்கவேண்டும் எனக் கருதப்பட்டு, அத்தகைய நூல்களையே 'வாசிப்பு' நடாத்தி இரசித்த காலம்.

படித்த மத்தியதர வகுப்பினர்கூட சேக்ஸ்பியருக்கும், ஷெல்லி'க்குமிடையே முடங்கி பரீட்சை எழுதி பட்டம் பதவி பெற்ற மமதையில் - 'தமிழா தமிழில் இலக்கியமா?' -எனப் போலி வியப்பை ஏந்தி நின்ற காலத்திலேதான், அ. செ. மு.-வின் இலக்கியப் பயிற்சி ஆரம்பமாகியது.

தேசியக் கலைஞன் - ஒரு கலைஞன் உருவாகின்ற சூழலின் தன்மைகளுக்கமையவே, அவனின் ஆத்மபலமும், இலக்கிய நேசிப்பும் அமைகின்றன. சீர்கேடான, தமிழின் மறுமலர்ச்சிக்குப் பொருத்தமற்ற சூழலில் அச்சூழலின் தாக்கத்தையும் முறியடித்துக்கொண்டு அவனது மொழிவழி இலககிய வேட்கை சீறி எழும்போது, அவனது பணியில் த்ம சுத்தியே பளீரிடும். அத்தகைய கலைஞன் நிச்சயம் வாசகரையோ, தன்னினத்தையோ ஏமாற்றவோ, தவறான பாதைக்கு இட்டுச் செல்லவோ மாட்டான். அவனது எழுத்தில் தன் நாடு, தன் மொழி, தன் இனம் என்கின்ற தேசிய நேசிப்பே மிஞ்சி நிற்கும். இதததகைய நேசிப்பு மிகுந்த ஒரு தேசியக் கலைஞன் தான் அ.செ.மு.

அமபுலிப் பருவம் - இவரது இலக்கியக்களமாக அமைந்தது இவரது வீடேயாகும். இவரது குடும்பமே ஒரு கலைக்குடும்பம்தான். அக்காலங்களில் இவரது வீட்டு முன்றலில் பழையபுராண, இதிகாசக் கதைகளும் - ஆனந்த விகடன், ஈழகேசரி போன்ற அக்காலச் சஞ்சிகைகளும் 'வாசிப்பு' முறைமூலம் படிக்கட்டு வந்தன. (வாசிப்பு) என்பது ஒருவர் மையமாக அமர்ந்து நூலைக் கையிலெடுத்து உரத்த குரலில் சப்தமிட்டுப் படிப்பார். மற்றவர்கள் அவரைச்சூழ அமர்ந்திருந்து அமைதியாகக் கேட்டுக்கொண்டிருப்பர். இதற்கு இன்னுமொரு காரணம் அக்காலத்தில் மத்தியதர வகுப்பினரின் பெரும்பான்மையோர் எழுத்தறிவு அற்றிருந்தமையேயாகும். இவரது தாய் மாமனார்கள் இலக்கியம் என்ற உணர்வில்லாமலே, உற்சாகமாக மனதுக்குகந்த பொழுதுபோக்கு என்ற நிலையில் மேற்படி நூல்களை உரத்துப் படித்துவர அதனைச் செவிமடுத்திருக்கும் சிறுவன் 'அ.செ.மு' -வின் குழந்தை உள்ளம் கற்பனாலோகத்தில். அந்தந்தப் பாத்திரங்களாக மாறி சஞ்சரித்துக் கொண்டிருக்கும். இதுவே, பிற்காலத்தில் பல்வகைப் பாத்திரங்களின் குணாதிசயங்களைச் சித்தரித்த இவருக்கு உதவியது எனலாம்.

அன்னை மொழி - பாடசாலை மாணவனாக இருந்த காலத்திலேயே, தன் மனதிலே அவ்வப்போது எழும் சிந்தனைகளை சிறு சிறு துண்டுக்காகிதங்களில் எழுதிப் பொறுப்பற்ற முறையில் போட்டுவிடும் பழக்கம் அ.செ.மு.விடம் இருந்தது. இந்தத் துணுக்குகளை எல்லாம் இவரது தாயார் வீடு பெருக்கும்போது கண்டெடுத்துப் படித்துப் பார்த்துவிட்டு வியந்து நிற்பதுடன் மட்டுமல்லாமல் 'இவற்றையெல்லாம் கண்டபடி போடாதே. நன்றாக எழுதுகிறாய். இவற்றைப் பத்திரப்படுத்திவை, மிக உயர்ந்தவை' - எனக் கூறி உற்சாகப்படுத்துவார். இதனால் அ.செ.மு. பெற்ற ஊக்கமும் உற்சாகமும் அளப்பரியது. அன்னையின் மொழிகள் இவரது இலக்கியம் என்னும் மல்லிகைச் செடிக்கு வார்த்த நன்னீராகி, மலர்களைப் பூத்துச் சொரிய வைத்தது. இதனால், இவர் பாடசாலையில், இலக்கிய வகுப்புக் கட்டுரைகளிலும் உயர்ந்த புள்ளிகளைப் பெறவே, ஆசிரியர்களின் பாராட்டும் இவரை மேன்மேலும் ஊக்கப்படுத்துவதாயிற்று.

இலக்கிய கேசரி - 'ஈழகேசரி கல்வி அனுபந்தம்'- என்ற ஒரு புதுப் பகுதி 1938ஆம் ஆண்டு தொடங்கப்பட்டது. பின்னர் மாணவ இளம் எழுத்தாளர்களைத் தோற்றுவிப்பதற்காக தமிழ்ப் பத்திரிகை உலகிலே முதன் முதலாக இளைஞர் சங்கம் ஒன்றை நடாத்தி வருட மகாநாடு ஒன்றையும், கல்வி விசேட மலர் ஒன்றையும் வெளியிட்டது. இந்த இளைஞர் சங்கத்தில் பல பாடசாலைகளில் படித்த மாணவர்கள் உற்சாகத்தோடு சேர்ந்தார்கள். போட்டிகளிற் பங்குபற்றினார்கள். 125, 154, 181 - ஆகிய பதிவு எண்களைக் கொண்ட மூன்று ஆரம்ப எழுத்தாளர்கள் அடிக்கடி பரிசைத் தட்டிச் சென்றனர். அப்போது ஈழகேசரி ஆசிரியராக இருந்த திரு. சோ. சிவபாத சுந்தரம் அவர்கள் இந்த மாணவ எழுத்தாளர்களை உற்சாகப்படுத்தி வந்தனர். அவரின் இலக்குத் தவறவில்லை. 125ஆம் எண்ணில் முளைவிட்டுக்கொண்டிருந்தவர் தெல்லிப்பளை மகாஜனக்கல்லூரி மாணவர்தான் இன்று புகழ்வீசி நிழல் பரப்பிக் குளிர்மை தரும் கதை மன்னனாகத் திகழும் அ.செ.முருகானந்தன் அவர்கள்' - என 'ஈழத்துப் பேனா மன்னர்கள்' வரிசையில் 1955ஆம் ஆண்டு 'கரவைக் கவிகந்தப்பனார்' எழுதிச் செல்கின்றார்.

பத்திரிகைப் பணி - 1938ஆம் ஆண்டில் 'ஈழகேசரி கல்வி அனுபந்' தத்தில் எழுத ஆரம்பித்த அ.செ.மு. 1941ஆம் ஆண்டின் ஆகஸ்ட் மாதத்தில் ஈழகேசரி வாரப் பத்திரிகையின் ஆசிரியர் குழுவில் ஒருவரானார். இதே ஆண்டு இதே மாதத்தில்தான் தென்னகத்துப் பிரபல பத்திரிகையான ஆனந்த விகடனில் இருந்து விலகிய 'கல்கி'யின் பத்திரிகையான

கல்கியின் முதலிதழ் வெளிவந்ததும் குறிப்பிடத்தக்க வரலாற்றாச் சம்பவமாகும். இக்காலத்தில்தான் அ.செ.மு. அவர்கள் ஸ்ரீ ராமானுஜம், வெறுப்பும் வெற்றியும், எச்சில் இலை, காப்பிரி, பரிசு, மனிதமாடு, வண்டிற் சவாரி கிழவி, விடியுமா? - முதலிய கதைகளை எழுதினார்.

இக்காலவேளையில் தன்னோடொத்த பல இலக்கிய எழுத்தாள நண்பர்களின் நட்பும் ஏற்பட்டது. இந்த நண்பர்களிடையே நேரடித் தொடர்பும் கடிதத் தொடர்பும் நிலவிவந்தன. இவருக்கும், இன்றைய பிரபல எழுத்தாளர்களில் ஒருவருமான 'வரதர்' அவர்களுக்கும் ஏற்பட்ட கடிதத் தொடர்பே ஈழத்தின் மணிக்கொடிக்காலம் என இலக்கிய வரலாற்றில் பேசப்படும் 'மறுமலர்ச்சி'ச் சங்கமும், பத்திரிகையும் தோன்றக் காலாயிற்று.

'மறுமலர்ச்சி'ச் சங்கமும், பத்திரிகையும் ஈழத்து இலக்கியம் பற்றிய விழிப்புணர்ச்சியை மக்களிடையே ஏற்படுத்திற்று. நல்ல பல எழுத்தாளர்களை அறிமுகப்படுத்தியது. இதனால் அப்போது தென்னகத்தில் சிறந்த இலக்கியத் தொண்டாற்றி வந்த, 'கிராம ஊழியன்', 'கிராம மோஹினி' முதலிய பத்திரிகைகளில் ஈழத்து எழுத்தாளர்களின் படைப்பும் சரியாசனம் பெற்றன. இரு நாட்டு எழுத்தாளர்களிடையேயும் மரியாதை நிறைந்த நட்பு ஏற்பட்டது. கிராம ஊழியன் ஒருமுறை விசேட மலர் ஒன்றினை வெளியிட்டபோது முதல் விடயமாக ஈழத்து எழுத்தாளரான சோ. சிவபாதசுந்தரத்தின் கட்டுரையைப் பிரசுரத்தது. 'ஒரு மந்திரியின் ஆசியுரையைப் பிரசுரிக்காமல், ஈழத்தவர் ஒருவரின் விடயத்தை முதலாவதாகப் பிரசுரித்தது. ஆச்சரியமான விடயம்' - என அப்போது இன்னொரு பத்திரிகை மதிப்புரையில் எழுதிப் பொறாமைப்பட்டது. அது மட்டுமல்லாமல் மறுமலர்ச்சிச் சங்கம் கு.ப.ரா. வின் மறைவின் பின் அவரது குடும்ப நலனுக்காக நிதி திரட்டி நூற்றியொரு ரூபாய்களையும் அனுப்பிவைத்தது. இக்காலங்களி; இச்சங்கத்தின் தலைவராகக் கடையாற்றியவர். அ.செ.மு. அவர்களாகும்.

சக்கரதாரி - ஈழகேசரி பத்திரிகையில் கடமையாற்றிய பின்னர், மறுமலர்ச்சிப் பத்திரிகையில் வரதருடன் கூடிப்பணிபுரிந்தார். இதன் பின்னர் திருகோணமலை சென்று இன்னொரு பிரபல எழுத்தாளரான தாளையடி சபாரத்தினத்தின் துணையுடன் 'எரிமலை' என்னும் மாத சஞ்சிகையை வெளியிட்டு நட்டமடைந்தார். அடுத்த கொழும்பு நகர் சென்று 'சுதந்திரன்', 'வீரகேசரி' ஆகிய பத்திரிகையில் பணிபுரிந்துவிட்டு, மீண்டும் யாழ்நகர் வந்து காங்கேசன் துறையில் அமைதியாக வாழ்ந்து வந்தார். ஆனால், ஈழநாட்டில் பணிபுரியும் .இலக்கிய அன்பரான சு. சபாரத்தினம் (சசி பாரதி) அவர்களின் பெருமுயற்சியால் 'ஈழநாடு' வாரப் பதிப்பில் பணிபுரிந்து வருகிறார்.

எழுத்தின் நோக்கம் - அ.செ.மு.அவர்கள் எழுத்துலகில் கால்வைக்கும்போது எழுத்தின் நோக்கம் பற்றி ஒரு திடமான கரு;ததைக் கொண்டிருந்தது மட்டுமன்றி, தற்கால உலகத்துக்கு வேண்டியது எது? என்பதனையும் நன்குணர்ந்திருந்தார். நச்சு இலக்கியம் எது? நசிவு இலக்கியம் எது? என்ற வேறுபாட்டினையும் தௌ;ளத் தெளியத் தெரிந்திருந்தார்.

'தமிழில் தற்போது வெளியாகிக் கொண்டிருக்கும் அநேக கதைகளைப் பார்த்தால் தமிழ் நாட்டில் இருப்பவர்கள் எல்லாரும் காதலர்கள். அவர்கள் காதலித்து ஏமாற்றமும், துயருமடைந்து இறந்து போவதைத் தவிர வேறு தொழில்கள் அவர்களுக்கில்லை.

தமிழிர் லட்சியக் கதைகள், - சீர்திருத்தக் கதைகள் மிகவும் குறைவு. அத்தியாவசியமாக வேண்டப்படுவதும் அவை தான்.'- என அவர் 'தமிழில் கதை இலக்கியம்' என்று அப்போதே எழுதினார்.

நூறு கதைகள் - அ.செ.மு.-அவர்கள் கடந்த முப்பது ஆண்டுகளுக்கு மேலாக நூற்றிற்கு மேற்பட்ட சிறுகதைகளைப் படைத்துள்ளார். இக்கதைகளிடையே காலவித்தியாசம் முப்பது வருடங்களாக இருந்த போதிலும், எழுத்தின் தன்மையிலும், கொள்கையிலும், தரத்திடையேயும் அதிக வேறுபாடில்லை. இவரது புகழ் பெற்ற சிறுகதைகளாக 'ஈழகேசரி'யிரும் 'மறுமலர்ச்சி'யிலும் எழுதிய காப்பிரி, ஏழை அழுத கண்ணீர், வண்டிச்சவாரி, மனித மாடு, முதலிய கதைகளையே வாசகர் அறிந்துள்ளனர். ஆனால் அவற்றைவிட, தாம் சமீபத்தில் எழுதிய கதைகளே தரத்தில் உயர்ந்தன எனக் கருதுகின்றார்.

இவரின் கதைகள் இலட்சிய அடிப்படையில் அமைந்தாலும், அவற்றின் கதாபாத்திரங்களோ, குணாதிசயங்களோ போலித்தனமாக விளங்காமல், மனிதாபிமானத்தின் உயிர் நாடியை உணர்த்துவதாக விளங்குவதால் - நல்ல நோக்கும், கலையம்சமும் நிறைந்தனவாக விளங்குகின்றன. இவரின் கதைகள் அனைத்தும் உயர்வான யதார்த்தச் சித்திரங்களேயாகும். இந்த யதார்த்தச் சூழல் தான் வாழும் கிராமத்துடன் மட்டும் நின்றுவிடாது. திருகோணமலை, மலைநாடு, கொழும்பு என ஈழம் முழுவதும் பரவிய தேசியக் கண்ணோட்டமாக விளங்குகின்றது. இதனால் இக்கதைகள் பல்வகை மனிதர்களையும், வேறுபட்ட வாழ்வுச் சிக்கல்களையும் கொண்டு ஒவ்வொன்றும் ஒவ்வொரு கலைப் படைப்புகளாக மிளிர்கின்றன. ஏன்? இந்தத் தேசியம் - உலகப் பொதுமையான சர்வதேசியமாகவும் மாறிவிடுகின்ற வளர்ச்சிப் பாதையையும் காணமுடிகின்றது. 'காப்பீரி' என்ற கதையில் இந்த உண்மை சிறப்பாக வெளிப்படுகின்றது. இரண்டாம் உலக மகாயுத்தத்தின்போது இலங்கைக்கு வந்த நீகுரோவின் அன்னைப் பாசம், நாடு, மொழி, மதம், இனம் என்பனவற்றிற்கு அப்பாற்பட்டு வெளிப்படுவதை காணலாம்.

'வண்டிச்சவாரி' என்னும் கதை யாழ்ப்பாணப் பண்பாட்டினை அழகாகச் சித்தரித்தது. பெரும்பாராட்டைப் பெறவே, அதனை விரித்து-, வண்டிற்சவாரி, திருவிழா, மழை, புகையிலைத் தோட்டம், தேர்தல் - என்பனவற்றையெல்லாம் இணைத்து தனது புகழ் பெற்ற 'புகையில் தெரிந்த முகம்' - என்ற நீண்ட சிறுகதையை எழுதினார். இச் சிறுகதையைப் படித்த பின்னர் தான் - யாழ்ப்பாணக் கமக்காரனின் புகையிலைத் Nதூட்டம் எப்படிப் பிற்காலக் கதைகளிலும் சித்தரிப்பது ஒரு எழுத்தாள நாகரிகமாக மாறியது என்பது புலனாகியது. இக் காலத்தில் மீனவர் வாழ்க்கையைச் சித்தரிப்பதுபோல், இவர்கால எழுத்தாளர்கள் ஆளுக்கு ஒன்றாகவென்றாலும் 'புகையிலைத் தோட்டக் கதைகளைப்' படைத்துள்ளனர்.

இவர் எந்தக் கதையை, எப்படிப்பட்ட சூழலிலும் எழுதினாலும், அவற்றின் ஒரு சமுதாயப் போராட்டம், பணிகலந்தே கிடக்கின்றன. ஆனால் அந்தப் போராட்டம் வெளிப்படையாக நிற்காது ஒவ்வொரு கதையினுள்ளும் ஜீவநாதமாக ஒலித்துக் கொண்டிருக்கும். இந்தப் பணி ஒன்றினை முன்வைத்தே தனது இலக்கிய யாத்திரையை இவர் நடாத்துகின்றார் எனலாம். 'எழுத்தாளனும் போர்வீரன்தான். அவனது வாழ்வும் பணியும் இரண்டுமே போரும், வீரமும் தான்' எனக் கூறும் இவர் தனது பேனாவால் ஈழம் முழுவதையும் தரிசித்தார் எனக் கூறலாம்.

கதை உருவம் - சிறுகதை என்னும் கலைவடிவம் இவரது படைப்புகளில் சிறப்பாக அமைந்துள்ளது. சிறுகதைக்கு முடிந்த முடிபான இலக்கணம் இல்லாவிட்டாலும், இவைதான் நல்ல சிறுகதைகளுக்கு அடையாளம் என்ற மனநிறைவை ஏற்படுத்தும் பெற்றியன. இவர் சிறுகதைகளை சிறுகதைகளாகவே எழுதினார். இவர் காலத்திய ஏனைய பெரிய எழுத்தாளர்கள் கூட பல சமயங்களில் சிறுகதைமரபை மீறி எழுதியுள்ளனர். ஆனால், இவரது 'புகையில் தெரிந்த முகம்' - என்ற நீண்ட கதைகூட இந்த எல்லையை மீறவில்லை என்பது குறிப்பிடத்தக்கது. இதனாற்றான் இவரை 'தமிழ்நாட்டு எட்கார் அவன் போ' என அழைக்கின்றனர்.

நேற்றும், இன்றும் - இவரது படைப்புகள் புதுமையை நேசித்தாலும், பழமையை முற்றாக நிராகரிக்கவில்லை. 'பழமையை அத்திவாரமாகக் கொண்டு புதுமையை எழுப்ப வேண்டும். பழமையைக் கரைத்துக் குடித்த பண்டிதர்கள் பழமையிலுள்ள அழுக்குகளைப் புதிய முறையில் - புதிய மெருகு பூசி எல்லாரும் அறியக் கூடிய முறையில் எடுத்துக்காட்ட வேண்டும்'- என்ற எண்ணத்தில் இவரின் படைப்புகள் எழுந்துள்ளன.

உயிர் நடை - இவரின் உரைநடை தான் எடுத்துக்கொண்ட விடயத்தோடு நெருங்கி நேராக உறவாடும் பெற்றியது. சிக்கலற்றது. இலகுவானது. ஆடம்பரமான கருத்தையும், கருவையும் விழுங்கிவிடும் சொற்களைக் காணலரிது. ஏன் இவரின் படைப்புகளில் உவமை, உருவகங்கள் கூடக் காணமுடியாது. ஈழகேசரிக் கதைகளில் கிராமியச் சொற்கள் அதிகம் இடம் பெற்றன. ஆனால், தற்கால ஈழநாட்டுக் கதைகளில் அவையும் அருகி முற்றாக இல்லாதொழிந்துவிட்டன. நல்ல தூய, தமிழ் நடையில் இவருக்கு இயல்பாக எத்தகைய உணர்ச்சியனுபவங்களையும் வெளிப்படுத்தும் ஆற்றல் இருப்பதால்தான் இவரை 'சரளநடை எழுத்தாளன்' - எனவும் அழைக்கின்றனர்.

முற்றுப்புள்ளி - இவரது கதைகளைக் கொண்டு பத்துக் கதைக்கோவைகள் வரை போடலாம். அனால், ஒன்றுகூட இதுவரை வெளிவரவில்லை. இவை வெளிவரும்போது தரமான சிறுகதைக் கோவைகள் நமது இலக்கியத்தில் இடம் பெறக்கூடும். அ.செ.மு.வின் கதைகளை வெளியிட எழுத்தாளர் மன்றங்களோ, பதிப்பகங்களோ முன்வரவேண்டும்.

40. சி. வைத்தியலிங்கம்

வைத்தியலிங்கம், சி. (1911 - 1991.05.25) யாழ்ப்பாணம், ஏழாலையைச் சேர்ந்த எழுத்தாளர். இவர் ரவீந்திரன் என்னும் புனைபெயரால் அறியப்பட்டார். 1930களிலிருந்து சிறுகதைகளை எழுதத் தொடங்கிய இவர், 25 இற்கும் மேற்பட்ட சிறுகதைகளை எழுதியுள்ளார். இவர் பராசக்தி, நெடுவழி, மூன்றாம் பிறை, பாற்கஞ்சி, ஏன் சிரித்தார், என் காதல், பைத்தியக்காரி, பார்வதி, பிச்சைக்காரர், உள்ளப்பெருக்கு, டிங்கிரி மெனிக்கா உட்படப் பல சிறுகதைகளை எழுதியுள்ளார். மேலும் இவரது சிறுகதைகள் தொகுப்பு நூல்களாகவும் வெளிவந்துள்ளன. 1990 இல் வெளிவந்த கங்காகீதம் ஒரு சிறுகதை தொகுப்பு நூலாகும்.

இவர் ஆங்கிலம், சமஸ்கிருதம் ஆகிய மொழிகளில் வல்லவர். இவரது சிறுகதைகளில் தமிழக எழுத்தாளர் கு.ப.ராஜகோபாலின் சாயல்கள் காணப்படுகின்றது. தூய தமிழ்நடையைச் சிறுகதைகளில் பயன்படுத்தியுள்ளார். ரஷ்ய இலக்கிய மேதை இவான் துர்க்கனிவ்வின் On the Eve என்ற நாவலை தமிழில் மொழிபெயர்த்தார். இ சிறுகதை எழுத்தாளர் இலங்கையர்கோனின் உறவினராவார்.

சி.வைத்தியலிங்கம் இலங்கையின் வடபகுதியில் உள்ள ஏழாலை என்ற சிறு கிராமத்தில் பிறந்த இவர், தன் இளமைக்காலம் தொட்டே எழுத்துத் துறையில் ஆர்வம் கொண்டிருந்தார். தனது 17வது வயதிலிருந்து சிறுகதைகள் எழுதத் துவங்கிய திரு. வைத்தியலிங்கம், புதுமைப்பித்தன், கு.ப.ரா., ஆகியோரின் எழுத்துக்களுடனும் ஆழ்ந்த பரிச்சயம் கொண்டிருந்தார். ஆங்கிலத்திலும், வடமொழியிலும் சிறப்பான புலமை பெற்றிருந்த இவர், காளிதாசரின் சகுந்-

தலம், குமாரசம்பவம், மேகதூதம் ஆகியவற்றை மொழி பெயர்த்துள்ளார். ஈழத்து கு.ப.ரா. என்று அழைக்கப்பட்ட திரு வைத்தியலிங்கம் ஈழத்து சிறுகதையின் முன்னோடிகளில் ஒருவராக மதிக்கப்படுபவர்.

கொழும்பு மாநகர சபையில் 40 வருடங்கள் பணியாற்றி ஓய்வு பெற்ற பின், சில காலம் ஏழாலையில் வசித்தார். அதன் பின் 1986 இல் லண்டனுக்குக் குடிபெயர்ந்து தன் மகள் குடும்பத்துடன் வாழ்ந்து வந்தார். இவருக்கு மூன்று பிள்ளைகள் - ஒரு மகன், இரண்டு மகள்கள். 1991 ஆம் ஆண்டு மே மாதம் 25ம் தேதி உடல் நிலை நலிவுற்று தன் 80 வது வயதில் காலமானார்.

கங்கா கீதம் - சிறுகதை தொகுப்பு முதற் பதிப்பு : Nov 1990 இரண்டாம் பதிப்பு : Dec 1997

1) பாற்கஞ்சி - (ஆனந்த விகடன் - 1940)
2) ஏன் சிரித்தார்? - (கலைமகள் - 1939)
3) மின்னல் - (ஈழகேசரி - 1939)
4) கழனி கங்கைக்கரையில் - (கலைமகள் - 1939)
5) பார்வதி - (கலைமகள் - 1939)
6) தியாகம் - (கலைமகள் - 1940)
7) நந்தகுமாரன் - (கலைமகள் - 1940)
8) ஏமாளிகள் - (கலைமகள் - 1941)
9) பூதத்தம்பிக் கோட்டை - (கலைமகள் - 1941)
10) விதவையின் இதயம் - (ஈழகேசரி - 1941)
11) மரணத்தின் நிழல் - (ஈழகேசரி - 1941)
12) அழியாப் பொருள் - (கலைமகள் - 1941)
13) மூன்றாம் பிறை - (கதைக்கோவை - 1942)
14) நெடுவழி - (ஈழகேசரி - 1942)
15) பைத்தியக்காரி - (கலைமகள் - 1942)
16) கங்கா கீதம் - (கிராம ஊழியன் - 1944)
17) சிருஷ்டி ரகசியம் - (ஈழகேசரி - 1948)
18) உள்ளப் பெருக்கு - (ஈழகேசரி - 1956)

1962-இல் கொழும்பில் நடந்த முற்போக்கு எழுத்தாளர் சங்க மாநாட்டில் நிகழ்த்திய தலைமைப் பேருரை

தமிழ் இலக்கியம் இப்பொழுதெல்லாம் தமிழ் பார்க்கும் போது நான் சிறுவயதில் இராமேஸ்வர தேவாலயத்தின் பிரகாரங்களைச் சுற்றி வந்த பொழுது ஏற்பட்ட ஓர் அனுபவம் என் நினைவுக்கு வருகிறது. அந்த கோயிலின் பிரகாரத்தைச் சுற்றி வந்த பொழுது, அதன் நீளமும், உயரமும், கம்பீரமும், பிரமாண்ட அமைப்பும் என் மனதிலே 'நான் ஒரு தூசிக்குச் சமானமானவன், எவ்வளவு சிறியவன்' என்ற உணர்ச்சியைக் கொண்டு வந்தது. இன்று இந்த மகாசபையின் முன் நிற்கும் போதும், உண்மையில் நான் எத்துனை சிறியவன் என்ற உணர்ச்சிதான் எனக்கு ஏற்படுகிறது.

இங்கே இச்சபையிலே பேராசிரியர்களும், வித்துவான்களும், பிரபலமடைந்த எழுத்தாளர்களும், இன்னும் பல துறைகளிலும் முன் இடம் வகிக்கும் பெரியார் பலரும் இருக்கிறார்கள். இன்று தலைமை தாங்குவதற்கு ஒரு சாதாரண தொழிலாளியாகிய என்னைத் தலைமை வகிக்கும்படி ஏன் கேட்டிருக்கிறார்கலென்று என் மனம் சிந்திக்கிறது. நான் எழுதியதோ மிகவும் சொற்பம். அதிலும் வெற்றியடைந்தது மிக மிகக்குறைவு. ஒருவேளை எழுத்துத்துறையில், அதாவது சிருஷ்டி இலக்கியத் துறையில் தொடர்பு கொண்ட தொழிலாளிகளில் நான் பழையவர்களில் ஒருவன் என்ற காரணமாயிருக்கலாமோ என்று எண்ணுகிறேன். அப்படியானால் எனக்குக் கொடுத்த மதிப்பாகவே நான் கருதுகிறேன்.

இலங்கைத் தமிழ் மக்களின் சரித்திரத்திலே இன்றைய தினம் ஒரு முக்கியமான நாள். இதற்கு முன்னரெல்லாம் இப்படியான மாநாடு, எழுத்தைப்பற்றி ஆராய்வதற்கும், எழுத்தாளரை சிறப்பிப்பதற்கும் கூடவில்லை. இச்சபையிலே இலங்கையின் பல பாகங்களிலுமிருந்து எழுத்தாளர்களும், ரசிகர்களும், இலக்கியத்திலே ஈடுபாடுடையவர்களும் இன்று கூடியிருக்கிறோம். இலக்கியம் எதற்காக? எழுத்தாளன் ஏன் எழுதுகிறான்? கவிஞன் ஏன் பாடுகிறான்? சிருஷ்டி இலக்கியத்தில் உருவமா அல்லது கருத்தா முக்கியம்? இப்படியான பல பிரச்சனைகளைப் பற்றியும் நாம் கருத்தரங்கத்திலே கவனிக்கப் போகிறோம். இவைகளெல்லாம் ஓர் எழுத்தாளனுக்கு நிரந்தர பிரச்சனைகளாயிருக்கின்றன.

இவைகளைப் பற்றி நீண்ட காலமாக உலகத்தின் பல பாகங்களிலும் ஆராய்ந்து கொண்டே வந்திருக்கிறார்கள். இவைகளுக்கு இதுதான் சரியான விடை என்று எவராலும் திட்டவட்டமாகச் சொல்ல முடியாமல் இருக்கிறது. எங்களில் பலர் யுகம் யுகாந்தரமாய் வந்து கொண்டேயிருக்கும், சம்பிரதாயங்களிலும், பழக்க வழக்கங்களிலும் ஊறிப்போய்,

பரம்பரை பரம்பரையாக வந்துகொண்டிருக்கும் சில இலட்சியங்களுக்கு மதிப்பு கொடுப்பவர்களாயிருக்கிறோம். வேறு சிலர் புதுமையான ஒரு சமுதாயத்தையும், சிருஷ்டியையும் படைப்பதற்கு ஆவேச வெறியுடன் உழைத்து வருகின்றார்கள். இன்னொரு சாரார் எழுத்தெல்லாம் ஒரு பிரயோசனத்தைக் கொடுக்க வேண்டும்; அதற்கு ஒரு நோக்கம் இருக்க வேண்டும், மனிதனைப் பயன்படுத்தி உயர்ச்சிபெற உதவ வேண்டுமென்று கருதுகிறார்கள். வேறு சிலர் போதனையில் இறங்குவது ஒரு எழுத்தாளனின் வேலை அல்ல, எழுத வேண்டும் என்ற ஒரு வேகத்தினால் எழுதிக்கொண்டே போகிறான் என்று கருதுகிறார்கள். இதமான எழுத்திலேதான் கலை பூரணமாய் விசாலிக்கிறதென்று வாதாடுகிறார்கள். இந்த நிலையை எங்கள் மத்தியில் மட்டுமன்றி உலகத்தின் எப்பாகத்திலும் காண்கிறோம்.

இலங்கையில் இப்பொழுது சிருஷ்டி இலக்கியத்துறையில் முன்னொரு பொழுதும் கண்டிராத உத்வேகமும், ஊக்கமும் காணப்படுகிறது. இளைஞர்கள் பலர் எழுத்தில் கவனம் செலுத்தத் தொடங்கியிருக்கிறார்கள், முக்கியமாய் சிறுகதைத் துறையில் ஓரளவு வளர்ந்திருக்கிறோமென்று மதிப்பிட்டுச் சொல்லலாம். ஆனால் சிறுகதை மாத்திரம் இலக்கியமாகி விடுமா? இலக்கியத்தின் ஏனைய அங்கங்களாகிய நாவலும், நாடகமும், கவிதையும், சரித்திர விஞ்ஞான சம்பந்தமான நூல்களும், தரிசன நூல்களும் இப்படி எல்லாத் துறைகளிலும் வளர்ச்சி ஏற்படுத்தும் போதுதானே இலக்கியம் பூரணமான வளர்ச்சி பெற்று வருவதாக நாம் கூற முடியும். இலக்கியம் பல்வேறு துறைகளிலும் வளர்ச்சி அடைந்து வரும் போதுதான் அது சமுதாயத்தில் ஆணிவேராகி வலுவையும், ஜீவசக்தியையும் கொடுத்து அதை வளம் பெறச் செய்கிறது. ஆகவே எழுத்தாளர்கள் முக்கியமாய் இளம் எழுத்தாளர்கள் இந்த அம்சத்தைத் தங்கள் கவனத்தில் இருத்தி, இந்தக் குறையை நிவர்த்தி செய்வார்களென்று நான் எதிர்பார்கிறேன்.

ஓர் எழுத்தாளன் பாசையைச் சரளமாய் எழுதப்பழகுவதற்கும், கதைகளையோ ஏனைய சிருஷ்டிகளைச் செய்வதற்கும் பத்திரிகைகள் ஒரு நடை வண்டி போல் உதவி செய்கின்றன. இந் நாட்களில், பத்திரிகைகளும் புற்றீசல் போல் வெளிவந்து கொண்டிருப்பதைப் பார்க்கிறோம். அவை வெளிவரும் வேகத்தைப் பார்க்கும் போது ஏதோ வஞ்சம் தீர்ப்பதற்காக வருகிறது போல் சொல்லத் தோன்றுகிறது. அற்ப விஷயங்களை மனதில் வைத்துக் கொண்டு எழுத்தாளர் பிரிந்து புதுப் பத்திரிகைகளைத் தொடங்குகிறார்கள். இதனால் ஒருவருக்கும் பயன் ஏற்படுவதில்லை. இலக்கியத்தின் தன்மையில் கருத்து வேற்றுமைகள் இருக்கலாம். அது இருக்கவும்தான் வேண்டும். அப்போதுதான் வளர்ச்சி ஏற்படும். அனால், துவேசதினாலோ, பொறாமையினாலோ பிரிந்து போவதால் ஒரு பத்திரிகையும் உருப்படாமல் போய்விடுகிறது. இப்படியான ஒரு போக்கு சமீப காலத்தில், எழுத்தாளரிடமும் அவர்கள் எழுத்துக்களிலும் காணப்படுவதால்தான் இதை நான் வருத்தத்துடன் சொல்ல வேண்டி வந்தது.

இலக்கிய விமர்சனமும் இச் சூழ்நிலையின் அடிப்படையிலே இயங்கி வருவதை நாம் பார்க்கிறோம். நிதானமிழந்து, வரம்புமீறிப் பரஸ்பரம் சொற்பிரயோகத்தில் இறங்கிவிடுவது இலக்கிய தர்மமாகாது. ஒரு கவிஞன் மேகத்திலே சஞ்சாரம் செய்கிறான் என்று சொல்வார்கள். மேகத்திலேதான் இடியும் மின்னலும் உண்டாகின்றன. ஓர் சொல்லுக்கு மின்னலின் வேகமும் இடியின் சக்தியும் இருக்கின்றன என்பதுதான் இதன் பொருள். நம் முன்னோர்களும் சொல்லின் பவித்திரத்தன்மையை உணர்ந்துதான் மந்திரம் என்று அதைப் போற்றினார்கள். ஆகவே அதைப் பாவிக்கும் போது அளந்து நிதானத்துடன் பாவிக்கப் பழகிக் கொள்ள வேண்டும். அதன் புனிதத் தன்மையை உணர்ந்து விமர்சனம் இயங்க வேண்டும். நாங்கள் செய்யும் சர்சைகள் எல்லாம் இலக்கிய ஆக்கத்துக்கு வழி செய்துவிட வேண்டுமேயொழிய அரும்பி வரும் முனையை முளையிலே கருக்கிவிடக்கூடாது. இப்படியான மார்க்கத்தில் விமர்சனம் இயங்கி வரும்போதுதான் உண்மையில் இலக்கிய வளர்ச்சி பெறக்கூடிய ஒரு சூழ்நிலை உருவாகிக் கொண்டுவரும்.

சுமார் ஐம்பது வருஷங்களுக்கு முன் இருந்த எழுத்தாளனுக்கும் மேலாக இன்றைய எழுத்தாளனுக்கும் மேலாக இன்றைய எழுத்தாளருக்குப் பல வசதிகளும் சௌகரியங்களும் ஆதரவும் இருக்கின்றன. அவன் சமூகத்துக்குச் செய்ய வேண்டிய சேவைகளும் கூடிக் கொண்டே வருகின்றன. அவன் பொதுமக்களை நல்வழிப்படுத்துவதற்காக எழுதினாலென்ன தூண்டி ஆவேசம் மூட்ட எழுதினாலென்ன அல்லது தனது ஆத்ம திருப்திக்காகத்தான் எழுதினாலென்ன அவன் தன்னைப் பரி பூரணமாகச் சமுகத்துக்கு அர்ப்பணம் செய்து, தன்னை அவர்களுடன் ஐக்கியப்படுத்திக் கொள்ளுதல் வேண்டும். அவனாலே ஆக்கக்கூடும், விஷ்தரிக்கக்கூடும். வளர்ச்சி பெறச் செய்யவும் கூடும். அன்றேல் ஒன்றைப் பாழ்படுத்தவோ அல்லது அழிக்கவோ கூடும். அதனால்தான் அவன் பொறுப்பு அதிகமாகிறது.

இப்பொழுதெல்லாம் நம் நாட்டுச் சரித்திரத்தின் திருப்பு முனையில் நாம் இருக்கிறோம். பெரிய பெரிய மாற்றங்கள் நம் மத்தியிலே நிகழ்ந்தவண்ணமிருக்கின்றன. சமுக வாழ்வில் எத்தனையோ புரட்சிகள் ஏற்படலாம். நாம் போற்றிவரும் இலட்சியங்களின் மதிப்புக் குறைந்து போகலாம். ஆனால் யுகம் யுகாந்தரமாய் சில நிரந்தரமான இலட்சியங்கள் மனிதனை, மனுஷத்தன்மையில் இருந்து தவறிவிடாமல், மனிதனாக வாழ வழிசெய்து கொண்டு வந்திருக்கின்றன. மாசில்லாத பெருவாழ்வுக்கும் பண்புடைய சீரிய மனோநிலைக்கும், சில உன்னதமான கொள்கைகள் அவசியமென்பதை மனிதன் பல காலமாக உணர்ந்து வந்திருக்கிறான். சத்தியமும் அழகும் என்றும் நிலைத்திருக்க வேண்டுமென்ற தாகம் அவனுக்கு இருந்து வந்திருக்கிறது. இந்த உன்னதமான இலட்சியங்களையும் எண்ணங்களையும் திரும்பத் திரும்ப மனி-

தனுக்கு எடுத்து ஓதுவதில் உங்கள் பேனா தூங்காமல் விழிப்புடன் இருக்க வேண்டுமென்று கேட்டுக் கொள்கின்றேன்.
(நன்றி - மல்லிகை - மே 1987)

41. ஈழத் தமிழ்ச் சிறுகதை மணிகள் - செம்பியன் செல்வன்

இலக்கிய அலை - “1930-ம் வருடத்திற்குப் பின் உப்புச் சத்தியாக்கிரகத்தின் இலக்கிய அலையாக ஒருபுது வேகம் இலக்கியத்தில் ஏற்பட்டது. அதே போன்று ஈழத்திலும் டொனமூர் அரசியற்றிட்டத்தையொட்டி ஒரு இலக்கிய அலை தோன்றாவிடினும், படித்த மத்தியதர வர்க் கத்தினரிடையே ஒரு இலக்கிய விழிப்பு ஏற்பட்டது. அரசியற் றிட்ட அமைப்பிலே மாற்றம் ஏற்பட்டதைத் தொடர்ந்து அரசியல் நோக்கத்திற்காக, பத்திரிகைகளும், சஞ்சிகைகளும் ஆரம்பிக்கப்பட்டன. ஆயினும் குடியேற்ற நாட்டாட்சி இலங்கையின் அரசியல், பொருளியல் வாழ்க்கையை நன்கு பீடித்திருந்தமையால் ஆங்கில மொழி மூலம் மேனாட்டு நாகரிகம் பரவிக் கொண்டே வந்தது. யாழ்ப்பாணத்தில் இமாற்றம் மற்றத் தமிழ்ப் பகுதியாம் மட்டக்களப்பிலும் பார்க்க வேக மாகப் பரவிற்று. இந்த ஆங்கிலக் கல்வியுடன் புனைகதையும் ஈழத்தில் பரவலாயிற்று.

“1930-ம் ஆண்டு தொடக்கம் சிறுகதை ஈழத்தில் உருவப் பிரக்ஞையுடன் எழுதப்படலாயிற்று. இந்த உருவப் பிரக்ஞை யானது ஆங்கிலக் கல்வியினாலும், தென்னிந்திய இலக்கியச் செல்வாக்குகளினாலும் அமையலாயின.’ இதற்குச் சாதகமாக இந்தியத் தமிழிலக்கியத்தில் 1930-ல் ஏற்பட்ட மணிக்கொடி எழுத்தாளர்கள் விளங்கினர்.

ஆகவே, கடலால் பிரிக்கப்பட்டுள்ள போதிலும் தேசிய உணர்விலும், இலக்கிய அபிமானத்திலும் ஈழமும் இந்தியாவும் நெருங்கிய தொடர்பு கொண்டிருந்தன. இதனால் ஒரு நாட்டில் எழும் எண்ண எழுச்சிகளும், அரசியற் பிரச்சனைகளும் மற்ற நாட்டைப் பெரிதும் பாதிக்கலாயின. அத்தகைய பாதிப்பு இலக்கியத்தைப் பொறுத்தவரையில் இலங்கையில் ஆழமாக ஏற்படலாயிற்று. 1930-ல் தமிழிலக்கியத்தில் பெரும் விளைவை ஏற்படுத்திய மணிக்கொடிப் பிரிவினரால் சிறுகதைத் துறை இலக்கிய அந் தஸ்துப் பெற்றது. மணிக்கொடிப் பிரிவினர் மேல்நாட்டு மொழி களில் உன்னத நிலைபெற்று விளங்கிய சிறுகதைத் துறையை தமி ழில் கொணர்ந்து இலக்கிய அந்தஸ்து ஏற்ற எடுத்துக் கொண்ட முயற்சியும், அதன் பலாபலன்களும் ஈழத்துத் தமிழ் எழுத் தாளர்களைப் பெரிதும் கவரலாயின.

எனவே, ஈழத்து எழுத்தாளர்களும் சிறுகதையின் பண்பை யும், பயனையும் பற்றிப் பெரிதும் அறிய முற்பட்டதுடன், தாமும் இத்துறையிலாழ்ந்து ஈடுபடலாயினர். இதற்குச் சாதகமாக அர சியல் நோக்குக்காக தாபிக்கப்பட்ட ஈழத்துப் பத்திரிகைகள் விளங்கினாலும், தென்னிந்தியப் பத்திரிகைகளே இவர்களுக்கு அதிகம் கைகொடுத்தது. இதனால்- ஈழத்திலும். இந்தியா விலும் ஏற்பட்ட இலக்கிய அலை ஒத்த காலத்தில் தோன்றியது எனலாம். இத்தகைய ஒத்த தன்மை காணப்பட, சந்தர்ப்பம் மட்டுமல்லாமல் இந்நாட்டு எழுத்தாளர்களின் இலக்கிய மன வுணர்வுகளில் காணப்பட்ட நெருங்கிய ஒற்றுமையே முக்கிய காரணம் எனலாம்.

பிதாமகர் - ஈழத்தின் நவீன இலக்கியப் பிதாமகர்களில் ஒருவராக இன்று கணிக்கப்படும்: திரு சி வைத்தியலிங்கம் சிறுககைத் துறையில் காலடி பதித்தது. இக்காலத்தில் தான் எனலாம். இவர் ஆங்கில மொழிப் பயிற்சிமிக்கவராதலால், சிறுகதை பற்றியும், அதன் தன்மைபற்றியும் நன்குதெரிந்திருந்ததுடன், தன்னளவிலும், சிறு கதைபற்றிச் சில கொள் கைகளைக் கொண்டிருந்தார் என்பது அவர் கூற்றாலேயே புலனாகின்றது. ‘சிறுகதை மேல்நாட்டு இலக்கியத் தினுசுகளில் ஒன்று கதைப் போக்கும் சுருக்கமாக இருக்கும். பாத்திரங்களும் இரண்டு அல்லது மூன்று.ஓர் ஓவியன் சித்திரக் கோல் கொண்டு எழு தும் ஒரு வளைவினால் அல்லது கோட்டால் படத்தில் கொண்டு வரும் பாவமும் உருவமும்... அவ்வளவு சக்தி சிறுகதை ஆசிரிய னுக்கு இருக்க வேண்டும்’

இதிலிருந்து சிறுகதைபற்றி இவரின் அபிப்பிராயம் தெள் ளத் தெளிவாகப் புலனாகின்றது. ஆயினும் இவர் சிறுகதையில் மட்டுமல்லாமல் பிற இலக்கிய வடிவங்களிலும் பெரு விருப்புக் கொண்டிருந்தார். அத்தகைய பிற துறை, பிற மொழி விருப் புகளினடியிலேயே இவரது எழுத்துக்கள் பிறந்ததாகையால், இவரது இலக்கிய உணர்வு, இரசனை பற்றித் தெரிந்திருந்தால் தான் அவரை நன்கு அறியமுடியும்.

இலக்கிய அரும்பு - இவரின் இலக்கியத் தாகம் இளவயதிலேயே தோன்றிவிட் டது எனலாம். இத்தகைய இலக்கிய ஊட டல் அவர் சிறுவ னாக இருக்கும் போதே - ஏழாலை என்னும் சின்னஞ் சிறு கிராமத் திலே நடமாடித்திரிந்தபோதே-இலக்கிய ஆர்வம் அவர் நெஞ் சில் எழ ஆரம்பித்துவிட்டது. இதனைப் பற்றி அவரே ஓரிடத்தில் பின்வருமாறு கூறியுள்ளார்.

“யாழ்ப்பாணப் பகுதிகளில் ஐப்பசி, கார்த்திகை மாதங் களிலே மழை. அடை மழையாய்ப் பொழிந்து கொண்டிருக்கும். கிராமவாசிகளுக்கு பொழுது போகாமல் இரவு நேரங்கள் நீண்டு கொண்டே போகும் இப்படியான இரவு நேரங்களில் எங்கள் வீட்டு விறாந்தையிலே சில கமக்காரர் கூடிவிடுவார்கள். என் தந்தை ஒரு சாய்மான நாற்காலியில் இருந்துகொண்டு ஏதோ ஒரு நாவலை உரக்க வாசிப்பார். நானும் மற்றவர்களுடன் சேர்ந்து கேட்டுக்கொண்டே வரு-

வேன்'' இக்கூற்று ஒரு காலகட்டத்தின் இலக்கிய நிலையையும் காட்டி நிற்பதுடன், சி. வைத்தியலிங்கத்தின் இலக்கிய உணர் வின் முளை எப்போது அரும்பியது என்பதனை நன்கு காட்டுகின்றது

பாரதி பரம்பரை - இவரின் இளமைப் பருவத்து இலக்கியதாகத்திற்கு கிடைத்த இலக்கிய உணவு இவ்வாறாகவே அமைய, இவர்க்கு 1930-ம் ஆண்டளவில் கொழும்பு நகரின் அழைப்புக் கிட்டியது. இதன் பின்தான் இவரின் இலக்கியச் சிந்தனைகளும், செயல்களும் ஒரு திடமான பாதையில் செல்லத் தொடங்கின எனலாம். கொழும் பில் இருக்கும் விவேகானந்த சபையின் வாசிகசாலை இவருக்குத் தென்னிந்திய எழுத்தாளர்களை சிறந்த முறையில் அறிமுகம் செய்து வைத்தது. அங்கு கிடைக்கப்பெற்ற திரிவேணி, கலை மகள், கலா நிலையம், செந்தமிழ்ச்செல்வி, ஆனந்தவிகடன் மணிக் கொடி பத்திரிகைகள் இவரிடையே இலக்கிய விழிப்பை ஏற் படுத்தின.

இந்தியாவில் தம்மை பாரதி பரம்பரை எனக கொண்ட கு. ப. ரா, புதுமைப் பித்தன், ந. பிச்சமூர்த்தி, த நா. குமாரஸ் வாமி. க.நா.சுப்பிரமணியம்,சிதம்பரசுப்பிரமணியம் முதலியோர் இவர் கவனத்தை மிகவும் கவர்ந்தனர். சிறப்பாக கு.ப. ராஜ கோபாலனிடம் இவருக்கு ஒரு ஆத்மீக உறவே ஏற்பட்டுவிட்டது. இவர்கள் அனைவரும் ஆங்கிலம் அறிந்த தமிழ் எழுத்தாளர்கள். இவர்கள் பண்பும் பணியும் இவரின் இதயத்து உணர்ச்சிகளைக் கிளறிவிடலாயின.

எந்தையும் தாயும் - இதே வேளையில் இவருக்கு இன்னொரு இலக்கியத் தாக்கமும் ஏற்பட்டது. சுவாமி வேதாசலம் (மறை மலை அடிகள்) அவர் களின் தமிழ்ச் சாகுந்தலை மொழிபெயர்ப்பைப் படித்த போது, அதனை அதன் மூல மொழியிலேயே மூல மொழியிலேயே படிக்க வேண்டும் என்ற ஆர்வம் இவருக்கு எழுந்தது. இந்த ஆர்வம் நாளடைவில் பிரேமையாகிவிட்டது. இதனால் இவரே வட மொழியான சமஸ்கிருத பாஷையை வலிந்து கற்கலானார். அதனைக் கற்கக் கற்க அதன் நயங்களில் ஆழ்ந்தும் போனார். தமிழ் மொழி வளம் பெற வேண்டுமானால் வட மொழிக் கலப்பு அவசியம் என்ற எண்ணமும் அவருக்கு எழுந்தது.

காளிதாசனின் சாகுந்தலமும், குமார சம்பவமும், மேக சந்தேசமும் என்னைக் கவர்ந்தது போல் வேறொரு நூலும் இன்று வரை என்னைக் கவரவில்லை. எனக்கோ சமஸ்கிருத பாஷையை நினைக்கும் போதெல்லாம் ஹிமாசல பர்வதத்தின் பனிதோய்ந்த கொடு முடிகளின் தூய் மையும்,காம்பீரியமும், தான் நினைவுக்கு வருகிறது. அதன் பரப்பையும், ஆழத்தையும் ஒப்பரிய சௌந்தரியத்தையும் கண்டு தலைவணங்கச் செய்கிறது. தமிழ் என் தாய் என்றால் சமஸ்கிருதம் என் தந்தை எனக் கருதுபவன் நான்.

தமிழில் சிறுகதைகள், நாவல்கள் எழுதவோ, கவிதைகள், கீர்த்தனங்கள் புனையவோ விரும்புபவர்கள் சமஸ்கிருத பாஷை யிலும் நல்ல தேர்ச்சி பெற்றிருப்பது நல்லது. அதன் உறவினால் சொல்வளம் பெருகி. வளர்கிறது. உயர்ந்த கற்பனைகள் உதய மாகின்றன புதிய உவமைகளைச் சிருஷ்டிப்பதற்கும் உதவி செய்கின்றது. ஆகவே, இவரது இலக்கிய வளர்ச்சிக்குப் பசளையாக ஆங்கில மொழியுடன் சமஸ்கிருத மொழியும் உதவின என்றே கூறல் வேண்டும்.

இலக்கிய வட்டம் - இவரின் இலக்கிய ஆர்வத்தையும், இலக்கிய அறிவையும் சிறந்த பாதையில் செம்மையாக நடாத்திச் செல்ல 1930 -ம் ஆண்டளவில் கொழும்பில் எழுத்தாள நண்பர்கள் கூடி இயங்கிய இலக்கிய வட்டம் பெருமளவில் உதவியது எனலாம். இந்த இலக்கிய வட்டத்தில் திரு.வ.கந்தையா, சோ சிவபாதசுந்தரம், சோ.நடராசன் திருநீலகண்டன், இலங்கையர்கோன் குல சபா நாதன். ஆ குருசுவாமி. -ஆகியோர் அங்கம் வகித்தனர். இவர் கள் அனைவரும் மேனாட்டிலக்கியப் பயிற்சி மிக்க தமிழ் ஆர்வலர் கள். ஆகவே, இவ்வட்டத்தில் மேனாட்டு இலக்கியங்களும்,தமிழ் இலக்கியங்களும் வாசிக்கப்பட்டு நன்கு விவாதிக்கப்பட்டன இத் அறிவின் தகைய விமர்சன விவாதங்கள் இலக்கிய தரத்தை மேம்படுத்தின. நல்ல இலக்கியம் எது? நசிவு இலக்கியம் எது? எழுத்தாளன் எதனைப்படைக்க-வேண்டும்? உலகின் உன்னத இலக்கியங்கள் எப்படி, என்ன பொருள் பற்றி, எவ்வாறு அமைந்துள்ளன? - என்ற கேள்விகட்கு சிறந்த விடையளித்தன. இதனால் உள்ளத் தெளிவும் உணர்ச்சிப் பெருக்கும் இவரிடம் இயல்பாகவே எழலாயின. அதே வேளையில்தான் வாழ்ந்த கிராமம், அதன் மக்கள் சமுதாய ஏற்ற இறக்கங்கள், அவர்கள் தம் பிரச்சனை என்பனவெல்லாம் அவர் மனக் கடலில் அலைகளாக எழுந்தன.

கலைநோக்கு - உலகின் உயர்ந்த இலக்கியங்கள் அனைத்தும் வாழ்வினடியாக எழுந்திருத்தலையும், அதனால் இலக்கியமும் மக்களின் வாழ்வும் உயர் நிலை பெற்றிருப்பதையும் இவரால் நன்கு அவதானிக்கமுடிந் தது. அத்துடன் உலக இலக்கியங்களில் பிரதேச முக்கியத்துவம் காணப்படுதலும், அதே வேளையில் அந்தப் பிரதேச உணர்வை மீறி தேசிய, சர் தேசிய உறவுகள் மலர்வதையும் அறியலானார். அத்துடன் ஒவ்வொரு படைப்பாளியும் தன்னையும், த ன்னைச் சூழ்ந்திருப்பதினின்றும் விடுபட்டு வாழ முடியாது என்பதனையும் நன்குணரலானார். எனவே, இவரது படைப்புக்கள் இலங்கை வாழ் மக்களின் பின்னணியிலே எழலாயின. இவரின் படைப்புக்களை ஈழகேசரி வெளியிட்டு முதலில் ஆதரவளிக்கலாயிற்று. இவ்வா தரவில் இவர் எழுத்து வளம்பெறலாயிற்று.

கிராமத்தின் அழைப்பு - ''நகர வாழ்க்கையுடன் நான் என்றுமே ஒன்றியதில்லை. கிராமத்தின் அழைப்புக் குரல் எப்பொழுதும் என் காதில் ஒலித்துக் கொண்டே இருக்கின்றது' என்று கூறும் சி.வைத்திய லிங்கம் அவர்களின் வாழ்வும், பிழைப்பும் கொழும்பு போன்ற மாநகரங்களிலே நடந்து கொண்டிருந்தாலும், அவரின் உள்ளத் திலே கிராமத்தின்

ஜீவநாதமே ஒலித்துக் கொண்டிருக்கின்றது தான் வாழ்ந்த வாழ்க்கை-இளவயது நினைவுகளை அவரால் மறக்கவே மூடியவில்லை. அத்துடன் ஒரு உண்மைக் கலைஞனின் மனம் செயற்கைப் பூச்சுக்கள் நிறைந்த நகரங்களை விட, உண்மையும் தெளிவும் மிக்க இனிய கிராமங்களையே நாடும். அவனுக்கு கிராமங்கள் ஜீவதாது ஏந்தி நிற்கும் புத்தம்புது மலராகவே விளங்கும். இம் மக்களின் வாழ்வும் வளமும் அவனுக்குக் காவியமாகவே விரியும். அதுவும் கிராமத்தில் பிறந்த ஒரு உணர்ச்சிப் பிறவியைப்பற்றி வேறு சொல்ல வேண்டியதில்லை

“கிராமச் சூழ்நிலையிலே வளர்ந்தவன் நான். கள்ளங்கபட மில்லாத கிராமவாசிகளுடன் ஒன்றி வாழ்ந்திருந்தவன். தோட் டந்துரவுகளிலும், வயல் வெளிகளிலும் வெய்யிலிலும் மழை யினிலும், இரவிலும் பகலிலும் அவர்களுடன் சேர்ந்து உழைத் திருக்கின்றேன். அங்கு அசையும் காற்றும். வீசும் நிலவும். ஊறும் நீரும் என்னை இன்பலாகிரியில் ஆழ்த்திவிடுகிறது’ என்கிறார்

எண்ணமும் எழுத்தும் - “தத்துவ விசாரமும், வட மொழி இலக்கியப்பற்று, கவியின் பம் ஆகியவற்றில் பற்றுங்-கொண்ட’ சி.வைத்தியலிங்கம் அவர்க ளின் படைப்பிலே இவையே ஆழமாக வேரூன்றிக் காணப்படு கின்றன. இதற்கு இவர் மிகப் பற்றுக்கொண்ட எழுத்துலக முன் னாடிகளே காரணர்களாக விளங்குகின்றனர். இவர் பற்றுக் கொண்ட பாரதி பரம்பரையினரும், வடமொழி இலக்கிய மேதை களும், தாகூர், கல்ஸ்வேதி, துர்க்கனேவ், போன்றோரின் பாதிப்பு இவரிடையே மிகவும் காணப்படுகிறது.

சமுதாயம் பற்றிய இலக்கியக் கண்ணோட்டம் தாகூர், துர்க் கனேவ் போன்றோரால் ஏற்பட்டிருக்கலாம் என்பதனை இவரது படைப்புகள் வலியுறுத்துகின்றன. இவரது படைப்புக்களில் ஏழை மக்களின் வாழ்க்கைத் தாக்கங்களும், அவர்-களின் மனவுணர்வுக ளுமே பெரிதும் சித்தரிக்கப்படுகின்றன. இச்சித்தரிப்புக்கள் வாசிப்போரிடையே ஒரு சமூக சித்தி-ரமாக விளங்குவது மட்டு மன்றி, அவ்வாழ்க்கை முறை பற்றிய அனுதாபத்தையும், அனு தாபத்தை மீறிய ஒரு ஜீவத் துடிப்பையும் ஏற்படுத்திவிடுகின்றன.

இவரின் கதைகள் சமுதாய வாழ்வினடியாக மக்களின் வாழ்க்கையுடன் நெருங்கிய தொடர்புகொண்டு விளங்குகின் றன. ஆனால் அவர் தம் வாழ்க்கைப் பிரச்சனைகளை இவை தொட வில்லை என்றே கூறல் வேண்டும். ஆயினும் அதே வேளையில் நாகரிக முதிர்ச்சி என்பதனை அறியாத கிராமமக்களின் வாழ்க் கையில் வாசகருக்கு ஒரு அனுதா-பத்தை ஏற்படுத்திவிடுகின்றார். இவ்வாறு இவர் கதைகள் விளங்கக் காரணம் இவரும் ஒரு கிரா மத்தை - ஏழாலை-சார்ந்தவர் என்பதுடன், அதன்மீது இளமை முதலே மாறாத பற்றுக் கொண்டமையையும் கூறலாம்.

இவரின் நீண்ட கால இலக்கிய முயற்சிகளின் அறுவடை எண்ணிக்கையளவில் மிகச் சொற்பமாகும். ஏறக்குறைய இருபத் தைந்து சிறு கதைகளையே படைத்துள்ளார் எனலாம். இக்கதைகள் எல்லாவற்றிலும்- ‘என் காதலி’ என்ற தமிழ்க்கன்னி பற்றிய உருவகக் கதை தவிர்ந்த-நடமாடும் பாத்திரங்கள் ஈழ மண்ணி லேயே னி ஜ கதவர்கள். அவர்கள் உணர்வுகள், எண்ணச் சுழிப் புக்கள், மன ஏக்கங்கள் எல்லாமே ஈழத்தின் சொத்துக்கள். சமூக நசிவுகளைக் கண்டு ஏங்கும் இதயமிவருக்குண்டாயினும், அவை வலிந்து வற்புறுத்தப்படாமல், பாத்திர மனவுணர்வுகளின் மூல மாகச் சித்-தரிக்கும் பண்பு இவர் கதைகளுக்குண்டு. இதனால்தான் இவரது கதைகளிலே சம்பவங்களிலும் பார்க்க சம்பவங்களி-னடியாகத் தோன்றும் உணர்வு நிலையே முக்கியமாக இடம் பெறும்’ எனச் சில விமர்சகர்கள் கருதுகின்றனர்.

இலக்கிய அறுவடை - பாற்கஞ்சி (ஆனந்தவிகடன்), மூன்றாம்பிறை (அல்லையன்ஸ் கதைக் கோவை), தியாகம், களனிகங்கைக் கரையில், பார்வதி, ஏன் சிரித்தார், அழியாப்பொருள், பைத்தியக்காரி, புல்லு மலையில், நந்தகுமாரன், பூதத்தம்பி கோட்டை, நெடுவழி. விதவையின் இருதயம், இப்படிப்பல நாள்,மின்னி மறைந்த வாழ்வு (கலைமகள்), கங்காகீதம் (கிராமஊழியன்), பொன்னி.டிங்கிரி மெனிக்கா, பிச்சைக்காரர், உள்ளப்பெருக்கு, என் காதலி (ஈழ கேசரி) - போன்ற கதைகளை இவர் தனது எழுத்துலக வாழ்வில் எழு தியுள்ளார்.

நந்தகுமாரனும், தியாகமும், பூதத்தம்பி கோட்டையும், வரலாற்றுக் கதைகள். ‘தியாகம்’ மகன் துட்டகைமுனுவின் சாலி வேடுவப் பெண் அசோகமாலவைக் காதலிப்பதைக் கூறுவது. ‘நந்தகுமாரன்’- பு தர் தன்தம்பி நந்தகுமாரனையும் துறவியாக் குவதைக் கூறுவது. இத்தகைய வரலாற்றுக் கதைகளை எழுதுவது அக்காலத்தில் ஈழத்திலிருந்த எழுத்தா-ளர்களின் தவிர்க்க முடியாத செயலாக இருந்தது. ஒரு வேளை ஈழத்து எழுத்துக்கு அதிக இடம் கொடுத்த கலைம-களை வைத்து எழுதியதாலிருக்கலாம்.

இவரின் ஏன் சிரித்தார். புல்லுமலையில், களனிகங்கைக் கரையில், பார்வதி, அழியாப் பொருள், பைத்தியக்காரி, உள்ளப் பெருக்கு - ஆகிய கதைகள் ஆண் - பெண் உறவு பற்றியவை. இவை மனோதர்மத்துடன் கூடிய ஆண் பெண் மன அசைவுகளின் ஓட்டத்தை நளின பாவத்திவ் சித்தரிக்கின்றன. இத்தகைய சித்தரிப்பு இவருக்குக் கைவந்த-துமட்டுமல்லாமல், இவரது ஆக்க உயர்வுக்கும் காரணமாக அமைகின்றது. இச்சிறப்பு இவருக்கு கு. ப. ரா-ன் பாதிப்-பால் - ஆத்மீக உறவால்தான் ஏற்பட்டிருக்க வேண்டும். ஆயினும்-

இவருடைய களனிகங்கைக் கரையில், பார்வதி முதலிய கதைகளின் பாத்திரப் பெயர்களிலும், சம்பவச் சித்தரிப்பு களிலும் வங்கக் கதைகளின் சாயல் பரவிக்கிடப்பது குறிப்பிடத் தக்கது. இத்தகைய மனவுணர்வுக் கதைகளில் அழியாப்

பொருள், உள்ளப் பெருக்கு இரண்டும் உன்னதமானவை. தன் மச்சாளின் இனிய நினைவுகளையே காவிய வாழ்க்கை-யாகக் கருதிய இளைஞன் ஒருவன், அவள் கன்னியாகவே இறந்த பின்பும், தன் மணவாழ்வையே வெறுத்து, அவள் நினைவையே ஆதார சுருதியாகக் கொண்டு வாழ்க்கை நடாத்தியதைக் கூறுவது.

'உள்ளப் பெருக்கு' - தன் தந்தையின் குடி வெறியால் தாய் படும் கொடுமையைக் கண்ணுற்று, ஆடவர் குலத்-தையே வெறுத்த ஒரு பெண்ணின் மன நெகிழ்வைக் காட்டுவது. இவ் விரண்டு கதைகளும் கு.ப.ரா-வின் எழுத்தின-டிப்படையில் எழுந்த வாசகர்கள் படிக்கவேண்டிய கதைகள்.

பாற்கஞ்சி, நெடுவழி இரண்டும் கிராமத்தின அவலக் குரலைச் சித்தரிப்பதாயினும், பாற்கஞ்சியில் ஈழத்தின் வடபா-கக் கிரா மமும். நெடுவழியில் தென்னிலங்கைக் கிராமமும் சித்தரிக்கப் படுகின்றது. இரண்டுமே இவருக்குக் புகழைக் கொடுக்கக் கூடிய கதைகள்.

நெடுவழியில் கிராமப்பெண் முத்துமெனிக்கா தன் கண வனுடன் கொண்ட ஊடல் காரணமாக அவன் அவளை-விட்டு நெடுங்காலம் பிரிந்துபோய் விடுகிறான். எதிர்பாராத விதமாக தன் இளமையின் கோரப்படியில் சிக்கிய முத்து-மெனிக்கா தன் கற்பை இழந்து, ஒரு குழந்தைக்குத் தாயாகியும் விடுகிறாள். மீண்டு வந்த கணவன் அவளை வீட்டை-விட்டே துரத்தி விடுகி றான். இக்கதையில் ஆசிரியர் சமூகத்தைப் பார்த்துக் கேட்கும் கேள்விகள் மிகச் சிறப்பானவை.

'கங்காகீதம்' புத்த பிக்கு ஒருவர் மேல் ஒருத்திக்கொள் ளும் ஒருதலைக் காமமும்; அது ஏற்படுத்தும் சிக்கல்களையும் கூறு கிறது. மின்னி மறைந்த வாழ்க்கை - குழந்தையற்ற தம்பதிகள் அநாதையாகக் கிடைத்த குழந்தையை வளர்த்து, பின் அதனை இழந்து வருத்தப்படும்போது, அங்கேயே வேலைக்காரியாக இருந் தவள் இழந்த குழந்தை தன்னுடை-யதே எனக்கூறிக் கண்ணீரை வரவழைப்பது.

காலமும் கருத்தும் - இவர் கதைகளின் களத்தையும், கருத்தையும் அவதானிக்கு மிடத்து இவர் கிராம வாழ்க்-கைக்கு முக்கியம் கொடுத்தாலும் -அதாவது பிரதேசங்களைச் சித்தரிப்பதன் மூலம் ஒரு தேசிய உணர்வுக் கலைஞரா-கவே மின்னுகிறார். ஈழத்தின் தமிழ் வரலாற் றுக் கதைகளு ன்,சிங்கள வரலாற்றுக் கதைகளையும் எழுதி யுள்ளார். அதே போல தமிழ் - சிங்கள கிராமங்களையும் எழுதியுள் ளார். ஆகவே களத்தில் தேசிய உணர்வுபடர்ந்திருப்பது போலவே, கருத்துக்களிலும் உலக மக்கள் எல்லோரினதும் ஒத்த மனவுணர் வுகளையே காட்டியுள்ளார்.

இக்களங்களின் இயற்கைத் தோற்றங்களைத் தமது கதை கட்கு பக்கத் துணையாகக் கையாளுவதில் இவர் சமர்த்தர் இத் தகைய முயற்சியினால்' இவர் படைப்பு இயற்கையோடு இயைந் ததாக மாறிவிடுகின்றது. இத்தகைய வர்ணனை நிலைகளில் இவ ருக்கு இவரின் வடமொழி இலக்கியப் பயிற்சி உறுதுணையாக அமைந்து விடுகின்றது. வடமொழி கலந்த இவரது தமிழ் உரை நடை இறுக்கமான ஒரு சோபையைப் பெற்று மிளிர்வதுடன், அவர் கூறவந்த உணர்-வுகளையும் முழுமையாக வெளிக்கொ ணர்ந்து விடுவதுடன் காவிய அழகையும் பெற்றுவிடுகின்றது. வீட்டை விட்டு கணவனால் நள்ளிரவில் துரத்தப்பட்ட முத்துமெனிக்காவின் நிலையை வர்ணிக்கிறார்:

'...அவள் நடக்கத் தொடங்கினாள். மெல்லிய குளிர் காற்று வீசத் தொடங்கியது. ஒரு முச்சந்தி குறு+கே வந்தது. அதன் மத்தியிலே ஒரு பிரமாண்டமான வெள்ளரச மரம். அதன் நிழ லில் நிஷ்டை கூடும் நிலையில் ஒரு புத்த விக்கிரகம் யாரோ வழிப்போக்கர்கள் ஏற்றிப் போன ஒரு மெழுகுவர்த்தி எரிந்து அவியும் தறுவாயில் இருந்தது.

இலக்கிய நெஞ்சம் - இவரின் படைப்புக்கள் இவ்விதம் வாழ்வும் வளமும் பெறக் காரணம் அவருக்கு இயல்பாக இருந்த இலக்கிய நெஞ்ச மாகும். அவரது இலக்கிய நெஞ்சமே 'என் காதலி' என்ற உரு வகச் சிறுகதையாகவும் பரிணமித்துள்ளது அக்கதையில் அவ ரின் இலக்கியத்துணைவர்களையும், தனது வெற்றியின் இரகஸ்யத் தையும் கூறு-கிறாரென்றேபடுகிறது.

'என்னைச்சுற்றி என் பக்தர்கள் ஒவ்வொரு ஷணமும் கூடிக் கொண்டே வருகிறார்கள். என் உதவிக்கு காளிதாசன் வருவான். பவபூதி வருவான். கம்பன் என்றுமிருப்பான். புரந்தரதாஸ் இருக் கின்றார். துளசிதாசரும், தாகூரும் இருக்-கிறார்கள். என்னைப் போஷித்து காதலித்து வளர்த்த அகத்தியன் முதல் பாரதி ஈறாக உள்ள என் இரத்த பந்துக்களின் ஆத்ம சக்தி இருக்கின்றது .

- ஈழத் தமிழ்ச் சிறுகதை மணிகள், முதற் பதிப்பு: ஜூலை 1973, முன்னோடிகள் கலை இலக்கிய விமர்சகர் குழு.

42. சிறுகதை உத்திகள் - ரமணி

சிறுகதை யென்பது - சின்னதாக அமையும் கதைகளில் பல ரகங்கள் உள்ளன. சொந்த அனுபவங்களை 'டயரி'யில் பதிப்பதோர் கதை. பயணத்தில் ஏற்பட்ட அனுபவங்களை வருணிப்பது கதை. குழந்தைகள் பேசுவதே ஒரு கதை. இன்னும் காதலன்-காதலி பேச்சு, நண்பர்கள் அரட்டை போன்ற சமாசாரங்களில் கதைகளைப் பெரிதும் காணலாம். இது போன்ற சின்னக் கதைகளுக்கும் சிறுகதைக்கும் என்ன வேறுபாடு?

ஒரு சிறுகதையில் முக்கியமாக மூன்று கூறுகள் இருக்கவேண்டும்: conflict, crisis, resolution (epiphany) என்று இவற்றை ஆங்கிலத்தில் சொல்வதைத் தமிழில் முரண்பாடு, உச்ச நெருக்கடி, இறுதித் தீர்வு (அல்லது புரிதல் உணர்வு) என்று சொல்லலாம். மேற்சொன்ன சின்னக் கதை ரகங்களில் இந்த மூன்றும் இருந்தால் அவை சிறுகதை வடிவும் பெறக்கூடும்.

முரண்பாடு - முரண்பாடு என்பது வேறொன்றுமில்லை: கதையின் முக்கிய பாத்திரம் ஒன்றை ஆவலுடன் விழைந்து அது நிகழ நிகழலிருக்க சாத்தியக் கூறுகள் இருப்பதுதான். அந்த விழைவு வன்முறையைச் சார்ந்ததாகவோ பகட்டா-கவோ இருக்க வேண்டுவதில்லை. விழைவின் திண்மையே முக்கியம்.

முரண்பாடுகளைப் பொதுவாக இப்படிப் பாகுபடுத்தலாம்:

மனிதன்-மனிதன் முரண்பாடு - மனிதன்-இயற்கை முரண்பாடு
மனிதன்-கடவுள் முரண்பாடு - மனிதன் தனக்குள் முரண்பாடு
மனிதன்-சமூகம் முரண்பாடு - மனிதன்-இயந்திரம் முரண்பாடு

முரண்பாடு கதையின் தொடக்கத்திலேயே ஏற்படுத்தப்படுகிறது. கதையோட்டத்தில் அது விரிக்கப்படுகிறது. ஓர் உச்ச நெருக்கடி நிலையை அடைகிறது. கடைசியில் தீர்வு காணப்படுகிறது.

உச்ச நெருக்கடி - முரண்பாட்டைத் தீர்க்கக் கதையின் முக்கிய பாத்திரம் மேற்கொள்ளும் நடவடிக்கைகள், செய்யும் காரியங்கள் போன்றவை அதை ஓர் உச்ச நெருக்கடியை நோக்கிச் செலுத்துகின்றன. இந்த உச்ச நெருக்கடி வெளி-யிலிருந்து வருவதாக இருக்கலாம், அல்லது மனதில் நிகழ்வதாக இருக்கலாம். எப்படியாயினும் இது இயல்பாக நிகழ வேண்டும், கதாசிரியர் திணித்ததாக இருக்கக் கூடாது. இது கதாபாத்திரங்களின் ஒருவருக்கொருவர் உடாடிச் செயல்-படுவதன் விளைவாக நிகழ வேண்டும். சில சமயங்களில் இது இயற்கையால் கடவுளால் ஏற்படுத்தப் பட்டதாக இருக்-கலாம், ஆனால் அப்போதும் அது இயல்பாக நிகழ வேண்டும். இயல்பாக என்றால் இப்படி நிகழ்ந்தது நியாயமே அல்லது தவிர்க்க முடியாததே என்ற எண்ணத்தை, உணர்வை கதையின் முக்கிய பாத்திரத்திடமும் வாசகன் மனதிலும் தோன்றச் செய்வது.

இறுதித் தீர்வு (அல்லது புரிதல் உணர்வு) - இறுதித் தீர்வு கதையின் முக்கிய பாத்திரம் விழைந்தது நிகழ்வதாக இருக்கலாம். நிகழாமல் போவதாக இருக்கலாம். நிகழ்ந்ததன் விளைவுகளாக இருக்கலாம். நிகழாததன் காரணத்தை முக்கிய பாத்திரம் புரிந்துகொள்வதால் அதன் மனதில் தங்கும் இறுதியான புரிதல் உணர்ச்சியாக இருக்கலாம்.

இன்றைய கதைகளில் பல சமயம் இறுதி தீர்வினை வாசகனிடமே விட்டுவிடுவது உண்டு. அப்படி வரும்போது அந்தப் புரிதல் உணர்வு வாசகனுக்கு ஏற்படுகிறது. முதலில் ஏற்பட்ட முரண்பாடு ஓர் உச்ச நெருக்கடியை அடைந்ததும் தீர்வாக ஒரு மாற்றம் கதையில் நிகழவேண்டும், இது முக்கியம். அல்லது இந்த மாற்றம் நிகழ்வதற்கான வாய்ப்பு இருக்க வேண்டும். ஒரு முடிவு அல்லது அதற்கான வாய்ப்பு கதையின் முக்கிய பாத்திரத்துக்கோ வாசகனுக்கோ பிரத்யட்சமாக வேண்டும்.

எனவே, சிறுகதை திடீரென்று நடுவில் தொடங்கி, ஒரு முரண்பாட்டையும் அதன் விளைவான அழுத்த உணர்-வுகளையும் ஏற்படுத்தி விரைவாக அது ஓர் உச்ச நெருக்கடியை நோக்கிச் சென்று பின்னர் அதற்கொரு தீர்வினை (அல்லது தீர்வுக்கான வாய்ப்பினை) ஏற்படுத்தி முடிகிறது. இந்த மூன்று கூறுகளையும் சிறுகதையில் அமைக்க உதவும் உத்திகள் பற்றி அடுத்த பதிவுகளில் பார்க்கலாம். இடைப்பட்ட நேரத்தில், இவற்றை தி.ஜா.வின் 'குழந்தைக்கு ஜுரம்', 'சிலிர்ப்பு' கதைகளில் அடையாளம் கண்டு இந்த இழையில் பதிய ஆர்வலர்கள் முனையலாம்.

சுட்டிகள்:

'குழந்தைக்கு ஜுரம்' 'சிலிர்ப்பு'

தி.ஜா.வின் இந்த இரண்டு கதைகளிலும் சிறுகதையின் மூலக்கூறுகளை இப்படி அடியாளம் கண்டுகொள்ளலாம்:

'குழந்தைக்கு ஜுரம்'

முரண்பாடு கதைத் தலைப்பிலேயே சுட்டப்பட்டு முதல் பத்தியில் சின்ன வாக்கியங்களில் வினைச்சொற்களில் அறி-முகப்படுத்தப் படுகிறது:

"மனைவி சொன்னதைக் கேட்டார். குழந்தையைப் பார்த்தார். மணிபர்ஸைப் பார்த்தார். புத்தகம் போடும் பஞ்சாப-கேசனை நினைத்தார். வாத்தியார் நெஞ்சு புகைந்தது. வயிற்றைப் பற்றிக் கொண்டு வந்தது."

"இனிமே இந்த வீட்டுக் குத்துச் செங்கல் ஏறுவனா!" என்று சூளுரைத்துவிட்டு வந்த புத்தகம் பிரசுரிக்கும் பஞ்சா-பகேசனை குழந்தையின் வைத்தியச் செலவுக்குப் பணம்தேடி நாட வேண்டும் என்கிற கட்டாயம் வரும்போது, அப்படிச் சூளுரைத்த நிகழ்ச்சியில் பஞ்சுவின் பித்தலாட்டம் ஞாபகம் வர வாத்தியார் தயங்குவதில் உச்ச நெருக்கடி அறிமு-கப்படுத்தப் பட்டு, மனைவியின் பரிந்துரையில் பஞ்சு இன்னும் பிரசுரிக்க வேண்டிய வாத்தியாரின் ஒரு புத்தகத்தைத் திருப்பி வாங்கும் சாக்கில் அவர் ஏதேனும் 'அட்வான்ஸ்' பணம் தருவாரா என்று 'பஸ்' பிடித்துச் செல்லும்போது

நெருக்கடி விரிக்கப்பட்டு, பஞ்சுவின் வீட்டில் அவர் மனைவியே வியாதியில் படுத்த படுக்கையாக இருக்கிறாள் என்று அறியும் போது, சிறுகதையின் முக்கிய அம்சமான அந்தத் திருப்பம் நிகழ்கிறது.

தன் குழந்தையை மறந்துவிட்டு வாத்தியார் பஞ்சுவின் மனைவியை வைத்தியரிடம் அழைத்துச் செல்ல முனையும் நிகழ்ச்சிகளில் கதையின் இறுதித் தீர்வு அறிமுகப் படுத்தப்பட்டு அதன்பின் தனக்குத் தெரிந்த ஒரு வைத்தியரிடம் குழந்தையின் ஜுரம்போக்கும் மாத்திரைகளைக் கடனில் வாங்கிக்கொண்டு பின்னிரவில் தன் வீட்டை நோக்கி நடந்தே செல்லும்போது வாத்தியார் மனதில் எழும் உணர்வுகளில் அவருக்கு எழும் புரிதல் உணர்வு விவரிக்கப்படுகிறது.

'சிலிர்ப்பு'

கதையின் முரண்பாடு மறைமுகமாக முதல் பத்தியின் கடைசி வாக்கியத்தில் அறிமுகப்படுத்தப் படுகிறது:

"ரயில் ஜாதியில் கூட ஏழை, பணக்காரன் உண்டு போல் இருக்கிறது."

கதையின் கரு இது: தாயை விடுமுறையில் பிரிந்த குழந்தையொன்று தந்தையின் அரவணைப்பில் தன் தாயிடம் மீண்டும் செல்கிறது. இன்னோரு ஏழைக் குழந்தை தன் தாயைப் பிரிந்து வேறோர் பணக்காரக் குடும்பத்தின் குழந்தைக்குத் தாய்மை சேவை செய்யச் செல்கிறது. இந்த இரண்டு குழந்தைகளுடனும் தொடர்பு கொண்ட பெரிய மனித உள்ளங்களின் கயமை, கையாலாகாத்தனம்... வறுமையின் கௌரவம், மனிதாபிமானம்...

தன் குழந்தையை வீட்டுக்கு ரயிலில் அழைத்துச் செல்லும் தந்தையின் பார்வையில், 'தன்மை இடத்தில்' (first person) கதை நகரும் போது வறுமையில் வாடும், வயதில் இளைய, அனுபவத்தில் முதிர்ந்த அந்த இரண்டாவது குழந்தையைத் தந்தை ரயிலில் சந்திக்கும்போது கதை உச்ச நெருக்கடியை நோக்கிச் செல்கிறது. கதையின் இறுதித் தீர்வாக ஏதும் சுட்டப் படாததே இந்தக் கதையின் சிறப்பு. வறுமையின் கௌரவமும் மனிதாபிமானமும் திறமையும் கயமை நிறைந்த பணக்காரப் பெரிய மனிதர்களைப் பிழைப்புக்கு நம்பியிருக்கும் போது வறுமைக்கு என்ன தீர்வு கிடைக்க முடியும்? தன் வாழ்வில் வறுமையை இன்னும் போதிய அளவு தாண்டாத தந்தைக்கு இந்த ரயில் பயணத்தில் ஏற்பட்ட அனுபவத்தில் அவர் வாழ்வின் யதார்த்தத்தைப் புரிந்துகொண்டு அதனால் அவருக்குத் தன் குழந்தை மீது பீறிடும் பாச உணர்வில் கதையின் புரிதல் உணர்வு விவரிக்கப் படுகிறது.

தந்தையுடன் வாசகன் தன்னை முழுவதும் ஐக்கியப் படுத்திக்கொண்டு கதையைப் படிக்க வைத்ததால் தந்தைக்கு ஏற்பட்ட சிலிர்ப்பு வாசகனுக்கும் ஏற்படுகிறது. பல கருத்துகள் இதற்கு உதவும் என்பதால் நான் இந்தக் கட்டுரையைப் பிற மன்றங்களிலும் பதிவுசெய்து வருகிறேன். சில வினாக்களுக்கு பதிலாகச் சில உத்திகளைப் பற்றி என் கருத்தை ஆங்காங்கே சொல்ல வேண்டியிருக்கிறது என்பதால், இந்த மன்றத்தில் அந்தச் சுட்டியைக் கொடுப்பது பயன்தரும் என்று தோன்றுகிறது. இவ்வகையில் இதுவரை பேசப்பட்ட உரிப்பொருள்களும் சுட்டிகளும் கீழே:

சிறுகதையில் திருப்பம், நகைச்சுவை
சிறுகதையின் அளவு
சிறுகதையில் ஓர் செய்தியைத் தருவது பற்றி
பத்திரிகையில் ஒரு புதுமுக எழுத்தாளனின் கதை பிரசுரமாவது பற்றி
கதைக்கூற்றின் நோக்கு narrative perspective பற்றி
காக்கா-நரி சிறுகதை (அசரவைக்கும் திருப்பங்களுடன்!)

ஜெயமோகன் திரித்த காக்கா-நரிக் கதையை நாம் மேலும் திரித்து எண்ணையிட்டுச் சிறுகதை விளக்கில் ஏற்றிக் கதையைத் திருப்பங்களுடன் மூன்று வித நோக்குகளில் சொல்வோமா?

தன்மை ஒருமை (first person singular) - எனக்கு அந்தப் பாட்டி சுடும் வடைகளின் மேல் ரொம்ப நாளாக ஒரு கண். ஒரு நாள் அவள் அசந்த சமயம் பார்த்து 'டைவ்' அடித்து ஒரு வடையைக் கௌவிக்கொண்டு பறந்து வந்து வசதியாக ஒரு மரக்கிளையின் மேல் அமர்ந்துகொண்டேன். அந்த சமயம் பார்த்து அங்கு ஒரு தந்திரக் குள்ளநரி வந்தது. என்னை அன்புடன் பார்த்து, "ஓ காக்கையே! எவ்வளவு அழகாக நீ இருக்கிறாய்! உன் குரல்தான் என்ன இனிமை! எனக்கு வெகுநாட்களாக உன் பாட்டைக் கேட்க ஆசை. எங்கே ஒரு பாட்டுப் பாடேன் பார்க்கலாம்."

நரியின் வார்த்தைகள் எனக்கு வியப்பும் மகிழ்ச்சியும் அளித்தன. என் உருவையும் குரலையும் பாராட்டும் முதல் உயிரினம் இந்த நரிதான் என்று தோன்றியது. கூடவே நரியின் தந்திர புத்தி ஞாபகம் வர, அதன் நோக்கம் புரிந்தது. இந்த விளையாட்டை ஆடித்தான் பார்ப்போமே என்று வடையை ஒரு காலடியில் பத்திரமாக வைத்துக்கொண்டு என்னால் இயன்ற இன்குரலில் பாடினேன். நரியின் கண்கள் சிவந்து முகம் கருத்தது. சமாளித்துக்கொண்டு முகத்தை முன்போல் அன்பாக வைத்துக்கொண்டு, "உன் இனிய குரலில் நீ பாடியது கேட்டு மகிழ்ந்தேன். உனக்கு நாட்டியம் கூட நன்றாக வரும் என்று கேள்விப்பட்டிருக்கிறேன். இப்போது உன் கால்களைத் தூக்கிக் கொஞ்சம் ஆடிக் காட்டினால் அக மகிழ்வேன்", என்றது.

விளையாட்டுப் போதும் என்று தோன்றிவிட, நரியிடம் தீர்மானமாகக் கூறினேன்: "குள்ளநரியே! என்னை மடையன் என்றா நினைத்தாய்? முன்பொரு முறை எனக்கு தாகம் எடுத்து ஒரு தண்ணீர்க்குடத்தில் அமர்ந்தபோது அதில் கொஞ்சமே தண்ணீர் இருந்தது கண்டு நான் சுற்றிலும் இருந்த கற்களை ஒவ்வொன்றாகக் கௌவிக் கொண்டு வந்து குடத்தில் போட்டு நீர்மட்டம் மேல்வரச் செய்து நீரருந்தியது உனக்கு நினைவில்லையா? நிச்சயம் உனக்கு நான் ஆடிக் காட்டுவேன். கொஞ்சம் பொறு, அதற்குமுன் சுவையான இந்த வடையை இளஞ்சூடாக உள்ளபோதே தின்றுவிடுகி-றேன்."

என் அலகினால் அந்த மொறுமொறு வடையைக் கரகரவென்று கொத்தித் தலையை உயர்த்தி விழுங்கினேன். இரண்டொரு துண்டுகளாவது கீழே விழும் என்று காத்திருந்து பார்த்துவிட்டு, "சீசீ! இந்த வடை கசக்கும்" என்று சொல்லியபடியே குள்ளநரி ஓடிப்போனது.

முன்னிலை ஒருமை (second person singular) - போன ஜன்மத்தில் நீ ஒரு காக்கையாகப் பிறந்தது உனக்கு ஞாபகம் இருக்காது. நீ என்ன செய்தாய் தெரியுமா? ஒரு ஏழைப் பாட்டி தன் பிழைப்புக்காகச் சுட்டு விற்ற வடைகளில் ஒன்றைக் கௌவிக்கொண்டு பறந்து வந்து, இதோ, இந்த மரத்தின் முதல் கிளையில்தான் உட்கார்ந்தாய்.

அப்போது நான் உன்னைச் சோதிப்பதற்காக ஒரு குள்ளநரி வடிவில் உன்முன் தோன்றினேன். ஏன் உன்னைச் சோதிக்க நினைத்தேன் தெரியுமா? எனக்கும் என் நண்பனாகிய இன்னொரு தேவனுக்கும் போட்டி. காக்கைக்கு மூளையே கிடையாது என்பது என் கட்சி. "தவறு, ஒரு காக்கை குள்ளநரியைக் கூட ஏமாற்றும் அளவுக்கு புத்திசாலி. முன்பொரு முறை காக்கைக்கு தாகம் எடுத்து ஒரு தண்ணீர்க்குடத்தில் அமர்ந்தபோது அதில் கொஞ்சமே தண்ணீர் இருந்தது கண்டு அது சுற்றிலும் இருந்த கற்களை ஒவ்வொன்றாகக் கௌவிக் கொண்டு வந்து குடத்தில் போட்டு நீர்மட்டம் மேல்வரச் செய்து நீரருந்தியது உனக்கு நினைவில்லையா?" என்றான் அவன். எங்களுக்குள் பந்தயம். ஜெயிப்பவர் இந்திரன் அரண்மனையில் சேவகம் செய்யலாம்.

நீ மரக்கிளையில் அமர்ந்ததும் உன்னிடமிருந்து வடையைப் பறிப்பதற்காக உன்னை ஒரு பாட்டுப் பாடுமாறு நரி கேட்டதை இப்போது நீ ஒரு நீதிக் கதையில் படிக்கிறாய். ஆனால் கதையில் வருவது போல் அல்லாமல் உன் இனத்-தில் இல்லாத அதிசயமாக அன்று நீ என்ன செய்தாய் தெரியுமா? பாவி, வடையைக் காலடியில் வைத்துக்கொண்டு உன் கரகர குரலில் என் இனத்தைச் சேர்ந்த நரியொன்று நீலச் சாயத் தொட்டியில் விழுந்த கதையைப் பாடி என்-னைக் கேலி செய்தாய்.

நான் பந்தயத்தில் தோற்று இந்திர சேவக பதவியை இழந்ததாலும், நான் உருவெடுத்த நரியினத்தை நீ கேலி செய்ததாலும் நான் உன்னைச் சபித்தேன். என்ன சாபம் என்பதை இப்போது புரிந்துகொண்டிருப்பாய்: "நீ மனிதனாகப் பிறந்தாலும் காக்கா பிடிக்காமல் எந்தக் காரியமும் நடக்காதிருக்கக் கடவாய்" என்ற சாபம் உன் இந்த ஜன்ம மனித வாழ்வில் எவ்வளவு உண்மையாகி விட்டது பார்த்தாயா? அதுமட்டுமல்ல, எவ்வளவுதான் நீ காக்கா பிடித்தாலும் மனி-தரிடையே உள்ள குள்ளநரிகள் உன்னைத் தொடர்ந்து ஏமாற்றுவது உனக்கு இந்த ஜன்மத்தில் எங்கே புரியப்போகிறது?

உன் கதையைப் பொறுமையாகக் கேட்டு உண்மை அறிந்ததற்கு நன்றி. போய்வருகிறேன், நீ உடல்நீத்து உயிராகும் போது மீண்டும் சந்திப்போம்.

படர்க்கை தற்சாரா ஒருமை (third person singular objective)

தன் தாத்தா-பாட்டி சொல்லி அப்பா-அம்மா கேட்ட காக்கை-நரிக் கதையைத் தந்தை தன் ஆறு வயது செல்ல மகனுக்குச் சொல்லிக் கொண்டிருந்தார். அதுவும் எப்படி?

தந்தையின் தாத்தா-பாட்டி கதையைக் காதால் மட்டுமே கேட்டனர். தந்தையின் அப்பா-அம்மாவோ புத்தகத்தில் படித்தனர். தந்தை கேட்டும் படித்தும் அறிந்ததுடன் தன் கல்லூரி நாட்களில் 'எங்க பாப்பா' திரைப்படத்தில் புகழ்பெற்ற ஒரு திரைப்பாடலாகவும் அதைப் பார்த்தார்.

கணிணி மென்பொருள் விறப்பன்னரான தந்தை காலத்துக் கேற்றவாறு ஒரு கணிணிப் பல்லூடக கேலிச்சித்திரத் தொடராக (computer multimedia caroon sequence) இந்தக் கதையைத் தயாரித்து மகனுக்குக் காட்டினார். அதனால் பெரிதும் கவரப் பட்ட மகன் கடந்த ஒரு மாத காலமாகப் பள்ளி செல்லும் ஷேர்-ஆட்டோ வாசலில் கொம்-பொலிக்கும் வரை கதையைக் கணினியில் பார்த்து ரசிப்பதை வழக்கமாகக் கொண்டுவிட்டான். பள்ளி முடிந்து மாலை வீடு திரும்பியதும் முதல் காரியமாக இந்தக் கதைதான். கதையில் மகன் ரசித்ததோ கேலிச் சித்திரங்களின் நகைச்-சுவை பாவங்களும், படங்களின் இயற்கை வண்ணச் சூழல்களும் ஒலிகளும் அதனுடன் விரவிய அந்தத் திரைப்பாட்-டும்தான். மற்றபடி கதையோ அதன் கருத்தோ அவனுக்கு இந்த வயதிலேயே அபத்தமாகப் பட்டது. தான் காக்கையாக இருந்தால் அவ்வளவு எளிதில் அந்தக் குள்ளநரியிடம் தோற்க மாட்டோம் என்று அவனுக்குத் தோன்றியது.

மகனுக்கு காக்கை செய்திருக்க வல்லதாகப் பலவிதமான சாத்தியங்கள் மனதில் தோன்றின. காலிடுக்கில் வடையை வைத்துக்கொண்டு காக்கை பாடியிருக்கலாம். அதன்பின் நரி தந்திரமாகத் தன்னைக் காலைத் தூக்கி ஆடச் சொன்-னால் வடையைக் கிளையில் ஒரு குச்சியில் தொங்க வைத்துவிட்டு ஆடியிருக்கலாம். அல்லது நரியின் முதுகிலேயே

உட்கார்ந்து ஆடியிருக்கலாம்! நரி நகத்தால் பிராண்டினால் தனக்குத்தான் கூர்மையான மூக்கு இருக்கிறதே? எப்படியிருந்தாலும் இன்னொரு காக்காவிடமோ அல்லது வேறு பறவையிடமோ வடையைத் தப்பித் தவறிக்கூட வைத்துக்கொள்ளுமாறு சொல்லிவிடக் கூடாது. மறுபடியும் பாட்டியின் கடைக்குச் சென்றால் கல்லெறிதான் கிடைக்கும்.

ஒரு வார இறுதி விடுமுறை நாட்களில் மகன் ஆவலுடன் தந்தையிடம் தந்தியடித்தான்: “அப்பா, அப்பா! இந்தக் காக்கா-நரிக் கதை தினமும் அதே மாதிரி பாத்துப் பாத்து எனக்கு ரொம்ப போர் அடித்து விட்டதுப்பா. கதையை நான் காக்கா ரோல்லயோ நரி ரோல்லயோ விளையாட முடியற மாதிரி உங்க ப்ரெண்ட்ஸோட சேர்ந்து ஒரு கம்ப்யூட்டர் கேம்-ஆக டெவலப் பண்ணிக் கொடுத்தால் நல்லா இருக்குமேப்பா! ப்ளீஸ்ப்பா, இந்தப் பத்து நாள்ல என் எக்ஸாம்லாம் முடியறதுக்குள்ள சீக்கிரம் எழுதிக்குடுப்பா! லீவுல நான் என் ப்ரெண்ட்ஸ்க்கு நரி ரோல் குடுத்து அவங்களை நான் தண்ணி காட்டுவேன்!”

சிறுகதையின் அமைப்பும் உத்திகளும் தாக்கமும் இப்போது ஓரளவுக்குப் பிடிபட்டிருக்கும் என்று நினைக்கிறேன். இதுபோன்று குறுகதைகள் பலவகைகளில் உத்திகளில் எழுதிப் பயிற்சி செய்வது உங்கள் ஆர்வத்தைச் செயல்படுத்த ஏதுவாகும்.

சிறுகதை உத்திகள்: தலைப்பு, முதல் வாக்கியம், பத்தி/பாரா - ஒரு சிறுகதை எழுதி முடித்தபின், உங்கள் கதையின் தலைப்பு, முதல் வாக்கியம், முதல் பத்தி இவற்றை மீண்டும் மீண்டும் படித்துப் பாருங்கள். அதேபோல் சிறுகதையையும் உடனே அனுப்பாமல்/பதிவு செய்யாமல் சில நாட்கள் இடைவெளி கொடுத்து மீண்டும் ஒருமுறை படியுங்கள். மாறுதல்கள் ஏதும் மனதில் பட்டாமல் பழைய கதையைப் பிரதி எடுத்துக்கொண்டு தயங்காமல் செய்து பாருங்கள்.

சிறுகதைத் தலைப்பு கதைக்குப் பொருத்தமாக, கதை விஷயத்தைச் சுட்டுவதாக, அதே சமயம் புதுமையாக, வசீகரமாக இருக்கிறதா? வாசகனுக்கு எளிதில் நினைவுக்கு வருவதாக இருக்கிறதா? அயர்ச்சி தருவதாக இல்லாமல் இருக்கிறதா? தேய்ந்த சொற்றொடராக (cliche) இல்லாமல் இருக்கிறதா?

கதைத் தலைப்புகள் மக்களிடம் பிரபலமான ஒன்றாக இருக்கலாம். ('ஊழல் பிரதிநிதி') வார்த்தை ஜாலத்துடன் இருக்கலாம். ('கல்வி முயலும் கேள்வி முயல்') உள்ளுறை பொருளுடன் இருக்கலாம். ('முள்ளும் மலரும்') மனிதர், ஊர் அல்லது இடப் பெயராக இருக்கலாம். ஒரு செயலைச் சுட்டுவதாக இருக்கலாம். ('கழுதைமேல் சவாரி') கதையில் வரும் ஒரு சொற்றொடராக இருக்கலாம். ('இந்தக் கதை ஒரு மாயச் சுழல்') ஓர் எளிய சொல்லாக இருக்கலாம். ('சலனம்').

கதையின் முதல் வாக்கியமும் பத்தியும் வாசகனைக் கவர்வதாக இருக்கவேண்டும். கதையின் மனநிலையையும் (mood, குரலையும் (tone) ஆரம்பித்து வைப்பதாக இருக்கவேண்டும். அதே சமயம் அதீத கெட்டிக்காரத் தனமாகவோ, வெளிப்படையாகவோ இல்லாமல் கதையின் மறைவிஷயத்தைக் கோடிகாட்டுவதாக இருக்கவேண்டும்.

சில சான்றுகள் (இவை எந்த வகையிலும் முழுமையான சான்றுகள் அல்ல).

சில சிறுகதைத் தொகுப்பு வலைதளங்கள்

அசோகமித்திரன் - காலமும் ஐந்து குழந்தைகளும்

அவன் நினைத்தபடியே ஆயிற்று. பிளாட்பாரத்தில் சங்கடம் மிகுந்த நாலு அடி தூரம் இன்னும் கடக்க இருக்கும்போதே ரெயில் நகர ஆரம்பித்து விட்டது.

ஆதவன் - சிவப்பாக, உயரமாக, மீசை வச்சுக்காமல்

சிவப்பாக, உயரமாக, மீசை வச்சுக்காமல்' தனக்கு வரப் போகிறவனைப் பற்றிய இந்த மங்கலான உருவம் இப்போது சில நாட்களாக நீலாவின் மனத்தில் அடிக்கடி ஊசலாடத் தொடங்கியிருந்தது.

ஒரு பழைய கிழவரும், ஒரு புதிய உலகமும் - டர்ரென்று கனவேகமாகச் சீறிப் பாய்ந்து வரும் மோட்டார் சைக்கிளின் ஓசை, தரையின் அதிர்வு-நாகராஜன் பதற்றத்துடன் அவசரமாக நடைபாதை மீது தாவி ஏறினார். ஆம், அதே இளைஞன்தான். மோட்டார் சைக்கிள் செயலற்றுப் போக வைக்கும் மூர்க்கமான ஓசையை உமிழ்ந்தவாறு அவரை அடித்துத் தள்ளிவிடும் போல சின்னா பின்னமாக்கிவிடும்போல தோன்றியது.

அம்பை - காட்டிலே ஒரு மான் - அந்த இரவுகளை மறப்பது கடினம். கதை கேட்ட இரவுகள். தங்கம் அத்தைதான் கதை சொல்வாள். காக்கா-நரி, முயல் ஆமை கதைகள் இல்லை. அவளே இட்டுக் கட்டியவை. கவிதைத்துண்டுகள் போல சில. முடிவில்லா பாட்டுக்கள் போல சில. ஆரம்பம், நடு, முடிவு என்றில்லாமல் பலவாறு விரியும் கதைகள். சில சமயம், இரவுகளில் பல தோற்றங்களை மனதில் உண்டாக்கி விடுவாள்.

கு.அழகிரிசாமி - இருவர் கண்ட ஒரே கனவு - வெள்ளையம்மாள் ஐந்தாறு நாட்களாகக் கூலிவேலைக்குப் போகவில்லை; போக முடியவில்லை. குளிர்காய்ச்சலோடு படுத்துக் கிடந்தாள் என்பது இங்கே ஒரு காரணமாகாது. உடம்பு சரியாக இருந்தாலும் அவளால் வேலைக்குப் போயிருக்க முடியாது என்பதுதான் உண்மை நிலை. அதனால், வேலைக்குப் போகாததற்குக் காரணம் உடுத்திக் கொள்ளத் துணி இல்லாமல் போனதுதான்.

இந்திரா பார்த்தசாரதி - ஒரு கப் காப்பி - ராஜப்பா திடீரென எழுந்து உட்கார்ந்தான். அவன் உடம்பு வியர்வையினால் நனைந்திருந்தது. பக்கத்தில் இருந்த பழுப்பேறிய சாயத் துண்டினால் முதுகைத் துடைத்துக்கொண்டான். என்ன விசித்திரமான சொப்பனம்.

ரெ.கார்த்திகேசு - பாக்கியம் பிறந்திருக்கிறாள் - பயத்தோடும் மனப் படபடப்போடும்தான் தூக்கினேன். மெத்து மெத்தென்ற கம்பளித் துணி சுற்றித்தான் கையில் தந்தார்கள். "பாத்து பாத்து..." என்றார் அம்மா. மங்கலான மருத்துவ மனை விளக்கொளியில் ஒரு மயங்கிக் கிடக்கும் ராக்ஷசப் புழுப் போல அது நெளிந்தது. சரியாகப் பிடிக்காவிட்டால் கையிலிருந்து பாதரசம் போல நழுவித் தரையில் கொட்டிச் சிதறிவிடும் போல இருந்தது. எனது வலது உள்ளங் கையில் கம்பளிச் சுற்றையும் ஊடுருவி அதன் உடலின் வெப்பம் வெதுவெதுத்ததை உணர முடிந்தது.

சுஜாதா - நகரம் - பாண்டியர்களின் இரண்டாம் தலைநகரம் மதுரை. பண்டைய தேசப் படங்களில் 'மட்ரா' என்று காணப்படுவதும், ஆங்கிலத்தில் 'மதுரா' என்று சொல்லப்படுவதும், கிரேக்கர்களால் 'மெதோரா' என்று குறிக்கப்படுவதும் இத்தமிழ் மதுரையேயாம்.

-கால்டுவெல் ஒப்பிலக்கணம்

சுந்தர ராமசாமி - விகாசம் - அம்மா கட்டிலில் படுத்துக்கொண்டிருந்தாள். நான் கட்டிலை ஒட்டிக் கீழே படுத்துக்கொண்டிருந்தேன். பிந்தி எழுந்திருப்பதை நானும் அம்மாவும் வழக்கமாக்கிக் கொண்டிருந்தோம். நாங்கள் சிறிது போராடிப் பெற்றிருந்த உரிமை இது. சூரியோதயத்திற்கு முன் குளியலை முடித்து விடும் தர்மத்தை யுகாந்திரங்களாகக் காப்பாற்றி வரும் குடும்பம். நாங்களோ நோயாளிகள். அம்மாவுக்கு ஆஸ்துமா. எனக்கு மூட்டுவலி. இரண்டுமே காலை உபாதைகள் கொண்டவை.

ஜெயகாந்தன் - பூ உதிரும் - பெரியசாமிப் பிள்ளை வாயைத் திறந்து பேச ஆரம்பித்தால், அதுவும் அந்த நரைத்துப்போன, சுருட்டுப் புகையால் பழுப்பேறிய பெரிய மீசையை முறுக்கிக் கொண்டு பேச ஆரம்பித்துவிட்டால் - நிச்சயம், அவர் பேசுகின்ற விஷயம் இந்த நூற்றாண்டில் நிகழ்ந்த இரண்டு உலக மகா யுத்தங்களிலும் நேச தேச ராணுவத்தினர் புரிந்த வீரதீரச் சாகசங்கள் பற்றியதாகத்தான் இருக்கும்.

நந்தவனத்தில் ஓர் ஆண்டி - தூரத்துப் பார்வைக்கு அது ஒரு நந்தவனம் போல் தோற்றமளிக்கும். உண்மையில் அது ஒரு நந்தவனம் அல்ல; இடுகாடு!

குரு பீடம் - அவன் தெருவில் நடந்தபோது வீதியே நாற்றமடித்தது. அவன் பிச்சைக்காகவோ அல்லது வேடிக்கை பார்ப்பதற்காகவோ சந்தைத்திடலில் திரிந்து கொண்டிருந்தபோது அவனைப் பார்த்த மாத்திரத்தில் எல்லோருமே அருவருத்து விரட்டினார்கள். அவனை விரட்டுவதற்காகவே சிலபேர் ஏதோ பாவ காரியத்தைச் செய்கிற மாதிரி அவனுக்குப் பிச்சையிட்டார்கள்.

புதுமைப்பித்தன் - கடவுளும் கந்தசமிப் பிள்ளையும் - மேலகரம் மே. க. ராமசாமிப் பிள்ளை அவர்களின் ஏகபுத்திரனும் செல்லப்பா என்பவருமான மேலகரம் மே. க. ரா. கந்தசாமிப் பிள்ளையவர்கள், 'பிராட்வே'யும் 'எஸ்பிளனேடு'ம் கூடுகிற சந்தியில் ஆபத்தில்லாத ஓரத்தில் நின்றுகொண்டு வெகு தீவிரமாக யோசித்துக் கொண்டிருந்தார். 'டிராமில் ஏறிச்சென்றால் ஒன்றே காலணா. காலணா மிஞ்சும். பக்கத்துக் கடையில் வெற்றிலை பாக்குப் போட்டுக் கொண்டு வீட்டுக்கு நடந்து விடலாம். பஸ்ஸில் ஏறிக் கண்டக்டரை ஏமாற்றிக் கொண்டே ஸென்ட்ரலைக் கடந்துவிட்டு அப்புறம் டிக்கட் வாங்கித் திருவல்லிக்கேணிக்குப் போனால் அரைக் 'கப்' காப்பி குடித்துவிட்டு வீட்டுக்குப் போகலாம்; ஆனால் வெற்றிலை கிடையாது...'

இரண்டு உலகங்கள் - ராமசாமி பிள்ளை வெறும் அறிவியல்வாதி. உலகம் தர்க்கத்தின் கட்டுக்கோப்பிற்கு ஒத்தபடிதான் வளருகிறது என்ற நம்பிக்கையில் வளருகிறவர். தர்க்கத்திற்குக் கட்டுப்படாத விஷயமோ பொருளோ உலகத்தில் இருக்க முடியாது, அது இருந்தால், தர்க்கத்தின் மயக்கம் போல சமூகப்பிரமையாகத்தான் இருக்க முடியும், இருக்க வேண்டும் என்பது அவருடைய மதம். அதை அசைக்க யத்தனித்தவர்கள் பாடு திண்டாட்டம். குறைந்தது இரண்டு மணி சாவகாசமாவது கையில் வைத்துக் கொண்ட பிறகுதான் அவரை நெருங்கலாம்.

மாலன் - கல்கி - இவன் கண்ணைத் திறந்தபோது அநேகமாக எல்லாம் முடிந்திருந்தது. ஆச்சரியங்கள் காத்திருந்தன அவற்றில் ஒன்று எதிரில். நாலடி உயரம். முக்கோண முகம். மற்ற உறுப்புகளை உதாரணிக்க அப்போது உலகத்தில் பொருள்கள் இல்லை.

இரா. முருகன் - ஆதம்பூர்க்காரர்கள் - மாதங்களில் நான் மார்கழியாக இருக்கிறேன் ' என்று கண்ணபிரான் சொன்னபொழுது, நானுந்தான் என்று அரையாண்டுத் தேர்வும் சேர்ந்து கொண்டது.

லா.ச.ரமாமிர்தம் - பாற்கடல் - நமஸ்காரம், ஷேமம், ஷேமத்திற்கு எழுத வேணுமாய்க் கேட்டுக் கொள்கிறேன். நீங்களோ எனக்குக் கடிதம் எழுதப் போவதில்லை. உங்களுக்கே அந்த எண்ணமே இருக்கிறதோ இல்லையோ? இங்கே இருக்கும் போதே, வாய் கொப்புளிக்க, செம்பில் ஜலத்தை என் கையிலிருந்து வாங்க. சுற்றும் முற்றும் திருட்டுப் பார்வை, ஆயிரம் நாணல் கோணல். நீங்களா கட்டின மனைவிக்கு கடிதம் எழுதப் போகிறீர்கள்? அதனால் நானே

முந்திக் கொண்டதாகவே இருக்கட்டும்.

கி.ராஜநாராயணன் - ஒரு வாய்மொழிக் கதை - கதை சொல்லணுமாக்கும். சரி சொல்றேன். எங்க ஊர்லே எல்லாம், ஒரு கதை சொல்லுண்ணு கேட்டா, 'நா வாழ்ந்த கதையைச் சொல்லவா; நா தாழ்ந்த கதையைச் சொல்லவா 'ண்ணு கேக்கிறதுண்டு. நாம ரெண்டுலெ எதையாவது கேட்டு வைக்கணும். ஆனா அவங்க வாழ்ந்த கதையும் வராது; தாழ்ந்த கதையும் வராது. ஏதாவது ஒரு கதை வரும்.

சிறுகதை இலக்கிய நடை - ஒரு சிறுகதையில் கதைக்கூற்று அல்லது கதைசொலல், வருணனை, உரையாடல், மனவோட்டம் இவை நான்கும் கலந்து வருவதால் கதையின் இலக்கிய நடை அதற்கேற்ப மாறுபடும். கதையின் நடையே அதன் குரலாய் ஒலிக்கிறது என்பதால் வெவ்வேறு நடைகள் கதையின் குரலில் இசைந்து வரவேண்டும் என்பதையும் கருத்தில் கொள்ளவேண்டும்.

1. கதைக் கூற்று அல்லது கதைசொலல் நடை - ஒரு சிறுகதையை ஆசிரியர் பொதுவாகத் தன்மை, முன்னிலை, படர்க்கை, சர்வஞானம் என்ற நான்கு நிலைகளின் நோக்கில் நின்று கதை சொல்லலாம் என்று பார்த்தோம்.

இந்த நான்கு நிலைகளிலும் ஆசிரியர் கதையின் மையப் பாத்திரத்தை முன்னிறுத்துவதுடன், மற்ற பாத்திரங்கள், கதைக்களன், கதைச்சூழல், முன்கதை போன்றவற்றையும் விவரித்து எழுதும்போது இடத்திற்கேற்ப நடை மாறுபடுகிறது.

தன்மை நிலையில் ஆசிரியர் முற்றிலும் ஒளிந்துகொள்ள மையப் பாத்திரமே நினைப்பது, பேசுவது, வருணிப்பது போன்றவற்றைச் செய்கிறது. ஆசிரியர் குறுக்கீடு அறவே இல்லாது அமைய வேண்டுவதால் இந்தக் கூற்று எல்லாவற்றிலும் சிறந்ததாகக் கருதப்படுகிறது.

முன்னிலை நிலையில் மையப் பாத்திரமும் ஆசிரியரும் சேர்ந்து கதையை நகர்த்துகிறார்கள். வாசகனே மையப் பாத்திரம் ஆவதால் இவ்வாறு எழுதுவது கடினம்.

படர்க்கை நிலையில் ஆசிரியர் ஒரு சில வெவ்வேறு பாத்திரங்களுடன் சேர்ந்து கதை புனைகிறார். படர்க்கையிலும் ஆசிரியர் தன்னை ஒளித்துக்கொண்டு ஓரிரு பாத்திரங்களின் நோக்கில் தற்சார்பாகக் கதைசொல்ல முடியும்.

சர்வஞான நிலையிலோ ஆசிரியர் கடவுளாகிக் கதையில் எல்லாவற்றையும் தன்னோக்கில் சொல்கிறார்.

இப்படி வெவ்வேறு நடைகளில் எழுதுவதற்கு ஆசிரியர் தனக்கென்று ஓர் இலக்கிய நடையை நிர்ணயித்துக் கொள்ளவேண்டும். ஆசிரியரின் சொந்த இலக்கிய நடை பொதுவாகக் கவிதை அழகுடனும் கவிதை சார்ந்த கூறுகளுடனும் இருப்பது வழக்கம். கதை விவரிக்கும் மண்ணின் கலாச்சாரமும் பண்பாடும் நடையை நிர்ணயிப்பதாக அமைவதுண்டு. பாத்திரங்களின் இயல்பை உணர்ந்து அவர்கள் நினைப்பதையும் பேசுவதையும் அவர்கள் பாணியில் எழுதவேண்டும். இந்த நடைகள் யாவும் ஒன்றுக்கொன்று இசைந்து வருமாறும் பார்த்துக்கொள்ள வேண்டும்.

சில சான்றுகள்:

1. வழி தெரியவில்லை: சுஜாதா (தன்மை நோக்கில்)

ஒரு சினிமா பார்ப்பதற்காக சபர்பன் ரயில் மார்க்கத்தில், பெயர் தெரிவிக்க முடியாத அந்த ஸ்டேஷனில் நான் இறங்கினேன். படம், நான் சென்னையில் தப்பவிட்ட படம். ஊரெல்லாம் சளைக்காமல் ஓடி ஓய்ந்துவிட்டு மொபஸலில் ஓடிக்கொண்டு இருந்தது. நல்ல படம் என்று நண்பர்கள் வற்புறுத்திப் பார்க்கச் சொன்னார்கள்.

•••

தென்னங்கீற்று சிங்கிள் ப்ரொஜக்டர் சோடா கலர் கை முறுக்(கு) கொட்டகை. டிக்கெட் வாங்கி உள்ளே போய் உட்கார்ந்தேன். ஒரு நாய், காலடியில் ஓடியது. கொசு, காதடியில் பாடியது. காஞ்சனா ஈஸ்ட்மென் கலரில் சிரித்•••

ஆனால், இந்தக் கதை அந்த சினிமாவைப் பற்றியது அல்லவே. சினிமா பார்த்துவிட்டு நான் ஸ்டேஷனுக்குத் திரும்பியபோது, எனக்கு ஏற்பட்ட விநோத அனுபவத்தைப் பற்றியது•••

•••

வந்த வழி ஞாபகம் இருந்தது. அப்படித்தான் நினைத்துக்கொண்டு இருந்தேன். இரவின் இருள் காரணமோ, அந்தத் தெருக்களின் பின்னல் காரணமோ, வழி தவறிவிட்டேன். போகிறேன்••• போகிறேன்••• ஸ்டேஷனையே காணோம்.

•••

நல்லவேளை, எதிரில் ஒரு சைக்கிள் ரிக்- சாகாரன் தென்பட்டான்.

•••

“ஸ்டேஷனுக்குப் போகறதுக்கு இங்கே வந்தியா?” என்றான்.

“”ஏன்?”

“வழி தப்பு.”

•••

ரிக்-ஷா சென்றுகொண்டு இருந்தது. மறுபடி ஒரு சந்தில் ஒடித்தது.

ஏன் பயப்படுகிறேன் என்று யோசித்துப் பார்த்தேன். அடுத்து நடக்கப்போவது என்ன என்பது தெரியாததால், இருட்டால், அந்தப் பாழாய்ப் போகிற பாட்டால்.

என்னிடம் எவ்வளவு பணம் இருக்கிறது என்று யோசித்தேன். ரூபாய் முப்பதோ என்னவோ. ஆனால், ரிஸ்ட் வாட்ச்? மோதிரம்?

அவன் என்னை எங்கு அழைத்துச் செல்கிறான்?

சற்று நேரத்தில் எனக்குத் தெரிய வந்தது. ஒரு வீட்டின் எதிரே ரிக்ஷாவை நிறுத்தினான். இறங்கிவிட்டான்.

(இந்தக் கதையை முழுதும் இங்கே படிக்கலாம்:

2. மழைப் பயணம்: வண்ணநிலவன் (படர்க்கை தற்சாரா நோக்கு)

“ஒங்க தலையில என்ன களிமண்ணா இருக்கு? பொம்பள போயிப் பேசதுக்கும் ஆம்பள பேசதுக்கும் வித்தியாசம் இருக்குய்யா. நீங்க ஒங்க தங்கச்சி, அம்மாங்கிற உருத்தோட பேசலாம். நான் அப்பிடிப் பேச முடியுமா? என்ன இருந்தாலும் நான் அடுத்த வீட்டுக்கு வாக்கப்பட்டு வந்தவதான?’’ என்றாள் சிவகாமி.

பேச்சியப்பனுக்குத் தன் தங்கச்சியிடமும் அம்மாவிடமும் இதைப் போய்ப் பேசுவதற்கு இஷ்டம் இல்லை. மகேஸ் இரண்டு பெண்களை வைத்துக்கொண்டு கஷ்டப்படுகிறாள். அவளுடைய புருஷனுக்கு ஒழுங்கான வேலை கிடையாது. இட்லி சுட்டு, வடை சுட்டு என்று காலத்தை ஓட்டு கிறாள். சிவகாமி நினைப்பதுபோல் கயத்தாறில் அந்த இரண்டு வீடுகளுக்கு என்ன பெரிய வாடகை வந்துவிடும்? அதில் போய், ஒரு வீட்டு வாடகையைப் பங்கு கேள் என்கிறாளே சிவகாமி. அவனுக்கு அந்த யோசனையே சுத்தமாகப் பிடிக்கவில்லை.

“இதுக்கு எதுக்கு நேர்ல போகணுங்கேன்? மகேஸுகிட்டச் செல்லுல பேசுனா போதாதா?’’’’

“வெவரம் புரியாமப் பேசாதீய... வாடகைப் பணத்தக் கேக்க மட்டும் போகல... ஒங்க அம்மய இங்க கூட்டிக்கிட்டு வரணும்லா? ஒங்க அம்மய அவ தன்கூட வச்சுக்கிட்டுதான் ரெண்டு வீட்டு வாடகைப் பணத்தையும் வாங்கி முடிஞ்சுக்கிடுதா!’’

3. கசங்கல்கள்: மாலன் (படர்க்கை தற்சார்ந்த நோக்கு)

இவன் கவலையோடு அண்ணாந்து பார்த்தான். மழை வருகிற மாதிரி இருந்தது. இருட்டை விரித்துப் போட்டுக் கொண்டிருந்தது வானம். வரும், இன்று மழை வரும். அதன் எல்லா அழகுகளுக்குப் பின்னாலும் இருக்கிற சோகங்களை நினைவுபடுத்துகிற மாதிரி, மழை அதன் சோகங்களுடனும் வரும்.

இன்றும் மழை வந்துவிட்டால் இந்தச் சட்டை காயாமல் போய் விடுமோ என்று பயமாகவும் இருந்தது. நாளைக்கு இன்டர்வியூவுக்குப் போக இந்தச் சட்டையைத்தான் நம்பியிருந்தான். இந்தச் சட்டைதான் கிழிசல் இல்லாமல், காலர் நைந்து போகாமல், கலர் மங்கிவிடாமல் பளிச்சென்று இருந்தது. இதுவும்கூட இவனுடையதில்லை. அண்ணா கொஞ்சநாள் போட்டுக் கொண்டு போவதற்காகக் கொடுத்த சட்டை. இவனது மெலிதான உடம்பிற்கு ஒரு சுற்றுப் பெரிதாக இருக்கிற சட்டை. ... மூன்றரை மணிக்கு மேல் இவனை உள்ளே கூப்பிட்டார்கள். உள்ளே இருந்தவர்கள் எல்லோருக்கும் வழுக்கைத் தலை. ஒருவர் புகைப்படங்களில் பார்க்கிற சர்ச்சில் மாதிரி சுருட்டுப் பிடித்துக் கொண்டிருந்தார். இரண்டு பேர் சூட் அணிந்திருந்தார்கள். ஒருவர் ஜிப்பா. மாசு மறுவில்லாத வெள்ளை ஜிப்பா. இவர்களுடைய சட்டைகளில் ஈரமோ, சகதிக் கறையோ இல்லாததைக் கவனித்தான். காலையில் பார்த்த சட்டைகள் ஞாபகம் வந்தது.

2. வருணனை - சிறுகதையில் வருணனை பொதுவாக அளவோடு இருக்கும். இந்த வருணனை கதைக் களம், சூழல், காலம், பாத்திரம் பற்றியதாக இருக்கலாம்.

1. கதைக் களம் பற்றிய அம்பையின் வருணணை ('வீட்டின் மூலையில் ஒரு சமையலறை') - ஒரு சதுர கஜம் எட்டரை விலைக்கு நிலம் வாங்கி வீடு கட்டினாராம் கிஷனின் அப்பா. ரயில்பெட்டித் தொடர் மாதிரி வரிசையாய் அறைகள். எல்லா அறைகளும் முடிந்தபின் போனால் போகிறது என்று ஒட்டவைத்தாற்போல் ஒரு சமையலறை. இரு ஜன்னல்கள். ஒரு ஜன்னலின் கீழ், குழாய் வைத்த தொட்டி, ஒரு பெரிய தட்டுக்கூட வைக்க வகையில்லாமல் குறுகியது. கீழே, செங்கல் தடுப்பு இல்லாத சாக்கடை முற்றம். மேலே குழாயைத் திறந்ததும் கீழே பாதங்கள் குறுகுறுக்கும். பத்து நிமிடங்களில் ஒரு சிறு வெள்ளக்காடு காலடியில்...

2. கதைச் சூழல் பற்றிய இரா.முருகனின் வருணணை ('ஆழ்வார்') - அந்த முன்னிரவுச் சூழ்நிலை கொஞ்சம் அபத்தமாக இருந்தது. குண்டும் குழியுமாகக் கிடந்த தெருவில் பள்ளத்தில் இறங்கிய சைக்கிள் செயின் கழன்று போய் மாட்டிக் கொண்டிருந்தவன் யாரையென்று இல்லாமல் திட்டிக் கொண்டு நடுத் தெருவில் குனிந்து உட்கார்ந்திருந்தான். எதிரே பழைய கட்டிடம். கீழ்ப்பகுதியில் எல்லாம் கடைகள். ஒரு மாவு மெஷினும் உண்டு. கடைகளை அடைத்துவிட்டுக் கிளம்பிப் போயிருக்க, மாவு மெஷினிலிருந்து ஏதோ கரகரவென்று பொடியாகப் பிளாஸ்டிக் வாளியில் சுமந்து கொண்டுவந்து தெருவில் கொட்டி, நான்கைந்து பேர் கர்மசிரத்தையாகக் கையளைந்து தேடிக் கொண்டிருந்தார்கள். மேல் மாடியில் பிரம்மச்சாரிக் குடியிருப்புகளில் மங்கிய பல்ப் வெளிச்சத்தில் களைத்துப் போன மின்விசிறிகள் சுற்றுவது ஜன்னல் வழியே தெரிந்தது. கீழே சிதறியிருந்த மாவிலிருது பரபரப்பாக ஓடிய கரப்பான் பூச்சிகள் ஏறாமல் கால்

மாற்றிக் கொண்டு ஒரு ஸ்தூல சரீர வைஷ்ணவர் மேலே பார்த்து, 'சடகோபா .. சடகோபா.. ' என்று தொடர்ந்து பெருஞ்சத்தத்துடன் கூப்பிட்டுக் கொண்டிருந்தார்.

3. கதையில் காலம் - காலம் எனும் கூறு பொதுவாக இரண்டு விதங்களில் சிறுகதையில் கையாளப்படுகிறது: காட்சி (scene), தொகுப்பு/திரட்டு (summary). காட்சியில் ஒரு குறுகிய, கதை-இப்போது-நிகழும் காலம் விவரிக்கப் படுகிறது. தொகுப்பில் முன்கதைச் சுருக்கமாக முன்சென்ற காலம் காட்டப்படுகிறது.

'நடுவில் உள்ளவள்': எஸ்.ராமகிருஷ்ணன் (ஒரு நிகழ்காலக் காட்சி)

வெயில் ஏறிக்கொண்டு இருந்தது. இறந்து போன அம்மாவின் உடலை மயானத்துக்குக் கொண்டுபோவதற்காகக் காலையில் இருந்தே காத்துக்கொண்டு இருந்தோம். இன்னும் சியாமளா வந்து சேரவில்லை. அவள் சூரத்தில் இருந்து கிளம்பிவிட்டாள் என்று தகவல் வந்திருந்தது. விமானத்தில் வந்து மதுரையில் இறங்கி, கார் பிடித்திருந்தால்கூட இந்நேரம் வந்திருக்கக் கூடும்.

•••

''அப்படி இல்லை கணவதி. ராத்திரி போன உசுரு. நேரமாச்சுன்னா, உடம்பு தாங்காது. எல்லாரும் வேலைவெட்டியைப் போட்டுட்டு வந்திருக்காங்க. ஜோலியைப் பாத்துப் போகணும்ல•••'' என்றார் மாமா.

•••

எத்தனை முறை போன் பண்ணுவது? ஒவ்வொரு முறையும் பாஸ்கர் அழுகையோடு, ''மச்சான் வந்துர்றோம். மயானத்துக்குக் கொண்டுபோயிராதீக'' என்று கரைந்து அழுத குரலில் சொல்வதைக் கேட்கும்போது கலக்கமாகவே இருக்கிறது. ஆனாலும், இறந்த உடலை வைத்துக்கொண்டு எவ்வளவு நேரம் காத்துக்கொண்டு இருக்க முடியும்?

•••

''மாமா, ஆச்சியை எப்போ எடுப்பாக?''

''எதுக்குடே?''

''ராத்திரி ட்வென்டி ட்வென்டி மேட்ச் இருக்கு, அதைப் பாக்கணும்.''

''அதுக்குள்ள எடுத்திருவாக.''

•••

டவுன் பஸ் வந்து நிற்கும் ஓசை கேட்டது. யாரோ ஒரு பெண் பேருந்தில் இருந்து இறங்கி ரோட்டிலேயே மாரில் அடித்துக்கொண்டு, ''என்னப் பெத்த மகராசி••• என் சிவக்குளத்துப் பொறப்பே•••'' என்று புலம்பியபடியே, வேகமாக வந்துகொண்டு இருந்தாள். அம்மாவின் ஊரில் இருந்து வந்திருக்கிறாள் என்பது மாத்திரம் தெரிந்தது.

கடந்த காலத்தை ஒரு தொகுப்பில் விவரிக்கும் போது பொதுவாக ஆசிரியர் நேரடியாகச் சொல்வதை விட கதையில் ஒரு பாத்திரத்தின் மூலம் சொல்வது சிறந்தது. தமிழின் முதல் சிறுகதையான வ.வே.சு. ஐயர் எழுதிய 'குளத்தங்கரை அரசமரம்' கதை இப்படித் தொடங்குகிறது.

பார்க்கப்போனால் நான் மரந்தான். ஆனால் என்மனஸிலுள்ளதையெல்லாம் சொல்லுகிறதானால் இன்னைக்கெல்லாம் சொன்னாலும் தீராது. இந்த ஆயுஸுக்குள் கண்ணாலே எத்தனை கேட்டிருக்கிறேன் ! காதாலே எத்தனை கேட்டிருக்கிறேன். உங்கள் பாட்டிகளுக்குப் பாட்டிகள் தவுந்து விளையாடுவதை இந்தக் கண்ணாலே பார்த்திருக்கிறேன். சிரிக்கிறீர்கள். ஆனால் நான் சொல்லுகிறதிலே எள்ளளவேணும் பொய்யில்லை. நான் பழைய நாளத்து மரம்- பொய் சொல்லக் கத்தவில்லை. இப்போ தொண்ணூறு நூ று வருஷமிருக்கும். உங்கள் கொள்ளு பாட்டிகளின் பாட்டிகளெல்லாம் நம்ம குளத்துங்கரைக்குத்தான் குடமுங் கையுமாக வருவார்கள். சில பேர் குழந்தைகளையுங் கூட கூட்டி வருவார்கள். பட்டு பட்டாயிருக்கும் குழந்தைகள். அதுகளை கரையில் விட்டுவிட்டுப் புடவைகளை அழுக்குப் போகத் தோய்த்து, மஞ்சள் பூசிக்கொண்டு அழகாக ஸ்நானம் பண்ணுவார்கள். குழந்தைகளெல்லாம் ராஜகோபாலன் போலத் தவுந்துகொண்டு மல்லிகைச் செடியண்டே போய் மல்லிகை மொக்குகளை பார்த்து சிரிக்கும். அந்தக் காலத்திலே ஒரு பவள மல்லிகைச் செடி, முத்து முத்தாய்ப் பூப் பூத்துக் கொண்டு அந்த ஓரத்திலிருந்தது.

4. கதா பாத்திர வருணனை - சிறுகதையின் மையப் பாத்திரம் மற்றும் பிற பாத்திரங்கள் படைப்பில் அவற்றின் வெளித்தோற்றமும் உள்மனதும் பற்றிய வருணனை கதைக்கு ஒரு மிக முக்கியமான அம்சம்.

வீணா: சுஜாதா

வீணா பிறந்தது 1946-ல். 1956-லிருந்து 1960 வரை அவள் பெற்றோர் டில்லியில் இருந்தபோது சாப்பிட்ட கோதுமையினாலும், அவள் அம்மாவிடமிருந்து பெற்ற நேர்த்தியான மூக்கினாலும், மிக ஒழுங்கான அதரங்களாலும், உயரத்தினாலும், எல்லா அளவுகளும் ஓர் அரை இன்ச் குறைந்து சட்டையை மீறும் உடம்பு வளப்பத்தினாலும் அவள் எதிரே செல்பவரைப் பிரமிக்கவைக்கும் அழகு பெற்றிருந்தாள். எப்படிப்பட்ட பிரமிப்பு? பெட்ரூமில் புலியைப் பார்க்கும் பிரமிப்பு. ஆதாரமான சில உணர்ச்சிகளை வயிற்றில் ஏற்படுத்தும் பிரமிப்பு!

•••

சுந்தர் ஒரு சாதாரணன். அவன் உலகம், நீங்கள் கேட்டவை, தீபாவளி மலர், எம்.ஜி.ஆர்., சிவாஜி படங்களின் உலகம்; செய்தித்தாள்களை நம்பும் உலகம். 'உங்களுக்குச் சோர்வாக இருக்கிறதா?' என்று விளம்பரத்தில் கேட்டால், உடனே சோர்வாக உணரும் ஹிப்னோபீடியா சுபாவம். அவன் வாழ்க்கையில் நிகழ்ந்த மகத்தான சலனம், வீணாவுடன் ஒரு தடவை பேசியது. மகத்தான தீரச் செயல், அந்தக் கடிதத்தை எழுதியது.

அதுசரி, தன்மை நோக்கில் சொல்லும் கதையில் அந்த 'நான்' பாத்திர வருணனை எப்படி இருக்கவேண்டும்? 'நானே என்' வெளித்தோற்றத்தை வருணித்துக்கொளவது செயற்கையாக இருக்காதோ? கதையில் என் மனதை, உணர்வுகளை விவரிப்பது இயல்பாக இருக்கும், ஆனால் 'என் வெளித்தோற்றம்?' தன்மையில் எழுதப் பட்ட ஏராளமான சிறுகதைகள் உள்ளன. படித்தறிந்து பின்னூட்டம் இடுங்கள்.

சிறுகதையில் உரையாடல், மனவோட்டம் பற்றி வரும் பதிவுகளில்...

3. சிறுகதையில் உரையாடல் - ஒரு வரிகூட உரையாடலே இல்லாமல் ஏதேனும் சிறுகதை படித்திருக்கிறீர்களா? அதேபோல் முழுவதும் உரையாடலாகவே எழுதப்பட்ட சிறுகதை? இத்தகைய கதை பற்றி அறிந்தவர்கள் கதைத் தலைப்பு, ஆசிரியர், சுட்டி முதலிய விவரங்களை இங்குப் பதியலாம்.

கதை மாந்தர்களின் பேச்சாக எழுதப்படும் உரையாடல் அவர்களின் குரலாகக் கதையில் ஒலிக்கிறது. பேச்சு என்பது ஒரு செய்தி அல்லது உணர்ச்சியின் வெளிப்பாடு. அந்த செய்தி அல்லது உணர்ச்சி சொற்களில் வடிக்கப்படும் போது 'ஏறத்தாழ சரியானது' என்றுதான் சொல்லமுடியும். மனதின் உணர்ச்சிகளையோ, நினைவுகளையோ அல்லது ஒரு நிகழ்ச்சியைப் பார்த்த செய்தியையோ யாராலும் 'முற்றிலும் சரியாகச்' சொல்ல முடிவதில்லை.

நடைமுறை வாழ்வில் போலன்றி ஒரு சிறுகதையில் உரையாடல் வெறும் வெட்டிப் பேச்சாக இருக்க முடியாது அல்லவா? எனவே உரையாடல் என்பது கதையின் கூறுகள் பலவற்றை ஒரே சமயத்தில் பார்த்துக்கொள்ளுமாறு எழுத வேண்டுவது அவசியம். உரையாடல் நடை இன்றைய கதையில் பொதுவாக பேச்சுத் தமிழில் அமைந்து பேசும் பாத்திரத்தின் குலம், குணம், வளர்ப்பு இவற்றிற்கேற்ப மாறுபடும்.

1. உரையாடல் கதையின் மனச்சூழலை (mood) அமைக்கலாம்:

'நிஜத்தைத் தேடி': சுஜாதா

"யாரு?" என்றான். சற்றுத் திடுக்கிட்டு கிருஷ்ணமூர்த்தியைப் பார்தது தன் சோகக் கதையை காப்ஸ்யூல் வடிவத்தில் சொன்னான்: "ஊருக்குப் புதுசுங்க. வேலை தேடி வந்தேங்க .என் மனைவி காலைல இறந்து போய்ட்டாங்க பிணம் கிடக்குதுங்க. எடுக்கக் காசில்லை. பெரிய மனுசங்க உதவி பண்ணணும்" அவன் வைத்திருந்த தட்டில் சில ரூபாய் நோட்டுக்கள் இருந்தன. எதற்கோ புஷ்பங்கள் இருந்தன. ஒரு ஊதுவத்தி புகைந்து கொண்டிருந்தது.

"வீடு எங்கே" என்றான்.

"இஙகதான் ஸார் கோகுலா பக்கம். தெரிஞ்சவங்க வீட்டில நிகழ்ந்து போச்சுங்க."

"சரி அட்ரஸ் சொல்லு."

"போனாப்போறது எதாவது கொடுத்து அனுப்பிடுங்களேன்" என்றாள் சன்னமாக. "இரு."

"நான் இங்க பெங்களூர் வந்தே மூணே நாள்தான் ஆவறது ஸார்! காலைல இறந்துட்டா."

"சரிதாம்பா, அட்ரஸ் என்ன? சொல்லேன்!"

அவன் சற்றே யோசித்து "மூணாவது கிராஸ்" என்றான்.

"மூணாவது க்ராஸ்னா? எச்.எம்.ட்டி லே அவுட்டா? சுந்தர் நகரா? இல்லை கோகுலா காலனிக்குள்ளயா?"

"சொல்லத் தெரியலிங்களே, சினிமா தியேட்டர் பக்கத்தில."

"அவனோட என்ன வாக்குவாதம்?" "இப்ப நீ சும்மா இருக்கப் போறியா இல்லையா? எந்த சினிமா தியேட்டர்யா?"

"என்ன ஸார் இப்படி கேக்கறிங்க இருக்கறதே ஒரு சினிமா தியேட்டர் தானே! பேர் தெரியாதா உங்களுக்கு?"

"எனக்குத் தெரியும். நீ சொல்லு."

அவன் மறுபடியும் அனுபல்லவியைப் பிடித்தான் "பங்களூர் வந்தே மூணு நாள் ஆவுது ஸார் காலைல இறந்துட்டா."

"சரிப்பா.எந்த இடம்? அதைச் சொல்ல மாட்டியா?"

"என்ன ஸார்,பெண்டாட்டி செத்துப் போன துக்கத்தில இருக்கேன், என்ன என்னவோ போலிஸ்காரங்க மாதிரி கேக்கறிங்களே. காசு கொடுக்க முடியும் இல்லைன்னு சொல்லிடுங்க, நான் போவணும். பிணம் கிடக்கு அங்கே!"

"அட்ரஸ் சரியா சொல்லு தரேன். "

"அதான் சொன்னேனே."

"சரியா சொல்லு."

"அய்யோ" என்றான். "வேண்டாம் ஸார்.என்ன நீங்க..."

(மேலே கதையில் படித்துக்கொள்ளுங்கள்.)

2. உரையாடல் கதையின் கருப்பொருளை (theme) வெளிப்படுத்தலாம்.

மேலே உள்ள சுஜாதா கதையின் ஆரம்ப உரையாடல் மையப் பாத்திரமும் அவன் மனைவியும் வந்தவன் சொல்லும் செய்தியை நம்புவதா வேண்டாமா என்ற கதையின் கருப்பொருளை வெளிப்படுத்துகிறது. கணவன் நம்ப மறுக்கின்றான். சாவு பற்றிய செய்தியைத் தாங்கி வருபவன் பொய் சொல்லமாட்டான் என்று மனைவி நினைக்கிறாள்.

3. முன்கதையை, கடந்த காலத்தை வெளிப்படுத்த, சிறுகதையில் உரையாடல் ஒரு சிறந்த கருவி:

'சிலிர்ப்பு': தி.ஜானகிராமன்

"யப்பா, யப்பா!"

"ஏண்டா கண்ணு!"

"பிச்சி மாமாவுக்கு வந்து, வந்து, தொளாயிர ரூபா சம்பளம். பணக்காரர். இவ்வளவு பணக்காரர்ப்பா!" என்று கையை ஒரு கட வாத்திய அளவுக்கு அகற்றி, மோவாயை நீட்டினான் - குறை சொல்லுகிறாற்போல.

"அதுக்கு என்ன இப்ப?"

"வந்து, செத்தே முன்னாடி ஆரஞ்சு கேட்டேனோல்லியோ, வாங்கிக் குடுக்காம எங்கேயோ பாத்துண்டு நின்னார்ப்பா."

"அவர் காதிலே விழுந்திருக்காது. விழுந்திருந்தா வாங்கியிருப்பார்."

"நான் இரைஞ்சுதான்பா சொன்னேன்".

"பின்னே ஏன் வாங்கிக் கொடுக்கலை?" கேள்வியை நானே திருப்பிக் கேட்டுவிட்டேன். பையன் திணறினான்.

"வந்துப்பா, வந்து, பிச்சி மாமாவை வந்து ஒரு மூணு கால் சைக்கிள் வாங்கித் தான்னேன். வந்து, தரேன் தரேன்னு ஏமாத்திப் பிட்டார்ப்பா..."

"அவர் என்னத்துக்குடா வாங்கணும்? நான் வாங்கித் தரேன்."

"நீ எப்படி வாங்கித் தருவியாம்?"

"ஏன்?"

"உனக்கு நூறு ரூபாதானே சம்பளம்?"

"உனக்கு யார் சொன்னா?"

"வந்து, பிச்சி மாமாதான் சொன்னா."

"உங்கிட்ட வந்து சொன்னாரா, உங்கப்பாவுக்கு நூறு ரூபாதான் சம்பளம்னு?"

"வந்து எங்கிட்ட இல்லேப்பா. மாமிகிட்டச் சொன்னா. நீ வந்து மெட்ராஸ்லேந்து லெட்டர் எழுதியிருந்தே பாரு, புள்ளையார் பூஜையன்னிக்கி; அப்பச் சொன்னா மாமிகிட்ட. வெறுமெ வெறுமே நீ மெட்ராஸ் போறியாம். உனக்கு அரணாக்கொடி வாங்க முடியாதாம்."

இது ஏதுடா ஆபத்து!

4. உரையாடல் கதையில் ஒரு பாத்திரத்தின் குணவிசேஷங்களைக் கோடிட்டுக் காட்ட உதவும் ஓர் உத்தி.

ஒரு பாத்திரத்தின் குணத்தை நேரடியாகச் சொல்வதை விட அதன் மனம், பேச்சு, செயல் மூலம் காட்டுவது ஒரு தேர்ந்த ஆசிரியரின் அடையாளம். சிறுகதையில் எதையும் சொல்வதை விடக் காட்டுவதே மிக இயல்பாக இருக்கும் என்பதைக் கருத்தில் கொள்ளவேண்டும்.

தற்குணம் காட்டும் உரையாடல்

'காகிதப் பாலங்கள்': ஜி.எச்.எஸ்.மணியன்

லெட்டர் எழுதிட்டு இருக்கேம்மா, இதோ வந்துட்டேன்..."

"ஏண்டி, கௌசல்யா, போனவாரம்தானே ஒங்க அப்பா வந்துட்டுப் போனார். வெறுமனே அதுக்குள்ள என்ன லெட்டர்? என்ன... நாங்கள் சௌக்யம், நீங்கள் சௌக்யமான்னுதானே...!"

"ஆமாம்மா, எங்க அண்ணாக்கு லெட்டர் எழுதி ரொம்ப நாளாச்சு; மன்னி வேற ரெண்டு லெட்டர் போட்டுட்டா..."

"ரெண்டு லெட்டரா?... வொண்ணுதானே காண்பிச்சே?"

"நேத்திக்கு ஒரு கார்டு வந்ததேம்மா. மிக்ஸி வாங்கிருக்கான்னுகூட எழுதலே?"

"யாருக்கு ஞாபகம் இருக்கு அதெல்லாம்? ஒங்காத்துலே இருக்கறவா வாரம் பத்து லெட்டர் எழுதறா. என்னமோ நீ இங்கே முள்ளுமேலே இருக்கறதா நெனைப்பு அவங்களுக்கு."

பிறர் குணம் காட்டும் உரையாடல்

'உஞ்சவிருத்தி': சுஜாதா

“ஏன் கேக்கறே... ஸ்கூல்ல புதுசா ஹெட்மாஸ்டரை நியமனம் பண்ணிட்டா. ரெண்டு பேருக்கும் ஆகலை. நோட்ஸ் போடக் கூடாதுன்னு தடை பண்ணிட்டா. கோவிச்சுண்டு ரிஸைன் பண்ணிட்டார். மணச்சநல்லூர்ல போய்ச் சேர்ந்தார். அங்கயும் சரிப்பட்டு வரலை. சம்பளம் சரியா வரலை. அதுக்கப்புறம் நோட்ஸ் போட்டு விக்கறதும் பாழாப் போச்சு. இவர் போட்ட நோட்ஸையே காப்பி அடிச்சு இன்னொருத்தன் போட்டு அரை விலைக்கு வித்தான். அவன்மேல கேஸ் போடறேன்னு வக்கீல்கள்ட்ட காசு நிறைய விட்டார். ஏறக்குறைய பாப்பர் ஆறநிலைக்கு வந்துட்டார். சொத்தும் இல்லை. பத்ரிக்கு போறேன்னு காலை ஓடிச்சுண்டார். மனசொடிஞ்சு போய்ட்டார். அப்றம்...” என்று ரங்கு பேச்சை நிறுத்தினான்.

சரித்திரக்கதை உரையாடல்

சரித்திரக்கதைகளில் உரையாடல் பெரும்பாலும் செந்தமிழில் அமையும் என்பதைக் கருத்தில் கொள்ளவேண்டும்.

’குடிப்பெருமை’: கி.வா.ஜகந்நாதன்

“என்ன, தாமப்பல் கண்ணனாரே, இன்று சதுரங்க பலம் உம்மிடத்திலே இல்லையே! நான் அரச குலத்திலே பிறந்தவன், சதுரங்க வலியுடையவன்; நான் தான் வெல்கிறேன். உம்முடைய பக்கம் வெற்றி உண்டாக இது தமிழ்க் கவிதை அல்ல”, என்று அந்த உற்சாகத்திலே மாவளத்தான் பேசத் தொடங்கினான்.

“போர்க்களத்துப் படைக்கும் இந்தச் சதுரங்கத்துக்கும் சம்பந்தமே இல்லை. அது வேறு, இது வேறு”, என்று புலவர் சொல்லிக் காயை நகர்த்தி வைத்தார்.

4. **சிறுகதையில் மனவோட்டம்** - மனித மனம் விஷயங்களை ஒன்றுடன் ஒன்று சம்பந்தப்படுத்தி நினைக்கிறது. இதனை ஆங்கிலத்தில் thinking by association என்பர். ஒரு விஷயத்தைப் பற்றி மனம் நினைக்கும்போது இடைப்படும் எண்ணக் கூறுகளில் தென்படும் ஒரு வார்த்தை, ஒலி அல்லது சித்திரத்தை எடுத்துக்கொண்டு அது தொடர்பான விஷயங்களில் விலகியும் வழுவியும் சஞ்சரிக்கிறது; பின்னர் மீண்டும் மைய நினைவுக்கு வருகிறது. இன்னோரிடத்தில் வேறொரு சம்பந்தம் தட்டுப்பட வழுவிப் பின் மீண்டும் மைய எண்ணத்திற்குத் திரும்புகிறது. இவ்வாறு நிகழ்வதால் மனவோட்டம் என்பது ஓர் தெளிந்த ஆற்றொழுக்குப் போல் அல்லாமல் குழம்பிச் சுழித்துச் செல்லும் நீரோட்டமாக இருக்கிறது. இதனை ஆங்கிலத்தில் stream of consciousness என்பர்.

இன்னொரு விஷயம். மனம் தனக்குத் தானே பேசிக்கொள்ளும் போது, நாம் வாயால் படிப்பது போல் இலக்கண சுத்தமாவோ அல்லது பேசும்போது எழும் வழக்குச் சொற்களிலோ நினைக்கிறதா? பெரும்பாலும் இல்லையென்று சொல்லிவிடலாம். மனத்தின் எண்ணவோட்டத்தில் முற்றுப் பெறாத வாக்கியங்களும் சொற்றொடர்களும் ஒலிகளும் சித்திரங்களும் சலனப் படங்களும் நினைப்பே இல்லாத புரிதல்களுமே அதிகம்.

இப்படிப்பட்ட மனவோட்டத்தை அப்படியே கதையில் எழுதினால் எப்படி இருக்கும் என்பதற்கு ஒரு மாதிரி:

கல்பனாவை எதிர்பார்த்துக் கடற்கரையில் காத்திருந்தேன். கல்பனா ஓவியங்கள் - கல்கியிலா? கல்பனா சாவ்லா ஸ்பேஸ் ஷட்டில் வெடித்து இறந்தாள் பாவம்! ஆஹா, இளம் தென்றல்! வீசு தென்றலும் வீங்கிள வேனிலும்! அதென்ன மூசு வண்டறை? வண்டுக்குத் தமிழில் இன்னொரு பெயர் சுரும்பு. அரும்பு-சுரும்பு. கல்பனா மலரத் தொடங்கியிருக்கும் அரும்பு. என்ன அரும்பு, ரோஜாவா, மல்லிகையா? மலர்களிலே அவள் மல்லிகை! மல்லிகை? ஆம், கள்ளங் கபடமற்ற வெள்ளை யுள்ளம், ஒரு குழந்தையின் மனதைப் போல! இதோ ஒரு குழந்தை என்னைப் பார்த்துக் கையாட்டி அழகாகச் சிரிக்கிறது.

அம்மாவும் அழகுதான்! ஜாக்கிரதை, பக்கத்தில் அப்பா! அப்பா போய் எத்தனை ஆண்டுகள் ஆகிவிட்டன? அம்மா எத்தனை வருஷங்கள் குடும்பத்தைத் தாங்கினாள்! வசுதேவ குடும்பகம். யாதும் ஊரே யாவரும் கேளிர் என்ற வசனத்தின் பொருள் உலகம் ஒரு குடும்பமாம், ஸில்லி! பட்டினப் பாலையில் இதை எழுதிய கணியன் பூங்குன்றனார் ஒரு ஜோதிடர். அடுத்த வரியிலேயே அவர் ’தீதும் நன்றும் பிறர் தர வாரா’ என்று மனிதனின் கர்ம வினைகளைப் பற்றியும் பிறவிச் சுழலைப் பற்றியும் அல்லவா பேசுகிறார்? இத்தனை பிறவிகளில் எத்தனை ஊர்களில் பிறந்திருப்போம், எத்தனை பேரைக் கேளிராகப் பெற்றிருப்போம்? என்றெல்லவா இதன் உட்பொருள்?

“என்ன பலமான சிந்தனை?” எதிரில் கல்பனா!

இப்படி மனவோட்டச் சலனங்களைச் சித்தரித்துக் கதை முழுவதும் எழுதிக் கதையின் ஒருமை சிதறாமல் வாசகனை மகிழ்வூட்டும் திறன் உங்களுக்கு இருந்தால் தாராளமாக இப்படி எழுதலாம். இது பெரும்பாலும் சாத்தியம் இல்லை என்பதால் கதாசிரியர் ஒரு பாத்திரத்தின் மனவோட்டத்தைச் சொல்லும் போது கதையை விட்டு விலகாதபடி ஓர் ஒழுங்கினைக் கையாள நேரிடுகிறது.

ஒரு நாவலில் கதையை நிறுத்திக் கதை மாந்தர்களின் மனவோட்டத்தை விவரித்துச் சொல்லிப் பின் கதையைத் தொடரலாம். சிறுகதையில் இப்படி முடியாது. எனவே மனவோட்டம் என்பது சிறுகதையில் கதாபாத்திரத்தின் குணத்தைக் காட்டவும், கதையை நகர்த்தவும், உரையாடலுக்குப் பின்புலமாகவும் பொதுவாகக் கையாளப் படுகிறது. வேறு விதங்களில் கையாளும் போது கதையின் ஒருமையும் குரலும் பார்வையும் சிதறிவிடாமல் பார்த்துக்கொள்ள வேண்டு-

வது அவசியம். கீழ்வரும் சான்றுகளைக் கொண்டு சம்பந்தப்பட்ட கதைகளை முழுவதும் ஊன்றிப் படித்துக் கதையில் மனவோட்டம் சொல்லப் படும் விதங்களை அறிந்துகொள்ளவும்.

1. 'கணவன், மகள், மகன்': அசோகமித்திரன்

[மனதில் கூடப் பிறருக்கு வருத்தம் தரும் நினைவுகளை அகற்ற முயலும் ஒரு அப்பாவிப் பெண்ணின் மனத்தை அசோகமித்திரன் வருணிக்கிறார்.]

மங்களத்திற்கு ஒவ்வொரு கட்டத்திலும் புதிராக இருந்தது. அவள் இவ்வளவு நாட்கள் எந்த மனிதனோடு வாழ்க்கை நடத்தினாள்? இருபத்தைந்து ஆண்டுகள் கூடவே இருந்தும் கூட அவளறியாத ரகசியங்கள் இவ்வளவு அவனிடமிருந்ததா? அவன் மறைத்தானா அல்லது அவள் தான் ஒரேயடியாகக் கண்ணை மூடிக் கொண்டு இருந்து விட்டாளா? இவ்வளவு குருடாக இருந்தவளால் கணவன் மீது பிடிப்பு வைத்திருக்க முடியுமா? அதனால் தான் அவன் ஓடிவிட்டானா?...

உமாவும் ஒரு சீட்டு கம்பெனியில் ரசீது எழுதும் வேலைக்குப் போனாள். அவள் வேலைக்குச் சேர்ந்து இரு மாதங்களுக்குள் அவளுக்குக் கல்யாணம் ஆகிவிட்டது என்று வேறு யாரோதான் மங்களத்துக்குச் சொன்னார்கள். மங்களத்துக்கு நம்ப முடியவில்லை. அவள் பெண் அன்று காலைகூட ஏதும் புதிதாக நடந்திராத மாதிரிச் சாப்பிட்டுக் கைக்குச் சிறிது மோர்சாதமும் எடுத்துப் போயிருக்கிறாள். உமா மாலையில் வீடு வந்தவுடன் அவளை கேட்க வேண்டும் என்றுதான் நினைத்திருந்தாள். ஆனால் கேட்க வாய் வரவில்லை. அடுத்த நாளும் வாய் வரவில்லை. அதற்கடுத்த நாளும்.

பதினைந்து நாட்கள் கழித்து உமாவாகவே தனிக்குடித்தனம் போகப் போவதாகச் சொன்னபோதும் கேட்க முடியவில்லை. அவளுடைய மாப்பிள்ளை இளவயதுக்காரனா, வயதானவனா, சைவமா, அசைவமா என்று கூடக் கேட்கவில்லை. உமாவாகவும் அம்மாவுக்குத் தெரிவிக்க வேண்டும் என்று நினைத்ததாக தோன்றவில்லை...

ராமு அந்த முறை எழுந்து விட்டான். ஆனால் இதோ மறுபடியும் சீக்காளியாவதற்கான பாதையில் இருக்கிறான். அவனை இன்னமும், 'குடிக்காதேடா' என்று ஒரு வார்த்தை அவளால் சொல்ல முடியவில்லை. அவன் குடிப்பது அவளுக்கு தெரியும் என்ற நிலையை உண்டாக்க மனம் வேண்டவில்லை. அவளுக்குத் தன் மகனறிய அவனைக் குடிகாரன் என்று அவள் நினைப்பது கூடச் சாத்தியமாயில்லை. அவனும் அவள் அறியாதவள் என்றுதான் நினைக்க விரும்புவான். இவ்வளவு முற்றிப் போயும் தெரியாமல் இருக்குமா என்ற தோன்றாது. அவளுக்குத் தெரியாதது போல அவள் நடந்து கொள்ளவேண்டும்; அவளுக்குத் தெரியாது, அவளுக்கு தெரிவதை அவன் விரும்பவில்லை என்பது போல அவன் நடந்து கொள்ளவேண்டும்...

2. 'ஒரு பழைய கிழவரும், ஒரு புதிய உலகமும்': ஆதவன்

[மனிதத் தன்மைகள் குறைந்துவரும் இளைய தலைமுறையை ஒரு கிழவரின் மனம் மூலம் வருணிக்கிறார் ஆதவன்.]

டர்ரென்று கனவேகமாகச் சீறிப் பாய்ந்து வரும் மோட்டார் சைக்கிளின் ஓசை, தரையின் அதிர்வு-நாகராஜன் பதற்றத்துடன் அவசரமாக நடைபாதை மீது தாவி ஏறினார். ஆம், அதே இளைஞன்தான். மோட்டார் சைக்கிள் செயலற்றுப் போக வைக்கும் மூர்க்கமான ஓசையை உமிழ்ந்தவாறு அவரை அடித்துத் தள்ளிவிடும் போல சின்னா பின்னமாக்கிவிடும்போல தோன்றியது.

ஒரே கணம்தான்; அதோ, அவனும் அவனுடைய* வாகனமும் தூரத்தில் சென்று மறைந்துவிட்டன.

அவருக்குப் படபடப்பு அடங்குவதற்கு சில விநாடிகள் பிடித்தன. அவர் மனதில் அந்த இளைஞன்பால் மீண்டும் வெறுப்புணர்ச்சி ஏற்பட்டது. அவன் வேண்டுமென்றேதான் இப்படிச் செய்கிறானென்பதை இந்தக் கணம் மறுபடி ருசுப் படுத்தியிருந்தது. அவர் வீட்டை விட்டு வெளியே இறங்க* வேண்டியதுதான் தாமதம், உடனே அவனுடைய மோட்டார் சைக்கிள் எங்கிருந்தோ அவரைத் துரத்திக் கொண்டு வந்து விடுகிறது. அவரைப் பதட்டமடையச் செய்வதில் அவனுக்கு ஒரு குரூரமான மகிழ்ச்சி கிடைப்பதாகப் தோண்றியது. உருப்படியான எதிலும் தீவிரப் பிடிவில்லாமல், ஆழமான* எதனுடனும் தம்மை முழுமையாகச் சம்பந்தப்படுத்திக் கொண்டு அதன் விளைவுகளைச் சந்திக்கத் துணிவில்லாமல், தாமே உருவாக்கிக் கொண்ட ஒரு நிரந்தரமான சலிப்பில் உழலும் இக்கால இளைஞர்களுக்கு இதுபோன்ற பொறுக்கித்தனமான முறைகளில்தான் மனக் கிளர்ச்சியையும் பரவசத்தையும் உருவாக்கிக் கொள்ளத் தோன்றுகிறது. தம்மை நிரூபித்துக்கொள்ளத்தெரிகிறது. அவருடைய பதட்டம் அவனுக்கு ஒரு எல்.எஸ்.டி. அவனுடைய உப்புமா வாழ்க்கையில் அவர் ஒரு ஊறுகாய்.

3. 'இணைப்பறவை': ஆர்.சூடாமணி

[வாழ்க்கை அனுபவம் மனதை எவ்வளவு புதிராக ஆக்கிவிடுகிறது!]

வந்தவர் போனபோது தன் நண்பர்களிடம் , "என்னைக்குமே மண்டைக்கனந்தான். இந்த சந்தர்ப்பத்தில் கூட மூஞ்சி கொடுத்துப் பேச இஷ்டப்படலே பாருங்களேன். அந்தம்மா எப்படித்தான் இந்த மனுஷன் கூட குடித்தனம் பண்ணினாளோ, பாவம் !" என்று சொல்லிக்கொண்டு போனது ஸ்ரீமதியின் காதில் விழுந்தது. அவள் மீண்டும் கொல்லைப் பக்கம் வந்தாள்.

தாத்தா இப்போது வானத்தைத்தான் வெறித்துப் பார்த்துக் கொண்டிருந்தார். பிறகு பார்வையை இறக்கி மாட்டுத் தொழுவத்தைப் பார்த்தார். அதனருகில் இருந்த துணி துவைக்கும் கல்லைப் பார்த்தார். பிறகு வேலியாகப் படர்ந்திருந்த மல்லிகைக் கொடிகளைப் பார்த்தார். ஒவ்வொன்றையும் பார்வை தடவிக் கொடுப்பதுப்போல் இருந்தது. பாட்டி தொழுவத்திலே மாட்டுக்கு தவிடும், பிண்ணாக்கும் வைப்பது, கல்லில் தன் மடிப்புடவையைத் தோய்ப்பது, மல்லிகைக் கொடிகளை ஆசையுடன் வளர்ப்பது எல்லாம் ஸ்ரீமதிக்கு நினைவு வந்தன. பாட்டி இறந்தபோது சடலத்தை தாத்தா இமைக்காமல் நோக்கினார். ஆனாலும் அழவில்லை. அப்போது சரி, பிறகு இந்த இரண்டு வாரங்களிலும் சரி, அவர் அழுது யாரும் பார்க்கவில்லை. இப்படி வீட்டை இடம் இடமாக பொருள் பொருளாக கண்களினால் வருடிக் கொடுக்கிறாரே அவ்வளவுதான் !.

வந்த சுவடு தெரியாமல் திரும்பிவிட அவள் முனைந்தபோது தாத்தாவின் பார்வை தற்செயலாக அவள் மேல் விழுந்தது.

“என்ன, இன்னும் யாரானும் வந்திருக்காளோ, துக்கம் விசாரிக்க?”

4. ’காகிதப் பாலங்கள்’: ஜி.எச்.எஸ்.மணியன்

[உரையாடல்களில் பின்புலமாமாய் இயங்கும் மனது பல சந்தர்பங்களில் சொல்லுவது ஒன்றும் நினைப்பது ஒன்றுமாக அல்லவோ செயல்படுகிறது!]

எழுதி முடிச்சுட்டியாடி கௌசல்யா?” என்றபடியே ஹாலுக்குள் வந்தாள் அவள் ’அம்மா’… அதாவது, அவளோட அவரின் அம்மா. அவள் இப்படிக் கேட்டதற்கு லெட்டரைப் படித்துக் காட்டேன் என்று அர்த்தம்…

“கவர்ல எழுதறயா?… கவர் எதுக்கு? ஒரு கார்டுல ரெண்டு வரி எழுதிப்போட்டா பத்தாது? உன் போஸ்டேஜுக்கே மாசா மாசம் தனியா பணம் ஒதுக்கணும் போலிருக்கு. வந்து நீ லெட்டர் எழுதிட்டு இருக்கே… இல்லாட்ட கதை எழுதறேன்னு பேப்பரை வேஸ்ட் பண்ணிண்டிருக்கே!”

கௌசல்யாவின் விழிக்கடைகளில் நீர் முத்துக்கள் தென்பட்டன. “படிக்கறேம்மா, கேக்கறேளா?”

“ம்…ம்… பாபுக்கு ரெடியா கரைச்சு வச்சிருக்கியா?”

“ரெடியா இருக்கும்மா! அது எழுந்திருக்க நாழியாகும். ம்… அன்புள்ள அண்ணாவுக்கு கௌசல்யா அநேக நமஸ்காரம். அப்பா நலமாக வந்து சேர்ந்திருப்பா (எழுதியிருந்தது: அப்பா விவரமெல்லாம் சொல்லியிருப்பார். அவரிடம் சரியாகவே பேச முடியவில்லை.) இங்கு நாங்கள் எல்லோரும் சௌக்யம். பாபு… ம்… சமர்த்தாக இருக்கிறது. ஒண்ணு ரெண்டு வார்த்தை பேசுகிறது. (படிக்காமல் விட்டது: பாபு வரவர முரண்டு பிடிக்கிறது. இந்த வயசிலேயே இத்தனை பிடிவாதம். இவரை அப்படியே உரிச்சு வெச்சிருக்கு.) நிற்க, இவருக்கு ஆபீஸில் ஜாஸ்தி வேலை. எக்ஸாஸ்டட் ஆக வருகிறார். அட்வான்ஸஸ் செக்க்ஷன் பார்க்கிறார். சீ.ஏ.ஐ.ஐ.பி.யில்…” என்று ஆரம்பிததுமே,

“அதெல்லாம் எதுக்கு எழுதறே? அவன் பெயிலாயிட்டான்னு அப்படியே உங்க வீட்டுக்கு ஒப்பிக்கணுமாக்கும்?”

“…”

“சரி சரி, படி! மணி பன்னெண்டாகப் போறது.”

“அக்கௌண்டன்ஸி பாஸ் பண்ணிவிட்டார். அறுபத்தெட்டு மார்க்… ம்… இவருக்கு ப்ரமோஷன் கிடைக்கலாம். (படிக்காமல் விட்டது: அக்கௌண்டன்ஸியை ஜுரத்தோடுபோய் கடனுக்கேன்னு எழுதினார். அவுட்!) நான் நேற்று ஒரு கதை எழுதி முடித்தேன்…”

சிறுகதை உத்திகள்: கதை சொல்லும் உபாயங்கள்

ஒரு சிறுகதையின் கதையைப் பல உபாயங்கள் மூலம் சொல்லலாம். கதை சொல்ல உதவும் உபாயங்களில் சில: கதைச் சட்டம் (framing), நாட்குறிப்புகள் (diary entries), கடிதங்கள், கதைக்குள் கதை, திரட்டு (collage), நிரலில்லாக் கதை (non-linear plot), அரைகுறைக்கதை (anti-story), மற்றும் கவிதை வடிவக் கதை (lyricism).

நாவலில் இத்தகைய உபாயங்கள் பலவற்றை இணைத்து எழுதலாம். சிறுகதையில் அதன் வடிவமும் ஒருமையும் சரியாக வர ஒன்றிரண்டு உபாயங்களுக்கு மேல் பயன்படுத்த இயலாது.

0

கதைச் சட்டம் - சட்டம் போட்ட இயற்கை ஓவியப் படம் ஒன்றை எடுத்துக் கொள்வோம். காவி வண்ணத்தில் ஒரு பெரிய மலையின் பாறைச் சுவர். சுவரையொட்டி ஓடும் நீண்ட சாலை இருபுறமும் வளைந்து ஒரு கொடி போல மலையைப் பற்றி மேலேறுகிறது. சாலையின் திருப்பத்தில் வெள்ளிக் கோடாக இழியும் ஒரு சின்ன அருவியின் நீர்வீச்சில் சாலை அந்தப் பகுதியில் ஈரமாகத் தெரிகிறது. சாலையில் ஒரு கார் செயலிழந்து நின்றிருக்க அருகில் செய்வதறியாது நிற்கும் ஒரு பெண். கார்ச் சக்கரத்தின் அருகில் அமர்ந்து நோட்டமிடும் ஒரு ஆடவன். இவர்க-

ளைக் கண்டுகொள்ளாமல் ஒரு பேருந்து தாண்டிச் செல்கிறது. மலைச் சுவர் ஓரத்தில் வண்டி நின்றிருக்க எதிர்ப்புறம் அழகான பள்ளத்தாக்கை வெறித்தவண்ணம் அந்தப் பெண் நிற்கிறாள். பாறைச் சுவரில் சிறு செடிகள் முளைத்திருக்க, சாலையின் எதிர்ப்புறத்தில் காப்புத் தண்டவாளங்களுக்குக் கீழுள்ள நிலத்தில் வளர்ந்துள்ள காட்டுச் செடிகளில் பளீரென்று வெண்ணிறப் பூக்கள். சாலையும் சரிவும் முழுவதும் நிழலாகவும் பள்ளத்தாக்கில் இளம் வெய்யிலாகவும் இருப்பதில் அது ஒரு பின் மாலை நேரம் என்று தெரிகிறது.

மேலுள்ள படத்தில் உங்கள் கற்பனைகள் சிறகடித்துப் பறக்கக் கதைகள் தெரிகின்றனவா? சட்டம் போட்ட இந்தப் படத்துக்குள் எத்தனை படங்கள்! அவை யாவும் ஒன்றுக்கொன்று இயைந்தும் அதே சமயம் முரண்பட்டும் உள்ளது தெரிகிறதா? ஒவ்வொரு படத்தை வைத்தும் ஒரு கதை எழுதலாம் அல்லவா? மலையும் சாலையும் அழகாகத் இயைந்திருந்தாலும் மலையில் மனிதனின் கீறல் தானே அந்தச் சாலைகள்? இந்த ஆக்கிரமிப்பின் மெல்லிய எதிர்ப்பாகத் தான் அந்தக் கார் நின்றுவிட்டதோ? அந்தப் பெண் மலையை விடவும் அழகா? அல்லது ஆடவன் தான் மலையை விட வலிமையானவனா? காரில் செல்லும் பணக்கார மனிதர்களைப் பேருந்தில் செல்லும் நடுத்தர, ஏழை மக்கள் புறக்கணிப்பது வாழ்க்கையில் இயல்பா, முரணா? எதைப் பற்றியும் கவலைப் படாமல் அந்த அருவி தன் வழியில் இழிந்து சாலையைக் கடந்து விழுகிறது. மலையோ காட்டுச் செடிகளோ ஒன்றையொன்று சார்ந்திருக்கிறதா? ஒன்றில்லாமல் ஒன்று இருக்க முடியாதா? இருந்தும் அந்தச் செடிகள் மலையின் காவியுடன் இயைந்து வெண்பூக்களில் தன்னியல்பாகச் சிரிக்கிறது. இறுதியாக, இந்தப் படங்கள் எல்லாம் காலம் எனும் சட்டத்துக்குள் அடக்கம் என்பதை நினைவுறுத்துவது போல் ஆதவன் தன் கிரணங்களால் ஒளியையும் நிழலையும் பொழிகிறான்.

இத்தனை படங்களில் எந்தப் படத்தைப் பற்றி உங்கள் கதை அமைந்தாலும் மற்றத் தனிப் படங்கள் யாவும் கதையின் ஒருமைக்கும் ஓட்டத்திற்கும் துணை நிற்க, எல்லாம் ஒரு சட்டத்துக்குள் அடங்குகிறது அல்லவா? அந்தக் கதிரவனும் காலமும் கூடக் கதையின் சட்டத்துக்குள் கட்டுப்பட்டே இயங்கும் அல்லவா?

ஒரு சிறுகதை சில கதைமாந்தர்களைப் பற்றிக்கொண்டு நகர்கிறது. கதையில் வருணனைகளும் நிகழ்ச்சிகளும் காலங்களும் விவரிக்கப் படுகின்றன. ஏதாவது ஒரு மாந்தரையோ நிகழ்ச்சியையோ வருணனையையோ அல்லது காலக் குறிப்பையோ தனியாகப் பார்த்தால் அவை தனித்தனிப் படங்களாக மனதில் விரியும். ஆயினும் இவற்றில் எந்தப் படமும் தனியாக முழுமை பெறுவதில்லை. இவையெல்லாம் ஆசிரியர் சிறுகதையாக அமைத்த சட்டத்துக்குள் பொருந்தி இசைந்திருக்கும் போதுதான் கதையின் பெரிய படம் கண்ணுக்குத் தெரிந்து நெஞ்சை நிறைக்கவோ நெகிழ்விக்கவோ செய்கிறது.

ஓர் ஓவியன் அளவான வண்ணக் கோவைகளில் தன் படத்தில் உள்ள உப-படங்களை வரைவது போலக் கதாசிரியர் தன் கதையில் கூறுகளாக விளங்கும் சொற்சித்திரங்களை இணைத்து இயைத்துக் கதையின் குரலை இசைக்கிறார். அந்தச் சொற்சித்திரங்களில் ஏதேனும் ஒன்று தூக்கலாக, நிரடாக இருந்தால் கதையின் ஸ்வரத்தில் பிசிறு தட்டிவிடுகிறது. கீழ்வரும் கதைகளின் கூறுகளை ஆராய்ந்து அவை எவ்வாறு கதையின் சட்டத்துக்குள் ஒரே படமாகப் பொருந்துகின்றன என்று அறிந்துகொள்ளவும்.

ந.பிச்சமூர்த்தி: பலூன் பைத்தியம் - இந்தக் கதையில் ஆசிரியர் 'குழந்தைகளுக்கு ஏன் திரும்பத் திரும்ப பலூன் மேல் ஆசை?' என்ற கேள்வியை ஆராய்கிறார். பலூன்களின் வண்ணங்கள் என்றால் பூக்களில் கூட எத்தனை வண்ணங்கள் இருக்கின்றன? சூரியன் மறையும் மாலை வண்ண ஜாலத்துக்கு ஈடாக மனதை வேறொன்று நிறைக்க முடியுமா? பலூன்களின் மென்மை, வண்ணம், காற்றில் மிதக்கும் திறன் போன்ற வசீகரக் கூறுகளை ஆராய்ந்து ஆசிரியர் ஒரு முடிவுக்கு வருகிறார். முடிவைக் கதையைப் படித்துத் தெரிந்துகொள்ளுங்கள். கதையின் சட்டத்தில் தனிப் படங்களாக மனதில் வடிவெடுக்கும் குழந்தைகள், அவர்களது அன்னையர்கள், பலூன்கள், பூக்கள், சூரிய சந்திரன் போன்ற பிம்பங்கள் கதைச் சட்டத்துக்குள் எப்படி இணைந்து இசைகின்றன என்று தெரிந்துகொள்ளுங்கள்.

விந்தன்: மறுமணம் - சமீபத்தில் மனைவியை இழந்து வருந்தும் கணவன் - அவர்களுக்கு இரண்டு குழந்தைகள் - வயதான தாயார் - சமையற்காரர் - குழந்தைகளைப் பார்த்துக் கொள்ள மனைவியின் தோழியான எதிர்வீட்டுப் பெண், அவளது வயதான தாயார்...

இவர்களை வைத்து ஆசிரியர் விந்தன் ஓர் அழகான சிறுகதை பின்னி அதற்கு ஒரு முத்தாய்ப்பான முடிவையும் தருகிறார்.

மற்ற உபாயங்கள் பற்றி வரும் பதிவுகளில்...

நாட்குறிப்புகள் - நாட்குறிப்புகள் மூலம் கதை சொல்லும் போது எது உண்மையில் நடந்தது, எது கதைமாந்தர் மனதில் நடந்தது என்று வாசகர் தெளிவாக அறியும் படியாக எழுதுதல் வேண்டும். இதில் குழப்பம் இருக்குமானால் அது ஆசிரியர் வேண்டுமென்று அமைத்ததாக இருக்கவேண்டும்.

புகழ்பெற்ற தமிழ்ச் சிறுகதை ஆசிரியர்கள் நாட்குறிப்புகள் மூலம் கதை சொன்னதாக அவசரத் தேடலில் கிடைக்கவில்லை. அப்படி ஏதேனும் கதைகள் இருந்தால் வாசகர்கள் குறிப்பிடலாம்.

எனினும், உதகை சத்யன் என்பவர் எழுதிய "'குண்டு' குமாரின் டயரி" என்னும் கதையில் இந்த உபாயம் பயன்படுத்தப் படுகிறது:

கதையிலிருந்து ஓரிரு மேற்கோள்கள் கீழே.

10-07-2010

இன்று பள்ளித் தொடக்க விழா. விழா முடிந்ததும் என் நண்பர்கள் என்னைச் சுற்றிக்கொண்டனர். 'குண்டு... குண்டு... குண்டு குமார் எனக் கை தட்டி என்னைச் சுற்றிக் கூத்தடித்தார்கள். 'கத்திரிக்காய்,,, கத்திரிக்காய்,,, குண்டு கத்திரிக்கா,,,, எந்த கடையில நீ அரிசி வாங்கறே? எனப் பாடி, என்னைக் கேலி செய்தார்கள், நான் அழுதுவிட்டேன்.

05-09-2010

அம்மாவைக் கட்டாயப்படுத்தி, இன்று டாக்டரிடம் சென்றேன். டாக்டர் என்னைப் பற்றி முழுதாக விசாரித்தார். என் பழக்க வழக்கங்கள், சாப்பிடும் உணவு... என்று பல்வேறு விவரங்களைக் கேட்டார். கடைசியாக அவர் எனக்கு எந்த மருந்தும் தேவையில்லை, தினமும் அரைமணி நேரமாவது உடற்பயிற்சி ஏதாவது செய் என்று சொன்னார். கட்டாயம் நான் தினமும் ஸ்நாக்சுக்குச் சாப்பிடும் பிசாவைத் தவிர்க்கச் சொன்னார்.

நாட்குறிப்புகளைக் கதையில் ஒரு பகுதியாகப் பயன்படுத்தலாம். இந்தக் கதையில் வரும் நாட்குறிப்புகள் நிகழ்த்தும் மனமாற்றங்கள் அற்புதம்!

ஆலந்தூர் மன்னனின் 'யாதுமாகி...' சிறுகதையில் ஒரு டயரியே கதையாகவும் கதையே டயரியாகவும் இணைந்து, இழைந்து இரும்பைப் பொன்னாக்குகிறது. கதைசொலல், காட்சிகள், கதைமாந்தர் குணங்கள், கதையின் நடை, களன், காலம் என்று எல்லாக் கூறுகளிலும் சிறந்ததாக விளங்கும் இந்தச் சிறுகதை, கதையெழுத விழையும் ஒவ்வொருவரும் படிக்கவேண்டிய ஒன்று.

கதையிலிருந்து ஒரு சின்ன 'சாம்பிள்': நான் ஒரு டிவி தொடர் தயாரிப்பாளர். எந்த டிவி என்பதைச் சொன்னால் இந்தக் கதையைப் படிப்பதை நீங்கள் நிறுத்திவிடக்கூடும். அதைவிட எந்தத் தொடர் என்று சொன்னால் சர்வ நிச்சயமாக நிறுத்திவிட்டு உடனடியாக ஆசிரியருக்கு நீங்கள் கடிதமும் எழுதக்கூடும் 'ஏன் இவனையெல்லாம் இங்கே அனுமதிக்கிறீர்கள்?' என்று. சுருக்கமாக இந்தியா முழுக்க சாமியார்களைக் குறித்து, அவர்களைச் சுற்றி பின்னப்பட்ட கதைகளின் பின்னால் இருக்கும் மர்மங்களை பகுத்தறிவுடன் அலசி அளிக்கும் தொடரை உங்களுக்குத் தெரிந்திருக்கலாம். அதில் நான் ஒரு முக்கியமான பாகம். நான்தான் சாமியார்களைக் கண்டுபிடிப்பேன். அவர்கள் குறித்த நம்பிக்கைகளை அலசுவேன். அதை எப்படிக் காட்டுவது என்பதைத் தீர்மானிப்பேன். பிறகு அந்த நம்பிக்கைகளை மெதுவாக உடைப்பேன். கஞ்சா அடிக்கும் சாமியார், பிணம் சாப்பிடும் சாமியார், தண்ணி அடித்துவிட்டு குறிசொல்லும் சாமியார் என்று வகை வகையான சாமியார்களையெல்லாம் நாங்கள் காட்டியதை நீங்கள் பார்த்திருப்பீர்கள். இல்லையென்றால் உங்கள் வீட்டில் 'டண் டணா டண்' இணைப்பு இல்லை என்று பொருள்.

ரமணியின் 'அவன் அவள்' சிறுகதையின் முடிவில் இந்த உத்தி கதைமாந்தரின் குணத்தைக் குறிப்பாகச் சொல்லப் பயன்படுகிறது.

அட! டயரிகூட எழுதுகிறாளா என்ன?

கீதாவின் டயரி அவள் ஊருக்குச் சென்ற சனிக்கிழமையுடன் நின்றிருந்தது. எடுத்துச்செல்ல மறந்துவிட்டாள், பாவம் என்றுணர்ந்து ஆவலுடன் பக்கங்களைப் புரட்டியபோது கண்கள் பனித்தன.

ஜனவரி 5, சனி.

அன்று நூலகத்தில் தூங்கியது தப்புத்தான். மிகவும் கோபித்துக் கொண்டார். தவறை உணர்ந்தாலும் மன்னிப்புக்கேட்க மனம் சண்டித்தனம் செய்கிறது. அவர்மீதும் தவறு இருக்கிறது. நான் கொஞ்சம் விட்டுக்கொடுக்கலாமோ?

ஜனவரி 6, ஞாயிறு.

வரவர எங்களுக்குள் எதற்கெடுத்தாலும் சண்டை மூள்கிறது. ஆபீஸிலிருந்து பெரும்பாலும் லேட்டாகவே வருகிறார். இன்றுகூட என்ன ஆபீஸ்? கேட்டால் கோபம் வருகிறது. லீவு நாட்களில் நண்பர்கள் படையெடுப்பு. எனக்கு எப்போதும் அடுப்புத்தான். இவருக்கு செஸ், புத்தகங்கள் இருந்தால்போதும், நான்கூட அப்புறம்தான். எனக்கோ அவர் சுவைகளில் நாட்டம் இல்லை. பொங்கல் கழிந்ததும் கொஞ்சம் ஊருக்குப் போய்வந்தால் தேவலாம்.

சிறுதை உத்திகள்: கதை சொல்லும் உபாயங்கள் - மின்-அஞ்சல், மின்-அரட்டை, அலைபேசிக் குறுஞ்செய்தி - இன்று இவைதான் நம் உறவு, செய்தி மற்றும் கருத்தின் எழுத்துப் பரிமாற்றத்திற்கு இன்றியமையாக் கரணங்கள். இவற்றின் வசதியும் விரைவும் பரப்பும் பெருக்கமும் நம் எல்லார்க்கும் மிகவும் பயன்பட்டாலும், இவற்றின் குறுக்கம் நம் மொழியை, மனதைக் குறுக்கிவிட்டன என்று துணிந்து கூறலாம். முட்டாள்தனமான மின்-அஞ்சல் மொழிநடையே இன்று பலருக்கு இலக்கிய நடையாகிவிட்டது. குரலொலி எழுத்துக்கூறுகள் (phonetical alphabets) மூலம் ஆங்-

சில எழுத்துகளைப் பயன்படுத்தி இன்று நம் கவிதை கதை கடிதம் கருத்துகளைத் தட்டெழுதும்போது, கையெழுத்தில் மொழியின் இயல்பான வரிவடிவங்களில் எழுதும்போது வரமுடியாத பிழைகள் மலிந்துவிடுகின்றன. இன்றைய அவசர உலகில் நாளை நம் குழந்தைகள் கையெழுதி மொழி கற்பதை விடுத்துத் தட்டெழுதிக் கற்று எழுத்துகளின் வரிவடிவங்களையே மறந்துவிடுவார்களோ என்றுகூட அச்சம் ஏற்படுகிறது.

இந்த சூழ்நிலையில் அன்றைய வாழ்வில் கையெழுத்துக் கடிதங்களின் பங்கினை இன்று நம்மில் பலர் அறியாதிருப்பது வியப்பல்ல. காகிதமும் மசியும் பேனாவும் கொண்டு எழுதிய கையெழுத்துக் கடிதங்கள் மூலம் தொடர்பு கொண்டவர்களுக்குத் தான் அவற்றின் அருமையும் பெருமையும் இலக்கியமும் புரியும்.

கடிதங்களில் கதை சொல்லும் போது இருவரின் உரையாடலாக அமைத்து அவர்களின் குணத்தையும் கதையையும் விவரிக்கலாம். அல்லது ஒருவர் தன் மனதை வெளியிடுவதாக அமைத்துத் தன்மைப் பார்வையில் எழுதலாம். கடிதங்கள் கதையின் திருப்புமுனையாக அமையலாம், கதையை நகர்த்தலாம், முழுக்கதையையும் கூடச் சொல்லலாம்.

ஆர்.சூடாமணி அவர்கள் தன் கதை 'பூமாலையில்' ஒரு கடிதம் மூலம் சிறுகதைக்குப் புதிய பரிமாணத்தைத் தருகிறார். கதையை முன்னிலைப் பார்வையில் சொல்வது மட்டுமல்லாமல், கதையின் வரும் சம்பவங்களையும் செயற்கையாகத் தெரியாமல் அந்தக் கடிதத்திலேயே நுழைத்து விடுகிறார். கதையின் செய்தியும் முடிவும் அலாதி. கதையின் முடிவு பற்றி வாசகர்கள் அவசியம் பின்னூட்டம் இடுவார்களாக.

அன்புள்ள ரம்யா,

உன் கடிதம் கண்டு மிகவும் வருத்தமடைந்தேன். சக்கையாய் புலம்பித் தீர்த்திருக்கிறாய். என் வருத்தம் நீ துக்கப்படுகிறாயே என்பதற்காக இல்லை. இப்படி இருக்கிறாயே என்பதற்காக.

கடைசியில் உன் துக்கம்தான் என்ன? சிறு வயதில் உன் சித்தி உன்னைக் கொடுமைப்படுத்தினாள். உன் அப்பா தனியாய் உன்னிடம் வந்து ''எனக்காகப் பொறுத்துக்கோம்மா ரமி! அப்பாவுக்கு உன்கிட்ட கொள்ளைப் பிரியம். ஆனா சித்தியை நான் கண்டிக்க முடியாது. அப்புறம் வீட்ல பிரளயம் தான் வரும். எனக்காகப் பொறுத்துக்கோ'' என்று சொல்வாரே தவிர உன்னைச் சித்தியின் கொடுமையிலிருந்து காப்பாற்ற எதுவும் செய்யவில்லை•••

குரு அரவிந்தன்: ஒரு அப்பா, ஒரு மகள், ஒரு கடிதம்!

மகளின் கடிதம் கண்டு தந்தை அவள் எதிர்காலம் குறித்து முக்கியமானதொரு முடிவினை எட்டுகிறார்.

மனைவிக்கும் அவருக்கும் மனத்தாபம் முற்றி மனைவி விவாகரத்துக் கோரும் போது கணவர் அவர்களது பெண்ணின் எதிர்காலம் குறித்துக் கேட்கிறார். மனைவியே அது அவர் பெண்ணல்ல என்று கூறி அதை நிரூபித்துக்காட்டுவதற்காக மகளை மரபணு (DNA) சோதனைக்கு உட்படுத்துகிறாள். வெளியூரில் படிக்கும் மகளிடம் இருந்து தந்தைக்கு ஒரு கடிதமும் அந்த மரபணு அறிக்கையும் ஒரே தபாலில் வருகிறது. தந்தை கடிதத்தை முதலில் பிரித்துப் படிக்கிறார்•••

புதுமைப்பித்தன்: கடிதம் - 'பேனாவை வைத்துக்கொண்டு கோனாகிவிடுவோம்' என்று அந்த எழுத்தாளர் கனவு காணவில்லை; அதே சமயம் பேனாவை வைத்துக்கொண்டு பிச்சையெடுக்கவும் அவர் நினைக்கவில்லை. நண்பர்கள் புகழ்ந்தாலும் சமூகத்தில் நூற்றில் ஒருவராக அவரை மதித்ததால் அவருக்கு எழுதுவதில் சலிப்பு ஏற்படுகிறது. நல்ல கதையை ரஸிக்க எவரும் இல்லையென்றால் ஏன் எழுதவேண்டும் என்ற கேள்வியால் அவரது இப்போதைய சிறுகதை பாதியில் நிற்கிறது. இந்த சமயத்தில் அவர் கதையொன்றைப் புகழ்ந்து அவருக்கு ஒரு கடிதம் வருகிறது•••

அண்ணாதுரை: மூன்று கடிதங்கள் - Typical தி.க. பிரசாரக் கதையாக இருந்தாலும் இந்தச் சிறுகதையில் உள்ள மூன்று கடிதங்கள் ஒரு சுவாரசியமான திருப்பத்தைத் தருகின்றன!

சுஜாதா: மூன்று கடிதங்கள் - இலக்கியம் படைப்பதில் சுஜாதாவுக்குப் சில முகங்கள் இருந்ததாகச் சொல்லப்படுவதுண்டு. எனினும் மிகப் பெரும்பான்மையான அவரது சிறுகதைகளிலும் புதினங்களிலும் வணிக உத்தியே தலைதூக்கி நிற்கிறது. இந்தக் கதையில் வரும் மூன்று கடிதங்களும் இது போலத்தான். இதில் இவருக்கு ஒரு பெருமை வேறு!

4. கதை சொல்லும் உபாயங்கள்: கதைக்குள் கதை - கதைக்குள் கதை என்னும் உபாயம் நம் பஞ்சதந்திரம், புராணங்கள், ராமாயண-மகாபாரத இதிகாசங்கள் போன்ற பழமையான நூல்களில் திரும்பத்திரும்பப் பயன்படுத்தப்படும் உத்தியாகும். கதைக்குள் அமையும் கதை ஒரு துணைக்கதையாகவோ, கிளைக்கதையாகவோ நிகழ்ந்து, மூலக்கதையின் செய்தியை வலியுறுத்துவது, மூலக்கதை மாந்தர் ஒருவரின் தற்போதய நிலையின் பின்னுள்ள கருமவினைகளைக் காட்டுவது, அல்லது வெறுமனே களிப்பூட்டுவது போன்ற தேவைகளுக்குப் பயன்படுகின்றன. இரண்டு கதைகளுக்கும் இடையே ஓர் இணையான போக்கு காணப்பட்டு, துணைக்கதையில் சொல்லும் பொருள் மூலக்கதையில் மறைபொருளாள உள்ள உண்மைகளை வெளிக்கொணரப் பயன்படும்.

சிறுகதையின் வடிவம், ஒருமை போன்ற கூறுகள் சிதைவுறாமல் கதைக்குள் கதை அமைப்பது கடினம். எனினும் இந்த உத்தியில் எழுதப்பட்ட சிறுகதைகள் இல்லாமல் இல்லை. நட்ட நடுவில், முடிவுக்குச் சமீபத்தில் ஆரம்பமாகும் சிறுகதையில் ஒரு வெட்டாக முன்கதையை விவரிப்பது வழக்கம். இந்த முன்கதை தன்னளவில் ஓர் தனிக்கதை அல்ல

என்பதால் கதைக்குள் கதை ஆகாது என்பதைப் புரிந்துகொள்வோம்.

புதுமைப்பித்தன்: கட்டிலை விட்டிறங்காக் கதை - விக்கிரமாதித்த மன்னனின் சிம்மாசனப் படிகளில் வீற்றிருந்த பொம்மைகளில் ஒன்று உரைக்கும் கதைக்குள் கதையாக நையாண்டியுடன் ஆசிரியர் சொல்லும் கதையில் மூட்டைப் பூச்சிகள் கதைமாந்தர்கள்!

ரமணி: பெண்மையின் அவலங்கள் - கதையின் நாயகியே தன் கதையை ஒரு சிறுகதையாக எழுதும்போது எழு-கின்ற கதைக்குள் கதை விழைந்ததும் நிகழ்ந்ததும் விவரிக்கிறது.

ரமணி: சார்பு எழுத்துகள் - வாழ்வின் யதார்த்தைச் சரியாக ஆராயாமல் துணையிழந்த இரண்டு பெற்றோர்கள் ஒன்றை முனைய, அவர்களின் குழந்தைகள் இயல்பான வேறொன்றை முனைகிறார்கள். இரண்டு கதைகள் சந்திக்கும் போது உண்மைகள் புலப்பட்டுப் பார்வை தெளிவடைகிறது.

ஆறு சொற்களில் ஒரு கதை

புகழ்பெற்ற கதையெழுத்தாளர் எர்னஸ்ட் ஹெமிங்வே ஒரு முறை ஆறு சொற்களில் அமையுமாறு தம்மால் ஒரு கதை எழுத முடியும் என்று பந்தயம் கட்டி ஜெயித்தார்.

அந்தக் கதை உலகின் மிகச் சிறிய கதைகளின் முன்னோடி யாகியது:

For sale: baby shoes, never worn

இன்று அறுசொற் கதைகளுக்கென்றே ஒரு வலைதளம் உள்ளது!

இந்த வலை தளத்தில் கண்ட சில சுவாரஸ்யமான 'கதைகள்' கீழே.

We're lying in bed. She's lying.
"Joining the President is his husband..."
03, Strangers. Friends. Best friends. Lovers. Strangers.
Torched the haystack. Found the needle.
Sorry soldier, shoes sold in pairs.
Unwanted boy grows into wanted man.
Free rent. Three squares. Maximum Security.
The smallest coffins are the heaviest.
Smoking my very last cigarette. Again.
Should've. Could've. Would've. Didn't. Didn't. Didn't.
I'm beside myself; cloning machine works.
Underwater collector. Bad lover. Lone shark.
Alzheimer's Advantage: new friends every day!
Painfully, he changed 'is' to 'was'.
Ex-wife, ex-husband are fine. Kids aren't.
Five armed vampires enter blood bank.
Murderous rooster slaughters hens: foul play!

தமிழில் இதுபோல் நான் முயன்றதில் உதித்த சில 'கதைகள்'.

மன்னனின் வேட்டையில் சிக்கியது மான். திருமணம் செய்துகொண்டான்.
தலைவனும் தலைவியும் ஊடிப் பிரிந்தனர். தோழியைக் காணவில்லை!
புலவர் மன்னனைக் கடிந்து பாடினார். மன்னன் பரிசளித்தான்.
அண்ணன் செத்தால் திண்ணை காலி. தம்பி முந்திக்கொண்டான்.
வைக்கோலை எரித்துத் தேடினர். அரசியின் தங்க ஊசி!

நீங்களும் முயன்று பாருங்களேன்! ஒரே ஒரு நிபந்தனை, ஆறு சொற்களில் ஒரு கதை இருக்கவேண்டும், கவிதை அல்ல.

43. அண்மைக்காலச் சிறுகதைகள் - இமையம்

மொழி என்ற தொடர்புச் சாதனம் உருவானபோதே கதை சொல்வது என்ற செயலும் உருவாகியிருக்க வேண்டும். மனிதனால் எவ்வாறு பேசாமல் இருக்க முடியாதோ அவ்வாறே கதை சொல்லாமலும் இருக்க முடியாது. கதை சொல்-லும் முறை கற்பனையை உருவாக்கிற்றா, கற்பனை என்பது கதையை உருவாக்கிற்றா, கற்பனை என்பது கதையை உருவாக்கிற்றா என்றால் இரண்டும் ஒரே சமயத்தில் உருவாகியிருக்க வேண்டும். மனித சமூகம் பல்வேறு நிலைகளைக்

கடந்து படிப்படியாகப் பல வளர்ச்சிகளைப் பெற்று இன்றும் பெரும் நம்பிக்கையுடன் பூமியில் காலூன்றி நிற்பதற்குக் கற்பனையும் கதை சொல்லும் முறையும் பெரும் பங்காற்றி இருக்கின்றன. கதையில்லை என்றால் கற்பனை இல்லை. கற்பனை இல்லை என்றால் வாழ்க்கை இல்லை. வாழ்க்கைக்கு உயிர்ச்சத்தாக இருப்பது கற்பனையும் கதையும்தான்.

ஒவ்வொரு தேசத்திலும், ஒவ்வொரு காலகட்டத்திலும் ஒவ்வொரு விதமான கதைகள் உருவாகியிருக்கின்றன, பல கதைகள் தேச எல்லைகள் கடந்து உலகப் பொதுக் கதையாகவும் பேசப்படுகிறது. எழுத்து மரபில் பேசப்பட்ட கதை-களைவிட வாய்மொழி மரபில் பரவிய கதைகளே இன்றும் பெரும்பான்மை மக்களால் பேசப்படுவதாக இருக்கிறது, வாழ்க்கை நெறியாக மேற்கொள்ளப்படுகிறது. வாய்மொழி மரபு கதைகளை விஞ்சும் வகையில் எழுத்தில் கதைகள் உருவாக்கப்படவில்லை என்பது கவனத்திற்குரியது. தமிழ் மரபு காவியங்களை அடிப்படையாகக்கொண்டது. அதுவும் பதினாறாம் நூற்றாண்டோடு முடிந்துவிட்டது. 20ஆம் நூற்றாண்டின் தொடக்கத்தில்தான் தமிழில் உரைநடை இலக்-கியம் அறிமுகமாகிறது. குறிப்பாக சிறுகதை வடிவம். அதற்கு முன் தமிழில் சிறுகதை வடிவமே இல்லையா என்-றால்இருந்தது. அதுவும் சிறந்த வகையில் இருந்தது. ‘‘ஒரு ஊருல ஒரு நரி, கதை அதோட சரி’’, ‘‘ஒரு ஊருல ஒரு சிங்கம், அந்தக் கதைய சொன்னா அசிங்கம்’’, ‘‘ஒரு ஊருல ஒரு பரி, கதை அதோட சரி’’ என்று ஒரே ஒரு வாக்கியத்திலேயே கதை சொன்னது தமிழ் மரபு.

வாய்மொழி மரபையும் ஆங்கில இலக்கியத்தின் வழியாகப் பெறப்பட்ட வடிவத்தையும் கொண்டு உருவானதுதான் நவீன சிறுகதை வடிவம். கடந்த ஒரு நூற்றாண்டுக் காலத்தில் சிறுகதை என்ற வடிவம் பெற்றுள்ள மாற்றம், செழுமை, வளர்ச்சி, வடிவச்சோதனைகள், பரிசோதனை முயற்சிகள் போன்றவை பெரும் பாய்ச்சலை நிகழ்த்தியுள்ளன. தமி-ழில் இவ்வடிவத்தின் முன்னோடியாக வ.வே.சு.ஐயரைக் குறிப்பிடலாம். அவரைத் தொடர்ந்து பி.எஸ்.இராமையை, கு.ப.இராஜகோபாலன், ந.பிச்சமூர்த்தி, புதுமைப்பித்தன், சி.சு.செல்லப்பா, பி.எம்.கண்ணன், இளங்கோவன், சிதம்பர-சுப்பிரமணியன், மௌனி போன்றவர்கள் சிறுகதை வடிவத்தைப் பயன்படுத்தி பல்வேறு ஆக்கங்களை உருவாக்கிய இவ்வடிவம் தமிழில் பரவலாகவும், ஆழமாகவும் வேர் ஊன்றச் செய்ததோடு பல முன்மாதிரிகளையும் உருவாக்கிக்-காட்டினார்கள்.

இவர்களையடுத்து வந்த கு.அழகிரிசாமி, தி.ஜானகிராமன், லா.ச.ராமாமிர்தம், த.ஜெயகாந்தன், சுந்தரராமசாமி போன்றவர்கள் தமிழ்ச் சிறுகதையை அடுத்த கட்டத்திற்கு நகர்த்தினார்கள். உருவம், உள்ளடக்கம், மொழி, செய்-நேர்த்தி போன்றவற்றில் இவர்கள் கூடுதல் கவனம் செலுத்தினார்கள். இவர்களுடைய எழுத்து அகவுலகத் தேடல் எனலாம். இவர்கள்தாம் தனிமனித வாழ்க்கையின் வழியே, தனிமனித சிக்கல்களினூடே சமூகத்தை உற்று நோக்-கியவர்கள். இவர்களையடுத்தும் இவர்களோடு சேர்ந்தும் வந்த அசோகமித்திரன், ந.முத்துசாமி, கி.ராஜநாராயணன், நாஞ்சில்நாடன், சா.கந்தசாமி, பிரபஞ்சன், வண்ணநிலவன், வண்ணதாசன், அம்பை, பூமணி, தோப்பில் முகமது மீரான் போன்றவர்கள் தமிழ்ச் சிறுகதைக்கு ஒரு மறுமலர்ச்சியை உருவாக்கித் தந்தார்கள்.

இந்த மறுமலர்ச்சியை வளர்த்தெடுக்கும் விதமாகத் தற்காலத்தில் எழுதிக்கொண்டிருப்பவர்கள் திலிப்குமார், ஜெய-மோகன், எஸ்.ராமகிருஷ்ணன், கோணங்கி, பெருமாள் முருகன், தேவிபாரதி, சு.வேணுகோபால், பாவண்ணன், சுப்ரபா-ரதிமணியன், பிரேம்ரமேஷ், சோ.தர்மன், கௌதம சித்தார்த்தன், எம்.ஜி.சுரேஷ், ச.தமிழ்ச்செல்வன், கண்மணி குணசே-கரன், பாமா, சிவகாமி, அழகியபெரியவன், ஆதவன் தீட்சணயா, யுவன்சந்திரசேகர், அன்பாதவன், விழி.பா.இதயவேந்-தன், ஜீ.முருகன், காலபைரவன், சு.தமிழ்ச்செல்வி,சல்மா, உமா மகேஸ்வரி, அ.வெண்ணிலா, புகழ், ஜே.பி.சாணக்யா, எஸ்.செந்தில்குமார், கே.என்.செந்தில் …. என்று இன்னும் பலர் தமிழ்ச்சிறுகதைக்கு தங்களுடைய பங்களிப்பின் வழியே வளம் சேர்த்து வருகின்றனர்.

1980-90களுக்குப் பிறகு படைப்பு சார்ந்தும், படைப்பு மொழி சார்ந்தும், தமிழ்ச் சிறுகதையில் பெரியமாற்றம் நிகழ்ந்-தது. அடித்தட்டு மக்களும், விளிம்புநிலை மக்களும், அவர்களுடைய மொழியும் இலக்கியமாக்கப்பட்டது. இக்கால-கட்டத்தில்தான் சமூகத்தின் பலதரப்பு வாழ்க்கை முறையும் இலக்கியமாயின. பழைய எழுத்தாளர்களிடம் காணப்பட்ட உத்தி சார்ந்த மயக்கங்கள், பிரமைகள், உதிர்ந்து போயின. கதைப் பரப்பும், அனுபவமும் விரிந்த தளத்தில் இருந்தது. புதியபுதிய கதைக் களன்களைத் தேடி எழுத்தாளர்கள் நகர்ந்தவாறே இருக்கின்றனர். வாய்மொழி மரபும், வட்டார வழக்கும், இனக்குழு வரலாறுகளும் கூடுதல் கவனம் பெற்றதோடு அதிகமாக எழுதவும்படுகின்றன.

எல்லாவற்றுக்கும் மேலாகத் தலித்தியம், பெண்ணியம் என்ற கோட்பாடுகளால் எழுச்சிபெற்று எழுந்த இலக்கியங்கள் தமிழ் சிறுகதைக்கு புதிய முகத்தைக் கொடுத்துள்ளது. தற்காலத்தில் தமிழ்ச் சிறுகதை வடிவம் காட்டாறு வெள்ளம்-போலப் பெருக்கெடுத்து ஓடுகிறது. அவ்வாறு ஓடுகிற வெள்ளத்தில் ஒரு கையளவு நீரை மட்டுமே அள்ளி உதாரணம் காட்ட முடியும். அதுவும் கடந்த பத்தாண்டுகளில் வந்த சிறுகதையின் வழியே. இதன் மூலம் மொத்த தமிழ்ச் சிறுக-தைகளைப்பற்றிய சித்திரத்தை அறியமுடியும்.

தற்காலத்தில் தமிழில் எழுதப்படும் சிறுகதைகளை ஐந்து வகையாகப் பிரிக்கலாம். 1.பொதுவான சிறுகதைகள், 2.புதுவகைச் சிறுகதைகள், 3.தலித்தியச் சிறுகதைகள், 4.பெண்ணியச்சிறுகதைகள், 5.வாய்மொழி மரபுச்சிறுகதைகள்.

பொதுவான கதைகள் - ஒரு மனிதனைப்பற்றிய “வெள்ளை அறிக்கை” (உயிர்மை பிப்,2010) என்ற பிரபஞ்சனின் சிறுகதை பல விதங்களில் முக்கியமானது. கதை எலிகளைப் பற்றிப் பேசுகிறது. உண்மையில் எலிகளைப்பற்றி அல்ல மனிதர்களைப்பற்றிதான் பேசுகிறது. எலிகளுக்கும் மனிதர்களுக்குமான உறவு என்ன, ஏன் அவர்களுக்கிடையே ஓயாமல் போராட்டம் நிகழ்கிறது. அந்தப் போராட்டத்தில் வெற்றி பெறுவது யார், மனிதர்களால் அழிக்கப்பட்ட, அழிக்கப்பட்டுவரும் உயிரினங்களின் எண்ணிக்கை எவ்வளவு என்று சூசகமாகப் பல ஆழமான கேள்விகளைக் கேட்கிறது கதை. அப்படிக் கேட்கப்படுகிற கேள்விகளில் ஒன்று மனிதர் சங்கதியும், எலிகளின் சங்கதியும் ஒன்றா என்ன?.

“பொதுவாக என் மீது ஒரு புகார் இருக்கிறது. ஏதாவது ஒன்றைச் சொல்ல ஆரம்பித்துவிட்டு எங்கெங்கோ அலைந்து திரிய ஆரம்பித்துவிடுகிறேன். இந்தமுறை அந்தத் தவறு நடக்காமல் பார்த்துக்கொள்ளப்போகிறேன்” என்று ஆரம்பிக்கிற யுவன் சந்திரசேகரனின் “சொன்னால் நம்ப மாட்டீர்கள்” (உயிர்எழுத்து - டிசம்பர் - 09) என்ற கதை ரயில் பயணத்தில் தொடங்குகிறது. பயணம் முடியும்போது கதையும் முடிந்துவிடுகிறது. கதையை எழுதுகிற எழுத்தாளருடைய நண்பரைப்பற்றிய கதை. கதையில் வரும் நாயகனும் எழுத்தாளரே. அதிக பிரபலமில்லாத, அதிகம் எழுதாத எழுத்தாளர். காரணமின்றிப் பலருக்கு வாழ்க்கை தொடர்ந்து நெருக்கடிகளையும் சங்கடங்களையும் தந்துகொண்டிருக்கிறது. ஓயாமல் நெருக்கடிக்குள்ளாகிற மனிதனைப்பற்றி விவரிக்கிறது. சொன்னால் நம்ப மாட்டீர்கள் கதை. ஒவ்வோர் எழுத்தாளரும் தன்னையே உணரலாம் இக்கதையில். தன்னுடைய அனுபவத்தை வாசக அனுபவமாக மாற்றம் செய்வதுதானே கலைப்படைப்பின் நோக்கம்.

ஜி.முருகனின் “கள்ளத் துப்பாக்களின் கதை” (அடவி மாத இதழ் பிப், 2010) என்ற கதை சுப்ரமணியன் என்ற மனிதனுடைய மொத்த வாழ்க்கையையுமே சொல்கிறது. தர்மாபுரத்தில் வசிக்கிற ஆசாரியின் இரண்டாம் தாரத்து மகன் சுப்பிரமணியன், முதல் தாரத்து நான்கு மகன்களாலும் ஓயாமல் விரட்டப்படுகிற சுப்ரமணியன் ஒரு கட்டத்தில் ஊரைவிட்டே போகிறான். பல ஆண்டுகள் கழித்து ஒரு பெண்ணுடன் ஊருக்கு வந்து ஊரின் ஒதுக்குப்புறமாக வாழ்கிறான். பறவைகளை வேட்டையாடுவது அவனது தொழிலாகிறது. அவனைக் காவல்துறை தேடுகிறது. பிறந்தது முதல் இறக்கும்வரை அவன் எப்படி ஓடிக்கொண்டேயிருக்கிறான் என்பதை மிகுந்த வலியுடன் சொல்கிறது கதை. கதாநாயகன் இறந்தாலும் அவன் உருவாக்கிய துப்பாக்கிகள் சாகவில்லை என்பதை கதையின் கடைசி வரிகள் காட்டுகின்றன. “கள்ளத்துப்பாக்கிகளோ அவன் பெயரை உச்சரித்தபடி இன்னும் காடுகளுக்குள் இரைச்சலிட்டுக்கொண்டேயிருக்கின்றன.”

எஸ்.ராமகிருஷ்ணனின் பி.விஜயலட்சுமியின் “சிகிச்சைக் குறிப்புகள்” (உயிர்மை - ஆக, 2005) என்ற சிறுகதை திருமணமான குறைந்த காலத்திலேயே சித்திரவதைக்குட்பட்டு மனச்சிதைவுக்கு உள்ளான பெண்ணினுடைய வாழ்வை சொல்கிறது. மொத்த குடும்பமே ஒரு இளம் பெண்ணின் மீது துவேசத்தைக் கக்குகிறது, சிறு தவறு செய்தாலும் அடிக்கிறது. கணவனே மனைவியை வன்புணர்ச்சி செய்கிறான். இச்செயல் தொடர் நிகழ்வாக நடக்கிறது. வேலைக்குச் செல்வதற்கும், மேல் படிப்பு படிப்பதற்கும் மற்றவர்களோடு சேர்ந்துகொண்டு கணவனும் எதிர்க்கிறான். சான்றிதழ்களைக் கிழித்தெறிகிறான். இப்படியான ஒரு சூழலில் ஒரு பெண்ணுக்கு மனச்சிதைவு ஏற்படாமல் இருந்தால்தான் ஆச்சரியப்பட வேண்டும். ஆனால், விஜயலட்சுமியின் மனச்சிதைவுக்கு அவளுடைய கணவனும், மாமனார் மாமியார் கூறும் காரணங்கள் விநோதமானவை.

“மூளக்கோளாறு ரொம்ப நாளாகவே இருந்திருக்கணும். நம்ம தலையில் கெட்டி வச்சிட்டாங்க. இனிமே இவ செத்தாலும், பிழைச்சாலும் நமக்கென்ன? விடு.”

பெருமாள் முருகனின் ‘வெள்ளி மீன்கள்’ (காலச்சுவடு அக்-07) என்ற கதை ஆடு திருடனைப் பற்றியது. ஆடு திருடப்போய் மாட்டிக்கொண்டு ஒரு இரவு முழுவதும் மோசமான புதருக்குள் மாட்டிக்கொண்டு அவஸ்தைப்படுகிற பசுபதி என்கிற திருடனுடைய மனஉளைச்சசலையும், அவன் படுகிற துன்பத்தையும் விவரிக்கிறது. மற்றவர்களுக்கு வேண்டுமானால் அவன் திருடனாக இருக்கலாம். அவனுக்கு வயிற்றுப் பிழைப்புக்கான வழி அது. ஒரு மனிதனைச் சாப்பிடாமல் இரு என்று எப்படிச்சொல்வது? பிறருக்குக் கஷ்டம்தான். திருட்டு அவனுக்குச் சோற்றுக்கான வழி. அதைச் செய்யாதே என்று எப்பபடிச் சொல்வது என்று மிக அழகாகக் கேட்கிறது இக்கதை.

“பூபதிக்கு ஆடு திருடுவதை பழக்கிவிட்டவர் அவன் அப்பன்தான். அவரோடு ஒப்பிட்டால் தன் திருட்டு ஒன்றுமேயில்லை என்றுபடும். அவர் ஒருநாளும் இப்படி மாட்டிக்கொண்டதில்லை. அவர் அழைத்துப்போக ஓராள் வண்டியில் காத்திருக்கவில்லை. எவ்வளவு தூரமானாலும் தோள்மீது போட்ட ஆடு சிறு சத்தமும் இல்லாமல் வரும். ஆடு திருடதோதான நேரத்தை அவர்தான் அவனுக்குச் சொல்லித்தந்தார்.”

‘ஊமை செந்நாய்’ (உயிர்மை நவ - 08) என்ற ஜெயமோகனின் கதை சென்ற நூற்றாண்டில் நடக்கிறது. ஒரு வெள்ளைக்காரத் துரைக்கும் நாய் மாதிரி நடத்தப்படுகிற இந்தியனுக்கும் இடையே நடக்கிற கதை. துரைக்கு வேட்டையாடுதல்தான் பொழுதுபோக்கு. வேட்டைக்கு உதவியாளாக வழிகாட்டியாக இருக்கிறவனின் மன உளைச்சல் என்ன

என்பதையும் அவன்படுகிற அவஸ்தைகளையும் தத்ரூபமாக விவரிக்கிறது. அவன் துரையினுடைய தொல்லை தாங்க முடியாமல் கடைசியில் மலையிலிருந்து விழுந்து சாவதையும் உயிரோட்டமாக விவரிக்கிறது கதை.

பெண்ணியச் சிறுகதைகள் - 1980க்குப் பிறகு தமிழில் ஏற்பட்ட பெண்ணியச் சிந்தனையால் ஊக்கம் பெற்றுப் பலர் மரபார்ந்த முறைக்கு எதிரான சிந்தனையோடும், புதிய எழுச்சியோடும், பெண்மொழி, பெண் உடல்மொழி, பெண் புழங்கும் வெளி என்ற முழக்கங்களோடும் புரிதலோடும் எழுதினர். அச்சு ஊடகம் ஒரு ஜனநாயகத் தன்மையை உருவாக்கிற்று. யார்வேண்டுமானாலும் தன்னை வெளிப்படுத்திக் கொள்வதற்கான சுதந்திரத்தையும் ஊக்கத்தையும் அது அளித்தது. அதன் அடிப்படையில் எங்களுக்கும் சொல்வதற்கு கதை உண்டு, மொழி உண்டு, அனுபவம் உண்டு என்று எழுத ஆரம்பித்தனர். உக்கிரமான மொழியில் பெண்கள் தங்களை வெளிப்படுத்தினர். சென்ற நூற்றாண்டில் வை.மு.கோதைநாயகி அம்மாள், மூவலூர் இராமாமிர்தம் அம்மாள், ஆர்.சூடாமணி, ராஜம் கிருஷ்ணன் என்று ஆரம்பித்த பட்டியல் சிவகாமி, ஆண்டாள் பிரியதர்ஷினி, பாமா, தமயந்தி, திலகவதி, உமா மகேஸ்வரி, அ.வெண்ணிலா, சு.தமிழ்ச்செல்வி, அம்பை, கிருஷாங்கினி, சல்மா என்று பட்டியல் நீள்கிறது.

அம்பையின் “வற்றும் ஏரியின் மீன்கள்” (பனிக்குடம் ஏப்-ஜூன் 07) கதை முக்கியமானது. இளம் வயதிலேயே தாயை இழந்து, தங்குவதற்காக - வாழ்வதற்காகப் பாதுகாப்பான இடம்தேடி மாறிமாறி இடம் பெயர்கிறாள் ஓர் இளம்பெண். இடம் பெயர்ந்ததால் ஏற்படுகிற மனஉளைச்சல்களை, நெருக்கடிகளை மிகுந்த வலியோடு சொல்கிறது இக்கதை. பெண்ணியம் என்பதை அதன் உண்மையான பொருளில் புரிந்துகொண்டவர் அம்பை. அதற்குச் சிறந்த எடுத்துக்காட்டாக இருக்கிறது இக்கதை.

இந்த வரிகளே கதை என்ன என்பதை வாசகருக்குக் கூறும்,

“பயணங்கள் அவளுடைய வாழ்க்கையின் குறியீடாகிவிட்டன. இலக்குள்ள பயணங்கள். இலக்கில்லாப் பயணங்கள், அர்த்தமுள்ள பயணங்கள், நிர்ப்பந்தப் பயணங்கள், திட்டமிட்டு உருவாக்காத பயணங்கள், திட்டங்களை உடைத்த பயணங்கள், சடங்காகிப்போன பயணங்கள்”.

“இந்தக்குட்டி பாப்பபாவை நன்றாகத் தேய்த்து வெள்ளை ஆக்குங்கள், வெள்ளை ஆக்குங்கள், என் சின்ன பாப்பாவை சுத்தமாகக்கழுவி வாசனையாக்குங்கள், வாசனையாக்குங்கள்” என்று உமாமகேஸ்வரி “ரணகள்ளி” (மரப்பாச்சசி தொகுப்பு - 02) என்ற சிறுகதையில் எழுதுகிறார். போற்றி வளர்க்கப்படுகிற பெண் குழந்தை பிற்காலத்தில் என்னவாக மாறுகிறாள், பெண்கள் ஏன் ஓயாமல் ஏக்கத்துடனேயே வாழ்கிறார்கள் என்பதை மிக அழகாகச் சொல்லும் கதை இது. பெண், வீடு இதுதான் இவருடைய எழுத்துலகம். இவருடைய எழுத்தில் வரும் பெண்கள் நாம் தினந்தோறும் சந்திக்கிற பெண்கள்தாம்.

அ.வெண்ணிலாவின் கதைகள் மிகவும் எளிமையானவை. நேரடியாகப் பேசுபவை. சமூகத்தின் மொத்த குரலாகவும் ஒலிப்பவை. இதற்குச் சிறந்த எடுத்துக்காட்டாக இருப்பது அவருடைய “பூமிக்குச் சற்றுமேலே” (ஆனந்தவிகடன் 22-02-02) என்ற கதை. இந்த உரையால் கதையின் மொத்த சாரத்தையும் சமூகத்தின் மனப்போக்கையும் அப்படியே காட்டுகிறது.

“இவளக் கட்டிக்கிட்டுப் போனா குடும்பத்துக்குச் சரிபடாது. எம்புள்ளய கையில போட்டுக்குவா”

“காலப்பாரு வீச்சு வீச்சா, சொழட்டிப் போட்டுருவா எல்லாத்தையும்”

“ஆம்பள காலுள்ளவ, வாத்தியார் மாதிரிதான் இருப்பா, வணக்கமே இல்லாம”

“வரன்கள் நிராகரித்தன. அம்மாவுக்குச் சிரிப்பு தொலைந்து போயிற்று”

சு.தமிழ்ச்செல்வி, சாமுண்டி (சாமுண்டி - தொகுப்பு - 2006) என்ற கதையில் விவரிக்கிற உலகம் மண் சார்ந்தது. கிராமப்புறங்களில் வாழ்கிற மக்களுடைய நம்பிக்கைகள் நம்மை வியப்பிலாழ்த்துகின்றன. கனகம் என்ற பெண்ணின் உடம்புக்குள் சாமுண்டி என்ற பாம்பு குடி புகுந்துள்ளது. அதனால் அப்பெண் படுகிற துன்பம் சொல்லிமாளாது. ஆனால் கனகம் அதை மரியாதையாக, கௌரவமாக கருதுகிறாள். அவள் அப்படித்தான் வளர்க்கப்பட்டிருக்கிறாள். நம்முடைய சமூகத்தினுடைய விருப்பமும் அதுதான். பல நேரங்களில் நாம் வாழ்வை - வாழ்க்கையின் வழியாகவேதான் பார்க்க வேண்டும். விஞ்ஞானத்தின் வழியாக அல்ல என்று சொல்கிறது சாமுண்டி கதை.

“கனகத்தின் உடம்புக்குள் புகுந்திருந்த சாமுண்டிப் பாம்பு தன் சட்டையை உரிக்க ஆரம்பித்தது” (ப-44)

“என் இருப்பை நீ உணராததுபோல் இருந்தாலும் உன் உணர்வுகளில் என் இருப்பு பதியப்பட்டுள்ளது. எனது இருப்பை அங்கீகரிக்கும் உனது செயல்பாடுகள்தான் என்னை உன்னுடனான இந்த வாழ்க்கையில் நிலைப்பெறச் செய்கிறது. இருப்பினும் அங்கீகரிப்பது வாழ்க்கையில் கிடைக்கும் பெறும் ஏற்பு ஆகிவிடுமா” (நெற்குஞ்சம் தொகுதி - டிச - 09) என்று கேட்கிற தேன்மொழி அதே ‘கடல்கோள்’ என்ற கதையில் “எல்லாம் விடுதலைக்கான இசைபோல் ஒலிக்கிறது. யாருக்கான விடுதலை, யாருக்கு வேண்டிய விடுதலை?” (ப-22) என்று கேட்கிறார். இக்கேள்விகள் கதையிலிருந்தும் உருவாகவில்லை. வாழ்க்கையிலிருந்தும் உருவாகவில்லை. கேள்விகள் கதையாவதில்லை. வாழ்க்-

கைதான் கதையாகும். கேள்வியாகும். மிகச்சிறந்த கதை மதிப்பு வாய்ந்த கேள்விகளை எழுப்பும்.

கிருஷாங்கினியின் ‘வெள்ளை யானையும் குளிர்சாதனப் பெட்டியும்’ என்ற கதை, ஆண்டாள் பிரியதர்ஷினியின் ‘கழிவு’, தமயந்தியின் ‘மழையும் தொலைவும்’, சந்திராவின் ‘பூனைகள் இல்லாத வீடு’ போன்ற கதைகள் மதிப்பு வாய்ந்தவை.

தலித் சிறுகதைகள் - அம்பேத்கர் நூற்றாண்டை ஒட்டி எழுந்த தலித் அரசியல் என்ற செயல்பாட்டால் இலக்கியத்திலும் தலித் இலக்கியம் என்ற ஒருவகை உருவாயிற்று. 1980க்குப் பிறகு தமிழ் இலக்கியத்தின் முகம் தலித் இலக்கியத்தின் முகமாகத்தான் இருக்கிறது. இதை உருவாக்கியவர்கள், பூமணி, சிவகாமி, பாமா, அழகிய பெரியவன், ஆதவன் தீட்சண்யா, சோ.தர்மன், ஸ்ரீதரகணேசன், அபிமானி, ஜே.பி.சாணக்யா, புதிய மாதவி, அன்பாதவன், விழி.பா.இதயவேந்தன், பாப்லோ அறிவுக்குயில், என்.டி.ராஜ்குமார், வெ.வெங்கடாசலம், பிரதிபா ஜெயச்சந்திரன், சந்ரு, ரவிக்குமார் என்று பலரையும் சொல்லலாம்.

இவர்கள் இல்லையென்றால் தமிழில் தலித் இலக்கியம் இல்லை. ஒடுக்கப்பட்ட மக்கள் சந்தித்த, நாள்தோறும் சந்தித்துவரும் சாதிய கொடுமைகளுக்கு, இழிவுகளுக்கு, புறக்கணிப்புகளுக்கு எதிர்ச்செயலாகத் தலித் சிறுகதைகள் எழுதப்படுகின்றன. சூழலைப் பிரதிபலிக்கக்கூடிய நடைமுறை வாழ்க்கையை, உண்மையை வாழ்வின் முரண்களைச் செறிவான மொழியில் எழுதுவதைவிட கதையே முக்கியம் கதையின் மையமே முக்கியம் என்று எழுதுவதுதான் இவர்களுடைய கொள்கை. இலக்கியம் வாழ்க்கையிலிருந்து மட்டுமே உருவாக்கப்பட முடியும். கற்பனையிலிருந்து அல்ல. அவ்வாறு உருவாக்கப்படுவது இலக்கியம் அல்ல. பரிதாப உணர்வு இலக்கியமாகாது.

தமிழ்நாட்டில் தலித்களுக்கென்று உள்ளாட்சி நிர்வாகத்தில் இடஒதுக்கீடு தந்தாலும் அதில் போட்டியிட முடியாத நிலையையே இன்றும் காண்கிறோம். பாப்பாப்பட்டி, கீரிப்பட்டியில் நடந்த மோதல்களை நாம் அறிவோம். அதேமாதிரி லிங்கம்பட்டி என்ற கிராமத்தில் பொதுத்தோகுதியில் தலித் ஒருவர் வேட்புமனு செய்ததால் கலவரம் ஏற்படுகிறது. அந்த கலவரத்தை “எகத்தாளம்” (வல்லினம் மாத இதழ் - மே-ஜூன்-02) என்ற பெயரில் கதையாக்கியிருக்கிறார் பாமா. கதையில் வரக்கூடிய இந்த வரிகளே கதையின் முக்கியத்துவத்தை உணர்த்தும்.

“அங்கங்க தனித்தொகுதிக்குள்ளேயே இவஞ்சாதிக்காரனுங்க நிக்க முடியாம கெடக்கயிலெ.... இவனுங்களுக்கு எம்புட்டுக் கொழுப்புன்னா பொதுத்தொகுதியில, அதுவும் நம்பளுக்குப் போட்டியா நிப்பானுங்க.”

விழி.பா.இதயவேந்தனுடைய சிறுகதை ‘பறை’ (புதிய கோடாங்கி மாத இதழ் - ஆக.-02) “சாவு வீட்டில் ஒரே களேபரமாக இருந்தது. அழுகையும் கூச்சலுமாக இருந்தது. அதிகாலையில் இறந்துபோன நாட்டாமைக்கு சுற்றுவட்டாரம் முழுக்கப்போய் தகவல் சொல்லிவர கோல்க்காரனை அனுப்பியிருந்தார்கள்” என்று ஆரம்பிக்கிற கதை, ஒரு சாவின் வழியே, சாவு நிகழ்ந்த இடம், அங்குள்ள மக்கள், அவர்களுடைய வாழ்க்கை முறை, சடங்குகள் என்று விரிகிறது. சாவைப்பற்றி சொல்வதைவிட அங்குள்ள மக்களின் வாழ்க்கையைப் பற்றியே அதிகம் சொல்கிறது பறை கதை.

மு.ஹரிகிருஷ்ணன் எழுதிய ‘பாதரவு’ (மணல்வீடு - ஜன., பி.-09) என்ற சிறுகதை தெருக்கூத்துக் கலைஞர்களின் அன்றாட வாழ்வைச் சித்தரிப்பது. இவருடைய எழுத்து வாய்மொழி மரபுக் கதை சொல்லும் முறையைப் பின்பற்றுவது. இவருடைய எல்லாக் கதைகளுமே இந்த அடிப்படையில் எழுதப்பட்டுள்ளது. வட்டார வழக்கும், பேச்சு வழக்கும் எந்தப் பிசிறுமின்றி அப்படியே இவருடைய கதைகளில் பதிவாகின்றன.

“ஈனச்சாதி பயலே - திருட்டு அயோக்கிய ராஸ்கல். எவ்வளவு தைரியமிருந்தா ரெட்டியார் லாரி டிப்போவுக்குள்ளார நுழைவே” என்று “நாளும் தொடரும்” என்ற கதையில் ப.சிவகாமி எழுதியிருக்கிறார். அந்த நிலைதான் இன்றும் தொடர்கிறது. சமூகத்தில் மாற்றம் இல்லை என்று இக்கதை சொல்கிறது. அது உண்மையா? சிறுவன் ஒருவன் ரெட்டியார் வீட்டு லாரி நிறுத்துகிற இடத்தில் நுழைந்ததற்காக அடித்துத் துரத்தப்படுகின்றான். லாரி நிற்கிற இடத்திற்கு மனிதன் மட்டுமல்ல குழந்தைகள்கூட போக முடியாத நிலைதான் தீட்டு என்ற பெயரில் இன்றும் நம் சமூகத்தில் இருக்கிறது.

அழகிய பெரியவனின் ‘களி’, அபிமானியின் ‘முரண்’, சோ.தர்மனின் ‘தழும்பு’, அன்பாதவனின் ‘சர்டிபிகேட்’, ஆதவன் தீட்சண்யாவின் ‘கதையின் தலைப்பு கடைசியில் இருக்கக்கூடும்’ போன்றவை தலித் சிறுகதைகளின் மிகச்சிறந்த கதைகளாக மதிக்கப்படுகின்றன.

வாய்மொழி மரபுச் சிறுகதைகள் - எழுத்துவடிவச் சிறுகதைக்கு வாய்மொழி மரபுச் சிறுகதைகள்தான் முன்னோடி. அந்தமரபு தற்போது தமிழில் குறைந்துவிட்டது. ஆனால் புகழ், அமலநாயகம், மு.ஹரிகிருஷ்ணன், கண்மணி குணசேகரன் போன்ற சிலர் வாய்மொழி மரபுச் சிறுகதைகளையே இன்றும் எழுதி வருகின்றனர், அதனுடைய செழுமை குன்றாமல்.

முக்தி, மாங்கொட்டசாமி என்ற இரண்டு சிறுகதைத் தொகுப்புகளிலுமே புகழ் வாய்மொழி மரபுச் சிறுகதைகளைத்தான் எழுதியுள்ளார். இந்த முறையைப் பின்பற்றி ஏழுதுகிற ஒரே எழுத்தாளரும் இவர்தாம். ‘உறமுறை’ (மாங்கொட்-

டசாமி - டிச - 09) என்ற கதையில் வாய்மொழி மரபுச் சிறுகதையின் உச்ச பட்ச எல்லையைத் தொட்டிருப்பதைக் காணமுடியும். "உழுத காடு வெள்ளாம போட ஆளில்லாமக் கெடக்குது. தெரிஞ்சு வாரத்துக்கொருக்க வர்ற பய தெனம்வந்து நின்னுப் பாக்க ஆரம்பிச்சிட்டான். லேசா சாடமாடயா ஆரம்பிச்ச பேச்சுப் பழக்கம் காலப்போக்குல ஆளு இல்லாத நேரம்பாத்து வூட்டுக்குள்ளேயே போயிப் புழங்குற அளவுக்கு வந்துடுச்சி" (ப.55)

அமலநாயகத்தின் 'ஓட்ட மண்டயன்' (பழஞ்சோறு - தொகுப்பு டிச - 08) என்ற சிறுகதை வாசகர் கவனத்திற்குரியது. அதிகம் அறியப்படாதவர். ஆனால் அறியப்பட வேண்டியவர் என்பதற்கு ஓட்ட மண்டயன் சிறுகதையில் வரக்கூடிய இந்த வரிகளே காட்டும்.

"ஊருல எப்ப எந்தப் பொருள் திருட்டுப் போனாலும் மொதல்ல சனங்க சந்தேகப்படுகிறது ஓட்ட மண்டயன்தான். ஏன்னா, அவன் அந்த மாதிரி ஆளு. ஏதோ நகய காணும், நட்டக்காணும்ன்னா அவன நெனக்க மாட்டாங்க, அண்டாவக் காணும், குண்டானக் காணுமின்னா அவன்பேருதான் மொதல்ல வரும்."

கண்மணி குணசேகரன் வாய்மொழி மரபுக் கதை சொல் முறையையும், எழுத்து மரபையும் இணைத்து எழுதக் கூடியவர். எழுத்து வடிவத்திற்கும், வாய்மொழி மரபுக்குமான இடைவெளியை அவர் அறிந்தால் நல்லது. பேச்சு வழக்கு இவருடைய எழுத்தின் பலம் என்பதற்கு அவருடைய 'சாட்டை' (மணல் வீடு இதழ் - செப். - அக். - 08) கதையே உதாரணம்.

புதிய வகைச் சிறுகதைகள் - இவ்வகையான சிறுகதைகள் கிட்டத்தட்ட கவிதை நடையிலேயே பொருளில்லாமல் எழுதப்படுகிறது. கதையை நேரடியாகச் சொல்லாமல் புதிய அதே நேரத்தில் குழப்பமான முறையில் சொல்வது, ஒருவகையில் புரியாத மொழியில், அடுக்கடுக்கான வாக்கியங்களைக் கொண்டு சொல்லப்படுவது ஒரு புதிய போக்காக இருக்கிறது. இவ்வகையான எழுத்துக்கு ஆங்கில வழிப் படிப்பும், வெளிநாடுகளில் பின்பற்றப்படும் முறையை அப்படியே பின்பற்றுவதும்தான் காரணம். இந்தவகை எழுத்துதான் தற்போது தமிழ்ச் சிறுகதை உலகில் புகழ்பெற்றுள்ளது.

இதற்கு வித்திட்டவர் மௌனி, கோணங்கி, இவர்களைத் தொடர்ந்து பா.வெங்கடேசன், ச.முருகபூபதி, க.சீ.சிவக்குமார், பிரேம் ரமேஷ், ஜே.பி.சாணக்யா, தேவி பாரதி, சுரேஷ்குமார் இந்திரஜித், அரவிந்தன், போன்ற எழுத்தாளர்களும் இந்தப் போக்கில் எழுதிவருகின்றனர். இவர்களுடைய நோக்கமே சிடுக்குகள் உள்ள மொழியில் எழுதுவது. இவர்களுக்கு கதை முக்கியமல்ல. வாசகன் முக்கியமல். அலங்காரமான வார்த்தைகளே முக்கியம். கதையைவிட மொழியே முக்கியம். அதுவும் தெளிவில்லாத குழப்பமான மொழி.

'பிறகொரு இரவு' (காலச்சுவடு - ஜனவரி - 08) என்ற கதையை எழுதியுள்ள தேவிபாரதி வரலாற்றை கதையின் வழியே மீட்டுருவாக்கம் செய்து காந்தியைப் பற்றிப் புதிய சித்திரத்தை வாசகருக்கு தந்துள்ளார். இந்தக் கதையில் நாம் இதுவரை அறியாத காந்தியை சந்திக்கிறோம். கடந்த காலம் நிகழ்கால அரசியலுடன் இணைத்துப் பார்க்கப்படுகிறது. காந்தியை நாம் எவ்வாறு புரிந்துகொள்வது, அவருடைய ஆளுமை என்ன, நாம் தெரிந்து வைத்திருக்கிற காந்தி என்பவர் யார் என்று பல அரிய கேள்விகளை இக்கதை வாசகனுக்குள் எழுப்புகிறது. அதற்கு இந்த வரிகளே உதாரணம்.

"தங்களுக்கு என்றுமே மரணமில்லை பாபுஜீ, இந்தத் தேசத்தின் எதிர்காலம் கருணை மிகுந்த தங்கள் கரங்களில் பத்திரமாக ஒப்படைக்கப்பட்டிருக்கிறது."

கோணங்கி - யின் 'நாடோடி ரயில் கள்ளன் சேக்கு' (கல்குதிரை - ஜன. 2010) என்ற கதை எங்குத் தொடங்குகிறது, எங்கு முடிகிறது? கதை நிகழும் காலம் எது? பரசுராமன் - என்பவரின் வழியாக விரிகிறது கதை. எல்லைகள் கடந்து கதைக்குள் பழைய காலம் பதியப்படுகிறது. புதியகாலம் பதியப்படுகிறது. கோணங்கியின் மனம் பின்னோக்கி மட்டுமே பாய்ந்து ஓடிக்கொண்டிருக்கிறது. பழைய காலம் குறித்த சித்திரங்கள் அடுக்கடுக்காகக் கொட்டப்படுகின்றன. பலவாழ்க்கை முறைகள் இந்தக் கதையின் வழியே காட்சிப்படுத்தப்படுகின்றன. கதாசிரியர் கடக்கிற தூரம் நம்பத் தகுந்ததாக இல்லை. கதை தொடர்ந்து நமக்குப் பல செய்திகளைச் சொல்லிக்கொண்டேயிருக்கின்றது. அவை தகவல்களாக மட்டுமே இருக்கின்றன என்பதற்கு இந்த வரிகளே சான்று.

"தையல்காரர்கள் கையில் வறுமையும் கிழிந்த வாழ்வைத் தைக்கவும் இருட்டைக் கீறி மூட்டுகிறார்கள். துவைத்தெடுத்த கல்லில் அடிபட்டு சாயம்போன பழைய துணி. இறந்து ஒடியும் ஆடைகள் மூச்சுவிடும் கனவு."

தலித்திய சிறுகதைகள், பெண்ணிய, நவீன, வாய்மொழி மரபுச் சிறுகதைகள் என்று பல பெயர்களில், பல அடையாளங்களில் எழுதப்பட்டாலும் எல்லாக் கதைகளுமே தமிழ் வாழ்வைத்தான் எழுதுகின்றன. மற்றக் காலங்களைவிட இக்காலத்தில்தான் சிறுகதைக்கானக் கூறுகள், வடிவம் குறித்த, மொழி, உள்ளடக்கம், எல்லை, கதாசிரியரின் நிலை குறித்த தெளிவு ஏற்பட்டுள்ளது. புதியவகை முயற்சிகள் இப்போது கூடுதலாக ஏற்பட்டுள்ளது. எல்லாவற்றுக்கும் மேலாகப் பலதரப்பினரும் பலதரப்பு வாழ்க்கை குறித்தும் எழுதுகின்றனர். சமூகத்தால் புறக்கணிக்கப்பட்ட மக்களுடைய வாழ்க்கையும், பெண்களுடைய வாழ்க்கையும் அக்கறையுடன் எழுதப்படுகின்றன.

இதுவரை சமூகம் அறியாத பல வாழ்க்கை முறைகள் இப்போதுதான் கதைகளாகின்றன. சிடுக்குகள் நிறைந்த மொழியில் எழுதப்படுகிற முறையும், எளிய சொற்களில், எளிய மொழியில் எழுதப்படுகிற முறையும் தற்போது

உள்ளன. இதற்கு மேற்குறிப்பிட்ட பல கதைகளே மாதிரிகள். தமிழ்ச் சிறுகதைகள் என்ற பெரிய கடலில் அண்மைக்காலச் சிறுகதைகள் ஒரு பார்வை என்பது - ஒரு கைப்பிடி அளவு நீர்தான். அந்தக் கைப்பிடி அளவுநீரும் உண்மையாக மட்டுமல்ல காலத்தின் கண்ணாடியாகவும் இருக்கிறது. இதன் வழியே மொத்த தமிழ்ச் சிறுகதையின் செழுமையையும் பலவீனத்தையும் உணர முடியும். இன்றைய கதைகள் நாளைய கதைகளுக்கு வாசல்களைத் திறந்துவிடும். - செம்மொழி மாநாடு - 2010 சிறப்புமலர்

44. சிறுகதைகள் பற்றிய சிந்தனைச் சிதறல்கள் - எஸ்.மதுரகவி

மூத்த இதழாளர்/வளர்தொழில் வணிக இதழ் ஆசிரியர் திரு.க.ஜெயகிருஷ்ணன் அவர்களின் அணிந்துரை

கதைகள் கேட்கும் ஆர்வம் குழந்தைகள் மழலை பேசும் பருவத்திலேயே தொடங்கி விடுகிறது. கொஞ்சம் நன்றாகப் பேசப் பழகிய உடன் அவர்கள் தங்கள் அம்மாவிடமோ, அப்பாவிடமோ, தாத்தா, பாட்டியிடமோ கதைகள் சொல்லச் சொல்லி ஆர்வமாகக் கேட்கத் தொடங்கி விடுகிறார்கள். அப்போது தொடங்கும் ஆர்வம் எப்போதும் மறைவது இல்லை. உள் மனதில் இருந்து கொண்டேதான் இருக்கிறது. அதுதான் சிறுகதைகள் படிக்கும் ஆர்வமாக, நாவல்கள் படிக்கும் ஆர்வமாக, திரைப்படங்கள் பார்க்கும் ஆர்வமாக, தொலைக்காட்சித் தொடர் பார்க்கும் ஆர்வமாக முகிழ்க்கிறது.

திரு. மதுரகவி இந்த நூலில் தான் படித்து ரசித்த சிறுகதைகளை ஒரு மாறுதலான நடையில், வடிவத்தில் வாசகர்களுக்கு அறிமுகப்படுத்துகிறார்.

ஒரு வானொலி நிகழ்ச்சி போல தொடக்கம் முதல் இறுதி வரை கொண்டு செல்கிறார். அதற்கு ஏற்ப கற்பனையாகவே அறிவிப்பாளர்களைப் படைத்து அவர்கள் வாயிலாக நூலை நகர்த்துகிறார். இடையிடையே வானொலி நிகழ்ச்சியில் வருவது போன்ற விளம்பர இடைவேளை விட்டு சமுதாயத்துக்குத் தேவையான கருத்துக்களைக் கூறுகிறார்.

தமிழ் எழுத்தாளர்களின் சிறுகதைகளை மட்டும் இல்லாமல் உலக அளவில் புகழ் பெற்ற சிறுகதைகள் பற்றியும் ஆற்றோட்டமாக எழுதிச் செல்கிறார்.

இந்த நூலைப் படிப்பவர்களுக்கு தமிழ்ச் சிறுகதை உலகம் பற்றிய தெளிவான பார்வை கிடைக்கும். குறிப்பாக சிறுகதைகள் பற்றி ஆய்வு செய்ய நினைப்பவர்களுக்கு இது ஒரு நண்பனைப் போல துணை நிற்கும்.

விளம்பரத்துறையில் ஒரு சொல் சிற்பியாக விளங்கும் நண்பர் மதுரகவி, தனக்கு இருக்கும் பல பணிகளுக்கு நடுவே எழுதுவதற்கு நேரம் ஒதுக்கி செயல்படுவது மிகவும் மகிழ்ச்சிக்கு உரியது. பாராட்டுக்கு உரியது.

அன்புடன்
க. ஜெயகிருஷ்ணன்
ஆசிரியர்,வளர்தொழில்

முன்னுரை

இலக்கிய வடிவங்களில் ஒன்றான சிறுகதைகள் பற்றிய சிந்தனைச் சிதறல்களைப் பகிர்ந்து கொள்வதற்காக இந்த நூல் மலர் மலர்கிறது. இதனை முழுமையான ஆய்வு என்றோ இலக்கணத்திற்கு உட்பட்டதான ஆய்வு நூல் என்றோ கூற முடியாது. இருப்பினும், இன்றைய இளம் தலைமுறையினரிடம் சிறுகதை இலக்கியம் பற்றிய சிந்தனைகளைத் தூண்டுவதாக இந்த நூல் இருக்கும் என்று நம்புகிறேன். ஒரு கற்பனையான சூழலில் எனது கற்பனை மாந்தர் சிறுகதை உலகத்திற்குள் செல்கிறார்கள். வாருங்கள் நீங்களும். மிக்க நன்றி.

இந்த நூலுக்கு அன்புடன் அணிந்துரை வழங்கிய வளர்தொழில் ஆசிரியர் க.ஜெயகிருஷ்ணன் அவர்களுக்கு என் நெஞ்சார்ந்த நன்றிகள்.

-எஸ். மதுரகவி

காணிக்கை:

புதிய தலைமுறையினருக்கு

அனைவருக்கும் வணக்கம்.

இளந்தென்றல் பண்பலையின் மழைச்சாரல் இலக்கிய நிகழ்ச்சிக்கு நேயர்கள் அனைவரையும் நாங்கள் வரவேற்கிறோம். நான் உங்கள் RJ திருமகள் இன்றைய மழைச்சாரல் நிகழ்ச்சிக்கு பேராசிரியர் அரங்கநாதன் அவர்கள் வருகை தந்துள்ளார். சிறுகதைகள் பற்றி நம்மிடையே அவர் பேச உள்ளார். நேயர்களின் வினாக்களுக்கும் பதில் அளிப்பார். வாருங்கள். பேராசிரியர் அவர்களே! வணக்கம். அரங்கநாதன் : வணக்கம்மா.

திருமகள் : சார், இன்று நீங்கள் சிறுகதைகள் பற்றிப் பேச உ உள்ளீர்கள். உங்கள் அறிமுக உரையைத் தொடங்கலாம்.

அ.நா. : சிறுகதை என்பது உலகம் முழுவதும் பின்பற்றப் படுகிற ஓர் இலக்கிய வடிவம். சிறுகதைகளில் காலம், சூழல், பண்பாடு, பழக்க வழக்கங்கள், நையாண்டி, வலிகள், பிரச்சினைகள், வட்டார வழக்குகள் ஆகியவை வெளிப்படுகின்றன.

சுற்றும் முற்றும் பார்க்கிறேன். எழுதுகிறேன்' என்று முது பெரும் எழுத்தாளர் தி. ஜானகிராமன் தம்முடைய சிறுகதைத் தொகுப்பு ஒன்றில் கூறகிறார். சுற்றும் முற்றும் பார்க்கும் காட்சிகளையும், சம்பவங்களையும் மனிதர் களையும் எழுத்தாளர்கள் தங்கள் நோக்கில், தங்கள் பாணியில் பதிவு செய்கின்றனர். நடை என்பது கவர்ந்திழுக்கும் அம்சம். தாங்கள் பார்த்தவற்றை சொல்லோவியங்களாக சிறுகதைகளில் வடிக்கும் போது, பாத்திரப் படைப்புகளையும் நம் கண்முன்னே எழுத் தாளர்கள் நிறுத்துகின்றனர். சிலர் வரலாற்றுப் பின்னணி யைக் களமாகக் கொண்டு சிறுகதைகள் புனைவதுண்டு. ஜெயகாந்தன் அவர்களின் ஒரு பிடி சோறு, வாசிக்கும் போது உங்களை நெஞ்சுருகச் செய்யும் அடித்தட்டு தொழிலாளிப் பெண், வயிற்றில் கருவைச் சுமந்த கர்ப்பிணிப் பெண், ஒரு பிடிச் சோறுக்காக படும்பாடு, கல்நெஞ்சங்களையும் கரைக்கும். ராசாத்தி, மாரியாயி ஆகிய பாத்திரங்கள் உங்கள் நெஞ்சை விட்டு அகலவே மாட்டார்கள். அதுபோலவே, அறிஞர் அண்ணாவின் செவ்வாழை சிறுகதையில் வரும் செங்கோடனை எளிதில் மறந்து விட முடியுமா?

இந்திய விடுதலைக்கு முன்பாகவே, மணிக்கொடி, கலைமகள், ஆனந்தவிகடன், கல்கி உள்ளிட்ட பல இதழ்களில் தமிழ்ச் சிறுகதைகள் உலா வரத் தொடங்கின. வெகுஜன பத்திரிகைகளில் மட்டுமல்லாமல் இலக்கிய ஏடுகளிலும் சிறுகதைகள் வெளியிடப்பட்டன. எல்லாமே தரமான சிறுகதைகளாகத்தான் அந்தக் காலத்தில் படைக்கப்பட்டன. காலம் செல்லச் செல்ல சிறுகதை வடிவம் சுருங்கி, ஒரு பக்கக் கதை, 2 நிமிடக் கதை என்றெல்லாம் பரிணாமம் பெற்றுவிட்டாலும் சிறுகதை என்கிற வடிவம் இன்னும் ஜீவித்து வருகிறது.

திருமகள் : சார். சிறுகதைகள் பற்றிச் சொன்னீங்க. ஜெயகாந்தனின் ஒரு பிடிச் சோறு, அண்ணா அவர்களுடைய செவ்வாழை பற்றி எல்லாம் சொன்னீங்க. இந்த இரண்டு சிறுகதைகளில் செவ்வாழை, எங்களுக்குப் பள்ளிக்கூடத்தில் பாடமாவே வெச்சிருந்தாங்க. இதனால நீங்க சொல்லும் போது செங்கோடன் பாத்திரம் என் மனக்கண்முன்னாலே வந்தது. ஒரு பிடிச் சோறு பத்தி கொஞ்சம் விவரமா கேட்க விரும்பறேன். அதுக்கு முன்னாலே நேயர்களுக்காக ஒரு திரைப்பாடல் ஒலிபரப்புவோம். நேயர்களே இதோ... பஞ்ச வர்ணக்கிளி படத்திலிருந்து புரட்சிக்கவி பாவேந்தர் பாரதிதாசன் அவர்கள் இயற்றிய தமிழுக்கு அமுது என்று பேர் பாடல். பி. சுசீலா பாடியது. கேட்டு இன்புறுங்கள்.

...(பாடல்)...

திருமகள் : சார், பாடலுக்கு முன்பாக...

அ.நா.: ஒரு பிடிச்சோறு கதைய விவரிக்கச் சொன்னீங்க.

திருமகள் : ஆமாம் ஐயா. அதுக்கு முன்னாலே... சிறுகதைக்கு என்று இலக்கணம் இருக்கிறதா?

அ.நா. : சிறுகதை எப்படி இருக்க வேண்டும் என்று இலக்கணங்கள் வகுத்தால் இன்று புதிதாக எழுத வருபவர்கள் பின்பற்றுவார்களா என்பது தெரியாது. முதுபெரும் எழுத்தாளர்கள் அனைவருமே ஓர் இலக்கணம் வகுத்துக் கொண்டு அதன்படியே படைத்து வந்துள்ளனர். நாவல் என்கிற புதினம், தொடர்கதை, நெடுங்கதை ஆகியவற்றிலிருந்து சிறுகதை வேறுபட்டது என்பது அனைவரும் அறிந்ததே. மூதறிஞர் ராஜாஜி அவர்கள், சிறுகதை எப்படி இருக்க வேண்டும் என்பதை விவரிக்கும் கட்டுரை ஒன்றை வடித்துள்ளார். அந்தக் கட்டுரையின் தலைப்பு சிறுகதை.

திருமகள் : ஐயா, குறுக்கீட்டுக்கு மன்னிக்கணும். ராஜாஜி அவர்கள் விடுதலை வீரராக, இந்திய கவர்னர் ஜெனரல் ஆக, தமிழக முதலமைச்சர் ஆக இருந்தார் என்றெல்லாம் படித்திருக்கிறேன். இலக்கியத் துறையிலும் ஈடுபட்டாரா?

அ.நா. : ஆம். ராஜாஜி அவர்கள், இராமாயணம், மகாபாரதம் ஆகிய இதிகாசங்களை எளிய தமிழில் வடித்தவர். அவரது ஓயாத அரசியல் பணிகளுக்கு இடையே இலக்கியப் பணிகளையும் ஆற்றி வந்தவர். மது அருந்தும் பழக்கத்தால் விளையும் நாசங்களைப் பற்றிப் பிரசாரம் செய்ய விமோசனம் என்ற இதழை நடத்தினார். திக்கற்ற பார்வதி உள்ளிட்ட பல புனை கதைகளையும் படைத்தவர். திக்கற்ற பார்வதி தமிழ்த் திரைப்படமாகவும் வெளிவந்தது. காரைக்குடி நாராயணன் என்னும் மூத்த இயக்குநர் அதனை இயக்கினார். இந்தக் கதை மதுவின் கொடுமையை விவரிப்பது.

திருமகள் : தகவல்களுக்கு நன்றி. இப்போது எனக்கு நினைவுக்கு வருகிறது. கல்கி இதழில் வெளியான பைண்டு செய்யப்பட்ட சக்ரவர்த்தித் திருமகன் புத்தகத்தை என் தாத்தா பாதுகாத்து வாசித்து வந்ததைப் பார்த்திருக்கிறேன்.

அ.நா. : அதுதான் அவர் எழுதிய இராமாயண நூல். மகா பாரதத்தை வியாசர் விருந்து என்ற பெயரில் படைத்தார்.

திருமகள் : இப்பொழுது அவர் சிறுகதை பற்றிக் கூறியதை நீங்கள் கூறுங்கள்.

அ.நா. : அந்தக் கட்டுரையை முழுக்க சொல்வதற்கு நமக்கு நேரம் இருக்காது. ராஜாஜி அவர்களின் கட்டுரையிலிருந்து சில துளிகளை இங்கு பகிர்ந்து கொள்கிறேன்.

“நீண்ட கதை எழுதுவதற்கு வேண்டிய பொறுமையும் அவகாசமும் இல்லாமல் சுருக்கமாக எழுதப்பட்ட கதை சிறுகதை ஆகும் என்று யாராவது எண்ணினால் அது தவறாகும். சிறுகதை வேறு. பெருங்கதை வேறு. அளவு வித்தியாசம் மட்டும் அல்ல. வகையே வேறு. ஆலமரம், புளிய மரம் முதலிய மரங்கள் ஒரு ஜாதி. கிளைகளின்றி ஒரே தண்டாக வளரும் தென்னை, பனை, கமுகு முதலிய மரங்கள் வேறு ஜாதி. அதைப் போல் சிறுகதை பேறு. நெடுங்கதை வேறு.

சிறுகதை எழுதுவது எப்படி? வாழ்க்கையில் நாம் எத்தனையோ நிகழ்ச்சிகளைப் பார்க்கிறோம். எத்தனையோ சந்தர்ப்பங்களில் புதிய அனுபவங்களைப் பெறுகிறோம். மனத்தை ஆட்டிக் குலுக்கும் சில நிகழ்ச்சிகளைப் பார்க்கிறோம். அவற்றில் ஒன்றை உட்கொள்ள வேண்டும். அந்த நிகழ்ச்சியை நம்முடைய உணர்ச்சியில் உருக்கொள்ளச் செய்ய வேண்டும்.

இதற்குக் கற்பனா சக்தி வேண்டும். கற்பனா சக்தி ஒரு பிறவிச் செல்வமா அல்லது பயிற்சிப் பொருளா என்கிற கேள்வி உண்டு. எவ்வாறாயினும், எல்லாரும் ஓரளவு கற்பனா சக்தி படைத்திருக்கிறோம். அதற்குப் பயிற்சி தந்தால் வளரும். கண்ணும் காதும் திறந்திருந்தால் மட்டும் போதாது.உணர்ச்சி பாய்ந்த முழுக்கவனம் செலுத்த வேண்டும்.

இதுவன்றி வெறும் நிகழ்ச்சிகள் - ஒன்றன்பின் ஒன்றாக நடைபெறும் நிகழ்ச்சி நிரவல் -ஜீவன் கொண்ட கதை ஆகாது. பல கருத்துக்கள் இங்குமங்கும் சிதறிக் கிடக்காமல் கதைக் கட்டுடன் கருத்துக் கட்டும் சிதைவின்றி அழகுடன் அமைந்து விளங்க வேண்டும். வியப்பு தரும் நிகழ்ச்சி யமைப்பு இல்லாமலும் முதல்தரமான சிறுகதைகள் உண்டு.

கதையின் கவர்ச்சி வேகம் வரவரப் பெருகிக் கொண்டு போக வேண்டும். தாழ்ச்சி கூடாது. இது சிறுகதைக்கு இன்றியமையாத இலக்கணம்.

நல்ல கதை என்பதற்கு அடையாளம் அதில் யாரேனும் மனத்தைச் செலுத்திப் படித்தால் உள்ளத்தில் ஓர் அதிர்ச்சி உண்டாகும். இதயத்தைக் கலக்கவோ ஆட்டவோ செய்யும்.

வழி புரண்ட காதலைக் கொண்ட அவசரமாகத் தோற்று விக்கும் சிறுகதைகள் பயனற்றவை. எல்லா இலக்கண விதிகளையும் புறக்கணித்து அற்புதமான இலக்கியப் பொருள் தோன்றுவதுமுண்டு.

நல்ல சிறுகதைக்கு அடையாளம் ஒன்றே; அதைப் படித்து முடிக்கும் போது நல்லவர்களுடைய மனதில் மகிழ்ச்சி தோன்றி உள்ளம் பூரிக்கும்.

திருமகள் : சார். நன்றாக இருந்தது சிறுகதை பற்றி ராஜாஜி அவர்கள் தெரிவித்த கருத்துக்கள்... மேலும் தொடர்வதற்கு

முன் ஒரு பாடலை செவி மடுப்போம். பாரதி திரைப்படத்திலிருந்து பாரதியாரின் நிற்பதுவே... நடப்பதுவே பாடல்... நேயர்களே உங்களுக்காக.

..(பாடல்)...

திருமகள் : நேயர்களே.. நீங்களும் பேராசிரியரிடம் கேள்விகள் தொடுக்கலாம். பாரதியாருடைய பாடலைக் கேட்டோம். ஐயா, பாரதியார் சிறுகதைகள் எழுதி யிருக்கிறாரா?

அ.நா.: பாரதியார் கதைகள் தொகுப்பில் அவர் எழுதிய பல சிறுகதைகளும், நெடுங்கதைகளும் இடம் பெற்றுள்ளன. சிறுகதை என்ற தலைப்பிட்டே பாரதி ஒரு சிறுகதையை எழுதியுள்ளார்.

திருமகள் : அதைப் பற்றி பேராசிரியரிடமிருந்து நாம் தெரிந்து கொள்வதற்கு முன்பாக ஒரு சிறிய விளம்பர இடைவேளை.

(விளம்பரம்:
டயர், டியூப், ரப்பர் பொருட்களை
எரிக்காதீர்.
ஓசோன் படலம் ஓட்டை
ஆகாமல் காப்பது நம் கடமை
என்பதை மறவாதீர்.)
(விளம்பரம்:
வாகனங்களை ஓட்டும்போது
கவனத்துடன் சாலை விதிகளைப்
பின்பற்றி ஓட்டுங்கள்.
மற்றவர்களை அனுசரித்து
நட்புடன் ஓட்டுங்கள்.

சாலையைக் கடக்கும்

பாதசாரிகளுக்கு வழிவிடுங்கள்)

திருமகள் : மழைச்சாரல் இலக்கிய நிகழ்ச்சியில் சிறுகதைகள் பற்றி பேராசிரியர் அரங்க நாதன் நம்முடன் பேசிக் கொண்டிருக்கிறார். அய்யா. பாரதியாருடைய சிறுகதை பற்றி குறிப்பிட்டீர்கள்.

அ.நா. : சிறுகதை என்ற தலைப்பில் மகாகவி பாரதியார் எழுதிய சின்னஞ்சிறுகதையை நான் வாசிக்கிறேன். கேளுங்கள்.

திருமகள் : கூறுங்கள். கேட்க ஆவலாக உள்ளோம்.

அ.நா. : ''ஒரு வீட்டில் ஒரு புருஷனும் ஸ்த்ரீயும் குடி யிருந்தார்கள். ஒரு நாள் இரவில் புருஷன் வீட்டுக்கு வரும்போது ஸ்த்ரீ சமையல் செய்து கொண்டிருந்தாள். சோறு பாதி கொதித்துக் கொண்டிருந்தது.

அந்த ஸ்த்ரீ அன்றிரவு கொஞ்சம் உடம்பு அசௌகரியமாக இருந்தபடியால், தனக்கு ஆகாரம் வேண்டாம் என்று நிச்சயித்துப் புருஷனுக்கு மாத்திரமென்று சமைத்தாள்.

புருஷன் வந்தவுடன், 'நான் இன்றிரவு விரதமிருக்கப் போகிறேன். எனக்கு ஆகாரம் வேண்டாம்'' என்றாள்.

உடனே பாதி கொதிக்கிற சோற்றை அவள் அப்படியே சும்மா விட்டுவிட்டு அடுப்பை நீரால் அவித்துவிடவில்லை. தாங்களிருவருக்கும் உபயோகம் இல்லாவிடினும் மறுநாள் காலையில் வேலைக்காரிக்கு உதவுமென்று நினைத்து, நன்றாக கொதிக்கும் வரை காத்திருந்து வடித்து வைத்து விட்டுப் பிறகு நித்திரைக்குச் சென்றாள். அதுபோலவே, கர்மயோகி, தான் ஒரு தொழில் செய்யத் தொடங்கி, இடையிலே அது தனக்குப் பயனில்லையென்று தோன்றி னால் அதை அப்படியே நிறுத்தி விட மாட்டான். பிறருக்குப் பயன் தருமென்பதைக் கொண்டு, தான் எடுத்த வேலையை முடித்த பிறகே வேறு காரியம் தொடங்குவான்.'' பாரதியின் நவதந்திர கதைகள் சிறுகதை இலக்கியத்திற்கு வித்திட்டது.

திருமகள் : சூப்பர் சார். சின்னஞ்சிறிய கதையில் மெசேஜ் வெச்சிருக்காரு. எடுத்த காரியத்தைத் தனக்குப் பயனில் லேங்கறதுக்காக நிறுத்தக் கூடாதுன்னு சொல்லியிருக்காரு. ஆனால், இப்ப எல்லாம் சாதம் யாரும் வடிக்கிறது இல்ல. பிரஷர் குக்கர்ல தான் வைக்கறாங்க.

அ.நா. : அதாவது உங்களுக்குத் தெரியுமா?

திருமகள் : சார். இந்த மாதிரி கேள்வி எல்லாம் கேட்காதீங்க. லைன்ல ஒரு நேயர் வந்திருக்காரு. பேசுவோம்.

அ.நா. : பேசுவோம்மா.

திருமகள் : சொல்லுங்க சார்.

குரல் : வணக்கம். நான் சைதாப்பேட்டையிலிருந்து மணிவண்ணன் பேசறேன்.

திருமகள் : வணக்கம். சார் கிட்ட உங்க கேள்வி கேளுங்க.

மணிவண்ணன்: வணக்கம் சார்.

அ.நா. : சொல்லுங்க வணக்கம்.

மணிவண்ணன் : புதுமைப்பித்தனைப் பத்தி சொல்லுங்க சார்.

அ.நா. : நன்றி. உங்கள் கேள்விக்கு. புதுமைப்பித்தன் தமிழ் இலக்கியத்தின் கலங்கரை விளக்கம். சிறுகதை மன்னன் என்றும் போற்றப்படுபவர். மணிக்கொடி உள்ளிட்ட பல பத்திரிகைகளில் சிறுகதைகளையும் கட்டுரை களையும் நெடுங்கதைகளையும் எழுதியவர். இவருடைய சிற்றன்னை என்ற சிறுகதையையே இயக்குநர் மகேந்திரன் அவர்கள், உதிரிப்பூக்கள் என்ற திரைப் படமாகப் படைத்தார். புதுமைப்பித்தனின் 'கடவுளும் கந்தசாமியும்' என்ற சிறுகதை முக்கியத்துவம் வாய்ந்த சிறுகதை. சிற்பியின் நரகம் என்ற புதுமைப்பித்தனின் புகழ் பெற்ற சிறுகதையை நீங்கள் தேடிப்பிடித்து வாசிக்க வேண்டும்.

வரலாற்றுச் சிறுகதை இது. வரலாற்றுக் கதைகளில் எப்பொழுதும் ராஜாக்கள் இளவரசர்கள் வருவார்கள். ஆனால் இந்தச் சிறுகதையில் வயது முதிர்ந்த சிற்பி ஒருவரின் நுண்ணிய உணர்வுகள் வெளிப்படுத்தப்பட்டுள்ளன. புதுமைப்பித்தன் கவிதைகளும் படைத்துள்ளார்.

திருமகள் : நன்றி.அய்யா. நேயருக்கும் நன்றி. நான் அரசமரத்தின் கதை என்றொரு சிறுகதையைப் பற்றி தமிழ்ச் சிறுகதை இலக்கியம் குறித்து பேசுகிறவர்கள் கூறுவதைக் கேட்டிருக்கிறேன். அந்தச் சிறுகதையைப் பற்றிக் கூறுங்களேன்.

அ.நா. : நீங்கள் குறிப்பிடும் சிறுகதையின் பெயர் குளத்தங் கரை அரசமரம். இதனை எழுதியவர் வ.வே.சு. அய்யர். 1927ஆம் ஆண்டு வெளியிடப்பட்ட மங்கையர்க் கரசியின் காதல் என்ற தலைப்பிட்ட கதைக் கொத்தில் இந்தச் சிறுகதை இடம் பெற்றுள்ளது. இந்தத் தொகுப்புக்கு பாரதியின் சீடர் பரலி சு. நெல்லையப்பர் அணிந்துரை அளித்துள்ளார். ஒவ்வொரு சிறுகதைக்கும் சூசிகை என்ற

பெயரில் பீடிகையைத் தந்துள்ளார் படைப்பாளர். மங்கையர்க்கரசியின் காதல் ஒரு வரலாற்றுச் சிறுகதை.

நீங்கள் குறிப்பிட்ட குளத்தங்கரை அரசமரம், தமிழ்ச் சிறுகதை வரலாற்றில் முக்கிய இடத்தைப் பெற்றுத் திகழ்கிறது

ஓர் அரசமரமே பேசுவது போல் சித்தரிக்கப்பட்டள்ள இந்தச் சிறுகதையில், ஓர் இளம் பெண் படுகிற பாடுகள் விவரிக்கப்படுகின்றன. அவளை ஒதுக்கி வைத்து விட்டு அவளுடைய கணவனுக்கு மறுமணம் செய்து வைக்க முற்படுகின்றனர் புகுந்த வீட்டுக்காரர்கள். மனைவி மீது காதல் மாறாத கணவன், கடைசி நேரத்தில் பெற்றோர்களை ஏமாற்றி இரண்டாவது கல்யாணத்தை நிறுத்தி விடலாம் என்று திட்டமிடுகிறான். ஆனால், கணவனும் கைவிட்டதாக எண்ணி அவள் தற்கொலை செய்து கொண்டு விடுகிறாள். காலத்தைக் கடத்தியதால் அன்பு மனைவியை கணவன் இழந்து விடுகிறான்.

உங்களுக்கு இன்னொரு தகவலையும் தருகிறேன். மங்கையர்க்கரசியின் காதல் என்ற இந்தத் தொகுப்பில் ஐயர் எழுதிய, புகழ் பெற்ற லைலா மஜ்னு காதல் ஜோடியைப் பற்றிய லைலா மஜ்னூன் என்ற சிறுகதையும் உள்ளது. இந்த சமயம் ஒரு தகவல். மரம், மனித வாழ்வுடன் ஒன்று கலந்து நிற்பதை பிரபஞ்சன் எழுதிய பிரும்மம் சிறுகதை நன்றாக விளக்கும்.

திருமகள் : நன்றி ஐயா. நீங்கள் காதல் கதை பற்றி குறிப்பிட்டதால், ஒரு காதல் பாடலைக் கேட்டு விட்டு நிகழ்ச்சியைத் தொடர்வோம். கப்பல் ஓட்டிய தமிழன் படத்தில் இடம் பெற்ற பாரதியார் பாடல் காற்று வெளியிடைக் கண்ணம்மா...

(பாடல்)

திருமகள் : சார். உலகின் சிறந்த சிறுகதைகள் பற்றி இப்ப நீங்கள் சொல்லுங்க. நாங்க தெரிஞ்சுக்கறோம்.

அ.நா. : சிறந்த சிறுகதைகள் என்கிற மதிப்பீட்டுக்குள் நாம் போக வேண்டாம். நான் உங்களுக்கு ஒரு மேற்கோளைக் குறிப்பிடுகிறேன். அக்பர் சாஸ்திரி என்னும் தம்முடைய சிறுகதைத் தொகுப்பின் முன் வரைக் குறிப்பில் தி.ஜானகிராமன் கூறுகிறார்.

'இவையெல்லாம் இலக்கண சுத்தமான சிறுகதைகள் என்று சொல்லவில்லை நான். சிறுகதைகள் என்று கூடச் சொல்லவில்லை. அசல் சிறுகதைகள் எழுதுகிறவர்கள், உலக இலக்கியத்திலேயே பத்துப் பேருக்குள் இருந்தால் அதிகம்.எனவே, காட்சிகள் அல்லது வேறு ஏதாவது சொல்லி இவற்றை அழைக்கலாம்''

திருமகள் : இப்பொழுது புரிகிறது. நீங்கள் சிறந்த சிறுகதைகள் பற்றிய மதிப்பீடு குறித்து ஏன் அப்படி சொன்னீர்கள் என்று. அது தி.ஜா.வின் கருத்து என்று கூறிவிடுவீர்கள்.

அ.நா. : ஆமாம். நீங்கள் உலகச் சிறுகதைகள் பற்றி கேட்டதால், உலகப் புகழ் பெற்ற ஓஹென்றியின் சிறுகதையைப் பற்றிக் கூறுகிறேன்.

திருமகள் : ஆகா! கிப்ட் ஆப் மாகி பத்தித்தானே சொல்லப் போறீங்க. நேயர்களே. நீங்கள் கேட்டுக் கொண்டிருப்பது இளந்தென்றல் எப்எம் வழங்கும் மழைச்சாரல் இலக்கிய நிகழ்ச்சி சிறிய விளம்பர இடைவேளைக்குப் பின் தொடரும்.

(விளம்பரம் : மின் சிக்கனம் தேவை இக்கணம்.

வீட்டிலும் அலுவலகத்திலும் யாருக்கும் பயன் இல்லாமல் யங்கும் மின் விளக்கு மின் விசிறிகளை நிறுத்தி வையுங்கள். மின்சேமிப்புக்கு வழி வகுத்திடுங்கள்.)

(விளம்பரம்: பாடுபட்டு சம்பாதித்த பணத்திற்கு தேவை பாதுகாப்பான முதலீடு.

முதலீடு செய்வதற்கு முன் ஆராய்ந்து அறிந்து முதலீடு செய்யுங்கள்.)

அ.நா. : ஓ ஹென்றி உலகப் புகழ் பெற்ற ஆங்கில சிறுகதை எழுத்தாளர். இவரது படைப்புகளில் நகரத்தின் சாதாரணப் பிரஜைகளான எழுத்தர்கள், போலீஸ்காரர்கள் ஆகியோர் காணப்படுவார்கள். இவர் இருபதாம் நூற்றாண்டின் தொடக்க காலத்தைச் சேர்ந்தவர்.

உலகை எழுத்துக்களால் வசப்படுத்தியவர். வசீகரித்தவர். தம்முடைய சிறுகதைகளில் தமது சமகால அமெரிக்காவைப் படம்பிடித்துக் காட்டியவர்.

கிப்ட் ஆப் மேகி சிறுகதையில் அந்நியோந்நியமான இளந்தம்பதியர் காட்டப்படுகின்றனர். அந்த ஜோடிதான் ஜிம் மற்றும் டெல்லா. சொற்ப வருவாயில் நிறைவான வாழ்வு வாழ்ந்து வந்தனர். கிறிஸ்துமஸ் தருணத்தில் ஒருவருக்கு ஒருவர் தெரியாமல் பரிசு வாங்கித் தர நினைத்தனர். ஆனால் பணத்தட்டுப்பாடு. டெல்லா கணவனுக்குத் தெரிவிக்காமல், ஜிம் வைத்திருக்கும் பட்டை இல்லாத விலைமதிப்புமிக்க வாட்சுக்கு தன்னுடைய அழகான நீண்ட கூந்தலை விற்று பிளாட்டினம் பட்டையை பரிசாக வாங்கி வந்தாள். டெல்லாவுக்குச் சொல்லாமல் ஜிம், தன்னுடைய விலை உயர்ந்த வாட்சை விற்று மனைவியின் அழகான கூந்தலுக்கு வேலைப்பாடுகள் நிறைந்த தங்க கிளிப் வாங்கி வந்தான். இந்தக் கதையில் இழையோடும் கணவன் - மனைவி இடையேயான ஆழமான காதல், அனைவரையும் கவர்ந்தது. உலகின் பல மொழிகளில் இந்தச் சிறுகதை எண்ணற்ற முறை மொழிபெயர்க்கப்பட்டு தலைமுறைகளால் ரசிக்கப்பட்டது. கல்லூரிகளில் பாடமாகவும் வைக்கப்பட்டிருந்தது.

திருமகள் : சூப்பர் சார். இந்தச் சிறுகதை பற்றி நான் கேள்விப்பட்டிருக்கிறேன். ஒங்க வெர்ஷன் கேட்கணும்னு தான் இத்தனை நேரம் வாயைத் திறக்காம இருந்தேன்.

அ.நா.: மற்றொரு சிறுகதையில்... ஓஹென்றி ..

திருமகள் : சார். மன்னிக்கணும். ஒரு பாடலைக் கேட்டு விட்டு நிகழ்ச்சியைத் தொடரலாம் சார்.

அ.நா. : அப்படியா?

திருமகள் : ஆமாம் சார். தம்பதிகளின் இலக்கணத்தை விளக்கும் கண்ணதாசனின் பாலும் பழமும் திரைப்பாடல் இதோ உங்களுக்காக... நான் பேச நினைப்பதெல்லாம் நீ பேச வேண்டும் நீ காணும் பொருள் யாவும் நானாக வேண்டும்

(பாடல்)

திருமகள் : மற்றொரு சிறுகதை பற்றி சொல்வதாகக் கூறினீர்கள்.

அ.நா. : இந்தச் சிறுகதையின் தலைப்பு Ransom of Red Chief இதில் இரண்டு இளைஞர்கள், பத்து வயது சிறுவனை சுலபமாக பணம் சம்பாதிப்பதற்காக கடத்தி விடுகின்றனர். அந்தப் பையனைக் கடத்திக்கொண்டு வந்த பின்னர், அவன் செய்த சேட்டைகளையும், விஷமங்களையும், தொல்லைகளையும் தாங்க முடியாமல் இளைஞர்கள் இருவரும் பையனின் தந்தையிடம் 250 டாலர் கொடுத்து பையனை அழைத்துப் போகச் செய்கின்றனர்.

திருமகள் : பையன் கிட்டேந்து நாம ரிலீஸ் ஆனா போதும்னு ஆயிடுச்சு அவங்களுக்கு. நல்லா இருக்கு சார்... ஹென்றியின் மற்றும் ஒரு கதை சொல்லுங்களேன்.

அ.நா. : கதை கேட்பதில் உங்களுக்கு உள்ள ஆர்வத்தைப் பாராட்டுகிறேன்.

A Retrieved Refomation என்றொரு சிறுகதை. ஜிம்மி வேலன்ட்டைன் என்ற இளைஞன், எப்படிப்பட்ட சேப் லாக்கர் அதாவது பாதுகாப்பு பெட்டகம், அலமாரி இப்படி எதையும் சாவி இல்லாமல் திறக்கக் கூடிய திறமை படைத்தவன். சிறைச்சாலையிலிருந்து தப்பித்து வெளியே வருகிறான்.

அருகில் உள்ள சிறிய நகரத்திற்குள் நுழைகிறான். ஒரு வங்கியைப் பார்க்கிறான். அங்கு கொள்ளை அடிக்கலாம் என்று திட்டமிட்டு உள்ளே நுழையும் போது, வங்கி உரிமையாளரின் அழகான மகளைப் பார்க்கிறான்.

கண்டதும் காதல்... love at first sight இருவரிடையே ஏற்படுகிறது.

ஜிம்மி வேலன்ட்டைன், குற்றச் செயல் பாதையை விட்டுவிட்டு ரால்ப் ஸ்பென்சர் என்ற பெயரில் ஷூ ற ஷ தயாரிப்பாளராக மாறிவிடுகிறான். காதல் செய்த மாற்றம்.

ஒரு நாள் இவன் வங்கிக்குள் செல்லும்போது தருணத்தில் இவனுக்குத் தெரிந்த காவல்துறை அதிகாரி வருகிறார். அங்கே வங்கியில் ஒரே பரபரப்பு. புதிதாக வாங்கிய ஒரு பெட்டகத்திற்குள் உள்ளே வாடிக்கையாளரின் குழந்தை தெரியாமல் சென்று மாட்டிக் கொண்டுவிடுகிறது. வங்கி உரிமையாளரும் வேலன்ட்டைனின் காதலியும் கைகளைப் பிசைந்து நிற்கின்றனர். காவல்துறை அதிகாரி இவனையே பார்த்துக் கொண்டிருக்கிறார். காவல்துறை அதிகாரியின் முன்னால் அலமாரியை உடைத்தால் தன்னுடைய குட்டு வெளிப்பட்டு விடும் என்று தெரிந்தும், ஜிம், ஆனது ஆகட்டும் என்று அலமாரியை உடைத்து குழந்தையைக் காப்பாற்றுகிறான். ஜிம்முக்கு இன்ப அதிர்ச்சி அளிக்கும் வகையில், காவல்துறை அதிகாரி, அவனைப் பார்த்தும் பார்க்காதது போல் போய் விடுகிறார்.

திருமகள் : சார். இதே போன்ற காட்சி, மூன்று தெய்வங்கள் திரைப்படத்தில் பார்த்த ஞாபகம்.

அ.நா. : பழைய திரைப்படம் பற்றி நீங்கள் சரியாகச் சொல்லிவிட்டீர்கள். ஆச்சரியம்தான்! காட்சியையும் நீங்களே விவரியுங்கள்.

திருமகள் : என்ன சார். பார்த்த நினைவுல சொன்னேன். நீங்க சொன்னால்தானே நல்லா இருக்கும்.

அ.நா. : மூன்று தெய்வங்கள் செவாலியே சிவாஜி கணேசன் அவர்கள் நடித்த திரைப்படம். நடிகர் திலகம் கதாநாயகனாக நடித்திருப்பார். மூன்று கைதிகள் சிறைச்சாலையிலிருந்து தப்பிச் சென்று எஸ்.வி.சுப்பையா வீட்டில் கைதிகள் என்பதை வெளிப்படுத்தாமல் அடைக்கலம் ஆகி இருப்பார்கள். அவருடைய மளிகைக் கடையில் பணியாளர்களாக இருந்து வரும்போது, ஓஹென்றி கதையில் வருவதுபோல், சுப்பையா வீட்டு அலமாரியில் ஒளிந்து கொண்ட பக்கத்து வீட்டு குழந்தை கதவை பூட்டிக் கொண்டு திறக்க முடியாமல் தவித்ததுக் கொண்டிருக்கும். அப்பொழுது இந்தக் கைதிகள் ஒவ்வொருவருடைய செயல்கள் பற்றி தகவல் கிடைத்த உள்ளூர் போலீஸ் அதிகாரி அங்கு வந்து விடுவார். திரும்பி சிறைக்குப் போனாலும் பரவாயில்லை என்று கதாநாயகன் அலமாரியின் பூட்டை உடைத்து குழந்தையைக் காப்பாற்றி விடுவார்.

போலீஸ்காரர், இவர்களைப் பற்றி அறிந்ததாகக் காட்டிக் கொள்ளாமல் சென்றுவிடுவார். இந்தத் திரைப்படம் பற்றி ஒப்புமைக்காத்தான் இங்கே கூறப்பட்டது.

திருமகள் : இனி...மீண்டும் தமிழ்ச் சிறுகதை உலகத்திற்குச் செல்வோம். ஜெயகாந்தன் அவர்களுடைய ஒரு பிடி சோறு கதைச் சுருக்கத்தைச் சற்றே கூறுங்கள்.

அ.நா : நீங்கள் நினைவுப்படுத்தியதற்கு நன்றி. ஒரு பிடிச் சோறு சிறுகதை விளிம்புநிலை மக்களின் வாழ்வின் வறுமை பற்றிய பதிவு. இந்தச் சிறுகதையில் வருகிற முக்கிய கதாபாத்திரம் ராசாத்தி என்ற கூலித் தொழிலாளி எட்டு மாத கர்ப்பிணி. அவளுக்கு ஏற்கனவே ஒரு மகன் இருக்கிறான்.

சிறுவன் மண்ணாங்கட்டி. மண்ணாங்கட்டி என்பது ராசாத்தியின் இறந்து போன அப்பாவின் பெயர். அதனாலே மகனுக்கு அந்தப் பெயர் வைத்திருக்கிறாள்.

மண்ணாங்கட்டியை செல்லமாகக் கோபித்துக் கொள்கிறாள். மண்ணாங்கட்டியை பக்கத்தில் இருக்கும் மாரியாயி சோற்றைத் திருடித் தின்றதற்காக முதுகில் அறைகிறாள்.

இதனால், மாரியாயிக்கும் ராசாத்திக்கும் வாய்ச்சண்டை முற்றி கைகலப்பு ஏற்படுகிறது. மாரியாயின் கணவன் மாணிக்கம் பிள்ளைத்தாய்ச்சிப் பெண்ணை அடிக்கலாமா? என்று கூறி தன் மனைவியை அழைத்துச் செல்கிறான். மண்ணாங்கட்டிப் பையனும் எங்கோ ஓடி விடுகிறான்.

சற்று நேரத்தில் பசியோ அல்லது ஏதாவது வலியோ - ராசாத்தியை வாட்டுகிறது. குடிசைக்குள் அனத்திக் கொண்டிருந்தவளின் குரல் கேட்டு மாரியாயி ஓடி வருகிறாள். கொஞ்ச நேரத்திற்கு முன் சண்டை போட்டவள்தான். லாரி வந்திருக்கிறதே விறகு இறக்கணுமே இல்லேன்னா கஞ்சி வைத்து தருவேன் என்கிறாள் மாரியாயி.

அரிசி இருந்தால் கொடு நானே கஞ்சி காய்ச்சிக் கொள்கிறேன் என்கிறாள் ராசாத்தி. மாரியாயி அரிசியைக் கொடுத்து விட்டு வேலையைப் பார்க்கப் போகிறாள்.

பசி வயிற்றை வாட்ட, கஷ்டப்பட்டு குழாயடி வரை சென்று தண்ணீர் பிடித்து வந்து சுள்ளிகளை வைத்து அடுப்பை மூட்டி, கஞ்சியைத் தயார் செய்து வைக்கிறாள். பானையிலிருந்து கலயத்தில் மாற்றுகிறாள். ஆறட்டும் என் று காத்திருந்து அதைச் சாப்பிடுவதற்குள் மண்ணாங்கட்டி எனக்குக் கஞ்சிம்மா கஞ்சிம்மா என்று வருகிறாள். ஒரு வாய்க் கஞ்சியைக் குடிச்சு ஒரு பிடி சோத்தை தின்னா பசி பறந்து போயிடும். நிம்மதியாத் தூங்கலாம் என்று இருந்தவளைக் கோபமூட்டினான் மகன்.

பையனை விரட்டி அடித்தாள். மீண்டும் வந்து விடுகிறான் அந்தப் பையன். மண் கலயத்தைத் தாயிடமிருந்து பறிக்க முயன்றான். கலயத்திலிருந்து கஞ்சியெல்லாம் கீழே கொட்டி விடுகிறது. தரையில் விழுந்த கொஞ்சம் சோற்றை அள்ளி விழுங்கி ஓட்டம் பிடிக்கிறான் பையன்.

சற்று நேரத்தில் குடிசையிலிருந்து ராசாத்தியின் அலறல். லாரியிலிருந்து லோடு இறக்கிக் கொண்டிருந்த மாரியாயிக்குக் கேட்கிறது. வந்து பார்த்தால் ராசாத்தி இறந்து விட்டிருக்கிறாள். சண்டையிட்ட மாரியாயிதான் அவளுக்காக ஒப்பாரியிடுகிறாள்.

மண்ணாங்கட்டி வந்து பார்த்தான். கேவிக் கேவி அழுதான். மாணிக்கமும் மாரியாயியும் அவனை அரவணைத்து ஆறுதல் கூறினர். இப்பொழுது மாரியாயியும் மாணிக்கமும் மண்ணாங்கட்டியைக் கவனித்துக் கொண்டனர். மண்ணாங்கட்டியின் குறும்புத்தனமும் கொட்டமும் பறந்து போய் விட்டது.

மறுநாள், மண்ணாங்கட்டி ஒரு பிடிச் சோற்றை தனியாக எடுத்து வைத்து தகரக் குவளையில் போட்டு வைத்தான். எடுத்துத்துன்னு என்கிறாள் மாரியாயி. அது எங்க அம்மாவுக்கு என்கிறான் மண்ணாங்கட்டி. வானத்தைப் பார்த்தவன் கண்களில் கண்ணீர். அம்மா அம்மா என்று மாரியாயியைப் பிடித்து அணைத்துக் கொண்டு கதறுகிறான் மண்ணாங்கட்டி. மவனே என்று அவனைத் தழுவிக் கொள்கிறாள் மாரியாயி

திருமகள் : நீங்கள் கூறிய கதைச் சுருக்கமே நெஞ் உருக்குகிறது. முழுக்கதையையும் தேடிப் பிடித்துப் படிக்க வேண்டும் என்ற ஆவலைத் தூண்டுகிறது. ஐயா.. சண்டை சச்சரவுகளை நொடியில் மறந்து ஆபத்து காலத்தில் துணை நிற்கும் மாரியாயியும் மாணிக்கமும் நெஞ்சில் நிற்கிறார்கள். இறுதிக் காட்சியில் ராசாத்தியின் மகனைத் தன் மகனாக அரவணைத்துப் பாசம் காட்டும் மாரியாயியின் பெண்மை வணக்கத்திற்குரியது. நேயர்களே இளந்தென்றல் பண்பலை வழங்கும் மழைச்சாரல் இலக்கிய நிகழ்ச்சி சிறிய விளம்பர டைவேளைக்குப் பின் தொடரும்.

(விளம்பரம் : மேகங்கள் தரும் கொடை வான்மழை சேமிக்காமல் இருக்கலாமா அதை?)

(விளம்பரம் : குடிநீரைக் காய்ச்சிப் பருகுங்கள்.)

திருமகள் : மழைச்சாரல் இலக்கிய நிகழ்ச்சியில் சிறுகதைகள் பற்றிய சிந்தனைகளையும் தகவல்களையும் பேராசிரியர் அரங்கநாதன் நம்முடன் பகிர்ந்து கொண்டு வருகிறார்.சார்..இதோ ஒரு நேயர். பழனியப்பன் அவர்கள் எஸ்.எம்.எஸ்-ல் கேள்வி அனுப்பியிருக்காரு.

அரங்கநாதன் : கேளுங்க.

திருமகள் : கண்ணதாசனின் திரைப்பாடலைக் கேட்டதும், கண்ணதாசன் சிறுகதைகள் எழுதியிருக்கிறாரா என்ற கேள்வியை இவர் முன் வைத்திருக்கிறார்.

அரங்கநாதன் : கவியரசு கண்ணதாசன் அவர்கள், தமிழக அரசியல் அரங்கிலும் திரைத்துறையிலும் முழுமூச்சுடன் பணியாற்றி வந்த நிலையில் அவ்வப்போது தனிக் கவிதைகள், காவியங்கள், உரைநடை காவியங்கள் எழுதினார்.

குமுதம், ராணி, தினமணிகதிர் இதழ்களில் தொடர்கதைகள் எழுதினார். குமுதத்தில் எழுதிய அதை விட ரகசியம் என் ற தொடர்கதை திரைப்படமாகவும் வெளிவந்தது. சிந்தனையைத் தூண்டும் குட்டிக் கதைகள் ஏராளமாக எழுதியுள்ளார். நாம் விவாதத்திற்கு எடுத்துக் கொண்டிருக்கும் சிறுகதை வடிவில் கவியரசு கதைகள் புனைந்துள்ளார். குமுதம் வார இதழில் செய்திகளின் அடிப்படையில் உண்மைச் சிறுகதைகள் படைத்துள்ளார். அவை 'செய்திக் கதைகள்' என்ற தலைப்பிலான நூலாக 1980 ஆம் ஆண்டு வானதி பதிப்பகத்தால் முதற் பதிப்பாக வெளியிடப்பட்டது.

ட்விஸ்ட் எனப்படும் திருப்பம் கொண்ட இச் சிறுகதைகள் அக்காலகட்டத்தில் வாசகர்களின் உள்ளங் களைக் கொள்ளை கொண்டவை. கவியரசு கண்ணதாசன் அவர்கள், இந்நூலின் முன்னுரையில் குறிப்பிடுகிறார்: "சிறுகதைகளில் நான் சில உத்திகளைக் கையாளுகிறேன். அவையெல்லாம் வங்காளத்து சரத்பாபு எனக்களித்த பிச்சை என்பதை நான் ஒப்புக் கொள்கிறேன். சில கதைகளில் தாராசங்கர் பானர்ஜியின் பாணியைப் பின்பற்றுகிறேன்.

இன்று என்னைப் பின்பற்றுகிறவர்கள் பலர் இருந்தாலும் எனது குருநாதர்களைப் பற்றி சொல்லி ஆக வேண்டும் அல்லவா? எல்லாக் கதாசிரியர்களும் ஏதோ ஒரு பாணியைத் தான் பின்பற்றுகிறார்கள் என்றாலும் பலர் சொல்வதில்லை; நான் சொல்லிவிட்டேன்" எப்பொழுதும் போல் கவியரசு அவர்களின் வெளிப்படையான மனம் இதில் வெளிப் படுகிறதல்லவா? சரத்பாபு என்று கவியரசு குறிப்பிடுவது று யார் என்று தெரியுமா?

திருமகள் : தெரியும் சார். வங்காள எழுத்தாளர் சரத் சந்திரர்.

அ.நா. : பிரபல பத்திரிகைகளில் எழுதி வந்தபோதிலும் அவரே தென்றல் உள்ளிட்ட பல பத்திரிகைகளை நடத்தி வந்த இதழாளரும் கூட. எழுபதுகளில் அவர் 'கண்ணதாசன்' என்ற பெயரிலேயே ஓர் அருமையான இலக்கிய இதழை நடத்தினார். அவருடைய ஆசிரியத்துவத்தில் பீடு நடை போட்ட இந்த இலக்கிய இதழில் எழுத்தாளர்கள் பலரின் பல்வேறு இலக்கியத்தரம் வாய்ந்த சிறுகதைகளை வெளி யிட்டார் என்பது குறிப்பிடத்தக்கது. தமிழ் இலக்கியத்தை ஊக்குவித்த இதழ்களில் கண்ணதாசன் இதழுக்கு முக்கிய இடம் உண்டு.

திருமகள் : நீங்கள் தந்த தகவல்களுக்கு நன்றி. அண்மையில் கவிஞர் அமரர் வாலி அவர்களின் சிறுகதை களும் நூலாக வெளியிடப்பட்டுள்ளது. சரி. இப்பொழுது ஒரு திரைப்பாடலைக் கேட்போம் -இரத்தத்திலகம் திரைப் படத்தில் இடம் பெற்ற 'ஒரு கோப்பையிலே என் குடியிருப்பு' என்று தொடங்கும் கண்ணதாசனின் திரைப் பாடல்.

(பாடல்)

திருமகள் : சார். ஒரு நேயர் அழைக்கிறார்.

குரல் : வணக்கம் மேடம். வணக்கம் சார். திருமகள்

அ.நா. : வணக்கம். சொல்லுங்க.

குரல் : நான் கொறட்டூர் ராஜாமணி. கண்ணதாசன் பத்தி சொன்னீங்க. வண்ணதாசன் பற்றி சொல்லுங்க சார்.

அ.நா. : சரி. வண்ணதாசன் தமிழ் இலக்கிய உலகில் வாழ்வியலை நுணுக்கமாகப் படைத்துக் காட்டி வரும் எழுத்தாளர்களில் முக்கியமானவர். இவர் கல்யாண்ஜி என்ற பெயரில் புதுக்கவிதைகளையும் படைத்துள்ளார். இவர் கைவண்ணத்தில் நெஞ்சைத் தைக்கிற சிறுகதைத் தொகுப்புகள் வெளிவந்துள்ளன. இவர் தமிழ் இலக்கியத் திறனாய்வாளர். தி.க. சிவசங்கரன் அவர்களின் புதல்வர். ஓர் எழுத்தாளரின் முகத்தை அவருடைய முன்னுரையே பறை சாற்றும் என்பார்கள். சில வருடங்களுக்கு முன்பு வெளிவந்த 'தோட்டத்திற்கு வெளியிலும் சில பூக்கள்" என்னும் தம்முடைய சிறுகதைத் தொகுப்பின் முன்னுரையில் அவர் கூறுவதைச் சொல்கிறேன். கேளுங்கள். "எப்படி ஆயினும் இன்னும் இந்த வாழ்க்கை வெறுப்புக்குரியதாகிவிடவில்லை. இதுவரையிலும் அது நேசிக்க மட்டுமே கற்றுக் கொடுத் திருக்கிறது என்பதே என் பக்கத்து நிஜமாக இருக்கிறது.

முற்றிலும் வெறுப்புக்குரிய கோளமாக என்றாவது இந்த பூமி பெயர் கொள்ளுமெனில் அது துக்கத்திற்குரியதே. இது ஒரு போதும் அப்படி ஆகாத அளவுக்கு, அடையாயம் காட்டத் தெரியாத ஒரு சமன்பாடு நம் மத்தியில் எப்போதும் இருக்கும் என்று நம்பத் தோன்றுகிறது. முழுக்க முழுக்க நாம் அன்பற்றவர்களாகியா போனோம்? இன்னும் இல்லையே…"

திருமகள் : வாசித்தலும் நேசித்தலும் குறைந்து வருகிற காலகட்டத்தில் நீங்கள் தந்த வண்ணதாசனின் மேற்கோள் சிந்தனையைத் தூண்டுகிறது. முற்றிலும் வெறுப்புக்குரிய தாக இந்த பூமி உருமாறி விடக் கூடாது என்றே நாமும் வேண்டுவோம்.

அ.நா. : இளமையில் நீங்கள் இவ்வளவு பக்குவமாகப் பேசுகிறீர்கள். என்ன ஆச்சரியம்!

திருமகள் : ஐயா, உங்களைப் போன்ற பெரியவர்களின் நட்பால் விளைந்தது அந்தப் பக்குவம். இப்பொழுது ரமணா திரைப்படத்தில் ஹரிஹரன் பாடிய வானவில்லே வானவில்லே… பாடலைக் கேட்போம்.

(பாடல்)

திருமகள் : சார், சிறுகதை, நாவல் என்றாலே மண்வாசனை பற்றிய பேச்சு எழுவதுண்டு. நீங்கள் கூட உங்கள் அறிமுக உரையில் வட்டார வழக்கு என்று குறிப்பிட்டீர்கள். அதுதான் மண் வாசனையா?

அ.நா. : ஆமாம். திருமகள் அவர்களே. மண் மனம் என்பதும் மண் வாசனை என்பதும் வட்டார வழக்குகளைக் குறிப்பதாகும். ஜெயகாந்தனின் ஒரு பிடிச் சோறு, உன்னைப் போல் ஒருவன் ஆகிய கதைகளில் சென்னை வாழ் அடித்தட்டு மக்களின் பேச்சு வழக்குகள் இடம் பெற்றன. தி. ஜானகிராமனின் சிறுகதைகளிலும் புதினங்களிலும் தஞ்சை மண் மணத்தைக் காணலாம். கி. ராஜநாராயணனின் எழுத்துக்களில் நெல்லை மண் வாசனையைக் காண-லாம். மதுரை வட்டாரத் தமிழ் மணம் கமழ, எழுத்தாளர் சி.சு. செல்லப்பா வாடிவாசல் என்ற புதினத்தைப் படைத்தார். ஜல்லிக்கட்டு பற்றிய களத்தில் இந்தக் கதை நிகழும். இப்படி பல எழுத்தாளர்கள், தங்களுடைய கதைக் களத்துக்கு ஏற்ற வழக்கு மொழிகளைக் கையாள்வதைப் பார்க்கலாம்.

இப்பொழுது கொத்தமங்கலம் சுப்பு அவர்களின் மஞ்சி விரட்டு சிறுகதை பற்றிக் கூறுகிறேன்.

திருமகள் : சார். குறுக்கீட்டுக்கு மன்னிக்கணும்.

அ.நா. : கொத்தமங்கலம் சுப்பு அவர்களைப் பற்றிய அறிமுகம் வேண்டுமா?

சரி. கூறுகிறேன். கேளுங்கள். கொத்தமங்கலம் சுப்பு அவர்கள், அமரர் எஸ். எஸ். வாசன் அவர்களின் புகழ் பெற்ற ஜெமினி என்னும் சினிமா நிறுவனத்திலும் ஆனந்த விகடனிலும் பணி ஆற்றியவர். அமரர் வாசன் அவர்க-ளின் ஜெமினி நிறுவனம் தயாரித்த ஔவையார் திரைப்படத்திற்கு உரையாடல் எழுதியவர்.

கலைமணி என்ற புனைப் பெயரில் சிறுகதைகள், தொடர்கதைகள் எழுதிக் குவித்தவர். நடனத் தாரகைக்கும் நாதஸ்வர வித்வானுக்கும் இடையேயான காதலைப் பற்றி இவர், ஆனந்தவிகடனில் எழுதிய தொடர்கதை அந்தக் காலத்தில் அனைவரையும் கவர்ந்து இழுத்தது. இந்தத் தொடர்கதையை இயக்குநர் A.P. நாகராஜன் அவர்கள், அழி-யாப் புகழ் பெற்ற திரைக் காவியமாக உருவாக்கினார். அந்தத் திரைப்படம்தான் நடிகர் திலகமும் நாட்டியப் பேரொளி பத்மினியும் முக்கிய கதாபாத்திரங்களில் நடித்த தில்லானா மோகனாம்பாள். காந்தி மகான் வரலாற்றை வில்லுப்பாட்டில் எழுதிக் காட்டியவர். கிராமிய மணம் கமழும் பல கவிதைகளையும் எழுதியவர் இவர்.

இந்திய விடுதலைக்கு முன்பாகவே இவர் பல சஞ்சிகைகளில் எழுதிய மண் மணம் கமழும் சிறுகதைகளின் தொகுப்புதான் மஞ்சி விரட்டு. சமீபத்தில் விகடன் நிறுவனம் இந்தத் தொகுப்பை 2007ஆம் ஆண்டில் நவீன முறை-யில் புதுப் பதிப்பாக வெளியிட்டுள்ளது. முதற் பதிப்புக்கு முது பெரும் எழுத்தாளர் மணிக்கொடி எழுத்தாளர் வ.ரா என்னும் வ. ராமஸ்வாமி அளித்த அணிந்துரை விகடன் பதிப்பித்த தொகுப்பிலும் இடம் பெற்றுள்ளது. இனி மஞ்சி விரட்டு என்ற சிறுகதையைப் பற்றி சுருக்கமாகக் கூறுகிறேன்.

மஞ்சி விரட்டு சிறுகதையில் ஒரு கிராமத்தின் இரு வேறு வகுப்பார் பற்றி விவரிக்கப்படுகிறது. அதில் ஒரு பிரிவைச் சேர்ந்த பொன்னுசாமி ரங்கூ ரங்கூனுக்குப் போய் பல வருடங்கள் வேலை பார்த்து பணத்துடன் வந்து சேர்கிறான். கோயில் உள்ளிட்ட பொதுக் காரியங்களுக்கு அள்ளி யிறைக்கிறான். ஏற்கனவே நாட்டாமை ஆக உள்ள வகுப்பாருக்-கும் இவனுடைய வகுப்பாருக்கும் பூசல்கள் ஏற்படுகின்றன. உச்சகட்டமாக, பொங்கலுக்கு நடத்தப் படும் மஞ்சி விரட்டு நிகழ்ச்சி கலகத்திலும் கலவரத்திலும் முடிகிறது. இரண்டு பிரிவுக்கும் தலைமை வகித்த கருப் பண்ணனும் பொன்னுச்-சாமியும் மதுபானக் கடைகளில் விழுந்து கிடக்கிறார்கள். இருவருக்கும் கூடாதவர்களின் சிநேகமும் ஏற்பட்டுவிடுகிறது. சரி அந்த கிராமத்திற்கு எப்படித்தான் விமோசனம் ஏற்பட்டது? இதற்கான விடையை இந்தச் சிறுகதையின் இறுதிப் பத்திகளில் சுப்பு அவர்களின் வார்த்தைகள் மூலமாகவே அறிவோம். வாருங்கள்.

இருவருக்கும் காலிகளின் சேர்க்கை ஏற்பட்டது. மொத்தத்தில் ஊரில் காலிகளின் கூட்டம் அதிகப்பட்டது. ரிசர்வ் பட்டாளம் (கேம்ப்) வந்தது. தெண்ட வரி வசூலிக்கப்பட்டது.

ஊரின் அழகு ஊரை விட்டுப் புறப்பட்டுவிட்டது. கோவில் பக்கம் யாரும் திரும்புவதே கிடையாது. காலிகள் ஒளிந்து கொள்ளக் கோவில்கள் மறைவிடமாக இருந்தன.

1927ஆம் வருஷத்தில் ஏற்பட்ட இந்தச் சோக சம்பவத்தின் எதிரொலி ஐந்து வருஷங்கள் நீடித்தது.

நாட்டுக்கு விமோசன மணி அடித்த மாதிரி,உப்புச் சத்தியாகிரக இயக்கம் பாரத பூமியில் ஆரம்பித்தது. அநேகர் தேச நன்மைக்காகச் சிறை புகுந்தனர்.

பின்னர், காங்கிரஸ் தேர்தலும் வந்தது. தேசியப் பிரசாரம் கரை புரண்டு ஓடிற்று. அப்போது ஊரில் ஒற்றுமை

ஏற்பட்டதுதான் ஆச்சர்யம்.காங்கிரஸ்காரர் மந்திரிகளாய் வந்த பின்பு கடன் தொந்தரவுகளும் சற்று நீங்கின.ஊர் ஒருமுகப்பட்டது. மழைக்கும் விளைவுக்கும் குறைவில்லை.

அடடா! ஒற்றுமையுடன் இந்த ஊரில் நடக்கும் உற்சவத்தை இப்போது நீங்கள் பார்க்க வேண்டும்.

கதர் வேட்டி கட்டித்தான் சார் போன வருஷம் மஞ்சி விரட்டும் நடந்தது. அதோ அரச மரத்தின் உச்சியில் கதர்க் கொடி தெரிகிறதே அதுதான் ஊரின் மஞ்சு விரட்டுப் பொட்டல்.

திருமகள் : மஞ்சி விரட்டால் ஒரு கிராமம் ஒற்றுமை இழந்ததையும், பின்னர் ஒன்றுபட்டதையும் சொற்சித்திரங் களாக வடித்துள்ளார் என்று சொல்லுங்கள். நேயர்களே••• இப்பொழுது ஒரு பாடலைக் கேட்போம். ஊருவிட்டு ஊரு-வந்து படத்தில் இடம் பெற்ற இளையராஜா அவர்களும், ஜானகி அம்மாவும் பாடிய சொர்க்கமே என்றாலும் .. நம்ம

ஊரு போல வருமா?

(பாடல்)

திருமகள் : சார். ஓர் அழைப்பு வருகிறது. செவி மடுப்போம்.

குரல் : வணக்கம். நான் பார்த்திபன், செங்கல் பட்டிலிருந்து பேசுகிறேன்.

அ.நா. : வணக்கம் பார்த்திபன். நிகழ்ச்சியைக் கேட்டு கிட்டு வர்றீங்களா?

பார்த்திபன் : ஆமாம் ஐயா. அ.நா. : சொல்லுங்க.

பார்த்திபன் : நீங்கள் மண் மணம்னு சொல்லும்போது எனக்கு மேலாண்மை பொன்னுச்சாமி நினைவுக்கு வர்றாரு. உரையாடல்களில் மட்டுமல்லாமல் அவர் கதை சொல்லும் பாங்கிலும் பாணியிலும் மண்மணம் வந்து உட்காரும். உங்களுக்குப் பிடித்த அவருடைய சிறுகதை ஒன்றைப் பற்றிக் கூறுங்களேன்.

அ.நா.: நன்றி. இவர் ஓர் அருமையான வாசகர் என்பதை வெளிப்படுத்தியிருக்கிறார் பாருங்கள்.

திருமகள் : மேலாண்மை பொன்னுச்சாமியின் எந்த சிறுகதையைப் பற்றிக் கூறப் போகிறீர்கள். ஆவலுடன் காத்திருக்கிறேன்.

அ.நா. : ஊரகப் பகுதி மக்களின் உணர்வுகளையும் பிரச்சினை களையும் எளிய நடையில் நம்முடைய நேயர் பார்த்திபன் குறிப்பிட்டது போல் அந்த மண்ணின் மணத்தோடு கூடிய நடையில் படைத்துக் காட்டுபவர் மேலாண்மை பொன்னுச்சாமி. இவருடைய படைப்புகள் இலக்கிய இதழ்களில் மட்டும் அல்லாமல் ஜனரஞ்சக இதழ்களிலும் வெளியிடப்பட்டுள்ளன.

மத நல்லிணக்கம், வகுப்பு ஒற்றுமை என்றெல்லாம் பேசப்படுகிற கருத்தை பிரசார நெடி இல்லாமல் மேலாண்மை பொன்னுச்சாமி 'கதகதப்பு' என்கிற சிறுகதையில் வலியுறுத்தியிருக்கிறார். அந்தச் சிறுகதையில் படைப்பாளர் படைத்தளித்ததை சுருக்கமாக உங்களுக்குத் தெரிவிக்க முயற்சி செய்கிறேன்.

ஊதுபத்திகள், பன்னீர் பாட்டில்கள், தலைவலித் தைலங்கள் இவற்றை சைக்கிளில் வைத்து விற்கும் மைதீன் ராவுத்தருக்கும் அருஞ்சுனை என்ற சீனியர் சிட்டிசனுக்கும் இடையேயான நட்பை விளக்கும் வகையில் சிறுகதை வளர்கிறது. 'வயசான கெழட்டுச் சனியனா மண்ணுக்குப் பாரமா உக்காந்துருக்கேன்' என்று பெரியவர் சலித்துக் கொள்ளும்போது ராவுத்தர் கூறுகிறார்: 'வீட்ல ஒரு பெரியாளு இருந்தா... பெருமாளு இருந்தா மாதிரி. வீட்டுக்கே தனி மரியாதை. நீரில்லேன்னா நா யாரைப் பார்க்க வரப்போறேன்.'

இப்படி ஆறுதல் அளிக்கும் நண்பர், பல விஷயங் களையும் பேசிச் செல்லும் நண்பர் இரண்டு மாதங்களாக வரவே இல்லை. ஒரு நாள் சைக்கிள் மணியோசை கேட்க அருஞ்சுனை பரவசப்பட்டு எழுந்து நிற்கிறார். ஆறுதல் சொல்லும் பாயின் முகத்தில் விசனக் குறிகள். என்னதான் ஆச்சு என்று கேட்கிறார்.

பாய் தழுதழுக்கப் பதில் கூறுகிறார்: அருஞ்சுசனை நீரே சொல்லும்.. எவன் எவனோ எங்கேயோ குண்டு வைச்சான். நான் என்ன செய்வேன். என்ன பாய் இப்படி குண்டுக வெடிக்குன்னு எங்கிட்டேயே விசாரிக்கறாங்க. மனசு வெறுத்துப் போகுது.

அருஞ்சுனை பதில் கூறுகிறார்: நம்மை மனுசரா மட்டுமே பார்க்கணும். அதான் மனுசப் பண்பு. நம்மை ராவுத்தரா நெனக்கறதே தப்பு. அதுலயும் குண்டுகளை வெச்சுக் கொல்லுற பயங்கரவாதியா நெனக்குறது அதை விடக் கொடூரத் தப்பு.'

'அருஞ்சுனையின் பாசக் குழைவான சொற்கள், அவரது ஆன்மாவையே வருடி விட்டன. கண்ணில் வந்து முட்டிய நீர்த்துளி, உடைந்து சிதறித் தெறிக்கிறது. அருஞ்சுனையின் உள்ளங்கைக்குள் மைதீன்பாயின் கைகள் கதகதப்பை உணர்ந்தன'' என்று ஆசிரியர் சிறுகதையை முடிக்கிறார்.

திருமகள் : சுருக்கமாகச் சொல்லும் முயற்சியில் வெற்றி பெற்றுவிட்டீர்கள். கஷ்டப்பட்டு சுயதொழில் செய்யும் ராவுத்தருக்கும் அருஞ்சுனைக்கும் இடையேயான நட்பும், மனிதநேயமும் இந்தக் கதையில் இழையோடுவதைக் காண்கிறோம். நெஞ்சத்தைத் தொடுகிறது கதகதப்பு என்னும் இந்தச் சிறுகதை. இனி ஒரு திரைப்பாடலைக் கேட்போம்.

பாரத விலாஸ் திரைப்படத்திலிருந்து இந்திய நாடு என் வீடு இந்தியன் என்பது என் பேரு என்ற பாடல்.

(பாடல்)

திருமகள் : தேசபக்தியூட்டும் பாடல் ஒன்று கேட்டோம். இப்பொழுது சிறிய விளம்பர இடைவேளைக்குப் பின் நமது நிகழ்ச்சி தொடரும்.

(விளம்பரம்: மருந்து மாத்திரைகள், பேக் செய்யப்பட்ட தின் பண்டங்கள் ஆகியவற்றை வாங்கும்போது உபயோகிப்பதற்கான கெடுத் தேதியைப் பார்த்து வாங்குங்கள்.)

விளம்பரம்:

மரம் வளர்த்தால்

ன்பம் என்றும் மரங்களைப்

பாதுகாத்திடுங்கள் இன்பம் பெறுங்கள்.)

(விளம்பரம்: குண்டு பல்புகளைத் தவிர்த்திடுங்கள்)

திருமகள் : இளந்தென்றல் பண்பலை வழங்கிக் கொண்டிருக்கும் மழைச்சாரல் இலக்கிய நிகழ்ச்சியில் சிறுகதைகள் பற்றிய வாசிப்பு அனுபவங்களை பேராசிரியர் அரங்கநாதன் அவர்கள் நம்முடன் பகிர்ந்து கொண்டு வருகிறார். அய்யா.. நீங்கள் தி. ஜானகிராமன் அவர்களைப் பற்றி உங்கள் உரையில் அடிக்கடி குறிப்பிட்டீர்கள். உங்களுக்குப் பிடித்த அவருடைய ஒரு சிறுகதை பற்றிக் கூறுங்களேன்.

அ.நா. : சொல்கிறேன். யாதும் ஊரே, அக்பர் சாஸ்திரி, கொட்டுமேளம் ஆகிய சிறுகதைத் தொகுப்புகள் தி.ஜா. அவர்களின் குறிப்பிடத்தக்க சிறுகதைத் தொகுப்புகள்.

கொட்டுமேளம் என்கிற சிறுகதையில் உரையாடல் களிலேயே கதையைக் கொண்டு செல்வார்.

எனக்குப் பிடித்த சிறுகதை யாதும் ஊரே என்ற தொகுப்பில் இடம் பெற்றுள்ள வெயில் என்ற தலைப்பிட்ட சிறுகதை. அந்நியோன்னியமான மனைவியை மரணத்தால்

பிரிந்த கணவன், ஆசை மனைவியைப் பற்றி நினைத்துப் பார்க்கும் கதை.

திருமகள் : யாதும் ஊரே என்பது கணியன் பூங்குன்றனா ரால் சங்க இலக்கியத்தில் சொல்லப்பட்டது அல்லவா? தனை ஒரு சிறுகதைக்குத் தலைப்பாக வைத்திருக்கிறாரா? அ.நா.: ஆம். யாதும் ஊரே என்பதும் ஒரு சிறுகதை. இது சந்நியாசியாக ஆனவர் பற்றிய கதை.

திருமகள் : அந்தச் சிறுகதை பற்றி சுருக்கமாகக் கூறுங்கள் ஐயா.

அ.நா. : உறவினர்கள் ஒன்று சேர்ந்து ஒருவரைச் சூழ்ச்சியால் அழித்து விடுவதைப் பல கதைகளில் பார்த்திருக்கிறோம். இந்த சந்நியாசி, கதாகாலட்சேபம் கேட்கப் போகிறார். அப்பொழுது உபந்யாசகர் அதாவது கதாகாலட்சேபம் செய்கிறவர், கதை சொல்லும் போது, இவருடைய கதையை சபையினருக்கு கூறுகிறார். ஓஹோ என்று வாழ்ந்த செல்வந்தர் இவர். சந்தான பாக்கியம் இல்லை. அதாவது பிள்ளைகள் இல்லை. திரண்ட சொத்து. மனைவிக்கு சாமர்த்தியம் இல்லை. இவருக்கு திடீரென்று உடல்நிலை மிகவும் மோசமாயிற்று. உயிருக்கு ஆபத்து இருப்பதால் ஆபத்து சந்நியாசம் வாங்கிக் கொள் என்று தாயாதிகள் அவர் மனசைக் கரைத்து சந்நியாசம் வாங்க வைத்து விட்டார்கள். படுத்த படுக்கையான இருந்தவரிடம் கமண்டலத்தையும் காஷாயத்தையும் கொடுத்து விடுகிறார்கள். ஆனால், நாலைந்து நாளில் நன்றாக உடல் தேறிவிட்டது. பிழைத்து விட்டார். சந்நியாசி வீட்டில் இருக்கக் கூடாது என்று வெளியே அனுப்பிவிடுகிறார்கள் உறவினர்கள். சூழ்ச்சியால் அவருடைய செல்வத்தை அபகரித்து விடுகிறார்கள். சூதுவாது தெரியாத மனைவியால் ஒன்றும் செய்ய முடியவில்லை. வீடு வீடாகச் சென்று ஊர் ஊராகச் சென்று சாப்பிட்டு வருகிறார். தம்முடைய கதையை உபந்யாசககர் சொல்வதைக் கேட்டு சந்நியாசி அழத் தொடங்குகிறார்.

திருமகள் : இந்தக் கதைக்கு யாதும் ஊரே என்ற தலைப்பு பொருத்தமானதுதான் சார்.

அ.நா. : எழுத்தாளன் நினைத்தால் எப்படிப்பட்ட சூழலையும் சம்பவத்தையும் வாசகர்களை வசீகரிக்கும் விதத்தில் படைக்க முடியும்.

இராமானுஜர் என்னும் மகான், திருக்கோட்டியூர் நம்பிகள் என்கிற குருவிடம் சென்று மன்றாடி நாராயண மந்திரத்தைக் கற்று வருகிறார். இராமானுஜருடைய குருநாதர், இந்த மந்திரத்தை வேறு யாருக்கும் கூறக் கூடாது, மீறி கூறினால் நரகம் புகுவாய் என்று சொல்லி விடுகிறார்.

மகான் இராமானுஜர் குருவின் கட்டளைக்கு விரோதமாக, நானிலத்தோர்க்கெல்லாம் மந்திரத்தைக் கற்றுத் தருகிறார். தாம் நரகம் புகுந்தாலும் மற்றவர்கள் பலன் அடையட்டும் என்னும் உயரிய நோக்கில்.

இராமானுஜர் வாழ்வில் நடைபெற்ற இந்த முக்கியமான சம்பவத்தை பின்னணியாகக் கொண்டு, எழுத்தாளர் பொன்னீலன் அவர்கள், ‘‘நரகு புகத் துணிந்தவர்’’ என்ற பெயரில் வரலாற்றுச் சிறுகதையாக, வாசகர்களை வசீகரிக்கும் நடையில் படைத்துள்ளார். சமயம் சார்ந்த விஷயத்தை அனைவரையும் கவரும் விதத்தில் படைத் துள்ளது குறிப்பிடத்தக்கது. பொன்னீலனின் இந்தச் சிறுகதை, தினமணி 2011 தீபாவளி மலரில் வெளிவந்தது.

பொதுவுடைமைத் தோட்டத்தில் மலர்ந்த சிவப்புச் சிந்தனையாளரான பொன்னீலன், உழைக்கும் மக்கள் பற்றிய பல நாவல்கள், கட்டுரைத் தொகுப்புகள் படைத்துள்ளார். ஒன்பது சிறுகதைத் தொகுப்புகளை வழங்கி, சிறுகதை இலக்கியத்துக்கு அளப்பரிய பங்களிப்பைத் தந்துள்ளார்.

இவர் எழுதிய ‘உறவுகள்’ என்னும் சிறுகதையை இயக்குநர் மகேந்திரன் ‘பூட்டாத பூட்டுக்கள்’ என்ற திரைப்படமாக எண்பதுகளில் கொடுத்தார்.

பகுதி 2

திருமகள் : இப்பொழுது ஒரு பாடலைக் கேட்போம். பின்னர் நிகழ்ச்சியைத் தொடரலாம். சார். நீங்கள் விரும்பும் பாடலை ஒலிபரப்புகிறோம். கேளுங்கள்

அ.நா. : என் விருப்பமா? பாதை தெரியுது பார் என்று திரைப்படத்தில் தென்னங்கீற்று ஓலையிலே தென்றலில் நீந்திடும் சோலையிலே சிட்டுக்குருவி பாடுது தன் பெட்டைத் துணையைத் தேடுது... P.B. ஸ்ரீநிவாஸ், ஜானகி பாடிய பாடல். இந்தப் பாடலை இயற்றியவர்...

திருமகள் : நான் சொல்கிறேன். ஜெயகாந்தன் அவர்கள் எழுதிய பாடல். இது சரியா? இதோ பாடல் ஒலிக்கிறது... (பாடல்)

திருமகள் : நிகழ்ச்சியைத் தொடர்கிறோம் சார். ஒரு நேயர் லைன்ல வந்திருக்காரு.

குரல் : வணக்கம் மேம். வணக்கம் சார்.

திருமகள் : சொல்லுங்க. நிகழ்ச்சியைக் கேட்டுக்கிட்டு இருக்கீங்களா? ஒங்க பேர் சொல்லுங்க.

குரல் : செல்வராஜ் -செங்கல்பட்டு. ஒங்க புரோகிராம் கேட்டுகிட்டு வர்றேன்.

அ.நா. : வணக்கம் செல்வராஜ். சொல்லுங்கள்.

செல்வராஜ் : சார். லா.ச.ரா. பத்தி சொல்லுங்க. நன்றி.

அ.நா. : நன்றி செல்வராஜ். லா.ச.ரா. என்று அழைக்கப் படுகிற லா.ச. ராமாமிர்தம், பல சிறுகதைகள், புதினங்கள் படைத்துள்ளார். இவருடைய எழுத்துக்களை உரைநடைக் கவிதைகள் என்றே சொல்ல வேண்டும். மனித உறவுகளின் நுண்ணிய உணர்வுகளை கதை போகிற போக்கிலேயே அங்கங்கே காண்பித்து விடுவார். இந்த முதுபெரும் எழுத்தாளர். அதற்கு எடுத்துக்காட்டாக, பாற்கடல் என்ற சிறுகதையைக் குறிப்பிடலாம். புதிதாகத் திருமணம் ஆன பெண், கணவனுடன் தலைதீபாளியைக் கொண்டாட முடியாத நிலை. கணவன் உத்யோகக் காரணமாக தொலை தூரத்தில் இருக்கிறான். கணவன் இல்லாமல் எப்படி போயிற்று தலைதீபாளி என்பதை மனைவி கணவனுக்கு எழுதும் கடிதமாக இந்தச் சிறுகதை விரிகிறது.

ஆம். கடித வடிவில் சிறுகதை. சிறுகதையிலிருந்து ''அப்பா வாசலில் யாராவது வயதானவர்கள் போனால், அவரை அறியாமல் அவர் கைகள் கூம்பும். என்னப்பா என்று கேட்டால், சொல்வார்.

அம்மா, இந்தக் கிழவனார் வயது நான் இருப்பேனா என்று எனக்கு நிச்சயமில்லை.

இந்த நாளில் இத்தனை வயது வரைக்கும் இருக்கிறதே காலத்தையும் வயசையும் இவர்கள் ஜயம் கொண்ட மாதிரிதானே? இவர்களுடைய அந்த வெற்றிக்கு வணங்கு கிறேன் என்று வேண்டுமென்றே குரலைப் பணிவாய் வைத்துக் கொண்டு அப்படிச் சொல்கையில், ஏதோ ஒரு தினுசில் உருக்கமாயிருக்கும்.''

வாழ்வின் யதார்த்தத்தை இந்தச் சிறுகதையில் சில வரிகளில் நம் நெஞ்சில் கல்வெட்டு போல் பதியச் செய்து விடுகிறார் லா.ச.ரா.

“எங்களுக்கு வீடு என்றால் உங்களுக்கு உத்தியோகம். பார்க்கப் போனால், யார்தான் விடுதலையாக இருக் கிறார்கள்? எல்லோரும் சேர்ந்து ஒரு பெரும் சிறையி லிருக்கிறோமே. இந்த உலகத்தில்“

பணக்காரன் தங்கக் கூண்டில். இந்த இரண்டு ஸ்திதியிலுமில்லாமல் நம்மைப் போல் இருக்கிறவர்கள் இதுலுமில்லை. அதிலுமில்லை.''

இந்தக் கடித வடிவச் சிறுகதையில், கூட்டுக் குடித்தனமாக உள்ள தன்னுடைய புகுந்த வீட்டு உறுப்பினர்களைப் பற்றி எழுதுகிறாள். ஓரகத்திகள் பற்றியும் தன்னுடைய மாமியார் பற்றியும் விவரிக்கிறாள். இந்த வீட்டிற்கு வாழ்க்கைப்பட்ட ஓர் ஓரகத்தி,அதாவது இவளுடைய கணவனின் சகோதரனின் மனைவி விதவையாக இருக்கிறாள். அவள் வயிற்றில் குழந்தை இருக்கும்போது கணவனை இழந்து விடுகிறாள். நான் கூறிய இந்தப் பின்னணியைக் கவனத்தில் கொள்ளுங்கள். சிறுகதையின் முடிவுப் பகுதியை வாசிக்கிறேன். செவிமடுங்கள்.

''அம்மாவுக்குக் கனகோபம் வந்துவிட்டது. நீயும் நானும் பண்ணின பாபத்துக்குக் குழந்தையை ஏன் கறுவறே? என் பிள்ளை நினைப்புக்கு, அவனையாவது ஆண்டவன் நமக்குப் பிச்சையிட்டிருக்கான்னு ஞாபகம் வெச்சிக்கோ. இன்னிக்குத்தான் நாள் பார்த்துண்டையா துக்கத்தைக் கொண்டாடிக்க?நானும்தான் பிள்ளையைத் தொலைச்சிட்டு நிக்கறேன். எனக்குத் துக்கமில்லையா? நான் உதற எறிஞ்சுட்டு வளைய வரலை?

மன்னி சீறினாள். உங்களுக்குப் பிள்ளை போனதும் எனக்குக் கணவன் போனதும் ஒண்ணாயிடுமோ?

நாங்கள் அப்படியே ஸ்தம்பிச்சுப் போயிட்டோம். அம்மாவை நேரிடையாகப் பார்த்து இப்படிப் பேசறாவாளும் இருக்காளா? இன்னிக்கு விடிஞ்ச வேளை என்ன வேளை?

அம்மா ஒன்றும் பதில் பேசவில்லை. குழந்தையைக் கீழே இறக்கிவிட்டு மருமகளை வாரியணைத்துக் கொண்டார்.

மன்னி பொட்டென உடைந்து போனாள். அம்மாவின் அகன்ற இடுப்பைக் கட்டிக் கொண்டு குழந்தைக்கு மேல் விக்கி அழுதாள்.

அம்மா கண்கள் பெருகின. மருமகளின் கூந்தலை முடித்து நெற்றியில் கலைந்த மயிரைச் சரியாய் ஒதுக்கிவிட்டார். எங்களில் ஒருவர் விலக்கில்லாமல் எல்லோருக்கும் கண்கள் நனைந்திருந்தன.

குடும்பம் ஒரு பாற்கடல். அதிலிருந்து லட்சுமி, ஐராவதம், உச்சஸ்வரஸ் எல்லாம் உண்டாயின. அதிலிருந்து முளைத்துத்தான் எனக்கு நீங்கள் கிட்டினீர்கள். ஆலஹால விஷமும் அதிலிருந்துதான் உண்டாகியது. உடனே அதற்கு மாற்றான அமிர்தமும் அதிலேயேதான்.''

திருமகள் : லா.ச.ரா.வின் சிறுகதையான பாற்கடல் பற்றி சற்றே விரிவாக கூறிவிட்டீர்கள் ஐயா இப்பொழுது ஒரு திரைப்பாடலைக் கேட்போம். எஸ். பி. பாலசுப்ரமண்யம் அவர்கள் பாடிய பாடல் சம்சாரம் என்பது வீணை சந்தோஷம் என்பது ராகம்... (பாடல்)

திருமகள் : இனி, சிறிய விளம்பர இடைவேளை.

(விளம்பரம் : கண்ட இடங்களில் எச்சில் துப்பாதீர்கள்.)

(விளம்பரம் : பண்பாட்டுச் சின்னங்கள் உள்ள இடங்களைப் பார்க்கச் செல்லும் போது அந்த இடங்களில் தூய்மைக் கேட்டை உண்டாக்காதீர்கள்.)

(விளம்பரம் : வதந்திகளைப் பரப்பாதீர்கள்.)

திருமகள் : நிகழ்ச்சி தொடர்கிறது.ஐயா...

அ.நா. : லா.ச.ரா. பற்றிப் பேசிய இந்தத் தருணத்திலே அவருடைய நால்களிலிருந்து ஒரு மேற்கோளைப் பகிர்ந்து கொள்ள விரும்புகிறேன். 'பாலா' என்கிற குறுநாவலில் கூறுகிறார்: 'மெய்யான படிப்பே படிப்பு முடிந்ததும் ஆரம்பமா-கிறது. நம்முடைய படிப்பு முறை அப்படி இருக்கிறது. பரீட்சை தேறுவதுதான் நோக்கம்''

இந்த எண்ணத்தைப் பற்றிச் சிந்திக்கும்படி தங்களைப் போன்ற புதிய தலைமுறையினரிடம் கேட்டுக் கொள்கி றேன்.

திருமகள் : இனி... சிறிய விளம்பர இடைவேளை.

(விளம்பரம் : வாகனங்களை இயக்கும் போது கவனச் சிதறல் ஏற்படுத்தும் மொபைல் போனில் பேசாதீர்கள்.)

(விளம்பரம் : பிளாஸ்டிக் பைகளைத் தவிர்த்திடுங்கள்.)

(விளம்பரம் : அயோடின் உப்பைப் பயன்படுத் திடுங்கள்.)

(விளம்பரம் : ரயில்களில் இருக்கைகள் அமர்வதற்கு மட்டுமே. எதிரே காலியாக உள்ள இருக்கைகளில் காலை வைக்காதீர்கள்.)

(விளம்பரம் : கடலோரங்களில் அலட்சியமாக பிளாஸ்டிக் பைகளை வீசாதீர்கள். காற்று வாங்கச் செல்லும்போது கடற்கரையின் தூய்மையைக் கெடுக்காமல் இருக்க உறுதி கொள்வோம்.)

திருமகள் : தொடர்ந்து நாம் பேசுகிறோம் சிறுகதைகள் பற்றி... சார். வாசகர்கள்

கொண்டாடுவதால்தான் எழுத்தாளர்கள் அவரவருக்கு உரிய இடத்தைப் பெறுகிறார்கள். வாசகர்கள், எழுத்தாளர்கள் உறவு பற்றி இந்த வேளையில் ஓரளவு நீங்கள் பேச வேண்டும் என்று அடியேன் கேட்டுக் கொள்கிறேன்.

அ.நா. : திருமகள் அவர்களே. நீங்கள் சரியாகச் சொன்னீர்கள். வாசகர்களின் பங்கு இலக்கிய வளர்ச்சியில் அளப்பரிய பங்கை வகிக்கிறது. வெகுஜன பத்திரிகைகள், இலக்கிய இதழ்கள், சிற்றிதழ்கள், வானொலி,

இணையதளங்கள் போன்ற பிற ஊடகங்கள் இவற்றில் இடம் பெறுகிற சிறுகதைகள் வாசகர்களின் வரவேற்பைப் பெறுகின்றன. அதனால், எழுத்தாளர்களுக்கு ஊக்கமும் உத்வேகமும் கிடைக்கின்றன. இந்தத் தருணத்தில் 1-1-2012 தேதியிட்ட தினமலர் வாரமலரில் வெளியிடப்பட்ட 'வாசகர்தர்மம்' என்ற சிறுகதை... விசேடக் கவனத்துக் குரியது இதனை எழுதியவர் அகிலா கார்த்திகேயன். அயராமல் கருத்துக்களையும் பாராட்டுதல்களையும் தெரிவிக்கும் ஒரு வாசகரின் நேரடி நட்பு ஓர் எழுத்தாளருக்குக் கிடைக்கிறது. அந்த வாசகர் சிறந்த படிப்பாளியாக இருக்கிற ஒரு சீனியர் சிட்டிசன், நல்ல எழுத்தைப் பாராட்ட வேண்டியது வாசகர் தர்மம் என்ற குறிக்கோள் உடையவர்.

அந்த எழுத்தாளர், ஒரு பெரிய பதிப்பகத்தின் சிரியரைப் பார்க்கப் புறப்படுகையில் அந்த சீனியர் சிட்டிசன் இறந்து விட்டதாகத் தகவல் வருகிறது. இருந்தாலும் அவருக்கு அஞ்சலி செலுத்தப் போகாமல் பதிப்பக அலுவலகத்திற்கு செல்கிறார் எழுத்தாளர். அங்கே போனால், அந்த பதிப்பாளர் இந்தப் பெரியவரின் மரணத்தால் அங்கு அஞ்சலி செலுத்த சென்றிருப்பதாகவும் வேறொரு நாள் வரும்படியும் தெரிவிக்கப்படுகிறது.

எழுத்தாளர், அந்த வாசகரின் வீட்டிற்கு விரைகிறார். ஆனால், அங்கு எல்லாம் முடிந்து வீட்டைக் கழுவிக் கொண்டிருக்கின்றனர். அவருடைய புதல்வரைச் சந்திக்கிறார். 'நெஞ்சுவலி வருவதற்கு முன்பு இந்தக் கடிதத்தை அப்பா போஸ்ட் செய்யும்படி கூறினார்' என்று புதல்வர் கடிதத்தைக் காட்டுகிறார். அந்தக் கடிதம் அவருடைய சமீ-பத்திய சிறுகதை பற்றிய பாராட்டாய் பத்திரிகை ஆசிரியருக்கு எழுதப்பட்டது. படித்ததும் எழுத்தாளரின் கண்கள் கலங்குகின்றன. 'சாரோட ஞாபகார்த்தமாக இந்த லெட்டரை போஸ்ட் பண்ணாம நானே வெச்சுக்கறேன்' என்று கூறி

அந்தக் கடிதத்தை வாங்கிப் பத்திரப்படுத்திக் கொள்கிறார் எழுத்தாளர். அத்துடன் கதை முடிகிறது.

திருமகள் : சூப்பர் சார். எழுத்தாளர் வாசகர் உறவைக் கருப்பொருளாகக் கொண்ட இந்தச் சிறுகதை பாராட்டுக்குரியது. புத்தகக் கண்காட்சிகள் நடைபெறும் டங்களில் எழுத்தாளர், வாசகர் சந்திப்புக்காக ஏற்பாடு செய்யப்படுகின்றன இல்லையா சார்?

அ.நா. : ஆமாம்.

திருமகள் : இனி ஒரு பாடல் கேட்போம். சில நேரங்களில் சில மனிதர்கள் திரைப்படத்தில் இடம் பெற்ற ஜெயகாந்தன் அவர்கள் எழுதிய எம்.எஸ்.வி. அவர்கள் பாடிய பாடல் கண்டதைச் சொல்கிறேன். உங்கள் கதைகளைச் சொல்கிறேன். இதைக் காணவும் கண்டு நாணவும் உமக்கு தலையெழுத்து உண்டென்றால் அவமானம் எனக்கு உண்டோ...

(பாடல்)

திருமகள் : சார். என்னுடைய நண்பர் துளசிங்கம் என்பவர் ஒரு எஸ்.எம்.எஸ். அனுப்பியிருக்காரு. அவருடைய கேள்வியின் சாராம்சம் இலக்கிய எழுத்துக்களில் பயன் எழுத்துப் படைப்பு என்பது இல்லையே... என்டெர்டெய்ன் மெண்ட் ஆகத்தான் படைக்கப்படுகின்றன. பயன் எழுத்துகள் உள்ளனவா என்று...

அ.நா. : இலக்கியத்தால் பயன் இல்லை என்று கூறவும் முடியாது. எழுத்தாளர்கள் மீது என்டெர்டெய்னர்ஸ் என்று முத்திரை குத்திவிட முடியாது. நாம் இதுவரை கூறி வந்த சிறுகதைப் படைப்புகள் அனைத்தும் மனதுக்கும் அறிவுக்கும் நன்மை பயப்பவை என்பது சொல்லாமலே விளங்கும். இருப்பினும் தங்கள் நண்பர் கேட்டதற்காக, வெகுஜனப் பத்திரிகையில் வெளியான ஒரு சிறுகதையைப் பற்றிக் கூறுகிறேன்.

இந்தச் சிறுகதையும் தினமலர் வாரமலரில் வெளியிடப் பட்டுள்ளது. ஜன 5 2012 தேதியிட்ட தினமலர் வாரமலரில் பி.எஸ். புகழேந்தி என்பவர் எழுதிய 'ஒட்டகச் சிவிங்கியின் உதை' என்கிற இந்தச் சிறுகதையில் சுயமுன்னேற்றப் புத்தகங்களில் சொல்லப்படும் கருத்தை நான்கு பக்க சிறுகதையில் சொல்லியிருக்கிறார் ஆசிரியர்.

நண்பர்களுக்கு தொழில்நுணுக்கம் கற்றுக் கொடுத்து ஒர்க்கிங் பார்ட்னராக வர்த்தகத்தில் ஈடுபடுகிறான் ஆனந்த். முதல் போடாத கூட்டாளி என்பதால், நண்பர்கள் வர்த்தகத்தின் நுணுக்கங்கள் பிடிபட்டவுடன் இவனைக் கழற்றிவிட்டு விடுகிறார்கள். சோர்ந்து வீட்டுக்கு வந்தவனை அவனது மனைவி நிர்மலா தேற்றுகிறாள்.

அவள் ஒட்டகச்சிவிங்கியை உதாரணம் காட்டி கூறுகிறாள் :

'இது அடி. தொழிலில் வெற்றிவரும்போது, மனிதர்கள் ஆயிரம் வகையில் உருமாறுவர். அப்படி ஆகாமல் ஒரே நிலையில் நிற்பவர்கள் ஒரு சிலரே. உங்களுக்கு அமைஞ்சவர்கள், பெருந்தன்மை இல்லாதவர்களா கிட்டாங்க. ஒட்டகச்சிவிங்கி, குட்டி போட்டதும், குட்டி எழுந்திருக்க முடியாமல் தடுமாறும். அப்போது குட்டியை காலால் படீர்னு ஒரு உதை உதைக்குமாம் அம்மா. உயிர் போகும் உதை அந்தக் குட்டிக்கு. இது தாயா பேயான்னு நினைக்குமாம் அந்தக் குட்டி. ஆனால், ஒட்டகச்சிவிங்கி எதையும் பொருட்படுத்தாமல் குட்டி எழுந்து நிற்கும் வரை, உதை விட்டுக் கொண்டே இருக்கும். அந்தக் காட்டில் எந்த நேரமும் ஆபத்து வரலாம். ஓடத் தெரிந்தால்தான் குட்டி பிழைக்கும். குட்டி எழுந்து ஓடத் தயாராகவே இந்த உதை. பார்ட்னர்கள் உங்களை கழட்டி விட்டது ஒட்டகச் சிவிங்கி தன் குட்டிக்கு விட்ட உதை.

நீங்கள் அவர்களையே நம்பியிருந்து, ஒரு நாள் ஏமாறுவதற்கு பதில், சுயமாக நிற்க கொடுத்த வாய்ப்பு. "எங்களுக்காக உழைச்சது போதும். இனி உன் சொந்த வழியைப் பார்... என்று சொல்லாமல் சொல்லி இருக்கின்றனர். உதைத்து விட்டனரே என்று கோபமோ துக்கமோ படுவதற்கு பதில், நீங்கள் தொழிலில் சுயமாக ஒரு இடத்தை பிடிக்க ஒரு வாய்ப்பு கொடுக்கப்பட்டிருக்குன்னு எடுத்துக்குங்க'

மனைவி நிர்மலா தொழிலுக்கான உத்திகளையும் கணவனுக்குக் கூறுகிறாள். அவற்றை செயல்படுத்தி கணவன் வெற்றி காண்கிறான். கூட்டாளிகளை அசடு வழிய வைத்து அசர வைக்கிறான். இப்படியாக முடிகிறது அந்தச் சிறுகதை.

திருமகள் : ஒட்டகச்சிவிங்கியின் உதையை உதாரணம் காட்டி மனைவி கணவனுக்கு உற்சாகம் ஊட்டியிருப்பதாக எழுத்தாளர் சித்தரித்திருப்பது நன்றாக உள்ளது.

திருமகள் : ஐயா, தொலைபேசியில் ஒரு நேயர் காத்திருக்கிறார். சொல்லுங்கள். ஹலோ.

குரல் : வணக்கம் மேடம். வணக்கம் சார். திருமகள் : வணக்கம்.

குரல் : நான் உறையூர் உலகநாதன் பேசுகிறேன். அ.நா. : வணக்கம். சொல்லுங்க.

உலகநாதன் : சார். பி.எஸ். ராமையா மணிக்கொடி கால எழுத்தாளர் என்று கேள்விப்பட்டேன். சரியா? அவரைப் பற்றி

திருமகள் : இணைப்பு துண்டிக்கப்பட்டது என்று...

அ.நா. : அவர் பி.எஸ். ராமையா பற்றி அறிய விரும்புகிறார். சொல்கிறேன். பி.எஸ். ராமையா 1905 ஆம் ஆண்டு பிறந்தவர், 1983ஆம் ஆண்டு இந்த மண்ணை விட்டு மறைந்தார். பல சிறுகதைகள் எழுதியவர். இவருடைய

கதையையே இயக்குநர் ஸ்ரீதர் போலீஸ்காரன் மகள் என்ற திரைப்படமாகப் படைத்தார்.

1932ஆம் ஆண்டு ஆனந்த விகடன் சிறுகதைப் போட்டிக்கு இவர் அனுப்பி வைத்த மலரும் மணமும் சிறுகதைக்கு பத்து ரூபாய் சன்மானம் கிடைத்தது.

மணிக்கொடி இலக்கிய இதழின் இன்றியமையாத அங்கமாகத் திகழ்ந்தவர் இவர். இவர் எழுதிய மணிக்கொடி காலம் என்ற ஆய்வு நூலுக்கு சாகித்திய அகாடெமி விருது வழங்கப்பட்டது. இவருடைய 'நட்சத்திரக் குழந்தைகள் என்ற சிறுகதையில் குழந்தையின் உளவியலை நன்றாகப் படம்பிடித்துக் காட்டுகிறார்.

குழந்தைகள் எப்போதும் கேள்விகள் தொடுத்துக் கொண்டே இருப்பார்கள். இந்தக் கதையில் வரும் பெண் குழந்தை, தன் தந்தையிடம் நட்சத்திரம் எப்படி பிறக்கிறது என்ற கேள்வியை முன் வைக்கிறது.

நாம் ஒவ்வொரு தடவையும் ஓர் உண்மையைச் சொல்லும் போது நட்சத்திரம் பிறக்கிறது என்று அதன் தந்தையார் கூறுகிறார். சில நாட்கள் கழித்து, இரவு நேரத்தில் வானத்தையே பார்த்திருந்த குழந்தை அழுது கொண்டே உள்ளே வருகிறது. அழுகைக்கான காரணத்தைக் கேட்கிறார் தந்தையார்.

“யாரோ நம்ம ஊர்ல போய் சொல்லிவிட்டார் அப்பா” என்கிறது குழந்தை. 'எப்படி சொல்கிறாய்?' என்று கேட்கிறார் தந்தை.

“நீதானே அப்பா சொன்னே. நிஜம் சொன்னால் நட்சத்திரம் பிறக்கிறதுன்னு. அப்போ ஒரு நட்சத்திரம் கீழே விழுந்தா யாரோ ஒரு பொய் சொல்லிட்டாங்கன் னு அர்த்தம்? சுவாமியினுடைய மனசு இப்போ எப்படி இருக்கும் அப்பா? எனக்கே நிறைய அழுகை வரதே என்று சொல்லி விட்டு அழுகிறது குழந்தை. ஆசிரியர் இதை எல்லாம் விவரித்து விட்டு பின்வரும் வார்த்தைகளைச் சொல்லி தமது சிறுகதையை முடிக்கிறார்.

'அந்தப் பச்சை உள்ளத்தில் எழுந்த துக்கத்தையும் அதன் துன்பத்தையும் நாவின் மொழிகளால் விவரிப்பது இயலாத காரியம். அது இருதயம் இருதயத்தினொடு தனது சொந்த பாஷையில் உணர்த்தவேண்டிய புனிதமான ஒரு துக்கம்.'

திருமகள் : நீங்கள் குறிப்பிட்டது போல் இந்தச் சிறுகதை குழந்தைகளின் உளவியலை நன்றாகச் சித்தரிக்கிறது. இனி...

இரண்டு திரைப்பாடல்கள் கேட்போம். குரு திரைப் படத்தில் பாலசுப்ரமணியன் பாடிய கண்ணதாசன் அவர்களின் பாடல். ஆடுங்கள்.. பாடுங்கள்.. பிள்ளைப் பொன்வண்டுகள்.

எங்க மாமா... திரைப்படத்தில் டி.எம்.எஸ். அவர்கள் பாடிய கண்ணதாசன் செல்லக்கிளிகளாம் பள்ளியிலே... செவ்வந்திப் பூக்களாம் தொட்டிலிலே...

திருமகள் : ஐயா, நிகழ்ச்சியைத் தொடர்கிறோம். சிறுகதைகள் வளர்ச்சிக்கு பத்திரிகைகளின் பங்களிப்பு பற்றி கூறுங்கள்.

அ.நா. : சிறுகதை இலக்கிய வளர்ச்சிக்கு அந்தக் காலத்து இலக்கிய இதழ்களான மணிக்கொடி, சரஸ்வதி, கலைமகள் ஆகியவை மட்டுமல்லாமல் ஆனந்தவிகடன், அமுதசுரபி, கல்கி, குமுதம், தினமணிகதிர், சாவி, குங்குமம், இதயம் பேசுகிறது உள்ளிட்ட வெகுஜன சஞ்சிகைகளும் உறுதுணை புரிந்தன. எழுத்தாளர் இந்துமதி அவர்கள் நடத்திய அஸ்வினி இதழையும் இந்தப் பட்டியலில் சேர்க்க வேண்டும்.

ஆய்வறிஞர் தொ.மு.சி. ரகுநாதன் நடத்திய சாந்தி, சி.சு. செல்லப்பா அவர்கள் நடத்திய எழுத்து, சா.கந்தசாமி அவர்களின் கசடதபற, நா. பார்த்தசாரதி அவர்கள் நடத்திய தீபம்,மக்கள் தலைவர் ஜீவா அவர்கள் ஆசிரியராக அமர்ந்து நடத்திய தாமரை, செம்மலர், ஜெயகாந்தன் அவர்களின் ஆசிரியத்துவத்தில் வெளிவந்த கல்பனா, கோமல் சுவாமி நாதன் அவர்கள் ஆசிரியராக இருந்த சுபமங்களா, சுந்தரராமசாமி அவர்களின் காலச்சுவடு, கணையாழி உள்ளிட்ட பல இலக்கிய இதழ்கள், ஏராளமான சிற்றிதழ்கள்,சிறுகதை இலக்கியத்தை வளர்த்தெடுத்தன. நாம் மேலே குறிப்பிட்டவற்றில் தாமரை, கணையாழி, காலச்சுவடு ஆகிய இதழ்கள் இன்றும் வெளிவந்து கொண்டிருக்கின்றன. மனுஷ்யபுத்திரனின் உயிர்மை, குமுதம் குழுமத்தின் தீராநதி உள்ளிட்ட பல்வேறு இலக்கிய இதழ்கள், சிற்றேடுகள், தமிழ்ச் சிறுகதை இலக்கிய வளர்ச்சிக்குப் பங்களிப்பை வழங்குகின்றன. தூர்தர்ஷனின் தேசியத் தொலைக்காட்சி இந்தியச் சிறுகதைகளைத் தொடராக ஒளிபரப்பியது. பொதிகை தொலைக்காட்சி யிலும் சிறுகதைகளின் சித்திரக்காட்சிகள் ஒளிபரப்பப் பட்டுள்ளன.

திருமகள் : நாடகவியலாளரான கோமல் சுவாமிநாதன் அவர்கள் ஊடகவியலாளராகவும் இருந்தார் என்ற தகவலை இன்று எங்களிடமிருந்து அறிந்து கொண்டேன். நன்றி.

அ.நா. : சிறுகதைகள் யதார்த்தத்தின் வெளிப்பாடு என்பதை இந்த நிகழ்ச்சியில் நாம் தெரிவித்தோம். சுபமங்களா ஆகஸ்டு 1993 இதழில் வெளியான செங்கை ஆழியான் எழுதிய “ஷெல்லும் ஏழு இன்சுச் சன்னங்களும்” என்ற சிறுகதை, கல் நெஞ்சங்களையும் கரைத்து விடும்.

திருமகள் : அந்தச் சிறுகதை பற்றி கூறுங்கள் ஐயா.

இலங்கை யாழ் பகுதியைக் களமாகக் கொண்ட ச்சிறுகதை தன்மை நிலையில் எழுதப்பட்டுள்ளது. வீடுவீடாக காலிபாட்டில்கள் சேகரிக்க வருகிற சிறுவன், இந்தக் கதையைக் கூறுபவரின் வீட்டுக்கு வருகிறான். காலிபாட்டில்களுக்கு மற்றவர்களை விட அதிக விலை கொடுக்கிறான். இராணுவத்தினரின் கொடுமையால் தாய் தந்தையை இழந்த இந்தப் பன்னிரண்டு வயது சிறுவன்தான் தன்னுடைய இரண்டு தங்கைகளையும், தம்பிகளையும் காப்பாற்றி வருவதாகத் தெரிவிக்கிறான். சிட்டுக்குருவியின் தலைமீது பனம்பழத்தை வைத்தது போல் இவன் தலையில் இறக்க முடியாத சுமை என்று கதை சொல்லி பரிதாப் படுகிறார். வேலு என்கிற அந்தச் சிறுவன், அவனுடைய பேச்சாலும் நேர்மையாலும் கதை சொல்லியின் மனத்தில் உயர்ந்த இடத்தைப் பெற்று விடுகிறான்.

மற்றொரு நாள் கதை சொல்லி அவனைப் பார்க்கிறார். அப்பொழுது அவன் பழைய சைக்கிளில் இரும்புப் பெட்டியுடன் வருகிறான். இவரிடம் இரும்பு பைப்பு இப்படி ஏதாவது இருக்கிறதா என்று கேட்கிறான். நீயே பார்த்து எடுத்துக் கொள் என்று அனுமதிக்கிறார். அவன் தேடிப் பொறுக்கி இரும்பு சாமான்களை அள்ளிக் கொண்டு இவரிடம் நூறு ரூபாய் தரும் போது அவர் வியந்து போகிறார்.

உருப்பட மாட்டாய் என்று செல்லமாய்த் தட்டுகிறார். பவுடர் டப்பாக்களை வாங்கிக் கொள்கிறாயா என்று கேட்கிறார். பவுடர் டப்பாக்கைள மட்டும் விற்காதீங்க. கண்ட மாவை அடைச்சு பவுடர் என விக்கிறான் என்று வேலு கூற கதை சொல்லி விக்கித்து நிற்கிறார். இரும்பு வாங்கி முடித்தபின் என்ன செய்வாய் என்று கேட்க, பழைய அலுமினியம் வாங்குவேன் என்று கூறுகிறான் வேலு. இனி கதையின் முடிவுப் பகுதியை எழுத்தாளரின் வார்த்தை களிலேயே கேட்பது நன்றாக இருக்கும் என எண்ணுகிறேன். வாசிக்கிறேன். செவிமடுங்கள்.

''யாழ்ப்பாண நகரம் திடீரென கதிகலங்கியது. கோட்டைப் பக்கம் இருந்து வெடித்த ஒரு குண்டின் சத்தம், நகரத்தில் நின்றிருந்த மக்களைக் கிலி கொள்ள வைத்தது. வாகனங்கள் விரைந்து மறைந்தன. கணப்பொழுதில் யாழ்ப்பாண நகரம் வெறிச்சோடிப் போனது.

கடை ஒன்றினுள் பாதுகாப்பாகப் பதுங்கி இருந்த நான், வேகமாக ஓடி வந்தேன். வீதியில் எவரையும் காணவில்லை. மரக்கறிச் சந்தையில் நின்றிருந்த மரத்தின் பின்னால் ஒருவன் பதுங்குவதைக் கண்டேன். பயத்துடன் பார்த்தபோது அவன் வேலு எனத் தெரிந்தது. பாவம் அகப்பட்டுக் கொண்டானோ?

'வேலு ஓடி வா.. ஷெல் அடிக்கப் போறான்கள். ஹெலிகாப்டர் சத்தமும் கேட்குது. சுடப்போறான்கள். ஓடி வாடா...'

'நீங்க போங்க சேர்... கெதியா ஓடிப் போங்க சேர்...' அடங்காத கோபத்துடன் நான் அவனை நோக்கி ஓடிப் போனேன்.

'உனக்கென்ன விசரா... வாடா ஷெல் அடிக்கப் போறான்கள். ஹெலியில இருந்து சுடுகிற சன்னங்கள்.... ஏழு இஞ்சு நீளத்தில, தெரியுமே...வா..'

அவன் என்னை நிமிர்ந்து பார்த்து விட்டுத் தலை குனிந்தான்.

'அதுக்காகத்தான் காத்திருக்கிறேன் சேர்...'

நான் புரியாமல் அவனைப் பார்த்தேன்.

'ஷெல் விழுந்து சிதறினால், அதில் இருந்து சிதறுகிற பித்தளைத் துண்டுகள், கொலிக்கொப்டர் சுடுகிற வெற்றுச் சன்ன பித்தளைக் கவர்கள் இவற்றைச் சேகரித்தால் நல்ல விலைக்கு விற்கலாம் சேர்'

ஷெல் என்பது என் மண்டைக்குள் சிதறுவது போல் உணர்ந்தேன். தூரத்தில் ஹெலியின் சத்தம் எழுகிறது'' என்று செங்கை ஆழியான் சிறுகதையை முடிக்கிறார்.

திருமகள் : நிஜமாகவே நெஞ்சைப் பிழிகிறது இந்தச் சிறுகதை.

அ.நா. : இந்தச் சிறுகதையைப் பற்றி முதுபெரும் எழுத்தாளர் சுஜாதா அவர்கள் தம்முடைய கட்டுரை ஒன்றில் குறிப்பிட்டிருந்ததாக எனக்கு ஞாபகம்.

(விளம்பரம் : உந்து வண்டிகளை ஓட்டிச் செல்லும் போது இருக்கைப் பட்டையை அணிந்து செல்லுங்கள்.)

திருமகள் : தேடிப் பிடித்து படிக்க என்று சில சிறுகதைகளைக் குறிப்பிடுங்களேன்...

அ.நா. : கடல் போன்ற தமிழ்ச் சிறுகதை இலக்கியத்தில் தேடத் தேட பல முத்துக்கள் கிடைத்துக் கொண்டே இருக்கும். இருப்பினும் நீங்கள் கேட்பதால் இப்பொழுது சில சிறுகதைகளைக் குறிப்பிடுகிறேன்.

மு.வ. என்று அன்புடன் அழைக்கப்படும் தமிழறிஞர் மு. வரதராசனாரின் குறட்டை ஒலி,நா.பார்த்தசாதியின் வலம்புரிச் சங்கு இவை எல்லாம் கல்லூரி நாட்களில் எனக்குப் பாடமாக அமைந்தவை. முதுபெரும் எழுத்தாளர் கு.ப.ராஜகோபாலன் எழுதிய விடியுமா? என்னும் சிறுகதை, சமூக அவலத்தைச் சித்தரிக்கும் இந்திரா பார்த்தசாரதியின் நாசக்காரக்கும்பல், மௌனியின் அழியாச் சுடர், சுஜாதாவின் நகரம். இப்படி பல முத்துக்கள் நீங்கள் தேடத் தேடக் கிடைக்கும். அமரர் கல்கி, தேவன், ஜெயகாந்தன், ஆர்.சூடாமணி, ராஜம் கிருஷ்ணன், சிவசங்கரி, இந்துமதி, அனுராதா ரமணன், வண்ணதாசன், வண்ணநிலவன், சா.கந்தசாமி, பாலகுமாரன், சுப்ரமண்யராஜு, இந்திரா சௌந்தரரா-

ஜன், கூத்துப்பட்டறை முத்துசாமி, சிவகாமி, திலகவதி, கி. ராஜநாராயணன், சு. சமுத்திரம், க.நா.சு.ஜெய மோகன், எஸ். ராமகிருஷ்ணன், நாஞ்சில் நாடன், கு. அழகிரிசாமி, விந்தன், தி.சா. ராஜூ, பிரேமா நந்தகுமார், பூமணி, சிட்டி (பெ.கோ.சுந்தர்ராஜன்) கரிச்சான் குஞ்சு, மாத்தளை சோமு, டொமினிக் ஜீவா, அ.செ.யோகநாதன், எஸ்.பொ., இப்படிப் பல இலக்கியவாதிகளின் படைப்பு களைத் தேடித் தேடி வாசியுங்கள். எழுத்தாளர்களின் பதிவுகள் நன்றாகப் புரியும். தமிழ்ச் சிறுகதைகள், கூகுள் பிளே ஸ்டோரில் 'ஆப்' ஆகவும் பதிவேற்றம் செய்யப் பட்டுள்ளன. இணையதளத்தில் சில எழுத்தாளர்களின் சிறுகதைகள் ஒலிப் புத்தகங்களாகவும் கிடைக்கின்றன.

திருமகள் : நீங்கள் நன்றாகச் சொன்னீர்கள். தமிழ்த்தாத்தா பற்றியும் நீங்கள் கூற விரும்புவதாக பாடல் ஒலிபரப்பும் போது குறிப்பிட்டீர்கள்.

அ.நா. : நினைவுப்படுத்தியதற்கு நன்றி. கலைமகள் இலக்கிய இதழின் ஆசிரியராகவும் பொறுப்பு வகித்த தமிழ்த்தாத்தா உ.வே.சா. அவர்கள், சிறுகதை என்ற வடிவத்தைக் கூறாவிட்டாலும் தாம் கண்டவற்றை கேட்ட வற்றை சுவையான நடையில் உண்மைச் சம்பவக் கதை களாகப் பதிவு செய்து வைத்துள்ளார். அவற்றில் ஒன்றி ரண்டை குற்பிபிடுகிறேன். 'சங்கராபரணம் நரசையர்' இதில் பணமுடைக்காக செல்வந்தர் ஒருவரிடம் அடகு வைக்க தம்மிடம் எதுவும் இல்லை. தாம் சிறப்பாகப் பாடும் சங்கராபரணம் ராகத்தையே அடகு வைப்பதாகக் கூறி பணம் பெறுகிறார் சங்கராபரணம் நரசையர் என்னும் சங்கீத வித்வான்.

அடகு வைத்ததனால் வேறு எந்தக் கச்சேரியிலும் அந்த ராகத்தைப் பாடாமல் வார்த்தையை காத்து வருகிறார். இப்படி இருக்கையில் மற்றொரு செல்வந்தரின் வீட்டுத் திருமணத்தில் கச்சேரி செய்யும்போது அனைவரும் சங்கரா பரணத்தில் வெளுத்து வாங்குவீர்களே அதைப் பாடுங்கள் என்கிறார்கள். அவரோ தயக்கத்துடன் மறுக்கிறார். செல்வந்தர் வற்புறுத்திக் கேட்க உண்மையைச் சொல் கிறார். இப்படியும் உண்டோ என்று கேட்ட செல்வர் தம்முடைய பணத்தை கடன் தந்தவரிடம் தர அனுப்பி வைக்கிறார். கடன் தந்தவரும் அங்கே வந்து, 'வித்வான் உரிமையுடன் பணத்தைக் கேட்காமல் ராகத்தை அடகு வைக்கிறேன் என்று சொன்னதால் நானும் விளையாட்டாக ஒப்புக் கொண்டேன். இவர் இப்படி வார்த்தையைக் காப்பார் என்று எண்ணவில்லை. மன்னிக்க வேண்டும்' என்கிறார். அனைவரும் இந்த மூவருடைய செயலையும் கண்டு வியக்கின்றனர்.

சிறுகதை போன்ற அவரது மற்றொரு உண்மைக் கதை. 'கல்யாணப் படித்துறை' தள்ளாத வயதில் இளம் பெண்ணைத் திருமணம் செய்து கொள்ள நிச்சயிக்கிறார் ஒரு கிழவர். அதனைத் தக்க தருணத்தில் தடுக்கிறார் ஓர் இளைஞர். கிழவரும் உண்மையை உணர்ந்து திருந்துகிறார். வருந்துகிறார். கல்யாணத்திற்காக வைத்திருந்த பணத்தை வைத்துக் கொண்டு ஊர்த் திருக்குளத்தில் படித்துறை கட்டுகிறார். மக்கள் அந்தப் படித்துறையை கல்யாணப் படித்துறை என்றே அழைக்கிறார்கள். 'கண்டதும் கேட்டதும்' 'பழையதும் புதியதும்', 'நினைவு மஞ்சரி' ஆகிய தொகுதிகளில் இது போன்ற பல உண்மைச் சம்பவங்கள் உயிரோட்டமான நடையில் தமிழ்த் தாத்தா அவர்களால் சிறுகதைகள் போல் படைக்கப்பட்டுள்ளன.

திருமகள் : அய்யா.. தமிழ்த் தாத்தாவின் உண்மைக் கதைகள் பற்றிய தகவல்களுக்கு நன்றி. இப்பொழுது ஒரு திரைப்படப் பாடலைக் கேட்போம். கருப்புப் பணம் திரைப்படத்தில் இடம் பெற்ற சீர்காழி அவர்கள் பாடிய கண்ணதாசன் பாடல்.. எல்லாரும் எல்லாமும் பெற வேண்டும். இங்கு இல்லாமை இல்லாத நிலை வேண்டும்...

(பாடல்)

அ.நா. : இந்தத் திரைப்பாடலின் சிறப்பு படத்தில் கவிஞர் கண்ணதாசன் அவர்கள் இந்தப் பாடலைப் பாடுவார். இந்தப் படத்தின் திரைநாயகனும் அவரே.

திருமகள் : அய்யா.. நான் படித்த மாப்பசான் சிறுகதை ஒன்றை இங்கே தங்கள் அனுமதியுடன் பகிர்ந்து கொள்ள விரும்புகிறேன்.

அ.நா. : அப்படியா? ஒரு மாறுதலுக்கு நீங்கள் சொல்ல நான் கேட்கிறேன்.

திருமகள் : ஒரு நிபந்தனையின் பேரில்.

அ.நா. : என்னம்மா?

திருமகள் : மாப்பசான் பற்றிய அறிமுகக் குறிப்பை நீங்கள் கூற வேண்டும் முதலில்.

அ.நா. : அப்படியே ஆகட்டும். மாப்பசான் 19ஆம் நூற்றாண்டின் உலகப் புகழ் பெற்ற பிரஞ்சு எழுத்தாளர். உலக இலக்கியத்தில் சிறுகதைகளின் தந்தையருள் ஒருவ ராகப் போற்றப்படுகிறார். ஆங்கிலத்தில் இவரது பெயர் Herri Rene Albert Guy de Maupassant. இவர் வாழ்ந்த காலம் 1850-1893. இவரது சிறுகதைகளை முதுபெரும் எழுத்தாளர் அகிலன், தமிழில் மொழி பெயர்த்திருக்கிறார்.

திருமகள் : தங்கள் தகவல்களுக்கு நன்றி. நான் படித்த சிறுகதையை நீங்களும் படித்திருப்பீர்கள். அதுதான் டயமண்ட் நெக்லஸ்.

அ.நா. : கூறுங்கள். கேட்போம் நேயர்களும் நானும்.

திருமகள் : இதன் கதைக்களம் நிகழிடம் வெளிநாடு. 19ஆம் நூற்றாண்டு சூழல். ஆனால், பெண்களின் மனோ பாவம் கால தேச இடங்களைத் தாண்டி ஒரே மாதிரியாக இருக்கும் என்பதை மாப்பசானின் வைர மாலை கதை எடுத்துரைக்கிறது. குமாஸ்தா ஒருவருக்கு வாழ்க்கைப்பட்ட ஓர் இளம் பெண், வசதிகளுடன் வாழ வேண்டும் என்ற கனவுகளில் மிதந்தவள். ஏழை எழுத்தருடன் மிகக் குறை வான வசதிகளுடன் வாழ்ந்து வருகிறாள். ஒரு நாள் கணவன் அமைச்சகத்தின் விருந்து அழைப்புக் கடிதத்தைக் காண்பிக்கிறான். விருந்துக்கு நீங்கள் மட்டும் போங்கள் என்கிறாள். தம்பதிகளாகத்தான் போக வேண்டும் என்கிறான். எனக்கு பார்ட்டிக்குப் போட்டுச் செல்ல எடுப்பான உடை ஏதும் இல்லை என்கிறாள் மனைவி. வேட்டைத் துப்பாக்கி வாங்க சேர்த்து வைத்திருந்த பணத்தைக் கொடுத்து நல்ல டிரஸ் வாங்கிக் கொள்ளச் சொல்கிறான் கணவன்.

அதன் பின்னர், மூளிக் கழுத்தாய் செல்வதா? அணிந்து கொள்ள ஆபரணம் இல்லையே என்கிறாள் மனைவி.

கணவன், நல்ல மலர்களைச் சூடிக் கொள். மற்றவர்களின் கவனம் எல்லாம் அதில்தான் இருக்கும் என்று கூறுகிறான். இல்லை. நகை அணிந்துதான் செல்ல வேண்டும் என்கிறாள் மனைவி.

அப்படியானால் கான்வென்ட்டில் உன்னுடன் படித்த தோழி இப்பொழுது செல்வச் சீமாட்டியாக அருகில்தானே இருக்கிறாள். அவளிடம் இரவல் ஆபரணம் வாங்கிக் கொள் என்று ஆலோசனை சொல்கிறான்.

செல்வச் சீமாட்டியைச் சந்தித்து வைரமாலை ஒன்றை இரவல் வாங்கி வருகிறாள். பார்ட்டிக்குச் செல்கிறார்கள். பார்ட்டி முடிந்ததும் பனி இரவில் வீடு திரும்ப வெகுதூரம் அலைந்து ஆட்டோ பிடித்து வந்து சேர்கிறார்கள். பார்ட்டிக்குப் போட்டுக் கொண்ட உடையைக் கழற்றாமல் நிலைக் கண்ணாடியில் பார்த்து மகிழ்கிறாள். திடுக் கிடுகிறாள். வைரநெக்லஸைக் கழுத்தில் காணோம். கணவன் வந்த வழியில் போய் தேடிப் பார்க்கிறான். கிடைக்கவில்லை. பார்ட்டி இடத்திலும் காணவில்லை. திருப்பிக் கொடுத்தாக வேண்டுமே. நகைக் கடைக்குப் போய் விலை உயர்ந்த அந்த வைரமாலையைத் தேர்ந்தெடுத்து வருகிறார்கள். அதற்காக மனைவி தன்னுடைய அப்பா வைத்து விட்டுப் போன தொகையைக் கொடுக்கிறாள். மீதித் தொகைக்கு கடன் வாங்குகிறார்கள். நகையை வாங்கி பெட்டியில் வைத்து தோழியிடம் திருப்பிக் கொடுத்துவிட்டு வருகிறாள். கடன் அடைக்க பெரிய வீட்டை காலி செய்து சிறிய போர்ஷனுக்குப் போகிறார்கள். கணவன் கூடுதலாக பார்ட்டைம் பணியைப் பார்க்கிறான். வயிற்றைக் கட்டி வாயைக் கட்டி கடன் அடைக்கிறார்கள்.

ஒருநாள், மாலைப் பொழுது. பூங்கா ஒன்றில் செல்வச் சீமாட்டியைப் பார்க்கிறாள். எப்படி இருக்கே என்று அவள் அருகே செல்கிறாள். யார் நீங்க என்கிறாள் அவள். நான்தான் உன் தோழி..

நீயா? என்னம்மா... இப்படி உரு தெரியாமல்

போய்விட்டாய் இந்த சின்ன வயதில்... என்ன ஆச்சு என்று கேட்கிறாள்.

அவள் சொல்கிறாள்.. எல்லாம் உங்களிடம் இரவல் வாங்கிய நெக்லஸால். அதைத் தொலைத்து விட்டு முடியாத விலை கொடுத்து வாங்கி திருப்பிக் கொடுத்தோம். படாதபாடு பட்டோம்...

பணக்காரத் தோழி சொல்கிறாள்... இதற்காகவா இவ்வளவு பாடுபட்டாய். என் தோழி... அது வெறும் கவரிங்தான். ஐநூறு ரூபாய் தான் அதன் விலை.

அ.நா. : முடிப்பதற்குள் குரல் தழுதழுத்துப் போகிறது உங்களுக்கு. நீங்கள் வாசித்த மாப்பசான் கதையை நன்றாக விவரித்தீர்கள். நன்றி.

திருமகள் : பாராட்டுக்கு நன்றி. இப்பொழுது ஒரு விளம்பர இடைவேளை.

(விளம்பரம்: இனிப்பு நாக்குக்கு சுவை தரலாம். வரம்பு மீறினால் விழித்திரைக்கு பாதிப்பு வரலாம். எச்சரிக்கையாக இருங்கள். ஆண்டுக்கொரு முறை கண்பரிசோதனை செய்து கொள்ளுங்கள்.)

(5 வயதுக்குட்பட்ட குழந்தைகளுக்கு ஆண்டுதோறும் போலியோ சொட்டு மருந்து தந்திடுங்கள்.)

(வாகனப் புகை தவிர்ப்போம். சுற்றுச்சூழல் காப்போம்.) (மின் சிக்கனம் எக்கணமும் தேவை.)

திருமகள் : நேயர்களே! சிறுகதை உலகின் சில காட்சிகளை நம் செவிகளின் முன் நிறுத்தும் நிகழ்ச்சியாக இளந்தென்றல் எப்.எம்.வழங்கும் மழைச்சாரல் இலக்கிய நிகழ்ச்சி உங்களுக்கு மகிழ்ச்சியைத் தருகிறது என்ற நம்பிக்கையுடன் தொடர்கிறோம் நிகழ்ச்சியை.

அ.நா.: உலக இலக்கியத்தின் சிறப்பான சிறுகதை ஒன்றை நீங்கள் வழங்கினீர்கள். இப்பொழுது நாம் சற்றே இந்தி இலக்கியம் பற்றிப் பார்ப்போம். நவீன இந்தி இலக்கியத்தின் பிதாமகனாக விளங்குபவர் பிரேம்சந்த்ஜி. பிரேம்சந்தின் எழுத்துக்கள் உங்களைச் சிந்திக்க வைக்கும். கதற வைக்கும். அழ வைக்கும். முற்றிலும் புத்தம் புதிய உலகுக்கு உங்களை அழைத்துச் செல்லும். பல புதினங்கள், சிறுகதைகள் படைத்த முன்ஷி பிரேம்சந்த், இந்தியா விடுதலை பெறுவதற்கு முந்தைய காலகட்டத்தின் இந்தி பேசும் மக்களின் சூழலையும் வாழ்வியலையும் தம்முடைய எழுத்துக்களில் படம் பிடித்துக் காட்டுகிறார்.

ஷதரஞ்ச் கி கிலாடி - சதுரங்க ஆட்டக்காரர்கள் என்னும் சிறுகதை.

வட இந்திய சமஸ்தானம் ஒன்றின் அரசரும் மற்றொரு ராஜ பிரமுகரும் சதுரங்கம் ஆடுவதிலேயே எப்பொழுதும் ஆழ்ந்திருக்கிறார்கள். அரசுப் பொறுப்புகளை முற்றிலும் மறந்து போகிறார்கள். அதுவும் எப்போது? பிரிட்டிஷாரின் படைகள், அரண்மனையையும் ராஜ்யத்தையும் முற்றுகை யிட்டு கைப்பற்றிய நிலையிலும் ஹுக்கா பிடித்தபடியே சதுரங்க ஆட்டத்திலேயே மூழ்கிக் கிடக்கிறார்கள். பல ஆண்டுகள் கழித்து 1977ஆம் ஆண்டு இந்தச் சிறுகதையை பிரபல திரைப்பட இயக்குநர் சத்யஜித்ரே திரைப்படமாகப் படைத்தார்.

இது வசதி படைத்தவர்களின் வீழ்ச்சியைக் காட்டியது என்றால், கபன் என்கிற சிறுகதை அடித்தட்டு மக்களின் அவலத்தைக் காட்டுகிறது. கிராமம் ஒன்றில் அப்பனும் மகனுமாக இரண்டு கூலித் தொழிலாளிகள். இருவருமே கொடுத்த வேலையை சரியாக முடித்துத் தர மாட்டார்கள் என்பதால் அவர்களுக்கு அதிக அளவில் வருவாய் கிடைக்க வில்லை. இருவரும் குடிசைக்கு வெளியே இருக்கிறார்கள். குடிசைக்குள் மகனின் மனைவி பிரசவத்துக்காகப் போராடிக் கொண்டிருக்கிறாள். ஒத்தாசைக்கு ஆள் இல்லை. இரவு முழுக்க அவள் துடிக்கிறாள். தந்தை உள்ளே போய் அவளைப் பார் என்கிறார். ஆனால், மகன், அவள் கஷ்டப் படுவதைப் பார்க்க விரும்பவில்லை என்று ஏதேதோ பேசுகிறான். இருவரும் குடிசைக்கு வெளியே இருந்து விடுகிறார்கள். விடிகிறது. மகன் உள்ளே போய்ப் பார்க்கிறான். மனைவி இறந்து கிடக்கிறாள். பிறந்த குழந்தையும் இறந்து விட்டது. ஈக்கள் மொய்க்கின்றன. இருவரும் கதறுகின்றனர். அவளுக்கு சவக்கோடி என்ற கபன் போர்த்த வேண்டும். அதை வாங்க வேண்டும். இவர்கள் கையில் காசில்லை.

ஜமீன்தாரரைப் போய்ப் பார்க்கிறார்கள். ஜமீன்தாரர், எகிய மனம் படைத்தவர்தான். ஆனால் இவர்கள் இருவரும் வேலையில் ஏய்ப்பவர்கள் என்பதால் அரையணா நாணயம் மட்டுமே கொடுக்கிறார்.

ஊரில் உள்ள மக்களிடம் வசூலித்து ஐந்து ரூபாய் திரட்டுகிறார்கள். டவுனுக்குப் போய் துணியும், இறுதிக் கான பிற பொருட்களையும் வாங்கிக் கொண்டு உடனே வந்து விடுவதாக அக்கம் பக்கத்தவரிடம் கூறிவிட்டு நகரத்திற்கு புறப்படுகிறார்கள்.

நகரத்திற்கு வருகிறார்கள். கபன் வாங்க வந்தவர்கள், மதுபானக் கடையைப் பார்க்கிறார்கள்; மது அருந்துகிறார்கள்.சாப்பிடுகிறார்கள். இறந்தவளைப் பற்றி உளறியபடியே பட்டினத்துத் தெருவோரம் போதையில் மயங்கி விழுகிறார்கள் இருவரும்.

திருமகள் : குடிப்பழக்கத்தால் மிகவும் முக்கியமான கடமையை ஆற்றாமல் இருந்து விடுகிறார்கள்... நெகிழ வைக்கிறது இந்தச் சிறுகதை.

அ.நா. : உங்கள் உள்ளத்தைத் தொடக் கூடிய பிரேம்சந்த் அவர்கள் மற்றொரு சிறுகதையைக் குறிப்பிடுகிறேன். பள்ளி மாணவர்களுக்குப் பாடமாக வைக்கப்படுகிற ‘ஈத்காஹ்’ என்னும் சிறுகதை. உள்ளத்தைத் தொடும் இந்தச் சிறு கதையை ஆங்கில எழுத்தாளர் குஷ்வந்த் சிங் ஆங்கிலத்தில் மொழி பெயர்த்துள்ளார். இச் சிறுகதையில் வரும் ஹமீத் உங்கள் மனதில் உட்கார்ந்து விடுவான்.

திருமகள் : குஷ்வந்த் சிங் அவர்களின் ஆங்கில ஆக்கம் இணையதளத்தில் கிடைக்கும் சார். இருந்தாலும், நீங்கள் உங்கள் பாணியில் இச்சிறுகதையின் சாராம்சத்தைக் கூறுமாறு கேட்டுக் கொள்கிறேன்.

அ.நா. : கிராமம் ஒன்றில் சிறுவர்கள் ரம்ஜான் பண்டிகைக்காகக் காத்திருக்கிறார்கள். பெரியவர்கள் நோன்பு இருக்கிறார்கள். இவர்கள் பண்டிகை வரும் நாளை எதிர்பார்த்திருக்கிறார்கள். அப்படிப்பட்ட இளஞ் சிறுவர் களில் ஒருவன் ஹமீத். ஏழைச் சிறுவன். அவனுடைய தந்தை இறந்து விடுகிறார் நோய்வாய்ப்பட்டு... தாயும் சில மாதங்களில் இறந்து விடுகிறாள். இருவரும் அல்லாவிடம் சென்றிருப்பதாகத் தெரிவித்து சமாதானப்படுத்தி அவனுடைய பாட்டி அமீனா அவனை வளர்த்து வருகிறாள்.

ஈத் திருநாள் வருகிறது. எல்லாக் குழந்தைகளும் தங்கள் அப்பாவுடன் ஈத்காஹ் எனப்படும் பெருநாள் கூட்டுத் தொழுகைக்காக நகரத்திற்குச் செல்கிறார்கள்.

பாட்டி அமீனா அவனைத் தனியாகவே அக்கம் பக்கத் தவருடன் அனுப்பி வைக்கிறாள்.

நகரத்திற்குச் செல்கிறார்கள். திருநாள் சிறப்புத் தொழுகை முடிந்ததும் பெரியவர்கள் ஒருவரை ஒருவர் ஆரத் தழுவிக் கொள்கிறார்கள். சிறுவர்கள் கடைகள் இருக்கும் திசை நோக்கி ஓடுகிறார்கள். ஹமீத்தின் நண்பர்கள், மொகம்மத், நூரி, மோஹ்சின்,சம்மி ஆகிய ஒவ்வொருவரும் இனிப்புகளை வாங்கிச் சாப்பிடுகிறார்கள். விதம் விதமான களிமண் பொம்மைகள் வாங்குகிறார்கள். ஹமீத்திடம் இருப்பது பாட்டி கொடுத்த மூன்று பைசா மட்டுமே. என்னதான் வாங்கலாம்... என்று யோசிக்கிறான் ஹமீத். பாட்டி சப்பாத்தி தயாரிக்கும் போதெல்லாம் கையால் போட்டு எடுத்து கையைச் சுட்டுக் கொள்கிறாள். துடுப்பு வாங்கலாம். பெரியர்வர்களுக்கு நல்லது செய்தால் அல்லாவின் கருணை கிடைக்கும் என்று சொல்வார்களே... இப்படி எல்லாம் எண்ணமிட்டபடியே இரும்புச் சாமான்கள் இருந்த கடையை நோட்டமிடுகிறான். ஒரு ஜோடி இரும்புத் துடுப்பு இருக்கிறது. ஹமீத்தைப் பார்த்த கடைக்காரர் உன்னால் இங்கு எதுவும் வாங்க முடியாது என்கிறார். இந்த தோசைத் துடுப்பு எவ்வளவு என்கிறான். மீண்டும் உன்னால் வாங்க முடியாது என்கிறார்

கடைக்காரர். விலையைச் சொல்லுங்கள் பையன் அடம் பிடிக்கிறான்.

ஆறு பைசா என்கிறார் கடைக்காரர். மூன்று பைசாவுக்கு கொடுப்பீர்களா என்று சற்றே தள்ளி நின்றபடியே கேட்கிறான் ஹமீத். திட்டப்போகிறார் கடைக்காரர் என்று எதிர்பார்த்தான் ஹமீத். ஆனால் கடைக்காரர், சரி ••• எடுத்துக்க என்கிறார் கடைக்காரர். சிறுவர் சிறுமியர் ஒவ்வொருவர் கையிலும் ஒவ்வொரு பொம்மை. வக்கீல் பொம்மை, போலீஸ்காரர் பொம்மை, சைக்கிள் பொம்மை••• ஹமீத்தின் கையிலோ தோசைத் துடுப்பு••• அவனுடைய சகாக்கள் சிரிக்கிறார்கள். இதுவும் துப்பாக்கி மாதிரிதான் என்று தோளில் வைத்துக் கொள்கிறான் ஹமீத்•••

குழந்தைகள் வாங்கிய பொம்மைகள் எல்லாம் அவரவர் வீடு சென்று விளையாடும்போது கீழே விழுந்து உடைந்து விடுகின்றன.

ஹமீத்தின் வரவுக்காக வாசலில் காத்திருந்த அமீனா, பேரனைக் கண்டு ஆனந்தம் அடைகிறாள். இது என்னப்பா தை வாங்கி இருக்கிறாயே என்று சிரிக்கிறாள்.

நீதான் சப்பாத்தி செய்யும்போது கைவிரலைச் சுட்டுக் கொள்கிறாயே••• அதற்காகத்தான் பாட்டி இதை வாங்கி வந்தேன்•••

அமீனாவுக்கு பேரனின் வார்த்தைகளைக் கேட்டு, நெஞ்சு நெகிழ்கிறது. பேரனை ஆரத் தழுவுகிறாள். கண்களில் கண்ணீர். அப்பொழுதே விரிப்பை விரித்து பேரனுக்காகத் தொழ முற்படுகிறாள்.

திருமகள் : ஹார்ட் டச்சிங் ஸ்டோரி சார். மன்னிக்கவும். உள்ளத்தைத் தொடும் சிறுகதை ஐயா இந்தச் சிறுகதை. சார்.. இப்ப ஒரு காலர் லைன்ல இருக்காரு. பேசுவோம்.

குரல் : வணக்கம் மேடம். வணக்கங்க அய்யா. திருமகள் / அரங்கநாதன் : வணக்கம் சொல்லுங்க.

குரல் : என் பேரு வாசுகி. நான் படித்த ஒரு சிறுகதையை உங்களுடன் பகிர்ந்து கொள்ள விரும்புகிறேன். சொல்லலாமா?

திருமகள் : தாராளமா சொல்லுங்க••• கேட்க காத்திருக்கோம்.

வாசுகி : இது வேலிமுள்னு ஒரு சிறுகதை. அடித்தட்டு மக்களைப் பற்றிய சிறுகதை. நீங்க ஓஹென்றியோட தாம்பத்யம் பற்றிய சிறுகதையைச் சொன்னீங்க.

இது ஒருவருக்கொருவர் அன்பைப் பொழிந்து கொண்டு கோபத்தில் சில நாட்கள் பிரிந்து பிறகு சேர்கிற தம்பதிகள் பற்றிய சிறுகதை.

இதை எழுதியவர் மேலாண்மை பொன்னுச்சாமி அவர்கள்.

மாரிக்காளையும் பார்வதியும் இளந் தம்பதிகள். மாரிக் காளை வேலி மரம் வெட்டிப் பிழைப்பு நடத்துகிறான்.

பார்வதியும் கட்டிட கட்டுமானத்திற்கான சித்தாள் பணியைப் பார்க்கிறாள்.

ஒரு முறை••• பள்ளிக்கூடத்துக் கட்டிட வேலையில் பார்வதி பணி செய்யப் போகிறாள். மாரிக்காளை எதேச்சையாக அங்கு வர நேர்கிறது.

கொத்தனார் விஷமப் புன்னகையுடன் பார்வதியிடம் பேசிக் கொண்டிருப்பதைப் பார்க்கிறான். அவள் அவனிடம் செல்லக் கோபமாய்ச் சீறி அவனைத் தவிர்க்கிறாள். 'ஆம்புளைக எல்லாம் கொழுப்பேறிப் போய் திரியுதீக••• முறையில்லாம நீளுற நாக்கை இழுத்துப் பிடிச்சு நறுக்கணும். அப்பத்தான் திமிறு ஒடுங்கும்••• அவள் சொல்லிக் கொண்டே சிரித்து நகர்கிறாள். கொத்தனார், சிமிண்டுச் சாந்தை அவள் மீது எறிகிறான். காறித் துப்பிக் கொண்டே ஓடுகிறாள். இந்தக் காட்சியைப் பார்த்ததும் மாரிக்காளைக்கு உள்ளுக்குள் எரிகிறது.

அன்றிரவு. சாப்பிடும் போது தீப்பெட்டி ஆபீசுக்கப் போயேன். இந்த வேலை எதற்கு என்கிறான் மனைவியிடம்.

அவள் சொல்கிறாள். விடியுறதுக்கு முந்திப் போய் இருட்டுன பெறகு வரணும். அவன் சித்தாள் வேலை வேண்டாம் என்றான். அவள் ஏன் என்று கேட்க, அவன் வாயிலிருந்து வந்து விழுந்தன சொற்கள்: இருபது ரூவாய்க்கா போற••• புருசம்மார் கூட வெளயாடப் போற. அவள் அதன் பிறகு பேசவில்லை. விடிந்ததும் பார்த்தால் ஆளைக் காணவில்லை. அதன் பிறகு மாரிக்காளைக்கு உடல் சுகவீனம். வயிற்றுப் போக்கு. வயிற்றுப் போக்குக்காக வேகமாகச் சென்றதில் காலில் முள் தைத்து வீக்கமாக வீங்கி விட்டது. தனியாய் வீட்டில் இருக்கிறான்.. போய் காலில் விழுந்தாவது அவளைக் கூட்டி வர வேண்டும் என்று முடிவு செய்கிறான். ஆனால் இப்பொழுது உடல் முடியவில்லை. ஒரு பையனைக் கூப்பிட்டு திருமணம் செய்து வைத்த சோலைச் சாமி நாடாரை அழைத்து வரச் செய்தான். அவரும் வந்தார். கதறி அழுது நடந்ததைச் சொன்னான். அவரோ ரெண்டு நாள் பொறுத்துக்க. நான் போய்ப் பேசிப் பார்க்கறேன் என்று சொல்லி விடுகிறார்.

பாசக்காரியான, ஆசைக்காரியான மனைவியை நினைத்தும் அருகில் ஆள் இல்லாத நிலையை நினைத்தும் மனம் வெதும்புகிறான். பரிச்சயமான அரவம் கேட்கிறது. பார்வதியோ என்றுதிரும்பிப் பார்க்கிறான். அவளே தான்.

பார்வதி சொல்கிறாள்: வரவே கூடாதுன்னு நெனச்சேன். கால்ல முள்ளு குத்தி நகர மாட்டாம கொல பட்டினியாய்க் கிடக்கரீர்னு கேள்விப்பட்டு மனசு கேட்கல. வந்து தொலைச்சேன். நீரு எம்மேல சந்தேகப்படல. ஒமக்கு ஒம்ம மேல

சந்தேகம்தான். நீரு என்னைப் பத்தி பேசி உம்ம மேல நீரே எச்சிலைத் துப்பிக்கிட்டீரு ஒமக்குத்தான் அசிங்கம்.

அவளுடைய ஒவ்வொரு வார்த்தையும் அவன் மனதில் முள் மாதிரி தைக்கிறது. புரிந்த மாதிரியும் புரியாத மாதிரியும் இருக்கிறது. அவன் திரும்பிப் பார்ப்பதற்குள் அவள் வீட்டை மினுக்கி குத்து விளக்காக ஆக்கிக் கொண்டிருந்தாள்.

ஆசிரியர் முடிக்கிறார்: தைத்த வேலி முள்ளை வென்று வேலிமரம் வெட்ட புறப்படும் பாதம், வாழ்க்கையைப் போல...

திருமகள் : நன்றாக விவரித்தீர்கள் வாசுகி. அடித்தட்டு மக்களின் கணவன்-மனைவி உறவில் கணவனை விட்டுக் கொடுக்காத மனைவியைச் சித்தரிக்கும் முதுபெரும் எழுத்தாளர் மேலாண்மை பொன்னுச்சாமி அவர்களின் சிறுகதை-யைப் பகிர்ந்து கொண்டீர்கள். மிக்க நன்றி.

வாசுகி : நன்றி. வணக்கம்.

அ.நா. : வாசுகி அவர் ஒரு சிறந்த வாசகி என்று நிரூபித்து விட்டார்.

திருமகள் : சூப்பர். இப்பொழுது ஒரு திரைப்பட பாடலைக் கேட்போம். பாகப்பிரிவினை திரைப்படத்தில்

இடம் பெற்ற தாழையாம் பூமுடிச்சு தடம் பார்த்து நடை நடந்து...

(பாடல்)

(விளம்பரம் ஒலிக்கிறது)

(கண்ட இடங்களில் எச்சில் துப்பாதீர்கள்.

சுற்றுப்புறத் தூய்மை நம் அனைவரின் கடமை.)

திருமகள் : சார். இப்ப ஒரு நேயர் லைன்ல இருக்காரு. பார்ப்போம்.

குரல் : வணக்கம் அம்மா. வணக்கம் ஐயா...

திருமகள் / அரங்கநாதன் : வணக்கம் சொல்லுங்க அம்மா. குரல் : என் பெயர் தேன்மொழி. நான் வாசித்த ஒரு சிறுகதையைப் பகிர்ந்து கொள்ள விரும்புகிறேன்.

திருமகள் : சொல்லுங்க தேன்மொழி அம்மா. காத்திருக்கிறோம்.

தேன்மொழி : இது நான் இருபது வருடங்களுக்கு முன் ஒரு பருவ இதழில் வாசித்த சிறுகதை. தோப்பில் முஹம்மது மீரான் அவர்கள் எழுதிய சிறுகதை. சிறுகதையின் தலைப்பு தங்கராசு. குமரி மாவட்டம் மண்வாசனை மிக்க அந்தச் சிறுகதையில் பொன்னம்மா என்ற விதவைத் தாய். ஏழை. கடின உழைப்பில் காலத்தை ஓட்டி தங்கராசு என்னும் தன் மகனைப் படிக்க வைக்கிறாள். பையன் பத்தாம் வகுப்பில் நல்ல மதிப்பெண் எடுத்து தேர்ச்சி பெறுகிறான். எல்லாரும் அவனை கூலி வேலைக்கு அனுப்பச் சொல்கிறார்கள். பொன்னம்மாவோ அவன் வாத்யாராகணும் என்னும் தன் இலட்சியத்தைக் கூறுகிறாள். அவர்களுடைய கிராமத்தில் ப்ளஸ்டூ படிக்க மேல்நிலைப் பள்ளி இல்லாமல் டவுனுக்குச் சென்று ஒவ்வொரு பள்ளியாக ஏறி இறங்குகிறார்கள். கடைசியாக முனிசிபாலிட்டி மேல்நிலைப்பள்ளிக்குச் செல்கிறார்கள். அங்கேயும் இங்க படிச்சவங்களுக்குத் தான் சீட் வெளி மாணவர்களுக்கு கிடையாது என்று முகத்தில் அடித்து விடுகிறார்கள். விரட்டப்பட்டனர் பொன்னம் மாவும் தங்கராசும். ‘இனி நீ வாத்யாராவ மாட்டாயா?’ என்று பொன்னம்மாதன் மகனைப் பார்த்து கேட்கும்போது அவள் குரல் தொண்டைக்குள்ளேயே அமுங்குகிறது.

தங்கராசுவின் மனதில் அம்மாவின் குரல் ஒலித்துக் கொண்டே இருக்கிறது.

தங்கராசு தனக்குள் பேசிக் கொள்கிறான்: நான் கூலி வேலைக்குப் போவேன். கேஸ் கிடைக்கத போது போலீஸ் காரர்கள் ஊதச் சொல்வார்கள். குடிக்காத என்னை குடித் தொக பிடித்துச் செல்வார்கள். அம்மா இனி ஒரு முறை டவுனுக்கு வருவது என்னுடைய பிரேதத்தைப் பெற்றுக் கொள்தற்காக.

இப்படி முடியும் இந்தச் சிறுகதை.

நீங்கள் தேடிப்பிடித்துப் படித்தால்தான் அந்த மண் வாசனையையும், ஏழைத் தாய் மற்றும் வளர் இளம் பாலகரின் வேதனைகளைப் புரிந்து கொள்ள முடியும்.

திருமகள் : நீங்கள் உங்கள் நினைவிலிருந்து சொன்னீர்களா?

தேன்மொழி : என் மனதை விட்டு நீங்கவில்லை இந்தச் சிறுகதை.

திருமகள் : நன்றி. முதுபெரும் எழுத்தாளர் தோப்பில் முஹம்மது மீரான் அவர்களுடைய சிறுகதையை நினைவுப் படுத்திப் பகிர்ந்து கொண்டீர்கள். நன்றி. சார். ப்ளஸ் ஒன் அட்மிஷனுக்காக ஏழைகள் கஷ்டப்பட்டிருக்காங்கறதை மீரான் அய்யா அவர்கள் படம் பிடித்துக் காட்டியிருக்காரு இல்லையா?

அ.நா. : வாசகர்களும் ஊக்கத்துடன் கலந்து கொண்டு சிறந்த சிறுகதைகளை நம்மிடம் பகிர்ந்து கொண்டு வருகிறார்கள்.

திருமகள் : உங்களுக்கு வேலை இல்லாம பண்ணிடுவாங்க போலிருக்குன்னு நினைக்கறீங்களா?

அ.நா. : அப்படி அனைவரும் வாசிப்பதை நேசித்தால் என்னைப் போன்றவர்களுக்கு மகிழ்ச்சியே ஏற்படும். திருமகள் : இப்பொழுது ஓர் அழைப்பாளர்.

குரல் : ஹாய் திருமகள். நான் ப்ரியம்வதா. திருமகள் : யார் சகுந்தலையின் தோழியா?...

குரல் : நான் உன்னுடைய தோழி... வணக்கம் சார். அ.நா. : வணக்கம். சொல்லுங்க. தோழியிடம் பேச வந்தீர்களா? நிகழ்ச்சியில் பேச வந்தீர்களா?

ப்ரியம்வதா : நான் படித்த ஒரு சிறுகதையைப் பகிர்ந்து கொள்ளத்தான் அழைத்தேன்.

திருமகள் : நீ சிறுகதை எல்லாம் படிக்கறதுண்டா...

ப்ரியம் வதா : ஏய் .. மன்னிக்கணும் அய்யா. உங்கள் நிகழ்ச்சியில் இதுவரை பெண் எழுத்தாளர்கள் பற்றிப் பேசவே இல்லை. இது ஒரு குறை.

அ.நா. : நன்றாகக் கவனித்து வருகிறீர்கள்.

ப்பரியம்வதா : அந்தக் குறையைப் போக்க நான் வாசித்த 'தாயகம்' என்னும் சிறுகதையைப் பற்றி ஒரு சில வார்த்தைகள் சொல்ல விரும்புகிறேன். இந்தச் சிறுகதையை எழுதியவர் மூத்த பெண் எழுத்தாளர் ஆர். சூடாமணி அவர்கள்.

அ.நா. : தொடருங்கள் தங்கள் வாசிப்பு அனுபவத்தை.

ப்ரியம் வதா : சகுந்தலையின் கதையை வைத்து இந்தச் சிறுகதையை ஆசிரியர் புனைந்துள்ளார்.

ராஜா துஷ்யந்தன் நினைவு மறந்து சுடுசொற்களைக் கூறி கர்ப்பிணிப் பெண்ணான சகுந்தலையை நிராகரித்து விடுகிறான். சகுந்தலையுடன் உடன் வந்தவர்கள் யாரும்

அருகில் இல்லாததால் தனித்து நின்ற சகுந்தலா இது என்ன சோதனை அம்மா என்று பேசும் போது வானிலிருந்து அவளுடைய அம்மா மேனகை வருகிறாள். நான்தான் உன் அம்மா என்கிறாள். அம்மா என்று அரற்றியதால் வந்தேன் என்கிறாள். வா விண்ணுலகில் இருக்கலாம் என்று அழைக்கிறாள்.

தாய் யார் தந்தை யார் என்பதை எல்லாம் விவரிக்கிறாள். தாய் தேவலோக மங்கை மேனகை தந்தை விசுவாமித்திர மகரிஷி என்பதை அப்பொழுது அறிந்து கொள்ளும் சகுந்தலை, தாயுடன் வர மறுக்கிறாள்.

நான் யார் எந்த ஜாதிக் குழந்தை என்றெல்லாம் பார்க்காமல் எனக்குத் தாய்க்குத் தாயாகவும் தந்தைக்குத் தந்தையாகவும் இருக்கிற கண்வ மகரிஷி அவர்களிடம் மீண்டும் நான் செல்வேன். உங்களுடன் வர மாட்டேன் என்கிறாள்.

அங்கே கண்வ மகரிஷி சகுந்தலைக்கு என்ன ஆயிற்றோ என்று துடிக்கிறாள். உடன் சென்றவர்களும் மனைவி கௌதமியும் இப்படி அவளை விட்டு விட்டு வந்து விட்டார்களே என்று நினைக்கிறார். அப்போது சகுந்தலை ஆசிரமத்து வாசலில் வந்து நிற்கிறாள்.

புகுந்த வீடு சென்ற பெண்.. இப்படி வந்து நிற்கிறாயே என்கிறார் கண்வர்.

'தாயகம் வந்து விட்டேன் அப்பா. இங்கே இருக்க அனுமதிக்காவிட்டால் சென்று விடுகிறேன்' என்கிறாள் சகுந்தலை.

கணவர் நீ இங்கேயே இருக்கலாம்.. உன் கணவன் உன்னைத் தேடி வருவான்.

அவன் வந்தாலும் வராவிட்டாலும் நான் கௌதமி அன்னையுடனும், ஆசிரமம் வாசிகளுடனும் இங்கேயே இருக்கிறேன்' என்கிறாள்.

'உன் விருப்பம் போலவே ஆகட்டும்' என்கிறார் வளர்ப்புத் தந்தை. தூரத்தில் சகுந்தலையைக் கண்ட பிரியம்வதையும் அனுசூயாவும் ஆவலுடன் ஓடி வந்தார்கள். இப்படி முடிக்கிறார் ஆசிரியர் சிறுகதையை.

அ.நா. : நன்றிம்மா.

திருமகள் : மிக்க நன்றி என் தோழி ப்ரியம்வதாவுக்கு. ப்ரியம்வதா : நன்றி.

அ.நா. : சாகுந்தலம் என்னும் மகாகவி காளிதாசரின் காவியத்தின் சில துளிகளை ஆர்.சூடாமணி அவர்கள் சிறுகதையாக நன்றாகப் படைத்துள்ளார். அதனை உங்கள் தோழி நினைவுப்படுத்தி நம்முடன் பகிர்ந்து கொண்டார். உங்கள் தோழியும் நல்ல வாசகி.

திருமகள் : அந்த இரகசியம் எனக்கு இன்றுதான் தெரிகிறது.

இப்பொழுது மற்றொரு அழைப்பாளர் வருகிறார்... வணக்கம்....

குரல் : வணக்கம் திருமகள்... நான் உன்னுடைய பேராசிரியை ராஜேஸ்வரி.

திருமகள் : வணக்கம் மேம்.... நீங்கள் லைன்ல வருவீங்கன்னு எதிர்பார்க்கலை. ஸர்ப்பரைஸ்.. நலமா மேம்..

ராஜேஸ்வரி : நலமாக உள்ளேன். வணக்கம் அரங்கநாதன் சார்.

அ.நா. : வணக்கம் அம்மா. நிகழ்ச்சியில் பங்கேற்றதற்கு நன்றி.

ராஜேஸ்வரி : ரவீந்திரநாத் தாகூரின் பல சிறுகதைகள் திரைப்படங்களாகப் படைக்கப்பட்டுள்ளன. அவருடைய போஸ்ட் மாஸ்டர் என்னும் சிறுகதையை நினைவுப்படுத்த விரும்புகிறேன் அய்யா.

அ.நா. : சொல்லுங்கள் அம்மா.

ராஜேஸ்வரி : குக்கிராமத்திற்கு ஒற்றை ஆளாய் வருகிறார் ஒரு போஸ்ட் மாஸ்டர். அவருக்கு சமையல் மற்றும் வீட்டு வேலைகள் செய்து தர வந்து சேர்கிறாள் கிராமத்து வளர் இளம் பெண் ரதன். ரதனிடம் தன்னுடைய குடும்பக் கதைகள் எல்லாவற்றையும் சொல்கிறார். இருவரிடமும் ஒரு பந்தம் உண்டாகிறது. அவருடைய குடும்ப உறுப்பினர்களை இவளும் அக்கா அம்மா என்று சொல்வாள். ஒரு நாள் அவருக்கு உடல் சுகவீனம் ஏற்பட••• ரதன் உடனிருந்து அன்னையைப் போல் நேரத்துக்கு நேரம் தவறாமல் கஞ்சி தயாரித்து மாத்திரை மருந்து கொடுத்து காப்பாற்றுகிறாள்.

இந்த இடம் ஒத்துக் கொள்ளவில்லை. வேறு இடத்திற்கு மாறுதல் கேட்கிறார் போஸ்ட்மாஸ்டர். அரசாங்கம் மறுக்கிறது. ராஜினாமா செய்துவிட்டு ஊரை விட்டுப் போக முடிவு செய்கிறார்.

இதனை ரதனிடம் சொல்கிறார்.. ரதன் என்னையும் உங்கள் வீட்டுக்கு அழைத்துப் போகிறீர்களா என்று கேட்கிறாள். அது எப்படி முடியும் என்று கேட்கிறார் போஸ்ட் மாஸ்டர். புதிய போஸ்ட் மாஸ்டரிடம் சொல்லிவிட்டுப் போகிறேன் என்கிறார். யாரிடமும் சொல்ல வேண்டாம். நான் இங்கே இருக்க மாட்டேன் என்று சொல்கிறாள் ரதன்.

அவருக்குக் கொஞ்சம் பணம் வைத்துக் கொண்டு கைவசம் உள்ள சம்பளப் பணத்தை ரதனிடம் தருகிறார். பாபுஜீ! உங்கள் காலில் விழுகிறேன். எனக்கு ஒன்றும் தர வேண்டாம். எனக்காக ஒருத்தரும் கவலைப்பட வேண்டாம் என்று சொல்லிவிட்டு ரதன் ஓடி விடுகிறாள். அவர் பெருமூச்செறிந்து ஊருக்குப் போக படகு இருக்கும் இடத்தை நோக்கிச் செல்கிறார். படகில் அமர்கிறார்••• வாழ்வில் இதைப் போல் எத்தனையோ பிரிவின் துயரங்கள் ஏற்படுவது இயல்புதானே? திரும்பித் தான் என்ன பயன்? இந்த உலகில் யார் யாருக்கு உறவு? என்று முடிக்கிறார் தாகூர் இந்தச் சிறுகதையை.

பகுதி 3

அ.நா. : காபூலிவாலா என்னும் சிறுகதையும் இது போலவே. வீட்டிற்கு தினந்தோறும் உலர் பழங்கள் மற்றும் பொருட்கள் கொண்டு வரும் காபூலிவாலாவுடன் ஒரு சிறுமிக்கு ஏற்படும் பந்தம் பற்றியும் அதன் பிரிவு பற்றியும் அந்தச் சிறுகதையில் விவரிக்கப்படும். இதுவும் தாகூர்ஜி எழுதிய சிறுகதை.

திருமகள் : மிக்க நன்றி மேம்..

ராஜேஸ்வரி : நான் தமிழில்தான் இச்சிறுகதையை வாசித்தேன். த.நா. குமாரசுவாமி அவர்கள் மொழிபெயர்த்த தாகூர் சிறுகதைகளை சாகித்ய அகாடெமி வெளியிட்டுள்ளது. நன்றி. மீண்டும் பேசுவோம்.

அ.நா. : தங்கள் தகவலுக்கு நன்றி. பல்வேறு இந்திய மொழிச் சிறுகதைகளை சாகித்ய அகாடெமி தமிழில் வெளியிட்டுள்ளது.

திருமகள் : பெண்களின் நுண்ணுணர்வுகளை நோபெல் பரிசு பெற்ற தாகூர்ஜி பதிவு செய்துள்ளார் என்பதை ராஜேஸ்வரி மேம் கூறிய கதையிலிருந்து அறிந்து கொண்டோம்.

தமிழில் பல பெண் எழுத்தாளர்கள் பெண்களை மையமாகக் கொண்டு சிறுகதைகள் எழுதி இருக்காங்க இல்லையா சார்?

அ.நா. : ஆமாம். அம்பை எழுதிய சிறுகதைகளுள் ஒன்று அம்மா ஒரு கொலை செய்தாள் என்னும் சிறுகதை, அப்படிப்பட்ட ஓர் வளர் இளம்பெண், தான் பெரியவள் ஆனதும் அம்மாவின் அணுகுமுறை மாறி இருப்பதை உணர்ந்து ஏமாற்றம் அடைவது பற்றி அம்பை சித்தரித்திருப்பார் இச்சிறுகதையில். இச்சிறுகதையை மூத்த எழுத்தாளரும் இலக்கிய விமர்சனருமாகிய வெங்கட் சாமிநாதன் அவர்கள் ஆங்கிலத்தில் மொழிபெயர்த்துள்ளார் என்பது குறிப்பிடத்தக்கது.

திருமகள் : இப்பொழுது ஓர் அழைப்பு•••

குரல் : வணக்கம் அரங்கநாதன், வணக்கம்மா..

திருமகள் : வணக்கம். யார் சார் உங்களை அன்போட பெயர் சொல்லி கூப்பிடறாரு.

குரல் : நான் அவருடைய நண்பன் பொன்னுசாமி.

அ.நா. : வணக்கம் பொன்னுசாமி. திருமகள் இவரை நாங்கள் பொக்கிஷம் பொன்னுசாமி என்றே அழைப்போம். பல அரிய தகவல்களைக் கூறுவார் இவர்.

திருமகள் : அப்படியா? சார். இந்த நிகழ்ச்சியில் ஒங்களோட பொக்கிஷமான தகவலை எதிர்பாக்கிறோம். குரல் : அதற்குத்தான் நான் அழைச்சேன். நான் உங்களுடன் பகிர்ந்து கொள்ள விரும்புவது ஒரு சிறுகதை. இந்தச் சிறுகதையை எழுதியவர் பிரபல ஓவியர் மணியம் செல்வம் என்கிற மசெ. நேசம் என்ற பெயரில் எழுதப்பட்ட இந்தச் சிறுகதை புதிய பார்வை செப்டெம்பர் 1992 இதழில் வெளிவந்தது. ஒரு நாய் ஈன்ற நாய்க்குட்டிகளில் தனித்து விடப்பட்ட ஒரு நாய்க்குட்டியை இவரது குழந்தைகள் வீட்டுக்குக் கொண்டு வந்து விடுகிறார்கள்.

இரவு நேரம். அக்கம்பக்கத்தில் அனைவரும் உறங்கிய பின்னரும் நாய்க்குட்டி கத்திக் கொண்டே இருக்கிறது. தாயைப் பிரிந்த ஏக்கம்.

வைத்த பாலையும் குடிக்கவில்லை. தோட்டத்தில் கொண்டுபோய் நாய்க்குட்டியை விட்டு விடுகிறார் இவர். மறுநாள். காலையில் குழந்தைகள் இவரிடம் அப்பா நாய்க்குட்டி எங்கே என்று கேட்கிறார்கள். அம்மாவைத் தேடிப் போயி-ருக்கும் என்று சமாதானம் செய்கிறார். மகன் சொல்கிறான் நாம யாரும் அதுக்கு கம்பெனியே கொடுக்கல. அதான் போயிடுச்சு... மாலைவேளை. குழந்தைகளுக்கு இவரது மனைவி பள்ளிப்பாடம் சொல்லிக் கொடுக்கிறாள்.. நாம் மிருகங்களை நேசிக்க வேண்டும். இப்படி முடிக்கிறார் இந்தச் சிறுகதையை.. இந்தச் சிறுகதைக்கு அவரே படமும் வரைந்தார்.

அரங்கநாதன்: சித்திரங்களால் வாசகர்களைக் கொள்ளை கொண்ட ஓவியக் கலை ஜாம்பவான் மணியம் அவர்க-ளின் புதல்வர் பிரபல ஓவியர் அவர்களின் சிறுகதையைப் பகிர்ந்து கொண்டமைக்கு நன்றி நண்பரே.

திருமகள் : நன்றி அய்யா.. நேயர்களே... இளந்தென்றல் பண்பலையின் மழைச்சாரல் இலக்கிய நிகழ்ச்சியில் சிறுகதைகள் பற்றிய சிந்தனைச் சிதறல்களை பேராசிரியர் அரங்கநாதன் அவர்கள் பகிர்ந்து கொண்டிருக்கிறார். நேயர்-களும் ஆர்வத்துடன் பங்கேற்று வருவதைப் பார்க்கிறேன். இப்பொழுது ஒரு திரைப்பாடலைக் கேட்போம்... திக்குத்-தெரியாத காட்டில் படத்தில் பூப்பூவா பறந்துபோகும் பட்டுப்பூச்சி அக்கா நீ பளபளன்னு போட்டிருப்பது யாரு கொடுத்த சொக்கா...

(பாடல்)

திருமகள் : நிகழ்ச்சி தொடர்கிறது. ஓர் அழைப்பாளர் தொடர்பில் இருக்கிறார். வணக்கம்

குரல் : வணக்கம். நான் கோயம்புத்தூரிலிருந்து அழைக்கிறேன். என் பெயர் கொங்குமணி

அ.நா. : வணக்கம். கொங்கு நாட்டு கொங்குமணி. சொல்லுங்கள்.

மணி : அய்யா. நீங்கள் நா. பார்த்தசாரதி அவர்கள் எழுதிய வலம்புரிச்சங்கு பற்றி குறிப்பிட்டீர்கள். வலம்புரிச்சங்கு என்ற தலைப்பிட்ட சிறுகதைத் தொகுப்பு நூல் என்னிடம் உள்ளது. இதில் நா.பா. அவர்கள் எழுதிய வரலாற்றுச் சிறுகதைகள் உள்ளன. முன்னுரையில் சிறுகதைகள் பற்றி நா.பா. குறிப்பிடுவதை இங்கு மேற்கோளாகச் சுட்டிக்காட்ட விரும்புகிறேன்.

அ.நா. : கூறுங்கள். கேட்போம் அனைவரும். மணி : நா.பா. எழுதுகிறார்:

கற்பனை இலக்கியம் படைக்கும் எழுத்தாளனின் மனத்தில் பூக்கும் உணர்ச்சி மலர்களில் உதிர்ந்து மடிந்து விடுவன சில. பிஞ்சு விட்டுக் காய்த்துக் கனிந்து கனிகளாய்ச் சுவை நல்குபவை மிகவும் சில. ஒரு நல்ல சிறுகதையில் பல சிறுகதைகளுக்கான வித்துக்கள் பொதிந்திருக்க வேண்டும். பழத்தின் உள்ளீடாகிய வித்துக்களைப் போல் நல்ல சிறுக-தைக்கு இந்த உள்ளீடு இன்றியமையாதது.

போட்டோ ஆல்பத்தைப் பேணும் புகைப்படக் கலைஞனைப் போல உலகத்துக் காட்சிகளின் பல்வேறு உயிர்ப்படங்-களைத் தன் மனமாகிற ஆலபத்தில் சேர்த்து வைத்துக் கொண்டு சிந்திக்கிறவன் எழுத்தாளன்.

எழுத்து ஒரு தொழிலாக என்றும் மனத்தில் பட்டதில்லை. நான் எழுதத் தொடங்கிய நாளிலிருந்து இன்றுவரை அதை ஒரு தூய புனிதமான வேள்வியாகவே எண்ணிக் கொண்டு வருகிறேன்.

திருமகள் : நன்றி மணி அவர்களே...சார்.நா.பா. அவர்களின் ஆல்பம் தாட் நன்றாக இருந்தது அல்லவா? அ.நா.: ஆமாம் அம்மா.

திருமகள் : ஒரு படைப்பாளனின் வாக்குமூலத்தை வாசித்து நமக்கு வழங்கிய மணி குறிப்பிட்ட சிறுகதைத் தொகுப்பில் உள்ள வரலாற்றுச் சிறுகதை பற்றி அவரிடமே கேட்கலாமா?... மணி இணைப்பில் இருக்கிறீர்களா... இல்லை...சரி. மீண்டும் தொடர்பு கொள்வார் என்று நம்புவோம்.

திருமகள் : இப்பொழுது ஒரு நேயர் அழைக்கிறார். ஹலோ...

குரல் : வணக்கம். நான் ஜோதி பேசுகிறேன். குரோம்பேட்டையிலிருந்து. வணக்கம் அய்யா.

அ.நா. : வணக்கம் அம்மா. சொல்லுங்கள். நீங்க எதைப் பகிர்ந்து கொள்ள விரும்புகிறீர்கள்?

ஜோதி: சுமார் 20 வருடங்களுக்கு முன்பு நான் வாசித்த சிறுகதை இது. நீங்கள் மேலாண்மை பொன்னுசாமியின் சிறுகதைகளைப் பற்றிக் குறிப்பிட்டீர்கள். நேயர் ஒருவரும் குறிப்பிட்டார். நான் நினைவு கொள்ளும் சிறுகதையை எழுதியதும் அவர்தான். சிறுகதையின் தலைப்பு தழும்பு சமூக நல்லிணக்கத்திற்கான படைப்பாக இந்தச் சிறுகதை இருக்கிறது. சுருக்கமா கதையைப் பத்தி சொல்றேன்.

அ.நா. : சொல்லுங்கள்.

ஜோதி : ராமலிங்கம் - மைதீன் ராவுத்தர் இருவர் இடையே நட்பு துளிர்க்கிறது. கிராமத்தில் செல்லிவீரம்மாள் கோயில் திருவிழா. திருவிழா நடத்துவது பற்றி யோசித்துக் கொண்டிருக்கும் தருணத்தில் ராவுத்தருக்கும் ராமலிங்கத் திற்கும் இடையே உள்ள நெருக்கத்தைப் பார்த்த ஊரார், ராவுத்தரிடம் கேட்டுப் பார்க்கலாம் என்கிறார்கள். தயக்கத்

துடன் ராமலிங்கம், நாட்டாமையுடனும் ஊர்ப் பிரமுகர் களுடனும் ராவுத்தர் வீட்டுக்குப் போகிறான். வந்திருந்த அனைவருக்கும் காபி பரிமாற்றம். விஷயத்தை தயக்கத் துடன் கேட்கிறார்கள். ராவுத்தரின் எட்டு வயது மகன் அருகில் நிற்கிறான். 'ஆண்டவர் எல்லாருக்கும் பொது தானே… கும்புடுற மனுஷங்க எல்லாம் ஒண்ணுதானே' பேசுகிற ராவுத்தரைப் பார்த்து வியக்கிறார்கள். ராவுத்தர் வில்லடிக்கான மொத்த செலவையும் ஏற்பதாக சொல்வ தோடு தமது காரில் அழைத்து வரச் செய்வதாகவும் கூறுகிறார். ராமலிங்கமும் நாட்டாமையும் இன்பத் தாக்குதலில் இம்புட்டு நல்ல மனமா என்று யோசிக்கிறார்கள்…

சில நாட்கள் கழித்து சமூக விரோதசக்திகள் சமூகங்களிடையே கலவரத்தைத் தூண்டிவிடுகிறார்கள்.

வன்முறைக் கும்பல், ராவுத்தர் வீட்டையும் கடை களையும் முற்றுகையிடப் போவதை அறிந்து ராமலிங்கம் நண்பர்களுடன் அங்கே போகிறான்.

ராமலிங்கமும் அவனது நண்பர்களும் போகும் போது ராவுத்தரின் மகனை வெட்ட வன்முறையாளன் அரிவாளை ஓங்கும் போது பையனைக் காப்பாற்றி நண்பர்களிடம் தருகிறான் ராமலிங்கம். அவன்மீது வெட்டு விழுந்து இரத்தம் கொப்பளிக்கிறது.

என் உசுரைக் காப்பாத்துனது பெரிது இல்ல. என் கடையக் காபத்துனது பெரிசு இல்ல. என் வம்ச விதையைக் காப்பாத்துனே பாரு. அதுதான் பெரிய விஷயம் என்கிறார் ராவுத்தர் கண்ணீர் மல்க. ராமலிங்கம் 'வுடுங்க பாய். தாயா புள்ளையா மனுச மக்கள் சேர்ந்து வாழறது ஒரு பெருசா? இதுதான் நம்ம சுபாவம்… வாங்க ஆஸ்பத்திரிக்குப் போவோம்' என்கிறான். ராமலிங்கத்தின் முகத்தில் உபாதை தெரியவில்லை. மனசில் ஒரு நிறைவு. அவன் முகத்தில் மட்டும் அல்ல.. சகலர் முகங்களிலும்.

ஆசிரியர் சிறுகதையை இப்படி முடிக்கிறார்: இந்த வெட்டுக் காயம் ஆறிப் போய்விடும். காயத்தழும்பு என்றென்றும் மாறவே மாறாது. மனுசத்தன்மையுள்ள மக்கள் கலாசாரத்தைப் போலவே.

அ.நா.: எல்லா காலகட்டத்திலும் தேவையான சமூக நல்லிணக்கத்திற்கான சிறந்த பதிவாக இச்சிறுகதையைக் கொண்டாட வேண்டும். நன்றாக விவரித்த உங்களுக்கு நன்றி.

ஜோதி : நன்றி வணக்கம்.

திருமகள் : சீரியஸான விஷயங்களைப் பற்றிய சிறுகதைகளையே பேசிக்கிட்டு இருக்கோம். ஐயா. ஒரு மாறுதலுக்கு நகைச்சுவைச் சிறுகதை ஒன்று சொல்லுங்களேன்.

அ.நா. : எஸ்.வி.வி. என்ற எஸ்.வி. விஜயராகவாச்சாரியார் 1880-1950 அவர் வாழ்ந்த காலம். நாவலாசிரியர். சிறுகதை எழுத்தாளர். அந்தக் கால சூழலில் நகைச்சுவை எழுத்துக்கு வித்திட்டவர்.

இவர் எழுதிய பால்கணக்கு என்ற சிறுகதை உங்களுக்குச் சிரிப்பை வரவழைக்கும். இச்சிறுகதை முழுவதும் உரையாடல். கணவன் மனைவி இடையே பால்கணக்கு பற்றிய ஓர் உரையாடல். கணவனுக்கு மனைவியின் கணக்கு புரியவில்லை. முடிவுதான் முத்தாய்ப்பு-

நீ சொன்ன கணக்குத்தான். இப்போ எனக்கு ஒழிவில்லை. சாயந்திரம் வரும்பொழுது என்னாபீஸ்ல ஒரு அக்கவுண்டன்ட் இருக்கான்.கணக்கில் ரொம்பக் கெட்டிக்காரன். அவனை அழைத்துக் கொண்டு வருகிறேன். கணக்கையெல்லாம் பார்துவிடலாம் என்று ஆபீசுக்குப் போய்விட்டேன் என்று முடிக்கிறார். ஆய்வறிஞர் வெ. சாமிநாத சர்மாவும் நகைச்சுவை சிறுகதைகள் படைத்துள்ளார் என்பது குறிப்பிடத்தக்கது.

திருமகள் : இப்பொழுது ஓர் அழைப்பாளர் அழைக்கிறார். குரல் : வணக்கம் மேடம். வணக்கம் சார்.

திருமகள் : வணக்கம் சொல்லுங்க.

குரல் : என் பெயர் வீணா. கோயம்புத்தூரிலிருந்து பேசுகிறேன். நான் படித்த ஒரு சிறுகதையை உங்களுக்குத் தெரிவிக்க விரும்புகிறேன்.

அ.நா. : வணக்கம். சொல்லுங்கள். எங்கள் செவிகள் காத்திருக்கின்றன.

வீணா : இந்தச் சிறுகதை மூக்குத்தி என்ற தலைப்பில் முதுபெரும் எழுத்தாளர் எம்.வி. வெங்கட்ராம் அவர்களின் படைப்பு.

அ.நா. : எம்.வி. வெங்கட்ராம் மிகச் சிறந்த இலக்கிய ஆளுமைகளுள் ஒருவர். சௌராஷ்டிர மக்களின் வாழ்வைப் பற்றித் தமது படைப்புகளில் வடித்தவர். நீங்கள் குறிப்பிடும் சிறுகதை கிராம ஊழியன் என்ற இதழில் 1944ஆம் ஆண்டு வெளிவந்தது. மன்னிக்கவும். நீங்கள் தொடருங்கள்.

வீணா : தகவலுக்கு நன்றி. கதைக்கு வருகிறேன். ஐம்பத்தைந்து வயதில் மரணப் படுக்கையில் இருக்கும் ஒருவரின் கதையாக விரிகிறது. இந்த மூக்குத்தி. அவரது

பெயர் சீதாராமன். அவன் அரைப் பிரக்ஞையில் இருக்கும் நிலையில் அவனுடைய மகனும் மருமகளும் அவனுடைய சொத்துக்களை அடைவது பற்றி விவாதம் செய்கிறார்கள். மூக்குத்தியை தந்தையின் இரண்டாவது மனைவிக்குத் தெரியாமல் கைப்பற்றுவது பற்றி யோசிக்கிறார்கள்.

மகனும் மருமகளும் மூக்குத்தி பற்றிப் பேசியதைத் கேட்டதும் சீதாராமனின் மனம் பழைய நினைவுகளில் ஆரகிறது.

சீதாராமன் எண்ணமிடுகிறார். இந்த சீதாராமன், பொய்க் கணக்குகள் எழுதிப் பொய்ச் சாட்சிகள் சொல்லி பொய் வழக்குகள் ஆடி எத்தனையோ குடும்பங்களைப் பாழாக்கி யிருக்கிறான்.

மகன் கிருஷ்ணன் குறிப்பிட்டானே அந்த மூக்குத்தியை சீதாராமன் அபகரித்த கதை எவ்வளவு சோகம் நிறைந்தது.

அந்த மூக்குத்தியின் சொந்தக்காரர் வயோதிகர். அவனுக்கு எட்டின உறவினரும் கூட. அவர் கொடுக்க வேண்டிய கடன் கொஞ்சமிருந்தது. திடீரென்று படுக்கையி லிருந்த அக்கிழவர், தன் மனைவி மூலம் அந்த வைர மூக்குத்தியை அனுப்பிக் கணக்கைத் தீர்த்துக் கொள்ளும்படி வேண்டிக் கொண்டார்.

கிழவியிடமிருந்து மூக்குத்தியை வாங்கிக் கொண்ட சீதாராமன், நான் உங்களுக்கு வஞ்சனை செய்ய மாட்டேன் என்று தான் வழிபடும் தெய்வமான முருகன் முன்னிலையில் கையடித்துக் கொடுத்தான். ஆனால், மறுநாளே, அந்த நகையை மறந்துவிட்டு, அந்தக் கிழவர் மீது வழக்குப் போட்டு, அவர் சொத்துக்களை எல்லாம் ஜப்தி செய்தான். அவர் வீட்டையும் ஏலத்திற்குக் கொண்டு வந்தான். செயல் இழந்து படுக்கையில் இருந்த கிழவர் என்ன வேதனைப் பட்டாரோ? அந்த மூக்குத்தி குடும்பத்தில் ஒரு விஷ விருட்சத்தை வளர்த்தது. மூக்குத்தியின் வைரம் மிக நன்றாக இருந்ததால் அது தன் மனைவிக்கு வேண்டும் என்று கேட்டான் கிருஷ்ணன்.

அது எனக்குத்தான் என்று பிடிவாதம் பிடித்தாள் சீதாராமனின் இளம் மனைவி கோமளம்.

மனைவிக்கும் மகனுக்கும் இடையில் சிக்கிக் கொண்ட அவன் இருவருக்குமே அதைக் கொடுக்காமல் பெட்டியில் வைத்துப் பூட்டி விட்டான்.

ஆனால், சில நாட்களில் அது சிறகு முளைத்துப் பறந்துவிட்டது. முதலில் அவனுக்குப் புத்திரன் மீது சந்தேகம் உண்டாகியது. ஆனால், அதை எடுத்தது இளைய மனைவிதான் என்று அவனுக்குத் தெரிந்துவிட்டது. தெரிந்து என்ன செய்ய? அவளிடம் வாய் கொடுக்க அவனுக்கு எப்போதுமே பயம்.

இளம்மனைவி அருகில் இருப்பது தெரிந்தது. 'எல்லாம் மூக்குத்தியால் வந்த வினை. அதைத் திரும்பவும் அந்தக் கிழவரின் குடும்பத்தில் சேர்த்துவிடு என்று சொல்ல துடித்த நாக்கு செத்துக் கிடந்தது.

கணவரின் நிலையைக் கண்ட மனைவி காதருகில் வாய் வைத்துக் கூறினாள். இனி, இந்தப் பக்கத்து நினைப்பே விட்டு முருகன் பெயரைச் சொல்லுங்கள். அதுதான் நல்ல கதிக்குப் போகும்.

மு..மு.. என்று முக்கி முணுமுணுத்தான் தன் ஆற்றலை திரட்டி.

முருகா முருகா என்று கூக்குரலிட்டாள் மனைவி. 'ஐயரே. சீக்கிரம் சூடம் கொளுததிடுங்கள். தேங்காய் உடையுங்கள்.. சீக்கிரம்..

இறுதி மூச்சு பிரியும்போதும் சீதாராமன் முருக நாமத்தைக் கைவிடவில்லை என்று ஊரார் பேசிக் கொண்டனர். தவறா அது? நல்லதும் கெட்டதும் சேர வேண்டிய இடம் அதுதானே.. என்று முடிக்கிறார் கதாசிரியர்.

திருமகள் : நன்றாக விவரித்தீர்கள் வீணா அவர்களே.

வீணா : கதைச்சுருக்கத்தை ஆசிரியரின் வார்த்தைகளி லேயே நான் கூறினேன் என்பது குறிப்பிடத்தக்கது. நன்றி.

திருமகள் : நன்றி. ஐயா நம்மிடையே பேச இன்னொரு அழைப்பாளர் வந்திருக்கிறார்.

குரல் : வணக்கம். நான் கிருஷ்ணா வாசுதேவன் பேசுகிறேன்.

அ.நா : வணக்கம் பேராசிரியர் கிருஷ்ணா வாசுதேவன் அவர்களே. நீங்கள் எங்கள் நிகழ்ச்சியில் கலந்து கொண்டது மிகுந்த மகிழ்ச்சி அளிக்கிறது. உங்களைப் போன்ற பெரியவர்களின் வாழ்த்துக்களும் ஆசிகளும் இன்றைய தலைமுறையினருக்கு வேண்டும்.

கி.வா. : உங்களுக்கும் திருமகள் என்னும் அந்த இளம் பெண்ணுக்கும் என்னுடைய மனப்பூர்வமான ஆசிகள்.
திருமகள் : நன்றி ஐயா.

கி.வா. : உ.வே.சா. அவர்களின் சீடர். கி.வா.ஜ. எழுதிய சிறுகதைகள் பற்றி உங்களுக்குத் தெரிவிக்கவே அழைத்தேன். கி.வா.ஜ. என்று யாவராலும் அறியப்பட்ட கி.வா. ஜகந்நாதன் அவர்கள் தமிழ் அறிஞர். 2012ஆம் ஆண்டு அவருடைய நூற்றாண்டு விழா நிறைவுற்றது. கலைமகள் இதழின் ஆசிரியராக இருந்தவர். பழந்தமிழ் இலக்கியம் பற்றியும், இலக்கணம் பற்றியும் பல நூல்களை இயற்றியவர். விடையவன் பதில்கள் என்ற பெயரில் கேள்வி பதில் பகுதியில் வாசகர்களின் இலக்கியம் இலக்கணம் சார்ந்த சார்ந்த ஐயப்பாடுகளைப் போக்கியவர். வாகீச கலாநிதி என்று போற்றப்பட்ட கி.வா.ஜ.,சிறுகதைகளும் படைத்துள்ளார். இவருடைய மூன்று சிறுகதைத் தொகுதி களில் கலைச்செல்வி என்ற சிறுகதைத் தொகுதி 1951ஆம் ஆண்டு மாணவர்களுக்குத் துணைப் பாட நூலாக இருந் துள்ளது. இந்தியா சுதந்திரம் அடைந்ததற்கு முந்தைய காலகட்டத்தின் பின்னணியில் எழுதப்பட்ட கதைகள் அடங்கிய கலைச்செல்வி சிறுகதைத் தொகுதியிலிருந்து இரண்டு சிறுகதைகளை உங்களுக்குக் கூறுகிறேன்.

தீபாவளி விருந்து என்ற தலைப்பிட்ட ஒரு சிறுகதை.

கோபாலன் என்கிற இளைஞர் இங்கிலீஷ்காரன் நிறுவனத்தில் உதவி மேலாளராகப் பணியாற்றுகிறார். அவருடைய தந்தையார் அந்த ஆண்டு இறந்துவிட்டதால் அவருக்கு தீபாவளி இல்லை. அவனுடைய மேலாளர் ராமதுரை வீட்டிற்கே வந்து சாப்பிட வருமாறு அழைக்கிறார். அவருடைய தாயார் வேண்டாம் என்கிறாள். அதன் பின்னர் மேலாளரின் மனைவியும் வந்து அழைக்கிறாள். தம்பதி சமேதராக வாருங்கள் என்கிறார்கள். தாயார் பாயசம் பருப்பு தவிர்த்து சாப்பிடு என்கிறாள். மறுநாள் தீபாவளி. வீட்டில் பண்டிகை இல்லாததால் நண்பர்கள் நெருங்கிய சொந்தக் காரர்கள் வீடுகளுக்கும் மனைவி இல்லாமல் தான் மட்டும் செல்கிறார் கோபாலன். போகும் இடமெல்லாம் பட்சணங் களையும் இனிப்புகளையும் வெளுத்து வாங்குகிறார். மதிய நேரத்தில் மேலாளரின் வீட்டில் விருந்து. அங்கு தீபாவளிக் காக பாயசம் செய்யாமல் சர்க்கரைப் பொங்கல். சொன்னால் தானே தெரியப் போகிறது சாப்பிடுங்கள் என்கிறார். பண்டிகை கொண்டாடியவர்களுக்கு ஒரு வீட்டு விருந்து. கொண்டாடாதவர்களுக்கு ஊரெல்லாம் விருந்து என்று கோபாலன் நினைத்துக் கொள்கிறார்.

மறுக்க முடியாமல் சென்ற இடங்களில் கொடுத்ததை எல்லாம் வாயில் போட்டுக் கொண்டதால் இரவு ஒன்பது மணிக்கு வீட்டுக்கு வந்து படுத்தபோது தலைவலி. அன்றிரவு வயிறு புரட்சி செய்ய ஆரம்பித்தது. அஜீர்ணம், பேதி. அதன் விளைவாக பலவீனம், லேசான ஜுரம்.

சிரமப்பட்டதை எல்லாம் அம்மாவுக்குத் தெரியாமல் மறைத்தார்.

காலையில் தாயார் எழுந்து வந்து பார்த்தாள். கோபாலன் காய்ச்சலோடு படுத்திருக்கிறார். தாய் பேசுகிறாள் ஆவேசம் வந்தவளாக... ‘நான் அப்பொழுதே சொன்னேனே... வேண்டாம் வேண்டாம் என்று. பிதுர் சாபம் பொல்லாததே. பெரியவர்கள் தெய்வமாக இருந்து குழந்தையைக் காப் பாற்ற வேணும். அடியே மஞ்சள் துணியைக் கொண்டு வா. ஒரு ரூபாயை எடுத்து முடி. இந்த அபச்சாரத்தைப் பொறுத்துக்கொள்ள வேணும்மென்று வேண்டிக்கொள்.. இப்படி முடிக்கிறார் தீபாவளி விருந்து என்ற இந்தச் சிறுகதையை.

அ.நா. : வாயைக் கட்டினால் வம்பு இல்லை.. வயிற்றைக் கட்டினால் துன்பம் இல்லை. இடையூறுக்கு மன்னிக்கவும் கி.வா. அவர்களே. கி.வா.ஜ.வின் மற்றொரு சிறுகதையைப் பற்றிக் கூறுங்கள்.

கி.வா.: இந்தச் சிறுகதைத் தொகுதியின் தலைப்பு கலைச்செல்வி என்று குறிப்பிட்டேன். கலைச்செல்வி என்பது வரலாற்றுடன் தொடர்புடைய ஒரு கற்பனைக் கதை. இந்தச் சிறுகதை பற்றி ஆசிரியர் ஒரு குறிப்பு எழுதியுள்ளார். அதை வாசிக்கிறேன் கேளுங்கள்.

‘கும்பகோணத்துக்கு அருகில் உள்ள தாராசுரம் என்ற இடத்தில் மூன்றாம் குலோத்துங்கனால் கட்டப்பட்ட பிரம்மாண்டமான கோவில் உள்ளது. அவன் தந்தையாகிய ரண்டாம் ராஜராஜன் பேரால் அமைந்தது அவ்வாலயம். ராஜராஜேஸ் வரம் என்பதே சிதைந்து தாராசுரம் என வழங்குகிறது. அக்கோயிலில் உள்ள மிக அற்புதமான துவாரபாலிகையின் விக்கிரகம் ஒன்றைக் கண்டு சொக்கிப் போனேன். அந்த உருவத்தின் நினைப்பிலே படர்ந்த கற்பனைதான் இந்தக் கதை. சரித்திரத்திற்கும் இதற்கும் சம்பந்தமே இல்லை என்பதைச் சொல்லி விடுவது என் கடமை.

அ.நா.: இந்தக் குறிப்பைக் கவனத்தில் கொண்டோம். கலைச் செல்வி சிறுகதையைக் கேட்க ஆவல் பெருகுகிறது.

கி.வா. : உங்கள் ஆர்வத்திற்கு நன்றி. கலைச்செல்வி சிறுகதையில் வருபவர்கள் சோழ மன்னன் குமார குலோத்துங்கன், ஆடல் அரசி மழலைச்சிலம்பு, மழலைச் சிலம்புவின் தாய். பரதநாட்டியத்தில் கைதேர்ந்த மழலைச் சிலம்பு திருக்கோயிலில் ஆண்டவன் சந்நிதி முன்பு தெய்வப் பனுவல்களை இசைத்து நடனமிடும் கணிகையர் வம்சத்தில் வந்தவள் மழலைச் சிலம்பு. அபிநயத்தால் அரசரின் மனத்தைக் கொள்ளை கொண்ட மழலைச் சிலம்பு திருக்கோயிலில் ஆடாமல் அரண்மனையில் ஆடல் அரங்கில் ஆடி வருகிறாள். இவளுடைய ஆடல் பாடலை ரசிப்பதில் காலம் கழிக்கிறான். ஆண்டவனுக்காகத்தான் இந்தக் கலை என்பதைத் தாய் எடுத்துரைக்கிறாள். இடித்துரைக்கிறாள். மழலைச் சிலம்பு யோசிக்கிறாள்.

மழலைச் சிலம்புவுக்கு காய்ச்சல் கண்டு படுத்திருக்கும் போது அரசன் வருகிறான். அரசனுடன் ஓவியர் ஒருவரும் வருகிறார். அரசன், நீ அபிநயிப்பதை வரைவதற்காகவே வரை அழைத்து வந்தேன் என்கிறான். அப்படியானால், வேண்டுகோள். நான் கூறும் முறையில் இவர் ஓவியத்தை வரைய வேண்டும் என்கிறாள். அரசன் சம்மதிக்கிறான்.

காலக்கிரமத்தில் வரைந்து முடிக்கப்பட்ட ஓவியத்தில் மழலைச் சிலம்பு என்னும் கணிகை, ஆடல் அரசனாகிய தில்லைக்கூத்தன் நடராஜன் முன்பு நடனமாடுவதாக சித்தரிக்கப்பட்டிருந்தது. அந்த ஓவியம் அரசன் மனத்தை மாற்றியது.

முன்னோர்களின் அரண்மனைகள் இருந்த இடம் தெரியவில்லை. அவர்கள் கட்டிய திருக்கோயில்கள், அவர்களது புகழைச் செப்பிக் கொண்டிருக்கின்றன. எனவே, சிவபெருமானுக்குத் திருக்கோயில் கட்ட சித்தமாகிறான்.

அரசன், குடமுழுக்கு நடக்கும் சில நாட்களுக்கு முன்பாக மழலைச் சிலம்பைத் தேடி வந்தான். அவளை அழைத்துச் சென்று திருக்கோயிலை அவளுக்குச் சுற்றிக் காட்டினான். என் தந்தையார் பெயரில் ராஜராஜேஸ்வரம் என இத்திருக்கோயில் விளங்கும் என்றான். ஒவ்வொரு சந்நிதியாக பார்த்து வந்தார்கள். ஓரிடத்தில் ஒரு சிலை யுருவத்-

தைத் திரைச்சீலையிட்டு மறைந்திருந்தார்கள்.

அரசன் பேசினான்: நீ உன்னை சித்திரத்தில் வரையச் செய்தாயே. தெய்வத்திற்கு கலையை அர்ப்பணம் செய்வது-தானே உன் விருப்பம்...

கணிகை பேசினாள்: 'திருக்கோயில் பணியில் அடியாளை ஈடுபடுத்த தேவரீர் நினைப்பது போல் தெரிகிறது. என் பாக்கியம்'

அது மட்டும் அன்று. இந்தச் சந்நிதி உள்ள வரை நீ இருப்பாய்' அரசன் கூறினான். அரசன் ஜாடை செய்ய ஒருவன் வந்து திரையை விலக்கினான். இந்த உருவம்.. மழலைச் சிலம்புவுக்கு வார்த்தை வரவில்லை.

அரசன் கூறினான்: மழலைச் சிலம்பு மகாதேவியின் உருவம்தான். என் அகங்காரத்தைப் போக்கிக் கலைத் தத்-துவத்தை உணர்த்திக் கண்திறக்கச் செய்து இந்த ஆலயம் எழுப்ப அடியிட்ட இந்தக் கலைச்செல்வியினுடையதுதான். இந்த ஆலயம் உள்ள அளவும் அவள் அழகு இந்த உருவத்தில் இருக்கும். கடவுளின் சந்நிதானத்தில் அவள் நிரந்த-ரமான சேவை செய்ய வேண்டுமென்பதை இந்தப் பேதை இதுகாறும் அறியவில்லை. இப்போது அறிந்து கொண்டேன்.

அதைச் செவியுற்று அவள் மூர்ச்சை ஆகி விட்டாள் என்று முடிகிறது கலைச் செல்வி என்னும் சிறுகதை.

அ.நா. : நன்றி. கிருஷ்ணா வாசுதேவன் ஐயா..கி.வா.ஜ. அவர்களின் சிறுகதைகளை நினைவுப்படுத்திப் பகிர்ந்து கொண்டமைக்கு நன்றி.

கி.வா. : நன்றி. விடை பெறுகிறேன்.

அ.நா. : கி.வா.ஜவின் கதைகள் பற்றி கி.வா. நன்றாக எடுத்துரைத்தார்.

திருமகள் : சார். சிறுகதைகள், படைப்பாளர்கள் பற்றி எல்லாம் பேசினோம். தமிழில் முதல் சிறுகதை என்று எதனைச் சொல்வீர்கள்? யார் எழுதியிருப்பார்கள்?

அ.நா. : நாமாக ஒரு தகவலைச் சொல்வதைக் காட்டிலும் ஆய்வறிஞர்கள் கண்டறிந்த தகவல்களைக் கூறுவதே சாலச் சிறந்தது. தமிழறிஞர், ஆய்வறிஞர் டாக்டர் மா. இராசமாணிக்கனார் அவர்கள் எழுதிய இருபதாம் நூற்றாண்டில் தமிழ் உரைநடை வளர்ச்சி என்ற தமது ஆய்வு நூலில் சிறுகதை என்ற தலைப்பிலான அதிகாரத்தில் சிறுகதைகள் பற்றி ஆராய்கிறார். அவர் குறிப்பிடும் சில தகவல்களை அவரது வார்த்தைகளில் இங்கு உங்களுடன் பகிர்ந்து கொள்-கிறேன். அறிஞர் கூறுகிறார் : "நெஞ்சை யள்ளும் சிலப்பதிகாரத்தில் கவுந்தியடிகள், மாதரிக்குக் கூறிய அடைக்கலச் சிறப்பு பற்றிய வணிக மாதின் கதை செய்யுளில் அமைந்த சிறுகதை. மதுராபதி தெய்வம் கண்ணகிக்குக் கூறிய பொற்கைப் பாண்டியன் கதையும் சிறுகதையேயாகும். இங்ஙனமே மணிமேகலை என்னும் காவியத்தில் கூறப்பட்டுள்ள சுதமதியின் வரலாறு, ஆபுத்திரன் வரலாறு ஆகியவற்றில் சிறுகதை நிகழ்ச்சிகள் அடங்கியுள்ளன. இவற்றை விரித்து உரைநடையில் எழுதினால் அவை இலக்கிய நலமுள்ள சிறுகதைகளாக உருவெடுக்கும்.

இவ்வாறே கொங்குவேள் பாடிய பெருங்கதையிலும், சீவகசிந்தாமணியிலும் பல சிறுகதைகள் செருகப் பெற்றுள்ளன.

தொல்காப்பியத்திற்குப் பின்பு எழுந்த கலித்தொகைச் செய்யுட்களுள் பல, சிறுகதை நிகழ்ச்சிகளைக் கொண்டவை-யாகும்.

அகநானூறு, குறுந்தொகை என்னும் அகப்பொருள் செய்யுட்களிலும் சிறுகதைக்குரிய உயிர்நாடியான குறிப்புகள் மலிந்து கிடக்கின்றன. ஆயினும் அவை கதை வடிவத்தில் உரைப்போக்கில் இல்லை.

நாம் முதன்முதலாகத் தமிழில் காணும் சிறுகதைகள் பதினெட்டாம் நூற்றாண்டில் வீரமாமுனிவர் எழுதிய பரமார்த்-தகுரு கதைகள் என்பவையாகும். தாண்டவராய முதலியார் எழுதிய பஞ்சதந்திரக் கதைகள், வீராசாமிச் செட்டியார் எழுதிய வினோதரச மஞ்சரியில் காணப்படும் பல கதைகள் பத்தென்பதாம் நூற்றாண்டைச் சார்ந்தவை. ஆங்கிலம் முதலிய பிற மொழிகளிலிருந்து பல கதைகள் தமிழில் எழுதப் பெற்றன.

இருபதாம் நூற்றாண்டின் தொடக்கத்தில் நாளிதழ்களும் கிழமை திங்கள் இதழ்களும் பெருகத் தொடங்கிய பொழுது, மேனாட்டுச் சிறுகதைகளைப் பின்பற்றி நம்மவர் தமிழில் சிறுகதைகளை எழுதலாயினர்.

பண்டித நடேச சாஸ்திரியார் (1859 - 1906) ஈசாப் கதைகள், தக்காணத்துப்பூர்வ கதைகள், மத்திய காலக் கதை-கள் என்று மூன்று கதை நூல்களை எழுதினார்.

இந்த நூற்றாண்டில் பேராசிரியர் செல்வ கேசவராய முதலியார் எழுதிய அபிநய கதைகள் காலத்தால் முற்பட்டவை என்றும், அறிஞர் வ.வே.சு.அய்யர் அவர்கள் பாலபாரதியில் எழுதிய கதைகள் சிறுகதைகளுக்கு உயிரும் ஒளியும் கொடுத்தன என்றும் புதுமைப்பித்தன் எழுதி யுள்ளார்.

கவியரசர் பாரதியாரும், இராமானுசலு நாயுடு என்பவரும் சிறுகதைகள் எழுதினர். 1930க்குப் பின்பு கல்கி ரா. கிருஷ்ணமூர்த்தி அவர்கள், எஸ்.வி.வி., கொணஷ்டை ஆகியோர் நகைச்சுவை பொருந்திய சிறுகதைகளை வரைந்து பெயர் பெற்றனர்"

இப்படியாக அறிஞர் டாக்டர் இராசமாணிக்கனார் கூறியுள்ளார். இதிலிருந்து சிறுகதையின் தோற்றமும் வளர்ச்சியும் உங்களுக்குப் புரியும் என்று நினைக்கிறேன்.

திருமகள்: எப்படி சிறுகதைகள் எழுத வேண்டும் என்று யாராவது இளம் எழுத்தாளர்களுக்குச் சொல்லிக் கொடுத்திருக்கிறார்களா? ஐயா.

அ.நா. : குமுதம் வார இதழில் அதன் துணை ஆசிரியராகப் பணி ஆற்றிய பன்முக எழுத்தாளர் ரா.கி.ரங்கராஜன் அவர்கள், எப்படி கதை எழுதுவது என்ற ஒரு தொடர் எழுதினார். படிப்பதற்கு சுவாரஸ்யமாக இருந்த இந்த கட்டுரைத் தொடர் 1987ஆம் ஆண்டு வெளிவந்தது. சமீபத்தில் குமுதம் நிறுவனத்தினர் இதனைப் புத்தகமாக வெளி யிட்டுள்ளார்கள். சிறுகதைகள், நாவல்கள் எழுதும்போது கடைப்பிடிக்க வேண்டிய பலவழிமுறைகளை அவர் வாசகர்களுக்கு எடுத்துரைத்தார். பல சூட்சுமங்களைப் போட்டு உடைத்தார்.

திருமகள் : ஒவ்வொருவருக்கும் ஒவ்வொரு தனி நடை தனி பாணி எழுத எழுத வசப்படும் அல்லவா?

அ.நா. : ஆமாம். எர்ணஸ்ட் ஹெமிங்வேயின் புனை கதைகள் சம்பாஷைணைகளிலேயே கொண்டு செல்லப் படும் என்று சொல்வார்கள். வர்ணனை, விவரித்தல் ஆகியவற்றுடன் உரையாடல்களும் சிறுகதைகளிலும் புதினங்களிலும் முக்கியத்துவம் வாய்ந்தவையாக விளங்கு கின்றன.

திருமகள் : சார். இப்ப ஒரு அழைப்பாளர் வந்திருக்காரு. வணக்கம்.

குரல் : வணக்கம். நான் சைதாப்பேட்டை லாரன்ஸ் பேசுகிறேன்.

அ.நா. : வணக்கம். லாரன்ஸ் சொல்லுங்க.

லாரன்ஸ் : சிறுகதைகளைப் பற்றி விரிவாக விவரித்துக் கொண்டிருக்கிறீர்கள். உங்கள் நிகழ்ச்சியில் சிறுகதைகளிலிருந்து சுவையான பகுதிகளை மேற்கோளாகக் குறிப்பிட லாமே..

அ.நா. : தங்கள் ஆலோசனைக்கு நன்றி லாரன்ஸ்.

லாரன்ஸ் : முதலில் நானே ஒரு மேற்கோளை உங்கள் அனுமதியுடன் முன் வைக்கிறேன்.

அ.நா. : அப்படியே ஆகட்டும். கேட்க ஆர்வமாக உள்ளோம்.

லாரன்ஸ் : பிரபஞ்சன் அவர்கள் எழுதிய சுமதிக்கு ஒரு கடிதத்திலிருந்து ஒரு மேற்கோளை நான் வாசிக்கிறேன். “உன் கடிதம் இப்போது என் கைகளில். என் கைகளுக்குள் நீயே இருப்பதாக ஒரு எண்ணம். தப்பில்லையே. கடிதங்கள் மனிதர்களின் வேறு வடிவங்கள்” நன்றி.

அ.நா. : நன்றி. நன்றாக இருந்தது தாங்கள் அளித்த மேற்கோள்.

திருமகள் : அய்யா. மற்றொரு அழைப்பாளர். வணக்கம். குரல் : வணக்கம்மா. நான் தமிழ் நேசன் பேசுகிறேன். வணக்கம் அரங்கநாதன்.

அ.நா. : வணக்கம் அய்யா.

தமிழ்நேசன் : எனக்கு இப்பொழுது அகவை எண்பது. இருபது வயதிலிருந்து தமிழ் இலக்கியங்களை வாசித்து வருகிறேன்.லாரன்ஸ் மேற்கோள் பகிர்ந்து கொள்வதைத் தொடங்கி வைத்தார். நானும் ஒரு மேற்கோளைப் பகர்ந்து கொள்ள விரும்புகிறேன். லா.ச.ரா. அவர்களின் ஏன் எழுதுகிறேன் என்பதற்கான விளக்கம். வாசிக்கிறேன். செவிமடுங்கள்.

”எழுத்தைச் சாதகம் செய்து கொண்டிருப்பதிலே எனக்குக் கிடைக்கும் பெரும்பேறு மனித மாண்பை அதன் தருணங்களில் தரிசனம் காண்பதுதான். இது விஷயத்தில் நான் கொடுத்து வைத்தவன். புண்ணிய காலமென்று ஒன்று உண்டா என்ன? இவற்றைப் பற்றி எனக்குச் சொல்லக் கிடைக்கிறதே இதுதான் புண்ணிய காலங்கள். நேர்ந்து கொண்டே இருக்க வேண்டும்”

நன்றி அரங்கநாதன். வாழ்க வளமுடன்.

அ.நா. : நன்றி அய்யா.

திருமகள் : சார். ஒவ்வொருத்தரும் மேற்கோள் சொல்லி அசத்தறாங்க. நான் என் கைவசம் இருக்கிற மேற்கோளைப் படிக்கிறேன்.

அ.நா. : சரி. வாசியுங்கள்.

திருமகள் : வண்ண நிலவன் கூறுகிறார் : “சொல்வதற்கு என்று எவ்வளவோ இருக்கிறது. ஓரத்தில் ஒதுங்கி நின்று. எல்லாவற்றையும் பார்த்து இன்னும் அலுக்கவில்லை. எல்லாரையும் போலத்தான் வாழ்க்கையில் ஏதோ இருக்கிறது என்று தேடிப் போய்க் கொண்டிருக்கிறேன்.

அ.நா. : சைதாப்பேட்டை லாரன்ஸ், சிறுகதைகளிலிருந்து படித்த பிடித்த மேற்கோள் தர வேண்டும் என்ற விருப்பத்தைத் தெரிவித்தார். தமிழ்நேசன் அவர்களும் நீங்களும் வாசித்த மேற்கோள்கள் இலக்கியங்களுடன் தொடர்பு உடையவை. எனினும்..

திருமகள் : சிறுகதைகளிலிருந்து மேற்கோள் வேண்டும் என்கிறீர்கள். நேயர்கள் தருவார்கள்.

குரல் : வணக்கம் அய்யா. வணக்கம் மேம்.

திருமகள் / அ.நா. : வணக்கம். உங்கள் பெயர்?

குரல் : நெய்வேலியிலிருந்து தீனதயாளன் பேசுகிறேன். சிறுகதை மேற்கோள்களுக்காக நான் தங்களிடம் ஒரு மேற்-கோளைப் பகிர்ந்து கொள்ள விரும்புகிறேன். பூமணி என்னும் மண்வாசனை மிக்க எழுத்தாளர். இவரது நல்ல நாள் என்ற சிறுகதை தொகுப்பு இருபது ஆண்டுகளுக்கு முன் வெளிவந்தது. அக்னி அட்சர விருது பெற்றேது. இதில் நல்ல நாள் சிறுகதையிலிருந்து அவருடைய நலம் மிக்க வரிகள் இதோ..

‘அய்யம்மா மூக்கையும் முகத்தையும் துடைத்துக் கொண்டாள். அவிழ்ந்த கொண்டையைக் கூட முடிய நேர-மில்லை. புகை மண்டலில் தகரக் குழலால் அடுப்புக்கு முன்னால் விழுந்து விழுந்து ஊதவே சரியாக இருந்தது. பானையில் சோற்றுக் கொதிப்பு சில நேரம் கொந்தளித்து வெளியேறியது. முண்டியடிக்கும் சோற்று நீரை அகப்பை யால் ஆற்றிக் கொடுத்தாள். பருக்கையை நசுக்கிப் பதம் பார்த்தாள். பிறகு அகப்பையை விளிம்பில் தட்டி பானை மீது படுக்க வைத்து விட்டு தீமுகத்திலிருந்து கொஞ்சம் திரும்பி வேர்வையைத் துடைக்க முந்தானை தேடினாள்.

உள்கூரையில் ஒட்டடை கருப்புத் திரிகளாகத் தொங்கியது. மூணு வருசமாக கூரை மேய முடியவில்லை. ஒவ்வொரு வருசமும் மேயணுமென்று தட்டை யெடுத்து வைப்பதுதான். கடைசியில் மாட்டுக்குக் கூளம் பற்றாமல் அதுக்கே இழுத்-துக் கொள்கிறது.

நாலு பிள்ளைக்குத் தாயாகியும் உஸ்ஸென்று வீட்டிலிருந்தது கிடையாது. ஓயாத வேலை. அப்படியும் சில சமயம் சோற்றுக்குத் தட்டி விடுகிறது. இத்தனைக்கும் வந்த நாளிலிருந்து நல்ல சேலை எடுத்துக் கட்டியதுண்டா••• நல்-லது பொல்லது அனுபவித்ததுண்டுமா••• அதெல்லாம் கல்யாணத்துக்கு முந்தித்தான்.” ஓர் இல்லத்தரசியின் இயல்பும் நினைவுகளும் இவ்வாறு பொங்குகின்றன வர்ணனையில். நன்றி. விடைபெறுகிறேன்.

அ.நா. : நன்றி.

திருமகள் : ஐயா. நேயர்கள் தேடிப் படிப்பதற்காக. பூமணி அவர்களின் பிற சிறுகதைத் பிற சிறுகதைத் தொகுதி-களைப் பற்றி கூறுங்களேன்.

‘ரீதி’ ‘நொறுங்கல்’ ஆகியவை இவரது பிற சிறுகதைத் தொகுப்புகளுள் அடங்கும். பிறகு, வெக்கை, நைவேத்யம், வாய்க்கால், வண்டல் உள்ளிட்ட பல புதினங்களைப் படைத்துள்ளார்.

குரல் : வணக்கம். நான் திருநெல்வேலி ரஹ்மான் பேசுகிறேன்.

அ.நா. : வணக்கம் ரஹ்மான் அவர்களே. மேற்கோள் கைவசம் வைச்சிருக்கீங்களா?

ரஹ்மான் : இருக்குங்க ஐயா. வாசிக்கிறேன். பிரபஞ்சன் அவர்கள் எழுதிய எங்கள் தெருவில் யானை என்ற சிறுகதையிலிருந்து•••

“தெருவுக்கு என்று முன்பெல்லாம் சில விசேஷமான மனிதர்கள் வருகை புரிவார்கள். குட்டி மலைப்பாம்பைக் கழுத்தில் சுற்றிக் கொண்டு, வழவழப்பான தடியில் மிட்டாய் விற்றுக் கொண்டு மிட்டாயாலேயே குழந்தை களுக்கு வாட்சு, மோதிரம் ஆகியவைகளைத் தந்து இன்புறுத்திய ஒருவன், வண்ண ஜவ்வுத் தாள், கண்ணாடி விற்கும் ஒருவன், சிவப்பு, மஞ்சள், பச்சை, ஊதா போன்ற விநோதமான வர்ணங்களில் சர்பத் விற்கிற ஒருவன். பதினைந்து பைசாவுக்கு பஞ்சாமிர்த ஐஸ் விற்கிற ஒருவன் என்று ஒரு அபூர்வமான தெருவுக்கு ஜீவன் தருகிற மனிதர்கள் காணாமலேயே போய் விட்டார்கள். சமயங்களில் தெரு தன் பழைய அழகுகளை நினைவுக்குக் கொண்டு வந்து வருத்தப்படக் கூடும்.” நன்றி. ஐயா.

அ.நா. : நன்றி. கால மாறுதல்கள் நமது அன்றாட வாழ்வில் ஏற்படுத்தி உள்ள மாற்றங்களை அழகாகக் கூறி-யிருக்கிறார் ஆசிரியர். வீட்டுக்கு வீடு நல்லசேதி சொல்ல ஆள் இல்லை. காணாமல் போன குடுகுடுப்பைக்காரர்கள் என்று என் நண்பர் அனந்தபுரம் அரங்கன், துளிக் கவிதை எழுதினார்.

திருமகள் : செண்பகப் பாண்டியன் என்ற நேயர் நம்முடைய மின்-அஞ்சல் முகவரிக்கு ஒரு மேற்கோளை அனுப்-பியிருக்காரு. இது சிறுகதையிலிருந்தான மேற்கோள் அல்ல. ஒரு படைப்பாளர் தம்மைப் பற்றி குறிப்பிட்டது. இந்நி-கழ்ச்சியில் இந்த வேளையில் பகிர்ந்து கொள்வது பொருத்தமானதாக இருக்கும் என்ற கருத்தை முன்வைத்து எழுதி-யிருக்காரு. வாசிக்கலாமா?

அ.நா. : வாசியுங்கள்.

திருமகள் : அசோகமித்திரன் ஒரு பேட்டியில் குறிப்பிடு கிறார்.

‘ஒருவன் ஒரு முறை, ஐந்து முறை, பத்து முறை கூட சாமர்த்தியமாக அவனுடைய உள்ளுணர்வை கூட மறைத்து எழுதி விடலாம். ஆனால், சுமார் தொடர்ந்து எழுதி வந்தால் அவன் உள்ளிருப்பது அனைத்தும் வெளிக்காட்டப்படா-மல் இருக்க முடியாது. ஆதலால், அவனுடைய படைப்புகளைப் படிப்பதைக் காட்டிலும் சிறந்த நேர்காணல் இருக்க முடியாது. என்னை அறிவது யாருக்காவது முக்கியமானால், அவரை என் படைப்புகளைப் படிக்கக் கேட்டுக் கொள்-கிறேன்.”

அ.நா. : படைப்புகளே படைப்பாளியைப் பற்றிப் பறைசாற்றும் என்கிற கருத்து நன்றாக இருக்கிறது. மூத்த எழுத்-தாளரின் கருத்தை இன்றைய இளம் எழுத்தாளர்கள் கவனத்தில் கொள்வது நல்லது என்று நான் கருதுகிறேன். இப்-

போது பேராசிரியர் முத்துக்குமரன் ஒரு மின் அஞ்சல் அனுப்பியிருக்கிறார்.

திருமகள் : நீங்கள் பார்த்து விட்டீர்களா?

அ.நா. : அவர் அனுப்பியிருப்பது கால் முளைத்த மனம் என்ற சிறுகதையின் தொடக்க வரிகள் எழுதியவர் எஸ். வைதீஸ்வரன் என்ற எழுத்தாளர். “பனிக்காலம். மழை அலம்பி விட்ட தெருக்களில், சாம்பிராணிப் புகை படர்ந்திருக்கிறது. நோட்டீஸ் ஒட்டாதே சுவர்களில் அங்கங்கே பாதி கிழிந்து தொங்கும் சினிமா நடிகர்களின் முகங்கள். கீழே அறுந்து தொங்கும் டெலிபோன் கம்பிகள். மூடிக் கிடக்கும் கடைவாசல்களில் கயிற்றுக் கட்டில்களில் விழித்துக் கொண்டு கொட்டாவி விடும் தெருவாசிகள் கலைந்து விட்ட ஸர்க்கஸ் கம்பெனி மாதிரி உலகமே காட்சியளிக்கிறது. இரவில் ஆடிக் களைத்து விட்டு, அமைதி கிடைக்காத கவலையும் நிராசையும் தெரு மண்ணின் ஈர வாடையில் நெடியடிக்கிறது.

திருமகள் : நன்றி ஐயா. இப்பொழுது ஓர் அழைப்பாளர் வந்திருக்கிறார். வணக்கம்.

குரல் : இருவருக்கும் வணக்கம். என் பெயர் கார்த்திக் ராஜ்குமார். வண்ணதாசன் அவர்கள் எழுதிய ‘அடி’ என்ற சிறுகதையிலிருந்து ஒரு மேற்கோளை உங்களுக்கு அளிக்க விரும்புகிறேன்.

அ.நா. : படியுங்கள்.

கார்த்திக்: “நான்கு பிரம்பு நாற்காலிகளைப் பழுது பார்க்க நான்கு வாரங்கள் என்பது நியாயம்தானே! இந்த ஊரில் பிரம்புவேலை செய்கிறவர் களே அபூர்வம் போல ருக்கிறது. எல்லாம் நைலான் வயர் மயமாகிவிட்டது. இப்போது பிறக்கிற விரல்களுக்கு எல்லாம் பிரம்பு என்கிற விஷயம் இருப்பதும் உறுதியும் வழவழப்பும் வளைந்து கொடுக்கிறதும் நிமிர்ந்து கிடக்கிற நேர்த்தியும் தெரியுமா என்பதே கஷ்டம்.

என்ன இருந்தாலும் மண்ணில் முளைத்து, வனத்தில் கொடிக்கொடியாப் படர்ந்து வெயிலில், மழையில், பனியில் எங்கேயாவது மலையுச்சியில் கிடந்த பிரம்பும், சாயமும் ரசாயனமும் இயந்திரமும் கக்கின நைலான் வயரும் ஒன்றாகிவிடுமா? ஆகாது அல்லவா. நான் எப்போதும் உட்கார்ந்திருக்கிற கனத்த வட்டமான நாற்காலியின் பிரம்பு. காட்டில் தொய்ந்து கிடந்தபோது ஒரு அணிலோ கருங்குரங்குக் குட்டியோ, செம்மண் நிறத்தில் ஒரு பறவையோ அதில் உட்கார்ந்து பறந்திருக்கக் கூடும் அல்லவா. இவள் உட்கார்கிற சன்னமான நாற்காலியின் பிரம்புகள் இளசானவை. அவைகளும் பச்சைப் பாம்புகள் போலத்தான் மரத்தின் மேல் கிடந்திருக்கும். ஒரு பால்குடி மறக்காத யானைக் குட்டியின் துதிக்கை வளைத்து வளைத்து முறித்த பசுமையுடைய குருத்தாக அவை இருந்திருக்கலாம் தானே?”

திருமகள் : நன்றி கார்த்திக். ரொம்ப பீலிங் கோட எக்ஸ்பிரனோட வாசிச்சுக் காமிச்சீங்க. நன்றி. மற்றொருவர் அழைக்கிறார்.

குரல் : வணக்கம். நான் பூவழகி பேசுகிறேன். வணக்கம் ஐயா.

திருமகள் : வணக்கம்.

அ.நா. : வணக்கம். சொல்லுங்கள். உங்கள் குரலே கம்பீரமாக இருக்கிறது. நீங்கள் ஆசிரியரா?

பூவழகி : நான் டாக்டர் ஆகப் பணிபுரிகிறேன்.

அ.நா. : மனித குலத்திற்கு மகத்தான சேவை செய்பவர் நீங்கள்தான்.வாழ்த்துக்கள்.

பூவழகி : நன்றி. நம் தமிழ் இலக்கியத்தில் கவுந்தியடிகள் என்னும் பெண் துறவியை இளங்கோவடிகளின் சிலம்பில் பார்த்தோம். அதன் பிறகு எனக்குத் தெரிந்த வரை இலக்கியத்தில் பாரதி காட்டிய ஒரு பெண் சாமியார்தான் இருக்கிறார் என்று நினைக்கிறேன்.

பாரதியார் அவர்களின் சிறுகதையில் - மிளகாய்ப் பழச் சாமியார் கதையில்தான் இந்தப் பக்குவப் பெண்மணி காட்டப்படுகிறார்.

பாரதியாரின் கதைகளில் வரும் வேதபுரம் ஊர்தான் இந்தக் கதையிலும் வருகிறது.

எல்லோரும் வந்து வணங்கிச் செல்லும் நிலையில் இருக்கும் மிளகாய்ப் பழச்சாமியார் என்னும் மாது, கதாசிரியரின் வீடு தேடி வருகிறாள். அவரைக் கும்பிடுகிறாள். வயதில் பெரியவள். துறவி, “எதன் பொருட்டு கும்பிடுகிறீர்! என்று கேட்கிறார் கதாசிரியர்.

பெண் விடுதலை முயற்சியில் எனக்குத் தங்களால் இயன்ற சகாயம் செய்ய வேண்டும் என்கிறாள் அந்த மாது.

செய்கிறேன் என்று வாக்கு கொடுக்கிறார் ஆசிரியர்.

அதன் பின்னர் அவள் ஆசிரியரின் வீட்டிலேயே சிறிய உபந்நியாசம் செய்கிறாள்.

திருமகள் : தேங்க்ஸ் டாக்டர். மருத்துவர் ஒருவர் லக்கியத்தில் காட்டும் ஆர்வம் வியப்பைத் தருகிறது.

அ.நா. : மருத்துவர்கள் பலர் இலக்கியத்திற்கு காத்திர மான பங்களிப்பை அளித்துள்ளனர். பெண்களின் மனதைக் கொள்ளை கொண்ட லக்ஷ்மி என்ற எழுத்தாளர் டாக்டர். இவரது இயர்பெயர் திரிபுரசுந்தரி.

திருமகள் : தகவலுக்கு நன்றி. மிளகாய்ப் பழச்சாமியார் ஒரு பெண்மணி என்பது டாக்டர் சொல்லித்தான் தெரிந்தது. அவருக்கு அந்தப் பெயர் ஏற்பட்டதன் பெயர்க் காரணத்தை மேடம் சொல்லவில்லை. நீங்கள் சொல்லுங்கள். நானும்

நேயர்களும் தெரிந்து கொள்கிறோம்.

அ.நா. : மிளகாய்ப் பழச்சாமியார், சரீரத்தில் நல்ல பலமும் வீர தீர பராக்கிரமங்களும் உடையவள் என்று விவரிக்கிறார். முகம் முதிர்ந்த உறுதியான ஆண் முகம் போலிருக்கிறது. அத்துடன் பெண்ணொளி கலந்திருக்கிறது. கண்கள் பெரிய மான் விழிகளைப் போல் இருக்கின்றன. திருக்கார்த்திகையன்று அடியார்கள் சேர்ந்து இவளுக்கு மிளகாய்ப்பழத்தை அரைத்து உடம்பெல்லாம் தேய்த்து ஸ்நானம் செய்விக்கிறார்கள். அதனாலேதான் இவளுக்கு மிளகாய்ப்பழச் சாமியார் என்ற நாமம் ஏற்பட்டது என்கிறார் கவிஞர் பெருமான். இவரைப் பற்றி எழுதியிருப்பதால் பாரதியார், புதுவையில் சந்தித்த சான்றோர்களில் இவரும் ஒருவராக இருக்கலாம். அவரையே கதையில் காட்டி யிருக்கிறார்.

திருமகள் : குள்ளச்சாமியார் போல் அல்லவா.?

அ.நா. : 'நீங்களும் நிறைய தெரிந்து வைத்திருக்கிறீர்கள். பாராட்டுக்கள்.

திருமகள் : தங்களுடைய காற்று தரும் பெ பெருமை. பெண்விடுதலை பற்றியே பாரதியார் இச்சிறுகதையிலும்

முரசு கொட்டியிருக்கிறார் என்பது குறிப்பிடத்தக்கது. மன்னிக்கவும். நீங்கள் சொல்ல வேண்டிய கருத்தை நான் சொல்லிவிட்டேன்.

அ.நா. : சரியாகத்தான் சொன்னீர்கள். பாரதியின் பெண் விடுதலை பற்றி, ஒரு பெண்மணி பேசுவதுதானே பொருத்தம்..

அ.நா. : அடுத்து.. புலம் பெயர்ந்த தமிழர் ஒருவரின் நுண்ணிய உணர்வுகளை அதுவும் சீனியர் சிட்டிசன் எனப்படும் மூத்தத் தமிழ்க்குடிமகன் ஒருவரின் தேசபக்தியைப் பிரதிபலிக்கும் விதமாக லங்கை எழுத்தாளர் மாத்தளை சோமு அவர்கள் எழுதிய நேதாஜியின் நாற்காலி என்ற சிறுகதை பற்றி நான் உங்களுடன் பகிர்ந்து கொள்ள விரும்புகிறேன்.

திருமகள் : ஓ.. நீங்களே கூறுகிறீர்களா.. சொல்லுங்கள்.

அ.நா. : நாகலிங்கக் கவுண்டருக்கு இன்னொரு பெயர் இருந்தது. நாற்காலித் தாத்தா என்பதாகும் என்று சிறுகதையின் முக்கியப் பாத்திரத்தை அறிமுகப்படுத்து கிறார் கதாசிரியர். மலேசியத் தமிழர்களுக்கு நாற்காலித் தாத்தா என்று அறிமுகம் ஆனவர். இனி மாத்தளை சோமு அவர்களின் சித்தரிப்பில் இந்தச் சிறுதைச் சுருக்கம்...

எப்படி செய்ய வேண்டும் என்ற விளக்கங்கள் கொடுத்து உருவாக்கப்பட்ட நாற்காலி. நாகலிங்கக் கவுண்டர், நல்ல நாள் நேரம் பார்த்து அந்த நாற்காலியில் உட்கார வேண்டும் என்று தன் மனைவியிடம் கூறுகிறார் அவர். அவருடைய மனைவி கிண்டலாகக் கேட்கிறார்: நாற்காலியில் உட்கார நல்லநேரம் பார்க்கணுமா?

அதற்கு நாகலிங்கக் கவுண்டர் இது நா சொல்லிச் செஞ்சது. அதும் தேக்கு மரத்தில செஞ்சது. ஒக்கார நல்ல நேரம் பார்க்கணும் ம் என்று பதில் கூறுகிறார். சிங்கப்பூர் ஜப்பானியரின் ஆட்சிக்குள் இருந்த காலத்தில் நேதாஜி அங்கு வருகிறார். நாகலிங்கமும் அவரது பக்கத்து வீட்டுக்காரர் ராவுத்தரும் நேதாஜியைப் பார்க்கப் புறப்படுகிறார்கள். நேதாஜியை நேருக்கு நேர் பார்ப்பதற்காக மேடையருகே போய் நின்றார்கள். அங்கே போட்டிருந்த நாற்காலிகளைப் பார்தார்கள். மேடையில் தலைவர் ஒக்கார நல்ல நாற்காலி உங்களுக்கு கெடைக்கலியா என்று கேட்டார் ராவுத்தர்.

ராவுத்தர் நாகலிங்கக் கவுண்டரைப் பார்க்க, அவர் 'என்கிட்ட தேக்கு மரத்துல செஞ்ச நாற்காலி இருக்கு. நானே இன்னும் ஒக்காரல. எடுத்திட்டு வரவா' என்று கேட்கிறார்.

அங்கிருந்த சிப்பாய் கொண்டாங்க தலைவர் ஒக்காரலாமே என்கிறார்.

நாகலிங்கம் வீட்டுக்குப் போனார். அவருக்கு எங்கிருந்துதான் வேகம் வந்ததோ தெரியவில்லை. அந்த நாற்காலியை தூக்கிக் கொண்டு வந்துவிட்டார். மேடையில் இருந்த நாற்காலியை எடுத்துவிட்டு நாகலிங்கத்தின் தேக்குமர நாற்காலியைப் போட்டார்கள். அது மற்ற நாற்காலியை விட உயரமாகவும் அழகாகவும் கம்பீரமாகவும் இருந்தது. நேதாஜி மேடைக்கு வந்த நாகலிங்கத்தின் நாற்காலியில் உட்கார்ந்தார். நாகலிங்கத்திற்கு மிகுந்த மகிழ்ச்சி. எப்பேர்ப்பட்ட தலைவர். பிரிட்டிஷ்காரனே பயப்படுகிற தலைவர். அவர் அந்த நாற்காலியில் உட்கார்ந்தது வாழ்க்கையில் கிடைத்த பரிசாக நினைத்தார் அவர் நாற்காலியை செய்து கொண்டு வந்த சீனனை மனதுக்குள் பாராட்டினார்.

தலைவர் நேதாஜி உட்கார்ந்துவிட்டுப் போகிற காலமறிந்து நாற்காலியைக் கொண்டு வந்து கொடுத்தானே!

ஒரு மாமன்னரைப் போல் நாற்காலியில் உட்கார்ந்திருந்த நேதாஜியையேப் பார்த்தார் நாகலிங்கம்.

மேடையை விட்டு இறங்கிய நேதாஜியை நெருங்கிப் பார்க்க முண்டியடித்தார்கள். நாகலிங்கத்தால் அவரை நெருங்க முடியவில்லை. அவர் போன பிறகு மேடைக்குப் போய் அந்த நாற்காலியைத் தொட்டுக் கும்பிட்டு தூக்கிக் கொண்டு போனார்.

அந்த நாற்காலியில் வேறு எவரும் உட்கார்ந்ததில்லை. சிங்கப்பூரிலிருந்து மலேசியா வந்தபோதும் எத்தனையோ பொருட்களை விட்டு வந்தவர், அந்த நாற்காலியை மட்டும் விடவில்லை.

காலங்கள் உருண்டோட, எதிர்வீட்டு சீனனுடைய விருந்துக்காக இருக்கிற நாற்காலிகளுடன் நாகலிங்கக் கவுண்டர் பொக்கிஷமாகப் பாதுகாத்து வந்த நாற்காலி யையும் அவர் இல்லாத நேரத்தில் அவரது மகன் கொடுத்து விடுகிறார்.

இரவெல்லாம் நாகலிங்கக் கவுண்டர் தூங்கவில்லை. நாற்காலியை நினைத்துக் கொண்டே படுக்கையில் கிடந்தார். விடிந்தது. ஆறு மணிக்கெல்லாம் எழுந்து விடுகிற நாகலிங்கம் படுக்கை விட்டு எழும்பவே இல்லை.

எல்லாரையும் காலையில எழுப்பி விடுகிற அவரை எட்டு மணிக்கு மேல் எழுந்த மகனும் மருமகளும் எழுப்பி விடப் பயந்தார்கள். படுக்கையை விட்டு எழுந்ததும் நாற்காலியைக் கேட்டால்?

நாகலிங்கக் கவுண்டர் படுத்ததும் பன்னிரண்டு மணிக்கு மேல் சீனன் வீட்டில் அடிதடி சத்தம் கேட்டது. என்ன-வென்று பார்க்க மகனும் மருமகளும் போனார்கள். பர்த்டே பார்ட்டிக்கு வந்த இருவர் குடிபோதையில் போட்ட சண்-டையில் ஒருவன் நாகலிங்கத்தின் நாற்காலியைத் தூக்கிப் போட அதன் கைப்பிடி உடைந்து போனது. சண்டையை விலக்கி விட்ட சீனன் கவலையோடு அந்த நாற்காலியை ரிப்பேர் செய்து தருவதாகச் சொன்னான். அவன் செய்-வானா? அதை எப்படிச் சொல்வது?

காலை பதினொரு மணிக்கு மேலாகியும் நாகலிங்கக் கவுண்டர் எழும்பவே இல்லை. ஒரு நாளும் அவர் இப்படிப் படுத்திருந்ததே இல்லையே. படுக்கையருகே போய் உடலைத் தொட்ட அவருடைய மனைவியின் அலறல் அந்த வீட்டையே குலுக்கியது.' இவ்வாறு முடிகிறது நேதாஜியின் நாற்காலி என்னும் தலைப்பிலான மாத்தளை சோமு அவர்-கள் எழுதிய நெஞ்சை உருக்கும் சிறுகதைப் படைப்பு. 10.2.2013 தேதியிட்ட தினமணி கதிர் இதழில் இச்சிறுகதை வெளியிடப்பட்டுள்ளது.

திருமகள் : ஆமாம். நெஞ்சை உருக்குவதாக இருந்தது சார் சிறுகதை. சார் நிகழ்ச்சியின் நிறைவுப் பகுதிக்கு வந்திருக்கிறோம். நிறைவாக நான் ஒரு சிறுகதையைத் தங்களுடன் பகிர்ந்து கொள்ள விரும்புகிறேன்.

அ.நா. : சொல்லுங்கள். கேட்போம்.

திருமகள் : சாயாவனம் என்ற புதினத்தின் மூலம் தமிழ் லக்கிய உலகில் புகழ் பெற்ற முதுபெரும் எழுத்தாளர் சா. கந்தசாமி அவர்களின் மேபிள் வனம் சிறுகதை. வெளிநாட்டு சூழலை தமிழ்ச் சிறுகதையின் ஆசிரியர் வடித்திருப்பது இச்சிறுகதையின் தனிச் சிறப்பு.

இச்சிறுகதை மார்ச் 2013 மாதத்தில் அகில இந்திய வானொலியின் ரெயின்போ பண்பலையின் இலக்கிய நிகழ்ச்-சியில் ஒலிபரப்பு செய்யப்பட்டது. திருமதி சௌம்யா வெங்கடேசன் அவர்கள் இச்சிறுகதையை உணர்ச்சி பொங்க வாசித்துக் காட்டினார்.

அ.நா. : மேபிள் வனம் - சிறுகதையின் தலைப்பே கவர்ந்து இழுக்கிறது. மேலே கூறுங்கள்.

திருமகள் : மேபிள் வனம் சிறுகதையை சௌம்யா வெங்கடேசன் அவர்களின் குரலில் உணர்ச்சி பொங்க வாசிக்-கப்பட்ட பிறகு இந்தக் கதை பற்றிய அறிமுகத்தை சா. கந்தசாமி அவர்கள் வழங்கினார்கள். அவருடைய உரையிலி-ருந்து சில சிறப்பம்சங்கள்: ''மேபிள் வனம் என்பது மேபிள் மரங்கள் நிறைந்த வனம். வட அமெரிக்காவில் கனடாவில் இருக்கிறது. கனடா என்பதற்கு கிராமம் என்ற பொருள் மேபிள் முக்கியமான நேர்த்தியான மரம். இந்த மரம் பச்சை-யாகத் துளிர்த்து ஆகஸ்டு செப்டெம்பர் மாதங்களில் இலைகள் பழுத்து கீழே கொட்டுகிறது. இலைகள் கொட்டும்போது அப்பொழுது தரை சிவப்பாக இருக்கும். இந்த மரம் பூத்திருக்கும்போத வானம் சிவப்பாக இருக்கும். இந்தச் சிறுகதை செவ்விந்தியர்களைப் பற்றிய கதை. நான் இரண்டு ஆண்டுகள் கனடாவில் வெங்குவர் என்ற நகரத்தில் இருந்தேன். அங்கு இந்தக் கதை தோன்றியது. சால்வன் என்பது நன்னீர் ஏரியில் தோன்றுகிறது. இதன் கதை காவியம் போன்றது. இந்தக் கதையில் வருகிற அன்னகோவா என்ற செவ்விந்தியப் பெண் உத்தமமான பெண். தமிழில் கூறப்பட்ட மணி-மேகலை போன்றவள். மணிமேகலை எப்படி பசித்தவர்களின் பசி ஆற்றினாளோ அது போல் இவள், துயரப்படுகிற ஒரு வெண் கரடியைத் துப்பாக்கிக் குண்டிலிருந்து காப்பற்றுவதற்காக தன்னை இழந்து நிற்கிறாள்.

இந்தக் கதை என்பது அதுமட்டும் அல்ல. சொல்லப் பட்டதை விட சொல்லாமல் விட்டது அதிகம். அது படிப்வர்-களுக்குப் புரியும்.''

அ.நா. : அறிமுகம் அசத்தலாக இருக்கிறது. சிறுகதை பற்றி கூறுங்கள்.

திருமகள் : அசத்தல்னு எங்க வார்த்தையைப் பிடிச்சுக்கிட்டீங்களா. சா. கந்தசாமி சார் தம்முடைய அறிமுக உரையில சொல்லி இருக்கிற மாதிரி அவர் இந்தக் கதையில மேபிள் வனத்தைப் பத்தி செவ்விந்தியர்களைப் பத்தி வெள்ளையர்களைப் பத்தி ஒவ்வொன்னா இழை இழையா நமக்கு ப்ரசென்ட் பண்றாரு.

காக்கை குருவி எங்கள் ஜாதி நீள் கடலும் மலையும் எங்கள் கூட்டம் என்று பாரதி பாடினாரே அது போல் உயிர்களிடத்து அன்பு செலுத்துகிற அன்னாகோவா, ஊர் ஊராகச் சென்று கதை சொல்கிறவள். தன்னுடைய பணிக்கு இடையூறாக இருக்கும் என்று குழந்தைகளைக் கூட பெற்றவனிடம் கொடுத்துவிட்டு பணியைத் தொடங்கு கிறாள். கையைப் பார்த்து குறிசொல்கிறவளும் கூட. இந்தக் கதையில் செவ்விந்தியர்களின் வாழ்க்கையும் சித்தரிக்கப் படுகிறது.

அன்னாகோவா என்னும் பெண்மணி, மேபிள் வனத்தினூடே சென்று கொண்டிருக்கும்போது அணில்களிடம் பேசிய-படி செல்கிறாள். சால்வன் மீன்களைப் பார்க்கிறாள். அங்கே குதிரைகளில் வந்த சிப்பாய்கள், இவளைப் பார்த்தவுடன் இவளைப் பற்றிப் பேசுகிறார்கள். வெண்கரடி ஒன்று வருகிறது. அதனைச் சுட ஒருவன் துப்பாக்கியைத் தயார்ப்படுத்-

துகிறான். அப்பொழுது அன்னாகோவா, குழைந்தபடியே பேசி நானும் வருகிறேனே என்று குதிரைமீதேறி அவனை அணைத்துக் கொள்கிறாள். வெண்கரடி ஓடுகிறது.

அ.நா. : சா. கந்தசாமி அவர்கள், அவரே கூறியது போல் இவள் உத்தமமான பெண். தன்னை இழந்து ஒரு ஜீவனைக் காபந்து செய்திருக்கிறாள். தமிழர்களைப் பற்றி இலக்கியம் படைத்த சா. கந்தசாமி அவர்கள், செவ்விந்தியர்களைப் பற்றிய நேர்த்தியான பதிவைப் படைத்துள்ளார் என்பது தமிழ் இலக்கிய ஆர்வலர்களுக்கு மகிழ்ச்சியும் பெருமையும் அளிக்கிறது.

அ.நா. : சிறுகதைக் கடலில் நமக்குக் கிடைத்த சில முத்துக்களை நேயர்களுக்குக் காட்டி நின்றோம். மேலும் பல முத்துக்களை நேயர்கள் தேடித் தேடிக் கண்டெடுப்பார்கள் என்று நம்புகிறோம். நன்றி.

திருமகள் : நன்றி ஐயா. நிகழ்ச்சி நிறைவு பெறுகிறது. நேயர்களிடமிருந்து விடைபெறுவது திருமகள்.

அ.நா. : திருமகள் அவர்களே. நிகழ்ச்சியை முடிப்பதற்கு முன்பாக, பிற மொழி சிறுகதை இலக்கிய ஆளுமைகளின் பெயர்களை நேயர்களுக்குத் தெரிவிக்கலாமா?

திருமகள் : கண்டிப்பாக.

அ.நா. : கன்னடத்தில் மாஸ்தி வெங்கடேச அய்யங்கார், மராத்தியில் வி.ச. காண்டேகர், மலையாளத்தில் எஸ்.கே. பொற்றேகாட், எம். டி. வாசுதேவ நாயர், தகழி சிவசங்கரம் பிள்ளை..... தெலுங்கில் சரஸ்வதி தேவி, பலகும்மி பத்மராஜு, மதுராந்தகம் ராஜாராம் இப்படிப் பிற மொழி இலக்கிய ஆளுமைகளின் படைப்புகளான மொழி பெயர்ப்புகளையும் நேரம் கிடைக்கும்போது தேடிப் பிடித்து வாசிக்க வேண்டுகிறேன். வி.ச. காண்டேகரின் படைப்பு களை கா. ஸ்ரீ.ஸ்ரீ. அவர்கள் மொழி பெயர்த்திருக்கிறார். திருமகள் : நல்ல தகவல் சார்.

அ.நா.: இப்போது விடை பெறுவோம் நேயர்களிட மிருந்து.வாழிய செந்தமிழ்! வாழ்க நற்றமிழர்! வாழிய பாரத மணித் திருநாடு! வாழ்க வளமுடன். உலகம் அமைதியின் கைகளில் தவழும் குழந்தையாகட்டும். நன்றி.வணக்கம்.

நிறைந்தது.

45. சிறுகதைத் துறையைப் பொறுத்தவரை - ப. ஆப்டீன்

சிறுகதைத் துறையைப் பொறுத்தவரையில் பழைய கருத்துக்களைத் தவிர்த்து சமகால மக்கள் வாழ்க்கையை ஊன்றிப் படித்து, மக்களைப் பாதிக்கும் பிரச்சினைகளைத் தழுவியதாக புதிய கருத்துக்களைப் பகைப் புலமாகக் கொண்டு எழுதிய சில கதைகள் இத் தொகுப்பில் இடம் பெற்றுள என. அதே நேரத்தில் ஒரு நல்ல படைப்பின் சிறப்பியல்புகளுக்கும் காத்திரமான தொனிப் பொருளுக்கும் முக்கியத் துவம் கொடுக்கப்பட்டிருக்கிறது. புதுமையான மொழிப்பிரயோகத்துடன் மானுட நேய அணுகுமுறையுடன் எழுத முயன்றுள்ளேன்.

சிறுகதைத் துறையில் ஆழ்ந்த ஞானமும் அனுபவமும் பெற்றவர்கள் கூறுவது போல, சிறுகதைக்கு ஒரு நிரந்தரமான வரைவிலக்கணம் விதிக்கப்படவில்லை. ஒரு கருவை மையமாக வைத்து புனையப்படும் போது கதாபாத்திரங்களை நடமாட விட்டு, வாசகரைக் கவரும் விதத்தில் சொல்ல வேண்டிய செய்தியைச் சிந்தனைக்கு விட்டுவிடும் சாணக்கியம் அது அவரவரது தனித்துவம் வாய்ந்த ஆளுமையைப் பொறுத்துள்ளது.

கதாசிரியனுக்குச் செய்தி என்னும் அந்தச் சுமையை இறக்கி வைக்கும் போது இனம் புரியாத ஆத்ம திருப்தி ஏற்பட வேண்டும். ஒரு கருவுற்ற கதை பிறப்பதற்குக் கால வரையறை இல்லை , கருவைப் பல காலம் சுமந்து....... சுமந்து அது பிரசவ வேதனை அடைகிறது என்று சொல்லப்படுவது மூத்த எழுத்தாளர்களின் அநுபவ உண்மை. இது எக்காலத்திற்கும் பொருத்தமான ஓர் உண்மை என்பதில் சந்தேகமில்லை. எதையும் வாசகரின் உள்ளங்களில் திணிக்காமல் நுணுக்கமாகத் தொட்டுக் காட்டி, ஒரு சிறு அதிர்வை ஏற்படுத்திவிட்டாலே ஒரு நல்ல சிறுகதைக்கு வெற்றி தான் என்றெல்லாம் கூறப்படுகிறது.

நிற்க, தொழில் காரணமாகப் பல பிரதேசங்களைத் தரிசித்தவன் நான். படைப்பிலக்கியத் துறையில் நகர்ப்புறங்களை விட எனது இலட்சியங்களுக்குச் சாதகமான சூழலும், ஏற்ற தளமும் கிராமப் புறங்களில் தான் கிடைத்திருக்கின்றன. தேவையான கதா நாயகப் பிரகிருதிகளைத் தரிசித்து அவர்களது வாழ்க்கைப் பிரச்சினைகளை அடியிலிருந்து ஆழமாக அவதானிக்க முடிகிறது. கல்லும் மண்ணம், மேடும் பள்ளமும் கதைகளாகின்றன.

மனுக்குலத்தை நேசிக்கும் ஒருவனுக்கு அவன் வேறு, அவன் கதைகளில் வரும் செய்திகள் வேறல்ல. கதா பாத்திரங்களின் ஊடாக அவனைப் புரிந்து கொள்ளவோ இனங்காணவோ முடியும். முத்த தலைமுறையினர் ‘புனை கதை சம காலக் கண்ணாடி’ என்று மிகவும் பொருத்தமாகக் கூறியிருக்கிறார்கள். கண்ணாடியில் பிரதிபலிக்கும் பிம்பங்கள் எள்ளளவேனும் வேறுபடாது.

ஒரு கால கட்டத்தில் சமூகத்தில் நிலவும், எரியும் சம்பவங்கள் இலக்கிய உள்ளங்களில் கருக்களாகப் பதிந்து அலை கலைத்துவம் மிகுந்த இலக்கியங்களாக உருவெடுக்கும் போது, அப்பதிவுகள் பிற்காலத் தலைமுறையினர்க்கு

தகவல்களாக அமைகின்றன. வரலாறு சில வேளைகளில் உண்மையைத் திரித்து விடக் கூடும். ஆனால் இலக்கியம் காலத்தை யதார்த்த பூர்வமாகப் படம்பிடித்துக் காட்டிவிடும். இலக்கியக் கண்ணின் 'லென்ஸ்', 'கெமரா'வை விடச் சக்தி வாய்ந்தது.

உத்தி முறைகளை அதிகம் கவனியாது வாசகர்களைக் கவரும் முறையில் எழுத முயன்றிருக்கிறேன். இலங்கை முற்போக்கு எழுத்தாளர் சங்கம் முன் வைத்த தெளிவான இலக்கியக் கொள்கையும் இலட்சியமும் என்னைக் கவர்ந்தன. சோசலிச யதார்த்தக் கண்ணோட்டம்: என் மனதில் ஆழப்பதிந்திருந்தது. இலக்கியம் ஒடுக்கப் பட்ட மக்களுக்காகவும் படைக்கப் பட வேண்டும் என்னும் மகத்தான இலட்சியம் எனக்கு மிகவும் பிடித்தமானதொன்று.

சூழல் இலக்கிய நெஞ்சங்களை உருவாக்குகின்றது. அந்த வகையில் நான் பிறந்து வளர்ந்த சூழலில் தேயிலைத் தோட்டப் பாட்டாளி வர்க்கத்தின் அவலங்கள் நிறைந்த வாழ்க்கை என் உள்ளத்தை நெகிழ வைத்தது. தோட்ட மண்ணில் வேரூன்றிய இந்த நெகிழ்வு பின்னர் தொழில் ரீதியாக கடமைக்குப் போகும் இடங்களிலெல்லாம் அவலங்களுக்குள் அகப்பட்டு, ஒடுக்கப் பட்டு, நசுக்கப் பட்டுக் கிடக்கும் மக்கள் பிரச்சினைகளையே என் மனம் சுமக்க வைத்தன. என் புனை கதைகளுக்குத் தொனிப் பொருளுமாயின.

கலைத்துவமான படைப்புக்களின் மூலமும் கணிசமான படைப்புகளின் முலமும் கணிசமான அளவு சமூகத்தை மாற்ற முடியும் என்று நினைக்கிறேன், சிருவடிகளில் வாசகரைச் சிந்திக்கத் தூண்டுகின்ற செய்தி எதுவும் இல்லாவிட்டால் எழுத்துக்களில் பிரயோசனம் கிடைக்காது. தமது சிருஷ்டிகளில் மிகவும் நுணுக்கமாகவும் , நாருக்காகவும் வாசகனுக்குச் சமூகச் செய்தியை எட்ட வைக்கும் இலாவகமான உரை நடை இலங்கையின் முத்த எழுத்தாளர்கள் பலரிடம் கை வந்த கலையாகப் பிரகாசிக்கின்றதை நான் காண்கிறேன். அத்தகைய ஆக்கங்களைப் படைக்க வேண்டும் என்பது தான் எனது விருப்பமும் கூட, 'இலக்கியப்பணி' என்னும் கூற்றுக்கு ஒரு முழுமையான கருத்து இருக்க வேண்டும் என்பதை நான் முழுமையாக ஆதரிக்கிறேர். ஒவ்வொரு சிறுகதையையும் வாசித்து முடித்த பிறகு வாசகனுக்குள் ஓர் உறுத்தல் உருவாகி அவன் சிந்தனை விரிய வேண்டும்.

ப.ஆப்டீன், நாம் பயணித்த புகைவண்டி - சிறுகதை தொகுப்பு - முதற் பதிப்பு: செப்டெம்பர் 2003
131/9, தெமட்டகொட வீதி, கொழும்பு - 9

46. சிறுகதை இயந்திரம் - கு. ப. ராஜகோபாலன்

நவராத்திரி, தீபாவளி,கார்த்திகை என்று வரிசையாக நம் பண்டிகைகள் வந்துகொண்டே இருக்கின்றனவல்லவா? ஏதாவது ஒரு பத்திரிகை ஒரு விசேஷ மலர் பிரசுரம் செய்ய தீர்மானிக்கிறது.

'வழக்கம் போவ இந்த வருஷமும்... மலர் பிரசுரம் செய்கிறோம். தாங்கள்... தேதிக்குள் சிறுகதையொன்று எழுதி அனுப்பவேணும்' என்று ஆசிரியர் கடிதம் எழுதுகிறார். இந்த மாதிரி சேர்ந்தாற் போல் அரை டஜன் அழைப்புகள் வந்தால் என்ன செய்கிறது?

நான் என்ன சிறுகதை தயாரிக்கும் இயந்திரமா? எல்லோரும் சிறுகதை கேட்டால் ஆளுக்குக் கொஞ்சமாக ஒரு சிறுகதையைப் பங்கிட்டு அனுப்ப முடியுமா?

இந்த மாதிரி அழைப்பு எனக்குச் சில சமயங்களில் வருத்தத்தை உண்டாக்குகிறது. 'உனக்குச் சிறுகதைதான் சுமாராக எழுத வருகிறது. வேறு எதையாவது எழுதி அனுப்பித் தொலைத்து விடாதே. நான் பிறகு சங்கடப்பட வேண்டி இருக்கும். ஜாக்கிரதை!' என்று ஆசிரியர் சொல்லுவதுபோல் இருக்கிறது. அந்தச் சிறுகதைதான், சனியன், நினைத்த மாத்திரத்தில் எழுத வருகிறதா? சில சமயங்களில் தானாக வருகிறது: சில சமயங்களில் என்ன முயன்றாலும் வரவேமாட்டேனென்கிறது.

'மணி சுமார் பனிரெண்டிருக்கும்... வாசலில் குதிரை வண்டி வந்து நிற்கும் சத்தம் கேட்டது... யாரோ தடதடவென்று கதவை இடித்தார்கள்... மணி தூக்கிவாரிப்போட்டது போல...' இந்த மாதிரி எழுதவாவது சக்தி இருக்கிறதா? இல்லை. இருந்தால் இந்த மாதிரி நிறைய எழுதி வைத்துக் கொண்டு சில பக்கங்களைப் பொறுக்கி எடுத்துப் பக்க எண்ணிட்டு கதை என்று அனுப்பிவிடலாம். கதைதான் எங்கே வேண்டுமானாலும் ஆரம்பமாகலாம். முடியலாமல்லவா?

ஸெக்ஸ்டன் பிளேக் தொடர்ச்சி போல இரண்டு மூன்று ஆசாமிகளை நிரந்தரமாக வைத்துக்கொண்டு சம்பவங்கள் என்று மொட்டைத் தலைக்கும் முழங்காலுக்கும் எதையாவது முடிபோட்டு சிறிது காதல், சிறிது சண்டை, சிறிது ஹாஸ்யம், சிறிது சாவு, சிறிது துணிகரமான செயல் எல்லாவற்றையும் அவியல்போலக் கலந்து தொடர்கதையாக எழுதி வைத்துக்கொண்டிருந்தால் சமயத்துக்கு உதவும். அதுவும் வருகிறதில்லை.

நான் எழுதுகிற கதையே நான்கு பக்கங்களுக்கு மேல் போகிற தில்லையே, தொடர்கதை எங்கிருந்து வரும்? ஒன்று இரண்டு எழுதிப் பார்த்தேன். ஆனால் யாருக்கும் ரஸப்படாத மனோதத்துவ ஆராய்ச்சிகளாக முடிந்தன. இதற்காக, ஆங்கிலத்தில் 'சிறுகதை எழுதும் முறை' என்று விளம்பர மாகும் புத்தகங்கள் சிலவற்றை வாங்கிப் படிக்கலாமா என்று

கூட யோசித்தேன். ஆனால் அதில் நிரம்பத் தொல்லை இருக்கும் போல் தோன்றுகிறது. அவற்றைப் படிக்கிற நேரத்திலும் அவஸ்தையிலும் நாமே எழுதிவிடலாம் என்று படுகிறது.

இப்படியாக அவஸ்தைப்படுகிறேன். ஆசிரியர்கள் கட்டளைப்படியும் நடந்து கொண்டு வருகிறேன். எவ்வளவு நாள் இப்படி நடக்குமோ? தெரியவில்லை. சிறுகதை எழுத முடியவில்லை. வேறு எதாவது - உதாரணமாக வசன கவிதை - அனுப்பட்டுமா என்று பதில் எழுதும் காலம் வருமோ என்னவோ! வந்தால் அப்புறம் என் பெயர் பத்திரிக்கைகளில் வரவே வராது. ஆசிரியர்கள் உடனே 'சிரமப்பட வேண்டாம்' என்று எழுதி விடுவார்கள்.

சிறுகதை இயந்திரம் ஏதாவதொன்று தயாராகக் கூடாதா? விஞ்ஞான சாஸ்திரிகள் என்னென்னமோ கண்டுபிடிக்கிறார்கள்-இதற்கொரு வழி ஏற்படாதா? டைப்ரைடர் போவ் ஒன்று இருக்க வேண்டும். சிறுகதை வேண்டும்போது அதனடியில் போய் உட்கார்ந்துகொண்டு டைப் அடிக்க வேண்டும். நான்கு பக்கங்கள் அடித்த பிறகு படித்துப் பார்த்தால் ஒரு கதை இருக்க வேண்டும். சிறிது நேரம் கழித்து மற்றொரு நான்கு பக்கங்கள் அடித்தால் மற்றொரு கதை வர வேண்டும்.

முதலில் 'ராமு ஜன்னல் வழியாக வெளியே பார்த்தான்' என்று முதல் கதையில் விழுந்தது அடுத்த கதையில் 'கிட்டு ஜன்னல் வழியாக வெளியே குதித்தான்' என்று மாறி விழுந்தால் போதும் வேறு கதை தானே?

ஆனால்-அப்பொழுது பத்திரிகாசிரியர்கள் எனக்கு எழுத மாட்டார்கள். தாங்களே இயந்திரங்களை வரவழைத்துக் கொண்டு சிறுகதை தயார் செய்து கொள்வார்கள்.

என்ன எழவோ போங்கள் - ரொம்ப அவஸ்தைப்பட்டுக் கொண்டிருக்கிறேன்.

- நவசக்தி பிப்ரவரி-1943

47. சிறுகதை - அதன் அகமும் புறமும் - சுந்தர ராமசாமி

தமிழாலயமும் அகில இந்திய வானொலி நிலையமும் இணைந்து மார்த்தாண்டம் பனைத் தொழிலாளர் முன்னேற்ற சங்கம் சார்பாக நடத்தப்பட்ட சிறுகதைப் பயிலரங்கில் ஆற்றிய உரை - 25.03.95

சிறுகதை என்பது ஒரு தனியான கலை உருவம். அதை எல்லோரும் எழுதிப் பார்க்கலாம். ஆனால் எல்லோரும் எழுத வேண்டும் என்ற அவசியம் கிடையாது. ஆர்வம் இருந்தால் எழுதலாம். எல்லோரும் அதைப் படித்துத்தான் ஆக வேண்டும் என்ற அவசியமும் கிடையாது. அப்படியொரு suraa1 கட்டாயம், சமூகத் தேவை எதுவுமே இல்லை. சிறுகதை எழுதாமல் சிறந்த பிரஜையாக வாழமுடியும். சிறுகதை எழுதுபவர்களைவிட, படிப்பவர்களைவிட உயர்ந்த மனிதர்களாக அவர்கள் இருக்கவும் கூடும். சிலர் சிறுகதைகள் படிக்காமல் வேறு அற்புதமான நூல்களைப் படித்திருப்பார்கள். சிலர் திருக்குறள் படித்திருப்பார்கள். சிலர் சிலப்பதிகாரம் படித்திருப்பார்கள். கம்பராமாயணம் படித்திருப்பார்கள். நமது தலைவர் திரு. ஹமீத் அவர்களின் தகப்பனார் ஆன செய்க்குத்தம்பிப் பாவலர் இருக்கிறார். மிகப்பெரிய புலவர். இந்த நூற்றாண்டு கண்ட மிகப்பெரிய புலவர்களில் ஒருவர் என்று சொல்லலாம். ஆனால் அவர் சிறுகதையை விரும்பிப் படித்திருப்பாரா என்பது சந்தேகம் தான். அதை வைத்து ஒருவரை நாம் மதிப்பிட முடியாது.

சிறுகதையைப் படைக்க வேண்டும் என்ற அவா இருந்தால் யாரும் அந்தத் திறனை வளர்த்துக் கொள்ளலாம். அதற்கான வழிமுறைகளை, சந்தர்ப்பங்களை உருவாக்கிக் கொள்ளலாம். சிறுகதையையே படிக்காமல் யாராலும் சிறுகதையை உருவாக்கிவிட முடியாது. அநேகமாக எனக்குத் தெரிந்த வரை சிறந்த சிறுகதை எழுத்தாளர்கள் எல்லாரும் சிறந்த சிறுகதை வாசகர்களும் கூட. அதுபோல் சிறுகதை எழுதுபவர்கள் சிறுகதையை மட்டுமே படிக்க வேண்டும் என்றும் கிடையாது. நாவல்கள் படிக்க வேண்டும். கவிதைகள் படிக்க வேண்டும். ஆராய்ச்சி நூல்களைப் படிக்க வேண்டும். சினிமா பற்றி படிக்க வேண்டும். வாழ்க்கைக்கு சம்பந்தமான எல்லா விஷயங்களையும் தெரிந்து கொள்ள வேண்டிய அவசியமிருக்கிறது. எது சாத்தியமோ, எது அவனது அறிவிற்கு எட்டுமோ, என்னென்ன விஷயங்கள் சூழல் இன்று புரிந்து கொள்ள முடியுமோ அந்த விஷயங்கள் எல்லாம் படிக்க வேண்டிய ஒரு கட்டாயம் உருவாகிவிட்டது.

நாம் படைக்கப்போவது சிறுகதைதானே, எனவே சிறுகதைகளை மட்டும் படித்து வந்தால்போதும் என்று நம் படிப்பைச் சுருக்கிக் கொண்டால் காலத்தை ஒட்டிய படைப்புக்களைத் தரமுடியாமல் தேய்ந்து போவதற்கு வழிவகுக்கும். இன்னொரு முக்கியமான விஷயம் கதைகள் வேறு சிறுகதைகள் வேறு. இது என் தனிப்பட்ட நம்பிக்கை. கதைகளை எழுதிக் கொண்டிருப்பவர்களை கதாசிரியர் என்று ஏற்றுக் கொள்வேனே தவிர சிறுகதை ஆசிரியர் என்று ஏற்றுக் கொள்ள மாட்டேன். சிறுகதை பற்றி நான் ஒரு கட்டுரை எழுதியிருக்கிறேன். அதில் சிறுகதை பற்றிய என் அபிப்ராயங்களை விரிவாகத் தெரிவித்திருக்கிறேன்.

930லிருந்து 1990 வரையிலான 60 வருடங்களில் மிகச் சிறந்த சிறுகதை ஆசிரியர்களின் சிறந்த கதைகளை மட்டும் தொகுக்க வேண்டும் என்ற எண்ணம் எனக்கு இருந்தது. அது மிகவும் கடினமாக காரியம். ஆனால் இந்தக் கட்டுரையில் என்னை நானே தயார்படுத்திக் கொள்ளும் வகையில் சில விஷயங்களைச் சொல்லியிருந்தேன். அதில்

60 வருட காலத்தில் வெளிவந்திருக்கக் கூடியவற்றை மூன்று பிரிவுகளாகப் பிரிக்கிறேன். முதலாவது கலைப்படைப்பு, இரண்டாவது சிறுகதை, மூன்றாவது கதை என்று பிரிக்கிறேன். கலையாற்றல் கொண்ட சிறுகதைகள் தான் என்னுடைய அபிப்ராயத்தில் மிக முக்கியமான படைப்புகள். இரண்டாவது சிறுகதையாக இருக்கிறது. ஆனால் கலையாற்றல் கொண்டிருக்கவில்லை. இதை சிறுகதை என்கிறேன். சிறுகதையாகவில்லை வெறும் கதையாக மட்டுமே இருப்பதைக் கதைகள் என்று சொல்கிறேன்.

சிறுகதை என்பது வெகு சமீப காலத்தில் உருவாகி வந்த இலக்கிய உருவம். உலகத்திலே உள்ள எல்லா மொழிகளிலும் முதன்முதலாக உருவாக்கி வருவது கவிதையாகத்தான் இருக்கிறது. இது மிகவும் ஆச்சரியமான விஷயம். இதற்கு ஆராய்ச்சியாளர்கள் பலவிதமான காரணங்களைச் சொல்கிறார்கள். அவற்றைப் படித்துவிட்டு நீங்கள் அவர்கள் சொல்வது சரிதானா என்று சிந்தித்துப் பார்க்கலாம். எனவே தான் ஜோசியம், தத்துவம், தச்சுக்கலை, மருத்துவம், வானவியல் என எந்தத் துறை பற்றியதாக இருந்தாலும் அது கவிதை வழியாகத்தான் சொல்லப்பட்டிருக்கிறது. 16ம் நூற்றாண்டு 17ம் நூற்றாண்டுக்குப் பிறகு தொழில் புரட்சி உலகில் ஏற்பட்ட பின்னர்தான், அச்சுக்கலை தோன்றிய பிறகுதான் உரைநடை, வசனம் உருவாக ஆரம்பிக்கிறது. அது தோன்றிய பிறகுதான் சிறுகதை என்னும் இலக்கிய உருவம் தோன்ற ஆரம்பிக்கிறது. இது அநேகமாக 200 வருஷத்துக்குள்ளேதான் எல்லா மொழிகளிலும் தோன்றியிருக்கிறது. எல்லா மொழிகளிலும் சிறுகதைகள் தோன்றுவதற்கு முன்னால் நாவல் தோன்றியிருக்கிறது.

18ம் நூற்றாண்டிலேயும் 19ம் நூற்றாண்டிலேயும் அடைந்த நாவலின் சிகரங்களை 20ம் நூற்றாண்டிலோ அதற்குப் பிந்தைய காலகட்டத்திலோ யாரும் தாண்டிவிடவில்லை. அந்த அளவிற்குப் பிரம்மாண்டமான நாவல்கள் எல்லாம் 19ம் நூற்றாண்டிலேயே வெளிவந்திருக்கிறது. இவையெல்லாவற்றுக்குப் பின்னால்தான் சிறுகதை என்ற இலக்கிய உருவம் உருவாகிவருகிறது. இது ஏன் என்பதை நீங்கள் யோசித்துப் பார்க்க வேண்டும். புறச்சூழல் மாறும்போது வாழ்க்கையிலுள்ள பழைய நம்பிக்கைகளெல்லாம் தகர்ந்து போகிறது. இதன் மூலம் ஒரு மிகப்பெரிய நெருக்கடி வாழ்க்கையில் ஏற்படுகிறது. அந்த நெருக்கடியை மொழியில் சொல்வது அவ்வளவு சுலபமானதல்ல. அதை அவர்கள் உணருகிறார்கள். கடவுள் சம்பந்தப்பட்ட விஷயங்கள், மதம் சம்பந்தப்பட்ட விஷயங்கள், ஜாதி சம்பந்தப்பட்ட விஷயங்கள், சமூகப் பழக்க வழக்கங்கள் முதலானவை கேள்விக்குட்படுத்தப்படுகிறது.

விதவையை மணம் செய்து கொடுக்கலாமா, கூடாதா? பெண்ணிற்கு திருமணம் செய்து கொடுக்க வேண்டிய வயது ஏழா, ஒன்பதா, பதிமூன்றா, இருபத்தியொன்றா? இப்படி பல விஷயங்களில் பல நூற்றாண்டுகளாகப் பின்பற்றி வந்த பழக்க வழக்கங்கள் மீது ஒரு அவநம்பிக்கை புது சமுதாயத்திற்கு வருகிறது. இந்த அவநம்பிக்கைக்கும் சிறுகதை என்னும் கலைக்கும் இடையில் மிக நெருக்கமான தொடர்பு இருக்கிறது. இதுபோல் புதிய கலை வடிவங்கள் உருவாகி வரக்கூடிய சமயத்தில் நம் சமூகத்தில் இருக்கும் சிலர் - நம் சமூகத்தில் மட்டுமல்ல அவர்கள் எல்லா சமூகங்களிலும் இருக்கிறார்கள் - அது போன்ற கலை வடிவமானது அவர்களது மொழியில் முன்பே இருப்பதாகச் சொல்ல ஆசைப்படுவார்கள். சிறுகதை என்பது புதிய வடிவம் ஒன்றும் அல்ல. கதைகள் பைபிளில் ஏற்கனவே சொல்லப்பட்டிருக்கின்றன. உபநிஷத்துக்களில் இதுபோன்ற கதைகள் ஏற்கனவே சொல்லப்பட்டிருக்கின்றன. மகாபாரதத்தில் ஏகப்பட்ட உபகதைகள் இருக்கின்றன. அவை சிறுகதைகள்தானே என்று சொல்லுவார்கள். மகாபாரதத்தில் ஏகப்பட்ட உப கதைகள் இருக்கின்றன என்பது உண்மைதான். ஆனால் அவை ஒரே ஆசிரியரால் எழுதப்பட்டவை அல்ல.

முன் காலத்தில் ஏதாவது ஒரு விஷயத்தை நீங்கள் எழுதுகிறீர்கள் என்று வைத்துக் கொள்வோம். அதன் ஆயுளைக் கூட்ட வேண்டுமென்றால், காலத்தின் சோதனைகளைக் கடந்து அது நீடித்து நிற்க வேண்டுமென்றால் அப்போது பரவலாக, பிரபலமாக இருக்கும் ஏதாவது காவியத்திற்குள் நாம் எழுதுவதைத் திணித்து விடக்கூடிய போக்கு இருந்து வந்திருக்கிறது. உதாரணமாக ஒருவர் மரங்களைப் பற்றி ஆராய்ச்சி செய்து பல விஷயங்களைக் கண்டடைந்திருக்கிறார் என்று வைத்துக் கொள்ளுங்கள். அதை அவரால் தனி ஏட்டில் எழுதி வைத்துப் பாதுகாத்து வரமுடியாது. அழிந்து போய்விடும். எனவே அவர் என்ன செய்வார் என்றால், மகாபாரதத்தில் ஒரு முனிவர் தனது சிஷ்யனைப் பார்த்து ஒரு கேள்வி கேட்பதாக எழுதுவார்.

‘உன்னை ஐந்தாறு மாதங்களாகக் காணவில்லையே? எங்கே போயிருந்தாய்? காட்டுக்குப் போயிருந்ததாகக் கேள்விப்பட்டேன். அங்கே என்னென்ன மரங்களைப் பார்த்தாய்’ என்று கேட்பார். சிஷ்யன் எண்ணற்ற மரங்களின் பெயர்களைச் சொல்வான். உண்மையில் இது இடைச்செருகல் மரங்களைப் பற்றி ஆராய்ந்த செருகல் தனது ஆராய்ச்சி காலத்தால் அழிந்து விடக்கூடாது என்பதற்காக அந்தந்த தகவல்கள் மகாபாரதத்திற்குள். இப்படிச் செருகப்பட்ட விஷயங்களைத் தாங்கியபடி மகாபாரதம் காலத்தைத் தாண்டி வந்து கொண்டிருக்கிறது. யாராவது ஒரு இளைஞன் பெண்கள் பற்றி ஆராய்ச்சி செய்திருப்பான். இளைஞர்கள் பெண்கள் பற்றி ஆராய்ச்சி செய்வது என்பது மிகவும் இயற்கையான விஷயம்தானே.

எந்தெந்த விதமான பெண்கள் இருக்கிறார்கள்? என்னென்ன தோற்றங்கள் கொண்டிருக்கிறார்கள்? அவர்களது தோற்றத்திற்கும் குணத்திற்கும் இடையிலான ஒற்றுமைகள் என்னென்ன? அவர்களது அவயவங்கள் எப்படி இருக்-

கின்றன? அது எந்த குணத்தைக் காட்டுகிறது? என்று இளைஞன் யோசித்து சில விஷயங்களைக் கண்டு பிடித்து வைத்திருக்கலாம். இதை தனியாக ஒரு ஏடு ஒன்றில் எழுதி வைத்து அதைக் காப்பாற்ற முடியாது. மகாபாரதத்தில் ஒரு முனிவர் ‘நீ வெளியூர் போயிருந்தாயாமே. பெண்களைப் பற்றி ஆராய்ச்சி செய்ததாகக் கேள்விப்பட்டேன். என்ன பண்ணினாய் சொல்லு’ என்று கேட்பது போல் ஒரு சந்தர்ப்பத்தை உருவாக்கிக் கொள்கிறான். உடனே இளைஞன் பெண்களைப் பற்றி சொல்லுவான். எத்தனையோ உப கதைகள் மகாபாரதத்திற்குள் இருக்கின்றன.

பைபிளில் உள்ள கதைகள், உபநிஷத்துக்களில் உள்ள கதைகள், காலங்காலமாக வழங்கி வரும் பஞ்சதந்திரக் கதைகள், அரேபியக் கதைகள், ஈசாப் கதைகள் இவற்றிற்கும் சிறுகதை என்னும் தனிப்பெரும் கலை வடிவத்திற்கும் சம்பந்தம் கிடையாது. சிறுகதை படிக்க ஆரம்பிப்பவன் இதை முதலில் புரிந்து கொள்ள வேண்டும். கதை எழுதி அதை சிறுகதை என்று சொல்லக்கூடாது. இந்திய மொழிகளில் இந்த உருவம் முன்பு கிடையாது. அது இல்லாமல் இருந்ததில் குறை ஒன்றும் இல்லை. வெளிப்படையாக ஒப்புக் கொள்வது கௌரவமான விஷயம்தான். அதுதான் பெருமையான விஷயமும் கூட.

ஆங்கில எழுத்தாளர்கள் மூலமாக அல்லது ஆங்கிலத்தில் மொழி பெயர்க்கப்பட்ட படைப்புகள் வழி நாம் அறிய நேர்ந்த கலை வடிவம்தான் சிறுகதைகள். நாம் தெரிந்து கொண்ட ஒரு விஷயம் இது. அங்கு அது முதலில் உருவானதற்கான காரணம், வாழ்க்கை சம்பந்தமான நெருக்கடிகள் நமக்கு வருவதற்கு முன்பே அவர்களுக்கு வந்துவிட்டது-தான். முக்கியமான நெருக்கடி நேரமின்மை. மிகக் குறைந்த காலத்திலேயே பல முக்கியமான விஷயங்களைத் தெரிந்து கொள்ள வேண்டும் என்ற அவசரம். ஒரே காலகட்டத்திலேயே பொழுது என்பது நமக்கு ஒன்றாகவும் அவர்களுக்கு வேறொன்றாகவும் இருக்கிறது. நமக்கு பொழுது எப்போது தீரும் என்பது பிரச்சனை. அதே நேரத்தில் அவர்களுக்கு பொழுது போதவில்லையே என்ற பிரச்சனை. குறுகிய வடிவங்களுக்குள்ளேயே ஆழ்ந்த அனுபவங்களை வெளிப்படுத்த வேண்டும் என்ற ஒரு கட்டாயமானது மேற்கத்திய வாழ்க்கையில்தான் முதன்முதலில் ஏற்பட்டது. அதற்கு சிறுகதை வடிவம் தேவையான ஒன்றாக, முக்கியமான ஒன்றாக இருந்தது.

சஞ்சிகைகள் வரத் தொடங்கிய ஆரம்ப காலத்தில் 100, 120 பக்கங்கள் கொண்டதாக வெளிவந்திருக்கின்றன. டால்ஸ்டாய், தாஸ்தாயேவ்ஸ்கி போன்றோர் எழுதிய நாவல்கள் தொடராக 30, 40 பக்கங்கள் சஞ்சிகைகளில் வெளி-வந்திருக்கின்றன. பின்னால் சஞ்சிகைகளின் பக்கங்கள் குறைய ஆரம்பித்தது. சஞ்சிகைகளில் பல்வேறுபட்ட விஷயங்-கள் இடம்பெற்றதால் சிறுகதைக்கு 10 அல்லது 20 பக்கங்களே ஒதுக்கினார்கள். குறைந்த பக்கங்களில் சொல்லப்பட வேண்டும். அதே சமயம் வாசகனைப் பாதிக்கக்கூடியதாகவும், சிந்தனையைக் கிளறக்கூடியதாகவும் ஆழ்ந்த அனுப-வத்தைத் தரக்கூடியதாகவும் இருக்க வேண்டும் என்ற சமுதாயத் தேவை அப்போதுதான் எழுகிறது. அத்தகைய தேவை வந்ததற்குப் பின்னால்தான் சிறுகதை என்ற வடிவம் உருவாகிறது. அதுபோன்ற ஒரு நெருக்கடி நமது சமுதாயத்தில் வந்தபோதுதான் நம்மிடையேயும் சிறுகதை என்ற வடிவம் உருவாக்கப்பட்டது.

இங்கே வ.வே.சு.ஐயர் என்ற ஒருவர். பாரதியின் நண்பர், மிகப் பெரிய புலவர். கம்ப ராமாயணம் உலகத்திலேயே மிகப் பெரிய காவியம் என்று யார் வேண்டுமானாலும் சொல்லலாம். ஆனால் இலக்கிய விமர்சனம் சார்ந்து தர்க்கப்பூர்-வமாக நிறுவியவர் அவர் ஒருவர்தான். அவர் ஒரு சுதந்திரத் தியாகி. மேற்கத்திய இலக்கியத்தை நன்கு கற்றறிந்தவர். அவர்தான் தமிழ்ச் சிறுகதையின் தந்தை என்று சொல்வது ஒரு இலக்கிய விமர்சன மரபு. அவர் பல கதைகள் எழு-தியிருக்கிறார். ஆனால் 1919ல் வெளிவந்த ‘மங்கையர்க்கரசியின் காதல்’ என்ற தொகுதியில் இடம் பெற்ற அவரது ‘குளத்தங்கரை அரசமரம்’ என்பதுதான் தமிழ் எழுதப்பட்ட முதல் சிறுகதை என்று பல விமர்சகர்கள் ஏற்றுக் கொண்-டிருக்கிறார்கள்.

என்னளவில் ‘குளத்தங்கரை அரச மரம்’ எழுதப்பட்ட காலத்திற்கு ஏறத்தாழ பத்தாண்டுகளுக்குப் பின்னால் பி.எஸ்.ராமையா என்பவர் ‘நட்சத்திரக் குழந்தை’ என்றொரு சிறுகதை எழுதியிருக்கிறார். அதுதான் தமிழில் எழுதப்-பட்ட முதல் சிறுகதை என்று ஒருவர் சொன்னார். அதில்தான் சிறுகதைக்குரிய லட்சணங்கள், அதற்குரிய தனிக்கு-ணங்கள் இருக்கின்றன என்று சொன்னார். அது ராமையாவின் சொந்தப் பார்வையில் தோன்றிய கதை. தமிழ் நாட்டு வாழ்க்கையிலிருந்து பெற்ற அனுபவத்தில் தோன்றிய கதை. அதுபோன்ற சில காரணங்களை முன்னிட்டு அதுதான் தமிழில் தோன்றிய முதல் கதை என்று அவர் சொன்னார்.

சிறுகதை என்பது சமூக மதிப்பீடுகளை ஆதரிக்க மறுக்கிற ஒரு இலக்கிய உருவம். அது சமூக விமர்சனம் சார்ந்-தது. அது அப்படித்தான் இருக்கும். உண்மை வெல்லும் என்பதை வலியுறுத்தும் என்பது ஒரு கதையாக இருக்கும்-போதுகூட அது ஒரு சிறுகதையாக இருப்பதில்லை. இது அறவியல் சார்ந்த ஒரு கதை. ஆனால் சிறுகதை அறவி-யலை வற்புறுத்தாது. நேற்றைய நம்பிக்கைகளை அது வற்புறுத்தவில்லை. வாழ்க்கை சம்பந்தமான போதாமைகளைச் சொல்கிறது அது. நெருக்கடிகளைச் சொல்கிறது அது. உண்மையைச் சொல்லியும் தோற்றுப் போனேனே என்று முடி-வடைவது ஒரு சிறுகதையாக இருக்க முடியும்.

ஆனால் உண்மை இறுதியில் வெல்லும் என்று முடிவடைவது பெரும்பாலும் சிறுகதையாக இராது. கதையின் முடிவாக அது இருக்கலாம். சிறுகதையினுடைய முடிவாக அது இருக்க முடியாது. பழைய சம்பிரதாயங்கள், பழைய மரபுகள் இவற்றை யார் மறுபரிசீலனைக்கு உட்படுத்துகிறாரோ, யார் எல்லாவற்றையும் கேள்விக்கு உட்படுத்துகிறார்களோ, இதுவரை நாம் சரி என்று நம்பிய ஒன்றை, இதுக்கு மேல் உண்மை கிடையாது என்று சொல்லப்பட்டு வந்த ஒன்றை, மேலானது என்று சொல்லபட்டு வந்ததை இன்றைய வாழ்க்கை ஏற்கவில்லை என்ற உண்மையை யார் வெளிப்படுத்துகிறார்களோ அவர்கள் சிறந்த சிறுகதை என்ற உருவத்தை அறிந்தவர்கள்.

அடுத்ததாக, என்ன விஷயங்களை சிறுகதையின் கருவாக நீங்கள் தேர்ந்தெடுத்துக் கொள்ளப் போகிறீர்கள் என்பது முக்கியமான விஷயம். அதற்கு எந்தவிதமான கட்டுப்பாடும் கிடையாது. ஒருவன் அவனது வாழ்க்கை அனுபவங்கள் சார்ந்து, அவனுக்கு எது முக்கியமானதாகத் தோன்றுகிறதோ, எந்த நெருக்கடி அவனுக்கு முக்கியமானதாக இருக்கிறதோ, எந்தத் துக்கம் அவனை ஓயாது வாட்டிக் கொண்டிருக்கிறதோ அதைப்பற்றி அவன் கதை எழுதலாம். ஜாதியைப் பற்றி எழுதியிருக்கிறாய், ஒழுக்கத்தைக் கேள்விக்குட்படுத்தியிருக்கிறாய் அதற்கு உனக்கு உரிமை கிடையாது என்று யாரும் சொல்ல முடியாது.

அந்த விஷயங்களை அவன் என்னவிதமாக எழுதியிருக்கிறான், அவன் எழுதியவை வாசகர்களால் எந்தவிதமாகப் பகிர்ந்து கொள்ள முடியக்கூடியதாக இருக்கிறது, என்ன பாதிப்புகளை ஏற்படுத்துகிறது, இவை பற்றி பேச வேண்டுமே தவிர உன் தனிப்பட்ட அனுபவத்தை வைத்து நீ எப்படி எழுதலாம் என்று யாரும் கேட்க முடியாது. உன்னுடைய அனுபவம் உன்னுடைய அனுபவம் தான். அதை சுதந்திரமாக எழுதவதற்கு உனக்குப் பரிபூரண அதிகாரம் இருக்கிறது. இதை ஏற்றுக் கொண்டுதான் இலக்கிய விமர்சனம் செய்ய வேண்டும். சிறுகதையை விமர்சிக்க வேண்டும்.

உன்னுடைய பிரச்சனை ஜாதிப் பிரச்சனையாக இருக்கலாம். பொருளாதாரப் பிரச்சனையாக இருக்கலாம். வேலையில்லாத் திண்டாட்டமாக இருக்கலாம். ஒரு பெண்ணைக் காதலித்துவிட்டு, அவளைக் கல்யாணம் செய்து கொள்ள முடியாமல் போன துக்கமாக இருக்கலாம். இதைப் பற்றி நீ சொல்லலாம். அதற்கான உரிமை உனக்கு இருக்கிறது. அதேசமயம் ஒரு விஷயத்தை முற்போக்கான பார்வையில் சொல்லியிருக்கிறேன். அப்படிச் சொன்ன காரணத்தினாலேயே அது சிறந்த கதை என்ற வாதத்தை இலக்கிய விமர்சனம் ஏற்றுக் கொள்ளாது. அந்தக் கதை எப்படி அமைந்திருக்கிறது? அந்த விஷயம் குறித்து உங்களுடைய பார்வை என்ன? கதையின் கூறுகள் அதில் எப்படி இயங்கியிருக்கின்றன இதுபோன்ற விஷயங்களையும் நாம் கணக்கிலெடுத்துக் கொள்ள வேண்டும்.

ஒருவிஷயத்தை எத்தனையோ கோணத்தில் எழுதலாம். ஜாதியை ஆதரித்து எழுதலாம். ஜாதி இன்னும் அதிக காலத்திற்கு இருக்கப் போகிறது என்று அவநம்பிக்கை கொண்டு அதை கதையாக எழுதலாம். ஜாதியை உடனடியாகக் கொல்ல வேண்டும் என்று நினைக்கிறேன், ஆனால் அது சாகும் என்று தோன்றவில்லை, என்ற கோணத்தில் எழுதலாம். எந்தப் பார்வையில் கதை எழுதலாம் என்பது உன் சொந்த முடிவு சார்ந்தது. படைப்பு மனிதனை வெகுவாகப் பாதிக்கிறது. இலக்கியத்தோடு எனக்கு ஏற்பட்ட அனுபவத்தால் ஜாதி பற்றி, பெண்கள் பற்றி, மதத்தைப் பற்றி, கடவுளைப் பற்றி என்னிடம் இருந்த எல்லா அபிப்ராயங்களும் உடைந்தன.

தாயின் மூலமோ, தந்தையின் மூலமோ, சகோதர சகோதரி மூலமோ உடையவில்லை. ஆனால் சிறுகதைகள் பெரும் அளவுக்கு மனிதனுடைய பார்வையை மாற்றியிருக்கிறது. கலை வடிவங்கள் மனித மனதிற்குள்ளே மிக நுட்பமான மாற்றங்களை உருவாக்கும் வலிமை கொண்டவை என்று நம்புகிறேன். அத்தகைய வலிமை கொண்டவைதான் கலைப்படைப்புக்கள் என்றும் நம்புகிறேன்.

இந்த விளைவுகளை உருவாக்குவதற்கு நீங்கள் மொழியை எப்படிக் கையாள வேண்டும் என்பது முக்கியமான விஷயம். நான் தமிழ் எம்.ஏ. படித்திருக்கிறேன். தமிழ் பி.ஏ. படித்திருக்கிறேன். தமிழில் முனைவர் பட்டம் வாங்கியிருக்கிறேன் என்பதெல்லாம் சிறுகதைகள் எழுதுவதற்கான தகுதிகள் அல்ல. நிறைய புத்தகங்கள் படித்திருப்பதும் கூட ஒரு தகுதியாக ஆக முடியாது. பொதுவாக சிறுகதை எழுதுவதற்கு அவனுக்குச் சொந்தமான ஒரு படைப்பு மொழி உருவாக வேண்டும். அந்தப் படைப்பு மொழி தமிழ் என்னும் பொது மொழி அல்ல. ஒருவனுடைய குணங்கள், இயல்புகள், வருத்தங்கள், விமர்சனங்கள், மனோபாவங்கள் ஏறிவிட்ட நுட்பமான மொழி. ஒருவன் கூடுமானவரை அத்தகைய ஒரு மொழியை வைத்துத்தான் சிறுகதை என்னும் நுட்பமான கலைவடிவத்தை உருவாக்க முடியும்.

அந்த மொழி உன்னுடைய தனிப்பட்ட குரல். உன்னுடைய குரல் என் காதில் விழுகிறது. 'நான் அன்று நிலாவைப் பார்க்க தெருவழியாகப் போய்க் கொண்டிருந்தேன்.' அப்படி கதையை ஆரம்பித்த உடனேயே உன்னுடைய குரல் என் காதில் கேட்கிறது. ஏதோ முக்கியமான விஷயத்தை, அந்தரங்கமாகச் சொல்ல போகிறாய் என்ற ஆவல் பிறக்கிறது. ஒரு கூட்டத்தின் முன் பகிரங்கமாக ஒலிபெருக்கி முன்னால் நின்று கொண்டு சொல்வது மாதிரி இல்லை. தனிப்பட்ட முறையில் அந்தரங்கமாகச் சொல்வது. அவனும் நானும் மட்டும்தான் அந்த இடத்தில் இருக்கிறோம் என்பதுபோல் அந்தக் கதை சொல்லப்படுகிறது.

இந்த அந்தரங்க மொழி கூடாத வரையில் சிறுகதையை உருவாக்குவது கடினம் என்றே நினைக்கிறேன். ஆனால் தனிமொழி கூடிவருவது சிரமமான விஷயம். முதலில் சிறுகதை எழுதுவது கடினமானது என்று நம்ப வேண்டும். ஏனோ தானோ என்று சில கதையை எழுதினால் கதையும் அந்த லட்சணத்தில்தான் இருக்கும். இன்னொரு முக்கியமான விஷயம் சிக்கனம். சிக்கனமாகத்தான் கதையைச் சொல்ல வேண்டும். ஒரு வார்த்தை கூட அதிகப்படியாக இருக்கக்கூடாது என்கிறார்கள் சிறுகதை விமர்சகர்கள். ஒரு வார்த்தையை எடுத்தால் கதை மூளியாகிவிட வேண்டும் என்பார்கள்.

உதாரணமாக மனிதனுக்கு காது இருக்கிறது. அதை வெட்டி எடுத்துவிட்டால் அவனுடைய குறை எப்படித் தெரியாமல் இருக்கும். சிறுகதையில் அப்படி ஒவ்வொரு விஷயமும் கச்சிதமாக இருக்க வேண்டும். ஏன் இவ்வளவு இறுக்கமாக இருக்க வேண்டும்? நாலு வார்த்தையை எடுத்தாலும் ஒன்றும் குறைவுபடாத மாதிரியாக கொஞ்சம் வழ வழ வென்று இருந்தால் என்ன என்று சிலர் கேட்கக்கூடும். அது என்ன நோக்கத்தில் ஒருவன் சிறுகதை எழுத முற்படுகிறான் என்பதைப் பொறுத்தது. பலர் நம் சிறுகதைகள் நீண்ட காலம் வாழவேண்டும் என்று ஆசைப்படுகிறார்கள். என் கவிதையை, என் சிறுகதைகளை அதற்கான முனைப்போடுதான் எழுவேன் என்பதில் பிடிவாதத்துடன் இருக்கிறார்கள். தனக்கு இறப்பு உண்டு. தன் படைப்புகளுக்கு இல்லையென்று படைப்பாளி நம்ப ஆசைப்படுகிறான். உலகத்தில் எல்லாச் சிறந்த எழுத்தாளர்களுடையவும் அடிப்படை நம்பிக்கை இதுதான். அப்படியான உத்வேகத்துடன் தான் சிறுகதைகளை உருவாக்க வேண்டும்.

48. தமிழில் சிறுகதையின் தோற்றமும் வளர்ச்சியும்

– **அ.சிதம்பரநாதன் செட்டியார்**

ஆசிரியர்: டாக்டர் அ.சிதம்பரநாதன் செட்டியார்.எம்.ஏ.,பி.எச்.டி

பதிப்பாசிரியர்: பேராசரியர். பிளோரம்மாள், எம்.ஏ.எம்.ஈட்., ம.செ.இரபிசிங், எம்.ஏ.

நூலைப்பற்றி - என்னுடைய கணவர் டாக்டர் அ. சிதம்பரநாதன் செட்டியார் அவர்களால், எழுதப்பட்ட சிறுகதையைப் பற்றிய சில கட்டுரைகளை நெறிப்படுத்தி, “தமிழில் சிறு கதையின் தோற்றமும் வளர்ச்சியும்’ எனும் ஒரு நூலாக வெளியிடுவதில் தான் பெருமகிழ்வடைகிறேன். சிறுகதை இலக்கியம் இந்த நூற்றாண்டில் செல்வாக்குப் பெற்ற இலக்கியக் கூறாகக் கருதப்படுவதால், அதுபற்றி ஆராய்ந்த என் கணவரது கட்டுரைகளை நூல் வடிவில் வெளியிட்டால், தமிழ் இலக்கிய அன்பர்கள் பயன்பெறுவர் எனக் கருதியே இதை வெளியிடுகிறேன். இதற்குரிய நூல் வடிவம் கொடுத்து. செம்மைப்படுத்திய பேராசிரியர் பிளோரம்மாள் (தமிழ்த்துறைத் தலைவர், ஸ்டெல்லா மேட்டிடுயூனா மகளிர் பயிற்சிக் கல்லூரி, சென்னை - 4), ம. செ. இரபிசிங் தமிழ்த் துணைப்பேராசிரியர், மாநிலக்கல்லூரி, சென்னைஆகியோருடைய உதவியை என்றும் மறவேன். ஏற்கனவே, என் கணவரது கட்டுரைகளைச் சேர்த்து ‘செங்கோல் வேந்தர்’ எனும் நூல் வெளியிடுவதற்கும் இவர்களே துணை செய்தார்கள்.

நூலை நல்ல முறையில் அச்சிட்ட ஒப்புரவு அச்சகத்தாருக்கும் நன்றியைச் செலுத்திக்கொள்கின்றேன்.

சி. பெரியநாயகி சிதம்பரநாதன்

குடந்தை, 15-4-177

பதிப்பாசிரியர் முன்னுரை

தமிழ்ப் பேரறிஞர் டாக்டர் அ. சிதம்பரநாதன் செட்டி யார் அவர்களது கட்டுரைகளை நெறிப்படுத்தி, நூலாக உரு வெடுப்பதற்குத் துணைசெய்தவற்கான வாய்ப்புக் கிடைத்தது எங்கள் பெரும்பேறே. அன்னாரின் ஆழ்ந்த புலமையின் வாயிலாக வெளிப்பட்ட நூற்கள் பலவற்றினால் தமிழகம் பெரிதும் பயன்பட்டதுண்டு. மேலும் பயன்பெறும் வகை யில், இன்றைய இலக்கியமாகிய சிறுகதையைப் பற்றி அவரது ஆய்வுக் கட்டுரைகளை முறைப்படுத்தி நூல் வடிவு கொடுத்திருக்கிறோம். அளவிலே சிறிதாக இருந்தாலும், கருத்துச்செறிவிலே பெருநிறைவையும், பெரும்பயனையும் நல்கும் என்பதில் ஐயமில்லை. சிறுகதை ஆய்வுக்கு ஒரு சிறந்த வழிகாட்டியாகவும், இலக்கிய அன்பர்களுக்கு நல்ல இலக்கிய விருந்தாகவும் இந்நூல் அமையும் என்பது திண்ணம்.

மூன்றாவது அகில இந்திய எழுத்தாளர் மாநாட்டில் சிறுகதையைப் பற்றிப் பேசிய பேச்சின் சுருக்கமும், பல இலக்கிய ஏடுகளில் சிறுகதையைப் பற்றி எழுதிய ஆய்வுக் கட்டுரைகளும் இந்நூலில் இடம் பெற்றுள்ளன.

தமிழில் சிறுகதையைப் பற்றி ஆய்வுக் கண்ணோட்டத் தோடு, சிந்தித்து, தரம் அறிந்து வகைப்படுத்தித் திறனாய்வு செய்த முதல் தமிழ்ப் பேரறிஞர் இவரே. இந்நூல், சிறு கதையைப் பற்றிய பொதுச் செய்திகளை அறிவதற்கும். தமிழில் தொடக்க காலத்திய சிறுகதைகளைப் பற்றிச் சிறப் பாகத் தெரிந்துகொள்வதற்கும் துணைபுரியும் என நம்புகிறோம்.

ஆன்ற புலமை படைத்த அறிஞர் பெருமக்களின் அறிவுச் செல்வங்களை அழியாது பாதுகாக்கவேண்டியது நமது கடமையன்றோ !

இந்நூல் செவ்வையாக வெளிவருவதற்கு எங்களுக்குப் பெருமளவில் உறு துணையாக இருந்து, ஒத்துழைப்புக் கொடுத்த நண்பர் திரு. ந.அரணமுறுவல், பி. ஓ. எல். அவர்களுக்கு நன்றியுடையோம்.

சிறுகதை இலக்கியம்- நிகழ்ச்சி - இவ்வாறு எழுதப்படும்போது காட்டப்படும் நிகழ்ச்சி' கனவாகவோ நினைவாகவோ இருக்காலம். ஆயினும், கனவும் நினைவுபோல இருக்கும்படி செய்யவல்ல திறமுடைய எழுத்தாளர்களுக்குச் சிறந்த மதிப்பு உண்டு. சிறுகதை ஒவ் வொன்றிலும் ஒரேவொரு நிகழ்ச்சி சிறந்து இடம்பெறுதல் நல்லது. அதனை ஒட்டிய பல்வேறு நிகழ்ச்சிகளைப் பற்றியும் விளைவுகளைப் பற்றியும் ஆசிரியர் கவலை கொள்ளுதல் கூடாது. வாசகர்கள் எதிர்பார்த்தாலும் கூடாது. ஆனால், வல்லவனாகிய ஒரு எழுத்தாளனுக்குச் சில நிகழ்ச்சிகளையும் ஒன்றேபோல கோக்கும் திறம் அமைந்திருத்தல் உண்டு. கதை ஒவ்வொன்றையும் முற்றுற முடித்துக்காட்டவேண் டிய அவசியம் இல்லை.

கதையை இன்னும் வளர்த்தியிருந் தால் ஒன்றும் பெரியதொரு பயன் விளைந்திருக்க மாட்டாது என்ற நம்பிக்கை வாசகர்களுக்கு ஏற்படக்கூடிய வகையில் முடிவு இருந்தாற் போதும். எடுத்துக்காட்டி விரும்பிய பாத் திரத்தின் இயல்புகளில் ஒரு பகுதியைச் செவ்வன் படம் பிடித்துக் காட்டுவது போதுமானது. சிறுகதைகளில் ஒரே நோக்கமும் ஒரே விளைவுந்தான் எதிர்பார்க்கப்படுகின்றன. ("Singleness of aim and singleness of effect are the two great canone by which we have to try the value of a short story - as a piece of art." - Henry Hudson in his introduction to the study of literature. P. 445), நோக்கம் நிறைவேறும் வகையில் கதை அமைந்திருத்தல் போது மானது. பல எழுத்தாளர்களுக்கு இது கைவரப்பெறாததால் தான் புதினங்களை எழுதத் தலைப்படுகிறார்கள் என்று சொல் வது தவறாகமாட்டாது.

பயன் - சிறுகதை எழுதுகிறவர்கள் கதை பொய் என்ற உணர்ச்சி வாசகர்கள் இடத்தில் உண்டாகும்படி எழுதுவார்களேயானால், அக்கதையில் நன்மைகள் பல உண்டு என்றாலும் அவை முழுப்பயன் அளித்தல் இல்லை என்ற நம்பிக்கை பெயின் என்பார்க்கு உண்டு . [f a story once fell to be false, then all its virtues are of no avail" - Paine P. 39.) மெழுகு வர்த்தி பார்ப்பதற்கு அழகாகவும் தொடுவதற்கு இனிய தாகவும் முகருவதற்கு மணமுடையதாகவும் இருந்தா லும் அது எரியவில்லை என்றால், எவ்வாறு தக்க பயன் விளைத்தல் இல்லையோ அவ்வாறே மெய் போன்றது என்ற உணர்ச்சியை எழுப்பாத சிறுகதை முழுப்பயன் தராது என் பது நம்பிக்கை.

எழுதும் முறை - சிறுகதை எழுதுகிறபொழுது, ஒருவர் கதையை முன் 'னர் அமைத்துக்கொண்டு தக்க பாத்திரங்களைக் கதைக்கு ஏற்ப இயைத்துக்கொள்ளுதல் கூடும். அன்றி, பாத்திரங் களை முதலில் தேர்ந்தெடுத்துக்கொண்டு அவர்களுக்கு ஏற்ப நிகழ்ச்சிகளை உண்டாக்கிக்கொள்ளுதல் கூடும். அன்றி, ஒரு சூழ்நிலையைப் படைத்துக்கொண்டு அதனுள் இயையு 'மாறு கதை நிகழ்ச்சிகளையும் ஆட்களையும் உருவாக்கிக் கொள்ளுதல் கூடும்.

சிறுகதை எழுதுகிறவர்கள் நிகழ்ச்சிகளைப் படர்க்கை யில் வைத்துத் தெரிவிக்கலாம்; கதைத் தலைவனோ கதைத் தலைவியோ தானே பேசுவதுபோல அமைக்கவும் செய்யலாம்; கடிதங்கள் மூலமோ, நாட்குறிப்புக்கள் மூலமோ, பிற பாத் திரங்கள் மூலமோ ஒன்றன்பின் ஒன்றாகச் செயல்கள் வெளிப்படுமாறு செய்யலாம். இந்த மூன்று வகைகளில் எதனை வேண்டுமானாலும் சிறுகதை ஆசிரியர்கள் தேர்ந் தெடுத்துக்கொள்ளலாம் என்பது மரபு.

பாத்திரங்கள் - பாத்திரங்களைப் படைக்கும் பொழுது படிப்போர் கற் பனை உள்ளத்தில் அவை உண்மையே போல் தோற்றும் படி படைத்தல் வேண்டும். நம் வீட்டிலோ நம் தெருவிலோ அடுத்த தெருவிலோ ஊரிலோ உள்ள எலும்பும் தோலும் சதையும் கூடிய உண்மை ஆட்களேபோல நமக்குத் தோற் றும்படி படைக்கப்படும் பாத்திரங்கள் நம்மிடத்து அன்பு உணர்ச்சியையோ வெறுப்பு உணர்ச்சியையோ கட்டாயம் எழுப்பிவிடுதல் உண்டு என்பதில் ஐயமில்லை. பாத்திரங் களைப்பற்றி எழுதுகின்ற முறையும் இரண்டு வகைப்படும். ஒரு வகையில் கதையாசிரியரே பேசுவார். மற்றொரு வகை யில் பாத்திரங்கள் தம்முள் பேசிக்கொள்ளுகின்ற வகையி னால், அவர்கள் இயல்பு புலப்படுத்தப்படுவதோடன்றிக் கதையும் தொடர்ந்து நிகழ்ந்துவிடும். இரண்டாவது கூறப் பட்ட முறைப்படி எழுதுவது முன்னைய முறையைவிடச் சிறந்தது என்று மேலைநாட்டார் நம்புகின்றார்கள்,

நடை - சிறுகதையின் நடை எவ்வாறு இருத்தல் வேண்டும்? அது தெளிவாகவும், எளிதாகவும் பாத்திரங்கள் பேசுவது போலவும் இருத்தல் வேண்டும். உரையாடல்கள் ஒருவித விறுவிறுப்பு உடையனவாகவும்... இயற்கையை ஒட்டியன வாகவும், நாடகம் போல் தோற்றுவனவாகவும் இருத்தல் நல்லது. இதனால், அந்தந்தப் பாத்திரங்கள் பேசுமாறு போலவே கட்டாயம் அமைக்கவேண்டும் என்பது இல்லை. சிலவேளைகளில் பாத்திரங்களின் பேச்சுக்களை எடுத்துக் கொண்டு, புதுப்பித்துப் பதிப்பிப்பவரும் உண்டு. ஒவ்வோர் எழுத்தும் பாத்திரத்தின் பேச்சு நிலையில் நின்று மாறுபடாமல் இருக்கவேண்டும் என்பது நியதியில்லை. மாறுபட்டா லும் மாறுபடவில்லை என்ற ஒரு பொது உணர்ச்சியை எழுப்பக்கூடிய வகையில் பேச்சுக்களைச் சிறிது மாற்றியோ கூட் டியோ திருத்தியோ அமைத்தல் தவறாகமாட்டாது. இந்த முறையையும் சிலர் கைக்கொண்டு வெற்றி பெறுகின்றனர்.

சிறுகதையில் உரையாடல் இருப்பது விரும்பத் தக்கது என்றாலும், இருக்கவேண்டும் என்பது கட்டாய மில்லை. சிலருடைய சிறுகதை உரையாடலே இல்லாமல் நிகழ்தல் கூடும். சிலருடைய சிறுகதையிற் சிறிதளவு உரையாடல் இருத்தல் கூடும்; சிலருடைய சிறுகதையில் எல்லாம் உரையாடலாகவே அமைந்துவிடுதலும் உண்டு. முதற் பத்தி யில் வரும் வாக்கியங்களைச் சிறந்த எழுத்தாளர்கள் தேர்ந்து அமைப்பார்கள் என்று எதிர்பார்க்கப்படுகின்றார்கள். முதற் பத்தியைப் படித்தவுடன் நோக்கம் இன்னது என்பது புலப் படவேண்டும் என்பார் ஹிட்சன். (Initial sentences should bring out the aim,') சிறுகதையில் வரும் வருணனைகள் சிறிய அளவினவாக இருத்தல்வேண்டும். அவ்வருணனைகள் இன்ன ஊர், இன்ன இடம், இந்த ஆள் என்பதைப் புலப் படுத்தும் அளவிற்கு ஏற்றதாக இருப்பது போதுமானது.

முடிவு - சிறுகதையில் முடிவு இன்பமாக இருத்தல் வேண்டும் என்று சிலரும், துன்பமாகவே இருத்தல்வேண்டும் என்று சிலரும் நினைக்கிறார்கள். துன்ப முடிவினாலேயே ஒரு கதை கலையழகுடையதாகிவிடும் என்ற தப்பான கருத்து சிலரிடத் திற் பரவி வருகிறது. துன்பியல் முடிவினால்தானோ இன் பியல் முடிவினால் தானோ கலை அழகு பெற்றுவிடாது; கலை யழகிற்கு ஏனைய பல காரணங்கள் உண்டு என்பதை மதித் தல் வேண்டும் என்பார் பெயின். ("Happiness and unhap. piness have nothing to do with art; the artistic ending is the right and inevitable ending.")

நாம் வாழும் இக்காலத்தில் மக்கள் எதனையும் விரைந்து செய்ய விரும்புகின்றனர். அதனால் கதைகளை விரைவிற் படித்து முடித்துவிடவேண்டும் என்ற எண்ணம் பலரிடத் திற் பரவியுள்ளது. அவ்வெண்ணத்தை நிறைவேற்றும் வகையிற் பற்பல சிறுகதைகள் குவிந்துகொண்டிருக்கின் றன. இக்கதைகளை எழுதுவித்துப் படிப்போரை மகிழ்விக் கும் நோக்கம் உடையனவாகப் பல பத்திரிகைகள் உள. வெளிவரும் சிறுகதைகளிற் பல பொருளற்றனவாகவும், மற்ற நிலையிலுள்ளனவாகவும் சிறுகதை இலக்கணத்திற்குப் பொருந்தாதனவாகவும் இருத்தல் கூடும், இருக்கின்றன். எல்லா மொழிகளுக்கும் இது ஒத்ததே. சிறுகதை இலக் கணத்தோடு ஒத்து அமைந்த சிறுகதைகள் ஆங்கிலத்திற் பத்து அல்லது பதினைந்துதான் உண்டு என்பது உண்மை யானால், தமிழ் மொழியிலும் பிற இந்திய மொழிகளிலும் இலக்கணத்தோடு பொருந்திய சிறுகதைகள் இவ்வளவு என எளிதிற் கணக்கிட்டுவிட முடியும் அன் எவ்வாறாயி னும், தமிழ்ச் "சிறுகதை'' இலக்கியம் எழுதுவோரின் திறத்தாலும் படிப்போரின் ஆதரவாலும் பெருகுவதற்கும் வளருவதற்கும் வாய்ப்பு உடையது என்பது மாத்திரம் உண்மை.

தமிழில் சிறுகதைகள்

தமிழிற் சிறுகதை இலக்கியக்கலை என்பது கடந்த முப் பது ஆண்டுகளாகத்தான் வளர்ந்து வருகிறதென்றாலும், அதற்கு வேண்டிய கரு முன்னை நாள் தொட்டு உண்டு என லாம். தொல்காப்பியத்தில் " பொருளொடு புணர்ந்த நகை மொழி' எனக் குறிப்பிடப்பட்டிருக்கும் ஓர் உரைநடை வகை சிறுகதைக்கு வேண்டிய அடிப்படையைக் கோலியிருப் பதாகக் கொள்ளலாம். கலித்தொகை, நற்றிணை, அகநானூறு முதலிய சங்கச் செய்யுட்களிற் சில ஒரே ஒரு நிகழ்ச்சியை அழகான முறையிற் படம் பிடித்துக் காட்டுகின்றன. ஆனா லும், அவை வசனத்தில் இல்லாதபடியால் அவற்றைச் ' சிறு கதைகள்' என்று சிறப்பித்துக் கூறமுடியாது. பஞ்ச தந்திரக் கதைகள், விக்கிரமாதித்தியன் கதைகள், மதன காமராஜன் கதைகள், அரபி இரவுக் கதைகள், தெனாலி ராமன் கதைகள் முதலியன தமிழில் வழங்கினாலும், அவை கதைகளே ஒழியச் சிறுகதை இலக்கணத்திற்குப் பொருந்தி யவை ஆகமாட்டா, வீரமாமுனிவர், 'பரமார்த்த குரு கதை', அஷ்டாவதானம் வீராசாமி செட்டியார் இயற்றிய 'விநோத ரச மஞ்சரி ' ஆகியவற்றிற் கற்பனைக் கதைகளைக் காண்கி றோமே அன்றிச் சிறுகதைகளை அல்ல.

1921 வரை வாழ்ந்த சுப்பிரமணிய பாரதியார் தான் சிறு கதை எழுத்தாளர்களுக்கு விடி வெள்ளியாய் இருந்தவர் என்று கூறலாம். அவர் இயற்றிய 'திண்டிம சாஸ்திரி! 'சுவர்ண குமாரி போன்றவற்றின் அடிப்படையில், பின்னர்ச் சிறுகதைகள் எழுந்தன. வேதநாயகம் பிள்ளை, வ. வே. சு. ஐயர், மறைமலையடிகள் போன்றவர்களும் சிறுகதை போன்ற சிலவற்றை முன்னர் எழுதியுள்ளார்கள். மறை மலையடிகளின் 'கோகிலாம்பாள் கடிதங்கள்' என்னும் நூலில், கடித வடிவிற் கதை கூறப்பட்டிருக்கிறது. ஒவ் வொரு கடிதமும் ஒரு சிறுகதை போலவும், எல்லாக் கடிதமும் சேர்ந்து ஒரு நாவல் போலவும் அமைந்துள.

சரியான சிறுகதை இலக்கியத்தின் தந்தையாகத் தமி ழில் மதிக்கத்தக்கவர் கல்கி கிருஷ்ணமூர்த்தி என்று கூறு வது பொருத்தமற்றதாகாது. ஏறத்தாழ இருபத்தைந்து ஆண்டுகளாக அவர் முதலில் ஆனந்த விகடனிலும், பிறகு 'கல்கி' பத்திரிகையிலும் ஆகச் சிறுகதைகள் எழுதிப் புகழ் படைத்துள்ளார். நாவல், சிறுகதை, கட்டுரை ஆகிய இலக் கிய வகைகளில் எல்லாம் அவர் ஏற்றபடி தொண்டாற்றி யுள்ள அறிஞர். அவர் மிகச் சிறந்த எழுத்தாளர்களில் ஒரு வர் என்பதில் ஐயப்பாடில்லை. அவருடைய சிறுகதைகளிற் சில நெடுங்கதைகளாக இருக்கின்றன; ஏறத்தாழ குட்டி

நாவல்கள் என்றுகூடச் சில காரணங்களாற் சொல்லி விடலாம்.

அவரோடு சமதாலத்திலே வேறு இரு பெரும் எழுத் தாளர்கள் தோன்றினர். 'கு.ப. இராசகோபாலனும்' 'புது மைப்பித்தன்' என்ற சொ. விருத்தாசலமும் நம் சந்ததி யாராலும் விரும்பிப் படிக்கத்தக்க அளவு சிறப்பும் ஆற்ற லும் பெற்றிருந்த சிறுகதை ஆசிரியர்கள். அவர்கள் இரு வரும் காலஞ் சென்றுவிட்டனர். புதுமைப் பித்தன், உலகச் சிறுகதைகள் பலவற்றை மொழிபெயர்த்துள்ளார். "உலகச் சிறுகதைகள்' "தெய்வம் கொடுத்தவரம்" என்ற தலைப்பு களில் அவை வெளிவந்திருக்கின்றன. அவர் தாமே எழுதிய கதைகளிலும், மாப்பசான், கிப்ளிங், டால்ஸ்டாய், கார்க்கி போன்ற பிற நாட்டுக் கதைப் பேராசிரியர்களுடைய செல் வாக்குக் காணப்படுகிறது. அவர் கதைகளில் வரும் பாத் திரங்களும், நிகழ்ச்சிகளும் எங்காவது ஒரு மூலை முடுக்கில் காணக்கூடியனவே. அவர்மிக்ககற்பனை ஆற்றல் உடையவர். நெஞ்சினை உருக்கித் தைக்கும் வகையில் எழுதக்கூடிய அவர், போலப் பலரில்லை. அவர் மிக்க சுருக்கமாகவும், திட்பமாக வும் எழுதுதலில் வல்லவர்; வரிதோறும் தொனிப் பொரு ளோடு வரையும் பெற்றி படைத்தவர்.

கு. ப. இராசகோபாலன் உயிரோடு திகழ்வாரைப் போலப் பல பாத்திரங்களைத் தமது கதைகளிற் படைத்துக் கொடுத்துள்ளார். சாதாரணமாக நம்மால் ஒதுக்கி விடப் படுகிற, நம் கண்ணுக்குத் தெரியாது போய்விடக்கூடிய வாழ்க்கை நிகழ்ச்சிகளை வைத்துக்கொண்டு அவர் கதைகளை எழுப்பியுள்ளார். அவர் சொல்லாட்சி ஒரு தனிமதிப்புடை யது. சில சொற்களில் அடங்கிக் கிடக்கும் பொருள் விரித் தால் அகன்று காட்டும். "காணாமலே காதல்" "புனர் ஜென்மம்" "கனகாம்பரம்" முதலிய அவருடைய சிறு கதைத் தொகுதிகளால் அன்றியும், "இரட்டை மனிதன்" போன்ற மொழிபெயர்ப்பு நாவல்களாலும் அவர்புகழ் நிலவும் என்பது உறுதி.

இக்காலத்தில் தமிழ்ச் சிறுகதை ஆசிரியர்களின் எண் ணிக்கைப் பெரிது. எதற்கும் அவசரப்படுகின்ற இக்காலத் தில் நீண்ட நாவல்களைப் படிப்பதை விடச் சிறுகதையைப் படித்து முடித்துவிடுவதற்கு விழைவோர் பலர். அதனால், பத்திரிகை யுலகம் சிறுகதைக் கலையை வளர்த்து வரக் காண் கிறோம். பஞ்சாமிர்தம், லட்சுமி, ஆனந்த போதினி, ஆனந்த விகடன், பிரசண்ட விகடன், கல்கி, மணிக்கொடி, பொன்னி, கலைமகள், வசந்தம், அமுதசுரபி, சக்தி, சிந்தனை, மஞ்சரி, கலைக்கதிர், குமுதம், காதல், அஜந்தா, சுதேசமித்திரன் வாரப் பதிப்பு, தினமணிகதிர். வீரகேசரி, ஈழகேசரி, தினகரன் முதலிய பத்திரிகைகளில் அடிக்கடி சிறுகதைகள் வெளி வரக் காண்கிறோம்.

அவற்றில் எழுதும் ஆசிரியர் அனைவரைப்பற்றியுமோ, வெளிவரும் கதைகள் எல்லாவற்றையுமோ இப்போது கூறுதல் என்பது இயலாது. பொறுக்கி யெடுத்த சிலரைப்பற் றித்தான் ஆய இயலும்.

அறிஞர். சர். எஸ். இராதாகிருஷ்ணன் அவர்களுடைய கிருத்தினைப் போல, இலக்கியம் நம்மை மகிழ்விக்கச்செய்து, அறிவுரையும் ஈனுவதோடு நின்றுவிடாமல், நம் ஆத்ம சக்தியை எழுப்பவேண்டும். சிறுகதையும் இலக்கியத்தின் வகைகளில் ஒன்றாதலின், இப்பண்பினைச் சிறுகதைகளிலும் எதிர்பார்ப்பது குறையாக மாட்டாது. அக்கருத்தோடு நோக் கினால், சுப்பிரமணிய பாரதி இயற்றிய "சிதம்பரம்" என்ற கதையில் கடவுள் ஒருவரே என்ற கொள்கை குறிப்பாக நிலைநாட்டப்படுவதைக் காணலாம். சி. இராஜகோபாலாச்சாரி யார் எழுதிய "கூனி சுந்தரி" என்ற கதையில் "உன்னைப் பார்த்தால் என் உடம்பு தெரியவில்லை. உடம்பைப் பார்த் தால் நீ தெரியவில்லை" என்ற தத்துவக் கருத்து விளங்கு கிறது: கு.ப.ரா எழுதிய "தமிழ் மங்கை " நாரண துரைக் கண்ண ன் (ஜீவா) எழுதிய "வேதாந்தகேசரி', சிதம்பர சுப்பிரமணியம் எழுதிய "இரட்டைத் தாமரை" மகுதூம் எழுதிய "அமர ஓவியம்" ஆகிய கதைகள் இக்கூறுபாட்டில் அமையும்.

சிறுகதையின் இலக்கணம் வகுத்த பெயின் என்பார் கூறுவதைப் போல், சிறுகதைகள் அகண்ட பெரிய உண்மை களைப் போதிக்க வேண்டியதில்லை. தற்பொழுது மகிழ்ச்சி யையூட்டிக் குறிப்பு வகையான ஏதாவது ஒரு கருத்தினைப் புலப்படுத்தினாற் போதும். அதனால்தான் பல ஆசிரியர்கள் ஒரே மூச்சிற் படித்து விடக் கூடிய பல சிறுகதைகள் எழுது. கின்றார்கள்.

சில கதைகளில், சொல் வேறு செயல் வேறாக உள்ள மாந்தர்களைப் பற்றிக் கூறப்படுகின்றன. "தனி யொரு வனுக்கு உணவில்லை யெனில் ஜகத்தினை அழித்திடுவோம்" "பாரத சமுதாயம். வாழ்க' என மேடைப் பிரசங்கங்கள் கடைபெறுகின்ற அதேநேரத்தில் ஒரு மனிதன் ஒருகையளவு சோறு பெறத் தவித்து வாழ உயிரை இழக்கும் நில் 'யைத் "தனியொருவனுக்கு" என்ற சிறு கதையில் உருக்க மாகப் படம் பிடித்துக் காட்டியுள்ளார் புதுமைப்பித்தன். கைவல்ய ஞானி ஒருவர், கடவுள் எங்கும் உண்டு என்று கற் பிப்பவர், எவ்வாறு ஒரு நாள் தன் அந்தரங்க சீடன் ஒரு வனின் மனைவிமேற் காதலுற்றுக் கலங்கினார் என்பதை ஜீவா "வேதாந்த கேசரி" என்ற கதையிற் காட்டுகிறார். சோஷ லிஸ்டு கருத்தினை மேடையிற் பரப்பும் ஒருவர் எவ்வாறு அதே நேரத்தில் லாட்டரிச் சீட்டுப் போட்டுப் பிறரை ஏமாற்ற அவர் பணத்தைத் தான் நாடி விரும்பி எதிர்பார்க்கிறார் என்பது ஜீவா எழுதிய "பிரதிவாதி பயங்கரம்" என்னும் மற்றொரு கதையால் வெளியாகிறது. ஜில்லா போர்டு தலைவர் ஒருவர் "மக்களாய்ப் பிறந்தார் எல்லோரும் சமம், உயர்ந்தோர் தாழ்ந்தோர் என்பது இந்தியாவில் இல்லையே" என மேடைகளிற் பேசும் இயல்புடையவர், வெள்ளத்-

தால் வாட்டமுற்றுத் தங்க இடமின்றிக் கலங்கிய நாவிதன் ஒருவனுக்கு வீட்டின் திண்ணைப் புறத்தே இடங் கொடுக்க இசைய மனமில்லாதவராய், அதை வெளிப்படையாகக் காட்டாமல் அவனுக்குக் குடிசை கட்டிக்கொள்ள என ஐம்பது ரூபாய் கொடுத்துத் தப்பித்துக்கொள்கிறார் என்ற செய்தி விந்தன் எழுதிய "பொன்னி" என்ற கதையில் விறுவிறுப்புடன் காட்டப்பட்டுள்ளது. கணையாழி எழுதிய 'நொண்டிக் குருவி'யில் வரும் காலேஜ் மாணவி ஒருத்தி ஜீவகாருண்ய மேடைப் பிரசங்கத்தில் வல்லவன் தன்வீட்டில் சிதைந்த கூட்டில் வருந்திக் கிடக்கும் நொண்டிக்குருவியைத் தள்ளி எறியக் கூசவில்லை என்பது அறியப்படுகிறது.

"யார் குற்றவாளி" என்ற கருத்தோடு எழுதப்படும் கதைகள் பல. இராசகோபாலச்சாரியார் எழுதிய 'பட்டாசு அண்ணாதுரை எழுதிய 'குற்றவாளி யார்?' புதுமைப் பித்தன் எழுதிய 'பொன்னகரம்' ஜீவா எழுதிய 'கொலு பொம்மை' ஆகிய கதைகளில் வரும் பாத்திரங்கள் திருடிய தாகவோ, விபசாரம் செய்ததாகவோ இருந்தன. அதற்குக் காரணம் அவ்வாறு அவர்களைச் செய்யும்படி பாழான ஏழ்' மையான நிலையில் விட்டுவிட்ட சமுதாயமே என்பது காட்டப் படுகிறது.

பழங்கதைகள் பல புது மெருகுப் பெற்றுச் சிறுகதை களாகப் படைக்கப்பட்டிருக்கின்றன. கு. ப. ரா. எழுதிய 'துரோகமா?' கருணாநிதி எழுதிய 'ராயசம் வெங்கண்ணா ' என்பதும் தஞ்சை நாயக்கர்களிடமிருந்து மராத்தியர் கைக் குப் போகும்படி ஏற்பட்ட சரித்திரக் குறிப்பின் அடிப்படை யில் எழுந்தன. அவ்விரு ஆசிரியர்களும் நிகழ்ச்சியை வெவ் வேறு கோணத்திலிருந்து படம் பிடித்துக் காட்டியுள்ளார் கள். புஷ்பத்துறை சுப்பிரமணியன் 'அஜாத சத்ருவைப் பாடலி என்ற கதையில் திரும்பவும் நம் கண்முன் கொண்டு வந்து நிறுத்துகிறார். 'கொனஷ்டை' எழுதிய அரைகுறைக் கதைகளில் மகனுக்கு முதுமையைக் கொடுத்து இளமை யைத் தான் பெற்றுக்கொண்ட யயாதி ஒரே நாளில் பட்ட அல்லல்கள் ஆயிரம் ஆண்டுகளில் படுவதோடு ஒக்கும் என்ற அரிய கருத்துக் காட்டப்பட்டிருக்கிறது. " அகல்யை" என்ற புதுமைப்பித்தன் கதை புத்துருவமே பெற்று நிற் கிறது.

சில கதைகள் எழுத்தாளருடைய வாழ்க்கையையும், வாழ்க்கை நிலையையும் காட்டுகின்றன. சுண்டுவின் 'சந்நியாசம்' என்ற கதையில் ஒரு கதையாசிரியர் தன்னால் காதலிக்கப் பட்ட ஒரு பெண்ணைப் பட முதலாளி தன் ஆசை நாயகியாக ஆக்கிக்கொண்டுவிட்டபடியால் எவ்வாறு படத்திலாவது சந்நியாசியாகிவிட்டார் என்பதைக் காட்டியிருக்கிறார்.

ஒரு கதையாசிரியர் தமது பெருமையை தமிழ்நாட்டார் அறியவில்லையென வடநாட்டிற்குப் போய் அங்கிருந்து இந்தியில் 'வக்ரநாத்ஜி' என்னும் புனைப்பெயரில் கதைகள் எழுதினாராக, அப்புத்தகங்கள் தமிழில் மொழி பெயர்க்கப் பட்டுப் பெருவாரியாக விற்பனை ஆயின என்பதை விந்தன் காட்டியுள்ளார்.

ஆண், பெண்களின் உள்ளத்தை நன்றாக உணர்ந்து எழுதும் எழுத்தாளர்கள் பலர். அரு.இராமனாதன் எழுதும் காதல் பற்றிய கதைகள் இத்தகையன. டி. கே. சீனிவாசன் எழுதிய துன்பக்கதை' இவ்வகையில் எண்ணப்பட வேண்டியது. மகளிருடைய மனநிலையைச் செவ்வனே ஓர்ந்து தெளிந்த அறிவோடு லக்ஷிமி (திரிபுரசுந்தரியின் கதைகள் உள. உதாரணமாக, "விசித்திரப் பெண்கள்" "முதல் வகுப்பு டிக்கெட்" ஆகியவற்றைக் குறிப்பிடலாம். அவர் அமைக்கும் சொல்லாடல்கள் அழகாகத் திகழ்கின்றன, ஏழைத் தொழிலாளருடைய மனநிலையை நன்கு உணர்ந்து எழுதுபவர் தொழிலாளராயிருந்து எழுத்தாளரான விந்தன், தூரன், மு. வரதராசன், ராஜம்கிருஷ்ணன். கி.வா. ஜகந்நாத னின் 'பவள மல்லிகை 'யையும் ராஜம் கிருஷ்ணனின் * பிஞ்சு மனம்' என்பதையும் இதனுடன் குறிப்பிடலாம்.

கலைஞர் சிலருடைய முக்கிய விருப்பத்திற்குப் பாத்திர மாக இருப்பவர் கண்முன்னே இல்லாமல் மறைந்துவிடின், அவருடைய கலைத்திறன் மங்கி விடுகிறது என்னும் கருத் தைச் சில எழுத்தாளர்கள் தங்கள் கதைகளிற் காட்டியுள் ளார்கள். ஜீவாவின் " பிடில் நாதப்பிரம்மம்" என்ற கதை யையும், புஷ்பத்துறை சுப்ரமணியத்தின் "ஜீவ சிலை" என்ற கதையையும் குறிப்பிடலாம்.

சினிமாப் பட முதலாளி, டைரக்டர்களும் தரும் தொல்லை கள் சில கதைகளினூடே வருகின்றன. ஜீவாவின் ' மிரு காளினி ' கல்கியின் 'சுண்டுவின் சந்நியாசம்' ஆசியவற்றில் இக்கருத்து வரக்காணலாம்.

தீண்டாமை ஒழிப்பு. விதவை மறுமணம், கலப்பு மணம் ஆகியவற்றைத் தூண்டிவிடக் கூடிய வகையில் எழும் கதை கள் உண்டு. கல்கியின் ' விஷ மந்திரம்' தீண்டாமையைப் பொசுக்கிவிடும் வகையில் அமைந்துள்ளது. காசி நகரப் பண்டாக்களுக்கு இக்கதையை மொழி பெயர்த்துக் காட்டு தல் வேண்டும். ஏ. எஸ். பி. ஐயர் எழுதிய ' வான் மலர்' என்னும் கதை விதவை மறுமணத்திற்கு வக்காலத்து வாங்கியதுபோல உளது. இவற்றைவிடமிகச்சிறந்தது புதுமைப் பித்தனுடைய "வழி". இக்கதையில் வரும் விதவை கண்கலங்கி, வதங்கிச் சாவினை வரவேற்கிறாள். படைத்த கடவுளையும் அநியாயமாகவும், சமத்துவமில்லாமலும், செய் யப்பட்டுள்ள மனித சட்டங்களையும் சபித்துவிட்டுச் சாகின் முள். சுத்தானந்த பாரதியாரின் ' கலிமாவின் கதை' முஸ் லீம் பக்கிரி ஒருவனின் மகள் இந்துவை மணந்துகொண் டதைப் படம் பிடித்துக் காட்டுவது. அண்ணாத்துரையின் * பேரன் பெங்களூரில்' என்ற கதை பிராமண விதவை முதலியார் குலத்து ஆசிரியரை மணந்து, ஒரு சூழ்ச்சியால் தந்தையின் ஆசியைப் பெற விழைவதுபோலக் காட்டுகிறது.

நம்மின் மெலிந்தாரையும் தாழ்ந்தாரையும் கை தூக்கி விடவேண்டும் என்ற உணர்ச்சியை உண்டாக்கக்கூடிய, கதைகள் பல உண்டு. புதுமைப்பித்தன் எழுதிய ‘ தனி ஒருவனுக்கு’ என்ற கதையில் கோயிலில் ஆரவாரத்தோடு பூஜையும் நைவேத்தியமும் நடக்கிற வேளையில், பிச்சைக் காரன் எப்படி வெளியே வருந்தி மாய்கிறான் என்பது காட் டப்படுகிறது. அகிலன் எழுதிய “ கோயில் விளக்கு” என் னும் கதையில் இடியிலும் இருளிலும் மண்ணெண்ணெய் விளக்குக்கு வழியில்லாமல் சாம்பான் வீட்டில் குழந்தை பிறக்கிற அதே வேளையிலே எவ்வாறு ஒரு மண்ணெண்ணெய் வியாபாரி ரேஷன் காலத்திலே ஆயிரம் ரூபாய் செல வில் கோயிலிலே மின்சார விளக்கு ஏற்றுகிறார் என்பது காட்டப்படுகிறது.

கதையாசிரியர் சிலர் எழுதும் கதைகளில் இலக்கிய மணம் வீசுகிறது. பொதுமக்கள் மதிப்புக்கு அதிகமாக அசைபடாமல் தம்மை அறிந்து வாசித்து மகிழக்கூடிய மக்க ளுக்கு ஒத்ததாக மு. வரதராசனின் நடை அமைந்துள்ளது... அவர் எழுதிய ‘ விடுதலையா?’ முதலிய கதைகளைக் காண லாம். “கட்டாயம் வேண்டும்” என்ற தலைப்பிலே, வேலை யின்மையும் வறுமையும் இரந்தும் பெறாமையும் எவ்வாறு ஓர் இளைஞனைத் தற்கொலைக்குத் தூண்டிவிட்டன என்ற கருத்து அழகாக அமைத்துக் காட்டப்பட்டிருக்கிறது. ஜீவா வின் ‘முல்லை’ மகுதூம் என்பவரின் ‘ திருமறையின் தீர்ப்பு ஆகிய கதைகளில் நல்ல இலக்கிய மணம் வீசக் காண் கிறோம்.

எழுத்தாளர் சிலர் ஒரு கதைக்குள் கதை வருமாறு போல எழுதி, இரண்டையும் ஒன்றே போலச் சாமர்த்திய மாகப் பொருத்திவிடுகிறார்கள். உதாரணமாக, அகிலன் எழுதிய • பெண் பாவம்’ என்ற கதையையும், எஸ். பி. ஷர்ஷன் எழுதிய ‘ கொடியும் கோலையும்’ குறிப்பிடலாம்.

பெரும்பான்மையான எழுத்தாளர்கள் சிறுகதையின் முடிவைக் கூறாமலேயே முடிக்கிறார்கள். வாசகர்களின் மனம்போல முடிவு தோன்றலாம். இன்னதுதான் முடிவா யிருக்கலாம் என்பதை ஊகித்து விடக்கூடியவாறே பல கதைகள் உள. ஆனால், ஏ. எஸ். பி. ஐயர், அண்ணாத்துரை, சுத்தானந்த பாரதியார் ஆகியோர் கதைகளின் முடிவை நன்றாகவும், தெளிவாகவும் காட்டியேவிடுகிறார்கள். இது அவர்களுடைய கதைகளின் சிறப்பு.

சிறுகதைகளைப் பிரச்சாரத்திற்குப் பயன்படுத்தலாமா? என்பது பற்றி ஒரு சொல் : கருணாநிதி, அண்ணாத் துரை ஏ. எஸ். பி. ஐயர், சுத்தானந்த பாரதியார் போன்றவர்கள் சமூகக் குறைகளைப் போக்குவதைப் பற்றித் “ தமது கதை களைப் படிக்கும் வாசகர்களைப் பொறுத்து விட்டுக்கொடுக்க வேண்டிய விஷயம் இது” எனச் சிறுகதை இலக்கண ஆசிரி யர் பேரிபெயின் என்பார் கூறுவர். அரைகுறையாகப் படித்த மக்களே நிரம்பியுள்ள நம் நாட்டைப் பொறுத்தவரையில், வாசகர்கள் பலர் கதையாசிரியர்கள் எல்லாவற்றையும் சொல்லித் தீர்த்துவிடவேண்டும் என எதிர்பார்க்கிறார்கள் எனக் கூறுவது தப்பாகாது. அண்ணாத்துரையின் “சிறு கதைகள்” என்ற புத்தகத்தில் பிரச்சாரத்திற்கு அதிக இடம் எடுத்துக்கொண்டிருப்பது போலக் “கற்பனைச் சித்தி ரம்” ‘ என்ற புத்தகத்தில் எடுத்துக்கொள்ளப்படவில்லை எனக் குறிப்பிடலாம். தினமணிக் கதிரில் வெளியாகும் நிமிஷக் கதையையும் துருவி நோக்கினால், ஒரு கருத்தினை அல்லது தத்துவத்தை விளக்க அக்கதை பயன்பட்டுள்ளது என்பது விளங்காமற் போகாது.

மாயாவி என்பாரின் சிறுகதைகள் மக்கள் நெஞ்சப் பாங்கினை விறுவிறுப்பான, தெள்ளிய இனிய நடையில் விளக்கிக் காட்டுகின்றன. அவர் அமைக்கும் பாத்திரங்கள் உண்மையிலேயே செயல் ஆற்றுவது போலவும், பேசுவது போலவும் தோன்றுகின்றன. உதாரணத்திற்கு அவர் இயற்றிய ‘ பனித்திரை’ என்பதைக் குறிப்பிடுவேன்.

மாணவர்க்கு ஏற்ற கதைகளாக சி. எம். இராமச் சந்திரஞ் செட்டியார் எழுதிய “சிறுகதைத் திரள் ”, கா. அப்பாத்துரை எழுதிய “சமூகக் கதைகள்’, “நாட்டுப்புறக் . கதைகள்”, பி.என். அப்புசாமி எழுதிய “விஞ்ஞானக் கதைகள்”, பாலூர் கண்ணப்ப முதலியார் எழுதிய “சிறுகதைக் களஞ்சியம்’ முதலியவற்றைக் குறிப்பிடலாம்.

உலகத்தின் பல்வேறு பகுதிகளில் எழுதப்பட்ட கதை களைப் புதுமைப்பித்தன், கு. ப. ரா., ஆர். வீழிநாதன், சேனாதிபதி, டி. என். குமாரசாமி, ஏ. கே. ஜெயராமன் முதலியவர்கள் மொழி பெயர்த்துத் தந்துள்ளார்கள். 1946இல் எஸ். குருசாமி “ இந்தியச் சிறுகதைகள்” என்ற தலைப்பில் பல்வேறு இந்திய மொழிகளில் அமைந்த கதைகளை மொழிபெயர்த்துத் தந்திருக்கிறார். இலங்கை எழுத்தாளர்களில் அரியரத்தினம், வைத்தி லிங்கம், சம்பந்தம், ‘ இலங்கையர் கோன்’ ஆகியோர் தீட் டும் கதைச் சித்திரங்கள் படித்து இன்புறத்தக்கவை. இவர் கள் அக்கதைகளைப் புத்தக வடிவிற் கொண்டுவருவார்களா னால் அதிக நலன் விளையும்.

சிறுவர்க்கு உரிய வகையில் கதை எழுதுவோரில் தலைசிறந்தவராக அழ. வள்ளியப்பா, அம்புலி மாமா, தமிழ்வாணன், கண்ணன் ஆகியோரைக் குறிப்பிடலாம். எஸ். வி. வி., தூரன், சுகி, நாடோடி ஆகியோர் சிறு. கதை போன்ற உரைநடைச் சித்திரங்களால் பல மக்களை மகிழ்வித்து வருகிறார்கள். மிகமிகச் சாதாரணப் பொருள் களையும் பெரிதாக்கி, நகைச்சுவையோடு வரைந்து காட்டும் ஆற்றல் இவர்களிடம் பெரிதும் உண்டு.

பல பத்திரிகைகளில் அடிக்கடி பல்வேறு சிறுகதைகள் வெளிவந்து குவிகின்றன. அவையெல்லாம் நல்ல முறையில் அமைந்துவிடுகின்றன என்று சொல்ல முடியாது. ஆனால்,அடியிற் காணும் சில நன்றாக எழுதப்பட்டுள்ளன என்பது.

குறிப்பிடத்தக்கன :

கணையாழி எழுதிய நொண்டிக்குருவி
ஜெகசிற்பியன் எழுதிய ஜல சமாதி
சோமு எழுதிய கடலும் கரையும்
ஞானாம்பாள் எழுதிய தம்பியும் தமையனும்
கே. ஆர். கோபாலன் எழுதிய அன்னபூரணி
சோமாஸ் எழுதிய அவன் ஆண்மகன்
கௌசிகன் எழுதிய அடுத்த வீடு
எஸ். டி. சீனிவாசன் எழுதிய கனிவு.

பிற இந்திய மொழிகளில் பெயர்த்தெழுதத் தக்கவையாகப் பன்னிரண்டு சிறுகதைகளைக் குறிப்பிடவேண்டும்என்றால் அடியில் வருவனவற்றைக் குறிப்பிடுவேன் :

கு. ப. ராஜகோபாலனின் ‘காணாமலே காதல்’
புதுமைப்பித்தனின் ‘வழி’
கல்கியின் ‘விஷ மந்திரம் ‘
சுத்தானந்த பாரதியாரின் ‘கடிகாரச் சங்கிலி’
அகிலனின் ‘இதயச் சிறையில்’
விந்தனின் ‘முல்லைக்கொடியாள்’
லட்சுமியின் ‘வில் வண்டி ‘
ஜீவாவின் ‘வேதாந்த கேசரி ‘
டி. கே. சீனிவாசனின் ‘ துன்பக் கதை’
புஷ்பத்துறை சுப்ரமணியத்தின் ‘ஜீவ சிலை’
கணையாழியின் ‘நொண்டிக் குருவி’

கட்டுரையை முடிப்பதற்குள், பத்திரிகைகளில் அடிக்கடி சிறுகதை எழுதுவோரின் பெயர்கள் இன்னுஞ் சிலவற்வற்றைக் குறிப்பிடுவேன் : கே. என். சுப்ரமணியன், ஜி. கௌசல்யா, இராதா மணாளன், . தில்லைவில்லாளன், புஷ்பா மகா-தேவன், வேங்கடலட்சுமி, புரசு பாலகிருஷ்ணன், ஜி. எஸ். பாலகிருஷ்ணன்.

சிறுகதை இலக்கியம் எனப்படுவது தமிழில் அண்மையான காலத்தில் தான் எழுந்தது; ஆயினும், இலக்கியக் கூறு-களில் அதற்குரிய நிலைபேறான இடத்தைப் பெற்று விட்டது என்றே சொல்லவேண்டும். வாசகர்கள் பல்கப் பல்கச் சிறுகதைகள் மென்மேலும் வளரும்.

- தமிழில் சிறுகதையின் தோற்றமும் வளர்ச்சியும், முதற் பதிப்பு: ஏப்ரல் 1977, பிலோமினா பதிப்பகம், சென்னை.

ஆசிரியரைப்பற்றி

அமிர்தலிங்கம், பார்வதி அம்மாள் ஆகியோரின் மகனாக 1907ஆம் ஆண்டு ஏப்ரல் 3ஆம் நாள் குடந்தையில் பிறந்தார். குடந்தைக் கல்லூரியில் 1928ஆம் ஆண்டு பி. ஏ. பட்டம் பெற்றார். மாநிலத்திலேயே முதல்வராகத் தேறி, டாக்டர் ஜி.யு. போப் பதக்கமும், பிராங்கிளின் பதக்கமும் பெற்றார். அதன்பின், அண்ணாமலைப் பல்கலைக் கழகத்-தில் எம். ஏ. பட்டம் பெற்றார். தொடக்கத்தில், சென்னை அரசினர் இஸ்லாமியக் கலைக் கல்லூரியிலும், பாலக்காடு அரசினர் கலைக் கல்லூரியிலும் தமிழ் விரிவுரையாளராகப்பணியாற்றி னார். பின்னர், அண்ணாமலைப் பல்கலைக் கழகத்தில் விரிவுரை யாளராகவும், தமிழ்ப் பேராசிரியாகவும் பல ஆண்டுகள் பணிபுரிந்தார். பணிபுரிந்த காலத்திலேயே, 1942இல் டாக்டர் (Ph.D) பட்டம் பெற்றார். இவரே தமிழில் முதன் முதலில் ஆராய்ச்சி வழியில் டாக்டர் பட்டம் பெற்ற பெருமைக்குரிய வர். இடைக்காலத் துணைவேந்தராக 1948ஆம் ஆண்டு, அண்ணாமலைப் பல்கலைக் கழகத்-தில் பணியாற்றிய பெருமை யும் இவருக்குரியது.

1955ஆம் ஆண்டில், பல்கலைக் கழகப் பயிற்றுமுறை, இயங்குமுறை, ஆட்சித் திறன் ஆகியவற்றை அறிந்து வர இலண்டன் மாநகருக்கு அனுப்பப்பட்டார். 1956இல் மலேசியா போன்ற கிழக்கத்திய நாடுகளுக்குச் சென்று தமிழ் மணம் பரப்பி வந்தார். 1956இல் மாநிலத் தமிழாசிரியர் கழகத் தலைவராகத் தேர்ந்தெடுக்கப்பட்டார். 1958இல் சென்னை மேலவை உறுப்பினராகவும் தேர்ந்தெடுக்கப்பட்டார். சென்னைப் பல்கலைக் கழகத்தில், ஆங்கில . தமிழ் அகராதித் தலைமைத் தொகுப்பாசிரியாக ஆறு ஆண்டு கள் பணியாற்றினார். 1960ஆம் ஆண்டு, மாஸ்கோவில்

நடைபெற்ற 25ஆவது உலக மொழிப் பேரறிஞர் மாநாட்டில், தென்னகத்தின் பேராளராக (Delegate) கலந்துகொண்டு, உலகினருக்குத் திருவள்ளுவர் தரும் செய்தி' என்ற தலைப்பில் தமிழின் பெருமையினை உலகினுக்கு எடுத்துரைத்தார். இவரின் ஆற்றல்களை அறிந்தே 'செந்தமிழ்ச் செல்வர்' என்ற பட்டத்தைத் தருமபுர ஆதீனம் இவருக்கு வழங்கியது.

தமிழில் ஒப்பாய்வுக்கு வழிகோலியவர். தமிழிலும் ஆங்கிலத்திலும் ஒத்த புலமையுடையவர். ஆங்கிலத்தில் தமிழைப்பற்றிய பல கட்டுரைகள் வெளியிட்டுள்ளார்.

நாதனார் நாநலம் கண்டறியா மேடைகளே தமிழகத்தில் இல்லையெனலாம். தெருவெல்லாம் தமிழ் முழக்கம் செழிக்கச் செய்து, பின்னர் வடநாடு, ஈழம், மேலை நாடுகள் எங்கும் தேமதுரத் தமிழோசை பரவும் வகை செய்தார். இவரது நாவன்மையை ஞானியாரடிகள், திரு. வி. க., மறைமலையடி கள் போன்றோர் சிறப்புற பாராட்டியுள்ளனர்.

இலக்கிய புலமையும், மொழியியல் வல்லமையும் வாய்ந்த இவர். கவிதைகள் சிலவற்றையும் இயற்றியுள்ளார்.

இறுதிக் காலத்தில் 1965ஆம் ஆண்டு முதல் 1967 வரை மதுரைத் தியாகராசர் கல்லூரியின் முதல்வராகப் பணியாற்றினார். இவ்வாறு பல்வேறு பொறுப்புகளில் பணியாற் றிய, உருவத்தாலும் உள்ளத்தாலும் ஒரு தான்மைசால் (Personality) தமிழ்ப் பெருமகன் பெருமித நோக்குகொண்ட பண்பாடு மிக்கப் பெருந்தகை, 1967ஆம் ஆண்டு நவம்பர் 22ஆம் நாள் இயற்கை எய்தினார்.

ஆசிரியரின் நூல்கள்

1. கட்டுரைக் கொத்து 2. தமிழ்காட்டும் உலகு 3. தமிழோசை
4. வீட்டுத் திருமகள் 5. முன்பனிக் காலம் 6. இளங்கோவின் இன்கவி
7. உழைப்பால் உயர்ந்த ஒருவன் 8. பெரியார் மன்றோ 9. புக்கர்தி வாசிங்டன்
10. மன்னுயிர்க்கன்பர் 11. இந்திய சரித்திர மாலை
12. An Advanced Studies of Tamil Prosody **முதலியன தொகுத்த நூல்**

சிறுகதைக் களஞ்சியம் (சாகித்திய அக்காதெமி வெளியீடு)
பிலோமினா பதிப்பக வெளியீடுகள்
1. செங்கோல் வேந்தர் - 2. தமிழில் சிறுகதையின் தோற்றமும் வளர்ச்சியும்

49. திராவிட இயக்க எழுத்தாளர் சிறுகதைகள்

முன்னுரை

தமிழ் இலக்கிய வளர்ச்சியில் திராவிட இயக்கத்தின் பங்கு மகத்தானது.

ஒரு காலகட்டத்தில் தமிழின் தொன்மையை, சிறப்பை தனித்தன்மையைச் சிதைக்க முயன்ற செருக்கை உடைத்தெரிந்த வலிமை திராவிட இயக்கத்துக்கே உரியது. வடமொழியும், ஆங்கிலமும் விரவிக் கிடந்த தமிழை, நல்லதமிழ் ஆக்கிய பெருமை திராவிட இயக்கத்தின் தனிஉரிமை. அந்தப் பெருமைக்குச் சொந்தக்காரர்கள் பேரறிஞர் அண்ணாவும், கலைஞர் கருணாநிதி அவர்களும், அவர்களைப் பின்பற்றி எழுதிய எழுத்தாளர்களும்தாம்.

தமிழ் இலக்கிய வரலாற்றை எழுதுகிற எந்த ஒரு உண்மையான ஆசிரியராலும் மறுக்க அல்லது மறைக்கப்படமுடியாத திருப்பெயர்கள் அவர்களுடையவை.. தமிழில் கவிதை, வரலாறு, கட்டுரை, நாடகம், உருவகம், புதினம், நெடுங்கதை, சிறுகதை ஆகிய எல்லாத் துறைகளிலும் முன்பு எவரும் தொடாத சிகரங்களைத் தொட்டவர்கள் அவர்கள்.

சிறுகதை பிறந்ததாகக் கருதப்படும் மேலை நாடுகளில்கூட அதற்கு முறையான, முடிவான, முழுமையான இலக்கணம் கூறப்படவில்லை. ஏனென்றால், இலக்கியத்தின் கடைசிக் குழந்தையான சிறுகதை நாளுக்கு நாள் வளர்ந்து கொண்டிருக்கிறது; புதுப்புது வடிவெடுத்துக் கொண்டிருக்கிறது. சிறுகதை என்பது இப்படித்தான் இருக்க வேண்டும் என்று ஒவ்வொருவரும் ஒவ்வொருவிதமாகச் சொல்லுவதுடன், அவ்வவ்வாறு எழுதிக் கொண்டும் உள்ளனர். எனினும் சிறுகதையின் தொடக்கம் அமைப்பு, வடிவம், முடிவு என்பவை 'எழுதப்படாத சட்ட'மாகவே உள்ளதை ஒப்புக்கொண்டே ஆக வேண்டும்.

தமிழில் முதலில் சிறுகதை எழுதியவர்கள் பொழுது போக்குக்காகவே எழுதினர். பிறகு அதிலே கலைநயமும், மெருகும், தனித்துவமும் சிலரால் உருவாக்கப்பட்டன. தொடர்ந்து உத்தி, உள்ளடக்கம், நடை இவை முக்கிய இடத்தைப் பெற்றன.

சிறுகதையின் உருவம் மட்டும் சிதையாமல் இருந்தால் போதும், உள்ளடக்கம் பொருட்படுத்தப்படவேண்டிய ஒன்று அல்ல என்ற கருத்து இருந்த காலத்தில் - பொழுது போக்குக் கதைகளின், பால் உணர்வுக் கதைகளின் இருப்பிட-

மாகத் தமிழ்ச் சிறுகதைகள் உருவெடுத்துக் கொண்டிருந்த காலத்தில் - முற்போக்குக் கருத்துக்களை, பொதுவுடமைச் சிந்தனைகளைத் தம் கதைகளில் அழுத்தமாக வெளிப்படுத்தியவர்கள் திராவிட இயக்கத்தினரே.

குறிப்பாக, 1947க்கும் 1957க்கும் இடைப்பட்ட காலத்தில் தமிழர்களிடம் அறிவுத் தாகத்தைத் தூண்டி, பத்திரிகை, புத்தகம் இவற்றைப் படிக்கும் ஆர்வத்தை ஊக்குவித்த பெருமையும் அவர்களுக்கே உண்டு. அண்ணாவும், கலைஞரும், அவர்களைத் தொடர்ந்து பலரும் சிறுகதைகளின் வகைகள் என்று எவை எவை கூறப்பட்டனவோ அவை எல்லாவற்றுக்கும் எடுத்துக்காட்டான கதைகள் பலவற்றை எழுதினர்.

அந்தக்கதைகள் ஏழ்மையை எடுத்துக்காட்டுவதாக, முதலாளித்துவத்தின் சுயநலத்தைத் தோலுரித்துக் காட்டுவதாக, பண்ணைச் சீமான்களின் இரக்கமற்ற கொடுமைகளை விளக்கிக் காட்டுவதாக, சமுதாயத்தின் மேற்தட்டில் இருப்போரின் முகவிலாசத்தைப் படம் பிடித்துக் காட்டுவதாக, சமூக சீர்கேடுகளை எடுத்துக்காட்டி அவற்றைக் கடுமையாகக் கண்டனம் செய்வதாக, விதவையின் அவலம், சாதிவெறி காரணமாக ஏற்படும் சஞ்சலங்கள் இவற்றைத் திறம்பட வெளிப்படுத்துவதாக அமைந்தன.

திராவிட இயக்க எழுத்தாளர்களின் நுழைவுக்குப் பின்னரே தமிழ்ச் சிறுகதைத்துறையில் ஒரு மறுமலர்ச்சியும் திருப்பமும் ஏற்பட்டன.*[1]

ஆனால் திராவிடஇயக்க எழுத்தாளர்களின் சிறுகதைப் பணி இன்றுள்ள 'இலக்கிய அறிஞர்'களால் முறையாகப் பாராட்டப்படவில்லை. தமிழ் எழுத்துலகின் சகலமும் தாங்களே என எண்ணிக் கொண்டிருக்கும் அல்லது கூறிக்கொண்டிருக்கும் சில 'அறிவு ஜீவிகள்' அவர்களை எழுத்தாளர்கள் என்றுகூட ஒப்புக் கொள்வதில்லை, படிக்காமலேயே எழுதும் 'படித்த மேதைகள்' அவர்கள்.

அவர்களுக்கு மறுப்பாக இல்லாவிட்டாலும், 'இவர்களின் சிறுகதைகளில் சிலவற்றையாவது படித்துப் பாருங்கள்' என்ற கோரிக்கையோடு இந்தத் தொகுப்புகள் இப்போது வெளியிடப்படுகின்றன. அத்திபூத்தாற்போல சில வேளைகளில் சில நடுநிலையாளர்கள் அண்ணாவின், கலைஞரின், திராவிட இயக்கத்தாரின் எழுத்துப் பணியைப் பாராட்டாமலும் இல்லை.

பேராசிரியர் டாக்டர் அ. சிதம்பரநாதன் (செட்டியார்) போன்ற பெருமக்கள் அதனைச் செவ்வனே செய்துள்ளனர். ('தமிழில் சிறுகதையின் தோற்றமும் வளர்ச்சியும்') - (1977).

'உத்தி, உள்ளடக்கம், நடை ஆகிய அம்சங்கள் முழுமையாக அமைந்த பல சிறுகதைகளைப் படைத்தவர் அண்ணா' (பக்கம் : 235) என்றும், 'மு.கருணாநிதியின் கதைகளில் பல சிறுகதை வடிவ அமைதி கொண்டுள்ளன என்பது தனிச் சிறப்பு. இவர் எழுதிய 'குப்பைத் தொட்டி' என்ற கதை எந்தச் சிறுகதைத் தொகுதியிலும் இடம்பெறும் தகுதியைப் பெற்றது.' (பக் : 236) என்றும், 'தமிழில் சிறுகதை; வரலாறும் வளர்ச்சியும்' என்னும் திறனாய்வு நூலில் குறிப்பிடுகிறார்கள் அதன் ஆசிரியர்கள் பெ. கோ. சுந்தரராஜன் (சிட்டி), சோ. சிவபாத சுந்தரம் ஆகியோர்.

இந்தத் தொகுப்புகளில் இணைக்கப்பட்டுள்ள கதைகள் பெரும்பாலும் ஐம்பதுகளில் எழுதப்பட்டவை. அவற்றில் வருகிற நடப்புகள் சில, அந்தக் காலத்துக்கு மட்டுமே பொருத்தமானவையாக இருக்கக் கூடும். அவற்றில் எவ்வித மாற்றமும் செய்யாமல் அப்படியே வெளியிட்டுள்ளோம்.

இவர்கள் எழுதிய சில நல்ல கதைகள் கிடைக்கவில்லை என்பது வருந்தத்தக்க ஒன்று. இவை புதிதாக இப்போது எழுதப்பட்ட கதைகள் அல்ல. இன்றைய தமிழ்ச்சிறுகதைகளின் 'பாணி' யில் கூட இவற்றில் சில மாறுபட்டிருக்கலாம். ஆனால் சிறுகதைக்குரிய இலக்கணத்திலிருந்து இவை மாறுபட்டவை அல்ல என்பது மட்டும் நிச்சயம். தமிழ்ச்சிறுகதைத் துறையில் திராவிட இயக்கத்தினரின் பங்களிப்பு என்ன என்பதை ஓரளவுக்கு வெளிப்படுத்தும் முயற்சியே இந்தத் தொகுதிகளின் நோக்கம் என்று சொல்ல வேண்டும்.

இவை இப்போது வெளியிடப்படுவதற்கு மற்றொரு முக்கிய காரணமும் உண்டு. இந்தக் கதைகள் எழுதப்பட்ட காலங்களில் அவற்றில் பல புத்தகமாக வெளியிடப்பட்டிருந்தும் கூட, 'அரசியல்' காரணமாக அவை அரசுசார்ந்த நூலகங்கள், கல்லூரிகள், பல்கலைக்கழகங்கள் இவற்றில் இடம் பெறவில்லை; இடம் பெறும் முயற்சியையே சிலர் திட்டமிட்டு முறியடித்துள்ளனர். பின்னாளில் தமிழ்ச் சிறுகதைகளில் திராவிட இயக்கத்தின் பங்குபற்றி ஆய்வு செய்ய விரும்புவோருக்கு இவை கிடைப்பதற்கு வாய்ப்பு இல்லாமல் போய்விடக்கூடாது என்பதைக் கருத்தில் கொண்டும் இவை இப்போது புதிதாக வெளியிடப்படுகின்றன.

இவர்கள் எழுதிய கதைகள் அனைத்தும் தொகுதிகளாக நூலாக்கப்படுவதே முறை. ஆயினும், இன்றைய நிலையில் காகிதம்,அச்சுக் கூலி போன்றவற்றின் விலை உயர்வை மனத்தில் கொண்டு, சாதாரண வாசகரும் வாங்கமுடிகிற விலையில் தரவேண்டும் என்பதற்காக எழுத்தாளர்களின் குறிப்பிட்ட சிலகதைகள் மட்டுமே இங்கே தரப்படுகின்றன.திராவிட இயக்கம் அரசியல் இயக்கமாக உருமாறியதில் தமிழரின் புறவாழ்வுக்குப் பல நன்மைகள் கிடைத்திருப்பினும், தமிழ்இலக்கியத்தைப் பொறுத்தமட்டில் அது நட்டக் கணக்கே ஆகும். அவர்களின் சிறுகதைப் பணி அரசியல்பணி காரணமாக தொடரமுடியாத சூழலை ஏற்படுத்திவிட்டது என்பதை நாம் சொல்லியே ஆக வேண்டும்.

அவர்களில் பலர் இப்போது சிறுகதைகளை எழுதுவதே இல்லை.

ஆனால், கலைஞர் அவர்கள் மட்டும் தனது இடைவிடாத அரசியல் மற்றும் அரசுப் பணிகளுக்கும் மத்தியில் இன்னும் சிறுகதை எழுதுவதைத் தவிர்ப்பதில்லை என்பது உண்மையில் வியப்புக்கும், மகிழ்ச்சிக்கும் உரியதாகும். சென்ற ஆண்டுகூட வார இதழ் ஒன்றில் அவருடைய புதிய சிறுகதை வெளியாயிற்று.

இனி, இந்தக் கதைகளைத் தேடும் பணியில் எனக்குப் பெரிதும் உதவிய என் மனைவி பேராசிரியர் ச. சுந்தரவல்லி, பிழைதிருத்தம், அச்சக, காகித ஏற்பாடுகளில் மிகுந்த ஈடுபாட்டுடன் உழைத்த என் நண்பர் 'இளம்பிறை' ரஹ்மான், அனுமதி அளித்த பெருமக்கள், எல்லாவற்றுக்கும் மேலாக, தமது நெருக்கடியான அலுவல்களுக்கு மத்தியிலும் அணிந்துரையாக நல்லதொரு ஆய்வுரையே அளித்திட்ட மாண்புமிகு கல்வி அமைச்சர் பேராசிரியர் க. அன்பழகன் அவர்கள் ஆகியோருக்கு என் நன்றி என்றும் உரியது.

சென்னை
டிசம்பர் 97

அன்புடன்
ப. புகழேந்தி

க. அன்பழகன் எம்.ஏ.,
தலைமைச் செயலகம்
கல்வி அமைச்சர்
சென்னை - 600 009.

அணிந்துரை

மனிதனின் எண்ணத்தின் தெளிந்த முதல் வடிவம் பேச்சு, சொல், மொழி. எண்ணங்களின் தொடர்ச்சியால் உருவாகும் கருத்தின் வடிவமே இலக்கியம். இலக்கியம் கதையாக, பாட்டாக, கவிதையாக, நாடகமாக வடிவம் பெறும்.

அவற்றுள் தொன்னாள் முதல் மக்களின் வாய்மொழியாகவே வடிவம்கொண்டு வளர்ந்து பரவியது கதையே. பாட்டனோ பாட்டியோ பேரக்குழந்தைகட்குச் சொல்லும் முறையில் தலைமுறை தலைமுறையாகத் தொடர்ந்து வழங்கி வருவது கதை. அவற்றுள் பல காட்டு விலங்குகள், பறவைகள், மரங்கள், ஆறுகள் முதலானவை ஒன்றுடன் ஒன்று பேசுவதாகக் கற்பித்து, ஒன்றை ஒன்று ஏமாற்றியது, வென்றது, விரட்டியது போன்று முடிவு கூறிக் குழந்தை மனம் களிக்கச் செய்யும் இயல்பின. இவ்வகையான கதைகளே பஞ்சதந்திரக் கதைகளாக வழங்குகின்றன.

பேய், பூதம், பிசாசு, இராக்கதன் போன்ற கற்பனைகளை வைத்து வழங்கிய கதைகளும் பல மகாபாரதத்தில் இடம் பெற்ற இப்படிப்பட்ட கதைகள் பல. இவையேயன்றி, தெய்வங்களின் பெயரால் செவிவழிக் கதைகளாகப் பேசப்பட்டவையே பின்னர் புராணங்களாக வளர்ந்தன. அவை மக்களின் பக்தியுணர்வை வளர்த்து, மதவழி நம்பிக்கைகளை நாட்டவே துணையாயின,

பல கதைகள் குழந்தைகளை அச்சுறுத்தவும், வயது வந்தவர்களின் மூடநம்பிக்கையை நிலைப்படுத்தவுமே பயன்பட்டன. வேறுபல கதைகள் சமுதாயத்தில் நிலவிய பிறவி ஏற்றத் தாழ்வையும், சாதிமுறையையும், செல்வர் - வறியர் என்னும் வேற்றுமையையும், அவரவரும் தம் முற்பிறவியில் செய்த பாவ - புண்ணியங்களின் விளைவு, தலைவிதி என்று ஏற்று நம்பிக்கிடக்கவும் ஏதுவாயின. கதை கேட்கும் விருப்பம் மக்கள் இயல்பாதலின் புராணங்களையும், இதிகாசங்களையும் திருக்கோயில்களில் கதைப்பாட்டாகச் (காலட்சேபம்) சொல்லும் முறை ஆயிரத்து ஐநூறு ஆண்டுகட்கு முன்னர் பல்லவர் ஆட்சிக்காலத்தில் வளரலாயிற்று. இது போன்ற கதைகள் கிரேக்கப் புராணங்களிலும், மேல்நாட்டாரின் தொன்மைக் கதைகளிலும் உண்டென்றாலும், மேல்நாடு எய்திய அறிவியல் சிந்தனை - மதக்கொள்கை மறுப்புணர்வு ஆகியவற்றால் அவை பக்தியோடு, கண்மூடித்தனமாக நம்பப்படுவதில்லை.

நம்முடைய நாட்டிலும் இருநூறு ஆண்டுகட்கு முன்னர் மேல்நாட்டு முறைக்கல்வி பரவத் தொடங்கியதன் விளைவாக வரலாற்றுச் செய்திகள் கதை வடிவம் பெற்றன. தறுகண்மையுடன் போரிட்ட வீரர்கள், ஏழைகளின் பசித்துயர் போக்கப் பொருள் தேடக் கொள்ளையில் ஈடுபட்டவர்கள், நல்ல தங்காள் போன்று கொடுந் துயரத்திற்கு ஆளான மகளிர் பற்றியெல்லாம் கற்பனையுடன் கலந்து கதை கூறும் பழக்கமும் உருவாயிற்று. பெண்களிடையே விடுகதை போடுவதும், விடுவிப்பதும் ஒருவகையில் கற்பிக்கப்பட்ட புனைந்துரையில் உண்மையைக் கண்டறியத் தூண்டுதல்களாக நிலவின.

மேல்நாட்டில் அச்சுக்கலை வளர்ந்த நிலையில், ஒரு எழுத்தாளன் தான் கண்டுணர்ந்த ஒரு சமுதாய நிகழ்ச்சியையோ - கற்பிக்கக்கூடிய ஒரு சூழலையோ கதையாக வரையும் வழக்கம் வளரலாயிற்று. அதன் பயனாகவே சமு-

தாய வாழ்வில் உள்ள கேடுகளையும் அநீதிகளையும் மக்களிடம் சுட்டிக் காட்டி ஒழிக்க விரும்பியவர்கள் அதற்கேற்ற களனும் கருவும் அமைத்துக் கதைகளை வடிக்கலாயினர்.

புத்தகங்கள் வெளியிடும் வாய்ப்பு வளர்ந்ததும், கிழமை ஏடுகளும் நாளிதழ்களும் பெருகியதும் கதைகள், குறிப்பாகச் சிறுகதைகள் ஆயிரக்கணக்கில் தோன்றத் துணையாயின. அந்த வகையிலேயே நம்முடைய நாட்டிலும் பலமொழிகளி-லும் கதைகள் உருக் கொண்டன.

புதினம் - நாடகம் - கவிதை- காவியம் - சிறுகதை முதலான இலக்கியம் ஏதுவாயினும் மக்களின் மனப்போக்கைத் தழுவியோ, அன்றி அதன் ஆசிரியனின் சமுதாயப் பார்வையைத் தழுவியோதான் அமையலாகும். அந்த வகையில் பல கதைகள் சமுதாய வாழ்வில் நிலவிய பழமைப் பிடிப்பை விவரிப்பதாகவே அமைந்திருந்தன மக்களிடம் நிலவிய மூடநம்பிக்கை, சாதி வேற்றுமை, பெண்ணடிமை நிலை, முதலாளித்துவச் சுரண்டல் ஆகியவற்றை உலக இயல்பென ஏற்றுக் கொண்டதாகவே இருந்தன.

தமிழ் மொழியில் பாரதியார் கவிதைகளால் ஏற்பட்ட மறுமலர்ச்சிச் சிந்தனையினால் ஒவ்வோரளவிலும் வகையிலும் மூடநம்பிக்கைகளையும் குருட்டுப் பழக்க வழக்கங்களையும் சாடும் எழுத்தாளர்கள் சிலர் தோன்றினர். அவர்களுள் குறிப்பிடத்தக்க முன்னோடிகள், 'அக்கிரகாரத்து அதிசயப் பிறவி' என்று அறிஞர் அண்ணாவால் அழைக்கப்பட்ட வ, ரா. (வ. ராமசாமி) அவர்களும், 'சிறுகதைக் கலையைப் போர்க்கருவியாகக் கொண்டு சமுதாயக் கொடும் பேய்களை எதிர்த்தவர்' என்று டாக்டர் மு. வ. அவர்களால் குறிப்பிடப்பட்ட புதுமைப்பித்தன் அவர்களும் ஆவர். அதுகாறும் நிலவிய எழுத்தாளர் கைக்கொண்ட முறையை மாற்றிச் சுதந்திரமான சிந்தனையைக் கதைகளில் பரவவிட்ட புரட்சி எழுத்தாளர் புதுமைப்பித்தன். அவரது கதைகள் இடம் பெற்றதால் புகழ்பெற்ற 'மணிக்கொடி' ஏட்டின் எழுத்தாளர்கள் பலர், புதுமைப்பித்தனை வழிகாட்டியாகக் கொண்டு கதைகள் புனைந்தனர். ஆனால் அவை படிப்பவர்தம் சிந்தனைக்கு விருந்தாயினவேயன்றி மக்களை மனமாற்றம் அடையச் செய்யும் ஓர் இயக்கமாக வல்லமை பெற்றதாகவில்லை.

ஆனால் ஒடுக்கப்பட்ட மக்களின் உரிமைக் குரலாகப் பிறந்த நீதிக்கட்சியின் சமூக நீதி இலட்சியத்திலும், இழிபிறவி என வீழ்த்தப்பட்ட மக்களின் சுயமரியாதையை அவர்களுக்கு உணர்த்த முற்பட்ட பகுத்தறிவு இயக்கக் குறிக்கோளிலும் உறுதி கொண்டு, அந்தக் கொள்கைகட்கு மாறான மத மூட நம்பிக்கைகளை வளர்க்கும் வைதிக வல்லாண்மையை ஒழிப்பது மூலமே, சமத்துவ சமுதாயத்தை உருவாக்க முடியும் என்று தெளிந்த திராவிட இயக்கத்தாரே, தமது எழுத்-துப்பணி கலைப்பணியாவும், இந்தக் கொள்கை பரப்பவே பயன்பட வேண்டும் என்னும் வேட்கையுடன் எழுதத் தலைப்-பட்டனர்.

அவர்கள் எழுதிய கலைப்படைப்புக்கள் எவ்வகையினதாயினும், அவை இந்தக் கொள்கையும் குறிக்கோளும் கொண்டவையாய் அமைந்தன. அப்படிப்பட்ட குறிக்கோளுடன் சமுதாய மாற்றத்தை உருவாக்க விரும்பித் தீட்டப்பட்ட கதைகள் பலப்பல.

அப்படிப்பட்ட சமுதாய மாற்றத்தை நாடியே, திராவிட - ஆரிய இனவழியில் பிறந்த முற்றிலும் முரண்பட்ட நெறி-களை விளக்கிடுவாராயினர். சமத்துவம், சகோதரத்துவம், சுதந்திரம் ஆகிய மானிட உரிமைகள் தழைத்திட ஏதுவான கொள்கைக் கோட்பாடுடையது திராவிடச் சமுதாயப் பண்பாட்டு நெறி என்பதை உணர்த்தவே ஆரியத்தைப் பிரித்துக் காட்ட வேண்டிய தேவை தொடர்ந்தது. அந்தக் குறிக்கோளுடன் தமது இலக்கியப் படைப்புகள் அனைத்தையும் வடி-வாக்கிய பேறறிஞர் அண்ணாவும், புரட்சிக் கவிஞரும், முத்தமிழ் அறிஞர் கலைஞரும் பெருமைக்குரிய வழிகாட்டிகள் எனலாம்.

புரட்சிக் கவிஞரின் 'புரட்சிக்கவி' முதலான சிறுகதைகள் பல கவிதை வடிவம் பெற்றதால் 'சிறுகதை'யாகக் கொள்-ளப்படவில்லை. அறிஞர் அண்ணா இயற்றிய சிறுகதைகள் பல. ஒவ்வொன்றும் ஒருவகைச் சூழலைச் சித்தரிப்பது. அண்ணாவின் நடை நலத்தால் கதைக்காட்சி கண்முன்னே தோன்றி, உள்ளத்தைக் கிளறும் வலிமை உடையதா-கும். ஏழையின் குடும்ப வாழ்வின் மனமகிழ்ச்சி அவனது ஆண்டையால் எப்படியெல்லாம் பறிக்கப்படுகிறது என்பதை அவரது 'செவ்வாழை' கதையினில் காணலாம். அந்த ஏழையின் தவிப்பை உணர்த்திட அவர் நடையே புலம்பும்.

கலைஞர் கருணாநிதி எழுதியுள்ள கதைகள் பலவும் நிகழ்ச்சிச் சித்திரங்களாக அமைந்து, அவற்றைப் படிப்பவர்தம் உள்ளத்தைக் கரைத்து, நீதியை உணரச் செய்திடும் திறத்தன.

அந்த வரிசையில் இடம்பெறும் புகழ்பெற்ற திராவிடர் இயக்க எழுத்தாளர்களே - இந்தத் தொகுப்புக் கதைகளை வரைந்த ஆசிரியர்களான

திரு. இராம. அரங்கண்ணல். - மறைந்த ஏ. வி. பி. ஆசைத்தம்பி
திரு. இளமைப்பித்தன் - திரு. இரா. இளஞ்சேரன்
திரு.கே. ஜி. இராதாமணாளன் - திரு.தில்லை. மறைமுதல்வன்
மறைந்த சிறுகதை மன்னர் - எஸ். எஸ். தென்னரசு

மறைந்த தத்துவமேதை - டி. கே. சீனிவாசன்
திரு.முரசொலி மாறன் (நாடாளுமன்ற உறுப்பினர்), திரு. ப. புகழேந்தி

முதலானோர், அவர்தம் எழுத்தாற்றல், கதைபுனையும் திறன், கதைக்கருவைத் தேடும் முறை, கதை மாந்தரும், களனும் அமைத்திடும் முறை, கதை மாந்தர்தம் உரையாடல் மூலம் தமது கொள்கையை இடம் பெறச் செய்யும் மதிநுட்பம் ஆகியவை அவரவர் உளப்பாங்கை ஒட்டியதாய் அமைந்ததால் வேறுபடும் தோற்றங்கள் தரினும், தமிழ்ச் சமுதாய மறுமலர்ச்சிக்கு ஏதுவாகும் திறத்தால் குறிக்கோளில் ஒன்றியனவே.

அத்தகு சிறப்புடைய ஆசிரியர்கள் இயற்றிய சிறுகதைகளைத் தேர்ந்து எடுத்து இந்தக் கதைத் தொகுப்புக்களை வெளியிடும் ஆசிரியர் ப. புகழேந்தி அவர்களே புகழ்பெற்ற எழுத்தாளர். திராவிட இயக்க உணர்வுகளில் ஊறித் திளைத்தவர். உறுதி பூண்டவர். அவரால் தொகுக்கப்பட்ட இந்தத் தொகுப்புக்கள் தமிழ்மக்களின் வரவேற்பைப் பெறும் என்பதில் ஐயமில்லை.

திராவிட இளைஞர்கள் இந்தக் கதைகளைப் படித்துச் சமுதாயச் சீர்த்திருத்தத்தின் தேவையை உணர வேண்டும் என்பது என் விழைவு.

தொகுக்கப்பட்டுள்ள கதை எவையும் படிப்பவர் பொழுதுபோக்கத் துணையாகும் வெறுங்கதையல்ல; திராவிடத்தின் மறுமலர்ச்சிக்கு வழிகோலும் சிந்தனையை வளர்க்கும் சித்திரங்கள்! திராவிடத்தின் விடியலுக்கு முன்னர் எழும் சேவலின் அகவல்!

50. மொழியும் சிறுகதைகளும் - நா.பார்த்தசாரதி

கதை பிறக்கும் கதை - கதைகளைப் படிக்க வேண்டுமென்ற ஆர்வமும் கதைகளை எழுத வேண்டு மென்ற முனைப்பும் ஒத்த அளவில் வளர்ந்து வருகிற காலம் இது! தமிழ் மறுமலர்ச்சி இலக்கியத்தின் நல்ல காலம்; இதை நாம் பெருமிதத்தோடு சொல்லிக்கொள்ளத் தயங்க வேண்டியதில்லை.

மனித சமுதாயத்தில் கதைகள் எப்படி உண்டாயின? கதைகளை எழுதுகிறவர்களும் படிக்கிறவர்களும் எப்படித் தோன்றினர்? ஓயா வாழ்க்கைப் போரில் பிறந்த நாள் தொட்டு ஒழியாது முனைந்து கிடக்கும் மனித இனம் கதைகளில் இன்பம் காணத் தொடங்கிய காலம் எது?

சுவை நிறைந்த இந்தக் கேள்விகளுக்கு விடை கண்டால் கதையின் கதை ஓரளவு தெளிவாகப் புரிந்துவிடும். வாழ்வின் இன்பத் துன்பங்களையும் ஏற்ற தாழ்வுகளையும் குறைவு நிறைவுகளையும் அதில் இருந்து கொண்டே அதனின்றும் நினைப்பில் விலகி நின்று கலை நோக்குடன் பார்க்கும் ஆசை முதன் முதலாக மனித இனத்திற்கு என்று ஏற்பட்டதோ அன்றே கதைகளை உருவாக்கும் ஆசையும் படிக்கும் ஆசையும் ஏற்பட்டிருக்க வேண்டும்.

நம்மைப் புகைப்படம் எடுத்துப் பார்க்க வேண்டுமென்ற ஆசை; நம்மைப் பிறர் புகழ வேண்டும் என்ற ஆசை; (சில சமயங்களில் பிறர் செய்யும் புகழ்ச்சியை நாமே செய்து கொள்ளுதலும் உட்பட) நம்முடைய நிழலைப் பார்க்க வேண்டுமென்ற ஆசை - நமக்கு ஏற்படவில்லையா? கதை இலக்கியம் படைக்கப்பட்டதும், இது போன்றதோர் அவாவின் விளைவுதான் என்று கருதலாம். வாழ்க்கையில் மலிந்து கிடக்கும் உயர்வு தாழ்வான குணங்களையும் வியப்பு விந்தை கலந்த நிகழ்ச்சிகளையும் சாதாரண அசாதாரணச் சம்பவங்களையும் கலைக்கண்ணாலே காணும் நளினமான விருப்பம் இந்தத் தலைமுறையில் அளவு கடந்து வளர்ந்திருக்கிறது. வாழ்க்கையே வளர்ந்திருக்கும் போது கலைகள் மட்டும் வளராமலிருக்க முடியுமா? சிறு கதை, நாடகம், நாவல், திரைப்படம் ஆகிய பல துறைகளிலிருந்தும் கதைக்கு மதிப்புப் பிறந்ததே இந்தக் கலைக் கண்ணோட்டத்தின் காரணமாகத்தான்.

புதிய சிறுகதை - பஞ்ச தந்திரக் கதைகள், விக்கிரமாதித்தன் கதைகள் இன்னும் பழைய தலைமுறையைச் சேர்ந்த எண்ணற்ற நீதிக் கதைகள், ஆகியவற்றையும் சிறுகதைகளென்று கூறலாம். ஆனால், உண்மையில் கால் நூற்றாண்டுக் காலத்திற்குள்ளாகத் தமிழில் புதிய முறையில் வளர்ந்திருக்கும் சிறு கதை இலக்கியத்தை ஈடு இணையற்ற வளர்ச்சி என்று ஒப்புக் கொள்ளத்தான் வேண்டும். புறநானூற்றிலும், சங்க நூல்களில் மிகுந்திருக்கும் அகத்துறை பாடல்களிலும், பிற்காலத்துப் புலவர்கள் தத்தம் அநுபவங்களைக் கூறிப் பாடிய தனிப் பாடல்களிலும், சிறு கதையின் சாயல் இருக்கிறது. ஆனால் அவைகளே முழுமையான சிறுகதைகள் ஆக இயலாது. ஒரு உணர்ச்சியை, ஒரு நிகழ்ச்சியை உருக்கமாக விவரித்துப் பொருத்தமாகக் காட்டுவதுதான் சிறு கதை என்றால் சங்கப் பாடல்கள் பலவும் (Lyrics) பிற்காலத் தனிப் பாடல்கள் பலவும் (Ballads) சிறு கதை அமைப்பு மட்டுமாவது உடையவைதாம்.

இருந்தாலும் இன்று மக்களிடையே பேரும் புகழும் பெற்று நிலவும் உரைநடைச் சிறு கதைகள் ஆங்கில மரபு பற்றிய சார்புடையவை. பழைய காலத்தில் செய்யுள் இலக்கியத்திற்கு எவ்வளவு மதிப்பு இருந்ததோ அவ்வளவு மதிப்பும் தகுதியும் உரைநடை இலக்கியம் இன்று பெற்றிருக்கிறது. எதையும், எப்படியும், எவ்வளவு தெளிவாக வேண்டுமாயி-

னும், உரைநடையில் சொல்ல முடியும் என்ற நம்பிக்கை எழுதுகிறவர்களுக்கும், படித்துத் தெரிந்துகொள்ள முடியும் என்ற நம்பிக்கை படிக்கிறவர்களுக்கும் ஏற்பட்டு விட்டது.

ஈழத்திலும் தமிழ்நாட்டு வார, மாத இதழ்களிலும் உரைநடையில் நல்ல கருத்துக்களைக் கொண்ட சிறு கதைகளை அடிக்கடி காண்கிறோம். ஒரு நல்ல சிறு கதையை நன்றாக எடுக்கப்பட்ட புகைப்படத்திற்கு ஈடு கூறலாம். குறிப்பிட்ட காட்சியைக் குறிப்பிட்ட விநாடியில் உள்ளது உள்ளபடி எடுத்துக்காட்டும் புகைப்படக் கருவி போல ஒரு குறித்த நிகழ்ச்சியை ஒரு குறித்த நோக்குடன் (Theme) விவரித்து முடிப்பது சிறுகதை. ஓவியன் ஓவியத்தில் தன் கை விரும்பிய வண்ணமெல்லாம் புனைந்து பொலிவுகாட்டலாம். புகைப் படத்தில் அப்படிச் செய்ய முடியுமா? ஒரு நல்ல சிறுகதை அளவு மீறிய நிகழ்ச்சிகளைப் புனைந்து கதைப்போக்கின் ஒருமைப்பாடு குன்றுமாறு செய்யுமானால் அதை எங்ஙனம் சிறுகதை என்பது? அம்பு பாய்வது போல் நேரே பாய்ந்து சென்று நிகழ்ச்சியின், மையக் கருத்திலே படிக்கும் உள்ளம் பொருந்துமாறு சிறுகதை முடிவு பெற வேண்டும். புதிய சிறு கதையின் மரபும் இதுதான். உலகத்துச் சிறு கதைகளின் வெற்றிக்குக் காரணமும் இதுதான்.

மாதம் ஒன்றிற்கு ஏறக்குறைய இருநூறு சிறுகதைகளுக்குக் குறைவில்லாமல் தமிழ் நாட்டு இதழ்களில் வெளிவருகின்றன. எண்ணிக்கையின் பெருக்கத்தைக் கொண்டு மட்டும் பார்த்தால் இது வளர்ச்சியாகலாம். தமிழ் மரபோடு கூடிய நடை, என்றும் நிலைத்து நிற்கக்கூடிய உண்மை (Eternal Truth), சிறு கதை அமைப்பிற்கு இயைந்த போக்கு, என்று மூன்று வகையால் சமன் செய்து சீர்தூக்கிப் பார்த்தால் மாதத்திற்குப் பத்துக் கதைகளாவது தேறும்.

தமிழில் சிறுகதை இலக்கியத்திற்கு முதலில் வித்திட்டு வளர்த்த பெருமக்களுக்கு வணக்கம் செலுத்திவிட்டு இன்றைய நிலையைக் காண்போம். உருவாகிக் கொண்டிருக்கின்ற, இனி மேல் உருவாகப் போகும் நல்ல சிறுகதையாசிரியர்களுக்கும் நாம் வணக்கம் செலுத்தக் கடமைப்பட்டிருக்கிறோம்.

இன்றைக்கு எழுதுகிறவர்களில் இரண்டு வகை. எப்படி எழுதினாலும் சரி; அது படிக்கிறவர்களைத் திருப்திப் படுத்துவதாக இருந்தால் மட்டும் போதுமானது என்று எண்ணுகிறவர்கள் ஒருவகை. முடிந்தால் தரமுள்ள, உரமுள்ள, பண்பாட்டோடு கூடிய சிறு கதைகளை எழுதவேண்டும். இல்லாவிட்டால் எழுதாமலிருப்பதே நல்லது - என்றெண்ணும் பொறுப்புள்ள கதாசிரியர்கள் மற்றொரு வகை. இந்த இரண்டு வகையில் முன் வகையைச் சேர்ந்தவர்கள் செல்வம், செல்வாக்கு இரு துறையிலும் உடனடியாக வளர்ச்சி பெற்று வருகிறார்கள் என்பதில் சந்தேகமில்லை . மக்களை உருவாக்க வேண்டிய எழுத்தாளர்கள், சமூகத்தின் நேர்மையான வளர்ச்சிக்குக் காரணமானவர்களாக இருக்க வேண்டும். குற்றவாளிக்கு விடுதலை பெறவேண்டும் என்ற விருப்பம் இருந்தால் மட்டும் சட்டமோ, நீதியோ அவனை மன்னிக்க முடியாது. சட்டத்துக்கும் நீதிக்கும் எவ்வளவு பொறுப்பு உண்டோ அவ்வளவு பொறுப்பு எழுத்தாளர்களுக்கும் உண்டு.

நீங்கள் எழுதும் சிறு கதையால் எத்தனை மக்களைக் கவரலாம்? என்று எண்ணிப் பார்த்து மதிப்பிடாதீர்கள். எத்தனை மக்கள் திருந்துவர்? எத்தனை பேருடைய உள்ளத்துக்கு உண்மையைப் புரிய வைக்கலாம்? என்று இப்படியும் தெரிந்து மதிப்பீடு செய்யுங்கள். 'அறத்தையும், நேர்மையையும் வற்புறுத்தத் தவறிய எத்துறையும் கலை யென்ற பெயரில் நிலைத்ததில்லை. தமிழ்நாட்டின் வாழ்வில் தான் எத்தனை குழப்பங்கள்? இந்தத் துன்பம் நிறைந்த சூழ்நிலையில் பொழுது போக்குவதற்காக மட்டும் எழுதிக் கொண்டிருக்கலாமா? மக்களைச் சிந்திக்கச் செய்யும் சிறு கதைகள்தான் இன்றையத் தேவை!

எழுத்தாளர் பொறுப்பு - ஆகவே, தமிழ்ச் சிறுகதை எழுத்தாளர்களுக்கு ஒரு வார்த்தை! காரில் ஏறப்போகிற அவசரத்தில் பணப் பையைத் தவற விட்டுவிட்டுக் காருக்குள் ஏறியபின் டிக்கெட்டுக்குப் பணமின்றித் தவிக்கும் பிரயாணியைப் போல் இன்றைய வளர்ச்சியின் வேகத்தில் உங்களுக்கிருக்கும் பொறுப்பைத் தவற விட்டுவிடாதீர்கள். பின்னால் வருத்தமடைய நேரிடும்.

ஒவ்வொரு கலைக்கும் அந்தக் கலையை ஏற்றிருக்கும் கலைஞனுக்கும் அதனதன் நிலைக்கேற்ப ஒரு பொறுப்பு உண்டு. அந்தப் பொறுப்பைப் புறக்கணித்தால் நிலைக்க இயலாது. புதுமைப்பித்தனும், கு.ப.ராவும், அடிப்படையிட்டுப் படைத்த தமிழ்ச் சிறுகதை இலக்கியத்தை வளப்படுத்தும் தூய முயற்சிகளைச் செய்யுங்கள். தமிழ் மரபும், தமிழ்ப் பண்பும், தமிழ் மக்கள் இனமும், என்றும் எதற்காகவும் பொறுப்பின்மைக்குத் தொடர்ந்து ஆதரவளித்தது இல்லை. இதை நீங்கள் நன்றாக நினைவு வைத்துக்கொள்ள வேண்டும். கரையில்லாமல், துறையில்லாமல் தன்போக்கில் ஓடும் ஆறு ஆக்கத்துக்குப் பயன்படுமா? கரைக்கு அடங்கித் துறைக்கு நிறைந்து ஓடுவதுதான் ஆறு. பொறுப்பு என்பது இதுதான். சிறு கதைகளுக்குத் தமிழ் மக்கள் மத்தியில் இப்போதிருக்கும் ஆதரவைத் தக்க முறையில் பயன்படுத்திக் கொள்ளுதல் வேண்டும்.

இன்றைய நாளில் சமூகத்துக்கு எத்தனையோ உண்மைகளை எளிய முறையில் புரியவைக்கும் பொறுப்பு உங்களுக்கு இருப்பதாக நினைத்துக்கொள்ளுங்கள். இதனால் சிறு கதைகளை வெறும் பிரச்சாரம் செய்யும் கருவிகள் என்று நான் சொல்வதாக நினைக்கக்கூடாது. தெளிவாக ஆராய்ந்தால் குறிக்கோள் இல்லாமல் வெறும் பொழுதைக் கழிப்பதற்கென்று எந்த ஒரு கலையும் உலகில் ஏற்படவில்லை . சிறுகதை இலக்கியம் உண்மையை நிறுவுவதற்காகப்

புனைந்து காட்டப் படும் ஒரு பொய் (Short story is a lie to create a truth). இந்தப் பூட்டுக்கு இந்தச் சாவியைத்தான் பயன்படுத்த வேண்டுமென்பது போல் உண்மையைப் பரப்புதற்காகத்தான் சிறு கதை என்ற பொய்யைப் பயன்படுத்த வேண்டும். இது உங்கள் பொறுப்பு.

வாசகர் பொறுப்பு - தமிழ் வாசகர்கள் முன்னைப்போல் இல்லை. உணர்ந்து, தெளிந்து எதையும் எடைபோட்டுச் சொல்லும் பொறுப்பு வாசகர்களுக்கும் சிறிது சிறிதாக ஏற்பட்டு வருகிறது. 'தரமுள்ளது இது' - 'தரமில்லாதது இது' - என்று பிரித்துப் பார்க்கும் அறிவு தமிழ் வாசகர்களுக்கு முழு அளவில் ஏற்பட்டு விட்டால் கவலை இல்லை.

படிக்கிறவர்கள் விழிப்படைந்திருக்கிறார்கள் என்று தெரிந்தாலே எழுதுகிறவர்களுக்கு அது ஒரு முன்னெச்சரிக்கை மாதிரி. சிறு கதைகளில் என்ன பயனை மக்கள் எதிர் பார்க்கிறார்கள் என்பது எழுதுகிறவர்களுக்குப் புரிந்துவிடும். படிக்கிறவர்கள் எல்லோரும் சிறு கதை எழுதும் ஆற்றல் உள்ளவர்களாக மாறிவிடுவதற்கு முடியாது. சிறு கதைகளை எழுதும் ஆற்றல் கருவிலே வாய்க்கப்பெற்ற திரு. ஆனால், பெறுவதற்கரிய அந்தத் திரு தவறான வழியில் பயன்பட்டு விடாமல் நேரிய வழியில் செலுத்திக் கொண்டு போகும் பொறுப்பு உயர்தர வாசகர்களின் கையில் இருக்கிறது.

தமிழ்ச் சிறுகதைகள் உலக இலக்கியத்தில் மிகச் சிறந்த இடத்தைப் பெறப் போகும் காலம் தொலைவில் இல்லை. உண்மையுணரும் திறனுள்ள வாசகர்களே! நிலைத்து நிற்கும் இலக்கியத் தரமுள்ள சிறு கதைகளை எழுத ஆர்வ-முள்ள எழுத்தாளர்களே! இந்தப் பொற்காலத்தில் தமிழில் வரும் சிறு கதைகளை, 'இது ஒரு நல்ல சிறுகதை' - என்று பிற மொழியினரும், தாய் மொழி வாசகரும் பாராட்டத்தக்க விதத்தில் உருவாக்குங்கள். நீங்கள் செய்ய வேண்டியது இதுதான். இதைச் செய்வதில் அவ்வளவாகத் துன்ப மில்லையே?

51. ஒரு மகோன்னதப் படைப்பாளி எழுதும் சிறுகதை! - வ.ந.கிரிதரன்

'நான் எதற்காக எழுதுகின்றேன்?'' மாபெரும் படைப்பாளி, ஆழ்ந்து படிக்கும் அறிவாளி, தர்க்கிப்பதில் சூரன் போன்ற அடைமொழிகள் பலவற்றால் விபரிக்கப் படும் ஓராத்மாவான எழுத்தாளன் உதயச்சந்திரன் ஒருமுறையல்ல பலமுறை தன்னைத் தானே கேட்டுக் கொள்ளும் கேள்விகளில் பிரதானமான கேள்வியான இவ்வினாவினை மீண்டுமொருமுறை தன்னைத் தானே கேட்டுக் கொண்டான். நான் எதற்காக எழுதுகின்றேன்?'' ''நான் எனக்காக எழுதுகின்றேனா? படிக்-கும் வாசகர்களுக்காக எழுதுகின்றேனா? பெயர், புகழுக்காக எழுதுகின்றேனா?எதற்காக? என் எழுத்து இந்த மண்ணில் புரட்சிகரமான மாறுதல்களைக் கொண்டு வருமென்றதொரு கனவில் எழுதுகின்றேனா?எதற்காக?''

இருப்பின் அர்த்தம் தேடி ஒரு காலத்தில் அலைந்தவனை, இருப்பின் அர்த்தமற்ற தன்மையினை நன்கு விளங்-கிவனாக ஒரு காலத்தில் தன்னைக் கருதியவனைக் காலம் எந்த இடத்துக்குக் கொண்டுவந்து நிறுத்தி விட்டுள்ளது? பிரபஞ்சத்தின் படைப்பில் அர்த்தமில்லையென்றால் அர்த்தமற்ற படைப்புகளிலொன்றான அவன் படைப்பதில் மட்டு-மென்ன அர்த்தம் இருந்து விடப் போகின்றது? இருப்பின் அர்த்தம் தேடி அலைந்தவன் தன் இருப்பிற்கொரு அர்த்தம் பதிக்க வேண்டுமென்றொரு அவாவில் சொற்களைப் படைக்க ஆரம்பித்து விட்ட விந்தையினை எண்ணிச் சிரிப்பதா?

''எந்தக் கோட்டையைப் பிடிக்க இந்தக் கனவு..'' எதிரில் அவனது சகதர்மிணி பத்மாவதி. கட்டறுத்து ஓட விழைந்-தவனைக் கால்கட்டுப் போட்டு இழுத்து நிறுத்திய புண்ணியவதி. புடைத்து நிற்கும் வனப்புகளின் சொந்தக்காரி. ஆரம்-பத்தில் நாடோடியாக அலைந்தவனைத் தன் பிடிக்குள் அகப்படுத்துவதில் வெற்றி கொண்ட ஜெயமோகினி. படைப்பா-ளிக்கு அப்பொழுது தான் பிரபல சஞ்சிகையொன்றின் ஆசிரியர் தீபாவளி மலருக்காக அவனது ஆக்கமொன்றினைக் கேட்டிருந்தது நினைவுக்கு வந்தது. புலம் பெயர்ந்த தமிழர்களால் வெளியிடப்படும் சஞ்சிகையொன்றின் ஆசிரியர் அவரை அழைத்துக் கௌரவிக்க முடிவு செய்தது பற்றி அறிவித்திருந்தது நினைவுக்கு வந்தது. அத்துடன் அது சம்பந்தமாக வெளியிடப்படவிருக்கும் மலரொன்றிற்கு ஆக்கம் கேட்டிருந்ததும் ஞாபகத்துக்கு வந்தது. மறைந்திருந்த ஞாபகங்களெல்லாம் ஒன்றின் பின் ஒன்றாக வெளிவர ஆரம்பிக்கவே ஆடிப்போய் விட்டான் எழுத்தாளன்.

'என்ன நான் கேட்பது காதில் விழவில்லையா? விழாமல் அப்படியென்ன யோசனை?'' மீண்டும் ஒருவிதக் கேலியு-டன் வினா தொடுத்த பத்மாவதியை வாரியிழுத்து மார்புற அணைத்தான் உதயச்சந்திரன். அந்தக் கூடலின் தண்மை-யில் சிறிது நேரம் சிந்தையிழந்தான். ''என் சிந்தையைக் கவர்ந்த சிறுக்கி உன்னை விட்டால் இங்கு வேறு யாரடி?'' என்றான். அவனது அப்பதில் கேட்டு அவள் வதனம் நாணிச் சிவந்தது. ''எழுத்தாளர்களுக்கெல்லாம் தலைவரல்லவா! பேசவா கற்றுக் கொடுக்க வேண்டும்?'' என்றவளை மேலும் வாரியிழுத்தணைத்தான் படைப்பாளி. சிறிது நேரக் கூட-லின் பின் பிற வேலைகள் ஞாபகம் வரவே பத்மாவதி ''ஐயய்யோ! உங்களுடனிருந்தால் எல்லாமே மறந்து போய் விடுகிறது'' என்று ஞாபகம் வந்தவளாக அகன்ற பின் மீண்டும் ஆழ்ந்த சிந்தனையில் மூழ்கிப் போனான் உதயசந்தி-ரன்.

“எதை எழுதலாம்?” என்ற வினா இப்பொழுது “நான் ஏன் எழுதுகின்றேன்?” என்ற வினாவினை மாற்றீடு செய்தது. பல்வேறு கோணங்களில் சிந்தித்துப் பார்த்தான். ஒரு பிரபலமான மகோன்னதமான படைப்பாளியென்றிருப்பதில் பல அனுகூலங்களிருந்தன. எழுதும் எதையும் பிரசுரிப்பதற்கு, அதில் அர்த்தம் கண்டு விவாதிப்பதற்கொரு கூட்டமொன்று எப்பொழுதுமே இருக்கும்? உதயச்சந்திரன் இதழ்களில் அந்த நிலையிலும் சிறிதானதொரு புன்னகை கோடு கிழித்தது. ஆழ்ந்து படிப்பதும் பல சமயங்களில் கை கொடுத்து உதவிக்கு வர ஆர்வத்துடனிருக்கும். ஒரு முறை நிகழ்ந்த சம்பவமொன்று ஞாபகத்துக்கு வந்தது. அவனது படைப்பொன்றினை சபையில் சிலர் வாங்கு வாங்கென்று வாங்கி விட்டார்கள். எல்லோரும் அவனது பதிலையே ஆர்வத்துடன் எதிர்பார்த்து நின்றார்கள்.

நவீனத்துவம்/பின்நவீனத்தும், அமைப்பியல்/பின்னமைப்பியல் என்று ஆழ்ந்து கற்றதெல்லாம் அவனுக்கு அன்று தோள் கொடுக்க வந்து விட்டன. “ஒரு படைப்புப் படைக்கப் பட்டதுமே ஆசிரியன் இறந்து விடுகின்றான். பிரதியை வாசகர்கள் தத்தமது அறிவு, சூழல், இலக்கியங்களுடனான பரிச்சயம் போன்ற அடிப்படையில் புரிந்து கொள்கின்றார்கள். அவற்றில் தலையிட இறந்த ஆசிரியனால் முடியாது. ஏனெனில் அவன் தான் பிரதியைத் தந்து விட்டு இறந்து விட்டானே” அவனது பதிலில், அதிலிருந்த தர்க்கச் சிறப்பில் சபை சொக்கி விட்டது. அந்தச் சொக்கல் தான் அவனைப் பொறுத்த வரையில் ஏற்படும் சிக்கல்களைத் தீர்க்கும் அருமருந்து. அதனை அவன் நன்கு புரிந்தேயிருந்தான்.

ஆனால் அதே சமயம் அவன் எப்பொழுதுமே இவ்விதமே இருந்து விடுவதில்லை. தன் படைப்புகளைப் படைத்த பின்னும் அவை பற்றிய வாசகப் புரிதல்களுக்காக அவன் பலமாக வாதிப்பதுண்டு. அச்சமயங்களில் ஒரு பிரதியினைப் படிப்பதிலுள்ள வாசக சுதந்திரம் பற்றி அதிகமாக அவன் அலட்டிக் கொள்வதில்லை. ஒன்றினை உருவாக்கி விட்டுப் பின் அவற்றிற்கு அர்த்தங்கள் காண்பதில் அவன் மகா வல்லமை பொருந்தியவன்

“எதை எழுதலாம்” எழுத்தாளனின் சிந்தை அலை பாயத் தொடங்கியது. “அப்பா” பிஞ்சுக் குரலொன்று அவன் சிந்தனையைக் கலைத்தது. எதிரில் அவன் செல்லக் குஞ்சு குந்தவி நகத்தைக் கடித்தபடி நின்றிருந்தாள். குழந்தையைத் தூக்கி அணைத்தான் எழுத்தாளன்.” எத்தனை தரம் சொல்வதம்மா நகத்தைக் கடிக்கக் கூடாதென்று” என்று செல்லமாகக் கடிந்து கொண்டான். “நகக்கண்ணிலுள்ள கண்ணுக்குத் தென்படாத அழுக்குகள், கிருமிகள் எல்லாம் உள்ளே போய் வருத்தம் தருமம்மா.

இனிமேல் குஞ்சு நகம் கடிக்கக் கூடாதாம்” என்று குழந்தையைக் கொஞ்சினான். சிறிது நேரத்தில் அவனுடன் கொஞ்சிக் கொண்டிருந்த குழந்தை அப்படியே தோளின் இதமான சூட்டில் தூங்கி விட்டது. ‘எதை எழுதலாம்’ என்று சிந்தையை உடைத்துக் கொண்டிருந்த எழுத்தாளனுக்கு நல்லதொரு தீர்வு தற்காலிகத் தீர்வு கிடைத்து விட்டது. குழந்தையைப் படுக்க வைத்து விட்டு எழுத்தாளன் உதயச் சந்திரன் தீபாவளி மலருக்கான அடுத்த சிறுகதையினை ‘நகம்’ என்னும் தலைப்பில் எழுத ஆரம்பித்தான். “ஏன் எழுதுகின்றேன்” என்று தேடிக் கொண்டிருந்தவனை இருப்பு எதையும் எழுதி மகோன்னதமான படைப்பாளி யாக உருவாக்கிய விந்தையை என்னவென்பது?

0

உன்னையும் என்னையும் போன்ற
இளம்பிள்ளைகள் சிலர் வாழ்ந்தனர்...
நம் சம காலத்தில்
உனக்கு தெரியுமா..?

உன் நாவிலும் என் நாவிலும்
நாள்தோறும் பேசும்
தாய் தமிழைத்தான் அவர்களும் பேசினர்.
உன்னையும் என்னையும் போல்
அந்த இளம்பிள்ளைகள்
வானுயர்ந்த புகழ்மிக்க பல்கலைகழகங்களில்
பட்டம் பெற்றவர்கள் அல்ல...
வானத்தைவிடவும் புகழ்மிக்க
இலட்சியங்களோடு அவர்கள் வாழ்ந்தனர்.
எந்த நடிகரையும் அவர்கள் தலைவராக கொண்டாடியதில்லை.
ஆனால் உன்னதமான ஒருவனை

அவர்கள் தலைவனாக கொண்டிருந்தனர்.
அவர்கள் திரையரங்குகளில் சத்தம் போட்டதில்லை.
பதுங்கு குழிகளின் நிசப்தம் அறிந்தவர்கள்..

விக்கெட்கள் விழுந்துவிட்டதற்காக
பொறுமியவர்கள் அல்ல.
விழும் பிணங்களுக்கு இடையே
ரவைகளை பொறுக்கி கொண்டிருந்தவர்கள்...
அவர்கள் பொறியியல் படித்தவர்கள் அல்ல.
மின்சாரம் உற்பத்தி செய்யவும்
வாகனங்களை தயாரிக்கவும் அவர்களுக்கு தெரியும்.
விடுதலைப் வேள்விக்கான மூலப்பொருட்களிலிருந்து
முழுமையான தளவாடங்கள் வரை அவர்களே தயாரித்தனர்.

அவர்கள் மாலுமிகள் அல்ல.
கப்பலோட்டினர்...
அவர்கள் விமானிகள் அல்ல.
விமானம் இயக்கினர்...
அவர்கள் தத்துவம் படித்தவர்கள் அல்ல.
தத்துவமாகவே வாழ்ந்தனர்...
அவர்களில் பலர் பள்ளிப்படிப்பையே
முடித்தது கிடையாது.
ஆனாலும் அவர்களைப்போல் களத்தில்
யாரும் பாடம் கற்பிக்க முடியாது...
அவர்கள் வாழ்வின் அர்த்தம் அறிந்தவர்கள் அல்ல.
ஆனால் அவர்களைப்போல் அர்த்தமுடைய வாழ்வை
யாரும் வாழ்ந்துவிட முடியாது...

அவர்கள் புனித நூல்களின் வார்த்தைகளை ஓதியவர்கள் அல்ல.
ஆனால் அவர்கள் உச்சரித்த
மண் விடுதலைப் என்ற வார்த்தையை விட
புனிதமானது வேறில்லை...
எந்த துறவியைவிடவும்
அவர்களுடைய துறவறம் உயர்ந்தது.
எந்த தவசிகளின் தவங்களை விடவும்
அவர்களின் விடுதலைப் தவம் உயர்ந்தது..
அவர்கள் ஒவ்வொரு நாளும்
அடிபட்டு வாழ்ந்தனர்.
ஒரு நாளும் அடிமையாய் வாழ்ந்ததில்லை...
அவர்கள் இருந்தவரை
அவர்களுடைய மண்
அவர்களுடையதாக இருந்தது...
அவர்கள் இருந்தவரை
அவர்களுக்கென்று ஒரு தேசம் இருந்தது...
அவர்கள் மண் அவர்களிடம் இல்லாமல் போனபோது
அவர்கள் இந்த மண்ணிலேயே இல்லாமல் போயினர்.

www.ingramcontent.com/pod-product-compliance
Lightning Source LLC
LaVergne TN
LVHW080919071026
849535LV00014B/4314